Manusmriti

ਮਨੂੰ ਸਿਮ੍ਰਤੀ

(ਪੰਜਾਬੀ ਅਨੁਵਾਦ)

ਅਨੁਵਾਦਿਕ- ਸੋਹਣ ਸਿੰਘ ਹਕੀਮਪੁਰੀਆ

मनुस्मृति

(पंजाबी अनुवाद)

अनुवादिक- सोहण सिंह हकीमपुरिया

Punjabi translation by - Sohan Singh Hakimpuria

According to Canadian Copyright Act R.S.C..1985.c.C-42
All rights are reserved by the author of this work. No part of
this Publication may be reproduced, distributed, or copied in
any form without the permission of the Author

ISBN 978-1-7781555-0-5
Published by – Sohan Singh Hakimpuria

ਕਨੇਡੀਅਨ ਕੌਪੀ ਰਾਈਟ ਐਕਟ R.S.C.. 1985.c.C-42 ਦੇ ਅਨੁਸਾਰ ਇਸ ਕਿਰਤ ਦੇ ਸਾਰੇ ਹੱਕ ਲੇਖਕ ਦੇ ਰਾਖਵੇਂ ਹਨ। ਕਿਤਾਬ ਦਾ ਕਵਰ ਜਾਂ ਕੋਈ ਹੋਰ ਭਾਗ ਲੇਖਕ ਦੀ ਆਗਿਆ ਬਿਨਾ ਛਾਪਣ, ਵੰਡਣ, ਜਾਂ ਕਾਪੀ ਕਰਨ ਦੀ ਮਨਾਹੀ ਹੈ।

ISBN 978-1-7781555-0-5
ਪ੍ਰਕਾਸ਼ਕ – ਸੋਹਣ ਸਿੰਘ ਹਕੀਮਪੁਰੀਆ

First Edition

ਅਧਿਆਇ ਤਤਕਰਾ

ਪੰਨਾ ਨੰ:

ਮੁੱਢਲੀ ਜਾਣਕਾਰੀ---------------------- 1-10

(1) ਮਹਾਂਰਿਸ਼ੀਆਂ ਦਾ ਮਨੂੰ ਪਾਸ ਆਉਣਾ, ਸ੍ਰਿਸ਼ਟੀ ਦੀ ਉਤਪਤੀ ਅਤੇ ਧਰਮ ਸਬੰਧੀ ਵਾਰਤਾਲਾਪ ------------------------------ 11

(2) ਧਰਮ ਦੇ ਲੱਛਣ, ਬ੍ਰਹਮਚਾਰੀ ਆਸ਼ਰਮ ਅਤੇ ਦਵਿੱਜ ਦੇ ਜੀਵਨ ਦਾ ਪਹਿਲਾ ਪੜਾਅ --- ---------------- 30

(3) ਗ੍ਰਿਸਤ ਆਸ਼ਰਮ ਅਤੇ ਧਾਰਮਿਕ ਫਰਜ਼ ------------------------ 54

(4) ਬ੍ਰਹਮਚਾਰੀ ਅਤੇ ਗ੍ਰਿਸਤੀ ਦਵਿੱਜ ਦੀ ਜੀਵਨ ਜੁਗਤੀ ਅਤੇ ਨਿਰਬਾਹ ਦੇ ਨਿਯਮ -------------------------------- 87

(5) ਪਵਿੱਤ੍ਰਤਾ ਅਤੇ ਭੱਖ-ਅਭੱਖ ਪਦਾਰਥ, ਸਰੀਰ ਸ਼ੁਧੀ, ਇਸਤਰੀ ਦਾ ਧਰਮ, ਸਮਾਜਿਕ ਦਸ਼ਾ ਅਤੇ ਸੂਤਕ-ਪਾਤਕ ਅਵਸਥਾ --- 112

(6) ਦਵਿੱਜ ਦੇ ਜੀਵਨ ਦਾ ਤੀਸਰਾ ਅਤੇ ਚੌਥਾ ਪੜਾਅ, ਵਣਪ੍ਰਸਤ ਅਤੇ ਸਨਿਆਸੀ ਦੀ ਧਰਮ ਵਿਵਸਥਾ ਅਤੇ ਨਿਯਮ ------------------129

(7) ਖੱਤਰੀ ਰਾਜੇ ਦਾ ਧਰਮ ਅਤੇ ਜਿੰਮੇਂਵਾਰੀਆਂ ------------------- 141

(8) ਰਾਜੇ ਦਾ ਰਾਜ ਪ੍ਰਬੰਧ ਅਤੇ ਕਨੂੰਨੀ ਵਿਵਸਥਾ, ਪਰਜਾ ਅਤੇ ਅਪਰਾਧਿਕ ਮਾਮਲਿਆਂ ਸਬੰਧੀ ਕਨੂੰਨ -------------------------------- 165

(9) ਇਸਤਰੀ-ਪੁਰਸ਼ ਸਬੰਧ, ਵਾਦ-ਵਿਵਾਦ ਅਤੇ ਉਸ ਬਾਰੇ ਨਿਰਣੈ ----- 210

(10) ਲੋੜ ਪੈਣ ਤੇ, ਮਿਸ਼ਰਤ ਜਾਤੀਆਂ (ਵਰਣਸ਼ੰਕਰ ਲੋਕ ਅਤੇ ਕਬੀਲੇ) ਅਤੇ ਸ਼ੂਦਰਾਂ ਲਈ ਨਿਯਮ ਅਤੇ ਵਿਵਹਾਰ ------------------- 245

(11) ਸਨਾਤਕ ਬ੍ਰਾਹਮਣ ਅਤੇ ਧਰਮ ਭਿਕਸ਼ੂਆਂ ਲਈ ਤਪੱਸਿਆ ਅਤੇ ਪਸ਼ਚਾਤਾਪ ਦੇ ਨਿਯਮ --------------------------- 263

(12) ਇਸ ਜਨਮ ਵਿੱਚ ਕੀਤੇ ਹੋਏ ਕਰਮਾਂ ਦਾ ਅਗਲੇ ਜਨਮ ਵਿੱਚ ਫ਼ਲ ਦਾ ਵਿਧਾਨ, ਮੁਕਤੀ ਅਤੇ ਪਰਮ ਅਨੰਦ ਦੀ ਪ੍ਰਾਪਤੀ -------------- 293

(13) ਸਮਾਪਤੀ ਟਿੱਪਣੀ ------------------------------------- 309

(14) ਅੰਤਿਕਾ ਅਤੇ ਸਹਾਇਕ ਪੁਸਤਕ ਸੂਚੀ -------------------- 310

ਸ਼ੁਕਰਾਨਾ

ਆਪਣੀ ਧਰਮ ਪਤਨੀ ਅਮਰਜੀਤ ਕੌਰ ਜੀ ਦਾ, ਜਿਸਦੀ ਸਹਿਣਸ਼ੀਲਤਾ ਅਤੇ ਸਹਿਯੋਗ ਕਾਰਨ ਹੀ, ਮੇਰੀ ਸਾਢੇ ਛੇ ਸਾਲ ਦੀ ਘਾਲਣਾ ਨੂੰ ਕਿਤਾਬੀ ਰੂਪ ਮਿਲਿਆ।

ਮੈਂ ਧੰਨਵਾਦੀ ਹਾਂ -

ਸਰਦਾਰ ਅਜੀਤ ਸਿੰਘ 'ਚਾਨਾ' ਵਲੋਂ ਮਿਲੀ ਹੱਲਾਸ਼ੇਰੀ ਦਾ, ਜਿਸ ਕਰਕੇ ਇਹ ਪੁਸਤਕ ਪਾਠਕਾਂ ਤੀਕਰ ਪੁੰਹਚ ਸਕੀ ਹੈ।

ਸਰਦਾਰ ਸ਼ਮਸ਼ੇਰ ਸਿੰਘ ਜੰਮੂ ਜੀ ਦਾ, ਜਿੰਨ੍ਹਾ ਨੇ ਇਸ ਕਿਤਾਬ ਦੇ ਖਰੜੇ ਨੂੰ ਬਹੁਤ ਮਿਹਨਤ ਲਾ ਕੇ ਕਈ ਵਾਰੀ ਸੋਧ ਕਰਨ ਵਿੱਚ ਮੱਦਦ ਕੀਤੀ।

ਸਰਦਾਰ ਉਂਕਾਰ ਸਿੰਘ ਮਾਨ ਜੀ ਵਲੋਂ ਇਸ ਵਿਸ਼ੇ ਵਾਰੇ ਕੀਤੀ ਟੀਕਾ ਟਿੱਪਣੀ ਦਾ, ਜੋ ਮੇਰੇ ਲਈ ਨਿਰਾਸ਼ਤਾ ਦੀ ਥਾਵੇਂ ਹੋਰ ਯਤਨਸ਼ੀਲ ਹੋਣ ਵਿੱਚ ਸਹਾਈ ਹੋਈ।

ਸਰਦਾਰ ਬਲਵੰਤ ਸਿੰਘ ਬੋਲ਼ਾ ਜੀ ਦਾ, ਜਿੰਨਾਂ ਦੇ ਸੁਝਾਵਾਂ ਅਤੇ ਸਵਾਲਾਂ ਨੇ, ਮੈਨੂੰ ਆਪਣੇ ਲਿਖੇ ਇਨ੍ਹਾਂ ਅੱਖਰਾਂ ਬਾਰੇ ਹੋਰ ਵਿਸਥਾਰ ਤੇ ਵਿਚਾਰ ਕਰਨ ਲਈ ਪ੍ਰੇਰਿਤ ਕੀਤਾ।

ਇੰਗਲੈਂਡ ਵਿੱਚ ਰਹਿ ਰਹੇ, ਸਮਾਜ ਸੇਵਕ ਅਤੇ ਲੇਖਕ, ਸਰਦਾਰ ਅਮਰਜੀਤ ਸਿੰਘ ਭੌਰ ਜੀ ਦਾ, ਜਿਨ੍ਹਾਂ ਨੇ ਇਸ ਕਿਤਾਬ ਦੇ ਪਹਿਲੇ ਖਰੜੇ ਦੀ ਸੁਧਾਈ ਕੀਤੀ।

ਜ਼ਰੂਰੀ ਘੋਸ਼ਣਾ-

ਲੇਖਕ ਨੇ ਇਹ ਕਿਤਾਬ, ਕਿਸੇ ਵਾਦ ਵਿਵਾਦ ਜਾਂ ਟੀਕਾ ਟਿੱਪਣੀ ਛੇੜਨ ਲਈ ਨਹੀਂ ਲਿਖੀ, ਸਗੋਂ ਪੰਜਾਬੀ ਪੜ੍ਹਨ ਵਾਲੇ ਹਿੰਦੂ, ਸਿੱਖ ਅਤੇ ਹੋਰ ਧਰਮਾਂ ਦੇ ਧਾਰਨੀ ਲੋਕਾਂ ਦੀ ਜਾਣਕਾਰੀ ਹਿੱਤ ਲਿਖੀ ਹੈ। ਕਿਸੇ ਇੱਕ ਭਾਸ਼ਾ ਵਿੱਚ ਕਹੀ ਜਾਂ ਲਿਖੀ ਗੱਲ, ਉਸੇ ਲਹਿਜ਼ੇ ਨਾਲ ਦੂਸਰੀ ਭਾਸ਼ਾ ਵਿੱਚ ਪੇਸ਼ ਕਰਨਾ, ਔਖਾ ਹੀ ਨਹੀਂ ਸਗੋਂ ਬਿਲਕੁਲ ਕਠਨ ਕੰਮ ਹੈ। ਪਾਠਕਾਂ ਦਾ ਮੇਰੇ ਇਸ ਯਤਨ ਨਾਲ ਸਹਿਮਤ ਹੋਣਾ ਜ਼ਰੂਰੀ ਨਹੀਂ ਹੈ। ਵੱਖੋ ਵੱਖ ਰੂਪਾਂ ਵਿੱਚ ਮਿਲੇ ਉਤਾਰੇ ਅਤੇ ਭਸ਼ਾਵਾਂ ਵਿੱਚ ਮਿਲੇ ਅਨੁਵਾਦਾਂ ਨੂੰ ਪੜ੍ਹਨ ਮਗਰੋਂ ਪੰਜਾਬੀ ਦੇ ਸਧਾਰਨ ਅਤੇ ਤੋਲਵੇਂ ਸ਼ਬਦ ਵਰਤਣ ਦਾ ਯਤਨ ਕੀਤਾ ਹੈ, ਤਾਂ ਕਿ ਪਾਠਕ ਇਸ ਪੁਰਾਤਨ ਗ੍ਰੰਥ ਰਾਹੀਂ, ਪਿਛੋਕੜ ਦੇ ਸਮੇਂ ਦੇ ਹਲਾਤਾਂ ਬਾਰੇ ਜਾਣਕਾਰੀ ਪ੍ਰਾਪਤ ਕਰ ਸਕਣ। ਖਾਸ ਕਰਕੇ ਮੇਰੀ ਇੱਛਾ ਹੈ ਕਿ ਸਿੱਖ ਭਾਈਚਾਰੇ ਨਾਲ ਸਬੰਧ ਰੱਖਣ ਵਾਲੇ ਸੱਜਣ, ਇਸ ਪੁਸਤਕ ਦੇ ਪੰਨਿਆਂ ਨੂੰ ਸ਼ੀਸ਼ਾ ਜਾਣ ਕੇ ਆਪਣਾ ਚੇਹਰਾ ਦੇਖਣ ਅਤੇ ਆਪਣੇ ਆਪ ਨੂੰ ਸਵਾਲ ਪੁੱਛਣ ਕਿ ਕੀ ਉਹ ਆਪਣੇ ਗੁਰੂ ਗ੍ਰੰਥ ਅਤੇ ਗੁਰੂ ਪੰਥ ਦੇ ਨਿਆਰੇ ਸਿਧਾਤਾਂ ਦੀ ਪਾਲਣਾ ਕਰ ਰਹੇ ਹਨ? ਜਾਂ ਇਸ ਪੁਸਤਕ ਵਿੱਚ ਆਏ ਕਰਮ ਕਾਂਡਾਂ ਅਤੇ ਰੀਤਾਂ ਮੁਤਾਬਿਕ ਹੀ ਆਪਣਾ ਜੀਵਨ ਜੀਅ ਰਹੇ ਹਨ!

ਮਨੂੰ ਸਿਮ੍ਰਤੀ ਦੇ ਇਸ ਪੰਜਾਬੀ ਅਨੁਵਾਦ ਲਈ, ਜਿਨ੍ਹਾਂ ਅੰਗਰੇਜ਼ੀ, ਹਿੰਦੀ ਅਤੇ ਹੋਰ ਭਸ਼ਾਵਾਂ ਦੇ ਅਨੁਵਾਦਾਂ ਅਤੇ ਉਲੇਖਾਂ ਵਿੱਚੋਂ ਜਾਣਕਾਰੀ ਇਕੱਤਰ ਕੀਤੀ ਗਈ ਹੈ, ਉਨ੍ਹਾਂ ਦਾ ਵੇਰਵਾ ਅਤੇ ਸੂਚੀ, ਪੁਸਤਕ ਦੇ ਅੰਤਕੇ ਵਿੱਚ ਦਿੱਤਾ ਗਿਆ ਹੈ।

ਪੁਸਤਕ ਵਿੱਚ ਬਾਰ ਬਾਰ ਆਏ ਸ਼ਬਦ ਅਤੇ ਸਲੋਕ-

ਹਿੰਦੂ ਧਰਮ ਦੀਆਂ ਰਵਾਇਤਾਂ ਅਤੇ ਰੋਜਾਨਾ ਜੀਵਨ ਵਿੱਚ ਨਿਭਾਈਆਂ ਜਾਂਦੀਆਂ ਕਿਰਿਆਵਾਂ ਕਾਰਨ, ਮਨੂੰ ਸਿਮ੍ਰਤੀ ਵਿੱਚ ਕੁਝ ਸ਼ਬਦ, ਬਹੁਤ ਵਾਰੀ ਦੁਹਰਾਏ ਗਏ ਹਨ ਜਿਨ੍ਹਾਂ ਦੇ ਬਦਲ ਵਿੱਚ ਹੋਰ ਕੋਈ ਸ਼ਬਦ ਨਹੀਂ ਢੁਕਦਾ, ਜਿਵੇਂ - ਪਸ਼ਚਾਤਾਪ, ਉਪਾਅ, ਯੱਗ, ਪਿੱਤਰ ਸ਼ਰਾਧ, ਪਾਪ-ਪੁੰਨ ਕਰਮ, ਪਾਪ ਨਵਿਰਤੀ, ਦੰਡ, ਇਤਿ ਆਦਿ। ਕੁਝ ਸਲੋਕ ਭੀ ਕਈ ਥਾਵਾਂ ਤੇ ਦੁਹਰਾਏ ਗਏ ਹਨ। ਗਰੰਥ ਦੀ ਮੌਲਿਕਤਾ ਅਤੇ ਸਲੋਕਾਂ ਦੀ ਤਰਤੀਬ ਨੂੰ ਠੀਕ ਰੱਖਣ ਖਾਤਰ, ਕੁਝ ਕੱਟ ਵੱਢ ਨਹੀਂ ਕੀਤੀ ਜਾ ਸਕਦੀ। ਸੋ ਉਸੇ ਤਰਾਂ ਹੀ ਲਿਖ ਦਿੱਤੇ ਹਨ।

ਨੋਟ ਅਤੇ ਟਿੱਪਣੀਆਂ-

ਬਹੁਤ ਸਾਰੇ ਸਲੋਕਾਂ ਤੋਂ ਬਾਅਦ ਕੁਝ **ਟਿੱਪਣੀਆਂ ਅਤੇ ਨੋਟ** ਦਿੱਤੇ ਗਏ ਹਨ, ਜਿਨ੍ਹਾਂ ਦਾ ਭਾਵ ਕੇਵਲ ਪਾਠਕਾਂ ਦੇ ਧਿਆਨ ਅਤੇ ਵਿਚਾਰਨ ਖਾਤਰ ਹੈ। ਪੁਸਤਕ ਦੇ ਸਲੋਕਾਂ ਦੀ ਭਾਸ਼ਾ ਅਤੇ ਅਰਥਾਂ ਨੂੰ ਹੋਰ ਉਭਾਰਨ ਲਈ, ਸਾਰੇ **ਨੋਟ**, ਸਲੋਕਾਂ ਦੇ ਨਾਲ ਹੀ ਦਰਜ਼ ਕੀਤੇ ਗਏ ਹਨ।

ਲੇਖਕ ਵਲੋਂ ਕੀਤੀ ਖੋਜ ਅਤੇ ਚੱਲ ਰਹੇ ਵਿਸ਼ੇ ਦੀ ਤਰਕਸ਼ੀਲਤਾ ਨੂੰ ਧਿਆਨ ਵਿੱਚ ਰੱਖਦਿਆਂ, ਟਿੱਪਣੀਆਂ ਦਾ ਪੜ੍ਹਨਾ ਪਾਠਕਾਂ ਲਈ ਲਾਹੇਬੰਦ ਹੋਵੇਗਾ, ਤਾਂ ਕਿ ਇਸ ਗ੍ਰੰਥ ਵਿੱਚ ਆਈ ਸਮੱਗਰੀ ਨੂੰ ਹੋਰ ਧਿਆਨ ਨਾਲ ਵਿਚਾਰ ਸਕਣ।

ਇਹ ਯਤਨ ਕਿਉਂ!

ਪੁਸਤਕ ਪੜ੍ਹਨ ਤੋਂ ਪਹਿਲਾਂ, ਪਾਠਕਾਂ ਲਈ ਜ਼ਰੂਰੀ ਜਾਣਕਾਰੀ-

ਇਸ ਪੁਸਤਕ ਲਈ, ਕਿਸੇ ਵਲੋਂ ਮੁੱਖਬੰਧ ਜਾਂ ਭੂਮਿਕਾ ਲਿਖਣ ਦੀ ਲੋੜ ਨਹੀਂ ਭਾਸਦੀ। ਦਾਸ ਕੇਵਲ ਹਿੰਦੂ ਧਰਮ ਨਾਲ ਜੁੜੀ ਇੱਕ ਪੁਰਾਤਨ ਲਿਖਤ, 'ਮਨੂੰ ਸਿਮ੍ਰਤੀ' ਦਾ ਪੰਜਾਬੀ ਅਨੁਵਾਦ ਕਰਨ ਦਾ ਨਿਮਾਣਾ ਜਿਹਾ ਯਤਨ ਕੀਤਾ ਹੈ। ਪੁਰਾਤਨ ਭਾਰਤ ਦੀਆਂ ਕੰਧਾਂ ਅਤੇ ਪ੍ਰੰਪਰਾਵਾਂ ਦੇ ਘੇਰੇ ਤੀਕਰ ਸੀਮਤ, ਹਿੰਦੂ ਧਰਮ ਦਾ ਇਹ ਗ੍ਰੰਥ, ਸਦੀਆਂ ਤੋਂ ਚਰਚਾ ਦਾ ਵਿਸ਼ਾ ਰਿਹਾ ਹੈ। **ਕੁਦਰਤ ਦੇ ਨਿਯਮਾਂ ਤੋਂ ਉਲਟ, ਵਰਣ ਵੰਡ, ਜਾਤ-ਪਾਤ, ਊਚ-ਨੀਚ, ਸੁੱਚ-ਭਿੱਟ ਵਰਗੇ ਵਿਸ਼ਿਆਂ ਤੋਂ ਸਿਵਾ, ਇਸ ਵਿੱਚ ਕੁਝ ਬਹੁਤ ਧਿਆਨਯੋਗ ਅਤੇ ਕੁਝ ਬੇਕਾਰ ਵਿਸ਼ਿਆਂ ਦਾ ਵਿਸਥਾਰ ਮਿਲਦਾ ਹੈ।** ਕੁਝ ਐਸੀਆਂ ਪਰੰਪਰਾਵਾਂ ਅਤੇ ਕਰਮ-ਕਾਂਡ ਭੀ ਹਨ ਜੋ ਹਿੰਦੂ ਧਰਮ ਦੇ ਅਨੁਯਾਈ ਲੋਕ, ਅੱਜ ਤੀਕਰ ਆਰੀਆ ਮਤ ਦੇ ਨਿਯਮ ਜਾਣ ਕੇ ਨਿਭਾ ਰਹੇ ਹਨ। ਸੰਸਕ੍ਰਿਤ ਭਾਸ਼ਾ ਵਿੱਚ ਲਿਖੇ, ਇਸ ਗ੍ਰੰਥ ਦੇ ਬੇਸ਼ੁਮਾਰ ਅਨੁਵਾਦ ਮਿਲਦੇ ਹਨ। ਸਭਨਾ ਵਿੱਚ ਵੱਖੋ ਵੱਖ ਭੇਦ ਹੋਣ ਕਾਰਣ ਕਿਸੇ ਇੱਕ ਨੂੰ ਠੀਕ ਮੰਨਣਾ ਅਸੰਭਵ ਜਾਪਦਾ ਹੈ। ਭਾਵੇਂ ਇਸਦੇ ਕਾਫੀ ਹਿੰਦੀ ਅਨੁਵਾਦ ਭੀ ਮਿਲਦੇ ਹਨ, ਪਰ ਪਿਛਲੇ ਦੋ ਸੌ ਸਾਲ ਤੋਂ ਬਹੁਤੇ ਅਨੁਵਾਦ ਅੰਗਰੇਜ਼ੀ ਵਿੱਚ ਹੋਏ ਮਿਲਦੇ ਹਨ।

ਵਿਦੇਸ਼ੀਆਂ ਨੇ ਜਦੋਂ ਭਾਰਤ ਦੇ ਲੋਕਾਂ ਦੀ ਮਾਨਸਿਕਤਾ ਅਤੇ ਉਨ੍ਹਾਂ ਦੀ ਖ਼ਸਤਾ ਹਾਲਤ ਦੇਖਕੇ ਕਾਬਜ਼ ਹੋਣ ਬਾਰੇ ਸੋਚਿਆ ਤਾਂ ਸਭ ਤੋਂ ਪਹਿਲਾਂ ਉਨ੍ਹਾਂ ਨੇ ਇੱਥੋਂ ਦੀਆਂ ਧਾਰਮਿਕ ਅਤੇ ਸਮਾਜਿਕ ਪ੍ਰੰਪਰਾਵਾਂ ਦਾ ਅਧਿਐਨ ਕੀਤਾ। ਵਰਣਵੰਡ ਅਤੇ ਹੋਰ ਵੱਖ ਵੱਖ ਰੀਤੀ ਰਿਵਾਜਾਂ ਦੇ ਅਧਾਰ ਤੇ ਵੰਡੇ, ਇਸ ਦੇਸ਼ ਤੇ ਕਾਬਜ਼ ਹੋਣ ਲਈ ਇਹ ਜ਼ਰੂਰੀ ਸੀ ਕਿ ਉਹ ਇੱਥੋਂ ਦੇ ਲੋਕਾਂ ਦੇ ਰਹਿਣ ਸਹਿਣ ਅਤੇ ਧਾਰਮਿਕ ਵਿਸ਼ਵਾਸਾਂ ਦਾ ਅਧਿਆਨ ਕਰਨ। ਇਨ੍ਹਾਂ ਵਿੱਚੋਂ ਬਹੁਤਾ ਕੰਮ ਵਿਦੇਸ਼ੀ ਪਾਦਰੀਆਂ ਅਤੇ ਵਿਦੇਸ਼ੀ ਭਾਸ਼ਾ ਦੇ ਮਾਹਿਰਾਂ ਨੇ ਕੀਤਾ। ਅੰਗਰੇਜ਼ਾਂ ਦੇ ਭਾਰਤ ਵਿੱਚ ਆਉਣ ਦੇ ਨਾਲ ਨਾਲ ਯੋਰਪ, ਅਮਰੀਕਾ ਅਤੇ ਹੋਰ ਕਈ ਦੇਸ਼ਾਂ ਦੇ ਬੌਧਿਕ ਲੋਕਾਂ ਨੇ, ਇੱਥੋਂ ਦੀ ਪੁਰਾਤਨ ਭਾਸ਼ਾ (ਸੰਸਕ੍ਰਿਤ) ਦੀ ਉੱਚੀ ਵਿੱਦਿਆ ਪ੍ਰਾਪਤ ਕਰਕੇ, ਇੱਥੋਂ ਦੇ ਲੋਕਾਂ ਦੀਆਂ ਕਦਰਾਂ ਕੀਮਤਾਂ ਨੂੰ ਜਾਣਿਆਂ। ਭਾਰਤ ਦੀਆਂ ਬਾਕੀ ਭਸ਼ਾਵਾਂ ਬਹੁਤਾ ਉੱਨਤ ਨਾ ਹੋਣ ਕਰਕੇ, ਸੰਸਕ੍ਰਿਤ ਭਾਸ਼ਾ ਦੇ ਸਾਰੇ ਗ੍ਰੰਥ ਆਮ ਲੋਕਾਂ ਦੀ ਪਹੁੰਚ ਅਤੇ ਸਮਝ ਤੋਂ ਬਾਹਰ ਹੀ ਰਹੇ। ਕੇਵਲ ਇੱਕ ਵਰਗ (ਬ੍ਰਾਹਮਣ ਜਾਤੀ) ਨੂੰ ਹੀ ਇਸਦੇ ਪੜ੍ਹਨ ਅਤੇ ਪੜ੍ਹਾਉਣ ਦਾ ਅਧਿਕਾਰ ਰਿਹਾ। ਇਸੇ ਕਰਕੇ, ਅੱਜ ਭੀ ਸੰਸਕ੍ਰਿਤ ਭਾਸ਼ਾ ਦੇ ਜਾਨਣ ਵਾਲਾ ਬ੍ਰਾਹਮਣ, ਹਿੰਦੂ ਸਮਾਜ ਵਿੱਚ ਇੱਕ ਵਿਸ਼ੇਸ਼ ਦਰਜਾ ਸਾਂਭੀ ਬੈਠਾ ਹੈ। ਸੰਸਕ੍ਰਿਤ, ਹਿੰਦੂ ਧਰਮ ਦੇ ਆਮ ਲੋਕਾਂ ਦੀ ਭਾਸ਼ਾ ਨਾ ਹੋਣ ਕਾਰਨ ਅਤੇ ਇਨ੍ਹਾਂ ਗ੍ਰੰਥਾਂ ਦੇ ਗੁੱਝੇ ਭੇਦ ਨਾ ਜਾਨਣ ਕਰਕੇ, ਉਹ ਬ੍ਰਾਹਮਣ ਦੇ ਬੋਲਾਂ ਦੇ ਹੀ ਗੁਲਾਮ ਰਹੇ। ਅੱਜ ਭੀ ਬਹੁਤ ਕੁਝ ਨਹੀਂ ਬਦਲਿਆ। ਮਸਾਂ ਉੱਨੀ-ਇੱਕੀ ਦਾ ਹੀ ਫ਼ਰਕ ਹੈ। ਪੰਜਾਬੀ ਪੜ੍ਹਨ ਅਤੇ ਹਿੰਦੂ ਧਰਮ ਵਿੱਚ ਵਿਸ਼ਵਾਸ ਰੱਖਣ ਵਾਲੇ ਪਾਠਕਾਂ ਲਈ ਮੇਰੀ ਇਹ ਸਾਲਾਂ ਬੱਧੀ ਕੀਤੀ ਹੋਈ ਮਿਹਨਤ, ਸ਼ਾਇਦ ਕਾਫੀ ਲਾਹੇਵੰਦ ਹੋਵੇ ਅਤੇ ਮੇਰੇ ਸਿੱਖ ਕਹਾਉਣ ਵਾਲੇ ਭਾਈਚਾਰੇ ਨੂੰ ਆਪਣੀਆਂ ਅੱਖਾਂ ਖੋਲ੍ਹ ਕੇ ਆਪਣੇ ਅਸਲੀ ਚੇਹਰੇ ਪਹਿਚਾਨਣ ਦਾ ਮੌਕਾ ਮਿਲ ਜਾਵੇ।

ਬਚਪਨ ਤੋਂ ਹੀ ਇੱਕ ਬੋਲ, **'ਮਨੂੰਵਾਦੀ ਸੋਚ'** ਮੈਂ ਲੱਖਾਂ ਵਾਰੀ ਸੁਣਦਾ ਆ ਰਿਹਾ ਹਾਂ। ਖਾਸ ਕਰਕੇ ਜਦੋਂ ਸਿੱਖਾਂ ਵਿੱਚ ਕੋਈ ਆਪਸੀ ਤਕਰਾਰ ਜਾਂ ਵਿਚਾਰ ਵਟਾਂਦਰਾ ਚਲਦਾ ਹੋਵੇ ਅਤੇ ਆਪਣੀਆਂ ਊਣਤਾਈਆਂ ਦਾ ਦੋਸ਼ ਕਿਸੇ ਹੋਰ ਨੂੰ ਦੇਣਾ ਹੋਵੇ। ਸਿੱਖ ਪ੍ਰਵਾਰ ਵਿੱਚ ਜਨਮ ਲੈਣ ਕਰਕੇ,

ਆਪਣੀਆਂ ਰਹੁ-ਰੀਤਾਂ, ਪ੍ਰੰਪਰਾਵਾਂ ਅਤੇ ਖਾਲਸੇ ਦੇ ਨਿਆਰੇਪਨ ਦੀਆਂ ਕਥਾਵਾਂ ਤੇ ਸੋਹਲੇ ਸੁਣਦਿਆਂ ਹੀ ਉਮਰ ਦੇ ਬਹੁਤੇ ਪਲ ਬਿਤਾਏ ਹਨ। ਢਾਡੀਆਂ ਅਤੇ ਪ੍ਰਚਾਰਕਾਂ ਨੂੰ ਗੁਰਦੁਆਰਿਆਂ ਵਿੱਚ ਦੂਸਰਿਆਂ ਦੇ ਧਰਮ ਦੀਆਂ ਕਮਜ਼ੋਰੀਆਂ ਅਤੇ ਖਾਲਸਾ ਪੰਥ ਦੇ ਨਿਆਰੇਪਨ ਨੂੰ ਸੁਣਦਿਆਂ ਸਾਰੀ ਉਮਰ ਬੀਤ ਚੱਲੀ ਹੈ। ਮੈਂ ਇਤਿਹਾਸ ਦਾ ਵਿਦਿਆਰਥੀ ਤਾਂ ਨਹੀਂ ਸੀ, ਪਰ ਇਕ ਟਿਕਟਿਕੀ ਜ਼ਰੂਰ ਸੀ ਕਿ ਸਿੱਖ ਪ੍ਰਚਾਰਕਾਂ ਕੋਲੋਂ ਜੋ ਕੁਝ ਸੁਣਿਆ ਹੈ ਜਾਂ ਪ੍ਰਚਾਰਿਆ ਜਾ ਰਿਹਾ ਹੈ, ਕੀ ਵਾਕਿਆ ਹੀ ਸਾਡੇ ਬਜ਼ੁਰਗਾਂ ਜਾਂ ਵੱਡੇ ਵਡੇਰਿਆਂ ਨੇ ਕਮਾਇਆ ਹੈ? ਮੇਰੇ ਹਿਸਾਬ ਨਾਲ, ਸਮਾਜਿਕ ਮਹੌਲ ਕਾਰਨ, ਬਹੁਤੇ ਸਿੱਖ ਭਾਈਚਾਰੇ ਦੀ ਸੋਚ ਭੀ ਪੁਰਾਤਨ ਹਿੰਦੂ ਧਾਰਨਾਵਾਂ ਉੱਪਰ ਹੀ ਟਿਕੀ ਰਹੀ ਹੈ। ਮੇਰੇ ਲਈ ਇਹ ਕੋਈ ਅਚੰਭੇ ਵਾਲੀ ਗੱਲ ਭੀ ਨਹੀਂ ਹੈ, ਕਿਉਂਕਿ ਅੱਜ ਭੀ ਗੁਰੂ ਨਾਨਕ ਸਾਹਿਬ ਦੀ ਸਿੱਖੀ ਦੇ ਪਹਿਰੇਦਾਰ. ਉਸੇ ਦਲਦਲ ਵਿੱਚ ਫਸੇ ਦੇਖੇ ਜਾ ਸਕਦੇ ਹਨ, ਜਿਸ ਵਿੱਚੋਂ ਕੱਢਣ ਲਈ ਉਸਨੇ ਘਰ ਘਰ ਹੋਕਾ ਦਿੱਤਾ ਅਤੇ ਪਤਾ ਨਹੀਂ ਪੈਰੀਂ ਤੁਰ ਤੁਰ ਕੇ, ਖੜਾਵਾਂ ਦੇ ਕਿਤਨੇ ਕੁ ਜੋੜੇ ਘਸਾਏ ਹੋਣਗੇ।

ਸਿੱਖਾਂ ਨੂੰ ਇਸ ਦੇਸ਼ (ਕਨੇਡਾ) ਵਿੱਚ ਰਹਿੰਦਿਆਂ ਇੱਕ ਸਦੀ ਤੋਂ ਉੱਪਰ ਹੋ ਗਿਆ ਹੈ।ਇਸ ਮੁਲਕ (ਕਨੇਡਾ) ਵਿੱਚ ਵਸੇਰਾ ਕਰਨ ਮਗਰੋਂ, ਹਮੇਸ਼ਾ ਕੋਸ਼ਿਸ਼ ਕੀਤੀ ਕਿ ਸਾਡੇ ਬੱਚੇ, ਸਿੱਖੀ ਨੂੰ ਘੁਣ ਵਾਂਗ ਲੱਗੇ ਜਾਤ-ਪਾਤ ਅਤੇ ਊਚ ਨੀਚ ਵਰਗੇ ਕੋੜ੍ਹ ਤੋਂ ਬਚੇ ਰਹਿਣ, ਪਰ ਸਿੱਖੀ ਦੇ ਨਿਆਰੇਪਨ ਦੀਆਂ ਡੀਗਾਂ ਮਾਰਨ ਵਾਲਿਆਂ ਨੇ ਇਸ ਕ੍ਹੋੜ ਨੂੰ ਇਸ ਦੇਸ਼ ਵਿੱਚ ਫੈਲਾਉਣ ਵਿੱਚ ਭੀ ਕੋਈ ਕਸਰ ਨਹੀਂ ਛੱਡੀ। ਇਸ ਕਿਤਾਬ ਦਾ ਮੁੱਢ, ਮੇਰੀਆਂ ਕੁਝ ਹੱਡ ਬੀਤੀਆਂ ਹਨ, ਜੋ ਪਾਠਕਾਂ ਵਾਸਤੇ ਜਾਨਣੀਆਂ ਜ਼ਰੂਰੀ ਹਨ ਅਤੇ ਇਸ ਬਿਨਾ ਮੇਰਾ ਇਹ ਯਤਨ ਅਧੂਰਾ ਹੋਵੇਗਾ।

ਇੱਕ ਦਿਨ ਮੇਰੀ ਗਭਲੀ ਬੇਟੀ ਸਕੂਲੋਂ ਆਈ ਤਾਂ ਉਸਦਾ ਚੇਹਰਾ ਉਡਿਆ ਉਡਿਆ ਸੀ ਤੇ ਕਾਫ਼ੀ ਘਬਰਾਈ ਜਾਪਦੀ ਸੀ। ਥ੍ਹੋੜੀ ਦੇਰ ਮਗਰੋਂ ਕਹਿੰਦੀ ਕਿ 'ਡੈਡ ਮੈਂ ਤੈਨੂੰ ਇੱਕ ਗੱਲ ਪੁੱਛਣੀਆਂ'! ਮੈਂ ਕਿਹਾ ਕਿ 'ਪੁੱਛ ਪੁੱਤ'। ਮੈਨੂੰ ਇਹ ਦੱਸੋ ਕਿ ਆਪਾਂ ਕੌਣ ਹਾਂ? ਮੈਨੂੰ ਚਿੰਤਾ ਜੇਹੀ ਲੱਗ ਗਈ ਅਤੇ ਮੈਂ ਉਸੇ ਵਕਤ ਸਮਝ ਗਿਆ ਕਿ ਜੋ ਬਿਮਾਰੀ ਮੈਂ ਚਾਹੁੰਦਾ ਸੀ ਕਿ ਮੇਰੇ ਬੱਚਿਆਂ ਨੂੰ ਨਾ ਲੱਗੇ ਉਹ ਇੱਥੇ ਸਕੂਲਾਂ ਵਿੱਚ ਭੀ ਆ ਗਈ ਹੈ। ਭੱਠੀਆਂ ਦਾ ਧੂੰਆਂ ਝੋਖਣ ਵਾਲੇ. ਦਫਤਰਾਂ ਦੀਆਂ ਸਫਾਈਆਂ ਕਰਨ ਵਾਲੇ, ਟਰੱਕਾਂ ਦੀ ਡਰਾਇਵਰੀ ਕਰਨ ਵਾਲੇ, ਹੋਟਲਾਂ ਦੇ ਭਾਂਡੇ ਧੋਣ ਵਾਲੇ ਅਤੇ ਹੋਰ ਕਈ ਤਰ੍ਹਾਂ ਦੀ ਛੋਟੀ-ਮੋਟੀ ਕਿਰਤ ਕਰਕੇ ਰੋਟੀ ਟੁੱਕ ਖਾਣ ਵਾਲੇ, ਪਰ ਜਾਤ ਦੇ ਹੰਕਾਰੀ ਅਤੇ ਨਕਲੀ ਸਿੱਖਾਂ ਨੇ ਮੇਰੇ ਬੱਚਿਆਂ ਨੂੰ ਇਹ ਗੱਲ ਮੇਰੇ ਕੋਲੋਂ ਪੁੱਛਣ ਲਈ ਮਜ਼ਬੂਰ ਕਰ ਦਿੱਤਾ ਕਿ 'ਅਸੀਂ ਕੌਣ ਹਾਂ'। ਬੜੀ ਦੇਰ ਮਗਰੋਂ ਮੈਂ ਆਪਣੀ ਬੇਟੀ ਨੂੰ ਸਮਝਾਉਣ ਵਿੱਚ ਸਫਲ ਹੋਇਆ ਕਿ ਆਪਾਂ ਸਿਰਫ ਸਿੱਖ ਹਾਂ ਅਤੇ ਸਿੱਖ ਵਾਸਤੇ ਕੋਈ ਭੀ ਸੱਚੀ ਕਿਰਤ ਮਾੜੀ ਨਹੀਂ। ਇੱਕ ਹੋਰ ਦੁਖਦਾਈ ਘਟਨਾ ਜਿਸਨੂੰ ਲਿਖਣ ਬਿਨਾਂ ਇਹ ਕਿਤਾਬ ਮੈਨੂੰ ਅਧੂਰੀ ਜਾਪੇਗੀ। ਮੇਰੇ ਦੋਸਤ ਦਾ ਇੱਕ ਬੇਟਾ, ਆਪਣੇ ਬਾਪ ਦੀ ਪ੍ਰੇਰਣਾ ਕਰਕੇ ਸਾਡੇ ਸ਼ਹਿਰ (ਵਿੰਡਸਰ, ਕਨੇਡਾ) ਦੇ ਗੁਰੂ ਘਰ ਵਿੱਚ ਬੜੇ ਪ੍ਰੇਮ ਨਾਲ਼ ਲੰਗਰ ਦੀ ਸੇਵਾ ਕਰਦਾ ਸੀ। ਸਕੂਲ ਦਾ ਮਹੌਲ ਅਤੇ ਕਈ ਹੋਰ ਕਾਰਨਾ ਕਰਕੇ ਉਸਨੇ ਕੇਸ ਨਹੀਂ ਸਨ ਰੱਖੇ ਹੋਏ। ਇੱਕ ਰਾਤ, ਸਾਡੇ ਗੁਰਦੁਆਰੇ ਵਿਖੇ ਅਖੰਡ ਕੀਰਤਨੀਆਂ ਦਾ ਰੈਣ-ਸਵਾਈ ਦਿਵਾਨ ਸੀ (ਜਿਸ ਬਾਰੇ ਸਿੱਖ ਧਰਮ ਵਿੱਚ ਕੋਈ ਵਿਧਾਨ ਨਹੀਂ ਹੈ)। ਸਵੇਰੇ ਜਦੋਂ ਉਹ ਆਪਣੇ ਆਪਣੇ ਘਰਾਂ ਨੂੰ ਜਾਣ ਤੋਂ ਪਹਿਲਾਂ. ਲੰਗਰ ਹਾਲ ਵਿੱਚ ਇਕੱਤਰ ਹੋਏ ਤਾਂ ਮੇਰੇ ਦੋਸਤ ਦਾ ਬੇਟਾ (ਹਮੇਸ਼ਾ ਵਾਂਗ) ਸੇਵਾ ਭਾਵਨਾ ਕਰਕੇ ਸਮੇਂ ਤੋਂ ਪਹਿਲਾਂ ਪਹੁੰਚਿਆ ਹੋਇਆ ਸੀ। ਜਿਉਂ ਹੀ ਉਸਨੇ ਲੰਗਰ ਵਰਤਾਉਣਾ ਸ਼ੁਰੂ ਕੀਤਾ ਤਾਂ ਪੰਗਤ ਵਿੱਚੋਂ ਇੱਕ ਦੋ ਬੀਬੀਆਂ ਅਤੇ ਬੰਦਿਆਂ ਨੇ ਬੁੜ ਬੁੜ ਕਰਨੀ ਸ਼ੁਰੂ ਕਰ ਦਿੱਤੀ ਅਤੇ ਇੱਕ ਨੇ ਕਹਿ ਹੀ ਦਿੱਤਾ ਕਿ,'ਤੂੰ ਇੱਥੇ ਕੀ ਕਰ ਰਿਹਾਂ? ਨਾਲ ਹੀ ਉਸ ਕੋਲੋਂ ਲੰਗਰ ਲੈਣੋਂ ਇਨਕਾਰ ਕਰ ਦਿੱਤਾ। ਉਹ ਦਿਨ ਜਾਂਦਾ, ਉਹ ਬੱਚਾ ਮੁੜਕੇ ਲੰਗਰ ਵਰਤਾਉਣ ਦੀ ਸੇਵਾ ਵਿਚ ਨਹੀਂ ਆਇਆ।

ਸਿੱਖ ਧਰਮ ਵਿੱਚ, ਐਸੇ ਧਾਰਮਿਕ ਕਹਾਉਣ ਵਾਲੇ ਪਖੰਡੀ ਅਤੇ ਭੇਖੀ ਲੋਕਾਂ ਨੇ, ਧਰਮ ਅਤੇ ਮਨੁੱਖਤਾ ਦਾ ਬੇਹੱਦ ਨੁਕਸਾਨ ਕੀਤਾ ਹੈ ਅਤੇ ਸਿੱਖੀ ਨਾਲ ਨੇੜਤਾ ਵਧਾਉਣ ਦੇ ਚਾਹਵਾਨ, ਸਧਾਰਨ ਲੋਕਾਂ ਨੂੰ ਹਮੇਸ਼ਾ ਪਰੇਸ਼ਾਨ ਰੱਖਿਆ ਹੈ। ਸਿੱਖ ਪ੍ਰਚਾਰਕਾਂ ਵਲੋਂ ਵੀ ਸਦੀਆਂ ਤੋਂ ਇਹੋ ਪ੍ਰਚਾਰ ਰਿਹਾ ਹੈ ਕਿ ਸਿੱਖ ਦੀ ਕੋਈ ਜਾਤ ਨਹੀਂ ਹੈ। ਪਰ ਸਭ ਕੁਝ ਕਹਿਣ ਅਤੇ ਦਿਖਾਵੇਮਾਤਰ ਹੀ ਹੈ। ਵਹਿਮ ਭਰਮ, ਜਾਤ ਪਾਤ, ਊਚ ਨੀਚ, ਸੁੱਚ ਭਿੱਟ, ਕਰਮ ਕਾਂਡ, ਜੋ ਹਿੰਦੂ ਧਰਮ ਦੇ ਲੋਕ ਮੁੱਦਤਾਂ ਤੋਂ ਕਰਦੇ ਆਏ ਹਨ, ਸਿੱਖਾਂ ਵਿੱਚ ਵੀ ਉਸੇ ਤਰਾਂ ਪਰਬਲ ਹਨ। ਡੇਰਿਆਂ, ਟਕਸਾਲਾਂ ਅਤੇ ਸੰਤ ਸਮਾਜ ਦੀਆਂ ਸੰਪਰਾਦਾਵਾਂ ਨੇ ਇਹ ਜ਼ਹਿਰ ਫੈਲਾਉਣ ਤੋਂ ਸਿਵਾ ਹੋਰ ਕੁਝ ਨਹੀਂ ਕੀਤਾ। ਸਾਡੇ ਬਜ਼ੁਰਗ, ਉਨ੍ਹਾਂ ਦੇ ਬਜ਼ੁਰਗ ਅਤੇ ਹੋਰ ਪਿਛਲੀਆਂ ਪੁਸ਼ਤਾਂ ਕੇਵਲ ਸਿੱਖੀ ਦੇ ਨਿਆਰੇਪਨ ਦੀਆਂ ਡੀਂਗਾਂ ਹੀ ਮਾਰਦੇ ਆਏ ਹਨ ਅਤੇ ਅੱਜ ਭੀ ਮਾਰਦੇ ਹਨ। ਜੇ ਉਨ੍ਹਾਂ ਨੇ ਗੁਰੂ ਸਾਹਿਬਾਂ ਦੇ ਉਪਦੇਸ਼ ਤੇ ਥੋੜਾ ਬਹੁਤ ਵੀ ਪਹਿਰਾ ਦਿੱਤਾ ਹੁੰਦਾ ਤਾਂ ਸਿੱਖੀ ਦੀ ਤਸਵੀਰ ਅੱਜ ਕੁਝ ਹੋਰ ਹੀ ਹੋਣੀ ਸੀ। ਅੱਜ ਦੀ ਹਾਲਤ ਦੇਖ ਕੇ ਅੰਦਰੋਂ ਉਬਾਲ ਜਿਹਾ ਉੱਠਦਾ ਹੈ। ਸਿੱਖੋ ਤੁਸੀਂ ਕਿਵੇਂ ਨਿਆਰੇ ਹੋ? ਹਿੰਦੂ ਧਰਮ ਦੇ ਸਿਧਾਤਾਂ ਨਾਲ ਜੁੜੀ, ਇਹ ਪੁਸਤਕ ਪੜ ਕੇ ਫੈਸਲਾ ਕਰ ਲੈਣਾ ਕਿ ਐਸਾ ਕਿਹੜਾ ਕਰਮਕਾਂਡ ਹੈ, ਜੋ ਹਿੰਦੂ ਧਰਮ ਨੂੰ ਮੰਨਣ ਵਾਲੇ ਲੋਕ ਕਰਦੇ ਹੋਣ ਅਤੇ ਤੁਸੀਂ ਨਾ ਕਰਦੇ ਹੋਵੋਂ। ਆਸ ਹੈ 'ਮਨੂੰ ਸਿਮ੍ਰਤੀ' ਦਾ ਇਹ ਪੰਜਾਬੀ ਅਨੁਵਾਦ, ਜਿੱਥੇ ਹਿੰਦੂ ਧਰਮ ਦੇ ਪੰਜਾਬੀ ਜਾਨਣ ਵਾਲੇ ਪਾਠਕਾਂ ਲਈ, ਆਪਣਾ ਪਿਛਕੋੜ ਜਾਨਣ ਲਈ ਲਾਹੇਵੰਦ ਹੋਵੇਗਾ, ਉੱਥੇ ਗੁਰੂ ਨਾਨਕ ਦੇ ਨਿਰਮਲ ਪੰਥ ਅਤੇ ਗੁਰੂ ਗਰੰਥ ਸਾਹਿਬ ਦੀ ਬਾਣੀ ਉੱਪਰ ਟੇਕ ਰੱਖਣ ਵਾਲਿਆਂ ਦੀਆਂ ਅੱਖਾਂ ਖੋਲ ਕੇ, ਉਨ੍ਹਾਂ ਨੂੰ ਉਨ੍ਹਾਂ ਦੇ ਫਰਜ਼ਾਂ ਪ੍ਰਤੀ ਸੁਚੇਤ ਕਰੇਗਾ।

ਦੁਨੀਆਂ ਕਿਵੇਂ ਬਣੀ, ਕਦੋਂ ਬਣੀ, ਕਿਸ ਨੇ ਬਣਾਈ, ਇਹ ਇੱਕ ਵਿਵਾਦਤ ਵਿਸ਼ਾ ਹੈ। ਬਾਕੀ ਧਰਮਾਂ ਵਾਂਗ, ਹਿੰਦੂ ਧਰਮ ਨਾਲ ਜੁੜੇ ਗ੍ਰੰਥਾਂ ਵਿੱਚ ਭੀ ਇਸ ਬਾਰੇ ਬਹੁਤ ਤਰਾਂ ਦੀਆਂ ਕਥਾਵਾਂ ਜੁੜੀਆਂ ਹੋਈਆਂ ਹਨ। ਸਿਮ੍ਰਤੀ ਦਾ ਅਰਥ ਹੈ,'ਚੇਤੇ ਵਿੱਚੋਂ ਪ੍ਰਗਟ ਹੋਇਆ ਗਿਆਨ' ਜਿਸਨੂੰ ਅੱਖਰੀ ਰੂਪ ਦਿੱਤਾ ਗਿਆ ਹੋਵੇ। ਇਸੇ ਕਰਕੇ ਕਿਸੇ ਨੂੰ ਬਾਰ ਬਾਰ ਚੇਤੇ ਕਰਨ ਲਈ 'ਸਿਮਰਣ' ਅੱਖਰ ਵਰਤਿਆ ਜਾਂਦਾ ਹੈ। ਰਿਸ਼ੀਆਂ ਦੇ ਮੁੱਖੋਂ ਉਚਰੇ ਇਸ ਗਿਆਨ ਨੂੰ ਸਿਮ੍ਰਤੀਆਂ ਦਾ ਨਾਮ ਦਿੱਤਾ ਗਿਆ ਹੈ। ਗਿਣਤੀ ਵਿੱਚ ਇਹ ਭਾਵੇਂ, ਕੁਲ 27 ਸਿਮ੍ਰਤੀਆਂ ਉਪਲਬਦ ਹਨ, ਪਰ 'ਮਨੂੰ ਸਿਮ੍ਰਤੀ' ਨਾਮ ਦਾ ਇਹ ਗ੍ਰੰਥ, ਪੁਰਾਤਨ ਸਮੇਂ ਤੋਂ ਹਿੰਦੂ ਧਰਮ ਵਿੱਚ ਵਿਸ਼ੇਸ਼ ਸਥਾਨ ਰੱਖਦਾ ਹੈ। ਭਾਵੇਂ ਕਿਸੇ ਵੇਦ, ਪੁਰਾਣ, ਸਿਮ੍ਰਤੀ, ਉਪਨਿਸ਼ਦ ਜਾਂ ਹੋਰ ਪੁਰਾਤਨ ਗ੍ਰੰਥਾਂ ਵਿੱਚ 'ਹਿੰਦੂ' ਸ਼ਬਦ ਦਾ, ਨਾਮ ਮਾਤਰ ਭੀ ਜ਼ਿਕਰ ਨਹੀਂ ਹੈ, ਪਰ ਹਿੰਦੂ ਧਰਮ ਨਾਲ ਜੁੜੇ ਹੋਣ ਕਰਕੇ, 'ਮਨੂੰ ਸਿਮ੍ਰਤੀ' ਨਾਮ ਦਾ ਇਹ ਸਭ ਤੋਂ ਪੁਰਾਣਾ ਗ੍ਰੰਥ, ਚਿੰਤਕ ਲੋਕਾਂ ਲਈ ਹਮੇਸ਼ਾ ਆਪਸੀ ਤਰਕ ਦਾ ਵਿਸ਼ਾ ਰਿਹਾ ਹੈ। ਇਸ ਗ੍ਰੰਥ ਦੀ ਸ਼ੁਰੂਆਤ ਭੀ ਸ੍ਰਿਸ਼ਟੀ ਦੇ ਬਣਨ ਦੇ ਵਿਸਥਾਰ ਨਾਲ ਹੀ ਹੁੰਦੀ ਹੈ ਅਤੇ ਵੱਖੋ ਵੱਖ ਉਤਾਰਿਆਂ ਵਿੱਚ ਉਘੜ-ਦੁਗੜਾ ਵਖਿਆਨ ਮਿਲਦਾ ਹੈ, ਪਰ ਇਸਦਾ ਮੁੱਖ ਵਿਸ਼ਾ ਸੰਸਾਰ ਵਿੱਚ ਮਨੁੱਖੀ ਭਾਈ ਚਾਰੇ ਦੀ ਵਰਣਵੰਡ, ਜਾਤ ਪਾਤ, ਊਚ ਨੀਚ ਅਤੇ ਸਮਾਜ ਵਿੱਚ ਬ੍ਰਾਹਮਣ ਦੀ ਪ੍ਰਮੁੱਖਤਾ ਤੇ ਅਧਾਰਤ ਹੈ।

ਮੇਰੀ ਇਸ ਕਿਰਤ ਨੂੰ, ਕਦਾਚਿੱਤ ਪੂਰਣ ਨਹੀਂ ਸਮਝਣਾ। ਇਸ ਗ੍ਰੰਥ ਦਾ ਪੂਰਣ ਅਤੇ ਅਸਲ ਰੂਪ, ਕਿਸੇ ਇੱਕ ਭਾਸ਼ਾ ਵਿੱਚ ਉਪਲੱਬਦ ਨਾ ਹੋਣ ਕਰਕੇ, ਸਾਰਾ ਉਲੱਥਾ ਇਸਦੇ ਬਿਗੜਰੂਪਾਂ ਵਿੱਚੋਂ ਹੀ ਹੈ। ਆਪ ਜੀ ਵਲੋਂ ਹੋਰ ਸੁਝਾਅ ਅਤੇ ਜਾਣਕਾਰੀ, ਸਿਰ ਮੱਥੇ।

ਧੰਨਵਾਦ ਸਹਿਤ

ਸੋਹਣ ਸਿੰਘ ਹਕੀਮਪੁਰੀਆ

Kitchener, Ontario, Canada

ਕੁਝ ਸ਼ੰਕੇ ! ਕੁਝ ਸਵਾਲ?

ਇਸ ਗ੍ਰੰਥ ਦੇ ਸ਼ੁਰੂ ਵਿੱਚ, ਮਹਾਂ ਰਿਸ਼ੀਆਂ ਵਲੋਂ ਚਾਰੇ ਵਰਣਾਂ ਦੀ ਧਰਮ ਮਰਿਯਾਦਾ ਅਤੇ ਮਿਸ਼ਰਤ ਜਾਤੀਆਂ ਦੀ ਜੀਵਨ ਜੁਗਤੀ ਬਾਰੇ, ਪਹਿਲੇ ਮਨੂੰ (ਸਯੰਭਵ ਮਨੂੰ) ਨੂੰ ਕੀਤੇ ਸਵਾਲਾਂ ਤੋਂ ਪਾਠਕਾਂ ਨੂੰ ਇੰਜ ਲੱਗੇਗਾ ਕਿ ਇਹ ਕਿਸੇ ਛੋਟੇ ਜੇਹੇ ਵਿਸ਼ੇ ਦੀ ਗੱਲ ਚੱਲੀ ਹੈ। ਤੀਸਰੇ ਸਲੋਕ ਵਿੱਚ ਵੇਦਾਂ ਦੇ ਸਮੁੱਚੇ ਭਾਵ ਨੂੰ ਜਾਨਣ ਬਾਰੇ ਰਿਸ਼ੀਆਂ ਵਲੋਂ ਬੇਨਤੀ ਕੀਤੀ ਗਈ ਹੈ। ਅਸਲ ਵਿੱਚ, ਕੇਵਲ ਦੋ ਸਵਾਲਾਂ ਦੇ ਉੱਤਰ ਵਿੱਚ ਲਿਖਿਆ ਇਹ ਗ੍ਰੰਥ, ਬਹੁਤ ਸਾਰੇ ਵਿਸ਼ਾਲ ਵਿਸ਼ਿਆਂ ਦਾ ਸੰਗ੍ਰਹਿ ਹੈ।

ਮਨੂੰ ਸਿਮ੍ਰਤੀ ਦੀ ਮੌਜੂਦਾ ਬਣਤਰ (ਵਿਸ਼ਾ-ਸਮਗਰੀ) ਦੇ ਪਿਛੋਕੜ ਬਾਰੇ ਇਹ ਸ਼ੰਕਾ ਪਾਠਕਾਂ ਨੂੰ ਸੋਚਾਂ ਵਿੱਚ ਜ਼ਰੂਰ ਪਾਵੇਗਾ ਅਤੇ ਕੁਝ ਕਹਿਣਾ ਬਿਲਕੁਲ ਅਸੰਭਵ ਹੋਵੇਗਾ ਕਿ ਇਹ ਗ੍ਰੰਥ, ਕਿਸ ਮਨੂੰ ਵਲੋਂ ਸੰਬੋਧਿਤ ਹੈ! ਕਿਉਂਕਿ ਪੜ੍ਹਨ ਲੱਗਿਆਂ ਇਹ ਗ੍ਰੰਥ, ਵਰਤਮਾਨ ਕਾਲ (ਉੱਤਮ ਪੁਰਸ਼) ਦੀ ਭਾਸ਼ਾ ਵਿੱਚ ਲਿਖੇ, ਪਹਿਲੇ ਮਨੂੰ (ਸੁਯੰਭਵ ਮਨੂੰ) ਦੇ ਬੋਲ ਹੀ ਲਗਦੇ ਹਨ। ਸ਼ੁਰੂ ਵਿੱਚ ਲਗਦਾ ਹੈ ਕਿ ਇਹ ਗ੍ਰੰਥ, ਬ੍ਰਹਮਾਂ ਦੇ ਅਰਧ ਭਾਗ ਤੋਂ ਬਣੇ ਪਹਿਲੇ ਮਨੂੰ (ਸਯੰਭਵ ਮਨੂੰ) ਦੇ ਬੋਲ ਹਨ, ਜੋ ਉਸਨੇ ਆਪਣੇ ਮਾਨਵ ਪੁੱਤਰ ਭ੍ਰਿਗੂ ਨੂੰ ਸੰਬੋਧਨ ਕੀਤੇ ਅਤੇ ਫਿਰ ਰਿਸ਼ੀਆਂ ਮੁਨੀਆਂ ਦੇ ਸਵਾਲਾਂ ਦੇ ਉੱਤਰ ਵਜੋਂ, ਭ੍ਰਿਗੂ ਨੇ ਉਨ੍ਹਾਂ ਨੂੰ ਸੁਣਾਏ ਸਨ। ਪਰ ਸਲੋਕ ਨੰਬਰ 33 ਵਿੱਚ ਸਾਫ ਹੋ ਜਾਵੇਗਾ ਕਿ ਇਹ ਬੋਲ, ਸੁਯੰਭਵ ਮਨੂੰ (ਪਹਿਲੇ ਮਨੂੰ) ਦੇ ਸੱਤਵੇਂ ਅਵਤਾਰ (ਵੈਵਸਵਤ ਮਨੂੰ) ਸਮੇਂ, ਸਾਹਮਣੇ ਬੈਠੇ ਮਹਾਂਰਿਸ਼ੀਆਂ ਦੇ ਸਵਾਲਾਂ ਦੇ ਜਵਾਬ ਵਿੱਚ ਬੋਲੇ ਗਏ ਹਨ, ਕਿ ਪ੍ਰਮੇਈਸ਼ਵਰ ਦੀ ਇੱਛਾ ਨਾਲ ਇਸ ਬ੍ਰਹਮੰਡ ਦੀ ਉਤਪਤੀ ਕਿਵੇਂ ਹੋਈ ਅਤੇ ਧਰਮ ਦੀ ਮਰਿਯਾਦਾ ਦਾ ਇਹ ਗਿਆਨ (ਮਨੂੰ ਸਿਮ੍ਰਤੀ) ਦੇਣ ਲਈ, ਮੇਰੇ ਪਹਿਲੇ ਅਵਤਾਰ (ਸੁਯੰਭਵ ਮਨੂੰ) ਨੇ ਰਿਸ਼ੀ ਭ੍ਰਿਗੂ ਰਾਹੀਂ ਰਿਸ਼ੀਆਂ ਨੂੰ ਕਿਵੇਂ ਸੁਣਾਇਆ। ਸੰਸਕ੍ਰਿਤ ਵਿੱਚ ਲਿਖੇ, ਇਸ ਗ੍ਰੰਥ ਦਾ ਨਾਮ, 'ਮਾਨਵ ਧਰਮ ਸ਼ਾਸਤ੍ਰ' ਕਰਕੇ ਭੀ ਜਾਣਿਆ ਜਾਂਦਾ ਹੈ ਅਤੇ ਹਿੰਦੀ ਵਿੱਚ ਇਸਦਾ ਅੱਖਰੀ ਨਾਮ '**मनुस्मृति**' ਹੀ ਆਇਆ ਹੈ।

ਟਿੱਪਣੀ:- *ਇਸ ਗ੍ਰੰਥ ਦੀ ਪ੍ਰਮਾਣਿਕਤਾ ਬਾਰੇ, ਕੁਝ ਹੋਰ ਸ਼ੰਕੇ ਭੀ ਹਨ ਕਿ ਸੱਤਵੇਂ ਮਨੂੰ ਵੇਲੇ, ਸਪਤ ਰਿਸ਼ੀਆਂ ਵਿੱਚ (ਕਸ਼ਪ, ਅਤਰੀ ਵਸਿਸ਼ਟ, ਵਿਸ਼ਵਾਮਿੱਤ੍ਰ, ਗੌਤਮ, ਜਗਦਮਨੀ, ਭਰਦਵਾਜ), ਭ੍ਰਿਗੂ ਨਾਮ ਦੇ ਰਿਸ਼ੀ ਦਾ ਨਾਮ ਤੀਕਰ ਨਹੀਂ ਆਉਂਦਾ।*

ਹਿੰਦੂ ਧਰਮ ਦੇ ਰਿਸ਼ੀਆਂ ਵਲੋਂ ਲਿਖੀਆਂ, ਕੁਲ 27 ਸਿਮ੍ਰਿਤੀਆਂ ਦਾ ਜ਼ਿਕਰ ਆਉਂਦਾ ਹੈ। ਬੋਲਣ ਵਿੱਚ ਭਾਵੇਂ ਆਮ ਸ਼ਬਦ 'ਸਿਮ੍ਰਤੀ' ਹੀ ਆਉਂਦਾ ਹੈ, ਪਰ ਪੰਜਾਬੀ ਵਿੱਚ ਇਸਦੇ ਤਿੰਨ ਤੋਂ ਵੱਧ ਰੂਪ ਮਿਲਦੇ ਹਨ, ਜਿਵੇਂ:- ਸਿਮ੍ਰਤੀ, ਸਮਿਤ੍ਰੀ, ਸਿਮ੍ਰਿਤਿ, ਮਨੂੰ ਸੰਥਿਆ, ਇਤਿ ਆਦਿ। ਗੁਰਮੁਖੀ ਵਿੱਚ ਬੁਹਤੀ ਥਾਈਂ, ਇਸਦਾ ਢੁੱਕਵਾਂ ਨਾਮ 'ਸਿਮ੍ਰਿਤਿ' ਹੀ ਮਿਲਿਆ ਹੈ। ਗੁਰੂ ਗ੍ਰੰਥ ਸਾਹਿਬ ਵਿੱਚ ਇਸ ਸ਼ਬਦ ਦਾ ਅੱਖਰੀ ਜੋੜ, 26 ਵਾਰ ਇਸੇ ਰੂਪ ਵਿੱਚ ਆਇਆ ਹੈ। ਲਿਖਤੀ ਰੂਪ ਅਤੇ ਪੰਜਾਬੀ ਬੋਲਣ ਵਾਲੇ ਇਸਦਾ ਉਚਾਰਣ, 'ਮਨੂੰ ਸਿਮ੍ਰਤੀ' ਕਰਕੇ ਹੀ ਜਾਣਦੇ ਹਨ। ਸੋ ਇਸੇ ਅੱਖਰੀ ਜੋੜ ਨਾਲ, ਸਿਰਲੇਖ ਲਿਖ ਦਿੱਤਾ ਹੈ। ਭਾਵੇਂ ਮਨੂੰ ਸਿਮ੍ਰਤੀ ਦੇ ਹਰ ਇੱਕ ਸਲੋਕ ਤੇ ਕਿੰਤੂ-ਪਰੰਤੂ ਕੀਤਾ ਜਾ ਸਕਦਾ ਹੈ, ਪਰ ਹੁਣ ਤੀਕਰ ਦੀ ਖੋਜ ਅਤੇ ਵੱਖ ਵੱਖ ਸੋਮਿਆਂ ਤੋਂ ਮਿਲੇ ਸਰੋਤਾਂ ਤੋਂ, ਮੇਰੀ ਸਮਝ ਵਿੱਚ ਜੋ ਆਇਆ ਹੈ, ਲਿਖ ਦਿੱਤਾ ਹੈ। ਹੋਰ ਪਾਠਕਾਂ ਅਤੇ ਲੇਖਕਾਂ ਦਾ ਇਸ ਬਾਰੇ, ਵੱਖ ਵੱਖ ਵਿਸ਼ਲੇਸ਼ਣ ਅਤੇ ਅਸਿਹਮਤੀ ਭੀ ਹੋ ਸਕਦੀ ਹੈ।

ਸ੍ਰਿਸ਼ਟੀ ਦੀ ਰਚਨਾ ਅਤੇ ਪਹਿਲੇ ਮਨੂੰ ਦੀ ਅੰਸ ਵਾਰੇ ਕੁਝ ਜਾਣਕਾਰੀ,
ਲੇਖਕ ਵਲੋਂ ਬਣਾਏ, ਅਗਲੇ ਚਾਰਟ ਰਾਹੀਂ ਦੇਣ ਦੀ ਕੋਸ਼ਿਸ਼ ਕੀਤੀ ਗਈ ਹੈ।

MANUSMRITI

ਸ੍ਰਿਸ਼ਟੀ ਦੀ ਪਹਿਲੀ ਰਚਨਾ ਦਾ ਵੇਰਵਾ -

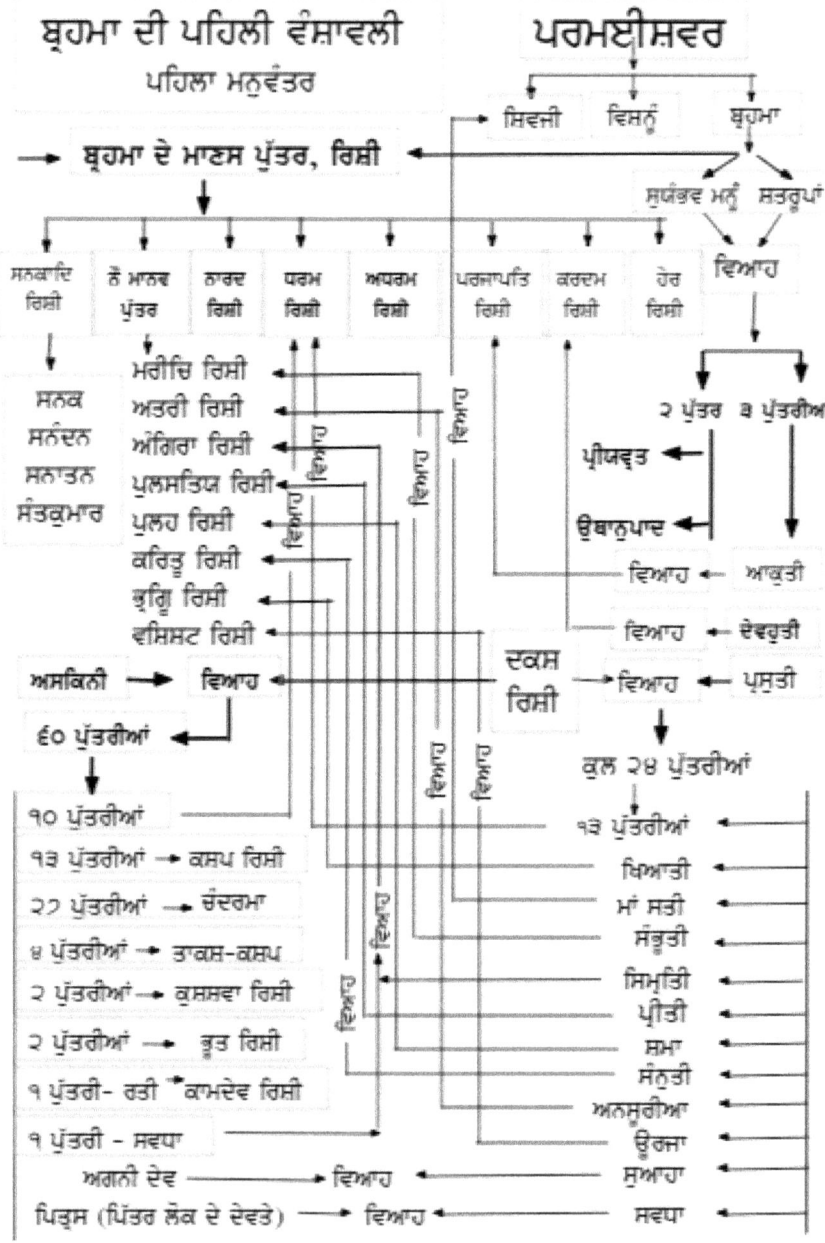

ਅਧਿਆਇ 1

ਸ੍ਰਿਸ਼ਟੀ ਦੀ ਉਤਪਤੀ

(ਮਹਾਂ ਰਿਸ਼ੀਆਂ ਦਾ ਮਨੂੰ ਜੀ ਪਾਸ ਜਾਣਾ)

ਚਾਰੇ ਵਰਣਾ ਦੇ ਧਰਮ ਕਰਮ ਬਾਰੇ, ਮਨੂੰ ਜੀ ਨੂੰ ਸਵਾਲ -

(1) ਇਕਾਗਰ ਚਿੱਤ ਹੋ ਕੇ ਬੈਠੇ ਮਨੂੰ ਮਹਾਂਰਾਜ ਜੀ ਦੀ ਸ਼ਰਣ ਵਿੱਚ ਵੱਡੇ ਵੱਡੇ ਮਹਾਂ ਰਿਸ਼ੀ ਆਏ। ਉਚਿਤ ਤਰੀਕੇ ਨਾਲ, ਸਤਿਕਾਰ ਅਤੇ ਪੂਜਣ ਕਰਨ ਮਗਰੋਂ ਉਨ੍ਹਾਂ ਨੇ ਇਹ ਬਚਨ ਕੀਤੇ ਕਿ-

(2) ਹੇ ਭਗਵਾਨ ਮਨੂੰ ਜੀਉ! ਆਪ ਹੀ ਹੋ, ਜੋ ਵਰਣ ਆਸ਼ਰਮ (ਬ੍ਰਹਮਚਾਰੀ, ਗ੍ਰਿਸਤੀ, ਵਾਣਪ੍ਰਸਤ ਅਤੇ ਸਨਿਆਸੀ), ਸਭ ਜਾਤੀਆਂ (ਬ੍ਰਾਹਮਣ, ਖੱਤਰੀ, ਵੈਸ਼, ਸ਼ੂਦਰ) ਅਤੇ ਹੋਰ ਬੇਅੰਤ ਵਰਣਸ਼ੰਕਰ (ਸੰਕੀਰਣ, ਮਿਸ਼ਰਤ ਜਾਤੀਆਂ) ਜਾਤੀਆਂ ਦੀ ਜੀਵਨ ਜੁਗਤੀ ਅਤੇ ਧਰਮ ਮਰਿਯਾਦਾ ਦਾ ਅੰਤਰੀਵ ਭਾਵ (**अन्तर प्रभवाणामू**), ਕਰਮਵਾਰ ਦੱਸਣ ਦੇ ਸਮਰੱਥ ਹੋ। ਕਿਰਪਾ ਕਰਕੇ, ਸਾਨੂੰ ਇਸਦਾ ਵਖਿਆਨ ਕਰੋ।

ਨੋਟ:- *ਉਪਰਲੇ ਸਲੋਕ ਵਿੱਚ 'ਧਰਮ' ਸ਼ਬਦ ਆਉਣ ਕਰਕੇ, ਬਹੁਤੇ ਹਿੰਦੀ ਟੀਕਾਕਾਰਾਂ ਨੇ ਸ਼ੁਰੂ ਵਿੱਚ, ਆਪਣੀ ਆਪਣੀ ਮੱਤ ਅਨੁਸਾਰ ਇਸ ਸਲੋਕ ਅਤੇ ਧਰਮ ਦੀ ਬਹੁਤ ਲੰਬੀ ਚੌੜੀ ਭੂਮਿਕਾ ਲਿਖੀ ਹੈ, ਜੋ ਉਨ੍ਹਾਂ ਦੇ ਮਨ ਦੇ ਫੁਰਨਿਆਂ ਤੇ ਅਧਾਰਤ ਹੈ। ਪਰ ਧਰਮ ਦੀ ਮਰਿਯਾਦਾ ਵਾਰੇ ਸਵਾਲ ਪੁੱਛਣ ਵਾਲੇ ਰਿਸ਼ੀਆਂ ਦੀ ਗਿਣਤੀ ਜਾਂ ਨਾਵਾਂ ਦੇ ਵੇਰਵੇ ਬਾਰੇ ਕਿਸੇ ਨੇ ਕੋਈ ਜਾਣਕਾਰੀ ਨਹੀਂ ਦਿੱਤੀ।*

(3) ਪਰਮਾਤਮਾ ਦੁਆਰਾ ਰਚਿਤ ਵੇਦਾਂ ਦੇ ਉਪਦੇਸ਼ਾਂ ਦਾ ਯਥਾਰਥ ਭਾਵ ਜਾਨਣ ਵਾਲੇ (ਵੇਦਾਂ ਦੇ ਗਿਆਤਾ) ਅਤੇ ਧਰਮ ਉਪਦੇਸ਼ ਦੇਣ ਦੇ ਸਮਰੱਥ, 'ਹੇ ਭਗਵਾਨ ਮਨੂੰ ਜੀਉ'! ਆਪਣੀ ਹਸਤੀ ਨੂੰ ਆਪ ਪ੍ਰਗਟ ਕਰਨ ਵਾਲਾ, ਅਪਰਮ-ਅਪਾਰ (ਕਲਪਣਾ ਤੋਂ ਬਾਹਰ **अनंत**, **अकल्पनीय**) ਅਤੇ ਸਦਾ ਸੱਚ ਰਹਿਣ ਵਾਲਾ ਪ੍ਰਮਈਸ਼ਵਰ, ਜੋ ਸਾਡੀ ਬੁੱਧੀ ਅਤੇ ਸੋਚ ਤੋਂ ਪਰ੍ਹੇ ਹੈ, ਜਿਸਦਾ ਪਾਰਾਵਾਰ ਨਹੀਂ ਪਾਇਆ ਜਾ ਸਕਦਾ, ਜਿਸਦੀ ਹੋਂਦ ਦਾ ਪ੍ਰਮਾਣ ਨਹੀਂ ਦਿੱਤਾ ਜਾ ਸਕਦਾ, ਜਿਸਨੂੰ ਜਾਣਿਆ ਜਾਂ ਸਮਝਿਆ ਨਹੀਂ ਜਾ ਸਕਦਾ, ਤੁਸੀਂ ਹੀ ਇਸ ਬਹ੍ਰਿਮੰਡ ਦੀ ਅਨਾਦੀ ਕਿਰਿਆ ਦੇ ਕਰਤਾ ਅਤੇ ਸਾਡੀ ਕਲਪਣਾ ਤੋਂ ਪਰੇ, ਇਸ ਸਵੈ-ਰਚਿਤ ਬ੍ਰਹਿਮੰਡ ਦੇ ਕਾਰਜਸ਼ੀਲ ਤੱਤਾਂ ਦੇ ਮੂਲ ਨੂੰ ਜਾਣਦੇ ਹੋ। ਤੁਸੀਂ ਹੀ ਇਸ ਬਾਰੇ ਗਿਆਨ ਦੇਣ ਦਾ ਬਲ ਰੱਖਦੇ ਹੋ।

ਨੋਟ: ਸਜੰਭਵ ਮਨੂੰ *(**स्वयंभू** ਸਵਯਮਭੂ, ਪਹਿਲੇ ਮਨੂੰ) ਦਾ ਸੰਕੇਤ, ਬ੍ਰਹਮਾ ਦੀ ਆਪਣੀ ਇੱਛਾ ਨਾਲ ਦੋਫਾੜ ਹੋਏ ਸਰੀਰ ਤੋਂ ਹੈ, ਜਿਸਦਾ ਨਰ ਭਾਗ, 'ਸੁਜੰਭਵ ਮਨੂੰ' (ਪਹਿਲਾ ਮਨੂੰ, ਵੈਰਾਟ ਪੁਰਸ਼, ਕਾਇਆ, **काया**) ਅਤੇ ਦੂਸਰਾ ਭਾਗ, 'ਸ਼ਤਰੂਪਾਂ' ਨਾਮ ਦੀ ਸੁੰਦਰ ਇਸਤਰੀ ਬਣ ਕੇ ਪਰਗਟ ਹੋਈ। ਦੋਹਾਂ ਦੇ ਆਪਸੀ ਸੰਭੋਗ ਨਾਲ ਦੋ ਪੁੱਤਰ ਅਤੇ ਤਿੰਨ ਪੁਤਰੀਆਂ ਨੇ ਜਨਮ ਲਿਆ। ਹਰ 'ਮਨੁਵੰਤਰ' ਵਿੱਚ ਦੱਸੇ 'ਸਪਤ ਰਿਸ਼ੀ' ਅਤੇ ਹੋਰ ਕਈ ਰਿਸ਼ੀ, ਬ੍ਰਹਮਾ ਦੇ ਮਾਣਸ ਪੁੱਤਰ (ਕਿਸੇ ਸੰਭੋਗ ਬਿਨਾ ਪ੍ਰਗਟੇ) ਕਹੇ ਗਏ ਹਨ, ਜਿਨ੍ਹਾਂ ਦੀ ਗਿਣਤੀ ਬਾਰੇ ਬਹੁਤ ਮਤਭੇਦ ਹਨ। ਇਸਦਾ ਵਿਸਥਾਰ ਅੱਗੇ*

ਆਵੇਗਾ। ਪਹਿਲੇ ਮਨੁਵੰਤਰ ਸਮੇਂ, ਸੁਯੰਭਵ ਮਨੂੰ ਦੇ ਪਹਿਲੇ ਚਾਰ ਮਾਨਸ ਪੁੱਤਰ (ਜੋ ਸਨਕਾਦਿ ਰਿਸ਼ੀ ਕਰਕੇ ਜਾਣੇ ਜਾਂਦੇ ਹਨ) ਅਤੇ ਦਸ ਹੋਰ ਮਾਨਸ ਪੁੱਤਰਾਂ (ਮਨ ਦੀ ਇੱਛਾ ਦੁਆਰਾ ਪ੍ਰਗਟੇ) ਦਾ ਵੇਰਵਾ ਪੁਸਤਕ ਵਿੱਚ ਪੰਨਾ ਗਿਆਰਾਂ ਉੱਪਰ ਬਣਾਏ ਚਾਰਟ ਰਾਹੀਂ ਦੇਣ ਦੀ ਕੋਸ਼ਿਸ਼ ਕੀਤੀ ਗਈ ਹੈ।

ਅੱਜ-ਕੱਲ ਇਸ ਬਾਰੇ ਬੜੀ ਲੰਬੀ ਚੌੜੀ ਵਿਵਾਦਿਤ ਜਾਣਕਾਰੀ ਉਪਲਬਦ ਹੈ, ਜੋ ਇਸ ਗ੍ਰੰਥ ਦਾ ਵਿਸ਼ਾ ਨਹੀਂ ਹੈ, ਪਰ ਢੁੱਕਵੀ ਜਾਣਕਾਰੀ ਲਿਖ ਦਿੱਤੀ ਹੈ।

ਮਨੂੰ ਜੀ ਦਾ ਮਹਾਂ ਰਿਸ਼ੀਆਂ ਨੂੰ ਉੱਤਰ –

(4) ਮਹਾਂ ਰਿਸ਼ੀਆਂ ਦੀ ਨਿਮਰਤਾ ਸਹਿਤ ਬੇਨਤੀ ਸੁਣ ਕੇ, ਮਨੂੰ ਜੀ ਨੇ ਸਭ ਦਾ ਸਤਿਕਾਰ ਕਰਦੇ ਹੋਏ ਉੱਤਰ ਦਿੱਤਾ ਕਿ, 'ਉਸ ਬੇਅੰਤ ਅਤੇ ਸਰਬ ਸ਼ਕਤੀਮਾਨ (ਆਦਿ ਪੁਰਖ) ਜਿਸਦੇ ਪਸਾਰ ਅਤੇ ਤਾਕਤ ਦਾ ਅੰਦਾਜ਼ਾ ਨਹੀਂ ਲਾਇਆ ਜਾ ਸਕਦਾ, ਉਸ ਬਾਰੇ ਸੁਣੋ-

ਟਿੱਪਣੀ- *ਪਹਿਲੇ ਚਾਰ ਸ਼ਲੋਕਾਂ ਦੀ ਭਾਸ਼ਾ ਤੋਂ ਸਾਫ ਅਨੁਭਵ ਹੈ ਕਿ ਰਿਸ਼ੀਆਂ ਦੇ ਮਨੂੰ ਜੀ ਕੋਲ ਆਉਣ ਦੀ ਇਹ ਵਾਰਤਾ, ਕਿਸੇ ਹੋਰ ਰਾਹੀਂ ਸੋਧੇ ਹੋਏ (**संशोधित**) ਅੱਖਰਾਂ ਦਾ ਸੰਗਰਹਿ ਹੈ, ਜਿਸਦੀ ਪੁਸ਼ਟੀ ਅਗਲੇ ਸਲੋਕਾਂ ਵਿੱਚੋਂ ਹੋ ਜਾਂਦੀ ਹੈ। ਮਨੂੰ ਸਿਮ੍ਰਤੀ ਦਾ ਸਾਰਾ ਪ੍ਰਸੰਗ, ਇਨ੍ਹਾਂ ਸਵਾਲਾਂ ਦੇ ਉੱਤਰ ਦਾ ਹੀ ਪਸਾਰ ਹੈ। ਇਸ ਲਈ ਉਪਰਲੇ ਚਾਰੇ ਸਲੋਕ, ਵਿਸ਼ੇ ਨੂੰ ਅੱਗੇ ਤੋਰਨ ਖਾਤਰ, ਇਸ ਲੜੀ ਦਾ ਮੁੱਢ ਜਾਣ ਕੇ ਪ੍ਰਵਾਨਿਤ ਕੀਤੇ ਗਏ ਹਨ ਅਤੇ ਬਹੁਤੇ ਟੀਕਾਕਾਰਾਂ ਨੇ **'ਮਨੂੰ ਸਿਮ੍ਰਤੀ'** ਦਾ ਅਰੰਭ ਪੰਜਵੇਂ ਸਲੋਕ ਤੋਂ ਮੰਨਿਆ ਹੈ।*

ਜਗਤ ਦੀ ਉਤਪਤੀ –

(5) ਇਹ ਦ੍ਰਿਸ਼ਟਮਾਨ ਬ੍ਰਹਮੰਡ, ਆਪਣੀ ਹੋਂਦ ਤੋਂ ਪਹਿਲਾਂ ਪੂਰਣ ਅੰਧਕਾਰ (ਘੁੱਪ ਹਨੇਰਾ, ਧੰਦੂਕਾਰਾ, ਪਰਲੈ ਕਾਲ) ਦਾ ਹੀ ਰੂਪ ਸੀ (ਭਾਵ- ਇਸਦਾ ਕੋਈ ਭੌਤਿਕ ਸਰੂਪ ਨਹੀਂ ਸੀ)। ਇਸਦਾ ਕੋਈ ਵਰਨਣਯੋਗ ਜਾਂ ਕਿਸੇ ਪਕੜ ਵਿੱਚ ਆਉਣ ਵਾਲਾ ਲੱਛਣ ਭੀ ਨਹੀਂ ਸੀ। ਕਿਸੇ ਅਨੁਮਾਨ, ਵਖਿਆਨ ਜਾਂ ਚਰਚਾ ਨਾਲ ਇਸਦਾ ਜ਼ਿਕਰ ਕਰਨਾ ਸੰਭਵ ਨਹੀਂ ਸੀ। ਹਰ ਪਾਸੇ ਸੁੰਨ ਹੀ ਸੁੰਨ (ਸੰਨਾਟਾ) ਦੀ ਅਵਸਥਾ ਸੀ, ਜਿਵੇਂ ਕੋਈ ਮੁੱਦਤਾਂ ਤੋਂ ਗੂੜ੍ਹੀ ਨੀਂਦ ਵਿਚ ਸੁੱਤਾ ਪਿਆ ਹੋਵੇ।

ਨੋਟ:- *ਰਿਗ ਵੇਦ (10.129.3) ਵਿੱਚ ਭੀ ਜਗਤ ਦੀ ਉਤਪਤੀ ਬਾਰੇ ਕੁਝ ਐਸਾ ਹੀ ਵਖਿਆਨ ਹੈ, ਜਿਸ ਦਾ ਹਵਾਲਾ ਡਾਕਟਰ ਸੁਰਿੰਦਰ ਕੁਮਾਰ ਵਲੋਂ ਕੀਤੇ ਵਿਸ਼ਾਲ ਟੀਕੇ ਵਿੱਚ ਕੁਝ ਇਸ ਤਰਾਂ ਹੈ-*

तम आसीत् तमसा गूढमग्रेऽप्रकेतं सलिलं सर्वमा इदम्।
तुच्छ्येनाभ्वपिहितं यदासीत्तपसस्तन्महिना जायतैकम्॥
(ऋग्० १०.१२९.३)

प्रलयकाल में यह जगत् मूल प्रकृति के रूप में था, यह अन्धकार में बलीत था, कुछ भी जानने योग्य नहीं था, सब ओर सलिल (अवकाश) रूप था। तुच्छ्य सूक्ष्मातिसूक्ष्म प्रभात्मा से यह जगत् व्यास था, उसको प्रमात्मा ने अपने सामर्थ्य से कारण रूप से कार्यरूप में परिणत करके सृष्टि रूप में बना दीया - ਅਤੇ ਪੰਡਤ ਲੋਕ ਇਸਦਾ ਵਾਰਤਿਕ ਗਾਇਣ ਭੀ ਇਸੇ ਤਰਾਂ ਹੀ ਕਰਦੇ ਹਨ।

(6) ਫਿਰ, ਉਸ ਇਕ ਸਤ੍ਹਾ ਵਿੱਚ ਰਹਿਣ ਵਾਲੇ, ਇੱਕ ਇਕਾਈ ਰੂਪ ਪਰਮਈਸ਼ਵਰ ਨੇ (ਸੈਭੰ, ਆਪਣੇ ਆਪ ਤੋਂ ਪ੍ਰਗਟੇ-**स्वयं विद्यमान-स्वयंभु**), ਆਪਣੀ ਅੰਧਕਾਰ ਵਾਲੀ ਅਵਸਥਾ ਤੋਂ ਆਪਣੀ ਰਚਨਾਤਮਿਕ ਸ਼ਕਤੀ ਨਾਲ, ਕਾਇਨਾਤ ਦੇ ਪੰਜ ਮਹਾਨ ਤੱਤ (ਹਵਾ, ਪਾਣੀ, ਪ੍ਰਿਥਵੀ, ਅਗਨੀ ਤੇ ਅਕਾਸ਼) ਪੈਦਾ ਕਰਕੇ, ਆਪਣੇ ਆਪ ਦਾ ਜ਼ਾਹਿਰ ਰੂਪ ਪਰਗਟ ਕਰਨ ਦਾ ਫੈਸਲਾ ਕੀਤਾ।

(7) ਉਹ ਪ੍ਰਮਾਤਮਾਂ, ਜੋ ਇੰਦਰੀਆਂ ਦੀ ਪਕੜ ਅਤੇ ਗਿਆਨ ਤੋਂ ਪਰੇ ਹੈ (ਅਗੋਚਰ ਹੈ), ਜੋ ਇਸ ਅਪਾਰ ਅਤੇ ਪੇਚੀਦਾ ਕਾਇਨਾਤ ਦਾ ਕਰਤਾ ਹੈ, ਜੋ ਸੂਖਮ, ਨਿਰਮਲ ਅਤੇ ਸਦੀਵੀ ਹੈ, ਸਾਰੀ ਰਚਨਾ ਵਿੱਚ ਆਪ ਹੀ ਸਮਾਇਆ (ਇੱਕ ਰਸ) ਹੋਇਆ ਹੈ, ਅਤੇ ਅਕਹਿ ਹੈ, ਜਿਸਦੀ ਹੋਂਦ ਦਾ ਇਜ਼ਹਾਰ ਤੇ ਅਹਿਸਾਸ ਕੇਵਲ ਅੰਤ੍ਰਆਤਮਾ (ਅੰਦਰੂਨੀ ਚੇਤਨਾ. Cautiousness) ਰਾਹੀਂ ਹੀ ਹੋ ਸਕਦਾ ਹੈ, ਉਸ ਅਜੋਨੀ (**उद् बभौ**) ਪ੍ਰਮਾਤਮਾਂ ਨੇ ਆਪਣੀ ਇੱਛਾ ਨਾਲ, ਸੂਖਮ ਤੋਂ ਸਥੂਲ ਰੂਪ (ਦਿਸਦਾ ਰੂਪ) ਸੰਸਾਰ ਪ੍ਰਗਟ ਕਰਨ ਦਾ ਫੈਸਲਾ ਕੀਤਾ।

(8) ਆਪਣੇ ਆਪ ਨੂੰ ਪ੍ਰਗਟ ਕਰਨ ਮਗਰੋਂ, ਆਪਣੇ ਸਰੀਰ ਤੋਂ ਹੋਰ ਜੀਵਾਂ ਦੀ ਰਚਨਾ ਕਰਨ ਦੀ ਇੱਛਾ ਨਾਲ, ਸਭ ਤੋ ਪਹਿਲਾਂ, ਪ੍ਰਕਿਰਤੀ ਦਾ ਪ੍ਰਮ-ਤੱਤ, ਪਾਣੀ (ਪ੍ਰਕਿਰਤੀ ਦੇ ਪੰਜ ਮਹਾਂ ਤੱਤਾਂ ਵਿੱਚੋਂ ਪਹਿਲਾ) ਪਰਗਟ ਕੀਤਾ ਅਤੇ ਆਪਣੇ ਆਪ ਨੂੰ ਬੀਜ ਰੂਪ ਹੋ ਕੇ ਉਸ ਵਿੱਚ ਸਥਾਪਿਤ ਕਰ ਦਿੱਤਾ।

(9) ਫਿਰ ਉਹ ਬੀਜ, ਹਜ਼ਾਰਾਂ ਸੂਰਜਾਂ ਦੀ ਚਮਕ ਦੇ ਸਮਾਨ, ਸੁਨਹਿਰੀ ਆਂਡੇ ਦੇ ਰੂਪ ਵਿੱਚ ਬਦਲ (**परणित**) ਗਿਆ, ਜਿਸ ਵਿੱਚੋਂ, ਸਾਰੇ ਬ੍ਰਮੰਡ ਦਾ ਕਰਤਾ (ਆਦਿ ਪੁਰਸ਼), ਆਪ 'ਬ੍ਰਹਮਾ' ਦਾ ਰੂਪ ਧਾਰਨ ਕਰਕੇ ਪਰਗਟ ਹੋਇਆ।

(10) ਪਾਣੀ ਨੂੰ ਨਾਰ (ਨਰ੍ਹ) ਭੀ ਕਿਹਾ ਜਾਂਦਾ ਹੈ ਕਿਉਂਕਿ ਉਸ ਨਰ ਨਾਮਿਕ ਪ੍ਰਮਾਤਮਾ ਨੇ ਆਪਣਾ ਪਹਿਲਾ ਟਿਕਾਉ (ਆਇਨ, ਵਾਸਾ) ਉਸ ਪਾਣੀ ਵਿੱਚ ਹੀ ਕੀਤਾ। ਇਸੇ ਕਰਕੇ ਹੀ ਉਸਨੂੰ ਨਰ-ਨਾਰਾਇਣ (ਪਾਣੀ ਵਿੱਚੋਂ ਪ੍ਰਗਟ ਹੋਇਆ) ਕਰਕੇ ਭੀ ਜਾਣਿਆ ਜਾਂਦਾ ਹੈ।

(11) ਉਪਰੋਕਤ ਨਾਮ (ਨਾਰਾਇਣ)) ਨਾਲ ਜਾਣਿਆ ਜਾਂਦਾ, ਸਰਬ ਵਿਆਪਕ (**यत् तत्**) ਅਨਾਦੀ ਅਤੇ ਅਵਿਨਾਸ਼ੀ ਪ੍ਰਮਾਤਮਾ, ਆਪ ਹੀ ਸ੍ਰਿਸ਼ਟੀ ਦਾ ਕਾਰਣ ਅਤੇ ਕਰਤਾ ਸਰੂਪ ਹੈ। ਉਸ ਗੁਪਤ ਅਤੇ ਪਰਗਟ (ਵਿਅਕਤ ਅਤੇ ਅਵਿਅਕਤ) ਰੂਪ ਵਿੱਚ ਵਿਚਰਨ ਵਾਲੇ ਨੂੰ, ਸੰਸਾਰ ਵਿੱਚ,'ਬ੍ਰਹਮਾ' ਨਾਮ ਨਾਲ ਪੁਕਾਰਿਆ ਜਾਂਦਾ ਹੈ।

(12) ਇੱਕ ਸਾਲ ਪਾਣੀ 'ਚ ਤਪੱਸਿਆ ਅਤੇ ਟਿਕਾ ਕਰਨ ਮਗਰੋਂ, ਆਪਣੀ ਨਿਜੀ ਇੱਛਾ ਮੁਤਾਬਿਕ, ਉਸਨੇ ਸੁਨਿਹਰੀ ਅੰਡੇ (ਆਂਡਾ) ਨੂੰ ਦੋਫਾੜ (ਦੋ ਟੁਕੜੇ) ਕਰ ਦਿੱਤਾ।

ਨੋਟ:- ਬ੍ਰਹਮਾ ਦਾ ਇੱਕ ਸਾਲ ਕੀ ਹੈ? ਇਸਦਾ ਜ਼ਿਕਰ ਅੱਗੇ ਆਵੇਗਾ। *ਸਮੇਂ ਦਾ ਸੰਕਲਪ ਅਤੇ ਭਾਸ਼ਾ ਤਾਂ ਉਦੋਂ ਹੈ ਹੀ ਨਹੀਂ ਸੀ। ਇਹ ਕੁਝ ਅਚੰਭੇ ਵਾਲੀ ਗੱਲ ਜਾਪਦੀ ਹੈ। ਪਰ ਸਮੇਂ ਦੀ ਵੰਡ ਅਤੇ ਬ੍ਰਹਮਾ ਦੀ ਉਮਰ ਦਾ ਇੱਕ ਸਾਲ ਅਤੇ ਕੁਲ ਉਮਰ ਬਾਰੇ ਹੈਰਾਨੀ ਜਨਕ ਵਿਆਖਿਆ ਭੀ ਅੱਗੇ ਜਾ ਕੇ ਦੱਸੀ ਗਈ ਹੈ, ਜਿਸਦਾ ਸਾਰਾ ਵੇਰਵਾ, ਸਲੋਕ # 68 ਤੋਂ ਅੱਗੇ, ਲੇਖਕ ਨੇ ਪੰਜਾਬੀ ਲਿੱਪੀ ਵਿੱਚ ਬਣਾਏ ਚਾਰਟ ਰਹੀਂ ਪੇਸ਼ ਕਰਨ ਦੀ ਕੋਸ਼ਿਸ਼ ਕੀਤੀ ਹੈ।*

ਸੁਨਿਹਰੀ ਅੰਡੇ ਤੋਂ ਬਾਕੀ ਖੰਡਾਂ ਦੀ ਰਚਨਾ -

(13) ਸੁਨਿਹਰੀ ਅੰਡੇ ਦੇ ਉਨ੍ਹਾਂ ਦੋ ਹਿੱਸਿਆਂ ਵਿੱਚੋਂ, ਉਸਨੇ ਉੱਪਰ ਵਾਲੇ ਹਿੱਸੇ ਵਿੱਚੋਂ ਸਵਲੋਕ ਲੋਕ (ਸਵ੍ਰਗ+ਨਰਕ) ਅਤੇ ਹੇਠਾਂ ਵਾਲੇ ਹਿੱਸੇ ਵਿੱਚ ਭੂਲੋਕ (ਪਾਣੀ ਵਿੱਚ ਧਰਤੀ, ਦਿਸਦੀ ਦੁਨੀਆਂ) ਸਥਾਪਿਤ ਕੀਤੇ। ਦੋਹਾਂ ਵਿਚਕਾਰ, ਅਕਾਸ਼ ਅਤੇ ਅੱਠ ਦਿਸ਼ਾਵਾਂ ਦੇ ਜੋੜ ਨਾਲ, ਹਮੇਸ਼ਾ ਰਹਿਣ ਵਾਲੀ ਪ੍ਰਕਿਰਤੀ ਨੂੰ ਸਥਿਰ ਕਰ ਦਿੱਤਾ।

ਨੋਟ:- *ਸਲੋਕ #6 ਵਿੱਚ ਆਇਆ ਹੈ ਕਿ ਪ੍ਰਮਾਤਮਾਂ ਨੇ ਬ੍ਰਮੰਡ ਦੀ ਉਤਪਤੀ ਕੀਤੀ, ਪਾਣੀ ਭੀ ਉਸ ਬ੍ਰਮੰਡ ਦਾ ਹਿੱਸਾ ਹੀ ਹੈ। ਇਸੇ ਕਰਕੇ, ਪਹਿਲੇ ਅਧਿਆਇ ਵਿੱਚ, ਕੁਝ ਸਲੋਕਾਂ ਦੀ ਤਰਤੀਬ ਉਗੜ ਦੁਗੜੀ ਹੈ ਅਤੇ ਬਹੁਤ ਕੁਝ ਸ਼ੱਕੀ ਅਤੇ ਰਲਗੱਡ (ਰਲਿਆ ਮਿਲਿਆ) ਜਿਹਾ ਹੈ। ਇਸ ਸਬੰਧੀ ਡਾਕਟਰ ਸੁਰਿੰਦਰ ਕੁਮਾਰ (ਅੰਤਕੇ ਵਿੱਚ ਦਿੱਤੀ ਪੁਸਤਕ ਸੂਚੀ ਵਿੱਚੋਂ) ਵਲੋਂ ਇਸ ਗਰੰਥ ਦੇ ਹਿੰਦੀ ਟੀਕੇ ਵਿੱਚ ਕੀਤੀਆਂ ਟਿੱਪਣੀਆਂ ਪੜ੍ਹਨਯੋਗ ਹਨ।*

(14) ਆਪਣੇ ਆਪ ਤੋਂ ਪ੍ਰਕਾਸ਼ਮਾਨ (ਸੈਭੰ) ਪ੍ਰਮਾਤਮਾ ਨੇ, ਬ੍ਰਹਮੰਡ ਦੇ ਪਸਾਰ ਲਈ, ਕਾਰਣ ਰੂਪ ਵਿੱਚ 'ਸਤਿ ਅਸਤਿ' (ਸੰਕਲਪ ਵਿਕਲਪ) ਅਤੇ ਕਰਤਾ ਰੂਪ ਵਿੱਚ 'ਵਿਧਮਾਨ', ਆਪਣੀ ਹੋਂਦ ਦਾ ਅੰਸ਼, 'ਮਨ' ਰੂਪੀ ਤੱਤ ਪ੍ਰਗਟ ਕੀਤਾ ਅਤੇ ਮਨ ਤੋਂ ਪਹਿਲਾਂ, ਉਸਦੇ ਵਿਕਾਰੀ ਸੁਭਾਅ ਵਿੱਚ ਵਸਣ ਵਾਲੇ ਤਿੰਨ ਗੁਣ (ਰਜੋ ਸਤੋ ਅਤੇ ਤਮੋਂ) ਅਤੇ ਹਉਮੈਂ (**अहंकार** 'ਮੈਂ ਹਾਂ' ਦੀ ਵੱਖਰੀ ਹੋਂਦ) ਨੂੰ ਪ੍ਰਗਟ ਕੀਤਾ।

(15) ਨਾਲ ਹੀ ਉਸਨੇ ਜੀਵਾਂ ਦੀ ਸੁਰਤੀ (ਬੁੱਧੀ) ਨਾਲ ਜੁੜੇ, ਉੱਪਰਲੇ ਤਿੰਨ ਗੁਣਾਂ (ਰਜੋ, ਸਤੋ, ਤਮੋਂ) ਦੇ ਧਾਰਨੀ, ਪੰਜ ਸੂਖਮ ਤੱਤ (ਸ਼ਬਦ, ਸਪਰਸ਼, ਰੂਪ, ਰਸ, ਗੰਧ) ਬਣਾ ਕੇ, ਜੀਵਾਂ ਦੀਆਂ ਪੰਜ ਗਿਆਨ ਇੰਦਰੀਆਂ (ਅੱਖਾਂ, ਕੰਨ, ਨਾਸਕਾ, ਜੀਭ ਅਤੇ ਚਮੜੀ) ਅਤੇ ਪੰਜ ਕਰਮ ਇੰਦਰੀਆਂ (ਹੱਥ ਪੈਰ, ਮੂੰਹ, ਲਿੰਗ ਅਤੇ ਗੁਦਾ) ਨੂੰ ਜੋੜ ਕੇ ਜੀਵਾਂ ਦੇ ਸਰੀਰਾਂ ਦੀ ਘਾੜਤ ਘੜੀ।

(16) ਇਸੇ ਤਰਾਂ, ਆਪਣੇ ਆਪ ਤੋਂ ਪ੍ਰਗਟ ਕੀਤੇ, ਪੰਜ ਸ਼ਕਤੀਸ਼ਾਲੀ ਮਹਾਂ ਤੱਤ (ਹਵਾ, ਪਾਣੀ, ਧਰਤੀ, ਅਗਨੀ, ਰੌਸ਼ਨੀ) ਅਤੇ ਛੇਵੇਂ ਅਹੰਕਾਰੀ ਅੰਸ਼ (ਅਹੰਕਾਰ- Ego) ਨੂੰ ਵੱਖੋ ਵੱਖ ਮਾਤਰਾ ਵਿੱਚ ਜੋੜ ਕੇ, ਸੰਸਾਰ ਦੇ ਤਰਾਂ ਤਰਾਂ ਦੇ ਸੂਖਮ ਸਰੀਰਾਂ (Astrol bodies) ਦੀ ਸਾਜਨਾ ਕੀਤੀ।

(17) ਪ੍ਰਕਿਰਤੀ ਦੇ ਪੰਜ ਸੂਖਮ ਤੱਤ ਅਤੇ ਛੇਵਾਂ ਜੀਵ ਦੀ ਵੱਖਰੀ ਹੋਂਦ (ਮੈਂ ਹਾਂ, ਹਉਮੈਂ) ਦਾ ਪ੍ਰਗਟਾਵਾ ਕਰਨ ਵਾਲੇ ਸਤਿ ਅਸਤਿ ਰੂਪੀ 'ਮਨ' (ਤਿੰਨ ਬਿਰਤੀਆਂ-ਰਜੋ, ਤਪੋ, ਸਤੋ ਦੇ ਗੁਣਾਂ ਵਾਲਾ) ਨੂੰ ਸਥਾਪਤਿ ਕਰਨ ਮਗਰੋਂ, ਆਪਣੀ ਜੋਤ ਰੂਪੀ ਚਿਣਗ (ਜੀਵ ਆਤਮਾ) ਰੱਖ ਕੇ, ਵੱਖੋ ਵੱਖ ਕਿਰਿਆਵਾਂ ਕਰਨ ਵਾਲੇ ਸੰਸਾਰ ਦੇ ਪੰਜ ਭੂਤਕ ਜੀਵਾਂ ਦੀ ਘਾੜਤ ਘੜੀ। ਸਤਿ ਪੁਰਸ਼ਾਂ ਨੇ ਪ੍ਰਮਾਤਮਾਂ ਦੇ ਆਪਣੇ ਬਣਾਏ ਬ੍ਰਹਮੰਡ ਅਤੇ ਉਸਦੇ ਬਣਾਏ ਜੀਵਾਂ ਨੂੰ ਇੱਕ ਜਾਣਕੇ, ਉਸਦਾ ਦਾ ਨਾਮ 'ਸਰੀਰ' ਰੱਖਿਆ।

(18) ਜਦੋਂ, ਮਨ ਰੂਪੀ ਸੂਖਮ ਤੱਤ ਦਾ ਅਹੰਕਾਰੀ ਅੰਸ਼ ਅਤੇ ਸਾਰੇ ਸ਼ਕਤੀਸ਼ਾਲੀ ਪੰਜ ਮਹਾਂ ਤੱਤ ਮਿਲ ਕੇ ਆਪੋ ਆਪਣੀਆਂ ਕਿਰਿਆਵਾਂ ਰਾਹੀਂ, ਅਵਿਨਾਸ਼ੀ ਆਤਮਾ (ਪ੍ਰਮਾਤਮਾਂ ਦਾ ਅੰਸ਼) ਨਾਲ ਜੁੜਦੇ ਹਨ, ਤਦੋਂ ਸੰਸਾਰ ਦੇ ਸੂਖਮ ਸਰੀਰਾਂ ਦੀ ਰਚਨਾ ਹੁੰਦੀ ਹੈ।

ਨੋਟ :- ਸੂਖਮ ਸਰੀਰਾਂ ਬਾਰੇ ਵਿਸਥਾਰ ਅੱਗੇ ਆਵੇਗਾ।

(19) ਵਿਨਾਸ਼ ਰਹਿਤ ਪ੍ਰਮਾਤਮਾ ਦੇ ਇਸ ਅਚੰਭੇ ਨਾਲ, ਜਗਤ ਦੇ ਜੀਵਾਂ ਦਾ ਨਿਰਮਾਣ ਕਰਨ ਵਾਲੇ ਸੱਤ ਮਹਾਂ ਸ਼ਕਤੀਸ਼ਾਲੀ ਸੂਖਮ ਅਤੇ ਵਿਕਾਰੀ ਤੱਤਾਂ (ਮਨ, ਅੰਹਕਾਰ, ਅਤੇ ਪੰਜ ਤਨਮਾਤ੍ਰਾਂ) ਦੇ ਸੁਮੇਲ ਤੋਂ, ਸਾਰੇ ਦਿਸਦੇ-ਅਣਦਿਸਦੇ, ਨਾਸਵਾਨ (ਚਰਾ ਚਰ) ਸੰਸਾਰ ਦੀ ਉਤਪਤੀ ਹੁੰਦੀ ਹੈ।

ਭਾਵ- ਥੋੜ੍ਹੇ ਸਬਦਾਂ ਵਿੱਚ ਕਿਹਾ ਜਾ ਸਕਦਾ ਹੈ ਕਿ ਸਭ ਜੀਵਾਂ ਦੀ ਹੋਂਦ, ਪ੍ਰਮਾਤਮਾਂ ਦੀ ਜੋਤ ਦਾ ਅੰਸ਼ ਹੈ ਅਤੇ ਪੰਜ ਤੱਤਾਂ ਦੇ ਥੰਮਾਂ ਨਾਲ ਜੁੜੀਆਂ ਪੰਜ ਤਨਮਾਤ੍ਰਾਂ ਦੀਆਂ ਰੱਸੀਆਂ ਵਿੱਚ ਬੱਝੀ ਹੋਈ ਹੈ।

ਪੰਜ ਮਹਾਨ ਤੱਤਾਂ ਦੇ ਗੁਣਾਂ ਬਾਰੇ-

(20) ਕਰਮਵਾਰ ਇਹ ਤੱਤ (ਅਕਾਸ਼, ਹਵਾ, ਅਗਨੀ, ਪਾਣੀ, ਧਰਤੀ), ਇੱਕ ਦਾ ਗੁਣ ਦੂਸਰੇ ਵਿੱਚ ਤੇ ਦੂਸਰੇ ਦਾ ਗੁਣ ਤੀਸਰੇ ਵਿੱਚ, ਤੀਸਰੇ ਦਾ ਚੌਥੇ ਵਿੱਚ ਅਤੇ ਚੌਥੇ ਦਾ ਪੰਜਵੇ ਵਿੱਚ ਲੈ ਕੇ ਪ੍ਰਵੇਸ਼ ਕਰਦੇ ਹਨ, ਜਿਵੇਂ ਅੰਬਰ (ਅਕਾਸ਼) ਦਾ ਇੱਕ ਗੁਣ 'ਸ਼ਬਦ ਰੂਪ' (ਨਾਦ) ਹੈ ਜੋ ਅੱਗੇ 'ਹਵਾ' ਵਿੱਚ ਪ੍ਰਵੇਸ਼ ਹੋਇਆ, ਅਤੇ ਹਵਾ ਦੇ ਦੋ ਗੁਣ 'ਸ਼ੋਹ੍ਹ+ਸ਼ਬਦ' ਹੋ ਗਏ, ਅਗਨੀ ਦੇ ਤਿੰਨ ਗੁਣ 'ਸ਼ੋਹ੍ਹ+ਸ਼ਬਦ+ਰੂਪ' ਹੋ ਗਏ। ਜਲ ਦੇ ਚਾਰ ਗੁਣ 'ਸ਼ੋਹ੍ਹ+ਸ਼ਬਦ+ਰੂਪ+ਰਸ' ਹੋ ਗਏ, ਅਤੇ ਧਰਤੀ ਵਿੱਚ 'ਸ਼ੋਹ੍ਹ+ਸ਼ਬਦ+ਰੂਪ+ਰਸ ਅਤੇ ਗੰਧ' ਆਦਿ ਸਾਰੇ ਪੰਜ ਗੁਣ ਸਮਾਏ ਹੋਏ ਗਿਣੇ ਜਾਂਦੇ ਹਨ।

ਇਸ ਸਬੰਧੀ ਅਗਲਾ ਚਾਰਟ ਦੇਖੋ

↓ ↓ ↓ ↓ ↓ ↓

ਪੰਜ ਮਹਾਂ ਤੱਤਾਂ ਦਾ ਵੇਰਵਾ	1 ਅਕਾਸ਼ ਦਾ ਇੱਕ ਗੁਣ	2 ਹਵਾ ਦੇ ਦੋ ਗੁਣ	3 ਅਗਨੀ ਦੇ ਤਿੰਨ ਗੁਣ	4 ਪਾਣੀ ਦੇ ਚਾਰ ਗੁਣ	5 ਧਰਤੀ ਦੇ ਪੰਜ ਗੁਣ
ਅਕਾਸ਼ ਦਾ ਨਿਜੀ ਗੁਣ	ਸ਼ਬਦ	ਸ਼ਬਦ	ਸ਼ਬਦ	ਸ਼ਬਦ	ਸ਼ਬਦ
ਹਵਾ ਦੇ ਨਿਜੀ ਗੁਣ	x	ਸ਼ੋਹ੍ਹ	ਸ਼ੋਹ੍ਹ	ਸ਼ੋਹ੍ਹ	ਸ਼ੋਹ੍ਹ
ਅਗਨੀ ਦੇ ਨਿਜੀ ਗੁਣ	X	X	ਰੂਪ	ਰੂਪ	ਰੂਪ
ਜਲ ਦੇ ਨਿਜੀ ਗੁਣ	X	X	X	ਰਸ	ਰਸ
ਧਰਤੀ ਦੇ ਨਿਜੀ ਗੁਣ	X	x	X	x	ਗੰਧ

(21) ਸ੍ਰਿਸ਼ਟੀ ਦੇ ਸ਼ੁਰੂ ਵਿੱਚ, ਬ੍ਰਹਮਾ ਨੇ ਸਾਰੀ ਕੁਦਰਤ ਦੇ ਤਰ੍ਹਾਂ ਤਰ੍ਹਾਂ ਦੇ ਰੰਗਾਂ ਤੇ ਸ਼ਕਲਾਂ ਦੇ ਜੀਵਾਂ ਦੇ ਨਾਮ, ਉਨ੍ਹਾਂ ਦੀ ਜੀਵਨ ਜੁਗਤੀ, ਆਰਜਾ, ਭਿੰਨ ਭਿੰਨ ਕਰਮ ਅਤੇ ਉਨ੍ਹਾਂ ਦੀ ਤਰ੍ਹਾਂ ਤਰ੍ਹਾਂ ਦੀ ਗਿਣਤੀ, ਵੇਦਾਂ ਅਨੁਸਾਰ ਦੱਸੀ ਮਰਿਯਾਦਾ ਅਤੇ ਨਿਯਮ ਨੀਯਤ ਕਰ ਦਿੱਤੇ।

ਨੋਟ- *ਕਈ ਵਿਦਵਾਨਾਂ ਦੀ ਰਾਇ ਮੁਤਾਬਿਕ ਇਹ ਸ਼ਲੋਕ, ਨੰ: 23 ਮਗਰੋਂ ਹੋਣਾ ਚਾਹੀਦਾ ਸੀ, ਕਿਉਂਕਿ ਇਸ ਤਰਾਂ ਪੜ੍ਹਨ ਨਾਲ ਇਸ ਪ੍ਰਸੰਗ ਦੀ ਲੜੀ ਜਿਆਦਾ ਜੁੜਦੀ ਲਗਦੀ ਹੈ।*

(22) ਫਿਰ, ਪ੍ਰਮਾਤਮਾ ਨੇ ਦ੍ਰਿਸ਼ਟਮਾਨ ਰੂਪ ਵਾਲੇ ਜੜ੍ਹ-ਚੇਤਨ ਜੀਵ, ਮਹਾਨ ਦੇਵਤੇ (ਜਿਵੇਂ ਇੰਦਰ ਦੇਵਤਾ, ਵਣਸਪਤਿ ਦੇ ਸਵਾਮੀ ਦੇਵਤੇ ਆਦਿ), ਅਤੇ ਉਨ੍ਹਾਂ ਦੇਵਤਿਆਂ ਦੀ ਮੇਜ਼ਬਾਨੀ ਕਰਨ ਲਈ, ਵੱਖੋ ਵੱਖ ਸ਼ਰੇਣੀਆਂ ਦੇ ਦੇਵਗਣ ਆਦਿ (ਉਪ ਦੇਵੀ ਦੇਵਤੇ, ਗਣ ਗੰਧਰਵ, ਸਾਧਯ ਪੁਰਸ਼) ਸਾਜੇ, ਜੋ ਜੀਵਤ ਰੂਪ ਵਿੱਚ ਸਰੀਰ ਅਤੇ ਸਵਾਸਾਂ ਵਾਲੇ ਸਨ, ਅਤੇ ਵੇਦਾਂ ਵਿੱਚ ਉਨ੍ਹਾਂ ਨਮਿੱਤ, ਯੱਗ ਕਰਵਾਉਣਾ, ਪੂਜਾ ਕਰਨੀ ਅਤੇ ਬਲੀ ਦੇਣ ਦਾ ਵਿਧੀ ਵਿਧਾਨ ਭੀ ਦੱਸਿਆ ਗਿਆ ਹੈ।

(23) ਫਿਰ ਉਸ ਪ੍ਰਮਾਤਮਾਂ ਨੇ, ਸਾਰੇ ਜਗਤ ਦੇ ਜੀਵਾਂ ਲਈ, ਧਰਮ, ਅਰਥ, ਕਾਮ ਅਤੇ ਮੁਕਤੀ, ਆਦਿ ਵਰਗੇ ਕਾਰਜਾਂ ਦੀਆਂ ਸਿੱਧੀ ਵਾਸਤੇ (ਭਾਵ ਜਗਤ ਦੇ ਪੂਰਣ ਗਿਆਨ ਅਤੇ ਕਿਰਿਆਵਾਂ ਲਈ), ਅਗਨੀ, ਹਵਾ ਅਤੇ ਸੂਰਜ ਦੇ ਸੁਮੇਲ ਤੋਂ ਰਿਗ ਵੇਦ, ਜਯੁਰ ਵੇਦ, ਸਿਆਮ ਵੇਦ ਨੂੰ (ਤਿੰਨ ਵੇਦਾਂ ਦਾ ਗਿਆਨ ਰੂਪ), ਨਿੱਤ ਦੇ ਗਿਆਨ ਰੂਪ ਵਿੱਚ ਪ੍ਰਗਟ ਕਰ ਦਿੱਤਾ।

ਦੂਸਰੇ ਸ਼ਬਦਾਂ ਵਿੱਚ- ਪਾਰਬ੍ਰਹਮ ਨੇ ਬ੍ਰਹਮਾ ਦੁਆਰਾ, ਆਪਣੀ ਹੋਂਦ ਦੇ ਤਿੰਨ ਸੰਕੇਤ ਰੂਪਾਂ ਤੋਂ (ਅਗਨੀ, ਹਵਾ, ਸੂਰਜ), ਯੱਗਾਂ ਦੀ ਕਿਰਿਆ (ਪੂਜਾ ਅਤੇ ਬਲੀ ਦੀਆਂ ਰਸਮਾਂ) ਨਿਭਾਉਣ ਵਾਸਤੇ,

ਸਦਾ ਰਹਿਣ ਵਾਲੇ, ਤਿੰਨ ਵੇਦਾਂ ਦਾ ਗਿਆਨ ਪ੍ਰਗਟ ਕੀਤਾ। ਰਿਗ ਵੇਦ ਮੰਤ੍ਰਾਂ ਦੇ ਰੂਪ ਵਿੱਚ, ਯੁਜਰ ਵੇਦ ਜੁਗਤੀਆਂ ਦੇ ਰੂਪ ਵਿੱਚ ਅਤੇ ਸ਼ਿਆਮ ਵੇਦ ਭਜਨਾਂ ਦੇ ਰੂਪ ਵਿੱਚ ਪ੍ਰਗਟ ਕੀਤੇ।

ਨੋਟ:- *ਬਹੁਤੇ ਚਿੰਤਕਾਂ ਦਾ ਸਵਾਲ ਹੈ ਕਿ ਜਦੋਂ ਲਿਖਤੀ ਰੂਪ ਵਿੱਚ ਕੋਈ ਭਾਸ਼ਾ ਹੀ ਨਹੀਂ ਸੀ, ਤਾਂ ਇਹ ਵੇਦ ਰਿਸ਼ੀਆਂ ਕੋਲ ਕਿੱਥੋਂ ਅਤੇ ਕਿਸ ਰੂਪ ਵਿੱਚ ਆਏ ਅਤੇ ਅਰਬਾਂ ਸਾਲ ਇਨ੍ਹਾਂ ਦਾ ਸਥਾਈ ਰੂਪ ਕਿਵੇਂ ਸਾਬਤ ਰਿਹਾ? ਕੁਦਰਤਿ ਨੂੰ ਨੇੜੇ ਹੋ ਕੇ ਸਮਝਣ, ਪੜ੍ਹਨ ਅਤੇ ਖੋਜਣ ਵਾਲੇ ਮਨੁੱਖਾਂ ਲਈ, ਵੇਦਾਂ ਅਤੇ ਦੁਨੀਆਂ ਦੀ ਸਿਰਜਣਾ ਬਾਰੇ ਇਹ ਵਖਿਆਨ, ਬਹੁਤ ਹਲਕਾ ਅਤੇ ਅਧੂਰਾ ਜਿਹਾ ਜਾਪਦਾ ਹੈ। ਪਰ ਚੱਲੀ ਆਈ ਪ੍ਰਥਾ ਮੁਤਾਬਿਕ, ਵੇਦਾਂ ਦਾ ਇਹ ਗਿਆਨ ਸੁਯੰਭਵ ਮਨੂੰ ਨੇ ਆਪਣੇ ਕੁਲ ਪੁੱਤਰਾਂ ਨੂੰ ਅਤੇ ਫਿਰ ਅਗਲੇ ਮਨੁਵੰਤਰਾਂ ਦੇ ਮਨੂੰਆਂ ਨੇ (ਚੱਲ ਰਹੇ ਮਨੁਵੰਤਰ ਦੇ ਸੱਤਵੇਂ ਮਨੂੰ ਤੀਕਰ) ਆਪਣੇ ਕੁਲ-ਪੁੱਤਰਾਂ ਨੂੰ ਸੁਣਾਇਆ ਅਤੇ ਫਿਰ ਹੋਰ ਰਿਸ਼ੀਆਂ ਨੂੰ, ਜਿਨ੍ਹਾਂ ਦਾ ਜ਼ਿਕਰ ਅੱਗੇ ਆਵੇਗਾ। ਉਨ੍ਹਾਂ ਕੋਲੋਂ ਹੁੰਦਿਆਂ ਇਹ ਗਿਆਨ, ਗੁਰੂ 'ਸੰਦੀਪਨ' ਰਾਹੀਂ, ਕ੍ਰਿਸ਼ਨ ਜੀ ਅਤੇ ਬਲਰਾਮ ਕੋਲ ਪਹੁੰਚਿਆ। ਇਸਦੀ ਵਿਥਿਆ ਤਾਂ ਬਹੁਤ ਤਰਾਂ ਦੱਸੀ ਜਾਂਦੀ ਹੈ, ਪਰ ਕੇਵਲ ਟੂਕ ਮਾਤਰ ਹੀ ਲਿਖੀ ਹੈ। ਹੋਰ ਜਾਣਕਾਰੀ ਲਈ ਸਲੋਕ ਨੰ: 68 ਦੇ ਨਾਲ ਦਿੱਤਾ ਚਾਰਟ ਦੇਖਿਆ ਜਾ ਸਕਦਾ ਹੈ।*

(24) ਫਿਰ ਉਸਨੇ ਸਮਾਂ ਅਤੇ ਸਮੇਂ ਦੀ ਵੰਡ (ਰੁੱਤਾਂ, ਮਹੀਨੇ, ਦਿਨ ਅਤੇ ਰਾਤ ਆਦਿ), ਸੂਰਜ ਅਤੇ ਚੰਦਰਮਾ ਦੀ ਗਤੀ (ਨਛੱਤਰ, ਗਰਹਿ) ਤੇ ਅਧਾਰਤ ਕੀਤੀ। ਦਰਿਆ ਨਦੀਆਂ, ਮਹਾਂਸਾਗਰ, ਪਹਾੜ, ਮੈਦਾਨ ਅਤੇ ਟਿੱਬੇ ਸਥਾਪਤਿ ਕੀਤੇ।

(25) ਸ੍ਰਿਸ਼ਟੀ ਸਾਜਣ ਦੀ ਇੱਛਾ ਕਾਰਨ, ਜਿਵੇਂ ਉਸਨੂੰ ਭਾਇਆ, ਉਸਨੇ ਤਪੱਸਿਆ, ਕਾਮ, ਕਰੋਧ, ਵਾਸ਼ਨਾ, ਅਤੇ ਹਰ ਅਵਸਥਾਂ ਦੇ ਦੋ ਪਹਿਲੂ, ਜਿਵੇਂ ਆਸਾ-ਨਿਰਾਸਾ, ਗੁੱਸਾ-ਪਿਆਰ, ਖੁਸ਼ੀ-ਗਮੀ, ਹਾਸਾ-ਰੋਣਾ, ਗੁਣ-ਅਵਗੁਣ ਆਦਿ ਜੋੜ ਕੇ ਸਾਰੀ ਕੁਦਰਤ ਦੇ ਜੀਵਾਂ ਦੀ ਖੇਡ (ਸੰਸਾਰ ਬਣਾਇਆ) ਰਚੀ।

(26) ਏਥੋਂ ਤੀਕਰ ਕਿ ਜੀਵਾਂ ਦੇ ਕਰਮਾਂ ਅਤੇ ਸੁਭਾਵਾਂ ਦੀ ਵਿਲੱਖਣਤਾ ਨੂੰ ਮੁੱਖ ਰੱਖ ਕੇ, ਉਨ੍ਹਾਂ ਦੇ ਗੁਣਾਂ ਅਤੇ ਔਗਣਾਂ ਨੂੰ ਵੱਖ ਵੱਖ ਕੀਤਾ ਅਤੇ ਜੀਵਾਂ ਦੀ ਜੀਵਨ ਜੁਗਤੀ ਦੇ, ਦੋ-ਦੋ ਪਹਿਲੂ ਬਣਾਏ, ਜਿਵੇਂ- ਸੱਚ-ਝੂਠ, ਧਰਮ-ਅਧਰਮ ਅਤੇ ਉਨ੍ਹਾਂ ਦੇ ਅਧਾਰ ਤੇ ਮਿਲਣ ਵਾਲੇ ਸੁੱਖ ਅਤੇ ਦੁੱਖ ਅਦਿ ਬਣਾਏ।

(27) ਪਰ ਇਹ ਸਾਰਾ ਸੰਸਾਰ, ਕੇਵਲ ਪੰਜ ਮਹਾਂ ਤੱਤਾਂ (ਜਿਨ੍ਹਾਂ ਦਾ ਜ਼ਿਕਰ ਪਹਿਲਾਂ ਆ ਚੁੱਕਾ ਹੈ) ਦੇ ਛੋਟੇ ਛੋਟੇ ਨਾਸ਼ਵਾਨ ਕਣਾਂ ਅਤੇ ਉਸਦੀ ਆਪਣੀ ਜੋਤ ਨਾਲ ਜੁੜ ਕੇ, ਸੂਖਸ਼ਮ, ਸਥੂਲ ਅਤੇ ਅਸਥੂਲ ਜੀਵਾਂ ਦਾ ਬਣਿਆ ਅਗੰਮੀ ਢਾਂਚਾ ਹੈ।

(28) ਜਿਸ ਜਿਸ ਕਰਮ ਲਈ, ਪਰਮਾਤਮਾ ਨੇ ਪਹਿਲਾਂ ਜੀਵਾਂ ਦੀਆਂ ਨਸਲਾਂ ਨੂੰ ਨਿਸ਼ਚਿਤ ਕੀਤਾ, ਆਉਣ ਵਾਲੀਆਂ ਉਨ੍ਹਾਂ ਨਸਲਾਂ ਲਈ ਸਹਿਜ ਸੁਭਾਇ ਉਸੇ ਤਰਾਂ ਜਾਰੀ ਰਿਹਾ।

(29) ਸ੍ਰਿਸ਼ਟੀ ਦੀ ਪਹਿਲੀ ਰਚਨਾ ਸਮੇਂ (ਪਹਿਲਾ ਮਨੁਵੰਤਰ), ਉਸ ਪਰਮਾਤਮਾ ਨੇ ਜਿਸ ਜਿਸ ਪ੍ਰਜਾਤੀ ਲਈ ਜੋ ਜੋ ਕਰਮ ਨਿਸਚਿਤ ਕੀਤੇ, ਅਗਲੇ ਜਨਮ ਵਿੱਚ, ਉਨ੍ਹਾਂ ਜੂਨਾਂ ਵਿੱਚ ਪਏ ਜੀਵਾਂ ਦੇ ਸੁਭਾਅ ਅਤੇ ਗੁਣ ਅਵਗੁਣ, ਹਰ ਜੂਨ ਲਈ ਨਿਸਚਿਤ ਕਰ ਦਿੱਤੇ, ਜਿਵੇਂ ਜੀਵਾਂ ਦੇ ਸ਼ੁੱਭ-ਅਸ਼ੁੱਭ ਕਰਮ, ਹਿੰਸਾ-ਅਹਿੰਸਾ, ਹਾਨੀਕਾਰਕ-ਲਾਭਦਾਇਕ, ਧਰਮ-ਅਧਰਮ, ਕੋਮਲਤਾ-ਕਠੋਰਤਾ, ਪੁੰਨ-ਪਾਪ, ਸੱਚ-ਝੂਠ ਆਦਿ, ਸਮੇਂ ਦੇ ਬੀਤਣ ਨਾਲ ਉਸੇ ਤਰਾਂ ਹੀ ਚਲਦੇ ਰਹੇ।

(30) ਜਿਵੇਂ ਉਸਦੇ ਨਿਸਚਿਤ ਕੀਤੇ ਨਿਯਮਾਂ ਮੁਤਾਬਿਕ, ਰੁੱਤਾਂ ਦੇ ਬਦਲਾਵ ਨਾਲ, ਹਰ ਰੁੱਤ ਆਪਣਾ ਨਿਰਾਲਾ ਰੰਗ ਅਪਨਾਉਂਦੀ ਹੈ, ਉਸੇ ਤਰਾਂ, ਇਨ੍ਹਾਂ ਦਿਸ ਰਹੇ ਦੇਹਧਾਰੀ ਜੀਵਾਂ ਦਾ ਸੰਸਾਰ ਤੇ ਮੁੜ ਮੁੜ ਜੂਨਾਂ ਵਿੱਚ ਆਉਣਾ ਜਾਣਾ, ਉਨ੍ਹਾਂ ਦੇ ਕੀਤੇ ਪੂਰਬਲੇ ਕਰਮਾਂ ਮੁਤਾਬਿਕ ਬਣਿਆ ਰਹਿੰਦਾ ਹੈ।

(31) ਫਿਰ ਉਸਨੇ, ਸੰਸਾਰ ਵਿੱਚ ਸਮਾਜ ਦੇ ਪਸਾਰ ਦੀ ਪਰਕਿਰਿਆ ਨੂੰ ਅੱਗੇ ਤੋਰਨ ਲਈ, ਆਪਣੇ ਹੀ ਸਰੀਰ ਦੇ ਵੱਖ ਵੱਖ ਭਾਗਾਂ ਵਿੱਚੋਂ, ਗੁਣਾਂ ਦੇ ਅਧਾਰਤ, ਮਨੱਖ ਜਾਤੀ ਦੇ ਵੱਖ ਵੱਖ ਵਰਣਾ ਦੇ ਮਨੱਖ ਸਾਜੇ। ਉਸ ਵਿਰਾਟ ਰੂਪ ਹੋ ਕੇ ਪ੍ਰਗਟੇ ਬ੍ਰਹਮਾ ਨੇ ਆਪਣੇ ਮੁੱਖ ਤੋਂ **ਬ੍ਰਾਹਮਣ**, ਬਾਹਾਂ ਤੋਂ **ਖੱਤਰੀ**, ਆਪਣੇ ਪੱਟਾਂ ਤੇ ਲੱਤਾਂ ਤੋਂ **ਵੈਸ਼**, ਅਤੇ ਆਪਣੇ ਪੈਰਾਂ ਤੋਂ ਸ਼ੂਦਰ ਵਰਣ ਨੂੰ ਬਣਾਇਆ।

ਭਾਵ:- ਚਾਰੇ ਵਰਣਾਂ ਦਾ ਨਿਰਮਾਣ (**ਨਿਰਮਿਤ**) ਕੀਤਾ। ਜਿਸਦਾ ਵਖਿਆਨ ਕੁਝ ਇਸ ਤਰਾਂ ਹੈ-

ਨੋਟ:- *ਅਗਲੇ ਸਲੋਕਾਂ ਵਿੱਚ ਬ੍ਰਹਮਾ ਦਾ ਆਪਣੇ ਸਰੀਰ ਨੂੰ ਦੋ ਭਾਗਾਂ ਵਿੱਚ ਵੰਡਣਾ ਅਤੇ ਸੰਸਾਰ ਦੀ ਰਚਨਾ ਨੂੰ ਅੱਗੇ ਤੋਰਨ ਦਾ ਵਿਸਥਾਰ ਹੈ, ਜੋ ਬਹੁਤ ਸ਼ੱਕੀ ਹੈ ਅਤੇ ਬਹੁਤ ਭਿੰਨ ਭਿੰਨ ਰੂਪਾਂ ਵਿੱਚ ਲਿਖਿਆ ਮਿਲਦਾ ਹੈ। ਇਸ ਗ੍ਰੰਥ ਵਿੱਚ ਜਿਸ ਤਰਾਂ ਵਖਿਆਨਿਆ ਗਿਆ ਹੈ, ਇੰਨ-ਬਿੰਨ ਉਸੇ ਤਰਾਂ ਲਿਖ ਦਿੱਤਾ ਹੈ।*

ਸੁਯੰਭਵ ਮਨੂੰ ਦਾ ਪਰਗਟ ਹੋਣਾ-

(32) ਫਿਰ ਬ੍ਰਹਮਾ ਨੇ, ਆਪਣੇ ਸਾਰੇ ਸ਼ਰੀਰ ਦੇ ਦੋ ਹਿੱਸੇ ਕਰਕੇ (ਦੋਫਾੜ ਕਰਕੇ), ਇਕ ਭਾਗ ਪੁਰਸ਼ (ਵਿਰਾਟ ਪੁਰਸ਼ ਸੁਯੰਭਵ ਮਨੂੰ) ਅਤੇ ਦੂਸਰਾ ਭਾਗ ਸੁੰਦਰ ਇਸਤਰੀ (ਸ਼ਤਰੂਪਾਂ) ਹੋ ਗਿਆ। ਸਭ ਤੋਂ ਪਹਿਲਾਂ ਉਸਨੇ, ਉਸ ਇਸਤ੍ਰੀ (ਸ਼ਤਰੂਪਾਂ) ਵਿੱਚ ਆਪਣੀ ਹੋਂਦ ਦੇ ਪਸਾਰ ਲਈ ਬੀਜ ਰੂਪ (ਉਸ ਨਾਲ ਸੰਭੋਗ ਕੀਤਾ, **ਮੈਥੁਨ ਕਰਮ**) ਹੋ ਕੇ ਪ੍ਰਵੇਸ਼ ਕੀਤਾ, ਅਤੇ ਮਨੁੱਖ ਜਾਤੀ ਦੇ ਪਸਾਰ ਦਾ ਮੁੱਢ ਬੱਝਾ।

ਨੋਟ:- *ਕਈ ਉਲੱਥਾਕਾਰਾਂ ਨੇ, ਬ੍ਰਹਮਾ ਦੇ ਸਰੀਰ ਦੇ ਦੋ ਭਾਗਾਂ ਨੂੰ ਕਾ+ਯਾ (ਕਾਇਆ ਦੇ ਦੋ ਹਿੱਸੇ) ਦਾ ਸੁਮੇਲ ਲਿਖਿਆ ਹੈ, ਕਿ ਸੌ ਬ੍ਰਹਮ ਸਾਲਾਂ ਦੀ ਘੋਰ ਤਪੱਸਿਆ ਮਗਰੋਂ, ਬ੍ਰਹਮਾਂ ਨੇ ਕਾਇਆ (**ਕਾ + ਯਾ**, ਇਸਤ੍ਰੀ+ਪੁਰਸ਼, ਇੱਕ ਸਰੀਰ) ਤੋਂ ਦੋ ਰੂਪ ਹੋ ਕੇ ਸੰਸਾਰ ਨੂੰ ਸਾਜਿਆ।*

ਸੰਸਾਰ ਕਿਵੇਂ ਬਣਿਆ? *ਇਸ ਗਾਥਾ ਦੇ ਗੁੰਝਲਦਾਰ ਬੁਝਾਰਤ ਵਾਂਗ ਅਨੇਕਾਂ ਰੂਪ ਹਨ। ਇਸ ਵਾਰੇ ਹਰ ਧਰਮ ਵਿੱਚ, ਖਾਸ ਕਰਕੇ ਹਿੰਦੂ ਧਰਮ ਦੇ ਬਹੁਤੇ ਗ੍ਰੰਥਾਂ ਵਿੱਚ, ਆਪੋ-ਆਪਣੀ ਵਿਥਿਆ ਹੈ। ਕਿਸੇ ਬਾਰੇ ਨਿਸਚੇ ਨਾਲ ਕੁਝ ਭੀ ਨਹੀਂ ਕਿਹਾ ਜਾ ਸਕਦਾ। ਕਿਤੇ ਤਾਂ, ਹਿੰਦੂ ਮਿਤਹਾਸ ਵਿੱਚ ਸ੍ਰਸਵਤੀ (ਸਵਿਤਰੀ) ਅਤੇ ਸ਼ਤਰੂਪਾਂ ਦੋ ਵੱਖ ਵੱਖ ਇਸਤ੍ਰੀਆਂ ਭੀ ਕਹੀਆਂ ਗਈਆਂ ਹਨ ਅਤੇ ਕਈ ਥਾਵਾਂ ਤੇ ਇੱਕੋ ਇਸਤਰੀ ਦੇ ਦੋ ਨਾਵਾਂ ਨਾਲ ਸੰਬੋਧਿਤ ਕੀਤਾ ਗਿਆ ਹੈ।*

*ਇਸ ਸਬੰਧੀ ਇੱਕ ਹੋਰ ਕਥਾ ਵਿੱਚ ਜ਼ਿਕਰ ਆਉਂਦਾ ਹੈ ਕਿ ਸਭ ਤੋਂ ਪਹਿਲਾਂ ਬ੍ਰਹਮਾਂ ਨੇ ਆਪਣੇ ਪੱਟ ਦੇ ਮਾਸ ਤੋਂ ਇੱਕ ਸੁੰਦਰ ਇਸਤਰੀ ਬਣਾਈ, ਜਿਸਦਾ ਕਥਿਤ ਨਾਮ ਸ੍ਰਸਵਤੀ ਸੀ, ਜੋ ਇਤਨੀ ਸੁੰਦਰ ਸੀ ਕਿ ਬ੍ਰਹਮਾਂ ਆਪ ਹੀ ਉਸਤੇ ਮੋਹਿਤ ਹੋ ਗਿਆ। ਇਸ ਤੋਂ ਡਰੀ ਹੋਈ ਉਹ ਬ੍ਰਹਮਾਂ ਨੂੰ ਸਰਾਪ ਦੇ ਕੇ ਵਿਸ਼ਨੂੰ ਜੀ ਦੀ ਸ਼ਰਨ ਵਿੱਚ ਜਾ ਕੇ ਬਚੀ। ਬ੍ਰਹਮਾਂ ਦੇ ਸੌ ਸਾਲ ਬੀਤ ਜਾਣ ਤੋਂ ਬਾਅਦ, ਫਿਰ ਆਪਣੇ ਸਰੀਰ ਦੇ ਦੋ ਭਾਗ ਕਰਕੇ, ਇੱਕ ਭਾਗ ਤੋਂ ਵਿਰਾਟ ਪੁਰਸ਼ (ਸਯੰਭਵ ਮਨੂੰ) ਅਤੇ ਦੂਸਰੇ ਭਾਗ ਤੋਂ ਅਤਿ ਸੁੰਦਰ ਇਸਤਰੀ (ਸ਼ਤਰੂਪਾਂ) ਬਣਾਈ (ਭਾਵ: ਇਸਤ੍ਰੀ ਪੁਰਸ਼ ਦੀ ਜੋੜੀ ਬਣਾਈ)। ਬਹੁਤੇ ਮਿਥਹਾਸਕਾਰਾਂ ਦਾ ਮਤ ਹੈ ਕਿ ਸੰਸਾਰ ਨੂੰ ਅੱਗੇ ਤੋਰਨ ਲਈ ਬ੍ਰਹਮਾਂ ਨੇ ਪਹਿਲਾਂ, ਆਪਣੀ ਤਪੱਸਿਆ ਨਾਲ, ਚਾਰ ਰਿਸ਼ੀ ਪੁੱਤਰ (ਸਨਕ, ਸਨੰਦਨ, ਸਨਕਾਦ ਅਤੇ ਸੰਤਕੁਮਾਰ) ਪੈਦਾ ਕੀਤੇ (ਪੰਨਾ 10' ਚਾਰਟ ਦੇਖੋ) ਜੋ ਸੰਸਾਰ ਨੂੰ ਅੱਗੇ ਤੋਰਨ ਤੋਂ ਇਨਕਾਰੀ ਹੋ ਗਏ। ਫਿਰ ਬ੍ਰਹਮਾਂ ਜੀ ਨੇ ਆਪਣੀ ਸ਼ਕਤੀ ਨਾਲ ਦਸ ਮਾਣਸ ਪੁੱਤਰ ਹੋਰ ਪੈਦਾ ਕੀਤੇ (ਸਪਤ ਰਿਸ਼ੀ ਅਤੇ ਹੋਰ)। ਬ੍ਰਹਮਾਂ ਦੇ ਸਰੀਰ ਦੇ ਅਰਧ ਭਾਗ ਤੋਂ ਬਣੀ, ਉਸਦੀ ਸੁੰਦਰ ਇਸਤ੍ਰੀ **ਸ਼ਤਰੂਪਾਂ** ਦੇ ਸੰਭੋਗ (**ਮੈਥੁਨ ਕਰਮ**) ਤੋਂ ਦੋ ਪੁੱਤਰ ਅਤੇ ਤਿੰਨ ਪੁਤਰੀਆਂ ਪੈਦਾ ਹੋਈਆਂ ਅਤੇ ਬਾਕੀ ਦੇ ਪਸਾਰ ਦਾ ਵੇਰਵਾ, ਪੰਨਾ ਨੰ: 10 ਦੇ ਚਾਰਟ ਵਿੱਚ ਦਿੱਤਾ ਗਿਆ ਹੈ। ਪਰ ਇਹ ਸਾਰੀ ਗਾਥਾ ਬ੍ਰਹਮ ਪੁਰਾਣ ਤੇ ਅਧਾਰਤ ਹੈ। ਭਾਗਵਤ*

ਪੁਰਾਣ ਵਿੱਚ ਇਹ ਕਥਾ ਬਿਲਕੁਲ ਵੱਖਰੇ ਰੂਪ ਵਿੱਚ ਲਿਖੀ ਮਿਲਦੀ ਹੈ। ਇਸ ਗ੍ਰੰਥ (ਮਨੂੰ ਸਿਮ੍ਰਤੀ) ਮੁਤਾਬਿਕ, ਬ੍ਰਹਮਾ ਨੇ ਸੰਸਾਰ ਦੀ ਸਾਜਨਾ ਕਰਨ ਦੀ ਇੱਛਾ ਨਾਲ, ਪਹਿਲਾਂ ਚਾਰ ਮਾਣਸ ਪੁੱਤਰਾਂ ਦੀ ਸਾਜਨਾ ਕੀਤੀ (ਸਨਕਾਦੀ ਰਿਸ਼ੀ) ਜੋ ਇਸ ਸੰਸਾਰ ਨੂੰ ਅੱਗੇ ਤੋਰਨ ਤੋਂ ਇਨਕਾਰੀ ਹੋ ਗਏ। ਇਸ ਤੋਂ ਨਿਰਾਸ਼ ਹੋ ਕੇ ਬ੍ਰਹਮਾ ਨੇ, ਦਸ ਹੋਰ ਮਾਣਸ ਪੁੱਤਰਾਂ ਦੀ ਸਾਜਨਾ ਕੀਤੀ, ਜਿਨ੍ਹਾਂ ਵਿੱਚੋਂ ਨਾਰਦ ਨੇ ਸੰਸਾਰ ਦੀ ਰਚਨਾਂ ਵਿੱਚ ਕੋਈ ਯੋਗਦਾਨ ਨਾ ਪਾਇਆ (ਪਿਛਲਾ ਚਾਰਟ ਦੇਖੋ)। ਬਾਕੀ ਨੌਂ ਰਿਸ਼ੀਆਂ ਦੇ ਇਕੱਲੇ ਸੰਤਾਨ ਪੈਦਾ ਕਰਨ ਤੋਂ ਅਸਮਰੱਥ ਹੋਣ ਕਾਰਨ, ਬ੍ਰਹਮਾ ਨੇ ਆਪਣੇ ਸਰੀਰ ਦੇ ਦੋ ਭਾਗ ਕਰਕੇ, ਇੱਕ ਤੋਂ ਨਰ ਭਾਗ ' ਸੁਯੰਭਵ ਮਨੂੰ ਅਤੇ ਦੂਸਰਾ ਮਦੀਨ ਭਾਗ ***ਸ਼ਤਰੂਪਾਂ*** *ਨਾਮ ਦੀ ਇਸਤ੍ਰੀ (ਪਿਹਲੀ ਅਤਿ ਸੁੰਦਰ ਇਸਤਰੀ) ਬਣਾਈ, ਜੋ ਉਸਦੀ ਅਰਧੰਗੀ (ਅਰਧਾਂਗਿਨੀ) ਭੀ ਕਹੀ ਜਾਂਦੀ ਹੈ। ਦੋਹਾਂ ਨੇ ਆਪਸੀ ਸੰਜੋਗ (**ਮੈਥੁਨ ਕਰਮ**) ਨਾਲ ਦੋ ਪੁੱਤਰ ਅਤੇ ਤਿੰਨ ਕੰਨਿਆਂ ਪੈਦਾ ਕੀਤੀਆਂ। ਸੰਸਾਰ ਦਾ ਅਗਲਾ ਵਿਸਥਾਰ ਕਿਵੇਂ ਹੋਇਆ, ਇਸਦਾ ਸੰਖੇਪ, ਪਿਛਲੇ ਚਾਰਟ ਵਿੱਚ ਦੇ ਦਿੱਤਾ ਗਿਆ ਹੈ ਅਤੇ ਕੁਝ ਅੱਗੇ ਆਵੇਗਾ। ਇਸੇ ਤਰਾਂ ਆਉਣ ਵਾਲੇ ਕਲਪਾਂ ਵਿੱਚ, ਜਦੋਂ ਚਾਹਿਆ, ਪਰਮਾਤਮਾਂ ਨੇ ਸਭ ਕੁਝ ਸਮੇਟ ਕੇ ਫਿਰ ਤੋਂ ਦੂਸਰੇ-ਤੀਸਰੇ---ਪਰਜਾਪਤੀਆਂ (ਮਨੂੰਆਂ) ਰਾਹੀਂ, ਬਾਰ ਬਾਰ ਦੁਨੀਆਂ ਸਾਜੀ ਅਤੇ ਸਮੇਟੀ। ਸੱਤਵੇਂ ਮਨੂੰ (ਵੈਵਸਵਤ) ਬਾਰੇ ਕਾਫੀ ਵਿਸਥਾਰ ਵਿੱਚ ਲਿਖੀਆਂ ਕਥਾਵਾਂ ਮਿਲਦੀਆਂ ਹਨ। ਪਰ ਨਿਸਚਿਤ ਰੂਪ ਵਿੱਚ ਕਿਸੇ ਬਾਰੇ ਕੁਝ ਨਹੀਂ ਕਿਹਾ ਜਾ ਸਕਦਾ। ਇਸੇ ਤਰਾਂ, ਅੱਗੇ ਜੋ ਉਪਦੇਸ਼ ਦਾ ਪਰਸੰਗ ਚੱਲਦਾ ਹੈ, ਉਹ ਸੱਤਵੇਂ ਮਨੂੰ ਵਲੋਂ ਆਪਣੇ ਪਹਿਲੇ ਅਵਤਾਰ ਸੁਯੰਭਵ ਮਨੂੰ ਵੇਲੇ ਕਹੇ ਬੋਲ ਲਗਦੇ ਹਨ, ਕਿਉਂਕਿ ਸੱਤਵੇਂ ਮਨੂੰ ਵੇਲੇ, ਸਪਤ ਰਿਸ਼ੀਆਂ ਵਿੱਚ ਰਿਸ਼ੀ ਭ੍ਰਿਗੂ ਦਾ ਨਾਮ ਹੀ ਨਹੀਂ ਆਉਂਦਾ।*

(33) ਐ! ਉੱਤਮ ਜਾਤੀ ਦੇ (ਤਿੰਨੋ ਮੁੱਖ ਜਾਤੀਆਂ-ਬ੍ਰਾਹਮਣ, ਖੱਤਰੀ, ਵੈਸ਼) ਪਵਿੱਤਰ ਦਵਿੱਜ ਲੋਕੋ, ਬ੍ਰਹਮਾਂ ਵਲੋਂ ਪ੍ਰਗਟ ਕੀਤਾ, ਉਹ ਵਿਰਾਟ ਪੁਰਸ਼ ਜਿਸਨੂੰ ਘੋਰ ਤਪੱਸਿਆ ਕਰਕੇ ਸੰਸਾਰ ਦੀ ਸਿਰਜਨਾ ਅਤੇ ਪਸਾਰ ਕਰਨ ਲਈ ਪ੍ਰਗਟ ਕੀਤਾ ਗਿਆ, ਦਿਸ ਰਹੇ ਸੰਸਾਰ ਦਾ ਰਚੇਤਾ ਅਤੇ ਪਸਾਰ ਕਰਨ ਵਾਲਾ ਪਰਜਾਪਤੀ (ਸੁਯੰਭਵ ਮਨੂੰ ਦਾ ਸੱਤਵਾਂ ਅਵਤਾਰ, ਵੈਵਸਵਤ ਮਨੂੰ), ਮੈਂ ਹੀ ਹਾਂ।

(34) ਸ਼ੁਰੂ ਵਿੱਚ (ਪਿਹਲੀ ਸਿਰਜਣਾ ਵੇਲੇ), ਸਾਰੀ ਕਾਇਨਾਤ ਦਾ ਪਸਾਰਾ ਕਰਨ ਦੀ ਇੱਛਾ ਨਾਲ, ਮੈਂ ਪਹਿਲਾਂ ਬਹੁਤ ਕਠਨ ਤਪ ਕੀਤੇ ਅਤੇ ਦਸ ਮਹਾਂਰਿਸ਼ੀਆਂ (ਪਰਜਾ ਦੇ ਸੁਆਮੀ) ਦੀ ਸਿਰਜਣਾ ਕੀਤੀ ਜੋ ਇਸ ਸੰਸਾਰ ਨੂੰ ਹੋਰ ਅੱਗੇ ਤੋਰਨ ਵਾਲੇ ਬਣੇ।

(35) ਜਿਨ੍ਹਾਂ ਦੇ ਨਾਮ ਇਸ ਤਰਾਂ ਹਨ- ਮਾਰੀਚੀ, ਅਤਰੀ, ਅੰਗਿਰਾ, ਪੁਲਸਤਿ (ਪੁਲਸਤਿਯ), ਪੁਲਹ, ਕਰਤੂ (ਕਰਿਤੂ), ਪਰਾਚਿਤ, ਵਾਸਿਸ਼ਟ, ਭ੍ਰਿਗੂ, ਅਤੇ ਨਾਰਦ ।

(36) ਫਿਰ, ਉਨ੍ਹਾਂ ਦਸ ਮਹਾਂਰਿਸ਼ੀਆਂ ਨੇ ਸੱਤ ਹੋਰ ਮਹਾਨ ਤੇਜੱਸਵੀ ਪੁਰਸ਼ ਅਤੇ ਦੇਵਤੇ ਸਾਜੇ। ਅੱਗੇ ਉਨ੍ਹਾਂ ਨੇ ਸਹਾਇਕ ਦੇਵੀ ਦੇਵਤੇ ਅਤੇ ਬਹੁਤ ਕਰਨੀ ਵਾਲੇ ਵੱਖ-ਵੱਖ ਕਿਸਮ ਦੀਆਂ ਅਣਗਿਣਤ ਤਾਕਤਾਂ ਵਾਲੇ ਮਹਾਨ ਬਲੀ ਪੈਦਾ ਕਰਕੇ ਉਨ੍ਹਾਂ ਦੇ ਵਾਸ ਕਰਨ ਲਈ ਸਵਰਗ-ਲੋਕ ਬਣਾਏ।

ਉਨ੍ਹਾਂ ਦੇ ਨਾਮ ਇਸ ਤਰਾਂ ਹਨ, ਜਿਵੇਂ—

(37) **ਯਸ਼** (**ਯਕ੍ਸ਼,** ਮਾਇਆ ਦੇਵਤੇ ਦੇ ਸੇਵਕ, ਭੂਤ, ਸ਼ੈਤਾਨ ਆਦਿ), ਰਾਕਸ਼, ਗਣ, ਗੰਧਰਵ (ਦੇਵਤਿਆਂ ਨੂੰ ਸੰਗੀਤ ਸੁਨਾਉਣ ਵਾਲੇ), **ਅਪੱਛਰਾਂ** (ਗੰਧਰਵਾਂ ਦੀਆਂ ਸੋਹਣੀਆਂ ਨ੍ਰਿਤਕਾਰ ਔਰਤਾਂ), **ਸੁਰ, ਅਸੁਰ, ਦਿਆਲੂ ਦੇਵਤੇ, ਨਾਗ ਦੇਵਤਾ** (ਭੁਯੰਗ), **ਸੁਪਰਣਾ** (ਪੰਛੀ ਦੇਵਤੇ) ਤੇ ਕਈ ਤਰਾਂ ਦੇ **ਪਿੱਤਰ ਦੇਵਤਾਵਾਂ** ਦੀ ਸਿਰਜਣਾ ਕੀਤੀ।

MANUSMRITI 19

(38) ਬਿਜਲੀਆਂ ਦਾ ਚਮਕਣਾ, ਬੱਦਲ, ਬੱਦਲਾਂ ਦੀ ਗੜਗੜਾਹਟ, ਅਧੂਰੀਆਂ ਤੇ ਪੂਰੀਆਂ ਸਤਰੰਗੀ ਪੀਘਾਂ (**ਰੋਹਿਤ,** ਇੰਦਰ ਧਨੁੱਸ਼ ਆਦਿ), ਟੁੱਟਦੇ ਤਾਰੇ (ਅਲਕਾ), ਡਰਾਉਣੀਆਂ ਅਵਾਜ਼ਾਂ, ਧੂਮਕੇਸ (ਪੂਛਦਾਰ ਤਾਰਾ), ਤੇ ਤਰ੍ਹਾਂ ਤਰ੍ਹਾਂ ਦੀਆਂ ਸਵਰਗੀ ਲਿਸ਼ਕਾਂ ਵਾਲੇ ਤਾਰਿਆਂ ਨੂੰ ਬਣਾਇਆ (ਭਾਵ ਵਾਤਾਵਰਣ, ਵਾਯੂਮੰਡਲ ਨੂੰ ਬਣਾਇਆ)।

(39) ਫਿਰ, ਅਜੀਬ ਕਿਸਮ ਦੇ ਘੋੜ ਮੂੰਹੇ ਮਨੁੱਖ (ਕਿੰਨਰ ਅਤੇ ਨਰਦੇਹੀ), ਬੰਦਰ, ਮੱਛੀਆਂ, ਭਾਂਤ ਭਾਂਤ ਦੇ ਪੰਛੀ, ਪਸ਼ੂ, ਹਿਰਣ, ਮਨੁੱਖ, ਅਤੇ ਦੋ ਦੋ ਜੁਬਾੜਿਆਂ ਵਾਲੇ ਮਾਸਾਹਾਰੀ ਜਾਨਵਰ ਬਣਾਏ।

(40) ਕੀੜੇ ਮਕੌੜੇ, ਬੀਂਡੇ, ਮੱਕੜੀਆਂ, ਜੂੰਆਂ, ਸੁੰਡੀਆਂ, ਸਾਰੇ ਕੱਟਣ ਵੱਢਣ ਵਾਲੇ ਕੀੜੇ (ਖਟਮਲ) ਤੇ ਹੋਰ ਸਦਾ ਸਥਿਰ ਰਹਿਣ ਵਾਲੀਆਂ ਜੂਨਾਂ, ਦਰਖਤ ਅਤੇ ਬਨਸਪਤੀ ਆਦਿ ਪੈਦਾ ਕੀਤੇ।

(41) ਇਸ ਤਰਾਂ ਮੇਰੀ ਆਗਿਆ ਅਤੇ ਘੋਰ ਤਪੱਸਿਆ ਕਾਰਣ, ਮਰੀਚੀ ਅਤੇ ਬਾਕੀ ਮਹਾਂਰਿਸ਼ੀਆਂ ਰਾਹੀਂ, ਸ੍ਰਿਸ਼ਟੀ ਉੱਪਰ, ਸਭ ਚੱਲ ਤੇ ਅਚੱਲ ਜੀਵਾਂ ਦੀ ਰਚਨਾ ਹੋਈ।

(42) ਵੇਦਾਂ ਤੇ ਅਧਾਰਤ, ਸਾਰੇ ਮਨੁਵੰਤਰਾਂ ਸਮੇਂ, ਜਿਨ੍ਹਾਂ ਜੂਨਾਂ ਵਿੱਚ, ਜਿਹੜਾ ਜਿਹੜਾ ਕੰਮ ਅਤੇ ਕਿਰਿਆ, ਮਨੁੱਖਾਂ ਅਤੇ ਹੋਰ ਜੀਵਾਂ ਦੇ ਜੀਵਨ ਲਈ, ਜਿਸ ਤਰਤੀਬ ਨਾਲ ਨਿਸਚਿਤ ਕੀਤਾ ਗਿਆ, ਮੈਂ ਕਰਮਵਾਰ ਉਸਦਾ ਵਖਿਆਨ ਕਰਾਂਗਾ।

ਚਾਰ ਪ੍ਰਕਾਰ ਦੇ ਜੀਵ -

(43) ਦੋ ਜੁਬਾੜਿਆਂ ਵਾਲੇ ਸਾਰੇ ਅਹਿੰਸਕ ਪਸ਼ੂ, ਜਿਵੇਂ ਹਿਰਨ ਆਦਿ ਅਤੇ ਮਾਸ ਖੋਰੇ ਜਾਨਵਰ ਜਿਵੇਂ ਸ਼ੇਰ ਆਦਿ, ਰਾਕਸ਼, ਭੂਤ ਪ੍ਰੇਤ (ਪਿਸ਼ਾਚ) ਅਤੇ ਮਨੱਖਾਂ ਦਾ ਜਨਮ, ਯੋਨੀ ਤੋਂ ਹੋਵੇਗਾ (ਗਰਭ ਤੋਂ ਜੇਰ ਰਾਹੀਂ ਪੈਦਾ ਹੋਣ ਵਾਲੇ, **जरायु**)। ਉਨ੍ਹਾਂ ਨੂੰ 'ਜੇਰਜ' ਜੀਵ ਕਿਹਾ ਗਿਆ ਹੈ।

(44) ਪੰਛੀਆਂ, ਸੱਪਾਂ, ਮਗਰਮੱਛਾਂ, ਮੱਛੀਆਂ, ਕੱਛੂ ਕੁੰਮੇਂ ਤੇ ਉਨ੍ਹਾਂ ਵਰਗੇ ਧਰਤੀ ਅਤੇ ਪਾਣੀ ਵਿੱਚ ਰਹਿਣ ਵਾਲੇ ਜੀਵਾਂ ਦਾ ਜਨਮ ਅੰਡੇ ਤੋਂ ਹੋਵੇਗਾ। ਉਹ 'ਅੰਡਜ' ਜੀਵ ਕਹੇ ਜਾਣਗੇ।

(**45**) ਨਮੀ, ਹਵਾੜ੍ਹ, ਮੁੜ੍ਹਕਾ, ਸਿੱਲ, ਅਤੇ ਗਰਮੀ ਨਾਲ ਪੈਦਾ ਹੋਏ, ਕੱਟਣ ਤੇ ਡੰਗ ਮਾਰਣ ਵਾਲੇ ਸਾਰੇ ਜੀਅ, ਜਿਵੇਂ ਜੂੰਆਂ, ਮੱਖੀਆਂ, ਮੱਛਰ ਅਤੇ ਇਸ ਤਰਾਂ ਦੇ ਹੋਰ ਜੀਅ, ਸੇਤਜ (ਸਵੈਤਜ- ਹੁਮਸ ਤੋਂ ਪੈਦਾ ਹੋਣ ਵਾਲੇ, **स्वेदज**) ਕਹੇ ਜਾਣਗੇ।

(46) ਸਭ ਕਿਸਮਾਂ ਦੇ ਸਥਿਰ ਰਹਿਣ ਵਾਲੇ ਜੀਵ, ਜੋ ਬੀਜ ਜਾਂ ਦਾਬ ਤੋਂ ਧਰਤੀ ਨੂੰ ਪਾੜ ਕੇ ਉਗਦੇ ਹਨ, ਉਹ ਬਨਸਪਤੀ (**उद्भिज्ज**) ਅਤੇ ਬਾਕੀ ਹਰ ਸਾਲ ਆਪਣੇ ਆਪ ਉੱਗਣ ਵਾਲੇ ਪੌਦੇ, ਜੋ ਫੁੱਲ ਤੇ ਫਲ ਪੱਕਣ ਤੋਂ ਬਾਅਦ ਮਰ ਜਾਣ, ਉਹ ਜੜੀ-ਬੂਟੀ (**ओषधि,** ਔਸ਼ਧੀ) ਕਹੀ ਜਾਏਗੀ।

(47) ਜਿਨ੍ਹਾਂ ਪੌਦਿਆਂ ਨੂੰ, ਬਿਨਾਂ ਫੁੱਲ ਪੈਣ ਤੋਂ ਫ਼ਲ ਲਗਦਾ ਹੈ, ਉਹ ਬਨਸਪਤੀ ਕਹਾਉਂਦੀ ਹੈ ਅਤੇ ਜਿਨ੍ਹਾਂ ਪੌਦਿਆਂ ਨੂੰ ਫੁੱਲ ਤੇ ਫ਼ਲ ਦੋਵੇਂ ਇਕੱਠੇ (**उभयत**) ਲੱਗਣ, ਉਨ੍ਹਾਂ ਨੂੰ ਝਾੜੀਆਂ ਕਿਹਾ ਗਿਆ ਹੈ।

(48) ਝਾੜੀਦਾਰ ਅਤੇ ਝੁੰਡਾਂ (**गुलम**) ਵਾਲੇ ਪੌਦੇ, ਜਿਨ੍ਹਾਂ ਦੇ ਤਣੇ ਨਾ ਹੋਣ, ਜੜ੍ਹਾਂ ਵਿੱਚ ਗੁੱਛੇਦਾਰ ਫ਼ਲ ਲਗਦੇ ਹੋਣ, ਤਰ੍ਹਾਂ ਤਰ੍ਹਾਂ ਦੇ ਘਾਹ (ਨਦੀਨ, **तृण**) ਆਦਿ, ਵੇਲਾਂ ਵਾਂਗ ਧਰਤੀ ਤੇ ਫ਼ਲ ਲਗਦੇ ਹੋਣ, ਤਰ੍ਹਾਂ ਤਰ੍ਹਾਂ ਦੇ ਘਾਹ (ਨਦੀਨ, **तृण**) ਆਦਿ, ਵੇਲਾਂ ਵਾਂਗ ਧਰਤੀ ਤੇ ਵਿਛਣ ਵਾਲੇ, ਇਹ ਸਾਰੇ ਉਤਭੁਜ ਕਹੇ ਜਾਣਗੇ।

(49) ਸਾਰੇ ਪੌਦੇ ਅੰਤਰ-ਚੇਤਨਾ (ਅੰਦਰੂਨੀ ਚੇਤਨਾ ਵਾਲੇ ਸਥਾਵਰ ਜੀਵ) ਅਤੇ ਤਮੋਗੁਣਾਂ ਦੇ ਧਾਰਨੀ ਹੁੰਦੇ ਹਨ। ਦੁੱਖ-ਸੁੱਖ ਦਾ ਪਰਭਾਵ ਆਪਣੇ ਅੰਦਰ ਚੁੱਪ ਚਪੀਤੇ (ਬਾਹਰੀ ਕਿਰਿਆ ਕਰਨ ਤੋਂ ਸੱਖਣੇ ਹੋਣ ਕਰਕੇ) ਹੀ ਭੋਗਦੇ ਹਨ, ਜੋ ਉਨ੍ਹਾਂ ਦੇ ਪੂਰਬ ਜਨਮ ਦੇ ਬੁਰੇ ਕਰਮਾਂ ਦਾ ਫਲ ਹੈ।

(50) ਇਸ ਬ੍ਰਹਮੰਡ ਅੰਦਰ, ਬ੍ਰਹਮਾ ਤੋਂ ਲੈ ਕੇ ਛੋਟੀ ਤੋਂ ਛੋਟੀ ਹਸਤੀ ਦੇ ਵਿਕਾਸ ਦੀ ਕਿਰਿਆ ਦਾ ਅਕਲਪਿਤ ਤੱਥ (ਬੁੱਧੀ ਦੀ ਪਹੁੰਚ ਤੋਂ ਪਰੇ) ਅਤੇ ਇਸ ਨਾਸ਼ਵਾਨ (**चराचर**) ਰਚਨਾ ਵਿੱਚ, ਜਨਮ ਮਰਨ ਦੇ ਦੁੱਖਾਂ ਵਿੱਚੋਂ ਲੰਘਣ ਵਾਲੇ, ਸਾਰੇ ਚੱਲ ਅਤੇ ਅਚੱਲ ਜੀਵਾਂ (ਭਾਵ ਚਾਰੇ ਖਾਣੀਆਂ) ਦੀ ਉਤਪਤੀ ਅਤੇ ਗਤੀਆਂ ਦਾ ਵਖਿਆਨ, ਦੱਸ ਦਿੱਤਾ ਗਿਆ ਹੈ।

(51) ਇਸ ਤਰਾਂ ਉਹ ਬੇਅੰਤ ਤੇ ਬੇਪ੍ਰਵਾਹ ਪ੍ਰਮਾਤਮਾ, ਬਾਰ ਬਾਰ (**पुन**:**पुन**:) ਇਸ ਕਾਇਨਾਤ ਨੂੰ ਸਿਰਜਦਾ ਅਤੇ ਸਮੇਟਦਾ ਆਇਆ ਹੈ।

ਨੋਟ:- *ਇਸ ਸਲੋਕ ਤੋਂ ਸਾਫ ਜ਼ਾਹਿਰ ਹੈ ਕਿ ਸੱਤਵਾਂ ਮਨੂੰ (ਵੈਵਸਵਤ ਮਨੂੰ) ਹੀ ਸੰਸਾਰ ਦੇ ਵਾਰ ਵਾਰ ਉਤਪਨ ਹੋਣ ਬਾਰੇ, ਹਾਜ਼ਰ ਰਿਸ਼ੀਆਂ ਨੂੰ ਦੱਸ ਰਿਹਾ ਹੈ ਕਿ ਉਸਤੋਂ ਪਹਿਲਾਂ, ਛੇ ਵਾਰ ਐਸਾ ਹੋ ਚੁੱਕਾ ਹੈ)।*

(52) ਆਪਣੀ ਇੱਛਾ ਅਨੁਸਾਰ, ਜਿਤਨੀ ਦੇਰ ਉਹ ਪਰਮਈਸ਼ਵਰ ਆਪਣੀ ਜੋਤ ਨਾਲ, ਇਸ ਸੰਸਾਰ ਵਿੱਚ ਜਾਗਤ ਰੱਖਦਾ ਹੈ, ਉਤਨੀ ਦੇਰ ਇਸ ਸੰਸਾਰ ਦੀ ਹੋਂਦ ਕਾਇਮ ਰਹਿੰਦੀ ਹੈ ਅਤੇ ਜਿਉਂ ਹੀ ਉਹ ਆਪਣੀ ਜੋਤ ਨੂੰ ਇਸਤੋਂ ਵੱਖ ਕਰਦਾ ਹੈ, ਇਸ ਸੰਸਾਰ ਵਿੱਚ ਪਰਲੋ ਆ ਜਾਂਦੀ ਹੈ ਅਤੇ ਇਸ ਨੂੰ ਆਪਣੇ ਵਿੱਚ ਸਮੇਟ ਲੈਂਦਾ ਹੈ।

(53) ਜਦੋਂ ਉਹ ਆਪ, ਆਪਣੀ ਸ਼ਾਂਤ ਅਵਸਥਾ ਵਿੱਚ (ਭਾਵ-ਜਦੋਂ ਕਾਇਨਾਤ ਸਮੇਟ ਲੈਂਦਾ ਹੈ) ਹੁੰਦਾ ਹੈ, ਤਾਂ ਪ੍ਰਕਿਰਤੀ ਦੇ ਸਭ ਜੀਵਾਂ ਦੀਆਂ, ਆਪੋ ਆਪਣੀਆਂ ਨਿਸਚਿਤ ਸਰੀਰਕ ਕਿਰਿਆਵਾਂ ਰੁਕ ਜਾਂਦੀਆਂ ਹਨ ਅਤੇ ਨਾਲ ਹੀ ਮਨਾਂ ਦੀ ਗਤੀ ਵੀ ਰੁਕ (ਸੰਸਾਰ ਦੀ ਸੰਧਿਆ ਹੋ ਜਾਂਦੀ ਹੈ) ਜਾਂਦੀ ਹੈ।

(54) ਪਰ ਜਦੋਂ ਸਭ ਜੀਵ ਆਤਮਾਵਾਂ, ਸਰਬ ਵਿਆਪਕ ਪ੍ਰਮਾਤਮਾ ਵਿੱਚ ਸਮੋ ਕੇ ਡੂੰਘੀ ਨੀਂਦ ਅਤੇ ਅਚੇਤ ਅਵਸਥਾ ਵਿੱਚ ਪਹੁੰਚ ਜਾਂਦੀਆਂ ਹਨ, ਤਾਂ ਸਭ ਚੱਲ ਅਚੱਲ ਜੀਵਾਂ ਦੀਆਂ ਇੰਦਰੀਆਂ ਅਤੇ ਮਨਾਂ ਦੀ ਗਤੀ ਰੁਕ ਕੇ ਫਿਰ ਤੋਂ ਸੁੰਨ ਅਵਸਥਾ ਬਣ ਜਾਂਦੀ ਹੈ (ਭਾਵ-ਮਹਾਂ ਪਰਲੋ, ਪੂਰੀ ਤਬਾਹੀ)।

55) ਆਪਣੀ ਸੁੰਨ ਅਵਸਥਾ ਵਿੱਚ ਪ੍ਰਵੇਸ਼ ਕਰਨ ਮਗਰੋਂ, ਪ੍ਰਮਾਤਮਾ ਬੜੇ ਲੰਬੇ ਸਮੇਂ ਲਈ ਆਪਣੀ ਕਾਇਨਾਤ ਦੀ ਭੌਤਿਕ ਹੋਂਦ ਨਾਲ ਜੁੜਿਆ ਰਹਿੰਦਾ ਹੈ, ਪਰ ਆਪਣੀ ਜੋਤ ਨੂੰ ਵੱਖ ਕਰ ਲੈਣ ਕਾਰਣ, ਕੋਈ ਹਿਲਜੁਲ ਨਹੀਂ ਹੁੰਦੀ।।

(56) ਜਦੋਂ ਉਹ ਸੂਖਮ ਕਣਾਂ ਦਾ ਜਾਮਾਂ ਪਾ ਕੇ, ਫਿਰ ਸਥਿਰ ਜਾਂ ਅਸਥਿਰ ਜੀਵਾਂ ਵਿੱਚ ਜੋਤ ਰੂਪ ਹੋ ਕੇ ਪ੍ਰਵੇਸ਼ ਕਰਨ ਲੱਗਦਾ ਹੈ ਤਾਂ ਨਵੀਂ ਦ੍ਰਿਸ਼ਟਮਾਨ ਦੁਨੀਆਂ ਦਾ ਢਾਂਚਾ ਬਣਨਾ ਸ਼ੁਰੂ ਹੋ ਜਾਂਦਾ ਹੈ।

(57) ਇਸ ਤਰਾਂ ਉਹ ਅਬਿਨਾਸ਼ੀ ਪ੍ਰਮਾਤਮਾਂ ਆਪਣੀ ਇੱਛਾ ਮੁਤਾਬਿਕ, ਆਪਣੇ ਦੋਵੇਂ ਬਦਲਵੇਂ (ਪਸਰੇ ਤੇ ਸਮੇਟੇ ਹੋਏ) ਰੂਪਾਂ ਦੀ ਕਿਰਿਆ ਨਾਲ ਲਗਾਤਾਰ, ਮੁੜ ਮੁੜ ਵਿਚਰਦਾ ਰਹਿੰਦਾ ਹੈ।

(58) ਇਸ ਪਵਿੱਤਰ ਧਰਮ ਸ਼ਾਸਤ੍ਰ (ਮਨੂੰ ਸਮਿਤ੍ਰੀ) ਦੀ ਮਰਿਯਾਦਾ ਨੂੰ ਬਣਾ ਕੇ ਇਸਦੇ ਦੇ ਨਿਯਮਾਂ ਦਾ ਗਿਆਨ ਸਭ ਤੋਂ ਪਹਿਲਾਂ ਬ੍ਰਹਮਾ ਨੇ ਮੈਨੂੰ (ਸਯੰਭਵ ਮਨੂੰ) ਹੀ ਦਿੱਤਾ ਸੀ ਤੇ ਫਿਰ ਮੈਂ ਮਾਰੀਚੀ ਰਿਸ਼ੀ ਅਤੇ ਹੋਰ ਨੌਂ ਮਹਾਂ ਰਿਸ਼ੀਆਂ ਨੂੰ ਦਿੱਤਾ।

(59) ਇਸ ਤੋਂ ਬਾਅਦ ਕੁਲ ਮਿਲਾ ਕੇ ਸਾਰੇ ਧਰਮ ਸ਼ਾਸਤਰਾਂ ਦਾ ਗਿਆਨ, ਜੋ ਬ੍ਰਹਮਾਂ ਨੇ ਮੈਨੂੰ (ਸਯੰਭਵ ਮਨੂੰ) ਸਭ ਤੋਂ ਪਹਿਲਾਂ ਦਿੱਤਾ ਸੀ, ਉਹ ਮੈਂ, ਆਪਣੇ ਮਾਣਸ ਪੁੱਤਰ, ਰਿਸ਼ੀ ਭ੍ਰਿਗੂ ਜੀ ਨੂੰ ਸੁਣਾਇਆ ਅਤੇ ਅੱਗੇ ਸਾਰੇ ਰਿਸ਼ੀਆਂ ਨੂੰ ਸੁਣਾਉਣ ਦਾ ਹੁਕਮ ਕੀਤਾ।

(60) ਮਹਾਂਰਿਸ਼ੀ ਭ੍ਰਿਗੂ ਨੇ ਮੇਰੀ (ਸੁਯੰਭਵ ਮਨੂੰ ਦੀ) ਆਗਿਆ ਲੈ ਕੇ, ਆਪਣੇ ਹਿਰਦੇ ਦੀ ਖੁਸ਼ੀ ਪ੍ਰਗਟ ਕਰਦੇ ਹੋਏ, ਧਰਮ ਸ਼ਾਸਤ੍ਰਾਂ ਦਾ ਇਹ ਗਿਆਨ, ਸਭ ਰਿਸ਼ੀਆਂ (ਬ੍ਰਹਮਾ ਦੇ ਮਾਣਸ ਪੁੱਤਰ) ਨੂੰ ਸੁਣਾ ਦਿੱਤਾ। ***ਜਿਵੇਂ- ਅੱਗੇ ਇਸ ਪ੍ਰਸੰਗ ਦਾ ਨਵਾਂ ਵਿਸ਼ਾ ਸ਼ੁਰੂ ਹੁੰਦਾ ਹੈ।***

(61) "ਐ ਰਿਸ਼ੀ ਜਨੋ! ਮੇਰੇ (ਵੈਵਸਵਤ ਮਨੂੰ) ਤੋਂ ਪਹਿਲਾਂ , ਸੁਯੰਭੁਵ ਮਨੂੰ ਜੀ ਦੇ ਵੰਸ਼ ਵਿੱਚ, ਪੰਜ ਹੋਰ ਮਹਾਂ ਤੇਜਸਵੀ (ਤਾਕਤਵਰ. ਮਹਾਨ, **पराक्रमी**) ਮਨੂੰ ਹੋਏ ਹਨ ਜਿਨ੍ਹਾਂ ਨੇ ਆਪਣੇ ਆਪਣੇ ਕਾਲ (ਮਨਵੰਤਰ ਸਮੇਂ) ਵਿੱਚ ਸੰਸਾਰ ਦੇ ਜੀਵਾਂ ਅਤੇ ਜਾਤੀਆਂ (ਪਰਜਾਵਾਂ) ਦੀ ਸਿਰਜਣਾ ਕੀਤੀ। ਉਨ੍ਹਾਂ ਦੇ ਨਾਮ ਇਸ ਤਰਾਂ ਹਨ।

(62) (ੳ) ਸਵਾਰੋਚਿਸ਼ ਮਨੂੰ (**स्वारोचिष**), (ਅ) ਉੱਤਮ ਮਨੂੰ (ਔਤਮ **उत्तम**), (ੲ) ਤਾਮਸ ਮਨੂੰ (**तामस**), (ਸ) ਰੈਵਤ ਮਨੂੰ (**रैवत**), (ਹ) ਚਾਛੁਸ਼ ਮਨੂੰ (**चाक्षुष**)।

ਜਰੂਰੀ ਨੋਟ:- *ਉਪਰਲੇ ਦੋ ਸਲੋਕਾਂ ਤੋਂ ਸਾਫ ਜ਼ਾਹਿਰ ਹੈ ਕਿ ਇਹ ਗ੍ਰੰਥ ਸੱਤਵੇ ਮਨੂੰ ਵਲੋਂ, ਆਪਣੇ ਪਹਿਲੇ ਅਵਤਾਰ ਦੀ ਕਥਾ ਹੈ, ਜੋ ਉਸਨੇ ਆਪਣੇ ਸਾਮ੍ਹਣੇ ਬੈਠੇ ਰਿਸ਼ੀਆਂ ਦੇ ਪੁੱਛਣ ਤੇ ਸੁਣਾਈ ਸੀ। ਬਹੁਤੇ ਗ੍ਰੰਥਾਂ ਦੇ ਅਨੁਵਾਦਾਂ ਵਿੱਚ, ਮਨੂੰ ਦੇ ਕੁਲ 14 ਅਵਤਾਰਾਂ ਦਾ ਜ਼ਿਕਰ ਹੈ (ਚੱਲ ਰਹੇ ਮਨੁਵੰਤਰ ਦੇ ਸੱਤਵੇਂ 'ਵੈਵਸਵਤ ਮਨੂੰ' ਮਗਰੋਂ ਸੱਤ ਹੋਰ)। ਕਈਆਂ ਵਿੱਚ ਗਿਣਤੀ 19 ਤੋਂ ਭੀ ਵੱਧ ਹੈ। ਪਰ ਇਸ ਗ੍ਰੰਥ ਵਿੱਚ 14 ਮਨੂੰਆਂ ਦਾ ਜ਼ਿਕਰ ਹੈ.। ਸੱਤਵੇਂ 'ਵੈਵਸਵਤ ਮਨੂੰ' ਦਾ ਸਮਾਂ (ਵਰਤਮਾਨ) ਚੱਲ ਰਿਹਾ ਹੈ ਅਤੇ ਪੂਰਣ ਅੰਧਕਾਰ (ਪਰਲੋ) ਹੋਣ ਤੋਂ ਪਹਿਲਾਂ, ਆਉਣ ਵਾਲੇ ਸਮੇਂ ਵਿੱਚ, ਸੱਤ ਹੋਰ ਮਨੂੰ ਅਵਤਾਰਾਂ ਦਾ ਜ਼ਿਕਰ ਹੈ। ਬਹੁਤੇ ਮਨੂੰਆਂ ਦੇ ਕਾਲ ਵਿੱਚ ਸੰਸਾਰ ਨੂੰ ਅੱਗੇ ਤੋਰਨ ਵਾਲੇ ਰਿਸ਼ੀਆਂ ਦੇ ਕਈ ਨਾਮ ਭੀ ਮਿਲਦੇ ਜੁਲਦੇ ਪਰ ਵੱਖ ਵੱਖ ਅੱਖਰੀ ਜੋੜਾਂ ਵਾਲੇ ਹਨ। ਕੀ ਠੀਕ ਹੈ ਅਤੇ ਕੀ ਗਲਤ ਹੈ! ਲੇਖਕ ਨੂੰ ਪੂਰੀ ਜਾਣਕਾਰੀ ਕਿੱਧਰੋਂ ਭੀ ਨਹੀਂ ਮਿਲੀ। ਅੱਗੇ ਦਿੱਤੇ ਚਾਰਟ ਵਿੱਚ ਪਹਿਲੇ ਮਨੂੰ (ਸਯੰਭਵ ਮਨੂੰ) ਤੋਂ ਲੈ ਕੇ ਵਰਤਮਾਨ ਕਾਲ ਦੇ ਸੱਤਵੇਂ ਮਨੂੰ (ਵੈਵਸਵਤ ਮਨੂੰ) ਦੇ ਕਾਲ ਤੀਕਰ, ਉਨ੍ਹਾਂ ਦੇ ਸਪਤ ਰਿਸ਼ੀਆਂ ਅਤੇ ਹੋਰ ਮਾਣਸ ਪੁੱਤਰਾਂ ਦਾ ਵਿਸਥਾਰ ਹੈ, ਜੋ ਵਿਸ਼ਨੂੰ ਪੁਰਾਣ ਤੇ ਅਧਾਰਤ ਹੈ।* ***ਅਗਲਾ ਚਾਰਟ ਦੇਖੋ-***

ਸੁਯੰਭਵ ਮਨੂੰ	ਮਰੀਚੀ	ਅਤਰੀ	ਅੰਗਿਰਾ	ਪੁਲਸਤਿਯ	ਪੁਲਹ	ਕਰਿਤੂ	ਵਸਿਸ਼ਟ
ਸਵਰੋਚਿਸ਼ ਮਨੂੰ	ਊਜਰ	ਸਤੰਭ	ਪਰਾਣ	ਵਾਤ	ਪਰਿਸ਼ਭ	ਨਿਰਯ	ਪਰੀਵਾਨ
ਔਤਮੀ ਮਨੂੰ	ਕੌਕੂਨਿਧੀ	ਦਲਯ	ਸੰਖ	ਪ੍ਰਾਵਾਹਿਤ	ਮੀਤ	ਸਮਿਤ	ਕਰੁਨਿਧੀ
ਤਾਮਸ ਮਨੂੰ	ਜੋਤਿਰਧਾਮ	ਪਰਿਥੂ	ਕਾਵਿਯ	ਚੇਤਰ	ਅਗਨੀ	ਵਨਕ	ਪੀਵਰ
ਰੈਵਤ ਮਨੂੰ	ਰੈਨੁਮਾ	ਵੇਦਸ਼੍ਰੀ	ਉਰਧਵਾਹੂ	ਵੇਦਵਾਹੂ	ਪ੍ਰਜਨਯ	ਸਧਾਮਾ	ਮਹਾਮੁਨੀ
ਚਕਸ਼ੁਸ਼ਾ ਮਨੂੰ	ਸੁਮੇਧਾ	ਵਿਰਜਾ	ਹਵਿਸ਼ਮਾਨ	ਉਤਮ	ਮਧੂ	ਅਤਿਨਾਮਾ	ਸਹਿਸ਼ਣੂ
ਵੈਵਸਵਤ ਮਨੂੰ (ਵਰਤਮਾਨ)	ਕਸ਼ਪ	ਅਤਰੀ	ਵਸਿਸ਼ਟ	ਵਿਸ਼ਵਾਮਿਤ੍ਰ	ਗੌਤਮ	ਜਮਦਮਨੀ	ਭਰਦਵਾਜ

(63) ਇਹ ਸੱਤ ਵਡਿਆਉਣ ਯੋਗ (ਸਯੰਭਵ ਮਨੂੰ ਅਤੇ ਅਗਲੇ ਛੇ) ਤੇਜੱਸਵੀ ਮਨੂੰ, ਜਿਨ੍ਹਾਂ ਨੇ ਆਪਣੇ ਆਪਣੇ ਕਾਲ ਵਿੱਚ, ਸੰਸਾਰ ਦੇ ਸਾਰੇ ਚਰਾਚਰ (ਚਾਰੇ ਖਾਣੀਆਂ- ਅੰਡਜ, ਜੇਰਜ, ਸੇਤਜ, ਉਤਭੁਜ) ਪ੍ਰਾਣੀਆਂ ਦੀ ਰਚਨਾ ਰਚਕੇ ਪਾਲਣਾ ਕੀਤੀ।

ਨੋਟ:- *ਸੁਯੰਭਵ (ਸਵੈਂਭੂ,* ***ਸੁਯੰਭਵ, ਸ੍ਵਾਯਮ੍ਭੁ*** *) ਮਨੂੰ ਦੀ ਕੁਲ ਵਿਚ ਹੋਣ ਵਾਲੇ ਸਾਰੇ ਮਹੱਤਵਪੂਰਣ ਮਨੂੰਆਂ ਦੇ ਮਨਵੰਤਰ ਦਾ ਸਮਾਂ (ਦੁਨੀਆਂ ਬਨਾਉਣ ਤੋਂ ਪਰਲੋ ਤੀਕਰ), ਭਿੰਨ ਭਿੰਨ ਗ੍ਰੰਥਾਂ ਵਿੱਚ ਵੱਖ ਵੱਖ ਦਿੱਤਾ ਗਿਆ ਹੈ। ਭਾਵੇਂ ਬਹੁਤ ਸਾਰੇ ਹਿੰਦੂ ਗ੍ਰੰਥਾਂ ਵਿਚ, ਸਮੇਂ ਦੀ ਵੰਡ ਦਾ ਬਹੁਤ ਵੱਡੇ ਵਿਸਥਾਰ ਨਾਲ ਜ਼ਿਕਰ ਕੀਤਾ ਗਿਆ ਹੈ, ਪਰ ਅੱਗੇ, ਸਮੇਂ ਦੀ ਵੰਡ ਦਾ ਸੰਖੇਪ ਰੂਪ ਦਿੱਤਾ ਗਿਆ ਹੈ, ਜੋ ਇਸ 'ਮਨੂੰ ਸਿਮ੍ਰਤੀ' ਤੇ ਅਧਾਰਤ ਹੈ।*

ਆਦਿ ਕਾਲ ਦੇ ਸਮੇਂ ਦੀ ਵੰਡ -

(64) ਹੁਣ ਆਦਿ ਕਾਲ ਤੋਂ ਸਮੇਂ ਦੀ ਵੰਡ ਦਾ ਜ਼ਿਕਰ ਸੁਣੋ: - ਅੱਖ ਦੇ ਇੱਕ ਵਾਰ ਅੱਖ ਝਮਕਣ ਦਾ ਸਮਾਂ 'ਨਿਮਖ' ਕਹਿਲਾਉਂਦਾ ਹੈ। 18 ਨਿਮਖ ਦਾ ਇੱਕ ਕਾਸ਼ਟਾ, 30 ਕਾਸ਼ਟਾ ਦੀ ਇੱਕ ਕਲਾ, 30 ਕਲਾ ਦਾ ਇੱਕ ਮਹੂਰਤ, ਅਤੇ 30 ਮਹੂਰਤ ਦਾ ਇੱਕ ਦਿਨ ਅਤੇ ਇੱਕ ਰਾਤ (ਅਹੋਤਰ) ਬਣਦਾ ਹੈ।

(65) ਮਨੁੱਖਾਂ ਅਤੇ ਦੇਵਤਿਆਂ ਲਈ, ਦਿਨ ਅਤੇ ਰਾਤ (ਅਹੋਤਰ) ਦੇ ਸਮੇਂ ਦੀ ਵੰਡ, ਸੂਰਜ ਦੀ ਚਾਲ (ਚੜ੍ਹਨ ਅਤੇ ਡੁੱਬਣ) ਨਾਲ ਜੁੜੀ ਹੋਈ ਹੈ, ਸਭ ਪ੍ਰਾਣੀਆਂ ਲਈ ਰਾਤਾਂ ਅਰਾਮ ਕਰਨ ਲਈ ਅਤੇ ਦਿਨ ਕੰਮ-ਕਾਜ ਕਰਨ ਲਈ ਬਣੇ ਹਨ।

ਨੋਟ:- ਅੱਗੇ, ਸਮੇਂ ਦੀ ਵੰਡ ਦਾ ਕੁਝ ਹੋਰ ਵਿਸਥਾਰ ਦਿੱਤਾ ਗਿਆ ਹੈ

ਬ੍ਰਹਮਾ ਦੇ ਪ੍ਰਗਟ ਹੋਣ ਤੋਂ ਸਮਾਈ ਤੀਕਰ ਦਾ ਕੁਲ ਸਮਾਂ:-

(ਸਾਰੇ ਮਨਵੰਤਰਾਂ ਦਾ ਕੁਲ ਸਮਾਂ)

(66) ਮਨੁੱਖਾਂ ਦਾ ਇੱਕ ਮਹੀਨਾ, ਪਿੱਤਰਾਂ ਦੇ ਇੱਕ ਦਿਨ+ਰਾਤ ਦੇ ਬਰਾਬਰ ਹੁੰਦਾ ਹੈ। ਹਿੰਦੂ ਗ੍ਰੰਥਾਂ ਵਿੱਚ ਸਮੇਂ ਦੀ ਵੰਡ ਚੰਦਰਮਾਂ ਦੇ ਚੌਦਾਂ-ਚੌਦਾਂ ਦਿਨਾਂ ਦੀ ਚਾਲ ਤੇ ਅਧਾਰਤ ਹੈ। ਪਹਿਲੇ ਚੌਦਾਂ ਦਿੰਨ ਪਿੱਤਰਾਂ ਦੇ ਸਰਗਰਮ ਰਹਿਣ ਦੇ ਅਤੇ ਅਗਲੇ ਚੌਦਾਂ ਦਿਨ ਉਨ੍ਹਾਂ ਦੇ ਸੌਣ ਦੇ ਗਿਣੇ ਜਾਂਦੇ ਹਨ।

(67) ਦੇਵਤਿਆਂ ਦਾ ਇੱਕ ਦਿੰਨ ਤੇ ਰਾਤ, ਮਨੁੱਖਾਂ ਦੇ ਇੱਕ ਸਾਲ ਦੇ ਬਰਾਬਰ ਹੁੰਦਾ ਹੈ, ਜਿਸ ਦੀ ਵੰਡ ਇਸ ਤਰਾਂ ਹੈ:- ਅੱਧਾ ਸਾਲ ਜਦੋਂ ਸੂਰਜ ਉੱਤਰ ਵੱਲ ਨੂੰ ਵਧਦਾ ਹੈ ਤਾਂ ਦੇਵਿਤਿਆਂ ਦਾ ਦਿਨ ਅਤੇ ਅੱਧਾ ਸਾਲ ਜਦੋਂ ਉਹ ਦੱਖਣ ਵੱਲ ਵਧਦਾ ਹੈ ਤਾਂ ਦੇਵਤਿਆਂ ਲਈ ਰਾਤ ਹੁੰਦੀ ਹੈ।ਪਰ ਪਿੱਤਰ ਲੋਕ ਦਾ ਦਿਨ ਤੇ ਰਾਤ, ਚੰਦਰਮਾ ਦੇ ਚੜ੍ਹਦੇ ਅਤੇ ਲਹਿੰਦੇ ਪੱਖ ਨਾਲ ਸਬੰਧਿਤ ਹੈ (ਕਿਉਂਕਿ ਚੰਦਰਮਾ ਨੂੰ ਧਰਤੀ ਦੀ ਪ੍ਰਕਿਰਮਾ ਕਰਨ ਵਿੱਚ ਇੱਕ ਮਹੀਨਾ (ਦੇਸੀ ਮਹੀਨੇ ਦੇ 28 ਦਿਨ) ਲਗਦਾ ਹੈ।

(68) ਹੁਣ ਬ੍ਰਹਮਾ ਦਾ ਰਾਤ-ਦਿਨ ਅਤੇ ਚਾਰੇ ਯੁਗਾਂ ਦੀ ਗਿਣਤੀ (ਸਤਿਯੁਗ, ਤਰੇਤਾ, ਦੁਆਪਰ, ਅਤੇ ਕਲਯੁਗ) ਅਤੇ ਇਸਦੇ ਪ੍ਰਮਾਣ ਬਾਰੇ ਤਰਤੀਬਵਾਰ ਸੁਣੋ -

ਅੱਜ ਦੀ ਗਿਣਤੀ (ਮਨੁੱਖੀ ਸਾਲ) ਦੇ ਮੁਤਾਬਿਕ, ਬ੍ਰਹਮਾਂ ਦਾ ਕੁਲ ਸਮਾਂ (14 ਮਨਵੰਤਰ+15 ਸੰਧਿਆ) **3,11,040,000,000,000 ਸਾਲ ਜਾਂ = 311.04 ਖਰਬ ਸਾਲ ਹੈ।**

ਨੋਟ:- *ਭਾਵੇਂ ਇਹ ਸਮਾਂ ਮਨੁੱਖੀ ਕਲਪਣਾ ਤੋਂ ਪਰ੍ਹੇ ਦੀ ਗੱਲ ਹੈ, ਪਰ ਲੇਖਕ ਵਲੋਂ ਬਣਾਏ ਅਗਲੇ ਪੰਨੇ ਵਿੱਚ ਦਿੱਤੇ ਚਾਰਟ (ਹੇਠਾਂ ਤੋਂ ਉਪਰ) ਨੂੰ ਧਿਆਨ ਨਾਲ ਪੜ੍ਹ ਕੇ, ਪਾਠਕ ਇਸ ਬਾਰੇ ਹੋਰ ਜਾਣਕਾਰੀ ਲੈ ਸਕਦੇ ਹਨ।*

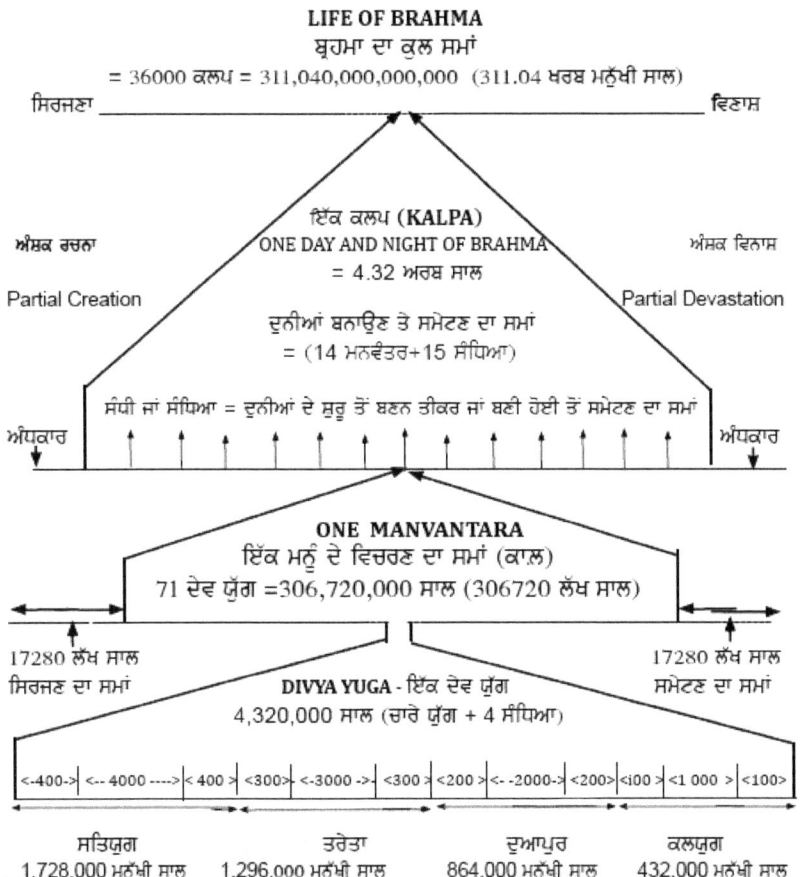

(69) ਸਤਿਯੁਗ ਦਾ ਸਮਾਂ (ਕ੍ਰੀਤਾ ਯੁਗ) ਦੇਵਤਿਆਂ ਦੇ 4000 ਹਜ਼ਾਰ ਸਾਲ ਦਾ ਹੈ। ਮਨੁੱਖਾਂ ਦੀ ਉਮਰ ਦੇ 360 ਸਾਲ, ਦੇਵਤਿਆਂ ਦੀ ਉਮਰ ਦੇ ਇੱਕ ਸਾਲ ਬਰਾਬਰ ਹੈ। ਸਤਿਯੁਗ ਦੀ ਸ਼ੁਰੂਆਤ ਤੋਂ ਪੂਰਨ ਵਿਕਾਸ ਤੀਕਰ ਦੇਵਤਿਆਂ ਦੇ 400 ਸਾਲ ਅਤੇ ਯੁੱਗ ਦੇ ਬੀਤ ਜਾਣ ਤੋਂ ਪੂਰਣ ਸਮਾਈ ਹੋਣ ਤੀਕਰ ਦੇਵਤਿਆਂ ਦੇ 400 ਸਾਲ ਦਾ ਸਮਾਂ ਲਗਦਾ ਹੈ।ਇਸ ਲਈ ਸਤਿਯੁਗ ਦਾ ਕੁਲ ਸਮਾਂ ਦੇਵਤਿਆਂ ਦੇ 400+4000+400=4800 ਸਾਲ ਹੈ ਜੋ ਮੁਨੁੱਖਾਂ ਦੇ 4800×360=17,28000 ਸਾਲਾਂ (ਸਤਾਰਾਂ ਲੱਖ ਅਠਾਈ ਹਜ਼ਾਰ ਮਨੁੱਖੀ ਸਾਲ) ਦੇ ਬਰਾਬਰ ਬਣਦਾ ਹੈ।

(70) ਬਾਕੀ ਤਿੰਨੋ (ਤ੍ਰੇਤਾ, ਦੁਆਪਰ, ਤੇ ਕਲਯੁਗ) ਯੁਗਾਂ ਵਿੱਚ ਸਾਲਾਂ ਦੀ ਕੁਲ ਸੰਖਿਆ ਕਰਮਵਾਰ 1200 ਸਾਲ ਘਟਦੀ ਜਾਂਦੀ ਹੈ। ਜਿਵੇਂ-

ਤਰੇਤਾ ਯੁੱਗ ਦਾ ਕੁਲ ਸਮਾਂ 3600×360=12,96000 (ਬਾਰਾਂ ਲੱਖ ਛਿਆਨਵੇਂ ਹਜਾਰ ਮਨੁੱਖੀ ਸਾਲ)।

ਦੁਆਪਰ ਯੁੱਗ ਦਾ ਕੁਲ ਸਮਾਂ 2400×360=8,64000 (ਅੱਠ ਲੱਖ ਚੌਂਟ ਹਜਾਰ) ਮਨੁੱਖੀ ਸਾਲ।

ਕਲਯੁਗ ਦਾ ਕੁਲ ਸਮਾਂ 1200×360=4,32000 (ਚਾਰ ਲੱਖ ਬੱਤੀ ਹਜਾਰ ਸਾਲ) ਮਨੁੱਖੀ ਸਾਲਾਂ ਦਾ ਗਿਣਿਆ ਗਿਆ ਹੈ।

(71) ਕੁਲ ਮਿਲਾ ਕੇ ਚਾਰ ਯੁੱਗਾਂ ਦਾ ਕੁਲ ਸਮਾਂ (= ਇੱਕ ਮਨਵੰਤਰ), ਦੇਵਤਿਆਂ ਦੇ 12000 ਸਾਲ ਜਾਂ ਮਨੁੱਖਾਂ ਦੇ 12000×360 = 43,20,000 (ਤਰਤਾਲੀ ਲੱਖ ਵੀਹ ਹਜ਼ਾਰ) ਮਨੁੱਖੀ ਸਾਲ ਹੈ, ਜੋ ਦੇਵਤਿਆਂ ਦਾ ਇੱਕ ਦੇਵ ਯੁੱਗ ਦਾ ਸਮਾਂ ਬਣਦਾ ਹੈ।

ਚਾਰ ਯੁੱਗਾਂ ਦੇ ਸਾਲਾਂ ਦਾ ਵੇਰਵਾ –

(72) ਦਸ ਹਜ਼ਾਰ ਦੇਵ ਵਰਸ਼ (ਦੇਵਤਿਆ ਦੇ ਸਾਲ) + ਦੋ ਹਜ਼ਾਰ ਸਿਰਜਣ ਅਤੇ ਸਮੇਟਣ ਦਾ ਕੁਲ ਸਮਾਂ ਮਿਲਾ ਕੇ, ਚਾਰ ਯੁੱਗਾਂ ਦੇ ਵਿਚਰਣ ਦਾ ਸਮਾਂ ਬਣਦਾ ਹੈ। ਉਸਨੂੰ ਮਨੁੱਖਾਂ ਦੀ ਉਮਰ ਦੇ ਸਾਲਾਂ ਦੀ ਗਿਣਤੀ ਵਿੱਚ ਬਦਲਣ ਲਈ ਹੇਠ ਦਿੱਤੀ ਵਿਧੀ ਰਾਹੀਂ ਸਮਝਿਆ ਜਾ ਸਕਦਾ ਹੈ।ਜਿਸਦਾ ਵੇਰਵਾ ਇਸ ਤਰਾਂ ਹੈ।

ਯੁੱਗ ਦਾ ਨਾਮ ↓	ਦੇਵਤਿਆਂ ਦੇ ਸਾਲਾਂ ਦਾ ਸਮਾਂ ↓	+ਯੁੱਗ ਸ਼ੁਰੂ ਹੋਣ ਤੋਂ ਪਹਿਲਾਂ ਦੇ ਸਾਲ ↓	+ਯੁੱਗ ਮੁੱਕਣ ਤੋਂ ਸਮੇਟਣ ਦਾ ਸਮਾਂ ↓	= ਇੱਕ ਯੁੱਗ ਦਾ ਕੁਲ ਸਮਾਂ ↓	ਦੇਵਤਿਆਂ ਦਾ ਇੱਕ ਸਾਲ =360 ਮਨੁੱਖੀ ਸਾਲ ↓	ਕੁਲ ਮਨੁੱਖੀ ਸਾਲ ↓
ਸਤਿਯੁਗ	(4000	+ 400	+ 400)	= 4800	×360	=1.728,000
ਤਰੇਤਾ	(3000	+300	+ 300)	= 3600	×360	=1,296,000
ਦੁਆਪਰ	(2000	+ 200	+ 200)	= 2400	×360	= 864,000
ਕਲਯੁਗ	(1000	+100	+100)	= 1200	×360	= 4,32,000

ਚਾਰ ਯੁੱਗਾਂ ਦਾ ਕੁਲ ਸਮਾਂ = (17,28,000 +12,96,000 +8,64,000 +4,32000) = 4,320,000 (ਚਾਰ ਮਿਲੀਅਨ ਤਿੰਨ ਲੱਖ ਵੀਹ ਹਜ਼ਾਰ ਮਨੁੱਖੀ ਸਾਲ)

ਨੋਟ:– *ਸਮੇਂ ਦੀ ਗਿਣਤੀ ਰੱਖਣ ਵਾਲੇ ਮਾਹਰਾਂ ਮੁਤਾਬਿਕ, ਅੱਜ, ਫਰਵਰੀ 17/2020 ਤੀਕਰ ਕਲਯੁਗ ਦੇ 5121 ਸਾਲ ਬੀਤ ਚੁੱਕੇ ਹਨ ਅਤੇ ਕਲਯੁੱਗ ਦੀ ਕੁਲ ਉਮਰ (4,32000) ਵਿੱਚੋਂ 4,26879 ਸਾਲ ਬਚਦੇ ਹਨ। ਕਲਯੁਗ ਦੀ ਸ਼ੁਰੂਆਤ ਈਸਾ ਤੋਂ 3102 ਸਾਲ ਪਹਿਲਾਂ ਹੋਈ ਦੱਸੀ ਜਾਂਦੀ ਹੈ, ਜਦੋਂ ਕ੍ਰਿਸ਼ਨ ਜੀ ਨੇ ਸੰਸਾਰ ਨੂੰ ਤਿਆਗਿਆ।*

(73) ਪਾਰਬ੍ਰਹਮ ਦੇ ਇੱਕ ਦਿਨ ਦੇ ਬਰਾਬਰ ਬ੍ਰਹਮਾ ਦੇ ਹਜ਼ਾਰ ਯੁੱਗ ਅਤੇ ਉਤਨੇ ਯੁੱਗਾਂ ਦੀ ਰਾਤ ਹੁੰਦੀ ਹੈ। ਰਾਤ ਅਤੇ ਦਿਨ ਦੀ ਧਾਰਣਾ ਨੂੰ ਸਮਝਣ ਵਾਲੇ ਬੁੱਧੀਮਾਨ ਲੋਕਾਂ ਦਾ ਮੰਨਣਾ ਹੈ ਕਿ ਬ੍ਰਹਮਾ ਦਾ ਇੱਕ ਦਿਨ (ਦੁਨੀਆਂ ਸਾਜਣ ਦਾ ਸਮਾਂ) ਦੇਵਤਿਆਂ ਦੇ ਇੱਕ ਹਜ਼ਾਰ ਯੁੱਗ ਬੀਤ ਜਾਣ ਦੇ ਬਰਾਬਰ ਹੁੰਦਾ ਹੈ ਅਤੇ ਏਨੀ ਹੀ ਲੰਬੀ ਰਾਤ ਹੁੰਦੀ ਹੈ।

ਨੋਟ:– *ਕਿਹਾ ਜਾ ਰਿਹਾ ਹੈ ਕਿ, ਇਸ ਧਰਤੀ ਅਤੇ ਵੇਦਾਂ ਨੂੰ ਹੋਂਦ ਵਿੱਚ ਆਇਆਂ ਇਕ ਅਰਬ, ਛਿਆਨਵੇਂ ਕਰੋੜ, ਅੱਠ ਲੱਖ, ਤ੍ਰਿਵੰਜਾ ਹਜ਼ਾਰ, ਵੀਹ ਸਾਲ ਹੋ ਚੁੱਕੇ ਹਨ ਅਤੇ ਇਸ ਗਿਣਤੀ ਮਿਣਤੀ ਨੂੰ ਹੋਰ ਭੀ ਬਹੁਤ ਤਰੀਕਿਆਂ ਨਾਲ ਵਖਿਆਨਿਆ ਗਿਆ ਹੈ। ਪਾਠਕ ਆਪ ਹੀ ਵਿਚਾਰ ਲੈਣ ਕਿ ਇਸ ਗਿਣਤੀ ਮਿਣਤੀ ਦਾ ਮਨੁੱਖਤਾ ਨਾਲ ਕੀ ਲੈਣ ਦੇਣ ਹੈ।*

(74) ਬ੍ਰਹਮਾਂ (**ਬ੍ਰਹਮਾ**) ਦਾ ਜਾਗਣਾ ਅਤੇ ਸੌਣਾ (ਅਹੋਤਰ, ਦਿਨ ਅਤੇ ਰਾਤ) ਸੰਸਾਰ ਦਾ ਘੜਨਾ ਅਤੇ ਸਮੇਟਣਾ ਹੈ। ਹਰ ਵਾਰ ਦੇ ਜਾਗਣ ਸਮੇਂ, ਉਹ ਆਪਣੇ ਸੰਕਲਪ-ਵਿਕਲਪ (ਦੁਬਿਧਾ) ਵਾਲੇ

ਸੁਭਾਅ ਵਿੱਚ ਵਿਚਰਣ ਵਾਲੇ 'ਮਨ' ਨਾਮਕ ਮਹਾਂਤੱਤ (ਜੋ ਹੋਂਦ ਅਤੇ ਗੈਰ-ਹੋਂਦ, ਕਾਰਣ ਰੂਪ ਵਿੱਚ ਹਾਜ਼ਰ ਅਤੇ ਕਰਤਾ ਰੂਪ ਵਿੱਚ ਅਦਿੱਖ ਹੋਣ ਕਰਕੇ) ਕਰਕੇ, ਕੁਦਰਤ ਰਚਣ ਦੀ ਕਿਰਿਆ ਸ਼ੁਰੂ ਕਰਨ ਲਈ ਪ੍ਰੇਰਤ ਕਰਦਾ ਹੈ।

(75) ਇਸ ਤਰਾਂ, ਬ੍ਰਹਮਾਂ, ਆਪਣੀ ਹੋਂਦ ਦਾ ਪਸਾਰ ਕਰਨ (ਸੰਸਾਰ ਰਚਨਾ) ਦੀ ਇੱਛਾ ਨਾਲ ਪ੍ਰਗਟ ਕੀਤੇ ਮਹਾਂ ਤੱਤ, 'ਮਨ' ਦੇ ਵਿਕਾਰੀ ਅੰਸ਼ ('ਹਉਮੈਂ'-ਮੈਂ ਹਾਂ, ਅੰਹਕਾਰ, ਵੱਖਰੀ ਹੋਂਦ ਦਾ ਪਰਗਟਾਵਾ) ਰਾਹੀਂ, ਬਾਰ ਬਾਰ ਸ੍ਰਿਸ਼ਟੀ ਦੀ ਉਤਪਤੀ, ਅਤੇ ਵਿਨਾਸ਼ ਹੋਣ ਵਾਲੇ ਬ੍ਰਹਮੰਡ ਵਿੱਚ ਸਭ ਤੋਂ ਪਹਿਲਾਂ **ਅਕਾਸ਼** ਉਤਪਨ ਕਰਦਾ ਹੈ, ਜਿਸਦੇ ਪਹਿਲੇ ਗੁਣ ਨੂੰ 'ਸ਼ਬਦ' (ਧੁਨੀ) ਕਿਹਾ ਗਿਆ ਹੈ।

ਨੋਟ:- *ਜੀਵਾਂ ਵਿੱਚ ਭੀ ਪ੍ਰਮਾਤਮਾ ਦੇ ਮਹਾਨ ਅੰਸ਼, 'ਮਨ' ਦੇ ਵਿਕਾਰੀ ਸੁਭਾਅ ਦੀਆਂ ਪੰਜਾਂ ਅਲਾਮਤਾਂ ਵਿੱਚੋਂ ਪ੍ਰਮੁੱਖ, 'ਹਉਮੈਂ (ਮੈਂ ਹਾਂ, ਅੰਹਕਾਰ, ਵੱਖਰੀ ਹੋਂਦ ਦਾ ਅਹਿਸਾਸ) ਹੀ ਕਹੀ ਗਈ ਹੈ। ਆਮ ਕਰਕੇ ਮਨ ਦੇ ਪੰਜ ਵਿਕਾਰ ਗਿਣੇ ਗਏ ਹਨ ਜਿਵੇਂ- ਕਾਮ, ਕਰੋਧ, ਲੋਭ, ਮੋਹੁ ਅਤੇ ਅਹੰਕਾਰ।*

(76) ਅਕਾਸ਼ ਦੇ ਬਦਲਵੇਂ ਰੂਪ (**विकारोत्पादन**) ਵਿੱਚੋਂ ਪੈਦਾ ਹੋਏ ਸ਼ਬਦ ਦੀ ਗੂੰਜ ਨਾਲ, ਸਾਰੇ ਬ੍ਰਹਮੰਡ ਨੂੰ ਜੀਵਨ ਅਤੇ ਚੰਗੀ-ਮਾੜੀ ਗੰਧ (ਖੁਸ਼ਬੂ ਅਤੇ ਬਦਬੂ) ਦਾ ਗਿਆਨ ਦੇਣ ਵਾਲੀ ਹਵਾ ਪ੍ਰਗਟ ਹੋਈ ਜਿਸਦਾ ਗੁਣ, **'ਸ਼ੋਹ'** (ਸਪ੍ਰਸ਼) ਕਿਹਾ ਗਿਆ ਹੈ।

(77) ਹਵਾ ਦੇ ਵਿਕਾਰੀ ਸੁਭਾਅ (ਬਦਲਵੇਂ ਰੂਪ) ਤੋਂ, ਹਨੇਰਾ (**अन्धकार**) ਦੂਰ ਕਰਨ ਵਾਲੀ ਰੌਸ਼ਨੀ ਅਤੇ ਤਪਸ਼ ਦੇਣ ਵਾਲੀ ਅਗਨ ਪਰਗਟ ਹੋਈ, ਜਿਸਦਾ ਗੁਣ, **'ਰੂਪ'** ਕਿਹਾ ਗਿਆ। ਭਾਵ ਸਾਰੇ ਹੀ ਰੰਗ ਇਸ ਵਿੱਚ ਸਮਾਏ ਹੋਏ ਹਨ।

(78) ਰੌਸ਼ਨੀ ਅਤੇ ਪਹਿਲੇ ਬਣੇ ਤੱਤਾਂ ਦੇ ਬਦਲਵੇਂ ਰੂਪ ਤੋਂ, **'ਸਵਾਦ'** ਦੀ ਗੁਣਵੰਤਾ ਨਾਲ ਭਰਪੂਰ **'ਜਲ'** ਪਰਗਟ ਹੋਇਆ, ਜਿਸਦਾ ਗੁਣ 'ਰਸ' ਕਿਹਾ ਗਿਆ ਹੈ ਅਤੇ ਉਪਰੋਕਤ ਸਾਰੇ ਤੱਤਾਂ ਦੇ ਸੁਮੇਲ ਤੋਂ ਪ੍ਰਿਥਵੀ ਬਣੀ, ਜਿਸ ਵਿੱਚ ਸਾਰੇ ਗੁਣ ਸਮਾਏ ਹੋਏ ਹਨ। ਬ੍ਰਹਮੰਡ ਦੇ ਸ਼ੁਰੂ ਹੋਣ ਤੋਂ ਰੂਪਮਾਨ ਹੋਣ ਤੀਕਰ, ਹਰ ਬਾਰ, ਏਹੋ ਵਰਤਾਰਾ (phenomenon) ਚੱਲਦਾ ਆਇਆ ਹੈ।

ਨੋਟ:- *ਉਪਰਲੇ ਕੁਝ ਸਲੋਕ ਪਹਿਲਾਂ ਆਏ ਵਿਚਾਰਾਂ ਦੇ ਵਿਪਰੀਤ ਹਨ, ਕਿਉਂਕਿ ਪਹਿਲਾਂ ਆਏ ਸਲੋਕਾਂ ਵਿੱਚ ਸੰਸਾਰ ਦਾ ਕਰਤਾ (ਬ੍ਰਹਮਾ), ਪੈਦਾ ਹੀ ਪਾਣੀ ਵਿੱਚੋਂ ਹੋਇਆ ਹੈ!*

(79) ਦੇਵਤਿਆਂ ਦਾ ਇੱਕ ਯੁੱਗ, ਦੇਵਤਿਆਂ ਦੇ 12000 ਸਾਲਾਂ (**दिव्य वर्षो**) ਦਾ ਗਿਣਿਆ ਜਾਂਦਾ ਹੈ ਅਤੇ ਐਸੇ 71 ਯੁਗਾਂ ਨੂੰ (8,52,000 ਸਾਲਾਂ ਨੂੰ), ਇੱਕ ਮਨੂੰ ਦੇ ਵਿਚਰਨ ਦਾ ਸਮਾਂ (ਮਨੂੰ ਦਾ ਕਾਲ, ਮਨੁਵਵੰਤਰ) ਕਿਹਾ ਜਾਂਦਾ ਹੈ, ਜੋ ਇਸ ਪ੍ਰਕਿਰਤੀ ਦਾ ਚਾਲਕ ਕਿਹਾ ਗਿਆ ਹੈ।

(80) ਬਾਰ ਬਾਰ ਸ੍ਰਿਸ਼ਟੀ ਨੂੰ ਘੜਨਾ ਅਤੇ ਢਾਉਣਾ, ਉਸ ਪ੍ਰਮਈਸ਼ਵਰ ਦੀ ਆਪਣੀ ਮੌਜ ਹੈ। ਆਉਣ ਵਾਲੇ ਸਮੇਂ ਵਿੱਚ, ਮਨੁਵੰਤਰਾਂ ਦਾ ਸਮਾਂ ਅਤੇ ਗਿਣਤੀ ਕੀ ਹੋਵੇਗੀ, ਇਹ ਕੁਝ ਕਹਿਣ ਤੋਂ ਬਾਹਰ ਹੈ, ਕਿਉਂਕਿ ਇਹ ਬ੍ਰਹਮਾ ਨੂੰ ਪ੍ਰਮਾਤਮਾ ਵਲੋਂ ਮਿਲੇ ਹੁਕਮ ਦੀ ਹੀ ਖੇਡ੍ਹ ਹੈ।

(81) ਸਤਿਯੁਗ ਵਿੱਚ ਧਰਮ ਆਪਣੇ ਚਾਰੇ ਥੰਮਾਂ (ਧਰਮ ਦੇ ਚਾਰ ਪੈਰ- ਪਵਿੱਤਰਤਾ, ਦਇਆ, ਇਮਾਨਦਾਰੀ ਅਤੇ ਸੱਚ) ਤੇ ਪੂਰੀ ਤਰਾਂ ਸਥਿਰਤਾ ਵਿੱਚ ਸੀ ਅਤੇ ਹਰ ਸਮੇਂ ਸੱਚ ਹੀ ਪੂਰਾ ਭਾਰੂ ਸੀ ਕਿਉਂਕਿ ਝੂਠ ਦੀ ਹੋਂਦ ਹੀ ਨਹੀਂ ਸੀ।

(82) ਅਗਲੇ ਤਿੰਨਾ ਯੁਗਾਂ ਵਿੱਚ, ਚੋਰੀ, ਝੂਠ, ਅਤੇ ਮਾਇਆ ਦੇ ਪ੍ਰਵਾਭ ਕਾਰਣ ਧਰਮ ਦੇ ਥੰਮ ਇੱਕ ਇੱਕ ਕਰਕੇ ਖਿਸਕਦੇ ਗਏ ਅਤੇ ਸੱਚ ਇੱਕ ਚੁਥਾਈ ਹੀ ਰਹਿ ਗਿਆ।

(83) ਸਤਿਯੁਗ ਦਾ ਮਨੁੱਖ, ਪੂਰਣ ਰੂਪ ਵਿੱਚ ਸਭ ਰੋਗਾਂ ਤੋਂ ਰਹਿਤ ਸੀ, ਅਤੇ ਚਾਰ ਸੌ ਸਾਲ ਦੀ ਉਮਰ ਤੱਕ ਤੰਦਰੁਸਤ ਰਹਿ ਕੇ ਸਭ ਕੁਝ ਕਰਨ ਦੇ ਸਮਰੱਥ ਸੀ। ਉਸਦੀ ਉਮਰ ਅਉਣ ਵਾਲੇ ਯੁਗਾਂ ਵਿੱਚ ਹਰ ਵਾਰ ਇੱਕ ਚੁਥਾਈ ਘਟਦੀ ਗਈ।

(84) ਵੇਦਾਂ ਦੇ ਵਖਿਆਨ ਮੁਤਾਬਿਕ, ਜੀਵਾਂ ਦੀ ਨਿਸਚਤ ਉਮਰ, ਅਤੇ ਕੀਤੇ ਹੋਏ ਕਰਮਾਂ ਦੇ ਬਦਲੇ ਮਿਲੇ ਵਰ ਅਤੇ ਸਰਾਪ, ਹਰ ਯੁੱਗ ਵਿੱਚ ਵੱਖੋ ਵੱਖਰੇ ਰਹੇ ਹਨ।

(85) ਸਤਿਯੁਗ ਤੋਂ ਤਰੇਤਾ, ਤਰੇਤੇ ਤੋਂ ਦੁਆਪਰ, ਦੁਆਪਰ ਤੋਂ ਕਲਯੁਗ ਵਿੱਚ, ਮਨੁੱਖੀ ਕਦਰਾਂ ਕੀਮਤਾਂ (ਨੈਤਿਕਤਾ, ਗੁਣ, ਚਰਿਤ੍ਰ, ਇਮਾਨਦਾਰੀ ਆਦਿ) ਵਿੱਚ ਗਿਰਾਵਟ ਆਉਣ ਕਾਰਨ, ਧਰਮ ਦੀ ਦਸ਼ਾ ਵਿਗੜਦੀ ਗਈ ਅਤੇ ਪ੍ਰਾਣੀਆਂ ਦੀ ਉਮਰ ਘਟਦੀ ਗਈ।

(86) ਸਤਿਯੁਗ ਵਿੱਚ ਮਨੁੱਖ ਦਾ ਧਰਮ-ਕਰਮ ਕੇਵਲ ਭਗਤੀ (ਤਪੱਸਿਆ) ਹੀ ਸੀ। ਤਰੇਤੇ ਯੁਗ ਵਿੱਚ ਗਿਆਨ ਪ੍ਰਧਾਨ ਸੀ। ਦੁਆਾਪਰ ਵਿੱਚ ਬਲ਼ੀ ਦੇ ਕੇ ਯੱਗ ਕਰਨ ਦੀ ਕਿਰਿਆ ਅਤੇ ਕਲਯੁਗ ਵਿੱਚਾ ਧਰਮ ਪ੍ਰਤੀ ਬੇਪਰਵਾਹੀ, ਕੇਵਲ ਦਾਨ ਪੁੰਨ ਕਰਕੇ, ਦਿਖਾਵੇ ਵਾਲੀ ਪ੍ਰਥਾ (ਫੋਕਟ ਕਰਮ) ਹੋ ਕੇ ਰਹਿ ਗਈ।

(87) ਇਸ ਸੰਸਾਰ ਦੀ ਸੁਰੱਖਿਆ ਅਤੇ ਸਥਿਰਤਾ ਨੂੰ ਧਿਆਨ ਵਿੱਚ ਰੱਖਦਿਆਂ, ਮਹਾਂ ਤੇਜਸਵੀ ਪ੍ਰਮਈਸ਼ਵਰ ਨੇ ਆਪਣੇ ਮੂੰਹ, ਬਾਹਾਂ, ਪੱਟਾਂ ਅਤੇ ਪੈਰਾਂ ਤੋਂ ਸਾਜੇ (ਬ੍ਰਾਹਮਣ, ਖੱਤਰੀ, ਵੈਸ਼, ਸ਼ੂਦਰ) ਮਨੁੱਖਾਂ ਲਈ, ਵੱਖੋ-ਵੱਖਰੇ ਕਰਮ ਅਤੇ ਕਿੱਤੇ, ਨਿਰਧਾਰਤ ਕੀਤੇ।

(88) ਬ੍ਰਾਹਮਣਾਂ ਦੇ ਕਰਮ, ਵੇਦ ਪੜ੍ਹਨਾ ਤੇ ਪੜ੍ਹਾਉਣਾ, ਗਿਆਨ ਪ੍ਰਾਪਤ ਕਰਨਾ ਅਤੇ ਗਿਆਨ ਦੇਣਾ, ਆਪਣੇ ਅਤੇ ਦੂਸਰਿਆਂ ਦੇ ਫਾਇਦੇ ਲਈ ਬਲ਼ੀ ਦੇਣਾ, ਪੂਜਾ ਕਰਨੀ, ਖੈਰਾਤ (ਦਾਨ} ਦੇਣਾ ਤੇ ਲੈਣਾ ਨਿਰਧਾਰਤ ਕੀਤਾ।

(89) ਖੱਤਰੀਆਂ ਦੇ ਕਰਮ, ਪਰਜਾ ਦੀ ਰੱਖਿਆ ਲਈ ਅੱਗੇ ਆਉਣਾ, ਬ੍ਰਾਹਮਣ ਨੂੰ ਤੋਹਫੇ ਦੇਣੇ, ਬਲੀ ਚੜ੍ਹਾਉਣੀ, ਵੇਦ ਵਿੱਦਿਆ ਲੈਣੀ, ਅਤੇ ਆਪਣੇ ਆਪ ਨੂੰ ਵਾਸ਼ਨਾਵਾਂ ਤੋਂ ਬਚਾ ਕੇ ਰੱਖਣਾ ਨਿਸ਼ਚਿਤ ਹੋਇਆ।

(90) ਵੈਸ਼ ਲੋਕਾਂ ਲਈ ਕਰਮ, ਪਸ਼ੂ ਪਾਲਣੇ, ਯੱਗ ਕਰਵਾਉਣੇ, ਬ੍ਰਾਹਮਣ ਨੂੰ ਤੋਹਫੇ ਦੇਣੇ (ਨਿਵਾਜਣਾ), ਬਲੀ ਚੜ੍ਹਾਉਣੀ, ਵੇਦ ਪੜ੍ਹਨੇ, ਵਪਾਰ ਕਰਨਾ, ਪੈਸਾ ਵਿਆਜੀ ਦੇਣਾ, ਅਤੇ ਖੇਤੀਬਾੜੀ ਕਰਨੀ ਨਿਸ਼ਚਿਤ ਹੋਇਆ।

(91) ਪ੍ਰਭੂ ਨੇ ਅਰੋਗ ਸਰੀਰ ਵਾਲੇ ਵਿੱਦਿਆਹੀਣ ਸ਼ੂਦਰਾਂ ਲਈ, ਸਿਰਫ ਇੱਕ ਕਿੱਤਾ ਹੀ ਨਿਸਚਿਤ ਕੀਤਾ। ਉਹ ਸੀ, ਤਨ ਮਨ ਨਾਲ ਬ੍ਰਾਹਮਣ, ਖੱਤਰੀ, ਵੈਸ਼ (ਤਿੰਨੋ ਵਰਣਾ ਦੀ) ਦੀ ਅਧੀਨਗੀ ਵਿੱਚ ਰਹਿ ਕੇ ਸੇਵਾ ਕਰਨੀ।

(92) ਪੁਰਸ਼ ਦੇ ਬਾਕੀ ਸਰੀਰ ਨਾਲੋਂ, ਧੁੰਨੀ (ਨਾਭੀ) ਤੋਂ ਉਪਰਲਾ ਭਾਗ, ਪਵਿੱਤਰ ਮੰਨਿਆ ਜਾਂਦਾ ਹੈ। ਇਸ ਲਈ ਬ੍ਰਹਮਾ ਨੇ ਮਨੁੱਖ ਦੇ 'ਮੂੰਹ' ਨੂੰ ਸ਼ਰੀਰ ਦਾ ਸਭ ਤੋਂ ਪਵਿੱਤਰ ਹਿੱਸਾ ਨਿਰਧਾਰਤਿ ਕੀਤਾ।

(93) ਬ੍ਰਾਹਮਣ ਨੂੰ ਬ੍ਰਹਮਾਂ ਦੇ ਮੁੱਖ (ਉੱਤਮ ਅੰਗ) ਤੋਂ ਪੈਦਾ ਹੋਣ ਕਰਕੇ, ਚਾਰੇ ਵੇਦਾਂ ਦਾ ਗਿਆਨ ਦਾਤਾ ਅਤੇ ਚਾਰੇ ਵਰਣਾ ਦਾ ਮੁਖੀ ਹੋਣ ਕਰਕੇ, ਸਾਰੇ ਜਗਤ ਦਾ ਸਵਾਮੀ ਮੰਨਿਆ ਗਿਆ।

(94) ਬ੍ਰਹਮਾਂ ਨੇ ਆਪਣੀ ਸੱਤਿਆ ਨਾਲ ਉਸਨੂੰ (ਬ੍ਰਾਹਮਣ ਨੂੰ) ਸਭ ਤੋਂ ਪਹਿਲਾਂ ਆਪਣੇ ਮੁੱਖ ਤੋਂ ਇਸ ਕਰਕੇ ਪ੍ਰਗਟ ਕੀਤਾ, ਤਾਂ ਕਿ ਦੇਵਤਿਆਂ ਅਤੇ ਪਿੱਤਰਾਂ (ਦੇਵ ਲੋਕ ਅਤੇ ਪਿੱਤਰ ਲੋਕ ਵਿੱਚ ਵਸਦੇ) ਨਮਿੱਤ ਭੇਟ ਕੀਤਾ ਭੋਜਨ (**हव्य-कव्य**), ਬ੍ਰਾਹਮਣ ਦੇ ਪਵਿੱਤਰ ਮੁੱਖ ਰਾਹੀਂ ਉਨ੍ਹਾਂ ਨੂੰ ਪ੍ਰਾਪਤ ਹੋ ਸਕੇ।

(95) ਬ੍ਰਾਹਮਣ ਦੇ ਮੁੱਖ ਨਾਲੋਂ ਪਵਿੱਤਰ ਹੋਰ ਕੀ ਹੋ ਸਕਦਾ ਹੈ! ਜਿਸ ਰਾਹੀਂ ਦੇਵਤਿਆਂ ਦੀ ਪੂਜਾ ਕੀਤੀ ਜਾ ਸਕੇ ਅਤੇ ਜਿਸਦੇ ਮੂੰਹ ਰਾਹੀਂ ਖਾਧੇ ਅੰਨ (ਹਵੈ-ਕਵੈ) ਨਾਲ, ਦੇਵਤਿਆਂ ਅਤੇ ਪਿੱਤਰਾਂ ਦੀ ਸੰਤੁਸ਼ਟੀ ਕਰ ਸਕੇ।

(96) ਇਸ ਪਰਕਿਰਤੀ ਅੰਦਰ, ਅਚੱਲ (ਸਥਾਵਰ) ਜੀਵਾਂ ਨਾਲੋਂ, ਲੱਤਾਂ (ਯੰਗਮ, ਕੀੜੇ) ਵਾਲੇ ਕੀੜੇ ਉੱਤਮ ਗਿਣੇ ਗਏ ਹਨ, ਜੋ ਸੁੱਖ ਅਤੇ ਦੁੱਖ ਦਾ ਅਨੁਭਵ ਕਰਦੇ ਹਨ। ਇਨ੍ਹਾਂ ਵਿੱਚੋਂ, ਪਸ਼ੂ (ਚੌਪਾਏ ਜਾਨਵਰ) ਪੰਛੀ ਆਦਿ ਜਿਆਦਾ ਉੱਤਮ ਹਨ ਕਿਉਂਕਿ ਉਹ ਸੁਰਤੀ ਰੱਖਦੇ ਹਨ (ਪ੍ਰਯੋਜਨ, ਉੱਦਮ ਕਰਨ ਵਾਲੇ)। ਉਸਤੋਂ ਭੀ ਉੱਤਮ ਗਿਆਨਵਾਨ ਮਨੁੱਖ ਹਨ, ਜੋ ਬੁੱਧੀ ਅਤੇ ਚੇਤਨਤਾ ਨਾਲ ਭਰਪੂਰ ਹਨ। ਮਨੁੱਖਾਂ ਵਿੱਚੋਂ, ਅਮਰ ਪਦਵੀ ਨੂੰ ਪਰਾਪਤ ਕਰਨਯੋਗ, ਸਭ ਤੋਂ ਬੁੱਧੀਮਾਨ ਅਤੇ ਉੱਤਮ ਪੁਰਸ਼, ਬ੍ਰਾਹਮਣ ਨੂੰ ਕਿਹਾ ਗਿਆ ਹੈ।

(97) ਬ੍ਰਾਹਮਣਾਂ ਵਿੱਚੋਂ ਉਹ ਸ੍ਰਿਮੌਰ ਹਨ, ਜੋ ਵੇਦ ਪੜ੍ਹਦੇ ਹੋਣ। ਉਨ੍ਹਾਂ ਤੋਂ ਭੀ ਉਪਰ ਉਹ ਹਨ, ਜੋ ਵੇਦਾਂ ਵਿੱਚ ਦੱਸੇ ਵਿਧੀ ਵਿਧਾਨ ਨੂੰ ਜਾਣਦੇ ਅਤੇ ਮੰਨਦੇ ਹੋਣ। ਉਨ੍ਹਾਂ ਤੋਂ ਭੀ ਉਪਰ ਹਨ, ਜੋ ਵੇਦਾਂ ਦੇ ਵਿਧੀ ਵਿਧਾਨ ਮੁਤਾਬਿਕ, ਜੀਵਨ ਦੇ ਸਾਰੇ ਕਿਰਿਆ ਕਰਮ ਕਰਦੇ ਹੋਣ। ਸਭ ਤੋਂ ਉੱਤਮ ਉਹ ਹਨ, ਜੋ ਵੇਦਾਂ ਨੂੰ ਪੜ੍ਹਕੇ ਬ੍ਰਹਮ ਗਿਆਨ ਦੀ ਪ੍ਰਾਪਤੀ ਕਰ ਲੈਣ।

(98) ਬ੍ਰਾਹਮਣ ਦਾ ਜਨਮ ਹੀ ਧਰਮ ਦੀ ਅਬਿਨਾਸੀ ਮੂਰਤਿ ਦਾ ਪ੍ਰਗਟ ਹੋਣਾ ਹੈ ਅਤੇ ਬ੍ਰਾਹਮਣ ਹੀ ਧਰਤੀ ਤੇ ਕੁਦਰਤ ਦਾ ਸਭ ਤੋਂ ਵੱਡਾ ਕਰਿਸ਼ਮਾ ਹੈ। ਧਰਮ ਦੇ ਕਰਮ ਕਰਨ ਲਈ ਹੀ ਇਸਦੀ ਹਸਤੀ ਬਣੀ ਹੈ। ਬ੍ਰਾਹਮਣ ਹੀ ਧਰਮ ਦੀ ਸਨਾਤਨ ਮੂਰਤ ਅਤੇ ਮੁਕਤੀ ਪ੍ਰਾਪਤੀ ਦਾ ਮਾਰਗ ਦਰਸ਼ਕ ਹੈ।

(99) ਬ੍ਰਾਹਮਣ ਪੈਦਾ ਹੁੰਦਿਆਂ ਹੀ ਧਰਤੀ ਉੱਪਰ ਸਭ ਤੋਂ ਮਹਾਨ ਹੁੰਦਾ ਹੈ, ਕਿਉਂਕਿ ਸਾਰੇ ਜੀਵਾਂ ਦੇ ਧਰਮ ਰੂਪ ਖਜਾਨੇ ਦੀ ਰੱਖਿਆ ਕਰਨ ਦੇ ਸਮਰੱਥ, ਬ੍ਰਾਹਮਣ ਹੀ ਹੈ। ਭਾਵ, ਧਰਮ ਦੀ ਸੰਭਾਲ ਅਤੇ ਲਾਗੂ ਕਰਨਾ ਬ੍ਰਾਹਮਣ ਦੇ ਹੀ ਹਿੱਸੇ ਆਇਆ ਹੈ।

(100) ਆਪਣੇ ਮੂਲ ਦੀ ਉੱਤਮਤਾ ਕਰਕੇ, ਜੋ ਕੁਝ ਭੀ ਇਸ ਸੰਸਾਰ ਵਿੱਚ ਹੈ, ਉਸ ਸਭ ਦਾ ਅਧਿਕਾਰੀ ਬ੍ਰਾਹਮਣ ਹੀ ਹੈ।

ਨੋਟ:-*ਹਿੰਦੂ ਧਰਮ ਦੇ ਗ੍ਰੰਥਾਂ ਵਿੱਚ ਜ਼ਿਕਰ ਕਿ ਇਸ ਧਰਤੀ ਦਾ ਮਾਲਕ ਰਿਸ਼ੀ ਸ਼ੁਕਰਚਾਰੀਆ (***शुक्राचार्य***) ਜੋ ਅਸੁਰਾਂ ਦੇ 'ਭਗਵਾਨ ਪਰਸਰਾਮ' ਦਾ ਪਰੋਹਿਤ ਗੁਰੂ ਸੀ ਅਤੇ ਸਪਤ ਰਿਸ਼ੀ ਭ੍ਰਿਗੂ ਦਾ ਪੁੱਤਰ ਸੀ। ਉਸਨੇ ਖੱਤਰੀਆਂ ਨੂੰ ਹਰਾ ਕੇ, ਇਹ ਧਰਤੀ ਗਿਆਰਾਂ ਵਾਰ ਬ੍ਰਾਹਮਣਾਂ ਦੇ ਹਵਾਲੇ ਕੀਤੀ ਅਤੇ ਬ੍ਰਾਹਮਣ ਖੱਤਰੀਆਂ ਨੂੰ ਵਾਪਸ ਕਰਦੇ ਰਹੇ। ਇਸ ਲਈ ਧਰਤੀ ਉੱਪਰ ਸਭ ਕੁਝ ਦੇ ਅਸਲੀ ਮਾਲਕ ਬ੍ਰਾਹਮਣ ਹੀ ਹਨ, ਨਾ ਕਿ ਖੱਤਰੀ।*

(101) ਇਸ ਸੰਸਾਰ ਵਿੱਚ ਸਭ ਕੁਝ ਦਾ ਮਾਲਕ ਹੋਣ ਕਾਰਣ, ਬ੍ਰਾਹਮਣ, ਕਿਸੇ ਦਾ ਦਿੱਤਾ ਨਾ ਕੁਝ ਖਾ ਰਿਹਾ ਹੈ, ਨਾ ਪਹਿਨਦਾ ਹੈ ਨਾ ਹੀ ਕਿਸੇ ਦਾ ਦਿੱਤਾ ਦਾਨ ਲੈ ਰਿਹਾ ਹੈ। ਦੁਨੀਆਂ ਦੇ ਲੋਕਾਂ ਨੂੰ ਮਿਲਣ ਵਾਲਾ ਸਭ ਕੁਝ, ਬ੍ਰਾਹਮਣ ਦੀ ਕ੍ਰਿਪਾ ਕਰਕੇ ਹੀ ਹੈ।

(102) ਇਸੇ ਲਈ, ਬ੍ਰਾਹਮਣ ਅਤੇ ਦੂਸਰੀਆਂ ਜਾਤੀਆਂ ਦੇ ਕਰਮ-ਧਰਮ ਦੀ ਵਿਚਾਰ ਕਰਨ ਨਮਿੱਤ ਅਤੇ ਉਨ੍ਹਾਂ ਦੀ ਲਈ ਮਿੱਥੀ ਗਈ ਜੀਵਨ ਜੁਗਤੀ ਬਾਰੇ ਵਿਚਾਰ ਕਰਨ ਲਈ, ਬ੍ਰਹਮਾਂ ਦੇ ਪੁੱਤਰ ਸੁਯੰਭਵ ਮਨੂੰ ਨੇ, ਇਸ ਧਰਮ ਸ਼ਾਸਤਰ ਦੇ ਨਿਯਮਾਂ ਦੀ ਰਚਨਾ ਕੀਤੀ।

(103) ਇੱਕ ਵਿਦਵਾਨ ਬ੍ਰਾਹਮਣ ਲਈ ਇਸ ਗ੍ਰੰਥ ਦੇ ਨਿਜ਼ਮਾਂ ਨੂੰ ਪੜ੍ਹਨਾ ਤੇ ਜਾਨਣਾ ਅਤੀ ਜ਼ਰੂਰੀ ਹੈ ਤਾਂ ਕਿ ਉਹ ਆਪਣੇ ਚੇਲਿਆਂ ਨੂੰ ਸਮਝਾ ਸਕੇ। ਹੋਰ ਕਿਸੇ ਵਰਗ ਦੇ ਵਿਅਕਤੀ ਵਿਸ਼ੇਸ਼ ਨੂੰ ਇਸ ਵਾਰੇ ਵਖਿਆਨ ਜਾਂ ਪ੍ਰਵਚਨ ਨਹੀਂ ਕਰਨਾ ਚਾਹੀਦਾ।

(104) ਜੋ ਬ੍ਰਾਹਮਣ, ਇਸ ਸ਼ਾਸਤ੍ਰ ਦੇ ਨਿਯਮਾਂ ਦਾ ਅਧਿਆਨ ਕਰੇਗਾ ਅਤੇ ਵਫਾਦਾਰੀ ਨਾਲ ਇਨ੍ਹਾਂ ਦੀ ਪਾਲਣ ਕਰੇ ਅਤੇ ਕਰਵਾਏਗਾ, ਉਹ ਮਨ, ਬਚਨ ਅਤੇ ਸ਼ਰੀਰ ਰਾਹੀਂ ਕੀਤੇ ਜਾਣ ਵਾਲੇ ਦੋਸ਼ਾਂ ਤੋਂ ਹਮੇਸ਼ਾ ਮੁਕਤਿ ਰਹੇਗਾ।

(105) ਜਿਸ ਬ੍ਰਾਹਮਣ ਨੇ, ਇਸ ਗਰੰਥ ਦੀਆਂ ਸਿਖਿਆਵਾਂ ਨੂੰ ਅਪਨਾਇਆ ਅਤੇ ਅਮਲ ਕੀਤਾ ਹੈ, ਉਹ ਆਪਣੇ ਵੰਸ਼ ਦੀਆਂ ਅਗਲੀਆਂ ਪਿਛਲੀਆਂ ਸੱਤ ਪੀੜ੍ਹੀਆਂ ਨੂੰ ਜਨਮ ਮਰਨ ਦੇ ਚੱਕਰ ਅਤੇ ਨਰਕ ਤੋਂ ਮੁਕਤ ਕਰ ਲੈਂਦਾ ਹੈ। ਸਾਰੀ ਸ੍ਰਿਸ਼ਟੀ ਦੀ ਮਾਲਕੀਅਤ ਦਾ ਹੱਕਦਾਰ ਭੀ ਉਹ ਆਪ ਹੀ ਬਣ ਜਾਂਦਾ ਹੈ।

(106) ਇਸ ਧਰਮ ਸ਼ਾਸਤ੍ਰ ਦੇ ਨਿਬੰਧਾਂ (ਧਾਰਮਿਕ ਲੇਖ) ਦਾ ਇਹ ਗਿਆਨ, ਬ੍ਰਾਹਮਣ ਦੇ ਕਲਿਆਣ ਲਈ ਸਭ ਤੋਂ ਵਧੀਆ ਸਾਧਨ ਹੈ। ਸਮਝ ਵਿੱਚ ਵਾਧਾ, ਲੰਬੀ ਆਰਜਾ ਤੇ ਪ੍ਰਸਿੱਧੀ ਪਰਾਪਤ ਕਰਕੇ ਸਰਬੋਤਮ ਅਨੰਦ ਦੀ ਪ੍ਰਾਪਤੀ ਕਰਾਉਦਾ ਹੈ।

(107) ਇਸ ਸ਼ਾਸਤ੍ਰ ਵਿੱਚ ਸਾਰੇ ਧਰਮ-ਕਰਮ ਅਤੇ ਪਵਿੱਤਰ ਨਿਯਮ ਦੱਸੇ ਹਨ। ਕੀਤੇ ਕਰਮਾਂ ਦੇ ਗੁਣ ਤੇ ਦੋਸ਼ ਭੀ ਦੱਸੇ ਹਨ। ਚਾਰੇ ਵਰਣਾ ਦੇ ਲੋਕਾਂ ਦਾ ਚਾਲ ਚਲਣ (ਅਚਾਰ ਵਿਵਹਾਰ) ਅਤੇ ਸਨਾਤਨ ਪ੍ਰੰਪਰਾਵਾਂ ਦੇ ਮੰਨਣ ਤੇ ਨਿਭਾਉਣ ਦੀ ਵਿਧੀ ਭੀ ਦੱਸੀ ਹੈ।

ਧਰਮ ਦੀ ਭੂਮਿਕਾ -

(108) ਵੇਦ ਅਤੇ ਸਿਮ੍ਰਤੀ ਵਿੱਚ ਦੱਸੀ ਨੈਤਿਕਤਾ ਅਤੇ ਸਿਖਆਵਾਂ ਨੂੰ ਨਿਭਾਉਣਾ, ਅਤੇ ਅੱਛੇ ਆਚਰਣ ਦਾ ਹੋਣਾ ਹੀ ਪ੍ਰਮ ਧਰਮ ਹੈ। ਇਸ ਲਈ ਸਵੈਮਾਣ (**आत्मवान्**) ਰੱਖਣ ਵਾਲੇ ਦਵਿੱਜ ਨੂੰ ਆਪਣੇ ਆਤਮਿਕ ਬਲ ਲਈ, ਇਸ ਬਾਰੇ ਸਦਾ ਸੁਚੇਤ ਰਹਿਣਾ ਚਾਹੀਦਾ ਹੈ।

(109) ਜੋ ਬ੍ਰਾਹਮਣ, ਆਪਣੇ ਚਾਲ ਚਲਣ ਤੋਂ ਗਿਰ ਜਾਂਦਾ ਹੈ, ਉਸਨੂੰ ਵੇਦਾਂ ਦੇ ਪੜ੍ਹੇ ਦਾ ਕੋਈ ਫਲ ਪ੍ਰਾਪਤ ਨਹੀਂ ਹੁੰਦਾ, ਪਰ ਜੋ ਇਸ ਦੇ ਅਸੂਲਾਂ ਦੀ ਪਾਲਣਾ ਕਰਦਾ ਹੈ, ਉਸਨੂੰ ਪੂਰਣ ਫ਼ਲ ਦੀ ਪ੍ਰਾਪਤੀ ਹੁੰਦੀ ਹੈ।

(110) ਮਹਾਨ ਆਤਮਾਵਾਂ (ਰਿਸ਼ੀਆਂ, ਮੁਨੀਆਂ) ਨੇ ਦੇਖਿਆ ਕਿ ਧਰਮ ਦੇ ਚੰਗੇ ਨਿਯਮਾਂ ਦਾ ਅਧਾਰ ਮਨੁੱਖ ਦੇ ਚਾਲ ਚਲਣ ਤੇ ਨਿਰਭਰ ਹੈ, ਇਸ ਲਈ ਉਨ੍ਹਾਂ ਨੇ ਚੰਗੇ ਚਾਲ ਚਲਣ ਨੂੰ ਹੀ, ਸਭ ਤਰਾਂ ਦੀ ਤਪੱਸਿਆਂ ਅਤੇ ਭਗਤੀ ਦਾ ਮੂਲ਼ ਮੰਨਿਆ ਹੈ।

(111) ਬਹੁਤ ਸਾਰੇ ਨਿਯਮਾਂ ਬਾਰੇ ਮਨੂੰ ਜੀ ਨੇ ਇਸ ਧਰਮ ਸ਼ਾਸਤ੍ਰ ਵਿੱਚ ਵਿਚਾਰ ਕੀਤੀ ਹੈ, ਜਿਵੇਂ- **(ੳ)** ਸੰਸਾਰ ਦੀ ਉਤਪਤੀ, **(ਅ)** ਧਾਰਮਿਕ ਸੰਸਕਾਰਾਂ ਦੀ ਵਿਧੀ, **(ੲ)** ਧਰਮ ਸ਼ਾਸਤ੍ਰਾਂ ਦੇ ਵਿਦਿਆਰਥੀ (ਬ੍ਰਹਮਚਾਰੀ. ਬਟਕ) ਬਣਨ ਲਈ ਨਿਯਮ ਅਤੇ ਉਨ੍ਹਾਂ ਦਾ ਆਚਰਣ, (**ਸ**) ਗੁਰੂ ਪ੍ਰਤੀ ਸਤਿਕਾਰ (ਗੁਰੂ ਬੰਧਨਾ) ਅਤੇ ਗੁਰੂਕੁਲ ਦੇ ਨਿਯਮ, **(ਹ)** ਇਸ਼ਨਾਨ ਦੀ ਵਿਧੀ ਤੇ ਸਰੀਰਕ ਸਵੱਛਤਾ ਰੱਖਣ ਦੀ ਕਿਰਿਆ ਆਦਿ।

(112) **(ੳ)** ਵਿਆਹ ਸਬੰਧੀ ਨਿਯਮ ਅਤੇ ਵਿਆਹ ਸਬੰਧੀ ਵੱਖ ਵੱਖ ਸੰਸਕਾਰਾਂ ਦਾ ਵੇਰਵਾ, **(ਅ)** ਮਹਾਂ ਯੱਗ ਕਰਨ ਦੇ ਨਿਯਮ ਅਤੇ ਅੰਤਮ ਸੰਸਕਾਰਾਂ ਵੇਲੇ ਪੂਜਾ ਅਤੇ ਕੁਰਬਾਨੀ ਦੇ ਸਦੀਵੀ ਨਿਯਮ।

(113) **(ੳ)** ਦੱਛਣਾ ਲੈਣ ਦੇ ਵਸੀਲੇ ਤੇ ਉਨ੍ਹਾਂ ਬਾਰੇ ਵਖਿਆਨ, **(ਅ)** ਇੱਕ ਪ੍ਰੋਹਿਤ ਦੀਆਂ ਜਿਮੇਂਵਾਰੀਆਂ, **(ੲ)** ਜਾਇਜ਼ ਅਤੇ ਵਰਜਿਤ ਭੋਜਨ ਬਾਰੇ ਨਿਯਮ, **(ਸ)** ਮਨੁੱਖ ਅਤੇ ਉਸਦੇ ਵਰਤਣ ਵਾਲੀਆ ਚੀਜ਼ਾਂ ਦੀ ਪਵਿੱਤਰਤਾ ਸਬੰਧੀ ਵੇਰਵਾ।

(114) **(ੳ)** ਔਰਤਾਂ ਅਤੇ ਸਨਿਆਸੀ ਸਾਧੂਆਂ ਬਾਰੇ ਨਿਯਮ, **(ਅ)** ਮੁਕਤੀ ਪ੍ਰਾਪਤ ਕਰਨ ਅਤੇ ਸੰਸਾਰ ਤਿਆਗਣ ਵਾਲਿਆਂ ਲਈ ਤਰੀਕਾ, **(ੲ)** ਰਾਜੇ ਦੀਆਂ ਜਿੰਮੇਂਦਾਰੀਆਂ ਅਤੇ ਮੁਕੱਦਮਿਆਂ ਦਾ ਨਿਰਣਾ ਕਰਨ ਦੇ ਤਰੀਕੇ।

(115) **(ੳ)** ਗਵਾਹੀ ਦੇਣ ਵਾਲੇ ਦੀ ਪ੍ਰੀਖਿਆ ਲਈ ਵਿਧੀ ਵਿਧਾਨ, **(ਅ)** ਪਤੀ ਪਤਨੀ ਦੇ ਰਿਸ਼ਤਿਆਂ ਨਾਲ ਸਬੰਧਤ ਕਨੂੰਨ, **(ੲ)** ਵਿਰਾਸਤ ਅਤੇ ਜਾਇਦਦ ਦੀ ਵੰਡ ਸਬੰਧੀ ਕਨੂੰਨ। **(ਸ)** ਜੂਆ ਖ਼ੇਡਣ ਵਾਲਿਆ ਸਬੰਧੀ ਕਨੂੰਨ ਅਤੇ ਸਮਾਜ ਵਿੱਚ ਕੰਡਿਆਂ ਵਾਂਗ ਦੁੱਖ ਦੇਣ ਵਾਲੇ ਚੋਰ ਮਨੁੱਖਾਂ ਨੂੰ ਸਜ਼ਾ ਦੇਣ ਦੇ ਨਿਯਮ।

(116) **(ੳ)** ਵੈਸ਼ਾਂ (ਵਪਾਰ ਕਰਨ ਵਾਲੇ) ਅਤੇ ਸ਼ੂਦਰਾਂ (ਸੇਵਾ ਕਰਨ ਵਾਲੇ) ਦੇ ਵਿਵਹਾਰ ਨਾਲ ਸਬੰਧਤ ਕਨੂੰਨ, **(ਅ)** ਰਲੀਆਂ ਮਿਲੀਆ ਜਾਤਾਂ (ਮਿਸ਼ਰਤ-ਵਰਣਸ਼ੰਕਰ) ਦਾ ਮੁੱਢ, **(ੲ)** ਮੁਸੀਬਤ ਸਮੇਂ ਅਤੇ ਪੂਜਾ ਸਮੇਂ ਸਾਰੀਆਂ ਜਾਤਾਂ ਲਈ ਵਿਧੀ ਵਿਧਾਨ।

(117) **(ੳ)** ਸੰਸਾਰ ਵਿੱਚ ਕੀਤੇ ਸ਼ੁੱਭ ਅਸ਼ੁੱਭ (ਚੰਗੇ ਮਾੜੇ) ਕਰਮਾਂ ਦੇ ਬਦਲੇ, ਉੱਚੀ, ਮੱਧਮ ਜਾਂ ਨੀਚ ਜੂਨ ਵਿੱਚ ਪੁਨਰ ਜਨਮ ਹੋਣਾ। **(ਅ)** ਆਤਮਿਕ ਗਿਆਨ ਰਾਹੀਂ ਪ੍ਰਮ ਅਨੰਦ ਦੀ ਪ੍ਰਾਪਤੀ ਅਤੇ ਸੰਸਾਰ ਵਿੱਚ ਜੀਵ ਦੇ ਕੀਤੇ ਹੋਏ, ਚੰਗੇ-ਮਾੜੇ ਕੰਮਾਂ ਦੀ ਜਾਂਚ।

(118) **(ੳ)** ਪਰੰਪਰਾ ਗਤ ਚਲੇ ਆ ਰਹੇ ਸਮਾਜ ਵਿੱਚ, ਦੇਸ਼ ਧਰਮ, ਕੁਲ ਧਰਮ, ਜਾਤਿ ਧਰਮ ਦੇ ਮੁਢਲੇ ਪ੍ਰਮੁੱਖ ਨਿਯਮ, **(ਅ)** ਧਰਮਿਕ ਕਾਰਜ ਨਿਭਾਉਣ ਵਾਲੇ (ਬ੍ਰਾਹਮਣ)) ਅਤੇ ਪਖੰਡੀਆਂ ਨਾਲ ਸਬੰਧਿਤ ਕਨੂੰਨ, **(ੲ)** ਵਪਾਰੀ ਲੋਕਾਂ (ਵੈਸ਼ ਲੋਕ) ਦੀ ਵਪਾਰਕ ਨਿਯਮਾਵਲੀ ਅਤੇ ਹੋਰ ਸਾਰੇ ਨਿਯਮ, ਮਨੂੰ ਜੀ ਨੇ ਮੇਰੇ ਰਾਹੀਂ (ਭ੍ਰਿਗੂ) ਇਸ ਸ਼ਾਸਤ੍ਰ ਵਿੱਚ ਐਲਾਨੇ ਹਨ।

(119) ਬੀਤੇ ਸਮੇਂ ਵਿੱਚ, ਪੁੱਛੇ ਗਏ ਸਵਾਲਾਂ ਦੇ ਜਵਾਬ ਵਿੱਚ, ਜੋ ਉਪਦੇਸ਼ ਮਨੂੰ (ਸੁਯੰਭਵ ਮਨੂੰ) ਨੇ ਮੈਨੂੰ (ਭ੍ਰਿਗੂ ਨੂੰ) ਇਸ ਸ਼ਾਸਤ੍ਰ ਦੇ ਉਪਦੇਸ਼ਾਂ ਰਾਹੀਂ ਦਿੱਤੇ ਅਤੇ ਮੰਨਣ ਲਈ ਆਗਿਆ ਕੀਤੀ, ਉਸੇ ਤਰਾਂ ਉਹ ਪ੍ਰਵਚਨ, ਮੈਂ ਤੁਹਾਨੂੰ ਅੱਗੇ ਦੱਸਦਾ ਹਾਂ -

ਨੋਟ*:- ਸਲੋਕ #119 ਮਗਰੋਂ, ਇਸ ਸਿਮ੍ਰਤੀ ਦੇ ਪ੍ਰਸੰਗ ਦੀ ਲੜੀ ਅੱਗੇ ਤੁਰਦੀ ਹੈ, ਅਤੇ ਭ੍ਰਿਗੂ ਵਲੋਂ ਆਪ, ਉੱਤਮ ਪੁਰਸ਼ (First person) ਦੇ ਰੂਪ ਵਿੱਚ ਬੋਲਣ ਦਾ ਸਿਲਸਿਲਾ ਸ਼ੁਰੂ ਹੋ ਜਾਂਦਾ ਹੈ। ਇਸ ਬਾਰੇ ਹੋਰ ਖੋਜ ਦੀ ਲੋੜ ਹੈ। ਬਹੁਤੇ ਟੀਕਿਆਂ ਵਿੱਚ ਪਹਿਲੇ ਅਧਿਆਇ ਦੇ 119 ਸਲੋਕ ਹੀ ਹਨ, ਪਰ ਡ: ਸੁਰਿੰਦਰ ਕੁਮਾਰ ਵਲੋਂ ਕੀਤੇ ਨਵੀਨ ਸੰਸਕਰਣ ਵਿੱਚ ਇਸਦੇ ਕੁਲ 144 ਸਲੋਕ ਲਿਖੇ ਹਨ, ਜੋ ਅਸਲ ਵਿੱਚ ਦੂਸਰੇ ਅਧਿਆਇ ਵਿੱਚੋਂ ਜੋੜੇ ਜਾਪਦੇ ਹਨ।*

ਅਧਿਆਇ 2

ਧਰਮ ਦੇ ਲੱਛਣ

(1) ਵੈਰ-ਵਿਰੋਧ, ਈਰਖਾ ਅਤੇ ਦੁਵੈਤ ਭਾਵਨਾ ਤੋਂ ਰਹਿਤ, ਵੇਦਾਂ ਦੀ ਪਵਿੱਤਰ ਅਤੇ ਕਲਿਆਣਕਾਰੀ ਮਰਿਯਾਦਾ ਦਾ ਪਾਲਣ ਕਰਨ ਵਾਲੇ ਸਤਿ ਪੁਰਸ਼ਾਂ ਨੇ ਧਰਮ ਦੇ ਲੱਛਣਾਂ ਬਾਰੇ ਜੋ ਵਖਿਆਨ ਕੀਤਾ, ਉਸ ਬਾਰੇ ਮੈਂ (ਭ੍ਰਿਗੂ) ਅੱਗੇ ਦੱਸਦਾ ਹਾਂ -

(2) ਐਸਾ ਕੋਈ ਪੁਰਸ਼ ਨਹੀਂ ਹੈ, ਜਿਸਦੀ ਕੋਈ ਇੱਛਾ ਨਾ ਹੋਵੇ। ਹੋ ਭੀ ਨਹੀਂ ਸਕਦਾ ਕਿਉਂਕਿ ਬਿਨਾ ਇੱਛਾ ਤੋਂ ਤਾਂ ਵੇਦਾਂ ਅਤੇ ਵੇਦਿਕ ਕਰਮਾਂ ਦਾ ਗਿਆਨ ਭੀ ਪ੍ਰਾਪਤ ਨਹੀਂ ਹੋ ਸਕਦਾ। ਪਰ ਇੱਛਾ ਵੱਸ ਹੋ ਕੇ ਕੀਤੇ ਗਏ, ਕਿਸੇ ਭੀ ਧਰਮ ਕਰਮ ਬਦਲੇ, ਕਿਸੇ ਫ਼ਲ ਦੀ ਯਾਚਨਾ ਕਰਨਾ, ਸ਼ਲਾਘਾਯੋਗ ਨਹੀਂ ਹੈ।

(3) ਕਿਸੇ ਧਰਮ ਕਰਮ ਦੇ ਬਦਲੇ ਵਿੱਚ ਕੁਝ ਪ੍ਰਾਪਤ ਹੋਣ ਦੀ ਇੱਛਾ (ਇੱਛਾ ਫਲ) ਕਰਕੇ ਹੀ, ਸਭ ਦਾਨ ਪੁੰਨ ਅਤੇ ਭੇਟਾਵਾਂ ਦਿੱਤੀਆ ਜਾਂਦੀਆਂ ਹਨ। ਸੁੱਖਣਾ ਤੇ ਹੋਰ ਉਪਾਅ ਇਸੇ ਲਈ ਕੀਤੇ ਜਾਂਦੇ ਹਨ ਕਿ ਬਦਲੇ ਵਿਚ ਕੁਝ ਲੋੜੀਂਦਾ ਫਲ ਪ੍ਰਾਪਤ ਹੋ ਸਕੇ।

(4) ਕਰਮ ਇੰਦਰੀਆਂ (ਹੱਥ, ਪੈਰ, ਨੇਤਰ, ਅਤੇ ਮਨ) ਰਾਹੀਂ ਕੀਤਾ ਸੰਸਾਰ ਦਾ ਕੋਈ ਭੀ ਕਰਮ, ਫ਼ਲ ਦੀ ਇੱਛਾ ਰੱਖਣ ਬਿਨਾਂ ਨਹੀਂ ਦੇਖਿਆ ਗਿਆ। ਪ੍ਰਾਣੀ ਜੋ ਭੀ ਚਿਤਵਦਾ ਹੈ, ਉਸ ਪਿੱਛੇ ਉਸਦੀ ਤੀਬਰ ਇੱਛਾ ਹੀ ਕੰਮ ਕਰ ਰਹੀ ਹੁੰਦੀ ਹੈ।

(5) ਨਿਸ਼ਕਾਮੀ ਮਨੁੱਖ, ਜੋ ਆਪਣੇ ਨਿਰਧਾਰਤ ਕੰਮਾਂ ਨੂੰ ਠੀਕ ਤਰੀਕੇ ਨਾਲ ਨਿਭਾਉਣ ਵਿੱਚ ਯਤਨਸ਼ੀਲ ਰਹਿੰਦਾ ਹੈ, ਉਹ ਮੁਕਤੀ ਦਾ ਮਾਰਗ ਪ੍ਰਾਪਤ ਕਰ ਲੈਂਦਾ ਹੈ ਤੇ ਉਸਦੇ, ਜਿਊਂਦਿਆਂ ਜੀਅ ਹੀ ਸਭ ਮਨੋਕਾਮਨਾਵਾਂ ਪੂਰੀਆਂ ਹੋ ਜਾਂਦੀਆਂ ਹਨ।

(6) ਵੇਦਾਂ ਦੇ ਗਿਆਨ ਦੀ ਪ੍ਰਾਪਤੀ, ਵੇਦਾਂ ਦੀਆਂ ਪਵਿੱਤ੍ਰ ਪ੍ਰੰਮਪਰਾਵਾਂ ਦਾ ਪਾਲਣ, ਸਤਿ ਪੁਰਸ਼ਾਂ ਵਾਲਾ ਆਚਰਣ ਤੇ ਅਖੀਰ ਵਿੱਚ ਸਵੈ-ਸੰਤੁਸ਼ਟੀ ਹੀ ਵੇਦ ਧਰਮ ਦਾ ਮੂਲ ਹੈ।

(7) ਜਿਸ ਵਰਣ ਲਈ ਜੋ ਜੋ ਵਿਧਾਨ, ਮਨੂੰ ਜੀ ਦੁਆਰਾ ਨਿਸਚਤ ਕੀਤਾ ਗਿਆ ਹੈ, ਵੇਦਾਂ ਵਿੱਚ ਉਸਨੂੰ ਪੂਰੀ ਤਰਾਂ ਪਹਿਲਾਂ ਭੀ ਵਖਿਆਨਿਆ ਗਿਆ ਹੈ, ਕਿਉਂਕਿ ਵੇਦ ਸੰਪੂਰਨ ਗਿਆਨ ਦਾ ਸੋਮਾਂ ਹਨ।

(8) ਇਸ ਲਈ, ਸਭ ਵਿਦਵਾਨ ਲੋਕ ਗਿਆਨ ਦੀਆਂ ਅੱਖਾਂ ਨਾਲ ਸਭ ਕੁਝ ਵਿਚਾਰ ਕੇ ਇਸ ਧਰਮ ਸ਼ਾਸਤ੍ਰ ਵਿੱਚ ਦਿੱਤੀਆਂ ਹਦਾਇਤਾਂ ਮੁਤਾਬਿਕ ਆਪਣੇ ਕਰਤਵਾਂ ਦੀ ਪਾਲਣਾ ਕਰਨ।

(9) ਉਹ ਲੋਕ, ਜੋ ਧਰਮ ਸ਼ਾਸਤ੍ਰਾਂ ਵਿੱਚ ਦਿੱਤੀਆਂ ਹਦਾਇਤਾਂ ਨੂੰ ਪਵਿੱਤਰ ਜਾਣ ਕੇ ਮੰਨਦੇ ਹਨ, ਉਹ ਇਸ ਸੰਸਾਰ ਵਿੱਚ ਭੀ ਮਾਣ ਪਰਾਪਤ ਕਰਦੇ ਹਨ ਤੇ ਮੌਤ ਤੋਂ ਬਾਅਦ ਸਦੀਵੀ ਅਨੰਦ ਦੀ **ਪਰਾਪਤੀ ਕਰ ਲੈਂਦੇ ਹਨ।**

(10) ਵੇਦ (ਸ਼ਰੂਤੀ), ਗਿਆਨ ਦੇ ਪ੍ਰਕਾਸ਼ ਦਾ ਸੋਮਾਂ ਹੈ। ਸਿਮ੍ਰਤੀ, ਪ੍ਰੰਪਰਾ ਦਾ ਸੋਮਾਂ ਹੈ। ਦੋਹਾਂ ਨੂੰ ਲੈ ਕੇ, ਕਿਸੇ ਤਰਾਂ ਦਾ ਵਾਦ ਵਿਵਾਦ ਜਾਂ ਕਿੰਤੂ ਪਰੰਤੂ ਨਹੀਂ ਕੀਤਾ ਜਾ ਸਕਦਾ, ਕਿਉਂਕਿ ਇੰਨ੍ਹਾਂ ਤੋਂ ਹੀ ਧਰਮ ਦੀ ਮਰਿਯਾਦਾ ਦੇ ਨਿਯਮਾਂ ਦਾ ਗਿਆਨ ਮਿਲਦਾ ਹੈ।

(11) ਜੋ ਦਵਿੱਜ, ਝੂਠੇ ਬਹਾਨੇ ਅਤੇ ਦਲੀਲਾਂ ਨਾਲ, ਸ਼ਾਸਤ੍ਰਾਂ ਅਤੇ ਵੇਦਾਂ ਦਾ ਨਿਰਾਦਰ ਕਰਦਾ ਹੈ, ਉਹ ਨਾਸਤਿਕ ਹੈ ਅਤੇ ਐਸੇ ਵੇਦ ਨਿੰਦਕ ਨੂੰ ਨੇਕ ਪੁਰਸ਼ਾਂ ਵਲੋਂ ਧਰਮ ਵਿੱਚੋ ਬੇਦਖਲ ਕਰ ਦੇਣਾ ਚਾਹੀਦਾ ਹੈ।

(12) ਵੇਦਾਂ, ਸ਼ਾਸਤ੍ਰਾਂ ਵਿੱਚ ਦੱਸੀਆਂ ਪ੍ਰੰਪਰਾਵਾਂ ਨੂੰ ਮੰਨਣਾ, ਨੇਕ ਪੁਰਸ਼ਾਂ ਦੀ ਜੀਵਨ ਜੁਗਤੀ ਦੇ ਧਾਰਨੀ ਹੋਣਾ ਅਤੇ ਸੰਤੋਖ ਵਿੱਚ ਰਹਿਣਾ, ਇਹ ਚਾਰੇ ਧਰਮ ਦੇ ਪਵਿੱਤਰ ਸਿਧਾਂਤਾਂ ਨੂੰ ਪ੍ਰਗਟਾਂਉਦੇ ਹਨ ਅਤੇ ਮਨੁੱਖ ਦੇ ਧਰਮੀ ਹੋਣ ਦਾ ਪ੍ਰਤੀਕ ਹਨ।

(13) ਧਰਮ ਸ਼ਾਸਤਰਾਂ ਦਾ ਗਿਆਨ ਕੇਵਲ ਉਨ੍ਹਾਂ ਲਈ ਹੈ, ਜੋ ਮਨੁੱਖ ਆਪਣੀਆਂ ਇਛਾਵਾਂ ਦੀ ਪੂਰਤੀ ਲਈ ਧੰਨ ਇਕੱਠਾ ਕਰਨ ਦਾ ਪ੍ਰਯੋਜਨ ਨਹੀਂ ਕਰਦੇ ਅਤੇ ਵੇਦਾਂ ਦੇ ਸਿਧਾਂਤਾਂ ਨੂੰ ਧੁਰੋਂ ਉੱਤਰੇ ਗਿਆਨ (ਇਲਹਾਮ-ਆਮਦ) ਦਾ ਪ੍ਰਕਾਸ਼ ਜਾਨਣਾ ਹੀ ਉਨ੍ਹਾਂ ਲਈ ਸਭ ਤੋਂ ਮਹੱਤਵਪੂਰਣ ਹੈ।

(14) ਪਰ ਜਦੋਂ ਵੇਦਾਂ ਵਿੱਚ ਆਏ ਇੱਕੋ ਵਿਸ਼ੇ ਉੱਪਰ ਵਿਚਾਰਾਂ ਦੀ ਭਿੰਨਤਾ ਹੋਵੇ ਤਾਂ ਰਿਸ਼ੀਆਂ ਦੇ ਬਚਨਾਂ ਮੁਤਾਬਿਕ, ਦੋਨਾਂ ਵਿਚ ਆਏ ਬਚਨਾਂ ਨੂੰ ਮਾਣਤਾ ਤੇ ਪ੍ਰਵਾਨਗੀ ਹੈ।

(15) ਇਸ ਤਰਾਂ, ਵੇਦਾਂ ਵਿੱਚ ਆਏ ਕਥਨ ਮੁਤਾਬਿਕ, ਹਵਨ ਤੇ ਪਾਠ ਪੂਜਾ (ਅਗਨੀਹੋਤਰ) ਦੀ ਰਸਮ, ਸੂਰਜ ਚੜ੍ਹਨ ਵੇਲੇ, ਸੂਰਜ ਡੁੱਬਣ ਵੇਲੇ ਜਾਂ ਰਾਤ ਸਮੇਂ ਤਾਰਿਆਂ ਦੇ ਨਿਕਲਣ ਤੋਂ ਪਹਿਲਾਂ ਭੀ ਕੀਤੀ ਜਾ ਸਕਦੀ ਹੈ। ਇਹ ਤਿੰਨੋ ਕਰਮ ਵੇਦਾਂ ਦੇ ਬਚਨਾਂ ਮੁਤਾਬਿਕ ਪ੍ਰਵਾਨ ਹਨ।

(16) ਗਰਭਪਾਨ (ਗਰਭ ਧਾਰਣ) ਤੋਂ ਲੈ ਕੇ ਮ੍ਰਿਤਕ ਸੰਸਕਾਰ ਤੀਕਰ, ਜਿਸ ਵਰਣ (ਬ੍ਰਾਹਮਣ, ਖੱਤਰੀ, ਵੈਸ਼) ਲਈ ਇਸ ਸ਼ਾਸਤ੍ਰ ਦੇ ਇਹ ਮੰਤਰ ਅਤੇ ਨਿਯਮ ਲਿਖੇ ਗਏ ਹਨ, ਉਹੀ ਲੋਕ ਇਸ ਨੂੰ ਪੜਨ੍ਹ ਤੇ ਅਧਿਆਨ ਕਰਨ ਦੇ ਅਧਿਕਾਰੀ ਹਨ। ਹੋਰ ਕਿਸੇ ਲਈ (ਸ਼ੂਦਰ) ਪੜ੍ਹਨ ਦੀ ਬਿਲਕੁਲ ਮਨਾਹੀ ਹੈ।

(17) ਦੇਵਤਿਆਂ ਵਲੋਂ ਬਣਾਈ ਗਈ, ਸ੍ਰਸਵਤੀ ਨਦੀ ਜਿਸਦਾ ਵਹਾ ਦ੍ਰਿਸ਼ਦਵਤੀ (ਘੱਗਰ ਨਦੀ) ਨਦੀ ਦੇ ਵਿਚਕਾਰ ਦੀ ਧਰਤੀ ਨੂੰ ਦੇਵਤਿਆਂ ਦਾ ਬਣਾਇਆ ਹੋਇਆ ਦੇਸ਼ 'ਬ੍ਰਹਮਾਵ੍ਰਤ' (**ब्रह्मावर्त,** ਰਿਸ਼ੀਆਂ ਮੁਨੀਆਂ ਦੀ ਧਰਤੀ) ਕਿਹਾ ਜਾਂਦਾ ਹੈ।

(18) ਇਸ ਦੇਸ਼ ਦੀਆਂ ਪੁਰਾਤਨ ਰੀਤਾਂ ਮੁਤਾਬਕ, ਚਾਰੇ ਵਰਣ ਆਸ਼ਰਮਾਂ ਦੇ ਲੋਕ ਅਤੇ ਕੁਝ ਮਿਸ਼ਰਤ ਜਾਤੀਆਂ (ਸੰਕੀਰਣ-ਅੰਤਰਾਲ) ਦੇ ਲੋਕ ਰਹਿੰਦੇ ਹਨ, ਜੋ ਆਪਣੇ ਅਚਾਰ ਵਿਹਾਰ ਅਤੇ ਭਾਈਚਾਰੇ ਕਰਕੇ, ਸਦਾਚਾਰੀ ਸੁਭਾ ਵਾਲੇ ਕਹੇ ਜਾਂਦੇ ਹਨ।

(19) ਮਹਾਂਵ੍ਰਤ ਦਾ ਇਲਾਕਾ (ਕੁਰੂਕਸ਼ੇਤਰ, ਮਤੱਸਿਯ ਦੇਸ਼ (ਵਿਰਾਟ ਨਗਰ) ਅਤੇ ਪੰਚਾਲ (ਸਤਲੁਜ, ਯਮੁਨਾ-ਗੰਗਾ ਦੁਆਬ) ਅਤੇ ਸੁਰਸੈਨਕਾ (ਪਰਿਆਗ- ਮਥੁਰਾ) ਦਾ ਇਲਾਕਾ ਮਿਲਾ ਕੇ ਬ੍ਰਹਮਰਿਸ਼ੀਆਂ ਦੇ ਵਾਸ (ਰਹਿਣ) ਵਾਲੀ ਥਾਂ ਮੰਨੀ ਜਾਂਦੀ ਹੈ

ਨੋਟ:- *ਮਤੱਸਿਆ ਦੇਸ਼ ਦਾ ਇਲਾਕਾ, ਰਾਜਾ ਵਿਰਾਟ ਦੀ ਰਾਜਧਾਨੀ ਭੀ ਕਹੀ ਗਈ ਹੈ। ਮਹਾਂਭਾਰਤ ਵਿੱਚ, ਦਰਿਆ ਸਤਿਲੁਜ (* ***शुतुद्री नदी*** *), ਯਮੁਨਾ ਅਤੇ ਘੱਗਰ (***द्रिशावती नदी -** *Drishdwati) ਨਦੀ ਦੇ ਵਿਚਕਾਰ ਦੇ ਇਲਾਕੇ (ਪੁਰਾਤਨ ਪੰਜਾਬ) ਨੂੰ ਭੀ ਇਸਦੇ ਰਾਜ ਨਾਲ ਜੋੜਿਆ ਗਿਆ ਹੈ ਅਤੇ ਕਈ ਖੋਜੀਆਂ ਨੇ ਇਸਨੂੰ ਹੀ ਬ੍ਰਹਮਵ੍ਰਤ ਦਾ ਇਲਾਕਾ ਭੀ ਦੱਸਿਆ ਹੈ। ਕਿਹਾ ਜਾਂਦਾ ਹੈ ਕਿ ਸ੍ਰਸਵਤੀ ਨਦੀ, ਕਿਸੇ ਸਮੇਂ ਦਰਿਆ ਘੱਗਰ ਦੇ ਬਰਾਬਰ ਵਗਦੀ ਸੀ ਅਤੇ ਸਮਾਂ ਬੀਤਣ ਨਾਲ ਘੱਗਰ ਦਰਿਆ ਦਾ ਹੀ ਭਾਗ ਬਣ ਗਈ। ਇਸ ਵਾਰੇ, ਖੋਜ ਕਰਨ ਤੇ ਭੀ ਬਹੁਤੀ ਠੋਸ ਜਾਣਕਾਰੀ ਪ੍ਰਾਪਤ ਨਹੀਂ ਹੋ ਸਕੀ।*

(20) ਧਰਮ ਸ਼ਾਸਤ੍ਰਾਂ ਵਿੱਚ, ਸਭ ਦਵਿੱਜਾਂ ਨੂੰ, ਕੇਵਲ ਇਸ ਦੇਸ਼ ਵਿੱਚ ਜਨਮੇ ਬ੍ਰਾਹਮਣਾਂ ਕੋਲੋਂ ਹੀ, ਆਪਣੇ ਚੰਗੇ ਸਦਾਚਾਰ ਅਤੇ ਗਿਆਨ ਦੀ ਪ੍ਰਾਪਤੀ ਕਰਨ ਲਈ ਸਿੱਖਿਆ ਲੈਣ ਦਾ ਵਿਧਾਨ ਕਿਹਾ ਗਿਆ ਹੈ।

(21) ਹਿਮਵਾਨ (ਹਿਮਾਲੀਆ, **हिमवान्**) ਅਤੇ ਵਿੰਧਿਆਚਲ (**विंध्याचल**) ਦੇ ਪਹਾੜਾਂ ਵਿਚਕਾਰ ਸਥਿੱਤ ਅਤੇ ਸੁਸਵਤੀ ਦੇ ਪੂਰਬ ਅਤੇ ਪਰਿਆਗ ਦੇ ਪੱਛਮ ਵਲ ਲਗਦੇ ਇਲਾਕੇ ਨੂੰ ਮੱਧਯ ਦੇਸ਼ ਕਿਹਾ ਜਾਂਦਾ ਹੈ।

(22) ਸਮੁੰਦਰ ਦੇ ਪੂਰਬ ਤੱਟ ਤੋਂ ਪੱਛਮੀ ਤੱਟ ਵਿਚਕਾਰ ਅਤੇ ਵਿੰਧਿਆਚਲ (ਉੱਤਰ ਪ੍ਰਦੇਸ਼ ਦਾ ਗੰਗਾ ਕਿਨਾਰੇ ਵਸਿਆ ਇੱਕ ਪਹਾੜੀ ਸ਼ਹਿਰ) ਤੋਂ ਹਿਮਵਾਨ (ਹਿਮਾਚਲ- ਹਿਮਾਲੀਆ ਦੇ ਨਿਵਾਣ ਦਾ ਇਲਾਕਾ- ਸ਼ਿਵਾਲਿਕ, ਪੰਜਾਬ) ਦੇ ਵਿਚਕਾਰ, ਪੂਰਬ ਤੇ ਪੱਛਮ ਵਿੱਚਲਾ ਜੋ ਦੇਸ਼ ਹੈ, ਉਸਨੂੰ ਵਿਦਵਾਨ ਲੋਕ, ਆਰੀਆਵ੍ਰਤ (ਭਾਰਤ ਵਰਸ਼-ਆਰੀਆ ਲੋਕਾਂ ਦਾ ਦੇਸ਼) ਆਖਦੇ ਹਨ।

ਨੋਟ- *ਹਿਮਵਾਨ ਪ੍ਰਬਤ ਨੂੰ ਸਰਬੌਸ਼ਿਧ ਪ੍ਰਬਤ ਕਰਕੇ ਭੀ ਜਾਣਿਆ ਜਾਂਦਾ ਹੈ।*

(23) ਇਸ ਆਰੀਆਵ੍ਰਤ ਦੇਸ਼ ਵਿੱਚ, ਕਾਲੇ ਰੰਗ ਦੇ ਹਿਰਨ (**कृष्णसार,** Blackbuck) ਆਮ ਘੁੰਮਦੇ ਹਨ, ਜਿਨ੍ਹਾਂ ਨੂੰ ਯੱਗ ਵਿੱਚ ਕੁਰਬਾਨੀ (ਬਲੀ) ਦੇਣ ਵਾਸਤੇ ਯੋਗ ਸਮਝਿਆ ਜਾਂਦਾ ਹੈ ਅਤੇ ਇਸਤੋਂ ਸਿਵਾ ਬਾਕੀ ਸਭ ਦੇਸ਼ ਮਲੇਸ਼ਾਂ ਦਾ (ਅਨਾਰੀਆ, ਵਰਣਸ਼ੰਕਰ ਅਤੇ ਜਾਂਗਲੀ ਲੋਕ) ਦੇਸ਼ ਕਰਕੇ ਜਾਣਿਆ ਜਾਂਦਾ ਹੈ।

(24) ਵੇਦ ਪੜ੍ਹਨ ਦਾ ਅਧਿਕਾਰ ਰੱਖਣ ਵਾਲੀਆਂ ਤਿੰਨੋ ਜਾਤਾਂ (ਦਵਿੱਜ- ਬ੍ਰਾਹਮਣ, ਖੱਤਰੀ, ਵੈਸ਼) ਨੂੰ ਇਸ ਇਲਾਕੇ ਵਿੱਚ ਰਹਿਣ ਦੀ ਕਾਮਨਾ ਕਰਨੀ ਚਾਹੀਦੀ ਹੈ। ਪਰ ਸ਼ੂਦਰ ਆਪਣੀ ਜ਼ਿੰਦਗੀ ਤੋਂ ਦੁਖੀ ਹੋ ਕੇ ਜਾਂ ਆਪਣੀ ਜੀਵਕਾ ਲਈ ਕਿਤੇ ਹੋਰ ਦੇਸ਼ ਭੀ ਰਹਿ ਸਕਦਾ ਹੈ।

(25) ਐ ਰਿਸ਼ੀ ਜਨੋਂ, ਭ੍ਰਿਗੂ ਰਾਹੀਂ, ਤੁਹਾਨੂੰ ਧਰਮ ਮੁਤਾਬਿਕ ਆਚਰਣ ਅਤੇ ਸੰਸਾਰ ਦੀ ਉਤਪਤੀ ਬਾਰੇ ਜਾਣਕਾਰੀ ਦੇ ਦਿੱਤੀ ਗਈ ਹੈ। ਅੱਗੇ, ਦਵਿੱਜਾਂ ਦੇ ਵਰਣ-ਧਰਮ ਅਤੇ ਵੱਖੋ ਵੱਖ ਸੰਸਕਾਰਾਂ (ਰੀਤਾਂ) ਦਾ ਵੇਰਵਾ ਸੁਣੋ।

ਦਵਿੱਜਾਂ ਦੇ ਧਾਰਮਿਕ ਸੰਸਕਾਰ

ਸੂਤਕ-ਪਾਤਕ ਅਤੇ ਚਾਰੇ ਵਰਣਾ ਵਿੱਚ ਨਾਮ ਕਰਣ ਵਿਧੀ -

(26) ਦਵਿੱਜ ਲੋਕਾਂ ਨੂੰ (ਬ੍ਰਾਹਮਣ, ਖੱਤਰੀ, ਵੈਸ਼) ਗਰਭਾਧਾਨ ਸੰਸਕਾਰ (ਔਰਤ ਦੇ ਗਰਭਵਤੀ ਹੋਣ ਤੇ) ਅਤੇ ਹੋਰ ਰੀਤਾਂ, ਵੇਦਾਂ ਦੁਆਰਾ ਨ੍ਰਿਧਾਰਤ ਨਿਯਮਾਂ ਮੁਤਾਬਿਕ ਕਰਨੇ ਚਾਹੀਦੇ ਹਨ, ਜੋ ਦੋਨਾਂ ਲੋਕਾਂ (ਇਸ ਜਨਮ ਅਤੇ ਅਗਲੇ ਜਨਮ) ਵਿੱਚ ਸਰੀਰਕ ਸ਼ੁਧੀ, ਪਾਪ ਸ਼ੁਧੀ ਅਤੇ ਪਿਤਾ ਪੁਰਖੀ ਦੋਸ਼ਾਂ ਤੋਂ ਮੁਕਤ ਹੋਣ ਲਈ ਜ਼ਰੂਰੀ ਹਨ ।

(27) ਗਰਭਾਧਾਨ ਸੰਸਕਾਰ, ਪੁਸਵਨ ਸੰਸਕਾਰ, ਜਨਮ ਸੰਸਕਾਰ, ਮੁੰਡਣ ਸੰਸਕਾਰ, ਜਨੇਊ ਧਾਰਣ ਸੰਸਕਾਰ (ਜਾਤਿ ਕਰਮ) ਆਦਿ ਵਰਗੇ, ਸ਼ੁਧੀਕਰਨ (ਧੂਫ਼ ਬੱਤੀ ਅਤੇ ਮੰਤ੍ਰ ਜਾਪ) ਦੀਆਂ ਸਨਾਤਨ ਰਸਮਾਂ ਕਰਨ ਵਾਲਾ ਦਵਿੱਜ (ਬ੍ਰਾਹਮਣ, ਖੱਤਰੀ, ਵੈਸ਼), ਆਪਣੇ ਬੀਜ ਅਤੇ ਗਰਭ ਦੇ ਜਮਾਂਦਰੂ ਦੋਸ਼ਾਂ (ਨੁਕਸਾਂ) ਤੋਂ ਮੁਕਤ ਹੋ ਜਾਂਦਾ ਹੈ।

(28) ਵੇਦਾਂ ਨੂੰ ਪੜ੍ਹਕੇ ਵਿਚਾਰਨਾ, ਵਰਤ ਰੱਖਣੇ, ਹਵਨ ਤੇ ਪੂਜਾ ਕਰਨੀ, ਧੂਫ਼ ਬੱਤੀ ਕਰਦਿਆਂ ਧਰਮ ਸ਼ਾਸਤ੍ਰਾਂ ਦੇ ਪਾਠ ਕਰਕੇ, ਧਰਮ ਦੇ ਤਿੰਨ ਪੱਖੀ ਗੁਣਾਂ (ਰਜੋ, ਸਤੋ, ਤਮੋ) ਦਾ ਗਿਆਨ ਲੈਣਾ। ਦੇਵਤਿਆਂ, ਰਿਸ਼ੀਆਂ, ਪਿੱਤਰਾਂ ਲਈ ਅਗਨੀ ਪੂਜਾ ਕਰਕੇ, ਪੁੱਤਰਾਂ ਦੀ ਪ੍ਰਾਪਤੀ ਲਈ ਮਹਾਨ ਯੱਗ ਕਰਕੇ ਅਤੇ ਹੋਰ ਵੇਦ ਕਰਮ ਕਰਨ ਨਾਲ ਮਨੁੱਖ, ਬ੍ਰਹਮ ਮਿਲਾਪ ਦੇ ਕਾਬਲ ਹੋ ਜਾਂਦਾ ਹੈ।

(29) ਨਵ-ਜਨਮੇਂ ਬੱਚੇ ਦਾ ਨਾੜੂਆ ਕੱਟਣ ਤੋਂ ਪਹਿਲਾਂ ਵੇਦਾਂ ਦੇ ਸ਼ੁੱਭ ਮੰਤ੍ਰ ਪੜ੍ਹਦਿਆਂ 'ਜਾਤਕ੍ਰਮ ਸੰਸਕਾਰ' (ਜਨਮ ਸੰਸਕਾਰ) ਦੀ ਰਸਮ ਕਰਨੀ ਬਹੁਤ ਜ਼ਰੂਰੀ ਹੈ। ਇਹ ਸੰਸਕਾਰ ਬਾਲਕ ਦੀ ਦੇਹ ਅਰੋਗਤਾ ਅਤੇ ਲੰਬੀ ਆਰਜਾ ਨੂੰ ਮੁੱਖ ਰੱਖ ਕੇ ਛੇ ਬੂੰਦ ਸ਼ਹਿਦ ਅਤੇ ਦੋ ਬੂੰਦ ਘਿਉ, ਸੋਨੇ ਦੀ ਡੰਡੀ ਨਾਲ ਵੇਦ ਮੰਤ੍ਰਾਂ ਦਾ ਪਾਠ ਕਰਕੇ ਚਟਾਇਆ ਜਾਵੇ।

(30) ਫਿਰ ਬਾਪ ਵਲੋਂ ਬੱਚੇ ਦੇ ਜਨਮ ਤੋਂ ਦਸਵੇਂ ਜਾਂ ਬਾਰ੍ਹਵੇਂ ਦਿਨ ਨਾਮ ਕਰਣ ਦੀ ਰਸਮ ਕਰਨੀ ਚਾਹੀਦੀ ਹੈ। ਜੇ ਐਸਾ ਨਾ ਹੋ ਸਕੇ ਤਾਂ ਕੋਈ ਸ਼ੁੱਭ ਦਿਨ, ਨਛੱਤਰ ਜਾਂ ਥਿੱਤ ਵਾਰ ਦੇਖ ਕੇ, ਨਾਮ ਕਰਣ ਕਰਨਾ ਚਾਹੀਦਾ ਹੈ।

(31) ਬ੍ਰਾਹਮਣ ਦੇ ਨਾਮ ਦਾ ਪਹਿਲਾ ਹਿੱਸਾ, ਪਵਿੱਤਰਤਾ, ਪ੍ਰਸੰਨਤਾ ਜਾਂ ਕਿਸੇ ਅਨੰਦ ਦਾ ਪ੍ਰਤੀਕ ਹੋਣਾ ਚਾਹੀਦਾ ਹੈ। ਖੱਤਰੀ ਦਾ ਨਾਮ- ਬਹਾਦਰੀ ਵਾਲਾ, ਵੈਸ਼ ਦਾ ਨਾਮ- ਧੰਨ ਦਾ ਸੰਕੇਤ ਅਤੇ ਸ਼ੂਦਰ ਦਾ ਨਾਮ- ਕਿਸੇ ਸੇਵਾ ਭਾਵਨਾ ਨੂੰ ਪ੍ਰਗਟਾਂਉਦਾ ਹੋਣਾ ਚਾਹੀਦਾ ਹੈ।

(32) ਬ੍ਰਾਹਮਣ ਦੇ ਨਾਮ ਦਾ ਦੂਜਾ ਭਾਗ ਕਿਸੇ ਖੁਸ਼ਹਾਲੀ ਨੂੰ ਪ੍ਰਗਟਾਉਂਦਾ ਹੋਣਾ ਚਾਹੀਦਾ ਹੈ, ਜਿਵੇਂ ਸ਼ਰਮਾ। ਖੱਤਰੀ ਦਾ ਸੁਰੱਖਿਆ ਨਾਲ ਜੁੜਿਆ ਹੋਵੇ, ਜਿਵੇਂ ਵਰਮਾ। ਵੈਸ਼ ਦਾ ਸੰਪੰਨ ਜਾਂ ਤਰੱਕੀ ਦਾ ਪ੍ਰਤੀਕ, ਜਿਵੇਂ ਗੁਪਤਾ।ਸ਼ੂਦਰ ਦਾ ਸੇਵਾ ਭਾਵਨਾ ਦਰਸਾਉਣ ਵਾਲਾ ਹੋਣਾ ਚਾਹੀਦਾ ਹੈ, ਜਿਵੇਂ ਦਾਸ।

(33) ਔਰਤਾਂ ਦੇ ਨਾਮ ਬੋਲਣ ਨੂੰ ਸੁਖਾਲੇ, ਖੁਸ਼ੀ, ਕੋਮਲਤਾ ਅਤੇ ਸਦਭਾਵਨਾ ਦਾ ਪ੍ਰਗਟਾਵਾ ਕਰਦੇ ਹੋਣ ਅਤੇ ਕਿਸੇ ਡਰ ਦਾ ਪ੍ਰਤੀਕ ਨਾ ਹੋਣ, ਕਿਸੇ ਲੰਬੇ ਸਵ੍ਰ ਅਤੇ ਨਿਮਰਤਾ ਨੂੰ ਦਰਸਾਉਣ (ਜਿਵੇਂ- ਸਰਲਾ, ਬਿਮਲਾ, ਯਸ਼ੋਧਾ, ਇਤਿ ਆਦਿ) ਵਾਲੇ ਹੋਣੇ ਚਾਹੀਦੇ ਹਨ।

(34) ਬਾਲਕ ਨੂੰ ਚੌਥੇ ਮਹੀਨੇ ਵਿਚ ਘਰੋਂ ਬਾਹਰ ਲਿਜਾਉ, ਛੇਵੇਂ ਮਹੀਨੇ ਪਹਿਲੀ ਵਾਰ ਖਾਣ ਨੂੰ ਅੰਨ (ਚੌਲ) ਦਿਉ ਅਤੇ ਆਪੋ ਆਪਣੀਆਂ ਕੁਲ-ਰੀਤਾਂ ਮੁਤਾਬਿਕ ਸ਼ੁੱਭ ਰਸਮਾਂ ਕੀਤੀਆਂ ਜਾਣ।

(35) ਧਰਮ ਸ਼ਾਸਤਰਾਂ ਦੇ ਮੁਤਾਬਿਕ, ਅਧਿਆਤਮਿਕ ਯੋਗਤਾ ਤੇ ਤਰੱਕੀ ਵਾਸਤੇ, ਬੋਦੀ ਰੱਖਣ ਜਾਂ ਭੱਦਣ (ਪਹਿਲੀ ਵਾਰ ਵਾਲ ਕੱਟਣਾ) ਦੀ ਰਸਮ, ਸਭ ਦਵਿੱਜਾਂ ਲਈ ਪਹਿਲੇ ਜਾਂ ਤੀਸਰੇ ਸਾਲ ਕਰਨੀ ਜਰੂਰੀ ਹੈ।

(36) ਗਰਭ ਧਾਰਨ ਕਰਨ ਤੋਂ ਬਾਅਦ, ਬ੍ਰਾਹਮਣ ਲਈ ਅੱਠਵੇਂ ਸਾਲ, ਖੱਤਰੀ ਲਈ ਗਿਆਰਵੇਂ ਸਾਲ, ਵੈਸ਼ ਲਈ ਬ੍ਹਾਰਵੇਂ ਸਾਲ ਦੀ ਉਮਰ ਤੀਕਰ ਗੁਰੂ ਕੁਲ ਵਿੱਚ ਦਾਖਲਾ ਲੈ ਕੇ ਜਨੇਊ ਦੀ ਰਸਮ ਅਤੇ ਬ੍ਰਾਹਮਣ ਗੁਰੂ ਧਾਰਨਾ ਜ਼ਰੂਰੀ ਹੈ। ਜੋ ਦਵਿੱਜ ਐਸਾ ਨਹੀਂ ਕਰਦਾ, ਉਹ ਸ਼ੂਦਰ ਕਰਕੇ ਹੀ ਜਾਣਿਆ ਜਾਵੇ।

ਨੋਟ:-ਸ਼ੂਦਰ ਲਈ ਗੁਰੂ ਧਾਰਨ ਕਰਨ ਦੀ ਮਨਾਹੀ ਹੈ।

(37) ਗਰਭ ਧਾਰਨ ਕਰਨ ਤੋਂ ਬਾਅਦ, ਪ੍ਰਮਾਤਮਾ ਦੀ ਕ੍ਰਿਪਾ ਦੇ ਅਭਿਲਾਸ਼ੀ (ਚਾਹਵਾਨ) ਬ੍ਰਾਹਮਣ ਵਾਸਤੇ ਧਰਮ ਸ਼ਾਸਤਰਾਂ ਦੇ ਗਿਆਨ ਦੀ ਪ੍ਰਪੱਕਤਾ ਪ੍ਰਾਪਤ ਕਰਨ ਲਈ ਸ਼ੁਰੂਆਤ ਪੰਜਵੇਂ ਸਾਲ ਵਿੱਚ, ਯੋਧਾ ਬਣਨ ਵਾਲੇ ਖੱਤਰੀ ਲਈ- ਛੇਵੇਂ ਸਾਲ ਅਤੇ ਧਨੀ ਬਣਨ ਦੀ ਇੱਛਾ ਵਾਲੇ ਵੈਸ਼ ਲਈ- ਅੱਠਵੇਂ ਸਾਲ ਵਿੱਚ ਗੁਰੂ ਦੀਖਿਆ ਲੈਣੀ ਜ਼ਰੂਰੀ ਹੈ।

ਟਿੱਪਣੀ:- ਗਰਭ ਧਾਰਨ ਕਰਨ ਦੀ ਤਰੀਖ:- *ਪੁਰਾਤਨ ਸਮੇਂ ਵਿੱਚ ਮਨੁੱਖ ਦੇ ਜਨਮ ਦੀ ਤਰੀਖ ਉਸਦੇ ਸੰਸਾਰ ਵਿੱਚ ਆਉਣ ਵਾਲੇ ਦਿੰਨ ਤੋਂ ਨਹੀਂ ਗਿਣੀ ਜਾਂਦੀ ਸੀ, ਸਗੋਂ ਗਰਭ ਠਹਿਰਣ ਵਾਲੇ ਦਿਨ ਤੋਂ ਗਿਣੀ ਜਾਂਦੀ ਸੀ ਅਤੇ ਇਸ ਦਿਨ ਦਾ ਹਿਸਾਬ ਲਾ ਕੇ ਦਿਨ ਨਿਸਚਿਤ ਕਰਨਾ ਭੀ ਇੱਕ ਖਾਸ ਕਿਸਮ ਦੇ ਲੋਕਾਂ ਦਾ ਪੇਸ਼ਾ ਜਾਣਿਆ ਜਾਂਦਾ ਸੀ। ਅੱਜ ਭੀ ਦੁਨੀਆਂ ਦੇ ਕਈ ਦੇਸ਼ਾਂ ਵਿੱਚ (ਖਾਸ ਕਰਕੇ ਵੀਅਤਨਾਮ, ਕੰਬੋਡੀਆ, ਲਾਉਸ, ਅਤੇ ਕਈ ਲਾਗਲੇ ਮੁਲਕਾਂ ਵਿੱਚ) ਬੁੱਧ ਧਰਮ ਦੇ ਪੈਰੋਕਾਰ ਇਸੇ ਪ੍ਰਥਾ ਨੂੰ ਮੰਨਦੇ ਹਨ।*

MANUSMRITI 34

(38) ਵੇਦਾਂ ਦੇ ਗਿਆਨ ਪ੍ਰਾਪਤੀ ਲਈ, ਦੀਖਿਆ ਲੈਣ (ਜਨੇਊ ਸੰਸਕਾਰ) ਦਾ ਹੱਕ, ਸਭ ਤੋਂ ਪਹਿਲਾਂ ਬ੍ਰਾਹਮਣ ਨੂੰ ਹੀ ਹੈ। ਇਸ ਲਈ ਉਸਦੀ ਉਮਰ, ਗਰਭ ਧਾਰਨ ਤੋਂ ਸੋਲਾਂ ਸਾਲ, ਅਤੇ ਖੱਤਰੀ ਲਈ ਬਾਈ ਸਾਲ, ਵੈਸ਼ ਲਈ ਚੌਵੀ ਸਾਲ ਤੋਂ ਵੱਧ ਨਹੀਂ ਟੱਪਣੀ ਚਾਹੀਦੀ। ਭਾਵ, ਵੇਦ ਵਿਦਿਆ ਦੀ ਪ੍ਰਾਪਤੀ ਲਈ ਏਹੀ ਨਿਸਚਿਤ ਉਮਰ ਹੈ। ਸ਼ੂਦਰ ਕੋਲ ਇਸਦਾ ਕੋਈ ਹੱਕ ਨਹੀਂ ਹੈ।

(39) ਇਸ ਸਮੇਂ ਦੇ ਲੰਘ ਜਾਣ ਬਾਅਦ ਇਹ ਤਿੰਨੋ ਜਾਤਾਂ ਦੇ ਲੋਕ, ਆਰੀਅਨ ਧਰਮ ਦੇ ਪੰਡਤ ਲੋਕਾਂ ਵਲੋਂ ਨਕਾਰ ਦਿੱਤੇ ਜਾਂਦੇ ਹਨ ਅਤੇ ਵੇਦ ਦਾ ਗਿਆਨ ਨਹੀਂ ਲੈ ਸਕਦੇ। ਐਸੇ ਲੋਕ ਵ੍ਰਤਯ (ਸਮਾਜ ਤੋਂ ਛੇਕੇ ਹੋਏ, ਬੁਰੇ ਲੋਕ) ਕਰਕੇ ਜਾਣੇ ਜਾਂਦੇ ਹਨ।

(40) ਜਦੋਂ ਤੀਕਰ ਐਸੇ ਲੋਕਾਂ ਦੀ, ਪਛਚਾਤਾਪ ਅਤੇ ਦੰਡ ਭੁਗਤ ਕੇ ਵੇਦਿਕ ਅਸੂਲਾਂ ਮੁਤਾਬਿਕ ਸ਼ੁਧੀ ਨਹੀਂ ਹੋ ਜਾਂਦੀ, ਬ੍ਰਾਹਮਣ ਵਾਸਤੇ ਉਨਾਂ ਨਾਲ ਕਿਸੇ ਭੀ ਹਾਲਤ ਵਿੱਚ ਕੋਈ ਭਾਈਚਾਰਕ ਸਾਂਝ ਰੱਖਣੀ ਮਨ੍ਹਾ ਹੈ, ਚਾਹੇ ਉਹ ਵੇਦਾਂ ਕਰਕੇ ਹੋਵੇ ਜਾਂ ਵਿਵਹਾਰ ਕਰਕੇ ਹੋਵੇ।

(41) ਬ੍ਰਹਮਚਾਰੀ ਚੇਲਿਆਂ ਦੇ ਸਰੀਰ ਉੱਪਰ ਪਾਉਣ ਵਾਲੀ ਚੰਮ ਤੋਂ ਬਣੀ ਪੁਸ਼ਾਕ (ਓੜਨੀ), ਆਪਣੀਆਂ ਜਾਤਾਂ (ਬ੍ਰਾਹਮਣ, ਖੱਤਰੀ, ਵੈਸ਼) ਅਨੁਸਾਰ ਕਰਮਵਾਰ, ਕਾਲੇ ਹਿਰਣ ਦੀ, ਚਿਤਰ-ਬਿਤਰੇ ਹਿਰਣ ਦੀ, ਅਤੇ ਬੱਕਰੇ ਦੀ ਖੱਲ ਦੀ ਹੋਣੀ ਚਾਹੀਦੀ ਹੈ ਅਤੇ ਹੇਠਲੇ ਬਸਤਰ, ਸਣ, ਅਲਸੀ ਦੇ ਰੇਸ਼ੇ ਅਤੇ ਭੇਡ ਦੀ ਉੱਨ ਦੇ ਬਣੇ ਹੋਣ।

(42) ਬ੍ਰਾਹਮਣ ਦੀ ਤੜਾਗੀ (ਮੇਖਲਾ), ਮੁੰਜ ਦੇ ਵਾਣ (ਰੱਸੀ) ਦੀਆਂ ਤਿੰਨ ਲੜੀਆਂ ਦੀ ਬਣੀ ਹੋਵੇ, ਖੱਤਰੀ ਦੀ ਮੁਰਵਾ ਵੇਲ ਜਾਂ ਅਲਸੀ ਦੇ ਪੌਦੇ ਦੇ ਰੇਸ਼ੇ ਤੋਂ ਬਣੀਆਂ ਦੋ ਲੜੀਆਂ ਦੀ ਅਤੇ ਵੈਸ਼ ਦੀ ਸਣ ਦੇ ਰੇਸ਼ੇ ਤੋਂ ਬਣੀ ਕਹਿਰੇ ਵੱਟ ਦੀ ਰੱਸੀ ਦੀ ਹੋਵੇ।

(43) ਜੇ ਮੁੰਜ ਦੀ ਰੱਸੀ ਨਾ ਹੋ ਸਕੇ ਤਾਂ ਡਿੱਭ (ਕਾਹੀ), ਸਣ ਜਾਂ ਬਗੜ ਦੀਆਂ ਪੰਜ ਪੰਜ ਲੜੀਆਂ ਨੂੰ ਵਟ ਦੇ ਕੇ ਤਿੰਨੋ ਵਰਣਾ ਲਈ ਤੜਾਗੀ ਬਣਾਈ ਜਾ ਸਕਦੀ ਹੈ।

(44) ਬ੍ਰਾਹਮਣ ਦਾ ਜਨੇਊ, ਸੂਤ (ਕਪਾਹ) ਦੀਆਂ ਤਿੰਨ ਲੜੀਆਂ ਦੇ ਮਰੋੜੇ ਵਾਲਾ ਹੋਵੇ ਅਤੇ ਉਸਦਾ ਮਰੋੜਾ ਸੱਜੇ ਪਾਸੇ ਨੂੰ ਹੋਵੇ, ਇਸੇ ਤਰਾਂ ਖੱਤਰੀ ਦਾ ਸਣ ਦਾ ਬਣਿਆ ਹੋਵੇ ਤੇ ਵੈਸ਼ ਦਾ ਉੱਨ ਦਾ ਬਣਿਆ ਹੋਵੇ।

(45) ਬ੍ਰਾਹਮਣ ਦੇ ਹੱਥ ਵਿੱਚ ਫੜਿਆ ਸੋਟਾ (ਛਿੱਛੜਾ), ਬਿੱਲ ਜਾਂ ਪਲਾਹੁ ਦੇ ਦ੍ਰਖਤ ਦਾ ਹੋਵੇ, ਖੱਤਰੀ ਦੇ ਹੱਥ ਵਿੱਚ ਬੇਰੀ ਜਾਂ ਕਰੀਰ ਦੇ ਦ੍ਰਖਤ ਦਾ ਅਤੇ ਵੈਸ਼ ਦਾ ਪੀਲੂ (ਵਣ) ਦੀ ਲੱਕੜ ਦਾ ਹੋਵੇ।

ਨੋਟ:-ਸ਼ੂਦਰ ਆਪਣੀ ਸੁਰੱਖਿਆ ਲਈ ਹੱਥ ਵਿੱਚ ਕੁਝ ਨਹੀਂ ਫੜ ਸਕਦਾ।

(46) ਬ੍ਰਾਹਮਣ ਦਾ ਸੋਟਾ (ਛਿਛੜਾ ਜਾਂ ਡਾਂਗ) ਉਸਦੇ ਵਾਲਾਂ ਦੀ ਚੋਟੀ ਤੀਕਰ ਲੰਬਾ ਹੋਵੇ, ਖੱਤਰੀ ਦਾ ਉਸਦੇ ਮੱਥੇ ਤੀਕਰ ਅਤੇ ਵੈਸ਼ ਦਾ ਉਸਦੇ ਨੱਕ ਦੀ ਨੋਕ ਜਿੰਨਾ ਉੱਚਾ ਹੋਵੇ।

(47) ਸਭਨਾਂ ਦੇ ਸੋਟੇ, ਸਿੱਧੇ, ਸਾਫ ਸੁਥਰੇ ਛਿੱਲ ਸਮੇਤ ਹੋਣ ਅਤੇ ਅੱਗ ਨਾਲ ਸੜੀ ਲੱਕੜ ਦੇ ਨਾ ਹੋਣ। ਹੱਥ ਵਿੱਚ ਫੜੇ ਸੁੰਦਰ ਲੱਗਣ ਅਤੇ ਕਿਸੇ ਬੰਦੇ ਨੂੰ ਡਰਾਉਣ ਧਮਕਾਉਣ ਲਈ ਨਾ ਹੋਣ।

(48) ਇੱਕ ਬ੍ਰਾਹਮਚਾਰੀ ਚੇਲੇ (ਸ਼ਾਗਿਰਦ) ਨੂੰ, ਗੁਰੂ ਵਾਸਤੇ ਭੀਖਿਆ ਮੰਗਣ ਜਾਣ ਤੋਂ ਪਹਿਲਾਂ, ਉਸਨੂੰ ਸਿਖਾਏ ਨਿਯਮਾਂ ਮੁਤਾਬਿਕ ਆਪਣੇ ਲਈ ਨਿਸਚਿਤ ਸੋਟੇ ਨੂੰ ਹੱਥ ਵਿੱਚ ਫੜਕੇ, ਆਪਣਾ ਸੱਜਾ ਹੱਥ ਅੰਦਰ ਵੱਲ ਰੱਖ ਕੇ ਅਗਨੀ ਦੀ ਪ੍ਰਕਰਮਾ ਕਰਦਾ ਹੋਇਆ ਸੂਰਜ ਦੇਵਤੇ ਦੀ ਪੂਜਾ ਕਰੇ।

(49) ਮਰਿਯਾਦਾ ਵਿੱਚ ਆਏ ਬ੍ਰਾਹਮਣ (ਜਿਸਨੇ ਗੁਰੂ ਦੀਖਿਆ ਲਈ ਹੋਵੇ) ਚੇਲੇ ਲਈ ਜ਼ਰੂਰੀ ਹੈ ਕਿ ਉਹ ਬ੍ਰਾਹਮਣ ਔਰਤ ਦੇ ਘਰੋਂ ਭੀਖਿਆ ਮੰਗਣ ਸਮੇਂ **'ਭਾਵਤਿ, ਮੈਨੂੰ ਭੀਖਿਆ ਦਿਉ'**(**भवति भिक्षां में देहि**) ਕਹੇ ਅਤੇ ਖੱਤਰੀ ਦੇ ਘਰੋਂ ਭੀਖਿਆ ਮੰਗਣ ਸਮੇਂ **'ਭੀਖਿਆ ਦਿਉ ਮੈਨੂੰ 'ਭਾਵਤਿ'**

(**भिक्षांभवति में देहि**), ਅਤੇ ਵੈਸ਼ ਦੇ ਘਰੋਂ ਭੀਖਿਆ ਮੰਗਣ ਸਮੇਂ **'ਭੀਖਿਆ ਦਿਉ ਭਾਵਤਿ ਮੈਨੂੰ'** (**भिक्षां देहि में भवति**) ਕਹੇ॥

ਨੋਟ:–*ਭਾਵਤਿ ਜਾਂ ਭਾਵਤੀ ਸ਼ਬਦ, ਆਮ ਪੰਜਾਬੀ ਨਾਵਾਂ ਨਾਲ ਵਰਤੇ ਜਾਣ ਵਾਲੇ ਅਗੇਤਰ (prefix) ਵਾਂਗ ਹੈ। ਜਿਵੇਂ- ਸ਼੍ਰੀ ਮਾਨ, ਸ਼੍ਰੀ ਮਤੀ, ਮੈਡਮ ਆਦਿ।*

(50) ਬ੍ਰਹਮਚਾਰੀ ਬ੍ਰਾਹਮਣ ਸਭ ਤੋਂ ਪਹਿਲਾਂ ਆਪਣੇ ਸੰਬੰਧੀਆਂ, ਜਿਵੇਂ ਆਪਣੀ ਮਾਂ, ਆਪਣੀ ਮਾਸੀ, ਆਪਣੀ ਬੜੀ ਭੈਣ ਦੇ ਘਰੋਂ ਭੀਖਿਆ ਮੰਗਣ ਦੀ ਸ਼ੁਰੂਆਤ ਕਰੇ ਤਾਂ ਕਿ ਉਸਨੂੰ ਮੰਗਣ ਦੀ ਜਾਚ ਆ ਜਾਵੇ (ਤਰੀਕਾ ਆਂ ਜਾਵੇ)।

(51) ਆਪਣਾ ਫਰਜ਼ ਨਿਭਾਉਂਦਿਆਂ ਜਦੋਂ ਕੁਝ ਪ੍ਰਾਣੀਆਂ ਦੇ ਖਾਣ ਜੋਗਾ ਭੋਜਨ ਇਕੱਠਾ ਹੋ ਜਾਵੇ ਤਾਂ ਬਿਨਾ ਕਿਸੇ ਝਿਝਕ, ਇਮਾਨਦਾਰੀ ਨਾਲ ਆਪਣੇ ਗੁਰੂ ਅੱਗੇ ਲਿਆ ਕੇ ਰੱਖੇ। ਬੜੀ ਨਿਮਰਤਾ ਸਹਿਤ ਭੋਜਨ ਖਾਣ ਦੀ ਆਗਿਆ ਲਵੇ। ਪਾਣੀ ਨਾਲ ਆਪਣੇ ਹੱਥ ਮੂੰਹ ਸਾਫ ਕਰੇ ਅਤੇ ਇੱਕ ਚਿੱਤ ਹੋ ਕੇ, ਪੂਰਬ ਦਿਸ਼ਾ ਵੱਲ ਮੂੰਹ ਕਰਕੇ ਭੋਜਨ ਕਰੇ।

(52) ਉਹ ਆਪਣੀ ਲੰਬੀ ਉਮਰ ਲਈ ਪੂਰਬ ਵੱਲ, ਤੇ ਸੋਭਾ ਪ੍ਰਾਪਤੀ ਲਈ ਦੱਖਣ ਵੱਲ, ਸੰਪਤੀ ਲਈ ਪੱਛਮ ਵੱਲ ਤੇ ਸਤਿ ਦੀ ਪ੍ਰਾਪਤੀ ਲਈ ਉਤਰ ਵੱਲ ਨੂੰ ਮੁੱਖ ਕਰਕੇ ਭੋਜਨ ਕਰੇ।

(53) ਦਵਿੱਜਾ ਮਨੁੱਖ ਲਈ ਜ਼ਰੂਰੀ ਹੈ ਕਿ ਉਹ ਹੱਥ ਪੈਰ ਧੋਣ ਉਪਰੰਤ, ਮੰਤ੍ਰ ਜਾਪ (ਸ਼ੁਕਰਾਨਾ) ਕਰੇ ਅਤੇ ਬਾਅਦ ਵਿੱਚ ਮਨ ਨੂੰ ਇਕਾਗਰ ਕਰਕੇ ਭੋਜਨ ਖਾਵੇ। ਖਾਣ ਉਪਰੰਤ ਪਾਣੀ ਨਾਲ ਆਪਣੇ ਆਪ ਨੂੰ ਸਾਫ਼ ਕਰੇ ਤੇ ਪਾਣੀ ਦਾ ਛੱਟਾ ਆਪਣੇ ਸਿਰ ਉਪਰੋਂ ਦੀ ਦੇਵੇ।

(54) ਅੰਨ ਨੂੰ ਬੜੇ ਸਤਿਕਾਰ ਅਤੇ ਸ਼ੁਕਰਾਨੇ ਦੀ ਅਰਦਾਸ ਕਰਕੇ ਖਾਵੇ ਅਤੇ ਭੋਜਨ ਦੇਖ ਕੇ ਕੋਈ ਨੁਕਤਾਚੀਨੀ ਨਾ ਕਰੇ। ਸਤਿਕਾਰ ਨਾਲ ਇਹ ਪ੍ਰਾਰਥਨਾ ਕਰੇ ਕਿ ਇਹ ਭੋਜਨ ਉਸਨੂੰ ਹਮੇਸ਼ਾ ਪ੍ਰਾਪਤ ਹੁੰਦਾ ਰਹੇ।

(55) ਪ੍ਰਾਰਥਨਾ ਅਤੇ ਪੂਜਾ ਕਰਕੇ ਖਾਧਾ ਭੋਜਨ, ਸ਼ਰੀਰ ਅਤੇ ਪਰਾਣਾਂ ਨੂੰ ਤਾਕਤ ਦਿੰਦਾ ਹੈ, ਨਹੀਂ ਤਾਂ ਇਹ ਦੋਨਾਂ ਦਾ ਨਾਸ ਕਰਦਾ ਹੈ।

(**56**) ਬਚਿਆ ਹੋਇਆ ਜੂਠਾ ਅੰਨ ਕਿਸੇ ਨੂੰ ਨਾ ਦੇਵੇ ਅਤੇ ਨਾ ਹੀ ਕਿਸੇ ਦਾ ਜੂਠਾ ਖਾਵੇ। ਲੋੜ ਤੋਂ ਵੱਧ ਬਾਰ ਬਾਰ ਭੋਜਨ ਨਾ ਖਾਵੇ, ਅਤੇ ਜੂਠੇ ਮੂੰਹ ਕਿਤੇ ਨਾ ਜਾਵੇ।

(57) ਲੋੜ ਤੋਂ ਵੱਧ ਖਾਣ ਨਾਲ ਦੇਹ ਅਰੋਗਤਾ ਅਤੇ ਉਮਰ ਤੇ ਬਹੁਤ ਅਸਰ ਪੈਂਦਾ ਹੈ। ਜਿਆਦਾ ਖਾਣਾ ਲੋਕ ਪ੍ਰਲੋਕ ਦੀ ਸੋਭਾ ਅਤੇ ਧਾਰਮਿਕਤਾ ਦਾ ਵਿਰੋਧੀ ਹੈ ਅਤੇ ਵਿਸ਼ਵ ਵਿੱਚ ਬਰਬਾਦੀ ਦਾ ਕਾਰਣ ਹੈ। ਲੋਕਾਂ ਵਿੱਚ ਭੀ ਇਸਨੂੰ ਅੱਛਾ ਨਹੀਂ ਸਮਝਿਆ ਜਾਂਦਾ। ਇਸ ਲਈ ਜਿਆਦਾ ਖਾਣ ਤੋਂ ਸੰਕੋਚ ਕਰਨਾ ਚਾਹੀਦਾ ਹੈ।

(**58**) ਪੂਜਾ ਅਤੇ ਭੋਜਨ ਕਰਨ ਤੋਂ ਪਹਿਲਾਂ, ਬ੍ਰਾਹਮਣ ਆਪਣੇ ਸਰੀਰ ਅਤੇ ਮਨ ਦੀ ਸ਼ੁਧੀ ਲਈ, ਬ੍ਰਹਮ ਤੀਰਥ ਨਾਲ ਜਾਂ ਪ੍ਰਜਾਪਤਿ ਜਾਂ ਦੇਵ ਤੀਰਥ ਦੀ ਕਿਰਿਆ ਨਾਲ ਆਚਮਨ (**आचमन**) ਕਰੇ। ਪਰ ਪਿਤਰ ਤੀਰਥ ਨਾਲ ਕਦੇ ਆਚਮਨ ਕਾ ਕਰੇ।

(**59**) ਖੱਬੇ ਹੱਥ ਦੇ ਅੰਗੂਠੇ ਦਾ ਹੇਠਲਾ ਭਾਗ (ਮੁੱਢ) ਜਿਸਤੋਂ ਕਲ਼ਾਈ ਵੱਲ ਨੂੰ ਆਚਮਨ ਕੀਤਾ ਜਾਂਦਾ ਹੈ, ਉਸਨੂੰ ਬ੍ਰਹਮਤੀਰਥ ਕਿਹਾ ਗਿਆ ਜੋ ਬ੍ਰਾਹਮਣ ਲਈ ਬਹੁਤ ਪਵਿੱਤ੍ਰ ਹੈ, ਉਂਗਲੀਆਂ ਦੇ ਹੇਠਲੇ ਹਿੱਸੇ (ਮੂਲ ਭਾਗ) ਨੂੰ ਪਰਜਾਪਤ ਤੀਰਥ, ਅਰਧ (ਵਿਚਕਾਰਲੇ) ਭਾਗ ਨੂੰ ਦੇਵਤੀਰਥ, ਪਹਿਲੀ ਉਂਗਲ ਅਤੇ ਅੰਗੂਠੇ ਦੇ ਗਭਲੇ ਹਿੱਸੇ ਨੂੰ ਪਿੱਤਰ ਤੀਰਥ ਕਿਹਾ ਜਾਂਦਾ ਹੈ।

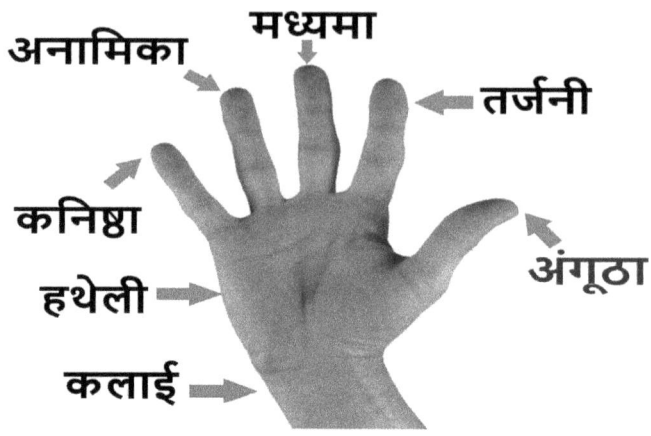

ਨੋਟ:- *ਬ੍ਰਹਮ ਤੀਰਥ ਆਚਮਨ - ਖੱਬੇ ਹੱਥ ਦੇ ਅੰਗੂਠੇ ਅਤੇ ਛੋਟੀ ਉਂਗਲ ਨੂੰ ਇਸ ਤਰਾਂ ਮੋੜ ਕੇ ਚੁਲੀ ਬਨਾਉਣਾ, ਕਿ ਦੇਖਣ ਨੂੰ ਗਊ ਦੇ ਕੰਨ ਦੀ ਸ਼ਕਲ ਜਾਪੇ। ਇਸਨੂੰ ਬ੍ਰਾਹਮਣ ਲੋਕ ਗੋਕ੍ਰਣ ਮੁਦਰਾ ਭੀ ਕਹਿੰਦੇ ਹਨ।ਪਾਣੀ ਨਾਲ ਭਰਿਆ ਤਾਂਬੇ ਦਾ ਲੋਟਾ ਸੱਜੇ ਹੱਥ ਵਿੱਚ ਫੜਕੇ, ਖੱਬੇ ਹੱਥ ਦੀ ਗੋਕ੍ਰਣ ਮੁਦਰਾ ਨਾਲ ਤਿੰਨ ਵਾਰ ਚੁਲੀਆਂ ਭਰਨ ਨੂੰ ਬ੍ਰਹਮ ਤੀਰਥ ਆਚਮਨ ਕਿਰਿਆ ਕਿਹਾ ਗਿਆ ਹੈ।*

(60) ਬ੍ਰਹਮ ਤੀਰਥ ਆਚਮਨ ਕਰਦਿਆਂ, ਪਹਿਲਾਂ ਤਿੰਨ ਵਾਰ ਪਾਣੀ ਬ੍ਰਹਮ ਤੀਰਥ ਉੱਪਰ ਰੋੜ੍ਹੇ, ਫਿਰ ਦੋ ਵਾਰੀ ਮੂੰਹ ਧੋਵੇ ਅਤੇ ਅਖੀਰ ਵਿਚ ਨੱਕ, ਕੰਨ, ਅੱਖਾਂ ਤੇ ਛਿੱਟੇ ਮਾਰਨ ਮਗਰੋਂ ਸਿਰ ਵਿੱਚ ਜਲ ਦਾ ਛਿੱਟਾ ਮਾਰੇ।

(61) ਪਵਿੱਤਰਤਾ ਦੇ ਇੱਛਕ ਧਾਰਮਿਕ ਲੋਕ, ਹਮੇਸ਼ਾ ਇਕਾਂਤ ਵਿੱਚ ਪੂਰਬ ਜਾਂ ਉੱਤਰ ਦਿਸ਼ਾ ਵਲ ਮੂੰਹ ਕਰਕੇ, ਕੋਸੇ ਪਾਣੀ ਨਾਲ ਆਚਮਨ ਕਰਦੇ ਹਨ।

(**62**) ਇੱਕ ਬ੍ਰਾਹਮਣ ਪਵਿੱਤਰ ਗਿਣਿਆ ਜਾਂਦਾ ਹੈ. ਜਦੋਂ ਉਸਦਾ ਆਚਮਨ ਕਰਕੇ ਪੀਤਾ ਪਾਣੀ, ਉਸਦੇ ਦਿਲ ਤੋਂ ਹੇਠਾਂ ਉਤਰਦਾ ਹੈ, ਇਕ ਖੱਤਰੀ, ਜਦੋਂ ਉਸਦੇ ਗਲੇ (ਕੰਠ) ਵਿੱਚ ਉਤਰੇ ਤੇ ਇੱਕ ਵੈਸ਼ ਜਦੋਂ ਉਸਦੇ ਮੂੰਹ 'ਚ ਪਵੇ ਤੇ ਇੱਕ ਸ਼ੂਦਰ ਜਦੋਂ ਉਹ ਪਾਣੀ ਨੂੰ ਸਪ੍ਰਸ਼ ਕਰੇ। ਭਾਵ ਕਿ ਹਰ ਵਰਣ ਨੂੰ, ਇਸੇ ਤਰੀਕੇ ਨਾਲ ਜਲ ਲੈ ਕੇ ਆਪੋ ਆਪਣੀ ਸ਼ੁੱਧਤਾ ਕਰਨੀ ਚਾਹੀਏ।

ਟਿੱਪਣੀ:- *ਇਸ ਸਲੋਕ ਦਾ ਵੱਖੋ ਵੱਖ ਟੀਕਿਆਂ ਵਿੱਚ ਇਹੋ ਸਾਰ ਮਿਲਿਆ ਹੈ, ਜੋ ਬੜਾ ਅਜ਼ੀਬ ਭਾਸਦਾ ਹੈ, ਕਿਉਂਕਿ ਸ਼ੂਦਰ ਲਈ ਆਚਮਨ ਅਤੇ ਤਰਪਚਣ ਕਰਨ ਬਾਰੇ ਕੋਈ ਉਲੇਖਣ, ਕਿਧਰੇ ਨਹੀਂ ਮਿਲਦਾ।*

(63) ਇੱਕ ਦਵਿੱਜ, ਜੋ ਆਪਣਾ ਜਨੇਊ ਖੱਬੇ ਮੋਢੇ ਤੋਂ ਹੋ ਕੇ ਸੱਜੀ ਬਾਂਹ ਥੱਲੇ ਪਹਿਨਦਾ ਹੋਵੇ ਉਸ ਨੂੰ ਉਪਵੀਤੀ ਕਿਹਾ ਜਾਂਦਾ ਹੈ। ਜੇ ਸੱਜੇ ਮੋਢੇ ਦੇ ਉੱਪਰੋਂ ਤੇ ਖੱਬੀ ਬਾਂਹ ਥੱਲੇ ਪਾਏ, ਉਸਨੂੰ 'ਆਵੀਤੀ' (ਪੁਰਾਣੀ ਰੀਤ) ਕਿਹਾ ਗਿਆ ਹੈ ਅਤੇ ਜੋ ਉਸਨੂੰ ਸਿੱਧਾ ਗਲ਼ੇ ਵਿੱਚ ਲਟਕਾਵੇ, ਉਸਨੂੰ ਨਵੀਤੀ (ਨਵੀਂ ਰੀਤ) ਕਿਹਾ ਜਾਂਦਾ ਹੈ।

(64) ਜਦੋਂ ਉਸਦੇ ਸਰੀਰ ਕੱਜਣ ਵਾਲੀ ਹਿਰਨ ਦੀ ਖੱਲ (ਓੜਨੀ), ਤੜਾਗੀ, ਜਨੇਊ, ਸੋਟਾ ਤੇ ਕਮੰਡਲ ਪੁਰਾਣੇ ਹੋ ਜਾਣ ਤਾਂ ਪਾਣੀ ਵਿੱਚ ਸੁੱਟ ਦੇਣੇ ਚਾਹੀਦੇ ਹਨ ਅਤੇ ਵੇਦ ਮੰਤ੍ਰਾਂ ਦਾ ਪਾਠ ਪੜ੍ਹ ਕੇ ਨਵੇਂ ਲੈ ਲੈਣੇ ਚਾਹੀਦੇ ਹਨ।

(65) ਬ੍ਰਹਮਚਾਰੀ ਲਈ, ਵੇਦ ਆਸ਼ਰਮ ਵਿੱਚ ਵੇਦ ਵਿੱਦਿਆ ਪ੍ਰਾਪਤ ਕਰਨ ਅਤੇ ਵੇਦਿਕ ਰਸਮਾਂ ਵਿੱਚ ਭਾਗ ਲੈਣ ਤੋਂ ਪਹਿਲਾਂ ਕੀਤੇ ਜਾਣ ਵਾਲੇ ਮੁੰਡਣ ਨੂੰ **'ਕੇਸ਼ਾਂਤ'** ਸੰਸਕਾਰ ਕਿਹਾ ਜਾਂਦਾ ਹੈ। ਬ੍ਰਾਹਮਣ ਦਾ ਮੁੰਡਣ, ਗਰਭ ਧਾਰਨ ਤੋਂ ਸੋਲਵੇਂ ਸਾਲ ਵਿੱਚ, ਖੱਤਰੀ ਦੇ ਬਾਈਵੇਂ ਸਾਲ, ਵੈਸ਼ ਦੇ ਚੌਵੀਵੇਂ ਸਾਲ ਵਿੱਚ ਹੋਣਾ ਚਾਹੀਦਾ ਹੈ। ਇਸ ਸੰਸਕਾਰ ਸਮੇਂ ਵੇਦ ਮੰਤ੍ਰਾਂ ਦਾ ਜਾਪ ਜ਼ਰੂਰੀ ਨਹੀਂ ਹੈ।

(66) ਸ਼ਰੀਰ ਦੀ ਸ਼ੁਧੀ ਲਈ ਇਹ ਸਾਰੀਆਂ ਰਸਮਾਂ ਉਸੇ ਤਰਤੀਬ ਨਾਲ ਔਰਤਾਂ ਲਈ ਭੀ ਕਰਨੀਆਂ ਜਰੂਰੀ ਹਨ, ਪਰ ਵੇਦ ਮੰਤਰਾਂ ਦਾ ਪਾਠ ਨਾ ਕੀਤਾ ਜਾਵੇ।

(67) ਜਨੇਊ ਦੀ ਰਸਮ ਨੂੰ ਛੱਡ ਕੇ, ਇਸਤਰੀ ਲਈ ਵਿਆਹ ਦੀ ਰਸਮ ਹੀ ਵੇਦਿਕ ਧਰਮ ਵਿੱਚ ਦਾਖਲਾ ਮੰਨਿਆ ਜਾਂਦਾ ਹੈ। ਪਤੀ ਦਾ ਘਰ ਹੀ ਗੁਰੂ ਕੁਲ਼ (ਗੁਰੁ ਦੇ ਘਰ) ਵਿੱਚ ਵਾਸ ਕਰਨਾ ਹੈ ਅਤੇ ਘਰ ਦਾ ਕੰਮ ਕਾਜ ਕਰਨਾ ਹੀ ਪੂਜਾ ਅਤੇ ਹਵਨ ਕਰਮ ਕਰਨ ਦੇ ਬਰਾਬਰ ਹੈ। ਪਤੀ ਹੀ ਇਸਤ੍ਰੀ ਲਈ ਗੁਰੂ ਅਤੇ ਪ੍ਰਮੇਸ਼ਰ ਹੈ।।

(68) ਇਸ ਤਰਾਂ ਦਵਿੱਜ ਮਨੁੱਖਾਂ ਦੀ ਵੇਦ ਧਰਮ ਵਿੱਚ ਦਾਖਲੇ ਅਤੇ ਜਾਤਿ ਕਰਣ ਦੀ ਰੀਤ ਦੱਸੀ ਗਈ ਹੈ ਜੋ ਉਨ੍ਹਾਂ ਦੇ ਨਵੇਂ ਜਨਮ ਦਾ ਸੰਕੇਤ ਹੈ। ਇਸ ਤੋਂ ਬਾਅਦ ਉਨ੍ਹਾ ਦੇ ਕੰਮਾਂ ਅਤੇ ਜਿਮੇਂਵਾਰੀਆਂ ਬਾਰੇ ਸੁਣੋ---

ਗੁਰੂ ਅਤੇ ਬ੍ਰਹਮਚਾਰੀ ਚੇਲੇ ਦੇ ਫਰਜ਼ ਅਤੇ ਕਰਤੱਵ –

(69) ਵੈਦਿਕ ਧਰਮ ਵਿੱਚ ਦਾਖਲੇ ਦੀ ਰਸਮ ਮਗਰੋਂ (ਭੱਦਣ ਅਤੇ ਜਨੇਊ ਦੀ ਰਸਮ) ਧਰਮ ਗੁਰੂ ਆਪਣੇ ਚੇਲੇ ਨੂੰ, ਹਰ ਰੋਜ਼ ਸਵੇਰ ਅਤੇ ਸ਼ਾਮ ਦੀ ਸ਼ੁਧੀ ਕਿਰਿਆ, ਸਦਾਚਾਰ ਅਤੇ ਸ਼ੁੱਧ ਵਿਵਹਾਰ, ਅਗਨੀ ਹੋਤਰ ਦੀ ਵਿਧੀ, ਸੰਧਿਆ ਅਤੇ ਪ੍ਰਾਤਾਕਾਲ ਦਾ ਸਮਰਪਣ (ਸੂਰਜ ਚੜਨ ਤੇ ਛਿਪਣ ਸਮੇਂ ਦੀ ਰੋਜ਼ਾਨਾ ਕਿਰਿਆ) ਆਦਿ ਦੇ ਨਿਯਮਾਂ ਬਾਰੇ ਸਮਝਾਵੇ।

(70) ਜਨੇਊ ਅਤੇ ਭੱਦਣ (ਯਗਉਪਵੀਤ ਸੰਸਕਾਰ-**यज्ञोपवीत संस्कार**) ਦੀ ਰਸਮ ਤੋਂ ਬਾਅਦ, ਵੇਦਾਂ ਦੀ ਪੜ੍ਹਾਈ ਕਰਨ ਵਾਲੇ ਵਿਦਿਆਰਥੀ ਨੂੰ ਕਲਾਸ ਵਿੱਚ ਦਾਖਲ ਹੋਣ ਤੋਂ ਪਹਿਲਾਂ ਜਰੂਰੀ ਹੈ ਕਿ ਗੁਰੂ ਉਸਨੂੰ ਸ਼ਾਸਤ੍ਰਾਂ ਦੀ ਵਿਧੀ ਮੁਤਾਬਿਕ ਆਚਮਨ ਕਰਨ ਦੀ ਜਾਚ ਦੱਸੇ ਅਤੇ ਸ਼ੁਧੀ-ਕਰਮ ਕਰਨ ਮਗਰੋਂ ਸਾਫ਼ ਸੁਥਰੇ ਕੱਪੜੇ ਪਾਵੇ। ਉੱਤਰ ਦਿਸ਼ਾ ਵਲ ਮੁੱਖ ਕਰਕੇ ਚੌਕੜੀ ਮਾਰ ਕੇ ਇਕਾਗਰ ਚਿੱਤ ਹੋ ਕੇ ਬੈਠਣਾ ਸਮਝਾਵੇ।ਇਸ ਮਗਰੋਂ ਹੀ ਸਿਖਿਆਰਥੀ (ਚੇਲਾ) ਵਿੱਦਿਆ ਲੈਣ ਯੋਗ ਸਮਝਿਆ ਜਾਂਦਾ ਹੈ।

(71) ਵੇਦ ਪਾਠ ਦਾ ਸਬਕ ਸ਼ੁਰੂ ਕਰਨ ਅਤੇ ਅੰਤ ਵਿੱਚ, ਚੇਲਾ ਆਪਣੇ ਗੁਰੂ ਨੂੰ ਦੋਨੋਂ ਹੱਥ ਜੋੜਕੇ ਚਰਨ ਬੰਦਨਾ ਕਰੇ ਅਤੇ ਦੋਨੋਂ ਹੱਥ ਜੋੜ ਕੇ ਆਪਣਾ ਪਾਠ ਪੜ੍ਹੇ ।ਬ੍ਰਾਹਮਣ ਗੁਰੂ ਲਈ ਕੀਤੀ, ਇਸ ਕਿਰਿਆ ਨੂੰ ਬ੍ਰਾਹਮ-ਅੰਜੁਲੀ ਕਹਿੰਦੇ ਹਨ।

(72) ਚੇਲਾ, ਆਪਣੇ ਦੋਨੋਂ ਹੱਥ ਜੋੜ ਕੇ ਗੁਰੂ ਦੇ ਚਰਨਾਂ ਨੂੰ ਇਸ ਤਰਾਂ ਛੋਹੇ (ਚਰਨ ਛੋਹ) ਕਿ ਉਸਦੇ ਖੱਬੇ ਪੈਰ ਨੂੰ ਖੱਬਾ ਹੱਥ ਅਤੇ ਸੱਜੇ ਪੈਰ ਨੂੰ ਸੱਜਾ ਹੱਥ ਛੋਹੇ।

(73) ਚੇਲੇ ਨੂੰ ਚੇਤੰਨ ਕਰਦਿਆਂ, ਗੁਰੂ ਉਸਨੂੰ ਪਾਠ ਬੋਧ ਸ਼ੁਰੂ ਕਰਨ ਨੂੰ ਕਹੇ। ਚੇਲਾ ਉਸ ਵੇਲੇ ਹੀ ਬੋਲ ਕੇ ਉਚਾਰਣ ਕਰੇ ਤੇ ਉਦੋਂ ਤੀਕਰ ਪੜ੍ਹਦਾ ਰਹੇ ਜਦੋਂ ਤੀਕਰ ਗੁਰੂ ਉਸਨੂੰ ਬੰਦ ਕਰਨ ਦੀ ਆਗਿਅ ਨਾ ਕਰੇ। **ਭਾਵ**-ਗੁਰੂ ਦੀ ਆਗਿਆ ਬਿਨਾਂ ਕੋਈ ਕੰਮ ਨਾ ਕਰੇ।

(74) ਵੇਦ ਦੇ ਪਾਠ ਬੋਧ ਤੋਂ ਪਹਿਲਾਂ ਅਤੇ ਪਿੱਛੋਂ, ਸਦਾ 'ਓਮ' ਅੱਖਰ ਦਾ ਉਚਾਰਣ ਕਰੇ। ਜੇ ਸ਼ੁਰੂ ਵਿੱਚ 'ਓਮ' ਦਾ ਉਚਾਰਣ ਨਾ ਕਰੇ ਤਾਂ ਵਿਦਿਆ ਨਾਲ ਪ੍ਰੇਮ ਨਹੀਂ ਬਣਦਾ ਅਤੇ ਬਾਅਦ ਵਿੱਚ ਨਾ ਕਹਿਣ ਤੇ ਪੜ੍ਹੀ ਹੋਈ ਵਿੱਦਿਆ ਵਿਸਰ ਜਾਂਦੀ ਹੈ।

(75) ਡਿੱਭ ਦੇ ਮੂੜ੍ਹੇ (ਤਾਟ) ਉਪਰ ਬੈਠ ਕੇ, ਪੂਰਬ ਵੱਲ ਮੂੰਹ ਕਰਕੇ, ਇੱਕ ਮਨ ਇੱਕ ਚਿੱਤ ਹੋ ਕੇ ਬੈਠਣ ਤੋਂ ਬਾਅਦ ਤਿੰਨ ਵਾਰ ਪ੍ਰਾਣਾਯਾਮ (ਸਾਹ ਲੈਣ ਦੀ ਯੋਗਿਕ ਪ੍ਰਕਿਰਿਆ) ਕਰਕੇ ਸਾਫ਼ ਮਨ ਨਾਲ ਓਮਕਾਰ (**ॐ**, **ओंकार**) ਦਾ ਉਚਾਰਣ ਕੀਤਾ ਸਫਲ ਕਿਹਾ ਜਾਂਦਾ ਹੈ।

(76) ਪ੍ਰਜਾਪਤੀ ਬ੍ਰਹਮਾ ਜੀ ਨੇ, ਤਿੰਨ ਸੁਰਾਂ (ਅਕਾਰ, ਉਕਾਰ, ਮਕਾਰ) ਤੋਂ ਬਣੇ ਉਮਕਾਰ ਅਤੇ ਤਿੰਨ ਬੋਲਾਂ (:ਭੂਰ :ਭੁਵਯ :ਸਵਯ, :**भूर्** : **भुवः** :**स्वः**) ਦੇ ਸਮੇਲ ਤੌਂ ਬਣੇ ਗਾਇਤ੍ਰੀ ਮੰਤ੍ਰ ਨੂੰ ਵੇਦਾਂ ਦੇ ਸਾਰ ਵਜੋਂ ਪ੍ਰਗਟ ਕੀਤਾ ਹੈ।

ਨੋਟ:- ਗਾਇਤ੍ਰੀ ਮੰਤ੍ਰ, ਰਿਗ ਵੇਦ ਵਿੱਚ ਇੱਕ ਬਾਰ, ਜਯੁਰ ਵੇਦ ਵਿੱਚ ਚਾਰ ਬਾਰ ਅਤੇ ਸਾਮ ਵੇਦ ਵਿੱਚ ਇੱਕ ਬਾਰ, ਉੱਪਰ ਦੱਸੇ ਰੂਪ ਵਿੱਚ ਆਇਆ ਹੈ ਗਾਇਤ੍ਰੀ ਮੰਤ੍ਰ ਦੇ ਹੋਰ ਭੀ ਅਨੇਕ ਰੂਪ ਅਤੇ ਵਖਿਆਨ ਲਿਖੇ ਮਿਲਦੇ ਹਨ, ਜੋ ਇਸ ਪੁਸਤਕ ਦਾ ਵਿਸ਼ਾ ਨਹੀਂ ਹੈ।

(77) ਇਸ ਤੋਂ ਵੀ ਅੱਗੇ ਇਹ ਕਹਿ ਲਵੋ ਕਿ ਪ੍ਰਰਜਾਪਤਿ ਬ੍ਰਹਮਾ ਜੀ ਨੇ, ਧਰਮ ਦੇ ਤਿੰਨ ਥੰਮ੍ਹਾਂ (:**भूर्** :**भुव** :**स्वः**) ਨੂੰ, ਸਿੱਧ ਸ਼ਬਦ,'ਓਮ' (**ॐ**) ਨੂੰ ਨਾਲ ਜੋੜ ਕੇ ਮਹਾਂ ਮੰਤ੍ਰ ਗਾਇਤ੍ਰੀ ਦੀ ਰਚਨਾ ਕੀਤੀ ਹੈ।

(78) ਵੇਦਾਂ ਦੇ ਜਾਨਣ ਅਤੇ ਪੜ੍ਹਨ ਵਾਲਾ ਬ੍ਰਾਹਮਣ, ਜੋ ਸੂਰਜ ਚੜ੍ਹਨ ਤੋਂ ਪਹਿਲਾਂ (ਪ੍ਰਾਤਾਕਾਲ) ਅਤੇ ਸੂਰਜ ਛਿਪਣ ਤੋਂ ਪਹਿਲਾਂ (ਸੰਧਿਆ ਕਾਲ) ਵੇਲੇ, ਅਨਾਦੀ ਸ਼ਬਦ ਓਮ: ਦੀ ਸੰਗਿਆ ਨਾਲ ਭੂਰ: ਭਵਯ: ਸਵਹ (**ॐ: भू: भूंवः स्वः**, ਗਾਇਤ੍ਰੀ) ਦਾ ਪੂਰੇ ਨਿਸਚੇ ਨਾਲ (**व्याहृति पूर्वक**) ਜਾਪ ਕਰਦਾ ਹੈ, ਉਸਨੂੰ ਤਿੰਨੋ ਵੇਦਾਂ ਨੂੰ ਪੜ੍ਹਨ ਦੇ ਬਰਾਬਰ ਦਾ ਫ਼ਲ ਪ੍ਰਾਪਤ ਹੁੰਦਾ ਹੈ।

(79) ਜੋ ਦਵਿਜ ਆਪਣੇ ਪਿੰਡ ਜਾਂ ਨਗਰ ਦੇ ਬਾਹਰ ਏਕਾਂਤ ਵਿੱਚ ਬੈਠ ਕੇ ਉਮ ਅਤੇ ਤਿੰਨ ਸ਼ਬਦਾਂ ਵਾਲੇ (ਭੂਰ: ਭਵਯ: ਸਵਯ (**ॐ: भूर्** : **भुवः स्वः**) ਸੰਪੂਰਨ ਗਾਇਤ੍ਰੀ ਮੰਤ੍ਰ ਦਾ ਇੱਕ ਹਜ਼ਾਰ ਪਾਠ ਹਰ ਰੋਜ਼ ਇੱਕ ਮਹੀਨੇ ਲਈ ਕਰਦਾ ਹੈ, ਉਸਦੇ ਕੀਤੇ ਹੋਏ ਪਾਪ, ਇਸ ਤਰਾਂ ਉਤਰ ਜਾਂਦੇ ਹਨ ਜਿਵੇਂ ਸੱਪ ਦੇ ਸਰੀਰ ਤੋਂ ਕੁੰਜ।

(80) ਜੋ ਬ੍ਰਾਮਣ, ਖੱਤਰੀ ਅਤੇ ਵੈਸ਼ ਗਾਇਤ੍ਰੀ ਮੰਤ੍ਰ ਪਾਠ ਨਹੀਂ ਜਪਦਾ ਅਤੇ ਸਮੇਂ ਸਿਰ ਆਪਣੀ ਧੂਫ ਬੱਤੀ (ਹਵਨ ਆਦਿ, ਅਗਨੀ ਹੋਤ੍ਰ) ਨਹੀਂ ਕਰਦਾ, ਉਹ ਸਤਿ ਪੁਰਸ਼ਾਂ ਵਲੋਂ ਨਿੰਦਾ ਦਾ ਭਾਗੀ ਬਣਦਾ ਹੈ।

(81) ਏਨਾ ਹੀ ਜਾਣ ਲਉ ਕਿ 'ਉਮ' ਸ਼ਬਦ ਦੇ ਉਚਾਰਣ ਮਗਰੋਂ ਤਿੰਨ ਅੱਖਰੀ (ਭੁਰ:ਭੁਵਯ:ਸਵਯ **भूर्** : **भुवः स्वः**) ਗਾਇਤ੍ਰੀ ਦਾ ਜਾਪ, ਤਿੰਨੋ ਵੇਦਾਂ ਦੀ ਕੁੰਜੀ ਹੈ ਅਤੇ ਪ੍ਰਮਾਤਮਾ ਦੇ ਘਰ ਵਿੱਚ ਦਾਖਲ ਹੋਣ (ਬ੍ਰਹਮ ਮਿਲਾਪ) ਦਾ ਦੁਆਰ ਹੈ।

(82) ਜੋ ਪੁਰਸ਼ ਤਿੰਨ ਸਾਲ ਨੇਮ ਸਹਿਤ ਇਸਦਾ ਜਾਪ ਕਰਦਾ ਹੈ, ਉਹ ਪਾਰਬ੍ਰਹਮ ਵਿੱਚ ਇਸ ਤਰਾਂ ਸਮਾ ਜਾਂਦਾ ਹੈ ਜਿਵੇਂ ਵਾਯੂਮੰਡਲ ਵਿੱਚ ਨਾ ਦਿਸਣ ਵਾਲੀ ਹਵਾ ਦੀ ਹੋਂਦ। ਬ੍ਰਹਮੰਡ ਵਿੱਚ ਹਵਾ ਦਾ ਗੂੰਜਣਾਂ 'ਉਮ' ਸ਼ਬਦ ਦੀ ਇਸ ਅਵਸਥਾ ਦਾ ਵਾਚਕ ਹੈ।

(83) ਅੰਤਰ ਧਿਆਨ ਹੋ ਕੇ (ਪ੍ਰਾਣਾਯਾਮ) ਤਿੰਨ ਵਾਰ ਲੰਬੇ ਸਾਹ ਲੈਣਾ ਅਤੇ ਸਵਾਸਾਂ ਨਾਲ 'ਉਮ' ਦੇ ਉਚਾਰਨ ਦਾ ਅਭਿਆਸ ਕਰਨਾ ਬਹੁਤ ਵੱਡਾ ਤਪ ਹੈ। ਪਰ ਗਾਇਤ੍ਰੀ ਦੇ ਜਾਪ ਤੋਂ ਕੋਈ ਮੰਤ੍ਰ ਜਾਪ ਨਹੀਂ ਹੈ। ਚੁੱਪ ਰਹਿਣ ਨਾਲੋਂ, ਇਸ ਪਵਿੱਤਰ ਸ਼ਬਦ ਦਾ ਬੋਲਣਾ ਬਹੁਤ ਉਤਮ ਹੈ।

(84) ਵੇਦਾਂ ਵਿੱਚ ਦਰਸਾਏ, ਸਾਰੇ ਹੋਮ ਯੱਗ, ਬਲ਼ੀਆਂ ਅਤੇ ਭੇਟਾਵਾਂ ਦੇ ਫ਼ਲ ਨਸ਼ਟ ਹੋ ਸਕਦੇ ਹਨ, ਪਰ ਪ੍ਰਜਾਪਤਿ ਬ੍ਰਹਮ ਸਰੂਪ 'ਉਮਕਾਰ' ਦੀ ਧੁਨੀ ਵਿੱਚ ਲੀਨ ਹੋਣਾ ਅਭਿਨਾਸ਼ੀ ਕਿਰਿਆ ਹੈ।ਇਹੋ ਹੀ ਪਾਰਬ੍ਰਹਮ ਦਾ ਸਰੂਪ ਹੈ, ਅਤੇ ਜੀਵਾਂ ਦਾ ਸਵਾਮੀ ਹੈ।

(85) ਸਵਾਸਾਂ ਨਾਲ ਗੁਣਗੁਣਾ ਕੇ ਦਿਲੋਂ ਕੀਤਾ ਹੋਇਆ ਜਪ, ਵੇਦਾਂ ਨੂੰ ਪੜ੍ਹ ਕੇ ਕੀਤੀ ਭਗਤੀ ਨਾਲੋਂ ਦਸ ਗੁਣਾਂ ਗੁਣਦਾਇਕ ਹੈ। ਜੇ ਕੋਈ ਇਸ ਤਰਾਂ ਜਪੇ ਕਿ ਪਾਸ ਬੈਠੇ ਮਨੁੱਖ ਨੂੰ ਭੀ ਨਾ ਸੁਣੇ ਤਾਂ ਇਸਦਾ ਫ਼ਲ ਸੌ ਗੁਣਾਂ ਪ੍ਰਾਪਤ ਹੁੰਦਾ ਹੈ। ਪਰ ਜੇ ਕੋਈ ਅੰਤਰਮੁੱਖ ਹੋ ਕੇ ਜਪੇ ਕਿ ਬੁੱਲ ਭੀ ਨਾ ਫਰਕਣ ਤਾਂ ਇਸਦਾ ਫ਼ਲ ਹਜ਼ਾਰ ਗੁਣਾਂ ਪ੍ਰਾਪਤ ਹੁੰਦਾ ਹੈ।

(86) ਵਿਧੀਗਤ ਕੀਤੇ ਗਏ ਚਾਰੇ ਪਾਕ ਯੱਗਾਂ (ਪਿੱਤਰ ਯੱਗ, ਹਵਨ, ਬਲੀ ਅਤੇ ਵੈਸ਼ਦੇਵ ਯੱਗ) ਦਾ ਫ਼ਲ, ਪ੍ਰੇਮਾ ਭਗਤੀ ਨਾਲ ਕੀਤੇ ਗਏ ਗਾਇਤ੍ਰੀ ਜਾਪ ਦੇ ਸੋਲ੍ਹਵੇਂ ਹਿੱਸੇ ਦੇ ਬਰਾਬਰ ਭੀ ਨਹੀਂ ਹੈ।

(87) ਇਸ ਵਿੱਚ ਕੋਈ ਸ਼ੱਕ ਨਹੀਂ ਹੋਣਾ ਚਾਹੀਦਾ ਕਿ ਇੱਕ ਬ੍ਰਾਹਮਣ, ਗਾਇਤੀ ਮੰਤ੍ਰ ਦੇ ਸਿਮਰਣ ਅਤੇ ਸਭ ਜੀਵਾਂ ਪ੍ਰਤੀ ਸਦਭਾਵਨਾ ਰੱਖਣ ਨਾਲ ਹੀ ਆਪਣੀ ਪ੍ਰਮਗਤੀ ਨੂੰ ਪਾਪਤ ਕਰ ਸਕਦਾ ਹੈ, ਭਾਵੇਂ ਉਹ ਕੋਈ ਹੋਰ ਯੱਗ ਕਰੇ ਜਾਂ ਨਾ ਕਰੇ।

(88) ਬਿਬੇਕੀ ਮਨੁੱਖ ਨੂੰ ਚਾਹੀਦਾ ਹੈ ਕਿ ਮਨ ਨੂੰ ਆਕਰਸ਼ਿਤ ਕਰਨ (ਲੁਭਾਣ) ਵਾਲੀਆਂ ਚੀਜ਼ਾਂ ਤੋਂ ਆਪਣੀਆਂ ਇੰਦਰੀਆਂ ਨੂੰ ਇਸ ਤਰਾਂ ਵਸ ਵਿਚ ਰੱਖੇ ਜਿਸ ਤਰਾਂ ਰਥਵਾਨ ਆਪਣੇ ਘੋੜਿਆਂ ਨੂੰ ਕਾਬੂ ਵਿੱਚ (ਨਿਯੰਤ੍ਰਣ) ਰੱਖਦਾ ਹੈ।

(89) ਪੁਰਾਤਨ ਰਿਸ਼ੀ ਪੁਰਸ਼ਾਂ ਨੇ ਸਰੀਰ ਦੀਆਂ ਗਿਆਰਾਂ ਇੰਦਰੀਆਂ ਕਹੀਆਂ ਹਨ, ਜਿਨ੍ਹਾਂ ਦੇ ਨਾਮ ਪਹਿਲਾਂ ਭੀ ਦੱਸੇ ਹਨ। ਮੈਂ (ਭ੍ਰਿਗੂ) ਉਨਾਂ ਦਾ ਕਰਮਵਾਰ, ਸਹੀ ਤਰਤੀਬ ਵਿੱਚ ਵਰਨਣ ਕਰਦਾ ਹਾਂ।

(90) ਪਹਿਲੀਆਂ ਦਸ- ਕੰਨ, ਚਮੜੀ (ਤੁਚਾ), ਅੱਖਾਂ, ਜੀਭਾ, ਨੱਕ, ਗੁਦਾ, ਲਿੰਗ (ਨੜੀ-ਕਾਮ ਇੰਦਰੀ, ਪਿਸ਼ਾਬ ਨਾੜੀ), ਹੱਥ, ਪੈਰ, ਅਤੇ ਦਸਵੀਂ ਜੁਬਾਨ।

(91) ਇਨ੍ਹਾਂ ਵਿੱਚੋਂ ਪਹਿਲੇ ਪੰਜ ਕਰਮਵਾਰ ਗਿਆਨ ਇੰਦਰੇ ਕਹਿਲਾਉਂਦੇ ਹਨ ਤੇ ਅਗਲੇ ਪੰਜ, ਕਰਮ ਇੰਦਰੇ ਕਹੇ ਜਾਂਦੇ ਹਨ।

(92) ਗਿਆਰਵਾਂ ਮਨੁੱਖ ਦਾ ਮਨ ਹੈ ਜੋ ਅੰਤਰ ਮੁੱਖ ਹੈ, ਜੋ ਆਪਣੇ ਗੁਣ ਅਤੇ ਦੋਸ਼ਾਂ ਕਾਰਨ, ਚੇਤ ਅਤੇ ਅਚੇਤ ਰੂਪ ਵਿੱਚ, ਸਾਰੀਆਂ ਗਿਆਨ ਅਤੇ ਕਰਮ ਇੰਦਰੀਆਂ ਦਾ ਚਾਲਕ ਹੈ। ਜੇ ਮਨ ਨੂੰ ਵੱਸ (ਟਿਕਾ) ਵਿੱਚ ਕਰ ਲਿਆ ਜਾਵੇ ਤਾਂ ਬਾਕੀ ਸਾਰੀਆਂ ਇੰਦਰੀਆਂ ਆਪਣੇ ਆਪ ਵੱਸ ਹੋ ਜਾਂਦੀਆਂ ਹਨ।

ਨੋਟ:- *ਮਨ ਨੂੰ ਵਸ ਕਰਨ ਦਾ ਸੰਕਲਪ ਹਰ ਧਰਮ ਵਿੱਚ ਵੱਖ ਵੱਖ ਮਿਲਦਾ ਹੈ। ਅੱਗੇ, ਇਸਦਾ ਹੋਰ ਵਿਸਥਾਰ ਆਵੇਗਾ।*

(93) ਇੰਦਰੀਆਂ ਦੇ ਵਿਸ਼ੇ ਵਿਕਾਰਾਂ ਵਿੱਚ ਫਸਣ ਨਾਲ ਮਨੁੱਖ ਨਿਰਸੰਦੇਹ ਗਲਤੀਆਂ ਕਰਦਾ ਹੈ ਅਤੇ ਦੁਖੀ ਹੁੰਦਾ ਹੈ। ਪਰ ਉਨ੍ਹਾਂ ਨੂੰ ਪੂਰੀ ਤਰਾਂ ਵੱਸ ਵਿੱਚ ਰੱਖਣ ਨਾਲ ਮਨੁੱਖ, ਬੰਧਨ ਮੁਕਤ ਹੋ ਜਾਂਦਾ ਹੈ।

(94) ਜਿਵੇਂ ਬਲਦੀ ਹੋਈ ਅੱਗ ਉੱਪਰ ਘਿਉ ਪਾਉਂਣ ਨਾਲ ਅੱਗ ਸ਼ਾਂਤ ਨਹੀਂ ਹੋ ਸਕਦੀ, ਇਸੇ ਤਰਾਂ ਵਿਸ਼ੇ ਵਿਕਾਰਾਂ ਨੂੰ ਭੋਗ ਭੋਗ ਕੇ (ਆਸਾ-ਮਨਸਾ), ਮਨੁੱਖ ਤਰਿਪਤ ਨਹੀਂ ਹੋ ਸਕਦਾ।

(95) ਜੋ ਇਨ੍ਹਾਂ ਸਭ ਵਾਸ਼ਨਾਵਾਂ ਅਤੇ ਕਾਮਨਾਵਾਂ ਦੇ ਭਾਰੂ ਹੁੰਦਿਆਂ ਭੀ ਸੰਜਮ ਵਿੱਚ ਰਹਿੰਦਾ ਹੈ, ਉਹ ਇਨ੍ਹਾਂ ਵਿੱਚ ਜਕੜੇ ਹੋਏ (ਭੋਗਣ ਵਾਲੇ) ਮਨੁੱਖ ਨਾਲੋਂ ਕਿਤੇ ਚੰਗਾ ਹੈ।

(96) ਵਿਸ਼ੇ ਵਿਕਾਰਾਂ ਦੇ ਜਾਲ਼ ਵਿੱਚ ਜਕੜੀਆਂ ਇੰਦਰੀਆਂ ਨੂੰ ਕੇਵਲ ਸੱਚੇ ਗਿਆਨ ਦੀ ਪ੍ਰਾਪਤੀ ਨਾਲ ਵਸ ਕੀਤਾ ਜਾ ਸਕਦਾ ਹੈ, ਨਾ ਕਿ ਇਨ੍ਹਾਂ ਦੇ ਭੋਗ ਦਾ ਪੂਰਣ ਤਿਆਗ ਕਰਕੇ।

(97) ਜਿਸਦਾ ਮਨ, ਵਿਸ਼ੇ ਵਿਕਾਰਾਂ ਵਿੱਚ ਫਸਿਆ ਹੋਵੇ, ਉਸਦੇ ਪੜ੍ਹੇ ਹੋਏ ਵੇਦ, ਕੀਤੇ ਹੋਏ ਦਾਨ, ਕਰਵਾਏ ਹੋਏ ਯੱਗ, ਜਾਂ ਕਿਸੇ ਭੀ ਨਿਯਮ ਨਾਲ ਕੀਤੇ ਹੋਏ ਤਪਾਂ ਦਾ ਕੋਈ ਫ਼ਲ ਪ੍ਰਾਪਤ ਨਹੀਂ ਹੁੰਦਾ।

(98) ਜੀਵਤ ਮੁਕਤਿ ਉਸੇ ਮਨੁੱਖ ਹੀ ਕਿਹਾ ਜਾਂਦਾ ਹੈ, ਜੋ ਸੁਗੰਧ, ਦਿੱਖ, ਛੋਹ ਤੇ ਸਵਾਦ ਦੇ ਬੰਧਨਾ ਤੋਂ ਮੁਕਤਿ ਹੋਵੇ ਅਤੇ ਕਿਸੇ ਖੁਸ਼ੀ ਜਾਂ ਨਿਰਾਸ਼ਤਾ (ਹਰਖ-ਸੋਗ) ਦਾ ਪਰਭਾਵ ਨਾ ਕਬੂਲਦਾ ਹੋਵੇ।

(99) ਜਦੋਂ ਮਨੁੱਖ ਦੀ ਇੱਕ ਵੀ ਇੰਦਰੀ, ਕਿਸੇ ਵਾਸ਼ਨਾ ਦੇ ਵਸ ਹੋ ਜਾਂਦੀ ਹੈ ਤਾਂ ਉਹ ਆਪਣੀ ਬੁੱਧ ਇਵੇਂ ਗਵਾ ਬੈਠਦਾ ਹੈ, ਜਿਵੇਂ ਕਿਸੇ ਮਾਛੀ ਦੇ ਮਸ਼ਕ ਵਿੱਚ ਇੱਕ ਛੇਕ ਹੋਣ ਨਾਲ ਉਸਦਾ ਸਾਰਾ ਪਾਣੀ ਉਸਦੇ ਪੈਰਾਂ ਉੱਪਰ ਰੁੜ੍ਹ ਜਾਵੇ।

(100) ਜੇ ਮਨੁੱਖ, ਮਨ ਸਮੇਤ ਸਾਰੀਆਂ ਗਿਆਨ ਇੰਦਰੀਆਂ ਨੂੰ ਆਪਣੀ ਅਧੀਨਗੀ ਵਿੱਚ ਰੱਖੇ, ਤਾਂ ਉਸਦੀਆਂ ਸਾਰੀਆਂ ਇਛਾਵਾਂ ਦੀ ਪੂਰਤੀ, ਬਿਨਾ ਕਿਸੇ ਹੋਰ ਯੋਗ ਅਭਿਆਸ ਜਾਂ ਹਠ ਤੋਂ, ਹੋ ਸਕਦੀ ਹੈ।

(101) ਸੁਬ੍ਹਾ ਸਵੇਰੇ (ਪਹੁ ਫੁੱਟਣ ਤੋਂ ਪਹਿਲਾਂ-ਪ੍ਰਾਤਾਕਾਲ) ਖੜੇ ਹੋ ਕੇ ਗਾਇਤ੍ਰੀ ਮੰਤ੍ਰ ਦਾ ਬੋਲ ਕੇ ਪਾਠ ਕਰੇ, ਜਦੋਂ ਤੀਕਰ ਸੂਰਜ ਦੇ ਦਰਸ਼ਨ ਨਾ ਹੋ ਜਾਣ ਅਤੇ ਸੰਧਿਆ ਵੇਲੇ (ਸੂਰਜ ਛਿਪਣ ਤੋਂ ਬਾਅਦ ਦਾ ਸਮਾਂ) ਬੈਠ ਕੇ ਗਾਇਤ੍ਰੀ ਦਾ ਜਾਪ ਕਰੇ, ਜਦ ਤੀਕਰ ਤਾਰਿਆਂ ਦੀ ਚਾਨਣੀ ਨਾ ਦਿਸਣ ਲੱਗ ਪਵੇ।

(102) ਜੋ ਦਵਿੱਜ, ਸੁਬ੍ਹਾ ਸਵੇਰੇ ਉੱਠ, ਖੜੇ ਹੋ ਕੇ ਗਾਇਤ੍ਰੀ ਦਾ ਉਚਾਰਣ ਕਰਦਾ ਹੈ, ਉਹ ਆਪਣੀ ਪਿਛਲੀ ਰਾਤ ਦੇ ਕੀਤੇ ਪਾਪਾਂ ਤੋਂ ਮੁਕਤ ਹੋ ਜਾਂਦਾ ਹੈ ਅਤੇ ਜੋ ਸ਼ਾਮ ਦੇ ਸਮੇਂ ਬੈਠ ਕੇ ਗਾਇਤ੍ਰੀ ਜਾਪ ਕਰਦਾ ਹੈ ਉਹ, ਆਪਣੇ ਦਿਨ ਭਰ ਦੇ ਕੀਤੇ ਪਾਪਾਂ ਤੋਂ ਮੁਕਤ ਹੋ ਜਾਂਦਾ ਹੈ।

(103) ਪਰ ਜੋ ਦਵਿੱਜ, ਸਵੇਰ ਅਤੇ ਸ਼ਾਮ ਨੂੰ (ਖੜ੍ਹ ਕੇ ਜਾਂ ਬੈਠ ਕੇ) ਗਾਇਤ੍ਰੀ ਦਾ ਪਾਠ ਨਹੀਂ ਕਰਦਾ (ਉਪਾਸਨਾ), ਉਸਨੂੰ ਸ਼ੂਦਰ ਦੀ ਤਰਾਂ ਜਾਣ ਕੇ ਭਾਈਚਾਦੇ ਵਿੱਚੋਂ ਬੇਦਖਲ ਕਰ ਦਿੱਤਾ ਜਾਵੇ।

(104) ਇਸ ਮਰਿਯਾਦਾ ਦਾ ਧਾਰਨੀ ਮਨੁੱਖ, ਹਰ ਸਵੇਰ ਇਕਾਂਤ ਵਿੱਚ ਪਾਣੀ ਕੋਲ ਅਤੇ ਹਰ ਸ਼ਾਮ ਨੂੰ ਇਕਾਂਤ ਜੰਗਲ ਵਿੱਚ ਜਾ ਕੇ, ਗਿਆਨ ਇੰਦਰੀਆਂ ਨੂੰ ਕਾਬੂ ਕਰਦਿਆਂ ਇਕਾਗਰ ਮਨ ਨਾਲ ਗਾਇਤ੍ਰੀ ਮੰਤ੍ਰ (ਦੂਸਰਾ ਨਾਮ- ਸਵਿਤ੍ਰੀ ਮੰਤ੍ਰ) ਦਾ ਜਾਪ ਕਰੇ ਅਤੇ ਆਪਣੇ ਚਾਲ ਚਲਨ ਨੂੰ ਉਸਦੇ ਮੁਤਾਬਿਕ ਢਾਲੇ।

(105) ਵੇਦਾਂ ਵਿੱਚ, ਸ਼ੁੱਭ ਬਚਨਾਂ ਦੇ ਅਭਿਆਸ ਲਈ ਛੇ ਵਿਧੀਆਂ ਹਨ। ਪੜ੍ਹਨਾ, ਗਾਉਣਾ, ਸੁਣਨਾ, ਵਿਚਾਰਨਾ, ਮੰਤ੍ਰ ਵਿੱਚ ਧਿਆਨ ਲਉਣਾ, ਜਾਂ ਵੇਦ ਦਾ ਕੁਝ ਹਿੱਸਾ ਰੋਜ਼ ਪੜ੍ਹਨਾ। ਰੋਜ਼ ਪੜ੍ਹਨ ਵਾਲੇ ਹਿੱਸੇ ਲਈ, ਕਿਸੇ ਦਿਨ, ਵਾਰ, ਥਿੱਤ ਜਾਂ ਧੂਫ ਬੱਤੀ ਆਦਿ ਦੀ ਕੋਈ ਖਾਸ ਬੰਦਿਸ਼ ਜਾਂ ਮਰਿਯਾਦਾ ਨਹੀਂ ਹੈ। .

(106) ਵੇਦਾਂ ਦੇ ਪਾਠ ਜਾਂ ਅਧਿਆਨ ਕਰਨ ਲਈ ਕੋਈ ਦਿਨ-ਸੁਤ ਦਾ ਬੰਧਨ (ਰੋਕ) ਨਹੀਂ ਹੈ। ਰੋਜ਼ਾਨਾ ਪਾਠ ਕਰਨ ਦੀ ਕਿਰਿਆ ਨੂੰ ਪ੍ਰਮੇਈਸ਼ਵਰ ਦੀ ਨਿਰੰਤਰ ਪੂਜਾ (ਬ੍ਰਾਮਾਸਤ) ਤੇ ਹੋਮ ਯੱਗ ਦੇ ਬਰਾਬਰ ਘੋਸ਼ਿਤ ਕੀਤਾ ਗਿਆ ਹੈ।

(107) ਇੰਦਰੀਆਂ ਨੂੰ ਕਾਬੂ ਵਿੱਚ ਰੱਖਣ ਵਾਲਾ ਸੰਜਮੀ ਮਨੁੱਖ, ਜੋ ਇੱਕ ਸਾਲ ਲਈ ਨਿਯਮਾਂ ਅਨੁਸਾਰ ਆਪਣੀਆਂ ਇੰਦਰੀਆਂ ਨੂੰ ਵੱਸ ਵਿੱਚ ਰੱਖ ਕੇ ਵੇਦਾਂ ਦਾ ਧਿਆਨ ਪੂਰਵਕ ਪਾਠ-ਅਧਿਆਨ ਕਰਦਾ ਹੈ, ਉਸਦੇ ਘਰ ਕਾਮਧੇਨ ਦੀ ਮਿਹਰ ਹੋ ਜਾਂਦੀ ਹੈ ਅਤੇ ਦੁੱਧ, ਦਹੀਂ, ਘਿਉ ਤੇ ਸ਼ਹਿਦ ਦੇ ਭੰਡਾਰ ਖੁੱਲ੍ਹ ਜਾਂਦੇ ਹਨ।

(108) ਗੁਰੂ ਦੀਖਿਆ ਲੈ ਚੁੱਕੇ ਆਰੀਆ ਬ੍ਰਹਮਚਾਰੀ (ਉਪਵੀਤ ਦਵਿੱਜ) ਨੂੰ ਹਰ ਰੋਜ਼ ਆਪਣੇ ਗੁਰੂ ਪਾਸੋਂ ਵੇਦ ਵਿੱਦਿਆ ਲੈ ਕੇ ਘਰ ਪਰਤਣ (ਛੁੱਟੀ) ਤੋਂ ਪਹਿਲਾਂ ਚਾਹੀਦਾ ਹੈ ਕਿ ਉਹ ਆਪਣੇ ਗੁਰੂ ਵਾਸਤੇ, ਹਵਨ ਲਈ ਲੱਕੜਾਂ, ਪਸ਼ੂਆਂ ਲਈ ਪੱਠੇ, ਅਤੇ ਭਿਖਿਆ ਮੰਗ ਕੇ ਲਿਆਵੇ ਅਤੇ ਜ਼ਮੀਨ ਤੇ ਹੀ ਸੌਂਵੇਂ।

(109) ਧਰਮ ਸ਼ਾਸਤ੍ਰਾਂ ਦੀ ਹਦਾਇਤ ਮੁਤਾਬਿਕ, ਵੇਦਾਂ ਦੀ ਸਿੱਖਿਆ, ਕੇਵਲ ਉਨ੍ਹਾਂ ਦਸ ਤਰਾਂ ਦੇ ਦਵਿੱਜ ਮਨੁੱਖਾਂ ਨੂੰ ਹੀ ਦਿੱਤੀ ਜਾ ਸਕਦੀ ਹੈ, ਜੋ, ਅਚਾਰੀਆ (ਗੁਰੂ) ਦੇ ਪੁੱਤਰ ਜਾਂ ਸੇਵਕ, ਦਾਨੀ ਪੁਰਸ਼, ਗਿਆਨਦਾਤਾ, ਪਵਿੱਤਰ, ਧਰਮੀ, ਸਤਿਕਾਰਯੋਗ, ਪੜ੍ਹਨੇ ਲਾਇਕ, ਆਪਣੀ ਜਾਤਿ ਨਾਲ ਸਬੰਧਿਤ ਤੇ ਸਦਾਚਾਰੀ ਹੋਣ।

(110) ਬਿਨਾ ਪੁੱਛੇ ਤੋਂ ਕਿਸੇ ਨੂੰ ਕੋਈ ਗੱਲ ਨਹੀਂ ਦੱਸਣੀ ਚਾਹੀਦੀ। ਜੋ ਮਨੁੱਖ ਬਿਨਾਂ ਕਿਸੇ ਅਦਬ ਜਾਂ ਚਤੁਰਾਈ ਨਾਲ ਪੁੱਛੇ, ਉਸਨੂੰ ਭੀ ਨਹੀ ਦੱਸਣੀ ਚਾਹੀਦੀ, ਭਾਵੇਂ ਉਸਦੀ ਗੱਲ ਦਾ ਜਵਾਬ ਆਉਂਦਾ ਭੀ ਕਿਉਂ ਨਾ ਹੋਵੇ। ਐਸੇ ਮਨੁੱਖ ਨਾਲ ਇਸ ਤਰਾਂ ਪੇਸ਼ ਆਉ ਜਿਵੇਂ ਤੁਹਾਨੂੰ ਕੁਝ ਨਹੀਂ ਆਂਉਦਾ। ਕਿਉਂਕਿ -

(111) ਜਦੋਂ ਅਧਰਮੀ ਅਤੇ ਧਰਮੀ ਮਨੁੱਖ ਇੱਕ ਦੂਸਰੇ ਨਾਲ ਝਗੜਦੇ ਹਨ, ਜਾਂ ਤਾਂ ਉਹ ਇੱਕ ਦੂਸਰੇ ਦੇ ਵਿਰੋਧੀ ਬਣ ਜਾਂਦੇ ਹਨ ਜਾਂ ਦੋਹਾਂ ਚੋਂ ਇੱਕ ਦੀ ਹਾਰ ਹੋਣੀ ਉਸਦੀ ਆਤਮਿਕ ਮੌਤ ਹੋਣ ਦੇ ਬਰਾਬਰ ਹੀ ਜਾਣੋ।

(112) ਜਿਸ ਵਿਦਿਆ ਦਾਤੇ (ਅਚਾਰੀਆ ਗੁਰੂ) ਨੂੰ ਧਰਮ ਵਿੱਦਿਆ ਪੜ੍ਹਾਉਣ ਬਦਲੇ, ਦੱਛਣਾ (ਧੰਨ ਮਾਲ), ਸੋਭਾ ਜਾਂ ਕੁਝ ਭੀ ਨਾ ਮਿਲੇ, ਉਸਨੂੰ ਨਹੀਂ ਪੜ੍ਹਾਉਣਾ ਚਾਹੀਦਾ। ਇਸ ਤਰਾਂ ਕਰਨਾ, ਬੰਜਰ ਧਰਤੀ ਵਿੱਚ ਬੀਜ ਬੋਅਣ ਦੇ ਬਰਾਬਰ ਹੈ ਜੋ ਕਦੇ ਪ੍ਰਫੁੱਲਤ ਨਹੀ ਹੁੰਦਾ।ਇਸ ਨਾਲੋਂ ਤਾਂ--

(113) ਵੇਦ ਗਿਆਤਾ ਬ੍ਰਾਹਮਣ, ਆਪਣਾ ਗਿਆਨ ਨਾਲ ਲੈ ਕੇ ਹੀ ਮਰ ਜਾਵੇ ਤਾਂ ਅੱਛਾ ਹੈ। ਔਖੇ ਤੋਂ ਔਖੇ ਸਮੇਂ ਭੀ, ਬੰਜਰ ਧਰਤੀ ਵਰਗੇ ਕਿਸੇ ਬੂਝੜ, ਅਯੋਗ (ਕੁਪਾਤਰ), ਅਧਰਮੀ ਅਤੇ ਦੁਰਾਚਾਰੀ ਮਨੁੱਖ ਨੂੰ ਵਿੱਦਿਆ ਨਾ ਪੜ੍ਹਾਵੇ।

(114) ਵਿਦਿਆ ਦੇ ਦੇਵਤੇ ਵਲੋਂ, ਬ੍ਰਾਹਮਣ ਗੁਰੂ ਲਈ ਹੁਕਮ ਹੈ ਕਿ ਵੇਦਾਂ ਦਾ ਗਿਆਨ ਉਸ ਲਈ ਇੱਕ ਖਜ਼ਾਨੇ ਸਮਾਨ ਹੈ। ਉਸਦਾ ਫਰਜ਼ ਹੈ ਕਿ ਉਹ ਹਮੇਸ਼ਾਂ ਇਸਦੀ ਸਾਂਭ ਸੰਭਾਲ ਕਰੇ। ਜੋ ਈਰਖਾਲੂ ਪੁਰਸ਼, ਵੇਦ ਨੂੰ ਨਹੀਂ ਜਾਨਣਾ ਚਾਹੁੰਦੇ, ਉਨ੍ਹਾਂ ਨੂੰ ਇਸਤੋਂ ਦੂਰ ਰੱਖੇ। ਇਸ ਤਰਾਂ ਕਰਨ ਨਾਲ ਵੇਦ ਦੀ ਮਹਿਮਾਂ ਅਤੇ ਬ੍ਰਾਹਮਣ ਦਾ ਪਲੜਾ ਹਮੇਸ਼ਾ ਭਾਰੂ ਰਹੇਗਾ।

(115) ਵੇਦ ਵਿੱਦਿਆ ਦਾ ਗਿਆਨ ਲੈਣ ਵਾਲੇ ਨੂੰ, ਐਸੇ ਬ੍ਰਹਮਚਾਰੀ ਦਵਿੱਜ ਦੇ ਹਵਾਲੇ ਕਰਨਾ ਚਾਹੀਦਾ ਹੈ ਜੋ ਆਪ ਪਵਿੱਤਰ ਅਤੇ ਸੁਚੇਤ ਬੁੱਧ ਵਾਲਾ ਹੋਵੇ, ਜਿੰਦ ਜਾਨ ਨਾਲ ਵੇਦ ਗਿਆਨ ਦੇਣ ਦੀ ਯੋਗਤਾ ਰੱਖਦਾ ਹੋਵੇ।

(116) ਪਰ ਜੇ ਕੋਈ ਮਨੁੱਖ, ਬ੍ਰਾਹਮਣ ਨੂੰ ਗੁਰੂ ਧਾਰਣ ਕੀਤੇ ਬਿਨਾਂ ਜਾਂ ਉਸਦੀ ਆਗਿਆ ਬਿਨਾਂ ਵੇਦ ਪਾਠ ਸੁਣਨਾ ਸ਼ੁਰੂ ਕਰ ਦੇਵੇ ਤਾਂ ਉਹ ਵਿਦਿਆ ਦਾ ਚੋਰ ਅਖਵਾਉਂਦਾ ਹੈ ਅਤੇ ਨਰਕਾਂ ਦਾ ਭਾਗੀ ਬਣਦਾ ਹੈ।

(117) ਜੋ ਭੀ ਮਨੁੱਖ, ਵੇਦ ਗਿਆਨ, ਦੁਨਿਆਵੀ ਗਿਆਨ ਜਾਂ ਬ੍ਰਹਮ ਗਿਆਨ ਪ੍ਰਾਪਤ ਕਰਨ ਦਾ ਅਭਿਲਾਸ਼ੀ (ਚਾਹਵਾਨ) ਹੋਵੇ, ਮਰਿਯਾਦਾ ਮੁਤਾਬਿਕ ਸਭ ਤੋਂ ਪਹਿਲਾਂ ਗੁਰੂ ਧਾਰਨ ਕਰੇ। ਦੱਛਣਾਂ ਭੇਂਟ ਕਰਨ ਮਗਰੋਂ. ਉਸ ਅੱਗੇ ਸੀਸ ਝੁਕਾ (ਮੱਥਾ ਟੇਕ ਕੇ) ਕੇ ਚਰਨ-ਬੰਦਨਾ ਕਰੇ।

(118) ਉਹ ਬ੍ਰਾਹਮਣ, ਜੋ ਸ਼ਾਸਤ੍ਰਾਂ ਅਨੁਸਾਰ ਧਰਮ ਦੇ ਨਿਯਮਾਂ ਦੀ ਪਾਲਣਾ ਕਰਦਾ ਹੋਵੇ, ਭਾਵੇਂ ਗਾਇਤ੍ਰੀ (ਸਾਵਿਤ੍ਰੀ) ਦਾ ਪਾਠ ਜਾਂ ਓਮ ਅੱਖਰ ਦਾ ਜਾਪ (ਓਮੀ ਸਾਧ) ਹੀ ਕਰਦਾ ਹੋਵੇ, ਪਰ ਆਪਣੇ ਕਰਮ ਕਰਕੇ ਜਤੀ ਜਤਿੰਦਰ ਹੋਵੇ (ਆਪਣੀਆਂ ਗਿਆਨ ਇੰਦਰੀਆ ਨੂੰ ਵਸ ਵਿੱਚ ਰੱਖਣ ਵਾਲਾ), ਉਹ ਤਿੰਨਾਂ ਵੇਦਾਂ ਦੇ ਅੱਖਰੀ ਗਿਆਨ ਰੱਖਣ ਵਾਲੇ ਬ੍ਰਾਹਮਣ ਨਾਲੋਂ ਕਿਤੇ ਤੋਂ ਚੰਗਾ ਹੈ।

(119) ਜਿਸ ਆਸਣ ਜਾਂ ਗੱਦੇ ਉੱਪਰ, ਗੁਰੂ ਜਨ ਜਾਂ ਪ੍ਰਤਿਸ਼ਟ-ਪੁਰਸ਼ (ਸਿਆਣੇ) ਬੈਠੇ ਹੋਣ, ਉਨ੍ਹਾਂ ਦੇ ਬਰਾਬਰ ਕਦੇ ਨਹੀਂ ਬੈਠਣਾ ਚਾਹੀਦਾ। ਜੇ ਕਿਤੇ ਬੈਠ ਭੀ ਹੋ ਜਾਵੇ ਤਾਂ ਉਸਨੂੰ ਛੱਡ ਕੇ ਉਠ ਖੜੋਵੋ ਅਤੇ ਨਮਸਕਾਰ ਕਰੋ।

(120) ਗੁਰੂ ਜਾਂ ਕਿਸੇ ਵੱਡੇ ਵਡੇਰੇ ਨੂੰ ਦੇਖਦਿਆਂ, ਜਵਾਨ ਪੁਰਸ਼ਾਂ ਦੀ ਘਬਰਾਹਟ ਨਾਲ ਸਵਾਸਾਂ ਦੀ ਧੜਕਣ ਅਕਸਰ ਤੇਜ਼ ਹੋ ਜਾਂਦੀ ਹੈ (ਸਾਹ ਫੁੱਲਣਾ)। ਲੰਮਾਂ ਸਾਹ ਲੈ ਕੇ ਪ੍ਰਣਾਮ ਕਰਨ ਤੋਂ ਬਾਅਦ ਛੱਡੇ ਹੋਏ ਸਵਾਸ ਪਵਿੱਤ੍ਰ (ਸਫ਼ਲੇ) ਗਿਣੇ ਜਾਂਦੇ ਹਨ।

(121) ਜੋ ਮਨੁੱਖ ਆਪਣੇ ਬਜੁਰਗਾਂ ਦਾ ਹਮੇਸ਼ਾ ਸਤਿਕਾਰ ਕਰਨ ਦੀ ਆਦਤ ਪਾ ਲੈਂਦਾ ਹੈ, ਉਸਨੂੰ ਚਾਰ ਚੀਜ਼ਾਂ ਦੀ ਪ੍ਰਾਪਤੀ ਵਿੱਚ ਵਾਧਾ ਹੁੰਦਾ ਹੈ ਜਿਵੇਂ -ਲੰਬੀ ਉਮਰ, ਗਿਆਨ, ਸੋਭਾ, ਅਤੇ ਤੰਦਰੁਸਤੀ।

(122) ਦਵਿੱਜ, ਆਪਣੇ ਤੋਂ ਵੱਡੇ ਵਡੇਰਿਆਂ ਅਤੇ ਗੁਰੂ ਜਨਾ ਨੂੰ ਮਿਲਣ ਸਮੇਂ, ਸਤਿਕਾਰ ਵਿੱਚ ਉੱਠ ਕੇ ਨਮਸਕਾਰ (**अभिवादन**) ਕਰਨ ਮਗਰੋਂ ਆਪਣਾ ਨਾਮ ਦੱਸੇ ਕਿ ਮੈਂ ----ਫਲਾਣਾ ਫਲਾਣਾ ਹਾਂ।

(123) ਜੋ ਮਨੁੱਖ ਅਸ਼ੀਰਵਾਦ ਦੇਣ ਦਾ ਤਰੀਕਾ ਨਾ ਜਾਣਦੇ ਹੋਣ, ਉਨ੍ਹਾਂ ਨੂੰ ਪ੍ਰਣਾਮ ਸਮੇਂ ਪੈਰ ਛੂਹਣ ਦੀ ਥਾਂ, 'ਨਮਸਕਾਰ' ਬੋਲ ਕੇ ਆਪਣਾ ਨਾਮ ਦੱਸਣਾ ਹੀ ਕਾਫੀ ਹੈ ਅਤੇ ਇਸਤ੍ਰੀਆਂ ਨੂੰ ਪ੍ਰਣਾਮ ਕਰਦੇ ਸਮੇਂ ਭੀ ਇਹੋ ਰੀਤ ਹੈ।

(124) ਬ੍ਰਾਹਮਣ ਅਤੇ ਹੋਰ ਆਦਰਯੋਗ ਪੁਰਸ਼ਾਂ ਨੂੰ ਪ੍ਰਣਾਮ ਕਰਦੇ ਸਮੇਂ ਆਪਣਾ ਨਾਮ ਦੱਸਣ ਮਗਰੋਂ,'ਭੋਉ' (ਭੋਹ- **भो** - ਸਤਿਕਾਰ ਵਾਚਿਕ ਅੱਖਰ ਜਿਵੇਂ ਜੀ, ਸ਼੍ਰੀ ਮਾਨ ਜੀ ਆਦਿ) ਅੱਖਰ ਲਾ ਕੇ ਸਮਾਪਤੀ ਕਰੇ। ਇਸ ਤਰਾਂ ਸੰਬੋਧਨ ਕਰਨਾ ਮਹਾਂਰਿਸ਼ੀਆਂ ਦੀ ਦੱਸੀ ਰੀਤ ਹੈ।

(125) ਇਸੇ ਤਰਾਂ ਬ੍ਰਾਹਮਣ ਭੀ ਅਸ਼ੀਰਵਾਦ ਦੇ ਕੇ ਵਾਪਸੀ ਵਿੱਚ ਇਹ ਕਹੇ ਕਿ," ਓਮ ---- (ਨਮਸਕਾਰ ਕਰਨ ਵਾਲੇ ਦਾ ਨਾਮ ਲੈ ਕੇ) ਜਿਉਂਦਾ ਰਹੁ , ਤੇਰੀ ਵੱਡੀ ਉਮਰ ਹੋਵੇ" ਅਤੇ ਉਸਦਾ ਨਾਮ ਲੈਣ ਤੋਂ ਬਾਅਦ ਕੋਈ ਸਿਫਤ ਪ੍ਰਗਟਾਂਉਦਾ ਸ਼ਬਦ ਕਹੇ।

(126) ਜੋ ਬ੍ਰਾਹਮਣ, ਪ੍ਰਣਾਮ ਜਾਂ ਅਸ਼ੀਰਵਾਦ ਦੀ ਰੀਤ ਨਾ ਜਾਣਦਾ ਹੋਵੇ, ਉਸਨੂੰ ਕੋਈ ਮਨੁੱਖ ਪ੍ਰਣਾਮ ਨਾ ਕਰੇ, ਕਿਉਂਕਿ ਐਸਾ ਬ੍ਰਾਹਮਣ ਆਪ ਭੀ ਸ਼ੂਦਰ ਦੇ ਸਮਾਨ ਹੈ।

(127) ਆਪਸ ਵਿੱਚ ਮਿਲਣ ਸਮੇਂ, ਸਾਰੀਆਂ ਜਾਤੀਆਂ ਦੇ ਲੋਕ, ਬ੍ਰਾਹਮਣ ਨੂੰ 'ਕੁਸ਼ਲਤਾ' ਪੁੱਛ ਕੇ, ਖੱਤਰੀ ਨੂੰ 'ਤੰਦਰੁਸਤੀ' ਪੁੱਛ ਕੇ, ਵੈਸ਼ ਨੂੰ 'ਸੁੱਖ ਸਾਂਦ' ਪੁੱਛ ਕੇ ਅਤੇ ਸ਼ੂਦਰ ਨੂੰ 'ਅਰੋਗਤਾ' ਪੁੱਛਣ ਵਾਲੇ ਸ਼ਬਦਾਂ ਨਾਲ ਸੰਬੋਧਨ ਕਰਨ।

(128) ਜਿਸ ਬ੍ਰਾਹਮਣ ਨੇ ਗੁਰੂ ਕੁਲ ਜਾਣ ਲਈ ਦੀਖਿਆ ਲਈ ਹੋਈ ਹੋਵੇ, ਭਾਵੇਂ ਉਹ ਉਮਰ ਵਿੱਚ ਛੋਟਾ ਭੀ ਕਿਉਂ ਨਾ ਹਵੇ, ਤਾਂ ਭੀ ਉਸਦਾ ਨਾਮ ਨਾ ਲਿਆ ਜਾਵੇ, ਸਗੋਂ ਧ੍ਰਮਾਤਮਾਂ ਲੋਕ ਭੀ ਉਸਨੂੰ 'ਐ ਭੋਉ-ਜਾਂ ਐ ਭਾਵਤੁ' (ਜਿਵੇਂ- ਐ ਸ਼੍ਰੀ ਮਾਨ ਜੀ) ਕਹਿਣ ਮਗਰੋਂ ਹੀ ਹੋਰ ਗੱਲਬਾਤ ਕਰਨ।

(129) ਪਰ ਜੋ ਦੂਸਰੇ ਦੀ ਇਸਤ੍ਰੀ ਹੋਵੇ ਜਾਂ ਜਿਸ ਨਾਲ ਕੋਈ ਰਿਸ਼ਤਾ ਨਾ ਹੋਵੇ, ਉਸਨੂੰ ਸਤਿਕਾਰ ਨਾਲ 'ਭਾਵਤੀ' (ਸ਼੍ਰੀਮਤੀ), ਭੈਣ ਜੀ ਜਾਂ ਭਾਗਵਤੀ ਕਹਿ ਕੇ ਬੁਲਾਵੇ।

(130) ਮਾਤਾ ਜਾਂ ਪਿਤਾ ਦੇ ਭਾਈ (ਮਾਮੇਂ ਜਾਂ ਚਾਚੇ ਤਾਏ), ਸਹੁਰਿਆਂ ਵਲੋਂ ਰਿਸ਼ਤੇਦਾਰ ਅਤੇ ਆਪਣੇ ਗੁਰੂ (ਭਾਵੇਂ ਉਮਰ ਵਿੱਚ ਛੋਟਾ ਹੋਵੇ) ਨੂੰ ਮਿਲਣ ਤੇ ਖੜ੍ਹੇ ਹੋ ਕੇ ਆਪਣਾ ਨਾਮ ਦੱਸ ਕੇ ਆਦਰ ਤੇ ਸਤਿਕਾਰ ਕਰੇ।

(131) ਜੇ ਮਾਸੀ, ਮਾਮੀ, ਸੱਸ, ਅਤੇ ਭੂਆ ਆਦਿ ਮਿਲਣ, ਤਾਂ ਉਹ ਆਪਣੇ ਗੁਰੂ ਦੀ ਪਤਨੀ ਦੇ ਸਮਾਨ ਪੂਜਣਯੋਗ ਹਨ।

(132) ਭਰਾ ਦੀ ਪਤਨੀ, ਜੇ ਉਸੇ ਜਾਤ ਵਿੱਚੋਂ ਹੋਵੇ ਤਾਂ ਉਸਨੂੰ ਨਿੱਤ ਮੱਥਾ ਟੇਕੇ। ਬਾਕੀ ਨਾਨਕਿਆਂ ਦਾਦਕਿਆਂ ਦੇ ਰਿਸ਼ਤਿਆਂ ਵਿੱਚੋਂ ਇਸਤ੍ਰੀਆਂ ਦੇ ਦੇਰ ਬਾਅਦ ਆਵਣ-ਜਾਣ ਤੇ ਉੱਠ ਕੇ ਚਰਨ ਬੰਧਨਾ ਕਰਨੀ ਜ਼ਰੂਰੀ ਹੈ।

(133) ਪਿਤਾ ਦੀ ਭੈਣ (ਭੂਆ) ਮਾਤਾ ਦੀ ਭੈਣ (ਮਾਸੀ), ਅਤੇ ਵੱਡੀ ਭੈਣ, ਬਿਲਕੁਲ ਮਾਂ ਦੇ ਸਮਾਨ ਆਦਰਯੋਗ ਹਨ। ਪਰ ਮਾਤਾ ਇਨ੍ਹਾਂ ਸਭਨਾ ਤੋਂ ਜ਼ਿਆਦਾ ਪੂਜਨੀਕ ਹੈ।

(134) ਦਸ ਸਾਲ ਦੀ ਉਮਰ ਤਕ ਦੇ ਫ਼ਰਕ ਵਾਲੇ ਸਾਰੇ ਨਗਰ ਨਿਵਾਸੀਆਂ ਨਾਲ, ਪੰਜ ਸਾਲ ਦੀ ਉਮਰ ਦੇ ਫ਼ਰਕ ਵਾਲੇ ਕਲਾਕਾਰਾਂ ਨਾਲ, ਤਿੰਨ ਸਾਲ ਦੀ ਉਮਰ ਦੇ ਫ਼ਰਕ ਵਾਲੇ ਵੇਦ ਵਿਦਆਰਥੀ ਅਤੇ ਕੁਝ ਦਿਨਾਂ ਦਾ ਫ਼ਰਕ ਜਨਮੇ ਸਬੰਧੀਆਂ ਨਾਲ, ਮਿੱਤ੍ਰਤਾ ਅਤੇ ਬ੍ਰਾਬਰਤਾ ਵਾਲਾ ਵਰਤਾਰਾ ਰੱਖਣਾ ਚਾਹੀਦਾ ਹੈ।

(135) ਬ੍ਰਾਹਮਣ ਭਾਵੇਂ ਦਸ ਸਾਲ ਦੀ ਉਮਰ ਦਾ ਹੋਵੇ, ਸੌ ਸਾਲ ਦਾ ਖਤਰੀ ਭੀ ਉਸਨੂੰ ਕਰਮ-ਵਰਣ ਅਤੇ ਵਿਦਿਆ ਦੀ ਉੱਤਮਤਾ ਕਰਕੇ, ਆਪਣੇ ਪਿਤਾ ਸਮਾਨ ਜਾਣੇ।

(136) ਧੰਨ, ਕੁਟੰਭ, ਉਮਰ, ਵਿੱਦਿਆ, ਅਤੇ ਕਰਮ, ਇਹ ਪੰਜੇ ਮਨੁੱਖ ਦੇ ਸਨਮਾਨ ਦੇ ਚਿੰਨ੍ਹ ਹਨ। ਇਸ ਵਿੱਚ ਪਹਿਲੇ ਨਾਲੋਂ ਅਗਲਾ ਕਰਮਵਾਰ ਜਿਆਦਾ ਮਹੱਤਵਪੂਰਣ ਹੈ।

(137) ਤਿਨਾਂ ਹੀ ਵਰਣਾ ਦੇ ਮਨੁੱਖਾਂ ਵਿੱਚੋਂ ਜੋ ਇਨ੍ਹਾਂ (ਉੱਪਰ ਦੱਸੇ) ਪੰਜਾਂ ਵਿੱਚੋਂ ਭਾਰੂ ਹੈ ਉਹੀ ਜਗਤ ਵਿੱਚ ਜਿਆਦਾ ਮਾਣ ਸਨਮਾਨ ਪਾਂਉਦਾ ਹੈ ਅਤੇ ਨੱਬੇ ਸਾਲ ਦੀ ਉਮਰ ਨਾਲੋਂ ਜ਼ਿਆਦਾ ਉਮਰ ਵਾਲਾ ਸ਼ੂਦਰ ਭੀ ਮਾਣਯੋਗ ਗਿਣਿਆ ਜਾਂਦਾ ਹੈ।

(138) ਗੱਡੀ ਵਿੱਚ ਬੈਠੇ ਨੱਬੇ ਸਾਲ ਤੋਂ ਅਧਿੱਕ ਉਮਰ ਦੇ ਬਜੁਰਗ, ਰੋਗੀ ਇਨਸਾਨ, ਭਾਰ ਚੁੱਕ ਕੇ ਜਾਣ ਵਾਲਾ, ਇਸਤ੍ਰੀ, ਵੇਦ ਸ਼ਾਸਤ੍ਰੀ (ਸਨਾਕਤ-ਸਨਾਥ- ਜੋ ਗੁਰੂ ਕੋਲੋਂ ਵੇਦਾਂ ਦੀ ਵਿੱਦਿਆ ਪੂਰੀ ਕਰਕੇ ਗ੍ਰਿਸਤ ਆਸ਼ਰਮ ਵਿੱਚ ਆ ਚੁੱਕਾ ਹੋਵੇ), ਬ੍ਰਹਮਚਾਰੀ, ਰਾਜੇ ਦਾ ਰੱਥ ਅਤੇ ਨਵੀਂ ਵਿਆਹੀ ਔਰਤ ਨੂੰ ਸਾਹਮਣੇ ਆਉਦਿਆਂ ਵੇਖ ਕੇ ਰਸਤਾ ਛੱਡ ਦੇਣਾ ਚਾਹੀਦਾ ਹੈ।

(139) ਜੇਕਰ ਇਹ ਸਾਰੇ ਜੇ ਕਿਧਰੇ ਇਕੱਠੇ ਆਉਂਦੇ ਹੋਣ, ਤਾਂ ਵੇਦ ਪਾਠੀ ਬ੍ਰਾਹਮਣ (ਸਨਾਕਤ-ਸਨਾਥ) ਅਤੇ ਰਾਜਾ ਸਭ ਤੋਂ ਪਹਿਲਾਂ ਸਤਿਕਾਰੇ ਜਾਣ। ਜੇ ਰਾਜਾ ਤੇ ਸਨਾਤਕ ਬ੍ਰਾਹਮਣ ਆਹਮੋ-ਸਾਮਣੇ ਮਿਲ ਪੈਣ ਤਾਂ ਰਾਜਾ ਰਸਤਾ ਛੱਡ ਕੇ ਦੂਸਰੇ ਦਾ ਮਾਣ ਕਰੇ।

(140) ਜੋ ਬ੍ਰਾਹਮਣ ਆਪਣੇ ਚੇਲੇ ਨੂੰ ਜਨੇਊ ਦੀ ਰਸਮ (ਉਪਵੀਤ-ਮੁੰਡਣ) ਨਿਭ੍ਹਾ ਕੇ, ਧਰਮ ਦੇ ਨਿਯਮ ਅਤੇ ਵੇਦ ਵਿਦਿਆ ਦੇ ਭੇਦ ਅਤੇ ਪਾਠ, ਪ੍ਰੇਮ ਭਾਵਨਾ ਤੇ ਪੂਰਾ ਸਮਾਂ ਲਗਾ ਕੇ ਸਿਖਾਵੇ, ਉਸਨੂੰ ਅਚਾਰੀਆ ਕਿਹਾ ਜਾਂਦਾ ਹੈ ।

(141) ਪਰ ਜੋ ਬ੍ਰਾਹਮਣ, ਵੇਦ ਵਿੱਦਿਆ ਜਾਂ ਵੇਦਾਂਗ (ਵੇਦ ਦੇ ਛੇ ਅੰਗ), ਪੈਸੇ ਲੈ ਕੇ ਆਪਣੀ ਉਪਜੀਵਕਾ ਖਾਤਰ ਪੜ੍ਹਾਵੇ, ਉਸਨੂੰ ਪਾਧਾ (ਉਪਾਧਿਆਇ-ਰਾਹ ਦੱਸਣ ਵਾਲਾ) ਕਿਹਾ ਜਾਂਦਾ ਹੈ।

(142) ਉਹ ਬ੍ਰਾਹਮਣ, ਜੋ ਵੇਦ ਅਤੇ ਸ਼ਾਸਤ੍ਰਾਂ ਦੇ ਗਿਆਨ ਦੇ ਅਧਾਰਤਿ, ਸ਼ੁੱਭ ਅਸ਼ੁੱਭ, ਸ਼ਗਨ ਅਪਸ਼ਗਨ ਦੱਸਦਾ ਹੈ, ਗਰਭਾਧਾਨ ਅਤੇ ਨਵਜੰਮੇ ਬੱਚੇ ਦੀ ਜਨਮ ਕੁੰਡਲੀ, ਪਹਿਲਾ ਅੰਨਪਾਣ ਅਤੇ ਹੋਰ ਰਸਮਾਂ (ਸੰਸਕਾਰ) ਨਿਭਾਉਂਦਾ ਹੈ, ਉਸਨੂੰ ਪਰਵਾਰ ਦਾ ਪੂਜਨੀਕ ਕੁਲ ਗੁਰੂ ਜਾਂ ਕੁਲ ਪ੍ਰੋਹਿਤ ਕਿਹਾ ਜਾਂਦਾ ਹੈ।

ਟਿੱਪਣੀ:- *ਬਹੁਤੇ ਧਰਮ ਗ੍ਰੰਥਾਂ ਅਤੇ ਵਿਦਵਾਨਾ ਦਾ ਨਿਰਣਾ ਹੈ ਕਿ ਗਰੂ ਸ਼ਬਦ ਦੋ ਅੱਖਰਾਂ ਦਾ ਸੁਮੇਲ ਹੈ। ਜਿਵੇਂ ਗੁ: ਅਤੇ ਰੂ:। ਗੁ ਸ਼ਬਦ, ਅੰਧਕਾਰ ਅਤੇ ਰੂ ਸ਼ਬਦ, ਪ੍ਰਕਾਸ਼ ਦਾ ਲਖਾਇਕ ਹੈ। ਗੁਰੂ ਦਾ ਸ਼ਬਦਿਕ ਅਰਥ ਹੈ ਕਿ ਜੋ ਹਨੇਰੇ ਤੋਂ ਰੌਸ਼ਨੀ ਦਾ ਮਾਰਗ ਦਰਸ਼ਕ ਹੋਵੇ। ਦੂਸਰੇ ਸ਼ਬਦਾਂ ਵਿੱਚ ਜੋ ਅਗਿਆਨਤਾ ਦੇ ਹਨੇਰੇ ਨੂੰ ਦੂਰ ਕਰਕੇ ਗਿਆਨ ਦਾ ਪ੍ਰਕਾਸ਼ ਕਰੇ। ਇਸ ਪ੍ਰਭਿਾਸ਼ਾ ਮੁਤਾਬਿਕ, ਜਗਤ*

ਦੇ ਗੁਰੂ ਕਹੇ ਜਾਂਦੇ ਬ੍ਰਾਹਮਣ ਦੀ ਮਨੁੱਖਤਾ ਨੂੰ ਕੀ ਦੇਣ ਹੈ! ਪਾਠਕ ਜਨ ਇਸਦਾ ਫੈਸਲਾ ਭੀ ਆਪ ਹੀ ਕਰ ਲੈਣ।

(143) ਜੋ ਬ੍ਰਾਹਮਣ ਕਿਸੇ ਪ੍ਰਵਾਰ ਲਈ, ਉਸਦੇ ਵਰਣ ਦੀ ਮਰਿਯਾਦਾ ਮੁਤਾਬਿਕ, ਅਗਨੀ ਪੂਜਾ (ਅਗਨੀ ਹੋਤਰ) ਹੋਮ ਯੱਗ, ਪੁਰਾਣ ਪਾਠ, ਪਾਕ ਯੱਗ ਆਦਿ ਕਰਮ ਕਾਂਡਾਂ ਅਤੇ ਰਸਮਾਂ ਨਿਭਾਉਂਦਾ ਹੈ, ਉਸਨੂੰ ਕੁਲ 'ਪ੍ਰੋਹਿਤ (ਬ੍ਰਾਹਮਣ ਗੁਰੂ) ਕਿਹਾ ਜਾਂਦਾ ਹੈ॥

ਟਿੱਪਣੀ:- *ਭਾਵੇਂ ਪਾਕ ਯੱਗ ਦੀ ਮਰਿਯਾਦਾ ਅੱਜ-ਕੱਲ ਇੱਕ ਸਧਾਰਨ ਜੇਹੀ ਪੂਜਾ ਦੀ ਰਸਮ ਬਣ ਕੇ ਰਹਿ ਗਈ ਹੈ ਪਰ ਪੁਰਾਣਾਂ ਅਨੁਸਾਰ ਪਾਕ ਯੱਗ (ਸ੍ਹਾਨ ਛੱਡਣਾ-**वृषोत्सर्ग**) ਇੱਕ ਵਿਸ਼ੇਸ ਪੁਰਾਤਨ ਧਾਰਮਿਕ ਕਰਮ ਹੈ, ਜਿਸ ਅਨੁਸਾਰ ਇੱਕ ਚਿੱਟੇ ਬਲਦ ਉੱਪਰ ਲਾਲ ਰੰਗ ਦਾ ਸਾਲੂ ਪਾ ਕੇ ਉਸਦੇ ਮੱਥੇ ਅਤੇ ਸਿੰਗਾਂ ਨੂੰ ਸ਼ਿੰਗਾਰ ਕੇ ਖੁੱਲਾ ਛੱਡ ਦਿੱਤਾ ਜਾਂਦਾ ਹੈ। ਗਊਸ਼ਾਲਾ ਦੀਆਂ ਗਊਆਂ ਨੂੰ ਗੱਭਣ ਕਰਨ ਤੋਂ ਸਿਵਾ ਉਸਤੋਂ ਕੋਈ ਹੋਰ ਕੰਮ ਨਹੀਂ ਲਿਆ ਜਾਂਦਾ। ਕਿਹਾ ਜਾਂਦਾ ਹੈ ਕਿ ਜਿਸ ਪਿੱਤਰ (ਮਾਤਾ-ਪਿਤਾ) ਦੇ ਨਾਮ ਤੇ, ਸ਼ਰਾਧ ਕਰਮ ਅਤੇ ਪੂਜਾ ਕਰਕੇ ਇਹ ਸਾਨ੍ਹ (ਬਲਦ) ਛੱਡਿਆ ਜਾਂਦਾ ਹੈ, ਉਸਨੂੰ ਦੂਸਰੇ ਦਿਨ ਹੀ ਸਵ੍ਰਗ ਦੀ ਪ੍ਰਾਪਤੀ ਹੋ ਜਾਂਦੀ ਹੈ।*

(144) ਵੇਦ ਦਾ ਗਿਆਨ ਦਾਤਾ ਬ੍ਰਾਹਮਣ, ਜਿਸ ਚੇਲੇ ਨੂੰ ਵੇਦ ਪੜ੍ਹਾਉਂਦਾ ਅਤੇ ਪ੍ਰਪੱਕ ਕਰਵਾਉਂਦਾ ਹੈ, ਉਹ ਉਸਦੇ ਪਿਤਾ ਤੇ ਮਾਤਾ ਸਮਾਨ ਹੈ ਅਤੇ ਉਹ ਕਦੇ ਵੀ ਉਸਦਾ ਨਿਰਾਦਰ ਨਾ ਕਰੇ।

(145) ਦੁਨਿਆਵੀ ਤੌਰ ਤੇ, ਵੇਦ ਵਿੱਦਿਆ ਦੇਣ ਵਾਲਾ ਬ੍ਰਾਹਮਣ ਗੁਰੂ, ਇੱਕ ਪਾਧੇ ਨਾਲੋਂ ਦਸ ਗੁਣਾ ਸਤਿਕਾਰਯੋਗ ਹੈ।ਪਿਤਾ, ਬ੍ਰਾਹਮਣ ਗੁਰੂ ਤੋਂ ਸੌ ਗੁਣਾ ਅਤੇ ਮਾਤਾ ਉਸਤੋਂ ਹਜ਼ਾਰ ਗੁਣਾ ਪੂਜਣਯੋਗ ਹਨ।

(146) ਪਰ ਜਨਮ ਦਾਤਾ (ਪਿਤਾ) ਨਾਲੋਂ ਵੇਦਾਂ ਦਾ ਗਿਆਨ ਦੇਣ ਵਾਲਾ ਗੁਰੂ ਜ਼ਿਆਦਾ ਸ੍ਰੇਸ਼ਟ (ਵੇਦਨਾਯੋਗ) ਹੈ, ਕਿਉਂਕਿ ਇੱਕ ਦਵਿੱਜ ਦਾ ਬ੍ਰਹਮ ਜਨਮ ਸ਼ਰੀਰ ਜਨਮ ਨਾਲੋਂ ਉੱਤਮ ਹੈ, ਜੋ ਉਸਦਾ ਲੋਕ ਅਤੇ ਪ੍ਰਲੋਕ (ਦੋਹਾਂ ਲੋਕਾਂ) ਵਿੱਚ ਸਹਾਈ ਹੁੰਦਾ ਹੈ।

(147) ਨਿਰਾ ਕਾਮ ਵਾਸ਼ਨਾ ਦੇ ਅਧੀਨ ਹੋਏ ਮਾਤਾ ਪਿਤਾ ਦੇ ਆਪਸੀ ਸੰਜੋਗ ਨਾਲ ਜੋ ਬੱਚਾ ਪੈਦਾ ਹੰਦਾ ਹੈ, ਜਨਮ ਕਰਕੇ ਕਿਸੇ ਸਧਾਰਣ ਪਸ਼ੂ ਦੇ ਬੱਚੇ ਅਤੇ ਉਸ ਵਿੱਚ ਬਹੁਤਾ ਫਰਕ ਨਹੀਂ ਹੁੰਦਾ।

(148) ਪਰੰਤੂ ਇਕ ਵੇਦ ਵਿਸ਼ਾਰਦ ਗੁਰੂ ਵਲੋਂ, ਸਵਿੱਤ੍ਰੀ (ਵੇਦ) ਦੇ ਮੰਤ੍ਰਾਂ ਨਾਲ ਉਪਦੇਸ਼ ਦੇ ਕੇ ਦਿੱਤੀ ਹੋਈ ਗੁੜ੍ਹਤੀ ਦੁਆਰਾ, ਦਵਿੱਜ ਬਾਲਕ ਦਾ ਜਾਤੀ ਕਰਣ ਹੋਣ ਕਾਰਨ, ਉਹ ਅਜ਼ਰ ਅਤੇ ਅਮਰ ਹਸਤੀ ਵਾਲਾ ਹੋ ਜਾਂਦਾ ਹੈ।

(149) ਜੋ ਪਾਧਾ (ਦੱਛਣਾ ਲੈ ਕੇ ਵਿਦਿਆ ਦੇਣ ਵਾਲਾ ਬ੍ਰਾਹਮਣ- ਉਪਾਦਿਆਇ) ਵੇਦ ਪੜ੍ਹਾ ਕੇ ਥੋੜਾ ਬਹੁਤਾ ਭੀ ਉਪਕਾਰ ਕਰਦਾ ਹੈ, ਉਸਨੂੰ ਭੀ ਗੁਰੂ ਵਾਂਗ ਹੀ ਸਤਿਕਾਰ ਦੇਣਾ ਚਾਹੀਦਾ ਹੈ।

(150) ਵੇਦ ਵਿੱਦਿਆ ਦੇਣ ਵਾਲਾ ਬ੍ਰਾਹਮਣ, ਉਮਰ ਵਿੱਚ ਭਾਵੇਂ ਕਿਤਨਾ ਭੀ ਛੋਟਾ ਹੋਵੇ, ਪਰ ਉਹ ਗੁਰੂ ਹੀ ਕਹਿਲਾਉਂਦਾ ਹੈ, ਕਿਉਂਕਿ ਧਰਮ ਅਨੁਸਾਰ ਜੀਵ ਦਾ ਵਡੱਪਣ ਗਿਆਨ ਨਾਲ ਹੈ, ਨਾ ਕੇ ਉਸਦੀ ਉਮਰ ਨਾਲ।

(151) ਮਹਾਂਰਿਸ਼ੀ ਅੰਗਿਰਾ (ਬ੍ਰਹਮਾ ਦੇ ਮਾਣਸ ਪੁੱਤਰ, ਜਿਸ ਦੀ ਕੁਲ ਦੇ ਲੋਕਾਂ ਨੂੰ ਅੰਗੀਰਸ ਭੀ ਕਿਹਾ ਜਾਂਦਾ ਹੈ) ਦੇ ਵੰਸ਼ ਵਿੱਚੋਂ ਉਸਦੇ ਦੇ ਇੱਕ ਪੁੱਤਰ ਨੇ, ਆਪਣੀ ਛੋਟੀ ਉਮਰੇ ਹੀ ਆਪਣੇ ਬਾਪ ਦੀ ਉਮਰ ਵਰਗੇ ਚਾਚਿਆਂ ਅਤੇ ਉਨ੍ਹਾਂ ਦੇ ਬੇਟਿਆਂ ਨੂੰ ਵੇਦਾਂ ਦਾ ਗਿਆਨ ਪੜ੍ਹਾਇਆ। ਗਿਆਨ ਅਤੇ ਸ੍ਰੇਸ਼ਟ ਬੁੱਧੀ ਕਾਰਣ ਉਨ੍ਹਾਂ ਨੂੰ 'ਹੇ ਬੱਚਿਉ'ਕਹਿ ਕੇ ਪੁਕਾਰਦਾ ਸੀ।

ਟਿੱਪਣੀ:- *ਪੁਰਾਣਾਂ ਅਤੇ ਹੋਰ ਸਰੋਤਾਂ ਤੋਂ ਪਤਾ ਚੱਲਦਾ ਹੈ ਕਿ ਸਮੇਂ ਸਮੇਂ ਸਿਰ, ਅੰਗਿਰਸ ਨਾਮ ਦੇ ਹੋਰ ਭੀ ਕਈ ਵਿਅਕਤੀ ਹੋਏ ਹਨ। ਆਂਗਿਰਸ (ਅਗਨੀਰਸ ਗੋਤਰ) ਨਾਮ ਦੇ ਇੱਕ ਰਿਸ਼ੀ ਭੀ ਹੋਏ ਹਨ, ਜੋ ਸ਼੍ਰੀ ਕ੍ਰਿਸ਼ਨ ਜੀ ਦੇ ਗੁਰੂ ਭੀ ਕਹੇ ਜਾਂਦੇ ਹਨ। ਇਨ੍ਹਾਂ ਦੇ ਖਾਨਦਾਨ ਵਿੱਚੋਂ ਕੁਝ ਰਾਜੇ ਭੀ ਹੋਏ ਹਨ। ਕਿਹਾ ਜਾਂਦਾ ਹੈ ਕਿ ਇਸ ਵੰਸ਼ ਦੇ ਕੁਝ ਲੋਕਾਂ ਨੇ ਆਪਣੇ ਆਪ ਨੂੰ ਅਗਨੀਰਸ ਕਹਿਣਾ ਛੱਡ ਕੇ 'ਭਾਰਗਵ' ਕਹਿਣਾ ਸ਼ੁਰੂ ਕਰ ਦਿੱਤਾ। ਇਸਦੇ ਵਿਸਥਾਰ ਵਿੱਚ ਜਾਣਾ ਇਸ ਪੁਸਤਕ ਦਾ ਵਿਸ਼ਾ ਨਹੀਂ।*

(152) ਉਨ੍ਹਾਂ ਨੇ ਗੁੱਸੇ ਵਿੱਚ ਆ ਕੇ ਦੇਵਤਿਆਂ ਕੋਲ ਇਸ ਤਰਾਂ ਸੰਬੋਧਨ ਕਰਨ ਦਾ ਗਿਲ਼ਾ ਕੀਤਾ ਤਾਂ ਉਨ੍ਹਾਂ ਉੱਤਰ ਦਿੱਤਾ ਕਿ, 'ਬਾਲਕ ਨੇ ਜੋ ਕਿਹਾ ਉਹ ਠੀਕ ਕਿਹਾ ਹੈ'।

(153) ਰਿਸ਼ੀਆਂ ਮੁਨੀਆਂ ਦੀਆਂ ਨਜ਼ਰਾਂ ਵਿੱਚ, ਅਗਿਆਨੀ ਮਨੁੱਖ ਬਾਲਕ ਸਮਾਨ ਹੀ ਹੁੰਦਾ ਹੈ ਅਤੇ ਮੰਤ੍ਰ ਦਾਤਾ (ਵੇਦ ਵਿਦਿਆ ਦੇਣ ਵਾਲਾ ਉਪਦੇਸ਼ਕ) ਪਿਤਾ ਸਮਾਨ ਕਿਹਾ ਜਾਂਦਾ ਹੈ।

(154) ਇਸ ਮਾਮਲੇ ਬਾਰੇ, ਰਿਸ਼ੀਆਂ ਮੁਨੀਆਂ ਦੀ ਧਾਰਮਿਕ ਪ੍ਰਨਾਲੀ ਦੀ ਰਾਏ ਹੈ ਕਿ ਵਡੇਰੀ ਉਮਰ, ਚਿੱਟੇ ਵਾਲ, ਬਹੁਤਾ ਧਨ, ਜੋਰ ਵਾਲੇ ਰਿਸ਼ਤੇਦਾਰ, ਜਾਂ ਚੰਗੀ ਚਰ੍ਹਤ ਹੋਣ ਵਿੱਚ ਬ੍ਰਾਹਮਣ ਦਾ ਕੋਈ ਵਡੱਪਣ ਨਹੀਂ ਹੈ। ਜੋ ਵੇਦਾਂ ਦਾ ਗਿਆਤਾ ਹੈ ਅਤੇ ਗਿਆਨ ਦੇਣ ਵਾਲਾ ਹੈ, ਉਹੀ ਸਾਡੇ ਵਿੱਚ ਸਭ ਤੋਂ ਮਹਾਨ ਹੈ।

(155) ਬ੍ਰਾਹਮਣਾਂ ਦਾ ਵਡੱਪਣ ਤੇ ਸਤਿਕਾਰ ਉਨ੍ਹਾਂ ਦੇ ਗਿਆਨ ਕਰਕੇ ਹੈ, ਖੱਤਰੀਆਂ ਦਾ ਬਹਾਦਰੀ ਕਰਕੇ ਹੈ, ਵੈਸ਼ਾਂ ਦਾ ਅੰਨ ਤੇ ਧੰਨ ਕਰਕੇ ਹੈ, ਅਤੇ ਸ਼ੂਦਰਾਂ ਦਾ ਵਡੇਰੀ ਉਮਰ ਕਰਕੇ, ਮੰਨਿਆ ਜਾਂਦਾ ਹੈ।

(156) ਸਿਰ ਦੇ ਵਾਲਾਂ ਦਾ ਧੌਲ਼ਾ ਹੋਣਾ ਹੀ ਸਿਆਣਪ ਦੀ ਨਿਸ਼ਾਨੀ ਨਹੀਂ, ਜਵਾਨ ਲੋਕ ਜੋ ਵੇਦਾਂ ਦੇ ਗਿਆਤਾ ਹਨ, ਉਨ੍ਹਾਂ ਨੂੰ ਭੀ ਦੇਵਤਿਆਂ ਨੇ ਸਿਆਣੇ ਤੇ ਬੁੱਧੀਮਾਨ ਕਿਹਾ ਹੈ।

(157) ਜਿਵੇਂ ਲੱਕੜ ਦੇ ਬਣੇ ਨਕਲੀ ਹਾਥੀ, ਅਤੇ ਚੰਮ ਨਾਲ ਮੜ੍ਹੇ ਨਕਲੀ ਹਿਰਨ ਦਾ ਪੁਕਾਰਣ ਨਾਮ ਹਾਥੀ ਅਤੇ ਹਿਰਣ ਹੀ ਹੁੰਦਾ ਹੈ, ਇਸੇ ਤਰਾਂ ਅਨਪੜ੍ਹ ਬ੍ਰਾਹਮਣ ਕੇਵਲ ਨਾਮ ਦਾ ਹੀ ਬ੍ਰਾਹਮਣ ਹੁੰਦਾ ਹੈ, ਅਸਲ ਨਹੀਂ।

(158) ਵੇਦਾਂ ਦੇ ਗਿਆਨ ਤੋਂ ਸੱਖਣਾ ਬ੍ਰਾਹਮਣ ਇਸ ਤਰਾਂ ਬੇਕਾਰ ਹੈ, ਜਿਵੇਂ ਔਰਤ ਲਈ ਨਿਪੁਨਸਿਕ ਮਰਦ, ਜਿਵੇਂ ਬੈਸਰੀ (ਫੰਡਰ) ਗਊ, ਜਿਵੇਂ ਅਗਿਆਨੀ ਨੂੰ ਦਿੱਤਾ ਦਾਨ, ਅਤੇ ਬੇਕਦਰੇ ਨੂੰ ਦਿੱਤਾ ਤੋਹਫਾ।

(159) ਕਿਸੇ ਪ੍ਰਾਣੀ ਦਾ ਦਿਲ਼ ਦੁਖਾ ਕੇ ਅਣਚਾਹਿਆਂ ਅਤੇ ਜ਼ਬਰਦਸਤੀ ਧਰਮ ਸਿੱਖਿਆ ਨਹੀਂ ਦੇਣੀ ਚਾਹੀਦੀ। ਸਿੱਖਿਆ ਦੇਣ ਵਾਲੇ ਅਧਿਆਪਕ ਦੀ ਬੋਲ ਬਾਣੀ, ਕੋਮਲ ਤੇ ਪਿਆਰ ਵਾਲੀ ਹੋਣੀ ਚਾਹੀਦੀ ਹੈ।

(160) ਵੇਦਾਂ ਮੁਤਾਬਿਕ ਜਿਸਦੀ ਬੋਲ ਬਾਣੀ ਅਤੇ ਮਨ ਸਾਫ਼ ਹੋਵੇ, ਔਗਣਾ ਅਤੇ ਮੋਹ ਮਾਇਆ ਦੇ ਬੰਧਨਾ ਤੋਂ ਸਦਾ ਮੁਕਤ ਹੋਵੇ, ਉਸਨੂੰ ਸਾਰੇ ਵੇਦ ਕਰਮਾਂ ਦਾ ਪੂਰਾ ਫਲ ਮਿਲਦਾ ਹੈ।

(161) ਬ੍ਰਾਹਮਣ ਆਪ ਭਾਵੇਂ ਕਿੰਨਾ ਭੀ ਦੁਖੀ ਕਿਉਂ ਨਾ ਹੋਵੇ, ਐਸੇ ਬੋਲ ਬੋਲਣ ਤੋਂ ਸੰਕੋਚ ਕਰੇ ਜਿਸ ਨਾਲ ਦੂਸਰੇ ਦਾ ਅਪਮਾਨ ਹੋਵੇ ਅਤੇ ਐਸੀ ਭਾਸ਼ਾ ਭੀ ਨਾ ਬੋਲੇ ਜਿਸ ਵਿੱਚੋਂ ਡਰਾਵਾ ਜਾਂ ਅਭਿਮਾਨ ਪ੍ਰਗਟ ਹੋਵੇ।

(162) ਬ੍ਰਾਹਮਣ ਆਪਣੇ ਹੋ ਰਹੇ ਸਨਮਾਨ ਨੂੰ ਜ਼ਹਿਰ ਦੇ ਬਰਾਬਰ ਜਾਣ ਕੇ ਡਰੇ, ਅਪਮਾਨ ਹੋਣ ਤੇ ਨਿਰਾਸ਼ ਨਾ ਹੋਵੇ ਅਤੇ ਆਪਣੀ ਨਿੰਦਾ ਨੂੰ ਜੀਵਨ ਵਿੱਚ ਅਮ੍ਰਿਤ ਦੀ ਤਰਾਂ ਜਾਣੇ।

(163) ਜੋ ਮਨੁੱਖ, ਇਸ ਲੋਕ ਵਿੱਚ, ਆਪਣੀ ਹੋ ਰਹੀ ਨਿੰਦਾ ਦਾ ਦੁੱਖ ਨਹੀਂ ਮੰਨਦਾ, ਉਹ ਸੁੱਖ ਦੀ ਨੀਂਦ ਸੌਂਦਾ ਹੈ ਅਤੇ ਸੁਖੀ ਹੀ ਉੱਠਦਾ ਹੈ। ਸੁੱਖ ਵਿੱਚ ਹੀ ਦੁਨੀਆਂ ਵਿੱਚ ਵਿਚਰਦਾ ਹੈ ਅਤੇ ਉਸਦਾ ਅਪਮਾਨ ਕਰਨ ਵਾਲਾ ਨਸ਼ਟ ਹੋ ਜਾਂਦਾ ਹੈ।

(164) ਜਿਸ ਦਵਿੱਜ ਦੀ ਸ਼ੁਧੀ, ਵੈਦਿਕ ਸੰਸਕਾਰਾਂ ਮੁਤਾਬਿਕ ਹੋਈ ਹੋਵੇ ਅਤੇ ਗੁਰੂ ਦੀਖਿਆ ਲਈ ਹੋਵੇ, ਉਸਦੇ ਨਿੱਤ ਦੇ ਕਰਮ ਨਿਸਚਿਤ ਹਨ ਕਿ ਉਹ ਆਪਣੇ ਗੁਰੂ ਦੇ ਆਸ਼ਰਮ ਵਿੱਚ ਸੰਪੂਰਣ ਵੇਦ, ਉਪਨਿਸ਼ਦ ਦੇ ਅਧਿਆਨ ਅਤੇ ਗਿਆਨ ਪ੍ਰਾਪਤ ਕਰਨ ਨੂੰ, ਆਪਣੀ ਕਿਰਤ ਅਤੇ ਤਪ ਸਮਝ ਕੇ ਕਰੇ।

(165) ਇੱਕ ਬ੍ਰਹਮਚਾਰੀ ਆਰੀਆ ਦਵਿੱਜ ਨੂੰ, ਧਰਮ ਦੀਆਂ ਸਾਰੀਆਂ ਕਿਰਿਆਵਾਂ ਨਿਭਾਉਦਿਆਂ (ਜਿਵੇਂ ਨਿਯਮ ਬੰਧ ਤਪ, ਵ੍ਰਤ ਅਤੇ ਹੋਰ ਰਸਮਾਂ-ਰੀਤਾਂ ਆਦਿ) ਉਪਨਿਸ਼ਦਾਂ ਸਮੇਤ, ਵੇਦਾਂ ਦਾ ਪ੍ਰੇਮ ਅਤੇ ਸ਼ਰਧਾ ਨਾਲ ਅਧਿਐਨ ਕਰਨਾ ਚਾਹੀਦਾ ਹੈ।

(166) ਤਪੱਸਵੀ ਦਵਿੱਜ, ਵੇਦਾਂ ਦਾ ਪਾਠ ਹਮੇਸ਼ਾ ਭਗਤੀ ਭਾਵਨਾ ਨੂੰ ਮੁੱਖ ਰੱਖ ਕੇ ਕਰੇ ਅਤੇ ਵੇਦਾਂ ਦਾ ਪਾਠ ਅਧਿਆਨ ਹੀ ਬ੍ਰਾਹਮਣ ਲਈ ਭਗਤੀ ਦੀ ਸਿਖਰ (**परम् तप**) ਹੈ।

(167) ਦਵਿੱਜ ਨੇ ਭਾਵੇਂ, ਗਲ਼ੇ ਵਿੱਚ ਸਿਰਫ ਜਪਣੀ (ਮਾਲ਼ਾ) ਹੀ ਪਾਈ ਹੋਵੇ (ਬਹੁਤੇ ਧਾਰਮਿਕ ਚਿਨ੍ਹਾਂ ਦਾ ਧਾਰਨੀ ਨਾ ਭੀ ਹੋਵੇ), ਪਰ ਆਪਣੀ ਸਮਰਥਾ ਅਨੁਸਾਰ ਵੇਦ ਪਾਠ, ਨਿੱਤ ਜਪਦਾ ਹੋਵੇ, ਉਹ ਰੋਮ ਰੋਮ (ਭਾਵ ਸਾਰਾ ਸਰੀਰ) ਕਰਕੇ ਭਗਤੀ ਤੇ ਤਪੱਸਿਆ ਹੀ ਕਰ ਰਿਹਾ ਹੁੰਦਾ ਹੈ।

ਨੋਟ:- *ਪਿਛਲੇ ਸਲੋਕ ਦੇ ਅਰਥ, ਤਕਰੀਬਨ ਦਸ ਰੂਪਾਂ ਵਿੱਚ ਲਿਖੇ ਮਿਲੇ ਹਨ। ਸਾਂਝੇ ਭਾਵ ਨੂੰ ਪ੍ਰਗਟ ਕਰਦੇ, ਅਰਥ ਲਿਖ ਦਿੱਤੇ ਹਨ।*

(168) ਜੋ ਦਵਿੱਜ, ਵੇਦ ਅਭਿਆਸ ਨੂੰ ਛੱਡ ਕੇ ਹੋਰ ਦੂਸਰੇ ਗ੍ਰੰਥਾਂ ਨੂੰ ਪੜ੍ਹਦਾ ਹੈ ਉਹ ਜਿਊਂਦਾ ਹੀ ਆਪਣੇ ਵੰਸ਼ ਦੇ ਲੋਕਾਂ ਵਿੱਚ ਸ਼ੂਦਰਾਂ ਵਾਂਗ ਗਿਣਿਆ ਜਾਂਦਾ ਹੈ।।

(169) ਵੇਦਾਂ ਦੀ ਰੀਤ ਮੁਤਾਬਿਕ ਇੱਕ ਦਵਿੱਜ ਦੇ ਤਿੰਨ ਜਨਮ ਲਿਖੇ ਹਨ। ਪਹਿਲਾ ਜਨਮ ਉਸਦੀ ਮਾਤਾ ਦੀ ਕੁੱਖੋਂ ਗਿਣਿਆ ਜਾਂਦਾ ਹੈ, ਦੂਸਰਾ ਜਨੇਊ ਧਾਰਨ ਕਰਨ ਤੇ, ਅਤੇ ਤੀਸਰਾ ਵੇਦ ਮੰਤਰਾਂ ਨਾਲ ਪੂਜਾ ਆਦਿ ਕਰਕੇ ਗੁਰੂ ਦੀਖਿਆ ਲੈਣ ਤੇ ਗਿਣਿਆ ਜਾਂਦਾ ਹੈ।

(170) ਇਨ੍ਹਾਂ ਤਿੰਨ ਜਨਮ ਸੰਸਕਾਰਾਂ ਵਿੱਚੋਂ ਦੂਜਾ ਜਨਮ, ਜਿਸਨੂੰ ਦਵਿੱਜ ਦੀ ਜਾਤ-ਵਰਣ ਦੇ ਮੁਤਾਬਿਕ ਨਿਸਚਿਤ ਕੀਤੀ ਉਮਰ ਵਿੱਚ ਨਿਭਾਇਆ ਜਾਂਦਾ ਹੈ ਅਤੇ ਮੁੰਜ ਦੇ ਬਾਣ ਦੀ ਤੜਾਗੀ ਪਾ ਕੇ ਬੱਚੇ ਦੇ ਕੰਨ ਵਿੱਚ ਸਵਿੱਤਰੀ ਮੰਤਰ (ਗਾਇਤ੍ਰੀ ਮੰਤ੍ਰ ਦਾ ਪਾਠ) ਬੋਲ ਕੇ ਵੇਦ ਧਰਮ ਵਿੱਚ ਦਾਖਲ ਹੋਣਾ ਕਿਹਾ ਜਾਂਦਾ ਹੈ।ਤੀਸਰਾ ਜਨਮ, ਜਦੋਂ ਸਵਿੱਤ੍ਰੀ ਮੰਤ੍ਰ (ਗਾਇਤ੍ਰੀ ਮੰਤ੍ਰ) ਨੂੰ 'ਮਾਤਾ' ਅਤੇ ਵੇਦਾਂ ਦੀ ਵਿੱਦਿਆ ਦੇਣ ਵਾਲੇ ਅਚਾਰੀਆ ਗੁਰੂ ਨੂੰ ਬਾਲਕ ਦੇ ਪਿਤਾ ਸਮਾਨ ਮੰਨਿਣ ਦਾ ਪ੍ਰਣ ਲਿਆ ਜਾਂਦਾ ਹੈ।

(171) ਜਨੇਊ ਧਾਰਨ (ਯਗਉਪਵੀਤ) ਕੀਤੇ ਬਿਨਾ, ਕਿਸੇ ਭੀ ਬ੍ਰਾਹਮਣ ਨੂੰ ਕੋਈ ਵੇਦਿਕ ਰਸਮ ਨਿਭਾਉਣ ਜਾਂ ਵੇਦ ਦੀ ਸਿੱਖਿਆ ਦੇਣ (ਵੈਦਿਕ ਕਰਮ ਕਾਂਡ ਜਾਂ ਸ਼ਰੂਤੀ ਸੰਵਾਦ) ਦਾ ਅਧਿਕਾਰ ਨਹੀਂ ਹੈ।

(172) ਜਿਸ ਦਵਿੱਜ ਦੀ ਆਰੀਆ ਧਰਮ ਵਿੱਚ ਪ੍ਰਵੇਸ਼ ਕਰਨ ਦੀ ਦੂਸਰੀ ਰਸਮ (ਜਨੇਊ ਅਤੇ ਮੁੰਡਣ) ਨਹੀਂ ਹੋਈ, ਉਸਨੂੰ ਮਰਗ (ਮੌਤ) ਨਾਲ ਸੰਬੰਧਿਤ ਰਸਮਾਂ ਨਿਭਾਉਣ ਤੋਂ ਸਿਵਾ ਵੇਦ ਮੰਤ੍ਰਾਂ ਦਾ

ਪਾਠ ਪੜ੍ਹਕੇ ਹੋਰ ਕਿਰਿਆ ਕਰਮ ਅਤੇ ਰਸਮਾਂ ਨਿਭਾਉਣ ਦੀ ਆਗਿਆ ਨਹੀਂ ਹੈ। ਕਿਉਂਕਿ ਇਸ ਰਸਮ ਤੋਂ ਪਹਿਲਾਂ, ਉਹ ਇੱਕ ਸ਼ੂਦਰ ਦੇ ਸਮਾਨ ਹੀ ਸੀ।

(173) ਵੇਦ ਧਰਮ ਦੀ ਦੀਖਿਆ (ਯਗਉਪਵੀਤ, ਜਨੇਊ ਅਤੇ ਮੁੰਡਣ) ਮਗਰੋਂ ਵੇਦ ਵਿਦਿਆਰਥੀ (ਬਟੁਕ-ਬ੍ਰਹਮਚਾਰੀ) ਨੂੰ, ਧਾਰਮਿਕ ਦੇ ਨਿਯਮਾਂ ਮੁਤਾਬਿਕ, ਵਰਤ ਰੱਖਣ ਅਤੇ ਵਿਧੀ ਸਹਿਤ ਵੇਦਾਂ ਦੇ ਗਿਆਨ ਪ੍ਰਾਪਤੀ ਦੀ ਆਗਿਆ ਹੋਣੀ ਚਾਹੀਦੀ ਹੈ।

(174) ਸਰੀਰ ਤੇ ਪਹਿਨਣ ਲਈ, ਚਮੜੇ ਦੀ ਪੁਸ਼ਾਕ, ਜਨੇਊ, ਤੜਾਗੀ, ਧੋਤੀ, ਸੋਟੀ ਤੇ ਹੇਠਲੇ ਕੱਪੜੇ ਆਦਿ, ਜਿਸ ਵਰਣ ਦੇ ਦਵਿੱਜ ਚੇਲੇ (ਬਟਕ, ਬ੍ਰਹਮਚਾਰੀ) ਲਈ ਗੁਰੂ ਦੀਖਿਆ ਲੈਣ ਸਮੇਂ ਨਿਸ਼ਚਿਤ ਕੀਤੇ ਗਏ ਹਨ, ਉਹ ਉਸ ਪਹਿਰਾਵੇ'ਚ ਰਹਿ ਕੇ ਹੀ ਸਾਰੀਆਂ ਧਾਰਮਿਕ ਕਿਰਿਆਵਾਂ ਅਤੇ ਪ੍ਰਤਿੱਗਿਆਵਾਂ ਨਿਭਾਵੇ।

(175) ਗੁਰੂ ਦੇ ਆਸ਼ਰਮ ਵਿੱਚ ਰਹਿੰਦਿਆਂ, ਬ੍ਰਹਮਚਾਰੀ ਦਵਿੱਜ ਲਈ, ਆਪਣੀਆਂ ਇੰਦਰੀਆਂ ਨੂੰ ਕਾਬੂ ਵਿਚ ਰੱਖ ਕੇ ਆਪਣੀ ਆਤਮਿਕ ਉਨਤੀ ਲਈ ਹੇਠ ਦਿੱਤੇ ਨਿਯਮਾਂ ਦੀ ਪਾਲਣਾ ਕਰਨਾ ਜ਼ਰੂਰੀ ਹੈ।

ਬ੍ਰਹਮਚਾਰੀ ਦਾ ਧਰਮ -

(176) ਬ੍ਰਹਮਚਾਰੀ ਦਵਿੱਜ ਲਈ ਜਰੂਰੀ ਹੈ ਕਿ ਉਹ ਨਿੱਤ ਇਸ਼ਨਾਨ ਕਰਕੇ, ਦੇਵੀ-ਦੇਵਤਿਆਂ, ਪਿੱਤਰਾਂ ਦੇ ਸਤਿਕਾਰ ਵਿੱਚ ਤਰਪਣ ਕਰਨ ਮਗਰੋਂ ਪੂਜਾ ਦੀ ਅਗਨੀ ਮਚਾ ਕੇ ਪ੍ਰਾਰਥਨਾ ਕਰੇ।

(177) ਬ੍ਰਹਮਚਾਰੀ ਦਵਿੱਜ ਲਈ ਜ਼ਰੂਰੀ ਹੈ ਕਿ ਉਹ, ਸ਼ਹਿਦ, ਸ਼ਰਾਬ, ਮਾਸ, ਅਤਰ ਫਲੇਲ, ਫੁੱਲਾਂ ਦੀਆਂ ਸੁਗੰਧੀਆਂ ਅਤੇ ਮਾਲ਼ਾ, ਗਹਿਣੇ, ਖੱਟੇ-ਮਿਠੇ ਸਵਾਦ, ਚਟਪਟੇ ਖਾਣੇ, ਜੀਵ ਹੱਤਿਆ, ਇਸਤ੍ਰੀ ਪੁਰਸ਼ ਦੇ ਸੰਗ ਦਾ ਤਿਆਗ ਕਰੇ।

(178) ਬ੍ਰਹਮਚਾਰੀ ਦਵਿੱਜ ਲਈ, ਸ਼ਰੀਰ ਦੀ ਤੇਲ ਮਾਲਸ਼ ਕਰਨੀ ਜਾਂ ਅਤਰ ਫਲੇਲ ਲਾਉਣਾ, ਅੱਖਾਂ ਵਿੱਚ ਸੁਰਮਾਂ ਆਦਿ ਪਾਉਣਾਂ, ਪੈਰਾਂ ਵਿੱਚ ਜੁੱਤੀ, ਹੱਥ ਵਿੱਚ ਛਤਰੀ, ਕਾਮ ਵਾਸ਼ਨਾ, ਕਰੋਧ, ਲਾਲਚ, ਨੱਚਣਾ-ਗਾਣਾ, ਅਤੇ ਸੰਗੀਤ ਦੀ ਮਨਾਹੀ ਹੈ। ਭਾਵ:- ਕਾਮਿਕ ਬਿਰਤੀਆਂ ਤੋਂ ਮਨਾਹੀ ਹੈ।

(179) ਜੂਆ ਖੇਡਣਾ, ਬੇਲੋੜੇ ਝਗੜੇ, ਪ੍ਰਾਈ ਨਿੰਦਾ, ਝੂਠ ਬੋਲਣਾ, ਇਸਤ੍ਰੀਆਂ ਨਾਲ ਅੱਖ-ਮਟੱਕਾ ਅਤੇ ਛੇੜ-ਛਾੜ, ਦੂਸਰੇ ਦਾ ਹੱਕ ਮਾਰਨਾ, ਇਹ ਸਭ ਕੁਝ ਛੱਡਣਾ ਜ਼ਰੂਰੀ ਹੈ।

(180) ਬ੍ਰਹਮਚਾਰੀ ਦਵਿੱਜ, ਹਮੇਸ਼ਾਂ ਇਕੱਲਾ ਹੀ ਸੌਂਵੇਂ ਅਤੇ ਹੱਥਰਸੀ ਨਾਲ ਵੀਰਜ ਪਾਤ ਕਰਕੇ (ਮੁੱਠ ਮਾਰ ਕੇ) ਆਪਣੀ ਮਰਦਾਨਗੀ ਨਾ ਗਵਾਏ। ਇਸ ਤਰਾਂ ਕਰਕੇ ਉਹ ਆਪਣੇ ਬ੍ਰਹਮਚਾਰੀ ਧਰਮ ਉੱਪਰ ਵਚਨਬੱਧ ਨਹੀਂ ਰਹਿੰਦਾ।

(181) ਆਪਣੀ ਇੱਛਾ ਦੇ ਉਲਟ, ਜੇ ਕਿਤੇ ਸੁਪਨਦੋਸ਼ ਹੋ ਜਾਵੇ ਤਾਂ ਇਸ਼ਨਾਨ ਕਰਕੇ ਸੂਰਜ ਦੀ ਪੂਜਾ ਕਰੇ ਅਤੇ ਆਪਣੀ ਤਾਕਤ ਵਾਪਸ ਲੈਣ ਲਈ ਬੇਨਤੀ ਕਰਨ ਵਾਲਾ, ਰਿੱਗ ਵੇਦ ਦੇ ਮੰਤ੍ਰ 'ਪੁਨਰਮਾਂ' ਦਾ ਤਿੰਨ ਵਾਰ ਜਾਪ ਕਰੇ।

(182) ਹਰ ਰੋਜ਼ ਆਪਣੇ ਅਧਿਆਪਕ ਲਈ ਪਾਣੀ ਦਾ ਘੜਾ, ਫੁੱਲ, ਗਾਂ ਦਾ ਗੋਹਾ, ਲੇਪਣ ਦੀ ਮਿੱਟੀ ਅਤੇ ਡਿੱਭ ਦਾ ਘਾਹ, ਲੋੜ ਮੁਤਾਬਿਕ ਲਿਆਵੇ ਅਤੇ ਰੋਜ਼ ਭੋਜਨ ਮੰਗ ਕੇ ਲਿਆਵੇ।

(183) ਬ੍ਰਹਮਚਾਰੀ ਚੇਲਾ, ਕੇਵਲ ਉਨ੍ਹਾਂ ਗ੍ਰਿਸਤੀ ਪਰਿਵਾਰਾਂ ਦੇ ਘਰੋਂ ਹੀ ਮੰਗਣ ਜਾਵੇ, ਜੋ ਪਵਿੱਤਰ ਅਗਨੀ ਪੂਜਾ, ਵ੍ਰਤ, ਹਵਨ, ਯੱਗ ਦੇ ਉਪਾਸ਼ਕ ਹੋਣ ਅਤੇ ਧਰਮ ਕਰਮ ਨਾਲ ਸਬੰਧਿਤ ਫਰਜ਼ਾਂ ਨੂੰ ਪੂਰੀ ਤਰਾਂ ਨਿਭਾਉਂਦੇ ਹੋਣ।

(184) ਆਪਣੇ ਗੁਰੂ ਦੇ ਪਰਿਵਾਰ ਅਤੇ ਉਸਦੇ ਸਬੰਧੀਆਂ ਦੇ ਘਰੋਂ, ਆਪਣੀ ਜਾਤ ਵਾਲਿਆਂ ਦੇ ਘਰੋਂ, ਮਿੱਤਰਾਂ ਦੇ ਘਰੋਂ, ਅਧਿਆਪਕ ਦੇ ਘਰੋਂ, ਆਪਣੀ ਮਾਤਾ ਅਤੇ ਉਸਦੇ ਸਕੇ ਸਾਕ ਸਬੰਧੀਆਂ ਦੇ

ਘਰੋਂ ਭਿਖਿਆ ਨਾ ਮੰਗੇ। ਪਰ ਐਸੀ ਹਾਲਤ ਵਿੱਚ ਜਿੱਥੇ, ਨਾ ਜਾਨਣ ਵਾਲੇ ਲੋਕਾਂ ਦੇ ਘਰ ਨਾ ਹੋਣ, ਉੱਥੇ ਸਭ ਤੋਂ ਅਖੀਰ ਵਿੱਚ ਦੱਸੇ ਘਰ ਤੋਂ ਸ਼ੁਰੂ ਕਰੇ।

(185) ਪਰ ਜੇ ਉੱਪਰ ਦੱਸੀ ਵਿਧੀ ਮੁਤਾਬਿਕ, ਧਰਮੀ ਪੁਰਸ਼ਾਂ ਦੇ ਘਰ ਭੀ ਨਾ ਮਿਲਣ, ਤਾਂ ਉਹ ਪਿੰਡ ਵਿੱਚ ਪਲੀਤ ਅਤੇ ਬਦਨਾਮ ਘਰਾਂ ਨੂੰ ਛੱਡ ਕੇ, ਕਿਸੇ ਭੀ ਸੁੱਚਮਤਾ ਰੱਖਣ ਵਾਲੇ ਘਰ 'ਚੁੱਪ ਚਾਪ' ਮੰਗਣ ਜਾ ਸਕਦਾ ਹੈ।

(186) ਬਾਹਰ ਜੰਗਲ ਵਿੱਚੋਂ, ਹਰ ਰੋਜ਼, ਹਵਨ ਲਈ ਸਾਫ ਲੱਕੜਾਂ ਦਾ ਬਾਲਣ ਲਿਆਵੇ ਅਤੇ ਧਰਤੀ ਤੇ ਰੱਖਣ ਦੀ ਬਜਾਏ ਕਿਸੇ ਉੱਚੀ ਥਾਂ ਤੇ ਰੱਖੇ। ਸਵੇਰੇ ਤੇ ਸ਼ਾਮ ਹਵਨ ਦੀ ਧੂਣੀ ਧੁਖਾਵੇ।

(187) ਜੇ ਬ੍ਰਹਮਚਾਰੀ ਵਿਦਿਆਰਥੀ, ਸਿਹਤਮੰਦ ਹੁੰਦਿਆਂ ਹੋਇਆਂ ਭੀ, ਸੱਤ ਰਾਤਾਂ ਤੀਕਰ ਭੀਖਿਆ ਮੰਗਣ ਜਾਣ ਤੋਂ ਅਣਗਹਿਲੀ ਕਰੇ, ਅਤੇ ਹਵਨ-ਪੂਜਾ ਆਦਿ (ਅਗਨੀਹੋਤਰ) ਭੀ ਨਾ ਕਰੇ ਤਾਂ ਉਸਨੂੰ ਆਪਣੇ ਧਰਮ ਨਿਯਮਾਂ ਦੀ ਉਲੰਘਣਾ ਦਾ ਪਸ਼ਚਾਤਾਪ ਕਰਨਾ ਅਤੇ ਵਰਤ ਰੱਖਣਾ ਪਵੇਗਾ।

(188) ਬ੍ਰਮਚਾਰੀ ਦੀ ਮਰਿਯਾਦਾ ਨਿਭਾਉਣ ਵਾਲਾ ਵਿਦਿਆਰਥੀ, ਰੋਜ਼ ਭਿੱਖਿਆ ਮੰਗ ਕੇ ਹੀ ਆਪਣਾ ਭੋਜਨ ਕਰੇ।ਪਰ ਇੱਕੋ ਘਰੋਂ ਮੰਗਿਆ ਹੋਇਆ ਭੋਜਨ ਹੀ ਬਾਰ ਬਾਰ ਨਾ ਖਾਵੇ।ਭੀਖਿਆ ਮੰਗ ਕੇ ਨਿਰਬਾਹ ਕਰਨਾ, ਵਰਤ ਰੱਖਣ ਦੇ ਸਮਾਨ ਹੀ ਮੰਨਿਆ ਜਾਂਦਾ ਹੈ।

(189) ਖੁਸ਼ੀ ਨਾਲ ਦੇਵਤਿਆਂ ਨਮਿੱਤ, ਕਿਸੇ ਮਰਗ ਸਮੇਂ ਮ੍ਰਿਤਕ ਨਮਿੱਤ ਜਾਂ ਪਿੱਤਰਾਂ ਦੇ ਸ਼ਰਾਧਾਂ ਸਮੇਂ ਉਸਨੂੰ ਕੋਈ ਨਿਉਂਦਾ ਦੇਵੇ, ਤਾਂ ਮਨਾਹੀ ਵਾਲਾ (ਵਿਵ੍ਰਜਿਤ) ਭੋਜਨ ਛੱਡ ਕੇ, ਬ੍ਰਹਮਚਾਰੀ ਵਿਦਿਆਰਥੀ ਇਕੱਲਾ ਭੋਜਨ ਕਰ ਸਕਦਾ ਹੈ। ਐਸਾ ਕਰਨ ਨਾਲ ਬ੍ਰਹਮਚਾਰੀ ਧਰਮ ਭੰਗ ਨਹੀ ਹੁੰਦਾ।

(190) ਪਰ, ਸਤਿ ਪੁਰਸ਼ਾਂ ਨੇ ਇਸਦੀ ਇਜ਼ਾਜ਼ਤ ਕੇਵਲ ਬ੍ਰਹਮਚਾਰੀ ਬ੍ਰਾਹਮਣ ਵਿਦਿਆਰਥੀ (ਬਟਕ) ਨੂੰ ਹੀ ਦਿੱਤੀ ਹੈ। ਦਵਿੱਜਾ ਖੱਤ੍ਰੀ ਜਾਂ ਵੈਸ਼ ਨੂੰ ਇਸਦੀ ਇਜਾਜ਼ਤ ਨਹੀਂ ਹੈ।

(191) ਗੁਰੂ ਭਾਵੇਂ ਕਹੇ ਜਾਂ ਨਾ ਕਹੇ, ਪਰ ਆਪਣੇ ਭਲੇ ਹਿੱਤ ਬ੍ਰਹਮਚਾਰੀ ਚੇਲੇ ਨੂੰ (ਬਟਕ), ਹਰ ਰੋਜ਼, ਵੇਦ ਅਭਿਆਸ (ਆਪਣੇ ਸਬਕ) ਤੇ ਗੁਰੂ ਦੀ ਸੇਵਾ ਵਿੱਚ ਪੂਰਾ ਧਿਆਨ ਦੇਣਾ ਚਾਹੀਦਾ ਹੈ।

(192) ਅਧਿਆਪਕ ਦੇ ਸਨਮੁੱਖ ਹੋਣ ਲੱਗਿਆਂ, ਹਮੇਸ਼ਾ ਆਪਣਾ ਸ਼ਰੀਰ, ਜ਼ੁਬਾਨ, ਤੇ ਆਪਣੀਆਂ ਗਿਆਨ ਇੰਦਰਿਆਂ ਨੂੰ ਕਾਬੂ ਵਿੱਚ ਰੱਖ ਕੇ, ਹੱਥ ਜੋੜ ਕੇ ਖੜ੍ਹੇ।

(193) ਆਪਣੀ ਸੱਜੀ ਬਾਂਹ ਹਮੇਸ਼ਾ ਬਾਹਰ ਰੱਖ ਕੇ ਬਾਕੀ ਸਾਰਾ ਸ਼ਰੀਰ ਢਕਦਿਆਂ ਹੋਇਆਂ ਗੁਰੂ ਅੱਗੇ ਖਲੋਵੇ ਅਤੇ ਨਿਮਰਤਾ ਨਾਲ ਗੁਰੂ ਦੀ ਆਗਿਆ ਮਿਲਣ ਤੇ ਗੁਰੂ ਸ੍ਹਾਮਣੇ ਬੈਠੇ।

(194) ਗੁਰੂ ਦੀ ਹਾਜ਼ਰੀ ਵਿੱਚ ਹਮੇਸ਼ਾ ਸਾਦਾ ਭੋਜਨ ਖਾਵੇ ਅਤੇ ਸਾਦੇ ਬਸਤਰ ਪਹਿਨੇ। ਹਮੇਸ਼ਾ ਗੁਰੂ ਦੇ ਜਾਗਣ ਤੋਂ ਪਹਿਲਾਂ ਜਾਗੇ ਤੇ ਗੁਰੂ ਦੇ ਸੌਣ ਤੋਂ ਬਾਅਦ ਸੌਂਵੇਂ।

(195) ਬ੍ਰਹਮਚਾਰੀ ਆਪਣੇ ਗੁਰੂ ਸਾਹਮਣੇ ਬੈਠਣ ਤੋਂ ਸਿਵਾ, ਸੁੱਤਾ ਪਿਆ, ਖਾਂਦਾ ਹੋਇਆ, ਲੰਮਾ ਪਿਆ ਜਾਂ ਮੁੱਖ ਫੇਰ ਕੇ ਬੈਠਾ, ਕੋਈ ਗੱਲ ਬਾਤ ਨਾ ਕਰੇ।

(196) ਗੁਰੂ ਆਪਣੇ ਆਸਣ ਤੇ ਬੈਠਾ ਹੋਵੇ ਤਾਂ ਚੇਲਾ ਉੱਠ ਕੇ; ਗੁਰੂ ਖੜਾ ਹੋਵੇ ਤਾਂ ਚੇਲਾ ਕੋਲ ਜਾਕੇ; ਗੁਰੂ ਸ੍ਹਾਮਣੇ ਆਂਉਦਾ ਹੈ ਤਾਂ ਚੇਲਾ ਅੱਗੇ ਹੋਕੇ; ਤੇ ਗੁਰੂ ਜਾਂਦਾ ਹੋਵੇ ਤਾਂ ਚੇਲਾ ਪਿੱਛੋਂ ਦੌੜ ਕੇ ਆਪਣੇ ਗੁਰੂ ਨੂੰ ਨਮਸਕਾਰ ਕਰਨ ਮਗਰੋਂ ਹੀ ਕੋਈ ਹੋਰ ਗੱਲਬਾਤ ਕਰੇ।

(197) ਜੇ ਗੁਰੂ ਦਾ ਮੁੱਖ ਕਿਸੇ ਹੋਰ ਪਾਸੇ ਹੋਵੇ ਤਾਂ ਕੋਲ ਜਾ ਕੇ ਸ੍ਹਾਮਣੇ ਹੋ ਕੇ; ਜੇ ਗੁਰੂ ਕਿਤੇ ਦੂਰ ਖੜ੍ਹਾ ਹੋਵੇ ਤਾਂ ਉਸ ਅੱਗੇ ਜਾ ਕੇ ਝੁਕਣਾ; ਜੇ ਸੁੱਤਾ ਹੋਵੇ ਤਾਂ ਚੇਲੇ ਨੂੰ ਉਸ ਦੇ ਪੈਰਾਂ ਵੱਲ ਖੜੇ ਹੋਣਾ ਚਾਹੀਦਾ ਹੈ।

(198) ਗੁਰੂ ਦੇ ਸ੍ਹਾਮਣੇ ਬੈਠਣ ਲੱਗਿਆਂ ਚੇਲੇ ਨੂੰ ਗੁਰੂ ਦੇ ਆਸਣ ਤੋਂ ਨੀਵਾਂ, ਧਿਆਨ ਅਤੇ ਸਨਮਾਨ ਨਾਲ ਬੈਠਣਾ ਚਾਹੀਦਾ ਹੈ।

MANUSMRITI 49

(199) ਗੁਰੂ ਦੇ ਸਾਮ੍ਹਣੇ ਤਾਂ ਕੀ, ਗੁਰੂ ਦੀ ਪਿੱਠ ਪਿੱਛੇ ਭੀ ਉਸਦਾ ਅਧੂਰਾ ਨਾਮ ਨਾ ਲਵੇ ਅਤੇ ਉਸਦੀ ਬੋਲ ਬਾਣੀ ਜਾਂ ਚਾਲ ਦੀ ਨਕਲ ਨਾ ਕਰੇ।

(200) ਲੋਕ, ਭਾਵੇਂ ਉਸਦੇ ਗੁਰੂ ਦੇ ਸੱਚੀ ਜਾਂ ਝੂਠੀ, ਕਿਸੇ ਤਰਾਂ ਦੀ ਭੀ ਨਿੰਦਾ ਕਰਨ, ਚੇਲੇ ਨੂੰ ਆਪਣੇ ਕੰਨਾਂ ਉੱਪਰ ਹੱਥ ਰੱਖ ਕੇ ਉਥੋਂ ਚਲੇ ਜਾਣਾ ਚਾਹੀਦਾ ਹੈ।

(201) ਆਪਣੇ ਗੁਰੂ ਦੀ ਸੱਚੀ ਜਾਂ ਝੂਠੀ ਨਿੰਦਾ ਕਰਨ ਵਾਲੇ ਨੂੰ ਗਧੇ ਤੇ ਕੁੱਤੇ ਦੀ ਜੂਨ ਪ੍ਰਾਪਤ ਹੁੰਦੀ ਹੈ। ਗੁਰੂ ਦੇ ਘਰ ਦਾ ਧੰਨ ਭੋਗਣ ਵਾਲਾ ਕ੍ਰਿਮ ਦੀ ਜੂਨੇ ਪੈਂਦਾ ਹੈ ਤੇ ਜੋ ਉਸਨੂੰ ਬਦਨਾਮ ਕਰਦਾ ਹੋਵੇ ਉਹ ਕੀੜੇ ਦੀ ਜੂਨ ਪੈਂਦਾ ਹੈ।

(202) ਬ੍ਰਹਮਚਾਰੀ ਚੇਲੇ ਨੂੰ, ਦੂਰ ਖੜ੍ਹੇ ਅਧਿਆਪਕ ਨੂੰ ਬੰਦਨਾ ਨਹੀਂ ਕਰਨੀ ਚਾਹੀਦੀ।ਨਾ ਹੀ ਜਦੋਂ ਗੁਰੂ ਗੁੱਸੇ ਵਿੱਚ ਹੋਵੇ ਜਾਂ ਜਦੋਂ ਗੁਰੂ ਆਪਣੀ ਇਸਤ੍ਰੀ ਦੇ ਨੇੜੇ ਹੋਵੇ। ਜੇ ਬੱਘੀ ਵਿੱਚ ਜਾਂਦਿਆ ਜਾਂ ਕਿਸੇ ਹੋਰ ਜਗ੍ਹਾ ਤੇ ਬੈਠੇ ਨੂੰ ਗੁਰੂ ਮਿਲ ਪਵੇ ਤਾਂ ਹੇਠਾਂ ਉੱਤਰ ਕੇ ਗੁਰੂ ਪੂਜਣ ਕਰੇ।

(203) ਬ੍ਰਹਮਚਾਰੀ ਚੇਲੇ ਨੂੰ ਆਪਣੇ ਗੁਰੂ ਅੱਗੇ ਬੈਠਣ ਵੇਲੇ ਧਿਆਨ ਰੱਖਣਾ ਚਾਹੀਦਾ ਹੈ ਕਿ ਬੈਠਣ ਲੱਗਿਆਂ ਉਸਦਾ ਮੂੰਹ ਜਾਂ ਪਿੱਠ ਹਵਾ ਪੱਖੀ ਨਾ ਹੋਵੇ ਤੇ ਨਾ ਹੀ ਇਤਨਾ ਹੌਲੀ ਬੋਲੇ ਕਿ ਉਸਦਾ ਗੁਰੂ ਕੁਝ ਨਾ ਸੁਣ ਸਕੇ।

(204) ਬੈਲ ਗੱਡੀ, ਘੋੜਾ, ਊਠ ਅਦਿ ਦੀ ਸਵਾਰੀ ਕਰਦਿਆਂ, ਮਕਾਨ ਦੀ ਛੱਤ, ਚਟਾਈ ਜਾਂ ਜ਼ਮੀਨ ਉੱਪਰ ਬੈਠਦਿਆਂ ਜਾਂ ਬੇੜੀ ਵਿੱਚ ਸਵਾਰੀ ਕਰਦੇ ਸਮੇਂ, ਬ੍ਰਹਮਚਾਰੀ ਚੇਲਾ ਆਪਣੇ ਗੁਰੂ ਕੋਲ ਬੈਠ ਸਕਦਾ ਹੈ।

(205) ਜੇ ਉਸਦੇ ਗੁਰੂ ਦਾ ਗੁਰੂ ਭੀ ਨਾਲ ਹੋਵੇ ਤਾਂ ਉਹ ਉਸਨੂੰ ਭੀ ਆਪਣੇ ਗੁਰੂ ਵਰਗਾ ਹੀ ਸਤਿਕਾਰ ਦੇਵੇ ਅਤੇ ਆਪਣੇ ਗੁਰੂ ਦੀ ਆਗਿਆ ਤੋਂ ਬਿਨਾਂ ਆਪਣੇ ਗਰੂ-ਜਨਾਂ (ਭਾਵ ਜਨਮ ਦੇਣੇ ਵਾਲੇ ਮਾਤਾ ਪਿਤਾ) ਨੂੰ ਭੀ ਪ੍ਰਣਾਮ ਨਾ ਕਰੇ।

(206) ਇਸੇ ਤਰਾਂ, ਵਿਦਿਆ ਦੇਣ ਵਾਲੇ ਗੁਰੂ ਦੀ ਸੰਗਤ ਵਿੱਚ, ਅਧਰਮ ਤੋਂ ਬਚਾਉਣ ਅਤੇ ਚੰਗੀ ਮੱਤ ਦੇਣ ਵਾਲੇ ਜੋ ਭੀ ਆਪਣੇ ਤੋਂ ਵੱਡੇ ਪੁਰਸ਼ ਹੋਣ, ਉਨ੍ਹਾਂ ਦਾ ਗੁਰੂ ਸਮਾਨ ਹੀ ਸਤਿਕਾਰ ਕਰੇ।

(207) ਵਿੱਦਿਆ ਅਤੇ ਤਪ ਕਾਰਨ, ਆਪਣੇ ਤੋਂ ਵੱਡੇ ਅਤੇ ਸਨਮਾਨਯੋਗ ਲੋਕਾਂ ਨੂੰ ਆਪਣੇ ਗੁਰੂ ਵਾਲਾ ਹੀ ਸਤਿਕਾਰ ਦੇਵੇ।

ਇਸੇ ਤਰਾਂ ਹੀ ਆਪਣੇ ਅਧਿਆਪਕ ਦੀਆਂ, ਉਸਦੀ ਦੀ ਜਾਤ ਵਾਲੀਆਂ ਪਤਨੀਆਂ ਤੋਂ ਜਨਮੇ ਉਸਦੇ ਪੁੱਤਰਾਂ ਅਤੇ ਉਸਦੇ ਦੁਵੱਲੇ ਰਿਸ਼ਤੇਦਾਰਾਂ ਦਾ ਸਤਿਕਾਰ ਕਰੇ।

(208) ਗੁਰੂ ਦਾ ਪੁੱਤਰ ਜੋ ਆਪਣੇ ਪਿਤਾ ਦੇ ਪੂਰਣਿਆਂ ਮੁਤਾਬਿਕ ਵੇਦ ਵਿੱਦਿਆ ਦਾ ਦਾਤਾ ਹੋਵੇ, ਉਮਰ ਵਿੱਚ ਵੱਡਾ ਹੋਵੇ ਜਾਂ ਛੋਟਾ, ਤਾਂ ਭੀ ਉਹ ਵੇਦਾਂ ਦਾ ਅਧਿਆਪਕ ਹੋਣ ਕਰਕੇ ਗੁਰੂ ਦੇ ਬਰਾਬਰ ਦੀ ਮਾਣਤਾ ਰੱਖਦਾ ਹੈ।

(209) ਗੁਰੂ ਦੇ ਸਮਾਨ ਗੁਰੂ ਦੇ ਪੁੱਤਰਾਂ ਦੀ ਮੁੱਠੀ ਚਾਪੀ ਕਰਨਾ, ਉਨ੍ਹਾਂ ਨੂੰ ਇਸ਼ਨਾਨ ਪਾਣੀ ਕਰਵਾਉਣਾ, ਉਨ੍ਹਾਂ ਦਾ ਜੂਠਾ ਭੋਜਨ ਖਾਣਾ, ਆਦਿ ਉਚਿਤ ਕੰਮ ਨਹੀਂ ਹਨ।

(210) ਗੁਰੂ ਦੀਆਂ ਪਤਨੀਆਂ, ਜੋ ਗੁਰੂ ਦੀ ਜਾਤ ਵਿੱਚੋਂ ਹੋਣ, ਉਹ ਗੁਰੂ ਜਿੰਨਾ ਹੀ ਸਤਿਕਾਰ ਦੀਆਂ ਅਧਿਕਾਰੀ ਹਨ।ਪਰ ਜੋ ਉਸਦੀ ਜਾਤ ਨਾਲ ਸਬੰਧਿਤ ਨਹੀਂ, ਉਨ੍ਹਾਂ ਨੂੰ ਉੱਠ ਕੇ ਪ੍ਰਣਾਮ ਕਰਨਾ ਹੀ ਕਾਫੀ ਹੈ।

(211) ਬ੍ਰਹਮਚਾਰੀ ਚੇਲੇ ਲਈ, ਆਪਣੇ ਗੁਰੂ ਦੀ ਪਤਨੀ ਦੇ ਬਟਨਾ ਲਗਾਣਾ (ਉਬਟਨ, ਤਿਲਾਂ ਦਾ ਤੇਲ+ ਹਲਦੀ+ਸੰਦਲ ਦਾ ਮਿਸ਼ਰਣ), ਮਾਲਿਸ਼ ਕਰਨਾ, ਇਸ਼ਨਾਨ ਕਰਾਣਾ, ਮੁੱਠੀ ਚਾਪੀ ਕਰਨੀ, ਕੇਸ਼ ਧੋਣੇ ਤੇ ਵਹੁਣੇ ਆਦਿ ਕਰਨ ਦੀ ਮਨਾਹੀ ਹੈ।

(212) ਪੂਰੇ ਵੀਹ ਸਾਲ ਦਾ ਭਰ ਜਵਾਨ ਅਤੇ ਭਲੇ ਬੁਰੇ ਦੀ ਸੂਝ ਰੱਖਣ ਵਾਲਾ ਬ੍ਰਹਮਚਾਰੀ ਚੇਲਾ, ਆਪਣੇ ਗੁਰੂ ਦੀ ਜਵਾਨ ਇਸਤ੍ਰੀ ਦੇ ਪੈਰ ਛੋਹ ਕੇ ਪ੍ਰਣਾਮ ਕਰਨ ਦੀ ਥਾਂ ਦੂਰੋਂ ਹੀ ਨਮਸਕਾਰ ਕਰੇ, ਤਾਂ ਚੰਗਾ ਹੈ।

(213) ਮਰਦਾਂ ਨੂੰ ਭਰਮਾਉਣਾ ਅਤੇ ਧੋਖਾ ਦੇ ਕੇ ਦੂਸ਼ਿਤ (ਦਾਗੀ) ਕਰਨਾ ਔਰਤਾਂ ਦਾ ਸੁਭਾ ਹੈ, ਇਸ ਲਈ ਸੂਝਵਾਨ ਮਨੁੱਖਾਂ ਨੂੰ ਜਵਾਨ ਔਰਤਾਂ ਦੀ ਸੰਗਤ ਕਰਦਿਆਂ, ਸਦਾ ਸਾਵਧਾਨ ਰਹਿਣਾ ਚਾਹੀਦਾ ਹੈ।

ਟਿੱਪਣੀ:- *ਦੂਸ਼ਿਤ ਕਰਨ ਤੋਂ ਅਨੇਕਾਂ ਭਾਵ ਹਨ, ਜਿਵੇਂ-ਮੈਲਾ ਕਰਨਾ, ਕੁਆਰਾਪਨ ਭੰਗ ਕਰਨਾ, ਬਦਨਾਮ ਕਰਨਾ, ਅਪਵਿੱਤਰ ਕਰਨਾ, ਕਲੰਕ ਲਾਉਣਾ ਜਾਂ ਕਲੰਕਤ ਕਰਨਾ, ਵਿਗਾੜਨਾ, ਦਾਗੀ ਕਰਨਾ, ਛੇੜਛਾੜ ਕਰਨੀ ਆਦਿ।*

(214) ਸੰਸਾਰ ਵਿੱਚ ਪੁਰਸ਼ ਪੜ੍ਹਿਆ ਹੋਵੇ ਜਾਂ ਮੂਰਖ, ਇਸਤ੍ਰੀਆਂ ਉਸਨੂੰ ਕਾਮ ਪੂਰਤੀ ਲਈ ਇੱਛਾ ਵਸ ਕਰਨੇ ਦੀ ਬਹੁਤ ਸਮਰਥਾ ਰੱਖਦੀਆਂ ਹਨ।

(215) ਮਾਤਾ, ਭੈਣ, ਬੇਟੀ ਕੋਲ ਭੀ, ਭੁੱਲ ਕੇ ਇਕਾਂਤ ਵਿੱਚ ਨਹੀਂ ਬੈਠਣਾ ਚਾਹੀਦਾ, ਕਿਉਕਿ ਇੰਦਰੀਆਂ ਐਸੀਆਂ ਪ੍ਰਬਲ ਹਨ ਕਿ ਵਾਸ਼ਨਾਵਾਂ ਅਧੀਨ ਵੱਡੇ ਵੱਡੇ ਮਹਾਂਬਲੀਆਂ ਅਤੇ ਗਿਆਨਵਾਨਾਂ ਦੇ ਮਨਾਂ ਨੂੰ ਭੀ ਵੱਸ ਕਰ ਲੈਂਦੀਆਂ ਹਨ।

(216) ਆਪਣੀ ਖੁਸ਼ੀ ਨਾਲ, ਜਵਾਨ ਬ੍ਰਹਮਚਾਰੀ ਚੇਲਾ ਆਪਣੇ ਗੁਰੂ ਦੀ ਜਵਾਨ ਪਤਨੀ ਨੂੰ ਦੂਰੋਂ ਆਪਣਾ ਨਾਮ ਦੱਸ (ਮੈਂ ਫਲਾਣਾਂ--- ਫਲਾਣਾਂ ਹਾਂ) ਨਿਰਧਾਰਤ ਵਿਧੀ ਮੁਤਾਬਿਕ ਪ੍ਰਣਾਮ (ਬੰਦਨਾ) ਕਰ ਸਕਦਾ ਹੈ।

(217) ਇਹ ਸੋਚ ਕੇ ਕਿ, ਇਸਤ੍ਰੀਆਂ ਦਾ ਸਤਿਕਾਰ ਕਰਨਾ ਨੇਕ ਪੁਰਸ਼ਾਂ ਦਾ ਫਰਜ਼ ਹੈ, ਪ੍ਰਦੇਸ ਤੋਂ ਵਾਪਿਸ ਆਉਣ ਤੇ, ਬ੍ਰਹਮਚਾਰੀ ਚੇਲਾ ਆਪਣੇ ਗੁਰੂ ਦੀ ਪਤਨੀ ਦੇ ਚਰਨ ਪਰਸੇ (ਖੱਬੇ ਹੱਥ ਨਾਲ ਸੱਜੇ ਪੈਰ ਨੂੰ ਅਤੇ ਸੱਜੇ ਹੱਥ ਨਾਲ ਖੱਬੇ ਪੈਰ ਨੂੰ ਛੂਹਵੇ) ਅਤੇ ਹਰ ਰੋਜ਼ ਦੂਰੋਂ ਪ੍ਰਣਾਮ ਕਰੇ।

(218) ਜਿਸ ਤਰਾਂ ਖੂਹ ਪੁੱਟ ਕੇ ਮਨੁੱਖ ਪਾਣੀ ਦੀ ਪ੍ਰਾਪਤੀ ਕਰਦਾ ਹੈ, ਇਸੇ ਤਰਾਂ ਗੁਰੂ ਦੀ ਸੇਵਾ ਨਾਲ ਵਿੱਦਿਆ ਦੀ ਪ੍ਰਾਪਤੀ ਹੁੰਦੀ ਹੈ।

(219) ਬ੍ਰਹਮਚਾਰੀ ਵਿਦਆਰਥੀ ਨੇ ਭਾਵੇਂ ਆਪਣੇ ਸਿਰ ਦਾ ਮੁੰਡਣ ਕੀਤਾ ਹੋਵੇ ਜਾਂ ਚੋਟੀ ਰੱਖੀ ਹੋਵੇ, ਭਾਵੇਂ ਜਟਾਂ ਕੀਤੀਆਂ ਹੋਣ (ਕਿਸੇ ਭੀ ਭੇਸ ਵਿੱਚ ਹੋਵੇ), ਉਹ ਸੂਰਜ ਛਿਪਣ ਤੋਂ ਪਹਿਲਾਂ ਜਾਂ ਸੂਰਜ ਚੜ੍ਹਨ ਤੋਂ ਬਾਅਦ ਪਿੰਡ ਵਿੱਚ ਸੁੱਤਾ ਨਹੀਂ ਰਹਿ ਸਕਦਾ। ਭਾਵ ਉਸਨੂੰ, ਦੋਨੋ ਸਮੇਂ ਪਿੰਡ ਤੋਂ ਬਾਹਰ, ਸੰਧਿਆ ਵੇਲੇ ਦੀ ਗਾਇਤ੍ਰੀ ਉਪਾਸ਼ਨਾ (ਪੂਜਾ) ਕਰਨੀ ਚਾਹੀਦੀ ਹੈ।

(220) ਜੇ ਬ੍ਰਹਮਚਾਰੀ, ਜਾਣ ਬੁੱਝ ਕੇ ਜਾਂ ਅਨਜਾਣੇ ਹੀ ਸੂਰਜ ਛਿਪਣ ਤੋਂ ਪਹਿਲਾਂ ਸੌਂ ਜਾਏ ਜਾਂ ਸੂਰਜ ਚੜਨ ਮਗਰੋਂ ਉੱਠੇ ਤਾਂ ਅਗਲਾ ਸਾਰਾ ਦਿਨ ਉਸਨੂੰ ਵਰਤ (ਉਪਵਾਸ) ਰੱਖ ਕੇ ਗਾਇਤ੍ਰੀ ਦਾ ਪਾਠ ਕਰਨਾ ਪਵੇਗਾ।

(221) ਜੇ ਸੂਰਜ਼ ਚੜ੍ਹਨ ਤੋਂ ਮਗਰੋਂ ਸੁੱਤਾ ਰਹੇ ਅਤੇ ਸੂਰਜ ਛਿਪਣ ਤੋਂ ਪਹਿਲਾਂ ਸੌਂ ਜਾਏ ਤਾਂ ਐਸੀ ਅਵੱਗਿਆ ਹੋਣ ਦੇ ਬਾਵਜੂਦ ਭੀ ਇਸਦਾ ਪਛਤਾਵਾ ਨਾ ਕਰੇ ਤਾਂ ਉਸਨੂੰ ਮਹਾਂ ਪਾਪ (ਮਹਾਂਪਾਤਕ) ਲਗਦਾ ਹੈ।

(222) ਹਰ ਰੋਜ਼ ਸਵੇਰੇ-ਸ਼ਾਮ (ਦੋਵੇਂ ਸੰਧਿਆ ਵੇਲੇ) ਚੁਲੀ ਭਰਨ (ਤਰਪਨ ਕਰਨ) ਮਗਰੋਂ, ਸਾਫ ਸੁਥਰੀ ਥਾਂ ਤੇ ਬੈਠ ਕੇ, ਇਕਾਗਰ ਮਨ ਨਾਲ ਇਕਾਂਤ ਵਿੱਚ ਗਾਇਤ੍ਰੀ ਦਾ ਪਾਠ ਕਰੇ।

(223) ਬ੍ਰਹਮਚਾਰੀ ਦਵਿੱਜ ਨੂੰ, ਆਪਣੀ ਇੱਛਾ ਦੀ ਪੂਰਤੀ ਜਾਂ ਖੁਸ਼ੀ ਲਈ ਕੋਈ ਨਾ ਕੋਈ ਸ਼ੁੱਭ ਕਰਮ ਕਰਦੇ ਰਹਿਣਾ ਚਾਹੀਦਾ ਹੈ।ਧਰਮ, ਵਰਣ ਦੀ ਵਿਚਾਰ (ਟੇਕ) ਨੂੰ ਪਾਸੇ ਰੱਖ ਕੇ, ਜੇ ਕੋਈ ਸ਼ੂਦਰ

ਜਾਤੀ ਦਾ ਮਨੁੱਖ ਜਾਂ ਕੋਈ ਇਸਤ੍ਰੀ ਭੀ ਆਪਣੀ ਇੱਛਾ ਮੁਤਾਬਿਕ ਕੋਈ ਸ਼ੁੱਭ ਕਰਮ (ਭਲਾਈ ਵਾਲਾ) ਕਰਨਾ ਚਾਹੇ ਤਾਂ ਉਸਨੂੰ ਕਰਨ ਦੇਣ ਵਿੱਚ ਭੀ ਕੋਈ ਹਰਜ਼ ਨਹੀ।

(224) ਕੁਝ ਲੋਕ ਕੇਵਲ ਪ੍ਰਮਾਤਮਾਂ ਦੀ ਭਗਤੀ ਨੂੰ ਹੀ ਮੁਕਤੀ ਦਾ ਉੱਤਮ ਸਾਧਨ ਮੰਨਦੇ ਹਨ।ਉਹ ਧਰਮ (ਕਰਤਵ), ਅਰਥ (ਧੰਨ) ਅਤੇ ਕਾਮ (ਲਿੰਗ ਭੋਗ) ਵਾਲੀਆਂ ਬਿਰਤੀਆਂ ਨੂੰ ਰੱਦ ਕਰਦੇ ਹਨ। ਪਰ ਧਰਮ ਸ਼ਾਤ੍ਰ, ਗ੍ਰਸਿਤੀ ਲੋਕਾਂ ਦਾ ਪ੍ਰਵਾਰ ਅਤੇ ਸਮਾਜ ਵਿੱਚ ਰਹਿ ਕੇ ਆਪਣੀਆਂ ਜਿੰਮੇਂਵਾਰੀਆਂ ਨਿਭਾਉਦਿਆਂ, ਇਨ੍ਹਾਂ ਤਿੰਨਾਂ (ਧਰਮ, ਅਰਥ, ਕਾਮ) ਦਾ ਹੋਣਾ, ਮੁਕਤੀ (ਮੋਕਸ਼) ਪ੍ਰਾਪਤੀ ਦਾ ਮਾਰਗ ਮੰਨਦੇ ਹਨ।

(225) ਸਿੱਖਿਆ ਦਾਤਾ, ਪਿਤਾ, ਮਾਂ ਤੇ ਵੱਡੇ ਭਾਈ ਦਾ ਕਦੇ ਨਿਰਾਦਰ ਨਹੀਂ ਕਰਨਾ ਚਾਹੀਦਾ ਭਾਵੇਂ ਤੁਸੀਂ ਆਪ ਕਿਤਨੇ ਭੀ ਦੁਖੀ ਕਿਉਂ ਨਾ ਹੋਵੋ। ਇੱਕ ਅਚਾਰੀਆ ਬ੍ਰਾਹਮਣ ਤੋਂ ਇਸਦੀ,ਬਿਲਕੁਲ ਉਮੀਦ ਨਹੀਂ ਕੀਤੀ ਜਾ ਸਕਦੀ।

(226) ਧਰਮ ਗੁਰੂ (ਅਚਾਰੀਆ) ਬ੍ਰਹਮ ਸਰੂਪ ਹੈ ਅਤੇ ਪਿਤਾ ਪਾਲਣਹਾਰ ਹੈ, ਮਾਤਾ ਧਰਤੀ ਦੇ ਸਮਾਨ ਹੈ ਜੋ ਸਭ ਕੁਝ ਦੇਣ ਵਾਲੀ ਹੈ, ਅਤੇ ਬੜੇ ਭਰਾ ਨੂੰ ਆਪਣੀ ਹੀ ਮੂਰਤਿ ਜਾਨਣਾ ਚਾਹੀਦਾ ਹੈ।

(227) ਮਨੁੱਖ ਦੇ ਪਾਲਣ ਪੋਸ਼ਣ ਵਾਸਤੇ ਮਾਤਾ ਪਿਤਾ ਨੂੰ ਜਿੰਨ੍ਹਾ ਦੁੱਖ ਸਹਿਣ ਕਰਨਾ ਪੈਂਦਾ ਹੈ, ਮਨੁੱਖ ਉਸਦਾ ਬਦਲਾ ਸਦੀਆਂ ਭਰ ਸੇਵਾ ਕਰਕੇ ਭੀ ਨਹੀਂ ਮੋੜ ਸਕਦਾ।

(228) ਹਮੇਸ਼ਾ ਉਹ ਕੰਮ ਕਰੇ, ਜੋ ਮਾਤਾ ਪਿਤਾ ਦੇ ਕਹਿਣ ਮੁਤਾਬਿਕ ਤੇ ਗੁਰੂ ਨੂੰ ਖੁਸ਼ ਕਰਨ ਵਾਲਾ ਹੋਵੇ। ਇਨ੍ਹਾਂ ਤਿੰਨਾ ਦੀ ਖੁਸ਼ੀ ਪ੍ਰਾਪਤ ਕਰਨ ਨਾਲ ਸਾਰੇ ਤਪ ਪੂਰੇ ਹੋ ਜਾਂਦੇ ਹਨ।

(229) ਇਨ੍ਹਾਂ ਤਿੰਨਾਂ ਦੀ ਸੇਵਾ ਹੀ ਬੰਦਗੀ ਦੀ ਸਿਖਰ ਹੈ। ਇਨ੍ਹਾਂ ਤਿੰਨਾਂ ਦੀ ਆਗਿਆ ਦਾ ਪਾਲਣ ਕਰਨ ਬਿਨਾ ਹੋਰ ਸਭ ਧਰਮ ਕਰਮ ਫੋਕਟ ਹਨ।

(230) ਇਹੋ ਤਿੰਨਾ ਲੋਕਾਂ ਦੀ ਪ੍ਰਾਪਤੀ ਹੈ, ਏਹੋ ਤਿੰਨਾਂ ਵੇਦਾਂ ਦੇ ਗਿਆਨ ਦਾ ਫਲ ਹੈ, ਅਤੇ ਏਹੋ ਹੀ ਤਿੰਨ ਪਵਿੱਤਰ ਅਗਨੀਆਂ ਦਾ ਸੁਮੇਲ ਹੈ।

(231) ਪਿਤਾ, ਮਾਤਾ ਅਤੇ ਗੁਰੂ, ਕਰਮਵਾਰ ਤਿੰਨ ਪਵਿੱਤਰ ਅਗਨੀਆਂ ਦੇ ਸਮਾਨ ਹਨ, ਜਿਵੇਂ **'ਗ੍ਰਹਿਪਤਯ'** (ਘਰ ਵਿੱਚ ਮਚਾਈ ਜਾਣ ਵਾਲੀ ਪੂਜਾ ਅਗਨ, ਜੋ ਪੀੜ੍ਹੀ ਦਰ ਪੀੜ੍ਹੀ ਚੱਲਦੀ ਹੈ) **'ਦੱਖਣੀ ਅਗਨ'** (ਵਾਸਤੂ ਸ਼ਾਸਤ੍ਰ ਤੇ ਅਧਾਰਤ ਘਰ ਦੇ ਪੂਰਬ-ਦੱਖਣ ਦਿਸ਼ਾ ਵੱਲ ਮਚਾਈ ਗਈ ਯੱਗ ਅਤੇ ਪੂਜਾ ਦੀ ਅਗਨੀ) ਤੇ **'ਆਹਵਨੀਯ'** (ਅਹੂਤੀ ਦੇਣ ਲਈ ਮਚਾਈ ਯੱਗ ਦੀ ਅਗਨੀ) ਮਹਾਨ ਅਗਨੀਆਂ ਹਨ ਜੋ ਹਮੇਸ਼ਾ ਪੂਜਣਯੋਗ ਹਨ ।

(232) ਜੋ ਮਨੁੱਖ ਗ੍ਰਿਸਤੀ ਹੋ ਕੇ ਭੀ ਇਨ੍ਹਾਂ ਤਿੰਨਾਂ ਦਾ ਖਿਆਲ ਰੱਖਦਾ ਹੈ, ਉਹ ਤਿੰਨਾਂ ਲੋਕਾਂ ਦਾ ਜੇਤੂ ਕਿਹਾ ਜਾਂਦਾ ਹੈ। ਉਸਦੇ ਚੇਹਰੇ ਤੋਂ ਪ੍ਰਮਾਤਮਾਂ ਦੀ ਝਲਕ ਪੈਂਦੀ ਹੈ ਅਤੇ ਸਵਰਗ ਵਿੱਚ ਦੇਵਤਿਆਂ ਵਾਂਗ ਸੁੱਖ ਭੋਗਦਾ ਹੈ।

(233) ਮਾਂ ਦਾ ਸਤਿਕਾਰ ਕਰਕੇ ਸੰਸਾਰੀ ਸੁੱਖਾਂ (ਭੂਲੋਕ) ਦੀ ਪ੍ਰਾਪਤੀ ਹੁੰਦੀ ਹੈ। ਪਿਤਾ ਦਾ ਸਤਿਕਾਰ ਕਰਕੇ ਸੰਸਾਰ ਦੀਆਂ ਗੁੱਝੀਆਂ ਤੇ ਸੂਖਮ ਰਮਜ਼ਾਂ ਦੇ ਭੇਦ (ਬ੍ਰਹਮੰਡ ਦੇ) ਖੁੱਲ੍ਹਦੇ ਹਨ ਤੇ ਗੁਰੂ ਦੀ ਸੇਵਾ ਨਾਲ ਬ੍ਰਹਮ ਲੋਕ ਦੀ ਪ੍ਰਾਪਤੀ ਹੁੰਦੀ ਹੈ।

(234) ਜਿਸਨੇ ਇਨ੍ਹਾਂ ਤਿੰਨਾਂ ਦਾ ਸਤਿਕਾਰ ਕੀਤਾ, ਜਾਣੋਂ ਉਸਦੇ ਕਰਨ ਵਾਲੇ ਸਾਰੇ ਧਰਮ ਕਰਮ ਪੂਰੇ ਹੋ ਗਏ ਅਤੇ ਜੀਵਨ ਦੀਆਂ ਸਾਰੀਆਂ ਜਿੰਮੇਵਾਰੀਆਂ ਨਿਭ੍ਹ ਗਈਆਂ। ਜਿਸਨੇ ਮਾਤਾ ਪਿਤਾ ਦਾ ਅਨਾਦਰ ਕੀਤਾ ਉਸਦੇ ਕੀਤੇ ਸਾਰੇ ਧਰਮ ਕਰਮ ਅਤੇ ਕਰਮ ਕਾਂਡ ਵਿਅਰਥ ਜਾਂਦੇ ਹਨ।

(235) ਇਸ ਲਈ, ਜਿੰਨਾ ਚਿਰ, ਮਾਤਾ-ਪਿਤਾ ਤੇ ਗੁਰੂ ਜਿਊਂਦੇ ਹਨ, ਉਨ੍ਹਾਂ ਦੀ ਸੇਵਾ ਅਤੇ ਪਰਸੰਨ ਕਰਨ ਵਾਲੇ ਕੰਮਾਂ ਲੱਗਿਆ ਰਹੇ। ਹੋਰ ਕੋਈ ਧਾਰਮਿਕ ਕਰਮਕਾਂਡ ਜਾਂ ਰਸਮਾਂ ਕਰਨ ਦੀ ਲੋੜ ਨਹੀਂ ਹੈ।

(236) ਅਗਲੇ ਜਨਮ ਵਿੱਚ ਸਵਰਗ ਪ੍ਰਾਪਤੀ ਦੀ ਇੱਛਾ ਰੱਖ ਕੇ, ਆਪਣੇ ਮਨ, ਬਚਨ ਜਾਂ ਕਰਮ ਕਰਕੇ, ਮਾਤਾ- ਪਿਤਾ ਅਤੇ ਗੁਰੂ ਦੀ ਭਲਾਈ ਖਾਤਰ ਉਹੀ ਕਰਮ ਕਰੇ ਜੋ ਉਨ੍ਹਾਂ ਨੂੰ ਭਉਂਦੇ ਹੋਣ। ਇਸਤੋਂ ਇਲਾਵਾ ਜੋ ਭੀ ਸ਼ੁੱਭ ਕਰਮ ਜਾਂ ਧਾਰਮਿਕ ਕਿਰਿਆਵਾਂ ਕਰੇ, ਸਭ ਕੁਝ ਮਾਤਾ-ਪਿਤਾ ਨੂੰ ਦੱਸ ਕੇ ਕਰੇ।

(237) ਇਨ੍ਹਾਂ ਤਿੰਨਾਂ ਦਾ ਸਤਿਕਾਰ ਕਾਇਮ ਰੱਖਣ ਨਾਲ ਮਨੁੱਖ ਦੀ ਜ਼ਿਦਗੀ ਵਿੱਚ ਹੋਰ ਕੁਝ ਕਰਨ ਵਾਲਾ ਨਹੀਂ ਰਹਿਦਾ, ਇਹੋ ਹੀ ਧਰਮ ਦੀ ਸਭ ਤੋਂ ਪ੍ਰਮੁੱਖ ਫਰਜ਼ ਅਦਾਇਗੀ ਹੈ ਤੇ ਬਾਕੀ ਸਾਰੇ ਧਰਮ-ਕਰਮ ਦੂਸਰੇ ਨੰਬਰ ਦੇ ਕਾਰਜ ਹਨ।

(238) ਉੱਤਮ ਗਿਆਨ ਪ੍ਰਾਪਤੀ, ਮਨੁੱਖ ਦਾ ਪ੍ਰਮ ਧਰਮ ਹੈ, ਜਿਸਨੂੰ ਨਿਭਾਉਣ ਲਈ ਉਪਦੇਸ਼, ਕਿਸੇ ਭੀ ਚੰਗੇ ਗੁਣਾਂ ਵਾਲੇ ਮਨੁੱਖ ਤੋਂ ਲਿਆ ਜਾ ਸਕਦਾ ਹੈ। ਸ਼ਾਸਤ੍ਰਾਂ ਦੀ ਨੀਤੀ ਮੁਤਾਬਿਕ, ਨੀਚ ਜਾਤ ਦੀ ਸ਼ੂਦਰ ਜਾਂ ਚੰਡਾਲ ਇਸਤ੍ਰੀ ਨੂੰ ਅਪਨਾਉਣ ਲੱਗਿਆਂ ਭੀ ਉਸਦੇ ਗੁਣ ਅਤੇ ਚੰਗੇ ਸੰਸਕਾਰ ਦੇਖ ਕੇ ਚੋਣ ਕਰੇ।

(239) ਜ਼ਹਿਰ (ਅਵਗੁਣਾਂ) ਵਿੱਚੋਂ ਭੀ ਅਮ੍ਰਿਤ (ਗੁਣ) ਪਾਇਆ ਜਾ ਸਕਦਾ ਹੈ, ਬਾਲਕ ਕੋਲੋਂ ਭੀ ਚੰਗੀ ਸਲਾਹ ਮਿਲ ਸਕਦੀ ਹੈ, ਦੁਸ਼ਮਣ ਤੋਂ ਭੀ ਚੰਗੇ ਗੁਣ (ਸਦਾਚਾਰ) ਲਏ ਜਾ ਸਕਦੇ ਹਨ ਤੇ ਅਪਵਿੱਤਰ ਮਨੁੱਖ ਵਿੱਚ ਭੀ ਕੁਝ ਸੋਨੇ ਵਾਲੇ ਗੁਣ ਹੋ ਸਕਦੇ ਹਨ।

(240) ਸੁੱਘੜ ਸਿਆਣੀ ਇਸਤ੍ਰੀ, ਹੀਰੇ, ਅੱਛੀ ਵਿੱਦਿਆ, ਕਨੂੰਨ ਦਾ ਗਿਆਨ, ਧਰਮ, ਸੁੱਚਮਤਾ, ਚੰਗੀ ਬੋਲ ਚਾਲ ਵਾਲੇ ਗੁਣ, ਅਤੇ ਕਲਾ, ਕਿਤੋਂ ਭੀ ਮਿਲਣ ਤਾਂ ਹਾਸਲ ਕਰਨੇ ਚਾਹੀਦੇ ਹਨ।

(241) ਧਰਮ ਸ਼ਾਸਤ੍ਰਾਂ ਵਿੱਚ ਨਿਸ਼ਚਿਤ ਵਿਧਾਨ ਹੈ ਕਿ ਔਖੇ ਸਮੇਂ ਵਿੱਚੋਂ ਲੰਘਣ ਕਾਰਨ ਜੇ ਕੋਈ ਦਵਿੱਜ ਬ੍ਰਾਹਮਣ ਨੂੰ ਗੁਰੂ ਧਾਰਣ ਨਾ ਕਰ ਸਕੇ, ਤਾਂ ਖੱਤਰੀ ਜਾਂ ਵੈਸ਼ ਤੋਂ ਭੀ ਵੇਦ ਗਿਆਨ ਲਿਆ ਜਾ ਸਕਦਾ ਹੈ, ਇਸ ਸ਼ਰਤ ਤੇ ਕਿ ਉਸਦੀ ਸੇਵਾ ਉਤਨਾ ਚਿਰ ਹੀ ਕਰੇ, ਜਿੰਨੀ ਦੇਰ ਉਹ ਉਸਤੋਂ ਸਿੱਖਿਆ ਲੈ ਰਿਹਾ ਹੋਵੇ।

(242) ਜੋ ਬ੍ਰਹਮਚਾਰੀ, ਸਵ੍ਰਗ ਪ੍ਰਾਪਤੀ ਦੀ ਇੱਛਾ ਰੱਖਦਾ ਹੈ, ਉਹ ਨਾ ਹੀ ਕਿਸੇ ਗੈਰ ਬ੍ਰਾਹਮਣ ਗੁਰੂ ਦੇ ਆਸ਼ਰਮ ਵਿੱਚ ਸਾਰੀ ਉਮਰ ਗੁਜ਼ਾਰੇ ਤੇ ਨਾ ਹੀ ਉਸ ਬ੍ਰਾਹਮਣ ਦੇ ਘਰ, ਜਿਸਨੂੰ ਸਾਰੇ ਵੇਦ ਤੇ ਉਸਦੇ ਅੰਗਾਂ ਦਾ ਗਿਆਨ ਨਾ ਹੋਵੇ।

(243) ਪਰ ਜੇ ਬ੍ਰਹਮਚਾਰੀ ਚੇਲਾ ਆਪਣਾ ਸਾਰਾ ਜੀਵਨ ਗੁਰੂ ਦੇ ਘਰ ਹੀ ਬਿਤਾਣਾ ਚਾਹੇ ਤਾਂ ਉਸਨੂੰ ਉਸਦੇ ਆਖਰੀ ਸਾਹ ਤੱਕ ਉਸਦੀ ਸੇਵਾ ਵਿੱਚ ਹੀ ਰਹਿਣਾ ਪਵੇਗਾ।

(244) ਜੋ ਬ੍ਰਾਹਮਚਾਰੀ, ਆਪਣੇ ਗੁਰੂ ਦੇ ਆਖਰੀ ਦਮ ਤਕ ਸੇਵਾ ਕਰਦਾ ਹੈ ਉਸਨੂੰ ਮੁਕਤੀ ਪ੍ਰਾਪਤ ਹੋ ਜਾਂਦੀ ਹੈ।

(245) ਵੇਦ ਧਰਮ ਦੇ ਨਿਯਮਾਂ ਅਤੇ ਪਾਠ ਬੋਧ ਦਾ ਗਿਆਨ ਲੈਣ ਵਾਲਾ ਸਨਾਤਕ ਬ੍ਰਹਮਚਾਰੀ, ਸਮੇਂ ਤੋਂ ਪਹਿਲਾਂ ਆਪਣੇ ਗੁਰੂ ਅੱਗੇ ਕੋਈ ਦੱਛਣਾ ਨਾ ਰੱਖੇ। ਜਦੋਂ ਗੁਰੂ ਉਸਨੂੰ ਆਪਣੀ ਵਿੱਦਿਆ ਦੀ ਸਮਾਪਤੀ ਤੋਂ ਬਾਅਦ, ਗੁਰੂਕੁਲ ਚੋਂ ਜਾਣ ਦੀ ਆਗਿਆ ਦੇਵੇ ਤਾਂ ਆਖਰੀ ਇਸ਼ਨਾਨ ਕਰਕੇ ਆਪਣੀ ਸਮਰਥਾ ਅਨੁਸਾਰ ਦੱਛਣਾ ਭੇਂਟ ਕਰੇ।

(246) ਮਿਸਾਲ ਵਜੋਂ, ਜ਼ਮੀਨ, ਸੋਨਾ, ਗਊ, ਘੋੜਾ, ਛਤਰੀ, ਪੈਰਾਂ ਲਈ ਜੋੜਾ, ਵਿਛੌਣਾ, ਅੰਨ, ਬਸਤਰ, ਸਬਜੀਆਂ ਆਦਿ ਭੀ ਭੇਂਟ ਕਰ ਸਕਦਾ ਹੈ, ਜਿਸ ਨਾਲ ਉਸਦਾ ਗੁਰੂ ਪ੍ਰਸੰਨ ਹੋ ਜਾਵੇ।

(247) ਇੱਕ ਸੁਹ੍ਰਿਦ ਬ੍ਰਹਮਚਾਰੀ ਚੇਲੇ ਲਈ ਜ਼ਰੂਰੀ ਹੈ ਕਿ ਆਪਣੇ ਗਿਆਨ ਦਾਤਾ ਗੁਰੂ ਦੇ ਚਲਾਣੇ ਤੋਂ ਬਾਅਦ, ਗੁਰੂ ਦਾ ਬੇਟਾ (ਜੇ ਉਹ ਚੰਗੇ ਸੰਸਕਾਰਾਂ ਵਾਲਾ ਹੋਵੇ), ਵਿਧਵਾ ਪਤਨੀ ਨੂੰ ਗੁਰੂ ਬਰਾਬਰ ਜਾਣ ਕੇ ਅਗਲੀਆਂ ਪੰਜ ਪੁਸ਼ਤਾਂ ਤੀਕਰ ਸੇਵਾ ਤੇ ਸਤਿਕਾਰ ਦੇਵੇ।

(248) ਜੇ ਉਨ੍ਹਾਂ ਵਿੱਚੋਂ ਕੋਈ ਭੀ ਜੀਵਤ ਨਾ ਹੋਵੇ ਤਾਂ ਗੁਰੂ ਦੇ ਅੰਤਕਾਲ ਸਮੇਂ ਸਾਰੇ ਕਿਰਿਆ ਕਰਮ ਆਪ ਕਰੇ ਤੇ ਅੰਗੀਠਾ ਆਪ ਹੀ ਅਗਨ ਭੇਂਟ ਕਰਕੇ, ਪੂਰਾ ਦਿਨ ਤੇ ਰਾਤ ਚਿਖਾ ਕੋਲ ਬੈਠੇ।

(249) ਇਸ ਤਰਾਂ ਇੱਕ ਬ੍ਰਹਮਚਾਰੀ ਬ੍ਰਾਹਮਣ, ਜੋ ਆਪਣੇ ਅਚਾਰੀਆ ਧਰਮ ਦਾ ਸਦਾ ਪਾਲਣ ਕਰਦਾ ਹੈ ਤੇ ਕੀਤੇ ਹੋਏ ਪ੍ਰਣ ਨਹੀਂ ਤੋੜਦਾ, ਉਹ ਪ੍ਰਮਾਤਮਾ ਦੇ ਦਰ ਪ੍ਰਵਾਨ ਚੜ੍ਹਦਾ ਹੈ ਅਤੇ ਜਨਮ ਮਰਨ ਤੋਂ ਮੁਕਤ ਹੋ ਜਾਂਦਾ ਹੈ।

ਅਧਿਆਇ 3

ਬ੍ਰਹਮਚਾਰੀ, ਗ੍ਰਿਸਤ ਆਸ਼ਰਮ ਅਤੇ ਪੰਚ ਯੱਗ ਦਾ ਵਿਧਾਨ

ਬ੍ਰਹਮਚਾਰੀ ਅਤੇ ਗ੍ਰਿਸਤੀ ਜੀਵਨ -

(1) ਵੇਦਾਂ ਦੀ ਪੜ੍ਹਾਈ ਦਾ ਪ੍ਰਣ ਕਰਨ ਵਾਲਾ ਬ੍ਰਹਮਚਾਰੀ ਦਵਿੱਜ, ਗੁਰੂ ਦੇ ਆਸ਼ਰਮ ਵਿੱਚ ਛੱਤੀ ਸਾਲ (ਜਾਂ ਸਾਰੀ ਉਮਰ), ਅਠਾਰਾਂ ਸਾਲ ਜਾਂ ਨੌ ਸਾਲ, ਪੜ੍ਹਾਈ ਕਰੇ ਜਾਂ ਜਿਤਨਾ ਸਮਾਂ ਤਿੰਨੋ ਵੇਦਾਂ ਦੀ ਪੜ੍ਹਾਈ ਕਰਨ ਦੀ ਸਮਰਥਾ ਹੋਵੇ, ਉਤਨਾ ਸਮਾਂ ਬ੍ਰਹਮਚਾਰੀ ਧਰਮ ਦਾ ਪਾਲਣ ਕਰਦਿਆਂ ਵੇਦ ਵਿਦਿਆ ਪ੍ਰਾਪਤ ਕਰੇ।

(2) ਜੋ ਵੇਦ ਵਿਦਿਆਰਥੀ (ਬਟਕ), ਆਪਣੇ ਕੀਤੇ ਪ੍ਰਣ ਮੁਤਾਬਿਕ ਨਿਯਮਾਂ ਦੀ ਉਲੰਘਣਾ ਕੀਤੇ ਬਿਨਾਂ, ਤਿੰਨੋ ਵੇਦ, ਦੋ ਵੇਦ ਜਾਂ ਕੇਵਲ ਇੱਕ ਵੇਦ ਦੀ ਵਿੱਦਿਆ ਭੀ ਪੂਰੀ ਕਰ ਲੈਂਦਾ ਹੈ, ਉਸਨੂੰ ਗ੍ਰਿਸਤ ਆਸ਼ਰਮ ਵਿੱਚ ਪ੍ਰਵੇਸ਼ ਕਰਨ ਦੀ ਆਗਿਆ ਹੈ।

(3) ਜਿਸ ਬ੍ਰਹਮਚਾਰੀ ਨੇ ਵੇਦਾਂ ਦਾ ਗਿਆਨ ਪ੍ਰਾਪਤ ਕਰਕੇ ਆਪਣੀ ਕੁਲ ਦਾ ਮਾਣ ਵਧਾਇਆ ਹੋਵੇ, ਉਸਨੂੰ ਘਰ ਵਾਪਸ ਆਉਣ ਉਪਰੰਤ, ਉੱਚੇ ਆਸਣ ਜਾਂ ਪਲੰਘ ਤੇ ਬਿਠਾ ਕੇ, ਉਸਦੇ ਗੁਰੂ ਜਾਂ ਪਿਤਾ ਵਲੋਂ ਪੁਸ਼ਪ ਮਾਲ਼ਾ (ਗੇਂਦਾ ਫੁੱਲ, ਸਤਵਰਗ) ਪਾਈ ਜਾਵੇ ਅਤੇ ਸ਼ਗਨ ਵਜੋਂ ਪੂਜਾ ਲਈ ਬਣਾਇਆ ਗਿਆ, ਜਲ਼, ਦਹੀਂ, ਸ਼ਹਿਦ, ਸ਼ੱਕਰ ਅਤੇ ਗਊ ਦੇ ਦੁੱਧ ਦਾ ਬਣਿਆ ਘਿਉ ਮਿਲਾ ਕੇ ਦਹੀਂ ਦਾ ਮਿਸ਼ਰਣ ਪੀਣ ਲਈ ਦਿੱਤਾ ਜਾਵੇ (ਮਧੂਪਰਕ ਵਿਧੀ)।

(4) ਦਵਿੱਜ ਬ੍ਰਹਮਚਾਰੀ ਲਈ ਜਰੂਰੀ ਹੈ ਕਿ ਇਸ਼ਨਾਨ ਕਰਕੇ, ਪੂਜਾ ਕਰੇ ਅਤੇ ਘਰ ਵਾਪਸ ਪ੍ਰਤਣ ਦੀ ਰਸਮ (ਸਮਾਵ੍ਰਤਨ ਸੰਸਕਾਰ) ਹੋਣ ਤੋਂ ਮਗਰੋਂ, ਆਪਣੇ ਗੁਰੂ ਕੋਲੋਂ ਆਗਿਆ ਲੈ ਕੇ ਆਪਣੇ ਵਰਣ ਦੀ ਚੰਗੇ ਸੰਸਕਾਰਾਂ ਵਾਲੀ ਸੋਹਣੀ ਸੁਨੱਖੀ ਕੰਨਿਆ ਚੁਣ ਕੇ ਸ਼ਾਦੀ ਕਰ ਲਵੇ।

ਨੋਟ:- *ਸਮਾਵ੍ਰਤਨ ਸੰਸਕਾਰ (**समावर्तन संस्कार**) -ਹਿੰਦੂ ਧਰਮ ਦੇ 16 ਸੰਸਕਾਰਾਂ ਵਿੱਚੋਂ ਇੱਕ ਰਸਮ, ਜਿਸਨੂੰ 11ਵਾਂ ਸੰਸਕਾਰ ਕਿਹਾ ਜਾਂਦਾ ਹੈ। ਧਰਮ ਦੇ ਸਾਰੇ ਨਿਬੰਧਨ ਅਤੇ ਸ਼ਰਤਾਂ ਪੂਰੀਆਂ ਹੋਣ ਤੇ ਆਪਣੇ ਗੁਰੂ ਵਲੋਂ ਸਿੱਖਿਆ ਲੈ ਕੇ ਗੁਰੂ ਕੁਲ ਵਿੱਚੋਂ ਵਿਦਾਇਗੀ ਸਮੇਂ ਕੀਤੀ ਜਾਣ ਵਾਲੀ ਰਸਮ। ਇਸ ਸੰਸਕਾਰ ਦੇ ਕਰਨ ਤੋਂ ਭਾਵ ਹੈ ਕਿ ਉਸਨੇ ਬ੍ਰਹਮਚਾਰੀ ਆਸ਼ਰਮ ਦੀ ਵਿਦਿਆ ਸੰਪੂਰਣ ਕਰ ਲਈ ਹੈ ਅਤੇ ਗਿਸ੍ਰਤ ਆਸ਼ਰਮ ਵਿੱਚ ਦਾਖਲ ਹੋ ਸਕਦਾ ਹੈ। ਉਸਦੇ ਸਰੀਰ ਤੇ ਪਹਿਨੇ ਹੋਏ ਸਾਰੇ ਚਿੰਨ੍ਹ ਪਾਣੀ ਵਿੱਚ ਰੋੜ੍ਹ ਦਿੱਤੇ ਜਾਂਦੇ ਹਨ। ਅੱਜ ਕਲ ਹਿੰਦੂ ਮਤ ਦੇ ਲੋਕ ਇਸਨੂੰ, ਦੀਖਿਆ ਸਮਾਰੋਹ ਕਰਕੇ ਮਨਾਉਂਦੇ ਹਨ।*

(5) ਦਵਿੱਜਾ ਮਨੁੱਖ ਦੀ ਸ਼ਾਦੀ ਲਈ ਉੱਤਮ ਹੈ ਕਿ ਕੁਆਰੀ ਕੰਨਿਆਂ, ਨਾ ਤਾਂ ਮਾਤਾ ਦੀਆਂ ਸੱਤ ਪੁਸ਼ਤਾਂ ਵਿੱਚੋ ਹੋਵੇ ਅਤੇ ਨਾ ਹੀ ਪਿਤਾ ਦੇ ਪਰਿਵਾਰ ਵਾਲੇ ਗੋਤਰ ਵਿੱਚੋਂ ਹੋਵੇ।

(6) ਪਤਨੀ ਦੀ ਚੋਣ ਕਰਨ ਲੱਗਿਆਂ ਹੇਠਾਂ ਦੱਸੇ ਦਸ ਪ੍ਰਵਾਰਾਂ ਤੋਂ ਗੁਰੇਜ਼ ਕੀਤਾ ਜਾਵੇ (ਸਾਵਧਾਨੀ ਵਰਤੀ ਜਾਵੇ), ਭਾਵੇਂ ਉਹ ਕਿਤਨੇ ਭੀ ਅਮੀਰ, ਮਸ਼ਹੂਰ, ਜਾਂ ਮਾਲ ਡੰਗਰ ਦੇ ਮਾਲਕ ਹੋਣ।

(7) ਕੰਨਿਆਂ ਐਸੇ ਘਰੋਂ ਨਾ ਹੋਵੇ ਜੋ- **(ੳ)** ਪੂਜਾ ਪਾਠ ਨਾ ਕਰਦੇ ਹੋਣ, **(ਅ)** ਜਿਨ੍ਹਾਂ ਦੇ ਘਰ ਪੁੱਤਰ ਨਾ ਹੋਵੇ, **(ੲ)** ਜੋ ਵੇਦਾਂ ਦਾ ਅਧਿਆਨ ਨਹੀਂ ਕਰਦੇ, **(ਸ)** ਜਿਨ੍ਹਾਂ ਦੇ ਸ਼ਰੀਰ ਤੇ ਮੋਟੇ ਮੋਟੇ ਵਾਲ ਹੋਣ, **(ਹ)** ਜਿਨ੍ਹਾਂ ਦੇ ਖਾਨਦਾਨ ਵਿੱਚ ਬਵਾਸੀਰ ਹੋਵੇ, **(ਕ)** ਮਿਰਗੀ ਦਾ ਰੋਗੀ ਹੋਵੇ, **(ਖ)** ਤੁਚਾ ਰੋਗ ਹੋਵੇ, **(ਗ)** ਚਮੜੀ ਦਾ ਰੋਗੀ, ਅਤੇ **(ਘ)** ਚਿੱਟਾ ਜਾਂ ਕਾਲਾ ਕ੍ਰੋੜ ਦਾ ਰੋਗ ਹੋਵੇ।

(8) ਐਸੀ ਔਰਤ ਨਾਲ ਭੀ ਸ਼ਾਦੀ ਨਾ ਕਰੇ, ਜਿਸਦੇ ਸਿਰ ਦੇ ਵਾਲ਼ ਲਾਲ ਹੋਣ, ਜਾਂ ਜਿਸਦੇ ਸਰੀਰ ਉੱਪਰ ਵਾਧੂ ਅੰਗ ਹੋਣ, ਜੋ ਦੇਖਣ ਨੂੰ ਬਿਮਾਰ ਲੱਗੇ, ਜਾਂ ਸਿਰੋਂ ਗੰਜੀ ਹੋਵੇ, ਲੋੜ ਤੋਂ ਵੱਧ ਬੋਲਦੀ (ਬੜਬੋਲੀ) ਹੋਵੇ ਜਾਂ ਪੀਲੀਆਂ ਪੀਲੀਆਂ ਅੱਖਾਂ ਵਾਲੀ ਹੋਵੇ।

(9) ਐਸੀ ਔਰਤ ਨਾਲ ਭੀ ਸ਼ਾਦੀ ਨਾ ਕਰੇ ਜਿਸਦਾ ਨਾਮ, ਕਿਸੇ ਨਛੱਤਰ (ਗ੍ਰਹਿ), ਦਰਖਤ, ਦਰਿਆ, ਛੋਟੀ ਜਾਤੀ, ਕਿਸੇ ਪਹਾੜ, ਪੰਛੀ, ਨਾਲ ਜੁੜਿਆ ਹੋਵੇ ਜਾਂ ਜਿਸ ਦਾ ਨਾਮ ਕਿਸੇ ਡਰ ਦਾ ਪ੍ਰਤੀਕ ਹੋਵੇ।

(10) ਵਿਆਹ ਉਸ ਨਾਲ ਕਰਵਾਏ ਜਿਸਦੇ ਸ਼ਰੀਰ ਵਿੱਚ ਕੋਈ ਨੁਕਸ ਨਾ ਹੋਵੇ, ਜਿਸਦਾ ਨਾਮ ਸੋਭਦਾ ਹੋਵੇ, ਸੋਹਣੇ ਨੈਣ ਨਕਸ਼, ਹੰਸ ਤੇ ਹਥਣੀ ਵਰਗੀ ਚਾਲ ਹੋਵੇ, ਸਿਰ ਤੇ ਸੋਹਣੇ ਲੰਬੇ ਵਾਲ ਹੋਣ, ਛੋਟੇ ਛੋਟੇ ਦੰਦ, ਅਤੇ ਕੋਮਲ ਸ਼ਰੀਰ ਵਾਲੀ ਹੋਵੇ।

(11) ਇੱਕ ਸਮਝਦਾਰ ਮਨੁੱਖ ਕਿਸੇ ਦਬਾ ਹੇਠ ਜਾਂ ਤਰਸ ਕਰਕੇ ਐਸੀ ਕੰਨਿਆਂ ਨਾਲ ਸ਼ਾਦੀ ਨਹੀ ਕਰੇਗਾ, ਜਿਸਦਾ ਕੋਈ ਭਾਈ ਨਹੀਂ, ਜਾਂ ਜਿਸਦੇ ਬਾਪ ਦਾ ਪਤਾ ਨਾ ਹੋਵੇ। ਜਾਂ ਜਿਸ ਵਿਆਹ ਮਗਰੋਂ ਉਸਦਾ ਪਹਿਲਾ ਲੜਕਾ, ਕੰਨਿਆਂ ਦੇ ਬਾਪ ਦਾ ਮੁਤਬੰਨਾ ਹੋਣ ਦਾ ਵਾਅਦਾ ਕਰਨਾ ਪਵੇ।

(12) ਦਵਿੱਜ ਲਈ, ਪਹਿਲਾ ਵਿਆਹ, ਉਸਦੀ ਦੀ ਆਪਣੀ ਜਾਤ ਵਿੱਚ ਕਰਵਾਉਣ ਦਾ ਸੁਝਾ ਹੈ, ਅਤੇ ਕਾਮ ਵਸ ਹੋ ਕੇ ਜੋ ਦਵਿੱਜ ਹੋਰ ਜਾਤ ਵਿੱਚ ਵਿਆਹ ਕਰਵਾਉਂਦਾ ਹੈ, ਉਹ ਅਧਰਮ ਵਿਆਹ ਕਿਹਾ ਜਾਂਦਾ ਹੈ ਅਤੇ ਉਸ ਲਈ ਹੇਠ ਦਿੱਤੀਆਂ ਵਰਣ ਰੀਤਾਂ ਨਿਸਚਿਤ ਹਨ।

(13) ਪ੍ਰੰਪਰਾ ਮੁਤਾਬਿਕ, ਇੱਕ ਸ਼ੂਦਰ ਪੁਰਸ਼ ਕੇਵਲ ਸ਼ੂਦਰ ਇਸਤ੍ਰੀ ਨਾਲ ਹੀ ਸ਼ਾਦੀ ਕਰ ਸਕਦਾ ਹੈ।ਵਾਸ਼ਨਾ ਵੱਸ ਹੋ ਕੇ ਜੇ ਕੋਈ ਦਵਿੱਜ ਹੋਰ ਸ਼ਾਦੀ ਕਰਨੀ ਚਾਹੇ ਤਾਂ ਨਿਯਮ ਇਸ ਤਰਾਂ ਹਨ ਕਿ- ਵੈਸ਼ ਦੀ ਘੱਟੋ ਘੱਟ ਇੱਕ ਇਸਤ੍ਰੀ ਉਸਦੀ ਆਪਣੀ ਜਾਤ ਵਿੱਚੋਂ ਹੋਵੇ ਅਤੇ ਬਾਕੀ ਦੀਆਂ ਉਸਤੋਂ ਨੀਵੀਂ ਜਾਤ (ਸ਼ੂਦਰ) ਦੀਆਂ ਹੋ ਸਕਦੀਆਂ ਹਨ । ਖੱਤਰੀ ਲਈ ਇੱਕ ਆਪਣੀ ਜਾਤ ਵਿੱਚੋਂ ਅਤੇ ਬਾਕੀ ਦੀਆਂ ਉਸਤੋਂ ਨੀਵੀਂ ਜਾਤ (ਵੈਸ਼, ਸ਼ੂਦਰ) ਦੀਆਂ ਹੋ ਸਕਦੀਆਂ ਹਨ। ਬ੍ਰਾਹਮਣ ਦੀ ਘੱਟੋ ਘੱਟ ਇੱਕ ਉਸਦੀ ਆਪਣੀ ਜਾਤੀ ਦੀ ਹੋਵੇ ਅਤੇ ਬਾਕੀ ਦੀਆਂ ਉਸਤੋਂ ਨੀਵੀਂ ਜਾਤ (ਖੱਤਰੀ, ਵੈਸ਼, ਸ਼ੁਦਰ) ਦੀਆਂ ਹੋ ਸਕਦੀਆਂ ਹਨ।

(14) ਪੁਰਾਤਨ ਇਤਹਾਸ ਵਿੱਚ, ਕਿਤੇ ਭੀ ਇਹ ਜ਼ਿਕਰ ਨਹੀਂ ਮਿਲਦਾ ਕਿ ਕਿਸੇ ਔਖੇ ਤੋਂ ਔਖੈ (ਅਪੱਤੀ) ਸਮੇਂ ਭੀ ਬ੍ਰਾਹਮਣ ਜਾਂ ਖੱਤਰੀ ਦੀ ਪਹਿਲੀ ਸ਼ਾਦੀ ਆਪਣੀ ਜਾਤ (ਸਵ੍ਰਣ ਜਾਤਿ) ਦੀ ਥਾਂ, ਕਿਸੇ ਸ਼ੂਦਰ ਜਾਤ ਦੀ ਇਸਤ੍ਰੀ ਨਾਲ ਹੋਈ ਹੋਵੇ।

(15) ਦਵਿੱਜ ਮਨੁੱਖ, ਜੋ ਕਾਮ ਵਾਸ਼ਨਾ ਜਾਂ ਮੋਹ ਵਸ ਹੋ ਕੇ ਸ਼ੂਦਰ ਜਾਤੀ ਦੀ ਕੰਨਿਆਂ ਨਾਲ ਸ਼ਾਦੀ ਕਰਦਾ ਹੈ, ਉਹ ਆਪਣਾ ਜਨਮ ਭਰਿਸ਼ਟ ਕਰਕੇ, ਆਪਣੀ ਕੁਲ ਤੇ ਅਉਣ ਵਾਲੀਆਂ ਨਸਲਾਂ ਨੂੰ ਭੀ ਕਲੰਕਤ ਕਰਕੇ ਸ਼ੂਦਰ ਬਣਾ ਦਿੰਦਾ ਹੈ।

(16) ਬ੍ਰਹਮਾ ਦੇ ਮਾਣਸ ਪੁੱਤਰ ਮਹਾਂ ਰਿਸ਼ੀ ਅਤਰੀ ਅਤੇ ਉਤੱਥਯ ਅਨੁਸਾਰ, ਸ਼ੂਦਰ ਕੰਨਿਆਂ ਨਾਲ ਵਿਆਹ ਕਰਨ ਨਾਲ ਤਿੰਨੋ ਵਰਣ (ਬ੍ਰਾਹਮਣ, ਖੱਤਰੀ ਵੈਸ਼) ਪਤਿਤ ਅਤੇ ਅਧਰਮੀ ਹੋ ਜਾਂਦੇ ਹਨ। ਮਹਾਂਰਿਸ਼ੀ ਸ਼ੌਨਕ ਦੇ ਮਤ ਮੁਤਾਬਿਕ, ਸ਼ੂਦਰ ਇਸਤ੍ਰੀ ਨਾਲ ਵਿਆਹ ਕਰਨ ਨਾਲ ਨਹੀਂ, ਪਰ ਉਸਤੋਂ

ਉਲਾਦ ਪੈਦਾ ਕਰਨ ਨਾਲ, ਬ੍ਰਾਹਮਣ ਸ਼ੂਦਰ ਹੋ ਜਾਂਦਾ ਹੈ। ਭ੍ਰਿਗੂ ਰਿਸ਼ੀ ਮੁਤਾਬਿਕ, ਸ਼ੂਦਰ ਇਸਤ੍ਰੀ ਤੋਂ ਕੋਈ ਭੀ ਉਲਾਦ ਪੈਦਾ ਹੋਣ ਤੇ ਬ੍ਰਾਹਮਣ ਸ਼ੂਦਰ ਹੋ ਨਿਬੜਦਾ ਹੈ।

(17) ਮਨੂੰ ਦੀ ਆਗਿਆ ਮਤਾਬਿਕ, ਸ਼ੂਦਰ ਇਸਤਰੀ ਨਾਲ ਸੌਣ ਅਤੇ ਭੋਗ ਵਿਲਾਸ ਕਰੇ ਤਾਂ ਮੌਤ ਮਗਰੋਂ ਘੋਰ ਨਰਕ ਦਾ ਭਾਗੀ ਹੋ ਜਾਂਦਾ ਹੈ ਅਤੇ ਜੇ ਉਲਾਦ ਪੈਦਾ ਕਰੇ ਤਾਂ ਬ੍ਰਾਹਮਣ ਹੋਣ ਦਾ ਰੁਤਬਾ ਗਵਾ ਬੈਠਦਾ ਹੈ।

(18) ਸ਼ੂਦਰ ਇਸਤ੍ਰੀ ਨਾਲ ਵਿਆਹ ਕਰਨ ਬਾਲੇ ਬ੍ਰਾਹਮਣ ਵਲੋਂ, ਸ਼ਰਾਧ ਤੇ ਪੂਜਾ ਨਮਿੱਤ ਕੀਤਾ ਭੋਜਨ, ਪਿੱਤਰ ਤੇ ਦੇਵਤੇ ਲੋਕ ਨਹੀਂ ਖਾਣਗੇ, ਜਿਸਨੂੰ ਉਸਦੀ ਸ਼ੂਦਰ ਇਸਤ੍ਰੀ ਦੇ ਹੱਥ ਲੱਗੇ ਹੋਣ ਅਤੇ ਇਹੋ ਜਿਹਾ ਬ੍ਰਾਹਮਣ ਕਦੇ ਭੀ ਸਵਰਗ ਵਿੱਚ ਵਾਸ ਨਹੀਂ ਲੈ ਸਕਦਾ।

(19) ਸ਼ੂਦਰ ਇਸਤ੍ਰੀ ਨੂੰ ਚੁੰਮਣ ਵਾਲਾ ਜਾਂ ਉਸਦੇ ਮੂੰਹ ਨਾਲ ਮੂੰਹ ਜੋੜ ਕੇ ਕਾਮ ਕਰੀੜਾ ਕਰਨ ਵਾਲੇ ਬ੍ਰਾਹਮਣ ਦਾ ਅਤੇ ਉਸਦੀ ਕੁੱਖੋਂ ਪੈਦਾ ਹੋਈ ਉਲਾਦ ਦੇ ਨਿਸਤਾਰੇ (ਪਾਰ ਉਤਾਰਾ, ਮੁਕਤੀ) ਲਈ ਕੋਈ ਉਪਾਵ ਜਾਂ ਪਸ਼ਚਾਤਾਪ ਨਹੀਂ ਹੈ।

ਅੱਠ ਕਿਸਮ ਦੇ ਵਿਆਹ –

(20) ਹੁਣ ਮੈਂ (ਭ੍ਰਿਗੂ) ਅੱਠ ਤਰਾਂ ਦੇ ਵਿਆਹਾਂ ਦਾ ਵਰਨਣ ਕਰਾਂਗਾ, ਜੋ ਇਸ ਸੰਸਾਰ ਵਿੱਚ ਚਾਰੇ ਵਰਣਾ ਲਈ, ਇਸ ਜਨਮ ਅਤੇ ਅਗਲੇ ਜਨਮਾਂ ਦੇ ਭਲੇ ਲਈ ਹਨ।

(21) ਅੱਠ ਕਿਸਮ ਦੀਆਂ ਵਿਆਹ ਵਿਧੀਆਂ ਹਨ ਜਿਵੇਂ -ਬ੍ਰਹਮ ਰੀਤ, ਦੇਵਤਿਆਂ ਦੀ ਰੀਤ, ਰਿਸ਼ੀਆਂ ਦੀ ਰੀਤ, ਪ੍ਰਜਾਪਤੀਆਂ ਦੀ ਰੀਤ, ਅਸੁਰਾਂ ਦੀ ਰੀਤ, ਗੰਧ੍ਰਭਾਂ ਦੀ ਰੀਤ, ਰਾਕਸ਼ਾਂ ਅਤੇ ਧੋਖੇਬਾਜਾਂ ਦੀ ਰੀਤ।

(ੳ) **ਬ੍ਰਹਮ ਰੀਤ**- ਜਿਸ ਵਿੱਚ ਪਿਤਾ ਆਪਣੀ ਬੇਟੀ ਦਾ ਹੱਥ ਕਿਸੇ ਵੇਦਾਂ ਦੇ ਵਿਚਾਰਵਾਨ ਤੇ ਅੱਛੇ ਸੁਭਾ ਵਾਲੇ ਮਨੁੱਖ ਨੂੰ ਆਪ ਫੜਾ ਦੇਵੇ।

(ਅ) **ਦੇਵ ਰੀਤ**- ਜਿਸ ਵਿੱਚ ਕੰਨਿਆਂ ਨੂੰ ਗਹਿਣਿਆਂ ਨਾਲ ਸ਼ਿੰਗਾਰ ਕੇ ਉਸੇ ਬ੍ਰਾਹਮਣ ਦੇ ਨਾਲ ਤੋਰ ਦੇਵੇ ਜੋ ਵਿਆਹ ਦੀ ਰਸਮ ਨਿਭਾ ਰਿਹਾ ਹੋਵੇ।

(ੲ) **ਰਿਸ਼ੀ ਰੀਤ**- ਜਦੋਂ ਬਾਪ ਕੰਨਿਆਂ ਨੂੰ ਇੱਕ ਗਊ ਜਾਂ ਬਲਦ ਦੇ ਬਦਲੇ ਵਿੱਚ ਘਰੋਂ ਤੋਰ ਦੇਵੇ।

(ਸ) **ਪ੍ਰਜਾਪਤ ਰੀਤ**- ਜਿਸ ਵਿੱਚ ਬਾਪ ਸਿਰਫ ਜੋੜੇ ਨੂੰ ਅਸੀਸ ਦੇ ਕੇ ਬਿਨਾਂ ਕਿਸੇ ਹੋਰ ਰਸਮ ਦੇ ਤੋਰ ਦੇਵੇ।

(ਹ) **ਅਸੁਰ ਰੀਤ**- ਜਿਸ ਵਿੱਚ ਕੰਨਿਆਂ, ਦਾਸੀ ਵਜੋਂ ਪੇਸ਼ ਕੀਤੀ ਜਾਏ ਤੇ ਉਸਦੇ ਸਕੇ ਸਬੰਧੀ ਉਸਦਾ ਮੁੱਲ ਪਾ ਕੇ ਬਦਲੇ ਵਿੱਚ ਧੰਨ ਲੈਣ।

(ਕ) **ਗੰਧਰਵ ਰੀਤ**- ਜਦੋਂ ਮਰਦ ਤੇ ਔਰਤ ਦੋਵੇਂ ਆਪਣੀ ਮਰਜ਼ੀ ਨਾਲ ਆਪਸੀ ਸਬੰਧ, ਸਿਰਫ ਕਾਮ ਪੂਰਤੀ ਨੂੰ ਮੱਖ ਰੱਖ ਕੇ ਜੋੜਨ।

(ਖ) **ਰਾਕਸ਼ ਰੀਤ**- ਜਦੋਂ ਕਿਸੇ ਔਰਤ ਦੇ ਸਕੇ ਸਬੰਧੀ, ਲੜਾਈ ਕਰਕੇ ਘਰ ਵਿੱਚ ਹੀ ਮਾਰ ਦਿੱਤੇ ਜਾਣ ਤੇ ਉਸਨੂੰ ਜਬਰਦਸਤੀ ਅਗਵਾ ਕਰਕੇ ਸਬੰਧ ਬਣਾਏ ਜਾਣ।

(ਗ) **ਪਿਸ਼ਾਚ ਰੀਤ**- ਜਦੋਂ ਔਰਤ ਨੂੰ ਧੋਖੇ ਨਾਲ, ਸੁੱਤਿਆਂ ਪਿਆਂ ਜਾਂ ਬਿਹੋਸ਼ ਕਰਕੇ ਚੁੱਕ ਲਿਆ ਜਾਵੇ ਤੇ ਜਬਰ ਜਿਨਾਹ ਕਰਕੇ ਰਖੇਲ ਬਣਾਈ ਜਾਵੇ।

(22) ਕਿਸ ਵਰਣ ਦਾ ਵਿਆਹ, ਕਿਸ ਧਰਮ ਰੀਤੀ ਦੇ ਅਨਕੂ.ਲ ਹੈ, ਉਸਦੇ ਗੁਣ ਤੇ ਔਗਣਾਂ, ਅਤੇ ਉਸਤੋਂ ਪੈਦਾ ਹੋਈ ਸੰਤਾਨ ਬਾਰੇ ਮੈਂ (ਭ੍ਰਿਗੂ) ਵਿਸਥਾਰ ਨਾਲ ਵਖਿਆਨ ਕਰਦਾ ਹਾਂ। ਸੁਣੋ:–

(23) ਉੱਪਰ ਦੱਸੀਆਂ ਅੱਠ ਰੀਤਾਂ ਵਿੱਚੋਂ, ਪਹਿਲੀਆਂ ਛੇ ਰੀਤਾਂ (ੳ, ਅ, ੲ, ਸ, ਹ, ਕ) ਨਾਲ ਰਚੇ ਵਿਆਹ, ਬ੍ਰਾਹਮਣ ਦੇ ਧਰਮ ਮੁਤਾਬਿਕ ਠੀਕ ਹਨ। ਖੱਤਰੀ ਲਈ ਆਖਰੀ ਚਾਰ ਰੀਤਾਂ (ਹ, ਕ, ਖ, ਗ) ਨਾਲ ਕੀਤੇ ਵਿਆਹ, ਵੈਸ਼ ਅਤੇ ਸ਼ੂਦਰ ਦੇ ਰਾਕਿਸ਼ਾਂ ਦੀ ਰੀਤ ਨੂੰ ਛੱਡ ਕੇ ਅਖੀਰੀ ਤਿੰਨ (ਹ, ਕ, ਗ) ਤਰਾਂ ਦੇ ਵਿਆਹ ਠੀਕ ਹਨ। ਪਰ ਰਾਕਸ਼ ਰੀਤੀ ਵਾਲਾ ਵਿਆਹ (ਖ) ਰਚਾਉਣ ਲਈ ਕਿਸੇ ਜਾਤ-ਵਰਣ ਦੇ ਮਨੁੱਖ ਨੂੰ ਉਤਸ਼ਾਹਿਤ ਨਹੀਂ ਕੀਤਾ ਜਾਂਦਾ।

(24) ਸਤਿ ਪੁਰਸ਼ਾਂ ਦੇ ਕਹੇ ਮੁਤਾਬਿਕ ਬ੍ਰਾਹਮਣ ਦੇ ਵਿਆਹ, ਸਿਰਫ ਪਹਿਲੀਆਂ ਚਾਰ ਰੀਤਾਂ ਮੁਤਾਬਿਕ ਹੀ ਪ੍ਰਵਾਨ ਹਨ। ਬਾਕੀ ਚਾਰ ਰੀਤੀਆਂ ਦੇ ਵਿਆਹ ਖੱਤਰੀ, ਵੈਸ਼ ਅਤੇ ਸ਼ੂਦਰ ਦੇ ਲਈ ਹੋ ਸਕਦੇ ਹਨ। ਖੱਤਰੀ ਲਈ ਇੱਕ ਰਾਕਸ਼ ਰੀਤੀ ਦਾ ਵਿਆਹ ਤੇ ਦੋ ਹੋਰ ਪਹਿਲੀਆਂ ਚਾਰ ਰੀਤਾਂ ਮੁਤਾਬਿਕ ਪ੍ਰਵਾਨ ਹੈ। ਵੈਸ਼ ਲਈ ਇੱਕ ਪਹਿਲੀਆਂ ਚਾਰ ਰੀਤਾਂ ਮੁਤਾਬਿਕ ਤੇ ਇੱਕ ਅਸੁਰ ਰੀਤੀ ਵਾਲਾ ਵਿਆਹ ਪ੍ਰਵਾਨ ਹੈ।ਪਰ ਵੈਸ਼ ਅਤੇ ਸ਼ੂਦਰ ਲਈ ਅਸੁਰ ਰੀਤੀ ਵਾਲਾ ਵਿਆਹ ਸ੍ਰੇਸ਼ਟ ਮੰਨਿਆ ਗਿਆ ਹੈ।

(25) ਪਰ ਧਰਮ ਰੀਤੀ ਦੇ ਨਿਯਮਾਂ ਮੁਤਾਬਿਕ ਆਖਰੀ ਪੰਜਾਂ ਵਿੱਚੋਂ ਤਿੰਨ (ਪਰਜਾਪਤਿ, ਗੰਧਰਵ, ਰਾਕਸ਼ ਰੀਤੀ) ਹੀ ਧਰਮ ਅਨਕੂਲ ਮੰਨੇ ਜਾਂਦੇ ਹਨ। ਇਸ ਲਈ ਬ੍ਰਾਹਮਣ ਨੂੰ, ਪਿਸ਼ਾਚ ਤੇ ਅਸੁਰ ਵਿਆਹ ਕਰਨ ਤੋਂ ਸੰਕੋਚ ਕਰਨਾ ਚਾਹੀਦਾ ਹੈ।

(26) ਪ੍ਰਵਾਣਿਤ ਧਰਮ ਰੀਤਾਂ ਮੁਤਾਬਿਕ ਖੱਤਰੀ ਲਈ ਉੱਪਰ ਦੱਸੇ ਦੋਵੇਂ ਵਿਆਹ (ਗੰਧਰਵ ਰੀਤ ਤੇ ਰਾਖਸ਼ ਰੀਤ) ਪ੍ਰਵਾਨ ਹਨ। ਜੇ ਦੋਹਾਂ ਦੇ ਲੱਛਣ ਇੱਕੋ ਜੇਹੇ ਹੋਣ, ਤਾਂ ਭੀ ਖੱਤਰੀ ਲਈ ਧਰਮ ਅਨਕੂਲ ਕਹੇ ਗਏ ਹਨ।

(27) ਸੋਹਣੇ ਗਹਿਣਿਆਂ ਅਤੇ ਲੀੜਿਆਂ ਨਾਲ ਸ਼ਿਗਾਰੀ ਹੋਈ ਸੁੰਦਰ ਕੰਨਿਆਂ ਨੂੰ, ਸੂਝਵਾਨ ਅਤੇ ਚੰਗੇ ਸੁਭਾ ਵਾਲਾ ਵਰ ਦੇਖ ਕੇ, ਪਿਤਾ ਵਲੋਂ ਆਦਰ ਸਹਿਤ ਆਪ ਬੁਲਾ ਕੇ ਕੰਨਿਆਂ ਦਾਨ ਕਰਨ ਵਾਲੀ ਰਸਮ ਨੂੰ 'ਬ੍ਰਹਮ ਰੀਤੀ'ਦਾ ਵਿਆਹ ਕਿਹਾ ਜਾਂਦਾ ਹੈ।

(28) ਕੁਆਰੀ ਕੰਨਿਆਂ ਨੂੰ, ਗਹਿਣਿਆਂ ਨਾਲ ਸ਼ਿੰਗਾਰ ਕੇ, ਇੱਕ ਵੱਡੇ ਯੱਗ ਵਿੱਚ, ਉਸ ਬ੍ਰਾਹਮਣ ਦੇ ਚਰਨ ਛੁਹਾ ਕੇ ਦਾਨ ਕਰ ਦੇਣਾ, ਜਿਸਦੀ ਯੱਗ ਕਾਰਵਾਈ ਉਹ ਆਪ ਹੀ ਨਿਭਾ ਰਿਹਾ ਹੋਵੇ, 'ਵੇਦ ਰੀਤੀ' ਦਾ ਵਿਆਹ ਕਹਾਉਂਦਾ ਹੈ।

(29) ਜੇ ਬਾਪ, ਇੱਕ ਦੋ ਬੈਲ ਜਾਂ ਗਊਆਂ ਦਾ ਜੋੜਾ ਲੈ ਕੇ ਉਸਦੇ ਬਦਲੇ ਆਪਣੀ ਕੰਨਿਆਂ ਦਾਨ ਕਰ ਦੇਵੇ ਤਾਂ ਉਸਨੂੰ 'ਅਰਸ਼ਾ' ਵਿਆਹ ਕਿਹਾ ਜਾਂਦਾ ਹੈ ਜੋ ਰਿਸ਼ੀ ਰੀਤ ਭੀ ਕਹਿਲਾਂਉਦਾ ਹੈ।
ਪੁਰਾਤਨ ਸਮੇਂ ਵਿੱਚ ਜਦੋਂ ਕਿਸੇ ਰਿਸ਼ੀ ਅੰਦਰ ਕਾਮ ਵਾਸ਼ਨਾ ਪ੍ਰਬਲ ਹੋਣ ਕਾਰਨ ਇਸਤ੍ਰੀ ਸੰਗ ਦੀ ਇੱਛਾ ਜਾਗਦੀ ਸੀ ਤਾਂ ਰਿਸ਼ੀ ਕਿਰਤੀ ਬਣ ਕੇ ਧੰਨ ਜੋੜਦਾ ਅਤੇ ਕੁਝ ਮਾਲ ਡੰਗਰ ਅਤੇ ਧੰਨ ਬਦਲੇ ਲੋਕ ਆਪਣੀ ਕੰਨਿਆ ਉਸ ਕੋਲ ਛੱਡ ਆਉਣਾ ਠੀਕ ਸਮਝਦੇ ਸਨ। ਐਸੀ ਰੀਤ ਨੂੰ '**ਅਰਸ਼ਾ ਰੀਤੀ**' ਦਾ ਵਿਆਹ ਕਿਹਾ ਜਾਂਦਾ ਸੀ। ਉਧਾਰਣ ਵਜੋਂ- (1) ਰਿਸ਼ੀ 'ਕਰਦਮ' ਅਤੇ 'ਦੇਵਹੂਤੀ' ਦਾ ਵਿਆਹ, (2) ਰਿਸ਼ੀ 'ਅਤਰੀ' ਅਤੇ 'ਅਨੁਸ਼ਿਆ' ਦਾ ਵਿਆਹ. (3) ਰਿਸ਼ੀ ਅਗਸਤਿਆ ਅਤੇ ਲੋਪਮੁਦਰਾ ਦਾ ਵਿਅਹ (4) ਮਹਾਂ ਰਿਸ਼ੀ ਵਸ਼ਿਸ਼ਟ ਅਤੇ ਅਰੁੰਧਤੀ ਦਾ ਵਿਆਹ। ***ਅਰਸ਼ਾ*** *(ਆਰਸ਼) ਰੀਤ ਦਾ ਅਸਲੀ ਭਾਵ ਹੈ- ਰਿਸ਼ੀ ਰੀਤ।*

ਨੋਟ:- ਪੰਜਾਬੀ ਵਿੱਚ ਲਿਖਣ ਲੱਗਿਆਂ, ਸੰਸਕ੍ਰਿਤ ਵਿੱਚ ਲਿਖੇ ਪੂਰੇ ਨਾਵਾਂ ਦਾ ਅਸਲ ਜੋੜ ਬਣਨਾ ਬਹੁਤੀ ਵਾਰ ਅਸੰਭਵ ਹੈ। ਇਸ ਲਈ ਪਾਠਕਾਂ ਤੋਂ ਖਿਮਾਂ ਦਾ ਜਾਚਕ ਹਾਂ।

(30) ਜਦੋਂ ਬਾਪ ਆਪਣੇ ਭਾਈਚਾਰੇ ਦੇ ਇਕੱਠ ਵਿੱਚ, ਜੋੜੀ ਨੂੰ ਅਸੀਸ ਦੇ ਕੇ, ਬਿਨਾਂ ਕੋਈ ਰਸਮ ਨਿਭਾਏ, ਇਹ ਕਹਿਕੇ ਤੋਰ ਦੇਵੇ 'ਤੁਸੀਂ ਦੋਹਾਂ ਨੇ ਆਪਣਾ ਗ੍ਰਸਿਤ ਧਰਮ ਨਿਭਾਉਣਾ', ਉਸਨੂੰ **'ਪ੍ਰਜਾਪਤਿ' ਰੀਤੀ.** ਦਾ ਵਿਆਹ ਕਹਿੰਦੇ ਹਨ ।

(31) ਜਦੋਂ ਕੰਨਿਆਂ ਦਾ ਪਰਵਾਰ ਬਹੁਤ ਸਾਰਾ ਧੰਨ ਲੈ ਕੇ, ਕੰਨਿਆਂ ਨੂੰ ਇਕ ਰਖੇਲ ਵਜੋਂ ਦਾਨ ਕਰ ਦੇਵੇ, ਤਾਂ ਉਸਨੂੰ, **'ਅਸੁਰ'** ਰੀਤੀ ਦਾ ਵਿਆਹ ਕਿਹਾ ਜਾਂਦਾ ਹੈ।

ਨੋਟ:- *ਅਸੁਰ (ਨਾ ਸੁਰਾ)- ਜੋ ਦੇਵਤਿਆਂ ਦੇ ਗੁਣਾ ਵਾਲਾ ਨਾ ਹੋਵੇ।ਅਰਥਾਤ ਜੋ ਮਨੁੱਖ ਆਪਣੇ ਸ਼ਰੀਰ ਅਤੇ ਪ੍ਰਾਣਾ ਦਾ ਹੀ ਧਿਆਨ ਰੱਖੇ, ਆਪਣੇ ਸਵਾਰਥ ਲਈ ਹਰ ਤਰਾਂ ਦੇ ਵਲ-ਛਲ ਕਰਨ ਲਈ ਤਿਆਰ ਰਹੇ।*

(32) ਜਦੋਂ ਆਪਸੀ ਖਿੱਚ ਕਾਰਣ, ਜੋੜੀ ਬਿਨਾਂ ਕਿਸੇ ਧਰਮ ਰੀਤ ਦੇ ਨਿਭਾਇਆਂ ਆਪਣੀ ਕਾਮ ਵਾਸ਼ਨਾ ਦੀ ਪੂਰਤੀ ਲਈ ਪਤੀ ਪਤਨੀ ਵਾਲਾ ਸਬੰਧ ਕਾਇਮ ਕਰ ਲਵੇ, ਤਾਂ ਉਸਨੂੰ **'ਗੰਧਰਵ ਰੀਤੀ'** ਦਾ ਵਿਆਹ ਆਖਦੇ ਹਨ।

(33) ਜਦੋਂ ਕੰਨਿਆਂ ਦੇ ਪ੍ਰਵਾਰ ਵਾਲਿਆਂ ਵਲੋਂ ਵਿਰੋਧ ਕਰਨ ਤੇ, ਉਨ੍ਹਾਂ ਨੂੰ ਮਾਰ ਕੁੱਟ ਕਰਕੇ ਜਾਂ ਜਖਮੀ ਕਰਕੇ, ਕੰਨਿਆਂ ਨੂੰ ਘਰੋਂ ਜ਼ਬਰਦਸਤੀ ਚੁੱਕ ਲਿਆ ਜਾਵੇ ਅਤੇ ਰੋਂਦੀ ਕੁਰਲਾਉਂਦੀ ਨੂੰ ਅਣਚਾਹਿਆਂ ਰਖੇਲ ਬਣਾ ਲਿਆ ਜਾਵੇ ਤਾਂ ਐਸੀ ਰੀਤ ਨੂੰ **'ਰਾਕਸ਼' ਰੀਤੀ** ਦਾ ਵਿਆਹ ਕਿਹਾ ਜਾਂਦਾ ਹੈ।

(34) ਜੇ ਕੋਈ ਬੰਦਾ ਔਰਤ ਨੂੰ ਭੇਚਲ (ਭੁਚਲਾ) ਕੇ ਜਾਂ ਕਿਸੇ ਧੋਖੇ ਨਾਲ ਉਸਨੂੰ ਸੁੱਤਿਆਂ ਜਾਂ ਵਿਹੋਸ਼ ਕਰਕੇ ਚੁੱਕ ਲਿਜਾਵੇ ਤੇ ਉਸਦਾ ਸਤ ਭੰਗ ਕਰ ਦੇਵੇ, ਐਸੀ ਰੀਤ ਨੂੰ **'ਪੈਸ਼ਾਚ ਰੀਤ'**(ਚਾਲਬਾਜ਼ੀ ਵਾਲਾ) ਵਿਆਹ ਕਹਿੰਦੇ ਹਨ। ਇਹ ਮਹਾਂ ਅਧਰਮ ਤੇ ਪਾਪ ਗਿਣਿਆ ਗਿਆ ਹੈ।

(35) ਸਿਰਫ ਬ੍ਰਾਹਮਣਾਂ ਵਿੱਚ, ਕੰਨਿਆਂ ਦਾਨ ਸਮੇਂ ਕੰਨਿਆਂ ਦਾ ਹੱਥ ਵਰ ਨੂੰ ਫੜਾ ਕੇ ਉੱਪਰੋਂ ਪਾਣੀ ਵਾਰਨਾ, ਪ੍ਰਮੁੱਖ ਰੀਤ ਮੰਨੀ ਗਈ ਹੈ। ਪਰ ਹੋਰ ਜਾਤਾਂ ਵਿੱਚ ਇਹ ਆਪਸੀ ਰਜ਼ਾਮੰਦੀ ਰਾਹੀਂ ਭੀ ਹੋ ਸਕਦਾ ਹੈ।

(36) ਭ੍ਰਿਗੂ ਨੇ ਬ੍ਰਾਹਮਣਾਂ ਨੂੰ ਕਿਹਾ, ਕਿ ਮਨੂੰ ਦੇ ਕਹੇ ਮੁਤਾਬਿਕ, ਇਨ੍ਹਾਂ ਸਾਰੇ ਤਰਾਂ ਦੇ ਵਿਆਹਾਂ ਤੋਂ ਜਨਮੀ ਉਲਾਦ ਦਾ ਵੇਰਵਾ ਅਤੇ ਤੱਥ-ਸਾਰ, ਆਪ ਲੋਕ ਮੇਰੇ ਕੋਲੋਂ ਸੁਣੋ -

(37) **ਬ੍ਰਹਮ ਵਿਆਹ** ਤੋਂ ਪੈਦਾ ਹੋਇਆ ਪੁੱਤਰ ਜੇ ਸ਼ੁੱਭ ਕਰਮ ਕਰੇ ਤਾਂ ਆਪਣੇ ਦਸ ਪਿੱਤਰਾਂ ਦਾ, ਦਸ ਆਉਣ ਵਾਲੀਆਂ ਪੁਸ਼ਤਾਂ ਦਾ ਤੇ ਇੱਕੀਵੀਂ ਉਸਦੀ ਆਪਣੀ ਕੁਲ; ਸਭਨਾ ਦੇ ਕੀਤੇ ਹੋਏ ਪਾਪਾਂ ਤੋਂ ਮੁਕਤੀ ਦਿਵਾ ਦਿੰਦਾ ਹੈ।

(38) **'ਦੇਵ ਰੀਤ'** ਨਾਲ ਕੀਤੇ ਵਿਆਹ ਤੋਂ ਜਨਮਿਆ ਪੁੱਤਰ ਆਪਣੀਆਂ ਸੱਤ ਪਿਛਲੀਆਂ ਪੀੜ੍ਹੀਆਂ ਤੇ ਸੱਤ ਆਉਣ ਵਾਲੀਆਂ ਪੀੜ੍ਹੀਆਂ ਤੇ ਆਪੇ ਸਮੇਤ ਸਾਰੇ ਕੀਤੇ ਪਾਪਾਂ ਤੋਂ ਮੁਕਤ ਹੋ ਜਾਂਦਾ ਹੈ।

'ਅਰਸਾ'(ਆਰਸ਼) ਰੀਤ ਦੇ ਵਿਆਹ ਤੋਂ ਪੈਦਾ ਹੋਇਆ ਪੁੱਤਰ ਆਪਣੇ ਸਮੇਤ ਆਪਣੀਆਂ ਤਿੰਨ ਪਿਛਲੀਆਂ ਤੇ ਤਿੰਨ ਅਗਲੀਆਂ ਪੀੜ੍ਹੀਆਂ ਦੇ ਕੀਤੇ ਪਾਪਾਂ ਤੋਂ ਮੁਕਤੀ ਦਿਵਾ ਦਿੰਦਾ ਹੈ।

'ਪ੍ਰਜਾਪਤ' ਰੀਤੀ ਨਾਲ ਹੋਏ ਵਿਆਹ ਤੋਂ ਪੈਦਾ ਹੋਇਆ ਪੁੱਤਰ ਆਪਣੇ ਸਮੇਤ ਛੇ ਪੀੜ੍ਹੀਆਂ ਪਿੱਛੇ, ਤੇ ਛੇ ਪੀੜ੍ਹੀਆਂ ਅੱਗੇ, ਸਭ ਦਾ ਪਾਰ-ਉਤਾਰਾ ਕਰ ਲੈਂਦਾ ਹੈ।

(39) ਕਰਮਵਾਰ ਉੱਪਰ ਦੱਸੀਆਂ ਪਹਿਲੀਆਂ ਚਾਰ ਰੀਤਾਂ ਮੁਤਾਬਿਕ ਹੋਏ ਵਿਆਹਾਂ ਤੋਂ ਜੋ ਸੰਤਾਨ ਪੈਦਾ ਹੁੰਦੀ ਹੈ, ਉਹ ਵੇਦਾਂ ਦਾ ਗਿਆਨ ਲੈਣ ਯੋਗ ਅਤੇ ਨੇਕ ਪੁਰਸ਼ਾਂ ਵਾਲੀ ਹੁੰਦੀ ਹੈ।

(40) ਏਹੋ ਜੇਹੇ ਪੁੱਤਰ, ਸੋਹਣੀ ਅਤੇ ਚੰਗੀ ਸੋਚ ਵਾਲੇ ਗੁਣਾਂ ਨਾਲ ਨਿਵਾਜੇ ਧਰਮਾਤਮਾ, ਧੰਨਵਾਨ, ਆਦਰ ਪਾਉਣ ਵਾਲੇ, ਮਨ ਦੀਆਂ ਸਾਰੀਆਂ ਇਛਾਵਾਂ ਪੂਰੀਆਂ ਕਰਨ ਅਤੇ ਲੰਬੀ ਉਮਰ ਭੋਗਣ ਵਾਲੇ ਹੁੰਦੇ ਹਨ।

(41) ਆਖਰੀ ਚਾਰ ਦੂਸ਼ਤ ਵਿਆਹਾਂ ਦੀ ਰੀਤ ਤੋਂ ਪੈਦਾ ਹੋਣ ਵਾਲੇ ਪੁੱਤਰ, ਕੁਕਰਮੀ, ਝੂਠੇ, ਜ਼ਾਲਮ, ਅਤੇ ਵੇਦਾਂ ਦੇ ਸ਼ੁੱਭ ਗੁਣਾਂ ਤੋਂ ਸੱਖਣੇ ਰਹਿੰਦੇ ਹਨ।

(42) ਅੱਛੀਆਂ ਰੀਤਾਂ ਵਾਲੇ ਵਿਆਹਾਂ ਤੋਂ ਅੱਛੀ ਅਤੇ ਬੁਰੀਆਂ ਰੀਤਾਂ ਵਾਲੇ ਵਿਆਹਾਂ ਤੋਂ ਬੁਰੀ ਸੰਤਾਨ ਪੈਦਾ ਹੁੰਦੀ ਹੈ। ਇਸ ਲਈ ਨਿੰਦਤ ਰਸਮਾਂ ਵਾਲੇ ਵਿਆਹ ਨਹੀਂ ਕਰਨੇ ਚਾਹੀਦੇ।

(43) ਵਿਆਹ ਦਾ ਬੰਧਨ (ਕੰਨਿਆ ਦਾਨ-ਵਿਆਹ ਸਮਾਰੋਹ) ਕੇਵਲ ਆਪਣੀ ਹੀ ਜਾਤੀ ਵਿੱਚ ਕਰਨਾ ਚਾਹੀਦਾ ਹੈ। ਹੋਰ ਵਰਣਾਂ ਦੀਆਂ ਇਸਤ੍ਰੀਆਂ ਨਾਲ ਵਿਆਹ ਸਮਾਗਮ ਰਚਾਉਣਾ ਹੋਵੇ ਤਾਂ ਹੇਠ ਦਿੱਤੇ ਨਿਯਮ ਲਾਗੂ ਹੁੰਦੇ ਹਨ।

(44) ਆਪਣੇ ਤੋਂ ਉੱਤਮ ਵਰਣ ਦੇ ਮਰਦ ਨਾਲ ਵਿਆਹ ਦੀ ਰਸਮ ਸਮੇਂ ਖੱਤਰੀ ਕੰਨਿਆਂ, ਬ੍ਰਾਹਮਣ ਦੇ ਹੱਥ ਵਿੱਚ ਫੜੇ ਤੀਰ ਨੂੰ ਆਪਣੇ ਹੱਥ ਨਾਲ ਫੜ ਕੇ ਰੱਖੇ। ਵੈਸ਼ ਕੰਨਿਆਂ. ਖੱਤਰੀ ਦੇ ਹੱਥ ਵਿੱਚ ਫੜੀ ਪਸ਼ੂ ਹੱਕਣ ਵਾਲੀ ਪਰੈਣ ਨੂੰ ਆਪਣੇ ਹੱਥ ਨਾਲ ਫੜ ਕੇ ਰੱਖੇ ਅਤੇ ਸ਼ੂਦਰ ਕੰਨਿਆਂ. ਵੈਸ਼ ਦੇ ਪਰਨੇ ਦਾ ਦੂਸਰਾ ਸਿਰਾ ਆਪਣੇ ਹੱਥ ਨਾਲ ਫੜ ਕੇ ਰੱਖੇ।

ਵਿਆਹੁਤਾ ਜੀਵਨ ਦੇ ਫਰਜ਼-

(45) ਪਤੀ ਨੂੰ ਸਦਾ ਆਪਣੀ ਪਤਨੀ ਨਾਲ ਸੰਭੋਗ ਉਸ ਸਮੇਂ ਦੁਰਾਨ ਕਰਨਾ ਚਾਹੀਦਾ ਹੈ ਜਦੋ ਉਸਦੇ ਗਰਭ ਧਾਰਣ ਕਰਨ ਦੇ ਦਿਨ ਹੋਣ ਅਤੇ ਪ੍ਰਸੂਤ ਦੇ ਪੰਜ ਦਿਨਾਂ (ਮਾਂਹਵਾਰੀ-ਪੈੜਾ) ਨੂੰ ਛੱਡ ਕੇ ਆਪਣੇ ਵਿਆਹੁਤਾ ਜੀਵਨ ਦਾ ਅਨੰਦ ਮਾਨਣ ਲਈ ਉਸ ਨਾਲ ਪ੍ਰੇਮ ਲੀਲਾ ਕਰ ਸਕਦਾ ਹੈ।

(46) ਔਰਤ ਦੇ ਗਰਭ ਧਾਰਨ ਕਰਨ ਦੇ ਸੁਭਾਵਿਕ ਸੋਲਾਂ ਦਿਨ ਤੇ ਰਾਤ ਮੰਨੇ ਗਏ ਹਨ। ਜਿਨ੍ਹਾਂ ਵਿੱਚ ਮਾਹਵਾਰੀ ਦੇ ਪਹਿਲੇ ਚਾਰ ਦਿਨਾਂ ਵਿੱਚ ਸਿਆਣਿਆਂ ਵਲੋਂ ਇਸਤ੍ਰੀ ਸੰਗ ਕਰਨ ਦੀ ਸਖਤ ਮਨਾਹੀ ਹੈ, ਅਤੇ ਇਸਤ੍ਰੀ ਨੂੰ ਪੂਰਾ ਅਰਾਮ ਕਰਨਾ ਚਾਹੀਦਾ ਹੈ।

(47) ਪਹਿਲੀਆਂ ਚਾਰ ਰਾਤਾਂ ਅਤੇ ਕੁਝ ਐਸੇ ਹੋਰ ਦਿਨ ਹਨ, ਜਿਨ੍ਹਾਂ ਨੂੰ ਸਿਆਣੇ ਲੋਕ ਠੀਕ ਨਹੀਂ ਸਮਝਦੇ। ਜਿਵੇਂ ਮਾਂਹਵਾਰੀ ਦਾ ਗਿਆਰਵਾਂ ਅਤੇ ਤੇਰਵਾਂ ਦਿਨ ਭੀ ਸੰਭੋਗ ਲਈ ਸ਼ੁੱਭ ਨਹੀਂ ਗਿਣਿਆ ਜਾਂਦਾ। ਬਾਕੀ ਦਸ ਰਾਤਾਂ ਸ਼ੁੱਭ ਹਨ।

(48) ਸਮ (ਜਿਸਤ- 6,8,10) ਰਾਤਾਂ ਵਿੱਚ ਸੰਭੋਗ ਕਰਨ ਨਾਲ ਪੁੱਤਰ ਦਾ ਜਨਮ ਹੁੰਦਾ ਹੈ ਅਤੇ ਟਾਂਕ (5,7,9) ਰਾਤਾਂ ਦੇ ਸੰਭੋਗ ਨਾਲ ਕੰਨਿਆਂ ਦਾ ਜਨਮ ਹੁੰਦਾ ਹੈ। ਇਸ ਲਈ ਜੋ ਪੁਰਸ਼ ਪੁੱਤਰ ਲੋੜਦਾ ਹੈ ਉਸਨੂੰ ਆਪਣੀ ਇਸਤ੍ਰੀ ਨਾਲ ਸਮ ਰਾਤਾਂ ਨੂੰ ਸੰਭੋਗ ਕਰਨਾ ਚਾਹੀਦਾ ਹੈ।

(49) ਜਦੋਂ ਮਰਦ ਦੇ ਵੀਰਜ ਵਿੱਚ ਨਰ ਕਿਟਾਣੂਆਂ ਦੀ ਗਿਣਤੀ ਸੰਘਣੀ ਹੋਵੇ ਤਾਂ ਨਰ ਬੱਚਾ ਪੈਦਾ ਹੁੰਦਾ ਹੈ ਅਤੇ ਮਦੀਨ ਬੱਚਾ ਪੈਦਾ ਹੁੰਦਾ ਹੈ ਜਦੋਂ ਮਾਦਾ ਕਿਟਾਣੂਆਂ ਦੀ ਗਿਣਤੀ ਭਾਰੂ ਹੋਵੇ। ਜੇ ਦੋਹਾਂ ਦੀ ਗਿਣਤੀ ਬਰਾਬਰ ਹੋਵੇ ਤਾਂ ਕਈ ਵਾਰ ਹੀਜੜਾ (ਹਿਜੜਾ) ਜਾਂ ਜੌੜੇ ਬੱਚੇ ਪੈਦਾ ਹੁੰਦੇ ਹਨ, ਜਾਂ ਗਰਭ ਨਹੀਂ ਠਹਿਰਦਾ।

(50) ਜੋ ਮਰਦ ਮਨਾਹੀ ਵਾਲੇ ਛੇ ਦਿਨ ਛੱਡ ਕੇ, ਅਗਲੇ ਅੱਠ ਦਿਨ ਭੋਗ ਨਹੀਂ ਕਰਦਾ ਉਹ ਵਿਆਹਿਆ ਹੋਇਆ ਭੀ ਬ੍ਰਮਚਾਰੀ ਹੀ ਗਿਣਿਆ ਜਾਂਦਾ ਹੈ, ਕਿਉਂਕਿ ਉਸਦੇ ਉਲਾਦ ਪੈਦਾ ਹੀ ਨਹੀ ਹੁੰਦੀ।

(51) ਕੋਈ ਧਰਮੀ ਅਤੇ ਬੁੱਧੀਮਾਨ ਕਹਾਉਣ ਵਾਲਾ ਬਾਪ ਆਪਣੀ ਧੀ ਦਾ ਕੰਨਿਆਂ ਦਾਨ ਕਰਨ ਦੇ ਬਦਲੇ ਕੋਈ ਛੋਟੀ ਤੋਂ ਛੋਟੀ ਵਸਤ ਜਾਂ ਧੰਨ ਨਹੀਂ ਲੈਂਦਾ। ਪਰ ਜੋ ਕਿਸੇ ਲਾਲਚ ਵੱਸ ਹੋ ਕੇ ਇਸ ਤਰਾਂ ਕਰਦਾ ਹੈ, ਉਹ ਸੰਤਾਨ ਵੇਚਣ ਵਾਲੇ ਦੱਲੇ ਤੋਂ ਘੱਟ ਨਹੀਂ ਹੈ।

(52) ਜੋ ਮਾਤਾ ਪਿਤਾ, ਭਾਈ, ਜਾਂ ਰਿਸ਼ਤੇਦਾਰ ਆਪਣੀ ਲੋੜ ਪੂਰਤੀ ਲਈ ਕੰਨਿਆਂ ਦੇ ਘਰ ਦਾ ਧਨ ਮਾਲ ਜਾਂ ਸਵਾਰੀ ਆਦਿ ਵਰਤਦਾ ਜਾਂ ਉਸਦੀ ਵੇਚ ਵੱਟ ਕਰਦਾ ਹੈ, ਉਹ ਪਾਪੀ ਗਿਣਿਆ ਜਾਂਦਾ ਹੈ ਤੇ ਨਰਕਾਂ ਦਾ ਭਾਗੀ ਬਣਦਾ ਹੈ।

(53) ਅਰਸਾ (ਆਰਸ਼) ਰੀਤੀ ਨਾਲ ਕੀਤੇ ਗਏ ਵਿਆਹ ਸਮੇਂ, ਕੰਨਿਆਂ ਦਾਨ ਦੇ ਬਦਲੇ, ਮਾਣ ਸਨਮਾਨ ਵਜੋਂ, ਇੱਕ ਜਾਂ ਦੋ ਗਾਂਵਾਂ- ਬਲਦਾਂ ਦੇ ਜੋੜੇ ਜੋ ਕੰਨਿਆਂ ਦੇ ਮਾਤਾ ਪਿਤਾ ਵਲੋਂ ਸਵਿਕਾਰੇ ਜਾਂਦੇ ਹਨ, ਕੁਝ ਲੋਕ ਇਸਦਾ ਭੀ ਬੁਰਾ ਮਨਾਉਂਦੇ ਹਨ ਅਤੇ ਇਸਨੂੰ ਭੀ ਕੰਨਿਆਂ ਵੇਚਣ ਦੇ ਬਰਾਬਰ ਹੀ ਗਿਣਦੇ ਹਨ।

(54) ਪਰ ਉਹ ਚੀਜ਼ਾਂ ਜੋ ਸਤਿਕਾਰ ਵਜੋਂ ਕੰਨਿਆਂ ਦੇ ਮਾਤਾ ਪਿਤਾ ਨੂੰ ਭੇਂਟ ਕੀਤੀਆਂ ਜਾਣ, ਜਿਨਾਂ ਦੀ ਕੀਮਤ ਪੈਸੇ ਨਾਲ ਨਾ ਮਾਪੀ ਜਾਵੇ ਅਤੇ ਮਾਤਾ ਪਿਤਾ ਸਵਿਕਾਰ ਕਰਨ ਮਗਰੋਂ, ਕੰਨਿਆਂ ਦੀ ਝੋਲੀ ਵਿੱਚ ਹੀ ਵਾਪਸ ਪਾ ਦੇਣ, ਤਾਂ ਉਸਨੂੰ ਕੰਨਿਆਂ ਦਾ ਮੁੱਲ ਪਾਉਣਾ ਨਹੀਂ ਕਿਹਾ ਜਾ ਸਕਦਾ।

(55) ਆਪਣਾ ਭਲਾ ਲੋੜਨ ਵਾਲੇ, ਮਾਤਾ ਪਿਤਾ, ਭੈਣ ਭਰਾ, ਦੇਵਰ, ਜੇਠ, ਸਭਨਾ ਨੂੰ ਚਾਹੀਦਾ ਹੈ ਕਿ ਘਰ ਆਈ ਨਵ-ਵਿਆਹੀ ਕੰਨਿਆਂ ਦੇ ਮਾਣ ਤੇ ਸਤਿਕਾਰ ਵਜੋਂ ਗਹਿਣੇ, ਕੱਪੜੇ ਆਦਿ ਦੇ ਕੇ ਖੁਸ਼ ਕਰਨ।

(56) ਜਿਸ ਕੁਲ ਵਿੱਚ ਇਸਤ੍ਰੀਆਂ ਦਾ ਸਤਿਕਾਰ ਕੀਤਾ ਜਾਂਦਾ ਹੈ, ਉਸਤੇ ਦੇਵਤੇ ਬਹੁਤ ਖੁਸ਼ ਹੁੰਦੇ ਹਨ ਅਤੇ ਜਿੱਥੇ ਨਿਰਾਦਰ ਹੁੰਦਾ ਹੈ ਉੱਥੇ ਸਾਰੇ ਧਰਮ ਕਰਮ ਨਿਹਫਲ ਜਾਂਦੇ ਹਨ।

(57) ਜਿਸ ਕੁਲ ਵਿੱਚ ਔਰਤਾਂ, ਨਿਰਾਸ਼ਤਾ ਅਤੇ ਕਲੇਸ਼ (ਕੁੱਟ ਮਾਰ) ਭੋਗਦੀਆਂ ਹੋਣ, ਉਸ ਪ੍ਰਵਾਰ ਦਾ ਛੇਤੀ ਹੀ ਨਾਸ਼ ਹੋ ਜਾਂਦਾ ਹੈ ਅਤੇ ਜਿਸ ਘਰ ਵਿੱਚ ਖੁਸ਼ੀ ਦਾ ਮਹੌਲ ਹੋਵੇ, ਉਹ ਪ੍ਰਵਾਰ ਖੁਸ਼ਹਾਲ ਅਤੇ ਵਧਦਾ ਫੁੱਲਦਾ ਹੈ।

(58) ਜਿਸ ਕੁਲ ਵਿੱਚ ਔਰਤ ਨਿਰਾਸ਼ ਅਤੇ ਦੁਖੀ ਹੋ ਕੇ ਦੁਰਸੀਸਾਂ ਦੇਵੇ, ਉਹ ਘਰ ਸਰਾਪਿਆ ਜਾਂਦਾ ਹੈ ਅਤੇ ਪੂਰੀ ਤਰਾਂ ਨਸ਼ਟ ਹੋ ਜਾਂਦਾ ਹੈ ਜਿਵੇ ਕੋਈ ਜਾਦੂ ਹੋ ਗਿਆ ਹੋਵੇ।

(59) ਇਸ ਕਰਕੇ, ਜੋ ਪੁਰਸ਼ ਆਪਣਾ ਭਲਾ ਲੋੜਦੇ ਹਨ, ਉਨ੍ਹਾਂ ਨੂੰ ਚਾਹੀਦਾ ਹੈ ਕਿ ਦਿਨ-ਸੁਤ ਸਮੇਂ, ਗਹਿਣੇ-ਗੱਟੇ, ਬਸਤਰ, ਤੋਹਫੇ ਅਤੇ ਸੁਆਦਲੇ ਭੋਜਨਾਂ ਨਾਲ ਉਨ੍ਹਾਂ ਨੂੰ ਸੰਤੁਸ਼ਟ ਕਰਨ।

(60) ਜਿਸ ਕੁਲ ਵਿੱਚ ਪਤੀ ਤੇ ਪਤਨੀ ਇੱਕ ਦੂਸਰੇ ਤੋਂ ਸੰਤੁਸ਼ਟ ਰਹਿੰਦੇ ਹਨ, ਉੱਥੇ ਸਦਾ ਖੁਸ਼ੀ ਦਾ ਵਾਸਾ ਰਹਿੰਦਾ ਹੈ।

(61) ਜੋ ਇਸਤ੍ਰੀ ਆਪਣੇ ਪਤੀ ਨੂੰ ਖਿੜੇ ਮੁੱਖ ਨਹੀਂ ਮਿਲਦੀ, ਉਹ ਪਤੀ ਨੂੰ ਆਪਣੇ ਤੇ ਮੋਹਿਤ ਨਹੀਂ ਕਰ ਸਕਦੀ। ਪਤੀ ਨੂੰ ਪ੍ਰਸੰਨ ਰੱਖਣ ਤੋਂ ਬਿਨਾਂ ਚੰਗੀ ਸੰਤਾਨ ਭੀ ਪੈਦਾ ਨਹੀਂ ਹੋ ਸਕਦੀ।

(62) ਇਸਤ੍ਰੀ, ਸੁਹੱਪਣ ਤੇ ਖਿੜੇ ਮੁੱਖ ਵਾਲੀ ਹੋਵੇ ਤਾਂ ਸਾਰੇ ਘਰ ਦੀ ਸੋਭਾ ਹੈ, ਪਰ ਜੇ ਉਸਦੇ ਚੇਹਰੇ ਤੋਂ ਖੂਬਸੂਰਤੀ ਅਤੇ ਮੁਸਕਰਾਹਟ ਗੁੰਮ ਹੈ ਤਾਂ ਸਭ ਨਿਰਾਸ਼ਾਜਨਕ ਦਿਸਣਗੇ।

(63) ਘਟੀਆ (ਨਿੰਦਤ) ਰੀਤੀ ਦਾ ਵਿਆਹ ਕਰਨਾ, ਆਪਣੇ ਧਰਮ ਪ੍ਰਤੀ ਨਿਯਮਾਂ ਦੀ ਪਾਲਣਾ ਨਾ ਕਰਨਾ, ਵੇਦ ਦੀ ਵਿਚਾਰ ਨਾ ਕਰਨਾ ਅਤੇ ਬ੍ਰਾਹਮਣ ਦਾ ਅਪਮਾਨ ਕਰਨ ਕਰਕੇ, ਉੱਤਮ ਕੁਲਾਂ ਦਾ ਭੀ ਨਾਸ਼ ਹੋ ਜਾਂਦਾ ਹੈ।

(64) ਬ੍ਰਾਹਮਣ ਵਲੋਂ, ਦਸਤਕਾਰੀ ਵਾਲੇ ਕਿੱਤੇ ਕਰਨਾ (ਹੱਥੀਂ ਕੰਮ ਕਰਨਾ), ਧੰਨ ਦਾ ਲੈਣ ਦੇਣ, ਸ਼ੂਦਰ ਇਸਤ੍ਰੀ ਤੋਂ ਸੰਤਾਨ ਪੈਦਾ ਕਰਨਾ, ਗਾਵਾਂ ਘੋੜਿਆਂ ਤੇ ਗੱਡੀਆਂ ਦਾ ਵਪਾਰ ਕਰਨਾ, ਖੇਤੀਬਾੜੀ

ਦਾ ਧੰਦਾ ਕਰਨਾ, ਅਤੇ ਰਾਜੇ ਦੀ ਨੌਕਰੀ ਚਾਕਰੀ ਕਰਨ ਨਾਲ, ਉਸਦੀ ਉੱਤਮ ਕੁਲ (ਬ੍ਰਾਹਮਣੀ ਕੁਲ) ਵਿੱਚ ਵਿਗਾੜ ਪੈਦਾ ਹੋ ਜਾਂਦਾ ਹੈ।

(65) ਅਯੋਗ (ਅਣਅਧਿਕਾਰਤ) ਲੋਕਾਂ ਵਾਸਤੇ ਯੱਗ ਤੇ ਪੂਜਾ ਦੀਆ ਸੇਵਾਵਾਂ ਪੇਸ਼ ਕਰਨ ਵਾਲੇ, ਅਗਨੀ ਪੂਜਾ ਅਤੇ ਯੱਗ ਦੀ ਕਿਰਿਆ ਨਿਭਾਉਦਿਆਂ ਵੇਦ ਮੰਤ੍ਰਾਂ ਪ੍ਰਤੀ ਅਕੀਦਾ ਅਤੇ ਸ਼ਰਧਾ ਨਾ ਰੱਖਣ ਵਾਲੇ ਗਿਆਨ ਤੋਂ ਸੱਖਣੇ ਬ੍ਰਾਹਮਣ ਦੀ ਕੁਲ ਦਾ ਵਿਨਾਸ਼ ਹੋ ਜਾਂਦਾ ਹੈ।

(66) ਜਿਸ ਕੁਲ ਵਿੱਚ ਵੇਦਾਂ ਦਾ ਗਿਆਨ ਭਰਪੂਰ ਹੈ, ਉਹ ਭਾਵੇਂ ਬਹੁਤ ਅਮੀਰ ਨਾ ਭੀ ਹੋਣ, ਫਿਰ ਭੀ ਉਹ ਉੱਤਮ ਅਤੇ ਮਹਾਨ ਲੋਕ ਗਿਣੇ ਜਾਂਦੇ ਹਨ।

(67) ਵਿਆਹ ਸਮੇਂ ਧੁਖਾਈ ਜਾਣ ਵਾਲੀ ਪੂਜਾ ਦੀ ਪਵਿੱਤਰ ਅਗਨੀ (ਵਿਵਾਹਕ ਅਗਨੀ) ਨਾਲ, ਸਾਰੀਆਂ ਪ੍ਰਵਾਰਿਕ ਰਸਮਾਂ ਜਿਵੇਂ, ਪੰਚ ਯੱਗ, ਹੋਮ, ਵੈਸ਼ਵਦੇਵ ਯੱਗ, ਸ਼ਾਤੀ ਪੌਸ਼ਟਿਕ ਕਰਮ (ਸ਼ਾਂਤ ਅਤੇ ਤ੍ਰਿਪਤ ਕਰਨ ਵਾਲੇ ਸ਼ੁੱਭ ਕਰਮ ਜਿਵੇਂ ਦਾਨ ਪੁੰਨ ਆਦਿ), ਵੈਦਿਕ ਕਰਮ ਅਤੇ ਸਵੇਰ-ਦੁਪਹਿਰ ਦਾ ਭੋਜਨ ਤਿਆਰ ਕਰਨਾ ਚਾਹੀਦਾ ਹੈ

(68) ਗ੍ਰਿਸਤੀਆਂ ਦੇ ਘਰ ਪਾਪ ਕਰਮ ਹੋ ਜਾਣ ਵਾਲੀਆਂ ਪੰਜ ਚੀਜਾਂ ਗਿਣੀਆਂ ਗਈਆਂ ਹਨ, ਜਿਵੇਂ ਚੁੱਲ੍ਹਾ, ਚੱਕੀ, ਝਾੜੂ, ਉੱਖਲ ਅਤੇ ਪਾਣੀ ਦਾ ਘੜਾ। ਇਨ੍ਹਾਂ ਨੂੰ ਵਰਤਣ ਨਾਲ, ਗ੍ਰਿਸਤੀ ਕਿਸੇ ਨਾ ਕਿਸੇ ਪਾਪ ਕਰਮ ਕਰਕੇ ਦੁੱਖਾਂ ਦੀਆਂ ਕੜੀਆਂ ਵਿੱਚ ਜ਼ਰੂਰ ਜਕੜਿਆ ਜਾਂਦਾ ਹੈ।

(69) ਮਹਾਂਰਿਸ਼ੀਆਂ ਦੇ ਕਹਿਣ ਮੁਤਾਬਿਕ ਇਨ੍ਹਾਂ ਪਾਪਾਂ ਤੋਂ ਨਿਵਿਰਤੀ ਲਈ, ਗ੍ਰਿਸਤੀ ਨੂੰ ਪੰਜ ਮਹਾਂ ਯੱਗ (ਪੰਜ ਤਰਾਂ ਦੇ ਧਰਮ ਕਰਮ) ਰੋਜ਼ ਕਰਨੇ ਚਾਹੀਦੇ ਹਨ।

ਪੰਜ ਮਹਾਂ ਯੱਗ-

(70) (ੳ) ਵੇਦ ਯੱਗ - (ਬ੍ਰਹਮ ਯੱਗ-ਸੰਧਿਆ ਵੇਲੇ ਵੇਦਾਂ ਦਾ ਪੜ੍ਹਨਾ ਅਤੇ ਪੜ੍ਹਾਣਾ) ਜਿਸ ਨਾਲ ਬੁੱਧੀ ਤੇਜ ਹੁੰਦੀ ਹੈ ਅਤੇ ਰਿਸ਼ੀਆਂ ਦਾ ਰਿਣ ਚੁਕਾਇਆ ਜਾਂਦਾ ਹੈ। ਇਸ ਨਾਲ ਬ੍ਰਹਮਚਾਰੀ ਆਸ਼ਰਮ ਵਾਲੇ ਜੀਵਨ ਨੂੰ ਬਲ ਮਿਲਦਾ ਹੈ।

(ਅ) ਦੇਵ ਯੱਗ- (ਦੇਵਤਿਆਂ ਨਮਿੱਤ ਹਵਨ ਕਰਨਾ)-ਜਿਸ ਵਿੱਚ ਦੇਵਤਿਆਂ ਦੀ ਪੂਜਾ ਅਤੇ ਸਤਿਸੰਗ ਦੇ ਰੂਪ ਵਿੱਚ ਬੈਠ ਕੇ ਵੇਦ ਮੰਤਰਾਂ ਦਾ ਪਾਠ ਕਰਕੇ ਅਗਨੀ ਪੂਜਾ ਕੀਤੀ ਜਾਂਦੀ ਹੈ। ਇਸ ਨਾਲ ਸ਼ੁੱਧਤਾ ਵਧਦੀ ਹੈ ਅਤੇ ਖੁਸ਼-ਗਵਾਰ ਮਹੌਲ ਬਣਦਾ ਹੈ।ਇਸ ਨਾਲ ਦੇਵਤਿਆਂ ਦਾ ਰਿਣ ਚੁਕਾਇਆ ਜਾਂਦਾ ਹੈ।ਇਹ ਭੀ ਸੰਧਿਆ ਸਮੇਂ ਗਾਇਤ੍ਰੀ ਮੰਤ੍ਰ ਦੇ ਪਾਠ ਪੜ੍ਹ ਕੇ ਸੰਪੂਰਣ ਹੁੰਦਾ ਹੈ।

(ੲ) ਪਿੱਤਰ ਯੱਗ-(ਸ਼ਰਾਧ ਕ੍ਰਮ)- ਵੇਦ ਅਨੁਸਾਰ ਸੱਚੀ ਸ਼ਰਧਾ ਨਾਲ, ਮਾਤਾ ਪਿਤਾ, ਗੁਰੂ ਦੀ ਸੇਵਾ ਨਮਿੱਤ, ਤਰਪਣ ਪਿੰਡ ਦਾਨ, ਸ਼ਰਾਧ ਆਦਿ ਕਰਨ ਕਰਵਾਉਣ ਨਾਲ, ਪਿੱਤਰਾਂ ਦੀ ਖੁਸ਼ੀ ਪ੍ਰਾਪਤ ਹੁੰਦੀ ਹੈ ਅਤੇ ਪਿੱਤਰਾਂ ਦਾ ਰਿਣ ਚੁਕਾਇਆ ਜਾਂਦਾ ਹੈ। ਇਸ ਨਾਲ ਸੰਤਾਨ ਵਿੱਚ ਵਾਧਾ ਹੁੰਦਾ ਹੈ।

(ਸ) ਭੂਤ ਯੱਗ-(ਵੈਸ਼ਵਦੇਵ-ਬਲੀ ਭੇਂਟ ਕਰਨਾ)- ਵੇਦਾਂ ਪੁਰਾਣਾਂ ਦਾ ਕਥਨ ਹੈ ਕਿ ਸਾਰੀ ਕਾਇਨਾਤ (ਅੰਡਜ, ਜੇਰਜ, ਸੇਤਜ, ਉਤਭੁਜ) ਪੰਜ ਮਹਾਂ ਤੱਤਾਂ ਦਾ ਸੁਮੇਲ ਹੈ। ਸਭ ਜੀਵਾਂ ਦੇ ਭਲੇ ਲਈ ਆਪਣੇ ਭੋਜਨ ਦਾ ਕੁਝ ਹਿੱਸਾ ਅਤੇ ਪਾਣੀ, ਦੂਸਰੇ ਪ੍ਰਾਣੀਆਂ ਨੂੰ ਅ੍ਰਪਿਤ ਕਰਨਾ (ਜਿਵੇਂ-ਕੁੱਤਾ,ਕੀੜੀ, ਕਾਂ, ਚੰਡਾਲ--ਆਦਿ) ਅਤੇ ਕੁਝ ਉਸ ਪਵਿੱਤਰ ਅਗਨੀ ਨੂੰ ਭੇਂਟ ਕਰਨਾ, ਜਿਸ ਨਾਲ ਭੋਜਨ ਪਕਾਇਆ ਗਿਆ ਹੋਵੇ।

(ਹ) ਅਤਿਥੀ ਯੱਗ- (ਘਰ ਆਏ ਮਹਿਮਾਨ ਅਤੇ ਲੋੜਵੰਦ ਦੀ ਸੇਵਾ ਅਤੇ ਆਦਰ ਭਾਉ ਕਰਨਾ)-ਘਰ ਆਏ ਅਪਾਹਜ, ਇਸਤ੍ਰੀ, ਬ੍ਰਹਮਚਾਰੀ, ਭਿਕਸ਼ੂ, ਬਾਣਪ੍ਰਸਤ, ਸਨਿਆਸੀ, ਵੈਦ-ਹਕੀਮ, ਅਤੇ ਹੋਰ ਧਰਮ ਰੱਖਿਅਕ ਜਿਵੇਂ ਅਚਾਰੀਆ, ਪੰਡਤ, ਉਪਾਦਿਆਇ, ਸਨਾਕਤ, ਬ੍ਰਹਮਚਾਰੀ ਚੇਲਾ, ਆਦਿ

ਦੀ ਸੇਵਾ ਕਰਨਾ ਹੀ ਅਤਿਥੀ ਯੱਗ ਹੈ ਅਤੇ ਏਹੋ ਵੱਡਾ ਪੁੰਨ ਹੈ। ਇਸ ਨਾਲ ਸਨਿਆਸ ਆਸ਼ਰਮ ਨੂੰ ਬਲ ਮਿਲਦਾ ਹੈ।

(71) ਪੰਚ ਯੱਗ ਕਰਨ ਦੀਆਂ ਸਾਰੀਆਂ ਕਿਰਿਆਵਾਂ ਕਰਨ ਦੇ ਕਾਬਿਲ ਹੁੰਦਿਆਂ, ਜੇ ਕੋਈ ਗ੍ਰਿਸਤੀ ਨਿਤਾਪ੍ਰਤੀ ਨਿਭਾਉਂਦਾ ਹੈ, ਉਸਦੇ ਘਰ ਵਿੱਚ ਹੋਣ ਵਾਲੇ, ਨਿੱਤ ਦੇ ਪੰਜ ਪਾਪਾਂ ਤੋਂ ਨਵਿਰਤੀ ਰਹਿੰਦੀ ਹੈ।

(72) ਜੋ ਮਨੁੱਖ, ਦੇਵਤੇ, ਮਹਿਮਾਨ, ਮਾਤਾ ਪਿਤਾ, ਪਿੱਤਰ ਅਤੇ ਸੇਵਕ ਨੂੰ ਅੰਨ ਭੇਂਟ ਨਹੀਂ ਕਰਦਾ, ਉਹ ਜਿਊਂਦਾ ਹੀ ਮਰਿਆਂ ਬਰਾਬਰ ਹੈ।

(73) ਕਈ ਲੋਕ, ਇਨ੍ਹਾਂ ਪੰਜ ਪੂਜ ਕਿਰਿਆਵਾਂ ਨੂੰ- ਅਹੂਤ (ਜਪ), ਹੂਤ (ਹੋਮ), ਪ੍ਰਹੂਤ (ਭੂਤ ਬਲੀ), ਬ੍ਰਹਮਹੂਤ (ਬ੍ਰਹਮ ਪੂਜਾ), ਅਤੇ ਪ੍ਰਾਸ਼ਿਤ (ਪਿੱਤਰ ਪੂਜਾ) ਭੀ ਕਹਿੰਦੇ ਹਨ।

(74) ਇਨ੍ਹਾਂ ਵੱਖੋ ਵੱਖਰੀਆਂ ਰੀਤਾਂ ਅਤੇ ਨਾਵਾਂ ਦਾ ਸੰਖੇਪ ਅੱਗੇ ਸੁਣੋ :-

(ੳ) ਅਹੂਤ (ਜਪ) - ਸਿਰਫ ਵੇਦ ਮੰਤ੍ਰਾਂ ਦਾ ਪਾਠ (ਬ੍ਰਹਮਯੱਗ) ਜਿਸ ਵਿੱਚ ਵੇਦ ਦਾ ਪਾਠ ਕੀਤਾ ਜਾਵੇ ਪਰ ਮੰਤ੍ਰ ਪੜ੍ਹਦਿਆਂ ਕਰਦਿਆਂ ਕੁਝ ਭੀ ਅਗਨ ਭੇਂਟ ਨਾ ਕੀਤਾ ਜਾਵੇ।

ਹੂਤ (ਹੋਮ) - ਜਿਸ ਵਿੱਚ ਦੇਵਤਿਆਂ ਨਮਿੱਤ ਪੂਜਾ ਸਮੇਂ ਹਵਨ ਕੀਤਾ ਜਾਵੇ।

(ਅ) ਪ੍ਰਹੂਤ (ਭੂਤ ਬਲੀ) - ਜਿਸ ਵਿੱਚ ਭਟਕਦੀਆਂ ਭੂਤ ਰੂਹਾਂ ਨੂੰ ਬਲੀ (ਹਵਾ ਵਿੱਚ ਸਮਗਰੀ ਸੁੱਟਣਾ) ਭੇਂਟ ਕੀਤੀ ਜਾਵੇ।

(ੲ) ਬ੍ਰਹਮਹੂਤ (ਬ੍ਰਹਮ ਪੂਜਾ) - ਜਿਸ ਵਿੱਚ ਬ੍ਰਾਹਮਣ ਦੀ ਆਉ-ਭਗਤ ਕਰਕੇ ਭੋਜਨ ਛਕਾਇਆ ਜਾਵੇ ਤੇ ਅਗਨੀ ਪੂਜਾ ਕੀਤੀ ਜਾਵੇ।

(ਸ) ਪ੍ਰਾਸ਼ਿਤ (ਪਿੱਤਰ ਯੱਗ) - ਜਿਸ ਵਿੱਚ ਹਰ ਰੋਜ਼ ਪਿੱਤਰਾਂ ਨੂੰ ਚੌਲ, ਤਿਲ਼, ਪਾਣੀ ਅਦਿ ਭੇਂਟ ਕਰਕੇ ਤਰਪਣ ਕੀਤਾ ਜਾਵੇ।

(75) ਗਰੀਬੀ ਕਾਰਣ, ਜੋ ਦਵਿੱਜ ਉੱਪਰ ਦੱਸੇ ਪੰਜੇ ਕਰਮ ਕਰਨ ਤੋਂ ਅਸਮਰੱਥ ਹੋਵੇ, ਉਹ ਵੇਦ ਅਧਿਆਨ, ਪਾਠ ਪੂਜਾ ਅਤੇ ਦੇਵ ਕਰਮ ਵਿੱਚ ਜੁੜਿਆ ਰਹੇ ਤਾਂ ਉਸਦਾ ਇਸ ਸੰਸਾਰ ਤੇ ਬਾਰ ਬਾਰ ਆਉਣਾ ਜਾਣਾ ਕੱਟਿਆ ਜਾਂਦਾ ਹੈ।

(76) ਅਗਨ ਭੇਂਟ ਕੀਤੀ ਪੂਜਾ ਦੀ ਸਮਗ੍ਰੀ ਸੂਰਜ ਦੇਵਤੇ ਨੂੰ ਮਿਲਦੀ ਹੈ ਤੇ ਸੂਰਜ ਦੇਵਤਾ ਮੀਂਹ ਵਰਸਾਂਦਾ ਹੈ, ਮੀਂਹ ਨਾਲ ਅੰਨ ਪੈਦਾ ਹੁੰਦਾ ਹੈ ਅਤੇ ਅੰਨ ਨਾਲ ਸਭ ਜੀਵਾਂ ਦਾ ਜੀਵਨ ਚੱਲਦਾ ਹੈ।

(77) ਜਿਸ ਤਰਾਂ, ਸਭ ਜੀਵਾਂ ਦੇ ਪ੍ਰਾਣਾਂ ਦਾ ਅਧਾਰ ਹਵਾ ਹੈ, ਇਸੇ ਤਰਾਂ ਸਭ ਆਸ਼ਰਮਾਂ ਅਤੇ ਵਰਣਾਂ ਦੇ ਪ੍ਰਾਣੀਆਂ ਦਾ ਜੀਵਨ, ਗ੍ਰਿਸਤੀਆਂ ਅਤੇ ਕ੍ਰਿਤੀਆਂ ਤੇ ਨਿਰਭਰ ਹੈ।

(78) ਗ੍ਰਿਸਤ ਆਸ਼ਰਮ ਹੀ ਸਭ ਤੋਂ ਮਹਾਨ ਹੈ, ਕਿਉਂਕਿ ਬਾਕੀ ਤਿੰਨ ਆਸ਼ਰਮਾਂ ਦੇ ਲੋਕ (ਬ੍ਰਹਮਚਾਰੀ, ਵਾਣਪ੍ਰਸਤ ਅਤੇ ਸਨਿਅਸੀ ਲੋਕ), ਵੇਦ ਗਿਆਨ ਦੀਆਂ ਗੱਲਾਂ ਸੁਣਾ ਕੇ, ਹਰ ਰੋਜ਼ ਇਨ੍ਹਾਂ ਕੋਲੋਂ ਹੀ ਅੰਨ-ਦਾਨ ਆਦਿ ਲੈ ਕੇ ਨਿਰਬਾਹ ਕਰਦੇ ਹਨ।

(79) ਜੋ ਪ੍ਰਾਣੀ, ਆਪਣਾ ਲੋਕ ਅਤੇ ਪ੍ਰਲੋਕ ਸੁਹੇਲਾ ਕਰਨਾ ਚਾਹੁੰਦੇ ਹਨ, ਉਨ੍ਹਾਂ ਨੂੰ ਗ੍ਰਸਿਤੀ ਜੀਵਨ ਦੀਆਂ ਜਿੰਮੇਵਾਰੀਆਂ ਨੂੰ ਬਹੁਤ ਧਿਆਨ ਨਾਲ ਨਿਭਾਉਣੀਆਂ ਪੈਂਦੀਆਂ ਹਨ। ਕਮਜ਼ੋਰ ਇੰਦਰੀਆਂ ਅਤੇ ਛੋਟੇ ਜ਼ਿਗਰੇ ਵਾਲਿਆਂ ਲਈ ਗ੍ਰਿਸਤੀ ਜੀਵਨ ਦੀ ਪਾਲਣਾ ਕਰਨੀ ਬਹੁਤ ਮੁਸ਼ਕਿਲ ਹੈ, ਕਿਉਂਕਿ-

(80) ਦੇਵਤੇ, ਪਿੱਤਰ, ਪ੍ਰੇਤ, ਜੀਵ ਜੰਤੂ, ਮਹਿਮਾਨ ਅਤੇ ਸਾਰਾ ਕੁਟੰਭ ਆਦਿ, ਸਭਨਾ ਦੀ ਆਸ ਗ੍ਰਿਸਤੀਆਂ ਉੱਪਰ ਹੀ ਬੱਝੀ ਹੁੰਦੀ ਹੈ ਅਤੇ ਗ੍ਰਿਸਤੀ ਨੂੰ ਉਨ੍ਹਾਂ ਦੇ ਹਿੱਸੇ ਦਾ ਖਿਆਲ ਰੱਖਣਾ ਪੈਂਦਾ ਹੈ।

(81) ਨਿਯਮਾਂ ਮੁਤਾਬਿਕ ਗ੍ਰਿਸਤੀ ਨੂੰ ਵੇਦਾਂ ਦਾ ਨਿਜੀ ਪਾਠ ਕਰਕੇ ਰਿਸ਼ੀਆਂ ਦਾ, ਅਗਨੀ ਪੂਜਾ ਨਾਲ ਦੇਵਤਿਆਂ ਦਾ, ਸ਼ਰਾਧ ਅਤੇ ਤਰਪਣ ਕਰਨ ਨਾਲ ਪਿੱਤਰਾਂ ਦਾ, ਪ੍ਰੀਤੀ ਭੋਜਨ ਨਾਲ ਮਹਿਮਾਨਾ ਦਾ ਅਤੇ ਬਲ਼ੀ ਕਰਮ ਨਾਲ ਭੂਤ ਪ੍ਰੇਤਾਂ ਦਾ ਪੂਜਣ (ਆਦਰ) ਕਰਨਾ ਚਾਹੀਦਾ ਹੈ।

(82) ਗ੍ਰਿਸਤੀ ਨੂੰ ਆਪਣੇ ਪਿੱਤਰਾਂ (ਮਾਤਾ, ਪਿਤਾ ਅਤੇ ਵੱਡੇ ਵਡੇਰਿਆਂ) ਦੀ ਖੁਸ਼ੀ ਪ੍ਰਾਪਤ (**प्रसन्नार्थ**) ਕਰਨ ਲਈ, ਉਨ੍ਹਾਂ ਨਮਿੱਤ ਹਰ ਰੋਜ਼ ਜਲ ਜਾਂ ਦੁੱਧ, ਤਿਲ, ਜੌਂ, ਅੰਨ ਜਾਂ ਫਲ, (ਸਾਰੇ ਜਾਂ ਜਿਤਨੀ ਹਿੰਮਤ ਹੋਵੇ) ਆਦਿ ਭੇਂਟ ਕਰਕੇ ਸ਼ਰਾਧ ਕਰਮ ਕਰਨਾ ਚਾਹੀਦਾ ਹੈ।

(83) ਨਿੱਤ ਕਰਨ ਵਾਲੇ, ਪੰਜ ਮਹਾਂ ਯੱਗਾਂ ਵਿੱਚੋਂ, ਪਿੱਤਰਾਂ ਨੂੰ ਖੁਸ਼ ਕਰਨ ਲਈ, ਘੱਟੋ ਘੱਟ ਇੱਕ ਬ੍ਰਾਹਮਣ ਨੂੰ ਭੋਜਨ ਕਰੇ, ਪਰ ਭੂਤ ਯੱਗ (ਵੈਸ਼ਵਦੇਵ ਯੱਗ- ਕੀੜੇ ਮਕੌੜੇ, ਜੀਵ ਜੰਤੂਆਂ ਹਿੱਤ ਕੀਤੀ ਪੂਜਾ ਅਤੇ ਤਰਪਣ) ਸਮੇਂ, ਕਿਸੇ ਦਵਿੱਜ ਵਲੋਂ ਬ੍ਰਾਹਮਣ ਨੂੰ ਨਿਉਂਦਾ ਦੇਣ ਦੀ ਜ਼ਰੂਰਤ ਨਹੀਂ ਹੈ।

(84) ਨਿਯਮਾਂ ਅਨੁਸਾਰ, ਵੈਸ਼ਵਦੇਵ ਪੂਜਾ ਲਈ, ਗ੍ਰਿਸਤੀ ਬ੍ਰਾਹਮਣ ਆਪਣੇ ਘਰੋਗੀ ਨਿਯਮਾਂ ਅਨੁਸਾਰ, ਹਰ ਰੋਜ਼ ਪੂਜਾ ਸਮੇਂ, ਘਰ ਤਪਾਈ ਅੱਗ (**गृहो अग्नी**) ਨਾਲ ਬਣਾਏ ਅੰਨ ਨਾਲ, ਅੱਗੇ ਦੱਸੇ ਗਏ ਨਿਯਮਾਂ ਮੁਤਾਬਿਕ ਦੇਵਤਿਆਂ ਨਮਿੱਤ ਹਵਨ ਕਰੇ।

ਨੋਟ:- *ਵੈਸ਼ਵਦੇਵ ਯੱਗ ਪੂਜਾ ਸਮੇਂ, ਕੇਵਲ ਆਪਣੇ ਖਾਣ ਵਾਲੇ ਭੋਜਨ ਵਿੱਚ ਹੀ ਲੂਣ ਪਾਇਆ ਜਾ ਸਕਦਾ ਹੈ, ਯੱਗ ਦੀ ਅਗਨੀ ਵਿੱਚ ਲੂਣ ਵਾਲੇ ਭੋਜਨ ਦੀ ਆਹੂਤੀ ਨਹੀਂ ਦਿੱਤੀ ਜਾ ਸਕਦੀ। ਕੇਵਲ ਮਿੱਠੇ ਨਾਲ ਤਿਆਰ ਕੀਤੇ ਪਦਾਰਥ ਹੀ ਅਗਨੀ ਭੇਟ ਕੀਤੇ ਜਾ ਸਕਦੇ ਹਨ।*

(85) ਵਿਧੀ ਅਨੁਸਾਰ, ਪਹਿਲਾਂ ਅਗਨੀ ਦੇਵਤੇ ਨੂੰ ਭੇਂਟ ਕਰੇ, ਫਿਰ ਚੰਦਰਮਾ ਨੂੰ ਤੇ ਫਿਰ ਦੋਹਾਂ ਦੀ ਜੈ ਬੋਲ ਕੇ ਇੱਕੋ ਵਾਰ, ਫਿਰ ਸਾਰੇ ਭੂਤਾਂ ਪ੍ਰੇਤਾਂ, ਦੇਵਤਿਆਂ ਨੂੰ ਤੇ ਕੁਝ ਵਿਸ਼ਨੂੰ ਦੇ ਅਵਤਾਰ ਧਨਵੰਤਰੀ (**धन्वन्तरि**) ਨਮਿੱਤ ਆਹੂਤੀ ਭੇਂਟ ਕਰੇ ।

ਨੋਟ:- *ਧਨਵੰਤਰੀ, ਹਿੰਦੂ ਧਰਮ ਦਾ ਇੱਕ ਦੇਵਤਾ, ਜੋ ਇੱਕ ਮਹਾਨ ਚਿਕਿਤਸਕ ਸੀ ਅਤੇ ਜਿਸਨੂੰ ਦੇਵਤੇ ਦਾ ਦਰਜਾ ਮਿਲਿਆ ਹੈ। ਹਿੰਦੂ ਧਾਰਮਿਕ ਮਾਨਤਾਵਾਂ (ਮਣੌਤਾਂ) ਅਨੁਸਾਰ, ਉਹ ਭਗਵਾਨ ਵਿਸ਼ਨੂੰ ਦੇ ਅਵਤਾਰ ਮੰਨੇ ਜਾਂਦੇ ਹਨ।*

(86) ਉਸਤੋਂ ਬਾਅਦ, ਕੁਹੂ ਦੇਵੀ ਲਈ (ਮੱਸਿਆ ਦੀ ਦੇਵੀ, ਪ੍ਰਮਾਤਮਾਂ ਵਲੋਂ ਹਨੇਰੇ ਦਾ ਪ੍ਰਤੀਕ, ਅਧਿਸ਼ਠਾਤਰੀ), ਅਨੁਮਤੀ ਦੇਵੀ ਲਈ (ਪੂਰਣਮਾ ਦੇਵੀ -ਪ੍ਰਮਾਤਮਾਂ ਵਲੋਂ ਪੂਰੇ ਚੰਦਰਮਾ ਦੀ ਸ਼ਕਤੀ ਦਾ ਪ੍ਰਤੀਕ) ਅਤੇ ਪਰਜਾਪਤਿ (ਸੰਸਾਰ ਦੇ ਰਚਨਹਾਰ) ਨੂੰ ਭੇਂਟ ਚੜ੍ਹਾਵੇ। ਫਿਰ ਪ੍ਰਮਾਤਮਾਂ ਵਲੋਂ ਰਚੇ ਬ੍ਰਹਮੰਡ ਅਤੇ ਧਰਤੀ ਵੱਲ ਇਕੱਠਾ ਧਿਆਨ ਧਰੇ, ਫਿਰ ਦੇਵਤਿਆਂ ਦੇ ਪਿੱਤਰਾਂ ਲਈ ਹਵਨ ਕਰੇ ਅਤੇ ਉਨ੍ਹਾਂ ਦੀ ਜੈ ਬੁਲਾਵੇ। ਅੰਤ ਵਿੱਚ ਸਵਿਸ਼ਟਕਰੁਤ ਅਗਨੀ ਨਾਲ ਯੱਗ ਦੀ ਰਸਮ ਨਿਭਾਵੇ।

ਨੋਟ:- *ਸਵਿਸ਼ਟਕਰੁਤ ਅਗਨੀ - ਮਚੀ ਹੋਈ ਪਵਿੱਤਰ ਅੱਗ, ਜਿਸ ਵਿੱਚ ਉੱਪਰ ਦੱਸੇ ਯੱਗਾਂ ਦੀਆਂ ਕਿਰਿਆਵਾਂ ਨਿਭਾਉਂਦਿਆਂ, ਹੋਈਆਂ ਭੁੱਲਾਂ ਬਖਸ਼ਾਉਣ ਲਈ, ਘਿਉ ਅਤੇ ਮਿੱਠੇ ਦੀ ਅਹੂਤੀ ਦਿੱਤੀ ਜਾਂਦੀ ਹੈ।*

(87) ਯੱਗ ਦੀਆਂ, ਸਾਰੀਆਂ ਉਪਰੋਕਤ ਰਸਮਾਂ ਅੱਛੀ ਤਰਾਂ ਨਿਭਾਉਣ ਤੋਂ ਬਾਅਦ ਸਾਰੀਆਂ ਦਿਸ਼ਾਵਾਂ ਵੱਲ ਦੇਖਦਿਆਂ, ਦੱਖਣ ਵੱਲ ਇੰਦਰ ਤੋਂ ਸ਼ੁਰੂ ਕਰਕੇ, ਯਮਾਂ, ਦੇਵਤਿਆਂ, ਪਾਣੀ ਦੇ ਦੇਵਤਾ ਅਤੇ ਉਨ੍ਹਾਂ ਦੇ ਧਾਰਕਾਂ (ਮੰਨਣ ਵਾਲੇ ਸੇਵਕ) ਨੂੰ ਧਿਆਨ ਵਿੱਚ ਰੱਖ ਕੇ, ਪਰਦੱਛਣਾ ਕਰਕੇ ਉਪਹਾਰ (ਚੜ੍ਹਾਵਾ) ਕਰੇ।

(88) ਬਲ਼ੀ ਦੀ ਭੇਂਟ ਦਾ ਕੁਝ ਹਿੱਸਾ ਘਰ ਦੇ ਦਰਵਾਜੇ ਅੱਗੇ ਰੱਖੇ ਮਾਰੂਤਾਂ (ਰੁਦਰਾਂ ਦੀਆਂ ਮੂਰਤੀਆਂ) ਨੂੰ ‘ਜੈ ਹੋ , ਜੈ ਹੋ’ ਕਹਿ ਕੇ ਭੇਂਟ ਕਰੇ, ਤੇ ਕੁਝ ਪਾਣੀ ਦਾ ਘੜਾ ਰੱਖਣ ਵਾਲੀ ਥਾਂ ਵੱਲ,

ਕੁਝ ਘੋਟਣੇ ਤੇ ਉੱਖਲੀ ਅੱਗੇ ਖਿਲਾਰ ਕੇ, ਕੁਝ ਵਣਸਪਤੀ ਉੱਪਰ ਛਿੜਕ ਕੇ 'ਜੈ ਹੋ' ਕਹਿ ਕੇ ਆਹੂਤੀ ਦੇਵੇ।

(89) ਫਿਰ ਕਰਮਵਾਰ 'ਵਾਸਤੂ ਪੁਰਸ਼' ਰੀਤੀ ਮਤਾਬਿਕ, ਸਿਰ ਵਾਲੇ ਪਾਸੇ (ਭਾਵ- ਘਰ ਦਾ ਉੱਤਰ ਪੂਰਬੀ ਕੋਨਾ), ਪੈਰਾਂ ਵਾਲੇ ਪਾਸੇ (ਘਰ ਦਾ ਦੱਖਣ ਪੱਛਮੀ ਕੋਨਾ), ਤੇ ਫਿਰ ਗਭਲੇ ਹਿੱਸੇ, ਤੇ ਭੇਂਟ ਰੱਖ ਕੇ 'ਜੈ ਹੋ' ਦਾ ਅਵਾਜ਼ਾ ਦਿੰਦਿਆਂ ਲਕਸ਼ਮੀ ਦਾ **ਸ਼੍ਰੀ ਨਮਨ ਮੰਤ੍ਰ** ਪੜ੍ਹੇ।

ਨੋਟ:- ਵਾਸਤੂ ਪੁਰਸ਼ *- ਹਜ਼ਾਰਾਂ ਸਾਲ ਪਹਿਲਾਂ ਲਿਖੇ ਹਿੰਦੂ ਧਰਮ ਦੇ ਗ੍ਰੰਥ, 'ਮਯਾਮਤਮ'* ***(ਮਾਯਾਮਤਮ)*** *ਵਿੱਚ 'ਵਾਸਤੂ ਪੁਰਸ਼' ਦੀ ਕਥਾ ਦਾ ਵਰਨਣ ਹੈ। ਇਸ ਕਥਾ ਅਨੁਸਾਰ ਅਰੰਭ ਵਿੱਚ ਬ੍ਰਹਮੰਡ ਦੇ ਕਰਤਾ ਬ੍ਰਹਮਾ ਨੇ ਪ੍ਰਯੋਗ ਵਜੋਂ ਇੱਕ ਨਵਾਂ ਜੀਵ ਪੈਦਾ ਕੀਤਾ। ਉਸਨੇ ਇੱਕ ਵਿਸ਼ਾਲ ਬ੍ਰਹਮੰਡੀ ਆਦਮੀ ਬਣਾਇਆ ਜੋ ਲਗਾਤਾਰ ਵਧਦਾ ਗਿਆ ਅਤੇ ਉਸਨੇ ਆਪਣੀ ਭੁੱਖ ਮਿਟਾਉਣ ਲਈ ਸਭ ਕੁਝ ਖਾਣਾ ਸ਼ੁਰੂ ਕਰ ਦਿੱਤਾ। ਇਸਦਾ ਅਕਾਰ ਇਤਨਾ ਵੱਡਾ ਹੋ ਗਿਆ ਕਿ ਉਸਦਾ ਪ੍ਰਛਾਵਾਂ ਸਥਾਈ ਰੂਪ ਵਿੱਚ ਧਰਤੀ ਉੱਪਰ ਪੈਣ ਲੱਗਾ। ਸ਼ਿਵਜੀ ਅਤੇ ਵਿਸ਼ਨੂੰ ਨੇ ਬ੍ਰਹਮਾ ਨੂੰ ਬੇਨਤੀ ਕੀਤੀ ਕਿ ਸਭ ਕੁਝ ਖਤਮ ਹੋਣ ਤੋਂ ਪਹਿਲਾਂ ਕੁਝ ਉਪਾਅ ਕਰੇ। ਬ੍ਰਹਮਾ ਨੂੰ ਆਪਣੀ ਗਲਤੀ ਦਾ ਅਹਿਸਾਸ ਹੋਇਆ ਅਤੇ ਉਸਨੇ ਅਸ਼ਟ-ਵਿਕਲਪ ਰਾਕਸ਼ (ਅੱਠ ਦਿਸ਼ਾਵਾਂ ਦੇ ਦੇਵਤੇ ਇਕੱਠੇ ਕਰਕੇ) ਪੈਦਾ ਕੀਤਾ, ਜਿਸਨੇ ਉਸ ਰਾਕਸ਼ ਮਨੁੱਖ ਨੂੰ ਮਾਰ ਕੇ ਉਸਦਾ ਸ਼ਰੀਰ ਧਰਤੀ ਨਾਲ ਚਪੇਟ ਦਿੱਤਾ ਅਤੇ ਬ੍ਰਹਮਾ ਨੇ ਇਸ ਦੇ ਸ਼ਰੀਰ ਦੇ ਮੱਧ ਉੱਪਰ ਆਪਣਾ ਪੈਰ ਧਰ ਦਿੱਤਾ।ਰਾਕਸ਼ ਰੂਪ 'ਵਾਸਤੂ' ਨੇ ਬ੍ਰਹਮਾ ਨੂੰ ਕਿਹਾ ਕਿ 'ਹੇ ਈਸ਼ਵਰ, ਤੁਸੀਂ ਹੀ ਤਾਂ ਮੈਨੂੰ ਬਣਾਇਆ ਸੀ, ਮੈਨੂੰ ਇਹ ਸਜ਼ਾ ਕਿਸ ਗੁਨਾਹ ਦੀ ਮਿਲ ਰਹੀ ਹੈ'? ਬ੍ਰਹਮਾ ਨੇ ਉਸਤੇ ਦਇਆ ਕਰਕੇ ਉਸਨੂੰ ਮੁਕਤ ਕੀਤਾ ਅਤੇ ਉਸਨੂੰ ਵਰਦਾਨ ਦਿੱਤਾ, ਕਿ ਧਰਤੀ ਉੱਪਰ ਕੁਝ ਭੀ ਉਸਾਰਣ ਤੋਂ ਪਹਿਲਾਂ ਹਰ ਪ੍ਰਾਣੀ ਵਲੋਂ ਉਸਦੀ ਪੂਜਾ ਕੀਤੀ ਜਾਵੇਗੀ ਅਤੇ ਉਸਦੀ ਦਿਸ਼ਾ ਬਿਰਤੀ ਦੇ ਹਿਸਾਬ ਨਾਲ ਹੀ ਕੋਈ ਉਸਾਰੀ ਹੋਵੇਗੀ। ਉਸਦਾ ਨਾਮ 'ਵਾਸਤੂ ਪੁਰਸ਼' ਕਰਕੇ ਜਾਣਿਆ ਜਾਂਦਾ ਹੈ। ਅੱਜ ਭੀ ਬਹੁਤੇ ਹਿੰਦੂ ਲੋਕ ਵਾਸਤੂ ਸ਼ਾਸਤ੍ਰ ਵਿੱਚ ਦੱਸੀਆਂ ਦਿਸ਼ਾਂਵਾ ਮੁਤਾਬਿਕ ਮਹੂਰਤ ਕਢਵਾ ਕੇ ਆਪਣੇ ਘਰਾਂ ਦੀ ਉਸਾਰੀ ਅਤੇ ਪੂਜਾ ਕਰਮ ਕਰਦੇ ਹਨ।*

(90) ਪੂਜਾ ਦੀ ਕੁਝ ਸਮਗਰੀ, ਵੈਸ਼ਵਦੇਵਾਂ (ਜਿੰਨ੍ਹਾਂ ਦੀ ਸ਼ਰਾਧਾਂ ਸਮੇਂ ਪੂਜਾ ਕੀਤੀ ਜਾਂਦੀ ਹੈ) ਦੇ ਨਮਿੱਤ ਹਵਾ ਵਿੱਚ ਸੁੱਟੇ, ਅਤੇ ਕੁਝ, ਦਿਨ ਸਮੇਂ ਭਟਕਦੀਆਂ ਫਿਰਦੀਆਂ ਪ੍ਰੇਤ ਰੂਹਾਂ ਨੂੰ ਭੇਂਟ ਕਰੇ ਅਤੇ ਬਾਕੀ ਰਾਤਾਂ ਨੂੰ ਭਟਕਦੇ ਫਿਰਦੇ ਸਰੀਰ ਰਹਿਤ ਭੂਤਾਂ ਤੇ ਛਲੇਡਿਆਂ (ਚਰ ਪ੍ਰਾਣੀ) ਨੂੰ ਬਲੀ ਚੜ੍ਹਾਵੇ।

(91) ਘਰ ਦੇ ਪੁਸ਼ਟ ਭਾਗ ਵਾਲੀ ਦਿਸ਼ਾ ਵੱਲ (ਹੇਠਲਾ ਹਿੱਸਾ, **पृष्टभाग**) ਮੂੰਹ ਕਰਕੇ, ਸਭ ਜੀਵਾਂ ਦੇ ਭਲੇ ਲਈ ਭੇਂਟ ਚੜ੍ਹਾਵੇ। ਅੰਤ ਵਿੱਚ ਬਚੀ ਹੋਈ ਸਮਗ੍ਰੀ ਨੂੰ ਦੱਖਣ ਦਿਸ਼ਾ ਵੱਲ ਮੂੰਹ ਕਰਕੇ, ਮਾਤਾ-ਪਿਤਾ, ਗੁਰੂ ਅਤੇ ਪਿੱਤਰਾਂ ਦੀ 'ਜੈ ਹੋਵੇ' ਕਹਿ ਕੇ ਭੇਂਟ ਚੜ੍ਹਾਵੇ।

(92) ਬੜੀ ਨਿਮਰਤਾ ਨਾਲ ਕੁਝ ਭੋਜਨ, ਕੁੱਤਿਆਂ ਨੂੰ, ਆਪਣੇ ਵਰਣ ਵਿੱਚੋਂ ਬੇਦਖਲ ਕੀਤੇ ਹੋਏ (ਪਤਿਤ, ਵਰਣ ਵਿੱਚੋਂ ਕੱਢੇ ਹੋਏ ਲੋਕ-ਵ੍ਰਣਸ਼ੰਕਰ), ਚੰਡਾਲ (ਵਰਣ ਰਹਿਤ, ਆਦਿ ਵਾਸੀ, ਜੰਗਲੀ ਲੋਕ), ਕੀੜਿਆਂ ਮਕੌੜਿਆਂ ਅਤੇ ਉਹ ਲੋਕ ਜੋ ਪਿਛਲੇ ਜਨਮਾਂ ਦੇ ਪਾਪਾਂ ਕਾਰਣ ਮਿਲੀ ਸਜ਼ਾ ਕਰਕੇ ਬਿਮਾਰੀਆਂ ਨਾਲ ਰੋਗੀ ਹੋਣ ਵਾਲਿਆਂ ਦੇ ਭਲੇ ਨਮਿੱਤ ਭੇਂਟ ਕੀਤਾ ਜਾਵੇ।

(93) ਇਸ ਤਰਾਂ ਸਿੱਧੇ ਸਾਦੇ ਤਰੀਕੇ ਨਾਲ, ਜੋ ਗ੍ਰਿਸਤੀ ਬ੍ਰਾਹਮਣ, ਬਲੀ (ਭੇਂਟ ਚੜ੍ਹਾ) ਦੇ ਕੇ ਸਭ ਜੀਵਾਂ ਦਾ ਭਲਾ ਲੋੜਦਾ ਹੈ, ਉਹ ਸੋਹਣਾ ਮੁੱਖ ਲੈ ਕੇ ਸਵ੍ਰਗ ਲੋਕ ਵਿੱਚ ਪ੍ਰਵੇਸ਼ ਕਰਦਾ ਹੈ।

(94) ਇਸ ਤਰਾਂ ਵੈਸ਼ਵਦੇਵ ਬਲੀ ਦੀਆਂ ਸਾਰੀਆਂ ਕਿਰਿਆਵਾਂ ਤੋਂ ਬਾਅਦ, ਉਹ ਆਪਣੀ ਧਰਮ ਰੀਤ ਮੁਤਾਬਿਕ ਪਹਿਲਾਂ ਆਏ ਮਹਿਮਾਨ ਨੂੰ ਭੋਜਨ ਛਕਾਵੇ ਅਤੇ ਫਿਰ ਭਿਖਿਆ ਮੰਗਣ ਆਏ ਬ੍ਰਹਮਚਾਰੀ ਅਤੇ ਕਿਸੇ ਸਨਿਆਸੀ ਨੂੰ ਭੋਜਨ ਦੇਣ ਮਗਰੋਂ ਆਪ ਸੇਵਨ ਕਰੇ।

(95) ਦਵਿੱਜ ਵਲੋਂ ਆਪਣੇ ਗੁਰੂ ਨੂੰ ਗਊ ਦਾਨ ਕਰਕੇ, ਜਿਸ ਫ਼ਲ ਦੀ ਪ੍ਰਾਪਤੀ ਹੁੰਦੀ ਹੈ, ਉਹੀ ਫ਼ਲ ਭੀਖਿਆ ਮੰਗਣ ਵਾਲੇ ਸਨਿਆਸੀ ਅਤੇ ਬ੍ਰਹਮਚਾਰੀ ਨੂੰ ਭਿਖਿਆ (ਭਿੱਖਿਆ, ਭੀਖਿਆ ਆਦਿ ਸ਼ਬਦ ਜੋੜਾਂ ਦੇ ਵੱਖ ਵੱਖ ਰੂਪ ਮਿਲਦੇ ਹਨ) ਦੇਣ ਨਾਲ ਪ੍ਰਾਪਤ ਹੁੰਦਾ ਹੈ।

(96) ਗ੍ਰਿਸਤੀ ਪੁਰਸ਼, ਵੇਦਾਂ ਦੇ ਸਿਧਾਂਤ ਦੇ ਗਿਆਤਾ ਅਤੇ ਤੱਤ ਭਾਵ ਨੂੰ ਜਾਨਣ ਵਾਲੇ ਬ੍ਰਾਹਮਣ ਦਾ ਵਿਧੀ ਵਿਧਾਨ ਮੁਤਾਬਿਕ ਆਦਰ ਸਤਿਕਾਰ ਕਰੇ ਅਤੇ ਫ਼ਲਾਂ ਸਮੇਤ ਪ੍ਰੀਤੀ ਭੋਜਨ ਦੀ ਸੇਵਾ ਕਰਨ ਮਗਰੋਂ ਪਾਣੀ ਪਾਉਣ ਵਾਲਾ ਲੋਟਾ (ਗੜਵਾ) ਦਾਨ ਕਰੇ।

(97) ਆਪਣੇ ਪਿੱਤਰਾਂ ਤੇ ਦੇਵਤਿਆਂ ਨਮਿੱਤ, ਜੋ ਭੋਜਨ ਅਗਿਆਨੀ ਤੇ ਮੂਰਖ ਬ੍ਰਾਹਮਣ ਨੂੰ ਅਰਪਣ ਕੀਤਾ ਜਾਂਦਾ ਹੈ, ਉਹ ਸਭ ਨਿਹਫਲ ਹੀ ਜਾਂਦਾ ਹੈ।

(98) ਵੇਦ ਗਿਆਤਾ ਅਤੇ ਤਪ ਕਰਨ ਵਾਲੇ ਬਿੱਪਰ (ਬ੍ਰਾਹਮਣ) ਰਾਹੀਂ, ਪੂਜਾ ਤੇ ਹਵਨ ਕਰਾ ਕੇ, ਜੋ ਭੋਜਨ ਪਰੋਸਿਆ ਜਾਂਦਾ ਹੈ, ਇਸ ਲੋਕ ਅਤੇ ਪ੍ਰਲੋਕ (ਏਥੇ ਉਥੇ) ਵਿੱਚ ਮਹਾਂ ਸੁੱਖ ਦਿੰਦਾ ਹੈ ਅਤੇ ਸਭ ਦੁੱਖਾਂ ਤੇ ਪਾਪਾਂ ਦਾ ਨਾਸ ਕਰਦਾ ਹੈ।

ਘਰ ਆਏ ਮਹਿਮਾਨ ਦਾ ਸਤਿਕਾਰ -

(99) ਬਿਨਾਂ ਕਿਸੇ ਸੂਚਨਾ ਦਿੱਤੇ, ਅਚਾਨਕ ਕੋਈ ਮਹਿਮਾਨ ਘਰ ਆ ਟਪਕੇ, ਤਾਂ ਸਤਿਕਾਰ ਸਹਿਤ ਬੈਠਣ ਲਈ ਪੀੜ੍ਹਾ ਅਤੇ ਪਾਣੀ ਦੀ ਸੇਵਾ ਕਰਨੀ ਚਾਹੀਦੀ ਹੈ। ਬਾਅਦ ਵਿੱਚ ਆਪਣੀ ਸਮ੍ਰਥਾ ਮੁਤਬਿਕ ਭੋਜਨ ਪਰੋਸਣਾ ਚਾਹੀਦਾ ਹੈ।

(100) ਭਾਵੇਂ ਕੋਈ ਏਨਾਂ ਗਰੀਬ ਹੋਵੇ ਕਿ ਖੇਤਾਂ ਵਿੱਚੋਂ ਬਚਿਆ ਖੁਚਿਆ ਅੰਨ ਇਕੱਠਾ ਕਰਕੇ ਗੁਜ਼ਾਰਾ ਕਰਦਾ ਹੋਵੇ ਜਾਂ ਕੋਈ ਹਰ ਰੋਜ਼ ਪੰਜ ਅਗਨੀਆਂ ਦਾ ਹਵਨ ਕਰਨ ਵਾਲਾ
ਧੰਨਵਾਨ ਹੋਵੇ, ਜੇ ਉਹ ਘਰ ਆਏ ਮਹਿਮਾਨ ਦਾ ਸਤਿਕਾਰ ਨਹੀਂ ਕਰਦਾ, ਉਸਦਾ ਸਾਰਾ ਰੂਹਾਨੀ ਬਲ ਤੇ ਕੀਤੇ ਹੋਏ ਪੁੰਨ ਉਸ ਮਹਿਮਾਨ (ਅਤਿਥੀ) ਦੇ ਨਾਲ ਹੀ ਚਲੇ ਜਾਂਦੇ ਹਨ।

(101) ਨੇਕ ਪੁਰਸ਼ਾਂ ਦੇ ਘਰ, ਮਹਿਮਾਨਾ ਦੇ ਬੈਠਣ ਲਈ ਮੂੜ੍ਹਾ, ਸੌਣ ਲਈ ਚੁਪਾਈ, ਪੀਣ ਲਈ ਪਾਣੀ ਅਤੇ ਪਿਆਰ ਵਾਲੀ ਆਉ-ਭਗਤ ਦੀ ਕਦੇ ਘਾਟ ਨਹੀਂ ਹੁੰਦੀ ।

(102) ਜੋ ਬ੍ਰਾਹਮਣ ਸਿਰਫ ਇੱਕ ਦਿਨ ਲਈ ਕਿਸੇ ਗ੍ਰਿਸਤੀ ਦੇ ਘਰ ਠਹਿਰਦਾ ਹੈ, ਉਸ ਨੂੰ ਅਤਿਥੀ (ਮਹਿਮਾਨ) ਕਹਿੰਦੇ ਹਨ। ਉਸਦੇ ਰੋਜ਼ ਨਾ ਰਹਿਣ ਕਰਕੇ ਹੀ ਉਸਨੂੰ 'ਮਹਿਮਾਨ' ਕਿਹਾ ਗਿਆ ਹੈ।

(103) ਪਿੰਡ ਵਿੱਚ ਆਪਣੇ ਹੀ ਭਾਈਚਾਰੇ ਵਿੱਚ ਰਹਿਣ ਵਾਲਾ, ਕਥਾ ਕਹਾਣੀਆਂ ਸੁਣਾ ਕੇ ਨਿਰਬਾਹ ਕਰਨ ਵਾਲਾ ਬ੍ਰਾਹਮਣ ਅਚਾਨਕ ਆ ਜਾਵੇ, ਜਾਂ ਕਿਸੇ ਗ੍ਰਿਸਤੀ ਦੇ ਘਰ, ਆਪਣੀ ਪਤਨੀ ਨਾਲ ਪਵਿੱਤਰ ਅਗਨੀ ਵਿੱਚ ਪੂਜਾ ਸਮੇਂ (ਵੈਸ਼ਵਦੇਵ ਕਰਮ-ਪੂਜਾ) ਕੋਈ ਆ ਬਹੁੜੇ, ਤਾਂ ਉਸਨੂੰ ਮਹਿਮਾਨ (ਅਥਿਤੀ) ਦਾ ਆਉਣਾ ਨਹੀਂ ਸਮਝਿਆ ਜਾਣਾ ਚਾਹੀਦਾ।

(104) ਜੋ ਮੂਰਖ ਇਨਸਾਨ ਆਪਣਾ ਘਰ ਹੁੰਦਿਆਂ ਸੁੰਦਿਆਂ, ਸਿਰਫ਼ ਖਾਣ ਦੇ ਲਾਲਚ ਵਿੱਚ, ਆਪਣੇ ਅਸੂਲਾਂ ਤੋਂ ਕਾਣਾ ਹੋ ਕੇ, ਦੂਸਰੇ ਦੇ ਘਰ ਦਾ ਮਹਿਮਾਨ ਬਣਕੇ ਆ ਟਪਕਦਾ ਹੋਵੇ, ਉਹ ਮਰਨ ਮਗਰੋਂ ਅੰਨ ਪਾਣੀ ਦੇਣ ਵਾਲੇ ਦੇ ਘਰ ਦਾ ਪਸ਼ੂ ਬਣਦਾ ਹੈ।

(105) ਜੇ ਕੋਈ ਮਹਿਮਾਨ, ਸੂਰਜ ਛਿਪਣ (ਸੰਝ ਵੇਲੇ) ਜਾਂ ਉਸਤੋਂ ਮਗਰੋਂ (ਜਦੋਂ ਸਾਰੇ ਭੋਜਨ ਕਰ ਚੁੱਕੇ ਹੋਣ) ਘਰ ਵਿੱਚ ਅਭਿਆਗਤ ਦਸਤਕ ਦੇਵੇ ਤਾਂ ਕਦਾਚਿੱਤ ਉਸਨੂੰ ਭੁੱਖਾ ਨਾ ਸੌਣ ਦਿੱਤਾ ਜਾਵੇ ਜਾਂ ਘਰੋਂ ਮੋੜਿਆ ਜਾਵੇ। ਭਾਵੇਂ ਖਾਣੇਂ ਦਾ ਸਮਾਂ ਹੋਵੇ ਜਾਂ ਨਾ, ਤਾਂ ਭੀ ਉਸਨੂੰ ਭੋਜਨ ਛਕਣ ਬਾਰੇ ਪੁੱਛਿਆ ਜਾਵੇ।

(106) ਜਿਸ ਭੋਜਨ ਨੂੰ ਗ੍ਰਿਸਤੀ ਆਪਣੇ ਖਾਣ ਲਈ ਵਾਜਬ ਨਾ ਸਮਝੇ, ਉਹ ਆਪਣੇ ਮਹਿਮਾਨ ਅੱਗੇ ਭੀ ਨਾ ਪਰੋਸੇ। ਇੱਜ਼ਤ ਮਾਣ ਨਾਲ ਕੀਤੀ ਮਹਿਮਾਨ ਨਿਵਾਜ਼ੀ ਬਦਲੇ ਮਨੁੱਖ ਨੂੰ, ਧੰਨ ਦਾ ਸੁੱਖ, ਦੁਨੀਆਂ ਵਿੱਚ ਜਸ, ਲੰਬੀ ਉਮਰ, ਤੇ ਸਵ੍ਰਗ ਲੋਕ ਦੀ ਪ੍ਰਾਪਤੀ ਹੁੰਦੀ ਹੈ।

(107) ਬ੍ਰਾਹਮਣ ਲਈ, ਘਰ ਆਏ ਮਹਿਮਾਨ ਦਾ ਸਤਿਕਾਰ, ਉਨ੍ਹਾਂ ਦੇ ਰੁਤਬੇ ਮੁਤਾਬਿਕ (ਦਰਜਾ-ਬਦਰਜਾ) ਬੈਠਣ ਲਈ ਪੀੜ੍ਹਾ, ਸੌਣ ਲਈ ਬਿਸਤਰਾ, ਸਮਾਨ ਦੀ ਦੇਖ ਭਾਲ, ਉਮਰ ਦਾ ਖਿਆਲ ਕੀਤੇ ਬਿਨਾਂ ਕਰਨਾ ਚਾਹੀਦਾ ਹੈ।

(108) ਜੇ ਵੈਸ਼ਵਦੇਵ ਯੱਗ (ਅਹੂਤੀਆਂ ਅਤੇ ਪੂਜਾ) ਦੀ ਸਮਾਪਤੀ ਤੋਂ ਮਗਰੋਂ, ਰਾਤ ਨੂੰ ਰਸੋਈ ਵਿੱਚ ਭੋਜਨ ਨਾ ਬਚੇ ਅਤੇ ਕੋਈ ਹੋਰ ਮਹਿਮਾਨ ਆ ਜਾਏ, ਤਾਂ ਮਹਿਮਾਨ ਵਾਸਤੇ, ਆਪਣੀ ਸਮਰੱਥਾ ਮੁਤਾਬਿਕ ਭੌਜਨ ਬਣਾ ਕੇ ਪਰੋਸਣਾ ਜ਼ਰੂਰੀ ਹੈ। ਪਰ ਬਲੀ (ਭੇਂਟ) ਅਤੇ ਪੂਜਾ ਆਦਿ ਦੀਆਂ ਪੰਜੇ ਰਸਮਾਂ ਦੁਬਾਰਾ ਕਰਨ ਦੀ ਕੋਈ ਲੋੜ ਨਹੀਂ।

(109) ਆਪਣੀ ਸੇਵਾ ਕਰਵਾਉਣ ਦੀ ਖਾਤਰ ਜਾਂ ਅੱਛੇ ਭੋਜਨ ਦੀ ਪ੍ਰਾਪਤੀ ਖਾਤਰ, ਬ੍ਰਾਹਮਣ ਲਈ ਆਪਣੀ ਕੁਲ ਜਾਂ ਗੋਤਰ ਦਾ ਪ੍ਰਗਟਾਵਾ ਕਰਨਾ ਠੀਕ ਨਹੀਂ। ਜੇ ਬ੍ਰਾਹਮਣ ਐਸਾ ਲੋੜੇ, ਤਾਂ ਸਤਿ ਪੁਰਸ਼ਾਂ ਨੇ ਉਸ ਭੋਜਨ ਨੂੰ, ਉਗਲਿਆ ਭੋਜਨ (ਉਲਟੀ ਕੀਤਾ) ਖਾਣ ਦੇ ਬਰਾਬਰ ਗਿਣਿਆ ਹੈ।

(110) ਜੇ ਬ੍ਰਾਹਮਣ ਦੇ ਘਰ, ਉਸਦਾ ਬ੍ਰਾਹਮਣ ਗੁਰੂ, ਖੱਤਰੀ, ਵੈਸ਼, ਸ਼ੂਦਰ, ਅਤੇ ਆਪਣੇ ਭਾਈ ਚਾਰੇ ਦੇ ਮਿੱਤਰ ਲੋਕ ਆਉਣ ਤਾਂ ਉਹ ਮਹਿਮਾਨ ਨਹੀਂ ਸਮਝੇ ਜਾਂਦੇ।

(111) ਪਰ ਜੇ ਬ੍ਰਾਹਮਣ ਭੋਜਨ ਕਰ ਰਿਹਾ ਹੋਵੇ ਅਤੇ ਘਰ ਕੋਈ ਖੱਤਰੀ, ਮਹਿਮਾਨ ਵਜੋਂ ਦਸਤਕ ਦੇ ਕੇ ਆ ਜਾਵੇ ਤਾਂ ਬ੍ਰਾਹਮਣ ਆਪਣਾ ਭੋਜਨ ਖਾਣ ਮਗਰੋਂ ਹੀ, ਆਪਣੇ ਵਿਤ ਮੁਤਾਬਿਕ ਜਿਸ ਤਰਾਂ ਚਾਹੇ, ਖੱਤਰੀ ਨੂੰ ਭੋਜਨ ਪਰੋਸ ਸਕਦਾ ਹੈ।

(112) ਇੱਥੋਂ ਤੱਕ ਕਿ, ਜੇ ਕਿਸੇ ਗ੍ਰਿਸਤੀ ਬ੍ਰਾਹਮਣ ਦੇ ਘਰ, ਵੈਸ਼ ਜਾਂ ਸ਼ੂਦਰ ਭੀ ਮਹਿਮਾਨ ਬਣ ਕੇ ਆ ਜਾਵੇ, ਤਾਂ ਉਹ ਪ੍ਰੀਤ ਅਤੇ ਸਦਭਾਵਨਾ ਰੱਖਦਿਆਂ ਹੋਇਆਂ, ਆਪਣੇ ਨੌਕਰਾਂ-ਚਾਕਰਾਂ (ਸੇਵਕਾਂ) ਨਾਲ ਬਿਠਾ ਕੇ ਭੋਜਨ ਖੁਆ ਸਕਦਾ ਹੈ।

(113) ਇਸੇ ਤਰੀਕੇ ਨਾਲ ਹੀ, ਖੱਤਰੀ ਮਿੱਤਰ ਜਾਂ ਕੋਈ ਹੋਰ ਭਾਈਬੰਧ ਆਪਣੀ ਪਤਨੀ ਨੂੰ ਨਾਲ ਲੈ ਕੇ ਘਰ ਆਵੇ ਤਾਂ ਬ੍ਰਾਹਮਣ ਆਪਣੀ ਸਮਰਥਾ ਮੁਤਾਬਿਕ, ਖੁਸ਼ੀ ਨਾਲ ਅੱਛਾ ਭੋਜਨ ਪ੍ਰੋਸ ਕੇ ਆਪਣੇ ਪ੍ਰਵਾਰ ਅਤੇ ਪਤਨੀ ਸਮੇਤ ਬੈਠ ਕੇ ਖਾ ਸਕਦਾ ਹੈ।

(114) ਘਰ ਵਿੱਚ, ਨਵ-ਵਿਆਹੀ ਕੰਨਿਆਂ (ਸੁਵਾਸਨੀ, ਬਹੂ), ਛੋਟੇ ਬੱਚੇ, ਰੋਗੀ, ਅਤੇ ਗਰਭਵਤੀ ਔਰਤ, ਬਿਨਾਂ ਕਿਸੇ ਹਿਚਕਚਾਹਟ ਦੇ ਘਰ ਆਏ ਮਹਿਮਾਨਾਂ ਤੋਂ ਪਹਿਲਾਂ ਭੋਜਨ ਕਰ ਸਕਦੇ ਹਨ।

(115) ਜੋ ਅਗਿਆਨੀ ਮਨੁੱਖ ਮਹਿਮਾਨ ਨੂੰ ਭੋਜਨ ਵਰਤਾਉਣ ਤੋਂ ਪਹਿਲਾਂ ਆਪ ਖਾ ਲੈਂਦਾ ਹੈ, ਉਹ ਮੂਰਖ ਇਨਸਾਨ, ਇਸ ਗੱਲ ਤੋਂ ਅਚੇਤ ਹੈ ਕਿ ਮਰਨ ਤੋਂ ਬਾਅਦ, ਉਸਦਾ ਮਾਸ ਕੁੱਤੇ ਤੇ ਗਿਰਝਾਂ ਨੋਚਦੀਆਂ ਹਨ

(116) ਘਰ ਆਏ, ਬ੍ਰਾਹਮਣ, ਭਾਈਬੰਧ, ਬਾਕੀ ਟੱਬਰ ਅਤੇ ਨੌਕਰਾਂ ਆਦਿ ਦੇ ਖਾਣ ਤੋਂ ਬਾਅਦ ਹੀ, ਬਚਿਆ ਭੋਜਨ ਗ੍ਰਿਸਿਤੀ ਤੇ ਉਸਦੀ ਪਤਨੀ ਨੂੰ ਖਾਣਾ ਚਾਹੀਦਾ ਹੈ।

(117) ਬ੍ਰਹਮ ਗੁਣਾਂ ਦੇ ਧਾਰਨੀ ਪੁਰਸ਼ (ਸਾਧੂ ਜਨ), ਬ੍ਰਹਮ ਵਿਦਿਆ ਦੇ ਗਿਆਤਾ ਮਨੁੱਖਾਂ (ਪੰਡਿਤ ਲੋਕ) ਨੂੰ, ਪਿੱਤਰਾਂ ਦੇਵਤਿਆਂ ਨੂੰ ਭੋਗ ਲੁਆਉਣ ਮਗਰੋਂ, ਘਰ ਦੇ ਪੂਜਣਯੋਗ ਮਾਤਾ ਪਿਤਾ ਅਤੇ ਸੇਵਕਾਂ ਦੇ ਅੰਨ-ਪਾਣੀ ਕਰਨ ਤੋਂ ਬਾਅਦ ਬਚਿਆ ਹੋਇਆ ਭੋਜਨ ਹੀ ਖਾਣਾ ਚਾਹੀਦਾ ਹੈ।

(118) ਜੋ ਸਿਰਫ ਆਪਣੇ ਵਾਸਤੇ ਹੀ ਭੋਜਨ ਤਿਆਰ ਕਰਦਾ ਹੈ, ਉਹ ਕੇਵਲ ਪਾਪ ਹੀ ਨਿਗਲ਼ ਰਿਹਾ ਹੁੰਦਾ ਹੈ, ਕਿਉਂਕਿ ਇਹ ਮੰਨਿਆ ਗਿਆ ਹੈ ਕਿ ਉੱਤਮ ਪੁਰਸ਼ਾਂ ਦੀ ਸੰਤੁਸ਼ਟੀ ਅਤੇ ਪੰਜ ਮਹਾਂ ਯੱਗ ਦੀ ਕਿਰਿਆ ਤੋਂ ਬਾਅਦ ਬਚਿਆ ਭੋਜਨ ਹੀ ਫ਼ਲਦਾਇਕ ਹੁੰਦਾ ਹੈ।

(119) ਰਾਜਾ, ਪਰੋਹਿਤ, ਵੇਦ ਸ਼ਾਸਤ੍ਰੀ, ਗੁਰੂ, ਪਿਆਰਾ ਮਿੱਤਰ, ਜਵਾਈ, ਸੌਹਰਾ, ਮਾਮਾਂ ਆਦਿ ਜੋ ਸਾਲਾਂ ਬਾਅਦ ਕਦੇ ਮਹਿਮਾਨ ਬਣਕੇ ਆਉਣ, ਤਾਂ ਉਨ੍ਹਾਂ ਨੂੰ ਪਹਿਲਾਂ ਪੀਣ ਲਈ ਸ਼ਹਿਦ ਮਿਲਿਆ ਸ਼ਰਬਤ (ਮਧੂਪਰਕ) ਪੇਸ਼ ਕਰਨਾ ਚਾਹੀਦਾ ਹੈ। ਮਧੂਪਰਕ ਬਾਰੇ ਵਿਸਥਾਰ ਪਹਿਲਾਂ ਆ ਚੁੱਕਾ ਹੈ।

(120) ਬਲੀ ਜਾਂ ਯੱਗ ਦੀ ਰਸਮ ਸਮੇਂ, ਜੇ ਰਾਜਾ ਜਾਂ ਵੇਦ ਪਾਠੀ (ਸਰੋਤ੍ਰੀਆ), ਪੂਜਾ ਦੀ ਹਾਜ਼ਰੀ ਭਰਨ ਲਈ ਆਉਣ, ਸਿਰਫ ਉਦੋਂ ਹੀ ਸ਼ਹਿਦ ਦਾ ਸ਼ਰਬਤ ਪਿਲਾ ਕੇ ਸਤਿਕਾਰਿਆ ਜਾਵੇ, ਜੇ ਯੱਗ ਦੀ ਰਸਮ ਨਾ ਹੋ ਰਹੀ ਹੋਵੇ ਤਾਂ ਕੋਈ ਲੋੜ ਨਹੀਂ।

(121) ਪਤੀ ਅਤੇ ਪਤਨੀ, ਸਵੇਰੇ-ਸ਼ਾਮ ਵੈਸ਼ਵਦੇਵ ਬਲ਼ੀ ਦੀ ਪ੍ਰਕਿਆ ਕਰਨ, ਪਰ ਇਕੱਲੀ ਇਸਤ੍ਰੀ ਲਈ ਸ਼ਾਮ ਵੇਲੇ ਦੇ ਪਕਾਏ ਭੋਜਨ ਵਿੱਚੋਂ ਕੁਝ ਭੋਜਨ ਬਿਨਾਂ ਕੋਈ ਮੰਤ੍ਰ ਪੜ੍ਹੇ ਹੀ ਬਲੀ ਵਜੋਂ ਦੇਣ ਦੀ ਆਗਿਆ ਹੈ। ਗ੍ਰਿਸਤੀ ਨੂੰ ਵੈਸ਼ਵਦੇਵ ਨਾਮਕ ਪਵਿੱਤਰ ਕਰਮ, ਸਵੇਰੇ ਸ਼ਾਮ ਕਰਨਾ ਚਾਹੀਦਾ ਹੈ।

ਸ਼ਰਾਧ ਪ੍ਰਕਿਰਿਆ ਅਤੇ ਮ੍ਰਿਤਕ ਦਾ ਸ਼ਰਾਧ-

(122) ਅਗਨੀਹੋਤਰੀ ਦਵਿੱਜ ਨੂੰ ਚਾਹੀਦਾ ਹੈ ਕਿ ਹਰ ਮਹੀਨੇ ਮੱਸਿਆ (ਅਮਾਵਸ ਵਾਲੇ ਦਿੰਨ, ਪਿੱਤਰਾਂ ਨਮਿੱਤ ਪੂਜਾ ਕਰਨ ਤੋਂ ਬਾਅਦ (ਪਿੰਡ ਪੱਤਲ ਦੀ ਕਿਰਿਆ-ਪਿੱਤਰ ਸ਼ਰਾਧ ਦੀ ਕਿਰਿਆ) ਬ੍ਰਾਹਮਣਾਂ ਨੂੰ ਨਿਉਂਦਾ ਦੇ ਕੇ ਭੋਜਨ ਪਰੋਸੇ।

(123) ਹਰ ਮਹੀਨੇ ਪਿੱਤਰਾਂ ਨਮਿੱਤ ਕੀਤੀ ਜਾਂਦੀ ਇਸ ਪੂਜਾ ਨੂੰ, ਪੰਡਿਤ ਜਨ ਅੰਨਵਹਾਰਿਕ ਸ਼ਰਾਧ (ਈਸ਼ਵਰਵਾਦੀ ਪੂਜਾ ਜਾਂ ਦਕਸ਼ ਅਗਨੀ ਨਾਲ ਕੀਤੀ ਪਿੱਤਰਾਂ ਲਈ ਪੂਜਾ) ਕਹਿੰਦੇ ਹਨ, ਜਿਸ ਵਿੱਚ ਚੌਲਾਂ ਅਤੇ ਹੇਠਾਂ ਦਿੱਤੇ ਪ੍ਰਵਾਨਤ ਮਾਸ ਨਾਲ ਤਿਆਰ ਕੀਤਾ ਭੋਜਨ ਪੂਜਾ ਦੀ ਰਸਮ ਕਰਨ ਵਾਲੇ ਯੋਗ ਬ੍ਰਾਹਮਣਾ ਨੂੰ, ਨਿਉਂਦੇ ਵਜੋਂ ਪਰੋਸਿਆ ਜਾਂਦਾ ਹੈ।

(124) ਵਿਸਥਾਰ ਨਾਲ ਸੁਣੋਂ ਕਿ ਉਸ ਸ਼ਰਾਧ ਵਿੱਚ ਕਿਤਨੇ ਅਤੇ ਕਿਹੜੇ ਬ੍ਰਾਹਮਣਾਂ ਨੂੰ ਨਿਉਂਦਾ ਦੇਣਾ ਚਾਹੀਦਾ ਹੈ, ਕਿਨ੍ਹਾਂ ਬ੍ਰਾਹਮਣਾਂ ਤੋਂ ਕਿਨਾਰਾ ਕਰਨਾ ਚਾਹੀਦਾ ਹੈ ਅਤੇ ਕਿਸ ਤਰਾਂ ਦਾ ਭੋਜਨ ਬਣਨਾ ਚਾਹੀਦਾ ਹੈ।

(125) ਦੇਵਤਿਆਂ ਦੀ ਪੂਜਾ ਨਮਿੱਤ ਦੋ ਬ੍ਰਾਹਮਣਾਂ ਨੂੰ ਭੋਜਨ ਕਰੋ, ਪਿੱਤਰਾਂ ਦੀ ਪੂਜਾ ਨਮਿੱਤ ਤਿੰਨ ਬ੍ਰਾਹਮਣ, ਜਾਂ ਫਿਰ ਦੋਹਾਂ ਸਮਿਆਂ ਤੇ ਇੱਕ ਬ੍ਰਾਹਮਣ ਨੂੰ ਹੀ ਭੋਜਨ ਕਰੋ। ਮਨੁੱਖ ਭਾਵੇਂ ਜਿਤਨਾ ਮਰਜ਼ੀ ਅਮੀਰ ਹੋਵੇ, ਵਾਧੂ ਬ੍ਰਾਹਮਣਾਂ ਨੂੰ ਭੋਜਨ ਕਰਨ ਲਈ ਤਤਪਰ ਨਾ ਹੋਵੇ।

(126) ਵੱਡਾ ਇਕੱਠ ਕਰਨ ਨਾਲ ਇਹ ਪੰਜ ਊਣਤਾਈਆਂ ਰਹਿ ਜਾਂਦੀਆਂ ਹਨ, ਜਿਵੇਂ- (1) ਪਤਵੰਤਿਆ ਦੀ ਆਉ-ਭਗਤ, (2) ਜਗ੍ਹਾ ਦੀ ਅਨੁਕੂਲਤਾ, (3) ਸਮੇਂ ਦੀ ਬੰਦਸ਼, (4) ਬੁਲਾਏ ਹੋਏ ਨੇਕ ਬ੍ਰਾਹਮਣਾਂ ਦੀ ਚੋਣ, (5) ਸਫਾਈ। ਇਸ ਲਈ ਵੱਡਾ ਇਕੱਠ ਨਹੀਂ ਕਰਨਾ ਚਾਹੀਦਾ।

(127) ਮੱਸਿਆ ਵਾਲੇ ਦਿਨ ਕੀਤੇ ਪਿੱਤਰ ਯੱਗ ਨੂੰ ਪਰੇਤ ਕਰਮ (ਪਿੱਤਰ ਪੂਜਾ-ਸ਼ਰਾਧ) ਭੀ ਕਿਹਾ ਜਾਂਦਾ ਹੈ ਅਤੇ ਜੇ ਕੋਈ ਆਦਮੀ ਇਸ ਰਸਮ ਨੂੰ ਨਿਭਾਉਣ ਵਿੱਚ ਪ੍ਰਪੱਕ ਹੋਵੇ ਤਾਂ ਨਿਸ਼ਚੇ ਹੀ ਪਿੱਤਰਾਂ ਦੇ ਅਸ਼ੀਰਵਾਦ ਕਰਕੇ, ਉਸਨੂੰ ਧੰਨ ਮਾਲ ਦੀ ਪ੍ਰਾਪਤੀ ਅਤੇ ਸੰਤਾਨ ਵਿੱਚ ਵਾਧਾ ਹੁੰਦਾ ਹੈ।

(128) ਦੇਵਤਿਆਂ ਤੇ ਪਿੱਤਰਾਂ ਨਮਿੱਤ ਦਿੱਤਾ ਹੋਇਆ ਦਾਨ ਅਤੇ ਭੇਂਟ ਕੀਤੀ ਪੂਜਾ ਦੀ ਸਮਗ੍ਰੀ, ਕੇਵਲ ਵੇਦ ਪਾਠੀ (ਸਰੋਤ੍ਰੀਆ) ਬ੍ਰਾਹਮਣ ਨੂੰ ਹੀ ਦਿੱਤੀ ਜਾਵੇ। ਸਦਾਚਾਰੀ ਅਤੇ ਯੋਗ ਬ੍ਰਾਹਮਣ ਨੂੰ ਦਿੱਤੇ ਹੋਏ ਦਾਨ ਨਾਲ ਪਿੱਤਰਾਂ ਦੀ ਖੁਸ਼ੀ ਪ੍ਰਾਪਤ ਹੁੰਦੀ ਹੈ।

(129) ਦੇਵਤਿਆਂ ਤੇ ਪਿੱਤਰਾਂ ਦੀ ਪੂਜਾ ਸਮੇਂ, ਕੇਵਲ ਇੱਕ ਹੀ ਵੇਦ ਅਭਿਅਸੀ ਬ੍ਰਾਹਮਣ ਨੂੰ ਭੋਜਨ ਪਰੋਸਿਆ ਅਤੇ ਦੱਛਣਾ ਦਿੱਤੀ ਜਾਵੇ ਤਾਂ ਬਹੁਤ ਵੱਡਾ ਫ਼ਲ ਪ੍ਰਾਪਤ ਹੁੰਦਾ ਹੈ।ਵੇਦ ਗਿਆਨ ਤੋਂ ਸੱਖਣੇ ਮੂਰਖ ਲੋਕਾਂ ਦੀ ਸੇਵਾ ਕਰਨ ਨਾਲ ਕੁਝ ਭੀ ਪ੍ਰਾਪਤ ਨਹੀਂ ਹੁੰਦਾ।

(130) ਇੱਕ ਬ੍ਰਾਹਮਣ ਦੀਆਂ ਸੇਵਾਵਾਂ ਲੈਣ ਤੋਂ ਪਹਿਲਾਂ ਉਸਦੇ ਪਿਛੋਕੜ ਅਤੇ ਵਿੱਦਿਆ ਦਾ ਪਤਾ ਕਰਨਾ ਬਹੁਤ ਜ਼ਰੂਰੀ ਹੈ ਕਿ ਉਸਦੇ ਪਿਤਾ ਪੁਰਖੇ ਵੇਦਾਂ ਦੇ ਗਿਆਤਾ ਸਨ ਕਿ ਨਹੀਂ। ਜੇ ਉਹ ਇੱਕ ਨੇਕ ਖਾਨਦਾਨ ਵਿੱਚੋਂ ਹੋਵੇ, ਤਾਂ ਉਹ ਬ੍ਰਾਹਮਣ ਦੇਵਤਿਆਂ ਤੇ ਪਿੱਤਰਾਂ ਨਮਿੱਤ ਭੇਂਟ ਕੀਤੇ ਤ੍ਰੋਫਿਆਂ ਅਤੇ ਭੋਜਨ ਦੀ ਪੂਜਾ ਸਮਗ੍ਰੀ ਦਾ ਹੱਕਦਾਰ ਹੈ। ਐਸੇ ਬ੍ਰਾਹਮਣ ਦੀ ਕੀਤੀ ਹੋਈ ਸੇਵਾ, ਘਰ ਆਏ ਮੁਸਾਫਿਰ ਮਹਿਮਾਨ ਦੀ ਸੇਵਾ ਦੇ ਸਮਾਨ ਹੈ।

(131) ਸ਼ਰਾਧ ਵਿੱਚ, ਭਾਵੇਂ ਦਸ ਲੱਖ ਅਨਪੜ੍ਹ ਬ੍ਰਾਹਮਣਾਂ ਨੂੰ ਭੋਜਨ ਕਰਾਇਆ ਜਾਵੇ, ਪਰ ਵੇਦਾਂ ਦੇ ਗਿਆਤਾ ਇੱਕ ਬ੍ਰਾਹਮਣ ਦੀ ਤ੍ਰਿਪਤੀ ਅਤੇ ਉਸਨੂੰ ਭੋਜਨ ਛਕਾ ਕੇ ਖੁਸ਼ ਕਰਨਾ, ਉਨ੍ਹਾਂ ਸਭਨਾਂ ਨੂੰ ਖੁਸ਼ ਕਰਨ ਦੇ ਬਰਾਬਰ ਹੈ।

(132) ਪਿੱਤਰਾਂ ਅਤੇ ਦੇਵਤਿਆਂ ਨਮਿੱਤ ਤਿਆਰ ਕੀਤੀ, ਬਚੀ ਹੋਈ ਸ਼ਰਾਧ ਦੀ ਪਵਿੱਤਰ ਸਮਗ੍ਰੀ (ਦੇਵਤੇ ਅਤੇ ਪਿੱਤਰਾਂ ਲਈ ਪੂਜਾ ਸਮਗ੍ਰੀ, ਹਵੈ-ਕਵੈ ਜਾਂ ਹਵਾ-ਕਵਾ) ਕੇਵਲ ਵੇਦਾਂ ਦੇ ਪਵਿੱਤਰ ਗਿਆਨ ਰੱਖਣ ਵਾਲੇ ਉੱਤਮ ਬ੍ਰਾਹਮਣ ਨੂੰ ਹੀ ਦਾਨ ਕਰਨੀ ਚਾਹੀਦੀ ਹੈ। ਚੇਤੇ ਰੱਖਣਾ ਚਾਹੀਦਾ ਹੈ ਕਿ ਖ਼ੂੰਨ ਨਾਲ ਲਿੱਬੜੇ ਹੱਥ (ਕੀਤੇ ਹੋਏ ਪਾਪ) ਖ਼ੂੰਨ ਨਾਲ ਸਾਫ ਨਹੀਂ ਕੀਤੇ ਜਾ ਸਕਦੇ (ਭਾਵ-ਪਾਪੀਆਂ ਦੀ ਸੇਵਾ ਨਾਲ ਪਾਪ ਨਹੀਂ ਉਤਰਦੇ)।

ਟਿੱਪਣੀ:- *ਹਿੰਦੂ ਧਰਮ ਦੀਆਂ ਯੱਗ ਅਤੇ ਪੂਜਾ ਦੀਆਂ ਰਸਮਾਂ ਵਿੱਚ, ਵੱਖ ਵੱਖ ਤਰਾਂ ਦੀ ਸਮਗ੍ਰੀ ਨਾਲ ਅਹੂਤੀ (ਅਗਨੀ ਭੇਟਾ) ਦਿੱਤੀ ਜਾਂਦੀ ਹੈ। ਦੇਵਤਿਆਂ ਨਮਿੱਤ ਦਿੱਤੀ ਜਾਣ ਵਾਲੀ ਅਹੂਤੀ ਨੂੰ 'ਹਵੈ' ਕਿਹਾ ਜਾਂਦਾ ਹੈ। ਪਿੱਤਰਾਂ ਨੂੰ ਅਰਪਿਤ ਕੀਤੀ ਜਾਣ ਵਾਲੀ ਸਮਗ੍ਰੀ (ਸ਼ਰਾਧ ਦਾਨ) ਨੂੰ 'ਕਵੈ' ਕਿਹਾ ਜਾਂਦਾ ਹੈ। ਰੁੱਤਾਂ ਅਤੇ ਸਮਾਗਮਾਂ ਦੇ ਮਨੋਰਥ ਨੂੰ ਮੁੱਖ ਰੱਖ ਕੇ, ਇਸ ਵਿੱਚ ਵਰਤੀਆਂ ਅਤੇ ਦਾਨ ਕੀਤੀਆਂ ਜਾਣ ਵਾਲੀਆਂ ਵਸਤਾਂ ਦਾ ਮਿਸ਼ਰਣ ਵੱਖ ਵੱਖ ਹੁੰਦਾ ਹੈ। ਇਸਦਾ ਵਿਸਥਾਰ ਬਹੁਤ ਲੰਬਾ ਹੈ।*

MANUSMRITI 69

(133) ਸ਼ਰਾਧ ਦੇ ਨਿਉਂਦੇ ਲਈ ਸੱਦਿਆ, ਵੇਦ ਵਿਦਿਆ ਤੋਂ ਸੱਖਣਾ (ਅਨਪੜ੍ਹ) ਬ੍ਰਾਹਮਣ, ਜਿਤਨੀਆਂ ਬੁਰਕੀਆਂ ਆਪਣੇ ਮੂੰਹ ਵਿੱਚ ਪਾਉਂਦਾ ਹੈ, ਸਮਝੋ ਕਿ ਉਸ ਜਜਮਾਨ ਨੂੰ ਉਤਨੇ ਹੀ ਲੋਹੇ ਦੇ ਲਾਲ ਹੋਏ ਕਿੱਲ, ਅੱਗ ਦੇ ਗੋਲ਼ੇ, ਆਦਿ, ਮੌਤ ਤੋਂ ਬਾਅਦ ਨਿਗਲਣੇ ਪੈਣਗੇ।

(134) ਕਈ ਬ੍ਰਾਹਮਣ ਆਤਮਿਕ ਉਨਤੀ ਲਈ ਸਮਰਪਿਤ ਹੁੰਦੇ ਹਨ, ਕਈ ਸਿਰਫ ਪੂਜਾ ਦੀਆਂ ਰਸਮਾਂ ਨਿਭਾਉਣਾਂ ਜਾਣਦੇ ਹਨ, ਕਈ ਪੂਜਾ ਦੇ ਨਾਲ ਨਾਲ ਵੇਦਾਂ ਦਾ ਪਾਠ ਭੀ ਕਰ ਲੈਂਦੇ ਹਨ ਅਤੇ ਕਈ ਸਿਰਫ ਪਵਿੱਤਰ ਧਾਰਮਿਕ ਸੰਸਕਾਰਾਂ ਦੀ ਕਾਰਗੁਜ਼ਾਰੀ ਹੀ ਸਕਦੇ ਹਨ।

(135) ਪਿੱਤ੍ਰਾਂ ਦੇ ਸ਼ਰਾਧਾਂ ਸਮੇਂ ਸਿਰਫ ਗਿਆਨਵਾਨ ਬ੍ਰਾਹਮਣ ਨੂੰ ਹੀ, ਸੰਪੂਰਣ ਤੋਹਫੇ, ਦੱਛਣਾ ਅਤੇ ਅੰਨ ਦਾਨ ਦੇਣਾ ਬਣਦਾ ਹੈ। ਬਾਕੀ ਦੇਵ ਪੂਜਾ ਅਤੇ ਹੋਰ ਧਾਰਿਮਕ ਮਨੋਰਥਾਂ ਲਈ ਸੱਦੇ ਚਾਰੇ ਤਰਾਂ ਦੇ ਬ੍ਰਾਹਮਣਾਂ ਨੂੰ, ਆਪਣੇ ਵਿਤ ਮਤਾਬਿਕ ਦੱਛਣਾ ਅਤੇ ਬਚੀ ਹੋਈ ਸਮਗਰੀ ਦਿੱਤੀ ਜਾ ਸਕਦੀ ਹੈ।

(136) ਹੋ ਸਕਦਾ ਹੈ ਕਿ ਸ਼ਰਾਧ ਦੀ ਕਿਰਿਆ ਨਿਭਾਉਣ ਵਾਲੇ ਅਗਨੀ ਹੋਤਰੀ ਬ੍ਰਾਹਮਣ ਦਾ ਪਿਤਾ, ਵੇਦਾਂ ਦੇ ਗਿਆਨ ਤੋਂ ਸੱਖਣਾ ਹੋਵੇ ਪਰ ਪੁੱਤਰ ਵੇਦਾਂ ਦੇ ਗਿਆਨ ਵਿੱਚ ਪ੍ਰਪੱਕ ਹੋਵੇ, ਜਾਂ ਇਸਤੋਂ ਉਲਟ ਪਿਤਾ ਵੇਦਾਂ ਦੇ ਗਿਆਨ ਵਿੱਚ ਪ੍ਰਪੱਕ ਹੋਵੇ ਤੇ ਪੁੱਤਰ ਵੇਦਾਂ ਦੇ ਗਿਆਨ ਤੋਂ ਕੋਰਾ ਹੋਵੇ। ਬ੍ਰਾਹਮਣ ਦੇ ਗਿਆਨੀ ਜਾਂ ਅਗਿਆਨੀ ਹੋਣ ਦੀ ਕਸਵੱਟੀ ਕੇਵਲ ਵੇਦਾਂ ਦੀ ਵਿੱਦਿਆ ਦਾ ਗਿਆਨ ਹੀ ਹੈ।

(137) ਪਿਤਾ ਦੇ ਜ਼ਿਆਦਾ ਗਿਆਨਵਾਨ ਹੋਣ ਵਾਲੀ ਸਥਿਤੀ ਵਿੱਚ ਪਿਤਾ ਜ਼ਿਆਦਾ ਸਤਿਕਾਰਯੋਗ ਹੈ, ਪਰ ਪੁੱਤਰ ਭੀ ਪਿਤਾ ਵਾਂਗ ਗੁਣੀ ਗਿਆਨੀ ਹੋਵੇ ਤਾਂ ਦੋਹਾਂ ਦਾ ਬ੍ਰਾਬਰ ਦਾ ਆਦਰ ਕਰਨਾ ਬਣਦਾ ਹੈ।

(138) ਗ੍ਰਿਸਤੀ ਨੂੰ ਸ਼ਰਾਧਾਂ ਸਮੇਂ, ਕਿਸੇ ਨਿਜੀ ਮਿੱਤਰ ਨੂੰ ਭੋਜਨ ਲਈ ਨਹੀਂ ਸੱਦਣਾ ਚਾਹੀਦਾ, ਉਨ੍ਹਾਂ ਦਾ ਸਤਿਕਾਰ ਕਿਸੇ ਹੋਰ ਸਮੇਂ ਕੀਤਾ ਜਾ ਸਕਦਾ ਹੈ। ਭੋਜਨ ਲਈ ਨਿਉਂਦਾ, ਉਸ ਬ੍ਰਾਹਮਣ ਨੂੰ ਦੇਣਾ ਚਾਹੀਦਾ ਹੈ, ਜੋ ਨਾ ਮਿੱਤਰ ਹੋਵੇ ਤੇ ਨਾ ਹੀ ਦੁਸ਼ਮਣ।

(139) ਜੇ ਕੋਈ ਮਨੁੱਖ, ਪਿੱਤਰ ਯੱਗ ਅਤੇ ਦੇਵ ਪੂਜਾ (**हव्य श्राद्ध**) ਕੇਵਲ ਆਪਣੇ ਮਿੱਤਰਾਂ ਵਿੱਚ ਸੋਭਾ ਵਧਾਉਣ ਲਈ ਹੀ ਕਰਵਾਉਂਦਾ ਹੈ, ਪ੍ਰਲੋਕ ਵਿੱਚ ਉਸਨੂੰ ਉਸਦਾ ਕੋਈ ਫਲ਼ ਨਹੀਂ ਮਿਲਦਾ।

(140) ਦਵਿੱਜਾਂ ਵਿੱਚ ਸਭ ਤੋਂ ਮੂਰਖ ਇਨਸਾਨ ਉਹ ਗਿਣਿਆ ਗਿਆ ਹੈ, ਜੋ ਸ਼ਰਾਧ ਦੇ ਬਹਾਨੇ ਢੌਂਗ (ਢਘੌਂਜ ਰਚਾ ਕੇ), ਕੇਵਲ ਆਪਣੇ ਮਿੱਤਰਾਂ ਵਲੋਂ ਜਸ ਅਤੇ ਸੋਭਾ ਪ੍ਰਾਪਤ ਕਰਨ ਲਈ ਸੱਦਾ ਦਿੰਦਾ ਹੈ। ਉਸਨੂੰ ਸਵ੍ਰਗ ਪ੍ਰਾਪਤੀ ਨਹੀਂ ਹੋ ਸਕਦੀ।

(141) ਇਕ ਦਵਿੱਜ ਵਲੋਂ, ਆਪਣੀ ਮਿੱਤਰ ਮੰਡਲੀ ਅਤੇ ਰਿਸ਼ਤੇਦਾਰਾਂ ਦੇ ਇਕੱਠ ਨੂੰ ਦਿੱਤਾ ਹੋਇਆ ਦਾ ਨਿਉਂਦਾ ਅਤੇ ਦਾਨ ਦੱਛਣਾ, ਕੇਵਲ ਰਾਕਸ਼ਾਂ ਦੀ ਭੇਂਟ ਚੜ੍ਹਦਾ ਹੈ। ਪਿੱਤਰਾਂ ਨੂੰ ਮਿਲਣ ਥਾਂ ਉਹ ਇਸ ਦੁਨੀਆਂ ਵਿੱਚ ਇਸ ਤਰਾਂ ਰਹਿ ਜਾਂਦਾ ਹੈ ਜਿਵੇਂ ਅੰਨ੍ਹੀ ਗਊ ਕਿਸੇ ਇੱਕੋ ਘਰਦੇ ਬਾੜੇ ਜੋਗੀ ਰਹਿ ਜਾਂਦੀ ਹੈ।

(142) ਜਿਸ ਤਰਾਂ ਬੰਜਰ ਧਰਤੀ (ਬਾਂਝ ਔਰਤ) ਤੇ ਸੁੱਟਿਆ ਬੀਜ ਨਹੀਂ ਪੁੰਗਰਦਾ (ਉਲਾਦ ਨਹੀਂ ਦੇ ਸਕਦੀ), ਇਸੇ ਤਰਾਂ ਵੇਦ ਗਿਆਨ ਤੋਂ ਸੱਖਣੇ ਮਨੁੱਖ ਨੂੰ ਦਿੱਤੇ ਹੋਏ ਦਾਨ ਦਾ ਕੋਈ ਫ਼ਲ ਨਹੀਂ ਮਿਲਦਾ।

(143) ਵਿਧੀ ਪੂਰਵਕ ਵਿਦਵਾਨ ਬ੍ਰਾਹਮਣ ਨੂੰ ਭੋਜਨ ਅਤੇ ਦੱਛਣਾ ਦੇਣ ਨਾਲ, ਦਾਨ ਦੇਣਵਾਲਾ ਦਾਤਾ ਅਤੇ ਲੈਣ ਵਾਲਾ ਬ੍ਰਾਹਮਣ, ਦੋਵੇਂ ਇਸ ਲੋਕ ਅਤੇ ਪ੍ਰਲੋਕ ਦਾ ਸੁਖ ਮਾਣਦੇ ਹਨ।

(144) ਜੇ ਕਿਸੇ ਹਲਾਤ ਵਿੱਚ, ਕੋਈ ਨੇਕ ਅਤੇ ਵਿਦਵਾਨ ਬ੍ਰਾਹਮਣ ਨਾ ਮਿਲੇ ਸਕੇ, ਤਾਂ ਕਿਸੇ ਈਰਖਾ ਰੱਖਣ ਵਾਲੇ ਬ੍ਰਾਹਮਣ ਦੀ ਥਾਂ, ਇੱਕ ਨੇਕ ਮਿੱਤਰ ਨੂੰ ਹੀ ਭੋਜਨ ਕਰਨਾ ਠੀਕ ਹੈ, ਕਿਉਂਕਿ ਦੁਸ਼ਮਣ ਬ੍ਰਾਹਮਣ ਨੂੰ ਸ਼ਰਾਧ ਦਾ ਨਿਉਂਦਾ ਦੇਣਾ ਅਤੇ ਦੱਛਣਾ ਭੇਂਟ ਕਰਨ ਦਾ ਕੋਈ ਫਲ਼ ਨਹੀਂ ਹੈ।

(145) ਸ਼ਰਾਧ ਦੀ ਭੇਟਾ ਤੇ ਨਿਉਂਦਾ, ਖਾਸ ਕਰਕੇ ਰਿੱਗ ਵੇਦ ਦੇ ਗੂੜ੍ਹ-ਗਿਆਨੀ ਅਤੇ ਨਿਯਮਾਂ ਦੀ ਪਾਲਣਾ ਕਰਨ ਵਾਲੇ ਨੂੰ ਦਿੱਤਾ ਜਾਵੇ, ਜਾਂ ਜਿਸਨੇ ਸਾਰੇ ਵੇਦਾਂ ਦਾ ਪਾਠ-ਅਧਿਆਨ ਆਪ ਕੀਤਾ ਹੋਵੇ, ਜਾਂ ਯੁਜਰ ਵੇਦ ਦੇ ਵਿਦਵਾਨ ਨੂੰ, ਜਿਸਨੇ ਸ਼ੁਰੂ ਤੋਂ ਅਖੀਰ ਤੱਕ ਇਸ ਦਾ ਅਧਿਆਨ ਕੀਤਾ ਹੋਵੇ, ਜਾਂ ਜਿਸਨੇ ਸਿਆਮ ਵੇਦ ਦੇ ਭਜਨਾਂ ਦਾ ਪਾਠ ਸ਼ੁਰੂ ਤੋਂ ਅਖੀਰ ਤੱਕ ਇੱਕ ਵਾਰ ਗਾ ਕੇ ਪੜ੍ਹਿਆ ਹੋਵੇ।

(146) ਜੇਕਰ ਉੱਪਰ ਦੱਸੇ ਤਿੰਨ ਵੇਦ ਗਿਆਨੀਆਂ ਵਿੱਚੋਂ, ਕਿਸੇ ਇੱਕ ਨੂੰ ਭੀ ਸ਼ਰਾਧਾਂ ਵੇਲੇ ਭੋਜਨ ਤੇ ਭੇਟਾਵਾਂ ਨਾਲ ਸਤਿਕਾਰਿਆ ਜਾਂਦਾ ਹੈ ਤਾਂ ਜਜਮਾਨ ਦੇ ਪਿੱਤਰਾਂ ਦੀਆਂ ਸੱਤ ਪੀੜ੍ਹੀਆਂ ਤੀਕਰ ਸਦੀਵੀ ਸੰਤੁਸ਼ਟੀ ਹੋ ਜਾਂਦੀ ਹੈ।

(147) ਇਹ ਸੀ, ਪਿੱਤਰਾਂ ਅਤੇ ਦੇਵਤਿਆਂ ਨਮਿੱਤ ਚਲੀਆਂ ਆਉਂਦੀਆਂ ਬਲੀ ਰਸਮਾਂ (ਹਵੈ-ਕਵੈ ਜਾਂ ਹਵਾ-ਕਵਾ) ਵਾਰੇ ਨਿਯਮ ਅਤੇ ਤੱਤ-ਸਾਰ, ਜਿਨ੍ਹਾਂ ਦਾ ਸਤਿ ਪੁਰਸ਼ਾਂ ਨੇ ਹਮੇਸ਼ਾ ਪਾਲਣ ਕੀਤਾ ।

ਸ਼ਰਾਧ ਨਾਲ ਜੁੜੇ, ਕੁਝ ਹੋਰ ਸਹਾਇਕ ਨਿਯਮ, ਜਿਵੇਂ -

(148) ਉੱਪਰ ਦੱਸੇ ਗੁਣਾਂ ਵਾਲੇ ਬ੍ਰਾਹਮਣਾਂ ਵਿੱਚੋਂ ਅਤੇ ਬਲੀ ਦੀ ਰਸਮ ਨਿਭਾਉਣ ਵਾਲੇ ਸਮੇਤ, ਮਾਮਾਂ ਨਾਨਾ, ਭਾਣਜਾ, ਸੌਹਰਾ, ਗਰੂ, ਜਵਾਈ, ਦ੍ਹੋਤਰਾ, ਮਸੇਰਾ ਭਾਈ ਆਦਿ ਨੂੰ, ਸ਼ਰਾਧ ਦਾ ਭੋਜਨ ਪਰੋਸਣ ਦੇ ਨਾਲ ਨਾਲ ਤੋਹਫ਼ੇ ਭੀ ਦਿੱਤੇ ਜਾ ਸਕਦੇ ਹਨ।

(149) ਦੇਵਤਿਆਂ ਨਮਿੱਤ ਪੂਜਾ (ਦੇਵ ਕਰਮ) ਦੀਆਂ ਪਵਿੱਤਰ ਰਸਮਾਂ ਨਿਭਾਉਣ ਵਾਸਤੇ, ਬ੍ਰਾਹਮਣ ਦੀ ਯੋਗਤਾ ਬਾਰੇ ਬਹੁਤ ਜਿਆਦਾ ਛਾਣਬੀਣ ਕਰਨ ਦੀ ਲੋੜ ਨਹੀਂ ਹੈ।ਪਰ ਪਿੱਤਰਾਂ ਨਮਿੱਤ ਕੀਤੇ ਸ਼ਰਾਧਾਂ ਵੇਲੇ ਬੜੇ ਧਿਆਨ ਨਾਲ ਪਰਖ ਕੇ ਚੋਣ ਕਰਨੀ ਜ਼ਰੂਰੀ ਹੈ।

(150) ਮਨੂੰ ਦਾ ਫੁਰਮਾਨ ਹੈ ਕਿ ਜੋ ਬ੍ਰਾਹਮਣ, ਚੋਰੀ ਕਰਨ ਵਾਲੇ ਹੋਣ, ਸਮਾਜ ਦੇ ਦੁਰਕਾਰੇ ਹੋਣ, ਨਪੁੰਨਸਿਕ ਹੋਣ, ਨਾਸਤਿਕ ਰੁਚੀ ਰੱਖਦੇ ਹੋਣ, ਉਨ੍ਹਾਂ ਨੂੰ ਦੇਵ ਪੂਜਾ ਅਤੇ ਪਿੱਤਰ ਪੂਜਾ (ਹਵਯ ਕਵਯ) ਦੀਆਂ ਰਸਮਾਂ ਵਿੱਚ ਸ਼ਾਮਲ ਕਰਨ ਦੀ ਮਨਾਹੀ ਹੈ।

(151) ਸ਼ਰਾਧਾਂ ਵੇਲੇ, ਕਿਸੇ ਅਨਪੜ੍ਹ, ਜਟਾਧਾਰੀ, ਦੁਰਬਲ ਡਰਪੋਕ, ਜੁਆਰੀਏ, ਚਮੜੀ ਦੇ ਰੋਗੀ ਨੂੰ ਅਤੇ ਬਹੁਤੇ ਜਜਮਾਨਾ ਕੋਲੋਂ ਦੱਛਣਾ ਲੈ ਕੇ ਸ਼ਰਾਧਾਂ ਦੀ ਪੂਜਾ ਕਰਨੇ ਵਾਲੇ ਆਪਣੇ ਪਿੰਡ ਦੇ ਪ੍ਰੋਹਿਤ ਬ੍ਰਾਹਮਣ ਨੂੰ, ਨਿਉਂਦੇ ਦੀ ਪੇਸ਼ਕਸ਼ ਨਹੀਂ ਕਰਨੀ ਚਾਹੀਦੀ।

(152) ਵੈਦਗੀ ਕਰਨ ਵਾਲੇ ਬ੍ਰਾਹਮਣ (ਹਕੀਮ) ਨੂੰ, ਮੰਦਰ ਦੇ ਪੁਜਾਰੀ ਨੂੰ, ਮਾਸ ਵੇਚਣ ਵਾਲੇ ਕਸਾਈ ਨੂੰ, ਵਿਆਜ ਦੀ ਕਮਾਈ ਨਾਲ ਨਿਰਬਾਹ ਕਰਨ ਵਾਲੇ ਬ੍ਰਾਹਮਣ ਆਦਿ ਨੂੰ ਸ਼ਰਾਧ ਦੇ ਨਿਉਂਦੇ ਦੀ ਪੇਸ਼ਕਸ਼ ਨਹੀਂ ਕਰਨੀ ਚਾਹੀਦੀ।

(153) ਪਿੰਡ ਦੇ ਤਨਖਹਾਦਾਰ ਨੌਕਰ (ਦਾਸ ਕਰਮ ਕਰਨੇ ਵਾਲਾ-ਅਛੂਤ ਚੂੜ੍ਹਾ) ਨੂੰ, ਰਾਜੇ ਦੇ ਨੌਕਰ ਨੂੰ, ਨਖੂਨ ਵਿੱਚ ਖਰਾਬੀ ਵਾਲੇ ਜਾਂ ਕਾਲੇ ਦੰਦਾਂ ਵਾਲੇ ਨੂੰ, ਆਪਣੇ ਗੁਰੂ ਦੀ ਨਿੰਦਾ ਕਰਨ ਵਾਲੇ ਨੂੰ, ਅਤੇ ਜਿਸਨੇ ਪਵਿੱਤਰ ਪੂਜਾ ਦੀਆਂ ਅਗਨੀਆਂ ਦਾ ਤਿਆਗ ਕਰ ਦਿੱਤਾ ਹੋਵੇ, ਆਦਿ ਨੂੰ ਸ਼ਰਾਧ ਦਾ ਨਿਉਂਦਾ ਕਰਨ ਦੀ ਮਨਾਹੀ ਹੈ।

(154) ਤਪਦਿਕ (ਟੀ.ਬੀ) ਦੇ ਰੋਗੀ ਨੂੰ, ਪਸ਼ੂ ਚਾਰਣ ਵਾਲੇ ਨੂੰ, ਛੋਟੇ ਭਰਾ ਨੂੰ ਜੋ ਆਪਣੇ ਵੱਡੇ ਭਰਾ ਤੋਂ ਪਹਿਲਾਂ ਸ਼ਾਦੀ ਕਰੇ ਤੇ ਅਗਨੀ ਪੂਜਾ ਕਰੇ, ਜਾਂ ਇੱਕ ਵੱਡਾ ਭਰਾ ਜੋ ਛੋਟੇ ਤੋਂ ਬਾਅਦ ਅਗਨੀ ਪੂਜਾ ਕਰੇ, ਪੰਜ ਅਗਨੀਆਂ ਦੀ ਪੂਜਾ ਦਾ ਨੇਮ (ਅਗਨੀ ਹੋਤਰ) ਤਿਆਗਣ ਵਾਲੇ ਨੂੰ, ਬ੍ਰਾਹਮਣ ਜਾਤ ਦੇ ਨਿੰਦਕ ਨੂੰ, ਧਰਮ ਦੇ ਨਾਮ ਤੇ ਮਾਇਆ ਇਕੱਠੀ ਕਰਕੇ ਜੀਵਨ ਨਿਰਬਾਹ ਕਰਨੇ ਵਾਲੇ ਨੂੰ, ਜਾਂ ਜੋ ਕਿਸੇ ਵੱਡੀ ਸੰਪ੍ਰਦਾ ਨਾਲ ਸਬੰਧਿਤ ਹੋਵੇ, ਇਨ੍ਹਾਂ ਸਭਨਾ ਨੂੰ ਸ਼ਰਾਧ ਦੇ ਯੱਗ ਅਤੇ ਪੂਜਾ ਵਿੱਚ ਸ਼ਾਮਲ ਨਹੀਂ ਕਰਨਾ।

(155) ਨੱਚਣ ਗਾਉਂਣ ਵਾਲੇ, ਆਪਣੇ ਬ੍ਰਹਮਚਾਰੀ ਧਰਮ ਤੋਂ ਮੁਨਕਰ ਹੋਣ ਵਾਲੇ, ਜਿਸ ਦੀ ਪਹਿਲੀ ਪਤਨੀ ਸ਼ੂਦਰ ਹੋਵੇ, ਔਰਤ ਦੇ ਦੂਸਰੇ ਵਿਆਹ ਦੇ ਲੜਕੇ ਨੂੰ, ਜੋ ਕਾਣਾ ਹੋਵੇ, ਐਸੀ ਪਤਨੀ ਦਾ ਯਾਰ ਜੋ ਉਸੇ ਘਰ ਵਿੱਚ ਰਹਿੰਦਾ ਹੋਵੇ, ਆਦਿ ਨੂੰ ਭੀ ਸ਼ਰਾਧ ਅਤੇ ਪੂਜਾ ਦਾ ਭੋਜਨ ਨਹੀਂ ਪਰੋਸਣਾ।

(156) ਜੋ ਫ਼ੀਸ ਲੈ ਕੇ ਵੇਦ ਵਿੱਦਿਆ ਪੜ੍ਹਾਵੇ, ਜੋ ਫ਼ੀਸ ਦੇ ਕੇ ਵੇਦ ਵਿੱਦਿਆ ਪੜ੍ਹਿਆ ਹੋਵੇ, ਜੋ ਸ਼ੂਦਰ ਨੂੰ ਪੜ੍ਹਾਵੇ, ਜੋ ਕੌੜਾ ਬੋਲਦਾ ਹੋਵੇ, ਜੋ ਵੇਸਵਾ ਔਰਤ ਦੀ ਉਲਾਦ ਹੋਵੇ, ਜੋ ਰੰਡੀ ਦਾ ਪੁੱਤਰ ਹੋਵੇ, ਆਦਿ ਨੂੰ ਭੀ ਸ਼ਰਾਧਾਂ ਸਮੇਂ ਭੋਜਨ ਨਹੀਂ ਕਰਨਾ ਚਾਹੀਦਾ।

(157) ਜੋ ਬਿਨਾਂ ਕਿਸੇ ਕਾਰਣ ਆਪਣੇ ਮਾਤਾ ਪਿਤਾ ਤੇ ਗੁਰੂ ਨਾਲ ਨਾਤਾ ਤੋੜ ਲਵੇ।ਜੋ ਸਮਾਜ ਚੋਂ ਦੁਰਕਾਰੇ ਹੋਏ ਲੋਕਾਂ ਨਾਲ ਧਾਰਮਿਕ ਜਾਂ ਪਰਿਵਾਰਿਕ ਸਬੰਧ ਜੋੜੇ, ਇਨ੍ਹਾਂ ਨੂੰ ਭੀ ਸ਼ਰਾਧਾਂ ਸਮੇਂ ਭੋਜਨ ਨਹੀਂ ਕਰਨਾ ਚਾਹੀਦਾ।

(158) ਘਰਾਂ ਵਿੱਚ ਪੁਆੜੇ ਪਾਉਣ ਵਾਲਾ (ਚੁਗਲਖੋਰ), ਕੈਦੀ, ਜ਼ਹਿਰ ਦੇਣ ਵਾਲਾ, ਵੇਸਵਾ ਦੇ ਪੁੱਤਰ ਦੇ ਘਰ ਦਾ ਅੰਨ ਖਾਣ ਵਾਲਾ, ਸ਼ਰਾਬ ਵੇਚਣ ਵਾਲਾ, ਸਮੁੰਦਰੀ ਸਫਰ ਕਰਨ ਵਾਲਾ, ਸਿਫ਼ਤਾਂ ਜਾਂ ਸੋਹਲੇ ਗਾਣੇ ਵਾਲਾ (ਭੰਡ), ਤੇਲ ਦਾ ਧੰਦਾ ਕਰਨ ਵਾਲਾ (ਤੇਲੀ), ਝੂਠੀ ਗਵਾਹੀ ਦੇਣ ਵਾਲਾ, ਆਦਿ ਨੂੰ ਸ਼ਰਾਧ ਦੀ ਪੂਜਾ ਦਾ ਨਿਉਂਦਾ ਦੇਣ ਦੀ ਮਨਾਹੀ ਹੈ।

(159) ਜੋ ਆਪਣੇ ਪਿਤਾ ਨਾਲ ਝਗੜਾ ਕਲੇਸ਼ ਕਰਕੇ ਉਸਨੂੰ ਕਚਹਿਰੀਆਂ ਵਿੱਚ ਖਰਾਬ ਕਰੇ, ਜੁਆਰੀਆ, ਸ਼ਰਾਬ ਦਾ ਨਸ਼ਾ ਕਰਨ ਵਾਲਾ, ਜੋ ਰੋਗ ਗ੍ਰਸਤ ਹੋਵੇ, ਕਿਸੇ ਜੁਰਮ ਦੀ ਸਜ਼ਾ ਭੁਗਤ ਚੁੱਕਾ ਹੋਵੇ, ਚਾਲ ਚਲਨ ਤੋਂ ਗਿਰਿਆ ਹੋਇਆ, ਪਖੰਡੀ, ਰਸ ਰਸਾਇਣ ਅਰਕ ਅਤੇ ਅਤਰ ਫਲੇਲ ਤਿਆਰ ਕਰਕੇ ਵੇਚਣ ਵਾਲੇ ਨੂੰ ਭੀ ਸ਼ਰਾਧ ਦੀ ਪੂਜਾ ਦਾ ਭੋਜਨ ਨਹੀਂ ਪਰੋਸਣਾ ਚਾਹੀਦਾ।

(160) ਤੀਰ ਕਮਾਨ ਬਨਾਉਣ ਵਾਲੇ ਨਾਲ, ਉਸ ਕੰਨਿਆਂ ਨਾਲ ਵਿਆਹ ਰਚਣ ਵਾਲਾ ਜਿਸਦੀ ਬੜੀ ਭੈਣ ਅਜੇ ਕਵਾਰੀ ਹੋਵੇ ਜਾਂ ਜਿਸਨੇ ਆਪਣੇ ਵੱਡੇ ਭਾਈ ਦੀ ਵਿਧਵਾ ਨਾਲ ਵਿਆਹ ਕੀਤਾ ਹੋਵੇ, ਮਿੱਤਰ ਧਰੋਹੀ, ਜੂਆ ਖੇਲ ਕੇ ਗੁਜ਼ਾਰਾ ਕਰਨ ਵਾਲਾ, ਆਪਣੇ ਪੁੱਤਰ ਨੂੰ ਵੇਦ ਗੁਰੂ (ਅਚਾਰੀਆਂ) ਬਣਾ ਕੇ ਵਿੱਦਿਆ ਲੈਣ ਵਾਲੇ ਨੂੰ ਭੀ ਸ਼ਰਾਧ ਦੀ ਪੂਜਾ ਦਾ ਭੋਜਨ ਨਹੀਂ ਪਰੋਸਣਾ ਚਾਹੀਦਾ।

(161) ਮਿਰਗੀ ਦੇ ਰੋਗੀ, ਗਠੀਏ ਦੇ ਰੋਗੀ, ਕ੍ਰੋੜੀ, ਸੂਹੀਏ, ਮੂਰਖ ਤੇ ਅੰਨ੍ਹੇ, ਵੇਦਾਂ ਦੀ ਨਿੰਦਾ ਕਰਨ ਵਾਲੇ, ਚੁਗਲਖੋਰ ਆਦਿ, ਇਹ ਸਭ ਤਰਾਂ ਦੇ ਲੋਕ ਸ਼ਰਾਧ ਪੂਜਾ ਵਿੱਚ ਸ਼ਾਮਲ ਨਹੀਂ ਹੋਣੇ ਚਾਹੀਦੇ।

(162) ਹਾਥੀ, ਬੈਲ, ਊਠ, ਤੇ ਘੋੜਿਆਂ ਨੂੰ ਸਿਖਲਾਣ ਵਾਲਾ, ਰਾਸ਼ੀ ਨਛੱਤਰ ਨਾਲ ਗਿਣਤੀਆਂ - ਮਿਣਤੀਆਂ ਦੱਸ ਕੇ ਰੁਜ਼ਗਾਰ ਕਮਾਉਣ ਵਾਲਾ, ਪੰਛੀ ਪਾਲਣ ਵਾਲਾ, ਹਥਿਆਰਾਂ ਦੀ ਸਿਖਲਾਈ ਦੇਣ ਵਾਲਾ, ਭੀ ਸ਼ਰਾਧ ਦੀ ਪੂਜਾ ਅਤੇ ਨਿਉਂਦੇ ਦਾ ਹੱਕਦਾਰ ਨਹੀਂ।

(163) ਨਹਿਰਾਂ ਦੇ ਨੱਕੇ ਮੋੜਨ ਵਾਲਾ (ਪਾਣੀ ਦਾ ਵਹਾਉ ਬਦਲਣ ਵਾਲਾ) ਜਾਂ ਆਪਣੀ ਖੁਸ਼ੀ ਲਈ ਦੂਸਰਿਆਂ ਦੇ ਨੱਕੇ ਤੋੜਨ ਵਾਲਾ, ਵਾਸਤੂ ਸ਼ਾਸਤ੍ਰ ਦੀ ਵਿੱਦਿਆ ਵਰਤ ਕੇ ਧੰਨ ਕਮਾਉਣ ਵਾਲਾ, ਡੌਂਡੀ ਪਿੱਟਣ ਵਾਲਾ (ਮਿਆਦੀ ਕਰਨ ਵਾਲਾ), ਰਾਜੇ ਦਾ ਸਹਿਕਾਰੀ ਜਾਂ ਨੌਕਰ (ਪਿਆਦਾ), ਅਤੇ ਪੈਸੇ ਲੈ ਕੇ ਦਰਖਤ ਲਾਉਣ ਵਾਲਾ ਭੀ ਸ਼ਰਾਧ ਦੀ ਪੂਜਾ ਅਤੇ ਨਿਉਂਦੇ ਦਾ ਹੱਕਦਾਰ ਨਹੀਂ।

(164) ਸ਼ਿਕਾਰੀ ਕੁੱਤਿਆਂ ਦੀਆਂ ਨਸਲਾਂ ਪੈਦਾ ਕਰਨ ਵਾਲਾ, ਸ਼ਿਕਾਰੀ ਪੰਛੀ (ਬਾਜ਼ ਆਦਿ) ਨਾਲ ਸ਼ਿਕਾਰ ਕਰਕੇ ਗੁਜ਼ਾਰਾ ਕਰਨ ਵਾਲਾ, ਕੁਆਰੀ ਕੰਨਿਆ ਨੂੰ ਦੂਸ਼ਤ ਕਰਨ ਵਾਲਾ, ਜਿਊਂਦੇ ਜਾਨਵਰਾਂ ਤੇ ਜ਼ੁਲਮ ਕਰਨ ਵਾਲਾ, ਸ਼ੂਦਰਾਂ ਦੀ ਨੌਕਰੀ ਕਰਨ ਵਾਲਾ, ਦੇਵਤਿਆਂ ਦੀ ਸੇਵਾ ਵਿੱਚ ਰਹਿਣ ਵਾਲੇ, ਗਣ, ਗੰਧਰਵਾਂ ਨਮਿੱਤ ਯੱਗ ਕਰਾਣ ਵਾਲਾ, ਇਨ੍ਹਾਂ ਸਭਨਾ ਤੋਂ, ਬ੍ਰਾਹਮਣ ਕਦੇ ਭੀ ਸ਼ਰਾਧ ਦਾ ਭੋਜਨ ਨਾ ਸਵੀਕਾਰੇ।

(165) ਆਚਰਣਹੀਣ, ਨਿਪੁੰਨਸਕ, ਦੂਸਰਿਆਂ ਦੀ ਕਮਾਈ ਤੇ ਪਲਣ ਵਾਲਾ, ਖੇਤੀ ਕਰਕੇ ਜਿਊਣ ਵਾਲਾ, ਮੋਟੇ ਮੁੜੇ ਹੋਏ ਵਿੰਗੇ ਪੈਰਾਂ ਵਾਲਾ, ਅਤੇ ਸਤਿ ਪੁਰਸ਼ਾਂ ਦੀ ਨਿੰਦਾ ਕਰਨੇ ਵਾਲੇ ਮਨੁੱਖਾਂ ਨੂੰ ਸ਼ਰਾਧ ਦਾ ਨਿਉਂਦਾ ਦੇਣ ਦੀ ਮਨਾਹੀ ਹੈ।

(166) ਭੇਡਾਂ ਮੱਝਾਂ ਪਾਲ਼ ਕੇ ਨਿਰਬਾਹ ਕਰਨੇ ਵਾਲਾ, ਛੁੱਟੜ ਜਾਂ ਵਿਧਵਾ ਔਰਤ ਦਾ ਦੂਜਾ ਪਤੀ, ਪੈਸੇ ਲੈ ਕੇ ਮੁਰਦੇ ਢੋਣ ਅਤੇ ਫੂਕਣ ਵਾਲਾ, ਅਤੇ ਔਂਤ ਦਾ ਧੰਨ ਹੜੱਪਣ ਵਾਲੇ ਮਨੁੱਖਾਂ ਨੂੰ ਸ਼ਰਾਧ ਵਰਗੀਆਂ ਪਵਿੱਤਰ ਰਸਮਾਂ ਤੋਂ ਦੂਰ ਰੱਖਣਾ ਚਾਹੀਦਾ ਹੈ।

(167) ਧਰਮ ਦੀ ਮਰਿਯਾਦਾ ਦੀ ਸੂਝ ਰੱਖਣ ਵਾਲੇ ਬ੍ਰਾਹਮਣਾ ਨੂੰ ਚਾਹੀਦਾ ਹੈ ਕਿ, ਭੈੜੇ ਅਚਾਰ-ਵਿਹਾਰ ਵਾਲੇ ਅਤੇ ਸੰਗਤ-ਪੰਗਤਿ ਵਿੱਚੋਂ ਬੇਦਖਲ ਕੀਤੇ ਬ੍ਰਾਹਮਣਾਂ ਨੂੰ, ਦੇਵ ਕ੍ਰਮ ਅਤੇ ਪਿੱਤਰ ਕ੍ਰਮ ਦੀਆਂ ਰਸਮਾਂ ਤੋਂ ਬਾਹਰ ਰੱਖਿਆ ਜਾਵੇ।

(168) ਜਿਸ ਤਰਾਂ ਤੀਲਿਆਂ ਨੂੰ ਲੱਗੀ ਹੋਈ ਅੱਗ ਬਹੁਤਾ ਚਿਰ ਧੁਖ ਨਹੀਂ ਸਕਦੀ ਅਤੇ ਉਸ ਉੱਪਰ ਪਾਈ ਸਮਗਰੀ ਵਿਅਰਥ ਜਾਂਦੀ ਹੈ। ਇਸੇ ਤਰਾਂ ਅਗਿਆਨੀ ਬ੍ਰਾਹਮਣ ਨੂੰ ਦਿੱਤੀ ਹੋਈ ਸ਼ਰਾਧ ਦੀ ਭੇਟਾ ਅਤੇ ਅੰਨ ਭੀ ਅਜਾਂਈ ਜਾਂਦਾ ਹੈ।

ਸ਼ਰਾਧ ਦਾ ਫ਼ਲ –

(169) ਹੁਣ ਮੈਂ (ਭ੍ਰਿਗੂ) ਪੂਰੀ ਤਰਾਂ ਵਖਿਆਨ ਕਰਾਂਗਾ, ਕਿ ਪਿੱਤਰਾਂ ਤੇ ਦੇਵਤਿਆਂ ਲਈ ਪੂਜਾ ਸਮੇਂ, ਪੰਗਤ ਵਿੱਚ ਬੈਠਣਯੋਗ ਬ੍ਰਾਹਮਣ ਅੱਗੇ ਸ਼ਰਾਧ ਦੀ ਦੱਛਣਾ ਅਤੇ ਭੋਜਨ ਭੇਂਟ ਕਰਨ ਵਾਲੇ ਨੂੰ ਮੌਤ ਪਿੱਛੋਂ ਕੀ ਮਿਲਦਾ ਹੈ ਅਤੇ ਜੇ ਉਹੀ ਸ਼ਰਾਧ ਦੀ ਦੱਛਣਾ ਅਤੇ ਭੋਜਨ, ਕਿਸੇ ਦੂਸ਼ਤਿ ਬ੍ਰਾਹਮਣ ਨੂੰ ਭੇਂਟ ਹੋਵੇ, ਤਾਂ ਉਸਦੇ ਬਦਲੇ ਕੀ ਮਿਲਦਾ ਹੈ।

(170) ਜੋ ਬ੍ਰਾਹਮਣ ਵੇਦਾਂ ਦੇ ਗਿਆਨ ਤੋਂ ਸੱਖਣਾ ਹੋਵੇ, ਜਿਸਨੇ ਆਪਣੇ ਅਚਾਰੀਆ ਧਰਮ ਦੇ ਪ੍ਰਣ ਨੂੰ ਪੂਰਾ ਨਾ ਕੀਤਾ ਹੋਵੇ, ਅਤੇ ਜਿਸ ਪੰਗਤ ਵਿੱਚ ਉਸ ਨਾਲ ਬੈਠ ਕੇ ਸ਼ਰਾਧ ਦਾ ਭੋਜਨ ਖਾਣ ਵਾਲੇ ਚੋਰ ਅਤੇ ਘਟੀਆ ਲੋਕ ਹੋਣ, ਐਸੀ ਦੇਵ ਅਤੇ ਪਿੱਤਰ ਪੂਜਾ ਲਈ ਖਾਧਾ ਭੋਜਨ, ਕੇਵਲ ਰਾਕਸ਼ਾਂ ਨੂੰ ਅੱਪੜਦਾ ਹੈ।

(171) ਉਹ ਬ੍ਰਾਹਮਣ, ਜਿਸਨੇ ਆਪਣੇ ਵੱਡੇ ਭਰਾ ਤੋਂ ਪਹਿਲਾਂ ਸ਼ਾਦੀ ਕੀਤੀ ਹੋਵੇ ਅਤੇ ਯੱਗ ਵਿੱਚ ਅਗਨੀਹੋਤਰੀ ਦੀ ਰਸਮ ਨਿਭਾਉਂਦਾ ਹੋਵੇ, ਉਸਨੂੰ **ਪਰਿਵੇਤਾ** ਕਹਿੰਦੇ ਹਨ ਅਤੇ ਬੜੇ ਭਾਈ ਨੂੰ, **ਪਰਿਵਿਤੀ** ਕਹਿੰਦੇ ਹਨ।

(172) ਜੇ ਬੜੇ ਭਰਾ ਦੀ ਸ਼ਾਦੀ ਛੋਟੇ ਤੋਂ ਬਾਅਦ ਹੋਵੇ, ਤਾਂ ਦੋਵੇਂ ਭਰਾ, ਛੋਟੇ ਦੀ ਪਤਨੀ, ਕੰਨਿਆਂ ਦਾਨ ਕਰਨੇ ਵਾਲਾ ਅਤੇ ਵਿਆਹ ਦੀ ਰਸਮ ਕਰਨੇ ਵਾਲੇ ਪੰਡਤ ਸਮੇਤ, ਪੰਜੇ ਨਰਕ ਦੇ ਭਾਗੀ ਬਣਦੇ ਹਨ। (ਵੇਦ ਰੀਤ ਮੁਤਾਬਿਕ ਛੋਟੇ ਭਰਾ ਦੀ ਸ਼ਾਦੀ ਵੱਡੇ ਤੋਂ ਪਹਿਲਾਂ ਨਹੀਂ ਹੋਣੀ ਚਾਹੀਦੀ)

(173) ਜੋ ਆਪਣੇ ਭਾਈ ਦੀ ਮੌਤ ਤੋਂ ਬਾਅਦ, ਉਸਦੀ ਪਤਨੀ ਨਾਲ ਧ੍ਰਮਪੂਰਵਕ ਨਿਯੋਗ ਕਰਕੇ (ਪ੍ਰਵਾਨਿਤ ਰਿਸ਼ਤਾ ਬਣਾ ਕੇ) ਦੋਹਾਂ ਦੀ ਆਪਣੀ ਮਰਜ਼ੀ ਨਾਲ ਉਲਾਦ ਪੈਦਾ ਕਰੇ, ਉਸ ਰਿਸ਼ਤੇ ਨੂੰ ਵੇਦ ਰੀਤੀ ਮੁਤਾਬਿਕ ਦਿਧਿਸ਼ੂਪਤੀ (**दिधिषूपति**-ਭੈਣ ਦੇ ਘਰ ਵਾਲਾ) ਸਮਝਿਆ ਜਾਂਦਾ ਹੈ।

ਨੋਟ:– *ਹਿੰਦੂ ਧਰਮ ਵਿੱਚ, ਜੇ ਪਤੀ ਮਰ ਗਿਆ ਹੋਵੇ ਜਾਂ ਨਿਪੁੰਨਸਿਕ ਹੋਵੇ, ਤਾਂ ਔਰਤ ਆਪਣੀ ਕੁਲ ਨੂੰ ਅੱਗੇ ਤੋਰਨ ਲਈ, ਆਪਣੀ ਇੱਛਾ ਮੁਤਾਬਿਕ ਆਪਣੇ ਦੇਵਰ-ਜੇਠ ਨਾਲ ਜਾਂ ਰਿਸ਼ਤੇ ਵਿੱਚੋਂ ਉਸੇ ਗੋਤਰ ਦੇ ਮਨੁੱਖ ਨਾਲ ਪਿਆਰ ਸਬੰਧ ਬਣਾ ਕੇ ਉਲਾਦ ਪੈਦਾ ਕਰ ਸਕਦੀ ਹੈ। ਇਸਨੂੰ ਨਿਯੋਗ ਪ੍ਰਥਾ ਕਿਹਾ ਗਿਆ ਹੈ। ਸੂਰਜ ਵੰਸ਼ ਅਤੇ ਚੰਦਰ ਵੰਸ਼ ਬਾਰੇ ਭੀ ਇੱਕ ਐਸੀ ਗਾਥਾ ਪ੍ਰਚੱਲਤ ਹੈ।ਇਸੇ ਵਿਧੀ ਨਾਲ ਮਹਾਂਭਾਰਤ ਵਿੱਚ ਵੇਦ ਵਿਆਸ ਦੇ ਨਿਯੋਗ ਨਾਲ, ਅੰਬਿਕਾ ਅਤੇ ਅਮਬਾਲਿਕਾ*

ਦੀ ਕੁੱਖੋਂ ਧਿਰਤਰਾਸ਼ਟਰ ਅਤੇ ਪਾਂਡੂ ਦਾ ਜਨਮ ਹੋਇਆ। ਅੱਗੇ ਧਿਰਤਰਾਸ਼ਟਰ ਦੇ ਪੁੱਤਰ ਕੌਰਵ ਕਹਾਏ ਅਤੇ ਪਾਂਡੂ ਦੇ ਪੁੱਤਰ ਪਾਂਡਵ ਕਹਾਏ। ਇਸਦਾ ਵਿਸਥਾਰ ਅਗਲੇ ਸਲੋਕਾਂ ਵਿੱਚ ਆਵੇਗਾ।

(174) ਪਤੀ ਦੇ ਸੰਗ ਤੋਂ ਬਿਨਾਂ, ਔਰਤ ਦੇ ਕਿਸੇ ਯਾਰ ਤੋਂ ਪੈਦਾ ਹੋਏ ਲੜਕੇ ਦੇ ਦੋ ਨਾਮ ਹਨ। ਜੋ ਪਤੀ ਦੇ ਜੀਵਤ ਹੁੰਦਿਆਂ ਜਨਮੇ ਤਾਂ ਉਸਨੂੰ 'ਕੁੰਡ ਪੁੱਤਰ ਕਿਹਾ ਜਾਂਦਾ ਹੈ। ਜੋ ਪਤੀ ਦੀ ਮੌਤ ਤੋਂ ਬਾਅਦ ਹੋਵੇ ਉਸਨੂੰ 'ਗੋਲਕ ਪੁੱਤਰ' ਕਹਿੰਦੇ ਹਨ।

(175) ਪ੍ਰਾਈ ਇਸਤ੍ਰੀ ਦੇ ਸੰਗ ਤੋਂ ਪੈਦਾ ਹੋਣ ਵਾਲੇ ਇਨ੍ਹਾਂ ਦੋਵੇਂ ਪਰਾਣੀਆਂ ਦੇ ਹੱਥੋਂ, ਸ਼ਰਾਧ ਦੀ ਪੂਜਾ ਸਮੇਂ ਦਿੱਤੀ ਗਈ ਦੱਛਣਾ ਲੈਣ ਵਾਲੇ ਦਾ, ਲੋਕ ਅਤੇ ਪ੍ਰਲੋਕ ਦੋਵੇਂ ਨਸ਼ਟ ਹੋ ਜਾਂਦੇ ਹਨ।

(176) ਸ਼ਰਾਧ ਸਮੇਂ, ਪੰਗਤ ਤੋਂ ਬਾਹਰ ਬੈਠੇ ਜਿਤਨੇ ਅਣਬੁਲਾਏ ਲੋਕਾਂ ਦੀ ਨਿਗ੍ਹਾ, ਸੱਦੇ ਹੋਏ ਪਤਵੰਤੇ ਬ੍ਰਾਹਮਣਾਂ (ਪੰਕਤੀਯ) ਦੇ ਭੋਜਨ ਉੱਪਰ ਪੈਂਦੀ ਹੈ, ਸ਼ਰਾਧ ਕਰਵਾਉਣ ਵਾਲੇ ਨੂੰ ਉਤਨੇ ਹੀ ਬ੍ਰਾਹਮਣਾਂ ਨੂੰ ਭੋਜਨ ਪ੍ਰੋਸਣ ਦਾ ਫ਼ਲ ਨਹੀਂ ਮਿਲਦਾ। ਇਸ ਲਈ ਪੰਗਤ ਤੋਂ ਬਾਹਰ ਬੈਠੇ ਕਿਸੇ ਵਿਅਕਤੀ ਦੀ ਨਿਗ੍ਹਾ, ਸ਼ਰਾਧ ਦੇ ਭੋਜਨ ਉੱਪਰ ਨਹੀਂ ਪੈਣੀ ਚਾਹੀਦੀ।

ਨੋਟ:- *ਪੰਕਤੀਯ ਬ੍ਰਾਹਮਣ- ਉਹ ਬ੍ਰਾਹਮਣ ਜੋ ਕਤਾਰ (ਪੰਗਤ) ਵਿੱਚ ਬੈਠ ਕੇ ਸ਼ਰਾਧ ਜਾਂ ਦੇਵ ਕਰਮ ਦੀ ਪੂਜਾ ਸਮੇਂ ਭੋਜਨ ਖਾਣ ਦੇ ਯੋਗ ਹੋਵੇ।*

(177) ਜੇ ਸ਼ਰਾਧ ਸਮੇਂ ਬਾਹਰ ਕੋਈ ਨੇਤਰਹੀਣ ਆ ਟਪਕੇ ਤਾਂ ਜਜਮਾਨ ਦਾ ਨੱਬੇ ਬ੍ਰਾਹਮਣਾਂ ਨੂੰ ਭੋਜਨ ਛਕਾਉਣ ਦਾ ਫਲ ਨਾਸ਼ ਹੋ ਜਾਂਦਾ ਹੈ। ਇੱਕ ਅੱਖੋਂ ਕਾਣਾ ਦਿਸ ਪਵੇ ਤਾਂ ਸੱਠਾਂ ਦਾ ਫ਼ਲ, ਕੋੜ੍ਹੀ ਆ ਜਾਵੇ ਤਾਂ ਸੌ ਦਾ ਫ਼ਲ, ਭਿਆਨਕ ਰੋਗ ਗ੍ਰਸਤ ਮਨੁੱਖ ਆ ਜਾਵੇ ਤਾਂ ਹਜ਼ਾਰ ਬ੍ਰਾਹਮਣ ਨੂੰ ਭੋਜਨ ਛਕਾਉਣ ਦਾ ਫ਼ਲ ਨਸ਼ਟ ਹੋ ਜਾਂਦਾ ਹੈ। ਇਸ ਲਈ ਇਨ੍ਹਾਂ ਵਿੱਚੋਂ ਕਿਸੇ ਦੀ ਭੀ ਸ਼ਰਾਧ ਦੇ ਭੋਜਨ ਅਤੇ ਬ੍ਰਾਹਮਣ ਉੱਪਰ ਨਜ਼ਰ ਨਹੀਂ ਪੈਣੀ ਚਾਹੀਦੀ।

(178) ਸ਼ੂਦਰਾਂ ਨੂੰ ਯੱਗ ਵਿੱਚ ਸੱਦ ਕੇ ਭੋਜਨ ਕਰਨ ਵਾਲਾ, ਜਿਤਨੇ ਬ੍ਰਾਹਮਣਾਂ ਨੂੰ ਆਪਣੇ ਹੱਥਾਂ ਨਾਲ ਸਪ੍ਰਸ਼ ਕਰਦਾ ਹੈ ਭਾਵ ਜਿਤਨੇ ਬ੍ਰਾਹਮਣਾਂ ਨੂੰ ਪੰਗਤ ਵਿੱਚ ਬੈਠ ਕੇ ਭੋਜਨ ਕਰਾਉਂਦਾ ਹੈ, ਉਸਦੇ ਉਤਨੇ ਹੀ ਪਿੱਤਰਾਂ ਨੂੰ ਉਸਦੇ ਕੀਤੇ ਸ਼ਰਾਧ ਦਾ ਕੋਈ ਫਲ ਨਹੀਂ ਮਿਲਦਾ।

(179) ਵੇਦ ਪੜ੍ਹਨੇ ਵਾਲਾ ਬ੍ਰਾਹਮਣ, ਜੇ ਲਾਲਚ ਵੱਸ ਹੋ ਕੇ, ਸ਼ੂਦਰ ਵਲੋਂ ਮਿਲੀ ਦੱਛਣਾ ਪ੍ਰਵਾਨ ਕਰਦਾ ਹੈ, ਉਸ ਦੀ ਹਸਤੀ ਇਸ ਤਰਾਂ ਮਿਟ ਜਾਂਦੀ ਹੈ ਜਿਵੇਂ ਪਾਣੀ ਵਿੱਚ ਸੁੱਟਿਆ ਕੱਚਾ ਘੜਾ।

(180) ਸੋਮਰਸ ਵੇਚਣ ਵਾਲੇ ਬ੍ਰਾਹਮਣ ਨੂੰ ਦਿੱਤਾ ਸ਼ਰਾਧ ਦਾ ਦਾਨ-ਪੁੰਨ ਗੰਦਗੀ ਦੇ ਢੇਰ ਉੱਪਰ ਸੁੱਟਣ ਦੇ ਬ੍ਰਾਬਰ ਜਾਣੋ। ਵੈਦਗੀ ਕਰਨ ਵਾਲੇ(ਚਕਿਤਸਕ) ਨੂੰ ਦਿੱਤਾ ਨਿਉਂਦਾ ਇਸ ਤਰਾਂ ਹੈ ਜਿਵੇਂ ਪੀਪ ਅਤੇ ਖ਼ੂਨ। ਮੰਦਰ (ਠਾਕਰ ਦੁਆਰਾ) ਦੀ ਪੂਜਾ ਦਾ ਧੰਨ ਖਾਣ ਵਾਲੇ ਪੁਜਾਰੀ ਨੂੰ ਦਿੱਤਾ ਨਿਉਂਦਾ ਇਸ ਤਰਾਂ ਹੈ ਜਿਵੇਂ ਗੁਆਚਿਆ ਧੰਨ, ਅਤੇ ਵਿਆਜਖੋਰ (ਸੇਠ) ਨੂੰ ਦਿੱਤੇ ਨਿਉਂਦੇ ਦਾ ਕੋਈ ਫ਼ਲ ਨਹੀਂ ਹੈ।

ਟਿੱਪਣੀ:- *ਸੋਮਰਸ-(ਵੇਦਾਂ, ਪੁਰਾਣਾਂ ਵਿੱਚ ਦਰਸਾਇਆ ਇੱਕ ਕਥਿਤ ਰਸ) ਜਿਸਦਾ ਵਿਸਥਾਰ ਰਿੱਗ ਵੇਦ ਦੇ ਨੌਵੇਂ ਮੰਡਲ (ਹਵਾਲਾ-ਅੰਗਰੇਜੀ ਅਨੁਵਾਦ-by Ralph T.H Griffith) ਵਿੱਚ ਲਿਖਿਆ ਦੱਸਿਆ ਜਾਂਦਾ ਹੈ। ਕਈ ਇਸਨੂੰ ਇੰਦਰ ਵਰਦਾਨ (ਇੰਦਰ-ਝਰਨਾ) ਭੀ ਕਹਿੰਦੇ ਹਨ। ਆਮ ਦੰਦ ਕਥਾ ਹੈ ਕਿ ਇੰਦਰ ਦੇਵਤਾ, ਇਸੇ ਰਸ ਦੇ ਨਸ਼ੇ ਦੀ ਲੋਰ ਵਿੱਚ ਆਪਣੇ ਲੋਕ ਦੀਆਂ ਸੁੰਦਰ ਅਪੱਛਰਾਂ ਨਾਲ ਸੰਭੋਗ ਕਰਦਾ ਸੀ। ਭਾਵੇਂ ਇਸਦੇ ਬਨਾਉਣ ਜਾਂ ਹੋਣ ਦੀ ਕੋਈ ਸਥੂਲ ਜਾਣਕਾਰੀ ਅੱਜ ਉਪਲੱਬਤ ਨਹੀਂ ਹੈ ਅਤੇ ਨਾ ਹੀ ਕੋਈ ਦਾਅਵਾ ਕੀਤਾ ਜਾ ਸਕਦਾ ਹੈ। ਇਰਾਨ ਵਿੱਚ ਅੱਜ ਭੀ 'ਹੋਮ' (Haoma) ਨਾਮ ਦੀ ਵੇਲ ਮਿਲਦੀ ਹੈ ਜਿਸ ਦੇ ਦੁੱਧ ਵਰਗੇ ਰਸ ਅਤੇ ਡਸਾਂ ਨੂੰ ਉਬਾਲ ਕੇ ਨਸ਼ੇ ਵਜੋਂ ਪੀਤਾ ਜਾਂਦਾ ਹੈ ਅਤੇ ਇੰਡੋ-ਆਰੀਆ ਅਤੇ ਪਰਸ਼ੀਆ ਲੋਕਾਂ ਦੇ ਇਤਹਾਸ ਦੇ ਖੋਜੀ ਮੰਨਦੇ ਹਨ ਕਿ*

ਇਹੀ ਪੌਦਾ (ਅੱਕ ਦੀ ਵੇਲ ਵਰਗੀ ਕਿਸਮ-ਸੋਮਲਤਾ) ਹੈ ਜਿਸਦੀਆਂ ਡਸਾਂ ਦੇ ਅਰਕ ਨੂੰ ਨਸ਼ੇ ਵਜੋਂ ਵਰਤਣ ਦਾ ਜ਼ਿਕਰ ਪੁਰਾਤਨ ਲਿਖਤਾਂ (ਜ਼ੋਰਾਸਟਰ ਦੀ ਕਥਾ, The legend of Zoroaster's conception) ਵਿੱਚ ਆਉਂਦਾ ਹੈ। ਭਾਵੇਂ ਇਸ ਨਾਲ ਜੁੜੀਆਂ ਹੋਰ ਭੀ ਬੇਸ਼ੁਮਾਰ ਦੰਦ ਕਥਾਵਾਂ ਹਨ, ਪਰ ਉਹ ਇਸ ਗ੍ਰੰਥ ਦਾ ਵਿਸ਼ਾ ਨਹੀਂ ਹਨ। ਯੋਗੀਆਂ ਸਨਿਆਸੀਆਂ ਨੇ ਵੀ ਇਸਨੂੰ ਬਨਾਉਣ ਦੀਆਂ ਅਨੇਕ ਵਿਧੀਆਂ ਲਿਖੀਆਂ ਹਨ।

(181) ਵਣਜ ਜਾਂ ਸੁਦਾਗਰੀ ਕਰਕੇ ਨਿਰਬਾਹ ਕਰਨ ਵਾਲੇ ਬ੍ਰਾਹਮਣ ਨੂੰ ਦਿੱਤਾ ਹੋਇਆ ਸ਼ਰਾਧ ਦਾ ਦਾਨ ਅਤੇ ਨਿਉਂਦਾ, ਦੋਹਾਂ ਲੋਕਾਂ ਵਿੱਚ ਨਿਹਫਲ ਜਾਂਦਾ ਹੈ। ਇਸੇ ਤਰਾਂ, ਦੂਸਰਾ ਵਿਆਹ ਕਰਨੇ ਵਾਲੀ ਇਸਤ੍ਰੀ ਤੋਂ ਜਨਮੇ ਬ੍ਰਾਹਮਣ ਦੇ ਲੜਕੇ (ਦੁਹਾਗਣ ਦਾ ਪੁੱਤ) ਨੂੰ ਦਿੱਤਾ ਸ਼ਰਾਧ ਦਾ ਭੋਜਨ, ਪੂਜਾ ਦੀ **ਸਮਗ੍ਰੀ ਨੂੰ ਸੁਆਹ (ਬੁਝੀ ਹੋਈ ਅੱਗ) ਵਿੱਚ ਸੁੱਟਣ ਦੇ ਬਰਾਬਰ ਹੈ।**

(182) ਸਤਿ ਪੁਰਸ਼ਾਂ ਦਾ ਕਹਿਣਾ ਹੈ ਕਿ ਜਿਹੜਾ ਸ਼ਰਾਧ ਦਾ ਭੋਜਨ, ਵੇਦਸ਼ (ਵੇਦ ਗਿਆਤਾ) ਬ੍ਰਾਹਮਣ ਤੋਂ ਪਹਿਲਾਂ, ਅਪਵਿੱਤਰ, ਨੀਚ, ਦੂਸ਼ਤ ਅਤੇ ਅਯੋਗ (ਅਸਵਿਕਾਰਿਕ) ਲੋਕਾਂ ਨੂੰ ਅਰਪਿਤ ਕੀਤਾ ਜਾਂਦਾ ਹੈ, ਉਨ੍ਹਾਂ ਨੂੰ ਦਾਨ ਕਰਨ ਵਾਲਾ ਜਜਮਾਨ, ਅਗਲੇ ਜਨਮ ਜਨਮਾਂਤ੍ਰਾਂ ਵਿਚ ਜਾਨਵਰਾਂ ਦੇ ਖਾਣ ਵਾਸਤੇ, ਚਰਬੀ (ਮੁਮਆਈ), ਖ਼ੂਨ, ਹੱਡ ਤੇ ਮਾਸ ਬਣਦਾ ਹੈ।

ਸ਼ਰਾਧ ਦੀ ਸੰਗਤ ਤੇ ਪੰਗਤ ਨੂੰ ਕਿਵੇਂ ਪਵਿੱਤਰ ਰੱਖੀਏ-

(183) ਹੁਣ ਵਿਸਥਾਰ ਨਾਲ ਸੁਣੋਂ ਕਿ, ਜੇ ਸ਼ੂਦਰ ਅਤੇ ਦੂਸ਼ਤ ਲੋਕਾਂ ਦੇ ਪੰਗਤ ਵਿੱਚ ਆ ਬੈਠਣ ਨਾਲ, ਸ਼ਰਾਧ ਦੀ ਪਵਿੱਤਰਤਾ ਭੰਗ ਹੋ ਜਾਵੇ, ਤਾਂ ਕਿਨ੍ਹਾਂ ਉੱਤਮ ਸ੍ਰੇਣੀ ਦੇ ਦਵਿੱਜਾਂ ਦੀ ਪੰਗਤ ਨਾਲ ਸ਼ਰਾਧ ਦੇ ਯੱਗ ਦੀ ਅਪਵਿੱਤ੍ਰਤਾ ਦੂਰ ਹੋ ਸਕਦੀ ਹੈ, ਉਨ੍ਹਾਂ ਬਾਰੇ ਪੂਰਣ ਰੂਪ ਵਿੱਚ ਅੱਗੇ ਜਾਣੋ।

(184) ਉਹ ਮਨੁੱਖ ਜੋ ਚਾਰੇ ਵੇਦਾਂ ਅਤੇ ਉਨ੍ਹਾਂ ਦੇ ਸਾਰੇ ਅੰਗਾਂ ਦਾ ਗਿਆਨ ਰੱਖਦੇ ਹੋਣ, ਉਨ੍ਹਾਂ ਵਿਚ ਆਏ ਪ੍ਰਵਚਨਾ ਦਾ ਵਖਿਆਨ ਕਰ ਸਕਦੇ ਹੋਣ ਅਤੇ ਵੇਦ ਪਾਠੀਆਂ (ਸਰੋਤ੍ਰੀਏ) ਦੇ ਘਰਾਣੇ ਵਿੱਚੋਂ ਹੋਣ। ਵੇਦਾਂ ਦਾ ਸਤਿਕਾਰ ਅਤੇ ਪੜ੍ਹਨ ਦੀ ਪ੍ਰੰਮਪਰਾ ਨੂੰ ਜਾਣਦੇ ਹੋਣ। ਐਸੇ ਲੋਕਾਂ ਦੀ ਸੰਗਤ ਨਾਲ ਹੀ ਸ਼ਰਾਧ ਨੂੰ ਪਵਿੱਤਰ ਮੰਨਿਆ ਜਾਂਦਾ ਹੈ।

(185) ਹੇਠਾਂ ਦੱਸੇ ਛੇ ਗੁਣਾ ਦੇ ਧਾਰਨੀ ਦਵਿੱਜਾਂ ਦੀ ਸੰਗਤ ਪਵਿੱਤਰ ਗਿਣੀ ਗਈ ਹੈ, ਜੋ ਇਸ ਤਰਾਂ ਹਨ-

(ੳ) **ਤ੍ਰਿਣਚਿਕੇਤ** (**त्रिणाचिकेत,** ਅਧਵਰਯੂ)-ਯਜੁਰ ਵੇਦ ਦੇ ਪੜ੍ਹਨੇ ਵਾਲਾ ਬ੍ਰਾਹਮਣ, ਜੋ ਆਪ ਉਸ ਵਿੱਚ ਦੱਸੇ ਮੰਤ੍ਰਾਂ ਦੀ ਅਤੇ ਨਿਯਮਾਂ ਦਾ ਪਾਲਣ ਕਰਦਾ ਹੋਵੇ।

(ਅ) **ਅਗਨੀਹੋਤ੍ਰੀ** - ਜੋ ਪੰਜੇ ਅਗਨੀਆਂ (ਪੰਚਾਗਨੀ) ਧੁਖਦੀਆਂ ਰੱਖਣ ਦੀ ਮਰਿਯਾਦਾ ਵਿੱਚ ਪੱਕਾ ਹੋਵੇ।

(ੲ) **ਤ੍ਰਿਸੁਪਣ (त्रिसुपर्ण)**- ਰਿੱਗ ਵੇਦ ਦਾ ਪਾਠੀ। ਖਾਸ ਕਰਕੇ ਰਿੱਗ ਵੇਦ ਦੇ ਛੇ ਅੰਗਾਂ ਦੇ ਗਿਆਨ ਵਿੱਚ ਪ੍ਰਪੱਕ ਅਤੇ ਸਿਖਿਆ ਦੇਣ ਵਾਲਾ ਬ੍ਰਾਹਮਣ।

(ਸ) **ਵੇਦਾਂਤੀਆ**- ਵੇਦਾਂ ਦੀ ਵਿਆਕਰਣ ਦਾ ਵਿਦਵਾਨ ਅਤੇ ਨਿਯਮਾਂ ਦਾ ਪੱਕਾ ਬ੍ਰਾਹਮਣ।

(ਹ) **ਬ੍ਰਹਮਚਾਰੀ ਸੰਤਾਨ** (**ब्रह्मदेयात्मक सन्तान**)- ਬ੍ਰਹਮ ਰੀਤੀ ਮੁਤਾਬਿਕ ਵਿਆਹੀ ਹੋਈ ਔਰਤ ਦਾ ਕਵਾਰਾ ਪੁੱਤਰ ।

(ਕ) **ਸਰੋਤ੍ਰੀਆ**- ਸਿਆਮਵੇਦ ਦੇ ਅਰਨਾਇਕ ਉਪਨਸ਼ਿਦਾਂ (**आरण्यक उपनिषदों**) ਵਿੱਚੋਂ ਉਸ ਭਾਗ ਦੇ ਸਲੋਕਾਂ ਨੂੰ ਗਾਉਣ ਵਾਲੇ, ਜਿਸ ਵਿੱਚ ਬ੍ਰਹਮੰਡ ਦੀ ਉਤਪਤੀ ਦਾ ਵਿਸਥਾਰ ਵਰਨਣ ਹੈ।

(186) ਉਹ ਮਨੁੱਖ, ਜਿਨ੍ਹਾਂ ਦੀ ਸੰਗਤ, ਦਵਿੱਜ ਲਈ ਸਭ ਤੋਂ ਪਵਿੱਤਰ ਦੱਸੀ ਗਈ ਹੈ- (ੳ) ਵੇਦਾਂ ਦੇ ਗਿਆਤਾ ਅਤੇ ਉਨ੍ਹਾਂ ਦਾ ਵਖਿਆਨ ਕਰਨ ਵਾਲਾ ਬ੍ਰਾਹਮਣ (**वेदवक्ता**), (ਅ) ਬ੍ਰਹਮਚਾਰੀ।

(ੲ) ਹਜ਼ਾਰ ਗਊਆਂ ਦਾ ਦਾਨੀ। (ਸ) ਸੌ ਸਾਲ ਤੋਂ ਵੱਧ ਦੀ ਉਮਰ ਵਾਲੇ ਮਨੁੱਖ। ਇਹ ਸਾਰੇ ਪੁਰਸ਼ ਪੂਜਣਯੋਗ ਬ੍ਰਾਹਮਣਾਂ ਦੇ ਸਮਾਨ ਹਨ।

(187) ਚੰਗਾ ਇਹੋ ਹੈ ਕਿ ਸ਼ਰਾਧ ਵਾਲੇ ਦਿਨ ਜਾਂ ਉਸਤੋਂ ਇੱਕ ਦਿਨ ਪਹਿਲਾਂ, ਬੜੇ ਸਤਿਕਾਰ ਨਾਲ ਉੱਪਰ ਦੱਸੇ ਸ਼ੁੱਭ ਗੁਣਾਂ ਵਾਲੇ ਤਿੰਨ ਗੁਣਵਾਨ ਬ੍ਰਾਹਮਣਾਂ ਨੂੰ ਸ਼ਰਾਧ ਦੇ ਭੋਜਨ ਲਈ ਸੱਦਾ ਪੱਤਰ ਦਿੱਤਾ ਜਾਵੇ।

(188) ਆਦਰ ਸਹਿਤ ਸੱਦੇ ਹੋਏ ਬ੍ਰਾਹਮਣ, ਸ਼ਰਾਧ ਦੇ ਸਮਾਗਮ ਵਾਲੇ ਦਿਨ, ਆਪਣੀ ਧਰਮ ਮਰਿਯਾਦਾ ਵਿੱਚ ਰਹਿਣ ਇਸਤਰੀ ਭੋਗ ਨਾ ਕਰਨ ਤੇ ਉਸ ਦਿੰਨ ਵੇਦਾਂ ਦੀ ਸਿੱਖਿਆ ਬਾਰੇ ਕੋਈ ਵਿਖਿਆਨ ਨਾ ਕਰਨ। ਸ਼ਰਾਧ ਦੀ ਕਿਰਿਆ ਨਿਭਾਉਣ ਵਾਲੇ ਪੰਡਤ ਲਈ ਭੀ ਇਹੋ ਵਿਧਾਨ ਹੈ। ਕਿਉਂਕਿ--

(189) ਉਸ ਦਿਨ ਸ਼ਰਾਧ ਕਰਵਾਉਣ ਵਾਲੇ ਦੇ ਪਿੱਤਰਾਂ ਦੀਆਂ ਰੂਹਾਂ, ਸੱਦੇ ਹੋਏ ਬ੍ਰਾਹਮਣਾਂ ਵਿੱਚ ਪ੍ਰਵੇਸ਼ ਕਰਕੇ, ਅਦਿੱਖ ਰੂਪ ਵਿੱਚ ਉਨ੍ਹਾਂ ਦੇ ਅੰਗ ਸੰਗ ਵਿਚਰ ਰਹੀਆਂ ਹੁੰਦੀਆਂ ਹਨ।

(190) ਪਿੱਤਰਾਂ ਜਾਂ ਦੇਵਤਿਆਂ ਦੇ ਨਮਿੱਤ ਸ਼ਰਾਧ ਦੀ ਪੂਜਾ ਵਾਸਤੇ, ਭੋਜਨ ਲਈ ਦਿੱਤੇ ਸੱਦੇ ਨੂੰ ਪ੍ਰਵਾਨ ਕਰਨ ਤੋਂ ਬਾਅਦ ਜੋ ਬ੍ਰਾਹਮਣ ਮੁੱਕਰ ਜਾਵੇ, ਉਸਨੂੰ ਅਗਲੇ ਜਨਮ ਵਿੱਚ ਸੂਅਰ ਦੀ ਜੂਨ ਮਿਲਦੀ ਹੈ।

(191) ਜੇ ਸ਼ਰਾਧ ਦੇ ਸੱਦੇ ਤੇ ਆਇਆ ਬ੍ਰਾਹਮਣ, ਉਸ ਘਰ ਵਿੱਚ ਕੰਮ ਕਰਨ ਆਈ ਕਿਸੇ ਸ਼ੂਦਰ ਇਸਤ੍ਰੀ ਤੇ ਅੱਖ ਰੱਖੇ ਜਾਂ ਉਸ ਨਾਲ ਕਾਮ ਕ੍ਰੀੜਾ ਕਰੇ ਤਾਂ ਉਹ ਸ਼ਰਾਧ ਕਰਵਾਉਣ ਵਾਲੇ ਦੇ ਕੀਤੇ ਸਾਰੇ ਪਾਪਾਂ ਦਾ ਭਾਗੀ ਆਪ ਬਣ ਜਾਂਦਾ ਹੈ।

(192) 'ਪਿੱਤਰ', ਉਹ ਪੁਰਾਣੀਆਂ ਰੂਹਾਂ ਹਨ, ਜੋ ਕ੍ਰੋਧ ਤੇ ਵੈਰ ਵਿਰੋਧ ਰਹਿਤ, ਪਵਿੱਤਰਾ ਬਾਰੇ ਸੁਚੇਤ, ਅਜ਼ਾਦ, ਸਦਾ ਬ੍ਰਹਮਚਾਰੀ, ਕਿਸੇ ਝਗੜੇ ਤੋਂ ਰਹਿਤ, ਅਤੇ ਮਹਾਨ ਗੁਣਾਂ ਨਾਲ ਨਿਵਾਜੀਆਂ ਹੁੰਦੀਆਂ ਹਨ ।

ਇਸ ਲਈ ਭੋਜਨ ਕਰਨ ਵਾਲੇ ਨੂੰ ਆਪਣੇ ਅਚਾਰ, ਵਿਵਹਾਰ ਦਾ ਧਿਆਨ ਰੱਖਣਾ ਚਾਹੀਦਾ ਹੈ।

(193) 'ਇਸ ਲਈ ਸੁਣੋ! ਕਿ ਪਿੱਤਰ ਪੂਜਾ ਕਰਨ ਕਰਵਾਉਣ ਵਾਲਿਆਂ ਨੂੰ ਪਤਾ ਹੋਣਾ ਜ਼ਰੂਰੀ ਹੈ ਕਿ ਇਨ੍ਹਾਂ ਪਿੱਤਰਾਂ ਦੀ ਉਤਪਤੀ ਕਿਵੇਂ ਹੋਈ ਅਤੇ ਕਿਨ੍ਹਾਂ ਨਿਯਮਾਂ ਕਰਕੇ ਇਹ ਸਭ ਸ਼ਰੇਣੀਆਂ ਲਈ ਪੂਜਣਯੋਜ ਹਨ, ਤੇ ਉਨ੍ਹਾਂ ਦੇ ਵਰਣ ਨਿਯਮਾਂ ਦਾ ਧਿਆਨ ਰੱਖਿਆ ਜਾਵੇ।

ਪਿੱਤਰਾਂ ਦਾ ਪਿਛੋਕੜ ਅਤੇ ਵੱਖ ਵੱਖ ਸ਼੍ਰੇਣੀਆਂ

(194) ਹਿਰਣਯਗਰਭ (ਸੋਨ ਅੰਡੇ) ਵਿੱਚੋਂ ਤੋਂ ਪੈਦਾ ਹੋਏ ਬ੍ਰਹਮਾ ਦੀ ਉਲਾਦ 'ਸੁਯੰਭਵ ਮਨੂੰ' ਦੇ ਪੁੱਤਰ, ਮਹਾਂ ਰਿਸ਼ੀ 'ਮਾਰੀਚੀ' ਅਤੇ ਹੋਰ ਰਿਸ਼ੀ ਪੁੱਤਰ ਪੈਦਾ ਹੋਏ। ਉਨ੍ਹਾਂ ਸਭ ਰਿਸ਼ੀਆਂ ਦੇ ਪੁੱਤਰਾਂ ਨੂੰ ਸੰਸਾਰ ਦੇ ਮੁੱਖ 'ਪਿੱਤਰ' ਕਿਹਾ ਗਿਆ ਹੈ, ਜਿਵੇਂ-

(ੳ) ਅਗਨੀਸ਼ਵਾਤ ਪਿੱਤਰ (ਬ੍ਰਹਮਾ ਦੇ ਪੁੱਤਰ 'ਮਾਰੀਚੀ' ਦੀ ਉਲਾਦ), ਜੋ ਦੇਵਤਿਆਂ ਦੇ ਪਿੱਤਰ ਪੁਰਸ਼ਾਂ ਦੀ ਇੱਕ ਸ਼ਰੇਣੀ ਹੈ। ਇਨ੍ਹਾਂ ਦਾ ਵਾਸਾ ਸ਼ੋਮ ਲੋਕ ਵਿੱਚ ਹੈ।

(**ਅ) ਬ੍ਰਹਿਸ਼ਦ ਪਿੱਤਰ**-ਬ੍ਰਹਮਾ ਦੇ ਪੁੱਤਰ ਮਹਾਂਰਿਸ਼ੀ 'ਅਤਰੀ' ਦੀ ਉਲਾਦ, ਜੋ ਦੈਂਤ, ਦਾਨਵ, ਯਸ਼ ਗੰਧਰਵ, ਸਰਪ ਰਾਕਸ਼, ਸੁਪ੍ਰਣ ਅਤੇ ਕਿੰਨਰਾਂ ਦੇ ਪਿੱਤਰ ਗਿਣੇ ਜਾਂਦੇ ਹਨ।ਇਹ ਸਵ੍ਰਗ ਵਿੱਚ ਸਥਿੱਤ ਵਿਭਰਾਜ ਲੋਕ ਵਿੱਚ ਵਸਦੇ ਹਨ।

(ੲ) ਸੋਮਸਦ ਪਿੱਤਰ- ਮਨੂੰ ਦੇ ਪੁੱਤਰ ਮਹਾਂਰਿਸ਼ੀ' ਵਿਰਾਟ' ਦੀ ਉਲਾਦ, ਜੋ ਸਾਧੂ ਜਨਾਂ ਦੇ ਪਿੱਤਰ ਗਿਣੇ ਜਾਂਦੇ ਹਨ।

(ਸ) ਸੋਮਪਾ ਪਿੱਤਰ-ਮਨੂੰ ਦੇ ਪੁੱਤਰ ਮਹਾਂਰਿਸ਼ੀ ਭ੍ਰਿਗੂ ਦੀ ਉਲਾਦ, ਜੋ ਬ੍ਰਾਹਮਣਾਂ ਦੇ ਪਿੱਤਰ ਹਨ ਅਤੇ ਸੁਮਾਣਸ ਲੋਕ ਵਿੱਚ ਵਾਸ ਰੱਖਦੇ ਹਨ। ਸੁਮਾਨਿਸ ਲੋਕ, ਬ੍ਰਹਮ ਲੋਕ ਦੇ ਉੱਪਰ ਸਥਿੱਤ ਹੈ।

(ਹ) ਹਵਿਰਭਵ (ਹਵਿਰਭੁਜ ਜਾਂ ਹਵਿਸ਼ਯਮਾਨ) ਪਿੱਤਰ- ਮਨੂੰ ਦੇ ਪੁੱਤਰ 'ਅੰਗਿਰਾ' ਰਿਸ਼ੀ ਦੀ ਉਲਾਦ, ਜੋ ਖੱਤਰੀਆਂ ਦੇ ਪਿੱਤਰ ਹਨ ਅਤੇ 'ਮਾਰਤੰਢ ਮੰਡਲ' ਲੋਕ ਵਿਚ ਵਾਸ ਕਰਦੇ ਹਨ।ਇਹ ਸਵ੍ਰਗ ਅਤੇ ਮੁਕਤੀ ਪ੍ਰਦਾਨ ਕਰਨ ਵਾਲੇ ਹਨ। ਤੀਰਥਾਂ ਤੇ ਜਾ ਕੇ ਸ਼ਰਾਧ ਕਰਨ ਵਾਲੇ ਉੱਤਮ ਖੱਤਰੀਆਂ ਨੂੰ ਇਹ ਲੋਕ ਪ੍ਰਾਪਤ ਹੁੰਦਾ ਹੈ।

(ਕ) ਅਜਪਾ ਪਿੱਤਰ -ਮਨੂੰ ਦੇ ਪੁੱਤਰ 'ਪੁਲਸਤਯ' (**पुलस्त्य**) ਦੀ ਉਲਾਦ, ਜੋ ਵੈਸ਼ ਲੋਕਾਂ ਦੇ ਪਿੱਤਰ ਹਨ ਜਿਨ੍ਹਾ ਦਾ ਵਾਸਾ ਕਾਮਦੂਧ ਲੋਕ ਵਿੱਚ ਹੈ। ਇਨ੍ਹਾਂ ਪਿੱਤਰਾਂ ਦੇ ਸ਼ਰਾਧ ਕਰਾਣ ਵਾਲੇ ਮਨੁੱਖ ਇਸ ਲੋਕ ਵਿੱਚ ਵਾਸਾ ਕਰਦੇ ਹਨ।

(ਖ) ਸੁਕਾਲਿਨ ਪਿੱਤਰ (ਜਾਂ ਸੁਕਾਲੀ, **सुकालि**)- ਮਨੂੰ ਦੇ ਪੁੱਤਰ ਮਹਾਂਰਿਸ਼ੀ 'ਵਸ਼ਿਸ਼ਟ' ਦੀ ਉਲਾਦ ਵਿੱਚੋਂ ਕੁਝ ਪੁੱਤਰ, ਜੋ ਸ਼ੂਦਰਾਂ ਦੇ ਪਿੱਤਰ ਕਹੇ ਜਾਂਦੇ ਹਨ।

ਨੋਟ :- *ਬਹੁਤੇ ਗ੍ਰੰਥਾਂ ਵਿੱਚ ਰਿਸ਼ੀਆਂ ਦੀ ਗਿਣਤੀ ਵੱਖ ਵੱਖ ਹੈ। ਕੁਝ ਥਾਵਾਂ ਤੇ ਗਿਣਤੀ ਇਸ ਤਰਾਂ ਹੈ,1 ਮਰੀਚੀ, 2 ਅਤਰੀ, 3 ਪੁਲਸਤਯ, 4 ਨਾਰਦ, 5 ਪੁਲਹ, 6 ਕਰਿਤੂ, 7 ਅੰਗਿਰਾ, 8 ਵਸਿਸ਼ਟ, 9 ਦਕਸ਼, 10 ਭ੍ਰਿਗੂ ਆਦਿ। ਮਨੂੰ ਸਿਮ੍ਰਤੀ ਵਿੱਚ ਇਨ੍ਹਾਂ ਪਿੱਤਰਾਂ ਦੇ ਬਾਰੇ ਹੇਠ ਦਿੱਤੇ ਹਵਾਲਿਆਂ ਤੋਂ ਬਿਨਾਂ, ਕੋਈ ਖਾਸ ਵਿਸਥਾਰ ਵਿੱਚ ਜ਼ਿਕਰ ਨਹੀਂ ਹੈ। ਅਗਨੀ ਪੁਰਾਣ ਦੇ ਅਧਿਆਇ # 10 ਅਤੇ #11 ਵਿੱਚ ਇਸਦਾ ਥੋੜ੍ਹਾ ਹੋਰ ਵਿਸਥਾਰ ਦਿੱਤਾ ਹੋਇਆ ਹੈ।*

(195) ਵਿਰਾਟ ਰਿਸ਼ੀ ਦੇ ਪੁੱਤਰ 'ਸੋਮਸਦ' ਜੋ ਅੱਗੇ ਸਾਧੂ ਗਣਾਂ (ਸਾਧਯ ਗਣ) ਦੇ ਪਿੱਤਰ ਹਨ (ਇਨ੍ਹਾਂ ਦੀ ਗਿਣਤੀ ਗਿਆਰਾਂ ਦੱਸੀ ਗਈ ਹੈ) ਅਤੇ ਮਾਰੀਚੀ ਦੇ ਲੋਕ ਪ੍ਰਸਿੱਧ ਪੁੱਤਰ 'ਅਗਨੀਸ਼ਵਤ', ਦੇਵਤਿਆਂ ਦੇ ਪਿੱਤਰ ਕਹੇ ਜਾਂਦੇ ਹਨ, ਜੋ ਇਸ ਧਰਤੀ ਤੇ ਰਹਿੰਦਿਆਂ ਆਪਣੀਆਂ ਪੰਜ ਮਹਾਂ ਯੱਗ ਕਰਨ ਵਾਲੀ 'ਗ੍ਰਹਸਪਤਿ ਅਗਨ' ਨੂੰ ਧੁਖਦਿਆਂ ਰੱਖਣ ਦੀ ਮਰਿਯਾਦਾ ਨਾ ਨਿਭਾ ਸਕੇ।

ਨੋਟ:- *ਉੱਪਰ ਦੱਸੇ ਪਿੱਤਰਾਂ ਤੋਂ ਇਲਾਵਾ, ਅੱਗੇ ਦੋ ਕਿਸਮ ਦੇ ਹੋਰ ਭੀ ਪਿੱਤਰ ਹਨ, ਜਿਨ੍ਹਾਂ ਨੂੰ ਸਪਿੰਦਾ ਪਿੱਤਰ (ਵੱਡੇ ਵਡੇਰੇ ਜਾਂ ਕੁਲ ਪਿੱਤਰ) ਪਿੱਤਰ ਅਤੇ ਦੂਸਰੇ ਲੋਭੀ ਪਿੱਤਰ (ਲੇਪ ਭਾਗ) ਜਿਨ੍ਹਾਂ ਲਈ ਸ਼ਰਾਧ, ਸਿਰਫ ਇਕਾਦਸੀ ਵਾਲੇ ਦਿਨ ਹੀ ਕੀਤਾ ਜਾਂਦਾ ਹੈ।*

(ੳ) ਸਪਿੰਦਾ ਪਿੱਤਰ - ਪਿਛਲੀਆਂ ਤਿੰਨ ਪੀੜ੍ਹੀਆਂ (ਪਿਤਾ, ਦਾਦਾ ਅਤੇ ਪੜਦਾਦਾ) ਵਿੱਚੋਂ ਹੋ ਗੁਜ਼ਰੇ ਮਨੁੱਖ, ਜਿਨ੍ਹਾਂ ਲਈ ਪਿੰਡ ਪੱਤਲ (ਪਿੰਡ ਦਾਨ) ਦੀ ਸ਼ਰਾਧ ਕਿਰਿਆ ਨਿਭਾਈ ਜਾਂਦੀ ਹੈ।

(ਅ) ਲੇਪ ਭਾਗ ਜਾਂ ਭੋਜੀ ਪਿੱਤਰ - ਸਪਿੰਦਾ ਪਿੱਤ੍ਰਾਂ ਤੋਂ, ਹੋਰ ਤਿੰਨ ਪੁਸ਼ਤਾਂ ਪਿੱਛੇ ਹੋ ਚੁੱਕੇ ਵੱਡੇ ਵਡੇਰੇ ਮਨੁੱਖ। ਇਹ ਪਿੱਤਰ, ਚੰਦਰ ਲੋਕ ਦੇ ਉੱਪਰ ਸਥਿੱਤ ਪਿੱਤਰ ਲੋਕ ਵਿੱਚ ਵਾਸਾ ਰੱਖਦੇ ਹਨ।

(196) ਅਤਰੀ ਰਿਸ਼ੀ ਦੇ ਪੁੱਤਰਾਂ ਵਿੱਚੋ- 'ਭਰੀਸ਼ਦ' ਪਿੱਤਰ (ਜਾਂ ਬ੍ਰਹਿਪਦ-ਜੋ ਬਹੁਮੁਖੀ ਅਤੇ ਵੱਖ ਵੱਖ ਸ਼ਕਲਾਂ ਧਾਰਨ ਕਰ ਲੈਣ ਵਾਲੇ ਹਨ) ਜਿਨ੍ਹਾਂ ਨੇ ਧਰਤੀ ਤੇ ਰਹਿੰਦਿਆਂ ਪੰਚ ਯਗ ਦੀ ਅਗਨੀ ਧੁਖਦਿਆਂ ਰੱਖਣ ਦੀ ਮਰਿਯਾਦਾ ਨੂੰ ਕਾਇਮ ਰੱਖਿਆ। ਇਹ ਸਭ, ਦੈਂਤ, ਦਾਨਵ, ਗੰਧਰਵ, ਯਸ਼, ਸੁਪਰਨਾ (ਅਜ਼ੀਬ ਕਿਸਮ ਦੇ ਪੰਛੀ), ਰਾਕਸ਼ ਅਤੇ ਸਰੀਰ ਰਹਿਤ ਭੂਤ, ਛਲੇਡੇ, ਚੜੇਲਾਂ ਤੇ ਘੋੜ ਮੂੰਹੇ ਸ਼ਰੀਰ ਵਾਲੇ ਮਨੁੱਖ (ਕਿੰਨਰ) ਆਦਿ, ਦੇ ਪਿੱਤਰ ਗਿਣੇ ਗਏ ਹਨ।

ਨੋਟ:- *ਸਿੱਧੇ ਸ਼ਬਦਾਂ ਵਿੱਚ, ਆਮ ਲੋਕ ਇਨ੍ਹਾਂ ਪਿੱਤਰਾਂ ਨੂੰ ਯਮਰਾਜ ਦੀ ਸਭਾ ਕਰਕੇ ਭੀ ਜਾਣਦੇ ਹਨ।*

(197) ਚਾਰੇ ਵਰਣਾ ਦੇ ਆਪੋ ਅਪਣੇ ਪਿੱਤਰ ਇਸ ਤਰਾਂ ਹਨ।

(ੳ) 'ਸੋਮਪਾ'(ਸੋਮਰਾ ਜਾਂ ਸੋਮਾਪ, **सोमपा**) ਬ੍ਰਾਹਮਣਾਂ ਦੀ ਕੁਲ ਨਾਲ ਸਬੰਧਿਤ ਪਿੱਤਰ ਹਨ।

(ਅ)'ਹਵਿਰਭਵ' (**हविर्भव** ਜਾਂ **हविर्भुज-** ਹਵਿਰਭੁਜ) ਜੋ ਖੱਤਰੀਆਂ ਦੇ ਪਿੱਤਰ ਕਰਕੇ ਜਾਣੇ ਜਾਂਦੇ ਹਨ।

(ੲ) 'ਅਯਪਾ (ਅਜਪਾ, **अज्यपा**) ਵੈਸ਼ਾਂ ਦੀ ਕੁਲ ਦੇ ਪਿੱਤਰ ਹਨ ਅਤੇ

(ਸ) 'ਸੁਕਾਲਿਨ' (ਜਾਂ ਸੁਕਾਲੀ, **सुकालिन**) ਪਿੱਤਰਾਂ ਦਾ ਸਬੰਧ ਸ਼ੂਦਰਾਂ ਨਾਲ ਹੈ।

ਨੋਟ– *ਸੰਸਕ੍ਰਿਤ ਵਿੱਚ ਨਾਵਾਂ ਦੇ ਉਚਾਰਣ ਅਤੇ ਜੋੜ ਬਹੁਤ ਅਲੱਗ ਅਲੱਗ ਮਿਲਣ ਕਾਰਨ, ਜੋ ਬਹੁਤ ਸਰਲ ਜਾਪੇ ਹਨ ਉਹੀ ਲਿਖੇ ਹਨ।*

ਟਿੱਪਣੀ:– ਵੈਸ਼ਾਂ ਦੇ ਕੁਲ-ਪਿੱਤਰਾਂ (ਅਯਪਾ ਪਿੱਤਰ) ਦੀ ਯਾਦ ਵਿੱਚ ਉਸਰਿਆ 'ਸਬਰੀਮਾਲਾ' ਨਾਮ ਇੱਕ ਮੰਦਰ ਜੋ ਕੇਰਲਾ ਵਿੱਚ ਹੈ, ਜਿਸ ਅੰਦਰ ਔਰਤਾਂ ਦੇ ਅਪਵਿੱਤਰ ਹੋਣ ਕਾਰਨ ਜਾਣਾ ਬਿਲਕੁਲ ਮਨ੍ਹਾ ਹੈ। ਪਿਛਲੇ ਕੁਝ ਸਮੇਂ ਤੋਂ ਔਰਤਾਂ ਇਸ ਪ੍ਰਥਾ ਦੇ ਖਿਲਾਫ ਲਗਾਤਾਰ ਪ੍ਰਦਰਸ਼ਨ ਕਰ ਰਹੀਆਂ ਹਨ।

(198) 'ਸੋਮਪਾ ਆਦਿ ਪਿੱਤਰ, ਪਰਜਾਪਤ ਰਿਸ਼ੀ 'ਭ੍ਰਿਗੂ' ਦੇ ਪੁੱਤਰ ਹਨ ਅਤੇ ਬ੍ਰਾਹਮਣਾਂ ਦੇ ਪਿੱਤਰ ਹਨ। ਹਵਿਸ਼ਮੰਤ (ਹਵਿਰਪਦ) ਪਿੱਤਰ, ਅੰਗਿਰਾ (ਜਾਂ ਅਗਨਿਸ਼ਵਤ) ਰਿਸ਼ੀ ਦੇ ਪੁੱਤਰ ਹਨ ਅਤੇ ਖੱਤਰੀਆਂ ਦੇ ਪਿੱਤਰ ਕਹੇ ਗਏ ਹਨ। ਅਯਪਾ (ਜਾਂ ਅਜਪਯ) ਪਿੱਤਰ, ਪੁਲਸਤਯ ਰਿਸ਼ੀ ਦੇ ਪੁੱਤਰ ਹਨ ਅਤੇ ਵੈਸ਼ਾਂ ਦੇ ਪਿੱਤਰ ਕਹੇ ਗਏ ਹਨ। ਸੁਕਾਲਿਨ ਪਿੱਤਰ, ਵਸ਼ਿਸ਼ਟ ਰਿਸ਼ੀ ਦੇ ਕੁਲ ਪੁੱਤਰਾਂ ਵਿੱਚੋਂ ਹਨ ਅਤੇ ਸ਼ੂਦਰਾਂ ਦੇ ਪਿੱਤਰ ਕਹੇ ਗਏ ਹਨ।

(199) ਪਿੱਤਰਾਂ ਦੀਆਂ ਕੁਝ ਹੋਰ ਸ਼੍ਰੇਣੀਆਂ ਭੀ ਹਨ, ਜਿਵੇਂ ਅਗਨਿਦਯ (ਵਾਣ ਪ੍ਰਸਤ ਅਤੇ ਗ੍ਰਿਸਤੀ) ਅਤੇ ਅਨ-ਅਗਨਿਦਯ (ਸਨਿਆਸੀ), ਕਾਵਯ, ਭਰੀਸ਼ਦ (ਬ੍ਰਿਹਿਪਦ) ਅਤੇ ਸੌਮਪਾ (ਸੋਮਯ), ਅਗਨਿਸ਼ਵਤ, ਆਦਿ ਸਭ ਬ੍ਰਾਮਣਾਂ ਦੇ ਹੀ ਪਿੱਤਰ ਗਿਣੇ ਜਾਂਦੇ ਹਨ।

(200) ਉੱਪਰ ਦੱਸੇ ਗਏ ਮੁੱਖ ਪਿੱਤਰ ਹਨ ਤੇ ਅੱਗੇ ਉਨ੍ਹਾਂ ਦੇ ਅਨਗਿਣਤ ਪੁੱਤਰ ਤੇ ਪੋਤਰਿਆਂ ਦੀ ਗਿਣਤੀ ਹੈ ਜੋ ਪਿੱਤਰਾਂ ਵਿੱਚ ਹੀ ਗਿਣੇ ਜਾਂਦੇ ਹਨ।

ਨੋਟ:– *ਇਹ ਸਿਲਸਲਾ ਅਮੁੱਕ ਅਤੇ ਪੇਚੀਦਾ ਹੈ ਅਤੇ ਵੱਖ ਵੱਖ ਲਿਖਤਾਂ ਵਿੱਚ ਇੱਕ ਦੂਸਰੇ ਨਾਲੋਂ ਉਲਟ ਨਾਮ ਅਤੇ ਰਾਵਾਂ ਦਿੱਤੀਆਂ ਗਈਆਂ ਹਨ। ਪਾਠਕਾਂ ਦੇ ਹਿੱਤ ਲਈ ਏਨਾ ਹੀ ਕਾਫੀ ਹੈ ਕਿ ਉਹ ਪਿੱਤਰਾਂ ਦੇ ਮੂਲ ਰੂਪ ਬਾਰੇ ਜਾਣ ਲੈਣ।*

(201) ਬ੍ਰਹਮਾਂ ਦੇ ਮਾਣਸ ਪੁੱਤਰ ਮਹਾਂਰਿਸ਼ੀਆਂ ਤੋਂ ਪਿੱਤਰਾਂ ਅਤੇ ਪਿੱਤਰਾਂ ਤੋਂ ਦੇਵਤੇ ਅਤੇ ਮਨੁੱਖ ਉਤਪਤਿ ਹੋਏ। ਦੇਵਤਿਆਂ ਤੋਂ ਹੀ ਸਾਰਾ ਚਰਾਚਰ (ਚੱਲ ਅਤੇ ਅਚੱਲ, ਜੜ ਅਤੇ ਚੇਤਨ) ਸੰਸਾਰ ਹੋਂਦ ਵਿੱਚ ਆਇਆ।

(202) ਇਨ੍ਹਾਂ ਸਭ ਪਿੱਤਰਾਂ ਨੂੰ, ਚਾਂਦੀ ਦੇ ਭਾਂਡੇ ਜਾਂ ਚਾਂਦੀ ਅਤੇ ਤਾਂਬਾ ਮਿਲਾ ਕੇ ਬਣੇ ਭਾਂਡਿਆਂ ਵਿੱਚ ਪਾਣੀ ਪਾ ਕੇ ਭੇਂਟ ਚੜਾਉਣ ਨਾਲ, ਬੇਅੰਤ ਅਨੰਦ ਦੀ ਪ੍ਰਾਪਤੀ ਹੁੰਦੀ ਹੈ।

(203) ਬ੍ਰਾਹਮਣ ਖੱਤਰੀ ਤੇ ਵੈਸ਼ ਲਈ (ਦਵਿੱਜਾਂ ਲਈ), ਦੇਵ ਕਰਮ ਜ਼ਿਆਦਾ ਮਹੱਤਵ ਰੱਖਦਾ ਹੈ ਕਿਉਂਕਿ ਦੇਵ ਕਰਮ ਪਿੱਤਰ ਕਰਮ ਦਾ ਹੀ ਪੂਰਕ ਹੈ ਅਤੇ ਪਿੱਤਰਾਂ ਦੇ ਸ਼ਰਾਧ ਤੋਂ ਪਹਿਲਾਂ ਕੀਤੀ ਹੋਈ ਦੇਵ ਪੂਜਾ, ਹੋਰ ਭੀ ਅਸਰ ਦਾਇਕ ਸਿੱਧ ਹੁੰਦੀ ਹੈ।

(204) ਇਸ ਲਈ ਸ਼ਰਾਧ ਤੋਂ ਪਹਿਲਾਂ ਬ੍ਰਾਹਮਣਾਂ ਨੂੰ ਸੱਦ ਕੇ, ਦੇਵਤਿਆਂ ਅੱਗੇ ਬੇਨਤੀ ਕਰਕੇ ਉਨ੍ਹਾਂ ਦੀ ਮੱਦਦ ਨਾਲ, ਪਿੱਤਰ ਸ਼ਰਾਧ ਦੀ ਕਿਰਿਆ ਕਰਨੀ ਕਰਵਾਉਣੀ ਚਾਹੀਦੀ ਹੈ, ਨਹੀਂ ਤਾਂ ਇਸ ਸ਼ਰਾਧ ਦਾ ਫ਼ਲ, ਰਾਕਸ਼ ਨਾਸ ਕਰ ਦਿੰਦੇ ਹਨ।

(205) ਪਿੱਤਰ ਸ਼ਰਾਧ ਦੀ ਕਿਰਿਆ ਦੇ ਸ਼ੁਰੂ ਕਰਨ ਤੋਂ ਪਹਿਲਾਂ ਦੇਵਤਿਆਂ ਦੇ ਸਤਿਕਾਰ ਵਿੱਚ ਦੇਵ ਪੂਜਾ ਕਰਨੀ ਅਤੀ ਜ਼ਰੂਰੀ ਹੈ। ਐਸਾ ਨਾ ਕਰਨ ਨਾਲ ਸ਼ਰਾਧ ਕਰਵਾਉਣ ਵਾਲੇ ਦੇ ਖਾਨਦਾਨ ਦਾ ਛੇਤੀਂ ਹੀ ਵਿਨਾਸ ਹੋ ਜਾਂਦਾ ਹੈ।

(206) ਗੋਬਰ ਦਾ ਪੋਚਾ ਲਾ ਕੇ ਪਵਿੱਤਰ ਕੀਤੀ ਖਾਸ ਥਾਂ ਉੱਪਰ ਸੱਦੇ ਹੋਏ ਬ੍ਰਾਹਮਣਾਂ ਨੂੰ ਬਿਠਾਵੇ ਜਿਸਦੀ ਢਲਾਣ ਦੱਖਣ ਦਿਸ਼ਾ ਵੱਲ ਨੂੰ ਹੋਵੇ।

(207) ਖੁੱਲ੍ਹੀ ਅਤੇ ਸ਼ਾਂਤ ਜਗ੍ਹਾ, ਪਵਿੱਤ੍ਰ ਵਾਯੂ ਮੰਡਲ, ਨਦੀ ਦੇ ਕਿਨਾਰੇ ਅਤੇ ਰੋਚਕ ਥਾਵਾਂ ਤੇ ਬੈਠ ਕੇ ਅਰਪਣ ਕੀਤਾ ਪਿੰਡ ਦਾਨ, ਪਿੱਤਰਾਂ ਨੂੰ ਜ਼ਿਆਦਾ ਸੰਤੁਸ਼ਟ ਕਰਦਾ ਹੈ।

(208) ਸ਼ਰਾਧ ਕਰਵਾਉਣ ਵਾਲਾ ਜਜਮਾਨ, ਸੱਦੇ ਹੋਏ ਬ੍ਰਾਹਮਣਾਂ (ਜਿਨ੍ਹਾਂ ਨੇ ਸਾਰੇ ਸ਼ੁਧੀ ਕਰਮ ਕਰਕੇ ਆਪਣਾ ਮਨ ਇਕਾਗਰ ਕੀਤਾ ਹੋਵੇ) ਦਾ ਆਦਰ ਮਾਣ ਕਰਕੇ, ਆਪੋ ਆਪਣੇ ਕਾਹੀ ਦੇ ਘਾਹ ਤੋਂ ਬਣੇ ਮੂੜ੍ਹਿਆਂ ਉੱਪਰ ਬੈਠਣ ਲਈ ਬੇਨਤੀ ਕਰੇ।

(209) ਉਨ੍ਹਾਂ ਸਦਾਚਾਰੀ ਬ੍ਰਾਹਮਣਾਂ ਨੂੰ ਬਿਠਾਉਣ ਮਗਰੋਂ, ਫੁੱਲਾਂ ਦੇ ਹਾਰ ਪਾ ਕੇ ਸੁਗੰਧਿਤ ਧੂਫ ਬੱਤੀਆਂ ਜਲਾਈਆਂ ਜਾਣ ਅਤੇ ਸਭ ਤੋਂ ਪਹਿਲਾਂ ਦੇਵਤਿਆਂ ਅਤੇ ਫਿਰ ਪਿੱਤਰਾਂ ਦੀ ਪੂਜਾ ਕੀਤੀ ਜਾਵੇ।

(210) ਸ਼ਰਾਧ ਕਰਵਾਉਣ ਵਾਲਾ ਦਵਿੱਜ, ਬੜੇ ਸਤਿਕਾਰ ਨਾਲ ਖੂਹੀ ਦਾ ਪਾਣੀ, ਅਤੇ ਹਵਨ ਦੀ ਸਮਗ੍ਰੀ (ਤਿਲ਼ ਉਬਲੇ ਚੌਲ, ਘਿਉ, ਮਿੱਠਾ ਅਤੇ ਕਾਹੀ ਦੇ ਤੀਲੇ) ਅਤੇ ਮੂੜ੍ਹੇ ਲਿਆ ਕੇ ਰੱਖੇ। ਫਿਰ ਪੂਜਾ ਲਈ ਸੱਦੇ ਮੁੱਖ ਪ੍ਰੋਹਤ (ਮੰਤ੍ਰਾਂ ਦਾ ਪਾਠ ਕਰਨ ਵਾਲਾ) ਦੀ ਆਗਿਆ ਨਾਲ ਸੱਦੇ ਹੋਏ ਬ੍ਰਾਹਮਣ ਵੇਦ ਮੰਤ੍ਰਾਂ ਦਾ ਪਾਠ ਕਰਦਿਆਂ ਕਾਹੀ ਦੇ ਤੀਲਿਆਂ ਨਾਲ ਅਹੂਤੀ ਦੇਣ (ਅਗਨੀ ਹੋਤਰ ਕਰਨ)।

(211) ਵਿਧੀ ਮੁਤਾਬਿਕ, ਸਭ ਤੋਂ ਪਹਿਲਾਂ ਸ਼ਰਾਧ ਕਿਰਿਆ ਦੀ ਸ਼ੁਧੀ ਲਈ, ਅਗਨੀ (ਸ਼ੋਮ-ਸੂਰਜ) ਦੇਵਤਾ ਅਤੇ ਯਮਾਂ ਅੱਗੇ ਬੜੀ ਸ਼ਰਧਾ ਨਾਲ ਅਹੂਤੀ (ਬਲੀ) ਦਿੱਤੀ ਜਾਵੇ ਤੇ ਉਸਤੋਂ ਮਗਰੋਂ, ਪਿੱਤਰਾਂ ਦੀ ਤ੍ਰਿਪਤੀ ਲਈ ਪਕਾਏ ਅੰਨ ਆਦਿ, ਅਤੇ ਹਵਨ ਦੀ ਹੋਰ ਸਮਗ੍ਰੀ ਅਗਨ ਭੇਂਟ ਕੀਤੀ ਜਾਵੇ।

(212) ਜੇਕਰ ਅਗਨੀ ਧੁਖਾਣ ਦਾ ਪ੍ਰਬੰਧ ਨਾ ਹੋ ਸਕੇ, ਤਾਂ ਮੰਤਰਾਂ ਦੇ ਜਾਨਣ ਵਾਲੇ ਦਾਰਸ਼ਨਿਕ ਗਿਆਨੀਆਂ ਦਾ ਮਤ ਹੈ ਕਿ ਅਗਨੀ, ਸੂਰਜ, ਅਤੇ ਯਮਾਂ ਲਈ ਪੂਜਾ ਦੀ ਅਹੂਤੀ, ਬ੍ਰਾਹਮਣ ਦੇ ਹੱਥਾਂ ਤੇ ਰੱਖੀ ਜਾ ਸਕਦੀ ਹੈ ਕਿਉਂਕਿ ਇੱਕ ਪਵਿੱਤਰ ਬ੍ਰਾਹਮਣ ਅਤੇ ਪਵਿੱਤਰ ਅਗਨੀ ਵਿੱਚ ਕੋਈ ਫਰਕ ਨਹੀਂ ਹੈ।

(213) ਸ਼ਰਾਧ ਸਮੇਂ, ਪ੍ਰਸੰਨ ਚਿੱਤ, ਕ੍ਰੋਧ ਰਹਿਤ, ਬੁੱਧੀ ਮਾਨ ਅਤੇ ਦੂਸਰੇ ਲੋਕਾਂ ਨੂੰ ਗਿਆਨ ਪ੍ਰਦਾਨ ਕਰਨ ਵਾਲੇ ਪਰਉਪਕਾਰੀ ਬ੍ਰਾਹਮਣ ਹੀ ਸ਼ਰਾਧ ਦੀ ਕਿਰਿਆ ਨਿਭਾਉਣ ਤਾਂ ਉਨ੍ਹਾਂ ਦੀ ਹਾਜ਼ਰੀ ਦੇਵਤਿਆਂ ਦੇ ਬਰਾਬਰ ਗਿਣੀ ਜਾਂਦੀ ਹੈ।

(214) ਪਿੱਤਰ ਕਰਮ (ਸ਼ਰਾਧ- ਪਿੰਡ ਪੱਤਲ ਦੀ ਕਿਰਿਆ) ਦੇ ਅਰੰਭ ਤੋਂ ਪਹਿਲਾਂ, ਬ੍ਰਾਹਮਣ ਦੇਵਤਿਆਂ ਨਮਿੱਤ ਆਪਣੇ ਜਨੇਊ ਨੂੰ ਸੱਜੇ ਮੋਢੇ ਉਪਰੋਂ ਪਿਛੇ ਨੂੰ ਸੁੱਟ ਕੇ (ਪੁੱਠੇ ਪਾਸੇ) ਖੱਬੇ ਗੋਡੇ ਭਾਰ ਜਮੀਨ ਤੇ ਬੈਠੇ, ਦੋ ਵਾਰ ਅਗਨੀ ਵਿੱਚ ਅਹੂਤੀ ਦੇਵੇ ਅਤੇ ਸੱਜੇ ਹੱਥ ਨਾਲ ਪਾਣੀ ਦਾ ਛੱਟਾ ਦੇ ਕੇ ਪਵਿਤ੍ਰ ਕੀਤੀ ਥਾਂ ਉੱਪਰ ਸਮਗ੍ਰੀ ਟਿਕਾਵੇ ਅਤੇ ਪੂਰਬ ਤੋਂ ਦੱਖਣ ਦਿਸ਼ਾ ਵੱਲ ਪਾਣੀ ਦਾ ਛਿੱਟਾ ਦੇਵ।

ਨੋਟ*:- (ੳ) ਪਿੰਡ:-ਉਬਲੇ ਚੌਲ, ਭੁੰਨੇ ਜੌਆਂ ਦਾ ਆਟਾ, ਮਿੱਠਾ ਅਤੇ ਘਿਉ ਮਿਲਾ ਕੇ ਬਣਾਇਆ ਪੇੜਾ ।*

(ਅ) ਦੇਵ ਪੂਜਾ ਸਮੇਂ ਬ੍ਰਾਹਮਣ ਜਾਂ ਕੋਈ ਹੋਰ ਰਸਮ ਨਿਭਾਉਣ ਵਾਲਾ ਪੁਰਸ਼, ਜਨੇਊ ਖੱਬੇ ਮੋਢੇ (ਅਪਸਵਯਾ) ਉੱਪਰੋਂ ਪਾਂਉਦਾ ਹੈ ਅਤੇ ਬੈਠਣ ਲੱਗਿਆਂ, ਸੱਜਾ ਗੋਡਾ ਜਮੀਨ ਤੇ ਲਾ ਕੇ ਖੱਬੇ ਹੱਥ ਨਾਲ, ਪਿੰਡ ਪੱਤਲ ਦੀ ਕਿਰਿਆ (ਦੇਵਤਿਆਂ ਨੂੰ ਜਲ ਦੀ ਭੇਟ ਚੜ੍ਹਾਉਣਾ) ਨਿਭਾਉਂਦਾ ਹੈ। ਪਰ ਪਿੱਤਰਾਂ ਦੇ ਸ਼ਰਾਧ ਅਤੇ ਪੂਜਾ ਸਮੇਂ, ਰਸਮ ਨਿਭਾਉਣ ਵਾਲਾ ਬ੍ਰਾਹਮਣ, ਜਨੇਊ ਨੂੰ ਸੱਜੇ ਮੋਢੇ ਉੱਪਰੋਂ ਪਾਂਉਂਦਾ ਹੈ ਅਤੇ ਬੈਠਣ ਲੱਗਿਆਂ ਪਿੱਛੇ ਨੂੰ ਸੁੱਟ ਕੇ, ਖੱਬਾ ਗੋਡਾ ਜ਼ਮੀਨ ਤੇ ਲਾ ਕੇ ਸੱਜੇ ਹੱਥ ਨਾਲ, ਪਿੰਡ ਪੱਤਲ ਦੀ ਕਿਰਿਆ ਨਿਭਾਉਂਦਾ ਹੈ।

(215) ਧਰਤੀ ਪਵਿੱਤਰ ਕਰਨ ਮਗਰੋਂ, ਆਪਣੇ ਖੱਬੇ ਹੱਥ ਨਾਲ ਪਾਣੀ ਦਾ ਛਿੱਟਾ ਦੇ ਕੇ, ਹਵਨ ਤੋਂ ਬਚੀ ਸਮਗ੍ਰੀ ਦੇ ਤਿੰਨ ਪਿੰਡ ਬਣਾਏ ਜਾਣ, ਜੋ ਸ਼ਰਾਧ ਕਰਤਾ ਦੇ ਮ੍ਰਿਤਕ ਪਿਤਾ, ਬਾਬਾ ਅਤੇ ਪੜਦਾਦੇ ਦੇ ਪ੍ਰਤੀਕ ਸਮਝੇ ਜਾਂਦੇ ਹਨ, ਕਾਹੀ (ਕੂਸਾ ਘਾਹ) ਦੇ ਘਾਹ ਤੋਂ ਬਣੇ ਪੱਤਲਾਂ ਉੱਪਰ ਰੱਖੇ ਜਾਣ। ਸ਼ਾਸਤ੍ਰਾਂ ਵਿੱਚ ਦੱਸੀ ਰੀਤ ਮੁਤਾਬਿਕ, ਇਕਾਗਰ ਮਨ ਨਾਲ ਪੂਜਾ ਕਰਦਿਆਂ ਬਾਕੀ ਤਿਲ਼ ਅਤੇ ਸਮਗ੍ਰੀ ਭੀ ਨਾਲ ਹੀ ਰੱਖ ਦਿੱਤੀ ਜਾਵੇ ਅਤੇ ਦੱਖਣ ਦਿਸ਼ਾ ਵੱਲ ਮੂੰਹ ਕਰਕੇ ਸੱਜੇ ਹੱਥ ਨਾਲ ਕੁਝ ਪਾਣੀ ਛਿੜਕਿਆ ਜਾਵੇ (ਇਸਨੂੰ ਹੀ ਪਿੰਡ-ਦਾਨ ਜਾਂ ਪਿੰਡ-ਪੱਤਲ ਦੀ ਕਿਰਿਆ ਕਿਹਾ ਗਿਆ ਹੈ)।

(216) ਨਿਸ਼ਚਤ ਵਿਧੀ ਮੁਤਾਬਿਕ, 'ਪਿੰਡ-ਦਾਨ' ਦੀ ਕਿਰਿਆ ਮਗਰੋਂ, ਆਪਣੇ ਮਨ ਵਿੱਚ ਤਿੰਨੋ ਪਿੱਤਰਾਂ ਦਾ ਧਿਆਨ ਧਰ ਕੇ ਉਹ ਆਪਣੇ ਸੱਜੇ ਹੱਥ ਨੂੰ ਕਾਹੀ ਦੇ ਘਾਹ ਨਾਲ ਸਾਫ ਕਰੇ ਤੇ ਤਿੰਨ ਵਾਰ ਪ੍ਰਾਣਾਯਾਮ (ਸਾਹ ਲੈਣ ਦੀ ਕਿਰਿਆ) ਕਰਕੇ, ਪਿੱਤਰਾਂ ਨੂੰ ਨਮਸਕਾਰ ਕਰੇ।

(217) ਫਿਰ ਪਾਣੀ ਨਾਲ ਤਿੰਨ ਵਾਰ ਚੁਲ਼ੇ ਲੈ ਕੇ ਆਚਮਨ (ਕੁਰਲਾ) ਕਰੇ, ਉੱਤਰ ਦਿਸ਼ਾ ਵੱਲ ਮੁੱਖ ਕਰਦਿਆਂ ਆਪਣਾ ਸਾਹ ਰੋਕ ਕੇ, ਤਿੰਨ ਵਾਰ ਸਹਿਜ ਨਾਲ ਜਲ ਦਾ ਛੱਟਾ ਦੇਵੇ। ਪੂਜਾ ਦੀ ਕਿਰਿਆ ਨਿਭਾਉਣ ਵਾਲੇ ਸ਼ਾਸਤਰਾਂ ਦੇ ਮੰਤ੍ਰ ਪੜ੍ਹ ਕੇ, ਛੇ ਰੁੱਤਾਂ ਅਤੇ ਰੱਖਿਆ ਕਰਨ ਵਾਲੀਆਂ ਪਿੱਤਰ ਰੂਹਾਂ ਨੂੰ ਬੰਦਨਾ ਕਰੇ ।

(218) ਪਿੰਡ ਦਾਨ ਦੀ ਕਿਰਿਆ ਮਗਰੋਂ, ਕਮੰਡਲ ਵਿੱਚ ਬਚੇ ਪਾਣੀ ਨੂੰ ਥੋੜਾ ਥੋੜਾ ਕਰਕੇ ਪਿੱਤਰਾਂ ਹਿੱਤ ਰੂੜ੍ਹੇ ਤੇ ਪੂਰਾ ਧਿਆਨ ਇਕਾਗਰ ਕਰਕੇ ਉਨ੍ਹਾਂ ਪੇੜਿਆਂ ਨੂੰ ਉਸੇ ਤਰਤੀਬ ਨਾਲ ਸੁੰਘੇ, ਜਿਸ ਤਰਤੀਬ ਨਾਲ ਉਹ ਰੱਖੇ ਗਏ ਸਨ।

(219) ਉਨ੍ਹਾਂ ਤਿੰਨਾਂ ਪੇੜਿਆਂ ਵਿੱਚੋਂ ਥੋੜ੍ਹਾ ਥੋੜ੍ਹਾ ਹਿੱਸਾ ਕੱਢ ਕੇ, ਪਹਿਲਾਂ ਸਾਹਮਣੇ ਬੈਠੇ ਬ੍ਰਾਹਮਣਾਂ ਨੂੰ ਮਰਿਯਾਦਾ ਮੁਤਾਬਿਕ ਦਿੱਤਾ ਜਾਵੇ ਤਾਂ ਕਿ ਜਿਸ ਪਿੱਤਰ (ਪਿਤਾ, ਬਾਬਾ, ਪੜਦਾਦਾ) ਨਮਿੱਤ ਸ਼ਰਾਧ ਕੀਤਾ ਗਿਆ ਹੈ, ਉਸਦਾ ਹਿੱਸਾ, ਸਾਹਮਣੇ ਬੈਠੇ ਬ੍ਰਾਹਮਣ ਰਾਹੀਂ ਉਸਨੂੰ ਹੀ ਮਿਲੇ।

(220) ਜੇ ਸ਼ਰਾਧ ਕਰਵਾਉਣ ਵਾਲੇ ਦਾ ਪਿਤਾ ਜੀਵਤ ਹੋਵੇ ਤਾਂ ਉਹ ਮਰ ਚੁੱਕੇ ਪਿਛਲੇ ਤਿੰਨ ਬਜੁਰਗਾਂ ਨਿਮੱਤ ਸ਼ਰਾਧ ਕਰਵਾਏ। ਜੇ ਚਾਹੇ ਤਾਂ, ਬ੍ਰਾਮਣ ਦੀ ਥਾਂ, ਆਪਣੇ ਪਿਤਾ ਨੂੰ ਬਿਠਾ ਸਕਦਾ ਹੈ।

(221) ਜੇ ਸ਼ਰਾਧ ਕਰਵਾਉਣ ਵਾਲੇ ਦਾ ਪਿਤਾ ਮਰ ਚੁੱਕਾ ਹੋਵੇ ਪਰ ਬਾਬਾ ਜਿਉਂਦਾ ਹੋਵੇ ਤਾਂ ਉਹ ਪਹਿਲਾਂ, ਆਪਣੇ ਪਿਤਾ ਦਾ ਨਾਮ ਬੋਲ ਕੇ ਅਤੇ ਫਿਰ ਆਪਣੇ ਪੜਦਾਦੇ ਦੇ ਨਾਮ ਬੋਲ ਕੇ ਸ਼ਰਾਧ ਕਰਵਾਏ। ਬ੍ਰਾਹਮਣ ਦੀ ਥਾਂ, ਪਿਤਾਮਾ (ਬਾਬਾ) ਨੂੰ ਭੀ ਬਿਠਾ ਸਕਦਾ ਹੈ।

(222) ਮਨੂੰ ਜੀ ਦਾ ਫੁਰਮਾਨ ਹੈ ਕਿ ਪਿਤਾ ਦੇ ਸ਼ਰਾਧ ਵਿੱਚ, ਆਪਸੀ ਸਲਾਹ ਨਾਲ, ਬਾਬਾ ਜਾਂ ਪੋਤਾ ਦੋਹਾਂ ਵਿੱਚੋਂ ਇੱਕ, ਸ਼ਰਾਧ ਦੀ ਪ੍ਰਕਿਰਿਆ ਵਿੱਚ, ਬ੍ਰਾਹਮਣ ਦੀ ਥਾਂ ਤੇ ਸ਼ਾਮਲ ਹੋ ਸਕਦਾ ਹੈ।

(223) ਪਾਣੀ ਦਾ ਛਿੜਕਾ ਕਰਕੇ, ਸੱਦੇ ਹੋਏ ਸਾਰੇ ਬ੍ਰਾਹਮਣਾਂ ਦੇ ਹੱਥਾਂ ਉੱਪਰ ਡਿੱਭ ਦੇ ਬਣੇ ਪੱਤਲ ਰੱਖੇ। ਉਨ੍ਹਾਂ ਉੱਪਰ ਪਾਣੀ ਵਿੱਚ ਉਬਲੇ ਚੌਲ ਅਤੇ ਗੁੜ ਵਿੱਚ ਕੁੱਟੇ ਹੋਏ ਤਿਲ਼ਾਂ ਨਾਲ ਬਣਾਏ ਹੋਏ ਪਿੰਡਾਂ (ਚੌਲ਼ਾਂ ਦੇ ਪਿੰਨੇ) ਦਾ ਕੁਝ ਹਿੱਸਾ ਰੱਖ ਕੇ ਪਿੱਤਰਾਂ ਨਮਿੱਤ ਬ੍ਰਾਹਮਣਾਂ ਨੂੰ ਭੇਂਟ ਕਰੇ ਅਤੇ ਮੁੱਖੋਂ 'ਪਿੱਤਰਾਂ ਦੀ ਜੈ ਹੋਵੇ' ਬੋਲੇ।

(224) ਫਿਰ ਸ਼ਰਾਧ ਕਰਤਾ, ਆਪਣੇ ਪਿੱਤਰਾਂ ਦਾ ਧਿਆਨ ਧਰਦਾ ਹੋਇਆ ਸਤਿਕਾਰ ਤੇ ਸਹਿਜ ਨਾਲ, ਸ਼ਰਾਧ ਨਮਿੱਤ ਤਿਆਰ ਕੀਤਾ ਪ੍ਰੀਤੀ ਭੋਜਨ **ਦੋਹਾਂ ਹੱਥਾਂ ਨਾਲ** ਚੁੱਕ ਕੇ ਲਿਆਵੇ, ਅਤੇ ਪੰਗਤਾਂ ਵਿੱਚ ਬੈਠੇ ਬ੍ਰਾਹਮਣਾਂ ਨੂੰ ਪਰੋਸੇ। ਕਿਉਂਕਿ--

(225) ਇੱਕ ਹੱਥ ਨਾਲ ਪਰੋਸਿਆ ਭੋਜਨ, ਪਿੱਤਰਾਂ ਦੀ ਥਾਂ ਮਾੜੀ ਸੁਰਤ ਵਾਲੇ ਦੁਸ਼ਟ ਰਾਖਸ਼ (ਅਸੁਰ ਲੋਕ) ਖੋਹ ਕੇ ਲੈ ਜਾਂਦੇ ਹਨ। ਭਾਵ ਉਸਦਾ ਫਲ਼ ਅਸੁਰਾਂ ਨੂੰ ਜਾਂਦਾ ਹੈ।

(226) ਸ਼ਰਾਧ ਕਰਤਾ ਭਾਂਡਿਆਂ ਵਿੱਚ ਪਾਏ ਸਾਰੇ ਪਦਾਰਥ, ਦਾਲ, ਚੌਲ, ਘਿਉ, ਖੱਟਾ-ਮਿੱਠਾ, ਸ਼ਹਿਦ, ਅਦਿ ਖਾਣੇ ਦੀਆਂ ਵਸਤਾਂ ਨੂੰ, ਬੜੇ ਸਹਿਜ ਨਾਲ ਜ਼ਮੀਨ ਤੇ ਰੱਖੇ।

(227) ਇਸਦੇ ਨਾਲ ਹੀ ਤਰ੍ਹਾਂ ਤਰ੍ਹਾਂ ਦੇ ਫ਼ਲ, ਸੁੱਕੇ ਮੇਵੇ, ਮਸਾਲੇਦਾਰ ਮਾਸ, ਸੁਗੰਧਤ ਮਠਿਆਈਆਂ, ਪੀਣ ਲਈ ਸੁਆਦ ਸ਼ਰਬਤ ਆਦਿ ਵਰਤਾਵੇ।

ਟਿੱਪਣੀ:- *ਮਾਸ ਨਾ ਖਾਣ ਵਾਲੇ ਜਾਂ ਮਾਸ ਦੇ ਵਿਰੋਧੀਆਂ ਨੇ, ਇਸ ਸਲੋਕ ਵਿੱਚੋਂ ਕਈ ਦਲੀਲਾਂ ਅਤੇ ਵਲ਼-ਵਿੰਗ ਪਾ ਕੇ ਮਾਸ (ਅੱਖਰ) ਲਿਖਣ ਤੋਂ ਸੰਕੋਚ ਕੀਤਾ ਹੈ। ਪਰ ਸਾਰੇ ਪੁਰਾਤਨ ਟੀਕਿਆਂ ਵਿੱਚ ਮਾਸ ਦਾ ਜ਼ਿਕਰ ਹੈ।*

(228) ਸਭ ਤਰਾਂ ਦੇ ਖਾਣੇ ਲਿਆ ਕੇ ਵਰਤਾਉਂਦਿਆਂ, ਆਏ ਹੋਏ ਮਹਿਮਾਨ ਬ੍ਰਾਹਮਣਾਂ ਨੂੰ, ਇਨ੍ਹਾਂ ਖਾਣਿਆਂ ਦੀ ਸਿਫ਼ਤ ਕਰਦਿਆਂ, ਹੋਰ ਖਾਣ ਲਈ ਬੇਨਤੀ ਕਰੇ।

(229) ਸ਼ਰਾਧ ਦੇ ਦਿਨ ਬ੍ਰਾਹਮਣ, ਕਿਸੇ ਤਰਾਂ ਦਾ ਗੁੱਸਾ ਜ਼ਾਹਰ ਨਾ ਕਰੇ, ਝੂਠ ਨਾ ਬੋਲੇ ਅਤੇ ਅੱਥਰੂ ਨਾ ਸੁੱਟੇ। ਨਾ ਹੀ ਭੋਜਨ ਨੂੰ ਪੈਰ ਨਾਲ ਛੂਹੇ ਅਤੇ ਨਾ ਹੀ ਪਰੋਸਦੇ ਸਮੇਂ ਪੈਰਾਂ ਨੂੰ ਏਧਰ ਉਧਰ ਹਿਲਾਵੇ ਜਾਂ ਉਛਾਲੇ।

(230) ਸ਼ਰਾਧ ਦੇ ਦਿਨ ਅੱਥਰੂ ਵਹੌਣ ਨਾਲ ਸ਼ਰਾਧ ਦਾ ਫਲ ਪ੍ਰੇਤਾਂ ਨੂੰ, ਗੁੱਸਾ ਕਰਨ ਨਾਲ ਦੁਸ਼ਮਣਾਂ ਨੂੰ, ਝੂਠ ਬੋਲਣ ਨਾਲ ਕੁੱਤਿਆਂ ਨੂੰ, ਭੋਜਨ ਨੂੰ ਪੈਰ ਲਾਉਣ ਨਾਲ ਰਾਕਸ਼ਾਂ ਨੂੰ ਅਤੇ ਖਾਣਾ ਉਛਾਲਣ ਨਾਲ ਪਾਪੀਆਂ ਨੂੰ ਪ੍ਰਾਪਤ ਹੁੰਦਾ ਹੈ।

(231) ਜੋ ਪਦਾਰਥ ਬ੍ਰਾਹਮਣਾਂ ਨੂੰ ਚੰਗੇ ਲੱਗਣ, ਬਿਨਾਂ ਕਿਸੇ ਮਾਣ ਕੀਤੇ, ਅੱਛੀ ਤਰਾਂ ਪਿਆਰ ਨਾਲ ਪਰੋਸੇ ਤੇ ਪ੍ਰਮਾਤਮਾਂ ਦੀ ਸਿਫਤ ਸਲਾਹ ਦੀ ਕਥਾ ਵਾਰਤਾ ਕਰੇ, ਕਿਉਂਕਿ ਬ੍ਰਾਹਮਣਾਂ ਨੂੰ ਖੁਸ਼ ਕ ਰਨਾ, ਪਿੱਤਰਾਂ ਨੂੰ ਖੁਸ਼ ਕਰਨਾ ਹੀ ਹੈ।

(232) ਸ਼ਰਾਧ ਸਮੇਂ ਪਿੱਤਰਾਂ ਦੇ ਸਤਿਕਾਰ ਵਿੱਚ ਆਏ ਮਹਿਮਾਨਾਂ ਤੇ ਬ੍ਰਾਹਮਣਾਂ ਨੂੰ, ਆਪਣੇ ਪਿੱਤਰਾਂ ਦੀਆਂ ਹਾਜ਼ਰ ਰੂਹਾਂ ਜਾਣਕੇ, ਵੇਦ ਅਤੇ ਸ਼ਾਸਤਰਾਂ ਦਾ ਪਾਠ, ਕਥਾ ਕਥਾਵਾਂ, ਪੁਰਾਣਾ ਵਿੱਚੋਂ ਧਾਰਮਿਕ ਸਾਖੀਆਂ ਸੁਣਨ ਸੁਣਾਉਣ ਦਾ ਪ੍ਰਬੰਧ ਕਰੇ।

(233) ਬ੍ਰਾਹਮਣਾਂ ਦੀ ਪ੍ਰਸੰਨਤਾ ਪ੍ਰਾਪਤ ਕਰਨ ਲਈ, ਖੁਸ਼ ਹੋ ਕੇ ਬਾਰ ਬਾਰ ਭੋਜਨ ਦੀਆਂ ਸਿਫਤਾਂ ਕਰਦਾ ਹੋਇਆ, ਨਿਮਰਤਾ ਨਾਲ, ਹੋਰ ਲੈਣ ਲਈ ਪੁੱਛੇ।

(234) ਸ਼ਰਾਧ ਵਿੱਚ ਸ਼ਾਮਲ ਹੋਣ ਆਇਆ ਦੋ੍ਹਤਰਾ (ਬੇਟੀ ਦਾ ਲੜਕਾ) ਭਾਵੇਂ ਬ੍ਰਹਮਚਾਰੀ ਵ੍ਰਤ ਵਿੱਚ ਭੀ ਹੋਵੇ, ਤਾਂ ਭੀ ਉਸਨੂੰ ਬੇਨਤੀ ਕਰਕੇ ਭੋਜਨ ਛਕਾਇਆ ਜਾਵੇ। ਉਸਨੂੰ, ਉੱਚੇ ਥੜ੍ਹੇ ਤੇ ਬਿਠਾ ਕੇ ਪਸ਼ਮੀਨੇ (ਨਪਾਲੀ ਕੰਬਲ) ਦਾ ਇੱਕ ਗਰਮ ਕੰਬਲ ਦੇ ਕੇ ਉਸ ਉੱਪਰੋਂ ਤਿਲ਼ ਵਾਰੇ ਜਾਣ।

(235) ਸ਼ਰਾਧ ਸਮੇਂ ਦੋਹਤਰੇ ਨੂੰ, ਉਚੀ ਥਾਂ ਤੇ ਬਿਠਾ ਕੇ ਕੰਬਲ ਦੇਣਾ ਤੇ ਉਸ ਉੱਤੋਂ ਤਿਲ ਵਾਰਣੇ, ਪਵਿੱਤਰ ਰਸਮ ਗਿਣੀ ਗਈ ਹੈ। ਇਹ ਤਿੰਨੋ ਰਸਮਾਂ ਸਵੱਛਤਾ, ਕਰੋਧ ਨਾ ਕਰਨ ਤੇ ਸ਼ਾਤ ਰਹਿਣ ਦਾ ਪ੍ਰਤੀਕ ਹਨ।

(236) ਸਾਰੇ ਭੋਜਨ ਨੂੰ ਗਰਮ ਰੱਖਿਆ ਜਾਵੇ ਤੇ ਸਾਰੇ ਬ੍ਰਾਹਮਣ ਉਸਨੂੰ ਚੁੱਪ ਰਹਿ ਕੇ ਖਾਣ। ਜੇ ਸ਼ਰਾਧ ਕਰਵਾਉਣ ਵਾਲਾ ਪੁੱਛੇ ਭੀ ਕਿ ਭੋਜਨ ਕਿਸ ਤਰਾਂ ਦਾ ਲੱਗਾ, ਤਾਂ ਭੀ ਬ੍ਰਾਹਮਣ ਕੁਝ ਨਾ ਕਹੇ। ਭਾਵ ਭੋਜਨ ਸਮੇਂ, ਕੋਈ ਏਧਰ ਉਧਰ ਦੀ ਗੱਲ ਨਹੀਂ ਕਰਨੀ ਚਾਹੀਦੀ।

(237) ਜਿਤਨੀ ਦੇਰ ਤੀਕਰ ਭੋਜਨ ਗਰਮ ਹੈ, ਬ੍ਰਾਹਮਣ ਚੁੱਪ ਕਰਕੇ ਖਾ ਰਹੇ ਹੋਣ ਅਤੇ ਭੋਜਨ ਦੇ ਸਵਾਦ ਬਾਰੇ ਕੋਈ ਗੱਲ ਨਾ ਹੋਵੇ, ਉਤਨੀ ਦੇਰ ਹੀ ਪਿੱਤਰ ਲੋਕ, ਭੋਜਨ ਗ੍ਰਹਿਣ ਕਰਦੇ ਹਨ।

(238) ਮਹਿਮਾਨ ਨੇ ਭਾਵੇਂ ਸਿਰ ਭੀ ਢਕਿਆ ਹੋਵੇ, ਮੂੰਹ ਭੀ ਦੱਖਣ ਵੱਲ ਕੀਤਾ ਹੋਵੇ, ਪਰ ਜੇ ਖੜਾਵਾਂ (ਜੁੱਤੀ) ਸਣੇ ਭੋਜਨ ਕਰਦਾ ਹੋਵੇ, ਉਸਦਾ ਖਾਧਾ ਭੋਜਨ ਰਾਕਸ਼ਾਂ ਦੇ ਪੇਟ ਵਿੱਚ ਜਾਂਦਾ ਹੈ।

(239) ਚੰਡਾਲ ਦੀ, ਪਿੰਡ ਦੇ ਸੂਰ ਦੀ, ਕੁੱਕੜ ਦੀ, ਕੁੱਤੇ ਦੀ, ਮਾਂਹਵਾਰੀ ਆਈ ਹੋਈ ਇਸਤਰੀ ਦੀ ਅਤੇ ਨਿਪੁੰਨਸਿਕ ਜਾਂ ਹੀਜੜੇ ਦੀ ਨਜ਼ਰ, ਭੋਜਨ ਖਾਂਦੇ ਸਮੇਂ ਬ੍ਰਾਹਮਣਾਂ ਤੇ ਨਹੀਂ ਪੈਣੀ ਚਾਹੀਦੀ।

ਨੋਟ:- ਚੰਡਾਲ ਜਾਤੀ:- *ਕਬਰਾਂ ਅਤੇ ਥੇਹਾਂ ਵਿੱਚ ਵਸਣ ਵਾਲੇ ਸਭ ਤੋਂ ਨੀਚ ਜਾਤ ਦੇ ਮਨੁੱਖ। ਹਿੰਦੂ ਸ਼ਾਸਤ੍ਰਾਂ ਮੁਤਾਬਿਕ ਬ੍ਰਾਹਮਣੀ ਦੇ ਉਧਰ ਤੋਂ ਪੈਦਾ ਹੋਏ ਸ਼ੂਦਰ ਦਾ ਪੁੱਤਰ।*

(240) ਹਵਨ ਸਮੇਂ, ਦਾਨ ਪੁੰਨ ਸਮੇਂ, ਬ੍ਰਹਮ ਭੋਜਨ ਸਮੇਂ, ਦੇਵ ਪੂਜਾ ਸਮੇਂ, ਜਾਂ ਸ਼ਰਾਧ ਸਮੇਂ, ਜੇ ਚੰਡਾਲ ਆਦਿ ਦੀ ਨਜ਼ਰ ਪੈ ਜਾਏ ਤਾਂ ਇਹ ਕੀਤੇ ਹੋਏ ਸਾਰੇ ਕਰਮ ਨਿਸ਼ਫ਼ਲ ਹੋ ਜਾਂਦੇ ਹਨ।

(241) ਸ਼ੂਕਰ (ਜੰਗਲੀ ਸੂਰ) ਦੇ ਸੁੰਘਣ ਨਾਲ, ਕੁੱਕੜ ਦੇ ਖੰਭ ਮਾਰਨ ਨਾਲ, ਕੁੱਤੇ ਦੀ ਨਜ਼ਰ ਪੈਣ ਨਾਲ, ਅਤੇ ਸ਼ੂਦਰ ਦੇ ਛੂਹਣ ਨਾਲ, ਸ਼ਰਾਧ ਦਾ ਅੰਨ ਭਿੱਟਿਆ ਜਾਂਦਾ ਹੈ।

(242) ਸ਼ਰਾਧ ਦੀ ਕਿਰਿਆ ਸਮੇਂ, ਜੇ ਕੋਈ, ਲੰਗੜਾ-ਲੂਲਾ, ਕਾਣਾ ਜਾਂ ਅੰਗਹੀਣ ਜਾਂ ਵਾਧੂ ਅੰਗਾਂ ਵਾਲਾ ਆ ਵੜੇ ਤਾਂ ਉਸਨੂੰ ਭੀ ਬ੍ਰਹਮ ਭੋਜਨ ਸਮੇਂ ਪਾਸੇ ਕਰ ਦੇਣਾ ਚਾਹੀਦਾ ਹੈ, ਭਾਵੇ ਉਹ ਸ਼ਰਾਧ ਕਰਤਾ (ਜਜਮਾਨ) ਦੇ ਘਰ ਦਾ ਨੌਕਰ ਭੀ ਕਿਉਂ ਨਾ ਹੋਵੇ।

(243) ਸ਼ਰਾਧ ਸਮੇਂ ਅਚਾਨਕ ਜੇ ਕੋਈ ਲੋੜਵੰਦ ਬ੍ਰਾਹਮਣ ਜਾਂ ਮੰਗਤਾ (ਸ਼ੂਦਰ ਅਤੇ ਚੰਡਾਲ ਤੋਂ ਸਿਵਾ) ਆ ਜਾਏ ਤਾਂ ਮਹਿਮਾਨ ਵਲੋਂ, ਬ੍ਰਾਮਣਾਂ ਦੀ ਆਗਿਆ ਲੈ ਕੇ, ਸਮਰਥਾ ਅਨੁਸਾਰ ਉਸਦੀ ਭੀ ਸੇਵਾ ਕੀਤੀ ਜਾ ਸਕਦੀ ਹੈ।

(244) ਬ੍ਰਾਹਮਣਾਂ ਦੇ ਭੋਜਨ ਕਰਨ ਮਗਰੋਂ, ਸਾਰੇ ਹੀ ਬਚੇ ਹੋਏ ਭੋਜਨ ਨੂੰ ਇੱਕ ਜਗ੍ਹਾ ਇਕੱਠਾ ਕਰਕੇ, ਬ੍ਰਾਹਮਣਾ ਦੇ ਅੱਗੇ, ਕਾਹੀ (ਡਿੱਭ) ਦੇ ਪੱਤਲਾਂ ਉੱਪਰ ਖਲਾਰ ਕੇ, ਉੱਪਰ ਪਾਣੀ ਦਾ ਛੱਟਾ ਦਿੱਤਾ ਜਾਵੇ।

(245) ਡਿੱਭ ਦੇ ਪੱਤਲਾਂ ਉੱਪਰ ਖਿਲਾਰਿਆ ਭੋਜਨ, ਮਰ ਚੁੱਕੇ ਬਾਲਕ, ਜਿਨ੍ਹਾਂ ਦੀ ਅੰਤਿਮ ਕਿਰਿਆ ਵੇਦ ਰੀਤੀ ਮੁਤਾਬਿਕ ਨਾ ਕੀਤੀ ਗਈ ਹੋਵੇ (ਅਗਨ ਭੇਟ ਨਾ ਕੀਤਾ ਹੋਵੇ) ਜਾਂ ਮਰ ਚੁੱਕੇ ਉਨ੍ਹਾਂ ਪੁਰਸ਼ਾਂ ਦਾ ਭਾਗ ਹੁੰਦਾ ਹੈ, ਜਾਂ ਜਿਨ੍ਹਾਂ ਨੇ ਜਿਉਂਦੇ ਜੀਅ ਆਪਣੀਆਂ ਧਰਮ ਪਤਨੀਆਂ ਨੂੰ ਛੱਡ ਕੇ ਦੂਸ਼ਤ ਔਰਤਾਂ (ਕੰਜਰੀਆਂ ਜਾਂ ਬਦਨਾਮ) ਨਾਲ ਜੀਵਨ ਸਬੰਧ ਰੱਖਣ ਕਰਕੇ ਆਪਣੀ ਕੁਲ ਦਾ ਨਾਸ ਕੀਤਾ ਹੋਵੇ।

(246) ਰਿਸ਼ੀਆਂ ਦੇ ਬਚਨ ਹਨ ਕਿ, ਬ੍ਰਾਹਮਣਾਂ ਦੇ ਖਾਣ ਮਗਰੋਂ, ਜ਼ਮੀਨ ਤੇ ਖਿਲਰਿਆ ਰਹਿ ਜਾਣ ਵਾਲਾ ਭੋਜਨ, ਘਰ ਦੇ ਵਫਾਦਾਰ ਗੁਲਾਮਾਂ ਅਤੇ ਭਲੇ ਨੌਕਰਾਂ ਦਾ ਭਾਗ ਹੁੰਦਾ ਹੈ।

(247) ਮਰ ਚੁੱਕੇ ਦਵਿੱਜ ਦੀ ਸ਼ਰਾਧ ਕਿਰਿਆ, ਉਸਦੇ ਸੰਪਿਦੀਕਰਣ ਤੋਂ ਪਹਿਲਾਂ (ਗਿਆਰਵਾਂ-ਅਸਤ ਚੁਗਣ ਮਗਰੋਂ ਗਿਆਰਵੇਂ ਦਿਨ ਕੀਤਾ ਜਾਣ ਵਾਲਾ ਇਕੱਠ, ਇਕੋਦਿਸ਼ਟ) ਵੈਸ਼ਵਦੇਵ ਰੀਤੀ ਦੀ ਬਜਾਏ, ਪ੍ਰੇਤ ਰੀਤੀ ਵਾਂਗ ਬ੍ਰਾਹਮਣ ਨੂੰ ਨਿਉਂਦਾ ਦਿੱਤੇ ਬਿਨਾ, ਇੱਕ ਹੀ 'ਪਿੰਡ-ਦਾਨ' ਕਰਕੇ ਕਰ ਦੇਣੀ ਚਾਹੀਦੀ ਹੈ।

(248) ਧਾਰਮਿਕ ਮਰਿਯਾਦਾ ਅਨੁਸਾਰ, ਗੁਜ਼ਰ ਚੁੱਕੇ ਪਿਤਾ ਦੇ ਸਪਿੰਦੀਕਰਣ (ਇਕੋਸ਼ਿਟ, ਗਿਆਰਵੇਂ) ਤੋਂ ਬਾਅਦ 'ਅਮਾਵਸਯ' (ਚੰਦਰਮਾਂ ਦੇ ਹਨੇਰੇ ਪੱਖ ਦੀ ਆਖਰੀ ਰਾਤ- ਮੱਸਿਆ) ਵਾਲੇ ਦਿਨ ਹੀ, ਵਿਧੀ ਮੁਤਾਬਿਕ ਪਿੱਤਰਾਂ ਨਮਿੱਤ ਪਿੰਡ ਦਾਨ ਕਰਨਾ ਚਾਹੀਦਾ ਹੈ।

(249) ਇਸ ਸਮੇਂ ਕੀਤੇ ਸ਼ਰਾਧ ਦੇ ਭੋਜਨ ਵਿੱਚੋਂ ਬਚਿਆ ਭੋਜਨ ਜੇ ਕੋਈ ਮੂਰਖ ਬ੍ਰਾਹਮਣ ਸ਼ੂਦਰਾਂ ਨੂੰ ਵਰਤਾਉਂਦਾ ਹੈ, ਉਹ ਮੂਰਖ ਇਨਸਾਨ ਪੁੱਠਾ ਲਟਕਦਾ ਹੋਇਆ ਘੋਰ ਨਰਕਾਂ (ਕਾਲ ਸੂਤਰ ਨਰਕ) ਨੂੰ ਜਾਂਦਾ ਹੈ।

(250) ਸ਼ਰਾਧ ਦਾ ਭੋਜਨ ਖਾਣ ਵਾਲਾ ਬ੍ਰਾਹਮਣ ਜੇ ਉਸੇ ਰਾਤ ਕਿਸੇ ਸ਼ੂਦਰ ਇਸਤਰੀ ਨਾਲ ਸੰਭੋਗ ਕਰਦਾ ਹੈ ਤਾਂ ਉਸਦੇ ਪਿੱਤਰ ਉਸੇ ਇਸਤਰੀ ਦੀ ਵਿਸ਼ਟਾ (ਗੰਦਗੀ) ਵਿੱਚ ਇੱਕ ਮਹੀਨਾ ਵਾਸ ਕਰਦੇ ਹਨ।

(251) ਸ਼ਰਾਧ ਤੇ ਸੱਦੇ ਬ੍ਰਾਹਮਣਾਂ ਨੂੰ ਰੱਜ ਕੇ ਭੋਜਨ ਛਕਾਉਣ ਤੋਂ ਬਾਅਦ ਇਹ ਪੁੱਛਿਆ ਜਾਵੇ ਕਿ "ਭੋਜਨ ਸਵਾਦ ਲੱਗਿਆ? ਕੀ ਤੁਸੀਂ ਸੰਤੁਸ਼ਟ ਹੋ?" ਫਿਰ ਉਨ੍ਹਾਂ ਨੂੰ ਪਾਣੀ ਨਾਲ ਕੁਰਲਾ ਤੇ ਹੱਥ ਸਾਫ ਕਰਾ ਕੇ ਤੋਰਨ ਲੱਗਿਆਂ ਪੁੱਛੋ ਕਿ ਆਪਜੀ ਏਥੇ ਹੀ ਅਰਾਮ ਕਰੋਗੇ ਜਾ ਆਪਣੇ ਘਰ ਜਾਉਗੇ।

(252) ਵਿਦਾਇਗੀ ਲੈਣ ਤੋਂ ਪਹਿਲਾਂ ਬ੍ਰਾਹਮਣ ਭੀ ਕਹਿਣ ਕਿ "ਸਭ ਅਨੰਦਿਤ ਹੈ, ਸਭਦਾ ਭਲਾ ਹੋਵੇ"। ਸਾਰੇ ਪਿੱਤਰ ਕਰਮ ਮਗਰੋਂ, ਬ੍ਰਾਹਮਣ ਦਾ ਇਹ ਕਹਿਣਾ, ਵੱਡੀ ਅਸ਼ੀਰਵਾਦ ਮੰਨੀ ਜਾਂਦੀ ਹੈ।

(253) ਸ਼ਰਾਧ ਕਰਤਾ, ਇਸ ਮੌਕੇ ਤੇ ਸੱਦੇ ਹੋਏ ਮਹਿਮਾਨਾ ਦੇ ਖਾਣਾ ਖਾ ਲੈਣ ਪਿੱਛੋਂ, ਬਚੇ ਹੋਏ ਭੋਜਨ ਨੂੰ ਸਮੇਟਣ ਬਾਰੇ ਬ੍ਰਾਹਮਣਾ ਤੋਂ ਪੁੱਛੇ ਅਤੇ ਉਨ੍ਹਾਂ ਦੀ ਆਗਿਆ ਮੁਤਾਬਿਕ ਹੀ ਸਭ ਕੁਝ ਕੀਤਾ ਜਾਵੇ।

(254) ਮਾਤਾ ਪਿਤਾ ਨਮਿੱਤ ਕਰਵਾਏ ਸ਼ਰਾਧ ਦੇ ਭੋਜਨ ਮਗਰੋਂ ਬ੍ਰਾਹਮਣਾਂ ਅੱਗੇ ਹੱਥ ਜੋੜ ਕੇ ਪੁੱਛੇ ਕਿ "ਕੀ ਭੋਜਨ ਸਵਾਦ ਸੀ?"

ਗੋਸ਼ਟੀ ਸ਼ਰਾਧ ਦੇ ਨਿਉਂਦੇ ਤੇ ਆਏ ਬ੍ਰਾਹਮਣਾਂ ਅੱਗੇ ਹੱਥ ਜੋੜ ਕੇ ਪੁੱਛੇ ਕਿ, "ਕੀ ਤਸੀਂ ਸੰਤੁਸ਼ਟ ਹੋ"?

ਵਰੀਣਾ- (ਮਰ ਚੁੱਕੇ ਪ੍ਰਾਣੀ ਦੇ ਗਿਆਰਾਂ ਮਹੀਨੇ ਤੋਂ ਬਾਅਦ, ਪਰ ਸਾਲ ਪੂਰਾ ਹੋਣ ਤੋਂ ਪਹਿਲਾਂ) ਸ਼ਰਾਧ ਦੇ ਭੋਜਨ ਮਗਰੋਂ ਬ੍ਰਾਹਮਣਾਂ ਅੱਗੇ ਹੱਥ ਜੋੜ ਕੇ ਪੁੱਛੇ ਕਿ,"ਕੀ ਹੁਣ ਸਮਾਪਤੀ ਦੀ ਆਗਿਆ ਹੈ"?

ਦੇਵਤਿਆਂ ਨਮਿੱਤ ਕਰਵਾਏ ਸ਼ਰਾਧ ਮਗਰੋਂ ਬ੍ਰਾਹਮਣਾਂ ਨੂੰ ਹੱਥ ਜੋੜ ਕੇ 'ਸਮਾਪਤਮ' (ਸਮਾਪਤੀ ਦੀ ਆਗਿਆ ਦਿਉ) ਸ਼ਬਦ ਵਰਤ ਕੇ ਵਿਦਾ ਕਰੇ।

ਟਿੱਪਣੀ:- (ੳ) *ਇਕੋਦਿਸ਼ਟ ਸ਼ਰਾਧ :- ਇਹ ਸ਼ਰਾਧ ਮਰ ਚੁੱਕੇ ਪ੍ਰਾਣੀ ਦੀ ਯਾਦ ਵਿੱਚ ਮ੍ਰਿਤਕ ਸੰਸਕਾਰ ਵਾਲੀ ਤਰੀਖ ਤੋਂ ਗਿਆਰਵੇਂ ਜਾਂ ਜਿਸ ਦਿਨ ਉਸਦੇ ਅਸਥ ਚੁਗੇ ਗਏ ਹੋਣ, ਕੀਤਾ ਜਾਂਦਾ ਹੈ ਜਾਂ ਮੱਸਿਆ ਦੀ ਰਾਤ ਵਾਲੇ ਦਿਨ, ਸਿਰਫ ਇੱਕ ਬ੍ਰਾਹਮਣ ਨੂੰ ਨਿਉਂਦਾ ਦਿੱਤਾ ਜਾਂਦਾ ਹੈ। ਇਸ ਵਿੱਚ ਦੇਵਤਿਆਂ ਦੀ ਪੂਜਾ ਨਹੀਂ ਹੁੰਦੀ ਅਤੇ ਇੱਕ ਹੀ 'ਪਿੰਡ-ਦਾਨ' ਦੀ ਕਿਰਿਆ ਕਰਕੇ ਬ੍ਰਾਹਮਣ ਨੂੰ ਭੋਜਨ ਛਕਾਇਆ ਜਾਂਦਾ ਹੈ।*

(ਅ) ਗੋਸ਼ਟੀ ਸ਼ਰਾਧ *:- ਬ੍ਰਾਹਮਣਾਂ ਨੂੰ ਕਿਸੇ ਪਵਿੱਤਰ ਅਸਥਾਨ ਤੇ ਇਕੱਠੇ ਸੱਦ ਕੇ ਪਿੱਤਰਾਂ ਨਮਿੱਤ ਧਾਰਮਿਕ ਗੋਸ਼ਟੀ ਕਰਕੇ ਪਿੱਤਰਾਂ ਦੀ ਖੁਸ਼ੀ ਲਈ ਬ੍ਰਾਹਮਣਾਂ ਨੂੰ ਭੋਜਨ ਪਰੋਸ ਕੇ ਖੁਸ਼ੀ ਪ੍ਰਾਪਤ ਕਰਨ ਨੂੰ ਗੋਸ਼ਟੀ ਸ਼ਰਾਧ ਕਿਹਾ ਗਿਆਂ ਹੈ।*

(ੲ) ਵਰਿਧੀ ਸ਼ਰਾਧ *ਜਾਂ ਵਰੀਣਾ:-ਗਰੁੜ ਪੁਰਾਣ ਦੀ ਵਿਚਾਰਧਾਰਾ ਮੁਤਾਬਿਕ, ਮਰਨ ਤੋਂ ਬਾਅਦ ਪ੍ਰਾਣੀ ਨੂੰ ਪਿੱਤਰ ਲੋਕ ਤੀਕਰ ਪਹੁੰਚਣ ਲਈ 46000 ਯੋਜਨ ਦਾ ਬੜਾ ਲੰਬਾ ਅਤੇ ਬਿਖੜਾ ਸਫ਼ਰ ਤਹਿ*

ਕਰਨਾ ਪੈਂਦਾ ਹੈ ਅਤੇ ਇਸਦੇ ਅਖੀਰ ਵਿੱਚ 550 ਮੀਲ਼ ਚੌੜੀ ਇੱਕ ਵਿਸ਼ਟਾ, ਪੀਪ, ਲਹੂ ਅਤੇ ਗੰਦਗੀ ਨਾਲ ਭਰੀ ਨਦੀ (ਤਰੁਣਾ ਨਦੀ) ਪਾਰ ਕਰਨੀ ਪੈਂਦੀ ਹੈ। ਇਨ੍ਹਾਂ ਦਿਨਾਂ ਵਿੱਚ ਬ੍ਰਾਹਮਣ ਨੂੰ ਗਊ ਦਾਨ ਕਰਨ ਨਾਲ, ਉਹ ਪ੍ਰਾਣੀ ਉਸਦੀ ਪੂਛ ਪਕੜ ਕੇ ਛੇਤੀਂ ਪਾਰ ਹੋ ਸਕਦਾ ਹੈ। ਜੇ 360 ਦਿਨਾਂ ਤੋਂ ਪਹਿਲਾਂ ਇਹ ਰਸਮ ਨਾ ਕੀਤੀ ਜਾਵੇ ਤਾਂ ਉਡੀਕਣ ਵਾਲੇ ਪਿੱਤਰ ਨਿਰਾਸ਼ ਹੋ ਕੇ ਪਿੱਤਰ ਲੋਕ ਦੇ ਦਰਵਾਜ਼ੇ ਬੰਦ ਕਰ ਦਿੰਦੇ ਹਨ। ਵਿਛੜੇ ਪ੍ਰਾਣੀ ਦੀ ਯਾਦ ਵਿੱਚ ਬ੍ਰਾਹਮਣਾਂ ਨੂੰ ਨਿਉਂਦਾ ਦੇ ਕੇ ਕੀਤੀ ਜਾਣ ਵਾਲੀ ਇਸ ਰਸਮ ਨੂੰ ਵਰੀਣਾ ਸ਼ਰਾਧ ਜਾਂ ਵਰਿਧੀ ਸ਼ਰਾਧ ਕਿਹਾ ਜਾਂਦਾ ਹੈ।

***(ਸ) ਦੇਵ ਕਰਮ** :- ਦੇਵਤਿਆਂ ਨਮਿੱਤ ਰਚਾਏ ਜਾਂਦੇ ਇਸ ਸ਼ਰਾਧ ਵਿੱਚ, ਸਾਰੀਆਂ ਵੇਦ ਅਧਾਰਤ ਰਸਮਾਂ ਕਰਨ ਮਗਰੋਂ, ਬ੍ਰਾਹਮਣਾਂ ਨੂੰ 'ਰੱਜ ਗਏ ਹੋ' ਕਹਿ ਕੇ ਆਗਿਆ ਲਈ ਜਾਂਦੀ ਹੈ ਅਤੇ ਦੱਛਣਾ ਦੇ ਕੇ ਤੋਰ ਦਿੱਤਾ ਜਾਂਦਾ ਹੈ।*

(255) ਸ਼ਰਾਧ ਦੀ ਸ਼ੁਧੀ ਲਈ ਜਰੂਰੀ ਹੈ ਕਿ ਇੱਕ ਦਿਨ ਪਹਿਲਾਂ ਸ਼ਾਮ ਨੂੰ, ਸ਼ਰਾਧ ਦੀ ਅਹੂਤੀ ਲਈ ਸਮਗ੍ਰੀ ਤਿਆਰ ਕਰਕੇ ਰੱਖ ਲਈ ਜਾਵੇ ਅਤੇ ਘਰ ਤੇ ਚੌਂਕੇ ਦੀ ਸਫਾਈ ਗੋਬਰ ਦਾ ਪੋਚਾ ਲਾ ਕੇ ਕੀਤੀ ਜਾਵੇ। ਕਾਹੀ ਦੇ ਘਾਹ ਤੋਂ ਬਣੇ ਮੂੜ੍ਹੇ ਵਿਛਾਏ ਜਾਣ, ਲੋੜੀਦਾਂ ਸਮਾਨ ਇਕੱਤਰ ਕਰਕੇ ਭੋਜਨ ਦੀ ਤਿਆਰੀ ਹੋਵੇ ਅਤੇ ਚੁਣੇ ਹੋਏ ਖਾਸ ਬ੍ਰਾਹਮਣ ਮਹਿਮਾਨਾਂ ਨੂੰ ਸੱਦਾ ਦਿੱਤਾ ਹੋਵੇ।

(256) ਮੁੰਜ ਦੇ ਬਾਣ ਨਾਲ ਬਣੇ ਮੂੜ੍ਹੇ ਤੇ ਬੈਠਣਾ, ਸਵੇਰ ਦਾ ਸਮਾਂ, ਹੋ ਰਹੀਆਂ ਅਹੂਤੀਆਂ ਨਾਲ ਸੁਗੰਧਿਤ ਹਵਾ, ਮਨ ਦੀ ਪਵਿੱਤਰਤਾ ਵਾਲੇ ਮੰਤ੍ਰਾਂ ਦੇ ਬੋਲ ਅਤੇ ਵੱਜ ਰਹੇ ਮਧੁਰ ਨਾਦਾਂ ਆਦਿ ਨਾਲ ਕੀਤੀ ਜਾ ਰਹੀ ਦੇਵ ਕਰਮ ਦੀ ਕਿਰਿਆ ਨੂੰ ਇਕ ਵਰਦਾਨ ਸਮਝਣਾ ਚਾਹੀਦਾ ਹੈ

(257) ਸ਼ਰਾਧ ਸਮੇਂ, ਮੁਨੀਆਂ, ਸਨਿਆਸੀਆਂ, ਤੇ ਸਾਧੂ ਜਨਾਂ ਲਈ ਤਿਆਰ ਕੀਤਾ ਭੋਜਨ, ਜਿਸ ਵਿੱਚ, ਦੁੱਧ, ਸੋਮ ਰਸ ਹੋਵੇ ਅਤੇ ਖੱਟ ਪਦਾਰਥਾਂ ਅਤੇ ਮਸਾਲਿਆਂ ਤੋਂ ਰਹਿਤ ਤਿਆਰ ਕੀਤਾ ਖਾਣਯੋਗ ਮਾਸ, ਉਨ੍ਹਾਂ ਦੇ ਸੁਭਾਅ ਮੁਤਾਬਿਕ ਪਾਇਆ ਲੂਣ ਆਦਿ, ਉਚਿਤ (ਪ੍ਰਵਾਨਿਤ) ਸਮਝਿਆ ਜਾਂਦਾ ਹੈ।

(258) ਬ੍ਰਾਹਮਣਾਂ ਨੂੰ ਵਿਦਾਇਗੀ ਦੇਣ ਤੋਂ ਬਾਅਦ, ਸ਼ਰਾਧ ਕਰਤਾ, ਇਸ਼ਨਾਨ ਕਰਕੇ, ਸ਼ਾਂਤ ਤੇ ਇਕਾਗਰ ਮਨ ਨਾਲ ਚੁੱਪ ਚਾਪ ਦੱਖਣ ਦਿਸ਼ਾ ਵੱਲ ਮੂੰਹ ਕਰਕੇ ਬੈਠ ਜਾਵੇ ਤੇ ਪਿੱਤਰਾਂ ਅੱਗੇ ਹੇਠ ਦੱਸੀਆਂ ਅਸੀਸਾਂ ਲਈ ਬੇਨਤੀ ਕਰੇ।

(259) ਸਾਡੀ ਕੁਲ ਵਿੱਚ ਦਾਨੀ ਪੁਰਸ਼ ਹੋਣ, ਵੇਦ ਗਿਆਨ ਤੇ ਸੰਤਾਨ ਵਿੱਚ ਵਾਧਾ ਹੋਵੇ। ਵੇਦ ਧਰਮ ਤੇ ਕਰਮ ਵਿੱਚ ਸ਼ਰਧਾ ਬਣੀ ਰਹੇ, ਅਤੇ ਲੋੜਵੰਦਾਂ ਨੂੰ ਦੇਣ ਲਈ ਬਹੁਤਾ ਧੰਨ ਮਿਲੇ।

ਬਚੀ ਹੋਈ ਸਮਗ੍ਰੀ ਦਾ ਸਮੇਟਣਾ –

(260) ਪਿੱਤਰਾਂ ਅੱਗੇ ਬੰਦਨਾ ਕਰਕੇ, ਬਚੇ ਹੋਏ ਪਿੰਡ (ਤਿਲ਼ ਅਤੇ ਚੌਲ਼ਾਂ ਦੇ ਆਟੇ ਦੇ ਬਣਾਏ ਪੇੜੇ ਆਦਿ), ਕਿਸੇ ਗਊ ਜਾਂ ਬੱਕਰੀ ਨੂੰ ਚਾਰ ਦੇਵੇ। ਜੇ ਬ੍ਰਾਹਮਣ ਚਾਹੇ, ਤਾਂ ਉਸਨੂੰ ਦੇ ਦੇਵੇ। ਅਗਨੀ ਭੇਂਟ ਕਰੇ ਜਾਂ ਮੱਛੀਆਂ ਲਈ ਪਾਣੀ ਵਿੱਚ ਤਾਰ ਦੇਵੇ।

(261) ਕਈ ਬ੍ਰਾਹਮਣ ਪਿੰਡ-ਦਾਨ ਕਰਨ ਦੀ ਇਹ ਕਿਰਿਆ, ਭੋਜਨ ਤੋਂ ਬਾਅਦ ਸ਼ਾਮ ਨੂੰ ਕਰਦੇ ਹਨ ਤੇ ਕਈ ਵੈਸੇ ਹੀ ਅਗਨ ਭੇਂਟ ਕਰਦੇ ਹਨ ਜਾਂ ਪੰਛੀਆਂ ਨੂੰ (ਖਾਸ ਕਰਕੇ ਕਾਵਾਂ ਨੂੰ) ਪਾ ਦਿੰਦੇ ਹਨ ਅਤੇ ਜਾਂ ਪਾਣੀ ਵਿੱਚ ਵਹਾਅ ਆਉਂਦੇ ਹਨ।

(262) ਪਿੱਤਰ ਸ਼ਰਾਧ (ਪਿੱਤਰ ਪੂਜਨ) ਕਰਵਾਉਣ ਵਾਲੇ ਦੀ ਪਹਿਲੀ ਪਤਨੀ ਉਸੇ ਜਾਤ ਦੀ ਹੋਵੇ ਅਤੇ ਇਸ ਪਿੱਤਰ ਪੂਜਾ ਨੂੰ ਸਮ੍ਰਪਤ ਤੇ ਪੂਰਣ ਸ਼ਰਧਾ ਰੱਖਦੀ ਹੋਵੇ। ਜੇ ਉਹ ਐਸੀ ਭਾਵਨਾ ਰੱਖਦੀ ਹੋਵੇ ਕਿ ਉਸਦੀ ਕੁੱਖੋਂ ਅਗਲਾ ਬੱਚਾ ਮੁੰਡਾ ਹੋਵੇ, ਉਹ ਇਨਾਂ ਤਿੰਨ ਪਿੰਡਾਂ ਵਿੱਚੋਂ, ਗਭਲਾ ਪੇੜਾ (ਪਿਤਾਮਾ ਨਮਿੱਤ-ਬਾਬੇ ਨਮਿੱਤ) ਆਪ ਖਾ ਸਕਦੀ ਹੈ।

(263) ਇਸ ਵਿਧੀ ਨਾਲ ਉਸਦੇ ਘਰ ਹੋਣ ਵਾਲਾ ਪੁੱਤਰ, ਦੀਰਘ ਆਯੂ, ਚੰਗੀ ਸੋਭਾ ਵਾਲਾ, ਬੁੱਧੀਮਾਨ, ਅਮੀਰ, ਵੱਡੇ ਪ੍ਰਵਾਰ ਵਾਲਾ, ਸ਼ੁੱਭ ਗੁਣਾਂ ਵਾਲਾ, ਅਤੇ ਬਲਵਾਨ ਹੋਵੇਗਾ।

(264) ਆਪਣੇ ਹੱਥ ਮੂੰਹ ਸੁੱਚੇ ਕਰਕੇ ਬਾਕੀ ਤਿਆਰ ਕੀਤਾ ਪਕਵਾਨ, ਬੜੇ ਸਕਿਕਾਰ ਨਾਲ, ਪਹਿਲਾਂ ਆਪਣੇ ਪ੍ਰਵਾਰ ਨੂੰ, ਫਿਰ ਸੌਹਰਾ ਪ੍ਰਵਾਰ ਨੂੰ ਅਤੇ ਬਾਕੀ ਆਪਣੀ ਜਾਤ ਵਾਲੇ ਹੋਰ ਸਬੰਧੀਆਂ ਨੂੰ ਭੀ ਪਰੋਸਿਆ ਜਾ ਸਕਦਾ ਹੈ।

(265) ਪਰ ਇਹ ਧਰਮ ਦਾ ਨਿਸਚਿਤ ਨਿਯਮ ਹੈ ਕਿ ਬ੍ਰਾਹਮਣਾਂ ਦੇ ਵਿਦਾ ਹੋਣ ਤੋਂ ਬਾਅਦ ਹੀ, ਛੱਡੀ ਹੋਈ ਜੂਠ ਅਤੇ ਜ਼ਮੀਨ ਤੇ ਖਿਲਰਿਆ ਭੋਜਨ ਇਕੱਠਾ ਕੀਤਾ ਜਾਵੇ। ਉਸਤੋਂ ਮਗਰੋਂ ਪ੍ਰਵਾਰ ਵਿੱਚ ਨਿੱਤ ਕਰਨ ਵਾਲੀ 'ਵੈਸ਼ਵਦੇਵ ਯੱਗ ਦੀ ਕਿਰਿਆ ਕੀਤੀ ਜਾਵੇ (ਦੇਵਤੇ ਅਤੇ ਭੂਤ ਰੂਹਾਂ-ਸਥੂਲ ਅਤੇ ਸੂਖਮ ਰੂਹਾਂ ਨੂੰ ਬਲੀ ਭੇਂਟ) ਅਤੇ ਫਿਰ ਤਿਆਰ ਕੀਤਾ ਭੋਜਨ ਘਰ ਦੇ ਜੀਵਾਂ ਅਤੇ ਮਹਿਮਾਨਾਂ ਨੂੰ ਵਰਤਾਵੇ।

(266) ਹੁਣ ਮੈਂ ਪੂਰੀ ਤਰਾਂ ਵਖਿਆਨ ਕਰਦਾ ਹਾਂ ਕਿ ਸ਼ਰਾਧ ਦੀ ਬਲੀ ਦੇਣ ਸਮੇਂ, ਪਿੱਤਰਾਂ ਨੂੰ ਕਿਹੋ ਜਿਹਾ ਭੋਜਨ ਪ੍ਰੋਸਿਆ ਜਾਵੇ ਜਿਸ ਨਾਲ ਉਹ ਲੰਬੇ ਸਮੇਂ ਲਈ ਤਰਿਪਤ ਰਹਿਣ।

(267) ਮਨੁੱਖ ਪਿੱਤਰਾਂ ਨੂੰ, ਵਿਧੀ ਪੂਰਵਕ ਤਿਲ਼, ਚੌਲ, ਜੌਂ, ਮੂੰਗੀ ਦੀ ਦਾਲ, ਪਾਣੀ, ਜੜ੍ਹਾਂ ਵਾਲੀਆ ਸਬਜੀਆਂ, ਫ਼ਲ਼ ਆਦਿ ਅਰਪਣ ਕਰਨ ਨਾਲ, ਇੱਕ ਮਹੀਨੇ ਤੀਕਰ ਸੰਤੁਸ਼ਟ ਰਹਿੰਦੇ ਹਨ।

(268) ਮੱਛੀ ਦੇ ਮਾਸ ਨਾਲ ਦੋ ਮਹੀਨੇ, ਹਿਰਣ ਦੇ ਮਾਸ ਨਾਲ ਤਿੰਨ ਮਹੀਨੇ, ਭੇਡ ਦੇ ਮਾਸ ਨਾਲ ਚਾਰ ਮਹੀਨੇ, ਅਤੇ ਪੰਛੀਆਂ ਦੇ ਮਾਸ ਨਾਲ ਪੰਜ ਮਹੀਨੇ ਤਰਿਪਤ ਰਹਿੰਦੇ ਹਨ।

(269) ਬੱਕਰੇ ਦੇ ਮਾਸ ਨਾਲ ਛੇ ਮਹੀਨੇ, ਸ਼ਤਰ ਮੁਰਗ ਦੇ ਮਾਸ ਨਾਲ ਸੱਤ ਮਹੀਨੇ, ਗੋਨਾਂ' (ਜੰਗਲੀ ਕਾਲੀ ਗਾਂ ਜਾਂ ਕੈਰਬੂ) ਦੇ ਮਾਸ ਨਾਲ ਅੱਠ ਮਹੀਨੇ, ਕਸਤੂਰੀ ਮੁਰਗ (ਕਾਲਾ ਹਿਰਣ) ਦੇ ਮਾਸ ਨਾਲ ਨੌਂ ਮਹੀਨੇ ਤਰਿਪਤ ਰਹਿੰਦੇ ਹਨ।ਅਤੇ--

(270) ਜੰਗਲੀ ਸੂਰ ਤੇ ਜੰਗਲੀ ਮੱਝਾਂ ਦੇ ਮਾਸ ਨਾਲ ਦਸ ਮਹੀਨੇ, ਕੱਛੂ ਅਤੇ ਸਹੇ ਦੇ ਮਾਸ ਨਾਲ ਗਿਆਰਾਂ ਮਹੀਨੇ ਤ੍ਰਿਪਿਤ ਰਹਿੰਦੇ ਹਨ।

(271) ਗੋਕੇ ਦੁੱਧ ਵਿੱਚ ਬਣੀ ਖੀਰ ਨਾਲ ਅਤੇ ਲੰਬੇ ਕੰਨਾਂ ਵਾਲੇ ਚਿੱਟੇ ਬੱਕਰੇ (ਬੋਕ ਬੱਕਰਾ- ਜਿਸਦੇ ਪਾਣੀ ਪੀਂਦਿਆਂ ਕੰਨ ਪਾਣੀ 'ਚ ਭਿੱਜ ਜਾਣ) ਦੇ ਮਾਸ ਨਾਲ ਬਾਰਾਂ ਸਾਲ ਲਈ ਤ੍ਰਿਪਿਤ ਹੋ ਜਾਂਦੇ ਹਨ।

(272) ਕਲਸ਼ਾਖ (ਸਣ ਦੇ ਬੂਟੇ ਨੂੰ ਲੱਗੀਆਂ ਡੋਡੀਆਂ), ਕੰਡੇਦਾਰ ਝਾੜੀਆਂ ਨੂੰ ਲੱਗੇ ਫ਼ਲਾਂ ਦੀ ਸਬਜ਼ੀ, ਪੱਤੇ (ਜਿਵੇਂ ਤੁਲਸੀ, ਕਰੀ ਪੱਤਾ, ਪੂਦਨਾ ਆਦਿ)। 'ਮਹਾਂਸ਼ਲਕ'(ਮਾਸ) ਜਿਵੇਂ ਮੱਛੀ ਦਾ ਮਾਸ, ਗੈਂਡੇ ਦਾ ਮਾਸ, ਲਾਲ ਬੱਕਰੇ ਦਾ ਮਾਸ, ਦਲਦਲੀ ਮਿੱਟੀ ਵਿੱਚ ਆਪਣੇ ਆਪ ਉੱਗਰੇ ਚੌਲ (ਨੀਵਾਰ) ਅਤੇ ਹੋਰ ਬਹੁਤ ਸਾਰੇ ਭੋਜਨ ਜੋ ਜੰਗਲ ਵਿੱਚ ਰਹਿਣ ਵਾਲੇ ਸਨਿਆਸੀ ਲੋਕ ਖਾਂਦੇ ਹਨ। ਐਸਾ ਭੋਜਨ ਅਰਪਤਿ ਕਰਨ ਨਾਲ, ਪਿੱਤਰ ਲੋਕ ਬੇਅੰਤ ਸਮੇਂ ਲਈ ਤਰਿਪਤ ਹੋ ਜਾਂਦੇ ਹਨ।

ਟਿੱਪਣੀ:- *ਕਲਸ਼ਾਖ (ਜਾਂ ਕਾਲਸ਼ਾਖ) ਭਾਵੇਂ ਸਣ (ਪਟਸਣ, ਜੂਟ, ਨਾਂਪੂ) ਦੇ ਪੌਦੇ ਦੇ ਫ਼ੁੱਲਾਂ ਨੂੰ ਕਿਹਾ ਜਾਂਦਾ ਹੈ, ਪਰ ਅਸਲ ਵਿੱਚ ਇੱਥੇ ਕੁਦਰਤੀ ਤੌਰ ਤੇ ਪੈਦਾ ਹੋਈ (ਉੱਪਰ ਦੱਸੀ) ਖਾਣ ਯੋਗ ਬਨਸਪਤੀ ਬਾਰੇ ਸੰਕੇਤ ਹੈ।*

(273) ਬਰਸਾਤ ਦੀ ਰੁੱਤੇ ਤਾਰਿਆਂ ਦੀ ਛਾਂ ਹੇਠ, ਚੰਦਰਮਾ ਦੀ ਤੇਰਹਵੀਂ ਦਿੱਖ ਦੇ ਸਮੇਂ ਜੇਹੜਾ ਭੀ ਭੋਜਨ ਸ਼ਹਿਦ ਵਿੱਚ ਮਿਲਾ ਕੇ ਪਿੱਤਰਾਂ ਦੇ ਸ਼ਰਾਧ ਨਮਿੱਤ, ਬ੍ਰਾਹਮਣ ਨੂੰ ਭੇਂਟ ਕੀਤਾ ਜਾਵੇ, ਉਸ ਨਾਲ ਭੀ ਉਹ ਬੇਅੰਤ ਸਮੇਂ ਲਈ ਤਰਿਪਤ ਹੋ ਜਾਂਦੇ ਹਨ।

(274) ਪਿੱਤਰਾਂ ਦੀ ਇਹ ਇੱਛਾ ਹੁੰਦੀ ਹੈ ਕਿ ਸਾਡੀ ਕੁਲ ਵਿੱਚ ਕੋਈ ਐਸਾ ਮਨੁੱਖ ਹੋਵੇ, ਜੋ ਭਾਦੋਂ ਦੇ ਮਹੀਨੇ ਚੰਦਰਮੇਂ ਦੀ ਤ੍ਰੇਰਵੀ ਥਿੱਤ ਵਾਲੇ ਦਿਨ ਜਾਂ ਸ਼ਾਮ ਨੂੰ ਜਿਸ ਵਕਤ ਹਾਥੀ ਦਾ ਪ੍ਰਛਾਵਾਂ ਪੂਰਬ ਦਿਸ਼ਾ ਵੱਲ ਹੋਵੇ, ਤੇ ਸਾਨੂੰ ਖੀਰ ਵਿੱਚ ਸ਼ਹਿਦ ਤੇ ਘਿਉ ਪਾ ਕੇ ਭੇਂਟ ਕਰੇ।

ਨੋਟ:- *ਭਾਦੋਂ ਦੇ ਮਹੀਨੇ ਦੀ ਤ੍ਰੇਰਵੀ ਥਿੱਤ ਵਾਲੇ ਦਿਨ ਹਿੰਦੂ ਧਰਮ ਦੇ ਲੋਕ ਸ਼ਿਵਜੀ ਅਤੇ ਪਾਰਵਤੀ ਨੂੰ ਸਮ੍ਰਪਤਿ ਹੋ ਕੇ ਪਰੋਦਸ਼ ਵ੍ਰਤ ਭੀ ਰੱਖਦੇ ਹਨ।*

(275) ਜੋ ਕੁਝ ਭੀ ਮਨੁੱਖ, ਸ਼ਰਧਾ ਨਾਲ, ਵਿਧੀ ਪੂਰਵਕ ਪਿੱਤਰਾਂ ਨੂੰ ਭੇਂਟ ਕਰਦਾ ਹੈ, ਪ੍ਰਲੋਕ ਵਿੱਚ ਉਨ੍ਹਾਂ ਨੂੰ ਹਮੇਸ਼ਾਂ ਲਈ ਪ੍ਰਸੰਨਤਾ ਅਤੇ ਸੰਤੁਸ਼ਟਤਾ ਪਰਦਾਨ ਕਰਦੇ ਹਨ।

(276) ਚੰਦਰਮਾ ਦੇ ਲਹਿੰਦੇ ਪੱਖ ਦੇ (ਕ੍ਰਿਸ਼ਨ ਪੱਖ-ਪੂਰਣਮਾਸ਼ੀ ਤੋਂ ਮੱਸਿਆ ਤੱਕ) ਦਸਵੇਂ ਤੋਂ ਚੌਦਵੇਂ ਦਿਨ ਨੂੰ ਛੱਡ ਕੇ, ਬਾਕੀ ਮਹੀਨੇ ਦੇ ਸਾਰੇ ਦਿਨ ਪਿਤਰ ਪੂਜਾ ਅਤੇ ਸ਼ਰਾਧ ਦੀ ਬਲੀ ਲਈ ਉਚਿਤ ਹਨ।

(277) ਜੋ ਮਨੁੱਖ ਉੱਪਰ ਦੱਸੇ, ਚੰਦਰਮਾਂ ਦੇ ਲਹਿੰਦੇ ਪੱਖ ਦੀਆਂ ਜਿਸਤ (ਸਮ) ਥਿੱਤਾਂ ਵਿੱਚ ਪਿੱਤਰ ਪੂਜਾ ਕਰਦਾ ਹੈ, ਉਸਦੀਆਂ ਸਾਰੀਆਂ ਕਾਮਨਾਵਾਂ ਪੂਰੀਆਂ ਹੋ ਜਾਂਦੀਆਂ ਹਨ। ਜੋ ਮਨੁੱਖ ਟਾਂਕ (ਅਸਮ) ਥਿੱਤਾਂ ਵਿੱਚ ਪਿੱਤਰ ਪੂਜਾ ਕਰਦਾ ਹੈ, ਉਸਨੂੰ ਬਹੁਤ ਮਾਣ ਸਤਿਕਾਰ ਮਿਲਦਾ ਅਤੇ ਬੜੀ ਵਿਦਵਾਨ ਤੇ ਬਲਵਾਨ (ਪ੍ਰਤਿਸ਼ਟ, ਸ਼ੁੱਭ ਗੁਣਾਂ ਵਾਲੀ) ਸੰਤਾਨ ਦੀ ਪ੍ਰਾਪਤੀ ਹੁੰਦੀ ਹੈ।

(278) ਜਿਸ ਤਰਾਂ ਮਹੀਨੇ ਦਾ ਲਹਿੰਦਾ ਪੱਖ, ਪਿੱਤਰ ਪੂਜਾ ਲਈ ਉੱਤਮ ਸਮਝਿਆ ਜਾਂਦਾ ਹੈ, ਇਸੇ ਤਰਾਂ ਦੁਪਹਿਰ ਤੋਂ ਪਹਿਲਾ ਦਾ ਸਮਾਂ, ਦੁਪਹਿਰ ਤੋਂ ਬਾਅਦ ਦੇ ਸਮੇਂ ਨਾਲੋਂ ਉੱਤਮ ਗਿਣਿਆਂ ਜਾਂਦਾ ਹੈ।

(279) ਜਿਤਨਾ ਚਿਰ ਜੀਵਨ ਹੈ, ਦਵਿੱਜ ਨੂੰ ਚੇਤੰਨ ਮਨ ਨਾਲ, ਸੱਜੇ ਮੋਢੇ ਦੇ ਉੱਪਰੋਂ ਜਨੇਊ ਪਾ ਕੇ, ਸ਼ੁਰੂ ਤੋਂ ਅਖੀਰ ਤੱਕ ਹੱਥ ਵਿੱਚ ਕਾਹੀ (ਡਿੱਭ) ਦੇ ਘਾਹ੍ਹ ਦਾ ਪਵਿੱਤਰ ਤੀਲ੍ਹਾ ਫੜਕੇ, ਵੇਦ ਸ਼ਾਸਤ੍ਰਾਂ ਦੀ ਮਰਿਯਾਦਾ ਅਨੁਸਾਰ, ਖੱਬੇ ਤੋਂ ਸੱਜੇ ਪਾਸੇ ਵੱਲ ਨੂੰ, ਪਿੱਤਰ ਕਰਮ (ਸ਼ਰਾਧ) ਕਰਨ ਦਾ ਵਿਧੀ ਵਿਧਾਨ ਹੈ।

(280) ਰਾਤ ਪੈਣ ਤੇ ਸ਼ਰਾਧ ਕਿਰਿਆ ਕਰਨਾ ਉਚਿਤ ਨਹੀਂ ਹੈ, ਕਿਉਂਕਿ ਉਹ ਰਾਕਸ਼ਾਂ ਦਾ ਸਮਾਂ ਹੈ।ਦਿਨ ਦੇ ਪਹਿਲੇ ਪਹਿਰ (ਸੂਰਜ ਚੜ੍ਹਨ ਤੋਂ ਪਹਿਲਾਂ) ਤੇ ਤੀਸਰੇ ਪਹਿਰ (ਸੂਰਜ ਛਿਪਣ ਤੋਂ ਬਾਅਦ) ਭੀ ਸ਼ਰਾਧ ਦੀ ਕਿਰਿਆ ਨਹੀਂ ਕਰਨੀ ਚਾਹੀਦੀ।

(281) ਇਸ ਤਰਾਂ ਸਾਲ ਵਿੱਚ ਤਿੰਨ ਵਾਰ, ਸਰਦੀ, ਗਰਮੀ ਅਤੇ ਬਰਸਾਤ ਰੁੱਤ ਵਿੱਚ ਸ਼ਰਾਧ ਕਰਮ ਕਰਨਾ ਚਾਹੀਦਾ ਹੈ।ਪਰ ਪੰਚ ਮਹਾਂ ਯੱਗ ਦੀ ਕਿਰਿਆ (ਅਗਨੀਹੋਤ੍ਰ) ਰੋਜ਼ ਕਰਨੀ ਚਾਹੀਦੀ ਹੈ।

(282) ਪਿੱਤਰਾਂ ਨਮਿੱਤ ਕੀਤੇ ਜਾਣ ਵਾਲੇ ਹੋਮ ਯੱਗ ਦੀ ਸਮਗ੍ਰੀ ਨੂੰ, ਪੰਚ ਯਗ ਅਗਨੀ ਬਿਨਾਂ, ਆਮ ਸਧਾਰਣ ਅਗਨੀ ਮਚਾ ਕੇ ਨਹੀਂ ਕਰਨਾ ਚਾਹੀਦਾ। ਅਗਨੀਹੋਤਰੀ ਬ੍ਰਾਹਮਣ ਲਈ, ਅਮਾਵਸ (ਮੱਸਿਆ) ਵਾਲੇ ਦਿਨਾਂ ਤੋਂ ਬਿਨਾਂ, ਹੋਰ ਕਿਸੇ ਦਿਨ ਸ਼ਰਾਧ ਦੀ ਕਿਰਿਆ ਕਰਨ ਲਈ ਮਨਾਹੀ ਹੈ।

(283) ਜੋ ਬ੍ਰਾਹਮਣ ਕਿਸੇ ਕਾਰਣ, ਰੋਜ਼ਾਨਾ ਪੰਜ ਮਹਾਂ ਯੱਗ ਦੀ ਮਰਿਯਾਦਾ ਨਾ ਨਿਭਾ ਸਕੇ, ਉਸ ਲਈ ਇਸ਼ਨਾਨ ਕਰਕੇ ਜਲ ਨਾਲ ਪਿੱਤਰ ਤਰਪਣ ਕਰਨਾ ਹੀ ਪ੍ਰਵਾਨ ਹੈ। ਉਸਦੇ ਐਸਾ ਕਰਨ ਨਾਲ ਹੀ, ਪਿੱਤਰ ਯੱਗ ਦੇ ਫਲ਼ ਦੀ ਪ੍ਰਾਪਤੀ ਹੋ ਜਾਂਦੀ ਹੈ।

(284) ਵੇਦ ਰੀਤ ਮੁਤਾਬਿਕ, ਰਿਸ਼ੀਆਂ ਨੇ ਪਿਤਾ ਪਿੱਤਰ ਨੂੰ 'ਵਸੂ' ਕਿਹਾ ਹੈ, ਬਾਬੇ ਪਿੱਤਰ ਨੂੰ 'ਰੁਦਰ' ਕਿਹਾ ਹੈ, ਤੇ 'ਪੜਦਾਦੇ ਪਿੱਤਰ ਨੂੰ ਆਦਿੱਤਯ ਕਿਹਾ ਹੈ। ਇਸ ਲਈ ਅੰਤਰ-ਆਤਮੇ, ਸਾਨੂੰ ਉਨ੍ਹਾਂ ਮਾਣਸ ਪਿੱਤਰਾਂ ਨੂੰ ਦੇਵਤਿਆਂ ਸਮਾਨ ਹੀ ਸਤਿਕਾਰਨਾ ਚਾਹੀਦਾ ਹੈ।

(285) ਸ਼ਰਾਧ ਦੇ ਯੱਗ ਵਿੱਚ ਆਏ ਬ੍ਰਾਹਮਣਾਂ, ਮਹਿਮਾਨਾ, ਮਿੱਤਰਾਂ ਸੰਬੀਧੀਆਂ ਦੇ ਖਾਣ ਤੋਂ ਬਾਅਦ ਦਾ ਬਚੇ ਹੋਏ ਭੋਜਨ ਨੂੰ ਵਿਧਸ (ਵਾਧੂ ਬਣਿਆ) ਭੋਜਨ ਕਿਹਾ ਜਾਂਦਾ ਹੈ।ਸ਼ਰਾਧ ਦੀ ਅਹੂਤੀ

ਦੇਣ ਮਗਰੋਂ ਬਚੀ ਹੋਈ ਸਮਗ੍ਰੀ ਅਤੇ ਲੂਣ ਰਹਿਤ ਰਸਦ ਨੂੰ ਅਮ੍ਰਿਤ ਕਿਹਾ ਜਾਂਦਾ ਹੈ। ਗ੍ਰਿਸਤੀ ਨੂੰ ਚਾਹੀਦਾ ਹੈ ਕਿ ਬਚੀ ਹੋਈ ਸੁੱਚੀ ਰਸਦ ਅਤੇ ਹਵਨ ਦੀ ਸਮਗ੍ਰੀ ਨੂੰ, ਉਹ ਜਾਂ ਉਸਦਾ ਪ੍ਰਵਾਰ ਆਪ ਹੀ ਸਮੇਟੇ।

(286) ਇਸ ਤਰਾਂ, "ਹੇ ਰਿਸ਼ੀ ਜਨੋ, ਪੰਚ ਯੱਗ ਦੀ ਕਿਰਿਆ (ਪੰਜ ਬਲ਼ੀ ਕਰਮ ਅਤੇ ਅਹੂਤੀਆਂ) ਸਬੰਧੀ, ਸਾਰਾ ਵਿਧੀ ਵਿਧਾਨ ਆਪਨੂੰ ਦੱਸ ਦਿੱਤਾ ਹੈ। ਹੁਣ ਦਵਿੱਜ ਪੁਰਸ਼ਾਂ ਦੀ ਰੋਜ਼ੀ ਰੋਟੀ ਨਾਲ ਸਬੰਧਿਤ ਜੀਵਨ ਜੁਗਤੀ ਦੇ ਮੁੱਖ ਨਿਯਮਾਂ ਬਾਰੇ ਸੁਣੋ'--

ਅਧਿਆਇ 4

ਬ੍ਰਹਮਚਾਰੀ ਦਵਿੱਜ ਦੀ ਜੀਵਨ ਯੁਗਤੀ, ਅਤੇ ਗ੍ਰਸਿਤ ਆਸ਼ਰਮ ਧਰਮ, ਸਿਹਤ ਦੇ ਨਿਯਮ, ਅਤੇ ਵੇਦ ਅਭਿਆਸ

(1) ਦਵਿੱਜ ਲਈ (ਬ੍ਰਾਹਮਣ, ਖੱਤਰੀ, ਵੈਸ਼) ਆਪਣੀ ਜ਼ਿੰਦਗੀ ਦਾ ਪਹਿਲਾ ਹਿੱਸਾ (ਘੱਟੋ ਘੱਟ ਪਹਿਲੇ 25 ਸਾਲ), ਗੁਰੂ ਕੁਲ ਵਿੱਚ ਰਹਿ ਕੇ ਬ੍ਰਮਚਾਰੀ ਧਰਮ ਨਿਭਾਉਂਦਿਆਂ, ਵੇਦ ਵਿੱਦਿਆ ਪ੍ਰਾਪਤ ਕਰਨ ਦਾ ਵਿਧਾਨ ਹੈ ਅਤੇ ਜ਼ਿੰਦਗੀ ਦਾ ਦੂਸਰਾ ਭਾਗ, ਵਿਆਹ ਕਰਵਾ ਕੇ ਗ੍ਰਸਿਤ ਆਸ਼ਰਮ ਵਿੱਚ ਬਤੀਤ ਕਰਨਾ ਹੈ ।

ਨੋਟ:- *ਬ੍ਰਾਹਮਣ ਲਈ, ਆਪਣੀ ਜ਼ਿੰਦਗੀ ਦੇ ਚੌਥਾਈ ਭਾਗ ਨੂੰ (ਸੌ ਸਾਲ ਦੀ ਆਯੂ ਵਿੱਚੋਂ, ਘੱਟੋ ਘੱਟ ਪੱਚੀ ਸਾਲ), ਬ੍ਰਹਮਚਾਰੀ ਰਹਿ ਕੇ ਗੁਰੂ ਕੁਲ ਵਿੱਚ, ਵੇਦ ਵਿੱਦਿਆ ਅਤੇ ਵੇਦ ਅਧਿਆਨ ਕਰਨ ਦਾ ਵਿਧਾਨ ਹੈ। ਜਾਂ ਸਮਰਥਾ ਅਨੁਸਾਰ, ਅੱਠ ਸਾਲ ਦੀ ਉਮਰ ਤੋਂ ਛੱਤੀ ਸਾਲ ਦੀ ਉਮਰ ਤੀਕਰ ਬ੍ਰਹਮਚਾਰੀ ਧਰਮ ਨੂੰ ਨਿਭਾਉਂਦਾ ਹੋਇਆ ਗੁਰੂ ਕੁਲ ਵਿੱਚ ਵਿੱਦਿਆ ਲੈ ਕੇ ਆਪਣੇ ਜੀਵਨ ਦੇ ਦੂਸਰੇ ਭਾਗ ਵਿੱਚ, ਘਰ ਵਾਪਸੀ ਕਰਕੇ (ਘਰ ਵਾਪਸ ਆਉਣੁ ਦੀ ਰਸਮ ਨੂੰ ਸਮਾਵਤਰਨ ਕਿਹਾ ਜਾਂਦਾ ਹੈ) ਵਿਆਹ ਕਰਵਾਉਣ ਉਪਰੰਤ ਗ੍ਰਸਿਤ ਮਾਰਗ ਵਿੱਚ ਪ੍ਰਵੇਸ਼ ਕਰ ਸਕਦਾ ਹੈ।*

(2) ਬ੍ਰਾਹਮਣ, ਆਪਣੇ ਜੀਵਨ ਵਿੱਚ, ਔਖੇ ਸਮੇਂ ਨੂੰ ਛੱਡ ਕੇ, ਉਪਜੀਵਕਾ ਲਈ ਐਸਾ ਕਿੱਤਾ ਅਪਨਾਏ, ਜਿਸ ਨਾਲ ਦੂਸਰੇ ਜੀਵਾਂ ਨੂੰ ਕੋਈ ਦੁੱਖ ਨਾ ਪਹੁੰਚੇ ਜਾਂ ਬਹੁਤ ਘੱਟ ਤੋਂ ਘੱਟ ਦੁੱਖ ਹੋਵੇ।

(3) ਕੇਵਲ ਆਪਣੇ ਜੀਵਨ ਅਤੇ ਕੁਟੰਭ ਦੇ ਨਿਰਬਾਹ ਲਈ, ਧਨ ਦੌਲਤ ਪ੍ਰਾਪਤ ਕਰਨ ਵਾਸਤੇ, ਐਸੀ ਕਿਰਤ ਕਰੇ, ਜੋ ਉਸਦੀ ਜਾਤ ਵਰਣ ਦੇ ਅਨਕੂਲ ਹੋਵੇ ਅਤੇ ਘੱਟ ਤੋਂ ਘੱਟ ਸ਼ਰੀਰਕ ਕਸ਼ਟ ਨਾਲ ਕੀਤੀ ਜਾ ਸਕੇ।

ਨੋਟ:- *ਸਲੋਕ 3 ਅਤੇ 4 ਦੇ ਤਕਰੀਬਨ 5 ਤੋਂ 8 ਤਰਾਂ ਦੇ ਉਲੇਖਣ ਮਿਲੇ ਹਨ, ਜੋ ਇੱਕ ਦੂਸਰੇ ਤੋਂ ਵੱਖਰਾ ਵੱਖਰਾ ਵਿਸ਼ਲੇਸ਼ਣ ਕਰਦੇ ਹਨ। ਇਸਦਾ ਅਧੂਰਾ ਅਤੇ ਸੀਮਤ ਵਰਨਣ ਭੀ ਮਿਲਦਾ ਹੈ, ਪਰ ਬਹੁਤਾ ਮਨੂੰ ਸਿਮ੍ਰਤੀ ਦੇ ਪ੍ਰਕਰਣ ਦੀ ਲੜੀ ਨਾਲ ਮੇਲ਼ ਨਹੀਂ ਖਾਂਦੇ। ਜੋ ਭੀ ਵੱਖ ਵੱਖ ਵਖਿਆਨ* ***ਮਿਲੇ ਹਨ, ਉਨ੍ਹਾਂ ਦਾ ਸਾਰ ਹੇਠ ਲਿਖ ਦਿੱਤਾ ਹੈ।***

(4) ਗ੍ਰਸਿਤੀ ਬ੍ਰਾਹਮਣ, ਆਪਣੀ ਉਪਜੀਵਕਾ ਦਾ ਪ੍ਰਬੰਧ, ਆਪਣੀਆਂ ਲੋੜਾਂ ਨੂੰ ਸੀਮਤ ਰੱਖ ਕੇ ਕਰੇ, ਜਿਵੇਂ-

(ੳ) ਰੀਤਾ- ਆਪਣੇ ਜੱਦੀ ਕਿੱਤੇ (ਪ੍ਰਵਾਰਿਕ ਰੀਤ ਮੁਤਾਬਿਕ ਧਰਮ ਦੀ ਵਿੱਦਿਆ ਦੇਣ ਵਾਲੇ ਵਜੋਂ) ਦੀ ਕਿਰਤ ਕਰੇ।

(ਅ) ਅਮਰੀਤਾ-ਐਸੀ ਕਿਰਤ ਜੋ ਇੱਕ ਸੱਚੇ ਧਰਮੀ ਵਾਲੀ ਪਵਿੱਤਰ ਹੋਵੇ ਅਤੇ ਜਿਸਦਾ ਫ਼ਲ਼ ਬਿਨਾ ਮੰਗੇ ਮਿਲੇ।

(ੲ) ਮਰੀਤਾ- ਜਿਸ ਕਿਰਤ ਨਾਲ ਦੂਸਰੇ ਨੂੰ ਕੋਈ ਕਸ਼ਟ ਨਾ ਪਹੁੰਚੇ ਜਾਂ ਬਹੁਤ ਘੱਟ ਦੁੱਖ ਹੋਵੇ।

(ਸ) ਪ੍ਰਮਰੀਤਾ- ਬਿਪਤਾ ਸਮੇਂ ਧਰਮ-ਅਧਰਮ ਦੀ ਵਿਚਾਰ ਕਰੇ।

(ਹ) **ਪਵਿੱਤਰ-ਅਪਵਿੱਤਰ**, ਕੋਈ ਭੀ ਕਿਰਤ ਕਰਕੇ ਗੁਜ਼ਾਰਾ ਕਰ ਸਕਦਾ ਹੈ। ਪਰ ਕਦੇ ਭੀ ਕੁੱਤੇ ਵਰਗੀ ਲਾਲਚੀ ਬਿਰਤੀ ਨਾਲ ਦਰ ਦਰ ਭਟਕਣ ਤੇ ਗੁਲਾਮੀ ਵਾਲਾ ਕੰਮ ਨਾ ਕਰੇ।

ਜਾਂ ਦੂਸਰੇ ਸ਼ਬਦਾਂ ਵਿੱਚ, ਬ੍ਰਾਹਮਣ ਨੂੰ ਆਪਣੀ ਜੀਵਕਾ-

(ੳ) ਆਪਣੇ ਧਰਮ ਦੀ ਮਰਿਯਾਦਾ ਦੇ ਅਨੁਕੂਲ (ਕੁਦਰਤੀ ਤੌਰ ਤੇ, ਜੋ ਭੀ ਉਪਲੱਭਿਤ ਹੋਵੇ,

(ਅ) ਇੱਕ ਫਕੀਰ ਆਤਮਾਂ ਵਾਂਗ (ਕੁਝ ਪਉਣ ਦੀ ਇੱਛਾ ਬਿਨਾ, ਜੋ ਭੀ ਬਿਨਾਂ ਮੰਗੇ ਤੋਂ ਮਿਲ ਜਾਵੇ।

(ੲ) ਸਧਾਰਨ ਪ੍ਰਾਣੀ ਵਾਂਗ (ਸਰੀਰਕ ਮਿਹਨਤ ਨਾਲ ਗੁਜ਼ਰ ਕਰਨ ਵਾਲਾ),

(ਸ) ਵਪਾਰੀਆਂ ਦੇ ਤਰੀਕੇ ਵਾਂਗ (ਜਿਸ ਵਿੱਚ ਸੱਚ ਝੂਠ ਦਾ ਵਰਤਾਰਾ ਹੋਵੇ),

(ਹ) ਜੋ ਝੂਠ ਤੇ ਅਧਾਰਤ ਹੋਵੇ ਪਰ ਕਿਸੇ ਨੂੰ ਨੁਕਸਾਨ ਨਾ ਹੋਵੇ।

(ਕ) ਬ੍ਰਾਹਮਣ ਐਸੀ ਕ੍ਰਿਤ ਕਦੇ ਭੀ ਨਾ ਕਰੇ ਜਿਸ ਨਾਲ ਉਸਨੂੰ ਕੁੱਤੇ ਵਾਂਗ ਦਰ ਦਰ ਭਟਕਣਾ ਪਵੇ।

(5) **ਰੀਤਾ** - ਮੁਸ਼ੱਕਤ ਕਰਕੇ ਇਕੱਠਾ ਕਰਨਾ (ਭਾਵੇਂ ਖੇਤਾਂ ਵਿੱਚੋਂ ਛੁੱਟੜ ਜਾਂ ਕਿਰਿਆ ਹੋਇਆ ਅੰਨ ਜਾਂ ਕੰਦ ਮੂਲ਼ ਭੀ ਕਿਉਂ ਨਾ ਹੋਵੇ)। **ਅਮ੍ਰੀਤਾ**-ਬਿਨਾਂ ਮੰਗਿਆਂ ਮਿਲਣ ਵਾਲਾ (ਦਾਨ)। ਮ੍ਰੀਤਾ- ਮੰਗ ਕੇ ਇਕੱਠਾ ਕੀਤਾ ਭੋਜਨ।ਪ੍ਰਾਮੀਤਾ- ਆਪ ਖੇਤੀ ਬਾੜੀ ਕਰਕੇ ਸੱਚੀ ਸੁੱਚੀ ਕਿਰਤ ਨਾਲ (ਜਿਸ ਰਾਹੀਂ ਕੁਝ ਜੀਆਂ ਦਾ ਘਾਤ ਹੋ ਜਾਵੇ- ਪਾਪ ਕ੍ਰਮ)।

(6) ਗ੍ਰਿਸਤੀ ਬ੍ਰਾਹਮਣ, ਵਣਜ ਵਪਾਰ ਤੇ ਸ਼ਾਹੂਕਾਰਾ ਕਰਕੇ ਭੀ ਨਿਰਬਾਹ ਕਰ ਸਕਦਾ ਹੈ, ਜੋ ਸੱਚ-ਝੂਠ ਬੋਲਣ ਤੇ ਨਿਰਭਰ ਕਰਦਾ ਹੈ (ਜਿਸ ਨੂੰ ਸਤਿਅਨੁਤ ਜਾਂ ਸਤਿਯਨਰੀਤਾ ਭੀ ਕਹਿੰਦੇ ਹਨ), ਪਰ ਕੁੱਤੇ ਵਾਂਗ ਗੁਲਾਮੀ (ਦੂਸਰੇ ਦੀ ਸੇਵਾ-**ਸ਼ਵਵ੍ਰਿੱਤੀ**) ਵਾਲੀ ਨੌਕਰੀ ਕਦੇ ਨਾ ਕਰੇ।

(7) ਹਰ ਬ੍ਰਾਹਮਣ ਦੀ ਆਪਣੀ ਮਰਜ਼ੀ ਹੈ ਕਿ ਉਸਨੇ ਕਿਤਨਾ ਅੰਨ ਭੰਡਾਰ ਇਕੱਠਾ ਕਰਕੇ ਰੱਖਣਾ ਹੈ, ਜਿਵੇਂ:-

(ੳ) ਕੁਸ਼ਲਧਨੀ- ਉਹ ਬ੍ਰਾਹਮਣ ਜਿਸ ਕੋਲ ਦਾਣਿਆਂ ਨਾਲ ਭਰੀ ਹੋਈ ਕੋਠੜੀ ਹੋਵੇ, ਜਿਸ ਨਾਲ ਉਹ ਤਿੰਨ ਸਾਲ ਲੰਘਾ ਸਕਦਾ ਹੋਵੇ।

(ਅ) ਕੁੰਭਧਨੀ- ਉਹ ਬ੍ਰਾਹਮਣ ਜਿਸ ਕੋਲ ਦਾਣਿਆਂ ਦੀ ਭਰੀ ਮੱਟੀ, ਜਿਸ ਨਾਲ ਉਸਦਾ ਇੱਕ ਸਾਲ ਦਾ ਗੁਜ਼ਰ ਹੋ ਸਕਦਾ ਹੋਵੇ।

(ੲ) ਤ੍ਰਿਹਕ- ਉਹ ਬ੍ਰਾਹਮਣ ਜੋ ਆਪਣੇ ਘਰ ਵਿੱਚ ਸਿਰਫ ਤਿੰਨ ਦਿਨ ਜੋਗਾ ਅੰਨ ਜਮ੍ਹਾਂ ਰੱਖੇ।

(ਸ) ਅਸ਼ਵਸਤਨਿਕ -ਜੋ ਬ੍ਰਾਹਮਣ ਘਰ ਵਿੱਚ, ਇੱਕ ਦਿਨ ਤੋਂ ਵੱਧ ਦਾ ਭੋਜਨ ਨਾ ਜਮ੍ਹਾਂ ਰੱਖੇ।

(8) ਉੱਪਰ ਦੱਸੀਆਂ, ਚਾਰ ਤਰਾਂ ਦੀਆਂ ਰੁਚੀਆਂ ਰੱਖਣ ਵਾਲੇ ਬ੍ਰਾਹਮਣ, ਆਪਣੇ ਵੱਖੋ ਵੱਖ ਸੁਭਾਅ ਕਾਰਣ ਸਾਰੇ ਹੀ ਸਤਿਕਾਰਯੋਗ ਮੰਨੇ ਜਾਂਦੇ ਹਨ, ਪਰ ਕਰਮਵਾਰ, ਪਹਿਲੇ ਨਾਲੋਂ ਦੂਸਰਾ, ਦੂਸਰੇ ਨਾਲੋਂ ਤੀਸਰਾ, ਅਤੇ ਤੀਸਰੇ ਨਾਲੋਂ ਚੌਥਾ ਸਭ ਤੋਂ ਜ਼ਿਆਦਾ ਤਿਆਗੀ ਹੋਣ ਕਾਰਨ, ਸਵ੍ਰਗ ਪ੍ਰਾਪਤੀ ਲਈ ਉੱਤਮ ਕਿਹਾ ਗਿਆ ਹੈ।

(9) ਇਨ੍ਹਾਂ ਚੌਹਾਂ ਸੁਰਤੀਆਂ ਵਾਲੇ ਗ੍ਰਸਿਤੀ ਬ੍ਰਾਹਮਣਾਂ ਵਿੱਚੋਂ, ਪਹਿਲਾ- ਆਪਣੀ ਉਪਜੀਵਕਾ ਲਈ ਛੇ ਤਰਾਂ ਦੇ ਕਰਮ ਕਰਨ ਵਾਲਾ (ਛਟਕ੍ਰਮ, ਕਿੱਤੇ), ਦੂਸਰਾ- ਤਿੰਨ ਤਰਾਂ ਦੇ ਕਰਮ ਕਰਨ ਵਾਲਾ, ਤੀਸਰਾ- ਦੋ ਤਰਾਂ ਦੇ ਤੇ ਚੌਥਾ ਇੱਕੋ ਵੇਦ ਕਰਮ (ਵੇਦ ਵਿੱਦਿਆ ਦਾ ਦਾਨ) ਕਰਕੇ ਜੀਵਨ ਨਿਰਬਾਹ ਕਰਦਾ ਹੈ।

ਬ੍ਰਾਹਮਣ ਦੇ ਗੁਜ਼ਾਰਾ ਕਰਨ ਲਈ ਛੇ ਕਰਮ -

(ੳ) ਬਿਨਾਂ ਮੰਗਿਆਂ ਧੰਨ ਦਾ ਮਿਲਣਾ (ਬਿਨਾਂ ਜਾਚਨਾਂ ਕੀਤੇ- ਲੋਕਾਂ ਦੀ ਸ਼ਰਧਾ ਕਾਰਣ)।

(ਅ) ਇੱਛਾ ਰੱਖਣੀ (ਜਾਚਨਾ ਕਰਕੇ- ਆਪ ਮੁਹਾਰੇ ਕਿਸੇ ਜਜਮਾਨ ਨੂੰ ਇਸ਼ਾਰੇ ਮਾਤਰ ਕਹਿਣਾ)।

(ੲ) ਮੰਗ ਕੇ (ਲੋੜ ਸਮਝ ਕੇ ਬੇਨਤੀ ਕਰ ਦੇਣੀ)।
(ਸ) ਖੇਤੀਬਾੜੀ ਕਰਕੇ।
(ਹ) ਵਣਜ ਵਪਾਰ ਕਰਕੇ (ਵਪਾਰੀ ਬਣਕੇ)।
(ਕ) ਸ਼ਾਹੂਕਾਰਾ ਕਰਕੇ (ਪੈਸੇ ਦੇ ਲੈਣ ਦੇਣ ਨਾਲ- ਵਿਆਜ ਰਾਹੀਂ)।

ਵੱਖ ਵੱਖ ਸੁਰਤੀਆਂ ਵਾਲੇ ਚਾਰ ਬ੍ਰਾਹਮਣ (ਸਲੋਕ#7 ਵਿੱਚੋਂ) -

ਪਹਿਲਾ- ਵੱਡੇ ਕੁਟੰਬ ਵਾਲੇ ਬ੍ਰਾਹਮਣ, ਆਪਣੀ ਉਪਜੀਵਕਾ ਲਈ ਉੱਪਰ ਦੱਸੇ ਸਾਰੇ ਛੇ ਕਰਮ ਕਰ ਸਕਦੇ ਹਨ।

ਦੂਸਰਾ- ਛੋਟੇ ਪਰਵਾਰ ਅਤੇ ਸਧਾਰਣ ਬਿਰਤੀ ਵਾਲਾ ਬ੍ਰਾਹਮਣ ਕੇਵਲ ਤਿੰਨ ਕਰਮਾਂ ਦਾ ਧਾਰਨੀ ਹੁੰਦਾ ਹੈ, ਜਿਵੇਂ- ਜਜਮਾਨਾਂ ਲਈ ਪੂਜਾ ਅਤੇ ਬਲੀਦਾਨ ਦੀਆਂ ਸੇਵਾਵਾਂ ਦੇਣੀਆਂ, ਦਾਨ ਲੈਣਾਂ, ਅਤੇ ਵੇਦ ਵਿੱਦਿਆ ਪੜ੍ਹਾ ਕੇ ਆਪਣਾ ਟੱਬਰ ਪਾਲਣਾ ।

ਤੀਸਰਾ- ਜੋ ਆਪਣੀਆਂ ਸੇਵਾਵਾਂ ਦੀ ਦੱਛਣਾ, ਆਪ ਨਹੀ ਮੰਗਦੇ (ਜਜਮਾਨ ਜਾਂ ਸੇਵਕ ਜੋ ਚਾਹੇ ਭੇਟਾ ਦੇ ਦੇਵੇ), ਕੇਵਲ ਪੁਜਾਰੀ (**याजन**) ਅਤੇ ਵੇਦ ਵਿੱਦਿਆ ਦੇਣ (ਅਧਿਆਪਕ) ਦੀ ਸੇਵਾ ਨਿਭਾ ਕੇ ਆਪਣਾਂ ਟੱਬਰ ਪਾਲਦੇ ਹਨ।

ਚੌਥਾ- ਜੋ ਕੇਵਲ ਇੱਕੋ ਬਿਰਤੀ ਵਾਲਾ ਹੈ ਅਤੇ ਵੇਦ ਪੜ੍ਹਾ-ਸੁਣਾ ਕੇ ਮਿਲੀ ਦੱਛਣਾ ਨਾਲ ਹੀ ਆਪਣਾ ਟੱਬਰ ਪਾਲਦਾ ਹੈ।

(10) ਤਿਆਗੀ ਬ੍ਰਾਹਮਣ, ਜੋ ਬਿਨਾਂ ਕਿਰਤ ਕੀਤੇ, ਭਾਵੇਂ ਆਲੇ ਦੁਆਲੇ ਦੇ ਖੇਤਾਂ ਵਿੱਚ ਖਿੱਲਰੇ ਬੁਆੜ (ਜ਼ਿਮੀਂਦਾਰ ਦੇ ਨਕਾਰੇ ਹੋਏ ਦਾਣੇ) ਜਾਂ ਕੁਦਰਤੀ ਉੱਗਿਆ ਅੰਨ ਦਾਣਾ (ਛੰਭ-ਝਾੜੀਆਂ ਵਿੱਚੋਂ) ਇਕੱਠਾ ਕਰਕੇ ਗੁਜ਼ਾਰਾ ਕਰਦਾ ਹੋਵੇ, ਉਹ ਭੀ ਨਿੱਤ ਪੰਜ ਮਹਾਂ ਯੱਗ (ਅਗਨੀਹੋਤਰ) ਦੀ ਕਿਰਿਆ ਨਿਭਾਉਣ ਲਈ ਤਤਪਰ ਰਹੇ। ਅਮਾਵਸ, ਪੂਰਣਮਾਸ਼ੀ ਦੇ ਦਿਨ, ਅਤੇ ਸਾਲ ਦੇ ਅੰਤ ਉੱਪਰ, ਇਸ਼ਟੀ ਯੱਗ (ਰਿੱਗ ਵੇਦ ਦੇ ਪਹਿਲੇ ਅਧਿਆਇ 'ਆਇਤਰੀਆ ਬ੍ਰਾਹਮਣਾ' ਦਾ ਸਹਿਜ ਪਾਠ) ਕਰੇ।

(11) ਗ੍ਰਿਸਤੀ ਬ੍ਰਾਹਮਣ ਨੂੰ ਆਪਣੇ ਗੁਜ਼ਾਰੇ ਲਈ, ਝੂਠ ਬੋਲਣਾ, ਨਿੰਦਾ ਚੁਗਲੀ, ਦੂਸਰਿਆਂ ਦੀ ਖੁਸ਼ਾਮਦੀ ਅਤੇ ਅਧਰਮੀਆਂ ਵਾਲਾ ਜੀਵਨ ਜਿਊਣ ਤੋਂ ਬਚਣਾ ਚਾਹੀਦਾ ਹੈ। (ਭਾਵ- ਸੱਚਾ-ਸੁੱਚਾ, ਸਿੱਧਾ-ਸਾਦਾ, ਦੁਨੀਆਂ ਦੀ ਝੂਠੀ ਵਡਿਆਈ ਤੇ ਖੁਸ਼ਾਮਿਦ ਤੋਂ ਬਚ ਕੇ)

(12) ਸੁਖੀ ਜੀਵਨ ਅਤੇ ਆਤਮਿਕ ਸ਼ਾਂਤੀ ਦੀ ਇੱਛਾ ਰੱਖਣ ਵਾਲੇ ਨੂੰ, ਸਬਰ-ਸੰਤੋਖ ਰੱਖਣਾ ਚਾਹੀਦਾ ਹੈ ਅਤੇ ਸਵੈ ਨਿਯੰਤਰਿਤ (ਆਪਣੇ ਆਪ ਤੇ ਕਾਬੂ ਰੱਖਣਾ) ਰਹਿਣਾ ਚਾਹੀਦਾ ਹੈ। ਜ਼ਿਆਦਾ ਧੰਨ ਇਕੱਠਾ ਕਰਨ ਦੀ ਇੱਛਾ ਨਾ ਰੱਖੇ, ਕਿਉਂਕਿ ਸੰਤੋਖ ਹੀ ਸੁੱਖਾਂ ਦਾ ਰਾਜ ਹੈ ਅਤੇ ਇਸਦੇ ਉਲਟ, ਬੇਸਬਰੀ ਦੁੱਖਾਂ ਦੀ ਜੜ੍ਹ ਹੈ।

(13) ਇੱਕ ਸਨਾਤਕ ਬ੍ਰਾਹਮਣ (ਵੇਦ ਦਾ ਪਾਠੀ ਅਤੇ ਗ੍ਰਿਸਤੀ) ਲਈ ਜ਼ਰੂਰੀ ਹੈ ਕਿ ਉਹ, ਪਹਿਲਾਂ ਦੱਸੇ ਗਏ ਕਿਸੇ ਇੱਕ ਕਿੱਤੇ ਮੁਤਾਬਿਕ ਆਪਣਾ ਜੀਵਨ ਜੀਵੇ। ਅੱਗੇ ਦੱਸੇ ਨਿਯਮਾਂ ਦੀ ਬੰਦਸ਼ ਵਿੱਚ ਰਹਿ ਕੇ ਸੁੱਖ ਦਾ ਜੀਵਨ ਬਿਤਾਵੇ ਅਤੇ ਅਗਾਂਹ ਦੱਸੇ ਨਿਯਮਾਂ (ਵ੍ਰਤਾਂ) ਦਾ ਪਾਲਣ ਕਰੇ।

(14) ਜੋ ਬ੍ਰਾਹਮਣ, ਆਲਸ ਤਿਆਗ ਕੇ, ਵੇਦਾਂ ਵਿੱਚ ਦੱਸੇ ਹੋਏ ਸੰਸਕਾਰਾਂ ਨੂੰ ਬਿਨਾਂ ਝਿਜਕ ਹਰ ਰੋਜ਼ ਨਿਭਾਉਂਦਾ ਹੈ ਅਤੇ ਆਪਣੀ ਯੋਗਤਾ ਮੁਤਾਬਿਕ ਉਨ੍ਹਾਂ ਨਿਯਮਾਂ ਦੀ ਪਾਲਣਾ ਕਰਦਾ ਹੈ, ਉਹ ਸਭ ਤੋਂ ਉੱਚੀ ਅਵਸਥਾ ਅਤੇ ਪਰਮਗਤੀ ਨੂੰ ਪ੍ਰਾਪਤ ਕਰ ਲੈਂਦਾ ਹੈ।

(15) ਬ੍ਰਾਹਮਣ ਦੀ ਮਾਇਕ ਹਾਲਤ ਭਾਵੇਂ ਜਿਤਨੀ ਮਰਜ਼ੀ ਪਤਲੀ ਜਾਂ ਤਰਸਯੋਗ ਹੋਵੇ, ਧੰਨ ਦੀ ਪ੍ਰਾਪਤੀ ਲਈ, ਵੇਦ ਸ਼ਾਸਤ੍ਰਾਂ ਦੀ ਸਿੱਖਿਆ ਦੇ ਉਲਟ ਕਰਮ (ਜਿਵੇਂ ਗਾਣਾ ਬਜਾਣਾ ਜਾਂ ਨੱਚਣਾ ਆਦਿ)

ਨਹੀਂ ਕਰਨੇ ਚਾਹੀਦੇ ਅਤੇ ਨਾ ਹੀ ਐਸਾ ਧੰਦਾ ਕਰਨ ਵਾਲਿਆਂ ਤੋਂ ਕੋਈ ਦੱਛਣਾ ਪ੍ਰਵਾਨ ਕਰਨੀ ਚਾਹੀਦੀ ਹੈ।

(16) ਬ੍ਰਾਹਮਣ ਨੂੰ ਆਪਣੀਆਂ ਇੰਦਰੀਆਂ ਅਤੇ ਖਾਹਿਸ਼ਾਂ ਦੀ ਤਰਿਪਤੀ ਖਾਤਰ, ਵਾਸ਼ਨਾਵਾਂ (ਸ਼ਬਦ, ਰੂਪ, ਰਸ, ਗੰਧ, ਛੂਹ) ਦੇ ਵੱਸ ਹੋਣ ਤੋਂ, ਆਪਣੇ ਮਨ ਨੂੰ ਹਮੇਸ਼ਾ ਰੋਕ ਕੇ ਰੱਖਣਾ ਚਾਹੀਦਾ ਹੈ।

(17) ਵੇਦ ਵਿਸ਼ਾਰਿਦ ਗ੍ਰਿਸਤੀ ਬ੍ਰਾਹਮਣ (ਵੇਦ ਦੀ ਸਿੱਖਿਆ ਦੇਣ ਵਾਲਾ), ਵੇਦਾਂ ਦੀ ਸਿੱਖਿਆ ਦਾ ਉਲੰਘਣ ਕਰਨ ਵਾਲੀਆਂ ਸਾਰੀਆਂ ਧਾਰਨਾਵਾਂ (ਵਿਵਹਾਰ, ਵਸਤਾਂ ਆਦਿ) ਦਾ ਤਿਆਗ ਕਰਕੇ, ਕੇਵਲ ਵੈਦਿਕ ਧਰਮ ਦੇ ਅਸਲ ਉਪਦੇਸ਼ ਅਤੇ ਸਿੱਖਿਆ ਦੇਣ ਨੂੰ, ਆਪਣਾ ਕਿੱਤਾ ਅਤੇ ਕਿਰਤ ਜਾਣ ਕੇ, ਆਪਣੇ ਪ੍ਰਵਾਰ ਦਾ ਪਾਲਣ-ਪੋਸ਼ਣ ਕਰੇ।

(18) ਇਸ ਦੁਨੀਆਂ ਤੇ ਵਿਚਰਦਿਆਂ, ਗ੍ਰਿਸਤੀ ਬ੍ਰਾਹਮਣ ਦੀ ਪੁਸ਼ਾਕ, ਬੋਲਬਾਣੀ, ਸੋਚ, ਕਿੱਤਾ ਤੇ ਉਸਦੇ ਧੰਨ ਤੋਂ ਉਸਦੀ ਵਡੱਪਣਤਾ ਤੇ ਉੱਚੀ ਕੁਲ ਦੀ ਝਲਕ ਪੈਣੀ ਚਾਹੀਦੀ ਹੈ।

(19) ਬ੍ਰਾਹਮਣ ਲਈ ਜਰੂਰੀ ਹੈ ਕਿ ਰੋਜ਼ਾਨਾ ਬੁੱਧੀ ਨੂੰ ਤੀਖਣ ਕਰਨ ਵਾਲੀਆਂ, ਉਨ੍ਹਾਂ ਰਚਨਾਵਾਂ ਤੇ ਮੰਡਲਾਂ (ਪ੍ਰਤਿਪਾਦਿਕ ਨਿਗਮਾਂ) ਦਾ ਅਧਿਆਨ ਕਰੇ, ਜਿਨ੍ਹਾਂ ਦੇ ਪੜ੍ਹਨ ਨਾਲ ਵੇਦਾਂ ਵਿੱਚ ਦੱਸੇ, ਗਿਆਨ, ਵਗਿਆਨ, ਵਿਖਿਆਨ ਅਤੇ ਧੰਨ ਵਿੱਚ ਵਾਧਾ ਕਰਨ ਦੀਆਂ ਵਿਧੀਆਂ ਦਾ ਪਤਾ ਚੱਲੇ।

ਨੋਟ:- *ਪ੍ਰਤਿਪਾਦਿਕ ਨਿਗਮ- ਉਹ ਲਿਖਤਾਂ ਜੋ ਵੇਦਾਂ ਵਿੱਚ ਆਏ ਇਲਾਹੀ ਗਿਆਨ ਬਾਰੇ ਉਦਾਹਰਣਾਂ, ਅਰਥ ਭਾਵ, ਸਰੋਤ, ਅਤੇ ਸਾਹਿਤ ਪ੍ਰਗਟ ਕਰਦੀਆਂ ਹੋਣ।*

(20) ਮਨੁੱਖ, ਜਿਵੇਂ ਜਿਵੇਂ ਸ਼ਾਸਤਰਾਂ ਵਿੱਚ ਦੱਸੇ ਵਿਗਿਆਨ ਦੇ ਸਿਧਾਂਤਾਂ ਅਤੇ ਨਿਯਮਾਂ ਨੂੰ ਧਿਆਨ ਨਾਲ ਪੜ੍ਹ ਕੇ ਜਾਣਕਾਰੀ ਪ੍ਰਾਪਤ ਕਰਦਾ ਹੈ, ਤਿਵੇਂ ਤਿਵੇਂ ਉਸਦੇ ਗਿਆਨ ਵਿੱਚ ਵਾਧਾ ਹੁੰਦਾ ਜਾਂਦਾ ਹੈ ਤੇ ਉਸਦੀ ਰੁਚੀ ਹੋਰ ਖੁੱਭਦੀ ਜਾਂਦੀ ਹੈ।

(21) ਬ੍ਰਾਹਮਣ ਨੂੰ ਸਮਰਥਾ ਮੁਤਾਬਿਕ, ਆਪਣੇ ਨਿੱਤ ਦੇ ਕਰਨ ਵਾਲੇ ਪੰਚ ਯੱਗ, ਰਿਸ਼ੀ ਯੱਗ, ਵੇਦ ਯੱਗ, ਪਿੱਤਰ ਯੱਗ, ਭੂਤਿ ਯੱਗ ਅਤੇ ਅਤਿਥੀ (ਮਹਿਮਾਨ) ਸੇਵਾ ਵਰਗੇ ਕਰਮ, ਸਾਰੀ ਉਮਰ ਨਿਰੰਤਰ ਜਾਰੀ ਰੱਖਣੇ ਚਾਹੀਦੇ ਹਨ।

ਨੋਟ:- *ਇਨ੍ਹਾਂ ਯੱਗਾਂ ਬਾਰੇ ਵਿਸਥਾਰ, ਪਹਿਲਾਂ ਹੋ ਚੁੱਕਾ ਹੈ।*

(22) ਕੁਝ ਲੋਕ, ਜੋ ਸ਼ਾਸਤ੍ਰਾਂ ਵਿੱਚ ਦੱਸੀ, ਯੱਗ ਕਰਨ ਦੀ ਪ੍ਰਕਿਰਿਆ ਅਤੇ ਸੰਸਕਾਰਾਂ ਦੀ ਵਿਧੀ ਨੂੰ ਸਮਝਦੇ ਹਨ, ਉਹ ਵੇਦਾਂ ਦੀ ਸਿੱਖਿਆ ਮੁਤਾਬਿਕ ਆਪਣੀਆਂ ਗਿਆਨ ਇੰਦਰੀਆਂ ਨੂੰ ਵਸ ਕਰ ਲੈਣਾ (ਭਾਵ ਇੰਦਰੀਆਂ ਅਤੇ ਬਾਹਰੀ ਕਿਰਿਆ ਤੇ ਕਾਬੂ ਹੋਣਾ) ਹੀ ਪੰਜੇ ਹੋਮ ਯੱਗ ਕਰਨ ਦੇ ਬਰਾਬਰ ਜਾਣਦੇ ਹਨ।

(23) ਕੁਝ ਗ੍ਰਿਸਤੀ ਲੋਕ, ਬੋਲ-ਬਾਣੀ ਅਤੇ ਸਵਾਸਾਂ ਦੇ ਸੰਜਮ ਨੂੰ (ਪ੍ਰਾਣਾਯਾਮ, ਸਮਾਧੀ) ਨੂੰ ਹੀ ਬਹੁਤ ਵੱਡਾ ਯੱਗ, ਅਤੇ ਬਲੀ ਕਿਰਿਆ ਸਮਝਦੇ ਹਨ ਅਤੇ ਇਸ ਬਦਲੇ ਅਮਰ ਪਦਵੀ ਦੀ ਪ੍ਰਾਪਤੀ (ਮੁਕਤੀ) ਹੋਣਾ ਮੰਨਦੇ ਹਨ।

(24) ਕੁਝ ਸੂਝਵਾਨ ਬ੍ਰਾਹਮਣਾਂ ਅਤੇ ਬੁੱਧੀਮਾਨ ਪੁਰਸ਼ਾਂ ਦਾ ਅਨੁਭਵ ਹੈ ਕਿ ਗਿਆਨ ਦੇ ਨੇਤਰਾਂ ਨਾਲ, ਇਸ ਸੰਸ਼ਾਰ ਨੂੰ ਬ੍ਰਹਮ ਰੂਪ ਸਮਝਣ ਦੀ ਸੋਝੀ ਆ ਜਾਣਾ ਹੀ ਸਾਰੇ ਯੱਗਾਂ ਦੀ ਕਾਰਗੁਜ਼ਾਰੀ ਹੈ ਅਤੇ ਗਿਆਨ ਹੀ ਸਾਰੇ ਪੰਚ ਮਹਾਂ ਯੱਗਾਂ ਦੀ ਪ੍ਰਕਿਰਿਆ ਦਾ ਅਧਾਰ ਹੈ।

(25) ਗ੍ਰਿਸਤੀ ਬ੍ਰਾਹਮਣ ਨੂੰ ਚਾਹੀਦਾ ਹੈ ਕਿ ਉਹ ਹਰ ਰੋਜ਼, ਸੁਭਾ ਸੂਰਜ ਚੜ੍ਹਨ ਸਮੇਂ ਤੇ ਸ਼ਾਮ ਸੂਰਜ ਡੁੱਬਣ ਵੇਲੇ, (ਦੋਵੇਂ ਸੰਧਿਆ ਵੇਲੇ) ਅਗਨੀਹੋਤਰ ਪੂਜਾ ਕਰੇ। ਹਰ ਮਹੀਨੇ ਦੇ ਅਖੀਰ ਵਿੱਚ, ਦਰਸ਼ ਯੱਗ' (ਮੱਸਿਆ ਦਾ) ਅਤੇ ਪੁੰਨਿਆਂ ਵਾਲੇ ਦਿਨ 'ਪੂਰਣਮਾਂ' ਯੱਗ ਕਰੇ।

(26) ਪਿਛਲੀ ਫਸਲ ਦਾ ਅਨਾਜ ਖਤਮ ਹੋਣ ਮਗਰੋਂ, ਨਵੀਂ ਫਸਲ ਦੇ ਅਨਾਜ ਨੂੰ ਵਰਤਣ ਤੋਂ ਪਹਿਲਾਂ 'ਚੁਮਾਸਾ ਯੱਗ' (ਹਰ ਚਾਰ ਮਹੀਨੇ ਮਗਰੋਂ ਕੀਤਾ ਜਾਣ ਵਾਲਾ) ਕੀਤਾ ਜਾਵੇ। ਸਰਦ ਰੁੱਤ ਵਿੱਚ ਮੱਘਰ ਦੇ ਮਹੀਨੇ, ਅੰਨ ਗ੍ਰਹਿਣ ਪੂਜਾ ਕਰਕੇ ਪਸ਼ੂ ਬਲੀ ਦੇਣ ਵਾਲਾ ਸੋਮਯੱਗ ਯੱਗ ਕੀਤਾ ਜਾਵੇ। ਸਾਲ ਦੇ ਤਿੰਨੋ ਮੌਸਮਾਂ (ਬਹਾਰ, ਗਰਮੀ, ਸਰਦ ਰੁੱਤ) ਦੇ ਅਖੀਰ ਵਿੱਚ ਚੁਮਾਸਾ (ਹਰ 4 ਮਹੀਨੇ ਪਿੱਛੋਂ) ਯੱਗ ਕੀਤਾ ਜਾਵੇ ਅਤੇ ਸਾਲ ਵਿੱਚ ਦੋ ਵਾਰ, ਵੱਡੇ ਤੇ ਛੋਟੇ ਦਿਨਾਂ ਵਿੱਚ, ਪਸ਼ੂ ਬਲੀ ਦੇ ਕੇ ਯੱਗ ਕੀਤਾ ਜਾਵੇ। ਸਾਲ ਦੇ ਅਖੀਰ ਵਿੱਚ, ਬਸੰਤ ਰੁੱਤ ਆਉਣ ਤੇ ਭੀ ਪਸ਼ੂ ਦੀ ਬਲੀ ਦੇ ਕੇ ਸੋਮ ਯੱਗ ਕੀਤਾ ਜਾਵੇ।

ਨੋਟ:- ਵੱਡੇ ਤੇ ਛੋਟੇ ਦਿਨ:- *ਸਾਲ ਵਿੱਚ ਦੋ ਵਾਰ ਆਉਣ ਵਾਲੇ, ਗਰਮੀ ਅਤੇ ਸਰਦ ਰੁੱਤ ਦੀ ਇਕਸਾਰਤਾ ਵਾਲੇ ਉਹ ਦਿਨ, ਜਦੋਂ ਸੂਰਜ ਦੁਪਹਿਰ ਸਮੇਂ ਧਰਤੀ ਤੋਂ ਦੂਰ ਅਤੇ ਧਰਤੀ ਤੋਂ ਨੇੜੇ ਹੋਣਾ ਸ਼ੁਰੂ ਹੁੰਦਾ ਹੈ ਅਤੇ ਇਸੇ ਅਧਾਰ ਤੇ ਸਾਲ ਦੇ ਵੱਡੇ ਅਤੇ ਛੋਟੇ ਹੁੰਦੇ ਦਿਨਾਂ ਦੀ ਗਿਣਤੀ ਰੱਖੀ ਜਾਂਦੀ ਹੈ।*

(27) ਇਸ ਲਈ, ਲੰਬੀ ਉਮਰ ਦੀ ਇੱਛਾ ਰੱਖਣ ਵਾਲਾ ਅਗਨੀਹੋਤ੍ਰੀ ਬ੍ਰਾਹਮਣ, ਉੱਪਰ ਦੱਸੀਆਂ ਰੀਤਾਂ ਮੁਤਾਬਿਕ ਪੂਜਾ-ਹਵਨ ਅਤੇ ਪਸ਼ੂ ਬਲ਼ੀ ਦਿੱਤੇ ਬਿਨਾਂ ਘਰ ਵਿੱਚ ਨਵਾਂ ਅੰਨ ਅਤੇ ਮਾਸ ਨਾ ਵਰਤੇ।

(28) ਨਵਾਂ ਅੰਨ ਅਤੇ ਪਸ਼ੂ ਮਾਸ ਦੀ ਅਹੂਤੀ ਨਾਲ ਯੱਗ ਦੀ ਅਗਨੀ ਨੂੰ ਸੰਤੁਸ਼ਟ ਕੀਤੇ ਬਿਨਾ, ਉਸ ਅੰਨ ਅਤੇ ਮਾਸ ਖਾਣ ਦੀ ਇੱਛਾ ਰੱਖਣ ਵਾਲੇ ਨੂੰ, ਮਹੱਤਵ ਆਤਮਾਵਾਂ (ਪਿੱਤਰ ਤੇ ਦੇਵਤੇ ਲੋਕ), ਉਸੇ ਅਗਨੀ ਵਿੱਚ ਭਸਮ (ਸਰਬ ਨਾਸ) ਕਰਨ ਤੇ ਉੱਤਰ ਆਉਂਦੀਆਂ ਹਨ।

(29) ਉੱਪਰ ਦੱਸੀ ਯੱਗ ਕਿਰਿਆ ਸਮੇਂ, ਜੋ ਗ੍ਰਿਸਤੀ ਆਪਣੀ ਪਹੁੰਚ ਮੁਤਾਬਿਕ, ਘਰ ਵਿੱਚ ਆਏ ਮਹਿਮਾਨ ਨੂੰ ਆਦਰ ਸਹਿਤ, ਬੈਠਣ ਲਈ ਥਾਂ, ਖਾਣੇ ਲਈ ਭੋਜਨ, ਸੌਣ ਲਈ ਬਿਸਤਰਾ, ਪੀਣ ਲਈ ਪਾਣੀ, ਧੂਫ ਬੱਤੀ ਦੀ ਸੁਵਿਧਾ ਨਾ ਕਰੇ, ਉਸਦੇ ਘਰ ਮਹਿਮਾਨ ਨੂੰ ਨਹੀਂ ਠਹਿਰਨਾ ਚਾਹੀਦਾ।

(30) ਜੋ ਲੋਕ, ਵੇਦ ਨਿੰਦਕ ਤੇ ਪਖੰਡੀ ਅਤੇ ਨਾਸਤਿਕ ਹੋਣ, ਵਰਜਿਤ ਕਰਮ ਕਰਨ ਵਾਲੇ ਹੋਣ, ਸ਼ੈਤਾਨ ਬਿੱਲੀ ਅਤੇ ਬਗਲੇ ਭਗਤ ਵਾਂਗ ਚੁੱਪ ਚਾਪ ਰਹਿਣ, ਕੁੱਤਿਆਂ ਵਾਂਗ ਬੇਲੋੜਾ ਭੌਂਕਣ ਤੇ ਧੋਖੇ ਚਲਾਕੀ ਨਾਲ ਆਪਣੀ ਜੀਵਕਾ ਚਲਾਉਣ, ਗ੍ਰਿਸਤੀ ਲਈ ਜ਼ਰੂਰੀ ਹੈ ਕਿ ਉਹ, ਉਨ੍ਹਾਂ ਲੋਕਾਂ ਨਾਲ ਬੋਲ ਬਾਣੀ ਦੀ ਸਾਂਝ, ਉਨ੍ਹਾਂ ਦੀ ਸੰਗਤ ਤੇ ਆਦਰ, ਭੁੱਲ ਕੇ ਵੀ ਨਾ ਕਰੇ।

(31) ਗ੍ਰਿਸਤੀ ਦਵਿੱਜ ਲਈ ਜ਼ਰੂਰੀ ਹੈ ਕਿ ਉਹ, ਉਨ੍ਹਾਂ ਲੋਕਾਂ ਦੀ ਹੀ ਸੰਗਤ ਕਰੇ ਤੇ ਪਾਠ ਪੂਜਾ ਲਈ ਭੇਟਾਵਾਂ ਦੇਵੇ, ਜੋ ਵੇਦ ਗਿਆਨੀ ਜਾਂ ਵੇਦ ਪਾਠੀ (ਸਨਾਤਕ) ਹੋਣ, ਜਾਂ ਉਹ ਲੋਕ ਜਿਨ੍ਹਾਂ ਨੇ ਬ੍ਰਹਮਚਾਰੀ ਅਚਾਰੀਆ ਜੀਵਨ ਨਿਭਾਉਣ ਮਗਰੋਂ ਗ੍ਰਿਸਤ ਅਪਨਾਇਆ ਹੋਵੇ। ਹੋਰ ਸਭ ਤਰਾਂ ਦੇ ਲੋਕਾਂ ਤੋਂ ਕਿਨਾਰਾ ਕਰਕੇ ਰੱਖੇ।

(32) ਗ੍ਰਿਸਤੀ ਨੂੰ ਚਾਹੀਦਾ ਹੈ ਕਿ ਉਹ ਆਪਣੀਆਂ ਲੋੜਾਂ ਦਾ ਖਿਆਲ ਰੱਖਦਿਆਂ, ਆਪਣੀ ਸਮ੍ਰਥਾ ਮੁਤਾਬਿਕ ਉਨ੍ਹਾਂ ਲੋਕਾਂ ਨੂੰ ਭੀਖਿਆ ਦੇਵੇ, ਜੋ ਆਪ ਅੰਨ ਨਹੀਂ ਪਕਾ ਸਕਦੇ (ਸਨਿਆਸੀ ਅਤੇ ਬ੍ਰਹਮਚਾਰੀ ਆਦਿ) ਅਤੇ ਘਰੋਂ ਬਚਿਆ ਅੰਨ, ਹੋਰ ਜੀਵ ਜੰਤੂਆਂ ਨੂੰ ਵੰਡੇ।

(33) ਗ੍ਰਿਸਤੀ ਸਨਾਤਕ (ਵੇਦ ਪਾਠੀ), ਜੇ ਗਰੀਬੀ ਤੇ ਭੁੱਖ ਨਾਲ ਪੀੜਤ ਹੋਵੇ, ਤਾਂ ਪਹਿਲਾਂ ਰਾਜੇ ਕੋਲੋਂ ਜਾਂ ਆਪਣੇ ਜਜਮਾਨ ਕੋਲੋਂ ਅਤੇ ਅੰਤ ਵਿੱਚ ਅਣਸਰਦੇ ਨੂੰ, ਆਪਣੇ ਚੇਲੇ ਕੋਲੋਂ ਮੱਦਦ ਦੀ ਮੰਗ ਕਰ ਸਕਦਾ ਹੈ।ਪਰ ਕਿਸੇ ਅਧਰਮੀ ਕੋਲੋਂ ਭੁੱਲ ਕੇ ਵੀ (ਕਦਾਚਿੱਤ) ਕੁਝ ਨਾ ਲਵੇ।

(34) ਇੱਕ ਵਿਦਵਾਨ ਅਤੇ ਸਨਾਤਕ ਬ੍ਰਾਹਮਣ, ਕਿਸੇ ਭੀ ਹਾਲਤ ਵਿੱਚ, ਭੋਜਨ ਸਬੰਧੀ ਕਿਸੇ ਭੀ ਸੁਵਿਧਾ (ਸਹੂਲਤ) ਤੋਂ ਵਾਂਝਾ ਨਹੀਂ ਹੋਣਾ ਚਾਹੀਦਾ। ਧੰਨ ਕੋਲ ਹੁੰਦਿਆਂ, ਉਸਨੂੰ ਮੈਲੇ ਕੁਚੈਲੇ ਕੱਪੜੇ ਨਹੀਂ ਪਹਿਨਣੇ ਚਾਹੀਦੇ।

(35) ਸਨਾਤਕ ਆਪਣੇ ਕੇਸ (ਸਿਰ ਦੇ ਵਾਲ), ਨਹੁ (ਨਖੂਨ) ਤੇ ਦਾੜ੍ਹੀ ਨੂੰ ਕੱਟ ਸਵਾਰ ਕੇ ਰੱਖੇ, ਚਿੱਟੇ ਤੇ ਸਾਫ਼ ਸੁਥਰੇ ਕੱਪੜੇ ਪਾਵੇ, ਆਪਣੇ ਆਪ ਨੂੰ ਸਾਫ ਸੁਥਰਾ ਰੱਖੇ, ਆਪਣੀ ਵੇਦ ਵਿੱਦਿਆ ਦਾ ਅਧਿਆਨ ਜਾਰੀ ਰੱਖਦਿਆਂ ਆਪਣੀ ਆਤਮਿਕ ਉੱਨਤੀ ਅਤੇ ਆਪਣੇ ਸਰੀਰ ਦੀ ਸੰਭਾਲ ਕਰੇ।

(36) ਆਪਣੇ ਹੱਥ ਵਿੱਚ ਬਾਂਸ ਦਾ ਸੋਟਾ, ਸੁੱਚੇ ਜਲ ਦਾ ਕਮੰਡਲ, ਗਲ਼ੇ ਵਿੱਚ ਜਨੇਊ, ਹੱਥ ਵਿੱਚ ਧਾਰਮਿਕ ਪੁਸਤਕ ਰੱਖੇ ਅਤੇ ਕੰਨਾਂ ਵਿੱਚ ਸੋਨੇ ਦੀਆਂ ਮੁਰਕੀਆਂ (ਕੁੰਡਲ) ਪਾਵੇ।

(37) ਸੂਰਜ ਦੇ ਉਦੈ (ਚੜ੍ਹਦੇ) ਅਤੇ ਅਸਤ (ਲਹਿੰਦੇ) ਹੋਣ ਸਮੇਂ, ਸੂਰਜ ਗ੍ਰਹਿਣ ਸਮੇਂ, ਅਸਮਾਨ ਵੱਲ ਅਤੇ ਜਲ ਵਿੱਚ ਸੂਰਜ ਦਾ ਪ੍ਰਤੀਬਿੰਬ ਨਾ ਦੇਖੇ। ਖਾਸ ਕਰਕੇ ਦੁਪਹਿਰ ਦੀ ਧੁੱਪ ਵਿੱਚ ਸੂਰਜ ਵੱਲ ਭੁੱਲ ਕੇ ਭੀ ਨਹੀਂ ਦੇਖਣਾ ਚਾਹੀਦਾ।

(38) ਧਰਮ ਸ਼ਾਸਤ੍ਰਾਂ ਵਲੋਂ ਪੱਕੀ ਮਨਾਹੀ ਹੈ ਕਿ ਜਿਸ ਰੱਸੀ ਨਾਲ ਪਸ਼ੂ ਦਾ ਬਛੜਾ ਬੱਧਾ ਹੋਵੇ, ਉਸ ਉੱਪਰੋਂ ਭੀ ਨਹੀਂ ਲੰਘਣਾ। ਬਾਰਸ਼ ਪੈ ਰਹੀ ਹੋਵੇ ਤਾਂ ਭੱਜਣਾ (ਦੌੜਨਾ) ਨਹੀਂ ਤੇ ਖੜ੍ਹੇ ਪਾਣੀ ਵਿੱਚ ਆਪਣਾ ਪ੍ਰਛਾਵਾਂ ਨਹੀਂ ਦੇਖਣਾ।

(39) ਕਿਤੇ ਜਾਂਦੇ ਵਕਤ, ਰਸਤੇ ਵਿੱਚ ਮਿੱਟੀ ਦਾ ਢੇਰ, ਗਊ, ਦੇਵਮੂਰਤੀ, ਬ੍ਰਾਹਮਣ, ਸ਼ਹਿਦ ਮੱਖੀ ਦਾ ਡੂੰਮਣਾ, ਕੋਈ ਲਾਂਘਾ (ਚੁਰਸਤਾ), ਕੋਈ ਪੁਰਾਣਾ ਵੱਡਾ ਦਰਖਤ, ਆਵੇ ਤਾਂ ਉਨ੍ਹਾਂ ਨੂੰ ਆਪਣੇ ਸੱਜੇ ਪਾਸੇ ਰੱਖ ਕੇ ਲੰਘੇ।

(40) ਕਾਮ ਵਾਸ਼ਨਾ ਕਿਤਨੀ ਭੀ ਪਰਬਲ ਕਿਉਂ ਨਾ ਹੋਵੇ, ਮਾਸਕ ਧਰਮ ਵਿੱਚ ਇਸਤ੍ਰੀ (ਰਜਸਬਲਾ ਔਰਤ) ਨਾਲ ਪਹਿਲੇ ਚਾਰ ਦਿਨ ਭੋਗ ਨਾ ਕਰੇ ਤੇ ਨਾ ਹੀ ਉਸ ਨਾਲ ਇੱਕੋ ਬਿਸਤਰੇ ਤੇ ਸੌਂਵੇਂ।

(41) ਜੋ ਪੁਰਸ਼, ਮਾਹਵਾਰੀ ਸਮੇਂ ਇਸਤ੍ਰੀ ਨਾਲ ਭੋਗ ਕਰਦਾ ਹੈ, ਉਸਦੀ ਬੁੱਧੀ, ਊਰਜਾ, ਤਾਕਤ, ਦ੍ਰਿਸ਼ਟੀ, ਅਤੇ ਜੀਵਨ ਸ਼ਕਤੀ ਪੂਰੀ ਤਰਾਂ ਨਾਸ਼ ਹੋ ਜਾਂਦੀ ਹੈ।

(42) ਜੋ ਪੁਰਸ਼ ਐਸੇ ਸਮੇਂ ਸੰਕੋਚ ਕਰਦਾ ਹੈ, ਉਸਦੀ ਬੁੱਧ ਤੇਜ, ਸ਼ਰੀਰ ਬਲਵਾਨ, ਨਿਗ੍ਹਾ ਤੇਜ ਤੇ ਉਮਰ ਲੰਬੀ ਹੁੰਦੀ ਹੈ।

(43) ਇਨ੍ਹਾਂ ਦਿਨਾਂ ਵਿੱਚ, ਉਸਨੂੰ ਪਤਨੀ ਨਾਲ ਬੈਠ ਕੇ ਭੋਜਨ ਨਹੀਂ ਕਰਨਾ ਚਾਹੀਦਾ ਤੇ ਨਾ ਹੀ ਪਤਨੀ ਵੱਲ ਉਸ ਸਮੇਂ ਦੇਖੇ, ਜਦੋਂ ਉਹ ਭੋਜਨ ਕਰ ਰਹੀ ਹੋਵੇ, ਛਿੱਕ ਮਾਰ ਰਹੀ ਹੋਵੇ, ਉਬਾਸੀਆਂ ਲੈਂਦੀ ਹੋਵੇ ਜਾਂ ਅਰਾਮ ਨਾਲ ਬੈਠੀ ਹੋਵੇ।

(44) ਜਦੋਂ ਇਸਤਰੀ ਸ਼ਿੰਗਾਰ ਕਰਦੀ ਹੋਵੇ, ਸੁਰਮਾਂ ਪਾ ਰਹੀ ਹੋਵੇ, ਸ਼ਰੀਰ ਦੀ ਮਾਲਸ਼ ਕਰਦੇ ਸਮੇਂ ਨੰਗੀ ਬੈਠੀ ਜਾਂ ਬੱਚੇ ਨੂੰ ਦੁੱਧ ਚੁਘਾਉਂਦੀ ਹੋਵੇ, ਮਰਿਯਾਦਾ ਵਿੱਚ ਰਹਿਣ ਵਾਲਾ ਬ੍ਰਾਹਮਣ ਆਪਣੀ ਕਾਮ ਵਾਸ਼ਨਾ ਉੱਪਰ ਕਾਬੂ ਰੱਖੇ ਅਤੇ ਉਸ ਵੱਲ ਦੇਖਣ ਤੋਂ ਸੰਕੋਚ ਕਰੇ। ਅਤੇ---

(45) ਉਸ ਲਈ ਜ਼ਰੂਰੀ ਹੈ ਕਿ ਅੱਧ ਨੰਗਾ (ਕਹਿਰਾ ਕੱਪੜਾ ਪਾ ਕੇ) ਜਾਂ ਨੰਗਾ ਹੋ ਕੇ ਭੋਜਨ ਨਾ ਕਰੇ, ਨੰਗਾ ਹੋ ਕੇ ਨਾ ਨਹਾਵੇ। ਰਸਤੇ ਤੇ ਜਾਂਦਾ, ਸੁਆਹ ਦੇ ਢੇਰ ਉੱਪਰ ਜਾਂ ਗਊਸ਼ਾਲਾ ਦੇ ਅੰਦਰ ਪਿਸ਼ਾਬ ਨਾ ਕਰੇ। ਅਤੇ--

(46) ਹਲ਼ ਨਾਲ ਵਾਹੀ ਜਮੀਨ ਉੱਪਰ, ਪਾਣੀ ਦੇ ਤਲ਼ਾ ਵਿੱਚ, ਸ਼ਮਸ਼ਾਨ ਘਾਟ ਅੰਦਰ, ਪੁਰਾਣੇ ਮੰਦਰ ਦੇ ਖੰਡਰਾਤ ਉੱਪਰ, ਅਤੇ ਕੀੜੀਆਂ ਦੇ ਭੌਣ ਉੱਪਰ ਪਿਸ਼ਾਬ ਨਾ ਕਰੇ। ਅਤੇ---

(47) ਨਾ ਹੀ ਜੀਵ ਜੰਤੂਆਂ ਦੀਆਂ ਖੁੱਡਾਂ ਵਿੱਚ, ਨਾ ਹੀ ਤੁਰੇ ਜਾਂਦੇ, ਨਦੀ ਦੇ ਕਿਨਾਰੇ, ਤੇ ਪਹਾੜ ਦੀ ਚੋਟੀ ਤੇ ਖੜ ਕੇ ਭੀ ਪਿਸ਼ਾਬ ਨਾ ਕਰੇ।

(48) ਸ੍ਹਾਮਣੇ ਪੱਖੋਂ ਆਂਉਦੀ ਹਵਾ ਵੱਲ, ਕਿਸੇ ਦੂਸਰੇ ਬ੍ਰਾਹਮਣ ਵੱਲ, ਸੂਰਜ ਵੱਲ, ਅਗਨੀ ਵੱਲ, ਪਾਣੀ ਅਤੇ ਗਊ ਵੱਲ ਮੂੰਹ ਕਰਕੇ ਭੀ ਮਲ ਮੂਤਰ ਦਾ ਤਿਆਗ ਨਹੀਂ ਕਰਨਾ ਚਾਹੀਦਾ।

(49) ਟੱਟੀ-ਪਿਸ਼ਾਬ ਕਰਦਿਆਂ ਚੁੱਪ ਰਹਿ ਕੇ ਆਪਣੇ ਮੂੰਹ ਸਿਰ ਨੂੰ ਬਦਬੂ ਤੋਂ ਬਚਣ ਲਈ ਢਕ ਕੇ ਰੱਖੇ ਤੇ ਆਪਣੀ ਸੌਖ ਅਤੇ ਸਫਾਈ ਲਈ ਸੁੱਕੇ ਪੱਤੇ, ਘਾਹ-ਫੂਸ, ਪੱਥਰ ਆਦਿ ਕੋਲ ਰੱਖੇ।

(50) ਦਿਨ ਵੇਲੇ, ਸਵੇਰੇ ਅਤੇ ਸ਼ਾਮ ਦੇ ਸਮੇਂ, ਮਲ-ਮੂਤਰ ਦਾ ਤਿਆਗ ਕਰਦਿਆਂ ਮੂੰਹ ਉੱਤਰ ਦਿਸ਼ਾ ਵੱਲ ਰੱਖੇ, ਤੇ ਰਾਤ ਸਮੇਂ ਦੱਖਣ ਵੱਲ ਮੁੱਖ ਕਰੇ।

(51) ਦਿਨ ਹੋਵੇ ਜਾਂ ਰਾਤ, ਛਾਂ ਜਾਂ ਹਨੇਰਾ ਹੋਵੇ, ਜੇ ਬ੍ਰਾਹਮਣ ਨੂੰ ਦਿਸ਼ਾ ਦਾ ਪਤਾ ਨਾ ਚੱਲੇ ਅਤੇ ਕਿਸੇ ਡਰ ਕਾਰਨ ਜਾਨ ਨੂੰ ਖਤਰਾ ਦਿਸਦਾ ਹੋਵੇ ਤਾਂ ਜਿਸ ਤਰਾਂ ਠੀਕ ਸਮਝੇ, ਉਸੇ ਤਰਾਂ ਕਰੇ, ਸੋਚ **ਸਮਝ ਕੇ ਜੰਗਲ-ਪਾਣੀ ਜਾਵੇ।**

(52) ਜੋ ਗ੍ਰਿਸਿਤੀ ਅਗਨੀ, ਸੂਰਜ, ਚੰਦਰਮਾ, ਪਾਣੀ, ਬ੍ਰਾਹਮਣ, ਗਊ, ਤੇ ਆ ਰਹੀ ਹਵਾ ਵੱਲ ਮੁੱਖ **ਕਰਕੇ ਮਲ ਮੂਤਰ ਕਰਦਾ ਹੈ, ਉਸਦੀ ਬੁੱਧੀ (ਪਰੱਗਿਆ, ਅਕਲ) ਨਸ਼ਟ ਹੋ ਜਾਂਦੀ ਹੈ।**

(53) ਅੱਗ ਨੂੰ ਮੂੰਹ ਦੀ ਹਵਾ ਮਾਰ ਕੇ ਮਚਾਉਣਾ ਅਤੇ ਨੰਗੀ ਇਸਤਰੀ ਵੱਲ ਦੇਖਣਾ ਉਚਿਤ ਨਹੀਂ ਹੈ। ਅੱਗ ਵਿੱਚ ਕੋਈ ਅਪਵਿੱਤਰ ਵਸਤੂ ਸੁੱਟਣਾ ਅਤੇ ਪੈਰਾਂ ਦੀਆਂ ਤਲੀਆਂ ਨੂੰ ਨਹੀਂ ਸੇਕਣਾ ਚਾਹੀਦਾ।

(54) ਮੰਜੇ ਦੇ ਹੇਠਾਂ ਜਾਂ ਆਲੇ ਦੁਆਲੇ ਧੁਖਦੀ ਅੱਗ ਨਹੀਂ ਰੱਖਣੀ ਚਾਹੀਦੀ, ਉਸ ਉੱਪਰੋਂ ਟੱਪਣਾ ਜਾਂ ਉਸਨੂੰ ਪੈਰਾਂ ਨਾਲ ਨਹੀਂ ਬੁਝਾਉਣਾ ਚਾਹੀਦਾ। ਜਿਸ ਕੰਮ ਨਾਲ ਜੀਵਨ ਨੂੰ ਖਤਰਾ ਹੋਵੇ, ਐਸਾ ਕੰਮ ਨਹੀਂ ਕਰਨਾ ਚਾਹੀਦਾ।

(55) ਪਹੁ ਫੁੱਟਣ ਤੋਂ ਪਹਿਲਾਂ (ਸਰਘੀ ਵੇਲਾ) ਅਤੇ ਸੂਰਜ ਛਿਪਣ ਤੋਂ ਬਾਅਦ, ਭੋਜਨ ਅਤੇ ਯਾਤਰਾ ਨਹੀਂ ਕਰਨੀ ਚਾਹੀਦੀ। ਸ਼ਾਮ ਦੇ ਸਮੇਂ, ਧਰਤੀ ਤੇ ਲਿਖਣਾ ਜਾਂ ਲਕੀਰਾਂ ਨਹੀਂ ਖਿਚਣੀਆਂ ਚਾਹੀਦੀਆਂ ਅਤੇ ਗਲੇ ਵਿੱਚ ਪਾਈ ਪੁਸ਼ਪ ਮਾਲਾ ਆਪ ਲਾਹੁਣ ਦੀ ਥਾਂ ਕਿਸੇ ਹੋਰ ਤੋਂ ਲੁਹਾਵੇ।

(56) ਪਾਣੀ ਵਿੱਚ ਖੜੇ ਕੇ ਮਲ਼ ਮੂਤਰ ਨਹੀਂ ਕਰਨਾ ਚਾਹੀਦਾ। ਮਲ ਮੂਤਰ ਨਾਲ ਲਿੱਬੜਿਆ ਗੰਦਾ ਕੱਪੜਾ, ਥੁੱਕ, ਜ਼ਹਿਰੀਲੇ ਪਦਾਰਥ, ਗੰਦਗੀ ਆਦਿ ਨੂੰ ਜਲ ਪ੍ਰਵਾਹ ਨਹੀਂ ਕਰਨਾ ਚਾਹੀਦਾ।

(57) ਸੁੰਞੇ ਘਰ ਵਿੱਚ ਇਕੱਲੇ ਸੌਣਾ, ਆਪਣੇ ਤੋਂ ਵੱਡੇ ਨੂੰ ਸੁੱਤਿਆਂ ਹਾਕ ਮਾਰਨੀ, ਮਾਂਹਵਾਰੀ (ਰਜਸਵਲਾ) ਵਾਲੀ ਔਰਤ ਨਾਲ ਗੱਲਬਾਤ ਕਰਨੀ, ਬਿਨਾਂ ਬੁਲਾਏ ਯੱਗ ਕਿਰਿਆ ਵਿੱਚ ਸ਼ਾਮਲ ਹੋਣਾ ਆਦਿ, ਸਭਨਾ ਦੀ ਮਨਾਹੀ ਹੈ।

(58) ਅਗਨੀਸ਼ਾਲਾ (ਜਿੱਥੇ ਹਵਨ ਲਈ ਅੱਗ ਬਲਦੀ ਹੋਵੇ), ਗਊਸ਼ਾਲਾ ਅੰਦਰ, ਬ੍ਰਾਹਮਣ ਦੀ ਸੰਗਤ ਵੇਲੇ, ਬੇਦ ਅਧਿਆਨ ਸਮੇਂ ਅਤੇ ਭੋਜਨ ਕਰਦੇ ਸਮੇਂ ਸੱਜਾ ਹੱਥ ਖੱਫਣੀ (ਤਨ ਢਕਣ ਵਾਲੀ ਓੜਨੀ) ਤੋਂ ਬਾਹਰ ਰੱਖਣਾ ਚਾਹੀਦਾ ਹੈ।

(59) ਬਛੜੇ ਨੂੰ ਦੁੱਧ ਚੁਘਾਂਉਦੀ ਜਾਂ ਪਾਣੀ ਪੀ ਰਹੀ ਗਊ ਨੂੰ ਕਦੇ ਨਾ ਛੇੜੋ ਤੇ ਨਾ ਕਿਸੇ ਹੋਰ ਦਾ ਚਾਰਾ ਚੁਗਦੀ ਨੂੰ ਰੋਕੋ।ਸੂਝਵਾਨ ਮਨੁੱਖ ਅਸਮਾਨ ਵਿੱਚ ਪਈ ਸਤਰੰਗੀ ਪੀਂਘ (ਇੰਦਰ ਧਨੁਸ਼) ਨੂੰ **ਵੇਖਦਿਆਂ, ਉਂਗਲੀ ਨਾਲ ਇਸ਼ਾਰਾ ਕਰਕੇ ਕਿਸੇ ਹੋਰ ਨੂੰ ਨਾ ਦੱਸੇ।**

(60) ਉਸ ਪਿੰਡ ਵਿੱਚ ਪੈਰ ਵੀ ਨਾ ਧਰੇ, ਜਿੱਥੇ ਅਧਰਮੀ ਲੋਕ (ਵੇਦ ਧਰਮ ਦੀ ਪਾਲਣਾ ਨਾ ਕਰਨ ਵਾਲੇ) ਰਹਿੰਦੇ ਹੋਣ, ਜਾਂ ਜਿਸ ਪਿੰਡ ਵਿੱਚ ਬਿਮਾਰੀ ਫੈਲੀ ਹੋਵੇ। ਇਕੱਲੇ ਯਾਤਰਾ ਤੇ ਨਹੀਂ ਜਾਣਾ ਚਾਹੀਦਾ ਅਤੇ ਪਹਾੜ ਉੱਪਰ ਬਹੁਤੇ ਦਿਨ ਨਹੀਂ ਰਹਿਣਾ ਚਾਹੀਦਾ।

(61) ਬ੍ਰਾਹਮਣ ਨੇ, ਉਸ ਦੇਸ਼ ਵਿੱਚ ਭੀ ਨਿਵਾਸ ਨਹੀਂ ਕਰਨਾ, ਜਿੱਥੋਂ ਦਾ ਰਾਜਾ ਸ਼ੂਦਰ ਹੋਵੇ, ਪਖੰਡੀ ਅਤੇ ਚੰਡਾਲਾਂ ਦਾ ਵਾਸਾ ਹੋਵੇ, ਜਿੱਥੇ ਚੋਰਾਂ ਲੁਟੇਰਿਆਂ ਅਤੇ ਭੈੜੀਆਂ ਰੂਹਾਂ ਦਾ ਗੜ੍ਹ ਹੋਵੇ, ਜਿੱਥੇ ਨੀਚ ਜਾਤੀਆਂ ਅਤੇ ਵੇਦ ਨਿੰਦਕਾਂ ਦੀ ਬਹੁਤਾਤ ਹੋਵੇ।

(62) ਜਿਸ ਚੀਜ਼ ਵਿੱਚੋਂ ਚਿਕਨਾਈ (ਤੇਲ) ਕੱਢੀ ਹੋਵੇ, ਉਸਦਾ ਸੇਵਨ ਨਾ ਕਰੇ। ਭਰੇ ਹੋਏ ਪੇਟ ਵਿੱਚ ਹੋਰ ਵਾਧੂ ਭੋਜਨ ਨਾ ਪਾਵੇ।ਬਹੁਤ ਸਵੇਰੇ ਤੇ ਬਹੁਤ ਦੇਰ ਸ਼ਾਮ ਢਲੀ ਤੇ ਭੋਜਨ ਨਹੀਂ ਕਰਨਾ। ਜਿਸਨੇ ਸਵੇਰੇ ਰੱਜ ਕੇ ਖਾ ਲਿਆ ਹੋਵੇ ਉਹ ਸ਼ਾਮ ਦਾ ਭੋਜਨ ਨਾ ਕਰੇ।

(63) ਬ੍ਰਾਹਮਣ ਨੂੰ, ਬੇਲੋੜੇ ਕੰਮਾਂ (ਜੋ ਇਸ ਲੋਕ ਜਾਂ ਪ੍ਰਲੋਕ ਵਿੱਚ ਸਹਾਈ ਨਾ ਹੋਣ) ਵਿੱਚ ਗਲਤਾਨ ਹੋ ਕੇ ਆਪਣੇ ਆਪ ਨੂੰ ਕਸ਼ਟ ਦੇਣ ਤੋਂ ਬਚ ਕੇ ਰਹਿਣਾ ਚਹੀਦਾ ਹੈ। ਦੋਹਾਂ ਹੱਥਾਂ ਦਾ ਬੁੱਕ ਬਣਾ ਕੇ (ਅੰਜੁਲੀ) ਪਾਣੀ ਨਹੀਂ ਪੀਣਾ। ਪਰੋਸਿਆ ਭੋਜਨ ਪੱਟਾਂ ਉੱਪਰ ਰੱਖ ਕੇ ਨਹੀਂ ਖਾਣਾ।ਬਿਨਾਂ ਮਤਲਬ ਦੂਸਰਿਆਂ ਤੋਂ ਸੂਹਾਂ ਨਹੀਂ ਲੈਣੀਆਂ।

(64) ਭਾਵੇਂ, ਬ੍ਰਾਹਮਣ ਦਾ ਕਿਤਨਾ ਭੀ ਚਿੱਤ ਕਰਦਾ ਹੋਵੇ, ਉਸਨੂੰ ਨੱਚਣਾ, ਗਾਉਣਾ, ਸਾਜ ਵਜਾਣਾ, ਤਾੜੀਆਂ ਮਾਰਨਾ, ਦੰਦ ਕਰੀਚਣੇ, ਅਵਾ-ਤਵਾ ਬੋਲਣਾ, ਚਕਰਾਲੀਆਂ ਮਾਰਨਾ, ਬੇਸੁਰਾ ਹੱਸਣਾ (ਖੁਸ਼ ਹੋ ਕੇ ਪਸ਼ੂਆਂ ਦੀ ਨਿਆਈਂ ਹੀਂਗਣਾ) ਨਹੀਂ ਚਾਹੀਦਾ।

(65) ਕਹਿੰ (ਕੈਂਹ) ਦੇ ਭਾਂਡੇ ਵਿੱਚ ਰੱਖ ਕੇ ਪੈਰ ਨਹੀਂ ਧੋਣੇ। ਗੰਦੇ ਜਾਂ ਤਿੜਕੇ ਹੋਏ ਭਾਂਡੇ ਜਾਂ ਜਿਸਤੇ ਟੁੱਟੇ ਹੋਣ ਦਾ ਸ਼ੱਕ ਹੋਵੇ, ਉਸ ਵਿੱਚ ਭੋਜਨ ਨਹੀਂ ਖਾਣਾ।

(66) ਬ੍ਰਾਹਮਣ ਨੇ, ਦੂਸਰੇ ਦੀ ਪਹਿਨੀ ਹੋਈ ਜੁੱਤੀ, ਗਹਿਣੇ, ਕੱਪੜੇ, ਜਨੇਊ, ਫੁੱਲਾਂ ਦੀ ਮਾਲ਼ਾ, ਕਮੰਡਲ ਆਦਿ ਨਹੀਂ ਵਰਤਣੇ।

(67) ਬੈਲ ਗੱਡੀ ਦੀ ਸਵਾਰੀ ਕਰਨ ਲੱਗਿਆਂ, ਪਹਿਲਾਂ ਦੇਖੋ ਕਿ ਬੈਲ ਸਿੱਖਿਆ (ਵਾਟੇ ਪਿਆ) ਹੋਵੇ ਤੇ ਸਿੱਧਾ ਖਿੱਚਦਾ ਹੋਵੇ, ਲੰਗ ਨਾ ਮਾਰਦਾ ਹੋਵੇ, ਭੁੱਖ ਦਾ ਮਾਰਿਆ ਨਾ ਹੋਵੇ, ਸਿੰਗ ਅੱਖਾਂ ਤੇ ਖੁਰ ਠੀਕ ਹੋਣ ਤੇ ਕੱਟੀ ਹੋਈ ਪੂਛ ਵਾਲਾ ਨਾ ਹੋਵੇ।

(68) ਐਸੀ ਬੈਲ ਗੱਡੀ ਦੀ ਸਵਾਰੀ ਕਰਨੀ ਚਾਹੀਦੀ ਹੈ ਜਿਸ ਨੂੰ ਖਿੱਚਣ ਵਾਲੇ ਪਸ਼ੂ ਚੁਸਤ ਅਤੇ ਚੁਕੰਨੇ ਹੋਣ, ਜੋ ਤੇਜ ਅਤੇ ਸੋਹਣੀ ਨਸਲ ਦੇ ਹੋਣ, ਜਿਨ੍ਹਾਂ ਨੂੰ ਤੋਰਨ ਲਈ ਬਹੁਤੀ ਸ਼ਮਕ ਨਾ ਮਾਰਨੀ ਪਵੇ।

(69) ਬ੍ਰਾਹਮਣ, ਚੜ੍ਹਦੇ ਸੂਰਜ ਦੀ ਧੁੱਪ ਤੋਂ, ਬਲਦੀ ਹੋਈ ਚਿਖ਼ਾ ਵਿੱਚੋਂ ਉੱਠਦੇ ਧੂਏਂ ਤੋਂ ਅਤੇ ਟੁੱਟੀ ਹੋਈ ਚਾਰਪਾਈ ਉੱਪਰ ਬੈਠਣ ਤੋਂ ਕਿਨਾਰਾ ਹੀ ਰੱਖੇ (ਬਚ ਕੇ ਰਹੇ) ਤਾਂ ਚੰਗਾ ਹੈ। ਹੱਥਾਂ ਪੈਰਾਂ ਦੇ ਵਧੇ ਹੋਏ ਨੌਹਾਂ (ਨਾਖੂਨ) ਨੂੰ ਨਾ ਕੱਟੇ ਅਤੇ ਨਾ ਹੀ ਦੰਦਾਂ ਨਾਲ ਕੁਤਰੇ। ਸਿਰ ਦੇ ਵਾਲ ਪੁੱਟਣੇ ਦੀ ਆਦਤ ਨਾ ਪਾਵੇ।

(70) ਮਿੱਟੀ ਦੇ ਢੇਲਿਆਂ ਨੂੰ ਹੱਥ ਨਾਲ ਨਹੀਂ ਤੋੜਨਾ ਜਾਂ ਭੋਰਨਾ, ਘਾਹ ਦੇ ਤੀਲਿਆਂ ਨੂੰ ਨੌਹਾਂ ਨਾਲ ਨਹੀਂ ਖਿਚਣਾ। ਕੋਈ ਬੇਅਰਥ ਜਾਂ ਨਿਹਫਲ ਕਰਮ ਨਾ ਕਰੇ ਜਿਸਦੇ ਕਰਨ ਦਾ ਨਤੀਜਾ ਭੈੜਾ ਹੋਵੇ।

(71) ਜੋ ਮਨੱਖ ਮਿੱਟੀ ਦੇ ਢੇਲੇ ਹੱਥਾਂ ਨਾਲ ਤੋੜਦਾ ਜਾਂ ਮਸਲਦਾ ਹੈ, ਘਾਹ ਦੇ ਤੀਲੇ ਨੌਹਾਂ ਨਾਲ ਖਿੱਚਦਾ ਹੈ, ਨੌਹਾਂ ਨੂੰ ਮੂੰਹ ਨਾਲ ਕੁਤਰਦਾ ਹੈ, ਨਿੰਦਾ ਚੁਗਲੀ ਕਰਦਾ ਹੈ ਅਤੇ ਸਫ਼ਾਈ ਦੇ ਨਿਯਮਾਂ ਦੀ ਪਾਲਣਾ ਨਹੀਂ ਕਰਦਾ, ਐਸੇ ਦਲਿੱਦਰੀ ਦਾ ਛੇਤੀਂ ਹੀ ਵਿਨਾਸ਼ ਹੋ ਜਾਂਦਾ ਹੈ, ਕਿਉਂਕਿ ਇਹ ਸਾਰੇ ਚਿੰਤਾ ਕਰਨ ਵਾਲੇ ਅਤੇ ਅਧਰਮੀ ਲੋਕਾਂ ਦੇ ਲੱਛਣ (ਦਸ਼ਾ, ਚਿੰਨ੍ਹ) ਹਨ।

(72) ਬ੍ਰਾਹਮਣ, ਬੇਲੋੜਾ ਨਾ ਬੋਲੇ (**ਅਗ੍ਰਡ ਸੇ**) ਅੰਹਕਾਰੀ ਅਤੇ ਝਗੜਾਲੂ ਨਾ ਹੋਵੇ ਅਤੇ ਨਾ ਹੀ ਆਪਣੇ ਮੂੰਹੋਂ ਕਿਸੇ ਦੀ ਨਿੰਦਾ ਕਰੇ, ਆਪਣੇ ਵਾਲਾਂ ਵਿੱਚ ਤੇ ਸਿਰ ਉੱਪਰ ਜਾਂ ਪੁਸ਼ਾਕ ਉੱਪਰੋਂ ਕੋਈ ਮਾਲ਼ਾ ਨਾ ਸਜਾਵੇ। ਗਊ ਜਾਂ ਬਲਦ ਦੀ ਪਿੱਠ ਤੇ ਸਵਾਰੀ ਕਰਕੇ ਕਿਤੇ ਜਾਣਾ ਮਹਾਂ ਨਿੰਦਣਯੋਗ ਕਰਮ ਹੈ।

(73) ਬ੍ਰਾਹਮਣ ਨੇ, ਜਿਸ ਪਿੰਡ ਨੂੰ ਚਾਰ ਦਿਵਾਰੀ ਕੀਤੀ ਹੋਵੇ, ਉਸਦੇ ਦਰਵਾਜੇ ਰਾਹੀਂ ਵੜਨ ਤੋਂ ਬਿਨਾਂ, ਪਿੰਡ ਦੀ ਚਾਰ ਦਿਵਾਰੀ ਟੱਪ ਕੇ ਪਿੰਡ ਵਿੱਚ ਦਾਖਲ ਨਹੀਂ ਹੋਣਾ ਅਤੇ ਜਿਸ ਘਰ ਦਾ ਦਰਵਾਜ਼ਾ

ਬੰਦ ਹੋਵੇ, ਉਸ ਵਿੱਚ ਪੌੜੀ ਲਾ ਕੇ ਕਦੇ ਦਾਖਲ ਨਹੀਂ ਹੋਣਾਂ। ਰਾਤ ਸਮੇਂ ਦਰਖਤਾਂ ਦੀਆਂ ਜੜ੍ਹਾਂ ਕੋਲੋਂ ਨਹੀਂ ਲੰਘਣਾ।

(74) ਜੂਆ ਕਦੇ ਨਹੀਂ ਖੇਡ੍ਹਣਾ, ਆਪਣੀ ਜੁੱਤੀ ਆਪਣੇ ਹੱਥ ਵਿੱਚ ਫੜਕੇ ਨਹੀਂ ਤੁਰਨਾ, ਸੌਣ ਸਮੇਂ ਬਿਸਤਰੇ ਵਿੱਚ ਲੇਟ ਕੇ ਨਹੀਂ ਖਾਣਾ, ਹੱਥ ਉੱਤੇ ਰੱਖ ਕੇ ਜਾਂ ਬੈਠਣ ਵਾਲੇ ਪੀੜ੍ਹੇ ਉੱਪਰ ਰੱਖ ਕੇ ਭੋਜਨ ਨਹੀਂ ਖਾਣਾ।

(75) ਸੂਰਜ ਛਿਪਣ ਮਗਰੋਂ ਐਸੀ ਕੋਈ ਚੀਜ਼ ਨਹੀ ਖਾਣੀ ਜਿਸ ਵਿੱਚ ਤਿਲ਼ ਮਿਲੇ ਹੋਏ ਹੋ ਣ। ਨੰਗੇ ਕਦੇ ਨਹੀਂ ਸੌਣਾ ਤੇ ਖਾਣੇ ਪਿੱਛੋਂ ਹੱਥ ਮੂੰਹ ਧੋਤੇ ਬਗੈਰ ਕਿਤੇ ਨਹੀਂ ਜਾਣਾ।

(76) ਪੈਰ ਧੋਣ ਮਗਰੋਂ, ਗਿੱਲੇ ਪੈਰੀਂ ਭੋਜਨ ਕੀਤਾ ਜਾ ਸਕਦਾ ਹੈ, ਪਰ ਗਿੱਲੇ ਪੈਰ ਲੈ ਕੇ ਬਿਸਤਰੇ ਵਿੱਚ ਨਹੀਂ ਵੜਨਾ ਚਾਹੀਦਾ। ਜੋ ਪ੍ਰਾਣੀ, ਭੋਜਨ ਖਾਣ ਤੋਂ ਪਹਿਲਾਂ ਆਪਣੇ ਪੈਰ ਸਵੱਛ ਕਰਦਾ ਹੈ, ਉਸਦੀ ਆਰਜਾ ਲੰਬੀ ਹੁੰਦੀ ਹੈ।

(77) ਬ੍ਰਾਹਮਣ ਨੂੰ, ਜਿਸ ਰਾਹ ਜਾਂ ਕਿਲੇ ਦਾ ਭੇਦ ਨਾ ਹੋਵੇ ਅਤੇ ਪਹਿਲਾਂ ਕਦੇ ਦੇਖਿਆ ਨਾ ਹੋਵੇ, ਉੱਧਰ ਕਦੇ ਨਾ ਜਾਵੇ। ਮਲ਼ ਮੂਤਰ ਜਾਂ ਗੰਦੀ ਥਾਂ ਵੱਲ ਨਿਗ੍ਹਾ ਨਹੀਂ ਮਾਰਨੀ ਅਤੇ ਬਾ੍ਹਵਾਂ ਦੇ ਸਹਾਰੇ, ਤਰ ਕੇ ਦਰਿਆ ਪਾਰ ਕਰਨ ਦਾ ਯਤਨ ਨਹੀਂ ਕਰਨਾ।

(78) ਜੋ ਮਨੁੱਖ ਲੰਬੀ ਆਯੂ ਦਾ ਇੱਛਕ ਹੈ, ਉਹ ਗਿਰੇ ਹੋਏ ਵਾਲ਼ਾਂ ਉੱਪਰ, ਸੁਆਹ ਉੱਪਰ, ਹੱਡੀਆਂ ਉੱਪਰ, ਠੀਕਰ ਹੋਏ ਭਾਂਡੇ ਉੱਪਰ, ਵੜੇਵਿਆਂ ਦੇ ਢੇਰ ਉੱਪਰ, ਅਤੇ ਚੌਲਾਂ ਦੀ ਪਰਾਲ਼ੀ ਉੱਪਰ ਕਦੇ ਪੈਰ ਨਾ ਧਰੇ।

(79) ਬ੍ਰਾਹਮਣ ਨੇ ਕਦੇ ਭੀ, ਸਮਾਜ ਵਿੱਚੋਂ ਨਿਕਾਰੇ ਹੋਏ ਵਰਣਸ਼ੰਕਰ 'ਪੁਲਕਸ ਲੋਕ', ਪਤਿਤ ਚੰਡਾਲ (ਕਬਰਾਂ ਪੁੱਟਣ ਵਾਲੇ), ਨਿਸ਼ਾਧ ਜਾਤਿ (ਭੀਲ ਲੋਕਾਂ ਦਾ ਕਬੀਲਾ), ਬਾਜੀਗਰ (ਗਿਰੀਦਾਰ-ਤਮਾਸ਼ਬੀਨ), ਮੂਰਖ, ਚਮਾਰ ਆਦਿ ਅਤੇ ਹੋਰ ਹੀਣੀਆਂ ਜਾਤਾਂ ਦੇ ਲੋਕਾਂ ਦੀ ਸੰਗਤ ਨਹੀਂ ਕਰਨੀ।

ਨੋਟ:- *ਦਵਿੱਜਾਂ ਦੀਆਂ ਮਿਸ਼ਰਤ ਜਾਤੀਆਂ ਦੇ ਅੱਗੋਂ ਹੋਰ ਸਬੰਧਾਂ ਰਾਹੀ ਬਣੀਆਂ ਅਨੇਕ ਜਾਤੀਆਂ ਹਨ, ਜਿਨ੍ਹਾਂ ਨੂੰ ਹੀਣ ਅਤੇ ਨਖਿੱਧ ਕਿਹਾ ਗਿਆ ਹੈ। ਉਨ੍ਹਾਂ ਵਿੱਚੋਂ ਇੱਕ ਪੁਲਕਰ ਹੈ, ਜੋ ਸ਼ੂਦਰ ਔਰਤ ਅਤੇ ਮਲ਼ਾਹ ਪੁਰਸ਼ ਦੇ ਸੰਯੋਜ ਤੋਂ ਪੈਦਾ ਹੋਈ ਹੋਵੇ।*

(80) ਬ੍ਰਾਹਮਣ ਨੇ, ਸ਼ੂਦਰ ਨੂੰ ਆਪਣਾ ਜੂਠਾ ਭੋਜਨ ਜਾਂ ਦੇਵਤਿਆਂ ਨਮਿੱਤ ਅਰਪਿਤ ਕਰਨ ਮਗਰੋਂ ਬਚਿਆ ਭੋਜਨ ਨਹੀਂ ਦੇਣਾ, ਕਦੇ ਕੋਈ ਸਲਾਹ ਜਾਂ ਵੇਦ ਸ਼ਾਸਤਰਾਂ ਦੀ ਸਿੱਖਿਆ ਅਤੇ ਧਰਮ ਦਾ ਉਪਦੇਸ਼ ਨਹੀਂ ਦੇਣਾ।

(81) ਜੋ ਬ੍ਰਾਹਮਣ, ਸ਼ੂਦਰ ਨੂੰ ਵੇਦ ਧਰਮ, ਵ੍ਰਤ ਅਤੇ ਤਪੱਸਿਆ ਦੇ ਨਿਯਮਾਂ ਦੀ ਸੋਝੀ ਦਿੰਦਾ ਹੈ, ਉਹ ਉਸ ਸ਼ੂਦਰ ਸਮੇਤ ਸਿੱਧਾ, ਘੋਰ ਨਰਕ ਵਿੱਚ ਜਾ ਪੈਂਦਾ ਹੈ।

(82) ਦੋਨਾ ਹੱਥਾਂ ਨਾਲ ਆਪਣਾ ਸਿਰ ਨਹੀਂ ਖੁਰਕਣਾ। ਜੂਠੇ ਹੱਥ ਸਿਰ ਉੱਪਰ ਨਹੀਂ ਫੇਰਨੇ, ਅਤੇ ਇਸ਼ਨਾਨ ਕਰਨ ਲੱਗਿਆ ਪਹਿਲਾਂ ਪਾਣੀ ਸਿਰ ਉੱਪਰ ਨਹੀਂ ਪਾਉਣਾ ਚਾਹੀਦਾ।

(83) ਗੁੱਸੇ ਵਿੱਚ ਆ ਕੇ ਕਿਸੇ ਦੇ ਦੂਸਰੇ ਦੇ ਵਾਲਾਂ ਨੂੰ ਹੱਥ ਪਾਉਣਾਂ (ਚੋਟੀ ਪਕੜਨਾ) ਜਾਂ ਸਿਰ ਵਿੱਚ ਮਾਰਨਾ ਉਚਿਤ ਨਹੀਂ ਹੈ। ਤੇਲ ਨਾਲ ਸਿਰ ਦੀ ਮਾਲਿਸ਼ ਕਰਨ ਮਗਰੋਂ, ਸਰੀਰ ਦੇ ਕਿਸੇ ਹੋਰ ਹਿੱਸੇ ਉੱਪਰ ਉਸੇ ਤੇਲ ਨਾਲ ਲਿੱਬੜੇ ਹੱਥਾਂ ਨਾਲ ਮਾਲਿਸ਼ ਨਹੀਂ ਕਰਨੀ ਚਾਹੀਦੀ।

(84) ਜਿਸ ਰਾਜੇ ਦਾ ਜਨਮ ਖੱਤਰੀ ਕੁਲ ਵਿਚੋਂ ਨਾ ਹੋਵੇ (ਭਾਵ-ਜਿਸਦਾ ਬਾਪ ਖੱਤਰੀ ਜਾਤ ਦਾ ਨਾ ਹੋਵੇ), ਬ੍ਰਾਹਮਣ ਨੂੰ ਉਸਦਾ ਦਾਨ ਨਹੀਂ ਲੈਣਾ ਚਾਹੀਦਾ। ਕਿਸੇ ਕਸਾਈ ਕੋਲੋਂ, ਤੇਲੀ ਕੋਲੋਂ, ਦੱਲੇ ਜਾਂ ਦੱਲੀ ਕੋਲੋਂ, ਕਲਾਲ ਕੋਲੋਂ (ਸ਼ਰਾਬ ਦਾ ਧੰਦਾ ਕਰਨ ਵਾਲਾ), ਵੇਸਵਾ ਦੇ ਹੱਥੋਂ ਭੀ ਬ੍ਰਾਹਮਣ ਨੂੰ ਦਾਨ ਲੈਣ ਦੀ ਮਨਾਹੀ ਹੈ।

MANUSMRITI 96

(85) ਦਸ ਬੁੱਚੜਾਂ ਦੇ ਬਰਾਬਰ ਇੱਕ ਤੇਲੀ, ਦਸ ਤੇਲੀਆਂ ਦੇ ਬਰਾਬਰ ਇੱਕ ਕਲਾਲ, ਦਸ ਕਲਾਲਾਂ ਦੇ ਬਰਾਬਰ ਇੱਕ ਰੰਡੀ (ਵੇਸਵਾ), ਦਸ ਰੰਡੀਆਂ ਦੇ ਬਰਾਬਰ ਇੱਕ ਗੈਰ-ਖੱਤਰੀ ਰਾਜੇ ਨੂੰ ਜਾਣਿਆਂ ਜਾਂਦਾ ਹੈ।

(86) ਇੱਕ ਅਨਿਆਈ ਰਾਜੇ ਨੂੰ ਦਸ ਹਜ਼ਾਰ ਬੁੱਚੜਖਾਨੇ ਚਲਾਉਣ ਵਾਲੇ ਇੱਕ ਕਸਾਈ ਦੇ ਬਰਾਬਰ ਮੰਨਿਆ ਗਿਆ ਹੈ।ਇਸ ਲਈ ਉਸ ਤੋਂ ਲਿਆ ਦਾਨ ਬਹੁਤ ਘੋਰ ਅਪਰਾਧ ਹੈ।

(87) ਜੋ ਬ੍ਰਾਹਮਣ ਲੋਭੀ (ਕ੍ਰਿਪਨ) ਹੈ ਅਤੇ ਸ਼ਾਸਤ੍ਰਾਂ ਦੀ ਸਿੱਖਿਆ ਦੇ ਉਲਟ ਇਕ ਅਨਿਆਈ (ਅਵਿਸ਼ਵਾਸੀ) ਰਾਜੇ ਤੋਂ ਦਾਨ ਲੈਂਦਾ ਹੈ, ਉਹ ਕਰਮਵਾਰ ਇੱਕੀ ਤਰਾਂ ਦੇ ਨਰਕ ਭੋਗਦਾ ਹੈ, ਜਿਨ੍ਹਾਂ ਦੇ ਨਾਮ ਸਲੋਕ ਨੰ: 88, 89, 90 ਵਿੱਚ ਦੱਸੇ ਹਨ। ਹਿੰਦੂ ਗ੍ਰੰਥਾਂ (ਸਕੰਦ ਪੁਰਾਣ ਅਤੇ ਬ੍ਰਹਮਵੈਵ੍ਰਤ) ਵਿੱਚ ਵੱਖ ਵੱਖ ਗਿਣਤੀ ਦੱਸੀ ਗਈ ਹੈ, ਅਤੇ ਭਾਈ ਕਾਨ੍ਹ ਸਿੰਘ ਨਾਭਾ ਦੇ ਮਹਾਨ ਕੋਸ਼ ਵਿੱਚ ਆਏ ਨਾਵਾਂ ਦਾ ਲਿਖਤੀ ਰੂਪ ਕੁਝ ਇਸ ਤਰਾਂ ਹੈ-

(88) ਤਾਮਿਸ੍ਰ, ਅੰਧ ਤਾਮਿਸ੍ਰ, ਰੌਰਵ, ਮਹਾਂਰੌਰਵ, ਮਹਾਂ ਨਰਕ, ਕਾਲ-ਸੂਤ੍ਰ,

(89) ਸੰਜੀਵਨ, ਮਹਾਵਚਿ, ਤਪਨ, ਸੰਪ੍ਰਤਾਪਨ, ਸੰਹਾਂਤ, ਸੰਕਾਕੁਲ, ਕੁਡਮਲ, ਪਤ੍ਰਿਮੂਰਤਿਕ,

(90) ਲੋਹਸ਼ੰਕੁ, ਰਿਜੀਸ਼, ਪੱਤਣ, ਸ਼ਾਲਮਲੀ, ਵੈਤਰਣੀ, ਅਸਿਪਤ੍ਰਵਨ, ਅਤੇ ਲਹੋਦਾਰਕ ਆਦਿ।

(91) ਵੇਦਾਂ ਦਾ ਗਿਆਨ ਪ੍ਰਾਪਤ ਕਰਨ ਵਾਲੇ ਸੂਝਵਾਨ ਬ੍ਰਾਹਮਣ ਨੂੰ ਪਤਾ ਹੈ, ਕਿ ਮੌਤ ਮਗਰੋਂ, ਉੱਪਰ ਦੱਸੇ ਨਰਕਾਂ ਦੀ ਥਾਂ, ਸਵ੍ਰਗ ਵਿੱਚ ਸੁੱਖ ਪ੍ਰਾਪਤੀ ਦੀ ਇੱਛਾ ਰੱਖਣ ਵਾਲਾ, ਕਿਸੇ ਅਧਰਮੀ ਰਾਜੇ ਦਾ ਦਿੱਤਾ ਦਾਨ ਸਵਿਕਾਰ ਨਹੀਂ ਕਰਦਾ।

(92) ਬ੍ਰਾਹਮਣ ਦਾ ਪਹਿਲਾ ਕੰਮ, ਸਵੇਰੇ (ਰਾਤ ਦੇ ਚੌਥੇ ਪਹਿਰ-ਸੂਰਜ ਉਦੈ ਹੋਣ ਤੋਂ ਪਹਿਲਾਂ) ਉੱਠ ਕੇ ਦੋ ਘੜੀਆਂ, ਆਪਣੀ ਆਤਮਿਕ, ਆਰਥਿਕ ਉਨਤੀ ਅਤੇ ਸ਼ਰੀਰ ਦੀ ਤੰਦਰੁਸਤੀ ਬਾਰੇ ਸੋਚਣਾ ਹੈ। ਵੇਦ ਅਭਿਆਸ ਅਤੇ ਪ੍ਰਮਾਤਮਾਂ ਦੀ ਯਾਦ ਵਿੱਚ ਜੁੜਨਾ ਹੈ।ਇਸ ਕਿਰਿਆ ਨੂੰ ਬ੍ਰਹਮ ਮਹੂਰਤ ਕਹਿੰਦੇ ਹਨ।

(93) ਸੁਭਾ ਸਵੇਰੇ ਉੱਠ ਕੇ ਨਹਾਉਂਣ-ਧੋਣ ਤੋਂ ਬਾਅਦ, ਸਵੇਰ ਦੀ ਸੰਧਿਆ ਤਰਪਣ ਕਰਕੇ ਗਾਇਤ੍ਰੀ ਦੇ ਜਾਪ ਵਿੱਚ ਜੁੜੇ। ਇਸੇ ਤਰਾਂ ਤਾਰਿਆਂ ਦੇ ਨਜ਼ਰ ਆਉਣ ਤੱਕ ਸ਼ਾਮ (ਸੂਰਜ ਦੇ ਛਿਪਣ ਮਗਰੋਂ) ਦੀ ਸੰਧਿਆ ਤਰਪਣ ਕਰਕੇ ਲੰਬਾ ਸਮਾਂ ਗਾਇਤ੍ਰੀ ਦਾ ਪਾਠ ਕਰੇ।

(94) ਰਿਸ਼ੀਆਂ ਮੁਨੀਆਂ, ਸੰਤ-ਮਹਾਂਪੁਰਸ਼ਾਂ ਨੂੰ, ਸਵੇਰੇ-ਸ਼ਾਮ ਲੰਬਾ ਸਮਾਂ ਗਾਇਤ੍ਰੀ ਦਾ ਪਾਠ (ਸੰਧਿਉਪਾਸਨਾ-**संध्योपासना**) ਅਤੇ ਪੂਜਾ ਕਰਕੇ ਹੀ, ਲੰਬੀ ਆਰਜਾ, ਸੋਭਾ, ਚੰਗੀ ਬੁੱਧ, ਸਤਿਕਾਰ ਅਤੇ ਬ੍ਰਹਮ ਗਿਆਨ (ਬ੍ਰਹਮਤੇਜ) ਦੀ ਪ੍ਰਾਪਤੀ ਹੋਈ।

(95) ਵੇਦ ਅਭਿਆਸੀ ਬ੍ਰਾਹਮਣ, ਧਰਮ ਅਨੁਸਾਰ ਸਾਰੀਆਂ ਰਵਾਇਤਾਂ ਅਤੇ ਪ੍ਰਬੰਧ (ਉਪਕਰਮ) ਕਰਕੇ, ਸਾਵਣ ਜਾਂ ਭਾਦਰੋਂ ਦੀ ਪੁੰਨਿਆ ਤੋਂ ਲੈ ਕੇ ਸਾਢੇ ਚਾਰ ਮਹੀਨੇ ਤੀਕਰ, ਮਰਿਯਾਦਾ ਅਨੁਸਾਰ ਵੇਦਾਂ ਦੇ ਪਾਠ ਦਾ ਅਧਿਆਨ ਕਰੇ।

(96) ਫਿਰ ਪੋਹ ਦੀ ਪੁੰਨਿਆਂ ਜਾਂ ਮਾਘ੍ ਮਹੀਨੇ ਦੀ ਸੰਗਰਾਂਦ ਵਾਲੇ ਦਿਨ, ਪਿੰਡ ਦੇ ਬਾਹਰ ਜਾ ਕੇ, ਉੱਚੀ ਬੋਲ ਕੇ ਮੰਤ੍ਰ ਜਾਪ ਕਰਦਿਆਂ ਵੇਦਾਂ ਦੇ ਪਾਠ ਅਧਿਆਨ ਕਰਨ ਦੀ ਸਮਾਪਤੀ ਦਾ ਯੱਗ ਕਰੇ।

(97) ਵਿਧੀ ਪੂਰਵਕ, ਵੇਦਾਂ ਦੇ ਪਾਠ ਅਧਿਆਨ ਦੀ ਸਮਾਪਤੀ ਮਗਰੋਂ, ਬ੍ਰਾਹਮਣ ਦੋ ਦਿਨ ਤੇ ਵਿਚਲੀ ਰਾਤ ਲਈ ਵੇਦ ਦਾ ਪਾਠ ਪੜ੍ਹਨਾ ਬੰਦ ਕਰ ਦੇਵੇ।

(98) ਬ੍ਰਾਹਮਣ ਨੂੰ ਚਾਹੀਦਾ ਹੈ ਕਿ ਉਹ ਚੰਦਰਮਾਂ ਦੇ ਚੜ੍ਹਦੇ ਪੱਖ ਵਿੱਚ, ਪ੍ਰੇਮ ਭਾਵਨਾ ਨਾਲ ਬਵਦ ਪਾਠ ਗਾਇਣ ਤੇ ਸਮਾਪਤੀ ਮਗਰੋਂ, ਹਨੇਰੇ ਪੱਖ ਤੀਕਰ, ਫਿਰ ਵੇਦ ਪਾਠ ਦਾ ਅਧਿਆਨ ਜਾਰੀ ਰੱਖੇ।

(99) ਬ੍ਰਾਹਮਣ, ਵੇਦਾਂ ਦਾ ਸ਼ੁੱਧ ਪਾਠ ਕਰੇ, ਮੂੰਹ ਵਿੱਚ ਹੀ ਨੁਣ ਨੁਣ ਕਰਕੇ ਨਾ ਕਰੇ, ਸਗੋਂ ਠਹਿਰਾ ਅਤੇ ਸੁਰ ਨਾਲ ਕਰੇ। ਨਾ ਹੀ ਕਿਸੇ ਸ਼ੂਦਰ ਨੂੰ ਸੁਣਾਵੇ ਜਾਂ ਕਰਨ ਦੇਵੇ।ਰਾਤ ਦੇ ਪਿਛਲੇ ਪਹਿਰ ਤੀਕਰ ਵੇਦ ਪਾਠ ਕਰਦਿਆਂ ਥੱਕੇ ਹੋਏ ਬ੍ਰਾਹਮਣ ਨੂੰ ਸੌਣਾਂ ਨਹੀ ਚਾਹੀਦਾ, ਪਰ ਅਗਲੇ ਦਿਨ ਦੇ ਪਾਠ ਦਾ ਤਿਆਗ ਕਰ ਦੇਵੇ।

(100) ਉੱਪਰ ਦੱਸੇ ਨਿਯਮਾਂ ਮੁਤਾਬਿਕ, ਇੱਕ ਉਤਸ਼ਾਹਿਤ ਅਤੇ ਸ਼ਾਂਤ ਸੁਭਾ ਵਾਲਾ ਵੇਦ ਪਾਠੀ, ਵੇਦਾਂ ਦਾ ਅਧਿਆਨ ਮੰਤ੍ਰਾਂ ਸਮੇਤ ਹਰ ਰੋਜ਼ ਗਾ ਕੇ ਕਰੇ। ਵੇਦ ਦੇ ਛੰਦਾਂ ਨੂੰ ਗਾ ਕੇ ਪੜ੍ਹਨਾ,'ਸੰਮਿਤਾ' ਅਤੇ ਵੇਦ ਦੇ ਵਾਰਤਕ ਰੂਪ ਨੂੰ ਪੜ੍ਹਨਾ, 'ਬਰਾਹਮਣਾ'ਭਾਗ ਕਿਹਾ ਜਾਂਦਾ ਹੈ।

(101) ਸ਼ਾਸਤ੍ਰਾਂ ਦਾ ਵਿਧਾਨ ਹੈ ਕਿ ਵੇਦਾਂ ਨੂੰ ਪੜ੍ਹਨ ਵਾਲਾ ਅੱਗੇ ਦੱਸੇ ਗਏ ਸਮਿਆਂ ਤੇ ਵੇਦ ਪਾਠ ਨਾ ਕਰੇ। ਵੇਦ ਵਿਦਿਆ ਪੜ੍ਹਾਣ ਵਾਲੇ ਅਧਿਆਪਕਾਂ ਅਤੇ ਵਿਦਆਰਥੀਆਂ ਪ੍ਰਤੀ ਭੀ ਏਹੋ ਹੀ ਨਿਯਮ ਹੈ।

(102) ਜਿਹੜੇ ਪਾਠ ਦੇ ਨਿਯਮਾਂ ਨੂੰ ਜਾਣਦੇ ਹਨ, ਉਨ੍ਹਾਂ ਦਾ ਮੰਨਣਾ ਹੈ ਕਿ ਬਰਸਾਤਾਂ ਦੇ ਦਿਨਾਂ ਵਿੱਚ, ਜਦੋਂ ਰਾਤਾਂ ਨੂੰ ਵਗਦੀ ਤੇਜ਼ ਹਵਾ ਬਹੁਤ ਸ਼ੂਕਦੀ ਹੋਵੇ, ਜਾਂ ਦਿਨ ਵੇਲੇ ਜਦੋਂ ਬਹੁਤ ਮਿੱਟੀ ਘੱਟਾ ਉਡਦਾ ਹੋਵੇ, ਤਾਂ ਇਨ੍ਹਾਂ ਦੋਹਾਂ ਮੌਕਿਆਂ ਤੇ, ਵੇਦ ਪਾਠ ਅਤੇ ਵੇਦ ਅਧਿਆਨ ਨਹੀਂ ਕਰਨਾ ਚਾਹੀਦਾ।

(103) ਜੇ ਬਿਜਲੀ ਚਮਕਦੀ ਹੋਵੇ, ਤੇਜ ਹਨੇਰੀ ਚੱਲਦੀ ਹੋਵੇ, ਬੱਦਲ ਗਰਜ਼ਦੇ ਹੋਣ ਜਾਂ ਗੜੇ ਪੈ ਰਹੇ ਹੋਣ (ਕੁਦਰਤੀ ਕਰੋਪੀ ਹੋਵੇ) ਤਾਂ ਅਗਲੇ ਦਿਨ ਉਸੇ ਸਮੇਂ ਤੀਕਰ ਵੇਦ ਪਾਠ ਰੋਕ ਲੈਣਾ ਚਾਹੀਦਾ ਹੈ।

(104) ਬਰਸਾਤਾਂ ਦੇ ਮੌਸਮ ਵਿੱਚ, ਸ਼ਾਮ ਵੇਲੇ, ਜੇ ਪੂਜਾ ਦੀ ਅਗਨੀ ਧੁਖਾਦਿਆਂ ਮੌਸਮ ਵਿਗੜਦਾ ਦਿਸੇ ਤਾਂ ਵੇਦ ਪਾਠ ਤੇ ਪੂਜਾ ਸ਼ੁਰੂ ਨਹੀਂ ਕਰਨੀ ਚਾਹੀਦੀ ਅਤੇ ਜੇ ਬੇਮੌਸਮੇਂ ਬੱਦਲ ਗੜਗੜਾਣ ਲੱਗਣ, ਤਾਂ ਦੇਖਦੇ ਸਾਰ ਹੀ ਵੇਦ ਪਾਠ ਅਤੇ ਪੂਜਾ ਬੰਦ ਕਰ ਦੇਣੀ ਚਾਹੀਦੀ ਹੈ।

(105) ਅਸਮਾਨ ਵਿੱਚੋਂ ਗੜਗੜਾਹਟ ਜਾਂ ਭੁਚਾਲ ਦੇ ਆਉਣ ਵਰਗੀ ਹਾਲਤ ਬਣ ਜਾਏ ਅਤੇ ਸੂਰਜ ਜਾਂ ਚੰਦਰਮਾ ਨੂੰ ਲੱਗੇ ਗਰਿਹਣ ਵਾਂਗ, ਦਿਨੇ ਹੀ ਹਨੇਰ ਘੁੱਪ ਜਿਹਾ ਹੋਇਆ ਜਾਪੇ, ਤਾਂ ਭੀ ਵੇਦ ਪਾਠ ਦਾ ਅਧਿਆਨ, ਅਗਲੇ ਦਿਨ ਦੇ ਉਸੇ ਸਮੇਂ ਤੱਕ ਰੋਕ ਲੈਣਾ ਚਾਹੀਦਾ ਹੈ।ਬਰਸਾਤ ਦੇ ਮੌਸਮ ਵਿੱਚ ਭੀ ਜੇ ਐਸਾ ਵਾਤਾਵਰਣ ਹੋ ਜਾਏ, ਤਾਂ ਭੀ ਵੇਦ ਪਾਠ ਤੇ ਪੂਜਾ, ਅਗਲੇ ਦਿਨ ਤੱਕ ਰੋਕ ਦੇਣਾ ਚਾਹੀਦਾ ਹੈ।

(106) ਅਮ੍ਰਿਤ ਵੇਲੇ ਦੀ ਪੂਜਾ ਸਮੇਂ ਅਗਨੀ ਮਚੌਣ ਤੋਂ ਬਾਅਦ ਜੇ ਬਿਜਲੀ ਚਮਕੇ ਅਤੇ ਬੱਦਲ ਗਰਜਣ ਤਾਂ ਸੂਰਜ ਨਿਕਲਣ ਤੀਕਰ ਇੰਤਜ਼ਾਰ ਕਰਨਾ ਚਾਹੀਦਾ ਹੈ। ਇਸੇ ਤਰਾਂ ਸ਼ਾਮ ਦਾ ਸ਼ੁੱਭ ਨਛੱਤਰ ਦੇਖਣ ਤੱਕ ਵੇਦ ਪਾਠ ਅਤੇ ਕਥਾ ਰੋਕ ਦੇਣੀ ਚਾਹੀਦੀ ਹੈ।ਜੇ ਸਵੇਰ ਤੇ ਸ਼ਾਮ ਦੋਵੇਂ ਵਕਤ ਮੌਸਮ ਦਾ ਉਹੀ ਹਾਲ ਰਹੇ ਤਾਂ ਉਸ ਦਿਨ ਵੇਦ ਪਾਠ ਤੇ ਵਿਚਾਰ ਰੋਕ ਦੇਣੇ ਚਾਹੀਦੇ ਹਨ।

(107) ਵੇਦ ਵਿਦਿਆ ਵਿੱਚ ਉੱਚੀ ਯੋਗਤਾ ਪ੍ਰਾਪਤ ਕਰਨ ਦੇ ਇੱਛਕਾਂ ਨੂੰ ਚਾਹੀਦਾ ਹੈ ਕਿ ਉਹ ਪਿੰਡ ਦੇ ਬਾਹਰ ਐਸੀ ਜਗ੍ਹਾ ਬੈਠ ਕੇ ਪੜ੍ਹਾਈ ਕਰਨ, ਜਿੱਥੇ ਸ਼ਾਂਤ ਵਾਤਾਵਰਣ ਹੋਵੇ ਅਤੇ ਕਿਸੇ ਤਰਾਂ ਦੀ ਗੰਦਗੀ ਜਾਂ ਬਦਬੂ ਨਾ ਹੋਵੇ।

(108) ਜਿਸ ਪਿੰਡ ਵਿੱਚ ਮੌਤ ਹੋਈ ਹੋਵੇ, ਮੁਰਦੇ ਅੱਗੇ ਪਿੱਟ ਸਿਆਪਾ ਹੋ ਰਿਹਾ ਹੋਵੇ, ਉੱਚੀ ਉੱਚੀ ਰੋਣ ਦੀ ਅਵਾਜ਼ ਆਉਂਦੀ ਹੋਵੇ, ਜਿੱਥੇ ਬਹੁਤ ਜਿਆਦਾ ਭੀੜ ਹੋਵੇ, ਕੋਈ ਅਧਰਮੀ ਜਾਂ ਸ਼ੂਦਰ ਸੁਣ ਰਿਹਾ ਹੋਵੇ, ਤਾਂ ਭੀ ਬੇਦ ਦਾ ਪਾਠ ਰੋਕ ਦੇਣਾ ਚਾਹੀਦਾ ਹੈ।

(109) ਪਾਣੀ ਵਿੱਚ ਖੜੇ ਹੋਕੇ, ਅੱਧੀ ਰਾਤ ਦੇ ਸਮੇਂ, ਜਾਂ ਟੱਟੀ ਪਿਸ਼ਾਬ ਕਰਦੇ ਸਮੇਂ, ਜੂਠੇ ਮੂੰਹ, ਜਾਂ ਸ਼ਰਾਧ ਦਾ ਨਿਉਂਦਾ ਖਾਣ ਮਗਰੋਂ, ਬੋਲ ਕੇ ਤਾਂ ਕੀ, ਭੁੱਲ ਕੇ ਵੀ ਮਨ ਵਿੱਚ ਵੇਦ ਮੰਤ੍ਰ ਦਾ ਪਾਠ ਨਹੀਂ ਕਰਨਾ।

(110) ਜੇ ਕੋਈ ਵਿਦਵਾਨ ਬ੍ਰਾਹਮਣ, ਕਿਸੇ ਦੇ ਮਰਣ ਸੰਸਕਾਰ ਮਗਰੋਂ, ਜਾਂ ਕਿਸੇ ਦੇ ਵੱਡੇ ਵਡੇਰੇ ਦੇ ਸਨਮਾਨ ਵਿੱਚ ਇਕੋਦਿਸ਼ਟ ਸ਼ਰਾਧ (ਜਿਵੇਂ ਮੌਤ ਦੀ ਪਹਿਲੀ ਬਰਸੀ) ਦਾ ਨਿਉਂਦਾ ਸਵਿਕਾਰ ਕਰ ਲਵੇ, ਤਾਂ ਤਿੰਨ ਦਿਨ ਵੇਦ ਪਾਠ ਨਾ ਪੜ੍ਹੇ ਜਾਂ ਰਾਜੇ ਦੇ ਘਰ ਸੂਤਕ ਦਾ ਸਮਾਂ ਹੋਵੇ (ਰਾਜੇ ਦੇ ਪ੍ਰਵਾਰ ਵਿੱਚ ਬੱਚੇ ਦਾ ਜਨਮ ਹੋਵੇ), ਸੂਰਜ ਜਾਂ ਚੰਦਰ ਗ੍ਰਹਿਣ ਲੱਗਾ ਹੋਵੇ, ਤਾਂ ਉਸਨੂੰ ਤਿੰਨ ਦਿਨ ਤਕ ਵੇਦ ਦੇ ਪਾਠ ਜਾਂ ਅਧਿਆਨ ਦੀ ਮਨਾਹੀ ਹੈ।

(111) ਗਿਆਨਵਾਨ ਬ੍ਰਾਹਮਣ ਲਈ ਜ਼ਰੂਰੀ ਹੈ ਕਿ ਜਿਤਨੀ ਦੇਰ ਉਸਦੇ ਸ਼ਰੀਰ ਤੇ ਕੱਪੜਿਆਂ ਵਿੱਚੋਂ, ਪਿੱਤਰਾਂ ਨਮਿੱਤ ਕੀਤੇ ਸ਼ਰਾਧ ਵਿੱਚ ਖਾਧੇ ਭੋਜਨ ਦੇ ਦਾਗ ਅਤੇ ਸ਼ਰੀਰ ਉੱਪਰ ਪਏ ਛਿੱਟਿਆਂ ਨੂੰ ਸਾਫ਼ ਨਹੀਂ ਕਰ ਲੈਂਦਾ, ਉਤਨੀ ਦੇਰ ਉਹ ਵੇਦ ਦਾ ਪਾਠ ਨਾ ਕਰੇ।

(112) ਮੰਜੇ ਉੱਪਰ ਲੇਟਦਿਆਂ, ਪੈਰ ਪਸਾਰ ਕੇ ਬੈਠਦਿਆਂ, ਗੋਡਿਆਂ ਭਾਰ ਬੈਠਿਆਂ, ਮਾਸ ਖਾਣ ਤੋਂ ਬਾਅਦ, ਕਿਸੇ ਸੂਤਕ-ਪਾਤਕ (ਜਨਮ-ਮਰਣ) ਵਾਲੇ ਦੇ ਘਰ ਸ਼ਰਾਧ ਦਾ ਨਿਉਂਦਾ ਖਾਣ ਮਗਰੋਂ, ਬੇਦਾਂ ਦਾ ਪਾਠ ਨਹੀਂ ਕਰਨਾ ਚਾਹੀਦਾ।

(113) ਅਮਾਵਸ (ਮੱਸਿਆ) ਦੀ ਰਾਤ ਸਮੇਂ, ਚਤੁਰਦਸ਼ੀ (ਭਾਦਰੋਂ ਮਹੀਨੇ ਦੇ ਚੜਦੇ ਪੱਖ ਦੇ ਚੌਧਵੇਂ ਦਿਨ), ਪੂਰਣਮਾਸ਼ੀ ਅਤੇ ਅਸ਼ਟਮੀ ਦੇ ਦਿਨ, ਜੇਕਰ ਬਾਹਰ ਧੁੰਦ ਅਤੇ ਕੋਰਾ-ਕੱਕਰ ਪਿਆ ਹੋਵੇ, ਉਪਰੋਂ ਤੇਜ਼ ਹਵਾ ਦੀ ਸਾਂ ਸਾਂ ਕੰਨਾਂ ਵਿੱਚ ਤੀਰਾਂ ਦੇ ਚੱਲਣ ਦੀ ਵਾਂਗ ਪੈਂਦੀ ਹੋਵੇ (ਤੁਫਾਨੀ ਮੌਸਮ), ਤਾਂ ਦੋਹਾਂ ਵੇਲਿਆਂ ਦਾ ਸੰਧਿਆ ਤਰਪਣ, ਪੂਜਾ ਅਤੇ ਵੇਦਾਂ ਦਾ ਪਾਠ-ਅਧਿਆਨ ਕਰਨ ਦੀ ਲੋੜ ਨਹੀਂ।

(114) ਅਮਾਵਸ ਦਾ ਚੰਦ, ਗੁਰੂ ਦੀ ਸੱਤਿਆ ਨੂੰ ਖਤਮ ਕਰਦਾ ਹੈ ਅਤੇ ਚਤੁਰਦਸ਼ੀ ਦਾ ਚੰਦ, ਚੇਲੇ ਦੀ ਸੱਤਿਆ ਖਤਮ ਕਰਦਾ ਹੈ। ਅਸ਼ਟਮੀ ਤੇ ਪੂਰਣਮਾਸ਼ੀ ਵਾਲੇ ਦਿਨ ਪਾਠ ਕਰਨ ਨਾਲ ਵੇਦ ਪਾਠ ਭੁੱਲ ਜਾਂਦਾ ਹੈ।ਇਸ ਲਈ ਇਨ੍ਹਾਂ ਦਿਨਾਂ ਵਿੱਚ ਵੇਦ ਪਾਠ ਦੀ ਮਨਾਹੀ ਹੈ।

(115) ਜੇਕਰ ਆਲੇ ਦੁਆਲੇ, ਝੱਖੜ ਝੁੱਲ ਰਿਹਾ ਹੋਵੇ, ਅਸਮਾਨ ਵਿੱਚ ਲਾਲੀ ਹੋਵੇ ਜਾਂ ਕਿਤੇ ਅੱਗ ਲੱਗੀ ਹੋਵੇ, ਖੋਤੇ ਹੀਂਗਦੇ ਹੋਣ, ਗਿੱਦੜ ਬੋਲਦੇ ਹੋਣ, ਕੁੱਤੇ ਭੌਂਕਦੇ ਹੋਣ, ਊਠਾਂ ਦਾ ਇੱਜੜ ਅੜਿੰਗਦਾ ਹੋਵੇ ਤਾਂ ਬ੍ਰਾਹਮਣ ਲਈ ਵੇਦ ਪਾਠ ਦੀ ਮਨਾਹੀ ਹੈ।

(116) ਮੁਰਦਘਾਟ (ਸਿਵੇ) ਦੇ ਨੇੜੇ, ਪਿੰਡ ਦੀ ਜੂਹ ਵਿੱਚ, ਗਊਸ਼ਾਲਾ ਦੇ ਨੇੜੇ, ਕਾਮ ਕਰੀੜਾ (ਇਸਤ੍ਰੀ ਭੋਗਣ ਸਮੇਂ) ਕਰਨ ਸਮੇਂ ਪਾਏ ਬਸਤਰ ਪਹਿਨ ਕੇ, ਕਿਸੇ ਦੇ ਅੰਤਮ ਸੰਸਕਾਰ ਅਤੇ ਸ਼ਰਾਧ ਦਾ ਨਿਉਂਦਾ ਖਾਣ ਤੋਂ ਬਾਅਦ, ਬ੍ਰਾਹਮਣ ਲਈ ਬੇਦ ਪਾਠ ਕਰਨ ਦੀ ਮਨਾਹੀ ਹੈ।

(117) ਬ੍ਰਾਹਮਣ ਨੂੰ ਸ਼ਰਾਧ ਵਾਲੇ ਦਿਨ, ਹੱਥੀਂ ਦਾਨ ਦੇਣ ਮਗਰੋਂ (ਤੋਹਫੇ-ਜਿਵੇਂ ਮਾਲ ਡੰਗਰ, ਕੋਈ ਗਹਿਣਾ ਗੱਟਾ ਜਾਂ ਬਸਤਰ ਆਦਿ) ਵੇਦਾਂ ਦਾ ਪਾਠ ਨਾ ਭੀ ਕੀਤਾ ਜਾਵੇ ਤਾਂ ਠੀਕ ਹੈ, ਕਿਉਂਕਿ ਸ਼ਰਾਧ ਸਮੇਂ ਬ੍ਰਾਹਮਣ ਦਾ ਹੱਥ ਹੀ ਪਿੱਤਰਾਂ ਦਾ ਮੁੱਖ ਹੁੰਦਾ ਹੈ। ਭਾਵ ਬ੍ਰਾਹਮਣ ਨੂੰ ਹੱਥੀਂ ਦਿੱਤਾ ਦਾਨ, ਪਿੱਤਰਾਂ ਤੀਕਰ ਪਹੁੰਚਾਣ ਦਾ ਹੀ ਇੱਕ ਸਾਧਨ ਹੈ।

(118) ਜਿਸ ਪਿੰਡ ਵਿੱਚ ਡਾਕਾ ਪੈ ਜਾਵੇ ਜਾਂ ਅੱਗ ਲੱਗਣ ਨਾਲ ਭੱਜ ਦੌੜ ਪੈ ਜਾਵੇ, ਜਾਂ ਕੋਈ ਕੁਦਰਤ ਦਾ ਕਹਿਰ ਵਾਪਰ ਜਾਏ, ਐਸੇ ਸਮੇਂ ਨੂੰ ਅਣ-ਉਚਿਤ ਜਾਣ ਕੇ, ਬੇਦ ਪਾਠ ਅਗਲੇ ਦਿਨ ਉਸੇ ਸਮੇਂ ਤੀਕਰ ਮੁਲਤਵੀ ਕਰ ਦੇਣਾ ਚਾਹੀਦਾ ਹੈ।

***ਟਿੱਪਣੀ**:- ਪਤਾ ਨਹੀਂ ਇਹ ਕਿਸ ਸਮੇਂ ਦਾ ਜ਼ਿਕਰ ਹੋ ਰਿਹਾ ਹੈ। ਪਰ ਇੱਕ ਗੱਲ ਜ਼ਰੂਰ ਸਪਸ਼ਟ ਹੋ ਗਈ ਹੈ ਕਿ ਮੁੱਢ ਕਦੀਮ ਤੋਂ ਮਨੁੱਖ ਦਾ ਸੁਭਾਅ, ਆਦਤਾਂ, ਅਤੇ ਬੁਰਾਈਆਂ ਇਸਦੇ ਨਾਲ ਹੀ ਚੱਲੀਆਂ ਆਉਂਦੀਆਂ ਹਨ।*

(119) ਵੇਦ ਅਧਿਆਨ ਅਤੇ ਪਾਠ ਕਰਨ ਵਾਲੇ ਵਿਦਿਆਰਥੀ, ਹਰ ਸਾਲ ਆਪਣੇ ਨਵੇਂ ਜਨੇਊ ਪਾ ਕੇ ਮੱਘਰ ਦੇ ਮਹੀਨੇ ਦੀ ਪੂਰਣਮਾਸ਼ੀ ਮਗਰੋਂ ਅਗਲੇ ਤਿੰਨ ਦਿਨ ਗੁਰੂ ਕੁਲ ਵਿੱਚ ਆ ਕੇ ਸਿੱਖਿਆ

ਪ੍ਰਾਪਤੀ ਦਾ ਨਵਾਂ ਸਾਲ ਸ਼ੁਰੂ ਕਰਨ ਦੀ ਰਸਮ ਕਰਕੇ ਦਾਖਲਾ ਲੈਂਦੇ ਹਨ ਅਤੇ ਅਗਲੇ ਸਾਲ ਸੌਣ (ਸਾਵਣ)) ਮਹੀਨੇ ਦੇ ਲਹਿੰਦੇ ਪੱਖ ਦੀ ਅਸ਼ਟਮੀ ਵਾਲੇ ਦਿਨ ਤੀਕਰ ਵੇਦ ਅਧਿਆਨ ਕਰਨ ਮਗਰੋਂ ਅਖੀਰਲਾ ਦਿਨ ਅਤੇ ਰਾਤ ਲਗਾਤਾਰ ਵੇਦ ਪਾਠ ਕਰਕੇ ਸਾਲ ਦੀ ਸਮਾਪਤੀ ਕਰਦੇ ਹਨ।

(120) ਬ੍ਰਾਹਮਣ ਕਦੇ ਭੀ, ਘੋੜੇ ਦੀ ਸਵਾਰੀ ਕਰਦਿਆਂ, ਖੋਤੇ ਦੀ ਸਵਾਰੀ ਕਰਦਿਆਂ, ਦਰਖਤ ਤੇ ਚੜ੍ਹਦਿਆਂ ਹੋਇਆਂ, ਹਾਥੀ ਜਾਂ ਊਂਠ ਤੇ ਚੜ੍ਹਿਆ, ਬੇੜੀ ਵਿੱਚ ਬੈਠਾ ਤੇ ਬੰਜਰ ਜਮੀਨ ਤੇ ਖੜਾ ਹੋਕੇ, ਵੇਦ ਮੰਤ੍ਰਾਂ ਦਾ ਜਾਪ ਨਾ ਕਰੇ।

(121) ਜਿਸ ਜਗ੍ਹਾ ਤੇ ਮੈਂ-ਮੈਂ, ਤੂੰ-ਤੂੰ ਹੁੰਦੀ ਹੋਵੇ (ਬੇਲੋੜੀ ਬਹਿਸ), ਲੜਾਈ ਝਗੜਾ ਹੁੰਦਾ ਹੋਵੇ, ਲੜਾਈ ਦਾ ਮੈਦਾਨ ਹੋਵੇ, ਭੋਜਨ ਕਰਨ ਤੋਂ ਬਾਅਦ ਪੇਟ ਵਿੱਚ ਗੜਬੜ ਹੋਵੇ, ਖੱਟੇ ਡਕਾਰ ਆਉਂਦੇ ਹੋਣ, ਇਨ੍ਹਾਂ ਸਾਰੀਆਂ ਹਾਲਤਾਂ ਵਿੱਚ ਵੇਦ ਮੰਤ੍ਰਾਂ ਦਾ ਪਾਠ ਨਹੀਂ ਕਰਨਾ।

(122) ਘਰ ਆਏ ਮਹਿਮਾਨ ਦੀ ਆਗਿਆ ਤੋਂ ਬਿਨਾਂ, ਜੋਰ ਨਾਲ ਚੱਲਦੇ ਝੱਖੜ ਸਮੇਂ, ਸ਼ਰੀਰ ਵਿੱਚਹੂ ਵਗਦਾ ਹੋਵੇ ਜਾਂ ਹਥਿਆਰ ਨਾਲ ਫੱਟ ਲੱਗਿਆ ਹੋਵੇ, ਤਦ ਭੀ ਬ੍ਰਾਹਮਣ ਨੇ ਬੇਦ ਮੰਤ੍ਰਾਂ ਦਾ ਪਾਠ ਨਹੀਂ ਕਰਨਾ।

(123) ਸਿਆਮ ਵੇਦ (ਸਾਮਵੇਦ) ਦੇ ਸੁਰੀਲੇ ਭਜਨਾਂ ਦਾ ਗਾਇਨ ਹੋ ਰਿਹਾ ਹੋਵੇ ਤਾਂ ਉਸ ਸਮੇਂ ਲਈ ਰਿੱਗ ਵੇਦ ਤੇ ਯੁਜ਼ਰ ਵੇਦ ਦਾ ਪਾਠ ਬੰਦ ਕਰ ਦੇਣਾ ਚਾਹੀਦਾ ਹੈ। ਕਿਸੇ ਵੇਦ ਦੇ ਇੱਕ ਭਾਗ ਦੀ ਸਮਾਪਤੀ ਹੋਣ ਤੇ, ਉਸਦਾ ਸਾਰ ਅੰਸ਼ ਦੱਸਣ ਮਗਰੋਂ, ਉਸੇ ਦਿਨ ਵੇਦ ਦੇ ਅਗਲੇ ਭਾਗ ਦਾ ਵਖਿਆਨ ਸ਼ੁਰੂ ਨਹੀਂ ਕਰਨਾ ਚਾਹੀਦਾ।

(124) ਰਿੱਗ ਵੇਦ ਦੇਵਤਿਆਂ ਨੂੰ ਸਮ੍ਰਪਿਤ ਹੈ, ਜਿਸ ਵਿੱਚ ਦੇਵਿਤਿਆਂ ਦੀ ਮਹਿਮਾਂ ਹੈ। ਯੁਜ਼ਰ ਵੇਦ ਮਨੁੱਖਾਂ ਦੇ ਨਮਿੱਤ ਲਿਖਿਆ ਹੈ ਜਿਸ ਵਿੱਚ ਮਨੁੱਖਾਂ ਵਾਸਤੇ, ਪੂਜਾ ਅਤੇ ਭਗਤੀ ਕਰਨ ਨਾਲ ਸਬੰਧਿਤ ਹਦਾਇਤਾਂ ਤੇ ਕਰਮਕਾਂਡਾਂ ਦਾ ਜ਼ਿਕਰ ਹੈ। ਸਾਮ ਵੇਦ, ਜਿਸ ਵਿੱਚ ਧੁਨੀਆਂ ਨਾਲ ਗਾ ਕੇ, ਪਿੱਤਰਾਂ ਦਾ ਮਹਾਤਮ ਤੇ ਪੂਜਾ ਦਾ ਮੁੱਖ ਵਿਸ਼ਾ ਹੈ। ਪੜ੍ਹਨ ਵਾਲਾ ਜਾਣ ਸਕਦਾ ਹੈ ਕਿ ਪਿੱਤਰਾਂ ਦੇ ਵਿਸ਼ੇ ਨੂੰ ਲੈ ਕੇ, ਇਸ ਦੀ ਧੁਨੀ ਅਤੇ ਭਾਸ਼ਾ, ਪਹਿਲੇ ਦੋਹਾਂ ਵੇਦਾਂ ਦੇ ਵਿਪਰੀਤ ਹੈ ਅਤੇ ਇਸ ਵਿੱਚੋਂ ਅਪਵਿੱਤਰਤਾ ਦੀ ਝਲਕ ਵੀ ਪੈਂਦੀ ਹੈ।

(125) ਇਸੇ ਕਰਕੇ ਹੀ ਤਿੰਨਾ ਵੇਦਾਂ ਦੀ ਜਾਣਕਾਰੀ ਰੱਖਣ ਵਾਲੇ ਵਿਦਵਾਨ ਪੁਰਸ਼, ਵੇਦਾਂ ਦਾ ਪਾਠ ਅਧਿਆਨ ਕਰਨ ਤੋਂ ਪਹਿਲਾਂ, ਵੇਦ ਗਿਆਨ ਦੇ ਤੱਤਸਾਰ,'ਗਾਇਤ੍ਰੀ ਮੰਤ੍ਰ'(ਸਵਿਤ੍ਰੀ) ਦਾ ਜਾਪ ਕਰਦੇ ਹਨ ।

(126) ਜੇ ਵੇਦ ਪਾਠ ਦੀ ਪੜ੍ਹਾਈ ਸ਼ੁਰੂ ਕਰਨ ਤੋਂ ਪਹਿਲਾਂ, ਗੁਰੂ ਅਤੇ ਚੇਲੇ ਦੇ ਅੱਗਿਉਂ, ਕੋਈ ਪਸ਼ੂ, ਬਿੱਲੀ, ਚੂਹਾ, ਡੱਡੂ, ਕੁੱਤਾ, ਸੱਪ, ਨਿਉਲਾ ਆਦਿ ਲੰਘ ਜਾਵੇ ਤਾਂ ਉਸ ਦਿਨ ਅਤੇ ਰਾਤ ਵੇਦ ਪਾਠ ਦੀ ਪੜ੍ਹਾਈ ਨਹੀਂ ਕਰਨੀ ਚਾਹੀਦੀ (ਛੁੱਟੀ ਕਰਨੀ)।

(127) ਜੇ ਪਾਠ ਅਧਿਆਨ ਕਰਨ ਵਾਲੀ ਜਗ੍ਹਾ ਅਪਵਿੱਤਰ ਹੋਵੇ ਜਾਂ ਦਵਿੱਜ ਆਪ ਅਪਵਿੱਤਰ ਹੋਵੇ ਤਾਂ ਐਸੀਆਂ ਦੋ ਸਥਿਤੀਆਂ ਵਿੱਚ ਵੇਦ ਪਾਠ ਕਰਨ ਤੋਂ ਸੰਕੋਚ ਕਰੇ।

(128) ਇੱਕ ਸਨਾਤਿਕ ਬ੍ਰਾਹਮਣ ਲਈ ਜ਼ਰੂਰੀ ਹੈ ਕਿ, ਅਮਾਵਸ ਵਾਲੀ ਰਾਤ, ਅਸ਼ਟਮੀ ਵਾਲੀ ਰਾਤ, ਪੂਰਣਮਾਸ਼ੀ ਵਾਲੀ ਰਾਤ, ਅਤੇ ਚਤੁਰਦਸ਼ੀ ਦੀ ਰਾਤ (ਚੌਂਦਵੀਂ ਦੇ ਦਿਨ. 4+10) ਇਸਤ੍ਰੀ ਸੰਭੋਗ (ਸਮਾਗਮ) ਤੋਂ ਸੰਕੋਚ ਕਰੇ, ਭਾਵੇਂ ਉਹ ਦਿਨ ਇਸ ਕੰਮ ਲਈ ਉਚਿਤ ਭੀ ਕਿਉਂ ਨਾ ਹੋਵੇ।

(129) ਬਿਮਾਰੀ ਹਾਲਤ ਵਿੱਚ, ਭੋਜਨ ਖਾਣ ਤੋਂ ਬਾਅਦ ਅਤੇ ਰਾਤ ਦੇ ਦੂਸਰੇ ਤੀਸਰੇ ਪਹਿਰ ਇਸ਼ਨਾਨ ਨਾ ਕਰੇ। ਕੱਪੜਿਆਂ ਸਮੇਤ ਭੀ ਕਦੇ ਨਾ ਨਹਾਵੇ। ਐਸੇ ਤਲਾਬ ਵਿੱਚ ਭੀ ਨਾ ਨਹਾਵੇ ਜਿਸ ਬਾਰੇ ਪੂਰੀ ਜਾਣਕਾਰੀ ਨਾ ਹੋਵੇ।

(130) ਦੇਵ ਮੂਰਤੀ, ਗੁਰੂ, ਰਾਜਾ, ਸਨਾਤਿਕ ਬ੍ਰਾਹਮਣ, ਆਪਣਾ ਅਧਿਆਪਕ, ਭੂਰੇ ਰੰਗ ਦਾ ਪਸ਼ੂ, ਜਾਂ ਜਿਸ ਪਸ਼ੂ ਦੀ ਬਲ਼ੀ ਦਿੱਤੀ ਜਾਣੀ ਹੋਵੇ, ਆਦਿ ਦੇ ਪਰਛਾਵੇ ਉੱਪਰੋਂ ਨਹੀਂ ਲੰਘਣਾ ਖਾਸ ਕਰਕੇ ਉਸ ਬ੍ਰਾਹਮਣ ਦੇ ਪ੍ਰਛਾਵੇਂ ਨੂੰ ਨਹੀ ਕੱਟਣਾ, ਜੋ ਵੇਦ ਯੱਗ ਵਿੱਚ ਪਾਠ ਪੂਜਾ ਕਰਨ ਦੀ ਮੁੱਖ ਸੇਵਾ ਨਿਭਾ ਰਿਹਾ ਹੋਵੇ।

(131) ਬ੍ਰਾਹਮਣ ਲਈ ਜ਼ਰੂਰੀ ਹੈ ਕਿ ਦੁਪਹਿਰ ਜਾਂ ਅੱਧੀ ਰਾਤ ਨੂੰ, ਮਾਸ ਆਦਿਕ ਵਾਲੇ ਸ਼ਰਾਧ (ਪਸ਼ੂ ਬਲ਼ੀ ਵਾਲੇ) ਦਾ ਭੋਜਨ ਖਾਣ ਮਗਰੋਂ, ਸਵੇਰ ਅਤੇ ਸ਼ਾਮ ਦੀ ਸੰਧਿਆ ਵੇਲੇ, ਦੁਪਿਹਰ ਵੇਲੇ ਜਾਂ ਅੱਧੀ ਰਾਤ ਨੂੰ ਕਿਸੇ ਚੁਰਸਤੇ ਤੇ ਬਹੁਤ ਸਮਾਂ ਨਾ ਖੜ੍ਹੇ।

ਨੋਟ:- *ਸੰਧਿਆ (ਸੰਧੀ ਦਾ ਸਮਾਂ)- ਦਿਨ ਦੇ ਦੋ ਵਕਤ, ਸਵੇਰ ਪਹੁ ਫੁੱਟਣ ਤੋਂ ਪਹਿਲਾਂ ਅਤੇ ਸ਼ਾਮ ਨੂੰ ਸੂਰਜ ਛਿਪਣ ਤੋਂ ਪਹਿਲਾਂ। ਸਿੱਖ ਧਰਮ ਦੇ ਅਨੁਆਈ ਇਸਨੂੰ ਅਮ੍ਰਿਤ ਵੇਲਾ ਅਤੇ ਰਹਿਰਾਸ ਦਾ ਸਮਾਂ ਕਹਿੰਦੇ ਹਨ।*

(132) ਜਾਣ ਬੁੱਝ ਕੇ ਐਸੀ ਜਗ੍ਹਾ ਤੇ ਪੈਰ ਨਹੀਂ ਧਰਨਾ ਚਾਹੀਦਾ, ਜਿੱਥੇ ਨਹਾਉਣ ਮਗਰੋਂ, ਬਚਿਆ ਗੰਦਾ ਪਾਣੀ, ਮਲ ਮੂਤਰ, ਖੰਘਾਰ, ਪਿਸ਼ਾਬ, ਗੰਦਾ ਖੂਨ ਪਿਆ ਦਿਸਦਾ ਹੋਵੇ।

(133) ਗ੍ਰਿਸਤੀ ਦਵਿੱਜ ਨੂੰ, ਦੁਸ਼ਮਣ ਨਾਲ ਅਤੇ ਦੁਸ਼ਮਣ ਦੇ ਮਿੱਤਰ ਨਾਲ, ਦੁਸ਼ਟ ਮਨੁੱਖ ਨਾਲ, ਚੋਰ ਨਾਲ, ਜਾਂ ਕਿਸੇ ਦੂਸਰੇ ਦੀ ਔਰਤ ਨਾਲ ਮੇਲ ਜੋਲ ਦੀ ਸਾਂਝ ਨਹੀਂ ਪਉਣੀ ਚਾਹੀਦੀ (ਪ੍ਰਇਸਤ੍ਰੀ ਗਮਨ ਨਾ ਕਰੇ)।

(134) ਇਸ ਜਗਤ ਵਿੱਚ, ਕਿਸੇ ਦੂਸਰੇ ਦੀ ਇਸਤਰੀ ਨਾਲ ਨਜਾਇਜ਼ ਸਬੰਧ ਬਨਾਉਣ ਨਾਲੋਂ ਹੋਰ ਕੋਈ ਵੱਡਾ ਗੁਨਾਹ ਨਹੀਂ, ਕਿਉਂਕਿ ਐਸਾ ਕਰਨਾ, ਮਨੁੱਖ ਦੀ ਲੰਬੀ ਆਰਜਾ ਲਈ ਘਾਤਕ ਹੋ ਸਕਦਾ ਹੈ।

(135) ਜੋ ਮਨੁੱਖ ਆਪਣੀ ਭਲਾਈ ਤੇ ਖੁਸ਼ਹਾਲੀ ਲੋੜਦਾ ਹੈ, ਉਹ ਖੱਤਰੀ, ਸੱਪ, ਵੇਦ ਪਾਠੀ ਬ੍ਰਾਹਮਣ, ਦਾ ਅਪਮਾਨ ਨਾ ਕਰੇ, ਭਾਵੇਂ ਉਹ ਕਿਤਨੇ ਭੀ ਕਮਜੋਰ ਕਿਉਂ ਨਾ ਹੋਣ। ਕਿਉਂਕਿ --

(136) ਇੰਨ੍ਹਾਂ ਤਿੰਨਾਂ ਦਾ ਅਪਮਾਣ ਮਨੁੱਖ ਨੂੰ ਖਤਮ ਕਰ ਸਕਦਾ ਹੈ, ਇਸ ਕਰਕੇ ਇੱਕ ਸੂਝਵਾਨ ਮਨੁੱਖ, ਇਨ੍ਹਾਂ ਨਾਲ ਕਦੇ ਭੀ ਦੁਰਵਿਵਹਾਰ ਨਾ ਕਰੇ।

(137) ਗ੍ਰਿਸਤੀ ਦਵਿੱਜ ਨੂੰ, ਜੇ ਆਪਣੇ ਪੁਰਖਿਆਂ ਕੋਲੋਂ ਕੋਈ ਧੰਨ ਜਾਇਦਾਦ ਨਸੀਬ ਨਾ ਹੋਵੇ ਜਾਂ ਆਪ ਯਤਨ ਕਰਣ ਨਾਲ ਭੀ ਧੰਨ ਦੀ ਪ੍ਰਾਪਤੀ ਨਾ ਹੋਵੇ, ਜਾਂ ਅਮੀਰੀ ਤੋਂ ਗਰੀਬੀ ਆ ਘੇਰੇ ਤਾਂ ਆਪਣੇ ਆਪ ਨੂੰ ਅਭਾਗਾ ਸਮਝ ਕੇ ਕੋਸਣਾ ਜਾਂ ਨਫ਼ਰਤ ਨਹੀਂ ਕਰਨੀ ਚਾਹੀਦੀ। ਇਸਦੇ ਉਲਟ, ਮਰਨ ਤੀਕਰ ਆਸਵੰਦ ਤੇ ਯਤਨਸ਼ੀਲ ਰਹਿਣਾ ਚਾਹੀਦਾ ਹੈ।

(138) ਬ੍ਰਾਹਮਣ ਦਾ ਸਦੀਵੀ ਧਰਮ ਹੈ ਕਿ ਕਦੇ ਰੁੱਖਾ ਨਾ ਬੋਲੇ। ਸਦਾ ਸੱਚੇ ਅਤੇ ਮਿੱਠੇ ਬੋਲ ਬੋਲੇ। ਕੌੜਾ ਸੱਚ ਭੀ ਨਾ ਬੋਲੇ ਜਿਸ ਨਾਲ ਨਫ਼ਰਤ ਅਤੇ ਵੈਰ ਵਿਰੋਧ ਵਧੇ। ਪਰ ਕਦੇ ਝੂਠ ਨੂੰ ਸੱਚ ਬਣਾ ਕੇ ਭੀ ਪੇਸ਼ ਨਾ ਕਰੇ।

(139) ਜੋ ਠੀਕ ਹੈ ਉਸਨੂੰ ਠੀਕ ਕਹੇ ਅਤੇ ਨਾਸਹਿਮਤੀ ਵਾਲੀ ਚਰਚਾ ਨੂੰ ਭੀ ਚੰਗੀ ਭਾਸ਼ਾ ਵਿੱਚ ਪੇਸ਼ ਕਰੇ, ਭਾਵ ਕੇਵਲ ਸ਼ੁੱਭ ਬਚਨ ਹੀ ਬੋਲੇ। ਕਿਸੇ ਨਾਲ ਬੇਲੋੜਾ ਵਾਦ ਵਿਵਾਦ ਨਾ ਛੇੜੇ। ਏਹੋ ਹੀ ਬ੍ਰਾਹਮਣ ਦੇ ਸਨਾਤਨ ਧਰਮ ਦਾ ਸੱਚ ਹੈ।

(140) ਬ੍ਰਾਹਮਣ ਲਈ ਨਿਯਮ ਹੈ ਕਿ, ਨਾ ਤੜਕੇ ਸਵੇਰੇ, ਨਾ ਦੇਰ ਸ਼ਾਮ ਸਮੇਂ, ਨਾ ਸਿਖਰ ਦੁਪੈਹਰ ਸਮੇਂ, ਨਾ ਇਕੱਲਾ, ਨਾ ਕਿਸੇ ਅਜ਼ਨਬੀ ਮੁਸਾਫ਼ਰ (ਨਵਾਕਫ਼) ਨਾਲ, ਤੇ ਨਾ ਹੀ ਕਿਸੇ ਸ਼ੂਦਰ ਨਾਲ ਸਫ਼ਰ ਤੇ ਜਾਵੇ।

(141) ਬ੍ਰਾਹਮਣ ਕਦੇ ਭੀ, ਕਿਸੇ ਕਾਣੇ, ਲੰਗੜੇ ਲੂਲ੍ਹੇ, ਅੰਗਹੀਣ, ਅਨਪੜ੍ਹ, ਬੁੱਢੇ, ਕਰੂਪ, ਤੇ ਨੀਚ ਜਾਤੀ ਦੇ ਮਨੁੱਖਾਂ ਦਾ ਮਖੌਲ ਨਾ ਉਡਾਵੇ ਜਾਂ ਮੰਦਾ ਬੋਲ ਕੇ ਬੇਇੱਜ਼ਤ ਨਾ ਕਰੇ।

(142) ਜੇ ਬ੍ਰਾਹਮਣ, ਜੂਠੇ ਮੁੱਖ ਜਾਂ ਅਪਵਿੱਤਰ ਹਾਲਤ ਵਿੱਚ ਹੋਵੇ ਤਾਂ, ਗਊ ਨੂੰ, ਦੂਸਰੇ ਬ੍ਰਾਹਮਣ ਨੂੰ, ਅਗਨੀ ਨੂੰ ਅਤੇ ਕਿਸੇ ਬਿਮਾਰ ਨੂੰ ਛੂਹਣਾ ਨਹੀਂ ਚਾਹੀਦਾ। ਨਾ ਹੀ ਅਪਵਿੱਤਰਤਾ ਵਿੱਚ, ਅਸਮਾਨ ਵਲ, ਸੂਰਜ, ਚੰਦਰਮਾਂ ਅਤੇ ਹੋਰ ਨਛੱਤਰਾਂ ਵੱਲ ਨਹੀਂ ਤੱਕਣਾ ਚਾਹੀਦਾ ਹੈ।

ਨੋਟ:–*ਬ੍ਰਾਹਮਣ ਕਿਸ ਹਾਲਤ ਵਿੱਚ ਅਪਵਿੱਤਰ ਕਿਹਾ ਜਾਂਦਾ ਹੈ, ਇਸਦਾ ਵਿਸਥਾਰ ਪਿਛੇ ਹੋ ਚੁੱਕਾ ਹੈ।*

(143) ਜੇ ਗ੍ਰਿਸਤੀ ਦਵਿੱਜ ਦੇ ਪ੍ਰਵਾਰ ਵਿੱਚ, ਅਪਵਿੱਤਰਤਾ (ਸੂਤਕ ਪਾਤਕ) ਦੀ ਦਸ਼ਾ ਹੋਵੇ ਅਤੇ ਉਸਦਾ ਦਾ ਹੱਥ, ਕਿਸੇ ਬ੍ਰਾਹਮਣ ਜਾਂ ਦੇਵਤੇ ਦੀ ਮੂਰਤੀ ਨੂੰ ਗਲਤੀ ਨਾਲ ਸਪ੍ਰਸ਼ ਕਰ ਜਾਵੇ, ਤਾਂ ਆਚਮਨ ਕਰਕੇ ਬਾਕੀ ਗਿਆਨ ਇੰਦਰੀਆਂ ਨੂੰ ਪਾਣੀ ਦੇ ਛਿੱਟੇ ਮਾਰ ਕੇ ਸਾਫ਼ ਕਰੇ ਅਤੇ ਹੱਥ ਪੈਰ ਧੋਅ ਕੇ ਗਿੱਲੇ ਹੱਥ ਨਾਭੀ (ਧੁੰਨੀ) ਨੂੰ ਲਾਵੇ।

(144) ਤੰਦਰੁਸਤ ਆਦਮੀ ਨੂੰ, ਬਿਨਾਂ ਮਤਲਬ ਆਪਣੀਆਂ ਇੰਦਰੀਆਂ ਅਤੇ ਗੁਪਤ ਅੰਗਾਂ (ਅੱਖਾਂ, ਕੰਨ, ਨੱਕ, ਮੂੰਹ, ਚਿੱਤੜ, ਅਤੇ ਲਿੰਗ) ਨੂੰ ਨਹੀਂ ਛੂਹਣਾਂ ਚਾਹੀਦਾ। ਬਿਮਾਰੀ ਦੀ ਹਾਲਤ ਵਿੱਚ ਇਨ੍ਹਾਂ ਦੀ ਸਫਾਈ ਰੱਖਣੀ ਬਹੁਤ ਜ਼ਰੂਰੀ ਹੈ।

(145) ਬ੍ਰਾਹਮਣ, ਹਮੇਸ਼ਾ ਭਲਾਈ ਅਤੇ ਸ਼ੁੱਭ ਕੰਮਾਂ ਵਾਲੀਆਂ ਰਵਾਇਤਾਂ ਨੂੰ ਬੜੀ ਤੀਬਰਤਾ ਨਾਲ ਨਿਭਾਵੇ। ਚੰਗੇ ਆਚਰਣ ਵਾਲਾ ਤੇ ਉੱਦਮੀ ਹੋਵੇ। ਆਪਣੀਆਂ ਇੰਦਰੀਆਂ ਨੂੰ ਕਾਬੂ ਵਿੱਚ ਰੱਖੇ। ਬਿਨਾਂ ਨਾਗਾ ਪਾਏ, ਗਾਇਤ੍ਰੀ ਦਾ ਜਾਪ, ਪੂਜਾ ਤੇ ਹਵਨ ਕਰੇ।

(146) ਗਾਇਤ੍ਰੀ ਮੰਤ੍ਰ ਦਾ ਜਾਪ ਅਤੇ ਹਵਨ ਕਰਨ ਵਾਲੇ, ਸ਼ੁੱਭ ਅਮਲਾਂ ਅਤੇ ਆਚਰਣ ਵਾਲੇ ਜਤੀ ਪੁਰਸ਼ ਹਮੇਸ਼ਾ ਚੜ੍ਹਦੀ ਕਲਾ ਵਿੱਚ ਰਹਿੰਦੇ ਹਨ। ਉਨ੍ਹਾਂ ਦਾ ਪਤਨ ਨਹੀਂ ਹੁੰਦਾ।ਕੁਦਰਤੀ ਜਾਂ ਦੁਨਿਆਵੀ ਮੁਸ਼ਕਿਲਾਂ ਉਨ੍ਹਾਂ ਦਾ ਕੁਝ ਨਹੀਂ ਵਿਗਾੜ ਸਕਦੀਆਂ।

(147) ਗ੍ਰਿਸਤੀ ਬ੍ਰਾਹਮਣ ਲਈ, ਬਿਨਾਂ ਆਲਸ ਕੀਤੇ ਹਰ ਰੋਜ਼, ਵੱਧ ਤੋਂ ਵੱਧ ਸਮਾਂ ਲਗਾ ਕੇ ਵੇਦਾਂ ਦਾ ਅਧਿਆਨ ਕਰਨਾ ਹੀ ਉਸ ਲਈ ਸਭ ਤੋਂ ਵੱਡਾ ਨੇਮ ਹੋਣਾ ਚਾਹੀਦਾ ਹੈ। ਬਾਕੀ ਸਭ 'ਕਰਮ ਕਾਂਡ' ਬਾਅਦ ਦੇ ਹਨ।

(148) ਵੇਦ ਅਭਿਆਸ, ਪਵਿੱਤਰਤਾ ਦੇ ਨਿਯਮਾਂ ਦੀ ਪਾਲਣਾ, ਪੂਜਾ ਭਗਤੀ ਕਰਨਾ, ਦੂਸਰਿਆਂ ਪ੍ਰਤੀ ਸਦਭਾਵਨਾ ਰੱਖਣੀ, ਅਤੇ ਦੂਸਰਿਆਂ ਤੇ ਦਇਆ ਕਰਨ ਨਾਲ, ਮਨੁੱਖ ਨੂੰ ਆਪਣੇ ਪੂਰਬਲੇ ਜਨਮਾਂ ਦਾ ਭੀ ਗਿਆਨ ਹੋ ਜਾਂਦਾ ਹੈ।

(149) ਆਪਣੇ ਪੂਰਬਲੇ ਜਨਮਾਂ ਬਾਰੇ ਗਿਆਨ ਹੋਣ ਨਾਲ, ਮਨੁੱਖ ਵੇਦਾਂ ਦਾ ਨਿਰੰਤਰ ਅਧਿਆਨ ਕਰਦਾ ਰਹੇ ਤਾਂ ਸਦੀਵੀ ਅਨੰਦ ਅਤੇ ਮੁਕਤੀ ਦੀ ਪ੍ਰਾਪਤੀ ਭੀ ਕਰ ਸਕਦਾ ਹੈ।

(150) ਦਵਿੱਜ ਨੂੰ ਚਾਹੀਦਾ ਹੈ ਕਿ ਬੁਰੇ ਨਛੱਤਰਾਂ ਤੋਂ ਬਚਣ ਲਈ, ਪੱਤਝੜ ਦੀ ਰੁੱਤ ਦੇ ਮਹੀਨਿਆਂ ਵਿੱਚ (ਸਿਆਲ ਤੋਂ ਪਹਿਲਾਂ) ਚੰਦਰਮਾ ਦੇ ਹਨੇਰੇ ਪੱਖ ਦੇ ਅੱਠਵੇਂ ਦਿਨ (ਅਸ਼ਟਮੀ), ਆਪਣੇ ਘਰ ਵਿੱਚ ਧੂਫ-ਬੱਤੀ ਕਰਕੇ, ਗਾਇਤ੍ਰੀ ਮੰਤ੍ਰ (ਸਵਿੱਤ੍ਰੀ) ਦਾ ਜਾਪ ਤੇ ਪਿੱਤਰ ਪੂਜਾ ਕਰੇ। ਇਸੇ ਤਰਾਂ ਸਰਦ ਰੁੱਤ ਦੇ ਮਹੀਨਿਆਂ ਵਿੱਚ (ਸਿਆਲ) ਚੰਦਰਮਾ ਦੇ ਹਨੇਰੇ ਪੱਖ ਦੇ ਅੱਠਵੇਂ ਦਿਨ (ਅਸ਼ਟਮੀ), ਆਪਣੇ ਘਰ ਧੂਫ ਬੱਤੀ ਕਰਕੇ, ਪੂਰੇ ਗਾਇਤ੍ਰੀ ਮੰਤ੍ਰ (ਸਵਿੱਤ੍ਰੀ) ਦਾ ਪਾਠ ਅਤੇ ਪਿੱਤਰ ਪੂਜਾ ਕਰੇ।

(151) ਪਿੱਤਰ ਯੱਗ ਸਮੇਂ, ਬਚਿਆ ਹੋਇਆ ਬਾਸਾ ਅਤੇ ਜੂਠਾ ਭੋਜਨ, ਕੂੜਾ ਕਰਕਟ (ਬੇਕਾਰ ਚੀਜ਼ਾਂ, ਢੇਰ), ਮਲ ਮੂਤਰ, ਟੱਟੀ ਪਿਸ਼ਾਬ, ਹੱਥ ਪੈਰ ਧੋਣ ਵਾਲੀ ਜਗ੍ਹਾ ਆਦਿ, ਪਾਠ ਪੂਜਾ ਵਾਲੇ ਅਸਥਾਨ ਤੋਂ ਦੂਰ ਹੋਣਾ ਚਾਹੀਦਾ ਹੈ।

(152) ਜੰਗਲ ਪਾਣੀ (ਪਖਾਨਾ ਖਾਲੀ ਕਰਨਾ) ਜਾਣ ਤੋਂ ਬਾਅਦ ਦਾਤਣ ਕਰਨਾ, ਆਪਣੇ ਸ਼ਰੀਰ ਦਾ ਲੇਪਣ (ਚੰਦਨ ਲੇਪ, ਤਿਲਕ, ਮਾਲਾ), ਅੱਖਾਂ ਵਿੱਚ ਕੱਜਲ ਅਤੇ ਦੇਵ ਪੂਜਾ ਆਦਿ, ਇਹ ਸਾਰੇ ਕੰਮ ਸੁਭ੍ਹਾ ਸਵੇਰੇ (ਦਿਨ ਦੇ ਪਹਿਲੇ ਪਹਿਰ) ਹੀ ਕਰਨੇ ਚਾਹੀਦੇ ਹਨ।

(153) ਸ਼ੁਭ ਦਿਨਾਂ (ਪੁਰਬਾਂ) ਵਿੱਚ (ਅਮਾਵਸ, ਪੂਰਣਮਾਸ਼ੀ, ਅਸ਼ਟਮੀ) ਧਰਮ ਅਸਥਾਨਾਂ, ਦੇਵ ਮੂਰਤੀਆਂ, ਧਰਮੀ ਬ੍ਰਾਹਮਣ, ਰਾਜਾ, ਪਿਤਾ ਅਤੇ ਗੁਰੂ ਜਨਾਂ ਦੇ ਦਰਸ਼ਨ ਜ਼ਰੂਰ ਕਰਨੇ ਚਾਹੀਦੇ ਹਨ।

(154) ਘਰ ਆਏ ਬਜ਼ੁਰਗ ਦਾ ਉੱਠ ਕੇ ਸਵਾਗਤ ਕਰੇ, ਆਪਣੇ ਆਸਣ ਨੂੰ ਛੱਡ ਕੇ ਉਸਨੂੰ ਬਿਠਾਵੇ ਤੇ ਹੱਥ ਜੋੜ ਕੇ ਉਸਦੇ ਚਰਨਾ ਵਿੱਚ ਬੰਦਨਾਂ ਕਰਕੇ ਬੈਠੇ। ਜਾਣ ਲੱਗਿਆਂ ਉਸਤੋਂ ਪਿੱਛੇ ਰਹਿ ਕੇ ਤੁਰਦਿਆਂ, ਉਸਨੂੰ ਵਿਦਾ ਕਰੇ।

(155) ਵੇਦ ਅਤੇ ਸ਼ਾਸਤ੍ਰਾਂ ਦੀ ਸਿੱਖਿਆ ਵਿੱਚ ਦਰਸਾਏ, ਉੱਤਮ ਪੁਰਸ਼ਾਂ ਦੇ ਬਚਨਾਂ ਮੁਤਾਬਿਕ, ਸਦਾਚਾਰੀ ਜੀਵਨ ਹੀ ਧਰਮ ਦਾ ਮੂਲ ਹੈ। ਗ੍ਰਿਸਤੀ ਬ੍ਰਾਹਮਣ ਨੂੰ, ਸਭ ਆਲਸ ਤਿਆਗ ਕੇ ਹਮੇਸ਼ਾ ਉਨ੍ਹਾਂ ਦੀ ਦੱਸੀ ਪਵਿੱਤਰ ਮਰਿਯਾਦਾ ਮੁਤਾਬਿਕ ਚੱਲਣਾ ਚਾਹੀਦਾ ਹੈ।

(156) ਚੰਗੇ ਆਚਰਣ ਅਤੇ ਵਿਵਹਾਰ ਸਦਕਾ, ਮਨੁੱਖ ਨੂੰ ਲੰਮੀ ਆਰਜਾ, ਚੰਗੀ ਉਲਾਦ, ਨਾ ਮੁੱਕਣ ਵਾਲਾ ਧੰਨ ਪਰਾਪਤ ਹੁੰਦਾ ਹੈ ਅਤੇ ਸਾਰੇ ਅਵਗੁਣਾਂ ਦਾ ਨਾਸ਼ ਹੋ ਜਾਂਦਾ ਹੈ।

(157) ਦੁਰਾਚਾਰੀ (ਭੈੜੇ ਵਿਵਹਾਰ ਵਾਲੇ) ਮਨੁੱਖ ਦੀ ਲੋਕਾਂ ਵਿੱਚ ਬਦਨਾਮੀ ਹੁੰਦੀ ਹੈ, ਲਗਾਤਾਰ ਸਮੱਸਿਆਵਾਂ ਦਾ ਸ਼ਿਕਾਰ ਤੇ ਸ਼ਰੀਰਕ ਰੋਗੀ ਰਹਿੰਦਾ ਹੈ। ਦੁਖਦਾਈ ਤੇ ਛੋਟੀ ਆਰਜਾ ਭੋਗਦਾ ਹੈ।

(158) ਸਦਾਚਾਰੀ ਬਿਰਤੀ ਵਾਲਾ ਸੱਚਾ ਅਤੇ ਸ਼ਰਧਾਵਾਨ ਬ੍ਰਾਹਮਣ, ਈਰਖਾ ਮੁਕਤਿ ਹੁੰਦਾ ਹੈ। ਭਾਵੇਂ ਦਿੱਖ ਕਰਕੇ ਉਹ ਰੂਪਵੰਤ ਜਾਂ ਅਤੇ ਕਰਮ ਕਰਕੇ ਬਹੁਤਾ ਗੁਣਵੰਤ ਨਾ ਭੀ ਹੋਵੇ, ਪਰ ਉਹ ਸੌ ਸਾਲ ਤੋਂ ਵੱਧ ਲਮੇਰੀ ਅਤੇ ਸੁਖੀ ਉਮਰ (ਵੱਡੀ ਉਮਰ) ਭੋਗਦਾ ਹੈ।

(159) ਬ੍ਰਾਹਮਣ ਨੇ ਐਸਾ ਕੋਈ ਕੰਮ ਨਹੀਂ ਕਰਨਾ ਜਿਸ ਨੂੰ ਨੇਪਰੇ ਚਾੜ੍ਹਨ ਲਈ ਦੂਸਰਿਆਂ ਦੀ ਅਧੀਨਗੀ ਕਰਨੀ ਪਵੇ। ਜੋ ਕੰਮ ਆਪ ਕੀਤਾ ਜਾ ਸਕੇ, ਉਸਨੂੰ ਕਰਨ ਲਈ ਢਿੱਲ ਨਹੀਂ ਕਰਨੀ ਚਾਹੀਦੀ।

(160) ਜੋ ਕੰਮ ਪਰਾਏ ਵਸ (ਦੂਸਰੇ ਦੀ ਅਧੀਨਗੀ) ਹੋ ਕੇ ਕਰਨਾ ਪਵੇ, ਉਸ ਵਿੱਚ ਦੁੱਖ ਮਹਿਸੂਸ ਹੁੰਦਾ ਹੈ ਅਤੇ ਜੋ ਆਪਣੀ ਮਰਜ਼ੀ ਨਾਲ ਕੀਤਾ ਜਾਵੇ ਉਸ ਵਿੱਚੋਂ ਖੁਸ਼ੀ ਪ੍ਰਾਪਤ ਹੁੰਦੀ ਹੈ। ਬੱਸ ਏਹੋ ਹੀ ਦੁਖੀ ਅਤੇ ਸੁਖੀ ਮਨੁੱਖ ਦੇ ਲੱਛਣ ਹਨ।

(161) ਜਿਸ ਕੰਮ ਨੂੰ ਕਰਨ ਨਾਲ ਆਤਮਾਂ ਸੁਖੀ ਤੇ ਸੰਤੁਸ਼ਟ ਹੋਵੇ, ਉਸੇ ਕੰਮ ਨੂੰ ਕਰਨ ਲਈ ਯਤਨਸ਼ੀਲ ਹੋਣਾ ਚਾਹੀਦਾ ਹੈ ਅਤੇ ਜਿਸ ਕੰਮ ਨੂੰ ਕਰਨ ਨਾਲ ਮਨ ਦੁਖੀ ਹੋਵੇ ਉਸਨੂੰ ਛੱਡ ਦੇਣਾ ਚਾਹੀਦਾ ਹੈ।

(162) ਕਿਸੇ ਨੂੰ ਭੀ ਐਸਾ ਕੋਈ ਕਰਮ ਨਹੀਂ ਕਰਨਾ ਚਾਹੀਦਾ, ਜਿਸ ਨਾਲ ਵੇਦ ਵਿੱਦਿਆ ਦੇਣੇ ਵਾਲੇ ਗੁਰੂ ਦਾ, ਵੇਦ ਵਖਿਆਨ ਕਰਨ ਵਾਲੇ ਅਚਾਰੀਆ ਦਾ, ਆਪਣੇ ਪਿਤਾ ਦਾ, ਆਪਣੀ ਮਾਤਾ ਦਾ, ਗਊ ਦਾ, ਬ੍ਰਾਹਮਣ ਦਾ, ਅਤੇ ਕਿਸੇ ਤਪੱਸਵੀ ਪੁਰਸ਼ ਦਾ ਅਪਮਾਨ ਹੋਵੇ।

(163) ਬ੍ਰਾਹਮਣ ਨੂੰ ਚਾਹੀਦਾ ਹੈ ਕਿ, ਨਾਸਤਿਕ, ਵੇਦ ਨਿੰਦਕ, ਦੇਵ ਨਿੰਦਕ, ਈਰਖਾਲੂ ਲੋਕ, ਦੰਭੀ, ਪਖੰਡੀ, ਕਰੋਧੀ, ਅਭਿਮਾਨੀ ਅਤੇ ਕਠੋਰ ਚਿੱਤ ਵਾਲੇ ਮਨੁੱਖਾਂ ਦੀ ਸੰਗਤ ਨਾ ਕਰੇ।

(164) ਬ੍ਰਾਹਮਣ ਨੂੰ ਗੁੱਸਾ ਆਉਣ ਤੇ, ਚੇਲੇ ਅਤੇ ਪੁੱਤਰ ਤੋਂ ਸਿਵਾ ਕਿਸੇ ਹੋਰ ਉੱਪਰ ਹੱਥ ਨਹੀਂ ਚੁੱਕਣਾ ਚਾਹੀਦਾ। ਕੇਵਲ ਪੁੱਤਰ ਤੇ ਚੇਲੇ ਨੂੰ ਹੀ ਉਸਦੀ ਭਲਾਈ ਲਈ ਤਾੜਿਆ ਜਾ ਸਕਦਾ ਹੈ।

(165) ਜੋ ਦਵਿੱਜ, ਕਿਸੇ ਬ੍ਰਾਹਮਣ ਨੂੰ ਮਾਰਨ ਕੁੱਟਣ ਬਾਰੇ ਸੋਚਦਾ ਹੈ ਜਾਂ ਧਮਕੀ ਦੇ ਕੇ ਉਸਤੇ ਸੋਟਾ ਚੁੱਕਦਾ ਹੈ, ਉਸਨੂੰ ਸੌ ਵਰ੍ਹੇ ਘੋਰ (ਤਾਮਿਸ) ਨਰਕ ਵਿੱਚ ਭਟਕਣਾ ਪੈਂਦਾ ਹੈ।

(166) ਜੇ ਕੋਈ ਮਨੁੱਖ, ਕਰੋਧ ਵੱਸ ਹੋ ਕੇ, ਬ੍ਰਾਹਮਣ ਨੂੰ ਇੱਕ ਤੀਲੇ ਨਾਲ ਭੀ ਮਾਰਦਾ ਹੈ, ਤਾਂ ਉਸਨੂੰ ਇੱਕੀ ਜਨਮ ਪਾਪੀਆਂ ਦੀਆਂ ਨੀਚ ਜੂਨਾਂ ਵਿੱਚ ਜਨਮ ਲੈਣਾ ਪੈਂਦਾ ਹੈ।

(167) ਜੋ ਮਨੁੱਖ, ਬ੍ਰਾਹਮਣ ਦੇ ਕੁਝ ਨਾ ਕਹਿਣ ਤੇ ਭੀ ਉਸਨੂੰ ਮਾਰੇ ਤੇ ਫੱਟੜ ਕਰਕੇ ਉਸਦਾ ਖੂਨ ਬਹਾਵੇ, ਉਹ ਆਪਣੀ ਇਸ ਭੁੱਲ ਕਾਰਣ ਪ੍ਰਲੋਕ ਵਿੱਚ ਬੇਅੰਤ ਦੁੱਖ ਭੋਗਦਾ ਹੈ।

(168) ਫੱਟੜ ਹੋਏ ਬ੍ਰਾਮਣ ਦੇ ਸ਼ਰੀਰ ਵਿੱਚੋਂ ਨਿਕਲੇ ਖ਼ੂਨ ਦੇ ਤਿਪਕੇ, ਧਰਤੀ ਦੇ ਜਿਤਨੇ ਕਣਾਂ ਨੂੰ ਸਿੰਮਦੇ ਹਨ, ਮਰਨ ਮਗਰੋਂ ਪ੍ਰਲੋਕ ਵਿੱਚ ਉਤਨੇ ਹੀ ਸਾਲ, ਜਾਨਵਰ ਕੱਟ ਕੱਟ ਕੇ ਉਸਦਾ ਮਾਸ ਨੋਚਦੇ ਹਨ।

(169) ਇਸ ਲਈ, ਇੱਕ ਸੂਝਵਾਨ ਮਨੁੱਖ ਬ੍ਰਾਹਮਣ ਉੱਪਰ ਕਦੇ ਡੰਡਾ ਨਾ ਚੁੱਕੇ। ਉਸਨੂੰ ਘਾਹ ਦੇ ਤੀਲੇ ਨਾਲ ਭੀ ਨਾ ਮਾਰੇ ਅਤੇ ਸ਼ਰੀਰ ਨੂੰ ਜ਼ਖਮੀ ਕਰਕੇ ਖ਼ੂੰਨ ਨਾ ਵਹਾਏ।

(170) ਅਧਰਮੀ ਤੇ ਪਾਪੀ ਪੁਰਸ਼, ਜਿਨ੍ਹਾਂ ਨੇ ਬੇਈਮਾਨੀ ਕਰਕੇ ਧੰਨ ਇਕੱਤਰ ਕੀਤਾ ਹੋਵੇ (ਹਰਾਮਦੀ ਕਮਾਈ), ਸਦਾ ਝਗੜਾਲੂ ਅਤੇ ਹਿੰਸਾ ਵਾਲੀ ਰੁਚੀ ਰੱਖਦੇ ਹੋਣੇ, ਉਹ ਲੋਕ-ਪ੍ਰਲੋਕ ਵਿੱਚ ਕਦੇ ਸੁਖੀ ਨਹੀਂ ਹੋ ਸਕਦੇ।

(171) ਅਧਰਮੀ ਮਨੁੱਖ ਦੇ ਚੰਗੇ ਹਲਾਤ ਤੇ ਤਰੱਕੀ ਵੱਲ ਵੇਖ ਕੇ, ਧਰਮੀ ਮਨੁੱਖ ਨੂੰ ਧਰਮ ਤੇ ਸੱਚ ਦਾ ਮਾਰਗ ਨਹੀਂ ਛੱਡਣਾ ਚਾਹੀਦਾ। ਦੁਖੀ ਹੁੰਦਿਆਂ ਭੀ ਕਿਸੇ ਅਧਰਮ ਕਰਮ ਵਿੱਚ ਮਨ ਨਾ ਲਗਾਵੇ।

(172) ਨਿਸਚਾ ਕਰਕੇ ਜਾਣੋ ਕਿ ਜਿਵੇਂ ਜ਼ਮੀਨ ਵਿੱਚ ਸੁੱਟੇ ਬੀਜ, ਗਊ ਦੀ ਕੀਤੀ ਹੋਈ ਸੇਵਾ ਅਤੇ ਸ਼ੁੱਭ ਕਰਮਾਂ ਦਾ ਫਲ਼ ਸਮਾਂ ਪਾ ਕੇ ਮਿਲਦਾ ਹੈ, ਉਸੇ ਤਰਾਂ ਮਨੁੱਖ ਦੇ ਕੀਤੇ ਹੋਏ ਕੁਕਰਮਾਂ ਦੀ ਸਜ਼ਾ ਭਾਵੇਂ ਉਸੇ ਵਕਤ ਨਾ ਮਿਲੇ, ਪਰ ਹੋਲੀ ਹੋਲੀ ਉਸਦਾ ਸਰਬ ਨਾਸ਼ ਕਰ ਦਿੰਦੀ ਹੈ।

(173) ਹੋ ਸਕਦਾ ਹੈ ਕਿ ਅਧਰਮੀ ਮਨੁੱਖ ਨੂੰ ਉਸਦੇ ਕੀਤੇ ਦੀ ਸਜ਼ਾ ਨਾ ਮਿਲੇ ਜਾਂ ਅੱਗੋਂ ਉਸਦੇ ਪੁੱਤਰਾਂ ਨੂੰ ਭੀ ਨਾ ਮਿਲੇ, ਪਰ ਉਸਦੇ ਪੋਤਰੇ ਇਸਨੂੰ ਜ਼ਰੂਰ ਭੁਗਤਣਗੇ। ਪਿਉ ਦੇ ਕੀਤੇ ਪਾਪ ਦੀ ਸਜ਼ਾ ਤਾਂ ਆਖਰ ਮਿਲਦੀ ਹੀ ਹੈ।

(174) ਅਧਰਮੀ, ਪਾਪੀ ਅਤੇ ਦੁਸ਼ਟ ਮਨੁੱਖ, ਕੁਝ ਸਮੇਂ ਲਈ ਬਾਹਰੋਂ ਧੰਨਵਾਨ, ਖੁਸ਼ਹਾਲ ਅਤੇ ਸੁਖੀ ਨਜ਼ਰ ਆ ਸਕਦਾ ਹੈ। ਆਪਣੇ ਦੁਸ਼ਮਣਾਂ ਤੇ ਜਿੱਤ ਭੀ ਪ੍ਰਾਪਤ ਕਰ ਸਕਦਾ ਹੈ, ਪਰ ਅਖੀਰ ਵਿੱਚ ਉਸਦਾ ਖੁਰਾ ਕੋਜ ਭੀ ਨਹੀਂ ਰਹਿੰਦਾ (ਭਾਵ-ਉਸਦੀ ਹਸਤੀ ਮਿਟ ਜਾਂਦੀ ਹੈ)।

(175) ਇਸ ਲਈ ਬ੍ਰਾਹਮਣ ਦੀ ਭਲਾਈ ਇਸੇ ਵਿੱਚ ਹੈ ਕਿ ਸਤਿ ਧਰਮ ਅਤੇ ਉੱਤਮ (ਭਾਵ ਵੇਦਸ਼ ਪੁਰਸ਼ਾਂ) ਆਚਰਣ ਵਾਲੇ ਪੁਰਸ਼ਾਂ ਦੀ ਸੰਗਤ ਕਰੇ। ਆਪਣੀ ਬਾਣੀ (ਬੋਲ-ਚਾਲ), ਹੱਥਾਂ (ਸਰੀਰਕ ਕਿਰਿਆਵਾਂ) ਅਤੇ ਪੇਟ ਦੀ ਭੁੱਖ ਨੂੰ ਸੰਜਮ ਵਿੱਚ ਰੱਖਦਿਆਂ ਧਰਮ ਪੂਰਵਕ ਆਪਣੇ ਚੇਲਿਆਂ ਨੂੰ ਸਿੱਖਿਆ ਦੇਵੇ।

(176) ਬ੍ਰਾਹਮਣ ਨੂੰ, ਧੰਨ, ਦੌਲਤ, ਸ਼ੁਹਰਤ ਅਤੇ ਇਛਾਵਾਂ ਦੀ ਪੂਰਤੀ ਲਈ ਉਹ ਕੰਮ ਨਹੀਂ ਕਰਨੇ ਚਾਹੀਦੇ ਜੋ ਕੰਮ ਧਰਮ ਦੇ ਨਿਯਮਾਂ ਮੁਤਾਬਿਕ ਨਾ ਹੋਣ। ਏਥੋਂ ਤੀਕਰ ਕਿ, ਉਹ ਕੰਮ ਭੀ ਨਾ ਕਰੇ ਜੋ ਧਰਮ ਦੀ ਮਰਿਯਾਦਾ ਦੇ ਅਨਕੂਲ ਤਾਂ ਹੋਵੇ, ਪਰ ਸਮਾਜ ਦੀਆਂ ਰੀਤਾਂ ਦੇ ਉਲਟ ਹੋਵੇ।

(177) ਬ੍ਰਾਹਮਣ ਨੂੰ, ਆਪਣੇ ਹੱਥਾਂ ਨਾਲ ਭੈੜਾ ਕਰਮ ਕਰਕੇ, ਪੈਰਾਂ ਨਾਲ ਬੁਰੇ ਰਾਹ ਤੁਰਕੇ, ਅੱਖਾਂ ਨਾਲ ਚਲਾਕੀ ਚੁਸਤੀ ਕਰਕੇ (ਚੰਚਲਤਾ), ਜੁਬਾਨ ਨਾਲ ਬੇਲੋੜਾ ਬੋਲਕੇ (ਕਿਸੇ ਦੀ ਝੂਠੀ ਜਾਂ ਸੱਚੀ ਨਿੰਦਾ ਕਰਕੇ), ਅਤੇ ਚਾਲਬਾਜੀਆਂ ਕਰਕੇ, ਕਿਸੇ ਦਾ ਬੁਰਾ ਨਹੀਂ ਕਰਨਾ ਚਾਹੀਦਾ।

(178) ਜੋ ਮਨੁੱਖ, ਆਪਣੇ ਵੱਡੇ ਵਡੇਰੇ ਪੁਰਸ਼ਾਂ ਦੇ ਪਾਏ ਪੂਰਨਿਆਂ ਅਤੇ ਸਿੱਖਿਆਵਾਂ ਤੇ ਚੱਲਦਾ ਹੈ, ਉਸਨੂੰ ਦੁੱਖ ਦਾ ਸਾਮ੍ਹਣਾ ਨਹੀਂ ਕਰਨਾ ਪੈਂਦਾ।

(179) ਘਰ ਦਾ ਪ੍ਰੋਹਤ, ਗੁਰੂ, ਮਾਤਾ ਦੀ ਕੁਲ ਵਿੱਚੋਂ ਮਹਿਮਾਨ, ਇਨ੍ਹਾਂ ਲਈ ਤੁਹਾਡੇ ਘਰ ਆਉਣ ਦਾ ਕੋਈ ਨਿਸਚਿਤ ਸਮਾਂ ਜਾਂ ਬੰਦਸ਼ ਨਹੀਂ। ਬੱਚਾ, ਨਿਰਬਲ, ਬਜ਼ੁਰਗ, ਬਿਮਾਰ, ਵੈਦ, ਚਾਚੇ ਤਾਏ ਅਤੇ ਉਨ੍ਹਾਂ ਦੇ ਪਰਿਵਾਰ, ਸੌਹਰਾ ਘਰ ਅਤੇ ਸਰੀਕੇ ਭਾਈਚਾਰੇ ਦੇ ਲੋਕਾਂ ਨਾਲ ਕਦੇ ਝਗੜਾ ਨਹੀਂ ਕਰਨਾ ਚਾਹੀਦਾ।

(180) ਆਪਣੇ ਮਾਤਾ ਪਿਤਾ, ਉਨ੍ਹਾਂ ਦੇ ਭੈਣ ਭਾਈ ਅਤੇ ਅੱਗੋਂ ਉਨ੍ਹਾਂ ਦੇ ਧੀਆਂ ਪੁੱਤਰਾਂ ਨਾਲ, ਨੌਕਰ ਚਾਕਰ ਅਤੇ ਗੁਲਾਮ ਆਦਿ ਨਾਲ, ਵਾਦ-ਵਿਵਾਦ (ਵਿਚਾਰ-ਚਰਚਾ, ਝਗੜਾ) ਨਹੀਂ ਕਰਨਾ ਚਾਹੀਦਾ।

(181) ਜੋ ਗ੍ਰਿਸਤੀ, ਇਨ੍ਹਾਂ ਨਾਲ ਝਗੜੇ ਤੋਂ ਕਿਨਾਰਾ ਰੱਖਦਾ ਹੈ, ਉਸਦਾ ਸਭ ਕੀਤੇ ਹੋਏ ਪਾਪਾਂ ਤੋਂ ਛੁਟਕਾਰਾ ਹੋ ਜਾਂਦਾ ਹੈ ਅਤੇ ਸਭ ਸਬੰਧੀਆਂ ਦਾ ਮਾਣ ਪ੍ਰਾਪਤ ਕਰਕੇ, ਸਵਰਗਾਂ ਦੇ ਸੁੱਖਾਂ ਦੀ ਪ੍ਰਾਪਤੀ ਕਰ ਲੈਂਦਾ ਹੈ।

(182) ਈਰਖਾ ਰਹਿਤ ਜੀਵਨ ਜਿਊਣ ਵਾਲੇ ਵਿਦਿਆ ਦਾਤਾ (ਅਚਾਰੀਆ ਗੁਰੂ) ਨੂੰ ਸਾਰੇ ਬ੍ਰਹਮ ਲੋਕ ਦਾ ਸਵਾਮੀ ਜਾਣੋ, ਪਿਤਾ ਨੂੰ ਸਾਰੇ ਸੰਸਾਰ ਦਾ ਪਾਲਣਹਾਰ (ਪਰਜਾਪਤੀ), ਮਹਿਮਾਨ ਨੂੰ ਇੰਦਰ ਲੋਕ ਦਾ ਮਾਲਕ, ਅਤੇ ਵੇਦ ਪਾਠੀ ਪੰਡਿਤ (ਸਨਾਤਕ) ਨੂੰ ਸਾਰੇ ਦੇਵ ਲੋਕ ਦੇ ਮਾਲਕ (ਪ੍ਰਭੂ) ਵਾਲਾ ਸਤਿਕਾਰ ਦੇਣਾ ਚਾਹੀਦਾ ਹੈ।

(183) ਪ੍ਰਿਵਾਰ ਨਾਲ ਸਬੰਧਿਤ ਔਰਤਾਂ (ਭੈਣਾਂ, ਧੀਆਂ, ਨੂੰਹਾਂ) ਨੂੰ ਸਵ੍ਰਗ ਦੀਆਂ ਸੁੰਦਰੀਆਂ (ਅਪੱਸਰਾਂ) ਦੇ ਸਮਾਨ, ਪਿਤਾ ਵਲੋਂ ਰਿਸ਼ਤੇਦਾਰਾਂ ਨੂੰ ਦੇਵਤਿਆਂ ਸਮਾਨ, ਸੌਹਰਾ ਘਰ ਦੇ ਸਬੰਧੀਆਂ ਨੂੰ ਪਾਣੀ ਦੀ ਪਵਿੱਤਰਤਾ ਸਮਾਨ, ਮਾਤਾ ਦੇ ਰਿਸ਼ਤੇ ਵਲੋਂ (ਨਾਨਕੇ ਘਰੋਂ) ਸਬੰਧੀਆਂ ਨੂੰ ਧਰਤੀ ਮਾਤਾ ਵਾਂਗ ਸਤਿਕਾਰਯੋਗ ਜਾਣੋ।

(184) ਬੱਚੇ, ਬੁੱਢੇ, ਗਰੀਬ, ਨਿਰਬਲ ਤੇ ਬਿਮਾਰਾਂ ਨੂੰ ਅਕਾਸ਼ ਮੰਡਲ ਦੇ ਮਾਲਕ ਵਾਂਗ ਜਾਣੇ। ਵੱਡੇ ਭਾਈ ਨੂੰ ਪਿਤਾ ਸਮਾਨ, ਆਪਣੀ ਪਤਨੀ ਤੇ ਆਪਣੇ ਬੇਟਿਆਂ ਨੂੰ ਆਪਣੇ ਸ਼ਰੀਰ ਦਾ ਅੰਗ ਕਰਕੇ ਜਾਣੇ।

(185) ਆਪਣੇ ਗੁਲਾਮ ਨੂੰ ਆਪਣੀ ਛਾਂ ਵਰਗਾ ਸਾਥੀ ਜਾਣੇ, ਆਪਣੀ ਧੀਅ ਨੂੰ ਕੋਮਲਤਾ ਅਤੇ ਦਯਾ ਦੀ ਪਾਤਰ ਜਾਣੇ। ਇਸ ਲਈ ਇਨ੍ਹਾਂ ਵਲੋਂ ਜੇ ਕਦੇ ਨਿਰਾਦਰ ਜਾਂ ਹੁਕਮ ਅਦੂਲੀ ਭੀ ਹੋ ਜਾਵੇ ਤਾਂ ਉਸਨੂੰ ਸਹਿਣ ਕਰ ਲੈਣਾ ਚਾਹੀਦਾ ਹੈ ਤੇ ਝਗੜਾ ਨਹੀਂ ਕਰਨਾ ਚਾਹੀਦਾ।

(186) ਆਪਣੀ ਵਿੱਦਿਆ ਅਤੇ ਯੋਗਤਾ ਕਾਰਨ, ਦਾਨ-ਦੱਛਣਾ ਲੈਣ ਦਾ ਹੱਕਦਾਰ ਹੁੰਦਿਆਂ ਹੋਇਆਂ ਭੀ, ਬ੍ਰਾਹਮਣ ਇਸ ਦਾ ਆਦੀ (ਲਾਲਚ ਨਾ ਕਰੇ) ਨਾ ਬਣੇ, ਕਿਉਂਕਿ ਦਾਨ ਦੀ ਇੱਛਾ ਰੱਖਣ ਨਾਲ ਉਸਦਾ ਤੇਜਪ੍ਰਤਾਪ (ਬ੍ਰਹਮ ਤੇਜ) ਘਟਦਾ ਹੈ।

(187) ਬ੍ਰਾਹਮਣ ਲਈ ਜ਼ਰੂਰੀ ਹੈ ਕਿ ਧਰਮ ਦੀਆਂ ਨਿਸਚਿਤ ਰੀਤਾਂ ਤੇ ਅਸੂਲਾਂ ਨੂੰ ਭੁਲਾ ਕੇ ਕੋਈ ਦੱਛਣਾ ਨਾ ਲਵੇ, ਭਾਵੇਂ ਉਹ ਕਿਤਨਾ ਭੀ ਭੁੱਖ ਤੇ ਗਰੀਬੀ ਦੀ ਹਾਲਤ ਵਿੱਚ ਹੋਵੇ।

(188) ਵੇਦ ਧਰਮ ਦੀ ਮਰਿਯਾਦਾ ਅਤੇ ਵੇਦ ਮੰਤ੍ਰਾਂ ਦੇ ਗਿਆਨ ਤੋਂ ਸੱਖਣਾ ਬ੍ਰਾਹਮਣ, ਦਾਨ ਵਜੋਂ ਆਪਣੇ ਜਜਮਾਨ ਕੋਲੋਂ, ਸੋਨਾ, ਜਮੀਨ, ਘੋੜਾ, ਗਊ, ਭੋਜਨ, ਕੱਪੜਾ ਲੀੜਾ, ਤਿਲ ਫੁੱਲ, ਘਿਉ ਆਦਿ ਸਵਿਕਾਰ ਕਰੇ ਤਾਂ ਬਾਲਣ (ਲੱਕੜੀ) ਨੂੰ ਲੱਗੀ ਅੱਗ ਵਾਂਗ ਸੜ ਕੇ ਭਸਮ ਹੋ ਜਾਂਦਾ ਹੈ।

(189) ਵੇਦ ਅਗਿਆਨੀ ਬ੍ਰਾਹਮਣ ਲਈ, ਦਾਨ ਵਜੋਂ ਲਿਆ ਸੋਨਾ ਉਸਦੀ ਉਮਰ ਲਈ, ਜ਼ਮੀਨ ਅਤੇ ਗਊ ਉਸਦੇ ਸ਼ਰੀਰ ਲਈ, ਘੋੜਾ ਉਸਦੀਆਂ ਅੱਖਾਂ ਲਈ, ਪਹਿਨਣ ਲਈ ਸਵਿਕਾਰੀ ਪੁਸ਼ਾਕ ਉਸਦੀ ਚਮੜੀ ਲਈ, ਖਾਣ ਲਈ ਲਿਆ ਘਿਉ ਉਸਦੀ ਊਰਜਾ ਲਈ ਅਤੇ ਤਿਲਾਂ ਦਾ ਲਿਆ ਦਾਨ ਉਸਦੀ ਉਲਾਦ ਵਿੱਚ ਵਿਗਾੜ (ਵਿਗੜ ਜਾਣਾ- ਕਹਿਣੇ ਤੋਂ ਬਾਹਰ) ਪੈਦਾ ਕਰਦਾ ਹੈ।

(190) ਤਪੱਸਿਆ, ਪਾਠ-ਪੂਜਾ ਅਤੇ ਵੇਦਾਂ ਦੇ ਗਿਆਨ ਤੋਂ ਸੱਖਣਾ, ਦਾਨ ਲੈਣ ਦੀ ਇੱਛਾ ਰੱਖਣ ਵਾਲਾ ਮੂਰਖ ਬ੍ਰਾਹਮਣ, ਪੱਥਰ ਦੀ ਉਸ ਬੇੜੀ ਵਾਂਗ ਹੈ ਜੋ ਸਵਾਰੀ (ਦਾਨ ਦੇਣ ਵਾਲੇ ਜਜਮਾਨ) ਨੂੰ ਭੀ ਨਾਲ ਹੀ ਲੈ ਡੁੱਬਦੀ ਹੈ।

(191) ਇਸ ਲਈ ਅਗਿਆਨੀ ਬ੍ਰਾਹਮਣ ਨੂੰ ਸਭ ਤੋਂ ਦਾਨ ਲੈਣ ਲੱਗਿਆਂ ਡਰਨਾ ਚਾਹੀਦਾ ਹੈ। ਜਿਸ ਤਰਾਂ ਚਿੱਕੜ ਵਿੱਚ ਫਸ ਕੇ ਗਊ ਦੁਖੀ ਹੁੰਦੀ ਹੈ ਇਸੇ ਤਰਾਂ ਦਾਨ ਲੈ ਕੇ, ਐਸੇ ਬ੍ਰਾਮਣ ਨੂੰ ਭੀ ਪਛਤਾਂਉਣਾ ਪੈਂਦਾ ਹੈ।

(192) ਇਸੇ ਤਰਾਂ ਦਾਨ ਦੇਣ ਦੀ ਮਰਿਯਾਦਾ ਨੂੰ ਜਾਨਣ ਵਾਲੇ ਨੂੰ ਭੀ ਚਾਹੀਦਾ ਹੈ ਕਿ, ਜੋ ਬ੍ਰਾਹਮਣ ਦੇਖਣ ਨੂੰ ਬਿੱਲੀ ਵਾਂਗ ਚੁੱਪ ਚਪੀਤਾ, ਬਗਲੇ ਵਰਗਾ ਭਗਤ ਅਤੇ ਵੇਦ ਵਿੱਦਿਆ ਦੇ ਗਿਆਨ ਤੋਂ ਬਿਲਕੁਲ ਕੋਰਾ ਜਾਪੇ, ਉਸਨੂੰ ਦਾਨ ਦੇਣਾ ਤਾਂ ਕੀ! ਪਾਣੀ ਦਾ ਘੁੱਟ ਭੀ ਨਾ ਪੁੱਛੇ। ਕਿਉਂਕਿ---

(193) ਐਸੇ ਬ੍ਰਾਹਮਣਾਂ ਨੂੰ (ਉੱਪਰ ਦੱਸੇ ਤਿੰਨ ਲੱਛਣਾਂ ਵਾਲੇ) ਦਿੱਤਾ ਹੋਇਆ ਦਾਨ ਭਾਵੇਂ ਕਿਤਨਾ ਭੀ ਨੇਕ ਕਮਾਈ ਦਾ ਕਿਉਂ ਨਾ ਹੋਵੇ, ਪ੍ਰਲੋਕ ਵਿੱਚ ਦਾਨ ਦੇਣ ਵਾਲੇ ਤੇ ਲੈਣ ਵਾਲੇ ਲਈ ਦੁਖਦਾਈ ਸਾਬਤ ਹੁੰਦਾ ਹੈ।

(194) ਜਿਸ ਤਰਾਂ ਪੱਥਰ ਦੀ ਬੇੜੀ ਵਿੱਚ ਅਸਵਾਰ ਹੋਣ ਵਾਲਾ ਪਾਰ ਨਹੀਂ ਲੰਘ ਸਕਦਾ, ਇਸੇ ਤਰਾਂ ਮੂਰਖ ਦਾਨੀ ਅਤੇ ਦਾਨ ਲੈਣ ਵਾਲਾ ਘੋਰ ਨਰਕ ਵਿੱਚ ਜਾ ਡਿਗਦਾ ਹੈ।

(195) ਜੋ ਲੋਕ ਦੁਨੀਆਂ ਨੂੰ ਧੋਖਾ ਦੇਣ ਲਈ ਧਰਮ ਦਾ ਮਖੌਟਾ ਪਾਂਉਦੇ ਹਨ, ਦੂਸਰੇ ਦੀ ਬੁਰਾਈ ਲੋਚਦੇ ਹਨ, ਕਪਟ ਕਮਾਉਂਦੇ ਹਨ, ਦੂਸਰੇ ਦਾ ਸਤਿਕਾਰ ਹੁੰਦਾ ਵੇਖ ਕੇ ਲੜਾਈ ਝਗੜਾ ਕਰਦੇ ਹਨ, ਐਸੇ ਲੋਕ ਉਸ ਬਘਿਆੜ (ਬਾਘੜ ਬਿੱਲਾ) ਦੀ ਨਿਆਈਂ ਹਨ ਜਿਸਦਾ ਸੁਭਾਅ ਚੁੱਪ ਚੁਪੀਤੇ ਝਪਟ ਮਾਰਨਾ ਹੈ।

(196) ਹੌਲੀ ਹੌਲੀ ਬੋਲਣ ਵਾਲਾ ਮੀਸਣਾ ਬ੍ਰਾਹਮਣ, ਜੋ ਬਾਹਰੋਂ ਭੋਲਾ ਭਾਲਾ ਅਤੇ ਅੱਖਾਂ ਝੁਕਾ ਕੇ ਰੱਖਣ ਵਾਲਾ ਦਿਸੇ, ਠੰਡੇ ਸੁਭਾ ਅਤੇ ਦੇਖਣ ਨੂੰ ਸਿੱਧਾ ਸਾਦਾ ਜਾਪੇ, ਪਰ ਅੰਦਰੋਂ ਟੇਢੀ ਚਾਲ ਚੱਲਣ ਵਾਲਾ ਮਨ ਦਾ ਕਪਟੀ ਹੋਵੇ, ਐਸੇ ਬ੍ਰਾਹਮਣ ਨੂੰ ਅਸਲ ਵਿੱਚ ਇੱਕ ਬਕਵਾਦੀ (ਬਕਵਾਸ ਕਰਨ ਵਾਲਾ) ਦੀ ਨਿਆਈਂ ਜਾਣਿਆਂ ਜਾਂਦਾ ਹੈ।

(197) ਇਨ੍ਹਾਂ ਬਗਲੇ ਭਗਤਾਂ, ਬਿੱਲਿਆਂ ਤੇ ਬਾਂਦਰਾਂ ਵਾਲਾ ਸੁਭਾ ਰੱਖਣ ਵਾਲੇ ਬ੍ਰਾਹਮਣਾਂ ਦਾ ਅਧਿਆਤਮਿਕ ਬਲ ਨਸ਼ਟ ਹੋ ਜਾਂਦਾ ਹੈ ਅਤੇ ਘੋਰ ਨਰਕ ਦੇ ਅਧਿਕਾਰੀ ਬਣਦੇ ਹਨ।

(198) ਬ੍ਰਾਹਮਣ ਲਈ ਐਸਾ ਕਰਨਾ ਠੀਕ ਨਹੀਂ ਕਿ, ਕੀਤੇ ਹੋਏ ਪਾਪਾਂ ਕਰਕੇ ਅੰਦਰੋਂ ਝੂਰਦਾ ਹੋਵੇ (ਗਲਤੀ ਦਾ ਅਹਿਸਾਸ ਹੋਵੇ), ਪਰ ਅਨਜਾਣ ਲੋਕਾਂ ਦੀ (ਖਾਸ ਕਰਕੇ ਔਰਤਾਂ ਅਤੇ ਸ਼ੂਦਰ ਲੋਕਾਂ ਦੀ) ਸੋਭਾ ਖੱਟਣ ਅਤੇ ਅਧਿਆਤਮਕ ਯੋਗਤਾ ਦਿਖਾਉਣ ਖਾਤਰ, ਤਪੱਸਿਆ ਕਰਨ ਦਾ ਅਡੰਬਰ ਰਚਾਵੇ।

(199) ਐਸੇ ਕਪਟੀ ਬ੍ਰਾਹਮਣ ਦੀ ਜਿਉਂਦਿਆਂ ਤੇ ਮਰਨ ਤੋਂ ਬਾਅਦ, ਵੇਦਾਂਤੀ ਬ੍ਰਾਹਮਣਾਂ ਵਲੋਂ ਨਿੰਦਾ ਹੁੰਦੀ ਹੈ। ਝੂਠ ਅਤੇ ਦਿਖਾਵੇ ਵਾਲੇ ਧਰਮ ਕਰਮਾਂ ਦਾ ਫਲ ਰਾਕਸ਼ਾਂ ਨੂੰ ਪ੍ਰਾਪਤ ਹੁੰਦਾ ਹੈ।

(200) ਜੋ ਪੁਰਸ਼, ਬ੍ਰਹਮਚਾਰੀ ਨਾ ਹੁੰਦਿਆਂ, ਬ੍ਰਹਮਚਾਰੀ ਦੇ ਧਾਰਮਿਕ ਚਿੰਨ੍ਹਾਂ ਦੀ ਪ੍ਰਦਰਸ਼ਣੀ ਕਰਕੇ ਆਪਣੀ ਜੀਵਕਾ ਚਲਾਉਦਾ ਹੈ (ਭੇਖੀ), ਉਹ ਬ੍ਰਹਮਚਾਰੀਆਂ ਦੇ ਸਾਰੇ ਪਾਪ ਆਪਣੇ ਸਿਰ ਲੈਂਦਾ ਹੈ ਅਤੇ ਅੰਤ ਵਿੱਚ ਪਸ਼ੂ ਅਤੇ ਹੋਰ ਨਕਾਰਾ ਜੂਨਾਂ ਵਿੱਚ ਭਟਕਦਾ ਹੈ।

(201) ਬ੍ਰਾਹਮਣ ਕਿਸੇ ਹੋਰ ਦੇ ਚੁਬੱਚੇ ਵਿਚ ਇਸ਼ਨਾਨ ਨਾ ਕਰੇ। ਐਸਾ ਕਰਨ ਨਾਲ, ਉਹ ਚੁਬੱਚੇ ਦੇ ਮਾਲਕ ਦੇ ਸਾਰੇ ਕੀਤੇ ਹੋਏ ਪਾਪ ਅਤੇ ਰੋਗ ਉਸਨੂੰ ਚਿੰਮੜ ਸਕਦੇ ਹਨ।

(202) ਬਿਨਾਂ ਪੁੱਛੇ, ਕਿਸੇ ਹੋਰ ਦੀ ਬੱਘੀ, ਬਿਸਤਰਾ, ਆਸਣ, ਖੂਹ, ਬਗੀਚਾ, ਘਰ ਆਦਿ ਦੀ ਵਰਤੋਂ ਕਰਨ ਨਾਲ, ਉਹ ਉਸਦੇ ਮਾਲਕ ਦੇ ਕੀਤੇ ਹੋਏ ਪਾਪਾਂ ਦੇ ਚੌਥੇ ਹਿੱਸੇ ਦਾ ਭਾਗੀ ਬਣ ਜਾਂਦਾ ਹੈ।

(203) ਬ੍ਰਾਹਮਣ ਨੂੰ ਹਮੇਸ਼ਾ, ਵਗਦੇ ਦਰਿਆ, ਨਦੀਆਂ, ਦੇਵਤਿਆਂ ਦੇ ਨਾਮ ਹੇਠ ਜਾਣੇ ਜਾਂਦੇ ਤੀਰਥਾਂ, ਤਲਾਬਾਂ, ਅਤੇ ਘਾਟਾਂ ਤੇ ਇਸ਼ਨਾਨ ਕਰਨਾ ਚਾਹੀਦਾ ਹੈ।

(204) ਜੋ ਨੇਕ ਪੁਰਸ਼, ਕੇਵਲ ਗ੍ਰਿਸਤ ਆਸ਼ਰਮ ਦੀਆਂ ਸਾਰੀਆਂ ਰਹਿਤਾਂ ਜਿਵੇਂ-ਅਹਿੰਸਾ, ਸੱਚ ਬੋਲਣਾ, ਸਦਾਚਾਰ, ਮਿੱਠਾ ਬੋਲਣਾ, ਦਾਨੀ ਹੋਣਾ, ਆਦਿ ਦਾ ਧਿਆਨ ਤਾਂ ਰੱਖੇ, ਪਰ ਨਾ ਕਰਨਯੋਗ ਕਰਮਾਂ (ਕੁਰਹਿਤਾਂ-ਧਰਮ ਤੋਂ ਉਲਟ) ਵਲੋਂ ਬੇਧਿਆਨਾ ਅਤੇ ਆਲਸੀ ਰਹੇ, ਉਹ ਭੀ ਆਪਣੇ ਧਰਮ ਤੋਂ ਪਤਿਤ ਹੋ ਜਾਂਦਾ ਹੈ।

(205) ਜਿਸ ਯੱਗ ਦੀ ਕਿਰਿਆ ਨੂੰ ਨਿਭਾਉਣ ਲਈ, ਵੈਦਿਕ ਰੀਤਾਂ ਨੂੰ ਜਾਨਣ ਵਾਲੇ ਬ੍ਰਾਹਮਣਾਂ ਦੀ ਥਾਂ ਮੂਰਖ ਪੁਜਾਰੀ ਜਾਂ ਹੋਰ ਲੋਕ ਜਿਵੇਂ ਯੱਗ ਕਰਵਾਉਣ ਵਾਲੀ ਔਰਤ ਜਾਂ ਨਪੁੰਨਸਿਕ ਹੋਵੇ, ਉਸ ਯੱਗ ਵਿੱਚ ਬ੍ਰਾਹਮਣ ਲਈ ਨਿਉਂਦਾ ਖਾਣ ਦੀ ਮਨਾਹੀ ਹੈ। ਕਿਉਂਕਿ--

(206) ਐਸੇ ਲੋਕਾਂ ਦੀ ਸੰਗਤ ਵਿੱਚ ਕੀਤੇ ਹਵਨ ਤੇ ਪੂਜਾ ਨਾਲ ਦੇਵਤਿਆਂ ਦੀ ਨਿਰਾਦਰੀ ਹੁੰਦੀ ਹੈ ਅਤੇ ਸਾਧੂ ਲੋਕਾਂ ਲਈ ਬਦਕਿਸਮਤੀ ਹੈ। ਇਸ ਤੋਂ ਬ੍ਰਾਹਮਣ ਨੂੰ ਸੰਕੋਚ ਕਰਨਾ ਚਾਹੀਦਾ ਹੈ।

(207) ਨਸ਼ੇੜੀ, ਕਰੋਧੀ, ਬਿਮਾਰ ਲੋਕਾਂ ਦੇ ਹੱਥੋਂ, ਜਿਸ ਭੋਜਨ ਵਿੱਚੋਂ ਵਾਲ਼ ਜਾਂ ਕੀੜਾ ਨਿਕਲੇ, ਜਿਸ ਭੋਜਨ ਨੂੰ ਕੋਈ ਜਾਣ-ਬੁੱਝ ਕੇ ਪੈਰਾਂ ਨਾਲ ਸਪ੍ਰਸ਼ ਕਰੇ, ਐਸਾ ਭੋਜਨ ਖਾਣਾ, ਬ੍ਰਾਹਮਣ ਵਾਸਤੇ ਮਨ੍ਹਾ ਹੈ।

(208) ਬ੍ਰਾਹਮਣ ਐਸਾ ਭੋਜਨ ਭੀ ਨਾ ਖਾਵੇ, ਜਿਸ ਉੱਪਰ ਕਿਸੇ ਭਰੂਣ ਹੱਤਿਆ ਕਰਨ ਵਾਲੀ ਇਸਤ੍ਰੀ ਦੀ ਨਜ਼ਰ ਪੈ ਜਾਵੇ, ਮਾਂਹਵਾਰੀ ਆਈ ਔਰਤ ਦਾ ਹੱਥ ਲੱਗਾ ਹੋਵੇ (ਛੂਹ ਲਵੇ), ਜਿਸ ਵਿੱਚ ਪੰਛੀ ਚੁੰਝ ਮਾਰ ਜਾਵੇ, ਜਾਂ ਕੁੱਤਾ ਮੂੰਹ ਮਾਰ ਜਾਏ।

(209) ਬ੍ਰਾਹਮਣ ਨੇ ਐਸਾ ਭੋਜਨ ਭੀ ਨਹੀਂ ਖਾਣਾ, ਜਿਸਨੂੰ ਗਊ ਸੁੰਘ ਜਾਏ ਜਾਂ ਮੂੰਹ ਮਾਰ ਜਾਏ, ਜਿਸ ਭੋਜਨ ਦੇ ਖਾਣ ਲਈ ਐਵੇਂ ਹੋਕਾ ਦੇ ਕੇ ਲੋਕ ਇਕੱਠੇ ਕੀਤੇ ਹੋਣ, ਜੋ ਠੱਗਾਂ ਬਦਮਾਸ਼ਾਂ ਦੇ ਘਰ ਦਾ ਹੋਵੇ, ਜਿਸ ਭੰਡਾਰੇ ਨੂੰ ਤਿਆਰ ਕਰਦਿਆਂ ਨੂੰ ਬਹੁਤੇ ਹੱਥ ਲੱਗੇ ਹੋਣ, ਜਿਸਨੂੰ ਵੇਸਵਾ ਨੇ ਛੂਹਿਆ ਹੋਵੇ। ਐਸੇ ਅੰਨ ਨੂੰ ਸੂਝਵਾਨ ਪੰਡਤ ਜਨਾਂ ਨੇ ਨਕਾਰਿਆ ਹੈ।

(210) ਚੋਰ, ਗਾਣ-ਬਜਾਣ ਵਾਲਾ, ਤਰਖਾਣ-ਲੁਹਾਰ (ਮਿਸਤ੍ਰੀ), ਵਿਆਜਖੋਰ ਵਲੋਂ ਅਤੇ ਮਰਿਯਾਦਾ ਮੁਤਾਬਿਕ ਯੱਗ ਦੇ ਸੰਪੂਰਣ ਹੋਣ ਤੋਂ ਪਹਿਲਾਂ (ਅਗਨੀਹੋਤਰ, ਪੂਜਾ, ਸ਼ਰਾਧ ਦੀ ਬਲੀ ਆਦਿ) ਅਤੇ ਜਜਮਾਨ ਵਲੋਂ ਯੱਗ ਦੀ ਦੱਛਣਾ ਦੇਣ ਤੋਂ ਪਹਿਲਾਂ, ਜਜਮਾਨ ਵਲੋਂ ਪਰੋਸੇ ਭੋਜਨ ਦੀ, ਬ੍ਰਾਹਮਣ ਲਈ ਮਨਾਹੀ ਹੈ। ਕਿਸੇ ਸ਼ੂਮ ਦੇ ਘਰੋਂ ਅਤੇ ਬੇੜੀਆਂ ਬੱਝੇ ਕੈਦੀ (ਜੇਲ੍ਹ ਗਏ ਅਪਰਾਧੀ) ਦੇ ਘਰੋਂ ਦਿੱਤਾ ਨਿਉਂਦਾ ਭੀ ਨਹੀਂ ਖਾਣਾ।

(211) ਭਾਈਚਾਰੇ ਵਿੱਚੋਂ ਕੱਢੇ ਹੋਏ ਮਹਾਂ ਪਾਪੀ, ਨਪੁੰਨਸਿਕ ਪੁਰਸ਼, ਬਦਕਾਰੀ ਔਰਤ, ਦੰਭੀ, ਅਤੇ ਭੇਖੀ ਧਰਮਚਾਰੀ ਪਾਸੋਂ ਭੀ ਨਿਉਂਦਾ ਸਵਿਕਾਰ ਨਹੀਂ ਕਰਨਾ। ਸ਼ਰਾਧ ਦਾ ਬਚਿਆ ਖੱਟਾ ਬਾਸਾ ਭੋਜਨ, ਅਤੇ ਸ਼ੂਦਰ ਦਾ ਭ੍ਰਿਸ਼ਟਿਆ ਹੋਇਆ ਜਾਂ ਕਿਸੇ ਹੋਰ ਦਾ ਜੂਠਾ ਕੀਤਾ ਅੰਨ ਨਹੀਂ ਖਾਣਾ।

(212) ਬ੍ਰਾਹਮਣ ਨੇ, ਕਿਸੇ ਵੈਦ (ਹਕੀਮ), ਸ਼ਿਕਾਰੀ ਮਨੁੱਖ, ਨਿਰਦਈ ਮਨੁੱਖ, ਦੂਸਰੇ ਦੀ ਜੂਠ ਖਾਣ ਵਾਲਾ, ਗੁੰਡਾ ਪੁਰਸ਼ (ਬਦਮਾਸ਼), ਸੂਤਕ ਦੀ ਭਿੱਟ ਵਿੱਚੋਂ ਲੰਘ ਰਹੀ ਇਸਤਰੀ ਦੇ ਘਰੋਂ, ਜਾਂ ਜਿਸ ਯੱਗ ਵਿੱਚ ਕੋਈ ਪੰਗਤ ਵਿੱਚੋਂ ਉੱਠ ਕੇ ਅਚਾਨਕ ਮੂੰਹ ਹੱਥ ਧੋਣ ਜਾਂ ਆਚਮਨ ਕਰਨ ਤੁਰ ਪਵੇ, ਐਸਾ ਭੋਜਨ ਨਹੀਂ ਖਾਣਾ।

(213) ਬਿਨਾਂ ਸਤਿਕਾਰ ਤੋਂ ਪਰੋਸਿਆ ਗਿਆ ਭੋਜਨ, ਬਿਨਾਂ ਕਿਸੇ ਧਾਰਮਿਕ ਰੀਤੀ (ਪਿੱਤਰਾਂ ਜਾ ਦੇਵਤਿਆਂ ਦੀ ਪੂਜਾ ਨੂੰ ਸਮ੍ਰਪਤ ਕੀਤੇ ਬਿਨਾਂ) ਤੋਂ ਤਿਆਰ ਕੀਤਾ ਮਾਸ ਮਠਿਆਈ, ਅਬੀਰਾ ਔਰਤ (ਪ੍ਰੋਹਿਤ ਦੇ ਘਰ ਵਾਲੀ ਜੋ ਉਸਨੂੰ ਦੱਛਣਾ ਦੀ ਥਾਂ, ਦਾਨ ਵਿੱਚ ਮਿਲੀ ਹੋਵੇ) ਵਲੋਂ ਪਰੋਸਿਆ ਭੋਜਨ,

ਦੁਸ਼ਮਣ ਦੇ ਪਿੰਡੋਂ ਨਿਉਂਦਾ, ਪਿੰਡ ਦੇ ਚੌਧਰੀ ਦੇ ਘਰੋਂ, ਨਾਸਤਿਕ ਮਨੁੱਖ ਵਲੋਂ ਤੇ ਜਿਸ ਭੋਜਨ ਤੇ ਕਿਸੇ ਨੇ ਨਿੱਛ ਮਾਰੀ ਹੋਵੇ, ਐਸਾ ਅੰਨ ਵੀ ਨਹੀਂ ਸਵਿਕਾਰਨਾ।

ਨੋਟ:- ਅਬੀਰਾ ਔਰਤ- *ਇਸ ਸਲੋਕ ਵਿੱਚ ਜਿਸ ਅਬੀਰਾ ਔਰਤ ਦਾ ਹਵਾਲਾ ਦਿੱਤਾ ਗਿਆ ਹੈ, ਇਸਦਾ ਵਖਿਆਨ ਬਹੁਤ ਥਾਈਂ ਵੱਖੋ ਵੱਖ ਕੀਤਾ ਮਿਲਦਾ ਹੈ। ਪਰ ਮਨੂੰ ਸਿਮ੍ਰਤੀ ਵਿੱਚ ਇਸਦਾ ਭਾਵ ਸੁੰਦਰ ਕੰਨਿਆ ਹੀ ਹੈ ਜੋ ਕਿਸੇ ਪ੍ਰੋਹਿਤ ਨੇ ਦੱਸ਼ਣਾ ਵਜੋਂ ਆਪਣੇ ਜਜਮਾਨ ਤੋਂ ਮੰਗ ਕੇ ਦਾਨ ਵਿੱਚ ਪ੍ਰਾਪਤ ਕੀਤੀ ਹੋਵੇ। ਪਰ ਕੁਝ ਹੋਰ ਹਵਾਲੇ ਭੀ ਮਿਲਦੇ ਹਨ ਜਿਵੇਂ-* ***(ੳ)*** *ਗਰੀਸ ਦੇ ਰਾਜਾ ਸਿਕੰਦਰ ਦੇ ਹੱਲੇ ਸਮੇਂ, ਪੂਰਬੀ ਇਰਾਨ ਤੋਂ ਉੱਜੜੇ ਲੋਕਾਂ ਦੇ ਕਬੀਲੇ, ਜੋ ਸਿੰਧ (ਪਾਕਿਸਤਾਨ) ਅਤੇ ਕਾਠੀਆਵਾੜ ਦੇ ਇਲਾਕੇ ਵਿੱਚ ਆ ਵਸੇ ਅਤੇ ਉਸ ਇਲਾਕੇ ਦੇ ਲੋਕਾਂ ਭੀ ਅਬੀਰਾ ਕਿਹਾ ਜਾਂਦਾ ਹੈ।* ***(ਅ)*** *ਉਹ ਔਰਤ ਜੋ ਬਾਂਝ ਹੋਵੇ, ਭਾਵ ਉਲਾਦ ਪੈਦਾ ਕਰਨ ਦੇ ਕਾਬਲ ਨਾ ਹੋਵੇ, (ਅ) ਜਿਸਦਾ ਅੱਗੜ ਪਿੱਛੜ ਕੋਈ ਨਾ ਹੋਵੇ, ਭਾਵ ਔਂਤ ਔਰਤ। (ੲ) ਸੁੰਦਰ ਕੰਨਿਆਂ ਜਿਸਨੂੰ ਪ੍ਰੋਹਿਤ, ਜਜਮਾਨ ਕੋਲੋਂ ਆਪ ਦਾਨ ਵਜੋਂ ਮੰਗ ਲਵੇ।* ***(ਸ)*** *ਜੋ ਚਾਲ ਚਲਣ ਕਰਕੇ ਦਾਗੀ ਹੋਵੇ।*

(214) ਚੁਗਲ ਖੋਰ ਦੇ ਘਰ ਦਾ, ਝੂਠ ਬੋਲਣ ਵਾਲੇ ਦਾ, ਯੱਗ ਦਾ ਫ਼ਲ ਦੱਸ ਕੇ ਪੂਜਾ ਦੇ ਬਹਾਨੇ ਧੰਨ ਵਟੋਰਣ ਵਾਲੇ ਦਾ, ਬਾਜੀਗਰ ਦਾ, ਜੁਲਾਹੇ ਦਾ, ਅਤੇ ਕਿਸੇ ਬੇਕਦਰੇ (ਅਹਿਸਾਨ ਫ਼ਾਮੋਸ਼) ਮਨੁੱਖ ਦੇ ਘਰ ਦਾ ਅੰਨ ਭੀ ਸਵਿਕਾਰ ਨਹੀਂ ਕਰਨਾ।

(215) ਲੁਹਾਰ, ਸੁਨਿਆਰੇ, ਮੂਲ ਨਿਵਾਸੀ (ਨਿਸ਼ਾਧ ਲੋਕ, Native), ਮਛੇਰੇ, ਨਾਟਕ ਕਰਨ ਵਾਲੇ, ਬਾਂਸ ਦੀਆਂ ਟੋਕਰੀਆਂ ਬਨਾਉਣ ਵਾਲੇ, ਅਤੇ ਹਥਿਆਰ ਬਣਾ ਕੇ ਵੇਚਣ ਵਾਲੇ ਦਾ ਅੰਨ ਭੀ ਸਵੀਕਾਰ ਨਹੀਂ ਕਰਨਾ।

(216) ਸ਼ਿਕਾਰੀ ਕੁੱਤੇ ਸਿਖਾਲਣ ਵਾਲੇ, ਸ਼ਰਾਬ ਬਨਾਉਣ ਅਤੇ ਵੇਚਣ ਵਾਲੇ ((ਕਲਾਲ), ਧੋਬੀ, ਲ਼ਲਾਰੀ, ਨਿਰਦਈ ਮਨੁੱਖ, ਵਿਆਹੀ ਇਸਤ੍ਰੀ ਜਿਸਨੇ ਆਪਣੇ ਘਰ ਯਾਰ ਰੱਖਿਆ ਹੋਵੇ ਜਾਂ ਵਿਆਹੁਤਾ ਮਰਦ ਜਿਸਨੇ ਘਰ ਨਾਜਾਇਜ਼ ਸਾਥਣ ਰੱਖੀ ਹੋਵੇ, ਇਨ੍ਹਾਂ ਸਭਨਾ ਦਾ ਅੰਨ ਪ੍ਰਵਾਨ ਨਹੀਂ ਕਰਨਾ।

(217) ਜੋ ਮਨੁੱਖ ਜਾਣ ਬੁੱਝ ਕੇ ਇਸਤ੍ਰੀ ਦੇ ਯਾਰ ਨੂੰ ਘਰ ਵਿੱਚ ਰਹਿਣ ਦੇਵੇ, ਜਿਸ ਘਰ ਵਿੱਚ ਹਰ ਕੰਮ ਲਈ ਇਸਤ੍ਰੀ ਪ੍ਰਧਾਨ ਹੋਵੇ, ਜਿਸ ਘਰ ਵਿੱਚ ਮੌਤ ਹੋਏ ਅਜੇ ਦਸ ਦਿਨ ਭੀ ਨਾ ਹੋਏ ਹੋਣ, ਬ੍ਰਾਹਮਣ ਨੇ ਐਸੇ ਘਰ ਦਾ ਅੰਨ ਭੀ ਨਹੀਂ ਖਾਣਾ।

(218) ਰਾਜੇ ਦੇ ਘਰ ਦਾ ਅੰਨ ਊਰਜਾ (ਸੱਤਿਆ) ਨੂੰ ਨਸ਼ਟ ਕਰਦਾ ਹੈ, ਸ਼ੂਦਰ ਦਾ ਅੰਨ ਬੁੱਧੀ ਭ੍ਰਿਸ਼ਟ ਕਰਦਾ ਹੈ, ਸੁਨਿਆਰ ਦੇ ਘਰ ਦਾ ਅੰਨ ਆਰਜਾ ਨੂੰ ਅਤੇ ਮੋਚੀ ਦੇ ਘਰ ਦਾ ਅੰਨ ਮਨੁੱਖ ਦੀ ਸੰਸਾਰੀ ਮਹਿਮਾਂ ਨੂੰ ਨਸ਼ਟ ਕਰਦਾ ਹੈ।

(219) ਘਰਾਂ ਦਾ ਕੰਮ ਕਰਨ ਵਾਲੇ ਕਾਰੂਕਾਂ (ਮਿਸਤ੍ਰੀ, ਨਾਈ, ਝੀਰ, ਛੀਂਬੇ ਆਦਿ) ਦੇ ਘਰਾਂ ਦਾ ਭੋਜਨ ਸੰਤਾਨ ਲਈ ਅਤੇ ਧੋਬੀ ਦੇ ਘਰ ਦਾ ਅੰਨ ਸ਼ਰੀਰਕ ਬਾਹੂ ਬਲ ਲਈ ਨੁਕਸਾਨਦੇਹ ਹੈ। ਵੇਸਵਾ ਦੇ ਘਰ ਖਾਧਾ ਭੋਜਨ, ਉਸ ਘਰ ਦਾ ਭੋਜਨ ਜਿੱਥੇ ਪੰਗਤ ਵਿੱਚ ਸਭ੍ਰ ਵਰਣਾ ਦੇ ਲੋਕ ਇਕੱਠੇ ਬੈਠੇ ਖਾ ਰਹੇ ਹੋਣ, ਸਵ੍ਰਗ ਲੋਕ ਦੀ ਪ੍ਰਾਪਤੀ ਲਈ ਰੁਕਾਵਟ ਬਣਦਾ ਹੈ।

(220) ਵੈਦ (ਚਕਿਤਸਕ) ਦੇ ਘਰ ਦਾ ਅੰਨ ਪੀਪ ਸਮਾਨ ਹੈ, ਵਿਭਚਾਰੀ ਔਰਤ ਦਾ ਅੰਨ ਵੀਰਜ ਸਮਾਨ, ਵਿਆਜਖੋਰ ਦਾ ਅੰਨ ਵਿਸ਼ਟਾ ਸਮਾਨ, ਸ਼ਸਤ੍ਰ ਘੜਨ ਵਾਲੇ ਦਾ ਅੰਨ ਮੈਲ ਖਾਣ ਦੇ ਬ੍ਰਾਬਰ ਹੈ ਤੇ ਇਨ੍ਹਾਂ ਸਭਨਾਂ ਤੋਂ ਜਿਤਨਾ ਹੋ ਸਕੇ ਬਚਣਾ ਚਾਹੀਦਾ ਹੈ।

(221) ਬੁੱਧੀਮਾਨ ਵਿਅਕਤੀਆਂ ਦੇ ਕਹੇ ਮੁਤਾਬਿਕ ਉੱਪਰ ਦੱਸੇ ਜਿਨ੍ਹਾਂ ਲੋਕਾਂ ਦਾ ਭੋਜਨ ਖਾਣ ਦੇ ਯੋਗ ਨਹੀਂ ਹੈ। ਕਿਉਂਕਿ ਐਸਾ ਭੋਜਨ ਨਿਗਲਣਾ ਮੁਸ਼ਕਿਲ ਹੈ, ਜਿਸਨੂੰ ਮੂੰਹ ਵਿੱਚ ਪਾਉਂਦਿਆਂ, ਚੰਮ, ਹੱਡੀ, ਜਾਂ ਕੋਈ ਵਾਲ ਆ ਜਾਵੇ।

(222) ਜੇ ਅਨਜਾਣੇ ਵਿੱਚ ਕੋਈ ਬ੍ਰਾਹਮਣ, ਉੱਪਰ ਦਿੱਤੇ ਮਨਾਹੀ ਵਾਲੇ ਭੋਜਨ ਦਾ ਸੇਵਨ ਕਰ ਲਵੇ ਤਾਂ ਉਸ ਲਈ ਘੱਟੋ ਘੱਟ ਤਿੰਨ ਦਿੰਨ ਦਾ ਵਰਤ ਰੱਖਣਾ ਜਰੂਰੀ ਹੈ। ਜੇ ਜਾਣ ਬੁੱਝ ਕੇ ਐਸਾ ਭੋਜਨ ਖਾਵੇ, ਚੰਸਲ ਔਰਤ ਸੰਗ ਵੀਰਜ ਪਾਤ ਕਰੇ ਜਾਂ ਉਸ ਕੋਲੋਂ ਵਰਜਿਤ ਭੋਜਨ ਖਾਵੇ ਤਾਂ ਪਾਪਸ਼ੁਧੀ ਲਈ ਵਿਧੀ ਮੁਤਾਬਿਕ ਕ੍ਰੀਖਰਾ ਵ੍ਰਤ ਦੀ ਪ੍ਰਕਿਰਿਆ ਪੂਰੀ ਕਰਨੀ ਪਵੇਗੀ, ਜਿਸਦੇ ਚਾਰ ਵੱਖ ਵੱਖ ਤਰੀਕੇ ਹਨ। ਜਿਵੇਂ-

(ੳ) ਪਿੱਪਲੀਕਾ ਮਧਯ ਚੰਦਿਰਾਇਨ ਵ੍ਰਤ- ਪੂਰਣਮਾਸੀ ਵਾਲੇ ਦਿੰਨ 15 ਬੁਰਕੀਆਂ ਅੰਨ ਤੋਂ ਸ਼ੁਰੂ ਕਰਕੇ ਰੋਜ਼ ਇੱਕ ਬੁਰਕੀ ਘੱਟ ਕਰਦੇ ਜਾਣਾ ਅਤੇ ਮੱਸਿਆ ਵਾਲੇ ਦਿੰਨ ਤੋਂ ਰੋਜ ਇੱਕ ਬੁਰਕੀ ਵਧਾਈ ਜਾਣਾ, ਕੁਲ 240 ਬੁਰਕੀਆਂ ਅੰਨ ਖਾਣ ਦੀ ਪ੍ਰਕਿਰਆ ਇੱਕ ਮਹੀਨੇ ਵਿੱਚ ਪੂਰਾ ਕਰਨਾ।

(ਅ) ਯਵ ਮਧਯ ਚੰਦਰਾਇਨ ਵ੍ਰਤ- ਮਹੀਨੇ ਦੇ ਚੜ੍ਹਦੇ ਪੱਖ (ਪੁੰਨਿਆਂ) ਵਾਲੇ ਦਿੰਨ ਤੋਂ ਇੱਕ ਬੁਰਕੀ ਅੰਨ ਖਾਣਾ ਸ਼ੁਰੂ ਕਰਕੇ ਪੂਰਣਮਾਸ਼ੀ ਤੀਕਰ ਇੱਕ ਗਰਾਹੀ ਅੰਨ ਰੋਜ਼ ਵਧਾਈ ਜਾਣਾ।

ਫਿਰ ਮੱਸਿਆ ਤੀਕਰ ਹਰ ਰੋਜ ਇੱਕ ਬੁਰਕੀ ਅੰਨ ਘਟਾਈ ਜਾਣਾ ਅਤੇ ਮੱਸਿਆ ਵਾਲੀ ਰਾਤ ਭੁੱਖੇ ਰਹਿਣਾ।

(ੲ) ਜਤੀ ਚੰਦਰਾਇਨ ਵ੍ਰਤ- ਇੱਕ ਮਹੀਨੇ ਲਈ ਸਿਖਰ ਦੁਪਹਿਰ ਵੇਲੇ ਕੇਵਲ ਅੱਠ ਬੁਰਕੀਆਂ ਅੰਨ ਰੋਜ ਖਾਣਾ।

(ਸ) ਸ਼ਿਸ਼ੂ ਚੰਦਰਾਇਨ ਵ੍ਰਤ- ਇੱਕ ਮਹੀਨੇ ਲਈ ਚਾਰ ਬੁਰਕੀਆਂ ਅੰਨ ਸਵੇਰੇ ਅਤੇ ਚਾਰ ਬੁਰਕੀਆਂ ਅੰਨ ਸ਼ਾਮ ਨੂੰ ਖਾਣਾ।

ਨੋਟ:- *ਉੱਪਰ ਦੱਸੀਆਂ ਚਾਰੇ ਵਿਧੀਆਂ ਵਿੱਚ, ਹਰ ਮਹੀਨੇ ਅੰਨ ਦੀਆਂ ਕੁਲ ਬੁਰਕੀਆਂ (ਗਰਾਹੀਆਂ) ਦੀ ਗਿਣਤੀ ਦੋ ਸੌ ਚਾਲੀ (240) ਹੀ ਬਣਦੀ ਹੈ।*

(223) ਵਿਦਵਾਨ ਅਤੇ ਸੂਝਵਾਨ ਬ੍ਰਾਹਮਣ ਨੂੰ ਚਾਹੀਦਾ ਹੈ ਕਿ ਜਿਸ ਮਨੱਖ ਨੂੰ ਸ਼ਰਾਧ ਕਿਰਿਆ ਕਰਨ ਕਰਵਾਉਣ ਦਾ ਅਧਿਕਾਰ ਨਹੀਂ ਹੈ (ਭਾਵ-ਨੀਚ ਜਾਤੀ, ਸ਼ੂਦਰ), ਉਸਦੇ ਦੇ ਘਰ ਦਾ ਪੱਕਿਆ ਹੋਇਆ ਅੰਨ ਕਦੇ ਸਵੀਕਾਰ ਨਾ ਕਰੇ। ਅੱਤ ਦੀ ਮਜਬੂਰੀ ਵੇਲੇ, ਜੇ ਕਦੇ ਐਸਾ ਕਰਨਾ ਹੀ ਪੈ ਜਾਵੇ ਤਾਂ ਦਿਨ-ਰਾਤ ਜੋਗਾ ਸੁੱਕਾ ਰਾਸ਼ਨ ਪ੍ਰਵਾਨ ਕਰਨ ਵਿੱਚ ਕੋਈ ਦੋਸ਼ ਨਹੀਂ ਹੈ।

(224) ਵੇਦ ਪੜ੍ਹ ਕੇ ਵੀ ਕੰਜੂਸ (ਕ੍ਰਿਪਨ) ਹੋਵੇ ਅਤੇ ਧੰਨਵਾਨ ਹੋ ਕੇ ਵੀ ਵਿਆਜਖੋਰ ਹੋਵੇ, ਇਨ੍ਹਾਂ ਦੋਹਾਂ ਦੇ ਭੋਜਨ ਨੂੰ ਦੇਵਤਿਆਂ ਨੇ ਇੱਕ ਬਰਾਬਰ ਅਤੇ ਨਾ ਸਵੀਕਾਰ ਕਰਨਯੋਗ ਕਹਿ ਦਿੱਤਾ।

(225) ਪਰ ਪ੍ਰਜਾਪਤੀ ਬ੍ਰਹਮਾ ਨੇ ਦੇਵਤਿਆਂ ਨੂੰ ਸੰਬੋਧਿਤ ਹੋ ਕੇ ਕਿਹਾ ਕਿ 'ਐਸਾ ਨਾ ਕਹੋ'। ਵਿਆਜਖੋਰ ਸ਼ਾਹੂਕਾਰ ਦੀ ਸੱਚੀ ਸ਼ਰਧਾ ਹੋਣ ਕਰਕੇ, ਭੇਂਟ ਕੀਤਾ ਅੰਨ ਪਵਿੱਤਰ ਹੈ। ਵੇਦ ਪੜ੍ਹਨ ਵਾਲੇ ਕੰਜੂਸ (stingy), ਅਭਿਮਾਨੀ ਅਤੇ ਅਸ਼ਰਧਿਕ ਪਰਾਣੀ ਦਾ ਅੰਨ ਅਪਵਿੱਤਰ ਜਾਣੋਂ।

(226) ਗ੍ਰਿਸਤੀ ਨੂੰ ਹਮੇਸ਼ਾ, ਆਪਣੀ ਅਣਥੱਕ ਮਿੰਹਨਤ ਕਰਕੇ ਕੀਤੀ ਹੋਈ ਕਮਾਈ ਨਾਲ, ਸੱਚੀ ਸ਼ਰਧਾ ਰੱਖਦਿਆਂ ਨਿੱਤ ਦੇ 'ਇਸ਼ਟੀ ਕਰਮ' (ਅਗਨੀਹੋਤਰ, ਪੂਜਾ, ਅਤੇ ਯੱਗ ਆਦਿ) ਅਤੇ ਸਮਾਜ ਸੇਵਾ ਦੇ 'ਪੁੰਨ ਕਰਮ' (ਖੂਹ ਅਤੇ ਤਲਾਬ ਲਵਾਉਣੇ, ਮੰਦਰ, ਧਰਮਸ਼ਾਲਾ ਬਨਾਉਣੀਆਂ ਆਦਿ) ਕਰਨੇ ਚਾਹੀਦੇ ਹਨ, ਜਿਸਦਾ ਬੇਅੰਤ ਫ਼ਲ ਪ੍ਰਾਪਤ ਹੁੰਦਾ ਹੈ।

(227) ਗ੍ਰਿਸਤੀ ਨੂੰ ਆਪਣੀ ਪਹੁੰਚ ਮੁਤਾਬਿਕ ਅਤੇ ਆਪਣੇ ਦਿਲ ਦੀ ਖੁਸ਼ੀ ਨਾਲ, ਲੋੜਵੰਦ ਮੁਸਾਫ਼ਰ ਆਦਿ ਦੀ ਸੇਵਾ ਅਤੇ ਸ਼ੁੱਭ ਕਾਰਜਾਂ (ਯੱਗ ਕਰਨੇ, ਖੂਹ ਅਤੇ ਤਲਾਬ ਦੀ ਸੇਵਾ ਆਦਿ) ਲਈ ਦਾਨ ਪੁੰਨ ਕਰਨਾ ਚਾਹੀਦਾ ਹੈ।

(228) ਗ੍ਰਿਸਤੀ ਦੇ ਘਰ ਜੇ ਕੋਈ ਮੰਗਤਾ ਆ ਜਾਏ, ਹੋ ਸਕੇ ਤਾਂ ਨਿਮ੍ਰਤਾ ਨਾਲ ਕੁਝ ਨ ਕੁਝ, ਜ਼ਰੂਰ ਦੇਣਾ ਚਾਹੀਦਾ ਹੈ, ਕਿਉਂਕਿ ਕਈ ਵਾਰ ਕੋਈ ਐਸਾ ਲੋੜਵੰਦ ਵੀ ਆ ਜਾਂਦਾ ਹੈ ਜੋ ਕੀਤੇ ਹੋਏ ਸਾਰੇ ਪਾਪਾਂ ਨੂੰ ਧੋ ਜਾਂਦਾ ਹੈ।

(229) ਪਿਆਸੇ ਨੂੰ ਪਾਣੀਂ ਪਿਲਾਉਣ ਨਾਲ ਸੰਤੁਸ਼ਟਤਾ ਮਿਲਦੀ ਹੈ, ਭੁੱਖੇ ਨੂੰ ਭੋਜਨ ਦੇਣ ਨਾਲ ਸਦੀਵੀ ਸੁੱਖ ਦੀ ਪ੍ਰਾਪਤੀ ਹੁੰਦੀ ਹੈ, ਤਿਲ਼ਾਂ ਦੇ ਦਾਨ ਨਾਲ ਲੋੜੀਂਦੀ ਉਲਾਦ, ਦੀਵਾ ਬੱਤੀ ਦੀ ਸੇਵਾ ਕਰਨ ਵਾਲੇ ਨੂੰ ਸੋਹਣੇ ਨੇਤਰ (ਚੰਗੀ ਨਿਗ੍ਹਾ) ਪ੍ਰਾਪਤ ਹੁੰਦੇ ਹਨ।

(230) ਜ਼ਮੀਨ ਦੇ ਦਾਨੀ ਨੂੰ ਹੋਰ ਜ਼ਮੀਨ, ਸੋਨਾ ਦਾਨ ਕਰਨ ਵਾਲੇ ਨੂੰ ਲੰਬੀ ਉਮਰ, ਕੁਟੀਆ ਦਾਨ ਕਰਨ ਵਾਲੇ ਨੂੰ ਮਹਿਲ, ਚਾਂਦੀ ਦਾਨ ਕਰਨ ਵਾਲੇ ਨੂੰ ਸੁੰਦਰਤਾ ਪ੍ਰਾਪਤ ਹੁੰਦੀ ਹੈ।

(231) ਕੱਪੜਾ-ਲੀੜਾ (ਬਸਤ੍ਰ) ਦਾਨ ਕਰਨ ਵਾਲੇ ਨੂੰ ਚੰਦਰ ਲੋਕ ਵਿੱਚ ਵਾਸਾ, ਘੋੜੇ ਦੇ ਦਾਨੀ ਨੂੰ ਅਸ਼ਵ ਲੋਕ ਵਿੱਚ ਵਾਸਾ, ਖੇਤੀ ਅਤੇ ਭਾਰ ਖਿੱਚਣ ਲਈ ਬਲਦਾਂ ਦੇ ਦਾਨੀ ਨੂੰ ਚੰਗੀ ਕਿਸਮਤ ਅਤੇ ਗਊਆਂ ਦੇ ਦਾਨੀ ਨੂੰ ਸੂਰਜ ਲੋਕ ਦਾ ਵਾਸਾ ਪ੍ਰਾਪਤ ਹੁੰਦਾ ਹੈ।

(232) ਬੱਘੀ ਅਤੇ ਸਵਾਰੀ ਲਈ ਵਿਛੌਣਾ (ਗੱਦਾ) ਦਾਨ ਦੇਣ ਵਾਲੇ ਨੂੰ ਸੋਹਣੀ ਜਨਾਨੀ, ਧੰਨ ਦੇ ਦਾਨੀ ਨੂੰ ਉੱਚੀ ਪਦਵੀ, ਅੰਨ ਦੇ ਦਾਨੀ ਨੂੰ ਆਤਮਿਕ ਅਨੰਦ, ਵੇਦ ਵਿੱਦਿਆ ਦੇ ਦਾਨੀ ਨੂੰ ਬ੍ਰਹਮ ਲੋਕ ਦੀ ਪ੍ਰਾਪਤੀ ਹੁੰਦੀ ਹੈ।

(233) ਉੱਪਰ ਦੱਸੇ ਇਨ੍ਹਾਂ ਸਭ ਤਰਾਂ ਦੇ ਦਾਨ (ਪਾਣੀ, ਭੋਜਨ, ਗਊ, ਜ਼ਮੀਨ, ਕੱਪੜਾ, ਤਿਲ਼, ਸੋਨਾ, ਘਿਉ ਆਦਿ) ਨਾਲੋਂ ਵੇਦ ਵਿੱਦਿਆ ਦਾ ਦਾਨ ਦੇਣਾ, ਸਭ ਤੋਂ ਉੱਤਮ ਦਾਨ ਹੈ।

(234) ਜਿਸ ਤਰਾਂ ਦੀ ਇੱਛਾ ਨਾਲ ਕੋਈ ਮਨੁੱਖ ਦਾਨ ਕਰਦਾ ਹੈ, ਅਗਲੇ ਜਨਮ ਵਿੱਚ ਉਸਨੂੰ ਉਸੇ ਤਰਾਂ ਦੇ ਫ਼ਲ ਨਾਲ ਨਿਵਾਜਿਆ ਜਾਂਦਾ ਹੈ।

(235) ਆਦਰ ਸਹਿਤ ਦਾਨ ਦੇਣ ਵਾਲਾ ਤੇ ਉਸੇ ਭਾਵਨਾ ਨਾਲ ਦਾਨ ਲੈਣ ਵਾਲਾ, ਦੋਹਾਂ ਨੂੰ ਸਵ੍ਰਗ ਦੀ ਪਰਾਪਤੀ ਹੁੰਦੀ ਹੈ। ਇਸਦੇ ਉਲਟ ਦੂਸਰੇ ਦਾ ਨਿਰਾਦਰ ਕਰਕੇ ਦੇਣ ਵਾਲਾ ਅਤੇ ਨਿਰਾਦਰ ਕਰਕੇ ਲੈਣ ਵਾਲਾ, ਦੋਵੇਂ ਨਰਕਾਂ ਦੇ ਭਾਗੀ ਬਣਦੇ ਹਨ।

(236) ਕਠਨ ਤਪੱਸਿਆ ਕਰਕੇ ਅਭਿਮਾਨ ਨਹੀਂ ਕਰਨਾ ਚਾਹੀਦਾ, ਪੂਜਾ ਕਰਕੇ ਝੂਠ ਨਹੀਂ ਬੋਲਣਾ ਚਾਹੀਦਾ, ਬ੍ਰਾਮਣ ਤੋਂ ਦੁਖੀ ਹੋ ਕੇ ਭੀ ਉਸਦੀ ਨਿੰਦਾ ਨਹੀਂ ਕਰਨੀ ਚਾਹੀਦੀ ਅਤੇ ਬ੍ਰਾਹਮਣ ਨੂੰ ਦਾਨ ਦੇ ਕੇ, ਜਿਤਾਉਣਾ (ਚਿਤਾਰਨਾ) ਨਹੀਂ ਚਾਹੀਦਾ।

(237) ਝੂਠ ਬੋਲਣ ਨਾਲ, ਕੀਤੇ ਹੋਏ ਯੱਗ ਦਾ ਫ਼ਲ ਨਸ਼ਟ ਹੋ ਜਾਂਦਾ ਹੈ। ਘੁਮੰਡ ਕਰਨ ਨਾਲ ਕੀਤੀ ਹੋਈ ਸਭ ਪੂਜਾ ਵਿਅਰਥ ਜਾਂਦੀ ਹੈ। ਬ੍ਰਾਹਮਣ ਦੀ ਨਿੰਦਾ ਕਰਨ ਨਾਲ ਉਮਰ ਘਟਦੀ ਹੈ। ਦਾਨ ਕਰਕੇ ਆਪਣੀ ਵਡਿਆਈ ਆਪ ਕਰਨ ਨਾਲ, ਕੀਤਾ ਹੋਇਆ ਦਾਨ ਅਜਾਈਂ ਜਾਂਦਾ ਹੈ।

(238) ਜਿਸ ਤਰਾਂ ਕੀੜੀ ਕਿਣਕਾ ਕਿਣਕਾ ਇਕੱਠਾ ਕਰਕੇ ਮਿੱਟੀ ਦਾ ਢੇਰ (ਭੌਣ) ਬਣਾ ਲੈਂਦੀ ਹੈ, ਇਸੇ ਤਰਾਂ ਸਹਿਜ ਵਿੱਚ ਰਹਿਣ ਵਾਲਾ ਗ੍ਰਸਿਤੀ, ਕਿਸੇ ਨੂੰ ਦੁੱਖ ਦਿੱਤੇ ਬਿਨਾਂ ਸ਼ੁੱਭ ਗੁਣਾ ਨੂੰ ਇਕੱਤਰ ਕਰਕੇ, ਆਪਣਾ ਪ੍ਰਲੋਕ ਸੁਹੇਲਾ ਕਰ ਸਕਦਾ ਹੈ। ਕਿਉਂਕਿ---

(239) ਦੁਨੀਆਂ ਵਿੱਚ ਰਹਿੰਦਿਆਂ, ਕੀਤੇ ਹੋਏ ਧਰਮ ਕਰਮ ਤੇ ਸ਼ੁੱਭ ਗੁਣਾਂ ਤੋਂ ਸਿਵਾ, ਪ੍ਰਲੋਕ ਵਿੱਚ, ਮਾਤਾ ਪਿਤਾ, ਪੁੱਤਰ ਇਸਤ੍ਰੀ ਜਾਂ ਸਾਕ ਸੰਬੰਧੀਆਂ ਵਿੱਚੋਂ ਕੋਈ ਕੰਮ ਨਹੀਂ ਆਉਂਦਾ।

(240) ਪ੍ਰਾਣੀ ਇਕੱਲਾ ਹੀ ਸੰਸਾਰ ਤੇ ਆਉਂਦਾ ਹੈ ਤੇ ਇਕੱਲਾ ਹੀ ਜਾਂਦਾ ਹੈ ਅਤੇ ਇਕੱਲਾ ਹੀ ਆਪਣੇ ਕੀਤੇ ਕਰਮਾਂ (ਧਰਮ-ਅਧਰਮ) ਦਾ ਫਲ ਭੋਗਦਾ ਹੈ।

(241) ਮ੍ਰਿਤਕ ਸ਼ਰੀਰ ਨੂੰ ਲੱਕੜ ਦੀ ਗੇਲੀ ਵਾਂਗ ਆਕੜਿਆ ਜਾਂ ਮਿੱਟੀ ਦੀ ਢੇਰੀ ਜਾਣ ਕੇ ਸਾਕ ਸਬੰਧੀ ਮੂੰਹ ਫੇਰ ਕੇ ਤੁਰ ਜਾਂਦੇ ਹਨ। ਕੇਵਲ ਜੀਵਦਿਆਂ ਕਮਾਇਆ ਹੋਇਆ ਧਰਮ ਅਤੇ ਪੁੰਨ ਹੀ ਮਨੁੱਖ ਦੀ ਆਤਮਾਂ ਦਾ ਸਾਥ ਦਿੰਦਾ ਹੈ।

(242) ਇਸ ਲਈ ਪ੍ਰਲੋਕ ਵਿੱਚ ਆਪਣੇ ਕਲਿਆਣ ਖਾਤਰ, ਜੀਵਦਿਆਂ ਧਰਮ ਕਰਮ ਅਤੇ ਸ਼ੁੱਭ ਗੁਣਾਂ ਦਾ ਸੰਗ੍ਰਹਿ ਕਰਦੇ ਰਹਿਣਾ ਚਾਹੀਦਾ ਹੈ। ਕਿਉਂਕਿ ਏਹੋ ਹੀ ਨਾ ਤਰ ਸਕਣ ਵਾਲੇ ਭਵ ਸਾਗਰ ਨੂੰ ਪਾਰ ਲੰਘਣ ਦਾ ਤਰੀਕਾ ਹੈ।

(243) ਧਰਮ ਅਤੇ ਤਪੱਸਿਆ ਦੇ ਆਸਰੇ, ਜੋ ਮਨੁੱਖ ਆਪਣੇ ਪਾਪਾਂ ਤੋਂ ਨਵਿਰਤੀ ਪਾ ਲੈਂਦਾ ਹੈ, ਉਹ ਆਪ ਭੀ ਪ੍ਰਮਾਤਮਾ ਸਰੂਪ ਬਣ ਜਾਂਦਾ ਹੈ ਅਤੇ ਪ੍ਰਮਗਤੀ ਦੀ ਪ੍ਰਾਪਤੀ ਕਰਕੇ ਉਸ ਵਿੱਚ ਅਭੇਦ ਹੋ ਜਾਂਦਾ ਹੈ।

(244) ਜੋ ਆਪਣੀ ਕੁਲ ਦਾ ਭਲਾ ਕਰਨਾ ਚਾਹੁੰਦਾ ਹੈ, ਉਸਨੂੰ ਉੱਤਮ ਪੁਰਸ਼ਾਂ ਦੀ ਸੰਗਤ ਕਰਨੀ ਚਾਹੀਦੀ ਹੈ। ਅਧਰਮੀਆਂ ਅਤੇ ਨੀਚ ਪੁਰਸ਼ਾਂ ਤੋਂ ਦੂਰ ਰਹਿਣਾ ਚਾਹੀਦਾ ਹੈ।

(245) ਜੋ ਦਵਿੱਜ ਉੱਤਮ ਪੁਰਸ਼ਾਂ ਦੀ ਸੰਗਤ ਕਰਕੇ, ਨੀਚ ਪੁਰਸ਼ਾਂ ਨਾਲ ਸਬੰਧ ਤਿਆਗਦਾ ਹੈ, ਉਹੀ ਉੱਤਮਤਾ ਨੂੰ ਪ੍ਰਾਪਤ ਕਰਦਾ ਹੈ। ਇਸਦੇ ਉਲਟ, ਉਹ ਸ਼ੂਦਰ ਸਮਾਨ ਹੀ ਗਿਣਿਆ ਜਾਂਦਾ ਹੈ।

(246) ਜੋ ਮਨੁੱਖ, ਕੋਮਲ ਸੁਭਾਅ ਅਤੇ ਸ਼ਾਂਤ ਰਹਿਣ ਵਾਲਾ ਹੋਵੇ, ਨਿਰਦਈ ਲੋਕਾਂ ਦੀ ਸੰਗਤ ਤੋਂ ਦੂਰ ਰਹਿੰਦਾ ਹੋਵੇ, ਕਿਸੇ ਜੀਵ ਨੂੰ ਦੁੱਖ ਨਾ ਦਿੰਦਾ ਹੋਵੇ, ਉਹ ਆਪਣੀਆਂ ਇੰਦਰੀਆਂ ਨੂੰ ਵਸ ਵਿੱਚ ਰੱਖਣ ਅਤੇ ਦਾਨ ਦੇ ਸਦਕੇ ਸਵ੍ਰਗ ਲੋਕ ਦੀ ਪ੍ਰਾਪਤੀ ਕਰਦਾ ਹੈ।

(247) ਐਸੇ ਗੁਣਾਂ ਵਾਲੇ ਬ੍ਰਾਹਮਣ ਨੂੰ ਜੇ ਕੋਈ ਪ੍ਰਾਣੀ ਬਿਨਾ ਮੰਗਿਆਂ, ਬਾਲਣ, ਪਾਣੀ, ਜੜ ਫਲ, ਅੰਨ, ਸ਼ਹਿਦ, ਭੋਜਨ ਤੇ ਹੋਰ ਕੰਮ ਆਉਣੇ ਵਾਲੀ ਚੀਜ਼ ਦਾਨ ਕਰਨੀ ਚਾਹਵੇ ਤਾਂ ਬਿਨਾਂ ਝਿਝਕ ਕਰ ਦੇਣੀ ਚਾਹੀਦੀ ਹੈ।

(248) ਮਨੂੰ ਜੀ ਦੀ ਆਗਿਆ ਹੈ ਕਿ, ਜੇ ਕੋਈ ਦੁਰਾਚਾਰੀ ਮਨੁੱਖ ਭੀ, ਪ੍ਰੇਮ ਭਾਵਨਾ ਅਤੇ ਸਤਿਕਾਰ ਨਾਲ, ਬਿਨਾਂ ਮੰਗਿਆਂ, ਭੇਟਾ ਲੈ ਕੇ ਆਵੇ ਤਾਂ ਬ੍ਰਾਹਮਣ ਨੂੰ ਲੈ ਲੈਣੀ ਚਾਹੀਦੀ ਹੈ।

(249) ਜੋ ਬ੍ਰਾਹਮਣ ਐਸੇ ਦਾਨ ਦਾ ਅਪਮਾਨ ਕਰਦਾ ਹੈ, ਉਸਦੇ ਪਿੱਤਰ ਪੰਦਰਾਂ ਸਾਲ ਲਈ ਉਨ੍ਹਾਂ ਨਮਿੱਤ ਕੀਤਾ ਹੋਇਆ ਸ਼ਰਾਧ ਪ੍ਰਵਾਨ ਨਹੀਂ ਕਰਦੇ।

(250) ਆਪਣੀ ਮਨਸ਼ਾ ਨਾਲ ਜੇ ਕੋਈ ਦਾਨੀ, ਗਧੇਲਾ, ਪਲੰਘ, ਘਰ, ਮੁੰਜ ਦਾ ਮੂੜ੍ਹਾ, ਸੁਗੰਧਤ ਵਸਤੂਆਂ, ਜਲ, ਫਲ, ਦੁੱਧ ਦਹੀਂ, ਅੰਨ, ਮੱਛੀ, ਮਾਸ, ਸਬਜੀਆਂ ਆਦਿ ਦਾਨ ਵਜੋਂ ਬ੍ਰਾਹਮਣ ਨੂੰ ਭੇਟ ਕਰੇ ਤਾਂ ਉਸ ਤੋਂ ਇਨਕਾਰ ਨਹੀਂ ਕਰਨਾ ਚਾਹੀਦਾ।

(251) ਆਪਣੇ ਘਰ ਨਾ ਹੋਣ ਕਾਰਣ, ਜੇ ਕੋਈ ਮਨੁੱਖ ਲੋੜੀਂਦੀ ਵਸਤੂ, ਆਪਣੇ ਲਈ ਨਹੀਂ ਸਗੋਂ ਆਪਣੇ ਘਰ ਆਏ ਲੋੜਵੰਦ ਮਹਿਮਾਨ ਲਈ, ਜਾਂ ਦੇਵਤਾ ਸਮਾਨ ਗੁਰੂ ਦੀ ਸੇਵਾ ਖਾਤਰ ਮੰਗ ਕੇ ਭੀ ਲੈ ਆਵੇ, ਤਾਂ ਐਸਾ ਕਰਨਾ ਪ੍ਰਵਾਨ ਹੈ।

(252) ਬ੍ਰਾਹਮਣ, ਆਪਣੇ ਮਾਤਾ, ਪਿਤਾ, ਗੁਰੂ, ਮਹਿਮਾਨ ਅਤੇ ਵੱਡੇ ਵਡੇਰਿਆਂ ਦੀ ਸੰਭਾਲ ਕਰਨ ਵਾਸਤੇ ਲੋੜੀਂਦੇ ਧੰਨ ਦੀ ਖਾਤਰ, ਸਭ ਵਰਣਾਂ ਦੇ ਲੋਕਾਂ ਲਈ ਆਪਣੀਆਂ ਸੇਵਾਵਾਂ (ਜਿਵੇਂ ਸ਼ਰਾਧ) ਦੇ ਕੇ ਭੇਟਾ ਲੈ ਸਕਦਾ ਹੈ, ਪਰ ਉਹ ਐਸੇ ਧੰਨ ਨੂੰ ਆਪਣੀਆਂ ਨਿਜੀ ਲੋੜਾਂ ਦੀ ਪੂਰਤੀ ਲਈ ਕਦੇ ਨਾ ਵਰਤੇ।

ਨੋਟ:- *ਪਾਠਕ ਜਨ ਦੇਖਣਗੇ ਕਿ ਅਗਲੇ ਕੁਝ ਸਲੋਕ ਪਹਿਲਾਂ ਆਏ ਵਿਚਾਰਾਂ ਦੇ ਬਿਲਕੁਲ ਵਿਪਰੀਤ ਹਨ।*

(253) ਆਪਣੇ ਮਿੱਤ੍ਰ, ਆਪਣੇ ਪ੍ਰਵਾਰ ਦੇ ਮਿੱਤ੍ਰ, ਅੱਧ ਤੇ ਖੇਤੀ ਕਰਨੇ ਵਾਲਾ ਜਾਂ ਕੋਈ ਸ਼ੂਦਰ ਜਿਵੇਂ -ਆਪਣਾ ਗਵਾਲਾ, ਸਮ੍ਰਪਤਿ ਨੌਕਰ, ਗੁਲਾਮ, ਆਪਣੇ ਘਰ ਦਾ ਨਾਈ, ਆਦਿ ਦਾ ਅੰਨ ਗ੍ਰਹਿਣ ਕੀਤਾ ਜਾ ਸਕਦਾ ਹੈ।

(254) ਬ੍ਰਾਹਮਣ ਅੱਗੇ ਨੌਕਰੀ ਕਰਨ ਵਾਲਾ ਸ਼ੂਦਰ, ਜਾਂ ਆਤਮ-ਸਮ੍ਰਪਣ ਕਰਨ ਵਾਲਾ (ਗੁਲਾਮ), ਆਪਣੀ ਸੇਵਾ ਭਾਵਨਾ ਮੁਤਾਬਿਕ, ਆਪਣੀ ਜਾਤ-ਵਰਣ ਮੁਤਾਬਿਕ, ਜਾਂ ਜਿਸ ਤਰਾਂ ਨਾਲ ਮਾਲਕ ਦੀ ਸੇਵਾ ਕਰਨੀ ਚਾਹੇ, ਕਰ ਸਕਦਾ ਹੈ।

(255) ਜੋ ਬ੍ਰਾਹਮਣ ਆਪਣੇ ਅਸਲੇ ਤੋਂ ਮੁਨਕਰ ਹੋਵੇ ਅਤੇ ਝੂਠ ਬੋਲ ਕੇ ਆਪਣੇ ਆਪ ਨੂੰ ਕੁਝ ਹੋਰ ਪੇਸ਼ ਕਰਦਾ ਹੈ, ਲੋਕਾਂ ਵਿੱਚ ਆਪਣੀ ਆਤਮਾਂ ਨੂੰ ਧੋਖਾ ਦੇਣ ਵਾਲੇ ਚੋਰ ਅਤੇ ਮਹਾਂ ਪਾਪੀ ਵਾਂਗ ਜਾਣਿਆ ਜਾਂਦਾ ਹੈ।ਕਿਉਂਕਿ-

(256) ਮਨੁੱਖ ਦੇ ਬੋਲੇ ਹੋਏ ਬੋਲ ਹੀ, ਸਾਰੇ ਵਿਵਹਾਰ ਅਤੇ ਗੱਲਬਾਤ ਸਮਝਣ ਸਮਝਾਉਣ ਦਾ ਸਾਧਨ ਹਨ। ਮਨੁੱਖ ਦੀ ਅਸਲੀਅਤ ਉਸਦੀ ਬੋਲ ਬਾਣੀ ਤੋਂ ਪਤਾ ਲੱਗ ਜਾਂਦੀ ਹੈ। ਜਿਸਦੀ ਬੋਲ ਬਾਣੀ ਵਿੱਚੋਂ ਹੇਰ ਫੇਰ ਦੀ ਝਲਕ ਪਵੇ, ਉਸਦਾ ਸਭ ਕੁਝ ਕਿਹਾ ਮਿਥਿਆ ਹੈ ਅਤੇ ਉਸਨੂੰ ਚੋਰ ਦੀ ਨਿਆਂਈਂ ਜਾਣੋ।

(257) ਗ੍ਰਿਸਤੀ ਬ੍ਰਾਹਮਣ ਨੂੰ ਧਰਮ ਦੀ ਵਿਧੀ ਮੁਤਾਬਿਕ, ਆਪਣੀ ਜ਼ਿੰਦਗੀ ਵਿੱਚ ਮਹਾਂ ਪੁਰਸ਼ਾਂ, ਰਿਸ਼ੀਆਂ, ਦੇਵਤਿਆਂ, ਪਿੱਤਰਾਂ, ਦੀ ਸੇਵਾ ਤੋਂ ਮੁਕਤਿ (ਸਭਦਾ ਰਿਣ ਚੁਕਾ ਕੇ) ਹੋਣ ਮਗਰੋਂ,
ਘਰ ਦੀ ਸਾਰੀ ਜਿੰਮੇਦਾਰੀ ਪੁੱਤਰਾਂ ਨੂੰ ਸੌਂਪ ਦੇਵੇ। ਸੰਸਾਰ ਦੇ ਮੋਹ ਮਾਇਆ ਦਾ ਤਿਆਗ ਕਰਕੇ, (ਵਣਪ੍ਰਸਤ ਹੋ ਕੇ ਘਰ ਛੱਡਣ ਤੋਂ ਪਹਿਲਾਂ) ਇੱਕ ਨਿਰਲੇਪ ਤਿਆਗੀ ਵਾਂਗ ਘਰ ਵਿੱਚ ਰਹੇ।

(258) ਇਸ ਤਰਾਂ ਇਕਾਂਤ ਵਿੱਚ ਰਹਿ ਕੇ, ਭਗਤੀ ਭਾਵਨਾ ਵਾਲਾ ਜੀਵਨ ਬਤੀਤ ਕਰਦਿਆਂ, ਬ੍ਰਾਹਮਣ ਆਪਣੀ ਆਤਮਾਂ ਦੇ ਹਿੱਤ ਦਾ ਧਿਆਨ ਧਰਦਿਆਂ ਮੁਕਤੀ ਮਾਰਗ ਦਾ ਸਫਰ ਤਹਿ ਕਰਕੇ ਸਵ੍ਰਗ ਲੋਕ ਨੂੰ ਪ੍ਰਵਾਨ ਹੋ ਜਾਂਦਾ ਹੈ।

(259) ਇਸ ਤਰਾਂ, ਗ੍ਰਿਸਤੀ ਜੀਵਨ ਦੀ ਮਰਿਯਾਦਾ ਨੂੰ ਨਿਭਾਉਂਣ ਵਾਲੇ ਬ੍ਰਾਹਮਣ ਲਈ, ਰੋਜ਼ਾਨਾ ਜ਼ਿੰਦਗੀ ਬਿਤਾਉਣ ਅਤੇ ਸ਼ੁੱਭ ਗੁਣਾਂ (ਸਤੋਗੁਣ) ਵਿੱਚ ਵਾਧਾ ਕਰਨ ਵਾਲੇ, ਸਾਰੇ ਨਿਯਮਾਂ ਦਾ ਵਿਸਥਾਰ ਕਰ ਦਿੱਤਾ ਹੈ।

(260) ਇਸ ਤਰਾਂ, ਚੰਗੀ ਜੀਵਨ ਜੁਗਤੀ ਅਤੇ ਵੇਦ ਸ਼ਾਸਤ੍ਰਾਂ ਦਾ ਗਿਆਤਾ ਸੂਝਵਾਨ ਬ੍ਰਾਹਮਣ, ਆਪਣੇ ਪਾਪਾਂ ਦਾ ਨਾਸ਼ ਕਰਕੇ, ਬ੍ਰਹਮ ਲੋਕ ਵਿੱਚ, ਆਦਰ-ਮਾਣ (**उत्कर्ष**) ਨਾਲ ਸਤਿਕਾਰਿਆ ਜਾਂਦਾ ਹੈ।

ਅਧਿਆਇ 5

ਬ੍ਰਾਹਮਣ ਲਈ ਭੱਖ ਅਤੇ ਅਭੱਖ ਪਦਾਰਥ, ਸ਼ਰੀਰਕ ਸ਼ੁਧੀ, ਇਸਤ੍ਰੀ ਦਾ ਧਰਮ, ਸਮਾਜਿਕ ਦਸ਼ਾ ਅਤੇ ਸੂਤਕ-ਪਾਤਕ ਅਵਸਥਾ

(1) ਮਹਾਂ ਰਿਸ਼ੀਆਂ ਨੇ ਇੱਕ ਵੇਦ ਪਾਠੀ ਬ੍ਰਾਹਮਣ (ਸਨਾਤਕ) ਦੀ ਜੀਵਨ ਜਾਂਚ ਦੇ ਨਿਯਮਾਂ ਨੂੰ ਸੁਣਨ ਮਗਰੋਂ, ਅਗਨੀ ਵੰਸ਼ ਦੇ ਵੱਡੇ ਤੇਜਪ੍ਰਤਾਪ ਵਾਲੇ ਮਹਾਂਰਿਸ਼ੀ ਭ੍ਰਿਗੂ (ਮਨੂੰ ਦੇ ਮਾਣਸ ਪੁੱਤਰ) ਕੋਲੋਂ ਹੇਠ ਲਿਖੇ ਹੋਰ ਪ੍ਰਸ਼ਨ ਪੁੱਛੇ ਕਿ--

(2) ਹੇ ਪ੍ਰਭੂ, ਵੇਦ ਸ਼ਾਸਤ੍ਰਾਂ ਦੇ ਗਿਆਤਾ ਬ੍ਰਾਹਮਣ, ਜੋ ਸਾਰੇ ਕਰਮ ਧਰਮ, ਵੇਦ ਸ਼ਾਸਤ੍ਰਾਂ ਦੀ ਰੀਤੀ ਮੁਤਾਬਿਕ ਨਿਭਾਉਂਦੇ ਹਨ, ਤਾਂ ਐਸੇ ਬਿੱਪਰਾਂ ਦੀ ਮੌਤ ਕਿਉਂ ਹੋ ਜਾਂਦੀ ਹੈ?

(3) ਧਰਮਾਤਮਾ ਭ੍ਰਿਗੂ ਜੀ ਨੇ ਸਾਥੀ ਮਹਾਂਰਿਸ਼ੀਆਂ ਨੂੰ ਕਿਹਾ ਕਿ ਸੁਣੋ, ਕਿਹੜੇ ਕਿਹੜੇ ਦੋਸ਼ਾਂ ਕਰਕੇ, ਧਰਮ ਦੀ ਮਰਿਯਾਦਾ ਵਿੱਚ ਰਹਿਣ ਵਾਲੇ ਬ੍ਰਾਹਮਣਾਂ ਨੂੰ ਭੀ ਮੌਤ ਆ ਘੇਰਦੀ ਹੈ -

(4) ਵੇਦ ਅਭਿਆਸ ਨੂੰ ਛੱਡ ਦੇਣਾ, ਆਪਣਾ ਸਦਾਚਾਰੀ ਸੁਭਾਅ ਤਿਆਗਣਾ, ਆਪਣੇ ਫ਼ਰਜ਼ਾਂ ਤੋਂ ਆਲਸ ਕਰਨੀ ਅਤੇ ਜਾਣਦਿਆਂ ਹੋਇਆਂ ਭੀ ਅਪਵਿੱਤਰ ਅਤੇ ਵਿਵ੍ਰਜਿਤ ਭੋਜਨ ਤੋਂ ਸੰਕੋਚ ਨਾ ਕਰਨ ਨਾਲ ਬਿੱਪਰ ਛੇਤੀਂ ਹੀ ਮੌਤ ਦੇ ਵੱਸ ਪੈ ਜਾਂਦਾ ਹੈ।

(5) ਦਵਿੱਜ ਬ੍ਰਾਹਮਣ ਲਈ, ਲਸੁਣ, ਪਿਆਜ, ਗਾਜਰ, ਸ਼ਲਗਮ, ਗੰਦਗੀ ਦੇ ਢੇਰਾਂ ਉੱਪਰ ਉੱਗੀਆਂ ਖੁੰਬਾਂ ਅਤੇ ਹੋਰ ਅਸ਼ੁੱਧ ਪਦਾਰਥ ਖਾਣ ਦੀ ਮਨਾਹੀ ਹੈ।

(6) ਦਰਖਤਾਂ ਵਿੱਚੋਂ ਆਪ ਮੁਹਾਰੇ ਜਾਂ ਕੱਟਣ ਪਿੱਛੋਂ ਨਿਕਲਦਾ ਲਾਲ ਰੰਗ ਦਾ ਗੂੰਦ, ਲਸੂੜੀਆਂ (ਲਸੂੜੇ ਦੇ ਦ੍ਰਖ਼ਤ ਦਾ ਫਲ), ਦ੍ਰਖ਼ਤ ਦੀਆਂ ਗ੍ਰੋਲਾਂ, ਅਤੇ ਪਹਿਲੇ ਦਸ ਦਿਨ ਤਕ ਤਾਜ਼ੀ ਸੂਈ ਗਊ ਦੇ ਦੁੱਧ (ਬ੍ਰੌਲੀ) ਦੀ ਵਰਤੋਂ ਕਰਨੀ, ਬਿੱਪਰ ਲਈ ਮਨ੍ਹਾ ਹੈ।

(7) ਬ੍ਰਾਹਮਣ ਨੂੰ, ਤਿਲਾਂ ਵਾਲੇ ਉੱਬਲੇ ਹੋਏ ਚੌਲਾਂ ਦੀ ਖਿਚੜੀ, ਹਲਵਾ (ਆਟਾ, ਘਿਉ ਤੇ ਮਿੱਠੇ ਦਾ ਬਣਿਆ) ਖੀਰ ਤੇ ਪੂੜੇ, ਸ਼ਰਾਧ ਸਮੇਂ ਪਕਾਇਆ ਮਾਸ ਆਦਿ, ਵੇਦ ਮੰਤ੍ਰਾਂ ਦੇ ਪੜ੍ਹੇ ਬਿਨਾਂ ਅਤੇ ਦੇਵਤਿਆਂ ਨਮਿੱਤ ਬਲ਼ੀ ਦਿੱਤੇ ਬਿਨਾ ਨਹੀਂ ਖਾਣੇ ਚਾਹੀਦੇ।

(8) ਤਾਜ਼ੀ ਸੁਈ ਗਊ ਦਾ ਦੁੱਧ, ਦਸ ਦਿਨ ਦੇ ਪ੍ਰਹੇਜ਼ ਤੋਂ ਪਹਿਲਾਂ ਨਹੀਂ ਪੀਣਾ। ਊਠਣੀ ਦਾ ਦੁੱਧ, ਇੱਕ ਖੁਰ ਵਾਲੇ ਪਛੂ ਦਾ ਦੁੱਧ, ਗਧੀ, ਘੋੜੀ, ਭੇਡ, ਬੱਕਰੀ ਦਾ ਦੁੱਧ, ਗਊ ਦੇ ਗਰਭ ਠਹਿਰਣ ਦੇ ਦਿਨਾਂ ਵਿੱਚ ਜਾਂ ਜਿਸਦਾ ਬਛੜਾ ਮਰ ਗਿਆ ਹੋਵੇ ਆਦਿ ਦਾ ਦੁੱਧ ਨਹੀਂ ਪੀਣਾ ਚਾਹੀਦਾ।

(9) ਜੰਗਲੀ ਜਾਨਵਰਾਂ ਵਿੱਚੋਂ ਮੱਝ ਨੂੰ ਛੱਡ ਕੇ ਬਾਕੀ ਸਭ ਜਾਨਵਰਾਂ ਦਾ ਦੁੱਧ, ਔਰਤ ਦਾ ਦੁੱਧ, ਬਾਸੇ ਅਤੇ ਖੱਟੇ ਹੋਏ ਰਸ ਵਰਤਣ ਦੀ ਮਨਾਹੀ ਹੈ।

(10) ਜ਼ਿਆਦਾ ਖੱਟੀਆਂ ਹੋਈਆਂ ਚੀਜ਼ਾਂ ਨੂੰ ਛੱਡ ਕੇ, ਫਟਿਆ ਹੋਇਆ ਦੁੱਧ-ਦਹੀਂ ਅਤੇ ਇਸਤੋਂ ਬਣੇ ਮੱਖਣ, ਲਸੀ ਅਤੇ ਹੋਰ ਪਕਵਾਨ ਖਾਧੇ ਜਾ ਸਕਦੇ ਹਨ। ਅੱਛੇ ਫ਼ਲ, ਫੁੱਲ, ਜੜਾਂ, ਆਦਿ ਤੋਂ ਬਣੇ ਸ਼ਰਬਤ (ਕਾਂਜੀ) ਤੇ ਅਰਕ ਆਦਿ ਦੀ ਵਰਤੋਂ ਵੀ ਕੀਤੀ ਜਾ ਸਕਦੀ ਹੈ। ਪਰ ਜੇ ਇਨ੍ਹਾਂ ਵਸਤਾਂ ਵਿੱਚ ਵੀ ਵਿਗਾੜ (ਖਰਾਬ ਹੋ ਜਾਣ) ਆ ਜਾਵੇ ਤਾਂ ਨਹੀਂ ਖਾਣੀਆਂ ਚਾਹੀਦੀਆਂ।

(11) ਕੱਚਾ ਮਾਸ ਖਾਣ ਵਾਲੇ ਪੰਛੀ ਜਿਵੇਂ ਬਾਜ, ਇੱਲ੍ਹ ਅਤੇ ਸ਼ੁਭ ਗੁਣਾਂ ਵਾਲੇ ਪਾਲਤੂ ਪੰਛੀ, ਪਿੰਡਾਂ ਵਿੱਚ ਆਮ ਦੇਖੇ ਜਾਂਦੇ ਪੰਛੀ ਅਤੇ ਇੱਕ ਖੁਰ ਵਾਲੇ ਪਸ਼ੂ (ਘੋੜਾ, ਖੱਚਰ, ਗਧਾ, ਊਂਠ ਆਦਿ), ਛੋਟੇ ਪੰਛੀ ਜਿਵੇਂ ਤਿੱਤਰ, ਮੁਰਗਾਬੀ, ਟਟੀਰੀ, ਚਿੜੀਆਂ ਤੋਤੇ ਆਦਿ ਦਾ ਮਾਸ ਨਹੀਂ ਖਾਣਾ।

(12) ਸਿਖਾਏ ਜਾਣ ਵਾਲੇ ਪੰਛੀ, ਜਿਵੇਂ ਚਿੜੀਆਂ, ਤੋਤੇ, ਮੈਨਾ, ਚਕੋਰ ਆਦਿ, ਪਾਣੀ ਵਿੱਚ ਰਹਿਣ ਵਾਲੇ ਰਖੇਲ ਪੰਛੀ ਜਿਵੇਂ ਮੁਰਗਾਬੀ, ਬੱਤਕ, ਪਿੰਡ ਦੇ ਅਵਾਰਾ ਕੁੱਕੜ, ਬਗਲ਼ੇ, ਕੂੰਜਾਂ, ਕਠਖੋੜੇ, ਆਦਿ ਨਾ ਖਾਣਯੋਗ (ਅਭੱਖ) ਜੀਵ ਹਨ।

(13) ਜੋ ਪੰਛੀ ਚੁੰਝ ਨਾਲ ਜਾਂ ਪੈਰਾਂ ਵਿੱਚ ਫਸਾ ਕੇ (ਇੱਲ, ਬਾਜ਼ ਅਤੇ ਕਠਖੋੜਾ ਆਦਿ) ਨੌਹਾਂ ਨਾਲ ਪਾੜ ਕੇ ਸ਼ਿਕਾਰ ਖਾਣ ਵਾਲੇ ਹੋਣ, ਜਿਨ੍ਹਾਂ ਦੇ ਪੈਰਾਂ ਵਿੱਚ ਜਾਲ਼ਾ ਹੋਵੇ, ਜਿਵੇਂ ਪਾਣੀ ਵਿਚ ਚੁੱਭੀ ਮਾਰ ਕੇ ਮਛਲੀ ਆਦਿ ਫੜਨ ਵਾਲੇ ਬਗਲੇ ਆਦਿ ਦਾ ਮਾਸ ਭੀ ਨਹੀਂ ਖਾਣਾ। ਬੁੱਚੜਖਾਨੇ (ਕਸਾਈ ਤੋਂ) ਤੋਂ ਲਿਆਂਦਾ ਜਾਂ ਸੁਕਾਇਆ ਹੋਇਆ ਮਾਸ ਭੀ ਨਹੀਂ ਖਾਣਾ।

(14) ਬਗਲਾ, ਬੱਤਕ, ਕੂੰਜ, ਕਾਲ਼ਾ ਕਾਂ, ਚਿੜੀਆਂ, ਪਿੰਡ ਦਾ ਸੂਅਰ (ਸੂਰ), ਤੇ ਉਹ ਪੰਛੀ ਜੋ ਸੁੰਡੀਆਂ ਗੰਡੋਏ, ਕੀੜੇ ਮਕੌੜੇ ਖਾਂਦੇ ਹੋਣ, ਆਦਿ ਸਭ ਦੇ ਮਾਸ ਦੀ ਮਨਾਹੀ ਹੈ।

(15) ਮਨੁੱਖ ਜਿਸ ਜਿਸ ਜੀਵ ਦਾ ਮਾਸ ਖਾਂਦਾ ਹੈ, ਐਸਾ ਅੱਖਰ ਹੀ ਉਸਦੇ ਨਾਮ ਨਾਲ ਜੁੜ ਜਾਂਦਾ ਹੈ (ਜਿਵੇਂ-ਸੂਰ ਦਾ ਮਾਸ ਖਾਣ ਵਾਲਾ ਸੂਰਖਾਣਾ)। ਪਰ ਜਿਸਨੇ ਮੱਛੀ ਖਾ ਲਈ, ਸਮਝੋ ਉਸਨੇ ਸਭ੍ਹ ਤਰਾਂ ਦਾ ਮਾਸ ਖਾ ਲਿਆ। ਇਸ ਲਈ ਮੱਛੀ ਨਹੀਂ ਖਾਣੀ ਚਾਹੀਦੀ ਕਿਉਂਕਿ ਮੱਛੀ ਪਾਣੀ ਵਿੱਚੋਂ ਸਭ ਤਰਾਂ ਦੇ ਬੇਅੰਤ ਜੀਵਾਂ ਨੂੰ ਨਿਗਲ਼ਦੀ ਹੈ।

(16) ਪਰ ਦੇਵਤਿਆਂ ਅਤੇ ਪਿੱਤਰਾਂ ਨਮਿੱਤ ਕੀਤੇ ਜਾ ਰਹੇ ਯੱਗ ਅਤੇ ਸ਼ਰਾਧ (ਹਵੈ-ਕਵੈ, ਦੇਵਤੇ ਅਤੇ ਪਿੱਤਰਾਂ ਨਮਿੱਤ) ਦੀ ਕਿਰਿਆ ਸਮੇਂ, ਪਠੀਣ (ਜਾਂ ਡਲ਼ਾ ਮੱਛੀ), ਬੁਆਰੀ ਅਤੇ ਮੋਟੀ ਖੱਲ ਵਾਲੀਆਂ ਮਛਲੀਆਂ ਜਿਵੇਂ ਰੋਹੂ (ਜਾਂ ਰੋਹਿਤ-ਕੈਟ ਫਿਸ਼), ਰਾਜੀਵਸ, ਸੰਸ਼ਲਕ, ਸਿੰਹਟੁੰਡ (ਟਿਊਨਾ-ਕੇਵਲ ਰੀੜ ਦੀ ਇੱਕ ਹੱਡੀ ਵਾਲੀ), ਅਤੇ ਪਡਲਾ ਆਦਿ, ਖਾਣ ਦੀ ਖੁੱਲ੍ਹ ਹੈ।

ਨੋਟ :- *ਇਹ ਸਲੋਕ ਇਸਤੋਂ ਪਹਿਲਾਂ ਵਾਲੇ ਸਲੋਕ ਦੇ ਬਿਲਕੁਲ ਉਲਟ ਹੈ।*

(17) ਇਕੱਲੇ ਵਿਚਰਣ ਵਾਲੇ ਜਾਂ ਲੁਕ ਛਿਪ ਕੇ ਰਹਿਣ ਵਾਲੇ ਜੀਵ, ਜਿਵੇਂ ਸੱਪ, ਅਤੇ ਹੋਰ ਜੰਗਲੀ ਪਸ਼ੂ ਪੰਛੀ, ਜਿਨ੍ਹਾਂ ਦੇ ਗੁਣ ਅਤੇ ਦੋਸ਼ਾਂ ਬਾਰੇ ਪੂਰੀ ਜਾਣਕਾਰੀ ਨਾ ਹੋਵੇ, ਉਨ੍ਹਾਂ ਦਾ ਮਾਸ ਨਹੀਂ ਖਾਣਾ ਚਾਹੀਦਾ (ਭਾਵੇਂ ਉਨ੍ਹਾਂ ਦਾ ਨਾਮ ਖਾਣਯੋਗ ਅਤੇ ਸ਼ਿਕਾਰ ਕੀਤੇ ਜਾਣ ਵਾਲੇ ਜੀਵਾਂ ਦੀ ਗਿਣਤੀ ਵਿੱਚ ਭੀ ਗਿਣਿਆ ਜਾਂਦਾ ਹੋਵੇ)। ਪੰਜ ਨੌਹਾਂ ਵਾਲੇ ਜਾਨਵਰਾਂ (ਜਿਵੇਂ ਬਾਂਦਰਾਂ, ਲੰਗੂਰਾਂ ਦੀਆਂ ਕਿਸਮਾਂ) ਦਾ ਮਾਸ ਖਾਣ ਦੀ ਭੀ ਮਨਾਹੀ ਹੈ।

(18) ਪਰ, ਸ੍ਹੇ, ਨਿਉਲਾ, ਗੋਹ, ਗੈਂਡਾ, ਕੱਛੂ, ਖਰਗੋਸ਼, ਇਨ੍ਹਾਂ ਪੰਜ ਨੌਹਾਂ ਵਾਲੇ ਜਾਨਵਰਾਂ ਦਾ ਮਾਸ ਖਾਧਾ ਜਾ ਸਕਦਾ ਹੈ। ਇਸੇ ਤਰਾਂ ਊਠ ਨੂੰ ਛੱਡ ਕੇ ਬਾਕੀ ਜਾਨਵਰ ਜਿਨ੍ਹਾਂ ਦੇ ਕੇਵਲ ਇੱਕ ਖੁਰ ਅਤੇ ਇੱਕ ਜੁਬਾੜੇ ਵਾਲੇ ਦੰਦ ਹੋਣ, ਉਨ੍ਹਾਂ ਦਾ ਮਾਸ ਖਾਧਾ ਜਾ ਸਕਦਾ ਹੈ।

(19) ਜਾਣ ਬੁੱਝ ਕੇ ਖੁੰਬਾਂ, ਲਸੁਣ, ਪਿਆਜ, ਸ਼ਲਗਮ, ਜਾਂ ਪਿਆਜ ਦੀਆਂ ਭੂਕਾਂ, ਪਿੰਡ ਦੀ ਗੰਦਗੀ ਖਾਣੇ ਵਾਲੇ ਸੂਰ ਅਤੇ ਕੁੱਕੜ ਦਾ ਮਾਸ ਖਾਣ ਨਾਲ, ਦਵਿੱਜ ਪਤਿਤ ਹੋ ਜਾਂਦਾ ਹੈ (ਆਪਣੇ ਧਰਮ ਤੇ ਵਰਣ ਵਿੱਚੋਂ ਛੇਕਿਆ ਜਾਂਦਾ ਹੈ)।

(20) ਜੇ ਅਨਜਾਣੇ ਵਿੱਚ, ਇਨ੍ਹਾਂ ਮਨਾਹੀ ਵਾਲੇ ਛੇ ਪਦਾਰਥਾਂ (ਉੱਪਰ ਦੱਸੇ) ਵਿੱਚੋਂ ਇੱਕ ਦਾ ਸੇਵਨ ਹੋ ਜਾਵੇ ਤਾਂ ਪਸ਼ਚਾਤਾਪ (ਪਸ਼ਤਾਵੇ) ਵਜੋਂ 'ਅਤੀ ਚੰਦਰਾਇਣ ਵ੍ਰਤ' ਰੱਖੇ। ਕਿਸੇ ਹੋਰ ਹਾਲਤ ਵਿੱਚ ਜੇ ਕੋਈ ਮਨਾਹੀ ਵਾਲੀ ਚੀਜ਼ ਜਿਵੇਂ ਲਾਲ ਗੰਢਾ (ਪਿਆਜ) ਆਦਿ ਖਾ ਹੋ ਜਾਵੇ ਤਾਂ ਇੱਕ ਦਿੰਨ ਤੇ ਰਾਤ ਦਾ ਵ੍ਰਤ ਰੱਖਣਾ ਜ਼ਰੂਰੀ ਹੈ।

(21) ਸ੍ਰੇਸ਼ਟ ਦਵਿੱਜ (ਬ੍ਰਾਹਮਣ) ਨੂੰ ਅਨਜਾਣੇ ਵਿੱਚ ਖਾਧੇ ਮਨਾਹੀ ਵਾਲੇ ਪਦਾਰਥਾਂ ਦੇ ਪਾਪਾਂ ਦਾ ਪਛਚਾਤਾਪ (ਪਾਪ ਸ਼ੁਧੀ) ਕਰਨ ਲਈ, ਸਾਲ ਵਿੱਚ ਇੱਕ ਵਾਰ 'ਕਠਨ ਚੰਦਰਾਇਣ ਵ੍ਰਤ' ਰੱਖਣਾ ਚਾਹੀਦਾ ਹੈ। ਪਰ ਜਾਣ ਬੁੱਝ ਕੇ ਖਾਧੇ ਹੋਏ ਮਨਾਹੀ ਵਾਲੇ ਪਦਾਰਥਾਂ ਦੇ ਪਾਪਾਂ ਤੋਂ ਨਵਿਰਤੀ ਲਈ, ਸ਼ਾਸਤ੍ਰਾਂ ਵਿੱਚ ਦੱਸੀਆਂ ਵੱਖ ਵੱਖ ਵਿਧੀਆਂ ਮੁਤਾਬਿਕ ਪਸ਼ਚਾਤਾਪ ਤੇ ਪਾਪ ਸ਼ੁਧੀ ਕਰਨਾ ਜ਼ਰੂਰੀ ਹੈ।

(22) ਬ੍ਰਾਹਮਣ, ਔਖੇ ਸਮੇਂ ਜਾਂ ਭੁੱਖਮਰੀ ਤੋਂ ਬਚਣ ਲਈ ਜਾਂ ਯੱਗ ਦੀ ਕਰਮ ਦੀ ਪੂਰਤੀ (culmination) ਲਈ, ਪ੍ਰਵਾਨਤ ਜਾਨਵਰਾਂ ਤੇ ਪੰਛੀਆਂ ਦੀ ਬਲੀ ਦੇ ਸਕਦਾ ਹੈ। ਪੁਰਾਤਨ ਪਰੰਪਰਾ ਹੈ ਕਿ, ਮਹਾਂਰਿਸ਼ੀ **'ਅਗਸਤਾ ਮੁਨੀ'** ਨੇ ਭੀ ਕਿਸੇ ਸਮੇਂ ਵਿੱਚ ਐਸਾ ਹੀ ਕੀਤਾ ਸੀ।

(23) ਪੁਰਾਤਨ ਕਾਲ ਸਮੇਂ ਦੇਵਤਿਆਂ ਨੂੰ ਖੁਸ਼ ਕਰਨ ਲਈ, ਬ੍ਰਾਹਮਣਾਂ ਅਤੇ ਖੱਤਰੀਆਂ ਦੇ ਯੱਗ ਲਈ ਇਕੱਤਰ ਸਭਾ ਵਿੱਚ, ਬਲੀ ਲਈ ਭੋਜਨ ਅਤੇ ਜਾਨਵਰਾਂ ਤੇ ਪੰਛੀਆਂ ਦੇ ਮਾਸ ਨੂੰ ਪਵਿੱਤਰ ਜਾਣ ਕੇ ਪ੍ਰੋਸਿਆ ਜਾਂਦਾ ਸੀ। ਪੁਰਾਤਨ ਸਮੇਂ ਵਿੱਚ ਭੀ ਬ੍ਰਾਹਮਣ, ਬ੍ਰਾਹਮਣ-ਖੱਤਰੀਆਂ ਅਤੇ ਵਿਸ਼ਵਾਮਿੱਤਰ ਵਰਗਿਆਂ ਨੇ ਭੀ ਯੱਗ ਦੀ ਕਿਰਿਆ ਪੂਰਤੀ ਵਾਸਤੇ, ਪਸ਼ੂਆਂ ਅਤੇ ਪੰਛੀਆਂ ਦੀ ਬਲ਼ੀ ਦਿੱਤੀ ਸੀ।

(24) ਮਾਸ ਤੋਂ ਬਿਨਾਂ, ਯੱਗ ਦਾ ਬਚਿਆ ਹੋਇਆ ਭੋਜਨ (ਜਿਸਨੂੰ ਘਿਉ ਆਦਿ ਮਿਲਾ ਕੇ ਬਣਾਇਆ ਗਿਆ ਹੋਵੇ) ਅਤੇ ਹਵਨ ਦੀ ਸਮਗਰੀ ਆਦਿ ਨੂੰ ਖਰਾਬ ਜਾਂ ਨਿੰਦਤ ਨਹੀਂ ਗਿਣਿਆ ਜਾਂਦਾ ਅਤੇ ਬਾਅਦ ਵਿੱਚ ਭੀ ਵਰਤਿਆ ਜਾ ਸਕਦਾ ਹੈ।

(25) ਯੱਗ ਵਾਸਤੇ ਬਣੇ ਹੋਏ, ਦੁੱਧ, ਘਿਉ, ਜੌਂਅ, ਕਣਕ, ਦੁੱਧ ਤੋਂ ਬਣੇ ਖੋਏ, ਘਿਉ ਅਤੇ ਮਿੱਠੇ ਵਿੱਚ ਬਣੇ ਪਦਾਰਥ, ਬਚੇ ਹੋਏ ਭੀ ਦਵਿੱਜ ਲਈ ਵਰਤਣ ਯੋਗ ਹਨ। ਪਰ ਬਹੁਤੇ ਪੁਰਾਣੇ ਤੇ ਬਾਸੇ ਨਹੀਂ ਹੋਣੇ ਚਾਹੀਦੇ।

(26) ਇਸ ਤਰਾਂ ਦਵਿੱਜ ਜਾਤੀਆਂ ਲਈ ਭਖ ਤੇ ਅਭਖ (ਖਾਣ ਤੇ ਨਾ ਖਾਣ ਯੋਗ) ਭੋਜਨਾਂ ਦੇ ਨਿਯਮਾਂ ਦਾ ਵਰਨਣ ਕੀਤਾ ਗਿਆ ਹੈ। ਹੁਣ ਮਾਸ ਖਾਣ ਅਤੇ ਇਸਦੇ ਛੱਡਣ (ਮਨਾਹੀ) ਸਬੰਧੀ ਨਿਯਮਾਂ ਬਾਰੇ ਸੁਣੋ:-

(27) ਯੱਗ ਦੀ ਸੰਪੂਰਣਤਾ ਲਈ, ਜੇ ਬ੍ਰਾਹਮਣਾਂ ਦੀ ਇੱਛਾ ਹੋਵੇ ਅਤੇ ਸ਼ਾਸਤ੍ਰਾਂ ਵਿੱਚ ਦੱਸੇ ਵੇਦ ਮੰਤ੍ਰਾਂ ਦਾ ਪਾਠ ਕਰਕੇ ਧਰਮ ਦੀ ਮਰਿਯਾਦਾ ਨੂੰ ਧਿਆਨ ਵਿੱਚ ਰੱਖਦਿਆਂ ਪ੍ਰਵਾਣਿਤ ਮਾਸ ਤਿਆਰ ਕੀਤਾ ਜਾਵੇ ਤਾਂ ਉਸ ਮਾਸ ਦੀ ਵਰਤੋਂ ਉਚਿਤ ਹੈ।ਜਿਸ ਤਰਾਂ, ਦੇਵ ਪੂਜਾ ਜਾਂ ਪਿੱਤਰ ਪੂਜਾ ਦੀਆਂ ਕਈ ਰਸਮਾਂ ਸਮੇਂ, ਜਾਂ ਭੁੱਖ ਦੁੱਖੋਂ ਕਿਸੇ ਦੀ ਜਾਨ ਨੂੰ ਖਤਰਾ ਹੋਵੇ, ਤਾਂ ਮਾਸ ਖਾ ਲੈਣਾ ਠੀਕ ਹੈ।

(28) ਸੰਸਾਰ ਵਿੱਚ ਸਭ ਚਰਾ-ਚਰ (ਚਾਰੇ ਖਾਣੀਆਂ-ਅਸਥਾਵਰ, ਯੰਗਮ, ਕੀਟ, ਪਤੰਗਮ) ਜੀਵਾਂ ਦੇ ਪ੍ਰਾਣਾਂ ਦਾ ਅਧਾਰ, ਪਰਜਾਪਤੀ ਪ੍ਰਮੇਸ਼ਵਰ ਆਪ ਹੀ ਹੈ। ਇਸਨੂੰ ਚੱਲਦਿਆਂ ਰੱਖਣ ਲਈ ਉਹ ਆਪ ਹੀ, ਕਿਸੇ ਨਾ ਕਿਸੇ ਰੂਪ ਵਿੱਚ ਚਾਰੇ ਖਾਣੀਆਂ ਲਈ ਭੋਜਨ ਬਣਕੇ ਕੇ ਵਰਤ ਰਿਹਾ ਹੈ।

(29) ਇਸ ਤਰਾਂ ਸਾਰੇ ਸੰਸਾਰ ਦੀ ਕਿਰਿਆ ਨੂੰ ਚੱਲਦਾ ਰੱਖਣ ਲਈ, ਇੱਕ ਜੀਵ ਦੂਸਰੇ ਜੀਵ ਦਾ ਅਹਾਰ ਹੈ।ਸਥਾਵਰ (ਸਥਿਰ ਰਹਿਣ ਵਾਲੇ-ਬਨਸਪਤੀ,ਦਰਖਤ ਆਦਿ), ਲੱਤਾਂ ਭਾਰ ਚੱਲਦੇ ਫਿਰਦੇ ਜੀਵਾਂ ਲਈ ਭੋਜਨ ਹਨ।ਬਿਨਾ ਦੰਦਾਂ ਵਾਲੇ, ਤਿੱਖੇ ਦੰਦਾਂ ਵਾਲਿਆਂ ਲਈ ਭੋਜਨ ਹਨ। ਬਿਨਾ ਹੱਥਾਂ ਪੈਰਾਂ ਵਾਲੇ (ਜਿਵੇਂ ਮੱਛੀ ਆਦਿ), ਹੱਥਾਂ ਪੈਰਾਂ ਵਾਲਿਆਂ ਲਈ ਭੋਜਨ ਹਨ।ਬਲ ਹੀਣ (ਡਰਪੋਕ) ਜੀਵ, ਬਲ ਵਾਲਿਆਂ ਦਾ ਭੋਜਨ ਹੋ ਨਿੱਬੜਦੇ ਹਨ।

(30) ਜੋ ਭੋਜਨ, ਜਿਸ ਜੀਵ ਦੇ ਨਿੱਤ ਦਾ ਅਹਾਰ (ਖੁਰਾਕ) ਹੈ, ਉਸਦੇ ਖਾਣ ਵਿੱਚ ਕੋਈ ਪਾਪ ਨਹੀਂ ਹੈ, ਕਿਉਂਕਿ ਖਾਣ ਵਾਲੇ ਤੇ ਖਾਧੇ ਜਾਣ ਵਾਲੇ ਸਭ ਕਰਤੇ ਨੇ ਆਪਣੀ ਇੱਛਾ ਅਨੁਸਾਰ ਹੀ ਪੈਦਾ ਕੀਤੇ ਹਨ।

ਨੋਟ- *ਇਹ ਸੰਕੇਤ ਪਹਿਲਾਂ ਆ ਚੁੱਕੇ ਵਿਚਾਰਾਂ ਦੇ ਉਲਟ (ਵਿਪਰੀਤ) ਹੈ।*

(31) ਯੱਗ ਸਮੇਂ, ਦੇਵਤਿਆਂ ਨਮਿੱਤ ਮਾਸ ਦੀ ਬਲੀ ਦੇਣਾ ਤੇ ਮਾਸ ਖਾਣਾ, ਸ਼ਾਸਤ੍ਰਾਂ ਮੁਤਾਬਿਕ ਦੇਵ ਵਿਧੀ ਕਹੀ ਗਈ ਹੈ ਅਤੇ ਸਹੀ ਮੰਨਿਆ ਜਾਂਦਾ ਹੈ। ਇਸ ਤੋਂ ਬਿਨਾਂ ਕਿਸੇ ਹੋਰ ਬਹਾਨੇ ਖਾਧਾ ਜਾਣ ਵਾਲਾ ਮਾਸ, ਰਾਕਸ਼ਾਂ ਦੀ ਰੀਤ ਕਹੀ ਜਾਂਦੀ ਹੈ।

(32) ਜੋ ਮਾਸ ਮੁੱਲ ਲਿਆਂਦਾ ਹੋਵੇ, ਜਾਂ ਆਪ ਮਾਰ ਕੇ ਤਿਆਰ ਕੀਤਾ ਹੋਵੇ, ਜਾਂ ਕਿਸੇ ਨੇ ਲਿਆ ਕੇ ਦਿੱਤਾ ਹੋਵੇ, ਐਸੇ ਮਾਸ ਨੂੰ ਦੇਵਤਿਆਂ ਅਤੇ ਪਿੱਤਰਾਂ ਨੂੰ ਭੋਗ ਲੁਆ ਕੇ ਆਪ ਖਾਣ ਵਿੱਚ ਕੋਈ ਦੋਸ਼ ਜਾਂ ਪਾਪ ਨਹੀਂ ਹੈ।

(33) ਸਧਾਰਣ ਹਾਲਤਾਂ (ਬਿਨਾ ਕਿਸੇ ਮਜਬੂਰੀ) ਵਾਲੀ ਸਥਿਤੀ ਵਿੱਚ, ਵੇਦ ਵਿਧੀ ਨੂੰ ਜਾਨਣ ਵਾਲੇ ਦਵਿੱਜ ਜਾਤੀ ਦੇ ਲੋਕ, ਨਿਯਮਾਂ ਦੀ ਬੰਦਸ਼ ਤੋਂ ਬਾਹਰ ਹੋ ਕੇ ਮਾਸ ਨਹੀਂ ਖਾਂਦੇ। ਜਾਣ ਬੁੱਝ ਕੇ ਐਸਾ ਕਰਨ ਵਾਲੇ ਬਚ ਨਹੀਂ ਸਕਦੇ ਅਤੇ ਮੌਤ ਮਗਰੋਂ ਅਗਲੇ ਜਨਮਾਂ ਵਿੱਚ, ਉਸੇ ਜੀਵ ਰਾਹੀਂ ਖਾਧੇ ਜਾਂਦੇ ਹਨ, ਜਿਸਦਾ ਮਾਸ ਉਨ੍ਹਾਂ ਨੇ ਆਪ ਖਾਧਾ ਹੋਵੇ।

(34) ਕਿੱਤੇ ਵਜੋਂ ਜਾਨਵਰਾਂ ਦਾ ਮਾਸ ਵੇਚਣ (ਜਿਵੇਂ ਹਿਰਨ ਮਾਰ ਕੇ) ਦਾ ਧੰਦਾ ਕਰਨ ਵਾਲੇ ਕਸਾਈ ਨੂੰ ਐਨਾਂ ਪਾਪ ਨਹੀਂ ਲਗਦਾ, ਜਿਤਨਾ ਬਿਨਾਂ ਵਜ੍ਹਾ (ਫਜ਼ੂਲ-ਦੇਵ ਪੂਜਾ ਅਤੇ ਪਿੱਤਰਾਂ ਨਮਿੱਤ ਭੇਂਟ ਕਰਨ ਤੋਂ ਬਿਨਾਂ) ਮਾਸ ਖਾਣ ਵਾਲੇ ਨੂੰ ਲਗਦਾ ਹੈ।

(35) ਪਰ ਸ਼ਰਾਧ ਯੱਗ ਜਾਂ ਮਧੂਪ੍ਰਕ ਆਦਿ ਰਸਮਾਂ-ਰਿਵਾਜਾਂ ਸਮੇਂ, ਜੋ ਬ੍ਰਾਹਮਣ ਮੁੱਖ ਸੇਵਾ ਨਿਭਾ ਰਿਹਾ ਹੋਵੇ ਅਤੇ ਸ਼ਾਸਤ੍ਰ ਵਿਧੀ ਮੁਤਾਬਿਕ ਪ੍ਰਵਾਨਿਤ ਬਲੀ ਦਾ ਮਾਸ ਖਾਣ ਤੋਂ ਇਨਕਾਰੀ ਹੋ ਜਾਵੇ, ਉਹ ਅਗਲੇ ਇੱਕੀ ਜਨਮ ਪਸ਼ੂਆਂ ਦੀ ਜੂਨੇ ਪੈਂਦਾ ਹੈ।

(36) ਜਿਸ ਮਾਸ ਨੂੰ ਵੇਦ ਮੰਤ੍ਰ ਪੜ੍ਹ ਕੇ ਪ੍ਰਵਾਨਤ ਨਾ ਕੀਤਾ ਗਿਆ ਹੋਵੇ, ਉਸਨੂੰ ਖਾਣ ਲਈ ਬ੍ਰਾਹਮਣ ਨੂੰ ਮਨਾਹੀ ਹੈ। ਭਾਵ ਕਿ ਉਹ ਸਦਾ ਦੇਵ ਪੂਜਾ ਦੀ ਰੀਤੀ ਨਾਲ ਤਿਆਰ ਕੀਤਾ ਮਾਸ ਹੀ ਖਾਵੇ।

(37) ਜੇ ਬਿਨਾਂ ਕਿਸੇ ਬਲੀ ਕਰਮ ਜਾਂ ਦੇਵ ਪੂਜਾ ਦੇ ਸਮਾਗਮ ਤੋਂ, ਬ੍ਰਾਹਮਣ ਦਾ ਚਿੱਤ ਮਾਸ ਖਾਣ ਨੂੰ ਉਤਾਵਲਾ ਹੋਵੇ ਤਾਂ ਉਹ ਮਿੱਠੇ ਆਟੇ ਦੇ ਰੋਟ ਅਤੇ ਘਿਉ ਦਾ ਘੁੱਧੂ ਕੁੱਟ ਕੇ ਪਸ਼ੂਆਂ ਦੀ ਸ਼ਕਲ ਦੇ ਪਾਰੇ (ਸ਼ੱਕਰ ਪਾਰੇ) ਬਣਾ ਕੇ ਉਨ੍ਹਾਂ ਨੂੰ ਮਾਸ ਜਾਣ ਕੇ ਭੋਜਨ ਕਰ ਲਵੇ।

(38) ਦੇਵਤਿਆਂ ਨਮਿੱਤ ਕੀਤੀ ਪੂਜਾ ਅਤੇ ਬਲੀ ਭੇਂਟ ਦੀ ਰਸਮ ਤੋਂ ਬਿਨਾਂ ਜੇ ਕੋਈ 'ਪਸ਼ੂ ਹੱਤਿਆ ਕਰਦਾ ਹੈ ਤਾਂ ਮਰਨ ਤੋਂ ਬਾਅਦ ਉਹ ਉਸੇ ਪਸ਼ੂ ਕੋਲੋਂ ਏਨੀ ਵਾਰ ਮਾਰਿਆ ਜਾਂਦਾ ਹੈ ਜਿਤਨੇ ਉਸ ਪਸ਼ੂ ਦੇ ਸ਼ਰੀਰ ਦੇ ਰੋਮਾਂ ਦੀ ਗਿਣਤੀ ਹੋਵੇ।

(39) ਬ੍ਰਹਮਾਂ ਨੇ ਆਪ ਹੀ, ਯੱਗਾਂ ਦੀ ਸੰਪੂਰਣਤਾ ਵਾਸਤੇ ਪਸ਼ੂਆਂ ਦੀ ਸਿਰਜਣਾ ਕੀਤੀ ਹੈ, ਜੋ ਸਾਰੇ ਯੱਗ, ਜਗਤ ਦੇ ਕਲਿਆਣ ਹਿੱਤ ਹੀ ਕੀਤੇ ਜਾਂਦੇ ਹਨ। ਇਸ ਲਈ ਯੱਗ ਵਿੱਚ ਜਿਸ ਪਸ਼ੂ ਦੀ ਬਲੀ ਦਿੱਤੀ ਜਾਂਦੀ ਹੈ, ਉਹ ਕੋਈ ਸਧਾਰਣ ਮੌਤ ਮਰਨਾ ਨਹੀਂ ਹੈ। ਅਸਲ ਵਿੱਚ ਇਹ ਕੋਈ ਹਿੰਸਾ ਭੀ ਨਹੀਂ ਹੈ, ਸਗੋਂ ਉਸ ਜਾਨਵਰ ਦੀ ਪ੍ਰਮਗਤੀ ਹੋਈ ਗਿਣੀ ਜਾਂਦੀ ਹੈ।

(40) ਜੜੀ ਬੂਟੀਆਂ (ਔਸ਼ਧੀਆਂ), ਦਰਖਤ, ਪਛੂ, ਪੰਛੀ, ਤੇ ਹੋਰ ਜਾਨਵਰ, ਜੋ ਯੱਗ ਵਿੱਚ ਹਵਨ ਅਤੇ ਬਲੀ ਦਾ ਭੋਜਨ ਬਣਦੇ ਹਨ, ਮਾਰੇ ਜਾਣ ਮਗਰੋਂ ਉੱਤਮ ਗਤੀ (ਜੂਨ) ਦੀ ਪ੍ਰਾਪਤੀ ਕਰਦੇ ਹਨ।

(41) ਮਨੂੰ ਜੀ ਦਾ ਹੁਕਮ ਹੈ ਕਿ, ਪਿੱਤਰਾਂ ਅਤੇ ਦੇਵਤਿਆਂ ਨਮਿੱਤ, ਭੋਜਨ ਤੇ ਸੱਦੇ ਹੋਏ ਮਹਿਮਾਨਾਂ ਲਈ ਮਧੂਪ੍ਰਕ ਸਮਾਗਮ ਸਮੇਂ, ਪਿੱਤਰਾਂ ਦੇ ਸ਼ਰਾਧ ਅਤੇ ਦੇਵਤਿਆਂ ਨਮਿੱਤ ਕੀਤੇ ਅਗਨੀਸ਼ਟੋਮ ਯੱਗ ਦੀ ਕਿਰਿਆ ਸਮੇਂ ਹੀ ਪਸ਼ੂ ਦੀ ਬਲ਼ੀ ਦਿੱਤੀ ਜਾ ਸਕਦੀ ਹੈ, ਹੋਰ ਕਿਸੇ ਸ਼ੁੱਭ ਜਾਂ ਅਸੁੱਭ ਸਮੇਂ ਨਹੀਂ।

ਨੋਟ:- ਮਧੂਪ੍ਰਕ- *ਵੇਦ ਵਿੱਦਿਆ ਦੀ ਪੜ੍ਹਾਈ ਦੀ ਸਮਾਪਤੀ ਮਗਰੋਂ, ਬ੍ਰਹਮਚਾਰੀ ਦਵਿੱਜ ਦੇ ਘਰ ਪ੍ਰਤਣ ਤੇ, ਉਸਨੂੰ ਅਤੇ ਯੱਗ ਦੀ ਰਸਮ ਨਿਭਾਉਣ ਵਾਲੇ ਬ੍ਰਾਹਮਣਾਂ ਲਈ ਪਰੋਸਿਆ ਜਾਂਦਾ, ਦਹੀਂ, ਸ਼ਹਿਦ ਤੇ ਘਿਉ ਦਾ ਮਿਸ਼ਰਣ।*

(42) ਵੇਦ ਮੰਤ੍ਰਾਂ ਦਾ ਪਾਠੀ ਬ੍ਰਾਹਮਣ, ਜੋ ਮਧੂਪ੍ਰਕ ਪੂਜਾ, ਅਗਨੀਸ਼ਟੋਮ ਯੱਗ ਜਾਂ ਪਿੱਤਰ ਯੱਗ ਦੀ ਕਿਰਿਆ ਨਿਭਾਂਉਣ ਸਮੇਂ, ਪਸ਼ੂ ਦੀ ਬਲੀ ਦਿੰਦਾ ਹੈ, ਉਹ ਪਸ਼ੂ ਅਤੇ ਬ੍ਰਾਹਮਣ ਅਗਲੇ ਜਨਮਾਂ ਵਿੱਚ ਉੱਤਮ ਜੂਨਾਂ ਦੀ ਪ੍ਰਾਪਤੀ ਕਰਦੇ ਹਨ।

ਨੋਟ:- *ਅਗਨੀਸ਼ਟੋਮ ਯੱਗ- ਇਸ ਯੱਗ ਵਿੱਚ ਸੋਮਰਸ ਦੀ ਆਹੂਤੀ ਦਿੱਤੇ ਜਾਣ ਕਾਰਣ ਇਸਨੂੰ ਸੋਮਯੱਗ ਦੀ ਇੱਕ ਕਿਸਮ ਹੀ ਗਿਣਿਆ ਜਾਂਦਾ ਹੈ। ਇਸ ਯੱਗ ਦੀ ਸਮਾਪਤੀ ਸਿਆਮ ਵੇਦ ਦੇ ਅਗਨੀ ਸਤੋਤਰ ਛੰਦਾਂ ਨਾਲ ਗਾਇਣ ਕੀਤੇ ਜਾਣ ਕਰਕੇ ਇਸਨੂੰ ਅਗਨੀਸ਼ਟੋਮ ਯੱਗ ਕਿਹਾ ਗਿਆ ਹੈ ਅਤੇ ਇਸਦੀ ਕਿਰਿਆ (ਪੰਜਾਂ ਦਿਨਾਂ ਦਾ ਵੇਦ ਪਾਠ) ਬਸੰਤ ਦੀ ਰੁੱਤੇ ਕੀਤੀ ਜਾਂਦੀ ਹੈ।*

(43) ਆਪਣੇ ਘਰ ਵਿੱਚ ਰਹਿ ਰਿਹਾ ਗ੍ਰਿਸਤੀ, ਗੁਰੂ ਕੁਲ ਵਿੱਚ ਰਹਿ ਰਿਹਾ ਬ੍ਰਹਮਚਾਰੀ ਚੇਲਾ, ਅਤੇ ਵਾਣਪ੍ਰਸਤ ਸਨਿਆਸੀ, ਵੇਦਾਂ ਵਿੱਚ ਦੱਸੀ ਹੋਈ ਮਰਿਯਾਦਾ ਦੇ ਉਲਟ ਜੀਵ ਹਿੰਸਾ ਨਾ ਕਰੇ, ਭਾਵੇਂ ਉਹ ਕਿਤਨਾ ਭੀ ਸੰਕਟ ਵਿੱਚ ਹੋਵੇ।

(44) ਪਰ ਇਸ ਜਗਤ ਵਿੱਚ, ਵੇਦ ਵਿਧੀ ਮੁਤਾਬਿਕ, ਇਸ ਚਰ-ਅਚਰ ਸੰਸਾਰ (**चर-अचर संसार**) ਵਿੱਚ, ਜਿਨ੍ਹਾਂ ਖਾਣੀਆਂ ਦੀ ਬਲੀ ਦੇਣੀ ਪ੍ਰਵਾਨਿਤ ਹੈ, ਉਸਨੂੰ ਪਾਪ ਜਾਂ ਅਧਰਮ ਨਹੀਂ ਸਮਝਣਾ ਚਾਹੀਦਾ, ਕਿਉਂਕਿ ਧਰਮ ਵੇਦਾਂ ਦੀ ਹੀ ਦੇਣ ਹੈ।

(45) ਜੋ ਮੂਰਖ ਮਨੁੱਖ, ਨਾ ਮਾਰਨ ਯੋਗ ਅਹਿੰਸਕ ਜੀਵਾਂ ਦਾ ਸ਼ਿਕਾਰ, ਸਿਰਫ਼ ਆਪਣੇ ਮਨ ਨੂੰ ਖੁਸ਼ ਕਰਨ ਵਾਸਤੇ ਹੀ ਕਰਦਾ ਹੈ, ਉਹ ਕਦੇ ਜਿਉਂਦਿਆਂ ਜਾਂ ਮਰਕੇ ਸੁੱਖੀ ਨਹੀਂ ਹੋ ਸਕਦਾ।

(46) ਜੋ ਮਨੁੱਖ, ਜੀਵਾਂ ਨੂੰ ਆਪਣਾ ਗੁਲਾਮ ਬਣਾ ਕੇ ਰੱਖਣ ਜਾਂ ਬਿਨਾਂ ਵਜ੍ਹਾ ਮਾਰਨੇ ਤੋਂ ਸੰਕੋਚ ਕਰਦਾ ਹੈ ਅਤੇ ਸਭ ਦੀ ਭਲਾਈ ਲੋੜਦਾ ਹੈ, ਐਸਾ ਹਿਤੈਸ਼ੀ ਮਨੁੱਖ, ਸੰਸਾਰ ਵਿੱਚ ਅਤੇ ਮੌਤ ਮਗਰੋਂ, ਪ੍ਰਮ ਅਨੰਦ ਦੀ ਪ੍ਰਾਪਤੀ ਕਰਦਾ ਹੈ।

(47) ਜੋ ਪੁਰਸ਼ ਧਰਮ ਮਰਿਯਾਦਾ ਦੇ ਉਲਟ, ਜੀਵਾਂ ਦਾ ਬਧ (ਮਾਰਨਾ) ਨਹੀਂ ਕਰਦਾ, ਉਹ ਜੋ ਭੀ ਇੱਛਾ ਰੱਖਦਾ ਹੈ, ਜੋ ਕੁਝ ਭੀ ਕਰਨਾ ਚਾਹੁੰਦਾ ਹੈ, ਜਾਂ ਜੋ ਭੀ ਭਾਖਿਆ ਮੂੰਹੋਂ ਕੱਢਦਾ ਹੈ, ਉਹ ਪੂਰੀ ਹੋ ਜਾਂਦੀ ਹੈ।

(48) ਭਾਵੇਂ ਜੀਵਾਂ ਨੂੰ ਬਧ ਕਰਨੇ ਬਿਨਾਂ ਮਾਸ ਦੀ ਪ੍ਰਾਪਤੀ ਨਹੀਂ ਹੁੰਦੀ, ਪਰ ਵੇਦ ਵਿਧੀ ਤੇ ਨਿਯਮਾਂ ਦੇ ਉਲਟ, ਜੋ ਮਨੁੱਖ ਮਾਸ ਖਾਣ ਦਾ ਚਸਕਾ ਰੱਖਦੇ ਹਨ ਤੇ ਬੇਜ਼ੁਬਾਨ ਜੀਵਾਂ ਦੀ ਹੱਤਿਆ ਕਰਦੇ ਹਨ, ਉਨ੍ਹਾਂ ਨੂੰ ਸਵ੍ਰਗ ਦੀ ਪ੍ਰਾਪਤੀ ਨਹੀਂ ਹੋ ਸਕਦੀ। ਇਸ ਲਈ ਐਸਾ ਮਾਸ ਨਹੀਂ ਖਾਣਾ ਚਾਹੀਦਾ।

(49) ਮਾਸ ਦੀ ਪ੍ਰਾਪਤੀ ਲਈ, ਜੀਵਾਂ ਨੂੰ ਦਿੱਤੇ ਜਾਂਦੇ ਸ਼ਰੀਰਕ ਕਸ਼ਟ ਅਤੇ ਬੇਰਹਿਮੀ ਵਾਲੀ ਮੌਤ ਨੂੰ ਦੇਖਦਿਆਂ, ਸਿਰਫ ਜੀਭ ਦੇ ਸੁਆਦ ਖਾਤਰ ਮਾਸ ਖਾਣ ਤੋਂ ਪੂਰਾ ਪ੍ਰਹੇਜ਼ ਹੀ ਕੀਤਾ ਜਾਵੇ ਤਾਂ ਚੰਗਾ ਹੈ।

(50) ਜੋ ਮਨੁੱਖ ਮਾਸ ਖਾਣ ਨਾਲ ਸਬੰਧਿਤ, ਉੱਪਰ ਦੱਸੇ ਸਾਰੇ ਵੇਦ ਨਿਯਮਾਂ ਦੀ ਪਾਲਣਾ ਕਰਦਾ ਹੈ ਅਤੇ ਰਾਕਸ਼ਾਂ ਦੀ ਤਰਾਂ ਮਾਸ ਖਾਣ ਲਈ ਜੀਵ ਹੱਤਿਆ ਨਹੀਂ ਕਰਦਾ, ਉਹ ਸਭਨਾ ਦਾ ਪਿਆਰਾ, ਸੁਖੀ ਅਤੇ ਰੋਗ ਰਹਿਤ ਰਹਿੰਦਾ ਹੈ।

(51) ਵੇਦ ਨਿਯਮਾਂ ਦੀ ਪਾਲਣਾ ਕਰਨ ਤੋਂ ਬਿਨਾਂ, ਜੀਵਾਂ ਨੂੰ ਮਾਰਨ ਦੀ ਆਗਿਆ ਦੇਣ ਵਾਲੇ, ਮਾਰਨ ਵਾਲੇ, ਕੱਟਣ ਵਾਲੇ, ਵੇਚਣ ਤੇ ਖ੍ਰੀਦਣ ਵਾਲੇ, ਖਾਣ ਲਈ ਤਿਆਰ ਕਰਨ ਵਾਲੇ, ਵਰਤਾਉਣ ਵਾਲੇ, ਅੱਠੇ ਤਰਾਂ ਦੇ ਲੋਕ, ਪਾਪੀ ਹੀ ਗਿਣੇ ਜਾਂਦੇ ਹਨ।

MANUSMRITI 117

(52) ਐਸੇ ਮਨੁੱਖ ਤੋਂ ਬੁਰਾ ਤੇ ਪਾਪੀ ਇਨਸਾਨ ਕੋਈ ਨਹੀਂ ਹੋ ਸਕਦਾ, ਜੋ ਵੇਦ ਮੰਤ੍ਰਾਂ ਦਾ ਪਾਠ, ਦੇਵ ਪੂਜਾ, ਤੇ ਪਿੱਤਰ ਪੂਜਾ ਨਮਿੱਤ ਦਿੱਤੀ ਬਲੀ ਦੇ ਮਾਸ ਤੋਂ ਸਿਵਾਏ, ਅਭੱਖ ਮਾਸ (ਨਿੰਦਤ ਮਾਸ, ਨਾ ਖਾਣ ਯੋਗ) ਖਾ ਖਾ ਕੇ ਆਪਣਾ ਸਰੀਰ ਪਾਲ਼ਦਾ ਹੋਵੇ।

(53) ਇੱਕ ਮਨੁੱਖ, ਸੌ ਸਾਲ ਦੀ ਉਮਰ ਤੀਕਰ, ਹਰ ਸਾਲ ਘੋੜੇ ਦੀ ਬਲੀ ਦੇ ਕੇ ਯੱਗ (ਅਸ਼ਵਮੇਧ ਯੱਗ) ਅਤੇ ਪੂਜਾ ਕਰਵਾਉਂਦਾ ਹੈ ਤੇ ਦੂਸਰਾ ਜੋ ਸੌ ਸਾਲ ਮਾਸ ਨੂੰ ਹੱਥ ਨਹੀਂ ਲਗਾਉਂਦਾ, ਦੋਹਾਂ ਨੂੰ ਇਸ ਸ਼ੁੱਭ ਕਰਮ ਦਾ ਇੱਕੋ ਜੇਹਾ ਫ਼ਲ ਪ੍ਰਾਪਤ ਹੁੰਦਾ ਹੈ।

(54) ਕੇਵਲ ਅੰਨ ਦਾ ਤਿਆਗ ਕਰਕੇ, ਜੰਗਲ ਵਿੱਚ ਰਹਿੰਦਿਆਂ, ਪਵਿੱਤਰ ਫ਼ਲ ਫਰੂਟ, ਜੜੀ ਬੂਟੀਆਂ ਤੇ ਗੁਜ਼ਾਰਾ ਕਰਨ ਵਾਲੇ ਸਨਿਆਸੀ ਲੋਕਾਂ ਨੂੰ ਤਪੱਸਿਆ ਦਾ ਏਨਾ ਫ਼ਲ ਪ੍ਰਾਪਤ ਨਹੀਂ ਹੁੰਦਾ ਜਿਤਨਾ ਮਾਸ ਦੇ ਤਿਆਗੀ ਨੂੰ ਮਿਲਦਾ ਹੈ।

(55) ਸਤਿ ਪੁਰਸ਼ਾਂ ਦਾ ਕਹਿਣਾ ਹੈ ਕਿ ਮਨੁੱਖ ਇਹ ਸਮਝ ਲਵੇ ਕਿ ਜਿਸ ਇੱਛਾ ਨਾਲ, ਇਸ ਜਨਮ ਵਿੱਚ ਜਿਸ ਜੀਵ ਦਾ ਮਾਸ ਮੈਂ ਖਾਵਾਂਗਾ, ਅਗਲੇ ਜਨਮ ਵਿੱਚ ਉਹੀ ਜੀਵ ਮੇਰਾ ਮਾਸ, ਉਸੇ ਇੱਛਾ ਨਾਲ ਖਾਵੇਗਾ। ਇਸੇ ਤਰਾਂ ਮਾਸ ਖਾਣ ਵਾਲੇ ਜੀਵਾਂ ਦਾ ਇਹ ਸਿਲਸਿਲਾ, ਜਨਮ ਦਰ ਜਨਮ ਚਲਿਆ ਆਉਂਦਾ ਹੈ।

(56) ਭਾਵੇਂ, ਮਾਸ ਖਾਣਾ, ਮਧ ਪੀਣਾ ਅਤੇ ਪਰਾਈ ਇਸਤ੍ਰੀ-ਮਰਦ ਭੋਗਣਾ (ਕਾਮ ਕਰੀੜਾ-ਸਰੀਰਕ ਸਬੰਧ ਬਨਾਉਣਾ) ਪ੍ਰਾਣੀਆਂ ਦਾ ਕੁਦਰਤੀ ਸੁਭਾ (**प्रवृत्ति**) ਹੈ ਅਤੇ ਅਗਿਆਨਤਾ ਵਸ ਹੋਣ ਕਰਕੇ ਇਸ ਵਿੱਚ ਕੋਈ ਦੋਸ਼ ਭੀ ਨਹੀਂ ਹੈ, ਪਰ ਐਸੀ ਬਿਰਤੀ ਰੱਖਣ ਸੰਕੋਚ ਕਰਨ ਵਾਲੇ ਨੂੰ ਮਹਾਂਫ਼ਲ ਦੀ ਪਰਾਪਤੀ ਹੁੰਦੀ ਹੈ

ਟਿੱਪਣੀ:- *ਏਨਾ ਕੁਝ ਵਖਿਆਨ ਕਰਨ ਤੋਂ ਬਾਅਦ, ਸਲੋਕ # 56 ਨੂੰ ਪੜ੍ਹ ਕੇ ਜਾਪਦਾ ਹੈ ਇਸ ਗ੍ਰੰਥ ਦੀ ਨਿਰੋਲਤਾ ਤੇ ਸ਼ੱਕ ਕੀਤਾ ਜਾ ਸਕਦਾ ਹੈ। ਕਈਆਂ ਨੇ ਪੋਚਾ ਪਾਉਣ ਖਾਤਰ ਇਸ ਸਲੋਕ ਨੂੰ ਜਾਨਵਰਾਂ, ਦਾਨਵਾਂ, ਦੈਤਾਂ, ਭੂਤਾਂ ਪ੍ਰੇਤਾਂ ਅਤੇ ਰਾਕਸ਼ਾਂ ਨੂੰ ਸੰਬੋਧਿਤ ਕਰਕੇ ਲਿਖਿਆ ਕਿਹਾ ਹੈ। ਪਰ ਜਾਨਵਰ ਅਤੇ ਸਰੀਰ ਰਹਿਤ ਰੂਹਾਂ ਤਾਂ ਮਧ ਪੀਅ ਨਹੀਂ ਸਕਦੀਆਂ ਅਤੇ ਸੰਕੋਚ ਵਾਲੀ ਗੱਲ ਕੇਵਲ ਮਨੁੱਖ ਲਈ ਢੁੱਕਦੀ ਹੈ। ਬਹੁਤੇ ਟੀਕਿਆਂ ਵਿੱਚ ਏਹੋ ਸ਼ਬਦਾਵਲੀ ਹੋਣ ਕਾਰਨ, ਲੇਖਕ ਨੇ ਜਿਉਂ ਦਾ ਤਿਉਂ ਲਿਖ ਦਿੱਤਾ ਹੈ।*

ਸੂਤਕ ਅਵਸਥਾ-

(57) ਹੁਣ ਕਰਮਵਾਰ, ਚਾਰੇ ਵਰਣਾਂ ਦੇ ਪ੍ਰਾਣੀਆਂ ਦੀ ਮੌਤ ਮਗਰੋਂ ਅਪਵਿੱਤਰ ਅਵਸਥਾ, ਪ੍ਰੇਤ ਸ਼ੁਧੀ, ਧੰਨ ਅਤੇ ਪਦਾਰਥਾਂ ਦੇ ਸ਼ੁਧੀਕਰਣ ਦੇ ਵਿਧੀ ਵਿਧਾਨ ਅਤੇ ਰਸਮਾਂ ਬਾਰੇ ਸੁਣੋਂ-

(58) ਜਿਸ ਤਰਾਂ ਘਰ ਬੱਚੇ ਦੇ ਜਨਮ ਸਮੇਂ ਅਪਵਿੱਤਰਤਾ ਦਾ ਪਰਭਾਵ ਹੁੰਦਾ ਹੈ, ਉਸੇ ਤਰਾਂ ਘਰ ਵਿੱਚ ਬੱਚੇ ਦੇ ਦੰਦ ਨਿਕਲਣ ਤੋਂ ਪਹਿਲਾਂ ਜਾਂ ਉਸਦੇ ਭੱਦਣ ਜਾਂ ਜਨੇਊ ਦੀ ਰਸਮ ਕਰਨ ਤੋਂ ਪਹਿਲਾਂ ਜੇ ਉਸਦੀ ਮੌਤ ਹੋ ਜਾਵੇ ਤਾਂ ਸਾਰਾ ਪ੍ਰਵਾਰ ਤੇ ਸਕੇ-ਸਬੰਧੀ ਅਪਵਿੱਤਰ ਗਿਣੇ ਜਾਂਦੇ ਹਨ। ਇਸ ਸਮੇਂ ਕੀਤੀ ਹੋਈ ਦੇਵ ਪੂਜਾ ਵਿਅਰਥ ਜਾਂਦੀ ਹੈ (ਭਾਵ: ਨਹੀਂ ਕਰਨੀ ਚਾਹੀਦੀ)।

(59) ਪਿਛਲੀਆਂ ਸੱਤ ਪੁਸ਼ਤਾਂ ਤੋਂ ਸਬੰਧ ਰੱਖਣ ਵਾਲੇ 'ਸਪਿੰਦਾ' ਪ੍ਰਾਣੀ ਦੀ ਮੌਤ ਨਾਲ, ਦਸ ਦਿਨ ਦਾ ਸੂਤਕ ਮੰਨਿਆ ਜਾਂਦਾ ਹੈ।ਅੱਜ-ਕੱਲ ਕਈ ਅਸਥ ਚੁਗਣ ਵਾਲੇ ਦਿਨ ਤੀਕਰ ਜਾਂ ਅਗਲੇ ਤਿੰਨ ਦਿੰਨ ਸੂਤਕ ਹੀ ਮੰਨਦੇ ਹਨ। (ਸਪਿੰਦਾ- ਸੱਤ ਪੁਸ਼ਤਾਂ- ਭਾਰਤ ਵਿੱਚ ਹਿੰਦੂ ਮੈਰਿਜ ਐਕਟ ਮੁਤਾਬਿਕ, ਜਿਨ੍ਹਾਂ ਪਰਾਣੀਆਂ ਦੇ ਆਪਸ ਵਿੱਚ ਤਿੰਨ ਗੋਤਰ ਮਾਂ ਦੇ ਪੱਖੋਂ ਤੇ ਚਾਰ ਗੋਤਰ ਪਿਤਾ ਪੱਖੋਂ ਸਾਂਝੇ ਹੋਣ)।

(60) ਖ਼ੂਨ ਦਾ ਰਿਸ਼ਤਾ ((ਸਪਿੰਦਾ ਸਬੰਧ) ਸੱਤਵੀ ਪੁਸ਼ਤ ਮਗਰੋਂ ਖਤਮ ਹੋ ਜਾਂਦਾ ਹੈ ਪਰ ਗੋਤਰਾਂ ਦੀ ਸਾਂਝ ਅਤੇ ਨੇੜਤਾ ਚੌਧਵੀਂ ਪੁਸ਼ਤ ਮਗਰੋਂ ਹੀ ਖਤਮ ਸਮਝੀ ਜਾਂਦੀ ਹੈ।

(61) ਜਿਸ ਤਰਾਂ ਮੌਤ ਸਮੇਂ ਸਾਰੇ ਸਪਿੰਦਾ ਸਬੰਧੀਆਂ ਦੇ ਘਰ ਸੂਤਕ ਮੰਨਿਆ ਜਾਂਦਾ ਹੈ, ਇਸੇ ਤਰਾਂ ਜੇ ਸਨਬੰਧੀ ਪਵਿੱਤਰਤਾ ਵਿੱਚ ਯਕੀਨ ਰੱਖਦੇ ਹੋਣ ਤਾਂ ਬੱਚੇ ਦੇ ਜਨਮ ਸਮੇਂ ਭੀ ਇਸੇ ਤਰਾਂ ਘਰ ਵਿੱਚ ਸੂਤਕ ਗਿਣਿਆ ਜਾਂਦਾ ਹੈ।

(62) ਪ੍ਰਵਾਰ ਵਿੱਚ ਮੌਤ ਸਮੇਂ ਦਾ ਸੂਤਕ ਸਾਰੇ ਸਪਿੰਦਾ ਸਬੰਧੀਆਂ ਲਈ ਕਿਹਾ ਗਿਆ ਹੈ ਅਤੇ ਬੱਚੇ ਦੇ ਜਨਮ ਸਮੇਂ ਦਾ ਸੂਤਕ ਕੇਵਲ ਮਾਤਾ ਪਿਤਾ ਤੱਕ ਸੀਮਤ ਹੈ। ਜਾਂ ਕੇਵਲ ਮਾਂ ਵਾਸਤੇ ਹੈ ਤੇ ਪਿਤਾ ਕੇਵਲ ਇਸ਼ਨਾਨ ਕਰਕੇ ਹੀ ਪਵਿੱਤਰ ਹੋ ਸਕਦਾ ਹੈ।

(63) ਇਸਤ੍ਰੀ ਭੋਗਣ ਨਾਲ, ਪੁਰਸ਼ ਦਾ ਵੀਰਜ ਪਾਤ ਹੋਵੇ ਤਾਂ ਕੇਵਲ ਇਸ਼ਨਾਨ ਕਰਕੇ ਹੀ ਸ਼ੁੱਧ ਹੋ ਜਾਂਦਾ ਹੈ ਪਰ ਪਰਾਈ ਇਸਤ੍ਰੀ ਨਾਲ ਸਬੰਧ ਕਾਰਣ ਵੀਰਜ ਪਾਤ ਹੋਣ ਨਾਲ ਉਹ ਤਿੰਨ ਦਿਨ ਤੱਕ ਅਪਵਿੱਤਰ ਰਹਿੰਦਾ ਹੈ।

(64) ਮੋਹ ਵੱਸ ਹੋ ਕੇ ਮਰੇ ਹੋਏ ਪ੍ਰਾਣੀ ਨੂੰ ਛੂਹਣ ਕਾਰਣ, ਪ੍ਰਾਣੀ ਦੇ ਸਪਿੰਦਾ ਰਿਸ਼ਤੇਦਾਰ ਦਸ ਦਿਨ ਤੱਕ ਅਪਵਿੱਤਰ ਰਹਿੰਦੇ ਹਨ, ਪਰ ਸਪਿੰਦਾ ਸਬੰਧਾਂ ਤੋਂ ਬਾਹਰ ਵਾਲੇ ਮਨੁੱਖ, ਜੋ ਮ੍ਰਿਤਕ ਦੇ ਘਰ ਦਾ ਪਾਣੀ ਪੀ ਲੈਣ, ਉਹ ਤਿੰਨ ਦਿਨ ਤੀਕਰ ਅਪਵਿੱਤਰ ਰਹਿੰਦੇ ਹਨ।

(65) ਜਦੋਂ ਗੁਰੂ ਪ੍ਰਾਣ ਤਿਆਗ ਜਾਵੇ ਅਤੇ ਚੇਲਾ ਆਪਣੇ ਗੁਰੂ ਦੇ ਪ੍ਰੇਤ ਸ਼ਰੀਰ ਦੀ ਅੰਤਿਮ ਕਿਰਿਆ ਨਿਭਾਵੇ (ਚਿਖਾ ਨੂੰ ਅੱਗ ਲਾਵੇ) ਤਾਂ ਉਸਦੇ ਘਰ ਭੀ ਦਸ ਦਿਨ ਦੇ ਸੂਤਕ ਦਾ ਵਿਧਾਨ ਹੈ, ਜਿਵੇਂ ਅਸਥੀਆਂ ਚੁਗ ਕੇ ਸ਼ਮਸ਼ਾਨ ਘਾਟ ਤੋਂ ਲਿਜਾਣ ਵਾਲਿਆਂ ਲਈ ਹੈ।

(66) ਗਰਭਪਾਤ ਹੋਣ ਤੇ ਔਰਤ ਉਤਨੇ ਦਿਨ ਤੇ ਰਾਤ ਹੀ ਅਪਵਿੱਤਰ ਗਿਣੀ ਜਾਂਦੀ ਹੈ ਜਿੰਨੇ ਮਹੀਨੇ ਬਾਅਦ ਗਰਭ ਗਿਰਿਆ ਹੋਵੇ। ਮਾਂਹਵਾਰੀ ਦੇ ਖਤਮ ਹੋਣ ਤੋਂ ਬਾਅਦ ਨਹਾਉਣ ਮਗਰੋਂ ਔਰਤ ਪਵਿੱਤਰ ਗਿਣੀ ਜਾਂਦੀ ਹੈ।

(67) ਜੇ ਬੱਚੇ ਦੇ ਭੱਦਣ (ਮੁੰਡਣ) ਸੰਸਕਾਰ ਹੋਣ ਤੋਂ ਪਹਿਲਾਂ ਮੌਤ ਹੋ ਜਾਵੇ ਤਾਂ ਸਪਿੰਦਾ ਸਬੰਧੀ ਇੱਕ ਦਿਨ ਦੇ ਸੂਤਕ ਬਾਅਦ ਪਵਿੱਤਰ ਗਿਣੇ ਜਾਂਦੇ ਹਨ ਤੇ ਜਿਸ ਬੱਚੇ ਦਾ ਭੱਦਣ ਸੰਸਕਾਰ ਹੋਣ ਤੋਂ ਬਾਅਦ ਮੌਤ ਹੋਈ ਹੋਵੇ ਤਾਂ ਵੇਦ ਰੀਤੀ ਮੁਤਾਬਿਕ ਉਸ ਘਰ ਤਿੰਨ ਦਿਨ ਦਾ ਸੂਤਕ ਮੰਨਿਆ ਜਾਂਦਾ ਹੈ।

(68) ਜੇ ਬਾਲਕ ਦੋ ਸਾਲ ਦੀ ਉਮਰ ਤੋਂ ਪਹਿਲਾਂ ਹੀ ਮਰ ਜਾਵੇ ਤਾਂ ਰਿਸ਼ਤੇਦਾਰ, ਅਰਥੀ ਸਮੇਤ ਫੁੱਲਾਂ ਦਾ ਹਾਰ ਤੇ ਚੰਦਨ ਦੀ ਮਾਲ਼ਾ ਪਾ ਕੇ ਨਗਰ ਦੇ ਬਾਹਰ ਸ਼ਮਸ਼ਾਨ ਘਾਟ ਵਿੱਚ ਦਫਨਾ ਦੇਣ। ਅਗਨ ਭੇਟ ਕਰਕੇ ਹੱਡੀਆਂ ਇਕੱਠੀਆਂ (ਅਸਥ) ਕਰਨ ਦੀ ਲੋੜ ਨਹੀਂ।ਅਤੇ--

(69) ਐਸੇ ਮਿਰਤਕ ਬਾਲਕ ਦੇ ਸ਼ਰੀਰ ਨੂੰ ਅਗਨ ਭੇਟ ਜਾਂ ਇਸ਼ਨਾਨ ਕਰਵਾਉਣ ਦੀ ਲੋੜ ਨਹੀਂ, ਜੇ ਚਾਹੋ ਤਾਂ ਜੰਗਲ ਵਿੱਚ ਲੱਕੜ ਦੀ ਗੇਲੀ ਵਾਂਗ ਲਪੇਟ ਕੇ ਰੱਖ ਆਉਣਾ ਭੀ ਕਾਫ਼ੀ ਹੈ। ਐਸੇ ਸਮੇਂ ਘਰ ਵਿੱਚ ਤਿੰਨ ਦਿਨ ਦਾ ਸੂਤਕ ਮੰਨਿਆ ਗਿਆ ਹੈ।

(70) ਤਿੰਨ ਸਾਲ ਤੋਂ ਘੱਟ ਉਮਰ ਦੇ ਬਾਲਕ ਦੀ ਮ੍ਰਿਤਕ ਦੇਹ ਉੱਪਰ ਸਪਿੰਦਾ ਰਿਸ਼ਤੇਦਾਰਾਂ ਵਲੋਂ ਜਲਦਾਨ ਕਿਰਿਆ (ਜਲ ਅੰਜੁਲੀ) ਨਹੀਂ ਕਰਨੀ ਚਾਹੀਦੀ। ਜਿਸਦੇ ਦੰਦ ਆਏ ਹੋਣ ਅਤੇ ਨਾਮ ਕਰਣ ਹੋ ਚੁੱਕਾ ਹੋਵੇ, ਉਸਦਾ ਅੰਤਮ ਜਲਦਾਨ ਅਤੇ ਅਗਨ-ਦਾਹ ਸੰਸਕਾਰ ਕਰਨਾ ਚਾਹੀਦਾ ਹੈ।

(71) ਜੇ ਕਿਸੇ ਸਾਥੀ ਵਿਦਿਆਰਥੀ (ਸਹਿਪਾਠੀ ਬ੍ਰਹਮਚਾਰੀ) ਦੀ ਮੌਤ ਹੋ ਜਾਵੇ ਤਾਂ ਇੱਕ ਦਿੰਨ ਦੇ ਸੂਤਕ ਦਾ ਨਿਯਮ ਹੈ, ਪਰ ਜੇ ਪਿਤਾ ਦੀ ਕੁਲ ਨਾਲ ਸਬੰਧਿਤ ਸਪਿੰਦਾ ਰਿਸ਼ਤੇ ਵਾਲਾ ਹੋਵੇ (ਸਮਾਨੋਦਕ) ਤਾਂ ਤਿੰਨ ਦਿਨ ਤੇ ਤਿੰਨ ਰਾਤਾਂ ਦੇ ਸੂਤਕ ਦਾ ਵਿਧਾਨ ਹੈ।

(72) ਜੇ ਕੰਨਿਆਂ ਦੀ ਮੌਤ ਹੋ ਜਾਏ, ਜਿਸਦੀ ਮੰਗਣੀ ਹੋਈ ਹੋਵੇ ਪਰ ਵਿਆਹ ਅਜੇ ਨਾ ਹੋਇਆ ਹੋਵੇ, ਤਾਂ ਮੰਗੇਤਰ ਅਤੇ ਉਸਦੇ ਰਿਸ਼ਤੇਦਾਰਾਂ ਵਿੱਚ ਤਿੰਨ ਦਿਨ ਦੇ ਸੂਤਕ ਦਾ ਵਿਧਾਨ ਹੈ। ਕੰਨਿਆਂ ਦੇ ਮਾਤਾ ਪਿਤਾ ਅਤੇ ਪ੍ਰਵਾਰ ਲਈ ਭੀ ਏਹੋ ਨਿਯਮ ਹੈ।

(73) ਸੋਗ ਦੇ ਦਿਨਾਂ ਵਿਚ, ਦੋਹਾਂ ਪਾਸਿਆਂ ਲਈ, ਤਿੰਨ ਦਿਨ ਬਿਨਾਂ ਲੂਣ ਵਾਲਾ ਭੋਜਨ ਖਾਣਾ, ਤਿੰਨ ਦਿਨ ਨਦੀ ਵਿੱਚ ਇਸ਼ਨਾਨ ਕਰਨਾ, ਮਾਸ ਨਾ ਖਾਣਾ ਅਤੇ ਜ਼ਮੀਨ ਤੇ ਸੌਣ ਦਾ ਵਿਧਾਨ ਹੈ।

(74) ਉੱਪਰ ਦੱਸੇ ਸੂਤਕ (ਅਪਵਿੱਤਰਤਾ) ਦੇ ਨਿਯਮ ਕੇਵਲ ਸਪਿੰਦਾ ਰਿਸ਼ਤੇਦਾਰ (ਕੁਟੰਭ) ਅਤੇ ਪਿਤਾ ਪੱਖੋਂ ਉਨ੍ਹਾਂ ਰਿਸ਼ਤਿਆਂ ਲਈ ਹਨ ਜੋ ਮ੍ਰਿਤਕ ਦੇ ਨੇੜੇ ਹੀ ਰਹਿਦੇ ਹੋਣ। ਦੂਰ ਰਹਿ ਰਹੇ ਰਿਸ਼ਤੇਦਾਰਾਂ ਲਈ ਹੇਠ ਲਿਖੇ ਨਿਯਮਾਂ ਦੀ ਪਾਲਣਾ ਕਰਨੀ ਜ਼ਰੂਰੀ ਹੈ।

(75) ਜਦੋਂ ਦੂਰ ਦੁਰਾਡੇ ਪ੍ਰਦੇਸ ਤੋਂ ਕਿਸੇ ਰਿਸ਼ਤੇਦਾਰ ਜਾਂ ਕੁਟੰਭੀ ਦੀ ਮੌਤ ਦੀ ਖਬਰ ਦਸ ਦਿਨਾਂ ਦੇ ਅੰਦਰ ਮਿਲ ਜਾਏ, ਤਾਂ ਮੌਤ ਵਾਲੇ ਦਿੰਨ ਤੋਂ ਲੈ ਕੇ ਦਸ ਦਿਨ ਅਤੇ ਦਸ ਰਾਤਾਂ ਤੀਕਰ ਸੂਤਕ (ਅਪਵਿੱਤਰਤਾ) ਦੇ ਨਿਯਮਾਂ ਦੀ ਪਾਲਣਾ ਕਰਨੀ ਜ਼ਰੂਰੀ ਹੈ।

(76) ਜੇ ਮੌਤ ਦੀ ਖਬਰ ਦਸ ਦਿਨ ਪਿੱਛੋਂ ਮਿਲੇ, ਤਾਂ ਤਿੰਨ ਦਿਨ ਤੇ ਰਾਤ ਦਾ ਸੂਤਕ ਹੈ, ਜੇ ਮੌਤ ਹੋਈ ਨੂੰ ਸਾਲ ਹੋ ਚੱਲਿਆ ਹੋਵੇ ਤਾਂ ਖਬਰ ਮਿਲਣ ਤੇ ਕੇਵਲ ਇਸ਼ਨਾਨ ਕਰਕੇ ਹੀ ਪਵਿੱਤਰ ਹੋ ਜਾਂਦਾ ਹੈ।

(77) ਜੇ ਕਿਸੇ ਪ੍ਰਾਣੀ ਨੂੰ ਆਪਣੇ ਕੁਟੰਭੀ (ਸਪਿੰਦਾ- ਪਿਤਾ ਦੇ ਪੱਖੋਂ) ਰਿਸ਼ਤੇਦਾਰ ਦੀ ਮੌਤ ਦੀ ਖਬਰ ਜਾਂ ਘਰ ਵਿੱਚ ਬੱਚੇ ਦੇ ਜਨਮ ਦੀ ਖਬਰ ਦਸ ਦਿਨਾਂ ਦੇ ਸੂਤਕ ਤੋਂ ਬਾਅਦ ਮਿਲੇ ਤਾਂ ਉਹ ਕੇਵਲ ਕੱਪੜਿਆਂ ਸਮੇਤ ਇਸ਼ਨਾਨ ਕਰ ਲਵੇ ਤਾਂ ਕਾਫੀ ਹੈ।

(78) ਪ੍ਰਦੇਸ ਵਿੱਚ, ਜੇ ਕਿਸੇ ਬਾਲਕ (ਜਿਸਦੇ ਦੰਦ ਨਾ ਆਏ ਹੋਣ) ਜਾਂ ਕਿਸੇ ਵੱਡੇ ਵਡੇਰੇ ਦੀ ਮੌਤ ਹੋ ਜਾਏ, ਜੋ ਪਿਤਾ ਦੇ ਕੁਟੰਭ ਵਿੱਚੋਂ (ਸਪਿੰਦਾ) ਨਾ ਹੋਵੇ, ਤਾਂ ਪ੍ਰਾਣੀ ਕੱਪੜਿਆਂ ਸਮੇਤ ਇਸ਼ਨਾਨ ਕਰਕੇ ਉਸੇ ਵਕਤ ਪਵਿੱਤਰ ਹੋ ਜਾਂਦਾ ਹੈ।

(79) ਜੇ ਘਰ ਵਿੱਚ ਦਸ ਦਿਨ ਦੇ ਸੂਤਕ ਦੇ ਹੁੰਦਿਆਂ ਕਿਸੇ ਹੋਰ ਜੀਅ ਦਾ ਜਨਮ ਹੋਵੇ ਜਾਂ ਮੌਤ ਹੋਵੇ ਤਾਂ ਬ੍ਰਾਹਮਣ ਪਹਿਲੇ ਦਸ ਦਿਨ ਦਾ ਸੂਤਕ ਪੂਰਾ ਹੋਣ ਤੀਕਰ ਅਸ਼ੁੱਧ ਹੀ ਮੰਨਿਆ ਜਾਂਦਾ ਹੈ।

(80) ਜਦੋਂ ਕਿਸੇ ਵੇਦ ਵਿੱਦਿਆ ਦਾਤਾ (ਵੇਦ ਗੁਰੂ) ਦੀ ਮੌਤ ਹੋ ਜਾਏ ਤਾਂ ਮੰਨਿਆ ਗਿਆ ਹੈ ਕਿ ਚੇਲਿਆਂ ਲਈ ਤਿੰਨ ਦਿਨਾਂ ਦੇ ਸੂਤਕ ਦਾ ਨਿਯਮ ਹੈ। ਜੇ ਉਸਦੀ ਪਤਨੀ ਜਾਂ ਬੇਟੇ ਦੀ ਮੌਤ ਹੋ ਜਾਏ ਤਾਂ ਚੇਲੇ ਲਈ ਇੱਕ ਦਿਨ-ਰਾਤ (ਅਹੋਤਰ) ਦੇ ਸੂਤਕ ਦਾ ਨਿਯਮ ਹੈ।

(81) ਜੇ ਕਿਸੇ ਸਰੋਤਰੀਏ (ਵੇਦ ਪਾਠੀ ਪੰਡਤ) ਦੀ ਮੌਤ ਹੋ ਜਾਵੇ ਤਾਂ ਆਂਢ ਗੁਆਂਢ ਵਿੱਚ ਰਹਿਣ ਵਾਲੇ ਪਿੰਡ ਵਾਸੀਆਂ ਦੇ ਘਰ ਤਿੰਨ ਦਿਨ ਦਾ ਸੂਤਕ, ਮਾਮੇਂ ਦੀ ਮੌਤ, ਚੇਲੇ ਦੀ ਮੌਤ, ਘਰ ਦੇ ਪਰੋਤ ਦੀ

ਮੌਤ, ਮਾਤਾ ਦੇ ਕਿਸੇ ਰਿਸ਼ਤੇਦਾਰ ਦੀ ਮੌਤ ਹੋਣ ਤੇ ਇੱਕ ਦਿਨ ਤੇ ਰਾਤ (ਅਹੋਤਰ) ਦੇ ਸੂਤਕ ਦਾ ਨਿਯਮ ਹੈ।

(82) ਜਿਸ ਰਾਜੇ ਦੇ ਰਾਜ ਵਿੱਚ ਬ੍ਰਾਹਮਣਾਂ ਦਾ ਨਿਵਾਸ ਹੋਵੇ ਅਤੇ ਉਸ ਰਾਜੇ ਦੀ ਮੌਤ ਦਿਨ ਵੇਲੇ ਹੋ ਜਾਵੇ ਤਾਂ ਪਰਜਾ ਲਈ ਸੂਰਜ ਅਸਤ ਹੋਣ ਤੀਕਰ, ਜੇ ਰਾਤ ਸਮੇਂ ਹੋਵੇ ਤਾਂ ਪਰਜਾ ਲਈ ਤਾਰਿਆਂ ਦੇ ਅਲੋਪ ਹੋਣ ਤੀਕਰ ਸੂਤਕ (ਸਵੇਰ ਤੀਕਰ) ਦਾ ਨਿਯਮ ਹੈ। ਜਿਸ ਘਰ ਅੰਦਰ ਅਸ਼ੋਤਰੀਆ ਬ੍ਰਾਹਮਣ (ਵੇਦ ਸ਼ਾਸਤ੍ਰਾਂ ਦੇ ਨਾ ਜਾਨਣ ਵਾਲਾ) ਦੀ ਮੌਤ ਹੋ ਜਵੇ, ਉਸ ਘਰ ਵਿੱਚ ਰਾਤ ਅਤੇ ਦਿੰਨ ਦਾ ਸੂਤਕ ਅਤੇ ਵੇਦ ਅਭਿਆਸੀ ਗੁਰੂ ਦੀ ਮੌਤ ਤੇ ਭੀ ਇੱਕ ਦਿੰਨ ਜਾਂ ਰਾਤ ਦੇ ਸੂਤਕ ਦਾ ਵਿਧਾਨ ਹੈ।

(83) ਬ੍ਰਾਹਮਣ ਦੇ ਸਕਿਆਂ ਵਿੱਚੋਂ (ਸਪਿੰਦਾ ਸਬੰਧੀ ਜਿਸਦਾ ਦਾ ਯਗਉਪਵੀਤ ਸੰਸਕਾਰ (**उपनयन संस्कार**) ਹੋ ਚੁੱਕਾ ਹੋਵੇ) ਮੌਤ ਮਗਰੋਂ, ਉਸਦੇ ਘਰ ਦਸ ਦਿਨ, ਖੱਤਰੀ ਦੇ ਘਰ ਬਾਰਾਂ ਦਿੰਨ, ਵੈਸ਼ ਦੇ ਘਰ ਪੰਦਰਾਂ ਦਿਨ, ਅਤੇ ਸ਼ੂਦਰ ਦੇ ਘਰ ਇੱਕ ਮਹੀਨਾ ਅਪਵਿੱਤਰ ਅਵਸਥਾ (ਸੂਤਕ) ਕਹੀ ਜਾਂਦੀ ਹੈ।

(84) ਅਗਨੀ ਹੋਤ੍ਰੀ ਬ੍ਰਾਹਮਣ (ਯੱਗ ਦੀਆਂ ਰਸਮਾਂ ਨਿਭਾਉਣ ਵਾਲਾ) ਨੂੰ, ਪੂਜਾ ਸਮੇਂ ਸੂਤਕ ਦੇ ਮਿੱਥੇ ਦਿਨਾਂ ਵਿੱਚ ਵਾਧਾ ਜਾਂ ਘਾਟਾ ਨਹੀਂ ਕਰਨਾ ਚਾਹੀਦਾ ਤੇ ਨਾ ਹੀ ਅਗਨੀ ਪੂਜਾ ਵਿੱਚ ਕੋਈ ਵਿਘਨ ਪੈਣ ਦੇਣਾ ਚਾਹੀਦਾ ਹੈ। ਪੂਜਾ ਦੀ ਰਸਮ ਨਿਭਾਉਣ ਵਾਲਾ ਅਪਵਿੱਤਰ ਨਹੀਂ ਗਿਣਿਆ ਜਾਂਦਾ ਭਾਵੇਂ ਮਰਨ ਵਾਲਾ ਉਸਦਾ ਸਪਿੰਦਾ ਸਬੰਧੀ ਹੀ ਕਿਉਂ ਨਾ ਹੋਵੇ।

(85) ਕਿਸੇ ਚੰਡਾਲ ਨੂੰ, ਮਾਂਹਵਾਰੀ ਆਈ ਔਰਤ ਨੂੰ (ਰਜਸਬਲਾ-ਮਾਸਿਕ ਧਰਮ ਵਾਲੀ ਔਰਤ), ਸਮਾਜ ਦੇ ਨਿਕਾਰੇ ਮਨੁੱਖ ਨੂੰ, ਨਵ-ਜੰਮੇਂ ਬੱਚੇ ਦੀ ਮਾਂ ਨੂੰ, ਮੁਰਦਾ ਜਾਂ ਮੁਰਦੇ ਦੀ ਅਰਥੀ ਨੂੰ ਛੂਹ ਜਾਣ ਨਾਲ, ਕੇਵਲ ਇਸ਼ਨਾਨ ਕਰਨ ਨਾਲ ਹੀ, ਮਨੁੱਖ ਪਵਿੱਤਰ ਹੋ ਜਾਂਦਾ ਹੈ।

(86) ਸਵੇਰੇ ਸਵੇਰੇ ਇਸ਼ਨਾਨ ਜਾਂ ਆਚਮਨ ਕਰਨ ਮਗਰੋਂ (ਸਵੇਰ ਦੀ ਸਫਾਈ ਕਿਰਿਆ ਮਗਰੋਂ), ਜੇ ਕੋਈ ਚੰਡਾਲ ਜਾਂ ਅਪਵਿੱਤਰ ਮਨੁੱਖ ਮੱਥੇ ਲੱਗ ਜਾਵੇ ਤਾਂ ਬ੍ਰਾਹਮਣ, ਸੂਰਜ ਮੰਤ੍ਰ ਅਤੇ ਪਵਮਾਨ ਮੰਤ੍ਰਾਂ ਅਦਿ ਦਾ ਜਾਪ, ਆਪਣੀ ਸਮ੍ਰਥਾ ਮੁਤਾਬਿਕ ਕਰੇ।

ਨੋਟ:- *ਪਵਮਾਨ (ਜਾਂ ਪਾਵਮਨੀ ਮੰਤ੍ਰ)- ਸੁਣਿਆ ਹੈ ਕਿ ਇਹ ਇੱਕ ਗਿਆਨਵਾਦ ਨਾਲ ਸਬੰਧਿਤ ਉਪਨਿਸ਼ਦ (ਬ੍ਰਿਹਿਧਾਰਣਿਯਕ ਉਪਨਿਸ਼ਦ-* ***बृहदारण्यक उपनिषद 1.3.28****) ਵਿੱਚ ਆਏ, ਮਨ ਦੀ ਸ਼ਾਂਤੀ ਲਈ ਬੰਧਨਾ ਦੇ ਸਲੋਕ ਹਨ ਅਤੇ ਇਨ੍ਹਾਂ ਮੰਤ੍ਰਾਂ ਦਾ ਸਬੰਧ ਯੁਜ਼ਰ ਵੇਦ ਨਾਲ ਭੀ ਜੁੜਿਆ ਹੋਇਆ ਹੈ ਅਤੇ ਇਸ ਵਿੱਚ ਬ੍ਰਹਮੰਡ ਅਤੇ ਬ੍ਰਹਮਾਂ ਬਾਰੇ ਕਲਪਿਤ ਸਲੋਕ ਹਨ।*

(87) ਜੇ ਬ੍ਰਾਹਮਣ ਦਾ ਹੱਥ ਕਿਸੇ ਮੁਰਦੇ ਦੀ ਮਜ਼ਾ ਹੱਡੀ (ਬੋਨ ਮੈਰੋ ਵਾਲੀ ਗਿੱਲੀ ਹੱਡੀ) ਨੂੰ ਛੂਹ ਜਾਵੇ ਤਾਂ ਸਭ ਕੁਝ ਛੱਡ ਕੇ ਪਵਿੱਤਰ ਹੋਣ ਲਈ ਇਸ਼ਨਾਨ ਕਰੇ, ਪਰ ਜੇ ਹੱਡੀ ਸੁੱਕੀ ਹੋਵੇ ਤਾਂ ਮੂੰਹ ਹੱਥ ਧੋਵੇ ਤੇ ਕੁਰਲੀ ਕਰਕੇ ਗਊ ਨੂੰ ਹੱਥ ਲਾਵੇ ਜਾਂ ਸੂਰਜ ਵੱਲ ਮੁੱਖ ਕਰਕੇ ਦਰਸ਼ਨ ਕਰਨ ਨਾਲ ਪਵਿੱਤਰ ਹੋ ਜਾਂਦਾ ਹੈ।

(88) ਬ੍ਰਹਮਚਾਰੀ ਪੁਰਸ਼, ਜਿਸਨੇ ਵਰਤ ਰੱਖਿਆ ਹੋਵੇ, ਆਪਣੇ ਮ੍ਰਿਤਕ ਸਬੰਧੀ ਦੀ ਅੰਤਿਮ ਕਿਰਿਆ ਸਮੇਂ ਜਲਦਾਨ ਨਾ ਕਰੇ, ਵਰਤ ਪੂਰਾ ਹੋਣ ਤੇ ਤਿੰਨ ਦਿਨਾਂ ਮਗਰੋਂ ਪਵਿੱਤਰ ਹੋ ਜਾਂਦਾ ਹੈ।

(89) ਉਨ੍ਹਾਂ ਮ੍ਰਿਤਕਾਂ ਲਈ 'ਉਦਕ ਕਿਰਿਆ' (ਜਲ ਅੰਜੁਲੀ, ਮ੍ਰਿਤਕ ਉੱਪਰੋਂ ਤਿਲ ਅਤੇ ਪਾਣੀ ਦਾ ਮਿਸ਼ਰਣ ਸੁੱਟਣਾ) ਦੀ ਜ਼ਰੂਰਤ ਨਹੀ, ਜਿਨ੍ਹਾਂ ਨੇ ਆਪਣੇ ਧਰਮ ਅਤੇ ਵਰਣ ਦੀ ਮਰਿਯਾਦਾ ਦਾ ਤਿਆਗ ਕੀਤਾ ਹੋਵੇ, ਜੋ ਬ੍ਰਾਹਮਣ ਅਤੇ ਇੱਕ ਨੀਚ ਜਾਤੀ ਦੀ ਔਰਤ ਦੇ ਸਬੰਧਾਂ ਕਾਰਣ ਪੈਦਾ ਹੋਏ (ਵ੍ਰਣਸ਼ੰਕਰ) ਹੋਣ, ਜੋ ਆਪਣਾ ਹੀ ਮੱਤ ਪ੍ਰਚਾਰਣ ਲੱਗ ਪੈਣ, ਜੋ ਮਨੁੱਖ ਗ੍ਰਿਸਤੀ ਤੋਂ ਸਨਿਆਸੀ ਹੋ ਕੇ ਦੁਨੀਆਂ ਤਿਆਗ ਦੇਣ ਜਾਂ ਜਿਨ੍ਹਾਂ ਨੇ ਆਤਮ ਘਾਤ ਕੀਤਾ ਹੋਵੇ।

(90) ਪਖੰਡੀ ਅਤੇ ਵੇਦ ਵਿਰੋਧੀ ਰੁਚੀਆਂ ਵਾਲੀ, ਦੁਰਾਚਾਰੀ ਅਤੇ ਗਰਭਪਾਤ ਕਰਨੇ ਵਾਲੀ ਔਰਤ, ਪਤੀ ਨੂੰ ਮੌਤ ਦੇ ਘਾਟ ਉਤਾਰਨ ਵਾਲੀ ਤੇ ਸ਼ਰਾਬ ਪੀਣੇ ਵਾਲੀ ਔਰਤ ਦੇ ਮਰਨ ਉਪਰੰਤ ਜਲਦਾਨ (ਉਦਕ ਕਿਰਿਆ) ਨਹੀਂ ਹੋ ਸਕਦੀ।

(91) ਆਪਣੇ ਅਚਾਰੀਆ ਗੁਰੂ, ਆਪਣੇ ਉਪਾਦਿਆਏ (ਸਹਾਇਕ ਗੁਰੂ), ਮਾਤਾ ਪਿਤਾ ਤੇ ਵਿੱਦਿਆ ਦਾਤਾ ਦੀ ਅਰਥੀ ਨੂੰ ਸ਼ਮਸ਼ਾਨ ਘਾਟ ਜਾਂਦਿਆਂ ਮੋਢਾ ਦੇਣ ਨਾਲ ਕਿਸੇ ਬ੍ਰਹਮਚਾਰੀ ਦੇ ਧਾਰਮਿਕ ਨਿਯਮਾਂ ਦੀ ਉਲੰਘਣਾ (ਭਿੱਟ) ਨਹੀਂ ਹੁੰਦੀ।

(92) ਮ੍ਰਿਤਕ '**ਸ਼ੂਦਰ**' ਦੀ ਅਰਥੀ ਨੂੰ ਨਗਰ ਦੀ ਦੱਖਣੀ ਦਿਸ਼ਾਂ ਵਲੋਂ, **ਵੈਸ਼** ਦੀ ਪੱਛਮ ਦਿਸ਼ਾ ਵਲੋਂ, **ਖੱਤਰੀ** ਦੀ ਉੱਤਰ ਦਿਸ਼ਾ ਵਲੋਂ ਅਤੇ **ਬ੍ਰਾਹਮਣ** ਦੀ ਅਰਥੀ ਨੂੰ ਪੂਰਬ ਦਿਸ਼ਾ ਵਲੋਂ ਸ਼ਮਸ਼ਾਨ ਘਾਟ ਨੂੰ ਲਿਜਾਣਾ ਚਾਹੀਦਾ ਹੈ।

(93) ਰਾਜੇ ਨੂੰ, ਵ੍ਰਤੀ ਬ੍ਰਹਮਚਾਰੀ ਨੂੰ, ਕਿਸੇ ਯੱਗ ਦੀ ਕਿਰਿਆ ਨਿਭਾਉਣ ਵਾਲੇ ਪਰੋਹਿਤ ਨੂੰ, ਜਾਂ ਮ੍ਰਿਤਕ ਦੇਹ ਦੀ ਸੰਸਕਾਰ ਦੀ ਰਸਮ ਅਤੇ ਚੰਦਰਾਇਣ ਵ੍ਰਤ ਦੀ ਕਿਰਿਆ ਨਿਭਾਉਂਣ ਵਾਲੇ ਨੂੰ, ਕਿਸੇ

ਸੂਤਕ-ਪਾਤਕ ਦਾ ਕੋਈ ਦੋਸ਼ ਨਹੀਂ ਲਗਦਾ। ਇਹ ਸਭ, ਰਾਜਾ ਇੰਦਰ ਦੇ ਸੰਘਾਸਣ ਤੇ ਬੈਠਣ ਵਾਲੇ ਬ੍ਰਾਹਮਣ ਹੀ ਗਿਣੇ ਜਾਂਦੇ ਹਨ। ਮ੍ਰਿਤਕ ਕਿਰਿਆ ਨਿਭਾਉਣ ਵਾਲਾ ਬ੍ਰਹਮਚਾਰੀ, ਬ੍ਰਹਮ ਸਰੂਪ ਹੀ ਕਿਹਾ ਗਿਆ ਹੈ।

(94) ਰਾਜਾ ਕਦੇ ਅਪਵਿੱਤਰ ਨਹੀਂ ਗਿਣਿਆਂ ਜਾਂਦਾ, ਕਿਉਂਕਿ ਉਹ ਮਹਾਨ ਰਾਜ ਦੇ ਸਿੰਘਾਸਣ ਦਾ ਮਾਲਕ ਹੈ ਅਤੇ ਆਪ ਪਰਜਾ ਦੀ ਰੱਖਿਆ ਕਰਨ ਲਈ ਹੀ ਰਾਜ ਸਿੰਘਾਸਣ ਤੇ ਬੈਠਾ ਹੋਣ ਕਰਕੇ, ਉਸ ਲਈ ਕੋਈ ਸੂਤਕ ਨਹੀਂ ਹੈ।

(95) ਰਾਜਾ ਚਾਹੇ ਤਾਂ, ਉੱਪਰ ਦੱਸਿਆ ਸੂਤਕ ਨਾ ਲੱਗਣ ਦਾ ਵਿਧਾਨ ਅੱਗੇ ਦੱਸੇ ਉਨ੍ਹਾਂ ਪ੍ਰਾਣੀਆਂ ਲਈ ਭੀ ਹੈ, ਜਿਨ੍ਹਾਂ ਲੋਕਾਂ ਨੇ ਲੜਾਈ ਦੇ ਮੈਦਾਨ ਵਿੱਚ ਰਾਜੇ ਦੇ ਗੈਰਹਾਜ਼ਰ ਹੁੰਦਿਆਂ ਪ੍ਰਾਣ ਤਿਆਗੇ ਹੋਣ, ਜਿਨ੍ਹਾਂ ਦੀ ਮੌਤ ਕੁਦਰਤੀ ਕਰੋਪੀ ਕਰਕੇ ਹੋਵੇ (ਜਿਵੇਂ ਬਿਜਲੀ ਪੈਣ ਨਾਲ), ਜਿਨ੍ਹਾਂ ਨੂੰ ਰਾਜੇ ਦੇ ਹੁਕਮ ਨਾਲ ਮੌਤ ਦੀ ਸਜ਼ਾ ਸੁਣਾਈ ਗਈ ਹੋਵੇ, ਜੋ ਗਊ ਬ੍ਰਾਹਮਣ ਦੀ ਰੱਖਿਆ ਕਰਦੇ ਜਾਨ ਦੇ ਦੇਣ, ਅਤੇ ਜੋ ਰਾਜੇ ਦੇ ਆਪਣੇ ਕੰਮ ਆਉਣ ਕਰਕੇ ਮਰੇ ਹੋਣ, ਇਤ ਆਦਿ ।

(96) ਪਰਜਾ ਲਈ ਰਾਜਾ, ਸੰਸਾਰ ਦੇ ਅੱਠ ਪਰਜਾਪਤੀ (ਲੋਕ ਪਾਲ) ਦੇਵਤਿਆਂ ਦਾ ਸਰੂਪ ਹੈ। ਜਿਵੇਂ ਚੰਦਰ ਦੇਵਤਾ, ਅਗਨੀ ਦੇਵਤਾ, ਸੂਰਜ ਦੇਵਤਾ, ਪਵਨ ਦੇਵਤਾ, ਇੰਦਰ ਦੇਵਤਾ, ਕੁਬੇਰ ਦੇਵਤਾ, ਵਰੁਣ ਦੇਵਤਾ, ਅਤੇ ਯਮਰਾਜ। ਇਨ੍ਹਾਂ ਅੱਠਾਂ ਲੋਕ ਪਾਲਾਂ ਦੇ ਸਰੀਰਕ ਗੁਣਾਂ ਦੇ ਵਾਸ ਕਰਕੇ ਹੀ ਰਾਜੇ ਦੀ ਹਸਤੀ ਹੈ।

(97) ਪ੍ਰਾਣੀਆਂ ਦੀ ਪਵਿੱਤਰਤਾ ਜਾਂ ਅਪਵਿੱਤਰਤਾ (ਸੂਤਕ) ਦਾ ਨਿਰਣਾ ਕਰਨ ਵਾਲੇ, ਦੇਵਤਾ ਲੋਕ ਹੀ ਹਨ ਅਤੇ ਰਾਜਾ ਆਪ ਇਨ੍ਹਾਂ ਅੱਠ ਦੇਵਤਿਆਂ ਦਾ ਵਿਆਪਕ ਰੂਪ ਹੋਣ ਕਰਕੇ ਉਸ ਲਈ ਕਿਸੇ ਸੂਤਕ (ਅਪਵਿੱਤਰਤਾ) ਦਾ ਵਿਧਾਨ ਨਹੀਂ ਹੈ।

(98) ਜੋ ਖੱਤਰੀ, ਆਪਣੇ ਖੱਤਰੀ ਧਰਮ ਦੀ ਪਾਲਣਾ ਕਰਦਾ ਹੋਇਆ ਲੜਾਈ ਦੇ ਮੈਦਾਨ ਵਿੱਚ ਸ਼ਸਤ੍ਰਾਂ ਨਾਲ ਲੜਦਾ ਜਾਨ ਦੇ ਦੇਵੇ, ਉਸਨੂੰ ਸੰਪੂਰਣ ਵੇਦ ਯੱਗ (ਸ਼ਰੂਤਾ) ਦਾ ਫਲ ਮਿਲਦਾ ਹੈ ਅਤੇ ਉਸਦੇ ਮਰਣ ਤੇ ਕਿਸੇ ਸੂਤਕ (ਅਪਵਿੱਤਰਤਾ) ਦਾ ਕੋਈ ਵਿਧਾਨ ਨਹੀਂ ਹੈ। ਇਹ ਇੱਕ ਨਿਸਚਿਤ ਰੀਤ ਹੈ।

(99) ਜਿਸ ਬ੍ਰਾਹਮਣ ਨੇ ਮ੍ਰਿਤਕ ਸੰਸਕਾਰ ਦੀ ਰਸਮ ਨਿਭਾਈ ਹੋਵੇ, ਉਹ ਆਪਣੇ ਸ਼ਰੀਰ ਉੱਪਰ ਸੱਜੇ ਹੱਥ ਨਾਲ ਜਲ ਦਾ ਛਿੱਟਾ ਮਾਰ ਕੇ ਹੀ ਪਵਿੱਤਰ ਹੋ ਜਾਂਦਾ ਹੈ। ਖੱਤਰੀ ਆਪਣੇ ਸ਼ਸਤ੍ਰਾਂ ਅਤੇ ਉਸ ਜਾਨਵਰ ਨੂੰ ਹੱਥ ਲਾ ਕੇ ਪਵਿੱਤਰ ਹੋ ਜਾਂਦਾ ਹੈ, ਜਿਸਦੀ ਉਹ ਸਵਾਰੀ ਕਰਦਾ ਹੋਵੇ। ਵੈਸ਼ ਆਪਣੀ ਸਵਾਰੀ ਨੂੰ ਹੱਕਣ ਵਾਲੀ ਚਾਬੁਕ (ਪਰੈਣ) ਨੂੰ ਛੂਹ ਕੇ ਪਵਿੱਤਰ ਹੋ ਜਾਂਦਾ ਹੈ ਅਤੇ ਸ਼ੂਦਰ ਲੱਕੜ ਦੀ ਸੋਟੀ ਨੂੰ ਛੂਹਣ ਨਾਲ ਸੂਤਕ ਮੁਕਤ ਹੋ ਜਾਂਦਾ ਹੈ।

(100) "ਐ ਦਵਿੱਜ ਜਨੋ, ਸੁਣੋ", ਪ੍ਰਾਣੀ ਦੀ ਮੌਤ ਮਗਰੋਂ, ਬ੍ਰਾਹਮਣਾਂ ਅਤੇ ਹੋਰ ਵਰਣਾਂ ਦੇ ਸਪਿੰਡਾ ਸਬੰਧੀਆਂ (ਕੁਟੰਭ) ਲਈ ਪਵਿੱਤਰ ਹੋਣ ਦੇ ਨਿਯਮ ਦੱਸ ਦਿੱਤੇ ਹਨ। ਹੁਣ ਦੂਰ ਦੇ ਨਾਤਿਆਂ (ਅਸਪਿੰਡਾ- ਸ਼ਰੀਕਾ ਭਾਈ ਚਾਰਾ) ਵਾਲੇ ਲੋਕ ਅਤੇ ਸਧਾਰਨ ਮਿਲਾਪ ਵਾਲੇ ਲੋਕਾਂ ਦੇ ਸ਼ੁਧੀਕਰਣ ਬਾਰੇ ਸੁਣੋ:-

(101) ਜੇ ਇੱਕ ਬ੍ਰਾਹਮਣ, ਦੂਸਰੇ ਬ੍ਰਾਹਮਣ ਦੇ ਮ੍ਰਿਤਕ ਸੰਸਕਾਰ ਦੀ ਰਸਮ ਨੂੰ ਨਿਭਾਉਂਦਾ ਹੈ ਅਤੇ ਉਹ ਉਸਦੇ ਸਪਿੰਡਾ ਰਿਸ਼ਤੇ (ਕੁਟੰਭ) ਵਿੱਚੋਂ ਨਾ ਹੋਵੇ ਤਾਂ ਉਹ ਤਿੰਨ ਦਿਨਾਂ ਦੇ ਸੂਤਕ ਮਗਰੋਂ ਪਵਿੱਤਰ ਹੋ ਜਾਂਦਾ ਹੈ।

(102) ਪਰ ਜੇ ਉਹ ਬ੍ਰਾਹਮਣ, ਮਰੇ ਚੁੱਕੇ ਸਪਿੰਡਾ ਪ੍ਰਾਣੀ ਦੇ ਘਰ ਦਾ ਅੰਨ ਪਾਨ ਕਰ ਲਵੇ ਤਾਂ ਉਹ ਦਸ ਦਿਨਾਂ ਦੇ ਸੂਤਕ ਮਗਰੋਂ ਪਵਿੱਤਰ ਹੁੰਦਾ ਹੈ, ਨਹੀਂ ਤਾਂ ਇੱਕ ਦਿਨ ਦਾ ਸੂਤਕ ਹੀ ਲਗਦਾ ਹੈ।

(103) ਮ੍ਰਿਤਕ ਦਾ ਆਪਣੇ ਕੁਟੰਭ ਜਾਂ ਸਬੰਧੀ (ਸ਼ਰੀਕਾ ਭਾਈਚਾਰਾ) ਜਾਂ ਕਿਸੇ ਹੋਰ ਜਾਤੀ ਦੇ ਪ੍ਰਾਣੀ ਦਾ ਅਰਥੀ ਨਾਲ ਸ਼ਮਸਾਨ ਘਾਟ ਤੱਕ ਜਾਣ ਮਗਰੋਂ ਕੱਪੜਿਆਂ ਸਮੇਤ ਇਸ਼ਨਾਨ ਕਰਕੇ ਅਗਨੀ ਸਪ੍ਰਸ਼ ਕਰ ਲੈਣ ਅਤੇ ਘਿਉ ਖਾਣ ਨਾਲ ਹੀ ਸ਼ੁਧੀ ਹੋ ਜਾਂਦੀ ਹੈ।

(104) ਆਪਣੇ ਵਰਣ ਦੇ ਲੋਕਾਂ ਦੇ ਹਾਜ਼ਰ ਹੋਣ ਤੇ ਭੀ, ਜੇ ਮ੍ਰਿਤਕ ਬ੍ਰਾਹਮਣ ਦੀ ਅਰਥੀ (ਸੀੜੀ) ਨੂੰ ਸ਼ੂਦਰ ਚੁੱਕੇ ਤਾਂ ਸ਼ੂਦਰ ਦੇ ਛੂਹਣ ਕਰਕੇ, ਭਿੱਟ ਨਾਲ ਚਿਖਾ ਅਤੇ ਉਸ ਉੱਪਰ ਪਾਉਣ ਵਾਲੀ ਸਮਗ੍ਰੀ ਭ੍ਰਿਸ਼ਟ ਹੋ ਜਾਂਦੀ ਹੈ ਅਤੇ ਮ੍ਰਿਤਕ ਨੂੰ ਸਵਰਗ ਵਿੱਚ ਜਾਣ ਲਈ ਰੁਕਾਵਟ ਬਣ ਜਾਂਦੀ ਹੈ।

(105) ਵੇਦਾਂ ਦਾ ਗਿਆਨ, ਧਾਰਮਿਕ ਸੂਝ ਬੂਝ, ਭਗਤੀ, ਪਵਿੱਤਰ ਅਗਨੀ, ਇਕਾਗਰ ਮਨ, ਪਵਿੱਤਰ ਜਲ, ਪਵਿੱਤਰ ਅਹਾਰ, ਚੌਂਕੇ ਦੀ ਮਿੱਟੀ ਵਿੱਚ ਗੋਬਰ ਮਿਲਾ ਕੇ ਦਿੱਤਾ ਗਿਆ ਪੋਚਾ, ਗਿਆਨ ਇੰਦਰੀਆਂ ਤੇ ਕਾਬੂ, ਸਾਫ ਹਵਾ, ਚੰਗੇ ਸੰਸਕਾਰ, ਸੱਚੀ ਕਿਰਤ, ਸ਼ੁੱਭ ਸਮਾਂ ਅਤੇ ਸ਼ੁੱਭ ਵਿਚਾਰ ਆਦਿ, ਜੀਵਾਂ ਲਈ ਪਵਿੱਤਰਤਾ ਦੇ ਮੁੱਖ ਪਹਿਲੂ ਗਿਣੇ ਗਏ ਹਨ।

(106) ਮਹਾਂਰਿਸ਼ੀਆਂ ਨੇ ਪਵਿੱਤਰਤਾ ਦਾ ਪ੍ਰਮੁੱਖ ਚਿੰਨ, ਮਨੁੱਖ ਦਾ ਦਸਾਂ ਨੌਹਾਂ ਦੀ ਸੱਚੀ ਕ੍ਰਿਤ ਕਰਨਾ (**अर्थ शौच**) ਕਿਹਾ ਹੈ। ਮ੍ਰਿਤਕ ਨੂੰ ਜਲਦਾਨ ਕਰਕੇ ਜਾਂ ਆਪ ਪਾਣੀ ਨਾਲ ਨਹਾਉਣ ਮਗਰੋਂ ਸ਼ੁਧੀ ਨਹੀਂ ਹੁੰਦੀ (ਬਾਹਰੀ ਦਿਖਾਵੇ)।

(107) ਵਿਦਵਾਨ ਪੁਰਸ਼ ਨਿਮਰਤਾ ਤੇ ਖਿਮਾਂ ਕਰਕੇ, ਦੁਸ਼ਟ ਕਰਮ ਕਰਨ ਵਾਲਾ ਦਾਨ ਤੇ ਦਇਆ ਕਰਕੇ, ਮਨ ਵਿੱਚ ਪਾਪ ਕਰਮ ਕਰਨ ਵਾਲਾ ਸਤਿਸੰਗ ਵਿੱਚ ਭਜਨ ਬੰਦਗੀ ਕਰਕੇ, ਬ੍ਰਹਮਚਾਰੀ ਤੇ ਵੇਦ ਪਾਠੀ ਲੋਕ ਤਪ ਤੇ ਧਿਆਨ ਰਾਹੀਂ, ਪਵਿੱਤਰ ਹੋ ਸਕਦੇ ਹਨ।

(108) (ੳ) ਮੈਲਾ ਸ਼ਰੀਰ ਮਿੱਟੀ ਅਤੇ ਪਾਣੀ ਨਾਲ ਸ਼ੁੱਧ ਹੋ ਸਕਦਾ ਹੈ, (ਅ) ਦਰਿਆ ਆਪਣੇ ਵਹਾਉ ਨਾਲ, (ੲ) ਦੂਸ਼ਤ ਅਤੇ ਕਪਟੀ ਮਨ ਵਾਲੀ ਔਰਤ ਮਾਂਹਵਾਰੀ ਆਉਣ ਨਾਲ, (ਸ) ਬ੍ਰਾਹਮਣ ਤਿਆਗੀ ਅਤੇ ਸਨਿਆਸੀ ਹੋ ਕੇ ਪਵਿੱਤਰ ਹੋ ਜਾਂਦਾ ਹੈ।

ਟਿੱਪਣੀ:- ਔਰਤ ਬਾਰੇ ਬਹੁਤ ਘਟੀਆ ਸੋਚ ਪ੍ਰਗਟ ਕੀਤੀ ਗਈ ਹੈ। ਮਾਂਹਵਾਰੀ ਕੁਦਰਤੀ ਪ੍ਰਕਿਰਿਆ ਹੈ। ਇਸ ਨਾਲ ਮਨ ਦਾ ਕੀ ਸਬੰਧ ਹੈ!

(109) ਪਾਣੀ ਦੇ ਇਸ਼ਨਾਨ ਨਾਲ ਸ਼ਰੀਰ ਬਾਹਰੋਂ ਸ਼ੁੱਧ ਹੁੰਦਾ ਹੈ। ਸਤਿ ਬਚਨ ਤੇ ਸਦਭਾਵਨਾ ਨਾਲ ਮਨ ਅਤੇ ਬਾਕੀ ਗਿਆਨ ਇੰਦਰੀਆਂ ਸ਼ੁੱਧ ਹੁੰਦੀਆਂ ਹਨ। ਤਪ (ਤਿਆਗ), ਗਿਆਨ ਅਤੇ ਧਰਮ ਦੀ ਮਰਿਯਾਦਾ ਦਾ ਪਾਲਣ ਕਰਨ ਨਾਲ ਜੀਵ ਅਤਮਾ ਅਤੇ ਪ੍ਰਮਾਤਮਾ ਦੀ ਸੋਝੀ ਪ੍ਰਾਪਤ ਹੁੰਦੀ ਹੈ।

(110) ਇਸ ਤਰਾਂ ਸ਼ਰੀਰ ਸਬੰਧੀ ਪਵਿੱਤਰਤਾ ਦੇ ਨਿਯਮ ਅਤੇ ਵਿਧੀਆਂ ਦਾ ਵਿਸਥਾਰ, ਤੁਹਾਨੂੰ ਦੱਸ ਦਿੱਤਾ ਹੈ। ਹੁਣ ਸਭ ਤਰਾਂ ਦੇ ਪਦਾਰਥਾਂ (ਮਾਲ-ਧੰਨ) ਦੀ ਸ਼ੁਧੀ ਲਈ ਨਿਯਮਾਂ ਦਾ ਵਿਸਥਾਰ ਸੁਣੋ:

ਪਦਾਰਥਾਂ ਦੀ ਸ਼ੁਧੀ –

(111) ਪੜ੍ਹੇ ਲਿਖੇ ਸੂਝਵਾਨ ਪੰਡਿਤਾਂ ਦਾ ਮੰਨਣਾ ਹੈ ਕਿ, ਚਮਕੀਲੇ ਪਦਾਰਥ (**तंजस पदार्थ**) ਜਿਵੇਂ, ਸੋਨਾ, ਚਾਂਦੀ, ਹੀਰੇ ਪੱਥਰ ਤੋਂ ਬਣੀਆਂ ਵਸਤਾਂ ਅਤੇ ਗਹਿਣੇ, ਸੁਆਹ (ਰਾਖ), ਮਿੱਟੀ ਤੇ ਪਾਣੀ ਨਾਲ ਸਾਫ਼ ਹੋ ਜਾਂਦੇ ਹਨ।

(112) ਸੋਨੇ, ਚਾਂਦੀ ਦੇ ਬਣੇ ਗਹਿਣੇ ਅਤੇ ਭਾਂਡੇ, ਜਿਨ੍ਹਾਂ ਉੱਪਰ ਕੋਈ ਦਾਗ (ਚਿਕਨਾਈ ਜਾਂ ਜੂਠ ਨਹੀਂ ਚਿਮੜਦੀ) ਨਹੀਂ ਠਹਿਰਦਾ, ਜਲ ਵਿੱਚੋਂ ਪ੍ਰਾਪਤ ਹੋਣ ਵਾਲੇ ਸੁੱਚੇ ਮੋਤੀ, ਮੂੰਗਾ, ਕੀਮਤੀ ਹੀਰੇ ਆਦਿ ਦੀਆਂ ਬਣੀਆਂ ਵਸਤਾਂ (ਗਹਿਣੇ ਆਦਿ) ਜਿਨ੍ਹਾਂ ਵਿੱਚ ਕੋਈ ਖੋਟ ਨਾ ਹੋਵੇ, ਕੇਵਲ ਪਾਣੀ ਨਾਲ ਧੋਅ ਕੇ ਹੀ ਸ਼ੁੱਧ ਹੋ ਜਾਂਦੀਆਂ ਹਨ।

(113) ਪਾਣੀ ਅਤੇ ਅੱਗ ਦੇ ਉਤਪ੍ਰੇਰਕ ਪ੍ਰਤੀਕਰਮ (ਕੈਟਾਲਿਟਿਕ ਰੀਐਕਸ਼ਨ, Catalysis) ਨਾਲ ਪ੍ਰਗਟ ਹੋਈਆਂ ਕੁਦਰਤੀ ਧਾਤਾਂ (ਸੋਨਾ, ਚਾਂਦੀ ਆਦਿ) ਨੂੰ, ਪਾਣੀ ਤੇ ਅੱਗ ਨਾਲ ਹੀ ਸ਼ੁੱਧ ਕੀਤਾ ਜਾ ਸਕਦਾ ਹੈ।

(114) ਤਾਂਬਾ, ਲੋਹਾ, ਪਿੱਤਲ, ਕਿਹੰ (ਕੈਹਾਂ), ਜਿਸਤ, ਸਿੱਕਾ, ਆਦਿ ਲੋੜੀਂਦੀਆਂ ਚੀਜ਼ਾਂ ਨੂੰ ਤਿਜ਼ਾਬ ਜਾਂ ਖਾਰ ਆਦਿਕ ਨਾਲ ਸ਼ੁੱਧ ਕੀਤਾ ਜਾ ਸਕਦਾ ਹੈ।

(115) ਘਿਉ ਤੇ ਤੇਲ ਵਰਗੇ ਤਰਲ ਪਦਾਰਥ, ਗਰਮ ਕਰਕੇ ਕੂਸਾ (ਡਿੱਭ, ਕਾਹੀ)) ਘਾਹ ਦੇ ਤੀਲਿਆਂ ਨਾਲ ਮੈਲ ਹਟਾ ਕੇ ਪੁਣ-ਛਾਣ ਕਰਕੇ ਪਵਿੱਤਰ ਹੋ ਜਾਂਦੇ ਹਨ। ਠੋਸ ਵਸਤਾਂ, ਜਿਵੇਂ ਲੱਕੜ ਦੀਆਂ ਬਣੀਆਂ ਚਾਰਪਾਈਆਂ ਅਤੇ ਮੰਜੇ ਆਦਿ ਉੱਪਰ ਡਿਗੀ ਜੂਠ ਨੂੰ ਪਾਣੀ ਨਾਲ ਧੋਅ ਕੇ, ਲੱਕੜ ਆਦਿ ਦੇ ਬਣੇ ਰਸੋਈ ਦੇ ਭਾਂਡੇ ਅਤੇ ਹੋਰ ਵਸਤਾਂ ਨੂੰ ਪਾਣੀ ਅਤੇ ਕੂਚੀ ਨਾਲ ਰਗੜ ਕੇ ਧੋਤਿਆਂ ਸ਼ੁੱਧ ਕੀਤਾ ਜਾ ਸਕਦਾ ਹੈ।।

(116) ਯੱਗ ਦੇ ਪੰਡਾਲ ਵਿੱਚ ਬਲ਼ੀ ਦੇਣ ਸਮੇਂ, ਭੋਜਨ ਲਈ ਵਰਤੇ ਗਏ ਭਾਂਡੇ-ਪਰਾਤਾਂ ਅਤੇ ਸੋਮ ਰਸ ਪੀਣ ਲਈ ਵਰਤੇ ਜਾਣ ਵਾਲੇ ਘੜੇ, ਕਮੰਡਲ, ਕੌਲੀਆਂ, ਕੜਛੀਆਂ-ਚਿਮਟੇ, ਹੱਥਾਂ ਨਾਲ ਪਾਣੀ ਵਿੱਚ ਧੋਅ ਕੇ ਸ਼ੁੱਧ ਹੋ ਜਾਂਦੇ ਹਨ।

(117) ਯੱਗ ਵਿੱਚ ਹਵਨ ਦੀ ਸਮਗਰੀ ਅਤੇ ਸ਼ਰਾਧ ਦੇ ਭੋਜਨ ਨੂੰ ਤਿਆਰ ਕਰਨ ਲਈ ਵਰਤੇ ਜਾਣ ਵਾਲੇ ਕੜਛੇ ਤੇ ਕੜਛੀਆਂ ਦੀ ਚਿਕਤੱਣ, ਗਰਮ ਪਾਣੀ ਨਾਲ ਧੋ ਕੇ ਲਾਹੁਣੀ ਚਾਹੀਦੀ ਹੈ। ਇਸੇ ਤਰਾਂ ਲੱਕੜ ਦਾ ਖੁਰਚਣਾ, ਪੋਣੀ, ਛਾਨਣੀ, ਕੂੰਡਾ-ਘੋਟਣਾ ਅਤੇ ਰਾਸ਼ਨ ਢੋਣ ਵਾਲੀ ਬੱਘੀ ਆਦਿ, ਸਭ ਗਰਮ ਪਾਣੀ ਨਾਲ ਧੋਅ ਕੇ ਸ਼ੁੱਧ ਹੋ ਜਾਂਦੇ ਹਨ।।

(118) ਜੇ ਸਾਰਾ ਅਣਪਕਾਇਆ ਅੰਨ ਜਾਂ ਬਸਤਰਾਂ ਦਾ ਢੇਰ ਭਿੱਟਿਆ (ਪਹਿਲਾਂ ਦੱਸੀਆਂ ਛੂਤ ਲੱਗਣ ਵਾਲੀਆਂ ਸਥਿਤੀਆਂ) ਜਾਵੇ ਤਾਂ ਪਵਿੱਤਰ ਕਰਨ ਲਈ ਪਾਣੀ ਦਾ ਛਿੱਟਾ ਦੇ ਕੇ ਕੀਤੀ ਹੋਈ ਧਾਰਮਿਕ ਕਿਰਿਆ ਹੀ ਕਾਫੀ ਹੈ। ਪਰ ਥੋੜੀ ਮਾਤ੍ਰਾ ਜਾਂ ਨਿਜੀ ਵਰਤੋਂ ਲਈ ਹੋਵੇ ਤਾਂ ਪਾਣੀ ਨਾਲ ਧੋਅ ਲੈਣ ਨਾਲ ਪਵਿੱਤਰ ਕਰਨ ਦਾ ਵਿਧਾਨ ਹੈ।

(119) ਯੱਗ ਵਿੱਚ ਪਹਿਨਣ ਜਾਂ ਵਿਛੌਣ ਵਾਲੇ ਬਸਤਰ ਅਤੇ ਵਰਤਣਯੋਗ ਚਮੜੇ ਦੀਆਂ ਖੱਲਾਂ (ਜਿਵੇਂ ਸ਼ੇਰ, ਹਿਰਨ ਦੀ ਖੱਲ ਆਦਿ) ਅਤੇ ਬਾਂਸ-ਬੈਂਤ ਨਾਲ ਬਣੇ ਭਾਂਡਿਆਂ ਨੂੰ, ਸ਼ੁਧੀਕਰਨ ਵਾਲੇ ਮੰਤ੍ਰਾਂ ਜਾਪ ਕਰਕੇ, ਪਾਣੀ ਦਾ ਛੱਟਾ ਕੇ ਸ਼ੁੱਧ ਕੀਤਾ ਜਾ ਸਕਦਾ ਹੈ। ਜੜ੍ਹ ਅਤੇ ਪੱਤਿਆਂ ਵਾਲੀਆਂ ਸਬਜ਼ੀਆਂ, ਫ਼ਲ ਆਦਿ ਭੀ ਅੰਨ ਵਾਂਗ ਧੋਣ ਨਾਲ ਪਵਿੱਤਰ ਹੋ ਜਾਂਦੇ ਹਨ।

(120) ਰੇਸ਼ਮ ਤੇ ਉੱਨ ਦੇ ਕੱਪੜੇ, ਕੱਲਰ ਦੀ ਮਿੱਟੀ (ਖਾਰੀ ਮਿੱਟੀ, **क्षारमिश्रित**-Alkaline) ਨਾਲ, ਕੰਬਲ ਤੇ ਖੇਸੀਆਂ ਅਰੀਠੈ ਦੀ ਛਿੱਲ ਨਾਲ ਧੋਣੇ ਚਾਹੀਦੇ ਹਨ। ਮਲਮਲ ਦੇ ਕੱਪੜੇ ਨੂੰ ਬਿੱਲ ਦੇ ਦਰਖਤ ਨੂੰ ਲੱਗੇ ਫਲਾਂ ਦੇ ਗੁੰਦੇ ਨਾਲ। ਸਣ (ਪਟਸਨ), ਅਲਸੀ ਆਦਿ ਦੇ ਰੇਸ਼ੇ ਤੋਂ ਬਣੇ ਕੰਬਲਾਂ ਦੀ ਧੁਲਾਈ, ਕੁੱਟੀ ਹੋਈ ਪੀਲੀ ਸਰੋਂ ਨਾਲ ਕੀਤੀ ਜਾ ਸਕਦੀ ਹੈ।

(121) ਵੇਦ ਵਿਧੀ ਮੁਤਾਬਿਕ, ਸੰਖ, ਸਿੰਗ, ਹੱਡੀ, ਹਾਥੀ ਦੰਦ ਆਦਿ ਦੀਆਂ ਬਣੀਆਂ ਵਸਤਾਂ ਆਦਿ, ਕੱਪੜੇ ਵਾਂਗ ਚਿੱਟੀ ਸਰੋਂ ਅਤੇ ਪਾਣੀ ਦੇ ਮਿਸ਼ਰਣ ਨਾਲ ਜਾਂ ਗਊ ਮੂਤਰ ਵਿੱਚ ਪਾਣੀ ਮਿਲਾ ਕੇ ਧੋਣ ਨਾਲ ਸ਼ੁੱਧ ਕੀਤੇ ਜਾ ਸਕਦੇ ਹਨ।

(122) ਲੱਕੜੀ, ਘਾਹ, ਅਤੇ ਪਰਾਲ਼ੀ ਆਦਿ ਦੀ ਸ਼ੁਧੀ, ਪਾਣੀ ਦਾ ਛਿੱਟਾ ਦੇਣ ਨਾਲ ਹੋ ਸਕਦੀ ਹੈ। ਘਰ ਦੀ ਸ਼ੁਧੀ, ਝਾੜੂ (ਬੁਹਾਰੀ) ਮਾਰ ਕੇ ਗੋਬਰ ਅਤੇ ਮਿੱਟੀ ਦਾ ਲੇਪਣ ਮਾਰ ਕੇ ਹੁੰਦੀ ਹੈ। ਮਿੱਟੀ ਦੇ ਭਾਂਡੇ ਅੱਗ ਥੱਲੇ ਦੁਬਾਰਾ ਤਪਾਉਣ ਨਾਲ ਸ਼ੁੱਧ ਹੋ ਜਾਂਦੇ ਹਨ।

(123) ਮਿੱਟੀ ਦਾ ਭਾਂਡਾ, ਜਿਸ ਵਿੱਚ ਪਹਿਲਾਂ, ਸ਼ਰਾਬ (ਮਧੁਰਾ), ਪਿਸ਼ਾਬ, ਚਰਬੀ, ਗੰਦਗੀ ਜਾਂ ਲਹੂ, ਪਾਏ ਗਏ ਹੋਣ, ਦੁਬਾਰਾ ਵਰਤਣ ਯੋਗ ਜਾਂ ਸ਼ੁੱਧ ਨਹੀਂ ਹੋ ਸਕਦੇ।

(124) ਚੌਂਕਾ ਅਤੇ ਘਰ ਦੇ ਵਿਹੜੇ ਨੂੰ ਪਵਿੱਤਰ ਕਰਨ ਲਈ ਪੰਜ ਤਰੀਕੇ ਹਨ, ਜਿਵੇਂ- ਝਾੜੂ ਮਾਰ ਕੇ, ਗਊ ਦੇ ਗੋਬਰ ਦਾ ਪੋਚਾ ਦੇ ਕੇ, ਗਊ ਦੇ ਪਿਸ਼ਾਬ ਦਾ ਜਾਂ ਦੁੱਧ ਦਾ ਛਿੱਟਾ ਦੇ ਕੇ, ਖੁਰਚ ਕੇ, ਜਾਂ ਉਸ ਥਾਂ ਤੇ ਇੱਕ ਦਿਨ ਤੇ ਰਾਤ ਲਈ ਗਊ ਨੂੰ ਖੜੀ ਕਰ ਦਿੱਤਾ ਜਾਵੇ, ਤਾਂ ਵਿਹੜਾ ਪਵਿੱਤਰ ਹੋ ਸਕਦਾ ਹੈ।

(125) ਪੰਛੀ ਦਾ ਜੂਠਾ ਕੀਤਾ, ਗਊ ਦਾ ਸੁੰਘਿਆ, ਪੈਰ ਨਾਲ ਛੂਹਿਆ, ਜਿਸ ਉੱਪਰ ਕਿਸੇ ਨੇ ਛਿੱਕ (ਨਿੱਛ) ਮਾਰੀ ਹੋਵੇ, ਜਿਸ ਭੋਜਨ ਵਿੱਚੋਂ 'ਵਾਲ' ਜਾਂ ਕੀੜਾ ਨਿਕਲੇ, ਉਹ ਭੋਜਨ ਖਾਣ ਯੋਗ ਨਹੀਂ ਰਹਿੰਦਾ। ਉਸਨੂੰ ਖਿਲਾਰ ਕੇ ਉੱਪਰ ਮਿੱਟੀ ਪਾ ਦੇਣੀ ਚਾਹੀਦੀ ਹੈ।

(126) ਦੁਬਾਰਾ ਵਰਤਣ ਯੋਗ ਗੰਦੇ ਭਾਂਡੇ ਅਤੇ ਕੱਪੜੇ ਨੂੰ, ਜਾਂ ਜਿਸ ਵਸਤੂ ਨੂੰ ਪਾਣੀ ਅਤੇ ਮਿੱਟੀ ਨਾਲ ਸਾਫ਼ ਕੀਤਾ ਜਾ ਸਕਦਾ ਹੈ, ਧੋਈ ਜਾਣਾ ਚਾਹੀਦਾ ਹੈ ਜਦ ਤੀਕਰ ਪੂਰੀ ਤਰਾਂ ਬੇਦਾਗ ਨਾ ਹੋ ਜਾਵੇ ਅਤੇ ਬਦਬੂਅ ਆਉਣੋਂ ਨਹੀਂ ਹਟਦੀ।

(127) ਦੇਵਤਿਆਂ ਨੇ, ਬ੍ਰਾਹਮਣਾਂ ਲਈ ਤਿੰਨ ਤਰਾਂ ਦੀਆਂ ਵਸਤੂਆਂ ਨੂੰ ਸ਼ੁੱਧ ਕਿਹਾ ਹੈ:-
(ੳ) - ਜਿਸਦੀ ਅਪਵਿੱਤਰਤਾ ਅੱਖਾਂ ਨਾਲ ਨਾ ਦੇਖੀ ਜਾ ਸਕੇ,
(ਅ)- ਜਿਸਨੂੰ ਪਾਣੀ ਨਾਲ ਧੋਤਾ ਜਾ ਸਕਦਾ ਹੋਵੇ,**(ੲ)**- ਜਿਸਨੂੰ ਬ੍ਰਾਹਮਣ ਨੇ ਪਾਠ ਪੂਜਾ (ਮੰਤ੍ਰਪੜ੍ਹ ਕੇ) ਕਰਕੇ ਛੂਹਣ ਮਗਰੋਂ ਪਵਿੱਤਰ ਕਹਿ ਦਿੱਤਾ ਹੋਵੇ।

(128) ਸਾਫ਼ ਜਗ੍ਹਾ ਉੱਪਰ ਜਮ੍ਹਾਂ ਹੋਇਆ ਐਸਾ ਪਾਣੀ ਪਵਿੱਤਰ ਗਿਣਿਆ ਜਾਂਦਾ ਹੈ, ਜੋ ਇਤਨੀ ਕੁ ਮਾਤ੍ਰਾ ਵਿੱਚ ਹੋਵੇ ਕਿ ਇੱਕ ਗਊ ਦੀ ਪਿਆਸ ਬੁਝ ਸਕਦੀ ਹੋਵੇ।
ਜਿਸ ਵਿੱਚੋਂ ਬਦਬੂ ਨਾ ਆਉਂਦੀ ਹੋਵੇ, ਜਿਸਦਾ ਕੋਈ ਰੰਗ ਨਾ ਹੋਵੇ, ਅਤੇ ਜਿਸ ਵਿੱਚ ਕੋਈ ਅਪਵਿੱਤਰ ਵਸਤੂ ਗਿਰੀ ਹੋਈ ਨਜ਼ਰ ਨਾ ਆਉਂਦੀ ਹੋਵੇ, ਉਹ ਪਾਣੀ ਪੀਣ ਲਈ ਪਵਿੱਤਰ ਗਿਣਿਆ ਜਾ ਸਕਦਾ ਹੈ।

(129) ਇਹ ਇੱਕ ਨਿਸਚਿਤ ਸਿਧਾਂਤ ਹੈ ਕਿ, ਇੱਕ ਕਾਰੀਗਰ ਦੇ ਹੱਥ ਸਦਾ ਪਵਿੱਤਰ ਹੁੰਦੇ ਹਨ। ਪੰਸਾਰੀ ਦੀ ਦੁਕਾਨ ਅਤੇ ਬਜ਼ਾਰ ਵਿੱਚ ਵਿਕਣ ਵਾਲੀਆਂ ਵਸਤਾਂ, ਇੱਕ ਬ੍ਰਹਮਚਾਰੀ ਦੀ ਮੰਗ ਕੇ ਲਿਆਂਦੀ ਭਿੱਖਿਆ, ਹਮੇਸ਼ਾ ਸ਼ੁੱਧ ਅਤੇ ਵਰਤਣਯੋਗ ਮੰਨੀ ਗਈ ਹੈ।

(130) ਇਸਤ੍ਰੀ ਦਾ ਮੁੱਖ ਸਦਾ ਪਵਿੱਤਰ ਹੁੰਦਾ ਹੈ, ਪੰਛੀ ਦਾ ਟੁੱਕ ਕੇ ਸੁੱਟਿਆ ਫਲ ਅਪਵਿੱਤਰ ਨਹੀਂ ਹੁੰਦਾ। ਬਛਰੇ (ਬੱਛੇ) ਦੇ ਚੁੰਘਣ ਨਾਲ ਥਣ ਅਤੇ ਦੁੱਧ ਅਪਵਿੱਤਰ ਨਹੀ ਹੁੰਦੇ। ਮਾਲਕ ਲਈ, ਹਿਰਣ ਦਾ ਸ਼ਿਕਾਰ ਕਰਨ ਵਾਲੇ ਕੁੱਤੇ ਦਾ ਮੂੰਹ ਜੂਠਾ ਨਹੀਂ ਗਿਣਿਆਂ ਜਾਂਦਾ।

(131) ਮਨੂੰ ਜੀ ਦੀ ਆਗਿਆ ਹੈ ਕਿ ਕੁੱਤਿਆਂ ਨਾਲ ਸ਼ਿਕਾਰ ਕੀਤੇ ਹੋਏ ਹਿਰਨ ਦਾ ਕੱਚਾ ਮਾਸ ਪਵਿੱਤਰ ਹੈ।ਸਿਖਾਏ ਹੋਏ ਮਾਸਾਹਾਰੀ ਜਾਨਵਰਾਂ ਅਤੇ ਪੰਛੀਆਂ ਨਾਲ ਕੀਤਾ ਹੋਇਆ ਸ਼ਿਕਾਰ, ਨੀਵੀ ਜਾਤ ਦੇ ਆਦਿਵਾਸੀਆਂ (ਗੁਲਾਮ ਤੇ ਚੰਡਾਲ) ਵਲੋਂ ਸ਼ਿਕਾਰ ਕਰਕੇ ਦਿੱਤਾ ਮਾਸ, ਬ੍ਰਾਹਮਣ ਲਈ ਸ਼ੁੱਧ ਅਤੇ ਖਾਣਯੋਗ ਹੈ।

(132) ਸਾਰੀਆਂ ਇੰਦਰੀਆਂ ਜੋ ਨਾਭੀ (ਧੁੰਨੀ) ਤੋਂ ਉੱਪਰ ਹਨ, ਉਹ ਸਭ ਪਵਿੱਤਰ ਹਨ। ਨਾਭੀ ਤੋਂ ਹੇਠਾਂ ਇੰਦਰੀਆਂ ਅਸ਼ੁੱਧ ਹਨ।ਸਰੀਰ ਰਾਹੀਂ ਨਿਕਲਣ ਵਾਲਾ ਮਲ਼ ਮੂਤਰ ਅਤੇ ਪਸੀਨਾ ਭੀ ਅਸ਼ੁੱਧ ਹੈ।

(133) ਭੋਜਨ ਉੱਪਰ ਮਧੂ ਮੱਖੀ ਬੈਠਣ ਨਾਲ ਅਤੇ ਉਡ ਕੇ ਮੂੰਹ ਉੱਪਰ ਪੈਂਦੇ ਪਾਣੀ ਦੇ ਤਿਪਕਿਆਂ ਨਾਲ, ਗਊ, ਘੋੜੇ ਦੇ ਪ੍ਰਛਾਵੇਂ ਨਾਲ, ਸੂਰਜ ਕਿਰਨ, ਧੁੱਦਲ, ਮਿੱਟੀ, ਹਵਾ ਤੇ ਅਗਨੀ ਆਦਿ ਦੇ ਸਪਰਸ਼ ਨਾਲ ਕੁਝ ਵੀ ਅਪਵਿੱਤਰ ਨਹੀਂ ਹੁੰਦਾ।

(134) ਸਰੀਰ ਦੀਆਂ ਬਾਰਾਂ ਗੰਦਗੀ ਤਿਆਗਣ ਵਾਲੀਆਂ ਇੰਦਰੀਆਂ ਵਿੱਚੋਂ, ਮਲ-ਮੂਤਰ (ਟੱਟੀ ਪਿਸ਼ਾਬ) ਦਾ ਤਿਆਗ ਕਰਨ ਵਾਲੀਆਂ ਇੰਦਰੀਆਂ ਨੂੰ ਪਾਣੀ ਅਤੇ ਮਿੱਟੀ ਨਾਲ ਸਾਫ਼ ਕਰਨ ਤੋਂ ਇਲਾਵਾ ਬਾਕੀ ਇੰਦਰੀਆਂ ਨੂੰ ਲੋੜੀਂਦੀ ਵਿਧੀ ਅਨੁਸਾਰ ਸਾਫ਼ ਕੀਤਾ ਜਾ ਸਕਦਾ ਹੈ।

(135) ਚਮੜੀ ਉੱਪਰ ਆਇਆ ਪਸੀਨਾ ਅਤੇ ਤੇਲ, ਚਰਬੀ, ਵੀਰਜ, ਖ਼ੂਨ, ਪਿਸ਼ਾਬ, ਵਿਸ਼ਟਾ (ਟੱਟੀ), ਨੱਕ ਦੀ ਗੰਦਗੀ, ਕੰਨਾਂ ਦੀ ਮੈਲ, ਖੰਘਾਰ (ਗਲੇ ਦੀ ਰੇਸ਼ਾ), ਅੱਖਾਂ ਦਾ ਪਾਣੀ (ਅੱਥਰੂ), ਅੱਖਾਂ ਦੀ ਗਿੱਦ ਤੇ ਪਸੀਨਾ, ਇਹ ਸਭ ਸ਼ਰੀਰ ਦੀਆਂ ਬਾਹਰੀ ਅਸ਼ੁੱਧੀਆਂ ਹਨ।

(136) ਸਫਾਈ ਰੱਖਣ ਦੀ ਇੱਛਾ ਵਾਲਾ ਮਨੁੱਖ, ਆਪਣੇ ਲਿੰਗ ਨੂੰ ਇੱਕ ਵਾਰ, ਗੁਦਾ ਨੂੰ ਤਿੰਨ ਵਾਰ, ਪਛਾਬ ਵਾਲੀ ਥਾਂ ਇੱਕ ਵਾਰ, ਮਿੱਟੀ ਲਾ ਕੇ ਪਾਣੀ ਨਾਲ ਸਾਫ ਕਰੇ। ਇਸ ਮਗਰੋਂ ਖੱਬੇ ਹੱਥ ਨੂੰ ਦਸ ਵਾਰ, ਦੋਹਾਂ ਹੱਥਾਂ ਨੂੰ ਸੱਤ ਵਾਰ ਮਿੱਟੀ ਮਲ਼ ਕੇ ਜਲ ਨਾਲ ਸਾਫ਼ ਕਰੇ। ਗੁਦਾ ਨੂੰ ਸਾਫ ਕਰਨ ਲਈ ਅਕਸਰ ਖੱਬਾ ਹੱਥ ਵਰਤਿਆ ਜਾਂਦਾ ਹੈ।

(137) ਸੁੱਚਮਤਾ ਦੀ ਇਹ ਵਿਧੀ ਗ੍ਰਿਸਤੀਆਂ ਲਈ ਹੈ।ਬ੍ਰਾਹਮਚਾਰੀਆਂ ਨੂੰ ਇਸਤੋਂ ਦੁੱਗਣੀ ਅਤੇ ਸਨਿਆਸੀ ਸਾਧੂਆਂ ਨੂੰ ਇਸਤੋਂ ਤਿੱਗਣੀ, ਤੇ ਤਪੱਸਵੀ ਸਾਧੂਆਂ ਲਈ ਇਸਤੋਂ ਚਾਰ ਗੁਣਾਂ ਸੁੱਚਮਤਾ ਰੱਖਣ ਦਾ ਵਿਧਾਨ ਹੈ।

(138) ਟੱਟੀ ਪਿਸ਼ਾਬ ਦੀ ਕਿਰਿਆ ਤੋਂ ਬਾਅਦ, ਹੱਥ ਧੋ ਕੇ ਕਰੂਲੀ ਕਰੇ ਤੇ ਮੂੰਹ ਉੱਪਰ ਪਾਣੀ ਦੇ ਛਿੱਟੇ ਮਾਰੇ। ਬੇਦ ਪਾਠ ਜਾਂ ਭੋਜਨ ਖਾਣ ਤੋਂ ਪਹਿਲਾਂ ਤਿੰਨ ਵਾਰ ਆਚਮਨ ਕਰੇ ਅਤੇ ਮਗਰੋਂ ਦੋ ਵਾਰ ਮੂੰਹ ਹੱਥ ਧੋ ਕੇ, ਗਿੱਲੇ ਹੱਥਾਂ ਨਾਲ, ਅੱਖਾਂ, ਨੱਕ, ਕੰਨ ਅਤੇ ਮੂੰਹ ਨੂੰ ਸਪ੍ਰਸ਼ ਕਰੇ।

(139) ਸ਼ਰੀਰਕ ਸ਼ੁਧੀ ਲਈ ਜਰੂਰੀ ਹੈ ਕਿ ਇੱਕ ਦਵਿੱਜ ਪੁਰਸ਼, ਤਿੰਨ ਵਾਰ ਆਚਮਨ ਕਰੇ, ਫਿਰ ਦੋ ਵਾਰ ਮੂੰਹ ਧੋਵੇ। ਸ਼ੂਦਰ ਅਤੇ ਔਰਤ ਲਈ ਇੱਕ ਵਾਰ ਆਚਮਨ ਕਰਨਾ ਹੀ ਕਾਫ਼ੀ ਹੈ।

ਟਿੱਪਣੀ:– 'ਆਚਮਨ' *ਸ਼ਬਦ ਪਹਿਲਾਂ ਭੀ ਕਈ ਬਾਰ ਆ ਚੁੱਕਾ ਹੈ। ਇਸ ਵਾਰੇ ਸੰਖੇਪ ਵਿੱਚ ਵਿਚਾਰ ਲਿਆ ਜਾਵੇ ਤਾਂ ਠੀਕ ਹੈ। ਅਸਲ ਵਿੱਚ, ਹਿੰਦੂ ਧਰਮ ਵਿੱਚ ਹਰ ਪੂਜਾ ਜਾਂ ਸ਼ੁੱਭ ਕਰਮ ਤੋਂ ਪਹਿਲਾਂ ਆਚਮਨ ਕਰਨ ਦੀ ਰੀਤ ਪੁਰਾਤਨ ਸਮੇਂ ਤੋਂ ਚਲੀ ਆਉਂਦੀ ਹੈ। ਸਿੱਧੇ ਤੌਰ ਤੇ ਇਸਦਾ ਸਬੰਧ ਅੰਦਰ ਦੀ ਸਵੱਛਤਾ ਨਾਲ ਹੈ। ਬਦਲਦੇ ਬਦਲਦੇ ਇਸਦੇ ਕਈ ਰੂਪ ਹੋ ਗਏ ਹਨ। ਆਮ ਤੌਰ ਤੇ ਖੱਬੇ ਹੱਥ ਦੀ ਪਹਿਲੀ ਉਂਗਲ ਅਤੇ ਅੰਗੂਠੇ ਨੂੰ ਜੋੜਕੇ ਬਣੀ ਚੁਲੀ ਵਿੱਚ ਤਾਂਬੇ ਦੀ ਗੜਵੀ ਨਾਲ ਥੋੜ੍ਹਾ ਜਲ ਪਾ ਕੇ (ਜਿਸ ਨਾਲ ਗਲ਼ਾ ਗਿੱਲਾ ਹੋ ਜਾਵੇ), ਉਤਰ-ਪੂਰਬ ਦਿਸ਼ਾ ਵੱਲ ਮੂੰਹ ਕਰਕੇ ਇਕਾਗਰ ਮਨ ਨਾਲ, ਤਿੰਨ ਬਾਰ ਚੂਲੀ ਭਰੀ ਜਾਂਦੀ ਹੈ ਅਤੇ ਤਿੰਨ ਮੰਤ੍ਰਾਂ ਦਾ ਜਾਪ ਕੀਤਾ ਜਾਂਦਾ ਹੈ। ਦਵਿੱਜਾਂ ਲਈ ਸਵੇਰੇ ਉਠਦਿਆਂ, ਖਾਣਾ ਖਾਣ ਤੋਂ ਪਹਿਲਾਂ ਅਤੇ ਮਗਰੋਂ, ਝੂਠ ਬੋਲਣ (ਅਸਤਿ ਬਚਨ) ਮਗਰੋਂ ਅਤੇ ਛਿੱਕ ਆ ਜਾਣ ਤੇ ਆਚਮਨ ਕਰਨਾ ਜ਼ਰੂਰੀ ਹੈ। ਸਫ਼ਾਈ ਪੱਖੋਂ ਦੇਖਦਿਆਂ ਹੋਰ ਧਰਮਾਂ ਦੇ ਲੋਕ ਭੀ ਕਿਸੇ ਨਾ ਕਿਸੇ ਰੂਪ ਵਿੱਚ ਇਸ ਕਿਰਿਆ ਨੂੰ ਕਰਦੇ ਹਨ।*

ਨੋਟ:– *ਇਸਤ੍ਰੀ ਅਤੇ ਸ਼ੂਦਰ ਲਈ, ਧਾਰਮਿਕ ਰੀਤਾਂ ਕਰਨ ਦਾ ਕੋਈ ਵਿਧਾਨ ਹੀ ਨਹੀਂ ਹੈ, ਪਰ ਇਨ੍ਹਾਂ ਲਈ ਆਚਮਨ ਕਰਨ ਬਾਰੇ ਇਸ ਸਲੋਕ ਵਿੱਚ, ਪਤਾ ਨਹੀਂ ਕਿਉਂ ਹਵਾਲਾ ਦਿੱਤਾ ਗਿਆ ਹੈ।*

(140) ਵੇਦ ਵਿਧੀ ਅਤੇ ਸ਼ਾਸਤ੍ਰਾਂ ਦੇ ਅਸੂਲਾਂ ਮੁਤਾਬਿਕ, ਜ਼ਰੂਰੀ ਹੈ ਕਿ ਸ਼ੂਦਰ ਮਹੀਨੇ ਵਿੱਚ ਇੱਕ ਵਾਰ ਆਪਣੇ ਸਿਰ ਦੀ ਮੁਨਾਈ ਕਰਵਾਏ। ਜਨਮ ਅਤੇ ਮੌਤ ਦੇ ਸੂਤਕ ਸਮੇਂ, ਸ਼ੂਦਰ ਲਈ ਸ਼ੁਧੀ ਦੇ ਨਿਯਮ (ਜਨਮ-ਮਰਣ, ਸੁੱਚ-ਭਿੱਟ, ਸੂਤਕ-ਪਾਤਕ) ਵੈਸ਼ ਵਾਲੇ ਹੀ ਹਨ। ਵੈਸ਼ ਅਤੇ ਸ਼ੂਦਰ ਨੂੰ, ਬ੍ਰਾਹਮਣ ਅਤੇ ਖੱਤਰੀ ਦੀ ਛੱਡੀ ਹੋਈ ਜੂਠ (**उच्छिष्ट-** ਉਚਿਸ਼ਟ ਭੋਜਨ) ਦਾ ਭੋਜਨ ਕਰਨਾ ਚਾਹੀਦਾ ਹੈ।

(141) ਖਾਣਾ ਖਾਂਦਿਆਂ ਮੂੰਹ ਵਿੱਚੋਂ ਨਿਕਲ ਕੇ ਸ਼ਰੀਰ ਤੇ ਡਿੱਗੇ ਪਾਣੀ ਜਾਂ ਲਾਲ਼ਾਂ ਦੀਆਂ ਬੂੰਦਾਂ, ਮਨੁੱਖ ਦੇ ਸ਼ਰੀਰ ਨੂੰ ਅਪਵਿੱਤਰ ਨਹੀਂ ਕਰਦੀਆਂ, ਨਾ ਹੀ ਖਾਣਾ ਖਾਂਦਿਆਂ ਮੂੰਹ ਵਿਚ ਗਿਆ ਮੁੱਛ ਜਾਂ ਦਾੜ੍ਹੀ ਵਾਲ ਜਾਂ ਦੰਦਾਂ ਵਿੱਚ ਫਸੇ ਭੋਜਨ ਨਾਲ ਮਨੁੱਖ ਜੂਠਾ ਜਾਂ ਅਪਵਿੱਤਰ ਹੁੰਦਾ ਹੈ।।

(142) ਦੂਸਰੇ ਨੂੰ ਪਾਣੀ ਪਿਲਾਉਂਦਿਆਂ ਜਾਂ ਕੁਰਲਾ (ਆਚਮਨ) ਕਰਾਂਉਦੇ ਸਮੇਂ ਪੈਰਾਂ ਤੇ ਪਏ ਪਾਣੀ ਦੇ ਛਿੱਟੇ ਭੀ ਮਨੁੱਖ ਨੂੰ ਅਪਵਿੱਤਰ ਨਹੀਂ ਕਰਦੇ। ਉਸ ਪਾਣੀ ਨੂੰ ਧਰਤੀ ਤੇ ਗਿਰਿਆ ਪਾਣੀ ਹੀ ਸਮਝਣਾ ਚਾਹੀਦਾ ਹੈ।

(143) ਭੋਜਨ ਨੂੰ ਲੈ ਕੇ ਜਾਂਦਿਆਂ, ਜੇ ਕੋਈ ਅਪਵਿੱਤਰ ਮਨੁੱਖ ਜਾਂ ਅਪਵਿੱਤਰ ਵਸਤੂ ਸਪ੍ਰਸ਼ ਕਰ ਜਾਵੇ, ਤਾਂ ਬਿਨਾਂ ਧਰਤੀ ਤੇ ਰੱਖਿਆਂ ਪਾਣੀ ਦਾ ਛਿੱਟਾ ਦੇਣ ਨਾਲ ਪਵਿੱਤਰ ਹੋ ਜਾਂਦਾ ਹੈ।

(144) ਖਾਣਾ ਖਾਣ ਤੋਂ ਪਹਿਲਾਂ, ਜੇ ਕਿਸੇ ਨੂੰ ਉਲਟੀਆਂ ਅਤੇ ਟੱਟੀਆਂ ਲੱਗੀਆਂ ਹੋਣ ਤਾਂ ਇਸ਼ਨਾਨ ਕਰਕੇ ਕੁਝ ਘਿਉ ਪੀਣ ਨਾਲ ਸ਼ੁਧੀ ਹੋ ਜਾਂਦੀ ਹੈ। ਭੋਜਨ ਖਾਣ ਤੋਂ ਬਾਅਦ ਉਸੇ ਵੇਲੇ ਲੱਗ ਜਾਣ ਤਾਂ ਕੇਵਲ ਆਚਮਨ ਕਰਨਾ ਹੀ ਕਾਫ਼ੀ ਹੈ। ਮਾਂਹਵਾਰੀ (ਪ੍ਰਸੂਤੀ) ਆਈ ਔਰਤ ਨਾਲ ਭੋਗ ਕਰਨ ਮਗਰੋਂ ਜਾਂ ਸੁਪਨਦੋਸ਼ ਹੋ ਜਾਣ ਤੇ, ਨਿਉਂਦਾ ਛਕਣ ਤੋਂ ਪਹਿਲਾਂ ਸਰੀਰਕ ਸ਼ੁਧੀ ਲਈ ਇਸ਼ਨਾਨ ਕਰਨ ਦਾ ਵਿਧਾਨ ਹੈ।

(145) ਮਨੁੱਖ ਪਹਿਲਾਂ ਭਾਵੇਂ ਪਵਿੱਤਰ ਹੀ ਹੋਵੇ ਪਰ, ਸੌਂ ਕੇ ਉੱਠਣ ਮਗਰੋਂ, ਛਿੱਕ ਮਾਰਨ ਮਗਰੋਂ, ਖਾਣ ਮਗਰੋਂ, ਥੁੱਕਣ ਮਗਰੋਂ, ਝੂਠ ਬੋਲਣ ਮਗਰੋਂ, ਅਤੇ ਵੇਦ ਪਾਠ ਕਰਨ ਤੋਂ ਪਹਿਲਾਂ ਮੂੰਹ ਧੋਅ ਕੇ ਆਚਮਨ ਕਰਨਾ ਜ਼ਰੂਰੀ ਹੈ।

(146) ਇਸ ਤਰਾਂ ਸਭ ਵਰਣਾਂ ਲਈ, ਸ਼ਰੀਰਕ ਸ਼ੁਧੀ ਅਤੇ ਪਦਾਰਥ ਸ਼ੁਧੀ ਦੇ ਕਿਰਿਆ ਕਰਮ ਦੱਸ ਦਿੱਤੇ ਹਨ ਅਤੇ ਹੁਣ ਔਰਤ ਦੇ ਧਰਮ ਕਰਮ ਬਾਰੇ ਅੱਗੇ ਸੁਣੋ---

ਔਰਤ ਦਾ ਧਰਮ-ਕਰਮ ਅਤੇ ਜੀਵਨ ਜੁਗਤੀ -

(147) ਇਸਤ੍ਰੀ ਭਾਵੇਂ ਇੱਕ ਬਾਲ ਕੰਨਿਆਂ ਹੋਵੇ, ਜੁਆਨ ਜਾਂ ਬੁੱਢੀ ਹੋਵੇ, ਉਸਨੂੰ ਘਰ ਵਿੱਚ ਕੋਈ ਭੀ ਕੰਮ ਆਪਣੀ ਮਰਜ਼ੀ (ਭਾਵ-ਪੁਰਸ਼ ਦੀ ਆਗਿਆ ਬਿਨਾਂ) ਨਾਲ ਨਹੀਂ ਕਰਨ ਦੇਣਾ ਚਾਹੀਦਾ।

(148) ਔਰਤ, ਬਚਪਨ ਵਿੱਚ ਆਪਣੇ ਪਿਤਾ ਦੀ ਆਗਿਆ ਵਿੱਚ ਰਹੇ, ਜਵਾਨੀ ਵਿੱਚ ਆਪਣੇ ਪਤੀ ਦੀ ਆਗਿਆ ਵਿੱਚ, ਅਤੇ ਵਿਧਵਾ ਹੋਣ ਤੇ ਆਪਣੇ ਪੁੱਤਰਾਂ ਦੀ ਆਗਿਆ ਵਿੱਚ ਰਹੇ। ਔਰਤ ਨੂੰ ਕਦੇ ਭੀ ਆਪਣੀ ਮਰਜ਼ੀ ਕਰਨ ਦੀ ਖੁੱਲ੍ਹ ਨਹੀਂ ਹੋਣੀ ਚਾਹੀਦੀ ।

(149) ਇਸਤਰੀ ਨੂੰ ਆਪਣੇ ਪਿਤਾ, ਪਤੀ, ਤੇ ਪੁੱਤਰਾਂ ਤੋਂ ਵੱਖਰੇ ਹੋਣ ਬਾਰੇ ਕਦੇ ਨਹੀਂ ਸੋਚਣਾ ਚਾਹੀਦਾ, ਕਿਉਂਕਿ ਐਸਾ ਕਰਨ ਨਾਲ ਕੋਈ ਅਸ਼ੰਕਾ ਜਾਂ ਘਟਨਾ ਵਾਪਰਨ ਕਰਕੇ, ਉਸਦੇ ਪਿਤਾ ਅਤੇ ਪਤੀ ਦੀ ਕੁਲ ਨੂੰ ਦੋਸ਼ ਲੱਗਦਾ ਹੈ (ਦਾਗ ਲੱਗਦਾ ਹੈ)।

(150) ਇਸਤ੍ਰੀ ਲਈ ਜ਼ਰੂਰੀ ਹੈ ਕਿ ਘਰ ਵਿੱਚ ਹਮੇਸ਼ਾ ਖੁਸ਼ੀ ਦਾ ਮਹੌਲ ਰੱਖ ਕੇ ਹੁਸ਼ਿਆਰੀ ਨਾਲ ਘਰ ਦੀ ਸਾਂਭ ਸੰਭਾਲ ਕਰੇ। ਰਸੋਈ ਅਤੇ ਭਾਂਡਿਆਂ ਦੀ ਸਫ਼ਾਈ ਦਾ ਖਿਆਲ ਰੱਖੇ ਅਤੇ ਬੇਲੋੜੇ ਖਰਚ ਤੋਂ ਸੰਕੋਚ ਕਰੇ।

(151) ਪਿਤਾ ਜਾਂ ਪਿਤਾ ਦੀ ਸਹਿਮਤੀ ਨਾਲ ਉਸਦਾ ਭਾਈ, ਜਿਸ ਪੁਰਸ਼ ਨਾਲ ਭੀ ਉਸਦੀ ਸ਼ਾਦੀ ਕਰੇ, ਆਪਣੇ ਪਤੀ ਦੀ ਸਾਰੀ ਉਮਰ ਸ਼ੁੱਧ ਹਿਰਦੇ ਨਾਲ ਸੇਵਾ ਕਰੇ ਅਤੇ ਉਸਦੀ ਮੌਤ ਮਗਰੋਂ ਪਤੀ-ਵਰਤਾ ਧਰਮ ਦਾ ਉਲੰਘਣ ਨਾ ਕਰੇ।

(152) ਵਿਆਹ ਦੀ ਰਸਮ ਵਿੱਚ ਕੀਤਾ ਵੇਦ ਮੰਤ੍ਰਾਂ ਦਾ ਪਾਠ, ਪ੍ਰਮੇਸ਼ਰ ਦੀ ਪੂਜਾ (ਪ੍ਰਜਾਪਤਿ ਯੱਗ) ਅਤੇ ਧਾਰਮਿਕ ਰਸਮਾਂ, ਸਿਰਫ ਸ਼ੁੱਭ ਕਾਮਨਾਵਾਂ ਅਤੇ ਉਨ੍ਹਾਂ ਦੇ ਕਲਿਆਣ ਹਿੱਤ ਹੀ ਕੀਤੇ ਜਾਂਦੇ ਹਨ,

ਅਸਲ ਵਿੱਚ ਮੰਗਣੀ ਦੀ ਰਸਮ (ਕੁੜਮਾਈ) ਪੂਰੀ ਹੁੰਦਿਆਂ ਹੀ, ਪਤੀ ਦਾ ਔਰਤ ਉੱਪਰ ਪੂਰਾ ਅਧਿਕਾਰ ਹੋ ਜਾਂਦਾ ਹੈ।

(153) ਵੇਦ ਮੰਤ੍ਰਾਂ ਦੀ ਰੀਤ ਨਾਲ **'ਵਿਆਹ ਸੰਸਕਾਰ'** ਦੀ ਰਸਮ ਕਰਕੇ, ਔਰਤ ਨੂੰ ਜੋ ਪਤੀ ਪ੍ਰਮੇਸ਼ਰ ਦਾ ਸਾਥ ਮਿਲਦਾ ਹੈ, ਸੰਭੋਗ ਦੇ ਦਿਨਾਂ ਵਿੱਚ (ਭਾਵ ਕਾਮ ਵਾਸ਼ਨਾ ਦੀ ਪੂਰਤੀ ਲਈ) ਅਤੇ ਨਿੱਤ ਦੇ ਜੀਵਨ ਨਿਰਬਾਹ ਵਿੱਚ ਸੁੱਖ ਦਿੰਦਾ ਹੈ। ਪਤੀ ਦੀ ਸੇਵਾ ਨਾਲ, ਲੋਕ ਅਤੇ ਪ੍ਰਲੋਕ ਵਿੱਚ ਸੁੱਖ ਦੀ ਪ੍ਰਾਪਤੀ ਹੁੰਦੀ ਹੈ।

(154) ਪਤੀ ਭਾਵੇਂ ਦੁਰਾਚਾਰੀ (ਗੁਣਹੀਣ ਅਥੇ ਭੈੜੇ ਚਾਲ ਚਲਣ) ਵਾਲਾ ਹੋਵੇ, ਪਰ-ਇਸਤ੍ਰੀ ਭੋਗਦਾ ਹੋਵੇ, ਕਰੂਪ ਹੋਵੇ, ਮਨ ਮਾਨੀ ਕਰਨ ਵਾਲਾ ਹੋਵੇ, ਤਾਂ ਭੀ ਪਤੀ ਵਰਤਾ (ਸਾਧਵੀ) ਇਸਤਰੀ ਨੂੰ ਉਸਦੀ ਸੇਵਾ ਅਤੇ ਪੂਜਾ, ਦੇਵਤੇ ਦੇ ਸਮਾਨ ਜਾਣ ਕੇ ਕਰਨੀ ਚਾਹੀਦੀ ਹੈ।

(155) ਇਸਤ੍ਰੀ ਲਈ ਆਪਣੇ ਪਤੀ ਦੀ ਸੇਵਾ ਤੋਂ ਸਿਵਾ, ਕੋਈ ਹੋਰ ਪਾਠ, ਪੂਜਾ, ਵਰਤ ਜਾਂ ਯੱਗ ਦਾ ਵਿਧਾਨ ਨਹੀਂ ਹੈ।ਪਤੀ ਦੀ ਸੇਵਾ ਹੀ ਉਸ ਲਈ ਸਵ੍ਰਗ ਪ੍ਰਾਪਤੀ ਦਾ ਸਾਧਨ ਹੈ।

(156) ਮੌਤ ਮਗਰੋਂ, ਪਤੀ ਲੋਕ ਵਿੱਚ ਪਤੀ ਦਾ ਸੰਗ ਲੋਚਣ ਵਾਲੀ ਪਤੀਵਰਤਾ ਇਸਤ੍ਰੀ ਨੂੰ, ਆਪਣੇ ਪਤੀ ਦੇ ਜੀਵਨ ਕਾਲ ਵਿੱਚ ਜਾਂ ਉਸਦੀ ਮੌਤ ਮਗਰੋਂ ਕਦੇ ਭੀ ਐਸਾ ਕਰਮ ਨਹੀਂ ਕਰਨਾ ਚਾਹੀਦਾ ਜੋ ਪਤੀ ਦੀ ਇੱਛਾ ਦੇ ਵਿਰੁੱਧ ਹੋਵੇ।

(157) ਪਤੀ ਦੀ ਮੌਤ ਤੋਂ ਬਾਅਦ ਵਿਧਵਾ ਔਰਤ ਨੂੰ, ਫਲ, ਫੁੱਲ, ਸਬਜੀਆਂ, ਜੜ੍ਹ ਵਸਤੂਆਂ ਆਦਿ ਨਾਲ ਹੀ ਪੇਟ ਪੂਰਤੀ ਕਰਨੀ ਚਾਹੀਦੀ ਹੈ। ਪਤੀ ਦੇ ਮਰਨ ਮਗਰੋਂ ਭੁੱਲ ਕੇ ਭੀ ਕਿਸੇ ਪਰਾਏ ਪੁਰਸ਼ ਦੇ ਸੰਗ ਦਾ ਖਿਆਲ ਜਾਂ ਨਾਮ, ਜ਼ੁਬਾਨ ਤੇ ਨਹੀਂ ਆਉਣਾ ਚਾਹੀਦਾ।

(158) ਪਤੀ ਦੀ ਸੇਵਾ ਕਰਨ ਵਾਲੀ (ਪਤੀ ਵਰਤਾ) ਇਸਤ੍ਰੀ, ਵਿਧਵਾ ਹੋਣ ਤੇ, ਆਪਣੀਆਂ ਸਾਰੀਆਂ ਮਨੋਕਾਮਨਾਵਾਂ ਨੂੰ ਛੱਡ ਕੇ, ਮੁਸ਼ਕਿਲਾਂ ਭਰੇ ਜੀਵਨ ਵਿੱਚ ਭੀ, ਆਖਰੀ ਸਵਾਸਾਂ ਤੀਕਰ ਬ੍ਰਹਮਚਾਰਣੀ ਵਾਲਾ ਧਰਮ ਨਿਭਾਵੇ ਅਤੇ ਮਨ ਵਿੱਚ ਪਤੀ ਦੀ ਯਾਦ ਵਸਾਈ ਰੱਖੇ।

(159) ਬੇਉਲਾਦ ਵਿਧਵਾ ਇਸਤ੍ਰੀ ਨੂੰ, ਉਲਾਦ ਖਾਤਰ ਕਿਸੇ ਹੋਰ ਮਰਦ ਦਾ ਸੰਗ ਕਰਨ ਬਾਰੇ ਸੋਚਣਾ ਭੀ ਨਹੀਂ ਚਾਹੀਦਾ, ਕਿਉਂਕਿ ਬ੍ਰਾਹਮਣਾਂ ਵਿੱਚ, ਬੇਅੰਤ ਅਣ-ਵਿਆਹੇ ਬ੍ਰਹਮਚਾਰੀ ਹੋਏ ਹਨ, ਜੋ ਆਪਣੀ ਕੁਲ ਵਿੱਚ ਵਾਧੇ ਦੀ ਇੱਛਾ ਬਿਨਾਂ ਜੀਵਨ ਬਿਤਾ ਕੇ (ਕੁਆਰੇ ਰਹਿ ਕੇ), ਮੌਤ ਪਿੱਛੋਂ ਸਵ੍ਰਗ ਦੀ ਪ੍ਰਾਪਤੀ ਕਰ ਗਏ।

(160) ਜਿਸ ਤਰਾਂ ਬ੍ਰਹਮਚਾਰੀ ਬ੍ਰਾਹਮਣ, ਮੌਤ ਮਗਰੋਂ ਸਵਰਗ ਦੀ ਪ੍ਰਾਪਤੀ ਕਰ ਗਏ, ਇਸੇ ਤਰਾਂ ਪੁੱਤਰ-ਹੀਣ, ਪਤੀ-ਹੀਣ ਵਿਧਵਾ ਔਰਤ, ਮੌਤ ਮਗਰੋਂ ਬ੍ਰਹਮਚਾਰੀ ਜੀਵਨ ਬਿਤਾ ਕੇ ਸਵ੍ਰਗ ਦੀ ਪ੍ਰਾਪਤੀ ਕਰ ਸਕਦੀ ਹੈ।

(161) ਪਰ ਜੋ ਵਿਧਵਾ ਇਸਤ੍ਰੀਆਂ, ਪੁੱਤਰ ਪ੍ਰਾਪਤੀ ਦੀ ਲਾਲਸਾ ਕਾਰਣ ਆਪਣਾ ਧਰਮ ਤਿਆਗ ਕੇ ਕਿਸੇ ਗੈਰ ਮਨੁੱਖ ਦੇ ਸੰਗ ਨਾਲ, ਹਰਾਮ ਦੀ ਉਲਾਦ ਪੈਦਾ ਕਰਦੀਆਂ ਹਨ, ਉਹ ਇਸ ਲੋਕ ਵਿੱਚ ਤੇ ਪ੍ਰਲੋਕ ਵਿੱਚ ਨਿੰਦਾ ਖੱਟ ਕੇ, ਪਤੀਲੋਕ ਤੋਂ ਭੀ ਦੁਰਕਾਰੀਆਂ ਜਾਂਦੀਆਂ ਹਨ।

(162) ਪਤੀ ਤੋਂ ਬਿਨਾਂ ਕਿਸੇ ਹੋਰ ਮਰਦ ਦੇ ਸੰਗ ਨਾਲ ਪੈਦਾ ਹੋਈ ਸੰਤਾਨ, ਸ਼ਾਸਤ੍ਰਾਂ ਅਨੁਸਾਰ ਜਾਇਜ਼ ਨਹੀ ਮੰਨੀ ਜਾਂਦੀ, ਕਿਉਂਕਿ ਪਤੀ ਵਰਤਾ ਜਾਂ ਵਿਧਵਾ ਔਰਤ ਲਈ ਸ਼ਾਸਤ੍ਰਾਂ ਵਿੱਚ ਦੂਸਰੇ ਪੁਰਸ਼ ਦੇ ਸੰਗ ਕਰਨ ਬਾਰੇ ਕੋਈ ਵਿਧਾਨ ਨਹੀਂ ਹੈ।

(163) ਜੋ ਇਸਤ੍ਰੀ ਆਪਣੀ ਹੀਣ ਜਾਤ ਦੇ ਨਿਰਧਨ, ਕਰੂਪ ਪਤੀ ਨੂੰ ਛੱਡ ਕੇ ਕਿਸੇ ਉੱਚੀ ਜਾਤ ਦੇ ਸੁੰਦਰ ਅਤੇ ਧਨੀ ਮਨੱਖ ਨਾਲ ਸਬੰਧ ਜੋੜਦੀ ਹੈ, ਇਸ ਜੱਗ ਵਿੱਚ ਅਤੇ ਪ੍ਰਲੋਕ ਵਿੱਚ ਉਸਦੀ ਨਿੰਦਾ ਹੁੰਦੀ ਹੈ। ਲੋਕ ਉਸਨੂੰ ਭੈੜੇ ਚਾਲ ਚਲਣ ਵਾਲੀ ਛੁੱਟੜ ਕਰਕੇ ਜਾਣਦੇ ਹਨ ਅਤੇ ਨਿੰਦਾ ਕਰਦੇ ਹਨ।

(164) ਜੋ ਇਸਤ੍ਰੀ, ਪਤੀ ਪ੍ਰਤੀ ਆਪਣੇ ਫ਼ਰਜ਼ਾਂ ਦੀ ਉਲੰਘਣਾ ਕਰਕੇ, ਵਿਭਚਾਰ ਕਰਦੀ ਹੈ, ਉਹ ਇਸ ਜਗਤ ਵਿੱਚ ਨਿੰਦਾ ਦੀ ਭਾਗਣ ਬਣਦੀ ਹੈ, ਮਰ ਕੇ ਗਿੱਦੜੀ ਦੀ ਜੂਨੇ ਪੈਂਦੀ ਹੈ ਅਤੇ ਘਣੇ ਦੁੱਖ ਸਹਿੰਦੀ ਹੈ। ਆਪਣੇ ਪਾਪਾਂ ਕਰਕੇ ਕ੍ਰੋੜ ਰੋਗ ਨਾਲ ਪੀੜਤ ਰਹਿ ਕੇ ਦੁੱਖ ਭੋਗਦੀ ਹੈ।

(165) ਇਸਦੇ ਉਲਟ, ਜੋ ਇਸਤ੍ਰੀ, ਕਿਸੇ ਦੂਸਰੇ ਮਰਦ ਨਾਲ ਸਬੰਧ ਬਣਾਉਣ ਤੋਂ ਸੰਕੋਚ ਕਰਦੀ ਹੈ, ਆਪਣੇ ਤਨ ਮਨ ਨਾਲ ਆਪਣੀ ਬੋਲ ਬਾਣੀ ਨੂੰ ਸੰਜਮ ਵਿੱਚ ਰੱਖ ਕੇ ਪਤੀ ਦੀ ਸੇਵਾ ਕਰਦੀ ਹੈ, ਉਹ **ਪਤੀ ਵਰਤਾ** ਕਹਿਲਾਉਂਦੀ ਹੈ ਅਤੇ ਮੌਤ ਤੋਂ ਬਾਅਦ ਉਸਦਾ ਪਤੀਲੋਕ ਵਿੱਚ ਵਾਸਾ ਹੁੰਦਾ ਹੈ।

(166) ਜੋ ਇਸਤ੍ਰੀ, ਮਨ ਬਾਣੀ ਅਤੇ ਸਰੀਰ ਨੂੰ ਸੰਜਮ ਵਿੱਚ ਰੱਖ ਕੇ ਚੰਗੇ ਆਚਰਣ ਅਤੇ ਸ਼ੁੱਭ ਗੁਣਾਂ ਵਾਲਾ ਜੀਵਨ ਬਤੀਤ ਕਰਦੀ ਹੈ, ਉਹ ਇਸ ਜਨਮ ਵਿੱਚ ਭੀ ਸਤਿਕਾਰੀ ਜਾਂਦੀ ਹੈ ਤੇ ਅਗਲੇ ਜਨਮ ਵਿੱਚ ਪਤੀ-ਲੋਕ (ਸਵ੍ਰਗ ਵਿੱਚ ਇੱਕ ਥਾਂ, ਜਿੱਥੇ ਜੋੜੀਆਂ ਫਿਰ ਮਿਲਦੀਆਂ ਹਨ) ਵਿੱਚ ਥਾਂ ਪ੍ਰਾਪਤ ਕਰਦੀ ਹੈ।

ਟਿੱਪਣੀ:- *ਸੋਚਣੇ ਵਾਲੀ ਗੱਲ ਹੈ ਕਿ ਜੇ ਪਤੀ ਆਪਣੇ ਭੈੜੇ ਕਿਰਦਾਰ ਕਰਕੇ ਸਵਰਗ ਵਿੱਚ ਪਹੁੰਚੇ ਹੀ ਨਾ! ਐਸੀਆਂ ਹਾਸੋ ਹੀਣੀਆਂ ਗੱਲਾਂ, ਪਾਠਕਾਂ ਨੂੰ ਸੋਚਣ ਲਈ ਮਜ਼ਬੂਰ ਕਰਨਗੀਆਂ ਕਿ ਅੱਜ ਭੀ, ਇਸ ਸਭ ਕੁਝ ਨੂੰ ਪ੍ਰਵਾਨ ਕਰਨ ਵਾਲੇ ਲੋਕ, ਆਪ ਕਿਹੋ ਜੇਹੇ ਕਿਰਦਾਰ ਵਾਲੇ ਹੋਣਗੇ!*

(167) ਵੇਦ ਅਤੇ ਸ਼ਾਸਤ੍ਰਾਂ ਵਿੱਚ, ਔਰਤਾਂ ਲਈ ਦੱਸੇ ਵਿਧੀ ਵਿਧਾਨ ਨੂੰ ਮੰਨ ਕੇ ਜੀਵਨ ਬਿਤਾਉਣ ਵਾਲੀ ਇਸਤ੍ਰੀ, ਜੇ ਕਿਸੇ ਦਵਿੱਜ ਪਤੀ ਤੋਂ ਪਹਿਲਾਂ ਮਰ ਜਾਵੇ ਅਤੇ ਉਸਦੇ ਆਪਣੇ ਵਰਣ ਦੀ ਹੋਵੇ, ਤਾਂ ਧਰਮ ਦੇ ਨਿਯਮਾਂ ਨੂੰ ਜਾਨਣ ਵਾਲਿਆ ਲਈ ਜ਼ਰੂਰੀ ਹੈ ਕਿ ਉਸਦੇ ਦਾਹੁ-ਸੰਸਕਾਰ ਦੀ ਕਿਰਿਆ, ਵੇਦ ਦੀ ਮਰਿਯਾਦਾ ਅਨੁਸਾਰ, ਯੱਗ ਦੀਆਂ ਪੂਰੀਆਂ ਰਸਮਾਂ ਨਾਲ ਕੀਤੀ ਜਾਵੇ।

(168) ਵੇਦ ਵਿਧੀ ਮੁਤਾਬਿਕ, ਆਪਣੀ ਪਤਨੀ ਦੀ ਅੰਤਮ ਕਿਰਿਆ ਨਿਭਾਉਣ ਮਗਰੋਂ, ਇੱਕ ਦਵਿੱਜ ਆਪਣਾ ਗ੍ਰਿਸਤੀ ਜੀਵਨ ਚੱਲਦਾ ਰੱਖਣ ਲਈ ਦੂਸਰੀ ਸ਼ਾਦੀ ਕਰ ਸਕਦਾ ਹੈ।

(169) ਇਸ ਤਰਾਂ ਦੱਸੇ ਗਏ ਨਿਯਮਾਂ ਨੂੰ ਮੰਨ ਕੇ ਉਹ ਆਪਣੀ ਨਵੀਂ ਪਤਨੀ ਨਾਲ ਆਪਣੀ ਜ਼ਿੰਦਗੀ ਦੇ ਬਾਕੀ ਹਿੱਸੇ ਨੂੰ, ਗ੍ਰਿਸਤੀ ਵਾਂਗ ਬਿਤਾਵੇ ਅਤੇ ਘਰ ਵਿਚ ਫਿਰ ਤੋਂ ਪੰਚ ਮਹਾਂ ਯੱਗ ਦੀ ਕਿਰਿਆ (ਅਗਨੀ ਹੋਤਰ ਦੇ ਨਿਯਮ) ਦੇ ਨਿਯਮਾਂ ਦੀ ਪਾਲਣਾ ਕਰਦਾ ਰਹੇ।

ਅਧਿਆਇ 6

ਵਣਪ੍ਰਸਤ ਆਸ਼ਰਮ ਅਤੇ ਸਨਿਆਸ ਧਰਮ

ਜ਼ਿੰਦਗੀ ਦਾ ਤੱਤ-ਸਾਰ ਅਤੇ ਮੁਕਤੀ ਪ੍ਰਾਪਤੀ -

(1) ਇਕ ਸਨਾਤਿਕ ਦਵਿੱਜ (ਵੇਦ ਵਿੱਦਿਆ ਦੀ ਪੜ੍ਹਾਈ ਕਰ ਚੁੱਕਾ ਬ੍ਰਾਹਮਣ, ਖੱਤਰੀ ਅਤੇ ਵੈਸ਼), ਆ(ਪਣੇ ਗ੍ਰਿਸਤ ਆਸ਼ਰਮ ਦੀਆਂ ਜਿੰਮੇਵਾਰੀਆਂ ਨਿਭਾਉਣ ਮਗਰੋਂ, ਸੰਸਾਰਕ ਬੰਧਨਾਂ ਤੋਂ ਮੁਕਤਿ ਹੋ ਕੇ, ਆਪਣੀਆਂ ਵਾਸ਼ਨਵਾਂ ਦਾ ਤਿਆਗ ਕਰਕੇ (ਇੰਦਰੀਆਂ ਤੇ ਕਾਬੂ ਪਾ ਕੇ) ਸਨਿਆਸ ਧਾਰਨ ਕਰੇ ਅਤੇ ਆਪਣੀ ਜ਼ਿੰਦਗੀ ਦਾ ਤੀਸਰਾ ਹਿੱਸਾ (ਸਨਿਆਸ ਆਸ਼ਰਮ) ਕਿਸੇ ਇਕਾਂਤ ਜੰਗਲ ਵਿੱਚ ਜਾ ਕੇ, ਹੇਠ ਦੱਸੇ ਨਿਯਮਾਂ ਮੁਤਾਬਿਕ ਜੀਵੇ।

(2) ਜਦੋਂ, ਗ੍ਰਿਸਤੀ ਨੂੰ ਆਪਣੇ ਸ਼ਰੀਰ ਉੱਪਰ ਝੁਰੜੀਆਂ ਨਜ਼ਰ ਆਉਣ ਲੱਗ ਪੈਣ, ਵਾਲ ਚਿੱਟੇ ਹੋਣ ਲੱਗ ਪੈਣ, ਪੁੱਤ ਪੋਤਿਆਂ ਵਾਲਾ ਹੋ ਜਾਏ, ਤਾਂ ਉਸਨੂੰ ਘਰ ਬਾਰ ਛੱਡ ਕੇ ਸਨਿਆਸ ਲੈ ਲੈਣਾ ਚਾਹੀਦਾ ਹੈ॥

(3) ਪਿੰਡ ਦੇ ਸਾਰੇ ਅਹਾਰ (ਭੋਜਨ ਅਤੇ ਹੋਰ ਜੀਭ ਦੇ ਸਵਾਦ), ਬਸਤਰ, ਅਤੇ ਘਰ ਦਾ ਸਾਜੋ ਸਮਾਨ ਅਤੇ ਮੋਹ ਮਾਇਆ ਤਿਆਗ ਕਰਕੇ ਕੇ, ਆਪਣੀ ਪਤਨੀ ਨੂੰ ਪੁੱਤਰਾਂ ਕੋਲ ਛੱਡ ਕੇ ਜਾਂ ਆਪਣੇ ਨਾਲ ਲੈ ਕੇ, ਜੰਗਲਾਂ ਵਿੱਚ ਨਿਵਾਸ ਕਰ ਲਵੇ।

(4) ਜਦੋਂ ਕੋਈ ਗ੍ਰਿਸਤੀ ਸਨਿਆਸ ਲੈਣ ਦਾ ਫੈਸਲਾ ਕਰ ਲਵੇ ਤਾਂ ਘਰੋਂ ਤੁਰਨ ਲੱਗਿਆਂ ਰੋਜ਼ਾਨਾ ਕਰਨ ਵਾਲੀ ਪੂਜਾ (ਰੋਜ਼ਾਨਾ ਅਗਨੀਹੋਤਰ ਕਿਰਿਆ) ਲਈ ਪਵਿੱਤਰ ਸਮਗ੍ਰੀ ਅਤੇ ਗ੍ਰਿਹਸਪਤ ਅਗਨੀ ਦੀ ਇੱਕ ਚਿਣਗ ਨਾਲ ਲੈ ਕੇ ਪਿੰਡ ਤੋਂ ਦੂਰ, ਆਪਣੀਆਂ ਇੰਦਰੀਆਂ ਨੂੰ ਵੱਸ ਵਿੱਚ ਰੱਖ ਕੇ ਕਿਤੇ ਇਕਾਂਤ ਜੰਗਲ ਵਿੱਚ ਆਸ਼ਰਮ ਬਣਾ ਕੇ ਰਹਿਣ ਲੱਗੇ। ਜਿੱਥੋਂ ਤੀਕਰ ਹੋ ਸਕੇ, ਕਿਸੇ ਹੋਰ ਪਿੰਡ ਭੀ ਨਾ ਜਾਵੇ।

(5) ਜਾਂ ਸਨਿਆਸ ਲੈਣ ਮਗਰੋਂ, ਦੂਰ ਜੰਗਲ ਵਿੱਚ ਰਹਿੰਦਿਆਂ, ਰਿਸ਼ੀਆਂ ਮੁਨੀਆਂ ਦੇ ਖਾਣ ਵਾਲੇ ਪਦਾਰਥ, ਜਿਵੇਂ ਕੁਦਰਤੀ ਉਪਜੇ ਫ਼ਲ, ਫੁੱਲ, ਦ੍ਰਖਤਾਂ ਦੀਆਂ ਟ੍ਹਾਣੀਆਂ, ਜੜੀਆਂ-ਬੂਟੀਆਂ, (ਜੰਗਲੀ ਕੰਧ-ਮੂਲ) ਆਦਿ ਖਾਵੇ ਅਤੇ ਇਨ੍ਹਾਂ ਨਾਲ ਹੀ ਆਪਣੇ ਨਿੱਤ ਦੇ ਕਰਮ ਅਤੇ ਪੰਚ ਮਹਾਂਯੱਗ ਕਰੇ।

(6) ਕਾਲੇ ਹਿਰਨ ਦੀ ਖੱਲ ਜਾਂ ਪੁਰਾਣੀਆਂ ਲੀਰਾਂ ਦੀ ਗੋਦੜੀ (ਖੇਸੀ) ਨਾਲ ਤਨ ਢਕੇ। ਸਵੇਰੇ ਸ਼ਾਮ ਇਸ਼ਨਾਨ ਕਰੇ ਅਤੇ ਵਾਲਾਂ ਦੀਆਂ ਜਟਾਂ ਵਧਾਵੇ, ਦਾੜ੍ਹੀ ਮੁੱਛਾਂ, ਸ਼ਰੀਰ ਦੇ ਵਾਲ, ਨਖ਼ੂਨ ਆਦਿ ਕੱਟਣੇ ਛੱਡ ਦੇਵੇ।

ਟਿੱਪਣੀ:- *ਕਾਲੇ ਹਿਰਨ ਦਾ ਸ਼ਿਕਾਰ, ਸ਼ਿਕਾਰੀ ਲੋਕ ਘੱਟ ਹੀ ਕਰਦੇ ਹਨ। ਅਕਸਰ ਬੁੱਢਾ ਹੋ ਕੇ ਆਪ ਹੀ ਮਰ ਜਾਂਦਾ ਹੈ। ਜੰਗਲੀ ਲੋਕਾਂ ਅਤੇ ਸਨਿਆਸੀਆਂ ਨੂੰ ਇਸਦੀ ਖੱਲ ਪ੍ਰਾਪਤ ਕਰਨ ਲਈ ਸ਼ਿਕਾਰ ਨਹੀਂ ਸੀ ਕਰਨਾ ਪੈਂਦਾ।ਅੱਜ ਕੱਲ ਇਹ ਨਸਲ ਤਕਰੀਬਨ ਅਲੋਪ ਹੋ ਚੁੱਕੀ ਹੈ। ਨਰਮ ਅਤੇ ਨਿੱਘ ਦੇਣ ਵਾਲੀ ਹੋਣ ਕਾਰਨ, ਜੰਗਲੀ ਲੋਕ ਸ਼ਰੀਰ ਕੱਜਣ ਲਈ ਇਸਦੀ ਖੱਲ ਮੁੱਦਤਾਂ ਤੋਂ ਵਰਤਦੇ ਆ ਰਹੇ ਹਨ।*

(7) ਆਪਣੇ ਆਸ਼ਰਮ ਵਿੱਚ ਅਗਨੀ ਪੂਜਾ ਤੇ ਦੇਵਤਿਆਂ ਹਿੱਤ, ਹਰ ਰੋਜ਼ ਬਲੀ ਭੇਂਟ (ਵੈਸ਼ਵਦੇਵ ਯੱਗ) ਕਰੇ।ਆਸ਼ਰਮ ਵਿੱਚ ਆਏ ਲੋੜਵੰਦ ਦੀ ਆਪਣੀ ਸਮਰਥਾ ਮੁਤਾਬਿਕ, ਦਾਨ, ਜਲ, ਕੰਧ-ਮੂਲ ਆਦਿ, ਫ਼ਲਾਂ ਨਾਲ ਸੇਵਾ ਕਰੇ।

(8) ਇੰਦਰੀਆਂ ਨੂੰ ਵੱਸ ਵਿੱਚ ਰੱਖ ਕੇ ਸਦਾ ਵੇਦ ਅਧਿਆਨ ਵਿੱਚ ਲੱਗਾ ਰਹੇ। ਮੌਸਮ ਦੀ ਅਦਲਾ-ਬਦਲੀ ਅਤੇ ਗਰਮੀ ਸਰਦੀ ਨੂੰ ਝੱਲੇ। ਸਭ ਨਾਲ ਮਿਤ੍ਰਤਾ ਬਣਾਈ ਰੱਖੇ ਅਤੇ ਆਪਣੇ ਮਨ ਨੂੰ ਹਮੇਸ਼ਾ ਟਿਕਾ ਵਿੱਚ ਰੱਖੇ। ਭੋਜਨ ਦਾਨ, ਵਿਦਿਆ ਦਾਨ ਦੇਵੇ, ਪਰ ਕਿਸੇ ਤੋਂ ਮੰਗ ਕੇ ਦਾਨ ਨਾ ਲਵੇ ਅਤੇ ਸਭ ਪ੍ਰਾਣੀਆਂ ਲਈ ਦਇਆ ਭਾਵਨਾ ਰੱਖੇ।

(9) ਵਣਪ੍ਰਸਤ ਸਨਿਆਸੀ ਲਈ ਜ਼ਰੂਰੀ ਹੈ ਕਿ ਰੋਜ਼ਾਨਾ ਪੰਚ ਯੱਗ ਪੂਜਾ ਦੀ ਕਿਰਿਆ ਦੇ ਨਾਲ ਨਾਲ, ਵੇਦਾਂ ਦੀ ਮਰਿਯਾਦਾ ਅਨੁਸਾਰ, ਹਰ ਰੋਜ਼, ਹਰ ਮਹੀਨੇ, ਹਰ ਮੱਸਿਆ ਅਤੇ ਹਰ ਪੂਰਣਮਾਸ਼ੀ ਸਮੇਂ ਨਿਰਵਿਘਨ ਕਰਨ ਵਾਲੀ ਪੂਜਾ ਤੇ ਹਵਨ ਦਾ ਖਾਸ ਖਿਆਲ ਰੱਖੇ।

(10) ਨਛੱਤਰਾਂ (ਤਾਰਾ ਮੰਡਲ) ਦੇ ਬਦਲਣ ਸਮੇਂ, ਭਾਵ- ਚੰਦਰਮੇ ਦੇ ਘਰ ਬਦਲਣ ਤੇ (ਮੱਸਿਆ ਅਤੇ ਪੂਰਣਮਾਸ਼ੀ), ਸਾਲ ਵਿੱਚ ਹਰ ਚਾਰ ਮਹੀਨੇ ਮਗਰੋਂ ਰੁੱਤ ਬਦਲਣ ਦੇ ਸਮੇਂ, ਭਾਵ- ਕੱਤਕ, ਫੱਗਣ, ਅਤੇ ਹਾੜ੍ਹ ਦੇ ਮਹੀਨੇ (ਚਤੁਰ ਮਾਸ, **चातुर्मास्य**), ਅਤੇ ਨਵਾਂ ਅਨਾਜ ਆਉਣ ਤੇ ਪੂਰਣ ਵੇਦ ਮਰਿਯਾਦਾ ਮੁਤਾਬਿਕ ਪਿੱਤਰਾਂ ਨਮਿੱਤ ਯੱਗ ਕੀਤਾ ਜਾਵੇ। ਸੂਰਜ ਦੇ ਭੂ-ਮੱਧ ਰੇਖਾ ਦੇ ਉੱਤਰ ਵੱਲ ਜਾਣ ਤੇ (ਮਕਰ ਤੋਂ ਕਰਕ ਰਾਸ਼ੀ ਤੀਕਰ, (ਭਾਵ-ਉਤਰਾਯਣ ਪੱਖ, ਉੱਤਰ ਪੱਖ) ਅਤੇ ਸੂਰਜ ਦੇ ਭੂ-ਮੱਧ ਰੇਖਾ ਦੇ ਦੱਖਣ ਵਿੱਚ ਪ੍ਰਵੇਸ਼ ਕਰਨ (ਭਾਵ- ਦਕਸ਼ਰਾਯਨ ਪੱਖ, ਦੱਖਣ ਪੱਖ) ਸਮੇਂ ਵਿਸ਼ੇਸ਼ ਯੱਗਾਂ ਦਾ ਪ੍ਰਬੰਧ ਕਰੇ।

(11) ਬਸੰਤ ਅਤੇ ਸਿਆਲ ਦੀ ਰੁੱਤੇ ਪ੍ਰਾਪਤ ਹੋਣ ਵਾਲੇ ਪਵਿੱਤਰ ਅਨਾਜ (ਨਿਵਾਰ) ਵੱਚੋਂ, ਆਪ ਉਗਾਏ ਹੋਏ ਜੌਆਂ ਦੇ ਆਟੇ ਵਿੱਚ ਤਿਲ ਮਿਲਾ ਕੇ ਬਣਾਇਆ ਰੋਟ (ਪੁਰੋਡਸ਼), ਉੱਬਲੀ ਹੋਈ ਦਾਲ, ਪਤਲਾ ਕੜਾਹ (ਲਾਪਸੀ), ਆਦਿ ਬਣਾ ਕੇ ਦੇਵ ਯੱਗ ਕਰੇ।

***ਨੋਟ:- ਪੁਰੋਡਸ਼ (पुरोडाश)**- ਤਿਲ ਮਿਲਾ ਕੇ ਬਣਾਏ ਜੌਆਂ ਦੇ ਆਟੇ ਨਾਲ ਪਕਾਏ ਰੋਟ ਅਤੇ ਲੱਡੂ(**चरु**), ਜਿਨ੍ਹਾਂ ਨੂੰ ਮਿੱਟੀ ਦੇ ਖੱਪੜ (ਕਪਾਲ) ਉੱਪਰ ਰੱਖ ਕੇ ਦੇਵਤਿਆਂ ਨਮਿੱਤ ਅਹੂਤੀ ਦਿੱਤੀ ਜਾਂਦੀ ਸੀ।*

(12) ਇਕੱਤਰ ਕੀਤੇ ਪਵਿੱਤਰ ਪਦਾਰਥਾਂ ਨਾਲ ਤਿਆਰ ਕੀਤੇ ਭੋਜਨ ਨੂੰ, ਅਗਨੀ, ਹਵਾ ਆਦਿ ਦੇਵਤਿਆਂ ਨਮਿੱਤ (ਆਹੂਤੀ) ਭੇਂਟ ਕਰਨ ਮਗਰੋਂ, ਆਸ਼ਰਮ ਵਿੱਚ ਆਏ ਸਨਿਆਸੀਆਂ ਨੂੰ ਪਰੋਸੇ ਅਤੇ ਮਗਰੋਂ ਬਚਿਆ ਭੋਜਨ ਲਵਣ (ਲੂਣ, ਮਸਾਲਾ ਆਦਿ) ਵਗੈਰਾ ਪਾ ਕੇ ਆਪ ਖਾਵੇ।

(13) ਧਰਤੀ ਜਾਂ ਪਾਣੀ ਵਿੱਚ ਕੁਦਰਤੀ ਪੈਦਾ ਹੋਈ ਬਨਸਪਤੀ, ਜਿਵੇਂ ਦ੍ਰਖਤਾਂ ਦੇ ਫਲ, ਫੁੱਲ, ਸਬਜ਼ੀਆਂ, ਜੜ੍ਹਾਂ, ਆਦਿ ਪਵਿੱਤਰ ਵਸਤਾਂ, ਕੁਦਰਤੀ ਫਲ਼ਾਂ ਵਿੱਚੋਂ ਕੱਢੇ ਰਸਾਂ ਅਤੇ ਤੇਲ ਨਾਲ ਤਿਆਰ ਕੀਤਾ ਭੋਜਨ ਨਿੱਤ ਖਾਵੇ।

(14) ਸਨਿਆਸੀ ਲਈ, ਸ਼ਹਿਦ (ਮਧੂ), ਖੁੰਬਾਂ, ਮਾਸ, ਜ਼ਮੀਨ ਹੇਠਾਂ ਉੱਗਣ ਵਾਲੀਆਂ ਸਬਜ਼ੀਆਂ- ਲਸੁਣ, ਗੰਢੇ, ਸ਼ਲਗਮ ਆਦਿ ਅਤੇ ਬੰਦ ਗੋਭੀ, ਭੁਸਤ੍ਰੀਨਾ (ਲ਼ੈਮਨ ਗਰਾਸ), ਸੁਹਾਂਜਣੇ ਦੀਆਂ ਫਲੀਆਂ (ਮੂਰਾਂਗਾ, ਸ਼ਿਗਰੂ), ਲਸੂੜੇ ਦਾ ਫਲ, ਆਦਿ ਖਾਣ ਦੀ ਮਨਾਹੀ ਹੈ।

***ਨੋਟ:-** ਸੁਹਾਂਜਣੇ ਦੀਆਂ ਫ਼ਲੀਆਂ (ਮੂਰਾਂਗਾ-Moringa, Drumsticks) ਉੱਪਰ ਅੱਜ ਬਹੁਤ ਖੋਜ ਹੋ ਚੁੱਕੀ ਹੈ। ਸਿਹਤ ਲਈ ਬਹੁਤ ਗੁਣਕਾਰੀ ਹਨ। ਇਸ ਵਿੱਚ ਚੰਗੀ ਕਿਸਮ ਦੀ ਪ੍ਰੋਟੀਨ (10%ਤੋਂ ਵੱਧ) ਅਤੇ ਹੋਰ ਬਹੁਤ ਸਾਰੇ ਤੱਤ ਹੋਣ ਕਾਰਨ, ਜਿਨ੍ਹਾਂ ਦੇਸ਼ਾਂ ਵਿੱਚ ਬੱਚਿਆਂ ਲਈ ਦੁੱਧ ਦੀ*

MANUSMRITI 131

ਘਾਟ ਹੈ ਜਾਂ ਪਚਾ ਨਹੀਂ ਸਕਦੇ, ਉਨ੍ਹਾਂ ਦੇਸ਼ਾਂ ਵਿੱਚ ਇਸਦੇ ਬੂਟੇ ਲਾਉਣ ਲਈ ਬਹੁਤ ਵੱਡੀ ਮੁਹਿੰਮ ਚਲ ਰਹੀ ਹੈ (ਖਾਸ ਕਰਕੇ ਅਫਰੀਕੀ ਦੇਸ਼ਾਂ ਵਿੱਚ)।

(15) ਅੱਸੂ ਦੇ ਮਹੀਨੇ ਵਿੱਚ ਸਨਿਆਸੀ ਨੂੰ ਆਪਣੇ ਪੁਰਾਣੇ ਬਸਤਰ ਅਤੇ ਇਕੱਠਾ ਕੀਤੇ ਹੋਏ ਅੰਨ ਸਮੇਤ ਬਾਕੀ ਵਸਤਾਂ ਨੂੰ ਤਿਆਗ ਦੇਣਾ ਚਾਹੀਦਾ ਹੈ। ਨਵੇਂ ਭੋਜਨ ਅਤੇ ਸ਼ਰੀਰ ਨੂੰ ਕੱਜਣ ਦਾ ਪ੍ਰਬੰਧ ਕਰਨਾ ਚਾਹੀਦਾ ਹੈ।

(16) ਹਲ ਵਾਹੁਣ ਮਗਰੋਂ ਆਪਣੇ ਆਪ ਖੇਤਾਂ ਵਿੱਚ ਛੱਡਿਆ ਅੰਨ (ਬੁਆੜ), ਜਿਸਨੂੰ ਜਿਮੀਂਦਾਰ ਨੇ ਬਿਨਾ ਸਾਂਭਣ ਤੋਂ ਛੱਡ ਦਿੱਤਾ ਹੋਵੇ, ਉਸਨੂੰ ਭੀ ਸਨਿਆਸੀ ਨੇ ਚੁਗ ਕੇ ਨਹੀਂ ਖਾਣਾ। ਪਿੰਡ ਦੇ ਆਲੇ ਦੁਆਲੇ ਬਿਨਾਂ ਬੀਜਣ ਤੋਂ ਆਪਣੇ ਆਪ ਉੱਗਿਆ ਫ਼ਲ ਅਤੇ ਕੰਦਮੂਲ ਆਦਿ ਕੋਈ ਚੀਜ਼ ਨਹੀਂ ਖਾਣੀ, ਭਾਵੇਂ ਉਹ ਭੁੱਖ ਦਾ ਕਿਤਨਾ ਭੀ ਸਤਾਇਆ ਕਿਉਂ ਨਾ ਹੋਵੇ।

(17) ਸਨਿਆਸੀ ਆਪਣਾ ਭੋਜਨ ਅੱਗ ਤੇ ਪਕਾ ਕੇ ਖਾਵੇ ਤੇ ਸਮੇਂ ਨਾਲ ਪੱਕੇ ਹੋਏ ਮੌਸਮੀ ਫ਼ਲ ਹੀ ਖਾਵੇ। ਪੱਥਰਾਂ ਨਾਲ ਪੀਸਿਆ ਹੋਇਆ ਜਾਂ ਦੰਦਾਂ ਨਾਲ ਚਬਾ ਕੇ ਖਾਣਯੋਗ ਅੰਨ ਹੀ ਖਾਵੇ।

(18) ਸਨਿਆਸੀ ਦੀ ਮਰਜ਼ੀ ਹੈ ਕਿ ਖਾਣੇ ਲਈ ਭੋਜਨ, ਉਹ ਹਰ ਰੋਜ਼ ਲਈ, ਛੇ ਮਹੀਨੇ ਵਾਸਤੇ, ਜਾਂ ਸਾਰਾ ਸਾਲ ਵਰਤਣ ਯੋਗ ਭੋਜਨ ਇਕੱਠਾ ਕਰਕੇ ਰੱਖ ਸਕਦਾ ਹੈ।

(19) ਆਪਣੀ ਸਮਰਥਾ ਅਨੁਸਾਰ, ਅੰਨ ਇਕੱਠਾ ਕਰਨ ਮਗਰੋਂ, ਦਿਨ ਵਿੱਚ ਇੱਕ ਵਾਰ (ਸਵੇਰੇ ਜਾਂ ਸ਼ਾਮ), ਜਾਂ ਇੱਕ ਦਿਨ ਦਾ ਵਰਤ (ਉਪਵਾਸ) ਰੱਖ ਕੇ ਤੀਸਰੇ ਦਿਨ, ਜਾਂ ਦੋ ਦਿਨ ਦੇ ਵਰਤ ਮਗਰੋਂ ਚੌਥੇ ਦਿਨ ਇੱਕ ਵਾਰ ਭੋਜਨ ਕਰੇ।

(20) ਜਾਂ, ਚੰਦਰਾਇਣ ਵਰਤ ਰੱਖਣ ਵਾਲਾ, ਵਿਧਾਨ ਅਨੁਸਾਰ, ਚੰਦਰਮੇ ਦੇ ਚੜ੍ਹਦੇ ਪੱਖ ਤੋਂ ਸ਼ੁਰੂ ਕਰਕੇ ਰੋਜ਼ ਖਾਣਾ (ਇੱਕ ਗਰਾਹੀ-ਬੁਰਕੀ) ਵੱਧ ਕਰਦਾ ਰਹੇ ਅਤੇ ਲਹਿੰਦੇ ਪੱਖ ਤੋਂ ਖਾਣੇ ਦੀ ਮਿਕਦਾਰ ਉਸੇ ਤਰਾਂ ਘਟਾਉਣੀ ਸ਼ੁਰੂ ਕਰੇ। ਮੱਸਿਆ ਤੇ ਪੂਰਣਮਾਸ਼ੀ ਵਾਲੀ ਰਾਤ ਨੂੰ, ਭੰਨ ਕੇ ਕੁੱਟੇ ਹੋਏ ਜੌਂਆਂ ਵਿੱਚ ਸ਼ਹਿਦ ਮਿਲਾ ਕੇ ਸ਼ਰਬਤ (ਜ਼ਵਾਗੂ) ਬਣਾ ਕੇ ਪੀਵੇ। ਜਾਂ---

(21) ਹਰ ਰੋਜ਼ ਪੱਕ ਕੇ ਡਿਗੇ ਸਾਫ ਸੁਥਰੇ ਫ਼ਲ, ਫੁੱਲ, ਸਬਜੀਆਂ, ਕੰਦਮੂਲ (ਅਗਾਵੇ- Agave root , Kind of Shakarkandi) ਆਦਿ ਖਾ ਕੇ ਜੀਭ ਨੂੰ ਵਿਕਾਰਾਂ ਤੋਂ ਬਚਾ ਕੇ ਗੁਜ਼ਾਰਾ ਕਰੇ।

ਟਿੱਪਣੀ:- ਕੰਦਮੂਲ *ਸ਼ਬਦ ਦਾ ਪ੍ਰਯੋਗ ਪਹਿਲਾਂ ਭੀ ਆਇਆ ਹੈ ਅਤੇ ਅੱਗੇ ਭੀ ਕਈ ਬਾਰ ਆਵੇਗਾ। ਕਈਆਂ ਨੇ ਇਸਦਾ ਸੰਕੇਤ ਇੱਕ ਖਾਸ ਜੰਗਲੀ ਫ਼ਲ ਵੱਲ ਵੀ ਕੀਤਾ ਹੈ। ਜ਼ਮੀਨ ਹੇਠ ਹੋਣ ਵਾਲੇ ਫ਼ਲ ਅਤੇ ਸਬਜ਼ੀਆਂ ਦੇ ਕਈ ਨਾਵਾਂ ਦੇ ਪਿਛੋਕੜ ਵਿੱਚ ਕੰਦ ਸ਼ਬਦ ਲਗਦਾ ਹੈ (ਜਿਵੇਂ ਜ਼ਿਮੀਕੰਦ, ਸ਼ਕਰਕੰਦ ਆਦਿ, ਜਿਨ੍ਹਾਂ ਨੂੰ ਅੰਗਰੇਜ਼ੀ ਭਾਸ਼ਾ ਵਿੱਚ ਟਿਊਬਰਸ (Tubers) ਭੀ ਕਿਹਾ ਜਾਂਦਾ ਹੈ)। ਵੈਸੇ ਤਾਂ ਕੰਦਮੂਲ, ਉਨ੍ਹਾਂ ਪੌਦਿਆਂ ਦੀਆਂ ਜੜ੍ਹਾਂ ਨੂੰ ਕਿਹਾ ਜਾਂਦਾ ਹੈ ਜੋ ਭੋਜਨ ਵਜੋਂ ਵਰਤੀਆਂ ਜਾ ਸਕਦੀਆਂ ਹਨ (ਜਿਵੇਂ- ਮੂਲੀ, ਸ਼ਲਗਮ, ਸ਼ਕਰਕੰਦੀ, ਅਰਬੀ, ਆਲੂ, ਕਚਾਲੂ, ਜ਼ਿਮੀਕੰਦ, ਚੁਕੰਦਰ, ਮੋਘੋ, ਇਤਿ ਆਦਿ)। ਪਰ ਸ਼ਾਸਤਰਾਂ ਵਿੱਚ ਜਿਸ ਕੰਦਮੂਲ ਦਾ ਜ਼ਿਕਰ ਆਉਂਦਾ ਹੈ, ਉਹ ਪੁਰਾਤਨ ਸਮੇਂ ਤੋਂ ਜੰਗਲਾਂ ਵਿੱਚ ਆਮ ਮਿਲਣ ਵਾਲਾ ਪੌਦਾ ਹੈ, ਜਿਸਦੀ ਬਣਤਰ ਖਜੂਰ ਦੇ ਪੌਦੇ ਵਰਗੀ ਹੁੰਦੀ ਹੈ ਅਤੇ ਨੋਕਦਾਰ ਪੱਤਿਆਂ ਦੇ ਸਿਰੇ ਉੱਪਰ ਬਰੀਕ ਕੰਡੇ ਭੀ ਹੁੰਦੇ ਹਨ। ਇਸਦੀਆਂ ਬੇਸ਼ੁਮਾਰ ਕਿਸਮਾਂ ਹਨ। ਇਸਦੀ ਜੜ੍ਹ ਇੱਕ ਫੁੱਟਬਾਲ ਦੇ ਅਕਾਰ ਜੇਹੀ ਹੁੰਦੀ ਹੈ (ਕੁਝ ਹਿੱਸਾ ਧਰਤੀ ਦੇ ਉੱਪਰ ਅਤੇ ਕੁਝ ਹੇਠਾਂ)। ਇਸਦੇ ਨੋਕਦਾਰ ਪੱਤਿਆਂ ਦੇ ਬਹੁਤ ਵਧੀਆ ਕਿਸਮ ਦੇ ਰੱਸੇ ਅਤੇ ਮੂੜ੍ਹੇ ਬਣਦੇ ਹਨ। ਇਸੇ ਨੂੰ ਹੀ ਕੰਦਮੂਲ ਕਹਿ ਕੇ ਹਵਾਲਾ ਦਿੱਤਾ ਗਿਆ ਹੈ। ਇਸ ਵਿੱਚ ਬੇਸ਼ੁਮਾਰ ਪੌਸ਼ਟਿਕ ਤੱਤ ਹੁੰਦੇ ਹਨ ਜੋ ਸ਼ਰੀਰ ਨੂੰ ਤੰਦਰੁਸਤ ਰੱਖਣ ਲਈ ਬਹੁਤ ਗੁਣਕਾਰੀ ਹਨ। ਸਨਿਆਸੀ ਲੋਕ ਇਸਨੂੰ ਉਬਾਲ ਕੇ ਆਮ*

ਖਾਂਦੇ ਸਨ। ਅੱਜ ਕੱਲ ਇਸਦੀ ਕਾਸ਼ਿਤ, ਵਪਾਰਕ ਪੱਧਰ ਤੇ ਆਮ ਹੁੰਦੀ ਹੈ। ਮੈਕਸੀਕੋ ਵਿੱਚ ਬਣਨ ਵਾਲੀ ਦੁਨੀਆਂ ਦੀ ਮਸ਼ਹੂਰ ਸ਼ਰਾਬ ਜਿਸਨੂੰ 'ਟੂਕੀਲਾ' ਕਰਕੇ ਜਾਣਿਆ ਜਾਂਦਾ ਹੈ, ਇਸੇ ਫ਼ਲ ਤੋਂ ਬਣਾਈ ਜਾਂਦੀ ਹੈ। ਹਿੰਦੂ ਤੀਰਥਾਂ ਅਤੇ ਮੇਲਿਆਂ ਸਮੇਂ, ਦੁਕਾਨਦਾਰ ਲੋਕ ਮੰਦਰਾਂ ਅੱਗੇ (ਧਰਮ ਦੇ ਨਾਮ ਤੇ) ਇਸ ਫ਼ਲ ਦੀਆਂ ਛਿਲਤਾਂ ਕੱਟ ਕੇ ਆਮ ਸ਼ਰਧਾਲੂਆਂ ਨੂੰ ਇਹ ਕਹਿ ਕੇ ਵੇਚਦੇ ਹਨ ਕਿ ਇਹੋ 'ਰਾਮ ਫ਼ਲ' ਹੈ ਜਿਸਨੂੰ ਰਾਮ ਚੰਦਰ ਜੀ ਨੇ ਬਨਵਾਸ ਸਮੇਂ ਭੋਜਨ ਵਜੋਂ ਵਰਤਿਆ ਸੀ।

(22) ਸਨਿਆਸੀ ਆਪਣੇ ਵਣ-ਆਸ਼ਰਮ ਵਿੱਚ ਜ਼ਮੀਨ ਤੇ ਹੀ ਬੈਠਾ ਜਾਂ ਲੰਮਾ ਪਿਆ ਰਹੇ ਅਤੇ ਖੜ੍ਹਨ ਸਮੇਂ ਕੇਵਲ ਪੱਬਾਂ ਭਾਰ ਹੀ ਖੜ੍ਹੇ। ਆਪਣੇ ਸਥਾਨ ਅਤੇ ਆਸਣ ਵਿੱਚ ਪ੍ਰਪੱਕ ਰਹੇ। ਤਿੰਨੋ ਸਮੇਂ (ਸਵੇਰ, ਦੁਪਹਿਰ, ਤੇ ਸ਼ਾਮ ਵੇਲੇ) ਇਸ਼ਨਾਨ ਕਰੇ।

(23) ਗਰਮੀਆਂ ਦੀ ਰੁੱਤੇ, ਪੰਚਾਗਨੀ (ਰੋਜ਼ਾਨਾ ਪੰਚ ਯੱਗ ਦੀ ਕਿਰਿਆ ਕਰਨ ਵਾਲੀ ਅਗਨੀ) ਨੂੰ ਮਘਦਾ ਰੱਖੇ ਤੇ ਹੌਲੀ ਹੌਲੀ ਸੇਕ ਨੂੰ ਤੇਜ਼ ਕਰੀ ਜਾਵੇ। ਬਰਸਾਤ ਰੁੱਤੇ, ਨੰਗੇ ਸ਼ਰੀਰ, ਬਿਨਾਂ ਛੱਤ ਵਾਲੀ ਕੁਟੀਆ ਵਿੱਚ ਰਹੇ, ਠੰਡੀ ਰੁੱਤੇ (ਮੱਘਰ-ਪੋਹ) ਵਿੱਚ ਭੀ ਸਰੀਰ ਤੇ ਗਿੱਲਾ ਕੱਪੜਾ ਪਾਵੇ।ਇਸ ਪ੍ਰਕਾਰ ਹੌਲੀ ਹੌਲੀ ਆਪਣੀ ਤਪੱਸਿਆ ਨੂੰ ਵਧਾਉਂਦਾ ਰਹੇ।

(24) ਤਿੰਨੋ ਵਕਤ ਇਸ਼ਨਾਨ ਕਰਕੇ, ਦੇਵਤਿਆਂ ਅਤੇ ਪਿੱਤਰਾਂ ਲਈ ਪੂਜਾ ਤਰਪਣ ਕਰੇ। ਇਸ ਤਰਾਂ ਸਹਿਣਸ਼ੀਲਤਾ ਰੱਖਦਾ ਹੋਇਆ ਸਖਤ ਤਪੱਸਿਆ ਕਰੇ ਅਤੇ ਪਹਿਨੇ ਹੋਏ ਗਿੱਲੇ ਕੱਪੜਿਆਂ ਸਮੇਤ **ਸਰੀਰ ਨੂੰ ਸੁਕਾਵੇ।**

(25) ਘੋਰ ਤਪੱਸਿਆ ਦੇ ਅੰਤ ਵਿੱਚ ਜਦੋਂ ਬ੍ਰਾਹਮਣ, ਸ਼ਾਸਤਰ ਵਿਧੀ ਮੁਤਾਬਿਕ ਰੋਜ਼ ਧੁਖਾਈਆਂ ਜਾਣ ਵਾਲੀਆਂ (**ਸਮਾਰੋਪ**) ਧੂਣੀਆਂ ਅਤੇ ਪੂਜਾ ਵਲੋਂ ਵੇਹਲਾ ਹੋ ਜਾਵੇ, ਤਾਂ ਆਪਣੇ ਬ੍ਰਹਮਚਾਰੀ ਧਰਮ ਨੂੰ ਨਿਭਾਉਂਦਿਆਂ, ਇਕਾਂਤ ਵਿੱਚ ਸ਼ਾਸਤਰਾਂ ਦਾ ਅਧਿਆਨ ਕਰੇ। ਸਿਰਫ ਫਲ, ਸਾਗ ਅਤੇ ਕੰਦਮੂਲ਼ ਆਦਿ ਖਾ ਕੇ ਹੀ ਨਿਰਬਾਹ ਕਰੇ।

ਟਿੱਪਣੀ:- *ਪਹਿਲਾਂ ਆਏ ਸਲੋਕਾਂ ਵਿੱਚ ਧਰਤੀ ਹੇਠਾਂ ਹੋਣ ਵਾਲੇ ਸਾਰੇ ਫ਼ਲ, ਅਤੇ ਸਬਜ਼ੀਆਂ ਨੂੰ ਬ੍ਰਾਹਮਣ ਵਾਸਤੇ ਨਿੰਦਤ ਕਿਹਾ ਗਿਆ ਹੈ!*

(26) ਸਰੀਰ ਦੇ ਸੁੱਖਾਂ ਅਤੇ ਵਸਤਾਂ ਦੀ ਪ੍ਰਾਪਤੀ ਲਈ, ਬੇਲੋੜੀ ਦੌੜ ਭੱਜ ਨਾ ਕਰੇ ਅਤੇ ਚੁੱਪ ਧਾਰ ਕੇ ਧਰਤੀ ਤੇ ਹੀ ਸੌਂਵੇਂ। ਆਪਣੇ ਬ੍ਰਹਮਚਾਰੀ ਧਰਮ ਦੀ ਸ਼ੁੱਧਤਾ ਲਈ, ਮਨ ਦੀਆਂ ਸੋਚਾਂ ਵਿੱਚੋਂ ਅੱਠੇ ਤਰਾਂ ਦੇ ਕਾਮੁਕ ਭੋਗਾਂ ਦਾ ਤਿਆਗ ਕਰੇ। ਜੇ ਆਪਣੀ ਇਸਤ੍ਰੀ ਭੀ ਨਾਲ ਰਹਿ ਰਹੀ ਹੋਵੇ ਤਾਂ ਭੀ ਉਸ ਨਾਲ ਵੀ ਭੋਗ ਵਿਲਾਸ ਨਾ ਕਰੇ। ਦਰਖਤਾਂ ਦੇ ਮੁੱਢ ਤੇ ਛਾਂ ਹੇਠ ਰਹਿਣਾ ਹੀ ਆਪਣਾ ਜੀਵਨ ਜਾਣੇ।

ਨੋਟ:- *ਸ਼ਾਸਤ੍ਰਾਂ ਵਿੱਚ ਅੱਠ ਤਰਾਂ ਦੇ ਕਾਮੁਕ ਭੋਗ ਦੱਸੇ ਗਏ ਹਨ -*

(ੳ) - *ਦੂਸਰੀ ਇਸਤ੍ਰੀ ਜਾਂ ਪੁਰਸ਼ ਦੇ ਰੂਪ ਵੱਲ ਵੇਖ ਕੇ ਕਾਮ ਕ੍ਰੀੜੇ ਦੀ ਇਛਾ ਜਾਗਣੀ,*

(ਅ) - *ਦੂਸਰੇ ਮਰਦ ਜਾਂ ਇਸਤ੍ਰੀ ਦੇ ਗੁਪਤ ਅੰਗਾਂ ਨੂੰ ਸਪ੍ਰਸ਼ ਕਰਨਾ,*

(ੲ) - *ਦੂਸਰੇ ਮਰਦ ਜਾਂ ਇਸਤ੍ਰੀ ਨੂੰ ਅੱਖ ਮਟੱਕਾ ਕਰਕੇ ਰੀਝਾਉਣਾ,*

(ਸ) - *ਰੂਪ ਜਾਂ ਪ੍ਰਸੰਸਾ ਦੇ ਪੁਲ ਬੰਨ੍ਹ ਕੇ ਭਰਮਾਉਣਾ,*

(ਹ) - *ਇਕਾਂਤ ਵਿੱਚ ਬੈਠ ਕੇ ਪ੍ਰਾਏ ਮਰਦ ਜਾਂ ਔਰਤ ਬਾਰੇ ਸੁਪਨੇ ਲੈਣੇ ਅਤੇ ਸੁਪਨੇ ਵਿੱਚ ਕਾਮ ਕ੍ਰੀੜਾ ਕਰਨਾ,*

(ਕ) - *ਕਾਮ ਵਾਸ਼ਨਾ ਦੀਆਂ ਤਰੰਗਾਂ ਕਾਰਣ, ਆਪਣੇ ਆਪ ਹੱਥ ਰਸ ਕਰਕੇ ਵੀਰਜ ਦੋਸ਼ ਕਰਨਾ,*

(ਖ) - *ਕਾਮ ਵਾਸ਼ਨਾ ਦੀ ਪੂਰਤੀ ਲਈ, ਪਰਾਈ ਇਸਤ੍ਰੀ ਜਾਂ ਪੁਰਸ਼ ਨੂੰ ਲੋਭ ਲਾਲਚ ਦੇ ਕੇ ਭਰਮਾਉਣਾ,*

ਘਾਟ ਹੈ ਜਾਂ ਪਚਾ ਨਹੀਂ ਸਕਦੇ, ਉਨ੍ਹਾਂ ਦੇਸ਼ਾਂ ਵਿੱਚ ਇਸਦੇ ਬੂਟੇ ਲਾਉਣ ਲਈ ਬਹੁਤ ਵੱਡੀ ਮੁਹਿੰਮ ਚਲ ਰਹੀ ਹੈ (ਖਾਸ ਕਰਕੇ ਅਫਰੀਕੀ ਦੇਸ਼ਾਂ ਵਿੱਚ)।

(15) ਅੱਸੂ ਦੇ ਮਹੀਨੇ ਵਿੱਚ ਸਨਿਆਸੀ ਨੂੰ ਆਪਣੇ ਪੁਰਾਣੇ ਬਸਤਰ ਅਤੇ ਇਕੱਠਾ ਕੀਤੇ ਹੋਏ ਅੰਨ ਸਮੇਤ ਬਾਕੀ ਵਸਤਾਂ ਨੂੰ ਤਿਆਗ ਦੇਣਾ ਚਾਹੀਦਾ ਹੈ। ਨਵੇਂ ਭੋਜਨ ਅਤੇ ਸ਼ਰੀਰ ਨੂੰ ਕੱਜਣ ਦਾ ਪ੍ਰਬੰਧ ਕਰਨਾ ਚਾਹੀਦਾ ਹੈ।

(16) ਹਲ ਵਾਹੁਣ ਮਗਰੋਂ ਆਪਣੇ ਆਪ ਖੇਤਾਂ ਵਿੱਚ ਛੱਡਿਆ ਅੰਨ (ਬੁਆੜ), ਜਿਸਨੂੰ ਜਿਮੀਂਦਾਰ ਨੇ ਬਿਨਾ ਸਾਂਭਣ ਤੋਂ ਛੱਡ ਦਿੱਤਾ ਹੋਵੇ, ਉਸਨੂੰ ਭੀ ਸਨਿਆਸੀ ਨੇ ਚੁਗ ਕੇ ਨਹੀਂ ਖਾਣਾ। ਪਿੰਡ ਦੇ ਆਲੇ ਦੁਆਲੇ ਬਿਨਾਂ ਬੀਜਣ ਤੋਂ ਆਪਣੇ ਆਪ ਉੱਗਿਆ ਫ਼ਲ ਅਤੇ ਕੰਦਮੂਲ਼ ਆਦਿ ਕੋਈ ਚੀਜ਼ ਨਹੀਂ ਖਾਣੀ, ਭਾਵੇਂ ਉਹ ਭੁੱਖ ਦਾ ਕਿਤਨਾ ਭੀ ਸਤਾਇਆ ਕਿਉਂ ਨਾ ਹੋਵੇ।

(17) ਸਨਿਆਸੀ ਆਪਣਾ ਭੋਜਨ ਅੱਗ ਤੇ ਪਕਾ ਕੇ ਖਾਵੇ ਤੇ ਸਮੇਂ ਨਾਲ ਪੱਕੇ ਹੋਏ ਮੌਸਮੀ ਫ਼ਲ ਹੀ ਖਾਵੇ। ਪੱਥਰਾਂ ਨਾਲ ਪੀਸਿਆ ਹੋਇਆ ਜਾਂ ਦੰਦਾਂ ਨਾਲ ਚਬਾ ਕੇ ਖਾਣਯੋਗ ਅੰਨ ਹੀ ਖਾਵੇ।

(18) ਸਨਿਆਸੀ ਦੀ ਮਰਜ਼ੀ ਹੈ ਕਿ ਖਾਣੇ ਲਈ ਭੋਜਨ, ਉਹ ਹਰ ਰੋਜ਼ ਲਈ, ਛੇ ਮਹੀਨੇ ਵਾਸਤੇ, ਜਾਂ ਸਾਰਾ ਸਾਲ ਵਰਤਣ ਯੋਗ ਭੋਜਨ ਇਕੱਠਾ ਕਰਕੇ ਰੱਖ ਸਕਦਾ ਹੈ।

(19) ਆਪਣੀ ਸਮਰਥਾ ਅਨੁਸਾਰ, ਅੰਨ ਇਕੱਠਾ ਕਰਨ ਮਗਰੋਂ, ਦਿਨ ਵਿੱਚ ਇੱਕ ਵਾਰ (ਸਵੇਰੇ ਜਾਂ ਸ਼ਾਮ), ਜਾਂ ਇੱਕ ਦਿਨ ਦਾ ਵਰਤ (ਉਪਵਾਸ) ਰੱਖ ਕੇ ਤੀਸਰੇ ਦਿਨ, ਜਾਂ ਦੋ ਦਿਨ ਦੇ ਵਰਤ ਮਗਰੋਂ ਚੌਥੇ ਦਿਨ ਇੱਕ ਵਾਰ ਭੋਜਨ ਕਰੇ।

(20) ਜਾਂ, ਚੰਦਰਾਇਣ ਵਰਤ ਰੱਖਣ ਵਾਲਾ, ਵਿਧਾਨ ਅਨੁਸਾਰ, ਚੰਦਰਮੇ ਦੇ ਚੜ੍ਹਦੇ ਪੱਖ ਤੋਂ ਸ਼ੁਰੂ ਕਰਕੇ ਰੋਜ਼ ਖਾਣਾ (ਇੱਕ ਗਰਾਹੀ-ਬੁਰਕੀ) ਵੱਧ ਕਰਦਾ ਰਹੇ ਅਤੇ ਲਹਿੰਦੇ ਪੱਖ ਤੋਂ ਖਾਣੇ ਦੀ ਮਿਕਦਾਰ ਉਸੇ ਤਰਾਂ ਘਟਾਉਣੀ ਸ਼ੁਰੂ ਕਰੇ। ਮੱਸਿਆ ਤੇ ਪੂਰਣਮਾਸ਼ੀ ਵਾਲੀ ਰਾਤ ਨੂੰ, ਭੁੰਨ ਕੇ ਕੁੱਟੇ ਹੋਏ ਜੌਂਆਂ ਵਿੱਚ ਸ਼ਹਿਦ ਮਿਲਾ ਕੇ ਸ਼ਰਬਤ (ਜ਼ਵਾਗੂ) ਬਣਾ ਕੇ ਪੀਵੇ। ਜਾਂ---

(21) ਹਰ ਰੋਜ਼ ਪੱਕ ਕੇ ਡਿਗੇ ਸਾਫ ਸੁਥਰੇ ਫ਼ਲ, ਫੁੱਲ, ਸਬਜੀਆਂ, ਕੰਦਮੂਲ਼ (ਅਗਾਵੇ- Agave root , Kind of Shakarkandi) ਆਦਿ ਖਾ ਕੇ ਜੀਭ ਨੂੰ ਵਿਕਾਰਾਂ ਤੋਂ ਬਚਾ ਕੇ ਗੁਜ਼ਾਰਾ ਕਰੇ।

***ਟਿੱਪਣੀ:- ਕੰਦਮੂਲ਼** ਸ਼ਬਦ ਦਾ ਪ੍ਰਯੋਗ ਪਹਿਲਾਂ ਭੀ ਆਇਆ ਹੈ ਅਤੇ ਅੱਗੇ ਭੀ ਕਈ ਬਾਰ ਆਵੇਗਾ। ਕਈਆਂ ਨੇ ਇਸਦਾ ਸੰਕੇਤ ਇੱਕ ਖਾਸ ਜੰਗਲੀ ਫ਼ਲ ਵੱਲ ਵੀ ਕੀਤਾ ਹੈ। ਜ਼ਮੀਨ ਹੇਠ ਹੋਣ ਵਾਲੇ ਫ਼ਲ ਅਤੇ ਸਬਜ਼ੀਆਂ ਦੇ ਕਈ ਨਾਵਾਂ ਦੇ ਪਿਛੋਕੜ ਵਿੱਚ ਕੰਦ ਸ਼ਬਦ ਲਗਦਾ ਹੈ (ਜਿਵੇਂ ਜ਼ਿਮੀਕੰਦ, ਸ਼ਕਰਕੰਦ ਆਦਿ, ਜਿਨ੍ਹਾਂ ਨੂੰ ਅੰਗਰੇਜ਼ੀ ਭਾਸ਼ਾ ਵਿੱਚ ਟਿਊਬਰਸ (Tubers) ਭੀ ਕਿਹਾ ਜਾਂਦਾ ਹੈ)। ਵੈਸੇ ਤਾਂ ਕੰਦਮੂਲ਼, ਉਨ੍ਹਾਂ ਪੌਦਿਆਂ ਦੀਆਂ ਜੜ੍ਹਾਂ ਨੂੰ ਕਿਹਾ ਜਾਂਦਾ ਹੈ ਜੋ ਭੋਜਨ ਵਜੋਂ ਵਰਤੀਆਂ ਜਾ ਸਕਦੀਆਂ ਹਨ (ਜਿਵੇਂ- ਮੂਲੀ, ਸ਼ਲਗਮ, ਸ਼ਕਰਕੰਦੀ, ਅਰਬੀ, ਆਲੂ, ਕਚਾਲੂ, ਜ਼ਿਮੀਕੰਦ, ਚੁਕੰਦਰ, ਮੋਘੋ, ਇਤਿ ਆਦਿ)। ਪਰ ਸ਼ਾਸਤਰਾਂ ਵਿੱਚ ਜਿਸ ਕੰਦਮੂਲ਼ ਦਾ ਜ਼ਿਕਰ ਆਉਂਦਾ ਹੈ, ਉਹ ਪੁਰਾਤਨ ਸਮੇਂ ਤੋਂ ਜੰਗਲਾਂ ਵਿੱਚ ਆਮ ਮਿਲਣ ਵਾਲਾ ਪੌਦਾ ਹੈ, ਜਿਸਦੀ ਬਣਤਰ ਖਜੂਰ ਦੇ ਪੌਦੇ ਵਰਗੀ ਹੁੰਦੀ ਹੈ ਅਤੇ ਨੋਕਦਾਰ ਪੱਤਿਆਂ ਦੇ ਸਿਰੇ ਉੱਪਰ ਬਰੀਕ ਕੰਡੇ ਭੀ ਹੁੰਦੇ ਹਨ। ਇਸਦੀਆਂ ਬੇਸ਼ੁਮਾਰ ਕਿਸਮਾਂ ਹਨ। ਇਸਦੀ ਜੜ੍ਹ ਇੱਕ ਫੁੱਟਬਾਲ ਦੇ ਅਕਾਰ ਜੇਹੀ ਹੁੰਦੀ ਹੈ (ਕੁਝ ਹਿੱਸਾ ਧਰਤੀ ਦੇ ਉੱਪਰ ਅਤੇ ਕੁਝ ਹੇਠਾਂ)। ਇਸਦੇ ਨੋਕਦਾਰ ਪੱਤਿਆਂ ਦੇ ਬਹੁਤ ਵਧੀਆ ਕਿਸਮ ਦੇ ਰੱਸੇ ਅਤੇ ਮੂੜ੍ਹੇ ਬਣਦੇ ਹਨ। ਇਸੇ ਨੂੰ ਹੀ ਕੰਦਮੂਲ਼ ਕਹਿ ਕੇ ਹਵਾਲਾ ਦਿੱਤਾ ਗਿਆ ਹੈ। ਇਸ ਵਿੱਚ ਬੇਸ਼ੁਮਾਰ ਪੌਸ਼ਟਿਕ ਤੱਤ ਹੁੰਦੇ ਹਨ ਜੋ ਸ਼ਰੀਰ ਨੂੰ ਤੰਦਰੁਸਤ ਰੱਖਣ ਲਈ ਬਹੁਤ ਗੁਣਕਾਰੀ ਹਨ। ਸਨਿਆਸੀ ਲੋਕ ਇਸਨੂੰ ਉਬਾਲ ਕੇ ਆਮ*

ਖਾਂਦੇ ਸਨ। ਅੱਜ ਕੱਲ ਇਸਦੀ ਕਾਸ਼ਿਤ, ਵਪਾਰਕ ਪੱਧਰ ਤੇ ਆਮ ਹੁੰਦੀ ਹੈ। ਮੈਕਸੀਕੋ ਵਿੱਚ ਬਣਨ ਵਾਲੀ ਦੁਨੀਆਂ ਦੀ ਮਸ਼ਹੂਰ ਸ਼ਰਾਬ ਜਿਸਨੂੰ 'ਟੁਕੀਲਾ' ਕਰਕੇ ਜਾਣਿਆ ਜਾਂਦਾ ਹੈ, ਇਸੇ ਫ਼ਲ ਤੋਂ ਬਣਾਈ ਜਾਂਦੀ ਹੈ। ਹਿੰਦੂ ਤੀਰਥਾਂ ਅਤੇ ਮੇਲਿਆਂ ਸਮੇਂ, ਦੁਕਾਨਦਾਰ ਲੋਕ ਮੰਦਰਾਂ ਅੱਗੇ (ਧਰਮ ਦੇ ਨਾਮ ਤੇ) ਇਸ ਫ਼ਲ ਦੀਆਂ ਛਿਲਤਾਂ ਕੱਟ ਕੇ ਆਮ ਸ਼ਰਧਾਲੂਆਂ ਨੂੰ ਇਹ ਕਹਿ ਕੇ ਵੇਚਦੇ ਹਨ ਕਿ ਇਹੋ 'ਰਾਮ ਫ਼ਲ' ਹੈ ਜਿਸਨੂੰ ਰਾਮ ਚੰਦਰ ਜੀ ਨੇ ਬਨਵਾਸ ਸਮੇਂ ਭੋਜਨ ਵਜੋਂ ਵਰਤਿਆ ਸੀ।

(22) ਸਨਿਆਸੀ ਆਪਣੇ ਵਣ-ਆਸ਼ਰਮ ਵਿੱਚ ਜ਼ਮੀਨ ਤੇ ਹੀ ਬੈਠਾ ਜਾਂ ਲੰਮਾ ਪਿਆ ਰਹੇ ਅਤੇ ਖੜ੍ਹਨ ਸਮੇਂ ਕੇਵਲ ਪੱਬਾਂ ਭਾਰ ਹੀ ਖੜ੍ਹੇ। ਆਪਣੇ ਸਥਾਨ ਅਤੇ ਆਸਣ ਵਿੱਚ ਪ੍ਰਪੱਕ ਰਹੇ। ਤਿੰਨੋ ਸਮੇਂ (ਸਵੇਰ, ਦੁਪਹਿਰ, ਤੇ ਸ਼ਾਮ ਵੇਲੇ) ਇਸ਼ਨਾਨ ਕਰੇ।

(23) ਗਰਮੀਆਂ ਦੀ ਰੁੱਤੇ, ਪੰਚਾਗਨੀ (ਰੋਜ਼ਾਨਾ ਪੰਚ ਯੱਗ ਦੀ ਕਿਰਿਆ ਕਰਨ ਵਾਲੀ ਅਗਨੀ) ਨੂੰ ਮਘਦਾ ਰੱਖੇ ਤੇ ਹੌਲੀ ਹੌਲੀ ਸੇਕ ਨੂੰ ਤੇਜ਼ ਕਰੀ ਜਾਵੇ। ਬਰਸਾਤ ਰੁੱਤੇ, ਨੰਗੇ ਸ਼ਰੀਰ, ਬਿਨਾਂ ਛੱਤ ਵਾਲੀ ਕੁਟੀਆ ਵਿੱਚ ਰਹੇ, ਠੰਡੀ ਰੁੱਤੇ (ਮੱਘਰ-ਪੋਹ) ਵਿੱਚ ਭੀ ਸਰੀਰ ਤੇ ਗਿੱਲਾ ਕੱਪੜਾ ਪਾਵੇ।ਇਸ ਪ੍ਰਕਾਰ ਹੌਲੀ ਹੌਲੀ ਆਪਣੀ ਤਪੱਸਿਆ ਨੂੰ ਵਧਾਉਂਦਾ ਰਹੇ।

(24) ਤਿੰਨੋ ਵਕਤ ਇਸ਼ਨਾਨ ਕਰਕੇ, ਦੇਵਤਿਆਂ ਅਤੇ ਪਿੱਤਰਾਂ ਲਈ ਪੂਜਾ ਤਰਪਣ ਕਰੇ। ਇਸ ਤਰਾਂ ਸਹਿਣਸ਼ੀਲਤਾ ਰੱਖਦਾ ਹੋਇਆ ਸਖਤ ਤਪੱਸਿਆ ਕਰੇ ਅਤੇ ਪਹਿਨੇ ਹੋਏ ਗਿੱਲੇ ਕੱਪੜਿਆਂ ਸਮੇਤ **ਸਰੀਰ ਨੂੰ ਸੁਕਾਵੇ।**

(25) ਘੋਰ ਤਪੱਸਿਆ ਦੇ ਅੰਤ ਵਿੱਚ ਜਦੋਂ ਬ੍ਰਾਹਮਣ, ਸ਼ਾਸਤਰ ਵਿਧੀ ਮੁਤਾਬਿਕ ਰੋਜ਼ ਧੁਖਾਈਆਂ ਜਾਣ ਵਾਲੀਆਂ (**ਸਮਾਰੋਪ**) ਧੂਣੀਆਂ ਅਤੇ ਪੂਜਾ ਵਲੋਂ ਵੇਹਲਾ ਹੋ ਜਾਵੇ, ਤਾਂ ਆਪਣੇ ਬ੍ਰਹਮਚਾਰੀ ਧਰਮ ਨੂੰ ਨਿਭਾਉਂਦਿਆਂ, ਇਕਾਂਤ ਵਿੱਚ ਸ਼ਾਸਤਰਾਂ ਦਾ ਅਧਿਆਨ ਕਰੇ। ਸਿਰਫ ਫਲ, ਸਾਗ ਅਤੇ ਕੰਦਮੂਲ਼ ਆਦਿ ਖਾ ਕੇ ਹੀ ਨਿਰਬਾਹ ਕਰੇ।

ਟਿੱਪਣੀ:- *ਪਹਿਲਾਂ ਆਏ ਸਲੋਕਾਂ ਵਿੱਚ ਧਰਤੀ ਹੇਠਾਂ ਹੋਣ ਵਾਲੇ ਸਾਰੇ ਫ਼ਲ, ਅਤੇ ਸਬਜ਼ੀਆਂ ਨੂੰ ਬ੍ਰਾਹਮਣ ਵਾਸਤੇ ਨਿੰਦਤ ਕਿਹਾ ਗਿਆ ਹੈ!*

(26) ਸਰੀਰ ਦੇ ਸੁੱਖਾਂ ਅਤੇ ਵਸਤਾਂ ਦੀ ਪ੍ਰਾਪਤੀ ਲਈ, ਬੇਲੋੜੀ ਦੌੜ ਭੱਜ ਨਾ ਕਰੇ ਅਤੇ ਚੁੱਪ ਧਾਰ ਕੇ ਧਰਤੀ ਤੇ ਹੀ ਸੌਂਵੇਂ। ਆਪਣੇ ਬ੍ਰਹਮਚਾਰੀ ਧਰਮ ਦੀ ਸ਼ੁੱਧਤਾ ਲਈ, ਮਨ ਦੀਆਂ ਸੋਚਾਂ ਵਿੱਚੋਂ ਅੱਠੇ ਤਰਾਂ ਦੇ ਕਾਮੁਕ ਭੋਗਾਂ ਦਾ ਤਿਆਗ ਕਰੇ। ਜੇ ਆਪਣੀ ਇਸਤ੍ਰੀ ਭੀ ਨਾਲ ਰਹਿ ਰਹੀ ਹੋਵੇ ਤਾਂ ਭੀ ਉਸ ਨਾਲ ਵੀ ਭੋਗ ਵਿਲਾਸ ਨਾ ਕਰੇ। ਦਰਖਤਾਂ ਦੇ ਮੁੱਢ ਤੇ ਛਾਂ ਹੇਠ ਰਹਿਣਾ ਹੀ ਆਪਣਾ ਜੀਵਨ ਜਾਣੇ।

ਨੋਟ:- *ਸ਼ਾਸਤ੍ਰਾਂ ਵਿੱਚ ਅੱਠ ਤਰਾਂ ਦੇ ਕਾਮੁਕ ਭੋਗ ਦੱਸੇ ਗਏ ਹਨ -*

(ੳ) *- ਦੂਸਰੀ ਇਸਤ੍ਰੀ ਜਾਂ ਪੁਰਸ਼ ਦੇ ਰੂਪ ਵੱਲ ਵੇਖ ਕੇ ਕਾਮ ਕ੍ਰੀੜੇ ਦੀ ਇਛਾ ਜਾਗਣੀ,*

(ਅ) *- ਦੂਸਰੇ ਮਰਦ ਜਾਂ ਇਸਤ੍ਰੀ ਦੇ ਗੁਪਤ ਅੰਗਾਂ ਨੂੰ ਸਪ੍ਰਸ਼ ਕਰਨਾ,*

(ੲ) *- ਦੂਸਰੇ ਮਰਦ ਜਾਂ ਇਸਤ੍ਰੀ ਨੂੰ ਅੱਖ ਮਟੱਕਾ ਕਰਕੇ ਰੀਝਾਉਣਾ,*

(ਸ) *- ਰੂਪ ਜਾਂ ਪ੍ਰਸੰਸਾ ਦੇ ਪੁਲ ਬੰਨ੍ਹ ਕੇ ਭਰਮਾਉਣਾ,*

(ਹ) *- ਇਕਾਂਤ ਵਿੱਚ ਬੈਠ ਕੇ ਪ੍ਰਾਏ ਮਰਦ ਜਾਂ ਔਰਤ ਬਾਰੇ ਸੁਪਨੇ ਲੈਣੇ ਅਤੇ ਸੁਪਨੇ ਵਿੱਚ ਕਾਮ ਕ੍ਰੀੜਾ ਕਰਨਾ,*

(ਕ) *- ਕਾਮ ਵਾਸ਼ਨਾ ਦੀਆਂ ਤਰੰਗਾਂ ਕਾਰਣ, ਆਪਣੇ ਆਪ ਹੱਥ ਰਸ ਕਰਕੇ ਵੀਰਜ ਦੋਸ਼ ਕਰਨਾ,*

(ਖ) *- ਕਾਮ ਵਾਸ਼ਨਾ ਦੀ ਪੂਰਤੀ ਲਈ, ਪਰਾਈ ਇਸਤ੍ਰੀ ਜਾਂ ਪੁਰਸ਼ ਨੂੰ ਲੋਭ ਲਾਲਚ ਦੇ ਕੇ ਭਰਮਾਉਣਾ,*

MANUSMRITI 133

(ਗ) – ਜਾਣਦਿਆਂ ਹੋਇਆਂ ਭੀ ਆਪਸੀ ਮਿਲਾਪ ਕਰਕੇ ਪਰਾਏ ਮਰਦ ਜਾਂ ਔਰਤ ਨਾਲ ਸੰਭੋਗ ਕਰਨਾ ਠੀਕ ਨਹੀਂ, ਫਿਰ ਭੀ ਅੰਦਰੋਂ ਸੰਭੋਗ ਦੀ ਕਲਪਣਾ ਕਰਦੇ ਰਹਿਣਾ।

(27) ਸਨਿਆਸੀ ਨੂੰ ਸਿਰਫ ਜ਼ਰੂਰਤ ਮੁਤਾਬਿਕ, ਉਨ੍ਹਾਂ ਬ੍ਰਾਹਮਣਾਂ ਦੇ ਘਰੋਂ ਦੱਛਣਾ ਲੈਣ ਦੀ ਖੁੱਲ ਹੈ ਜੋ ਤਪੱਸਵੀਆਂ ਅਤੇ ਵਣਪ੍ਰਸਤ ਲੋਕਾਂ ਵਾਂਗ ਜਿਉਂਦੇ ਹੋਣ ਜਾਂ ਆਪਣੀ ਜਾਤੀ ਦੇ ਉਨ੍ਹਾਂ ਦਵਿੱਜ ਲੋਕਾਂ ਕੋਲੋਂ, ਜੋ ਜੰਗਲ ਵਿੱਚ ਰਹਿੰਦੇ ਹੋਣ।

(28) ਜੰਗਲ ਵਿੱਚ ਰਹਿੰਦਿਆਂ ਸਨਿਆਸੀ ਲੋਕਾਂ ਕੋਲੋਂ ਭਿੱਖਿਆ ਨਾ ਮਿਲੇ ਤਾਂ ਲਾਗਲੇ ਪਿੰਡ ਵਿੱਚੋਂ ਭਿੱਖਿਆ ਮੰਗਣ ਜਾ ਸਕਦਾ ਹੈ। ਪਰ ਮੰਗੀ ਹੋਈ ਭਿੱਖਿਆ, ਦਰਖਤਾਂ ਦੇ ਪੱਤਿਆਂ ਨਾਲ ਬਣਾਏ ਪੱਤਲ ਜਾਂ ਟੁੱਟੇ ਖੱਪੜ (ਠੀਕਰ) ਵਿੱਚ ਹੀ ਪੁਆਵੇ ਤੇ ਜਾਂ ਫਿਰ ਆਪਣੇ ਹੱਥਾਂ ਨਾਲ ਬੁੱਕ ਵਿੱਚ ਪੁਆ ਕੇ ਅੱਠ ਗਰਾਹੀਆਂ ਉੱਥੇ ਹੀ ਖਾ ਲਵੇ ਅਤੇ ਬਾਕੀ ਆਪਣੀ ਕੁਟੀਆ ਨੂੰ ਲੈ ਆਵੇ।

(29) ਵੇਦ ਦੀ ਮਰਿਯਾਦਾ ਦੇ ਧਾਰਨੀ, ਸਨਿਆਸੀ ਬ੍ਰਾਹਮਣ ਵਾਸਤੇ, ਪ੍ਰਮਾਤਮਾਂ ਦੇ ਮਿਲਾਪ ਤੇ ਉਸ ਵਿੱਚ ਅਭੇਦ ਹੋਣ ਲਈ, ਹੋਰ ਨਿਯਮਾਂ ਦਾ ਧਿਆਨ ਰੱਖਣਾ ਭੀ ਬਹੁਤ ਜ਼ਰੂਰੀ ਹੈ ਜਿਵੇਂ ਕਿ ਉਪਨਿਸ਼ਦਾਂ ਅਤੇ ਵੱਖ ਵੱਖ ਧਾਰਮਿਕ ਗਰੰਥਾਂ ਦਾ ਪੜ੍ਹਨਾ ਤੇ ਉਨ੍ਹਾਂ ਵਿੱਚ ਦਿੱਤੇ ਉਪਦੇਸ਼ਾਂ ਉੱਪਰ ਅਮਲ ਕਰਨਾ।

(30) ਉੱਪਰ ਦੱਸੇ ਨਿਯਮਾਂ ਦੇ ਨਾਲ ਨਾਲ, ਰਿਸ਼ੀਆਂ ਮੁਨੀਆਂ ਅਤੇ ਗ੍ਰਿਸਤੀ ਬ੍ਰਾਹਮਣਾਂ ਨੇ ਆਪਣੀ ਤਪੱਸਿਆ ਵਿੱਚ ਵਾਧਾ ਤੇ ਸਰੀਰ ਦੀ ਸ਼ੁਧੀ ਲਈ ਜੋ ਜੋ ਯਤਨ ਕੀਤੇ, ਉਨ੍ਹਾਂ ਬਾਰੇ ਵਿਚਾਰ ਅਤੇ ਅਧਿਆਨ ਕਰੇ।

(31) ਇਸ ਤਰਾਂ ਸਨਿਆਸੀ ਦਾ ਜੀਵਨ ਜਿਉਂਦਿਆਂ, ਜੇ ਕੋਈ ਦਵਿੱਜ, ਕਿਸੇ ਅਸਾਧ ਰੋਗ (ਜਿਸਦਾ ਕੋਈ ਇਲਾਜ਼ ਨਾ ਹੋ ਸਕੇ) ਦਾ ਸ਼ਿਕਾਰ ਹੋ ਜਾਵੇ, ਤਾਂ ਜਦੋਂ ਤੀਕਰ ਸਵਾਸ ਚੱਲਦੇ ਰਹਿਣ, ਇੱਕ ਜਗ੍ਹ ਤੇ ਬੈਠ ਕੇ ਯੋਗ ਸਾਧਨਾ ਕਰਦਾ ਰਹੇ ਜਾਂ ਉੱਤਰ ਪੂਰਬ ਦੀ ਦਿਸ਼ਾ ਵੱਲ ਤੁਰਿਆ ਜਾਵੇ, ਜਦੋਂ ਤੀਕਰ ਸ਼ਰੀਰ ਚੋਂ ਪ੍ਰਾਣ ਮੁੱਕ ਨਹੀਂ ਜਾਂਦੇ।

(32) ਜੋ ਬ੍ਰਾਹਮਣ, ਰਿਸ਼ੀਆਂ ਮੁਨੀਆਂ ਵਲੋਂ ਅਪਨਾਈ ਇਸ ਰੀਤ ਮੁਤਾਬਿਕ ਆਪਣੇ ਪ੍ਰਾਣ ਤਿਆਗਦਾ ਹੈ, ਉਹ ਸਭ ਦੁੱਖਾਂ ਅਤੇ ਭੈਅ ਤੋਂ ਮੁਕਤ ਹੋ ਕੇ ਬ੍ਰਹਮ ਲੋਕ ਵਿੱਚ ਪੂਜਿਆ ਜਾਂਦਾ ਹੈ (ਸਤਿਕਾਰਿਆ ਜਾਂਦਾ ਹੈ)।

(33) ਮੋਹੁ ਮਾਇਆ ਦੇ ਬੰਧਨ ਤੋੜ ਕੇ, ਜੀਵਨ ਦੀ ਇਸ ਤੀਸਰੀ ਅਵਸਥਾ ਵਿੱਚ, ਵੱਧ ਤੋਂ ਵੱਧ ਪੱਚੀ ਸਾਲ ਅਤੇ ਘੱਟੋ ਘੱਟ ਬਾਰਾਂ ਸਾਲ ਸਨਿਆਸ ਆਸ਼ਰਮ (ਘਰੋਂ ਬਾਹਰ ਜੰਗਲ ਵਿੱਚ) ਦੀ ਪ੍ਰਕਿਰਿਆ ਨਿਭਾਉਣ ਮਗਰੋਂ, ਸਭ ਕੁਝ ਦਾ ਤਿਆਗ ਕਰਕੇ, ਮੌਤ ਆਉਣ ਤੀਕਰ ਇੱਕ ਫੱਕਰ ਫਕੀਰ ਵਾਂਗ (ਬਿਨਾਂ ਕਿਸੇ ਥਾਂ ਟਿਕਾਣੇ ਤੋਂ ਬੇਪ੍ਰਵਾਹ) ਘੁੰਮਦਾ ਰਹੇ।

(34) ਜੋ ਵਿਅਕਤੀ, ਜੀਵਨ ਦੇ ਇਨ੍ਹਾਂ ਪੜਾਵਾਂ (ਬ੍ਰਹਮਚਾਰੀ ਆਸ਼ਰਮ, ਗ੍ਰਿਸਤ ਆਸ਼ਰਮ ਅਤੇ ਸਨਿਆਸ) ਵਿੱਚੋਂ ਅਜ਼ਾਦ ਹੋ ਕੇ ਅਗਨੀ ਹੋਤਰ, ਪੂਜਾ, ਹਵਨ, ਭੀਖਿਆ, ਅਤੇ ਬਲ਼ੀ-ਵੈਸ਼ਵਦੇਵ ਆਦਿ ਦੇ ਨਿਯਮਾਂ ਦੀ ਪਾਲਣਾ ਕਰਦਾ ਕਰਦਾ, ਸਨਿਆਸੀ ਹੋ ਕੇ ਸ਼ਰੀਰ ਤਿਆਗਦਾ ਹੈ, ਉਹ ਮੁਕਤੀ ਨੂੰ ਪ੍ਰਾਪਤ ਹੋ ਜਾਂਦਾ ਹੈ।

(35) ਦਵਿੱਜ, ਆਪਣੇ ਜੀਵਨ ਵਿੱਚ ਤਿੰਨੋ ਤਰਾਂ ਦੇ ਰਿਣ (ਕਰਜ਼. ਤਿੰਨ ਤਰਾਂ ਦੇ ਰਿਣ - ਦੇਵ ਰਿਣ, ਗੁਰੂ ਜਾਂ ਰਿਸ਼ੀ ਰਿਣ, ਪਿੱਤਰ ਰਿਣ) ਉਤਾਰਣ ਮਗਰੋਂ, ਆਪਣੇ ਮਨ ਨੂੰ ਅੰਤਮ ਮੁਕਤੀ ਪ੍ਰਾਪਤੀ ਲਈ ਲੀਨ ਕਰੇ। ਇਹ ਤਿੰਨ ਰਿਣ ਉਤਾਰਨ ਤੋਂ ਬਿਨਾ ਮੁਕਤੀ ਦੀ ਆਸ ਰੱਖਣ ਵਾਲਾ ਮਨੁੱਖ, ਘੋਰ ਨਰਕ ਵਿੱਚ ਜਾ ਡਿਗਦਾ ਹੈ।

ਟਿੱਪਣੀ:- *ਭਾਵੇਂ ਉੱਪਰਲਾ ਅਤੇ ਅਗਲੇ ਕੁਝ ਸਲੋਕ, ਵਿਸ਼ੇ ਦੇ ਵਹਾਉ ਨਾਲ ਬਿਲਕੁਲ ਨਹੀਂ ਢੁੱਕਦੇ। ਪਹਿਲਾਂ ਆ ਚੁੱਕੇ ਪ੍ਰਕਰਣਾਂ ਦਾ ਹੀ ਇੱਕ ਹੋਰ ਰੂਪ ਹੈ।ਪਰ ਕਰਮਵਾਰ ਉਲੱਥਾ ਕਰਨਾ ਜ਼ਰੂਰੀ ਹੈ।*

(36) ਬ੍ਰਹਮਚਾਰੀ ਆਸ਼ਰਮ ਦੀਆਂ ਸ਼ਰਤਾਂ ਪੂਰੀਆਂ (ਵੇਦ ਅਧਿਆਨ) ਕਰਨ ਮਗਰੋਂ, ਵੇਦ ਧਰਮ ਦੀ ਮਰਿਯਾਦਾ ਮੁਤਾਬਿਕ ਵਿਆਹ ਕਰਕੇ, ਵਿਧੀ ਪੂਰਵਕ ਪੁੱਤਰਾਂ ਦੀ ਪ੍ਰਾਪਤੀ ਹੋਣ ਤੋਂ ਬਾਅਦ, ਬਾਕੀ ਬਚੇ ਸਮੇਂ ਵਿੱਚ, ਆਪਣੀ ਸਮਰਥਾ ਮੁਤਾਬਿਕ ਯੱਗ, ਪੂਜਾ ਆਦਿ ਕਰਦਿਆਂ ਅਤੇ ਬਾਕੀ ਜ਼ਿੰਦਗੀ ਪ੍ਰਮਗਤੀ (**मोक्ष**) ਦੀ ਪ੍ਰਾਪਤੀ ਦੀ ਇੱਛਾ ਰੱਖਦਿਆਂ ਸਨਿਆਸ ਧਾਰਨ ਕਰਕੇ ਪ੍ਰਮਾਤਮਾਂ ਦੀ ਭਗਤੀ ਵੱਲ ਆਪਣਾ ਮਨ ਜੋੜੇ।

(37) ਜੇ ਕੋਈ ਗ੍ਰਿਸਤੀ ਦਵਿੱਜ, ਵੇਦਾਂ ਨੂੰ ਪੜ੍ਹੇ ਬਿਨਾਂ, ਪੁੱਤ ਪੋਤੇ ਹੋਣ ਤੋਂ ਪਹਿਲਾਂ ਅਤੇ ਤਿੰਨ ਰਿਣ (ਪਿੱਤਰ ਰਿਣ, ਦੇਵ ਰਿਣ, ਗੁਰੂ ਰਿਣ) ਉਤਾਰਣ ਬਿਨਾਂ, ਮੁਕਤੀ ਪ੍ਰਾਪਤ ਕਰਨ ਦੀ ਆਸ਼ਾ ਰੱਖ ਕੇ ਸਨਿਆਸ ਲੈਂਦਾ ਹੈ, ਉਹ ਅਸਲ ਵਿੱਚ ਨਰਕ ਦਾ ਭਾਗੀ ਬਣਦਾ ਹੈ"।

(38) ਜਿੰਦਗੀ ਦੇ ਚੌਥੇ ਪੜਾ (ਸਨਿਆਸ) ਤੋਂ ਪਹਿਲਾਂ ਬ੍ਰਾਹਮਣ ਨੂੰ, ਪਰਜਾਪਤ ਯੱਗ (ਜਿਸ ਵਿੱਚ ਜਨੇਊ ਅਤੇ ਬੋਦੀ ਦਾ ਤਿਆਗ ਕਰਕੇ, ਵੇਦ ਵਿਧੀ ਮੁਤਾਬਿਕ, ਸਭ ਕੁਝ ਪੁੱਤਰਾਂ ਦੇ ਹਵਾਲੇ ਕਰ ਦਿੱਤਾ ਜਾਂਦਾ ਹੈ) ਦੀ ਕਿਰਿਆ ਮਗਰੋਂ, ਪੰਜੇ ਅਗਨੀਆਂ ਦੀ ਸਾਂਭ ਸੰਭਾਲ ਕਰਕੇ ਆਪਣੇ ਗ੍ਰਹਿ ਦਾ ਤਿਆਗ (ਸਨਿਆਸ ਲੈਣਾ) ਕਰਨਾ ਚਾਹੀਦਾ ਹੈ।

(39) ਜੋ ਵੇਦ ਵਕਤਾ (ਵੇਦ ਗਿਆਨੀ) ਸਭ ਜੀਵਾਂ ਪ੍ਰਤੀ ਗੁੱਸੇ ਗਿਲੇ ਛੱਡ ਕੇ, ਬਿਨਾਂ ਕਿਸੇ ਕਿਸਮ ਦਾ ਦੁੱਖ ਜਾਂ ਡਰ ਦਿੱਤਿਆਂ ਘਰ ਦਾ ਤਿਆਗ ਕਰਕੇ ਜੀਵਨ ਦਾ ਚੌਥਾ ਪੜਾ (ਸਨਿਆਸ) ਧਾਰਣ ਕਰਦਾ ਹੈ, ਉਸਦਾ ਤੇਜ ਪ੍ਰਤਾਪ ਸੂਰਯ ਲੋਕ ਵਰਗਾ ਹੁੰਦਾ ਹੈ, ਭਾਵ ਉਹ ਸਤਿ ਲੋਕ (ਸੱਚਖੰਡ) ਦਾ ਵਾਸੀ ਬਣਦਾ ਹੈ।

(40) ਧਰਮੀ ਬ੍ਰਾਹਮਣ, ਜੋ ਮੋਹ ਮਾਇਆ ਤੋਂ ਨਿਰਲੇਪ ਹੁੰਦਾ ਹੈ, ਉਸ ਕੋਲੋਂ ਕਿਸੇ ਜੀਵ ਨੂੰ ਕੋਈ ਡਰ ਨਹੀਂ ਲਗਦਾ, ਉਹ ਆਪ ਭੀ ਅਭੈ ਪਦਵੀ ਹਾਸਲ (ਜੀਵਨ ਮੁਕਤਿ) ਕਰ ਲੈਂਦਾ ਹੈ।

(41) ਸਨਿਆਸੀ ਬ੍ਰਾਹਮਣ, ਆਪਣੇ ਹੱਥ ਵਿੱਚ ਡੰਡਾ, ਕਮੰਡਲ ਅਤੇ ਹੋਰ ਪਵਿੱਤਰ ਵਸਤਾਂ ਦੇ ਨਾਲ ਨਾਲ, ਜੀਭ ਦੇ ਸਭ ਸਵਾਦਾਂ ਦਾ ਤਿਆਗ ਕਰੇ , ਕਿਸੇ ਨੂੰ ਬਿਨਾਂ ਕੁਝ ਕਹਿਣ ਤੋਂ ਚੁੱਪ ਚੁਪੀਤੇ ਸੰਸਾਰੀ ਖੁਸ਼ੀਆਂ ਤੇ ਬੰਧਨਾ ਤੋਂ ਮੁਕਤਿ ਹੋ ਕੇ (ਤਿਆਗ ਕਰਕੇ) ਘਰੋਂ ਨਿਕਲੇ।

(42) ਇਹ ਜਾਣ ਕੇ, ਕਿ ਇਕੱਲਿਆਂ ਹੀ ਮੁਕਤੀ ਪ੍ਰਾਪਤ ਹੁੰਦੀ ਹੈ, ਕਿਸੇ ਤੋਂ ਕੋਈ ਲੋੜ ਜਾਂ ਆਸ ਰੱਖੇ ਬਿਨਾਂ ਸਦਾ ਇਕੱਲਾ ਹੀ ਵਿਚਰੇ (ਨਿਰਸੁਆਰਥ)। ਇਸ ਤਰਾਂ ਨਾ ਕੋਈ ਉਸਦਾ ਸਾਥ ਲੋੜੇ ਤੇ ਨਾ ਉਹ ਕਿਸੇ ਦਾ ਸਾਥ ਲੋੜੇ (ਨਿਰਸੁਆਰਥ)।

ਮੁਕਤੀ ਦੀ ਪ੍ਰਾਪਤੀ ਲਈ, ਨਾ ਕਿਸੇ ਦੇ ਮਿਲਣ ਦੀ ਖੁਸ਼ੀ ਅਤੇ ਨਾ ਕਿਸੇ ਦੇ ਵਿਛੜਨ ਦਾ ਦੁੱਖ ਜਾਣੇ।ਹਮੇਸ਼ਾਂ ਚਿੱਤ ਵਿੱਚ ਧਾਰ ਰੱਖੇ, ਕਿ ਮਨੁੱਖ ਸੰਸਾਰ ਤੋਂ ਜਾਣ ਲੱਗਿਆਂ ਇਕੱਲਾ ਹੀ ਹੁੰਦਾ ਹੈ।

(43) ਸਨਿਆਸੀ ਦਵਿੱਜ, ਘਰਵਾਰ ਅਤੇ ਘਰ ਦੀ ਅਗਨੀ ਦਾ ਤਿਆਗ (ਗ੍ਰਹਿਸਪਤ ਅਗਨੀ ਅਤੇ ਚੁੱਲ੍ਹੇ ਚੌਂਕੇ ਦਾ ਤਿਆਗ) ਕਰਕੇ, ਪੇਟ ਪੂਰਤੀ ਲਈ ਆਲੇ ਦੁਆਲੇ ਦੇ ਪਿੰਡਾਂ ਵਿੱਚ, ਦਵਿੱਜਾਂ ਦੇ ਘਰੋਂ ਭਿਖਿਆ ਮੰਗ ਕੇ ਗੁਜ਼ਾਰਾ ਕਰੇ। ਚੁੱਪ ਚਪੀਤੇ, ਉਪਰਾਮ ਅਤੇ ਉਦਾਸ ਚਿੱਤ, ਆਪਣੇ ਕਰਮ ਦੀ ਪੂਰਤੀ ਦੇ ਧਿਆਨ ਵਿੱਚ ਪ੍ਰਪੱਕ ਰਹਿ ਕੇ ਪ੍ਰਮਈਸ਼ਵਰ ਦੀ ਅਰਾਧਨਾ ਵਿੱਚ ਸੁਰਤ ਟਿਕਾਈ ਰੱਖੇ ਅਤੇ ਦੁੱਖ ਵਿੱਚ ਭੀ ਅਚਿੰਤ ਰਹੇ।

(44) ਮੰਗਣ ਲਈ ਜਾਣ ਲੱਗਿਆਂ, ਹੱਥ ਵਿੱਚ ਕਮੰਡਲ ਦੀ ਥਾਂ ਭਿੱਖਿਆ ਮੰਗਣ ਵਲਾ ਖੱਪੜ (ਮਿੱਟੀ ਦਾ ਠੀਕਰ, ਪਾਤ੍ਰ) ਰੱਖਣਾ, ਦਰਖਤਾਂ ਦੀ ਛਾਂ ਹੇਠ ਸੌਣਾ, ਫਟੇ ਪੁਰਾਣੇ ਬਸਤਰ ਪਹਿਨਣਾ (ਗੋਦੜੀ), ਇਕਾਂਤ ਦੀ ਜ਼ਿੰਦਗੀ ਅਤੇ ਹਰ ਚੀਜ਼ ਪ੍ਰਤੀ ਉਦਾਸੀਨਤਾ ਦਾ ਹੋਣਾ, ਇਹ ਸਭ ਬੰਧਨ ਮੁਕਤ ਸਨਿਆਸੀ ਦੇ ਚਿੰਨ ਹਨ।

(45) ਨਾ ਜੀਣ ਦੀ ਇੱਛਾ ਹੋਵੇ ਤੇ ਨਾ ਹੀ ਮਰਨ ਦਾ ਡਰ ਰੱਖੇ, ਆਪਣੀ ਮੌਤ ਦੇ ਸਮੇਂ ਦਾ ਇੰਤਜ਼ਾਰ ਇਸ ਤਰਾਂ ਕਰੇ, ਜਿਵੇਂ ਕੋਈ ਛੋਟਾ ਸੇਵਕ ਮਾਲਕ ਦੇ ਹੁਕਮ ਦਾ ਇੰਤਜ਼ਾਰ ਕਰਦਾ ਹੋਵੇ।

(46) ਤੁਰਦੇ ਸਮੇਂ, ਸਨਿਆਸੀ ਆਪਣੀਆਂ ਅੱਖਾਂ ਨੀਵੀਆਂ ਕਰਕੇ ਧਰਤੀ ਤੇ ਪੈਰ ਰੱਖੇ, ਤਾਂ ਕੇ ਕੋਈ ਜੀਵ ਹੱਤਿਆ ਨਾ ਹੋ ਜਾਵੇ। ਪਾਣੀ ਕੱਪੜੇ ਵਿੱਚ ਪੁਣ ਕੇ ਪੀਵੇ, ਮੁੱਖੋਂ ਸੱਚੇ ਸੁੱਚੇ ਬੋਲ ਬੋਲੇ ਤੇ ਆਪਣੇ ਹਿਰਦੇ ਨੂੰ ਪਵਿੱਤਰ ਰੱਖੇ।

(47) ਕੋਈ ਦੂਸਰਾ ਅਪਸ਼ਬਦ ਬੋਲੇ ਜਾਂ ਵਾਦ-ਵਿਵਾਦ ਕਰੇ, ਤਾਂ ਸਹਿਨਸ਼ੀਲਤਾ ਰੱਖੇ ਅਤੇ ਕਿਸੇ ਦਾ ਨਿਰਾਦਰ ਨਾ ਕਰੇ। ਇਸ ਨਾਸ਼ਵਾਨ ਸਰੀਰ ਖਾਤਰ ਕਿਸੇ ਨਾਲ ਵੈਰ ਕਮਾਉਣਾ ਚੰਗਾ ਨਹੀਂ ਹੈ।

(48) ਜਦੋਂ ਕੋਈ ਕਰੋਧੀ ਮਨੁੱਖ ਝਗੜਾ ਕਰੇ ਤਾਂ ਸਨਿਆਸੀ ਉਸਦੀ ਨਿੰਦਾ ਜਾਂ ਕਰੋਧ ਕਰਨ ਦੀ ਥਾਂ ਸਦਭਾਵਨਾ ਵਾਲੇ ਬਚਨ ਬੋਲ ਕੇ ਉਸਦਾ ਭਲਾ ਲੋੜੇ। ਆਪਣੀਆਂ ਪੰਜੇ ਗਿਆਨ ਇੰਦਰੀਆਂ, ਮਨ ਅਤੇ ਬੁੱਧੀ, ਇਨ੍ਹਾਂ ਸੱਤਾਂ ਨੂੰ ਵੱਸ ਵਿੱਚ ਰੱਖਦਿਆਂ ਹੋਇਆਂ ਆਪਣੇ ਮੁੱਖੋਂ ਕੋਈ ਬਚਨ ਨਾ ਬੋਲੇ ਅਤੇ ਈਸ਼ਵਰ ਦੇ ਚਿੰਤਨ ਵਿੱਚ ਜੁੜਿਆ ਰਹੇ।

(49) ਸਦਾ ਆਤਮ ਚਿੰਤਨ ਵਿੱਚ ਲੱਗਾ ਰਹੇ। ਸ਼ਰੀਰ ਨੂੰ ਵਿਸ਼ੈ-ਵਿਕਾਰਾਂ ਤੋਂ ਰਹਿਤ ਰੱਖ ਕੇ, ਨਿਸ਼ਕਾਮੀ ਬਣਕੇ ਆਪਣੀ ਮੁਕਤੀ ਦੀ ਅਭਿਲਾਸ਼ਾ ਕਰੇ।

(50) ਸਨਿਆਸੀ ਬ੍ਰਾਹਮਣ, ਕਦੇ ਭੀ ਭਵਿੱਖ ਬਾਣੀਆਂ ਕਰਕੇ, ਕੌਤਕ, ਚਮਤਕਾਰ, ਵਹਿਮ ਭਰਮ ਵਿੱਚ ਪਾਕੇ, ਜੋਤਿਸ਼ ਵਿੱਦਿਆ, ਗ੍ਰਹਿ-ਨਛੱਤਰ ਅਤੇ ਉਪਾਅ ਦੱਸ ਕੇ, ਹੱਥਾਂ ਦੀਆਂ ਲਕੀਰਾਂ ਪੜ੍ਹਕੇ, ਜਾਂ ਸ਼ਾਸਤਰਾਂ ਦੀ ਸਿੱਖਿਆ ਜਾਂ ਵਖਿਆਨ ਕਰਨ ਦੇ ਬਹਾਨੇ, ਭਿੱਖਿਆ ਲੈਣ ਦੀ ਇੱਛਾ ਨਾ ਕਰੇ।

ਟਿੱਪਣੀ:- *ਉਪਦੇਸ਼ ਦੇਣਾ ਬਹੁਤ ਸੌਖਾ ਹੈ। ਆਪ ਉਸਤੇ ਅਮਲ ਕਰਨਾ, ਸਭ ਤੋਂ ਔਖਾ ਕੰਮ ਹੈ। ਲੇਖਕ ਦੇ ਮਨ ਵਿੱਚ ਇਕ ਪਖੰਡੀ ਬ੍ਰਾਹਮਣ ਦੀ ਤਸਵੀਰ ਘੁੰਮਣੋਂ ਨਹੀਂ ਹਟਦੀ। ਪਾਠਕਾਂ ਦੀ ਜਾਣਕਾਰੀ ਹਿੱਤ ਕੁਝ ਲਿਖਣਾ ਚਾਹੁੰਦਾ ਹਾਂ। ਮਨੂੰ ਸਮਿਤ੍ਰੀ ਦਾ ਹਿੰਦੀ ਵਿੱਚ ਕੀਤਾ ਇੱਕ ਉਲੱਥਾ, ਜਿਸਦਾ ਕਰਤਾ (ਲੋੜ ਨਹੀਂ ਹੈ) ਜਾਤ ਦਾ ਬ੍ਰਾਹਮਣ ਹੈ। ਇੰਟਨਰਨੈਟ ਤੇ ਉਸਦੀਆਂ ਬੇਸ਼ੁਮਾਰ ਲਿਖਤਾਂ ਪਈਆਂ ਹਨ। ਦੁਨਿਆਵੀ ਵਿੱਦਿਆ ਅਤੇ ਭਾਸ਼ਾ ਦਾ ਬੇਹੱਦ ਗਿਆਨ ਰੱਖਣ ਵਾਲਾ ਹੈ। ਪਰ ਅੱਤ ਦਰਜੇ ਦਾ ਹੰਕਾਰੀ ਅਤੇ ਦੂਸਰੇ ਧਰਮਾਂ ਪ੍ਰਤੀ ਈਰਖਾ ਰੱਖਣ ਵਾਲਾ ਹੈ। ਦਿੱਲੀ ਦਾ ਰਹਿਣ ਵਾਲਾ ਹੈ ਅਤੇ ਇੰਜ ਲਗਦਾ ਹੈ ਕਿ ਅਸਟਰੇਲੀਆ ਵਿੱਚ ਆਪਣੇ ਪ੍ਰਵਾਰ ਕੋਲ ਬਹੁਤਾ ਸਮਾਂ ਬਿਤਾਂਉਦਾ ਹੈ। ਆਪਣੇ ਇਸ ਉਲੱਥੇ ਵਿੱਚ ਉਸਨੇ, ਅਸਟ੍ਰੇਲੀਆ (ਸਿਡਨੀ) ਦੇ ਇੱਕ ਗੁਰੂ ਘਰ ਅਤੇ ਗੁਰੂ ਦੇ ਲੰਗਰ ਬਾਰੇ ਘਟੀਆ ਟਿੱਪਣੀਆਂ ਲਿਖੀਆਂ ਹੋਈਆਂ ਹਨ। ਨਿਜੀ ਤੌਰ ਤੇ, ਹੋਰ ਧਰਮਾਂ ਅਤੇ ਜਾਤਾਂ ਲਈ ਬਹੁਤ ਘਟੀਆ ਸੋਚ ਰੱਖਦਾ ਹੈ। ਪਤਾ ਕਰਨ ਤੇ ਇਹ ਪਾਜ ਜ਼ਾਹਿਰ ਹੋਇਆ ਕਿ ਦਿੱਲੀ ਵਿੱਚ, ਉਹ ਆਪ ਮਾਇਆ ਖਾਤਰ, ਟੇਵੇ, ਜਨਮ ਕੁੰਡਲੀਆਂ, ਨਛੱਤਰਾਂ ਦਾ ਮੇਲ ਜੋਲ ਦੱਸ ਕੇ ਲੋਕਾਂ ਨੂੰ ਠਗਦਾ ਹੈ। ਹਿੰਦੀ ਵਿੱਚ, ਇਸ ਸਲੋਕ ਦਾ ਤਰਜਮਾ ਉਸਨੇ ਆਪ ਇਸ ਤਰਾਂ ਕੀਤਾ ਹੈ ਕਿ-*

ग्रह-नक्षत्र, उनके उत्पात, नेत्र स्फुरण आदि निमित्त अथवा नीति का उपदेश या शास्त्र की बात सुनाकर भिक्षा लेने की कभी इच्छा न करे।

(51) ਸਨਿਆਸੀ ਨੂੰ ਭਿਖਿਆ ਮੰਗਣ ਲਈ, ਐਸੇ ਘਰ ਨਹੀਂ ਜਾਣਾ ਚਾਹੀਦਾ, ਜੋ ਪਹਿਲਾਂ ਹੀ, ਬ੍ਰਾਹਮਣਾਂ, ਸਨਿਆਸੀਆਂ, ਪੰਛੀਆਂ, ਕੁੱਤਿਆ ਜਾਂ ਭਿਖਾਰੀਆਂ ਨਾਲ ਘਿਰਿਆ ਰਹਿੰਦਾ ਹੋਵੇ।

(52) ਭੀਖਿਆ ਮੰਗਣ ਵੇਲੇ, ਸਨਿਆਸੀ ਆਪਣੇ ਵਾਲ਼, ਦਾੜ੍ਹੀ, ਮੁੱਛਾਂ ਨਾਖੁਨ ਕਟਾ ਕੇ, ਹੱਥ ਵਿੱਚ ਲੋਟਾ ਤੇ ਪਾਣੀ ਵਾਲਾ ਕਮੰਡਲ ਫੜ ਕੇ, ਪਰਨੇ ਵਿੱਚ ਸੱਤੂ (ਭੁੰਨੇ ਜੌਆਂ ਅਤੇ ਸ਼ੱਕਰ ਦੀ ਪੰਜੀਰੀ) ਬੰਨ੍ਹ ਕੇ, ਗੇਰੂ ਰੰਗੇ ਬਸਤਰ (ਭਗਵਾਂ-ਕਸੁੰਭਾ) ਪਹਿਨ ਕੇ, ਕਿਸੇ ਨੂੰ ਕੋਈ ਦੁੱਖ ਦਿੱਤੇ ਬਿਨਾ, ਚਿੰਤਾ ਰਹਿਤ ਹੋ ਕੇ ਏਧਰ ਉਧਰ ਦਾ ਭਰਮਣ ਕਰਦਾ ਰਹੇ।

(53) ਸਨਿਆਸੀਆਂ ਕੋਲ, ਕੋਈ ਸੋਨੇ ਚਾਂਦੀ ਜਾਂ ਹੋਰ ਧਾਂਤ ਆਦਿ ਦਾ ਬਣਿਆ ਭਾਂਡਾ ਨਹੀਂ ਹੋਣਾ ਚਾਹੀਦਾ। ਹੱਥ ਵਿੱਚ ਤੂੰਬੜੀ ਜਾਂ ਉਸ ਵਰਗਾ ਅਣਘੜਿਆ ਭਾਂਡਾ ਹੋਵੇ, ਜਿਵੇਂ ਨਾਰੀਅਲ ਦੇ ਖੋਪੇ ਦਾ ਕੌਲਾ ਆਦਿ ਜਿਸਨੂੰ ਲੋਟਾ ਜਾਂ ਜਤੀ ਪਾਤਰ ਭੀ ਕਿਹਾ ਜਾਂਦਾ ਹੈ, ਜੋ ਹਵਨ ਕਰਨ ਲਈ ਵਰਤੇ ਜਾਂਦੇ ਆਮ ਭਾਂਡਿਆਂ ਵਾਂਗ ਪਾਣੀ ਨਾਲ ਧੋਤਾ ਜਾ ਸਕੇ।

ਟਿੱਪਣੀ: *–'ਜਤੀ ਪਾਤ੍ਰ' (ਭਾਂਡਾ, ਜਿਸਨੂੰ ਯੋਗੀ ਅਤੇ ਸਨਿਆਸੀ ਲੋਕ, ਭਿੱਖਿਆ ਮੰਗਣ ਜਾਂ ਸੋਮਰਸ ਪੀਣ ਲਈ ਵੀ ਵਰਤਦੇ ਹਨ)। ਮੁਸਲਮਾਨ ਫ਼ਕੀਰ ਇਸਨੂੰ 'ਕਾਸਾ' ਭੀ ਆਖਦੇ ਹਨ।*

(54) ਸੁਯੰਭਵ ਮਨੂੰ ਜੀ ਨੇ ਸ਼ਾਸਤਰਾਂ ਵਿੱਚ, ਪਾਣੀ ਨਾਲ ਧੋਤੇ ਜਾ ਸਕਣ ਵਾਲੀ ਤੂੰਬੜੀ (ਤੂੰਬਾ, ਕਾਂਸ਼ੀਫ਼ਲ), ਲੱਕੜੀ ਜਾਂ ਮਿੱਟੀ ਦਾ ਕਟੋਰਾ, ਜਾਂ ਬਾਂਸ ਦੇ ਬਣੇ ਹੋਏ ਲੋਟੇ ਆਦਿ ਨੂੰ, ਜਤੀ ਲੋਕਾਂ ਦੇ ਭਿਖਿਆ ਮੰਗਣ ਵਾਲੇ ਭਾਂਡੇ ਜਾਂ ਖੱਪਰ (ਪਾਤ੍ਰ) ਕਿਹਾ ਹੈ।

(55) ਸਨਿਆਸੀ, ਦਿਨ ਵਿੱਚ ਇੱਕ ਵਾਰ ਹੀ ਭਿੱਖਿਆ ਮੰਗਣ ਜਾਵੇ, ਜਿਆਦਾ ਭਿੱਖਿਆ ਮੰਗਣ ਦੀ ਲੋੜ ਨਹੀਂ ਕਿਉਂਕਿ ਲੋੜ ਤੋਂ ਵੱਧ ਮੰਗਣ ਵਾਲੇ ਦੀ ਬਿਰਤੀ ਵਾਸ਼ਨਾਵਾਂ ਤੇ ਸੁਆਦਾਂ ਵਿੱਚ ਫਸ ਜਾਂਦੀ ਹੈ।

(56) ਜਿਸ ਸਮੇਂ ਕਿਸੇ ਗ੍ਰਿਸਤੀ ਦੇ ਘਰ ਦੀ ਰਸੋਈ ਵਿੱਚੋਂ ਧੂਆਂ ਨਿਕਲਣਾ ਬੰਦ ਹੋ ਜਾਏ, ਕੂੰਡੇ ਸੋਟੇ ਦੀ ਅਵਾਜ਼ ਨਾ ਆਉਂਦੀ ਹੋਵੇ, ਜਦੋਂ ਚੁੱਲ੍ਹੇ ਦੀ ਅੱਗ ਬੁਝਾ ਦਿੱਤੀ ਗਈ ਹੋਵੇ, ਤੇ ਘਰ ਦਾ ਸਾਰਾ ਪਰਿਵਾਰ ਭੋਜਨ ਕਰਕੇ ਭਾਂਡੇ ਧੋ ਚੁੱਕਿਆ ਹੋਵੇ, ਉਸ ਵੇਲੇ ਸਨਿਆਸੀ ਨੂੰ ਉਸ ਘਰੋਂ ਭਿੱਖਿਆ ਮੰਗਣ ਜਾਣਾ ਚਾਹੀਦਾ ਹੈ।

(57) ਭਿੱਖਿਆ ਨਾ ਮਿਲਣ ਤੇ ਦੁਖੀ ਨਾ ਹੋਵੇ ਤੇ ਮਿਲ ਜਾਣ ਤੇ ਖੁਸ਼ੀ ਨਾ ਮਨਾਵੇ। ਲੋੜ ਮੁਤਾਬਿਕ ਹੀ ਜਾਚਨਾ ਕਰੇ। ਚੰਗੀ, ਮਾੜੀ, ਥੋੜੀ, ਬਹੁਤੀ ਜੈਸੀ ਵੀ ਭਿੱਖਿਆ ਮਿਲੇ, ਉਸਨੂੰ ਸਵੀਕਾਰ ਕਰਕੇ ਆਪਣੇ ਪ੍ਰਾਣ ਚੱਲਦੇ ਰੱਖੇ।

(58) ਬਹੁਤਾ ਆਦਰ ਸਤਿਕਾਰ ਕਰਨ ਵਾਲਿਆਂ ਵਲੋਂ ਮਿਲੀ ਭਿੱਖਿਆ ਬਾਰੇ ਭੀ ਸੁਚੇਤ ਰਹੇ, ਕਿਉਂਕਿ ਇੱਕ ਮੁਕਤਿ ਹੋਇਆ ਸਨਿਆਸੀ, ਸੋਭਾ ਤੇ ਸਤਿਕਾਰ ਵਿੱਚ ਉਲਝ ਕੇ, ਫਿਰ ਤੋਂ ਸੰਸਾਰੀ ਵਿਸ਼ੇ ਵਿਕਾਰਾਂ ਦੇ ਬੰਨ੍ਹਣਾ ਵਿੱਚ ਫਸ ਸਕਦਾ ਹੈ।

(59) ਆਪਣੀਆਂ ਇੰਦਰੀਆਂ ਨੂੰ ਵੱਸ ਵਿੱਚ ਰੱਖਦਿਆਂ, ਕਿਸੇ ਇਕਾਂਤ ਸਥਾਨ ਤੇ ਆਸਣ ਲਾ ਕੇ ਜਾਂ ਖੜੇ ਹੋ ਕੇ, ਸੰਜਮ (**अल्पाहार**–ਗੁਜ਼ਾਰੇ ਜੋਗਾ) ਨਾਲ ਭੋਜਨ ਕਰੇ ਤਾਂ ਕੇ ਵਿਸ਼ੇ ਵਿਕਾਰਾਂ ਵੱਲ ਭੱਜਣ ਵਾਲੀਆਂ ਇੰਦਰੀਆਂ ਨੂੰ ਕਾਮਕ (ਸੰਵੇਦਨਾਤਮਕ) ਵਸਤੂਆਂ ਦੀ ਖਿੱਚ ਤੋਂ ਬਚਾ ਕੇ ਰੱਖ ਸਕੇ।

(60) ਆਪਣੀਆਂ ਇੰਦਰੀਆਂ ਨੂੰ ਵਸ ਵਿੱਚ ਰੱਖਦਿਆਂ, ਮੋਹ ਜਾਂ ਨਫ਼ਰਤ ਤੋਂ ਛੁਟਕਾਰਾ ਪਾ ਕੇ, ਦੂਸਰੇ ਜੀਵਾਂ ਨੂੰ ਦੁੱਖ ਨਾ ਦੇਣ ਵਾਲਾ ਸਨਿਆਸੀ, ਮੁਕਤੀ ਪ੍ਰਾਪਤ ਕਰਨ ਦੇ ਯੋਗ ਹੋ ਜਾਂਦਾ ਹੈ।

(61) ਬੀਤੇ ਸਮੇਂ ਵਿੱਚ ਕੀਤੇ ਹੋਏ ਦੁਸ਼ਟ ਕਰਮਾਂ ਬਦਲੇ ਮਿਲੇ ਫ਼ਲ (ਦੁੱਖ), ਜਿਵੇਂ- ਮਨੁੱਖ ਦਾ ਕਸ਼ਟ ਭੋਗਣਾ, ਨਰਕ ਜਾਣਾ, ਮੌਤ ਸਮੇਂ ਦੀ ਪੀੜਾ ਸਹਿਣਾ ਅਤੇ ਯਮਾਂ ਦੀ ਮਾਰ ਪੈਣਾ, ਇਤ ਆਦਿ ਵੱਲ ਧਿਆਨ ਧਰਦਿਆਂ, ਸਨਿਆਸੀ ਨੂੰ ਹਮੇਸ਼ਾ ਮੁਕਤੀ ਪ੍ਰਾਪਤ ਕਰਨ ਬਾਰੇ ਸੋਚ ਵਿਚਾਰ ਕਰਨੀ ਚਾਹੀਦੀ ਹੈ।

(62) ਆਪਣੇ ਪਿਆਰਿਆਂ ਦਾ ਵਿਛੋੜਾ, ਦੁਸ਼ਮਣਾਂ ਨਾਲ ਵਾਹ ਪੈਣਾ, ਉੱਤੋਂ ਬੁੜਾਪੇ ਦੀ ਨਿਰਬਲਤਾ ਦਾ ਦੁੱਖ ਤੇ ਰੋਗਾਂ ਵਿੱਚ ਜਕੜੇ ਜਾਣਾ, ਬਾਰ ਬਾਰ ਦਾ ਜੰਮਣਾ ਤੇ ਮਰਨਾ, ਇਨ੍ਹਾਂ ਸਭ ਦੁੱਖਾਂ ਦੇ ਮਿਲਣ ਨੂੰ ਧਿਆਨ ਵਿੱਚ ਰੱਖ ਕੇ ਮੁਕਤੀ ਪ੍ਰਾਪਤੀ ਲਈ ਸਾਧਨਾਂ ਬਾਰੇ ਚਿੰਤਨ ਕਰੇ।

(63) ਆਤਮਾਂ ਦਾ ਇਸ ਸ਼ਰੀਰ ਨੂੰ ਛੱਡਣਾ ਅਤੇ ਫਿਰ ਲੱਖਾਂ ਕਰੋੜਾਂ ਜੂਨਾਂ ਭੁਗਤਣ ਲਈ ਬਾਰ ਬਾਰ ਗਰਭ ਯੋਨ ਵਿੱਚ ਪੈਣ ਵੱਲ ਧਿਆਨ ਕਰੇ ਅਤੇ ਇਨ੍ਹਾਂ ਦੁੱਖਾਂ ਨੂੰ ਕੀਤੇ ਹੋਏ ਕਰਮਾਂ ਦਾ ਫ਼ਲ ਜਾਣ ਕੇ ਆਪਣੇ ਚਿੱਤ ਚੇਤੇ ਵਿੱਚ ਰੱਖੇ।

(64) ਇਸ ਗੱਲ ਨੂੰ ਨਿਸਚਿਤ ਕਰਕੇ ਜਾਣੇ ਕਿ ਸਭ ਪ੍ਰਕਾਰ ਦੇ ਦੁੱਖਾਂ ਦਾ ਕਾਰਣ ਮਨੁੱਖ ਦਾ ਅਧਰਮੀ ਹੋਣਾ ਹੀ ਹੈ, ਤੇ ਸੁੱਖਾਂ ਵਾਲਾ ਜੀਵਨ ਅਤੇ ਮੁਕਤੀ, ਕੇਵਲ ਧਰਮ ਕਮਾਉਣ ਨਾਲ ਹੀ ਪ੍ਰਾਪਤ ਹੁੰਦੀ ਹੈ।

(65) ਕਠਨ ਯੋਗ ਅਭਿਆਸ ਅਤੇ ਭਗਤੀ ਵਿੱਚ ਲੀਨ ਹੋ ਕੇ, ਸਭ ਛੋਟੀਆਂ ਵੱਡੀਆਂ ਜੂੰਨਾਂ ਵਿੱਚ ਉਸ ਸਰਬ ਵਿਆਪਕ ਪ੍ਰਮਾਤਮਾ ਦੀ ਸੂਖਮ ਹੋਂਦ ਨੂੰ ਮਹਿਸੂਸ ਕਰੇ।

(66) ਜੇ ਮੂਰਖ ਸੰਸਾਰੀ ਲੋਕ, ਸਨਿਆਸੀ ਦਵਿੱਜ ਦੀ ਨਿੰਦਾ ਕਰਕੇ ਬਦਨਾਮ ਜਾਂ ਬੇਇੱਜ਼ਤ ਕਰਨ ਦੀ ਕੋਸ਼ਿਸ਼ ਕਰਨ, ਤਾਂ ਵੀ ਉਹ ਆਪਣਾ ਧਰਮ ਕਰਮ ਨਾ ਛੱਡੇ ਅਤੇ ਸਭ ਦਾ ਭਲਾ ਲੋੜੇ। ਉੱਤਮ ਕੰਮ ਕਰਨੇ ਹੀ ਸਨਿਆਸ ਆਸ਼ਰਮ ਦਾ ਮੁੱਖ ਮਨੋਰਥ ਹੈ। ਕੇਵਲ ਬਾਹਰੋਂ ਸਨਿਆਸੀ ਦੇ ਚਿੰਨ੍ਹ ਧਾਰਨ ਕਰਨਾ ਹੀ ਧਰਮੀ ਹੋਣ ਲਈ ਕਾਫੀ ਨਹੀਂ ਹੈ।

(67) ਜਿਸ ਤਰਾਂ ਨਿੰਮ ਦੇ ਫਲ (ਨਿਮੋਲ਼ੀਆਂ) ਦਾ ਨਾਮ ਲੈਣ ਨਾਲ ਪਾਣੀ ਪਵਿੱਤਰ ਨਹੀਂ ਹੋ ਜਾਂਦਾ, ਉਸਨੂੰ ਪਾਣੀ ਵਿੱਚ ਰੱਖਿਆਂ ਹੀ ਜਲ ਪਵਿੱਤਰ ਹੋ ਸਕਦਾ ਹੈ। ਇਸੇ ਤਰਾਂ ਵੇਦ ਤੇ ਗ੍ਰੰਥਾਂ ਦਾ ਨਾਮ ਲੈਣ ਨਾਲ ਕੁਝ ਨਹੀ ਹੁੰਦਾ, ਸਗੋਂ ਵੇਦਾਂ ਵਿੱਚ ਦੱਸੇ ਧਰਮ ਨੂੰ ਅਪਨਾਉਂਣਾ ਪੈਂਦਾ ਹੈ।

(68) ਦਿੰਨ ਹੋਵੇ ਜਾਂ ਰਾਤ, ਸਨਿਆਸੀ ਨੂੰ ਸ਼੍ਰੀਰਕ ਕਸ਼ਟ ਹੋਣ ਦੇ ਬਾਵਜੂਦ ਭੀ ਸੰਭਲ ਕੇ ਪੈਰ ਰੱਖਣਾ ਚਾਹੀਦਾ ਹੈ ਤਾਂ ਕਿ ਕਿਸੇ ਜੀਵ ਜੰਤੂ ਦੀ ਹੱਤਿਆ ਨਾ ਹੋ ਜਾਵੇ।

(69) ਅਨਜਾਣੇ ਵਿੱਚ, ਦਿਨ ਜਾਂ ਰਾਤ ਦੇ ਸਮੇਂ ਸਨਿਆਸੀ ਕੋਲੋਂ ਕਿਸੇ ਜੀਵ ਜੰਤੂ ਦੀ ਪੈਰਾਂ ਹੇਠ ਆ ਕੇ ਹੱਤਿਆ ਹੋ ਜਾਵੇ ਤਾਂ ਸਨਿਆਸੀ ਇਸ਼ਨਾਨ ਕਰਨ ਮਗਰੋਂ ਛੇ ਵਾਰ ਪ੍ਰਾਣਾਯਾਮ ਕਰਨ ਨਾਲ ਪਾਪ ਮੁਕਤਿ ਹੋ ਜਾਂਦਾ ਹੈ।

(70) ਪ੍ਰਮੇਸ਼ਰ ਦੀ ਉਪਾਸ਼ਨਾ ਕਰਨ ਵਾਲਾ ਬ੍ਰਾਹਮਣ, ਵਿਧੀ ਅਨੁਸਾਰ ਪ੍ਰਾਣਾਯਾਮ ਕਰਦਿਆਂ, ਤਿੰਨ ਅੱਖਰੀ ਗਾਇਤ੍ਰੀ ਮੰਤ੍ਰ ਪਾਠ (**ੴ**: **ਭੂ**: **ਭੁਰਵ**: **ਸਵ**:) ਦੇ ਬੋਲਾਂ ਦੀ ਧੁਨੀ ਲਗਾਵੇ (ਜਾਪ ਕਰੇ), ਤਾਂ ਉਸਨੂੰ ਬ੍ਰਾਹਮਣ ਦਾ ਪ੍ਰਮ ਤਪ (ਉੱਤਮ ਤਪ) ਸਮਝਿਆ ਜਾਂਦਾ ਹੈ।

(71) ਜਿਸ ਤਰਾਂ ਅੱਗ ਵਿੱਚ ਤਪਾਣ ਨਾਲ ਧਾਤਾਂ ਸ਼ੁੱਧ ਹੋ ਜਾਂਦੀਆਂ ਹਨ, ਇਸੇ ਤਰਾਂ ਗਾਇਤ੍ਰੀ ਮੰਤ੍ਰ ਪਾਠ ਕਰਦਿਆਂ, ਪ੍ਰਾਣਾਯਾਮ (ਸਵਾਸਾਂ ਦੇ ਸਹਾਰੇ) ਨਾਲ ਮਨ ਅਤੇ ਇੰਦਰੀਆਂ ਦੇ ਸਭ ਦੋਸ਼ ਦੂਰ ਹੋ ਜਾਂਦੇ ਹਨ।

(72) ਇਸੇ ਤਰਾਂ ਸਨਿਆਸੀ ਲੋਕ, ਪ੍ਰਮਾਤਮਾ ਦੇ ਵਿਯੋਗ ਵਿੱਚ ਜੁੜ ਕੇ (ਭਾਵ-ਵੈਰਾਗ ਧਾਰਣ ਕਰਕੇ) ਪ੍ਰਾਣਾਯਾਮ ਕਰਕੇ ਸ਼ਰੀਰ ਦੇ ਦੋਸ਼ਾਂ ਅਤੇ ਵਾਸ਼ਨਾਵਾਂ ਦਾ, ਮਨ ਨੂੰ ਵਸ ਕਰਕੇ ਪਾਪਾਂ ਦਾ, ਇੰਦਰੀਆਂ ਨੂੰ ਵਸ ਕਰਕੇ ਵਿਸ਼ੇ ਵਿਕਾਰਾਂ ਦਾ, ਪ੍ਰਭੂ ਚਿੰਤਨ ਕਰਕੇ ਲੋਭ ਮੋਹ ਅਤੇ ਹੰਕਾਰ ਦਾ ਨਾਸ਼ ਕਰ ਸਕਦੇ ਹਨ।

(73) ਪ੍ਰਮਾਤਮਾ ਵਲੋਂ ਪੈਦਾ ਕੀਤੇ ਜੀਵਾਂ ਨੂੰ ਉੱਚੀਆਂ ਨੀਵੀਆਂ ਜੂੰਨਾਂ ਦਾ ਮਿਲਣਾ ਅਤੇ ਮੁਕਤੀ ਬਾਰੇ, ਸਧਾਰਣ ਬੁੱਧੀ (ਕਮ-ਅਕਲ ਲੋਕ) ਵਾਲੇ ਲੋਕ ਨਹੀਂ ਜਾਣ ਸਕਦੇ। ਇੱਕ ਸਨਿਆਸੀ ਹੀ ਉਸਨੂੰ 'ਧਿਆਨਯੋਗ' (ਧਿਆਨ ਅਤੇ ਇਕਾਗਰਤਾ ਦਾ ਸੁਮੇਲ, ਸਾਧਨਾ) ਦੇ ਅਭਿਆਸ ਨਾਲ ਸਮਝ ਸਕਦਾ ਹੈ।

(74) ਛੋਟੇ ਵੱਡੇ ਜੀਵਾਂ ਅਤੇ ਨਿਰਜੀਵਾਂ ਵਿੱਚ ਵਸਣ ਵਾਲੇ ਪ੍ਰਮਾਤਮਾਂ ਨੂੰ ਵੇਖਣ ਦੀ ਸੋਝੀ, ਅਸ਼ੁੱਧ ਆਤਮਾਵਾਂ ਨੂੰ ਨਹੀਂ ਹੋ ਸਕਦੀ। ਕੁਦਰਤਿ ਦੀ ਦਿਸ ਰਹੀ ਇਸ ਭੌਤਿਕ ਕਿਰਿਆ ਅਤੇ ਵਰਤਾਰੇ

(ਯਥਾਰਿਤ ਗਿਆਨ) ਦੇ ਭੇਤ ਨੂੰ ਕੇਵਲ ਇੱਕ 'ਧਿਆਨਯੋਗ' ਦੀ ਸਾਧਨਾ ਵਾਲਾ ਸਨਿਆਸੀ ਪੁਰਸ਼ ਹੀ ਭਲੀ ਭਾਂਤ ਸਮਝ ਸਕਦਾ ਹੈ, ਕਿਉਂਕਿ ਉਹ ਸੰਸਾਰ ਦੇ ਬੰਧਨਾਂ ਤੋਂ ਮੁਕਤ ਹੁੰਦਾ ਹੈ। ਆਤਮਿਕ ਗਿਆਨ, ਵਿੱਦਿਆ, ਧਰਮ ਅਨੁਸਾਸ਼ਣ ਤੋਂ ਸੱਖਣਾ ਅਤੇ ਭੇਖੀ ਮਨੁੱਖ, ਜਾਂ ਸਨਿਆਸੀ ਹੋਣ ਦਾ ਸਵਾਂਗ (ਢਕੌਂਚ) ਰਚਾਉਣ ਵਾਲਾ, ਮੁਕਤੀ ਦੀ ਪ੍ਰਾਪਤੀ ਦੀ ਥਾਂ ਜਨਮ ਮਰਨ ਦੇ ਚੱਕਰਾਂ (ਆਵਾਗਵਣ) ਵਿੱਚ ਹੀ ਫਸਿਆ ਰਹਿੰਦਾ ਹੈ।

(75) ਕਿਸੇ ਜੀਵ ਨੂੰ ਦੁੱਖ ਦਿੱਤੇ ਬਿਨਾਂ (ਅਹਿੰਸਾ ਨਾਲ), ਆਪਣੀਆਂ ਇੰਦਰੀਆਂ ਨੂੰ ਵੱਸ ਵਿੱਚ ਰੱਖ ਕੇ, ਵੇਦਿਕ ਮਰਿਯਾਦਾ ਅਨੁਸਾਰ ਘੋਰ ਤਪ ਕਰਨ ਵਾਲਾ ਸਨਿਆਸੀ ਹੀ ਜੀਵਨ ਮੁਕਤ (ਬ੍ਰਹਮਪਦ ਦਾ ਪਾਉਣਾ) ਹੋ ਸਕਦਾ ਹੈ।

(76) ਹੱਡ, ਮਾਸ, ਨਾੜੀ, ਰਕਤ ਬਿੰਦ ਤੇ ਚਮੜੀ ਵਿੱਚ ਮੜ੍ਹੇ ਹੋਏ ਮਨੁੱਖ ਦਾ ਇਹ ਪੰਜ ਭੂਤਕ ਪਿੰਜਰ, ਅੰਦਰੋਂ ਮਲ਼ਮੂਤਰ ਅਤੇ ਗੰਦਗੀ ਨਾਲ ਭਰਿਆ ਹੋਇਆ ਹੈ।

(77) ਸਨਿਆਸੀ ਪੁਰਸ਼ ਨੂੰ, ਯੋਗ ਅਭਿਆਸ ਅਤੇ ਤਪੱਸਿਆ ਕਰਕੇ, ਰਜੋਗੁਣੀ ਸਭਾਅ ਵਾਲੇ, ਦੁਖੀ, ਰੋਗੀ, ਨਿਰਾਸ਼, ਅਤੇ ਬੁੜ੍ਹਾਪੇ ਨਾਲ ਪੀੜਤ ਇਸ ਨਾਸ਼ਵਾਨ ਪੰਜ ਭੂਤਕ ਸ਼ਰੀਰ ਦਾ ਮੋਹ ਛੱਡ ਦੇਣਾ ਚਾਹੀਦਾ ਹੈ ਤਾਂ ਕੇ ਉਹ ਜਨਮ ਮਰਨ ਦੇ ਬੰਧਨਾ ਤੋਂ ਮੁਕਤਿ ਹੋ ਸਕੇ।

ਰਜੋਗੁਣ:- ਜੀਵਾਂ ਦਾ ਉਹ ਸੁਭਾਅ, ਜਿਸ ਵਿੱਚ ਜੀਵ ਦੀ ਵੱਖਰੀ ਹੋਂਦ (ਮੈਂ) ਅਤੇ ਉਸਦੀ ਬੁੱਧੀ ਦੀ ਥਾਂ, ਨਿਰੀ ਸੋਚ ਅਤੇ ਮਨ ਦੇ ਵਲਵਲੇ ਹੀ ਪ੍ਰਧਾਨ ਹੋਣ।

(78) ਜਿਸ ਤਰਾਂ ਨਦੀ ਕਿਨਾਰੇ ਉੱਗਿਆ ਰੁੱਖੜਾ ਸਮਾਂ ਆਉਣ ਤੇ ਇੱਕ ਦਿਨ ਪਾਣੀ ਨਾਲ ਵਹਿ ਤੁਰਦਾ ਹੈ ਅਤੇ ਦਰਖਤ ਤੇ ਬੈਠਾ ਪੰਛੀ ਉਡਾਰੀ ਮਾਰ ਜਾਂਦਾ ਹੈ, ਇਸੇ ਤਰਾਂ ਸੱਚਾ ਆਤਮ-ਗਿਆਨੀ ਭੀ ਇਸ ਸ਼ਰੀਰ ਦਾ ਮੋਹ ਤਿਆਗ ਦੁੱਖਾਂ ਤੋ ਮੁਕਤ ਹੋ ਕੇ ਭਵ ਸਾਗਰ ਤੋਂ ਪਾਰ ਹੋ ਜਾਂਦਾ ਹੈ।

(79) ਗਿਆਨੀ ਪੁਰਸ਼ ਆਪਣੇ ਸ਼ੁੱਭ ਗੁਣ ਅਤੇ ਕੀਤੇ ਹੋਏ ਭਲੇ ਕਰਮਾਂ ਦਾ ਮਾਣ, ਆਪਣੇ ਮਿੱਤਰਾਂ ਕੋਲ ਨਹੀਂ ਕਰਦਾ ਅਤੇ ਆਪਣੀਆਂ ਬੁਰਾਈਆਂ ਦਾ ਦੋਸ਼ ਆਪਣੇ ਦੁਸ਼ਮਣ ਸਿਰ ਨਹੀਂ ਮੜ੍ਹਦਾ। ਉਹ ਭਗਤੀ ਅਤੇ ਧਿਆਨਯੋਗ ਨਾਲ ਬ੍ਰਹਮਪਦ (ਪ੍ਰਮਾਤਮਾਂ ਦਾ ਮਿਲਾਪ) ਦੀ ਪ੍ਰਾਪਤੀ ਕਰ ਲੈਂਦਾ ਹੈ।

(80) ਇਸ ਤਰਾਂ, ਜਦੋਂ ਕੋਈ ਸਨਿਆਸੀ ਮੋਹ ਮਾਇਆ ਦੇ ਪਰਭਾਵ (ਅਪਣੱਤ) ਤੋਂ ਨਿਰਲੇਪ ਹੋ ਕੇ ਪ੍ਰਮਾਤਮਾਂ ਵਿੱਚ ਅਭੇਦ ਹੋ ਜਾਂਦਾ ਹੈ ਤਾਂ ਉਸਦਾ ਲੋਕ ਸੁਖੀ ਤੇ ਪ੍ਰਲੋਕ ਸੁਹੇਲਾ ਹੋ ਜਾਂਦਾ ਹੈ।

(81) ਏਹੋ ਹੀ ਸਹਿਜੇ ਸਹਿਜੇ ਸਾਰੇ ਦੁਨਿਆਵੀ ਬੰਧਣਾਂ, ਰਿਸ਼ਤਿਆਂ (ਪੁੱਤਰ ਕਲੱਤਰ, ਕੁਟੰਭ) ਅਤੇ ਦੋਸ਼ਾਂ ਤੋਂ ਮੁਕਤ ਹੋ ਕੇ ਪ੍ਰਮਈਸ਼ਵਰ ਵਿੱਚ ਸਮਾਈ ਹੋਣ ਦਾ ਭੇਦ ਹੈ।

(82) ਤਪੱਸਿਆ ਕਰਕੇ ਬੰਧਨਾ ਤੋਂ ਮੁਕਤ ਹੋਣ ਅਤੇ ਪ੍ਰਮਾਤਮਾਂ ਵਿੱਚ ਲੀਨ ਹੋਣ ਦਾ ਮਾਰਗ, ਜੋ ਪਹਿਲਾਂ ਦੱਸਿਆ ਗਿਆ ਹੈ, ਉਹ ਕੇਵਲ ਮਨ ਦੀ ਸੰਪੂਰਣ ਭਗਤੀ ਭਾਵ ਵਾਲੀ ਦਸ਼ਾ (ਧਿਆਨਯੋਗ) ਨਾਲ ਹੀ ਹੋ ਸਕਦਾ ਹੈ। ਅਧਿਆਤਮਿਕ ਗਿਆਨ ਦੀ ਸੋਝੀ ਨਾ ਰੱਖਣ ਵਾਲਾ ਵਿਅਕਤੀ, ਇਸ ਬ੍ਰਹਮੰਡੀ ਸਿਮਰਨ ਦੀ ਕਿਰਿਆ ਨੂੰ ਨਹੀਂ ਸਮਝ ਸਕਦਾ।

(83) ਸਨਿਆਸੀ ਨੂੰ ਸਦਾ, ਵੇਦ ਅਤੇ ਵੇਦਾਂਤਾਂ (ਵੇਦਾਂ ਦਾ ਸਾਰ ਦੱਸਣ ਵਾਲੇ ਗ੍ਰੰਥ) ਵਿੱਚ ਆਏ ਉਨ੍ਹਾਂ ਮੰਤਰਾਂ ਦਾ ਜਾਪ ਕਰਨਾ ਚਾਹੀਦਾ ਹੈ, ਜੋ ਯੱਗ ਸਬੰਧੀ, ਦੇਵਤਿਆਂ ਸਬੰਧੀ ਅਤੇ ਪ੍ਰਮਾਤਮਾਂ ਬਾਰੇ ਅਧਿਆਤਮਿਕ ਵਿਸ਼ਿਆਂ ਦਾ ਵਖਿਆਨ ਕਰਦੇ ਹੋਣ।

(84) ਸਨਿਆਸੀ ਭਾਵੇਂ ਗਿਆਨੀ ਹੋਵੇ ਜਾਂ ਓਮੀ ਸਾਧ (ਸਿੱਧਾ ਸਾਦਾ ਅਨਪੜ੍ਹ, ਗੌਣ ਸਨਿਆਸੀ) ਹੋਵੇ, ਜੋ ਭੀ ਮਨੁੱਖ, ਸਵਰਗ ਦਾ ਅਨੰਦ ਅਤੇ ਮੁਕਤੀ ਪ੍ਰਾਪਤ ਕਰਨ ਦੀ ਇੱਛਾ ਰੱਖਦਾ ਹੈ, ਸਭ ਦਾ ਮਾਰਗ ਦਰਸ਼ਕ ਕੇਵਲ ਵੇਦਾਂ ਦੀ ਸਿੱਖਿਆ ਹੀ ਹੈ।

(85) ਇੱਕ ਦਵਿੱਜ (ਬ੍ਰਾਹਮਣ, ਖੱਤਰੀ, ਵੈਸ਼) ਮਨੁੱਖ ਜੋ ਕਰਮਵਾਰ ਉੱਪਰ ਦੱਸੀਆਂ ਵਿਧੀਆਂ ਮੁਤਾਬਿਕ ਸਨਿਆਸ ਧਾਰਨ ਕਰਦਾ ਹੈ, ਉਸਦੇ ਇਸ ਜਨਮ ਦੇ ਸਾਰੇ ਪਾਪ ਨਸ਼ਟ ਹੋ ਜਾਂਦੇ ਹਨ ਤੇ ਪ੍ਰਮਈਸ਼ਵਰ ਨਾਲ ਅਭੇਦ ਹੋ ਜਾਂਦਾ ਹੈ।

(86) ਇਹ ਸੀ, ਮਨ ਨੂੰ ਵੱਸ ਕਰਨੇ ਵਾਲੇ ਚਾਰੇ ਜੁਗਤੀਆਂ ਦੇ ਸਨਿਆਸੀਆਂ (ਬ੍ਰਮਚਾਰੀ, ਗ੍ਰਿਸਤੀ, ਬਾਣਪ੍ਰਸਤ ਅਤੇ ਜਤੀ) ਦਾ ਧਰਮ ਕਰਮ, ਜੋ ਆਪਣੀ ਤਪੱਸਿਆ ਨਾਲ ਆਪਣੀਆਂ ਇੰਦਰੀਆਂ ਤੇ ਜਿੱਤ ਪ੍ਰਾਪਤ ਕਰਕੇ ਹੀ ਪ੍ਰਭੂ ਵਿੱਚ ਅਭੇਦ ਹੋ ਗਏ। ਹੁਣ ਸੁਣੋ, ਉਨ੍ਹਾਂ ਚਾਰ ਕਿਸਮ ਦੇ ਲੋਕਾਂ ਲਈ ਖਾਸ ਹਦਾਇਤਾਂ, ਜੋ ਗਿਆਨ ਕਰਕੇ 'ਵੇਦ ਸਨਿਆਸੀ' ਕਹੇ ਜਾਂਦੇ ਹਨ, ਪਰ ਘਰ ਦਾ ਤਿਆਗ ਨਹੀਂ ਕਰਦੇ ਤੇ ਕੁਟੀਆ ਬਣਾ ਕੇ ਰਹਿੰਦੇ ਹਨ। ਐਸੇ ਲੋਕਾਂ ਨੂੰ ਕਰਮ ਯੋਗੀ ਕਿਹਾ ਜਾਂਦਾ ਹੈ।

ਕਰਮ ਯੋਗ –

(87) ਬ੍ਰਹਮਚਾਰੀ, ਗ੍ਰਿਸਤੀ, ਸਨਿਆਸੀ ਅਤੇ ਜਤੀ, ਇਹ ਚਾਰੇ ਅਲੱਗ ਅਲੱਗ ਆਸ਼ਰਮ, ਗ੍ਰਿਸਤ ਆਸ਼ਰਮ ਵਿੱਚੋਂ ਹੀ ਉਤਪਨ ਹੋਏ ਹਨ।

(88) ਜੋ ਦਵਿੱਜ, ਵੇਦਾਂ, ਸ਼ਾਸਤ੍ਰਾਂ ਦੀ ਵਿਧੀ ਅਤੇ ਨਿਯਮਾਂ ਅਨੁਸਾਰ ਇਨ੍ਹਾਂ ਚਾਰੇ ਜਾਂ ਕਿਸੇ ਇੱਕ ਆਸ਼ਰਮ ਵਿੱਚ ਰਹਿ ਕੇ ਭੀ ਜੀਵਨ ਬਤੀਤ ਕਰਦਾ ਹੈ, ਉਸਨੂੰ ਪ੍ਰਮਗਤੀ (ਮੁਕਤੀ) ਦੀ ਪ੍ਰਾਪਤੀ ਹੋ ਜਾਂਦੀ ਹੈ।

(89) ਵੇਦਾਂ ਤੇ ਸਿਮ੍ਰਤੀਆਂ ਦੀ ਵਿਧੀ ਅਨੁਸਾਰ, ਗ੍ਰਿਸਤ ਆਸ਼ਰਮ ਨੂੰ ਸਭ ਤੋਂ ਉੱਤਮ ਅਤੇ ਪ੍ਰਧਾਨ ਕਿਹਾ ਗਿਆ ਹੈ ਕਿਉਂਕਿ ਇਹ ਬਾਕੀ ਤਿੰਨਾਂ ਆਸ਼ਰਮਾਂ ਦਾ ਪਾਲਣਹਾਰ ਹੈ।

(90) ਜਿਸ ਤਰਾਂ ਸਾਰੇ ਛੋਟੇ ਵੱਡੇ ਦਰਿਆ ਸਮੰਦਰ ਵਿੱਚ ਸਮਾ ਜਾਂਦੇ ਹਨ, ਇਸੇ ਤਰਾਂ ਹੀ ਸਾਰੇ ਆਸ਼ਰਮਾਂ ਦੇ ਲੋਕ ਗ੍ਰਿਸਤੀਆਂ ਦੀ ਸ਼ਰਨ ਵਿੱਚ ਆ ਜਾਂਦੇ ਹਨ।

(91) ਇਸ ਲਈ ਚਾਰੇ ਆਸ਼ਰਮਾਂ ਦੇ ਧਾਰਣੀ ਲੋਕਾਂ ਨੂੰ ਕੋਸ਼ਿਸ਼ (**ਪ੍ਰਯਤ**- ਪ੍ਰਯਤਨ) ਕਰਨੀ ਚਾਹੀਦੀ ਹੈ ਕਿ ਧਰਮ ਦੇ ਹੇਠ ਦੱਸੇ ਦਸ ਨਿਯਮਾਂ ਦੀ ਪਾਲਣਾ ਜ਼ਰੂਰ ਕਰਨ।

(92) (**ੳ**) ਸਹਿਣਸ਼ੀਲਤਾ (ਧੀਰਜ), (**ਅ**) ਮੁਆਫ ਕਰਨਾ (ਖਿਮਾਂ), (**ੲ**) ਆਪਣੇ ਆਪ ਨੂੰ ਕਾਬੂ ਵਿੱਚ ਰੱਖਣਾ (ਸਵੈ-ਨਿਯੰਤਰਣ), (**ਸ**) ਚੋਰੀ ਨਹੀਂ ਕਰਨੀ, (**ਹ**) ਸ਼ਰੀਰ ਤੇ ਮਨ ਨੂੰ ਮੈਲ਼ ਰਹਿਤ ਰੱਖਣਾ (ਨਿਰਮਲ ਮਨ), (**ਕ**) ਇੰਦਰੀਆਂ ਨੂੰ ਵਸ ਵਿੱਚ ਰੱਖਣਾ (ਕੁਆਰੀ ਕਾਇਆਂ), (**ਖ**) ਉੱਤਮ ਵਿਚਾਰਾਂ ਦੇ ਧਾਰਨੀ ਹੋਣਾ (ਚੰਗੀ ਬੁੱਧ)), (**ਗ**) ਆਤਮ ਗਿਆਨੀਆਂ ਵਾਲਾ ਜੀਵਨ ਜੀਣਾ, (**ਘ**) ਸੱਚ ਤੇ ਪਹਿਰਾ ਦੇਣਾ, (**ਙ**) ਕਰੋਧ ਦਾ ਤਿਆਗ ਕਰਨਾ।

(93) ਜੋ ਬ੍ਰਾਹਮਣ, ਇਨ੍ਹਾਂ ਦਸ ਨਿਯਮਾਂ ਨੂੰ ਧਿਆਨ ਵਿੱਚ ਰੱਖਦਾ ਹੈ ਤੇ ਪਾਲਣਾ ਕਰਦਾ ਹੈ, ਉਹ ਪ੍ਰਮਗਤੀ ਨੂੰ ਪ੍ਰਾਪਤ ਕਰ ਲੈਂਦਾ ਹੈ।

(94) ਇੱਕ ਦਵਿਜ, ਜੋ ਇੱਕ ਚਿੱਤ ਹੋ ਕੇ ਇਨ੍ਹਾਂ ਦਸ ਨਿਯਮਾਂ ਦੀ ਪਾਲਣਾ ਕਰਦਾ ਹੈ, ਉਸਦੇ ਪਿਤਰਾਂ, ਦੇਵਤਿਆਂ ਤੇ ਗੁਰੂਆਂ ਪ੍ਰਤੀ ਦੇਣ ਵਾਲੇ ਸਾਰੇ ਦਾਨ-ਪੁੰਨ ਅਤੇ ਕਰਜ਼ ਮੁੱਕ ਜਾਂਦੇ ਹਨ ਅਤੇ ਵੇਦਾਂ ਦੀ ਸਿੱਖਿਆ ਨੂੰ ਸੁਣਨ ਅਤੇ ਮੰਨਣ ਨਾਲ, ਉਸਦਾ ਜੀਵਨ ਗ੍ਰਿਸਤੀ ਹੁੰਦਿਆਂ ਭੀ ਇੱਕ ਸਨਿਆਸੀ ਵਾਲਾ ਹੀ ਗਿਣਿਆ ਜਾਂਦਾ ਹੈ।

(95) ਜੋ ਦਵਿੱਜ (ਬ੍ਰਾਹਮਣ, ਖੱਤਰੀ, ਵੈਸ਼), ਆਪਣੇ ਜੀਵਨ ਦੇ ਸਾਰੇ ਕਾਰਜਾਂ ਤੋਂ ਵਿਹਲਾ ਹੋ ਕੇ, ਆਪਣੀਆਂ ਕੀਤੀਆਂ ਭੁੱਲਾਂ ਦਾ ਪਛਚਾਤਾਪ ਤੇ ਪਿੱਤਰ ਰਿਣ ਉਤਾਰਣ ਮਗਰੋਂ, ਉੱਪਰ ਦੱਸੇ ਕਰਮ ਯੋਗ ਦੇ ਦਸ ਲੱਛਣਾਂ ਦਾ ਖਿਆਲ ਰੱਖਣ ਦੇ ਨਾਲ ਨਾਲ, ਵੇਦਾਂ ਦਾ ਪਾਠ ਅਤੇ ਅਧਿਆਨ ਕਰੇ, ਉਹ ਆਪਣੇ ਪੁੱਤਰ ਦੇ ਘਰ ਵਿੱਚ ਹੀ ਸਨਿਆਸੀਆਂ ਵਾਲਾ ਜੀਵਨ ਬਤੀਤ ਕਰ ਸਕਦਾ ਹੈ। ਐਸੀ ਰੀਤ ਨੂੰ 'ਵੇਦ ਸਨਿਆਸ' ਕਿਹਾ ਗਿਆ ਹੈ। ਦੂਸਰੇ ਸ਼ਬਦਾਂ ਵਿੱਚ ਇਹ ਕਹਿ ਲਵੋ ਕਿ-

(96) ਜਿਸ ਦਵਿੱਜ ਨੇ ਆਪਣੀ ਜ਼ਿੰਦਗੀ ਦੇ ਸਾਰੇ ਕਰਨ ਵਾਲੇ ਕਿਰਿਆ ਕਰਮ ਨਿਭਾ ਲਏ ਹੋਣ, ਜਦੋਂ ਧਿਆਨ ਅੰਤਰ-ਆਤਮਾਂ ਵਿੱਚ ਟਿਕ ਜਾਵੇ, ਸਭ ਇਛਾਵਾਂ ਤੋਂ ਨਵਿਰਤੀ ਹੋ ਜਾਏ, ਆਪਣੇ ਅੰਦਰ ਦੇ ਸਾਰੇ ਡਰ ਤੇ ਝੋਰੇ ਖਤਮ ਕਰ ਲਏ ਹੋਣ, ਐਸਾ ਸਨਿਆਸੀ ਘਰ ਬੈਠਾ ਹੀ ਪਰਮਗਤੀ ਦੀ ਪ੍ਰਾਪਤੀ ਕਰ ਲੈਂਦਾ ਹੈ।

(97) ਇਸ ਤਰਾਂ ਮਨੂੰ ਜੀ ਨੇ ਰਿਸ਼ੀਆਂ ਨੂੰ ਕਿਹਾ, ਕਿ ਹੇ ਰਿਸ਼ੀ ਜਨੋ! ਬ੍ਰਾਹਮਣ ਦੇ ਚਾਰ ਮੁੱਖ ਧਰਮ ਆਸ਼ਰਮਾਂ (ਬ੍ਰਹਮਚਾਰੀ, ਗ੍ਰਸਿਤੀ, ਬਾਣਪ੍ਰਸਤੀ, ਸਨਿਆਸੀ) ਦਾ ਵਿਸਥਾਰ ਆਪ ਸਭ ਨੂੰ ਦੱਸ ਦਿੱਤਾ ਹੈ। ਇਸ ਤਰਾਂ ਦਵਿੱਜ ਨੂੰ ਮੌਤ ਪਿੱਛੋਂ, ਅਮਰ ਫ਼ਲ (ਅਛਯ ਫ਼ਲ- ਜਨਮ ਮਰਨ ਤੋਂ ਰਹਿਤ ਕਰਨ ਵਾਲਾ) ਦੀ ਪ੍ਰਾਪਤੀ ਹੋ ਜਾਂਦੀ ਹੈ। ਅੱਗੇ ਸਿੰਘਾਸਣ ਤੇ ਬੈਠੇ ਰਾਜੇ ਦਾ ਰਾਜਧਰਮ ਅਤੇ ਉਸਦੀਆਂ ਜ਼ਿੰਮੇਵਾਰੀਆਂ ਦਾ ਵਿਸਥਾਰ ਸੁਣੋ__

ਅਧਿਆਇ 7

(ਪ੍ਰਸ਼ਾਸਨ ਦੀਆਂ ਸਥਿਤੀਆਂ)

ਰਾਜੇ ਦਾ ਧਰਮ ਅਤੇ ਜਿੰਮੇਂਵਾਰੀਆਂ-

ਮਨੂੰ ਮਹਾਂਰਾਜ ਨੇ ਰਿਸ਼ੀਆਂ ਨੂੰ ਉਪਦੇਸ਼ ਕੀਤਾ ਕਿ -

(1) ਰਾਜ ਕਰਨ ਦੇ ਕਾਬਲ (ਤਾਜਪੋਸ਼ੀ ਲਾਇਕ) ਰਾਜੇ ਦੀ ਹਸਤੀ, ਜੀਵਨ ਜੁਗਤੀ ਅਤੇ ਚਾਲ-ਚਲਣ (ਆਚਰਣ) ਕਿਹੋ ਜਿਹਾ ਹੋਣਾ ਚਾਹੀਦਾ ਹੈ। ਉਸਦੇ ਰਾਜ ਪ੍ਰਾਪਤੀ ਦੇ ਨਿਯਮ ਅਤੇ ਉਸਦੇ ਰਾਜ ਦੀ ਕਾਮਯਾਬੀ ਦੇ ਤੱਥਾਂ ਦਾ ਵਖਿਆਨ (ਭ੍ਰਿਗੂ ਕੋਲੋਂ) ਸੁਣੋ -

(2) ਰਾਜਾ, ਇੱਕ ਐਸਾ ਸੰਸਕਾਰੀ ਖੱਤਰੀ ਹੋਵੇ, ਜੋ ਇੱਕ ਵਿਦਵਾਨ ਬ੍ਰਾਹਮਣ ਵਾਂਗ, ਵੇਦ ਦੀ ਰੀਤ ਅਤੇ ਵੇਦ ਦੇ ਉਪਦੇਸ਼ਾਂ ਦਾ ਧਾਰਣੀ ਹੋਵੇ। ਨਿਆਂਕਾਰੀ ਅਤੇ ਪਰਜਾ ਦਾ ਪਾਲਣ ਤੇ ਰੱਖਿਆ ਕਰਨ ਵਾਲਾ ਹੋਵੇ।

(3) ਰਾਜੇ (ਸ਼ਾਸਕ) ਦੀ ਹੋਂਦ ਬਿਨਾਂ, ਇਸ ਸੰਸਾਰ ਦੇ ਜੀਵਾਂ ਵਿੱਚ ਵਿਆਕੁਲਤਾ (ਹਾਹਾਕਾਰ) ਬੇਲਗਾਮੀ ਅਤੇ ਆਪ-ਹੁਦਰੀ ਫੈਲ ਜਾਣ ਦੇ ਡਰ ਤੋਂ ਬਚਾਈ ਰੱਖਣ ਲਈ, ਪ੍ਰਮਾਤਮਾਂ ਨੇ ਸਮਾਜ ਦੀ ਰੱਖਿਆ ਵਾਸਤੇ ਰਾਜੇ ਦੀ ਹਸਤੀ ਕਾਇਮ ਕੀਤੀ।

(4) ਪ੍ਰਮਾਤਮਾਂ ਵਲੋਂ ਰਾਜੇ ਦੀ ਹਸਤੀ, ਪਰਜਾ ਦੀ ਰੱਖਿਆ ਕਰਨ ਵਾਸਤੇ, ਇੰਦਰ ਦੇਵਤਾ (ਸਵਰਗ ਦਾ ਰਾਜਾ), ਵਾਯੂ ਦੇਵਤਾ (ਜੀਵਨ ਦਾਤਾ, ਸਵਾਸਾਂ ਦਾ ਪ੍ਰਤੀਕ), ਯਮ ਦੇਵਤਾ (ਨਿਆਂ ਦਾ ਡੰਡਾ, ਭਲੇ ਬੁਰੇ ਦਾ ਵਿਚਾਰਕ), ਸੂਰਜ ਦੇਵਤਾ (ਆਪਣੀ ਗਰਮੀ ਨਾਲ ਪਾਣੀ ਇਕੱਤਰ ਕਰਕੇ ਮੀਂਹ ਰਾਹੀਂ ਸੰਸਾਰ ਨੂੰ ਜੀਵਨ ਪਰਦਾਨ ਕਰਨ ਵਾਲਾ), ਅਗਨੀ ਦੇਵਤਾ (ਜੀਵਨ ਨੂੰ ਚਲਦਾ ਰੱਖਣ ਵਾਲੀ ਅੱਗ ਦਾ ਸੋਮਾ), ਵਰਣ ਦੇਵਤਾ (ਜੀਵਨ ਲਈ ਪਾਣੀ ਦੇ ਸਮਾਨ), ਚੰਦਰਮਾ (ਸੁੱਖ ਅਤੇ ਸ਼ਾਂਤੀ ਦੇਣ ਵਾਲਾ; ਬ੍ਰਹਮ ਲੋਕ ਦਾ ਰਾਜਾ) ਅਤੇ ਕੁਬੇਰ ਵਰਗੇ (ਮਾਇਆ ਦਾ ਕਰਤਾ) ਦੇਵਤਿਆਂ ਦੇ ਗੁਣਾਂ ਨਾਲ ਭਰਪੂਰ ਹੋਣ ਦਾ ਪ੍ਰਤੀਕ ਹੈ।

(5) ਰਾਜੇ ਦੀ ਉਤਪਤੀ, ਅੱਠ ਦੇਵਤਿਆਂ ਦੇ ਗੁਣਾਂ ਦਾ ਸੰਗਰਹਿ ਹੋਣ ਕਾਰਨ, ਰਾਜਾ ਸਭ ਪਰਜਾ ਲਈ ਸਿਰਮੌਰ ਤੇ ਭਾਰੂ ਗਿਣਿਆ ਜਾਂਦਾ ਹੈ।

(6) ਅਤੇ ਰਾਜੇ ਦਾ ਤੇਜ ਪ੍ਰਤਾਪ, ਸੂਰਜ ਵਰਗਾ ਹੋਣ ਕਾਰਨ, ਰਾਜੇ ਸਾਮਣੇ ਕੋਈ ਅੱਖ ਚੁੱਕ ਕੇ ਨਹੀਂ ਦੇਖ ਸਕਦਾ।

(7) ਇਸ ਲਈ ਰਾਜਾ ਆਪਣੀ ਸੱਤਿਆ ਤੇ ਬਲ ਦੇ ਪ੍ਰਭਾਵ ਕਾਰਨ, ਅਗਨ, ਸੂਰਜ, ਚੰਦਰਮਾ, ਯਮ, ਕੁਬੇਰ, ਵਰਣ ਅਤੇ ਮਹਾਨ ਇੰਦਰ ਸ਼ਕਤੀ (ਊਰਜਾ) ਦਾ ਪ੍ਰਤੀਕ ਹੋਣ ਕਾਰਨ, ਕਿਸੇ ਰੂਪ ਵਿੱਚ ਭੀ ਪੇਸ਼ ਆ ਸਕਦਾ ਹੈ।

(8) ਰਾਜਾ, ਭਾਵੇਂ ਉਮਰ ਵਿੱਚ ਬਾਲਕ ਭੀ ਕਿਉਂ ਨਾ ਹੋਵੇ, ਤਾਂ ਭੀ ਉਸਦੀ ਹਸਤੀ ਨੂੰ ਛੋਟਾ (ਤੁੱਛ) ਨਹੀਂ ਸਮਝਣਾ ਚਾਹੀਦਾ। ਰਾਜੇ ਨੂੰ ਮਨੁੱਖ ਰੂਪ ਵਿੱਚ ਪੂਜੇ ਜਾਣ ਵਾਲੇ ਮਹਾਨ ਦੇਵਤਾ ਸਮਾਨ ਜਾਨਣਾ (ਜਾਣਨਾ) ਚਾਹੀਦਾ ਹੈ।

(9) ਅਗਨੀ ਵਿੱਚ, ਕੇਵਲ ਅਗਨੀ ਨਾਲ ਖੇਡਣ ਵਾਲਾ ਹੀ ਸੜਦਾ ਹੈ। ਪਰ ਰਾਜੇ ਦੀ ਕਰੋਧ ਰੂਪ ਅਗਨੀ (ਗੁੱਸਾ), ਪਰਵਾਰ ਸਮੇਤ ਸਾਰੇ ਕੁਣਬੇ (ਘਰ, ਸੰਪਤੀ, ਮਾਲ ਡੰਗਰ ਤੇ ਜੀਵ ਜੰਤੂਆਂ ਸਮੇਤ) ਨੂੰ ਭਸਮ ਕਰਕੇ ਰੱਖ ਸਕਦੀ ਹੈ।

(10) ਧਰਮ ਦੀ ਮਰਿਯਾਦਾ ਅਤੇ ਆਪਣੇ ਕਰਤਵਾਂ ਤੇ ਮਨੋਰਥਾਂ ਦੀ ਪੂਰਤੀ ਨੂੰ ਮੁੱਖ ਰੱਖਕੇ, ਰਾਜਾ ਦੇਸ਼ ਤੇ ਸਮੇਂ ਦੀਆਂ ਲੋੜਾਂ ਮੁਤਾਬਿਕ ਵੱਖੋ ਵੱਖ ਰੂਪਾਂ ਵਿੱਚ (ਕ੍ਰੋਧੀ, ਦਿਆਲੂ, ਮਿੱਤਰ, ਤੇ ਕਦੀ ਦੁਸ਼ਮਣ ਆਦਿ ਵਾਲਾ ਸੁਭਾਅ) ਹੋ ਕੇ ਵਰਤਦਾ ਹੈ।

(11) ਜਿਸ ਰਾਜੇ ਦੀ ਪ੍ਰਸੰਨਤਾ ਵਿੱਚੋਂ ਮਹਾਂ ਲੱਛਮੀ, ਜੁੱਸੇ ਤੇ ਬਾਹੂਬਲ ਵਿੱਚੋਂ ਜਿੱਤ ਦੀ ਝਲਕ, ਅਤੇ ਕਰੋਧ ਵਿੱਚੋਂ ਮੌਤ ਦਾ ਸੰਕੇਤ ਦਿਸੇ, ਉਹ ਰਾਜਾ ਬਹੁਤ ਤੇਜੱਸਵੀ (ਤੇਜਪ੍ਰਤਾਪ ਵਾਲਾ- ਸ਼ਕਤੀਸ਼ਾਲੀ) ਕਹਾਉਂਦਾ ਹੈ।

(12) ਜੋ ਮਨੁੱਖ ਆਪਣੀ ਮੂਰਖਤਾ ਕਰਕੇ, ਰਾਜੇ ਨਾਲ ਵੈਰ ਵਿਰੋਧ ਦੀ ਭਾਵਨਾ ਰੱਖਦਾ ਹੈ, ਜੇ ਰਾਜਾ ਚਾਹੇ, (ਆਪਣਾ ਮਨ ਬਣਾ ਲਵੇ) ਤਾਂ ਉਸ ਮਨੁੱਖ ਨੂੰ, ਨਿਰਸੰਦੇਹੁ ਨਸ਼ਟ ਕਰ ਸਕਦਾ ਹੈ।

(13) ਇਸ ਲਈ, ਰਾਜਾ ਆਪਣੀ ਇੱਛਾ ਮੁਤਾਬਿਕ, ਧਰਮ ਅਤੇ ਰਾਜਸੀ ਮਨੋਰਥਾਂ ਦੀ ਪੂਰਤੀ ਨੂੰ ਧਿਆਨ ਵਿੱਚ ਰੱਖ ਕੇ, ਜੋ ਕਨੂੰਨ ਨੀਯਤ ਕਰੇ, ਉਸਦੀ ਉਲੰਘਣਾ ਆਪ ਵੀ ਨਾ ਕਰੇ, ਚਾਹੇ ਉਹ ਕਿਸੇ ਦੇ ਭਲੇ ਹਿੱਤ ਹੋਵੇ ਜਾਂ ਕਿਸੇ ਲਈ ਨੁਕਸਾਨਦੇਹੁ ਹੋਵੇ।

(14) ਸ੍ਰਿਸ਼ਟੀ ਦੇ ਅਰੰਭ ਤੋਂ ਹੀ ਪ੍ਰਮਾਤਮਾਂ ਨੇ ਰਾਜੇ ਨੂੰ, ਸਭ ਪ੍ਰਾਣੀਆਂ ਦੀ ਰੱਖਿਆ ਕਰਨ ਵਾਲਾ ਮਹਾਂਬਲੀ, ਧਰਮਰਾਜ ਅਤੇ ਆਪਣੇ ਪੁੱਤਰ ਰੂਪ ਯਮਰਾਜ ਵਾਂਗ ਸਜ਼ਾ ਦੇਣ ਵਾਲੇ ਕਨੂੰਨ ਰੂਪੀ ਡੰਡੇ ਦੀ ਤਰਾਂ ਸਥਾਪਿਤ ਕੀਤਾ ਹੋਇਆ ਹੈ।

(15) ਰਾਜੇ ਦਾ ਭੈਅ, ਯਮਰਾਜ ਦੇ ਉਸ ਡੰਡੇ ਦੀ ਮਾਰ ਵਰਗਾ ਹੈ, ਜਿਸ ਦੇ ਡਰ ਕਾਰਣ, ਸਭ ਜੂਨਾਂ ਦੇ ਚਰਾਚਰ ਜੀਵ (ਚੱਲ ਤੇ ਅਚੱਲ) ਆਪੋ ਆਪਣੇ ਧਰਮ ਦੀ ਨਿਸਚਤ ਕਿਰਿਆ ਤੇ ਕਰਤਵਾਂ ਨੂੰ ਨਿਭਾਉਣਾ ਨਹੀਂ ਭੁੱਲਦੇ।

(16) ਰਾਜੇ ਦਾ ਧਰਮ ਹੈ ਕਿ, ਆਪਣੇ ਦੇਸ਼, ਕਾਲ, ਅਪਰਾਧੀ ਅਤੇ ਉਸਦੇ ਅਪਰਾਧ ਦੀ ਸਥਿਤੀ ਨੂੰ ਧਿਆਨ ਵਿੱਚ ਰੱਖਦਿਆਂ, ਸ਼ਾਸਤਰਾਂ ਵਿੱਚ ਦੱਸੇ ਗਿਆਨ ਤੇ ਅਧਾਰਤ, ਸਜ਼ਾ ਦੇਣ ਦੇ ਨਿਯਮ ਬਣਾਵੇ।

(17) ਰਾਜੇ ਵਲੋਂ ਥਾਪੇ ਕਨੂੰਨ ਕਰਕੇ, ਦੰਡ ਦਾ ਡਰ (ਸਜ਼ਾ ਦਾ ਡਰ) ਹੀ ਹੈ, ਜੋ ਰਾਜੇ ਨੂੰ, ਚਾਰੇ ਆਸ਼ਰਮਾਂ ਦਾ ਰੱਖਿਅਕ, ਪਾਲਣ ਪੋਸ਼ਣ ਕਰਨ ਵਾਲਾ, ਇੱਕ ਚੰਗਾ ਆਗੂ ਅਤੇ ਸ਼ਾਸਕ ਹੋਣ ਦੇ ਕਾਬਲ ਬਣਾਂਉਂਦਾ ਹੈ। ਰਾਜਾ ਹੀ ਇੱਕ ਵਿਅਕਤੀ ਹੈ ਜੋ ਸਮਾਜ ਵਿੱਚ ਧਰਮ, ਫਰਜ਼ ਅਤੇ ਕਨੂੰਨੀ ਵਿਵਸਥਾ ਦੇ ਨਿਯਮਾਂ ਨੂੰ ਲਾਗੂ ਕਰ ਸਕਦਾ ਹੈ।

(18) ਦੰਡ ਦਾ ਭੈਅ ਹੀ ਹੈ ਜੋ ਪਰਜਾ ਨੂੰ ਬੁਰੇ ਕਰਮ ਕਰਨ ਤੋਂ ਰੋਕਦਾ ਹੈ। ਦੰਡ ਦੇ ਡਰ ਕਰਕੇ ਹੀ ਪਰਜਾ ਸੁੱਖ ਦੀ ਨੀਂਦ ਸੌਂਦੀ ਹੈ। ਦੰਡ ਦੇਣ ਲਈ ਹੀ ਕਨੂੰਨ ਘੜੇ ਜਾਂਦੇ ਹਨ। ਇਸੇ ਕਰਕੇ ਗਿਆਨੀ ਲੋਕ, ਦੰਡ (ਕਨੂੰਨ ਤੇ ਪਹਿਰਾ ਦੇਣਾ, ਨਿਆਂ ਕਰਨਾ) ਨੂੰ ਹੀ ਧਰਮ ਦਾ ਦੂਸਰਾ ਰੂਪ ਮੰਨਦੇ ਹਨ।

(19) ਜੇ ਰਾਜਾ, ਸ਼ਾਸਤ੍ਰਾਂ ਦੀ ਮਰਿਯਾਦਾ ਨੂੰ ਧਿਆਨ ਵਿੱਚ ਰੱਖ ਕੇ, ਅਪਰਾਧੀ ਨੂੰ ਉਸਦੇ ਕੀਤੇ ਅਪਰਾਧ ਮੁਤਾਬਿਕ ਸਜ਼ਾ ਦੇਵੇ, ਤਾਂ ਪਰਜਾ ਸੁਖੀ ਰਹਿੰਦੀ ਹੈ। ਪਰ ਬਿਨਾਂ ਵਿਚਾਰ ਕੀਤੇ ਜਾਂ ਕਨੂੰਨ ਦੀ ਦੁਰਵਰਤੋਂ ਕਰਕੇ ਕਿਸੇ ਨੂੰ ਸਜ਼ਾ ਦੇਣਾ, ਰਾਜੇ ਲਈ ਬਹੁਤ ਘਾਤਿਕ ਸਾਬਤ ਹੋ ਸਕਦਾ ਹੈ।

(20) ਜੇ ਰਾਜਾ ਸਾਵਧਾਨੀ ਨਾ ਵਰਤੇ ਅਤੇ ਅਪਰਾਧੀਆਂ ਨੂੰ ਬਣਦੀ ਸਜ਼ਾ ਨਾ ਦੇਵੇ, ਇਨਸਾਫ਼ ਨਾ ਕਰੇ ਤਾਂ ਬਲਵਾਨ ਲੋਕ ਨਿਰਬਲਾਂ ਨੂੰ ਛੁਰੀਆਂ ਨਾਲ ਕੱਟ ਕੇ ਮੱਛੀਆਂ ਦੀ ਤਰਾਂ ਭੁੰਨ ਕੇ ਖਾ ਜਾਣ।

(21) ਜੇ ਦੰਡ ਦਾ ਡਰ ਨਾ ਹੋਵੇ ਤਾਂ ਮਨੁੱਖਾਂ ਦੀ ਹਾਲਤ ਇਸ ਤਰਾਂ ਦੇ ਹੋ ਜਾਵੇ, ਜਿਵੇਂ ਕੋਈ ਕਾਂ ਬਿਨਾਂ ਕਿਸੇ ਡਰ ਤੋ ਪੂਜਾ ਦੀ ਭੇਟਾ ਵਿੱਚ ਚੁੰਝ ਮਾਰ ਜਾਵੇ, ਕੁੱਤਾ ਪੂਜਾ ਦੀ ਸਮਗਰੀ ਵਿੱਚ ਮੂੰਹ ਮਾਰ

ਜਾਏ। ਕੁਝ ਭੀ ਕਿਸੇ ਦੀ ਮਲਕੀਅਤ ਨਾ ਰਹੇ, ਚੰਗੇ ਲੋਕਾਂ ਦਾ ਗੁੰਡਿਆਂ ਹੱਥੋਂ ਖਾਤਮਾ ਹੀ ਹੋ ਜਾਏ। ਛੋਟੇ ਲੋਕ ਵੱਡਿਆਂ ਨੂੰ ਹੜੱਪ ਜਾਣ ਅਤੇ ਨੀਚ ਜਾਤੀ ਦੇ ਲੋਕ, ਸਵੁਣ ਜਾਤੀ ਦੇ (ਉੱਚੀ ਜਾਤ-ਬ੍ਰਾਹਮਣ) ਬਣ ਬੈਠਣ।

(22) ਸਾਰੇ ਸੰਸਾਰ ਦੀ ਸਥਿਰਤਾ ਕੇਵਲ ਕਨੂੰਨ ਦੇ ਡਰ ਕਰਕੇ ਹੀ ਹੈ, ਨਹੀਂ ਤਾਂ ਕੋਈ ਬੇਗੁਨਾਹ ਬੰਦਾ ਟੋਲਣਾ ਹੀ ਮੁਸ਼ਕਿਲ ਹੋ ਜਾਏ। ਕਨੂੰਨ ਦਾ ਡਰ ਹੀ ਹੈ ਜਿਸ ਕਰਕੇ ਸੰਸਾਰ ਵਿੱਚ ਅਮਨ ਰਹਿ ਸਕਦਾ ਹੈ ਅਤੇ ਲੋਕ ਬੇਖੌਫ ਹੋ ਕੇ ਆਪੋ ਆਪਣੀ ਜ਼ਿੰਦਗੀ ਗੁਜ਼ਾਰ ਸਕਦੇ ਹਨ।

(23) ਪੂਰਣ ਤੌਰ ਤੇ ਪਵਿੱਤਰ ਅਤੇ ਔਗਣ ਰਹਿਤ ਕੋਈ ਵਿਰਲਾ ਹੀ ਮਨੁੱਖ ਜਾਂ ਸਾਧੂ-ਸੰਤ ਹੋਵੇਗਾ। ਪ੍ਰਮਾਤਮਾਂ ਵਲੋਂ ਨਿਸਚਿਤ ਦੰਡ ਦੇ ਡਰ ਕਾਰਣ ਹੀ ਸਭ ਦਾਨਵ, ਦੇਵ, ਗੰਧਰਵ, ਰਾਕਸ਼, ਪੰਛੀ, ਨਾਗ ਅਤੇ ਸਭ ਤਰਾਂ ਦੇ ਜੀਵ (ਮਨੁੱਖਾਂ ਸਮੇਤ) ਜੰਤੂ ਆਦਿ, ਆਪੋ ਆਪਣੇ ਨਿਯਮਤ ਧਰਮ ਦੀ ਮਰਿਯਾਦਾ ਦਾ ਪਾਲਣ ਕਰਦੇ ਹਨ।

(24) ਜੇ ਦੰਡ ਦਾ ਡਰ ਨਾ ਹੁੰਦਾ ਤਾਂ ਸਭ ਵਰਣ ਵੰਡ ਭ੍ਰਿਸ਼ਟ ਅਤੇ ਦੂਸ਼ਤ ਹੋ ਜਾਂਦੀ। ਸਾਰੀਆਂ ਬੰਦਸ਼ਾਂ ਦਾ ਖਾਤਮਾ ਹੋ ਜਾਂਦਾ। ਵਰਣ ਵੰਡ ਦੀ ਮਰਿਯਾਦਾ ਬਿਨਾਂ, ਸਭ ਕੁਝ ਘਾਲ਼ਾ ਮਾਲ਼ਾ ਹੋ ਜਾਂਦਾ। ਕੋਈ ਵਿਧਾਨ ਨਾ ਹੋਣ ਕਾਰਣ, ਦੋਸ਼ੀ ਸਜ਼ਾ ਤੋਂ ਬਚ ਜਾਂਦੇ, ਬੇਦੋਸ਼ ਸਜ਼ਾਵਾਂ ਭੁਗਤਦੇ ਅਤੇ ਸਾਰੇ ਮਨੁੱਖ ਇੱਕ ਦੂਸਰੇ ਖਿਲਾਫ਼ ਕਰੋਧ ਅਤੇ ਵਿਧਰੋਹ ਦੀ ਅੱਗ ਵਿੱਚ ਸੜ ਜਾਂਦੇ।

(25) ਜਿਸ ਰਾਜ ਵਿੱਚ, ਪਾਪ ਨਾਸਕ, ਕਾਲੀਆਂ ਅਤੇ ਭਿਆਨਕ ਲਾਲ ਅੱਖਾਂ ਵਾਲੇ ਯਮ ਰੂਪੀ ਡੰਡੇ (ਕਨੂੰਨ) ਦਾ ਪਹਿਰਾ ਹੋਵੇ ਅਤੇ ਉੱਪਰੋਂ ਰਾਜ ਕਰਨ ਵਾਲਾ ਰਾਜਾ ਨਿਆਂਕਾਰੀ ਹੋਵੇ, ਉੱਥੇ ਪਰਜਾ ਹੈਰਾਨ-ਪ੍ਰੇਸ਼ਾਨ (ਆਕੁਲ-ਵਿਆਕਲੁ, ਚਿੰਤਤ) ਨਹੀਂ ਹੁੰਦੀ।

(26) ਕਿਹਾ ਜਾਂਦਾ ਹੈ ਕਿ ਸੱਚ ਬੋਲਣੇ ਵਾਲਾ ਸੂਝਵਾਨ ਅਤੇ ਦੂਰਦਰਸ਼ੀ ਰਾਜਾ ਹੀ ਦੰਡ ਦੇਣ ਦਾ ਅਧਿਕਾਰੀ ਮੰਨਿਆ ਜਾਂਦਾ ਹੈ, ਜੋ ਧਰਮ, ਅਰਥ ਅਤੇ ਕਾਮ ਵਰਗੇ ਤਿੰਨ ਗੁਣਾਂ ਦੀ ਸੂਝ ਰੱਖਦਾ ਹੋਵੇ।

(27) ਜੋ ਰਾਜਾ ਨਿਆਂਕਾਰੀ ਹੈ ਅਤੇ ਕਨੂੰਨ ਨੂੰ ਅੱਛੇ ਤਰੀਕੇ ਨਾਲ ਲਾਗੂ ਕਰਦਾ ਹੈ, ਉਸਦੀ ਖੁਸ਼ਹਾਲੀ ਦੇ ਤਿੰਨ ਗੁਣਾਂ ਵਿੱਚ (ਧਰਮ ਅਰਥ ਤੇ ਕਾਮ) ਵਿੱਚ ਵਾਧਾ ਹੁੰਦਾ ਹੈ। ਪਰ ਜੋ ਰਾਜਾ ਐਸ਼ੋ ਇਸ਼ਰਤ ਅਤੇ ਵਿਸ਼ੇ ਵਿਕਾਰਾਂ ਵਿੱਚ ਫਸਿਆ, ਕਾਮੀ ਕਰੋਧੀ ਅਤੇ ਹੰਕਾਰੀ ਹੋਵੇ, ਪੱਖਪਾਤੀ ਹੋਵੇ, ਪਰਜਾ ਨੂੰ ਗੁਮਰਾਹ ਕਰੇ ਤੇ ਬੇਗੁਨਾਹਾਂ ਨੂੰ ਸਜ਼ਾ ਦੇਵੇ, ਉਸਦਾ ਛੇਤੀ ਹੀ ਸਰਬਨਾਸ਼ ਹੋ ਜਾਂਦਾ ਹੈ।

(28) ਕਨੂੰਨੀ ਪ੍ਰਕਿਰਿਆ ਦਾ ਹੋਣਾ ਬਹੁਤ ਜ਼ਰੂਰੀ ਹੈ, ਪਰ ਠੀਕ ਢੰਗ ਨਾਲ ਇਸਨੂੰ ਮੰਨਣਾ ਅਤੇ ਲਾਗੂ ਕਰਨਾ (ਕਨੂੰਨੀ ਵਿਵਸਥਾ) ਬੜੀ ਹਿੰਮਤ ਵਾਲਿਆਂ ਦਾ ਕੰਮ ਹੈ, ਨਾਸਮਝ ਰਾਜੇ ਅਤੇ ਅੱਲੜ੍ਹ ਲੋਕਾਂ ਦੇ ਵਸ ਦੀ ਗੱਲ ਨਹੀਂ। ਸ਼ਾਸਤ੍ਰਾਂ ਦੇ ਗਿਆਨ ਤੋਂ ਸੱਖਣੇ ਰਾਜੇ ਲਈ ਇਸਦਾ ਧਾਰਨ ਕਰਨਾ ਸੰਭਵ ਭੀ ਨਹੀਂ ਹੈ। ਜੋ ਰਾਜਾ ਆਪਣੀ ਇਸ ਜਿੰਮੇਦਾਰੀ ਨੂੰ ਠੀਕ ਤਰਾਂ ਨਹੀਂ ਨਿਭਾਉਂਦਾ, ਉਹ ਆਪਣੇ ਕੁਟੰਭ ਸਮੇਤ ਨਸ਼ਟ ਹੋ ਜਾਂਦਾ ਹੈ। ਅਤੇ---

(29) ਫਿਰ ਉਸਦੇ ਮਹਿਲ ਮਾੜੀਆਂ, ਉਸਦੇ ਦੇਸ਼ ਵਾਸੀ, ਉਸਦੀ ਚੱਲ ਤੇ ਅਚੱਲ ਜਾਇਦਾਦ ਦਾ ਭੀ ਨਾਸ਼ ਹੋ ਜਾਂਦਾ ਹੈ। ਇੱਥੋਂ ਤੀਕਰ ਕਿ ਉਸਦੇ ਰਾਜ ਵਿੱਚ ਵਸਣ ਵਾਲੇ ਰਿਸ਼ੀਆਂ ਮੁਨੀਆਂ ਨੂੰ ਭੀ ਰਾਜੇ ਵਲੋਂ ਕੀਤੀ ਬੇਇਨਸਾਫੀ ਦਾ ਬਹੁਤ ਦੁੱਖ ਮਹਿਸੂਸ ਹੁੰਦਾ ਹੈ ਅਤੇ ਉਹ ਭੀ ਉਸਦੇ ਰਾਜ ਨੂੰ ਛੱਡ ਜਾਂਦੇ ਹਨ।

(30) ਨਿਆਂ ਪ੍ਰਨਾਲ਼ੀ (ਕਨੂੰਨ ਮਹਿਕਮਾਂ) ਚਲਾਉਣ ਵਾਲਾ ਰਾਜਾ, ਜੋ ਸ਼ਾਸਤ੍ਰਾਂ ਦੇ ਗਿਆਨ ਤੋਂ ਸੱਖਣਾ ਹੋਵੇ, ਮੰਤ੍ਰੀਆਂ ਜਾਂ ਫੌਜ ਦੇ ਅਧਿਕਾਰੀਆਂ ਦੀ ਸਹਾਇਤਾ ਨਾ ਲਵੇ, ਲੋਭੀ ਹੋਵੇ, ਦੂਰ ਅੰਦੇਸ਼ੀ ਨਾ ਹੋਵੇ, ਨਿਯਮ ਹੀਣ ਤੇ ਵਿਸ਼ੇ ਵਿਕਾਰਾਂ ਦਾ ਮਾਰਿਆ ਹੋਇਆ ਹੋਵੇ, ਐਸਾ ਰਾਜਾ ਆਪਣੀ ਪ੍ਰਜਾ ਨੂੰ ਇਨਸਾਫ਼ (ਧਰਮ ਦਾ ਰਾਜ) ਨਹੀਂ ਦੇ ਸਕਦਾ।

(31) ਦੰਡ ਅਤੇ ਨਿਆਂ, ਉਸੇ ਰਾਜੇ ਦੁਆਰਾ ਸਹੀ ਤਰੀਕੇ ਨਾਲ ਦਿੱਤਾ ਜਾ ਸਕਦਾ ਹੈ ਜੋ ਆਪਣੇ ਅਸੂਲਾਂ ਦਾ ਪੱਕਾ ਹੋਵੇ (ਪਵਿੱਤਰ ਅਤੇ ਸਤਵਾਦੀ) ਅਤੇ ਪਰਜਾ ਪ੍ਰਤੀ ਵਫਾਦਾਰ ਹੋਵੇ। ਚੰਗੇ ਵਰਤਾਵ ਅਤੇ ਸਤਿਪੁਰਸ਼ਾਂ ਦੀ ਸੰਗਤ ਕਰਨ ਵਾਲਾ ਹੋਵੇ। ਸ਼ਾਸਤ੍ਰਾਂ ਦੀ ਮਰਿਯਾਦਾ ਅਨੁਸਾਰ ਚੱਲਦਾ ਹੋਵੇ ਅਤੇ ਉਸਦੇ ਸਲਾਹਕਾਰ ਬੁੱਧੀਮਾਨ ਲੋਕ ਹੋਣ।

(32) ਰਾਜਾ ਆਪਣੇ ਰਾਜ ਦੀ ਪਰਜਾ ਨੂੰ ਨਿਆਂ ਦੇਵੇ ਤੇ ਆਪਣੇ ਸ਼ੱਤਰੂਆਂ ਨੂੰ ਸਖਤ ਤੋਂ ਸਖਤ ਦੰਡ ਦੇਵੇ। ਆਪਣੇ ਮਿੱਤਰਾਂ ਅਤੇ ਸ਼ੁਭਚਿੰਤਕਾਂ ਨਾਲ ਸਦਭਾਵਨਾ ਵਾਲਾ ਸਬੰਧ ਬਣਾ ਕੇ ਰੱਖੇ। ਪਰ ਵੇਦ ਪਾਠੀ ਅਤੇ ਵੇਦ ਅਭਿਆਸੀ ਬ੍ਰਾਹਮਣਾਂ ਨੂੰ ਸਜ਼ਾ ਦੇਣ ਲੱਗਿਆਂ ਦਇਆ ਅਤੇ ਨਰਮਾਈ (**क्षमाशील.** Forgiving) ਵਰਤੇ।

(33) ਅਤੇ ਐਸੇ ਵਰਤਾਵ ਵਾਲੇ ਰਾਜੇ ਦੀ ਸੋਭਾ, ਸਾਰੇ ਸੰਸਾਰ ਵਿੱਚ ਇਸ ਤਰਾਂ ਫੈਲਦੀ ਹੈ ਜਿਵੇਂ ਪਾਣੀ ਵਿੱਚ ਸੁੱਟਿਆ ਤੇਲ ਦਾ ਤਿਪਕਾ, ਭਾਵੇਂ ਉਸਦੀ ਪਰਜਾ ਦਾਣਾ ਦਾਣਾ ਇਕੱਠਾ ਕਰਕੇ (ਬੁਆੜ ਕੱਠੇ ਕਰਕੇ) ਕਿਉਂ ਨਾ ਖਾਂਦੀ ਹੋਵੇ (ਭਾਵ- ਗਰੀਬ ਹੋਵੇ)।

(34) ਪਰ ਇਸਦੇ ਉਲਟ, ਜਿਸ ਰਾਜੇ ਦਾ ਆਪਣਾ ਕੋਈ ਨਿਯਮ ਨਹੀਂ ਹੈ ਅਤੇ ਇੰਦਰੀਆਂ ਵੱਸ ਤੋਂ ਬਾਹਰ ਹੋਣ, ਉਹ ਲੋਕਾਂ ਦੀਆਂ ਨਜ਼ਰਾਂ ਵਿੱਚ ਇਸ ਤਰਾਂ ਸੁੰਗੜ (ਸੋਭਾ ਘਟ ਜਾਂਦੀ ਹੈ) ਜਾਂਦਾ ਹੈ ਜਿਵੇਂ ਠੰਡੇ ਪਾਣੀ ਵਿੱਚ ਸੁੱਟਿਆ ਘਿਉ ਦਾ ਤਿਪਕਾ।

(35) ਆਪੋ ਆਪਣੇ ਵਰਣ ਦੇ ਨਿਯਮਾਂ ਦੀ ਮਰਿਯਾਦਾ ਨੂੰ ਨਿਭਾਉਣ ਵਾਲੇ ਲੋਕਾਂ ਦੀ ਰੱਖਿਆ ਲਈ, ਪ੍ਰਜਾਪਤਿ (ਬ੍ਰਹਮਾ ਜੀ) ਨੇ, ਰਾਜੇ ਦੀ ਹਸਤੀ ਕਾਇਮ ਕਰਕੇ ਰਾਜ ਸਿੰਘਾਸਣ ਤੇ ਬਿਠਾਇਆ। ਭਾਵ ਸੰਸਾਰ ਨੂੰ ਨਿਯਮ ਵਿਵਸਥਾ ਵਿੱਚ ਰੱਖਣ ਲਈ ਰਾਜਾ ਅਤੇ ਰਾਜ ਦੀ ਰਚਨਾ ਹੁੰਦੀ ਆਈ ਹੈ।

(36) ਰਾਜ ਪ੍ਰਬੰਧਕਾਂ ਅਤੇ ਮੰਤ੍ਰੀਆਂ ਸਮੇਤ, ਰਾਜੇ ਦੀਆਂ ਪ੍ਰਜਾ ਪ੍ਰਤੀ ਕੀ ਕੀ ਜਿੰਮੇਵਾਰੀਆਂ ਹਨ, ਮੈਂ (ਭ੍ਰਿਗੂ) ਉਨ੍ਹਾਂ ਦਾ ਕਰਮਵਾਰ ਵਿਖਿਆਨ, ਅੱਗੇ ਕਰਦਾ ਹਾਂ:-

ਰਾਜੇ ਦੀਆਂ ਜਿੰਮੇਵਾਰੀਆਂ –

(37) ਰਾਜਾ, ਹਰ ਰੋਜ਼, ਸੁਬ੍ਹਾ ਸਵੇਰੇ ਉੱਠਣ ਮਗਰੋਂ, ਤਿੰਨਾਂ ਵੇਦਾਂ ਦੇ ਗਿਆਤਾ ਅਤੇ ਨੀਤੀ ਸ਼ਾਸਤ੍ਰ ਦੇ ਮਾਹਿਰ ਬ੍ਰਾਹਮਣਾਂ ਦੀ ਸੇਵਾ ਅਤੇ ਸੰਗਤ ਕਰੇ। ਪਾਠ ਪੂਜਾ ਦੀ ਕਿਰਿਆ ਮਗਰੋਂ ਉਨ੍ਹਾਂ ਨਾਲ, ਰਾਜ ਦੀ ਦਸ਼ਾ ਬਾਰੇ ਸਲਾਹ ਮਸ਼ਵਰਾ ਕਰੇ।

(38) ਹਰ ਰੋਜ਼ ਕਿਸੇ ਸਿਆਣੇ ਬੇਦ ਗਿਆਤਾ ਅਤੇ ਬਜ਼ੁਰਗ ਬ੍ਰਾਹਮਣਾਂ ਦੇ ਮੁਖੋਂ ਸ਼ੁੱਭ ਬਚਨ ਸੁਣ ਕੇ ਅਸ਼ੀਰਵਾਦ ਲਵੇ, ਕਿਉਂਕਿ ਗਿਆਨਵਾਨ ਪੁਰਸ਼ਾਂ ਦੀ ਸੇਵਾ ਅਤੇ ਸੰਗਤ ਕਰਨ ਵਾਲੇ ਮਨੁੱਖ ਦੀ, ਰਾਕਸ਼ ਬਿਰਤੀ ਵਾਲੇ ਲੋਕ (ਦੁਸ਼ਟ ਜੀਵ) ਭੀ ਸੋਭਾ ਕਰਦੇ ਹਨ।

(39) ਰਾਜਾ ਭਾਵੇਂ ਪਹਿਲਾਂ ਭੀ ਬਹੁਤ ਦਿਆਲੂ ਤੇ ਨਿਮਰਤਾ ਵਾਲਾ ਹੋਵੇ, ਫਿਰ ਭੀ ਉਸਨੂੰ ਵੇਦ ਗਿਆਤਾ ਬ੍ਰਾਹਮਣ ਕੋਲੋਂ ਨਿਤਾਪ੍ਰਤੀ ਸਿੱਖਿਆ ਲੈਣੀ ਚਾਹੀਦੀ ਹੈ, ਕਿਉਂਕਿ ਦਿਆਲੂ ਰਾਜੇ ਦਾ ਕਦੇ ਵਿਨਾਸ਼ ਨਹੀਂ ਹੁੰਦਾ।

(40) ਨਿਮ੍ਰਤਾ ਤੇ ਹਲੀਮੀ ਦੀ ਘਾਟ ਕਾਰਣ ਬਹੁਤ ਸਾਰੇ ਆਪਹੁਦਰੇ ਰਾਜੇ ਆਪਣਾ ਰਾਜ ਭਾਗ, ਪਰਵਾਰ ਅਤੇ ਧੰਨ ਦੌਲਤ ਗਵਾ ਕੇ ਚੱਲਦੇ ਬਣੇ। ਪਰ ਕਈ ਫੱਕੜ ਲੋਕ (ਸਨਿਆਸੀ, ਬਾਣਪ੍ਰਸਤ) **ਆਪਣੀ ਨਿਮ੍ਰਤਾ ਕਰਕੇ ਰਾਜੇ ਹੋ ਨਿੱਬੜੇ।**

(41) ਆਪਣੀ ਆਕੜ ਅਤੇ ਅਨੁਸ਼ਾਸਨਹੀਣ ਹੋਣ ਕਾਰਣ, ਰਾਜਾ ਵੇਨ (ਰਾਜੇ ਧਰੂ ਦੀ ਕੁਲ ਵਿੱਚੋਂ), ਰਾਜਾ ਨਾਹੂਸ਼ (ਚੰਦਰਵੰਸ਼ੀ ਰਾਜਾ ਜੋ ਇੰਦਰ ਦਾ ਰਾਜ ਖੋਹ ਕੇ ਦੇਵਤਿਆਂ ਦਾ ਰਾਜਾ ਬਣਿਆ), ਰਾਜਾ ਸੁਦਾਸ (ਰਾਜਾ ਪਿਜਵਾਨ ਦਾ ਪੁੱਤਰ) ਅਤੇ ਸਮੂਖ ਅਤੇ ਨਿਮੀ (ਮਨੂੰ ਦਾ ਪੋਤਰਾ, ਇਸ਼ਵਾਕੂ ਦਾ ਪੁੱਤਰ) ਵਰਗਿਆਂ ਦਾ ਪਤਨ ਹੋ ਗਿਆ।

(42) ਇਸਦੇ ਉਲਟ, ਨਿਮਰਤਾ ਵਿੱਚ ਰਹਿਣ ਕਰਕੇ, ਬ੍ਰਹਮਾ ਦੇ ਪੁੱਤਰ ਮਨੂੰ ਅਤੇ ਰਾਜਾ ਪਰਿਥੂ ਵਰਗਿਆਂ ਨੇ ਸ੍ਰਿਸ਼ਟੀ ਦਾ ਰਾਜ ਪ੍ਰਾਪਤ ਕੀਤਾ, ਕੁਬੇਰ ਭਗਵਾਨ ਨੇ ਮਾਇਆ ਦੇ ਦੇਵਤੇ ਦੀ ਪਦਵੀ ਹਾਸਲ ਕੀਤੀ, ਗਾਧੀ (ਜਾਂ ਗਾਧਿਜ) ਦੇ ਭਰਿਸ਼ਟ ਪੁੱਤਰ (ਗਾਧੀ ਦੀ ਪਤਨੀ ਸਤਿਆਵਤੀ ਦੀ ਮਾਂ ਤੋਂ ਜਨਮਿਆ) ਵਿਸ਼ਵਾਮਿੱਤਰ ਨੇ ਮੁੜਕੇ ਬ੍ਰਾਹਮਣ ਦੀ ਪਦਵੀ ਹਾਸਲ ਕੀਤੀ ਅਤੇ ਹਜ਼ਾਰਾਂ ਸਾਲ ਧਰਤੀ ਤੇ ਰਾਜ ਕੀਤਾ।

ਟਿੱਪਣੀ:- *ਇਸ ਸਲੋਕ ਵਿੱਚ ਲੜੀ ਜੁੜਦੀ ਨਹੀਂ ਭਾਸਦੀ, ਕਿਉਂਕਿ ਮਨੂੰ ਆਪ ਹੀ ਤਾਂ ਸਾਰੀ ਵਾਰਤਾ ਭ੍ਰਿਗੂ ਰਾਹੀਂ ਦੱਸਣ ਵਾਲਾ ਹੈ। ਪਤਾ ਨਹੀਂ ਇੱਥੇ ਕਿਸ ਮਨੂੰ ਦੀ ਗੱਲ ਹੋ ਰਹੀ ਹੈ! ਹਿੰਦੂ ਧਰਮ ਦੇ* ***ਰਿਗ ਵੇਦ*** *ਦੇ ਤੀਸਰੇ ਮੰਡਲ ਅਤੇ ਗਾਇਤ੍ਰੀ ਮੰਤ੍ਰ ਦਾ ਲੇਖਕ, ਪੂਜਣਯੋਗ ਰਿਸ਼ੀ ਵਿਸ਼ਵਾਮਿਤ੍ਰ ਦਾ ਜਨਮ ਅਤੇ ਜੀਵਨ ਗਾਥਾ ਬੜੀ ਦਿਲਚਸਪ ਅਤੇ ਵਾਦ-ਵਿਵਾਦ ਵਾਲੀ ਹੈ। ਵਿਸ਼ੇ ਨੂੰ ਸੀਮਤ ਰੱਖਣ ਲਈ, ਪਾਠਕ ਜਨ ਆਪ ਹੀ ਖੋਜ ਲੈਣ।*

(43) ਰਾਜੇ ਨੂੰ, ਰਾਜ ਪ੍ਰਬੰਧ ਚਲਾਉਣ ਅਤੇ ਨੀਤੀਆਂ ਘੜਨ ਲਈ ਉਨ੍ਹਾਂ ਲੋਕਾਂ ਦਾ ਸਲਾਹ-ਮਸ਼ਵਰਾ ਲੈਣਾ ਚਾਹੀਦਾ ਹੈ ਜੋ ਵੇਦਾਂ ਤੇ ਅਧਾਰਤ ਰਾਜ ਪ੍ਰਬੰਧ ਚਲਾਉਣ ਲਈ ਤਿੰਨ ਸਨਾਤਨ ਨੀਤੀਆਂ, ਜਿਵੇਂ ਦੰਡ ਨੀਤੀ, ਨਿਆਇ ਸ਼ਾਸਤ੍ਰ ਨੀਤੀ ਅਤੇ ਅਰਥ ਸ਼ਾਸਤ੍ਰ ਨੀਤੀ ਦੇ ਨਿਯਮਾਂ ਦੇ ਮਾਹਿਰ ਹੋਣ। ਤਰਕ ਕਰਨ ਵਾਲੇ ਵਿਦਵਾਨਾਂ ਕੋਲੋਂ ਤਰਕਪੂਰਣ ਵਿਚਾਰ ਵਟਾਂਦਰੇ, ਆਤਮਿਕ ਵਿਦਿਆ ਦੇ ਮਾਹਿਰਾਂ ਕੋਲੋਂ ਪ੍ਰਮਾਤਮਾਂ ਦੇ ਗੁਣ ਅਤੇ ਸਰੀਰ ਨਾਲ ਸਬੰਧਿਤ ਜਾਣਕਾਰੀ, ਮਨ ਦੀ ਸੁਚੇਤ ਅਚੇਤ ਅਵਸਥਾ ਦੀ ਸੋਝੀ ਰੱਖਣ ਵਾਲਿਆਂ ਤੋਂ ਗਿਆਨ ਪ੍ਰਾਪਤ ਕਰੇ। ਕਿੱਤਿਆਂ ਦੇ ਮਾਹਿਰਾਂ ਕੋਲੋਂ ਵਪਾਰ ਅਤੇ ਲੈਣ-ਦੇਣ ਦੀ ਸੋਝੀ ਪ੍ਰਾਪਤ ਕਰੇ।

(44) ਰਾਜਾ, ਆਪਣੀਆਂ ਇੰਦਰੀਆਂ ਨੂੰ ਸਦਾ ਵੱਸ ਵਿੱਚ ਰੱਖਣ ਲਈ ਯੋਗ ਸਾਧਨਾ ਕਰੇ, ਕਿਉਂਕਿ ਜਿਸਨੇ ਆਪਣੀਆਂ ਇੰਦਰੀਆਂ ਵੱਸ ਵਿੱਚ ਕਰ ਲਈਆਂ (ਕਾਬੂ), ਉਹੀ ਆਪਣੀ ਪਰਜਾ ਨੂੰ ਆਪਣੇ ਅਧੀਨ ਰੱਖ ਸਕਦਾ ਹੈ।

(45) ਕਾਮ ਵਾਸ਼ਨਾ ਦੀ ਅਧੀਨਗੀ ਅਤੇ ਮਨ ਦੀਆਂ ਤਰੰਗਾਂ ਵਿੱਚੋਂ ਪੈਦਾ ਹੋਏ ਦਸ ਦੋਸ਼ਾਂ (ਭੈੜੀਆਂ ਆਦਤਾਂ) ਕਾਰਨ, ਗੁੱਸੇ ਅਤੇ ਹੰਕਾਰ ਵਿੱਚੋਂ ਪੈਦਾ ਹੋਏ ਅੱਠ ਔਗਣਾਂ ਕਾਰਣ, ਰਾਜਾ ਆਪਣਾ ਧਰਮ ਤੇ ਰਾਜ ਸਤਾ ਗਵਾ ਲੈਂਦਾ ਹੈ।

(46) ਕਾਮ ਵਾਸ਼ਨਾ ਤੋਂ ਪੈਦਾ ਹੋਏ ਦੋਸ਼ਾਂ ਵਿੱਚ ਗ੍ਰਸਿਆ ਹੋਇਆ ਰਾਜਾ, ਆਪਣੇ ਧੰਨ ਦੇ ਨਾਲ ਨਾਲ ਆਪਣਾ ਸਤਿਕਾਰ ਤੇ ਸਦਭਾਵਨਾ ਭੀ ਗਵਾ ਲੈਂਦਾ ਹੈ। ਪਰ ਕਰੋਧ ਵੱਸ ਹੋਇਆ ਰਾਜਾ, ਦੁਖੀ ਹੋ ਕੇ ਆਪਣੀ ਜ਼ਿੰਦਗੀ ਤੋਂ ਭੀ ਹੱਥ ਧੋ ਬੈਠਦਾ ਹੈ।

(47) ਕਾਮ ਅਤੇ ਵਾਸ਼ਨਾ ਤੋਂ ਪੈਦਾ ਹੋਏ ਦਸ ਦੋਸ਼ ਇਸ ਤਰਾਂ ਹਨ- **(ੳ)** ਸ਼ਿਕਾਰ ਖੇਡ੍ਹਣਾਂ, **(ਅ)** ਜੂਆ ਖੇਡਣਾਂ (ਕੌਡੀਆਂ, ਚੌਪੜ, ਜਾਂ ਔਰਤਾਂ ਦਾਅ ਤੇ ਲਾਉਣੀਆਂ ਆਦਿ), **(ੲ)** ਦਿਨ ਸਮੇਂ ਸੌਣਾਂ, **(ਸ)** ਹਰ ਗੱਲ ਤੇ ਦੂਸਰੇ ਦੀ ਨੁਕਤਾਚੀਨੀ ਕਰਨੀ, **(ਹ)** ਹਰ ਸਮੇਂ ਔਰਤਾਂ ਨਾਲ ਕਾਮ ਕਰੀੜਾ ਕਰਨ ਦੀ ਸੋਚ, **(ਕ)** ਨਸ਼ੇ ਕਰਨਾ, **(ਖ)** ਨੱਚਣਾ, **(ਗ)** ਗਾਉਣਾ, **(ਘ)** ਬਜਾਣਾ, **(ਙ)** ਬੇਲੋੜੀ ਨੱਸ ਭੱਜ ਕਰਨਾ।

(48) ਕਰੋਧ ਤੋਂ ਉਤਪਨ ਹੋਣ ਵਾਲੇ ਅੱਠ ਦੋਸ਼ ਇਸ ਤਰਾਂ ਹਨ- (ੳ) ਝੂਠਾ ਇਲਜ਼ਾਮ ਲਾਉਣਾ, (ਅ) ਚੁਗਲੀ ਕਰਨੀ, (ੲ) ਈਰਖਾ ਰੱਖਣੀ, (ਸ) ਝੂਠੀ ਅਫਵਾਹ ਫੈਲਾਉਣੀ, (ਹ) ਠੱਗੀ ਮਾਰਨੀ, (ਕ) ਬਿਨਾਂ ਕਿਸੇ ਗੱਲੋਂ ਮਾਰਨਾ ਕੁੱਟਣਾ, (ਖ) ਬਿਨਾਂ ਗੱਲੋਂ ਕਿਸੇ ਦੀ ਬੇਇਜ਼ਤੀ ਕਰਨੀ, (ਗ) ਕਿਸੇ ਦੀ ਜਾਇਦਾਦ ਤੇ ਕਬਜ਼ਾ ਕਰਨਾ।.

(49) ਸਤਿ ਪਰਸ਼ਾਂ ਨੇ ਉੱਪਰ ਦੱਸੇ ਅਠਾਰਾਂ ਦੋਸ਼ਾਂ (18 ਔਗਣਾਂ) ਅਤੇ ਹੋਰ ਕਮਜ਼ੋਰੀਆਂ ਦਾ ਮੁੱਖ ਕਾਰਣ, ਮਨੁੱਖ ਦੇ ਅੰਦਰ ਦੀ ਲਾਲਸਾ ਨੂੰ ਹੀ ਦੱਸਿਆ ਹੈ। ਇਸ ਲਈ ਰਾਜੇ ਨੂੰ ਇਨ੍ਹਾਂ ਤੋਂ ਮੁਕਤਿ ਰਹਿਣ ਲਈ, ਲੋਭ ਦਾ ਪੂਰੀ ਤਰਾਂ ਤਿਆਗ ਕਰਨਾ ਜ਼ਰੂਰੀ ਹੈ।

(50) ਨਸ਼ਾ ਕਰਨਾ, ਜੂਆ ਖੇਡ੍ਹਣਾ, ਔਰਤ ਦੇ ਹੱਥਾਂ ਵਿੱਚ ਖੇਡ੍ਹਣਾ (ਵਸ ਹੋਣਾ) ਅਤੇ ਸ਼ਿਕਾਰ ਕਰਨਾ, ਇਹ ਚਾਰੇ, ਕਰਮਵਾਰ ਕਾਮ ਵਾਸ਼ਨਾ ਵਿੱਚ ਗ੍ਰਸੇ ਹੋਏ ਪ੍ਰਾਣੀ ਦੇ ਮੁੱਖ ਦੋਸ਼ ਹਨ। ਰਾਜੇ ਨੂੰ ਇਨ੍ਹਾਂ ਵਲੋਂ ਹਮੇਸ਼ਾ ਬਹੁਤ ਸੁਚੇਤ ਰਹਿਣਾ ਚਾਹੀਦਾ ਹੈ।

(51) ਕ੍ਰੋਧ ਤੇ ਹੰਕਾਰ ਤੋਂ ਪ੍ਰਗਟ ਹੋਏ ਤਿੰਨ ਦੋਸ਼ (ਔਗਣ) ਜਿਵੇਂ (1) ਕਿਸੇ ਨੂੰ ਬਿਨਾਂ ਵਜ੍ਹਾ ਸ਼ਰੀਰਕ ਦੁੱਖ ਦੇਣਾ, (2) ਬੁਰੇ ਬੋਲ ਬੋਲਣੇ, (3) ਦੂਸਰੇ ਦਾ ਧੰਨ ਲੁੱਟਣਾ, ਤਿੰਨੋ ਬਹੁਤ ਦੁਖਦਾਈ ਅਤੇ ਮਹਾਂ ਪਾਪ ਹਨ।

(52) ਇਸ ਤਰਾਂ ਆਪਣੇ ਆਪ ਤੇ ਕਾਬੂ ਰੱਖਣ ਲਈ ਨੂੰ ਪਿਛਲੇ ਦੱਸੇ ਸੱਤ ਦੋਸ਼ਾਂ ਨੂੰ (ਔਗਣ ਜੋ ਸਭ ਰਾਜ ਕੁਲਾਂ ਵਿੱਚ ਹੁੰਦੇ ਹਨ) ਇੱਕ ਤੋਂ ਵੱਧ ਇੱਕ ਵੱਧ ਦੁੱਖ ਦੇਣ ਵਾਲੇ ਜਾਣ ਕੇ ਬਚਣਾ ਚਾਹੀਦਾ ਹੈ। ਜਿਵੇਂ ਕਠੋਰ ਬੋਲ ਬੋਲਣੇ, ਕਿਸੇ ਦਾ ਧੰਨ ਚੁਰਾਣ ਨਾਲੋਂ ਭੀ ਜ਼ਿਆਦਾ ਦੁਖਦਾਈ ਹੈ। ਬਿਨਾਂ ਕਸੂਰ ਤੋਂ ਸਜ਼ਾ ਦੇਣਾ, ਉੱਚਾ ਬੋਲਣ ਨਾਲੋਂ ਜ਼ਿਆਦਾ ਦੁਖਦਾਈ ਹੈ। ਕਿਸੇ ਦਾ ਸ਼ਿਕਾਰ ਕਰਕੇ ਜੀਵਨ ਅੰਤ ਕਰਨਾ, ਸਜ਼ਾ ਦੇਣ ਨਾਲੋਂ ਜ਼ਿਆਦਾ ਦੁਖਦਾਈ ਹੈ। ਔਰਤ ਦਾ ਅਪਹਰਣ ਕਰਕੇ ਜ਼ਬਰੀ ਸਤਿ ਭੰਗ ਕਰਨਾ, ਸ਼ਿਕਾਰ ਕਰਨ ਨਾਲੋਂ ਭੀ ਜ਼ਿਆਦਾ ਦੁਖਦਾਈ ਹੈ। ਮਧੁਰਾ ਦਾ ਸੇਵਨ ਕਰਕੇ ਮਧਹੋਸ਼ ਹੋਣਾ, ਪਰਾਈ ਔਰਤ ਭੋਗਣ (ਕਾਮ ਕਰੀੜਾ) ਨਾਲੋਂ ਭੀ ਦੁਖਦਾਈ ਹੈ

(53) ਮਨੁੱਖ ਦੀ ਮੌਤ ਅਤੇ ਭੈੜੀਆਂ ਆਦਤਾਂ (ਦੋਸ਼ਾਂ) ਦੀ ਤੁਲਨਾ ਕੀਤੀ ਜਾਵੇ, ਤਾਂ ਉੱਪਰ ਦੱਸੇ ਇਹ ਦੋਸ਼ ਮੌਤ ਨਾਲੋਂ ਜ਼ਿਆਦਾ ਕਸ਼ਟਦਾਇਕ ਹਨ। ਇਨ੍ਹਾਂ ਔਗਣਾਂ ਦਾ ਸ਼ਿਕਾਰ ਹੋਣਾ ਜਿਊਂਦਿਆਂ ਮਰਨ ਦੇ ਬ੍ਰਾਬਰ ਹੈ। ਜੋ ਰਾਜਾ ਇਨ੍ਹਾਂ ਦੋਸ਼ਾਂ ਤੋਂ ਮੁਕਤਿ ਹੈ, ਉਹੀ ਮੌਤ ਮਗਰੋਂ ਸਵ੍ਰਗ ਦੀ ਪ੍ਰਾਪਤੀ ਕਰਦਾ ਹੈ।

(54) ਰਾਜੇ ਨੂੰ ਸੱਤ ਅੱਠ ਐਸੇ ਰਾਜ ਮੰਤ੍ਰੀ ਰੱਖਣੇ ਚਾਹੀਦੇ ਹਨ ਜਿਨ੍ਹਾਂ ਦੇ ਪਿਤਾ ਪੁਰਖੇ ਪਹਿਲਾਂ ਭੀ ਰਾਜ ਦਰਬਾਰ ਵਿੱਚ ਸੇਵਾ ਨਿਭਾ ਚੁੱਕੇ ਹੋਣ, ਜੋ ਵਿਗਿਆਨ ਦੇ ਮਾਹਿਰ, ਨੀਤੀ ਸ਼ਾਸਤ੍ਰ ਦੇ ਮਾਹਿਰ, ਸੂਰਬੀਰ ਬਲੀ ਹੋਣ ਤੇ ਉਨ੍ਹਾਂ ਖਾਨਦਾਨਾਂ ਨਾਲ ਸਬੰਧ ਰੱਖਦੇ ਹੋਣ ਜੋ ਪਹਿਲਾਂ ਭੀ ਵਫ਼ਾਦਾਰੀ ਲਈ ਪਰਖੇ ਜਾ ਚੁੱਕੇ ਹੋਣ।

(55) ਭਾਵੇਂ ਕੋਈ ਕੰਮ ਕਰਨ ਲਈ ਕਿਤਨਾ ਭੀ ਸੌਖਾ ਕਿਉਂ ਨਾ ਜਾਪੇ, ਕਈ ਵਾਰ ਇਕੱਲੇ ਵਿਅਕਤੀ ਲਈ ਇਸ ਬਾਰੇ ਫੈਸਲਾ ਲੈਣਾ ਮੁਸ਼ਕਿਲ ਹੋ ਜਾਂਦਾ ਹੈ। ਰਾਜੇ ਲਈ ਸਾਰੇ ਫੈਸਲੇ ਆਪ ਕਰਨੇ ਸੰਭਵ ਨਹੀਂ।ਖਾਸ ਕਰਕੇ ਜਿਸਦੇ ਰਾਜ ਭਾਗ ਦਾ ਲੇਖਾ ਜੋਖਾ ਬਹੁਤ ਵੱਡਾ ਹੋਵੇ ਅਤੇ ਉਸ ਦੇ ਸਹਾਇਕ ਘੱਟ ਹੋਣ।

(56) ਰਾਜੇ ਨੂੰ ਆਪਣੇ ਮੰਤਰੀਆਂ ਨਾਲ ਹਰ ਰੋਜ਼, ਰਾਜ ਭਾਗ ਦੀ ਸੁਰੱਖਿਆ ਬਾਰੇ, ਦੂਸਰੇ ਰਾਜਿਆਂ ਨਾਲ ਸਮਝੌਤਿਆਂ (ਸੰਧੀਆਂ) ਅਤੇ ਝਗੜਿਆਂ ਬਾਰੇ, ਅਮਨ ਕਨੂੰਨ ਨਾਲ ਸਬੰਧਿਤ ਗੱਲਾਂ ਦਾ ਵੇਰਵਾ, ਖਜਾਨੇ ਦੀ ਸਾਂਭ ਸੰਭਾਲ, ਚਾਰੇ ਵਰਣਾਂ ਦੀ ਪਰਜਾ ਦੇ ਆਪਸੀ ਤਾਲਮੇਲ ਬਾਰੇ, ਧੰਨ ਸੰਪਤੀ ਦੀ ਸੰਭਾਲ, ਕਨੂੰਨ ਦੀ ਵਿਵਸਥਾ, ਆਦਿ ਬਾਰੇ ਸਲਾਹ-ਮਸ਼ਵਰਾ ਲੈਣਾ ਚਾਹੀਦਾ ਹੈ।

(57) ਹਰ ਮੰਤਰੀ ਨਾਲ, ਨਿਜੀ ਸਲਾਹ-ਮਸ਼ਵਰਾ ਕਰੇ ਅਤੇ ਫਿਰ ਸਭ ਨੂੰ ਇਕੱਠੇ ਬਿਠਾ ਕੇ, ਉਹੀ ਫੈਸਲਾ ਲਵੇ ਜੋ ਉਸਦੇ ਆਪਣੇ ਅਤੇ ਰਾਜ ਭਾਗ ਅਤੇ ਪਰਜਾ ਦੇ ਹਿੱਤ ਵਿੱਚ ਜਾਪੇ।

(58) ਸਾਰੇ ਮੰਤਰੀਆਂ ਵਿੱਚੋਂ, ਸਭ ਤੋਂ ਵਿਸ਼ੇਸ਼ ਤੇ ਮੁਖੀ ਵਿਦਵਾਨ (ਧਾਰਮਿਕ) ਬ੍ਰਾਹਮਣ ਦੀ ਸਲਾਹ ਨਾਲ, ਉਨ੍ਹਾਂ ਛੇ ਸਿਧਾਤਾਂ ਨੂੰ ਮੁੱਖ ਰੱਖ ਕੇ ਵਿਚਾਰ ਕਰੇ ਜੋ ਸ਼ਾਹੀ ਨੀਤੀ ਦੇ ਮੁੱਢਲੇ ਅਤੇ ਖਾਸ ਗੁਣ ਹਨ.

MANUSMRITI 147

ਜਿਨ੍ਹਾਂ ਦਾ ਵੇਰਵਾ ਇਸ ਤਰਾਂ ਹੈ:- ਸੰਧੀ (ਗਵਾਂਢੀ ਰਾਜਿਆਂ ਨਾਲ ਇਕਰਾਰਨਾਮੇ), ਯੁੱਧ (ਦੁਸ਼ਮਣਾਂ ਨਾਲ ਯੁੱਧ ਦੀ ਵਿਚਾਰ), ਲਾਮ ਲਸ਼ਕਰ (ਸੈਨਾ ਲਈ ਵਾਹਣ ਅਤੇ ਬਾਕੀ ਸਾਜ਼ੋ ਸਮਾਨ ਦੀ ਸਥਿਤੀ), ਸ਼ਾਹੀ ਕਿਲੇ ਅਤੇ ਫੌਜੀ ਅੱਡੇ (ਫੌਜੀ ਟਿਕਾਣਿਆਂ ਦੀ ਵਿਵਸਥਾ), ਟੀਚੇ (ਅਗਲੀ ਵਿਉਂਤਬੰਦੀ), ਜੋੜ-ਤੋੜ (ਗਵਾਂਢੀ ਰਾਜਿਆਂ ਨਾਲ ਸਮਝੌਤੇ ਅਤੇ ਵਿਵਾਦ) ਆਦਿ।

(59) ਕੋਈ ਭੀ ਫੈਸਲਾ ਲੈਣ ਤੋਂ ਪਹਿਲਾਂ ਆਪਣੇ ਸਾਰੇ ਮੰਤ੍ਰੀ ਮੰਡਲ ਨੂੰ ਆਪਣੇ ਭਰੋਸੇ ਵਿੱਚ ਲਵੇ ਤੇ ਫਿਰ ਉਸ ਕੰਮ ਨੂੰ ਨੇਪਰੇ ਚਾੜ੍ਹਨ ਦਾ ਅੰਤਮ ਫੈਸਲਾ ਅਤੇ ਹੁਕਮ ਰਾਜੇ ਦਾ ਆਪਣਾ ਹੋਵੇ।

(60) ਉਸਨੂੰ ਆਪਣੀ ਮੱਦਦ ਅਤੇ ਖਜ਼ਾਨੇ ਦੀ ਸੰਭਾਲ ਲਈ, ਆਪਣੇ ਮੰਤ੍ਰੀ ਮੰਡਲ ਵਿੱਚ, ਕੁਝ ਪਰਖੇ ਹੋਏ, ਸੁਹਿਰਦ, ਭਰੋਸੇਯੋਗ, ਇਮਾਨਦਾਰ, ਅਕਲਮੰਦ, ਅਤੇ ਵਿਦਵਾਨ ਮੰਤ੍ਰੀ ਭੀ ਸ਼ਾਮਲ ਕਰਨੇ ਚਾਹੀਦੇ ਹਨ।

(61) ਜਿਤਨੇ ਮਨੁੱਖ ਰਾਜ ਪ੍ਰਬੰਧ ਨੂੰ ਚਲਾਉਣ ਲਈ ਜਰੂਰੀ ਹੋਣ, ਉਤਨੇ ਹੀ ਸਿਆਣੇ ਚੁਸਤ ਤੇ ਕੁਸ਼ਲ ਮਨੁੱਖ (ਜੋ ਆਪਣੇ ਕਿੱਤੇ ਵਿੱਚ ਨਿਪੁੰਨ ਹੋਣ) ਭਰਤੀ ਕਰਨੇ ਚਾਹੀਦੇ ਹਨ।

(62) ਰਾਜੇ ਦੇ ਖਜ਼ਾਨੇ ਦਾ ਪ੍ਰਬੰਧ ਕਰਨ (ਧੰਨ ਮਾਲ ਅਤੇ ਅਨਾਜ) ਵਾਲੇ ਉਹੀ ਮੰਤ੍ਰੀ ਹੋਣ, ਜੋ, ਬਹਾਦਰ, ਹੁਨਰਮੰਦ, ਖਾਨਦਾਨੀ, ਕਰ (ਟੈਕਸ) ਇਕੱਠਾ ਕਰਨ ਵਿੱਚ ਇਮਾਨਦਾਰ ਅਤੇ ਰਾਜੇ ਦਾ ਡਰ ਤੇ ਭੈਅ ਮੰਨਣ ਵਾਲੇ ਹੋਣ। ਰਾਜੇ ਦੇ ਡਰ ਹੇਠ ਰਹਿਣ ਵਾਲੇ ਨੌਕਰਾਂ ਨੂੰ ਹੀ ਰਾਜ ਮਹਿਲ ਅੰਦਰ, ਆਮ ਕੰਮਾਂ ਦੀ ਪੂਰਤੀ ਲਈ ਭਰਤੀ ਕੀਤੇ ਜਾਵੇ।

(63) ਰਾਜਾ, ਆਪਣਾ ਮੁੱਖ ਰਾਜਦੂਤ ਉਸਨੂੰ ਥਾਪੇ, ਜੋ ਨੇਕ ਪਰਿਵਾਰ ਵਿੱਚੋਂ ਹੋਵੇ, ਸ਼ਸਤ੍ਰ ਅਤੇ ਸ਼ਾਸਤਰ ਵਿੱਦਿਆ (ਯੁੱਧ ਕਰਨ ਵਿੱਚ ਨਿਪੁੰਨ ਅਤੇ ਵੇਦ ਵਿਦਿਆ ਦਾ ਗਿਆਤਾ) ਵਿੱਚ ਅਤੇ ਬਾਕੀ ਕੰਮਾਂ ਵਿੱਚ ਨਿਪੁੰਨ ਹੋਵੇ। ਇਮਾਨਦਾਰ ਅਤੇ ਚਤੁਰ ਹੋਵੇ, ਜੋ ਦੂਸਰੇ ਦੇ ਅੰਦਰ ਦੀ ਗੱਲ, ਇਸ਼ਾਰੇ ਅਤੇ ਸੰਕੇਤਾਂ ਨੂੰ ਝੱਟ ਜਾਣਨ ਵਾਲਾ ਹੋਵੇ।

(64) ਰਾਜੇ ਲਈ ਐਸਾ ਰਾਜਦੂਤ (ਪ੍ਰਤੀਨਿਧ) ਭੀ ਲੋੜੀਂਦਾ (ਚਾਹੀਦਾ) ਹੈ, ਜੋ ਰਾਜੇ ਦਾ ਮਿੱਤ੍ਰ, ਵਫ਼ਾਦਾਰ, ਇਮਾਨਦਾਰ, ਹੁਨਰਮੰਦ, ਚੰਗੀ ਯਾਦਦਾਸ਼ਤ ਵਾਲਾ, ਬੇਖੌਫ, ਸੋਹਣਾ ਸੁਨੱਖਾ ਅਤੇ ਬਾਤਚੀਤ (ਗੱਲਬਾਤ) ਕਰਨ ਵਿੱਚ ਮਾਹਿਰ ਹੋਵੇ, ਜੋ ਕੋਈ ਭੀ ਕਾਰਵਾਈ ਕਰਨ ਲੱਗਿਆਂ, ਠੀਕ ਜਗ੍ਹ ਤੇ ਸਮੇਂ ਦੀ ਨਜ਼ਾਕਤ ਨੂੰ ਜਾਣਦਾ ਹੋਵੇ।

(65) ਰਾਜੇ ਦੇ ਮੰਤਰੀਆਂ ਦੇ ਹੱਥਾਂ ਵਿੱਚ ਕਨੂੰਨੀ ਵਿਵਸਥਾ ਅਤੇ ਕਨੂੰਨ ਦੀਆਂ ਧਰਾਵਾਂ ਹੇਠ ਨਿਆਂ ਪਰਣਾਲੀ ਚੱਲਦੀ ਹੋਵੇ।ਰਾਜੇ ਦੇ ਅਧੀਨ ਸਾਰਾ ਦੇਸ਼ ਅਤੇ ਖਜਾਨਾ ਹੋਵੇ।ਸੈਨਾ ਦੇ ਹੱਥ ਵਿੱਚ ਪਰਜਾ ਦੀ ਅਮਨ ਸ਼ਾਂਤੀ ਕਾਇਮ ਰੱਖਣੀ ਹੋਵੇ ਅਤੇ ਰਾਜੇ ਦੇ ਦੂਤਾਂ ਹੱਥ ਦੇਸ਼ ਦੀ ਸੁਰੱਖਿਆ ਅਤੇ ਦੁਸ਼ਮਣਾਂ ਨਾਲ ਯੁੱਧ ਜਾਂ ਸੰਧੀ ਕਰਨ ਦੀ ਜ਼ਿੰਮੇਂਦਾਰੀ ਹੋਣੀ ਚਾਹੀਦੀ ਹੈ।

(66) ਰਾਜੇ ਦਾ ਮੁੱਖ ਦੂਤ ਹੀ ਦੂਸਰੇ ਰਾਜਿਆਂ ਨਾਲ ਮਿਲਵਰਤਣ ਜਾਂ ਨਾ ਮਿਲਵਰਤਣ ਦਾ ਅਧਿਕਾਰ ਰੱਖਦਾ ਹੈ। ਰਾਜਦੂਤ ਹੀ ਰਾਜੇ ਲਈ ਕਿਸੇ ਲੈਣ ਦੇਣ ਜਾਂ ਕੋਈ ਸੰਧੀ ਕਰਨ ਜਾਂ ਨਾ ਕਰਨ ਲਈ ਮੋਹਿਤਬਰ ਹੁੰਦਾ ਹੈ।

(67) ਜਿੱਥੋਂ ਤੱਕ ਰਾਜ ਪ੍ਰਬੰਧ ਦਾ ਸਬੰਧ ਹੈ, ਰਾਜੇ ਦੇ ਕਰਮਚਾਰੀਆਂ ਅਤੇ ਵਿਦੇਸ਼ੀ ਰਾਜਿਆਂ ਨਾਲ ਸਬੰਧਿਤ ਕਾਰਵਾਈਆਂ ਬਾਰੇ, ਦੁਸ਼ਮਣ ਦੀਆਂ ਫੌਜਾਂ ਦਾ ਭੇਤ ਅਤੇ ਰਣਨੀਤੀ ਬਾਰੇ, ਦੂਸਰੇ ਰਾਜਿਆਂ ਦਾ ਉਸ ਪ੍ਰਤੀ ਮਜ਼ਾਜ, ਅਤੇ ਰਾਜੇ ਦੇ ਮਨ ਵਿੱਚ ਉਸਦੇ ਕਰਨ ਵਾਲੇ ਕੰਮਾਂ ਦਾ ਭੇਤ, ਰਾਜੇ ਦੇ ਖੁਫੀਆ ਦੂਤਾਂ ਤੋਂ ਸਿਵਾ ਹੋਰ ਕਰਮਚਾਰੀਆਂ ਨੂੰ ਨਹੀਂ ਹੋਣਾ ਚਾਹੀਦਾ।

(68) ਰਾਜੇ ਦਾ ਮੁੱਖ ਰਾਜਦੂਤ, ਦੁਸ਼ਮਣ ਦੀਆਂ ਚਾਲਾਂ ਬਾਰੇ ਪੂਰੀ ਪੂਰੀ ਜਾਣਕਾਰੀ ਰੱਖੇ ਅਤੇ ਰਾਜੇ ਨੂੰ ਸੁਚੇਤ ਰੱਖੇ। ਐਸਾ ਪ੍ਰਬੰਧ ਕਰੇ ਕੇ ਸ਼ਤਰੂ ਉਸਦਾ ਕੋਈ ਨੁਕਸਾਨ ਕਰਨ ਲਈ ਨਾ ਸੋਚੇ ਅਤੇ ਰਾਜੇ ਦੀ ਆਤਮਾ ਦੁਖੀ ਨਾ ਰਹੇ।

(69) ਰਾਜੇ ਨੂੰ ਆਪਣਾ ਵਾਸਾ, ਦੇਸ਼ ਦੀ ਉਸ ਥਾਂ ਉੱਪਰ ਕਰਨਾ ਚਾਹੀਦਾ ਹੈ, ਜਿੱਥੋਂ ਦਾ ਵਾਯੂਮੰਡਲ ਹਵਾਹਾਰਾ, ਖੁੱਲ੍ਹਾ, ਖੁਸ਼ਕ ਅਤੇ ਖੇਤੀਬਾੜੀ ਯੋਗ ਹੋਵੇ। ਅਨਾਜ ਅਤੇ ਹਰਿਆਵਲ ਵਧੀਕ ਹੋਵੇ ਅਤੇ ਜਿੱਥੇ ਚੰਗੇ ਆਰੀਆ ਲੋਕਾਂ ਦਾ ਵਾਸਾ ਹੋਵੇ। ਜਿੱਥੋਂ ਦੇ ਲੋਕ ਨਿਮਰਤਾ ਰੱਖਣ ਵਾਲੇ ਹੋਣ। ਬਿਮਾਰੀਆਂ ਅਤੇ ਹੋਰ ਮੁਸ਼ਕਿਲਾਂ ਤੋਂ ਰਹਿਤ ਹੋਣ। ਪਰਜਾ ਆਗਿਆਕਾਰੀ ਹੋਵੇ ਅਤੇ ਆਪਣੇ ਆਪ ਉੱਪਰ ਨਿਰਭਰ ਕਰ ਸਕਦੀ ਹੋਵੇ।

(70) ਰਾਜੇ ਨੂੰ ਆਪਣਾ ਕਿਲ੍ਹਾ, ਇੱਕ ਐਸਾ ਸ਼ਹਿਰ ਵਸਾ ਕੇ ਬਨਾਉਣਾ ਚਾਹੀਦਾ ਹੈ ਜਿਸਦੀ ਨਾਕਾਬੰਦੀ ਕਰਨ ਲਈ ਹੇਠ ਦੱਸੀਆਂ ਛੇ ਹਾਲਤਾਂ ਢੁੱਕਦੀਆਂ ਹੋਣ। (ੳ) ਜਲ ਦੁਰਗ-ਚਾਰੇ ਪਾਸੇ ਤੋਂ ਪਾਣੀ ਨਾਲ ਘਿਰਿਆ ਹੋਇਆ, (ਅ) ਜਾਂ ਜਿੱਥੇ ਦਾ ਵਾਤਾਵਰਨ ਠੰਡਾ ਹੋਵੇ (ੲ) ਬਣ ਦੁਰਗ -ਜਿਸਦੇ ਚਾਰੇ ਪਾਸੇ ਜੰਗਲ ਹੋਵੇ, (ਸ) ਮਹੀ ਦੁਰਗ-ਜੋ ਉੱਚੇ ਪਹਾੜਾਂ ਅਤੇ ਗੁਫ਼ਾਵਾਂ ਨਾਲ ਘਿਰੀ ਹੋਈ ਵਾਦੀ ਹੋਵੇ, (ਕ) ਧਨਵ ਦੁਰਗ-ਮਾਰੂਥਲ ਦਾ ਇਲਾਕਾ ਜਿੱਥੇ ਪਹੁੰਚਣਾ ਔਖਾ ਹੋਵੇ, (ਖ) ਬਰਿਛ ਦੁਰਗ- ਘਣੇ ਜੰਗਲਾਂ ਨਾਲ ਘਿਰੇ ਹੋਏ ਨਗਰ ਵਿੱਚ ਬਣਿਆ ਕਿਲ਼ਾ ਜਿਸਦਾ ਰਸਤਾ ਭੇਤੀਆਂ ਨੂੰ ਹੀ ਪਤਾ ਹੋਵੇ ਅਤੇ ਉਸ ਸ਼ਹਿਰ ਦੇ ਰਹਿਣ ਵਾਲੇ ਲੋਕ ਸੂਰਬੀਰ ਹੋਣ ਤਾਂ ਕੇ ਦੁਸ਼ਮਣ ਦੀ ਸੈਨਾ ਉੱਥੇ ਨਾ ਪਹੁੰਚ ਸਕੇ।

(71) ਪਰ ਇਨ੍ਹਾਂ ਛੇ ਸਥਾਨਾ ਤੇ ਬਣਾਏ ਕਿਲ੍ਹਿਆਂ ਵਿੱਚੋਂ ਜੇ ਪਹਾੜਾਂ ਨਾਲ ਘਿਰੇ ਹੋਏ ਸਥਾਨ ਤੇ ਕਿਲਾ ਬਣਾਇਆ ਜਾਵੇ ਤਾਂ ਜਿਆਦਾ ਸੁਰੱਖਿਅਤ ਹੈ।

(72) ਪਹਿਲੀਆਂ ਤਿੰਨ ਥਾਂਵਾਂ ਤੇ ਬਣੇ ਹੋਏ ਕਿਲ੍ਹਿਆਂ ਦੇ ਆਲ਼ੇ ਦੁਆਲ਼ੇ, ਆਮ ਕਰਕੇ ਜੰਗਲੀ ਜਾਨਵਰ, ਜਿਵੇਂ ਹਿਰਣ ਅਤੇ ਹੋਰ ਪਸ਼ੂ ਪੰਛੀ, ਘੁਰਨਿਆਂ ਵਿੱਚ ਰਹਿਣ ਵਾਲੇ ਜੀਵ ਜਾਂ ਜਲ ਜੀਵਾਂ ਦਾ ਵਾਸਾ ਹੁੰਦਾ ਹੈ। ਦੂਸਰੇ ਤਿੰਨ ਥਾਵਾਂ ਉੱਪਰ ਬਣੇ ਕਿਲਿਆਂ ਦੁਆਲੇ ਆਮ ਕਰਕੇ ਘਣੇ ਜੰਗਲਾਂ ਵਿੱਚ ਬਾਂਦਰਾਂ, ਮਨੁੱਖਾਂ, ਪੰਛੀਆਂ ਜਾਨਵਰਾਂ, ਸਾਧੂ ਸੰਤਾਂ ਅਤੇ ਦੇਵਤਿਆਂ ਦਾ ਵਾਸਾ ਹੁੰਦਾ ਹੈ।

(73) ਰਵਾਇਤੀ ਤੌਰ ਤੇ, ਜਿਸ ਤਰਾਂ ਦੁਸ਼ਮਣ ਹਮਲੇ ਸਮੇਂ ਕਿਲ੍ਹੇ ਅੰਦਰ ਰਹਿ ਰਹੇ ਸਿਪਾਹੀਆਂ ਤੋਂ ਸਿਵਾ ਬਾਕੀ ਜੀਵਾਂ ਨੂੰ ਨਹੀਂ ਮਾਰਦਾ, ਇਸੇ ਤਰਾਂ ਕਿਲੇ ਅੰਦਰ ਉਸਦੀ ਸ਼ਰਣ ਵਿੱਚ ਆਉਣੇ ਵਾਲੀ ਪਰਜਾ ਅਤੇ ਰਾਜੇ ਨੂੰ ਭੀ ਨਹੀਂ ਮਾਰਦਾ।

(74) ਕਿਲ੍ਹੇ ਦੇ ਅੰਦਰ ਰਹਿ ਕੇ ਲੜਨ ਵਾਲੇ, ਇੱਕ ਚੰਗੇ ਤੀਰ ਅੰਦਾਜ਼ ਯੋਧੇ ਹੋਣੇ ਚਾਹੀਦੇ ਹਨ ਜੋ ਇਕੱਲਾ ਇਕੱਲਾ ਸੌ ਸੌ ਵੈਰੀਆਂ ਦੇ ਬਰਾਬਰ ਲੜਣ ਵਾਲਾ ਹੋਵੇ ਅਤੇ ਸੌ ਤੀਰ ਅੰਦਾਜ਼ ਹਜ਼ਾਰ ਵੈਰੀਆਂ ਦੇ ਬਰਾਬਰ ਲੜਨ ਵਾਲੇ ਹੋਣ। ਸ਼ਾਸਤ੍ਰਾਂ ਵਿੱਚ, ਰਾਜਿਆਂ ਲਈ ਐਸੇ ਕਿਲ੍ਹੇ ਬਣਾ ਕੇ ਰਹਿਣ ਦਾ ਉਪਦੇਸ਼ ਹੈ।

(75) ਐਸੇ ਕਿਲ੍ਹੇ ਅੰਦਰ, ਹਥਿਆਰ, ਧੰਨ, ਅੰਨ, ਗੱਡੀਆਂ ਘੋੜੇ, ਮਿਸਤ੍ਰੀ (ਸ਼ਿਲਪੀ, ਕਾਰੀਗਰ), ਪਸ਼ੂਆਂ ਲਈ ਘਾਹ ਤੇ ਚਾਰਾ, ਖੁੱਲ੍ਹੇ ਪਾਣੀ ਦੇ ਚੁਬੱਚੇ ਅਤੇ ਵੇਦ ਗਿਆਤਾ ਬ੍ਰਾਹਮਣਾਂ ਦਾ ਪੂਰਾ ਪ੍ਰਬੰਧ ਹੋਣਾ ਚਾਹੀਦਾ ਹੈ। ਕਿਲ੍ਹੇ ਵਿੱਚੋਂ ਨਿਕਲਣ ਲਈ ਗੁਪਤ ਰਾਹ ਭੀ ਹੋਣੇ ਚਾਹੀਦੇ ਹਨ।

(76) ਕਿਲੇ ਦੇ ਅੰਦਰ ਰਾਜਾ ਇੱਕ ਮਹਿਲ ਬਣਾਵੇ ਜਿਸਦਾ ਰੰਗ ਚਿੱਟਾ ਸੁਫੈਦ ਹੋਵੇ ਤੇ ਹਰ ਮੌਸਮ ਵਿੱਚ ਰਹਿਣਯੋਗ ਹੋਵੇ। ਪਾਣੀ ਅਤੇ ਬਗੀਚੇ ਦਾ ਠੀਕ ਪ੍ਰਬੰਧ ਹੋਵੇ। ਇਸਤ੍ਰੀਆਂ ਲਈ, ਅਗਨੀ ਪੂਜਾ, ਦੇਵ ਪੂਜਾ ਲਈ, ਅਤੇ ਸ਼ਸਤਰਾਂ ਲਈ ਵੱਖੋ ਵੱਖ ਇਤਜ਼ਾਮ ਹੋਵੇ।

(77) ਮਹਿਲ ਵਿੱਚ ਰਹਿੰਦਿਆਂ, ਰਾਜਾ ਆਪਣੀ ਜਾਤ ਨਾਲ ਸਬੰਧਿਤ, ਸੋਹਣੀ (ਰੂਪਵੰਤੀ) ਤੇ ਚੰਗੇ ਸੰਸਕਾਰਾਂ ਵਾਲੀ (ਗੁਣਵੰਤੀ) ਕੰਨਿਆਂ ਨਾਲ ਵਿਆਹ ਕਰੇ।

(78) ਰਾਜਾ ਆਪਣੇ ਰਾਜ ਪਰੋਹਿਤ ਤੇ ਇੱਕ ਹੋਰ ਬੇਦ ਰੀਤੀ ਦੇ ਧਾਰਨੀ ਸ਼ਾਸਤ੍ਰੀ (ਪੰਡਤ) ਨੂੰ ਨਿਯੁਕਤ ਕਰੇ, ਜੋ ਅਗਨੀਹੋਤ੍ਰ ਪੂਜਾ ਅਤੇ ਗ੍ਰਹਿਸੂਤਰ ਦੇ ਨਿਯਮਾਂ ਅਨੁਸਾਰ, ਘਰ ਦੇ ਸਾਰੇ ਕਾਰਜ਼ ਅਤੇ ਰਸਮਾਂ ਨੂੰ ਨਿਭਾਉਂਣਾ ਜਾਣਦਾ ਹੋਵੇ।

(79) ਰਾਜੇ ਨੂੰ ਆਪਣੀ ਸੋਭਾ ਅਤੇ ਧਰਮ ਅਰਥ ਕਾਰਜਾਂ ਵਾਸਤੇ, ਤਰ੍ਹਾਂ ਤਰ੍ਹਾਂ ਦੀਆਂ ਬਲ਼ੀਆਂ ਅਤੇ ਅਗਨੀ ਪੂਜਾ ਲਈ ਪਵਿੱਤਰ ਯੱਗ ਕਰਵਾਉਣੇ ਚਾਹੀਦੇ ਹਨ। ਬ੍ਰਾਹਮਣਾਂ ਅਤੇ ਕੁਲ ਪ੍ਰੋਹਤਾਂ ਨੂੰ ਤਰ੍ਹਾਂ ਤਰ੍ਹਾਂ ਦੀਆਂ ਦੱਛਣਾ ਅਤੇ ਧੰਨ ਨਾਲ ਨਿਵਾਜਣਾ ਚਾਹੀਦਾ ਹੈ, ਤਾਂ ਕੇ ਉਹ ਅੱਛਾ ਨਿਰਬਾਹ ਕਰ ਸਕਣ। ਰਾਜਾ ਅਤੇ ਉਸਦੇ ਰਾਜ ਦੇ ਭਲੇ ਲਈ ਅਰਦਾਸਾਂ ਕਰਦੇ ਰਹਿਣ।

(80) ਹਰ ਸਾਲ, ਰਾਜਾ ਆਪਣੇ ਕਰ ਵਿਭਾਗ ਦੇ ਮਹਿਕਮੇ ਰਾਹੀਂ ਦੇਸ਼ ਵਿੱਚੋਂ ਬਣਦਾ ਕਰ ਇਕੱਠਾ ਕਰੇ। ਪਰਜਾ ਨਾਲ ਕਨੂੰਨ ਦੇ ਹਿਸਾਬ ਨਾਲ ਵਰਤੇ ਅਤੇ ਹਮੇਸ਼ਾ ਇਸ ਤਰਾਂ ਦਾ ਪਿਆਰ ਰੱਖੇ ਜਿਵੇਂ ਇੱਕ ਪਿਤਾ ਆਪਣੇ ਪੁੱਤਰ ਨਾਲ ਰੱਖਦਾ ਹੈ।

(81) ਵੱਖੋ ਵੱਖ ਮਹਿਕਮਿਆਂ (ਮੰਡਲਾਂ) ਨੂੰ ਸਾਂਭਣ ਵਾਲਾ ਵੱਖਰਾ ਵੱਖਰਾ ਯੋਗ ਪ੍ਰਬੰਧਕ ਨਿਯੁਕਤ ਕਰੇ।ਜੋ ਸੇਵਾਂਵਾਂ ਮਹਿਕਮੇ ਦੇ ਕਰਮਚਾਰੀਆਂ ਨੂੰ ਸੌਂਪੇ, ਉਨ੍ਹਾਂ ਦੇ ਕੰਮਾਂ ਉੱਪਰ ਹਮੇਸ਼ਾ ਨਜ਼ਰ ਰੱਖੇ ਤੇ ਸਰਵੇਖਣ ਕਰੇ।

(82) ਰਾਜਾ, ਉਨ੍ਹਾਂ ਸਾਰੇ ਬ੍ਰਾਹਮਣਾਂ ਨੂੰ ਮਾਣ ਸਤਿਕਾਰ ਦੇਵੇ, ਜੋ ਗੁਰੂਕੁਲ ਤੋਂ ਆਪਣੀ ਵੇਦ ਵਿੱਦਿਆ ਵਿੱਚ ਸਫਲਤਾ ਪ੍ਰਾਪਤ ਕਰਕੇ ਆਪਣੇ ਘਰ ਪਰਤੇ ਹੋਣ। ਇਸ ਕਾਰਜ ਨਮਿੱਤ ਬ੍ਰਾਹਮਣਾਂ ਨੂੰ ਕੀਤੇ ਹੋਏ ਦਾਨ ਬਦਲੇ, ਰਾਜੇ ਨੂੰ ਕਦੇ ਨਾ ਮੁੱਕਣ ਵਾਲੇ ਖਜ਼ਾਨੇ ਦੀ ਪ੍ਰਾਪਤੀ ਹੁੰਦੀ ਹੈ।ਅਤੇ---

(83) ਇਸ ਖਜ਼ਾਨੇ ਨੂੰ ਕੋਈ ਚੋਰ ਚਪੱਟਾ ਚੋਰੀ ਨਹੀਂ ਕਰ ਸਕਦਾ, ਦੁਸ਼ਮਣ ਲੁੱਟ ਨਹੀਂ ਸਕਦਾ ਤੇ ਕਦੇ ਗਵਾਚ ਨਹੀਂ ਸਕਦਾ। ਇਸ ਲਈ ਬ੍ਰਾਹਮਣਾਂ ਦੀ ਸੇਵਾ ਲਈ ਦਿੱਤਾ ਐਸਾ ਧੰਨ, ਕਦੇ ਨਾ ਮੁੱਕਣ ਵਾਲੇ ਅਤੁੱਟ ਖਜ਼ਾਨੇ ਵਾਂਗ ਹੈ।

(84) ਪੂਜਾ ਜਾਂ ਹਵਨ ਦੀ ਸਮਗ੍ਰੀ ਜੋ ਅਗਨ ਭੇਂਟ ਕੀਤੀ ਜਾਂਦੀ ਹੈ, ਕਈ ਵਾਰ ਸਾਰੀ ਭਸਮ ਨਹੀਂ ਹੁੰਦੀ ਤੇ ਕਦੇ ਸੁੱਕੀ ਹੀ ਪਈ ਰਹਿ ਜਾਂਦੀ ਹੈ ਤੇ ਅਜਾਈਂ ਹੀ ਜਾਂਦੀ ਹੈ। ਸਾਰੀ ਸਮਗ੍ਰੀ ਅਗਨ ਵਿੱਚ ਸਾੜਨ ਦੀ ਬਜਾਏ, ਗੁਰੂਕੁਲ ਵਿੱਚੋਂ ਵੇਦ ਵਿੱਦਿਆ ਲੈ ਕੇ ਵਾਪਸ ਪਰਤੇ ਲੋੜਵੰਦ ਬ੍ਰਾਹਮਣ ਦੇ ਮੁੱਖ ਵਿੱਚ ਜਾਵੇ ਤਾਂ ਹਵਨ ਕਰਾਉਣ ਨਾਲੋਂ ਭੀ ਬੇਹਤਰ ਹੈ।

(85) ਬ੍ਰਾਹਮਣ ਤੋਂ ਸਿਵਾ, ਕਿਸੇ ਦੂਸਰੀ ਜਾਤ ਵਾਲੇ ਨੂੰ ਦਿੱਤੇ ਹੋਏ ਦਾਨ ਦਾ ਫਲ਼ ਸਧਾਰਨ ਜਿਹਾ ਹੁੰਦਾ ਹੈ। ਜੇ ਕੋਈ ਮਨੁੱਖ ਇਹ ਕਹਿ ਕੇ ਦਾਨ ਲੈ ਜਾਏ ਕਿ 'ਮੈਂ ਬ੍ਰਾਹਮਣ ਹਾਂ', ਤਾਂ ਉਸਦਾ ਫਲ਼ ਦੋ ਗੁਣਾ ਮਿਲਦਾ ਹੈ। ਜੇ ਦਾਨ ਕਿਸੇ ਵੇਦ ਪਾਠੀ ਬ੍ਰਾਹਮਣ ਨੂੰ ਦਿੱਤਾ ਜਾਵੇ ਤਾਂ ਉਸਦਾ ਫਲ਼ ਲੱਖ ਗੁਣਾ ਪ੍ਰਾਪਤ ਹੁੰਦਾ ਹੈ। ਪਰ ਕੋਈ ਐਸਾ ਬ੍ਰਾਹਮਣ ਹੋਵੇ, ਜੋ ਵੇਦਾਂ ਦਾ ਸ਼ਾਸਤ੍ਰੀ ਪੰਡਤ ਹੋਵੇ (ਅਚਾਰੀਆ), ਉਸਨੂੰ ਦਿੱਤੇ ਦਾਨ ਦਾ ਫਲ਼ ਗਿਣਤੀ ਤੋਂ ਬਾਹਰ (ਬੇਅੰਤ) ਹੈ।

(86) ਲੋੜਵੰਦ ਨੂੰ ਦਿੱਤੇ ਹੋਏ ਦਾਨ ਦਾ ਥੋੜ੍ਹਾ ਜਾਂ ਬਹੁਤਾ ਫਲ਼, ਅਗਲੇ ਜਨਮ ਵਿੱਚ ਦਾਨ ਦੇਣ ਵਾਲੇ ਦੀ ਸ਼ਰਧਾ ਭਾਵਨਾ ਅਤੇ ਦਾਨ ਲੈਣ ਵਾਲੇ ਦੀ ਨੀਯਤ ਅਤੇ ਮਜ਼ਬੂਰੀ (ਨਿਰਬਲਤਾ) ਤੇ ਨਿਰਭਰ ਹੈ।

(87) ਆਪਣੀ ਪਰਜਾ ਦੀ ਰੱਖਿਆ ਕਰਨੇ ਵਾਲੇ ਰਾਜੇ ਨੂੰ ਜੇ ਕੋਈ ਉਸਦੇ ਬਰਾਬਰ ਦਾ, ਉਸਤੋਂ ਨਿਰਬਲ ਜਾਂ ਉਸਤੋਂ ਤੋਂ ਭੀ ਜੋਰਾਵਰ ਹੋ ਕੇ ਵੰਗਾਰੇ, ਤਾਂ ਖੱਤਰੀ ਰਾਜੇ ਦਾ ਧਰਮ ਹੈ ਕਿ ਆਪਣੇ ਰਾਜ ਦੀ ਰੱਖਿਆ ਕਰਦਿਆਂ ਮੈਦਾਨੇ ਜੰਗ ਵਿੱਚ ਕੁੱਦਣ ਤੋਂ ਕਦੇ ਨਾ ਡਰੇ।

(88) ਆਪਣੀ ਪਰਜਾ ਦੀ ਰੱਖਿਆ ਕਰਦਿਆਂ ਲੜਾਈ ਦੇ ਮੈਦਾਨ ਵਿੱਚ ਪਿੱਠ ਨਾ ਦੇਣਾ ਅਤੇ ਹਮੇਸ਼ਾ ਬ੍ਰਾਹਮਣ ਦੀ ਸੇਵਾ ਵਿੱਚ ਰਹਿਣਾ, ਰਾਜੇ ਲਈ ਪ੍ਰਮ-ਕਲਿਆਣਕਾਰੀ ਅਤੇ ਚੰਗੇ ਭਾਗਾਂ ਵਾਲੀ ਗਲ ਹੈ।

(89) ਜੋ ਰਾਜੇ ਰਣਭੂਮੀ ਵਿੱਚ ਇੱਕ ਦੂਜੇ ਨਾਲ ਖੁੱਲ੍ਹ ਕੇ ਆਮੋਂ ਸਾਮਣੇ ਭਿੜਕੇ ਮਰਦੇ-ਮਾਰਦੇ ਹਨ ਅਤੇ ਪਿੱਠ ਨਹੀਂ ਦਿਖਾਉਂਦੇ, ਉਨ੍ਹਾਂ ਨੂੰ ਸਵ੍ਰਗ ਲੋਕ ਦੀ ਪ੍ਰਾਪਤੀ ਹੁੰਦੀ ਹੈ।

(90) ਸੂਰਮੇਂ ਲੋਕ ਲੜਾਈ ਦੇ ਮੈਦਾਨ ਵਿੱਚ, ਛਿਪਾ ਕੇ ਰੱਖੇ ਹਥਿਆਰਾਂ ਨਾਲ, ਜਾਂ ਅਗਨੀ ਬਾਣ ਨਾਲ, ਜਾਂ ਐਸਾ ਤੀਰ ਜਿਸ ਨੂੰ ਜ਼ਹਿਰ ਦੀ ਪਾਣ ਚੜ੍ਹੀ ਹੋਵੇ ਤੇ ਖੁੱਭਣ ਤੇ ਸ਼ਰੀਰ ਵਿੱਚੋਂ ਖਿੱਚਿਆ ਨਾ ਜਾ ਸਕੇ, ਦੁਸ਼ਮਣ ਤੇ ਵਾਰ ਨਹੀਂ ਕਰਦੇ।

(91) ਹਥਿਆਰ ਸੁੱਟ ਕੇ ਜ਼ਮੀਨ ਤੇ ਖੜੇ ਦੁਸ਼ਮਣ ਉੱਪਰ, ਸਵਾਰੀ ਤੇ ਚੜ੍ਹਿਆ ਫੌਜੀ ਹਥਿਆਰ ਨਾਲ ਵਾਰ ਨਾ ਕਰੇ। ਜੋ ਨਪੁੰਨਸਿਕ (ਬਲਹੀਣ) ਹੋਵੇ, ਜੋ ਦੋਵੇਂ ਹੱਥ ਜੋੜ ਦੇਵੇ, ਉਸ ਨੂੰ ਭੀ ਨਾ ਮਾਰੇ।ਲੜਾਈ ਦੇ ਮੈਦਾਨ ਵਿੱਚ ਜਿਸਦੇ ਵਾਲ਼ ਖੁੱਲ ਜਾਣ ਅਤੇ ਜੋ ਜ਼ਮੀਨ ਤੇ ਬੈਠ ਕੇ ਬੋਲ ਦੇਵੇ ਕਿ, "ਮੈਂ ਆਪਦੀ ਸ਼ਰਣ ਵਿੱਚ ਹਾਂ", ਉਸ ਦੁਸ਼ਮਣ ਨੂੰ ਭੀ ਨਾ ਮਾਰੇ।

(92) ਐਸੇ ਪੁਰਸ਼ ਉੱਪਰ ਵੀ ਵਾਰ ਨਹੀਂ ਕਰਨਾ, ਜੋ ਸੁੱਤਾ ਪਿਆ ਹੋਵੇ, ਜਿਸਦੇ ਕੋਲ ਢਾਲ ਨਾ ਹੋਵੇ, ਫੱਟੜ ਹੋਣ ਕਾਰਣ ਬਿਹੋਸ਼ ਹੋ ਗਿਆ ਹੋਵੇ, ਜਿਸਦੇ ਬਸਤ੍ਰ ਪਾਟ ਜਾਣ, ਜਿਸਦੇ ਹੱਥੋਂ ਹਥਿਆਰ ਡਿਗ ਪਵੇ ਜਾਂ ਟੁੱਟ ਜਾਵੇ, ਜੋ ਸਿਰਫ ਦੇਖਦਾ ਹੋਵੇ ਪਰ ਲੜਾਈ ਵਿੱਚ ਹਿੱਸਾ ਨਾ ਲੈ ਰਿਹਾ ਹੋਵੇ, ਨਾ ਹੀ ਐਸੇ ਦੁਸ਼ਮਣ ਤੇ ਵਾਰ ਕਰੇ, ਜੋ ਪਹਿਲਾਂ ਕਿਸੇ ਨਾਲ ਲੜ-ਭਿੜ ਰਿਹਾ ਹੋਵੇ।

(93) ਚੰਗੇ ਸੂਰਬੀਰ ਖੱਤਰੀ ਯੋਧੇ ਦਾ ਧਰਮ ਹੈ ਕਿ ਉਹ ਐਸੇ ਦੁਸ਼ਮਣ ਤੇ ਵਾਰ ਨਹੀਂ ਕਰਦਾ, ਜਿਸਦੇ ਹੱਥੋਂ ਹਥਿਆਰ ਡਿਗ ਪਿਆ ਹੋਵੇ, ਜੋ ਨਮੋਸ਼ੀ ਕਾਰਣ ਘਬਰਾ ਗਿਆ ਹੋਵੇ, ਜੋ ਫੱਟੜ ਹੋ ਕੇ ਡਿਗ ਪਵੇ ਜਾਂ ਡਰਦਾ ਮੈਦਾਨ ਛੱਡ ਕੇ ਭੱਜ ਜਾਵੇ,।

(94) ਜੋ ਖੱਤਰੀ ਜੰਗ ਦੇ ਮੈਦਾਨ ਵਿੱਚੋਂ ਡਰ ਕੇ ਭੱਜਦਾ ਦੁਸ਼ਮਣ ਹੱਥੋਂ ਮਾਰਿਆ ਜਾਏ, ਉਸਨੂੰ ਆਪਣੇ ਸੁਆਮੀ (ਰਾਜੇ) ਦੇ ਕੀਤੇ ਹੋਏ ਸਾਰੇ ਪਾਪਾਂ ਦਾ ਦੁੱਖ ਆਪ ਸਹਿਣਾ ਪੈਂਦਾ ਹੈ।ਅਤੇ---

(95) ਲੜਾਈ ਦੇ ਮੈਦਾਨ ਵਿੱਚੋਂ ਭੱਜਣ ਵਾਲੇ ਖੱਤਰੀ ਦੇ, ਜ਼ਿੰਦਗੀ ਵਿੱਚ ਕੀਤੇ ਸਾਰੇ ਸ਼ੁੱਭ ਕਰਮਾਂ ਦਾ ਫਲ ਭੀ ਉਸਦੇ ਸੁਆਮੀ (ਰਾਜੇ) ਨੂੰ ਪ੍ਰਾਪਤ ਹੁੰਦਾ ਹੈ।

(96) ਯੁੱਧ ਵਿੱਚ ਜਿੱਤੇ ਹੋਏ ਰੱਥ, ਘੋੜੇ, ਹਾਥੀ, ਛਤਰ, ਧੰਨ ਦੌਲਤ, ਅੰਨ, ਦਾਸੀਆਂ, ਪਸ਼ੂ ਅਤੇ ਹੋਰ ਖਾਣ ਦੇ ਸਮਾਨ ਆਦਿ ਦਾ ਹੱਕਦਾਰ ਉਹੀ ਖੱਤਰੀ ਹੁੰਦਾ ਹੈ ਜਿਸਨੇ ਉਹ ਜਿੱਤੇ ਜਾਂ ਲੁੱਟੇ ਹੋਣ।

(97) ਵੇਦਾਂ ਵਿੱਚ ਦੱਸੀ ਰੀਤ ਮੁਤਾਬਿਕ, ਲੜਾਈ ਵਿੱਚ ਲੁੱਟੇ ਹੋਏ ਹਾਥੀ, ਘੋੜੇ, ਰੱਥ ਅਤੇ ਹੋਰ ਪਦਾਰਥ ਜਿਵੇਂ ਸੋਨਾ, ਚਾਂਦੀ, ਹੀਰੇ ਆਦਿ ਕੀਮਤੀ ਵਸਤਾਂ ਦਾ ਬਣਦਾ ਹਿੱਸਾ ਰਾਜੇ ਨੂੰ ਪੇਸ਼ ਕੀਤਾ ਜਾਵੇ। ਜੋ ਮਾਲ ਰਲਕੇ ਲੁੱਟਿਆ ਹੋਵੇ, ਉਸਨੂੰ ਰਾਜਾ ਸਭ ਯੋਧਿਆਂ ਵਿੱਚ ਇੱਕੋ ਜਿਹਾ ਵੰਡ ਦੇਵੇ।

(98) ਇਸ ਤਰਾਂ ਸੱਚੇ-ਸੁੱਚੇ ਖੱਤਰੀਆਂ ਵਿੱਚ ਚੱਲੇ ਆਉਂਦੇ ਨਿਰਪੱਖ ਨਿਯਮ ਅਤੇ ਪੁਰਾਤਨ (ਸਨਾਤਨ) ਰੀਤਾਂ ਦੱਸ ਦਿੱਤੀਆਂ ਹਨ। ਖੱਤਰੀਆਂ ਨੂੰ ਲੜਾਈ ਦੇ ਮੈਦਾਨ ਵਿੱਚ ਲੜਦਿਆਂ ਇਨ੍ਹਾਂ ਤੋਂ ਥਿੜਕਣਾ ਨਹੀਂ ਚਾਹੀਦਾ।

(99) ਰਾਜੇ ਲਈ ਇਹ ਜ਼ਰੂਰੀ ਹੈ ਕਿ- (ੳ) ਜੋ ਪ੍ਰਾਪਤ ਨਹੀਂ ਕਰ ਸਕਿਆ ਉਸਦੀ ਇੱਛਾ ਰੱਖੇ (ਅ) ਉਸਦੀ ਪ੍ਰਾਪਤੀ ਲਈ ਯਤਨਸ਼ੀਲ ਰਹੇ (ੲ) ਜੋ ਉਸਨੂੰ ਪ੍ਰਾਪਤ ਹੋ ਗਿਆ ਉਸਦੀ ਸਾਂਭ ਸੰਭਾਲ ਕਰੇ ਅਤੇ (ਸ) ਜੋ ਉਸ ਕੋਲ ਸੁਰੱਖਿਅਤ ਹੈ ਉਸ ਵਿੱਚ ਹੋਰ ਵਾਧਾ ਕਰਨ ਦਾ ਯਤਨ ਕਰੇ ਅਤੇ ਵਾਧੂ ਧੰਨ, ਉਸਦੇ ਹੱਕਦਾਰ ਅਤੇ ਸ਼ੁੱਭਚਿੰਤਕ ਯੋਧਿਆਂ ਨੂੰ ਤੋਹਫੇ ਵਜੋਂ ਵੰਡ ਦੇਵੇ।

(100) ਰਾਜੇ ਨੂੰ ਬਿਨਾਂ ਕਿਸੇ ਆਲਸ ਤੋਂ, ਇਹ ਚਾਰ ਤਰਾਂ ਦੇ ਗੁਣ ਅਪਨਾਉਂਣ ਲਈ ਯਤਨਸ਼ੀਲ਼ ਰਹਿਣਾ ਚਾਹੀਦਾ ਹੈ। ਇੱਕ ਰਾਜੇ ਵਾਸਤੇ, ਏਹੋ ਹੀ ਦੁਨੀਆਂ ਵਿੱਚ ਸਫਲਤਾ ਦੀ ਕੁੰਜੀ ਹੈ।

(101) ਰਾਜਾ, ਜਿਸ ਕੀਮਤੀ ਵਸਤੂ ਦੀ ਪ੍ਰਾਪਤੀ ਲਈ ਇੱਛਾ ਰੱਖਦਾ ਹੋਵੇ, ਆਪਣੀ ਬਹਾਦਰ ਅਤੇ ਬਲਵਾਨ, ਚਤੁਰੰਗਿਣੀ ਸੈਨਾ ਦੇ ਜ਼ੋਰ ਨਾਲ ਪ੍ਰਾਪਤ ਕਰਨ ਦਾ ਯਤਨ ਕਰੇ। ਜੋ ਕੁਝ ਭੀ ਉਸਨੇ ਆਪਣੇ

ਜੋਰ ਨਾਲ ਜਿੱਤਿਆ ਹੋਵੇ, ਉਸਨੂੰ ਸਾਂਭ ਕੇ ਰੱਖੇ ਤੇ ਰਾਖੀ ਕਰੇ। ਜੋ ਧੰਨ ਉਸਨੇ, ਵਿਆਜ ਤੇ ਦਿਤਾ ਹੋਵੇ, ਉਸ ਵਿੱਚ ਵਾਧੇ ਲਈ ਯਤਨਸ਼ੀਲ ਰਹੇ। ਆਪਣੇ ਵੱਡੇ ਖਜਾਨੇ ਦੇ ਲਾਭ ਵਿੱਚੋਂ, ਲੋੜਵੰਦਾਂ ਅਤੇ ਹੱਕਦਾਰ ਲੋਕਾਂ ਦੀ ਮੱਦਦ ਕਰੇ।

ਟਿੱਪਣੀ:- *ਚਤੁਰੰਗਿਣੀ ਸੈਨਾ- ਸੈਨਾ ਦੀਆਂ ਟੁਕੜੀਆਂ, ਜਿਸਦੀ ਹਰ ਟੁਕੜੀ ਵਿੱਚ ਇੱਕ ਹਾਥੀ, ਤਿੰਨ ਘੋੜੇ, ਇੱਕ ਰੱਥ, ਅਤੇ ਪੰਜ ਪਿਆਦੇ ਹੁੰਦੇ ਹਨ।*

(102) ਯੁੱਧ ਲਈ ਹਮੇਸ਼ਾ ਤਿਆਰੀ ਰੱਖੇ ਅਤੇ ਲਗਾਤਾਰ ਆਪਣੀ ਸ਼ਕਤੀ ਦਾ ਪ੍ਰਦਰਸ਼ਣ ਕਰਦਾ ਰਹੇ। ਆਪਣੀਆਂ ਗੁਪਤ ਚਾਲਾਂ ਦਾ ਭੇਤ ਕਿਸੇ ਨੂੰ ਨਾ ਦੇਵੇ ਅਤੇ ਦੁਸ਼ਮਣ ਦੀਆ ਕਮਜ਼ੋਰੀਆਂ ਦਾ ਪਤਾ ਕਰਦਾ ਰਹੇ।

(103) ਜਿਸ ਰਾਜੇ ਦੀ ਫੌਜ ਹਮੇਸ਼ਾ ਦੁਸ਼ਮਣ ਉੱਪਰ ਚੜ੍ਹਾਈ ਲਈ ਤਿਆਰ ਰਹਿੰਦੀ ਹੋਵੇ, ਉਸਤੋਂ ਸਾਰੀ ਦੁਨੀਆਂ ਡਰਦੀ ਹੈ। ਇਸ ਲਈ ਰਾਜਾ, ਹਮੇਸ਼ਾ ਆਪਣੀ ਪਰਜਾ ਅਤੇ ਦੁਸ਼ਮਣ ਨੂੰ ਆਪਣੇ ਭੈਅ ਹੇਠ ਰੱਖੇ, ਭਾਵੇਂ ਕੋਈ ਭੀ ਤਰੀਕਾ ਵਰਤਣਾ ਪਵੇ।ਪਰ--

(104) ਰਾਜਾ ਆਪਣੀ ਪਰਜਾ ਨੂੰ, ਕਦੇ ਭੀ ਧੋਖੇ ਵਿੱਚ ਨਾ ਰੱਖੇ ਅਤੇ ਸਭ ਨਾਲ ਇਮਾਨਦਾਰੀ ਵਾਲਾ ਵਰਤਾਵ ਕਰੇ। ਹਮੇਸ਼ਾ ਆਪਣੀ ਸੁਰੱਖਿਆ ਦਾ ਕਰੜਾ ਪ੍ਰਬੰਧ ਰੱਖੇ ਅਤੇ ਸਦਾ ਆਪਣੇ ਦੁਸ਼ਮਣਾਂ (ਘਰੇਲੂ ਅਤੇ ਬਾਹਰੀ) ਦੀਆਂ ਧੋਖੇਬਾਜ਼ ਚਾਲਾਂ ਤੋਂ ਸੁਚੇਤ ਰਹੇ।

(105) ਆਪਣੇ ਦੁਸ਼ਮਣ ਦੀਆਂ ਕਮਜ਼ੋਰੀਆਂ ਦਾ ਭੇਤ ਰੱਖੇ ਅਤੇ ਦੁਸ਼ਮਣ ਨੂੰ ਆਪਣੀ ਫੌਜ ਦੀਆਂ ਕਮੀਆਂ ਦਾ ਭੇਤ ਲੱਗਣ ਤੋਂ ਇਸ ਤਰਾਂ ਬਚਾ ਕੇ ਰੱਖੇ, ਜਿਵੇਂ ਕੱਛੂ ਕੁੰਮਾ ਆਪਣੇ ਸਾਰੇ ਅੰਗਾਂ ਨੂੰ ਆਪਣੀ ਖੋਪੜੀ ਹੇਠ ਲੁਕਾਈ ਰੱਖਦਾ ਹੈ।

(106) ਮੱਛੀ ਤੇ ਨਿਗ੍ਹਾ ਟਿਕਾਉਣ ਵਾਲੇ ਬਗਲੇ ਵਾਂਗ, ਸੁਰਤ ਨੂੰ ਇਕਾਗਰ ਕਰਕੇ ਆਪਣੇ ਰਾਜ ਮੋਨਰਥ (ਰਾਜ ਅਤੇ ਸੰਪਤੀ ਵਿੱਚ ਵਾਧਾ) ਵੱਲ ਧਿਆਨ ਦੇਵੇ, ਦੁਸ਼ਮਣ ਨੂੰ ਜਿੱਤਣ ਲਈ ਸ਼ੇਰ ਵਰਗਾ ਬਲ ਤੇ ਜੁੱਸਾ ਰੱਖੇ, ਚੀਤੇ ਵਰਗੀ ਤੇਜ ਰਫ਼ਤਾਰ ਨਾਲ ਸ਼ਹਿ ਲਾ ਕੇ ਸ਼ਿਕਾਰ ਕਰਨ ਦੀ ਫੁਰਤੀ ਰੱਖੇ, ਅਤੇ ਦੁਸ਼ਮਣ ਦੇ ਘੇਰੇ ਵਿੱਚੋਂ ਨਿਕਲਣ ਲਈ ਖਰਗੋਸ਼ ਦੀ ਰਫਤਾਰ ਵਾਂਗ ਦੌੜਨਾ ਜਾਣੇ।

(107) ਦੁਸ਼ਮਣ ਤੇ ਜਿੱਤ ਪ੍ਰਾਪਤ ਕਰਨ ਤੋਂ ਮਗਰੋਂ, ਦੁਸ਼ਮਣ ਦੀ ਫ਼ੌਜ, ਰਾਜ ਵਿੱਚ ਰਹਿਣ ਵਾਲੇ ਗੁੰਡੇ, ਅਪਰਾਧੀ ਅਤੇ ਡਾਕੂਆਂ ਨਾਲ ਜਿਸ ਤਰਾਂ ਭੀ ਹੋ ਸਕੇ, ਨੀਤੀ ਸ਼ਾਸਤ੍ਰ ਦੇ ਚਾਰ ਉਪਾਅ, **(ੳ)** ਦੁਸ਼ਮਣਾਂ ਨਾਲ ਸੰਧੀ ਕਰਕੇ (ਸਾਮ), **(ਅ)** ਕੁਝ ਲੈਣ ਦੇਣ ਕਰਕੇ (ਦਾਮ}, **(ੲ)** ਯੁੱਧ ਕਰਕੇ (ਦੰਡ), **(ਸ)** ਕੋਈ ਚਾਲ ਖੇਡ ਕੇ (ਧੋਖਾ ਦੇ ਕੇ, ਭੇਤ ਪਾਕੇ), ਮਿਲ ਵਰਤ ਕੇ ਆਪਣੇ ਅਧੀਨ ਕਰਨ ਦੀ ਕੋਸ਼ਿਸ਼ ਕਰੇ।

(108) ਜੇ ਪਹਿਲੀਆਂ ਤਿੰਨ ਨੀਤੀਆਂ ਕੰਮ ਨਾ ਕਰਨ ਤਾਂ ਅੰਤ ਵਿੱਚ ਰਾਜਾ ਆਪਣੀ ਚੌਥੀ ਤੇ ਆਖਰੀ ਨੀਤੀ ਵਰਤੇ। ਸਜ਼ਾ ਅਤੇ ਤਸੀਹੇ ਦੇ ਕੇ ਹੋਲੀ ਹੌਲੀ ਖਤਮ ਕਰ ਦੇਵੇ।

(109) ਰਾਜੇ ਦੇ ਰਾਜ ਭਾਗ ਦੀ ਸੁਰੱਖਿਆ ਅਤੇ ਵਾਧੇ ਲਈ, ਸਿਆਣੇ ਅਤੇ ਪੰਡਿਤ ਪੁਰਸ਼, ਉੱਪਰ ਦਿੱਤੀਆਂ ਚਾਰੇ ਨੀਤੀਆ ਵਿੱਚੋਂ ਸੰਧੀ ਜਾਂ ਸਜ਼ਾ ਦੇਣ ਦਾ ਜ਼ਿਆਦਾ ਸਲਾਹ ਮਸ਼ਵਰਾ ਦਿੰਦੇ ਹਨ।

(110) ਜਿਸ ਤਰਾਂ ਖੇਤ ਵਿੱਚੋਂ ਘਾਹ ਬੂਟੀ (ਕੱਖ ਕੰਡਾ) ਕੱਢ ਕੇ ਕਿਸਾਨ ਅਨਾਜ ਦੀ ਰਾਖੀ ਕਰਦਾ ਹੈ, ਉਸੇ ਤਰਾਂ ਰਾਜਾ ਆਪਣੇ ਰਾਜ ਦੇ ਦੋਖੀਆਂ ਦਾ ਨਾਸ਼ ਕਰਕੇ ਆਪਣੀ ਸਲਤਨਤ ਦੀ ਸ਼ੰਭਾਲ ਕਰੇ।

(111) ਜੋ ਰਾਜਾ ਬਿਨਾਂ ਵਜ੍ਹਾ ਤੇ ਬਿਨਾਂ ਵਿਚਾਰੇ ਪਰਜਾ ਨੂੰ ਦੁੱਖ ਦਿੰਦਾ ਹੈ, ਉਹ ਪਰਜਾ ਵਲੋਂ ਨਿੰਦਿਆ ਜਾਂਦਾ ਹੈ। ਛੇਤੀਂ ਹੀ ਉਸਦੇ ਸਨਬੰਧੀਆਂ ਸਮੇਤ, ਉਸਦੇ ਰਾਜ ਅਤੇ ਜੀਵਨ ਦਾ ਅੰਤ ਹੋ ਜਾਂਦਾ ਹੈ।

(112) ਜਿਸ ਤਰਾਂ ਸਰੀਰ ਨੂੰ ਦੁੱਖ ਦੇਣ ਨਾਲ ਸਵਾਸ ਮੁੱਕ ਜਾਂਦੇ ਹਨ (ਮੌਤ ਹੋ ਜਾਂਦੀ ਹੈ), ਇਸੇ ਤਰਾਂ ਪਰਜਾ ਨੂੰ ਦੁਖੀ ਕਰਨ ਵਾਲੇ ਰਾਜੇ ਦੇ ਰਾਜ ਅਤੇ ਪਰਾਣਾਂ ਦਾ ਭੀ ਅੰਤ ਆ ਜਾਂਦਾ ਹੈ।

(113) ਰਾਜੇ ਨੂੰ, ਆਪਣੇ ਰਾਜ ਦੀ ਰੱਖਿਆ ਅਤੇ ਸੁਰੱਖਿਆ ਲਈ ਯਤਨਸ਼ੀਲ ਰਹਿਣਾ ਚਾਹੀਦਾ ਹੈ, ਕਿਉਂਕਿ ਉਹੀ ਰਾਜਾ ਸੁਖੀ ਰਹਿ ਸਕਦਾ ਹੈ ਜਿਸਦਾ ਰਾਜ ਪ੍ਰਬੰਧ ਠੀਕ ਹੋਵੇ।

(114) ਰਾਜੇ ਨੂੰ ਚਾਹੀਦਾ ਹੈ ਕਿ ਉਹ ਆਪਣੇ ਰਾਜ ਦੀ ਕਨੂੰਨ ਵਿਵਸਥਾ ਨੂੰ ਠੀਕ ਰੱਖਣ ਲਈ, ਲੋੜ ਮੁਤਾਬਿਕ, ਹਰ ਦੋ ਜਾਂ ਤਿੰਨ ਜਾਂ ਪੰਜ ਪਿੰਡਾਂ ਪਿੱਛੇ ਪੁਲਿਸ ਚੌਕੀ ਅਤੇ ਸੌ ਪਿੰਡਾਂ ਪਿੱਛੇ ਥਾਣਿਆਂ, ਤਹਿਸੀਲਾਂ ਅਤੇ ਜ਼ਿਲਾ ਪੱਧਰੀ ਪੁਲੀਸ ਸਟੇਸ਼ਨ ਸਥਾਪਤ ਕਰਕੇ ਲੋੜੀਂਦੇ ਕਰਮਚਾਰੀ ਰੱਖੇ।

(115) ਯੋਗਤਾ ਅਨੁਸਾਰ, ਹਰ ਪਿੰਡ ਦਾ ਇੱਕ ਲੰਬੜਦਾਰ (ਰਾਜੇ ਦਾ ਪ੍ਰਤੀਨਿਧ), ਹਰ ਦਸ ਪਿੰਡਾਂ ਦਾ ਇੱਕ ਜਗੀਰਦਾਰ, ਫਿਰ ਸੌ ਤੋਂ ਪੰਜ ਸੌ ਪਿੰਡਾਂ ਦਾ ਇੱਕ ਚੌਧਰੀ, ਅਤੇ ਹਜ਼ਾਰ ਪਿੰਡਾਂ ਦਾ ਇੱਕ ਹਾਕਮ (ਗਵਰਨਰ) ਨਿਯੁਕਤ ਕਰੇ।

ਟਿੱਪਣੀ:- *ਉਸੇ ਅਧਾਰ ਤੇ ਅੱਜ ਭੀ ਨਿਆਂ ਪ੍ਰਣਾਲੀ ਦਾ ਉਹੀ ਢਾਂਚਾ ਚੱਲਦਾ ਆ ਰਿਹਾ ਹੈ, ਜਿਵੇਂ ਪਿੰਡ ਦੀ ਪੰਚਾਇਤ, ਸ਼ਹਿਰ ਦਾ ਥਾਣਾ, ਤਹਿਸੀਲ ਦੀ ਕਿਚਹਰੀ, ਜ਼ਿਲੇ ਦੀ ਕਚਹਿਰੀ, ਪ੍ਰਦੇਸ਼ ਦੀ ਅਦਾਲਤ (ਹਾਈ ਕੋਰਟ) ਉੱਚ ਅਦਾਲਤ (ਸੁਪਰੀਮ ਕੋਰਟ), ਰਾਜੇ ਕੋਲ ਰਹਿਮ ਦੀ ਅਪੀਲ (ਰਾਸ਼ਟਰਪਤੀ ਕੋਲ ਅਰਜ਼ੋਈ)।*

(116) ਪਿੰਡ ਦਾ ਲੰਬੜਦਾਰ, ਮਾਮਲਾ ਉਗਰਾਹੇ ਅਤੇ ਪਿੰਡ ਦੇ ਝਗੜਿਆਂ ਨੂੰ ਨਬੇੜੇ। ਜੇ ਉਹ ਨਾ ਸੁਲਝਾ ਸਕੇ ਤਾਂ ਆਪਣੇ ਤੋਂ ਅਗਲੀ ਪੌੜੀ ਦੇ ਜਗੀਰਦਾਰ (ਦਸ ਪਿੰਡਾਂ ਦੇ ਮਾਲਕ) ਦੀ ਕਚਹਿਰੀ ਦੇ ਸਪੁਰਦ ਕਰੇ।

(117) ਜੇ ਕੋਈ ਐਸਾ ਝਗੜਾ ਹੋਵੇ ਜੋ ਦਸ ਪਿੰਡਾਂ ਦੇ ਹਾਕਮ ਤੋਂ ਹੱਲ ਨਾ ਹੋ ਸਕੇ ਤਾਂ ਅੱਗੇ ਸੌ ਪਿੰਡਾਂ ਦੇ ਚੌਧਰੀ ਅਤੇ ਕਰਮ ਵਾਰ ਅਖੀਰ ਮਾਮਲਾ ਹਜ਼ਾਰ ਪਿੰਡਾਂ ਦੇ ਹਾਕਮ ਦੇ ਵਸ ਵਿੱਚ ਭੀ ਨਾ ਰਹੇ ਤਾਂ ਮਾਮਲਾ ਰਾਜੇ ਦੀ ਕਚਹਿਰੀ ਵਿੱਚ ਪੇਸ਼ ਕੀਤਾ ਜਾਵੇ।

(118) ਪਿੰਡਾਂ ਵਾਲੇ, ਨਿਯਮਤ ਤੌਰ ਤੇ ਆਪਣੀ ਆਮਦਨੀ ਵਿੱਚੋਂ ਬਣਦਾ ਕਰ, ਪਿੰਡ ਦੇ ਲੰਬੜਦਾਰ ਨੂੰ ਦੇਣ ਅਤੇ ਉਹ ਆਪਣੀ ਪੱਤੀ ਰੱਖ ਕੇ ਬਾਕੀ ਰਾਜੇ ਦੇ ਖਜਾਨੇ ਵਿੱਚ ਜ਼ਮ੍ਹਾਂ ਕਰਵਾਏ।

(119) ਦਸ ਪਿੰਡਾਂ ਦੇ ਹਾਕਮ ਨੂੰ ਹੱਕ ਹੈ ਕਿ ਉਹ ਇੱਕ 'ਕੁਲ੍ਹਾ' ਜ਼ਮੀਨ ਦੇ ਮਾਮਲੇ ਦੀ ਰਕਮ ਆਪਣੇ ਕੋਲ ਰੱਖ ਸਕਦਾ ਹੈ। ਵੀਹ ਪਿੰਡਾਂ ਦਾ ਹਾਕਮ, ਪੰਜ ਕੁਲ੍ਹਿਆਂ ਦਾ ਮਾਮਲਾ। ਸੌ ਪਿੰਡਾਂ ਦਾ ਹਾਕਮ, ਇੱਕ ਪਿੰਡ ਦੀ ਜ਼ਮੀਨ ਦਾ ਮਾਮਲਾ ਅਤੇ ਹਜ਼ਾਰ ਪਿੰਡਾਂ ਦਾ ਚੌਧਰੀ ਆਪਣੀ ਉਪਜੀਵਕਾ ਲਈ ਇੱਕ ਨਗਰ ਦੇ ਮਾਮਲੇ ਦੇ ਬਰਾਬਰ ਦੀ ਰਕਮ ਆਪਣੇ ਲਈ ਰੱਖ ਸਕਦਾ ਹੈ।

ਮਾਮਲਾ**:-** *ਰਾਜੇ ਦੇ ਵਿਤੀ ਵਿਭਾਗ ਵਲੋਂ ਜ਼ਮੀਨ ਦੇ ਬਜ਼ਾਰੀ ਮੁੱਲ ਤੇ ਅਧਾਰਤ ਸਲਾਨਾ ਕਰ।*

ਕੁਲ੍ਹਾ**:-** *ਦੋ ਹਲਾਂ ਅਤੇ ਬਲਦਾਂ ਦੀਆਂ ਤਿੰਨ ਜੋੜੀਆਂ ਨਾਲ ਜਿਤਨੀ ਜ਼ਮੀਨ ਵਾਹੀ ਜਾ ਸਕਦੀ ਹੈ, ਉਸਨੂੰ ਇੱਕ ਕੁਲ੍ਹਾ ਕਿਹਾ ਜਾਂਦਾ ਹੈ।*

(120) ਪਿੰਡਾਂ ਅਤੇ ਨਗਰ ਸਭਾਵਾਂ ਦੇ ਹੁਕਮਰਾਨਾਂ ਵਲੋਂ ਨਿਭਾਈਆਂ ਜਾਦੀਆਂ ਸੇਵਾਵਾਂ ਅਤੇ ਉਨਾਂ ਦੇ ਨਿਜੀ ਕੰਮਾਂ ਦਾ ਨਰੀਖਣ (ਨਿਗ੍ਹਾ ਰੱਖਣ ਲਈ) ਕਰਨ ਲਈ, ਰਾਜਾ ਆਪਣੇ ਕਿਸੇ ਤੀਖਣ ਬੁੱਧੀ ਵਾਲੇ ਭਰੋਸੇਮੰਦ ਮੰਤ੍ਰੀ ਨੂੰ ਨਿਯੁਕਤ ਕਰੇ।

(121) ਹਰ ਵੱਡੇ ਨਗਰ ਵਿੱਚ ਰਾਜੇ ਵਲੋਂ ਨਾਮਯਦ ਕੀਤਾ ਹੋਇਆ ਇੱਕ ਐਸਾ ਪ੍ਰਤੀਨਿਧ ਹੋਵੇ ਜੋ ਹਰ ਕੰਮ ਉੱਪਰ ਨਿਗ੍ਹਾ ਰੱਖੇ, ਜਿਸਦੇ ਸਖਤ ਸੁਭਾਅ ਅਤੇ ਰੁਤਬੇ ਦੇ ਡਰ ਕਾਰਨ, ਲੋਕ ਕਨੂੰਨ ਦੀ ਉਲੰਘਣਾ ਨਾ ਕਰਨ। ਜਿਸਦੀ ਦਿੱਖ ਅਤੇ ਸ਼ਖਸੀਅਤ ਇਸ ਤਰਾਂ ਹੋਵੇ ਜਿਵੇਂ ਨਛੱਤ੍ਰਾਂ ਵਿੱਚੋਂ ਵੱਖਰਾ ਅਤੇ ਚਮਕਦਾ ਸ਼ੁੱਕਰਗ੍ਰਹਿ ਵਾਂਗ ਨਜ਼ਰ ਆਉਂਦਾ ਹੋਵੇ ਅਤੇ ਉਹ-

MANUSMRITI 153

(122) ਸਾਰੇ ਇਲਾਕੇ ਵਿੱਚ ਵੱਖ ਵੱਖ ਥਾਵਾਂ ਤੇ ਜਾ ਕੇ ਜਾਂ ਆਪਣੇ ਖੁਫੀਆ ਦੂਤਾਂ ਰਾਹੀਂ ਸਾਰੇ ਮਹਿਕਮਿਆਂ ਦੇ ਕਰਮਚਾਰੀਆਂ ਅਤੇ ਚੱਲ ਰਹੇ ਕੰਮਾਂ ਦੀ ਨਿਗਰਾਨੀ ਰੱਖੇ। ਕਿਉਂਕਿ-

(123) ਬਹੁਤੀ ਵਾਰ (ਅਕਸਰ) ਰਾਜੇ ਵਲੋਂ ਪਰਜਾ ਦੀ ਸੇਵਾ ਹਿੱਤ ਰੱਖੇ ਹੋਏ ਕਰਮਚਾਰੀ ਭ੍ਰਿਸ਼ਟ (ਵੱਢੀ ਖੋਰ) ਹੋ ਜਾਂਦੇ ਹਨ ਤੇ ਦੂਸਰਿਆਂ ਦੀ ਜਾਇਦਾਦ ਹੜੱਪ ਲੈਂਦੇ ਹਨ।
ਰਾਜਾ ਆਪਣੇ ਖੁਫ਼ੀਆ ਵਿਭਾਗ ਰਾਹੀਂ, ਪਰਜਾ ਨੂੰ ਐਸੇ ਭ੍ਰਿਸ਼ਟ ਲੋਕਾਂ ਤੋਂ ਬਚਾ ਕੇ ਰੱਖਣ ਦਾ ਪੂਰਾ ਪ੍ਰਬੰਧ ਰੱਖੇ।

(124) ਰਾਜੇ ਨੂੰ ਉਨ੍ਹਾਂ ਭ੍ਰਿਸ਼ਟ ਕਰਮਚਾਰੀਆਂ ਦੀ ਜਾਇਦਾਦ ਕੁਰਕ ਲੈਣੀ ਚਾਹੀਦੀ ਹੈ ਤੇ ਦੇਸ਼ ਨਿਕਾਲ਼ਾ ਦੇਣਾ ਚਾਹੀਦਾ ਹੈ, ਜੋ ਉਸ ਪ੍ਰਤੀ ਬੁਰੀ ਭਾਵਨਾ ਰੱਖਦੇ ਹੋਣ ਤੇ ਰਿਸ਼ਵਤ ਲੈ ਕੇ ਕੰਮ ਕਰਦੇ ਹੋਣ।

(125) ਸ਼ਾਹੀ ਘਰਾਣੇ ਦੀ ਸੇਵਾ ਲਈ ਨਿਯੁਕਤ, ਦਾਸ ਦਾਸੀਆਂ (ਸੇਵਕ ਵਰਗ) ਦੀ ਤਨਖਾਹ ਅਤੇ ਪਦਵੀ, ਉਨ੍ਹਾਂ ਵਲੋਂ ਰੋਜ਼ਾਨਾ ਕੀਤੇ ਕੰਮਾਂ ਅਤੇ ਯੋਗਤਾ ਤੇ ਨਿਰਧਾਰਤ ਹੋਣੀ ਚਾਹੀਦੀ ਹੈ।

(126) ਛੋਟੇ ਦਰਜੇ ਦੇ ਮੁਲਾਜ਼ਮ (ਸਫ਼ਾਈ ਕਰਨ ਵਾਲੇ, ਕੂੜਾ ਚੱਕਣ ਵਾਲੇ ਆਦਿ) ਨੂੰ, ਘੱਟ ਤੋਂ ਘੱਟ ਇੱਕ ਪਣਾ (ਇੱਕ ਪਾਈ) ਅਤੇ ਵੱਧ ਤੋਂ ਵੱਧ ਛੇ ਪਣਾ (ਪਾਈਆਂ) ਰੋਜ ਦਿਤੀਆਂ ਜਾਣ। ਹਰ ਛੇ ਮਹੀਨੇ ਮਗਰੋਂ ਦੋ ਜੋੜੇ ਨਵੇਂ ਬਸਤਰ ਅਤੇ ਇੱਕ ਭੜੋਲੀ (ਇੱਕ ਦਰੋਣਾ = ਅੱਜ ਦਾ ਇੱਕ ਮਣ= 64 ਸੇਰ) ਅੰਨ ਹਰ ਮਹੀਨੇ ਦਿੱਤਾ ਜਾਵੇ।

ਨੋਟ:- *ਪੁਰਤਨ ਸਮੇਂ ਦੇ ਤੋਲ- ਅੱਠ ਮੁੱਠਾਂ =ਇੱਕ ਕਿੰਚਤ, ਅੱਠ ਕਿੰਚਤ =ਇੱਕ ਪੁਸ਼ਕਲ, ਚਾਰ ਪੁਸ਼ਕਲ = ਇੱਕ ਆਡਕ, ਚਾਰ ਆਡਕ =ਇਕ ਦਰੋਣ। ਅੱਠ ਦਰੋਣ = ਇੱਕ ਮਣ*

(127) ਵਪਾਰੀ ਲੋਕਾਂ ਵਲੋਂ, ਸਾਲ ਦੀ ਖਰੀਦ ਅਤੇ ਵਿੱਕਰੀ, ਢੋਆ ਢੁਆਈ ਦੀ ਲਾਗਤ, ਮਾਲ ਦੀ ਸਾਂਭ ਸੰਭਾਲ ਦਾ ਖਰਚਾ ਅਤੇ ਵਪਾਰ ਲਈ ਰੋਜ਼ਾਨਾ ਹੋਣ ਵਾਲੇ ਖਰਚਿਆਂ ਨੂੰ ਧਿਆਨ ਵਿੱਚ ਰੱਖਦਿਆਂ ਹੀ, ਰਾਜੇ ਨੂੰ ਆਮਦਨ ਕਰ (ਟੈਕਸ) ਦੀ ਦਰ ਤੈਅ ਕਰਨੀ ਚਾਹੀਦੀ ਹੈ।

(128) (ਰਾਜੇ ਨੂੰ ਚਾਹੀਦਾ ਹੈ ਕਿ ਉਹ, ਕਰ ਦੀ ਦਰ ਬੜੇ ਸੋਚ ਵਿਚਾਰ ਨਾਲ ਇਸ ਤਰਾਂ ਲਾਗੂ ਕਰੇ, ਜੋ ਰਾਜਾ ਅਤੇ ਕਰ ਦੇਣ ਵਾਲੇ ਦੀ ਇੱਛਾ ਦੇ ਅਨਕੂਲ ਹੋਵੇ।

(129) ਜਿਸ ਤਰਾਂ ਇੱਕ ਜੋਕ, ਇੱਕ ਬਛੜਾ ਅਤੇ ਇੱਕ ਮੱਖੀ, ਹੌਲੀ ਹੌਲੀ ਕਿਸੇ ਨੂੰ ਪਤਾ ਲੱਗਣ ਬਿਨਾਂ ਹੀ ਆਪਣਾ ਅਹਾਰ ਪਾ ਲੈਂਦੇ ਹਨ, ਰਾਜਾ ਭੀ ਪਰਜਾ ਤੋਂ ਸਲਾਨਾ ਕਰ ਇਸ ਤਰਾਂ ਉਗਰ੍ਹਾਵੇ ਕਿ ਪਰਜਾ ਨੂੰ ਬੋਝ ਮਹਿਸੂਸ ਨਾ ਹੋਵੇ।

(130) ਵਪਾਰੀਆਂ ਕੋਲੋਂ, ਪਸ਼ੂਆਂ, ਸੋਨਾ ਅਤੇ ਤਜਾਰਤ ਦੀਆਂ ਹੋਰ ਵਸਤਾਂ ਉੱਪਰ ਵਿੱਕਰੀ ਤੇ ਹੋਏ ਲਾਭ ਦਾ ਪੰਜ੍ਹਾਵਾਂ ਹਿੱਸਾ (20% ਟੈਕਸ) ਕਰ ਲਾਵੇ। ਫਸਲਾਂ ਉੱਪਰ ਹਲਾਤ ਮੁਤਾਬਿਕ, ਲਾਭ ਦਾ ਛੇਵਾਂ, ਅੱਠਵਾਂ ਜਾਂ ਬਾਰਵਾਂ ਹਿੱਸਾ, ਕਰ ਦੀ ਦਰ ਨਿਸਚਿਤ ਕਰੇ।

(131) ਲੱਕੜ, ਮਾਸ, ਸ਼ਹਿਦ, ਦੁੱਧ ਘਿਉ, ਅਤਰ ਫਲੇਲ, ਜੜੀਆਂ ਬੂਟੀਆਂ, ਫ਼ਲ, ਫੁੱਲ ਅਤੇ ਹੋਰ ਕਰਿਆਨਾ ਪ੍ਰਚੂਨ ਆਦਿ ਤੇ ਹੋਏ ਲਾਭ ਦਾ ਛੇਵਾਂ ਹਿੱਸਾ, ਕਰ ਇਕੱਠਾ ਕਰੇ।

(132) ਪੱਤਾ (ਪਾਨ ਪੱਤਾ ਅਦਿ), ਬੂਟੇ, ਤੁਣ, ਬਾਂਸ ਛਿਟੀ (ਬੈਂਤ) ਦੀਆਂ ਬਣੀਆਂ ਚੀਜ਼ਾਂ, ਚਮੜਾ, ਧਾਤਾਂ ਦੇ ਬਣੇ ਭਾਂਡੇ, ਤੇ ਪੱਥਰ ਦੀਆਂ ਬਣੀਆਂ ਸਾਰੀਆਂ ਚੀਜ਼ਾਂ ਦੇ ਵਪਾਰਕ ਨਫ਼ੇ ਦਾ ਛੇਵਾਂ ਹਿੱਸਾ ਕਰ ਵਜੋਂ ਵਸੂਲ ਕਰੇ।

ਨੋਟ:- *'ਤੁਣ' ਸ਼ਬਦ ਭਾਵੇਂ ਗੁਰਮੁਖੀ ਵਿੱਚ ਬਹੁਤ ਵਾਰੀ ਨਹੀਂ ਵਰਤਿਆ ਗਿਆ, ਪਰ ਇਹ ਮਨੁੱਖ ਅਤੇ ਹੋਰ ਜੀਵਾਂ ਲਈ ਲੋੜੀਂਦੀ, ਬਹੁਤ ਸਾਰੀ ਬਨਸਪਤੀ ਦਾ ਸਮਾਨਾਰਥੀ (ਵਾਚਕ) ਸ਼ਬਦ ਹੈ। ਉਧਾਰਣ ਵਜੋਂ, ਇਹ ਸਭ ਤਰਾਂ ਦੇ ਘਾਹ, ਪਰਾ਼ਲੀ, ਤੂੜੀ, ਕਾ੍ਹਨੇ, ਛਿਟੀਆਂ, ਕਾਹੀ ਅਤੇ ਬੈਂਤ*

ਵਰਗੀਆਂ ਵਸਤਾਂ ਲਈ ਵਰਤੇ ਜਾਣ ਵਾਲਾ ਸ਼ਬਦ ਹੈ। ਪੁਰਤਨ ਸਮੇਂ ਵਿੱਚ 'ਤੁਣ' ਨਾਮ ਦਾ ਇੱਕ ਬਿਰਛ ਵੀ ਪਾਇਆ ਜਾਂਦਾ ਸੀ, ਜਿਸਦੀ ਲੱਕੜ ਵਜਨ ਵਿੱਚ ਬਹੁਤ ਹਲਕੀ ਪਰ ਸਖਤ ਹੁੰਦੀ ਸੀ ਅਤੇ ਸੰਗੀਤ ਦੇ ਕੀਮਤੀ ਸਾਜ਼ ਬਨਾਉਣ ਲਈ ਆਮ ਵਰਤੀ ਜਾਂਦੀ ਸੀ। ਇਸਦੀ ਦੁਰਵਰਤੋਂ ਅਤੇ ਸਾਂਭ ਨਾ ਹੋਣ ਕਾਰਣ ਦੁਰਲੱਭ ਹੋ ਗਈ ਹੈ।

(133) ਰਾਜਾ, ਭਾਵੇਂ ਧੰਨ ਵਲੋਂ ਤੰਗੀ ਵਿੱਚ ਕਿਉਂ ਨਾ ਹੋਵੇ, ਵੇਦ ਪਾਠੀ ਬ੍ਰਾਹਮਣ (ਸਰੋਤ੍ਰੀਆ) ਤੋਂ ਕਦੇ ਕੋਈ ਕਰ ਨਾ ਲਵੇ। ਉਸਦੇ ਰਾਜ ਵਿੱਚ ਕੋਈ ਵੇਦ ਅਭਿਆਸੀ ਬ੍ਰਾਹਮਣ ਭੁੱਖ ਦੀ ਮਾਰ ਕਰਕੇ ਦੁਖੀ ਨਹੀਂ ਹੋਣਾ ਚਾਹੀਦਾ। ਭਾਵ: ਉਸਦੀ ਸਾਂਭ ਸੰਭਾਲ ਰਾਜੇ ਦੀ ਜਿੰਮੇਦਾਰੀ ਹੈ।

(134) ਜਿਸ ਰਾਜੇ ਦੇ ਰਾਜ ਵਿੱਚ ਵੇਦ ਪਾਠੀ ਬ੍ਰਾਹਮਣ ਭੁੱਖਾ ਹੋਵੇ ਜਾਂ ਗਰੀਬੀ ਦੁੱਖੋਂ ਮਰ ਜਾਵੇ, ਉਹ ਦੇਸ਼ ਥੋੜੇ ਸਮੇਂ ਵਿੱਚ ਹੀ ਭੁੱਖਮਰੀ ਦਾ ਸ਼ਿਕਾਰ ਹੋ ਕੇ ਨਸ਼ਟ ਹੋ ਜਾਂਦਾ ਹੈ।

(135) ਬ੍ਰਾਹਮਣ ਦੀ ਤਰਸਯੋਗ ਹਾਲਤ ਦਾ ਪਤਾ ਲੱਗਣ ਤੇ, ਰਾਜਾ ਆਪਣਾ ਧਰਮ ਨਿਭਾਉਂਦਾ ਹੋਇਆ, ਉਸਦੀ ਸੇਵਾ ਸੰਭਾਲ ਦਾ ਪ੍ਰਬੰਧ ਇਸ ਤਰਾਂ ਕਰੇ ਜਿਵੇਂ ਇੱਕ ਪਿਤਾ ਆਪਣੇ ਗੋਦ ਲਏ ਪੁੱਤਰ ਲਈ ਕਰਦਾ ਹੈ।

(136) ਜਦੋਂ ਇੱਕ ਸਨਾਤਕ ਬ੍ਰਾਹਮਣ, ਰਾਜੇ ਦੀ ਸ਼ਰਣ ਵਿੱਚ ਰਹਿ ਕੇ, ਪਾਠ ਪੂਜਾ ਅਤੇ ਧਰਮ ਕਰਮ ਕਰਦਾ ਹੈ, ਉਸਦੇ ਫ਼ਲ ਵਜੋਂ ਰਾਜੇ ਦੀ ਆਰਜਾ, ਧੰਨ ਅਤੇ ਰਾਜ ਭਾਗ ਵਿੱਚ ਵਾਧਾ ਹੁੰਦਾ ਹੈ।

(137) ਰਾਜੇ ਨੂੰ ਚਾਹੀਦਾ ਹੈ ਕਿ ਆਪਣੇ ਰਾਜ ਵਿੱਚ ਛੋਟੇ ਵਪਾਰੀ ਅਤੇ ਆਮ ਮਜ਼ਦੂਰ ਅਤੇ ਦਿਹਾੜੀਦਾਰ ਲੋਕਾਂ ਦੀ ਆਮਦਨ ਉੱਪਰ ਵੀ, ਥੋੜ੍ਹਾ ਬਹੁਤ (ਤਿਲ-ਫੁੱਲ) ਕਰ ਨਿਸ਼ਚਿਤ ਕਰੇ।

(138) ਹਲਵਾਈ (ਰਸੋਈ ਦਾ ਕੰਮ ਕਰਨ ਵਾਲਾ ਪਾਚਕ), ਮਿਸਤ੍ਰੀ ਅਤੇ ਕਾਰੀਗਰ (ਸ਼ਿਲਪਕਾਰ), ਕਲਾਕਾਰ, ਬੇਲਦਾਰ ਅਤੇ ਭਾਰ ਢੋਣ ਵਾਲੇ ਸ਼ੂਦਰ, ਜੋ ਮਜ਼ਦੂਰੀ ਕਰਕੇ ਨਿਰਬਾਹ ਕਰਦੇ ਹੋਣ, ਉਨ੍ਹਾਂ ਤੋਂ ਮਹੀਨੇ ਵਿੱਚ ਇੱਕ ਦਿਨ, ਕਰ ਵਜੋਂ, ਮੁਫ਼ਤ ਵਗਾਰ ਕਰਾਵੇ (ਮੁਫ਼ਤ ਦਿਹਾੜੀ ਲੁਆਵੇ)।

(139) ਪਰਜਾ ਦੇ ਸਨੇਹੁ ਵਸ ਹੋ ਕੇ ਕਰ (ਟੈਕਸ) ਨਾ ਲੈਣਾ, ਰਾਜੇ ਲਈ ਆਪਣੀਆਂ ਜੜ੍ਹਾਂ ਵੱਢਣ ਦੇ ਬਰਾਬਰ ਹੈ। ਲਾਲਚ ਵਸ ਹੋ ਕੇ ਜ਼ਿਆਦਾ ਕਰ ਉਗਰਾਹੁਣਾ ਤੇ ਪਰਜਾ ਨੂੰ ਸਤਾਉਣਾਂ ਭੀ ਆਪਣੀਆਂ ਜੜ੍ਹਾਂ ਵੱਢਣ ਦੇ ਬਰਾਬਰ ਹੀ ਹੈ। ਇਸ ਲਈ ਰਾਜੇ ਨੂੰ ਇਹ ਦੋਵੇਂ ਕੰਮ ਨਹੀਂ ਕਰਨੇ ਚਾਹੀਦੇ ਜਿਨ੍ਹਾਂ ਨਾਲ ਰਾਜਾ ਤੇ ਪਰਜਾ ਦੋਵੇਂ ਦੁਖੀ ਹੋਣ।

(140) ਰਾਜੇ ਨੂੰ ਆਪਣਾ, ਨਰਮਾਈ ਅਤੇ ਸਖਤੀ ਵਾਲਾ ਵਾਲਾ ਵਤੀਰਾ, ਰਾਜ ਵਿੱਚ ਚਲ ਰਹੇ ਹਲਾਤਾਂ ਮੁਤਾਬਿਕ ਰੱਖਣਾ ਚਾਹੀਦਾ ਹੈ। ਐਸੇ ਸੁਭਾਅ ਕਰਕੇ ਹੀ ਪਰਜਾ ਰਾਜੇ ਦੀ ਅਧੀਨਗੀ ਵਿੱਚ ਰਹਿੰਦੀ ਹੈ।

(141) ਜੇ ਰਾਜਾ ਕਿਸੇ ਕਾਰਣ, ਆਪਣੇ ਰਾਜ ਭਾਗ ਦੇ ਕੰਮਾਂ ਤੋਂ ਥੱਕਿਆ ਹੋਵੇ ਜਾਂ ਕਿਸੇ ਹੋਰ ਕੰਮ ਵਿੱਚ ਵਿੱਚ ਰੁੱਝਾ (ਵਿਅਸਥ) ਹੋਵੇ, ਤਾਂ ਉਹ ਕਿਸੇ ਸੱਚੇ ਸੁੱਚੇ ਵਿਸ਼ਵਾਸ ਪਾਤਰ, ਅੱਛੇ ਸੂਝਵਾਨ ਅਤੇ ਖਾਨਦਾਨੀ ਧਰਮਾਤਮਾਂ ਮੰਤ੍ਰੀ ਨੂੰ ਆਪਣਾ ਮੁੱਖ ਪ੍ਰਤੀਨਿਧ ਥਾਪ ਕੇ, ਨਿਆਂ ਕਰਨ ਵਾਲੇ ਸਿੰਘਾਸਣ ਤੇ ਬਿਠਾ ਸਕਦਾ ਹੈ।

(142) ਇਸ ਤਰਾਂ ਆਪਣੀਆਂ ਯੋਗਤਾਵਾਂ ਨਾਲ, ਸਰਕਾਰ ਦੇ ਸਾਰੇ ਮਸਲਿਆਂ ਦਾ ਪ੍ਰਬੰਧ ਕਰਕੇ, ਰਾਜਾ ਆਪਣੇ ਰਾਜ ਅਤੇ ਪਰਜਾ ਦੀ ਰੱਖਿਆ ਕਰ ਸਕਦਾ ਹੈ।

(143) ਜਿਸ ਰਾਜੇ ਦੇ ਰਾਜ ਵਿੱਚ ਪਰਜਾ, ਚੋਰਾਂ ਤੇ ਡਾਕੂਆਂ ਦੇ ਡਰ ਤੋਂ ਸਹਿਮੀ ਹੋਈ ਹੋਵੇ ਤੇ ਰਾਜੇ ਨੂੰ ਮੱਦਦ ਲਈ ਦੁਹਾਈ ਦਿੰਦੀ ਹੋਵੇ, ਪਰ ਰਾਜਾ ਅਤੇ ਉਸਦੇ ਕਰਮਚਾਰੀ ਨਿਗ੍ਹਾ ਫੇਰੀ ਬੈਠੇ ਹੋਣ, ਉਹ ਰਾਜਾ ਜਿਉਂਦਿਆਂ ਹੀ ਮਰਿਆਂ ਦੇ ਬਰਾਬਰ ਹੈ।

(144) ਜਿਸ ਪਰਜਾ ਕਰਕੇ ਖੱਤਰੀ ਰਾਜਾ, ਆਪਣਾ ਰਾਜ ਭਾਗ ਭੋਗਦਾ ਅਤੇ ਜੀਵਨ ਦਾ ਅਨੰਦ ਮਾਣਦਾ ਹੈ, ਸ਼ਾਸਤ੍ਰਾਂ ਅਨੁਸਾਰ ਪਰਜਾ ਦੀ ਰੱਖਿਆ ਕਰਨਾ ਅਤੇ ਆਪਣੇ ਫਰਜ਼ਾਂ ਨੂੰ ਨਿਭਾਉਣਾ ਉਸ ਰਾਜੇ ਦਾ ਪਰਮ ਧਰਮ ਹੈ।

ਰਾਜੇ ਦੀ ਦਿੰਨ ਭਰ ਦੀ ਪ੍ਰਕਿਰਿਆ–

(145) ਰਾਜਾ ਰਾਤ ਦੇ ਆਖਰੀ ਪਹਿਰ (ਸਵੇਰ ਦੀ ਸੰਧਿਆ-ਸੂਰਜ ਨਿਕਲਣ ਤੋਂ ਪਹਿਲਾਂ) ਉੱਠੇ ਅਤੇ ਆਪਣੇ ਸ਼ਰੀਰ ਦੀ ਸੁੱਚਮਤਾ ਵਾਲੇ ਕਰਮ ਕਰੇ। ਇਕਾਗਰ ਚਿੱਤ ਨਾਲ ਪਾਠ ਤੇ ਪੰਚ ਯੱਗ ਪੂਜਾ (ਅਗਨੀ ਹੋਤਰ) ਕਰੇ। ਸਾਰੇ ਹੀ ਇਕੱਤਰ ਹੋਏ ਧਾਰਮਿਕ ਚਿੰਨ੍ਹਾਂ ਦੇ ਧਾਰਣੀ ਬ੍ਰਾਹਮਣਾਂ ਨੂੰ ਦਾਨ-ਪੁੰਨ ਅਤੇ ਆਦਰ ਮਾਣ ਕਰਕੇ, ਜੁੜੀ ਹੋਈ ਰਾਜ ਸਭਾ ਵਿੱਚ ਬਿਰਾਜੇ ।

(146) ਅਰਾਮ ਨਾਲ ਬੈਠਕੇ, ਆਪਣੇ ਸਤਿਕਾਰ ਵਿੱਚ ਇਕੱਤਰ ਹੋਈ ਪਰਜਾ ਅਤੇ ਸਭ ਫ਼ਰਿਆਦੀਆਂ (ਫਰਿਯਾਦੀਆਂ) ਦੇ ਦੁੱਖੜੇ ਅਤੇ ਸ਼ਕਾਇਤਾਂ ਸੁਣਨ ਮਗਰੋ, ਉਨ੍ਹਾਂ ਦੀ ਸੰਤੁਸ਼ਟੀ ਕਰ ਕੇ ਆਪਣੇ ਮੰਤ੍ਰੀਆਂ ਨਾਲ ਸਲਾਹ ਮਸ਼ਵਰਾ ਕਰੇ।ਅਤੇ---

(147) ਆਮ ਲੋਕਾਂ ਦੀ ਨਜ਼ਰ ਤੋ ਪਰੇ, ਆਪਣੇ ਮਹਿਲ ਵਿੱਚ ਕਿਸੇ ਗੁਪਤ ਜਗ੍ਹਾ (ਜਿੱਥੇ ਕੋਈ ਭੇਤੀ ਨਾ ਪਹੁੰਚ ਸਕੇ) ਤੇ ਬੈਠ ਕੇ ਆਪਣੇ ਮੰਤਰੀਆਂ ਨਾਲ ਰਾਜ ਪ੍ਰਬੰਧ ਅਤੇ ਦੁਸ਼ਮਣਾਂ ਨਾਲ ਨਜਿੱਠਣ ਦੀਆਂ ਗੁੱਝੀਆਂ ਗੱਲਾਂ ਕਰੇ।

(148) ਜਿਸ ਰਾਜੇ ਦੀਆਂ ਖੁਫ਼ੀਆ ਚਾਲਾਂ ਦਾ ਭੇਤ, ਰਾਜੇ ਦੇ ਮੰਤ੍ਰੀਆਂ ਨਾਲ ਨੇੜਤਾ ਰੱਖਣ ਵਾਲੇ ਲੋਕ ਭੀ ਨਾ ਪਾ ਸਕਣ, ਉਹ ਰਾਜਾ ਨਿਰਧਨ ਹੁੰਦਿਆਂ ਹੋਇਆਂ ਭੀ ਸਭ ਦੁਨੀਆ ਉੱਪਰ ਰਾਜ ਕਰਨ ਦੇ ਸਮਰੱਥ ਹੈ।

(149) ਰਾਜ ਸਬੰਧੀ ਸਲਾਹ ਮਸ਼ਵਰੇ ਸਮੇਂ, ਕੋਈ ਮੂਰਖ, ਗੁੰਗਾ, ਅੰਨ੍ਹਾਂ, ਬੋਲ਼ਾ, ਤੋਤਾ, ਮੈਨਾ, ਪੰਛੀ, ਬੁੱਢਾ, ਮਲੇਸ਼ ਇਸਤ੍ਰੀ, ਬਿਮਾਰ, ਅੰਗਹੀਣ, ਨੇੜੇ ਤੇੜੇ ਨਹੀਂ ਖੜਾ ਹੋਣਾ ਚਾਹੀਦਾ।

(150) ਸਿੱਖੇ ਹੋਏ ਪੰਛੀ (ਜਿਵੇਂ ਮੈਨਾ, ਤੋਤਾ ਆਦਿ), ਡਰਪੋਕ ਅਤੇ ਭੇਖੀ ਲੋਕ, ਖਾਸ ਕਰਕੇ ਚੰਚਲ ਔਰਤਾਂ ਤੋਂ ਸਾਵਧਾਨ ਹੋ ਕੇ ਰਹਿਣਾ ਚਾਹੀਦਾ ਹੈ, ਕਿਉਂਕਿ ਇਹ ਸਭ ਥੋੜ੍ਹਾ ਬਹੁਤਾ ਡਰ ਜਾਂ ਲਾਲਚ ਦੇ ਕਾਰਣ, ਗੁੱਝੇ ਭੇਤ ਖੋਲ੍ਹ ਦਿੰਦੇ ਹਨ।

(151) ਅੱਧੀ ਰਾਤ ਜਾਂ ਦੁਪਹਿਰ ਮਗਰੋਂ, ਜਦੋਂ ਰਾਜਾ ਅਰਾਮ ਕਰ ਹਟਿਆ ਹੋਵੇ ਅਤੇ ਮਨ ਕਰਕੇ ਸ਼ਾਂਤ ਹੋਵੇ, ਆਪਣੇ ਆਪ ਜਾਂ ਆਪਣੇ ਮੰਤ੍ਰੀਆਂ ਨੂੰ ਸੱਦ ਕੇ, ਆਪਣੇ ਰਾਜ ਵਿੱਚ, **ਧਰਮ** (**धर्म,** ਪਰਜਾ ਦੇ ਕਰਤਵਾਂ, ਫਰਜਾਂ ਅਤੇ ਚਾਰੇ ਵਰਣਾਂ ਦੀ ਸਥਿਤੀ), **ਅਰਥ** (**अर्थ**, ਖਜ਼ਾਨਾ ਅਤੇ ਮਾਇਕ ਦਸ਼ਾ) ਅਤੇ **ਕਾਮ** (**काम,** ਪਰਜਾ ਦੀਆਂ ਦੁਨਿਆਵੀ ਲੋੜਾਂ, ਅਤੇ ਸੰਤੁਸ਼ਟੀ) ਦੀ ਦਸ਼ਾ ਬਾਰੇ ਵਿਚਾਰ ਵਟਾਂਦਰਾ ਕਰੇ।

(152) ਰਾਜ ਦੇ ਜਿਨ੍ਹਾਂ ਮਸਲਿਆਂ (ਧਰਮ, ਅਰਥ ਅਤੇ ਕਾਮ ਦੇ ਮੁੱਦੇ) ਉੱਪਰ, ਪ੍ਰਸਪਰ ਟਕਰਾ ਹੋਣ ਵਾਲੀ ਹਾਲਤ ਪੈਦਾ ਹੋ ਜਾਵੇ ਤਾਂ ਉਨ੍ਹਾਂ ਨੂੰ ਨਜਿੱਠਣ ਦਾ ਯਤਨ ਕਰੇ। ਆਪਣੇ ਪ੍ਰਯੋਜਨ ਦੀ ਪੂਰਤੀ, ਰਾਜ ਦੀ ਸੁਰੱਖਿਆ ਅਤੇ ਵਾਧੇ ਬਾਰੇ ਸੋਚੇ। ਆਪਣੀਆਂ ਧੀਆਂ ਦੇ ਕੰਨਿਆਂ-ਦਾਨ (ਵਿਆਹ), ਆਪਣੇ ਪੁੱਤਰਾਂ ਦੀ ਭਲਾਈ, ਵਿਦਿਆ ਅਤੇ ਸੁਰੱਖਿਆ ਦਾ ਚਿੰਤਨ ਕਰੇ।

(153) ਉਸਨੂੰ ਹੋਰ ਦੇਸ਼ਾਂ ਵਿਚ ਆਪਣੇ ਦੂਤਾਂ ਅਤੇ ਸੂਹੀਆਂ ਨੂੰ ਭੇਜਣਾ ਚਾਹੀਦਾ ਹੈ, ਜੋ ਮਿੱਥੇ ਹੋਏ ਕਾਰਜਾਂ ਅਤੇ ਨਿਸ਼ਾਨਿਆਂ ਨੂੰ ਨਿਰਧਾਰਤ ਸਮੇਂ ਸਿਰ ਪੂਰਾ ਕਰਨ। ਮਹਿਲ ਵਿੱਚ ਰਹਿਣ ਵਾਲੀਆਂ ਰਾਣੀਆਂ, ਗੋਲੀਆਂ ਅਤੇ ਕੰਮ ਕਰਨ ਵਾਲੀਆਂ ਔਰਤਾਂ ਦੇ ਵਿਵਹਾਰ ਬਾਰੇ ਭੀ ਸੁਚੇਤ ਰਹਿਣਾ ਚਾਹੀਦਾ ਹੈ। ਉਸਨੂੰ ਆਪਣੇ ਜਸੂਸਾਂ ਦੇ ਕੰਮਾਂ ਦੀ ਜਸੂਸੀ ਕਰਨ ਲਈ ਭੀ ਜਸੂਸ ਰੱਖਣੇ ਚਾਹੀਦੇ ਹਨ।

(154) ਸਮੂੰਹਕ ਤੌਰ ਤੇ, ਰਾਜਾ ਆਪਣੇ ਰਾਜ ਵਿੱਚ ਅੱਠ ਤਰਾਂ ਦੇ ਨੀਤੀ ਸ਼ਾਸਤ੍ਰ ਦੇ ਨੁਕਤੇ (ਨਿਯਮ) ਅਤੇ ਪੰਜ ਤਰ੍ਹਾਂ ਦੇ ਆਮ ਭੇਤੀ ਲੋਕਾਂ ਬਾਰੇ ਖੁਫ਼ੀਆ ਸੂਚਨਾ ਰੱਖੇ। ਸਦਭਾਵਨਾ ਜਾਂ ਦੁਸ਼ਮਣੀ ਰੱਖਣ ਵਾਲੇ ਲੋਕਾਂ ਦਾ ਖਿਆਲ ਰੱਖੇ, ਦੂਸਰੇ ਰਾਜਾਂ ਅਤੇ ਦੁਆਲੇ ਦੇ ਲੋਕਾਂ ਦੀਆਂ ਸਰਗਰਮੀਆਂ ਦਾ ਭੀ ਖਿਆਲ ਰੱਖੇ।

ਅੱਠ ਤਰਾਂ ਦੀ ਨੀਤੀ -

ਜਿਵੇਂ:- **(1)** ਕਰ ਇਕੱਠਾ ਕਰਨਾ, **(2)** ਕਰਮਚਾਰੀਆਂ ਨੂੰ ਠੀਕ ਸਮੇਂ ਤਨਖਾਹ ਦੇਣਾ, **(3)** ਧਰਮ ਅਤੇ ਸੰਸਾਰ ਪ੍ਰਤੀ ਕਰਨੇ ਵਾਲੇ ਕੰਮਾਂ ਦਾ ਧਿਆਨ ਰੱਖਣਾ, **(4)** ਤਿਆਗਣਯੋਗ ਕੰਮਾਂ ਵਲੋਂ ਆਪਣੇ ਆਪ ਨੂੰ ਰੋਕਣਾ, **(5)** ਸ਼ੁੱਭ ਕੰਮਾਂ ਲਈ ਆਪਣੇ ਮੰਤ੍ਰੀਆਂ ਨੂੰ ਆਗਿਆ ਦੇਣਾ, **(6)** ਆਪਣੇ ਕਰਮਚਾਰੀਆਂ ਦਾ ਵਤੀਰਾ ਦੇਖਣਾ, **(7)** ਜੋ ਨਿਯਮਾਂ ਦੀ ਉਲੰਘਣਾ ਕਰੇ ਉਸਨੂੰ ਸ਼ਾਸਤਰਾਂ ਅਨੁਸਾਰ ਦੰਡ ਦੇਣਾ, **(8)** ਰਾਜ ਅਤੇ ਧਰਮ ਦੇ ਦੋਖੀਆਂ ਨੂੰ ਕੀਤੀਆਂ ਭੁੱਲਾਂ ਦਾ ਪਛਚਾਤਾਪ ਕਰਵਾਉਣਾ।

ਪੰਜ ਤਰਾਂ ਦੇ ਭੇਸਾਂ ਵਿੱਚ ਪਾਏ ਜਾਂਦੇ ਸੂਹੀਏ, ਜਿਨ੍ਹਾਂ ਤੋਂ ਰਾਜੇ ਨੂੰ ਸੁਚੇਤ ਰਹਿਣਾ ਚਾਹੀਦਾ ਹੈ, ਜਿਵੇਂ**:- (1)** ਮਿੱਤਰ ਬਣਕੇ ਧੋਖਾ ਦੇਣ ਵਾਲੇ **(2)** ਉਦਾਸੀਆਂ ਦੇ ਭੇਸ ਵਿੱਚ, **(3)** ਟੱਪਰੀ ਵਾਸ (ਬਿਨਾਂ ਕਿਸੇ ਥਾਂ ਟਿਕਾਣੇ ਤੋਂ), **(4)** ਆਪਣੇ ਹੀ ਘਰ ਦੇ ਭੇਤੀ, **(5)** ਤਪੱਸਵੀ ਦੇ ਭੇਸ ਵਿੱਚ।

(155) ਰਾਜੇ ਦੇ ਆਲੇ ਦੁਆਲੇ, ਚਾਰ ਤਰਾਂ ਦੇ ਗੁਆਂਢੀ ਰਾਜੇ ਹੋ ਸਕਦੇ ਹਨ। (1) ਬਰਾਬਰ ਦੀ ਟੱਕਰ ਵਾਲਾ (ਮੱਧਮ) ਗੁਆਂਡੀ ਰਾਜਾ, ਜਿਸ ਨਾਲ ਕੋਈ ਸੰਧੀ ਹੋ ਚੁੱਕੀ ਹੋਵੇ ਅਤੇ ਉਸਦਾ ਰਾਜ ਕਿਸੇ ਤਾਕਤ ਵਰ ਰਾਜੇ ਦੇ ਵਿਚਰਾਰ ਲਗਦਾ ਹੋਵੇ ਅਤੇ ਯੁੱਧ ਦੇ ਅਸਾਰ ਘੱਟ ਹੋਣ, (2) ਅਧਿਕ ਬਲ ਵਾਲਾ ਜਾਂ ਆਪਣੇ ਤੋਂ ਜੋਰਾਵਰ ਰਾਜਾ, ਜਿਸ ਤੋਂ ਹਮੇਸ਼ਾ ਹਮਲੇ ਦਾ ਡਰ ਰਹੇ, (3) ਛੋਟੀ ਤਾਕਤ ਰੱਖਣ ਵਾਲਾ ਜਿਸਤੋਂ ਕਿਸੇ ਕਿਸਮ ਦਾ ਕੋਈ ਖਤਰਾ ਨਾ ਹੋਵੇ, (4) ਦੁਸ਼ਮਣ, ਜਿਸ ਨਾਲ ਹਮੇਸ਼ਾ ਦੁਸ਼ਮਣੀ ਰਹਿੰਦੀ ਹੋਵੇ। ਇਨ੍ਹਾਂ ਸਾਰੀਆਂ ਪ੍ਰਸਥਿਤੀਆਂ ਦਾ ਧਿਆਨ ਰੱਖਦਿਆਂ, ਰਾਜਾ ਹਮੇਸ਼ਾ ਸੁਚੇਤ ਰਹੇ।

(156) ਸੰਖੇਪ ਵਿੱਚ ਦੱਸਦਿਆਂ, ਕਿਹਾ ਜਾ ਸਕਦਾ ਹੈ ਕਿ, ਗਵਾਂਢੀ ਰਾਜਿਆਂ ਬਾਰੇ ਉਪਰਲੀਆਂ ਚਾਰੇ ਸਥਿਤੀਆਂ ਅਤੇ ਸ਼ਾਸਤ੍ਰਾਂ ਮੁਤਾਬਿਕ, ਪਹਿਲਾਂ ਦੱਸੇ ਗਏ ਅੱਠ ਨਿਯਮਾਂ ਦਾ ਪਾਲਣ ਕਰਨ ਤੋਂ, ਕਿਸੇ ਰਾਜੇ ਦੀ ਰਾਜ ਸੱਤਾ (ਰਾਜ ਮੰਡਲ) ਦੀ ਦਸ਼ਾ ਬਾਰੇ ਪਤਾ ਲੱਗ ਸਕਦਾ ਹੈ।

(157) ਮੰਤ੍ਰੀ ਮੰਡਲ, ਦੇਸ਼, ਰਾਜੇ ਦੇ ਕਿਲੇ, ਰਾਜੇ ਦਾ ਖਜਾਨਾ, ਰਾਜੇ ਦੀ ਫੌਜ, ਇਹ ਪੰਜ ਤੇ ਇਨ੍ਹਾਂ ਨਾਲ ਸਬੰਧਿਤ ਰਾਜ ਚਲਾਉਣ ਦੇ ਨਿਯਮਾਂ ਦੀ ਗਿਣਤੀ, ਕੁਲ ਮਿਲਾ ਕੇ 11 ਬਣਦੀ ਹੈ, ਜਿਸਦੇ ਨਾਲ ਰਾਜ ਪ੍ਰਬੰਧ ਦੀ ਸਾਰੀ ਕਾਰਵਾਈ (ਪ੍ਰਕਿਰਿਆ) ਪੂਰੀ ਹੁੰਦੀ ਹੈ।

(158) ਰਾਜਾ ਆਪਣੇ ਗਵਾਂਢੀ ਦੁਸ਼ਮਣ ਰਾਜੇ ਨੂੰ ਅਤੇ ਦੁਸ਼ਮਣ ਰਾਜੇ ਦੇ ਮਿੱਤਰ ਨੂੰ ਇੱਕ ਸਮਾਨ ਜਾਣੇ। ਗਵਾਂਢੀ ਮਿੱਤਰ ਰਾਜਾ ਤੇ ਉਸਦੇ ਮਿੱਤਰ ਨੂੰ ਭੀ ਮਿੱਤਰ ਸਮਾਨ ਹੀ ਸਮਝੇ। ਜੋ ਇਨ੍ਹਾਂ ਦੋਹਾਂ ਤੋਂ ਪਰੇ ਹੈ ਉਸਤੋਂ ਕੋਈ ਖਤਰਾ ਨਾ ਸਮਝੇ।

(159) ਨੀਤੀ ਸ਼ਾਸਤ੍ਰ ਦੇ ਚਾਰ ਨਿਯਮਾਂ ਨੂੰ ਵਰਤਦਿਆਂ (1) ਸਾਮ-ਸਮਝਾ ਕੇ, (2) ਦਾਮ-ਮਾਇਕ ਲੋਭ ਦੇ ਕੇ, (3) ਦੰਡ-ਬਾਹੂ ਬਲ ਨਾਲ, (4) ਭੇਤ ਲੈ ਕੇ ਜਾਂ ਧੋਖਾ ਦੇ ਕੇ, ਜਾਂ ਜਿਸ ਤਰਾਂ ਭੀ ਹੋ ਸਕੇ, (ੳ) ਆਪਣੀ ਫੌਜੀ ਪ੍ਰਦਰਸ਼ਣੀ (ਤਾਕਤ) ਨਾਲ, (ਅ) ਸਦਭਾਵਨਾ ਨਾਲ, (ੲ) ਸੰਧੀ ਨਾਲ, (ਸ) ਜਾਂ ਲਾਲਚ ਦੇ ਕੇ ਆਪਣੇ ਦਬਾ ਥੱਲੇ ਰੱਖੇ।

(160) ਰਾਜੇ ਲਈ ਜ਼ਰੂਰੀ ਹੈ ਕਿ ਉਹ, ਅੱਗੇ ਦੱਸੇ ਰਾਜਨੀਤੀ ਦੇ ਛੇ ਸ਼ਾਹੀ ਨੁਕਤਿਆਂ ਬਾਰੇ ਸਦਾ ਸੁਚੇਤ ਰਹੇ:-

(ੳ) ਬਿਪਤਾ ਸਮੇਂ ਭਾਰੂ ਰਾਜੇ ਨਾਲ ਕੁਝ ਸ਼ਰਤਾਂ ਨਾਲ ਸਮਝੌਤਾ ਕਰ ਲੈਣਾ।

MANUSMRITI 157

(ਅ) ਦੂਸਰੇ ਰਾਜਿਆਂ ਦੀਆਂ ਫੌਜਾਂ ਅਤੇ ਪਰਜਾ ਢਾਵਾਂਡੋਲ ਹੋਵੇ ਤਾਂ ਝੱਟ ਮੌਕੇ ਦਾ ਫਾਇਦਾ ਉਠਾ ਕੇ ਹਮਲਾ ਕਰਨਾ।

(ੲ) ਪਤਾ ਰੱਖਣਾ ਕਿ ਜਦੋਂ ਦੁਸ਼ਮਣ ਰਾਜਾ, ਪਰਜਾ ਨਾਲ ਅਨਿਆਂ ਕਰ ਰਿਹਾ ਹੋਵੇ ਅਤੇ ਆਪਣੇ ਮੁੱਖ ਅਧਿਕਾਰੀਆਂ ਦਾ ਭਰੋਸਾ ਗਵਾ ਲਵੇ, ਤਦ ਹਮਲਾ ਕਰਨਾ।

(ਸ) ਕਿਸੇ ਰਾਜੇ ਦੀ ਅਧੀਨਗੀ ਪ੍ਰਵਾਨ ਕਰ ਲੈਣੀ ਜੇ ਉਹ ਰਾਜਾ ਉਸਦੇ ਸ਼ੱਤਰੂ ਰਾਜੇ ਨਾਲੋਂ ਜ਼ਿਆਦਾ ਸ਼ਕਤੀਸ਼ਾਲੀ ਹੋਵੇ।

(ਹ) ਜਦੋਂ ਰਾਜਾ ਸਮਝੇ ਕਿ ਮੇਰਾ ਸ਼ੱਤਰੂ ਰਾਜਾ ਏਨਾ ਸਮਰੱਥ ਨਹੀਂ ਕਿ ਉਹ ਉਸਦਾ ਕੁਝ ਵਿਗਾੜ ਸਕੇ ਅਤੇ ਉਸ ਨਾਲ ਯੁੱਧ ਕਰਨ ਵਿੱਚ ਕੋਈ ਲਾਭ ਨਹੀ ਤਾਂ ਕੋਈ ਝਗੜਾ ਨਾ ਕਰੇ।

(ਕ) ਕਿਸੇ ਦੁਸਰੇ ਰਾਜੇ ਨਾਲ ਸੰਧੀ ਕਰਨ ਤੋਂ ਪਹਿਲਾਂ ਵਿਚਾਰੇ ਕਿ ਕੋਈ ਦੋਗਲੀ ਚਾਲ ਤਾਂ ਨਹੀਂ ਖੇਡੀ ਜਾ ਰਹੀ।

(161) ਲੜਾਈ ਦੇ ਆਸਾਰ ਪੈਦਾ ਹੋਣ ਤੇ, ਰਾਜੇ ਨੂੰ ਚਾਹੀਦਾ ਹੈ ਕਿ, ਇਕਾਗਰਤਾ ਨਾਲ ਬੈਠ ਕੇ ਮੌਕਾ ਵਿਚਾਰੇ ਕਿ ਕੋਈ ਰਣਨੀਤੀ ਖੇਡ੍ਹੀ ਜਾਵੇ ਜਾਂ ਦੂਸਰੇ ਰਾਜੇ ਨਾਲ ਸੰਧੀ ਕਰਨ ਵਿੱਚ ਜਾਂ ਯੁੱਧ ਕਰਨ ਵਿੱਚ ਫ਼ਾਇਦਾ ਹੈ ।ਆਪਣੀ ਫੌਜ ਦੇ ਦਸਤਿਆਂ ਨੂੰ ਵੰਡ ਕੇ ਯੁੱਧ ਕਰਨਾ ਹੈ ਜਾਂ ਦੂਸਰੇ ਰਾਜੇ ਦੀ ਸ਼ਰਨ ਲੈ ਲੈਣੀ ਚਾਹੀਦੀ ਹੈ।

(162) ਰਾਜੇ ਨੂੰ ਧਿਆਨ ਰੱਖਣਾ ਚਾਹੀਦਾ ਹੈ ਕਿ, ਸੰਧੀ ਅਤੇ ਯੁੱਧ ਦੇ, ਦੋ ਭੇਦ ਹਨ ਅਤੇ ਯੁੱਧ ਸਮੇਂ ਫੌਜ ਦੀ ਚਾਲ ਅਤੇ ਛਾਉਣੀ (ਚਾਨਮਾਈ, cantonment) ਪਾਕੇ ਬੈਠਣਾ ਭੀ ਦੋ ਤਰਾਂ ਦਾ ਹੈ।ਦੂਸਰੇ ਰਾਜੇ ਦੀ ਸ਼ਰਣ (ਪਨਾਹ) ਲੈਣ ਦੇ ਭੀ ਦੋ ਤਰੀਕੇ ਹਨ।

(163) ਦੋ ਤਰਾਂ ਦੀ ਸੰਧੀ :- **(ੳ)** ਮੌਕਾ ਦੇਖ ਕੇ ਜਾਂ ਆਉਣ ਵਾਲੇ ਸਮੇਂ ਨੂੰ ਵਿਚਾਰਕੇ ਲੜਾਈ ਸਮੇਂ ਮਿੱਤਰ ਰਾਜੇ ਦੀ ਮੱਦਦ ਲਈ ਨਾਲ ਤੁਰ ਪੈਣਾ, ਇਸਨੂੰ ਸਮਾਨ-ਕਰਮਾ (ਬਰਾਬਰ ਦੀ ਭਾਗੇਦਾਰੀ) ਸੰਧੀ ਕਿਹਾ ਜਾਂਦਾ ਹੈ।

(ਅ) ਜੇ ਰਾਜਾ, ਆਪਣੇ ਮਿੱਤਰ ਰਾਜੇ ਦੇ ਦੁਸ਼ਮਣ ਨਾਲ, ਆਪਣੇ ਵਲੋਂ ਬਿਨਾਂ ਕਿਸੇ ਹਿੱਸੇਦਾਰੀ ਜਾਂ ਗੱਠ ਜੋੜ ਦੇ, ਮੱਦਦ ਕਰਨ ਕਈ ਲਈ ਹਮਲਾ ਕਰ ਦੇਵੇ ਤਾਂ ਉਸਨੂੰ ਬਿਨਾ ਗੱਠ-ਜੋੜ ਵਾਲੀ ਸੰਧੀ ਕਿਹਾ ਜਾਂਦਾ ਹੈ।

(164) ਯੁੱਧ ਛੇੜਨ ਦੀਆਂ ਦੀਆਂ ਭੀ ਦੋ ਸਥਿਤੀਆਂ (ਕਾਰਣ) ਹੋ ਸਕਦੀਆਂ ਹਨ। (ੳ) ਜਦੋਂ ਮਿੱਤ੍ਰਤਾ ਦੁਸ਼ਮਣੀ ਵਿੱਚ ਬਦਲ ਜਾਵੇ ਤਾਂ ਕੋਈ ਖਾਸ ਮੌਕਾ ਦੇਖ ਕੇ ਜਾਂ ਅਚਾਨਕ ਆਪਣੀ ਮਰਜ਼ੀ ਨਾਲ ਯੁੱਧ ਛੇੜਨਾ। (ਅ) ਆਪਣੇ ਮਿੱਤਰ ਰਾਜੇ ਦੀ ਹਾਰ ਹੁੰਦੀ ਦੇਖ ਕੇ ਉਸਦੀ ਖਾਤਰ ਮੈਦਾਨ ਵਿੱਚ ਕੁੱਦਣਾ।

(165) ਹੱਲਾ ਬੋਲਣ ਦੀਆਂ ਦੋ ਸੰਭਾਵਨਾਵਾਂ ਹਨ :- **(ੳ)** ਜੇ ਹਾਲਾਤ ਐਸੇ ਹੋ ਜਾਣ ਕਿ ਯੁੱਧ ਕਰਨਾ ਪੈ ਜਾਵੇ ਤਾਂ ਚਲਾਕੀ ਨਾਲ ਇਕੱਲਿਆਂ ਅਚਾਨਕ ਸ਼ੱਤਰੂ ਤੇ ਹੱਲਾ ਬੋਲਣਾ, **(ਅ)** ਆਪਣੇ ਮਿੱਤਰ ਰਾਜੇ ਨੂੰ ਨਾਲ ਲੈ ਕੇ ਦੁਸ਼ਮਣ ਤੇ ਚੜ੍ਹਾਈ ਕਰਨਾ।

(166) ਰਾਜੇ ਦੀ ਫੌਜ ਦਾ ਇੱਕੋ ਜਗ੍ਹ ਤੇ ਛਾਉਣੀ ਪਾ ਕੇ ਟਿਕੇ ਰਹਿਣ ਦੀ ਨੀਤੀ ਦੇ ਦੋ ਕਾਰਣ ਹੋ ਸਕਦੇ ਹਨ। ਆਪਣੇ ਕਰਮਾਂ ਜਾਂ ਪੂਰਬਲੇ ਜਨਮ ਦੇ ਪਾਪਾਂ ਕਰਕੇ ਸੰਪਤੀ ਦੇ ਨਸ਼ਟ ਹੋ ਜਾਣ ਕਰਕੇ ਨਿਰਬਲ ਹੋਣਾ ਅਤੇ ਦੁਸ਼ਮਣ ਤੋਂ ਸਹਿਮੇ ਰਹਿਣਾ।ਦੂਸਰਾ ਉਸਦਾ ਰਾਜ ਦਾ ਖੁਸ਼ਹਾਲ ਹੋਣਾਂ ਅਤੇ ਆਂਢ ਗਵਾਂਢ ਦੇ ਰਾਜਿਆਂ ਨਾਲ ਕੋਈ ਵੈਰ ਵਿਰੋਧ ਜਾਂ ਖਤਰਾ ਨਾ ਹੋਣ ਕਰਕੇ, ਜ਼ਰੂਰਤ ਨਾ ਸਮਝਣਾ।

(167) ਯੁੱਧ ਦੀਆਂ ਛੇ ਚਾਲਾਂ (ਪਹਿਲਾਂ ਦੱਸੀਆਂ) ਦੇ ਜਾਨਣ ਵਾਲੇ ਖੋਜੀ ਪੁਰਸ਼ਾਂ ਨੇ, ਮਨੋਰਥ ਪੂਰਾ ਕਰਨ ਅਤੇ ਯੁੱਧ ਦੀ ਵਿਧੀ ਦੀਆਂ ਦੋ ਚਾਲਾਂ (ਦੋ ਵਿਧੀਆਂ) ਦੱਸੀਆਂ ਹਨ। ਸੈਨਾ ਦੇ ਦੋ ਹਿੱਸੇ ਕਰਕੇ,

ਆਪਣੀ ਅਤੇ ਕਿਲੇ ਦੀ ਸੁਰੱਖਿਆਂ ਲਈ, ਰਾਜਾ ਆਪ ਇੱਕ ਭਾਗ (ਹਾਥੀ, ਘੋੜੇ, ਰਾਸ਼ਨ ਪਾਣੀ ਆਦਿ ਸਾਂਭ ਕੇ) ਮੁਖੀ ਯੋਧਿਆਂ ਨੂੰ ਨਾਲ ਕਿਲੇ ਦੀ ਰਾਖੀ ਕਰੇ ਅਤੇ ਦੂਸਰਾ ਭਾਗ ਫ਼ੌਜ ਦੇ ਮੁਖੀ ਜਰਨੈਲ ਨੂੰ ਸੰਭਾਲ ਕੇ, ਲੜਾਈ ਦੇ ਮੈਦਾਨ ਵਿੱਚ ਉੱਤਰੇ।

(168) ਸ਼ੱਤਰੂ ਦੇ ਸਤਾਏ ਜਾਣ ਤੇ, ਆਪਣੀ ਸੁਰੱਖਿਆ ਅਤੇ ਪ੍ਰਯੋਜਨ ਦੀ ਸਿੱਧੀ ਦੇ ਦੋ ਤਰੀਕੇ ਹਨ। (ੳ) ਕਿਸੇ ਬਲਵਾਨ ਰਾਜੇ ਦਾ ਆਸਰਾ ਤੱਕਣਾ। ਲੜਾਈ ਦੇ ਮੈਦਾਨ ਵਿੱਚ, ਸ਼ੱਤਰੂ ਤੋਂ ਪੀੜਤ ਹੋ ਕੇ ਹਾਰ ਜਾਣ ਦਾ ਡਰ ਹੋਵੇ ਤਾਂ ਹੋਰ ਨੁਕਸਾਨ ਹੋਣ ਤੋਂ ਬਚਣ ਲਈ ਕਿਸੇ ਬਲਵਾਨ ਰਾਜੇ ਦਾ ਆਸਰਾ (ਸ਼ਰਣ) ਤੱਕਣਾ, (ਅ) ਬਲਵਾਨ ਰਾਜੇ ਦੇ ਸਤਿਕਾਰ ਵਿੱਚ ਬਿਨਾਂ ਲੜੇ ਗੋਡੇ ਟੇਕ ਕੇ ਆਪਣਾ ਮਾਣ-ਸਤਿਕਾਰ ਅਤੇ ਇੱਜ਼ਤ ਨੂੰ ਕਾਇਮ ਰੱਖਣ ਖਾਤਰ, ਉਸਦੇ ਰਾਜ ਵਿੱਚ ਸ਼ਾਮਲ ਹੋ ਜਾਣਾ (ਅਧੀਨਗੀ ਮੰਨ ਲੈਣੀ)।

(169) ਜਦੋਂ ਰਾਜੇ ਨੂੰ ਯਕੀਨ ਹੋਵੇ ਕਿ ਆਉਣ ਵਾਲੇ ਸਮੇਂ ਵਿੱਚ ਉਸਦੀ ਚੜ੍ਹਤ ਹੋਵੇਗੀ, ਪਰ ਐਸ ਵੇਲੇ ਯੁੱਧ ਕਰਨ ਵਿੱਚ ਨੁਕਸਾਨ ਹੋ ਸਕਦਾ ਹੈ ਤਾਂ ਥੋੜ੍ਹਾ ਬਹੁਤਾ ਲੈਣ ਦੇਣ ਕਰਕੇ ਦੁਸ਼ਮਣ ਨਾਲ ਸ਼ਾਂਤਮਈ ਢੰਗ ਨਾਲ ਸੰਧੀ ਕਰ ਲੈਣਾਂ ਹੀ ਉਚਿਤ ਹੈ।

(170) ਪਰ ਜਦੋਂ ਰਾਜਾ, ਆਪਣੇ ਆਪ ਅਤੇ ਆਪਣੇ ਮੰਤ੍ਰੀ ਮੰਡਲ ਨੂੰ, ਆਪਣੀ ਪਰਜਾ ਅਤੇ ਸੈਨਾ ਨੂੰ, ਪੂਰੀ ਤਰਾਂ ਚੜ੍ਹਦੀ ਕਲਾ ਵਿੱਚ ਦੇਖੇ ਅਤੇ ਦੁਸ਼ਮਣ ਤੋਂ ਜ਼ਿਆਦਾ ਤਾਕਤਵਰ ਸਮਝੇ, ਤਾਂ ਹੀ ਵੈਰੀ ਨਾਲ ਯੁੱਧ ਲਈ ਚੜ੍ਹਾਈ ਕਰਨ ਦਾ ਪ੍ਰਯੋਜਨ ਕਰੇ।

(171) ਜਦੋਂ ਰਾਜੇ ਨੂੰ ਆਪਣੇ ਬਾਹੂਬਲ ਉੱਪਰ ਪੂਰਾ ਯਕੀਨ ਹੋਵੇ ਕਿ ਉਸਦੀ ਫੌਜ ਵਿੱਚ ਖੁਸ਼ੀ ਤੇ ਜੋਸ਼ ਹੈ ਅਤੇ ਇਸਦੇ ਉਲਟ ਦੁਸ਼ਮਣ ਦੀ ਫ਼ੌਜ ਕਮਜ਼ੋਰ ਜਿਹੀ ਦਸ਼ਾ ਵਿੱਚ ਹੈ, ਤਾਂ ਰਾਜਾ ਵੈਰੀ ਉੱਪਰ ਹੱਲਾ ਬੋਲੇ।

(172) ਪਰ ਜੇ ਰਾਜਾ, ਘੋੜੇ ਗੱਡੀਆਂ ਹਾਥੀ, ਯੁੱਧ ਦੇ ਸਮਾਨ ਅਤੇ ਫੌਜ ਦੀ ਘਾਟ ਹੋਣ ਕਾਰਨ ਕਮਜੋਰ ਸਮਝੇ, ਤਾਂ ਅੱਗੇ ਵਧਣ ਨਾਲੋਂ ਇੱਕ ਜਗ੍ਹਾ ਛਾਉਣੀ ਲਾ ਕੇ ਆਪਣੀ ਫੌਜ ਦੀ ਪ੍ਰਦਸ਼ਣੀ ਕਰਦਾ ਰਹੇ ਅਤੇ ਸ਼ੱਤਰੂ ਨਾਲ ਛੇੜ-ਛਾੜ ਕਰਨ ਦੀ ਥਾਂ ਸ਼ਾਂਤੀ ਬਣਾਈ ਰੱਖੇ।

(173) ਜਦੋਂ ਰਾਜੇ ਨੂੰ ਪਤਾ ਹੋਵੇ ਕਿ ਸ਼ੱਤਰੂ ਦੀ ਸੈਨਾ ਉਸਦੀ ਸੈਨਾ ਨਾਲੋਂ ਹਰ ਪੱਖੋਂ ਤਾਕਤਵਰ ਹੈ ਤਾਂ ਆਪਣੀ ਫੌਜ ਨੂੰ, ਦੋ ਦਲਾਂ ਵਿੱਚ ਵੰਡ ਲਵੇ ਇੱਕ ਆਪਣੀ ਨਿਜੀ ਸੁਰੱਖਿਆ ਲਈ ਤੇ ਦੂਸਰਾ ਯੁੱਧ ਦੇ ਮੈਦਾਨ ਲਈ।

(174) ਜਦੋਂ ਦੁਸ਼ਮਣ ਦੀਆਂ ਫ਼ੌਜਾਂ ਦਾ, ਬੜੀ ਜਲਦੀ ਉਸਦੀ ਸੈਨਾ ਤੇ ਭਾਰੂ ਹੋਣ ਦਾ ਡਰ ਹੋਵੇ, ਤਾਂ ਬਿਨਾ ਝਿਝਕ ਕਿਸੇ ਧਰਮੀ ਅਤੇ ਬਲਵਾਨ, ਮਿੱਤਰ ਰਾਜੇ ਦੀ ਸ਼ਰਣ ਵਿੱਚ ਜਾ ਕੇ ਮੱਦਦ ਦੀ ਮੰਗ ਕਰੇ।

(175) ਐਸੀ ਨਾਜ਼ੁਕ ਸਥਿਤੀ ਦੇ ਪੈਦਾ ਹੋਣ ਦਾ ਕਾਰਣ ਦਾ ਪਤਾ ਲਗਦਿਆਂ ਅਤੇ ਸ਼ੱਤਰੂ ਦੀ ਸੈਨਾ ਤੋਂ ਡਰ ਉਤਪਨ ਹੋਣ ਦੀ ਵਜ੍ਹਾ ਨੂੰ ਵਿਚਾਰਦਿਆਂ, ਉਸੇ ਵਕਤ ਆਪਣੇ ਮਿੱਤਰ ਅਤੇ ਹਮਦਰਦੀ ਰਾਜੇ ਤੋਂ ਸੁਰੱਖਿਆ ਲੈਣੀ ਚਾਹੀਦੀ ਹੈ, ਜੋ ਇਨ੍ਹਾਂ ਦੋਹਾਂ ਸਮੱਸਿਆਵਾਂ ਨੂੰ ਹੱਲ ਕਰ ਸਕਦਾ ਹੋਵੇ। ਮਦਦ ਕਰਨ ਵਾਲੇ ਐਸੇ ਮਿੱਤਰ ਰਾਜੇ ਨੂੰ, ਗੁਰੂ ਸਮਾਨ ਜਾਣ ਕੇ ਸੇਵਾ ਕਰਨੀ ਚਾਹੀਦੀ ਹੈ।

(176) ਜੇ ਦੁਸ਼ਮਣ ਨੂੰ ਸੁਲਾਹ ਕਰਨ ਦੀ ਪੇਸ਼ਕਸ਼ ਫੇਲ੍ਹ ਹੋ ਜਾਵੇ ਅਤੇ ਦੂਸਰੇ ਬਲਵਾਨ ਰਾਜੇ ਵਲੋਂ ਮੱਦਦ ਭੀ ਨਾ ਮਿਲਣ ਤੇ, ਬਿਨਾਂ ਝਿਜਕ ਨਿਡਰ (**निःशंक**) ਹੋ ਕੇ ਯੁੱਧ ਕਰੇ।

(177) ਰਾਜਨੀਤੀ ਦੇ ਚਾਰੇ ਭੇਦਾਂ ਵਿੱਚ ਨਿਪੁੰਨ ਰਾਜੇ ਨੂੰ, ਆਪਣੇ ਮਿੱਤਰਾਂ, ਦੁਸ਼ਮਣਾਂ ਅਤੇ ਨਿਰਪੱਖ ਰਾਜਿਆਂ ਨਾਲ ਇਸ ਤਰਾਂ ਵਰਤਣਾ ਚਾਹੀਦਾ ਹੈ ਕਿ ਉਨ੍ਹਾਂ ਵਿੱਚ ਇਹ ਪਰਭਾਵ ਬਣਿਆ ਰਹੇ ਕਿ ਉਹ ਹੀ ਸਭ ਤੋਂ ਸ਼ਕਤੀਸ਼ਾਲੀ ਹੈ।

(178) ਆਪਣੇ ਬੀਤੇ ਸਮੇਂ ਦੇ ਤਜਰਬੇ ਨੂੰ ਧਿਆਨ ਵਿੱਚ ਰੱਖ ਕੇ, ਇਸ ਗੱਲ ਦਾ ਵਿਚਾਰ ਕਰੇ ਕਿ ਉਸਦੇ ਅੱਜ ਅਤੇ ਅਉਣ ਵਾਲੇ ਸਮੇਂ ਦੀਆਂ ਯੋਜਨਾਵਾਂ ਦਾ ਸਿੱਟਾ ਕੀ ਹੋ ਸਕਦਾ ਹੈ? ਇਹ ਸਭ ਕੁਝ ਦੀ ਵਿਚਾਰ ਕਰਕੇ ਹੀ ਕੋਈ ਅਗਲਾ ਕਦਮ ਪੁੱਟੇ।

(179) ਸ਼ੱਤਰੂ, ਉਸ ਰਾਜੇ ਦਾ ਕੁਝ ਨਹੀਂ ਵਿਗਾੜ ਸਕਦਾ, ਜੋ ਆਪਣੇ ਫੈਸਲੇ, ਆਉਂਣ ਵਾਲੇ ਸਮੇਂ ਵਿਚ ਹੁੰਦੇ ਨਫ਼ੇ ਤੇ ਨੁਕਸਾਨ ਨੂੰ ਧਿਆਨ ਵਿੱਚ ਰੱਖ ਕੇ ਕਰਦਾ ਹੈ ਅਤੇ ਪਿਛਲੇ ਸਮੇਂ ਵਿੱਚ ਕੀਤੇ ਫੈਸਲਿਆਂ ਦੇ ਸਿੱਟੇ ਦੇਖ ਕੇ ਵਰਤਮਾਨ ਵਿੱਚ ਫੈਸਲੇ ਕਰਨ ਨੂੰ ਆਲਸ ਨਹੀਂ ਕਰਦਾ।

(180) ਰਾਜਾ, ਐਸੇ ਤਰੀਕੇ ਦਾ ਪ੍ਰਬੰਧ ਕਰੇ ਕਿ, ਕੋਈ ਦੁਸ਼ਮਣ, ਕੋਈ ਮਿੱਤਰ ਅਤੇ ਕੋਈ ਨਿਰਪੱਖ ਰਾਜਾ, ਉਸਦਾ ਕੋਈ ਨੁਕਸਾਨ ਨਾ ਕਰ ਸਕੇ। ਸੰਖੇਪ ਵਿੱਚ, ਏਹੋ ਹੀ ਇੱਕ ਬੁੱਧੀਮਾਨ ਅਤੇ ਸੂਝਵਾਨ ਰਾਜੇ ਲਈ ਦਿਸ਼ਾ ਨਿਰਦੇਸ਼ਾਂ ਦਾ ਨਿਚੋੜ ਹੈ।

(181) ਜਦੋਂ ਕਿਸੇ ਵੈਰੀ ਦੇ ਦੇਸ਼ ਤੇ ਚੜ੍ਹਾਈ ਕਰਨੀ ਹੋਵੇ ਤਾਂ ਅੱਗੇ ਦੱਸੀਆਂ ਵਿਧੀਆਂ ਤੇ ਉਪਾਵਾਂ ਨੂੰ ਧਿਆਨ ਵਿੱਚ ਰੱਖਦਿਆਂ, ਸਹਿਜੇ ਸਹਿਜੇ ਦੁਸ਼ਮਣ ਦੀ ਸੀਮਾਂ ਅੰਦਰ ਦਾਖਲ ਹੋਵੇ।

(182) ਹਮਲਾ ਕਰਨ ਲਈ ਸਮਾਂ, ਮੱਘਰ ਦਾ ਮਹੀਨਾ ਉਚਿਤ ਸਮਝਿਆ ਜਾਂਦਾ ਹੈ। ਜਾਂ ਫਿਰ ਆਪਣੀ ਫੌਜ ਦੇ ਹਲਾਤਾਂ ਮੁਤਾਬਿਕ, ਫੱਗਣ ਜਾਂ ਚੇਤਰ ਦਾ ਮਹੀਨਾ ਭੀ ਚੁਣਿਆ ਜਾ ਸਕਦਾ ਹੈ।

(183) ਇਸ ਤੋਂ ਸਿਵਾ, ਰਾਜਾ ਹਮਲਾ ਕਰਨ ਦਾ ਕੋਈ ਹੋਰ ਸਮਾਂ ਭੀ ਚੁਣ ਸਕਦਾ ਹੈ ਜਿਸ ਵਿੱਚ ਉਹ ਆਪਣੀ ਜਿੱਤ ਨਿਸਚਿਤ ਸਮਝਦਾ ਹੋਵੇ, ਜਾਂ ਉਸਦਾ ਦੁਸ਼ਮਣ ਕਿਸੇ ਖਾਸ ਬਿਪਤਾ ਵਿੱਚੋਂ ਲੰਘ ਰਿਹਾ ਹੋਵੇ।

(184) ਪਹਿਲਾਂ, ਆਪਣੀ ਰਾਜਧਾਨੀ ਅਤੇ ਕਿਲੇ ਦੀ ਰੱਖਿਆ ਦਾ ਪ੍ਰਬੰਧ ਕਰੇ ਅਤੇ ਫਿਰ ਆਪਣੀਆਂ ਫੌਜਾਂ ਲਈ ਲੋੜੀਂਦਾ ਸਾਜ਼ੋ-ਸਮਾਨ ਲੈ ਕੇ ਫੌਜੀ ਕਾਨਵਾਈ ਤੋਰਨ ਦੀ ਮੁਹਿੰਮ ਸ਼ੁਰੂ ਕਰੇ। ਆਪਣੇ ਜਸੂਸਾਂ ਨੂੰ ਪਹਿਲਾਂ ਹੀ ਭੇਜ ਕੇ, ਉੱਚੇ ਨੀਵੇਂ ਇਲਾਕੇ ਅਤੇ ਰਸਤਿਆਂ ਦਾ ਭੇਤ (ਚਾਨਮਾਈ ਕਰ ਲਵੇ) ਲੈ ਲਵੇ।

(185) ਤਿੰਨੋ ਤਰਾਂ ਦੇ ਰਸਤਿਆਂ (ਉੱਚੇ ਨੀਵੇਂ ਪਹਾੜੀ, ਪੱਧਰੇ ਅਤੇ ਜੰਗਲੀ) ਵਿੱਚ ਆਉਣ ਵਾਲੀਆਂ ਸਾਰੀਆਂ ਮੁਸ਼ਕਿਲਾਂ ਦਾ ਪ੍ਰਬੰਧ ਕਰਕੇ, ਆਪਣੀ ਫੌਜ ਦੇ ਛੇ ਤਰਾਂ ਦੇ ਦਸਤੇ (ਹਾਥੀ ਸਵਾਰ, ਘੋੜ ਸਵਾਰ, ਰੱਥ ਸਵਾਰ, ਪਿਆਦਾ ਫ਼ੌਜ, ਖਜਾਨਾ ਤੇ ਰਾਸ਼ਨ ਵਾਲੇ, ਨੌਕਰ ਚਾਕਰ) ਨਾਲ ਲੈ ਕੇ ਪੂਰੇ ਯੁੱਧ ਦੀ ਤਿਆਰੀ ਨਾਲ ਹੌਲੀ ਹੌਲੀ ਦੁਸ਼ਮਣ ਵੱਲ ਵਧੇ।

(186) ਇਸ ਗੱਲ ਦਾ ਪੂਰਾ ਪੂਰਾ ਧਿਆਨ ਰੱਖੇ ਕਿ ਉਸਦੀ ਫ਼ੌਜ ਵਿੱਚੋਂ, ਕੋਈ ਆਪਣਾ ਮਿੱਤਰ, ਧੌਖਾ ਦੇਣ ਲਈ ਦੁਸ਼ਮਣ ਦੀ ਫ਼ੌਜ ਨਾਲ ਨਾ ਰਲਿਆ ਹੋਵੇ। ਜਾਂ ਕੋਈ ਐਸਾ ਨੌਕਰ ਜੋ ਪਹਿਲਾਂ ਰੁੱਸ ਕੇ ਦੁਸ਼ਮਣ ਦੇ ਦੇਸ਼ ਚਲਾ ਗਿਆ ਹੋਵੇ ਅਤੇ ਯੁੱਧ ਸਮੇਂ ਫਿਰ ਨਾਲ ਰਲਣਾ ਚਾਹੁੰਦਾ ਹੋਵੇ। ਐਸੇ ਲੋਕ ਬਹੁਤ ਖਤਰਨਾਕ ਸਾਬਤ ਹੋ ਸਕਦੇ ਹਨ।

(187) ਯੁੱਧ ਦੀ ਸਥਿਤੀ ਨੂੰ ਵੇਖਦਿਆਂ, ਰਾਜਾ ਆਪਣੀ ਫ਼ੌਜ ਦੀ ਕਾਨਵਾਈ ਦਾ ਪ੍ਰਦਰਸ਼ਣ ਵੱਖੋ ਵੱਖ ਤਰਾਂ ਕਰ ਸਕਦਾ ਹੈ (ਸ਼ਾਕਟ ਚਾਲ, ਬ੍ਰਾਹ ਚਾਲ, ਮਕਰ ਚਾਲ, ਸੂਰਯ ਚਾਲ, ਗਰੁੜ ਚਾਲ) ਜਿਵੇਂ:

(ੳ) ਡੰਡਾ ਚਾਲ- ਪੁਰਾਤਨ ਸਮੇਂ ਤੋਂ ਫੌਜ ਦੇ ਕੂਚ ਕਰਨ ਦੀ ਡੰਡੇ ਵਰਗੀ ਇੱਕ ਚਾਲ, ਜਿਸ ਵਿੱਚ ਅੱਗੇ ਫ਼ੌਜ ਦੇ ਜਰਨੈਲ, ਗੱਭੇ ਰਾਜਾ ਅਤੇ ਪਿੱਛੇ ਫ਼ੌਜ ਦਾ ਸੈਨਾਪਤੀ ਹੁੰਦਾ ਹੈ। ਦੋਹੀਂ ਪਾਸੀਂ ਹਾਥੀ,ਹਾਥੀਆਂ ਦੇ ਬਗਲ ਵਿੱਚ ਘੋੜੇ ਅਤੇ ਘੋੜਿਆਂ ਦੀ ਬਗਲ ਵਿੱਚ ਪੈਦਲ ਪਿਆਦੇ ਹੁੰਦੇ ਹਨ।

(ਅ) ਗੱਡੀ ਚਾਲ-ਰੱਥ ਦੀ ਸ਼ਕਲ ਵਾਲੀ ਇੱਕ ਪੁਰਾਤਨ ਫ਼ੌਜੀ ਚਾਲ, ਜਿਸ ਵਿੱਚ ਅੱਗੇ ਦੋ ਦੋ ਪਤਲੀਆਂ ਕਤਾਰਾਂ ਵਿੱਚ ਪੈਦਲ ਫ਼ੌਜ, ਪਿੱਛੇ ਗੱਡੀ ਦੇ ਪਹੀਆਂ ਵਾਂਗ ਆਸੇ-ਪਾਸੇ ਸੈਨਕਾਂ ਦੇ ਦੋ ਚੱਕਰ ਹੁੰਦੇ ਹਨ ਅਤੇ ਚੱਕਰਾਂ ਵਿਚਕਾਰ ਰਾਜਾ ਅਤੇ ਫ਼ੌਜ ਦੇ ਮੁਖੀ ਹੁੰਦੇ ਹਨ।

(ੲ) ਮਕਰ ਚਾਲ- ਪਾਣੀ ਵਾਲੇ ਘੋੜੇ ਦੀ ਸ਼ਕਲ ਦੇ ਜੀਵ ਵਾਂਗ, ਜਿਸਦੇ ਸਿਰ ਉੱਪਰ ਜਾਨਵਰਾਂ ਵਾਂਗ ਸਿੰਗ ਹੁੰਦੇ ਹਨ।ਮਹਾਂ ਭਾਰਤ ਵਿੱਚ ਕੌਰਵਾਂ ਦੀ ਫੌਜ ਵਲੋਂ ਵਰਤੀ ਗਈ, ਸੂਰਾਂ ਵਾਂਗ ਹਫੜਾ ਦਫੜੀ ਮਚਾਉਣ ਵਾਲੀ ਇੱਕ ਖਾਸ ਫੌਜੀ ਚਾਲ। ਇਸ ਦੀ ਰੂਪ ਰੇਖਾ ਵੱਖ ਵੱਖ ਤਰੀਕਿਆਂ ਨਾਲ ਦੱਸੀ ਗਈ ਹੈ।

(ਸ) ਤਿਕੋਨੀ ਚਾਲ- ਦੋ ਤਿਕੋਨਾਂ ਬਰਾਬਰ ਬਰਾਬਰ ਬਣਾ ਕੇ ਹੱਲਾ ਬੋਲਣਾ।ਤਿੱਖੀ ਤਿਕੋਨ ਦੀ ਸ਼ਕਲ ਵਾਂਗ, ਜੋ ਦੁਸ਼ਮਣ ਨੂੰ ਘੇਰਨ ਲਈ ਖਾਸ ਕਰਕੇ ਵਰਤੀ ਜਾਂਦੀ ਸੀ।

(ਹ) ਸੂਈ ਨੱਕਾ ਚਾਲ- ਸੂਈ ਦੇ ਨੱਕੇ ਦੀ ਸ਼ਕਲ ਵਾਲੀ ਫੌਜੀ ਚਾਲ। ਜੋ ਅੱਗਿਉਂ ਪਿੱਛਿਉ ਤਿੱਖੀ ਅਤੇ ਵਿਚਕਾਰੋਂ ਮੋਟੀ ਹੋਵੇ।ਜਿਸ ਵਿੱਚ, ਆਲੇ ਦੁਆਲੇ ਪਿਆਦਿਆਂ ਦੇ ਦਸਤੇ, ਅਤੇ ਵਿਚਕਾਰ, ਫੌਜੀ ਜਰਨੈਲ ਅਤੇ ਰਾਜੇ ਦੀ ਸੁਰੱਖਿਆ ਲਈ ਹਾਥੀ ਘੋੜੇ ਰੱਥ ਆਦਿ ਹੋਣ।

(ਕ) ਗਰੁੜ ਚਾਲ- ਉਡਾਰੀ ਸਮੇਂ ਗਰੁੜ ਪੰਛੀਆਂ ਵਾਂਗ ਬਣਾਈ ਹੋਈ ਸ਼ਕਲ ਵਾਲ਼ੀ ਫੌਜੀ ਚਾਲ, ਜਿੰਨ੍ਹਾਂ ਦੇ ਖੰਭ ਫੈਲੇ ਹੋਣ ।

ਟਿੱਪਣੀ:- *ਪੁਰਾਤਨ ਸ਼ਾਸਤ੍ਰਾਂ ਵਿੱਚ 118 ਤਰਾਂ ਦੀਆਂ ਫ਼ੌਜੀ ਚਾਲਾਂ ਦਾ ਜ਼ਿਕਰ ਮਿਲਦਾ ਹੈ। ਮਹਾਂ ਭਾਰਤ ਦੇ ਅਠਾਰਾਂ ਦਿਨਾਂ ਦੇ ਘਮਸਾਣ ਦੇ ਯੁੱਧ ਵਿੱਚ, ਇਸ ਤਰਾਂ ਦੀਆਂ ਤਕਰੀਬਨ 47 ਖਾਸ ਫੌਜੀ ਚਾਲਾਂ ਦੇ ਵਰਤੇ ਜਾਣ ਦਾ ਜ਼ਿਕਰ ਮਿਲਦਾ ਹੈ।*

(188) ਰਾਜੇ ਨੂੰ, ਜਿਸ ਪਾਸਿਉਂ ਭੀ ਜ਼ਿਆਦਾ ਖਤਰਾ ਨਜ਼ਰ ਆਉਂਦਾ ਦਿਸੇ, ਉਸ ਪਾਸੇ ਵਲ ਸੈਨਾ ਦਾ ਰੁਖ ਕਰੇ ਅਤੇ ਆਪ ਆਪਣੀ ਸੈਨਾ ਦੇ ਵਿਚਕਾਰ, ਕੰਵਲ ਫੁੱਲ ਵਰਗੇ ਬਣੇ ਘੇਰੇ ਦੇ ਗੱਭੇ ਰਹੇ।

(189) ਆਪਣੀ ਫ਼ੌਜ ਦੇ ਮੁੱਖ ਸੈਨਾਪਤੀ, ਉੱਪ ਸੈਨਾਪਤੀ ਤੇ ਵੱਡੇ ਅਫਸਰਾਂ ਨੂੰ ਸਾਰੇ ਪਾਸਿਉਂ ਤਾਇਨਾਤ ਕਰੇ ਅਤੇ ਖਾਸ ਕਰਕੇ ਫ਼ੌਜ ਦਾ ਮੁੱਖ ਉਸ ਪਾਸੇ ਨੂੰ ਰੱਖੇ ਜਿੱਧਰੋਂ ਖਤਰਾ ਦਿਸਦਾ ਹੋਵੇ।

(190) ਆਪਣੇ ਆਲੇ ਦੁਆਲੇ, ਸਿਰਫ ਉਨ੍ਹਾਂ ਬਹਾਦੁਰ ਸਿਪਾਹੀਆਂ ਦਾ ਘੇਰਾ ਰੱਖੇ, ਜੋ ਪੂਰੇ ਵਫ਼ਾਦਾਰ (ਭਰੋਸੇਯੋਗ) ਹੋਣ ਅਤੇ ਸਾਰੇ ਗੁਪਤ ਇਸ਼ਾਰਿਆਂ ਨੂੰ ਸਮਝਦੇ ਹੋਣ, ਅਤੇ ਬੇਖੌਫ਼ ਹੋ ਕੇ ਵਾਰ ਕਰਨ ਅਤੇ ਵਾਰ ਰੋਕਣ ਵਿੱਚ ਵਿੱਚ ਮੁਹਾਰਤ ਰੱਖਦੇ ਹੋਣ।

(191) ਜੇ ਰਾਜੇ ਕੋਲ, ਸੈਨਾ ਥੋੜੀ ਹੋਵੇ ਤਾਂ ਆਮੋਂ-ਸਾਮਣੇ ਇੱਕ ਜੁੱਟ ਹੋ ਕੇ ਯੁੱਧ ਕਰੇ ਅਤੇ ਜੇ ਜ਼ਿਆਦਾ ਹੋਵੇ ਤਾਂ ਇੱਛਾ ਅਨੁਸਾਰ ਟੁਕੜਿਆਂ ਵਿੱਚ ਤਿਕੋਨੀ ਵੰਡ ਕਰਕੇ ਯੁੱਧ ਕਰੇ। ਜੇ ਸਾਰੀ ਸੈਨਾ ਇਕੱਠੀ ਅੱਗੇ ਵਧੇ ਤਾਂ ਤੁਫ਼ਾਨ ਵਾਂਗ ਸ਼ੋਰ ਸ਼ਰਾਬਾ ਕਰਕੇ ਤੇ ਘਮਸਾਣ ਨਾਲ ਫੌਜ ਦੀਆਂ ਵੱਖੋ ਵੱਖ (ਪਹਿਲਾਂ ਦੱਸੀਆਂ) ਚਾਲਾਂ ਵਰਤ ਕੇ ਹੱਲਾ ਬੋਲੇ।

(192) ਜੇ ਲੜਾਈ ਦਾ ਮੈਦਾਨ ਖੁੱਲ੍ਹਾ ਤੇ ਪੱਧਰਾ ਹੋਵੇ, ਤਾਂ ਯੁੱਧ ਵਿੱਚ ਗੱਡੀਆਂ ਤੇ ਘੋੜਿਆਂ ਦੀ ਵਰਤੋਂ ਕਰੇ।ਜੇ ਲੜਾਈ ਦਾ ਮੈਦਾਨ ਪਾਣੀ ਨਾਲ ਘਿਰਿਆ ਹੋਵੇ ਤਾਂ ਕਿਸ਼ਤੀਆਂ ਤੇ ਤਾਰੂਆਂ ਦੀ ਵਰਤੋਂ ਕਰੇ।ਜੇ ਮੈਦਾਨ,ਦਰਖਤਾਂ ਅਤੇ ਝਾੜੀਆਂ ਵਾਲਾ ਹੋਵੇ ਤਾਂ ਤੀਰ ਅੰਦਾਜ਼ੀ ਵਰਤ ਕੇ ਲੜੇ।ਪਹਾੜੀ ਇਲਾਕੇ ਵਿੱਚ ਤਲਵਾਰਾਂ, ਢਾਲਾਂ ਅਤੇ ਹੋਰ ਲੋੜੀਂਦੇ ਹਥਿਆਰਾਂ ਨਾਲ ਯੁੱਧ ਕਰੇ।

(193) ਰਾਜੇ ਨੂੰ ਚਾਹੀਦਾ ਹੈ ਕਿ, ਕੁਰੂਕੁਸ਼ੇਤਰ, ਮਤਸਿਯ, ਪੰਚਾਲ ਆਦਿ ਦੇ ਇਲਾਕੇ (ਸੁਰਸੈਨ-ਮਥੁਰਾ ਅਤੇ ਆਲੇ ਦੁਆਲੇ ਦੇ ਕਬੀਲੇ) ਦੇ ਲੋਕ ਅਤੇ ਗੰਗਾ ਦੇ ਤੱਟ ਉੱਪਰ ਵਸਣ ਵਾਲੇ ਲੋਕ (ਕਾਨਪੁਰ ਤੋਂ ਲੈ ਕੇ ਬਨਾਰਸ ਦਾ ਇਲਾਕਾ) ਰਹਿੰਦੇ ਹੋਣ, ਜੋ ਲੰਬੇ ਪਤਲੇ ਅਤੇ ਬਹਾਦਰ ਹੋਣ, ਉਨ੍ਹਾਂ ਨੂੰ ਭਰਤੀ ਕਰਕੇ, ਲੜਾਈ ਦੇ ਮੈਦਾਨ ਵਿੱਚ ਅੱਗੇ ਲਾਵੇ।

ਨੋਟ:- *ਪਾਲੀ ਸਾਹਿਤ ਦੀਆਂ ਲਿਖਤਾਂ ਮੁਤਾਬਿਕ, ਮਤੱਸ਼ਯ ਕਬੀਲੇ ਦਾ ਸਬੰਧ ਸੁਰਸੈਨ ਦੇ ਇਲਾਕੇ ਨਾਲ ਜੁੜਿਆ ਹੋਇਆ ਹੈ। ਚੰਬਲ ਦਰਿਆ ਅਤੇ ਉਸਦੇ ਪੱਛਮ ਵਿੱਚ ਲਗਦਾ ਇੱਕ ਇਲਾਕਾ ਜੋ 'ਮਤੱਸਯ' ਨਾਮ ਦੇ ਰਾਜੇ ਦੇ ਰਾਜ ਦਾ ਹਿੱਸਾ ਸੀ। ਰਾਜਾ ਮਤੱਸਯ,* ***ਭੀਸ਼ਮ*** *ਦਾ ਸਮਕਾਲੀ ਸੀ ਅਤੇ*

ਸਤਯਾਵਤੀ *ਦਾ ਜੁੜਵਾਂ ਭਾਈ ਸੀ। ਉੱਤਰੀ ਭਾਰਤ ਦਾ ਦਿੱਲੀ ਤੋਂ ਮਥੁਰਾ ਤੀਕਰ ਦਰਿਆ ਗੰਗਾ ਨਾਲ ਲਗਦਾ ਇਲਾਕਾ ਵੀ ਸੁਰਸੈਨ ਦੇ ਰਾਜ ਭਾਗ ਦਾ ਹਿੱਸਾ ਸੀ।*

ਟਿੱਪਣੀ:- *ਸਤਿਯਾਵਤੀ ਬਾਰੇ ਦੰਦ ਕਥਾ ਪਹਿਲਾਂ ਆ ਚੁੱਕੀ ਹੈ। ਹਾਸੋਹੀਣੀ ਗੱਲ ਹੈ ਕਿ ਜਿਨ੍ਹਾਂ ਇਲਾਕਿਆਂ ਦਾ ਏਥੇ ਜ਼ਿਕਰ ਹੈ ਉਹ ਕੌਰਵਾਂ ਪਾਂਡਵਾ ਦੀ ਧਰਤੀ ਸੀ ਅਤੇ ਮਨੂੰ ਵੇਲੇ ਇਨ੍ਹਾਂ ਦੇ ਨਾਮ ਕਿੱਥੋਂ ਆ ਗਏ। ਬਹੁਤ ਕੁਝ ਰਲਗੱਡ ਹੋਇਆ ਲਗਦਾ ਹੈ। ਪਰ ਜਿਵੇਂ ਜ਼ਿਕਰ ਆਇਆ ਹੈ ਉਸੇ ਤਰਾਂ ਲਿਖ ਦਿੱਤਾ ਹੈ।*

(194) ਆਪਣੀਆਂ ਫ਼ੌਜਾਂ ਨੂੰ ਵੱਖੋ ਵੱਖ ਫੌਜੀ ਚਾਲਾਂ ਦੀ ਸਿਖਲਾਈ ਦੇ ਕੇ, ਲੜਾਈ ਦੇ ਮੈਦਾਨ ਵਿੱਚ ਜੂਝ ਕੇ ਲੜ ਮਰਣ ਵਾਲਾ ਅਤੇ ਹੌਸਲੇ ਬੁਲੰਦ ਕਰਨ ਵਾਲਾ ਭਾਸ਼ਨ ਦੇਵੇ।

ਲੜਾਈ ਦੇ ਮੈਦਾਨ ਵਿੱਚ ਸ਼ਹੀਦ ਹੋਣ ਵਾਲੇ ਨੂੰ ਸਵ੍ਰਗ ਦੀ ਪ੍ਰਾਪਤੀ ਕਰਨ ਵਾਲਾ ਅਤੇ ਮੈਦਾਨ ਛੱਡ ਜਾਣ ਵਾਲੇ ਨੂੰ ਨਰਕ ਦਾ ਭਾਗੀ ਦੱਸੇ।ਦੁਸ਼ਮਣਾਂ ਨਾਲ ਲੜਦੇ ਸਮੇਂ ਭੀ ਅਪਣੀ ਫੌਜ ਦੇ ਬਹਾਦਰਾਂ ਉੱਪਰ ਪੂਰੀ ਨਿਗ੍ਹਾ ਰੱਖੇ।

(195) ਦੁਸ਼ਮਣ ਦੀ ਫ਼ੌਜ ਕਿਲੇ ਦੇ ਅੰਦਰ ਹੋਵੇ ਜਾਂ ਬਾਹਰ, ਉਸਨੂੰ ਪੂਰੀ ਤਰਾਂ ਨਕਾਰਾ ਕਰਨ ਮਗਰੋਂ, ਉਸਦੇ ਰਾਜ ਦਾ ਅੰਨ, ਖੇਤੀ, ਬਾਲਣ, ਅਤੇ ਪਸ਼ੂਆਂ ਦਾ ਚਾਰਾ ਆਦਿ ਸਭ ਉਜਾੜ ਕੇ ਹਰ ਤਰਾਂ ਦਾ ਨੁਕਸਾਨ ਕਰੇ।

(196) ਦੁਸ਼ਮਣ ਤੇ ਹੱਲਾ ਕਰਕੇ, ਪਾਣੀ ਜਮ੍ਹਾਂ ਕਰਨ ਲਈ ਬਣੇ ਤਲਾਬ ਤੋੜ ਦੇਵੇ, ਬਚਾਅ ਲਈ ਪੁੱਟੀਆਂ ਖਾਈਆਂ ਪੂਰ ਦੇਵੇ, ਕਿਲਿਆਂ ਦੀ ਭੰਨਤੋੜ ਕਰ ਦੇਵੇ, ਅਤੇ ਰਾਤ ਸਮੇਂ ਜਿੱਤ ਦੇ ਨਗਾਰੇ ਅਤੇ ਢੋਲ ਵਜਾ ਕੇ ਦੁਸ਼ਮਣ ਨੂੰ ਭੈਭੀਤ ਕਰੇ।

(197) ਹੋ ਸਕੇ ਤਾਂ ਯੁੱਧ ਛੇੜਨ ਤੋਂ ਪਹਿਲਾਂ, ਦੁਸ਼ਮਣ ਰਾਜੇ ਦੇ ਪਰਿਵਾਰ, ਮੰਤ੍ਰੀ ਅਤੇ ਹੋਰ ਅਧਿਕਾਰੀਆਂ ਵਿੱਚ ਫੁੱਟ ਪਵਾ ਕੇ ਜਾਂ ਲਾਲਚ ਦੇ ਕੇ ਆਪਣੇ ਨਾਲ ਮਿਲਾਣ ਦੀ ਕੋਸ਼ਿਸ਼ ਕਰੇ ਅਤੇ ਉਸਦੇ ਦੇ ਰਾਜ ਦੇ ਗੁਪਤ ਭੇਤ ਜਾਣੇ।ਐਸਾ ਨਾ ਹੋ ਸਕੇ ਤਾਂ ਮੌਕਾ ਦੇਖ ਕੇ ਬੇਖੌਫ਼ ਹੋ ਕੇ ਜਿੱਤ ਪ੍ਰਾਪਤ ਕਰਨ ਲਈ ਯੁੱਧ ਛੇੜੇ।

(198) ਯੁੱਧ ਛੇੜਨ ਤੋਂ ਪਹਿਲਾਂ, ਰਾਜਾ ਹਰ ਜਾਇਜ਼ ਨਜਾਇਜ਼ ਤਰੀਕਾ (ਸਾਮ, ਦਾਮ ਅਤੇ ਭੇਤ) ਵਰਤ ਕੇ ਦੁਸ਼ਮਣ ਦੀਆਂ ਕਮਜ਼ੋਰੀਆਂ ਦੀ ਉੱਘ ਸੁੱਘ ਲਵੇ। ਯੁੱਧ ਕਰਨ ਦੀ ਬਜਾਏ, ਗੁਪਤੀ ਤੌਰ ਤੇ ਧੰਨ ਦੌਲਤ ਜਾਂ ਕੋਈ ਉਪਾਧੀ ਦੀ ਪੇਸ਼ਕਸ਼ ਕਰਕੇ ਦੁਸ਼ਮਣ ਤੇ ਜਿੱਤ ਪ੍ਰਾਪਤ ਕਰਨ ਦੀ ਕੋਸ਼ਿਸ਼ ਕਰੇ।ਪਰ ਦੋਵੇਂ ਕਿਰਿਆਵਾਂ ਇਕੱਠੀਆਂ ਕਰਨ ਦੀ ਭੁੱਲ ਨਾ ਕਰੇ।

(199) ਦੋ ਰਾਜਿਆਂ ਦੇ ਯੁੱਧ ਵਿੱਚ ਕੌਣ ਜਿੱਤੇਗਾ ਜਾਂ ਕੌਣ ਹਾਰੇਗਾ, ਇਸਦਾ ਪੱਕਾ ਭੇਤ, ਕੋਈ ਨਹੀਂ ਪਾ ਸਕਦਾ। ਇਸ ਲਈ ਯੁੱਧ ਕੀਤੇ ਬਿਨਾਂ ਜੇ ਕੋਈ ਸੰਧੀ ਹੋ ਸਕੇ ਤਾਂ ਚੰਗਾ ਹੈ।

(200) ਪਰ ਜੇ ਉੱਪਰ ਦੱਸੀਆਂ ਤਿੰਨੋ ਨੀਤੀਆਂ (ਸਾਮ, ਦਾਮ, ਭੇਤ) ਕੰਮ ਨਾ ਕਰਨ, ਤਾਂ ਦੁਸ਼ਮਣ ਨਾਲ ਯੁੱਧ ਕਰਕੇ ਪੂਰੀ ਤਰਾਂ ਜਿੱਤ ਪ੍ਰਾਪਤ ਕਰਨ ਲਈ ਤਿਆਰੀ ਕਰੇ।

(201) ਯੁੱਧ ਵਿੱਚ ਜਿੱਤ ਪ੍ਰਾਪਤ ਕਰਨ ਮਗਰੋਂ ਰਾਜਾ, ਦੇਵਤਿਆਂ ਅਤੇ ਧਾਰਮਿਕ ਆਚਰਣ ਵਾਲੇ ਵਿਦਵਾਨ ਬ੍ਰਾਹਮਣਾਂ ਦ ਆਦਰ-ਮਾਣ (ਆਉ-ਭਗਤ) ਕਰਕੇ ਉਨ੍ਹਾਂ ਦਾ ਅਸ਼ੀਰਵਾਦ ਲਵੇ। ਦੇਸ਼ ਦੇ ਜਿਨ੍ਹਾਂ ਪ੍ਰਵਾਰਾਂ ਅਤੇ ਵਸਨੀਕਾਂ ਦਾ ਜਾਨੀ ਜਾਂ ਮਾਲੀ ਨੁਕਸਾਨ ਹੋਇਆ ਹੋਵੇ, ਉਨ੍ਹਾਂ ਲਈ ਛੋਟਾਂ ਅਤੇ ਉਨ੍ਹਾਂ ਦੀ ਸੁਰੱਖਿਆ ਲਈ ਵਚਨਬੰਦ ਰਹੇ।

(202) ਜਿੱਤ ਪ੍ਰਾਪਤ ਕਰਨ ਮਗਰੋਂ, ਹਾਰੇ ਹੋਏ ਦੁਸ਼ਮਣ ਰਾਜੇ ਅਤੇ ਪਰਜਾ ਨੂੰ ਆਪਣੇ ਵਿਸ਼ਵਾਸ ਥੱਲੇ ਲਿਆਵੇ ਅਤੇ ਉਨ੍ਹਾਂ ਦੇ ਕਰ ਵਿੱਚ ਛੋਟ ਦੇਵੇ। ਹਾਰੇ ਹੋਏ ਰਾਜੇ ਅਤੇ ਉਸਦੇ ਰਿਸ਼ਤੇਦਾਰਾਂ ਤੋਂ ਲਿਖ ਲਿਖਾ ਕਰਕੇ ਆਤਮ ਸਮਰਪਣ ਦੀਆਂ ਸ਼ਰਤਾਂ ਮਨਵਾਉਣ ਮਗਰੋਂ ਆਪਣਾ ਹੁਕਮ ਸੁਣਾ ਕੇ ਆਪਣੇ

ਰਾਜ ਵਿੱਚ ਸ਼ਾਮਲ ਕਰੇ।ਹਾਰੇ ਹੋਏ ਰਾਜੇ ਦੇ ਪ੍ਰਵਾਰ ਵਿੱਚੋਂ ਜਾਂ ਪਰਜਾ ਦੇ ਕਿਸੇ ਚਹੇਤੇ ਨੂੰ, ਉਸ ਇਲਾਕੇ ਦਾ ਪ੍ਰਬੰਧ ਸੌਂਪ ਕੇ, ਆਪ ਰਾਜ ਸਿੰਘਾਸਣ ਸੰਭਾਲ ਲਵੇ।

(203) ਉੱਥੋਂ ਦੇ ਵਾਸੀਆਂ ਦੀਆਂ ਆਪਣੀਆਂ ਰਸਮਾਂ ਰੀਤਾਂ, ਰਿਵਾਜਾਂ, ਧਾਰਮਿਕ ਮਰਿਯਾਦਾ ਮੁਤਾਬਿਕ ਉਨ੍ਹਾਂ ਨੂੰ ਸਤਿਕਾਰ ਦੇਵੇ ਅਤੇ ਮੁੱਖੀ ਪੁਰਸ਼ਾਂ ਸਮੇਤ, ਰਾਜੇ ਵਲੋਂ ਨਵੇਂ ਸਥਾਪਿਤ ਕੀਤੇ ਅਧਿਕਾਰੀਆਂ ਦਾ ਕੀਮਤੀ ਤ੍ਰੋਫਿਆਂ ਨਾਲ ਆਦਰ ਮਾਣ ਕਰੇ।

(204) ਲੁੱਟਿਆ ਹੋਇਆ ਮਾਲ ਤੇ ਜਾਇਦਾਦ ਜਿਸ ਨੂੰ ਜਿੱਤ ਕੇ ਨਿਰਾਸ਼ਤਾ ਅਤੇ ਦੁੱਖ ਮਹਿਸੂਸ ਹੋਵੇ ਅਤੇ ਜਿਸਨੂੰ ਵਾਪਸ ਵੰਡਣ ਵਿੱਚ ਖੁਸ਼ੀ ਸਮਝੇ, ਇਹ ਦੋਵੇਂ ਚੰਗੀਆਂ ਭਾਵਨਾਵਾਂ ਮੰਨੀਆਂ ਗਈਆਂ ਹਨ।ਭਾਵ-ਐਸੇ ਸਮੇਂ ਦਾਨ ਕਰਨਾ ਸ਼ੁੱਭ ਕਰਮ ਹੈ।

(205) ਕਰਤੇ ਦੀ ਕੁਦਰਤਿ ਦੀਆਂ ਸਾਰੀਆਂ ਕਿਰਿਆਵਾਂ ਦਾ ਭੇਤ ਤਾਂ ਨਹੀਂ ਪਾਇਆ ਜਾ ਸਕਦਾ, ਪਰ ਮਨੁੱਖੀ ਯਤਨਾਂ ਰਾਹੀਂ ਨਿਯੰਤਰਿਤ ਹੋਣ ਵਾਲੀਆਂ ਕੋਸ਼ਿਸ਼ਾਂ ਅਤੇ ਪ੍ਰਾਪਤੀਆਂ ਬਾਰੇ ਵਿਚਾਰ ਅਤੇ ਚਰਚਾ ਕੀਤੀ ਜਾ ਸਕਦੀ ਹੈ।

(206) ਜੇ ਰਾਜਾ ਚਾਹੇ, ਤਾਂ ਜਿੱਤ ਪਰਾਪਤੀ ਮਗਰੋਂ ਦਇਆਵਾਨ ਹੋਕੇ, ਧੰਨ, ਮਾਲ, ਸੋਨਾ ਅਤੇ ਕੁਝ ਇਲਾਕੇ ਬਦਲੇ ਲਿਖਤੀ ਸੰਧੀ ਕਰਕੇ, ਦੋਸਤੀ ਦਾ ਹੱਥ ਵੀ ਵਧਾ ਸਕਦਾ ਹੈ ਅਤੇ ਹਾਰੇ ਹੋਏ ਰਾਜੇ ਦਾ ਬਾਕੀ ਰਾਜ ਭਾਗ ਵਾਪਸ ਕਰ ਸਕਦਾ ਹੈ।

(207) ਰਾਜੇ ਨੂੰ ਇਸ ਗੱਲ ਵੱਲ ਖਾਸ ਧਿਆਨ ਦੇਣ ਦੀ ਲੋੜ ਹੈ ਕਿ, ਜੇ ਆਸ ਪਾਸ ਦੀਆਂ ਰਿਆਸਤਾਂ ਦਾ ਕੋਈ ਰਾਜਾ, ਯੁੱਧ ਸਮੇਂ, ਪਿੱਛੋਂ ਉਸਦੀ ਮੱਦਦ ਤੇ ਆਂਉਦਾ ਹੈ, ਤਾਂ ਉਸਨੂੰ ਆਪਣਾ ਦੋਸਤ ਜਾਣੇ। ਜੋ ਮੱਦਦ ਲਈ ਆਏ ਹੋਏ ਨੂੰ ਅੱਗੋਂ ਰੋਕਣ ਲਈ ਆਉਂਦਾ ਹੈ, ਉਸਨੂੰ ਆਪਣਾ ਦੁਸ਼ਮਣ ਅਤੇ ਦੁਸ਼ਮਣ ਦਾ ਮਿੱਤਰ ਜਾਣੇ, ਭਾਵੇਂ ਉਹ ਬਾਅਦ ਵਿੱਚ ਮਿੱਤ੍ਰਤਾ ਕਿਉਂ ਨਾ ਦਿਖਾਵੇ।ਭਾਵ- ਰਾਜੇ ਨੂੰ ਆਪਣੇ ਮਿੱਤਰਾਂ ਅਤੇ ਦੁਸ਼ਮਣਾਂ ਦਾ ਗਿਆਨ ਹੋਣਾ ਚਾਹੀਦਾ ਹੈ।

(208) ਇੱਕ ਜੇਤੂ ਰਾਜੇ ਦੀ ਉਪਮਾਂ, ਮਾਲ ਧੰਨ ਜਾਂ ਸੋਨੇ ਦੀ ਪ੍ਰਾਪਤੀ ਨਾਲ ਏਨੀ ਨਹੀਂ ਵਧਦੀ, ਜਿਤਨੀ ਕਿਸੇ ਦੂਸਰੇ ਰਾਜੇ ਨੂੰ ਆਪਣਾ ਪੱਕਾ ਮਿੱਤਰ ਬਣਾ ਕੇ ਵਧਦੀ ਹੈ। ਭਾਵੇਂ ਉਹ ਰਾਜਾ ਅੱਜ ਕਮਜੋਰ ਕਿਉਂ ਨਾ ਹੋਵੇ, ਕੱਲ੍ਹ ਨੂੰ ਉਹ ਸ਼ਕਤੀ ਸ਼ਾਲੀ ਭੀ ਹੋ ਸਕਦਾ ਹੈ।

(209) ਇੱਕ ਛੋਟਾ ਅਤੇ ਕਮਜ਼ੋਰ ਮਿੱਤਰ ਰਾਜਾ ਭੀ ਸਲਾਹੁਣਯੋਗ ਹੈ, ਜੋ ਨਿਆਂ ਪਸੰਦ, ਬਚਨਾਂ ਦਾ ਬਲੀ, ਧਾਰਮਿਕ (ਨੇਕ, ਧਰਮੀ, ਇਮਾਨਦਾਰ), ਹਸਮੁੱਖ, ਵਫ਼ਾਦਾਰ, ਸ੍ਰੇਸ਼ਟ ਬੁੱਧੀ ਵਾਲਾ ਅਤੇ ਜਿਸਦੀ ਪਰਜਾ ਉਸਤੋਂ ਖੁਸ਼ ਹੋਵੇ।

(210) ਸਿਆਣਿਆਂ ਦਾ ਕਥਨ ਹੈ ਕਿ ਜੋ ਰਾਜਾ ਸੂਝਵਾਨ ਹੋਵੇ, ਉੱਚੀ ਕੁਲ ਵਿੱਚੋਂ ਹੋਵੇ, ਬਹਾਦੁਰ, ਚਤਰ, ਦਾਨੀ, ਸਦਭਾਵਨਾ ਅਤੇ ਪੱਕੇ ਇਰਾਦੇ ਵਾਲਾ ਹੋਵੇ, ਉਸ ਨਾਲ ਕਦੇ ਦੁਸ਼ਮਣੀ ਨਾ ਕਰੋਂ, ਕਿਉਂਕਿ ਐਸੇ ਰਾਜੇ ਨਾਲ ਦੁਸ਼ਮਣੀ ਕਰਕੇ ਉਸਨੂੰ ਜਿੱਤਣਾ ਬਹੁਤ ਕਠਨ ਕੰਮ ਹੈ।

(211) ਵੇਦਿਕ ਧਰਮ ਦੇ ਨਿਯਮਾਂ ਦਾ ਧਾਰਣੀ (ਵੇਦਾਂ ਦੀ ਸਿੱਖਿਆ ਉੱਪਰ ਚੱਲਣ ਵਾਲਾ), ਗਿਆਨਵਾਨ ਅਤੇ ਚੰਗੇ ਮਾੜੇ ਦੀ ਪਹਿਚਾਣ ਰੱਖਣ ਵਾਲਾ, ਬਹਾਦਰ, ਦਿਆਲੂ, ਨਿਰਪੱਖ ਤੇ ਸੱਭਿਅਕ ਰਾਜਾ, **ਉਦਾਸੀਨ** ਰਾਜੇ (ਬਿਨਾ ਕਿਸੇ ਵੈਰ ਵਿਰੋਧ ਤੋਂ) ਦੇ ਗੁਣਾਂ ਦਾ ਪ੍ਰਤੀਕ ਹੈ।

(212) ਜੇ ਐਸਾ ਸਮਾਂ ਆ ਜਾਵੇ ਕਿ ਰਾਜੇ ਨੂੰ ਆਪਣੇ ਪ੍ਰਾਣਾਂ ਦੀ ਰੱਖਿਆ ਖਾਤਰ, ਆਪਣਾ ਦੇਸ਼, ਪਸ਼ੂ ਪਾਲਣ ਵਾਲੀ ਕੀਮਤੀ ਅਤੇ ਉਪਜਾਊ ਧਰਤੀ ਭੀ ਛੱਡਣੀ ਪੈ ਜਾਵੇ, ਤਾਂ ਬਿਨਾਂ ਕਿਸੇ ਝੋਰੇ ਤੋਂ, ਜੇਤੂ ਰਾਜੇ ਨੂੰ ਦੇ ਦੇਣੀ ਚਾਹੀਦੀ ਹੈ।

(213) ਰਾਜਾ ਆਪਣੇ ਬਿਪਤਾ ਅਤੇ ਔਖੇ ਸਮੇਂ ਲਈ ਧੰਨ ਬਚਾ ਕੇ ਰੱਖੇ। ਪਰ ਧੰਨ ਤੋਂ ਭੀ ਜ਼ਿਆਦਾ ਆਪਣੀ ਰਾਣੀ ਦੀ ਰੱਖਿਆ ਹਰ ਕੀਮਤ ਤੇ ਕਰੇ। ਪਰ ਜੇ ਉਸਦੀ ਆਪਣੀ ਜਾਨ ਨੂੰ ਖਤਰਾ

ਹੋਵੇ ਤਾਂ ਧੰਨ ਅਤੇ ਰਾਣੀ ਤੋਂ ਪਹਿਲਾਂ ਆਪਣੀ ਰੱਖਿਆ ਕਰੇ, ਕਿਉਂਕਿ ਆਪਣੀ ਰੱਖਿਆ ਤੋਂ ਬਿਨਾਂ ਉਹ ਆਪਣੇ ਪ੍ਰਵਾਰ, ਧੰਨ ਅਤੇ ਰਾਜ ਦੀ ਰੱਖਿਆ ਨਹੀਂ ਕਰ ਸਕਦਾ।

ਨੋਟ:- ਚਾਣਕੀਆ 'ਨੀਤੀ ਸ਼ਾਸਤ੍ਰ' ਮੁਤਾਬਿਕ, ਜੇ ਰਾਜਾ ਆਪ ਬਚ ਜਾਵੇਗਾ, ਤਾਂ ਧੰਨ ਮਾਲ ਅਤੇ ਇਸਤਰੀ ਹੋਰ ਭੀ ਮਿਲ ਸਕਦੀ ਹੈ।

(214) ਜੇ ਸਾਰੀਆਂ ਭਿਆਨਕ ਬਿਪਤਾਵਾਂ ਇਕੱਠੀਆਂ ਹੀ ਆ ਪੈਣ ਅਤੇ ਕੋਈ ਸਾਰਥਿਕ ਹੱਲ ਨਾ ਲੱਭੇ ਤਾਂ ਸੂਝਵਾਨ ਰਾਜੇ ਨੂੰ ਪਹਿਲਾਂ ਦੱਸੀਆਂ ਗਈਆਂ ਨੀਤੀਆਂ ਨੂੰ (ਸਾਮ, ਦਾਮ, ਦੰਡ ਅਤੇ ਸੰਧੀ ਵਰਗੇ ਚਾਰੇ ਠੀਕ ਜਾਂ ਗਲਤ ਤਰੀਕੇ ਇਕੱਠੇ ਜਾਂ ਇਕੱਲਾ ਇਕੱਲਾ) ਵਰਤ ਕੇ ਆਪਣਾ ਬਚਾ ਕਰਨ ਦਾ ਹੀਲਾ ਕਰਨਾ ਚਾਹੀਦਾ ਹੈ।

(215) ਜੇ ਰਾਜੇ ਨੂੰ, ਕਿਸੇ ਮਸਲੇ ਨੂੰ ਹੱਲ ਕਰਨ ਲਈ ਇੱਕ ਤੋਂ ਵੱਧ ਚਣੌਤੀਆਂ ਹੋਣ, ਤਾਂ ਤਿੰਨ ਗੱਲਾਂ ਵੱਲ ਧਿਆਨ ਦੇਵੇ, ਜਿਵੇਂ-(1) ਮਸਲਾ ਕੀ ਹੈ? (2) ਮਸਲੇ ਨੂੰ ਹੱਲ ਕਰਨ ਲਈ ਕੀ ਉਪਾਅ ਹੋ ਸਕਦੇ ਹਨ? ਅਤੇ (3) ਉਸ ਉਪਾਅ ਨੂੰ ਲਾਗੂ ਕਰਨ ਲਈ ਕਿਹੜੀ ਵਿਧੀ ਅਪਨਾਈ ਜਾਵੇ?। ਇਨ੍ਹਾਂ ਤਿੰਨਾ ਗੱਲਾਂ ਵੱਲ ਸੰਪੂਰਣ ਤੌਰ ਤੇ ਧਿਆਨ ਦੇਣ ਮਗਰੋਂ ਹੀ ਕੋਈ ਅਗਲਾ ਕਦਮ ਪੁੱਟੇ।

(216) ਹਰ ਸਵੇਰ, ਸਾਰੀਆਂ ਰਾਜਸੀ ਸਥਿਤੀਆਂ ਬਾਰੇ, ਆਪਣੇ ਮੰਤ੍ਰੀਆਂ ਦੀ ਸਲਾਹ ਮਸ਼ਵਰਾ ਲੈਣ ਮਗਰੋਂ, ਬਾਕੀ ਸਮਾਂ ਸ਼ਸਤ੍ਰ ਅਤੇ ਸ਼ਾਸਤਰ ਦਾ ਅਭਿਆਸ ਕਰਕੇ ਇਸ਼ਨਾਨ ਕਰੇ। ਦੁਪਹਿਰ ਸਮੇਂ ਖਾਣਾ ਖਾਣ ਲਈ ਆਪਣੀਆਂ ਰਾਣੀਆਂ ਕੋਲ ਆਪਣੇ ਰਾਜ ਮੰਦਰ (ਨਿਜੀ ਨਿਵਾਸ ਅਸਥਾਨ, ਮਹਿਲ) ਵੱਲ ਜਾਵੇ।

(217) ਰਾਜੇ ਦਾ ਭੋਜਨ, ਸਿਰਫ ਵਫ਼ਾਦਾਰ ਨੌਕਰਾਂ ਵਲੋਂ ਤਿਆਰ ਕੀਤਾ ਜਾਵੇ ਜੋ ਕਿਸੇ ਦੁਸ਼ਮਣ ਦੇ ਬਹਿਕਾਵੇ ਵਿੱਚ ਨਾ ਆਉਣ ਵਾਲੇ ਹੋਣ। ਮੌਸਮ ਅਤੇ ਉਸਦੀ ਦੀ ਸਿਹਤ ਅਵਸਥਾ ਦੇ ਨਾਲ ਨਾਲ, ਸਫਾਈ ਨੂੰ ਧਿਆਨ ਵਿੱਚ ਰੱਖਦਿਆਂ ਤਿਆਰ ਕੀਤਾ ਭੋਜਨ ਖਾਵੇ, ਜਿਸਨੂੰ ਚਕਿਤਸਕਾਂ (ਵੈਦਾਂ) ਵਲੋਂ ਚੰਗੀ ਤਰਾਂ ਜਾਂਚ ਕਰਕੇ ਪ੍ਰਵਾਨਗੀ ਦੀ ਮੋਹਰ ਲਗਾਈ ਗਈ ਹੋਵੇ। ਜਿਸਨੂੰ ਬਣਾਉਂਦਿਆਂ ਉਨ੍ਹਾਂ ਵੇਦ ਮੰਤਰਾਂ ਦਾ ਜਾਪ ਕੀਤਾ ਗਿਆ ਹੋਵੇ, ਜਿਨ੍ਹਾਂ ਨਾਲ ਭੋਜਨ ਵਿੱਚੋਂ ਜ਼ਹਿਰੀਲੇ ਮਾਦੇ ਦਾ ਨਾਸ਼ ਹੋ ਜਾਵੇ।

(218) ਐਸੀਆਂ ਔਸ਼ਧੀਆਂ, ਰਾਜੇ ਦੇ ਖਾਣੇ ਦਾ ਹਿੱਸਾ ਹੋਣ, ਜੋ ਜ਼ਹਿਰ ਨੂੰ ਮਾਰਣ ਅਥੇ ਅਰੋਗ ਰੱਖਣ ਵਾਲੀਆਂ ਹੋਣ। ਰਾਜੇ ਨੂੰ ਚਾਹੀਦਾ ਹੈ ਕਿ, ਜ਼ਹਿਰ ਨਸ਼ਟ ਕਰਨ ਵਾਲੇ ਹੀਰੇ (ਰਤਨ) ਧਾਂਤਾਂ ਅਤੇ ਮੋਤੀ ਭੀ ਸਰੀਰ ਉੱਪਰ ਧਾਰਨ ਕਰੇ।

(219) ਰਾਜੇ ਲਈ ਪੱਖਾ ਪਾਣੀ ਅਤੇ ਅਤਰ ਫਲੇਲ ਦੀ ਸੇਵਾ ਕਰਨ ਵਾਲੀਆਂ, ਕੇਵਲ ਪਰਖੀਆਂ ਹੋਈਆਂ ਦਾਸੀਆਂ ਰੱਖੀਆਂ ਜਾਣ, ਜੋ ਚੰਗੀ ਸੂਰਤ ਅਤੇ ਸੀਰਤ ਵਾਲੀਆਂ ਹੋਣ, ਜਿਨ੍ਹਾਂ ਉੱਪਰ ਭਰੋਸਾ ਕੀਤਾ ਜਾ ਸਕੇ। ਜਿਨ੍ਹਾਂ ਦੇ ਚਾਲ ਚਲਣ, ਪਹਿਰਾਵੇ ਅਤੇ ਗਹਿਣਿਆਂ ਉੱਪਰ ਖੁਫ਼ੀਆ ਨਿਗਰਾਨੀ ਭੀ ਰੱਖੀ ਜਾਵੇ।

(220) ਇਸੇ ਤਰਾਂ ਰਾਜੇ ਦੀ ਸਵਾਰੀ (ਰੱਥ, ਘੋੜੇ ਆਦਿ), ਵਿਛੌਣੇ, ਤਖ਼ਤ, ਗੁਸਲਖਾਨੇ, ਅਤੇ ਘਰ ਦੀਆਂ ਕੀਮਤੀ ਵਸਤਾਂ ਤੇ ਖ਼ੁਫੀਆ ਨਜ਼ਰ ਰੱਖੀ ਜਾਵੇ।

(221) ਖਾਣਾ ਖਾਣ ਮਗਰੋਂ, ਰਾਜ ਭਾਗ ਦੀਆਂ ਚਿੰਨਤਾਵਾਂ ਨੂੰ ਭੁੱਲਾ ਕੇ ਕੁਝ ਸਮਾਂ, ਰਾਜ ਮਹਿਲ ਅੰਦਰ ਆਪਣੀਆਂ ਰਾਣੀਆਂ ਨਾਲ ਬਿਤਾਵੇ। ਸਮਾਂ ਮਿਲਣ ਤੇ ਫਿਰ ਆਪਣੇ ਮੰਤ੍ਰੀਆਂ ਨਾਲ ਰਾਜ ਭਾਗ ਅਤੇ ਸਰਕਾਰੀ ਮਸਲਿਆਂ ਬਾਰੇ ਸਲਾਹ ਮਸ਼ਵਰਾ ਕਰੇ। ਅਤੇ ਫਿਰ--

(222) ਉਸ ਮਗਰੋਂ ਆਪਣੀ ਸ਼ਾਹੀ ਪੁਸ਼ਾਕ ਸਜਾ ਕੇ, ਆਪਣੇ ਫੌਜੀ ਯੋਧਿਆਂ, ਰੱਥਾਂ, ਘੋੜਿਆਂ, ਹਥਿਆਰਾਂ, ਭਾਰ ਖਿੱਚਣ ਵਾਲੇ ਜਾਨਵਰਾਂ ਅਤੇ ਆਪਣੀ ਫੌਜੀ ਦੇ ਸਾਜ਼ੋ-ਸਮਾਨ ਦਾ ਨਿਰੀਖਣ ਕਰੇ।

(223) ਸੰਧਿਆ ਦੀ ਪੂਜਾ (ਉਪਾਸ਼ਨਾ) ਮਗਰੋਂ, ਆਪਣੇ ਸ਼ਾਹੀ ਲਿਬਾਸ ਵਿੱਚ, ਕਿਸੇ ਇਕਾਂਤ ਥਾਂ ਤੇ ਬੈਠ ਕੇ, ਆਪਣੇ ਦੂਤਾਂ ਅਤੇ ਜਸੂਸਾਂ ਵਲੋਂ ਇਕੱਠੀਆਂ ਕੀਤੀਆਂ ਰਾਜਸੀ ਅਤੇ ਗੁਪਤ ਸੂਚਨਾਵਾਂ ਨੂੰ ਸੁਣੇ।

(224) ਜਿਸ ਵੇਲੇ ਭੀ ਉਸਦਾ ਚਿੱਤ ਕਰੇ, ਅਗਲੀਆਂ ਹਦਾਇਤਾਂ ਦੇਣ ਮਗਰੋਂ, ਆਪਣੀ ਗੁਪਤ ਇਕੱਤਰਤਾ ਨੂੰ ਸਮਾਪਤ ਕਰਕੇ, ਆਪਣੀਆਂ ਰਾਣੀਆਂ ਅਤੇ ਪ੍ਰਵਾਰ ਨਾਲ ਬੈਠ ਕੇ ਭੋਜਨ ਕਰੇ।

(225) ਆਪਣੇ ਮੰਨ ਪਸੰਦ ਦੇ ਭੋਜਨ ਦਾ ਅਨੰਦ ਮਾਣਨ ਮਗਰੋਂ, ਜੇ ਰਾਜਾ ਚਾਹੇ ਤਾਂ ਨਾਚ ਗਾਣੇ ਦੇ ਮਨੋਰੰਜਨ ਮਗਰੋਂ ਸਮੇਂ ਸਿਰ ਸੌਣ ਲਈ ਜਾਵੇ। ਸੁਭ੍ਹਾ-ਸਵੇਰੇ ਨਿਸਚਤ ਸਮੇਂ ਸਿਰ (ਰਾਤ ਦੇ ਆਖਰੀ ਪਹਿਰ- ਅਮ੍ਰਿਤ ਵੇਲੇ- ਸਵੇਰ ਦੀ ਸੰਧਿਆ), ਥਕਾਵਟ ਰਹਿਤ ਉੱਠਣ ਦਾ ਯਤਨ ਕਰੇ।

(226) ਸਿਹਤਮੰਦ ਹੁੰਦਿਆਂ, ਰਾਜਾ ਆਪਣੇ ਰਾਜ ਭਾਗ ਦੇ ਸਾਰੇ ਕਾਰਜਾਂ ਨੂੰ ਆਪ ਸੰਭਾਲੇ। ਪਰ ਜੇ ਉਹ ਸ਼ਰੀਰ ਕਰਕੇ ਅਸਮਰੱਥ ਹੋਵੇ ਤਾਂ ਉਹ ਆਪਣੀਆਂ ਜ਼ਿਮੇਂਦਾਰੀਆਂ, ਆਪਣੇ ਭਰੋਸੇਯੋਗ ਅਧਿਕਾਰੀਆਂ (ਮੰਤ੍ਰੀਆਂ, ਮਹਾਂ ਮੰਤ੍ਰੀਆਂ) ਨੂੰ ਸੰਭਾਲ ਦੇਵੇ।

ਅਧਿਆਇ 8

ਰਾਜ ਪ੍ਰਬੰਧ ਅਤੇ ਕਨੂੰਨੀ ਵਿਵਸਥਾ (ਪ੍ਰਕਿਰਿਆ)

(ਰਾਜੇ ਵਲੋਂ ਦੰਡ ਲਾਉਣਾ ਅਤੇ ਨਿਸਚਿਤ ਸਜ਼ਾਵਾਂ)

ਨੋਟ:- *ਇਸ ਅਧਿਆਇ ਵਿੱਚ ਦਿੱਤੀ ਕੁਝ ਸਮਗਰੀ, ਕਿਸੇ ਨ ਕਿਸੇ ਬਦਲਵੇਂ ਰੂਪ ਵਿੱਚ ਪਹਿਲਾਂ ਵੀ ਵਿਚਾਰੀ ਜਾ ਚੁੱਕੀ ਹੈ।*

(1) ਕਨੂੰਨੀ ਵਿਵਸਥਾ ਅਤੇ ਰਾਜ ਦਰਬਾਰ ਦੇ ਝਗੜਿਆਂ ਨੂੰ ਨਜਿੱਠਣ ਲਈ, ਰਾਜਾ ਆਪਣੇ ਦਰਬਾਰ ਦੇ ਕਨੂੰਨੀ ਮਾਹਿਰ ਅਤੇ ਵਿਦਵਾਨ ਬ੍ਰਾਹਮਣਾਂ, ਸਤਿਕਾਰਯੋਗ ਸਲਾਹਕਾਰਾਂ ਅਤੇ ਮੰਤ੍ਰੀਆਂ ਨੂੰ ਨਾਲ ਲੈ ਕੇ, ਬੜੀ ਨਿਮਰਤਾ ਨਾਲ ਰਾਜ ਦਰਬਾਰ ਵਿੱਚ ਪ੍ਰਵੇਸ਼ ਕਰੇ।

(2) ਸ਼ਾਹੀ ਲਿਬਾਸ ਵਿੱਚ ਸਜਿਆ ਹੋਇਆ ਰਾਜਾ, ਆਪਣੇ ਸਿੰਘਾਸਣ ਤੇ ਬੈਠ ਜਾਵੇ ਜਾਂ ਇੱਕ ਪਾਸੇ ਹੋ ਕੇ ਖੜਾ ਹੋ ਜਾਵੇ। ਆਪਣਾ ਸੱਜਾ ਹੱਥ ਪੁਸ਼ਾਕ ਤੋਂ ਬਾਹਰ ਕੱਢ ਕੇ ਰੱਖੇ ਅਤੇ ਨਿਮਰਤਾ ਨਾਲ ਕਨੂੰਨੀ ਮਸਲਿਆਂ ਦੀ ਵਿਚਾਰ ਕਰਨ ਵਾਲੀਆਂ ਸਾਰੀਆਂ ਧਿਰਾਂ (ਰਾਜ ਸਭਾ) ਦੀ ਕਾਰਵਾਈ ਤੇ ਨਿਗ੍ਹਾ ਰੱਖੇ।

(3) ਰਾਜ ਦੇ ਸਾਰੇ ਮਸਲਿਆਂ ਅਤੇ ਕਚਿਹਰੀਆਂ ਵਿੱਚ ਮੁਕੱਦਮਿਆਂ ਦੀ ਸੁਣਵਾਈ, ਸ਼ਾਸਤ੍ਰਾਂ ਤੇ ਅਧਾਰਿਤ ਅਠਾਰਾਂ ਧਾਰਾਵਾਂ ਮੁਤਾਬਿਕ ਕੀਤੀ ਜਾਵੇ, ਜਿਨ੍ਹਾਂ ਦੇ ਫੈਸਲੇ ਕਰਨ ਵਾਲੇ ਜੱਜਾਂ ਦੀ ਨਿਯੁਕਤੀ, ਉਨ੍ਹਾਂ ਦੇ ਪਿਛੋਕੜ, ਜਾਤ, ਕੁਲ, ਵੇਦ ਵਿਦਿਆ, ਧਾਰਮਿਕ ਸੂਝ ਬੂਝ, ਅਤੇ ਨੀਤੀ ਸ਼ਾਸ਼ਤ੍ਰ ਦੇ ਗਿਆਨ ਨੂੰ ਅਧਾਰ ਬਣਾ ਕੇ ਕੀਤੀ ਜਾਵੇ। ਸਥਾਨਕ ਨਿਯਮਾਂ (ਦੇਸ, ਜਾਤ ਅਤੇ ਕੁਲ ਤੇ ਅਧਾਰਿਤ) ਨੂੰ ਧਿਆਨ ਵਿੱਚ ਰੱਖ ਕੇ ਬਣਾਈਆਂ ਗਈਆਂ ਅਠਾਰਾਂ ਕਨੂੰਨੀ ਧਾਰਾਵਾਂ (ਵਿਵਸਥਾਵਾਂ), ਜੋ ਅੱਗੇ ਸਲੋਕ ਨੰ:4,5,6,7 ਵਿੱਚ ਦੱਸੀਆਂ ਹਨ-

(4) (ੳ) ਕਰਜ਼ਾ ਲੈਣ ਅਤੇ ਦੇਣ ਦਾ ਝਗੜਾ. (ਅ) ਬਿਆਨਾ (ਪੇਸ਼ਗੀ) ਤੇ ਲਿਖਤੀ ਵਾਅਦਾ, (ੲ) ਦੂਸਰੇ ਦੀ ਜਾਇਦਾਦ ਬਿਨਾਂ ਪੁੱਛੇ ਵੇਚ ਦੇਣਾ, (ਸ) ਸਾਂਝਾ ਧੰਦਾ, ਦਿੱਤੇ ਹੋਏ ਤੋਹਫ਼ੇ ਦੀ ਵਾਪਸੀ।

(5) (ੳ) ਤਨਖਾਹ ਨਾ ਦੇਣਾ, (ਅ) ਵਾਅਦਾ ਤੋੜਨਾ, (ੲ) ਵਿੱਕਰੀ ਜਾਂ ਖਰੀਦ ਤੋਂ ਮੁਕਰਨਾ, (ਸ) ਪਸ਼ੂਆਂ ਦੇ ਮਾਲਕ ਅਤੇ ਉਸਦੇ ਚਰਵਾਹੇ ਵਿਚਕਾਰ ਝਗੜਾ।

(6) (ੳ) ਜਾਇਦਾਦ ਅਤੇ ਹੱਦ ਬੰਨੇ ਦਾ ਝਗੜਾ, (ਅ) ਆਪਸੀ ਗਾਲੀ ਗਲੋਚ ਅਤੇ ਮਾਰ ਕੁੱਟ, (ੲ) ਹੱਤਕ ਅਤੇ ਬਦਨਾਮੀ ਕਰਨਾ (ਮਾਣਹਾਨੀ), (ਸ) ਚੋਰੀ ਦਾ ਇਲਜ਼ਾਮ, (ਹ) ਡਕੈਤੀ ਅਤੇ ਹਿੰਸਾ, (ਕ) ਇਸਤਰੀ-ਮਰਦ ਦੇ ਵਿਭਚਾਰਕ (ਪ੍ਰਗਮਨ) ਸਬੰਧ ਅਤੇ ਸਬੰਧਿਤ ਇਲਜ਼ਾਮ।

(7) (ੳ) ਇਸਤ੍ਰੀ ਮਰਦ ਦੇ ਘਰੇਲੂ ਝਗੜੇ, (ਅ) ਵਿਰਾਸਤੀ ਜਾਇਦਾਦ ਦਾ ਬਟਵਾਰਾ, (ੲ) ਜੂਆ ਅਤੇ ਸੱਟਾ। ਇਹ ਕੁਲ 18 ਤਰਾਂ ਦੇ ਝਗੜੇ ਹਨ, ਜੋ ਕਚਹਰੀਆਂ (ਅਦਾਲਤਾਂ) ਵਿੱਚ ਨਜਿੱਠੇ ਜਾਂਦੇ **ਹਨ।**

(8) ਇੰਨ੍ਹਾਂ ਸਾਰੇ ਝਗੜਿਆਂ ਨਾਲ ਸਬੰਧਿਤ ਫੈਸਲੇ, ਵੇਦ ਧਰਮ ਦੇ ਰਵਾਇਤੀ ਨਿਯਮਾਂ (ਵੇਦਾਂ ਤੇ ਅਧਾਰਿਤ ਪੁਰਾਤਨ ਚੱਲੇ ਆ ਰਹੇ ਧਾਰਮਿਕ ਨਿਯਮ) ਨੂੰ ਮੁੱਖ ਰੱਖ ਕੇ ਕੀਤੇ ਜਾਣ।

(9) ਰਾਜਾ ਆਪ, ਕਿਸੇ ਮਾਮਲੇ ਦੀ ਨਿਜੀ ਪੜਤਾਲ ਨਾ ਕਰੇ, ਸਗੋਂ (ਬਲਕਿ) ਇਹ ਕੰਮ, ਵੇਦ ਗਿਆਤਾ ਬੁੱਧੀਮਾਨ ਬ੍ਰਾਹਮਣ ਨੂੰ ਸੌਂਪ ਦੇਵੇ।

MANUSMRITI 166

(10) ਬ੍ਰਾਹਮਣ, ਆਪਣੇ ਨਾਲ ਤਿੰਨ ਹੋਰ ਸਹਾਇਕ ਲੈ ਕੇ, ਰਾਜੇ ਦੀ ਤਰਫੋਂ ਮੁਕੱਦਮੇ ਦੀ ਸੁਣਵਾਈ ਅਤੇ ਪੜਚੋਲ (ਮੁਲਾਂਕਣ) ਕਰਨ ਮਗਰੋਂ, ਰਾਜੇ ਦੀ ਕਚਹਰੀ ਵਿੱਚ ਆਪ ਹਾਜ਼ਰ ਹੋਣ। ਖੜੇ ਹੋ ਕੇ ਜਾਂ ਬੈਠ ਕੇ ਆਪਣਾ ਫੈਸਲਾ ਦੱਸਣ।

(11) ਜਿੱਥੇ ਤਿੰਨ ਵੇਦਾਂ ਦੇ ਗਿਆਤਾ ਬੁੱਧੀਮਾਨ ਬ੍ਰਾਹਮਣਾਂ ਦੀ ਨਿਰਣਾਇਕ ਸਭਾ (Judiciary Council) ਅਤੇ ਰਾਜੇ ਵਲੋਂ ਨਿਯੁਕਤ ਕੀਤੇ ਪ੍ਰਤੀਨਿਧ (ਜੱਜ) ਬੈਠੇ ਹੋਣ, ਉਹ ਪ੍ਰਮਾਤਮਾਂ ਦਾ ਦਰਬਾਰ ਹੀ ਕਿਹਾ ਜਾਂਦਾ ਹੈ।

(12) ਜਿਸ ਸਭਾ ਵਿੱਚ ਝੂਠ (ਅਧਰਮ), ਸੱਚ (ਧਰਮ) ਉੱਪਰ ਭਾਰੂ ਹੋ ਜਾਏ (ਭਾਵ-ਨਿਆਂ ਨਾ ਮਿਲੇ) ਤੇ ਨਿਆਂ ਕਰਨ ਵਾਲੇ ਨਿਆਂ ਨਾ ਕਰਨ (ਬੇਇਨਸਾਫ਼ੀ ਅਤੇ ਪੱਖਪਾਤ ਕਰਨ ਵਾਲੇ ਹੋਣ), ਤਾਂ ਉਸ ਸਭਾ ਵਿਚ ਬੈਠਣ ਵਾਲੇ ਭੀ ਪਾਪਾਂ ਦੇ ਭਾਗੀ ਹੁੰਦੇ ਹਨ ਤੇ ਅਧਰਮ ਰੂਪੀ ਕੰਡੇ ਦੀ ਚੋਭ ਉਨ੍ਹਾਂ ਨੂੰ ਭੀ ਉਸੇ ਤਰਾਂ ਸਹਿਣੀ ਪੈਂਦੀ ਹੈ (ਭਾਵ-ਅਗਲੇ ਜਨਮ ਵਿੱਚ ਉਨ੍ਹਾਂ ਨੂੰ ਭੀ ਉਹੀ ਸਜ਼ਾ ਮਿਲਦੀ ਹੈ)

(13) ਇਸ ਲਈ ਜਾਂ ਤਾਂ ਮਨੁੱਖ, ਆਪਣੇ ਮੁਕੱਦਮੇ ਦੀ ਸੁਣਵਾਈ ਲਈ ਕਚਹਰੀ ਵਿੱਚ ਜਾਵੇ ਹੀ ਨਾ, ਜੇ ਜਾਵੇ, ਤਾਂ ਪੂਰਾ ਸੱਚ ਬੋਲੇ। ਕਚਹਰੀ ਵਿੱਚ ਜਾ ਕੇ, ਜੇ ਕੋਈ ਜਾਣ ਬੁੱਝਕੇ ਚੁੱਪ ਰਹੇ ਜਾਂ ਝੂਠ ਬੋਲੇ, ਤਾਂ ਉਹ ਮਨੁੱਖ ਭੀ ਦੋਸ਼ ਦਾ ਭਾਗੀ ਬਣ ਜਾਂਦਾ ਹੈ।

(14) ਜਿਸ ਸਭਾ (ਕਚਹਰੀ) ਵਿੱਚ ਇਨਸਾਫ ਕਰਨ ਵਾਲਿਆਂ ਦੇ ਸਾਹਮਣੇ, ਧਰਮ ਉੱਪਰ ਅਧਰਮ ਅਤੇ ਸੱਚ ਉੱਪਰ ਝੂਠ ਦਾ ਬੋਲ ਬਾਲਾ ਹੋ ਜਾਵੇ, ਉਸ ਸਭਾ ਨੂੰ ਮੁਰਦਿਆਂ ਦਾ ਇਕੱਠ ਜਾਣੋ।

(15) ਜਦੋਂ ਸੱਚੀ ਧਿਰ ਦੀ ਹਾਰ ਹੁੰਦੀ ਹੈ ਤਾਂ ਸਮਝੋ ਕਿ ਧਰਮ ਦੀ ਹਾਰ ਹੋਈ ਹੈ, ਕਿਉਂਕਿ ਸੱਚ ਦੀ ਜਿੱਤ ਧਰਮ ਦੀ ਜਿੱਤ ਅਤੇ ਪਾਪ ਦੇ ਨਾਸ਼ ਦਾ ਪ੍ਰਤੀਕ ਹੈ। ਇਸ ਲਈ ਸੱਚ ਤੇ ਪਹਿਰਾ ਦੇਣਾ ਚਾਹੀਦਾ ਹੈ ਤਾਂ ਕੇ ਧਰਮ ਨਸ਼ਟ ਹੋਣ ਤੋਂ ਬਚ ਜਾਏ।

(16) ਸੱਚ ਬੋਣ ਵਾਲਾ ਮਨੁੱਖ ਹੀ ਦੇਵ ਰੂਪ ਹੈ, ਜੋ ਉਸ ਧੌਲੇ ਬਲਦ (ਕਾਮਧੇਨ, **वृषभ, Taurus bull**) ਦੀ ਨਿਆਂਈ ਹੈ, ਜਿਸ ਦੇ ਆਸਰੇ ਸੰਸਾਰ ਦੀ ਹੋਂਦ ਟਿਕੀ ਸੁਣੀਦੀ ਹੈ ਅਤੇ ਸਭ ਸੁੱਖਾਂ ਦੀ ਵਰਖਾ ਹੋ ਰਹੀ ਹੈ। ਅਨਿਆਂਕਾਰੀ ਮਨੁੱਖ ਨੂੰ, ਧਰਮ ਤਿਆਗੀ ਅਤੇ ਜਾਤ ਦੇ ਕੁਲਹਿਣੇ ਸ਼ੂਦਰ (ਸ਼ੂਦਰਾਂ ਦੀ ਇੱਕ ਨਿੰਦਤ ਜਾਤ ਜਿਸਨੂੰ ਕੁਲ ਹੀਣ ਭੀ ਕਿਹਾ ਜਾਂਦਾ ਹੈ) ਦੇ ਬਰਾਬਰ ਕਿਹਾ ਗਿਆ ਹੈ।

(17) ਸੱਚ (ਧਰਮ) ਹੀ ਐਸਾ ਮਿੱਤਰ ਅਤੇ ਸਾਥੀ ਹੈ, ਜੋ ਮੌਤ ਪਿੱਛੋਂ ਮਨੁੱਖ ਦੇ ਨਾਲ ਨਿਭਦਾ ਹੈ, ਬਾਕੀ ਸਭ ਪਦਾਰਥ ਅਤੇ ਸੰਗੀ, ਸ਼ਰੀਰ ਦੇ ਵਿਨਾਸ਼ ਹੋਣ ਸਾਰ ਹੀ ਵਿਛੜ ਜਾਂਦੇ ਹਨ।

ਟਿੱਪਣੀ:- *ਮੌਤ ਮਗਰੋਂ ਕੀ ਹੁੰਦਾ ਹੈ, ਕੀ ਕੀ ਸਾਥ ਜਾਂਦਾ ਹੈ, ਮਨੁੱਖ ਦੇ ਕੀਤੇ ਹੋਏ ਪਾਪ ਅਤੇ ਪੁੰਨਾਂ ਬਦਲੇ ਕੀ ਮਿਲਦਾ ਹੈ, ਇਸ ਦਾ ਲੰਬਾ ਚੌੜਾ ਵਿਸਥਾਰ ਅੱਗੇ ਦਿੱਤਾ ਗਿਆ ਹੈ।*

(18) ਕਿਸੇ ਬੇਕਸੂਰ ਨਾਲ ਹੋਏ ਧੱਕੇ (ਅਨਿਆਏ) ਦਾ ਦੋਸ਼, ਚਾਰ ਜਣਿਆਂ ਸਿਰ ਜਾਂਦਾ ਹੈ। **(ੳ)** ਜਿਸਨੇ ਜੁਰਮ ਕੀਤਾ ਹੋਵੇ, **(ਅ)** ਜਿਸਨੇ ਝੂਠੀ ਗਵਾਹੀ ਦਿੱਤੀ ਹੋਵੇ, **(ੲ)** ਜਿਸਨੇ ਫਤਵਾ (ਫੈਸਲਾ) ਦਿੱਤਾ ਹੋਵੇ, **(ਸ)** 'ਰਾਜਾ' ਜਿਸਦੇ ਰਾਜ ਵਿੱਚ ਇਹ ਕੁਝ ਵਾਪਰਿਆ ਹੋਵੇ।

(19) ਜਿਸ ਸਭਾ ਵਿੱਚ ਅਪਰਾਧੀ ਦਾ ਦੋਸ਼ ਠੀਕ ਸਾਬਤ ਹੋ ਜਾਏ ਅਤੇ ਉਸਦੀ ਨਿੰਦਾ ਹੋਣ ਦੇ ਨਾਲ ਨਾਲ, ਉਚਿਤ ਸਜ਼ਾ ਸੁਣਾਈ ਜਾਵੇ, ਉਥੇ ਰਾਜੇ ਅਤੇ ਇਨਸਾਫ਼ ਦੇਣ ਵਾਲਿਆਂ ਨੂੰ ਕੋਈ ਪਾਪ ਨਹੀਂ ਲਗਦਾ। ਸਿਰਫ ਅਪਰਾਧੀ ਨੂੰ ਹੀ ਪਾਪ ਦਾ ਫਲ਼ ਭੁਗਤਣਾ ਪੈਂਦਾ ਹੈ।

(20) ਬ੍ਰਾਹਮਣ ਭਾਵੇਂ ਅਨਪੜ੍ਹ ਹੀ ਹੋਵੇ ਜਾਂ ਨਾਮ ਮਾਤਰ ਦਾ ਹੀ ਬ੍ਰਾਹਮਣ ਹੋਵੇ ਅਤੇ ਕੇਵਲ ਉੱਚੀ ਜਾਤ ਹੋਣ ਕਾਰਣ ਹੀ ਉਸਦੀ ਉਪਜੀਵਕਾ ਚੱਲਦੀ ਹੋਵੇ, ਜੇ ਰਾਜਾ ਚਾਹੇ, ਤਾਂ ਆਪਣੀ ਮਰਜ਼ੀ ਨਾਲ ਉਸਨੂੰ ਨਿਆਂ ਸਭਾ (ਕਚਹਿਰੀ) ਦਾ ਜੱਜ ਭੀ ਲਾ ਸਕਦਾ ਹੈ। ਪਰ ਸ਼ੂਦਰ ਨੂੰ ਭੁੱਲ ਕੇ ਭੀ ਇਹ ਕੰਮ ਨਾ ਦੇਵੇ।

(21) ਜਿਸ ਰਾਜੇ ਦੇ ਰਾਜ ਵਿੱਚ ਸ਼ੂਦਰ ਨੂੰ ਇਨਸਾਫ਼ ਕਰਨ ਦੇ ਅਧਿਕਾਰ ਦਿੱਤੇ ਜਾਣ, ਉਸ ਦੇਸ਼ ਦੇ ਰਾਜੇ ਦੇ ਰਾਜ ਦਾ ਅੰਤ, ਹੌਲੀ ਹੌਲੀ ਇਸ ਤਰਾਂ ਹੁੰਦਾ ਹੈ, ਜਿਵੇਂ ਦਲਦਲ ਵਿੱਚ ਫਸੀ ਗਊ ਦਾ।

(22) ਜਿਸ ਰਾਜ ਵਿੱਚ ਸ਼ੂਦਰਾਂ, ਅਧਰਮੀਆਂ ਅਤੇ ਨਾਸਤਿਕਾਂ ਦੀ ਗਿਣਤੀ, ਦਵਿੱਜਾਂ (ਬ੍ਰਾਹਮਣ, ਖੱਤਰੀ, ਵੈਸ਼) ਨਾਲੋਂ ਵੱਧ ਹੋਵੇ, ਉਸ ਰਾਜ ਦਾ ਭੁੱਖ ਮਰੀ ਅਤੇ ਬਿਮਾਰੀਆਂ ਕਾਰਣ ਛੇਤੀਂ ਹੀ ਪਤਨ ਹੋ ਜਾਂਦਾ ਹੈ।

(23) ਰਾਜ ਦੇ ਝਗੜਿਆਂ ਨਾਲ ਸਬੰਧਿਤ ਅਧਿਕਾਰੀਆਂ ਦੇ ਮੁਕੱਦਮੇ ਦੀ ਸੁਣਵਾਈ ਸਮੇਂ, ਆਪਣੇ ਨਿਆਇ ਆਸਣ ਤੇ ਬੈਠਣ ਤੋਂ ਪਹਿਲਾਂ, ਰਾਜਾ ਆਪਣਾ ਸ਼ਰੀਰ ਨੂੰ ਕੱਜ ਕੇ ਕਚਹਿਰੀ ਅੰਦਰ ਦਾਖ਼ਲ ਹੋਵੇ ਅਤੇ ਦੁਨੀਆਂ ਦੀ ਰੱਖਿਆ ਕਰਨ ਵਾਲੇ, ਅੱਠ ਪ੍ਰਜਾਪਤਿ ਅਤੇ ਦਯਾ ਦੇ ਦੇਵਤਿਆਂ ਨੂੰ ਯਾਦ ਕਰੇ। ਫਿਰ ਪੂਰੀ ਬਿਰਤੀ ਇਕਾਗਰਤਾ ਨਾਲ ਅਦਾਲਤ ਦੀ ਕਾਰਵਾਈ ਸ਼ੁਰੂ ਕਰਨ ਦੀ ਆਗਿਆ ਦੇਵੇ।

(24) ਸੁਣਵਾਈ ਸਮੇਂ, ਦੋਹਾਂ ਧਿਰਾਂ ਦੇ ਪੱਖ ਜਾਂ ਵਿਰੋਧ ਵਿੱਚ ਮਿਲਣ ਵਾਲੇ ਨੁਕਤਿਆਂ ਨੂੰ ਘੋਖ ਕੇ, ਧਰਮ ਅਤੇ ਅਧਰਮ (ਸੱਚ ਝੂਠ) ਦੀ ਵਿਚਾਰ ਕਰਕੇ, ਦੋਹਾਂ ਧਿਰਾਂ ਦੀ ਸੁਣਵਾਈ ਕਰੇ। ਮੁਕੱਦਮਿਆਂ ਦੀ ਸੁਣਵਾਈ ਦੀ ਤਰਤੀਬ, ਮੁਕੱਦਮਾਂ ਕਰਨ ਵਾਲੇ ਦੀ ਜਾਤ ਤੇ ਅਧਾਰਤ ਹੋਣੀ ਚਾਹੀਦੀ ਹੈ (ਬ੍ਰਾਹਮਣ, ਖੱਤਰੀ, ਵੈਸ਼, ਸ਼ੂਦਰ)

(25) ਬਾਹਰੀ ਹਾਵ ਭਾਵ (ਲੱਛਣ), ਚਿਹਰੇ ਦੀ ਦਿੱਖ, ਬੋਲ ਬਾਣੀ, ਸ਼ਰੀਰਕ ਹਰਕਤਾਂ, ਅੱਖਾਂ ਦੀ ਤੱਕਣੀ ਆਦਿ ਤੋਂ ਦੋਹਾਂ ਧਿਰਾਂ ਦੀ ਅੰਦਰੂਨੀ ਹਾਲਤ ਦਾ ਅੰਦਾਜ਼ਾ ਲਾਵੇ। ਕਿਉਂਕਿ-

(26) ਮਨੁੱਖ ਦੀ ਬੋਲ ਬਾਣੀ, ਬਾਹਰੀ ਝਲਕ, ਏਧਰ ਓਧਰ ਦੀ ਝਾਕ, ਸ਼ਰੀਰਕ ਹਿਲਜੁਲ, ਚਿਹਰੇ ਦੀ ਰੰਗਤ, ਅਤੇ ਅੱਖਾਂ ਦੀ ਤੱਕਣੀ ਤੋਂ ਉਸਦੇ ਮਨ ਦੀ ਦਸ਼ਾ ਦਾ ਬਹੁਤ ਹੱਦ ਤੀਕਰ ਅੰਦਾਜ਼ਾ ਹੋ ਜਾਂਦਾ ਹੈ।

(27) ਇੱਕ ਨਬਾਲਗ ਅਤੇ ਅਨਾਥ ਦੀ ਵਿਰਾਸਤੀ ਅਤੇ ਹੋਰ ਜਾਇਦਾਦ ਦਾ ਰੱਖਿਆ ਕਰਨਾ ਰਾਜੇ ਦਾ ਧਰਮ ਹੈ।ਜਦੋਂ ਤੀਕਰ ਉਹ ਆਪਣੇ ਗੁਰੂ ਦੇ ਬ੍ਰਹਮਚਾਰੀ ਆਸ਼ਰਮ ਤੋਂ ਘਰ ਵਾਪਸ ਨਹੀ ਆ ਜਾਂਦਾ ਜਾਂ ਪੜ ਲਿਖ ਕੇ ਚਤੁਰ ਅਤੇ ਜਿਮੇਂਵਾਰ ਨਹੀਂ ਹੋ ਜਾਂਦਾ (ਸਮਾਜ ਵਿੱਚ ਵਿਚਰਣ ਵਾਲਾ), ਉਦੋਂ ਤੀਕਰ ਉਸਦੀ ਜ਼ਾਇਦਾਦ ਦੀ ਕਨੂੰਨੀ ਸਰਪ੍ਰਸਤੀ ਰਾਜੇ (ਸਰਕਾਰ) ਦੇ ਪ੍ਰਬੰਧ ਹੇਠਾਂ ਹੋਣੀ ਚਾਹੀਦੀ ਹੈ

(28) ਇਸੇ ਤਰਾਂ ਸਮਾਜ ਵਿੱਚ ਬਾਂਝ ਔਰਤ, ਜਿਸਦਾ ਕੋਈ ਪੁੱਤਰ ਨਾ ਹੋਵੇ, ਜਿਸਦੀ ਕੁਲ ਵਿੱਚ ਕੋਈ ਮਰਦ ਨਾ ਰਿਹਾ ਹੋਵੇ, ਵਿਧਵਾ ਹੋਈ ਔਰਤ, ਅਤੇ ਬਿਮਾਰੀ ਵਿੱਚ ਗ੍ਰਸੀ ਹੋਈ ਔਰਤ, ਦੀ ਸੰਪਤੀ ਅਤੇ ਜਾਇਦਾਦ ਦੀ ਸੁਰੱਖਿਆ ਭੀ ਰਾਜੇ (ਸਰਕਾਰ) ਦਾ ਹੀ ਧਰਮ ਹੈ।

(29) ਜੋ ਰਿਸ਼ਤੇਦਾਰ ਜਾਂ ਭਾਈ ਭੈਣ, ਕਿਸੇ ਬੇਸਹਾਰਾ ਔਰਤ ਦੇ ਜਿਉਂਦਿਆਂ ਜੀਅ, ਉਸਦੇ ਧੰਨ ਜਾਂ ਜਾਇਦਾਦ ਨੂੰ ਹੜੱਪਣ ਦਾ ਯਤਨ ਕਰਨ, ਨਿਆਂਕਾਰੀ ਰਾਜੇ ਦਾ ਧਰਮ ਹੈ ਕਿ ਉਹ ਐਸੇ ਲੋਕਾਂ ਨੂੰ ਸਖਤ ਤੋਂ ਸਖਤ ਸਜ਼ਾ ਦੇਵੇ।

(30) ਜਿਸ ਧੰਨ ਦੇ ਮਾਲਕ ਦੀ ਮੌਤ ਹੋ ਗਈ ਹੋਵੇ, ਅਤੇ ਤਿੰਨ ਸਾਲ ਤੀਕਰ ਉਸਦਾ ਕੋਈ ਵਾਰਸ ਉਸ ਉੱਪਰ ਆਪਣਾ ਹੱਕ ਨਾ ਜਿਤਾਵੇ, ਤਾਂ ਤਿੰਨ ਸਾਲਾਂ ਮਗਰੋਂ, ਰਾਜਾ ਉਸਨੂੰ ਸਰਕਾਰੀ ਖਜ਼ਾਨੇ (ਰਾਜ ਕੋਸ਼) ਵਿੱਚ ਪਾ ਸਕਦਾ ਹੈ।

(31) ਇਸੇ ਤਰਾਂ, ਕਿਸੇ ਗਵਾਚੀ ਹੋਈ ਚੀਜ਼ ਜਾਂ ਧੰਨ ਦੇ ਮਿਲ ਜਾਣ ਮਗਰੋਂ ਜੋ ਭੀ ਮਨੁੱਖ ਉਸਤੇ ਆਪਣਾ ਹੱਕ ਜਿਤਾਵੇ ਤਾਂ ਕਨੂੰਨ ਮੁਤਾਬਿਕ ਉਸ ਬਾਰੇ ਪੂਰੀ ਪੂਰੀ ਪੁੱਛ ਪੜਤਾਲ ਹੋਣੀ ਚਾਹੀਦੀ ਹੈ। ਗਵਾਚੀ ਚੀਜ਼ ਜਾਂ ਧੰਨ ਵਾਪਸ ਲੈਣ ਲਈ ਉਸਦੇ ਮਾਲਕ ਨੂੰ ਉਸ ਚੀਜ਼ ਦੇ ਚਿੰਨ੍ਹ, ਪਹਿਚਾਣ, ਮਾਤ੍ਰਾ ਆਦਿ ਬਾਰੇ ਜਾਣਕਾਰੀ ਦੇਣੀ ਜ਼ਰੂਰੀ ਹੈ।

(32) ਪਰ ਜੇ ਕੋਈ ਝੂਠ ਬੋਲ ਕੇ ਹੱਕ ਜਮਾਵੇ ਅਤੇ ਉਸਨੂੰ ਗਵਾਚਣ ਵਾਲੀ ਥਾਂ ਦਾ ਭੀ ਪਤਾ ਨਾ ਹੋਵੇ, ਉਸਦਾ ਰੰਗ ਨਾ ਦੱਸ ਸਕੇ, ਸ਼ਕਲ ਤੇ ਅਕਾਰ ਦਾ ਵੇਰਵਾ ਨਾ ਦੇ ਸਕੇ, ਤਾਂ ਝੂਠ ਬੋਲਣ ਵਾਲੇ ਨੂੰ ਅਪਰਾਧੀ ਜਾਣ ਕੇ, ਉਸ ਵਸਤੂ ਦੀ ਅਸਲ ਕੀਮਤ ਦੇ ਬਰਾਬਰ ਦਾ ਜੁਰਮਾਨਾ ਕੀਤਾ ਜਾਵੇ।

(33) ਆਪਣੀ ਸੁਹਿਰਦਤਾ ਦਿਖਾਉਂਦਾ ਹੋਇਆ ਰਾਜਾ, ਕਿਸੇ ਦੀ ਗਵਾਚੀ ਵਸਤ ਜਾਂ ਜਾਇਦਾਦ ਨੂੰ ਵਾਪਸ ਦੇਣ ਤੋਂ ਪਹਿਲਾਂ, ਰਾਜਾ ਉਸਦੀ ਸਾਂਭ ਸੰਭਾਲ ਦੇ ਖਰਚੇ ਵਜੋਂ, ਉਸਦੀ ਕੀਮਤ ਦਾ ਛੇਵਾਂ, ਅੱਠਵਾਂ ਜਾਂ ਬਾਰਵਾਂ ਹਿੱਸਾ, ਫੀਸ ਵਜੋਂ ਲਾਗਤ ਲੈ ਸਕਦਾ ਹੈ।

(34) ਜੇ ਕਿਸੇ ਗਵਾਚੀ ਹੋਈ ਵਸਤ ਨੂੰ, ਰਾਜੇ ਦਾ ਕੋਈ ਖੁਫ਼ੀਆ ਕਰਮਚਾਰੀ ਲੱਭਣ ਵਿੱਚ ਕਾਮਯਾਬ ਹੋ ਜਾਵੇ ਅਤੇ ਰਾਜੇ ਦੇ ਸੁਰੱਖਿਆ ਮਹਿਕਮੇ ਕੋਲ ਜਮ੍ਹਾਂ ਕਰਾਵੇ ਤਾਂ ਚੋਰੀ ਕਰਨ ਵਾਲੇ ਦੀ ਪਹਿਚਾਣ ਹੋਣ ਤੇ ਪਕੜੇ ਜਾਣ ਮਗਰੋਂ, ਰਾਜੇ ਦੀ ਇੱਛਾ ਮੁਤਾਬਿਕ ਉਸਨੂੰ ਨੂੰ ਹਾਥੀ ਦੇ ਪੈਰਾਂ ਹੇਠ ਮਸਲ (ਦਰੜ) ਕੇ ਮੌਤ ਦੀ ਸਜਾ ਦਿੱਤੀ ਜਾ ਸਕਦੀ ਹੈ।

(35) ਜੇ ਕੋਈ ਮਨੁੱਖ ਪੂਰਾ ਪੂਰਾ ਸਬੂਤ ਦੇ ਕੇ ਰਾਜੇ ਅੱਗੇ ਬੇਨਤੀ ਕਰੇ ਕਿ 'ਇਹ ਧੰਨ ਮੇਰਾ ਹੈ', ਤਾਂ ਰਾਜਾ ਉਸਦੀ ਕੀਮਤ ਦਾ ਛੇਵਾਂ ਜਾਂ ਬ੍ਹਾਰਵਾਂ ਹਿੱਸਾ ਕਾਟ ਲੈ ਕੇ ਵਾਪਸ ਕਰ ਦੇਵੇ।

(36) ਪਰ ਜੇ ਕੋਈ ਲੱਭੇ ਹੋਏ ਧੰਨ ਉੱਪਰ, ਝੂਠ ਬੋਲ ਕੇ ਆਪਣਾ ਹੱਕ ਜਿਤਾਉਂਦਾ ਪਕੜਿਆ ਜਾਵੇ ਤਾਂ ਉਸਤੋਂ ਵਾਪਸ ਲੈਣ ਦੇ ਨਾਲ ਨਾਲ, ਉਸ ਵਸਤ ਦੀ ਕੀਮਤ ਦਾ ਅੱਠਵਾ ਜਾਂ ਉਸਦਾ ਮੁੱਲ ਪਵਾ ਕੇ, ਬਣਦਾ ਜੁਰਮਾਨਾ ਭੀ ਉਗਰਾਹਿਆ ਜਾਵੇ। ਪਰ--

(37) ਇਸਦੇ ਉਲਟ, ਜੇ ਕਿਸੇ ਬ੍ਰਾਹਮਣ ਨੂੰ ਕੋਈ ਪੁਰਾਣਾ ਖਜ਼ਾਨਾ (ਕੋਈ ਨਿਧੀ ਜਾਂ ਧੰਨ ਦੌਲਤ) ਹੱਥ ਲੱਗੇ, ਤਾਂ ਉਹ ਸਾਰੇ ਦਾ ਸਾਰਾ ਆਪਣੇ ਕੋਲ ਰੱਖ ਸਕਦਾ ਹੈ, ਕਿਉਂਕਿ ਉਹ ਆਪ ਸਭ ਦਾ ਸਵਾਮੀ (ਮਾਲਕ) ਹੈ।

(38) ਜੇ ਰਾਜੇ ਨੂੰ ਕੋਈ ਪੁਰਾਣਾ ਦੱਬਿਆ ਹੋਇਆ ਖਜ਼ਾਨਾ (ਧੰਨ ਦੌਲਤ) ਲੱਭੇ ਤਾਂ ਉਹ ਉਸਦਾ ਅੱਧ ਬ੍ਰਾਹਮਣਾਂ ਨੂੰ ਦਾਨ ਕਰ ਦੇਵੇ ਤੇ ਬਾਕੀ ਸਰਕਾਰੀ ਖਜ਼ਾਨੇ ਵਿਚ ਜ਼ਮ੍ਹਾਂ ਕਰਵਾ ਲਵੇ।

(39) ਜੇ ਕਿਸੇ ਨੂੰ, ਧਰਤੀ ਵਿੱਚ ਦੱਬੀਆਂ ਪੁਰਾਣੀਆਂ ਕੀਮਤੀ ਵਸਤਾਂ, ਧੰਨ, ਕੀਮਤੀ ਹੀਰੇ ਤੇ ਧਾਤਾਂ ਲੱਭਣ, ਤਾਂ ਰਾਜਾ ਉਸਦੇ ਅੱਧ ਦਾ ਹੱਕਦਾਰ ਹੈ, ਕਿਉਂਕਿ ਉਹ ਉਸ ਧਰਤੀ ਦਾ ਮਾਲਕ ਹੈ।

(40) ਰਾਜੇ ਨੂੰ ਚਾਹੀਦਾ ਹੈ ਕਿ ਸਭ ਵਰਣਾਂ ਦੇ ਲੋਕਾਂ ਦਾ ਚੋਰੀ ਹੋਇਆ ਮਾਲ, ਬਰਾਮਦ ਹੋਣ ਤੇ ਸਾਰੇ ਦਾ ਸਾਰਾ, ਮਾਲਕਾਂ ਨੂੰ ਵਾਪਸ ਮੋੜ ਦੇਵੇ। ਐਸੇ ਧੰਨ ਨੂੰ ਵਰਤਣ ਵਾਲਾ ਰਾਜਾ, ਆਪ ਚੋਰਾਂ ਦੀ ਨਿਆਈ ਪਾਪਾਂ ਦਾ ਭਾਗੀ ਹੋ ਜਾਂਦਾ ਹੈ।

(41) ਇੱਕ ਧਰਮੀ ਰਾਜਾ ਜੋ ਆਪਣੇ ਰਾਜ ਧਰਮ ਦੇ ਨਿਯਮਾਂ ਦੀ ਪਾਲਣਾ ਕਰਦਾ ਹੈ, ਉਹ ਆਪਣੀ ਪਰਜਾ ਦੇ ਲੋਕਾਂ ਦੀ, ਜਾਤ, ਇਲਾਕਾ, ਕਬੀਲਾ, ਪ੍ਰਵਾਰਾਂ ਦੇ ਰੀਤੀ ਰਿਵਾਜਾਂ ਅਤੇ ਅਸੂਲਾਂ ਨੂੰ ਧਿਆਨ ਵਿੱਚ ਰੱਖ ਕੇ ਫੈਸਲੇ ਲੈਂਦਾ ਹੈ।

(42) ਜੋ ਲੋਕ ਆਪਣਾ ਪਿਤਾ ਪੁਰਖੀ ਕਿੱਤਾ (ਜੱਦੀ ਕਿੱਤਾ) ਕਰਦੇ ਹਨ ਅਤੇ ਆਪਣੇ ਵਰਣ ਆਸ਼ਰਮ ਧਰਮ ਦੀ ਪਾਲਣਾ ਕਰਦੇ ਹਨ, ਉਹ ਆਪਣੇ ਅਸੂਲਾਂ ਦੀ ਪਾਲਣਾ ਕਰਨ ਕਾਰਣ ਲੋਕਾਂ ਵਿੱਚ ਸਤਿਕਾਰੇ ਜਾਂਦੇ ਹਨ, ਭਾਵੇਂ ਉਹ ਕਿੱਧਰੇ ਦੂਰ ਦੁਰਾਡੇ ਭੀ ਰਹਿੰਦੇ ਹੋਣ।

(43) ਰਾਜਾ ਜਾਂ ਰਾਜੇ ਦਾ ਨਿਆਂ ਕਰਤਾ ਅਤੇ ਕੋਈ ਉੱਚ ਅਧਿਕਾਰੀ, ਕਿਸੇ ਹੋਰ ਦਾ ਧੰਨ ਹੜੱਪਣ ਦੀ ਇੱਛਾ ਨਾਲ ਆਪ ਕੋਈ ਮੁਕੱਦਮਾਂ ਦਰਜ ਨਹੀਂ ਕਰਵਾ ਸਕਦਾ ਅਤੇ ਨਾ ਹੀ ਰਿਸ਼ਵਤ ਲੈ ਕੇ ਜਾਂ ਲਾਲਚ ਵੱਸ ਹੋ ਕੇ ਕੋਈ ਫ਼ਤਵਾ (ਫੈਸਲਾ) ਦੇ ਸਕਦਾ ਹੈ।

(44) ਜਿਸ ਤਰਾਂ ਇੱਕ ਸ਼ਿਕਾਰੀ, ਹਿਰਨ ਦੇ ਤੀਰ ਮਾਰਨ ਮਗਰੋਂ ਉਸਦੇ ਡੁੱਲ੍ਹੇ ਖ਼ੂਨ ਦੀ ਪੈੜ ਦੱਬ ਕੇ ਆਪਣਾ ਸ਼ਿਕਾਰ ਲੱਭ ਲੈਂਦਾ ਹੈ, ਉਸੇ ਤਰਾਂ ਨਿਆਂ ਕਰਨ ਵਾਲਾ ਜੱਜ, ਅਨੁਮਾਨ ਅਤੇ ਪ੍ਰਮਾਣ ਦੇ

ਅਧਾਰ ਤੇ, ਠੀਕ ਤੇ ਗਲਤ ਦਾ ਨਿਰਣਾ ਕਰਨ ਲਈ ਮੁਕੱਦਮੇ ਦੀ ਅਸਲੀਅਤ ਅਤੇ ਜੜ੍ਹ ਤੱਕ ਪਹੁੰਚ ਸਕਦਾ ਹੈ।

(45) ਮੁਕੱਦਮੇ ਦੀ ਸੁਣਵਾਈ ਕਰ ਰਹੇ ਰਾਜੇ ਨੂੰ ਪੂਰੇ ਧਿਆਨ ਨਾਲ ਝਗੜੇ ਦੇ ਕਾਰਣ, ਵਿੱਚਲੀ ਸਚਾਈ, ਗਵਾਹਾਂ ਵਲੋਂ ਦਿੱਤੇ ਬਿਆਨਾਂ ਦਾ ਸੱਚ-ਝੂਠ, ਝਗੜੇ ਵਾਲੀ ਥਾਂ ਅਤੇ ਸਮੇਂ ਨੂੰ ਧਿਆਨ ਵਿੱਚ ਰੱਖ ਕੇ ਮਾਮਲੇ ਤੇ ਵਿਚਾਰ ਕਰਨੀ ਚਾਹੀਦੀ ਹੈ।

(46) ਸਤਿਪੁਰਸ਼ਾਂ ਅਤੇ ਸੂਝਵਾਨ ਦਵਿੱਜਾਂ ਵਲੋਂ ਪਾਏ ਹੋਏ ਪੂਰਨਿਆਂ ਅਤੇ ਉਨਾਂ ਵਲੋਂ ਪਹਿਲਾਂ ਲਏ ਗਏ ਫੈਸਲਿਆਂ ਨੂੰ ਮੱਖ ਰੱਖਦਿਆਂ ਹੀ ਕੋਈ ਫੈਸਲਾ ਦਿੱਤਾ ਜਾਵੇ, ਜੋ ਕਿਸੇ ਇਲਾਕੇ, ਕਿਸੇ ਦੀ ਕੁਲ, ਜਾਂ ਵਰਣ ਦੇ ਨਿਯਮਾਂ ਖਿਲਾਫ਼ ਨਾ ਜਾਂਦਾ ਹੋਵੇ।

(47) ਜੇ ਕਿਸੇ ਕਿਸੇ ਮਹਾਜਨ (ਸੇਠ) ਨੇ ਕਰਜ਼ਦਾਰ ਤੋਂ ਆਪਣੀ ਰਕਮ ਦੀ ਵਸੂਲੀ ਲਈ ਮਾਮਲਾ (ਪਟੀਸ਼ਨ, **नालिश**) ਦਰਜ ਕਰਾਇਆ ਹੋਵੇ ਤਾਂ ਰਾਜਾ ਸਬੂਤਾਂ ਦੇ ਅਧਾਰ ਤੇ ਉਸਦੀ ਰਕਮ ਵਾਪਸ ਦਿਵਾ ਦੇਵੇ।

ਟਿੱਪਣੀ:- *ਉੱਪਰ ਆਏ ਬਹੁਤੇ ਸਲੋਕਾਂ ਵਿੱਚ ਮਾਮਲਿਆਂ ਦੀ ਸੁਣਵਾਈ, ਰਾਜੇ ਦੇ ਦਰਬਾਰ ਵਿੱਚ ਹੀ ਹੁੰਦੀ ਜਾਪਦੀ ਹੈ। ਇਸਤੋਂ ਸਾਫ ਜ਼ਾਹਰ ਹੈ ਕਿ, ਰਾਜਿਆਂ ਦੇ ਰਾਜ ਛੋਟੇ ਛੋਟੇ ਹੀ ਹੋਣਗੇ ਅਤੇ ਪਰਜਾ ਦੀ ਗਿਣਤੀ ਬਹੁਤੀ ਨਹੀਂ ਹੋਵੇਗੀ।*

(48) ਕਚਹਰੀ ਵਿੱਚ ਮੁਕੱਦਮਾ ਦਰਜ ਕਰਵਾਉਣ ਤੋਂ ਪਹਿਲਾਂ, ਮਹਾਜਨ (ਸ਼ਾਹੂਕਾਰ) ਜਿਹੜੇ ਜਿਹੜੇ ਤਰੀਕੇ ਵਰਤ ਕੇ, ਵਿਆਜ ਸਮੇਤ ਆਪਣਾ ਉਧਾਰ ਦਿੱਤਾ ਧੰਨ ਜਾਂ ਮਾਲ ਵਸੂਲ ਕਰ ਸਕਦਾ ਹੈ, ਉਹ ਸਾਰੇ ਤਰੀਕੇ ਇਸ ਤਰਾਂ ਹਨ, ਜਿਵੇਂ-

(49) ਧੀਰਜ ਨਾਲ ਗੱਲਬਾਤ ਕਰਕੇ, ਚਲਾਕੀ ਨਾਲ, ਦਬਾ ਧਮਕਾ ਕੇ (**आचरित**), ਜ਼ੋਰਾ-ਜ਼ਬਰੀ (ਕੁੱਟ ਮਾਰ) ਕਰਕੇ, ਅਤੇ ਆਖਰੀ ਕਨੂੰਨੀ ਪ੍ਰਕਿਰਿਆ ਦਾ ਡਰ ਦੇ ਕੇ ਧੰਨ ਵਾਪਸ ਲੈ ਸਕਦਾ ਹੈ।

(50) ਜੇ ਰਾਜੇ ਦੀ ਕਚਹਰੀ ਵਿੱਚ ਸੁਣਵਾਈ ਤੋਂ ਪਹਿਲਾਂ, ਸ਼ਾਹੂਕਾਰ ਉੱਪਰ ਵਾਲੇ ਤਰੀਕੇ ਵਰਤ ਕੇ ਆਪਣਾ ਧੰਨ-ਮਾਲ ਕਰਜ਼ਦਾਰ ਕੋਲੋਂ ਆਪ ਵਸੂਲ ਕਰ ਲਵੇ ਤਾਂ ਰਾਜੇ ਨੂੰ ਇਸ ਉੱਪਰ ਕੋਈ ਇਤਰਾਜ਼ ਨਹੀਂ ਹੋਣਾ ਚਾਹੀਦਾ।

(51) ਪਰ ਜਦੋਂ ਕੋਈ ਮਨੁੱਖ, ਗਵਾਹੀਆਂ ਸਮੇਤ ਲਿਖ ਲਿਖਾ ਕਰਕੇ ਲਿਆ ਕਰਜ਼ਾ ਅਤੇ ਵਿਆਜ ਵਾਪਸ ਕਰਨ ਤੋਂ ਮੁੱਕਰ ਜਾਵੇ, ਤਾਂ ਸਬੂਤ ਅਤੇ ਗਵਾਹਾਂ ਦੇ ਅਧਾਰ ਤੇ, ਰਾਜਾ ਕਰਜ਼ਦਾਰ ਕੋਲੋਂ, ਜੁਰਮਾਨੇ ਸਮੇਤ ਕਰਜ਼ਾ ਵਸੂਲ ਕਰਨ ਦਾ ਹੁਕਮ ਦੇ ਸਕਦਾ ਹੈ।

(52) ਜੇ ਕੋਈ ਕਰਜ਼ਦਾਰ ਕਚਹਰੀ ਵਿੱਚ ਮੁੱਕਰ ਜਾਵੇ ਕਿ 'ਮੈਂ ਤਾਂ ਕਰਜ਼ਾ ਲਿਆ ਹੀ ਨਹੀਂ' ਤਾਂ ਸ਼ਾਹੂਕਾਰ ਸਾਰੇ ਕਾਗਜ਼ ਪੱਤਰ ਅਤੇ ਉਸੇ ਗਵਾਹ ਨੂੰ ਨਾਲ ਲੈ ਕੇ ਰਾਜੇ ਦੀ ਕਚਹਰੀ ਵਿੱਚ ਪੇਸ਼ ਹੋਵੇ ਜਿਸਦੀ ਗਵਾਹੀ ਪੁਆ ਕੇ ਉਧਾਰ ਦਿੱਤਾ ਗਿਆ ਹੋਵੇ। ਜਾਂ ਹੋਰ ਸਬੂਤ ਭੀ ਹੋਣ, ਤਾਂ ਪੇਸ਼ ਕਰੇ।ਪਰ ਹੇਠ ਦਿਤੀਆਂ ਹਾਲਤਾਂ ਵਿੱਚ----

(53) ਜੇ ਮੁਦਈ ਕਿਸੇ ਐਸੇ ਝੂਠੇ ਗਵਾਹ ਨੂੰ ਪੇਸ਼ ਕਰੇ ਜੋ ਲਿਖ-ਲਿਖਾ ਕਰਨ ਵੇਲੇ ਹਾਜ਼ਰ ਨਹੀਂ ਸੀ, ਜਾਂ ਗਵਾਹੀ ਤੋਂ ਮੁੱਕਰ ਜਾਵੇ, ਜਾਂ ਉਸਦੇ ਬਿਆਨਾਂ ਵਿੱਚ ਬਦਲ ਫੇਰ ਦਿਸੇ, ਜਾਂ--

(54) ਜੋ ਬਿਆਨ ਦੇ ਕੇ ਆਪਣੇ ਬਿਆਨਾਂ ਨੂੰ ਬਾਰ ਬਾਰ ਬਦਲਦਾ ਹੈ ਅਤੇ ਸਵਾਲ ਪੁੱਛਣ ਤੇ ਕਹੀ ਗੱਲ ਤੋਂ ਮੁਕਰਦਾ ਹੈ, ਜਾਂ-

(55) ਜੇ ਕਚਹਰੀ ਵਿੱਚ ਸੁਣਵਾਈ ਸਮੇਂ, ਮੁਦਈ ਆਪਣੇ ਗਵਾਹ ਨਾਲ ਘੁਸਰ-ਮੁਸਰ ਕਰਦਾ ਰਹੇ, ਜਾਂ ਗਵਾਹ ਜਵਾਬ ਦੇਣ ਤੋਂ ਇਨਕਾਰੀ ਹੋਵੇ, ਜਾਂ ਕਚਹਰੀ ਛੱਡ ਕੇ ਬਾਹਰ ਚਲਾ ਜਾਵੇ, ਜਾਂ-

(56) ਜਿਸਤੋਂ ਸਵਾਲ ਪੁੱਛੇ ਜਾਣ ਤੇ ਉਹ ਜਵਾਬ ਨਾ ਦੇ ਸਕੇ, ਅਤੇ ਆਪਣੇ ਵਲੋਂ ਲਾਇਆ ਦੋਸ਼ ਸਾਬਤ ਨਾ ਕਰ ਸਕੇ, ਜਾਂ ਜੋ ਮਨੁੱਖ ਸਾਰੇ ਕਨੂੰਨੀ ਨੁਕਤਿਆਂ ਲਈ ਜਵਾਬਦੇਹ ਨਾ ਹੋਵੇ, ਤਾਂ ਐਸੀ ਹਾਲਤ ਵਿੱਚ ਸ਼ਾਹੂਕਾਰ, ਮੁਕੱਦਮਾ ਹਾਰ ਜਾਂਦਾ ਹੈ।

(57) ਜੇ ਕੋਈ ਮੁਦਈ ਕਚਹਰੀ ਵਿੱਚ ਜਾ ਕੇ ਕਹੇ ਕਿ ਉਸ ਕੋਲ ਸਾਰੇ ਗਵਾਹ ਹਾਜ਼ਰ ਹਨ ਪਰ ਪੇਸ਼ ਨਾ ਕਰ ਸਕੇ, ਤਾਂ ਜੱਜ ਉਸ ਅਧਾਰ ਤੇ ਮੁਕੱਦਮਾ ਦਾਇਰ ਕਰਨ ਵਾਲੇ ਨੂੰ 'ਹਾਰਿਆ' ਐਲਾਨ ਕਰਕੇ, ਕਚਹਰੀ ਦੀ ਕਾਰਵਾਈ ਦਾ ਖਰਚਾ ਉਸ ਸਿਰ ਪਾ ਸਕਦਾ ਹੈ।

(58) ਜੇ ਕੋਈ ਝੂਠਾ ਮੁਕੱਦਮਾ ਦਾਇਰ ਕਰਕੇ, ਮਗਰੋਂ ਡੇਢ ਮਹੀਨੇ ਤੀਕਰ ਉਸਦੀ ਕੋਈ ਪੈਰਵਾਈ ਨਾ ਕਰੇ, ਤਾਂ ਜੱਜ ਉਸਨੂੰ ਬਣਦੀ ਸਜ਼ਾ ਅਤੇ ਜੁਰਮਾਨਾ ਲਾ ਸਕਦਾ ਹੈ। ਦੂਸਰੀ ਧਿਰ ਵਾਲਾ ਆਪਣੀ ਬਦਨਾਮੀ ਅਤੇ ਨੁਕਸਾਨ ਦੇ ਹਰਜਾਨੇ ਲਈ ਅਰਜ਼ੀ, ਡੇਢ ਸਾਲ ਦੇ ਅੰਦਰ ਅੰਦਰ ਪਾ ਸਕਦਾ ਹੈ। ਐਸਾ ਨਾ ਹੋਣ ਤੇ ਮਾਮਲਾ ਖਤਮ ਸਮਝਿਆ ਜਾਂਦਾ ਹੈ।

(59) ਜੇ ਬਚਾਉ ਪੱਖ (**प्रतिवादी**) ਵਾਲੀ ਧਿਰ ਕਰਜ਼ੇ ਦੀ ਰਕਮ ਸਬੰਧੀ ਝੂਠ ਬੋਲੇ ਜਾਂ ਦਾਅਵਾ ਕਰਨ ਵਾਲਾ ਆਪਣੀ ਰਕਮ ਵਧਾ ਕੇ ਮੰਗੇ ਤਾਂ ਸੱਚ ਸਾਬਤ ਹੋਣ ਤੇ ਰਾਜਾ ਦੋਸ਼ੀ ਧਿਰ ਨੂੰ ਰਕਮ ਤੋਂ ਦੁੱਗਣਾ ਜੁਰਮਾਨਾ ਕਰ ਸਕਦਾ ਹੈ।

(60) ਜੇ ਕਰਜ਼ਦਾਰ ਮਨੁੱਖ ਨੂੰ ਕਚਹਰੀ ਵਿੱਚ ਪੇਸ਼ ਕੀਤਾ ਜਾਵੇ ਅਤੇ ਉਹ ਮੁੱਕਰ ਜਾਵੇ, ਤਾਂ ਸ਼ਾਹੂਕਾਰ, ਰਾਜੇ ਵਲੋਂ ਨਿਯੁਕਤ ਕੀਤੇ ਬ੍ਰਾਹਮਣ ਦੀ ਹਾਜ਼ਰੀ ਵਿੱਚ, ਤਿੰਨ ਗਵਾਹ ਪੇਸ਼ ਕਰਕੇ ਆਪਣਾ ਪੱਖ ਪੂਰ ਸਕਦਾ ਹੈ ਅਤੇ ਕਰਜ਼ੇ ਦੀ ਰਕਮ ਵਸੂਲਣ ਲਈ ਬੇਨਤੀ ਪੱਤਰ ਪਾ ਸਕਦਾ ਹੈ।

ਟਿੱਪਣੀ:*-ਉੱਪਰ ਦਿੱਤੇ ਅਤੇ ਅਗਲੇ ਸਲੋਕਾਂ ਤੋਂ ਸਾਫ਼ ਜ਼ਾਹਿਰ ਹੈ ਕਿ ਸਲੋਕਾਂ ਦੀ ਲਿਖਣ ਸ਼ੈਲੀ ਕੋਈ ਬਹੁਤੀ ਪੁਰਾਣੀ ਨਹੀਂ ਹੈ। ਅੱਜ ਦੀ ਨਿਆਂ ਪ੍ਰਣਾਲੀ ਵਿੱਚ ਵੀ ਬਹੁਤ ਕੁਝ ਇਸੇ ਤਰਤੀਬ ਵਿੱਚ ਦੇਖਿਆ ਜਾ ਸਕਦਾ ਹੈ।*

(61) ਕਰਜ਼ਾ ਦੇਣ ਦੇ ਮਾਮਲਿਆਂ ਵਿੱਚ ਸ਼ਾਹੂਕਾਰ ਨੂੰ ਕਿਹੋ ਜੇਹੇ ਜਾਮਨ ਅਤੇ ਗਵਾਹ ਲੈਣੇ ਚਾਹੀਦੇ ਹਨ, ਅਤੇ ਕਚਹਰੀ ਵਿੱਚ, ਉਨ੍ਹਾਂ ਤੋਂ ਕਿਵੇਂ ਸੱਚ ਬੁਲਾਇਆ ਜਾਵੇ। ਇਸਦਾ ਵਿਸਥਾਰ ਅੱਗੇ ਸੁਣੋਂ:

ਚਸ਼ਮਦੀਦ ਗਵਾਹ –

(62) ਮੁਕੱਦਮੇ ਵਿੱਚ ਗਵਾਹੀ ਦੇਣ ਲਈ ਜਿੰਮੇਂਵਾਰ ਪਰਖੇ ਹੋਏ ਗ੍ਰਸਿਤੀ, ਪੁੱਤਰਾਂ ਵਾਲੇ, ਪੜੋਸ ਵਿੱਚ ਰਹਿਣ ਵਾਲੇ ਖੱਤਰੀ, ਵੈਸ਼ ਜਾਂ ਸ਼ੂਦਰਾਂ, ਵਿੱਚੋਂ ਕੋਈ ਭੀ ਹੋ ਸਕਦਾ ਹੈ, ਜੋ ਕਚਹਰੀ ਵਿੱਚ ਅਵਾਜ਼ ਪੈਣ ਤੇ ਪੇਸ਼ ਹੋਣ ਲਈ ਸਹਿਮਤ ਹੋਵੇ। ਐਵੇਂ ਕਿਸੇ ਜਣੇ-ਖਣੇ ਨੂੰ ਜਾਮਨ ਜਾਂ ਗਵਾਹ ਨਹੀਂ ਬਨਾਉਣਾ ਚਾਹੀਦਾ।

(63) ਮੁਕੱਦਮੇ ਦੀ ਗਵਾਹੀ ਲਈ ਪੇਸ਼ ਹੋਣ ਵਾਲਿਆਂ ਲਈ ਜ਼ਰੂਰੀ ਹੈ ਕਿ ਉਨ੍ਹਾਂ ਦੇ ਚਾਲ-ਚਲਣ ਬਾਰੇ ਪਹਿਲਾਂ ਪੁੱਛ ਪੜਤਾਲ ਹੋਈ ਹੋਵੇ ਅਤੇ ਸਮਾਜ ਦੇ ਇੱਜ਼ਤਦਾਰ ਮਨੁੱਖ ਹੋਣ, ਜਿਨ੍ਹਾਂ ਨੂੰ ਆਪਣੀ ਜਿਮੇਂਵਾਰੀ ਦਾ ਅਹਿਸਾਸ ਹੋਵੇ। ਕਿਸੇ ਕਿਸਮ ਦੇ ਲਾਲਚ ਤੋਂ ਰਹਿਤ ਹੋਣ, ਬਾਕੀ ਵਰਣਾਂ ਅਤੇ ਜਾਤਾਂ ਦੇ ਰੀਤੀ ਰਿਵਾਜ ਅਤੇ ਧਰਮ ਕਰਮਾਂ ਦਾ ਗਿਆਨ ਰੱਖਦੇ ਹੋਣ। ਇਨ੍ਹਾਂ ਗੁਣਾਂ ਤੋਂ ਸੱਖਣੇ ਜਾਂ ਅਨਜਾਣ ਲੋਕਾਂ ਦੀ ਗਵਾਹੀ ਨਹੀਂ ਲੈਣੀ ਚਾਹੀਦੀ।

(64) ਉਹ ਲੋਕ ਅਦਾਲਤ ਵਿੱਚ ਗਵਾਹੀ ਨਹੀਂ ਦੇ ਸਕਦੇ- ਜਿਨ੍ਹਾਂ ਦਾ ਮਾਮਲੇ ਨਾਲ ਕੋਈ ਨਿਜੀ ਮਨੋਰਥ ਜੁੜਿਆ ਹੋਵੇ, ਜੋ ਪੈਸੇ ਦੇ ਲੈਣ ਦੇਣ ਕਰਕੇ, ਕਰਜ਼ ਦੇਣ ਵਾਲੇ ਦੇ ਮਿੱਤਰ ਜਾਂ ਸਾਂਝੀਵਾਲ ਹੋਣ। ਦੋਹਾਂ ਧਿਰਾਂ ਵਿੱਚੋਂ ਕਿਸੇ ਇੱਕ ਦੇ ਦੁਸ਼ਮਣ ਹੋਣ, ਪਹਿਲਾਂ ਕਿਸੇ ਮਾਮਲੇ ਵਿੱਚ ਅਦਾਲਤ ਵਲੋਂ ਦੋਸ਼ੀ ਠਹਿਰਾਏ ਗਏ ਹੋਣ, ਕਿਸੇ ਗੰਭੀਰ ਬਿਮਾਰੀ ਦੇ ਰੋਗੀ ਹੋਣ ਜਾਂ ਕਿਸੇ ਅਪਰਾਧ ਕਾਰਣ ਦੋਸ਼ੀ ਸਾਬਤ ਹੋ ਹੋ ਚੁੱਕੇ ਹੋਣ।

MANUSMRITI 171

(65) ਰਾਜਾ, ਮਿਸਤਰੀ, ਤਮਾਸ਼ਬੀਨ (ਕਲਾਬਾਜ਼), ਕੋਈ ਵੇਦ ਪਾਠੀ ਜਾਂ ਕਰਮਕਾਂਡੀ, ਬ੍ਰਹਮਚਾਰੀ, ਅਤੇ ਉਹ ਸਨਿਆਸੀ ਜਿਸਨੇ, ਗ੍ਰਸਿਤ ਤਿਆਗ ਕੇ ਦੁਨੀਆਂਦਾਰੀ ਦੇ ਕੰਮਾਂ ਨਾਲੋਂ ਵਾਸਤਾ ਤੋੜ ਲਿਆ ਹੋਵੇ, ਕਿਸੇ ਮੁਕੱਦਮੇ ਵਿੱਚ ਗਵਾਹੀ ਨਹੀਂ ਦੇ ਸਕਦੇ।

(66) ਘਰ ਦਾ ਗੁਲਾਮ (ਦਾਸ), ਭੈੜੀ ਕਣਸੋਅ ਵਾਲਾ ਮਨੁੱਖ (ਸਮਾਜ ਵਿੱਚ ਬਦਨਾਮ), ਕੁਕਰਮੀ (ਬੁਰੇ ਕੰਮ ਕਰਨ ਵਾਲਾ), ਚੰਡਾਲ (ਬ੍ਰਾਹਮਣ ਦੀ ਸ਼ੂਦਰ ਇਸਤ੍ਰੀ ਤੋਂ ਪੈਦਾ ਹੋਇਆ ਪੁੱਤਰ), ਚਾਂਦਲ (ਆਦਿ ਵਾਸੀ), ਵਿਹਲੜ (ਕੋਈ ਕਿਰਤ ਨਾ ਕਰਨ ਵਾਲਾ-ਕੰਮ ਚੋਰ), ਆਪਣੇ ਵਰਣ ਦੇ ਨਿਯਮਾਂ ਦੇ ਉਲਟ ਮਨਾਹੀ ਵਾਲਾ ਕਿੱਤਾ (ਵਿਵਰਜਤ) ਕਰਨ ਵਾਲਾ, ਬੁੱਢਾ ਬਜ਼ੁਰਗ, ਛੜਾ ਮਨੁੱਖ, ਨਬਾਲਗ, ਰੋਗ ਗ੍ਰਸਤ, ਅਤੇ ਅਪਾਹਜ ਮਨੁੱਖ ਨੂੰ ਗਵਾਹੀ ਦੇਣ ਦੀ ਆਗਿਆ ਨਹੀਂ ਹੈ।

(67) ਮਾਨਸਿਕ ਰੋਗੀ, ਨਸ਼ਈ, ਪਾਗਲ, ਭੁੱਖਾ ਪਿਆਸਾ, ਜ਼ਿੰਦਗੀ ਤੋਂ ਥੱਕਿਆ ਅਤੇ ਅੱਕਿਆ ਹੋਇਆ, ਕਾਮੀ ਅਤੇ ਕਰੋਧੀ ਪੁਰਸ਼, ਅਤੇ ਚੋਰੀ ਦੇ ਇਲਜ਼ਾਮ ਕਾਰਣ ਕਲੰਕਤ ਮਨੁੱਖਾਂ ਨੂੰ ਭੀ ਗਵਾਹ ਬਣਨ ਦੀ ਆਗਿਆ ਨਹੀਂ ਹੈ।

(68) ਔਰਤਾਂ ਦੇ ਸਧਾਰਨ ਮਾਮਲੇ ਬਾਰੇ ਮੁਕੱਦਮੇ ਦੀ ਸੁਣਵਾਈ ਮੌਕੇ, ਔਰਤ ਲਈ ਗਵਾਹੀ, ਸਿਰਫ ਉਸਦੀ ਜਾਤ ਦੀ ਔਰਤ ਹੀ ਦੇ ਸਕਦੀ ਹੈ। ਇਸੇ ਤਰਾਂ, ਦਵਿੱਜ (ਬ੍ਰਾਹਮਣ ਖੱਤਰੀ ਵੈਸ਼) ਦੀ ਗਵਾਹੀ ਉਸੇ ਜਾਤ ਦਾ ਦਵਿੱਜ, ਸ਼ੂਦਰ ਦੀ ਗਵਾਹੀ ਸਜਾਤੀ ਸ਼ੂਦਰ (ਉਸੇ ਜਾਤੀ ਦਾ), ਚੰਡਾਲ ਆਦਿ ਨੀਚ ਜਾਤੀ ਅਤੇ ਇਸਤੋਂ ਭੀ ਘਟੀਆ ਜਾਤ ਵਾਲੇ ਦੀ ਗਵਾਹੀ ਦੇਣ ਵਾਲਾ ਉਸੇ ਜਾਤ ਦਾ ਨੀਚ ਮਨੁੱਖ ਹੀ ਹੋ ਸਕਦਾ ਹੈ।

(69) ਘਰ ਦੇ ਅੰਦਰ ਜਾਂ ਘਰ ਦੇ ਬਾਹਰ ਜੰਗਲ ਵਿੱਚ, ਕੋਈ ਲੜਾਈ ਝਗੜਾ ਜਾਂ ਰੌਲ਼ਾ ਰੱਪਾ (ਉਪੱਧਰ) ਪੈ ਜਾਵੇ, ਜਾਂ ਕੋਈ ਖੂਨ ਖਰਾਬਾ ਹੋ ਜਾਵੇ, ਤਾਂ ਕੋਈ ਭੀ ਗਵਾਹ ਹੋ ਸਕਦਾ ਹੈ, ਜਿਸਨੂੰ ਇਸ ਬਾਰੇ ਪੂਰਾ ਪਤਾ ਹੋਵੇ ਜਾਂ ਸਭ ਕੁਝ ਆਪਣੀ ਅੱਖੀਂ ਡਿੱਠਾ (ਚਸ਼ਮਦੀਦ) ਹੋਵੇ।

(70) ਜੇ ਮੌਕੇ ਦਾ ਗਵਾਹ (ਚਸ਼ਮਦੀਦ ਗਵਾਹ) ਨਾ ਮਿਲ ਸਕੇ, ਪਰ ਕਿਸੇ ਹੋਰ ਇਸਤ੍ਰੀ, ਬਜ਼ੁਰਗ, ਬੱਚੇ, ਰਿਸ਼ਤੇਦਾਰ, ਨੌਕਰ ਚਾਕਰ ਆਦਿ, ਜਿਸ ਨੂੰ ਅਪਰਾਧ ਨਾਲ ਸਬੰਧਿਤ ਜਾਣਕਾਰੀ ਹੋਵੇ, ਤਾਂ ਉਸਦੀ ਗਵਾਹੀ ਭੀ ਭੁਗਤ ਸਕਦੀ ਹੈ।

(71) ਪਰ, ਫੈਸਲਾ ਦੇਣ ਵਾਲੇ ਜੱਜ ਨੂੰ, ਇਸ ਗੱਲ ਦਾ ਭੀ ਖਿਆਲ ਰੱਖਣਾ ਪਵੇਗਾ ਕਿ, ਸਥਿਰ ਬੁੱਧੀ ਨਾ ਹੋਣ ਕਾਰਨ, ਬਾਲਕ, ਬੁੱਢੇ ਅਤੇ ਰੋਗੀ, ਅਦਿ ਦੇ ਬਿਆਨ ਉਲਟ ਪੁਲਟ ਜਾਂ ਝੂਠ ਭੀ ਹੋ ਸਕਦੇ ਹਨ। ਇਸ ਕਰਕੇ ਪੂਰਾ ਭਰੋਸਾ ਨਹੀਂ ਕੀਤਾ ਜਾ ਸਕਦਾ ਅਤੇ ਰਾਜੇ ਨੂੰ ਆਪਣੀ ਸੂਝ ਬੂਝ ਨਾਲ ਫੈਸਲਾ ਦੇਣਾ ਚਾਹੀਦਾ ਹੈ।

(72) ਇਸ ਲਈ, ਗੁੰਡਾਗਰਦੀ, ਚੋਰੀ, ਵਿਭਚਾਰ, ਮਾਣਹਾਨੀ ਅਤੇ ਕੁੱਟਮਾਰ ਵਾਲੇ ਸਾਰੇ ਮਾਮਲਿਆਂ ਵਿੱਚ ਜਿੱਥੇ ਸਾਰੇ ਪ੍ਰਮਾਣ (ਸਬੂਤ) ਉਪਲੱਬਧ ਹੋਣ ਜਾਂ ਦੋਸ਼ੀ ਰੰਗੇ ਹੱਥੀਂ ਫੜਿਆ ਗਿਆ ਹੋਵੇ, ਉੱਥੇ ਗਵਾਹਾਂ ਤੋਂ ਬਹੁਤੀ ਪੁੱਛ ਗਿੱਛ ਕਰਨ ਦੀ ਜ਼ਰੂਰਤ ਨਹੀਂ, ਕਿਉਕਿ ਇਨ੍ਹਾਂ ਗਵਾਹਾਂ ਦਾ ਭੇਤ ਭੀ ਰੱਖਣਾ ਪੈਂਦਾ ਹੈ।

(73) ਜੇ ਦੋਨਾਂ ਧਿਰਾਂ ਦੇ ਗਵਾਹਾਂ ਦੇ ਬਿਆਨਾਂ ਵਿੱਚ ਜ਼ਿਆਦਾ ਮੱਤ ਭੇਦ ਹੋਵੇ ਜਾਂ ਇੱਕ ਦੂਸਰੇ ਦੇ ਬਿਲਕੁਲ ਉਲਟ ਹੋਣ ਅਤੇ ਮਾਮਲਾ ਨਾ ਸੁਲਝਦਾ ਦਿਸੇ ਤਾਂ ਫ਼ੈਸਲਾ ਸੁਨਾਉਣ ਵਾਲੇ ਲਈ ਜ਼ਰੂਰੀ ਹੈ ਕਿ, ਜਿਸ ਧਿਰ ਦੇ ਗਵਾਹਾਂ ਨੂੰ, ਸੁਣਵਾਈ ਲਈ ਨਾਮਜ਼ਾਦ ਕੀਤੇ ਜੱਜ, ਜਿਆਦਾ ਸੱਚਾ ਸਮਝਣ, ਫੈਸਲਾ ਉਸ ਦੇ ਹੱਕ ਵਿੱਚ ਦੇ ਦਿੱਤਾ ਜਾਵੇ। ਜੇ ਦੋਹਾਂ ਧਿਰਾ ਦਾ ਪਲੜਾ ਇੱਕੋ ਜਿਹਾ ਜਾਪੇ, ਤਾਂ ਰਾਜਾ, ਗਵਾਹਾਂ ਦੇ ਬਿਆਨਾਂ ਅਤੇ ਜੱਜਾਂ ਦੀ ਬਹੁਸੰਮਤੀ ਨੂੰ ਧਿਆਨ ਵਿੱਚ ਰੱਖ ਕੇ ਫੈਸਲਾ ਦੇਵੇ। ਜੇ ਫਿਰ ਭੀ ਦੋਨੋਂ ਧਿਰਾਂ ਠੀਕ ਜਾਪਣ ਤਾਂ ਸੂਝਵਾਨ ਬ੍ਰਾਹਮਣਾਂ ਦੀ ਸਭਾ ਬੁਲਾ ਕੇ ਫੈਸਲਾ ਲਿਆ ਜਾਵੇ।

(74) ਜਿਸ ਮਨੁੱਖ ਨੇ ਜੋ ਕੁਝ, ਅੱਖਾਂ ਨਾਲ ਦੇਖਿਆ ਹੋਵੇ ਜਾਂ ਕੰਨਾਂ ਨਾਲ ਸੁਣਿਆਂ ਹੋਵੇ, ਉਸਨੂੰ ਉਸੇ ਤਰਾਂ ਸੱਚ ਸੱਚ ਬਿਆਨ ਕਰਨੇ ਵਾਲੇ ਦੀ ਗਵਾਹੀ ਨੂੰ ਪ੍ਰਮੁੱਖ ਮੰਨਿਆ ਜਾਂਦਾ ਹੈ। ਐਸਾ ਸੱਚ ਬੋਲਣ ਵਾਲਾ ਮਨੁੱਖ, ਆਪਣੇ ਧਰਮ ਅਤੇ ਅਰਥ ਕਰਕੇ, ਕਦੇ ਹੀਣਾਂ (ਸੱਖਣਾ) ਨਹੀਂ ਹੁੰਦਾ।

(75) ਸਤਿਪੁਰਸ਼ਾਂ ਦੀ ਸਭਾ ਵਿੱਚ ਪੁੱਛੇ ਜਾਣ ਤੇ, ਜੋ ਮਨੁੱਖ, ਸਭ ਕੁਝ ਅੱਖੀਂ ਦੇਖੇ ਤੇ ਸੁਣਨ ਦੇ ਬਾਵਯੂਦ ਮੁਨਕਰ ਹੋਵੇ ਅਤੇ ਝੂਠੇ ਬਿਆਨ ਦਰਜ ਕਰਵਾਏ (ਭਾਵ ਸੱਚ ਤੋਂ ਇਨਕਾਰੀ ਹੋਵੇ), ਉਹ ਮਰਨ ਮਗਰੋਂ ਸਵਰਗ ਦੀ ਥਾਂ ਸਿੱਧਾ ਸਿਰ ਭਾਰ ਘੋਰ ਨਰਕ ਵਿੱਚ ਜਾ ਡਿਗਦਾ ਹੈ।

(76) ਜੇ ਕੋਈ ਮਨੁੱਖ, ਮੁਕੱਦਮੇ ਦੀ ਸੁਣਵਾਈ ਸਮੇਂ ਪਹਿਲਾਂ ਗਵਾਹ ਦੇ ਤੌਰ ਤੇ ਪੇਸ਼ ਨਾ ਹੋਇਆ ਹੋਵੇ, ਪਰ ਮਗਰੋਂ, ਪੁੱਛ ਗਿੱਛ ਲਈ, ਕਚਹਿਰੀ ਵਿੱਚ ਪੇਸ਼ ਹੋ ਕੇ ਬਿਆਨ ਦਰਜ਼ ਕਰਵਾਉਣ ਲਈ ਬੁਲਾਇਆ ਜਾਵੇ, ਉਸਨੇ ਜੋ ਦੇਖਿਆ ਜਾਂ ਸੁਣਿਆ ਹੋਵੇ, ਉਸੇ ਤਰਾਂ ਸੱਚ ਸੱਚ ਬਿਆਨ ਕਰੇ।

(77) ਪਵਿੱਤਰ ਹੋਣ ਦੇ ਬਾਵਯੂਦ, ਬਹੁਤ ਇਸਤ੍ਰੀਆਂ ਦੀ ਗਵਾਹੀ ਨਾਲੋਂ, ਇੱਕ ਲੋਭ ਰਹਿਤ, ਨੇਕ ਪੁਰਸ਼ ਦੀ ਗਵਾਹੀ ਹੀ ਕਾਫ਼ੀ ਹੈ, ਕਿਉਂਕਿ ਇਸਤਰੀ ਨੂੰ ਸਮਝਣਾ ਬਹੁਤ ਮਸ਼ਕਿਲ ਹੈ। ਚੰਚਲ ਸੁਭਾਅ ਹੋਣ ਕਰਕੇ, ਸਿਆਣਪ ਵਲੋਂ ਇਨ੍ਹਾਂ ਦੀ ਬੁੱਧੀ, ਅਸਥਿਰ (**अस्थिर**) ਹੁੰਦੀ ਹੈ। ਇਸੇ ਤਰਾਂ, ਵਿਕਾਰਾਂ ਅਤੇ ਪਾਪਾਂ ਕਾਰਣ ਦਾਗੀ ਹੋਏ ਮਨੁੱਖ ਭੀ ਗਵਾਹੀ ਦੇਣ ਦੇ ਕਾਬਲ ਨਹੀਂ ਸਮਝੇ ਜਾਂਦੇ।

ਟਿੱਪਣੀ:- *ਬੜੇ ਨਿਰਾਸ਼ਾ ਭਰੇ ਅੱਖਰ ਹਨ ਅਤੇ ਅੱਜ ਦੇ ਯੁੱਗ ਵਿਚ ਇਹ ਸਭ ਕੁਝ ਨਿਗਲਣਾ ਬਹੁਤ ਔਖਾ ਹੈ। ਪਰ ਬਹੁਤੇ ਉਲੱਥਿਆਂ ਵਿੱਚੋਂ, ਇਸ ਸਲੋਕ ਦਾ ਸਾਰ ਅੰਸ਼ ਪੜ੍ਹਨ ਮਗਰੋਂ, ਇਸੇ ਤਰਾਂ ਲਿਖਣਾ ਪਿਆ ਹੈ।*

(78) ਗਵਾਹ ਵਲੋਂ ਸਹਿਜ ਸੁਭਾਏ ਬੋਲੇ ਬੋਲ ਹੀ, ਬਿਆਨ ਵਜੋਂ ਦਰਜ ਹੋਣੇ ਚਾਹੀਦੇ ਹਨ। ਜੇ ਉਸਦੇ ਬੋਲਾਂ ਵਿੱਚੋਂ, ਸਿਖਾਏ ਹੋਏ ਜਾਂ ਮਨਘੜਤ ਬਿਆਨਾਂ ਦਾ ਪਰਭਾਵ ਦਿਸੇ ਤਾਂ ਜੱਜ ਵਲੋਂ, ਉਸਦੀ ਗਵਾਹੀ ਰੱਦ ਕਰ ਦੇਣੀ ਚਾਹੀਦੀ ਹੈ।

(79) ਜਦੋਂ ਦੋਵੇਂ ਧਿਰਾਂ (ਵਾਦੀ ਤੇ ਪ੍ਰਵਾਦੀ, ਮੁਦਈ ਅਤੇ ਬਚਾਉ ਪੱਖ) ਆਪਣੇ ਆਪਣੇ ਗਵਾਹ ਲੈ ਕੇ ਕਚਹਰੀ ਅੰਦਰ ਦਾਖਲ ਹੋ ਕੇ ਬੈਠ ਜਾਣ ਤਾਂ ਰਾਜੇ ਵਲੋ ਨਿਯੁਕਤ ਕੀਤਾ ਜੱਜ (ਨਿਆਇ ਕਰਤਾ) ਉਨ੍ਹਾਂ ਨੂੰ ਦਿਲਾਸਾ ਦਿੰਦਿਆਂ, ਬੜੇ ਠਰੰਮੇ ਨਾਲ, ਸਹੁੰ ਚੁਕਾ ਕੇ ਹੇਠ ਦਿੱਤੇ ਬਚਨਾਂ ਦੀ ਸਹਿਮਤੀ ਲਵੇ:-
ਕਿ-

(80) "ਤੁਸੀਂ ਇਸ ਮਾਮਲੇ ਵਿੱਚ ਗਵਾਹ ਹੋ, ਇਸ ਮਾਮਲੇ ਵਿੱਚ ਦੋਹਾਂ ਧਿਰਾਂ ਵਿਚਾਲੇ ਜੋ ਭੀ ਹੋਇਆ ਹੈ, ਉਸ ਬਾਰੇ ਤਸੀਂ ਜੋ ਕੁਝ ਭੀ ਜਾਣਦੇ ਹੋ, ਇਸ ਬਾਰੇ ਸੱਚ ਸੱਚ ਦੱਸਣ ਦਾ ਬਚਨ ਦਿਉ"।

(81) ਜੋ ਗਵਾਹ, ਸੱਚੀ ਗਵਾਹੀ ਦਿੰਦਾ ਹੈ, ਉਹ ਇਸ ਜਗਤ ਵਿੱਚ ਆਦਰ ਅਤੇ ਆਪਣੀ ਮੌਤ ਮਗਰੋਂ ਪ੍ਰਮਗਤੀ ਦੀ ਪ੍ਰਾਪਤੀ ਕਰ ਲੈਂਦਾ ਹੈ। ਵੇਦਾਂ ਵਿੱਚ, ਸੱਚ ਬੋਲਣ ਵਾਲੇ ਦੀ ਉਸਤਤਿ, ਬ੍ਰਹਮਾ ਜੀ ਨੇ ਭੀ ਕੀਤੀ ਹੈ। ।

(82) ਝੂਠੀ ਗਵਾਹੀ ਦੇਣ ਵਾਲਾ ਅਗਲੇ ਸੌ ਜਨਮਾਂ ਲਈ, ਜਨਮ ਤੇ ਮਰਣ ਦੇ ਚੱਕਰਾਂ (**वरुण पाश**) ਵਿੱਚ ਫਸਿਆ ਰਹਿੰਦਾ ਹੈ।ਇਸ ਲਈ ਬੰਦੇ ਨੂੰ ਸੱਚੀ ਗਵਾਹੀ ਹੀ ਦੇਣੀ ਚਾਹੀਦੀ ਹੈ।

(83) ਸੱਚ ਬੋਲਣ ਵਾਲਾ ਮਨੁੱਖ ਆਪ ਭੀ ਪਵਿੱਤਰ ਹੋ ਜਾਂਦਾ ਹੈ। ਐਸਾ ਕਰਨ ਨਾਲ, ਉਸਦੀ ਅਤੇ ਧਰਮ ਦੀ ਉਪਮਾਂ (ਸੋਭਾ) ਹੋਰ ਭੀ ਵਧਦੀ ਹੈ।ਇਸ ਲਈ ਸਾਰੇ ਵਰਣਾਂ ਦੇ ਗਵਾਹਾਂ ਨੂੰ ਸੱਚੀ ਗਵਾਹੀ ਦੇਣੀ ਚਾਹੀਦੀ ਹੈ।

(84) ਆਤਮਾਂ ਹੀ ਮਨੁੱਖ ਦੇ ਸਾਰੇ ਕੀਤੇ ਹੋਏ ਕਰਮਾਂ ਦੀ ਗਵਾਹ ਹੈ ਅਤੇ ਆਤਮਾਂ ਆਪ ਹੀ ਮਨੁੱਖ ਦੀ ਗਤੀ (ਮੁਕਤੀ-ਆਤਮਾਂ ਦਾ ਪ੍ਰਮਾਤਮਾਂ ਵਿੱਚ ਅਭੇਦ ਹੋਣਾ) ਦਾ ਸਾਧਨ ਹੈ। ਇਸ ਲਈ ਮਨੁੱਖ ਨੂੰ

ਕਚਹਿਰੀ ਵਿੱਚ ਝੂਠ ਬੋਲ ਕੇ ਆਪਣੀ ਆਤਮਾਂ ਨੂੰ ਅਪਮਾਨਤ ਨਹੀਂ ਕਰਨਾ ਚਾਹੀਦਾ (ਭਾਵ-ਆਪਣੇ ਆਪ ਨੂੰ ਧੋਖਾ ਨਹੀਂ ਦੇਣਾ ਚਾਹੀਦਾ)।

(85) ਪਾਪੀ ਮਨੁੱਖ ਦੀ ਧਾਰਨਾ ਹੈ ਕਿ, "ਮੈਨੂੰ ਕੋਈ ਨਹੀਂ ਦੇਖ ਰਿਹਾ"। ਪਰ ਦੇਵਤਿਆਂ (ਜਿਨ੍ਹਾਂ ਦਾ ਵਰਨਣ ਅੱਗੇ ਦਿੱਤਾ ਹੈ) ਅਤੇ ਉਸਦੀ ਅੰਤਰਆਤਮਾਂ ਤੋਂ ਕੁਝ ਛਿਪਿਆ ਨਹੀਂ ਰਹਿੰਦਾ।

(86) ਇਸ ਬ੍ਰਹਿਮੰਡ ਵਿੱਚ, ਅਸਮਾਨ, ਧਰਤੀ, ਅਕਾਸ਼, ਚੰਦਰਮਾਂ, ਅਗਨੀ, ਹਵਾ, ਰਾਤ, ਦਿੰਨ, ਸਵੇਰ, ਸ਼ਾਮ, ਅਤੇ ਦੇਵਤਿਆਂ ਹੀ ਹੋਂਦ ਕਾਰਣ ਜੋ ਪ੍ਰਕਿਰਿਆ ਚੱਲ ਰਹੀ ਹੈ, ਮਨੱਖ ਦੀ ਆਤਮਾ ਇਸਦਾ ਹਿੱਸਾ ਹੋਣ ਕਰਕੇ, ਸਭ ਜੀਵਾਂ ਦੇ ਆਚਰਣ ਅਤੇ ਲੱਛਣਾਂ ਤੋਂ ਪ੍ਰਭਾਵਿਤ ਹੋ ਰਹੀ ਹੈ।

ਜੱਜ ਲਈ ਕਚਹਰੀ ਵਿੱਚ ਦਾਖਲ ਹੋਣ ਦੀ ਪ੍ਰਕਿਰਿਆ -

ਨੋਟ:- *ਰਾਜੇ ਦੀ ਅਦਾਲਤ ਲਈ ਆਏ ਸ਼ਬਦ '**ਕਚਹਰੀ**' ਦਾ ਸ਼ਬਦਜੋੜ, ਬਹਤ ਭਿੰਨ ਭਿੰਨ ਮਿਲਦਾ ਹੈ। ਪੁਰਾਤਨ ਗਰੰਥਾਂ ਅਤੇ ਭਾਈ ਕਾਨ੍ਹ ਸਿੰਘ ਨਾਭਾ ਮੁਤਬਿਕ ਕਚਹਰੀ ਹੀ ਢੁੱਕਦਾ ਹੈ।*

(87) ਆਪਣੀ ਸ਼ਰੀਰਕ ਸ਼ੁਧੀ ਕਰਕੇ, ਕਚਹਰੀ ਵਿੱਚ ਦਾਖਲ ਹੋਣ ਤੋਂ ਪਹਿਲਾਂ, ਜੱਜ ਆਪਣੇ ਸਹਾਇਕ ਬ੍ਰਾਹਮਣਾਂ ਦੀ ਹਾਜ਼ਰੀ ਵਿੱਚ (ਜੋ ਆਪ ਭੀ ਨਹਾ ਧੋ ਕੇ ਕਚਹਰੀ ਵਿੱਚ ਹਾਜ਼ਰ ਹੋਏ ਹੋਣ) ਪੂਰਬ ਜਾਂ ਪੱਛਮ ਵੱਲ ਨੂੰ ਮੂੰਹ ਕਰਕੇ ਦੇਵਤਿਆਂ ਦਾ ਪੂਜਨ ਕਰੇ ਅਤੇ ਗਵਾਹੀ ਦੇਣ ਵਾਲਿਆਂ ਨੂੰ ਸੱਚੋ ਸੱਚ ਬੋਲਣ ਦਾ ਬਚਨ ਲਵੇ (ਸਹੁੰ ਚੁਕਾਵੇ)।

(88) ਗਵਾਹਾਂ ਤੋਂ ਬਿਆਨ ਲੈਣ ਲੱਗਿਆਂ, ਜੇ ਗਵਾਹ ਬ੍ਰਾਹਮਣ ਹੋਵੇ ਤਾਂ ਸੰਬੋਧਨ ਕਰੇ ਕਿ "ਆਪ ਬੋਲੋ"।ਖੱਤਰੀ ਗਵਾਹ ਹੋਵੇ ਤਾਂ ਕਹੇ ਕਿ "ਸੱਚ ਸੱਚ ਬੋਲੋ"।ਵੈਸ਼ ਗਵਾਹ ਨੂੰ ਕਹੇ ਕਿ "ਸੱਚ ਬੋਲੀਂ, ਨਹੀਂ ਤਾਂ ਤੈਨੂੰ ਗਊ ਦਾ ਚਾਰਾ, ਬੀਜ ਅਤੇ ਸੋਨਾ ਚੋਰੀ ਕਰਨ ਦਾ ਦੋਸ਼ ਲੱਗੇਗਾ"। ਸ਼ੂਦਰ ਗਵਾਹ ਨੂੰ ਦਬਕਾ ਮਾਰੇ ਤੇ ਕਹੇ ਕਿ "ਸੱਚ ਸੱਚ ਬੋਲੀਂ, ਨਹੀਂ ਤਾਂ ਸਾਰੇ ਪਾਪਾਂ ਦਾ ਭਾਗੀ ਤੂੰ ਹੀ ਹੋਵੇਂਗਾ"।

(89) ਬ੍ਰਾਹਮਣ, ਇਸਤ੍ਰੀ ਅਤੇ ਬੱਚੇ ਦੀ ਹੱਤਿਆ ਕਰਨ ਵਾਲੇ ਨੂੰ, ਮਿੱਤਰ-ਮਾਰ ਕਰਨੇ ਵਾਲੇ ਨੂੰ, ਅਕਿਰਤਘਣ) ਨੂੰ ਆਪਣੇ ਪਾਪਾਂ ਕਾਰਣ ਜੋ ਜੋ ਨਰਕ ਭੋਗਣੇ ਪੈਂਦੇ ਹਨ, ਉਹੀ ਸਜ਼ਾਵਾਂ ਝੂਠੀ ਗਵਾਹੀ ਦੇਣ ਵਾਲੇ ਨੂੰ ਭੀ ਭੁਗਤਣੀਆਂ ਪੈਂਦੀਆਂ ਹਨ।

(90) ਗਵਾਹੀ ਦੇਣ ਵਾਲੇ ਨੂੰ ਸੰਬੋਧਨ ਕਰਕੇ ਚਿਤਾਵਨੀ ਦਿੱਤੀ ਜਾਵੇ, ਕਿ "ਹੇ ਭੱਦਰ ਪੁਰਸ਼, ਝੂਠੀ ਗਵਾਹੀ ਨਾ ਦੇਵੀਂ, ਨਹੀ ਤਾਂ, ਤੂੰ ਜਨਮ ਤੋਂ ਲੈ ਕੇ ਅੱਜ ਤੀਕਰ ਜੋ ਭੀ ਪੁੰਨ ਕਰਮ ਕੀਤੇ ਹਨ, ਉਨ੍ਹਾਂ ਦਾ ਫਲ ਕੁੱਤਿਆਂ ਨੂੰ ਚਲੇ ਜਾਵੇਗਾ"।ਅਤੇ--

(91) ਹੇ ਭੱਦਰ ਪੁਰਸ਼, ਜੇ ਤੂੰ ਸੋਚੇਂ ਕਿ,"ਮੇਰੇ ਝੂਠ ਨੂੰ ਕੇਵਲ ਮੈਂ ਹੀ ਜਾਣਦਾ ਹਾਂ, ਹੋਰ ਕੋਈ ਨਹੀਂ ਜਾਣ ਸਕਦਾ"।ਇਸ ਭੁਲੇਖੇ ਵਿੱਚ ਨਾ ਰਹਿ, ਕਿਉਂਕਿ ਤੇਰੇ ਪੁੰਨ ਅਤੇ ਪਾਪ ਨੂੰ ਦੇਖਣ ਵਾਲੇ ਪ੍ਰਮਈਸ਼ਵਰ ਦਾ ਨਿਵਾਸ ਤੇਰੇ ਅੰਦਰ ਹੀ ਹੈ। ਉਸਤੋਂ ਡਰ ਅਤੇ ਸਦਾ ਸੱਚ ਬੋਲੀਂ।

(92) ਤੇਰੇ ਪੁੰਨ ਅਤੇ ਪਾਪਾਂ ਦਾ ਨਿਰਣਾ ਕਰਨ ਵਾਲਾ ਯਮਰਾਜ (ਸੂਰਜ ਦੇਵਤੇ ਦਾ ਪੁੱਤਰ) ਤੇਰੇ ਅੰਦਰ ਹੀ ਹੈ। ਉਸਦੇ ਭੈਅ ਵਿੱਚ ਰਹਿਣ ਵਾਲੇ ਨੂੰ, ਆਪਣੇ ਪਾਪਾਂ ਦਾ ਪਸ਼ਚਾਤਾਪ ਕਰਨ ਲਈ, ਗਯਾ ਜਾਂ ਕੁਰੂਕੁਛੇਤਰ ਦੀ ਯਾਤਰਾ ਤੇ ਜਾਣ ਦੀ ਜ਼ਰੂਰਤ ਨਹੀ ਪੈਂਦੀ।

ਟਿੱਪਣੀ:- *ਇਹ ਸਪਸ਼ਟ ਹੈ ਕਿ ਉਪਰਲੇ ਕੁਝ ਸਲੋਕ ਪ੍ਰਮਾਣਿਤ ਨਹੀਂ ਹਨ, ਕਿਉਂਕਿ ਇਨ੍ਹਾਂ ਦਾ ਤੱਤ ਭਾਵ, ਵਿਸ਼ੇ ਦੀ ਲੜੀ ਨਾਲ ਬਿਲਕੁਲ ਨਹੀਂ ਜੁੜਦਾ।*

(93) ਕਚਹਰੀ ਵਿੱਚ ਝੂਠੇ ਸਬੂਤ ਪੇਸ਼ ਕਰਨ ਅਤੇ ਝੂਠੀ ਗਵਾਹੀ ਦੇਣ ਵਾਲੇ ਨੂੰ (ਇਸ ਜਨਮ ਜਾਂ ਅਗਲੇ ਕਨਮ), ਨੰਗੇ ਤਨ, ਸਿਰ ਮੁਨਾ ਕੇ, ਭੁੱਖੇ ਪਿਆਸੇ, ਨੇਤਰਹੀਣ ਹੋਕੇ, ਆਪਣੇ ਦੁਸ਼ਮਣਾਂ ਦੇ ਘਰੀਂ, ਹੱਥ ਵਿੱਚ ਠੀਕਰ (ਖੱਪੜ) ਫੜ ਕੇ ਭੀਖ ਮੰਗਣੀ ਪੈਂਦੀ ਹੈ।

(94) ਜੋ ਮਨੁੱਖ ਆਪਣੇ ਧਰਮ ਦੀ ਸਹੁੰ ਚੁੱਕ ਕੇ, ਪੁੱਛ ਪੜਤਾਲ ਸਮੇਂ, ਜੱਜ ਸਾਹਮਣੇ ਝੂਠੇ ਬਿਆਨ ਦਿੰਦਾ ਹੈ, ਉਹ ਪਾਪੀ, ਸਿਰ ਭਾਰ ਘੋਰ ਨਰਕ ਵਿੱਚ ਜਾ ਡਿਗਦਾ ਹੈ।

(95) ਜੋ ਮਨੱਖ ਕਚਹਰੀ ਵਿੱਚ, ਸਹੀ ਗੱਲ ਨੂੰ ਗਲਤ, ਦੇਖੀ ਨੂੰ ਅਣਦੇਖੀ, ਸੁਣੀ ਨੂੰ ਅਣਸੁਣੀ ਜਾਂ ਆਪਣੇ ਕੋਲੋਂ ਘੜ ਕੇ ਪੇਸ਼ ਕਰਦਾ ਹੈ, ਉਸਦਾ ਹਾਲ, ਅੱਖੋਂ ਅੰਨ੍ਹੇ ਮਨੁੱਖ ਦੀ ਨਿਆਂਈ ਹੁੰਦਾ ਹੈ, ਜਿਸਨੇ **ਕੰਡਿਆਂ ਸਮੇਤ ਸਾਬਤੀ ਮੱਛੀ ਨਿਗ.ਲ ਲਈ ਹੋਵੇ।**

(96) ਦੇਵਤਿਆਂ ਲਈ, ਐਸੇ ਮਨੁੱਖ ਤੋਂ ਉੱਤਮ ਅਤੇ ਵਿਦਵਾਨ ਕੋਈ ਮਨੁੱਖ ਨਹੀਂ, ਜੋ ਆਪਣੀ ਅੰਤਰ ਆਤਮਾਂ ਦੀ ਅਵਾਜ਼ ਸੁਣ ਕੇ ਸੱਚੀ ਗਵਾਹੀ ਦੇਣ ਤੋਂ ਨਹੀਂ ਡਰਦਾ।

(97) ਝੂਠੀ ਗਵਾਹੀ ਦੇਣ ਵਾਲਾ ਮਨੁੱਖ, ਆਪਣੇ ਕਿੰਨੇ ਕਿੰਨੇ ਪਿਆਰੇ ਮਿੱਤਰਾਂ ਅਤੇ ਸਬੰਧੀਆਂ ਦੀ ਮੌਤ ਦੇ ਦੋਸ਼ ਦਾ ਕਾਰਣ ਬਣਦਾ ਹੈ। ਇਸਦਾ ਵਿਸਥਾਰ, ਕਰਮਵਾਰ ਇਸ ਤਰਾਂ ਹੈ :-

(98) ਆਮ ਪਸ਼ੂਆਂ ਬਾਰੇ ਝਗੜਿਆਂ ਨਾਲ ਸਬੰਧਿਤ ਮਾਮਲਿਆਂ ਵਿੱਚ ਝੂਠੀ ਗਵਾਹੀ ਦੇਣ ਵਾਲਾ, ਪੰਜ ਸਬੰਧੀਆਂ ਦੀ ਮੌਤ ਦਾ ਦੋਸ਼ੀ ਬਣਦਾ ਹੈ। ਗਊਆਂ ਦੇ ਮੁਕੱਦਮੇ ਵਿੱਚ ਝੂਠੀ ਗਵਾਹੀ ਦੇਣ ਵਾਲਾ, ਦਸ ਸਬੰਧੀਆਂ ਦੀ ਮੌਤ ਦਾ ਦੋਸ਼ੀ ਬਣਦਾ ਹੈ। ਘੋੜਿਆਂ ਦੇ ਮਾਮਲੇ ਵਿੱਚ ਝੂਠੀ ਗਵਾਹੀ ਦੇਣ ਵਾਲਾ, ਸੌ ਸਬੰਧੀਆਂ ਦੀ ਮੌਤ ਦਾ ਦੋਸ਼ੀ ਅਤੇ ਮਨੁੱਖਾਂ ਨਾਲ ਸਬੰਧਿਤ ਮਾਮਲਿਆਂ ਵਿੱਚ ਝੂਠੀ ਗਵਾਹੀ ਦੇਣ ਵਾਲਾ, ਇੱਕ ਹਜ਼ਾਰ ਪਿਆਰੇ ਸਬੰਧੀਆਂ ਦੀ ਮੌਤ ਦਾ ਦੋਸ਼ੀ ਪਾਇਆ ਜਾਂਦਾ ਹੈ।

(99) ਸੋਨੇ ਦੀ ਚੋਰੀ ਜਾਂ ਵਪਾਰ ਨਾਲ ਸਬੰਧਿਤ ਮੁਕੱਦਮੇਂ ਵਿੱਚ, ਝੂਠੀ ਗਵਾਹੀ ਦੇਣ ਵਾਲਾ ਆਪਣੇ ਨਵਜੰਮੇ ਅਤੇ ਅਣਜੰਮੇਂ ਬੱਚੇ ਦੀ ਮੌਤ ਦਾ ਦੋਸ਼ੀ ਬਣਦਾ ਹੈ, ਭਾਵੇਂ ਉਹ ਉਸਦੀ ਆਪਣੀ ਜਾਤ ਦੀ ਪਤਨੀ ਦੇ ਕੁੱਖੋਂ ਹੋਵੇ ਜਾਂ ਕਿਸੇ ਹੋਰ ਜਾਤ ਦੀ ਨਜਾਇਜ਼ ਸੰਬੰਧਾਂ ਵਾਲੀ ਔਰਤ ਤੋਂ ਹੋਵੇ। ਪਰ ਜ਼ਮੀਨ ਦੇ ਝਗੜੇ ਵਿੱਚ, ਝੂਠੀ ਗਵਾਹੀ ਦੇਣ ਕਰਕੇ, ਮਨੁੱਖ ਆਪਣੇ ਸਭ ਸਬੰਧੀਆਂ ਦੀ ਮੌਤ ਦਾ ਦੋਸ਼ੀ ਬਣਦਾ ਹੈ।ਇਸ ਲਈ ਜ਼ਮੀਨ ਸਬੰਧੀ ਮੁਕੱਦਮੇ ਵਿੱਚ, ਭੁੱਲ ਕੇ ਭੀ ਝੂਠੀ ਗਵਾਹੀ ਨਹੀਂ ਦੇਣੀ ਚਾਹੀਦੀ।

(100) ਪਾਣੀ ਦੀ ਵੰਡ ਨਾਲ ਸਬੰਧਿਤ, ਔਰਤ ਨਾਲ ਰੰਗ ਰਲੀਆਂ ਮਨਾਉਣ ਵਾਲੇ ਝਗੜਿਆਂ ਨਾਲ ਸਬੰਧਿਤ, ਹੀਰੇ ਮੋਤੀ ਅਤੇ ਜਲ ਵਿੱਚੋਂ ਕੱਢੇ ਸੁੱਚੇ ਮੋਤੀਆਂ ਦੇ ਮਾਮਲਿਆਂ ਸਬੰਧੀ ਦਿੱਤੀ ਹੋਈ ਝੂਠੀ ਗਵਾਹੀ ਦਾ ਦੋਸ਼ ਭੀ, ਜ਼ਮੀਨ ਸਬੰਧੀ ਝਗੜਿਆਂ ਲਈ ਦਿੱਤੀ ਝੂਠੀ ਗਵਾਹੀ ਵਾਂਗ ਹੀ ਲਗਦਾ ਹੈ।

(101) ਇਨ੍ਹਾਂ ਸਭ ਬੁਰਾਈਆਂ ਅਤੇ ਝੂਠ ਬੋਲਣ ਕਾਰਣ ਮਿਲਣ ਵਾਲੇ ਦੁੱਖਾਂ ਨੂੰ ਧਿਆਨ ਵਿੱਚ ਰੱਖਦਿਆਂ, ਐ ਝੂਠੀ ਗਵਾਹੀ ਦੇਣ ਲਈ ਸੋਚਣ ਵਾਲੇ ਮਨੁੱਖ, ਤੈਨੂੰ ਚਾਹੀਦਾ ਹੈ ਕਿ ਜੋ ਤੂੰ ਸੁਣਿਆ ਜਾਂ ਦੇਖਿਆ ਹੈ, ਉਸ ਬਾਰੇ ਸੱਚ ਸੱਚ ਬੋਲ।

(102) ਜੱਜ ਨੂੰ ਚਾਹੀਦਾ ਹੈ ਕਿ, ਜੋ ਮਨੁੱਖ ਜਨਮ ਤੋਂ ਬ੍ਰਾਹਮਣ ਹੋ ਕੇ ਭੀ, ਵੈਸ਼ਾਂ ਵਾਂਗ ਪਸ਼ੂਆਂ ਦਾ ਵਪਾਰੀ, ਲੁਹਾਰ, ਮਿਸਤਰੀ, ਗਵਈਏ, ਹਲਕਾਰੇ ਅਤੇ ਵਿਆਜ ਖੋਰ (ਸ਼ਾਹੂਕਾਰਾ) ਆਦਿ ਦਾ ਕੰਮ ਕਰਦਾ ਹੋਵੇ, ਐਸੇ ਬ੍ਰਾਹਮਣ ਦੀ ਗਵਾਹੀ ਅਤੇ ਬਿਆਨ ਲੈਣ ਲੱਗਿਆਂ, ਉਸ ਨਾਲ ਕਚਹਰੀ ਵਿੱਚ ਸ਼ੂਦਰਾਂ ਵਾਲਾ ਹੀ ਵਰਤਾਵਾ ਕੀਤਾ ਜਾਵੇ।

(103) ਕਈਆਂ ਹਾਲਤਾਂ ਵਿੱਚ, ਸੱਚ ਜਾਣਦਿਆਂ ਭੀ ਜੇ ਕੋਈ ਗਵਾਹ ਝੂਠ ਬੋਲੇ, ਪਰ ਉਸ ਝੂਠ ਬੋਲਣ ਕਾਰਨ ਕਿਸੇ ਨਾਲ ਬੇਇਨਸਾਫੀ ਦੀ ਥਾਂ, ਭਲਾਈ ਵਾਲੀ ਭਾਵਨਾ ਹੋਵੇ ਤਾਂ ਉਹ ਮਨੁੱਖ ਸਵ੍ਰਗ ਲੋਕ ਤੋਂ ਵਾਂਝਾ ਨਹੀ ਰਹਿੰਦਾ। ਐਸੇ ਬਿਆਨਾਂ ਨੂੰ ਦੇਵਤਿਆਂ ਦੇ ਬੋਲ ਭੀ ਕਹੇ ਜਾ ਸਕਦੇ ਹਨ।

(104) ਜੇ ਝੂਠੇ ਬਿਆਨ ਦੇਣ ਨਾਲ ਕਿਸੇ ਨਿਰਦੋਸ਼ ਬ੍ਰਾਹਮਣ, ਖੱਤਰੀ, ਵੈਸ਼, ਸ਼ੂਦਰ ਦੀ ਜਾਨ ਬਚਦੀ ਹੋਵੇ ਅਤੇ ਦੂਜੀ ਧਿਰ ਦਾ ਕੋਈ ਨੁਕਸਾਨ ਨਾ ਹੁੰਦਾ ਜਾਪੇ ਤਾਂ ਐਸੀ ਗਵਾਹੀ ਦੇਣ ਵਿੱਚ ਕੋਈ ਬੁਰਾਈ ਨਹੀਂ। ਐਸੇ ਸਮੇਂ ਝੂਠੀ ਗਵਾਹੀ, ਸੱਚੀ ਗਵਾਹੀ ਨਾਲੋਂ ਭਲੀ ਹੈ।

(105) ਝੂਠੀ ਗਵਾਹੀ ਦੇਣ ਵਾਲੇ ਨੂੰ, ਬੋਲੇ ਹੋਏ ਝੂਠ ਲਈ ਮੁਆਫ਼ੀ ਅਤੇ ਜ਼ੁਬਾਨ ਦੀ ਸ਼ੁਧੀ ਕਰਨ ਲਈ, ਘਰ ਵਿੱਚ **ਵਾਗ ਦੇਵੀ** (ਬਾਣੀ ਅਤੇ ਗਿਆਨ ਦੀ ਦੇਵੀ 'ਸਰਸਵਤੀ') ਅੱਗੇ, ਬੇਨਤੀ ਵਾਲੇ ਮੰਤ੍ਰਾਂ ਦਾ ਜਾਪ ਕਰਕੇ ਅਤੇ ਉਸ ਨੂੰ ਚਰੂ ਦੀ ਭੇਂਟ ਚੜ੍ਹਾ ਕੇ (ਚਰੂ-ਘਿਉ ਵਾਲੇ ਮਿੱਠੇ ਚੌਲਾਂ ਦੀ ਚੂਰੀ) ਪੂਜਾ ਕਰਨੀ ਚਾਹੀਦੀ ਹੈ।

ਟਿੱਪਣੀ:- *ਸ੍ਰਸਵਤੀ ਦੇਵੀ, ਜਿਸਨੂੰ ਸੁਰ ਸੰਗੀਤ ਅਤੇ ਗਿਆਨ ਦਾ ਦਾਨ ਦੇਣ ਵਾਲੀ ਦੇਵੀ ਵਜੋਂ ਪੂਜਿਆ ਜਾਂਦਾ ਹੈ। ਜਿਸਦੀ ਪੂਜਾ ਬਸੰਤ ਪੰਚਮੀ ਵਾਲੇ ਦਿਨ ਕੀਤੀ ਜਾਂਦੀ ਹੈ ਅਤੇ ਪੂਜਾ ਸਮੇਂ, ਘਿਉ ਵਿੱਚ ਰਲ਼ਾ ਕੇ ਉਬਲੇ ਹੋਏ ਮਿੱਠੇ ਚੌਲ ਚੜ੍ਹਾਏ ਜਾਂਦੇ ਹਨ। ਵੈਸੇ ਭੀ ਅਵਾਜ਼ ਨੂੰ ਸ਼ੁੱਧ ਅਤੇ ਸਾਫ ਰੱਖਣ ਲਈ, ਇਸ ਮਿਸ਼ਰਣ (ਚੂਰੀ, ਚਰੂ) ਦਾ ਪ੍ਰਯੋਗ ਪੁਰਾਤਨ ਸਮੇਂ ਤੋਂ ਚੱਲਿਆ ਆ ਰਿਹਾ ਹੈ।*

(106) ਝੂਠੀ ਗਵਾਹੀ ਦੇਣ ਵਾਲਾ, ਆਪਣੇ ਪਾਪ ਦੀ ਨਵਿਰਤੀ ਲਈ ਅਤੇ ਮੌਤ ਦੇ ਡਰ ਤੋਂ ਬਚਣ ਲਈ ਲਈ, ਅਗਨੀ ਉੱਪਰ ਪਵਿੱਤਰ ਘਿਉ ਪਾਉਂਦਿਆਂ ਯੁਜ਼ਰ ਵੇਦ ਵਿੱਚ ਆਏ ਕੁਸ਼ਮਾਂਡ ਮੰਤ੍ਰਾਂ (ਕੁਸ਼ਮਾਂਡਾ ਦੇਵੀ ਨੂੰ ਸੰਬੋਧਿਤ ਮੰਤ੍ਰ) ਦਾ ਪਾਠ ਕਰਦਿਆਂ ਹਵਨ ਕਰੇ, ਜਾਂ ਰਿੱਗ ਵੇਦ ਵਿੱਚ ਦੱਸੇ, ਤਿੰਨ ਵਰੁਣ ਮੰਤ੍ਰਾਂ (ਜਲ ਦੇਵਤਾ ਦੀ ਉਪਮਾਂ ਨਮਿੱਤ ਲਿਖੇ) ਦਾ ਪਾਠ ਅਤੇ ਹਵਨ ਕਰੇ।

ਟਿੱਪਣੀ:- ***'ਕੁਸ਼ਮਾਂਡ'*** *ਨਾਮ ਨਾਲ ਜੁੜੀਆਂ ਬੇਅੰਤ ਕਥਾਵਾਂ ਹਨ। ਹਿੰਦੂ ਧਰਮ ਵਿੱਚ ਸ਼ਿਵਜੀ ਦੀ ਪਤਨੀ ਪਾਰਵਤੀ (ਹਿਮਾਲਯਾ ਪਰਬਤ ਦੀ ਪੁਤਰੀ, ਜਿਸਦੇ ਇੱਕ ਨਾਮ ਨੂੰ* ***ਉਮਾ*** *ਭੀ ਕਿੰਹਦੇ ਹਨ) ਦੇ ਅਵਤਾਰ 'ਦੁਰਗਾ' ਦੇ ਨੌਂ ਰੂਪਾਂ (ਨਰਾਤਿਆਂ ਸਮੇਂ ਇਨ੍ਹਾਂ ਦੀ ਪੂਜਾ ਹੁੰਦੀ ਹੈ) ਵਿੱਚੋਂ ਇੱਕ ਦਾ ਨਾਮ ਕੁਸ਼ਮਾਂਡਾ ਦੇਵੀ ਹੈ, ਜਿਸਦੀ ਪੂਜਾ ਦਾ ਸੰਕੇਤ ਇਸ ਸਲੋਕ ਵਿੱਚ ਦਰਜ ਹੈ। ਇਸਦੇ ਵਿਸਥਾਰ ਵਿੱਚ ਜਾਣਾ ਇਸ ਪੁਸਤਕ ਦਾ ਵਿਸ਼ਾ ਨਹੀਂ ਹੈ। ਵੈਸੇ ਕੁਸ਼ਮਾਂਡ (ਕੁਸ਼ਮੰਢ) ਪੇਠੇ ਨੂੰ ਭੀ ਕਿਹਾ ਜਾਂਦਾ ਹੈ। ਕਥਾ ਆਉਂਦੀ ਹੈ ਕਿ ਵਿਸ਼ਨੂੰ ਭਗਵਾਨ ਨੇ ਕਰੁਸ਼ਮਾਂਡਿਕ ਨਾਮ ਦੇ ਦੈਂਤ ਨੂੰ ਮਾਰਿਆ ਅਤੇ ਉਸਦੇ ਰੋਮਾਂ ਵਿੱਚੋਂ ਕੁਸ਼ਮਾਂਡ ਫ਼ਲ ਦੇਣ ਵਾਲੀ ਵੇਲ ਪੈਦਾ ਹੋਈ। ਇਸ ਲਈ ਕਰੁਸ਼ਮਾਂਡ ਦਾਨ ਕਰਨ ਦਾ ਫਲ ਬਹੁਤ ਉੱਤਮ ਕਿਹਾ ਗਿਆ ਹੈ। ਇਸ ਨੂੰ ਦਾਨ ਕਰਨ ਸਮੇਂ, ਸੁਗੰਧੀਆਂ ਅਤੇ ਫੁੱਲਾਂ ਦੀ ਮਾਲਾ ਨਾਲ ਸ਼ਿੰਗਾਰ ਕੇ ਪੂਜਾ ਕੀਤੀ ਜਾਂਦੀ ਹੈ। ਇਸ ਪੂਜਾ ਦਾ ਵਿਧਾਨ ਯੁਜ਼ਰ ਵੇਦ ਦੇ ਮੰਤਰਾਂ ਵਿੱਚ ਦਰਜ ਹੈ॥*

(107) ਕਰਜ਼ੇ ਨਾਲ ਸਬੰਧਿਤ ਮਾਮਲੇ ਵਿੱਚ, ਬਚਾਅ ਦੇ ਪੱਖ ਵਾਲਾ ਸਿਹਤਮੰਦ ਵਿਅਕਤੀ, ਮੁਕੱਦਮੇ ਦੀ ਸੁਣਵਾਈ ਲਈ ਸੰਮਣ ਜਾਰੀ ਹੋਣ ਤੋਂ ਤਿੰਨ ਹਫਤੇ ਦੇ ਵਿੱਚ ਵਿੱਚ, ਜੇ ਆਪਣੇ ਵਲੋਂ ਕੋਈ ਗਵਾਹੀ ਜਾਂ ਸਬੂਤ ਨਾ ਪੇਸ਼ ਕਰ ਸਕੇ ਤਾਂ ਕਰਜੇ ਦੀ ਸਾਰੀ ਰਕਮ (ਸੂਦ ਸਮੇਤ), ਮਹਾਜਨ (ਸ਼ਾਹੂਕਾਰ) ਨੂੰ ਮੋੜਨੀ ਪਵੇਗੀ ਅਤੇ ਉੱਪਰੋਂ ਕਰਜ਼ੇ ਦਾ ਦਸਵਾਂ ਹਿੱਸਾ, ਰਾਜਾ ਜੁਰਮਾਨੇ ਵਜੋਂ ਵਸੂਲ ਸਕਦਾ ਹੈ।

(108) ਜੇ ਮੁਕੱਦਮੇ ਦੀ ਸੁਣਵਾਈ ਮਗਰੋਂ, ਹਫਤੇ ਦੇ ਅੰਦਰ ਅੰਦਰ, ਜਾਮਨ ਦੇ ਘਰ ਕੋਈ ਐਸੀ ਮੰਦਭਾਗੀ ਘਟਨਾ ਵਾਪਰ ਜਾਵੇ, (ਜਿਵੇਂ-ਬਿਮਾਰ ਹੋਣਾ, ਅੱਗ ਲੱਗ ਜਾਣੀ, ਜਾਂ ਕਿਸੇ ਰਿਸ਼ਤੇਦਾਰ ਦੀ ਮੌਤ ਹੋ ਜਾਣਾਂ ਆਦਿ) ਅਤੇ ਕਚਹਰੀ ਵਿੱਚ ਪੇਸ਼ ਨਾ ਹੋ ਸਕੇ, ਅਤੇ ਫੈਸਲਾ ਸ਼ਾਹੂਕਾਰ ਦੇ ਹੱਕ ਵਿੱਚ ਹੋਣ ਦੀ ਹਾਲਤ ਵਿੱਚ, ਕਰਜ਼ਦਾਰ ਨੂੰ ਸੂਦ ਸਮੇਤ ਕਰਜ਼ਾ ਅਦਾ ਕਰਨਾ ਪਵੇਗਾ ਅਤੇ ਰਾਜੇ ਦਾ ਬਣਦਾ ਦੰਡ ਭਰਨਾ ਪਵੇਗਾ।

(109) ਵਾਦੀ-ਪ੍ਰਵਾਦੀ ਧਿਰਾਂ ਦੇ ਆਪਸ ਵਿੱਚ ਜ਼ਿਰਹਾ (ਬਹਿਸ) ਕਰਦਿਆਂ, ਵਕੀਲਾਂ ਕੋਲ ਕੋਈ ਠੋਸ ਦਲੀਲ ਜਾਂ ਗਵਾਹ ਨਾ ਹੋਵੇ ਅਤੇ ਜੱਜ ਕੋਈ ਫੈਸਲਾ ਦੇਣ ਤੋਂ ਅਸਮਰੱਥ ਹੋਵੇ ਤਾਂ ਦੋਹਾਂ ਧਿਰਾ ਨੂੰ ਸਹੁੰ ਚੁਕਾ ਕੇ ਲਿਖਤੀ ਬਿਆਨਾਂ ਤੇ ਵਿਚਾਰ ਕਰਕੇ ਫੈਸਲਾ ਸੁਣਾ ਦੇਣਾ ਚਾਹੀਦਾ ਹੈ।

(110) ਮਹਾਂ ਰਿਸ਼ੀਆਂ ਅਤੇ ਦੇਵਤਿਆਂ ਨੇ ਭੀ, ਕੋਈ ਪ੍ਰਮਾਣ ਨਾ ਹੋਣ ਤੇ ਸਹੁੰ ਚੁੱਕਣ ਦੀ ਕਿਰਿਆ ਨਿਭਾਈ ਸੀ। ਜਿਵੇਂ ਵਿਸ਼ਵਾ ਮਿੱਤਰ ਨੇ ਵਿਸ਼ਿਸ਼ਟ ਰਿਸ਼ੀ ਉੱਪਰ ਆਪਣੇ ਸੌ ਪੁੱਤਰ ਨਿਗਲ ਜਾਣ ਅਤੇ

ਰਾਕਸ਼ ਹੋਣ ਦਾ ਦੋਸ਼ ਲਾ ਕੇ, ਫੈਸਲਾ ਦੇਣ ਵਾਲੇ ਪੰਚਾਲ ਦੇ ਰਾਜਾ ਪਿਜਵਨ (ਜਾਂ-ਯਵਨ, ਪ੍ਰੀਯਜਨ) ਦੇ ਪੁੱਤਰ, ਰਾਜਾ ਸੁਦਾਸ (ਸੁਦਾਮਾਨ) ਅੱਗੇ ਸੌਂਹ ਖਾਧੀ ਸੀ।

ਨੋਟ:- *ਇਸ ਸਲੋਕ ਦਾ ਵਿਸ਼ਾ, ਲੜੀ ਨਾਲ ਨਹੀਂ ਜੁੜਦਾ। ਨਾਵਾਂ ਅਤੇ ਅੱਖਰਾਂ ਦਾ ਜੋੜ ਸਭ ਉਲੱਥਿਆਂ ਵਿੱਚ ਭਿੰਨ ਭਿੰਨ ਮਿਲਦਾ ਹੈ।*

(111) ਕਿਸੇ ਸੂਝਵਾਨ ਵਿਅਕਤੀ ਨੂੰ, ਮੁਸ਼ਕਿਲਾਂ ਭਰੇ ਸਮੇਂ ਵਿੱਚੋਂ ਲੰਘਦੇ ਹੋਇਆਂ ਭੀ, ਛੋਟੀ ਛੋਟੀ ਗੱਲ ਤੇ ਸਹੁੰ ਨਹੀਂ ਚੁੱਕਣੀ ਚਾਹੀਦੀ, ਕਿਉਂਕਿ ਜੋ ਝੂਠੀ ਸਹੁੰ ਖਾਂਦਾ ਹੈ, ਉਸਦਾ ਲੋਕ ਪ੍ਰਲੋਕ ਨਸ਼ਟ ਹੋ ਜਾਂਦਾ ਹੈ।

(112) ਕੰਨਿਆਂ ਦੇ ਵਿਆਹ ਸਬੰਧੀ ਚਲ ਰਹੀ ਗੱਲਬਾਤ ਸਮੇਂ, ਲੜਕੇ ਵਾਲਿਆਂ ਵਲੋਂ ਕੰਨਿਆਂ ਦੇ ਪ੍ਰਵਾਰ ਦੀ ਸਹਿਮਤੀ ਜਿੱਤਣ ਲਈ, ਗਊਆਂ ਵਾਸਤੇ ਚਾਰਾ ਪ੍ਰਾਪਤ ਕਰਨ ਲਈ, ਪੂਜਾ ਲਈ ਸਮਗ੍ਰੀ ਅਤੇ ਬਾਲਣ ਪ੍ਰਾਪਤ ਕਰਨ ਦੀ ਖਾਤਰ ਅਤੇ ਬਿਪਤਾ ਸਮੇਂ ਬ੍ਰਾਹਮਣ ਦੀ ਰੱਖਿਆ ਕਰਨ ਲਈ ਬੋਲੇ ਝੂਠ ਦਾ ਕੋਈ ਪਾਪ ਨਹੀਂ ਲਗਦਾ।

ਨੋਟ:- *ਇਸੇ ਸਲੋਕ ਦੇ ਅਰਥਾਂ ਦਾ ਇੱਕ ਹੋਰ ਰੂਪ ਭੀ, ਕਈ ਉਲੱਥਿਆਂ ਵਿੱਚ ਮਿਲਦਾ ਹੈ। ਵਿਆਹ ਕਰਾਉਣ ਦੀ ਖਾਤਰ ਜਾਂ ਆਪਣੇ ਨਾਲ ਸਬੰਧ ਬਨਾਉਣ ਲਈ ਰਜ਼ਾਮੰਦੀ ਖਾਤਰ, ਜਾਂ ਕਿਸੇ ਭੀ ਜਾਤ ਦੀ ਔਰਤ ਦੇ ਨੈਣ ਨਕਸ਼ਾਂ ਦੀਆਂ ਝੂਠੀਆਂ ਮੂਠੀਆਂ ਸਿਫ਼ਤਾਂ ਕਰਕੇ, ਲੜਕੇ ਵਾਲਿਆਂ ਨੂੰ ਮਨਾਉਣ ਵਿੱਚ ਕੋਈ ਪਾਪ ਨਹੀਂ ਹੈ। ਗਊਆਂ ਵਾਸਤੇ ਚਾਰਾ ਪ੍ਰਾਪਤ ਕਰਨ ਲਈ, ਪੂਜਾ ਦੀ ਸਮਗ੍ਰੀ ਅਤੇ ਬਾਲਣ ਪ੍ਰਾਪਤ ਕਰਨ ਖਾਤਰ ਅਤੇ ਬਿਪਤਾ ਸਮੇਂ ਬ੍ਰਾਹਮਣ ਦੀ ਰੱਖਿਆ ਕਰਨ ਲਈ ਬੋਲੇ ਝੂਠ ਦਾ ਕੋਈ ਪਾਪ ਨਹੀਂ ਲਗਦਾ।*

(113) ਸਹੁੰ ਚੁਕਾਉਂਣ ਵੇਲੇ ਜੱਜ, ਬ੍ਰਾਹਮਣ ਨੂੰ ਉਸਦੇ ਸਤਿਵਾਦੀ ਹੋਣ ਦੀ, ਖੱਤਰੀ ਨੂੰ ਉਸਦੀ ਸਵਾਰੀ ਜਾਂ ਰਥ-ਘੋੜਿਆਂ ਅਤੇ ਸ਼ਸਤਰਾਂ ਦੀ, ਵੈਸ਼ ਨੂੰ ਮਾਲ-ਧੰਨ ਤੇ ਅੰਨ ਦੀ, ਸ਼ੂਦਰ ਨੂੰ ਝੂਠ ਬੋਲਣ ਤੇ ਸਭ ਤਰਾਂ ਦੇ ਪਾਪਾਂ ਦਾ ਭਾਗੀ ਹੋਣ ਦੀ ਸੌਂਹ ਚੁਕਾਵੇ। ਸ਼ੂਦਰ ਦੇ ਝੂਠ ਬੋਲਣ ਕਾਰਣ, ਉਸਦੇ ਸਿਰ ਹਰਾਮ ਦੀ ਉਲਾਦ (ਟਪਕਾ, ਬੇਨਸਲਾ) ਹੋਣ ਦਾ ਦੋਸ਼ ਮੜ੍ਹਿਆ ਜਾਵੇ।

(114) ਸ਼ੂਦਰ ਦੀ ਗਵਾਹੀ ਪਰਖਣ ਲਈ ਜੱਜ ਨੂੰ ਚਾਹੀਦਾ ਹੈ ਕਿ, ਸ਼ਾਸਤ੍ਰਾਂ ਦੇ ਵਿਧਾਨ ਮੁਤਾਬਿਕ, ਮਘਦੀ ਹੋਈ ਅੱਗ ਦੇ ਕੋਲੇ, ਉਸ ਕੋਲੋਂ ਹੱਥਾਂ ਨਾਲ ਚੁਕਾਵੇ (ਅਗਨੀ ਪ੍ਰੀਖਿਆ) ਜਾਂ ਪਾਣੀ ਵਿੱਚ ਗੋਤੇ ਦੁਆ ਕੇ ਪਰਖੇ, ਜਾਂ ਉਸਦੇ ਪੁੱਤਰ ਅਤੇ ਇਸਤਰੀ ਦੇ ਸਿਰ ਤੇ ਅਲੱਗ ਹੱਥ ਰਖਾ ਕੇ ਸਹੁੰ ਚੁਕਾਵੇ।

(115) ਜਿਸ ਸ਼ੂਦਰ ਦੇ ਹੱਥਾਂ ਨੂੰ ਬਲਦੀ ਹੋਈ ਅੱਗ ਛੇਤੀਂ ਨਾ ਸਾੜ ਸਕੇ, ਜੋ ਪਾਣੀ ਵਿੱਚ ਸਿਰ ਡਬੋਣ ਤੇ ਭੀ ਮਰਨ ਤੋਂ ਨਹੀਂ ਡਰਦਾ, ਅਤੇ ਕਿਸੇ ਤਰਾਂ ਨਾਲ ਦੁੱਖ ਨਾ ਮਹਿਸੂਸ ਕਰੇ, ਆਪਣੇ ਘਰ ਦੇ ਜੀਅ ਦੀ ਭੀ ਚਿੰਤਾ ਨਾ ਕਰੇ, ਉਸਦੀ ਗਵਾਹੀ ਨੂੰ ਸੱਚ ਮੰਨ ਲੈਣਾ ਚਾਹੀਦਾ ਹੈ।

(116) ਪੁਰਾਤਨ ਸਮੇਂ ਵਿੱਚ ਵਤਸ ਰਿਸ਼ੀ (ਵਤਸਯ-**वत्सय ऋषि** -ਭ੍ਰਿਗੂ ਦੀ ਵੰਸ਼ ਵਿੱਚੋਂ) ਦੇ ਮਤਰਏ ਭਾਈ ਨੇ ਉਸ ਸਿਰ ਦੋਸ਼ ਲਾਇਆ ਸੀ ਕਿ ਉਹ ਬ੍ਰਾਹਮਣ ਦੀ ਉਲਾਦ ਨਹੀਂ, ਸਗੋਂ ਸ਼ੂਦਰ ਦੀ ਉਲਾਦ ਹੈ। ਇਸ ਦੀ ਪਰਖ ਲਈ ਵਤਸ ਰਸ਼ੀ ਨੇ ਅੱਗ ਵਿੱਚ ਛਾਲ ਮਾਰ ਦਿੱਤੀ (ਅਗਨੀ ਪ੍ਰੀਖਿਆ), ਪਰ ਉਸਦੀ ਪਵਿੱਤਰਤਾ ਕਾਰਣ ਅੱਗ ਉਸਦਾ ਇੱਕ ਰੋਮ ਭੀ ਨਾ ਸਾੜ ਸਕੀ।

ਟਿੱਪਣੀ:- *ਹਿੰਦੂ ਇਤਹਾਸ ਦੀਆਂ ਘਟਨਾਵਾਂ ਵਿੱਚ ਇੱਕ ਖਾਸ ਕਥਾ ਸੁਣਾਈ ਜਾਂਦੀ ਹੈ ਕਿ ਸ੍ਰੀ ਰਾਮ ਚੰਦਰ ਜੀ ਨੇ ਭੀ ਸੀਤਾ ਦੇ ਬਾਲਮੀਕ ਆਸ਼ਰਮ ਵਿੱਚੋਂ ਪਰਤਣ ਤੇ ਉਸਦੀ ਪਵਿੱਤਰਤਾ ਤੇ ਸ਼ੱਕ ਹੋਣ ਕਾਰਨ ਅਗਨੀ ਪ੍ਰੀਖਿਆ ਲਈ ਸੀ। ਪਰ ਸ਼ੂਦਰ ਦੀ ਅਗਨੀ ਪ੍ਰੀਖਿਆ ਬਾਰੇ ਇਹ ਸਲੋਕ (ਨੰ:115) ਅਗਨੀ ਪ੍ਰੀਖਿਆ ਨੂੰ ਜਾਇਜ਼ ਸਾਬਿਤ ਕਰਨ ਲਈ ਆਪਣੇ ਕੋਲੋਂ ਇਸ ਲੜੀ ਨਾਲ ਜੋੜਿਆ ਲਗਦਾ ਹੈ।*

(117) ਜਿਸ ਮੁਕੱਦਮੇ ਦੇ ਫੈਸਲੇ ਮਗਰੋਂ ਪਤਾ ਲੱਗੇ ਕਿ ਝੂਠੀ ਗਵਾਹੀ ਦਿੱਤੀ ਗਈ ਹੈ ਜਾਂ ਜਾਮਨ ਨੇ ਝੂਠ ਬੋਲਿਆ ਹੈ।ਸੱਚ ਜ਼ਾਹਿਰ ਹੋਣ ਤੇ, ਉਸ ਮਾਮਲੇ ਬਾਰੇ ਦਿੱਤਾ ਫੈਸਲਾ ਰੱਦ ਕਰਕੇ, ਫਿਰ ਤੋਂ ਵਿਚਾਰ ਕਰਨੀ ਚਾਹੀਦੀ ਹੈ। ਕਿਉਂਕਿ ਪਹਿਲਾਂ ਦਿੱਤਾ ਫ਼ੈਸਲਾ ਕਿਸੇ ਅਰਥ ਨਹੀਂ ਹੈ।

(118) ਲੋਭ ਵਸ, ਮੋਹ ਵਸ, ਭੁਲੇਖੇ ਨਾਲ, ਡਰਾਵੇ ਕਾਰਣ, ਦੋਸਤੀ ਦੇ ਪ੍ਰਭਾਵ ਹੇਠ ਆ ਕੇ, ਕਾਮ ਵਸ ਹੋ ਕੇ, ਦੁਸ਼ਮਣੀ ਕਾਰਣ, ਅਨਜਾਣਪੁਣੇ ਵਿੱਚ, ਇਆਣੀ ਬੁੱਧ ਕਾਰਣ, ਜੋ ਭੀ ਗਵਾਹੀਆਂ ਦਿੱਤੀਆਂ ਜਾਣ, ਪਤਾ ਲੱਗਣ ਤੇ ਸਭ, ਝੂਠੀਆਂ ਸਮਝੀਆਂ ਜਾਂਦੀਆਂ ਹਨ।

ਝੂਠੀ ਗਵਾਹੀ ਲਈ ਸਜ਼ਾਵਾਂ -

(119) ਉੱਪਰ ਦੱਸੀਆਂ ਸਥਿਤੀਆਂ ਵਿੱਚ, ਜੇ ਕੋਈ ਝੂਠੀ ਗਵਾਹੀ ਦਿੰਦਾ ਪਕੜਿਆ ਜਾਂਦਾ ਹੈ, ਉਸ ਵਾਰੇ ਮੈਂ (ਭ੍ਰਿਗੂ), ਕਰਮਵਾਰ ਉਚਿਤ ਢੰਗ ਨਾਲ ਵਖਿਆਨ ਕਰਾਂਗਾ ਕਿ ਕਿਹੜੀ ਸਜ਼ਾ, ਕਿਸ ਤਰ੍ਹਾਂ ਦੀ ਝੂਠੀ ਗਵਾਹੀ ਕਾਰਣ ਦਿੱਤੀ ਜਾ ਸਕਦੀ ਹੈ।

(120) ਜੋ ਲੋਭ ਵਸ ਹੋ ਕੇ ਝੂਠੀ ਗਵਾਹੀ ਦੇਵੇ, ਉਸਨੂੰ 1000 ਪਣ (ਚਾਰ ਸਹਸ, 4×250) ਦੰਡ, ਮੋਹ ਵੱਸ ਹੋ ਕੇ ਝੂਠੀ ਗਵਾਹੀ ਦੇਣ ਵਾਲੇ ਨੂੰ ਪਹਿਲੇ ਦਰਜੇ ਦਾ, ਭਾਵ 250 ਪਣ (ਸਧਾਰਣ= 1 ਸਾਹਸ) ਦਾ ਦੰਡ ਲਾਇਆ ਜਾਵੇ। ਜੇ ਕਿਸੇ ਭਲੇਖੇ ਜਾਂ ਡਰ ਕਾਰਨ ਗਵਾਹੀ ਦੇ ਹੋ ਜਾਵੇ ਤਾਂ ਪਹਿਲੇ ਦਰਜੇ ਤੋਂ ਦੁੱਗਣਾ (= 500 ਪਣ, ਮੱਧਮ = ਦੋ ਸਾਹਸ), ਡਰ ਜਾਂ ਕਿਸੇ ਦਬਾ ਕਾਰਣ ਝੂਠੀ ਗਵਾਹੀ ਦਿੱਤੀ ਹੋਵੇ ਤਾਂ,ਮੱਧਮ ਦਰ ਦਾ ਦੁੱਗਣਾ (1000 ਪਣ = ਮੱਧਮ ਸਾਹਸ ਦਾ ਦੁੱਗਣਾ= ਚਾਰ ਸਾਹਸ), ਜੇ ਦੋਸਤੀ ਦੇ ਨਾਤੇ ਝੂਠੀ ਗਵਾਹੀ ਦਿੱਤੀ ਹੋਵੇ ਤਾਂ ਪਹਿਲੇ ਦਰਜ਼ੇ ਦੇ ਦੰਡ ਨਾਲੋਂ ਘੱਟੋ ਘੱਟ ਚਾਰ ਗੁਣਾ (1000 ਹਜ਼ਾਰ ਪਣ = 1 ਸਾਹਸ ×4) ਦੰਡ ਲਾਵੇ।

ਉਧਾਰਣ ਵਜੋਂ, ਇੱਕ ਪਣ = 1 ਪੈਸਾ (ਤਾਂਬੇ ਦਾ ਸਿੱਕਾ), ਅਤੇ ਇੱਕ ਸਾਹਸ = 250 ਪਣ ਦੀ ਕੀਮਤ (ਸੋਨੇ ਦਾ ਇੱਕ ਸਿੱਕਾ)। ਅੱਜ ਦੇ ਹਿਸਾਬ ਨਾਲ 1 ਪਣ = 1 ਪੈਸਾ ਕਿਹਾ ਜਾ ਸਕਦਾ ਹੈ। ਪੁਰਾਤਨ ਸਮੇਂ ਦੀ ਪ੍ਰਚੱਲਤ ਮੁਦਰਾ (ਕਰੰਸੀ) ਦਾ ਵੇਰਵਾ, ਕੁਝ ਇਸ ਤਰਾਂ ਉਪਲੱਭਦ ਹੋਇਆ ਹੈ:-
ਦਸ ਕੌਡੀਆਂ = ਇੱਕ ਦਮੜੀ, ਦੋ ਦਮੜੀਆਂ = ਇੱਕ ਪਾਈ , ਢੇੜ ਪਾਈ = ਇੱਕ ਧੇਲਾ,
ਤਿੰਨ ਪਾਈਆਂ = ਇਕ ਪੈਸਾ = ਪਣ, ਚਾਰ ਪੈਸੇ = ਇੱਕ ਆਨਾ, ਦੋ ਆਨੇ = ਇੱਕ ਦੁਆਨੀ,
ਚਾਰ ਆਨੇ = ਇੱਕ ਚੁਆਨੀ, ਦੋ ਚੁਆਨੀਆਂ = ਇੱਕ ਅਠਿਆਨੀ, ਦੋ ਅਠਿਆਨੀਆਂ = ਇੱਕ ਰੁਪਈਆ (ਜਾਂ 64 ਪੈਸੇ)

ਟਿੱਪਣੀ:- *ਮਨੁੱਖ ਨੇ ਸਿੱਕਿਆਂ ਦੀ ਵਰਤੋਂ ਕਦੋਂ ਸ਼ੁਰੂ ਕੀਤੀ, ਇਸ ਬਾਰੇ ਬਹੁਤ ਮੱਤ ਭੇਦ ਹਨ। 'ਪਣ' ਮੁਦਰਾ ਦੀ ਇਕਾਈ ਪਰਾਤਨ ਸਮੇਂ ਵਿੱਚ ਬਦਲਦੀ ਰਹੀ ਹੈ। ਚੰਦਰ ਗੁਪਤ ਮੌਰੀਆ ਦੇ ਸਮੇਂ ਤੋਂ ਪਹਿਲਾਂ ਮਿਲੇ ਸਿੱਕਿਆਂ ਮੁਤਾਬਿਕ, ਇਕ ਪਣ 16 ਮਾਸੇ ਭਾਰ ਦਾ ਹੁੰਦਾ ਸੀ। ਇਕ ਸਿੱਕੇ ਵਿੱਚ 11 ਮਾਸਾ ਚਾਂਦੀ, 4 ਮਾਸੇ ਤਾਂਬਾ ਅਤੇ 1 ਮਾਸਾ ਬਾਕੀ ਧਾਤਾਂ ਹੁੰਦੀਆਂ ਸਨ। ਮਗਰੋਂ ਇਹ ਕੇਵਲ ਤਾਂਬੇ ਦੇ ਸਿੱਕੇ ਵਜੋਂ ਪ੍ਰਚੱਲਿਤ ਰਿਹਾ, ਜੋ ਕੁਝ ਸਮਾਂ ਪਹਿਲਾਂ ਤੀਕਰ ਭਾਰਤ ਦੀ ਕਰੰਸੀ ਦੀ ਇੱਕ ਇਕਾਈ ਸੀ। ਪੁਰਾਤਨ ਸਮੇਂ ਵਿੱਚ ਧੰਨ, ਸਿੱਕਿਆਂ ਅਤੇ ਉਨ੍ਹਾਂ ਦੇ ਤੋਲ ਦੇ ਅਨੁਪਾਤ ਵਿੱਚ ਹੀ ਹੁੰਦਾ ਸੀ ਅਤੇ ਗਿਣਤੀ ਬਾਂਸ ਦੀਆਂ ਬੰਸਰੀਆਂ ਦੀ ਲੰਬਾਈ ਰਾਹੀਂ ਗਿਣੀ ਜਾਂਦੀ ਸੀ।*

ਪੁਰਾਤਨ ਸਿੱਕੇ ↓	ਨਵੇਂ ਸਿੱਕੇ ↓
ਭਾਰਤ ਵਿੱਚ, ਪੁਰਾਤਨ ਸਮੇਂ ਦੇ ਸਿੱਕਿਆਂ ਦੀ ਪ੍ਰਚੱਲਤ ਇਕਾਈ	ਭਾਰਤ ਵਿੱਚ ਵੀਹਵੀਂ ਸਦੀ ਵਿੱਚ ਪ੍ਰਚੱਲਤ ਸਿੱਕੇ ਦੀ ਇਕਾਈ
1 ਪਣ = ਪੁਰਾਤਨ ਪੈਸਾ	ਪੈਸਾ (ਤਾਂਬੇ ਦਾ ਪ੍ਰਚੱਲਤ ਸਿੱਕਾ)
250 ਪਣ= 1 ਪ੍ਰਥਮ ਸਾਹਸ = (ਇੱਕ ਸਾਹਸ ਦਾ ਸੋਨੇ ਦਾ ਸਿੱਕਾ)	4 ਪੈਸੇ = ਇੱਕ ਆਨਾ (ਮਿਸ਼ਰਤ ਧਾਂਤਾਂ ਦਾ ਬਣਿਆ)
500 ਪਣ= ਮੱਧਮ ਸਾਹਸ= (2 ਸਾਹਸ ਦਾ ਸੋਨੇ ਦਾ ਸਿੱਕਾ)	2 ਆਨੇ= ਦੁਆਨੀ, 4 ਆਨੇ= ਚੁਆਨੀ, 8 ਆਨੇ= ਚਾਂਦੀ ਦੀ ਅਠਿਆਨੀ, 16 ਆਨੇ= 64 ਪੈਸੇ= ਚਾਂਦੀ ਦਾ ਇੱਕ ਰੁਪਈਆ
1000 ਪਣ= ਉੱਤਮ ਸਾਹਸ = (4 ਸਾਹਸ ਸੋਨੇ ਦਾ ਸਿੱਕਾ)	ਬਹੁਤ ਸਮਾਂ ਬੀਤਣ ਮਗਰੋਂ ਕਾਗਜ਼ੀ ਰੁਪਈਏ ਸ਼ੁਰੂ ਹੋ ਗਏ।

ਨੋਟ:- *ਅੰਤ੍ਰਰਾਸ਼ਟਰੀ ਮਿਆਰ ਦੇ ਆਉਣ ਕਾਰਨ, ਤਕਰੀਬਨ ਸਾਰੀ ਦੁਨੀਆਂ ਵਿੱਚ ਗਿਣਤੀ, ਮਿਣਤੀ ਅਤੇ ਤੋਲ ਦੀ ਇਕਾਈ ਭਾਵੇਂ ਇੱਕ ਹੋ ਗਈ ਹੈ, ਪਰ ਸਭ ਦੇਸ਼ਾਂ ਵਿੱਚ ਲੋਕ, ਅੱਜ ਭੀ ਆਪਣੇ ਪੁਰਾਤਨ ਸਮੇਂ ਮਾਪ, ਤੋਲ ਅਤੇ ਗਿਣਤੀ ਨੂੰ ਹੀ ਵਰਤਣਾ ਚੰਗਾ ਸਮਝਦੇ ਹਨ।*

(121) ਪੁਰਾਤਨ ਸਮੇਂ ਵਿੱਚ ਕੀਤੇ ਜਾਂਦੇ ਗੁਨਾਹਾਂ ਬਦਲੇ ਜੁਰਮਾਨਿਆਂ ਦਾ ਕੁਝ ਵੇਰਵਾ, ਬਹੁਤੀਆਂ ਲਿਖਤਾਂ ਵਿੱਚੋਂ ਅਗਲੇ ਚਾਰਟ ਮੁਤਾਬਿਕ ਲਿਖਿਆ ਮਿਲਦਾ ਹੈ:-

ਅਗਲਾ ਚਾਰਟ ਦੇਖੋ:-

ਨੰ: ↓	ਅਪਰਾਧ ↓	ਜੁਰਮਾਨਾ ↓	ਅੱਜ ਦੇ ਹਿਸਾਬ ਨਾਲ ↓
1	ਲੋਭ ਵਸ ਹੋ ਕੇ ਦਿੱਤੀ ਝੂਠੀ ਗਵਾਹੀ	1000 ਪਣ (ਉੱਤਮ ਸਾਹਸ)	15 ਰੁਪਏ 10 ਆਨੇ
2	ਮੋਹ ਵਸ ਹੋ ਕੇ ਦਿੱਤੀ ਝੂਠੀ ਹਗਵਾਹੀ	250 ਪਣ (ਪ੍ਰਥਮ ਸਾਹਸ)	3 ਰੁਪਏ,14 ਆਨੇ ਅਤੇ ਇੱਕ ਟਕਾ
3	ਕਿਸੇ ਡਰ ਜਾਂ ਭੈਅ ਕਾਰਣ ਝੂਠੀ ਗਵਾਹੀ	1000 ਪਣ (ਉੱਤਮ ਸਾਹਸ)	15 ਰੁਪਏ 10 ਆਨੇ
4	ਦੋਸਤੀ ਦੇ ਨਾਤੇ ਝੂਠੇ ਗਵਾਹੁ ਬਣਨਾ	1000 ਪਣ (ਉੱਤਮ ਸਾਹਸ)	15 ਰੁਪਏ 10 ਆਨੇ
5	ਕਾਮ ਵਾਸ਼ਨਾ ਦੀ ਪੂਰਤੀ ਖਾਤਰ ਝੂਠੀ ਗਵਾਹੀ ਦੇਣਾ	2500 ਪਣ (ਪ੍ਰਥਮ ਸਾਹਸ ਦਾ ਦਸ ਗੁਣਾ)	39 ਰੁਪਏ 1 ਆਨੇ
6	ਕ੍ਰੋਧ ਵਸ ਹੋ ਕੇ ਦੁਸ਼ਮਣੀ ਕਾਰਣ ਝੂਠੀ ਗਵਾਹੀ	3000 ਪਣ (ਪ੍ਰਥਮ ਸਾਹਸ ਦਾ ਬਾਰਾਂ ਗੁਣਾ)	46 ਰੁਪਏ 14 ਆਨੇ
7	ਅਗਿਆਨਤਾ ਕਾਰਣ ਦਿੱਤੀ ਝੂਠੀ ਗਵਾਹੀ	200 ਪਣ	3 ਰੁਪਏ ਦੋ ਆਨੇ
8	ਬਾਲ ਬੁੱਧੀ ਕਾਰਣ (ਭੋਲੇ ਪਨ) ਝੂਠੀ ਗਵਾਹੀ	100 ਪਣ	ਇੱਕ ਰੁਪਿਆ ਨੌ ਆਨੇ

ਨੋਟ:-ਪਿਛਲਾ ਚਾਰਟ ਕੇਵਲ ਹਵਾਲੇ ਮਾਤਰ ਹੀ ਬਣਾਇਆ ਗਿਆ ਹੈ, ਹਰ ਰੋਜ਼ ਬਦਲਦੀਆਂ ਸਥਿਤੀਆਂ ਕਰਕੇ ਸ਼ਾਇਦ ਦਰੁਸਤ ਨਾ ਲੱਗੇ।

(122) ਇਸ ਤਰਾਂ ਸਤਿ ਪੁਰਸ਼ਾਂ ਨੇ ਝੂਠੀ ਗਵਾਹੀ ਅਤੇ ਹੋਰ ਗੁਨਾਹਾਂ ਬਦਲੇ ਦੰਡ ਨੀਯਤ ਕੀਤੇ, ਤਾਂ ਕਿ ਧਰਮ ਦਾ ਨਾਸ ਅਤੇ ਨਿਆਂ ਪ੍ਰਣਾਲੀ ਦੀ ਅਸਫ਼ਲਤਾ ਨੂੰ ਰੋਕਿਆ ਜਾ ਸਕੇ। ਕਿਸੇ ਨਾਲ ਬੇਇਨਸਾਫ਼ੀ ਅਤੇ ਧੱਕਾ ਨਾ ਹੋਵੇ।

(123) ਧਰਮ ਸ਼ਾਸਤ੍ਰਾਂ ਦੇ ਵਿਧਾਨ ਮੁਤਾਬਿਕ, ਨਿਆਂ ਕਰਨ ਵਾਲਾ ਰਾਜਾ, ਜੇ ਚਾਹੇ ਤਾਂ ਝੂਠੀ ਗਵਾਹੀ ਦੇ ਦੋਸ਼ ਵਿੱਚ, ਖੱਤਰੀ, ਵੈਸ਼ ਅਤੇ ਸ਼ੂਦਰ ਵਰਣ ਦੇ ਲੋਕਾਂ ਨੂੰ, ਦੰਡ ਸੁਨਾਉਣ ਦੇ ਨਾਲ ਨਾਲ, ਦੇਸ਼ ਨਿਕਾਲਾ ਭੀ ਦੇ ਸਕਦਾ ਹੈ। ਪਰ ਰਾਜਾ, ਬ੍ਰਾਹਮਣ ਨੂੰ ਕਿਸੇ ਗੁਨਾਹ ਦਾ ਕੋਈ ਸ਼ਰੀਰਕ ਦੰਡ ਨਹੀਂ ਦੇ ਸਕਦਾ। ਸਦਾ ਦੋਸ਼ ਮੁਕਤ ਹੋਣ ਕਰਕੇ, ਬ੍ਰਾਹਮਣ ਨੂੰ ਕੇਵਲ ਦੇਸ਼ ਨਿਕਾਲ਼ਾ ਹੀ ਦੇ ਸਕਦਾ ਹੈ।

(124) 'ਸੁਯੰਭਵ ਮਨੂੰ' ਨੇ ਬ੍ਰਾਹਮਣ ਤੋਂ ਸਿਵਾ ਅਪਰਾਧੀ (ਖੱਤਰੀ, ਵੈਸ਼, ਸ਼ੂਦਰ) ਨੂੰ ਸਜ਼ਾ ਦੇਣ ਲਈ ਸ਼ਰੀਰ ਉੱਪਰ ਦਿੱਤੇ ਜਾਣ ਵਾਲੇ ਦੰਡ ਲਈ ਦਸ ਅੰਗਾਂ ਦਾ ਜ਼ਿਕਰ ਕੀਤਾ ਹੈ। ਦੋਸ਼ੀ ਬ੍ਰਾਹਮਣ ਲਈ ਕੇਵਲ ਦੇਸ਼ ਛੱਡ ਜਾਣ ਦਾ ਹੀ ਵਿਧਾਨ ਹੈ।

(125) ਸ਼ਰੀਰ ਦੇ ਉਹ ਦਸ ਅੰਗ ਇਸ ਤਰਾਂ ਹਨ- ਲਿੰਗ, ਢਿੱਡ, ਜੀਭਾ, ਦੋਵੇਂ ਹੱਥ, ਦੋਵੇਂ ਪੈਰ, ਦੋਵੇਂ ਅੱਖਾਂ, ਅਤੇ ਨੱਕ।

(126) ਕਿਸੇ ਭੀ ਅਪਰਾਧ ਦੀ ਸਜ਼ਾ ਦੇਣ ਲੱਗਿਆਂ, ਰਾਜਾ ਧਿਆਨ ਦੇਵੇ ਕਿ ਅਪਰਾਧ ਕਿਸ ਇਰਾਦੇ ਨੂੰ ਮੁੱਖ ਰੱਖ ਕੇ ਕੀਤਾ ਗਿਆ, ਅਪਰਾਧ ਦਾ ਸਮਾਂ ਸਥਾਨ ਅਤੇ ਵਕਤ ਕੀ ਸੀ, ਅਪਰਾਧੀ ਦਾ ਅਪਰਾਧ ਕਿਹੋ ਜਿਹਾ ਸੀ (ਬਾਰ ਬਾਰ ਜਾਂ ਪਹਿਲੀ ਬਾਰ), ਉਸਦੀ ਮਾਨਸਿਕ ਅਤੇ ਸਰੀਰਕ ਦਸ਼ਾ ਕੀ ਸੀ, ਇਨ੍ਹਾਂ ਸਭ ਹਾਲਤਾਂ ਨੂੰ ਵਿਚਾਰ ਕੇ ਬਣਦੀ ਸਜ਼ਾ ਸੁਣਾਵੇ।

(127) ਬੇਇਨਸਾਫ਼ੀ (ਧਰਮ ਵਿਰੋਧੀ ਫੈਸਲਾ) ਕਰਕੇ, ਸਜ਼ਾ ਦੇਣ ਵਾਲਾ ਮਨੁੱਖ, ਇਸ ਲੋਕ ਅਤੇ ਪ੍ਰਲੋਕ ਵਿੱਚ ਆਪਣੀ ਪ੍ਰਤਿਸ਼ਟਾ (ਵਕਾਰ) ਅਤੇ ਸੋਭਾ ਗਵਾ ਬੈਠਦਾ ਹੈ। ਇੱਥੋਂ ਤੱਕ ਕਿ ਸਵਰਗ ਤੋਂ ਭੀ ਵਾਂਝਾ ਰਹਿ ਜਾਂਦਾ ਹੈ। ਇਸ ਲਈ ਫ਼ੈਸਲਾ ਦੇਣ ਵਾਲੇ ਨੂੰ ਬਹਤ ਸੁਚੇਤ ਰਹਿਣਾ ਚਾਹੀਦਾ ਹੈ ਅਤੇ ਦੰਡ ਸੁਨਾਉਣ ਤੋਂ ਪਹਿਲਾਂ, ਬਹੁਤ ਸੋਚ ਵਿਚਾਰ ਦੀ ਲੋੜ ਹੈ।

(128) ਕਸੂਰਵਾਰ ਨੂੰ ਸਜ਼ਾ ਨਾ ਦੇਣੀ ਅਤੇ ਕਿਸੇ ਬੇਕਸੂਰ (ਨਿਰਦੋਸ਼) ਨੂੰ ਸਜ਼ਾ ਦੇਣ ਵਾਲੇ ਰਾਜੇ (ਜਾਂ ਜੱਜ) ਦੀ, ਇਸ ਜਗਤ ਵਿੱਚ ਬਹੁਤ ਨਿੰਦਾ ਹੁੰਦੀ ਹੈ ਅਤੇ ਮੌਤ ਮਗਰੋਂ ਘੋਰ ਨਰਕ ਵਿੱਚ ਦੁੱਖ ਭੋਗਦਾ ਹੈ।

(129) ਜੇ ਹੋ ਸਕੇ ਤਾਂ ਨਿਆਂਕਰਤਾ (ਜੱਜ, ਜਾਂ ਰਾਜਾ), ਦੋਸ਼ੀ ਦੇ ਪਹਿਲੇ ਅਤੇ ਮਾਮੂਲੀ ਗੁਨਾਹ ਨੂੰ ਕਬੂਲਣ ਸਮੇਂ, ਡਰਾ-ਧਮਕਾ ਅਤੇ ਫਿਟਕਾਰ ਪਾਉਣ ਮਗਰੋਂ ਚਿਤਾਵਨੀ ਦੇ ਕੇ ਛੱਡ ਦੇਵੇ। ਜੇ ਉਹੀ ਗੁਨਾਹ ਫਿਰ ਕਰੇ ਤਾਂ ਜੁਰਮਾਨਾ ਕੀਤਾ ਜਾਵੇ ਅਤੇ ਤੀਸਰੀ ਵਾਰੀ ਉਹੀ ਗੁਨਾਹ ਕਰੇ ਤਾਂ ਕਨੂੰਨ ਮੁਤਾਬਿਕ ਨਿਰਧਾਰਤ ਜੁਰਮਾਨਾ ਅਤੇ ਦੰਡ ਲਾਇਆ ਜਾਵੇ। ਬਾਰ ਬਾਰ ਉਹੀ ਗੁਨਾਹ ਕਰਨ ਤੇ ਸਰੀਰਕ ਦੰਡ ਅਤੇ ਜੇਲ੍ਹ ਦੀ ਸਜ਼ਾ ਸੁਣਾਈ ਜਾਵੇ। ਪਰ ਕਿਸੇ ਗੰਭੀਰ ਗੁਨਾਹ ਦੇ ਦੋਸ਼ੀ ਨੂੰ, ਉਸਦੇ ਅੰਗ ਕੱਟਣ ਜਾਂ ਮੌਤ ਦੀ ਸਜ਼ਾ ਭੀ ਸੁਣਾ ਸਕਦਾ ਹੈ।

(130) ਸ਼ਰੀਰ ਦਾ ਅੰਗ ਕੱਟਣ ਮਗਰੋਂ ਭੀ, ਰਾਜਾ ਅਪਰਾਧੀ ਨੂੰ ਸੁਧਾਰਨ ਤੋਂ ਅਸਮਰੱਥ ਰਹੇ ਤਾਂ ਕਨੂੰਨ ਦੀਆਂ ਚਾਰੇ ਧਾਰਾਵਾਂ (ਸਮਝਾਉਣਾ, ਦਬਕਾਉਣਾ, ਸ਼ਰੀਰਕ ਕਸ਼ਟ ਅਤੇ ਮੌਤ ਦੀ ਸਜ਼ਾ) ਦਾ ਪ੍ਰਯੋਗ ਕਰ ਸਕਦਾ ਹੈ।

ਤਾਂਬਾ ਚਾਂਦੀ ਅਤੇ ਸੋਨੇ ਦੇ ਸਿੱਕੇ ਅਤੇ ਤੋਲ -

(131) ਇਸ ਜਗਤ ਵਿੱਚ, ਵਪਾਰ ਕਰਨ ਲਈ ਧੰਨ (ਮੁਦਰਾ, ਕਰੰਸੀ, ਧਾਂਤਾਂ ਦੇ ਮਿਸ਼ਰਣ ਤੋਂ ਬਣੇ ਸਿੱਕੇ- ਪਣ ਆਦਿ) ਅਤੇ ਮਾਪ ਤੋਲ ਲਈ, ਤਾਂਬਾ, ਚਾਂਦੀ, ਸੋਨਾ ਆਦਿ ਧਾਂਤਾਂ ਦੇ ਬਣੇ ਵੱਟੇ ਜਾਣੇ ਗਏ ਹਨ। ਹੁਣ ਮੈਂ (ਭ੍ਰਿਗੂ) ਉਨ੍ਹਾਂ ਦੀ ਇਕਾਈ ਅਤੇ ਵਿਸਥਾਰ ਦਾ ਪੂਰਣ ਰੂਪ ਵਿੱਚ ਜ਼ਿਕਰ ਕਰਦਾ ਹਾਂ:-

(132) ਮਕਾਨ ਦੇ ਰੌਸ਼ਨਦਾਨ ਵਿੱਚੋ ਆਂ ਰਹੀਆਂ ਸੂਰਜ ਦੀ ਪਹਿਲੀਆਂ ਕਿਰਣਾਂ ਵੱਲ ਤੱਕਿਆਂ, ਜੋ ਛੋਟੇ ਛੋਟੇ, ਧੁੰਦਲ ਦੇ **ਸੂਖਮ ਕਣ** ਉਡਦੇ ਦਿਸਦੇ ਹਨ, ਉਹ ਮਾਪ ਤੋਲ ਦਾ ਸਭ ਤੋਂ ਪਹਿਲਾ ਪ੍ਰਮਾਣ ਹੈ।ਤੀਹ ਕਣ ਮਿਲ ਕੇ ਇੱਕ **ਤ੍ਰਸਰੇਣੂ** (ਜਾਂ ਰਸਰੇਣੂ) ਬਣਦਾ ਹੈ।

(133) ਅੱਠ ਤ੍ਰਸਰੇਣੂ ਮਿਲਕੇ = ਇੱਕ ਲੀਖ (ਧੱਖ-ਜੂੰਆਂ ਦੇ ਆਂਡੇ) ਦਾ ਭਾਰ ਕਹਾਂਉਦਾ ਹੈ।
ਤਿੰਨ ਲੀਖਾਂ (ਧੱਖਾਂ) ਮਿਲਕੇ = ਰਾਜ ਸਰਸ਼ਪ (ਕਾਲ਼ੀ ਸਰੋਂ, ਰਾਈ ਦਾ ਇੱਕ ਦਾਣਾ) ਕਹਾਉਂਦਾ ਹੈ।
ਚਾਰ ਰਾਜ ਸਰਸ਼ਪ (ਰਾਈ ਦੇ ਦਾਣੇ) = ਗੌਰ ਸਰਸ਼ਪ (ਚਿੱਟੀ ਸਰੋਂ ਦਾ ਦਾਣਾ) ਦੇ ਭਾਰ ਬਰਾਬਰ ਬਣਦਾ ਹੈ।

(134) ਛੇ ਗੌਰ ਸਰਸ਼ਪ (ਚਿੱਟੀ ਸਰੋਂ ਦੇ ਦਾਣੇ) = ਮਝੋਲਾ ਇੱਕ ਮੱਧਮ ਜੌਂ ਦਾ ਦਾਣਾ ਬਣਦਾ ਹੈ।
ਤਿੰਨ ਮਝੋਲੇ (ਜੌਂ ਦੇ ਦਾਣੇ) = ਇੱਕ **ਕ੍ਰਿਸ਼ਣਲ** (ਰੱਤੀ) ਸੋਨੇ ਦਾ ਭਾਰ ਬਣਦਾ ਹੈ ।
ਪੰਜ ਕ੍ਰਿਸ਼ਣਲ (ਪੰਜ ਰੱਤੀਆਂ ਸੋਨਾ) ਸੋਨਾ = ਇੱਕ **ਮਾਸ** ਸੋਨਾ ਬਣਦਾ ਹੈ।
ਸੋਲਾਂ ਮਾਸ (16 ਮਾਸੇ ਸੋਨਾ) = 1 **ਸੁਵਰਣ** (ਇੱਕ ਕ੍ਰਸ਼,= ਇੱਕ **ਤੋ.ਲਾ** ਸੋਨਾ) ਕਿਹਾ ਗਿਆ ਹੈ।

(135) ਚਾਰ ਸੁਵਰਣ ਸੋਨਾ (4 ਤੋਲ਼ੇ ਸੋਨੇ ਦਾ ਭਾਰ) = ਇੱਕ ਪਲ (ਇੱਕ ਛਟਾਂਕ ਸੋਨਾ),
ਦਸ ਪਲ (10 ਛਟਾਂਕਾਂ) ਸੋਨੇ ਦਾ ਭਾਰ = ਇੱਕ ਧਰਣ (**ਧਰਣ**)।

ਨੋਟ :- *ਇੱਥੇ ਪਾਈਆ ਜਾਂ ਸੇਰ ਦਾ ਜ਼ਿਕਰ ਨਹੀਂ ਹੈ ਜੋ ਬਾਅਦ ਵਿੱਚ ਬਣੇ ਜਾਪਦੇ ਹਨ।*

(136) ਇਸੇ ਤਰਾਂ ਚਾਂਦੀ ਦੇ ਭਾਰ ਨਾਲ ਜਾਣੇ ਜਾਂਦੇ ਤੋਲ ਭੀ ਸਨ, ਜਿਵੇਂ -
ਦੋ ਕ੍ਰਿਸ਼ਣਲ (ਦੋ ਰੱਤੀ) ਚਾਂਦੀ ਦੇ ਬਣੇ ਸਿੱਕੇ ਦਾ ਭਾਰ = ਚਾਂਦੀ ਦਾ ਇੱਕ ਮਸ਼ਕ (.13 ਗਮ ਚਾਂਦੀ)
ਚਾਂਦੀ ਦੇ 16 ਮਸ਼ਕ (32 ਰੱਤੀਆਂ) ਚਾਂਦੀ ਦੇ ਤੋਲ ਦਾ ਸਿੱਕਾ = ਚਾਂਦੀ ਦੀ ਇੱਕ ਧਰਣ (ਪੁਰਾਣਾ ਟਕਾ, ਪੂਰਣਾ- ਦੋ ਦਾ ਗੁਣਕ)

ਨੋਟ:- *ਨੱਕਾ ਪੂਰ (ਜਿਸਤ-ਟੌਂਕ) ਦੀ ਖੇਡ ਵਿੱਚ, 'ਪੂਰਣਾ' ਆਦਿ ਵਰਤਣ ਵਿੱਚ ਆਉਂਦਾ ਸੀ। ਇਸੇ ਤਰਾਂ 16 ਮਾਸੇ (ਤੋ.ਲਾ) ਤਾਂਬੇ ਦੇ ਤੋਲ ਦਾ ਬਣਿਆ ਸਿੱਕਾ = ਪਣ (ਪੁਰਾਤਨ ਪੈਸਾ)।*
*ਦੋ ਰੱਤੀਆਂ (**ਕ੍ਰਿਸ਼ਣਲ**- ਕ੍ਰਰਸ਼ਣਲ) ਚਾਂਦੀ ਦੇ ਤੋਲ ਨੂੰ ਇੱਕ ਚਾਂਦੀ ਦੇ ਮਸ਼ਕ (ਜਾਂ ਮਾਸ਼ਕ= ਅੱਜ ਦੇ .23 ਗਰਾਮ) ਬਰਾਬਰ ਕਿਹਾ ਜਾ ਸਕਦਾ ਹੈ (ਸਭ ਤੋਂ ਛੋਟਾ ਤੋਲ)। ਪੁਰਾਤਨ ਸਮੇਂ ਵਿੱਚ ਰਾਜ ਭਾਗ ਬਦਲਦੇ ਰਹਿਣ ਕਾਰਨ, ਮਾਪ ਤੋਲ ਦੇ ਤਰੀਕੇ ਅਤੇ ਨਾਮ ਬਦਲਦੇ ਰਹੇ ਹਨ ਅਤੇ ਕਈਆਂ ਦੇ ਨਾਵਾਂ ਦਾ ਅਦਲ ਬਦਲ (ਰ.ਲਗੱਡ) ਹੋਣ ਕਰਕੇ ਇਨ੍ਹਾਂ ਬਾਰੇ ਪੂਰੀ ਤਰਾਂ ਦੱਸਣ ਵਿੱਚ ਬਹੁਤ ਮਤ ਭੇਦ ਹਨ। ਮਨੂੰ ਸਮਿਤ੍ਰੀ ਵਿੱਚ ਆਏ ਬਹੁਤੇ ਸਿੱਕਿਆਂ ਅਤੇ ਮਾਪ ਤੋਲਾਂ ਦੀ ਗਿਣਤੀ ਮਿਣਤੀ 'ਕੁਟੱਲ਼ਿਆ' ਦੇ ਲਿਖੇ, ਅਰਥ ਸ਼ਾਸਤ੍ਰ ਨਾਲ ਮਿਲਦੀ ਜੁਲਦੀ ਹੈ। ਮਾਪ ਤੋਲ ਦੀ ਇਹ ਇਕਾਈ, ਇਕ ਹੋਰ ਤਰੀਕੇ ਨਾਲ ਭੀ ਪਾਈ ਗਈ ਹੈ, ਜਿਵੇਂ:-*
ਅੱਠ ਖਸਖਸ *ਦੇ ਦਾਣੇ ਦਾ ਵਜ਼ਨ = ਇੱਕ ਚੌਲ ਦਾ ਦਾਣਾ*
ਅੱਠ ਚੌਲਾਂ *ਜਾਂ ਚਾਰ* ***ਜੌਆਂ*** *ਦੇ ਦਾਣਿਆਂ ਦਾ ਵਜਨ =* ***ਇੱਕ ਰੱਤੀ*** *(ਰੱਤੀਆਂ ਦੇ ਬੂਟੇ ਦਾ ਬੀਜ, ਅੱਜ ਦੇ ਤੋਲ ਵਿੱਚ, ਤਕਰੀਬਨ ਸੌ ਮਿਲੀਗ੍ਰਾਮ)*
ਛੇ ਰੱਤੀਆਂ *=* ***ਇੱਕ ਮਾਸਾ****, ਅਤੇ* ***ਸੋਲਾਂ ਮਾਸੇ ਭਾਰ = ਇੱਕ ਤੋ.ਲਾ***

(137) ਚਾਂਦੀ ਦੇ ਦਸ **ਧਰਣ** (10 ਟਕੇ) ਦੇ ਬਰਾਬਰ ਦੇ ਤੋਲ ਦੀ ਬਣੀ ਹੋਈ ਇੱਕ ਮੋਹਰ = 1 **ਸ਼ਤਮਾਨ** (ਰਜਤ, ਚਾਂਦੀ ਦੀ ਮੋਹਰ)
ਚਾਰ ਤੋਲੇ ਸੋਨੇ (ਪੁਰਾਣਾ ਇੱਕ ਛਟਾਂਕ ਸੋਨਾ) ਦੀ ਬਣੀ ਹੋਈ ਇੱਕ ਮੋਹਰ ਜਾਂ ਸਿੱਕਾ = **ਨਿਸ਼ਕ** (ਪੁਰਾਣੀ ਅਸ਼ਰਫੀ)

ਨੋਟ:- *ਬਹੁਤ ਸਮਾਂ ਪਹਿਲਾਂ, ਸੋਨੇ ਦੇ ਭਾਰ ਦਾ ਇਹ ਸਿੱਕਾ, ਅਰਬ ਦੇਸ਼ਾਂ ਵਿੱਚ ਇਕ ਦਿਨਾਰ ਦੇ ਰੂਪ ਵਿੱਚ ਵੀ ਵਰਤਿਆ ਜਾਂਦਾ ਰਿਹਾ ਹੈ। ਸੋਨਾ, ਚਾਂਦੀ, ਤਾਂਬਾ ਅਤੇ ਹੋਰ ਧਾਂਤਾਂ ਦੇ ਹੋਰ ਭੀ ਅਨੇਕ ਸਿੱਕੇ ਅਤੇ ਭਾਰ ਦੀਆਂ ਇਕਾਈਆਂ ਹਨ, ਜੋ ਇਸ ਗ੍ਰੰਥ ਦਾ ਭਾਗ ਨਹੀਂ ਹਨ।*

(138) ਪੁਰਾਤਨ ਸਮੇਂ, ਢਾਈ ਸੌ ਪਣ ਦਾ ਉਧਾਰ ਲ਼ੈਣਾ ਅਤੇ ਦੇਣਾ ਇੱਕ ਆਮ ਬੁਨਿਆਦੀ (ਪ੍ਰਥਮ ਸਾਹਸ) ਰਕਮ ਸੀ। ਪੰਜ ਸੌ ਪਣ ਦਾ ਲੈਣ ਦੇਣ ਇੱਕ ਮੱਧਮ ਰਾਸ਼ੀ (ਦਰਮਿਆਨੀ ਰਕਮ-ਮੱਧਮ ਸਾਹਸ) ਜਾਣੀ ਜਾਂਦੀ ਸੀ ਅਤੇ ਹਜ਼ਾਰ ਪਣ ਦਾ ਲੈਣ ਦੇਣ ਇੱਕ ਵੱਡੀ ਰਾਸ਼ੀ (ਵੱਡੀ ਰਕਮ- ਉੱਤਮ ਸਾਹਸ) ਕਹੀ ਜਾਂਦੀ ਸੀ।

ਨੋਟ:- ਇੱਕ ਪਣ ਅਤੇ ਇੱਕ ਪਣਾ, ਇੱਕੋ ਸਿੱਕੇ ਦਾ ਲਿਖਾਇਕ ਰੂਪ ਹੈ। ਇੱਥੇ ਦੋਹਾਂ ਰੂਪਾਂ ਦੀ ਵਰਤੋਂ ਕੀਤੀ ਗਈ ਹੈ।

(139) ਮਨੂੰ ਦੀ ਆਗਿਆ ਹੈ ਕਿ, ਜੇ ਕਰਜ਼ਾ ਲ਼ੈਣ ਵਾਲਾ, ਅਦਾਲਤ ਵਿੱਚ, ਮਹਾਜਨ (ਸ਼ਾਹੂਕਾਰ) ਦੀ ਰਾਸ਼ੀ ਵਿਆਜ ਸਮੇਤ ਮੋੜਨੀ ਮੰਨ ਲਵੇ, ਤਾਂ ਵਸੂਲਣ ਵਾਲੀ ਰਕਮ ਦਾ 5 ਪ੍ਰਤੀਸ਼ਤ (5%) ਦੰਡ ਲਾ ਕੇ ਵਸੂਲੀ ਜਾਵੇ। ਜੇ ਕਰਜ਼ਾ ਦੇਣ ਵਾਲਾ ਮੁੱਕਰ ਜਾਵੇ ਅਤੇ ਕਚਹਿਰੀ ਵਿੱਚ ਝੂਠਾ ਸਾਬਤ ਹੋ ਜਾਵੇ ਤਾਂ ਨਿਸਚਿਤ ਦਰ ਨਾਲੋਂ ਦਸ ਪ੍ਰਤੀਸ਼ਤ (10%) ਵਾਧੂ ਦੰਡ ਲਾ ਕੇ ਮੂਲ ਅਤੇ ਵਿਆਜ ਵਸੂਲਿਆ ਜਾਵੇ।

ਟਿੱਪਣੀ:- *ਇਸ ਸਲੋਕ ਵਿੱਚ, ਮਨੂੰ ਵਲੋਂ ਨਿਆਂ ਪ੍ਰਨਾਲ਼ੀ ਦੇ ਵਿਸ਼ੇ ਦੀ ਲੜੀ ਨੂੰ ਫਿਰ ਤੋਂ ਸ਼ੁਰੂ ਕਰਨਾ, ਇਸ ਤਰਾਂ ਲਗਦਾ ਹੈ ਕਿ ਜਿਵੇਂ ਵਿਚਕਾਰਲੀ ਸਾਰੀ (ਮਾਪ ਤੋਲ ਅਤੇ ਧੰਨ ਬਾਰੇ) ਵਿਥਿਆ ਕਿਸੇ ਹੋਰ ਨੇ ਰਲਾਈ ਹੋਵੇ।*

(140) ਵਿਸ਼ਿਸ਼ਟ ਰਿਸ਼ੀ ਦੀਆਂ ਹਦਾਇਤਾਂ ਮੁਤਾਬਿਕ, ਇੱਕ ਸ਼ਾਹੂਕਾਰ ਆਪਣੇ ਧਨ ਵਿੱਚ ਵਾਧਾ ਕਰਨ ਲਈ, ਸੌ ਪਣਾ ਧੰਨ ਉੱਪਰ, ਮਹੀਨੇ ਦਾ ਸਵਾ ਪ੍ਰਤੀਸ਼ਤ (1.25%) ਵਿਆਜ ਲੈਣ ਦੀ ਆਗਿਆ ਹੈ (ਜਾਂ ਕਹਿ ਲਓ ਕਿ ਸੌ ਦਾ ਅੱਸੀਵਾਂ ਭਾਗ, 100/80=1.25)

(141) ਧਰਮ ਦੇ ਅਸੂਲਾਂ ਦੀ ਪਾਲਣਾ ਕਰਨ ਵਾਲਾ ਸ਼ਾਹੂਕਾਰ, ਜੇ ਚਾਹੇ, ਤਾਂ ਮਹੀਨੇ ਦਾ ਦੋ ਪਣ ਪ੍ਰਤੀ ਸੈਂਕੜਾ ਵਿਆਜ ਭੀ ਲੈ ਲਵੇ ਤਾਂ ਇਸ ਨਾਲ ਉਸਤੇ ਕਿਸੇ ਤਰਾਂ ਦਾ ਕੋਈ ਦੋਸ਼ ਨਹੀਂ ਆਉਂਦਾ।

(142) ਸ਼ਾਹੂਕਾਰ ਨੂੰ ਹੱਕ ਹੈ ਕਿ ਜੇ ਉਹ ਚਾਹੇ, ਤਾਂ ਬ੍ਰਾਹਮਣ ਤੋਂ 2%, ਖੱਤਰੀ ਤੋਂ 3%, ਵੈਸ਼ ਤੋਂ 4% ਅਤੇ ਸ਼ੂਦਰ ਤੋਂ 5% ਪ੍ਰਤੀ ਮਹੀਨਾ ਵਿਆਜ ਭੀ ਵਸੂਲ ਸਕਦਾ ਹੈ।

(143) ਪਰ ਜੇ ਕਿਸੇ ਨੇ ਪੈਸਿਆਂ ਬਦਲੇ ਆਪਣੀ ਜ਼ਮੀਨ, ਮਾਲ ਡੰਗਰ ਆਦਿ, ਸ਼ਾਹੂਕਾਰ ਕੋਲ ਗੈਹਣੇ (**बंधक-गिरवी**) ਰੱਖਿਆ ਹੋਵੇ ਤਾਂ ਸ਼ਾਹੂਕਾਰ ਮੂਲ ਧੰਨ ਵਾਪਸ ਮਿਲਣ ਤੀਕਰ ਉਸਤੋਂ ਕਮਾਈ ਤਾਂ ਕਰ ਸਕਦਾ ਹੈ ਪਰ ਉਸਨੂੰ ਵੇਚ ਨਹੀਂ ਸਕਦਾ।

(144) ਵਿਆਜ ਤੇ ਧੰਨ ਦੇਣ ਵਾਲਾ ਸ਼ਾਹੂਕਾਰ ਗਹਿਣੇ ਰੱਖੀ ਹੋਈ ਵਸਤੂ ਦੀ ਵਰਤੋਂ ਮਾਲਕ ਦੀ ਸਹਿਮਤੀ ਤੋਂ ਬਿਨਾਂ ਨਹੀਂ ਕਰ ਸਕਦਾ। ਜੇ ਐਸਾ ਕਰੇ ਤਾਂ ਉਸਨੂੰ ਵਿਆਜ ਛੱਡਣਾ ਪਵੇਗਾ। ਜੇ ਵਰਤ ਲਵੇ ਜਾਂ ਵਰਤੋਂ ਕਰਦਿਆਂ ਖਰਾਬ ਹੋ ਜਾਵੇ, ਤਾਂ ਉਸਦਾ ਪੂਰਾ ਮੁੱਲ ਮਾਲਕ ਨੂੰ ਵਾਪਸ ਕਰ ਦੇਵੇ। ਐਸਾ ਨਾ ਕਰਨ ਤੇ ਰਕਮ ਦੇਣ ਵਾਲਾ ਸ਼ਾਹੂਕਾਰ ਚੋਰ ਮੰਨਿਆ ਜਾਂਦਾ ਹੈ।

(145) ਲਿਖਤੀ ਕਰਾਰਨਾਮੇਂ ਤੋਂ ਬਿਨਾਂ, ਧੰਨ ਬਦਲੇ ਗਹਿਣੇ ਰੱਖੀ ਹੋਈ ਵਸਤੂ ਜਾਂ ਸੀਲ ਬੰਦ ਅਮਾਨਤ ਉੱਪਰ, ਸਮਾਂ ਬੀਤ ਜਾਣ ਨਾਲ, ਮਾਲਕ ਦਾ ਹੱਕ ਖਤਮ ਨਹੀ ਹੋ ਜਾਂਦਾ। ਮੂਲ ਅਤੇ ਵਿਆਜ ਦੇ ਭੁਗਤਾਨ ਹੋਣ ਤੇ ਕੋਈ ਭੀ ਗਹਿਣੇ ਰੱਖੀ ਚੀਜ਼ ਵਾਪਸ ਲਈ ਜਾ ਸਕਦੀ ਹੈ।

(146) ਪਰ ਜੇ ਗਹਿਣੇ ਰੱਖੀ ਵਸਤੂ ਜਾਂ ਮਾਲ ਡੰਗਰ ਦਾ ਮਾਲਕ ਦਸ ਸਾਲ ਤੀਕਰ ਮੂਲ ਧੰਨ ਅਤੇ ਵਿਆਜ ਨਾ ਮੋੜੇ ਜਾਂ ਉਸ ਦੀ ਕੋਈ ਪੈਰਵਾਈ ਨਾ ਕਰੇ ਤਾਂ ਮਾਲਕ ਉਸਨੂੰ ਵਾਪਸ ਨਹੀਂ ਲੈ ਸਕਦਾ।

(147) ਪਰ ਜੇ ਉਧਾਰ ਦਿੱਤੀ ਵਸਤੂ ਜਾਂ ਮਾਲ ਡੰਗਰ ਦਾ ਮਾਲਕ ਦਸ ਸਾਲ ਤੀਕਰ ਉਸ ਦੀ ਕੋਈ ਪੈਰਵਾਈ ਨਾ ਕਰੇ ਤਾਂ ਉਹ ਉਸਨੂੰ ਵਾਪਸ ਨਹੀਂ ਲੈ ਸਕਦਾ।

ਟਿੱਪਣੀ:- *ਭਾਰਤ ਵਰਗੇ ਦੇਸ਼ ਵਿੱਚ ਅੱਜ ਭੀ ਏਹੋ ਜੇਹੇ ਪੱਥਰ ਯੁੱਗ ਦੇ ਐਸੇ ਕਨੂੰਨ ਹਨ ਕਿ ਇੱਕ ਵਾਰ ਕੋਈ ਚੀਜ਼ ਉਧਾਰ ਜਾਂ ਕਿਰਾਏ ਤੇ ਦੇ ਦਿੱਤੀ ਜਾਵੇ ਤਾਂ ਮਾਲਕ ਉਸਦਾ ਭੋਗ ਪੈ ਗਿਆ ਜਾਣੇ। ਵਾਪਸ ਲੈਣ ਲਈ ਮਾਲਕ ਦੀ ਸਾਰੀ ਉਮਰ ਭੀ ਲੱਗ ਸਕਦੀ ਹੈ। ਕਨੂੰਨੀ ਤੌਰ ਤੇ ਭੀ ਕਿਰਾਏਦਾਰ 12 ਸਾਲ ਮਗਰੋਂ ਕਿਸੇ ਦੀ ਮਲਕੀਅਤ ਉੱਪਰ ਆਪਣਾ ਹੱਕ ਜਮਾਉਂਣ ਲਈ ਕਿਚਹਰੀ ਦਾ ਦਰਵਾਜਾ ਖੜਕਾ ਸਕਦਾ ਹੈ। ਲੇਖਕ ਦੀ ਆਪਣੀ ਹੱਡ ਬੀਤੀ ਅਤੇ ਨਿਜੀ ਤਜਰਬਾ ਹੈ।*

(148) ਪੂਰੀ ਸੂਝ ਅਤੇ ਸੁਰਤ ਵਾਲਾ ਮਨੁੱਖ, ਜੋ ਨਾ ਤਾਂ ਪਾਗਲ ਹੈ, ਨਾ ਹੀ ਅਯੋਗ ਜਾਂ ਨਬਾਲਗ ਹੈ, ਜੇ ਉਸਦੀ ਜਾਇਦਾਦ ਦੀ ਵਰਤੋਂ ਉਸਦੀਆਂ ਅੱਖਾਂ ਸਾਹਮਣੇ ਕੋਈ ਹੋਰ ਕਰਦਾ ਰਹੇ ਤਾਂ ਉਸਦਾ ਹੱਕ ਖਤਮ ਹੋ ਜਾਂਦਾ ਹੈ। ਕਬਜ਼ੇ ਵਾਲਾ ਹੀ ਉਸਦਾ ਮਾਲਕ ਕਰਾਰ ਦਿੱਤਾ ਜਾਂਦਾ ਹੈ।

ਟਿੱਪਣੀ:- *ਵਿਕਸਤ ਦੇਸ਼ਾਂ ਵਿੱਚ, ਸਰਕਾਰ ਵਲੋਂ ਲਾਵਾਰਿਸ ਸੰਪਤੀ ਦੇ ਮਾਲਿਕ ਦੀ ਪੂਰੀ ਤਰਾਂ ਭਾਲ ਕੀਤੀ ਜਾਂਦੀ ਹੈ ਅਤੇ ਮਿੱਥੇ ਸਮੇਂ ਤੋਂ ਬਾਅਦ ਹੀ ਉਸਦੇ ਨੇੜਲੇ ਰਿਸ਼ਤੇਦਾਰ ਨੂੰ ਦਿੱਤੀ ਜਾ ਸਕਦੀ ਹੈ ਜਾਂ ਨਿਲਾਮ ਕੀਤੀ ਜਾ ਸਕਦੀ ਹੈ।*

(149) ਕਿਸੇ ਵਾਅਦੇ ਅਧੀਨ (ਲਿਖ-ਲਿਖਾ ਕਰਕੇ) ਗਿਰਵੀ ਰੱਖਿਆ ਮਾਲ, ਪਿੰਡ ਦੀ ਸ਼ਾਮਲਾਟ, ਬਾਲਕ ਦੀ ਜਾਇਦਾਦ, ਪੇਸ਼ਗੀ (ਬਿਆਨਾ) ਵਜੋਂ ਅਤੇ ਕਿਸੇ ਦਾ ਬਰਤਨ ਜਾਂ ਤਿਜ਼ੋਰੀ ਵਿੱਚ ਬੰਦ ਕਰਕੇ ਜਮ੍ਹਾਂ ਕਰਵਇਆ ਵਿਰਾਸਤੀ ਧੰਨ, ਸਰੋਤਰੀਏ (ਵੇਦ ਪਾਠੀ) ਦਾ ਸਰਮਾਇਆ ਅਤੇ ਇਸਤ੍ਰੀ (ਦਾਸੀਆਂ ਆਦਿ) ਅਤੇ ਰਾਜੇ ਦਾ ਧੰਨ, ਭੋਗਣ ਮਗਰੋਂ ਉਸਦੇ ਮਾਲਕ ਦਾ ਹੀ ਰਹਿੰਦਾ ਹੈ।

ਟਿੱਪਣੀ:- *ਪਾਠਕ ਜਨ ਸੋਚਦੇ ਹੋਣਗੇ ਕਿ ਔਰਤ ਭੀ ਕੋਈ ਵਸਤੂ ਹੈ ਜੋ ਵਰਤਣ ਲਈ ਉਧਾਰ ਜਾਂ ਗਹਿਣੇ ਰੱਖੀ ਜਾ ਸਕਦੀ ਹੈ। ਪਰ ਪਰਤੱਖ ਨੂੰ ਪ੍ਰਮਾਣ ਦੀ ਕੋਈ ਲੋੜ ਨਹੀਂ। ਆਰੀਆ ਕਾਲ ਦਾ ਇਤਹਾਸ ਇਹੋ ਜੇਹੀਆਂ ਘਿਨਾਉਣੀਆਂ ਸਚਾਈਆਂ ਨਾਲ ਭਰਿਆ ਪਿਆ ਹੈ। ਸਧਾਰਣ ਅੱਖਰਾਂ ਵਿੱਚ ਕਹਿ ਲਈਏ, ਕਿ ਜੇ ਔਰਤ ਜੂਏ ਵਿੱਚ ਹਾਰੀ ਜਾ ਸਕਦੀ ਹੈ ਤਾਂ ਵਰਤਣ ਲਈ ਦਿੱਤੀ ਜਾਣਾ ਕੋਈ ਅਚੰਭੇ ਵਾਲੀ ਗੱਲ ਨਹੀਂ ਹੈ। ਅੱਜ ਭੀ ਅਫਰੀਕੀ ਦੇਸ਼ ਉੱਤਰੀ ਨੈਮੀਬੀਆ (ਨੈਮੀਬੀਆ ਦਾ ਉਵਾ ਹਿੰਮਬਾ ਕਬੀਲਾ ਅਤੇ ਕੁਝ ਐਸੇ ਹੋਰ ਕਬੀਲੇ ਹਨ ਜਿਨ੍ਹਾਂ ਵਿੱਚ ਘਰ ਆਏ ਮਹਿਮਾਨ ਦੀ ਸੇਵਾ ਅਤੇ ਨੇੜਤਾ ਦਿਖਾਉਣ ਲਈ ਮਨੁੱਖ ਆਪਣੀ ਔਰਤ ਰਾਤ ਸਮੇਂ ਉਸਦੇ ਸਪੁਰਦ ਕਰ ਦਿੰਦੇ ਹਨ। ਅੰਤਰ ਰਾਸ਼ਟਰੀ ਪੱਧਰ ਤੇ ਨਿੰਦਾ ਹੋਣ ਕਾਰਨ, ਹੁਣ ਇਹ ਘਟੀਆ ਰਵਾਇਤ ਕਾਫੀ ਹੱਦ ਤੀਕਰ ਘਟੀ ਹੈ (ਬੰਦ ਨਹੀਂ ਹੋਈ)। ਮਨੁੱਖਤਾ ਤੇ ਲੱਗਾ ਇਹ ਕਲੰਕ, ਆਰੀਆ (ਪੁਰਾਤਨ ਲੋਕ) ਕਹਾਉਣ ਵਾਲੇ ਲੋਕਾਂ ਦੀ ਹੀ ਦੇਣ ਹੈ।*

(150) ਜੇ ਕੋਈ ਮੂਰਖ ਮਹਾਜਨ, ਪੈਸੇ ਬਦਲੇ ਕਿਸੇ ਦੀ ਗਿਰਵੀ ਰੱਖੀ ਚੀਜ਼ ਵਰਤਦਾ ਹੈ, ਤਾਂ ਉਸਨੂੰ ਬਣਦੇ ਵਿਆਜ ਦਾ ਅੱਧਾ ਹਿੱਸਾ ਕਰਜ਼ਦਾਰ ਨੂੰ ਮੋੜਨਾ ਪਵੇਗਾ।

MANUSMRITI 183

(151) ਪੈਸੇ ਦੇ ਲੈਣ ਦੇਣ ਵਿੱਚ, ਮੂਲ ਧੰਨ ਉੱਪਰ ਲਾਇਆ ਗਿਆ ਕੁਲ ਵਿਆਜ, ਮੂਲ ਧੰਨ ਦੀ ਰਾਸ਼ੀ ਨਾਲੋਂ ਦੁੱਗਣਾ ਨਹੀਂ ਹੋ ਸਕਦਾ। ਦਾਣਾ, ਫ਼ਲ, ਉੱਨ, ਭਾਰ ਢੋਣ ਵਾਲੇ ਪਸ਼ੂਆਂ ਵਾਸਤੇ ਉਧਾਰ ਲਏ ਧੰਨ ਉੱਪਰ ਲਾਇਆ ਕੁਲ ਵਿਆਜ, ਮੂਲ ਧੰਨ ਦੇ ਪੰਜ ਗੁਣੇ ਤੋਂ ਵੱਧ ਨਹੀਂ ਹੋ ਸਕਦਾ। ਵੱਧ ਵਿਆਜ ਵਸੂਲਣ ਵਾਲੇ ਮਹਾਜਨ ਨੂੰ ਸੂਦਖੋਰ ਕਰਕੇ ਜਾਣਿਆਂ ਜਾਂਦਾ ਹੈ।

(152) ਉਧਾਰ ਦੇਣ ਅਤੇ ਲੈਣ ਦਾ ਪ੍ਰਵਾਣਿਤ ਨਿਯਮ ਹੈ ਕਿ, ਵਿਆਜ ਦੀ ਮਿਆਦ ਇਕ, ਦੋ ਜਾਂ ਤਿੰਨ ਮਹੀਨੇ ਤੋਂ ਵੱਧ ਨਹੀਂ ਹੋਣੀ ਚਾਹੀਦੀ। ਇੱਕ ਸਾਲ ਤੋਂ ਵੱਧ ਤਾਂ ਬਿਲਕੁਲ ਨਹੀਂ ਹੋਣੀ ਚਾਹੀਦੀ ਅਤੇ ਸਧਾਰਣ ਵਿਆਜ ਲਈ ਨਿਸਚਿਤ ਦੀ ਦਰ ਤੋਂ ਜ਼ਿਆਦਾ ਪੈਸੇ ਵਸੂਲਣਾ ਕਨੂੰਨ ਦੀ ਉਲੰਘਣਾ ਸਮਝਿਆ ਜਾਵੇ। ਆਮ ਹਾਲਤਾਂ ਵਿੱਚ ਉਧਾਰ ਦੇਣ ਵਾਲਾ ਸ਼ਾਹੂਕਾਰ, ਵੱਧ ਤੋਂ ਵੱਧ ਪੰਜ ਰੁਪਏ ਸੈਕੜਾ (5%), ਵਿਆਜ ਵਸੂਲ ਕਰ ਸਕਦਾ ਹੈ।

ਟਿੱਪਣੀ:- *ਪੈਸੇ ਮੋੜਨ ਦੀ ਹਿੰਮਤ ਨਾ ਹੋਣ ਕਾਰਨ ਹੀ ਇਕਰਾਰਨਾਮੇ ਬਾਰ ਬਾਰ ਲਿਖੇ ਜਾਂਦੇ ਹਨ। ਮੁੱਢ ਕਦੀਮ ਤੋਂ ਲੈ ਕੇ ਅੱਜ ਤੀਕਰ ਕੁਝ ਭੀ ਨਹੀਂ ਬਦਲਿਆ ਜਾਪਦਾ। ਸ਼ਾਹੂਕਾਰਾਂ ਦੀ ਥਾਂ ਬੈਕਾਂ ਨੇ ਲੈ ਲਈ ਹੈ। ਗਰੀਬਾਂ ਅਤੇ ਲੋੜਵੰਦਾਂ ਦਾ ਖ਼ੂਨ, ਉਸੇ ਤਰਾਂ, ਜੋਕਾਂ ਬਣਕੇ ਚੂਸਿਆ ਜਾ ਰਿਹਾ ਹੈ। ਕਰੈਡਿਟ ਕਾਰਡ ਦੇਣ ਵਾਲੀਆਂ ਕੰਪਨੀਆਂ ਨੇ ਸਾਰੇ ਸੰਸਾਰ ਵਿੱਚ ਲੁੱਟ ਮਚਾਈ ਪਈ ਹੈ।*

(153) ਸ਼ਾਹੂਕਾਰ ਨੂੰ ਚਾਹੀਦਾ ਹੈ ਕਿ ਜੇ ਉਧਾਰ ਦਿੱਤੇ ਮੂਲ ਧੰਨ ਅਤੇ ਵਿਆਜ ਜੋੜ ਕੇ ਇੱਕ ਸਾਲ ਵਿੱਚ ਦੁੱਗਣਾ ਬਣਦਾ ਹੋਵੇ ਤਾਂ ਵਿਆਜ ਦੀ ਦਰ ਘਟਾਵੇ, ਮਿਸ਼ਰਤ ਵਿਆਜ (ਵਿਆਜ ਦਰ ਵਿਆਜ), ਵਾਰ ਵਾਰ ਮੰਗਣ ਨਾ ਤੁਰੇ, ਆਪਣੀ ਮਰਜ਼ੀ ਨਾਲ ਵਿਆਜ ਦੀ ਦਰ ਨਾ ਬਦਲੇ, ਡਰਾ ਧਮਕਾ ਕੇ ਰਕਮ ਨਾ ਵਸੂਲੇ।

(154) ਜੇ ਕੋਈ ਕਰਜ਼ਦਾਰ ਪੁਰਾਣਾ ਕਰਜ਼ਾ ਅਦਾ ਕਰਨ ਦੀ ਹਾਲਤ ਵਿੱਚ ਨਾ ਹੋਵੇ, ਅਤੇ ਫ਼ਿਰ ਤੋਂ ਨਵੀਂਆਂ ਸ਼ਰਤਾਂ ਮੁਤਾਬਿਕ ਲਿਖ-ਲਿਖਾ ਕਰਨਾ ਚਾਹੇ, ਤਾਂ ਪਹਿਲੇ ਕਰਜ਼ੇ ਉੱਪਰ ਬਣਦੇ ਵਿਆਜ ਦੀ ਅਦਾਇਗੀ ਕਰਕੇ ਹੀ ਨਵਾਂ ਲਿਖ-ਲਿਖਾ ਕਰ ਸਕਦਾ ਹੈ।

(155) ਜੇ ਉਹ ਪਹਿਲੇ ਕਰਜ਼ੇ ਦਾ ਵਿਆਜ ਭੀ ਨਹੀਂ ਦੇ ਸਕਦਾ ਤਾਂ, ਉਹ ਨਵੇਂ ਕਰਜ਼ੇ ਵਿੱਚ ਪਿਛਲਾ ਮੂਲ ਤੇ ਵਿਆਜ ਰਲਾ ਕੇ ਸ਼ਾਹੂਕਾਰ ਦੀ ਰਜ਼ਾਮੰਦੀ ਨਾਲ ਨਵੇਂ ਸਿਰੇ ਤੋਂ ਇਕਰਾਰਨਾਮਾ ਲਿਖ ਸਕਦਾ ਹੈ। ਉਸ ਰਕਮ ਤੇ ਬਣਦਾ ਸੂਦ ਦੇਣਾ ਜ਼ਰੂਰੀ ਹੈ।

ਢੋਆ ਢੁਆਈ ਸਬੰਧੀ ਨਿਯਮ –

(156) ਜੋ ਮਨੁੱਖ ਧੰਨ ਕਮਾਉਣ ਲਈ, ਕਿੱਤੇ ਵਜੋਂ, ਬੈਲ ਗੱਡੀਆਂ ਰਾਹੀਂ ਸਮਾਨ ਅਤੇ ਸਵਾਰੀਆਂ ਦੀ ਢੋਆ ਢੁਆਈ ਕਰਕੇ ਆਪਣਾ ਨਿਰਬਾਹ ਕਰਦਾ ਹੈ ਅਤੇ ਸਮੇਂ ਸਿਰ ਸਮਾਨ ਅਤੇ ਸਵਾਰੀ ਨੂੰ ਨਾ ਪੁਚਾ ਸਕੇ ਤਾਂ ਉਹ ਪੂਰੇ ਭਾੜੇ ਦਾ ਹੱਕਦਾਰ ਨਹੀਂ ਬਣਦਾ ।

(157) ਜੋ ਵਪਾਰੀ ਸਮੁੰਦਰ ਰਾਹੀਂ ਇੱਕ ਥਾਂ ਤੋਂ ਦੂਸਰੀ ਥਾਂ ਸਮਾਨ ਲਿਜਾਣ ਦਾ ਧੰਦਾ ਕਰਦਾ ਹੈ, ਉਹ ਆਪਣੇ ਸਮੇਂ ਅਤੇ ਮੁਨਾਫ਼ੇ ਦਾ ਹਿਸਾਬ ਕਿਤਾਬ ਕਰਕੇ ਜੋ ਭੀ ਕੀਮਤ ਨੀਯਤ ਕਰਕੇ ਲਿਖ-ਲਿਖਾ ਕਰਦਾ ਹੈ, ਉਹ ਇੱਕ ਕਨੂੰਨੀ ਬੰਧਨ ਹੈ ਤੇ ਰਕਮ ਅਦਾ ਕਰਨੀ ਜ਼ਰੂਰੀ ਹੈ।

ਕਰਜ਼ੇ ਨਾਲ ਸਬੰਧਿਤ ਜ਼ਮਾਨਤ ਦੇਣ ਵਾਲੇ ਲਈ ਨਿਯਮ-

(158) ਜੋ ਮਨੁੱਖ ਕਿਸੇ ਇਕਰਾਰਨਾਮੇ ਵਿੱਚ ਸਹਿ-ਹਸਿਤਾਕਸ਼ਰ (co-signer) ਹੋਵੇ ਅਤੇ ਕਰਜ਼ਾ ਲੈਣ ਵਾਲਾ ਸਮੇਂ ਸਿਰ ਕਰਜ਼ੇ ਦੀ ਅਦਾਇਗੀ ਨਾ ਕਰੇ ਤਾਂ ਸਾਰੀ ਰਕਮ ਸ਼ਾਹਦੀ ਭਰਨ ਵਾਲੇ (co-signer) ਸਿਰ ਦੇਣੀ ਪੈਂਦੀ ਹੈ।

(159) ਪਰ ਜੇ ਕਰਜ਼ੇ ਦੇ ਜਾਮਨ ਦੀ ਮੌਤ ਹੋ ਚੁੱਕੀ ਹੋਵੇ, ਜਾਂ ਬਿਨਾਂ ਕਿਸੇ ਲਿਖਤੀ ਵਾਅਦੇ ਤੋਂ ਦਿੱਤਾ ਧੰਨ ਹੋਵੇ, ਕਰਜ਼ਾ ਲੈ ਕੇ ਜੂਏ ਵਿੱਚ ਹਾਰਿਆ ਹੋਵੇ, ਸ਼ਰਾਬੀ ਵਲੋਂ ਲਏ ਉਧਾਰ ਦੇ ਧੰਨ ਆਦਿ ਦੀ ਵਸੂਲੀ, ਉਸਦੇ ਪੁੱਤਰਾਂ ਤੋਂ ਨਹੀਂ ਕੀਤੀ ਜਾ ਸਕਦੀ।

(160) ਉੱਪਰਲੇ ਨਿਯਮਾਂ ਵਿੱਚ ਅੰਕਤ ਗੱਲਾਂ ਅਤੇ ਇਕਰਾਰਨਾਮਾ, ਭਾਵੇਂ ਲਿਖਤੀ ਰੂਪ ਵਿੱਚ ਹੋਣ, ਕੇਵਲ ਜਾਮਨ ਦੇ ਜਿਉਂਦਿਆਂ ਹੀ ਲਾਗੂ ਹੋ ਸਕਦੀਆਂ ਹਨ, ਪਰ ਬਾਕੀ ਹਾਲਤਾਂ ਵਿੱਚ ਜੇ ਜੱਜ ਚਾਹੇ ਤਾਂ ਕਰਜ਼ੇ ਦੀ ਰਾਸ਼ੀ ਪੁੱਤਰਾਂ ਨੂੰ ਭੀ ਮੋੜਨੀ ਪੈ ਸਕਦੀ ਹੈ।

ਕਰਜ਼ ਕਿਸ ਤੋਂ ਅਤੇ ਕਿਵੇਂ ਵਸੂਲ ਕੀਤਾ ਜਾ ਸਕਦਾ ਹੈ!

(161) ਜੇ ਕਰਜ਼ਦਾਰ, ਕਰਜ਼ਾ ਨਾ ਮੋੜੇ ਜਾਂ ਮਰ ਚੁੱਕਾ ਹੋਵੇ ਅਤੇ ਜਿਸ ਜਾਮਨ ਦੀ ਹਾਜ਼ਰੀ ਵਿੱਚ ਧੰਨ ਦਿੱਤਾ ਗਿਆ ਹੋਵੇ, ਉਸਦੀ ਭੀ ਮੌਤ ਹੋ ਗਈ ਹੋਵੇ, ਜਿਸਦੇ ਸਾਰੇ ਕਾਗਜ਼ ਪੱਤਰ ਸਬੂਤ ਵਜੋਂ ਸ਼ਾਹੂਕਾਰ ਕੋਲ ਹੋਣ ਤਾਂ ਸ਼ਾਹੂਕਾਰ, ਉਸ ਰਕਮ ਦੀ ਵਸੂਲੀ, ਕਿਵੇਂ ਅਤੇ ਕਿਸ ਤਰਾਂ ਕਰ ਸਕਦਾ ਹੈ? ਇਸਦਾ ਵਿਸਥਾਰ ਸੁਣੋ:

(162) ਜੇ ਕੋਈ ਕਰਜ਼ਦਾਰ, ਕਰਜ਼ੇ ਦੀ ਰਾਸ਼ੀ, ਮਰਨ ਤੋਂ ਪਹਿਲਾਂ, ਜਾਮਨ ਦੇ (ਸਬੂਤਾਂ ਸਮੇਤ ਸ਼ਾਹੂਕਾਰ ਨੂੰ ਮੋੜਨ ਵਾਸਤੇ) ਸਪੁਰਦ ਕਰ ਗਿਆ ਹੋਵੇ, ਪਰ ਜਾਮਨ ਭੀ ਮਰ ਚੁੱਕਾ ਹੋਵੇ, ਤਾਂ ਸ਼ਾਹੂਕਾਰ ਉਸ ਕਰਜ਼ੇ ਦੀ ਵਸੂਲੀ ਉਸ ਜਾਮਨ ਦੇ ਪੁੱਤਰਾਂ ਵਿਰੁੱਧ ਮਾਮਲਾ ਦਰਜ ਕਰਕੇ ਲੈ ਸਕਦਾ ਹੈ। ਧਰਮ ਸ਼ਾਸਤ੍ਰਾਂ ਦਾ ਏਹੋ ਵਿਧਾਨ ਹੈ।

(163) ਪਰਿਵਾਰ ਦੀ ਸਹਿਮਤੀ ਤੋਂ ਬਿਨਾਂ, ਕਿਸੇ ਮਤਵਾਲੇ, ਨਸ਼ਈ, ਪਾਗਲ, ਨਬਾਲਗ, ਬੁੱਢੇ, ਬਿਮਾਰ, ਬੇਆਸਰਾ, ਅਤੇ ਗੈਰ ਜਿੰਮੇਂਦਾਰ ਇਨਸਾਨ ਨਾਲ ਲਿਖਿਆ ਕਰਾਰਨਾਮਾ, ਕੋਈ ਬੁੱਕਤ (ਅਹਿਮੀਅਤ) ਨਹੀਂ ਰੱਖਦਾ।

(164) ਕੋਈ ਭੀ ਕਰਾਰਨਾਮਾ, ਜੋ ਧਰਮ ਸ਼ਾਸਤ੍ਰਾਂ ਵਿੱਚ ਦੱਸੀਆਂ ਬੰਦਸ਼ਾਂ (ਨਿਯਮਾਂ) ਤੋਂ ਉਲਟ ਹੋ ਕੇ ਲਿਖਿਆ ਗਿਆ ਹੋਵੇ ਜਾਂ ਭਾਈਚਾਰੇ ਦੀਆਂ ਕਦਰਾਂ ਕੀਮਤਾਂ ਮੁਤਾਬਿਕ ਨਾ ਹੋਵੇ, ਉਹ ਪੁਖਤਾ ਸਬੂਤ ਹੋਣ ਦੇ ਬਾਵਜੂਦ ਭੀ ਪ੍ਰਵਾਣਿਤ ਨਹੀਂ ਮੰਨਿਆ ਜਾ ਸਕਦਾ।

(165) ਕੋਈ ਭੀ ਗੈਰ ਕਨੂੰਨੀ ਖਰੀਦ ਅਤੇ ਵਿੱਕਰੀ, ਹੇਰਾ ਫੇਰੀ ਜਾਂ ਧੋਖੇ ਵਿੱਚ ਰੱਖ ਕੇ ਲਿਖਿਆ ਕਰਾਰਨਾਮਾ, ਬੈਅ-ਨਾਮਾ (ਵੇਚੀ ਹੋਈ ਚੀਜ਼ ਦਾ ਪਟਾ ਆਦਿ), ਦਾਨ ਕੀਤੀ ਵਸਤੂ, ਤੇ ਹੋਰ ਲੈਣ ਦੇਣ ਬਾਰੇ ਪੇਸ਼ ਕੀਤੇ ਜਾਲੀ ਕਾਗਜ਼ ਪੱਤਰ ਦਾ, ਜੱਜ ਨੂੰ ਪਤਾ ਲੱਗਣ ਤੇ ਕਚਹਰੀ ਵਿੱਚ ਪ੍ਰਵਾਣਿਤ ਨਹੀਂ ਹੋ ਸਕਦੇ।

(166) ਕਿਸੇ ਭੀ ਕਰਜ਼ਾਈ ਮਨੁੱਖ ਦਾ ਕਰਜ਼ਾ, ਜੋ ਉਸਨੇ ਆਪਣੇ ਪਰਿਵਾਰ ਖਾਤਰ ਲਿਆ ਹੋਵੇ, ਉਸਦੀ ਮੌਤ ਤੋਂ ਬਾਅਦ ਉਸਦੇ ਸਾਰੇ ਪਰਿਵਾਰ ਦੇ ਮੈਂਬਰਾਂ ਨੂੰ ਦੇਣਾ ਪਵੇਗਾ, ਭਾਵੇਂ ਉਹ ਵੱਖੋ ਵੱਖਰੇ ਰਹਿੰਦੇ ਹੋਣ।

(167) ਜੇ ਕੋਈ ਪ੍ਰਵਾਰ ਦਾ ਮੈਂਬਰ ਜਾਂ ਛੋਟੇ ਰੁਤਬੇ ਵਾਲਾ ਪ੍ਰਵਾਰਿਕ ਜੀਅ, ਪ੍ਰਵਾਰ ਦੀ ਭਲਾਈ ਹਿੱਤ, ਦੇਸ ਪ੍ਰਦੇਸ ਵਿੱਚ ਬੈਠਾ, ਕਿਸੇ ਨਾਲ ਪੈਸੇ ਦੇ ਲੈਣ ਦੇਣ ਦਾ ਲਿਖਤੀ ਇਕਰਾਰ ਕਰ ਲਵੇ, ਤਾਂ ਘਰ ਦੇ ਵੱਡੇ ਵਡੇਰੇ ਨੂੰ, ਟਾਲਮਟੋਲ ਕਰਨ ਦੀ ਥਾਂ ਸਵਿਕਾਰ ਕਰ ਲੈਣਾ ਚਾਹੀਦਾ ਹੈ।

(168) ਮਨੂੰ ਜੀ ਦਾ ਹੁਕਮ ਹੈ ਕਿ ਜੋ ਕਰਜ਼ ਜ਼ਬਦਸਤੀ ਠੋਸਿਆ ਜਾਏ, ਜਾਂ ਜ਼ਬਰਦਸਤੀ ਲਿਆ ਜਾਵੇ, ਜਿਸਦੀ ਨਜ਼ਾਇਜ ਵਰਤੋਂ ਕੀਤੀ ਜਾਵੇ, ਜਿਸਦੀ ਲਿਖਾ ਲਿਖਾਈ ਜ਼ਬਰਦਸਤੀ ਕੀਤੀ ਗਈ ਹੋਵੇ, ਉਹ ਸਭ ਵਿਅਰਥ (ਗੈਰ ਕਨੂੰਨੀ) ਸਮਝਣਾ ਚਾਹੀਦਾ ਹੈ।

(169) ਕਰਜ਼ਦਾਰ ਦੀ ਮੌਤ ਮਗਰੋਂ, ਕਰਜ਼ਾ ਲੈਣ ਦਾ ਦੁੱਖ, ਤਿੰਨ ਤਰਾਂ ਦੇ ਲੋਕ ਭੋਗਦੇ ਹਨ - ਕਰਜ਼ੇ ਲਈ ਗਵਾਹੀ ਦੇਣ ਵਾਲਾ, ਗਰੰਟੀ (ਜਾਮਨੀ ਬਰਨ ਵਾਲਾ) ਦੇਣ ਵਾਲਾ ਅਤੇ ਕਰਜ਼ਾਈ

(ਕਰਜ਼ਦਾਰ) ਦਾ ਕੁਟੰਭ। ਇਸਦੇ ਉਲਟ ਬ੍ਰਾਹਮਣ, ਸ਼ਾਹੂਕਾਰ, ਵਪਾਰੀ ਬਾਣੀਆਂ, ਅਤੇ ਰਾਜਾ, ਇਹ ਚਾਰੇ ਲੋਕ ਫਾਇਦਾ ਉਠਾ ਕੇ ਹੋਰ ਭੀ ਮਾਲਾ ਮਾਲ (ਪ੍ਰਫੁੱਲਿਤ) ਹੋ ਜਾਂਦੇ ਹਨ।

(170) ਖਜ਼ਾਨਾ ਖਾਲੀ ਹੁੰਦਿਆਂ ਭੀ, ਰਾਜਾ ਨਜਾਇਜ਼ ਤਰੀਕੇ ਵਰਤ ਕੇ ਧੰਨ ਇਕੱਠਾ ਕਰਨ ਦੀ ਕੋਸ਼ਿਸ਼ ਨਾ ਕਰੇ, ਅਤੇ ਧਨੀ ਹੁੰਦਿਆਂ ਆਪਣਾ ਬਣਦਾ ਹੱਕ ਲੈਣ ਤੋਂ ਢਿੱਲ ਨਾ ਕਰੇ, ਭਾਵੇਂ ਉਹ ਛੋਟੀ ਤੋਂ ਛੋਟੀ ਰਕਮ ਕਿਉਂ ਨਾ ਹੋਵੇ।

(171) ਨਜਾਇਜ਼ ਧੰਨ ਅਤੇ ਸੰਪਤੀ ਇਕੱਤਰ ਕਰਨਾ ਅਤੇ ਅਤੇ ਉਚਿਤ ਸੰਪਤੀ ਅਤੇ ਧੰਨ ਦੀ ਸੰਭਾਲ ਵਲੋਂ ਘੌਲ ਕਰਨਾ, ਰਾਜੇ ਦੇ ਕਮਜ਼ੋਰ ਹੋਣ ਦੀ ਨਿਸ਼ਾਨੀ ਹੈ। ਐਸੇ ਰਾਜੇ ਦਾ ਲੋਕ ਅਤੇ ਪ੍ਰਲੋਕ ਨਸ਼ਟ ਹੋ ਜਾਂਦਾ ਹੈ।

(172) ਆਪਣਾ ਬਣਦਾ ਹੱਕ ਲੈ ਕੇ ਅਤੇ ਲੈਣ ਦੇਣ ਦਾ ਹਿਸਾਬ ਰੱਖਣ ਨਾਲ, ਸ਼ਾਸਤ੍ਰਾਂ ਮੁਤਾਬਿਕ ਪਰਜਾ ਨੂੰ ਆਪਣੀ ਜਾਤ ਦੀਆਂ ਬੰਦਸ਼ਾਂ ਵਿੱਚ ਰੱਖਣ ਨਾਲ (ਵਰਣਸ਼ੰਕ ਤੋਂ ਰੋਕ ਕੇ), ਅਤੇ ਨਿਰਬਲ ਪਰਜਾ ਦੀ ਰੱਖਿਆ ਕਰਨ ਵਾਲੇ ਰਾਜੇ ਦੀ ਰਾਜ ਸ਼ਕਤੀ ਵਿੱਚ ਵਾਧਾ ਹੁੰਦਾ ਹੈ। ਲੋਕ ਤੇ ਪ੍ਰਲੋਕ ਵਿੱਚ ਉਸਦੇ ਰਾਜ ਦੀ ਮਹਿਮਾਂ ਵਧਦੀ ਹੈ।

(173) ਰਾਜੇ ਨੂੰ ਚਾਹੀਦਾ ਹੈ ਕਿ, ਆਪਣੇ-ਪਰਾਏ ਦਾ ਭੇਦ-ਭਾਵ ਛੱਡ ਕੇ, ਆਪਣੇ ਕਰੋਧ ਨੂੰ ਕਾਬੂ ਵਿੱਚ ਰੱਖਦਿਆਂ, ਇਨਸਾਫ਼ ਕਰਨ ਵਾਲੇ ਯਮਰਾਜ ਵਾਂਗ, ਆਪਣੀ ਪਰਜਾ ਨਾਲ ਵਰਤੇ (ਪੇਸ਼ ਆਵੇ)।

(174) ਰਾਜ ਭਾਗ ਦੇ ਘੁਮੰਡ ਵਿੱਚ ਗਲਤਾਨ ਅਤੇ ਮੋਹ ਵਸ ਹੋਇਆ ਅਧਰਮੀ ਰਾਜਾ, ਪਰਜਾ ਨਾਲ ਇਨਸਾਫ਼ ਨਾ ਕਰਨ ਕਰਕੇ, ਛੇਤੀਂ ਹੀ ਆਪਣੇ ਦੁਸ਼ਮਣਾਂ ਦੇ ਅਧੀਨ ਹੋ ਜਾਂਦਾ ਹੈ।

(175) ਜੋ ਰਾਜਾ, ਕਾਮ ਅਤੇ ਕਰੋਧ ਨੂੰ ਵੱਸ ਵਿੱਚ ਰੱਖ ਕੇ ਆਪਣੇ ਫ਼ੈਸਲੇ ਕਨੂੰਨ (ਸ਼ਾਸਤ੍ਰਾਂ ਵਿੱਚ ਦੱਸੇ ਧਰਮ) ਮੁਤਾਬਿਕ ਕਰਦਾ ਹੈ, ਉਸਦੀ ਪਰਜਾ ਭੀ ਉਸ ਵੱਲ ਇਸ ਤਰਾਂ ਖਿੱਚੀ ਆਉਂਦੀ ਹੈ, ਜਿਵੇਂ ਸਮੁੰਦਰ ਵਿੱਚ ਸਮਾਉਣ ਵਾਲੇ ਦਰਿਆ ਅਤੇ ਨਦੀਆਂ।

(176) ਜੇ ਕੋਈ ਕਰਜ਼ਦਾਰ, ਰਾਜੇ ਕੋਲ ਝੂਠੀ ਸ਼ਕਾਇਤ ਕਰੇ ਕਿ ਉਸਦਾ ਸ਼ਾਹੂਕਾਰ, ਗੈਰ-ਕਨੂਨੀ ਤਰੀਕੇ ਨਾਲ ਉਸ ਕੋਲੋਂ ਪੈਸੇ ਉਗਰਾਹ ਰਿਹਾ ਹੈ ਤੇ ਪੜਤਾਲ ਤੋਂ ਬਾਅਦ ਝੂਠਾ ਸਾਬਤ ਹੋ ਜਾਵੇ, ਤਾਂ ਰਾਜਾ, ਕਰਜ਼ਦਾਰ ਕੋਲੋਂ ਮੂਲ ਦਾ ਚੌਥਾ ਭਾਗ ਜੁਰਮਾਨੇ ਵਜੋਂ ਵਸੂਲ ਕਰੇ ਅਤੇ ਮਹਾਜਨ ਦਾ ਸਾਰਾ ਧੰਨ ਵਾਪਸ ਕਰਵਾ ਦੇਵੇ।

ਟਿੱਪਣੀ:- *ਇਸ ਵਿੱਚ ਭੀ ਕੋਈ ਸ਼ੱਕ ਨਹੀਂ ਕਿ ਹਰ ਦੇਸ਼ ਵਿੱਚ, ਆਪਣੇ ਰਾਖਵੇਂ ਹੱਕਾਂ ਅਤੇ ਕਨੂੰਨ ਦੀ ਢਿੱਲ ਕਾਰਨ, ਬਹੁਤ ਸਾਰੇ ਫ੍ਰੋਲੜ ਅਤੇ ਦਲਿੱਦਰੀ ਲੋਕ, ਝੂਠ ਬੋਲ ਕੇ ਸਮਾਜ ਤੇ ਵਾਧੂ ਭਾਰ ਬਣੇ ਹੋਏ ਹਨ। ਸਭ ਕੁਝ ਹੁੰਦਿਆਂ ਹੋਇਆਂ ਭੀ, ਉਨ੍ਹਾਂ ਦਾ ਕੰਮ ਆਪਣੀ ਜਾਤ ਬਰਾਦਰੀ ਅਤੇ ਲਾਚਾਰੀ ਦੇ ਬਹਾਨੇ, ਸਰਕਾਰ ਦੇ ਭਲਾਈ ਅਦਾਰਿਆਂ ਅਤੇ ਵਿਤੀ ਸੰਸਥਾਵਾਂ (ਬੈਂਕਾਂ ਆਦਿ) ਨੂੰ ਲੁੱਟਣਾ ਹੈ। ਸਿੱਟੇ ਵਜੋਂ ਅਸਲੀ ਲੋੜਵੰਦ ਲੋਕ ਸਹੂਲਤਾਂ ਤੋਂ ਵਾਂਝੇ ਰਹਿ ਜਾਂਦੇ ਹਨ।*

(177) ਸ਼ਾਹੂਕਾਰ ਦੀ ਜਾਤ ਜਾਂ ਉਸਤੋਂ ਨੀਵੀਂ ਜਾਤ ਦਾ ਕਰਜ਼ਾਈ ਮਨੁੱਖ, ਜੋ ਕਰਜ਼ਾ ਨਾ ਵਾਪਸ ਕਰ ਸਕਦਾ ਹੋਵੇ, ਉਹ ਆਪਣੇ ਕਰਜ਼ੇ ਦੀ ਅਦਾਇਗੀ ਸ਼ਾਹੂਕਾਰ ਦੇ ਘਰ ਮਜ਼ਦੂਰੀ (ਬੁੱਤੀਆਂ) ਕਰਕੇ ਭੀ ਕਰ ਸਕਦਾ ਹੈ। ਜੇ ਕਰਜ਼ਾ ਦੇਣ ਵਾਲਾ ਉਸਤੋਂ ਉੱਤਮ ਜਾਤੀ ਦਾ ਹੋਵੇ ਤਾਂ ਹੌਲੀ ਹੌਲੀ ਕਿਸ਼ਤਾਂ ਵਿੱਚ, ਕਰਜ਼ਾ ਵਾਪਸ ਕਰ ਸਕਦਾ ਹੈ।

(178) ਇਨ੍ਹਾਂ, ਦੱਸੇ ਗਏ ਨਿਯਮਾਂ ਨੂੰ ਧਿਆਨ ਵਿੱਚ ਰੱਖਦਿਆਂ, ਰਾਜਾ ਮਨੁੱਖਾਂ ਦੇ ਆਪਸੀ ਝਗੜਿਆਂ ਦਾ ਨਿਪਟਾਰਾ ਕਰਨ ਲਈ, ਨਿਰਸੰਦੇਹ ਗਵਾਹੀਆਂ ਅਤੇ ਲਿਖਤੀ ਸਬੂਤਾਂ ਨੂੰ ਅਧਾਰ **ਬਣਾਵੇ।**

(179) ਧੰਨ ਨਿਵੇਸ਼ ਕਰਨ ਵਾਲੇ ਵਿਅਕਤੀ ਨੂੰ ਚਾਹੀਦਾ ਹੈ ਕਿ ਉਹ, ਆਪਣਾ ਧੰਨ ਕੇਵਲ ਕਿਸੇ ਚੰਗੇ ਇਮਾਨਦਾਰ, ਖਾਨਦਾਨੀ, ਅੱਛੇ ਚਾਲ-ਚਲਣ ਵਾਲੇ, ਕਨੂੰਨ ਦੇ ਮਾਹਿਰ, ਚੰਗੇ ਵਿਵਹਾਰ ਵਾਲੇ ਧਨੀ ਅਤੇ ਵੱਡੇ ਰਸੂਖ ਵਾਲੇ ਪਰਿਵਾਰ ਨਾਲ ਸਬੰਧਿਤ ਮਹਾਜਨ ਰਾਹੀਂ ਹੀ ਨਿਵੇਸ਼ ਕਰੇ।

(180) ਜੇ ਕੋਈ ਵਿਅਕਤੀ ਆਪਣੀ ਅਮਾਨਤ, ਕਿਸੇ ਸ਼ਰਤ ਅਧੀਨ (ਧੰਨ ਬਦਲੇ ਜਾਂ ਕਿਸੇ ਹੋਰ ਜ਼ਰੂਰਤ ਖਾਤਰ) ਦੂਸਰੇ ਮਨੁੱਖ ਕੋਲ ਰੱਖੇ, ਤਾਂ ਉਸ ਸ਼ਰਤ ਨੂੰ ਪੂਰਾ ਕਰਨ ਤੇ ਉਸਦੀ ਅਮਾਨਤ ਵਾਪਸ ਕਰ ਦੇਵੇ।ਅਮਾਨਤ ਜਿਸ ਤਰਾਂ ਲਈ ਹੋਵੇ, ਉਸੇ ਤਰਾਂ ਮੋੜੀ ਜਾਵੇ।

ਨੋਟ:- *ਅਗਲੇ ਕੁਝ ਸਲੋਕਾਂ ਵਿੱਚ ਵੱਖਰੇ ਤਰੀਕੇ ਨਾਲ, ਬਾਰ ਬਾਰ ਪਹਿਲਾਂ ਆਏ ਸਲੋਕਾਂ ਦਾ ਹੋਰ ਵਿਸਥਾਰ ਅਤੇ ਚਰਚਾ ਹੈ।*

(181) ਜੇ ਕੋਈ ਮਨੁੱਖ, ਸਭ ਲਿਖਤੀ ਸ਼ਰਤਾਂ ਪੂਰੀਆਂ ਕਰਨ ਮਗਰੋਂ ਆਪਣੀ ਅਮਾਨਤ ਵਾਪਸ ਲੈਣ ਲਈ, ਜਮਾਨਤੀ ਰਾਹੀਂ ਅਮਾਨਤ ਰੱਖਣ ਵਾਲੇ ਕੋਲੋਂ ਵਾਪਸ ਮੰਗੇ, ਪਰ ਉਹ ਦੇਣ ਤੋਂ ਇਨਕਾਰੀ ਹੋਵੇ, ਤਾਂ ਉਹ ਸਿੱਧਾ ਰਾਜੇ ਕੋਲ ਸ਼ਕਾਇਤ ਦਰਜ ਕਰਵਾ ਸਕਦਾ ਹੈ।

(182) ਐਸਾ ਮਾਮਲਾ ਜਿਸ ਵਿੱਚ ਕੋਈ ਗਵਾਹ ਨਾ ਹੋਵੇ, ਤਾਂ ਰਾਜਾ ਆਪਣੇ ਖੁਫ਼ੀਆ ਮਹਿਕਮੇ ਦੇ ਏਜੰਟ ਰਾਹੀਂ ਮਹਾਜਨ ਦੇ ਵਿਵਹਾਰ ਬਾਰੇ ਜਾਣਕਾਰੀ ਪਤਾ ਕਰ ਸਕਦਾ ਹੈ। ਉਸਨੂੰ ਭੇਜ ਕੇ, ਕਿਸੇ ਬਹਾਨੇ ਥੋੜਾ ਸੋਨਾ ਜਾਂ ਗਹਿਣੇਂ ਰੱਖ ਕੇ ਲੋੜੀਂਦਾ ਧੰਨ ਲੈ ਲਵੇ ਅਤੇ ਫਿਰ ਥੋੜੇ ਸਮੇਂ ਮਗਰੋਂ, ਮੂਲ ਧੰਨ ਜ਼ਮਾਂ ਵਿਆਜ ਮੋੜ ਕੇ ਸੋਨਾ ਵਾਪਸ ਮੰਗਣ ਲਈ ਜਾਵੇ।

(183) ਜੇ ਸ਼ਾਹੂਕਾਰ, ਉਹ ਸੋਨਾ, ਉਸੇ ਤਰਾਂ ਵਾਪਸ ਕਰ ਦੇਵੇ ਜਿਸ ਤਰਾਂ ਉਸਨੂੰ ਦਿੱਤਾ ਗਿਆ ਸੀ, ਤਾਂ ਸ਼ਕਾਇਤ ਕਰਤਾ ਝੂਠਾ ਸਾਬਤ ਹੋ ਸਕਦਾ ਹੈ ਅਤੇ ਅਮਾਨਤ ਰੱਖਣ ਵਾਲੇ ਸ਼ਾਹੂਕਾਰ ਸਿਰ ਕੋਈ ਦੋਸ਼ ਨਹੀਂ ਆਉਂਦਾ।

(184) ਪਰ ਜੇ ਮਹਾਜਨ (ਸ਼ਾਹੂਕਾਰ) ਮੂਲ ਧੰਨ ਤੇ ਵਿਆਜ ਮੋੜਨ ਦੇ ਬਵਜੂਦ ਭੀ, ਗਹਿਣੇ ਰੱਖਿਆ ਸੋਨਾ ਨਾ ਮੋੜੇ, ਤਾਂ ਜੱਜ, ਮਹਾਜਨ ਨੂੰ ਪਕੜ ਕੇ ਦੰਡ ਲਾਵੇ ਅਤੇ ਦੰਡ ਲਾ ਕੇ ਅਮਾਨਤ ਵਾਪਸ ਦਿਵਾਏ। ਇਹ ਇੱਕ ਨਿਰਧਾਰਤ ਨਿਯਮ ਹੈ।

(185) ਧੰਨ ਬਦਲੇ, ਸ਼ਾਹੂਕਾਰ ਕੋਲ ਗਿਰਵੀ ਰੱਖੀ ਵਸਤੂ (ਗੁਪਤ ਜਾਂ ਜ਼ਾਹਰ) ਕਰਜ਼ਦਾਰ ਦੇ ਜਿਉਂਦਿਆਂ ਜੀਅ, ਪ੍ਰਵਾਰ ਦੇ ਕਿਸੇ ਹੋਰ ਮੈਂਬਰ ਨੂੰ ਨਹੀਂ ਮੋੜੀ ਜਾ ਸਕਦੀ। ਉਸਦੀ ਮੌਤ ਮਗਰੋਂ ਹੀ ਉਸਦਾ ਪ੍ਰਵਾਰ ਕਰਜ਼ਾ ਉਤਾਰ ਕੇ ਆਪਣਾ ਹੱਕ ਜਿਤਾ ਸਕਦਾ ਹੈ।

(186) ਪਰ ਜੇ ਅਮਾਨਤ ਰੱਖਣ ਵਾਲਾ ਸ਼ਾਹੂਕਾਰ ਆਪਣੀ ਖੁਸ਼ੀ ਨਾਲ ਅਮਾਨਤ ਉਸਦੇ ਪ੍ਰਵਾਰ ਨੂੰ ਵਾਪਸ ਕਰੇ, ਤਾਂ ਪਰਵਾਰ ਵਾਲੇ ਝਗੜਾ ਨਾ ਕਰਨ ਕਿ ਉਸਨੇ ਘੱਟ-ਵੱਧ ਵਾਪਸ ਮੋੜੀ ਹੈ ਅਤੇ ਨਾ ਹੀ ਰਾਜੇ ਕੋਲ ਕੋਈ ਸ਼ਕਾਇਤ ਕਰਨ।

(187) ਜੇ ਸ਼ੱਕ ਹੋਣ ਤੇ ਸ਼ਾਹੂਕਾਰ ਖਿਲਾਫ ਸ਼ਕਾਇਤ ਦਰਜ਼ ਹੋ ਜਾਵੇ, ਤਾਂ ਜੱਜ ਨੂੰ ਪਿਆਰ ਨਾਲ, ਬਿਨਾਂ ਕਿਸੇ ਲੜਾਈ ਝਗੜੇ ਤੋਂ, ਅਤੇ ਸ਼ਾਹੂਕਰ ਦੀ ਇੱਛਾ ਤੇ ਇਮਾਨਦਾਰੀ ਤੇ ਸ਼ੱਕ ਕੀਤੇ ਬਿਨਾਂ, ਗੱਲ ਬਾਤ ਤੋਰਨੀ ਚਾਹੀਦੀ ਹੈ ਅਤੇ ਮਾਮਲਾ ਸਿਆਣਿਆਂ ਵਾਂਗ ਨਿਪਟਾ ਦੇਣਾ ਚਾਹੀਦਾ ਹੈ।

(188) ਗਹਿਣੇ ਰੱਖੀ ਅਮਾਨਤ (**धरोहर**), ਜੋ ਸ਼ਾਹੂਕਾਰ ਕੋਲ ਗੁਪਤ ਤੌਰ ਤੇ ਗਿਰਵੀ ਰੱਖੀ ਗਈ ਹੋਵੇ। ਜੋ ਅਮਾਨਤ ਮੋਹਰ ਲਾ ਕੇ ਬੰਦ ਕੀਤੀ ਗਈ ਹੋਵੇ, ਉਸਨੂੰ ਉਸੇ ਤਰਾਂ ਵਾਪਸ ਮੋੜਨ ਨਾਲ, ਸ਼ਾਹੂਕਾਰ ਤੇ ਕੋਈ ਸ਼ੱਕ ਨਹੀਂ ਜਿਤਾਈ ਜਾ ਸਕਦੀ।

(189) ਜੇ ਸ਼ਾਹੂਕਾਰ ਕੋਲ ਰੱਖੀ ਹੋਈ ਅਮਾਨਤ, ਸ਼ਾਹੂਕਾਰ ਦੇ ਘਰ ਚੋਰੀ ਹੋਣ ਨਾਲ, ਅੱਗ ਲੱਗਣ ਨਾਲ, ਜਾਂ ਹੜ੍ਹ ਕਾਰਨ ਜਾਂਦੀ ਲੱਗੇ ਤਾਂ ਸ਼ਾਹੂਕਾਰ ਇਸਦਾ ਦੇਣਦਾਰ ਨਹੀਂ ਹੈ, ਜਦ ਤੱਕ ਇਹ ਸ਼ੱਕ ਨਾ

ਪੈ ਜਾਏ ਕਿ ਸ਼ਾਹੂਕਾਰ ਨੇ ਉਹ ਅਮਾਨਤ ਆਪ ਹੀ ਵਰਤ ਲਈ ਹੋਵੇ, ਜਾਂ ਖੁਰਦ ਬੁਰਦ ਕਰ ਦਿੱਤੀ ਹੋਵੇ।

(190) ਜੋ ਅਮਾਨਤ ਨਾ ਮੋੜੇ ਜਾਂ ਕੋਈ ਵਾਪਸ ਲੈ ਕੇ ਮੁੱਕਰ ਜਾਵੇ (ਅਮਾਨਤ ਵਿੱਚ ਖਿਆਨਤ) ਜਾਂ ਪਹਿਲਾਂ ਦਿੱਤੀ ਹੀ ਨਾ ਹੋਵੇ ਤਾਂ ਝਗੜੇ ਦੀ ਦਸ਼ਾ ਵਿੱਚ, ਰਾਜਾ ਸਾਰੇ ਤਰੀਕੇ ਵਰਤ ਕੇ ਸਚਾਈ ਦਾ ਪਤਾ ਕਰੇ ਅਤੇ ਵੇਦਾਂ ਦੇ ਵਿੱਚ ਦੱਸੇ ਵਿਧਾਨ ਮੁਤਾਬਿਕ (ਸਾਮ, ਦਾਮ, ਦੰਡ, ਭੇਤ) ਜਾਂ ਦੋਹਾਂ ਧਿਰਾਂ ਨੂੰ ਸਹੁੰ ਚੁਕਾ ਕੇ ਮਸਲਾ ਹੱਲ ਕਰ ਸਕਦਾ ਹੈ।

(191) ਜੋ ਮਨੁੱਖ ਗਹਿਣੇ ਰੱਖੀ ਅਮਾਨਤ ਨਾ ਮੋੜੇ ਜਾਂ ਝੂਠ ਬੋਲ ਕੇ ਉਹ ਅਮਾਨਤ ਮੰਗੇ, ਜੋ ਅਸਲ ਵਿੱਚ ਉਸਨੇ ਗਹਿਣੇ ਰੱਖੀ ਹੀ ਨਹੀਂ ਸੀ, ਤਾਂ ਦੋਵੇਂ ਚੋਰ ਦੀ ਨਿਆਈਂ ਜਾਣੇ ਜਾਂਦੇ ਹਨ ਅਤੇ ਸਾਬਤ ਹੋਣ ਤੇ ਦੋਹਾਂ ਨੂੰ ਉਸ ਅਮਾਨਤ ਦੀ ਕੀਮਤ ਦੇ ਬਰਾਬਰ ਦਾ ਦੰਡ ਲਾਇਆ ਜਾਵੇ।

(192) ਜੇ ਮਹਾਜਨ, ਵਿਆਜ ਅਤੇ ਮੂਲ ਧੰਨ ਵਾਪਸ ਹੋਣ ਤੇ ਗਹਿਣੇ ਰੱਖੀ ਚੀਜ਼ ਵਾਪਸ ਕਰਨ ਤੋਂ ਮੁੱਕਰ ਜਾਵੇ ਜਾਂ ਸੀਲ ਬੰਦ ਅਮਾਨਤ ਨਾਲ ਛੇੜ ਛਾੜ ਕਰੇ ਤਾਂ ਰਾਜਾ ਉਸਨੂੰ ਵਸਤੂ ਦੀ ਕੀਮਤ ਦੇ ਬਰਾਬਰ ਦਾ ਦੰਡ ਲਾਵੇ।

(193) ਜੇ ਕੋਈ ਮਨੁੱਖ ਧੋਖਾ-ਧੜੀ (ਹੇਰਾਫੇਰੀ) ਨਾਲ ਕਿਸੇ ਦੀ ਜਾਇਦਾਦ ਤੇ ਕਬਜਾ ਕਰਦਾ ਹੈ, ਤਾਂ ਉਸਨੂੰ ਅਤੇ ਉਸਦੇ ਸਹਾਇਕਾਂ ਨੂੰ ਜਨਤਾ ਦੇ ਸ੍ਹਾਮਣੇ, ਐਸੇ ਅਪਰਾਧ ਲਈ ਨਿਸਚਿਤ ਕੀਤੇ ਸਰੀਰਕ ਕਸ਼ਟ ਜਾਂ ਮੌਤ ਦੀ ਸਜ਼ਾ ਦੇਣੀ ਚਾਹੀਦੀ ਹੈ।

(194) ਜੇ ਅਮਾਨਤ, ਇੱਕ ਜਾਂ ਇੱਕ ਤੋਂ ਵੱਧ ਗਵਾਹਾਂ ਦੀ ਹਾਜ਼ਰੀ ਵਿੱਚ ਸ਼ਾਹੂਕਾਰ ਨੂੰ ਸਪੁਰਦ ਕੀਤੀ ਗਈ ਹੋਵੇ ਤਾਂ ਉਸਦਾ ਪੂਰਾ ਵੇਰਵਾ ਤੇ ਗਿਣਤੀ ਮਲੂਮ ਹੋਣਾ ਜ਼ਰੂਰੀ ਹੈ। ਅਮਾਨਤ ਜਮ੍ਹਾਂ ਕਰਾਉਣ ਵਾਲਾ ਝੂਠਾ ਬਿਆਨ ਨਾ ਦੇਵੇ ਨਹੀ ਤਾਂ ਦੰਡ ਦਾ ਭਾਗੀ ਬਣਦਾ ਹੈ।

(195) ਪਰ ਜੇ ਕੋਈ ਧੰਨ ਜਾਂ ਵਸਤੂ, ਗੁਪਤ ਤੌਰ ਤੇ (ਬਿਨਾ ਗਵਾਹ) ਕਿਸੇ ਨੂੰ ਦੇਵੇ ਜਾਂ ਲਵੇ ਤਾਂ ਗੁਪਤ ਤਰੀਕੇ ਨਾਲ ਹੀ ਵਾਪਸ ਕਰਨੀ ਚਾਹੀਦੀ ਹੈ।

(196) ਦੋਸਤੀ ਦੇ ਨਾਤੇ ਵਰਤਣ ਲਈ ਦਿੱਤੀ ਅਮਾਨਤ ਜਾਂ ਧੰਨ ਨਾਲ ਸਬੰਧਿਤ ਝਗੜਿਆਂ ਬਾਰੇ, ਰਾਜਾ ਆਪਣਾ ਫੈਸਲਾ, ਦੋਹਾਂ ਦੇ ਆਪਸੀ ਪਿਆਰ ਵਾਲੀ ਭਾਵਨਾ ਨੂੰ ਮੱਖ ਰੱਖ ਕੇ ਇਸ ਤਰਾਂ ਦੇਵੇ, ਕਿ ਦੋਹਾਂ ਧਿਰਾਂ ਨੂੰ ਕੋਈ ਦੁੱਖ ਨਾ ਪਹੁੰਚੇ।

(197) ਜੇ ਸ਼ਾਹੂਕਾਰ ਜਾਂ ਕੋਈ ਹੋਰ ਮਨੁੱਖ, ਕਿਸੇ ਦੀ ਜਾਇਦਾਦ ਨੂੰ ਮਾਲਕ ਦੀ ਇੱਛਾ ਦੇ ਉਲਟ ਵੇਚੇ, ਤਾਂ ਰਾਜਾ ਐਸੇ ਮਨੁੱਖਾਂ ਨੂੰ ਕਿਸੇ ਗਵਾਹ ਦੀ ਲੋੜ ਤੋਂ ਬਿਨਾਂ, ਚੋਰੀ ਦਾ ਦੋਸ਼ ਲਾ ਕੇ ਬਣਦੀ ਸਜ਼ਾ ਦੇਵੇ।

(198) ਜੇ ਜਾਇਦਾਦ ਵੇਚਣ ਦਾ ਦੋਸ਼ੀ, ਮਾਲਕ ਦਾ ਨਜ਼ਦੀਕੀ ਰਿਸ਼ਤੇਦਾਰ ਜਾਂ ਜਾਮਨ ਹੋਵੇ ਤਾਂ ਰਾਜਾ ਉਸਨੂੰ ਛੇ ਸੌ ਪਣਾ ਜੁਰਮਾਨਾ ਲਾਵੇ। ਜੇ ਇਸ ਮਾਮਲੇ ਵਿੱਚ ਕੋਈ ਹੋਰ ਦੋਸ਼ੀ ਪਾਇਆ ਜਾਵੇ ਤਾਂ ਰਾਜਾ ਉਸਤੇ ਚੋਰੀ ਦਾ ਦੋਸ਼ ਮੜ ਕੇ ਕਨੂੰਨ ਮੁਤਾਬਿਕ ਬਣਦੀ ਸਜ਼ਾ ਦੇਵੇ।

(199) ਧਰਮ ਸ਼ਾਸਤ੍ਰਾਂ ਦੇ ਸਿਧਾਂਤਾਂ ਮੁਤਾਬਿਕ, ਮਾਲਕ ਦੀ ਆਗਿਆ ਤੋਂ ਬਿਨਾਂ, ਆਪਣੀ ਮਲਕੀਅਤ ਨਾ ਹੁੰਦਿਆਂ, ਕਿਸੇ ਦੀ ਗਹਿਣੇ ਰੱਖੀ ਗਈ ਵਸਤੂ ਨੂੰ ਵੇਚਣਾ, ਕਨੂੰਨੀ ਵਿੱਕਰੀ (ਜਾਇਜ਼) ਨਹੀਂ ਗਿਣਿਆ ਜਾਂਦਾ।

(200) ਇਹ ਵੀ ਇੱਕ ਨਿਸਚਿਤ ਸਿਧਾਂਤ ਹੈ ਕਿ, ਜੇ ਕੋਈ ਚੀਜ਼ ਕਿਸੇ ਦੇ ਕਬਜ਼ੇ ਵਿੱਚ ਹੋਵੇ ਪਰ ਉਸ ਦੀ ਖਰੀਦਦਾਰੀ (ਮਲਕੀਅਤ) ਦਾ ਸਬੂਤ ਕਿਸੇ ਹੋਰ ਦੇ ਨਾਮ ਹੋਵੇ, ਤਾਂ ਭੀ ਕਬਜ਼ੇ ਵਾਲਾ, ਮਾਲਿਕ ਨਹੀਂ ਕਿਹਾ ਸਕਦਾ।

MANUSMRITI 188

(201) ਸਬੂਤ ਭਾਵੇਂ ਨਾ ਭੀ ਹੋਣ ਪਰ ਜੇ ਕਿਸੇ ਮਨੁੱਖ ਨੇ ਬਜ਼ਾਰ (ਆੜਤੀ ਜਾਂ ਵਿਕਰੀਕਾਰ ਕੋਲੋਂ) ਵਿੱਚੋਂ ਕੋਈ ਚੀਜ਼ ਖਰੀਦੀ ਹੋਵੇ ਅਤੇ ਉਸਦੇ ਚਸ਼ਮਦੀਨ ਗਵਾਹ ਹੋਣ, ਤਾਂ ਕਨੂੰਨੀ ਤੌਰ ਤੇ ਉਹੀ ਉਸਦਾ ਮਾਲਕ ਹੁੰਦਾ ਹੈ।

(202) ਜੇ ਕੋਈ ਮਾਲ-ਡੰਗਰ (ਚੱਲ ਜਾਇਦਾਦ) ਬਜ਼ਾਰ ਵਿੱਚੋਂ ਖਰੀਦਿਆ ਗਿਆ ਹੋਵੇ ਪਰ ਵੇਚਣ ਵਾਲੇ ਦਾ ਕੋਈ ਪਤਾ ਟਿਕਾਣਾ ਨਾ ਪੁੱਛਿਆ ਹੋਵੇ ਜਾਂ ਮਾਲ ਚੋਰੀ ਦਾ ਹੋਵੇ, ਅਸਲੀ ਮਾਲਕ ਰਾਜੇ ਕੋਲ ਸ਼ਕਾਇਤ ਕਰ ਦੇਵੇ, ਤਾਂ ਪਕੜੇ ਜਾਣ ਤੇ, ਖਰੀਦਦਾਰ ਦੋਸ਼ੀ ਤਾਂ ਨਹੀਂ ਪਾਇਆ ਜਾਂਦਾ ਪਰ ਰਾਜੇ ਨੂੰ ਚਾਹੀਦਾ ਹੈ ਕਿ ਮਾਲ-ਡੰਗਰ ਖਰੀਦਣ ਵਾਲੇ ਕੋਲੋਂ ਲੈ ਕੇ ਉਸਦੇ ਅਸਲੀ ਮਾਲਕ ਦੇ ਸਪੁਰਦ ਕਰ ਦੇਵੇ।

(203) ਬਾਣੀਏ ਨੂੰ ਚਾਹੀਦਾ ਹੈ ਕਿ, ਅਸਲੀ ਤੇ ਨਕਲੀ ਚੀਜ਼ ਨੂੰ ਮਿਲਾਵਟ ਕਰਕੇ ਨਾ ਵੇਚੇ ਅਤੇ ਨਾ ਹੀ ਕੋਈ ਨਕਲੀ ਚੀਜ਼ ਅਸਲੀ ਕਹਿ ਕੇ ਵੇਚੇ। ਤੋਲਣ ਵਿੱਚ ਹੇਰਾ ਫੇਰੀ ਨਾ ਕਰੇ। ਜੋ ਸੌਦਾ ਉਸ ਕੋਲ ਨਹੀਂ ਹੈ, ਉਸਨੂੰ ਵੇਚਣ ਦਾ ਵਾਇਦਾ ਨਾ ਕਰੇ, ਅਤੇ ਨਾ ਹੀ ਕੋਈ ਸੌਦਾ ਬਿਨਾਂ ਦਿਖਾਏ ਬੰਦ ਕਰਕੇ ਗਾਹਕ ਨੂੰ ਵੇਚੇ। ਨਹੀ ਤਾਂ ਇਨ੍ਹਾਂ ਸਾਰੇ ਦੋਸ਼ਾ ਬਦਲੇ, ਉਸਨੂੰ ਬਣਦਾ ਦੰਡ ਲਾਇਆ ਜਾਵੇ।

(204) ਵਿਆਹ ਦੇ ਮਾਮਲੇ ਵਿੱਚ ਜੇ ਕੰਨਿਆਂ ਬਦਲੇ, ਮੁੱਲ ਤਾਰਿਆ ਹੋਵੇ, ਤਾਂ ਇਹ ਨਾ ਹੋਵੇ ਕਿ ਕੰਨਿਆਂ ਦਿਖਾਈ ਕੋਈ ਹੋਰ ਹੋਵੇ ਤੇ ਵਿਆਹੀ ਕੋਈ ਹੋਰ ਜਾਵੇ। ਮਨੂੰ ਦਾ ਹੁਕਮ ਹੈ ਕਿ ਐਸੀ ਸਥਿਤੀ ਵਿੱਚ ਦੋਵੇਂ ਕੰਨਿਆਂ ਦਾ ਇੱਕੋ ਮੁੱਲ ਤਾਰ ਕੇ ਪ੍ਰਣਾਇਆ (ਰੱਖਿਆ, ਵਿਆਹਿਆ) ਜਾ ਸਕਦਾ ਹੈ।

(205) ਜੇਕਰ ਵਿਆਹ ਵਿੱਚ ਮੁੱਲ ਲੈ ਕੰਨਿਆਂ ਦਾਨ ਕਰਨ ਵਾਲਾ, ਕੰਨਿਆਂ ਬਾਰੇ ਸਾਰਾ ਵੇਰਵਾ ਵਿਆਹ ਤੋਂ ਪਹਿਲਾਂ ਦੱਸ ਦੇਵੇ ਕਿ ਉਸ ਵਿੱਚ ਕਿਹੜੇ ਕਿਹੜੇ ਨੁਕਸ ਹਨ ਜਿਵੇਂ, ਪਾਗਲ, ਕੋੜ੍ਹ ਦੀ ਰੋਗਣ, ਆਪਣਾ ਕੁਆਰਾਪਨ ਗਵਾ ਚੁੱਕੀ, ਤਾਂ ਮੁੱਲ ਵੱਟ ਕੇ ਕੰਨਿਆਂ ਦਾਨ ਕਰਨ ਵਾਲੇ ਸਿਰ ਕੋਈ ਦੋਸ਼ ਨਹੀਂ ਆਉਂਦਾ।

ਟਿੱਪਣੀ:- *ਉਪਰਲੇ ਸਲੋਕਾਂ ਵਿੱਚ, ਕਰਜ਼ਾ ਅਤੇ ਵਸਤਾਂ ਦੇ ਲੈਣ ਦੇਣ ਜਾਂ ਖਰੀਦਣ ਬਾਰੇ ਨਿਯਮਾਂ ਦੀ ਲੜੀ ਚੱਲ ਰਹੀ ਹੈ। ਭਾਵੇਂ ਬਹੁਤੇ ਟੀਕਾਕਾਰ, ਸਲੋਕ #204 ਨੂੰ, ਇਸ ਗ੍ਰੰਥ ਦਾ ਭਾਗ ਮੰਨਣ ਤੋਂ ਇਨਕਾਰੀ ਹਨ, ਪਰ ਇਹ ਰੀਤ, ਆਰੀਆ ਕਾਲ ਵਿੱਚ ਆਮ ਹੀ ਪ੍ਰਚੱਲਿਤ ਸੀ। ਹਿੰਦੂ ਧਰਮ ਗ੍ਰੰਥਾਂ ਵਿੱਚ ਇਸ ਦੀਆਂ ਲੱਖਾਂ ਉਧਾਰਣਾਂ ਮਿਲ ਜਾਣਗੀਆਂ। ਕੰਨਿਆਂ ਨੂੰ ਸੌਦਾ ਜਾਣ ਕੇ ਲੈਣ ਜਾਂ ਦੇਣ ਵਰਗਾ ਕੋੜ੍ਹ, ਆਰੀਆ ਕਹਾਉਣ ਵਾਲੇ ਲੋਕਾਂ ਦੀ ਹੀ ਦੇਣ ਹੈ। ਇਸ ਕੋਝੀ ਰੀਤ ਨੂੰ, ਕਹਿਣ ਲਈ ਭਾਵੇਂ 'ਕੰਨਿਆ ਦਾਨ' ਕਿਹਾ ਜਾਂਦਾ ਹੈ*

ਪਾਠ ਅਤੇ ਪੂਜਾ ਦੀ ਭੇਟਾ ਨਾਲ ਸਬੰਧਿਤ ਨਿਯਮ -

(206) ਜੇ ਪੈਸਿਆਂ ਦਾ ਸੌਦਾ ਕਰਕੇ, ਯੱਗ ਦੀ ਕਿਰਿਆ ਦੇ ਚੱਲਦਿਆਂ ਪਾਠ ਪੂਜਾ ਤੇ ਹਵਨ ਦੀ ਸੇਵਾ ਨਿਭਾਉਣ ਵਾਲੇ ਪੰਡਤਾਂ ਵਿੱਚੋਂ (ਸਰੋਤ੍ਰੀਅਏ) ਕਿਸੇ ਨੂੰ ਆਪਣੀ ਸੇਵਾ ਵਿਚਕਾਰ ਹੀ ਛੱਡ ਕੇ ਜਾਣਾ ਪੈ ਜਾਵੇ, ਤਾਂ ਬਾਕੀ ਦੀ ਸੇਵਾ ਨਿਭਾਉਣ ਵਾਲੇ ਉਸਦੇ ਹਿੱਸੇ ਦੀ ਬਣਦੀ ਦੱਛਣਾ, ਉਸਨੂੰ ਜ਼ਰੂਰ ਦੇਣ।

(207) ਪਰ ਜੇ ਪੂਜਾ ਲਈ ਧੰਨ ਪਹਿਲਾਂ ਹੀ ਲੈ ਲਿਆ ਹੋਵੇ ਤੇ ਉਹ ਕੰਮ ਵਿਚਕਾਰ ਹੀ ਛੱਡ ਕੇ ਚਲਾ ਜਾਵੇ ਤਾਂ ਉਸਦੀ ਥਾਂ ਬਾਕੀ ਦੀ ਕਾਰਵਾਈ ਦੂਸਰੇ ਪੰਡਤਾਂ ਨੂੰ ਨਿਭਾਉਣੀ ਬਣਦੀ ਹੈ।

(208) ਪਰ ਜੇ ਯੱਗ ਦੀਆਂ ਵੱਖ ਵੱਖ ਰਸਮਾਂ ਲਈ, ਵੱਖ ਵੱਖ ਦੱਛਣਾਂ ਨੀਯਤ ਕੀਤੀ ਗਈ ਹੋਵੇ ਤਾਂ ਜਿਹੜਾ ਉਹ ਰਸਮ ਨਿਭਾਵੇ ਉਹੀ ਉਸਦੀ ਦੱਛਣਾਂ ਦਾ ਹੱਕਦਾਰ ਹੈ, ਜਾਂ ਉਹ ਸਾਰੇ ਪੰਡਤ ਜੇ ਚਾਹੁੰਣ ਤਾਂ ਸਲਾਹ ਕਰਕੇ ਵੰਡ ਲੈਣ।

(209) ਯੱਗ ਦੇ ਸਾਰੇ ਕਰਮਕਾਂਡ ਅਤੇ ਕਿਰਿਆਵਾਂ ਨਿਭਾਉਣ ਵਾਲਾ ਮੁਖੀ ਅਧਵਰਯੂ (ਮੁੱਖ ਪੰਡਤ) ਯੱਗ ਵਿੱਚ ਦੱਛਣਾ ਵਜੋਂ ਮਿਲੀ ਰਥ-ਗੱਡੀ' ਦਾ ਹੱਕਦਾਰ ਹੈ। ਦੇਵੀ ਦੇਵਤਿਆਂ ਦੀ ਪੂਜਾ (ਦੇਵ ਪੂਜਾ)

ਸਮੇਂ, ਰਿਗ ਵੇਦ ਦੇ ਮੰਤ੍ਰਾਂ ਅਤੇ ਭਜਨਾਂ ਦਾ ਪਾਠ ਕਰਨ ਵਾਲਾ 'ਬ੍ਰਾਹਮਣ' ਯੱਗ ਵਿੱਚ ਮਿਲੇ ਘੋੜੇ ਦਾ ਹੱਕਦਾਰ ਹੈ। ਸਾਮ ਵੇਦ ਦੇ ਭਜਨਾਂ ਨੂੰ ਉੱਚੀ ਸੁਰ ਵਿੱਚ ਪਰੋ ਕੇ ਗਾਉਣ ਵਾਲਾ 'ਉਦਗਾਤਾ' (ਸਰੋਤਰੀਆ-ਸੁਰ ਵਿੱਚ ਵੇਦ ਮੰਤ੍ਰਾਂ ਦੇ ਗਾਉਣ ਵਾਲਾ) ਅਤੇ ਸੋਮ ਰਸ ਵਰਤਾਉਣ ਵਾਲਾ,ਦੋਵੇਂ ਉਨ੍ਹਾਂ ਗ੍ਰੇੜੀਆਂ ਦਾ ਹੱਕਦਾਰ ਹੈ ਜਿਨ੍ਹਾਂ ਉੱਪਰ ਯੱਗ ਵਿੱਚ ਵਰਤਾਉਣ ਵਾਲਾ ਸੋਮਰਸ ਸਜਾਇਆ ਹੋਵੇ।

ਨੋਟ:- *ਅਧਵਰਯੂ ਦਾ ਅਰਥ ਹੈ- ਯੱਗ ਵਿੱਚ ਬਲੀ ਦੀ ਰਸਮ ਕਰਨ ਵਾਲਾ ਮੁੱਖ ਰਿਤਵਿਜ (ਪਾਠੀ ਬ੍ਰਾਹਮਣ), ਜੋ ਪੂਜਾ ਦੀ ਸਮਗ੍ਰੀ ਅਗਨੀ ਵਿੱਚ ਭੇਟ ਕਰਨ (ਬਲ਼ੀ ਦੇਣ) ਦੇ ਨਾਲ ਨਾਲ, ਮੁੱਖ ਰੂਪ ਵਿੱਚ ਰਿਗ ਵੇਦ ਦੇ ਮੰਤ੍ਰਾਂ ਦਾ ਪਾਠ ਕਰਦਾ ਹੈ। ਖਾਸ ਕਰਕੇ ਇਹ ਯੁਜਰ ਵੇਦ ਦੇ ਵਾਰਤਕ ਮੰਤਰਾਂ ਦੀ ਮੁਹਾਰਤ ਰੱਖਦਾ ਹੈ।*

(210) ਯੱਗ ਦੀ ਸੇਵਾ ਕਰਨ ਵਾਲੇ ਕੁਲ ਸੋਲ਼ਾਂ ਪੰਡਤਾਂ (ਰਿਤਵਿਜਾਂ) ਵਿੱਚੋਂ, ਪਹਿਲੀ ਸ਼ਰੇਣੀ ਦੇ ਚਾਰ ਮੁੱਖ ਪੰਡਿਤਾਂ (ਸੋਮਲ ਰਿਤਵਿਜ) ਨੂੰ, ਦੱਛਣਾਂ ਦੀ ਕੁਲ ਰਾਸ਼ੀ ਦਾ ਅੱਧ ਦਿੱਤਾ ਜਾਵੇ। ਦੂਜੀ ਸ਼ਰੇਣੀ ਦੇ ਚਾਰ ਪੰਡਤਾਂ ਨੂੰ ਬਚੇ ਹੋਏ ਅੱਧੇ ਦਾ ਅੱਧਾ। ਤੀਜੀ ਸ਼ਰੇਣੀ ਵਾਲੇ ਚਾਰੇ ਪੰਡਤਾਂ ਨੂੰ ਤੀਸਰੇ ਭਾਗ ਦਾ ਅੱਧਾ।ਤੀਸਰੇ ਭਾਗ ਦਾ ਬਚਿਆ ਅੱਧ, ਚੌਥੀ ਸ਼ਰੇਣੀ ਦੇ ਚਾਰੇ ਪੰਡਤ ਆਪਸ ਵਿੱਚ ਬਰਾਬਰ ਵੰਡ ਲੈਣ- ***ਜਿਵੇਂ :----***

ਪੂਰੀ ਦੱਛਣਾਂ ਦਾ 1/2= ਪਹਿਲੇ ਦਰਜੇ ਦੇ ਚਾਰ ਪੰਡਤਾਂ ਨੂੰ।
ਬਾਕੀ 1/2 ਦਾ 1/2= 1/4 = ਪੂਰੀ ਦੱਛਣਾਂ ਦਾ ਚੌਥਾ ਹਿੱਸਾ= ਅਗਲੇ ਦਰਜੇ ਦੇ ਚਾਰ ਪੰਡਤਾਂ ਨੂੰ।
ਬਾਕੀ ¼ ਦਾ 1/2=1/8 = ਪੂਰੀ ਦੱਛਣਾਂ ਦਾ ਅੱਠਵਾਂ ਹਿੱਸਾ = ਅਗਲੇ ਦਰਜੇ ਦੇ ਚਾਰ ਪੰਡਤਾਂ ਨੂੰ।
ਬਾਕੀ 1/8 ਦਾ 1/2=1/16= ਪੂਰੀ ਦੱਛਣਾਂ ਦਾ ਸੋਲਵਾਂ ਹਿੱਸਾ= ਅਗਲੇ ਦਰਜੇ ਦੇ ਚਾਰ ਪੰਡਤਾਂ ਨੂੰ।
ਭਾਵ: ਜੇ ਸਾਰੀ ਦੱਛਣਾਂ ਦੇ ਬਰਾਬਰ ਦੇ 64 ਹਿੱਸੇ ਕਰ ਲਏ ਜਾਣ ਤਾਂ ਪਹਿਲੇ ਚਾਰ ਨੂੰ 32 ਹਿੱਸੇ, ਅਗਲੇ ਚਾਰ ਨੂੰ 16 ਹਿੱਸੇ, ਉਸਤੋਂ ਅਗਲੇ ਚਾਰ ਨੂੰ 8 ਹਿੱਸੇ ਅਤੇ ਅਖੀਰਲੇ ਚਾਰਾਂ ਨੂੰ 4 ਹਿੱਸੇ ਦਿੱਤੇ ਜਾਣ।

(211) ਇਸ ਤਰਾਂ, ਯੱਗ ਦੀ ਕਿਰਿਆ ਨਿਭਾਉਣ ਵਾਲੇ 16 ਪੰਡਤ (ਰਿਤਵਿਜ) ਯੱਗ ਵਿੱਚ ਮਿਲਣ ਵਾਲੀ ਦੱਛਣਾਂ ਦੀ ਵੰਡ, ਉੱਪਰ ਦੱਸੇ ਵਿਧਾਨ ਮੁਤਾਬਿਕ ਕਰ ਲੈਣ।

(212) ਜੇ ਕਿਸੇ ਦਵਿੱਜ ਨੇ, ਯਾਚਕ ਬ੍ਰਾਹਮਣ ਨੂੰ ਯੱਗ ਜਾਂ ਪੂਜਾ ਆਦਿ ਕਰਵਾਉਂਣ ਲਈ ਜਾਂ ਕਿਸੇ ਧਰਮ ਦੇ ਕਾਰਜ ਦੀ ਸਿੱਧੀ ਲਈ ਚੰਦਾ ਦਿੱਤਾ ਹੋਵੇ, ਪਰ ਉਹ ਕੰਮ ਇਮਾਨਦਾਰੀ ਨਾਲ ਨਾ ਕੀਤਾ ਹੋਵੇ, ਤਾਂ ਦਿੱਤੀ ਹੋਈ ਉਸ ਮਾਇਆ ਨੂੰ ਵਿਅਰਥ ਜਾਣੋ। ਹੋ ਸਕੇ ਤਾਂ ਉਹ ਮਾਇਆ ਉਸਤੋਂ ਵਾਪਸ ਲਈ ਜਾਵੇ।

(213) ਜੇ ਦੱਛਣਾ ਦੀ ਜਾਚਨਾ ਕਰਨ ਵਾਲਾ ਲੋਭੀ-ਲਾਲਚੀ ਪੰਡਤ, ਉਸ ਧੰਨ ਨੂੰ ਆਪਣੇ ਨਿਜੀ ਮਨੋਰਥ ਲਈ ਵਰਤੇ ਜਾਂ ਉਲਟਾ ਉਸ ਦਾਨੀ ਨੂੰ ਦਬਕਾਵੇ ਜਾਂ ਧਮਕਾਵੇ, ਤਾਂ ਸ਼ਕਾਇਤ ਮਿਲਣ ਤੇ, ਰਾਜਾ ਉਸ ਉੱਪਰ ਚੋਰੀ ਦਾ ਦੋਸ਼ ਲਾ ਕੇ, ਇੱਕ 'ਸਵਰਣ' (1 ਤੋਲ਼ਾ ਸੋਨਾ) ਜੁਰਮਾਨਾ ਲਾ ਸਕਦਾ ਹੈ।

ਮਜ਼ਦੂਰੀ ਨਾ ਦੇਣ ਵਾਲਿਆਂ ਸਬੰਧੀ ਕਨੂੰਨ –

(214) ਇਸ ਤਰਾਂ, ਦਿੱਤੀਆਂ ਗਈਆਂ ਜਾਂ ਲਈਆਂ ਚੀਜ਼ਾਂ ਅਤੇ ਧੰਨ ਦੀ ਵਾਪਸੀ ਸਬੰਧਿਤ ਕਨੂੰਨੀ ਕਿਰਿਆ ਦੱਸ ਦਿੱਤੀ ਗਈ ਹੈ ਅਤੇ ਹੁਣ ਮੈਂ (ਭ੍ਰਿਗੂ) ਮਜ਼ਦੂਰੀ ਦੇਣ ਜਾਂ ਮਜ਼ਦੂਰੀ ਕਰਨ ਵਾਲਿਆਂ ਨਾਲ ਸਬੰਧਿਤ ਕਨੂੰਨੀ ਪ੍ਰਕਿਰਿਆ ਬਾਰੇ ਦੱਸਦਾ ਹਾਂ।

(215) ਜੇ ਨੌਕਰ, ਤੰਦਰੁਸਤ ਹੁੰਦਿਆਂ ਭੀ, ਆਪਣੀ ਜਿੰਮੇਂਦਾਰੀ ਤੋਂ ਉਲਟ, ਆਕੜ ਕਰੇ ਅਤੇ ਆਪਣੇ ਕੰਮ ਤੋਂ ਇਨਕਾਰੀ ਹੋਵੇ, ਤਾਂ ਸ਼ਕਾਇਤ ਹੋਣ ਤੇ, ਰਾਜਾ ਉਸਨੂੰ ਅੱਠ ਰੱਤੀਆਂ ਸੋਨਾ ਜੁਰਮਾਨਾ ਕਰ ਸਕਦਾ ਹੈ ਅਤੇ ਸਾਰੀ ਤਨਖਾਹ ਕੱਟਣ ਦਾ ਹੁਕਮ ਦੇ ਸਕਦਾ ਹੈ।

(216) ਪਰ ਜੇ ਉਹ ਸੱਚ ਮੁੱਚ ਬਿਮਾਰ ਰਿਹਾ ਹੋਵੇ ਅਤੇ ਠੀਕ ਹੋਣ ਤੇ ਆਪਣਾ ਕੰਮ ਕੀਤੇ ਵਾਅਦੇ ਮੁਤਾਬਿਕ ਕਰਨ ਲੱਗ ਪਵੇ ਤਾਂ ਉਸਦੀ ਸਾਰੀ ਬਣਦੀ ਤਨਖਾਹ ਦਿੱਤੀ ਜਾਵੇ ਭਾਵੇਂ ਉਹ ਲੰਬਾ ਸਮਾਂ ਬਿਮਾਰ ਕਿਉਂ ਨਾ ਰਿਹਾ ਹੋਵੇ।

(217) ਮਜ਼ਦੂਰ, ਬਿਮਾਰ ਹੈ ਜਾਂ ਨਹੀਂ, ਜੇ ਉਹ ਕੰਮ ਤੇ ਵਾਪਸ ਆ ਕੇ ਕੰਮ ਨਾ ਨਬੇੜੇ ਜਾਂ ਕਿਸੇ ਹੋਰ ਤੋਂ ਕਰਵਾ ਕੇ ਭੀ ਪੂਰਾ ਨਾ ਕਰੇ, ਤਾਂ ਉਸਨੂੰ ਅਧੂਰੇ ਛੱਡੇ ਕੰਮ ਦਾ ਕੋਈ ਪੈਸਾ ਨਹੀਂ ਦੇਣਾ ਚਾਹੀਦਾ।

(218) ਮਜ਼ਦੂਰੀ ਦੇਣ ਜਾਂ ਲੈਣ ਦੇ ਸਬੰਧ ਵਿੱਚ ਏਹੋ ਹੀ ਨਿਯਮ ਹਨ। ਹੁਣ ਮੈਂ ਉਨ੍ਹਾਂ ਨਿਯਮਾਂ ਨਾਲ ਸਬੰਧਿਤ ਕਨੂੰਨ ਦਾ ਵਖਿਆਨ ਕਰਾਂਗਾ, ਜਿਨਾਂ ਅਧੀਨ ਆਪਣੇ ਕੀਤੇ ਵਾਅਦੇ ਤੋਂ ਮੁਕਰਣ ਵਾਲੇ ਉੱਪਰ ਕਿਸ ਤਰਾਂ ਦੇ ਦੋਸ਼ ਲੱਗ ਸਕਦੇ ਹਨ।

(219) ਜੇ ਕਿਸੇ ਵਿਅਕਤੀ ਨੇ, ਕਿਸੇ ਪਿੰਡ ਜਾਂ ਨਗਰ ਦੇ ਪ੍ਰਬੰਧਕੀ ਢਾਂਚੇ ਦੀ, ਸੁਹਿਰਦਤਾ ਨਾਲ ਦੇਖ ਭਾਲ ਕਰਨ ਦੀ ਸਹੁੰ ਚੁੱਕ ਕੇ ਠੇਕਾ ਲਿਆ ਹੋਵੇ ਅਤੇ ਫਿਰ ਕਿਸੇ ਹੋਰ ਕਾਰਨ ਜਾਂ ਲਾਲਚ ਵਸ ਹੋ ਕੇ ਛੱਡ ਦੇਵੇ ਤਾਂ ਰਾਜਾ (ਜੇ ਚਾਹੇ) ਉਸਨੂੰ ਆਪਣੇ ਦੇਸ਼ ਵਿੱਚੋਂ ਨਿਕਾਲ਼ਾ ਦੇ ਸਕਦਾ ਹੈ।

(220) ਕਿਸੇ ਕੰਮ ਦੀ ਪੂਰਤੀ ਸਬੰਧੀ ਕੀਤਾ ਸਮਝੌਤਾ ਤੋੜਨ ਵਾਲੇ ਵਿਅਕਤੀ ਨੂੰ ਕੈਦ ਕਰਕੇ, ਚਾਰ ਸਵ੍ਣਾ, ਜਾਂ ਛੇ ਨਿਛਕ ਜਾਂ 320 ਰੱਤੀਆਂ ਚਾਂਦੀ ਜਾਂ ਚਾਰ ਸੌ ਪਣਾ ਜਾਂ ਇੱਕ ਚਾਂਦੀ ਦਾ ਸ਼ਤਮਾਨ ਜੁਰਮਾਨਾ ਕੀਤਾ ਜਾਵੇ।

(221) ਧਰਮ ਸ਼ਾਸਤ੍ਰਾਂ ਦੀ ਮਰਿਯਾਦਾ ਦਾ ਪਾਲਣ ਕਰਨ ਵਾਲਾ ਰਾਜਾ, ਆਪਣੇ ਰਾਜ ਵਿੱਚ, ਵੱਖੋ ਵੱਖ ਵਰਣਾਂ ਦੇ ਝਗੜਿਆਂ ਅਤੇ ਪਿੰਡਾਂ ਦੀ ਭਾਈਚਾਰਕ ਸਾਂਝ ਨੂੰ ਤੋੜਨ ਵਾਲੇ ਲੋਕਾਂ ਨੂੰ ਦੰਡ ਦੇਣ ਲਈ, ਅੱਗੇ ਦੱਸੇ ਨਿਯਮਾਂ ਮਤਾਬਿਕ ਸਾਰੇ ਮਸਲੇ ਹੱਲ ਕਰੇ।

(222) ਜੇ ਕੋਈ ਮਨੁੱਖ ਸੌਦਾ (ਮਾਲ, ਡੰਗਰ) ਖਰੀਦ ਜਾਂ ਵੇਚਣ ਮਗਰੋਂ ਇਹ ਸੋਚੇ ਕਿ ਇਹ ਮੇਰੇ ਵਾਸਤੇ ਲਾਹੇਵੰਦ ਜਾਂ ਠੀਕ ਨਹੀਂ ਸੀ, ਤਾਂ ਉਹ ਦਸ ਦਿਨਾਂ ਦੇ ਅੰਦਰ ਅੰਦਰ ਵਾਪਸ ਲੈ ਜਾਂ ਵਾਪਸ ਦੇ ਸਕਦਾ ਹੈ।

(223) ਪਰ ਦਸ ਦਿਨ ਬੀਤਣ ਤੋਂ ਬਾਅਦ, ਵੇਚਣ ਵਾਲੇ ਲਈ ਵੇਚੀ ਵਸਤ ਵਾਪਸ ਲੈਣੀ ਜ਼ਰੂਰੀ ਨਹੀਂ ਅਤੇ ਨਾ ਹੀ ਖਰੀਦਣ ਵਾਲਾ ਵਾਪਸ ਕਰਨ ਦਾ ਕੋਈ ਹੱਕ ਰੱਖਦਾ ਹੈ। ਦੋਹਾਂ ਹਾਲਤਾਂ ਵਿੱਚ ਨਜਾਇਜ਼ ਝਗੜਾ ਕਰਨ ਵਾਲੇ ਦੀ ਸ਼ਕਾਇਤ ਹੋਣ ਤੇ, ਰਾਜੇ ਵਲੋਂ ਛੇ ਸੌ ਪਣ ਦੰਡ ਹੋ ਸਕਦਾ ਹੈ।

(224) ਜੇ ਕੰਨਿਆਂ ਦੇ ਰਿਸ਼ਤੇ ਦਾ ਮਾਮਲਾ ਹੋਵੇ ਜਾਂ ਕੰਨਿਆਂ ਦੋਸ਼ ਗ੍ਰਸਤ ਹੋਵੇ (ਅਪਾਹਜ, ਭੈੜਾ ਚਾਲ ਚਲਣ, ਦਿਮਾਗੀ ਹਾਲਤ ਆਦਿ) ਅਤੇ ਕੰਨਿਆਂ ਦਾ ਪਿਤਾ ਕੰਨਿਆ ਵਾਰੇ ਗਲਤ ਜਾਣਕਰੀ ਦੇ ਕੇ ਕੰਨਿਆਂ ਦਾਨ ਕਰੇ, ਤਾਂ ਰਾਜਾ ਉਸਨੂੰ ਸਿਰਫ 96 ਪਣ ਜੁਰਮਾਨਾ ਕਰ ਸਕਦਾ ਹੈ।

(225) ਪਰ ਜੇ ਕੋਈ ਜਾਣ ਬੁੱਝ ਕੇ ਕੰਨਿਆਂ ਵਾਰੇ ਦੋਸ਼ ਗ੍ਰਸਤ ਹੋਣ ਦਾ ਦੋਸ਼ ਲਾਵੇ ਪਰ ਸਾਬਤ ਨਾ ਕਰ ਸਕੇ, ਤਾਂ ਰਾਜਾ ਉਸਨੂੰ ਘੱਟੋ ਘੱਟ ਸੌ ਪਣ ਦੰਡ ਲਾਵੇ।

(226) ਵਿਆਹ ਦੀ ਰਸਮ ਵਾਲੇ ਵੇਦ ਮੰਤ੍ਰ, ਕੇਵਲ ਕੁਆਰੀ ਕੰਨਿਆਂ ਲਈ ਹੀ ਉਚਾਰੇ ਜਾ ਸਕਦੇ ਹਨ। ਉਸ ਇਸਤ੍ਰੀ ਲਈ ਨਹੀਂ ਪੜ੍ਹੇ ਜਾ ਸਕਦੇ, ਜੋ ਆਪਣੇ ਧਰਮ ਤੋਂ ਪਤਿਤ ਹੋ ਕੇ ਕੁਆਰਾਪਨ ਗੁਆ ਚੁੱਕੀ ਹੋਵੇ।

(227) ਵਿਆਹ ਦੀ ਰਸਮ ਸਮੇਂ, ਪੰਡਤਾਂ ਵਲੋਂ ਪੜ੍ਹੇ ਜਾਣ ਵਾਲੇ, ਸੱਤ ਵੇਦ ਮੰਤ੍ਰਾਂ ਦੇ ਪਾਠ ਦੀ ਸਮਾਪਤੀ ਮਗਰੋਂ ਹੀ, ਇੱਕ ਕੁਆਰੀ ਕੰਨਿਆਂ, ਪਤਨੀ ਦਾ ਦਰਜਾ ਪ੍ਰਾਪਤ ਕਰਦੀ ਹੈ। ਸੂਝਵਾਨ ਸੱਜਣਾਂ ਨੂੰ ਇਸ ਬਾਰੇ ਭਲੀ ਭਾਂਤ ਪਤਾ ਹੈ, ਕਿ ਪਵਿੱਤਰ ਅਗਨੀ ਦੁਆਲੇ ਸੱਤ ਫੇਰਿਆਂ ਤੋਂ ਬਾਅਦ ਹੀ ਵਿਆਹ ਦੀ ਰਸਮ ਖਤਮ ਹੁੰਦੀ ਹੈ ਅਤੇ ਕੰਨਿਆਂ ਧਰਮ ਰੀਤੀ ਮੁਤਾਬਿਕ ਸੁਹਾਗਣ ਕਹਾ ਸਕਦੀ ਹੈ।

(228) ਦੁਨੀਆਂ ਵਿੱਚ, ਲੈਣ ਦੇਣ ਤੇ ਹੋਰ ਝਗੜਿਆਂ ਤੋਂ ਸਿਵਾ, ਜਿਨ੍ਹਾਂ ਕੰਮਾਂ ਕਰਕੇ ਮਨੁੱਖ ਜਾਂ ਇਸਤ੍ਰੀ ਨੂੰ ਅਨੁਭਵ ਹੋਵੇ ਕਿ ਉਨ੍ਹਾਂ ਨੇ ਕੋਈ ਐਸਾ ਗੁਨਾਹ ਕੀਤਾ ਹੋਵੇ, ਜਿਸਦੀ ਭੁੱਲ ਦਾ ਪਸ਼ਚਾਤਪ ਅਤੇ ਸੰਤਾਪ ਹੰਢਾਣ ਲਈ ਰਾਜੇ ਅੱਗੇ ਪੇਸ਼ ਹੋਣਾ ਪਵੇ, ਤਾਂ ਰਾਜੇ ਨੂੰ ਚਾਹੀਦਾ ਹੈ ਕਿ ਧਰਮ ਵਿਧੀ ਮੁਤਾਬਿਕ, ਤਨਖਾਹ (ਧਾਰਮਿਕ ਦੰਡ-ਸੇਵਾ) ਲਾ ਕੇ ਉਨ੍ਹਾਂ ਨੂੰ ਧਰਮ ਦੇ ਰਾਹ ਪਾਵੇ।

ਪਸ਼ੂਆਂ ਦੇ ਮਾਲਕ ਅਤੇ ਚਰਵਾਹੇ ਵਿਚਾਲੇ ਝਗੜੇ ਦਾ ਨਿਪਟਾਰਾ-

(229) ਹੁਣ ਮੈਂ (ਭ੍ਰਿਗੂ), ਪਸ਼ੂਆਂ ਸਬੰਧੀ, ਮਾਲਕ ਅਤੇ ਚਰਵਾਹੇ ਵਿਚਾਲੇ ਅਸਹਿਮਤੀ ਅਤੇ ਝਗੜਿਆਂ ਦਾ ਨਿਰਣਾਂ ਅਤੇ ਅਪਰਾਧਾਂ ਬਾਰੇ ਨਿਯਮਾਂ ਦਾ ਵਖਿਆਨ ਕਰਦਾ ਹਾਂ।

ਟਿੱਪਣੀ:- *ਅੱਜ ਦੇ ਸਮੇਂ ਵਿੱਚ ਭਾਵੇਂ ਕਿਸੇ ਦੀ ਅਮੀਰੀ ਅਤੇ ਖੁਸ਼ਹਾਲੀ ਪਰਖਣ ਦੇ ਵੱਖਰੇ ਪੈਮਾਨੇ ਹਨ, ਪਰ ਪੁਰਾਤਨ ਸਮੇਂ ਦੀ ਅਮੀਰੀ ਅਤੇ ਖੁਸ਼ਹਾਲੀ ਕੇਵਲ, ਮਨੁੱਖ ਕੋਲ ਪਸ਼ੂਆਂ ਦੀ ਗਿਣਤੀ, ਉਸਦੇ ਪ੍ਰਵਾਰ ਦੇ ਜੀਆਂ ਦੀ ਗਿਣਤੀ, ਅਤੇ ਉਸਦੀ ਜ਼ਮੀਨ ਨਾਲ ਹੀ ਦੇਖੀ ਜਾਂਦੀ ਸੀ। ਇਸੇ ਕਰਕੇ ਅਗਲੇ ਕੁਝ ਸਲੋਕਾਂ ਵਿੱਚ ਇਨ੍ਹਾਂ ਮਸਲਿਆਂ ਬਾਰੇ ਬਹੁਤ ਵਿਸਥਾਰ ਨਾਲ ਲਿਖਿਆ ਜਾਪਦਾ ਹੈ। ਪਾਠਕਾਂ ਦੇ ਗਿਆਨ ਹਿੱਤ, ਜਿਵੇਂ ਦਾ ਤਿਵੇਂ ਲਿਖ ਦਿੱਤਾ ਹੈ।*

(230) ਪਸ਼ੂਆਂ ਦੀ ਰੱਖਿਆ ਅਤੇ ਸੰਭਾਲ ਦੀ ਜ਼ਿੰਮੇਦਾਰੀ ਦਿਨ ਵੇਲੇ ਚਰਵਾਹੇ ਦੀ ਹੈ ਅਤੇ ਰਾਤ ਵੇਲੇ (ਜੇ ਪਸ਼ੂ ਮਾਲਕ ਦੇ ਘਰ ਹੋਣ ਤਾਂ) ਮਾਲਕ ਦੀ ਹੈ। ਇਸਦੇ ਉਲਟ ਜੇ ਪਸ਼ੂ ਹਰ ਸਮੇਂ ਚਰਵਾਹੇ ਪਾਸ ਹਨ ਤਾਂ ਸਾਰੀ ਜ਼ਿੰਮੇਦਾਰੀ ਚਰਵਾਹੇ ਦੀ ਹੈ।

(231) ਜੇ ਚਰਵਾਹਾ, ਦੁੱਧ ਦੀ ਵੰਡ ਦੇ ਅਧਾਰ ਤੇ ਹੀ ਕੰਮ ਕਰਦਾ ਹੈ, ਤਾਂ ਉਹ ਮਾਲਕ ਦੀ ਸਹਿਮਤੀ ਨਾਲ ਦਸਾਂ ਪਸ਼ੂਆਂ ਪਿੱਛੇ ਇੱਕ ਦਾ ਦੁੱਧ ਆਪਣੀ ਮਰਜ਼ੀ ਨਾਲ ਚੋਅ ਸਕਦਾ ਹੈ। ਉਹ ਹੋਰ ਕਿਸੇ ਮਜ਼ਦੂਰੀ ਦੀ ਮੰਗ ਨਹੀਂ ਕਰ ਸਕਦਾ।

(232) ਚਰਵਾਹੇ ਦੀ ਬੇਧਿਆਨੀ ਜਾਂ ਅਣਗਹਿਲੀ ਕਰਕੇ, ਜੇ ਪਸ਼ੂ ਗਵਾਚ ਜਾਵੇ, ਕੁੱਤੇ ਪੈਣ ਕਰਕੇ ਮਰ ਜਾਵੇ, ਜਾਂ ਕੋਈ ਜ਼ਹਿਰੀਲਾ ਕੀੜਾ ਡੰਗ ਮਾਰ ਜਾਵੇ, ਜਾਂ ਕਿਸੇ ਖੱਡ ਵਿੱਚ ਡਿਗ ਕੇ ਮਰ ਜਾਵੇ, ਤਾਂ ਸਾਰੇ ਨੁਕਸਾਨ ਦਾ ਜ਼ਿੰਮੇਂਦਾਰ ਚਰਵਾਹਾ ਹੀ ਮੰਨਿਆ ਜਾਂਦਾ ਹੈ।

(233) ਰਾਖੀ ਕਰਨ ਅਤੇ ਰੌਲਾ ਪਾਉਂਣ ਦੇ ਬਾਵਜੂਦ ਵੀ, ਜੇ ਚੋਰ ਪਸੂ ਨੂੰ ਜਬਰਦਸਤੀ ਚੋਰੀ ਕਰ ਕੇ ਲੈ ਜਾਣ, ਤਾਂ ਮਾਲਕ ਨੂੰ ਉਸੇ ਵਕਤ ਸੂਚਨਾ ਦੇਣ ਵਾਲੇ ਚਰਵਾਹੇ ਸਿਰ, ਕੋਈ ਦੋਸ਼ ਨਹੀਂ ਆਉਂਦਾ।

(234) ਜੇ ਪਸ਼ੂ ਆਪਣੀ ਮੌਤੇ ਮਰ ਜਾਏ ਤਾਂ ਚਰਵਾਹਾ ਉਸ ਪਸ਼ੂ ਦੇ ਦੋਨੋਂ ਕੰਨ, ਪੂਛ ਦੀ ਖੱਲ, ਉੱਨ, ਉਸਦੀਆਂ ਨਸਾਂ, ਵਾਲ਼, ਗੁਰਦੇ, ਮਿੱਝ ਅਤੇ ਸਿੰਗ ਆਦਿ (ਕੋਈ ਹਿੱਸਾ) ਸਬੂਤ ਵਜੋਂ ਮਾਲਕ ਦੀ ਤਸੱਲੀ ਲਈ ਉਸਨੂੰ ਦਿਖਾ ਦੇਵੇ।

(235) ਜੇ ਬੱਕਰੀਆਂ ਜਾਂ ਭੇਡਾਂ ਨੂੰ ਚਾਰਦੇ ਸਮੇਂ, ਅਚਾਨਕ ਭੇੜੀਏ (ਬਘਿਆੜ) ਆ ਪੈਣ ਅਤੇ ਚਰਵਾਹਾ ਉਨ੍ਹਾਂ ਤੋਂ ਬਚਾਉਣ ਦੀ ਥਾਂ, ਦੇਖ ਕੇ ਭੱਜ ਜਾਵੇ ਤਾਂ ਪਸ਼ੂ ਦੀ ਮੌਤ ਦਾ ਜਿਮੇਂਦਾਰ ਚਰਵਾਹਾ ਹੀ ਗਿਣਿਆ ਜਾਂਦਾ ਹੈ।

(236) ਜੇ ਪਸ਼ੂਆਂ ਨੂੰ ਆਪਣੇ ਘੇਰੇ ਅਤੇ ਸਾਂਭ ਸੰਭਾਲ ਵਿੱਚ ਰੱਖਣ ਦੇ ਬਾਵਜੂਦ ਵੀ, ਭੇੜੀਆ ਜੰਗਲ ਵਿੱਚੋਂ ਨਿਕਲ ਕੇ ਅਚਾਨਕ ਮਾਰ ਕਰ ਜਾਵੇ ਤਾਂ ਚਰਵਾਹੇ ਸਿਰ ਕੋਈ ਦੋਸ਼ ਨਹੀ ਆਉਂਦਾ।

(237) ਪਿੰਡ ਦੇ ਚਾਰੇ ਪਾਸੇ ਚਾਰ ਸੌ ਧਨੁਸ਼ (ਤੀਰ ਕਮਾਣ =400 ਹੱਥ) ਜ਼ਮੀਨ, ਸ਼ਾਮਲਾਟ ਹੋਣੀ ਚਾਹੀਦੀ ਹੈ ਅਤੇ ਪਸ਼ੂਆਂ ਦੇ ਚੁਗਣ ਲਈ, ਨਗਰ ਦੇ ਚਾਰੇ ਪਾਸੇ, ਤਿੰਨ ਵਾਰੀ ਲਾਠੀ ਵਗਾਹ ਕੇ ਸੁੱਟਣ ਦੀ ਦੂਰੀ ਤੀਕਰ ਜ਼ਮੀਨ (ਤਕਰੀਬਨ 1200 ਫੁੱਟ) ਪਸ਼ੂਆਂ ਦੇ ਚੁਗਣ ਲਈ ਛੱਡਣੀ ਜ਼ਰੂਰੀ ਹੈ।

(238) ਜੇ ਕਿਸੇ ਦਾ ਪਸ਼ੂ ਉਸ ਹੱਦ ਨੂੰ ਲੰਘ ਕੇ, ਕਿਸੇ ਦੀ ਬਿਨਾਂ ਬਗਲ਼ ਕੀਤੀ ਜ਼ਮੀਨ ਵਿੱਚ ਦਾਖਲ ਹੋ ਕੇ ਫ਼ਸਲ ਦਾ ਨੁਕਸਾਨ ਕਰ ਦੇਵੇ ਤਾਂ ਉਸ ਝਗੜੇ ਵਿੱਚ, ਰਾਜਾ ਚਰਵਾਹੇ ਨੂੰ ਜੁਰਮਾਨਾ ਲਾਵੇ।

(239) ਖੇਤੀ ਦਾ ਮਾਲਕ, ਆਪਣੀ ਖੇਤੀ ਦੁਆਲੇ ਏਨੀ ਉੱਚੀ ਤੇ ਸੰਘਣੀ ਵਾੜ (ਬਾੜਾ) ਕਰੇ ਕਿ ਉਸ ਉੱਪਰੋਂ ਊਂਠ ਭੀ ਮੂੰਹ ਨਾ ਮਾਰ ਸਕੇ ਅਤੇ ਕੁੱਤਾ ਜਾਂ ਸੂਰ ਭੀ ਆਪਣਾ ਸਿਰ ਨਾ ਲੰਘਾ ਸਕੇ।

(240) ਜੇ ਪਿੰਡ, ਜਾਂ ਪਿੰਡ ਨੂੰ ਜਾਂਦੇ ਰਸਤੇ ਦੇ ਆਲੇ ਦੁਆਲੇ, ਚਰਵਾਹੇ ਦੀ ਹਾਜ਼ਰੀ ਦੇ ਬਾਵਜੂਦ, ਉਸਦੇ ਮੱਛਰੇ ਹੋਏ ਪਸ਼ੂ, ਖੇਤ ਵਿੱਚ ਵੜ ਕੇ ਜ਼ਿਮੀਦਾਰ ਦੀ ਫਸਲ ਦਾ ਨੁਕਸਾਨ ਕਰ ਜਾਣ ਤਾਂ ਸ਼ਕਾਇਤ ਹੋਣ ਤੇ ਰਾਜਾ ਚਰਵਾਹੇ ਨੂੰ ਸੌ ਪਣਾ ਦੰਡ ਲਾਵੇ। ਪਰ ਜੇ ਕੋਈ ਅਵਾਰਾ ਪਸ਼ੂ ਫ਼ਸਲ ਦਾ ਨੁਕਸਾਨ ਕਰ ਜਾਵੇ ਤਾਂ ਖੇਤੀ ਦਾ ਮਾਲਕ. ਆਪ ਰੱਖਿਆ ਦਾ ਜਿੰਮੇਂਦਾਰ ਹੈ।

(241) ਆਲੇ ਦੁਆਲੇ ਦੇ ਰਾਹਾਂ ਤੋਂ ਪਰੇ, ਜੇ ਕਿਸੇ ਹੋਰ ਦੇ ਖੇਤ ਵਿੱਚ ਪਸ਼ੂ ਵੜ ਜਾਣ ਤਾਂ ਸ਼ਕਾਇਤ ਕਰਨ ਤੇ ਹਰ ਪਸ਼ੂ ਬਦਲੇ ਮਾਲਕ ਨੂੰ ਸਵਾ ਪਣ ਜ਼ੁਰਮਾਨਾ ਕੀਤਾ ਜਾਵੇ ਅਤੇ ਜੇ ਸਾਰੀ ਖੇਤੀ ਨਸ਼ਟ ਹੋ ਗਈ ਹੋਵੇ ਤਾਂ ਉਸਦੇ ਨੁਕਸਾਨ ਦੀ ਸਾਰੀ ਰਕਮ ਮਾਲਕ ਨੂੰ ਭਰਨੀ ਪਵੇਗੀ। ਇਹ ਮਨੂੰ ਜੀ ਵਲੋਂ ਨਿਸਚਿਤ ਵਿਧਾਨ ਹੈ।

(242) ਮਨੂੰ ਜੀ ਦਾ ਫੁਰਮਾਨ ਹੈ ਕਿ, ਜਿਨ੍ਹਾਂ ਗਊਆਂ ਪਿੱਛੇ ਦਸ ਤੋਂ ਘੱਟ ਦਿਨਾਂ ਦੇ ਬਛੜੇ ਹੋਣ, ਜਾਂ ਉਹ ਸਾਂਡ ਅਤੇ ਹੋਰ ਪਸ਼ੂ ਜੋ ਦੇਵਤਿਆਂ ਲਈ ਬਲ਼ੀ (ਕੁਰਬਾਨੀ) ਦੇਣ ਦੇ ਉਦੇਸ਼ ਨਾਲ ਖੁੱਲ੍ਹੇ ਛੱਡੇ ਹੋਣ, ਚਰਵਾਹੇ ਦੇ ਹੁੰਦਿਆਂ ਜਾਂ ਨਾ ਹੁੰਦਿਆਂ, ਖੇਤੀ ਉਜਾੜਨ ਦਾ ਦੋਸ਼ ਕਿਸੇ ਨੂੰ ਨਹੀਂ ਦਿੱਤਾ ਜਾ ਸਕਦਾ।

(243) ਜੇ ਰਾਜੇ ਨੂੰ ਭੇਤ ਲੱਗ ਜਾਵੇ ਕਿ ਖੇਤੀ ਦਾ ਨੁਕਸਾਨ, ਸ਼ਕਾਇਤ ਕਰਤਾ (ਖੇਤੀ ਕਰਨ ਵਾਲਾ-ਕਾਸ਼ਤਕਾਰ) ਦੀ ਆਪਣੀ ਗਲਤੀ ਕਾਰਣ ਹੋਇਆ ਹੈ, ਤਾਂ ਰਾਜਾ ਉਸਨੂੰ, ਹੋਏ ਨੁਕਸਾਨ ਦਾ ਦਸ ਗੁਣਾ ਦੰਡ ਲਾਵੇ। ਪਰ ਜੇ ਖੇਤੀ ਦਾ ਨੁਕਸਾਨ ਉਸਦੇ ਆਪਣੇ ਨੌਕਰਾਂ ਦੀ ਅਣਗਹਿਲੀ ਨਾਲ ਹੋਇਆ ਹੋਵੇ ਤਾਂ ਝੂਠੀ ਸ਼ਕਾਇਤ ਲਉਣ ਕਾਰਣ, ਰਾਜਾ ਉਸਨੂੰ, ਨੁਕਸਾਨ ਦਾ ਪੰਜ ਗੁਣਾ ਦੰਡ ਲਾਵੇ।

(244) ਇੱਕ ਧਰਮੀ ਰਾਜਾ, ਇਸ ਤਰਾਂ ਦੱਸੇ ਗਏ ਨਿਯਮਾਂ ਦੇ ਅਧਾਰ ਤੇ, ਪਸ਼ੂਆਂ ਦੇ ਮਾਲਕਾਂ, ਚਰਵਾਹਿਆਂ, ਅਤੇ ਪਸ਼ੂਆਂ ਨਾਲ ਸਬੰਧਿਤ ਮਾਮਲਿਆਂ ਵਿੱਚ ਹੋਏ ਨੁਕਸਾਨ ਦੇ ਫੈਸਲੇ ਕਰੇ।

ਪਿੰਡਾਂ ਦੀ ਹੱਦਬੰਦੀ ਬਾਰੇ ਵਾਦ ਵਿਵਾਦ –

(245) ਜੇ ਦੋ ਪਿੰਡਾਂ ਵਿਚਾਲੇ ਹੱਦ ਬੰਦੀ ਦਾ ਝਗੜਾ ਖੜਾ ਹੋ ਜਾਵੇ ਤਾਂ ਰਾਜਾ ਇਸ ਦਾ ਫੈਸਲਾ ਜੇਠ ਦੇ ਮਹੀਨੇ ਵਿੱਚ ਕਰੇ ਕਿਉਂਕਿ ਉਸ ਮਹੀਨੇ ਨਿਸ਼ਾਨਦੇਹੀ ਕਰਨੀ ਸੌਖੀ ਹੁੰਦੀ ਹੈ।

ਟਿੱਪਣੀ:- *ਜ਼ਾਹਿਰ ਹੈ ਕਿ ਇਹ ਸਭੁ ਕੁਝ ਮਿਥਿਆ ਹੀ ਹੈ। ਸਾਰੇ ਸੰਸਾਰ ਦੇ ਘੜਨਹਾਰ ਦੇ ਮੂੰਹੋਂ, ਗੱਲ ਕੇਵਲ ਕਿਸੇ ਖਾਸ ਇਲਾਕੇ ਦੀ ਕੀਤੀ ਰਹੀ ਹੈ। ਕੁਦਰਤ ਦੇ ਨਿਯਮਾਂ ਨੂੰ ਜਾਨਣ ਵਾਲਿਆਂ ਨੂੰ ਪਤਾ ਹੈ ਕਿ ਸੰਸਾਰ ਵਿੱਚ ਵੱਖ ਵੱਖ ਥਾਵਾਂ ਤੇ ਇੱਕੋ ਜਿਹਾ ਮੌਸਮ ਨਹੀਂ ਹੁੰਦਾ।*

(246) ਪਿੰਡਾਂ ਦੀ ਹੱਦ-ਬੰਦੀ (ਸੀਮਾਂ) ਜਾਨਣ ਲਈ ਲੰਬੀ ਉਮਰ ਭੋਗਣ ਵਾਲੇ ਦਰਖਤ, ਜਿਵੇਂ ਬੋਹੜ, ਪਿੱਪਲ, ਢੱਕ, ਪਲਾਹ, ਸਿੰਮਲ, ਸਾਲ੍ਹ ਅਤੇ ਤਾੜੀ ਆਦਿ ਦਰਖਤਾਂ ਨਾਲ ਨਿਸ਼ਾਨ ਦੇਹੀ ਕੀਤੀ ਜਾਵੇ।

(247) ਪਿੰਡ ਵਿੱਚ ਅਤੇ ਆਲੇ ਦੁਆਲੇ, ਅੰਜੀਰਾਂ (ਗੁਲਰ), ਬ੍ਰੋੜ ਅਤੇ ਤਰ੍ਹਾਂ ਤਰ੍ਹਾਂ ਦੇ ਬਾਂਸ, ਸਾਮੀ (ਜੰਡ}, ਅੱਕ, ਵੇਲਾਂ, ਕਾਨੇ, ਬੂਝੇ, ਸਰਕੰਡੇ (ਕਿੱਕਰਾਂ), ਉੱਚੇ ਟਿੱਲੇ, ਖਜ਼ੂਰਾਂ ਆਦਿ ਹੋਣ ਤਾਂ ਪਿੰਡ ਦੀ ਸੀਮਾਂ (ਹੱਦ ਬੰਦੀ) ਨਹੀਂ ਮਿਟਦੀ।

(248) ਪਿੰਡਾਂ ਦੀਆਂ ਸੱਥਾਂ, ਜੂਹਾਂ ਅਤੇ ਵਸੀਵੇਂ ਦੇ ਨੇੜੇ, ਖੂਹ, ਬੌਲੀਆਂ, ਚਸ਼ਮੇਂ, ਵਗਦੇ ਖਾਲ਼ੇ, ਛੱਪੜ, ਦੇਵ ਮੰਦਰ (ਦੇਵਲ ਦੁਆਰੇ) ਆਦਿ ਹੋਣੇ ਚਾਹੀਦੇ ਹਨ।

(249) ਸੰਸਾਰ ਵਿੱਚ ਸੀਮਾਂ ਦਾ ਝਗੜਾ ਹਰ ਜਗ੍ਹਾ ਹੈ ਅਤੇ ਇਸਦੀ ਉਲੰਘਣਾ ਹਰ ਰੋਜ਼ ਹੁੰਦੀ ਹੈ। ਇਸਨੂੰ ਰੋਕਣ ਲਈ ਰਾਜੇ ਨੂੰ ਚਾਹੀਦਾ ਹੈ ਪਿੰਡਾਂ ਦੀ ਹੱਦ ਬੰਦੀ ਨਾਲ ਸਬੰਧਿਤ, ਗੁਪਤ ਰੂਪ ਵਿੱਚ ਭੀ ਨਿਸ਼ਾਨਦੇਹੀ ਅਤੇ ਪੱਕੀਆਂ ਨਿਸ਼ਾਨੀਆਂ ਭੀ ਸਥਿਰ ਹੋਣੀਆਂ ਚਾਹੀਦੀਆਂ ਹਨ।

(250) ਸਮਾਂ ਪਾ ਕੇ, ਨਸ਼ਟ ਨਾ ਹੋਣ ਵਾਲੀਆਂ ਚੀਜ਼ਾਂ, ਜਿਵੇਂ ਵੱਡੇ ਪੱਥਰ ਅਦਿ, ਦੱਬੀਆਂ ਹੋਈਆਂ ਹੱਡੀਆਂ, ਪਾਥੀਆਂ ਦੇ ਗਹੂਰੇ, ਸੁਆਹ ਅਤੇ ਪਿੰਡ ਦੇ ਢੇਰ, ਵਸੀਵੇਂ ਨੇੜੇ ਬੂਝੇ, ਠੀਕਰ, ਰੇਤ ਦੇ ਟਿੱਬੇ ਆਦਿ ਪਿੰਡ ਦੇ ਰਸਤਿਆਂ ਅਤੇ ਹੱਦ ਦੀਆਂ ਨਿਸ਼ਾਨੀਆਂ ਵਜੋਂ ਆਮ ਵਰਤੇ ਜਾਂਦੇ ਹਨ।

(251) ਅਤੇ ਹੋਰ ਐਸੀਆਂ ਵਸਤਾਂ ਜੋ ਸਮੇਂ ਨਾਲ ਨਸ਼ਟ ਨਾ ਹੋਣ, ਧਰਤੀ ਵਿੱਚ ਦੱਬੀਆਂ ਜਾ ਸਕਦੀਆਂ ਹੋਣ ਅਤੇ ਲੋੜ ਪੈਣ ਤੇ ਸਬੂਤ ਵਜੋਂ ਪਿੰਡ ਦੀ ਹੱਦ-ਬੰਦੀ ਲਈ ਵਰਤੀਆਂ ਜਾ ਸਕਦੀਆਂ ਹਨ।

(252) ਰਾਜਾ, ਇਨ੍ਹਾਂ ਉੱਪਰ ਦੱਸੇ ਚਿੰਨ੍ਹਾਂ ਦੇ ਅਧਾਰ ਤੇ, ਆਲੇ ਦੁਆਲੇ ਲਗਾਤਾਰ ਵਗਦੇ ਨਦੀਆਂ ਨਾਲਿਆਂ ਦੀ ਨਿਸ਼ਾਨਦੇਹੀ ਕਰਕੇ, ਪਿੰਡਾਂ ਦੀਆ ਹੱਦਾਂ ਦੇ ਆਪਸੀ ਝਗੜਿਆਂ ਦਾ ਨਿਪਟਾਰਾ ਕਰ ਸਕਦਾ ਹੈ।

(253) ਜੇ ਸੀਮਾਂ ਦੇ ਚਿੰਨ੍ਹਾਂ ਨੂੰ ਅਧਾਰ ਬਣਾ ਕੇ ਵੀ, ਨਿਪਟਾਰਾ ਨਾ ਹੋ ਸਕੇ, ਤਾਂ ਰਾਜਾ, ਪਿੰਡਾਂ ਦੇ ਸਿਆਣੇ ਪੁਰਸ਼ਾਂ ਅਤੇ ਦੋਹਾਂ ਧਿਰਾਂ ਦੇ ਗਵਾਹਾਂ ਵਲੋਂ ਦਿੱਤੇ ਪ੍ਰਮਾਣਾਂ ਨੂੰ ਵਿਚਾਰ ਕੇ ਆਪਣਾ ਫੈਸਲਾ ਸੁਣਾ ਸਕਦਾ ਹੈ।

(254) ਐਸੇ ਮਾਮਲਿਆਂ ਦੀ ਸੁਣਵਾਈ ਸਮੇਂ, ਨਿਸ਼ਾਨੀਆਂ ਬਾਰੇ ਗਵਾਹੀਆਂ ਲੈਣ ਲੱਗਿਆਂ, ਦੋਹਾਂ ਪਿੰਡਾਂ ਦੇ ਸਿਆਣੇ ਲੋਕਾਂ ਅਤੇ ਦੋਹਾਂ ਧਿਰਾਂ ਵਲੋਂ ਆਪੋ ਆਪਣਾ ਹੱਕ ਜਿਤਾਉਣ ਵਾਲੇ ਗਵਾਹਾਂ ਦਾ ਹਾਜ਼ਰ ਹੋਣਾ ਜ਼ਰੂਰੀ ਹੈ।

(255) ਜਿਸ ਤਰਾਂ ਉਹ ਸਵਾਲਾਂ ਦੇ ਜਵਾਬ ਦੇਣ, ਸਰਬਸੰਮਤੀ ਨਾਲ ਦੋਵੇਂ ਧਿਰਾਂ ਉਸ ਬਾਰੇ ਫੈਸਲਾ ਲੈਣ ਅਤੇ ਪਿੰਡ ਦੀ ਸੀਮਾਂ ਬਾਰੇ ਲਿਖਤੀ ਰੂਪ ਵਿੱਚ ਸਾਰੀ ਕਾਰਵਾਈ ਦਰਜ ਕੀਤੀ ਜਾਵੇ।

(256) ਦੋਹਾਂ ਪਾਸਿਆਂ ਵਲੋਂ ਗਵਾਹੀ ਦੇਣ ਵਾਲੇ ਲੋਕ, ਗਲ਼ ਵਿੱਚ ਲਾਲ ਫੁੱਲਾਂ ਦੀ ਮਾਲਾ, ਲਾਲ ਰੰਗ ਦੇ ਬਸਤਰ ਪਾ ਕੇ ਅਤੇ ਆਪਣੇ ਸਿਰਾਂ ਉੱਪਰ ਮਿੱਟੀ ਦਾ ਢੇਲਾ ਰੱਖ ਕੇ ਸੌਂਹ ਚੁੱਕਣ ਅਤੇ ਅਰਦਾਸ ਕਰਕੇ ਆਪਣੇ ਵਲੋਂ ਸਭ ਕੁਝ ਸੱਚੋ ਸੱਚ ਦੱਸਣ। ਰਾਜਾ ਉਨ੍ਹਾਂ ਦੇ ਬਿਆਨਾਂ ਨੂੰ ਅਧਾਰ ਬਣਾ ਕੇ ਆਪਣਾ ਫੈਸਲਾ ਦੇਵੇ ਅਤੇ ਝਗੜੇ ਦਾ ਨਿਪਟਾਰਾ ਕਰੇ।

(257) ਜੇ ਓਹੁ ਹੱਦ ਬੰਦੀ ਦਾ ਹੱਲ, ਉੱਪਰ ਦੱਸੇ ਗਏ ਤਰੀਕੇ ਮੁਤਾਬਿਕ ਸੱਚ ਬੋਲ ਕੇ ਕਰਨ ਤਾਂ ਉਨ੍ਹਾਂ ਨੂੰ ਸੱਚੇ ਗਵਾਹਾਂ ਵਾਲਾ ਸਤਿਕਾਰ ਦਿੱਤਾ ਜਾਵੇ। ਪਰ ਜੇ ਭਿਣਕ ਮਿਲ ਜਾਵੇ ਅਤੇ ਜ਼ਾਹਰ ਹੋ ਜਾਵੇ ਕਿ ਉਨ੍ਹਾਂ ਨੇ ਝੂਠ ਬੋਲਿਆ ਹੈ ਤਾਂ ਰਾਜਾ ਕੱਲੇ ਕੱਲੇ ਨੂੰ ਘੱਟੋ ਘੱਟ ਦੋ ਸੌ ਪਣਾ ਦੰਡ ਲਾਵੇ।

(258) ਇਸ ਤਰਾਂ ਗਵਾਹਾਂ ਦੇ ਝੂਠੇ ਸਾਬਤ ਹੋ ਜਾਣ ਤੇ ਰਾਜਾ, ਆਪਣੀ ਹਾਜ਼ਰੀ ਵਿੱਚ ਆਲੇ ਦੁਆਲੇ ਦੇ ਚਾਰ ਹੋਰ ਪਿੰਡਾਂ ਵਿੱਚ ਸਤਿਕਾਰੇ ਜਾਂਦੇ ਬੰਦੇ ਇਕੱਠੇ ਕਰੇ ਅਤੇ ਉਨ੍ਹਾਂ ਦੇ ਫੈਸਲੇ ਨੂੰ ਅਖੀਰੀ ਜਾਣ ਕੇ, ਉਸ ਉੱਪਰ ਆਪਣੀ ਮੋਹਰ ਲਾ ਦੇਵੇ।

(259) ਜੇ ਗੁਆਂਢੀ ਚਾਰ ਪਿੰਡਾਂ ਦੇ ਲੋਕ ਭੀ ਕੋਈ ਫੈਸਲਾ ਨਾ ਦੇ ਸਕਣ ਤਾਂ ਰਾਜਾ, ਹੇਠਾਂ ਦੱਸੇ ਆਲੇ ਦੁਆਲੇ ਦੇ ਰਹਿਣ ਵਾਲੇ ਪੁਰਾਣੇ ਲੋਕਾਂ (ਆਦਿ ਵਾਸੀਆਂ) ਨੂੰ ਸੱਦ ਕੇ ਪਤਾ ਕਰੇ ਕਿ ਉਹ ਦੋਹਾਂ ਪਿੰਡਾਂ ਦੀ ਹੱਦ ਬੰਦੀ ਬਾਰੇ ਕੀ ਜਾਣਦੇ ਹਨ।

(260) ਜੇ ਰਾਜਾ ਚ੍ਹਾਵੇ ਤਾਂ, ਆਲੇ ਦੁਆਲੇ ਦੇ ਰਹਿਣ ਵਾਲੇ ਸ਼ਿਕਾਰੀਆਂ, ਚਿੜੀਮਾਰਾਂ (ਨਿਸ਼ਾਨਚੀਆਂ), ਪਸ਼ੂ ਚਾਰਨ ਵਾਲਿਆਂ, ਮਛੇਰਿਆਂ, ਲੱਕੜਹਾਰਿਆਂ, ਸਪੇਰਿਆਂ, ਜੜੀਆਂ ਬੂਟੀਆਂ

ਇਕੱਠੀਆਂ ਕਰਨ ਵਾਲਿਆਂ, ਘਾਹ ਪੱਠਾ ਖੋਤਣੇ ਵਾਲੇ ਲੋਕ ਅਤੇ ਆਲੇ ਦੁਆਲੇ ਦੇ ਜਾਂਗਲੀ ਲੋਕਾਂ ਤੋਂ ਭੀ ਮਸ਼ਵਰਾ ਲੈ ਸਕਦਾ ਹੈ।

(261) ਪੁੱਛੇ ਜਾਣ ਤੇ, ਜਿਸ ਤਰਾਂ ਉਹ ਦੱਸਣ, ਰਾਜਾ ਉਸੇ ਤਰਾਂ ਉਨ੍ਹਾਂ ਕੋਲੋਂ ਨਿਸ਼ਾਨੀਆਂ ਲੁਆ ਕੇ ਦੋਹਾਂ ਪਿੰਡਾਂ ਲਈ ਆਪਣਾ ਫ਼ੈਸਲਾ ਦੇ ਸਕਦਾ ਹੈ।

ਪਿੰਡ ਦੇ ਲੋਕਾਂ ਦੀ ਨਿਜੀ ਜ਼ਮੀਨ ਅਤੇ ਘਰਾਂ ਦੀ ਹੱਦਬੰਦੀ-

(262) ਪਿੰਡਾਂ ਵਿੱਚ, ਖੇਤਾਂ, ਘਰਾਂ, ਬਗੀਚਿਆਂ, ਖੂਹਾਂ ਅਤੇ ਟੋਭਿਆਂ ਦੀਆਂ ਸੀਮਾਵਾਂ ਸਬੰਧੀ ਮਾਮਲਿਆਂ ਦਾ ਨਿਰਣਾ, ਆਂਢ ਗਵਾਂਢ ਵਿੱਚ ਵਿਚਰਣ ਵਾਲੇ ਸਿਆਣੇ ਧਾਰਮਿਕ ਪੁਰਸ਼ਾਂ ਦੀ ਗਵਾਹੀ ਜਾਂ ਉਨ੍ਹਾਂ ਵਲੋਂ ਮਿਲੇ ਸਬੂਤਾਂ ਤੇ ਨਿਰਭਰ ਕਰਦਾ ਹੈ।

(263) ਜੇ ਰਾਜੇ ਨੂੰ ਪਤਾ ਲੱਗ ਜਾਵੇ ਕਿ ਪਿੰਡ ਦੇ ਦੋ ਗਵਾਂਡੀਆਂ ਦੇ ਆਪਸੀ ਮਾਮਲੇ ਵਿੱਚ, ਝੂਠਾ ਸਬੂਤ ਪੇਸ਼ ਕਰਕੇ ਕਿਸੇ ਵਲੋਂ ਮਦਦ ਕੀਤੀ ਗਈ ਹੈ ਤਾਂ ਰਾਜਾ ਝੂਠ ਬੋਲਣ ਵਾਲੇ ਲੋਕਾਂ ਨੂੰ ਪੰਜ ਪੰਜ ਸੌ ਪਣਾ ਜੁਰਮਾਨਾ ਲਾਵੇ।

(264) ਜੇ ਕੋਈ ਡਰਾ ਧਮਕਾ ਕੇ ਕਿਸੇ ਦੇ ਘਰ, ਛੱਪੜ, ਬਗੀਚੇ ਜਾਂ ਖੇਤ ਉੱਪਰ ਕਬਜ਼ਾ ਕਰੇ, ਤਾਂ ਰਾਜਾ ਉਸਨੂੰ ਪੰਜ ਸੌ ਪਣਾ ਦੰਡ ਲਾਵੇ ਅਤੇ ਜੇ ਕਿਸੇ ਦੀ ਜਾਇਦਾਦ ਵਿੱਚੋਂ ਗੈਰ ਕਨੂੰਨੀ ਲਾਂਘਾ ਕੱਢੇ ਤਾਂ ਰਾਜਾ ਉਸਨੂੰ ਦੋ ਸੌ ਪਣ ਦੰਡ ਲਾਵੇ।

(265) ਅਖੀਰ ਵਿੱਚ ਜੇ ਕਿਸੇ ਜਾਇਦਾਦ ਦੇ ਝਗੜੇ ਦਾ ਕੋਈ ਹੱਲ ਨਾ ਲੱਭੇ, ਤਾਂ ਧਰਮੀ ਰਾਜਾ, ਸਭ ਦੇ ਭਲੇ ਨੂੰ ਮੱਖ ਰੱਖ ਕੇ ਆਪਣੀ ਮਰਜ਼ੀ ਨਾਲ ਜੋ ਫੈਸਲਾ ਠੀਕ ਸਮਝੇ, ਸੁਣਾ ਦੇਵੇ।

(266) ਇਸ ਤਰਾਂ ਜਾਇਦਾਦ ਦੀ ਨਿਸ਼ਾਨਦੇਹੀ ਦੇ ਮਾਮਲਿਆਂ ਨਾਲ ਸਬੰਧਿਤ ਕਾਰਵਾਈ ਦਾ ਵਿਧਾਨ, ਪੂਰਣ ਰੂਪ ਵਿੱਚ ਦੱਸ ਦਿੱਤਾ ਗਿਆ ਹੈ। ਹੁਣ ਮੈਂ ਸਭ ਵਰਣਾਂ ਦੇ ਲੋਕਾਂ ਵਲੋਂ ਇੱਕ ਦੂਸਰੇ ਨੂੰ ਕਠੋਰ ਅਤੇ ਦੁਸ਼ਟ ਬਚਨ ਬੋਲਣ ਬਾਰੇ ਲਏ ਜਾਣ ਵਾਲੇ ਨਿਰਣਿਆਂ ਬਾਬਤ ਦੱਸਾਂਗਾ।

ਕਠੋਰ ਬਚਨ ਬੋਲਣ (ਗਾਲੀ ਗਲੋਚ) ਨਾਲ ਸਬੰਧਿਤ ਮਸਲੇ-

(267) ਜੇ ਖੱਤਰੀ, ਬ੍ਰਾਹਮਣ ਨੂੰ ਗਾਲ਼ ਕੱਢੇ ਜਾਂ ਬੁਰਾ ਬੋਲੇ ਤਾਂ ਰਾਜੇ ਵਲੋਂ ਸੌ ਪਣ ਜੁਰਮਾਨਾ। ਵੈਸ਼, ਬ੍ਰਾਹਮਣ ਨੂੰ ਗਾਲ਼ ਕੱਢੇ ਜਾਂ ਬਦਨਾਮ ਕਰੇ ਤਾਂ ਢਾਈ ਸੌ ਪਣ ਜੁਰਮਾਨਾ ਅਤੇ ਜੇ ਸ਼ੂਦਰ, ਬ੍ਰਾਹਮਣ ਨੂੰ ਗਾਲ਼ ਕੱਢੇ ਜਾਂ ਬਦਨਾਮ ਕਰੇ ਤਾਂ ਰਾਜੇ ਵਲੋਂ ਸ਼ਰੀਰਕ ਕਸ਼ਟ ਵਾਲੀ (ਮਾਰ-ਕੁੱਟ) ਸਜ਼ਾ ਹੀ ਜਾਇਜ਼ ਹੈ।

(268) ਜੇ ਬ੍ਰਾਹਮਣ ਖੱਤਰੀ ਦੀ ਬਦਨਾਮੀ ਕਰੇ ਤਾਂ ਪੰਜਾਹ ਪਣ ਜੁਰਮਾਨਾ, ਜੇ ਵੈਸ਼ ਦੀ ਬਦਨਾਮੀ ਕਰੇ ਤਾਂ ਪੱਚੀ ਪਣ, ਸ਼ੂਦਰ ਦੀ ਬਦਨਾਮੀ ਕਰੇ ਤਾਂ ਰਾਜੇ ਵਲੋਂ ਬਾਰਾਂ ਪਣ ਜੁਰਮਾਨਾ ਲਾਇਆ ਜਾਵੇ।

(269) ਜੇ ਕੋਈ ਬ੍ਰਾਹਮਣ, ਖੱਤਰੀ, ਵੈਸ਼, ਆਪਣੇ ਸਜਾਤੀ ਨੂੰ ਬੁਰਾ ਬੋਲੇ ਜਾਂ ਗਾਲ਼ਾਂ ਕੱਢੇ ਤਾਂ ਬਾਰਾਂ ਪਣ ਜੁਰਮਾਨਾ ਅਤੇ ਜੇ ਇੱਕ ਦੂਸਰੇ ਨੂੰ ਅਵਾ ਤਵਾ (ਨਾ ਸੁਣਨਯੋਗ ਭਾਸ਼ਾ) ਬੋਲਣ ਤਾਂ ਰਾਜਾ ਘਟੋ ਘੱਟ ਚੌਵੀ ਪਣ ਜੁਰਮਾਨਾ ਸੁਣਾਵੇ।

(270) ਨੀਵੀਂ ਜਾਤ ਦਾ ਸ਼ੂਦਰ, ਕਿਸੇ ਬ੍ਰਾਹਮਣ, ਖੱਤਰੀ, ਵੈਸ਼ ਨੂੰ ਪਾਪੀ ਕਹੇ ਅਤੇ ਅਪਮਾਨ ਕਰੇ ਤਾਂ ਪੈਰਾਂ ਵਿੱਚ ਥਾਂ ਰੱਖਣ ਵਾਲੇ, ਉਸ ਨੀਚ ਕੁਲੇ ਦੀ ਜੀਭ ਕੱਟ ਦਿੱਤੀ ਜਾਵੇ (ਜੀਭਾ-ਛੇਦਨ ਦੰਡ)।

(271) ਜੇ ਸ਼ੂਦਰ ਕਿਸੇ ਦਵਿੱਜ (ਬ੍ਰਾਹਮਣ ਖੱਤਰੀ ਵੈਸ਼) ਪ੍ਰਾਣੀ ਦਾ ਨਾਮ ਤੇ ਉਸਦੀ ਜਾਤ ਨੂੰ ਪੁੱਠਾ ਸਿੱਧਾ ਕਹਿ ਕੇ ਚਿਤਾਰੇ, ਤਾਂ ਰਾਜਾ, ਉਸਦੇ ਮੂੰਹ ਵਿੱਚ, ਦਸ ਉੱਗਲ ਲੰਬਾ, ਤਪਦਾ ਲਾਲ ਸਰੀਆ (ਲੋਹ੍ਹ ਸ਼ਲਾਖ) ਖੋਭਣ ਦੀ ਸਜ਼ਾ ਦੇਵੇ।

(272) ਜੇ ਸ਼ੂਦਰ, ਹੰਕਾਰ ਵਸ ਹੋ ਕੇ ਬ੍ਰਾਹਮਣ ਵਾਂਗ, ਦਵਿੱਜਾਂ ਨੂੰ ਧਰਮ ਉਪਦੇਸ਼ ਕਰਨ ਲੱਗ ਪਵੇ ਤਾਂ ਰਾਜਾ ਉਸਦੇ ਮੂੰਹ ਅਤੇ ਕੰਨਾਂ ਵਿੱਚ, ਗਰਮ ਗਰਮ ਉਬਲਦਾ (**खौलता**) ਤੇਲ ਪਾਉਂਣ ਦੀ ਸਜ਼ਾ ਦੇਵੇ।

(273) ਜੇ ਕੋਈ ਹੰਕਾਰੀ ਦਵਿੱਜ, ਘੁਮੰਡ ਵਿੱਚ ਆ ਕੇ ਦੂਸਰੇ ਦਵਿੱਜ ਦੀ ਨਿੰਦਾ ਕਰੇ ਅਤੇ ਉਸਨੂੰ ਨੂੰ ਚਿਤਾਰੇ, ਕਿ ਤੂੰ ਫ਼ਲਾਣੀ ਫ਼ਲਾਣੀ ਜਾਤ ਦਾ ਨਹੀਂ, ਤੂੰ ਵੇਦ ਨਹੀਂ ਜਾਣਦਾ, ਤੂੰ ਇਸ ਦੇਸ਼ ਦਾ ਨਹੀਂ, ਜਾਂ ਤੇਰਾ ਕੋਈ ਸੰਸਕਾਰ (ਯਗਉਪਵੀਤ-ਜਨੇਊ ਆਦਿ ਸੰਸਕਾਰ) ਨਹੀਂ ਹੋਇਆ, ਉਸਨੂੰ ਰਾਜਾ, ਦੋ ਸੌ ਪਣਾ ਦੰਡ ਲਾਵੇ।

(274) ਜੇ ਕੋਈ ਮਨੁੱਖ ਇਹ ਜਾਣਦਿਆਂ ਹੋਇਆਂ ਕਿ ਕੋਈ ਅਪਾਹਜ ਹੈ ਤੇ ਉਸਨੂੰ ਟਾਂਚ ਕਰੇ, ਜਿਵੇਂ 'ਉਏ ਕਾਣਿਆਂ', 'ਉਏ ਲੰਗੜਿਆ', 'ਉਏ ਅੰਨ੍ਹਿਆਂ', ਇੱਤ ਆਦਿ ਕਹਿ ਕੇ ਬੁਲਾਵੇ, ਤਾਂ ਰਾਜਾ ਉਸਨੂੰ ਇੱਕ ਰੱਤੀ ਸੋਨਾ ਦੰਡ ਲਾਵੇ।

(275) ਜੋ ਮਨੁੱਖ ਆਪਣੇ ਮਾਤਾ-ਪਿਤਾ, ਪਤਨੀ, ਭਾਈ, ਪੁੱਤਰ, ਗੁਰੂ ਦੀ ਨਿੰਦਾ ਕਰੇ ਜਾਂ ਜੋ ਮਨੁੱਖ ਆਪਣੇ ਸਿੱਖਿਆ ਦਾਤਾ (ਗੁਰੂ) ਨੂੰ ਆਉਂਦਿਆਂ ਵੇਖ ਕੇ ਸਤਿਕਾਰ ਵਿੱਚ ਖੜਾ ਨਾ ਹੋਵੇ, ਤਾਂ ਰਾਜੇ ਕੋਲ ਸ਼ਕਾਇਤ ਪਹੁੰਚਣ ਤੇ ਉਸਨੂੰ ਸੌ ਪਣ ਦੰਡ ਲਾਇਆ ਜਾਵੇ।

(276) ਜੇ ਬ੍ਰਾਹਮਣ, ਖੱਤਰੀ ਆਪਸ ਵਿੱਚ ਝਗੜਦੇ ਸਮੇਂ, ਇੱਕ ਦੂਸਰੇ ਨੂੰ ਪਾਪੀ ਜਾਂ ਅਪ ਸ਼ਬਦ ਬੋਲਦੇ ਪਕੜੇ ਜਾਣ, ਤਾਂ ਨਿਆਕਾਰੀ ਰਾਜਾ, ਬ੍ਰਾਹਮਣ ਨੂੰ ਢਾਈ ਸੌ ਪਣ (ਪ੍ਰਥਮ ਸਾਹਸ) ਅਤੇ ਖੱਤਰੀ ਨੂੰ ਪੰਜ ਸੌ ਪਣ (ਮੱਧਮ ਸਾਹਸ) ਦਾ ਦੰਡ ਲਾਵੇ।

(277) ਜੇ ਵੈਸ਼ ਤੇ ਸ਼ੂਦਰ ਆਪਸ ਵਿੱਚ ਝਗੜਦੇ ਹੋਣ ਅਤੇ ਇੱਕ ਦੂਜੇ ਨੂੰ ਬਦਨਾਮ ਕਰਨ, ਤਾਂ ਜੁਰਮਾਨੇ ਦੀ ਰੀਤ ਉਨ੍ਹਾਂ ਦੀਆਂ ਜਾਤਾਂ ਮੁਤਾਬਿਕ ਉੱਪਰ ਦੱਸੇ ਵਾਂਗ ਹੀ ਹੈ। ਜੇ ਵੈਸ਼, ਸ਼ੂਦਰ ਨਾਲ ਗਾਲ਼ੀ ਗਲੋਚ ਕਰੇ ਤਾਂ ਸੌ ਪਣ (ਪ੍ਰਥਮ ਸਾਹਸ) ਦੰਡ, ਜੇ ਸ਼ੂਦਰ ਵੈਸ਼ ਨੂੰ ਗਾਲ਼ੀ ਦੇਵੇ ਤਾਂ ਦੋ ਸੌ ਪੰਜਾਹ ਪਣ (ਮੱਧਮ ਸਾਹਸ) ਦੰਡ ਲਾਇਆ ਜਾਵੇ। ਇਸ ਤਰਾਂ ਦੇ ਝਗੜੇ ਵਿੱਚ, ਸ਼ੂਦਰ ਦੀ ਜ਼ਬਾਨ ਤਾਂ ਨਹੀਂ ਕੱਟੀ ਜਾ ਸਕਦੀ ਪਰ ਕੋਈ ਹੋਰ ਸ਼ਰੀਰਕ ਕਸ਼ਟ ਜ਼ਰੂਰ ਦਿੱਤਾ ਜਾ ਸਕਦਾ ਹੈ।

(278) ਇਸ ਤਰਾਂ ਇੱਜ਼ਤ-ਹੱਤਕ (ਮਾਣਹਾਨੀ) ਅਤੇ ਕਠੋਰ ਬਚਨਾਂ ਦੇ ਮਾਮਲਿਆਂ ਵਿੱਚ ਦੰਡ ਦੀ ਪ੍ਰਕਿਰਿਆ ਪੂਰਣ ਰੂਪ ਵਿੱਚ ਦੱਸ ਦਿੱਤੀ ਗਈ ਹੈ। ਹੁਣ ਮੈਂ (ਭ੍ਰਿਗੂ), ਮਾਰ ਕੁਟਾਈ ਦੇ ਮਾਮਲਿਆਂ ਸਬੰਧੀ ਸਜ਼ਾ ਤੇ ਜੁਰਮਾਨੇ ਦਾ ਵਿਸਥਾਰ ਦੱਸਾਂਗਾ।

(279) ਮਨੂੰ ਜੀ ਦੀ ਆਗਿਆ ਹੈ ਕਿ ਸ਼ੂਦਰ ਜਾਂ ਅਛੂਤ, ਜਿਸ ਅੰਗ ਨਾਲ ਕਿਸੇ ਦਵਿੱਜ ਨੂੰ ਮਾਰੇ, ਉਸਦਾ ਉਹੀ ਅੰਗ ਕੱਟ ਦਿੱਤਾ ਜਾਵੇ।

(280) ਦਵਿੱਜ ਨੂੰ ਮਾਰਨ ਲਈ, ਸ਼ੂਦਰ ਨੇ ਜਿਹੜਾ ਹੱਥ ਚੁੱਕਿਆ ਹੋਵੇ ਜਾਂ ਜਿਸ ਹੱਥ ਨਾਲ ਲਾਠੀ ਮਾਰੇ, ਉਸਦਾ ਉਹ ਹੱਥ ਕੱਟ ਦਿੱਤਾ ਜਾਵੇ। ਜੇ ਗੁੱਸੇ ਵਿੱਚ ਆ ਕੇ ਬ੍ਰਾਹਮਣ ਨੂੰ ਲੱਤ ਮਾਰੇ ਤਾਂ ਉਸਦਾ ਪੈਰ ਕੱਟ ਦਿੱਤਾ ਜਾਵੇ।

(281) ਜੇ ਨੀਚ ਜਾਤੀ ਦਾ ਮਨੁੱਖ, ਘੁਮੰਡ ਵਿੱਚ ਆ ਕੇ ਕਿਸੇ ਉੱਚੀ ਜਾਤੀ ਦੇ ਦਵਿੱਜ ਬਰਾਬਰ ਬੈਠਣ ਦੀ ਕੋਸ਼ਿਸ਼ ਕਰੇ ਤਾਂ, ਰਾਜਾ ਉਸਦੀ ਕਮਰ ਕਲੰਕਤ ਕਰਕੇ (ਦਾਗ ਕੇ) ਜਾਂ ਉਸਦੇ ਚਿਤੜਾਂ ਦਾ ਮਾਸ ਛਿੱਲ ਕੇ ਦੇਸ਼ ਤੋਂ ਬਾਹਰ ਕੱਢ ਦੇਵੇ।

(282) ਜੇ ਹੰਕਾਰ ਵਿੱਚ ਆ ਕੇ, ਨੀਚ ਜਾਤੀ ਦਾ ਮਨੁੱਖ ਬ੍ਰਾਹਮਣ ਦੇ ਮੂੰਹ ਉੱਪਰ ਥੁੱਕੇ, ਤਾਂ ਰਾਜਾ ਉਸਦੇ ਦੋਵੇਂ ਬੁੱਲ੍ਹ ਕਟਵਾ ਦੇਵੇ। ਜੇ ਪਿਸ਼ਾਬ ਕਰੇ ਤਾਂ ਉਸਦਾ ਲਿੰਗ ਕਟਵਾ ਦੇਵੇ।ਜੇ ਬ੍ਰਾਹਮਣ ਦੇ ਮੂੰਹ ਵਲ ਆਪਣੀ ਭੜਾਸ ਛੱਡੇ, ਤਾਂ ਰਾਜਾ ਉਸਦੀ ਗੁਦਾ (ਚਿਤੜਾਂ) ਉੱਪਰ ਜ਼ਖਮ ਕਰਵਾ ਦੇਵੇ।

MANUSMRITI 196

(283) ਜੇ ਸ਼ੂਦਰ ਆਪਣੇ ਤੋਂ ਉੱਚੀ ਜਾਤੀ ਵਾਲੇ ਦੇ ਵਾਲ਼ ਪੁੱਟੇ, ਪੈਰਾਂ ਤੋਂ ਘੜੀਸੇ, ਦਾੜ੍ਹੀ ਪੁੱਟੇ, ਗਰਦਣ ਜਾਂ ਪਤਾਲੂਆਂ ਨੂੰ ਹੱਥ ਪਾਵੇ, ਤਾਂ ਰਾਜਾ ਬਿਨਾਂ ਕਿਸੇ ਸੋਚ ਵਿਚਾਰ ਦੇ, ਉਸਦੇ ਦੋਨੋਂ ਹੱਥ ਕਟਵਾ ਦੇਵੇ।

(284) ਜੇ ਕੋਈ ਆਪਣੀ ਜਾਤ ਦੇ ਮਨੁੱਖ ਦੇ ਸ਼ਰੀਰ ਨੂੰ ਝਰੀਟੇ ਜਾਂ ਖੂਨ ਵਹਾਵੇ, ਤਾਂ ਰਾਜਾ ਉਸਨੂੰ ਸੌ ਪਣ ਦੰਡ ਲਾਵੇ। ਜੇ ਨਸਾਂ ਦਾ ਮਾਸ ਤੋੜ ਕੇ ਨੂੰ ਨੁਕਸਾਨ ਪੁਚਾਵੇ ਤਾਂ ਛੇ ਨਿਸ਼ਕ ਦੰਡ ਲਾਵੇ, ਅਤੇ ਹੱਡੀ ਪੱਸਲੀ ਤੋੜਨੇ ਦੇ ਦੋਸ਼ ਵਿੱਚ, ਦੇਸ਼ ਨਿਕਾਲੇ ਦੀ ਸਜ਼ਾ ਦੇਵੇ।

(285) ਦਰਖਤਾਂ ਅਤੇ ਬਨਸਪਤੀ ਨੂੰ ਨੁਕਸਾਨ ਪਹੁਚਾਣ ਵਾਲੇ ਦੋਸ਼ੀਆਂ ਦੇ ਸਬੰਧ ਵਿੱਚ ਪੱਕਾ ਵਿਧਾਨ ਹੈ ਕਿ ਦਰਖਤਾਂ ਦੇ ਉਪਯੋਗ (ਫ਼ਲ, ਫੁੱਲ, ਪੱਤੇ ਅਦਿ) ਨੂੰ ਧਿਆਨ ਵਿੱਚ ਰੱਖ ਕੇ ਦੰਡ ਸੁਣਾਇਆ ਜਾਵੇ।

(286) ਮਨੁੱਖਾਂ ਅਤੇ ਪਸ਼ੂਆਂ ਸਬੰਧੀ ਮਾਰ-ਕੁੱਟ ਅਤੇ ਦੁੱਖ ਦੇਣ ਦੇ ਮਾਮਲਿਆਂ ਵਿੱਚ ਭੀ ਇਹੋ ਵਿਧਾਨ ਹੈ ਕਿ ਜੱਜ, ਉਸੇ ਹਿਸਾਬ ਨਾਲ ਅਪਰਾਧੀ ਨੂੰ ਜੁਰਮਾਨਾ ਕਰੇ, ਜਿਹੋ ਜਿਹਾ ਸਰੀਰਕ ਕਸ਼ਟ ਉਸਨੇ ਦੂਸਰੇ ਨੂੰ ਪਹੁੰਚਾਇਆ ਹੋਵੇ।

(287) ਆਮ ਆਪਸੀ ਝਗੜਿਆਂ ਵਿੱਚ, ਦੂਸਰੇ ਦੀ ਮਾਰ ਕੁੱਟ ਕਰਕੇ, ਸ਼ਰੀਰ ਦੇ ਅੰਗ (ਹੱਥ ਪੈਰ ਆਦਿ) ਤੋੜਨ ਜਾਂ ਜ਼ਖਮੀ ਕਰਨ ਵਾਲਾ ਅਪਰਾਧੀ, ਜ਼ਖਮੀ ਪੁਰਸ਼ ਦੇ ਇਲਾਜ ਲਈ ਖਰਚਾ ਦੇਵੇ ਅਤੇ ਨਾ ਦੇਣ ਤੇ ਰਾਜਾ ਉਸਨੂੰ ਵੱਧ ਤੋਂ ਵੱਧ ਬਣਦਾ ਦੰਡ ਤੇ ਸਜ਼ਾ ਲਾਵੇ।

(288) ਜੋ ਮਨੁੱਖ, ਕਿਸੇ ਦਾ ਜਾਣਕੇ ਜਾਂ ਅਨਜਾਣੇ ਵਿੱਚ ਮਾਲੀ ਨੁਕਸਾਨ ਕਰਦਾ ਹੈ, ਉਹ ਮਾਲਕ ਦੀ ਤਸੱਲੀ ਲਈ, ਬ੍ਰਾਬਰ ਦੇ ਮੁੱਲ ਦੀ ਵਸਤੂ ਜਾਂ ਧੰਨ ਮੋੜੇ ਅਤੇ ਰਾਜਾ ਉਸਨੂੰ ਉਸੇ ਰਾਸ਼ੀ ਦੇ ਬਰਾਬਰ ਦਾ ਦੰਡ ਲਾਵੇ।

(289) ਚਮੜੇ ਜਾਂ ਚਮੜੇ ਦੀਆਂ ਬਣੀਆਂ ਚੀਜ਼ਾਂ (ਮਸ਼ਕ ਆਦਿ), ਲੱਕੜ ਦਾ ਸਮਾਨ, ਮਿੱਟੀ ਦੇ ਭਾਂਡੇ, ਆਦਿ ਦਾ ਨੁਕਸਾਨ ਕਰਨ ਵਾਲੇ ਪ੍ਰਾਣੀ ਨੂੰ, ਉਸ ਵਸਤੂ ਦੀ ਕੀਮਤ ਤਾਰਨ ਦੇ ਨਾਲ ਨਾਲ, ਉਸਦੀ ਕੀਮਤ ਤੋਂ ਪੰਜ ਗੁਣਾ ਜੁਰਮਾਨਾ ਲਿਆ ਜਾਵੇ। ਫੁਲਵਾੜੀ, ਪੌਦੇ, ਫ਼ਲਾਂ ਅਤੇ ਖੇਤੀਬਾੜੀ ਆਦਿ ਦਾ ਨੁਕਸਾਨ ਕਰਨ ਵਾਲੇ ਤੇ ਵੀ ਏਹੋ ਵਿਧਾਨ ਹੈ।।

(290) ਰੱਥ ਚਾਲਕ, ਜਾਂ ਸਵਾਰੀਆਂ ਢੋਣ ਵਾਲੀ ਗੱਡੀ ਦੇ ਮਾਲਕ ਜਾਂ ਵਾਹਕ ਵਲੋਂ ਹੇਠਾਂ ਦਿੱਤੀਆਂ, ਦਸ ਕੁਤਾਹੀਆਂ (ਗਲਤੀਆਂ) ਨੂੰ ਛੱਡ ਕੇ ਬਾਕੀ ਅਪਰਾਧਾਂ ਸਬੰਧੀ, ਦੰਡ ਲਾਇਆ ਜਾ ਸਕਦਾ ਹੈ। ਜਿਵੇਂ-

(291) ਪਸ਼ੂ ਨੱਥ ਤੁੜਵਾ ਲਵੇ, ਜੂਲਾ ਟੁੱਟ ਜਾਵੇ, ਉੱਚਾ ਨੀਵਾਂ ਬਿਖੜਾ ਰਸਤਾ ਹੋਵੇ ਅਤੇ ਗੱਡੀ ਉਲਟ ਜਾਵੇ ਜਾਂ ਉਲਾਰ ਹੋ ਜਾਵੇ, ਪ੍ਰਹੀਏ ਦਾ ਧੁਰਾ ਜਾਂ ਪ੍ਰਹੀਆ ਟੁੱਟ ਜਾਵੇ,

(292) ਪਸ਼ੂ ਦੇ ਗਲ਼ ਵਿੱਚ ਪਾਇਆ ਚਮੜੇ ਦਾ ਪਟਾ, ਲਗਾਮ ਆਦਿ ਵਿੱਚੋਂ ਕੁਝ ਟੁੱਟ ਜਾਵੇ ਅਤੇ ਵਾਹਕ ਦੇ 'ਬਚੋ ਬਚੋ' ਦਾ ਰੌਲ਼ਾ ਪਾਉਣ ਤੇ ਭੀ ਕਿਸੇ ਦਾ ਕੋਈ ਨੁਕਸਾਨ ਹੋ ਜਾਏ ਤਾਂ ਮਨੂੰ ਜੀ ਦੇ ਹੁਕਮ ਮੁਤਾਬਿਕ ਗੱਡੀ ਹੱਕਣ ਵਾਲਾ, ਕਿਸੇ ਦੰਡ ਦਾ ਭਾਗੀ ਨਹੀਂ ਕਿਹਾ ਜਾ ਸਕਦਾ।

(293) ਪਰ ਜੇ ਵਾਹਕ (ਹੱਕਣ ਵਾਲਾ) ਅਨਜਾਣ ਹੋਵੇ ਤੇ ਗੱਡੀ ਟੇਢੀ-ਮੇਢੀ ਚੱਲਦੀ ਹੈ ਜਾਂ ਸੜਕ ਤੋਂ ਉੱਤਰ ਜਾਂਦੀ ਹੈ ਤਾਂ ਸਵਾਰੀ ਦਾ ਨੁਕਸਾਨ ਅਤੇ ਸ਼ਕਾਇਤ ਹੋਣ ਤੇ, ਰਾਜਾ ਉਸਦੇ ਮਾਲਕ ਨੂੰ ਦੋ ਸੌ ਪਣ ਦੰਡ ਲਾ ਸਕਦਾ ਹੈ।

(294) ਜੇ ਵਾਹਕ, ਗੱਡੀ ਹੱਕਣ ਵਿੱਚ ਹੰਢਿਆ ਹੋਇਆ ਹੋਵੇ ਪਰ ਉਸਦੀ ਅਣਗਹਿਲੀ ਕਾਰਣ ਕੋਈ ਨੁਕਸਾਨ ਹੁੰਦਾ ਹੈ ਤਾਂ ਜੁਰਮਾਨਾ ਉਸਨੂੰ ਹੀ ਹੋਣਾ ਚਾਹੀਦਾ ਹੈ।ਪਤਾ ਹੋਣ ਦੇ ਬਾਵਯੂਦ ਕਿ ਵਾਹਕ

ਬਿਲਕੁਲ ਅਨਜਾਣ ਹੈ, ਅਤੇ ਲੋਕ ਫਿਰ ਭੀ ਉਸ ਗੱਡੀ ਵਿੱਚ ਸਵਾਰ ਹੋ ਜਾਣ ਅਤੇ ਕੋਈ ਦੁਰਘਟਨਾ ਹੋ ਜਾਵੇ ਤਾਂ ਹਰ ਸਵਾਰੀ ਨੂੰ ਸੌ ਪਣ ਜੁਰਮਾਨਾ ਹੋਣਾ ਜ਼ਰੂਰੀ ਹੈ।

(295) ਜੇ ਰਸਤੇ ਵਿੱਚ ਅੱਗੇ-ਪਿੱਛੇ ਭੀੜ ਕਾਰਣ ਆਵਾਜਾਈ ਰੁਕੀ ਹੋਈ ਹੋਵੇ, ਗੱਡੀ ਦਾ ਵਾਹਕ ਅਣਗਹਿਲੀ ਕਾਰਣ ਗੱਡੀ ਨਾ ਰੋਕੇ, ਅਤੇ ਦੁਰਘਟਨਾ ਕਾਰਣ ਕਿਸੇ ਜੀਵ ਦੀ ਮੌਤ ਹੋ ਜਾਵੇ, ਤਾਂ ਨਿਰਸੰਦੇਹ ਰਾਜੇ ਵਲੋਂ, ਦੰਡ ਲਾਉਣ ਦੀ ਵਿਧੀ, ਅੱਗੇ ਦੱਸੀ ਗਈ ਹੈ। ਜਿਵੇ--

(296) ਜੇ ਗੱਡੀ ਹੱਕਣ ਵਾਲੇ ਦੀ ਅਣਗਹਿਲੀ ਕਾਰਨ, ਗੱਡੀ ਹੇਠ ਆ ਕੇ ਕਿਸੇ ਮਨੁੱਖ ਦੀ ਮੌਤ ਹੋ ਜਾਏ ਤਾਂ ਅਪਰਾਧ ਦੀ ਸਜ਼ਾ ਚੋਰੀ ਕਰਨ ਦੇ ਦੰਡ ਬਰਾਬਰ ਹੈ। ਕਿਸੇ ਵੱਡੇ ਜਾਨਵਰ ਦੀ ਮੌਤ ਲਈ (ਜਿਵੇਂ ਗਊ, ਹਾਥੀ, ਊਂਠ, ਘੋੜਾ ਆਦਿ) ਮਾਲਕ ਨੂੰ, ਚੋਰੀ ਦੇ ਇਲਜ਼ਾਮ ਦੀ ਸਜ਼ਾ ਨਾਲੋਂ ਅੱਧਾ (ਉੱਤਮ ਸਾਹਸ ਦਾ ਅੱਧ- ਪੰਜ ਸੌ ਪਣ) ਦੰਡ ਦੇਣਾ ਪਵੇਗਾ।

(297) ਛੋਟੇ ਪਸ਼ੂਆਂ ਦੀ ਹੱਤਿਆ ਹੋਣ ਕਾਰਣ ਜੁਰਮਾਨਾ, ਸੌ ਪਣਾ ਨਿਸਚਿਤ ਹੈ।ਸੁੰਦਰ ਪੰਛੀ, ਮੁਰਗ, ਮੋਰ, ਜੰਗਲੀ ਚੁਪਾਏ (ਚਾਰ ਲੱਤਾਂ ਵਾਲੇ) ਜਾਨਵਰ, ਆਦਿ ਗੱਡੀ ਹੇਠ ਆ ਕੇ ਮਰਨ ਜਾਂ ਜ਼ਖਮੀ ਹੋ ਜਾਣ ਦਾ ਜੁਰਮਾਨਾ, ਪੰਜਾਹ ਪਣਾ ਹੈ।

(298) ਗਧਾ, ਭੇਡ, ਬੱਕਰੀ, ਆਦਿ ਦੇ ਜ਼ਖਮੀ ਜਾਂ ਮੌਤ ਹੋ ਜਾਣ ਦੇ ਕਾਰਣ ਜੁਰਮਾਨਾ ਪੰਜ ਮਾਸੇ ਚਾਂਦੀ ਦਾ ਦੰਡ ਨਿਸਚਿਤ ਹੈ। ਪਰ ਜੇ ਕੁੱਤਾ ਜਾਂ ਸੂਰ ਮਰ ਜਾਏ ਤਾਂ ਦੰਡ ਕੇਵਲ ਇੱਕ ਮਾਸਾ ਚਾਂਦੀ ਹੈ।

(299) ਪਤਨੀ, ਪੁੱਤਰ, ਨੌਕਰ, ਗੁਲਾਮ, ਚੇਲਾ ਅਤੇ ਸਕਾ ਛੋਟਾ ਭਾਈ, ਜੇ ਕੋਈ ਅਪਰਾਧ ਕਰਨ ਤਾਂ ਉਨ੍ਹਾਂ ਨੂੰ, ਛਮਕ (ਰੱਸੀ ਵਾਲੀ ਸੋਟੀ) ਨਾਲ, ਜਾਂ ਬਾਂਸ ਦੀ ਸੋਟੀ ਨਾਲ ਕੁੱਟਿਆ (ਤਾੜਿਆ) ਜਾ ਸਕਦਾ ਹੈ।

ਟਿੱਪਣੀ:- *ਚਲਾਕ ਅਤੇ ਪਖੰਡੀ ਲੋਕ, ਮਨੁੱਖ ਉੱਪਰ ਲੱਗੇ ਇਸ ਕਲੰਕ ਨੂੰ ਧੋਣ ਖਾਤਰ, ਇਨ੍ਹਾਂ ਸਤਰਾਂ ਨੂੰ ਵਿਗਾੜ ਕੇ ਆਪਣੇ ਮਤਲਬ ਦੇ ਹਿਸਾਬ ਨਾਲ ਅਰਥ ਕਰਦੇ ਹਨ, ਕਿ ਇੱਥੇ ਤਾੜਨ ਦਾ ਅਰਥ ਮਾਰਨਾ ਨਹੀਂ ਹੈ। ਪਰ ਤੁਲਸੀ ਦਾਸ ਦੀ ਰਮਾਇਣ ਵਿੱਚ ਭੀ ਇੰਨ-ਬਿੰਨ ਇਸੇ ਤਰਾਂ ਦਰਜ਼ ਕੀਤਾ ਹੋਇਆ ਹੈ ਕਿ, "ਢੋਲ, ਗਵਾਰ, ਸ਼ੂਦਰ, ਪਸ਼ੂ ਅਤੇ ਨਾਰੀ ਨੂੰ ਤਾੜ ਕੇ ਰੱਖਣਾ ਹੀ ਠੀਕ ਹੈ। ਅਗਲਾ ਸਲੋਕ ਇਸ ਗੱਲ ਦੀ ਪੁਸ਼ਟੀ ਕਰਦਾ ਹੈ ਅਤੇ ਬਹੁਤੇ ਟੀਕਾਕਾਰਾਂ ਨੇ ਭੀ ਏਹੋ ਅਰਥ ਲਿਖੇ ਹਨ।*

(300) ਇਸਤਰੀ ਨੂੰ ਕੇਵਲ ਰੱਸੀ (ਛਮਕ) ਨਾਲ ਪਿੱਠ ਤੇ ਹੀ ਮਾਰਿਆ ਜਾ ਸਕਦਾ ਹੈ, ਹੋਰ ਕਿਸੇ ਨਾਜ਼ੁਕ ਅੰਗ ਉੱਪਰ ਨਹੀਂ। ਐਸਾ ਨਾ ਕਰਨ ਤੇ, ਮਾਰਨ ਵਾਲੇ ਸਿਰ, ਚੋਰੀ ਕਰਨ ਦੇ ਬਰਾਬਰ ਦਾ ਦੋਸ਼ ਅਤੇ ਦੰਡ ਲੱਗ ਸਕਦਾ ਹੈ।

(301) ਇਸ ਤਰਾਂ, ਕੁੱਟ ਮਾਰ ਅਤੇ ਦੰਡ ਦੇਣ ਦੇ ਸਾਰੇ ਮਸਲਿਆਂ ਬਾਰੇ, ਕਠੋਰ ਨਿਯਮ ਅਤੇ ਧਾਰਾਵਾਂ ਦੱਸ ਦਿੱਤੀਆਂ ਗਈਆਂ ਹਨ। ਹੁਣ ਮੈਂ (ਭ੍ਰਿਗੂ) ਚੋਰੀ ਨਾਲ ਸਬੰਧਿਤ ਮਾਮਲਿਆਂ ਅਤੇ ਫੈਸਲਿਆਂ ਦੀ ਵਿਧੀ ਬਾਰੇ ਜ਼ਿਕਰ ਕਰਦਾ ਹਾਂ।

ਚੋਰਾਂ ਤੋਂ ਪਰਜਾ ਦੀ ਰੱਖਿਆ-

(302) ਰਾਜੇ ਲਈ ਜ਼ਰੂਰੀ ਹੈ ਕਿ, ਚੋਰਾਂ ਨੂੰ ਕੈਦ ਕਰਕੇ ਰੱਖਣ ਦੇ ਸਖ਼ਤ ਤੋਂ ਸਖ਼ਤ ਪ੍ਰਬੰਧ ਕਰੇ, ਕਿਉਂਕਿ ਚੋਰਾਂ ਨੂੰ ਸਖ਼ਤ ਸਜ਼ਾ ਦੇਣ ਨਾਲ ਹੀ, ਰਾਜੇ ਦੀ ਮਹਿਮਾਂ ਅਤੇ ਰਾਜ ਭਾਗ ਵਧਦਾ ਹੈ।

(303) ਜੋ ਰਾਜਾ, ਆਪਣੀ ਪਰਜਾ ਨੂੰ ਸੁਰੱਖਿਆ ਪ੍ਰਦਾਨ ਕਰਦਾ ਹੈ (ਭਾਵ ਜਿਸ ਰਾਜੇ ਦੇ ਰਾਜ ਵਿੱਚ ਪਰਜਾ ਨੂੰ ਚੋਰੀ ਦਾ ਕੋਈ ਡਰ ਨਾ ਹੋਵੇ), ਪਰਜਾ ਵਲੋਂ ਸਦਾ ਸਤਿਕਾਰਿਆ (ਪੂਜਣਯੋਗ) ਜਾਂਦਾ ਹੈ ਅਤੇ ਇਸ ਅਭੈਦਾਨ ਕਾਰਨ, ਉਸਦਾ ਰਾਜ ਸਦਾ ਵਧਦਾ ਹੈ।

(304) ਪਰਜਾ ਦੀ ਜਾਨ ਮਾਲ ਦੀ ਰੱਖਿਆ ਕਰਨ ਵਾਲੇ ਧਰਮੀ ਰਾਜੇ ਨੂੰ, ਪਰਜਾ ਵਲੋਂ ਕੀਤੇ ਗਏ ਪੂਜਾ-ਪਾਠ, ਯੱਗ, ਦਾਨ- ਪੁੰਨ ਅਤੇ ਧਰਮ ਕਰਮ ਦੇ ਫਲ਼ ਦਾ ਛੇਵਾਂ ਹਿੱਸਾ ਪ੍ਰਾਪਤ ਹੁੰਦਾ ਹੈ। ਪਰ ਜੋ ਰਾਜਾ ਐਸਾ ਨਹੀਂ ਕਰਦਾ, ਉਸਨੂੰ ਅਧਰਮੀਆਂ ਵਲੋਂ ਕੀਤੇ ਮਾੜੇ ਕਰਮਾਂ ਦੇ ਫਲ਼ ਦਾ ਛੇਵਾਂ ਹਿੱਸਾ ਪ੍ਰਾਪਤ ਹੁੰਦਾ ਹੈ।

(305) ਵੇਦਾਂ ਨੂੰ ਪੜ੍ਹ ਕੇ, ਦਾਨ-ਪੁੰਨ ਕਰਕੇ, ਪਾਠ-ਪੂਜਾ ਕਰਕੇ, ਦੇਵਤਿਆਂ ਤੇ ਗੁਰੂਆਂ ਦੀ ਭਗਤੀ ਕਰਕੇ, ਮਨੱਖ ਜੋ ਭੀ ਯੋਗਤਾ ਜਾਂ ਗਿਆਨ ਪ੍ਰਾਪਤ ਕਰਦਾ ਹੈ, ਉਸਦੇ ਫਲ਼ ਦਾ ਛੇਵਾਂ ਹਿੱਸਾ ਧਰਮੀ ਰਾਜੇ ਨੂੰ ਪ੍ਰਾਪਤ ਹੁੰਦਾ ਹੈ।

(306) ਜੋ ਰਾਜਾ, ਧਰਮ ਦੀ ਮਰਿਯਾਦਾ ਨਿਭਾਉਂਦਾ ਹੋਇਆ ਜੀਵਾਂ ਦੀ ਰੱਖਿਆ ਕਰਦਾ ਹੈ ਅਤੇ ਪਾਪੀਆਂ ਨੂੰ ਦੰਡ ਦਿੰਦਾ ਹੈ, ਉਸਦਾ ਇਹ ਕਰਮ, ਲੱਖਾਂ ਸੋਨੇ ਦੇ ਸਿੱਕਿਆਂ ਦੀ ਦੱਛਣਾ ਦੇ ਕੇ, ਯੱਗ ਕਰਵਾਉਣ ਦੇ ਬਰਾਬਰ ਕਿਹਾ ਜਾਂਦਾ ਹੈ।

(307) ਜੋ ਰਾਜਾ, ਆਪਣੀ ਪਰਜਾ ਨੂੰ ਸੁਰੱਖਿਆ ਪਰਦਾਨ ਨਹੀਂ ਕਰਦਾ, ਪਰ ਖੇਤੀ ਦਾ ਛੇਵਾਂ ਹਿੱਸਾ ਕਰ (ਟੈਕਸ) ਅਤੇ ਚੁੰਗੀ ਹੀ ਇਕੱਤਰ ਕਰਦਾ ਹੈ, ਰੋਜ਼ਾਨਾ ਤੋਹਫ਼ੇ ਅਤੇ ਜੁਰਮਾਨੇ ਇਕੱਠੇ ਕਰਦਾ ਹੈ, ਉਹ ਛੇਤੀਂ ਹੀ ਦੁਖੀ ਹੋ ਕੇ ਘੋਰ ਨਰਕ ਨੂੰ ਭੋਗਦਾ ਹੈ।

(308) ਮਹਾਂ ਰਿਸ਼ੀਆਂ ਦਾ ਮੰਨਣਾ ਹੈ ਕਿ ਜੋ ਰਾਜਾ ਪਰਜਾ ਦੀ ਰੱਖਿਆ ਨਹੀਂ ਕਰਦਾ ਪਰ ਬਲ਼ੀ ਦੇ ਰੂਪ ਵਿੱਚ, ਛੇਵਾਂ ਹਿੱਸਾ ਮਾਮਲਾ ਲੈਂਦਾ ਹੈ, ਉਹ ਰਾਜਾ ਸਭ ਲੋਕਾਂ ਦੇ ਕੀਤੇ ਹੋਏ ਪਾਪਾਂ ਦਾ ਭਾਗੀ ਬਣਦਾ ਹੈ। ਭਾਵ-ਆਪਣੇ ਦੁੱਖਾਂ ਵਿੱਚ ਵਾਧਾ ਕਰਦਾ ਹੈ। ।

(309) ਸ਼ਾਸਤ੍ਰ ਅਤੇ ਧਰਮ ਦੀ ਨਿਰਧਾਰਿਤ ਮਰਿਯਾਦਾ ਦੀ ਉਲੰਘਣਾ ਕਰਨ ਵਾਲਾ ਨਾਸਤਿਕ ਤੇ ਅਨਉਚਿਤ (ਨਜਾਇਜ਼) ਤਰੀਕਿਆਂ ਨਾਲ ਧੰਨ ਇਕੱਠਾ ਕਰਨ ਵਾਲਾ ਰਾਜਾ, ਜੋ ਆਪਣੀ ਪਰਜਾ ਦੀ ਰੱਖਿਆ ਕਰਨ ਦੀ ਥਾਂ ਪਰਜਾ ਦਾ ਧੰਨ ਨਿਗਲਣ (ਲਹੂ ਚੂਸਣ) ਦੀ ਕੋਸ਼ਿਸ਼ ਕਰਦਾ ਹੈ, ਉਸਦਾ ਛੇਤੀਂ ਹੀ ਨਿਘਾਰ ਹੋਣ ਕਰਕੇ, ਨਰਕ ਵਾਸੀ ਹੋ ਨਿੱਬੜਦਾ ਹੈ।

(310) ਰਾਜੇ ਦਾ ਧਰਮ ਹੈ, ਕਿ ਦੁਸ਼ਟ ਅਤੇ ਸ਼ੈਤਾਨ ਲੋਕਾਂ ਨੂੰ ਤਿੰਨ ਤਰੀਕਿਆਂ ਨਾਲ ਸਜ਼ਾ ਦੇ ਕੇ ਵੱਸ ਵਿੱਚ ਰੱਖੇ, ਜਿਵੇਂ ਜ਼ੇਲਾਂ ਵਿੱਚ ਡੱਕ ਕੇ, ਪੈਰੀਂ ਬੇੜੀਆਂ ਪਾ ਕੇ, ਜਾਂ ਵੱਖੋ ਵੱਖ ਜ਼ੁਰਮਾਂ ਲਈ ਨਿਸਚਿਤ ਸਜ਼ਾਵਾਂ ਅਤੇ ਸਰੀਰਕ ਦੁੱਖ ਦੇ ਕੇ।

(311) ਗੁੰਡੇ ਤੇ ਪਾਪੀ ਲੋਕਾਂ ਨੂੰ ਸਜ਼ਾ ਦੇ ਕੇ ਅਤੇ ਸਤਿਪੁਰਸ਼ਾਂ ਦੀ ਮੱਦਦ ਕਰਨ ਵਾਲਾ ਰਾਜਾ, ਇਸ ਤਰਾਂ ਪਵਿੱਤਰ ਹੋ ਜਾਂਦਾ ਹੈ ਜਿਵੇਂ ਦਵਿੱਜ ਲੋਕ (ਬ੍ਰਾਹਮਣ, ਖੱਤਰੀ ਅਤੇ ਵੈਸ਼) ਯੱਗ ਕਰਵਾ ਕੇ ਪਵਿੱਤਰ ਅਤੇ ਸੰਤੋਖੀ ਹੋ ਜਾਂਦੇ ਹਨ।

(312) ਆਪਣਾ ਭਲਾ ਲੋੜਨ ਵਾਲੇ ਰਾਜੇ ਨੂੰ ਚਾਹੀਦਾ ਹੈ, ਕਿ ਉਹ ਬੇਰੁਜ਼ਗਾਰੀ ਅਤੇ ਗਰੀਬੀ ਦੇ ਭਾਰ ਹੇਠ ਦੱਬੇ ਹੋਏ ਪਰੇਸ਼ਾਨ ਮਨੁੱਖ, ਬਾਲਕ, ਬੁੱਢੇ ਅਤੇ ਬਿਮਾਰ ਲੋਕਾਂ ਵਲੋਂ ਦੁਖੀ ਹੋ ਕੇ ਦਿੱਤੀਆਂ ਦੁਰਸੀਸਾਂ ਅਤੇ ਕੀਤੀ ਜਾਂਦੀ ਨਿੰਦਾ ਦਾ ਬੁਰਾ ਮਨਾਉਣ ਦੀ ਥਾਂ, ਨਜ਼ਰ ਅੰਦਾਜ਼ ਕਰਕੇ ਮੁਆਫ ਕਰ ਦੇਵੇ।

(313) ਜੋ ਰਾਜਾ ਕਿਸੇ ਦੁਖੀ ਦੇ ਬੋਲੇ ਕੌੜੇ ਬਚਨਾਂ ਨੂੰ ਸਹਿਣ ਦਾ ਬਲ ਰੱਖਦਾ ਹੈ ਅਤੇ ਮੁਆਫ਼ ਕਰ ਦਿੰਦਾ ਹੈ, ਇਸਦੇ ਬਦਲੇ ਉਸਨੂੰ ਸਵਰਗ ਵਿੱਚ ਮਾਣ ਪ੍ਰਾਪਤ ਹੁੰਦਾ ਹੈ। ਜੋ ਰਾਜਾ ਬਾਹਰੋਂ ਦਿਆਲੂ ਹੋਣ ਦਾ ਦਿਖਾਵਾ ਕਰੇ ਪਰ ਅੰਦਰੋਂ ਮਾਇਆ ਦੇ ਹੰਕਾਰ, ਈਰਖਾ ਅਤੇ ਘੁਮੰਡ ਨਾਲ ਭਰਿਆ ਪਿਆ ਹੋਵੇ, ਉਹ ਨਰਕ ਦਾ ਭਾਗੀ ਬਣਦਾ ਹੈ।

(314) ਜੇ ਕੋਈ ਚੋਰ, ਚੋਰੀ ਕਰਨ ਮਗਰੋਂ ਅਨੁਭਵ ਕਰ ਲਵੇ ਕਿ ਉਸਤੋਂ ਭੁੱਲ ਹੋਈ ਹੈ, ਤਾਂ ਉਹ, ਉਸ ਅਪਰਾਧ ਤੋਂ ਮੁਕਤਿ ਹੋਣ ਲਈ, ਆਪਣਾ ਅਪਰਾਧ ਕਬੂਲਦੇ ਹੋਏ ਰਾਜੇ ਦੇ ਦਰਬਾਰ ਵਿੱਚ

ਪੁਕਾਰਦਾ ਆਵੇ ਕਿ "ਮੈਂ ਚੋਰ ਹਾਂ, ਮੈਂ ਹੀ ਚੋਰੀ ਕੀਤੀ ਹੈ" ਅਤੇ ਰਾਜੇ ਕੋਲ ਪੁਕਾਰ ਕਰੇ ਕਿ, "ਹੇ ਰਾਜਨ, ਮੈਂ ਇਹ ਸਭ ਕੁਝ ਕੀਤਾ ਹੈ, ਮੈਨੂੰ ਸਜ਼ਾ ਲਾਉ"।

(315) ਅਤੇ ਨਾਲ ਹੀ, ਸਜ਼ਾ ਦੀ ਮੰਗ ਕਰਨ ਲਈ ਜਾਂਦਿਆਂ, ਆਪਣੇ ਮੋਡੇ ਉੱਪਰ ਲੱਕੜ ਦੀ ਭਾਰੀ ਮੂਸਲੀ ਜਾਂ ਸਗ੍ਹੀਂ (ਕਰੀਰ) ਦੀ ਲੱਕੜੀ ਦਾ ਭਾਰਾ ਸੋਟਾ ਜਾਂ ਤੇਜ ਧਾਰ ਵਾਲ਼ਾ ਬਰਛਾ ਰੱਖ ਕੇ ਜਾਵੇ ਅਤੇ ਰਾਜੇ ਕੋਲੋਂ ਦੰਡ ਲਈ ਬੇਨਤੀ ਕਰੇ।

(316) ਇਸ ਹਾਲਤ ਵਿੱਚ, ਰਾਜਾ ਉਸਨੂੰ ਦੰਡ ਦੇਵੇ ਜਾਂ ਮੁਆਫ਼ ਕਰ ਦੇਵੇ, ਉਸਦੀ ਆਪਣੀ ਮਰਜ਼ੀ ਹੈ। ਪਰ ਉਹ ਚੋਰੀ ਦੇ ਪਾਪ ਤੋਂ ਮੁਕਤਿ ਹੋ ਜਾਂਦਾ ਹੈ।

ਜੇ ਰਾਜਾ, ਤਰਸ ਕਰਕੇ ਮਮੂਲੀ ਦੰਡ ਲਾ ਕੇ ਜਾਂ ਬਿਨਾਂ ਕਿਸੇ ਦੰਡ ਦਿੱਤਿਆਂ ਚੋਰ ਛੱਡ ਦੇਵੇ ਤਾਂ ਰਾਜਾ ਅਤੇ ਚੋਰ, ਦੋਹਾਂ ਦੀ ਨਿੰਦਾ ਹੁੰਦੀ ਹੈ। ਚੋਰ ਦੀ ਚੋਰੀ ਦਾ ਅੱਧਾ ਪਾਪ, ਰਾਜੇ ਨੂੰ ਲੱਗਦਾ ਹੈ।

(317) ਭਰੂਣ ਹੱਤਿਆ ਕਰਨ ਵਾਲੇ ਦਾ ਪਾਪ, ਉਸਦੇ ਘਰ ਦਾ ਅੰਨ ਖਾਣ ਵਾਲੇ ਨੂੰ ਭੀ ਭੁਗਤਣਾ ਪੈਦਾ ਹੈ। ਵਿੱਭਚਾਰਨ ਔਰਤ ਦਾ ਪਾਪ, ਉਸਦੇ ਲਾਪ੍ਰਵਾਹ ਪਤੀ ਨੂੰ ਭੀ ਭੋਗਣਾ ਪੈਂਦਾ ਹੈ। ਚੇਲੇ ਦੀ ਬੁਰਾਈ ਦਾ ਪਾਪ, ਉਸਦੇ ਲਾਪ੍ਰਵਾਹ ਗੁਰੂ ਨੂੰ ਭੁਗਤਣਾ ਪੈਂਦਾ ਹੈ। ਜਜਮਾਨ ਦੀ ਬੁਰਾਈ ਦਾ ਪਾਪ, ਯੱਗ ਦੀ ਕਿਰਿਆ ਨਿਭਾਉਣ ਵਾਲੇ ਪ੍ਰੋਹਿਤ ਨੂੰ ਭੀ ਲਗਦਾ ਹੇ।ਚੋਰ ਦੀ ਚੋਰੀ ਦਾ ਪਾਪ, ਉਸ ਰਾਜੇ ਸਿਰ ਭੀ ਲਗਦਾ ਹੈ ਜੋ ਉਸਨੂੰ ਬਿਨਾਂ ਸ਼ਰਤ ਮੁਆਫ ਕਰ ਦੇਵੇ।

(318) ਰਾਜੇ ਵਲੋਂ ਸੁਣਾਈ ਗਈ ਸਜ਼ਾ ਭੁਗਤ ਕੇ ਦੁਨੀਆਂ ਵਲੋਂ ਦੋਸ਼ ਮੁਕਿਤ ਹੋਏ ਲੋਕ, ਮੌਤ ਮਗਰੋਂ ਭੀ ਬੇਗੁਨਾਹ ਸਮਝੇ ਜਾਂਦੇ ਹਨ। ਉਹ ਲੋਕ, ਸਰੇਸ਼ਟ ਕਰਮ ਕਰਨ ਵਾਲੇ ਸਾਧੂ ਅਤੇ ਧ੍ਰਮਾਤਮਾਂ ਲੋਕਾਂ ਦੀ ਤਰ੍ਹਾਂ ਪਵਿੱਤਰ ਹੋ ਕੇ ਸਵਰਗ ਦੀ ਪ੍ਰਾਪਤੀ ਕਰਦੇ ਹਨ।

ਵਸਤਾਂ ਚੋਰੀ ਕਰਨ ਦੇ ਦੋਸ਼ ਅਤੇ ਸਜ਼ਾ –

(319) ਜੇ ਕੋਈ ਮਨੁੱਖ, ਖੂਹ ਤੋਂ ਕਿਸੇ ਦਾ ਰੱਸਾ (ਲੱਜ) ਅਤੇ ਪਾਣੀ ਖਿਚਣ ਵਾਲਾ ਡੋਲ ਚੋਰੀ ਕਰਦਾ ਪਕੜਿਆ ਜਾਵੇ, ਜਾਂ ਖੂਹ ਦੁਆਲੇ ਬਣੀ ਮੌਣ (ਜਿੱਥੇ ਲੱਜ ਖਿੱਚ ਕੇ ਪਾਣੀ ਦਾ ਘੜਾ ਭਰਿਆ ਜਾਂਦਾ ਹੈ) ਦੀ ਭੰਨ ਤੋੜ ਕਰੇ, ਤਾਂ ਦੋਸ਼ੀ ਪਾਏ ਜਾਣ ਤੇ ਉਸਨੂੰ ਇੱਕ ਮਾਸਾ ਸੋਨਾ ਜੁਰਮਾਨਾ ਕੀਤਾ ਜਾਵੇ। ਤੋੜੀਆਂ ਚੀਜ਼ਾਂ ਨਵੀਆਂ ਲਿਆ ਕੇ ਰੱਖੇ ਅਤੇ ਨਾਲ ਹੀ ਮੌਣ ਦੀ ਮੁਰੰਮਤ ਕਰਵਾਏ।

(320) ਜੇ ਕੋਈ ਮਨੁੱਖ ਕਿਸੇ ਦਾ ਦਸ ਕੁੰਭ (1 ਮੱਟੀ) ਅੰਨ ਚੋਰੀ ਕਰਦਾ ਪਕੜਿਆ ਜਾਵੇ ਤਾਂ ਕਨੂੰਨ ਮੁਤਾਬਿਕ, ਚੋਰ ਦੀ ਮਾਨਸਿਕ ਦਸ਼ਾ ਅਤੇ ਮਾਲੀ ਹਾਲਤ ਨੂੰ ਦੇਖ ਕੇ, ਬਣਦਾ ਸ਼ਰੀਰਕ ਦੰਡ (ਕੁੱਟ ਮਾਰ ਆਦਿ) ਅਤੇ ਸਜ਼ਾ ਦਿੱਤੀ ਜਾਵੇ। ਬਾਕੀ ਹਾਲਤਾਂ ਵਿੱਚ ਚੋਰ, ਚੋਰੀ ਕੀਤੇ ਸਮਾਨ ਦਾ ਮੁੱਲ, ਮਾਲਕ ਨੂੰ ਮੋੜੇ ਅਤੇ ਉਸਦੀ ਕੀਮਤ ਤੋਂ ਗਿਆਰਾਂ ਗੁਣਾ ਜੁਰਮਾਨਾ ਭਰੇ।

(321) ਇਸੇ ਤਰਾਂ ਜੇ ਕੋਈ ਮਨੁੱਖ, ਧਰਮ ਕੰਡੇ (ਸੋਨਾ ਤੋਲਣ ਵਾਲਾ ਤਰਾਜੂ) ਉੱਪਰ ਤੋਲੇ ਜਾਣ ਵਾਲਾ ਸੋਨਾ, ਚਾਂਦੀ ਜਾਂ ਰੇਸ਼ਮੀ ਦੇ ਕੀਮਤੀ ਬਸਤਰ (ਜਿਨ੍ਹਾਂ ਦਾ ਭਾਰ ਸੌ ਪਲ਼ ਜਾਂ ਛਟਾਂਕਾਂ, ਤੋਂ ਜ਼ਿਆਦਾ ਹੋਵੇ) ਆਦਿ ਨੂੰ ਗਲਤ ਤੋਲੇ ਜਾਂ ਡੀਂਗ ਮਾਰੇ, ਜਾਂ ਕੋਈ 100 ਪਸ਼ੂਆਂ ਦੀ ਚੋਰੀ ਕਰਨ ਦਾ ਦੋਸ਼ੀ ਪਾਇਆ ਗਿਆ ਹੋਵੇ, ਤਾਂ ਰਾਜੇ ਵਲੋਂ ਐਸੇ ਚੋਰ ਨੂੰ ਮੌਤ ਦੀ ਸਜ਼ਾ ਸੁਣਾਈ ਜਾਵੇ।

ਟਿੱਪਣੀ:– *ਇਸ ਸਲੋਕ ਵਿੱਚ 'ਪ.ਲ' ਦਾ ਭਾਵ ਵੱਖੋ ਵੱਖ ਉਲੱਥਿਆਂ (ਟੀਕਿਆਂ) ਵਿੱਚ ਉਲਝਵਾਂ ਜਿਹਾ ਹੀ ਹੈ। ਕਈਆਂ ਵਿੱਚ ਸੌ ਪਲ ਭਾਰ (ਸੌ ਛਟਾਂਕ ਸੋਨਾ ਚਾਂਦੀ ਆਦਿ) ਦੇ ਗਹਿਣੇ, ਕਈਆਂ ਵਿੱਚ ਗਿਣਤੀ ਦੇ ਸੌ ਗਹਿਣੇ, ਅਤੇ ਕਈਆਂ ਵਿੱਚ ਸੋਨੇ ਦਾ ਸੌ ਪਲ ਗਹਿਣਿਆਂ ਦੇ ਮੁੱਲ ਦੇ ਬਰਾਬਰ ਦੀ ਚੋਰੀ ਦਾ ਜ਼ਿਕਰ ਹੈ। ਗੱਲ ਸਿਰਫ, ਛੋਟੀ ਜਾਂ ਵੱਡੀ ਚੋਰੀ ਦੀ ਕੀਤੀ ਗਈ ਹੈ।*

(322) ਪੰਜਾਹ ਪਲ (50 ਛਟਾਂਕ) ਸੋਨੇ ਜਾਂ ਚਾਂਦੀ ਤੋਂ ਵੱਧ ਦੇ ਮੁੱਲ ਦਾ ਸਮਾਨ ਚੋਰੀ ਕਰਨ ਵਾਲੇ ਦੇ ਹੱਥ ਕੱਟ ਦਿਤੇ ਜਾਣ ਦਾ ਵਿਧਾਨ ਹੈ। ਹੋਰ ਹਾਲਤਾਂ ਵਿੱਚ, ਚੋਰਾਂ ਨੂੰ, ਚੋਰੀ ਕੀਤੀਆਂ ਵਸਤਾਂ ਦੇ ਮੁੱਲ ਦਾ ਗਿਆਰਾਂ ਗੁਣਾਂ ਜੁਰਮਾਨਾ ਕੀਤਾ ਜਾਵੇ।

(323) ਸ਼ਾਹੀ ਘਰਾਣੇ ਦੇ ਜੀਆਂ ਨੂੰ ਅਗਵਾ ਕਰਕੇ ਫਿਰੌਤੀ ਮੰਗਣ ਵਾਲੇ, ਖਾਸ ਕਰਕੇ ਇਸਤ੍ਰੀ ਨੂੰ ਅਗਵਾ ਕਰਨ ਵਾਲੇ ਅਤੇ ਕੀਮਤੀ ਹੀਰੇ ਮੋਤੀ ਚੋਰੀ ਕਰਨ ਵਾਲੇ ਡਾਕੂਆਂ ਨੂੰ, ਸਰੀਰ ਦੇ ਅੰਗ ਕੱਟਣ ਤੋਂ ਲੈ ਕੇ ਮੌਤ ਦੀ ਸਜ਼ਾ ਦਿੱਤੀ ਜਾ ਸਕਦੀ ਹੈ।

(324) ਕੀਮਤੀ ਪਸ਼ੂ (ਜਿਵੇਂ-ਹਾਥੀ ਘੋੜਾ, ਮੱਝ, ਗਊ ਆਦਿ), ਹਥਿਆਰ, ਔਸ਼ਧੀਆਂ (ਦਵਾਈਆਂ), ਦੇ ਚੋਰੀ ਹੋਣ ਦਾ ਮਾਮਲਾ ਹੋਵੇ, ਤਾਂ ਰਾਜਾ ਸਜ਼ਾ ਦੇਣ ਤੋਂ ਪਹਿਲਾਂ ਸੋਚ ਵਿਚਾਰ ਕਰੇ ਕਿ ਚੋਰੀ ਕਰਨ ਦਾ ਸਮਾਂ ਅਤੇ ਮਕਸਦ ਕੀ ਸੀ।

(325) ਬ੍ਰਾਹਮਣ ਦੀਆਂ ਗਊਆਂ ਚੋਰੀ ਕਰਨ ਵਾਲੇ ਅਤੇ ਹੋਰ ਲੋਕਾਂ ਦੇ ਘਰੋਂ, ਪਾਲਤੂ ਪਸ਼ੂ ਅਤੇ ਗਊਆਂ ਦੇ ਨੱਕ ਵਿੱਚ ਨੱਥ ਪਾ ਕੇ ਲੈ ਜਾਣ ਵਾਲੇ ਚੋਰ ਦਾ ਅੱਧਾ ਪੈਰ ਕੱਟ ਦੇਣਾ ਚਾਹੀਦਾ ਹੈ।

(326) ਕਿਸੇ ਦੇ ਘਰੋਂ ਸੂਤ, ਕਪਾਹ, ਸ਼ਰਾਬ, ਮਿੱਠਾ (ਗੁੜ ਸ਼ੱਕਰ ਆਦਿ), ਸੀਰਾ, ਗਊ ਦੇ ਗੋਹੇ ਦੀਆਂ ਪਾਥੀਆਂ, ਘਾਹ ਖੋਤਣਾ, ਇਤ ਆਦਿ ਦੀ ਚੋਰੀ ਦਾ ਦੰਡ, ਉਨ੍ਹਾਂ ਦੇ ਮੁੱਲ ਦਾ ਦੁੱਗਣਾ ਹੋਣਾ ਚਾਹੀਦਾ ਹੈ ਅਤੇ--

(327) ਬਾਂਸ ਅਤੇ ਬੈਂਤ ਦੀਆਂ ਬਣੀਆਂ ਵਸਤਾਂ, ਲੂਣ, ਮਿੱਟੀ ਦੇ ਬਣੇ ਭਾਂਡਿਆਂ ਅਤੇ ਮਿੱਟੀ ਦੇ ਢੇਰ ਦੀ ਚੋਰੀ ਅਤੇ--

(328) ਮੱਛੀਆਂ, ਪੰਛੀਆਂ, ਤੇਲ, ਘਿਉ, ਮੱਖਣ, ਸ਼ਹਿਦ, ਅਤੇ ਹੋਰ ਵਸਤਾਂ, ਜੋ ਪਸ਼ੂਆਂ ਨਾਲ ਸਬੰਧਿਤ ਹਨ, ਇਨ੍ਹਾਂ ਸਭਨਾਂ ਦੀ ਚੋਰੀ ਅਤੇ--

(329) ਇਸੇ ਤਰਾਂ ਦੀਆਂ ਹੋਰ ਚੀਜ਼ਾਂ ਜਿਵੇਂ, ਮਧੁਰਾ (ਸ਼ਰਾਬ), ਉਬਲੇ ਚੌਲ, ਕਿਸੇ ਤਰਾਂ ਦਾ ਤਿਆਰ ਕੀਤਾ ਭੋਜਨ ਆਦਿ ਚੋਰੀ ਕਰਨ ਦਾ ਜੁਰਮਾਨਾ ਉਸ ਚੀਜ਼ ਦਾ ਦੁੱਗਣਾ ਮੁੱਲ ਭਰਨਾ ਪਵੇਗਾ।

(330) ਕਿਸੇ ਦੀ ਬਗੀਚੀ ਵਿੱਚੋਂ ਫੁੱਲ ਤੋੜਨੇ, ਖੇਤ ਵਿੱਚੋਂ ਹਰਾ ਚਾਰਾ ਵੱਢਣਾ, ਝਾੜੀਆਂ ਪੁੱਟਣੀਆਂ, ਦਰਖਤ ਵੱਢ ਲ਼ੈਣਾ, ਅਤੇ ਸਿੱਟਿਆਂ ਸਮੇਤ ਫਸਲ ਵੱਢਣ ਤੇ ਪਕੜੇ ਜਾਣ ਦਾ ਜੁਰਮਾਨਾ, ਪੰਜ ਕਰੁਸ਼ਣਲ (ਪੰਜ ਰੱਤੀ ਸੋਨਾ=1 ਮਾਸਾ ਸੋਨਾ) ਹੈ।

(331) ਕਿਸੇ ਦੀ ਪੱਕੀ ਹੋਈ ਫਸਲ ਵੱਢ ਲੈਣੀ, ਸਬਜੀਆਂ ਤੋੜ ਲੈਣੀਆਂ, ਜੜ੍ਹਾਂ ਵਾਲੀਆਂ ਸਬਜ਼ੀਆਂ ਪੁੱਟ ਲ਼ੈਣਾ, ਦਰਖਤਾਂ ਤੋਂ ਫ਼ਲ ਤੋੜ ਲੈਣਾ, ਇਤ ਆਦਿ ਦੀ ਚੋਰੀ ਕਰਨ ਵਾਲਾ ਜੇ ਆਪਣੇ ਹੀ ਭਾਈਚਾਰੇ ਦਾ ਹੋਵੇ ਤਾਂ ਪੰਜਾਹ ਪਣਾ ਜੁਰਮਾਨਾ, ਅਤੇ ਜੇ ਬਾਹਰੋਂ ਆਇਆ ਹੋਵੇ ਤਾਂ ਸੌ ਪਣਾ ਜੁਰਮਾਨਾ ਹੋਣਾ ਚਾਹੀਦਾ ਹੈ।

(332) ਜੇ ਉੱਪਰ ਦੱਸੀਆਂ ਚੀਜ਼ਾਂ, ਮਾਲਕ ਦੀ ਹਾਜ਼ਰੀ ਵਿੱਚ ਜਾਂ ਜੋਰਾ-ਜ਼ਰਬੀ ਕਰਕੇ ਚੋਰੀ ਕੀਤੀਆਂ ਹੋਣ ਤਾਂ ਉਸਨੂੰ ਇੱਕ ਡਾਕਾ (ਲੁੱਟ) ਮੰਨਣਾ ਚਾਹੀਦਾ ਹੈ। ਜੇ ਮਾਲਕ ਦੀ ਗੈਰ ਹਾਜ਼ਰੀ ਵਿੱਚ ਚੋਰੀ ਹੋਈ ਹੋਵੇ ਅਤੇ ਗਵਾਹ ਦੇ ਹੁੰਦਿਆਂ ਚੋਰ ਮੁੱਕਰ ਜਾਵੇ ਤਾਂ ਸੱਚ ਪ੍ਰਗਟ ਹੋਣ ਤੇ, ਚੋਰੀ ਦੇ ਇਲਜ਼ਾਮ ਵਾਲਾ ਦੰਡ ਮਿਲਣਾ ਚਾਹੀਦਾ ਹੈ।

(333) ਪਹਿਲਾਂ ਦੱਸੀਆਂ ਵਸਤਾਂ ਜਾਂ ਹਵਨ ਵਾਸਤੇ ਘਰ ਦੀ ਪਵਿੱਤਰ ਅਗਨੀ ਚੋਰੀ ਕਰਨ ਦੇ ਦੋਸ਼ ਵਿੱਚ ਪਕੜੇ ਜਾਣ ਤੇ, ਰਾਜਾ ਚੋਰ ਨੂੰ ਪ੍ਰਥਮ ਸਾਹਸ (100 ਪਣਾ) ਦਾ ਦੰਡ ਲਾਵੇ।

(334) ਜਿਸ ਜਿਸ ਅੰਗ ਨਾਲ ਚੋਰ ਮਨੁੱਖਾਂ ਦੀ ਲੁੱਟ ਮਾਰ ਕਰਦਾ ਪਕੜਿਆ ਜਾਵੇ, ਉਸਨੂੰ ਸਬਕ ਸਿਖਾਉਣ ਲਈ, ਰਾਜਾ ਉਸਦਾ ਉਹੀ ਅੰਗ ਕਟਵਾ ਦੇਵੇ।

(335) ਇੱਕ ਪਿਤਾ, ਗੁਰੂ, ਮਿੱਤਰ, ਮਾਂ, ਪਤਨੀ, ਪੁੱਤਰ ਅਤੇ ਪਰੋਹਿਤ, ਰਾਜੇ ਵਲੋਂ ਸਭ ਦੰਡ ਦੇ ਅਧਿਕਾਰੀ ਹਨ ਜੇ ਉਹ ਕਨੂੰਨ ਦੀ ਉਲੰਘਣਾ ਕਰਦੇ ਹਨ ਅਤੇ ਆਪਣੀ ਜ਼ਿੰਮੇਦਾਰੀ ਨਹੀਂ ਨਿਭਾਉਂਦੇ।

(336) ਸ਼ਾਸਤ੍ਰਾਂ ਦਾ ਵਿਧਾਨ ਹੈ ਕਿ, ਜਿਸ ਗਨਾਹ ਦਾ ਜੁਰਮਾਨਾ ਅਪਰਾਧੀ ਨੂੰ ਇੱਕ ਕਰਸ਼ਪਣ ਹੁੰਦਾ ਹੈ, ਜੇ ਉਹੀ ਗੁਨਾਹ ਰਾਜਾ ਆਪ ਕਰਦਾ ਹੈ ਤਾਂ ਉਸਨੂੰ ਨੂੰ ਇੱਕ ਹਜ਼ਾਰ ਗੁਣਾਂ ਦੰਡ ਭਰਨਾ ਪਵੇਗਾ।

(337) ਚੋਰੀ ਕਰਨ ਦੇ ਗੁਨਾਹ ਵਜੋਂ ਸਜ਼ਾ ਮਿਲਣ ਬਾਰੇ ਜਾਣਦਿਆਂ ਹੋਇਆਂ ਭੀ ਜੇ ਭੁੱਲ ਕਰੇ, ਤਾਂ ਐਸੀ ਹਾਲਤ ਵਿੱਚ ਸ਼ੂਦਰ ਨੂੰ ਮਾਲ ਦੀ ਕੀਮਤ ਦਾ 8 ਗੁਣਾਂ, ਵੈਸ਼ ਨੂੰ 16 ਗੁਣਾਂ, ਖੱਤਰੀ ਨੂੰ 32 ਗੁਣਾਂ ਦੰਡ ਭਰਨ ਦਾ ਵਿਧਾਨ ਹੈ।

(338) ਜੇ ਬ੍ਰਾਹਮਣ ਉੱਪਰ, ਜਾਣ ਬੁੱਝ ਕੇ ਚੋਰੀ ਕਰਨ ਦਾ ਦੋਸ਼ ਸਾਬਤ ਹੋ ਜਾਵੇ, ਤਾਂ ਮਾਲ ਦੀ ਕੀਮਤ ਦਾ 64 ਗੁਣਾਂ ਜਾਂ 128 ਗੁਣਾਂ ਦੰਡ ਲੱਗਣਾ ਚਾਹੀਦਾ ਹੈ, ਕਿਉਂਕਿ ਉਸਨੇ ਚੋਰੀ ਦੇ ਗੁਨਾਹ ਦੀ ਸਜ਼ਾ ਬਾਰੇ ਪੂਰਾ ਗਿਆਨ ਹੁੰਦੇ ਹੋਏ ਭੀ ਚੋਰੀ ਕਰਨ ਦੀ ਸੋਚ ਸੋਚੀ।

(339) ਮਨੂੰ ਜੀ ਦਾ ਫੁਰਮਾਨ ਹੈ ਕਿ ਕੁਝ ਚੀਜ਼ਾਂ ਜਿਵੇਂ, ਜ਼ਮੀਨ ਵਿੱਚ ਆਮ ਉੱਗੀਆਂ ਸਬਜ਼ੀਆਂ, ਦਰਖਤਾਂ ਦੇ ਫਲ਼, ਫੁੱਲ, ਗਊਆਂ ਲਈ ਚਾਰਾ (ਤੁਣ-ਘਾਹ ਪੱਠਾ), ਪੂਜਾ ਦੀ ਧੂਣੀ ਲਈ ਬਾਲਣ ਇਕੱਠਾ ਕਰਨਾ ਆਦਿ, ਕੋਈ ਅਧਰਮ (ਪਾਪ) ਜਾਂ ਚੋਰੀ ਨਹੀਂ ਹੈ।

(340) ਜੇ ਕੋਈ ਲਾਲਚੀ ਬ੍ਰਾਹਮਣ, ਪੂਜਾ ਜਾਂ ਯੱਗ ਦੀ ਕਿਰਿਆ ਨਿਭਾ ਕੇ ਜਾਂ ਵਿੱਦਿਆ ਦੇਣ ਬਦਲੇ, ਕਿਸੇ ਚੋਰ ਕੋਲੋਂ ਚੋਰੀ ਦਾ ਮਾਲ, ਦੱਛਣਾਂ ਦੇ ਰੂਪ ਵਜੋਂ ਸਵਿਕਾਰ ਕਰਦਾ ਹੈ, ਉਹ ਬ੍ਰਾਹਮਣ ਚੋਰ ਦੀ ਨਿਆਈਂ ਹੀ ਜਾਣਿਆ ਜਾਂਦਾ ਹੈ। ਉਹ ਭੀ ਉਸ ਚੋਰ ਦੀ ਚੋਰੀ ਵਾਲੇ ਦੰਡ ਦਾ ਅਧਿਕਾਰੀ ਹੈ।

(341) ਸਫਰ (ਯਾਤਰਾ) ਕਰਦਿਆਂ ਜੇ ਕਿਸੇ ਦਵਿੱਜ ਨੂੰ ਅੰਨ ਪਾਣੀ ਦੀ ਤੋਟ ਆ ਜਾਵੇ ਤਾਂ ਆਪਣੀ ਭੁੱਖ ਮਿਟਾਣ ਲਈ ਕਿਸੇ ਦੇ ਖੇਤ ਵਿੱਚੋਂ ਇੱਕ ਦੋ ਗੰਨੇ ਜਾਂ ਕੁਝ ਮੂਲ਼ੀਆਂ ਗਾਜਰਾਂ ਆਦਿ ਪੁੱਟ ਕੇ ਖਾਣਾ, ਕੋਈ ਚੋਰੀ ਨਹੀਂ ਕਹੀ ਜਾ ਸਕਦੀ।

(342) ਜੇ ਕੋਈ ਕਿਸੇ ਦੇ ਬੱਝੇ ਪਸ਼ੂ ਖੋਲ੍ਹ ਦੇਵੇ ਜਾਂ ਖੁੱਲ੍ਹੇ ਪਸ਼ੂਆਂ ਨੂੰ ਬੰਨ੍ਹ ਲਵੇ, ਕਿਸੇ ਦੇ ਗੁਲਾਮ, ਘੋੜਾ, ਗੱਡੀ, ਆਦਿ ਤੇ ਕਬਜਾ ਕਰ ਲਵੇ, ਤਾਂ ਐਸਾ ਕੰਮ ਕਰਨ ਵਾਲੇ ਉੱਪਰ ਚੋਰੀ ਦੇ ਇਲਜ਼ਾਮ ਦੇ ਬ੍ਰਾਰ ਦਾ ਦੰਡ ਲਾਇਆ ਜਾਵੇ।

(343) ਇਨ੍ਹਾਂ ਨਿਯਮਾਂ ਦੁਆਰਾ, ਜੋ ਰਾਜਾ, ਚੋਰੀ ਕਰਨ ਵਾਲਿਆਂ ਨੂੰ ਕਨੂੰਨ ਮੁਤਾਬਿਕ ਦੰਡ ਦਿੰਦਾ ਹੈ, ਉਸਦਾ ਲੋਕ ਸੁਖੀ ਅਤੇ ਪ੍ਰਲੋਕ ਸੁਹੇਲਾ ਹੋ ਜਾਂਦਾ ਹੈ।

(344) ਸਵ੍ਰਗ ਦੇ ਰਾਜਾ ਇੰਦਰ ਦੀ ਪਦਵੀ (ਇੰਦਰਪਦ) ਅਤੇ ਸਦੀਵੀ ਸੁੱਖਾਂ ਦੀ ਇੱਛਾ ਰੱਖਣ ਵਾਲਾ ਰਾਜਾ, ਭੁੱਲ ਕੇ ਵੀ, ਆਪਣੇ ਰਾਜ ਦੇ ਵਿਗੜੇ (ਬਲਾਤਕਾਰੀ ਅਤੇ ਹਿੰਸਕ ਲੋਕ) ਸ਼ਹਿਰੀਆਂ ਅਤੇ ਲੁੱਟ ਖੋਹ ਕਰਨ ਵਾਲੇ ਡਾਕੂਆਂ ਨੂੰ, ਇੱਕ ਛਿੰਨ ਲਈ ਭੀ ਸਹਿਣ ਨਾ ਕਰੇ।

(345) ਇੱਕ ਚੋਰ, ਅਤੇ ਮੂੰਹਫਟ (ਬੜਬੋਲਾ, ਕੁਵਾਚੀ) ਮਨੁੱਖ ਦੇ ਮੁਕਾਬਲੇ, ਦੂਸਰਿਆਂ ਦਾ ਅਪਮਾਨ ਕਰਨ ਵਾਲਾ, ਹਿੰਸਕ ਅਤੇ ਬਲਾਤਕਾਰੀ ਮਨੁੱਖ, ਕਿਤੇ ਜ਼ਿਆਦਾ ਖਤਰਨਾਕ ਅਤੇ ਵੱਡਾ ਪਾਪੀ ਹੈ।

(346) ਜੋ ਰਾਜਾ, ਹਿੰਸਾ ਅਤੇ ਦਹਿਸ਼ਤ ਫਲਾਉਣ ਵਾਲੇ ਲੁਟੇਰਿਆਂ ਨੂੰ ਮੁਆਫ਼ ਕਰ ਦਿੰਦਾ ਹੈ, ਉਹ ਛੇਤੀਂ ਹੀ ਪਰਜਾ ਦਾ ਦੁਸ਼ਮਣ ਬਣ ਜਾਂਦਾ ਹੈ ਅਤੇ ਨਸ਼ਟ ਹੋ ਜਾਂਦਾ ਹੈ।

(347) ਰਾਜਾ, ਕਿਸੇ ਮਿੱਤਰ ਦੇ ਕਹਿਣ ਤੇ ਜਾਂ ਹੋਰ ਕਿਸੇ ਧੰਨ ਆਦਿ ਦੇ ਲਾਲਚ ਵਿੱਚ ਆ ਕੇ, ਪਰਜਾ ਨੂੰ ਭੈਅ ਭੀਤ ਅਤੇ ਧੱਕੇਸ਼ਾਹੀ ਕਰਨ ਵਾਲੇ ਮਨੁੱਖ ਨੂੰ ਕਦੀ ਮੁਆਫ਼ ਨਾ ਕਰੇ।

MANUSMRITI 202

(348) ਧਰਮ ਦੀ ਦਸ਼ਾ ਨੂੰ ਖਤਰੇ ਵਿੱਚ ਜਾਣ ਕੇ, ਦਵਿੱਜ ਲੋਕਾਂ (ਬ੍ਰਾਹਮਣ, ਖੱਤਰੀ, ਵੈਸ਼) ਨੂੰ, ਆਪੋ ਆਪਣੇ ਵਰਣ-ਧਰਮ ਦੀ ਪਾਲਣਾ ਅਤੇ ਰੱਖਿਆ ਖਾਤਰ, ਅਸਤ੍ਰ-ਸ਼ਸਤ੍ਰ ਧਾਰਨ ਕਰਨੇ ਜ਼ਰੂਰੀ ਹਨ।

(349) ਜਿੱਥੇ ਆਪਣੀ ਰੱਖਿਆ ਦਾ ਸਵਾਲ ਹੋਵੇ, ਪੁਜਾਰੀਆਂ ਦੀ ਦੱਛਣਾ ਦੇ ਧੰਨ ਦੀ ਰਾਖੀ ਦਾ ਸਵਾਲ ਹੋਵੇ, ਬ੍ਰਾਹਮਣ ਜਾਂ ਇਸਤਰੀ ਦੀ ਜਾਨ ਨੂੰ ਖਤਰਾ ਦਿਸਦਾ ਹੋਵੇ, ਐਸੀਆਂ ਸਥਿਤੀਆਂ ਵਿੱਚ ਯੁੱਧ ਕਰਕੇ ਦੁਸ਼ਮਣ ਨੂੰ ਮਾਰਨੇ ਵਾਲਾ, ਦੋਸ਼ੀ ਨਹੀਂ ਠਹਿਰਾਇਆ ਜਾਂਦਾ।

(350) ਜੇ ਕੋਈ ਵਿਸ਼ਵਾਸ ਘਾਤੀ, ਕਤਲ ਕਰਨ ਦੇ ਇਰਾਦੇ ਨਾਲ ਹਮਲਾ ਕਰ ਦੇਵੇ, ਤਾਂ ਆਪਣੀ ਰੱਖਿਆ ਲਈ ਉਸਨੂੰ ਜਾਨੋਂ ਮਾਰਨ ਵਿੱਚ ਕੋਈ ਦੋਸ਼ ਨਹੀ, ਭਾਵੇਂ ਉਹ ਉਸਦਾ ਗੁਰੂ ਹੋਵੇ, ਚੇਲਾ ਹੋਵੇ, ਬੱਚਾ ਹੋਵੇ, ਬੁੱਢਾ ਹੋਵੇ ਅਤੇ ਭਾਵੇਂ ਕੋਈ ਵੇਦ ਪਾਠੀ ਜਾਂ ਬ੍ਰਾਹਮਣ ਭੀ ਕਿਉਂ ਨਾ ਹੋਵੇ।

(351) ਮਾਰਨ ਦੀ ਧਮਕੀ ਦੇਣ ਵਾਲੇ ਦੁਸ਼ਟ ਮਨੁੱਖ (ਹਤਿਆਰੇ) ਨੂੰ, ਕਿਸੇ ਦੀ ਹੱਤਿਆ ਕਰਨ ਤੋਂ ਪਹਿਲਾਂ, ਮੌਤ ਦੇ ਘਾਟ ਉਤਾਰ ਦੇਣ ਨਾਲ, ਮਾਰਨ ਵਾਲੇ ਸਿਰ ਕੋਈ ਦੋਸ਼ ਨਹੀਂ ਆਉਂਦਾ, ਕਿਉਂਕਿ ਕ੍ਰੋਧ ਵਸ ਹੋ ਕੇ ਦੂਸਰੇ ਨੂੰ ਮਾਰਨ ਬਾਰੇ ਘਾੜਤ ਘੜਨ ਦਾ ਫਲ ਕ੍ਰੋਧ ਹੀ ਹੁੰਦਾ ਹੈ।

(352) ਰਾਜੇ ਦਾ ਫਰਜ਼ ਹੈ ਕਿ, ਪਰਾਈਆਂ ਔਰਤਾਂ ਨਾਲ ਨਜਾਇਜ਼ ਸਬੰਧ ਬਨਾਉਣ ਵਾਲੇ ਮਨੁੱਖ (ਵਿਭਚਾਰੀ) ਨੂੰ ਪਕੜ ਕੇ, ਉਸਦਾ ਨੱਕ ਕੰਨ ਆਦਿ ਕੱਟ ਕੇ ਬਦਸ਼ਕਲ ਕਰਨ ਮਗਰੋਂ, ਦੇਸ਼ ਵਿੱਚੋਂ ਬਾਹਰ ਕੱਢੇ ਜਾਣ ਦੀ ਸਜ਼ਾ ਦੇਵੇ ਤਾਂ ਕਿ ਹੋਰ ਲੋਕਾਂ ਦਾ ਐਸਾ ਕਰਨ ਦਾ ਹੀਆ ਨਾ ਪਵੇ।

(353) ਪਰਾਈ ਇਸਤ੍ਰੀ ਭੋਗਣ ਨਾਲ, ਮਨੁੱਖਾਂ ਵਿੱਚ ਵਰਣ ਵੰਡ ਦੀ ਮਰਿਯਾਦਾ ਟੁੱਟਦੀ ਹੈ ਅਤੇ ਇਸ ਪਾਪ ਕਾਰਣ ਧਰਮ ਦੀ ਜੜ੍ਹ ਕੱਟੀ ਜਾਂਦੀ ਹੈ। 'ਵਰਣਸ਼ੰਕਰਾਂ' ਦੇ ਪੈਦਾ ਹੋਣ ਕਾਰਣ, ਸ਼ੁੱਧ ਨਸਲਾਂ ਦਾ ਸਰਬਨਾਸ ਹੁੰਦਾ ਹੈ।

ਨੋਟ:-'ਵਰਣਸ਼ੰਕਰ' *(ਮਿਸ਼ਰਤ ਜਾਤੀ, ਟਰੜਾ. ਅਸ਼ੁੱਧ ਨਸਲ) ਦਾ ਵਿਸਥਾਰ ਅਗਲੇ ਸਲੋਕਾਂ ਵਿੱਚ ਆਵੇਗਾ। ਹੈ ਤਾਂ ਕੁਦਰਤ ਦੇ ਨਿਯਮਾਂ ਦੇ ਉਲਟ, ਪਰ ਹਿੰਦੂ ਧਰਮ ਵਿੱਚ ਇਸਦੀ ਉਧਾਰਣ ਇਸ ਤਰਾਂ ਦਿੱਤੀ ਜਾਂਦੀ ਹੈ ਕਿ, ਕ੍ਰਿਸ਼ਣ ਜੀ ਦੇ ਮਾਮੇਂ 'ਕੰਸ' ਦਾ ਜਨਮ, ਯਾਦਵਾਂ ਦੀ ਕੁਲ ਵਿੱਚ, ਮਥਰਾ ਦੇ ਰਾਜੇ ਉਗਰ ਸੈਨ ਦੀ ਪਤਨੀ (ਪਦਮਾਵਤੀ) ਦਾ ਇੱਕ ਯਕਸ਼ (ਗਣ ਗੰਧ੍ਰਵ-ਯਸ਼) ਨਾਲ ਪ੍ਰੇਮ ਲੀਲਾ ਅਤੇ ਨਜਾਇਜ਼ ਸੰਬੰਧਾਂ (ਵਿਭਚਾਰਕ) ਤੋਂ ਹੋਇਆ ਸੀ। ਉਸਦੇ ਜਨਮ ਅਤੇ ਕਰਮ ਕਰਕੇ ਹਿੰਦੂ ਧਰਮ ਦੇ ਅਨੁਆਈ, ਉਸਦਾ ਨਾਮ ਲੈਣਾ ਭੀ ਉਚਿਤ ਨਹੀਂ ਸਮਝਦੇ। ਹਿੰਦੂ ਧਰਮ ਗ੍ਰੰਥਾਂ ਦੇ ਅਧਾਰ ਤੇ ਯਕਸ਼ ਅਤੇ ਰਾਕਸ਼ ਦੋ ਤਰਾਂ ਦੀਆਂ ਦੇਵ ਰੂਹਾਂ ਹਨ। ਰਾਕਸ਼ ਮਨੁੱਖਾਂ ਦੇ ਕਾਰਜਾਂ ਵਿੱਚ ਵਿਘਨ ਪਾਉਣ ਕਰਕੇ ਜਾਣੇ ਜਾਂਦੇ ਹਨ ਅਤੇ ਯਕਸ਼ ਮਨੁੱਖਾਂ ਦੇ ਸਹਾਇਕ (ਜਿਵੇਂ ਕੁਬੇਰ ਦੇਵਤਾ-ਧੰਨ ਦਾ ਦੇਵਤਾ ਆਦਿ) ਗਿਣੇ ਗਏ ਹਨ। ਕਾਮ ਵਾਸ਼ਨਾ ਦੀ ਪੂਰਤੀ ਲਈ, ਇਨ੍ਹਾਂ ਦੇ ਦੇਹੁਧਾਰੀ ਸਰੂਪਾਂ ਦਾ ਕਈ ਹੋਰ ਕਥਾਵਾਂ ਵਿੱਚ ਭੀ ਜ਼ਿਕਰ ਮਿਲਦਾ ਹੈ। ਮਥੁਰਾ ਦੇ ਮੰਦਰਾਂ ਵਿੱਚ ਲੱਗੀਆਂ, ਇਨ੍ਹਾਂ ਦੀਆਂ ਮਨੁੱਖੀ ਮੂਰਤੀਆਂ ਵਿੱਚੋਂ ਮਿਸਰ ਦੇ ਦੇਵੀ ਦੇਵਤੇ ਅਤੇ ਰਾਜਿਆਂ ਦੇ ਸਭਿਆਚਾਰ ਦੀ ਝਲਕ ਨਜ਼ਰ ਪੈਂਦੀ ਹੈ। ਅਸਲ ਵਿੱਚ, ਇਹ ਗਾਥਾ, ਬਹੁਤ ਵੱਖੋ ਵੱਖਰੇ ਗ੍ਰੰਥਾਂ ਵਿੱਚ ਭਿੰਨ ਭਿੰਨ ਰੂਪਾਂ ਵਿੱਚ ਆਉਂਦੀ ਹੈ, ਨਿਸਚੇ ਨਾਲ ਕੁਝ ਲਿਖਣਾਂ ਬਹੁਤ ਕਠਨ ਹੈ।*

(354) ਜਿਹੜਾ ਮਨੁੱਖ ਪਹਿਲਾਂ ਭੀ ਪਰਾਈ ਇਸਤਰੀ ਭੋਗਣ ਦਾ ਦੋਸ਼ੀ ਪਾਇਆ ਗਿਆ ਹੋਵੇ ਅਤੇ ਫਿਰ ਕਿਸੇ ਪਰਾਈ ਔਰਤ ਨਾਲ ਚੋਰੀ ਚੋਰੀ ਗੱਲਬਾਤ ਜਾਂ ਅੱਖ-ਮਟੱਕਾ ਕਰਦਾ ਪਕੜਿਆ ਜਾਵੇ, ਤਾਂ ਉਸਨੂੰ ਪ੍ਰਥਮ ਸਾਹਸ (ਪਹਿਲੇ ਦਰਜੇ = 100 ਪਣ) ਤੱਕ ਜੁਰਮਾਨਾ ਕੀਤਾ ਜਾਵੇ।

(355) ਜਿਸ ਮਨੁੱਖ ਤੇ ਪਹਿਲਾਂ ਕੋਈ ਐਸਾ ਦੋਸ਼ ਨਾ ਲੱਗਿਆ ਹੋਵੇ ਅਤੇ ਕਿਸੇ ਪਰਾਈ ਔਰਤ ਨਾਲ, ਕਿਸੇ ਖਾਸ ਵਜ੍ਹਾ ਕਰਕੇ ਗੱਲਾਂ ਕਰਦਾ ਹੋਵੇ ਤਾਂ ਕੋਈ ਅਪਰਾਧ ਨਹੀਂ ਗਿਣਿਆ ਜਾਂਦਾ ਅਤੇ ਨਾ ਹੀ ਕਿਸੇ ਦੰਡ ਦਾ ਅਧਿਕਾਰੀ ਹੁੰਦਾ ਹੈ।

(356) ਜੇ ਕੋਈ ਆਦਮੀ, ਤੀਰਥ ਯਾਤਰਾ ਤੇ ਗਿਆ ਹੋਇਆ ਜਾਂ ਪਿੰਡ ਤੋਂ ਬਾਹਰ ਇਕੱਲਾ, ਜੰਗਲ ਵਿੱਚ ਜਾਂਦਿਆਂ ਜਾਂ ਨਦੀ ਕਿਨਾਰੇ ਕਿਸੇ ਇਕੱਲੀ ਔਰਤ ਨਾਲ ਪਰੇਮ ਲੀਲਾ ਜਾਂ ਉਸਨੂੰ ਵਿਭਚਾਰ ਲਈ ਭਰਮਾਉਂਦਾ ਪਕੜਿਆ ਜਾਵੇ, ਤਾਂ ਰਾਜਾ ਉਸਨੂੰ ਵਿਭਚਾਰਕ ਕ੍ਰਮ ਕਰਨ ਦੇ ਬ੍ਰਾਬਰ ਦਾ ਦੋਸ਼ ਲਾ ਕੇ, ਹਜ਼ਾਰ ਪਣ ਦੰਡ (ਇੱਕ ਸਹਸਤ੍ਰ-1000 ਪਣਾ) ਲਾਵੇ।

(357) ਪਰਾਈ ਇਸਤ੍ਰੀ ਨੂੰ ਪਿਆਰ ਨਾਲ ਤੋਹਫੇ ਭੇਜਣਾ, ਅਤਰ ਫ਼ਲੇਲ (ਸੁਗੰਧੀਆਂ) ਭੇਜਣੇ, ਫੁੱਲ ਭੇਂਟ ਕਰਨੇ, ਉਸ ਨਾਲ ਚੁੰਮ ਚਪੱਟਾ ਕਰਨਾ (ਅਲਿੰਗਨ- ਜੱਫੀਆਂ ਪਾਉਣਾ) ਉਸਦੇ ਸ਼ਰੀਰ ਅਤੇ ਕੱਪੜਿਆਂ ਨੂੰ ਛੂਹਣਾ, ਉਸਦੇ ਬਿਸਤਰੇ ਤੇ ਬਹਿਣਾ, ਹਾਸਾ ਮਖੌਲ ਕਰਨਾ, ਸ਼ਾਸਤ੍ਰਾਂ ਮੁਤਾਬਿਕ ਇਹ ਸਭ, ਔਰਤਾਂ ਨੂੰ ਭਰਮਾਉਣ ਵਾਲੇ ਵਿਭਚਾਰੀ ਕਰਮ ਗਿਣੇ ਜਾਂਦੇ ਹਨ।

(358) ਜੇ ਕੋਈ ਪਰਾਈ ਔਰਤ ਜਾਂ ਮਰਦ, ਆਪਸੀ ਰਜ਼ਾਮੰਦੀ (**परस्पर अनुमोदन**) ਨਾਲ ਭੀ, ਇੱਕ ਦੂਸਰੇ ਦੇ ਗੁਪਤ ਅੰਗਾਂ ਦੀ ਛੇੜ-ਛਾੜ ਕਰੇ ਅਤੇ ਪ੍ਰਵਾਰ ਦੇ ਲੋਕ ਭੀ ਕੁਝ ਨਾ ਕਹਿਣ ਤਾਂ ਉਹ ਰਜ਼ਾਮੰਦੀ ਵਾਲਾ ਵਿਭਚਾਰ ਕਿਹਾ ਗਿਆ ਹੈ ਅਤੇ ਇਸਦਾ ਕੋਈ ਦੰਡ ਨਹੀਂ ਹੈ।

(359) ਜੇ ਕੋਈ ਸ਼ੂਦਰ, ਬ੍ਰਾਹਮਣ ਦੀ ਔਰਤ ਨਾਲ ਰੰਗਰਲੀਆਂ ਅਤੇ ਸੰਭੋਗ ਕਰਦਾ ਪਕੜਿਆ ਜਾਵੇ ਤਾਂ ਮੌਤ ਦੀ ਸਜ਼ਾ ਦਾ ਭਾਗੀ ਹੈ।ਇਸ ਲਈ ਦਵਿੱਜਾਂ ਨੂੰ ਸਭ ਤੋਂ ਵੱਧ ਆਪਣੀਆਂ ਔਰਤਾਂ ਤੇ ਨਿਗ੍ਹਾ ਰੱਖਣੀ ਚਾਹੀਦੀ ਹੈ।

(360) ਮੰਗਤੇ, ਦੀਖਿਅਤ ਸਾਧੂ, ਚਾਰਣ ਭੱਟ (ਵਾਰਾਂ ਅਤੇ ਕਥਾਵਾਂ ਗਾ ਕੇ ਮਨ ਪ੍ਰਚਾਵਾ ਕਰਨ ਵਾਲੇ ਕਬੀਲਿਆਂ ਦੇ ਲੋਕ), ਦੀਖਿਆ ਦੇਣ ਵਾਲਾ ਗੁਰੂ, ਘਰਾਂ ਵਿੱਚ ਰੋਟੀ ਟੁੱਕ ਅਤੇ ਹੋਰ ਕੰਮ ਕਰਨ ਵਾਲੇ ਕਰਮਚਾਰੀ (ਸਫਾਈ ਵਗੈਰਾ ਕਰਨ ਵਾਲੇ), ਕਾਰੀਗਰਾਂ (ਮਿਸਤਰੀਆਂ) ਨੂੰ, ਵਿਆਹੀਆਂ ਔਰਤਾਂ ਨਾਲ ਗੱਲਬਾਤ ਕਰਨ ਦੀ ਮਨਾਹੀ ਨਹੀਂ ਹੈ।

(361) ਪਤੀ ਜਾਂ ਉਸਦੇ ਰੱਖਿਅਕ (ਸਰਪ੍ਰਸਤ-**अभिभावक**) ਦੀ ਆਗਿਆ ਬਿਨਾਂ, ਔਰਤ ਨਾਲ ਗੱਲ ਨਹੀਂ ਕਰਨੀ ਚਾਹੀਦੀ। ਜਿਸ ਮਨੁੱਖ ਨੂੰ ਪਰਾਈਆਂ ਇਸਤਰੀਆਂ ਨਾਲ ਗੱਲਬਾਤ ਕਰਨ ਦੀ ਮਨਾਹੀ ਹੋਵੇ, ਪਰ ਉਹ ਫਿਰ ਭੀ ਨਾ ਹਟੇ, ਤਾਂ ਰਾਜੇ ਕੋਲ ਸ਼ਕਾਇਤ ਹੋਣ ਤੇ, ਇਕ ਸੁਵਰਣ (ਇੱਕ ਤੋਲਾ ਸੋਨਾ) ਦਾ ਕਨੂੰਨੀ ਦੰਡ ਦਾ ਵਿਧਾਨ ਹੈ।

(362) ਪਰ ਇਹ ਨਿਯਮ, ਮੁਜਰਾ ਕਰਨ ਵਾਲੀਆਂ ਨਚਾਰ ਔਰਤਾਂ (ਨੱਟ ਅਤੇ ਚਾਰਣ- ਚੁਬਾਰੇ ਵਾਲੀਆਂ), ਜਾਂ ਉਨ੍ਹਾਂ ਵਿਆਹੀਆਂ ਔਰਤਾਂ ਉੱਪਰ ਲਾਗੂ ਨਹੀਂ ਹੁੰਦਾ, ਜਿਨ੍ਹਾਂ ਦੇ ਦੱਲੇ ਪਤੀ, ਦੂਸਰਿਆਂ ਦੀ ਕਾਮ ਵਾਸ਼ਨਾ ਦੀ ਪੂਰਤੀ ਲਈ ਉਨ੍ਹਾਂ ਔਰਤਾਂ ਨੂੰ, ਧੰਦੇ ਵਜੋਂ ਪੇਸ਼ ਕਰਦੇ ਹੋਣ।

(363) ਫਿਰ ਭੀ, ਜੋ ਮਨੁੱਖ ਐਸੀ ਇਸਤਰੀ ਨਾਲ ਗੁਪਤ ਵਾਰਤਾਲਾਪ ਜਾਂ ਛੇੜ ਛਾੜ ਕਰਦਾ ਹੈ, ਜੋ ਕਿਸੇ ਦੀ ਰਖੇਲ ਹੋਵੇ, ਘਰ ਰੱਖੀ ਦਾਸੀ ਹੋਵੇ, ਤਿਆਗਣ ਅਤੇ ਬ੍ਰਹਮਚਾਰੀ (ਬੈਰਾਗਣ) ਹੋਵੇ, ਤਾਂ ਸ਼ਕਾਇਤ ਹੋਣ ਤੇ ਰਾਜਾ ਉਸਨੂੰ ਥੋੜ੍ਹਾ ਬਹੁਤ ਦੰਡ ਜ਼ਰੂਰ ਲਾਵੇ।

(364) ਜੇ ਕੋਈ ਮਨੁੱਖ, ਸਜਾਤੀ ਕੰਨਿਆਂ (ਆਪਣੀ ਜਾਤ ਦੀ) ਦੀ ਅਸਹਿਮਤੀ ਹੋਣ ਦੇ ਬਾਵਯੂਦ ਭੀ ਉਸ ਨਾਲ ਜਬਰਦਸਤੀ ਬਲਾਤਕਾਰ ਕਰਦਾ ਹੈ, ਉਸਨੂੰ ਉਸੇ ਵਕਤ ਮੌਤ ਦੀ ਸਜਾ ਦੇਣ ਦਾ ਦੰਡ ਦੇਣਾ ਚਾਹੀਦਾ ਹੈ ਜਾਂ ਉਸਦਾ ਲਿੰਗ ਅਤੇ ਪਤਾਲੂ ਉਸੇ ਵਕਤ ਕੱਟ ਦੇਣਾ ਚਾਹੀਦਾ ਹੈ। ਪਰ ਜੇ ਇੱਕੋ ਜਾਤ ਨਾਲ ਸਬੰਧਿਤ ਮਰਦ ਨੇ, ਕਿਸੇ ਕੁਆਰੀ ਕੰਨਿਆਂ ਨੂੰ, ਉਸਦੀ ਸਹਿਮਤੀ ਨਾਲ ਲਿੰਗ ਭੋਗ ਕਰਕੇ ਦੂਸ਼ਤ (ਸਤ ਭੰਗ) ਕੀਤਾ ਹੋਵੇ ਤਾਂ ਪਕੜੇ ਜਾਣ ਤੇ ਦੋਹਾਂ ਉੱਪਰ ਕੋਈ ਦੰਡ ਲਾਗੂ ਨਹੀਂ ਹੁੰਦਾ।

ਨੋਟ:- *ਬ੍ਰਾਹਮਣ ਨੂੰ ਕਿਸੇ ਦੋਸ਼ ਵਿੱਚ ਸ਼ਰੀਰਕ ਡੰਡ ਨਾ ਦੇਣ ਦਾ ਵਿਧਾਨ ਹੋਣ ਕਰਕੇ, ਬ੍ਰਾਹਮਣ ਐਸੇ ਦੋਸ਼ਾਂ ਤੋਂ ਮੁਕਤ ਹੈ।*

(365) ਜੇ ਨੀਵੀਂ ਜਾਤ ਦੀ ਕੰਨਿਆਂ ਕਿਸੇ ਉੱਚੀ ਜਾਤ ਦੇ ਮਰਦ ਨਾਲ ਸੰਭੋਹ ਕਰਨ ਦੀ ਇੱਛਾ ਕਰਕੇ, ਆਪਣੀ ਮਰਜ਼ੀ ਨਾਲ ਕਾਮ ਕਰੀੜਾ (ਲਿੰਗ ਭੋਗ) ਕਰੇ ਤਾਂ ਮਰਦ ਸਿਰ ਕੋਈ ਦੋਸ਼ ਨਹੀਂ ਆਉਂਦਾ। ਪਰ ਜੇ ਉਚੀ ਜਾਤ ਦੀ ਔਰਤ ਆਪਣੀ ਇੱਛਾ ਨਾਲ, ਕਿਸੇ ਨੀਵੀਂ ਜਾਤ ਦੇ ਮਰਦ ਨਾਲ ਸੰਭੋਗ ਕਰੇ ਤਾਂ ਉਸਨੂੰ ਘਰ ਵਿੱਚ ਹੀ ਨਜ਼ਰਬੰਦ ਕਰ ਦੇਣਾ ਚਾਹੀਦਾ ਹੈ।

(366) ਨੀਵੀਂ ਜਾਤ ਦਾ ਮਰਦ ਕਿਸੇ ਉੱਚੀ ਜਾਤ ਦੀ ਕੁਆਰੀ ਕੰਨਿਆਂ ਨਾਲ ਭੋਗ ਕਰੇ (ਭਾਵੇਂ ਆਪਸੀ ਸਹਿਮਤੀ ਭੀ ਹੋਵੇ) ਤਾਂ ਉਹ ਅੰਗ ਕੱਟੇ ਜਾਣ ਵਾਲ਼ੀ ਜਾਂ ਮੌਤ ਦੀ ਸਜ਼ਾ ਦਾ ਦੋਸ਼ੀ ਹੈ। ਪਰ ਜੇ ਨੀਚ ਜਾਤੀ ਵਾਲਾ, ਆਪਣੀ ਜਾਤ ਦੀ ਕੁਆਰੀ ਕੰਨਿਆਂ ਦੀ ਸਹਿਮਤੀ ਨਾਲ ਸੰਭੋਗ ਕਰੇ ਤਾਂ ਥੋੜਾ ਬਹੁਤ ਗੁਪਤ ਧੰਨ ਬਦਲੇ, ਪਿਤਾ ਦੀ ਆਗਿਆ ਲੈ ਕੇ, ਉਸ ਨਾਲ ਵਿਆਹ ਭੀ ਕਰਵਾ ਸਕਦਾ ਹੈ।

(367) ਜੇ ਕੋਈ ਮਨੁੱਖ ਡਰਾ ਧਮਕਾ ਕੇ ਜਬਰਦਸਤੀ ਕਿਸੇ ਕੁਆਰੀ ਕੰਨਿਆਂ ਦੇ ਗੁਪਤ ਅੰਗਾਂ ਵਿੱਚ ਉਂਗਲਾਂ ਫੇਰ ਕੇ ਉਸਦਾ ਸਤ ਭੰਗ ਕਰਦਾ ਹੈ, ਤਾਂ ਉਸਦੀਆਂ ਦੋ ਉਗਲਾਂ ਉਸੇ ਵੇਲੇ ਕੱਟ ਦੇਣੀਆਂ ਚਾਹੀਦੀਆਂ ਹਨ ਅਤੇ ਛੇ ਸੌ ਪਣਾ ਜੁਰਮਾਨਾ ਹੋਣਾ ਚਾਹੀਦਾ ਹੈ।

(368) ਜੇ ਕੋਈ ਮਨੁੱਖ, ਆਪਣੀ ਹੀ ਜਾਤ ਦੀ, ਕਾਮ ਵਾਸ਼ਨਾ ਦੀ ਮਾਰੀ ਕੁਆਰੀ ਕੰਨਿਆਂ ਦੀ ਸਹਿਮਤੀ ਨਾਲ ਸੰਭੋਗ ਕਰਦਾ ਹੈ ਤਾਂ ਉਸਦੀਆਂ ਉਗਲਾਂ ਨਹੀਂ ਕੱਟੀਆਂ ਜਾ ਸਕਦੀਆਂ, ਪਰ ਉਸਨੂੰ ਚਿਤਾਵਨੀ ਵਜੋਂ ਦੋ ਸੌ ਪਣਾ ਜੁਰਮਾਨਾ ਹੋਣਾ ਚਾਹੀਦਾ ਹੈ।

(369) ਜੇ ਕੋਈ ਅਣਵਿਆਹੀ ਲੜਕੀ ਹੀ ਕਿਸੇ ਅਣਵਿਆਹੀ ਲੜਕੀ ਦੇ ਗੁਪਤ ਅੰਗਾਂ ਨਾਲ ਛੇੜ ਛਾੜ ਕਰਕੇ ਉਸਦਾ ਕੁਆਰਾਪਨ ਭੰਗ ਕਰੇ, ਤਾਂ ਉਸਨੂੰ ਦੋ ਸੌ ਪਣਾ ਦੰਡ ਲੱਗਣਾ ਚਾਹੀਦਾ ਹੈ ਅਤੇ ਉਸ ਲੜਕੀ ਦੇ ਪਿਤਾ ਨੂੰ ਦੰਡ ਨਾਲੋਂ ਦੁੱਗਣੀ ਰਕਮ ਦਾ ਹਰਜਾਨਾ ਦੇਣ ਦੇ ਨਾਲ ਨਾਲ, ਦਸ ਕੋੜਿਆਂ ਦੀ ਸਜ਼ਾ ਭੁਗਤੇ।

(370) ਜੇ ਕੋਈ ਇਸਤਰੀ ਕਿਸੇ ਕੰਨਿਆਂ ਦੇ ਗੁਪਤ ਅੰਗਾਂ ਨਾਲ ਛੇੜ ਛਾੜ ਕਰੇ ਅਤੇ ਉਸਦਾ ਕੁਆਰਾਪਨ ਭੰਗ ਕਰ ਦੇਵੇ, ਤਾਂ ਉਸੇ ਵੇਲੇ ਉਸਦੇ ਸਿਰ ਦਾ ਮੁੰਡਣ ਕਰ ਦੇਣਾ ਚਾਹੀਦਾ ਹੈ ਜਾਂ ਦੋ ਉਗਲਾਂ ਕੱਟ ਦੇਣੀਆਂ ਚਾਹੀਦੀਆਂ ਹਨ ਅਤੇ ਖੋਤੇ ਉੱਪਰ ਬਿਠਾ ਕੇ ਪਿੰਡ ਵਿੱਚ ਫੇਰਨਾ ਚਾਹੀਦਾ ਹੈ।

(371) ਜੋ ਔਰਤ ਆਪਣੀ ਜਾਤ, ਰੂਪ ਰੰਗ ਅਤੇ ਪੇਕਿਆਂ ਦੇ ਧੰਨ ਦੌਲਤ ਉੱਪਰ ਘੁਮੰਡ ਕਰੇ, ਆਪਣੇ ਸੁਆਮੀ ਦੀ ਨਿਰਾਦਰੀ ਕਰੇ ਅਤੇ ਵਿਭਚਾਰੀ ਹੋਵੇ, ਤਾਂ ਰਾਜੇ ਨੂੰ ਚਾਹੀਦਾ ਹੈ ਕਿ ਉਸਨੂੰ ਜਨਤਾ ਸਾਹਮਣੇ ਕੁੱਤਿਆਂ ਕੋਲੋਂ ਨੋਚ ਨੋਚ ਕੇ ਮਾਰਣ ਦਾ ਦੰਡ ਲਾਵੇ।

(372) ਇਸੇ ਤਰਾਂ ਜੇ ਕੋਈ ਪੁਰਸ਼, ਉੱਪਰ ਦੱਸਿਆ ਵਰਤਾਰਾ ਆਪਣੀ ਪਤਨੀ ਨਾਲ ਕਰੇ ਅਤੇ ਪਰਾਈ ਇਸਤ੍ਰੀ ਭੋਗਦਾ ਹੋਵੇ ਤਾਂ ਰਾਜਾ ਉਸਨੂੰ ਵੀ ਤਪੀ ਹੋਈ ਲੋਹੇ ਦੀ ਭਖ਼ਦੀ ਭੱਠੀ ਵਿੱਚ ਸੁੱਟ ਕੇ ਉੱਪਰ ਲੱਕੜਾਂ ਪਾ ਕੇ ਸਾੜਨ ਦਾ ਹੁਕਮ ਦੇਵੇ।

(373) ਵਿਭਚਾਰ ਦੇ ਗੁਨਾਹ ਕਰਕੇ ਦੋਸ਼ੀ ਪਾਇਆ ਗਿਆ ਮਨੁੱਖ ਜਿਸਦੀ ਜਨੇਊ ਦੀ ਰਸਮ ਨਾ ਹੋਈ ਹੋਵੇ, ਜੇ ਸਾਲ ਦੇ ਅੰਦਰ ਅੰਦਰ ਫਿਰ ਉਹੀ ਗਨਾਹ ਕਰੇ ਤਾਂ ਪਹਿਲੀ ਵਾਰ ਨਾਲੋਂ ਦੁੱਗਣਾ ਦੰਡ ਲਾਇਆ ਜਾਵੇ।ਜੇ ਇੱਕ ਉੱਚੀ ਜਾਤੀ ਵਿੱਚੋਂ ਨਿਕਾਰਿਆ ਮਨੁੱਖ ਕਿਸੇ ਕਮੀਨੀ ਜਾਤ ਜਾਂ ਚੰਡਾਲ ਦੀ ਇਸਤਰੀ ਨਾਲ ਬਾਰ ਬਾਰ ਵਿਭਚਾਰ (ਕਾਮ ਕਰੀੜਾ) ਕਰਦਾ ਫੜਿਆ ਜਾਵੇ ਤਾਂ ਦੋਸ਼ੀ ਨੂੰ ਪਹਿਲਾਂ ਵਾਂਗ ਬਣਦੇ ਨਾਲੋਂ ਦੁੱਗਣਾ ਦੰਡ ਲਾਇਆ ਜਾਵੇ।

(374) ਜੇ ਕਿਸੇ ਦਵਿੱਜ ਦੀ ਇਸਤਰੀ, ਉਸਦੀ ਸੁਰੱਖਿਆ ਅਧੀਨ ਨਹੀਂ ਸੀ ਅਤੇ ਸ਼ੂਦਰ ਉਸ ਨਾਲ ਵਿਭਚਾਰ ਕਰਦਾ (ਮਰਜ਼ੀ ਨਾਲ ਜਾਂ ਜਬਰਦਸਤੀ) ਪਕੜਿਆ ਜਾਵੇ ਤਾਂ ਦੋਸ਼ੀ ਦਾ ਲਿੰਗ ਕੱਟ

ਦਿੱਤਾ ਜਾਵੇ ਅਤੇ ਉਸਦੀ ਜਾਇਦਾਦ ਕੁਰਕ ਕਰ ਲਈ ਜਾਵੇ।ਪਰ ਜੇ ਪਤੀ ਦੀ ਸੁਰੱਖਿਆ ਦੇ ਹੁੰਦਿਆਂ ਭੀ ਉਹ ਐਸਾ ਕੰਮ ਕਰੇ ਤਾਂ ਉਸਦਾ ਸਭ ਕੁਝ ਕੁਰਕੀ ਕਰਕੇ, ਉਸਨੂੰ ਮੌਤ ਦੇ ਘਾਟ ਉਤਾਰ ਦਿੱਤਾ ਜਾਵੇ।

(375) ਜੇ ਇੱਕ ਵੈਸ਼ ਮਨੁੱਖ, ਬ੍ਰਾਹਮਣ ਦੀ ਇਸਤਰੀ ਨਾਲ, ਨਿਗਰਾਨੀ ਦੇ ਹੁੰਦਿਆਂ ਭੀ ਸੰਭੋਗ ਕਰਦਾ ਫੜਿਆ ਜਾਵੇ ਤਾਂ ਉਸ ਵੈਸ਼ ਦੀ ਸਾਰੀ ਜਾਇਦਾਦ ਕੁਰਕੀ ਕਰਕੇ ਇੱਕ ਸਾਲ ਦੀ ਸਜ਼ਾ ਸੁਣਾਈ ਜਾਵੇ। ਜੇ ਕੋਈ ਖੱਤਰੀ ਬ੍ਰਾਹਮਣ ਦੀ ਇਸਤਰੀ ਨਾਲ ਵਿਭਚਾਰ ਕਰੇ ਤਾਂ ਉਸਨੂੰ ਇੱਕ ਹਜ਼ਾਰ ਪਣਾ ਜੁਰਮਾਨਾ ਅਤੇ ਉਸਦਾ ਸਿਰ ਖੋਤੇ ਦੇ ਪਿਸ਼ਾਬ ਨਾਲ ਮੁੰਨਿਆਂ ਜਾਵੇ।

(376) ਜੇ ਇੱਕ ਵੈਸ਼ ਜਾਂ ਖੱਤਰੀ ਕਿਸੇ ਇਕੱਲੀ (ਅਸੁਰੱਖਿਅਤ) ਬ੍ਰਾਹਮਣ ਦੀ ਇਸਤਰੀ ਦੀ ਮਰਜ਼ੀ ਨਾਲ ਸੰਭੋਗ ਕਰਦਾ ਪਕੜਿਆ ਜਾਵੇ, ਤਾਂ ਵੈਸ਼ ਨੂੰ 500 ਪਣਾ ਅਤੇ ਖੱਤਰੀ ਨੂੰ ਇੱਕ ਹਜ਼ਾਰ ਪਣਾ ਦੰਡ ਲੱਗਣਾ ਚਾਹੀਦਾ ਹੈ।

(377) ਪਰ ਇਹ ਦੋਨੋਂ (ਖੱਤਰੀ ਅਤੇ ਵੈਸ਼), ਜੇ ਘਰ ਵਿੱਚ ਸੁਰੱਖਿਆ ਦੇ ਹੁੰਦਿਆਂ ਵੀ, ਜ਼ਬਰਦਸਤੀ ਨਾਲ ਕਿਸੇ ਪੁਜਾਰੀ ਵਰਗ ਦੇ ਬ੍ਰਾਹਮਣ ਦੀ ਇਸਤਰੀ ਨਾਲ ਜ਼ਬਰੀ ਭੋਗ ਕਰਦੇ ਪਕੜੇ ਜਾਣ, ਤਾਂ ਰਾਜਾ ਸ਼ੂਦਰਾਂ ਵਾਂਗ ਉਨ੍ਹਾਂ ਨੂੰ ਭੀ ਰੂਈਂ ਵਿੱਚ ਲਪੇਟ ਕੇ ਅੱਗ ਲਾ ਦੇਣ ਦੀ ਸਜ਼ਾ ਦੇਵੇ।

(378) ਪਤੀ ਦੀ ਸੁਰੱਖਿਆ ਦੇ ਹੁੰਦਿਆਂ ਭੀ ਜੇ ਕੋਈ ਬ੍ਰਾਹਮਣ ਕਿਸੇ ਹੋਰ ਬ੍ਰਾਹਮਣ ਦੀ ਇਸਤਰੀ ਨਾਲ ਜਬਰਦਸਤੀ ਭੋਗ ਕਰੇ ਤਾਂ ਰਾਜਾ ਉਸਨੂੰ ਇੱਕ ਹਜ਼ਾਰ ਪਣਾ ਦੰਡ ਲਾਵੇ। ਪਰ ਜੇ ਦੋਹਾਂ ਦੀ ਸਹਿਮਤੀ ਨਾਲ ਕੀਤਾ ਹੋਵੇ ਤਾਂ ਪੰਜ ਸੌ ਪਣਾ ਦੰਡ ਲਾਵੇ।

(379) ਬ੍ਰਾਹਮਣ ਨੂੰ ਸ਼ਰੀਰਕ ਕਸ਼ਟ ਜਾਂ ਅੰਗ ਕੱਟਣ ਦੀ ਸਜ਼ਾ ਨਹੀਂ ਦਿੱਤੀ ਜਾ ਸਕਦੀ। ਇਸ ਨਾਲੋਂ, ਉਸਦੇ ਸਿਰ ਦਾ ਮੁੰਡਣ ਜਾਂ ਸਿਰ ਦੀ ਚੋਟੀ (ਬੋਦੀ) ਕੱਟ ਦੇਣਾ ਹੀ ਮੌਤ ਦੀ ਸਜ਼ਾ ਦੇ ਬਰਾਬਰ ਹੈ। ਪਰ ਬਾਕੀ ਵਰਣਾਂ ਦੇ ਐਸੇ ਦੋਸ਼ੀਆਂ ਲਈ ਮੌਤ ਦੀ ਸਜ਼ਾ ਨਿਸਚਿਤ ਹੈ।

(380) ਬ੍ਰਾਹਮਣ ਨੇ ਕਿਸੇ ਤਰਾਂ ਦਾ, ਵੱਡੇ ਤੋਂ ਵੱਡਾ ਪਾਪ ਵੀ ਕੀਤਾ ਹੋਵੇ, ਰਾਜਾ ਉਸਦੀ ਸਾਰੀ ਜਾਇਦਾਦ ਕੁਰਕੀ ਕਰਕੇ ਉਸਨੂੰ ਬਿਨਾਂ ਦੁੱਖ ਦਿੱਤੇ ਦੇਸ਼ ਨਿਕਾਲ਼ਾ ਤਾਂ ਦੇ ਸਕਦਾ ਹੈ, ਪਰ ਬ੍ਰਾਹਮਣ ਨੂੰ ਮੌਤ ਦੀ ਸਜ਼ਾ ਨਹੀਂ ਸੁਣਾ ਸਕਦਾ।

(381) ਦੁਨੀਆਂ ਵਿੱਚ ਬ੍ਰਾਹਮਣ ਦੇ ਕਤਲ ਕਰ ਦੇਣ ਤੋਂ ਵੱਡਾ ਕੋਈ ਪਾਪ ਨਹੀਂ ਹੈ।ਇਸ ਲਈ ਰਾਜੇ ਨੂੰ ਇਸ ਬਾਰੇ ਆਪਣੇ ਮਨ ਵਿੱਚ, ਭੁੱਲ ਕੇ ਵੀ ਐਸਾ ਖਿਆਲ ਨਹੀਂ ਲਿਆਉਣਾਂ ਚਾਹੀਦਾ।

(382) ਜੇ ਵੈਸ਼, ਕਿਸੇ ਸੁਰੱਖਿਅਤ ਵਿਆਹੀ ਹੋਈ ਖੱਤਰੀ ਇਸਤਰੀ ਨਾਲ ਲਿੰਗ ਭੋਗ ਕਰਦਾ ਹੈ ਜਾਂ ਖੱਤਰੀ ਕਿਸੇ ਵੈਸ਼ ਦੀ ਇਸਤਰੀ ਦੇ ਨਾਲ ਲਿੰਗ ਭੋਗ ਵਾਲਾ ਸਬੰਧ ਬਣਾਉਂਦਾ ਹੈ ਤਾਂ ਪਕੜੇ ਜਾਣ ਤੇ, ਦੋਹਾਂ ਲਈ ਉਹੋ ਸਜ਼ਾ ਹੈ, ਜੋ ਬ੍ਰਾਹਮਣੀ ਨਾਲ ਲਿੰਗ ਭੋਗ ਕਰਨ ਵਾਲੇ ਲਈ ਨਿਸਚਿਤ ਹੈ।

(383) ਜੇ ਬ੍ਰਾਹਮਣ, ਕਿਸੇ ਵੈਸ਼ ਜਾਂ ਖੱਤਰੀ, ਔਰਤ ਦੇ ਆਪਣੇ ਘਰ ਦੀ ਚਾਰ ਦਿਵਾਰੀ ਵਿੱਚ ਹੁੰਦਿਆਂ ਹੋਇਆਂ ਭੀ, ਉਸ ਨਾਲ ਲਿੰਗ ਭੋਗ ਕਰਦਾ ਪਕੜਿਆ ਜਾਵੇ ਤਾਂ ਦੋਹਾਂ ਹਾਲਤਾਂ ਵਿੱਚ ਇੱਕ ਹਜ਼ਾਰ ਪਣਾ ਦੰਡ ਨਿਸਚਿਤ ਹੈ। ਪਰ ਜੇ ਖੱਤਰੀ ਜਾਂ ਵੈਸ਼ ਕਿਸੇ ਸ਼ੂਦਰ ਇਸਤਰੀ ਨੂੰ ਭਰਮਾ ਕੇ, ਉਸਦੇ ਦੇ ਘਰ ਜਾ ਕੇ ਉਸ ਨਾਲ ਕਾਮ ਕਰੀੜਾ (ਲਿੰਗ ਭੋਗ) ਕਰਦੇ ਪਕੜੇ ਜਾਣ, ਤਾਂ ਇੱਕ ਹਜ਼ਾਰ ਪਣ ਜੁਰਮਾਨਾ ਨਿਸਚਿਤ ਹੈ।

ਟਿੱਪਣੀ:- *ਕਾਮ ਕ੍ਰੀੜਾ, ਲਿੰਗ ਭੋਗ, ਸੰਭੋਗ, ਭੋਗ, ਗਮਨ, ਭਾਵੇਂ ਵੱਖਰੇ ਪਰਭਾਵ ਵਾਲੇ ਸ਼ਬਦ ਹਨ, ਇੱਥੇ ਕੇਵਲ ਇਸਤਰੀ ਪੁਰਸ਼ ਦੇ ਕਾਮਕ ਸਬੰਧਾਂ (ਕਾਮ ਵਾਸ਼ਨਾ ਦੀ ਤ੍ਰਿਪਿਤੀ ਵਾਲੇ) ਦਾ ਸੰਕੇਤ ਹਨ।*

(384) ਜੇ ਕੋਈ ਵੈਸ਼, ਕਿਸੇ ਖੱਤਰੀ ਦੀ ਔਰਤ ਨੂੰ ਇਕੱਲਿਆਂ ਦੇਖ ਕੇ ਹੱਥ ਪਾ ਲਵੇ ਅਤੇ ਭੋਗ ਕਰਦਾ ਪਕੜਿਆ ਜਾਵੇ ਤਾਂ ਜੁਰਮਾਨੇ ਦੀ ਰਾਸ਼ੀ ਪੰਜ ਸੌ ਪਣਾ ਹੈ। ਪਰ ਇਸਦੇ ਉਲਟ ਖੱਤਰੀ ਲਈ ਵੈਸ਼ ਦੀ ਇਸਤਰੀ ਨਾਲ ਜਬਰੀ ਭੋਗ ਕਰਨ ਦੇ ਗੁਨਾਹ ਲਈ ਸਜ਼ਾ, ਖੱਤਰੀ ਦਾ ਸਿਰ ਖੋਤੇ ਦੇ ਪਿਸ਼ਾਬ ਨਾਲ ਮੁੰਨ ਕੇ ਪੰਜ ਸੌ ਪਣਾ ਜੁਰਮਾਨੇ ਦੀ ਹੈ।

(385) ਜੇ ਕੋਈ ਬ੍ਰਾਹਮਣ, ਕਿਸੇ ਖੱਤਰੀ, ਵੈਸ਼ ਜਾਂ ਸ਼ੂਦਰ ਦੀ ਔਰਤ ਨੂੰ, ਪਤੀ ਦੀ ਗੈਰਹਾਜ਼ਰੀ ਵਿੱਚ ਇਕੱਲਿਆਂ ਦੇਖ ਕੇ ਹੱਥ ਪਾਂਉਦਾ ਪਕੜਿਆ ਜਾਵੇ ਤਾਂ ਪੰਜ ਸੌ ਪਣਾ ਜੁਰਮਾਨਾ, ਅਤੇ ਨੀਵੀਂ ਤੋਂ ਨੀਵੀਂ ਜਾਤ (ਚੰਡਾਲ-ਅਛੂਤ) ਦੀ ਔਰਤ ਨਾਲ ਭੋਗ ਕਰਨ ਲਈ ਜੁਰਮਾਨਾ ਇੱਕ ਹਜ਼ਾਰ ਪਣ ਹੈ।

(386) ਜਿਸ ਰਾਜੇ ਦੇ ਰਾਜ ਵਿੱਚ:- **(ੳ)** ਕੋਈ ਚੋਰ ਨਾ ਹੋਵੇ, **(ਅ)** ਕੋਈ ਵਿੱਭਚਾਰੀ ਨਾ ਹੋਵੇ, **(ੲ)** ਕੋਈ ਚੁਗਲਖੋਰ ਨਾ ਹੋਵੇ, **(ਸ)** ਕਿਸੇ ਕਿਸਮ ਦੀ ਹਿੰਸਾ ਕਰਨ ਵਾਲੇ ਲੋਕ ਨਾ ਹੋਣ, **(ਹ)** ਅਤੇ ਨਾ ਹੀ ਲੁਟੇਰੇ ਰਹਿੰਦੇ ਹੋਣ, ਉਸ ਰਾਜੇ ਦੇ ਰਾਜ ਨੂੰ, ਇੰਦਰਪੁਰੀ ਦੇ ਸੁੱਖ ਭੋਗਣ ਦੇ ਬਰਾਬਰ ਗਿਣਿਆ ਜਾਂਦਾ ਹੈ।

(387) ਜੋ ਰਾਜਾ ਆਪਣੀ ਪਰਜਾ ਨੂੰ ਉਪਰੋਕਤ ਦੱਸੇ, ਪੰਜ ਤਰਾਂ ਦੇ ਅਪਰਾਧੀਆਂ ਤੋਂ ਮੁਕਤਿ ਰੱਖਦਾ ਹੈ, ਆਪਣੇ ਵਰਣ ਦੇ ਲੋਕਾਂ ਵਿੱਚ ਉਸਦਾ ਵਕਾਰ ਵਧਦਾ ਹੈ ਅਤੇ ਸਾਰਾ ਸੰਸਾਰ ਉਸਦੀ ਸੋਭਾ ਕਰਦਾ ਹੈ।

(388) ਬਿਨਾਂ ਕਿਸੇ ਕਾਰਣ, ਜੋ ਜਜਮਾਨ ਆਪਣੇ ਪਰੋਹਤ (ਘਰ ਦੇ ਪੰਡਤ) ਨੂੰ ਤਿਆਗ ਦੇਵੇ ਜਾਂ ਇਸਦੇ ਉਲਟ ਪਰੋਹਤ ਜਜਮਾਨ ਨੂੰ ਤਿਆਗ ਦੇਵੇ, ਤਾਂ ਰਾਜਾ ਦੋਹਾਂ ਹਾਲਤਾਂ ਵਿੱਚ ਸੌ ਪਣਾ ਦੰਡ ਲਾ ਸਕਦਾ ਹੈ।

(389) ਮਾਤਾ, ਪਿਤਾ, ਇਸਤਰੀ, ਪਤੀ, ਪਤਨੀ, ਪੁੱਤਰ, ਨੂੰ ਛੱਡਿਆ ਨਹੀਂ ਜਾ ਸਕਦਾ, ਜਿਤਨੀ ਦੇਰ ਉਹ ਆਪਣੇ ਵਰਣ ਧਰਮ ਦੀ ਕੋਈ ਉਲੰਘਣਾ ਨਹੀਂ ਕਰਦੇ। ਜੇ ਕੋਈ ਐਸਾ ਕਰਮ ਕਰਦਾ ਹੈ ਤਾਂ ਰਾਜਾ ਉਸਨੂੰ, ਘੱਟੋ ਘੱਟ ਛੇ ਸੌ ਪਣ ਦੰਡ ਲਾਵੇ।

(390) ਗ੍ਰਸਿਤ ਅਤੇ ਵਰਣ ਆਸ਼ਰਮ ਧਰਮ ਦੇ ਅਸੂਲਾਂ ਦੀ ਪਾਲਣਾ ਕਰਨ ਜਾਂ ਨਾ ਕਰਨ ਨਾਲ ਸਬੰਧਿਤ, ਜੇ ਕਿਸੇ ਦਵਿੱਜ ਦਾ ਦੂਸਰੇ ਦਵਿੱਜ ਨਾਲ ਝਗੜਾ ਜਾਂ ਸ਼ਾਸਤ੍ਰਾਂ ਦੀ ਮਰਿਯਾਦਾ ਨਾਲ ਸਬੰਧਿਤ ਤਕਰਾਰ ਹੋ ਜਾਵੇ, ਤਾਂ ਰਾਜਾ ਆਪਣੇ ਭਲੇ ਖਾਤਰ ਇਸ ਮਾਮਲੇ ਵਿੱਚ ਆਪਣੀ ਦਖਲ ਅੰਦਾਜ਼ੀ ਨਾ ਹੀ ਕਰੇ ਤਾਂ ਚੰਗਾ ਹੈ।।

(391) ਰਾਜੇ ਨੂੰ ਚਾਹੀਦਾ ਹੈ ਕਿ, ਦੋਹਾਂ ਧਿਰਾਂ (ਜਜਮਾਨ ਅਤੇ ਪਰੋਹਿਤ) ਦਾ ਸਤਿਕਾਰ ਕਰਦੇ ਹੋਏ, ਧਰਮ ਦੀ ਪ੍ਰਕਿਰਿਆ ਅਤੇ ਨਿਯਮਾਂ ਨੂੰ ਜਾਨਣ ਵਾਲੇ ਸਤਿ ਪੁਰਸ਼ (ਬ੍ਰਾਹਮਣ), ਉਨ੍ਹਾਂ ਨੂੰ ਸ਼ਾਂਤ ਕਰਨ ਅਤੇ ਰਾਜੇ ਦੀ ਹਾਜ਼ਰੀ ਵਿੱਚ ਉਨ੍ਹਾਂ ਦੇ ਆਪੋ ਆਪਣੇ ਧਰਮ ਕਰਮ ਅਤੇ ਫ਼ਰਜ਼ਾਂ ਦਾ ਉਪਦੇਸ਼ ਦੇਣ।

(392) **ਦਵਿੱਜ** ਵਲੋਂ ਕਿਸੇ ਸ਼ੁੱਭ ਉਤਸਵ ਸਮੇਂ ਜਾਂ ਸੁੱਖ ਸ਼ਾਤੀ ਲਈ, ਵੀਹ ਤੋਂ ਵੱਧ ਬ੍ਰਾਹਮਣਾਂ ਨੂੰ ਸੱਦ ਕੇ ਪਾਠ ਪੂਜਾ ਅਤੇ ਭੋਜਨ ਕਰਾਉਣਾ, ਪਰ ਆਪਣੇ ਗਵਾਂਢੀ ਬ੍ਰਾਹਮਣ ਅਤੇ ਅੱਗੋਂ ਉਸਦੇ ਗਵਾਂਢੀ ਬ੍ਰਾਹਮਣ (ਪੜੋਸੀ ਦੇ ਪੜੋਸੀ) ਨੂੰ ਨਿਉਂਦਾ ਨਾ ਦੇਣ ਵਾਲੇ ਦਵਿੱਜ ਬਾਰੇ, ਰਾਜੇ ਨੂੰ ਖਬਰ ਹੋ ਜਾਣ ਤੇ ਰਾਜਾ ਉਸਨੂੰ ਇੱਕ ਮਾਸਾ ਸੋਨੇ ਦਾ ਦੰਡ ਲਾਵੇ।

(393) ਕਿਸੇ ਪਾਠ ਪੂਜਾ ਦੇ ਸ਼ੁੱਭ ਮੌਕੇ ਦੀ ਇਕੱਤਰਤਾ ਸਮੇਂ, ਜੇ ਇੱਕ **ਸਰੋਤਰੀਆ** (ਵੇਦ ਪਾਠੀ), ਆਪਣੇ ਪੜੋਸੀ ਬ੍ਰਾਹਮਣ ਅਤੇ ਉਸਦੇ ਗਵਾਂਢੀ ਬ੍ਰਾਹਮਣ ਨੂੰ ਨਿਉਂਦਾ ਨਾ ਕਰੇ, ਤਾਂ ਪਤਾ ਲੱਗਣ ਤੇ ਰਾਜਾ ਉਸਨੂੰ ਭੋਜਨ ਤੋਂ ਦੁੱਗਣੀ ਕੀਮਤ ਦਾ ਜਾਂ ਇੱਕ ਮਾਸਾ ਸੋਨੇ ਦਾ ਦੰਡ ਲਾਵੇ।

ਕਰ (ਟੈਕਸ) ਲਾਉਣ ਸਬੰਧੀ ਨਿਯਮ -

(394) ਅੰਨ੍ਹਾਂ, ਲੰਗੜਾ-ਲੂਲ੍ਹਾ (ਅਪਾਹਜ), ਝੱਲਾ, ਸੱਤਰ ਸਾਲ ਤੋਂ ਜਿਆਦਾ ਉਮਰ ਵਾਲਾ, ਵੇਦ ਵਿਦਿਆ ਦੇਣ ਵਾਲੇ ਬ੍ਰਾਹਮਣ ਅਤੇ ਵੇਦ ਪਾਠੀ ਸਰੋਤਰੀਏ ਦੀ ਸੇਵਾ ਟਹਿਲ ਕਰਨ ਵਾਲਾ ਮਨੁੱਖ, ਜੇ ਗਰੀਬੀ ਦੀ ਹਾਲਤ ਵਿੱਚੋਂ ਲੰਘ ਰਿਹਾ ਹੋਵੇ, ਤਾਂ ਰਾਜੇ ਦਾ ਫਰਜ਼ ਹੈ ਕਿ ਉਸਨੂੰ ਕਰ ਦੇਣ ਲਈ ਮਜ਼ਬੂਰ ਨਾ ਕਰੇ।

(395) ਰਾਜੇ ਨੂੰ ਚਾਹੀਦਾ ਹੈ ਕਿ ਇੱਕ ਵੇਦ ਪਾਠੀ ਬ੍ਰਾਹਮਣ (ਸਰੋਤਰੀਆ) ਨਾਲ, ਬਿਮਾਰ ਅਤੇ ਦੁਖੀ ਮਨੁੱਖ ਨਾਲ, ਬੱਚੇ ਅਤੇ ਬੁੱਢੇ ਨਾਲ, ਗਰੀਬ ਨਾਲ, ਪਵਿੱਤਰ ਅਤੇ ਉੱਚੀ ਕੁਲ ਵਾਲੇ ਮਨੁੱਖ ਨਾਲ, ਅਤੇ ਇੱਕ ਸੂਝਵਾਨ ਵੇਦ ਗਿਆਤਾ ਬ੍ਰਾਹਮਣ (ਵੇਦ ਵਿਸ਼ਾਰਦ) ਨਾਲ, ਹਮੇਸ਼ਾ ਹਲੀਮੀ ਨਾਲ ਪੇਸ਼ ਆਵੇ।

(396) ਧੋਬੀ, ਆਪਣੇ ਗਾਹਕ ਦੇ ਕੋਮਲ ਤੇ ਮੈਲੇ ਕੱਪੜੇ, ਸਿੰਮਲ (ਸਿੰਬਲ) ਦੀ ਲੱਕੜ ਦੇ ਫੱਟੇ ਉੱਪਰ, ਬੜੇ ਧੀਰਜ ਨਾਲ ਹੌਲੀ ਹੌਲੀ ਧੋਵੇ। ਕੱਪੜਿਆਂ ਦੀ ਅਦਲਾ ਬਦਲੀ ਨਾ ਕਰੇ ਅਤੇ ਬਹੁਤੀ ਦੇਰ ਪਏ ਨਾ ਰਹਿਣ ਦੇਵੇ। ਕੱਪੜਿਆਂ ਦੇ ਮਾਲਕ ਤੋਂ ਬਗੈਰ, ਕਿਸੇ ਹੋਰ ਨੂੰ ਪਹਿਨਣ ਲਈ ਨਾ ਦੇਵੇ।

(397) ਜੁਲਾਹਾ, ਜਿਸਨੂੰ ਕੱਪੜਾ ਬੁਣਨ ਲਈ ਦਸ ਪਲ (ਦਸ ਛਟਾਂਕਾਂ) ਸੂਤ ਦਿੱਤਾ ਗਿਆ ਹੋਵੇ, ਪਾਹ ਅਤੇ ਮਾਂਡੀ ਦੇਣ ਕਰਕੇ ਵਧੇ ਭਾਰ ਕਾਰਨ, ਕੱਪੜਾ ਬਣਾ ਕੇ ਗਿਆਰਾਂ ਪਲ ਭਾਰ ਦਾ ਕੱਪੜਾ ਗਾਹਕ ਨੂੰ ਮੋੜੇ। ਜੇ ਐਸਾ ਨਾ ਕਰੇ ਤਾਂ ਰਾਜਾ ਉਸਨੂੰ ਬਾਰਾਂ ਪਣ ਦੰਡ ਲਾਵੇ।

(398) ਢੋਆ ਢੁਆਈ, ਚੁਕਾਈ, ਰਾਹਦਾਰੀ ਅਤੇ ਉਪਰਲੇ ਹੋਰ ਖਰਚਾਂ ਦੇ ਹਿਸਾਬ ਕਿਤਾਬ ਨੂੰ ਮੁੱਖ ਰੱਖ ਕੇ, ਮਾਲ ਦਾ ਵਿੱਕਰੀ ਮੁੱਲ ਤਹਿ ਕੀਤਾ ਜਾਵੇ। ਰਾਜੇ ਨੂੰ ਚਾਹੀਦਾ ਹੈ ਕਿ, ਤਜ਼ਾਰਤ ਦੇ ਮਾਹਿਰਾਂ ਦੀ ਮੱਦਤ ਲਵੇ ਅਤੇ ਵਪਾਰੀਆਂ ਕੋਲੋਂ ਵਿੱਕਰੀ ਦਾ ਵੀਹਵਾਂ ਹਿੱਸਾ ਕਰ ਵਜੋਂ ਵਸੂਲੇ।

(399) ਰਾਜੇ ਨੂੰ ਹੱਕ ਹੈ ਕਿ ਉਹ ਐਸੇ ਵਪਾਰੀ ਦੀ ਸਾਰੀ ਜ਼ਾਇਦਾਦ ਜ਼ਬਤ ਕਰ ਲਵੇ, ਜੋ ਲਾਲਚ ਵੱਸ ਹੋ ਕੇ ਕੱਪੜਾ, ਭਾਂਡੇ, ਬਸਤਰ, ਵਾਹਣ ਆਦਿ ਦੀ ਦਰਾਮਦ ਕਰੇ (ਪ੍ਰਦੇਸ ਵਿੱਚ ਲਿਜਾ ਕੇ ਵੇਚੇ), ਜਿਸਤੇ ਰਾਜੇ ਨੇ ਰੋਕ ਲਾਈ ਹੋਵੇ।

(400) ਜੋ ਵਪਾਰੀ, ਚੁੰਗੀ ਕਰ ਅਤੇ ਰਾਹਦਾਰੀ ਤੋਂ ਬਚਾ ਕੇ ਆਪਣਾ ਸਮਾਨ ਏਧਰ ਉਧਰ ਦੇ ਰਸਤੇ ਲੰਘਾਉਂਦਾ ਪਕੜਿਆ ਜਾਵੇ, ਆਪਣਾ ਸਮਾਨ ਨਿਸਚਿਤ ਸਮੇਂ ਤੋਂ ਪਹਿਲਾਂ ਜਾਂ ਮਗਰੋਂ ਚੋਰੀ ਵੇਚੇ, ਗਿਣਤੀ ਅਤੇ ਤੋਲ ਵਿੱਚ ਹੇਰਾ ਫੇਰੀ ਕਰੇ, ਤਾਂ ਰਾਜੇ ਨੂੰ ਚਾਹੀਦਾ ਹੈ ਕਿ ਐਸੇ ਵਪਾਰੀ ਨੂੰ, ਬਣਦੇ ਕਰ ਨਾਲੋਂ ਅੱਠ ਗੁਣਾ ਜੁਰਮਾਨਾ ਲਾਵੇ।

(401) ਰਾਜੇ ਦਾ ਫਰਜ਼ ਹੈ ਕਿ, ਬਾਹਰੋਂ ਲਿਆ ਕੇ, ਦੇਸ਼ ਵਿੱਚ ਵਿਕਣ ਵਾਲੀਆਂ ਆਮ ਵਸਤਾਂ ਦੀ ਕੀਮਤ, ਇਹ ਦੇਖ ਕੇ ਆਪ ਨਿਸਚਿਤ ਕਰੇ ਕਿ ਵਸਤੂ ਦਾ ਖਰੀਦ ਮੁੱਲ ਕੀ ਸੀ, ਕਿੱਥੋਂ ਆਈ ਅਤੇ ਕਿਸ ਜਗ੍ਹਾ ਵੇਚੀ ਜਾ ਰਹੀ ਹੈ, ਕਿੰਨੀ ਪੁਰਾਣੀ ਹੈ ਅਤੇ ਵੇਚਣ ਵਾਲਾ, ਇਸ ਵਿੱਚੋਂ ਕੀ ਖੱਟ ਜਾਂ ਗਵਾ ਰਿਹਾ ਹੈ।

(402) ਰਾਜਾ (ਆਪਣੇ ਅਧਿਕਾਰੀਆਂ ਰਾਹੀਂ), ਹਰ ਪੰਜ ਦਿਨਾਂ ਬਾਅਦ ਇੱਕ ਵਾਰ, ਅਤੇ ਹਰ ਪੰਦਰਵੇਂ ਦਿੰਨ, ਮੰਡੀਆਂ ਵਿੱਚ ਵਿਕਣ ਵਾਲੇ ਮਾਲ ਦਾ ਵਿੱਕਰੀ ਮੁੱਲ ਅਤੇ ਉਸ ਉੱਪਰ ਕਰ ਦੀ ਦਰ, ਜਨਤਕ ਤੌਰ ਤੇ ਐਲਾਨ ਕਰੇ।

(403) ਭਾਰ ਤੋਲਣ ਵਾਲੀਆਂ ਸਭ ਤੱਕੜੀਆਂ, ਧਰਮ ਕੰਡੇ, ਵੱਟੇ ਅਤੇ ਮਿਣਤੀ ਦੇ ਸੰਦ, ਹਰ ਛੇ ਮਹੀਨੇ ਬਾਅਦ ਰਾਜੇ ਦੇ ਅਧਿਕਾਰੀਆਂ ਵਲੋਂ ਮੋਹਰ ਲੱਗ ਕੇ ਪ੍ਰਵਾਨਿਤ ਹੋਣੇ ਜ਼ਰੂਰੀ ਹਨ।

(404) ਬੇੜੀ ਵਿੱਚ ਸਵਾਰ ਹੋ ਕੇ ਦਰਿਆ ਪਾਰ ਜਾਣ ਲਈ ਖਾਲੀ ਗੱਡੀ ਦਾ ਕਿਰਾਇਆ ਇੱਕ ਪਣ, ਭਾਰ ਸਮੇਤ ਮਨੁੱਖ ਲਈ ਅੱਧਾ ਪਣ, ਪਸ਼ੂ ਅਤੇ ਔਰਤ ਲਈ ਪਣ ਦਾ ਚੌਥਾ ਹਿੱਸਾ, ਖਾਲੀ ਹੱਥ ਆਦਮੀ ਲਈ ਪਣ ਦਾ ਅੱਠਵਾਂ ਹਿੱਸਾ, ਵਸੂਲ ਕਰਨਾ ਨਿਸਚਿਤ ਹੈ।

(405) ਸਮਾਨ ਨਾਲ ਲੱਦੀਆਂ ਹੋਈਆਂ ਗੱਡੀਆਂ ਪਾਰ ਲੰਘਾਉਣ ਲਈ ਧੰਨ ਦੀ ਵਸੂਲੀ, ਗੱਡੀਆਂ ਵਿੱਚ ਪਈਆਂ ਵਸਤਾਂ ਦੀ ਕੀਮਤ ਤੇ ਨਿਰਭਰ ਹੈ। ਖਾਲੀ ਰ੍ਹੇੜੀਆਂ-ਠੇਲ੍ਹੇ ਅਤੇ ਗਰੀਬਾਂ ਤੋਂ ਭਾੜੇ ਦੀ ਵਸੂਲੀ ਘੱਟ ਕੀਤੀ ਜਾਵੇ।

(406) ਲੰਮੇ ਸਫਰ ਤੇ ਜਾਣ ਵਾਲੀਆਂ ਅਤੇ ਦਰਿਆਵਾਂ ਵਿੱਚ ਚੱਲਣ ਵਾਲੀਆਂ ਬੇੜੀਆਂ ਦੇ ਕਿਰਾਏ ਦਾ ਵਸੂਲੀ ਦਰ, ਫ਼ਾਸਲਾ, ਪਾਣੀ ਦਾ ਵਹਾਉ, ਹਵਾ ਦੇ ਰੁੱਖ ਅਤੇ ਲੱਗਣ ਵਾਲੇ ਸਮੇਂ ਤੇ ਨਿਰਭਰ ਹੈ। ਇਹ ਨਿਯਮ ਕੇਵਲ ਨਦੀਆਂ ਰਾਹੀਂ ਢੋਏ ਸਮਾਨ ਬਾਰੇ ਹੈ।
ਸਮੁੰਦਰੀ ਰਸਤੇ ਜਾਣ ਵਾਲੀਆਂ ਬੇੜੀਆਂ ਲਈ ਕੋਈ ਪੱਕਾ ਸਮਾਂ ਜਾਂ ਕਿਰਾਏ ਦੀ ਵਸੂਲੀ ਲਈ ਕੋਈ ਰਾਸ਼ੀ ਨਿਸਚਿਤ ਨਹੀਂ ਹੈ।

(407) ਦੋ ਮਹੀਨੇ ਤੋਂ ਵੱਧ ਗਰਭਵਤੀ ਔਰਤ, ਸਨਿਆਸੀ, ਸਾਧੂ, ਬ੍ਰਹਮਚਾਰੀ, ਅਤੇ ਬ੍ਰਾਹਮਣ ਲਈ ਨਦੀ ਪਾਰ ਕਰਨ ਦਾ ਕੋਈ ਕਿਰਾਇਆ ਨਹੀਂ ਲੈਣਾਂ ਚਾਹੀਦਾ।

(408) ਜੇ ਬੇੜੀ ਦੇ ਕਿਸੇ ਇੱਕ ਮਲਾਹ ਦੀ ਗਲਤੀ ਕਾਰਣ ਬੇੜੀ ਵਿੱਚ ਲੱਦੇ ਹੋਏ ਸਮਾਨ ਦਾ ਨੁਕਸਾਨ ਹੋ ਜਾਵੇ ਤਾਂ, ਸਾਰੇ ਮਲਾਹ ਮਿਲ ਕੇ ਆਪਣੇ ਹਿੱਸੇ ਆਉਂਦਾ ਨੁਕਸਾਨ ਭਰਨ।

(409) ਇਹ ਫੈਸਲਾ, ਕੇਵਲ ਮਲਾਹਾਂ ਦੀ ਗਲਤੀ ਅਤੇ ਸਵਾਰੀਆਂ ਦੇ ਨਿਜੀ ਸਮਾਨ ਬਾਰੇ ਦਿੱਤਾ ਗਿਆ ਹੈ। ਪਰ ਕਿਸੇ ਕੁਦਰਤੀ ਆਫ਼ਤ ਕਾਰਣ ਹੋਏ ਨੁਕਸਾਨ ਲਈ, ਮਲਾਹ ਦੇਣਦਾਰ ਨਹੀਂ ਹਨ।

(410) ਰਾਜੇ ਨੂੰ ਸੁਚੇਤ ਰਹਿਣਾ ਚਾਹੀਦਾ ਹੈ ਕਿ, ਪੈਸੇ ਦਾ ਲੈਣ-ਦੇਣ (ਮਹਾਜਨੀ ਕਿੱਤਾ), ਖੇਤੀ ਬਾੜੀ, ਪਸ਼ੂ ਪਾਲਣ ਅਤੇ ਵਪਾਰ ਦਾ ਕੰਮ ਕੇਵਲ ਵੈਸ਼ ਲੋਕ ਹੀ ਕਰਨ। ਸ਼ੂਦਰ ਲੋਕ, ਸਭ ਦਵਿੱਜ ਜਾਤੀ (ਬ੍ਰਾਹਮਣ, ਖੱਤਰੀ, ਵੈਸ਼) ਦੇ ਲੋਕਾਂ ਦੀ ਨੌਕਰੀ-ਚਾਕਰੀ ਹੀ ਕਰਨ।

(411) ਜੇ ਖੱਤਰੀ ਜਾਂ ਵੈਸ਼ ਲੋਕ, ਮਾਇਕ ਤੰਗੀ ਕਾਰਣ ਰੋਜ਼ੀ ਰੋਟੀ ਤੋਂ ਦੁਖੀ ਹੋਣ, ਤਾਂ ਬ੍ਰਾਹਮਣਾਂ ਨੂੰ ਚਾਹੀਦਾ ਹੈ ਕਿ ਦਇਆ ਭਾਵਨਾ ਰੱਖਦੇ ਹੋਏ, ਉਨ੍ਹਾਂ ਦੀ ਜਾਤ ਦੇ ਅਨਕੂਲ ਕੰਮ ਦੇ ਕੇ ਸਹਾਇਤਾ **ਕਰਨ।**

(412) ਪਰ ਜੇ ਕੋਈ ਬ੍ਰਾਹਮਣ, ਆਪਣੀ ਮਾਇਆ ਦੇ ਗਰੂਰ ਕਾਰਣ ਜਾਂ ਕਿਸੇ ਹੋਰ ਲਾਲਚ ਕਾਰਣ, ਕਿਸੇ ਸੰਸਕਾਰੀ (ਜਿਸਦੇ ਜਨੇਊ ਅਤੇ ਭੱਦਣ ਦੀ ਰਸਮ ਹੋ ਚੁੱਕੀ ਹੋਵੇ) ਦਵਿੱਜ ਕੋਲੋਂ, ਗੁਲਾਮਾਂ ਵਾਲੇ ਕੰਮ ਕਰਵਾਏ, ਤਾਂ ਰਾਜੇ ਨੂੰ ਖਬਰ ਹੋਣ ਤੇ ਰਾਜਾ ਉਸਨੂੰ ਛੇ ਸੌ ਪਣਾ ਦੰਡ ਲਾਵੇ।

(413) ਸ਼ੂਦਰ ਭਾਵੇਂ ਮੁੱਲ ਖਰੀਦਿਆ ਗੁਲਾਮ ਹੋਵੇ ਜਾਂ ਨੌਕਰ ਹੋਵੇ, ਬ੍ਰਾਹਮਣ ਉਸਨੂੰ ਆਪਣੀ ਗੁਲਾਮੀ ਅਤੇ ਸੇਵਾ ਕਰਨ ਲਈ ਮਜ਼ਬੂਰ ਕਰ ਸਕਦਾ ਹੈ, ਕਿਉਂਕਿ ਬ੍ਰਹਮਾ ਨੇ ਸ਼ੂਦਰ ਨੂੰ ਬਣਾਇਆ ਹੀ ਬ੍ਰਾਹਮਣ ਦੀ ਸੇਵਾ ਅਤੇ ਗੁਲਾਮੀ ਕਰਨ ਲਈ ਹੈ।

(414) ਆਪਣੇ ਸਵਾਮੀ (ਬ੍ਰਾਹਮਣ) ਦੇ ਘਰੋਂ ਕੱਢਿਆ (ਛੁਟਕਾਰਿਆ) ਹੋਇਆ ਗੁਲਾਮ, ਕਿਸੇ ਹੋਰ ਦਵਿੱਜ ਦੀ ਗੁਲਾਮੀ ਤੋਂ ਸਿਵਾ, ਕੋਈ ਹੋਰ ਕੰਮ ਨਹੀਂ ਕਰ ਸਕਦਾ, ਕਿਉਂਕਿ ਦਾਸ ਕਰਮ (ਗੁਲਾਮੀ ਕਰਨਾ) ਹੀ ਉਸਦਾ ਧਰਮ ਹੈ। ਇਸਤੋਂ ਉਸਨੂੰ ਕੋਈ ਨਹੀਂ ਬਚਾਅ ਸਕਦਾ।

(415) ਗੁਲਾਮ, ਸੱਤ ਤਰਾਂ ਹੋ ਸਕਦੇ ਹਨ। ਜਿਵੇਂ: (ੳ) ਯੁੱਧ ਜਿੱਤਣ ਮਗਰੋਂ ਫੜ੍ਹ ਕੇ ਲਿਆਂਦਾ ਹੋਇਆ, (ਅ) ਭੋਜਨ ਦੇ ਲਾਲਚ ਨੂੰ ਆਪੇ ਆਇਆ ਹੋਇਆ, (ੲ) ਘਰ ਵਿੱਚ ਰਹਿੰਦੇ ਗੁਲਾਮ ਦੀ ਉਲਾਦ, (ਸ) ਆਪਣੇ ਪੈਸੇ ਨਾਲ ਮੁੱਲ ਖਰੀਦਿਆ ਹੋਇਆ, (ਹ) ਤੋਹਫ਼ੇ ਵਜੋਂ ਮਿਲਿਆ ਹੋਇਆ, (ਕ) ਪ੍ਹੀੜੀ ਦਰ ਪ੍ਹੀੜੀ ਚੱਲਿਆ ਆਉਂਦਾ ਅਤੇ (ਖ) ਸਜ਼ਾ ਵਜੋਂ ਗੁਲਾਮੀ ਭੁਗਤਣ ਵਾਲਾ।

(416) ਮਨੂੰ ਜੀ ਦੀ ਆਗਿਆ ਹੈ ਕਿ, ਇਸਤਰੀ, ਪੁੱਤਰ ਅਤੇ ਗੁਲਾਮ ਕੋਈ ਧੰਨ ਜਾਂ ਜ਼ਾਇਦਾਦ ਇਕੱਠਾ ਨਹੀਂ ਕਰ ਸਕਦੇ। ਉਨ੍ਹਾਂ ਦੀ ਕਮਾਈ ਉਸੇ ਦੀ ਹੈ, ਜਿਸਦੇ ਉਹ, ਪੁੱਤਰ, ਕਲੱਤਰ (ਕੁਟੰਭ) ਜਾਂ ਸੇਵਕ ਹਨ ।

(417) ਗੁਲਾਮ ਸ਼ੂਦਰ ਦੀ ਸੰਪਤੀ ਉੱਪਰ ਬ੍ਰਾਹਮਣ ਦਾ ਪੂਰਾ ਹੱਕ ਹੈ ਕਿ ਉਹ ਬਿਨਾਂ ਝਿਝਕ, ਜਦੋਂ ਚਾਹੇ ਸ਼ੂਦਰ ਅਤੇ ਗੁਲਾਮ ਕੋਲੋਂ ਸਭ ਕੁਝ ਖੋਹ ਸਕਦਾ ਹੈ, ਕਿਉਂਕਿ, ਸ਼ੂਦਰ ਅਤੇ ਗੁਲਾਮ ਨੂੰ ਸੰਪਤੀ ਜਾਂ ਜਾਇਦਾਦ ਰੱਖਣ ਦੀ ਕਨੂੰਨੀ ਮਨਾਹੀ ਹੈ।

(418) ਰਾਜੇ ਨੂੰ ਚਾਹੀਦਾ ਹੈ ਕਿ ਇਸ ਗੱਲ ਦੀ ਹਮੇਸ਼ਾ ਨਿਗਰਾਨੀ ਰੱਖੇ, ਕਿ ਸ਼ੂਦਰ ਅਤੇ ਵੈਸ਼, ਆਪੋ ਆਪਣੀ ਜਾਤ ਦੇ ਧਰਮ-ਕਰਮ ਨੂੰ ਪੂਰੀ ਤਰਾਂ ਨਿਭਾਉਂਦੇ ਹਨ ਜਾਂ ਨਹੀਂ। ਜੇਕਰ ਇਹ ਦੋਵੇਂ ਜਾਤਾਂ ਦੇ ਲੋਕ, ਆਪੋ ਆਪਣੇ ਵਰਣ ਦੇ ਫਰਜ਼ਾਂ ਨੂੰ ਤਿਆਗ ਦੇਣ ਤਾਂ ਸਾਰੇ ਸੰਸਾਰ ਨੂੰ ਦੁੱਖਾਂ ਅਤੇ ਉਲਝਣਾਂ ਵਿੱਚ ਪਾ ਸਕਦੇ ਹਨ।

(419) ਰਾਜਾ, ਆਪਣੇ ਰਾਜ ਪ੍ਰਬੰਧ ਹੇਠ ਚੱਲ ਰਹੇ ਪ੍ਰਯੋਜਨਾਂ (ਉਦੇਸ਼ਾਂ) ਦੀ ਪੂਰਤੀ ਦਾ ਧਿਆਨ ਰੱਖੇ ਅਤੇ ਨਿੱਤ ਦੇ ਆਮਦਨ-ਖਰਚ ਦਾ ਵੀ ਪੂਰਾ ਹਿਸਾਬ ਰੱਖੇ। ਭਾਰ ਢੋਣ ਵਾਲੇ ਰੱਥ, ਘੋੜੇ ਗੱਡੀਆਂ, ਕਰ ਦੀ ਵਸੂਲੀ, ਸੋਨੇ ਚਾਂਦੀ ਅਤੇ ਰਤਨਾਂ ਦੇ ਭੰਡਾਰ, ਕੀਮਤੀ ਖਜ਼ਾਨੇ, ਹੋਰ ਵਡਮੁੱਲੀਆਂ ਵਸਤਾਂ ਦੀ ਸਾਂਭ ਸੰਭਾਲ ਅਤੇ ਸੁਰੱਖਿਆ ਦੀ ਹਰ ਰੋਜ਼ ਜਾਂਚ-ਪੜਤਾਲ ਕਰੇ।

(420) ਜੋ ਰਾਜਾ, ਉੱਪਰ ਦੱਸੇ ਸਾਰੇ ਨਿਯਮਾਂ ਦੀ ਪਾਲਣਾ ਕਰਦਾ ਹੈ, ਉਹ ਆਪਣੇ ਫ਼ਰਜ਼ਾਂ ਦੀ ਪੂਰਤੀ ਕਰਦਾ ਹੋਇਆ, ਸਾਰੇ ਪਾਪਾਂ ਤੋਂ ਮੁਕਤ ਹੋ ਕੇ ਪ੍ਰਮਪਦ ਦੀ ਪ੍ਰਾਪਤੀ ਕਰਦਾ ਹੈ।

ਅਧਿਆਇ 9

ਇਸਤ੍ਰੀ-ਪੁਰਸ਼ ਸਬੰਧ

ਵਿਆਹ ਅਤੇ ਆਪਸੀ ਵਾਦ-ਵਿਵਾਦ ਵਾਰੇ ਫੈਸਲੇ ਅਤੇ ਕਨੂੰਨੀ ਪ੍ਰਕਿਰਿਆ -

(1) ਹੁਣ ਮੈਂ (ਭ੍ਰਿਗੂ) ਧਰਮ ਦੇ ਮਾਰਗ ਤੇ ਚੱਲਣ ਵਾਲੇ ਗ੍ਰਸਿਤੀ, ਇਸਤਰੀ ਅਤੇ ਪੁਰਸ਼ ਦੇ ਆਪਸੀ ਸਬੰਧਾਂ, ਇਕੱਠੇ ਰਹਿਣ (ਸੰਜੋਗਕਲੀਨ) ਅਤੇ ਵਿਛੋੜੇ ਸਮੇਂ (ਵਿਜੋਗਕਲੀਨ), ਪਾਲਣਯੋਗ ਨਿਯਮਾਂ ਦਾ ਵਰਨਣ ਕਰਦਾ ਹਾਂ:=

(2) ਪੁਰਸ਼ਾਂ ਲਈ ਜ਼ਰੂਰੀ ਹੈ ਕਿ ਉਹ ਆਪਣੀਆਂ ਇਸਤਰੀਆਂ ਨੂੰ ਦਿਨੇ-ਰਾਤ ਆਪਣੀ ਅਧੀਨਗੀ ਹੇਠ ਰੱਖਣ (ਕਦੇ ਸਵਤੰਤ੍ਰਤਾ ਨਾ ਦੇਣ)। ਭਾਵੇਂ ਆਪਣੇ ਨਿਜੀ ਹਾਰ ਸ਼ਿਗਾਰ ਜਾਂ ਘਰ ਦੇ ਕੰਮਾਂ ਵਿਚ ਮਸਤ ਹੋਣ, ਤਾਂ ਭੀ ਉਨ੍ਹਾਂ ਉੱਪਰ, ਕਰੜੀ ਨਿਗ੍ਹਾ ਰੱਖਣੀ ਬਹੁਤ ਜ਼ਰੂਰੀ ਹੈ ਅਤੇ ਕਦੇ ਇਕੱਲਿਆਂ ਨਹੀਂ ਛੱਡਣਾ ਚਾਹੀਦਾ।

(3) ਬਚਪਨ ਵਿੱਚ ਇਸਤ੍ਰੀ ਦਾ ਪਾਲਣ ਪੋਸ਼ਣ ਅਤੇ ਸਾਂਭ ਸੰਭਾਲ ਕਰਨਾ ਪਿਤਾ ਦਾ ਫ਼ਰਜ਼ ਹੈ।ਜਵਾਨੀ ਵਿੱਚ ਉਸਦੇ ਪਤੀ ਦਾ, ਬੁੜਾਪੇ ਵਿੱਚ ਉਸਦੀ ਸੰਭਾਲ ਕਰਨਾ ਉਸਦੇ ਪੁੱਤਰਾਂ ਦਾ ਫਰਜ਼ ਬਣਦਾ ਹੈ।

ਆਪਣੇ ਸੁਭਾਵਿਕ ਲੱਛਣਾਂ ਅਤੇ ਚੰਚਲਤਾ ਕਰਕੇ, ਔਰਤ ਕਦੇ ਭੀ ਅਜ਼ਾਦ ਰਹਿਣ ਦੇ ਯੋਗ ਨਹੀਂ ਹੈ।

(4) ਠੀਕ ਉਮਰ ਤੇ ਕੰਨਿਆਂ ਦਾਨ ਨਾ ਕਰਨੇ ਵਾਲਾ ਪਿਤਾ, ਸੰਗਮ ਦੇ ਦਿਨਾਂ ਵਿੱਚ ਆਪਣੀ ਪਤਨੀ ਦੀ ਕਾਮ ਵਾਸ਼ਨਾ ਦੀ ਪੂਰਤੀ ਨਾ ਕਰ ਸਕਣ ਵਾਲਾ ਪਤੀ, ਪਿਤਾ ਦੀ ਮੌਤ ਮਗਰੋਂ, ਆਪਣੀ ਵਿਧਵਾ ਮਾਂ ਦੀ ਸੰਭਾਲ ਨਾ ਕਰ ਸਕਣ ਵਾਲਾ ਪੁੱਤਰ, ਤਿੰਨੋ ਨਿੰਦਣਯੋਗ ਹਨ।

(5) ਔਰਤ ਭਾਵੇਂ ਕਰੂਪ (ਬਦਸ਼ਕਲ) ਵੀ ਹੋਵੇ, ਉਸਨੂੰ ਕੁਸੰਗਤ ਅਤੇ ਬੁਰੀ ਨਿਗ੍ਹਾ ਰੱਖਣ ਵਾਲਿਆਂ ਤੋਂ ਬਚਾ ਕੇ ਰੱਖਣਾ ਚਾਹੀਦਾ ਹੈ, ਨਹੀ ਤਾਂ ਅਸੁਰੱਖਿਅਤ ਔਰਤ, ਪ੍ਰਵਾਰ ਲਈ ਨਮੋਸ਼ੀ ਦਾ ਕਾਰਣ ਭੀ ਬਣ ਸਕਦੀ ਹੈ।

(6) ਉਪਰੋਕਤ ਨਿਯਮਾਂ ਨੂੰ ਧਿਆਨ ਵਿੱਚ ਰੱਖਦਿਆਂ, ਸਭ ਵਰਣਾਂ ਦੇ ਕਮਜ਼ੋਰ ਤੋਂ ਕਮਜ਼ੋਰ ਮਨੁੱਖ ਨੂੰ ਭੀ ਆਪਣੀ ਇਸਤਰੀ ਦੀ ਰੱਖਿਆ ਕਰਨੀ ਚਾਹੀਦੀ ਹੈ।

(7) ਜੋ ਮਨੁੱਖ ਆਪਣੀ ਪਤਨੀ ਦੇ ਚਾਲ ਚਲਣ ਉੱਪਰ ਨਿਗ੍ਹਾ ਰੱਖਦਾ ਹੈ, ਉਹੀ ਆਪਣੀ ਉਲਾਦ ਅਤੇ ਵਰਣ ਦੀ ਸ਼ੁੱਧਤਾ, ਗੁਣ ਅਤੇ ਧਾਰਮਿਕ ਕਦਰਾਂ ਕੀਮਤਾਂ ਦੀ ਸੰਭਾਲ ਕਰ ਸਕਦਾ ਹੈ (ਭਾਵ-ਵਰਣਸਙੰਕਰ-ਟਰੜੀ ਉਲਾਦ ਹੋਣ ਤੋਂ ਬਚਾ ਸਕਦਾ ਹੈ)।

(8) ਆਪਣੀ ਨਸਲ ਦੀ ਸ਼ੁੱਧਤਾ ਕਾਇਮ ਰੱਖਣ ਲਈ, ਇਸਤ੍ਰੀਪਨ ਦੀ ਇਹ ਇੱਕ ਕੁਦਰਤੀ ਪ੍ਰਕਿਰਿਆ ਹੈ ਕਿ, ਪਤੀ ਹੀ ਆਪਣੀ ਪਤਨੀ (**भार्या**) ਵਿੱਚ, ਵੀਰਜ ਰੂਪ ਹੋ ਕੇ ਪ੍ਰਵੇਸ਼ ਕਰਦਾ ਹੈ ਅਤੇ ਇੱਕ ਭਰੂਣ ਬਣਨ ਮਗਰੋਂ ਸੰਤਾਨ (ਬਾਲਕ ਜਾਂ ਕੰਨਿਆ) ਰੂਪ ਹੋ ਕੇ ਜਨਮ ਲੈਂਦਾ ਹੈ।

ਇਸੇ ਕਰਕੇ ਇਸਤਰੀ, **ਜਇਆ** (ਜਨਮ ਦੇਣ ਵਾਲੀ, ਧਰਤੀ) ਕਹਿਲਾਉਂਦੀ ਹੈ ਅਤੇ ਜਨਮ ਲੈਣ ਵਾਲਾ ਜੀਵ **ਜਾਇਆ ਜਾਂ ਜਾਈ** (ਧਰਤੀ ਦੀ ਉਪਜ) ਕਹਿਲਾਉਂਦਾ ਹੈ।

(9) ਜਿਸ ਤਰਾਂ ਦੇ ਵੰਸ਼ ਵਾਲੇ ਪੁਰਸ਼ ਨਾਲ, ਇਸਤਰੀ ਆਪਣਾ ਸਬੰਧ ਬਣਾਉਂਦੀ ਹੈ, ਉਹੋ ਜੇਹੇ ਸੰਸਕਾਰਾਂ ਵਾਲੀ ਸੰਤਾਨ ਨੂੰ ਜਨਮ ਦਿੰਦੀ ਹੈ। ਇਸ ਲਈ ਪੁਰਸ਼ ਨੂੰ ਆਪਣੀ ਕੁਲ ਅਤੇ ਵਰਣ ਨੂੰ ਬੇਦਾਗ ਰੱਖਣ ਲਈ, ਆਪਣੀ ਔਰਤ ਉੱਪਰ ਨਿਗ੍ਹਾ ਰੱਖਣੀ ਜ਼ਰੂਰੀ ਹੈ।

(10) ਆਦਮੀ ਲਈ, ਜ਼ਬਰਦਸਤੀ ਜਾਂ ਦਬਾ ਪਾ ਕੇ, ਇਸਤ੍ਰੀ ਨੂੰ ਭੈੜੀਆਂ ਆਦਤਾਂ ਅਤੇ ਕੁਸੰਗਤ ਤੋਂ ਬਚਾ ਕੇ ਰੱਖਣਾ ਬਹੁਤ ਔਖਾ ਹੈ। ਉਸਨੂੰ ਵਸ ਵਿੱਚ ਰੱਖਣ ਲਈ ਅੱਗੇ ਦਿੱਤੇ ਸੌਖੇ ਤਰੀਕੇ (ਗਲਤ ਜਾਂ ਸਹੀ) ਵਰਤੇ ਜਾ ਸਕਦੇ ਹਨ।

(11) ਆਦਮੀ ਨੂੰ ਚਾਹੀਦਾ ਹੈ ਕਿ ਇਸਤਰੀ ਨੂੰ, ਘਰ ਦੇ ਖਰਚ ਆਮਦਨ, ਅਤੇ ਧੰਨ ਜੋੜਨ ਦੀ ਜਿਮੇਂਦਾਰੀ ਦੇਵੇ, ਸਫ਼ਾਈ, ਪਤੀ ਸੇਵਾ, ਧਾਰਮਿਕ ਕੰਮਾਂ (ਜਿਵੇਂ ਅਗਨੀਹੋਤਰ, ਸਵੇਰ-ਸ਼ਾਮ ਦੀ ਸੰਧਿਆ ਵੇਲੇ ਦੀ ਪਾਠ-ਪੂਜਾ, ਆਦਿ), ਘਰ ਦੇ ਪਕਵਾਨ ਅਤੇ ਭਾਡੇ-ਟੀਂਡੇ ਸਾਂਭਣ ਵਿੱਚ ਰੁਝਾਈ (ਵਿਅਸਤ) ਰੱਖੇ।

(12) ਜੇ ਔਰਤ ਦੀ ਆਪਣੀ ਮਰਜ਼ੀ ਨਾ ਹੋਵੇ, ਤਾਂ ਘਰ ਦੀ ਚਾਰ ਦਿਵਾਰੀ ਅੰਦਰ ਹੁੰਦਿਆਂ ਅਤੇ ਭਰੋਸੇਯੋਗ ਲੋਕਾਂ (**स्वजन**- ਮਾਤਾ, ਪਿਤਾ, ਭਰੋਸੇਯੋਗ ਨੌਕਰ ਆਦਿ) ਦੀ ਨਿਗਰਾਨੀ ਹੇਠ ਡੱਕ ਕੇ ਰੱਖੀ ਭੀ ਸੁਰੱਖਿਅਤ ਨਹੀਂ ਸਮਝੀ ਜਾਂਦੀ (ਬੁਰਾਈਆਂ ਤੋਂ ਬਚ ਨਹੀਂ ਸਕਦੀ)। ਜੋ ਔਰਤ, ਆਪਣੀ ਰੱਖਿਆ ਬਾਰੇ ਆਪ ਹੀ ਸੁਚੇਤ ਅਤੇ ਚੇਤੰਨ ਹੋਵੇ, ਕੇਵਲ ਉਹੀ ਔਰਤ ਸੁਰੱਖਿਅਤ ਹੈ।

(13) ਸ਼ਰਾਬ ਪੀਣੀ (ਨਸ਼ੇ ਕਰਨਾ), ਭੈੜੀ (ਦੁਸ਼ਟਾਂ, ਦੁਰਜਨਾਂ ਦੀ) ਸੰਗਤ ਕਰਨੀ, ਪਤੀ ਤੋਂ ਦੂਰ ਰਹਿਣਾ, ਬੇ-ਵਕਤ ਦਾ ਜਾਗਣਾ ਅਤੇ ਸੌਣਾਂ, ਬਿਨਾਂ ਮਤਲਬ ਦੂਸਰਿਆਂ ਦੇ ਘਰ ਜਾ ਕੇ ਰਹਿਣਾ ਅਤੇ ਇਕੱਲੇ ਮਰਦ ਦੇ ਘਰ ਜਾਣਾ, ਇਹ ਛੇ ਗੱਲਾਂ ਔਰਤ ਦੇ ਵਿਗੜਨ ਦੀਆਂ ਅਲਾਮਤਾਂ ਹਨ।

(14) ਇਸਤਰੀਆਂ, ਮਨੁੱਖ ਦੀ ਉਮਰ ਜਾਂ ਸੁੰਦਰਤਾ ਦੇਖ ਕੇ ਮੋਹਿਤ ਨਹੀਂ ਹੁੰਦੀਆਂ, ਉਹ ਕੇਵਲ ਪੁਰਸ਼ ਦੀ ਮਰਦਾਨਗੀ ਦੇਖਦੀਆਂ ਹਨ।

(15) ਇਸਤਰੀਆਂ ਭਾਵੇਂ ਕਿਤਨੀ ਭੀ ਨਿਗਰਾਨੀ ਥੱਲੇ ਹੋਣ, ਉਨ੍ਹਾਂ ਦਾ ਚੰਚਲ ਸੁਭਾ ਹੈ ਕਿ ਉਹ, ਪ੍ਰਾਏ ਮਰਦ ਭੋਗਣ ਦੇ ਜਨੂੰਨ ਅਤੇ ਹਵਸ ਦੀ ਪੂਰਤੀ ਲਈ, ਆਪਣੇ ਸੋਹਣੇ ਸੁਨੱਖੇ ਪਤੀਆਂ ਨਾਲ ਵੀ, ਬੇਵਫ਼ਾਈ ਅਤੇ ਬੇਰਹਿਮੀ ਕਰਨ ਤੋਂ ਸੰਕੋਚ ਨਹੀਂ ਕਰਦੀਆਂ।

(16) ਸੁਭਾਵਕ ਤੌਰ ਤੇ ਹੀ ਵਿਧਾਤਾ ਨੇ ਇਸਤਰੀ ਨੂੰ ਐਸੀ ਬਿਰਤੀ ਵਾਲੀ ਬਣਾਇਆ ਹੈ ਕਿ ਧਰਮ ਸ਼ਾਸਤ੍ਰ ਦੇ ਕਰਤਾ ਪ੍ਰਜਾਪਤਿ ਮਨੂੰ ਨੇ, ਹਰ ਪੁਰਸ਼ ਲਈ ਆਪਣੀ ਇਸਤਰੀ ਉੱਪਰ ਕਰੜੀ ਨਿਗਰਾਨੀ ਰੱਖਣ ਦਾ ਸੰਦੇਸ਼ ਦਿੱਤਾ ਹੈ।

(17) ਇਸ ਬ੍ਰਹਮੰਡ ਵਿੱਚ ਇਸਤ੍ਰੀ ਦੀ ਸਿਰਜਣਾ ਕਰਨ ਲੱਗਿਆਂ, ਪਰਜਾਪਤਿ ਬ੍ਰਹਮਾਂ ਨੇ, ਉਨ੍ਹਾਂ ਦੇ ਸੁਭਾਅ ਅੰਦਰ, ਸੋਹਣੀ ਸੇਜ ਦੀ ਇੱਛਾ, ਗਹਿਣਿਆਂ ਨਾਲ ਪ੍ਰੇਮ, ਕਾਮ ਵਾਸ਼ਨਾ ਦੀ ਭੁੱਖ, ਗੁੱਸਾ, ਧੋਖਾ, ਬੁਰਾ ਅਚਾਰ, ਗੁਪਤ ਸੋਚਾਂ ਅਤੇ ਈਰਖਾ ਵਰਗੀਆਂ ਅਲਾਮਤਾਂ ਭਰੀਆਂ ਹਨ।

(18) ਸ਼ਾਸਤ੍ਰਾਂ ਦੀ ਮਰਿਯਾਦਾ ਮੁਤਾਬਿਕ, ਇਸਤਰੀਆਂ ਲਈ ਮੰਤ੍ਰਾਂ ਦਾ ਪਾਠ ਕਰਕੇ, ਕੋਈ ਵੀ ਧਾਰਮਿਕ ਸੰਸਕਾਰ ਜਾਂ ਜਾਤਿ-ਕਰਣ ਨਹੀਂ ਕੀਤਾ ਜਾ ਸਕਦਾ। ਕੋਈ ਜਾਤ ਧਰਮ ਨਾ ਹੋਣ ਕਰਕੇ, ਇਸਤ੍ਰੀ ਨੂੰ ਵੇਦ ਮੰਤ੍ਰਾਂ ਦੇ ਗਿਆਨ ਪ੍ਰਾਪਤੀ ਦਾ ਵੀ ਕੋਈ ਅਧਿਕਾਰ ਨਹੀਂ ਹੈ। ਗਿਆਨ ਅਤੇ ਤਾਕਤ ਤੋਂ ਵਾਂਝੀਆਂ ਹੋਣ ਕਰਕੇ, ਇਸਤਰੀ ਝੂਠ ਦਾ ਦੂਸਰਾ ਰੂਪ ਅਤੇ ਅਸੁੱਭ ਹੈ (ਭਾਵ ਅਪਵਿੱਤਰ ਹੈ)।

ਔਰਤਾਂ ਦੇ ਗੁਨਾਹਾਂ ਬਾਰੇ ਧਰਮ ਸ਼ਾਸਤ੍ਰਾਂ ਦੇ ਹਵਾਲੇ -

(19) ਇਸਤ੍ਰੀਆਂ ਦੇ ਵਿਲੱਖਣ ਸੁਭਾਅ, ਚੰਚਲਤਾ ਅਤੇ ਚਰਿਤ੍ਰਹੀਣ ਹੋਣ ਬਾਰੇ, ਵੇਦਾਂ ਅਤੇ ਸ਼ਾਸਤਰਾਂ ਦੇ ਸਲੋਕਾਂ ਵਿੱਚ ਆਏ ਮੰਤ੍ਰਾਂ ਅਤੇ ਨਿਬੰਧਾਂ (ਕਿੱਸੇ ਕਹਾਣੀਆਂ) ਵਿੱਚ ਬਹੁਤ ਕੁਝ ਲਿਖਿਆ ਗਿਆ ਹੈ। ਉਧਾਰਣ ਵਜੋਂ, ਵਿਭਚਾਰ ਦੇ ਪਸ਼ਚਾਤਾਪ ਨਾਲ ਸਬੰਧਿਤ ਇੱਕ ਨਿਰਾਸ਼ਾ ਜਨਕ ਗਾਥਾ ਵਿੱਚ, ਚਤੁਰਮੁਖੀ (ਹਰ ਚਾਰ ਮਹੀਨੇ) ਦੇ ਸ਼ਰਾਧ ਸਮੇਂ, ਇੱਕ ਪੁੱਤਰ ਦਾ ਆਪਣੀ ਵਿਭਚਾਰੀ ਮਾਂ ਵਲ ਦੇਖ ਕੇ ਪਿੱਤਰਾਂ ਅੱਗੇ ਜੋਦੜੀ (Expiation) ਕਰਨਾ ਕਿ -

(20) "ਹੇ ਪਿੱਤਰਗਣੋਂ! ਜੇ ਮੇਰੀ ਮਾਂ ਨੇ ਆਪਣਾ ਪਤੀਵਰਤਾ ਧਰਮ ਤਿਆਗ ਕੇ, ਆਪਣੀ ਕਾਮਪੂਰਤੀ ਲਈ ਪਰ-ਪੁਰਸ਼ ਦੀ ਸੰਗਤ (ਸੰਭੋਗ) ਕੀਤੀ ਹੋਵੇ ਜਾਂ ਉਸਦੇ ਘਰ ਜਾਣ ਕਾਰਣ ਦੂਸ਼ਤ ਹੋ ਗਈ ਹੋਵੇ, ਤਾਂ ਮੇਰੀ ਬੇਨਤੀ ਹੈ ਕਿ ਮੇਰਾ ਵੰਸ਼-ਕਣ (ਖਾਨਦਾਨੀ ਅੰਸ਼-ਘੲਨੲਸ), ਉਸਦੀ ਥਾਂ ਮੇਰੇ ਪਿਤਾ ਵਾਲੇ ਹੋਣ ਅਤੇ ਮੇਰਾ ਪਿਤਾ ਹੀ ਆਪਣੇ ਵੀਰਜ ਨਾਲ ਉਸਦੇ ਗਰਭ ਨੂੰ ਪਵਿੱਤਰ ਕਰੇ"। ਇਹ ਪਸ਼ਚਾਤਪ ਕਰਨ ਵਾਲੇ ਮੰਤਰਾਂ ਵਿੱਚੋਂ ਇੱਕ ਉਧਾਰਣ ਹੈ।

ਟਿੱਪਣੀ:- *ਇਹੋ ਜੇਹੀ ਸ਼ਬਦਾਵਲੀ ਸੰਖਯਾਨ ਗ੍ਰਿਹ ਸੂਤਰ (3.13.5) ਅਤੇ ਕਈ ਹੋਰ ਉਪਨਿਸ਼ਿਦਾਂ ਵਿੱਚ ਦਰਜ਼ ਹੈ। ਸ਼ਾਇਦ ਇਹ ਪ੍ਰਕਿਰਿਆ, ਸ਼ਰਾਧ ਸਮੇਂ ਅੱਜ ਨਾ ਦੁਹਰਾਈ ਜਾਂਦੀ ਹੋਵੇ, ਪਰ ਬੜੀ ਸ਼ਰਮ ਅਤੇ ਨਮੋਸ਼ੀ ਵਾਲੀ ਗੱਲ ਹੈ ਕਿ ਪਾਠਕਾਂ ਨੂੰ ਔਰਤ ਬਾਰੇ ਇਤਨੇ ਨੀਵੇਂ ਅਤੇ ਅਪਮਾਨਤ ਕਰਨ ਵਾਲੇ ਅੱਖਰਾਂ ਨੂੰ ਆਪਣੀਆਂ ਅੱਖਾਂ ਨਾਲ ਪੜ੍ਹਨਾ ਪੈ ਰਿਹਾ ਹੈ। ਬਹੁਤੇ ਉਲੱਥਿਆਂ ਵਿੱਚ ਏਹੋ ਜੇਹੀ ਸ਼ਬਦਾਵਲੀ ਹੀ ਵਰਤੀ ਗਈ ਮਿਲੀ ਹੈ। ਕਈ ਟੀਕਾਕਾਰਾਂ ਦਾ ਵਿਚਾਰ ਹੈ ਕਿ 19 ਤੋਂ 21 ਤੀਕ ਹੇਠਲੇ ਸਲੋਕ, ਵਾਮ ਮਾਰਗੀਆਂ ਵਲੋਂ ਪਾਏ ਗਏ ਹਨ, ਅਤੇ ਪਿਛੋਕੜ ਦੇ ਸਲੋਕਾਂ ਨਾਲ ਕੁਝ ਭੀ ਮੇਲ ਨਹੀਂ ਖਾਂਦਾ। ਹੈਰਾਨੀ ਭੀ ਹੈ ਕਿ ਬਹੁਤੇ ਪੁਰਾਤਨ ਉਲੱਥਾਕਾਰਾਂ (ਖਾਸ ਕਰਕੇ ਹਿੰਦੀ ਭਾਸ਼ਾ ਦੇ) ਨੇ, ਹੋਰ ਸਲੋਕਾਂ ਦੇ ਸਹੀ ਜਾਂ ਗਲਤ ਹੋਣ ਬਾਰੇ ਤਾਂ ਬੜਾ ਕੁਝ ਲਿਖਿਆ ਹੈ ਪਰ ਇਸਤ੍ਰੀਆਂ ਬਾਬਤ ਇਨ੍ਹਾਂ ਸਲੋਕਾਂ ਉੱਪਰ ਟੀਕਾ ਟਿੱਪਣੀ ਜਾਂ ਨਿੰਦਾ ਵਾਲਾ, ਇੱਕ ਅੱਖਰ ਭੀ ਨਹੀਂ ਲਿਖਿਆ। ਇਸੇ ਪ੍ਰਭਾਵ ਹੇਠ ਆ ਕੇ ਹੋਰ ਧਰਮਾਂ ਅਤੇ ਸੰਪਰਦਾਵਾਂ ਨੇ ਭੀ ਮਨੁੱਖ ਨੂੰ ਜਨਮ ਦੇਣ ਵਾਲੀ ਇਸਤ੍ਰੀ ਦਾ, ਰੱਜ ਕੇ ਅਪਮਾਨ ਕੀਤਾ ਹੈ। ਕਾਫ਼ੀ ਛਾਣਬੀਣ ਅਤੇ ਖੋਜ ਕਰਨ ਮਗਰੋਂ ਪਤਾ ਲੱਗਾ ਕਿ ਇਹ ਸ਼ਬਦਾਵਲੀ ਸੰਸਕ੍ਰਿਤ ਵਿੱਚ ਲਿਖੇ ਨੀਤੀ ਸ਼ਾਸਤ੍ਰ (Vīramitrodaya , ਵੀਰ ਮਿਤਰੋਦਯਾ ਰਾਜਨੀਤੀ ਪ੍ਰਥਾ--***वीरमित्रोदय राजनीति प्रथा***) ਵਿੱਚੋਂ ਲਈ ਗਈ ਹੈ ਜੋ ***ਵਿਸ਼ਨੂੰ ਪ੍ਰਕਾਸ਼*** ਨਾਮਕ ਲਿਖਾਰੀ ਦੀ ਲਿਖਤ ਹੈ। ਬਹੁਤੀ ਵਾਰ ਇਹ ਮੰਤ੍ਰ ਪਿੱਤਰਾਂ ਦੇ ਚਤਰਮੁਖੀ (ਚਾਰ ਮਹੀਨੇ ਮਗਰੋਂ) ਸ਼ਰਾਧ ਸਮੇਂ ਅਰਦਾਸ ਵਜੋਂ ਭੀ ਪੜ੍ਹਿਆ ਜਾਂਦਾ ਸੀ।*

(21) ਜਿਸ ਇਸਤ੍ਰੀ ਦੇ ਚਿੱਤ ਵਿੱਚ ਆਪਣੇ ਪਤੀ ਦੇ ਵਿਰੁੱਧ, ਪਰ ਪੁਰਸ਼ ਨਾਲ ਕਾਮ ਕ੍ਰੀੜਾ ਕਰਨ ਲਈ ਇੱਛਾ ਰੱਖਣ ਦਾ ਦੋਸ਼ ਜਾਗੇ, ਉਸਨੂੰ ਮਾਨਸਿਕ ਪਾਪ ਅਤੇ ਕੁਲੱਛਣੀ ਸੋਚ ਦੀ ਸ਼ੁਧੀ ਵਾਲੇ ਮੰਤ੍ਰਾਂ ਦਾ ਜਾਪ ਕਰਨਾ ਚਾਹੀਦਾ ਹੈ। ਕਿਉਂਕਿ-

(22) ਜਿਹੋ ਜੇਹੇ ਗੁਣਾਂ ਵਾਲੇ ਮਰਦ ਨਾਲ ਇਸਤਰੀ ਦਾ ਵਿਆਹ ਹੁੰਦਾ ਹੈ, ਉਹ ਸਾਰੇ ਦੇ ਸਾਰੇ ਗੁਣ, ਔਰਤ ਇਸ ਤਰਾਂ ਗ੍ਰਹਿਣ ਕਰ ਲੈਂਦੀ ਹੈ ਜਿਵੇਂ ਦਰਿਆ ਦਾ ਪਾਣੀ, ਸਮੰਦਰ ਦੇ ਖਾਰੇ ਵਿੱਚ ਰਲ ਕੇ ਸਮੁੰਦਰ ਜੈਸਾ ਹੀ ਹੋ ਜਾਂਦਾ ਹੈ।

(23) ਉਧਾਰਣ ਵਜੋਂ, ਨੀਵੀਂ ਜਾਤ ਅਤੇ ਜੂਨ ਵਿੱਚ ਪੈਦਾ ਹੋਣ ਵਾਲੀ ਅਕਸ਼ਮਾਲਾ (ਅਰੁੰਧਤੀ) ਨਾਮ ਦੀ ਇਸਤਰੀ ਦਾ ਵਸ਼ਿਸ਼ਟ ਰਿਖੀ ਨਾਲ ਵਿਆਹ ਹੋਣ ਕਰਕੇ ਅਤੇ ਰਿਸ਼ੀ ਮੰਦਪਾਲ ਦਾ ਸਾਰੰਗੀ ਨਾਲ ਸੰਜੋਗ ਹੋਣ ਕਾਰਨ, ਦੋਵੇਂ ਪੂਜਣਯੋਗ ਹੋ ਨਿੱਬੜੀਆਂ।

ਟਿਪਣੀ:- *ਕਈ ਰੂਪਾਂ ਵਿੱਚ ਮਿਲੀਆਂ, ਇਹ ਦੋਵੇਂ ਦਿਲਚਸਪ ਕਹਾਣੀਆਂ, ਕਿਸੇ ਨੇ ਆਪਣੇ ਕੋਲੋਂ ਪਾਈਆਂ ਜਾਪਦੀਆਂ ਹਨ ਅਤੇ ਵੱਖ ਵੱਖ ਰੌਚਕ ਤਰੀਕਿਆਂ ਨਾਲ ਸੁਣਨ ਨੂੰ ਮਿਲਦੀਆਂ ਹਨ। ਪਾਠਕ ਜਨ ਇਸ ਬਾਰੇ ਆਪ ਭੀ ਖੋਜ ਕਰ ਸਕਦੇ ਹਨ। ਵੈਸੇ ਤਾਂ ਬ੍ਰਹਮਾਂ ਦੇ ਸੱਤ ਮਾਣਸ ਪੁੱਤਰਾਂ ਵਿੱਚੋਂ ਇੱਕ ਹੀ ਵਸ਼ਿਸ਼ਟ ਰਿਸ਼ੀ ਦਾ ਨਾਮ ਆਂਉਂਦਾ ਹੈ, ਪਰ ਹਿੰਦੂ ਸ਼ਾਸਤ੍ਰਾਂ ਮੁਤਾਬਿਕ, ਵੱਖ ਵੱਖ ਯੁਗਾਂ ਵਿੱਚ ਕਈ ਵਸ਼ਿਸ਼ਟ ਰਿਸ਼ੀਆਂ ਦੇ ਨਾਮ ਮਿਲਦੇ ਹਨ। ਰਿਗ ਵੇਦ ਦੇ ਸੱਤਵੇਂ ਮੰਡਲ ਦਾ ਮੁੱਖ ਕਰਤਾ ਵੀ ਰਿਸ਼ੀ ਵਸ਼ਿਸ਼ਟ ਹੀ ਮੰਨਿਆ ਗਿਆਂ ਹੈ। ਕਈ ਵਾਰ ਇੰਜ ਲਗਦਾ ਹੈ ਕਿ ਇਹ ਨਾਮ, ਕਿਸੇ ਖਾਸ ਪਦਵੀ ਦਾ ਸੰਕੇਤ ਅਤੇ ਲਖਾਇਕ ਹੈ। ਅੱਜ ਭੀ ਉਸਦੀ ਕੁਲ ਵਿੱਚੋਂ ਚਾਰੇ ਵਰਣਾਂ ਦੇ ਲੋਕ ਮਿਲਦੇ ਹਨ ਜੋ ਆਪਣੇ ਨਾਮ ਨਾਲ ਵਸ਼ਿਸ਼ਟ ਗੋਤਰ ਲਾਂਉਦੇ ਹਨ। ਉਧਾਰਣ ਵਜੋਂ, ਅਯੋਧਿਆ ਦੇ ਰਾਜਾ ਦਸ਼ਰਥ ਦੇ ਰਾਜ ਪ੍ਰੋਹਿਤ ਅਤੇ ਕੁਲ ਗੁਰੂ ਦਾ ਨਾਮ ਵੀ ਰਿਸ਼ੀ ਵਿਸ਼ਿਸ਼ਟ ਹੀ ਸੀ, ਜਿਨ੍ਹਾਂ ਰਾਹੀਂ, ਸ਼੍ਰੀ ਰਾਮ ਚੰਦਰ ਜੀ ਅਤੇ ਬਾਕੀ ਪੁੱਤਰਾਂ ਦਾ ਜਾਤਿ ਕਰਮ, ਅਤੇ ਜਨੇਊ ਦੀ ਰਸਮ ਹੋਈ ਸੀ। ਇਸੇ ਤਰਾਂ ਮਹਾਂਭਾਰਤ ਦੇ ਕਾਲ ਸਮੇਂ ਹੋਏ ਵਸ਼ਿਸ਼ਟ ਰਿਸ਼ੀ, ਜਿਸਦੀ ਇੱਕ ਪਤਨੀ ਅਰੁੰਧਿਤੀ ਦੀ ਕੁੱਖੋਂ ਪੈਦਾ ਹੋਏ ਪੁੱਤਰਾਂ ਵਿੱਚੋਂ ਇੱਕ ਦਾ ਨਾਮ ਸ਼ਕਤਿ ਮੁਨੀ ਸੀ ਅਤੇ ਪੋਤਰੇ ਦਾ ਨਾਮ 'ਪਰਾਸ਼ਰ' ਸੀ। ਅੱਗੇ, ਰਿਸ਼ੀ ਪਰਾਸ਼ਰ ਦੇ ਪੁੱਤਰ ਵੇਦ ਵਿਆਸ ਹੋਏ, ਜਿਨ੍ਹਾਂ ਵਲੋਂ ਮਹਾਂ ਭਾਰਤ ਦਾ ਪੂਰਾ ਪ੍ਰਸੰਗ ਲਿਖਿਆ ਦੱਸਿਆ ਜਾਂਦਾ ਹੈ। ਰਿਸ਼ੀ ਮੰਦਪਾਲ ਅਤੇ ਸਾਰੰਗੀ ਦੀ ਇਹ ਕਥਾ, ਮਹਾਂਭਾਰਤ ਦੇ ਪਹਿਲੇ ਅਧਿਆਇ ਦੇ ਆਖਰੀ ਭਾਗ ਵਿੱਚ ਆਉਂਦੀ ਹੈ। ਪਾਠਕ ਆਪ ਪੜ੍ਹ ਸਕਦੇ ਹਨ।*

(24) ਇਸ ਲੋਕ ਵਿੱਚ, ਇਨ੍ਹਾਂ ਦੋਹਾਂ (ਉੱਪਰ ਦੱਸੀਆਂ) ਅਤੇ ਹੋਰ ਬਹੁਤ ਐਸੀਆਂ ਨੀਚ ਜਾਤ ਦੀਆਂ ਇਸਤਰੀਆਂ ਨੇ, ਆਪਣੇ ਪਤੀਆਂ ਦੇ ਸ਼ੁੱਭ ਗੁਣਾਂ ਨੂੰ ਧਾਰਨ ਕਰਕੇ ਬਹੁਤ ਪ੍ਰਤਿਭਾ (ਮਾਣਤਾ) ਪ੍ਰਾਪਤ ਕੀਤੀ।

(25) ਇਸ ਤਰਾਂ ਇਸਤਰੀ ਅਤੇ ਪੁਰਸ਼ ਦੇ ਪ੍ਰਾਚੀਨ ਸਦਾਚਾਰਕ ਗੁਣਾਂ ਬਾਰੇ ਦੱਸ ਦਿੱਤਾ ਹੈ, ਜਿਸਦੇ ਅਧਾਰ ਤੇ ਪਤੀ ਅਤੇ ਪਤਨੀ ਦੇ ਪਵਿੱਤਰ ਰਿਸ਼ਤੇ ਨੂੰ ਨਿਭਾਇਆ ਜਾ ਸਕਦਾ ਹੈ। ਹੁਣ, ਲੋਕ ਅਤੇ ਪ੍ਰਲੋਕ ਵਿੱਚ ਸੁੱਖ ਦੇਣ ਵਾਲੇ ਅਤੇ ਉਲਾਦ ਨਾਲ ਸਬੰਧਿਤ, ਵੇਦਿਕ ਧਰਮ ਦੇ ਨਿਯਮਾਂ ਬਾਰੇ ਸੁਣੋ।

(26) ਕੁਲ ਨੂੰ ਚਲਦਾ ਰੱਖਣ ਕਰਕੇ, ਪੁਰਸ਼ ਲਈ ਇਸਤ੍ਰੀ, ਸਤਿਕਾਰ, ਧੰਨ ਅਤੇ ਸ਼ੋਭਾ ਦੇਣ ਵਾਲੀ ਲੱਛਮੀ ਦੇਵੀ ਦੇ ਸਮਾਨ ਹੈ, ਜੋ ਘਰ ਵਿੱਚ ਰਹਿ ਕੇ ਸੰਤਾਨ ਨੂੰ ਜਨਮ ਦਿੰਦੀ ਹੈ।

ਟਿੱਪਣੀ:- *ਪਿਛਲੇ ਸਲੋਕਾਂ ਵਿੱਚ, ਔਰਤ ਬਾਰੇ, ਏਨਾ ਕੂੜ ਅਤੇ ਕਪਟ ਪੜ੍ਹਨ ਮਗਰੋਂ, ਅਗਲੇ ਸਲੋਕਾਂ ਵਿੱਚ ਔਰਤ ਲਈ ਏਹੋ ਜੇਹੇ ਸਤਿਕਾਰ ਵਾਲੇ ਅੱਖਰ ਪੜ੍ਹਨ ਲਈ ਮਿਲਣੇ, ਕਿਸੇ ਹੋਰ ਵਲੋਂ ਘਸੋੜੇ ਲਗਦੇ ਹਨ।*

(27) ਬੱਚਿਆਂ ਨੂੰ ਜਨਮ ਦੇਣਾ, ਉਨ੍ਹਾਂ ਦਾ ਪਾਲਣ ਪੋਸਣ ਕਰਨਾ, ਅਤੇ ਘਰ ਦੀ ਸਾਂਭ ਸੰਭਾਲ ਕਰਨਾ, ਸਭ ਕੁਝ ਇਸਤਰੀਆਂ ਕਰਕੇ ਹੀ ਸੰਭਵ ਹੈ।**(28)** ਸੰਤਾਨ ਦੀ ਸੰਭਾਲ, ਧਰਮ ਦੇ ਕੰਮ, ਗੁਣਵੰਤਾ ਜੀਵਨ, ਆਪਣੇ ਅਤੇ ਆਪਣੇ ਪਿੱਤਰਾਂ ਲਈ ਸਵ੍ਰਗੀ ਅਨੰਦ ਦੀ ਪੂਰਤੀ ਦਾ ਸਾਧਨ ਕਰਨਾ, ਕੇਵਲ ਘਰ ਦੀ ਇਸਤਰੀ ਤੇ ਹੀ ਨਿਰਭਰ ਹੈ। **(29)** ਜੋ ਇਸਤਰੀ, ਮਨ, ਬੋਲ ਬਾਣੀ, ਅਤੇ ਸ਼ਰੀਰ ਨੂੰ ਸੰਜਮ ਵਿੱਚ ਰੱਖ ਕੇ ਆਪਣੇ ਪਤੀ ਦੇ ਕਹੇ ਮੁਤਾਬਿਕ ਚੱਲਦੀ ਹੈ, ਉਹ ਮੌਤ ਮਗਰੋਂ ਸਵ੍ਰਗ ਦੀ ਪਰਾਪਤੀ ਕਰਕੇ, **ਪਤੀ ਲੋਕ** ਵਿੱਚ ਨਿਵਾਸ ਕਰਦੀ ਹੈ ਅਤੇ ਇਸ ਜਗਤ ਵਿੱਚ 'ਸਾਧਵੀ' ਕਰਕੇ ਜਾਣੀ ਜਾਂਦੀ ਹੈ।

(30) ਆਪਣੇ ਪਤੀ ਦੇ ਕਹਿਣੇ ਤੋਂ ਬਾਹਰ ਅਤੇ ਵਿਭਚਾਰਕ ਔਰਤ, ਲੋਕਾਂ ਵਿੱਚ ਨਿੰਦਾ ਦਾ ਕਾਰਣ ਬਣਦੀ ਹੈ ਅਤੇ ਅਗਲੇ ਜਨਮ ਵਿੱਚ ਗਿੱਦੜ ਦੀ ਜੂਨ ਪੈ ਕੇ ਬਿਮਾਰੀਆਂ ਅਤੇ ਦੁੱਖ ਭੋਗਦੀ ਹੈ।

(31) ਸੰਸਾਰ ਦੇ ਭਲੇ ਲਈ, ਪੁਰਾਤਨ ਸਮੇਂ ਦੇ ਮਹਾਂਰਿਸ਼ੀਆਂ, ਸਾਧੂ ਜਨਾ ਅਤੇ ਸਤਿ ਪੁਰਸ਼ਾਂ ਨੇ ਪੁੱਤਰਾਂ ਦੇ ਪ੍ਰਜਨਨ ਬਾਰੇ (**पुत्रोत्पत्ति**) ਜੋ ਪਵਿੱਤਰ ਬਚਨ ਕਹੇ ਹਨ, ਉਨ੍ਹਾਂ ਦਾ ਵਿਸਥਾਰ ਸੁਣੋ--

ਧਰਤੀ ਅਤੇ ਬੀਜ ਦੀ ਮਹੱਤਤਾ-

(32) ਰਿਸ਼ੀਆਂ ਮੁਨੀਆਂ ਦਾ ਮੰਨਣਾ ਹੈ ਕਿ ਪੁੱਤਰ ਦਾ ਨਾਮ ਇਸਤਰੀ ਦੇ ਪਤੀ-ਪ੍ਰਮੇਸ਼ਰ ਕਰਕੇ ਜਾਣਿਆ ਜਾਂਦਾ ਹੈ। ਪਰ ਪਤੀ ਦੇ ਸਬੰਧ ਵਿੱਚ ਧਰਮ ਗ੍ਰੰਥਾਂ ਵਿੱਚ ਦੋ ਤਰਾਂ ਦਾ ਕਥਨ, ਸੁਣਨ ਵਿੱਚ ਆਉਂਦਾ ਹੈ। ਇੱਕ ਇਹ ਕਿ ਪੁੱਤਰ ਜਿਸਦੇ ਵੀਰਜ ਤੋਂ ਪੈਦਾ ਹੋਵੇ, ਉਸਦਾ ਮੰਨਿਆਂ ਜਾਵੇ। ਦੂਸਰਾ ਜਿਸ ਇਸਤਰੀ ਨੇ ਜੰਮਿਆਂ ਹੋਵੇ, ਉਸਦਾ ਮੰਨਿਆਂ ਜਾਵੇ।

(33) ਪਰ ਪਵਿੱਤਰ ਪਰੰਪਰਾਵਾਂ ਮੁਤਾਬਿਕ, ਇਸਦਾ ਅਰਥ ਕੁਝ ਇਸ ਤਰਾਂ ਕੱਢਿਆ ਜਾਂਦਾ ਹੈ ਕਿ, ਇਸਤਰੀ ਧਰਤੀ ਸਰੂਪ ਹੈ ਅਤੇ ਮਰਦ ਦਾ ਵੀਰਜ ਉਸ ਵਿੱਚ ਬੋਇਆ ਬੀਜ ਹੈ ਅਤੇ ਦੋਹਾਂ ਦੇ ਮਿਲਾਪ ਨਾਲ ਹੀ ਸਭ ਜੀਵਾਂ ਦੀ ਉਤਪਤੀ ਸੰਭਵ ਹੋਈ ਹੈ। ਭਾਵ- ਧਰਤੀ ਤੋਂ ਬਿਨਾਂ ਬੀਜ ਨਖਿੱਧ ਹੈ ਅਤੇ ਬੀਜ ਬਿਨਾਂ ਧਰਤੀ ਬੰਜਰ (ਬਾਂਝ) ਹੈ।

(34) ਕਈ ਹਾਲਤਾਂ ਵਿੱਚ ਧਰਤੀ ੌਰਤ) ਜਿਆਦਾ ਮਹੱਤਵਪੂਰਣ ਹੈ ਅਤੇ ਕਈਆਂ ਵਿੱਚ ਬੀਜ (ਮਰਦ) ਦੀ ਕਿਸਮ। ਪਰ ਜੇ ਦੋਵੇਂ ਸਰੇਸ਼ਟ ਗੁਣਾਂ ਵਾਲੇ ਹੋਣ ਤਾਂ ਉਪਜ (ਉਲਾਦ) ਵਧੀਆ ਕਿਸਮ ਦੀ ਹੁੰਦੀ ਹੈ। ਭਾਵ-ਪਿਤਾ ਦਾ ਵੀਰਜ ਅਤੇ ਮਾਤਾ ਦਾ ਗਰਬ ਚੰਗਾ ਹੋਵੇ ਤਾਂ ਉਲਾਦ ਸਭ ਤੋਂ ਵੱਧ ਉੱਤਮ ਗੁਣਾਂ ਵਾਲੀ ਹੁੰਦੀ ਹੈ।

(35) ਜਿੱਥੋਂ ਤੀਕਰ ਬੀਜ (ਮਰਦ) ਅਤੇ ਧਰਤੀ (ਔਰਤ) ਦਾ ਸਬੰਧ ਹੈ, ਬੀਜ ਜਿਆਦਾ ਮਹੱਤਵਪੂਰਣ ਗਿਣਿਆ ਗਿਆ ਹੈ, ਕਿਉਂਕਿ ਸਭ ਜੀਵਾਂ ਦੀ ਵਿਸ਼ੇਸ਼ਤਾ ਅਤੇ ਗੁਣ (ਪ੍ਰਜਨਨ, Genetics) ਬੀਜ (ਮਰਦ) ਦੀ ਕਿਸਮ ਤੇ ਨਿਰਭਰ ਕਰਦੇ ਹਨ।

(36) ਵੱਤ (ਬੀਜ ਸੁੱਣ ਦਾ ਸਮਾਂ) ਆਈ ਤੇ, ਜਿਹੋ ਜਿਹਾ ਬੀਜ ਖੇਤ ਵਿੱਚ ਬੀਜਿਆ ਜਾਂਦਾ ਹੈ, ਧਰਤੀ ਵਿੱਚੋਂ ਉਹੋ ਜੇਹੇ ਗੁਣਾਂ ਵਾਲਾ ਪੌਦਾ ਹੀ ਉੱਗਦਾ ਹੈ।

(37) ਇਹ ਧਰਤੀ (ਗਰਭ ਯੌਨ), ਜੀਵਾਂ ਦੇ ਪੰਜ ਭੂਤਕ ਸਰੀਰਾਂ ਦੀ ਉਪਜ ਦਾ ਸਾਧਨ ਕਹੀ ਗਈ ਹੈ। ਬੀਜ, ਧਰਤੀ ਵਿੱਚ ਰਲਣ ਨਾਲ ਆਪਣਾ ਕੋਈ ਗੁਣ ਨਹੀਂ ਤਿਆਗਦਾ, ਕਿਉਂਕਿ ਧਰਤੀ ਬੀਜ ਦੀ ਨਸਲ ਨੂੰ ਅਦਲ ਬਦਲ ਨਹੀਂ ਕਰ ਸਕਦੀ।

(38) ਇਸ ਦੁਨੀਆਂ ਵਿੱਚ, ਰੁੱਤ ਆਉਣ ਤੇ, ਧਰਤੀ ਵਿੱਚ ਬੀਜੇ ਵੱਖੋ ਵੱਖਰੇ ਬੀਜ, ਆਪੋ ਆਪਣੇ ਗੁਣ ਲੈ ਕੇ ਜੰਮਦੇ ਹਨ। ਧਰਤੀ, ਬੀਜ ਦੇ ਨਸਲੀ ਗੁਣਾਂ ਨੂੰ ਅਦਲ ਬਦਲ ਨਹੀਂ ਸਕਦੀ।

(39) ਮਿਸਾਲ ਵਜੋਂ, ਉਸੇ ਧਰਤੀ ਵਿੱਚ ਸੁੱਟੇ ਸਾਲ੍ਹੀ ਤੇ ਵਰੀਹੀ ਕਿਸਮ ਦੇ ਚੌਲ (ਦੋਵੇਂ ਚੌਲਾਂ ਦੀਆਂ ਕਿਸਮਾਂ), ਮੂੰਗੀ, ਤਿਲ਼, ਜੌਂ, ਕਣਕ, ਲਸਣ, ਗੰਢੇ, ਗੰਨਾ, ਸਭ ਬੀਜ ਆਪਣੀ ਕਿਸਮ ਅਤੇ ਰੁੱਤ ਅਨੁਸਾਰ ਹੀ ਪੁੰਗਰਦੇ ਹਨ।

ਟਿੱਪਣੀ: *ਸਾਲ੍ਹੀ ਅਤੇ ਵਰੀਹੀ, ਚੌਲਾਂ ਦੀਆਂ ਨਸਲਾਂ ਹਨ। ਪੰਜਾਬ ਵਿੱਚ, ਇੱਕ ਕਣਕ ਦੀ ਵਾਢੀ ਮਗਰੋਂ, ਬੇਰੁੱਤੀ ਸੱਠੀ ਮੱਕੀ ਵਾਂਗ ਬੀਜੀ ਜਾਂਦੀ ਹੈ ਅਤੇ ਦੂਸਰੀ ਚੌਲਾਂ ਦੀ ਆਮ ਰੁੱਤ ਵਾਲੀ ਕਿਸਮ।*

(40) ਪਰ, ਇਹ ਕਦੇ ਨਹੀਂ ਹੋਇਆ ਕਿ ਬੀਜੋ ਕੁਝ ਅਤੇ ਜੰਮੇਂ ਕੁਝ ਹੋਰ। ਭਾਵ ਉਹੀ ਕਿਸਮ ਦਾ ਪੌਦਾ ਉੱਗਦਾ ਹੈ, ਜਿਸਦਾ ਬੀਜ ਬੀਜਿਆ ਹੋਵੇ।

(41) ਇਸ ਲਈ ਵੇਦ ਸ਼ਾਸਤ੍ਰਾਂ ਗਿਆਨ ਵਗਿਆਨ ਨੂੰ ਜਾਨਣ ਵਾਲੇ ਸਤਿ ਪੁਰਸ਼ਾਂ ਦਾ ਮੰਨਣਾ ਹੈ, ਕਿ ਦੀਰਘ ਆਯੂ ਦੀ ਇੱਛਾ ਰੱਖਣ ਵਾਲੇ ਪ੍ਰਾਣੀ ਨੂੰ, ਪ੍ਰਾਈ ਧਰਤੀ (ਇਸਤ੍ਰੀ) ਵਿੱਚ ਆਪਣਾ ਬੀਜ ਨਹੀਂ ਬੋਣਾ ਚਾਹੀਦਾ।ਬੀਜ ਬੋਣ ਵਾਲਾ ਉਸ ਖੇਤ ਦੀ ਉਪਜ (ਉਲਾਦ) ਦਾ ਮਾਲਕ ਨਹੀਂ ਕਹਾ ਸਕਦਾ।

(42) ਪ੍ਰਾਚੀਨ ਵਿਦਵਾਨ ਪਰ ਇਸਤ੍ਰੀ ਦੇ ਵਿਸ਼ੇ ਨਾਲ ਜੋੜ ਕੇ ਹਵਾ ਦੀ ਉਧਾਰਣ ਦਿੰਦੇ ਹਨ ਅਤੇ ਛੰਦਾ ਬੰਦੀ ਵਿੱਚ ਲਿਖੀ ਵਾਯੂ ਦੇਵਤਾ ਨਾਲ ਸਬੰਧਿਤ ਕਵਿਤਾ ਦੇ ਬੋਲ, 'ਵਾਯੂ:ਗੀਤਾ ਪਾਠ' (**वायु गीता कीर्तयन्ति**) ਦੇ ਨਾਮ ਹੇਠ ਗਾਏ ਜਾਂਦੇ ਹਨ ਕਿ, 'ਉਸ ਧਰਤੀ ਤੇ ਬੀਜ ਕਦੇ ਨਾ ਬੋਵੋ, ਜੋ ਤੁਹਾਡੀ ਆਪਣੀ ਨਹੀਂ। ਜਿਸ ਤਰਾਂ ਹਵਾ ਨਾਲ ਉਡ ਕੇ ਡਿਗੇ ਬੀਜ ਨਾਲ ਦੂਸਰੇ ਦੇ ਖੇਤ ਵਿੱਚ ਉੱਗਣ ਵਾਲੀ ਫ਼ਸਲ, ਉਸਦੇ ਮਾਲਕ ਦੀ ਹੀ ਕਹਾਉਂਦੀ ਹੈ, ਇਸੇ ਤਰਾਂ ਪਰਾਈ ਔਰਤ ਦੀ ਕੁੱਖੋਂ ਪੈਦਾ ਹੋਇਆ ਪੁੱਤਰ ਉਸਦੇ ਖਸਮ ਦਾ ਹੀ ਮੰਨਿਆ ਜਾਂਦਾ ਹੈ।

(43) ਜਿਵੇਂ, ਉਸ ਪੰਛੀ ਨੂੰ ਮਾਰਿਆ ਤੀਰ ਅਜਾਈਂ ਜਾਂਦਾ ਹੈ, ਜਿਸਨੂੰ ਪਹਿਲਾਂ ਹੀ ਕਿਸੇ ਨੇ ਜ਼ਖਮੀ ਕੀਤਾ ਹੋਵੇ, ਇਸੇ ਤਰਾਂ ਪਰਇਸਤ੍ਰੀ (ਪਰਾਈ ਧਰਤੀ) ਵਿੱਚ ਬੋਇਆ ਬੀਜ (ਵੀਰਜ) ਵਿਅਰਥ ਜਾਂਦਾ ਹੈ, ਜੋ ਉਸਦੀ ਆਪਣੀ ਨਹੀਂ।

(44) ਮਹਾਂ ਰਿਸ਼ੀਆਂ ਦਾ ਫੁਰਮਾਨ ਹੈ ਕਿ, ਜਿਸ ਤਰਾਂ ਇਸ ਪ੍ਰਿਥਵੀ ਦਾ ਸਭ ਤੋਂ ਪਹਿਲਾ ਮਾਲਕ (ਪਤੀ) 'ਰਾਜਾ ਪਰਿਥੂ' ਕਿਹਾ ਗਿਆ ਹੈ, ਜਿਸਨੇ ਇਸਨੂੰ ਸਭ ਤੋਂ ਪਹਿਲਾਂ ਸਵਾਰਿਆ। ਇਸਤੋਂ ਬਾਅਦ ਇਸਦੇ ਕਈ ਮਾਲਕ ਬਣੇ, ਪਰ ਅੱਜ ਭੀ ਉਸੇ ਦੇ ਨਾਮ (ਪ੍ਰਿਥਵੀ) ਨਾਲ ਜਾਣੀ ਜਾਂਦੀ ਹੈ। ਇਸੇ ਤਰਾਂ ਸ਼ਿਕਾਰ ਉਸੇ ਦਾ ਹੈ ਜਿਸਨੇ ਸਭ ਤੋਂ ਪਹਿਲਾਂ ਤੀਰ ਮਾਰ ਕੇ ਬਿੰਨ੍ਹਿਆ (**छिद्रित,** Pierced) ਹੋਵੇ। ਭਾਵ ਉਲਾਦ ਉਸੇ ਦੀ ਕਹੀ ਜਾਂਦੀ ਹੈ, ਜੋ ਇਸਤ੍ਰੀ ਦਾ ਪਤੀ ਹੋਵੇ।

(45) ਵੇਦਾਂ ਦੇ ਗਿਆਤਾ ਬ੍ਰਾਹਮਣਾਂ ਦਾ ਭੀ ਏਹੋ ਨਿਰਣਾ ਹੈ ਕਿ ਮਨੁੱਖ, ਉਸਦੀ ਇਸਤਰੀ ਅਤੇ ਉਲਾਦ ਨਾਲ ਹੀ ਸੰਪੂਰਣ ਹੁੰਦਾ ਹੈ। ਇਸੇ ਵਿਚਾਰ ਦੀ ਪੁਸ਼ਟੀ, ਵਿਦਵਾਨ ਬ੍ਰਾਹਮਣ ਲੋਕ ਭੀ ਕਰਦੇ ਹਨ ਕਿ ਧਰਮ ਯੁਕਤ ਵਿਧੀ ਨਾਲ ਜੁੜੇ ਪਤੀ ਅਤੇ ਪਤਨੀ ਦੋਵੇਂ ਇੱਕੋ ਹੀ ਹਨ, ਭਾਵ ਦੋ ਸ਼ਰੀਰ, ਇੱਕ ਰੂਹ ਦੀ ਹੋਂਦ ਦਾ ਪ੍ਰਤੀਕ ਹਨ ।

(46) ਪ੍ਰਜਾਪਤੀ ਬ੍ਰਹਮਾਂ (ਦੁਨੀਆਂ ਦੇ ਕਰਤਾ) ਦੀ ਬਣਾਈ ਇਸ ਧਰਮ ਮਰਿਯਾਦਾ ਨੂੰ ਅਸੀਂ ਸਭ ਜਾਣਦੇ ਹਾਂ ਕਿ, ਪਤਨੀ ਨੂੰ ਵੇਚਣ ਨਾਲ ਜਾਂ ਤਿਆਗ ਦੇਣ ਨਾਲ ਪਤਨੀ ਦਾ ਪਤੀ ਨਾਲ ਰਿਸ਼ਤਾ ਖਤਮ ਨਹੀ ਹੋ ਜਾਂਦਾ।

(47) ਸਤਿ ਪੁਰਸ਼ਾਂ ਨੇ, ਤਿੰਨ ਗੱਲਾਂ ਦਾ ਨਿਪਟਾਰਾ ਕੀਤਾ ਹੈ, ਕਿ ਭਾਈਆਂ ਦੀ ਜਾਇਦਾਦ ਦਾ ਬਟਵਾਰਾ, ਕੰਨਿਆ ਦਾਨ ਅਤੇ ਕਿਸੇ ਵਸਤੂ ਦਾ ਦਾਨ ਕੇਵਲ ਇੱਕ ਵਾਰ ਹੀ ਹੁੰਦਾ ਹੈ।

(48) ਜਿਸ ਤਰਾਂ ਮਦੀਨ ਪਸ਼ੂ ਜਿਵੇ, ਗਾਂ, ਘੋੜੀ, ਊਠਣੀ, ਮੱਝ, ਬੱਕਰੀ, ਭੇਡ ਵਿੱਚ ਬੀਜ ਪਾਉਣ ਵਾਲਾ ਨਰ ਪਸ਼ੂ , ਉਨ੍ਹਾਂ ਦੀ ਸੰਤਾਨ ਦਾ ਭਾਗੀ ਨਹੀਂ ਮੰਨਿਆ ਜਾਂਦਾ, ਇਸੇ ਤਰਾਂ ਪਰਾਈ ਇਸਤਰੀ ਜਾਂ ਦਾਸੀ ਤੋਂ ਸੰਤਾਨ ਪੈਦਾ ਕਰਨ ਵਾਲਾ ਮਨੁੱਖ, ਸੰਤਾਨ ਦਾ ਸੁਆਮੀ ਨਹੀਂ ਕਹਾ ਸਕਦਾ।

(49) ਇਸੇ ਤਰਾਂ, ਜੋ ਲੋਕ ਆਪਣੀ ਜ਼ਮੀਨ ਨਾ ਹੋਣ ਕਾਰਣ, ਦੂਸਰੇ ਦੇ ਖੇਤ ਵਿੱਚ ਬੀਜ ਸੁੱਟ ਦੇਣ, ਉਹ ਉਸ ਖੇਤ ਦੀ ਫ਼ਸਲ ਦੇ ਮਾਲਕ ਨਹੀਂ ਅਖਵਾ ਸਕਦੇ। /

(50) ਜਿਸ ਤਰਾਂ, ਕਿਸੇ ਦਾ ਪਾਲ਼ਿਆ ਬੈਲ (ਸਾਂਡ), ਕਿਸੇ ਹੋਰ ਦੀਆਂ ਸੈਕੜੇ ਗਾਂਈਆਂ ਗੱਭਣ ਕਰ ਸਕਦਾ ਹੈ, ਪਰ ਉਨ੍ਹਾਂ ਬਛੜਿਆਂ ਨੂੰ, ਗਊਆਂ ਦਾ ਮਾਲਕ ਹੀ ਸਾਂਭਦਾ ਹੈ। ਬੈਲ ਜਾਂ ਬੈਲ ਦੇ ਸਵਾਮੀ ਨੂੰ ਕੁਝ ਪ੍ਰਾਪਤ ਨਹੀਂ ਹੁੰਦਾ ਅਤੇ ਵੀਰਜ ਅਜਾਈਂ ਹੀ ਜਾਂਦਾ ਹੈ।

(51) ਇਸੇ ਤਰਾਂ ਦੂਸਰੇ ਦੇ ਖੇਤ ਵਿੱਚ ਬੀਜ ਸੁੱਟਣ ਵਾਲਾ (ਪ੍ਰਾਈ ਔਰਤ ਭੋਗਣ ਵਾਲਾ) ਖੇਤ ਦੇ ਮਾਲਕ (ਔਰਤ ਦੇ ਪਤੀ) ਲਈ ਕੰਮ ਕਰਨ ਵਾਂਗ ਹੈ ਅਤੇ ਖੇਤ ਦੀ ਉਪਜ (ਸੰਤਾਨ) ਦਾ ਹੱਕਦਾਰ ਨਹੀਂ ਹੁੰਦਾ।

(52) ਜੇ ਖੇਤ ਦੇ ਮਾਲਕ (ਪਤੀ) ਅਤੇ ਬੀਜ ਬੀਜਣ ਵਾਲੇ (ਸੰਤਾਨ ਪੈਦਾ ਕਰਨ ਵਾਲੇ) ਵਿਚਕਾਰ ਕੋਈ ਸੰਧੀ ਨਾ ਹੋਈ ਹੋਵੇ ਤਾਂ ਖੇਤ ਦੀ ਉਪਜ (ਸੰਤਾਨ), ਖੇਤ ਦੇ ਮਾਲਕ ਦੀ ਹੀ ਮੰਨੀ ਜਾਂਦੀ ਹੈ।

(53) ਪਰ ਜੇ ਖੇਤ (ਇਸਤ੍ਰੀ) ਦੇ ਮਾਲਕ (ਇਸਤ੍ਰੀ ਦਾ ਪਤੀ) ਅਤੇ ਬੀਜ ਬੀਜਣ ਵਾਲੇ ਮਰਦ (ਗੈਰਪੁਰਸ਼) ਦੀ ਕੋਈ ਸੰਧੀ ਹੋਈ ਹੋਵੇ ਤਾਂ ਦੁਨੀਆਂ ਵਿੱਚ ਦੋਵੇਂ ਉਪਜ (ਸੰਤਾਨ) ਦੇ ਬਰਾਬਰ ਦੇ ਹੱਕਦਾਰ ਕਹਾਉਂਦੇ ਹਨ।

(54) ਕਿਸੇ ਦੇ ਖੇਤ ਵਿੱਚੋਂ, ਜਲ ਜਾਂ ਹਵਾ ਦੇ ਪ੍ਰਵਾਹ ਨਾਲ ਆਇਆ ਬੀਜ, ਦੂਸਰੇ ਦੇ ਖੇਤ ਵਿੱਚ ਜਾ ਕੇ ਉੱਗਿਆ ਹੋਣ ਕਰਕੇ ਖੇਤ ਦੇ ਮਾਲਕ ਦਾ ਹੀ ਕਿਹਾ ਜਾਂਦਾ ਹੈ, ਨਾ ਕੇ ਉਸਦਾ ਜਿਸਦੇ ਖੇਤ ਵਿੱਚੋਂ ਉਡ ਕੇ ਜਾਂ ਪਾਣੀ ਦੇ ਵਹਾ ਨਾਲ ਆਇਆ ਹੋਵੇ।

ਟਿੱਪਣੀ:- *ਇਸ ਸਲੋਕ ਦੇ ਸਬੰਧ ਵਿੱਚ ਇਕ ਬੜੀ ਭੈੜੀ ਉਧਾਰਣ ਵਰਤੀ ਜਾਂਦੀ ਹੈ। ਕੁਦਰਤ ਦੇ ਨਿਯਮਾਂ ਅਨੁਸਾਰ ਇਹ ਕਥਾ ਕਿੱਥੋਂ ਤੀਕਰ ਠੀਕ ਹੈ, ਇਸ ਬਾਰੇ ਕੋਈ ਠੋਸ ਜਾਣਕਾਰੀ ਨਹੀਂ ਮਿਲੀ। ਮਨੂੰ ਸਮ੍ਰਿਤੀ ਦੇ ਇੱਕ ਟੀਕਾਕਾਰ (ਸੰਤੋਸ਼ ਭਾਰਦਵਾਜ) ਮੁਤਾਬਿਕ, ਸ਼੍ਰੀ ਕ੍ਰਿਸ਼ਨ ਜੀ ਦਾ ਪਾਲਣ ਪੋਸਣ, ਮਾਤਾ ਦੇਵਕੀ ਜੀ ਨੇ ਆਪਣੇ ਭਰਾ 'ਕੰਸ' ਦੇ ਡਰ ਕਰਕੇ, ਜਸ਼ੋਧਾ ਨੂੰ ਸੰਭਾਲਿਆ ਸੀ ਅਤੇ ਬਲਰਾਮ ਨੂੰ ਜਨਮ ਤੋਂ ਪਹਿਲਾਂ ਦੇਵਕੀ ਦੇ ਗਰਭ ਵਿੱਚੋਂ ਕੱਢ ਕੇ ਰੋਹਣੀ ਦੇ ਗਰਭ ਵਿੱਚ ਸਥਿਰ (ਸੰਕ੍ਰਸ਼ਣ- surrogate) ਕਰ ਦਿੱਤਾ ਗਿਆ ਸੀ। ਇਸ ਕਰਕੇ ਯਸ਼ੋਧਾ ਅਤੇ ਰੋਹਣੀ, ਦੋਵੇਂ ਹੀ ਕ੍ਰਿਸ਼ਨ ਅਤੇ ਬਲਰਾਮ ਦੀਆਂ ਮਾਵਾਂ ਕਹੀਆਂ ਜਾਂਦੀਆਂ ਹਨ।*

(55) ਏਹੋ ਨਿਯਮ (ਉੱਪਰ ਦੱਸਿਆ), ਘਰ ਵਿੱਚ ਪਾਲ਼ੀਆਂ ਗਊਆਂ ਗਾਈਆਂ, ਘੋੜੀਆਂ, ਊਂਠਣੀਆਂ, ਬੱਕਰੀਆਂ, ਭੇਡਾਂ, ਪੰਛੀਆਂ ਅਤੇ **ਦਾਸੀਆਂ** ਤੋਂ ਪੈਦਾ ਹੋਈ ਸੰਤਾਨ ਤੇ ਭੀ ਲਾਗੂ ਹੁੰਦਾ ਹੈ।

ਟਿੱਪਣੀ:- *ਥੋੜਾ ਪਿਛੋਕੜ ਵੱਲ ਹੀ ਝਾਤੀ ਮਾਰ ਲਈਏ ਤਾਂ ਹਜ਼ਾਰਾਂ ਉਧਾਰਣਾਂ ਮਿਲ ਜਾਣਗੀਆਂ। ਲੇਖਕ ਨੂੰ ਇੱਕ ਵਾਰ ਬਾਰਬੇਡੋਜ਼ (Barbados) ਨਾਮ ਦੇ ਟਾਪੂ ਦੀ ਯਾਤਰਾ ਦਾ ਮੌਕਾ ਮਿਲਿਆ, ਜਿੱਥੇ ਗੋਰਿਆਂ ਵਲੋਂ ਕਿਸੇ ਸਮੇਂ, ਅਫਰੀਕਾ ਤੋਂ ਬਹੁਤ ਗਿਣਤੀ ਵਿੱਚ ਖਰੀਦ ਕੇ ਗੁਲਾਮ ਲਿਆਂਦੇ ਗਏ। ਮਨੁੱਖਤਾ ਦੀ ਦਰਦਨਾਕ ਕਹਾਣੀ ਦਾ ਪਤਾ ਲੱਗਾ, ਕਿ ਉਨ੍ਹਾਂ ਦੀਆਂ ਜਨਾਨੀਆਂ ਨਾਲ ਬਲਾਤਕਾਰ ਕਰਕੇ ਜੋ ਬੱਚੇ ਪੈਦਾ ਹੁੰਦੇ ਸਨ, ਗੋਰੇ ਲੋਕ ਜਾਂ ਤਾਂ ਉਨ੍ਹਾਂ ਨੂੰ ਗਰਭ ਵਿਚ ਮਾਰ ਦਿੰਦੇ ਸਨ ਜਾਂ ਆਪਣੀ ਉਲਾਦ ਮੰਨਣ ਦੀ ਥਾਂ ਉਨ੍ਹਾਂ ਦੇ ਪਤੀਆਂ ਦੇ ਹਵਾਲੇ ਕਰ ਦਿੰਦੇ ਸਨ। ਉਨ੍ਹਾਂ ਗੁਲਾਮਾਂ ਲਈ ਬਣੇ ਪਿੰਜਰੇ ਅਤੇ ਉਨ੍ਹਾਂ ਉੱਪਰ ਕੀਤੇ ਜ਼ੁਲਮਾਂ ਦੀਆਂ ਨਿਸ਼ਾਨੀਆਂ ਅਜੇ ਤੀਕਰ ਮੌਜੂਦ ਹਨ। ਐਸਾ ਹੀ ਸਿਲਸਲਾ ਭਾਰਤ ਦੇ ਇੱਕ ਸੂਬੇ,* ***ਗੋਆ*** *ਵਿੱਚ ਬਹੁਤ ਸਮਾਂ ਪ੍ਰਚੱਲਿਤ ਰਿਹਾ ਸੁਣੀਂਦਾ ਹੈ।*

(56) ਇਸ ਤਰਾਂ ਉਲਾਦ ਬਾਰੇ, ਮਨੂੰ ਜੀ ਦਾ ਇਹ ਫੁਰਮਾਨ, ਮੈਂ (ਭ੍ਰਿਗੂ ਨੇ) ਬੀਜ (ਵੀਰਜ) ਅਤੇ ਧਰਤੀ (ਗਰਭ ਯੌਨ) ਦੇ ਸਬੰਧ ਵਿੱਚ ਸੰਤਾਨ ਦੀ ਪਿਹਲਤਾ ਦੇ ਨਿਯਮਾਂ ਦਾ ਵਿਸਥਾਰ ਸਭ ਨੂੰ ਦੱਸ ਦਿੱਤਾ ਹੈ। ਹੁਣ ਮੈਂ, ਬਿਪਤਾ ਦੇ ਸਮੇਂ (ਔਖੇ ਸਮੇਂ) ਇਸਤ੍ਰੀ ਦੇ ਧਰਮ ਕਰਮ, ਅਤੇ ਪ੍ਰਵਾਰਿਕ ਸਬੰਧਾਂ ਵਾਰੇ ਵਖਿਆਨ ਕਰਾਂਗਾ।

(57) ਮਹਾਂ ਰਿਸ਼ੀਆਂ ਦਾ ਮੰਨਣਾ ਹੈ ਕਿ ਵੱਡੇ ਭਰਾ ਦੀ ਪਤਨੀ, ਛੋਟੇ ਭਰਾ ਲਈ, ਗੁਰੂ ਦੀ ਪਤਨੀ ਦੇ ਸਮਾਨ ਜਾਣੀ ਜਾਵੇ ਅਤੇ ਛੋਟੇ ਭਰਾ ਦੀ ਪਤਨੀ ਵੱਡੇ ਭਰਾ ਲਈ ਨੂੰਹ ਦੇ ਬਰਾਬਰ ਜਾਣੀ ਜਾਵੇ।

(58) ਕਿਸੇ ਮੁਸ਼ਕਿਲ ਸਥਿਤੀ (ਜੋ ਅੱਗੇ ਦੱਸੀ ਗਈ ਹੈ) ਨੂੰ ਛੱਡ ਕੇ, ਭਾਵੇਂ ਪਿਤਾ ਵਲੋਂ ਪ੍ਰਵਾਨਗੀ ਭੀ ਕਿਓਂ ਨਾ ਮਿਲੀ ਹੋਵੇ, ਜੇ ਵੱਡਾ ਭਰਾ ਛੋਟੇ ਦੀ ਪਤਨੀ ਨੂੰ ਹੱਥ ਪਾਵੇ (ਬਲਾਤਕਾਰ-ਅੱਜ ਦੀ ਭਾਸ਼ਾ ਵਿੱਚ ਵਰਤਿਆ ਜਾਂਦਾ ਬੋਲ) ਜਾਂ ਛੋਟਾ ਭਰਾ ਵੱਡੇ ਦੀ ਪਤਨੀ ਨੂੰ ਹੱਥ ਪਾਵੇ ਤਾਂ ਦੋਵੇਂ ਆਪਣੇ ਭਾਈਚਾਰੇ ਵਿੱਚੋਂ ਬੇਦਖ਼ਲ ਹੋ ਜਾਂਦੇ ਹਨ।

MANUSMRITI 217

(59) ਆਪਣੇ ਨਪੁੰਨਸਿਕ (ਕਪੁਰਸ਼) ਪਤੀ ਰਾਹੀਂ ਪੁੱਤਰ ਨਾ ਪੈਦਾ ਕਰ ਸਕਣ ਦੀ ਹਾਲਤ ਵਿੱਚ, ਇਸਤਰੀ ਆਪਣੇ ਪਤੀ ਜਾਂ ਕੁਲ ਗੁਰੂ ਦੀ ਆਗਿਆ ਨਾਲ, ਆਪਣੇ ਦੇਵਰ, ਜੇਠ, ਜਾਂ ਪਤੀ ਦੇ ਕਿਸੇ ਸਕੇ ਸਬੰਧੀ (ਪਤੀ ਦੀਆਂ ਛੇ ਪੀੜੀਆਂ ਵਿੱਚ ਸਪਿੰਦਾ ਰਿਸ਼ਤੇਦਾਰ-ਦੇਵਰ, ਜੇਠ ਆਦਿ) ਨਾਲ ਸੰਭੋਗ ਸਬੰਧ ਕਰਕੇ ਸੰਤਾਨ ਪੈਦਾ ਕਰ ਸਕਦੀ ਹੈ।

(60) ਬੇਉਲਾਦ ਵਿਆਹੀ ਜਾਂ ਵਿਧਵਾ ਔਰਤ, ਜਿਸਨੂੰ ਪੁਰਸ਼ ਨੂੰ ਭੀ ਆਗਿਆ ਦੇਵੇ, ਸਭੋਗ ਕਰਨ ਵਾਲਾ ਉਹ ਪੁਰਸ਼, ਇਸਤ੍ਰੀ ਦੇ ਗਰਭ ਧਾਰਨ ਕਰਨ ਦੇ ਦਿਨਾਂ ਵਿੱਚ, ਰਾਤ ਨੂੰ ਚੁੱਪ ਚਾਪ ਆਪਣੇ ਸ਼ਰੀਰ ਉੱਪਰ ਘਿਉ ਦੀ ਮਾਲਿਸ਼ ਕਰਕੇ ਉਸਦੇ ਬਿਸਤਰੇ ਵਿੱਚ ਵੜ ਕੇ ਉਤਨੇ ਦਿਨ ਸੰਭੋਗ ਕਰੇ, ਜਦੋਂ ਤੀਕਰ ਗਰਭ ਨਾ ਠਹਿਰ ਜਾਵੇ। ਵਿਧਵਾ ਦੇ ਘਰ ਇੱਕ ਤੋਂ ਵੱਧ ਪੁੱਤਰ ਪੈਦਾ ਕਰਨ ਦੀ ਆਗਿਆ ਨਹੀਂ ਹੈ।

(61) ਕਈ ਰਿਸ਼ੀ ਲੋਕ, ਜੋ ਧਰਮ ਦੇ ਨਿਯਮਾਂ ਨੂੰ ਜ਼ਿਆਦਾ ਜਾਣਦੇ ਹਨ, ਉਨ੍ਹਾਂ ਦਾ ਵਿਚਾਰ ਹੈ ਕਿ ਜੇ ਪਹਿਲਾ ਬੱਚਾ ਪੈਦਾ ਕਰਕੇ ਉਲਾਦ ਪੈਦਾ ਕਰਨ ਦਾ ਮਨੋਰਥ ਪੂਰਾ ਨਾ ਹੋਵੇ (ਦੂਸਰੇ ਸ਼ਬਦਾਂ ਵਿੱਚ, ਜੇ ਕੁੜੀ ਪੈਦਾ ਹੋ ਜਾਵੇ) ਤਾਂ ਇਸ ਵਿਧੀ ਨਾਲ ਦੂਸਰਾ ਤੀਸਰਾ ਬੱਚਾ ਪੈਦਾ ਕਰਨਾ ਧਰਮ ਦੀ ਮਰਿਯਾਦਾ ਦੇ ਅਨਕੂਲ ਹੈ।

(62) ਪਰ ਜੇ ਉਲਾਦ ਪੈਦਾ ਕਰਨ ਦਾ ਮਕਸਦ ਪੂਰਾ ਹੋ ਜਾਵੇ, ਤਾਂ ਮਰਿਯਾਦਾ ਮੁਤਾਬਿਕ ਉਸ ਵਿਧਵਾ ਔਰਤ ਅਤੇ ਉਸ ਮਰਦ ਨੂੰ ਦੇਵਰ-ਭਰਜਾਈ ਜਾਂ ਜੇਠ-ਭਰਜਾਈ ਜਾਂ ਚੇਲਾ ਅਤੇ ਗੁਰੂ ਦੀ ਪਤਨੀ ਵਾਲਾ ਰਿਸ਼ਤਾ ਰੱਖ ਕੇ ਮਿਲਣਾ ਵਰਤਣਾ ਚਾਹੀਦਾ ਹੈ।

(63) ਜੇ ਕਾਮ ਵਾਸ਼ਨਾ ਦੇ ਅਧੀਨ ਹੋ ਕੇ ਵਿਧਵਾ ਔਰਤ ਅਤੇ ਚੁਣਿਆ ਹੋਇਆ ਮਰਦ ਦੋਵੇਂ ਆਪਣੇ ਸਰੀਰਕ ਸਬੰਧ ਬਣਾਈ ਰੱਖਣ, ਤਾਂ ਦੋਹਾਂ ਨੂੰ ਅਪਵਿੱਤਰ ਹੋਣ ਕਰਕੇ ਭਾਈਚਾਰੇ ਵਿੱਚੋਂ ਕੱਢ ਦੇਣਾ ਚਾਹੀਦਾ ਹੈ। ਐਸਾ ਪੁਰਸ਼ ਇਸ ਤਰਾਂ ਹੈ ਜਿਵੇ ਆਪਣੀ ਨੂੰਹ ਜਾਂ ਆਪਣੇ ਗੁਰੂ ਦੀ ਪਤਨੀ ਦੀ ਸੇਜ ਮਾਣ ਰਿਹਾ ਹੋਵੇ।

(64) ਇੱਕ ਦਵਿੱਜ ਦੀ ਵਿਧਵਾ ਔਰਤ ਨੂੰ, ਆਪਣੇ ਵਰਣ ਤੋਂ ਉਲਟ, ਕਿਸੇ ਹੋਰ ਵਰਣ ਵਾਲੇ ਮਨੁੱਖ ਨੂੰ ਸਰੀਰਕ ਸਬੰਧ ਕਾਇਮ ਕਰਨ ਦੀ ਆਗਿਆ ਨਹੀਂ ਹੈ।ਐਸਾ ਕਰਨ ਨਾਲ ਦੋਹਾਂ ਦੇ ਪਤੀ ਵਰਤਾ ਸਨਾਤਨ ਧਰਮ ਦੀ ਮਰਿਯਾਦਾ ਦਾ ਖੰਡਨ ਹੁੰਦਾ ਹੈ।

(65) ਭਾਵੇਂ, ਵੇਦਾਂ ਜਾਂ ਧਰਮ ਸ਼ਾਸਤਰਾਂ ਵਿੱਚ ਵਿਆਹ ਦੇ ਮੰਤ੍ਰਾਂ ਰਾਹੀਂ, ਵਿਧਵਾ ਇਸਤਰੀ ਨਾਲ ਸੰਭੋਗ ਕਰਕੇ ਸੰਤਾਨ ਪੈਦਾ ਕਰਨਾ ਜਾਂ ਪੁਨਰ ਵਿਆਹ ਦੀ ਕਿਸੇ ਮਰਿਯਾਦਾ ਬਾਰੇ ਕੁਝ ਭੀ ਜ਼ਿਕਰ ਨਹੀਂ ਹੈ ਅਤੇ ਨਾ ਹੀ ਵਿਧਵਾ ਦੇ ਦੂਸਰੇ ਵਿਆਹ ਬਾਰੇ ਕੋਈ ਜਾਣਕਾਰੀ ਹੈ, ਪਰ ਜਿਸ ਤਰਾਂ ਵਿਧਵਾ ਆਪਣੇ ਵਰਣ ਦੇ ਭਾਈਚਾਰੇ ਵਿੱਚ ਰਹਿੰਦੀ ਹੈ ਉਸੇ ਤਰਾਂ ਉਲਾਦ ਲਈ ਸੰਭੋਗ ਵੀ ਆਪਣੇ ਵਰਣ ਵਿੱਚ ਹੀ ਕਰਨਾ ਚਾਹੀਦਾ ਹੈ।

(66) ਵੇਦਾਂ ਦਾਂ ਦੀ ਮਰਿਯਾਦਾ ਉਲਟ, ਇਹ ਰੀਤ ਰਾਜਾ **ਵੇਨ** ਨੇ ਚਲਾਈ। ਪਰ ਵਿਦਵਾਨ ਦਵਿੱਜਾਂ ਨੇ ਇਸ ਪ੍ਰੰਮਪਰਾ ਦੀ ਬਹੁਤ ਨਿੰਦਾ ਕੀਤੀ ਅਤੇ ਇਸਨੂੰ ਪਸ਼ੂ ਬਿਰਤੀ ਦੇ ਸਮਾਨ ਕਿਹਾ ਹੈ।

(67) ਸਾਰੀ ਸਰਿਸ਼ਟੀ ਦਾ ਮਾਲਕ ਰਾਜਾ **ਵੇਨ, ਜੋ** ਰਾਜ ਰਿਸ਼ੀਆਂ (**राजर्षियों**) ਵਿੱਚੋਂ ਪ੍ਰਮੁੱਖ ਸੀ, ਪਰ ਵੇਦ ਦੀ ਮਰਿਯਾਦਾ ਦੇ ਉਲਟ ਅਤੇ ਵਾਸ਼ਨਾਵਾਂ ਵਿੱਚ ਗ੍ਰਸਤ ਹੋਣ ਕਾਰਣ, ਉਸਨੇ ਨੀਚ ਵਰਣ ਦੀਆਂ ਔਰਤਾਂ ਨਾਲ ਸੰਭੋਗ ਕਰਕੇ, ਵਰਣਸ਼ੰਕਰਾਂ (ਰਲੀਆਂ ਮਿਲੀਆ ਜਾਤਾਂ) ਵਾਲੀ ਉਲਾਦ ਪੈਦਾ ਕਰਨ ਦੀ ਰੀਤ ਚਲਾਈ।

ਨੋਟ:- *ਰਾਜੇ ਵੇਨ ਦੇ ਰਿਸ਼ੀਆਂ ਹੱਥੋਂ ਮਾਰੇ ਜਾਣ ਦਾ ਇਹੋ ਕਾਰਨ ਸੀ। ਉਸਦੇ ਮ੍ਰਿਤਕ ਸ਼ਰੀਰ ਵਿੱਚੋਂ ਪਰਿਥੂ (ਅਯੋਨੀ ਪਰਿਥੂ- ਜਿਸਦਾ ਜ਼ਿਕਰ ਪਹਿਲਾਂ ਆ ਚੁੱਕਾ ਹੈ) ਦਾ ਜਨਮ ਹੋਇਆ, ਜੋ ਸਾਰੀ*

ਪ੍ਰਿਥਵੀ ਦਾ ਮਾਲਕ ਬਣਿਆ (ਇਸ ਨਾਲ ਜੁੜੇ, ਇੱਕ ਪੁਰਾਤਨ ਪ੍ਰਸੰਗ ਕਰਕੇ ਹੀ ਧਰਤੀ ਦਾ ਨਾਮ ਪ੍ਰਿਥਵੀ ਪਿਆ)। ਵਾਯੂ ਪੁਰਾਣ, ਭਾਗਵਤ ਪੁਰਾਣ, ਵਿਸ਼ਨੂੰ ਪੁਰਾਣ ਆਦਿ ਵਿੱਚ, ਰਾਜੇ ਪਰਿਥੂ ਦੀ ਕਥਾ, ਵੱਖੋ ਵੱਖ ਵੰਨਗੀਆਂ ਵਿੱਚ ਲਿਖੀ ਮਿਲਦੀ ਹੈ।

(68) ਉਸੇ ਸਮੇਂ ਤੋਂ, ਜੋ ਕੋਈ ਵਅਕਤੀ, ਅਗਿਆਨਤਾ ਵਸ ਹੋ ਕੇ, ਸੰਤਾਨ ਦੀ ਇੱਛਾ ਰੱਖਣ ਵਾਲੀ ਵਿਧਵਾ ਨਾਲ ਸੰਭੋਗ ਕਰਨ ਲਈ ਕਿਸੇ ਪੁਰਸ਼ ਨਾਲ ਰਾਬਤਾ ਕਰਦਾ ਜਾਂ ਕਰਵਾਉਂਦਾ ਹੈ, ਸਾਧੂ ਜਨਾਂ ਨੇ ਉਸਦੀ ਘੋਰ ਨਿੰਦਾ ਕੀਤੀ ਹੈ।

ਨੋਟ:- *ਪਰ ਅੱਗੇ ਆਉਣ ਵਾਲੇ, ਸਲੋਕਾਂ (145, 146) ਵਿੱਚ ਬਹੁਤ ਕੁਝ ਇਸਦੇ ਉਲਟ ਲਿਖਿਆ ਹੋਇਆ ਮਿਲਦਾ ਹੈ!*

(69) ਕੁਆਰੀ ਕੰਨਿਆਂ, ਜਿਸਦਾ ਠਾਕਾ (ਮੰਗਣੀ) ਹੋਣ ਮਗਰੋਂ, ਵਿਆਹ ਤੋਂ ਪਹਿਲਾਂ ਹੀ ਹੋਣ ਵਾਲਾ ਪਤੀ ਮਰ ਜਾਏ, ਉਸਦਾ ਦੇਵਰ ਉਸਨੂੰ, ਅੱਗੇ ਦੱਸੇ ਨਿਯਮਾਂ ਮੁਤਾਬਿਕ ਸਵਿਕਾਰ ਕਰਕੇ ਉਲਾਦ ਪੈਦਾ ਕਰ ਸਕਦਾ ਹੈ। ਜਿਸਦੀ ਕਿਰਿਆ ਵਿਧੀ ਇਸ ਤਰਾਂ ਹੈ:-

(70) ਸ਼ਾਸਤ੍ਰਾਂ ਵਿੱਚ ਦੱਸੀ ਵਿਧੀ ਮੁਤਾਬਿਕ, ਕੰਨਿਆਂ ਦਾ ਦੇਵਰ, ਚਿੱਟੇ ਰੰਗ ਦੇ ਕੱਪੜੇ ਤੇ ਗਹਿਣਿਆਂ ਨਾਲ ਸਜੀ ਹੋਈ ਕੰਨਿਆਂ ਦੇ ਗਰਭ ਧਾਰਨ ਕਰਨ ਵਾਲੇ ਦਿਨਾਂ ਵਿੱਚ ਉਸ ਨਾਲ ਭੋਗ ਕਰਦਾ ਰਹੇ। ਗਰਭ ਠਹਿਰ ਜਾਵੇ ਤਾਂ ਭੋਗ ਕਰਨਾ ਬੰਦ ਕਰ ਦੇਵੇ। ਪਰ ਉਸ ਤੋਂ ਪੈਦਾ ਹੋਣ ਵਾਲੀ ਪਹਿਲੀ ਸੰਤਾਨ, ਉਸੇ ਭਰਾ ਦੀ ਜਾਣੀ ਜਾਵੇਗੀ, ਜਿਸ ਨਾਲ ਪਹਿਲਾਂ ਉਸਦਾ ਕੰਨਿਆਂ ਦਾਨ ਹੋਣਾ ਨੀਯਤ ਹੋਇਆ ਸੀ।

(71) ਕੋਈ ਵੀ ਸੂਝਵਾਨ ਮਨੁੱਖ, ਇੱਕ ਵਾਰ ਕੰਨਿਆਂ ਦਾਨ ਦਾ ਬਚਨ ਦੇ ਕੇ ਉਸ ਕੰਨਿਆਂ ਦਾ ਦਾਨ ਕਿਸੇ ਹੋਰ ਨੂੰ ਨਾ ਕਰੇ। ਜੋ ਬਚਨ ਕਰਕੇ ਕਿਸੇ ਹੋਰ ਨੂੰ ਕੰਨਿਆਂ ਦਾਨ ਕਰਦਾ ਹੈ, ਉਹ ਚੋਰ ਦੀ ਨਿਆਈਂ ਜਾਣਿਆਂ ਜਾਂਦਾ ਹੈ।

(72) ਵਿਆਹ ਕੇ ਲਿਆਂਦੀ ਲੜਕੀ, ਜਿਸਦਾ ਕੰਨਿਆਂ ਦਾਨ ਕੋਈ ਭੇਤ ਰੱਖ ਕੇ ਕੀਤਾ ਗਿਆ ਹੋਵੇ ਅਤੇ ਪਤਾ ਲੱਗਣ ਤੇ ਕਿ ਉਹ, ਬਦਕਾਰ, ਰੋਗਣ, ਕੁਪੱਤੀ, ਜਾਂ ਦਾਗੀ ਨਿਕਲੇ, ਤਾਂ ਵਿਆਹ ਤੋਂ ਬਾਅਦ ਭੀ ਤਿਆਗੀ ਜਾ ਸਕਦੀ ਹੈ।

(73) ਜੇ ਕੋਈ ਮਨੁੱਖ ਕਿਸੇ ਕੰਨਿਆਂ ਦੇ ਦੋਸ਼ਾਂ ਨੂੰ ਲਕੋ ਕੇ ਜਾਂ ਝੂਠ ਬੋਲ ਕੇ ਵਿਆਹ ਕਰਦਾ ਹੈ, ਉਸ ਕੰਨਿਆਂ ਦਾਨ ਕਰਨ ਵਾਲੇ ਭੈੜੇ ਪੁਰਸ਼ ਵਲੋਂ ਕੀਤਾ ਦਾਨ ਰੱਦ ਕਰਕੇ ਕੰਨਿਆਂ ਨੂੰ ਵਾਪਸ ਉਸਦੇ ਪੇਕੇ ਘਰ ਭੇਜਿਆ ਜਾ ਸਕਦਾ ਹੈ।

(74) ਕਿਸੇ ਜ਼ਰੂਰੀ ਕੰਮ ਦੀ ਖਾਤਰ ਪ੍ਰਦੇਸ ਜਾਣ ਲੱਗਿਆਂ, ਪਤੀ ਆਪਣੀ ਪਤਨੀ ਲਈ ਨਿੱਤ ਦੀਆਂ ਲੋੜਾਂ ਦਾ ਪੂਰਾ ਪ੍ਰਬੰਧ ਕਰਕੇ ਜਾਵੇ। ਕਿਉਂਕਿ ਇੱਕ ਚੰਗੇ ਸਦਾਚਾਰ ਵਾਲੀ ਔਰਤ ਵੀ ਦੁਖੀ ਹੋ ਕੇ ਆਪਣੀਆਂ ਲੋੜਾਂ ਪੂਰੀਆਂ ਨਾ ਹੋਣ ਕਰਕੇ, ਵਿਗੜ (ਦੂਸ਼ਤ ਹੋ ਸਕਦੀ ਹੈ) ਸਕਦੀ ਹੈ।

(75) ਜੇ ਪਤੀ ਸਾਰੀਆਂ ਲੋੜਾਂ ਦਾ ਪ੍ਰਬੰਧ ਕਰਕੇ ਜਾਵੇ ਤਾਂ ਪਤਨੀ ਦਾ ਧਰਮ ਹੈ ਕਿ ਉਹ ਆਪਣੀ ਰੋਜ਼ਾਨਾ ਜ਼ਿੰਦਗੀ ਵਿੱਚ ਸੰਜਮ ਵਰਤੇ। ਪਰ ਜੇ ਉਹ ਪੂਰਾ ਪ੍ਰਬੰਧ ਕਰਕੇ ਨਾ ਜਾਵੇ ਤਾਂ ਘਰੋਗੀ ਕੰਮਾਂ (ਸੀਣਾ, ਕੱਤਣਾ ਆਦਿ) ਨਾਲ ਕਿਰਤ ਕਰਕੇ ਗੁਜ਼ਾਰਾ ਕਰੇ।

(76) ਜੇ ਪਤੀ, ਕਿਸੇ ਧਰਮ ਕਰਮ (ਤੀਰਥ ਯਾਤਰਾ ਆਦਿ) ਲਈ ਪ੍ਰਦੇਸ ਜਾਵੇ ਤਾਂ ਔਰਤ ਨੂੰ ਅੱਠ ਸਾਲ ਤੀਕਰ, ਜੇ ਵਿੱਦਿਆ ਜਾਂ ਕੋਈ ਜਸ ਖੱਟਣ ਲਈ ਗਿਆ ਹੋਵੇ ਤਾਂ ਛੇ ਸਾਲ, ਅਤੇ ਜੇ ਧੰਨ ਆਦਿ ਲਈ ਜਾਂ ਆਪਣੀ ਇੱਛਾ ਨਾਲ ਬਿਨਾਂ ਸਿਰਾ-ਪਤਾ ਦੱਸੇ ਘਰੋਂ ਗਿਆ ਹੋਵੇ ਤਾਂ ਸਿਰਫ ਤਿੰਨ ਸਾਲ ਦੀ ਉਡੀਕ ਮਗਰੋਂ, ਜੇ ਚਾਹੇ ਤਾਂ ਆਪਣੀ ਕਾਮ ਤ੍ਰਿਪਿਤੀ ਜਾਂ ਉਲਾਦ ਪਰਾਪਤੀ (ਪ੍ਰਜਨਨ, **सन्तोत्पत्ति**,

procreation) ਲਈ ਹੋਰ ਮਰਦ ਨਾਲ ਨਿਯੋਗ ਸਬੰਧ ਬਣਾ ਸਕਦੀ ਹੈ। ਵਿਵਾਹਤ ਪਤੀ ਦੇ ਮੁੜ ਆਉਣ ਤੇ ਦੂਸਰੇ ਮਰਦ ਨਾਲ ਸਬੰਧ ਤੋੜ ਭੀ ਸਕਦੀ ਹੈ।

ਨੋਟ:- *ਉਪਰੋਕਿਤ ਸਲੋਕ ਦੇ ਅਰਥ ਤਕਰੀਬਨ ਸਭ ਉਲੱਥਿਆਂ ਵਿੱਚ ਵੱਖ ਵੱਖ ਮਿਲਦੇ ਹਨ। ਕੇਵਲ ਇੱਕੋ ਸਾਂਝ ਹੈ ਕਿ ਪਤੀ ਦੇ ਬਿਨਾ ਦੱਸੇ ਘਰੋਂ ਗਾਇਬ ਹੋ ਜਾਣ ਤੇ ਔਰਤ ਨੂੰ ਆਪਣੀ ਮਰਜ਼ੀ ਕਰਨ ਦਾ ਪੂਰਾ ਹੱਕ ਹੈ।*

(77) ਜੇ ਕੋਈ ਔਰਤ ਆਪਣੇ ਪਤੀ ਨਾਲ ਲੜਾਈ ਝਗੜਾ ਜਾਂ ਈਰਖਾ ਭਾਵਨਾ (ਦਵੈਸ਼ ਭਾਵਨਾ, **द्वेष भाव**) ਰੱਖਦੀ ਹੋਵੇ, ਸੰਭੋਗ ਕਰਨ ਤੋਂ ਇਨਕਾਰੀ ਹੋਵੇ ਅਤੇ ਇੱਕ ਸਾਲ ਲੰਘਣ ਤੋਂ ਬਾਅਦ ਭੀ ਨਾ ਬਦਲੇ, ਤਾਂ ਪਤੀ, ਉਸਨੂੰ ਦਿੱਤਾ ਹੋਇਆ ਗਹਿਣਾ ਗੱਟਾ ਅਤੇ ਧੰਨ ਆਦਿ ਲੈ ਕੇ ਉਸ ਨਾਲ ਸਰੀਰਕ ਸਬੰਧ ਤੋੜ ਲਵੇ।

(78) ਜੋ ਇਸਤ੍ਰੀ, ਪਤੀ ਦੀਆਂ ਭੈੜੀਆਂ ਆਦਤਾਂ (ਨਸ਼ਾਂ, ਜੂਆ ਜਾਂ ਸ਼ਰਾਬ) ਜਾਂ ਅਸਾਧ ਰੋਗ (ਪੁਰਣੀ ਬਿਮਾਰੀ) ਕਾਰਨ ਆਪਣੇ ਪਤੀ ਦੀ ਸੇਵਾ ਕਰਨ ਦੀ ਥਾਂ ਨਿਰਾਦਰ (**अवहेलना**) ਕਰੇ, ਤਾਂ ਪਤੀ, ਤਿੰਨ ਮਹੀਨੇ ਲਈ ਸਭੋਗ ਨਾ ਕਰੇ ਅਤੇ ਉਸਦੇ ਹਾਰ-ਸ਼ਿੰਗਾਰ ਦਾ ਸਮਾਨ ਅਤੇ ਗਹਿਣੇ ਖੋਹ ਲਵੇ।

(79) ਜੇ ਕਰ ਪਤੀ ਦੇ ਪਾਗਲ ਹੋਣ ਕਰਕੇ, ਪਤਿਤ, (ਧਰਮ ਤਿਆਗੀ) ਹੋਣ ਕਰਕੇ, ਨਮਰਦ ਜਾਂ ਕਿਸੇ ਤਰਾਂ ਦੇ ਕੋੜ੍ਹ ਰੋਗ (**कुष्ठ रोग**) ਨਾਲ ਗ੍ਰਸਤ ਹੋਣ ਕਾਰਣ ਉਸਦੀ ਪਤਨੀ ਉਸ ਵਲ ਧਿਆਨ ਨਾ ਦੇਵੇ (ਅਣਡਿੱਠ ਕਰੇ, **उपेक्षा**) ਤਾਂ ਪਤੀ ਉਸਦਾ ਤਿਆਗ ਨਹੀਂ ਕਰ ਸਕਦਾ ਅਤੇ ਨਾ ਹੀ ਉਸਦੇ ਗਹਿਣੇ ਜਾਂ ਧੰਨ ਉਸਤੋਂ ਖੋਹਿਆ ਜਾ ਸਕਦਾ ਹੈ।

(80) ਜੋ ਇਸਤਰੀ ਸ਼ਰਾਬ ਪੀਂਦੀ ਹੋਵੇ, ਭੈੜੇ ਚਾਲ ਚਲਨ ਵਾਲੀ ਅਤੇ ਕੁਪੱਤੀ ਹੋਵੇ, ਕਹਿਣੇ ਤੋਂ ਬਾਹਰ ਹੋਵੇ, ਬਿਮਾਰੀ ਗਰਸਤ ਰਹਿੰਦੀ ਹੋਵੇ, ਚਲਾਕ ਜਾਂ ਫ਼ਜ਼ੂਲ ਖਰਚ ਕਰਨੇ ਵਾਲੀ ਹੋਵੇ ਅਤੇ ਹੱਥੋ ਪਾਈ ਕਰਦੀ ਹੋਵੇ, ਤਾਂ ਐਸੀ ਇਸਤਰੀ ਦਾ ਤਿਆਗ ਕਰਕੇ ਮਰਦ ਹੋਰ ਵਿਆਹ ਕਰਵਾ ਸਕਦਾ ਹੈ।

(81) ਇੱਕ ਔਰਤ ਜੋ ਅੱਠ ਸਾਲ ਤੀਕਰ ਬਾਂਝ (**बंध्या,** ਬੱਚਾ ਪੈਦਾ ਨਾ ਕਰ ਸਕੇ) ਰਹੇ, ਜਾਂ ਦਸ ਸਾਲ ਤੀਕਰ ਬੱਚੇ ਦੇ ਜਨਮ ਮਗਰੋਂ ਬੱਚੇ ਮਰਦੇ ਰਹਿਣ, ਜਾਂ ਗਿਆਰਾਂ ਸਾਲਾਂ ਵਿੱਚ ਕੁੜੀਆਂ ਹੀ ਪੈਦਾ ਹੋਣ ਅਤੇ ਬਾਲਕ ਨਾ ਪੈਦਾ ਕਰ ਸਕੇ ਤਾਂ ਪੁਰਸ਼ ਦੂਸਰਾ ਵਿਆਹ ਕਰ ਲਵੇ। ਪਰ ਜੇ ਇਸਤਰੀ ਕੁਪੱਤੀ ਹੋਵੇ ਅਤੇ ਝਗੜਾ ਹੀ ਕਰਦੀ ਰਹੇ ਤਾਂ ਮਰਦ ਬਿਨਾਂ ਕਿਸੇ ਦੇਰੀ ਦੇ ਦੂਸਰੀ ਸ਼ਾਦੀ ਕਰਕੇ ਸੰਤਾਨ ਪੈਦਾ ਕਰ ਲਵੇ।

(82) ਜੇ ਇਸਤਰੀ, ਪਤੀਵਰਤਾ, ਸੁੰਦਰ ਅਤੇ ਚੰਗੇ ਸੁਭਾ ਵਾਲੀ ਹੋਵੇ, ਪਰ ਉਲਾਦ ਨਾ ਪੈਦਾ ਕਰ ਸਕੇ (ਤੋਕੜ ਹੋਵੇ), ਤਾਂ ਪਤੀ ਉਸਦੀ ਸਹਿਮਤੀ ਨਾਲ ਦੂਸਰੀ ਸ਼ਾਦੀ ਕਰ ਲਵੇ ਅਤੇ ਉਸਨੂੰ ਪੂਰਾ ਮਾਣ ਸਤਿਕਾਰ ਦੇ ਕੇ ਨਾਲ ਰੱਖੇ।

(83) ਦੂਸਰੀ ਇਸਤਰੀ (ਸੌਂਕਣ) ਦੇ ਘਰ ਵਿੱਚ ਆਂਉਦਿਆਂ, ਜੇ ਪਹਿਲੀ ਇਸਤਰੀ ਘਰ ਛੱਡ ਕੇ ਜਾਣ ਲੱਗੇ ਤਾਂ ਮਰਦ ਉਸਨੂੰ ਰੋਕ ਕੇ ਘਰ ਦੀ ਚਾਰ ਦਿਵਾਰੀ ਵਿੱਚ ਹੀ ਰੱਖੇ, ਜੇ ਨਾ ਰੁਕੇ ਤਾਂ ਉਸਨੂੰ ਉਸਦੇ ਪੇਕੇ ਘਰ ਛੱਡ ਆਵੇ।

(84) ਪਤੀ ਦੇ ਮਨ੍ਹਾਂ ਕਰਨ ਦੇ ਬਾਵਜੂਦ ਭੀ ਜੇ ਇਸਤ੍ਰੀ, ਕਿਸੇ ਵਿਆਹ ਸ਼ਾਦੀ ਦੇ ਇਕੱਠ ਜਾਂ ਮੇਲੇ ਵਿੱਚ ਜਾ ਕੇ ਸ਼ਰਾਬ ਪੀਵੇ ਅਤੇ ਖਰਮਸਤੀਆਂ (ਪੁੱਠੇ ਸਿੱਧੇ ਕੰਮ) ਕਰਦੀ ਪਕੜੀ ਜਾਵੇ, ਤਾਂ ਸ਼ਕਾਇਤ ਹੋਣ ਤੇ ਰਾਜੇ ਵਲੋਂ ਛੇ ਰੱਤੀ ਸੋਨਾ (6 **कृष्णल**) ਦੰਡ ਲਾਇਆ ਜਾਵੇ।

(85) ਜੇ ਦਵਿੱਜ ਵਰਣ ਦਾ ਪੁਰਸ਼, ਆਪਣੀ ਜਾਂ ਆਪਣੀ ਜਾਤੀ ਤੋਂ ਨੀਵੀਆਂ ਜਾਤਾਂ ਦੀਆਂ ਇੱਕ ਤੋਂ ਵੱਧ ਔਰਤਾਂ ਨਾਲ ਸ਼ਾਦੀ ਕਰੇ, ਤਾਂ ਘਰ ਵਿੱਚ ਉਨ੍ਹਾਂ ਦਾ ਰੁਤਬਾ, ਸਹੂਲਤਾਂ (ਗਹਿਣੇ ਤੇ ਪਹਿਰਾਵਾ ਆਦਿ), ਪੁੱਛ ਗਿੱਛ (ਆਦਰ ਮਾਣ) ਅਤੇ ਰਹਾਇਸ਼, ਉਨ੍ਹਾਂ ਦੇ ਵਰਣ ਦੇ ਮੁਤਾਬਿਕ ਦਿੱਤੀ ਜਾਵੇ।

(86) ਦਵਿੱਜ ਮਨੁੱਖ, ਆਪਣੀ ਜਾਤ ਵਾਲੀਆਂ ਪਤਨੀਆਂ ਨੂੰ ਹੀ ਭੋਜਨ ਆਦਿ ਦੀ ਸੇਵਾ, ਰੋਜ਼ਾਨਾ ਅਗਨੀ ਹੋਤਰੀ ਪੂਜਾ ਅਤੇ ਸਾਰੇ ਧਾਰਮਿਕ ਕਰਮ ਨਿਭਾਉਣ ਦਾ ਅਧਿਕਾਰ ਦੇਵੇ, ਦੂਸਰੀ ਜਾਤ ਦੀਆਂ ਪਤਨੀਆਂ ਰਾਹੀਂ ਬਿਲਕੁਲ ਨਾ ਕਰੇ।

(87) ਮਹਾਂ ਰਿਸ਼ੀਆਂ ਦਾ ਕਹਿਣਾ ਹੈ ਕਿ, ਜੋ ਆਦਮੀ ਮੋਹ ਵਸ ਹੋ ਕੇ ਮੂਰਖਤਾ ਨਾਲ, ਆਪਣੀ ਜਾਤ ਦੀ ਪਤਨੀ ਦੀ ਥਾਂ ਦੂਸਰੀ ਜਾਤ ਵਾਲੀ ਪਤਨੀ ਤੋਂ ਆਪਣੀ ਸੇਵਾ-ਟਹਿਲ ਕਰਵਾਉਂਦਾ ਹੈ, ਐਸੇ ਮਨੁੱਖ ਨੂੰ ਇਸ ਤਰਾਂ ਜਾਣੋ ਜਿਵੇਂ ਕਿਸੇ ਬ੍ਰਾਹਮਣੀ ਅਤੇ ਸ਼ੂਦਰ ਮਨੁੱਖ ਦੇ ਸੰਭੋਗ ਨਾਲ, ਕੋਈ ਚੰਡਾਲ ਜਨਮਿਆ ਹੋਵੇ।

(88) ਜੇ ਆਪਣੇ ਹੀ ਵਰਣ ਵਿੱਚੋਂ, ਚੰਗੀ ਕੁਲ ਅਤੇ ਸ਼ੁੱਭ ਗੁਣਾਂ ਵਾਲਾ ਸੁਸ਼ੀਲ ਅਤੇ ਚੰਗੇ ਸੁਭਾਅ ਵਾਲਾ ਵਰ ਮਿਲਦਾ ਹੋਵ ਤਾਂ ਮਾਤਾ-ਪਿਤਾ ਨੂੰ ਚਾਹੀਦਾ ਹੈ ਕਿ ਸ਼ਾਸਤਰਾਂ ਦੀ ਰੀਤ ਮੁਤਾਬਿਕ ਕੰਨਿਆਂ ਦਾਨ ਕਰ ਦੇਵੇ, ਭਾਵੇਂ ਕੰਨਿਆਂ ਅਜੇ ਵਿਆਹ ਦੀ ਉਮਰ ਦੇ ਯੋਗ ਨਾ ਵੀ ਹੋਈ ਹੋਵੇ (ਉਮਰ ਦੀ ਬਾਲੜੀ ਹੋਵੇ)।

(89) ਇਸਦੇ ਉਲਟ, ਜੇ ਕੰਨਿਆਂ ਵਿਆਹੁਣ ਯੋਗ ਉਮਰ ਦੀ ਹੋ ਗਈ ਹੋਵੇ ਪਰ ਚੰਗੇ ਗੁਣਾਂ ਵਾਲਾ ਵਰ ਨਾ ਮਿਲੇ ਤਾਂ ਉਹ ਆਪਣੇ ਆਖਰੀ ਸਵਾਸਾਂ ਤੀਕਰ ਬਾਪ ਦੇ ਘਰ ਰਹਿ ਸਕਦੀ ਹੈ, ਪਰ ਮਾਤਾ-ਪਿਤਾ ਉਸਦਾ ਵਿਆਹ, ਕਿਸੇ ਗੁਣਹੀਣ, ਮਨਖੱਟੂ (ਨਖਿੱਧ) ਜਾਂ ਬੁਰੇ ਪੁਰਸ਼ ਨਾਲ ਨਾ ਕਰਨ।

(90) ਵਿਆਹੁਣ ਯੋਗ (ਰਜਸਵਲਾ- ਮਾਹਵਾਰੀ ਸ਼ੁਰੂ ਹੋਣ ਤੇ) ਉਮਰ ਹੋਣ ਤੋਂ ਤਿੰਨ ਸਾਲ ਤੀਕਰ ਇੰਤਜ਼ਾਰ ਕਰਨ ਮਗਰੋਂ ਜੇ ਬਾਪ ਉਸ ਲਈ ਵਰ ਨਾ ਟੋਲ ਸਕੇ ਅਤੇ ਉਹ ਵਿਆਹ ਕਰਵਾਉਣ ਦੀ ਇੱਛਾ ਪ੍ਰਗਟ ਕਰੇ, ਉਹ ਚਾਹੇ ਤਾਂ ਆਪਣੀ ਜਾਤ ਦਾ ਵਰ ਆਪ ਲੱਭ ਕੇ ਵਿਆਹ ਕਰਵਾ ਸਕਦੀ ਹੈ।

(91) ਜੇ ਲੜਕੀ ਦਾ ਪਿਤਾ ਜਾਂ ਸਰਪ੍ਰਸਤ, ਕੰਨਿਆਂ ਦਾਨ ਕਰਨ ਦਾ ਫਰਜ਼ ਨਾ ਨਿਭਾ ਸਕੇ ਅਤੇ ਆਪ ਹੀ ਵਰ ਭਾਲ ਕੇ ਸ਼ਾਦੀ ਕਰ ਲਵੇ, ਤਾਂ ਕੰਨਿਆਂ ਅਤੇ ਉਸਦੇ ਪਤੀ ਸਿਰ ਕੋਈ ਪਾਪ ਜਾਂ ਦੋਸ਼ ਨਹੀਂ ਆਉਂਦਾ।

(92) ਆਪਣਾ ਵਰ ਆਪ ਟੋਲਣ ਵਾਲੀ ਕੰਨਿਆਂ, ਮਾਤਾ ਪਿਤਾ ਜਾਂ ਭਾਈਆਂ ਦੇ ਘਰੋਂ ਕੋਈ ਗਹਿਣਾ ਗੱਟਾ ਸਵਿਕਾਰ ਨਾ ਕਰੇ। ਜੇ ਐਸਾ ਕਰੇ ਤਾਂ ਉਸਨੂੰ ਚੋਰੀ ਕਰਨ ਦੇ ਬਰਾਬਰ ਜਾਣਿਆ ਜਾਵੇ।

(93) ਵਿਆਹੁਣ ਯੋਗ ਕੰਨਿਆਂ ਨਾਲ ਸ਼ਾਦੀ ਕਰਨ ਵਾਲਾ, ਉਸਦੇ ਪਿਤਾ ਨੂੰ ਉਸਦਾ ਕੋਈ ਮੁੱਲ ਨਾ ਤਾਰੇ ਅਤੇ ਨਾ ਹੀ ਮਾਤਾ-ਪਿਤਾ ਸਵਿਕਾਰ ਕਰਨ। ਐਸਾ ਕਰਨ ਨਾਲ, ਮਾਤਾ-ਪਿਤਾ ਦੇ ਕੰਨਿਆਂ ਉੱਪਰ, ਸਾਰੇ ਅਧਿਕਾਰ ਅਤੇ ਰਿਸ਼ਤੇ-ਨਾਤੇ ਖਤਮ ਹੋ ਜਾਂਦੇ ਹਨ।

(94) ਤੀਹ ਸਾਲ ਦਾ ਮਰਦ, ਬਾਰਾਂ ਸਾਲ ਦੀ ਕੰਨਿਆਂ (ਜੋ ਉਸਨੂੰ ਪਸੰਦ ਹੋਵੇ) ਨਾਲ ਵਿਆਹ ਕਰਵਾ ਸਕਦਾ ਹੈ ਅਤੇ ਚੌਵੀ ਸਾਲ ਦਾ ਮਰਦ ਅੱਠ ਸਾਲ ਦੀ ਸੁੰਦਰ ਕੰਨਿਆਂ ਨਾਲ ਸ਼ਾਦੀ ਕਰ ਸਕਦਾ ਹੈ। ਇਸ ਉਮਰ ਤੋਂ ਛੋਟੀ ਕੰਨਿਆ ਨਾਲ ਸ਼ਾਦੀ ਕਰਨ ਵਾਲਾ, ਗ੍ਰਿਸਤ ਧਰਮ ਵਿੱਚ ਦੁੱਖ ਪਾਉਂਦਾ ਹੈ।

ਟਿੱਪਣੀ:- *ਬਹੁਤੇ ਉਲੱਥਿਆਂ ਵਿੱਚ ਕੰਨਿਆਂ ਦੇ ਵਿਆਹ ਦੀ ਉਮਰ ਬਾਰੇ ਏਹੋ ਸ਼ਬਦਾਵਲੀ ਮਿਲਦੀ ਹੈ, ਪਰ ਉਮਰ ਸਬੰਧੀ, ਇਸ ਸਲੋਕ ਦਾ ਬਹੁਤਾ ਵਿਸਥਾਰ ਕਿਧਰੇ ਭੀ ਸਹੀ ਤਰੀਕੇ ਨਾਲ ਲਿਖਿਆ ਨਹੀਂ ਮਿਲਦਾ। ਪੁਰਾਤਨ ਸਮੇਂ ਦੀ ਆਰੀਆ ਪ੍ਰੰਪਰਾ ਮੁਤਾਬਿਕ, ਪਤੀ ਕੰਨਿਆਂ ਤੋਂ ਲੱਗ ਭੱਗ ਤਿੰਨ ਗੁਣਾ ਉਮਰ ਦਾ ਵੀ ਹੋ ਸਕਦਾ ਹੈ। ਜਿਵੇਂ ਪਿਛਲੇ ਸਲੋਕ ਵਿੱਚ ਸਾਫ ਜ਼ਾਹਿਰ ਹੈ ਕਿ ਚੌਵੀ ਸਾਲ ਦਾ ਮਰਦ ਅੱਠ ਸਲ ਦੀ ਕੰਨਿਆ ਨੂੰ ਵਿਆਹ ਸਕਦਾ ਹੈ। ਪੁਰਾਤਨ ਸਮੇਂ ਵਿੱਚ ਬਰਾਬਰ ਦੀ ਉਮਰ*

ਵਾਲੇ ਲੜਕੇ ਲੜਕੀ ਦੇ ਬਾਲ ਵਿਆਹ ਅਤੇ ਭਰ ਜੁਆਨੀ ਵਿੱਚ ਮੁਕਲਾਵੇ ਬਾਰੇ ਤਾਂ ਸੁਣਿਆਂ ਹੈ ਪਰ ਉਪਰਲੇ ਸਲੋਕ ਵਿੱਚਲਾ ਵਖਿਆਨ, ਮੁੱਢ ਕਦੀਮ ਤੋਂ ਔਰਤ ਦੀ ਨਿਰਾਦਰੀ ਦਾ ਸਬੂਤ ਹੈ।

(95) ਪਤੀ ਆਪਣੀ ਪਤਨੀ ਨੂੰ, ਉਸਦੀ ਇੱਛਾ ਮੁਤਾਬਿਕ ਨਹੀਂ, ਬਲਕਿ ਦੇਵਤਿਆਂ ਦੀ ਕ੍ਰਿਪਾ ਨਾਲ ਪ੍ਰਾਪਤ (**प्रदत्त**) ਹੋਈ ਸਮਝਣਾ ਚਾਹੀਦਾ ਹੈ। ਦੇਵਤਿਆਂ ਨੂੰ ਖੁਸ਼ ਰੱਖਣਾ ਹੋਵੇ, ਤਾਂ ਮਰਦ ਨਾ ਆਪਣੀ ਸਾਧਵੀ ਇਸਤ੍ਰੀ (ਪਤੀ ਵਰਤਾ ਇਸਤ੍ਰੀ) ਦੀ ਪੂਰੀ ਤਰਾਂ ਸਾਂਭ-ਸੰਭਾਲ ਕਰਨੀ ਚਾਹੀਦੀ ਹੈ।

(96) ਗਰਭ ਧਾਰਨ ਕਰਕੇ ਸੰਤਾਨ ਉਤਪਨ ਕਰਨ ਲਈ ਹੀ ਇਸਤਰੀਆਂ ਦੀ ਰਚਨਾ ਹੋਈ ਹੈ ਅਤੇ ਸੰਤਾਨ ਪੈਦਾ ਕਰਨ ਲਈ ਬੀਜ ਰੂਪ ਹੋ ਕੇ ਇਸਦਾ ਪ੍ਰਜਨਨ (ਆਧਾਨ, ਸੰਚਾਰ) ਕਰਕੇ ਉਲਾਦ ਪੈਦਾ ਕਰਨ ਲਈ ਮਰਦਾਂ ਦੀ ਰਚਨਾ ਹੋਈ ਹੈ। ਇਸ ਲਈ ਵੇਦਾਂ ਵਿੱਚ ਦੱਸੇ ਸਧਾਰਨ ਤੋਂ ਸਧਾਰਨ ਧਰਮ-ਕਰਮ, ਇਸਤਰੀ ਅਤੇ ਪੁਰਸ਼ ਨੂੰ ਇਕੱਠਿਆਂ ਕਰਨ ਲਈ ਹਦਾਇਤ ਹੈ।

ਟਿੱਪਣੀ:- *ਪਾਠਕ ਜਨ ਆਪ ਹੀ ਵਿਚਾਰ ਕਰ ਲੈਣ, ਕਿ ਇਹ ਸਭ ਕੁਝ, ਪਿਛੋਕੜ ਵਿੱਚ ਇਸਤ੍ਰੀਆਂ ਬਾਰੇ ਆਏ ਨਿੰਦਣਯੋਗ ਵਖਿਆਨਾਂ ਦੇ ਬਿਲਕੁਲ ਉਲਟ ਲਿਖਿਆ ਜਾਪਦਾ ਹੈ।*

(97) ਅਸੁਰ ਰੀਤੀ ਮੁਤਾਬਿਕ, ਜੇ ਕੰਨਿਆਂ ਦਾ ਮੁੱਲ ਪਹਿਲਾਂ ਹੀ ਤਾਰ ਦਿੱਤਾ ਗਿਆ ਹੋਵੇ ਅਤੇ ਵਿਆਹ ਦੀ ਰਸਮ ਹੋਣ ਤੋਂ ਪਹਿਲਾਂ ਹੀ ਮੁੱਲ ਤਾਰਨ ਵਾਲੇ ਦੀ ਮੌਤ ਹੋ ਜਾਵੇ, ਤਾਂ ਕੰਨਿਆਂ ਦੀ ਸਹਿਮਤੀ ਨਾਲ ਉਸਦੇ ਛੋਟੇ ਭਰਾ ਨਾਲ ਵਿਆਹ ਕੀਤਾ ਜਾ ਸਕਦਾ ਹੈ।ਪਰ --

(98) ਸ਼ੂਦਰ ਭੀ ਕੰਨਿਆਂ ਦਾਨ ਦੇ ਬਦਲੇ ਕੋਈ ਧੰਨ ਨਾ ਸਵਿਕਾਰੇ, ਕਿਉਂਕਿ ਐਸਾ ਕਰਨਾ ਭੀ ਇੱਕ ਤਰੀਕੇ ਨਾਲ ਕੰਨਿਆਂ ਦਾ ਮੁੱਲ ਵੱਟਣ ਦੇ ਬਰਾਬਰ ਹੀ ਕਿਹਾ ਗਿਆ ਹੈ।

(99) ਇਹ ਕੰਮ ਪਹਿਲਾਂ ਸਤਿ ਪੁਰਸ਼ਾਂ ਨੇ ਕਦੇ ਨਹੀਂ ਕੀਤਾ ਤੇ ਹੁਣ ਭੀ ਨਹੀਂ ਕਰਦੇ, ਕਿ ਕਿਸੇ ਨਾਲ ਰਿਸ਼ਤਾ ਕਰਕੇ ਮਗਰੋਂ, ਕੰਨਿਆਂ ਕਿਸੇ ਹੋਰ ਦੇ ਨਾਲ, ਪੈਸੇ ਲੈ ਕੇ ਤੋਰ ਦਿੱਤੀ ਹੋਵੇ।

(100) ਅੱਜ ਦੇ ਸਮੇਂ (ਭ੍ਰਿਗੂ ਵੇਲੇ) ਅਤੇ ਇਸਤੋਂ ਪਹਿਲਾਂ, ਪੁਰਾਤਨ ਕਾਲ ਵਿੱਚ ਕਿਸੇ ਨੇਕ ਪੁਰਸ਼ ਨੇ ਆਪਣੀ ਕੰਨਿਆਂ ਦਾ ਮੁੱਲ ਵੱਟਿਆ ਨਹੀਂ ਸੁਣਿਆ।

ਟਿੱਪਣੀ:*-ਇਸ ਸਲੋਕ ਵਿੱਚ ਕੋਈ ਸਚਾਈ ਨਹੀਂ ਜਾਪਦੀ ਅਤੇ ਇਸਤੋਂ ਪਹਿਲਾਂ ਆਏ ਚਾਰ ਸਲੋਕ ਇਸ ਬਾਰੇ ਪੁਸ਼ਟੀ ਕਰਦੇ ਹਨ। ਔਰਤਾਂ ਦੇ ਸੌਦੇ ਪਹਿਲਾਂ ਭੀ ਹੁੰਦੇ ਸਨ ਅਤੇ ਅੱਜ ਭੀ ਹੋ ਰਹੇ ਹਨ। ਜੂਏ ਵਿੱਚ ਔਰਤ ਨੂੰ ਹਾਰ ਦੇਣ ਜਾਂ ਜਿੱਤ ਲੈਣ ਜਾਂ ਮੁੱਲ ਪਾਉਣ (ਸੌਦੇਬਾਜ਼ੀ) ਬਾਰੇ, ਬੇਅੰਤ ਕਥਾਵਾਂ, ਪੁਰਾਤਨ ਕਾਲ ਦੇ ਇਤਹਾਸ ਵਿੱਚ ਮਿਲਦੀਆਂ ਹਨ।*

(101) ਸਾਰ ਰੂਪ ਵਿੱਚ, ਇਸਤਰੀ ਪੁਰਸ਼ ਲਈ, ਆਖਰੀ ਦਮ ਤੀਕਰ ਆਪਸ ਵਿੱਚ ਪ੍ਰੇਮ ਰੱਖਣਾ ਅਤੇ ਸਾਰੇ ਜੀਵਨ ਲਈ ਇੱਕ ਦੂਸਰੇ ਦਾ ਸਾਥ ਦੇਣਾ ਹੀ, ਇਸਤਰੀ ਪੁਰਸ਼ ਦਾ ਪ੍ਰਮ ਧਰਮ ਹੈ। ਨਾ ਕੇ ਕੇਵਲ ਧਰਮ, ਅਰਥ ਅਤੇ ਕਾਮ ਪੂਰਤੀ (ਭਾਵ: ਦੁਨੀਆਂਦਾਰੀ) ਖਾਤਰ ਹੀ ਇੱਕ ਦੂਸਰੇ ਨਾਲ ਜੁੜੇ ਰਹਿਣ।

(102) ਵਿਆਹ ਦੇ ਬੰਨ੍ਹਣ ਵਿੱਚ ਬੱਝੇ ਇਸਤਰੀ ਤੇ ਮਰਦ ਨੂੰ ਆਪਸ ਵਿੱਚ ਏਨਾ ਗੂੜ੍ਹਾ ਮੇਲ ਮਿਲਾਪ ਰੱਖਣਾ ਚਾਹੀਦਾ ਹੈ ਕਿ ਆਪਣਾ ਧਰਮ ਨਿਭਾਉਂਦਿਆਂ ਉਹ ਕਦੀ ਭੀ ਇੱਕ ਦੂਸਰੇ ਤੋਂ ਅਲੱਗ ਨਾ ਹੋਣ ਅਤੇ ਇੱਕ ਦੂਜੇ ਦੇ ਆਪਸੀ ਭਰੋਸੇ ਦੀ ਉਲੰਘਣਾ ਨਾ ਕਰਨ।

(103) ਇਸ ਤਰਾਂ ਮਨੂੰ ਜੀ ਵਲੋਂ, ਇਸਤਰੀ ਪੁਰਸ਼ ਦੇ ਵਿਆਹੁਤਾ ਜੀਵਨ ਦੇ ਨਿਯਮਾਂ ਬਾਰੇ, ਸੰਤਾਨ ਪੈਦਾ ਕਰਨ ਬਾਰੇ ਅਤੇ ਇੱਕ ਦੂਸਰੇ ਦੀ ਖੁਸ਼ੀ ਅਤੇ ਬਿਪਤਾ ਦੇ ਸਮੇਂ ਨਾਲ ਸਬੰਧਿਤ, ਸਾਰੇ ਧਰਮ ਕਰਮ ਦੱਸ ਦਿੱਤੇ ਗਏ ਹਨ।

ਜਾਇਦਾਦ ਦੀ ਵੰਡ ਸਬੰਧੀ ਨਿਯਮ-

(104) ਮਾਤਾ ਅਤੇ ਪਿਤਾ ਦੀ ਮੌਤ ਮਗਰੋਂ, ਸਾਰੇ ਭਰਾ ਇਕੱਠੇ ਹੋ ਕੇ ਆਪਸ ਵਿੱਚ ਬਰਾਬਰ ਦੇ ਹਿੱਸੇ ਕਰਕੇ ਪਿਤਾ ਦੀ ਜਾਇਦਾਦ ਵੰਡ ਸਕਦੇ ਹਨ। ਪਰ ਉਨ੍ਹਾਂ ਦੇ ਜਿਉਦਿਆਂ ਜੀਅ, ਉਨ੍ਹਾਂ ਦੀ ਜਾਇਦਾਦ ਉੱਪਰ ਕੋਈ ਹੱਕ ਨਹੀਂ ਜਿਤਾ ਸਕਦਾ।

(105) ਪਿਤਾ ਦੀ ਮੌਤ ਮਗਰੋਂ, ਵੱਡਾ ਭਰਾ ਸਾਰੀ ਜਾਇਦਾਦ ਦੀ ਸੰਭਾਲ ਕਰੇ ਅਤੇ ਬਾਕੀ ਛੋਟੇ ਭਾਈ ਉਸਦੀ ਨਿਗਰਾਨੀ ਵਿੱਚ ਉਸੇ ਤਰਾਂ ਰਹਿਣ ਜਿਵੇਂ ਆਪਣੇ ਬਾਪ ਦੇ ਹੁੰਦਿਆਂ ਰਹਿੰਦੇ ਸੀ।

(106) ਪਹਿਲੇ ਪੁੱਤਰ ਦਾ ਜਨਮ ਹੋਣ ਤੇ ਹੀ ਮਨੁੱਖ ਨੂੰ ਬਾਪ ਦਾ ਦਰਜਾ ਮਿਲਦਾ ਹੈ ਅਤੇ ਪਿੱਤਰਾਂ ਨੂੰ ਦੇਣ ਵਾਲੇ ਸਾਰੇ ਰਿਣ ਖਤਮ ਹੋ ਜਾਂਦੇ ਹਨ। ਇਸ ਲਈ ਵੱਡਾ ਪੁੱਤਰ ਹੀ ਪਿਤਾ ਦੀ ਸਾਰੀ ਸੰਪਤੀ ਦੀ ਸਾਂਭ ਸੰਭਾਲ ਕਰਨ ਦਾ ਯੋਗ ਹੱਕਦਾਰ ਸਮਝਿਆ ਗਿਆ ਹੈ।

(107) ਰਿਸ਼ੀਆਂ ਦਾ ਫੁਰਮਾਨ ਹੈ ਕਿ, ਜਿਸ ਪੁੱਤਰ ਦੇ ਜਨਮ ਕਾਰਣ ਮਨੁੱਖ ਪਿੱਤਰਾਂ ਦੇ ਰਿਣ ਤੋਂ ਅਜ਼ਾਦ ਹੁੰਦਾ ਅਤੇ ਮੁਕਤੀ ਪ੍ਰਾਪਤ ਕਰਦਾ ਹੈ, ਉਹੀ ਧਰਮ ਪੁੱਤਰ (**धर्मज पुत्र**) ਕਹਿਲਾਉਂਦਾ ਹੈ। ਬਾਕੀ ਸਾਰੇ ਪੁੱਤਰ, ਕਾਮ ਵਾਸ਼ਨਾ ਕਾਰਣ ਜਨਮੇ 'ਕਰਮਜ਼' ਪੁੱਤਰ (ਪੂਰਬ ਜਨਮ ਦੇ ਲੇਖਾਂ ਕਰਕੇ ਮਿਲੇ) ਜਾਣੇ ਜਾਂਦੇ ਹਨ।

(108) ਜਿਸ ਤਰਾਂ ਪਿਤਾ ਆਪਣੇ ਪੁੱਤਰਾਂ ਦਾ ਪਾਲਣ ਪੋਸ਼ਣ ਕਰਦਾ ਹੈ, ਇਸੇ ਤਰਾਂ ਬੜਾ ਭਰਾ ਆਪਣੇ ਭਾਈਆਂ ਦਾ ਪਾਲਣ ਪੋਸ਼ਣ ਕਰੇ ਅਤੇ ਬੜੇ ਭਰਾ ਅੱਗੇ ਸਾਰੇ ਛੋਟੇ ਭਾਈ ਪੁੱਤਰਾਂ ਵਾਂਗ ਰਹਿਣ।

(109) ਜੇਠਾ ਪੁੱਤਰ ਕੁਲ ਨੂੰ ਤਾਰ ਸਕਦਾ ਹੈ ਅਤੇ ਕੁਲ ਦਾ ਨਾਸ਼ ਭੀ ਕਰ ਸਕਦਾ ਹੈ। ਸੰਸਾਰ ਵਿੱਚ ਬਹੁਤੇ ਸੱਜਨ ਪੁਰਸ਼, ਜੇਠੇ ਪੁੱਤਰ ਨੂੰ ਬਹੁਤ ਆਦਰ ਮਾਣ ਦਿੰਦੇ ਹਨ।

(110) ਜੇ ਜੇਠਾ ਭਾਈ, ਆਪਣੇ ਛੋਟੇ ਭਰਾਵਾਂ ਨਾਲ ਧਰਮ ਅਨੁਸਾਰ ਵਰਤੇ (ਜਿਵੇਂ ਉਸਨੂੰ ਰਹਿਣਾ ਚਾਹੀਦਾ ਹੈ) ਤਾਂ ਉਹ ਮਾਤਾ, ਪਿਤਾ ਦੇ ਸਨਮਾਨ ਆਦਰ ਦਾ ਹੱਕਦਾਰ ਹੈ। ਪਰ ਜੇ ਉਹ ਬੜੇ ਭਰਾਵਾਂ ਵਾਲੇ ਕੰਮ ਨਹੀਂ ਕਰਦਾ ਤਾਂ ਉਹ ਬਾਕੀ ਭਰਾਵਾਂ ਜਾਂ ਮਿੱਤਰਾਂ ਵਾਂਗ ਹੀ ਜਾਣਿਆ ਜਾਂਦਾ ਹੈ

(111) ਐਸੀ ਸਥਿਤੀ ਵਿੱਚ ਉਹ ਇਕੱਠੇ ਰਹਿਣ, ਜਾਂ ਆਪਣੀ ਇੱਛਾ ਮੁਤਾਬਿਕ ਆਪੋ ਆਪਣਾ ਧਰਮ-ਕਰਮ ਕਮਾਉਣ ਲਈ ਵੱਖ ਵੱਖ ਭੀ ਰਹਿ ਸਕਦੇ ਹਨ। ਵੱਖ ਵੱਖ ਰਹਿਣ ਨਾਲ ਭੀ ਉਨ੍ਹਾਂ ਦੀ ਸੋਭਾ ਵਧਦੀ ਹੈ।ਇਸ ਲਈ ਅਲੱਗ ਰਹਿਣਾ ਭੀ ਧਰਮ ਦੇ ਅਨਕੂਲ ਹੈ।

(112) ਜਾਇਦਾਦ ਅਤੇ ਧੰਨ ਦੀ ਵੰਡ ਸਮੇਂ, ਜੇ ਬੜਾ ਭਰਾ ਛੋਟਿਆਂ ਦਾ ਪਾਲਣ ਪੋਸ਼ਣ ਕਰਦਾ ਰਿਹਾ ਹੋਵੇ ਤਾਂ ਉਸਨੂੰ ਨੂੰ ਜਾਇਦਾਦ ਦਾ ਵੀਹਵਾਂ ਹਿੱਸਾ ਵਾਧੂ ਦਿੱਤਾ ਜਾਵੇ, ਅਤੇ ਸਭ ਉੱਤਮ ਵਸਤੂਆਂ ਉੱਪਰ ਭੀ ਸਭ ਤੋਂ ਪਹਿਲਾਂ ਉਸਦਾ ਹੀ ਹੱਕ ਹੈ। ਗਭਲੇ ਭਰਾਵਾਂ ਨੂੰ ਚਾਲੀਵਾਂ ਹਿੱਸਾ ਵੱਧ ਦਿੱਤਾ ਜਾਵੇ ਅਤੇ ਸਭ੍ਹ ਤੋਂ ਛੋਟੇ ਨੂੰ ਅੱਸੀਵਾਂ ਭਾਗ ਦੇ ਕੇ ਬਾਕੀ ਬਚੀ ਸਾਰੀ ਜਾਇਦਾਦ ਬਰਾਬਰ ਹਿੱਸਿਆਂ ਵਿੱਚ ਵੰਡ ਲਈ ਜਾਵੇ।ਜਾਂ--

(113) ਵੱਡਾ ਅਤੇ ਛੋਟਾ ਭਰਾ ਆਪੋ ਆਪਣਾ ਬਣਦਾ ਵਾਧੂ ਹਿੱਸਾ ਲੈਣ ਮਗਰੋਂ (1/10 ਅਤੇ 1/80 ਦੇ ਨਿਯਮਾਂ ਮੁਤਾਬਿਕ ਦੇਣ ਮਗਰੋਂ), ਬਾਕੀ ਗਭਲੇ ਭਾਈਆਂ ਨੂੰ ਉਨ੍ਹਾਂ ਦਾ ਬਣਦਾ (1/40) ਹੱਕ ਵੰਡ ਦਿੱਤਾ ਜਾਵੇ।

(114) ਸਾਰੀਆਂ ਵਸਤਾਂ ਵਿੱਚੋਂ ਜੋ ਵਸਤ ਉੱਤਮ ਹੈ, ਭਾਵੇਂ ਇੱਕ ਹੀ ਹੋਵੇ, ਉਹ ਵੱਡੇ ਭਾਈ ਨੂੰ ਮਿਲੇ। ਪਸ਼ੂਆਂ ਵਿੱਚੋਂ, ਦਸਾਂ ਪਿੱਛੇ ਇਕ ਵਧੀਆ ਪਸ਼ੂ ਦੀ ਚੋਣ ਦਾ ਹੱਕ ਬੜਾ ਭਰਾ ਰੱਖਦਾ ਹੈ। ਬਾਕੀ ਬਰਾਬਰ ਹਿੱਸੇ ਵੰਡ ਦਿੱਤੇ ਜਾਣ।ਇਹ ਵੰਡ, ਇਸ ਤਰਾਂ, ਤਾਂ ਹੀ ਕੀਤੀ ਜਾ ਸਕਦੀ ਹੈ, ਜੇ ਵੱਡਾ ਭਰਾ ਸੁਹਿਰਦ ਹੋਵੇ ਤੇ ਇਸਦਾ ਹੱਕ ਰੱਖਦਾ ਹੋਵੇ।

(115) ਜੇ ਸਾਰੇ ਭਰਾ ਘਰ ਦੇ ਸਾਰੇ ਕੰਮਾਂ ਵਿੱਚ ਇੱਕੋ ਜੇਹਾ ਯੋਗਦਾਨ ਪਾਉਂਦੇ ਹੋਣ ਤਾਂ ਉੱਪਰ ਦਸੇ ਤਰੀਕੇ ਨਾਲ ਵੰਡ ਕਰਦਿਆਾਂ ਵੱਡੇ ਭਾਈ ਨੂੰ ਉੱਤਮ ਵਸਤਾਂ ਜਾਂ ਪਸ਼ੂਆਂ ਦੀ ਚੋਣ ਕਰਨ ਦੀ ਥਾਂ ਸਤਿਕਾਰ ਵਜੋਂ, ਬਣਦੇ ਹਿੱਸੇ ਨਾਲੋਂ ਕੁਝ ਜ਼ਿਆਦਾ ਦੇ ਦਿੱਤਾ ਜਾਵੇ।

(116) ਇਸ ਤਰਾਂ ਵੱਡੇ ਭਰਾ ਦਾ ਵਾਧੂ ਹਿੱਸਾ, ਪਹਿਲਾਂ ਦੇ ਕੇ ਬਾਕੀ ਸਭ ਕੁਝ ਬਰਾਬਰ ਹਿੱਸਿਆਂ ਵਿੱਚ ਵੰਡ ਲਿਆ ਜਾਵੇ। ਪਰ ਜੇ ਵੱਡੇ ਭਰਾ ਨੂੰ ਜ਼ਿਆਦਾ ਹਿੱਸਾ ਨਾ ਦਿੱਤਾ ਗਿਆ ਹੋਵੇ ਤਾਂ ਵੰਡ ਅੱਗੇ ਦੱਸੀ ਵਿਧੀ ਮੁਤਾਬਿਕ ਕੀਤੀ ਜਾਵੇ। ਜੇ ਇਸ ਤਰੀਕੇ ਦੀ ਵੰਡ ਨਾਲ ਕੋਈ ਵਿਵਾਦ ਛਿੜੇ ਤਾਂ ਉਸਤੋਂ ਅੱਗੇ ਦੱਸੀ ਵਿਧੀ ਨਾਲ ਵੰਡ ਕਰ ਲਈ ਜਾਵੇ।

(117) ਸਾਰੀ ਸੰਪਤੀ ਦੇ ਇਤਨੇ ਹਿੱਸੇ ਕੀਤੇ ਜਾਣ ਕਿ ਵੱਡੇ ਭਾਈ ਨੂੰ ਦੋ ਹਿੱਸੇ ਜ਼ਿਆਦਾ, ਗਭਲਿਆਂ ਨੂੰ ਡੇਢ ਹਿੱਸਾ ਜ਼ਿਆਦਾ ਅਤੇ ਬਾਕੀ ਬਚਿਆ ਸਭ ਨੂੰ ਬਰਾਬਰ ਵੰਡ ਲੈਣ। ਇਸ ਤਰਾਂ ਦੀ ਵੰਡ ਕਰਨ ਦੀ ਰਵਾਇਤ, ਧਰਮ ਅਨਕੂਲ ਹੈ ਅਤੇ ਪੁਰਾਤਨ ਸਮੇਂ ਤੋਂ ਚੱਲੀ ਆਉਂਦੀ ਹੈ।

(118) ਹਰੇਕ ਭਾਈ ਆਪਣੀਆਂ ਕੁਆਰੀਆਂ ਭੈਣਾਂ ਲਈ ਆਪਣੇ ਬਣਦੇ ਹਿੱਸੇ ਵਿੱਚੋਂ ਚੌਥਾ ਹਿੱਸਾ ਕੱਢੇ, ਅਤੇ ਜੋੜ ਕੇ ਜੋ ਭੀ ਬਣਦਾ ਹੋਵੇ ਸਾਰੀਆਂ ਵਿੱਚ ਬਰਾਬਰ ਵੰਡ ਦਿੱਤਾ ਜਾਵੇ। ਜੋ ਇਸ ਤਰਾਂ ਕਰਨ ਤੋਂ ਇਨਕਾਰੀ ਹੋਵੇ, ਉਸਨੂੰ ਨੂੰ ਭਾਈਚਾਰੇ ਵਿੱਚੋਂ ਬੇਦਖਲ ਸਮਝਿਆ ਜਾਂਦਾ ਹੈ। (ਕਿਉਂਕਿ ਬਾਪ ਦੀ ਜਾਇਦਾਦ ਦਾ ਹਿੱਸਾ, ਸਿੱਧਾ ਬੇਟੀ ਨੂੰ ਨਹੀਂ ਦਿੱਤਾ ਜਾ ਸਕਦਾ)

(119) ਭੇਡਾਂ, ਬੱਕਰੀਆਂ, ਇੱਕ ਖੁਰ ਵਾਲੇ ਪਸ਼ੂਆਂ (ਘੋੜੇ ਆਦਿ) ਦੀ ਬਰਾਬਰ ਵੰਡ ਮਗਰੋਂ, ਜੇਹੜਾ ਪਸ਼ੂ ਬਾਕੀ ਬਚੇ, ਉਸਨੂੰ ਵੇਚ ਕੇ ਮੁੱਲ ਵੱਟਣ ਦੀ ਥਾਂ ਵੱਡੇ ਭਾਈ ਨੂੰ ਸੌਂਪ ਦਿੱਤਾ ਜਾਵੇ।

(120) ਇਹ ਭੀ ਇੱਕ ਪੱਕਾ ਨਿਯਮ ਹੈ ਕਿ, ਜੇ ਛੋਟੇ ਭਰਾ ਨੇ ਬੜੇ ਭਰਾ ਲਈ ਉਸਦੀ ਪਤਨੀ ਦੀ ਕੁੱਖੋਂ ਨਿਯੋਗ ਵਿਧੀ ਰਾਹੀਂ ਪੁੱਤਰ ਪੈਦਾ ਕੀਤਾ ਹੋਵੇ, ਤਾਂ ਧਰਮ ਦੀ ਮਰਿਯਾਦਾ ਅਨੁਸਾਰ, ਚਾਚੇ ਅਤੇ ਭਤੀਜੇ, ਦੋਹਾਂ ਨੂੰ ਬਰਾਬਰ ਦੇ ਹਿੱਸੇ ਦਿੱਤੇ ਜਾਣ।

(121) ਛੋਟੇ ਭਾਈ ਦੇ ਸੰਭੋਗ ਨਾਲ ਵੱਡੀ ਭਰਜਾਈ (ਸ੍ਰੂਪਰੋਟ ਮਾਂ) ਤੋਂ ਪੈਦਾ ਹੋਇਆ ਪੁੱਤਰ (ਖੇਤਰ ਪੁੱਤਰ), ਦੂਸਰੇ ਨੰਬਰ ਦਾ ਗਿਣਿਆ (ਗੌਣ ਪੁੱਤਰ) ਜਾਂਦਾ ਹੈ। ਉਹ ਵੱਡੇ ਭਰਾ ਦੀ ਸਾਰੀ ਜਾਇਦਾਦ ਦਾ ਹੱਕਦਾਰ ਨਹੀਂ ਹੋ ਸਕਦਾ ਕਿਉਂਕਿ ਅਸਲੀ ਪਿਤਾ ਤਾਂ ਛੋਟਾ ਭਾਈ ਹੀ ਹੈ, ਜਿਸਦੇ ਬੀਜ ਨਾਲ ਉਹ ਪੈਦਾ ਹੋਇਆ ਅਤੇ ਰੀਤ ਮੁਤਾਬਿਕ ਉਹ ਛੋਟੇ ਭਰਾ ਦੀ ਜਾਇਦਾਦ ਦਾ, ਉਸਦੇ ਹੋਰ ਬੱਚਿਆਂ ਵਾਂਗ ਬਰਾਬਰ ਦਾ ਹੱਕਦਾਰ ਹੈ।

(122) ਜੇ ਆਪਣੀਆਂ ਪਤਨੀਆਂ ਵਿੱਚੋਂ, ਵੱਡੀ ਉਮਰ ਦੀ ਪਤਨੀ ਦਾ ਪੁੱਤਰ ਉਮਰ ਵਿੱਚ ਛੋਟਾ ਹੋਵੇ ਅਤੇ ਛੋਟੀ ਉਮਰ ਦੀ ਪਤਨੀ ਦਾ ਪੁੱਤਰ ਵੱਡਾ ਹੋਵੇ ਅਤੇ ਜਾਇਦਾਦ ਦੀ ਵੰਡ ਬਾਰੇ ਕੋਈ ਸੰਦੇਹ ਜਾਂ ਵਿਵਾਦ ਖੜਾ ਹੋਵੇ ਤਾਂ ਇਸ ਬਾਰੇ ਨਿਰਣਾ, ਅੱਗੇ ਵਰਨਣ ਕੀਤਾ ਗਿਆ ਹੈ।

(123) ਪਹਿਲੀ ਇਸਤਰੀ ਦੇ ਪੁੱਤਰ ਨੂੰ ਇੱਕ ਵਧੀਆ ਬਲਦ ਜ਼ਿਆਦਾ ਦਿੱਤਾ ਜਾਵੇ। ਬਾਕੀ ਮਾਲ ਡੰਗਰ ਦੀਆਂ ਵੰਡੀਆਂ ਉਨ੍ਹਾਂ ਦੀਆਂ ਮਾਵਾਂ ਦੇ ਵਰਣ ਨੂੰ ਮੁੱਖ ਰੱਖ ਕੇ ਪਾਈਆਂ ਜਾਣ।

(124) ਜੇ ਪਹਿਲੀ ਪਤਨੀ ਨੂੰ ਜਨਮਿਆਂ ਪਹਿਲਾ ਪੁੱਤਰ, ਸਭ ਤੋਂ ਵੱਡਾ ਹੋਵੇ ਤਾਂ ਉਸਨੂੰ ਨੂੰ ਪੰਦਰਾਂ ਗਾਈਆਂ ਅਤੇ ਇੱਕ ਬਲਦ ਵਾਧੂ ਦੇ ਕੇ, ਬਾਕੀ ਮਾਲ ਡੰਗਰ ਸਭਨਾ ਨੂੰ, ਉਨ੍ਹਾਂ ਦੀਆਂ ਮਾਂਵਾ ਦੇ ਵਰਣ ਮੁਤਾਬਿਕ ਵੰਡੀਆਂ ਪਾ ਕੇ ਦੇ ਦਿੱਤਾ ਜਾਵੇ।

(125) ਜੇ ਸਾਰੀਆਂ ਪਤਨੀਆਂ ਇੱਕੋ ਵਰਣ ਦੀਆਂ ਹੋਣ, ਤਾਂ ਸਭ ਪੁੱਤਰਾਂ ਨੂੰ, ਉਮਰ ਵਿੱਚ ਵੱਡੇ ਛੋਟੇ ਦੀ ਵਿਚਾਰ ਕੀਤੇ ਬਿਨਾਂ, ਸਭ ਕੁਝ ਬਰਾਬਰ ਵੰਡ ਦਿੱਤਾ ਜਾਵੇ।

(126) ਰਵਾਇਤੀ ਤੌਰ ਤੇ, ਜੋਤੀਸ਼ਟੋਮ ਯੱਗ ਦੀ ਕਿਰਿਆ ਸਮੇਂ, ਬ੍ਰਾਹਮਣਾਂ ਵਲੋਂ ਪੜ੍ਹੇ ਜਾਂਦੇ, ਰਿਗ ਵੇਦ ਦੇ ਸਵੈ-ਚੈਤਨਾ (**स्वब्राहण्या,** Self-consciousness) ਵਾਲੇ ਮੰਤ੍ਰਾਂ ਦਾ ਜਾਪ ਕਰਦਿਆਂ, ਵੱਡੇ ਪੁੱਤਰ ਵਲੋਂ ਹੀ ਸ਼ਰਾਧ ਦਾ ਭੋਜਨ, ਪਿੱਤਰਾਂ ਨਮਿੱਤ ਪਰੋਸਿਆ ਜਾਂਦਾ ਹੈ। ਜੌੜੇ ਭਰਾਵਾਂ ਵਿੱਚੋਂ ਜੋ ਪਹਿਲਾਂ ਜਨਮਿਆ ਹੋਵੇ, ਉਹੀ ਵੱਡਾ ਗਿਣਿਆ ਜਾਂਦਾ ਹੈ ਅਤੇ ਅਰਦਾਸ ਵਿੱਚ ਵੀ ਵੱਡੇ ਪੁੱਤਰ ਦਾ ਹੀ ਨਾਮ ਲਿਆ ਜਾਂਦਾ ਹੈ (ਕਿ ਫਲਾਣੇ ਫਲਾਣੈ ਦਾ ਪਿਤਾ ਯੱਗ ਕਰਵਾ ਰਿਹਾ ਹੈ)।

ਟਿੱਪਣੀ:- *ਜੋਤੀਸ਼ਟੋਮਯੱਗ (**ज्योतिष्टोम,** ਜਯੋਤਿਸ਼ਟਮ ਜਾਂ ਅਗਨੀਸ਼ਟੋਮ) ਆਦਿ, ਜਿਸਦੀ ਕਿਰਿਆ ਨਿਭਾਉਣ ਸਮੇਂ, ਪੰਜ ਦਿਨ ਚੱਲਣ ਵਾਲੇ ਸੂਰਜ ਦੇਵਤਾ ਦੀ ਪੂਜਾ ਲਈ ਕੀਤੇ ਜਾਣ ਵਾਲੇ ਯੱਗ ਵਾਂਗ ਹੀ, ਚੌਦਾਂ ਪੰਡਿਤ ਹੁੰਦੇ ਹਨ।*

(127) ਜਿਸਦਾ ਕੋਈ ਬੇਟਾ ਨਾ ਹੋਵੇ, ਉਹ ਕੰਨਿਆਂ ਦਾਨ ਸਮੇਂ ਆਪਣੇ ਜਵਾਈ ਤੋਂ ਬਚਨ ਲੈ ਸਕਦਾ ਹੈ ਕਿ ਮੇਰੇ ਮਰਨ ਮਗਰੋਂ, ਮੇਰੀ ਬੇਟੀ ਦਾ ਵੱਡਾ ਪੁੱਤਰ (ਦੋ੍ਹਤਰਾ) ਹੀ ਮੇਰੇ ਅੰਤਮ ਸੰਸਕਾਰ, ਸ਼ਰਾਧ ਅਤੇ ਪਿੰਡ ਦਾਨ ਦੀ ਕਿਰਿਆ ਨਿਭਾਵੇਗਾ ਅਤੇ ਮੇਰੀ ਸੰਪਤੀ ਦਾ ਅਧਿਕਾਰੀ ਹੋਵੇਗਾ।

ਨੋਟ:- *ਜਿਸ ਬੇਟੀ ਦੇ ਪੁੱਤਰ ਨੂੰ ਮੁਤਬੰਨਾ ਥਾਪਿਆ ਗਿਆ ਹੋਵੇ, ਉਸ ਬੇਟੀ ਨੂੰ ਪੁਤਰਿਕਾ (ਪੁੱਤਰ ਦੀ ਥਾਂ) ਕਿਹਾ ਜਾਂਦਾ ਹੈ। ਪੁਰਾਤਨ ਆਰੀਆ ਸਮਾਜ ਵਿੱਚ ਇਸ ਕਿਰਿਆ ਲਈ ਖਾਸ ਇਕੱਠ ਕਰਕੇ ਸਤਿ ਪੁਰਸ਼ਾਂ ਦੀ ਸਭਾ ਵਿੱਚ ਇਹ ਬਚਨ ਲਿਆ ਤੇ ਦਿੱਤਾ ਜਾਂਦਾ ਸੀ।*

(128) ਉਧਾਰਣ ਵਜੋਂ, ਪੂਰਵ ਕਾਲ ਵਿੱਚ ਇਸੇ ਤਰਾਂ, ਪਰਜਾਪਤੀ ਦਕਸ਼ ਰਿਸ਼ੀ ਨੇ, ਆਪਣੇ ਘਰ ਪੁੱਤਰ ਨਾ ਹੋਣ ਕਾਰਨ, ਆਪਣੀ ਕੁਲ ਨੂੰ ਚਲਦਾ ਰੱਖਣ ਖਾਤਰ ਆਪਣੀਆਂ ਸੌ ਬੇਟੀਆਂ ਦੇ ਇੱਕ ਇੱਕ ਪੁੱਤਰ (ਦੋ੍ਹਤਰੇ) ਨੂੰ ਆਪਣਾ ਮੁਤਬੰਨਾ ਪੁੱਤਰ ਥਾਪਿਆ ਸੀ।

(129) ਪਰਜਾਪਤੀ **ਦਕਸ਼** ਨੇ ਪਰਸੰਨ ਹੋ ਕੇ, ਸੋਹਣੇ ਬਸਤ੍ਰ ਅਤੇ ਗਹਿਣਿਆਂ ਨਾਲ ਸ਼ਿੰਗਾਰੀਆਂ ਆਪਣੀਆਂ ਸਾਰੀਆਂ ਕੰਨਿਆਵਾਂ ਵਿੱਚੋਂ, ਦਸ ਧਰਮਰਾਜ ਨੂੰ, ਤੇਰਾਂ ਕਸ਼ਪ (ਕਸੇਬ) ਰਿਸ਼ੀ ਨੂੰ ਅਤੇ ਸਤਾਈ ਬ੍ਰਹਮ ਰਿਸ਼ੀ ਰਾਜਾ ਸ਼ੋਮ (ਚੰਦਰਮਾਂ) ਨੂੰ ਦਾਨ ਕਰ ਦਿੱਤੀਆਂ।

ਨੋਟ:-ਕੁਲ ਬੇਟੀਆਂ ਦੀ ਗਿਣਤੀ, ਬਹੁਤੀ ਥਾਈਂ ਵੱਖ ਵੱਖ ਲਿਖੀ ਮਿਲਦੀ ਹੈ।

(130) ਜੇ ਪੁੱਤਰ ਪਿਤਾ ਦੀ ਜਾਨ ਹੈ ਤਾਂ ਬੇਟੀ ਭੀ ਉਸਦਾ ਅੰਗ ਹੀ ਜਾਣਿਆ ਜਾਂਦਾ ਹੈ। ਪੁੱਤਰ ਨਾ ਹੋਵੇ ਤਾਂ ਬੇਟੀ ਦੇ ਬੇਟੇ (ਦੋ੍ਹਤਰੇ) ਦੇ ਹੁੰਦਿਆਂ ਕੋਈ ਹੋਰ ਘਰ ਦੀ ਸੰਪਤੀ ਦਾ ਮਾਲਕ ਨਹੀਂ ਬਣ ਸਕਦਾ।

ਨੋਟ:- *ਸਪੱਸ਼ਟ ਹੈ ਕਿ ਲੜਕੀ, ਪਿਤਾ ਦੇ ਧੰਨ ਅਤੇ ਜਾਇਦਾਦ ਦੀ ਹੱਕਦਾਰ ਨਹੀਂ ਹੋ ਸਕਦੀ।*

(131) ਮਾਂ ਕੋਲ ਸਾਂਭਿਆ ਗਹਿਣਾ ਗੱਟਾ ਅਤੇ ਉਸਦੇ ਆਪਣੇ ਦਹੇਜ ਦਾ ਸਮਾਨ, ਅੱਗੇ ਕੁਆਰੀਆਂ ਧੀਆਂ ਦਾ ਹੀ ਕਿਹਾ ਜਾਂਦਾ ਹੈ ਅਤੇ ਜੇ ਘਰ ਵਿੱਚ ਪੁੱਤਰ ਨਾ ਹੋਵੇ ਤਾਂ ਬਾਕੀ ਸਭ ਸੰਪਤੀ ਦੋ੍ਹਤਰਿਆਂ ਦੇ ਹਿੱਸੇ ਜਾਂਦੀ ਹੈ

(132) ਜੇ ਘਰ ਵਿੱਚ ਪੁੱਤਰ ਨਾ ਹੋਵੇ ਅਤੇ ਧੀ ਜਾਨਸ਼ੀਨ ਨਿਯੁਕਤ ਹੋਵੇ (ਪੁਤਰਿਕਾ), ਤਾਂ ਉਸਦਾ ਬੇਟਾ ਆਪਣੇ ਨਾਨੇ ਅਤੇ ਆਪਣੇ ਪਿਤਾ ਦੀ ਸੰਪਤੀ ਦਾ ਹੱਕਦਾਰ ਬਣਦਾ ਹੈ। ਇਸ ਲਈ ਉਨ੍ਹਾਂ ਦੀ ਮੌਤ ਮਗਰੋਂ ਦੋਹਾਂ ਦਾ ਪਿੰਡ ਦਾਨ (ਅੰਤਮ ਕਿਰਿਆ) ਭੀ ਉਹੀ ਕਰਦਾ ਹੈ।

(133) ਦੁਨਿਆਵੀ ਅਤੇ ਧਾਰਮਿਕ ਜਿੰਮੇਵਾਰੀਆਂ ਦੇ ਤੌਰ ਤੇ ਦੋ੍ਹਤਰੇ ਅਤੇ ਪੋਤਰੇ ਵਿੱਚ ਕੋਈ ਭੇਦ ਨਹੀਂ ਹੈ, ਕਿਉਂਕਿ ਦੋਹਾਂ ਦੇ ਮਾਤਾ ਪਿਤਾ ਨੂੰ ਜਨਮ ਦੇਣ ਵਾਲੀ ਮਾਂ ਇੱਕੋ ਹੀ ਹੈ।

(134) ਪਰ ਜੇ ਪੁਤਰਿਕਾ (ਪੁੱਤਰ ਦੀ ਥਾਂ) ਨੂੰ ਮੁਖਤਿਆਰੀ ਦੇਣ ਤੋਂ ਬਾਅਦ ਬਾਪ ਦੇ ਘਰ ਬੇਟਾ ਪੈਦਾ ਹੋ ਜਾਏ ਤਾਂ ਪੁੱਤਰ ਅਤੇ ਦੋਹਤਰੇ ਦਾ ਬਰਾਬਰ ਹਿੱਸਾ ਗਿਣਿਆ ਜਾਂਦਾ ਹੈ, ਕਿਉਂਕਿ ਇਸਤ੍ਰੀਆਂ ਦਾ ਜਾਇਦਾਦ ਉੱਪਰ ਕੋਈ ਨਿਜੀ ਹੱਕ ਨਹੀਂ ਹੋ ਸਕਦਾ।

(135) ਪਰ ਜੇ ਨਾਮਯਦ ਕੀਤੀ ਧੀ (ਪੁਤਰਿਕਾ) ਦੀ ਕਿਸੇ ਘਟਨਾ ਕਾਰਣ ਮੌਤ ਹੋ ਜਾਵੇ ਅਤੇ ਉਸਦੀ ਆਪਣੀ ਕੋਈ ਉਲਾਦ ਨਾ ਜੰਮੀ ਹੋਵੇ, ਤਾਂ ਉਸਦਾ ਪਤੀ (ਜਵਾਈ) ਸਾਰੀ ਸੰਪਤੀ ਦਾ ਹੱਕਦਾਰ ਬਣਦਾ ਹੈ।

(136) ਕਿਸੇ ਧੀ ਨੂੰ ਪੁਤਰਿਕਾ ਨਾਮਯਦ ਕੀਤਾ ਹੋਵੇ ਜਾਂ ਨਾ ਕੀਤਾ ਹੋਵੇ, ਜਿਸ ਧੀ ਨੂੰ ਆਪਣੇ ਹੀ ਜਾਤ ਵਾਲੇ ਪਤੀ ਤੋਂ ਪੁੱਤਰ ਪੈਦਾ ਹੋਇਆ ਹੋਵੇ ਉਸ ਧੀ ਦੇ ਪੁੱਤਰਾਂ (ਦੋਹਤਰੇ) ਦਾ ਪਹਿਲਾ ਹੱਕ ਹੈ ਕਿ ਉਹ ਨਾਨੇ ਦੀ ਸੰਪਤੀ ਸਾਂਭਣ ਅਤੇ ਵੱਡਾ ਦ੍ਹੋਤਰਾ ਉਸ ਦੇ 'ਪਿੰਡ ਪੱਤਲ' ਦੀ ਅੰਤਮ ਕਿਰਿਆ ਨਿਭਾਵੇ।

(137) ਪੁੱਤਰ ਕਾਰਣ ਹੀ ਪਿਤਾ ਸਵ੍ਰਗ ਵਿੱਚ ਵਾਸ ਪਰਾਪਤ ਕਰਦਾ ਹੈ, ਪੋਤਰੇ ਨਾਲ ਉਹ ਸੰਸਾਰ ਵਿੱਚ ਹਮੇਸ਼ਾ ਲਈ ਅਮਰ ਗਿਣਿਆਂ ਜਾਂਦਾ ਹੈ। ਪਰ ਪੜਪੋਤੇ ਨਾਲ ਉਹ ਇੰਦਰ ਲੋਕ ਦਾ ਵਾਸੀ ਹੋ ਜਾਂਦਾ ਹੈ।

(138) ਬ੍ਰਹਮਾਂ ਨੇ ਆਪ, ਵੇਦਾਂ ਵਿੱਚ ਆਪ ਫੁਰਮਾਇਆ ਹੈ ਕਿ, ਇੱਕ ਬੇਟੇ ਦਾ ਹੋਣਾ ਹੀ ਹੈ, ਜੋ ਮੌਤ ਮਗਰੋਂ ਪਿਤਾ ਨੂੰ **ਪੁਤਰਾਮ** ਨਾਮ ਦੇ ਨਰਕ ਵਿੱਚ ਮਿਲਣ ਵਾਲੇ ਦੁੱਖਾਂ ਤੋਂ ਬਚਾ ਕੇ ਪਾਰ ਲੰਘਾ ਸਕਦਾ ਹੈ। ਇਸੇ ਲਈ ਬੇਟੇ ਨੂੰ ਪੁੱਤਰ ਨਾਮ ਦੀ ਸੰਗਿਆ (ਪੁਕਾਰਿਆ ਜਾਂਦਾ) ਦਿੱਤੀ ਜਾਂਦੀ ਹੈ।

(139) ਇਸ ਦੁਨੀਆਂ ਵਿੱਚ ਪੋਤੇ ਤੇ ਦ੍ਹੋਤਰੇ ਵਿੱਚ ਕੋਈ ਅੰਤਰ ਨਹੀਂ ਹੈ, ਪਰ ਪੁੱਤਰ ਨਾ ਹੋਣ ਦੀ ਹਾਲਤ ਵਿੱਚ ਮੌਤ ਮਗਰੋਂ, ਦ੍ਹੋਤਰਾ ਪਿੰਡ ਦਾਨ ਦੀ ਕਿਰਿਆ ਕਰਕੇ, ਨਾਨੇ ਨੂੰ ਪੁਤਰਾਮ ਨਰਕ ਤੋਂ ਪਾਰ ਲੰਘਾ ਕੇ ਉਸਦਾ ਛੁਟਕਾਰਾ (ਗਤੀ) ਕਰਵਾ ਸਕਦਾ ਹੈ।

(140) ਇਸ ਦੁਨੀਆਂ ਨੂੰ ਛੱਡ ਜਾਣ ਤੇ ਸ਼ਰਾਧ ਦਾ ਪਿੰਡ ਦਾਨ ਕਰਨ ਲੱਗਿਆਂ ਧੀ ਦਾ ਵੱਡਾ ਬੇਟਾ, ਪਹਿਲਾ ਪਿੰਡ, ਆਪਣੀ ਮਾਤਾ ਨਮਿੱਤ ਦਾਨ ਕਰੇ (ਪਿੱਤਰ ਦਾਨ)), ਦੂਸਰਾ ਆਪਣੇ ਨਾਨੇ ਨੂੰ ਅਤੇ ਤੀਸਰਾ ਆਪਣੇ ਪੜਨਾਨੇ ਨੂੰ।

(141) ਜਿਸਦਾ ਗੋਦ ਲਿਆ ਪੁੱਤਰ (ਦਤਕ ਪੁੱਤਰ) ਸ਼ੁੱਭ ਗੁਣਾਂ ਦਾ ਮਾਲਕ ਹੋਵੇ, ਉਹ ਕਿਸੇ ਹੋਰ ਗੋਤਰ ਵਿੱਚੋਂ ਹੁੰਦਿਆਂ ਭੀ ਮੌਤ ਮਗਰੋਂ ਉਸਦੀ ਸਾਰੀ ਸੰਪਤੀ ਦਾ ਹੱਕਦਾਰ ਹੁੰਦਾ ਹੈ।

(142) ਗੋਦ ਲਿਆ ਹੋਇਆ ਪੁੱਤਰ ਆਪਣੇ ਜਨਮ ਦੇਣ ਵਾਲੇ ਪਿਤਾ ਦਾ ਗੋਤਰ ਆਪਣੇ ਨਾਮ ਨਾਲ ਨਹੀਂ ਜੋੜ ਸਕਦਾ ਅਤੇ ਉਸਦੀ ਜਾਇਦਾਦ ਦਾ ਹੱਕਦਾਰ ਨਹੀਂ ਰਹਿੰਦਾ। ਗੋਦ ਲਿਆ ਪੁੱਤਰ, ਜਨਮ ਦੇਣ ਵਾਲੇ ਪਿਤਾ ਦਾ ਪਿੰਡ ਦਾਨ (ਸ਼ਰਾਧ ਕਰਮ) ਅਤੇ ਹੋਰ ਕੋਈ ਮ੍ਰਿਤਕ ਸੰਸਕਾਰ ਦੀ ਰਸਮ ਭੀ ਨਹੀਂ ਨਿਭਾ ਸਕਦਾ।

(143) ਵਿਧਾਨ ਅਨੁਸਾਰ, ਨਿਯੋਗ ਵਿਧੀ ਤੋਂ ਬਿਨਾਂ ਪੈਦਾ ਹੋਇਆ ਪੁੱਤਰ ਜਾਂ ਇੱਕ ਪੁੱਤਰ ਦੇ ਹੁੰਦਿਆਂ, ਪਤੀ ਦੀ ਆਗਿਆ ਬਿਨਾਂ ਦੇਵਰ ਦੇ ਸੰਜੋਗ ਨਾਲ ਪੈਦਾ ਹੋਇਆ ਦੂਸਰਾ ਪੁੱਤਰ, ਕਾਮਜ (ਕਾਮ ਵਾਸ਼ਨਾ ਕਰਕੇ ਪੈਦਾ ਹੋਏ) ਪੁੱਤਰ ਹੀ ਕਿਹਾ ਜਾਂਦਾ ਹੈ। ਦੋਵੇਂ ਪਤੀ ਦੀ ਜਾਇਦਾਦ ਦੇ ਹੱਕਦਾਰ ਨਹੀਂ ਹੋ ਸਕਦੇ।

(144) ਪਤਨੀ ਦੀ ਆਪਣੀ ਮਰਜ਼ੀ ਜਾਂ ਪ੍ਰਿਵਾਰ (ਸੱਸ ਸੌਹਰੇ) ਦੀ ਸਹਿਮਤੀ ਨਾਲ, ਪਤੀ ਦੀ ਆਗਿਆ ਤੋਂ ਬਿਨਾਂ, ਦੇਰ ਜਾਂ ਜੇਠ ਰਾਹੀਂ ਪੈਦਾ ਹੋਇਆ ਪੁੱਤਰ ਭੀ ਬਾਪ ਦੀ ਜਾਇਦਾਦ ਦਾ ਹੱਕਦਾਰ ਨਹੀਂ ਹੋ ਸਕਦਾ। ਪਹਿਲਾਂ ਦੱਸੀ ਨਿਯਮਤ ਮਰਿਯਾਦਾ (ਨਿਯੋਗ ਵਿਧੀ) ਮੁਤਾਬਿਕ ਨਾ ਹੋਣ ਕਰਕੇ, ਉਹ ਪਤਿਤ ਦੀ ਅਣਉਚਿਤ (ਨਜਾਇਜ਼) ਉਲਾਦ ਜਾਣੀ ਜਾਂਦੀ ਹੈ।

(145) ਸ਼ਾਸਤਰ ਵਿਧੀ ਮੁਤਾਬਿਕ ਉਲਾਦ ਪੈਦਾ ਕਰਨ ਲਈ, ਆਪਣੀ ਜਾਤ ਦੇ ਨਾਮਯਾਦ ਕੀਤੇ ਮਨੁੱਖ ਨਾਲ ਸੰਜੋਗ ਕਰਕੇ, ਔਰਤ ਦੀ ਕੁੱਖੋਂ ਜਨਮਿਆ ਪੁੱਤਰ, ਔਰਸ ਪੁੱਤਰ ਕਿਹਾ ਗਿਆ ਹੈ ਅਤੇ ਪਿਤਾ ਦੀ ਵਿਰਾਸਤ ਦਾ ਅਧਿਕਾਰੀ ਹੈ। ਧਰਮ ਦੀ ਮਰਿਯਾਦਾ ਮੁਤਾਬਿਕ, ਸਹਿਮਤੀ ਨਾਲ ਬੀਜਿਆ ਬੀਜ, ਕਿਸੇ ਦਾ ਭੀ ਹੋਵੇ, ਪਦਾਇਸ਼ ਧਰਤੀ ਦੇ ਮਾਲਕ ਦੀ ਹੁੰਦੀ ਹੈ।

(146) ਜੋ ਮਨੁੱਖ ਆਪਣੇ ਭਾਈ ਦੀ ਮੌਤ ਮਗਰੋਂ, ਉਸਦੀ ਵਿਧਵਾ ਇਸਤਰੀ ਨਾਲ ਸੰਭੋਗ ਕਰਕੇ ਪੁੱਤਰ ਪੈਦਾ ਕਰਦਾ ਹੈ ਅਤੇ ਆਪਣੇ ਭਰਾ ਦੀ ਜਾਇਦਾਦ ਦੀ ਸੰਭਾਲ ਕਰਦਾ ਹੈ, ਉਹ ਉਸਦਾ ਪਾਲਣ ਪੋਸ਼ਣ ਕਰਨ ਮਗਰੋਂ, ਆਪਣੇ ਮ੍ਰਿਤਕ ਭਰਾ ਦੀ ਜਾਇਦਾਦ ਉਸ ਨੂੰ ਸੌਂਪ ਦੇਵੇ।

(147) ਸਤਿ ਪੁਰਸ਼ਾਂ ਦਾ ਮੰਨਣਾ ਹੈ ਕਿ, ਜੇ ਕੋਈ ਇਸਤਰੀ, ਨਿਯੋਗ ਵਿਧੀ ਨਾਲ ਇੱਕ ਪੁੱਤਰ ਪੈਦਾ ਕਰਨ ਮਗਰੋਂ, ਕਾਮ ਵਾਸ਼ਨਾ ਵੱਸ ਹੋ ਕੇ ਆਪਣੇ ਦਿਉਰ, ਜੇਠ ਜਾਂ ਸਜਾਤੀ (ਆਪਣੀ ਜਾਤ) ਰਿਸ਼ਤੇਦਾਰ ਨਾਲ ਕਾਮ ਕਰੀੜਾ ਕਰਕੇ ਹੋਰ ਪੁੱਤਰ ਪੈਦਾ ਕਰਦੀ ਹੈ, ਤਾਂ ਐਸਾ ਪੁੱਤਰ ਨਜਾਇਜ਼ ਸਮਝਿਆ ਜਾਂਦਾ ਹੈ ਅਤੇ ਬਾਪ ਦੀ ਜਾਇਦਾਦ ਦਾ ਹੱਕਦਾਰ ਨਹੀਂ ਬਣ ਸਕਦਾ।

ਟਿੱਪਣੀ:- *ਇਸ ਨਿਯੋਗ ਵਿਧੀ ਦੀ ਇਕ ਮਿਸਾਲ, ਮਹਾਂ ਭਾਰਤ ਦੇ ਇਤਹਾਸ ਦਾ ਮੁੱਢ ਕਰਕੇ ਜਾਣੀ ਜਾਂਦੀ ਹੈ। ਪਾਠਕਾਂ ਦੀ ਜਾਣਕਾਰੀ ਹਿੱਤ, ਸਖੇਪ ਵਿੱਚ ਇਸਦਾ ਵਰਨਣ ਜ਼ਰੂਰੀ ਹੈ:- ਪਾਂਡਵਾਂ ਦੀ ਉਤਪਤੀ ਦੇ ਪ੍ਰਸੰਗ ਵਿੱਚ ਕੁਝ ਇਸ ਤਰਾਂ ਆਉਂਦਾ ਹੈ ਕਿ ਹਸਤਨਾਪੁਰ ਦੇ ਚੰਦਰਵੰਸ਼ੀ ਰਾਜਾ ਸ਼ਾਂਤਨੂੰ ਦੇ ਦੋ ਪੁੱਤਰ ਹੋਏ। ਇੱਕ 'ਚਿਤ੍ਰਾਂਗਦ' ਅਤੇ ਦੂਸਰਾ ਵਚਿਤ੍ਰ ਵੀਰਯ। ਚਿਤ੍ਰਾਂਗਦ ਗੰਧਰਵਾਂ ਨਾਲ ਲੜਦਾ ਮਾਰਿਆ ਗਿਆ ਅਤੇ 'ਵਿਚਿਤ੍ਰ ਵੀਰਯ' ਆਪਣੀ ਯੁਵਾ ਅਵਸਥਾ ਵਿੱਚ ਖਈ ਰੋਗ ਨਾਲ ਮਰ ਗਿਆ। ਵਿਚਿਤ੍ਰ ਵੀਰਯ ਦੀਆਂ ਦੋ ਇਸਤ੍ਰੀਆਂ, ਅੰਬਿਕਾ (ਰੁਦ੍ਰ ਦੀ ਭੈਣ) ਅਤੇ ਦੂਸਰੀ ਅੰਬਾਲਿਕਾ ਬਿਨਾਂ ਉਲਾਦ ਵਿਧਵਾ ਰਹਿ ਗਈਆਂ। ਉਸਦੀ ਮਾਤਾ ਸਤਯਵਤੀ ਨੇ ਕੁਲ ਅਤੇ ਰਾਜ ਭਾਗ ਨੂੰ ਚਲਦਾ ਰੱਖਣ ਲਈ, ਪਹਿਲਾਂ ਉਸਨੇ ਭੀਸ਼ਮ (ਮਤਰੇਏ ਪੁੱਤਰ) ਅੱਗੇ ਬੇਨਤੀ ਕੀਤੀ ਕਿ ਉਹ ਨਿਯੋਗ ਵਿਧੀ ਨਾਲ ਆਪਣੇ ਮਤਰੇਏ ਭਰਾਵਾਂ ਦੇ ਘਰ ਉਲਾਦ ਪੈਦਾ ਕਰੇ। ਪਰ ਉਸਨੇ ਇਹ ਕਹਿ ਕੇ ਨਾਂਹ ਕਰ ਦਿੱਤੀ ਕਿ ਉਹ ਜਤੀ ਹੈ ਅਤੇ ਆਪਣੀ ਪ੍ਰਤਿਗਿਆ ਨਹੀਂ ਤੋੜ ਸਕਦਾ। ਫਿਰ ਉਸਨੇ ਆਪਣੇ ਪੁੱਤਰ ਵੇਦ ਵਿਆਸ ਨੂੰ (ਜੋ ਉਸਦੇ ਪਹਿਲੇ ਪਤੀ ਪਰਾਸ਼ਰ ਰਿਖੀ ਦੇ ਵੀਰਜ ਨਾਲ ਪੈਦਾ ਹੋਇਆ ਸੀ) ਸੱਦਿਆ, ਜੋ ਸ਼ਕਲ ਤੋਂ ਬਹੁਤ ਕਰੂਪ ਸੀ।ਵਿਆਸ (ਪੂਰਾ ਨਾਮ- ਕ੍ਰਿਸ਼ਨ ਦਵੈਪਾਇਨ ਵਿਆਸ) ਨੇ ਆਪਣੀਆਂ ਦੋਵੇਂ ਭਰਜਾਈਆਂ ਨੂੰ ਆਪਣੇ ਘਰ ਸੱਦ ਲਿਆ।ਉਹ ਜਾਣ ਲੱਗਿਆਂ ਆਪਣੀ ਇੱਕ ਦਾਸੀ ਨੂੰ ਭੀ ਨਾਲ ਲੈ ਗਈਆਂ। ਲਿਖਤ ਵਿੱਚ ਆਉਂਦਾ ਹੈ ਕਿ ਅੰਬਿਕਾ ਸੰਭੋਗ ਕਰਨ ਸਮੇਂ ਉਸ ਵੱਲ ਵੇਖ ਕੇ ਅੱਖਾਂ ਮੀਟ ਲੈਂਦੀ ਸੀ ਅਤੇ ਉਸਦੀ ਕੁੱਖੋਂ ਧ੍ਰਿਤਰਾਸ਼ਟਰ ਪੈਦਾ ਹੋਇਆ ਜੋ ਨੇਤਰ ਹੀਣ ਸੀ। ਅੰਬਾਲਿਕਾ ਦਾ ਉਸਨੂੰ ਵੇਖ ਕੇ ਰੰਗ ਪੀਲਾ ਪੈ ਜਾਂਦਾ ਸੀ ਅਤੇ ਉਸਦੀ ਕੁੱਖੋਂ ਪਾਂਡੂ (ਪੀਲਾ) ਪੈਦਾ ਹੋਇਆ। ਪਰ ਦਾਸੀ ਨੇ ਖੁਸ਼ ਹੋ ਕੇ ਵਿਆਸ ਨਾਲ ਸੰਭੋਗ ਕੀਤਾ ਅਤੇ ਉਸਦੀ ਕੁੱਖੋਂ ਵਿਦੁਰ ਨਾਮ ਦਾ ਧਰਮਾਤਮਾ ਪੁਰਸ਼ ਪੈਦਾ ਹੋਇਆ।ਚੱਲੀ ਆ ਰਹੀ ਇਸ ਕਥਾ ਦਾ ਟੂਕ ਮਾਤਰ ਨਮੂਨਾ, ਪਾਠਕਾਂ ਦੀ ਜਾਣਕਾਰੀ ਲਈ ਲਿਖ ਦਿੱਤਾ ਹੈ। ਵਿਸਥਾਰ ਵਿੱਚ ਉਹ ਇਸਦੀ ਖੋਜ, ਆਪ ਕਰ ਸਕਦੇ ਹਨ।*

ਨੋਟ:- *ਭੀਸ਼ਮ, ਸਤਿਆਵਤੀ ਦਾ ਪੁੱਤਰ ਨਹੀਂ ਸੀ। ਉਹ ਉਸਦੇ ਪਤੀ, ਰਾਜੇ ਸ਼ਾਤਨੁ ਦਾ ਪਹਿਲਾ ਪੁੱਤਰ ਸੀ ਜੋ ਗੰਗਾ ਦੇ ਸੰਜੋਗ ਤੋਂ ਪੈਦਾ ਹੋਇਆ ਸੀ (ਇਸ ਘਟਨਾ ਦੀ ਵਾਰਤਾ ਭੀ ਬੜੀ ਲੰਬੀ ਚੌੜੀ ਹੈ, ਜਿਸਦਾ ਵਰਨਣ ਵੱਖ ਵੱਖ ਲਿਖਤਾਂ ਵਿੱਚ ਭਾਂਤ ਭਾਂਤ ਸੁਰਲੇਖਾਂ ਹੇਠ ਲਿਖਿਆ ਮਿਲਦਾ ਹੈ)। ਵਿਦੁਰ ਭੀ ਰਾਜੇ ਸ਼ਾਤਨੁ ਦਾ ਪੁੱਤਰ ਨਹੀਂ ਸੀ। ਉਹ ਰਿਸ਼ੀ ਪ੍ਰਾਸ਼ਰ ਦੇ ਵੀਰਜ ਨਾਲ ਪੈਦਾ ਹੋਇਆ ਸਤਿਯਾਵਤੀ ਦਾ ਪਹਿਲਾ ਪੁੱਤਰ ਸੀ।*

(148) ਜਾਇਦਾਦ ਦੀ ਵੰਡ ਲਈ ਪਹਿਲਾਂ ਦੱਸੇ ਗਏ ਨਿਯਮ, ਕੇਵਲ ਇੱਕੋ ਜਾਤ ਦੀਆਂ ਪਤਨੀਆਂ ਤੋਂ ਪੈਦਾ ਹੋਏ ਪੁੱਤਰਾਂ ਸਬੰਧੀ ਕਹੇ ਗਏ ਹਨ। ਹੁਣ ਉਹ ਨਿਯਮ ਸੁਣੋ ਜੋ ਇੱਕੋ ਆਦਮੀ ਦੀਆਂ ਵੱਖੋ ਵੱਖ ਜਾਤਾਂ ਦੀਆਂ ਪਤਨੀਆਂ ਦੇ ਪੁੱਤਰਾਂ ਲਈ ਨਿਰਧਾਰਤ ਹਨ।

(149) ਜੇ ਇੱਕ ਬ੍ਰਾਹਮਣ ਦੀਆਂ ਚਾਰ ਜਾਤਾਂ ਦੀਆਂ ਚਾਰ ਪਤਨੀਆਂ ਹੋਣ, ਤਾਂ ਜਾਇਦਾਦ ਦੀ ਵੰਡ ਦੇ ਨਿਯਮ, ਨਿਮਨ ਲਿਖਤ ਹਨ।

(150) ਖੇਤੀ ਲਈ ਰੱਖਿਆ ਘਰ ਦਾ ਗੁਲਾਮ, ਖੇਤੀ ਕਰਨ ਵਾਲੇ ਪਸ਼ੂ, ਸਵਾਰੀ ਲਈ ਕਾਠੀਆਂ ਘੋੜੇ, ਬਲਦ, ਰਹਿਣ ਲਈ ਘਰ ਦੇ ਕੀਮਤੀ ਸਮਾਨ ਵਿੱਚੋਂ ਇੱਕ ਇੱਕ ਵਧੀਆ ਵਸਤੂ, ਬ੍ਰਾਹਮਣ ਦੀ ਸਜਾਤੀ ਪਤਨੀ ਦੇ ਪੁੱਤਰਾਂ ਨੂੰ ਪਹਿਲਾਂ ਦੇ ਦਿੱਤੀ ਜਾਵੇ ਅਤੇ ਬਾਕੀ ਦੀ ਜਾਇਦਾਦ ਅਤੇ ਧੰਨ ਦੀ ਵੰਡ ਅੱਗੇ ਦੱਸੀ ਵਿਧੀ ਮੁਤਾਬਿਕ ਕਰ ਦਿੱਤੀ ਜਾਵੇ।

(151) ਬਾਕੀ ਸਾਰੀ ਜਾਇਦਾਦ ਅਤੇ ਬਚਿਆ ਧੰਨ, ਬ੍ਰਾਹਮਣ ਦੇ ਪੁੱਤਰਾਂ ਵਿੱਚ ਇਸ ਤਰਾਂ ਵੰਡਿਆ ਜਾਵੇ ਕਿ, ਬ੍ਰਾਹਮਣ ਦੀਆਂ ਸਜਾਤੀ ਪਤਨੀਆਂ ਦੇ ਪੁੱਤਰ ਸਾਰੀ ਜਾਇਦਾਦ ਦੇ ਤਿੰਨ ਹਿੱਸੇ, ਖੱਤਰੀ ਜਾਤ ਦੀਆਂ ਪਤਨੀਆਂ ਦੇ ਪੁੱਤਰਾਂ ਨੂੰ ਦੋ ਹਿੱਸੇ, ਵੈਸ਼ ਜਾਤ ਦੀਆਂ ਪਤਨੀਆਂ ਦੇ ਪੁੱਤਰਾਂ ਨੂੰ ਡੇਢ ਹਿੱਸਾ, ਸ਼ੂਦਰ ਜਾਤ ਦੀ ਪਤਨੀ ਦੇ ਪੁੱਤਰਾਂ ਨੂੰ ਸੰਪਤੀ ਦਾ ਇੱਕ ਹਿੱਸਾ ਆਪਸ ਵਿੱਚ ਵੰਡ ਲੈਣ। ਭਾਵ ਕਿ ਸਾਰੀ ਜਾਇਦਾਦ ਦੇ 14 ਹਿੱਸੇ ਕਰਕੇ, ਕਿ 6-4-3-1 ਦੇ ਅਨੁਪਾਤ ਨਾਲ ਵੰਡ ਲੈਣ।

(152) ਜੇ ਐਸਾ ਕਰਨਾ ਸੰਭਵ ਨਾ ਹੋ ਸਕੇ, ਜਾਂ ਇੱਕ ਤੋਂ ਵੱਧ ਸਜਾਤੀ ਜਾਂ ਅਜਾਤੀ ਜਾਤ ਦੀਆਂ ਪਤਨੀਆਂ ਹੋਣ, ਤਾਂ ਉਧਾਰਣ ਵਜੋਂ ਸਾਰੇ ਧੰਨ ਅਤੇ ਜਾਇਦਾਦ ਦੇ ਦਸ ਹਿੱਸੇ ਕਰ ਲਏ ਜਾਣ ਅਤੇ ਕਿਸੇ ਸਿਆਣੇ ਧਰਮੀ ਪੁਰਸ਼ ਦੀ ਜਿੰਮੇਂਦਾਰੀ ਲਾ ਕੇ ਅੱਗੇ ਦੱਸੀ ਮਰਿਯਾਦਾ ਅਨੁਸਾਰ ਵੰਡ ਦਿੱਤੀ ਜਾਵੇ।

(153) ਬ੍ਰਾਹਮਣੀ ਜਾਤ ਦੀਆਂ ਪਤਨੀਆਂ ਦੇ ਪੁੱਤਰਾਂ ਨੂੰ (ਆਪਸ ਵਿੱਚ ਵੰਡਣ ਲਈ) ਚਾਰ ਹਿੱਸੇ, ਖੱਤਰੀ ਜਾਤ ਦੀਆਂ ਪਤਨੀਆਂ ਦੇ ਪੁੱਤਰਾਂ ਨੂੰ (ਆਪਸ ਵਿੱਚ ਵੰਡਣ ਲਈ) ਤਿੰਨ ਹਿੱਸੇ, ਵੈਸ਼ ਜਾਤ ਦੀਆਂ ਪਤਨੀਆਂ ਦੇ ਪੁੱਤਰਾਂ ਨੂੰ (ਅਪਸ ਵਿੱਚ ਵੰਡਣ ਲਈ) ਦੋ ਹਿੱਸੇ ਅਤੇ ਸ਼ੂਦਰ ਜਾਤ ਦੀਆਂ ਪਤਨੀਆਂ ਦੇ ਪੁੱਤਰਾਂ ਨੂੰ (ਆਪਸ ਵਿੱਚ ਵੰਡਣ ਲਈ) ਇੱਕ ਹਿੱਸਾ ਦਿੱਤਾ ਜਾਵੇ।

(154) ਬ੍ਰਾਹਮਣ ਦੀਆਂ ਦਵਿੱਜ ਜਾਤੀ ਦੀਆਂ ਪਤਨੀਆਂ ਵਿੱਚੋਂ, ਕਿਸੇ ਦੇ ਕੁੱਖੋਂ ਪੁੱਤਰ ਹੋਵੇ ਜਾਂ ਨਾ ਹੋਵੇ, ਸ਼ੂਦਰ ਪਤਨੀਆਂ ਦੇ ਪੁੱਤਰਾਂ ਨੂੰ ਕੁਲ ਧੰਨ ਅਤੇ ਜਾਇਦਾਦ ਦੇ ਦਸਵੇਂ ਹਿੱਸੇ ਤੋਂ ਵੱਧ ਨਹੀਂ ਦਿੱਤਾ ਜਾ ਸਕਦਾ।

(155) ਵੈਸੇ ਤਾਂ, ਦਵਿੱਜਾਂ (ਬ੍ਰਾਹਮਣ, ਖੱਤਰੀ, ਵੈਸ਼) ਦੀਆਂ, ਸ਼ੂਦਰ ਪਤਨੀਆਂ ਤੋਂ ਪੈਦਾ ਹੋਏ ਪੁੱਤਰ, ਸ਼ਾਸਤਰਾਂ ਦੀ ਮਰਿਯਾਦਾ ਮੁਤਾਬਿਕ, ਕਿਸੇ ਜਾਇਦਾਦ ਦਾ ਹੱਕ ਨਹੀਂ ਰੱਖਦੇ, ਪਰ ਆਪਣੀ ਇੱਛਾ ਨਾਲ ਬਾਪ ਜੋ ਦੇ ਦੇਵੇ, ਉਹ ਉਸੇ ਦੇ ਹੱਕਦਾਰ ਹੁੰਦੇ ਹਨ।

(156) ਦਵਿੱਜ ਦੀਆਂ ਇੱਕ ਤੋਂ ਵੱਧ ਸਜਾਤੀ ਪਤਨੀਆਂ ਤੋਂ ਪੈਦਾ ਹੋਏ, ਸਭ ਤੋਂ ਵੱਡੇ ਪੁੱਤਰਾਂ ਨੂੰ ਧੰਨ ਦਾ ਕੁਝ ਹਿੱਸਾ ਵਾਧੂ ਦੇ ਕੇ ਬਾਕੀ ਸੰਪਤੀ ਦੀ ਵੰਡ ਹੋਣੀ ਚਾਹੀਦੀ ਹੈ।

(157) ਸ਼ੂਦਰ ਮਨੁੱਖ ਲਈ, ਸਿਰਫ਼ ਆਪਣੇ ਵਰਣ ਦੀ ਇਸਤਰੀ ਨਾਲ ਸ਼ਾਦੀ ਕਰਨ ਦਾ ਵਿਧਾਨ ਹੈ।ਇਸ ਲਈ ਉਸਦੀ ਜਾਇਦਾਦ, ਸਾਰੇ ਪੁੱਤਰਾਂ ਨੂੰ ਬ੍ਰਾਬਰ ਹਿੱਸਿਆਂ ਵਿੱਚ ਵੰਡੀ ਜਾਏਗੀ, ਭਾਵੇਂ ਉਸਦੇ ਸੌ ਪੁੱਤਰ ਹੋਣ।

(158) ਸੁਯੰਭਵ ਮਨੂੰ ਜੀ ਨੇ, ਮਨੁੱਖ ਦੇ ਬਾਰਾਂ ਤਰਾਂ ਦੇ ਪੁੱਤਰਾਂ ਦਾ ਜ਼ਿਕਰ ਕੀਤਾ ਹੈ। ਛੇ ਐਸੇ ਹਨ, ਜਿਨ੍ਹਾਂ ਨਾਲ ਰਿਸ਼ਤਾ ਭੀ (ਸਕਾ ਬਿੰਦੀ ਪੁੱਤਰ) ਹੈ ਅਤੇ ਜਾਇਦਾਦ ਵਾਰਸ ਭੀ ਹਨ। ਛੇ ਐਸੇ

ਹਨ, ਜਿਨ੍ਹਾਂ ਨਾਲ ਸਕਾ ਰਿਸ਼ਤਾ ਤਾਂ ਹੈ ਪਰ ਜਾਇਦਾਦ ਦੇ ਵਾਰਸ ਨਹੀਂ ਹੋ ਸਕਦੇ। ਇਹ ਬਾਰਾਂ ਤਰਾਂ ਦੇ ਨਾਤੇ, ਅੱਗੇ ਇਸ ਤਰਾਂ ਦੱਸੇ ਗਏ ਹਨ:-

(159) ਛੇ ਤਰਾਂ ਦੇ ਪੁੱਤਰ, ਜੋ ਬਾਪ ਦੀ ਜਾਇਦਾਦ ਦੇ ਹੱਕਦਾਰ ਹੋ ਸਕਦੇ ਹਨ, ਉਨ੍ਹਾਂ ਦੀ ਤਰਤੀਬ ਇਸ ਤਰਾਂ ਹੈ: -

(**ੳ**) **ਔਰਸ ਪੁੱਤਰ**- ਆਪਣੀ ਹੀ ਸਵ੍ਣ ਜਾਤੀ ਦੀ ਪਤਨੀ ਤੋਂ ਜਨਮਿਆ ਪੁੱਤਰ।

(**ਅ) ਖੇਤ੍ਰਜ ਪੁੱਤਰ**- (ਕਿਸੇ ਹੋਰ ਵਲੋਂ ਪਾਇਆ ਬੀਜ) - ਜਦੋਂ ਪਤੀ ਨਿਪੁੰਸਿਕ, ਕਮਜੋਰ ਜਾਂ ਬੇਅਕਲ ਹੋਵੇ ਤਾਂ ਪ੍ਰਵਾਰ ਦੀ ਆਗਿਆ ਨਾਲ, ਇਸਤਰੀ ਦੇ ਦੇਵਰ ਜਾਂ ਕਿਸੇ ਸਕੇ ਸਬੰਧੀ ਤੋਂ ਨਿਯੋਗ ਵਿਧੀ ਰਾਹੀਂ ਜਨਮਿਆਂ ਪੁੱਤਰ।

(ੲ) ਦੱਤਕ ਪੁੱਤਰ- (ਅਪਣਾਇਆ ਹੋਇਆ) - ਕਿਸੇ ਸਾਕ ਸਬੰਧੀ ਜਾਂ ਮਿੱਤਰ ਕੋਲੋਂ, ਬਿਨਾਂ ਕਿਸੇ ਸ਼ਰਤ ਤੋਂ ਗੋਦ ਲਿਆ ਪੁੱਤਰ ।

(ਸ) ਕਿਰਤ੍ਰਿਮ ਪੁੱਤਰ (ਕ੍ਰਿਤਮ, ਨਾਮਜਾਦ ਕੀਤਾ) - ਕਿਸੇ ਮਿੱਤਰ ਜਾਂ ਪਿਆਰ ਵਾਲੇ ਦਾ ਪੁੱਤਰ ਜਿਸਨੂੰ ਆਪਣੀ ਵਿਰਾਸਤ ਲਈ ਥਾਪਿਆ ਹੋਵੇ (ਮੂੰਹ ਬੋਲਿਆ ਪੁੱਤਰ)।

(ਹ) ਗੂਢੋਤਪਨ ਪੁੱਤਰ (ਗੁਪਤੀ) - ਜਿਸਦੀ ਪਤਨੀ ਨੂੰ ਆਪਣੇ ਹੀ ਸਜਾਤੀ ਪੁਰਸ਼ ਜਾਂ ਘਰ ਦੇ ਕਿਸੇ ਪੁਰਸ਼ ਰਾਹੀਂ ਪੁੱਤਰ ਪੈਦਾ ਹੋਇਆ ਹੋਵੇ, ਪਰ ਇਹ ਪਤਾ ਨਾ ਲੱਗ ਸਕੇ ਕਿ ਅਸਲੀ ਬਾਪ ਕੌਣ ਹੈ।

(ਕ) ਅਪਵਿੱਧ ਪੁੱਤਰ (ਤਿਆਗਿਆ) - ਜਿਸਨੂੰ ਮਾਤਾ, ਪਿਤਾ ਜਾਂ ਦੋਹਾਂ ਨੇ ਆਪਣੀ ਮਰਜ਼ੀ ਨਾਲ ਤਿਆਗ ਦਿੱਤਾ ਹੋਵੇ ਅਤੇ ਕਿਸੇ ਹੋਰ ਨੇ ਅਪਣਾ ਲਿਆ ਹੋਵੇ ਅਤੇ ਅਪਨਾਉਂਣ ਵਾਲੇ ਨੂੰ ਅਸਲੀ ਮਾਤਾ ਪਿਤਾ ਬਾਰੇ ਕੋਈ ਖਬਰ ਨਾ ਹੋਵੇ। ਇਹ ਸਾਰੇ ਆਪਸ ਵਿੱਚ ‘ਸਕੇ ਬੰਧਪ’ (ਸਕੇ, ਸਖੇ ਰਿਸ਼ਤੇ ਵਾਲੇ) ਕਹੇ ਜਾਂਦੇ ਹਨ ਅਤੇ ਪਿਤਾ ਦੀ ਜਾਇਦਾਦ ਦੇ ਹੱਕਦਾਰ ਹਨ।

(160) ਅਗਲੇ ਛੇ ਤਰਾਂ ਦੇ ਪੁੱਤਰ, ਜਿਨ੍ਹਾਂ ਨਾਲ ਰਿਸ਼ਤਾ ਤਾਂ ਮੰਨਿਆਂ ਗਿਆ ਹੈ ਪਰ ਸਕੇ ਰਿਸ਼ਤੇ ਵਾਂਗ ਨਹੀਂ। ਪਿਤਾ ਦੀ ਜਾਇਦਾਦ ਦੇ ਵਾਰਸ ਨਹੀਂ ਹੋ ਸਕਦੇ।

(ੳ) ਕਾਨੀਨ ਪੁੱਤਰ- ਅਣਵਿਆਹੀ (ਕੁਆਰੀ) ਕੰਨਿਆ ਤੋਂ ਜਨਮਿਆਂ ਪੁੱਤਰ ਜਿਸਦੇ ਬੀਜ ਪਿਤਾ ਦਾ ਪਤਾ ਨਾ ਹੋਵੇ ਅਤੇ ਵਿਆਹ ਵਿੱਚ ਮਾਂ ਦੇ ਨਾਲ ਆਵੇ।

(ਅ) ਸਗੋਦ ਪੁੱਤਰ- (ਸਗੋਦੜ **सगोढ**)- ਵਿਆਹ ਕੇ ਲਿਆਂਦੀ, ਵਿਆਹ ਤੋਂ ਪਹਿਲਾਂ ਕਿਸੇ ਹੋਰ ਮਰਦ ਦੇ ਸੰਯੋਗ ਨਾਲ ਗਰਭਵਤੀ ਹੋਈ ਔਰਤ ਨੂੰ ਜਨਮਿਆਂ ਪੁੱਤਰ।

(ੲ) ਕ੍ਰੀਤ ਪੁੱਤਰ - ਮਾਤਾ ਪਿਤਾ ਨੇ ਮੁੱਲ ਤਾਰ ਕੇ ਖਰੀਦਿਆ ਪੁੱਤਰ।

(ਸ) ਪੁਨ੍ਰਭਵ ਪੁੱਤਰ (पुनर्भव)- ਵਿਆਹ ਮਗਰੋਂ ਕੱਢ ਕੇ ਲਿਆਂਦੀ, ਜਾਂ ਵਿਆਹ ਕੇ ਲਿਆਂਦੀ ਛੁੱਟੜ, ਵਿਧਵਾ ਜਾਂ ਵਿਗੜੀ ਹੋਈ ਔਰਤ ਤੋਂ ਜਨਮਿਆਂ ਪੁੱਤਰ।

(ਹ) ਸਵੈਮਦੱਤ ਪੁੱਤਰ- (ਸਵੈ ਸਮ੍ਰਪਤਿ, **स्वयंदत्त**) ਪੁੱਤਰ - ਮਾਤਾ ਪਿਤਾ ਵਲੋਂ ਤਿਆਗਿਆ ਜਾਂ ਬੇਸਹਾਰਾ, ਜੋ ਆਪ ਹੀ ਕਿਸੇ ਨੂੰ ਆਪਣੇ ਮਾਤਾ ਪਿਤਾ ਦੀ ਥਾਂ ਮੰਨ ਲਵੇ।

(ਕ) ਪਾਸ਼੍ਰਵ ਪੁੱਤਰ- (ਪਾਰਸ਼ਵ, ਪ੍ਰਾਇਆ ਸ਼ਵ) ਪੁੱਤਰ -ਕਿਸੇ ਵਿਆਹੀ ਹੋਈ ਜਾਂ ਛੁੱਟੜ ਸ਼ੂਦਰ ਔਰਤ ਦਾ ਵਿਆਹੇ ਹੋਏ ਬ੍ਰਾਹਮਣ ਦੇ ਸੰਭੋਗ ਨਾਲ ਪੈਦਾ ਹੋਇਆ ਪੁੱਤਰ, ਬ੍ਰਾਹਮਣ ਦਾ ਪਾਸ਼੍ਰਵ ਪੁੱਤਰ ਕਿਹਾ ਜਾਂਦਾ ਹੈ।

(161) ਜਿਸ ਤਰਾਂ ਕਿਸੇ ਟੁੱਟੀ ਫੁੱਟੀ ਬੇੜੀ ਵਿੱਚ ਸਵਾਰ ਹੋ ਕੇ ਦੂਸਰੇ ਪਾਰ ਜਾਣਾ ਅਸੰਭਵ ਹੈ, ਇਸੇ ਤਰਾਂ ਕਪੁੱਤਰ (ਨਜਾਇਜ਼ ਉਲਾਦ) ਵੀ ਮਨੁੱਖ ਨੂੰ ਭਵ ਸਾਗਰ (ਘੋਰ ਨਰਕ) ਤੋਂ ਪਾਰ ਨਹੀਂ ਲੰਘਾ ਸਕਦੇ।

MANUSMRITI 229

(162) ਮਨੂੰ ਜੀ ਦੀ ਆਗਿਆ ਹੈ ਕਿ, ਜੇ ਕਿਸੇ ਮਨੁੱਖ ਦੇ ਛੋਟੇ ਜਾਂ ਵੱਡੇ ਭਾਈ ਦੇ ਸੰਯੋਗ ਨਾਲ ਪੁੱਤਰ ਪੈਦਾ ਕੀਤਾ ਹੋਵੇ ਤੇ ਬਾਅਦ ਵਿੱਚ ਉਸਦੇ ਘਰ ਆਪਣੀ ਇਸਤਰੀ ਭੋਗਣ ਨਾਲ ਪੁੱਤਰ (ਔਰਸ ਪੁੱਤਰ) ਪੈਦਾ ਹੋ ਜਾਵੇ ਤਾਂ ਦੋਹਾਂ ਵਿੱਚੋ ਉਸਦਾ ਆਪਣਾ ਪੁੱਤਰ ਜਾਇਦਾਦ ਦਾ ਵਾਰਸ ਹੋਵੇਗਾ ਅਤੇ ਦੂਸਰਾ ਉਸਦੇ ਭਰਾ ਦੀ ਜਾਇਦਾਦ ਦਾ।

(163) ਭਾਵੇਂ ਔਰਸ ਪੁੱਤਰ ਹੀ ਪਿਤਾ ਦੀ ਜਾਇਦਾਦ ਦਾ ਵਾਰਸ ਹੋ ਸਕਦਾ ਹੈ, ਪਰ ਪਿਤਾ, ਕਠੋਰਤਾ ਛੱਡ ਕੇ ਉਸਦੇ ਦੂਸਰੇ ਭਾਈਆਂ ਦੀਆਂ ਲੋੜਾਂ ਦਾ ਭੀ ਧਿਆਨ ਰੱਖੇ।

(164) ਪਰ ਜਦੋਂ ਔਰਸ ਪੁੱਤਰ ਇਕਲੌਤਾ ਹੀ ਹੋਵੇ ਤਾਂ ਉਹ ਆਪਣੇ ਪਿਤਾ ਦੀ ਜਾਇਦਾਦ ਵਿੱਚੋਂ ਪੰਜਵਾਂ ਜਾਂ ਛੇਵਾਂ ਹਿੱਸਾ ਆਪਣੇ ਖੇਤਰ ਭਾਈਆਂ ਨੂੰ ਜਰੂਰ ਦੇਵੇ।

(165) ਪਿਤਾ ਦੇ ਧੰਨ ਦੇ ਅਧਿਕਾਰੀ ਕੇਵਲ ਔਰਸ ਅਤੇ ਖੇਤਰ ਪੁੱਤਰ ਹੀ ਹੁੰਦੇ ਹਨ।ਇਸ ਲਈ ਔਰਸ ਅਤੇ ਖੇਤਰ ਪੁੱਤਰ ਪਿਤਾ ਦੇ ਧੰਨ ਨੂੰ, ਉੱਪਰ ਦੱਸੀ ਵਿਧੀ ਮੁਤਾਬਿਕ ਵੰਡ ਸਕਦੇ ਹਨ। ਬਾਕੀ ਦਸ ਤਰਾਂ ਦੇ ਪੁੱਤਰਾਂ ਨੂੰ ਜੇ ਕੁਝ ਮਿਲਣਾ ਤਹਿ ਹੋਵੇ ਤਾਂ ਉਹ ਕਰਮਵਾਰ ਪਿਤਾ ਨਾਲ ਨੇੜਤਾ ਤੇ ਅਧਾਰਤ ਹੋ ਸਕਦਾ ਹੈ। ਨਹੀ ਤਾਂ ਉਹ ਕੇਵਲ ਪਿਤਾ ਦਾ ਨਾਮ ਹੀ ਵਰਤ ਸਕਦੇ ਹਨ।

ਪੁੱਤਰਾਂ ਬਾਰੇ ਵਖਿਆਨ-

ਟਿੱਪਣੀ:- *ਇਹ ਵਿਸ਼ਾ ਪਹਿਲਾਂ ਭੀ ਆ ਚੁੱਕਾ ਹੈ ਅਤੇ ਅਗਲੇ ਸਲੋਕਾਂ ਵਿੱਚ ਕੁਝ ਹੋਰ ਵਿਸਥਾਰ ਵਿੱਚ ਲਿਖਿਆ ਗਿਆ ਹੈ।ਇਸ ਲਈ ਇਸ ਅਧਿਆਇ ਵਿੱਚ ਬਹੁਤ ਕੁਝ (ਦੁਬਾਰਾ ਲਿਖਿਆ) ਸ਼ੱਕੀ ਹੀ ਨਜ਼ਰ ਆਉਂਦਾ ਹੈ।*

(166) ਵੇਦਿਕ ਰੀਤੀ ਨਾਲ, ਦਵਿੱਜ ਦੀ ਵਿਆਹ ਕੇ ਲਿਆਂਦੀ ਸਜਾਤੀ (ਆਪਣੇ ਵਰਣ ਦੀ) ਪਤਨੀ ਦੇ ਸੰਯੋਗ ਨਾਲ ਪੈਦਾ ਹੋਇਆ ਪੁੱਤਰ ਹੀ, (ਔਰਸ ਪੁੱਤਰ) ਸਭ ਤੋਂ ਉੱਤਮ ਕਿਹਾ ਜਾਂਦਾ ਹੈ

(167) ਪਤੀ ਦੇ ਨਿਪੁੰਨਸਿਕ (ਨਮਰਦ) ਹੋਣ ਕਾਰਨ ਜਾਂ ਮਰ ਜਾਣ ਕਾਰਨ, ਧਰਮ ਅਨੁਸਾਰ ਨਿਯੋਗ ਸਬੰਧ (ਸ਼ਾਸਤ੍ਰਾਂ ਵਿੱਚ ਦੱਸੀ ਪ੍ਰਵਾਨਤ ਵਿਧੀ) ਰਾਹੀਂ ਇਸਤਰੀ ਤੋਂ ਪੈਦਾ ਹੋਇਆ ਪੁੱਤਰ, 'ਖੇਤਰ ਪੁੱਤਰ' (ਜਾਂ ਖੇਤਰਜ) ਕਹਾਉਂਦਾ ਹੈ।

(168) ਉਹ ਬੱਚਾ, ਜੋ ਮਾਤਾ ਪਿਤਾ ਨੇ, ਕਿਸੇ ਮੁਸ਼ਕਿਲ ਸਮੇਂ ਦੇ ਕਾਰਣ, ਪਾਣੀ ਦਾ ਛੱਟਾ ਦੇ ਕੇ, ਆਪਣੇ ਵਰਣ ਦੇ ਕਿਸੇ ਹੋਰ ਪੁਰਸ਼ ਦੀ ਇਸਤਰੀ ਦੀ ਝੋਲ਼ੀ ਵਿਚ ਪਾ ਦਿੱਤਾ ਹੋਵੇ, ਉਹ 'ਗੋਦ ਲਿਆ' ਪੁੱਤਰ (ਦੱਤਕ) ਕਹਿਲਾਉਂਦਾ ਹੈ।

(169) ਪਰ ਜੇ ਆਪਣੀ ਹੀ ਜਾਤ ਦੇ ਕਿਸੇ ਦੋਸਤ ਜਾਂ ਸਬੰਧੀ ਦੇ ਬੱਚੇ ਨੂੰ, ਜੋ ਸੂਝ-ਬੂਝ ਵਾਲਾ, ਹੋਣਹਾਰ ਅਤੇ ਜਿਸ ਵਿੱਚ ਚੰਗੇ ਪੁੱਤਰਾਂ ਵਾਲੇ ਗੁਣ ਦਿਸਣ, ਉਸਨੂੰ ਪੁੱਤਰ ਬਣਾ ਲਿਆ ਜਾਵੇ ਤਾਂ ਉਸਨੂੰ 'ਮੂੰਹ ਬੋਲਿਆ'(ਅਪਨਾਇਆ) ਪੁੱਤਰ ਕਹਿੰਦੇ ਹਨ।

(172) ਜੇ ਕੁਆਰੀ ਕੰਨਿਆਂ ਨੂੰ ਆਪਣੇ ਬਾਪ ਦੇ ਘਰ ਬੱਚਾ ਪੈਦਾ ਹੋ ਜਾਵੇ ਤਾਂ ਇਸਨੂੰ ਗੁਪਤ ਰੱਖਿਆ ਜਾਵੇ ਤਾਂ ਉਸਨੂੰ ਕਨੀਨ ਪੁੱਤਰ ਕਹਿੰਦੇ ਹਨ ਅਤੇ ਵਿਆਹ ਤੋਂ ਬਾਅਦ ਉਸੇ ਮਨੁੱਖ ਦਾ ਪੁੱਤ ਅਖਵਾਂਉਦਾ ਹੈ ਜਿਸ ਨਾਲ ਉਸਦਾ ਵਿਆਹ ਕੀਤਾ ਜਾਵੇ।

(173) ਜੇ ਕੋਈ ਐਸੀ ਇਸਤਰੀ ਨਾਲ ਵਿਆਹ ਕਰਵਾਏ ਜੋ ਵਿਆਹ ਤੋਂ ਪਹਿਲਾਂ ਹੀ ਗਰਭਵਤੀ ਸੀ ਤਾਂ ਉਸਤੋਂ ਪੈਦਾ ਹੋਣ ਵਾਲਾ ਬੱਚੇ ਨੂੰ ਸਹੋਡ ਪੁੱਤਰ (ਜਾਂ ਸਗੋਦੜ) ਕਿਹਾ ਜਾਂਦਾ ਹੈ ਅਤੇ ਉਸੇ ਦਾ ਗਿਣਿਆ ਜਾਂਦਾ ਹੈ ਜਿਸ ਨਾਲ ਉਹ ਵਿਆਹੀ ਗਈ ਹੋਵੇ।

(174) ਜੇ ਕੋਈ ਬੇ ਉਲਾਦ ਮਨੁੱਖ, ਮੁੱਲ ਤਾਰ ਕੇ ਲੜਕਾ ਖਰੀਦੇ, ਭਾਵੇਂ ਸਜਾਤੀ (ਆਪਣੀ ਜਾਤ ਦਾ) ਜਾਂ ਅਜਾਤੀ (ਕਿਸੇ ਹੋਰ ਜਾਤੀ ਦਾ) ਦਾ ਹੋਵੇ, ਉਸ ਬੱਚੇ ਨੂੰ ਕ੍ਰੀਤਕ (ਜਾਂ ਕਰੀਤ,) ਪੁੱਤਰ ਕਿਹਾ ਜਾਂਦਾ ਹੈ।

(175) ਜੇ ਕੋਈ ਛੁੱਟੜ ਜਾਂ ਵਿਧਵਾ ਔਰਤ ਆਪਣੇ ਆਪ ਕਿਸੇ ਹੋਰ ਮਰਦ ਨਾਲ ਵਿਆਹ (ਪੁਨਰ ਵਿਆਹ) ਕਰ ਲਵੇ ਅਤੇ ਪੁੱਤਰ ਪੈਦਾ ਕਰੇ ਤਾਂ ਪੈਦਾ ਕਰਨ ਵਾਲੇ ਦਾ ਪੌਨਭ੍ਰਵ ਪੁੱਤਰ (ਜਾਂ ਪੁਨਰਵ ਪੁੱਤਰ,) ਕਿਹਾ ਜਾਂਦਾ ਹੈ।

(176) ਇਕ ਇਸਤਰੀ, ਜਿਸਦੇ ਵਿਆਹ ਦੀ ਰਸਮ ਹੋ ਚੁੱਕੀ ਹੋਵੇ ਪਰ ਮੁਕਲਾਵੇ ਜਾਣ ਤੋਂ ਪਹਿਲਾਂ ਹੀ ਵਿਧਵਾ ਹੋ ਗਈ ਹੋਵੇ ਜਾਂ ਪਤੀ ਵਲੋਂ ਤਿਆਗ ਦਿੱਤੀ ਗਈ ਹੋਵੇ ਅਤੇ ਫਿਰ ਤੋਂ ਉਸਦੇ ਘਰ ਵਸਣਾ ਚਾਹੁੰਦੀ ਹੋਵੇ ਤਾਂ ਧਰਮ ਰੀਤੀ ਮੁਤਾਬਿਕ ਪੁਨਰ ਵਿਆਹ ਸੰਸਕਾਰ ਦੀ ਰਸਮ ਕੀਤੀ ਜਾ ਸਕਦੀ ਹੈ।

(177) ਜੋ ਅਨਾਥ ਹੋਵੇ, ਜਾਂ ਬਿਨਾਂ ਕਿਸੇ ਵਜ੍ਹਾ ਕਰਕੇ ਮਾਤਾ ਪਿਤਾ ਨੇ ਤਿਆਗ ਦਿੱਤਾ ਹੋਵੇ ਅਤੇ ਕਿਸੇ ਹੋਰ ਨੂੰ ਆਪਣਾ ਮਾਤਾ ਪਿਤਾ ਮੰਨ ਕੇ ਸਪੁਰਦ ਕਰ ਦੇਵੇ, ਸਵਿਕਾਰੇ ਜਾਣ ਤੇ ਉਹ ਬੱਚਾ ਉਨ੍ਹਾਂ ਦਾ ਸਵੈਮ-ਦੱਤ ਪੁੱਤ (ਆਪੇ ਮਿਲਿਆ ਪੁੱਤਰ) ਕਿਹਾ ਜਾਂਦਾ ਹੈ।

(178) ਕਾਮ ਵਾਸ਼ਨਾ ਦਾ ਮਾਰਿਆ ਬ੍ਰਾਹਮਣ, ਜੋ ਸ਼ੂਦਰ ਔਰਤ ਤੋਂ ਪੁੱਤਰ ਪੈਦਾ ਕਰਦਾ ਹੈ, ਉਸਨੂੰ ਕੋਈ ਪਹਿਚਾਣ ਨਾ ਦੇ ਸਕਣ ਕਰਕੇ, ਉਹ ਜਿਊਂਦਾ ਭੀ ਮੁਰਦੇ ਦੇ ਬਰਾਬਰ ਜਾਣਿਆ ਜਾਂਦਾ ਹੈ। **ਭਾਵ**- ਉਹ ਕਿਸੇ ਵਰਣ ਦਾ ਨਹੀਂ ਗਿਣਿਆ ਜਾਂਦਾ। ਬ੍ਰਾਹਮਣ ਦਾ ਉਹ ਪੁੱਤਰ ਪਾਰਸਵ (ਜਾਂ ਪਾਰਸੂ-ਜਿਉਂਦਾ ਹੀ ਮੁਰਦਾ) ਪੁੱਤਰ ਕਿਹਾ ਗਿਆ ਹੈ।

(179) ਇਸਦੇ ਬਾਵਯੂਦ, ਜੇ ਕੋਈ ਬ੍ਰਾਹਮਣ, ਘਰ ਦੀ ਕਿਸੇ ਦਾਸੀ ਜਾਂ ਦਾਸ ਦੀ ਪੁੱਤਰੀ ਤੋਂ, ਜਾਂ ਕਿਸੇ ਸ਼ੂਦਰ ਇਸਤ੍ਰੀ ਨਾਲ ਭੋਗ ਕਰਕੇ ਪੁੱਤਰ ਪੈਦਾ ਕਰਦਾ ਹੈ, ਜੇ ਪਿਤਾ ਚਾਹੇ ਤਾਂ ਬਾਕੀ ਪੁੱਤਰਾਂ ਵਾਂਗ, ਉਸਨੂੰ ਜਾਇਦਾਦ ਦਾ ਬਰਾਬਰ ਹਿੱਸਾ ਦੇ ਸਕਦਾ ਹੈ। ਇਸ ਤਰਾਂ ਇਹ ਵਿਧਾਨ, ਧਰਮ ਅਨਕੂਲ ਸਮਝਿਆ ਗਿਆ ਹੈ।

(180) ਇਸ ਤਰਾਂ ਸੂਝਵਾਨ ਪੰਡਤਾਂ (ਮਨੀਸ਼ੀ ਲੋਕ) ਨੇ ਉੱਪਰ ਦੱਸੇ ਬਾਰਾਂ ਵਿੱਚੋਂ ਪਹਿਲੇ ਗਿਆਰਾਂ ਤਰਾਂ ਦੀ ਉਲਾਦ ਨੂੰ ਪੁੱਤਰਾਂ ਬਰਾਬਰ ਮੰਨਿਆ ਹੈ ਤਾਂ ਕੇ ਕੁਲਾਂ ਅਤੇ ਵਰਣਾਂ ਦਾ ਨਾਸ਼ ਹੋਣੋ ਬਚ ਜਾਵੇ ਅਤੇ ਪਿੱਤਰ- ਗਣਾਂ ਲਈ ਸ਼ਰਾਧ ਕਿਰਿਆ ਕੀਤੀ ਜਾ ਸਕੇ। ਪਰ ਪਰਾਸ਼ਵ (ਵਿਆਹੇ ਹੋਏ ਬ੍ਰਾਹਮਣ ਦੀ ਸ਼ੂਦਰ ਇਸਤਰੀ ਤੋਂ ਉਲਾਦ) ਨੂੰ ਹਰਾਮਦੀ ਉਲਾਦ ਕਹਿ ਕੇ, ਕੋਈ ਨਾਮ ਦਿੱਤੇ ਬਿਨਾਂ ਨਕਾਰ ਦਿੱਤਾ ਗਿਆ ਹੈ।

(181) ਉਹ ਪੁੱਤਰ, ਜਿਨ੍ਹਾਂ ਦਾ ਜ਼ਿਕਰ ਜਾਇਜ਼ ਪੁੱਤਰਾਂ (ਔਰਸ ਪੁੱਤਰਾਂ) ਦੇ ਸਬੰਧ ਵਿੱਚ ਕੀਤਾ ਗਿਆ ਹੈ, ਉਹ ਉਹੀ ਹਨ ਜੋ ਪਤੀ ਦੇ ਸੰਜੋਗ ਨਾਲ ਸਜਾਤ ਪਤਨੀ ਦੇ ਗਰਭ ਤੋਂ ਪੈਦਾ ਹੋਏ ਹਨ। ਇਸਦੇ ਉਲਟ ਬਾਕੀ ਪੁੱਤਰ, ਅਸਲ ਵਿੱਚ ਉਸੇ ਦੇ ਪੁੱਤਰ ਕਹਿਲਾਂਉਦੇ ਹਨ, ਜਿਸਦੇ ਵੀਰਜ ਨਾਲ ਪੈਦਾ ਹੋਏ ਹੋਣ। ਹੋਰ ਕਿਸੇ ਦੇ (ਖੇਤ ਦਾ ਸੁਆਮੀ- ਇਸਤ੍ਰੀ ਦੇ ਪਤੀ ਦੇ) ਨਹੀਂ ਕਹਾ ਸਕਦੇ।

ਨੋਟ:- *ਪੁੱਤਰਾਂ ਬਾਰੇ ਇਹ ਵਖਿਆਨ, ਪਹਿਲਾਂ ਆਏ ਨਿਯਮਾਂ ਦੇ ਉਲਟ ਜਾਪਦਾ ਹੈ।*

(182) ਮਨੂੰ ਜੀ ਨਿਰਣਾ ਹੈ ਕਿ ਜੇ ਸਕੇ ਭਰਾਵਾਂ ਵਿੱਚੋ, ਇਕ ਭਰਾ ਨੂੰਹ ਵਾਲਾ (ਸੌਹਰਾ) ਹੋ ਜਾਵੇ ਬਾਕੀ ਭਰਾ ਨੂੰਹ ਵਾਲੇ ਕਹਾਉਣ ਦੇ ਹੱਕਦਾਰ ਹੋ ਜਾਂਦੇ ਹਨ।

ਭਰਾ ਦਾ ਪੁੱਤਰ (ਭਤੀਜਾ) ਬਾਕੀ ਭਰਾਵਾਂ ਦੀ ਤਰਫੋਂ, ਪਿੱਤਰਾਂ ਲਈ ਪਿੰਡ ਦਾਨ ਵੀ ਕਰ ਸਕਦਾ ਹੈ।

(183) ਇਸੇ ਤਰਾਂ ਜੇ ਕਿਸੇ ਮਨੁੱਖ ਦੀਆਂ ਇੱਕ ਤੋਂ ਵੱਧ ਇਸਤਰੀਆਂ ਹੋਣ ਅਤੇ ਉਨ੍ਹਾਂ ਵਿੱਚੋਂ ਇੱਕ ਦੇ ਘਰ ਹੀ ਪੁੱਤਰ ਜਨਮੇ, ਤਾਂ ਸਮਾਜੀ ਤੌਰ ਤੇ ਸਾਰੀਆਂ ਪੁੱਤਰ ਵਾਲੀਆਂ ਮਾਵਾਂ ਅਖਵਾ ਸਕਦੀਆਂ ਹਨ। ਉਹ ਉਨ੍ਹਾਂ ਸਭਨਾਂ ਦੀ ਅੰਤਮ ਕਿਰਿਆ ਭੀ ਨਿਭਾ ਸਕਦਾ ਹੈ।

(184) ਬਾਪ ਦੀ ਮੌਤ ਤੋਂ ਬਾਅਦ, ਉੱਪਰ ਦੱਸੇ ਬਾਰਾਂ ਤਰਾਂ ਦੇ ਪੁੱਤਰਾਂ ਵਿੱਚੋਂ 'ਔਰਸ' ਪੁੱਤਰ ਤੋਂ ਲੈ ਕੇ 'ਪਾਰਸਵ' ਪੁੱਤਰ ਵਿੱਚ ਦਰਜਾ ਬਦਰਜਾ, ਪਿਤਾ ਦੀ ਜਾਇਦਾਦ ਵੰਡੀ ਜਾ ਸਕਦੀ ਹੈ। ਪਰ ਜੇ

ਸਾਰੇ ਪੁੱਤਰ, ਸਮਾਨ ਸ਼੍ਰੇਣੀ (ਸਜਾਤੀ) ਮਾਵਾਂ ਦੇ ਹੋਣ ਤਾਂ ਜਾਇਦਾਦ ਬਰਾਬਰ ਦੇ ਹਿਸਿਆਂ ਵਿੱਚ ਵੰਡੀ ਜਾਵੇ।

(185) ਪਿਤਾ ਦੇ ਧੰਨ ਦੇ ਅਧਿਕਾਰੀ ਕੇਵਲ ਪੁੱਤਰ ਹੀ ਹੋ ਸਕਦੇ ਹਨ, ਚਾਚੇ ਜਾਂ ਤਾਏ ਨਹੀਂ। ਪਰ ਜੇ ਕੋਈ ਮਨੁੱਖ ਬੇਉਲਾਦ ਮਰ ਜਾਏ, ਤਾਂ ਉਸਦਾ ਪਿਤਾ ਜਾਂ ਉਸਦੇ ਸਕੇ ਭਾਈ, ਉਸਦੀ ਜਾਇਦਾਦ ਸਾਂਭ ਸਕਦੇ ਹਨ (ਉਸਦੀ ਪਤਨੀ ਨਹੀਂ!)।

(186) ਇੱਕ ਪੁੱਤਰ ਕੇਵਲ ਆਪਣੀਆਂ ਪਿਛਲੀਆਂ ਤਿੰਨ ਪੀੜੀਆਂ (ਪਿਤਾ, ਬਾਬਾ, ਪੜਦਾਦਾ) ਲਈ ਹੀ ਪਿੰਡ ਦਾਨ (ਸ਼ਰਾਧ ਕਿਰਿਆ) ਦੀ ਕਿਰਿਆ ਨਿਭ੍ਹਾ ਸਕਦਾ ਹੈ। ਕੇਵਲ ਚਾਰ ਪੀੜ੍ਹੀਆਂ ਤੀਕਰ ਹੀ 'ਪਿੱਤਰ ਸਾਕ' ਗਿਣਿਆ ਜਾਂਦਾ ਹੈ।

(187) ਜੇ ਕਿਸੇ ਮ੍ਰਿਤਕ ਦਾ, ਨੇੜੇ ਤੇੜੇ ਦਾ ਕੋਈ ਸਕਾ ਸਬੰਧੀ (ਸਪਿੰਦਾ ਰਿਸ਼ਤੇਦਾਰ) ਨਾ ਮਿਲੇ ਤਾਂ ਸੱਤ ਪੀੜ੍ਹੀਆਂ ਵਿੱਚੋਂ ਕੋਈ ਵੀ ਰਿਸ਼ਤੇਦਾਰ (ਸੱਤਵੀਂ ਪੀੜ੍ਹੀ ਤੀਕਰ ਨਜ਼ਦੀਕੀ ਰਿਸ਼ਤਾ ਰੱਖਣ ਵਾਲਾ- ਸਗੋਤਰੀਆ), ਉਸਦੀ ਸੰਪਤੀ ਦਾ ਹੱਕਦਾਰ ਹੋ ਸਕਦਾ ਹੈ। ਉਸਤੋਂ ਬਾਅਦ 'ਕੁਲ ਗੁਰੂ' ਜਾਂ ਉਸਦੇ ਗੁਰੂ ਦਾ ਚੇਲਾ ਸੰਪਤੀ ਸਾਂਭ ਸਕਦਾ ਹੈ।

(188) ਜੇ ਸਾਰੀ ਪੁੱਛ ਪੜਤਾਲ ਮਗਰੋਂ ਵੀ, ਮ੍ਰਿਤਕ ਦਾ ਕੋਈ ਭੀ ਸਬੰਧੀ ਜਾਂ ਰਿਸ਼ਤੇਦਾਰ ਨਾ ਲੱਭੇ ਤਾਂ ਸਾਰੀ ਦੀ ਸਾਰੀ ਸੰਪਤੀ ਤੇ ਧੰਨ, ਇੱਕ ਚੰਗੇ ਵੇਦ ਗਿਆਤਾ ਬ੍ਰਾਹਮਣ ਜਾਂ ਕੁਲ ਪ੍ਰੋਹਤ (ਕੁਲ ਅਚਾਰੀਆ) ਨੂੰ ਦਾਨ ਕੀਤਾ ਜਾ ਸਕਦਾ ਹੈ। ਇਸ ਤਰਾਂ ਕਰਨ ਨਾਲ, ਧਰਮ ਦੇ ਕਿਸੇ ਸਿਧਾਂਤ ਦੀ ਉਲ਼ੰਘਣਾ ਨਹੀਂ ਹੁੰਦੀ।

(189) ਸ਼ਾਸਤ੍ਰਾਂ ਦੀ ਮਰਿਯਾਦਾ ਹੈ ਕਿ, ਔਂਤ ਬ੍ਰਾਹਮਣ (ਜਿਸਦਾ ਕੋਈ ਨੇੜੇ ਤੇੜੇ ਦਾ ਰਿਸ਼ਤੇਦਾਰ ਭੀ ਨਾ ਹੋਵੇ) ਦੀ ਮੌਤ ਮਗਰੋਂ ਉਸਦੀ ਜਾਇਦਾਦ, ਕਿਸੇ ਹਾਲਤ ਵਿੱਚ, ਰਾਜਾ ਨਹੀਂ ਲੈ ਸਕਦਾ।ਪਰ ਹੋਰ ਵਰਣਾ ਦੇ ਔਂਤ ਲੋਕਾਂ ਦੀ ਜਾਇਦਾਦ ਨੂੰ ਰਾਜਾ ਸਾਂਭ ਸਕਦਾ ਹੈ।

(190) ਵਿਧਵਾ ਇਸਤ੍ਰੀ, ਜਿਸਦਾ ਪਤੀ ਉਲਾਦ ਪੈਦਾ ਕੀਤੇ ਬਿਨਾਂ ਮਰ ਜਾਵੇ, ਉਹ ਆਪਣੇ ਪ੍ਰਵਾਰ ਵਿੱਚੋਂ ਜਾਂ ਪਤੀ ਦੇ ਪ੍ਰਵਾਰ ਵਿੱਚੋਂ ਕਿਸੇ ਸਗੋਤਰੇ (ਆਪਣਾ ਗੋਤੀ) ਨੂੰ ਆਪਣਾ ਬੇਟਾ ਮੰਨ (ਮਤਬੰਨਾ) ਲਵੇ ਅਤੇ ਪਤੀ ਦੀ ਸਾਰੀ ਜਾਇਦਾਦ, ਉਸਨੂੰ ਆਪਣਾ ਪੁੱਤਰ ਜਾਣ ਕੇ ਸੰਭਾਲ ਦੇਵੇ।

(191) ਪਰ ਜੇ ਉਸਦੇ ਖੇਤਰ ਪੁੱਤਰ ਹੋਣ, ਜੋ ਦੋ ਵੱਖ ਵੱਖ ਮਰਦਾਂ ਦੇ ਸਬੰਧ ਨਾਲ ਪੈਦਾ ਕੀਤੇ ਹੋਣ ਅਤੇ ਮਾਂ ਕੋਲੋਂ ਆਪਣਾ ਆਪਣਾ ਹੱਕ ਮੰਗਣ, ਤਾਂ ਝਗੜਾ ਕਰਨ ਦੀ ਥਾਂ, ਜਿਸਦੇ ਪਿਤਾ ਦਾ ਧੰਨ ਹੋਵੇ ਉਸੇ ਦੇ ਪੁੱਤਰਾਂ ਨੂੰ ਦੇ ਦੇਵੇ।

(192) ਪਰ ਜੇ ਮਾਂ ਭੀ ਮਰ ਜਾਏ ਤਾਂ ਐਸੀ ਹਾਲਤ ਵਿੱਚ ਸਾਰੇ ਸਕੇ ਭਰਾ ਅਤੇ ਅਣਵਿਆਹੀਆਂ ਭੈਣਾਂ ਸਾਰੀ ਸੰਪਤੀ ਆਪਸ ਵਿੱਚ ਬਰਾਬਰ ਵੰਡ ਲੈਣ।

(193) ਰਵਾਇਤੀ ਤੌਰ ਤੇ, ਲੜਕੀਆਂ ਦੀਆਂ ਬੇਟੀਆਂ ਨੂੰ ਭੀ ਨਾਨੀ ਦੇ ਘਰੋਂ, ਉਨ੍ਹਾਂ ਦੀ ਖੁਸ਼ੀ ਲਈ, ਕੁਝ ਨਾ ਕੁਝ ਹਿੱਸਾ ਜ਼ਰੂਰ ਮਿਲਣਾ ਚਾਹੀਦਾ ਹੈ।

(194) ਇਸਤ੍ਰੀ ਦੀ ਸੰਪਤੀ ਛੇ ਤਰਾਂ ਦੀ ਮੰਨੀ ਗਈ ਹੈ। ਵਿਆਹ ਦੀ ਰਸਮ ਸਮੇਂ ਮਿਲਿਆ, (ਸਕੇ ਸਨਬੰਧੀਆਂ ਅਤੇ ਰਿਸ਼ਤੇਦਾਰਾਂ ਵਲੋ ਮਿਲਿਆ ਸ਼ਗੁਨ), ਪਿਤਾ ਦਾ ਦਿੱਤਾ, ਸੌਹਰਿਆਂ ਦਾ ਦਿੱਤਾ ਗਹਿਣਾ ਕੱਪੜਾ (ਬਰੀ), ਪਤੀ ਵਲੋਂ ਮਿਲਿਆ, ਭਾਈ ਦਾ ਦਿੱਤਾ ਅਤੇ ਮਾਤਾ ਵਲੋਂ ਮਿਲੀਆਂ ਟੂੰਬਾਂ (ਨਿਜੀ ਗਹਿਣੇ)।

(195) ਵਿਆਹ ਸਮੇਂ ਜਾਂ ਵਿਆਹ ਤੋਂ ਬਾਅਦ, ਮਾਤਾ, ਪਿਤਾ, ਪਤੀ ਅਤੇ ਪਤੀ ਦੇ ਪ੍ਰਵਾਰ ਵਲੋਂ ਮਿਲਿਆ ਧੰਨ ਅਤੇ ਗਹਿਣਾ ਗੱਟਾ, ਇਸਤ੍ਰੀ ਦੇ ਮਰਣ ਤੋਂ ਬਾਅਦ (ਭਾਵੇਂ ਪਤੀ ਜਿਉਂਦਾ ਹੀ ਹੋਵੇ) ਉਸਦੇ ਪੁੱਤਰਾਂ ਦੀ ਸੰਪਤੀ ਗਿਣੀ ਜਾਂਦੀ ਹੈ।

(196) ਧਰਮ ਗਿਆਨੀਆਂ ਦਾ ਫੈਸਲਾ ਹੈ ਕਿ, ਬ੍ਰਹਮ ਵਿਆਹ, ਦੇਵ ਵਿਆਹ, ਅਰਸਾ ਵਿਆਹ, ਪਰਜਾਪਤਿ ਵਿਆਹ, ਗੰਧਰਵ ਵਿਆਹ, ਦੀਆਂ ਵਿਧੀਆਂ ਨਾਲ ਹੋਏ ਵਿਆਹਾਂ ਮੁਤਾਬਿਕ, ਜੇ ਔਰਤ ਬਾਂਝ (ਬੇ ਉਲਾਦ) ਹੀ ਮਰ ਜਾਵੇ ਤਾਂ ਉਸਦਾ ਸਾਰਾ ਗਹਿਣਾ ਗੱਟਾ ਅਤੇ ਜਾਇਦਾਦ ਉਸਦੇ ਪਤੀ ਦਾ ਹੁੰਦਾ ਹੈ।

(197) ਪਰ ਇਹ ਭੀ ਨਿਸਚਿਤ ਰੀਤ ਹੈ ਕਿ ਅਸੁਰ ਰੀਤੀ ਨਾਲ ਹੋਏ ਵਿਆਹ ਰਾਹੀਂ ਜਾਂ ਹੋਰ ਕਿਸੇ ਇਤਰਾਜਯੋਗ ਰੀਤੀ ਨਾਲ ਵਿਆਹੀ ਇਸਤਰੀ, ਜੋ ਬਿਨਾ ਉਲਾਦ (ਬਾਂਝ) ਮਰ ਜਾਏ, ਤਾਂ ਉਸਦੇ ਪੇਕਿਆਂ ਵਲੋਂ ਮਿਲੀ ਸਾਰੀ ਸੰਪਤੀ ਅਤੇ ਗਹਿਣੇ, ਉਸਦੇ ਪੇਕਿਆਂ ਨੂੰ ਵਾਪਸ ਕਰ ਦਿੱਤੇ ਜਾਂਦੇ ਹਨ।

(198) ਬ੍ਰਾਹਮਣ ਦੀ ਸਜਾਤੀ ਇਸਤਰੀ, ਜਿਸਦੀਆਂ ਹੋਰ ਵੱਖ ਵੱਖ ਜਾਤਾਂ ਦੀਆਂ ਸੌਂਕਣਾ ਭੀ ਹੋਣ ਅਤੇ ਸੌਕਣਾਂ ਬਿਨਾਂ ਉਲਾਦ ਹੀ ਮਰ ਜਾਣ ਤਾਂ ਉਨ੍ਹਾਂ ਦੇ ਮਾਪਿਆਂ ਵਲੋਂ ਵਿਆਹ ਵਿੱਚ ਮਿਲੇ ਸਾਰੇ ਸਮਾਨ ਦੀ ਹੱਕਦਾਰ ਬ੍ਰਾਹਮਣ ਦੀ ਸਜਾਤੀ ਇਸਤ੍ਰੀ ਜਾਂ ਉਸਦੀ ਸੰਤਾਨ ਹੁੰਦੀ ਹੈ।

(199) ਸੰਯੁਕਤ ਪਰਿਵਾਰ ਵਿੱਚ ਰਹਿਣ ਵਾਲੀ ਔਰਤ ਨੂੰ ਚਾਹੀਦਾ ਹੈ ਕਿ ਪ੍ਰਵਾਰ ਦਾ ਸਾਂਝਾ ਧੰਨ, ਆਪਣੇ ਲਈ ਨਾ ਜੋੜੇ ਅਤੇ ਨਾ ਹੀ ਆਪਣੀਆਂ ਨਿਜੀ ਲੋੜਾਂ (ਗਹਿਣੇ ਗੱਟੇ) ਤੇ ਖਰਚੇ। ਲਾਲਚ ਨਾ ਕਰੇ ਅਤੇ ਨਾ ਹੀ ਆਪਣੇ ਪਤੀ ਦੀ ਆਗਿਆ ਬਿਨਾਂ, ਕੋਈ ਖਰਚ ਕਰੇ।

(200) ਆਪਣੇ ਪਤੀ ਦੇ ਮਰਨ ਤੋਂ ਪਹਿਲਾਂ, ਜੋ ਗਹਿਣੇ ਪਤਨੀ ਨੇ ਸਾਰੀ ਉਮਰ ਹੰਢਾਏ ਹੋਣ, ਉਸਦੇ ਜਿਉਦਿਆਂ ਜੀਅ, ਉਲਾਦ ਉਸ ਦੀਆਂ ਵੰਡੀਆਂ ਨਾ ਪਾਵੇ। ਜੋ ਪੁੱਤਰ ਧੀਆਂ ਇਸ ਤਰਾਂ ਕਰਦੇ ਹਨ, ਉਹ ਪਤਿਤ (ਭਾਈ ਚਾਰੇ ਤੋਂ ਬੇਦਖਲ) ਹੋ ਜਾਂਦੇ ਹਨ।

(201) ਨਪੁੰਨਸਿਕ, ਪਤਿਤ, ਭਾਈਚਾਰੇ ਤੋਂ ਬੇਦਖ਼ਲ, ਜਨਮ ਤੋਂ ਅੰਨ੍ਹੇ, ਬੋਲੇ, ਉਜੱਡ, ਪਾਗਲ, ਮੂਰਖ, ਅਪਾਹਜ, ਅਤੇ ਜਨਮ ਤੋਂ ਹੀ ਢਿੱਲੇ ਮੱਸੇ (ਕਮਜ਼ੋਰ) ਪੁੱਤਰਾਂ ਨੂੰ, ਪਿਤਾ ਦੀ ਜਾਇਦਾਦ ਦਾ ਕੋਈ ਹਿੱਸਾ ਨਾ ਦਿੱਤਾ ਜਾਵੇ, ਕਿਉਕਿ ਉਹ ਧੰਨ ਦੀ ਸਾਂਭ ਸੰਭਾਲ ਨਹੀਂ ਕਰ ਸਕਦੇ।

(202) ਪਰ ਸੂਝਵਾਨ ਮਨੁੱਖ ਲਈ ਜ਼ਰੂਰੀ ਹੈ ਕਿ, ਪ੍ਰਵਾਰ ਦੇ ਉਪਰੋਕਤ ਦੱਸੇ ਜੀਵਾਂ ਨੂੰ, ਉਮਰ ਭਰ ਆਪਣੇ ਵਿੱਤ ਮੁਤਾਬਿਕ, ਭੋਜਨ, ਲੋੜੀਂਦੇ ਬਸਤਰ ਅਤੇ ਰਹਾਇਸ਼ ਆਦਿ ਦੇਵੇ। ਨਾ ਦੇਣ ਵਾਲਾ ਭਾਈਚਾਰੇ ਵਿੱਚੋਂ ਬੇਦਖ਼ਲ ਕੀਤਾ ਜਾ ਸਕਦਾ ਹੈ।

(203) ਜੇ ਇਨ੍ਹਾਂ ਵਿੱਚੋਂ ਕੋਈ ਨਪੁੰਨਸਿਕ ਜਾਂ ਬਾਕੀ ਅਲਾਮਤਾਂ ਵਾਲਾ ਨਕਾਰਾ ਮਨੁੱਖ, ਵਿਆਹ ਕਰਵਾ ਲਵੇ ਅਤੇ ਉਸਦੇ ਘਰ ਖੇਤਰ ਪੁੱਤਰ (ਪਰਾਏ ਮਰਦ ਦੇ ਸੰਯੋਗ ਨਾਲ) ਜੰਮ ਪਵੇ, ਤਾਂ ਉਹ ਉਸਦੇ ਹਿੱਸੇ ਦੀ ਸਾਰੀ ਜਾਇਦਾਦ ਦਾ ਹੱਕਦਾਰ ਹੁੰਦਾ ਹੈ।

(204) ਸਾਂਝੇ ਪ੍ਰਵਾਰ ਵਿੱਚ, ਪਿਤਾ ਦੀ ਮੌਤ ਤੋਂ ਬਾਅਦ ਜੇਠੇ ਭਾਈ (ਵੱਡੇ ਭਰਾ) ਨੇ, ਪਿਤਾ ਦੀ ਜੇਹੜੀ ਵੀ ਜਾਇਦਾਦ ਸੰਭਾਲੀ ਹੋਵੇ, ਉਸਦਾ ਬਣਦਾ ਹਿੱਸਾ ਆਪਣੇ ਛੋਟੇ ਭਰਾਵਾਂ ਨੂੰ ਦੇਵੇ, ਜੇਕਰ ਉਹ ਸਮਝਦਾਰ, ਅਕਲਮੰਦ ਅਤੇ ਕਹਿਣਕਾਰ ਹੋਣ।

(205) ਧਰਮ ਸ਼ਾਸਤ੍ਰਾਂ ਦੀ ਮਰਿਯਾਦਾ ਹੈ ਕਿ ਜੇਕਰ ਸਾਰੇ ਭਰਾ ਅਨਪੜ੍ਹ ਹੋਣ ਅਤੇ ਕਿਰਤ ਕਰਕੇ ਗੁਜ਼ਾਰਾ ਕਰਦੇ ਹੋਣ ਤਾਂ ਵਿਰਾਸਤ ਵਿੱਚ ਮਿਲਿਆ ਧੰਨ ਬਰਾਬਰ ਹਿੱਸਿਆਂ ਵਿੱਚ ਵੰਡ ਲੈਣ। ਜੇ ਸਾਂਝਾ ਵਪਾਰ ਆਦਿ ਦਾ ਕੰਮ ਕਰਕੇ ਧੰਨ ਜਾਂ ਸੰਪਤੀ ਜੋੜੀ ਹੋਵੇ ਤਾਂ ਪਿਤਾ ਦੀ ਮੌਤ ਮਗਰੋਂ ਅਲੱਗ ਅਲੱਗ ਹੋਣ ਲੱਗਿਆਂ, ਪਿਤਾ ਦੇ ਨਿਜੀ ਧੰਨ ਨੂੰ ਛੱਡ ਕੇ ਬਾਕੀ ਸਾਰੀ ਜਾਇਦਾਦ ਨੂੰ ਬਰਾਬਰ ਹਿੱਸਿਆਂ ਵਿੱਚ ਵੰਡ ਲੈਣਾ ਚਾਹੀਦਾ ਹੈ।

(206) ਪੜ੍ਹਾਈ ਕਰਕੇ ਪ੍ਰਾਪਤ ਕੀਤਾ ਧੰਨ, ਮਿੱਤਰ ਵਲੋਂ ਮਿਲਿਆ ਤ੍ਰੋਫਾ ਅਤੇ ਵਿਆਹ ਤੋਂ ਪਹਿਲਾਂ, ਮਧੂਪਰਕ ਰਸਮ ਵੇਲੇ ਮਿਲਿਆ ਸ਼ਗਨ (ਗੁਰੂਕੁਲ ਵਿੱਚੋਂ ਵਿਦਿਆ ਪ੍ਰਾਪਤ ਕਰਕੇ ਘਰ ਆਏ ਨੂੰ ਮਿਲਿਆ ਸ਼ਗਨ) ਆਦਿ ਜਿਸਨੂੰ ਮਿਲੇ, ਉਸੇ ਦਾ ਹੀ ਹੁੰਦਾ ਹੈ।

ਮਧੂਪਰਕ ਕਿਰਿਆ -

ਪੁਰਾਤਨ ਰਵਾਇਤ ਸੀ ਕਿ ਗੁਰੂਕੁਲ ਵਿੱਚੋਂ ਵਿੱਦਿਆ ਲੈ ਕੇ ਘਰ ਪਰਤੇ ਪੁੱਤਰ ਲਈ, ਖੁਸ਼ੀ ਵਿੱਚ ਕੀਤੀ ਜਾਣ ਵਾਲੀ ਪੂਜਾ ਸਮੇਂ, ਦਹੀਂ, ਜਲ, ਘਿਉ, ਸ਼ੱਕਰ ਅਤੇ ਸ਼ਹਿਦ ਦਾ ਮਿਸ਼ਰਣ ਪੀਣ ਲਈ ਦਿੱਤਾ ਜਾਂਦਾ ਸੀ। ਭੈਣ ਭਾਈ ਅਤੇ ਸਕੇ ਸਬੰਧੀ ਸ਼ਗਨ ਵਜੋਂ ਮਾਇਆ ਦਾ ਵਾਰਨਾ ਕਰਦੇ ਸਨ। ਪੁਰਤਨ ਸਮੇਂ ਵਿੱਚ ਵਿਆਹ ਤੋਂ ਪਹਿਲਾਂ, ਇਹ ਚੰਗੀ ਚੋਖੀ ਰਕਮ ਸਮਝੀ ਜਾਂਦੀ ਸੀ।

(207) ਜੇ ਕੋਈ ਭਰਾ, ਪਿਤਾ ਦੀ ਮੌਤ ਮਗਰੋਂ, ਆਪਣੀ ਕਿਰਤ ਕਮਾਈ ਕਰਕੇ ਆਪਣੇ ਆਪ ਤੇ ਨਿਰਭਰ ਹੋਣਾ ਚਾਹਵੇ (ਜੁਦਾ ਹੋਣਾ ਚਾਹੇ) ਅਤੇ ਪ੍ਰਵਾਰਕ ਜਾਇਦਾਦ ਵਿੱਚ ਆਪਣਾ ਹਿੱਸਾ ਨਹੀਂ ਰੱਖਣਾ ਚਾ੍ਹਵੇ, ਤਾਂ ਉਸਨੂੰ ਉਸਦਾ ਬਣਦਾ ਹਿੱਸਾ ਦੇ ਕੇ ਜੁਦਾ ਕੀਤਾ ਜਾ ਸਕਦਾ ਹੈ।

(208) ਪਿਤਾ ਦੀ ਸੰਪਤੀ ਦੀ ਵਰਤੋਂ ਨਾ ਕਰਕੇ ਜੋ ਭਾਈ ਆਪਣੀ ਮਿਹਨਤ ਨਾਲ ਧੰਨ ਕਮਾਵੇ, ਉਸਦੀ ਮਰਜ਼ੀ ਹੈ ਕਿ ਉਹ, ਉਸ ਕਮਾਈ ਵਿੱਚੋਂ ਭਰਾਵਾਂ ਨੂੰ ਕੁਝ ਦੇਵੇ ਜਾਂ ਨਾ ਦੇਵੇ।

(209) ਪਰ ਜੇ ਪਿਤਾ ਨੇ, ਆਪਣੇ ਬਜ਼ੁਰਗਾਂ ਦੀ ਖੁਸ ਚੁੱਕੀ ਪੁਰਾਣੀ ਜਾਇਦਾਦ ਜਾਂ ਧੰਨ, ਆਪਣੀ ਭੱਜ ਦੌੜ ਕਰਕੇ ਪ੍ਰਾਪਤ ਕੀਤੀ ਹੋਵੇ, ਤਾਂ ਕੋਈ ਜ਼ਰੂਰੀ ਨਹੀਂ ਕਿ ਉਹ ਆਪਣੀ ਮਰਜ਼ੀ ਤੋਂ ਉਲਟ ਆਪਣੇ ਪੁੱਤਰਾਂ ਵਿੱਚ ਵੰਡੇ ਜਾਂ ਪੁੱਤਰ ਉਸਤੋਂ ਮੰਗ ਸਕਣ।

(210) ਜੇ ਭਰਾ ਜੁਦਾ ਹੋ ਕੇ ਰਹਿਣ ਮਗਰੋਂ ਫਿਰ ਇਕੱਠੇ ਰਹਿਣ ਲੱਗ ਪੈਣ ਤਾਂ ਦੂਸਰੀ ਵਾਰ ਦੇ ਬਟਵਾਰੇ ਸਮੇਂ ਸਭ ਬਰਾਬਰ ਦੇ ਹਿੱਸੇਦਾਰ ਹੁੰਦੇ ਹਨ।ਜ਼ਰੂਰੀ ਨਹੀਂ ਕਿ ਬੜੇ ਭਰਾ ਨੂੰ ਕੋਈ ਵਾਧੂ ਹਿੱਸਾ ਦਿੱਤਾ ਜਾਵੇ।

(211) ਵੱਡੇ ਜਾਂ ਛੋਟੇ ਭਰਾਵਾਂ ਵਿੱਚੋਂ ਪਿਤਾ ਦੀ ਮੌਤ ਮਗਰੋਂ, ਜਾਇਦਾਦ ਦੀ ਵੰਡ ਸਮੇਂ ਕੋਈ ਹਾਜ਼ਰ ਨਾ ਹੋ ਸਕੇ, ਜਾਂ ਜਿਸਨੇ ਸਨਿਆਸ ਲਿਆ ਹੋਵੇ, ਤਾਂ ਉਸਦਾ ਹਿੱਸਾ ਅਲੋਪ ਨਹੀਂ ਹੋ ਜਾਂਦਾ।

(212) ਜੇ ਸਕੇ ਭਰਾ ਦੀ ਮੌਤ ਹੋ ਗਈ ਹੋਵੇ ਅਤੇ ਘਰ ਵਿੱਚ ਉਸਦੀ ਇਸਤ੍ਰੀ ਜਾਂ ਉਲਾਦ ਨਾ ਹੋਵੇ ਤਾਂ ਉਹ ਧੰਨ ਬਾਕੀ ਸਕੇ ਭਰਾ ਅਤੇ ਸਕੀਆਂ ਭੈਣਾਂ ਆਪਸ ਵਿੱਚ ਬਰਾਬਰ ਵੰਡ ਲੈਣ।

(213) ਜੇ ਬੜਾ ਭਰਾ, ਲਾਲਚ ਵਸ ਹੋ ਕੇ ਛੋਟੇ ਭਰਾਵਾਂ ਨਾਲ ਧੋਖਾ ਕਰੇ ਤਾਂ ਉਹ ਵੱਡਾ ਭਰਾ ਅਖਵਾਉਂਣ ਦਾ ਰੁਤਬਾ ਗਵਾ ਬੈਠਦਾ ਹੈ ਅਤੇ ਬਟਵਾਰੇ ਸਮੇਂ ਵਾਧੂ ਹਿੱਸੇ ਦਾ ਹੱਕਦਾਰ ਨਹੀਂ ਰਹਿੰਦਾ। ਰਾਜੇ ਕੋਲ ਸ਼ਕਾਇਤ ਹੋਣ ਤੇ ਦੰਡ ਦਾ ਅਧਿਕਾਰੀ ਬਣਦਾ ਹੈ।

(214) ਜਿਹੜੇ ਭਰਾ ਬੁਰੀਆਂ ਆਦਤਾਂ (ਜੂਆ ਖੇਡ੍ਹਣਾ, ਚੋਰੀ ਕਰਨਾ, ਲੁੱਟ ਖੋਹ ਕਰਨਾ ਆਦਿ) ਕਾਰਣ ਬਦਨਾਮ ਅਤੇ ਕੁਕਰਮੀ ਹੋਣ, ਉਹ ਵਿਰਾਸਤੀ ਜਾਇਦਾਦ ਦਾ ਹਿੱਸਾ ਲੈਣ ਦੇ ਕਾਬਲ ਨਹੀਂ ਰਹਿੰਦੇ। ਬਾਕੀ ਭਰਾਵਾਂ ਨੂੰ ਬਰਾਬਰ ਦਾ ਹਿੱਸਾ ਦਿੱਤੇ ਬਿਨਾਂ, ਬੜਾ ਭਰਾ ਆਪਣੀ ਮਰਜ਼ੀ ਨਾਲ ਕੋਈ ਨਿਜੀ ਜਾਇਦਾਦ ਨਹੀਂ ਬਣਾ ਸਕਦਾ।

(215) ਜੇ ਪਿਤਾ ਨਾਲ ਹੁੰਦਿਆਂ, ਇਕੱਠੇ ਟੱਬਰ ਵਿੱਚ ਰਹਿਣ ਵਾਲੇ ਸਾਰੇ ਭਰਾਵਾਂ ਨੂੰ ਕੋਈ ਮਾਇਕ ਲਾਭ ਹੋਇਆ ਹੋਵੇ ਤਾਂ ਪਿਤਾ ਉਸ ਧੰਨ ਨੂੰ ਵੰਡਣ ਵੇਲੇ 'ਕਾਣੀ ਵੰਡ' ਨਾ ਕਰੇ।

(216) ਜੇ ਪਿਤਾ ਵਲੋਂ, ਜਾਇਦਾਦ ਅਤੇ ਧੰਨ ਦੀ ਵੰਡ ਵੰਡਾਈ ਤੋਂ ਬਾਅਦ ਪਿਤਾ ਦੇ ਘਰ ਹੋਰ ਪੁੱਤਰ ਜੰਮ ਪਵੇ ਤਾਂ ਪਿਤਾ ਦੀ ਬਾਕੀ ਜਾਇਦਾਦ ਦਾ ਮਾਲਕ ਉਹੀ ਹੁੰਦਾ ਹੈ, ਬਸ਼ਰਤੇ ਉਹ ਸਾਰੇ ਭਰਾ ਜੋ ਫਿਰ ਤੋਂ ਪਿਤਾ ਨਾਲ ਰਹਿਣ ਲੱਗ ਪਏ ਹੋਣ।

(217) ਜੇ ਕਿਸੇ ਪੁੱਤਰ ਦੇ ਅੱਗੇ ਕੋਈ ਉਲਾਦ ਨਾ ਹੋਵੇ, ਅਤੇ ਬੇਉਲਾਦ ਮਰ ਜਾਵੇ ਤਾਂ ਉਸਦੀ ਜਾਇਦਾਦ ਦਾ ਹਿੱਸਾ ਉਸਦੀ ਮਾਂ (ਜੇ ਜਿਉਂਦੀ ਹੋਵੂ) ਸਾਂਭ ਲਵੇ ਜੇ ਮਾਂ ਭੀ ਨਾ ਹੋਵੇ ਤਾਂ ਦਾਦੀ ਸਾਂਭ ਲਵੇ।

(218) ਵਿਰਾਸਤੀ ਜਇਦਾਦ ਦਾ ਬਟਵਾਰਾ ਕਰਨ ਤੋਂ ਬਾਅਦ ਜੇ ਵੰਡਣ ਵਾਲੀ ਕੋਈ ਹੋਰ ਜਾਇਦਾਦ ਜਾਂ ਧੰਨ ਰਹਿ ਜਾਵੇ ਜਾਂ ਦੇਣ ਵਾਲਾ ਕਰਜ਼ ਰਹਿ ਜਾਵੇ, ਤਾਂ ਬਰਾਬਰ ਹਿੱਸੇ ਕਰ ਲਏ ਜਾਣ।

(219) ਧਰਮ ਸ਼ਾਸਤਰੀਆਂ ਦੀ ਰਾਇ ਹੈ ਕਿ, ਪ੍ਰਸਪਰ ਪਿਆਰ ਬਣਾਈ ਰੱਖਣ ਲਈ, ਘਰ ਦਾ ਸਾਂਝਾ ਸਮਾਨ ਜਿਵੇਂ ਸਵਾਰੀ (ਘੋੜੇ, ਬੱਘੀਆਂ), ਸਾਂਝੇ ਖੂਹ (ਪਾਣੀ ਲਈ), ਪਸ਼ੂਆਂ ਦੀਆਂ ਹਵੇਲੀਆਂ, ਸਾਂਝੇ ਗਹਿਣੇ, ਰਸੋਈ ਦੇ ਭਾਂਡੇ, ਦਾਸੀਆਂ, ਧਾਰਮਿਕ ਸਮਗਰੀ ਆਦਿ, ਘਰ ਵਿੱਚ ਪੂਜਾ ਲਈ ਰੱਖੇ ਅਤੇ ਪ੍ਰੋਹਿਤਾਂ ਨੂੰ ਦੇਣ ਲਈ ਰੱਖੇ ਧੰਨ ਦੀ ਵੰਡ ਨਹੀਂ ਕਰਨੀ ਚਾਹੀਦੀ।

ਨੋਟ:- ਸਲੋਕ ਨੰ: 117,119, ਪਹਿਲਾਂ ਆਏ ਸਲੋਕਾਂ ਵਿੱਚ ਕੀਤੇ ਵਖਿਆਨਾਂ ਦੇ ਬਿਲਕੁਲ ਵਿਪਰੀਤ ਹੈ, ਪਰ ਜਿਵੇਂ ਦਾ ਤਿਵੇਂ ਲਿਖ ਦਿੱਤਾ ਹੈ।

(220) ਇਸ ਤਰਾਂ, ਘਰ ਦੀ ਜਾਇਦਾਦ ਨੂੰ, ਔਰਸ ਪੁੱਤਰਾਂ, ਖੇਤਰ ਪੁੱਤਰਾਂ ਅਤੇ ਹੋਰ ਪੁੱਤਰਾਂ ਵਿਚਾਲੇ ਕਿਵੇਂ ਵੰਡਣਾ ਹੈ, ਇਸ ਸਬੰਧੀ ਸਾਰੇ ਨਿਯਮਾਂ ਦਾ ਵਰਨਣ ਕਰ ਦਿੱਤਾ ਗਿਆ ਹੈ।

ਜੂਏ ਨਾਲ ਸਬੰਧਿਤ ਕਨੂੰਨ –

(221) ਰਾਜੇ ਨੂੰ ਆਪਣੇ ਰਾਜ ਵਿੱਚ ਜੂਆ ਖੇਡ੍ਹਣਾ ਅਤੇ ਸ਼ਰਤਾਂ ਲਾਉਣ ਵਾਲੀਆਂ ਖ੍ਹੇਡਾਂ ਉੱਪਰ ਪਾਬੰਦੀ ਰੱਖਣੀ ਚਾਹੀਦੀ ਹੈ ਕਿਉਂਕਿ ਇਹ ਦੋਵੇਂ ਬੁਰਾਈਆਂ ਰਾਜ ਨੂੰ ਖਤਮ ਭੀ ਕਰ ਸਕਦੀਆਂ ਹਨ।

(222) ਜੂਆ ਖੇਡਣਾ ਅਤੇ ਸ਼ਰਤਾਂ ਲਾਉਣੀਆਂ ਪ੍ਰਤੱਖ ਰੂਪ ਵਿੱਚ ਇਕ ਦੂਸਰੇ ਨੂੰ ਲੁੱਟਣ ਵਾਲੀ ਚੋਰੀ ਹੈ। ਇਸ ਕਰਕੇ ਰਾਜਾ ਇਨ੍ਹਾਂ ਦੋਹਾਂ ਨੂੰ ਰੋਕਣ ਦਾ ਪੂਰਾ ਯਤਨ ਕਰੇ।

(223) ਸੰਸਾਰ ਵਿੱਚ, ਕਿਸੇ ਚੀਜ਼ ਜਾਂ ਧੰਨ ਦੀ ਬਾਜੀ ਲਾ ਕੇ ਖੇਡੀ ਜਾਂਦੀ ਖੇਡ, ਜਿਵੇ ਤਾਸ਼, ਕੌਡੀਆਂ, ਨੱਕਾ-ਪੂਰ, ਪਾਸਾ ਇੱਤ ਆਦਿ ਨੂੰ 'ਜੂਆ' ਕਿਹਾ ਜਾਂਦਾ ਹੈ। ਜਦੋਂ ਜਾਨਵਰਾਂ, ਤਿੱਤਰ-ਬਟੇਰੇ, ਪੰਛੀਆਂ, ਗੁਲਾਮਾਂ ਨੂੰ ਲੜਾ-ਦੁੜਾ ਕੇ ਜਿੱਤ ਹਾਰ ਵਾਰੇ ਧੰਨ ਲਾ ਕੇ ਖ੍ਹੇਡੀ ਜਾਣ ਵਾਲੀ ਖੇਡ ਨੂੰ 'ਸ਼ਰਤ' ਕਿਹਾ ਜਾਂਦਾ ਹੈ।

ਟਿੱਪਣੀ:- *ਪੁਰਾਤਨ ਸਮੇਂ ਦੇ ਇਤਹਾਸ ਦੇ ਵਰਕੇ ਫਰੋਲਦਿਆਂ, ਬੇਸ਼ੁਮਾਰ ਐਸੀਆਂ ਉਧਾਰਣਾਂ ਮਿਲ ਜਾਣਗੀਆਂ, ਜਿੱਥੇ ਮਨੁੱਖ ਇੱਥੋਂ ਤੀਕਰ ਗਿਰ ਗਿਆ ਕਿ ਆਪਣੀਆਂ ਪਤਨੀਆਂ ਨੂੰ ਭੀ ਸਧਾਰਣ ਚੀਜ਼ਾਂ ਜਾਣ ਕੇ ਦਾਅ ਤੇ ਲਗਾਇਆ ਅਤੇ ਜੂਏ ਵਿੱਚ ਹਾਰ ਦਿੱਤੀਆਂ (ਪਾਂਡੂਆਂ ਦਾ ਦਰੋਪਤੀ ਨੂੰ ਜੂਏ ਵਿੱਚ ਹਾਰ ਦੇਣਾ)। ਮਨੁੱਖ ਦੇ ਮੁੱਢ ਕਦੀਮ ਤੋ ਚੱਲੇ ਆਂਉਦੇ ਸੁਭਾਅ ਵਿੱਚ ਕੋਈ ਫ਼ਰਕ ਨਹੀਂ ਪਿਆ, ਬਸ ਤਰੀਕਾ ਹੀ ਬਦਲਿਆ ਹੈ। ਸ਼ਰਤਾਂ ਲਾ ਕੇ, ਜੀਵਾਂ ਅਤੇ ਮਨੁੱਖਾਂ ਨੂੰ ਲੜਾ ਲੜਾ ਕੇ ਮਰਨ-ਮਾਰਨ ਦੀ ਖ੍ਹੇਡ ਖ੍ਹੇਡਣ ਵਾਲਾ ਰੋਮ (ਇਟਲੀ) ਵਿੱਚ ਸਾਂਭ ਕੇ ਰੱਖਿਆ 'ਕੌਲੀਸੀਅਮ' (ਸਟੇਡੀਅਮ), ਰਾਜੇ ਅਤੇ ਪਰਜਾ ਦੇ ਇਸ ਸੁਭਾਅ ਦੀ ਜਿਉਂਦੀ ਜਾਗਦੀ ਮਿਸਾਲ ਹੈ। ਜੂਆ ਖੇਡਣ ਲਈ ਅੱਜ ਕੱਲ ਕਸੀਨੋ ਵਿੱਚ ਸਲੌਟ ਮਸ਼ੀਨਾਂ ਅਤੇ ਤਾਸ਼ ਵਰਤੀ ਜਾਂਦੀ ਹੈ। ਲੋਕਾਂ ਦਾ ਖੇਡ੍ਹਾਂ ਤੇ ਸ਼ਰਤਾਂ ਲਾਉਣਾਂ ਅਤੇ ਲਾਟਰੀ ਪਾਉਣਾਂ, ਸਰਕਾਰਾਂ ਲਈ ਆਮਦਨ ਦੇ ਬਹੁਤ ਵੱਡੇ ਸਾਧਨ ਹਨ।*

(224) ਰਾਜਾ, ਉਨ੍ਹਾਂ ਸਭ ਲੋਕਾਂ ਦਾ ਸਰਬ ਨਾਸ (ਮਰਵਾ ਦੇਵੇ) ਕਰੇ ਜੋ ਜੂਆ ਖੇਡਦੇ ਹਨ ਅਤੇ ਸ਼ਰਤਾਂ ਲਾਂਉਦੇ ਹਨ ਜਾਂ ਦੂਸਰਿਆਂ ਨੂੰ ਉਕਸਾਉਂਦੇ ਹਨ। ਇਸੇ ਤਰਾਂ, ਜੇ ਸ਼ੂਦਰ ਲੋਕ, ਦਵਿੱਜ ਹੋਣ ਦਾ ਢੌਂਗ ਰਚਾ ਕੇ (ਬਹਿਰੂਪੀਏ) ਲੋਕਾਂ ਨੂੰ ਧੌਖਾ ਦੇਣ, ਰਾਜਾ ਉਨ੍ਹਾਂ ਨੂੰ ਭੀ ਸਖਤ ਤੋਂ ਸਖਤ ਸ਼ਰੀ੍ਰਕ ਦੰਡ ਦੇ ਕੇ ਮਾਰ ਮੁਕਾਵੇ।

(225) ਰਾਜੇ ਨੂੰ ਚਾਹੀਦਾ ਹੈ ਕਿ, ਜੁਆਰੀਏ, ਪੇਸ਼ਾ ਕਰਨ ਵਾਲੇ, ਘਟੀਆ ਨਚਾਰ ਅਤੇ ਗਵਈਏ, ਨਿਰਦਈ, ਨਾਸਤਕ (ਅਧਰਮੀ), ਆਪਣੇ ਵਰਣ ਦੀ ਮਰਿਯਾਦਾ ਤੇ ਨਾ ਚੱਲਣ ਵਾਲੇ ਅਤੇ ਸ਼ਾਸਤ੍ਰਾਂ ਦੀ ਨਿੰਦਾ ਕਰਨ ਵਾਲੇ, ਮਨਾਹੀ ਵਾਲੇ ਕੰਮਾਂ ਨੂੰ ਕਰਨ ਵਾਲੇ, ਮਧੁਰਾ (ਸ਼ਰਾਬ) ਬਨਾਉਣ ਅਤੇ ਵੇਚਣ ਵਾਲੇ, ਸਭ ਲੋਕਾਂ ਨੂੰ ਆਪਣੇ ਰਾਜ ਵਿੱਚੋਂ ਬਾਹਰ ਕੱਢ ਦੇਵੇ।

(226) ਜਿਸ ਰਾਜੇ ਦੇ ਰਾਜ ਵਿੱਚ ਛਿਪੇ ਹੋਏ ਤਸਕਰ ਅਤੇ ਵਰਜਿਤ ਕੰਮ ਕਰਨ ਵਾਲੇ ਲੋਕ ਰਹਿੰਦੇ ਹੋਣ, ਉਸ ਰਾਜ ਵਿੱਚ ਕਨੂੰਨ ਦਾ ਪਾਲਣ ਕਰਨ ਵਾਲੀ ਪਰਜਾ ਦੁੱਖੀ ਰਹਿੰਦੀ ਹੈ।

(227) ਪੁਰਾਤਨ ਸਮੇਂ ਵਿੱਚ ਭੀ, ਸਭ ਤੋਂ ਵੱਡੀ ਬੁਰਾਈ (ਵਿਕਾਰ) ਅਤੇ ਲੜਾਈ ਦੀ ਜੜ੍ਹ ਇਹ ਜੂਆ ਹੀ ਸੀ। ਇੱਕ ਸੂਝਵਾਨ ਮਨੁੱਖ ਇਸ ਨੂੰ ਲੁਕ-ਛੁਪ ਕੇ ਜਾਂ ਸ਼ੁਗਲ ਸਮਝ ਕੇ ਭੀ ਨਾ ਖੇਡੇ।

(228) ਐਸਾ ਮਨੁੱਖ, ਜੋ ਚੋਰੀ-ਚੋਰੀ ਜਾਂ ਜ਼ਾਹਰੀ ਤੌਰ ਤੇ, ਇਸ ਬੁਰਾਈ ਦਾ ਸ਼ਿਕਾਰ ਹੋਵੇ, ਰਾਜਾ ਉਸਨੂੰ ਆਪਣੀ ਇੱਛਾ ਮੁਤਾਬਿਕ ਜਿਵੇਂ ਚਾਹੇ, ਬਣਦੀ ਸਜ਼ਾ ਜ਼ਰੂਰ ਦੇਵੇ।

(229) ਦੋਸ਼ੀ ਪਾਇਆ ਗਿਆ ਖੱਤਰੀ, ਵੈਸ਼, ਸ਼ੂਦਰ, ਜੇ ਜੁਰਮਾਨਾ ਨਾ ਭਰ ਸਕਦਾ ਹੋਵੇ, ਤਾਂ ਮਜ਼ਦੂਰੀ ਕਰਕੇ ਦੰਡ ਚੁਕਾਵੇ ਅਤੇ ਬ੍ਰਾਹਮਣ ਲਈ ਛੋਟ ਹੈ ਕਿ ਮਜ਼ਦੂਰੀ ਕਰਨ ਦੀ ਥਾਂ, ਹੌਲੀ ਹੌਲੀ ਕਿਸ਼ਤਾਂ ਵਿੱਚ ਭੀ ਚੁਕਾ ਸਕਦਾ ਹੈ।

(230) ਇਸਤ੍ਰੀ, ਬਾਲਕ, ਬੁੱਢਾ, ਦਲਿੱਦਰੀ, ਪਾਗਲ ਅਤੇ ਰੋਗੀ ਨੂੰ ਇਸ ਅਪਰਾਧ ਦੀ ਸਜ਼ਾ, ਮਜਦੂਰੀ ਦੀ ਥਾਂ, ਕੋਰੜੇ ਦੀ ਮਾਰ, ਬੈਂਤ (ਪਾਂਸ) ਦੀ ਸੋਟੀ ਨਾਲ ਕੁਟਾਈ, ਜਾਂ ਰੱਸੇ ਨਾਲ ਬੰਨ੍ਹ ਕੇ ਕੁਟਾਪਾ ਚਾੜ੍ਹਿਆ ਜਾਵੇ।

(231) ਰਾਜੇ ਵਲੋਂ ਲਾਏ ਹੋਏ ਇਨਸਾਫ ਕਰਨ ਵਾਲੇ ਸਰਕਾਰੀ ਕਰਮਚਾਰੀ, ਜਿਨ੍ਹਾਂ ਨੂੰ ਪਰਜਾ ਦੇ ਹਿੱਤ ਲਈ ਨੌਕਰੀ ਦਿੱਤੀ ਗਈ ਹੋਵੇ, ਜੇ ਵੱਢੀ ਲੈ ਕੇ ਕਿਸੇ ਦਾ ਬਚਾਅ ਕਰਨ ਜਾਂ ਬੇਕਸੂਰ ਲੋਕਾਂ ਸਿਰ ਦੋਸ਼ ਮੜ੍ਹ ਕੇ ਉਨ੍ਹਾਂ ਨੂੰ ਤੰਗ ਕਰਦੇ ਜਾਂ ਰਿਸ਼ਵਤ ਲੈਂਦੇ ਪਕੜੇ ਜਾਣ, ਤਾਂ ਰਾਜਾ ਉਨ੍ਹਾਂ ਦੀ ਸਾਰੀ ਜਾਇਦਾਦ ਜ਼ਬਤ ਕਰ ਲਵੇ।

(232) ਰਾਜੇ ਦੇ ਫੈਸਲਿਆਂ ਵਿਰੁੱਧ ਝੂਠਾ ਭੰਡੀ ਪ੍ਰਚਾਰ ਕਰਨ ਵਾਲੇ, ਮੰਤਰੀਆਂ ਅਤੇ ਸੈਨਾਪਤੀਆਂ ਆਦਿ ਨੂੰ ਰਿਸ਼ਵਤ ਦੇ ਕੇ ਭਰਿਸ਼ਟ ਕਰਨ ਵਾਲੇ (ਵਰਗਲਾਉਣ ਵਾਲੇ), ਇਸਤਰੀ, ਬਾਲਕ, ਵਿਦਵਾਨ ਬ੍ਰਾਹਮਣ ਦਾ ਕਤਲ ਕਰਨ ਵਾਲੇ ਅਤੇ ਦੁਸ਼ਮਣ ਲਈ ਮੁਖਬਰੀ ਕਰਨ ਵਾਲੇ ਸਭ ਲੋਕਾਂ ਨੂੰ, ਰਾਜਾ ਮੌਤ ਦੀ ਸਜ਼ਾ ਸੁਣਾ ਕੇ ਨਸ਼ਟ ਕਰ ਦੇਵੇ।

(233) ਜਿਸ ਮੁਕੱਦਮੇ ਬਾਰੇ ਕੋਈ ਕਨੂੰਨੀ ਫੈਸਲਾ, ਧਰਮ ਸ਼ਾਸਤ੍ਰਾਂ ਦੇ ਵਿਧਾਨ ਮੁਤਾਬਿਕ ਹੋ ਚੁੱਕਿਆ ਹੋਵੇ ਜਾਂ ਕੋਈ ਸਜ਼ਾ ਸੁਣਾਈ ਜਾ ਚੁੱਕੀ ਹੋਵੇ, ਉਸਨੂੰ ਲਾਗੂ ਕੀਤਾ ਜਾਵੇ ਅਤੇ ਉਸ ਬਾਰੇ ਦੁਬਾਰਾ ਵਿਚਾਰ ਨਾ ਕੀਤੀ ਜਾਵੇ।

(234) ਪਰ ਜੇ ਕਿਸੇ ਕਾਰਣ ਰਾਜੇ ਦਾ ਮੰਤਰੀ ਜਾਂ ਨਿਆਂ ਕਰਨ ਵਾਲਾ (ਨਿਆਯਦੀਸ਼) ਕਿਸੇ ਮਾਮਲੇ ਦਾ ਗਲਤ ਫ਼ੈਸਲਾ ਕਰ ਬੈਠੇ, ਤਾਂ ਰਾਜੇ ਨੂੰ ਪਤਾ ਲੱਗਣ ਤੇ ਉਸਦੀ ਪੂਰੀ ਜਾਂਚ ਪੜਤਾਲ ਕਰਵਾ ਕੇ ਉਸ ਮਾਮਲੇ ਨੂੰ ਸੁਲਝਾਵੇ ਅਤੇ ਗਲਤ ਫ਼ੈਸਲਾ ਸੁਨਾਉਨਣ ਵਾਲਿਆਂ ਨੂੰ ਇੱਕ ਹਜ਼ਾਰ ਪਣ ਦੰਡ ਲਾਵੇ।

(235) ਬ੍ਰਾਹਮਣ ਦਾ ਕਤਲ ਕਰਨ ਵਾਲਾ, ਸ਼ਰਾਬ ਪੀਣ (ਸੁਰਾ) ਵਾਲਾ ਦਵਿੱਜ, ਬ੍ਰਾਹਮਣ ਦੇ ਘਰੋਂ ਸੋਨਾ ਚੋਰੀ ਕਰਨ ਵਾਲਾ, ਅਤੇ ਗੁਰੂ ਦੀ ਪਤਨੀ ਭੋਗਣ ਵਾਲਾ, ਇਨ੍ਹਾਂ ਸਭ ਕੁਕਰਮੀਆਂ ਨੂੰ ਮਹਾਂ ਪਾਪੀ ਗਿਣਿਆ ਜਾਂਦਾ ਹੈ।

(236) ਜੇ ਉੱਪਰ ਦੱਸੇ ਚਾਰੇ ਕੁਕਰਮੀ ਆਪਣੇ ਅਪਰਾਧ ਦਾ ਪਸ਼ਚਾਤਾਪ ਨਾ ਕਰਨ ਤਾਂ ਧਰਮ ਰੀਤੀ ਅਨੁਸਾਰ, ਰਾਜਾ ਸਰੀਰਕ ਦੰਡ ਦੀ ਸਜ਼ਾ ਅਤੇ ਜੁਰਮਾਨਾ ਸੁਣਾ ਸਕਦਾ ਹੈ।

(237) ਆਪਣੇ ਗੁਰੂ ਦੀ ਪਤਨੀ ਭੋਗਣ ਵਾਲੇ ਦੇ ਮੱਥੇ ਉੱਪਰ ਇਸਤਰੀ ਦੇ ਗੁਪਤ ਅੰਗ ਦਾ ਛਾਪਾ, ਦਵਿੱਜ ਸ਼ਰਾਬ (ਸੁਰਾ) ਪੀਂਦਾ ਪਕੜਿਆ ਜਾਵੇ ਤਾਂ ਮੱਥੇ ਉੱਪਰ ਸ਼ਰਾਬ ਦੇ ਪਿਆਲੇ ਦਾ ਛਾਪਾ, ਅਤੇ ਬ੍ਰਾਹਮਣ ਦੇ ਘਰੋਂ ਸੋਨਾ ਚੋਰੀ ਕਰਨ ਵਾਲੇ ਦੇ ਮੱਥੇ ਉੱਪਰ ਕੁੱਤੇ ਦੇ ਪੈਰ ਦਾ ਛਾਪਾ, ਬ੍ਰਾਹਮਣ ਦਾ ਕਤਲ

ਕਰਨ ਵਾਲੇ ਦੇ ਮੱਥੇ ਉੱਪਰ, ਧੜ ਤੋਂ ਬਿਨਾਂ ਸਰੀਰ ਵਾਲਾ ਛਾਪਾ, ਅੱਗ ਵਿੱਚ ਤਪਾਏ ਲੋਹੇ ਨਾਲ ਉੱਕਰਿਆ ਜਾਵੇ।

(238) ਐਸੇ ਮਨੁੱਖ ਕਿਸੇ ਇਕੱਠ ਵਿੱਚ ਬੈਠ ਕੇ ਭੋਜਨ ਨਹੀਂ ਕਰ ਸਕਦੇ, ਕਿਸੇ ਪਾਠ ਪੂਜਾ ਵਿੱਚ ਨਹੀਂ ਸ਼ਾਮਲ ਹੋ ਸਕਦੇ, ਕੋਈ ਵਿੱਦਿਆ ਨਹੀਂ ਲੈ ਸਕਦੇ, ਕੋਈ ਵਿਆਹ ਸਬੰਧ ਨਹੀਂ ਬਣਾ ਸਕਦੇ ਅਤੇ ਸਾਰੇ ਧਾਰਮਿਕ ਫਰਜ਼ਾਂ ਤੋਂ ਵਾਂਝੇ ਕਰ ਦਿੱਤੇ ਜਾਣ। ਐਸੇ ਪੁਰਸ਼ਾਂ ਨੂੰ ਬੇ ਸਹਾਰੇ ਅਤੇ ਦਿਸ਼ਾ ਹੀਣ ਹੋ ਕੇ ਇਸ ਧਰਤੀ ਤੇ ਰੁਲਣ ਦਿੱਤਾ ਜਾਵੇ ।

(239) ਮਨੂੰ ਜੀ ਦਾ ਨਿਰਣਾ ਹੈ ਕਿ, ਦਾਗੇ ਹੋਏ ਚਿਹਰਿਆਂ ਵਾਲੇ ਇਹ ਲੋਕ ਆਦਰ ਜਾਂ ਦਇਆ ਦੇ ਪਾਤਰ ਨਹੀਂ ਹਨ। ਇਨ੍ਹਾਂ ਨੂੰ ਰਿਸ਼ਤੇਦਾਰੀਆਂ ਅਤੇ ਭਾਈਚਾਰੇ ਵਿੱਚੋਂ ਛੇਕ (ਬੇਦਖਲ) ਦਿੱਤੇ ਜਾਣਾ ਚਾਹੀਦਾ ਹੈ।

(240) ਪਰ ਸਭ ਵਰਣਾਂ ਦੇ ਲੋਕ, ਜੋ ਰਾਜੇ ਦੇ ਦਰਬਾਰ ਵਿੱਚ ਮਹਾਂ ਪਾਪੀ ਹੋਣ ਦਾ ਦੋਸ਼ ਮੰਨ ਲੈਣ ਅਤੇ ਸ਼ਾਸਤ੍ਰਾਂ ਦੀ ਵਿਧੀ ਮੁਤਾਬਿਕ ਪਛਤਾਵਾ (ਪਸ਼ਚਾਤਾਪ) ਕਰਨ ਦੀ ਕਿਰਿਆ ਪੂਰੀ ਕਰ ਲੈਣ (ਜਿਸਦੀ ਵਿਧੀ ਪਹਿਲਾਂ ਦੱਸ ਆਏ ਹਾਂ), ਉਨ੍ਹਾਂ ਦੇ ਮੱਥਿਆਂ ਤੇ ਇਹ ਛਾਪਾ ਨਾ ਲਾਇਆ ਜਾਵੇ, ਪਰ ਵੱਡੇ ਤੋਂ ਵੱਡਾ ਉੱਤਮ ਸਾਹਸ (1000 ਪਣ) ਦਾ ਜੁਰਮਾਨਾ ਕੀਤਾ ਜਾਵੇ।

(241) ਜੇ ਕੋਈ ਗੁਣਵਾਨ ਬ੍ਰਾਹਮਣ, ਐਸੇ ਪਾਪ ਦਾ ਦੋਸ਼ੀ ਪਾਇਆ ਜਾਵੇ, ਤਾਂ ਉਸਨੂੰ ਪਸ਼ਚਾਤਾਪ ਕਰਨ ਵਲੋਂ ਛੋਟ ਹੈ, ਪਰ ਉਸਨੂੰ ਮੱਧਮ ਸਾਹਸ (500 ਪਣ) ਦਾ ਜੁਰਮਾਨਾ ਕੀਤਾ ਜਾਵੇ। ਆਪਣਾ ਅਪਰਾਧ ਸਵਿਕਾਰ ਕਰਨ ਵਾਲੇ ਬ੍ਰਾਹਮਣ ਨੂੰ, ਰਾਜਾ ਉਸਦੇ ਘਰ ਦਾ ਸਮਾਨ ਅਤੇ ਕੁਝ ਖਾਣ ਵਾਲੀਆਂ ਵਸਤਾਂ ਚੁਕਾ ਕੇ, ਦੇਸ਼ ਨਿਕਾਲਾ ਦੇ ਦੇਵੇ।

(242) ਹੋਰ ਜਾਤਾਂ ਦੇ ਲੋਕਾਂ (ਖੱਤਰੀ, ਵੈਸ਼, ਸ਼ੂਦਰ) ਵਿੱਚੋਂ, ਜੇ ਕੋਈ ਅਨਜਾਣੇ ਵਿੱਚ ਐਸਾ ਕੁਕਰਮ ਕਰ ਬੈਠੇ ਤਾਂ ਉਸਦੇ ਸਾਰੇ ਧੰਨ ਅਤੇ ਸੰਪਤੀ ਦੀ ਕੁਰਕੀ ਕੀਤੀ ਜਾਵੇ। ਪਰ ਜੇ ਜਾਣਦਿਆਂ ਹੋਇਆਂ ਗੁਰੂ ਦੀ ਪਤਨੀ ਦੀ ਸਹਿਮਤੀ ਨਾਲ ਚੋਰੀ ਚੋਰੀ ਐਸਾ ਕੁਕਰਮ ਕਰੇ ਤਾਂ ਉਸਦਾ ਸਭ ਕੁਝ ਖੋਹ ਕੇ ਦੇਸ਼ ਵਿੱਚੋਂ ਕੱਢ ਦੇਣਾ ਚਾਹੀਦਾ ਹੈ।

(243) ਇੱਕ ਸੂਝਵਾਨ ਰਾਜਾ, ਐਸੇ ਮਹਾਂ ਪਾਪੀ ਦਾ ਜੁਰਮਾਨੇ ਵਜੋਂ ਇਕੱਠਾ ਕੀਤਾ ਧੰਨ ਗ੍ਰਹਿਣ ਨਾ ਕਰੇ, ਅਤੇ ਲਾਲਚ ਵਸ ਹੋ ਕੇ ਐਸਾ ਕਰਨ ਤੇ ਉਸ ਪਾਪੀ ਦੇ ਸਾਰੇ ਗੁਨਾਹਾਂ ਦਾ ਦੋਸ਼, ਰਾਜੇ ਸਿਰ ਲਗਦਾ ਹੈ।

(244) ਐਸੇ ਮਹਾਂ ਪਾਪੀ ਦੇ ਜੁਰਮਾਨੇ ਦਾ ਧੰਨ, ਰਾਜਾ ਪਾਣੀ ਜਾਂ ਅੱਗ ਵਿੱਚ ਸੁੱਟ ਕੇ 'ਵਰੁਣ' ਦੇਵਤੇ ਦੀ ਭੇਂਟ ਚੜ੍ਹਾ ਦੇਵੇ, ਅਤੇ ਜਾਂ ਕਿਸੇ ਵੇਦ ਗਿਆਤਾ ਬ੍ਰਾਹਮਣ ਨੂੰ ਦਾਨ ਕਰ ਦੇਵੇ। ਕਿਉਂਕਿ।

(245) ਵਰੁਣ ਦੇਵਤਾ, ਪਾਪੀਆਂ ਨੂੰ ਦੰਡ ਦੇਣ ਵਾਲਾ ਸਵਾਮੀ ਹੈ ਅਤੇ ਉਸਦੀ ਹਸਤੀ ਰਾਜੇ ਤੋਂ ਉੱਪਰ ਹੈ, ਪਰ ਇੱਕ ਵੇਦ ਗਿਆਤਾ ਬ੍ਰਾਹਮਣ ਉਸਤੋਂ ਭੀ ਉੱਪਰ, ਸਾਰੇ ਜਗਤ ਦਾ ਸਵਾਮੀ ਹੈ।

(246) ਜਿਸ ਦੇਸ਼ ਦਾ ਰਾਜਾ, ਪਾਪੀਆਂ ਦੇ ਪਾਪ ਬਦਲੇ ਇਕੱਤਰ ਕੀਤੇ ਹੋਏ ਜੁਰਮਾਨੇ ਦਾ ਧੰਨ ਗ੍ਰਹਿਣ ਨਹੀਂ ਕਰਦਾ, ਉਸ ਦੇਸ਼ ਦੇ ਮਨੁੱਖ ਰਿਸ਼ਟ-ਪੁਸ਼ਟ ਅਤੇ ਲੰਬੀ ਆਰਜਾ ਵਾਲੇ ਹੁੰਦੇ ਹਨ।

(247) ਪਾਪੀਆਂ ਦਾ ਧੰਨ ਨਾ ਗ੍ਰਹਿਣ ਕਰਨ ਕਾਰਣ, ਰਾਜੇ ਦੇ ਦੇਸ਼ ਵਿੱਚ ਖੇਤੀ ਕਰਨ ਵਾਲੇ ਵੈਸ਼ ਲੋਕਾਂ ਦੀ ਫਸਲ ਵਧੀਆ ਹੁੰਦੀ ਹੈ, ਜੰਮਦੇ ਬੱਚਿਆਂ ਦੀ ਮੌਤ ਨਹੀਂ ਹੁੰਦੀ ਅਤੇ ਅੰਗਹੀਣ ਭੀ ਨਹੀਂ ਜੰਮਦੇ।

(248) ਜੇ ਕੋਈ ਸ਼ੂਦਰ, ਬ੍ਰਾਹਮਣ ਨੂੰ ਜਾਣ ਬੁੱਝ ਕੇ ਸ਼ਰੀਰਕ ਕਸ਼ਟ ਦੇਵੇ ਤਾਂ ਰਾਜਾ ਉਸ ਸ਼ੂਦਰ ਨੂੰ ਵੱਖ ਵੱਖ ਤਰੀਕਿਆਂ ਨਾਲ ਵੱਧ ਤੋਂ ਵੱਧ, ਤੜਫਾ ਤੜਫਾ ਕੇ ਮਾਰਨ ਵਾਲੇ ਸ਼ਰੀਰਕ ਦੰਡ ਦੇਵੇ ਜਿਵੇਂ ਨਹੁੰ ਖਿੱਚਣੇ, ਢਿੱਡ ਵਿੱਚ ਛੁਰੇ ਖੋਭਣੇ ਆਦਿ ਜਾਂ ਕੁੱਟ ਕੁੱਟ ਕੇ ਮਾਰ ਦੇਵੇ।

(249) ਪਰ ਸ਼ਾਸਤ੍ਰਾਂ ਦਾ ਇਹ ਭੀ ਮੰਨਣਾ ਹੈ ਕਿ ਇੱਕ ਨਿਰਦੋਸ਼ ਮਨੁੱਖ ਨੂੰ ਜਾਨੋ ਮਾਰਣ ਨਾਲ, ਜਿਤਨਾਂ ਪਾਪ ਰਾਜੇ ਨੂੰ ਲਗਦਾ ਹੈ, ਉਤਨਾ ਹੀ ਇੱਕ ਅਪਰਾਧੀ ਨੂੰ ਸਜ਼ਾ ਨਾ ਦੇਣ ਦਾ (ਮੁਆਫ ਕਰਨ ਦਾ) ਲਗਦਾ ਹੈ। ਇਸ ਲਈ ਅਪਰਾਧੀ ਨੂੰ ਦੰਡ ਦੇਣਾ ਹੀ ਰਾਜੇ ਦਾ ਧਰਮ ਹੈ।

(250) ਇਸ ਤਰਾਂ, ਦੋ ਧਿਰਾਂ ਵਿਚਾਲੇ ਅਠਾਰਾਂ ਤਰਾਂ ਦੇ ਦੋਸ਼ (ਉੱਪਰ ਦੱਸੇ ਮਸਲੇ) ਅਤੇ ਉਨ੍ਹਾਂ ਦਾ ਨਿਰਣਾ ਕਰਕੇ ਦੰਡ ਲਾਉਣ ਦੇ ਨਿਯਮ, ਵਿਸਥਾਰ ਨਾਲ ਦੱਸ ਦਿੱਤੇ ਗਏ ਹਨ।

(251) ਉਪਰੋਕਿਤ ਦੱਸੀ ਵਿਧੀ ਮੁਤਾਬਿਕ ਰਾਜ ਪ੍ਰਬੰਧ ਕਰਕੇ, ਰਾਜਾ ਆਪਣੇ ਧਰਮ ਦੇ ਫਰਜ਼ਾਂ ਦੀ ਪਾਲਣਾ ਕਰਦਾ ਹੋਇਆ, ਦੂਸਰੇ ਦੇਸ਼ਾਂ ਉੱਪਰ ਜਿੱਤ ਪ੍ਰਾਪਤ ਕਰਕੇ ਮਹਾਨ ਰਾਜਾ ਬਣਨ ਦੀ ਕਾਮਨਾ ਕਰੇ ਅਤੇ ਆਪਣੇ ਦੇਸ਼ ਦੀ ਪਰਜਾ ਦਾ ਪਾਲਣ ਕਰੇ।

(252) ਧਰਮ ਸ਼ਾਸਤ੍ਰਾਂ ਦੀ ਮਰਿਯਾਦਾ ਮੁਤਾਬਕ, ਚੰਗਾ ਰਾਜ ਪ੍ਰਬੰਧ ਕਰਨ ਦੇ ਨਾਲ ਨਾਲ, ਰਾਜਾ ਵਧੀਆ ਕਿਲਿਆਂ ਦੀ ਉਸਾਰੀ ਕਰੇ।ਆਪਣੀ ਪਰਜਾ ਨੂੰ, ਰਸਤੇ ਦੇ ਕੰਡਿਆਂ ਵਾਂਗ ਚੁੱਭਣ ਵਾਲੇ ਅਪਰਾਧੀਆਂ ਅਤੇ ਭੈੜੇ ਲੋਕਾਂ ਤੋਂ ਬਚਾ ਕੇ ਰੱਖਣ ਲਈ ਯਤਨਸ਼ੀਲ ਰਹੇ।

(253) ਜੋ ਪਰਜਾ ਪਾਲਕ ਰਾਜਾ, ਸਦਾਚਾਰੀ ਅਤੇ ਸਤਿ ਪੁਰਸ਼ਾਂ ਦੀ ਰੱਖਿਆ ਕਰਦਾ ਹੈ ਅਤੇ, ਦੁਰਾਚਾਰੀ ਲੋਕਾਂ ਨੂੰ ਸਜ਼ਾ ਦਿੰਦਾ ਹੈ, ਉਹ ਸਵ੍ਰਗ ਦੀ ਪ੍ਰਾਪਤੀ ਕਰਦਾ ਹੈ।

(254) ਜੋ ਰਾਜਾ, ਚੋਰਾਂ ਅਤੇ ਦੁਸ਼ਟਾਂ ਨੂੰ ਦੰਡ ਨਾ ਦੇਵੇ, ਦੇਸ਼ ਦੀ ਪੂਰੀ ਤਰਾਂ ਰੱਖਿਆ ਨਾ ਕਰਦਾ ਹੋਵੇ, ਪਰ ਪਰਜਾ ਤੋਂ ਕਰ (ਟੈਕਸ) ਦਾ ਪੂਰਾ ਹਿੱਸਾ ਲਈ ਜਾਵੇ, ਉਸਦੀ ਪਰਜਾ ਦੁਖੀ ਹੋ ਕੇ ਉਸਦੇ ਖਿਲਾਫ਼ ਬਗਾਵਤ ਕਰ ਦਿੰਦੀ ਹੈ ਅਤੇ ਸਵ੍ਰਗ ਦੇ ਸੁੱਖ ਤੋਂ ਭੀ ਹੀਣਾਂ ਹੋ ਜਾਂਦਾ ਹੈ।

(255) ਜਿਸ ਰਾਜੇ ਦੇ ਬਾਹੂਬਲ ਅਤੇ ਅਨੁਸਾਸ਼ਨ ਕਾਰਨ, ਉਸਦਾ ਰਾਜ ਭਾਗ ਅਤੇ ਪਰਜਾ ਸੁਰੱਖਿਅਤ ਹੋਵੇ, ਉਹ ਰਾਜ ਉਸ ਦਰਖਤ ਵਾਂਗ ਵਧਦਾ ਫੁੱਲਦਾ ਹੈ, ਜਿਸਨੂੰ ਚੰਗੀ ਤਰਾਂ ਪਾਣੀ ਨਾਲ ਸਿੰਜਿਆ ਗਿਆ ਹੋਵੇ।

(256) ਆਪਣੀਆਂ ਗੁਪਤ ਅੱਖਾਂ (ਸੂਹੀਆਂ ਦੁਆਰਾ) ਨਾਲ ਚਾਰੇ ਪਾਸੇ ਨਿਗ੍ਹਾ ਰੱਖਣ ਵਾਲਾ ਰਾਜਾ, ਦੋਹਾਂ ਤਰਾਂ ਦੇ ਚੋਰਾਂ ਦੀ ਜਾਣਕਾਰੀ ਰੱਖੇ, ਜੋ ਪਰਜਾ ਨੂੰ ਸ਼ਰੇਆਮ ਜਾਂ ਲੁਕ ਛਿਪ ਕੇ ਲੁੱਟਦੇ ਹੋਣ।

(257) ਦੋ ਤਰਾਂ ਦੇ ਚੋਰ ਇਸ ਤਰਾਂ ਕਹੇ ਗਏ ਹਨ। ਪਰਗਟ ਚੋਰ- ਝੂਠ ਬੋਲ ਕੇ ਲੋਕਾਂ ਨੂੰ ਲੁੱਟਣ ਵਾਲੇ ਵਪਾਰੀ ਅਤੇ ਦੁਕਾਨਦਾਰ ਲੋਕ ਜੋ ਦੇਖਦੇ ਦੇਖਦੇ ਹੇਰਾ ਫੇਰੀ ਅਤੇ ਠੱਗੀ ਨਾਲ ਸਮਾਨ ਵੇਚ ਕੇ ਨਿਰਬਾਹ ਕਰਦੇ ਹਨ, ਜਿਵੇਂ ਘੱਟ ਮਾਪਣਾ-ਤੋਲਣਾ, ਚੋਰੀ ਦਾ ਮਾਲ ਅੱਗੇ ਵੇਚਣਾ, ਵਾਧੂ ਮੁੱਲ ਲੈਣਾ ਆਦਿ। ਦੂਸਰੇ- ਲੁਕ ਛਿਪ ਕੇ ਰਾਹਗੀਰਾਂ ਨੂੰ ਲੁੱਟਣ ਵਾਲੇ, ਜਿਵੇਂ ਪੱਤੇਬਾਜ (ਠੱਗ), ਚੋਰ, ਡਾਕੂ, ਜੰਗਲ ਵਿੱਚ ਛਿਪੇ ਲੁਟੇਰੇ, ਆਦਿ।

(258) ਇਸ ਤਰਾਂ ਦੇ ਹੋਰ ਵੀ ਕਈ ਤਰਾਂ ਦੇ ਅਪਰਾਧੀ ਵੀ ਗਿਣੇ ਜਾਂਦੇ ਹਨ, ਜਿਵੇਂ ਰਿਸ਼ਵਤਖੋਰ, ਪਰਜਾ ਨੂੰ ਗੁਮਰਾਹ ਕਰਨ ਵਾਲੇ, ਡਰਾ ਧਮਕਾ ਕੇ ਧੰਨ ਲੁੱਟਣ ਵਾਲੇ, ਧੋਖਾ ਕਰਨ ਵਾਲੇ ਮਿਲਾਵਟਖੋਰ (ਸੁਨਿਆਰ, ਦੋਧੀ, ਆਦਿ), ਜੁਆਰੀਏ, ਸਾਧੂ ਭੇਸ ਵਿੱਚ ਪਖੰਡੀ ਅਤੇ ਬਹਿਰੂਪੀਏ, ਹੱਥ ਰੇਖਾ ਦੇਖ ਕੇ ਜਾਂ ਜੋਤਿਸ਼ ਲਾ ਕੇ ਮੁਸ਼ਕਿਲਾਂ ਦਾ ਹੱਲ ਕਰਨ ਵਾਲੇ ਪੱਤਰੀਵਾਚ ਆਦਿ।

(259) ਵੱਡੇ ਰੁਤਬੇ ਵਾਲੇ ਕਪਟੀ ਲੋਕ (ਰਾਜ ਕਰਮਚਾਰੀ, ਮੰਤ੍ਰੀ ਆਦਿ), ਹਾਥੀਆਂ ਦੀ ਤਿਜਾਰਤ ਕਰਨ ਵਾਲੇ, ਲੋਟੂ ਵੈਦ (ਚਕਿਤਸਕ), ਸ਼ਿਲਪਕਾਰ-ਦਸਤਕਾਰ (ਕੰਮਚੋਰ ਮਿਸਤਰੀ ਆਦਿ), ਕਪਟੀ ਕਰਮਚਾਰੀ (ਵੱਢੀ ਲੈਣ ਵਾਲੇ), ਕਿਸੇ ਖਾਸ ਕਲਾ ਵਿੱਚ ਨਿਪੁੰਨ ਲੋਕ ਜੋ ਵਲ਼ ਛਲ ਕਰਕੇ ਲੁੱਟਦੇ ਹੋਣ, ਠਗਣ ਵਾਲੀਆਂ ਚੰਚਲ ਵੇਸਵਾ ਔਰਤਾਂ ਆਦਿ, ਸਭ ਰਾਜੇ ਦੀ ਪਰਜਾ ਲਈ ਪੈਰਾਂ ਹੇਠ ਚੁੱਭਣ ਵਾਲੇ ਕੰਡਿਆਂ ਵਾਂਗ (ਪਰਗਟ ਚੋਰ) ਹਨ।

(260) ਕੁਝ ਹੋਰ ਧੋਖੇਬਾਜ਼ ਅਤੇ ਬਹਿਰੂਪੀਏ ਲੋਕ (ਵਲ-ਛਲ ਕਰਨ ਵਾਲੇ, ਜੋ ਦਿੱਖ ਤੋਂ ਭੋਲ਼ੇ ਭਾਲ਼ੇ (ਚੰਗੇ ਸੰਸਕਾਰਾਂ ਵਾਲੇ) ਲਗਦੇ ਹੋਣ, ਪਰ ਕਰਤੂਤਾਂ ਕਰਕੇ ਅਸਲੋਂ ਨੀਚ ਪੁਰਸ਼ ਹੋਣ। ਐਸੇ ਲੋਕ ਰਾਜੇ ਦੀਆਂ ਨਜ਼ਰਾਂ ਵਿੱਚ ਚੋਰਾਂ ਦੀ ਨਿਆਈਂ ਹੀ ਜਾਣੇ ਜਾਂਦੇ ਚਾਹੀਦੇ ਹਨ।

(261) ਰਾਜਾ, ਉਨ੍ਹਾਂ ਦੀਆਂ ਚਾਲਾਂ ਦਾ ਭੇਤ ਪਾਉਣ ਲਈ, ਗੁਪਤ ਥਾਵਾਂ ਤੇ ਆਪਣੇ ਭਰੋਸੇਯੋਗ ਅਤੇ ਸੋਹਣੀ ਦਿੱਖ ਵਾਲੇ ਸੂਹੀਆਂ ਨੂੰ ਨਿਯੁਕਤ ਕਰੇ, ਜੋ ਉਨ੍ਹਾਂ ਦੇ ਭੇਸ ਵਿਚ ਘੁਸਪੈਠ ਕਰਕੇ, ਸਾਰੀ ਜਾਣਕਾਰੀ ਪ੍ਰਾਪਤ ਕਰ ਸਕਣ।ਪਕੜੇ ਜਾਣ ਤੇ ਐਸੇ ਪਖੰਡੀ, ਦੰਭੀ ਅਤੇ ਧੋਖੇਬਾਜ ਲੋਕਾਂ ਨੂੰ ਤਰਾਂ ਤਰਾਂ ਦੇ ਕਸ਼ਟ ਦੇ ਕੇ ਉਨ੍ਹਾਂ ਦਾ ਸਫਾਇਆ ਕਰੇ।

(262) ਰਾਜੇ ਨੂੰ ਚਾਹੀਦਾ ਹੈ ਕਿ, ਉਨ੍ਹਾਂ ਦੇ 'ਜ਼ਾਹਰ' ਅਤੇ 'ਲੁਕ ਛਿਪ' ਕੇ ਕੀਤੇ ਅਪਰਾਧਾਂ ਬਾਰੇ ਪਰਜਾ ਨੂੰ ਬਾਰ ਬਾਰ ਜਾਣੂੰ ਕਰਵਾਏ ਅਤੇ ਉਨ੍ਹਾਂ ਦੇ ਦੋਸ਼ਾਂ ਦੀ ਬਣਦੀ ਸਜ਼ਾ ਦੇਣ ਵਿੱਚ ਢਿੱਲ ਨਾ ਕਰੇ।ਕਿਉਂਕਿ--

(263) ਇਸ ਤਰਾਂ ਦੀ ਦੁਸ਼ਟਤਾ ਦਾ ਪਰਭਾਵ ਪਾਉਣ ਵਾਲੀ ਸੋਚ ਰੱਖਣ ਵਾਲੇ ਪਾਪੀ ਲੋਕ, ਜੋ ਇਸ ਧਰਤੀ ਉੱਪਰ ਲੁਕ ਛਿਪ ਕੇ ਵਿਚਰ ਰਹੇ ਹਨ, ਬਿਨਾਂ ਸਖਤ ਦੰਡ ਦਿੱਤੇ, ਉਨ੍ਹਾਂ ਉੱਪਰ ਲਗਾਮ ਨਹੀਂ ਪਾਈ ਜਾ ਸਕਦੀ।

(264) ਚੋਰਾਂ ਦੇ ਇਕੱਤਰ ਹੋਣ ਵਾਲੀਆਂ ਥਾਵਾਂ, ਜਿਵੇਂ ਜਨਤਕ ਇਕੱਠ (ਸਭਾ ਸਭਾਵਾਂ, ਸੱਥਾਂ ਅਤੇ ਮੇਲੇ ਮੰਡੀਆਂ), ਪਾਣੀ ਵਾਲੀਆਂ ਘਾਟਾਂ, ਭੋਜਨ ਲਈ ਢਾਬੇ, ਰੰਡੀ ਦਾ ਅੱਡਾ, ਸ਼ਰਾਬਖਾਨਾ (ਕਲਾਲ ਦੀ ਦੁਕਾਨ), ਕਰਿਆਨੇ ਮਨਿਆਰੀ ਦੀਆਂ ਦੁਕਾਨਾਂ ਵਾਲੇ ਚੁਰਸਤੇ, ਖਾਸ ਦਰਖਤਾਂ ਦੀਆਂ ਛਾਵਾਂ ਥੱਲੇ ਲੱਗੇ ਜੋੜ ਮੇਲੇ, ਤਮਾਸ਼ਗਾਹਾਂ, ਆਦਿ ਵਰਗੀਆਂ ਥਾਵਾਂ ਉੱਪਰ ਰਾਜੇ ਦੇ ਸਿਪਾਹੀਆਂ ਦੀ ਕਰੜੀ ਨਿਗ੍ਹਾ ਹੋਣੀ ਚਾਹੀਦੀ ਹੈ।

(265) ਪੁਰਾਣੇ ਬਾਗ ਬਗੀਚੇ, ਜੰਗਲੀ ਰਸਤੇ, ਗਹਿਣੇ ਬਨਾਉਂਣ ਅਤੇ ਕਾਰੀਗਰਾਂ ਦੀਆਂ ਦੁਕਾਨਾਂ, ਖਾਲੀ ਇਮਾਰਤਾਂ, ਕੁਦਰਤੀ ਅਤੇ ਆਪ ਲਗਾਏ ਹੋਏ ਬੂਝੇ-ਝਾੜੀਆਂ ਉੱਪਰ ਭੀ ਰਾਜੇ ਦੇ ਸਿਪਾਹੀਆਂ ਨੂੰ ਨਿਗ੍ਹਾ ਰੱਖਣੀ ਚਾਹੀਦੀ ਹੈ।

(266) ਪਰਜਾ ਦੀ ਸੁਰੱਖਿਆ ਲਈ, ਇਨ੍ਹਾਂ ਸਭ ਥਾਂਵਾ ਦੇ ਆਲ਼ੇ ਦੁਆਲ਼ੇ, ਰਾਜੇ ਦੇ ਸਿਪਾਹੀਆਂ ਦੀਆਂ ਪੱਕੀਆਂ ਚੌਂਕੀਆਂ ਅਤੇ ਘੁੰਮਦੇ ਫਿਰਦੇ ਦਸਤੇ ਤਾਇਨਾਤ ਹੋਣੇ ਜ਼ਰੂਰੀ ਹਨ, ਤਾਂ ਕੇ ਚੋਰ ਅਤੇ ਡਾਕੂਆਂ ਨੂੰ ਦੂਰ ਰੱਖਿਆ ਜਾ ਸਕੇ।

(267) ਚੋਰਾਂ ਦੀ ਨਿਸ਼ਾਨਦੇਹੀ ਕਰਨ ਵਾਲੇ (ਪੈੜ ਕੱਢਣ ਵਾਲੇ) ਅਤੇ ਚੋਰਾਂ ਦੇ ਪੁਰਾਣੇ ਮਿੱਤਰਾਂ (ਦਸ ਨੰਬਰੀਏ-ਟਾਊਟਾਂ) ਦੀ ਮੱਦਤ ਨਾਲ ਚੋਰਾਂ ਨੂੰ ਫੜਕੇ ਕਨੂੰਨ ਮੁਤਾਬਿਕ ਦੰਡ ਦੇ ਕੇ ਉਨ੍ਹਾਂ ਦਾ ਨਾਸ ਕਰਨਾ ਚਾਹੀਦਾ ਹੈ।

(268) ਰਾਜੇ ਦੇ ਸੂਹੀਏ, ਉਨ੍ਹਾਂ ਚੋਰਾਂ ਅਤੇ ਡਾਕੂਆਂ ਨਾਲ ਮਿਲ ਕੇ, ਖਾਣ ਪੀਣ ਦਾ ਲਾਲਚ ਦੇ ਕੇ ਇਕੱਠੇ ਕਰਨ, ਜਾਂ ਵੇਦ ਵਿਦਿਆ ਦੇ ਗਿਆਤਾ ਪੂਜਨੀਕ ਬ੍ਰਾਹਮਣਾਂ ਦੇ ਦਰਸ਼ਣ ਕਰਨ ਅਤੇ ਪ੍ਰਵਚਨ ਸੁਣਨ ਦੇ ਬਹਾਨੇ ਸੱਦੇ ਜਾਣ, ਜਾਂ ਕਿਸੇ ਵੀਰਤਾ ਅਤੇ ਮਨੋਰੰਜਨ ਵਾਲੇ ਇਕੱਠ ਦੇ ਬਹਾਨੇ, ਉਨ੍ਹਾਂ ਲੋਕਾਂ ਨੂੰ ਲਾਲਚ ਦੇ ਕੇ ਸੱਦਿਆ ਜਾਵੇ। ਮੌਕੇ ਤੇ ਆਏ ਚੋਰਾਂ ਨੂੰ ਸਜ਼ਾ ਦੁਆਉਣ ਲਈ, ਗਰਿਫ਼ਤਾਰ ਕਰਕੇ ਕਚਹਿਰੀਆਂ ਵਿੱਚ ਪੇਸ਼ ਕੀਤਾ ਜਾਵੇ।

(269) ਕਿਸੇ ਤਰੀਕੇ ਨਾਲ ਭੀ, ਸੂਹੀਆਂ ਦੇ ਹੱਥ ਨਾ ਅਉਣ ਅਤੇ ਉਨ੍ਹਾਂ ਦੀਆਂ ਚਾਲਾਂ ਬਾਰੇ ਉਨ੍ਹਾਂ ਦੇ ਸਾਕ ਸਬੰਧੀਆਂ ਤੋਂ ਭੀ ਪਤਾ ਨਾ ਲੱਗ ਸਕੇ, ਤਾਂ ਰਾਜਾ ਉਨ੍ਹਾਂ ਦੀਆਂ ਗਤੀ ਵਿਧੀਆਂ ਤੇ ਨਜ਼ਰ ਰਖਵਾਏ ਅਤੇ ਜਦੋਂ ਵੀ ਪਕੜੇ ਜਾਣ, ਉਨ੍ਹਾਂ ਦੇ ਪ੍ਰਵਾਰ, ਮਿਤ੍ਰਾਂ ਅਤੇ ਸਬੰਧੀਆਂ ਸਮੇਤ ਫੜਵਾ ਕੇ ਮਰਵਾ ਦੇਵੇ।

MANUSMRITI 239

(270) ਚੋਰੀ ਦਾ ਮਾਲ ਬਰਾਮਦ ਨਾ ਹੋਣ ਤੇ ਜਾਂ ਕੋਈ ਸਬੂਤ ਨਾ ਹੋਣ ਤੇ, ਰਾਜਾ ਚੋਰ ਨੂੰ ਸਰੀਰਕ ਸਜ਼ਾ ਨਾ ਦੇਵੇ। ਪਰ ਜੇ ਉਸ ਕੋਲੋਂ ਚੋਰੀ ਦਾ ਮਾਲ ਪਕੜਿਆ ਗਿਆ ਹੋਵੇ ਅਤੇ ਸਬੂਤ ਭੀ ਮਿਲ ਜਾਣ, ਉਹ ਬਿਨਾਂ ਝਿਝਕ, ਉਸ ਦੋਸ਼ ਲਈ ਨਿਸਚਿਤ ਸਜ਼ਾ (ਹੱਥ ਪੈਰ ਕੱਟਣਾ ਜਾਂ ਮੌਤ ਦੇ ਘਾਟ ਉਤਾਰਨਾ) ਦੇ ਸਕਦਾ ਹੈ।

(271) ਉਹ ਸਾਰੇ ਲੋਕ ਜੋ ਪਿੰਡਾਂ ਵਿੱਚ, ਚੋਰਾਂ ਨੂੰ ਖਾਣ ਲਈ ਭੋਜਨ, ਲੁਕਣ ਅਤੇ ਚੋਰੀ ਕੀਤਾ ਮਾਲ ਛਿਪਾਣ ਲਈ ਥਾਂ ਦੇਣ, ਰਾਜਾ ਉਨ੍ਹਾਂ ਸਭਨਾਂ ਨੂੰ ਫੜ ਕੇ ਮੌਤ ਦੇ ਘਾਟ ਉਤਾਰ ਦੇਵੇ।

(272) ਜੇ ਸੁਰੱਖਿਆ ਕਰਮਚਾਰੀ (ਪੁਲਿਸ, ਚੌਕੀਦਾਰ ਆਦਿ) ਅਤੇ ਚੋਰਾਂ ਤੋਂ ਪਰਜਾ ਦੇ ਰਾਖੀ ਕਰਨ ਲਈ ਭਰਤੀ ਕੀਤੇ ਲੋਕ, ਲੁੱਟ ਮਾਰ ਕਰਨ ਆਏ ਚੋਰਾਂ ਜਾਂ ਧਾੜਵੀਆਂ ਨਾਲ ਰਲ਼ੇ ਹੋਏ ਹੋਣ, ਤਾਂ ਪਕੜੇ ਜਾਣ ਤੇ, ਰਾਜਾ ਉਨ੍ਹਾਂ ਨੂੰ ਭੀ ਚੋਰਾਂ ਵਾਲੀ ਨਿਸਚਤ ਸਜ਼ਾ ਦੇਵੇ।

(273) ਇੱਥੋਂ ਤੱਕ ਕਿ ਧਾਰਮਿਕ ਸੇਵਾਵਾਂ (ਪਾਠ ਪੂਜਾ ਆਦਿ) ਨਿਭਾ ਕੇ ਗੁਜ਼ਾਰਾ ਕਰਨ ਵਾਲੇ ਬ੍ਰਾਹਮਣ ਲੋਕ, ਜੇ ਆਪਣੇ ਧਰਮ ਤੋਂ ਭ੍ਰਿਸ਼ਟ ਹੋ ਕੇ ਆਪਣੇ ਫ਼ਰਜ਼ਾਂ ਦੀ ਪੂਰਤੀ ਨਾ ਕਰਨ, ਤਾਂ ਰਾਜਾ ਉਨ੍ਹਾਂ ਨੂੰ ਭੀ ਨਿਸਚਤ ਦੰਡ ਲਾ ਕੇ ਤਾੜਨਾ ਕਰੇ।

***ਨੋਟ:**- ਬ੍ਰਾਹਮਣ ਵਾਸਤੇ ਇਹ ਕਥਨ, ਪਹਿਲਾਂ ਆਏ ਪ੍ਰਸੰਗਾਂ ਨਾਲੋਂ ਉਲਟ ਹੈ। ਬ੍ਰਾਹਮਣ ਨੂੰ ਇਸ ਤਰਾਂ ਦੀ ਸਜ਼ਾ ਦਾ ਕੋਈ ਜ਼ਿਕਰ ਨਹੀਂ ਮਿਲਦਾ।*

(274) ਜਿਸ ਸਮੇਂ, ਪਿੰਡ ਵਿਚ ਡਾਕਾ ਪੈਣ ਕਾਰਨ ਹਫੜਾ ਦਫੜੀ ਮਚੀ ਹੋਈ ਹੋਵੇ, ਕਿਸੇ ਨਹਿਰ ਦਾ ਬੰਨ੍ਹ ਜਾਂ ਪੁਲ ਟੁੱਟ ਜਾਵੇ, ਜਾਂ ਰਸਤੇ ਵਿੱਚ ਚੋਰ ਕਿਸੇ ਦੀ ਲੁੱਟ ਮਾਰ ਕਰ ਰਹੇ ਹੋਣ ਅਤੇ ਕਿਸੇ ਦਾ ਵੱਢ ਵਢਾਂਗਾ ਹੋ ਰਿਹਾ ਹੋਵੇ, ਉਸ ਸਮੇਂ ਦੇਖ ਰਹੇ ਲੋਕਾਂ ਵਲੋਂ, ਪੀੜਤ ਦੀ ਮੱਦਦ ਨਾ ਕਰਨ ਵਾਲੇ ਲੋਕਾਂ ਦਾ ਸਭ ਕੁਝ ਖੋਹ੍ਹ ਕੇ ਰਾਜ ਵਿੱਚੋਂ ਬਾਹਰ ਕੱਢ ਦਿੱਤਾ ਜਾਵੇ।

(275) ਰਾਜੇ ਦੇ ਖਜ਼ਾਨੇ ਵਿੱਚੋਂ ਚੋਰੀ ਕਰਨ ਵਾਲੇ ਅਤੇ ਰਾਜੇ ਦੀ ਹੁਕਮਾਂ ਦੇ ਉਲਟ ਚੱਲਣ ਵਾਲਿਆਂ ਨੂੰ ਉਹੀ ਸ਼ਰੀਰਕ ਦੰਡ (ਹੱਥ ਪੈਰ ਅਦਿ ਕੱਟਣ ਵਾਲਾ) ਦਿੱਤਾ ਜਾਵੇ ਜੋ ਦੁਸ਼ਮਣ ਨਾਲ ਮਿਲਕੇ ਰਾਜੇ ਦੇ ਭੇਤ ਦੱਸਣ ਵਾਲਿਆਂ ਨੂੰ ਦਿੱਤਾ ਜਾਂਦਾ ਹੈ।

(276) ਜੋ ਚੋਰ, ਰਾਤ ਨੂੰ ਘਰਾਂ ਵਿੱਚ ਸੰਨ੍ਹ ਲਾ ਕੇ ਚੋਰੀ ਕਰਦੇ ਪਕੜੇ ਜਾਣ, ਰਾਜਾ ਉਨ੍ਹਾਂ ਦੇ ਹੱਥ ਪੈਰ ਕਟਵਾ ਕੇ ਸੂਲੀ ਉੱਪਰ ਟੰਗੇ ਜਾਣ ਦੀ ਸਜ਼ਾ ਲਾਵੇ।

(277) ਪਹਿਲੀ ਵਾਰ ਕਿਸੇ ਦਾ ਧੰਨ ਚੋਰੀ ਕਰਨ ਦਾ ਦੋਸ਼ ਸਾਬਤ ਹੋ ਜਾਵੇ, ਤਾਂ ਚੋਰ ਦੀਆਂ ਦੋ ਉਂਗਲਾਂ ਕੱਟ ਦੇਣ ਦੀ ਸਜ਼ਾ, ਦੂਸਰੀ ਵਾਰ ਦੋਸ਼ੀ ਸਾਬਤ ਹੋਣ ਤੇ ਇੱਕ ਹੱਥ ਤੇ ਇੱਕ ਪੈਰ ਕੱਟ ਦੇਣ ਦੀ ਸਜ਼ਾ, ਤੀਸਰੀ ਵਾਰ ਦੋਸ਼ੀ ਸਾਬਤ ਹੋਣ ਤੇ, ਸੂਲੀ ਉੱਪਰ ਟੰਗੇ ਜਾਣ ਵਾਲੀ ਮੌਤ ਦੀ ਸਜ਼ਾ ਸੁਣਾਈ ਜਾਵੇ।

(278) ਚੋਰਾਂ ਨੂੰ ਭੋਜਨ, ਹਥਿਆਰ, ਸ਼ਰਨ ਦੇਣ ਵਾਲਾ ਅਤੇ ਉਸਦੀ ਚੋਰੀ ਦਾ ਮਾਲ ਸਾਂਭਣ ਵਾਲੇ ਲੋਕਾਂ ਨੂੰ, ਪਕੜੇ ਜਾਣ ਤੇ ਉਹੀ ਸਜ਼ਾ ਦੇਵੇ ਜੋ ਚੋਰਾਂ ਲਈ ਨਿਯਮਤ ਹੈ।

(279) ਜੇ ਕੋਈ ਮਨੁੱਖ, ਪਰਜਾ ਲਈ ਬਣੇ ਪੀਣ ਵਾਲੇ ਪਾਣੀ ਦਾ ਸੋਮਾ, ਜਿਵੇਂ- ਖੂਹ, ਤਲਾਬ, ਨਹਿਰ, ਜਾਂ ਪਸ਼ੂਆਂ ਦੇ ਪਾਣੀ ਪੀਣ ਵਾਲੀ ਘਾਟ ਦਾ ਨੁਕਸਾਨ ਕਰਦਾ ਪਕੜਿਆ ਜਾਵੇ, ਤਾਂ ਉਸਨੂੰ ਪਾਣੀ ਵਿੱਚ ਡਬੋ ਕੇ ਮਾਰ ਦਿੱਤਾ ਜਾਵੇ ਜਾਂ ਉਸਦੀ ਮੁਰੰਮਤ ਕਰਵਾਉਣ ਦੇ ਨਾਲ ਨਾਲ ਇੱਕ ਹਜ਼ਾਰ ਪਣ (ਉੱਤਮ ਸਾਹਸ) ਦਾ ਦੰਡ ਭਰੇ।

(280) ਰਾਜੇ ਦਾ ਅੰਨ ਭੰਡਾਰ, ਅਸਲਾਖਾਨਾ, ਹਾਥੀ, ਘੋੜੇ, ਬੱਘੀਆਂ ਜਾਂ ਕਿਸੇ ਮੰਦਰ ਦਾ ਧੰਨ ਚੋਰੀ ਕਰਦੇ ਪਕੜੇ ਜਾਣ ਵਾਲੇ ਚੋਰਾਂ ਨੂੰ, ਰਾਜਾ ਬਿਨਾਂ ਸੋਚੇ ਕਤਲ ਕਰਵਾ ਦੇਵੇ।

(281) ਜੋ ਮਨੁੱਖ, ਪਿੰਡ ਦੇ ਕੁਦਰਤੀ ਤੌਰ ਤੇ ਵਗਦੇ ਪਾਣੀ ਨੂੰ ਖਰਾਬ ਕਰੇ, ਚਸ਼ਮਾਂ ਜਾਂ ਪੁਰਾਤਨ ਬਣੇ ਹੋਏ ਤਲਾਬ ਆਦਿ ਤੇ ਆਪਣਾ ਕਬਜ਼ਾ ਕਰੇ ਅਤੇ ਵਗਦੇ ਪਾਣੀ ਦਾ ਨੱਕਾ ਤੋੜੇ, ਤਾਂ ਪਕੜੇ ਜਾਣ ਤੇ ਪਹਿਲੇ ਦਰਜੇ (ਪ੍ਰਥਮ ਸਾਹਸ-150 ਪਣ) ਦਾ ਦੰਡ ਲਾਇਆ ਜਾਵੇ।

(282) ਅੱਤ ਦੀ ਮਜ਼ਬੂਰੀ ਵਾਲੀ ਹਾਲਤ ਨੂੰ ਛੱਡ ਕੇ, ਜੇ ਕੋਈ ਰਾਜ ਮਾਰਗ (ਰਾਜੇ ਦੇ ਮਹਿਲਾਂ ਨੂੰ ਜਾਂਦੀ ਸੜਕ) ਉੱਪਰ ਗੰਦ ਸੁੱਟਦਾ ਪਕੜਿਆ ਜਾਵੇ, ਉਸਨੂੰ ਦੋ ਰੱਤੀ ਸੋਨਾ ਜੁਰਮਾਨਾ ਕੀਤਾ ਜਾਵੇ ਅਤੇ ਉਸੇ ਤੋਂ ਸਫ਼ਾਈ ਕਰਾਈ ਜਾਵੇ।

(283) ਰੋਗੀ, ਬੱਚਾ, ਬੁੱਢਾ, ਗਰਭਵਤੀ ਇਸਤਰੀ ਨੂੰ ਛੱਡ ਕੇ, ਮਲ ਮੂਤਰ ਕਰਦਾ ਪਕੜੇ ਜਾਣ ਵਾਲੇ ਨੂੰ ਦੰਡ ਲਾਉਣ ਦੀ ਥਾਂ, ਕੇਵਲ ਝਿੜਕਿਆ ਜਾਵੇ। ਉਸਤੋਂ ਤੋਂ ਸਫ਼ਾਈ ਕਰਵਾ ਕੇ ਅੱਗੇ ਤੋਂ ਐਸਾ ਨਾ ਕਰਨ ਲਈ ਤਾੜਨਾ ਕੀਤੀ ਜਾਵੇ।

(284) ਵੇਦਿਕ ਗਿਆਨ ਤੋਂ ਸੱਖਣੇ ਲੋਕ (ਨੀਮ ਹਕੀਮ), ਜੋ ਮਰੀਜ਼ਾਂ ਦਾ ਗਲਤ ਇਲਾਜ਼ ਕਰਦੇ ਪਕੜੇ ਜਾਣ, ਉਨ੍ਹਾਂ ਨੂੰ ਮੱਧਮ ਸਾਹਸ (500 ਪਣ) ਦਾ ਜੁਰਮਾਨਾ ਕੀਤਾ ਜਾਵੇ। ਪਸ਼ੂਆਂ ਦੇ ਇਲਾਜ਼ ਦੀ ਸਥਿਤੀ ਵਿੱਚ ਘੱਟ ਤੋਂ ਘੱਟ ਪ੍ਰਥਮ ਸਾਹਸ (150 ਪਣ) ਦਾ ਜੁਰਮਾਨਾ ਕੀਤਾ ਜਾਵ੍ੇ

(285) ਪੁਲਾਂ ਦਾ ਨੁਕਸਾਨ ਕਰਨ ਵਾਲਾ ਅਤੇ ਜਲ ਵਿੱਚ ਉਤਰਨੇ ਵਾਲੀਆਂ ਪੌੜੀਆਂ (ਬੌਲੀਆਂ) ਦਾ, ਮੰਦਰ ਦੀਆਂ ਮੂਰਤੀਆਂ ਜਾਂ ਰਾਜੇ ਦੇ ਸਰਕਾਰੀ ਮਹਿਲ ਦੇ ਝੰਡੇ ਦਾ ਨੁਕਸਾਨ ਕਰਨ ਵਾਲੇ ਮਨੁੱਖ ਨੂੰ, ਪੰਜ ਸੌ ਪਣਾ ਜੁਰਮਾਨਾ ਕੀਤਾ ਜਾਵੇ ਅਤੇ ਉਨ੍ਹਾਂ ਦੀ ਮੁਰੰਮਤ ਕਰਵਾਈ ਜਾਵੇ।

(286) ਸ਼ੁੱਧ ਵਸਤੂਆਂ ਅਤੇ ਧਾਂਤਾਂ (ਦੁੱਧ, ਤੇਲ, ਅਰਕ, ਅਤੇ ਸੋਨਾ ਚਾਂਦੀ ਤਾਂਬਾ ਆਦਿ) ਵਿੱਚ ਮਿਲਾਵਟ ਕਰਨ ਵਾਲਿਆਂ ਨੂੰ, ਕੀਮਤੀ ਹੀਰਿਆਂ ਅਤੇ ਨਗਾਂ ਦੀ ਗਲਤ ਕਟਾਈ ਕਰਕੇ ਹੇਰਾ ਫੇਰੀ ਕਰਨ ਵਾਲਿਆਂ ਨੂੰ ਘੱਟੋ ਘੱਟ 150 ਪਣ ਜੁਰਮਾਨਾ ਕੀਤਾ ਜਾਵੇ।

(287) ਜੋ ਬਾਣੀਆਂ, ਭੋਲੇ ਭਾਲੇ ਗਾਹਕਾਂ ਨਾਲ ਹੇਰਾ ਫੇਰੀ ਕਰਦਾ ਹੈ, ਅਸਲ ਦੀ ਥਾਂ ਨਕਲੀ ਸਮਾਨ ਵੇਚਦਾ ਹੈ, ਵੱਖੋ ਵੱਖ ਗਾਹਕਾਂ ਤੋਂ ਉਸੇ ਵਸਤੂ ਦਾ ਵੱਖ ਵੱਖ ਮੁਲ ਮੰਗਦਾ ਹੈ, ਪਕੜੇ ਜਾਣ ਤੇ ਉਸਨੂੰ ਪਹਿਲੇ ਜਾਂ ਮੱਧਮ ਸਾਹਸ ਦਾ ਦੰਡ (150 ਤੋਂ 500 ਪਣਾ) ਲਾਇਆ ਜਾਵੇ।

(288) ਰਾਜਾ, ਕੈਦੀਆਂ ਦੇ ਸਾਰੇ ਬੰਦੀ ਖਾਨੇ (ਜੇਲਾਂ ਅਤੇ ਹਵਾਲਾਤ ਆਦਿ), ਆਮ ਲਾਂਘਿਆਂ ਅਤੇ ਚੁਰਸਤਿਆਂ ਉੱਪਰ ਬਣਵਾਏ, ਜਿੱਥੋਂ ਮੰਦੀ ਹਾਲਤ ਵਾਲੇ ਅਤੇ ਆਪਣੇ ਜੁਰਮ ਦਾ ਦੁੱਖ ਭੋਗ ਰਹੇ ਕੈਦੀ, ਪਰਜਾ ਨੂੰ ਦੂਰੋਂ ਦਿਸਦੇ ਹੋਣ ਅਤੇ ਦੇਖ ਕੇ ਕੋਈ ਭੀ ਮਨੁੱਖ, ਕੋਈ ਗੁਨਾਹ ਕਰਨ ਬਾਰੇ ਨਾ ਸੋਚੇ।

(289) ਜੇ ਕੋਈ ਮਨੁੱਖ, ਕਿਲੇ ਦੀਆਂ ਕੰਧਾਂ (ਚਾਰ ਦਿਵਾਰੀ) ਜਾਂ ਆਲੇ ਦੁਆਲੇ ਪੁੱਟੀਆਂ ਖਾਈਆਂ ਤੋੜ ਕੇ ਨੁਕਸਾਨ ਪਹੁੰਚਾਵੇ ਜਾਂ ਭਰਨ ਦੀ ਕੋਸ਼ਿਸ਼ ਕਰਦਾ ਪਕੜਿਆ ਜਾਵੇ, ਉਸਨੂੰ ਉਸੇ ਵਕਤ ਨਸ਼ਟ (ਮਾਰ) ਕਰ ਦਿੱਤਾ ਜਾਵੇ।

(290) ਰਾਜੇ ਦੇ ਦੁਸ਼ਮਣਾਂ ਦਾ, ਜਾਨੀ ਮਾਲੀ ਨੁਕਸਾਨ ਕਰਨ ਲਈ ਨਿਯੁਕਤ ਕੀਤੇ ਹੋਏ ਤਾਂਤਰਿਕ ਲੋਕਾਂ ਵਲੋਂ ਸਭ ਤਰਾਂ ਦੇ ਉਪਾਅ (ਜਾਦੂ, ਟੂਣੇ, ਮੰਤ੍ਰ ਆਦਿ) ਕਰਨ ਤੇ ਵੀ, ਜੇ ਦੁਸ਼ਮਣ ਦਾ ਕੁਝ ਨਾ ਵਿਗੜੇ ਜਾਂ ਵਸ ਵਿੱਚ ਨਾ ਆਵੇ ਤਾਂ ਰਾਜਾ ਉਨ੍ਹਾਂ ਤਾਂਤਰਿਕਾਂ ਨੂੰ ਘੱਟੋ ਘੱਟ 100 ਪਣ ਜੁਰਮਾਨਾ ਕਰੇ।

(291) ਫਸਲਾਂ ਦੇ ਮਰੁੰਡ ਬੀਜ (ਕੋੜਕੂ-ਨਿਰਜੀਵ ਬੀਜ) ਵੇਚਣ ਵਾਲੇ ਜਾਂ ਅੱਛੇ ਬੀਜ ਨੂੰ ਮਰੁੰਡ ਬੀਜਾਂ ਵਿਚ ਮਿਲਾ ਕੇ ਵੇਚਣ ਵਾਲੇ ਨੂੰ, ਦੂਸਰੇ ਦੀ ਖੇਤੀ ਦਾ ਬੰਨਾ ਵੱਢਣ ਵਾਲੇ ਨੂੰ, ਅਤੇ ਪਿੰਡ ਦੀ ਸੀਮਾਂ ਵਿੱਚ ਅਦਲਾ ਬਦਲੀ ਕਰਨ ਵਾਲੇ ਲੋਕਾਂ ਨੂੰ, ਰਾਜਾ ਅੰਗਹੀਣ ਕਰਨ ਵਾਲਾ ਦੰਡ ਦੇ ਸਕਦਾ ਹੈ।

ਨੋਟ :- ਇਹ, ਪਹਿਲਾਂ ਆ ਚੁੱਕੇ ਨਿਯਮਾਂ ਦਾ ਹੀ ਥੋੜਾ ਹੋਰ ਵਿਸਥਾਰ ਹੈ।

(292) ਲੋਕਾਂ ਨੂੰ ਲੁੱਟਣ ਵਾਲਾ, ਸਭ ਠੱਗਾਂ ਤੋਂ ਖਤਰਨਾਕ ਠੱਗ ਸੁਨਿਆਰਾ, ਜੇ ਬੇਈਮਾਨੀ ਕਰਦਾ ਪਕੜਿਆ ਜਾਵੇ ਤਾਂ ਛੁਰੀਆਂ ਨਾਲ ਉਸਦੀਆਂ ਉਂਗਲਾਂ ਦੇ ਸਾਰੇ 'ਪੋਟੇ' ਥੋੜੇ ਥੋੜੇ ਕੱਟ ਦਿੱਤੇ ਜਾਣ ਦਾ

ਦੰਡ ਦਿੱਤਾ ਜਾਵੇ।

(293) ਖੇਤੀ ਦੇ ਸੰਦਾਂ ਦੀ ਚੋਰੀ, ਹਥਿਆਰਾਂ ਦੀ ਚੋਰੀ, ਦਵਾ ਦਾਰੂ ਦੀ ਚੋਰੀ, ਕਰਨ ਵਾਲੇ ਨੂੰ ਪਕੜੇ ਜਾਣ ਤੇ, ਉਨ੍ਹਾਂ ਵਸਤੂਆਂ ਦੀ ਵਰਤੋਂ ਅਤੇ ਚੋਰੀ ਹੋਣ ਤੇ, ਰਾਜਾ ਜ਼ੁਰਮ ਦੀ ਗੰਭੀਰਤਾ ਨੂੰ ਧਿਆਨ ਵਿੱਚ ਰੱਖ ਕੇ ਸਜ਼ਾ ਸੁਣਾਏ।

(294) ਰਾਜਾ ਅਤੇ ਉਸਦੇ ਮੰਤਰੀ, ਉਸਦੀ ਰਾਜਧਾਨੀ, ਉਸਦੇ ਰਾਜ ਦਾ ਪਸਾਰ, ਉਸਦਾ ਖਜ਼ਾਨਾ, ਉਸਦੀ ਫ਼ੌਜ, ਅਤੇ ਉਸਦੇ ਮਿੱਤਰ, ਇਹ ਸਭ ਇੱਕ ਚੰਗੀ ਸਲਤਨਤ ਦੇ ਸੱਤ ਮੁੱਖੀ ਸੰਚਾਲਕ ਹਨ।ਇਹ ਸਾਰੇ, ਕਰਮਵਾਰ ਰਾਜੇ ਦੇ ਸਰੀਰ ਦੇ ਸੱਤ ਅੰਗਾਂ (ਸਪਤਾਂਗਾ) ਵਾਂਗ ਹਨ।

(295) ਇਨ੍ਹਾਂ ਵਿੱਚੋਂ ਪਹਿਲੇ ਬਿਨਾਂ ਅਗਲੇ ਦੀ ਹੋਂਦ ਅਧੂਰੀ ਹੈ ਅਤੇ ਰਾਜੇ ਨੂੰ ਇਨ੍ਹਾਂ ਸੱਤਾਂ ਦੀ ਆਪੋ ਆਪਣੀ ਮਹੱਤਤਾ ਦਾ ਚੇਤਾ ਰੱਖਣਾ ਚਾਹੀਦਾ ਹੈ।

(296) ਰਾਜ ਸੱਤਾ ਦੇ ਇਹ ਸੱਤ ਅੰਗ ਇਸ ਤਰਾਂ ਹਨ, ਜਿਵੇਂ ਕਿਸੇ ਸਨਿਆਸੀ ਦਾ ਤਿਰਡੰਡ (ਤਿੰਨ ਪੈਰਾਂ ਵਾਲੀ ਚੌਂਕੀ) ਜਿਸਦੇ ਤਿੰਨੋ ਪੈਰ, ਉਸਦੇ ਜੀਵਨ ਵਿਚ ਮਨ, ਬਚਨ ਅਤੇ ਕਰਮ ਦਾ ਪ੍ਰਤੀਕ ਹਨ। ਧਰਮ ਦੀ ਹੋਂਦ ਭੀ ਮਨ ਬਚਨ ਅਤੇ ਕਰਮ ਦੇ ਸੁਮੇਲ ਕਰਕੇ ਹੀ ਜਾਣੀ ਗਈ ਹੈ। ਤਿੰਨਾਂ ਵਿੱਚੋਂ ਇੱਕ ਦੇ ਖਿਸਕਣ ਨਾਲ ਧਰਮ ਖਤਰੇ ਵਿੱਚ ਪੈ ਸਕਦਾ ਹੈ। ਸਭ ਆਪਣੇ ਗੁਣਾਂ ਕਰਕੇ ਇੱਕ ਦੂਸਰੇ ਤੋਂ ਜ਼ਿਆਦਾ ਮਹੱਤਤਾ ਰੱਖਦੇ ਹਨ।

ਟਿੱਪਣੀ:- *ਤ੍ਰਿਡੰਡ ਜਾਂ ਤਿਰਪਾਡ ਇਕ ਤਿੰਨ ਲੱਤਾਂ ਵਾਲੀ ਚੌਂਕੀ (ਸਟੂਲ) ਹੈ ਜਿਸਦੀ ਵਰਤੋਂ ਸਾਧੂ ਲੋਕ ਆਪਣੇ ਆਸਣ ਲਈ ਵਰਤਦੇ ਹਨ। ਯੋਗੀਆਂ, ਸਨਿਆਸੀਆਂ ਦੇ ਆਸ਼ਰਮਾਂ ਦੇ ਦਰਵਾਜੇ ਅੱਗੇ ਵੀ ਇਸਦਾ ਚਿੰਨ੍ਹ ਉੱਕਰਿਆ ਹੁੰਦਾ ਹੈ। ਉਨ੍ਹਾਂ ਦੇ ਸ਼ਰੀਰ ਦੇ ਟਿਕਾਉ ਲਈ ਇਸਦੀ ਮਹੱਤਤਾ ਨੂੰ ਵੇਖ ਕੇ, ਕਿਹਾ ਗਿਆ ਹੈ ਕਿ ਧਰਮ ਦੀ ਹੋਂਦ ਵੀ ਇਸ ਤ੍ਰਿਡੰਡ ਦੇ ਤਿੰਨ ਪੈਰਾਂ ਵਾਂਗ, ਮਨ, ਬਚਨ ਅਤੇ ਕਰਮ ਦੇ ਸਹਾਰੇ ਟਿਕੀ ਹੋਈ ਹੈ।*

(297) ਰਾਜ ਪ੍ਰਬੰਧ ਦੇ ਸਾਰੇ ਵਿਭਾਗ, ਕਿਸੇ ਨਾ ਕਿਸੇ ਮਕਸਦ ਦੀ ਪੂਰਤੀ ਲਈ, ਆਪੋ ਆਪਣੀ ਥਾਂ ਤੇ ਬਹੁਤ ਜਰੂਰੀ ਹਨ।ਇਨ੍ਹਾਂ ਦੇ ਨਾਮ ਹੀ ਇਨ੍ਹਾਂ ਦੇ ਮਕਸਦ ਦਾ ਪ੍ਰਤੀਕ ਹਨ।

(298) ਰਾਜੇ ਨੂੰ ਚਾਹੀਦਾ ਹੈ ਕਿ, ਆਪਣੇ ਸੂਹੀਆਂ ਦੁਆਰਾ, ਆਪਣੇ ਦੂਤਾਂ ਦੁਆਰਾ, ਵੱਖ ਵੱਖ ਮੁਹਿੰਮਾਂ (ਉਪਕਰਣਾ} ਰਾਹੀਂ, ਆਪਣੀ ਫ਼ੌਜੀ ਤਾਕਤ ਦੀ ਪ੍ਰਦਰਸ਼ਣੀ ਅਤੇ ਸਰਵੇਖਣ ਕਰੇ ਅਤੇ ਲਗਾਤਾਰ ਦੁਸ਼ਮਣ ਦੀਆਂ ਫ਼ੌਜਾਂ ਦੀ ਤਾਕਤ ਦਾ ਭੇਤ ਰੱਖੇ।

(299) ਇਸ ਤੋਂ ਭੀ ਵੱਧ, ਰਾਜੇ ਲਈ ਜ਼ਰੂਰੀ ਹੈ ਕਿ ਦੁਸ਼ਮਣ ਉੱਪਰ ਚੜਾਈ ਕਰਨ (ਧਾਵਾ ਬੋਲਣ) ਤੋਂ ਪਹਿਲਾਂ, ਆਪਣੇ ਰਾਜ ਦੀ ਸਥਿਤੀ (ਹਥਿਆਰ, ਫੌਜ ਅਤੇ ਪਰਜਾ ਦਾ ਉਤਸ਼ਾਹ), ਦੁਸ਼ਮਣ ਦੀਆਂ ਸਾਰੀਆਂ ਕਮਜ਼ੋਰੀਆਂ ਅਤੇ ਮੁਸ਼ਕਿਲਾਂ, ਲੜਾਈ ਦਾ ਨਫ਼ਾ ਨੁਕਸਾਨ, ਮਕਸਦ ਅਤੇ ਸਿੱਟਿਆਂ ਉੱਪਰ, ਵਿਚਾਰ ਕਰੇ।

(300) ਰਾਜਾ, ਆਪਣੀਆਂ ਅਸਫ਼ਲਤਾਵਾਂ ਕਾਰਨ ਭਾਵੇਂ ਕਿਤਨਾ ਭੀ ਅੱਕਿਆ ਅਤੇ ਥੱਕਿਆ ਹੋਵੇ, ਉਸਨੂੰ ਆਪਣੇ ਨਿਸ਼ਾਨੇ ਦੀ ਪ੍ਰਾਪਤੀ ਲਈ, ਬਾਰ ਬਾਰ ਯਤਨ ਕਰਦੇ ਰਹਿਣਾ ਚਾਹੀਦਾ ਹੈ, ਕਿਉਂਕਿ ਯਤਨਸ਼ੀਲ ਰਹਿਣ ਵਾਲੇ ਮਨੁੱਖ ਨੂੰ ਹੀ ਵਿਜੇ ਲਕਸ਼ਮੀ (ਲੱਸ਼ਮੀ ਦੇਵੀ) ਪ੍ਰਾਪਤ ਹੁੰਦੀ ਹੈ।

(301) ਜਿਨ੍ਹਾ ਉਦੇਸ਼ਾਂ ਅਤੇ ਤਰੀਕਿਆਂ ਨੂੰ ਮੁੱਖ ਰੱਖ ਕੇ, ਰਾਜਾ ਆਪਣਾ ਰਾਜ ਪ੍ਰਬੰਧ ਚਲਾਉਂਦਾ ਹੈ, ਉਸੇ ਮੁਤਾਬਿਕ ਹੀ ਉਸਦੇ ਰਾਜ ਦਾ ਨਾਮ ਜਾਣਿਆ ਜਾਂਦਾ ਹੈ। ਜਿਵੇਂ ਚਾਰੇ ਯੁਗਾਂ ਦੇ ਨਾਮ (ਸਤਿਯੁਗ, ਤਰੇਤਾ, ਦੁਆਪਰ, ਅਤੇ ਕਲਯੁਗ), ਰਾਜਿਆਂ ਦੇ ਰਾਜ ਪ੍ਰਬੰਧ ਦੇ ਹੀ ਲਿਖਾਇਕ ਹਨ। ਇਸ ਲਈ ਰਾਜੇ ਕਾਰਣ ਹੀ ਯੁਗਾਂ ਦਾ ਨਾਮ ਹੈ ਅਤੇ ਚੰਗੇ ਹਾਕਮ ਨੂੰ ਯੁੱਗ ਪੁਰਸ਼ ਕਰਕੇ ਤਸ਼ਬੀਹ (ਸਤਿਕਾਰ) ਦਿੱਤੀ ਜਾਂਦੀ ਹੈ।

(302) ਜਦੋਂ ਰਾਜਾ, ਲਾਪ੍ਰਵਾਹੀ ਅਤੇ ਬੇਧਿਆਨੀ ਦੀ ਨੀਂਦ ਸੁੱਤਾ ਪਿਆ ਹੋਵੇ ਤਾਂ ਐਸੇ ਰਾਜ ਨੂੰ ਕਲਯੁਗ ਦਾ ਵਰਤਣਾ ਕਿਹਾ ਜਾਂਦਾ ਹੈ।ਜਦੋਂ ਰਾਜੇ ਨੂੰ ਸਭ ਕੁਝ ਪਤਾ ਹੋਵੇ, ਫਿਰ ਭੀ ਅਵੇਸਲਾ ਰਹੇ (ਭਾਵ- ਆਪਣੇ ਕੰਮਾਂ ਵਲ ਹੀ ਮਸਤ ਰਹੇ), ਐਸੇ ਰਾਜ ਦੇ ਕਾਲ ਨੂੰ ਦਵਾਪਰ ਦਾ ਵਰਤਦਾ ਕਿਹਾ ਜਾ ਸਕਦਾ ਹੈ। ਜਦੋਂ ਰਾਜਾ ਚੁਤੰਨ ਹੋ ਕੇ ਹਰ ਰਾਜ ਧਰਮ ਵਲ ਧਿਆਨ ਦਿੰਦਾ ਹੋਵੇ, ਐਸੇ ਰਾਜ ਦੇ ਕਾਲ ਨੂੰ ਤ੍ਰੇਤੇ ਯੁੱਗ ਦਾ ਵਰਤਾਰਾ ਕਿਹਾ ਜਾ ਸਕਦਾ ਹੈ। ਪਰ ਜੇ ਰਾਜਾ, ਸਾਰੇ ਕਰਮ ਧਰਮ, ਸ਼ਾਸਤਰਾਂ ਦੀ ਮਰਿਯਾਦਾ ਮੁਤਾਬਿਕ ਕਰਦਾ ਹੈ ਤਾਂ ਸਤਿਯੁਗ ਦੇ ਸਮੇਂ ਦੀ ਕਲਾ ਵਰਤਦੀ ਕਹੀ ਜਾ ਸਕਦੀ ਹੈ।

ਟਿੱਪਣੀ:- *ਸਾਫ਼ ਪਤਾ ਚੱਲਦਾ ਹੈ ਕਿ ਜਿਵੇਂ ਇਹ ਅਤੇ ਅਗਲੇ ਕੁਝ ਸਲੋਕ ਕਿਸੇ ਨੇ ਆਪਣੇ ਕਲੋਂ ਹੀ ਘੜੇਸੇ ਹੋਣ।*

ਰਾਜੇ ਦੀ ਹਸਤੀ

(303) ਰਾਜੇ ਨੂੰ, ਇੰਦਰ, ਸੂਰਜ, ਹਵਾ, ਯਮਰਾਜ, ਵਰਣ, ਚੰਦਰਮਾਂ, ਅਗਨੀ ਅਤੇ ਪ੍ਰਿਥਵੀ ਵਰਗੇ ਦੇਵਤਿਆਂ ਦੀ ਸ਼ਕਤੀ ਅਤੇ ਤੇਜਸਵੀ (ਸ਼ਾਨਦਾਰ) ਗੁਣਾਂ ਦਾ ਧਾਰਨੀ ਹੋਣਾ ਚਾਹੀਦਾ ਹੈ।

(304) ਜਿਵੇਂ ਇੰਦਰ ਦੇਵਤਾ, ਆਪਣੀ ਦਿਆਲਤਾ ਸਦਕੇ ਧਰਤੀ ਉੱਪਰ ਚਾਰ ਮਹੀਨੇ ਭਰਪੂਰ ਮੀਂਹ ਪਾਉਂਦਾ ਹੈ, ਇਸੇ ਤਰਾਂ ਪਰਜਾ ਦੀਆਂ ਲੋੜਾਂ ਪੂਰੀਆਂ ਕਰਨ ਵਾਲਾ ਰਾਜਾ ਵੀ ਇੰਦਰ ਦੇਵਤੇ ਦੇ ਦਿਆਲੂ ਸਭਾਅ (ਇੰਦਰਵ੍ਰਤ) ਦਾ ਪ੍ਰਤੀਕ ਹੈ।

(305) ਜਿਸ ਤਰਾਂ ਸੂਰਜ ਦੇਵਤਾ ਅੱਠ ਮਹੀਨੇ ਆਪਣੀਆਂ ਕਿਰਨਾਂ ਨਾਲ ਹੌਲੀ ਹੌਲੀ ਪਾਣੀ ਖਿੱਚ ਕੇ ਇੰਦਰ ਨੂੰ ਦੇਣ ਲਈ ਇਕੱਠਾ ਕਰਦਾ ਹੈ, ਇਸੇ ਤਰਾਂ, ਸੂਰਜ ਵਾਂਗ ਪਰਜਾ ਨੂੰ ਦੁੱਖ ਨਾ ਦੇ ਕੇ, ਹੌਲੀ ਹੌਲੀ ਪਰਜਾ ਤੋਂ ਕਰ ਇਕੱਤਰ ਕਰਕੇ ਪਰਜਾ ਲਈ ਖਰਚ ਕਰਨ ਵਾਲਾ ਰਾਜਾ ਵੀ, ਸੂਰਜ ਦੇਵਤੇ ਦੇ ਦਿਆਲੂ ਸੁਭਾਅ (ਸੂਰਯਵ੍ਰਤ) ਦਾ ਪ੍ਰਤੀਕ ਹੈ।

(306) ਜਿਸ ਤਰਾਂ ਨਾ ਦਿਸਣ ਵਾਲੀ ਹਵਾ, ਸਵਾਸ ਰੂਪ ਹੋ ਕੇ ਹਰ ਪ੍ਰਾਣੀ ਦੇ ਜੀਵਨ ਦਾ ਅਧਾਰ ਬਣਦੀ ਹੈ, ਇਸੇ ਤਰਾਂ ਜੋ ਰਾਜਾ ਆਪਣੇ ਸੂਹੀਆਂ ਰਾਹੀਂ ਦੇਸ਼ ਦੇ ਹਰ ਕੋਨੇ ਦੀ ਖਬਰ ਰੱਖਦਾ ਹੈ, ਰਾਜੇ ਦਾ ਇਹ ਗੁਣ, ਹਵਾ ਦੇ ਦਿਆਲੂ ਸੁਭਾਅ (ਵਾਯੂਵ੍ਰਤ) ਦਾ ਪ੍ਰਤੀਕ ਹੈ।

(307) ਜਿਸ ਤਰਾਂ 'ਯਮਰਾਜ' ਕਿਸੇ ਮਿੱਤਰ ਜਾਂ ਦੁਸ਼ਮਣ ਦੀ ਵਿਚਾਰ ਕੀਤੇ ਬਿਨਾਂ, ਸਮੇਂ ਸਿਰ ਆਪਣਾ ਧਰਮ ਨਿਭਾ ਕੇ ਮੌਤ ਦੀ ਫ਼ਾਹੀ ਲੈ ਕੇ ਅੱਪੜਦਾ ਹੈ, ਇਸੇ ਤਰਾਂ ਜੋ ਰਾਜਾ, ਯਮ ਰੂਪ ਹੋ ਕੇ ਮਰਿਯਾਦਾ ਅਨੁਸਾਰ, ਬਿਨਾਂ ਕਿਸੇ ਦੀ ਲਿਹਾਜ਼ ਤੋਂ, ਪਰਜਾ ਨਾਲ ਇੱਕੋ ਜਿਹਾ ਵਰਤਾਰਾ ਕਰੇ ਅਤੇ ਗੁਨਾਹਾਂ ਦਾ ਦੰਡ ਦੇਵੇ। ਰਾਜੇ ਦਾ ਇਹ ਗੁਣ, ਉਸਦੇ ਯਮਾਂ ਵਰਗੇ ਨਿਰਪੱਖ ਸੁਭਾਅ (ਯਮਵ੍ਰਤ) ਦਾ ਪ੍ਰਤੀਕ ਹੈ।

(308) ਜਿਸ ਤਰਾਂ ਵਰੁਣ ਦੇਵਤਾ, ਪਾਪੀਆਂ ਨੂੰ ਦੰਡ ਦੇਣ ਲਈ, ਰੱਸਿਆਂ ਨਾਲ ਬੰਨ ਕੇ ਸਮੁੰਦਰ ਦੀਆਂ ਲਹਿਰਾਂ ਵਿਚ ਡੋਬਣ ਵਰਗਾ ਦੰਡ ਦੇਣ ਲਈ, ਯਮ ਦੇ ਰੂਪ ਵਿੱਚ ਦਿਖਾਇਆ ਜਾਂਦਾ ਹੈ, ਇਸੇ ਤਰਾਂ ਰਾਜਾ ਭੀ ਪਾਪ ਕਰਨੇ ਵਾਲਿਆਂ ਨੂੰ ਇਸੇ ਰੂਪ ਵਿੱਚ ਨਜ਼ਰ ਆਉਣਾਂ ਚਾਹੀਦਾ ਹੈ। ਰਾਜੇ ਦਾ ਏਹੋ ਰੂਪ ਹੀ ਵਰਣ ਦੇਵਤੇ ਦੇ ਡਰਾਉਣੇ ਸੁਭਾਅ (ਵਰੁਣਵ੍ਰਤ) ਦਾ ਪ੍ਰਤੀਕ ਹੈ।

(309) ਜਿਸ ਤਰਾਂ ਚੰਦਰਮਾ ਨੂੰ ਦੇਖ ਕੇ ਮਨੁੱਖਾਂ ਦਾ ਮਨ ਅਨੰਦਿਤ ਅਤੇ ਠੰਡਤ ਹੋ ਕੇ ਖਿੜ ਜਾਂਦਾ ਹੈ, ਰਾਜਾ ਭੀ ਇਸੇ ਤਰਾਂ ਦਾ ਹੋਵੇ ਕਿ ਹਰ ਜੀਵ ਉਸਨੂੰ ਦੇਖ ਕੇ ਪਰਸੰਨਤਾ ਮਹਿਸੂਸ ਕਰੇ।ਐਸਾ ਰਾਜਾ ਪੂਰਣਮਾਸ਼ੀ ਦੇ ਚੰਦਰਮਾ ਵਰਗੇ ਸੁਖਦਾਇਕ ਸੁਭਾਅ (ਚੰਦਰਵ੍ਰਤ) ਦਾ ਪ੍ਰਤੀਕ ਹੈ।

(310) ਜੋ ਰਾਜਾ ਆਪਣੇ ਤੇਜ ਪ੍ਰਤਾਪ (ਆਭਾ) ਅਤੇ ਜੁੱਸੇ ਸਦਕੇ, ਦੁਸ਼ਟ ਲੋਕਾਂ ਅਤੇ ਭ੍ਰਿਸ਼ਟ ਅਧਿਕਾਰੀਆਂ ਨੂੰ ਸਾੜ ਕੇ ਸੁਆਹ ਕਰ ਦੇਣ ਵਾਲੀ ਭਿਆਨਕ ਅਗਨੀ ਵਾਂਗ ਦਿਸੇ, ਐਸਾ ਰਾਜਾ ਅਗਨੀ ਦੇਵਤੇ ਦੀ ਸ਼ਕਤੀ ਸਰੂਪ ਸੁਭਾਅ (ਅਗਨਿਵ੍ਰਤ) ਦਾ ਪ੍ਰਤੀਕ ਹੈ।

(311) ਜਿਸ ਤਰਾਂ, ਧਰਤੀ ਸਭ ਚੰਗੇ ਮਾੜੇ ਜੀਵਾਂ ਦਾ ਭਾਰ ਸਹਿੰਦੀ ਹੈ, ਇਸੇ ਤਰਾਂ ਜੋ ਰਾਜਾ ਸਾਰੀ ਪਰਜਾ ਦਾ ਇੱਕ ਸਮਾਨ ਪਾਲਣ ਕਰਦਾ ਹੈ, ਉਹ ਰਾਜਾ ਪਰਜਾ ਲਈ ਧਰਤੀ ਦੇ ਸਹਿਣਸ਼ੀਲ਼ਤਾ ਵਾਲੇ ਸੁਭਾਅ (ਪ੍ਰਿਥਿਵੀਵ੍ਰਤ) ਦਾ ਪ੍ਰਤੀਕ ਹੈ।

(312) ਇਸ ਤਰਾਂ, ਇੱਕ ਆਲਸ ਰਹਿਤ ਰਾਜਾ, ਉੱਪਰ ਦੱਸੇ ਉਪਾਅ ਅਤੇ ਨਿਯਮਾਂ ਦਾ ਧਾਰਣੀ ਹੋ ਕੇ, ਆਪਣੇ ਅਤੇ ਦੂਸਰੇ ਦੇ ਰਾਜ ਵਿੱਚੋਂ ਦਾਖਲ ਹੋਏ ਚੋਰਾਂ ਅਤੇ ਭੈੜੇ ਪੁਰਸ਼ਾਂ ਨੂੰ ਕਾਬੂ ਕਰਕੇ, ਆਪਣੀ ਪਰਜਾ ਦੀ ਰੱਖਿਆ ਕਰ ਸਕਦਾ ਹੈ।

ਬ੍ਰਾਹਮਣ ਨਾਲ ਰਾਜੇ ਦਾ ਵਰਤਾਵ –

(313) ਧੰਨ ਦੀ ਕਮੀਂ (ਖਾਲੀ ਖਜ਼ਾਨਾ) ਜਾਂ ਕਿਸੇ ਵੀ ਬਿਪਤਾ ਸਮੇਂ ਭੀ, ਰਾਜਾ ਬ੍ਰਾਹਮਣਾਂ ਨੂੰ ਨਰਾਜ਼ ਨਾ ਕਰੇ। ਕਿਉਂਕਿ ਕਰੋਧ ਵਿੱਚ ਆਏ ਬ੍ਰਾਹਮਣ, ਆਪਣੀ ਸ਼ਕਤੀ ਨਾਲ, ਉਸਨੂੰ ਅਤੇ ਉਸਦੀਆਂ ਬਲਵਾਨ ਫੌਜਾਂ ਨੂੰ ਲਾਮ ਲ਼ਸ਼ਕਰ (ਲੜਾਈ ਦਾ ਸਮਾਨ) ਸਮੇਤ ਤਬਾਹ ਕਰ ਸਕਦੇ ਹਨ।

(314) ਜਿਨ੍ਹਾਂ ਬ੍ਰਾਹਮਣਾਂ ਨੇ ਕਰੋਧ ਵਿੱਚ ਆ ਕੇ ਸਮੁੰਦਰ ਦੇ ਪਾਣੀ ਨੂੰ ਖਾਰਾ ਕਰ ਦਿੱਤਾ, ਅਗਨੀ ਨੂੰ ਸਰਬਨਾਸ਼ਕ ਬਣਾ ਦਿੱਤਾ ਅਤੇ ਚੰਦਰਮਾਂ ਨੂੰ ਕੋੜ੍ਹ ਰੋਗ ਨਾਲ ਦਾਗੀ ਕਰਕੇ ਉਸਦਾ ਤੇਜ ਪ੍ਰਤਾਪ ਮੱਧਮ **ਕਰ ਦਿੱਤਾ, ਉਨ੍ਹਾਂ ਬ੍ਰਾਹਮਣਾਂ ਨੂੰ ਕ੍ਰੋਧਿਤ ਕਰਕੇ ਕੌਣ ਬਚ ਸਕਦਾ ਹੈ?**

(315) ਕਰੋਪੀ ਹੋਏ ਬ੍ਰਾਹਮਣ, ਜੋ ਨਵੀਂ ਦੁਨੀਆਂ ਅਤੇ ਇਸਦੇ ਨਵੇਂ ਪਾਲਣਹਾਰ ਸਿਰਜ ਸਕਦੇ ਹਨ, ਦੇਵਤਿਆਂ ਨੂੰ ਸਰਾਪ ਦੇ ਕੇ ਉਨ੍ਹਾਂ ਦਾ ਤਖਤਾ ਉਲਟਾ ਸਕਦੇ ਹਨ, ਐਸੇ ਬ੍ਰਾਹਮਣਾਂ ਨੂੰ ਦੁਖੀ ਕਰਕੇ, ਕੌਣ ਸੁਖੀ ਰਹਿ ਸਕਦਾ ਹੈ?

(316) ਜਿਨ੍ਹਾਂ ਬ੍ਰਾਹਮਣਾਂ ਕੋਲ ਵੇਦਾਂ ਦੇ ਗਿਆਨ ਦਾ ਧੰਨ ਹੈ, ਜਿਨ੍ਹਾਂ ਦੀ ਸ਼ਰਣ ਵਿੱਚ ਤਿੰਨੋ ਲੋਕ ਅਤੇ ਦੇਵਤੇ ਰਹਿੰਦੇ ਹੋਣ, ਉਨ੍ਹਾਂ ਬ੍ਰਾਹਮਣਾਂ ਨੂੰ ਕਸ਼ਟ ਦੇਣ ਵਾਲਾ, ਕੌਣ ਮਨੁੱਖ ਹੋ ਸਕਦਾ ਹੈ?

(317) ਜਿਸ ਤਰਾਂ ਸਧਾਰਨ ਅਗਨੀ ਜਾਂ ਸ਼ਾਸਤ੍ਰ ਵਿਧੀ (ਵੈਦਿਕ ਅਤੇ ਅਵੈਦਿਕ) ਨਾਲ ਮਚਾਈ ਅਗਨੀ, ਦੋਵੇਂ ਮਹਾਨ ਅਗਨੀ ਦੇਵਤਾ ਦੇ ਹੀ ਰੂਪ ਹਨ, ਇਸੇ ਤਰਾਂ ਬ੍ਰਾਹਮਣ ਚਾਹੇ ਵਿਦਵਾਨ ਹੋਵੇ ਜਾਂ ਅਨਪੜ੍ਹ, ਦੋਵੇਂ ਮਹਾਨ ਦੇਵਤਾ ਦੇ ਸਮਾਨ ਹੈ।

ਟਿੱਪਣੀ:- *ਬ੍ਰਾਹਮਣ ਬਾਰੇ ਇਹ ਵਿਚਾਰ, ਪਹਿਲਾਂ ਆਏ ਵਿਚਾਰਾਂ ਦੇ ਉਲਟ ਹੈ।*

(318) ਅਗਨੀ, ਭਾਵੇਂ ਸ਼ਮਸ਼ਾਨ ਘਾਟ ਦੀ ਚਿਖਾ ਤੋਂ ਕਿਉਂ ਨਾ ਲਿਆਂਦੀ ਹੋਵੇ, ਪੂਜਾ ਦੀ ਸਮਗਰੀ ਅਤੇ ਘਿਉ ਪਾ ਕੇ ਮਚਾਈ ਜਾਣ ਮਗਰੋਂ ਦੂਸ਼ਤ ਨਹੀਂ ਰਹਿੰਦੀ, ਸਗੋਂ ਪਵਿੱਤਰ ਕਹਿਲਾਉਂਦੀ ਹੈ।

(319) ਇਸੇ ਤਰਾਂ ਬ੍ਰਾਹਮਣ, ਸਭ ਨਿੰਦਤ ਕਰਮ ਕਰਨ ਦੇ ਬਾਵਜੂਦ ਭੀ ਪੂਰੀ ਤਰਾਂ ਪਵਿੱਤਰ ਰਹਿੰਦਾ ਹੈ ਕਿਉਂਕਿ ਉਹ ਆਪ ਪੂਜਣਯੋਗ ਪਰਮ ਦੇਵਤਾ ਸਰੂਪ ਹੈ।

(320) ਜੇ ਕੋਈ ਖੱਤਰੀ, ਬ੍ਰਾਹਮਣ ਉੱਪਰ ਆਪਣਾ ਦਬਦਬਾ ਪਾਵੇ ਜਾਂ ਦੁਖੀ ਕਰੇ, ਤਾਂ ਬ੍ਰਾਹਮਣ ਨੂੰ ਹੀ ਚਾਹੀਦਾ ਹੈ ਕਿ ਉਹ ਉਸਨੂੰ ਦਬਕਾ ਕੇ ਉਸਦੀ ਉਕਾਤ ਦੱਸੇ, ਕਿਉਂਕਿ ਖੱਤਰੀ ਦੀ ਹੋਂਦ ਬ੍ਰਾਹਮਣ ਕਰਕੇ ਹੀ ਹੈ (ਬ੍ਰਾਹਮਣ ਤੋਂ ਹੀ ਖੱਤਰੀ ਪੈਦਾ ਹੋਇਆ ਹੈ)।

(321) ਜਿਸ ਤਰਾਂ ਜਲ ਤੋਂ ਅਗਨੀ, ਬ੍ਰਾਹਮਣ ਤੋਂ ਖੱਤਰੀ, ਅਤੇ ਪੱਥਰਾਂ (ਮਿੱਟੀ) ਵਿੱਚੋਂ ਲੋਹਾ ਉਤਪਨ ਹੋਇਆ, ਇਸੇ ਤਰਾਂ ਕੋਈ ਫਰਕ ਨਹੀਂ ਕਿਹਾ ਜਾ ਸਕਦਾ, ਕਿਉਂਕਿ ਇਨ੍ਹਾਂ ਦੋਹਾਂ (ਬ੍ਰਾਹਮਣ, ਖੱਤਰੀ) ਦੀ ਵੱਖਰੀ ਵੱਖਰੀ ਹੋਂਦ ਹੋਣ ਦੇ ਬਾਵਜੂਦ ਵੀ ਇਨਾਂ ਦਾ ਸਰੋਤ (ਸੋਮਾਂ) ਇੱਕੋ ਹੀ ਹੈ।

(322) ਬ੍ਰਾਹਮਣ ਦੀ ਸਹਇਤਾ ਬਿਨਾਂ ਖੱਤਰੀ ਨੂੰ ਕੋਈ ਗਿਆਨ ਪ੍ਰਾਪਤ ਨਹੀਂ ਹੋ ਸਕਦਾ ਅਤੇ ਖੱਤਰੀ ਬਿਨਾਂ ਬ੍ਰਾਹਮਣ ਦੀ ਰੱਖਿਆ ਅਤੇ ਖੁਸ਼ਹਾਲੀ ਨਹੀਂ ਹੋ ਸਕਦੀ। ਇਸ ਲਈ ਲੋਕ ਅਤੇ ਪ੍ਰਲੋਕ ਵਿੱਚ ਦੋਹਾਂ ਦੀ ਹੋਂਦ ਇੱਕ ਦੂਸਰੇ ਤੇ ਨਿਰਭਰ ਹੈ।

(323) ਰਾਜੇ ਨੂੰ ਚਾਹੀਦਾ ਹੈ ਕਿ, ਲੜਾਈ ਦੇ ਮੈਦਾਨ ਵਿੱਚ ਜੂਝਣ ਤੋਂ ਪਹਿਲਾਂ, ਪਰਜਾ ਨੂੰ ਦੰਡ ਲਾ ਕੇ ਇਕੱਠਾ ਕੀਤਾ ਸਾਰਾ ਧੰਨ, ਬ੍ਰਾਹਮਣਾਂ ਨੂੰ ਸਪੁਰਦ ਕਰ ਦੇਵੇ ਅਤੇ ਰਾਜ ਭਾਗ ਦਾ ਹੱਕਦਾਰ (ਵਾਰਸ) ਆਪਣੇ ਕਿਸੇ ਪੁੱਤਰ ਨੂੰ ਨਿਯੁਕਤ ਕਰਕੇ ਜਾਵੇ।

(324) ਉੱਪਰ ਦੱਸੇ ਸ਼ੁੱਭ ਕਰਮ ਕਰਦਾ ਹੋਇਆ, ਰਾਜਾ ਆਪਣੇ ਰਾਜ ਧਰਮ ਦੀਆਂ ਜ਼ਿੰਮੇਦਾਰੀਆਂ ਨਿਭਾਉਂਦਿਆਂ, ਆਪਣੀ ਪਰਜਾ ਦੇ ਕਲਿਆਣ ਲਈ, ਯੋਗ ਕਰਮਚਾਰੀਆਂ ਨੂੰ ਨਿਯੁਕਤ ਕਰੇ।

(325) ਇਸ ਤਰਾਂ, ਰਾਜੇ ਦੇ ਜੀਵਨ ਦੀ ਸਨਾਤਨ ਅਤੇ ਸੰਪੂਰਣ ਕਰਮ ਵਿਧੀ (ਰਹੁ ਰੀਤੀ) ਦੱਸ ਦਿੱਤੀ ਗਈ ਹੈ।ਖੱਤਰੀ ਰਾਜੇ ਦੇ ਬ੍ਰਾਹਮਣ ਪ੍ਰਤੀ ਫਰਜ਼ ਵੀ ਪੂਰੀ ਤਰਾਂ ਦੱਸ ਦਿੱਤੇ ਗਏ ਹਨ।ਅੱਗੇ ਕਰਮਵਾਰ, ਵੈਸ਼ ਅਤੇ ਸ਼ੂਦਰ ਦੀ ਕਰਮ ਵਿਧੀ ਤਰਤੀਵਵਾਰ ਸੁਣੋ।

ਵੈਸ਼ ਦਾ ਧਰਮ –

(326) ਵੈਸ਼, ਆਪਣੀ ਧਰਮ ਵਿਦਿਆ ਅਤੇ ਸੰਸਕਾਰਾਂ ਦੀ ਮਰਿਯਾਦਾ (ਜਨੇਊ ਅਤੇ ਮੁੰਡਣ) ਪੂਰੀ ਹੋਣ ਮਗਰੋਂ ਵਿਆਹ ਕਰਕੇ, ਪਸ਼ੂ ਪਾਲਣ ਅਤੇ ਵਪਾਰ ਕਰਕੇ ਆਪਣੀ ਉਪਜੀਵਕਾ ਦਾ ਪ੍ਰਬੰਧ ਕਰੇ।

(327) ਬ੍ਰਹਮਾਂ ਜੀ ਨੇ ਸ੍ਰਿਸ਼ਟੀ ਦੀ ਰਚਨਾ ਕਰਕੇ ਧਰਤੀ ਉੱਪਰ ਸਾਰੇ ਜੀਵਾਂ ਦੀ ਪਾਲਣਾ ਦਾ ਭਾਰ (ਮਨੁੱਖਾਂ ਦੇ ਖਾਣ ਲਈ ਭੋਜਨ, ਪਸ਼ੂ ਪਾਲਣ ਅਤੇ ਖੇਤੀ ਬਾੜੀ) ਵੈਸ਼ਾਂ ਨੂੰ ਸੌਂਪ ਦਿੱਤਾ।ਬ੍ਰਾਹਮਣ ਅਤੇ ਰਾਜੇ ਨੂੰ ਸਾਰੀ ਪਰਜਾ ਦੀ ਰੱਖਿਆ ਦਾ ਭਾਰ ਸੌਂਪ ਦਿੱਤਾ।

(328) ਵੈਸ਼ ਦੇ ਮੰਨ ਵਿੱਚ ਇਹ ਕਦੇ ਭੀ ਨਹੀਂ ਆਉਣਾ ਚਾਹੀਦਾ ਕਿ ਮੈਂ ਪਸ਼ੂ ਨਹੀਂ ਪਾਲਣੇ। ਵੈਸ਼ ਦੇ ਹੁੰਦਿਆਂ ਕਿਸੇ ਹੋਰ ਵਰਣ ਦੇ ਮਨੁੱਖ ਨੂੰ ਪਸ਼ੂ ਪਾਲਣ ਦਾ ਕਿੱਤਾ ਕਰਨ ਬਾਰੇ ਨਹੀਂ ਸੋਚਣਾ ਚਾਹੀਦਾ।

(329) ਵੈਸ਼ਾਂ ਨੂੰ ਚਾਹੀਦਾ ਹੈ ਕਿ ਉਹ ਪਸ਼ੂ ਪਾਲਣ ਦੇ ਕਿੱਤੇ ਦੇ ਨਾਲ ਨਾਲ, ਵਪਾਰਕ ਵਸਤੂਆਂ, ਜਿਵੇਂ ਮਾਣਕ-ਮੋਤੀ, ਮੂੰਗਾ, ਹੋਰ ਧਾਤਾਂ, ਸੂਤ-ਕੱਪੜਾ, ਕਪੂਰ, ਮਿੱਠਾ, ਕਸਤੂਰੀ, ਹੋਰ ਰਸ ਰਸਾਇਣ ਜਿਵੇਂ ਕਰਿਆਨਾ ਅਤੇ ਮਨਿਆਰੀ ਆਦਿ ਵਰਗੀਆਂ ਚੀਜ਼ਾਂ ਦਾ ਵਪਾਰ ਕਰਨ ਅਤੇ ਇਨ੍ਹਾਂ ਦੇ ਖ਼੍ਰੀਦਣ-ਵੇਚਣ ਸਬੰਧੀ ਜਾਣਕਾਰੀ ਰੱਖਣ।

(330) ਇੱਕ ਵੈਸ਼ ਲਈ. ਖੇਤੀ ਦੀ ਬੀਜ-ਬਿਜਾਈ, ਚੰਗੀ-ਮਾੜੀ ਜ਼ਮੀਨ ਦੀ ਪਹਿਚਾਣ ਅਤੇ ਮਾਪ-ਤੋਲ ਦਾ ਗਿਆਨ ਹੋਣਾ ਜ਼ਰੂਰੀ ਹੈ।

(331) ਪਸ਼ੂ ਪਾਲਣ ਅਤੇ ਇਸਦੇ ਵਪਾਰ ਤੋਂ ਇਲਾਵਾ, ਵੈਸ਼ ਲਈ ਸਭ ਵਪਾਰਕ ਵਸਤੂਆਂ ਦੇ ਚੰਗੇ ਅਤੇ ਮਾੜੇ ਗੁਣਾਂ ਦੀ ਪਹਿਚਾਣ ਹੋਣੀ ਜ਼ਰੂਰੀ ਹੈ। ਮੁਨਾਫ਼ੇ ਵਾਸਤੇ, ਵਸਤਾਂ ਦੇ ਖਰੀਦਣ ਵੇਚਣ ਲਈ ਮੰਡੀਆਂ ਅਤੇ ਸਮੇਂ ਦਾ ਪੂਰਾ ਗਿਆਨ ਹੋਣਾ ਜ਼ਰੂਰੀ ਹੈ।

(332) ਇਕ ਵੈਸ਼ ਵਾਸਤੇ, ਲਾਗਲੇ ਦੇਸ਼ਾਂ ਵਿੱਚ ਨੌਕਰਾਂ ਦੀਆਂ ਤਨਖਾਹਾਂ ਅਤੇ ਵਸਤੂਆਂ ਦੇ ਭਾਅ, ਵਪਾਰਕ ਅਤੇ ਹੋਰ ਸਥਾਨਕ ਬੋਲੀਆਂ, ਦੁਕਾਨਦਾਰੀ ਦੇ ਸਮਾਨ ਦੀ ਸਾਂਭ-ਸੰਭਾਲ, ਵਸਤਾਂ ਖਰੀਦਣ ਅਤੇ ਵੇਚਣ ਦੇ ਨਿਯਮਾਂ ਦਾ ਮਾਹਿਰ ਹੋਣਾ ਬਹੁਤ ਜ਼ਰੂਰੀ ਹੈ।

(333) ਵੈਸ਼ ਦਾ ਜੀਵਨ ਮਨੋਰਥ ਹੋਣਾ ਚਾਹੀਦਾ ਹੈ ਕਿ ਉਹ, ਧਰਮ ਦੀ ਕਿਰਤ ਕਰੇ ਅਤੇ ਮਿਹਨਤ ਕਰਕੇ ਆਪਣੀ ਜਇਦਾਦ ਵਿੱਚ ਵਾਧਾ ਕਰੇ। ਆਪਣੇ ਕਿੱਤੇ ਵਿੱਚ ਪ੍ਰਗਤੀਸ਼ੀਲ ਰਹੇ ਅਤੇ ਤੀਬਰਤਾ ਨਾਲ ਅੰਨ ਉਗਾ ਕੇ ਸਭ ਜੀਵਾਂ ਲਈ ਭੋਜਨ ਦਾ ਪ੍ਰਬੰਧ ਕਰੇ।

ਸ਼ੂਦਰ ਦਾ ਧਰਮ –

(334) ਸ਼ੂਦਰ ਦਾ ਪਰਮ ਧਰਮ, ਵੇਦ ਗਿਆਤਾ ਬ੍ਰਾਹਮਣਾਂ ਅਤੇ ਗ੍ਰਿਸਤੀ ਦਵਿੱਜਾਂ ਦੀ ਸੇਵਾ ਕਰਨਾ ਹੈ, ਜੋ ਨੇਕ ਪਵਿੱਤਰ, ਧਰਮੀ ਇਮਾਨਦਾਰ ਅਤੇ ਪ੍ਰਮਾਤਮਾਂ ਨੂੰ ਸਮਰਪਤਿ ਹੋਣ। ਇਨ੍ਹਾਂ ਦੀ ਸੇਵਾ ਕਰਕੇ ਹੀ ਸ਼ੂਦਰ ਦੀ ਗਤੀ ਹੋ ਸਕਦੀ ਹੈ।

(335) ਸ਼ਰੀਰ ਅਤੇ ਬੋਲਾਂ ਦੀ ਸੁੱਚਮਤਾ (ਨਿਮਰਤਾ ਭਾਵਨਾ) ਰੱਖਣੀ, ਆਪਣੇ ਤੋਂ ਉੱਤਮ ਜਾਤ ਵਾਲੇ ਦੀ ਸੇਵਾ ਕਰਨੀ, ਮਿੱਠਾ ਬੋਲਣਾ, ਹੰਕਾਰੀ ਨਾ ਹੋਣਾ, ਅਤੇ ਸਦਾ ਬ੍ਰਾਹਮਣ ਦੀ ਸ਼ਰਣ ਵਿੱਚ ਰਹਿਣ ਨਾਲ, ਸ਼ੂਦਰ ਅਗਲੇ ਜਨਮ ਵਿੱਚ, ਆਪਣੇ ਤੋਂ ਉੱਤਮ ਜਾਤ ਵਿੱਚ ਜਨਮ ਲੈ ਸਕਦਾ ਹੈ।

(336) ਇਸ ਪ੍ਰਕਾਰ ਸਧਾਰਣ ਅਤੇ ਸੁਰੱਖਿਅਤ ਜੀਵਨ ਵਿੱਚ, ਚਾਰੇ ਵਰਣਾਂ ਦੇ ਫਰਜ਼ ਅਤੇ ਕਰਨ ਵਾਲੇ ਸ਼ੁੱਭ ਕਰਮਾਂ ਦਾ ਵਿਧੀ-ਵਿਧਾਨ ਕਰਮਵਾਰ ਦੱਸ ਦਿੱਤਾ ਗਿਆ ਹੈ। ਹੁਣ ਮੁਸ਼ਕਿਲ ਸਮੇਂ ਵਿੱਚ, ਸਭ ਵਰਣਾਂ ਦੇ ਧਰਮ ਕਰਮ ਅਤੇ ਨਿਯਮਾਂ ਬਾਰੇ ਸੁਣੋ।-

ਅਧਿਆਇ 10

ਬ੍ਰਾਹਮਣ ਅਤੇ ਮਿਸ਼ਰਤ ਜਾਤੀਆਂ (ਵਰਣਸ਼ੰਕਰ ਲੋਕ ਅਤੇ ਕਬੀਲੇ)

(1) ਤਿਨੋਂ ਵਰਣਾ ਦੇ ਦਵਿੱਜ ਲੋਕ (ਬ੍ਰਾਹਮਣ, ਖੱਤਰੀ, ਵੈਸ਼,) ਆਪੋ ਆਪਣੇ ਵਰਣ ਦੀ ਨ੍ਰਿਧਾਰਤ ਮਰਿਯਾਦਾ ਮੁਤਾਬਿਕ, ਵੇਦਾਂ ਦੀ ਸਿੱਖਿਆ ਪ੍ਰਾਪਤ ਕਰਨ, ਪਰ ਵੇਦ ਵਖਿਆਨ ਅਤੇ ਸਿੱਖਿਆ ਦੇਣ (ਪ੍ਰਵਚਨ) ਦਾ ਹੱਕ, ਕੇਵਲ ਬ੍ਰਾਹਮਣ ਨੂੰ ਹੀ ਹੈ ਅਤੇ ਇਹ ਸਦਾ ਲਈ ਸਥਾਪਤ (ਮਾਰਗ-ਦ੍ਰਸ਼ਕ ਸਿਧਾਂਤ) ਨਿਯਮ ਹੈ।

(2) ਬ੍ਰਾਹਮਣ ਹੀ ਸਭ ਵਰਣਾਂ ਦੇ ਜੀਵਾਂ ਨੂੰ ਵੇਦ ਅਨੁਸਾਰ ਜੀਵਨ ਜੁਗਤੀ ਦੇ ਸਾਧਨ ਦੱਸਣ ਦਾ ਅਧਿਕਾਰੀ ਹੈ ਅਤੇ ਆਪ ਭੀ ਵੇਦ ਦੇ ਉਪਦੇਸ਼ਾਂ ਮੁਤਾਬਿਕ ਆਪਣੀ ਉਪਜੀਵਕਾ ਕਮਾਉਣ ਦੇ ਨਿਯਮਾਂ ਦਾ ਪਾਲਣ ਕਰੇ।

(3) ਆਪਣੇ ਵਰਣ ਦੀ ਉੱਚਤਾ ਅਤੇ ਪ੍ਰਮਾਤਮਾਂ ਦੇ ਮੁੱਖ ਤੋਂ ਪਰਗਟਿਆ (ਮੁਖੀ) ਹੋਣ ਕਾਰਨ, ਵਿਸ਼ੇਸ਼ ਗੁਣਾਂ ਅਤੇ ਹੱਕਾਂ ਦਾ ਮਾਲਕ ਬ੍ਰਾਹਮਣ, ਸਭ ਵਰਣਾਂ ਦਾ ਮਾਲਕ (ਸੁਆਮੀ) ਹੈ।

(4) ਬ੍ਰਾਹਮਣ, ਖੱਤਰੀ, ਵੈਸ਼, ਇਨ੍ਹਾਂ ਤਿੰਨ ਵਰਣਾਂ ਦੇ ਲੋਕਾਂ ਨੂੰ ਦਵਿੱਜਨਮਾ (ਧਰਮ ਸੰਸਕਾਰਾਂ ਰਾਹੀਂ ਦੂਸਰੀ ਵਾਰ ਜਨਮੇਂ) ਜਾਂ ਦਵਿੱਜ ਭੀ ਕਹਿੰਦੇ ਹਨ। ਚੌਥਾ ਸ਼ੂਦਰ, ਜਿਸਨੂੰ ਨੂੰ ਵੇਦ ਵਿੱਦਿਆ ਅਤੇ ਗਿਆਨ ਦੀ ਪ੍ਰਾਪਤੀ ਦਾ ਅਧਿਕਾਰ ਨਾ ਹੋਣ ਕਾਰਨ, ਦੂਸਰੇ ਜਨਮ ਸੰਸਕਾਰ ਤੋਂ ਸੱਖਣਾ ਅਤੇ ਨੀਚ ਵਰਣ ਹੋਣ ਕਰਕੇ, ਸ਼ੂਦਰ ਦੇ ਨਾਮ ਨਾਲ ਜਾਣਿਆ ਜਾਂਦਾ ਹੈ। ਇਸ ਤੋਂ ਵੱਖਰਾ, ਪੰਜਵਾਂ ਹੋਰ ਕੋਈ ਵਰਣ ਨਹੀਂ ਹੈ।

ਨੋਟ:- ਦਵਿੱਜਨਮਾ (ਸੰਸਕਾਰੀ ਬ੍ਰਾਹਮਣ, ਖੱਤਰੀ, ਵੈਸ਼) ਜਾਤੀ ਦਾ ਇੱਕ ਜਨਮ ਉਹ ਹੈ, ਜਦੋਂ ਉਹ ਮਾਤਾ ਦੀ ਕੁੱਖੋਂ ਸ਼ਰੀਰ ਲੈ ਕੇ ਜਨਮਦਾ ਹੈ ਅਤੇ ਦੂਸਰਾ ਜਦੋਂ ਵੇਦ ਰੀਤੀ ਮੁਤਬਿਕ ਉਸਦੇ ਭੱਦਣ ਅਤੇ ਜਨੇਊ (ਉਪੱਨਯਨ, ਯਗਉਪਵੀਤ ਜਾਂ ਯਗ਼ੋਪਵੀਤ) ਸੰਸਕਾਰ ਦੀ ਰਸਮ ਹੋਣ ਮਗਰੋਂ, ਅਚਾਰੀਆ ਗੁਰੂ (ਬ੍ਰਾਹਮਣ) ਕੋਲੋਂ ਵੇਦ ਵਿੱਦਿਆ ਦੇ ਗਿਆਨ ਦੀ ਪ੍ਰਾਪਤੀ ਦਾ ਅਧਿਕਾਰੀ ਬਣਦਾ ਹੈ।

ਆਰੀਆ ਲੋਕਾਂ ਦੇ ਚਾਰ ਵਰਣ ਅਤੇ
ਵ੍ਰਣਸ਼ੰਕਰ (ਮਿਸ਼ਰਤ) ਜਾਤਾਂ -

ਨੋਟ :-ਵ੍ਰਣਸ਼ੰਕਰ ਜਾਤਾਂ *(ਮਿਸ਼ਰਤ ਜਾਤੀਆਂ) - ਚੌਹਾਂ ਵਰਣਾਂ ਦੇ ਆਪਸੀ ਸੰਜੋਗ ਤੋਂ ਉਤਪਨ ਹੋਈ ਉਲਾਦ ਅਤੇ ਅੱਗੋ ਫਿਰ ਉਨ੍ਹਾਂ ਦੇ ਆਪਸੀ ਮਿਸ਼ਰਣ ਤੋਂ ਪੈਦਾ ਹੋਈ ਉਲਾਦ ਜਾਂ ਚੌਹਾਂ ਵਰਣਾਂ ਵਿੱਚੋਂ ਵਿੱਚੋਂ ਛੇਕੇ ਹੋਏ ਲੋਕਾਂ ਦੀ ਉਲਾਦ। ਮਹਾਂ ਭਾਰਤ ਦੇ ਅਧਿਆਇ #48 (ਸਲੋਕ 10 ਤੋਂ ਅੱਗੇ) ਵਿੱਚ ਭੀ ਇਸ ਸਬੰਧੀ ਯੁਧਿਸ਼ਟਰ ਵਲੋਂ ਸਵਾਲ ਕਰਨ ਤੇ ਭੀਸ਼ਮ ਨੇ ਇਸਦਾ ਵਿਸਥਾਰ ਦਿੱਤਾ ਹੈ।*

(5) ਸਭ ਵਰਣਾਂ ਦੀਆਂ ਇਸਤਰੀਆਂ, ਜੋ ਆਪਣੇ ਵਿਆਹ ਤੋਂ ਪਹਿਲਾਂ ਕੁਆਰੀਆਂ ਹੋਣ ਅਤੇ ਆਪਣੇ ਹੀ ਵਰਣ (ਸਜਾਤੀ) ਦੇ ਮਨੁੱਖ ਨਾਲ ਵਿਆਹੀਆਂ ਜਾਣ, ਉਨ੍ਹਾਂ ਦੀ ਉਲਾਦ ਉਨ੍ਹਾਂ ਦੇ ਪਿਤਾ ਦੀ ਜਾਤ ਵਾਲੀ ਜਾਣੀ ਜਾਂਦੀ ਹੈ।

MANUSMRITI 247

(6) ਬ੍ਰਾਹਮਣ ਦੇ ਪੁੱਤਰ, ਜੋ ਉਸਤੋਂ ਨੀਵੀਂ ਜਾਤ ਦੀਆਂ ਇਸਤਰੀਆਂ ਤੋਂ ਪੈਦਾ ਹੋਣ ਕਰਕੇ ਭਾਵੇਂ ਨਿੰਦਤ ਗਿਣੇ ਜਾਂਦੇ ਹਨ, ਪਰ ਪਿਤਾ ਦੇ ਬੀਜ ਕਾਰਣ, ਬ੍ਰਾਹਮਣ ਜਾਤ ਹੀ ਮੰਨੀ ਜਾਂਦੀ ਹੈ। ਪਿਤਾ ਦੀ ਜਾਇਦਾਦ ਵੰਡਣ ਸਮੇਂ ਬ੍ਰਾਹਮਣੀ ਜਾਤ ਵਾਲੀਆਂ ਮਾਂਵਾਂ ਦੇ ਪੁੱਤਰਾਂ ਦਾ ਪਹਿਲਾ ਹੱਕ ਗਿਣਿਆ ਜਾਂਦਾ ਹੈ।

(7) ਪੁਰਾਤਨ ਰੀਤ ਹੈ, ਕਿ ਇੱਕ ਪਿਤਾ ਦੇ ਰਾਹੀਂ ਵੱਖੋ ਵੱਖ ਜਾਤਾਂ ਦੀਆਂ ਇਸਤਰੀਆਂ ਦੇ ਪੁੱਤਰ, ਇੱਕੋ ਦਰਜਾ ਨਹੀਂ ਰੱਖਦੇ। ਅੱਗੇ ਦਿੱਤੇ ਵਿਸਥਾਰ ਵਿੱਚ ਇਸ ਬਾਰੇ ਮੈਂ (ਭ੍ਰਿਗੂ) ਖੁਲਾਸਾ ਕਰਦਾ ਹਾਂ ਕਿ ਇੱਕ ਜਾਂ ਇੱਕ ਤੋਂ ਵੱਧ ਨੀਵੇਂ ਦਰਜੇ ਦੀਆਂ ਇਸਤ੍ਰੀਆਂ ਦੇ ਸਬੰਧਾਂ ਨਾਲ ਪੈਦਾ ਹੋਏ ਪੁੱਤਰਾਂ ਦਾ ਜਾਤੀ ਕਰਣ ਕਿਵੇਂ ਮੰਨਿਆ ਜਾਂਦਾ ਹੈ।

(8) ਬ੍ਰਾਹਮਣ ਦੇ ਵੈਸ਼ ਇਸਤਰੀ (ਇੱਕ ਜਾਂ ਦੋ ਵਰਣਾਂ ਦੇ ਅੰਤਰ ਨਾਲ) ਤੋਂ ਪੈਦਾ ਹੋਏ ਪੁੱਤਰ ਨੂੰ **'ਅੰਬਸ਼ਟ'** (ਜਾਂ ਅਬਨਿਸ਼ਤ) ਜਾਤੀ ਕਰਕੇ ਜਾਣਿਆ ਜਾਂਦਾ ਹੈ ਅਤੇ ਬ੍ਰਾਹਮਣ ਮਰਦ ਅਤੇ ਸ਼ੂਦਰ ਇਸਤਰੀ ਤੋਂ ਪੈਦਾ ਪੁੱਤਰ **'ਨਿਸ਼ਾਦ ਪੁੱਤਰ'** ਜਾਂ **ਸ਼ਵ** (ਮੁਰਦਾ) ਕਰਕੇ ਜਾਣਿਆਂ ਜਾਂਦਾ ਹੈ। ਰਿਸ਼ੀ ਜਨਾਂ ਨੇ ਇਸਨੂੰ **'ਪਾਰਸ਼ਵ'** ਪੁੱਤਰ ਭੀ ਕਿਹਾ ਜਾਂਦਾ ਹੈ।

ਟਿੱਪਣੀ:- 'ਪਾਰਸ਼ਵ' *ਇੱਕ ਤਰਾਂ ਦਾ ਭੈੜਾ ਅੱਖਰ ਹੈ ਜਿਸਨੂੰ ਗਾ੍ਲ ਸਮਝ ਕੇ ਵਰਤਿਆ ਜਾਂਦਾ ਸੀ। ਪੰਜਾਬੀ ਵਿੱਚ ਇਸਦਾ ਸਿੱਧਾ ਅਰਥ 'ਹਰਾਮਦਾ'(ਪ੍ਰਾਇਆ ਸ਼ਵ) ਕਿਹਾ ਜਾ ਸਕਦਾ ਹੈ।*

(9) ਇੱਕ ਖੱਤਰੀ ਮਰਦ ਦੇ ਸ਼ੂਦਰ ਇਸਤਰੀ ਤੋਂ ਪੈਦਾ ਹੋਏ ਪੁੱਤਰ ਨੂੰ **'ਉਗਰ'** ਜਾਤੀ ਕਿਹਾ ਜਾਂਦਾ ਹੈ ਜੋ ਸ਼ੂਦਰਾਂ ਵਾਂਗ ਹੀ ਜਾਣੀ ਜਾਂਦੀ ਹੈ। ਇਸਤੋਂ **ਉਗਰ** (ਉੱਗਿਆ ਹੋਇਆ) ਜਾਤਿ ਲੋਕ ਜਾਣੇ ਜਾਂਦੇ ਹਨ।

ਨੋਟ:-*ਇਸ ਜਾਤੀ ਦੇ ਲੋਕ ਬੇਰਹਿਮ ਅਤੇ ਘਟੀਆ ਕਿਸਮ ਦੇ ਵਿਵਹਾਰੀ ਹੋਣ ਕਰਕੇ, ਕਰੂਰ, (ਹਿੰਸਕ, ਖ਼ਾਨਾਬਦੋਸ਼, ਸਹਿੰਸੀ, ਟੱਪਰੀਵਾਸ ਆਦਿ ਲੋਕ) ਨਾਮ ਨਾਲ ਭੀ ਜਾਣੇ ਜਾਂਦੇ ਹਨ।*

(10) ਕਰਮਵਾਰ, ਬ੍ਰਾਹਮਣ ਦੀਆਂ ਤਿੰਨੋ ਛੋਟੀਆਂ ਜਾਤਾਂ (ਖੱਤਰੀ, ਵੈਸ਼, ਸ਼ੂਦਰ) ਦੀਆਂ ਇਸਤਰੀਆਂ ਤੋਂ ਪੈਦਾ ਹੋਏ ਪੁੱਤਰ, ਖੱਤਰੀ ਦੀਆਂ ਉਸਤੋਂ ਛੋਟੀਆਂ ਦੋ ਜਾਤਾਂ (ਵੈਸ਼, ਸ਼ੂਦਰ) ਦੀਆਂ ਇਸਤਰੀਆਂ ਤੋਂ ਪੈਦਾ ਹੋਏ ਪੁੱਤਰ, ਅਤੇ ਵੈਸ਼ ਦੀਆਂ ਸ਼ੂਦਰ ਇਸਤਰੀਆਂ ਤੋਂ ਪੈਦਾ ਹੋਏ ਪੁੱਤਰਾਂ ਨੂੰ ਇੱਕ ਸਾਂਝਾ ਨਾਮ **'ਅਪਸਦ'** (ਨਖਿੱਧ, ਟਰੜਾ, ਘਟੀਆ) ਜਾਤਿ ਕਰਕੇ ਕੇ ਜਾਣਿਆ ਜਾਂਦਾ ਹੈ।

(11) ਖੱਤਰੀ ਤੋਂ ਬ੍ਰਾਹਮਣ ਕੰਨਿਆਂ ਦੇ ਪੁੱਤਰਾਂ ਨੂੰ **'ਸੂਤ ਜਾਂ ਸੂਤਾ'** ਕਿਹਾ ਜਾਂਦਾ ਹੈ, ਜੋ ਮਗਰੋਂ ਖੱਤਰੀਆਂ ਦੀ **ਸੂਦ** ਜਾਤੀ ਕਰਕੇ ਜਾਣੀ ਗਈ। ਵੈਸ਼ ਤੋਂ ਖੱਤਰੀ ਦੀ ਕੰਨਿਆਂ ਦੇ ਪੁੱਤਰਾਂ ਨੂੰ **'ਮਾਗਧ'** ਜਾਤੀ ਕਿਹਾ ਜਾਂਦਾ ਹੈ ਅਤੇ ਵੈਸ਼ ਤੋਂ ਬ੍ਰਾਹਮਣੀ ਦੀ ਕੰਨਿਆ ਦੇ ਪੁੱਤਰਾਂ ਨੂੰ **'ਵੈਦੇਹੁ'** (ਵਦੇਹਕ) ਕਿਹਾ ਜਾਂਦਾ ਹੈ।

ਟਿੱਪਣੀ:- *(ੳ)* ***'ਸੂਤ'****- ਮਹਾਂਭਾਰਤ ਵਿੱਚ ਆਏ ਕਥਨ ਅਨੁਸਾਰ, ਰਿਸ਼ੀ ਵਿਸ਼ਵਾਮਿਤਰ ਦੀਆਂ ਬ੍ਰਾਹਮਣੀ ਇਸਤ੍ਰੀਆਂ ਤੋਂ ਪੈਦਾ ਹੋਏ ਪੁੱਤਰਾਂ ਨੂੰ ਭੀ 'ਸੂਤ' ਕਿਹਾ ਜਾਂਦਾ ਹੈ।*

(ਅ) 'ਮਾਗਧ' ਜਾਤੀ ਦੇ ਲੋਕ ਭੱਟ ਜਾਂ ਭੱਠ (ਗਾ ਕੇ ਸਿਫਤਾਂ ਅਤੇ ਸੋਲੇ ਗਉਣ ਵਾਲੇ ਲੋਕ) ਕਹੇ ਜਾਂਦੇ ਹਨ। ਕਈਆਂ ਜਾਤਾਂ ਦੇ ਲੋਕ ਅਜੇ ਭੀ ਇਨ੍ਹਾਂ ਨੂੰ ਬ੍ਰਾਹਮਣ ਕਰਕੇ ਹੀ ਮੰਨਦੇ ਹਨ। ਇਨ੍ਹਾਂ ਵਰਣਸ਼ੰਕਰਾਂ ਵਿੱਚੋਂ 'ਮਾਗਧ' ਨਾਮ ਦਾ ਇੱਕ ਮਹਾਂਬਲੀ ਰਾਜਾ ਹੋਇਆ ਹੈ, ਜਿਸਦਾ ਰਾਜ ਮਗਧ ਦੇਸ਼ ਕਰਕੇ ਜਾਣਿਆ ਜਾਂਦਾ ਸੀ (ਜੋ ਕਿਸੇ ਸਮੇਂ ਬਿਹਾਰ ਪ੍ਰਦੇਸ਼ ਦੇ ਦੱਖਣੀ ਹਿੱਸੇ ਦਾ ਇਲਾਕਾ ਸੀ)।ਜਿਨ੍ਹਾਂ ਲੋਕਾਂ ਦੀ ਪੁਰਾਤਨ ਭਾਸ਼ਾ ਮਾਗਧੀ ਸੀ ਅਤੇ ਅਜੇ ਵੀ ਕੁਝ ਕਬੀਲਿਆਂ ਵਿੱਚ ਪ੍ਰਚੱਲਿਤ ਹੈ। ਜੈਨ ਧਰਮ ਅਤੇ ਬੁੱਧ ਧਰਮ ਦਾ ਮੁੱਢ ਭੀ ਇਸੇ ਰਾਜ ਦੇ ਘੇਰੇ ਵਿੱਚ ਆਉਂਣ ਵਾਲੇ ਇਲਾਕਿਆਂ ਵਿੱਚੋਂ ਹੋਇਆ,

ਜੋ ਮੌਰੀਆ ਅਤੇ ਗੁਪਤਾ ਕਾਲ ਕਰਕੇ ਜਾਣਿਆ ਜਾਂਦਾ ਹੈ ਅਤੇ ਮਗਰੋਂ ਭਾਰਤ ਦੇ ਬਹੁਤੇ ਹਿੱਸਿਆਂ ਵਿੱਚ ਫੈਲਿਆ।

*(**ੲ**) **'ਵੈਦੇਹੁ'** ਜਾਂ ਵੈਦੇਹਕ ਜਾਤੀ ਨਾਲ ਸਬੰਧਿਤ, ਅਨੇਕ ਕਥਾਂ ਕਥਾਂਵਾਂ (ਜਿਵੇ. ਇਸ਼ਵਾਕੂ ਦੇ ਪੁੱਤਰ ਰਾਜਾ ਨਿੰਮੀ ਦੀ ਪੱਚੀਵੀਂ ਕੁਲ ਵਿੱਚੋਂ ਰਾਜਾ ਜਨਕ ਦੇ ਪੈਦਾ ਹੋਣ ਦੀ ਕਥਾ ਆਦਿ) ਜੁੜੀਆਂ ਹੋਈਆਂ ਹਨ, ਜਿਨ੍ਹਾਂ ਦਾ ਵਿਸਥਾਰ ਬਹੁਤ ਲੰਬਾ ਹੈ। ਪਾਠਕ ਜਨ ਇਸ ਬਾਰੇ ਆਪ ਭੀ ਖੋਜ ਕਰ ਸਕਦੇ ਹਨ।*

(12) ਸ਼ੂਦਰ ਪੁਰਸ਼ ਦੇ ਵੀਰਜ ਨਾਲ ਬ੍ਰਾਹਮਣੀ ਔਰਤ ਤੋਂ ਪੈਦਾ ਹੋਇਆ ਪੁੱਤਰ **'ਅਯੋਗਵ'** ਕਿਹਾ ਜਾਂਦਾ ਹੈ। ਸ਼ੂਦਰ ਪੁਰਸ਼ ਦਾ ਖੱਤਰੀ ਔਰਤ ਤੋਂ ਪੈਦਾ ਪੁੱਤਰ ਨੂੰ **'ਖਸ਼ਤਾ'**(ਸ਼ਤਾ ਜਾਂ ਸ਼ਤਰਾ) ਕਿਹਾ ਜਾਂਦਾ ਹੈ। ਸ਼ੂਦਰ ਪੁਰਸ਼ ਦਾ ਵੈਸ਼ ਔਰਤ ਤੋਂ ਪੈਦਾ ਹੋਇਆ ਪੁੱਤਰ **'ਅਧੱਮ'** ਚੰਡਾਲ (ਚਾਂਦਲ) ਜਾਤ ਦਾ ਕਿਹਾ ਜਾਂਦਾ ਹੈ, ਜੋ ਸਭ ਤੋਂ ਨੀਚ ਜਾਤਿ ਗਿਣੀ ਗਈ ਹੈ।

(13) ਜਿਸ ਤਰਾਂ, ਆਪਣੀ ਜਾਤ ਤੋਂ ਇੱਕ ਦਰਜਾ ਨੀਵੀਂ ਜਾਤ ਦੀਆਂ ਔਰਤਾਂ ਤੋਂ ਪੈਦਾ ਹੋਈ ਉਲਾਦ (ਜਿਵੇਂ ਬ੍ਰਾਹਮਣ ਦੇ ਘਰੇ ਵੈਸ਼ ਔਰਤ) ਨੂੰ **'ਅੰਬਸ਼ਟ'**, ਅਤੇ **'ਉਗਰ'** (ਭਿਅੰਕਰ) ਕਿਹਾ ਗਿਆ ਹੈ। ਇਸਦੇ ਉਲਟ, ਆਪਣੀ ਜਾਤ ਤੋਂ ਇੱਕ ਹੋਰ ਦਰਜਾ ਉੱਚੀ ਜਾਤੀ ਦੇ ਮਨੁੱਖਾਂ ਤੋਂ ਉਲਾਦ (ਸ਼ੂਦਰ ਅਤੇ ਖੱਤਰੀ ਔਰਤ, ਜਾਂ ਵੈਸ਼ ਅਤੇ ਬ੍ਰਾਹਮਣੀ ਔਰਤ) ਪੈਦਾ ਕਰਨ ਵਾਲੀਆਂ ਔਰਤਾਂ ਦੇ ਪੁੱਤਰ ਭੀ **'ਸ਼ਤ੍ਰਾ'** ਅਤੇ **'ਵਦੇਹਕ** (ਜਿਉਂਦਿਆਂ ਮਰਿਆਂ ਦੇ ਬਰਾਬਰ) ਜਾਤ ਦੇ ਹੀ ਜਾਣੇ ਜਾਂਦੇ ਹਨ। ਇਹ ਸਭ, ਸਮਾਨ ਜਾਤਾਂ ਕਹੀਆਂ ਗਈਆਂ ਹਨ।

(14) ਦਵਿੱਜ (ਬ੍ਰਹਮਣ, ਖੱਤਰੀ, ਵੈਸ਼) ਮਨੁੱਖ ਦੀ ਆਪਣੇ ਤੋਂ ਇੱਕ ਅਤੇ ਦੋ ਛੋਟੀ ਜਾਤ ਦੀਆਂ ਇਸਤਰੀਆਂ ਤੋਂ ਪੈਦਾ ਹੋਏ ਪੁੱਤਰਾਂ ਨੂੰ **'ਅਨੰਤਰ ਪੁੱਤਰ'** ਭੀ ਕਿਹਾ ਜਾਂਦਾ ਹੈ। ਭਾਵ ਉਹ ਆਪਣੀ ਮਾਂ ਦੀ ਜਾਤ ਦੇ ਹੀ ਅਖਵਾਂਉਦੇ ਹਨ।

(15) ਇਸ ਤੋਂ ਅੱਗੇ, ਹੋਰ ਵ੍ਰਣਸ਼ੰਕਰਾਂ ਦੇ ਆਪਸੀ ਸੰਜੋਗ (ਵਿਆਹਾਂ) ਤੋਂ ਬਣੀਆਂ ਜਾਤਾਂ ਦੇ ਨਾਮ, ਕਰਮਵਾਰ ਇਸ ਤਰਾਂ ਹਨ-

(ੳ) ਬ੍ਰਾਹਮਣ ਦਾ **'ਉਗਰ'** ਜਾਤੀ ਦੀ ਕੰਨਿਆਂ ਤੋਂ ਜਨਮਿਆ ਪੁੱਤਰ **'ਆਵ੍ਰਤ'** ਜਾਤੀ ਦਾ (ਦਲਿੱਦਰੀ-ਜਿਸਦਾ ਕੋਈ ਵਜੂਦ ਨਾ ਗਿਣਿਆਂ ਜਾਵੇ) ਕਿਹਾ ਜਾਂਦਾ ਹੈ।

(ਅ) ਬ੍ਰਾਹਮਣ ਦਾ **'ਅੰਬਸ਼ਟ'** ਜਾਤੀ ਦੀ ਕੰਨਿਆਂ ਤੋਂ ਜਨਮਿਆ ਪੁੱਤਰ **'ਅਭੀਰ'** ਜਾਤੀ ਦਾ ਜਾਣਿਆਂ ਜਾਂਦਾ ਹੈ।

(ੲ) ਬ੍ਰਾਹਮਣ ਦਾ **'ਅਯੋਗਵ'** ਜਾਤੀ ਦੀ ਕੰਨਿਆਂ ਤੋਂ ਪੈਦਾ ਹੋਇਆ ਪੁੱਤਰ ਨੂੰ **'ਧਿਗਵਰਣ'** (ਧ੍ਰਿਗਵਰਣ) ਜਾਤੀ ਦਾ ਨਾਮ ਦਿੱਤਾ ਗਿਆ ਹੈ।

(16) ਇਸਤੋਂ ਉਲਟੇ ਕਰਮ ਵਿੱਚ, ਸ਼ੂਦਰ ਦੇ ਸੰਭੋਗ ਨਾਲ, ਉੱਚੀ ਜਾਤੀ ਦੀਆਂ ਇਸਤਰੀਆਂ (ਵੈਸ਼, ਖਤਰਾਣੀ, ਬ੍ਰਾਹਮਣੀ) ਤੋਂ ਪੈਦਾ ਹੋਏ ਬੱਚੇ ਕਰਮਵਾਰ ਨੀਵੀਂ ਜਾਤ ਦੇ, **ਅਯੋਗਵ**, **ਸ਼ਤਾ** (ਜਾਂ ਸ਼ਤਰਾ) ਅਤੇ **ਚੰਡਾਲ** (ਚਾਂਡਲ ਜਾਂ ਧਿਗਵਰਣ) ਕਹੇ ਜਾਂਦੇ ਹਨ। ਇਹ ਤਿੰਨੋ ਜਾਤੀਆਂ ਸ਼ੂਦਰ ਤੋਂ ਭੀ ਨੀਵੀਆਂ ਗਿਣੀਆਂ ਗਈਆਂ ਹਨ।

(17) ਇਸੇ ਤਰਾਂ ਉਲਟੇ ਕਰਮ ਵਿੱਚ, ਵੈਸ਼ ਮਰਦ ਤੋਂ, ਖੱਤਰੀ ਇਸਤ੍ਰੀ ਦੇ ਬੱਚੇ ਨੂੰ **ਮਾਗਧ** (ਜੋ ਭੱਟ ਗੋਤ ਕਰਕੇ ਭੀ ਜਾਣੇ ਜਾਂਦੇ ਹਨ), ਅਤੇ ਵੈਸ਼ ਮਰਦ ਤੋਂ ਬ੍ਰਾਹਮਣੀ ਇਸਤਰੀ ਨੂੰ ਪੈਦਾ ਹੋਈ ਉਲਾਦ ਨੂੰ **'ਵਦੇਹ'** (ਵੈਦੇਹਕ ਪੁੱਤਰ) ਕਿਹਾ ਜਾਂਦਾ ਹੈ। ਖੱਤਰੀ ਮਰਦ ਤੋਂ ਬ੍ਰਾਹਮਣੀ ਇਸਤਰੀ ਨੂੰ ਪੈਦਾ ਹੋਇਆ **'ਸੂਤ'** ਕਹਾਉਂਦਾ ਹੈ। ਇਹ ਤਿੰਨੋ (ਮਾਗਧ, ਵੈਦੇਹਕ, ਸੂਤ) ਵਰਣਸ਼ੰਕਰਾਂ ਦੀਆਂ ਜਾਤਾਂ ਵਿੱਚ, ਘਟੀਆ ਕਿਸਮ ਦੇ ਲੋਕ ਕਹੇ ਜਾਂਦੇ ਹਨ।

ਨੋਟ:- *ਭੱਟਾਂ (ਕੌਸ਼ਿਕ ਬ੍ਰਾਹਮਣ) ਦਾ ਪਿਛੋਕੜ ਭੀ ਰਿਸ਼ੀ ਵਿਸ਼ਵਾਮਿੱਤ੍ਰ ਦੀ ਸੰਤਾਨ ਨਾਲ ਸਬੰਧਿਤ ਮੰਨਿਆ ਜਾਂਦਾ ਹੈ, ਜੋ ਬ੍ਰਾਹਮਣ ਇਸਤਰੀ ਤੋਂ ਵੈਸ਼ ਦੇ ਸੰਭੋਗ ਨਾਲ ਪੈਦਾ ਹੋਇਆ ਮੰਨਿਆ ਗਿਆ ਹੈ, ਅਤੇ ਇਸ ਜਾਤੀ ਦੇ ਲੋਕ ਸੁਸਵਤੀ ਨਦੀ ਦੇ ਕੰਡੇ ਵਸਣ ਕਾਰਨ 'ਸੁਸਵਤੀ ਬ੍ਰਾਹਮਣ' ਭੀ ਕਹੇ ਜਾਂਦੇ ਹਨ। ਵੈਸੇ, ਏਹੋ ਜੇਹੇ ਵਖਿਆਨਾਂ ਦੀਆਂ ਬੇਅੰਤ ਵਿਵਾਦਿਤ ਕਥਾਵਾਂ ਹਿੰਦੂ ਮਿਥਹਾਸ ਦੇ ਪੰਨਿਆਂ ਵਿੱਚ ਆਮ ਮਿਲਦੀਆਂ ਹਨ।*

(18) **'ਨਿਸ਼ਾਦ'** ਮਰਦ ਦੇ ਸੰਜੋਗ ਨਾਲ (ਨਿਸ਼ਾਧ-ਬ੍ਰਾਹਮਣ ਦਾ ਸ਼ੂਦਰ ਇਸਤਰੀ ਤੋਂ ਜਨਮਿਆਂ ਪੁੱਤਰ) ਸ਼ੂਦਰ ਇਸਤਰੀ ਤੋਂ ਜਨਮੇਂ ਪੁੱਤਰ ਨੂੰ **'ਪੁਕਸ'** (ਜਾਂ ਪੁੱਕਸ) ਜਾਤ ਅਤੇ ਸ਼ੂਦਰ ਮਰਦ ਦਾ ਨਿਸ਼ਾਦ ਇਸਤਰੀ ਤੋਂ ਜਨਮੇਂ ਪੁੱਤਰ ਨੂੰ **'ਕਕੂਟਕ'** (ਗੰਦਗੀ ਖਿਲਾਰਣ ਵਾਲੇ ਜੰਗਲੀ ਕੁੱਕੜ ਦੇ ਲੱਛਣਾਂ ਵਾਲਾ) ਨਾਮ ਨਾਲ ਪੁਕਾਰਿਆ ਜਾਂਦਾ ਹੈ।

(19) ਇਸ ਤੋਂ ਭੀ ਅੱਗੇ, **'ਸ਼ਤਾ'** (ਜਾਂ ਸ਼ਤਰਾ) ਜਾਤ ਦੇ ਮਰਦ ਤੋਂ **'ਉਗਰ'** ਜਾਤ ਦੀ ਕੰਨਿਆ ਦੇ ਕੁੱਖੋਂ ਜਨਮੇਂ ਪੁੱਤਰ ਨੂੰ **'ਸ਼ਵਪਾਕ'**, ਅਤੇ **'ਵਦੇਹ'** ਮਰਦ ਤੋਂ '**ਅੰਬਸ਼ਟ**' ਕੰਨਿਆ ਦੇ ਪੁੱਤਰ ਨੂੰ **'ਵੀਣਾ'** ਜਾਂ ਵੇਣ (ਅਨਆਰੀਆ-ਮਲੇਛ) ਜਾਤ ਦੇ ਕਿਹਾ ਜਾਂਦਾ ਹੈ।

ਟਿੱਪਣੀ:-*ਵੇਣ ਜਾਤ ਦੇ ਲੋਕ ਨਿਸ਼ਾਧ ਜਾਤ ਨਾਲ ਨੇੜਲਾ ਸਬੰਧ ਰੱਖਦੇ ਹੋਣ ਕਰਕੇ ਮਗਰੋਂ ਇਨ੍ਹਾਂ ਦੀ ਵੰਡ ਮਲੇਛ (ਅਨਆਰੀਆ- ਵਹਿਸ਼ੀ) ਜਾਤੀ ਵਿੱਚ ਗਿਣਿਆ ਜਾਣ ਲੱਗ ਪਿਆ। ਇਸ ਵਰਣਸ਼ੰਕਰ ਜਾਤੀ ਦੇ ਲੋਕ, ਮੁੱਖ ਤੌਰ ਤੇ ਗਾਣੇ ਬਜਾਣੇ ਅਤੇ ਲੋਕ ਮਨੋਰੰਜਨ ਦਾ ਕੰਮ ਕਰਦੇ ਹਨ (ਅੱਜ ਕਲ ਦੇ ਮੁਸਲਮਾਨ ਮਰਾਸੀਆਂ ਵਾਂਗ)।*

(20) ਦਵਿੱਜਾਂ ਦੀ ਉਲਾਦ, ਜੋ ਜਾਤ ਸਵ੍ਰਣ ਜਾਤੀ (ਬ੍ਰਾਹਮਣੀ) ਦੀ ਇਸਤਰੀ ਤੋਂ ਪੈਦਾ ਹੋਏ ਹੋਣ ਪਰ ਆਪਣੇ ਆਰੀਆ ਧਰਮ ਕਰਮ ਅਤੇ ਮਰਿਯਾਦਾ ਨੂੰ ਅਪਨਾਉਣ (ਯਗਉਪਵੀਤ ਸੰਸਕਾਰਾਂ ਦੀ ਰਸਮ ਤੋਂ ਸੱਖਣੇ, ਜਨੇਊ ਪਾਉਣ ਤੋਂ ਮੁਨਕਰ) ਤੋਂ ਮੁਨਕਰ ਹੋਣ, ਐਸੇ ਮਨੁੱਖਾਂ ਨੂੰ ਸਵਿਤ੍ਰੀ (ਗਾਇਰਤ੍ਰੀ ਅਤੇ ਸੂਰਜ) ਪੂਜਾ ਵਿੱਚ ਸ਼ਾਮਲ ਨਹੀਂ ਕੀਤਾ ਜਾਂਦਾ ਸੀ ਅਤੇ ਉਹ ਘਰੋਂ ਬਾਹਰ ਵਿਚਰਨ ਲੱਗ ਪਏ, ਅਤੇ ਉਨ੍ਹਾਂ ਦੇ ਕਬੀਲਿਆਂ ਦੇ ਲੋਕ ਵੱਖੋ ਵੱਖਰੀਆਂ ਜਾਤੀਆਂ ਕਰਕੇ ਜਾਣੇ ਜਾਂਦੇ ਸਨ, ਜਿਨ੍ਹਾਂ ਦੀ ਸੰਗਿਆ (ਜਾਣ ਪਛਾਣ, ਅੱਲ) 'ਵ੍ਰਤਿਯ ਲੋਕ' ਕਰਕੇ ਜਾਣੀ ਗਈ।

ਟਿੱਪਣੀ:- *ਆਰੀਆ ਲੋਕਾਂ ਦੀਆਂ ਵੈਦਿਕ ਰੀਤਾਂ (ਜਨੇਊ ਤੇ ਭੱਦਣ ਆਦਿ), ਬਲੀਆਂ, ਦੇਵ ਪੂਜਾ ਅਤੇ ਧਰਮ ਮਰਯਾਦਾ ਤੋਂ ਮੁਨਕਰ ਹੋਏ ਲੋਕਾਂ ਨੂੰ (ਆਪਣੇ ਵੱਖਰੇ ਵੱਖਰੇ ਕਬੀਲੇ ਅਤੇ ਵੱਖਰੀਆਂ ਰੀਤਾਂ ਬਣਾ ਕੇ ਰਹਿਣ ਵਾਲੇ ਲੋਕ) ਆਰੀਆ ਲੋਕ, ਵੱਖ ਵੱਖ ਜਾਤਾਂ ਦੇ ਨਾਮ ਦੇਣ ਦੇ ਨਾਲ ਨਾਲ, ਸਮੂਹਿਕ ਤੌਰ ਤੇ 'ਵ੍ਰਤਿਯ' ਕਹਿਣ ਲੱਗ ਪਏ। ਮਗਰੋਂ ਇਨ੍ਹਾਂ ਕਬੀਲਿਆਂ ਦੇ ਲੋਕ, ਮਘਧ ਦੇਸ਼ (ਉੱਤਰ ਪ੍ਰਦੇਸ਼ ਅਤੇ ਬਿਹਾਰ ਦੇ ਇਲਾਕੇ) ਵਿੱਚ ਵਸ ਗਏ, ਅਤੇ ਇਨ੍ਹਾਂ ਵਿੱਚੋਂ ਬਹੁਤੇ ਕਬੀਲੇ, ਵੇਦਿਕ ਲੋਕਾਂ ਦੇ ਆਪਸੀ ਝਗੜਿਆਂ ਅਤੇ ਨਫ਼ਰਤ ਕਾਰਣ, ਦੱਖਣ ਦਿਸ਼ਾ (ਆਂਧਰਾ, ਕਰਨਾਟਕਾ, ਤਾਮਿਲਨਾਡੂ ਕੇਰਲਾ ਆਦਿ) ਵੱਲ ਧੱਕੇ ਗਏ। ਜਿਨ੍ਹਾਂ ਦਾ ਜ਼ਿਕਰ ਰਿੱਗ ਵੇਦ ਦੇ ਕਈ ਅਧਿਆਵਾਂ ਵਿੱਚ ਭੀ ਆਉਂਦਾ ਹੈ। ਉਨ੍ਹਾਂ ਦੀਆਂ ਵੰਡੀਆਂ ਅਤੇ ਤਰਤੀਬ ਅੱਗੇ ਦਿੱਤੀ ਗਈ ਹੈ।*

(21) **ਬ੍ਰਾਹਮਣਾਂ** ਦੇ 'ਵ੍ਰਤਿਯ' (ਧਰਮ ਤਿਅਗੀ) ਪੁੱਤਰਾਂ ਵਿੱਚੋਂ, ਭਰੁਜਕੰਟਕ ਲੋਕ (**ਭੁਰਜਕੰਟਕ,** ਭੋਜ ਪੱਤਰ ਦੇ ਦਰਖਤ ਨੂੰ ਲੱਗੇ ਕੰਡਿਆਂ ਦੀ ਸੰਗਿਆ), ਜਿਵੇਂ ਮਦਾਰੀ, ਜਾਦੂਗਰ ਆਦਿ ਘਟੀਆ ਕਿਸਮ ਦੇ ਪਾਪੀ ਮਨੁੱਖ ਉਤਪਨ ਹੋਏ, ਜਿਨਾਂ ਦੇ ਕਬੀਲਿਆਂ ਵਿੱਚੋਂ ਅੱਗੇ, **(ੳ)** **'ਅਵਨਤਿਯ'**(ਵਰਣਸ਼ੰਕਰ ਸਮਾਜ ਦੇ ਉਹ ਲੋਕ ਜੋ ਮਗਰੋਂ ਅਵੰਤੀ ਦੇਸ਼ (ਕਸ਼ਮੀਰ ਦਾ ਇਲਾਕਾ) ਦੇ ਰਾਜੇ ਵੀ ਬਣੇ), **(ਅ)** **'ਵਾਟਧਾਨ'** (ਜਾਂ ਵਟਦਾਨ- ਹਰਿਆਣਵੀ ਜਾਟ ਸਮਾਜ-ਵੈਸ਼ਾਂ ਵਾਂਗ ਖੇਤੀ ਬਾੜੀ ਕਰਨ ਵਾਲੇ ਅਤੇ ਸੌਦਾ ਲੈਣ-ਦੇਣ ਦਾ ਕੰਮ ਕਰਨ ਵਾਲੇ) ਅਤੇ **(ੲ)** **ਪੁਸ਼ਪਾਧ** ਸਮਾਜ (ਬਾਗਾਂ ਅਤੇ ਫ਼ਲ, ਫੁੱਲਾਂ ਦੇ

ਵਪਾਰੀ), ਸ਼ਾਕਿਯ ਜਾਂ ਸ਼ੈਖ ਸਮਾਜ (ਸਿਰ ਉੱਪਰ ਬੋਦੀ ਰੱਖਣ ਵਾਲੇ ਲੋਕ, ਬਿਹਾਰੀ ਲੋਕ-ਕਪਲਵਸਤੂ ਸ਼ਹਿਰ ਦੇ ਆਲੇ-ਦੁਆਲੇ ਦੇ ਲੋਕ) ਆਦਿ ਜਾਤਾਂ ਦੇ ਲੋਕ ਨਿਕਲੇ।

ਟਿੱਪਣੀ:- *ਹੈਰਾਨਗੀ ਵਾਲੀ ਗੱਲ ਹੈ ਕਿ ਬ੍ਰਾਹਮਣਾਂ ਦੇ ਵ੍ਰਤਿਯ ਪੁੱਤਰਾਂ ਬਾਰੇ, ਇਸ ਵਖਿਆਨ ਵਿੱਚ, ਉਨ੍ਹਾਂ ਦੇ ਘਰ ਪੈਦਾ ਹੋਈਆਂ ਕੰਨਿਆਵਾਂ ਦੇ ਨਾਵਾਂ ਦਾ ਕੀ ਬਣਦਾ ਸੀ, ਇਸਦਾ ਕਿੱਧਰੇ ਕੋਈ ਜ਼ਿਕਰ ਨਹੀ ਆਂਉਦਾ!*

(22) ਇਸੇ ਤਰਾਂ, **ਖੱਤਰੀਆਂ** ਦੇ 'ਵ੍ਰਤਿਯ'(ਧਰਮ ਤਿਆਗੀ) ਪੁੱਤਰਾਂ ਦੇ ਸੱਤ ਕਬੀਲੇ ਜਾਣੇ ਜਾਂਦੇ ਹਨ, ਜਿਵੇਂ **(ੳ) 'ਝੱਲ਼ ਸਮਾਜ'-** ਭੰਡ ਸਮਾਜ, ਨਕਲੀਏ ਆਦਿ ।

(ਅ) 'ਮਲ ਸਮਾਜ'- ਯੋਧਿਆਂ ਦਾ ਕਬੀਲਾ ਜੋ ਲੜਾਈਆਂ, ਕੁਸ਼ਤੀਆਂ ਕਰਕੇ ਮਸ਼ਹੂਰ ਸਨ।

(ੲ) 'ਲਿਸ਼ਵੀ'- ਜਿਨ੍ਹਾਂ ਦੀ ਹੋਂਦ ਉੱਤਰੀ ਬਿਹਾਰ ਜਿਲੇ ਮੁਜ਼ੱਫਰਪੁਰ ਦੇ ਵਿਸ਼ਾਲੀ ਇਲਾਕੇ ਅਤੇ ਨਿਪਾਲ ਵਿੱਚ ਦੱਸੀ ਜਾਂਦੀ ਹੈ, ਜੈਨੀਆਂ ਦੇ ਗ੍ਰੰਥਾਂ ਵਿੱਚ ਇਸਦਾ ਕਾਫੀ ਜ਼ਿਆਦਾ ਜ਼ਿਕਰ ਹੈ। ਮਹਾਤਮਾਂ ਬੁੱਧ ਅਤੇ ਮਹਾਂਵੀਰ ਜੈਨ ਭੀ ਇਨ੍ਹਾਂ ਕਬੀਲਿਆਂ ਦੇ ਰਾਜਿਆਂ ਵਿੱਚੋ ਹੀ ਹੋਏ ਕਹੇ ਜਾਂਦੇ ਹਨ। ਮਾਗਧ ਅਤੇ ਨੱਤ ਕਬੀਲਿਆਂ ਨਾਲ ਇਨ੍ਹਾਂ ਦੀਆਂ ਰਿਸ਼ਤੇਦਾਰੀਆਂ ਦੇ ਹਵਾਲੇ ਹਿੰਦੂ ਧਰਮ ਦੇ ਗ੍ਰੰਥਾਂ ਵਿੱਚ ਬਹੁਤ ਮਿਲਦੇ ਹਨ।

(ਸ) 'ਨੱਤ ਜਾਂ ਨਟ ਸਮਾਜ'- ਤਮਾਸ਼ਬੀਨ, ਬਾਜੀਗਰ, ਨਾਟਕਕਾਰ, ਅਦਾਕਾਰ, ਰਾਸਧਾਰੀਏ ਆਦਿ।

(ਹ) 'ਕਰਣ ਸਮਾਜ'- ਰਾਜਪੂਤਾਂ ਦੀ ਮਿਸ਼ਰਤ ਜਾਤ ਜੋ ਉੱਤਰ ਪ੍ਰਦੇਸ਼, ਮਧ ਪ੍ਰਦੇਸ਼, ਅਤੇ ਰਾਜਿਸਥਾਨ ਦੇ ਵਾਸੀ ਹੋਏ, ਅਤੇ ਕੰਡੇਰਾ ਕਰਕੇ ਭੀ ਜਾਣੀ ਜਾਂਦੀ ਹੈ। ਇਸਦੇ ਅਨੇਕ ਵੱਖਰੇ ਵੱਖਰੇ ਨਾਵਾਂ ਅਤੇ ਉਚੇ ਨੀਵੇਂ ਦਰਜੇ ਦੇ ਕਬੀਲੇ ਭੀ ਹਨ, ਨਮੂਨੇ ਵਜੋਂ ਠਾਕੁਰ, ਗੋਲਨਦਾਜ, ਕਰਣਾਵਤ, ਨਾਗਰ, ਬਰਮਾ, ਇਤਿ ਆਦਿ। ਇਨ੍ਹਾਂ ਦਾ ਆਮ ਕਿੱਤਾ, ਕਪਾਹ ਦੇ ਵਪਾਰ ਨਾਲ ਸਬੰਧਿਤ ਸੀ।

(ਕ) 'ਖਸ ਸਮਾਜ'- ਖਸ ਜਾਂ ਖਸੀਆ ਜਾਤ ਦੇ ਲੋਕ ਜੋ ਕਮਾਊਂ ਖੇਤਰ ਜਿਵੇਂ ਗੜਵਾਲ ਅਤੇ ਨਪਾਲ (ਹੁਣ-ਉੱਤਰਾਖੰਡ ਦਾ ਹਿੱਸਾ), ਜਿਸ ਵਿੱਚ ਇਸ ਜਾਤ ਦੇ ਲੋਕਾਂ ਦੀ ਬਹੁਤਾਤ ਪਾਈ ਜਾਂਦੀ ਹੈ। ਇਨ੍ਹਾਂ ਨੂੰ ਠਾਕਰ ਭੀ ਕਿਹਾ ਜਾਂਦਾ ਹੈ। ਖੱਤਰੀਆਂ ਵਿੱਚੋਂ ਨਿਕਲਣ ਵਾਲੇ ਇਨ੍ਹਾਂ ਵ੍ਰਾਤਿਯ ਲੋਕਾਂ ਨੂੰ ਇਸ ਇਲਾਕੇ ਦੇ ਬ੍ਰਾਹਮਣ ਲੋਕ ਅੱਜ ਭੀ ਨੀਚ ਜਾਤੀ ਕਰਕੇ ਘਿਰਣਾਂ ਕਰਦੇ ਹਨ। ਹਿੰਦੂਆਂ ਦੇ ਧਰਮ ਗ੍ਰੰਥਾਂ ਵਿੱਚ ਇਨ੍ਹਾਂ ਦਾ ਬਹੁਤ ਵਿਸਥਾਰ ਵਿੱਚ ਜ਼ਿਕਰ ਦਿੱਤਾ ਗਿਆ ਹੈ।

(ਖ) 'ਦ੍ਰਿਵੜ ਜਾਂ ਦ੍ਰਾਵਿੜ ਸਮਾਜ' -ਸਕੰਦ ਪੁਰਾਣ ਵਿੱਚ ਜ਼ਿਕਰ ਹੈ ਕਿ, ਵੇਦ ਧਰਮ ਤੋਂ ਮੁਨਕਰ ਖੱਤਰੀਆਂ ਦੀ ਉਲਾਦ (ਵ੍ਰਾਤਿਯ ਲੋਕ) ਦਾ ਮੂਲ ਨਿਵਾਸੀਆਂ ਨਾਲ ਘੁਲ-ਮਿਲ ਜਾਣ ਕਾਰਣ, ਸਮਾਂ ਪਾ ਕੇ ਬਹੁਤ ਵੱਡੇ ਕਬੀਲੇ ਬਣੇ। ਉੱਤਰੀ ਭਾਰਤ ਤੋਂ ਬਿਹਾਰ, ਉੱਤਰ ਪ੍ਰਦੇਸ਼ (ਬਿੰਦਆਂਚਲ ਦੇ ਆਲੇ ਦੁਆਲੇ ਦੇ ਇਲਾਕੇ-ਮਿਰਜ਼ਾਪੁਰ ਜ਼ਿਲਾ) ਵੱਲ ਨੂੰ ਧੱਕੇ ਗਏ। ਸਦੀਆਂ ਬੀਤ ਜਾਣ ਤੇ ਉੱਥੋ ਦੇ ਵ੍ਰਾਤਿਯ ਕਬੀਲਿਆਂ ਨੇ ਆਪੋ ਆਪਣੇ ਵੱਡੇ ਵੱਡੇ ਰਾਜ ਕਾਇਮ ਕੀਤੇ ਅਤੇ ਵੱਖ ਵੱਖ ਜਾਤਾਂ ਵਿੱਚੋਂ ਨਿਕਲ ਕੇ ਬਣੇ ਵ੍ਰਤਿਯ ਕਬੀਲਿਆਂ ਦੀ ਆਪਸੀ ਲੜਾਈ ਕਾਰਣ ਕੁਝ ਕਬੀਲੇ ਹੋਰ ਦੱਖਣ-ਪੂਰਬ ਵੱਲ ਨੂੰ ਧੱਕੇ ਗਏ, ਉਨ੍ਹਾਂ ਕਬੀਲਿਆਂ ਦੀਆਂ ਆਪੋ ਆਪਣੀਆਂ ਬੋਲੀਆਂ ਹੋਣ ਕਰਕੇ, ਤਾਮਿਲ, ਤੈਲਗੂ, ਕੰਨੜ, ਮਲਿਆਲਮ ਆਦਿ ਸਭ ਦਰਾਵਿੜ (ਅੱਜ ਭੀ ਆਰੀਆ ਲੋਕਾਂ ਦੇ ਭਜਾਏ ਹੋਏ) ਲੋਕ ਕਰਕੇ ਜਾਣੇ ਜਾਂਦੇ ਹਨ।

(23) ਇਸੇ ਤਰਾਂ, ਵੈਸ਼ ਵਰਣ ਦੇ ਵ੍ਰਾਤਿਯ ਪੁੱਤਰਾਂ ਦੀ ਉਲਾਦ ਵਿੱਚੋਂ ਅੱਗੇ, **ਸੁਧਨਵਾਨ** (ਸੁਧਨਵਚਾਰੀਆ), **ਕਰੂਸ਼**, **ਵਿਜਨਮਾ** , **ਮੈਤਰ**, **ਸਤਵਾਰ** ਜਾਂ ਸਾਤਵਤ ਆਦਿ ਕਬੀਲਿਆਂ ਦੇ ਲੋਕ ਕਰਕੇ ਜਾਣੇ ਜਾਂਦੇ ਹਨ।

ਨੋਟ:- *ਵ੍ਰਤਿਜ ਲੋਕਾਂ ਦੇ ਕਬੀਲਿਆਂ ਬਾਰੇ ਹੋਰ ਭੀ ਬਹੁਤ ਕੁਝ ਲਿਖਿਆ ਉਪਲਬਦ ਹੈ, ਜਿਸਦਾ ਵਖਿਆਨ ਇੱਕ ਵੱਖਰੀ ਵਿਚਾਰ ਦਾ ਵਿਸ਼ਾ ਹੈ।*

(24) ਇਸ ਲਈ, ਜੇ ਕਿਸੇ ਵਰਣ ਦੇ ਮਰਦ ਨੂੰ, ਕਿਸੇ ਹੋਰ ਵਰਣ ਦੀ ਇਸਤ੍ਰੀ ਨਾਲ ਆਪਸੀ ਸਬੰਧ ਕਾਇਮ ਕਰਨ ਦੀ ਮਨਾਹੀ ਹੋਵੇ (ਅਗੰਮਿਆ ਇਸਤ੍ਰੀ- ਨਾ ਭੋਗਣ ਯੋਗ), ਪਰ ਫਿਰ ਭੀ ਆਪਣੇ ਧਰਮ ਸ਼ਾਸਤ੍ਰਾਂ ਦੀ ਮਰਿਯਾਦਾ ਨੂੰ ਭੰਗ ਕਰਕੇ ਕੇ ਵਿੱਭਚਾਰ ਜਾਂ ਵਿਆਹ ਕਰਕੇ ਉਲਾਦ ਪੈਦਾ ਕਰੇ, ਤਾਂ ਪੈਦਾ ਹੋਈ ਉਲਾਦ, 'ਵ੍ਰਣਸ਼ੰਕਰ' ਹੀ ਕਹੀ ਜਾਂਦੀ ਹੈ। ਉਨ੍ਹਾਂ ਦਾ ਕੋਈ ਧਾਰਮਿਕ ਨਾਮ-ਕਰਣ ਨਹੀਂ ਹੋ ਸਕਦਾ (ਭਾਵ-ਜਿਸਦੇ ਨਾਮ ਨਾਲ ਮਾਤਾ ਪਿਤਾ ਦੇ ਨਾਮ ਨੂੰ ਨਹੀਂ ਜੋੜਿਆ ਜਾ ਸਕਦਾ)।

(25) ਹੁਣ ਮੈਂ (ਭ੍ਰਿਗੂ) ਪੂਰੀ ਤਰਾਂ ਉਨ੍ਹਾਂ ਪੁੱਤਰਾਂ ਦੇ ਰਿਸ਼ਤਿਆਂ ਦਾ ਵਖਿਆਨ ਕਰਾਂਗਾ ਜੋ ਕਰਮਵਾਰ, ਵੱਖੋ ਵੱਖ ਮਰਦ-ਇਸਤਰੀ ਅਤੇ ਉਲਟੇ ਕਰਮ ਵਿੱਚ ਇਸਤਰੀ-ਮਰਦ ਦੇ ਆਪਸੀ ਸਬੰਧਾਂ ਨਾਲ (ਵ੍ਰਣਸ਼ੰਕਰ ਜਾਤਾਂ ਦੇ) ਪੈਦਾ ਹੁੰਦੇ ਹਨ। ਜਿਵੇਂ-

(26) ਕਰਮ ਵਾਰ ਬ੍ਰਾਹਮਣ, ਖੱਤਰੀ, ਵੈਸ਼ ਦਾ ਸ਼ੂਦਰ ਇਸਤ੍ਰੀ ਤੋਂ ਜਨਮਿਆ ਪੁੱਤਰ, **ਸੂਤ** (ਜਾਂ ਸੁਤ), **ਵੈਦੇਹੁ**, ਅਤੇ **ਕੰਦਾਲ** (ਚੰਡਾਲ) ਕਹਾਉਂਦਾ ਹੈ ਅਤੇ ਉਲਟੇ ਕਰਮ ਵਿੱਚ ਸ਼ੂਦਰ ਪੁਰਸ਼ ਦੀ ਉਲਾਦ, ਜੋ ਵੈਸ਼, ਖੱਤਰੀ ਅਤੇ ਬ੍ਰਾਹਮਣੀ ਇਸਤ੍ਰੀ ਤੋਂ ਜਨਮੀ ਉਲਾਦ, **ਮਾਗਧ**, **ਸ਼ਤਰਾ**, ਅਤੇ **ਅਯੋਗਵ** ਕਹਾਉਂਦੀ ਹੈ।

(27) ਉੱਪਰ ਦੱਸੇ ਗਏ ਛੇ ਵ੍ਰਣਸ਼ੰਕਰ ਜਾਤੀ ਦੇ ਪੁਰਸ਼ (ਸੁਤ, ਵੈਦੇਹ, ਚੰਡਾਲ, ਮਗਧ, ਸ਼ਤਰਾ ਅਯੋਗਵ), ਜੇ ਅੱਗੇ ਆਪਣੀ ਮਾਤਾ ਦੀ ਜਾਤ ਵਾਲੀ ਜਾਂ ਤੋਂ ਉਸਤੋਂ ਉੱਚੀ ਜਾਤੀ ਦੀ ਕੰਨਿਆਂ ਨਾਲ ਉਲਾਦ ਪੈਦਾ ਕਰਨ ਤਾਂ ਉਹ ਉਸੇ ਜਾਤੀ ਦੇ ਹੀ ਗਿਣੇ ਜਾਂਦੇ ਹਨ।

(28) ਜਿਸ ਤਰਾਂ ਬ੍ਰਾਹਮਣ ਦੇ ਸੰਭੋਗ ਨਾਲ, ਉਸਦੀ ਆਪਣੀ ਜਾਤ, ਖੱਤਰੀ ਜਾਤ, ਅਤੇ ਵੈਸ਼ ਜਾਤੀ ਕੰਨਿਆਂ ਤੋਂ ਪੈਦਾ ਹੋਏ ਪੁੱਤਰਾਂ ਨੂੰ 'ਦਵਿੱਜ' ਕਿਹਾ ਜਾਂਦਾ ਹੈ, ਉਸੇ ਤਰਾਂ ਵੈਸ਼ ਕੰਨਿਆਂ ਤੋਂ ਖੱਤਰੀ ਮਰਦ ਨਾਲ, ਖੱਤਰੀ ਕੰਨਿਆਂ ਤੋਂ ਬ੍ਰਾਹਮਣ ਮਰਦ ਦੇ ਸੰਜੋਗ ਨਾਲ ਪੈਦਾ ਹੋਏ ਪੁੱਤਰ ਭੀ ਪਿਤਾ ਦੀ ਜਾਤ ਦੇ ਦਵਿੱਜ ਗਿਣੇ ਜਾਂਦੇ ਹਨ।

(29) ਪਹਿਲਾਂ ਦੱਸੇ ਗਏ ਛੇ ਕਬੀਲਿਆਂ ਦੇ ਪੁਰਸ਼ (ਸੁਤ, ਵਿਦੇਹ, ਕੰਦਾਲ, ਮਗਧ, ਸ਼ਤਰਾ, ਅਯੋਗ), ਜੇ ਅੱਗੇ ਫਿਰ ਆਪਸ ਵਿੱਚ ਇੱਕ ਦੂਸਰੇ ਦੇ ਸਬੰਧਾਂ ਨਾਲ ਪੁੱਤਰ ਪੈਦਾ ਕਰਨ, ਤਾਂ ਆਰੀਆ ਪੁਰਸ਼ਾਂ ਵਲੋਂ, ਉਹ ਘਟੀਆ ਅਤੇ ਨਿੰਦਣਯੋਗ ਉਲਾਦ ਗਿਣੀ ਜਾਂਦੀ ਹੈ।

(30) ਜਿਵੇਂ ਇੱਕ ਸ਼ੂਦਰ ਦਾ ਬ੍ਰਾਹਮਣ ਦੀ ਕੰਨਿਆਂ ਤੋਂ ਪੈਦਾ ਹੋਇਆ ਪੁੱਤਰ, ਨੀਚ ਜਾਤੀ ਦਾ **'ਚੰਡਾਲ'** (ਵ੍ਰਣਸ਼ੰਕਰ ਜਾਤ) ਕਹਾਉਂਦਾ ਹੈ, ਇਸੇ ਤਰਾਂ ਅੱਗੇ ਚੰਡਾਲ ਪੁਰਸ਼ ਦਾ ਚੌਹਾਂ ਵਰਣਾਂ (ਬ੍ਰਾਹਮਣ, ਖੱਤਰੀ, ਵੈਸ਼, ਸ਼ੂਦਰ) ਦੀਆਂ ਕੰਨਿਆਂ ਤੋਂ ਪੈਦਾ ਹੋਇਆ ਪੁੱਤਰ, ਚੰਡਾਲ ਜਾਤੀ ਤੋਂ ਭੀ ਘਟੀਆ (ਨਿੰਦਤ) ਜਾਣਿਆ ਜਾਂਦਾ ਹੈ।

(31) ਪਰ ਇੱਕ ਵਰਣਹੀਣ ਮਨੁੱਖ ਆਪਣੇ ਤੋਂ ਉੱਚੀ ਜਾਤ (ਬ੍ਰਾਹਮਣ, ਖੱਤਰੀ, ਵੈਸ਼) ਦੀਆਂ ਇਸਤਰੀਆਂ ਤੋਂ **'ਅਯੋਗਵ'** ਪੁੱਤਰ ਪੈਦਾ ਕਰਕੇ, ਆਪਣੇ ਵਰਗੀ, ਹੋਰ ਪੰਦਰਾਂ ਪ੍ਰਕਾਰ ਦੀ ਵਰਣਹੀਣ ਉਲਾਦ ਪੈਦਾ ਕਰਦਾ ਹੈ। ਜਿਵੇਂ—

(32) ਦਸੂ ਜਾਤ ਦੇ ਮਨੁੱਖ ਦੀ,**'ਅਯੋਗਵ'** ਜਾਤੀ ਦੀ ਇਸਤਰੀ ਤੋਂ ਪੈਦਾ ਹੋਈ ਉਲਾਦ ਨੂੰ **ਸੈਰਿੰਧਰ** (ਗੁਲਾਮ ਵਰਗਾ ਨੌਕਰ) ਜਾਤ ਦਾ ਕਿਹਾ ਜਾਂਦਾ ਹੈ ਜੋ ਗੁਲਾਮਾਂ ਵਾਂਗ ਰਹਿ ਕੇ ਆਪਣੇ ਮਾਲਿਕ ਦੀ ਨਿਜੀ ਸੇਵਾ ਕਰਦਾ ਹੈ (ਜਿਵੇਂ ਮੁੱਠੀ ਚਾਪੀ, ਸਿਰ ਦੇ ਵਾਲ ਧੋਣੇ ਅਤੇ ਸਵਾਰਨੇ, ਸਰੀਰ ਦੀ ਮਾਲਿਸ਼ ਆਦਿ ਕਰਦਾ ਹੈ) ਪਰ ਗੁਲਾਮਾਂ ਵਾਂਗ ਉਸਦਾ ਛੱਡਿਆ ਭੋਜਨ ਨਹੀਂ ਖਾਂਦਾ। ਮਾਲਿਕ ਲਈ ਸ਼ਿਕਾਰ ਕਰਕੇ ਲਿਆਂਦੇ ਮਾਸ ਨੂੰ ਸਵਾਰਦਾ ਅਤੇ ਪਕਾਉਂਦਾ ਹੈ।

ਨੋਟ:- *ਕਈ ਥਾਵਾਂ ਤੇ ਦਸੂ ਨਾਮ ਦੀ ਸੰਗਿਆ ਡਾਕੂ ਕਰਕੇ ਭੀ ਆਈ ਹੈ, ਜੋ ਇੱਥੇ ਨਹੀਂ ਢੁਕਦੀ। ਆਮ ਕਥਾ ਪ੍ਰਚੱਲਿਤ ਹੈ ਕਿ ਪਾਂਡਵਾਂ ਨੂੰ ਬਨਵਾਸ ਸਮੇਂ, ਉਨ੍ਹਾਂ ਦੀ ਸਾਂਝੀ ਪਤਨੀ ਦਰੋਪਤੀ ਨੂੰ ਰਾਜਾ ਵਿਰਾਟ ਦੀ ਇਸਤ੍ਰੀ ਦੀ ਦਾਸੀ ਬਣਕੇ ਉਸਦੇ ਘਰ ਲੁਕਣ ਲਈ ਸ਼ਰਣ ਲੈਣੀ ਪਈ। ਰਾਜਾ ਵਿਰਾਟ ਨੇ ਆਪ ਭੀ ਲੁਕ ਕੇ ਰਹਿਣ ਕਾਰਨ, ਆਪਣਾ ਨਾਮ ਕੰਕ ਰੱਖਿਆ ਹੋਇਆ ਸੀ। ਉਸ ਸਮੇਂ ਤੋਂ ਘਰ ਵਿੱਚ ਰੱਖੀ ਦਾਸੀ ਨੂੰ* ***ਸੈਰਿੰਧ੍ਰੀ*** *ਕਰਕੇ ਜਾਣਿਆ ਜਾਣ ਲੱਗਾ।*

(33) ਇੱਕ **'ਵੈਦੇਹ'** ਜਾਤ ਦੇ ਪੁਰਸ਼ ਦੀ **'ਅਯੋਗਵ'** ਜਾਤ ਦੀ ਇਸਤਰੀ ਤੋਂ ਪੈਦਾ ਹੋਏ ਪੁੱਤਰ **'ਮੈਤਰੀ'** (ਮਿੱਠਬੋਲੜੇ) ਜਾਤ ਕਰਕੇ ਜਾਣੇ ਜਾਂਦੇ ਹਨ, ਜਿਨ੍ਹਾ ਦਾ ਕੰਮ, ਵੱਡੇ ਲੋਕਾਂ ਦੀ ਸਿਫ਼ਤ ਕਰਨਾ ਅਤੇ ਗਾ ਵਜਾ ਕੇ ਉਨ੍ਹਾਂ ਨੂੰ ਖੁਸ਼ ਕਰਨਾ ਹੈ। ਸੂਰਜ ਚੜ੍ਹਨ ਤੇ ਸ਼ਾਮ ਨੂੰ ਪਿੰਡ ਵਿੱਚ ਘੰਟੀ ਵਜਾ ਕੇ ਅਵਾਜ਼ਾ ਲੌਣਾ (ਚੌਕੀਦਾਰੀ) ਭੀ ਇਨ੍ਹਾਂ ਦਾ ਕਿੱਤਾ ਗਿਣਿਆ ਗਿਆ ਹੈ।

(34) ਇੱਕ **'ਨਿਸ਼ਾਧ'** ਪੁਰਸ਼ ਦੀ **'ਅਯੋਗਵ'** ਜਾਤ ਦੀ ਇਸਤਰੀ ਤੋਂ ਪੈਦਾ ਹੋਇਆ ਪੁੱਤਰ **'ਮਾਰਗਵ'**(ਜਾਂ ਭਾਰਗਵ) ਜਾਤ ਦਾ ਕਿਹਾ ਜਾਂਦਾ ਹੈ ਅਤੇ **'ਦਾਸ'** ਜਾਤ ਵਾਂਗ ਹੀ ਜਾਣਿਆ ਜਾਂਦਾ ਹੈ। ਇਸ ਜਾਤ ਦੇ ਲੋਕ ਮਛੇਰੇ (ਮਾਛੀ- ਮੱਛੀਆਂ ਫੜਨ ਵਾਲੇ) ਭੀ ਕਹੇ ਜਾਂਦੇ ਹਨ ਅਤੇ ਆਰੀਆ ਵ੍ਰਤ ਲੋਕ ਇਨ੍ਹਾਂ ਨੂੰ **ਕਵੱਤਰੀਏ** (ਜਾਂ ਮਲਾਹੁ-ਨੈਵੱਤਰੀਏ- ਬੇੜੀਆਂ ਚਲਾਣ ਵਾਲੇ) ਭੀ ਆਖਦੇ ਹਨ।

(35) ਇਸ ਤਰਾਂ, **ਸੈਰਿੰਧਰ, ਮੈਤ੍ਰੇਯ (मैत्रेय) ਅਤੇ ਮਾਰਗਵ** ਦੇ ਮਰਦਾਂ ਤੋਂ, **ਅਯੋਗਵ** ਜਾਤੀ ਦੀ ਇਸਤ੍ਰੀ ਦੇ ਸੰਗ ਤੋਂ ਜਨਮੀਂ (ਉੱਪਰ ਦੱਸੇ ਗਏ ਤਿੰਨ ਜਾਤਾਂ ਦੇ ਵੱਖ ਵੱਖ ਮਰਦਾਂ ਰਾਹੀਂ ਪੈਦਾ ਹੋਈ ਹੀਣ ਜਾਤੀ (ਜਾਤਹੀਣ, ਦਲਿਤ) ਉਲਾਦ ਹੈ, ਜੋ ਮੁਰਦਿਆਂ ਦੇ ਪਾਏ ਹੋਏ ਪੁਰਾਣੇ ਕੱਪੜੇ ਪਾ ਕੇ ਅਤੇ ਬੇਰਹਿਮ ਲੋਕਾਂ ਦਾ ਬਚਿਆ ਹੋਇਆ ਜੂਠਾ ਭੋਜਨ ਖਾ ਕੇ ਗੁਜ਼ਾਰਾ ਕਰਦੀ ਹੈ।

(36) ਇੱਕ **ਨਿਸ਼ਾਧ** ਕਬੀਲੇ ਦੇ ਪੁਰਸ਼ ਰਾਹੀਂ **ਵੈਦੇਹ** ਜਾਤੀ ਦੀ ਔਰਤ ਤੋਂ ਜਨਮੇਂ ਪੁੱਤਰ **'ਕਰਾਵਰ'**(ਚਮਾਰ) ਜਾਤ ਕਰਕੇ ਜਾਣੇ ਜਾਂਦੇ ਹਨ, ਜੋ ਮਰੇ ਪਸ਼ੂ ਢੋਣ ਅਤੇ ਚਮੜੇ ਦਾ ਕੰਮ ਕਰਦੇ ਹਨ। ਇੱਕ **'ਵਦੇਹ'** ਜਾਤੀ ਦੇ ਮਰਦ ਤੋਂ **'ਕਰਾਵਰ'** ਇਸਤਰੀ ਰਾਹੀਂ ਪੈਦਾ ਹੋਇਆ ਪੁੱਤਰ- **'ਅੰਧਰ'** ਜਾਤੀ ਕਰਕੇ ਅਤੇ **'ਨਿਸ਼ਾਧ'** ਔਰਤ ਰਾਹੀਂ ਪੈਦਾ ਹੋਏ ਪੁੱਤਰ, **'ਮੇਧ'** (ਗਧੀਲੇ) ਜਾਤੀ ਕਰਕੇ ਜਾਣੇ ਜਾਂਦੇ ਹਨ, ਜਿਸਦੇ ਲੋਕ ਆਮ ਕਰਕੇ ਪਿੰਡਾਂ ਦੇ ਵਸੀਵੇਂ ਤੋਂ ਬਾਹਰ ਝੌਂਪੜੀਆਂ ਪਾ ਕੇ ਰਹਿੰਦੇ ਹਨ।

(37) ਇੱਕ **'ਚੰਡਾਲ'** ਮਰਦ ਰਾਹੀਂ **ਵਦੇਹਕ** ਜਾਤੀ ਦੀ ਇਸਤਰੀ ਤੋਂ ਪੈਦਾ ਹੋਈ ਸੰਤਾਨ **ਪਾਂਡੁਸੋਪਾਕ** (ਜਾਂ ਪਾਂਡੁਸਪਾਕ- ਕਚਵਾਨੇ) ਜਾਤੀ ਦੀ ਕਹੀ ਜਾਂਦੀ ਹੈ ਜਿਸਦਾ ਮੁੱਖ ਪੇਸ਼ਾ ਦਰਖਤਾਂ ਦੀਆਂ ਛਿਟੀਆਂ ਅਤੇ ਬੈਂਤ ਨਾਲ, ਟੋਕਰੀਆਂ, ਛੱਜ, ਪੱਖੀਆਂ ਆਦਿ ਬਨਾਉਣਾਂ ਗਿਣਿਆ ਜਾਂਦਾ ਹੈ। ਅਤੇ ਇੱਕ 'ਨਿਸ਼ਾਧ' ਮਰਦ ਦੇ ਰਾਹੀਂ ਵਿਦੇਹੁ ਇਸਤਰੀ ਤੋਂ ਪੈਦਾ ਹੋਈ ਉਲਾਦ **'ਅਹਿੰਡਕ'** (ਕਸਾਈ) ਜਾਤੀ ਕਹੀ ਜਾਂਦੀ ਹੈ ਜੋ ਪਸ਼ੂ ਵੱਢਣ ਅਤੇ ਮਾਸ ਵੇਚਣ ਦਾ ਕੰਮ ਕਰਦੇ ਹਨ।

(38) ਪਰ ਇੱਕ **ਚੰਡਾਲ** ਮਰਦ ਤੋਂ **ਪੂਕਾਸ** (ਪੁਕਸੀ) ਇਸਤਰੀ ਰਾਹੀਂ ਪੈਦਾ ਹੋਈ ਘਟੀਆ ਅਤੇ ਨਿੰਦਣਯੋਗ ਉਲਾਦ **ਸੋਮਪਾਕ** (ਸੋਪਾਕੀ) ਜਾਤੀ ਦੀ ਕਹੀ ਜਾਂਦੀ ਹੈ, ਜਿਸ ਜਾਤੀ ਦੇ ਲੋਕ ਮੌਤ ਦੀ ਸਜ਼ਾ ਦੇਣ ਵਾਲੇ (ਜਲਾਦ) ਦਾ ਕੰਮ ਕਰਦੇ ਹਨ।

(39) **ਚੰਡਾਲ** ਮਰਦ ਦੀ **ਨਿਸ਼ਾਧ** ਇਸਤਰੀ ਤੋਂ ਜੋ ਨੀਚ ਜਾਤ ਦੀ ਉਲਾਦ ਪੈਦਾ ਹੁੰਦੀ ਹੈ, ਉਹੋ **ਅਨਸੂਚਿਤ** ਜਾਤੀ ਦੇ **ਅਨੱਤਿਆਵਸਾਈ** (**अन्त्यावसायी**) ਪੁੱਤਰ ਕਹੇ ਜਾਂਦੇ ਹਨ ਅਤੇ ਉਨ੍ਹਾਂ ਦਾ ਪੇਸ਼ਾ, ਸ਼ਮਸਾਨ ਘਾਟ ਦੀਆਂ ਲੱਕੜਾਂ ਢੋਣੀਆਂ, ਮੁਰਦੇ ਫੂਕਣੇ ਆਦਿ। ਇਹ ਜਾਤੀ, ਚੰਡਾਲ ਤੋਂ ਵੀ ਘਟੀਆ ਅਤੇ ਗਿਰੀ ਹੋਈ ਗਿਣੀ ਜਾਂਦੀ ਹੈ।

ਟਿੱਪਣੀ:- *ਅੱਜ ਦੇ ਯੁੱਗ ਵਿੱਚ ਭੀ, ਭਾਰਤ ਦੇਸ਼, ਜਿਸਨੂੰ ਦੁਨੀਆਂ ਦਾ ਸਭ ਤੋਂ ਵੱਡਾ ਲੋਕਤੰਤਰ ਕਿਹਾ ਜਾਂਦਾ ਹੈ, ਸਵਿਧਾਨਕ ਤੌਰ ਤੇ ਇਹ ਨਾਮ (ਅਨਸੂਚਿਤ ਜਾਤੀ) ਐਸੇ ਵਰਗ ਦੇ ਨਾਗਰਿਕਾਂ ਲਈ ਨਿਰਧਾਰਤਿ ਕੀਤਾ ਗਿਆ ਹੈ ਜਿਨ੍ਹਾਂ ਦਾ ਪਛੋਕੜ, ਚਾਰ ਵਰਣਾਂ (ਬ੍ਰਾਹਮਣ, ਖੱਤਰੀ, ਵੈਸ਼, ਸ਼ੂਦਰ) ਦੀਆਂ ਜਾਤਾਂ ਜਾਂ ਕਿਸੇ ਉਪ-ਜਾਤ ਦੀ ਸੂਚੀ ਵਿੱਚ ਵੀ ਸ਼ਾਮਲ ਨਹੀਂ ਹੈ।*

(40) ਇਸ ਤਰਾਂ ਵੱਖ ਵੱਖ ਵਰਣਾਂ ਅਤੇ ਜਾਤਾਂ ਦੇ ਮਰਦਾਂ, ਇਸਤਰੀਆਂ ਦੇ ਆਪਸੀ ਸਬੰਧ ਅਤੇ ਘਾਲ਼ੇ-ਮਾਲ਼ੇ ਨਾਲ ਜੋ ਹੋਰ ਕਬੀਲੇ ਅਤੇ ਜਾਤਾਂ (ਵਰਣਛੰਕਰ) ਉਤਪਨ ਹੋਈਆਂ, ਉਹ ਆਪਣੇ ਕਿੱਤੇ ਨਾਲ ਸਬੰਧਿਤ ਨਾਵਾਂ ਕਰਕੇ ਜਾਣੀਆਂ ਜਾਣ ਲੱਗ ਪਈਆਂ।

ਟਿੱਪਣੀ:-*ਉਪਰੋਕਿਤ ਅਨਸੂਚਿਤ ਜਾਤੀਆਂ ਦੇ ਇਤਹਾਸ ਨੂੰ ਪੜ੍ਹੀਏ ਤਾਂ ਭਾਰਤ ਦੇ ਦੱਖਣ-ਪੂਰਬ ਦੇ ਹੇਠਲੇ ਇਲਾਕੇ ਵਿੱਚ ਅਤੇ ਰਾਜਿਸਥਾਨ-ਹਰਿਆਣੇ ਦੇ ਵਿਚਕਾਰਲੇ ਇਲਾਕੇ ਵਿੱਚ ਇਨ੍ਹਾਂ ਜਾਤੀਆਂ ਦੇ ਕਬੀਲਿਆਂ ਵਿੱਚੋਂ ਬੜੇ ਵੱਡੇ ਵੱਡੇ ਰਾਜਿਆਂ ਨੇ ਰਾਜ ਕੀਤਾ। ਜਿਸਦਾ ਵਿਸਥਾਰ ਲਿਖਣਾ, ਇਸ ਪੁਸਤਕ ਦਾ ਵਿਸ਼ਾ ਨਹੀਂ ਹੈ।*

(41) ਦਵਿੱਜਾਂ ਦੇ (ਬ੍ਰਾਹਮਣ, ਖੱਤਰੀ, ਵੈਸ਼) ਆਪੋ ਆਪਣੀ ਜਾਤ ਦੀ ਇਸਤਰੀ ਤੋਂ ਪੈਦਾ ਹੋਏ ਤਿੰਨ ਵਰਣਾਂ ਦੇ ਪੁੱਤਰ ਅਤੇ ਆਪਣੇ ਤੋਂ ਇੱਕ ਨੀਵੀਂ ਜਾਤ {ਅਨੰਤਰ- ਜਿਵੇਂ ਬ੍ਰਾਹਮਣ ਮਰਦ ਦਾ ਖੱਤਰੀ ਜਾਂ ਵੈਸ਼ ਇਸਤ੍ਰੀ ਤੋਂ ਜਨਮਿਆ ਪੁੱਤਰ ਅਤੇ ਖੱਤਰੀ ਮਰਦ ਦਾ ਵੈਸ਼ ਇਸਤ੍ਰੀ ਤੋਂ ਜਨਮਿਆ ਪੁੱਤਰ) ਦੀ ਇਸਤਰੀ ਤੋਂ ਪੈਦਾ ਹੋਏ ਪੁੱਤਰ, ਕੁਲ ਮਿਲਾ ਕੇ ਛੇ ਤਰਾਂ ਦੇ ਹਨ, ਜੋ ਉਪਨਿਯਨ ਸੰਸਕਾਰ (ਵੇਦ ਰੀਤੀ ਮੁਤਾਬਿਕ, ਹਿੰਦੂ ਧਰਮ ਵਿੱਚ ਜਨੇਊ ਧਾਰਨ ਕਰਨ ਦੀ ਰਸਮ} ਦੇ ਅਧਿਕਾਰੀ ਹੁੰਦੇ ਹਨ। ਇਸਦੇ ਉਲਟ, ਦਵਿੱਜਾਂ ਵਿੱਚ ਆਪਣੇ ਤੋਂ ਉੱਚੀ ਜਾਤ ਦੀ ਇਸਤਰੀ ਤੋਂ ਪੈਦਾ ਹੋਏ ਸਾਰੇ ਪੁੱਤਰ ਸ਼ੂਦਰਾਂ ਵਾਂਗ ਹੀ ਗਿਣੇ ਜਾਂਦੇ ਹਨ, ਜੋ ਦਵਿੱਜ ਕਹਾਉਣ ਦੇ ਅਧਿਕਾਰੀ ਨਹੀਂ ਹੁੰਦੇ।

(42) ਹਰ ਯੁੱਗ ਵਿੱਚ, ਪਹਿਲੀਆਂ ਛੇ ਉੱਤਮ ਜਾਤੀਆਂ ਦੀ ਸੰਤਾਨ, ਆਪਣੀ ਤਪੱਸਿਆ ਅਤੇ ਬੀਜ ਦੇ ਪਰਭਾਵ ਕਰਕੇ (ਮਾਤਾ ਪਿਤਾ ਦੇ ਵਰਣ ਕਾਰਨ), ਉੱਚਿਆਂ ਤੋਂ ਨੀਵੇਂ ਅਤੇ ਨੀਵਿਆਂ ਤੋਂ ਉੱਚੀ ਜਾਤ ਵਿੱਚ ਬਦਲਦੇ ਆਏ ਹਨ।

ਨੋਟ:- *ਅੱਗੇ ਦੱਸੇ ਗਏ ਵਰਣਾਂ ਦੇ ਲੋਕ, ਜਿਵੇਂ ਰਿਸ਼ੀ ਵਿਸ਼ਵਾ ਮਿੱਤਰ ਅਤੇ ਕਈ ਹੋਰ ਖੱਤਰੀ ਕੁਲ ਵਿੱਚ ਪੈਦਾ ਹੋਏ ਪੁਰਸ਼, ਆਪਣੀ ਤਪੱਸਿਆ ਅਤੇ ਭਗਤੀ ਭਾਵਨਾ ਕਰਕੇ, ਬ੍ਰਾਹਮਣਾਂ ਦੀ ਉੱਚੀ ਕੁਲ ਕਰਕੇ ਜਾਣੇ ਗਏ ਅਤੇ ਕਈ ਉੱਤਮ ਕੁਲ ਵਿੱਚ ਪੈਦਾ ਹੋਕੇ ਭੀ ਨੀਚ ਕਰਮ ਕਾਰਨ ਸ਼ੂਦਰ ਕਰਕੇ ਜਾਣੇ ਗਏ।*

(43) ਆਪਣੀਆਂ ਵੇਦਿਕ ਅਤੇ ਧਾਰਮਿਕ ਪਰੰਪਰਾਵਾਂ ਦਾ ਤਿਆਗ ਅਤੇ ਬ੍ਰਾਹਮਣਾਂ ਦੇ ਉਪਦੇਸ਼ਾਂ ਦੀ ਉਲੰਘਣਾ ਕਰਨ ਕਰਕੇ ਹੌਲੀ ਹੌਲੀ ਹੇਠ ਦਿੱਤੀਆਂ ਸ਼ਰੇਣੀਆਂ ਦੇ ਖੱਤਰੀ ਲੋਕ ਸ਼ੂਦਰ ਬਣ ਗਏ ਜਿਵੇਂ

(44) ਪੌਂਡੂਰਕ (ਪੌਂਡ੍ਰਕ), ਔਡਰ (**औदू** ਔਡੂ), ਦ੍ਰਾਵਿੜ, ਕੰਬੋਜ, ਯਵਨ, ਸ਼ਕ, ਪਾਰਦ (ਪਾਰਧ-ਪਾਰਖ), ਅਪੱਲ੍ਹਵ (ਪੱਲਵੀ), ਕਿਨਾਸ, ਕਿਰਾਤ ਅਤੇ ਦਰਾਦ ਜਾਤੀ ਦੇ ਦਵਿੱਜਾਂ ਨੇ, ਆਪਣਾ ਜਨੇਊ, ਆਪਣਾ ਜਾਤੀ ਕਰਮ ਅਤੇ ਹੋਰ ਦਵਿੱਜ ਸੰਸਕਾਰਾਂ ਨੂੰ ਤਿਆਗ ਕੇ ਵੇਦ ਅਭਿਆਸ ਕਰਨਾ ਛੱਡ ਦਿੱਤਾ ਅਤੇ ਹੌਲੀ ਹੌਲੀ ਸਾਰੇ ਸ਼ੂਦਰ ਹੋ ਗਏ।

(45) ਬ੍ਰਹਮਾ ਦੇ ਮੁੱਖ, ਭੁਜਾ, ਪੱਟਾਂ ਤੇ ਪੈਰਾਂ ਤੋਂ ਪੈਦਾ ਹੋਏ ਇਹ ਸਾਰੇ ਲੋਕ, ਜਿਨ੍ਹਾਂ ਨੇ ਆਪੋ ਆਪਣੀ ਧਰਮ ਕਿਰਿਆ ਦਾ ਤਿਆਗ ਕਰ ਦਿੱਤਾ, ਉਹ ਭਾਵੇਂ ਆਰੀਆ ਭਾਸ਼ਾ ਬੋਲਣ ਜਾਂ ਮਲੇਸ਼ ਭਾਸ਼ਾ (ਵਹਿਸ਼ੀ,ਅਨ-ਆਰੀਆ) ਬੋਲਦੇ ਹੋਣ, ਸਭ ਸ਼ੂਦਰਾਂ ਤੋਂ ਭੀ ਨੀਵੇਂ 'ਦਸੂ'(ਢਾਕੂ, ਚੋਰਾਂ ਸਮਾਨ) ਕਬੀਲੇ ਦੇ ਗਿਣੇ ਜਾਂਦੇ ਹਨ।

(46) ਵੇਦ ਰੀਤੀ ਦੇ ਉਲਟ ਪੈਦਾ ਹੋਈ ਦਵਿੱਜਾਂ ਦੀ ਉਲਾਦ ਅਤੇ ਹੋਰ ਕਬੀਲੇ, ਜਿਵੇਂ **ਅਪਸਦ ਅਤੇ ਅਪਵੰਸ਼ਜ** ਜਾਤੀ ਦੇ ਲੋਕਾਂ ਲਈ ਨਿਸਚਿਤ ਮਰਿਯਾਦਾ ਹੈ ਕਿ ਉਹ ਸਭ ਦਵਿੱਜਾਂ ਦੀ ਗੁਲਾਮੀ ਕਰਨ ਵਾਲੇ ਘਟੀਆ ਕਿਸਮ ਦੇ ਕੰਮ ਅਤੇ ਨੌਕਰੀ ਚਾਕਰੀ ਕਰਕੇ ਹੀ ਗੁਜ਼ਾਰਾ ਕਰਨ।

(47) ਜਿਵੇਂ **(ੳ) 'ਸੂਤ'** ਕਬੀਲੇ ਦੇ ਲੋਕਾਂ ਦਾ ਕੰਮ, ਦਵਿੱਜਾਂ ਦੇ ਘੋੜਿਆਂ ਅਤੇ ਬੱਘੀਆਂ ਦੀ ਦੇਖ ਭਾਲ ਅਤੇ ਰਥਵਾਨ ਦਾ ਕੰਮ ਕਰਨਾ ਹੈ।

(ਅ) 'ਅੰਬਸ਼ਟਾਂ' ਦਾ ਕੰਮ, ਦਵਾ ਦਾਰੂ (ਦਵਾ ਦਾਰੂ, ਹਕੀਮੀ) ਤੇ ਮਾਲਸ਼ ਕਰਨਾ ਹੈ।

(ੲ) 'ਵੈਦੇਹਕ' ਕਬੀਲੇ ਦੇ ਲੋਕਾਂ ਦਾ ਕੰਮ, ਘਰਾਂ ਵਿੱਚ ਔਰਤਾਂ ਦੀ ਸੇਵਾ ਤੇ ਉਨ੍ਹਾਂ ਦਾ ਮਨੋਰੰਜਨ ਕਰਨਾ ਹੈ।

(ਸ) 'ਮਾਗਧਾਂ' ਦੇ ਕਬੀਲੇ ਦਾ ਕਿੱਤਾ, ਚਾਰਗਾਹਾਂ, ਸੜਕਾਂ ਬਨਾਉਣੀਆਂ (ਸਥਲ ਮਾਰਗ) ਅਤੇ ਮਜ਼ਦੂਰੀ (ਪੱਲੇਦਾਰੀ) ਕਰਨ ਨਾਲ ਸਬੰਧਿਤ ਹੈ।

(48) (ਹ) 'ਨਿਸ਼ਾਧ' ਕਬੀਲੇ ਦੇ ਲੋਕਾਂ ਦਾ ਕੰਮ, ਮੱਛੀਆਂ ਫੜਨਾ ਅਤੇ ਮਰੀਆਂ ਮੱਛੀਆਂ ਸਵਾਰਨੀਆਂ (ਮਛੇਰੇ)।

(ਕ) 'ਅਯੋਗਵ' ਕਬੀਲੇ ਦੇ ਲੋਕਾਂ ਦਾ ਕੰਮ, ਲੱਕੜੀ ਕੱਟਣਾ ਅਤੇ ਉਸ ਨਾਲ ਲੋੜੀਂਦੀਆਂ ਚੀਜ਼ਾਂ ਬਨਾਉਣੀਆਂ (ਤਰਖਾਣਾ, ਮਿਸਤਰੀ ਦਾ ਕੰਮ)

(ਖ) ਮੇਧ, ਆਂਧਰ, ਚੁੰਚੂਆਂ ਅਤੇ ਮਦਗੂ (ਜਾਂ ਮਦਗੂਵ) ਕਬੀਲੇ ਦੇ ਲੋਕਾਂ ਦਾ ਕੰਮ, ਜੰਗਲੀ ਪਸ਼ੂਆਂ ਦਾ ਸ਼ਿਕਾਰ ਕਰਕੇ, ਦਵਿੱਜਾਂ ਦੇ ਖਾਣ ਲਈ ਮਾਸ ਤਿਆਰ ਕਰਨਾ (ਭਾਵ-ਬੁੱਚੜਾਂ ਦਾ ਕੰਮ) ਹੈ।

(49) (ਗ) ਸ਼ਤਾ (ਸ਼ਤਰਾ-ਕਸ਼ਤਾ), **ਉਗਰ, ਪੂਕਸ** ਕਬੀਲਿਆਂ ਦਾ ਕੰਮ ਖੁੱਡਾਂ ਅਤੇ ਝੁੰਡਾਂ ਵਿੱਚ ਰਹਿਣ ਵਾਲੇ ਖਤਰਨਾਕ ਜੀਵ ਜੰਤੂਆਂ ਨੂੰ ਫੜਕੇ ਮਾਰਨਾ ਹੈ (ਸਪੇਰੇ ਆਦਿ)।

(ਘ) ਧਿਗਵਣਾ ਦੇ ਕਬੀਲੇ ਦਾ ਕੰਮ, ਚਮੜੇ ਦੀਆਂ ਵਸਤਾਂ ਬਨਾਉਣਾਂ (ਮੋਚੀ) ਅਤੇ ਵੇਚਣਾ।

(ਙ) ਵੇਣ ਕਬੀਲੇ ਦਾ ਕੰਮ, ਸੁਰਾਂ ਵਾਲੇ ਸਾਜ ਤੇ ਢੋਲ ਬਨਾਉਣੇ ਅਤੇ ਵਜਾਉਣੇ (ਕਚਵਾਨੇ) ਗਿਣਿਆਂ ਗਿਆ ਹੈ।

(50) ਉੱਪਰ ਦੱਸੇ ਵਰਣਸ਼ੰਕਰ ਕਬੀਲਿਆਂ ਦਾ ਵਾਸਾ, ਆਪੋ ਆਪਣੇ ਕਬੀਲੇ ਦੇ ਕਿੱਤੇ ਦੇ ਅਧਾਰ ਤੇ, ਅਬਾਦੀ ਦੇ ਬਾਹਰਵਾਰ, ਮੁਰਦਘਾਟਾਂ ਕੋਲ, ਖਾਸ ਖਾਸ ਜਾਣੇ ਜਾਂਦੇ ਦਰਖਤਾਂ ਦੇ ਥੱਲੇ ਪਾਈਆਂ ਛੰਨਾਂ ਵਿੱਚ, ਪਹਾੜੀਆਂ ਉੱਪਰ, ਝਾੜੀਆਂ ਵਿੱਚ, ਬਾਗਾਂ ਬਗੀਚਿਆਂ ਦੇ ਨੇੜੇ ਹੋਣਾ ਚਾਹੀਦਾ ਹੈ, ਜਿੱਥੇ ਰਹਿ ਕੇ ਆਪੋ ਆਪਣੇ ਕਬੀਲੇ ਲਈ ਨਿਸਚਿਤ ਕਿਰਤ ਕਰਕੇ ਗੁਜ਼ਾਰਾ ਕਰਨ।

(51) ਪਰ **ਚੰਡਾਲ** ਅਤੇ **ਸ਼ਵਪਚਾਂ** (ਕੁੱਤੇ ਪਾਲ ਕੇ ਸ਼ਿਕਾਰ ਕਰਨ ਵਾਲੇ) ਦਾ ਵਾਸਾ ਪਿੰਡ ਦੇ ਵਸੀਵੇਂ ਤੋਂ ਬਾਹਰ ਝੌਂਪੜੀਆਂ ਵਿੱਚ ਹੋਣਾ ਚਾਹੀਦਾ ਹੈ। ਇਨ੍ਹਾਂ ਦੇ ਬਰਤਨ (ਭਾਂਡੇ) ਕੇਵਲ ਮਿੱਟੀ ਦੇ ਬਣੇ ਹੋਏ ਅਤੇ ਇਨ੍ਹਾਂ ਦੀ ਸੰਪਤੀ ਕੇਵਲ ਕੁੱਤੇ ਅਤੇ ਗਧੇ ਹੀ ਹੋ ਸਕਦੇ ਹਨ ।

(52) ਇਨ੍ਹਾਂ ਦੇ ਪਾਉਣ ਵਾਲੇ ਕੱਪੜੇ ਮੁਰਦਿਆਂ ਦੇ ਉਤਾਰੇ ਹੋਏ ਅਤੇ ਇਨ੍ਹਾਂ ਦੇ ਗਹਿਣੇ ਲੋਹੇ ਦੇ ਹੋਣੇ ਚਾਹੀਦੇ ਹਨ।ਇਨ੍ਹਾਂ ਦੇ ਰਹਿਣ ਦਾ ਕੋਈ ਪੱਕਾ ਥਾਂ ਟਿਕਾਣਾ ਨਹੀਂ ਹੋਣਾ ਚਾਹੀਦਾ (ਟੱਪਰੀਵਾਸ-ਗਧੀਲੇ)।

(53) ਧਰਮ ਕਾਰਜਾਂ ਦੀ ਸੇਵਾ ਨਿਭਾਉਣ ਵਾਲੇ ਦਵਿੱਜ ਨੂੰ, ਇਨ੍ਹਾਂ ਚੰਡਾਲਾਂ ਅਤੇ ਸ਼ਵਪਚ ਲੋਕਾਂ ਨਾਲ ਕਿਸੇ ਕਿਸਮ ਦਾ ਮੇਲ-ਜੋਲ ਜਾਂ ਬੋਲ-ਚਾਲ ਨਹੀਂ ਰੱਖਣੀ ਚਾਹੀਦੀ। ਇਨ੍ਹਾਂ ਦਾ ਲੈਣ ਦੇਣ ਅਤੇ ਵਿਆਹ ਸ਼ਾਦੀਆਂ, ਕੇਵਲ ਆਪਸ ਵਿੱਚ ਹੀ ਹੋ ਸਕਦੀਆਂ ਹਨ।

MANUSMRITI 255

ਨੋਟ:-ਸ਼ਾਇਦ ਇਸੇ ਚੱਲੀ ਆਉਂਦੀ ਪ੍ਰੰਪਰਾ ਕਰਕੇ ਇਹ ਲੋਕ ਕਿਸੇ ਕੀਮਤ ਤੇ ਭੀ ਦੂਸਰੀਆਂ ਜਾਤਾਂ ਨਾਲ ਕਦੇ ਕੋਈ ਨਾਤਾ ਨਹੀਂ ਜੋੜਦੇ ਅਤੇ ਅੱਜ ਤੀਕਰ ਆਪਣੇ ਜੱਦੀ ਕਿੱਤਿਆਂ ਨਾਲ ਜੁੜੇ ਹੋਏ ਹਨ।

(54) ਦਵਿੱਜ ਲੋਕਾਂ ਵਲੋ ਇਨ੍ਹਾਂ ਨੂੰ ਕਿਸੇ ਤਰਾਂ ਦਾ ਭੋਜਨ ਅਰਪਨ ਕਰਨ ਦੀ ਮਨਾਹੀ ਹੈ। ਕੇਵਲ ਦਵਿੱਜਾਂ ਦੇ ਨੌਕਰਾਂ ਹੱਥੋਂ, ਭਾਂਡਿਆਂ ਦੀ ਥਾਂ ਠੀਕਰਾਂ (ਟੁੱਟੇ ਫੁੱਟੇ ਮਿੱਟੀ ਦੇ ਭਾਂਡੇ) ਵਿੱਚ ਪਾ ਕੇ ਹੀ ਅੰਨ ਸਵਿਕਾਰ ਕਰ ਸਕਦੇ ਹਨ।ਇਨ੍ਹਾਂ ਲੋਕਾਂ ਨੂੰ ਰਾਤ ਸਮੇਂ ਪਿੰਡਾਂ ਦੇ ਵਸੀਵੇਂ ਦੁਆਲੇ ਘੁੰਮਣ ਦੀ ਵੀ ਮਨਾਹੀ ਹੈ।

(55) ਰਾਜੇ ਦੇ ਹੁਕਮ ਮੁਤਾਬਿਕ, ਦਿਨ ਸਮੇਂ ਭੀ, ਉਹ ਆਪਣੇ ਸ਼ਰੀਰ ਉੱਪਰ ਆਪਣੀ ਜਾਤੀ ਦਾ ਪਹਿਚਾਣ ਚਿੰਨ੍ਹ ਪਹਿਨ ਕੇ (ਜਿਵੇਂ ਮੋਢੇ ਉੱਤੇ ਪਰਨਾ ਆਦਿ), ਆਪਣੇ ਕੰਮਾਂ ਕਾਰਾਂ ਖਾਤਰ ਏਧਰ ਉਧਰ ਘੁੰਮ ਸਕਦੇ ਹਨ। ਮਰੇ ਹੋਏ ਲਾਵਾਰਿਸ ਅਤੇ ਔਂਤ ਲੋਕਾਂ ਦੀਆਂ ਲਾਸ਼ਾਂ ਨੂੰ ਚੁੱਕ ਕੇ ਸ਼ਮਸ਼ਾਨ ਘਾਟ ਲਿਜਾਣਾ ਅਤੇ ਚੌਕੀਦਾਰੀ ਕਰਨਾ ਉਨ੍ਹਾਂ ਦੀ ਜਿੰਮੇਂਦਾਰੀ ਹੈ। ਸ਼ਾਸਤ੍ਰਾਂ ਦੀ ਮਰਿਯਾਦਾ ਮੁਤਾਬਿਕ ਇਹ ਇੱਕ ਨਿਯਮਤ ਸਿਧਾਂਤ (ਸ਼ਾਸਤ੍ਰ ਪ੍ਰਣਾਲੀ) ਹੈ।

(56) ਰਾਜੇ ਦੇ ਹੁਕਮ ਨੂੰ ਮੰਨਣਾ ਅਤੇ ਦੋਸ਼ੀ ਨੂੰ ਸ਼ਾਸਤ੍ਰ ਵਿਧੀ ਮੁਤਾਬਿਕ ਸੁਣਾਈ ਸਜ਼ਾ ਦੀ ਕਾਰਵਾਈ ਨੂੰ ਨਿਭਾਉਣਾ (ਫਾਂਸੀ ਦੇਣਾ, ਕਤਲ ਕਰਨਾ-ਜਲਾਦ) ਇੰਨ੍ਹਾਂ ਦੀ ਜਿੰਮੇਦਾਰੀ ਹੈ। ਇਨ੍ਹਾਂ ਨੂੰ ਮਰੇ ਹੋਏ ਪ੍ਰਾਣੀ ਦੇ ਗਹਿਣੇ, ਕੱਪੜੇ, ਘਰ ਦਾ ਸਮਾਨ ਸਾਂਭਣ ਦੀ ਆਗਿਆ ਹੈ।

(57) ਦੀਖਿਆ ਰਹਿਤ, ਭ੍ਰਸ਼ਟ ਅਤੇ ਅਣਸੂਚਿਤ ਜਾਤੀ (ਜਾਤੀ ਬਾਹਰਾ) ਦਾ ਨੀਚ ਅਨ-ਆਰੀਆ ਮਨੁੱਖ (ਵਰਣਸ਼ੰਕਰ ਜਾਤੀ), ਜੋ ਦੇਖਣੇ ਅਤੇ ਰਹਿਣ ਸਹਿਣ ਤੋਂ ਭਾਵੇਂ ਆਰੀਆ ਲੋਕਾਂ ਵਰਗਾ ਜਾਪੇ, ਪਰ ਉਸਨੂੰ ਉਸਦੀ ਕਰਤੂਤਾਂ ਅਤੇ ਲੱਛਣਾ ਤੋਂ ਪਹਿਚਾਨਣਾ ਚਾਹੀਦਾ ਹੈ. ਜਿਵੇਂ--

(58) ਭੈੜੇ ਵਿਵਹਾਰੀ, ਬੇਈਮਾਨ, ਬੇਰਹਿਮ, ਨਿਰਦਈ, ਵਹਿਸ਼ੀ, ਅਸ਼ਲੀਲ, ਕਠੋਰ, ਆਲਸੀ, ਅਤੇ ਗੈਰ ਜ਼ਿਮੇਦਾਰ ਲੋਕ, ਸਭ ਗੰਦੇ ਗਰਭ ਚੋਂ ਪੈਦਾ ਹੋਏ ਨੀਚ ਅਤੇ ਦੂਸ਼ਤ ਅਨ-ਆਰੀਆ (ਗੈਰ ਵੇਦਿਕ) ਮਨੁੱਖ ਹਨ।

(59) ਉੱਪਰ ਦੱਸੇ ਨੀਚ ਕੁਲੇ, ਵਰਣਸ਼ੰਕਰਾਂ ਦੇ ਸੰਜੋਗ ਤੋਂ ਜਨਮੇ ਮਨੁੱਖਾਂ ਦੀਆਂ ਆਦਤਾਂ ਅਤੇ ਚਿਹਨ ਚੱਕਰ ਆਪਣੇ ਪੁਰਖਿਆਂ ਨਾਲ ਮਿਲਦੇ ਜੁਲਦੇ ਹੁੰਦੇ ਹਨ ਅਤੇ ਛਿਪਾਏ ਨਹੀਂ ਜਾ ਸਕਦੇ।

(60) ਵਰਣਸ਼ੰਕਰ ਜਾਤੀ (ਵਰਣ ਤਿਆਗੀ ਦੀ ਓਲਾਦ) ਦਾ ਮਨੁੱਖ ਭਾਵੇਂ ਉੱਚੀ ਕੁਲ ਦੇ ਮਰਦ ਅਤੇ ਇਸਤਰੀ ਦੇ ਸਭੋਗ ਤੋਂ ਪੈਦਾ ਹੋਇਆ ਹੋਵੇ, ਉਸਦੇ ਸੁਭਾਹ ਵਿੱਚੋਂ ਥੋੜੇ ਬਹੁਤ, ਉਸਦੇ ਪਿਤਾ ਦੇ ਦੋਸ਼ (ਆਦਤਾਂ) ਜ਼ਰੂਰ ਨਜ਼ਰ ਆਉਣਗੇ।

(61) ਜਿਸ ਦੇਸ਼ ਵਿੱਚ ਐਸੇ ਦੂਸ਼ਤ ਲੋਕਾਂ ਦੀ (ਵਰਣਛੰਕਰਾਂ) ਦੀ ਗਿਣਤੀ ਵਧਦੀ ਜਾਵੇ ਅਤੇ ਜਾਂਤਾਂ ਦੀ ਪਵਿੱਤਰਤਾ ਭੰਗ ਹੁੰਦੀ ਜਾਵੇ, ਉਸ ਦੇਸ਼ ਅਤੇ ਪਰਜਾ ਦਾ ਪਤਨ ਛੇਤੀਂ ਹੀ ਹੋ ਜਾਂਦਾ ਹੈ।

(62) ਕਿਸੇ ਬ੍ਰਾਹਮਣ, ਗਊ, ਇਸਤ੍ਰੀ ਅਤੇ ਬੱਚੇ ਨੂੰ ਬਿਪਤਾ ਵਿੱਚ ਫ਼ਸੇ ਦੇਖ ਕੇ, ਉਸਦੀ ਦੀ ਰੱਖਿਆ ਖਾਤਰ, ਬਿਨਾਂ ਕੋਈ ਆਸ ਰੱਖੇ ਆਪਣੀ ਜਾਨ ਕੁਰਬਾਨ ਕਰ ਦੇਣ ਵਾਲੇ ਨਿਕੁਸ਼ਟ ਜਾਤੀ ਦੇ ਮਨੁੱਖ (ਵਰਣਸ਼ੰਕਰ) ਲਈ, ਬ੍ਰਹਮ ਸਿੱਧੀ (ਸਵ੍ਰਗ ਪ੍ਰਾਪਤੀ) ਅਤੇ ਅਗਲੇ ਜਨਮ ਵਿੱਚ ਉੱਤਮ ਕੁਲ ਵਿੱਚ ਜਨਮ ਲੈਣ ਦਾ ਸੁਨਹਿਰੀ ਮੌਕਾ ਹੁੰਦਾ ਹੈ।

(63) ਇਸ ਤਰਾਂ ਮਨੂੰ ਨੇ, ਧਰਮ ਦੀ ਮਰਿਯਾਦਾ ਦੇ ਸਾਰੇ ਨਿਯਮ, ਜਿਵੇਂ ਅਹਿੰਸਾ (ਮਨ, ਬਾਣੀ ਜਾਂ ਸ਼ਰੀਰ ਕਰਕੇ ਕਿਸੇ ਦਾ ਬੁਰਾ ਨਾ ਸੋਚਣਾ), ਸੱਚ ਬੋਲਣਾ, ਚੋਰੀ ਨਾ ਕਰਨਾ, ਪਵਿੱਤਰਤਾ ਅਤੇ ਇੰਦਰੀਆਂ ਨੂੰ ਵਸ ਵਿੱਚ ਰੱਖਣਾ ਆਦਿ, ਚਾਰੇ ਵਰਣਾਂ ਦੇ ਲੋਕਾਂ ਦੇ ਧਰਮ ਕਰਮ, ਸੰਖੇਪ ਵਿੱਚ ਦੱਸ

ਦਿੱਤੇ ਹਨ। ਹੁਣ ਅੱਗੇ, ਚੌਹਾਂ ਵਰਣਾਂ ਦੀਆਂ ਰਹੁਰੀਤੀਆਂ, ਧਰਮ ਕਰਮ ਅਤੇ ਉਪਜੀਵਕਾ ਬਾਰੇ ਵਖਿਆਨ ਸੁਣੋ—

ਨੋਟ:- *ਅੱਗੇ ਆ ਰਹੇ ਸਲੋਕਾਂ ਵਿੱਚ ਬਾਰ ਬਾਰ ਉਨ੍ਹਾਂ ਗੱਲਾਂ ਨੂੰ ਵੱਖੋ ਵੱਖ ਤਰੀਕੇ ਨਾਲ ਦੁਹਰਾਇਆ ਗਿਆ ਹੈ ਜੋ ਪਹਿਲਾਂ ਭੀ ਕਿਸੇ ਨਾ ਕਿਸੇ ਰੂਪ ਵਿੱਚ ਆ ਚੁੱਕੀਆਂ ਹਨ। ਪਰ ਸਲੋਕਾਂ ਦੀ ਲੜੀ ਅਤੇ ਤਰਤੀਬ ਨੂੰ ਧਿਆਨ ਵਿੱਚ ਰੱਖ ਕੇ, ਉਸੇ ਤਰਾਂ ਲਿਖ ਦਿੱਤੀਆਂ ਹਨ।*

ਚੌਹਾਂ ਵਰਣਾਂ ਦੀਆਂ ਰਹੁ-ਰੀਤੀਆਂ ਅਤੇ ਉਪਜੀਵਕਾ -

(64) ਜੇ ਬ੍ਰਾਹਮਣ ਦੇ ਵੀਰਜ ਨਾਲ, ਸ਼ੂਦਰ ਇਸਤਰੀ ਤੋਂ ਕੰਨਿਆਂ ਪੈਦਾ ਹੋਵੇ ਤਾਂ ਉਸਨੂੰ ਪਰਾਸ਼ਵੀ ਕਿਹਾ ਜਾਂਦਾ ਹੈ ਅਤੇ ਫਿਰ ਉਸ ਪਰਾਵਸ਼ੀ ਕੰਨਿਆਂ ਦਾ ਅੱਗੇ ਵਿਆਹ ਕਿਸੇ ਬ੍ਰਾਹਮਣ ਨਾਲ ਕੀਤਾ ਜਾਵੇ ਅਤੇ ਇਸੇ ਤਰਾਂ ਛੇ ਪੁਸ਼ਤਾਂ ਤੀਕਰ ਹੁੰਦਾ ਰਹੇ ਤਾਂ ਸੱਤਵੀ ਪੁਸ਼ਤ ਦੀ ਸੰਤਾਨ ਫਿਰ ਤੋਂ ਬ੍ਰਾਹਮਣ ਜਾਤ ਹੋ ਜਾਂਦੀ ਹੈ।

(65) ਜੇ ਇੱਕ ਸ਼ੂਦਰ ਦੇ ਵੀਰਜ ਨਾਲ, ਬ੍ਰਾਹਮਣੀ ਕੰਨਿਆ ਤੋਂ ਉਲਾਦ ਪੈਦਾ ਹੋਵੇ ਅਤੇ ਉਸਦੀ ਉਲਾਦ ਦੀਆਂ ਅਗਲੀਆਂ ਛੇ ਪੁਸ਼ਤਾਂ ਦਾ ਵਿਆਹ, ਬ੍ਰਾਹਮਣ ਕੁਲ ਵਿੱਚ ਹੁੰਦਾ ਰਹੇ ਤਾਂ ਸਤੱਵੀ ਪੁਸ਼ਤ ਬ੍ਰਾਹਮਣ ਕਹਾ ਸਕਦੀ ਹੈ। ਇਸਦੇ ਬਿਪਰੀਤ, ਜੇ ਬ੍ਰਾਹਮਣ ਦੇ ਵੀਰਜ ਨਾਲ ਸ਼ੂਦਰ ਤੋਂ ਪੈਦਾ ਹੋਈ ਕੰਨਿਆ ਦਾ ਵਿਆਹ ਅੱਗੇ ਫਿਰ ਕਿਸੇ ਸ਼ੂਦਰ ਨਾਲ ਹੁੰਦਾ ਰਹੇ ਤਾਂ ਛੇ ਪੁਸ਼ਤਾਂ ਤੋਂ ਬਾਅਦ ਉਸਦੀ ਸੱਤਵੀ ਪੁਸ਼ਤ ਸ਼ੂਦਰ ਹੀ ਸਮਝੀ ਜਾਂਦੀ ਹੈ। ਇਹੋ ਨਿਯਮ ਚਾਰੇ ਵਰਣਾਂ ਦੀਆਂ ਇਸਤ੍ਰੀਆਂ ਦੇ ਲਹਿੰਦੇ ਅਤੇ ਚੜ੍ਹਦੇ (ਲੋਮ, ਵਿਲੋਮ) ਕਰਮ ਵਿੱਚ ਭੀ ਇਸੇ ਤਰਾਂ ਲਾਗੂ ਹੁੰਦਾ ਹੈ।

(66) ਜਾਤ ਸਬੰਧੀ ਕਿਸੇ ਵਾਦ ਵਿਵਾਦ ਦਾ ਨਿਰਣਾ ਕਰਨਾ ਹੋਵੇ ਕਿ ਬ੍ਰਾਹਮਣ ਦੀ ਆਪਣੀ ਇੱਛਾ ਨਾਲ ਕਿਸੇ ਗੈਰ ਆਰੀਆ ਕੰਨਿਆਂ ਦੇ ਸੰਜੋਗ ਤੋਂ ਜਾਂ ਗੈਰ ਆਰੀਆ ਪੁਰਸ਼ ਦਾ ਕਵਾਰੀ ਬ੍ਰਾਹਮਣੀ ਕੰਨਿਆ ਦੇ ਸੰਜੋਗ ਤੋਂ ਜੋ ਪੁੱਤਰ ਜਨਮ ਲੈਂਦਾ ਹੈ, ਉਨ੍ਹਾਂ ਵਿੱਚੋਂ ਕੌਣ ਉੱਤਮ ਅਤੇ ਕਿਸ ਜਾਤੀ ਦਾ ਗਿਣਿਆ ਜਾਵੇ, ਤਾਂ ਹੇਠ ਦਿੱਤੇ ਨਿਯਮਾਂ ਮੁਤਾਬਿਕ ਵਿਚਾਰਿਆ ਜਾ ਸਕਦਾ ਹੈ।

(67) ਉੱਤਮ ਬੀਜ ਨੂੰ ਮਾੜੀ ਧਰਤੀ ਵਿੱਚ ਬੋਣ ਨਾਲ, ਭਾਵ ਬ੍ਰਾਹਮਣ ਦੇ ਵੀਰਜ ਨਾਲ, ਸ਼ੂਦਰ ਕੰਨਿਆਂ ਰਾਹੀਂ ਜਨਮੀਂ ਉਲਾਦ, ਵੇਦ ਰੀਤੀ ਮੁਤਾਬਿਕ, ਆਪਣੇ ਸ਼ੁੱਭ ਗੁਣਾਂ ਦੇ ਧਾਰਨੀ ਹੋਣ ਕਰਕੇ ਬ੍ਰਾਹਮਣ ਕਹਾ ਸਕਦੀ ਹੈ।ਇੱਕ ਗੈਰ ਆਰੀਆ ਮਰਦ ਦੇ ਵੀਰਜ ਨਾਲ ਕਵਾਰੀ ਬ੍ਰਾਹਮਣੀ ਔਰਤ ਤੋਂ ਪੈਦਾ ਹੋਈ ਉਲਾਦ ਕਦੇ ਭੀ ਆਰੀਆ ਨਹੀਂ ਕਹਾ ਸਕਦੀ।

(68) ਅਸਲ ਵਿੱਚ, ਵੇਦ ਰੀਤੀ ਮੁਤਾਬਿਕ ਇਨ੍ਹਾਂ ਦੋਹਾਂ ਤਰਾਂ ਦੀ ਉਲਾਦ ਦਾ ਕੋਈ ਵੇਦਿਕ ਰੀਤੀ ਵਾਲਾ ਸੰਸਕਾਰ (ਯਸ਼ੋਪਵੀਤ, ਭੱਦਣ ਅਤੇ ਹੋਰ ਵੈਦਿਕ ਰਸਮਾਂ) ਨਹੀਂ ਹੋ ਸਕਦਾ, ਕਿਉਂਕਿ ਇੱਕ ਜਨਮ ਕਰਕੇ 'ਨੀਚ' ਅਤੇ ਦੂਸਰਾ ਜਨਮ ਕਰਕੇ ਵਰਣ ਵੰਡ ਦੀ ਵੇਦਿਕ ਨੀਤੀ ਦੇ ਉਲਟ ਪੈਦਾ ਹੋਇਆ ਹੋਣ ਕਰਕੇ ਦੋਵੇਂ ਅਯੋਗਵ ਜਾਤੀ ਵਿੱਚ ਆਉਂਦੇ ਹਨ।

(69) ਜਿਸ ਤਰਾਂ, ਇੱਕ ਚੰਗਾ ਬੀਜ ਚੰਗੀ ਧਰਤੀ ਵਿੱਚ ਬੋਇਆ ਹੀ ਪ੍ਰਫੁੱਲਤ ਹੋ ਸਕਦਾ ਹੈ, ਇਸੇ ਤਰਾਂ ਇੱਕ ਉੱਤਮ ਜਾਤੀ ਦੇ ਪੁਰਸ਼ ਦੇ ਵੀਰਜ ਅਤੇ ਇੱਕ ਉੱਤਮ ਜਾਤੀ ਦੀ ਇਸਤਰੀ ਦੇ ਸੰਜੋਗ ਤੋਂ ਹੀ ਚੰਗੇ ਸੰਸਕਾਰਾਂ ਵਾਲਾ ਪੁੱਤਰ ਪੈਦਾ ਹੋ ਸਕਦਾ ਹੈ।

(70) ਕਈ ਸਤਿ ਪੁਰਸ਼ਾਂ ਦਾ ਮੰਨਣਾ ਹੈ ਕਿ ਬੀਜ ਦਾ ਉੱਤਮ ਹੋਣਾ ਜ਼ਰੂਰੀ ਹੈ ਅਤੇ ਕਈ ਕਹਿੰਦੇ ਹਨ ਕਿ ਧਰਤੀ ਦਾ ਉਪਜਾਊ ਹੋਣਾ ਜ਼ਰੂਰੀ ਹੈ। ਕਈ ਸੋਚਦੇ ਹਨ ਕੇ ਦੋਹਾਂ ਦਾ ਉੱਤਮ ਹੋਣਾ ਜ਼ਰੂਰੀ ਹੈ (ਬੀਜ- ਵੀਰਜ, ਧਰਤੀ- ਇਸਤਰੀ), ਪਰ ਇਸ ਸਬੰਧੀ ਵਿਚਾਰ ਅਤੇ ਨਿਯਮ ਹੇਠਾਂ ਦਿੱਤੇ ਜਾਂਦੇ ਹਨ।

(71) ਬੰਜਰ ਧਰਤੀ ਵਿੱਚ ਬੋਇਆ ਉੱਤਮ ਬੀਜ ਅਜਾਈਂ ਜਾਂਦਾ ਹੈ ਅਤੇ ਉਪਜਾਊ ਧਰਤੀ ਵਿੱਚ ਬੋਇਆ ਮਾੜਾ ਬੀਜ ਫੁੱਟਦਾ ਹੀ ਨਹੀਂ, ਜੇ ਫੁੱਟ ਭੀ ਪਵੇ ਤਾਂ ਫਸਲ ਨਿਕੰਮੀ ਤੇ ਮਾੜੀ ਹੁੰਦੀ ਹੈ।

(72) ਬੀਜ ਦੀ ਉੱਤਮਤਾ (ਪਿਤਾ ਦੇ ਵਰਣ) ਕਾਰਣ ਕਈ ਹੀਣ ਜਾਤ ਵਾਲੀਆਂ ਇਸਤਰੀਆਂ ਦੀ ਕੁੱਖੋਂ ਮਹਾਂਰਿਸ਼ੀਆਂ ਵਰਗੇ ਪੂਜਣਯੋਗ ਪੁੱਤਰ ਪੈਦਾ ਹੋਏ, ਇਸ ਲਈ ਬੀਜ ਦਾ ਉੱਤਮ ਹੋਣਾ ਜ਼ਰੂਰੀ ਹੈ।

(73) ਵੇਦਾਂ ਵਿੱਚ ਦੱਸੀ ਜੀਵਨ ਜਾਂਚ ਦੇ ਉਲਟ ਜ਼ਿੰਦਗੀ ਜਿਉਣ ਵਾਲਾ ਆਰੀਆ ਮਨੁੱਖ ਜਾਂ ਵੇਦਾਂ ਦੀ ਸਿਖਿਆ ਨੂੰ ਮੰਨਣ ਦਾ ਢਕੌਂਚ (ਢੌਂਗ) ਕਰਨੇ ਵਾਲਾ ਅਨ-ਆਰੀਆ (ਨਿਕ੍ਰਸ਼ਟ) ਮਨੁੱਖ, ਬਰਾਬਰ ਨਹੀਂ ਕਹੇ ਜਾ ਸਕਦੇ। ਆਪਣੇ ਵਰਣ ਦੇ ਸੁਭਾਵਿਕ ਗੁਣਾਂ ਦੇ ਧਾਰਣੀ ਹੋਣ ਤੋਂ ਬਿਨਾਂ, ਕੇਵਲ ਕਰਮ ਕਰਨ ਵਾਲਾ ਮਨੁੱਖ, ਆਰੀਆ ਜਾਂ ਅਨ-ਆਰੀਆ ਨਹੀਂ ਕਿਹਾ ਜਾ ਸਕਦਾ।

(74) ਜੋ ਬ੍ਰਾਹਮਣ, ਪ੍ਰਮਾਤਮਾਂ ਵਿੱਚ ਅਭੇਦ ਹੋਣਾ ਲੋਚਦਾ ਹੈ ਅਤੇ ਵੇਦਾਂ ਦੀ ਸਿੱਖਿਆ ਦੇ ਘੇਰੇ ਵਿੱਚ ਰਹਿ ਕੇ ਜੀਵਨ ਜਿਉਂਦਾ ਹੈ।ਉਸ ਲਈ ਅੱਗੇ ਦੱਸੇ ਛੇ ਨਿਯਮਾਂ ਦੀ ਪਾਲਣਾ ਜ਼ਰੂਰੀ ਹੈ, ਜਿਨ੍ਹਾਂ ਦਾ ਕਰਮਵਾਰ ਵੇਰਵਾ ਇਸ ਤਰਾਂ ਹੈ।ਜਿਵੇਂ---

(75) ਵੇਦਾਂ ਦਾ ਪੜ੍ਹਨਾ ਅਤੇ ਪੜ੍ਹਾਉਣਾ, ਯੱਗ ਕਰਨਾ ਅਤੇ ਕਰਾਉਣਾ, ਦਾਨ ਦੇਣਾ ਅਤੇ ਦਾਨ ਲੈਣਾ, ਬ੍ਰਾਹਮਣ ਦੇ ਛੇ ਕਰਮ ਹਨ।।

(76) ਇਨ੍ਹਾਂ ਛੇ ਕਰਮਾਂ ਵਿੱਚੋਂ, ਦੂਸਰਿਆਂ ਲਈ ਯੱਗ ਕਰਨਾ, ਵੇਦ ਵਿੱਦਿਆ ਦੇਣਾਂ ਅਤੇ ਬਦਲੇ ਵਿੱਚ ਆਪਣੇ ਜਜਮਾਨਾਂ ਤੋਂ ਦੱਛਣਾਂ ਲੈਣਾ, ਬ੍ਰਾਹਮਣ ਦੀ ਜੀਵਕਾ ਹੈ।

(77) ਅਤੇ, ਦਵਿੱਜਾਂ ਵਿੱਚੋਂ, ਇਹ ਤਿੰਨੋਂ ਕਰਮ ਕੇਵਲ ਬ੍ਰਾਹਮਣ ਲਈ ਅਧਿਕਾਰਤ ਹਨ। ਬ੍ਰਾਹਮਣ ਤੋਂ ਸਿਵਾ, ਖੱਤਰੀ ਨੂੰ ਇਸਦੀ ਆਗਿਆ ਨਹੀਂ ਹੈ।

(78) ਇਸੇ ਤਰਾਂ ਹੀ ਇਹ ਬੰਦਿਸ਼ ਵੈਸ਼ਾਂ ਤੇ ਭੀ ਲਾਗੂ ਹੁੰਦੀ ਹੈ। ਪਰਜਾਪਤਿ ਮਨੂੰ ਜੀ ਵਲੋਂ ਦੂਸਰੀਆਂ ਦੋਵੇਂ ਜਾਤੀਆਂ (ਖੱਤਰੀ ਅਤੇ ਵੈਸ਼) ਨੂੰ ਇਸਦੀ ਮਨਾਹੀ ਹੈ। ਸ਼ਾਸਤ੍ਰਾਂ ਮੁਤਾਬਿਕ, ਇਹ ਸਦਾ ਲਈ ਪੱਕਾ ਅਤੇ ਨਿਸਚਿਤ ਵਿਧਾਨ ਹੈ।

(79) ਸ਼ਸਤ੍ਰ ਧਾਰਣ ਕਰਨੇ ਅਤੇ ਯੁੱਧ ਕਰਨਾ, ਖੱਤਰੀ ਦੇ ਰੁਜ਼ਗਾਰ ਵਾਸਤੇ ਨਿਸਚਿਤ ਕਿੱਤਾ ਹੈ। ਵਣਜ-ਵਪਾਰ, ਪਸ਼ੂ ਪਾਲਣ, ਅਤੇ ਖੇਤੀ ਕਰਨਾ ਵੈਸ਼ਾਂ ਦਾ ਕਿੱਤਾ ਹੈ। ਇਸਦੇ ਨਾਲ ਨਾਲ, ਵੇਦ ਵਿੱਦਿਆ ਲੈਣਾ, ਯੱਗ ਕਰਵਾਉਣਾਂ, ਅਤੇ ਦਾਨ ਦੇਣਾ, ਇਨ੍ਹਾਂ ਦੋਹਾਂ ਜਾਤੀਆਂ ਦਾ ਧਰਮ ਹੈ।

(80) ਕਿੱਤਿਆਂ ਵਿੱਚੋਂ, ਬ੍ਰਾਹਮਣਾਂ ਲਈ ਵੇਦਾਂ ਦੀ ਪੜ੍ਹਾਈ ਕਰਨਾ ਅਤੇ ਕਰਵਾਣਾ, ਖੱਤਰੀਆਂ ਲਈ ਪਰਜਾ ਅਤੇ ਰਾਜੇ ਦੀ ਸੁਰੱਖਿਆ ਕਰਨਾ ਅਤੇ ਵੈਸ਼ਾਂ ਲਈ ਵਣਜ ਵਪਾਰ ਕਰਨਾ, ਕਰਮਵਾਰ ਮੁੱਖ ਅਤੇ ਸ਼ਲਾਘਾਯੋਗ ਕਿੱਤੇ ਹਨ।

(81) ਜੇ ਬ੍ਰਾਹਮਣ ਆਪਣੇ ਧਰਮ ਮੁਤਾਬਿਕ ਦੱਸੀ ਕਿਰਤ ਨਾਲ ਆਪਣਾ ਨਿਰਬਾਹ ਨਾ ਕਰ ਸਕੇ ਤਾਂ ਉਹ ਆਪਣੇ ਤੋਂ ਨੀਵੀਂ ਜਾਤ (ਭਾਵ ਖੱਤਰੀਆਂ) ਵਾਲੀ ਕਿਰਤ ਭੀ ਕਰ ਸਕਦਾ ਹੈ। ਏਹੋ ਨਿਯਮ ਦੂਸਰੀਆਂ ਦੋਹਾਂ ਦਵਿੱਜ (ਖੱਤਰੀ, ਵੈਸ਼) ਜਾਤੀਆਂ ਲਈ ਭੀ ਲਾਗੂ ਹੈ।

(82) ਜੇ ਕਿਸੇ ਹਾਲਤ ਵਿੱਚ, ਬ੍ਰਾਹਮਣ ਆਪਣੇ ਤੋਂ ਨੀਵੀਂ ਜਾਤ (ਖੱਤਰੀ) ਵਾਲੇ ਕਿੱਤੇ ਕਰਕੇ ਭੀ ਆਪਣਾ ਨਿਰਬਾਹ ਨਾ ਕਰ ਸਕੇ ਤਾਂ ਉਹ ਵੈਸ਼ਾਂ ਵਾਲੇ ਦੋ ਕਿੱਤੇ (ਗਊ ਪਾਲਣ ਅਤੇ ਖੇਤੀਬਾੜੀ) ਕਰਕੇ ਗੁਜ਼ਾਰਾ ਕਰ ਸਕਦਾ ਹੈ।

(83) ਪਰ ਇਕ ਬ੍ਰਾਹਮਣ ਆਪਣੇ ਨਿਰਬਾਹ ਲਈ ਵੈਸ਼ਾਂ ਵਾਲਾ ਧੰਦਾ ਕਰਕੇ ਕਿਰਤ ਕਮਾਈ ਕਰਨ ਤੋ ਪਹਿਲਾਂ, ਧਿਆਨ ਨਾਲ ਸੋਚੇ, ਕਿਉਂਕਿ ਖੇਤੀ ਦਾ ਕੰਮ ਕਰਨ ਨਾਲ ਜੀਵਾਂ ਦੀ ਹੱਤਿਆ ਹੁੰਦੀ ਹੈ। ਬ੍ਰਾਹਮਣ ਐਸਾ ਕੋਈ ਕੰਮ ਨਾ ਕਰੇ, ਜਿਸ ਨਾਲ ਉਸਨੂੰ ਕਿਸੇ ਦੀ ਅਧੀਨਗੀ ਕਰਨੀ ਪਵੇ।

(84) ਕੁਝ ਲੋਕ ਖੇਤੀ ਕਰਨ ਨੂੰ ਬਹੁਤ ਉੱਤਮ ਸਮਝਦੇ ਹਨ, ਪਰ ਕਈ ਸੱਜਨ ਇਸਦੀ ਨਿੰਦਾ ਕਰਦੇ ਹਨ, ਕਿਉਂਕਿ ਹਲ਼ ਦੀ ਪੱਥੀ ਉੱਪਰ ਲੱਗੇ ਲੋਹੇ ਦੇ ਫ਼ਾਲ਼ੇ ਨਾਲ ਧਰਤੀ ਵਾਹੁਦਿਆਂ, ਬੇਅੰਤ ਜੀਵਾਂ ਲਈ ਬਹੁਤ ਕਸ਼ਟਦਾਇਕ ਹੁੰਦਾ ਹੈ ਅਤੇ ਉਨ੍ਹਾਂ ਦੀ ਹੱਤਿਆ ਦਾ ਕਾਰਣ ਬਣਦਾ ਹੈ।

ਨੋਟ:- *ਇਸੇ ਕਰਕੇ ਖੇਤੀ ਦਾ ਧੰਦਾ ਕਰਨ ਵਾਲੇ ਬ੍ਰਾਹਮਣਾਂ ਵਿੱਚ ਇਹ ਰੀਤ ਹੈ ਕਿ ਉਹ ਆਪਣੇ ਪਾਪਾਂ ਦੀ ਨਵਿਰਤੀ ਲਈ, ਹਰ ਮੱਸਿਆ ਵਾਲੇ ਦਿਨ ਵਰਤ ਰੱਖਦੇ ਹਨ ਅਤੇ ਗਰੀਬਾਂ ਨੂੰ ਦਾਨ ਪੁੰਨ ਵੀ ਕਰਦੇ ਹਨ।*

(85) ਆਪਣੀ ਰੋਜ਼ੀ ਰੋਟੀ ਅਤੇ ਧੰਨ ਵਿੱਚ ਵਾਧਾ ਕਰਨ ਖਾਤਰ, ਜਿਨ੍ਹਾਂ ਬ੍ਰਾਹਮਣਾਂ ਅਤੇ ਖੱਤਰੀਆਂ ਨੇ ਆਪਣੇ ਵਰਣ ਦੀ ਪਵਿੱਤਰਾ ਅਤੇ ਦੇ ਜੱਦੀ ਕਿੱਤੇ ਨੂੰ ਤਿਆਗ ਦਿੱਤਾ ਹੋਵੇ, ਅੱਗੇ ਦੱਸੀਆਂ ਕੁਝ ਬੰਦਸ਼ਾਂ ਵਿੱਚ ਰਹਿ ਕੇ ਵੈਸ਼ਾਂ ਵਾਲਾ ਕਿੱਤਾ ਕਰ ਸਕਦੇ ਹਨ। ਜਿਵੇਂ--

(86) ਬ੍ਰਾਹਮਣ ਨੂੰ, ਹਰ ਤਰਾਂ ਦੇ ਰਸ, ਕਰਿਆਨਾ, ਪ੍ਰਚੂਨ, ਪਕਾਇਆ ਭੋਜਨ, ਤਿਲ਼, ਹੀਰੇ ਮੋਤੀ (ਪੱਥਰ), ਪਸ਼ੂ, ਨਮਕ, ਅਤੇ ਦਾਸ-ਦਾਸੀ (ਗੁਲਾਮ) ਨੂੰ ਵੇਚਣ ਅਤੇ ਖਰੀਦਣ ਦਾ ਧੰਦਾ ਕਰਨ ਦੀ ਮਨਾਹੀ ਹੈ।

(87) ਬ੍ਰਾਹਮਣ ਨੂੰ, ਰੰਗੇ-ਅਣਰੰਗੇ ਕੱਪੜੇ (ਖਾਸ ਕਰਕੇ ਲਾਲ ਕੱਪੜੇ), ਮੁੰਜ, ਸਣ ਦੇ ਰੇਸ਼ੇ ਦਾ ਬਣਿਆਂ ਸਮਾਨ, ਰੇਸ਼ਮ, ਉੱਨ ਦੇ ਬਣੇ ਸ਼ਾਲ ਅਤੇ ਬਸਤਰ, ਫ਼ਲ, ਅਤੇ ਦਵਾਈਆਂ ਲਈ ਵਰਤੀਆਂ ਜਾਂਦੀਆਂ ਜੜੀਆਂ ਬੂਟੀਆਂ ਆਦਿ ਵੇਚਣ ਦੀ ਮਨਾਹੀ ਹੈ।

(88) ਪਾਣੀ, ਹਥਿਆਰ, ਜ਼ਹਿਰ, ਮਾਸ, ਸੋਮਰਸ, ਸਾਰੇ ਕਿਸਮ ਦੇ ਅਤਰ ਫ਼ਲੇਲ (ਸੁਗੰਧੀਆਂ), ਦੁੱਧ, ਦਹੀਂ, ਸ਼ਹਿਦ, ਮੱਖਣ, ਤੇਲ, ਮਿੱਠਾ (ਗੁੜ, ਸ਼ੱਕਰ ਆਦਿ) ਕੂਸਾ ਘਾਹ (ਕਾਹੀ ਦੇ ਘਾਹ ਦੀਆਂ ਬਣੀਆਂ ਵਸਤਾਂ) ਆਦਿ ਵੇਚਣ ਦੀ ਭੀ ਮਨਾਹੀ ਹੈ।

(89) ਸਭ ਪ੍ਰਕਾਰ ਦੇ ਜ਼ਹਿਰੀਲੇ ਅਤੇ ਤਿੱਖੇ ਦੰਦਾਂ ਵਾਲੇ ਜੀਵ (ਸੱਪ, ਨਿਉਲ, ਸ਼ੇਰ, ਬਾਘ, ਹਾਥੀ ਆਦਿ), ਪੰਛੀ, ਸ਼ਰਾਬ, ਨੀਲ, ਹੁੱਡਾਂ ਅਤੇ ਢੁੱਠਾਂ ਅਤੇ ਖੁਰਾਂ ਵਾਲੇ ਪਸ਼ੂਆਂ ਦਾ ਵਣਜ-ਵਪਾਰ ਕਰਨਾ ਭੀ ਮਨ੍ਹਾਂ ਹੈ।

(90) ਪਰ ਖੇਤੀਬਾੜੀ ਤੇ ਨਿਰਭਰ ਕਰਨ ਵਾਲਾ ਬ੍ਰਾਹਮਣ, ਹੋਰ ਫਸਲਾਂ ਦੇ ਨਾਲ ਨਾਲ, ਸ਼ੁੱਭ ਕਾਰਜਾਂ ਲਈ ਉਗਾਏ ਤਿਲ਼, ਆਪਣੇ ਵਰਤਣ ਲਈ ਰੱਖਣ ਮਗਰੋਂ, ਜੇ ਚਾਹੇ ਤਾਂ ਸ਼ੂਦਰਾਂ ਨੂੰ ਵੀ ਵੇਚ ਸਕਦਾ ਹੈ। ਜਾਂ ਬਹੁਤੇ ਪੁਰਾਣੇ ਹੋਣ ਤੋਂ ਪਹਿਲਾਂ, ਧਰਮ ਅਰਥ (ਹਵਨ, ਪੂਜਾ, ਯੱਗ ਆਦਿ) ਕਾਰਜਾਂ ਲਈ ਦਾਨ ਭੀ ਕਰ ਸਕਦਾ ਹੈ।

(91) ਜੋ ਬ੍ਰਾਹਮਣ, ਤਿਲ਼ ਜਾਂ ਤਿਲ਼ਾਂ ਦਾ ਤੇਲ, ਆਪਣੇ ਖਾਣ ਲਈ ਜਾਂ ਮਾਲਿਸ਼ ਕਰਨ ਅਤੇ ਸ਼ੁੱਭ ਕੰਮਾਂ (ਪੂਜਾ ਹਵਨ) ਲਈ ਵਰਤਣ ਤੋਂ ਸਿਵਾ ਕਿਸੇ ਹੋਰ ਮਕਸਦ ਲਈ ਵੇਚਦਾ ਜਾਂ ਵਰਤਦਾ ਹੈ, ਉਹ ਅਗਲੇ ਜਨਮ ਵਿੱਚ ਆਪਣੇ ਪਿੱਤਰਾਂ ਸਮੇਤ ਕੀੜੇ ਦੀ ਜੂੰਨ ਭੁਗਤਣ ਲਈ ਕੁੱਤੇ ਦੀ ਵਿਸ਼ਟਾ (ਗੂੰਹ) ਵਿੱਚ ਪੈਂਦਾ ਹੁੰਦਾ ਹੈ।

(92) ਮਾਸ, ਲੂਣ ਅਤੇ ਲਾਖ ਵੇਚਣੇ ਵਾਲਾ ਬ੍ਰਾਹਮਣ, ਆਪਣੇ ਭਾਈਚਾਰੇ ਤੋਂ ਤੁਰੰਤ ਬੇਦਖਲ ਹੋ ਜਾਂਦਾ ਹੈ।ਦੁੱਧ ਵੇਚਣ ਨਾਲ ਬ੍ਰਾਹਮਣ ਤਿੰਨ ਦਿਨਾਂ ਵਿੱਚ ਸ਼ੂਦਰ ਹੋ ਜਾਂਦਾ ਹੈ।

(93) ਪਹਿਲਾਂ ਦੱਸੀਆਂ ਗਈਆਂ ਪ੍ਰਵਾਣਿਤ ਵਸਤਾਂ ਨੂੰ ਛੱਡ ਕੇ ਹੋਰ ਵਸਤਾਂ ਦਾ ਵਪਾਰ ਕਰਨ ਵਾਲਾ ਬ੍ਰਾਹਮਣ, ਸੱਤ ਦਿਨਾਂ ਵਿੱਚ, ਵੈਸ਼ ਵਰਣ ਵਿੱਚ ਪ੍ਰਵੇਸ਼ ਹੋਇਆ ਜਾਣਿਆਂ ਜਾਂਦਾ ਹੈ।

(94) ਮਸਾਲੇ ਅਤੇ ਹੋਰ ਖਾਣੇ-ਪਕਾਣੇ ਦੇ ਰਸਾਂ (ਮਠਿਆਈਆਂ ਅਤੇ ਹੋਰ ਪਕਵਾਨ) ਦਾ ਲ਼ੈਣ ਦੇਣ ਅਤੇ ਸੌਦਾ ਕੀਤਾ ਜਾ ਸਕਦਾ ਹੈ ਪਰ ਲੂਣ ਦੀ ਅਦਲਾ ਬਦਲੀ ਜਾਂ ਵੇਚ ਵੱਟਕ ਕਿਸੇ ਹੋਰ ਖਾਣ ਵਾਲੇ

ਰਸਾਂ ਨਾਲ ਨਹੀਂ ਹੋ ਸਕਦੀ। ਪੱਕਿਆ ਹੋਇਆ ਅੰਨ, ਕੱਚਾ ਅੰਨ, ਜਿਵੇਂ ਤਿਲ਼ ਆਦਿ ਬਰਾਬਰ ਤੋਲ ਜਾਂ ਇੱਕੋ ਮੁੱਲ ਵਿੱਚ ਮੱਕੀ ਜਾਂ ਧਾਨ ਨਾਲ ਬਦਲਾਏ ਜਾ ਸਕਦੇ ਹਨ।

(95) ਇਸੇ ਤਰਾਂ ਬਿਪਤਾ ਦੇ ਸਮੇਂ ਇੱਕ ਖੱਤਰੀ ਭੀ ਵੈਸ਼ ਪੁਰਸ਼ ਦੇ ਕਿੱਤੇ ਵਾਲੀ ਕਿਰਤ ਕਰਕੇ ਨਿਰਬਾਹ ਕਰ ਸਕਦਾ ਹੈ, ਪਰ ਸ਼ਾਸਤ੍ਰਾਂ ਮੁਤਾਬਿਕ ਉਹ ਹੈਂਕੜ ਵਿੱਚ ਆ ਕੇ ਆਪਣੇ ਤੋਂ ਉੱਚੀ ਜਾਤ (ਬ੍ਰਾਹਮਣ) ਲਈ ਨਿਰਧਾਰਿਤ ਕੀਤਾ ਕੋਈ ਭੀ ਧੰਦਾ ਨਹੀਂ ਕਰ ਸਕਦਾ।

(96) ਜੇ ਕੋਈ ਨੀਚ ਜਾਤਿ ਦਾ ਪੁਰਸ਼, ਜਾਣ ਬੁੱਝ ਕੇ ਆਪਣੇ ਤੋਂ ਉੱਤਮ ਜਾਤ ਦੇ ਹੋਣ ਦਾ ਦਿਖਾਵਾ ਕਰੇ ਜਾਂ ਹੈਂਕੜ ਮਾਰੇ, ਤਾਂ ਰਾਜਾ ਉਸਦਾ ਸਭ ਕੁਝ ਖੋਹ ਕੇ ਦੇਸ਼ ਨਿਕਾਲ਼ਾ ਦੇ ਦੇਵੇ।

(97) ਆਪਣੇ ਤੋਂ ਉੱਚੇ ਵਰਣ ਦੇ ਲੋਕਾਂ ਦੀ ਰੀਸ ਕਰਕੇ ਜਿਊਣ ਨਾਲੋਂ ਚੰਗਾ ਹੈ ਕਿ ਮਨੁੱਖ, ਜਿਤਨਾ ਹੋ ਸਕੇ, ਆਪਣੇ ਵਰਣ ਦੀ ਮਰਿਯਾਦਾ ਮੁਤਾਬਿਕ ਕਿਰਤ ਕਰਕੇ ਹੀ ਜੀਵਨ ਜੀਵੇ, ਤਾਂ ਕਿ ਆਪਣੀ ਜਾਤ ਤੋਂ ਭੀ ਨਾ ਨਿਕਾਰਿਆ ਜਾਵੇ।

(98) ਇਸੇ ਤਰਾਂ, ਜੇ ਵੈਸ਼ ਆਪਣੀ ਜਾਤ ਦੇ ਨਿਯਮਾਂ ਮੁਤਾਬਿਕ ਆਪਣੀ ਜੀਵਕਾ ਦਾ ਪ੍ਰਬੰਧ ਨਾ ਕਰ ਸਕੇ ਤਾਂ ਉਹ ਸ਼ੂਦਰਾਂ ਵਾਲੀ ਕਿਰਤ ਕਰ ਸਕਦਾ ਹੈ। ਹੋ ਸਕੇ ਤਾਂ ਐਸੀ ਕਿਰਤ ਕਰਨ ਤੋਂ ਸੰਕੋਚ ਕਰੇ, ਜਿਸਦੀ ਉਸਨੂੰ ਮਨਾਹੀ ਹੈ। ਅੱਛੇ ਦਿਨ ਆਉਣ ਤੇ ਸ਼ੂਦਰਾਂ ਵਾਲੀ ਕਿਰਤ ਤਿਆਗ ਦੇਵੇ।

(99) ਦਵਿੱਜਾਂ ਦੀ ਸੇਵਾ ਕਰਕੇ ਜੀਵਕਾ ਚਲਾਉਣ ਵਾਲਾ ਸ਼ੂਦਰ, ਰੁਜ਼ਗਾਰ ਨਾ ਮਿਲਣ ਕਰਕੇ ਭੁੱਖ ਮਰੀ ਦਾ ਸ਼ਿਕਾਰ ਹੋ ਜਾਵੇ ਤਾਂ ਉਹ ਛੋਟੀ ਮੋਟੀ ਦਸਤਕਾਰੀ, ਕਾਰੀਗਿਰੀ ਜਾਂ ਮਜ਼ਦੂਰੀ ਦਾ ਕੰਮ ਕਰਕੇ ਗੁਜ਼ਾਰਾ ਕਰ ਸਕਦਾ ਹੈ।

(100) ਸ਼ੂਦਰ ਵਰਣ ਦਾ ਮਨੁੱਖ, ਦਸਤਕਾਰੀ ਦੇ ਉਨ੍ਹਾਂ ਕੰਮਾਂ ਨੂੰ ਹੀ ਕਰ ਸਕਦਾ ਹੈ, ਜਿਨ੍ਹਾਂ ਦਾ ਮੁੱਖ ਮੰਤਵ ਕੇਵਲ ਦਵਿੱਜਾਂ ਦੀ ਸੇਵਾ ਕਰਨਾ ਅਤੇ ਆਪਣਾ ਪ੍ਰਵਾਰ ਪਾਲਣਾ ਹੋਵੇ।

(101) ਜੇ ਕਿਸੇ ਬ੍ਰਾਹਮਣ ਨੂੰ ਆਪਣੇ ਵਰਣ ਦੀ ਕਿਰਤ ਨਾ ਮਿਲ ਸਕੇ ਅਤੇ ਭੁੱਖਾ ਮਰਦਾ ਹੋਵੇ, ਪਰ ਵੈਸ਼ਾਂ ਵਾਲੀ ਕਿਰਤ ਕਰਕੇ ਭੀ ਨਾ ਜਿਊਣਾਂ ਚਾਹੇ ਤਾਂ ਉਸਨੂੰ ਹੇਠਾਂ ਦੱਸੇ ਹੀਲੇ ਵਸੀਲੇ ਵਰਤਣ ਦੀ ਆਗਿਆ ਹੈ।

(102) ਔਖੇ ਸਮੇਂ ਵਿੱਚੋਂ ਗੁਜ਼ਰ ਰਿਹਾ ਬ੍ਰਾਹਮਣ, ਆਪਣੇ ਸਾਰੇ ਜਜਮਾਨਾਂ ਕੋਲੋਂ ਦਾਨ ਮੰਗ ਸਕਦਾ ਹੈ। ਧਰਮ ਦੀ ਮਰਿਯਾਦਾ ਮੁਤਾਬਿਕ ਕਿਸੇ ਭੀ ਪਵਿੱਤਰ ਵਸਤੂ ਨੂੰ ਦਾਨ ਵਜੋਂ ਸਵਿਕਾਰ ਕਰਨਾ ਬ੍ਰਾਹਮਣ ਵਾਸਤੇ ਦੂਸ਼ਿਤ ਕਰਮ ਨਹੀਂ ਹੈ।

(103) ਬਿਪਤਾ ਅਤੇ ਮਜ਼ਬੂਰੀ ਸਮੇਂ, ਨਿੰਦਤ ਲੋਕਾਂ ਲਈ ਪਾਠ ਪੂਜਾ ਅਤੇ ਯੱਗ ਕਰਨਾ, ਜਾਂ ਵੇਦ ਵਿੱਦਿਆ ਦਾ ਦਾਨ ਦੇ ਕੇ ਗੁਜਾਰਾ ਕਰਨਾ, ਬ੍ਰਾਹਮਣ ਲਈ ਅਪਵਿੱਤਰ ਕਰਮ ਨਹੀਂ ਮੰਨਿਆ ਜਾਂਦਾ, ਕਿਉਂਕਿ ਬ੍ਰਾਹਮਣ, ਪਾਣੀ ਅਤੇ ਅਗਨੀ ਵਾਂਗ ਸਦਾ ਪਵਿੱਤਰ ਹੈ।

(104) ਭੁੱਖ ਦੇ ਦੁੱਖੋਂ, ਜੇ ਬ੍ਰਾਹਮਣ ਲਈ ਜ਼ਿੰਦਗੀ ਤੇ ਮੌਤ ਦਾ ਸਵਾਲ ਹੋਵੇ, ਤਾਂ ਬ੍ਰਾਹਮਣ ਵਾਸਤੇ ਕਿਸੇ ਦੇ ਭੀ ਘਰੋਂ ਮਿਲਿਆ ਭੋਜਨ ਲੈ ਕੇ ਖਾਣ ਦਾ ਕੋਈ ਪਾਪ ਜਾਂ ਅਪਵਿੱਤਰਤਾ ਨਹੀਂ ਸਮਝੀ ਜਾਂਦੀ। ਜਿਵੇਂ ਚਿੱਕੜ ਅਤੇ ਧੁੱਦਲ ਨਾਲ ਅਕਾਸ਼ ਅਪਵਿੱਤਰ ਨਹੀਂ ਹੁੰਦਾ, ਇਸੇ ਤਰਾਂ ਬ੍ਰਾਹਮਣ ਭੀ ਪਾਪ ਤੋਂ ਨਿਰਲੇਪ ਹੁੰਦਾ ਹੈ।

ਨੋਟ:- *ਉੱਪਰਲੇ ਦੋ ਸਲੋਕ, ਬ੍ਰਾਹਮਣ ਦੇ ਜੀਵਨ ਸਬੰਧੀ, ਪਹਿਲਾਂ ਆਈਆਂ ਸਾਰੀਆਂ ਧਾਰਨਾਵਾਂ ਦੇ ਉਲਟ ਹੈ।*

(105) ਭੁੱਖ ਤੋਂ ਦੁਖੀ ਅਜੀਗ੍ਰਤ ਰਿਸ਼ੀ (ਇੱਕ ਬ੍ਰਾਹਮਣ ਰਿਸ਼ੀ) ਨੇ, ਰਾਜਾ ਹਰੀਸ਼ ਚੰਦਰ ਦੇ (ਘਰੋਂ ਭੱਜੇ) ਪੁੱਤਰ 'ਰੋਹਿਤ' ਕੋਲੋਂ ਸੌ ਗਊਆਂ ਲੈ ਕੇ, ਬਦਲੇ ਵਿੱਚ ਆਪਣਾ ਗਭਲਾ ਪੁੱਤਰ 'ਸ਼ੁਨ ਸ਼ੇਪ',

ਬਲ਼ੀ ਲਈ ਦੇਣਾਂ ਮਨਜ਼ੂਰ ਕਰ ਲਿਆ ਸੀ। ਪੇਟ ਦੀ ਭੁੱਖ ਕਾਰਣ, ਐਸੇ ਆਚਰਣ (ਅਧਰਮ ਕਰਮ ਕਰਨ ਵਾਲਾ) ਵਾਲਾ ਹੋਣ ਤੇ ਭੀ ਉਹ ਪਾਪੀ ਨਹੀਂ ਗਿਣਿਆ ਗਿਆ।

ਨੋਟ: ਭਾਵੇਂ ਇਹ ਸਲੋਕ ਕਿਸੇ ਵਲੋਂ ਆਪੇ ਘਸੋੜਿਆ ਲਗਦਾ ਹੈ ਅਤੇ ਬਹੁਤੇ ਉਲੱਥਿਆਂ ਵਿੱਚ ਇੱਕੋ ਰੂਪ ਵਿੱਚ ਹੀ ਮਿਲਦਾ ਹੈ, ਪਰ ਪਾਠਕ ਜਨ ਚਾਹੁਣ ਤਾਂ ਇਸ ਕਥਾ ਬਾਰੇ ਸੰਖੇਪ ਅਗਲੀ ਟਿੱਪਣੀ ਵਿੱਚ ਪੜ੍ਹ ਸਕਦੇ ਹਨ।

ਟਿੱਪਣੀ :- *ਬ੍ਰਾਹਮਣ ਰਿਸ਼ੀ 'ਅਜੀਗ੍ਰਤ' ਦੇ ਪੇਟ ਦੀ ਭੁੱਖ ਨਾਲ ਸਬੰਧਿਤ ਇਕ ਕਥਾ, ਜਿਸਦਾ ਵਿਸਥਾਰ ਨਾਲ ਵਿਚਾਰ ਕਰਨਾ ਜ਼ਰੂਰੀ ਹੈ। ਇਸ ਕਥਾ ਤੋਂ, ਪੁਰਾਤਨ ਸਮੇਂ ਦੀ ਮਾਨਸਿਕਤਾ ਦਾ ਭੇਤ ਖੁੱਲ੍ਹ ਜਾਂਦਾ ਹੈ। ਰਿੱਗ ਵੇਦ ਦੇ ਭਾਗ '**ਐਤ੍ਰੀਜ ਬ੍ਰਾਹਮਣ**' ਦੇ ਮੰਤ੍ਰਾਂ ਵਿੱਚ ਇੱਕ ਕਥਾ ਆਉਂਦੀ ਹੈ ਅਤੇ ਆਮ ਲੋਕਾਂ ਨੂੰ ਅਕਸਰ ਉਪਦੇਸ਼ ਵਜੋਂ ਸੁਣਾਈ ਜਾਂਦੀ ਹੈ। ਸੌ ਰਾਣੀਆਂ ਹੋਣ ਦੇ ਬਾਵਯੂਦ, ਰਾਜਾ ਹਰੀਸ਼ ਚੰਦਰ ਦੇ ਉਲਾਦ ਨਾ ਹੋਈ। ਉਸਨੇ ਵਰੁਣ ਦੇਵਤੇ ਅੱਗੇ ਉਪਾਸ਼ਨਾ (ਬੇਨਤੀ) ਕੀਤੀ ਕਿ ਉਸਦੇ ਘਰ ਉਲਾਦ ਹੋਵੇ। ਵਰੁਣ ਦੇਵਤਾ ਇਸ ਗੱਲ ਤੇ ਰਾਜ਼ੀ ਹੋ ਗਿਆ ਕਿ ਰਾਜਾ ਆਪਣੇ ਪਹਿਲੇ ਪੁੱਤਰ ਨੂੰ, ਯੱਗ ਵਿੱਚ ਬਲੀ ਦੇਣ ਲਈ ਉਸਦੇ ਸਪੁਰਦ ਕਰ ਦੇਵੇ। ਐਸਾ ਹੀ ਹੋਇਆ, ਪੁੱਤਰ ਜਨਮਿਆ ਅਤੇ ਉਸਦਾ ਦਾ ਨਾਮ ਅਨੁਰੂਪ ਕੁਮਾਰ ਰੋਹਿਤ ਰੱਖਿਆ ਗਿਆ। ਪੁੱਤਰ ਨੂੰ ਵੇਖਦਿਆਂ ਹੀ ਰਾਜੇ ਨੂੰ ਆਪਣੇ ਕੀਤੇ ਹੋਏ ਬਚਨ ਭੁੱਲ ਗਏ ਅਤੇ ਵਰਣ ਦੇਵਤੇ ਦੇ ਹਵਾਲੇ ਕਰਨ ਤੋਂ ਇਨਕਾਰੀ ਹੋ ਗਿਆ। ਕਾਫ਼ੀ ਸਾਲ ਰਾਜਾ ਟਾਲ਼-ਮਟੋਲ਼ ਕਰਦਾ ਰਿਹਾ। ਬਾਲਕ ਰੋਹਿਤ ਨੂੰ ਭੀ ਇਸ ਮਾਮਲੇ ਦੀ ਸਮਝ ਪੈ ਗਈ ਅਤੇ ਡਰ ਦਾ ਮਾਰਾ ਇੱਕ ਦਿਨ ਘਰੋਂ ਭੱਜ ਗਿਆ ਅਤੇ ਛੇ ਸਾਲ ਜੰਗਲਾਂ ਵਿੱਚ ਘੁੰਮਦਾ ਰਿਹਾ। ਅੱਗੋਂ ਵਰੁਣ ਦੇਵਤੇ ਨੇ ਸਰਾਪ ਦੇ ਦਿੱਤਾ ਅਤੇ ਰਾਜਾ ਹਰੀਸ਼ ਚੰਦਰ ਜਲੋਧਰ ਰੋਗ ਕਾਰਣ ਬਿਮਾਰ ਪੈ ਗਿਆ। ਜੰਗਲ ਵਿੱਚ ਘੁੰਮਦਿਆਂ ਇੱਕ ਇਸਤ੍ਰੀ (ਵੱਖੋ ਵੱਖ ਨਾਮ ਲਿਖੇ ਮਿਲਦੇ ਹਨ) ਰੋਹਿਤ ਨੂੰ ਇੱਕ ਗਰੀਬ ਬ੍ਰਾਹਮਣ ਅਜੀਗ੍ਰਤ ਕੋਲ ਲੈ ਆਈ। ਰੋਹਿਤ ਨੇ ਉਸਨੂੰ ਆਪਣੀ ਸਾਰੀ ਕਹਾਣੀ ਸੁਣਾਈ। ਅਜੀਗ੍ਰਤ ਦੇ ਤਿੰਨ ਪੁੱਤਰ ਸਨ। ਗਰੀਬੀ ਅਤੇ ਭੁੱਖ ਦੇ ਸਤਾਏ ਹੋਏ ਨੇ ਆਪਣੀ ਪਤਨੀ ਦੀ ਸਲਾਹ ਨਾਲ ਫੈਸਲਾ ਕਰ ਲਿਆ ਕਿ ਉਹ ਸੌ ਗਊਆਂ ਬਦਲੇ ਆਪਣੇ ਇੱਕ ਪੁੱਤਰ ਦੀ ਬਲ਼ੀ ਦੇਣ ਲਈ ਰਾਜੇ ਦੇ ਹਵਾਲੇ ਕਰਨ ਲਈ ਤਿਆਰ ਹੈ। ਗਭਲਾ ਪੁੱਤਰ 'ਸ਼ੁਨ ਸ਼ੇਪ' ਇਸ ਕੰਮ ਲਈ ਤਿਆਰ ਹੋ ਗਿਆ ਅਤੇ ਰੋਹਿਤ ਉਸਨੂੰ ਨਾਲ ਲੈ ਕੇ ਘਰ ਪਰਤ ਆਇਆ। ਰਾਜੇ ਨੇ ਉਸਨੂੰ, ਵਰੁਣ ਦੇਵਤੇ ਦੇ ਹਵਾਲੇ ਕਰ ਦਿੱਤਾ ਅਤੇ ਯੱਗ ਵਿੱਚ ਬਲ਼ੀ ਦੇਣ ਦੀ ਤਿਆਰੀ ਸ਼ੁਰੂ ਹੋ ਗਈ। ਹੌਲੀ ਹੌਲੀ ਵਰੁਣ ਦੇਵਤੇ ਅਤੇ ਪ੍ਰੋਹਤਾਂ ਨੂੰ ਭੀ ਇਸ ਚਾਲ ਦਾ ਭੇਤ ਲੱਗ ਗਿਆ। ਵਰੁਣ ਦੇਵਤਾ ਭੀ ਸ਼ੁੱਭ ਸ਼ਗਨ ਜਾਣ ਕੇ ਆਪਣੀ ਜ਼ਿਦ ਤੋਂ ਪਿੱਛੇ ਹਟ ਗਿਆ, ਕਿਉਂ ਕਿ ਉਸਨੂੰ ਬਲ਼ੀ ਦੇਣ ਲਈ ਖੱਤਰੀ ਦੀ ਥਾਂ ਇੱਕ ਸ੍ਰੇਸ਼ਟ ਬ੍ਰਾਹਮਣ ਬਾਲਕ ਮਿਲ ਗਿਆ। ਪਰ ਬ੍ਰਾਹਮਣਾਂ ਨੇ ਆਪਣੀ ਹੱਤਕ ਜਾਣ ਕੇ ਯੱਗ ਅਤੇ ਬਲ਼ੀ ਦੀ ਕਿਰਿਆ ਨਿਭਾਉਣ ਤੋਂ ਇਨਕਾਰ ਕਰ ਦਿੱਤਾ। ਲਾਲਚ ਅਤੇ ਭੁੱਖ ਦੇ ਮਾਰੇ ਸ਼ੁਨ ਸ਼ੇਪ ਦਾ ਬਾਪ ਅਜੀਗ੍ਰਤ, ਆਪ ਬਾਲਕ ਦੀ ਬਲੀ ਦੇਣ ਲਈ ਰਾਜ਼ੀ ਹੋ ਗਿਆ। ਆਪਣੇ ਪਿਤਾ ਦੀ ਇਹ ਕਰਤੂਤ ਦੇਖ ਕੇ, ਬਾਲਕ ਨੇ ਦੇਵਤਿਆਂ ਅੱਗੇ ਆਪਣੀ ਜਾਨ ਬਖਸ਼ਾਣ ਲਈ ਵੇਦ ਮੰਤ੍ਰਾਂ ਦਾ ਜਾਪ ਕਰਕੇ ਅਰਦਾਸਾਂ ਕੀਤੀਆਂ (ਅੱਗੇ ਕੀ ਹੋਇਆ! ਇਸਦਾ ਵਿਸਥਾਰ ਲੰਬਾ ਚੌੜਾ ਹੈ) ਅਤੇ ਅਖੀਰ ਅਚੰਭਾ ਹੋਇਆ ਕਿ ਰਾਜੇ ਹਰੀਸ਼ਚੰਦਰ ਦਾ ਜਲੋਧਰ ਰੋਗ ਮਿੰਟਾਂ ਵਿੱਚ ਹੀ ਖਤਮ ਹੋ ਗਿਆ ਅਤੇ ਸ਼ੁਨ ਸ਼ੇਪ ਭੀ ਬਲ਼ੀ ਦੀ ਭੇਂਟ ਚੜ੍ਹਨ ਤੋਂ ਬਚ ਗਿਆ। ਨਾਲ ਹੀ ਉਸਦਾ ਪਿਤਾ ਭੀ ਪਾਪ ਮੁਕਤਿ ਹੋ ਗਿਆ। ਸ਼ੁਨ ਸ਼ੇਪ ਝੱਟ ਪਟ, ਉਸ ਯੱਗ ਵਿੱਚ ਆਏ ਰਿਸ਼ੀ ਵਿਸ਼ਵਾਮਿੱਤ੍ਰ ਦੀ ਗੋਦ ਵਿੱਚ ਜਾ ਬੈਠਾ ਅਤੇ ਰਿਸ਼ੀ ਵਿਸ਼ਵਾਮਿੱਤ੍ਰ ਦੇ ਪੁੱਤਰ ਵਜੋਂ ਸਵਿਕਾਰਿਆ ਗਿਆ। ਅਜੀਗ੍ਰਤ ਦੀ ਮੌਤ ਹੋ ਗਈ ਅਤੇ ਸ਼ੁਨ ਸ਼ੇਪ ਨੇ ਉਸਦੀ ਅੰਤਮ ਕਿਰਿਆ ਅਤੇ ਪਿੱਤਰ ਰਸਮ ਕਰਨ ਤੋਂ ਇਨਕਾਰ ਕਰ ਦਿੱਤਾ। ਸੁਣੀ ਸੁਣਾਈ ਅਤੇ ਮਿਥਹਾਸਕ ਕਥਾ ਹੋਣ ਕਰਕੇ*

ਇਸ ਕਥਾ ਦੇ ਹੋਰ ਭੀ ਅਨੇਕ ਰੂਪ ਭੀ ਮਿਲਦੇ ਹਨ, ਪਰ ਬ੍ਰਾਹਮਣ ਦੀ ਗਿਰੀ ਹੋਈ ਦਸ਼ਾ ਦੇਖੋ! ਆਪਣਾ ਪੁੱਤਰ ਵੇਚਣ ਅਤੇ ਕਤਲ ਕਰਨ ਲਈ ਤਿਆਰ ਹੋਣ ਦਾ ਗੁਨਾਹਗਾਰ ਹੋਣ ਕਰਕੇ ਭੀ ਉਸਨੂੰ ਦੋਸ਼ੀ ਨਹੀਂ ਮੰਨਿਆ ਗਿਆ।

(106) ਇਸੇ ਤਰਾਂ ਬ੍ਰਾਹਮਣ ਰਿਸ਼ੀ ਵਾਮਦੇਵ ਨੇ, ਜਿਸਨੂੰ ਸ਼ਾਸਤ੍ਰਾਂ ਮੁਤਾਬਿਕ, ਧਰਮ ਅਤੇ ਅਧਰਮ (ਭਾਵ-ਖਾਜ ਅਤੇ ਅਖਾਜ ਭੋਜਨ) ਦਾ ਪੂਰਾ ਗਿਆਨ ਸੀ, ਭੁੱਖ ਤੋਂ ਦੁਖੀ ਹੋ ਕੇ ਆਪਣੀ ਜਾਨ ਖਾਤਰ, ਚੰਡਾਲ ਦੇ ਘਰੋਂ ਮਰੇ ਹੋਏ ਕੁੱਤੇ ਦਾ ਮਾਸ ਚੋਰੀ ਕਰਕੇ ਖਾਣਾ ਮਨਜ਼ੂਰ ਕਰ ਲਿਆ, ਫਿਰ ਭੀ ਪਾਪੀਆਂ ਵਿੱਚ ਨਹੀਂ ਗਿਣਿਆ ਗਿਆ।

(107) ਮਹਾਂ ਤਪੱਸਵੀ ਭਰਦਵਾਜ ਰਿਸ਼ੀ ਨੇ ਜੰਗਲ ਵਿੱਚ ਤਪੱਸਿਆ ਕਰਦਿਆਂ, ਆਪਣੇ ਪੁੱਤਰ ਦੇ ਨਾਲ ਹੁੰਦਿਆਂ ਹੋਇਆਂ, ਭੁੱਖਮਰੀ ਦੇ ਕਾਰਨ, ਬ੍ਰਾਹਮਣ ਹੋ ਕੇ ਭੀ ਨੀਚ ਜਾਤ ਦੇ 'ਵਧੂ' ਨਾਮਕ ਜੰਗਲੀ ਲੱਕੜਹਾਰੇ ਕੋਲੋਂ, ਕੁਝ ਗਊਆਂ ਦਾਨ ਵਜੋਂ ਸਵਿਕਾਰ ਕਰ ਲੈਣ ਕਾਰਨ ਭੀ ਕਿਸੇ ਪਾਪ ਦਾ ਦੋਸ਼ੀ ਨਹੀਂ **ਕਿਹਾ ਗਿਆ।**

(108) ਰਿਸ਼ੀ ਵਿਸ਼ਵਾਮਿੱਤਰ ਵਰਗਾ ਗਿਆਨੀ ਪੁਰਸ਼, ਜਿਸ ਨੂੰ ਠੀਕ ਅਤੇ ਗਲਤ (ਧਰਮ - ਅਧਰਮ) ਦਾ ਪੂਰਾ ਗਿਆਨ ਸੀ, ਭੁੱਖਮਰੀ ਦੇ ਕਾਰਣ ਇੱਕ ਜੰਗਲੀ ਚੰਡਾਲ ਦੇ ਹੱਥੋਂ ਕੁੱਤੇ ਦੇ ਪੱਟ ਦਾ ਮਾਸ ਖਾਣਾ ਪ੍ਰਵਾਨ ਕਰ ਲਿਆ, ਫਿਰ ਭੀ ਇਸ ਦੋਸ਼ ਲਈ ਉਸਨੂੰ ਪਾਪੀ ਨਹੀਂ ਮੰਨਿਆ ਗਿਆ।

(109) ਬਿਪਤਾ ਵਿੱਚ ਫਸੇ ਅਤੇ ਭੋਖੇ ਦੇ ਕਾਰਨ, ਬ੍ਰਾਹਮਣ ਵਲੋਂ, ਨਿੰਦਤ ਲੋਕਾਂ ਨੂੰ ਵਿਦਿਆ ਦੇਣਾ, ਉਨ੍ਹਾਂ ਲਈ ਯੱਗ ਅਤੇ ਪੂਜਾ ਕਰਨੀ, ਉਨ੍ਹਾਂ ਦਾ ਦਾਨ ਲੈਣਾ, ਇਨ੍ਹਾਂ ਤਿੰਨਾਂ ਵਿੱਚੋ ਦਾਨ ਲੈਣਾ ਸਭ ਤੋਂ ਘਟੀਆ ਅਤੇ ਨਿੰਦਣਯੋਗ ਕਰਮ ਗਿਣਿਆ ਗਿਆ ਹੈ। ਇਸ ਕਾਰਣ ਬ੍ਰਾਹਮਣ ਨੂੰ, ਮੌਤ ਮਗਰੋਂ ਪ੍ਰਲੋਕ ਵਿੱਚ ਬਹੁਤ ਦੁੱਖ ਸਹਿਣਾ ਪੈਂਦਾ ਹੈ। ਕਿਉਂਕਿ--

(110) ਵਿਦਿਆ ਦੇਣਾ ਅਤੇ ਯੱਗ ਦੀ ਕਿਰਿਆ ਨਿਭਾਉਣਾ, ਦੋ ਐਸੇ ਕਰਮ ਹਨ ਜੋ ਸਿਰਫ ਬ੍ਰਾਹਮਣ ਹੀ ਕਰ ਸਕਦਾ ਹੈ ਅਤੇ ਕੇਵਲ ਉਨਾਂ ਲੋਕਾਂ ਲਈ ਕੀਤੇ ਜਾ ਸਕਦੇ ਹਨ ਜੋ ਵੇਦਿਕ ਸੰਸਕਾਰਾਂ (ਜਨੇਊ ਅਤੇ ਮੁੰਡਣ) ਦੇ ਧਾਰਨੀ ਹੋਣ। ਪਰ ਤੀਸਰਾ ਕਰਮ 'ਦਾਨ' ਕਿਸੇ ਤੋਂ ਭੀ ਲਿਆ ਜਾ ਸਕਦਾ ਹੈ। ਭਾਵੇਂ ਸ਼ੂਦਰ ਤੋਂ ਦਾਨ ਲੈਣਾ ਘਟੀਆ ਕਰਮ ਹੈ, ਪਰ ਇਹ ਦਾਨ ਲੈਣ ਵਾਲੇ ਬ੍ਰਾਹਮਣ ਦੀ ਆਪਣੀ ਮਰਜ਼ੀ ਹੈ ਅਤੇ ਇਸਦੇ ਬਦਲੇ ਪ੍ਰਲੋਕ ਵਿੱਚ ਉਸਦੀ ਨਿੰਦਾ ਹੁੰਦੀ ਹੈ।

(111) ਇੱਕ ਬ੍ਰਾਹਮਣ, ਅਯੋਗ ਅਤੇ ਨਿੰਦਤ ਪੁਰਸ਼ਾਂ ਨੂੰ ਵੇਦ ਵਿੱਦਿਆ ਦੇਣ ਕਰਕੇ ਜਾਂ ਉਨ੍ਹਾਂ ਲਈ ਪਾਠ ਪੂਜਾ ਅਤੇ ਬਲੀ ਕਿਰਿਆ ਵਰਗੀਆਂ ਸੇਵਾਵਾਂ ਨਿਭਾਉਣ ਕਾਰਨ, ਕੀਤੇ ਹੋਏ ਪਾਪ ਅਤੇ ਪੈਦਾ ਹੋਈ ਹੀਣ ਭਾਵਨਾਂ ਤੋਂ, ਵੇਦ ਮੰਤਰਾਂ ਦਾ ਜਾਪ ਅਤੇ ਅਗਨੀ ਪੂਜਾ ਕਰਕੇ ਤਾਂ ਮੁਕਤਿ ਹੋ ਸਕਦਾ ਹੈ, ਪਰ ਦਾਨ ਵਿੱਚ ਲਈਆਂ ਵਸਤਾਂ ਕਾਰਨ ਲੱਗੇ ਪਾਪ ਤੋਂ, ਉਨ੍ਹਾਂ ਦਾ ਤਿਆਗ ਅਤੇ ਪਸ਼ਚਾਤਾਪ ਕੀਤੇ ਬਿਨਾਂ ਮੁਕਤਿ ਨਹੀਂ ਹੋ ਸਕਦਾ।

(112) ਜੇ ਬ੍ਰਾਹਮਣ, ਕਿਸੇ ਤਰੀਕੇ ਨਾਲ ਭੀ ਆਪਣੀ ਉਪਜੀਵਕਾ ਅਤੇ ਨਿਰਬਾਹ ਦਾ ਪ੍ਰਬੰਧ ਕਰਨ ਤੋਂ ਅਸਮਰੱਥ ਹੋਵੇ, ਤਾਂ ਸ਼ੂਦਰ ਕੋਲੋਂ ਦਾਨ ਮੰਗਣ ਦੀ ਥਾਂ ਖੇਤਾਂ ਦੀ ਕਟਾਈ ਮਗਰੋਂ ਕਿਰਿਆ ਅੰਨ, ਜਿਵੇਂ ਛੱਲੀਆਂ ਦੇ ਗੁੱਲ ਅਤੇ ਦਾਣੇ (ਬੁਆੜ- ਗਿਰੇ ਹੋਏ ਤੀਲੇ ਅਤੇ ਦਾਣੇ) ਇਕੱਠੇ ਕਰਕੇ ਗੁਜ਼ਾਰਾ ਕਰ ਲਵੇ। ਕਿਉਂਕਿ ਸ਼ੂਦਰ ਕੋਲੋਂ ਦਾਨ ਲੈਣ ਦੀ ਨਮੋਸ਼ੀ ਨਾਲੋਂ ਐਸਾ ਕਰਨਾ ਜ਼ਿਆਦਾ ਉਚਿਤ ਹੈ।

(113) ਜੇ ਕੋਈ ਵੇਦ ਪਾਠੀ ਬ੍ਰਾਹਮਣ (ਸਨਾਤਕ ਬਿਪਰ), ਨਿਰਧਨ ਅਤੇ ਭੁੱਖ ਦੇ ਦੁੱਖੋਂ ਤੰਗ ਹੋਵੇ, ਜਾਂ ਘਰ ਵਿੱਚ ਕੋਈ ਅੰਨ ਪਕਾਉਂਣ ਲਈ ਭਾਂਡਾ ਅਤੇ ਘਰ ਵਿੱਚ ਹੋਰ ਕੋਈ ਲੋੜੀਂਦਾ ਸਮਾਨ ਨਾ ਹੋਵੇ, ਤਾਂ ਉਹ ਰਾਜੇ ਪਾਸੋਂ ਮੰਗ ਸਕਦਾ ਹੈ। ਜੇ ਰਾਜਾ ਵੀ ਦੇਣ ਤੋਂ ਇਨਕਾਰੀ ਹੋਵੇ ਤਾਂ ਉਹ ਉਸਦੇ ਰਾਜ ਨੂੰ ਤਿਆਗ ਕੇ ਕਿਤੇ ਹੋਰ ਦਰ (ਹੋਰ ਦਰ) ਚਲਾ ਜਾਵੇ।

(114) ਇੱਕ ਵੇਦ ਪਾਠੀ ਬ੍ਰਾਹਮਣ ਵਾਸਤੇ, ਵਾਹੀ ਵਾਲੀ ਜ਼ਮੀਨ ਨਾਲੋਂ, ਅਣਵਾਹੀ ਜ਼ਮੀਨ, ਗਊ, ਸੋਨਾ, ਬੱਕਰਾ, ਭੇਡ, ਦਾਣਾ, ਪਕਾਇਆ ਅੰਨ ਆਦਿ, ਦਾਨ ਵਜੋਂ ਸਵਿਕਾਰ ਕਰ ਲੈਣਾ ਕਰਮਵਾਰ (ਪਹਿਲੇ ਤੋਂ ਦੂਸਰਾ, ਦੂਸਰੇ ਤੋਂ ਤੀਸਰਾ --) ਘੱਟ ਨਿੰਦਤ ਗਿਣੇ ਜਾਂਦੇ ਹਨ। ।

(115) ਬ੍ਰਾਹਮਣ ਲਈ, ਧੰਨ ਪ੍ਰਾਪਤ ਕਰਨ ਦੇ ਸੱਤ ਤਰੀਕੇ ਧਰਮ ਅਨਕੂਲ ਮੰਨੇ ਗਏ ਹਨ।ਵਿਰਾਸਤੀ ਜਾਇਦਾਦ (ਪਿਤਾ ਪੁਰਖੀ) ਜਾਂ ਦਾਨ ਵਿੱਚ ਮਿਲੀ, ਆਪਣੀ ਕਿਰਤ ਕਮਾਈ ਕਰਕੇ ਖਰੀਦੀ ਹੋਈ (ਦਸਾਂ ਨੌਹਾਂ ਦੀ ਕਿਰਤ), ਜਿੱਤੀ ਹੋਈ, ਗਹਿਣੇ ਤੇ ਲਈ ਹੋਈ, ਵਣਜ-ਵਪਾਰ ਦਾ ਕੰਮ ਕਰਕੇ ਬਣਾਈ ਗਈ, ਅਤੇ ਨੇਕ ਪੁਰਸ਼ਾਂ ਵਲੋਂ ਸਤਿਕਾਰ ਵਿੱਚ ਮਿਲੀ ਹੋਈ।

(116) ਜੀਵਨ ਨਿਰਬਾਹ ਲਈ ਦਸ ਤਰਾਂ ਦੇ ਤਰੀਕੇ ਕਹੇ ਗਏ ਹਨ। (1) ਲਾਭਦਾਇਕ (**जीवनोपयोगी**) ਵਿੱਦਿਆ ਦਾਨ ਦੇ ਕੇ, (2) ਦਸਤਕਾਰੀ ਦੇ ਹੁਨਰ ਸਿੱਖ ਕੇ (ਕਾਰੀਗਰੀ), (3) ਨੌਕਰੀ ਕਰਕੇ, (4) ਸੇਵਾ ਕਰਕੇ, (5) ਗਉ ਰੱਖਿਆ, (6) ਖੇਤੀ ਕਰਕੇ, (7) ਸੰਤੋਖੀ ਜੀਵਨ (ਇੱਛਾ ਰਹਿਤ, ਮਲੰਗ), (8) ਮੰਗ ਕੇ ਜਾਂ ਦਾਨ ਲੈ ਕੇ, (9) ਵਿਆਜੀ ਦਿੱਤੇ ਧੰਨ ਨਾਲ, (10) ਗਊਆਂ ਪਾਲਣ ਕਰਕੇ।

(117) ਵੈਸ਼ ਤੋਂ ਸਿਵਾ, ਬ੍ਰਾਹਮਣ ਅਤੇ ਖੱਤਰੀ ਨੂੰ, ਕਦੇ ਭੀ ਵਿਆਜ ਲੈਣ ਦੇਣ ਦਾ ਕਿੱਤਾ ਨਹੀਂ ਕਰਨਾ ਚਾਹੀਦਾ। ਪਰ ਪੁੰਨ ਕਰਮ ਸਮਝ ਕੇ ਉਧਾਰ ਦੇਣੇ ਹੋਣ, ਤਾਂ ਆਪਣੀ ਖੁਸ਼ੀ ਨਾਲ ਕਿਸੇ ਲੋੜਵੰਦ ਜਾਂ ਬੁਰੇ ਇਨਸਾਨ ਨੂੰ ਵੀ, ਥ੍ਰੋੜੇ ਵਿਆਜ ਤੇ ਦੇ ਸਕਦਾ ਹੈ।

(118) ਜੇ ਕੋਈ ਖੱਤਰੀ ਰਾਜਾ ਆਪਣੇ ਰਾਜ ਵਿੱਚ ਕਿਸੇ ਔਖੇ ਸਮੇਂ (ਆਫ਼ਤ) ਵਿੱਚੋਂ ਗੁਜ਼ਰ ਰਿਹਾ ਹੋਵੇ ਅਤੇ ਪਰਜਾ ਪਾਸੋਂ ਆਮਦਨ ਦਾ ਚੌਥਾ ਹਿੱਸਾ ਕਰ ਵਜੋਂ ਵਸੂਲਣਾ ਪਵੇ, ਪਰ ਆਪਣੀ ਪਰਜਾ ਦਾ ਪੂਰਾ ਪੂਰਾ ਖਿਆਲ ਰੱਖ ਸਕੇ, ਤਾਂ ਉਸ ਰਾਜੇ ਸਿਰ ਕਿਸੇ ਤਰਾਂ ਦਾ ਕੋਈ ਦੋਸ਼ ਨਹੀਂ ਲਗਦਾ।

(119) ਜਿੱਤ ਪ੍ਰਾਪਤੀ ਦੇ ਇਰਾਦੇ ਵਾਲੇ, ਖੱਤਰੀ ਰਾਜੇ ਦਾ ਧਰਮ ਹੈ ਕਿ ਲੜਾਈ ਦੇ ਮੈਦਾਨ ਵਿੱਚ ਪਿੱਠ ਨਾ ਦੇਵੇ। ਸ਼ਾਸਤ੍ਰਾਂ ਦੀ ਮਰਿਯਾਦਾ ਮੁਤਾਬਿਕ ਵੈਸ਼ਾਂ (ਵਪਾਰੀ ਲੋਕਾਂ) ਦੀ ਰੱਖਿਆ ਕਰਨ ਵਾਸਤੇ, ਉਨ੍ਹਾਂ ਪਾਸੋਂ ਧਰਮਪੂਰਵਕ ਆਪਣਾ ਬਣਦਾ 'ਖਾਸ ਕਰ', ਵਸੂਲ ਸਕਦਾ ਹੈ। ਜਿਵੇਂ-

(120) ਸੰਕਟ ਸਮੇਂ ਖੱਤਰੀ ਰਾਜਾ, ਵੈਸ਼ਾਂ ਕੋਲੋਂ ਫਸਲ ਦੀ ਆਮਦਨ ਦਾ ਅੱਠਵਾਂ ਹਿੱਸਾ, ਸੋਨੇ ਚਾਂਦੀ ਅਤੇ ਪਸ਼ੂਆਂ ਦੇ ਵਪਾਰ ਦੀ ਆਮਦਨ ਵਿੱਚੋਂ ਘੱਟੋ ਘੱਟ ਵੀਵਾਂ ਹਿੱਸਾ ਕਰ ਲੈ ਸਕਦਾ ਹੈ। ਸ਼ੂਦਰ, ਪੱਥਰ ਘਾੜੇ, ਮਜ਼ਦੂਰਾਂ, ਮਿਸਤਰੀਆਂ ਅਤੇ ਸ਼ਿਲਪਕਾਰਾਂ ਕੋਲੋਂ, ਆਹਵਤ ਤੇ (ਬਿਨਾਂ ਤਨਖਾਹ) ਆਪਣੇ ਲੋੜੀਂਦੇ ਕੰਮ ਕਰਵਾ ਕੇ ਉਨ੍ਹਾਂ ਤੋਂ ਲਾਭ ਉਠਾ ਸਕਦਾ ਹੈ।

(121) ਜੇ ਮੰਦਹਾਲੀ (ਵੰਚਿਤਤਾ) ਵਿੱਚੋਂ ਲੰਘ ਰਹੇ ਸ਼ੂਦਰ ਦਾ, ਬ੍ਰਾਹਮਣ ਦੇ ਘਰ ਨੌਕਰੀ ਕਰਕੇ ਗੁਜ਼ਾਰਾ ਨਾ ਹੁੰਦਾ ਹੋਵੇ ਤਾਂ ਉਹ ਆਪਣੇ ਜੀਵਨ ਨਿਰਬਾਹ ਲਈ ਕਿਸੇ ਖੱਤਰੀ ਜਾਂ ਧੰਨਵਾਨ ਵੈਸ਼ ਦੇ ਘਰ ਵੀ ਨੌਕਰੀ ਕਰ ਸਕਦਾ ਹੈ।

(122) ਸਵ੍ਰਗ ਪ੍ਰਾਪਤੀ ਅਤੇ ਉੱਤਮ ਜੂਨ ਦਾ ਇੱਛਕ ਸ਼ੂਦਰ, ਹਰ ਜਨਮ ਵਿੱਚ ਬ੍ਰਾਹਮਣ ਦੀ ਸੇਵਾ ਕਰੇ, ਕਿਉਂਕਿ ਬ੍ਰਾਹਮਣ ਦੀ ਸੇਵਾ ਲਈ ਹੀ ਉਸਨੂੰ ਜੀਵਨ ਮਿਲਿਆ ਹੈ। ਇਸ ਲਈ ਉਸਨੂੰ ਬ੍ਰਾਹਮਣ ਦਾ ਸ਼ੁਕਰਗੁਜ਼ਾਰ ਹੋਣਾ ਚਾਹੀਦਾ ਹੈ।

(123) ਬ੍ਰਾਹਮਣ ਦੀ ਸੇਵਾ ਕਰਕੇ ਮਾਣ ਮਹਿਸੂਸ ਕਰਨਾ ਹੀ ਸ਼ੂਦਰ ਦਾ ਪ੍ਰਮ-ਧਰਮ ਅਤੇ ਕਿੱਤਾ ਕਿਹਾ ਗਿਆ ਹੈ। ਇਸਤੋਂ ਸਿਵਾ ਸਾਰੇ ਕਰਮ, ਨਿਸਫਲ ਕਹੇ ਗਏ ਹਨ।

(124) ਬ੍ਰਾਹਮਣ ਦਾ ਫਰਜ਼ ਹੈ ਕਿ ਆਪਣੇ ਸ਼ੂਦਰ ਸੇਵਕ ਦੀ ਯੋਗਤਾ ਅਤੇ ਪ੍ਰਵਾਰਿਕ ਲੋੜਾਂ ਨੂੰ ਧਿਆਨ ਵਿੱਚ ਰੱਖਦਿਆਂ, ਆਪਣੇ ਕੁਟੰਭ (ਟੱਬਰ) ਵਲੋਂ ਉਸਦੇ ਪ੍ਰਵਾਰ ਵਾਸਤੇ ਰਹਾਇਸ਼ ਅਤੇ ਖਾਣੇ ਦਾ ਯੋਗ ਪ੍ਰਬੰਧ ਕਰੇ।

(125) ਬ੍ਰਾਹਮਣ ਨੂੰ ਚਾਹੀਦਾ ਹੈ ਕਿ, ਘਰ ਦਾ ਬਚਿਆ ਹੋਇਆ ਭੋਜਨ, ਪੁਰਾਣੇ ਕੱਪੜੇ, ਦਾਣਿਆਂ ਦੀ ਛੱਟ, ਪੁਰਾਣੇ ਮੰਜੇ-ਬਿਸਤਰੇ, ਆਪਣੇ ਸ਼ੂਦਰ ਨੌਕਰ ਨੂੰ ਹੀ ਦੇਵੇ।

(126) ਕਿਸੇ ਆਰੀਆ ਜਾਂ ਵੈਦਿਕ ਸੰਸਕਾਰਾਂ ਦਾ ਅਧਿਕਾਰੀ ਨਾ ਹੋਣ ਕਰਕੇ, ਦਵਿੱਜਾਂ ਦੇ ਘਰ ਨੌਕਰੀ ਕਰਨ ਅਤੇ ਉਨ੍ਹਾਂ ਦਾ ਬਚਿਆ ਖੁਚਿਆ ਭੋਜਨ ਖਾਣ ਵਾਲੇ ਸ਼ੂਦਰ ਨੂੰ, ਕੋਈ ਪਾਤਕਤਾ (ਅਪਵਿੱਤ੍ਰਤਾ-ਸੁੱਚ ਭਿੱਟ) ਨਹੀਂ ਲਗਦੀ ਅਤੇ ਨਾ ਹੀ ਉਸਦਾ ਧਰਮ ਭਰਿਸ਼ਟ ਹੁੰਦਾ ਹੈ। ਪਰ ਉਸਨੂੰ ਆਪਣੀ ਜਾਤੀ ਦੇ ਨਿਯਮਾਂ ਦੀ ਪਾਲਣਾ ਕਰਨ ਉੱਪਰ ਕੋਈ ਪਾਬੰਦੀ ਨਹੀਂ ਹੈ।

(127) ਜੋ ਸ਼ੂਦਰ ਆਪਣੇ ਧਰਮ-ਕਰਮ ਨੂੰ ਜਾਣਦੇ ਹਨ ਜਾਂ ਸਮਾਜ ਵਲੋਂ ਮਾਣ ਸਤਿਕਾਰ ਪ੍ਰਾਪਤ ਕਰਨ ਦੀ ਇੱਛਾ ਰੱਖਦੇ ਹੋਣ, ਉਹ ਕੋਈ ਪਾਪ ਨਹੀਂ ਕਰਦੇ ਅਤੇ ਸਤਿ ਪੁਰਸ਼ਾਂ ਦੀਆਂ ਪੈੜਾਂ ਫੜਕੇ, ਬਿਨਾਂ ਕਿਸੇ ਵੇਦ ਮੰਤਰਾਂ ਅਤੇ ਵਿੱਦਿਆ ਦਾ ਅਧਿਕਾਰ ਹੁੰਦਿਆਂ ਵੀ (ਭਾਵ-ਧਰਮ ਕਿਰਿਆ ਜਾਂ ਯੱਗ ਕਰਨ ਦੇ ਅਧਿਕਾਰ ਨਾ ਹੋਣ ਕਾਰਣ), ਜਗਤ ਵਿੱਚ ਸਤਿਕਾਰੇ ਜਾਂਦੇ ਹਨ।

(128) ਈਰਖਾ ਤੇ ਨਿੰਦਾ ਰਹਿਤ ਸ਼ੂਦਰ, ਜਿਵੇਂ ਜਿਵੇਂ ਸਰਬੋਤਮ ਪੁਰਸ਼ਾਂ ਦੇ ਉੱਤਮ ਗੁਣਾਂ ਦੀ ਪੈਰੋਕਾਰੀ (ਪੈੜਾਂ ਤੇ ਚੱਲਦਾ ਹੈ) ਕਰਦਾ ਹੈ, ਉਸੇ ਤਰਾਂ ਹੀ, ਇਸ ਸੰਸਾਰ ਅਤੇ ਅਗਲੀ ਦੁਨੀਆਂ ਵਿੱਚ ਦੋਸ਼ ਰਹਿਤ ਅਤੇ ਸਤਿਕਾਰਿਆ ਜਾਂਦਾ ਹੈ।

(129) ਸ਼ੂਦਰ ਨੂੰ ਧੰਨ ਇਕੱਠਾ ਕਰਨ ਦੀ ਆਗਿਆ ਨਹੀਂ ਹੈ, ਭਾਵੇਂ ਉਹ ਐਸਾ ਕਰਨ ਦੀ ਸਮਰਥਾ ਵੀ ਰੱਖਦਾ ਹੋਵੇ, ਕਿਉਂਕਿ ਉਸਦਾ ਧੰਨ ਇਕੱਠਾ ਕਰਨਾ, ਬ੍ਰਾਹਮਣ ਲਈ ਦੁੱਖ ਦਾ ਕਾਰਣ ਬਣ ਸਕਦਾ ਹੈ। ਭਾਵ ਜਦ ਮੂਰਖ ਦੇ ਕੋਲ ਧੰਨ ਆ ਜਾਵੇ ਤਾਂ ਉਹ ਸੂਝਵਾਨਾਂ ਦਾ ਸਤਿਕਾਰ ਕਰਨਾ ਛੱਡ ਦਿੰਦਾ ਹੈ।

(130) ਬਿਪਤਾ ਦੇ ਸਮੇਂ, ਚਾਰੇ ਵਰਣਾਂ ਦੀਆਂ ਸਥਿਤੀਆਂ ਅਤੇ ਧਰਮ ਵਿਧੀ ਅਨੁਸਾਰ ਸਮਾਧਾਨ (ਹੱਲ) ਦੱਸ ਦਿੱਤੇ ਗਏ ਹਨ।ਪਰ ਜੋ ਪੁਰਸ਼, ਬਿਪਤਕਾਲ ਵਿੱਚ ਭੀ ਕਸ਼ਟ ਸਹਿ ਕੇ ਆਪਣੇ ਵਰਣ ਦੀ ਮਰਿਯਾਦਾ ਨੂੰ ਕਾਇਮ ਰੱਖੇ, ਉਹ ਪ੍ਰਮਗਤੀ (ਮੋਕਸ਼) ਨੂੰ ਪ੍ਰਾਪਤ ਕਰ ਲੈਂਦਾ ਹੈ।

ਟਿੱਪਣੀ:- *ਇਸ ਵਿੱਚ ਕੋਈ ਸ਼ੱਕ ਨਹੀਂ ਕਿ ਅੱਜ ਦੇ ਯੁੱਗ ਵਿੱਚ, ਉਪਰੋਕਿਤ ਸਭ ਕੁਝ ਇੱਕ ਮਨਘੜਤ ਅਤੇ ਅਜੀਬ ਜੇਹੀ ਦਸ਼ਾ ਦਾ ਜ਼ਿਕਰ ਲਗਦਾ ਹੈ। ਪਰ ਪਿਛੋਕੜਲੇ ਸਲੋਕਾਂ ਵਿੱਚ ਬ੍ਰਾਹਮਣ ਦੀ ਹੈਸੀਅਤ ਅਤੇ ਹੱਕਾਂ ਬਾਰੇ ਪੜਨ ਤੋਂ ਇਸ ਤਰਾਂ ਲਗਦਾ ਹੈ, ਜਿਵੇਂ ਇਹ ਸ਼ੂਦਰ ਦੀ ਜਨਮ ਜਨਮਾਂਤ੍ਰਾਂ ਤੋਂ ਚੱਲੀ ਆਉਂਦੀ ਗੁਲਾਮੀ ਦੀ ਵਿਥਿਆ ਹੋਵੇ। ਭਾਰਤ ਵਰਗੇ ਦੇਸ਼ ਵਿੱਚ ਅੱਜ ਭੀ ਇਹ ਵਰਤਾਰਾ ਕਾਇਮ ਹੈ, ਭਾਵੇਂ ਇਸਦਾ ਰੂਪ ਕੁਝ ਵੱਖਰਾ ਹੈ।*

(131) ਇਸ ਪ੍ਰਕਾਰ ਧਰਮ ਸ਼ਾਸਤਰਾਂ ਮੁਤਾਬਿਕ, ਚਾਰੇ ਵਰਣਾਂ ਨਾਲ ਸਬੰਧਿਤ ਕੰਮ ਅਤੇ ਉਨ੍ਹਾਂ ਦੇ ਧਰਮ-ਕਰਮ ਦੱਸ ਦਿੱਤੇ ਹਨ।ਹੁਣ ਮੈਂ (ਭ੍ਰਿਗੂ), ਮਨੂੰ ਵਲੋਂ, ਵੱਖ ਵੱਖ ਵਰਣਾਂ ਦੇ ਪੁਰਸ਼ਾਂ ਅਤੇ ਤਪੱਸਵੀਆਂ ਦੀਆਂ ਸਮਾਜਿਕ ਰੀਤਾਂ ਅਤੇ ਉਨ੍ਹਾਂ ਵਲੋਂ ਹੋਈਆਂ ਭੁੱਲਾਂ ਦੇ ਪਸ਼ਚਾਤਪ ਕਰਨ ਦੇ ਢੰਗਾਂ ਦਾ ਵਰਨਣ (ਜ਼ਿਕਰ) ਕਰਦਾ ਹਾਂ।-

ਅਧਿਆਇ 11

ਸਨਾਤਕ ਬ੍ਰਾਹਮਣ ਅਤੇ ਧਰਮ ਭਿਕਸ਼ੂਆਂ ਲਈ ਤਪੱਸਿਆ ਅਤੇ ਪਸ਼ਚਾਤਾਪ ਵਿਧੀਆਂ-

(1) **ਨੌਂ ਤਰਾਂ ਦੀਆਂ ਬਿਰਤੀਆਂ ਅਤੇ ਸੁਰਤੀਆਂ ਵਾਲੇ ਬ੍ਰਾਹਮਣ ਪਾਏ ਜਾਂਦੇ ਹਨ,** ਜਿਵੇਂ—

(ੳ) ਵਿਆਹ ਕਰਵਾ ਕੇ ਸੰਤਾਨ ਪੈਦਾ ਕਰਨ ਦੀ ਇੱਛਾ ਰੱਖਣ ਵਾਲਾ (ਗ੍ਰਿਸਿਤੀ ਬ੍ਰਾਹਮਣ)।

(ਅ) ਸਵ੍ਰਗ ਪ੍ਰਾਪਤੀ ਦਾ ਇੱਛਾ ਰੱਖ ਕੇ ਜਯੋਤਿਸ਼ਟੋਮ ਯੱਗ, (**जयोतिष्टोम यज्ञ**) ਕਰਨ ਜਾਂ ਕਰਵਾਉਂਣ ਲਈ ਧੰਨ ਇਕੱਠਾ ਕਰਨ ਵਾਲਾ ਬ੍ਰਾਹਮਣ।

(ੲ) ਫ਼ਕੀਰੀ ਦੇ ਭੇਸ ਵਿੱਚ ਵਿਚਰਣ ਵਾਲਾ, ਜਿਸਦਾ ਕੋਈ ਆਪਣਾ ਰਹਿਣ ਵਸੇਰਾ ਨਾ ਹੋਵੇ (ਯੋਗੀ ਜਾਂ ਸਨਿਆਸੀ)।

(ਸ) ਯੱਗ ਕਰਵਾਉਣ ਮਗਰੋਂ, ਸਭ ਕੁਝ ਦਾਨ ਕਰਕੇ ਘਰ ਬਾਰ ਤੇ ਟੱਬਰ ਤੋਂ ਕਿਨਾਰਾ ਕਰਕੇ ਘੁੰਮਣ ਵਾਲਾ (ਤਿਆਗੀ ਬ੍ਰਾਹਮਣ)।

(ਹ) ਵੇਦ ਵਿੱਦਿਆ ਦੇਣ ਵਾਲੇ ਗੁਰੂ ਲਈ, ਆਪਣੇ ਪ੍ਰਵਾਰ ਅਤੇ ਮਾਤਾ ਪਿਤਾ ਦੀ ਦੇਖ ਭਾਲ ਲਈ ਧੰਨ ਇਕੱਠਾ ਕਰਨ ਵਾਲਾ (ਵੇਦ ਗੁਰੂ)।

(ਕ) ਕਿੱਤੇ ਵਜੋਂ ਦੂਸਰਿਆਂ ਲਈ ਵੇਦਾਂ ਦਾ ਪਾਠ ਪੜ੍ਹਨ ਦਾ ਕੰਮ ਕਰਨ ਵਾਲਾ (ਸਨਾਤਕ ਵੇਦੀ, ਜਾਂ ਵੇਦੀ)।

(ਖ) ਭੁੱਖਮਰੀ, ਗਰੀਬੀ ਜਾਂ ਬਿਮਾਰੀ ਦੀ ਹਾਲਤ ਵਿੱਚੋਂ ਲੰਘ ਰਿਹਾ ਲੋੜਵੰਦ ਬ੍ਰਾਹਮਣ (**आपदग्रस्त**)।

(ਗ) ਕਿੱਤੇ ਵਜੋਂ ਵੇਦਾਂ ਦਾ ਵਖਿਆਨ ਅਤੇ ਸਿੱਖਿਆਂ ਦੇ ਕੇ ਦੱਛਣਾ ਲੈਣ ਵਾਲਾ (ਪਾਧਾ, ਪ੍ਰਚਾਰਕ)।

(ਘ) ਧਾਰਮਿਕ ਚ੍ਹਿੰਨਾਂ ਦਾ ਧਾਰਨੀ, ਪੈਸੇ ਲੈ ਕੇ ਜੋਤਿਸ਼ ਜਾਂ ਹਸਤ ਰੇਖਾ ਦੇਖਣ ਦਾ ਮਾਹਿਰ (ਧਰਮ ਭਿਖਸ਼ੂ)।

ਇਨ੍ਹਾਂ ਨੌ ਸਨਾਤਕਾਂ ਨੂੰ ਧਾਰਮਿਕ-ਭਿਖਾਰੀ (**धर्मिभिक्षुक**) ਕਰਕੇ ਜਾਣਿਆਂ ਜਾਵੇ ਅਤੇ ਦਾਨ ਦੇਣ ਤੋਂ ਪਹਿਲਾਂ, ਇਨ੍ਹਾਂ ਦੀ ਯੋਗਤਾ (ਗੁਣ), ਜ਼ਰੂਰਤ ਅਤੇ ਮਜਬੂਰੀ ਦਾ ਧਿਆਨ ਰੱਖਿਆ ਜਾਵੇ।

ਨੋਟ:- ਸਨਾਤਕ ਬ੍ਰਾਹਮਣ*- ਧਾਰਮਿਕ ਕਿਰਿਆ ਨਿਭਾਉਣ ਵਾਲਾ ਜਾਂ ਸਿਆਮ ਵੇਦ ਦੇ ਭਜਨਾਂ ਨੂੰ ਗਾ ਕੇ ਸੁਨਾਉਣ ਬਦਲੇ ਦੱਛਣਾ ਲੈਣ ਵਾਲਾ ਬ੍ਰਾਹਮਣ (ਵੇਦ ਪਾਠੀ)।*

(2) ਇਨ੍ਹਾਂ ਨੌਂ ਤਰਾਂ ਦੇ ਬ੍ਰਾਹਮਣਾਂ ਨੂੰ ਦੱਛਣਾ ਦੇਣ ਦੇ ਨਾਲ ਨਾਲ ਭੋਜਨ ਲਈ ਨਿਉਂਦੇ ਦਾ ਸੱਦਾ ਦਿੱਤਾ ਜਾ ਸਕਦਾ ਹੈ। ਬਾਕੀ ਸਾਰੇ ਤਰਾਂ ਦੇ ਬ੍ਰਾਹਮਣ ਕਹਾਉਣ ਵਾਲੇ ਲੋਕ, ਭਾਵੇਂ ਪੇਟ ਦੀ ਤ੍ਰਿਪਿਤੀ ਵਾਸਤੇ ਢਕਵੰਜ (ਢਘੋਂਚ) ਰਚਦੇ ਹੋਣ, ਜੇ ਗ੍ਰਿਸਤੀ ਦੇ ਘਰ ਆ ਕੇ ਦਸਤਕ ਦੇਣ, ਤਾਂ ਘਰ ਤੋਂ ਬਾਹਰ ਬਿਠਾ ਕੇ ਕੁਝ ਨਾ ਕੁਝ ਦਾਨ ਦੇਣਾ ਜ਼ਰੂਰੀ ਹੈ। ਚਾਹੇ ਉਹ ਇਸਦੇ ਯੋਗ ਹੋਣ ਜਾਂ ਨਾ ਹੋਣ।

ਟਿਪਣੀ:- *ਅੱਜ ਵੀ ਆਮ ਦੇਖਣ ਵਿੱਚ ਆਉਂਦਾ ਹੈ ਕਿ ਭਾਰਤ ਵਰਗੇ ਦੇਸ਼ ਵਿੱਚ ਦੁਕਾਨਦਾਰ ਜਾਂ ਘਰਾਂ ਵਿੱਚ ਰਹਿਣ ਵਾਲੇ ਬਹੁਤੇ ਲੋਕ, ਘਰ ਆਏ ਧਾਰਮਿਕ ਚਿੰਨ੍ਹਾਂ ਵਾਲੇ ਮੰਗਤੇ ਨੂੰ ਖਾਲੀ ਹੱਥ ਨਹੀਂ ਮੋੜਦੇ। ਜੇ ਕੁਝ ਨਾ ਦੇ ਸਕਦੇ ਹੋਣ ਤਾਂ ਚੁੱਪ ਕਰਕੇ ਹੱਥ ਜੋੜ ਦਿੰਦੇ ਹਨ। ਕਿਰਤੀਆਂ ਦੀ ਘਾਟ, ਮੰਗਤਿਆਂ ਅਤੇ ਵ੍ਹਿਲੜਾਂ ਦੀ ਗਿਣਤੀ ਦਾ ਵਧਣਾ ਸ਼ਾਇਦ ਇਸੇ ਪੁਰਾਤਨ ਰੀਤ (ਪ੍ਰਥਾ) ਦੀ ਹੀ ਦੇਣ ਹੈ।*

(3) ਯੱਗ ਦੇ ਸਮਾਗਮ ਸਮੇਂ, ਇਨ੍ਹਾਂ ਨੌ ਤਰਾਂ ਦੇ ਬ੍ਰਾਹਮਣਾਂ ਵਿੱਚੋਂ, ਉੱਤਮ ਬ੍ਰਾਹਮਣਾਂ ਨੂੰ ਯੱਗ ਮੰਡਲ (ਚੌਂਕਾ) ਵਿੱਚ ਸੱਦ ਕੇ ਬੁਲਾਏ ਗਏ ਪਤਵੰਤੇ ਦਵਿੱਜਾਂ ਦੀ ਸੰਗਤ ਵਿੱਚ, ਭੋਜਨ ਅਤੇ ਧੰਨ ਦਾਨ ਕਰਨਾ ਚਾਹੀਦਾ ਹੈ ਅਤੇ ਬਾਕੀਆਂ ਨੂੰ ਪੂਜਾ ਵਾਲੇ ਅਸਥਾਨ (ਵੇਦ ਮੰਡਲ) ਤੋਂ ਬਾਹਰ ਬਿਠਾ ਕੇ, ਪੱਕਿਆ ਹੋਇਆ ਅੰਨ ਦਾਨ ਕਰਨਾ ਚਾਹੀਦਾ ਹੈ।

(4) ਪਰ ਰਾਜੇ ਵਲੋਂ ਯੱਗ ਕਰਵਾਏ ਜਾਣ ਸਮੇਂ, ਵੇਦ ਗਿਆਤਾ ਬ੍ਰਾਹਮਣਾਂ ਨੂੰ, ਉਨ੍ਹਾਂ ਦੇ ਰੁਤਬੇ ਮੁਤਾਬਿਕ ਕੀਮਤੀ ਹੀਰੇ-ਮੋਤੀਆਂ ਦਾ ਦਾਨ ਅਤੇ ਦੱਛਣਾ ਰੂਪ ਵਿੱਚ ਧੰਨ ਦੇਣਾ ਜਰੂਰੀ ਹੈ।

(5) ਵਿਆਹਿਆ ਹੋਇਆ ਬ੍ਰਾਹਮਣ, ਆਪਣੀ ਕਾਮ ਪੂਰਤੀ ਖਾਤਰ, ਦੂਸਰੀ ਇਸਤ੍ਰੀ ਨੂੰ ਪ੍ਰਨਾਉਣ ਵਾਸਤੇ ਕਿਸੇ ਹੋਰ ਜਜਮਾਨ ਕੋਲੋਂ ਦਾਨ ਮੰਗ ਕੇ ਵਿਆਹ ਸਮਾਗਮ ਰਚਾਵੇ ਤਾਂ ਉਸਦੀ ਕਾਮ ਪੂਰਤੀ ਤਾਂ ਹੋ ਸਕਦੀ ਹੈ, ਪਰ ਦੂਸਰੀ ਇਸਤ੍ਰੀ ਦੀ ਸੰਤਾਨ, ਧੰਨ ਦੇਣ ਵਾਲੇ ਜਜਮਾਨ ਦੀ ਗਿਣੀ ਜਾਂਦੀ ਹੈ।

(6) ਜੋ ਪੁਰਸ਼, ਕਿਸੇ ਗਿਆਨਵਾਨ ਵੇਦ ਗਿਆਤਾ ਬ੍ਰਾਹਮਣ ਨੂੰ ਦਾਨ ਦਿੰਦਾ ਹੈ ਜਿਸਦਾ ਕੋਈ ਪਰਿਵਾਰ ਜਾਂ ਰਿਸ਼ਤੇਦਾਰ ਨਾ ਹੋਵੇ (ਪੁੱਤਰ-ਕਲੱਤਰ ਬਾਹਰਾ, ਔਂਤ ਹੋਵੇ), ਉਹ ਮੌਤ ਮਗਰੋਂ ਸਵਰਗ ਵਿੱਚ ਵਾਸ ਕਰਦਾ ਹੈ। ਪਰ ਦਾਨੀ ਪੁਰਸ਼ ਨੂੰ ਆਪਣੇ ਵਿਤ ਮੁਤਾਬਿਕ ਹੀ ਦਾਨ ਕਰਨਾ ਚਾਹੀਦਾ ਹੈ।

(7) ਜਿਸ ਮਨੁੱਖ ਕੋਲ ਆਪਣੇ ਕੁਟੰਭ ਦੇ ਵਰਤਣ ਲਈ, ਤਿੰਨ ਸਾਲ ਜਾਂ ਇਸਤੋਂ ਜਿਆਦਾ ਅੰਨ ਅਤੇ ਧੰਨ ਹੋਵੇ, ਉਹੀ ਸੋਮਰਸ ਪੀਣ ਅਤੇ ਸੋਮ ਯੱਗ ਕਰਵਾਉਣ ਦਾ ਹੱਕਦਾਰ ਸਮਝਿਆ ਜਾਂਦਾ ਹੈ।

(8) ਇਸਤੋਂ ਘੱਟ ਅੰਨ-ਧੰਨ ਵਾਲਾ ਮਨੁੱਖ, ਜੇ ਜਾਣਦਿਆਂ ਹੋਇਆਂ ਭੀ ਸੋਮ ਯੱਗ ਕਰਵਾਏ ਪਰ ਸਿਰੇ ਨਾ ਚੜ੍ਹੇ ਤਾਂ ਦੂਸਰਾ ਯੱਗ ਕਰਵਾਉਣ ਦੀ ਕੋਸ਼ਿਸ਼ ਵੀ ਨਾ ਕਰੇ। ਨਾ ਹੀ ਉਸਦਾ ਕੋਈ ਫ਼ਲ ਪ੍ਰਾਪਤ ਹੁੰਦਾ ਹੈ।

(9) ਜੇ ਕਿਸੇ ਮਨੁੱਖ ਦਾ ਆਪਣਾ ਕੁਟੰਭ ਤਾਂ ਬਿਪਤਾ ਵੱਚੋਂ ਲੰਘ ਰਿਹਾ ਹੋਵੇ, ਪਰ ਧਰਮੀ ਅਤੇ ਅਮੀਰ ਹੋਣ ਦਾ ਦਿਖਾਵਾ ਕਰਕੇ ਹੋਰਾਂ ਨੂੰ ਦਾਨ ਕਰੀ ਜਾਵੇ, ਤਾਂ ਥੋੜ੍ਹੇ ਸਮੇਂ ਲਈ ਤਾਂ ਉਸਦੀ ਬੱਲੇ ਬੱਲੇ ਤੇ ਸੋਭਾ ਹੁੰਦੀ ਹੈ, ਪਰ ਇਸਦੇ ਫ਼ਲ ਵਜੋਂ ਉਹੀ ਸੋਭਾ, ਨਰਕ ਵਿੱਚ ਜ਼ਹਿਰ ਦਾ ਪਿਆਲਾ ਬਣ ਕੇ ਪੀਣੇ ਨੂੰ ਮਿਲਦੀ ਹੈ।

(10) ਮਨੂੰ ਜੀ ਦਾ ਕਹਿਣਾ ਹੈ ਕਿ ਜੇ ਕੋਈ ਇਸਤ੍ਰੀ-ਪੁਰਸ਼ ਆਪਣੇ ਕੁਟੰਭੀਆਂ (ਬੁੱਢੇ ਮਾਪੇ, ਛੋਟੇ ਬੱਚੇ, ਕਹਿਣਕਾਰ ਪਤਨੀ) ਨੂੰ ਤੰਗ ਕਰਕੇ ਆਪਣੀ ਗਤੀ ਲਈ ਕੋਈ ਧਰਮ ਕਰਮ ਕਰਦਾ ਹੈ, ਅੰਤ ਨੂੰ ਇਸ ਲੋਕ ਅਤੇ ਪਰਲੋਕ ਵਿੱਚ ਦੁੱਖ ਭੋਗਦਾ ਹੈ।

(11) ਧਾਰਮਿਕ ਰਾਜੇ ਦੇ ਹੁੰਦਿਆਂ, ਜੇ ਕਿਸੇ ਦਵਿੱਜ ਵਲੋਂ, ਖਾਸ ਕਰਕੇ ਇੱਕ ਬ੍ਰਾਹਮਣ ਵਲੋਂ ਕਰਵਾਏ ਜਾ ਰਹੇ ਸੋਮ ਯੱਗ ਵਿੱਚ ਧੰਨ ਦੀ ਘਾਟ ਕਾਰਣ ਵਿਘਨ (ਰੁਕਾਵਟ) ਪੈਂਦਾ ਹੋਵੇ ਤਾਂ ਰਾਜਾ ਕਿਸੇ ਧਨੀ ਵੈਸ਼ (ਖੇਤੀਬਾੜੀ, ਪਛੂ ਪਾਲਕ ਅਤੇ ਅਮੀਰ ਵਪਾਰੀ) ਦੇ ਕੁਟੰਭ ਕੋਲੋਂ ਧੰਨ ਲੈ ਕੇ ਦੇ ਸਕਦਾ ਹੈ ਜਿਸਨੇ ਕਦੇ ਕੋਈ ਸੋਭਾ ਨਾ ਖੱਟੀ ਹੋਵੇ ਅਤੇ ਆਪ ਸੋਮ ਯੱਗ ਨਾ ਕਰਵਾਇਆ ਹੋਵੇ।

(12) ਰਾਜਾ ਚਾਹੇ ਤਾਂ, ਲੋੜੀਂਦੀ ਵਸਤੂ, ਐਸੇ ਵੈਸ਼ ਦੇ ਘਰੋਂ, ਜੋਰਾ ਜ਼ਬਰੀ ਲੈ ਕੇ ਦੇ ਸਕਦਾ ਹੈ, ਜਿਸਨੇ ਕਦੇ ਕੋਈ ਯੱਗ ਜਾਂ ਧਰਮ ਕਰਮ ਨਾ ਕਰਵਾਇਆ ਹੋਵੇ ਅਤੇ ਵੱਡੀ ਗਿਣਤੀ ਵਿੱਚ ਗਊਆਂ ਅਤੇਧੰਨ ਦਾ ਮਾਲਕ ਹੋਵੇ।

(13) ਭਾਵੇਂ ਸ਼ੂਦਰ ਦਾ ਯੱਗ ਕਰਨ ਜਾਂ ਕਰਵਾਉਣ ਨਾਲ ਕੋਈ ਲੈਣ ਦੇਣ ਨਹੀਂ ਹੈ ਅਤੇ ਨਾ ਹੀ ਧੰਨ ਜੋੜਨ ਦਾ ਕੋਈ ਅਧਿਕਾਰ ਹੈ, ਫਿਰ ਭੀ ਯੱਗ ਦੀ ਪੂਰਤੀ ਲਈ ਜੇ ਵੈਸ਼ ਲੋਕ, ਬ੍ਰਾਹਮਣ ਨੂੰ ਧੰਨ ਉਧਾਰ ਦੇਣ ਜਾਂ ਦਾਨ ਕਰਨ ਤੋਂ ਮੁਨਕਰ ਹੋ ਜਾਣ ਤਾਂ ਬ੍ਰਾਹਮਣ ਕੋਲ ਪੂਰਾ ਅਧਿਕਾਰ ਹੈ ਕਿ ਇੱਕ ਦੋ ਲੋੜੀਦੀਆਂ ਵਸਤਾਂ ਦੀ ਤੋਟ ਆਉਣ ਤੇ ਸ਼ੂਦਰ ਦਾ ਜੋੜਿਆ ਧੰਨ ਜਾਂ ਲੋੜੀਦੀਆਂ ਵਸਤਾਂ ਬਿਨਾਂ ਝਿਜਕ ਲੈ ਸਕਦਾ ਹੈ।

(14) ਜੋ ਦਵਿੱਜ ਸੌ ਤੋਂ ਵੱਧ ਗਊਆਂ ਦਾ ਮਾਲਕ ਅਤੇ ਧੰਨਵਾਨ ਹੋਵੇ, ਪਰ ਫਿਰ ਭੀ ਕੋਈ ਪੰਚ ਯੱਗ (ਅਗਨਹੋਤਰ-ਪਾਠ ਪੂਜਾ ਹਵਨ) ਆਦਿ ਨਹੀਂ ਕਰਵਾਉਂਦਾ, ਜਾਂ ਕੋਈ ਦਵਿੱਜ ਜੋ ਇੱਕ ਹਜ਼ਾਰ ਤੋਂ ਵੱਧ ਗਊਆਂ ਅਤੇ ਧੰਨ ਦਾ ਮਾਲਕ ਹੋਵੇ ਪਰ ਕੋਈ ਵੱਡਾ ਯੱਗ ਆਦਿ ਨਾ ਕਰਵਾਏ, ਤਾਂ ਐਸੇ ਮਨੁੱਖ ਦੇ ਘਰੋਂ, ਯੱਗ ਕਰਵਾਉਣ ਵਾਲਾ ਦਵਿੱਜ ਜੋ ਭੀ ਸਮਾਨ ਲੋੜੀਂਦਾ ਹੋਵੇ, ਮਜਬੂਰ ਕਰਕੇ (ਮੱਲੋਜੋਰੀ) ਲਿਆ ਸਕਦਾ ਹੈ।

(15) ਜੋ ਬ੍ਰਾਹਮਣ ਹਮੇਸ਼ਾ ਦਾਨ ਲੈਂਦਾ ਆਇਆ ਹੋਵੇ ਪਰ ਕਿਸੇ ਨੂੰ ਆਪ ਕੁਝ ਦਾਨ ਨਾ ਕਰੇ, ਅਤੇ ਮੰਗਣ ਤੇ ਵੀ ਇਨਕਾਰ ਕਰ ਦੇਵੇ ਤਾਂ ਐਸੇ ਕੰਜੂਸ ਪੁਰਸ਼ ਕੋਲੋਂ ਧੰਨ ਬਟੋਰ ਕੇ ਲਿਆਉਣ ਵਿੱਚ ਸਫਲ ਹੋਣ ਵਾਲਾ, ਚੋਰ ਜਾਂ ਅਧਰਮੀ ਨਹੀਂ ਕਿਹਾ ਜਾਂਦਾ, ਸਗੋਂ ਸਮਾਜ ਵਿੱਚ ਉਸਦੀ ਸੋਭਾ ਵਧਦੀ ਹੈ।

(16) ਇਸੇ ਤਰਾਂ, ਜੇ ਕਿਸੇ ਮਨੁੱਖ ਨੂੰ, ਲਗਾਤਾਰ ਛੇ ਡੰਗ (ਤਿੰਨ ਦਿਨ) ਭੋਜਨ ਨਸੀਬ ਨਾ ਹੋਵੇ, ਤਾਂ ਉਹ ਸੱਤਵੇਂ ਡੰਗ ਦਾ ਭੋਜਨ, ਕਿਸੇ ਘਟੀਆ (ਹੀਣ ਕਰਮੀ) ਅਤੇ ਅਧਰਮੀ ਦੇ ਘਰੋਂ ਚੋਰੀ ਕਰਕੇ ਜਾਂ ਜ਼ਬਰਦਸਤੀ ਚੁੱਕ ਕੇ ਖਾ ਲਵੇ ਤਾਂ ਇਸ ਵਿੱਚ ਕੋਈ ਦੋਸ਼ ਨਹੀਂ ਲਗਦਾ।

(17) ਭੁੱਖਾ ਬ੍ਰਾਹਮਣ ਆਪਣਾ ਪੇਟ ਭਰਨ ਲਈ, ਚਾਹੇ ਕਿਸੇ ਦੇ ਘਰਾਟ (ਬੈਲਾਂ ਵਾਲੀ ਚੱਕੀ, ਖਰਾਸ **खलियान**) ਤੋਂ, ਖੇਤ ਵਿੱਚੋਂ, ਕਿਸੇ ਦੇ ਘਰੋਂ, ਜਾਂ ਹੋਰ ਜਿੱਧਰੋਂ ਭੀ ਖਾਣ ਲਈ ਦਾਣਾ ਮਿਲੇ, ਤਾਂ ਚੋਰੀ ਕਰਕੇ ਲਿਆਉਣ ਵਿੱਚ ਕੋਈ ਪਾਪ ਨਹੀਂ। ਪਕੜੇ ਜਾਣ ਤੇ, ਸੱਚ ਸੱਚ ਦੱਸ ਦੇਵੇ ਤਾਂ ਮਾਲਕ ਉਸਨੂੰ ਕੋਈ ਦੋਸ਼ ਜਾਂ ਸਜ਼ਾ ਨਹੀਂ ਦੇ ਸਕਦਾ।

(18) ਇੱਕ ਖੱਤਰੀ, ਕਦੇ ਭੀ ਨੇਕ ਬ੍ਰਾਹਮਣ ਦੇ ਘਰੋਂ ਕੋਈ ਚੀਜ ਨਾ ਚੁੱਕੇ। ਪਰ ਮੰਦੀ ਹਾਲਤ ਵਿੱਚੋਂ ਲੰਘਦਿਆਂ, ਲੋਕਾਂ ਦੀ ਲੁੱਟ ਖੋਹ ਕਰਨ ਵਾਲੇ ਚੋਰਾਂ ਡਾਕੂਆਂ ਅਤੇ ਅਧਰਮੀ ਲੋਕਾਂ ਦੇ ਘਰੋਂ, ਜੋ ਚਾਹੇ ਚੁੱਕ ਲਵੇ ਤਾਂ ਉਸਦਾ ਕੋਈ ਪਾਪ ਨਹੀਂ ਲਗਦਾ।

(19) ਜੇ ਕੋਈ ਮਨੁੱਖ ਦੁਸ਼ਟਾਂ ਕੋਲੋਂ ਧੰਨ ਖੋਹ ਕੇ ਭਲੇ ਪੁਰਸ਼ਾਂ ਨੂੰ ਦਿੰਦਾ ਹੈ, ਤਾਂ ਉਹ ਮਨੁੱਖ ਉਸ ਬੇੜੀ ਵਾਂਗ ਹੈ ਜੋ ਦੋਹਾਂ (ਮਲਾਹ ਅਤੇ ਸਵਾਰੀ) ਦਾ ਪਾਰ ਉਤਾਰਾ ਕਰ ਦਿੰਦੀ ਹੈ।

(20) ਜੋ ਲੋਕ, ਯੱਗ ਆਦਿ ਦੀ ਸੇਵਾ ਵਿੱਚ ਧੰਨ ਖਰਚਦੇ ਹਨ, ਸਤਿ ਪੁਰਸ਼ ਅਤੇ ਗਿਆਨੀ ਲੋਕ ਉਸਨੂੰ ਦੇਵ ਧੰਨ ਭੀ ਕਹਿੰਦੇ ਹਨ। ਯੱਗ ਅਤੇ ਹੋਰ ਧਰਮ ਕਰਮ ਨਾ ਕਰਨ ਵਾਲਿਆਂ ਦੇ ਧੰਨ ਨੂੰ 'ਅਸੁਰਾਂ'(ਰਾਕਸ਼ਾਂ) ਦਾ ਧੰਨ ਕਿਹਾ ਗਿਆ ਹੈ।

(21) ਦੁਖੀ ਬ੍ਰਾਹਮਣ (ਜੋ ਛੇ ਡੰਗਾਂ ਦੀ ਰੋਟੀ ਤੋਂ ਭੁੱਖਾ ਹੋਵੇ) ਆਪਣੀ ਪੇਟ ਪੂਰਤੀ ਲਈ ਕੋਈ ਦੋਸ਼ ਭੀ ਕਰੇ, ਤਾਂ ਰਾਜਾ ਉਸਨੂੰ ਕੋਈ ਦੰਡ ਨਾ ਲਾਵੇ, ਕਿਉਂਕਿ ਖੱਤਰੀ ਰਾਜੇ ਦੀ ਅਣਗਿਹਲੀ ਅਤੇ ਮੂਰਖਤਾ ਕਰਕੇ ਹੀ ਬ੍ਰਾਹਮਣ ਲੋਕ ਭੁੱਖ ਤੇ ਦੁੱਖ ਝੱਲਦੇ ਹਨ।

(22) ਗਰੀਬ ਬ੍ਰਾਹਮਣ ਦੀ ਸਹਾਇਤਾ ਕਰਨ ਸਮੇਂ ਰਾਜਾ, ਉਸਦੀ ਯੋਗਤਾ, ਚਾਲ ਚਲਣ ਅਤੇ ਉਸ ਦੀਆਂ ਪਰਿਵਾਰਕ ਲੋੜਾਂ ਨੂੰ ਧਿਆਨ ਵਿੱਚ ਰੱਖਦਿਆਂ, ਆਪਣਾ ਧਰਮ ਜਾਣਕੇ, ਆਪਣੇ ਨਿਜੀ ਖਜਾਨੇ ਵਿੱਚੋਂ ਉਚਿਤ ਧੰਨ (ਮੁਆਵਜ਼ੇ) ਦਾ ਪ੍ਰਬੰਧ ਕਰੇ।

(23) ਬ੍ਰਾਹਮਣ ਨੂੰ ਧੰਨ ਦੇਣ ਮਗਰੋਂ, ਬ੍ਰਾਹਮਣ ਨੂੰ ਸੁਰੱਖਿਤ ਰੱਖਣਾ ਭੀ ਰਾਜੇ ਦਾ ਫਰਜ਼ ਹੈ। ਐਸਾ ਕਰਨ ਨਾਲ, ਬ੍ਰਾਹਮਣ ਵਲੋਂ ਕੀਤੀ ਪਾਠ ਪੂਜਾ ਅਤੇ ਧਰਮ ਕਰਮ ਦੇ ਫ਼ਲ ਦਾ ਛੇਵਾਂ ਹਿੱਸਾ ਰਾਜੇ ਨੂੰ ਪ੍ਰਾਪਤ ਹੁੰਦਾ ਹੈ।

(24) ਬ੍ਰਾਹਮਣ ਨੂੰ ਪਾਠ ਪੂਜਾ ਜਾਂ ਯੱਗ ਕਰਨ ਵਾਸਤੇ, ਸ਼ੂਦਰ ਕੋਲੋਂ, ਕਦੇ ਵੀ ਧੰਨ ਨਹੀਂ ਮੰਗਣਾ ਚਾਹੀਦਾ, ਕਿਉਂਕਿ ਸ਼ੂਦਰ ਦੇ ਦਿੱਤੇ ਧੰਨ ਕਾਰਨ ਅਗਲੇ ਜਨਮ ਵਿੱਚ ਉਸਨੂੰ ਚੰਡਾਲ ਦੇ ਘਰ ਜਨਮ ਮਿਲਦਾ ਹੈ।

(25) ਜੋ ਬ੍ਰਾਹਮਣ, ਯੱਗ ਕਰਨ ਲਈ ਇਕੱਠੀ ਕੀਤੀ ਸਾਰੀ ਦੀ ਸਾਰੀ ਸਮਗਰੀ ਅਤੇ ਧੰਨ ਯੱਗ ਲਈ ਨਹੀਂ ਵਰਤਦਾ, ਉਹ ਮੌਤ ਮਗਰੋਂ ਸੌ ਸਾਲਾਂ ਲਈ ਅਗਲੇ ਜਨਮਾਂ ਵਿੱਚ, ਗਿਲ਼ਜ ਜਾਂ ਕਾਂ ਦੀ ਜੂਨ ਪੈਂਦਾ ਹੈ।

(26) ਜੋ ਪਾਪੀ ਮਨੁੱਖ, ਲਾਲਚ ਵਸ ਹੋ ਕੇ, ਦੇਵਤਿਆਂ ਨਮਿੱਤ ਮਿਲੀ ਭੇਟਾ ਅਤੇ ਬ੍ਰਾਹਮਣਾਂ ਨੂੰ ਪੂਜਾ ਨਮਿੱਤ ਮਿਲੀ ਦੱਛਣਾ ਨੂੰ, ਆਪ ਸਮੇਟ ਜਾਂਦਾ ਹੈ, ਉਹ ਪ੍ਰਲੋਕ ਵਿੱਚ ਗਿਲ਼ਝਾਂ ਦੀ ਛੱਡੀ ਹੋਈ ਜੂਠ ਖਾਣ ਵਾਲੇ ਜੀਵਾਂ ਦੀ ਜੂਨ ਪੈਂਦਾ ਹੈ (ਕੁੱਤਾ, ਗਿੱਦੜ, ਲੂੰਬੜ, ਕੀੜਾ, ਮਕੌੜਾ ਆਦਿ) ।

(27) ਜੇ ਕਿਸੇ ਕਾਰਣ ਬ੍ਰਾਹਮਣ, ਆਪਣੇ ਜੀਵਨ ਕਾਲ ਵਿੱਚ ਸ਼ਾਸਤ੍ਰ ਵਿਧੀ ਮੁਤਾਬਿਕ ਪਸ਼ੂ ਬਲ਼ੀ ਜਾਂ ਸੋਮ ਯੱਗ ਨਾ ਕਰਵਾ ਸਕੇ ਤਾਂ ਉਸਦਾ ਪਸ਼ਚਾਤਾਪ ਕਰਨ ਲਈ ਜੀਵਨ ਵਿੱਚ ਇੱਕ ਵਾਰ ਨਵੇਂ ਸਾਲ ਦੇ ਅਰੰਭ (ਚੇਤਰ ਮਹੀਨੇ) ਵਿੱਚ ਵੈਸ਼ਵਾਨਰ (**ਵੈਸ਼ਵਾਨਰ ਇਸ਼ਟੀ ਯੱਗ–वैश्वानर इंष्टि यज्ञ**) ਯੱਗ ਜਰੂਰ ਕਰਵਾਏ, ਭਾਵੇਂ ਇਸ ਖਾਤਰ ਉਸਨੂੰ ਸ਼ੂਦਰਾਂ ਕੋਲੋਂ ਧੰਨ ਖੋਹਣਾ ਪਵੇ।

ਨੋਟ:*-ਪਹਿਲਾਂ ਆਏ ਸੰਕੇਤਾਂ ਮੁਤਾਬਕ, ਸ਼ੂਦਰ ਕੋਲੋਂ ਧੰਨ ਹਰਣ ਕਰਨਾ ਬ੍ਰਾਹਮਣ ਲਈ ਜਿਊਂਦਿਆਂ ਮਰਨ ਵਾਲੀ ਗੱਲ ਸਮਝੀ ਜਾਂਦੀ ਹੈ।*

ਟਿੱਪਣੀ:- *ਪਹਿਲਾਂ ਵੀ ਪੰਜ ਤਰਾਂ ਦੇ ਯੱਗਾਂ (ਬ੍ਰਹਮ ਯੱਗ, ਦੇਵ ਯੱਗ, ਮਨੁੱਸ਼ ਬਲੀ ਯੱਗ, ਪਿੱਤਰ ਯੱਗ, ਵੈਸ਼ਵਾਨਰੀ ਯੱਗ) ਅਤੇ ਉਨ੍ਹਾਂ ਦੇ ਫ਼ਲਾਂ ਦਾ ਜ਼ਿਕਰ ਅਤੇ ਵਖਿਆਨ ਆ ਚੁੱਕਾ ਹੈ। ਵੈਸ਼ਵਾਨਰੀ ਯੱਗ ਨੂੰ ਭੂਤ ਯੱਗ ਭੀ ਕਿਹਾ ਜਾਂਦਾ ਹੈ।*

(28) ਜੋ ਦਵਿੱਜ ਸੁਖਾਵਾਂ ਜੀਵਨ ਬਿਤਾਅ ਰਿਹਾ ਹੋਵੇ, ਪਰ ਦਿਖਾਵਾ ਕਰੇ ਕਿ ਉਸਦੀ ਹਾਲਤ ਬਹੁਤ ਮੰਦੀ ਹੈ (ਮਰੂੰ-ਮਰੂੰ ਕਰਨ ਵਾਲਾ ਸ਼ੂਮ), ਸਤਿ ਪੁਰਸ਼ਾਂ ਦਾ ਮੰਨਣਾ ਹੈ ਕਿ ਉਸਨੂੰ ਪ੍ਰਲੋਕ ਵਿੱਚ ਕਿਸੇ ਪੁੰਨ ਦਾ ਕੋਈ ਫ਼ਲ ਪ੍ਰਾਪਤ ਨਹੀਂ ਹੁੰਦਾ।

(29) ਔਖੇ ਸਮੇਂ, ਮੌਤ ਦੇ ਡਰ ਤੋਂ ਭੈਭੀਤ ਹੋਏ ਕਈ ਵੱਡੇ ਵੱਡੇ ਦੇਵਤਿਆਂ, ਸਾਧੂ ਜਨਾਂ, ਬ੍ਰਾਹਮਣਾਂ ਅਤੇ ਰਿਸ਼ੀਆਂ ਨੇ, ਸੋਮ ਯੱਗ ਕਰਨ ਦੀ ਸ਼ਾਸਤ੍ਰ ਵਿਧੀ ਦਾ ਤਿਆਗ ਕਰਕੇ ਧਰਮ ਦੇ ਮੁੱਢਲੇ ਅਸੂਲ ਛੱਡ ਦਿੱਤੇ ਅਤੇ ਵੈਸ਼ਨਵਾਰ ਯੱਗ ਦੀ ਰੀਤ ਚਲਾ ਕੇ ਸੋਮ ਯੱਗ ਦਾ ਬਦਲਵਾਂ ਰੂਪ ਸਥਾਪਤਿ ਕਰ ਦਿੱਤਾ।

(30) ਕਬੁੱਧ ਪੁਰਸ਼, ਜੋ ਵੇਦ ਧਰਮ ਦੀਆਂ ਪੁਰਾਤਨ ਰੀਤਾਂ (ਜਿਵੇਂ ਦਾਨ ਪੁੰਨ) ਅਤੇ ਮਰਿਯਾਦਾ ਦਾ ਧਾਰਨੀ ਹੋਣ ਦਾ ਦਿਖਾਵਾ ਕਰਦਾ ਹੈ, ਪਰ ਆਪਣੇ ਸੁਖਾਵੇਂ ਦਿਨਾਂ ਦੇ ਹੁੰਦਿਆਂ ਵੀ, ਭੋਖੇ ਅਤੇ ਨਿਰਬਲਤਾ ਦੀਆਂ ਗੱਲਾਂ ਕਰਦਾ ਹੈ, ਮੌਤ ਮਗਰੋਂ ਉਸਨੂੰ, ਉਸਦੇ ਨਕਲੀ ਧਰਮੀ ਹੋਣ ਕਰਕੇ, ਕੁਝ ਭੀ ਪ੍ਰਾਪਤ ਨਹੀਂ ਹੁੰਦਾ।

(31) ਧਰਮ ਦੀ ਮਰਿਯਾਦਾ ਜਾਨਣ ਵਾਲਾ ਬ੍ਰਾਹਮਣ ਕਿਸੇ ਦੇ ਅਪਰਾਧ ਦੀ ਸ਼ਕਾਇਤ ਰਾਜੇ ਕੋਲ ਕਰਨ ਦੀ ਥਾਂ, ਆਪਣੇ ਅਧਿਕਾਰ ਖੇਤਰ ਅਤੇ ਸ਼ਕਤੀ ਦੀ ਵਰਤੋਂ ਕਰਕੇ ਆਪ ਨਿਰਣਾ ਲਵੇ। ਕਿਉਂਕਿ-

(32) ਬ੍ਰਾਹਮਣ ਦੀ ਆਪਣੀ ਸ਼ਕਤੀ (ਵਰਣ ਦੀ ਸਰੇਸ਼ਟਾ ਅਤੇ ਵਿਦਿਆ), ਰਾਜੇ ਦੀ ਸ਼ਕਤੀ ਨਾਲੋਂ ਜ਼ਿਆਦਾ ਅਹਿਮੀਅਤ (ਅਸਰ} ਰੱਖਦੀ ਹੈ। ਇਸ ਲਈ ਬ੍ਰਾਹਮਣ, ਜੇ ਚਾਹੇ, ਤਾਂ ਆਪਣੀ ਸ਼ਕਤੀ (ਅਧਿਕਾਰਾਂ) ਨਾਲ ਹੀ ਆਪਣੇ ਦੁਸ਼ਮਣਾਂ ਨੂੰ ਵਸ ਵਿੱਚ ਰੱਖੇ।

(33) ਵੇਦ ਗਿਆਤਾ ਬ੍ਰਾਹਮਣ, ਆਪਣੀਆਂ ਮੁਸ਼ਕਿਲਾਂ ਦਾ ਹੱਲ ਅਤੇ ਦੁਸ਼ਮਣਾਂ ਦਾ ਨਾਸ ਕਰਨ ਲਈ ਬਿਨਾਂ ਕਿਸੇ ਝਿਜਕ ਤੋਂ ਅਥਰਵਣ ਵੇਦ ਵਿੱਚ ਮਹਾਰਿਸ਼ੀ 'ਅੰਗਿਰਾ' ਵਲੋਂ ਲਿਖੇ ਮੰਤਰਾਂ ਦਾ ਨਿਮਰਤਾ ਨਾਲ ਪਾਠ ਕਰੇ। ਬ੍ਰਾਹਮਣ ਲਈ ਇਹ ਮੰਤਰ ਹੀ ਹਥਿਆਰਾਂ ਦਾ ਕੰਮ ਕਰਦੇ ਹਨ ਅਤੇ ਇਨ੍ਹਾਂ ਦੇ ਜਾਪ ਨਾਲ ਉਹ ਆਪਣੇ ਦੁਸ਼ਮਣ ਦਾ ਨਾਸ ਕਰ ਸਕਦਾ ਹੈ।

(34) ਖੱਤਰੀ ਆਪਣੇ ਔਖੇ ਸਮੇਂ ਦੀ ਬਿਪਤਾ ਨੂੰ, ਆਪਣੇ ਬਾਹੂ-ਬੱਲ ਅਤੇ ਬਹਾਦਰੀ ਸਦਕੇ ਟਾਲ਼ ਸਕਦਾ ਹੈ। ਵੈਸ਼ ਅਤੇ ਸ਼ੂਦਰ ਧੰਨ ਨਾਲ ਆਪਣੇ ਔਖੇ ਸਮੇਂ ਨੂੰ ਧੰਨ ਨਾਲ ਟਾਲ਼ ਸਕਦੇ ਹਨ। ਦਵਿੱਜਾਂ ਦਾ ਮੁਖੀ, 'ਬ੍ਰਾਹਮਣ' ਵੇਦ ਮੰਤਰਾਂ ਦਾ ਪਾਠ, ਜਪ-ਤਪ, ਹਵਨ ਅਤੇ ਤਪੱਸਿਆ ਕਰਕੇ, ਆਈ ਬਿਪਤਾ ਟਾਲ਼ ਸਕਦਾ ਹੈ।

(35) ਬ੍ਰਾਹਮਣ ਆਪ ਹੀ ਧਰਮ ਦੇ ਨਿਯਮਾਂ ਦਾ ਸਿਰਜਣਹਾਰ ਅਤੇ ਵਖਿਆਨ ਕਰਨ ਵਾਲਾ ਹੈ, ਦਇਆ ਕਰਨ ਵਾਲਾ ਅਤੇ ਵੇਦ ਗਿਆਨ ਦਾ ਦਾਤਾ ਹੈ, ਇਸ ਲਈ ਉਸ ਬਾਰੇ ਕੋਈ ਨਿਰਾਦਰੀ ਕਰਨ ਵਾਲੇ ਕਠੋਰ ਬਚਨ ਨਹੀਂ ਕਹਿਣੇ ਚਾਹੀਦੇ।

(36) ਵੇਦਿਕ ਸੰਸਕਾਰਾਂ ਤੋਂ ਹੀਣ ਦਵਿੱਜ (ਜਿਵੇਂ ਭੱਦਣ ਅਤੇ ਜਨੇਊ ਦੀ ਰਹਿਤ ਆਦਿ) ਅਤੇ ਕੋਈ ਹੋਰ ਲੋਕ, ਜਿਵੇਂ ਕੁਆਰੀ ਕੰਨਿਆਂ, ਵਿਆਹੀ ਔਰਤ, ਅਗਿਆਨੀ, ਅਨਪੜ੍ਹ ਅਤੇ ਰੋਗੀ ਮਨੁੱਖ, ਯੱਗ ਸਮੇਂ ਹਵਨ ਅਤੇ ਪੂਜਾ (ਅਗਨਹੋਤ੍ਰ) ਦੀ ਰਸਮ ਨਹੀਂ ਨਿਭਾ ਸਕਦਾ।

(37) ਐਸੇ ਮਨੁੱਖ, ਜੋ, ਮਰਿਯਾਦਾ ਦੀ ਉਲੰਘਣਾ ਕਰਦੇ ਹਨ, ਉਹ ਯੱਗ ਕਰਵਾਉਣ ਵਾਲੇ ਅਤੇ ਜਿਸਦੇ ਨਿਮਿੱਤ ਯੱਗ ਕੀਤਾ ਜਾ ਰਿਹਾ ਹੋਵੇ, ਦੋਵੇਂ ਨਰਕਾਂ ਵਿੱਚ ਜਾਂਦੇ ਹਨ। ਇਸ ਲਈ ਯੱਗ ਵਿੱਚ ਪੂਜਾ ਦੀ ਰਸਮ ਨਿਭਾਉਣ ਵਾਲੇ ਪਰੋਹਤ ਲਈ, ਵੇਦਾਂ ਦਾ ਗਿਆਤਾ (ਪੰਡਤ-**पारङ्गत**) ਅਤੇ ਮਰਿਯਾਦਾ ਦਾ ਧਾਰਨੀ (ਅਗਨੀਹੋਤ੍ਰੀ) ਹੋਣਾ ਜਰੂਰੀ ਹੈ।

(38) ਅਮੀਰ ਅਤੇ ਸਮਾਜ ਵਿੱਚ ਜਾਣਿਆਂ ਪਹਿਚਾਣਿਆਂ ਹੁੰਦੇ ਹੋਏ ਭੀ ਜੋ ਬ੍ਰਾਹਮਣ, ਦੇਵਤਿਆਂ ਨਮਿੱਤ ਯੱਗ ਦੀ ਕਿਰਿਆ ਮੁੱਕਣ ਤੇ, ਪ੍ਰੋਹਿਤ ਨੂੰ ਪਰਜਾਪਤਿ ਦੇਵਤੇ ਦੀ ਪੂਜਾ ਵਾਂਗ ਘੋੜੇ ਦੀ ਦੱਛਣਾ ਨਹੀਂ ਦਿੰਦਾ, ਉਸਨੂੰ ਕਰਵਾਏ ਹੋਏ ਯੱਗ ਦਾ ਕੋਈ ਫਲ਼ ਪ੍ਰਾਪਤ ਨਹੀਂ ਹੁੰਦਾ।

(39) ਇੱਕ ਸ਼ਰਧਾਵਾਨ ਬ੍ਰਾਹਮਣ, ਜਿਸਨੇ ਸਾਰੀਆਂ ਗਿਆਨ ਇੰਦਰੀਆਂ ਨੂੰ ਕਾਬੂ ਵਿੱਚ ਰੱਖਿਆ ਹੋਵੇ, ਉਹ ਦੂਸਰਿਆਂ ਲਈ ਹੋਰ ਪੁੰਨ ਕਰਮ ਅਤੇ ਸੇਵਾਵਾਂ ਨਿਭ੍ਹਾ ਸਕਦਾ ਹੈ, ਪਰ ਕਦੇ ਭੀ ਪੂਰੀ ਦੱਛਣਾ ਲਏ ਬਿਨਾਂ, ਯੱਗ ਵਰਗੇ ਪੁੰਨ ਕਰਮ ਲਈ ਪਰੋਹਿਤ ਦੀ ਸੇਵਾ ਨਾ ਨਿਭਾਵੇ।

(40) ਪੂਰੀ ਦੱਛਣਾ ਦਿੱਤੇ ਬਿਨਾਂ ਯੱਗ ਕਰਵਾਉਣ ਵਾਲੇ ਦਾ ਮਾਣ, ਆਯੂ, ਅਤੇ ਸੋਭਾ ਘਟਦੀ ਹੈ। ਪਰਜਾ, ਕੁਟੰਭ ਅਤੇ ਘਰ ਦੇ ਮਾਲ ਡੰਗਰ ਦਾ ਨੁਕਸਾਨ ਹੁੰਦਾ ਹੈ। ਇਸ ਲਈ ਪੂਰੀ ਦੱਸ਼ਣਾ ਦੇਣ ਦੀ ਸਮਰਥਾ ਨਾ ਹੋਣ ਕਰਕੇ, ਥੋੜੇ ਧੰਨ ਵਾਲੇ ਨੂੰ ਕਦੇ ਭੀ ਯੱਗ ਨਹੀਂ ਕਰਵਾਉਣਾਂ ਚਾਹੀਦਾ।

(41) ਪੂਜਾ ਦੀ ਰਸਮ ਨਿਭਾਉਣ ਵਾਲਾ ਅਗਨੀਹੋਤਰੀ ਬ੍ਰਾਹਮਣ (ਪਰੋਹਿਤ), ਜਾਣਦਿਆਂ ਹੋਇਆਂ ਦੋਵੇਂ ਵਕਤ ਦੀ ਪੂਜਾ ਅਤੇ ਹਵਨ ਦੀ ਪਵਿੱਤਰ ਅਗਨੀ ਨੂੰ ਮਚਾਈ ਰੱਖਣ ਵਿੱਚ ਘੌਲ (ਭੁੱਲ-ਚੁੱਕ) ਕਰੇ, ਤਾਂ ਦੰਡ ਵਜੋਂ ਇੱਕ ਮਹੀਨੇ ਲਈ ਚਾਂਦਰਾਇਣ ਵ੍ਰਤ ਰੱਖੇ, ਕਿਉਂਕਿ ਬ੍ਰਾਹਮਣ ਵਲੋਂ ਅਗਨਹੋਤਰ ਦਾ ਤਿਆਗਣਾ ਪੁੱਤਰ ਦੀ ਹੱਤਿਆ ਦੇ ਸਮਾਨ ਜਾਣਿਆ ਜਾਂਦਾ ਹੈ।

MANUSMRITI 269

ਨੋਟ:- ਚੰਦਰਾਇਣ ਵ੍ਰਤ *:- ਚੰਦਰਮਾਂ ਦੇ ਹਨੇਰੇ ਪੱਖ ਤੋਂ ਸ਼ੁਰੂ ਕਰਕੇ ਅੰਨ ਖਾਣ ਦੀ ਮਿਕਦਾਰ ਇੱਕ ਗਿਰਾਹੀ ਹਰ ਰੋਜ਼ ਘਟਾਈ ਜਾਣਾ ਅਤੇ ਚੜ੍ਹਦੇ ਪੱਖ ਤੋਂ ਪੂਰਨਮਾਸ਼ੀ ਤੀਕਰ ਅੰਨ ਦੀ ਮਿਕਦਾਰ ਹਰ ਰੋਜ ਇੱਕ ਗਰਾਹੀ ਵਧਾਈ ਜਾਣ ਨੂੰ 'ਚੰਦਰਾਇਣ ਵ੍ਰਤ' ਆਖਦੇ ਹਨ।*

(42) ਜਿਹੜੇ ਪਰੋਹਿਤ (ਅਗਨੀ ਹੋਤਰੀ ਬ੍ਰਾਹਮਣ), ਸ਼ੂਦਰਾਂ ਕੋਲੋਂ ਧੰਨ ਲੈ ਕੇ ਉਨ੍ਹਾਂ ਲਈ ਯੱਗ ਦੀ ਕਿਰਿਆ ਕਰਦੇ ਹਨ, ਵੇਦਾਂ ਨੂੰ ਪੜਨ ਵਾਲੇ ਗਿਆਨੀ ਪੁਰਸ਼ਾਂ ਦੀਆਂ ਨਜ਼ਰਾਂ ਵਿੱਚ, ਉਹ ਨਿੰਦਤ ਅਤੇ ਸ਼ੂਦਰ ਹੀ ਕਹੇ ਜਾਂਦੇ ਹਨ।

(43) ਸ਼ੂਦਰ ਦਾ ਧੰਨ ਲੈ ਕੇ ਯੱਗ ਕਰਨ-ਕਰਵਾਉਣ ਵਾਲੇ ਮੂਰਖ ਬ੍ਰਾਹਮਣ ਦੇ ਮਰਨ ਮਗਰੋਂ, ਪ੍ਰਲੋਕ ਵਿੱਚ, ਧੰਨ ਦੇਣ ਵਾਲਾ ਸ਼ੂਦਰ, ਉਸ ਬ੍ਰਾਹਮਣ ਦੇ ਸਿਰ ਉੱਪਰ ਪੈਰ ਰੱਖ ਕੇ ਨਰਕਾਂ ਤੋਂ ਪਾਰ ਲੰਘ ਕੇ, ਆਪਣੇ ਪਾਪਾਂ ਤੋਂ ਨਵ੍ਰਿਤ ਹੋ ਜਾਂਦਾ ਹੈ। ਭਾਵ ਉਸ ਯੱਗ ਦਾ ਸਾਰਾ ਫ਼ਲ ਸ਼ੂਦਰ ਨੂੰ ਹੀ ਜਾਂਦਾ ਹੈ।

ਭੁੱਲਾਂ ਦਾ ਪਸ਼ਚਾਤਾਪ ਕਰਨ ਸਬੰਧੀ ਨਿਯਮ -

(44) ਜਦੋਂ ਕੋਈ ਮਨੁੱਖ, ਸ਼ਾਸਤ੍ਰਾਂ ਦੇ ਆਦੇਸ਼ ਮੁਤਾਬਿਕ ਨਹੀਂ ਚੱਲਦਾ ਜਾਂ ਨਿਯਮਾਂ ਦੀ ਉਲੰਘਣਾ ਕਰਦਾ ਹੈ, ਨਿੰਦਤ ਕਰਮ ਕਰਕੇ ਅਤੇ ਇੰਦਰੀਆਂ ਨੂੰ ਵਸ ਵਿੱਚ ਨਾ ਰੱਖਣ ਕਾਰਨ, ਹੋਰ ਕਾਮ-ਵਾਸ਼ਨਾਵਾਂ ਦਾ ਸ਼ਿਕਾਰ ਹੋ ਜਾਂਦਾ ਹੈ, ਤਾਂ ਉਸਨੂੰ ਆਪਣੀਆਂ ਕੀਤੀਆਂ ਭੁੱਲਾਂ ਬਦਲੇ ਘੋਰ ਪਸ਼ਤਾਵਾ (ਪਸ਼ਚਾਤਾਪ) ਕਰਨਾ ਪੈਂਦਾ ਹੈ।

(45) ਵਿਦਵਾਨ ਪੁਰਸ਼ਾਂ ਦਾ ਮੰਨਣਾ ਹੈ ਕਿ ਅਨਜਾਣੇ ਵਿੱਚ ਹੋਈਆਂ ਭੁੱਲਾਂ ਦਾ ਪਸ਼ਚਾਤਾਪ, ਸ਼ਾਸਤ੍ਰਾਂ ਵਿੱਚ ਦੱਸੇ ਨਿਯਮਾਂ ਮੁਤਾਬਿਕ ਹੁੰਦਾ ਹੈ, ਪਰ ਜਾਣ ਬੁੱਝ ਕੇ ਕੀਤੇ ਪਾਪਾਂ ਦਾ ਪਸ਼ਚਾਤਪ ਵੇਦਾਂ ਵਿੱਚ ਦੱਸੇ ਵਿਧੀ ਵਿਧਾਨ ਮੁਤਾਬਿਕ ਹੀ ਹੋ ਸਕਦਾ ਹੈ।

(46) ਜੋ ਪਾਪ ਅਨਜਾਣੇ ਵਿੱਚ ਹੋ ਜਾਂਦੇ ਹਨ, ਉਨ੍ਹਾਂ ਤੋਂ ਨਵਿਰਤੀ, ਬਾਰ ਬਾਰ ਵੇਦ ਮੰਤ੍ਰਾਂ ਦਾ ਪਾਠ ਅਭਿਆਸ ਕਰਕੇ ਕੇ ਹੋ ਸਕਦੀ ਹੈ, ਪਰ ਜਾਣ ਬੁੱਝ ਕੇ ਕੀਤੇ ਗੁਨਾਹਾਂ ਲਈ ਪਸ਼ਚਾਤਾਪ ਕਰਨ ਲਈ ਵੱਖ ਵੱਖ ਤਰਾਂ ਦੀਆਂ ਤਪੱਸਿਆਵਾਂ ਅਤੇ ਕਰਮਕਾਂਡ ਨਿਸਚਿਤ ਕੀਤੇ ਗਏ ਹਨ।

(47) ਜਦੋਂ ਤੀਕਰ ਇੱਕ ਦਵਿੱਜ, ਆਪਣੇ ਇਸ ਜਨਮ ਜਾਂ ਪੂਰਬਲੇ ਜਨਮਾਂ ਵਿੱਚ ਕੀਤੇ ਪਾਪਾਂ ਦਾ ਨਿਪਟਾਰਾ ਕਰਨ ਲਈ ਤਪੱਸਿਆ ਕਰ ਰਿਹਾ ਹੋਵੇ, ਉਦੋਂ ਤੀਕਰ ਉਸਨੂੰ ਕਿਸੇ ਹੋਰ ਦੀ ਸੰਗਤ ਨਹੀਂ ਕਰਨੀ ਚਾਹੀਦੀ।

(48) ਕੁਝ ਭੈੜੇ ਆਚਾਰ ਵਾਲੇ ਦੁਸ਼ਟ ਲੋਕ, ਇਸ ਜਨਮ ਵਿੱਚ ਜਾਂ ਆਪਣੇ ਪੂਰਬਲੇ ਜਨਮਾਂ ਵਿੱਚ ਕੀਤੇ ਪਾਪਾਂ ਕਾਰਨ, ਬਿਗੜਰੂਪ (ਬਦਸੂਰਤ) ਹੋ ਜਾਂਦੇ ਹਨ।

(49) ਜੋ ਮਨੁੱਖ, ਬ੍ਰਾਹਮਣ ਦੇ ਘਰੋਂ ਸੋਨਾ ਚੋਰੀ ਕਰਦਾ ਹੈ, ਉਸਦੇ ਨੌਂਹ (ਨਖੂਨ-**नाखून**) ਖਰਾਬ ਹੋ ਜਾਂਦੇ ਹਨ। ਸੁਰਾ (ਸ਼ਰਾਬ) ਪੀਣ ਵਾਲੇ ਦੇ ਦੰਦ ਕਾਲੇ, ਬ੍ਰਾਹਮਣ ਦੀ ਹੱਤਿਆ ਕਰਨ ਵਾਲਾ ਛਈ ਰੋਗੀ (ਤਪਦਿਕ ਪੀੜਤ), ਅਤੇ ਗੁਰੂ ਦੀ ਇਸਤਰੀ ਨਾਲ ਭੋਗ ਕਰਨ ਵਾਲੇ ਨੂੰ ਕ੍ਰੋੜ ਦਾ ਰੋਗ ਹੋ ਜਾਂਦਾ ਹੈ।

(50) ਚੁਗਲੀ ਕਰਨ ਵਾਲੇ ਦਾ ਨੱਕ ਗਲ਼ ਜਾਂਦਾ ਹੈ, ਝੂਠ ਬੋਲਣ ਅਤੇ ਨਿੰਦਾ ਕਰਨ ਵਾਲੇ ਦਾ ਮੂੰਹ ਸੜ੍ਹਾਂਦ ਮਾਰਦਾ ਹੈ, ਅਤੇ ਅਨਾਜ ਚੋਰੀ ਕਰਨ ਵਾਲਾ ਅੰਗਹੀਣ (ਅਪਾਹਜ) ਹੋ ਜਾਂਦਾ ਹੈ। ਮਿਲਾਵਟ ਕਰਨ ਵਾਲਾ ਅਗਲੇ ਜਨਮ ਵਿੱਚ ਅਧਿੱਕ ਅੰਗਾਂ ਵਾਲਾ (ਜਿਵੇਂ ਛਾਂਗਾ ਆਦਿ) ਹੋ ਕੇ ਜੰਮਦਾ ਹੈ।

(51) ਕਿਸੇ ਦਾ ਪੱਕਿਆ ਪਕਾਇਆ ਭੋਜਨ ਚੋਰੀ ਕਰਨ ਵਾਲਾ, ਪੇਟ ਦੀਆਂ ਬਿਮਾਰੀਆਂ ਦਾ ਰੋਗੀ। ਗੁਰੂ ਤੋਂ ਗ੍ਰਹਿਣ ਕੀਤੀ ਵਿਦਿਆ ਬਿਨਾਂ ਆਗਿਆ ਅੱਗੇ ਵੰਡਣ ਜਾਂ ਸੁਨਾਉਣ ਵਾਲਾ, ਗੁੰਗਾ। ਕੱਪੜੇ ਚੋਰੀ ਕਰਨ ਵਾਲਾ, ਚਿੱਟੇ ਕ੍ਰੋੜ (ਫੁਲਵ੍ਹੈਰੀ) ਦਾ ਰੋਗੀ। ਅਤੇ ਘੋੜਾ (ਸਵਾਰੀ) ਚੋਰੀ ਕਰਨ ਵਾਲਾ ਅਗਲੇ ਜਨਮ ਵਿੱਚ ਲ਼ੰਗੜਾ ਲੂਲ਼੍ਹਾ (ਵਿਗੜੀ ਸ਼ਕਲ ਵਾਲਾ) ਪੈਦਾ ਹੁੰਦਾ ਹੈ।

(52) ਕਿਸੇ ਦੇ ਘਰੋਂ ਚਰਾਗ (ਦੀਵਾ) ਚੋਰੀ ਕਰਨ ਵਾਲਾ, ਅੰਨ੍ਹਾਂ (ਨੇਤਰਹੀਣ)। ਕਿਸੇ ਦੇ ਘਰ ਦਾ ਜਗਦਾ ਦੀਵਾ ਬੁਝਾਣ ਵਾਲਾ, ਕਾਣਾ। ਹਿੰਸਾ ਕਰਨ ਵਾਲਾ, ਉਮਰ ਰੋਗੀ। ਅਤੇ ਵਿੱਭਚਾਰ ਕਰਨ ਵਾਲੇ ਮਨੁੱਖ ਨੂੰ ਜੋੜਾਂ ਦੇ ਰੋਗੀ (ਵਾਤ ਰੋਗੀ) ਦੀ ਜੂਨ ਭੁਗਤਣੀ ਪੈਂਦੀ ਹੈ।

(53) ਇਸ ਕਰਕੇ, ਮਨੁੱਖ ਨੂੰ ਆਪਣੇ ਸ਼ਰੀਰ ਦੀ ਤੰਦਰੁਸਤੀ ਅਤੇ ਭਲਾਈ ਖਾਤਰ, ਆਪਣੀਆਂ ਭੁੱਲਾਂ ਦਾ ਪਸ਼ਚਾਤਾਪ ਕਰਦੇ ਰਹਿਣਾ ਚਾਹੀਦਾ ਹੈ। ਐਸਾ ਨਾ ਕਰਨ ਵਾਲੇ ਮਨੱਖਾਂ ਨੂੰ ਅਸ਼ੁੱਭ ਗੁਣਾਂ ਵਾਲੇ ਗੂਗਿਆਂ, ਅੰਨ੍ਹਿਆਂ, ਕਾਣਿਆਂ, ਕਰੂਪਾਂ, ਅਤੇ ਰੋਗੀਆਂ ਵਾਲੀਆਂ ਨਖਿੱਧ (ਘਟੀਆ) ਜੂਨਾਂ ਦੀ ਪ੍ਰਾਪਤੀ ਹੁੰਦੀ ਹੈ।

(54) ਬ੍ਰਾਹਮਣ ਦੀ ਹੱਤਿਆ, ਬ੍ਰਾਹਮਣ ਦੇ ਘਰੋਂ ਸੋਨਾ ਚੋਰੀ ਕਰਨਾ, ਮਧਪਾਨ (ਸ਼ਰਾਬ ਪੀਣੀ) ਕਰਨਾ, ਆਪਣੇ ਗੁਰੂ ਦੀ ਇਸਤਰੀ ਨਾਲ ਭੋਗ ਕਰਨਾ, ਇਹ ਚਾਰ ਮਹਾਂ ਪਾਪ ਗਿਣੇ ਗਏ ਹਨ ਅਤੇ ਪੰਜਵਾਂ ਮਹਾਂ ਪਾਪ ਇਨ੍ਹਾਂ ਪਾਪੀਆਂ ਦੀ ਸੰਗਤ ਕਰਨਾ ਹੈ।

(55) ਝੂਠ ਬੋਲ ਕੇ ਆਪਣੇ ਆਪ ਨੂੰ ਉੱਚੀ ਜਾਤੀ ਦਾ ਦੱਸਣਾ, ਰਾਜੇ ਕੋਲ ਕਿਸੇ ਦੀ ਚੁਗਲੀ ਕਰਨੀ, ਆਪਣੇ ਗੁਰੂ ਉੱਪਰ ਝੂਠੀ ਤੁੋਮਤ (ਇਲਜ਼ਾਮ) ਲਾਉਣੀ, ਇਹ ਸਾਰੇ ਪਾਪ ਬ੍ਰਾਹਮਣ ਦੀ ਹੱਤਿਆ ਵਰਗੇ ਮਹਾਂ ਪਾਪਾਂ ਦੇ ਬਰਾਬਰ ਹਨ।

(56) ਵੇਦਾਂ ਪੜ੍ਹਨਾ ਤਿਆਗ ਦੇਣਾ, ਵੇਦਾਂ ਦੀ ਨਿੰਦਾ ਕਰਨੀ, ਝੂਠੀ ਗਵਾਹੀ ਦੇਣੀ, ਝੂਠੇ ਸਬੂਤ ਘੜਨਾ, ਮਿੱਤਰ ਦੀ ਹੱਤਿਆ ਕਰਨੀ, ਗੰਦੇ ਅਤੇ ਮਨਾਹੀ ਵਾਲੇ ਭੋਜਨ ਖਾਣਾ (ਅਭੱਖ ਖਾਣੇ), ਇਹ ਸਾਰੇ ਸੁਰਾ (ਮਧ-ਸ਼ਰਾਬ) ਪੀਣ ਵਰਗੇ ਮਹਾਂ ਪਾਪ ਦੇ ਬ੍ਰਾਬਰ ਹਨ।

(57) ਕਿਸੇ ਦਾ ਜੋੜਿਆ ਧੰਨ ਹੜੱਪਣਾ, ਕਿਸੇ ਨੂੰ ਅਗਵਾ ਕਰਨਾ, ਘੋੜਾ, ਚਾਂਦੀ, ਜ਼ਮੀਨ, ਹੀਰੇ ਮੋਤੀ, ਆਦਿ ਚੋਰੀ ਕਰਨੇ, ਬ੍ਰਾਹਮਣ ਦੇ ਘਰੋਂ ਸੋਨਾ ਚੋਰੀ ਕਰਨ ਵਾਲੇ ਅਪਰਾਧ ਵਾਂਗ ਹੀ ਹਨ।

(58) ਆਪਣੀ ਸਕੀ ਭੈਣ (ਸਹੋਦਰ), ਕੁਆਰੀ ਕੰਨਿਆਂ, ਚੰਡਾਲ ਨੌਕਰਾਣੀ, ਨੀਚ ਜਾਤੀ ਦੀ ਔਰਤ (ਚੰਡਾਲਣੀ), ਮਿੱਤਰ ਜਾਂ ਪੁੱਤਰ ਦੀ ਘਰਵਾਲੀ, ਨਾਲ ਸਰੀਰਕ ਸਬੰਧ ਬਨਾਉਣਾਂ, ਆਪਣੇ ਗੁਰੂ ਦੀ ਪਤਨੀ ਨਾਲ ਭੋਗ (ਗੁਰੂ ਪਤਨੀ ਗਮਨ) ਕਰਨ ਵਰਗੇ ਕਰਮ, ਮਹਾਂ ਪਾਪੀ ਹੋਣ ਦੇ ਬਰਾਬਰ ਹੈ।

(59) (ੳ) ਗਊ ਹੱਤਿਆ ਕਰਨਾ, (ਅ) ਵਰਣ ਤਿਆਗੀ (ਜਾਤ ਕਰਮ ਤੋਂ ਦੂਸ਼ਿਤ ਹੋਣਾ (ੲ) ਅਯੋਗਵ ਜਾਤੀਆਂ (ਨੀਚ ਜਾਤੀ) ਲਈ ਯੱਗ ਕਰਨਾ ਕਰਵਾਉਣਾ, (ਸ) ਪਰਾਈ ਇਸਤਰੀ ਨੂੰ ਭੇਚਲ (**विचलित**) ਕੇ ਭੋਗਣਾ, (ਹ) ਆਪਣੇ ਆਪਨੂੰ ਗੁਲਾਮ ਬਣਕੇ ਵੇਚ ਦੇਣਾ, (ਕ) ਆਪਣੇ ਯੋਗ ਗੁਰੂ ਅਤੇ ਮਾਤਾ ਪਿਤਾ ਦੀ ਸੇਵਾ ਸੰਭਾਲ ਨਾ ਕਰਨਾ, (ਖ) ਵੇਦ ਵਿਦਿਆ ਦੇਣ ਵਾਲੇ ਗੁਰੂ ਦਾ ਤਿਆਗ ਕਰਨਾ। (ਗ) ਗ੍ਰਹਿ ਵਿੱਚ ਪੰਚ ਯੱਗ ਪੂਜਾ ਦੀ ਪਵਿੱਤਰ ਅਗਨੀ ਨੂੰ ਬਲ਼ਦਾ ਨਾ ਰੱਖਣਾ, (ਘ) ਸੰਤਾਨ ਦਾ ਪਾਲਣ ਪੋਸਣ ਨਾ ਕਰਨਾ ਆਦਿ ਸਭ ਉਪਪਾਤਿਕ ਦੋਸ਼ (ਦੂਸਰੇ ਦਰਜੇ ਦੇ ਗੁਨਾਹ) ਹਨ।

(60) ਵੱਡੇ ਭਾਈ ਦੇ ਹੁੰਦਿਆਂ ਛੋਟੇ ਨੂੰ ਵਿਆਹ ਕਰਨ ਦੀ ਆਗਿਆ ਦੇਣ ਵਾਲੇ, ਜਾਂ ਵੱਡੇ ਭਰਾ ਦੇ ਹੁੰਦਿਆਂ ਛੋਟੇ ਨੂੰ ਕੰਨਿਆ ਦਾਨ ਕਰਨ ਵਾਲੇ ਦੇ ਘਰ, ਯੱਗ ਕਰਨ-ਕਰਵਾਣ ਲਈ ਬ੍ਰਾਹਮਣ ਨੂੰ ਸਖਤ ਮਨਾਹੀ ਹੈ।

(61) ਕੁਆਰੀ ਕੰਨਿਆਂ ਨੂੰ ਭਰਮਾ ਕੇ ਸਤਿ ਭੰਗ ਕਰਨਾ, ਸ਼ਾਸਤ੍ਰਾਂ ਦੀ ਸਿੱਖਿਆ ਦੇ ਉਲਟ ਵਿਆਜ ਦੀ ਕਮਾਈ ਤੇ ਜੀਣਾ, ਬਚਨ ਕਰਕੇ ਮੁਕਰਨਾ, ਜੱਦੀ ਜਾਇਦਾਦ ਜਿਵੇਂ ਤਲਾਬ, ਬਗੀਚੇ ਆਦਿ ਦਾ ਵੇਚਣਾ, ਇਸਤਰੀ ਜਾਂ ਪੁੱਤਰ ਦਾ ਮੁੱਲ ਵੱਟਣਾ ਆਦਿ ਭੀ ਉਪਪਾਤਿਕ ਪਾਪ ਹਨ।

ਨੋਟ:-*ਅੱਗੇ ਹੋਰ ਅਨੇਕਾਂ ਨਿੰਦਤ ਕਰਮਾਂ ਦਾ ਵੇਰਵਾ ਦਿੱਤਾ ਗਿਆ ਹੈ, ਜਿਨ੍ਹਾਂ ਕਰਕੇ ਮਨੁੱਖ ਆਪਣਾ ਸਤਿਕਾਰ ਗਵਾ ਬੈਠਦਾ ਹੈ ਅਤੇ ਭੁੱਲਾਂ ਲਈ ਤਰਾਂ ਤਰਾਂ ਦੇ ਪਸ਼ਚਾਤਾਪ ਕਰਨੇ ਪੈਂਦੇ ਹਨ। ਜਿਵੇਂ--*

(62) ਵੇਦਿਕ ਧਰਮ ਸੰਸਕਾਰਾਂ ਦਾ ਤਿਆਗਣਾ, ਪਤਿਤ ਦਵਿੱਜ ਦੇ ਸਬੰਧੀਆਂ ਨਾਲ ਮੇਲ ਮਿਲਾਪ ਰੱਖਣਾ, ਪੈਸੇ ਲੈ ਕੇ ਵੇਦ ਵਿੱਦਿਆ ਦੇਣਾ, ਪੈਸੇ ਦੇ ਕੇ ਵੇਦ ਵਿੱਦਿਆ ਲੈਣੀ, ਨਾ ਵੇਚਣ ਵਾਲੀਆਂ ਚੀਜ਼ਾ ਜਿਵੇਂ ਦੁੱਧ-ਘਿਉ ਦਾ ਵੇਚਣਾ ਆਦਿ।

(63) ਕੀਮਤੀ ਧਾਂਤਾਂ ਦੀਆਂ ਖਾਨਾਂ ਦੀ ਖੁਦਾਈ ਜਾਂ ਕਾਰਖਾਨਿਆਂ ਦੇ ਉੱਚ ਅਧਿਕਾਰੀ ਹੋਣਾ, ਭਾਰੀ ਯੰਤਰਾਂ ਨਾਲ ਦਸਤਕਾਰੀ ਦਾ ਕੰਮ ਕਰਨਾ, ਧਾਤਾਂ ਮਾਰਨੀਆਂ, ਜੀਵਤ ਜੜੀਆਂ ਬੂਟੀਆਂ ਦਾ ਪੁੱਟਣਾ, ਇਸਤਰੀ ਦੀ ਕਮਾਈ ਉੱਪਰ ਗੁਜ਼ਾਰਾ ਕਰਨਾ, ਵਿਭਚਾਰ ਕਰਨਾ, ਮਾਸ ਨਾਲ ਸਬੰਧਿਤ ਬਲੀ ਦੇਣ ਵਾਲੇ (ਕਸਾਈ) ਅਤੇ ਯਾਦੂ ਟੂਣੇ ਕਰਨ ਦਾ ਧੰਦਾ ਕਰਨਾ, ਦੇਵਤੇ ਅਤੇ ਪਿੱਤਰਾਂ ਨੂੰ ਅਰਪਣ ਕਰਨ ਤੋਂ ਪਹਿਲਾਂ ਭੋਜਨ ਖਾਣ ਵਾਲੇ ਕਰਮ ਭੀ ਉਪਪਾਤਕ ਪਾਪ ਕਹੇ ਗਏ ਹਨ।

ਨੋਟ:- *ਇਸ ਸਲੋਕ ਦੀ ਉਘੜ-ਦੁਘੜੀ ਬਣਤਰ ਦਾ ਕੋਈ ਵਿਸ਼ੇਸ਼ ਮਕਸਦ ਜਾਂ ਲਿਖਣ ਪਿੱਛੇ ਕੋਈ ਭਾਵ ਨਹੀਂ ਮਿਲਦਾ। ਲਗਦਾ ਹੈ ਕਿ ਇਸ਼ਾਰਾ ਜੀਵ ਹੱਤਿਆ ਅਤੇ ਕਿਸੇ ਦਾ ਜਾਤੀ ਨੁਕਸਾਨ ਕਰਨ ਵਲ ਕੀਤਾ ਗਿਆ ਹੈ।*

(64) (ੳ) ਦੇਵ ਪਿੱਤਰਾਂ ਦੀ ਪੂਜਾ ਤੋਂ ਬਿਨਾਂ ਹੋਰ ਲੋੜਾਂ ਲਈ ਪੂਜਾ ਦੀ ਅਗਨੀ ਮਚਾਉਣ ਵਾਲੇ, (ਅ) ਹਰੇ ਦਰਖਤਾਂ ਨੂੰ ਕੱਟਣ ਵਾਲੇ (ਲੱਕੜਹਾਰੇ), (ੲ) ਆਪਣੇ ਹੀ ਸੁਆਰਥ ਵਾਸਤੇ ਸਭ ਯਤਨ ਕਰਨ ਵਾਲੇ ਪੁਰਸ਼ (ੲ) ਨਿਸ਼ੇਧ (ਮਨਾਹੀ ਵਾਲੀਆਂ) ਚੀਜ਼ਾਂ ਦਾ ਸੇਵਣ ਕਰਨ ਵਾਲੇ ਭੀ ਉਪਪਾਤਕ ਪਾਪੀ ਕਹੇ ਗਏ ਹਨ।

(65) (ੳ) ਜਾਣ ਬੁੱਝ ਕੇ, ਪੂਜਾ ਦੀ ਪਵਿੱਤਰ ਅਗਨੀ (ਅਗਨੀਹੋਤਰ) ਨੂੰ ਭਖਦਾ ਰੱਖਣ ਤੋਂ ਘੌਲ਼ ਕਰਨ ਵਾਲੇ, (ਅ) ਚੋਰੀ ਕਰਨ ਵਾਲਾ, ਪਿੱਤਰਾਂ ਦੇ ਤਿੰਨੋ ਰਿਣ ਨਾ ਚੁਕਾਣ ਵਾਲੇ, (ੲ) ਝੂਠੇ (ਅਸਤਯ- **असत्य**) ਗਰੰਥਾਂ ਦਾ ਪੜ੍ਹਨ ਵਾਲੇ, (ਸ) ਨੱਚਣ ਗਉਣ ਦਾ ਕੰਮ ਕਰਨ ਵਾਲੇ ਅਤੇ ਨਿੰਦਤ ਅੰਨ ਖਾਣ ਵਾਲੇ ਭੀ ਉਪਪਾਤਕ ਪਾਪੀ ਕਹੇ ਗਏ ਹਨ।

(66) (ੳ) ਅੰਨ, ਧਾਤਾਂ, ਅਤੇ ਪਸ਼ੂਆਂ ਦੀ ਚੋਰੀ ਕਰਨ ਵਾਲੇ, (ਅ) ਸੁਰਾ ਪੀਣ ਵਾਲੀ ਔਰਤ ਨਾਲ ਕਾਮ ਕਰੀੜਾ ਕਰਨ ਵਾਲੇ।(ੲ) ਇਸਤ੍ਰੀ, ਸ਼ੂਦਰ, ਵੈਸ਼, ਖੱਤਰੀ, ਦਾ ਕਤਲ ਕਰਨ ਵਾਲੇ (ਸ) ਨਾਸਤਿਕਤਾ ਫੈਲਾਣ ਵਾਲੇ ਅਧਰਮੀ ਭੀ ਉਪਪਾਤਿਕ ਪਾਪੀ ਗਿਣੇ ਗਏ ਹਨ।

(67) ਬ੍ਰਾਹਮਣ ਤੇ ਹੱਥ ਚੁੱਕਣਾ ਜਾਂ ਲਾਠੀ ਮਾਰਨੀ (ਦੁੱਖ ਦੇਣਾ), ਨਖਿੱਧ ਅਤੇ ਦੁਰਗੰਧ ਵਾਲੀਆਂ ਚੀਜਾਂ ਦਾ ਸੁੰਘਣਾਂ (ਜਿਵੇਂ ਲਸੁਣ, ਨੁਸੁਆਰ, ਸੁਰਾ ਆਦਿ), ਦੁਸ਼ਟ ਦੀ ਸੰਗਤ (ਬੁਰੇ ਪੁਰਸ਼), ਅਤੇ ਲੌਂਡੇ ਬਾਜ਼ੀ ਵਰਗੇ ਦੋਸ਼ਾਂ ਕਾਰਣ ਮਨੁੱਖ ਆਪਣੀ ਜਾਤੀ ਤੋਂ ਭ੍ਰਿਸ਼ਟਿਆ (ਜਾਤੀ ਭ੍ਰਸ਼ਟ) ਜਾਂਦਾ ਹੈ।

(68) ਖੋਤਾ, ਘੋੜਾ, ਊਂਠ, ਹਿਰਣ, ਹਾਥੀ, ਬੱਕਰਾ, ਭੇਡ, ਮੱਛੀ, ਸੱਪ, ਮੱਝ ਆਦਿ, ਜਾਨਵਰਾਂ ਦੀ ਹੱਤਿਆ ਕਰਨ ਵੀ, ਆਪਣੀ ਵਰਣ ਅਤੇ ਜਾਤੀ ਤੋਂ ਗਿਰ ਕੇ, ਵਰਣਸ਼ੰਕਰ ਜਾਤੀ (ਸ਼ੰਕੀਰਰਣ ਜਾਂ ਸਮਕਾਰੀਕਰਣ) ਦੇ ਲੋਕਾਂ ਦਾ ਕਰਮ ਗਿਣਿਆ ਜਾਂਦਾ ਹੈ।

(69) ਨਿੰਦਤ ਲੋਕਾਂ ਕੋਲੋਂ ਧੰਨ ਅਤੇ ਤੋਹਫੇ ਸਵਿਕਾਰਣ ਵਾਲਾ ਜਾਂ ਉਨ੍ਹਾਂ ਦੀ ਨੌਕਰੀ ਕਰਨ ਵਾਲਾ ਅਤੇ ਉਨ੍ਹਾਂ ਨਾਲ ਵਪਾਰ ਕਰਨ ਵਾਲਾ, ਸ਼ੂਦਰਾਂ ਦੀ ਭਲਾਈ ਕਰਨ ਅਤੇ ਝੂਠੇ ਬਚਨ ਕਰਨ ਵਾਲਾ ਮਨੁੱਖ, ਆਪਣੀ ਥਾਂ ਦੂਸਰਿਆਂ (ਅਪਾਤਰਾਂ) ਦਾ ਸਤਿਕਾਰ ਵਧਾਉਂਦਾ ਹੈ ਅਤੇ ਇਸਨੂੰ ਅਪਾਤ੍ਰੀਕਰਣ ਪਾਪ (**अपात्रीकरण**) ਕਿਹਾ ਗਿਆ ਹੈ।

(70) ਕੀੜੇ ਮਕੌੜੇ ਅਤੇ ਪੰਛੀਆਂ ਦੀ ਹੱਤਿਆ ਕਰਨੀ, ਭੋਜਨ ਨਾਲ ਸ਼ਰਾਬ ਦਾ ਸੇਵਨ ਕਰਨਾ, ਫ਼ਲ ਫੁੱਲ ਚੋਰੀ ਕਰਨਾ, ਬਾਲਣ ਚੋਰੀ ਕਰਨਾ, ਮਨ ਕਰਕੇ ਅਸੰਤੁਸ਼ਟ ਰਹਿਣਾ ਆਦਿ, ਮਲੀਣਤਾ (ਮਲਿਨੀਕਰਣ) ਵਾਲੇ ਪਾਪ ਕਰਮ ਗਿਣੇ ਗਏ ਹਨ।

ਬ੍ਰਾਹਮਣ ਦੀ ਹੱਤਿਆ ਕਰਨ ਵਾਲੇ ਲਈ ਪਸ਼ਚਾਤਾਪ ਵਿਧੀਆਂ -

(71) ਹੁਣ, ਬ੍ਰਾਹਮਣ ਦੀ ਹੱਤਿਆ ਅਤੇ ਹੋਰ ਅਲੱਗ ਅਲੱਗ ਪਾਪ ਕਰਮ ਜੋ ਉੱਪਰ ਦੱਸੇ ਗਏ ਹਨ, ਉਨ੍ਹਾਂ ਲਈ ਪਸ਼ਚਾਤਾਪ ਅਤੇ ਉਪਾਵਾਂ (ਵ੍ਰਤ} ਬਾਰੇ ਸੁਣੋ, ਜਿਨ੍ਹਾਂ ਨੂੰ ਕਰਨ ਨਾਲ, ਅੱਗੇ ਦੱਸੇ ਗਏ ਸਾਰੇ ਪਾਪਾਂ ਤੋਂ ਨਵਿਰਤੀ ਹੋ ਸਕਦੀ ਹੈ।

(72) ਬ੍ਰਾਹਮਣ ਦੀ ਹੱਤਿਆ ਕਰਨ ਦੇ ਦੋਸ਼ੀ ਨੂੰ, ਆਪਣੀ ਆਤਮਾਂ ਦੇ ਸ਼ੁਧੀਕਰਣ ਵਾਸਤੇ ਜੰਗਲ ਵਿੱਚ ਝੌਂਪੜੀ ਬਣਾ ਕੇ, ਉਸ ਵਿੱਚ ਬਾਰਾਂ ਸਾਲ ਰਹਿਣਾ ਪਵੇਗਾ। ਭਿੱਖਿਆ ਮੰਗਕੇ ਪੇਟ ਦੀ ਪੂਰਤੀ ਕਰਨੀ ਪਵੇਗੀ ਅਤੇ ਸ਼ਾਸਤਰਾਂ ਮੁਤਾਬਿਕ, ਆਪਣੇ ਪਾਪੀ ਹੋਣ ਦੇ ਸੰਕੇਤ ਵਜੋਂ ਮੁਰਦੇ ਦੀ ਖੋਪੜੀ ਆਪਣੀ ਝੌਂਪੜੀ ਅੱਗੇ ਟੰਗਣੀ ਪਵੇਗੀ।

(73) ਆਪਣੀ ਮਰਜ਼ੀ ਨਾਲ ਉਹ ਜਿਵੇਂ ਚਾਹਵੇ, ਕਿਸੇ ਸ਼ਸਤ੍ਰਧਾਰੀ ਤੀਰ ਅੰਦਾਜ਼ ਦੇ ਤੀਰ ਦਾ ਨਿਸ਼ਾਨਾ ਬਣ ਕੇ ਜਾਨ ਤਿਆਗੇ ਜਾਂ ਬਲਦੀ ਹੋਈ ਅੱਗ ਵਿੱਚ ਤਿੰਨ ਵਾਰ ਸਿਰ ਭਾਰ ਪੁੱਠਾ ਹੋ ਕੇ ਲਟਕੇ।

(74) ਜਾਂ ਘੋੜੇ ਦੀ ਬਲ਼ੀ ਦੇਣ ਵਾਲਾ 'ਅਸ਼ਵਮੇਧ' ਯੱਗ, ਸਵ੍ਰਜਿਤ ਯੱਗ, ਗੋਸਦੇਨ ਯੱਗ (ਗੌਸਵ, ਗਊ ਬਲੀਦਾਨ), ਅਭਿਜਿਤ ਯੱਗ, ਵਿਸ਼ਵਜਿਤ ਯੱਗ (ਕਾਮਨਾ ਪੂਰਤੀ ਲਈ), ਤਿੰਨ ਵਾਰ (ਤ੍ਰੀਵ੍ਰਤ) ਅਗਨੀਸ਼ਟੋਮ ਯੱਗ ਆਦਿ ਦੀ ਕਿਰਿਆ ਪੂਰਤੀ ਕਰੇ। ਇਸ ਕਿਰਿਆ ਨੂੰ 'ਸੰਕਰੀਕਰਣ ਪਾਪ ਨਵਿਰਤੀ' ((ਜਾਤ ਦੀ ਸ਼ੁਧੀ) ਵੀ ਕਿਹਾ ਗਿਆ ਹੈ।

(75) ਜਾਂ ਬ੍ਰਾਹਮਣ ਦੀ ਹੱਤਿਆ ਦੇ ਪਾਪ ਦਾ ਪਸ਼ਚਾਤਾਪ ਕਰਨ ਲਈ, ਆਪਣੀਆਂ ਇੰਦਰੀਆਂ ਨੂੰ ਵੱਸ ਵਿੱਚ ਰੱਖ ਕੇ, ਕਿਸੇ ਇੱਕ ਵੇਦ ਦੇ ਮੰਤ੍ਰਾਂ ਦਾ ਪਾਠ ਕਰਦਿਆਂ, ਇੱਕ ਸੌ ਯੋਜਨ (ਅੱਠ ਸੌ ਮੀਲ) ਵਾਟ ਪੈਰੀਂ ਤੁਰੇ ਅਤੇ ਘੱਟ ਤੋਂ ਘੱਟ ਸ਼ਾਕਾਹਾਰੀ ਭੋਜਨ ਖਾ ਕੇ ਗੁਜ਼ਾਰਾ ਕਰੇ।

(76) ਜਾਂ ਆਪਣੀ ਸਾਰੀ ਜਮ੍ਹਾਂ ਕੀਤੀ ਹੋਈ ਪੂੰਜੀ ਅਤੇ ਘਰ, ਕਿਸੇ ਵੇਦ ਪਾਠੀ ਸਰੋਤਰੀਏ ਬ੍ਰਾਹਮਣ ਨੂੰ ਦਾਨ ਕਰਕੇ ਤਿਆਗੀ ਹੋ ਜਾਵੇ।

(77) ਜਾਂ, ਆਪਣੀ ਭੁੱਖ ਨੂੰ ਸੀਮਤ ਰੱਖ ਕੇ, ਸ੍ਰਸਵਤੀ ਨਦੀ ਦੇ ਨਾਲ ਨਾਲ, ਵਹਾਉ ਦੇ ਉਲਟ ਤੁਰਦਿਆਂ, ਹਰ ਘਾਟ ਉੱਪਰ ਬੈਠਕੇ ਦਿਨ ਵਿੱਚ ਤਿੰਨ ਵਾਰ ਵੇਦਾਂ ਦਾ ਪਾਠ ਅਧਿਆਨ ਕਰੇ, ਜਦੋਂ ਤੀਕਰ ਉਹ ਉਸਦੇ ਸਰੋਤ (ਸੋਮੇਂ) ਤੀਕਰ ਨਾ ਪਹੁੰਚ ਜਾਵੇ।

ਨੋਟ:- ਸਰਸਵਤੀ ਨਦੀ ਬਾਰੇ ਪਹਿਲਾਂ ਕਈ ਵਾਰ ਜ਼ਿਕਰ ਆ ਚੁੱਕਾ ਹੈ।

(78) ਜਾਂ ਆਪਣਾ ਸਿਰ ਮੂੰਹ ਘਰੜ ਕਰਾ ਕੇ, ਪਿੰਡ ਦੇ ਬਾਹਰ, ਗਊਆਂ ਦੇ ਬਾੜੇ ਵਿੱਚ ਜਾਂ ਕਿਸੇ ਪੁਰਾਣੇ ਦ੍ਰਖਤ ਹੇਠਾਂ ਅਪਣਾ ਟਿਕਾਣਾ ਕਰੇ। ਸਾਰੀ ਉਮਰ ਗਊਸ਼ਾਲਾ ਅਤੇ ਬ੍ਰਾਹਮਣ ਦੀ ਸੇਵਾ ਕਰਨੀ ਹੀ ਆਪਣਾ ਧਰਮ ਸਮਝੇ।

(79) ਦੁਨੀਆਂ ਦਾ ਸਭ ਕੁਝ ਤਿਆਗ ਕੇ, ਜੋ ਮਨੁੱਖ, ਬ੍ਰਾਹਮਣ ਅਤੇ ਗਊ ਦੀ ਨਿਸ਼ਕਾਮ ਸੇਵਾ ਕਰਦਿਆਂ ਕਰਦਿਆਂ ਆਪਣੇ ਪਰਾਣ ਤਿਆਗ ਦੇਵੇ, ਉਹ ਬ੍ਰਾਹਮਣ ਹੱਤਿਆ ਦੇ ਪਾਪ ਤੋਂ ਬਿਲਕੁਲ ਮੁਕਤਿ ਹੋ ਜਾਂਦਾ ਹੈ।

(80) ਬ੍ਰਾਹਮਣ ਦੀ ਹੱਤਿਆ ਦਾ ਦੋਸ਼ੀ, ਜੇ ਤਿੰਨ ਵਾਰ ਕਿਸੇ ਬ੍ਰਾਹਮਣ ਦਾ ਘਰ ਲੁੱਟਣ ਆਏ ਚੋਰਾਂ ਦਾ ਸਾਮ੍ਹਣਾ ਕਰਕੇ, ਬ੍ਰਾਹਮਣ ਅਤੇ ਉਸਦੇ ਧੰਨ ਨੂੰ ਬਚਾਉਂਦਿਆਂ ਆਪਣੇ ਪ੍ਰਾਣ ਤਿਆਗ ਦੇਵੇ, ਉਹ ਬ੍ਰਾਹਮਣ ਦੀ ਹੱਤਿਆ ਦੇ ਪਾਪ ਤੋਂ ਮੁਕਤਿ ਹੋ ਜਾਂਦਾ ਹੈ ਅਤੇ ਸਵ੍ਰਗ ਦੀ ਪ੍ਰਾਪਤੀ ਕਰਦਾ ਹੈ।

(81) ਦ੍ਰਿੜਤਾ ਨਾਲ, ਆਪਣੀਆਂ ਗਿਆਨ ਇੰਦਰੀਆਂ ਨੂੰ ਵਸ ਵਿੱਚ ਰੱਖਦਿਆਂ, ਬਾਰਾਂ ਸਾਲ ਬ੍ਰਹਮਚਾਰੀ ਰਹਿ ਕੇ ਘੋਰ ਤਪੱਸਿਆ ਕਰਨ ਮਗਰੋਂ, ਬ੍ਰਾਹਮਣ ਦੀ ਹੱਤਿਆ ਕਰਨ ਵਾਲਾ ਦੋਸ਼ ਮੁਕਤ ਹੋ ਸਕਦਾ ਹੈ।

(82) ਜਾਂ ਅਸ਼ਵਮੇਧ ਯੱਗ ਦੀ ਸਮਾਪਤੀ ਤੋਂ ਬਾਅਦ, ਯੱਗ ਕਰਵਾਣ ਵਾਲਾ (ਜਜਮਾਨ) ਅਤੇ ਯੱਗ ਦੀ ਕਿਰਿਆ ਨਿਭਾਉਣ ਵਾਲੇ ਪ੍ਰੋਹਿਤ ਸਮੇਤ, ਯੱਗ ਵਿੱਚ ਹਾਜ਼ਰੀ ਭਰਨ ਆਏ ਰਾਜੇ ਅਤੇ ਬ੍ਰਾਹਮਣਾਂ ਸਾਹਮਣੇ ਹਾਜ਼ਰ ਹੋ ਕੇ ਆਪਣਾ ਪਾਪ ਕਬੂਲ ਕਰੇ। ਉਨ੍ਹਾਂ ਵਲੋਂ ਬਖਸ਼ੇ ਜਾਣ ਤੇ ਪਵਿੱਤਰ ਇਸ਼ਨਾਨ (ਅਵਭ੍ਰਥ ਇਸ਼ਨਾਨ) ਕਰਨ ਮਗਰੋਂ, ਬ੍ਰਾਹਮਣ ਦੀ ਹੱਤਿਆ ਦੇ ਪਾਪ ਤੋਂ ਨਵ੍ਰਿਤੀ ਹੋ ਜਾਂਦੀ ਹੈ।

(83) ਬ੍ਰਾਹਮਣ ਧਰਮ ਦਾ ਮੂਲ (ਮੁੱਢ) ਹੈ ਅਤੇ ਖੱਤਰੀ ਰਾਜਾ ਧਰਮ ਦਾ ਰਾਖਾ ਹੈ। ਵੇਦਾਂ ਦੇ ਸਿਧਾਂਤ ਅਨੁਸਾਰ, ਯੱਗ ਦੇ ਸਮਾਗਮ ਸਮੇਂ, ਦੋਹਾਂ ਅੱਗੇ ਪੇਸ਼ ਹੋ ਕੇ, ਬ੍ਰਾਹਮਣ ਦੀ ਹੱਤਿਆ ਦਾ ਦੋਸ਼ ਕਬੂਲ ਕਰ ਲੈਣ ਵਾਲਾ, ਬ੍ਰਹਮ ਹੱਤਿਆ ਦੇ ਪਾਪ ਤੋਂ ਮੁਕਤਿ ਹੋ ਸਕਦਾ ਹੈ।

(84) ਵੇਦ ਦੀ ਮਰਿਯਾਦਾ ਅਨੁਸਾਰ, ਬ੍ਰਾਹਮਣ ਆਪਣੇ ਜਨਮ ਕਰਕੇ ਦੇਵਤਿਆਂ ਦਾ ਦੇਵਤਾ ਹੈ। ਵੇਦਾਂ ਦੇ ਸਿਧਾਂਤ ਅਨੁਸਾਰ, ਬ੍ਰਾਹਮਣ ਦੇ ਬੋਲ, ਕਥਨ ਅਤੇ ਨਿਰਦੇਸ਼, ਪ੍ਰਤੱਖ ਅਤੇ ਪ੍ਰਮਾਣ ਮੰਨੇ ਜਾਂਦੇ ਹਨ।

(85) ਇਸ ਲਈ ਬ੍ਰਹਮਣ ਜਾਂ ਕੋਈ ਹੋਰ ਪਾਪ ਕਰਤਾ (ਦਵਿੱਜ), ਤਿੰਨ ਵੇਦ ਗਿਆਤਾ ਬ੍ਰਾਹਮਣਾਂ ਅੱਗੇ ਪੇਸ਼ ਹੋ ਕੇ ਆਪਣਾ ਦੋਸ਼ ਕਬੂਲ ਕਰਕੇ, ਉਨ੍ਹਾਂ ਵਲੋਂ ਦੱਸੇ ਪਸ਼ਚਾਤਾਪ ਕਰਨ ਨਾਲ, ਪਾਪ ਮੁਕਤਿ ਹੋ ਸਕਦਾ ਹੈ

(86) ਇਕਾਗਰ ਮਨ ਹੋ ਕੇ ਕੋਈ ਭੀ ਪੁਰਸ਼, ਉੱਪਰ ਦਿੱਤੇ ਕਿਸੇ ਇੱਕ ਉਪਾਅ ਨੂੰ ਕਰਕੇ ਆਤਮਸ਼ੁਧੀ ਕਰਨ ਨਾਲ, ਬ੍ਰਾਹਮਣ ਦੀ ਹੱਤਿਆ ਦੇ ਪਾਪ ਤੋਂ ਨਵਿਰਤ ਹੋ ਸਕਦਾ ਹੈ।

(87) ਅਣਜੰਮੇ ਬੱਚੇ ਨੂੰ ਗਰਭ ਵਿੱਚ ਮਾਰਨ (ਭਰੂਣ ਹੱਤਿਆ) ਕਰਕੇ, ਯੱਗ ਕਰਵਾ ਰਹੇ ਖੱਤਰੀ ਜਾਂ ਵੈਸ਼ ਲਈ, ਜਾਂ ਆਪਣੇ ਹੀ ਗੋਤਰ ਦੇ ਮਰਦ ਤੋਂ ਗਰਭਵਤੀ ਹੋਈ ਬ੍ਰਾਹਮਣ ਇਸਤਰੀ ਦੀ ਹੱਤਿਆ ਕਰਨ ਵਾਲੇ ਪੁਰਸ਼ ਲਈ, ਆਪਣੇ ਗੁਨਾਹ ਦਾ ਪਸ਼ਚਾਤਪ ਕਰਨ ਅਤੇ ਪਾਪ ਤੋਂ ਨਵਿਰਤੀ ਪਾਉਣ ਲਈ ਭੀ, ਉੱਪਰ ਦੱਸੇ ਉਪਾਵਾਂ ਵਿੱਚੋ ਕੋਈ ਇੱਕ ਕੀਤਾ ਜਾ ਸਕਦਾ ਹੈ।

(88) ਇਸੇ ਤਰਾਂ ਝੂਠੀ ਗਵਾਹੀ ਦੇਣ ਵਾਲਾ, ਆਪਣੇ ਗੁਰੂ ਸਿਰ ਝੂਠਾ ਦੋਸ਼ ਲਾ ਕੇ ਨਿਰਾਦਰੀ ਕਰਨ ਵਾਲਾ, ਵਿਸ਼ਵਾਸ ਘਾਤ ਕਰਨ ਵਾਲਾ, ਆਪਣੀ ਪਤਨੀ ਜਾਂ ਦੋਸਤ ਦੀ ਪਤਨੀ ਦੀ ਹੱਤਿਆ ਕਰਨ ਵਾਲੇ ਦੋਸ਼ੀ ਲਈ ਵੀ ਪਸ਼ਚਾਤਾਪ ਕਰਨ ਦੇ ਉਪਰੋਕਤ ਨਿਯਮ ਹੀ ਲਾਗੂ ਹੁੰਦੇ ਹਨ।

(89) ਅਨਜਾਣੇ ਵਿੱਚ ਬ੍ਰਾਹਮਣ ਦੀ ਹੱਤਿਆ ਕਰਕੇ ਪਾਪ ਸ਼ੁਧੀ ਕਰਨ ਅਤੇ ਬਚਣ ਲਈ ਸਾਰੇ ਉਪਾਅ, ਉੱਪਰ ਦੱਸ ਦਿੱਤੇ ਹਨ, ਪਰ ਜਾਣ ਬੁੱਝ ਕੇ ਦਵਿੱਜ ਦੀ ਹੱਤਿਆ ਕਰਨ ਵਾਲੇ ਪਾਪ ਲਈ ਪਸ਼ਚਾਤਾਪ ਕਰਨ ਦੀ ਕੋਈ ਨਿਸਚਿਤ ਮਰਿਯਾਦਾ ਨਹੀਂ ਹੈ। ਐਸੇ ਦੋਸ਼ਾਂ ਦੀ ਸਜ਼ਾ ਅਤੇ ਉਪਾਅ ਲਈ, ਅੱਗੇ ਦੱਸੇ ਗਏ ਹੀਲੇ ਕੀਤੇ ਜਾ ਸਕਦੇ ਹਨ।ਜਿਵੇਂ---

(90) ਜਾਣ ਬੁੱਝ ਕੇ ਲਾਲਚ ਵਸ ਹੋ ਕੇ, ਸ਼ਰਾਬ ਪੀ ਕੇ ਮਧਹੋਸ਼ (ਹੋਸ਼ ਗਵਾ ਬੈਠਾ) ਹੋਏ ਬ੍ਰਾਹਮਣ ਨੂੰ, ਉਹੀ ਸ਼ਰਾਬ ਉਬਾਲ ਕੇ ਪਿਲਾਈ ਜਾਵੇ, ਜਦ ਤੀਕਰ ਉਸਦਾ ਗਲ਼ਾ ਉਸ ਸ਼ਰਾਬ ਨਾਲ ਜਲ਼ ਨਹੀਂ ਜਾਂਦਾ। ਇਸੇ ਤਰੀਕੇ ਨਾਲ ਹੀ ਉਸਦਾ ਇਹ ਪਾਪ ਧੋਤਾ ਜਾ ਸਕਦਾ ਹੈ।

(91) ਜਾਂ ਉਹ, ਉੱਬਲਦਾ ਹੋਇਆ ਗਊ ਦਾ ਪਿਸ਼ਾਬ, ਪਾਣੀ, ਦੁੱਧ, ਘਿਉ ਜਾਂ ਗਊ ਦਾ ਗੋਹਾ (ਘੋਲ ਕੇ) ਪੀਵੇ, ਜਦੋਂ ਤੀਕਰ ਉਸ ਨੂੰ ਮੌਤ ਨਹੀਂ ਆ ਜਾਂਦੀ।

(92) ਜੇ ਮਰਨਾ ਨਾ ਚਾਹੇ, ਤਾਂ ਸ਼ਰਾਬ ਪੀਣ ਦੇ ਪਾਪ ਤੋਂ ਮੁਕਤ ਹੋਣ ਲਈ, ਸਾਲ ਭਰ, ਹਰ ਰੋਜ਼ ਦਿੰਨ ਵਿੱਚ ਇੱਕ ਵਾਰ ਕੇਵਲ ਰਾਤ ਨੂੰ ਉਬਲੇ ਹੋਏ ਚੌਲਾਂ ਦੀ ਛੱਟ (ਛਾਣ, ਕਣੀ) ਜਾਂ ਤਿਲਾਂ ਦੀ ਛਿੱਲ ਉਬਾਲ ਕੇ ਪੀਵੇ। ਗਊ ਦੇ ਵਾਲ਼ਾਂ (ਉੱਨ) ਤੋਂ ਬਣੇ ਕੰਬਲ ਨਾਲ ਤਨ ਢਕੇ, ਆਪਣੇ ਵਾਲ਼ਾਂ ਦੀਆਂ ਜਟਾਂ ਧਾਰਨ ਕਰਕੇ ਮੱਥੇ ਉੱਪਰ ਸ਼ਰਾਬ ਪੀਣ ਕਰਕੇ ਦੂਸ਼ਤ ਹੋਣ ਦਾ ਚਿੰਨ ਉਕ੍ਰਾ ਲਵੇ।

(93) ਸੁਰਾ (ਮਧੁਰਾ, ਸ਼ਰਾਬ), ਅੰਨ ਦਾ ਵਿਗੜਿਆ ਰੂਪ ਹੈ ਜਿਸਨੂੰ ਮਲ਼ (ਗੰਦਗੀ) ਬਰਾਬਰ ਕਿਹਾ ਜਾਂਦਾ ਹੈ ਅਤੇ ਮਲ਼, ਪਾਪ ਦਾ ਪ੍ਰਤੀਕ ਗਿਣਿਆ ਗਿਆ ਹੈ। ਇਸ ਲਈ ਬ੍ਰਾਹਮਣ, ਖੱਤਰੀ, ਵੈਸ਼ ਨੂੰ ਸੁਰਾ ਨਹੀਂ ਪੀਣਾ ਚਾਹੀਦਾ।

(94) ਸੁਰਾ ਤਿੰਨ ਤਰਾਂ ਦੀ ਹੈ। ਸੀਰੇ (ਜਾਂ ਗੁੜ) ਤੋਂ ਬਣੀ ਗੌੜੀ (**गौडी**), ਚੌਲਾਂ ਦੇ ਆਟੇ ਦੀ ਪਿੱਛ ਤੋਂ ਬਣੀ (**पैष्टी**) ਅਤੇ ਮਹੂਏ ਦੇ ਫੁੱਲਾਂ ਤੋਂ ਬਣੀ ਸ਼ਰਾਬ ਮਾਧਵੀ (**माधवी**), ਇਨ੍ਹਾਂ ਤਿੰਨਾ ਦੇ ਵਿਗੜੇ ਰੂਪ ਨੂੰ ਹੀ ਸੁਰਾ ਕਿਹਾ ਗਿਆ ਹੈ। ਦਵਿੱਜਾਂ (ਬ੍ਰਾਹਮਣ, ਖੱਤਰੀ, ਵੈਸ਼) ਲਈ, ਇਨ੍ਹਾਂ ਵਿੱਚੋਂ ਕਿਸੇ ਦੀ ਵੀ ਵਰਤੋਂ ਕਰਨ ਦੀ ਮਨਾਹੀ ਹੈ।

(95) ਸ਼ਰਾਬ, ਮਾਸ, ਨਸ਼ੀਲੇ ਅਰਕ ਅਤੇ ਨਸ਼ੀਲੀਆਂ ਵਸਤਾਂ ਦੇ ਰਸ (ਡੋਡੇ, ਭੰਗ) ਆਦਿ ਸਭ, ਰਾਖਸ਼ਾਂ ਭੂਤਾਂ ਅਤੇ ਪ੍ਰੇਤਾਂ (**यक्ष राक्षस और पिशाच**) ਦਾ ਅਹਾਰ ਹੈ। ਇਸ ਲਈ ਇਨ੍ਹਾਂ ਨਮਿੱਤ ਕੀਤੇ ਯੱਗ ਵਿੱਚੋਂ ਬਚੀ ਹੋਈ ਹਵਨ ਅਤੇ ਪੂਜਾ ਦੀ ਸਮਗਰੀ ਅਤੇ ਬਚਿਆ ਭੋਜਨ, ਬ੍ਰਾਹਮਣ ਲਈ ਸਵਿਕਾਰਨਾ ਜਾਂ ਖਾਣਾ ਮਨ੍ਹਾ ਹੈ।ਬ੍ਰਾਹਮਣ ਲਈ ਦੇਵਤਿਆਂ ਦੇ ਖਾਣ ਵਾਲੇ ਅਹਾਰ ਹੀ ਪ੍ਰਵਾਨ ਹਨ।

(96) ਸ਼ਰਾਬ ਦੇ ਨਸ਼ੇ ਦੀ ਲੋਰ ਵਿੱਚ ਗੜੁੱਚ ਅਤੇ ਪਾਗਲ ਹੋਇਆ ਬ੍ਰਾਹਮਣ, ਕਿਸੇ ਗੰਦਗੀ ਵਾਲੀ ਥਾਂ ਤੇ ਭੀ ਗਿਰ ਸਕਦਾ ਹੈ ਅਤੇ ਵੇਦ ਦਾ ਪਾਠ ਪੜ੍ਹਨ ਦੀ ਭੁੱਲ ਜਾਂ ਕੋਈ ਹੋਰ ਨਖਿੱਧ (ਵ੍ਰਜਿਤ) ਅਤੇ ਨਿੰਦਣਯੋਗ ਕਰਤੂਤ ਭੀ ਕਰ ਸਕਦਾ ਹੈ। ਇਸ ਲਈ ਬ੍ਰਾਹਮਣ ਨੂੰ ਨਸ਼ਾ ਨਹੀਂ ਕਰਨਾ ਚਾਹੀਦਾ।

(97) ਜਿਸ ਬ੍ਰਾਹਮਣ ਦੇ ਸ਼ਰੀਰ ਵਿੱਚ ਇੱਕ ਵਾਰ ਸੁਰਾ (ਸ਼ਰਾਬ) ਪ੍ਰਵੇਸ਼ ਕਰ ਜਾਵੇ, ਉਸਦੀ ਆਤਮਾ ਪਲੀਤ ਅਤੇ ਉਸਦੇ ਅੰਦਰ ਵਸਦਾ ਵੇਦ ਗਿਆਨ ਨਸ਼ਟ ਹੋ ਜਾਂਦਾ ਹੈ। ਉਹ ਬ੍ਰਾਹਮਣ ਕਹਾਉਣ ਦੇ ਯੋਗ ਨਹੀਂ ਰਹਿੰਦਾ, ਸਗੋਂ ਸ਼ੂਦਰਾਂ ਵਿੱਚ ਗਿਣਿਆਂ ਜਾਂਦਾ ਹੈ।

(98) ਇਸ ਤਰਾਂ ਸ਼ਰਾਬ ਪੀਣ ਵਾਲੇ ਦੇ ਕੀਤੇ ਪਾਪਾਂ ਅਤੇ ਪਸ਼ਚਾਤਾਪ ਵਾਰੇ ਵਖਿਆਨ ਕਰ ਦਿੱਤਾ ਹੈ। ਹੁਣ ਮੈਂ (ਭ੍ਰਿਗੂ) ਬ੍ਰਾਹਮਣ ਦੇ ਘਰੋਂ ਸੋਨਾ ਚੋਰੀ ਕਰਨ ਵਾਲੇ ਗੁਨਾਹ ਲਈ ਪ੍ਰਾਸਚਿਤ (ਪਸ਼ਤਾਵਾ) ਕਰਨ ਦੀਆਂ ਵਿਧੀਆਂ ਦੱਸਦਾ ਹਾਂ।

ਸੋਨਾ ਚੋਰੀ ਕਰਨ ਦੀ ਸਜ਼ਾ ਅਤੇ ਪਸ਼ਚਾਤਾਪ ਵਿਧੀ–

(99) ਜੇ ਬ੍ਰਾਹਮਣ, ਬ੍ਰਾਹਮਣ ਦੇ ਘਰੋਂ ਸੋਨਾ ਚੋਰੀ ਕਰਦਾ ਪਕੜਿਆ ਜਾਵੇ, ਤਾਂ ਪਾਪ ਦੇ ਪਛਤਾਵੇ ਲਈ ਆਪ ਹੀ ਰਾਜੇ ਦੇ ਸਨਮੁੱਖ ਪੇਸ਼ ਹੋ ਜਾਵੇ ਤਾਂ ਚੰਗਾ ਹੈ। ਆਪਣੇ ਕੀਤੇ ਦੁਸ਼ਟ ਕਰਮ ਨੂੰ ਦੱਸਦਾ ਹੋਇਆ, ਗੁਨਾਹ ਕਬੂਲ ਕਰਕੇ ਰਾਜੇ ਕੋਲੋਂ ਦੰਡ ਦੀ ਜਾਚਨਾ ਕਰੇ।

(100) ਰਾਜਾ ਆਪਣੇ ਦੇ ਹੱਥ ਵਿੱਚ ਫੜਿਆ ਸੋਟਾ, ਇੱਕ ਵਾਰ ਬ੍ਰਾਹਮਣ ਦੀ ਪਿੱਠ ਉੱਪਰ ਮਾਰੇ। ਰਾਜੇ ਸ੍ਹਾਮਣੇ ਆਪਣੇ ਕੀਤੇ ਪਾਪ ਨੂੰ ਸਵਿਕਾਰ ਕਰਕੇ, ਇਸ ਮਮੂਲੀ ਦੰਡ ਮਗਰੋਂ, ਤਪੱਸਿਆ ਕਰਨ ਨਾਲ ਹੀ, ਬ੍ਰਾਹਮਣ ਪਾਪ ਮੁਕਤ ਹੋ ਜਾਂਦਾ ਹੈ। ਪਰ ਸ਼ੂਦਰ ਵਰਣ ਦੇ ਚੋਰਾਂ ਲਈ ਪਾਪ ਨਵਿਰਤੀ, ਮੌਤ ਦੀ ਸਜ਼ਾ ਨਾਲ ਹੀ ਹੁੰਦੀ ਹੈ।

(101) ਕਿਸੇ ਹੋਰ ਦਵਿੱਜ ਵਾਸਤੇ, ਸੋਨਾ ਚੋਰੀ ਕਰਨ ਦੇ ਅਪਰਾਧ ਦੀ ਪਛਤਾਵਾ ਕਰਨ ਦੀ ਵਿਧੀ ਉਹੀ ਹੈ, ਜੋ ਇੱਕ ਬ੍ਰਾਹਮਣ ਦੀ ਹੱਤਿਆ ਕਰਨ ਲਈ ਪਹਿਲਾਂ ਨਿਸਚਿਤ ਕੀਤੀ ਗਈ ਹੈ। ਇਸ ਲਈ ਸੋਨਾ ਚੋਰੀ ਕਰਨ ਵਾਲੇ ਦਵਿੱਜ (ਖੱਤਰੀ ਵੈਸ਼) ਲਈ, ਆਪਣਾ ਕੁਟੰਭ (ਪੁੱਤਰ ਕਲੱਤਰ) ਤਿਆਗ ਕੇ ਜੰਗਲਾਂ ਵਿੱਚ ਵਾਸਾ ਕਰਨਾ ਅਤੇ ਦਰਖਤਾਂ ਦੀ ਛਿੱਲ ਜਾਂ ਲੀਰਾ ਦੇ ਨਾਲ ਬਣੇ ਬਸਤਰਾਂ ਨਾਲ ਤਨ ਕੱਜਣਾ ਆਦਿ, ਪਸ਼ਚਾਤਾਪ ਕਰਨ ਦੇ ਤਰੀਕੇ ਹਨ, ਜੋ ਪਹਿਲਾਂ ਭੀ ਦੱਸੇ ਗਏ ਹਨ।

(102) ਉੱਪਰ ਦੱਸੇ ਉਪਾਵਾਂ ਨਾਲ, ਇੱਕ ਦਵਿੱਜ ਆਪਣੇ ਕੀਤੇ ਪਾਪਾਂ ਨੂੰ ਤਾਂ ਦੂਰ ਕਰ ਸਕਦਾ ਹੈ। ਪਰ ਗਿਆਨ ਦੇਣ ਵਾਲੇ ਗੁਰੂ ਦੀ ਪਤਨੀ ਨਾਲ ਸਬੰਧ ਬਣਾ ਕੇ ਕਾਮ ਕਰੀੜਾ (ਗੁਰੂ ਇਸਤ੍ਰੀ ਗਮਨ) ਕਰਨ ਦੇ ਪਾਪ ਨੂੰ ਧੋਣ ਲਈ ਅੱਗੇ ਦੱਸੇ ਉਪਾਅ ਕਰਨੇ ਪੈਣਗੇ।

ਗੁਰੂ ਦੀ ਪਤਨੀ ਨਾਲ ਕਾਮ ਕਰੀੜਾ ਕਰਨ ਵਾਲੇ ਲਈ ਦੰਡ ਅਤੇ ਪਸ਼ਚਾਤਪ ਵਿਧੀ –

ਟਿੱਪਣੀ:– *ਐਸੇ ਵਿਸ਼ੇ ਨੂੰ ਬਾਰ ਬਾਰ ਉਭਾਰਨ ਤੋਂ ਇਹ ਗੱਲ ਸਾਫ਼ ਜ਼ਾਹਿਰ ਹੈ ਕਿ ਮਨੁੱਖ ਜਾਤਿ, ਇਨ੍ਹਾਂ ਸਮਾਜਿਕ ਬੁਰਾਈਆਂ ਅਤੇ ਕਮਜ਼ੋਰੀਆ ਤੋਂ ਕਦੇ ਭੀ ਮੁਕਤਿ ਨਹੀਂ ਸੀ। ਉਧਾਰਣ ਵਜੋਂ-- ਬੁੜਾਪੇ ਵਿੱਚ ਗੌਤਮ ਰਿਸ਼ੀ ਦਾ ਅਤਿ ਸੁੰਦਰ ਇਸਤ੍ਰੀ 'ਅਹੱਲਿਆ'ਨਾਲ ਵਿਆਹ ਕਰਵਾ ਕੇ ਆਪਣੇ ਆਸ਼ਰਮ ਵਿੱਚ ਇਕੱਲਿਆਂ ਛੱਡ ਜਾਣਾ। ਇੰਦਰ ਦੇਵਤੇ ਨੂੰ ਇਸਦੀ ਭਿਣਕ ਮਿਲਣ ਤੇ ਉਸਨੂੰ ਉਧਾਲ (ਪੱਟ) ਲੈਣਾ (ਜਾਂ ਜਵਾਨ ਅਹੱਲਿਆ ਦਾ ਉਸਤੇ ਮੋਹਿਤ ਹੋ ਜਾਣਾ), ਬੀਤੇ ਸਮੇਂ ਦੀਆਂ, ਮਨੁੱਖ ਹੀ ਨਹੀਂ ਸਗੋਂ ਦੇਵੀ ਦਵੇਤਿਆਂ ਦੀਆਂ ਸ਼ਰਮਸਾਰ ਕਰਨ ਵਾਲੀਆਂ ਕਹਾਣੀਆਂ ਵਿੱਚੋਂ ਇੱਕ ਮਿਸਾਲ ਹੈ। ਸੱਚ ਨੂੰ ਛੁਪਾਣ ਲਈ ਭਾਵੇਂ ਇਹ ਗਾਥਾ ਬਹੁਤ ਵੱਖ ਵੱਖ ਰੂਪਾਂ ਵਿੱਚ ਸੁਣਾਈ ਜਾਂਦੀ ਹੈ, ਪਰ ਸੂਝਵਾਨ ਪਾਠਕ ਇਸਨੂੰ, ਇਸ ਸਲੋਕ ਨਾਲ ਜੋੜਕੇ ਇਨਸਾਨੀ ਕਮਜ਼ੋਰੀਆ ਬਾਰੇ ਸਮਝ ਸਕਦੇ ਹਨ। ਅੱਜ ਦੇ ਸਮੇਂ ਵਿੱਚ, ਪੰਜਾਬੀ ਦੇ ਮਹਾਨ ਕਵੀ 'ਸ਼ਿਵ ਕੁਮਾਰ ਬਟਾਲਵੀ' ਦੀ ਲਿਖੀ ਪੁਸਤਕ* ***'ਲੂਣਾ'***, *ਪੁਰਾਤਨ ਸਮੇਂ ਦੀ ਐਸੀ ਦਸ਼ਾ ਬਾਰੇ ਚਾਨਣ ਪਉਣ ਲਈ, ਇਕ ਬਹੁਤ ਉੱਤਮ ਕਾਵਿ ਸੰਗ੍ਰਹਿ ਹੈ।*

(103) ਉਹ ਮਨੁੱਖ ਜਿਸਨੇ ਆਪਣੇ ਗੁਰੂ ਦੀ ਪਤਨੀ ਨਾਲ ਵਿਭਚਾਰ (ਜ਼ਬਰਦਸਤੀ ਜਾਂ ਸਹਿਮਤੀ ਨਾਲ) ਕੀਤਾ ਹੋਵੇ, ਉਹ ਆਪਣਾ ਅਪਰਾਧ ਮੰਨ ਕੇ ਆਪਣੇ ਪਾਪ ਨੂੰ ਧੋਣ ਲਈ, ਗਰਮ ਕੀਤੇ ਹੋਏ ਲੋਹੇ ਦੇ ਤਵੇ ਉੱਪਰ ਲੇਟ ਜਾਵੇ ਜਾਂ ਲੋਹੇ ਦੀ ਬਣੀ ਇਸਤਰੀ ਦੇ ਦਗਦੇ ਬੁੱਤ (ਲਾਲ ਹੋਈ ਮੂਰਤੀ) ਨੂੰ ਜੱਫੀ (**आलिंगन**) ਪਾ ਕੇ ਮਰ ਜਾਵੇ।

(104) ਜਾਂ ਉਸਦਾ ਲਿੰਗ ਅਤੇ ਪਤਾਲੂ (ਟੱਟੇ) ਕੱਟ ਕੇ ਉਸਦੇ ਹੱਥਾਂ ਉੱਪਰ ਧਰ ਕੇ, ਦੱਖਣ-ਪੱਛਮ ਦਿਸ਼ਾ (ਦੁਸ਼ਟ ਰੂਹਾਂ-ਨਰਿੱਤੀ ਰੂਹਾਂ ਦੀ ਦਿਸ਼ਾ ਵੱਲ) ਵਾਲੇ ਪਾਸੇ ਤੋਰ ਦਿੱਤਾ ਜਾਵੇ, ਜਦੋਂ ਤੀਕਰ ਉਹ ਡਿਗ ਕੇ ਮਰ ਨਹੀਂ ਜਾਂਦਾ।

(105) ਜਾਂ, ਹੱਥ ਵਿੱਚ ਮੰਜੇ ਦੇ ਪਾਵੇ ਵਰਗੀ ਮੂੰਗਲੀ ਚੁੱਕ ਕੇ, ਦਾੜ੍ਹੀ ਮੁੱਛ ਵਧਾ ਕੇ, ਫਟੀਆਂ ਪੁਰਾਣੀਆਂ ਲੀਰਾਂ ਵਾਲੇ ਕੱਪੜੇ ਪਾ ਕੇ, ਘਰ ਬਾਰ ਤਿਆਗ ਕੇ, ਲਗਾਤਾਰ ਇੱਕ ਸਾਲ, ਇਕਾਂਤ ਸੁੰਨਸਾਨ ਜੰਗਲਾਂ ਵਿੱਚ ਕਠਨ ਤਪੱਸਿਆ ਕਰਦਿਆਂ ਬਿਤਾਵੇ ਅਤੇ 'ਪਰਜਾਪਤ ਵ੍ਰਤ' ਦੀ ਵਿਧੀ ਵਾਲਾ ਕਠਨ ਪਸ਼ਚਾਤਪ ਕਰੇ।

(106) ਜਾਂ ਆਪਣੀਆਂ ਇੰਦਰੀਆਂ ਨੂੰ ਵੱਸ ਕਰਕੇ, ਤਿੰਨ ਮਹੀਨੇ, ਕੇਵਲ ਹਵਨ ਲਈ ਵਰਤੀ ਜਾਣ ਦੀ ਸਮਗ੍ਰੀ ਜਾਂ ਜੌਆਂ ਦੀ ਖਿਚੜੀ ਖਾ ਕੇ ਅਤੇ ਚੰਦਰਾਇਣ ਵ੍ਰਤ ਰੱਖਕੇ ਗੁਰੂ ਦੀ ਇਸਤਰੀ ਨਾਲ ਕੀਤੇ ਕਾਮ ਕ੍ਰੀੜੇ ਦਾ ਪਸ਼ਚਾਤਾਪ ਕਰਕੇ ਆਪਣੇ ਪਾਪ ਧੋ ਸਕਦਾ ਹੈ।

(107) ਉੱਪਰ ਦੱਸੀਆਂ ਤਪੱਸਿਆਵਾਂ ਨਾਲ, ਮਹਾਂ ਪਾਪੀ ਮਨੁੱਖ ਆਪਣੇ ਕੀਤੇ ਹੋਏ (ਇਖਲਾਕ ਤੋਂ ਗਿਰੇ ਹੋਏ) ਪਾਪਾਂ ਤੋਂ ਨਵਿਰਤ ਹੋ ਸਕਦਾ ਹੈ। ਅਤੇ ਹੋਰ ਛੋਟੇ ਪਾਪ (ਉਪਪਾਤਿਕ), ਜਿਨਾਂ ਰਾਹੀਂ ਤਪੱਸਿਆ ਅਤੇ ਉਪਾਅ ਕਰਕੇ, ਮਨੁੱਖ ਆਪਣੇ ਵਰਣ (ਭਾਈਚਾਰੇ) ਵਿੱਚੋਂ ਬੇਦਖਲ ਹੋਣ ਤੋਂ ਬਚ ਜਾ ਸਕਦਾ ਹੈ, ਉਹ ਅੱਗੇ (ਹੇਠਾਂ ਦੱਸੇ) ਦੱਸੇ ਗਏ ਹਨ।

ਛੋਟੀਆਂ ਛੋਟੀਆਂ ਭੁੱਲਾਂ ਲਈ ਪਸ਼ਚਾਤਪ ਤੇ ਤਪੱਸਿਆ-

(108) ਛੋਟੇ ਪਾਪ ਅਤੇ ਭੁੱਲਾਂ, ਜਿਵੇਂ ਗਊ ਜਾਂ ਸ੍ਵਾਨ ਆਦਿ ਦੀ ਹੱਤਿਆ ਕਰਨੇ ਵਾਲੇ ਲਈ ਪਸ਼ਚਾਤਾਪ ਦੀ ਵਿਧੀ ਹੈ ਕਿ ਉਹ ਸਿਰ ਮੁਨਾ ਕੇ, ਉਸੇ ਪਸ਼ੂ ਦਾ ਚੰਮ ਪਹਿਨੇ ਅਤੇ ਗਊਆਂ ਦੇ ਬਾੜੇ ਵਿੱਚ ਰਹਿ ਕੇ, ਪਹਿਲਾ ਇੱਕ ਮਹੀਨਾ, ਜੌਆਂ ਦੀ ਲਾਪਸੀ (ਖਿਚੜੀ) ਖਾ ਕੇ ਗੁਜ਼ਾਰੇ।

(109) ਅਗਲੇ ਦੋ ਮਹੀਨੇ, ਗਊ ਮੂਤਰ ਨਾਲ ਇਸ਼ਨਾਨ ਕਰੇ, ਇਕਾਗਰ ਮਨ ਨਾਲ ਮੋਨਧਾਰੀ ਹੋ ਕੇ ਸਾਧਨਾ ਕਰੇ, ਹਰ ਤੀਸਰੇ ਦਿਨ ਦੇ ਚੌਥੇ ਪਹਿਰ, ਬਿਨਾਂ ਲੂਣ ਅਤੇ ਮਸਾਲੇ ਵਾਲਾ ਭੋਜਨ **ਖਾਵੇ।**

(110) ਦਿਨ ਸਮੇਂ ਗਊਆਂ ਦੇ ਪਿੱਛੇ ਪਿੱਛੇ ਤੁਰਦਾ ਹੋਇਆ, ਗਊਆਂ ਦੇ ਖੁਰਾਂ ਨਾਲ ਉਡਾਈ ਧੁੱਦਲ ਵਾਲਾ ਸਾਹ ਲਵੇ, ਰਾਤ ਸਮੇਂ ਗਊਆਂ ਦੀ ਸੇਵਾ ਕਰੇ ਅਤੇ ਉਨ੍ਹਾਂ ਨੂੰ ਪ੍ਰਣਾਮ ਕਰਕੇ ਸਾਰੀ ਰਾਤ ਬੀਰ-ਆਸਣ ਵਿੱਚ ਬੈਠ ਕੇ ਸੌਂਵੇਂ।

(111) ਬਿਨਾ ਕ੍ਰੋਧ ਕੀਤਿਆਂ, ਆਪਣੇ ਆਪ ਨੂੰ ਕਾਬੂ ਵਿੱਚ ਰੱਖ ਕੇ, ਜਦੋਂ ਗਊਆਂ ਖੜੀਆਂ ਹੋਣ ਤਾਂ ਖੜਾ ਰਹੇ ਅਤੇ ਜਦੋਂ ਤੁਰ ਪੈਣ ਤਾਂ ਨਾਲ ਤੁਰ ਪਵੇ। ਜਦੋਂ ਉਹ ਅਰਾਮ ਲਈ ਬੈਠ ਜਾਣ ਤਾਂ ਨਾਲ ਹੀ ਆਪ ਬੈਠ ਜਾਵੇ।

(112) ਜੇ ਕੋਈ ਗਊ ਬਿਮਾਰ ਹੋ ਜਾਵੇ, ਚੋਰਾਂ ਤੋਂ ਚੋਰੀ ਜਾਂ ਸ਼ੇਰ ਤੋਂ ਸ਼ਿਕਾਰ ਹੋਣ ਦਾ ਖਤਰਾ ਹੋਵੇ, ਚਿੱਕੜ ਜਾਂ ਦਲਦਲ ਵਿੱਚ ਡਿਗ ਕੇ ਫਸ ਜਾਵੇ, ਤਾਂ ਹਰ ਤਰਾਂ ਦੀ ਹਾਲਤ ਵਿੱਚ ਉਸਦੀ ਦੇਖ ਭਾਲ ਕਰੇ।

(113) ਗਰਮੀ-ਸਰਦੀ ਜਾਂ ਬਰਸਾਤ ਦੇ ਮੌਸਮ ਵਿੱਚ, ਜਦੋਂ ਝੱਖੜ ਝੁੱਲਦਾ ਹੋਵੇ, ਉਸ ਸਮੇਂ ਆਪਣੀ ਰੱਖਿਆ ਤੋਂ ਪਹਿਲਾਂ, ਗਊਆਂ ਦੀ ਰੱਖਿਆ ਬਾਰੇ ਸੋਚੇ।

(114) ਆਪਣੇ ਜਾਂ ਕਿਸੇ ਹੋਰ ਦੇ ਖੇਤ ਵਿੱਚੋਂ ਚਾਰਾ ਚੁਗ ਰਹੀ ਗਊ ਨੂੰ, ਜਾਂ ਦੁੱਧ ਚੁੰਘਦੇ ਸਮੇਂ ਗਊ ਅਤੇ ਬਛੜੇ ਨੂੰ ਕੁਝ ਨਾ ਕਹੇ, ਸਗੋਂ ਦੂਸਰਿਆਂ ਨੂੰ ਭੀ ਏਹੋ ਉਪਦੇਸ਼ ਕਰੇ।

(115) ਇਸ ਵਿਧੀ ਮੁਤਾਬਿਕ, ਗਊ ਦੀ ਹੱਤਿਆ ਦਾ ਦੋਸ਼ੀ, ਤਿੰਨ ਮਹੀਨੇ ਗਊਆਂ ਦੀ ਸੇਵਾ ਕਰਕੇ, ਆਪਣੇ ਕੀਤੇ ਪਾਪ ਤੋਂ ਮੁਕਤਿ ਹੋ ਸਕਦਾ ਹੈ।

(116) ਪਰ ਇਸ ਤਰਾਂ ਵਿਧੀ ਪੂਰਵਕ ਤਪੱਸਿਆ ਪੂਰੀ ਹੋਣ ਮਗਰੋਂ, ਜਰੂਰੀ ਹੈ ਕਿ ਉਹ ਇੱਕ ਪੜ੍ਹੇ ਹੋਏ ਵੇਦ ਪਾਠੀ ਬ੍ਰਾਹਮਣ ਨੂੰ, ਘੱਟੋ ਘੱਟ ਇੱਕ ਬੈਲ ਅਤੇ ਦਸ ਗਊਆਂ ਦਾਨ ਕਰੇ।ਬਜੇ ਐਸਾ ਕਰਨ ਦੀ ਸਮਰਥਾ ਨਾ ਹੋਵੇ, ਤਾਂ ਜੋ ਕੁਝ ਭੀ ਉਸ ਕੋਲ ਹੋਵੇ, ਸਭ ਬ੍ਰਾਹਮਣ ਨੂੰ ਦਾਨ ਕਰ ਦੇਵੇ।

(117) ਬ੍ਰਹਮਚਾਰੀ ਚੇਲੇ ਨੂੰ ਛੱਡ ਕੇ, ਬਾਕੀ ਅਵਕੀਰਣ (ਧਰਮ ਭ੍ਰਿਸ਼ਟ) ਦਵਿੱਜ, ਜਿਨ੍ਹਾਂ ਨੇ ਕੋਈ ਸਧਾਰਣ ਭੁੱਲ ਕੀਤੀ ਹੋਵੇ (ਪਰ ਕੋਈ ਦੁਰਾਚਾਰੀ ਕਰਮ ਨਾ ਕੀਤਾ ਹੋਵੇ), ਉਹ ਆਪਣੀ ਸ਼ੁਧੀ ਲਈ ਪਹਿਲਾਂ ਦੱਸੇ ਨਿਯਮਾਂ (ਗਊ ਹੱਤਿਆ ਦੇ ਪਸ਼ਚਾਤਾਪ ਵਾਲੇ) ਮੁਤਾਬਿਕ ਚੰਦਰਾਇਣ ਵ੍ਰਤ ਦੀ ਵਿਧੀ ਰਾਹੀਂ ਆਪਣੀ ਭੁੱਲ ਦਾ ਪਸ਼ਚਾਤਾਪ ਕਰ ਸਕਦੇ ਹਨ।

ਨੋਟ:- *ਗੁਰੂ ਦੀ ਇਸਤਰੀ ਨਾਲ ਕੁਕਰਮ ਕਰਨ ਵਾਲੇ ਨੂੰ ਵੀ ਅਵਕੀਰਣੀ ਕਿਹਾ ਜਾਂਦਾ ਹੈ।*

(118) ਅਵਕੀਰਣ (ਧਰਮ ਭ੍ਰਿਸ਼ਟ ਦਵਿੱਜ ਅਤੇ ਵ੍ਰਤ ਭ੍ਰਿਸ਼ਟ ਬ੍ਰਹਮਚਾਰੀ ਚੇਲਾ) ਵਾਸਤੇ, ਪਸ਼ਚਾਤਾਪ ਕਰਨ ਲਈ ਵਿਧਾਨ ਹੈ ਕਿ ਉਹ ਮੱਸਿਆ ਦੀ ਰਾਤ ਸਮੇਂ ਮੂੰਹ ਕਾਲਾ ਕਰਕੇ, ਕਾਣੇ ਖੋਤੇ ਉੱਪਰ ਬੈਠ ਕੇ ਪਿੰਡ ਦੇ ਚੁਰਾਹੇ ਵਿੱਚ ਖੜਾ ਹੋਵੇ ਅਤੇ ਪਾਕ ਯੱਗ ਦੀ ਮਰਿਯਾਦਾ ਮੁਤਾਬਿਕ ਨ੍ਰਿਤੀ ਦੇਵੀ (**निर्क्रति देवी**) ਦੀ ਪੂਜਾ ਕਰੇ।

ਟਿੱਪਣੀ*:- ਹਿੰਦੂ ਮਤ ਵਿੱਚ ਅੱਜ ਤੀਕਰ 161 ਦੇਵੀਆਂ ਦੇ ਨਾਮ ਉਪਲੱਬਦ ਹਨ (ਦੇਖੋ ਵਿੱਕੀ ਪੀਡੀਆ- ਹਿੰਦੂ ਦੇਵੀਆਂ)।* ***ਨ੍ਰਿਤੀ ਦੇਵ*** *ਵਾਰੇ ਵੱਖ ਵੱਖ ਵਖਿਆਨ ਮਿਲਦੇ ਹਨ। ਜਿਸ ਦੇਵਤੇ ਦਾ ਜ਼ਿਕਰ ਇਸ ਸਲੋਕ ਵਿੱਚ ਵਰਨਣ ਕੀਤਾ ਜਾਪਦਾ ਹੈ, ਉਸਦੀ ਜਾਣਕਾਰੀ ਕੁਝ ਇਸ ਤਰਾਂ ਮਿਲੀ ਹੈ -*

*ਕੋਈ ਲਿੰਗ ਭੇਦ ਨਾ ਹੋਣ ਕਰਕੇ ਇਸਨੂੰ, **ਨ੍ਰਿਤੀ ਦੇਵ** ਅਤੇ **ਨ੍ਰਿਤੀ ਦੇਵੀ,** ਦੋਹਾਂ ਨਾਵਾਂ ਨਾਲ ਪੁਕਾਰਿਆ ਜਾਂਦਾ ਹੈ (ਅਰਧ-ਨਾਰੀਸ਼ਵਰ, ਅੱਧਾ ਪਰਸ਼-ਅੱਧੀ ਨਾਰੀ)। ਸਾਕਤਿ ਮਤ (ਸ਼ਾਕੂ ਲੋਕ, ਵਾਮ ਮਾਰਗੀ ਲੋਕ) ਦੇ ਲੋਕਾਂ ਵਿੱਚ (ਜਿਨ੍ਹਾਂ ਦੀ ਜੀਵਨ ਸ਼ੈਲੀ ਬਹੁਤੀ ਸਭਿਅਕ ਨਹੀਂ ਕਹੀ ਜਾਂਦੀ), ਦਸ ਮਹਾਂਵਿਦਯਾ ਅਰਥਾਤ ਦਸ ਦੇਵੀਆਂ (ਕਾਲੀ, ਤਾਰਾ, ਖੋੜਸ਼ੀ, ਭਵਨੇਸ਼ਵਰੀ, ਭੈਰਵੀ, ਛਿਨ ਮਸ਼ਤਕਾ, ਧੂਮਾਵਤੀ, ਵਗਲਾ, ਮਾਤੰਗੀ ਅਥੇ ਕਮਲਾ) ਦੀ ਪੂਜਾ ਕੀਤੀ ਜਾਂਦੀ ਹੈ। ਨਾਵਾਂ ਦੇ ਭੇਦ ਬਹੁਤੀ ਥਾਈਂ ਵੱਖੋ ਵੱਖਰੇ ਹਨ। ਇਨ੍ਹਾਂ ਵਿੱਚੋਂ ਨ੍ਰਿਤੀ ਦੇਵੀ, ਪ੍ਰਮੁੱਖ ਦੇਵੀ ਕਹੀ ਜਾਂਦੀ ਹੈ। ਆਮ ਲੋਕ ਇਸਨੂੰ ਧੂਮਾਵਤੀ ਆਖਦੇ ਹਨ। ਹਿੰਦੂ ਧਰਮ ਵਿੱਚ ਸਾਰੇ ਅਸ਼ੁੱਭ ਕਰਮ ਅਤੇ ਦੁਖਾਂ ਦਾ ਕਾਰਨ ਕਹੇ ਜਾਦੇਂ ਦੇਵਤਿਆਂ (ਯਮ, ਰੁਦਰ, ਵਰੁਣ, ਅਤੇ ਨ੍ਰਿਤੀ) ਵਿੱਚੋਂ ਇੱਕ ਹੈ।*

*ਭਾਵੇਂ ਮਨੂੰ ਸਿਮ੍ਰਤੀ ਦੇ ਕਿਸੇ ਅਧਿਆਇ ਵਿੱਚ ਦੇਵੀ ਸ਼ਬਦ ਦਾ ਜ਼ਿਕਰ ਨਹੀਂ ਹੈ, ਪਰ **ਨ੍ਰਿਤੀ ਦੇਵੀ** ਦੇ ਨਾਮ ਨਾਲ ਇਕ ਹੋਰ ਕਥਾ ਭੀ ਜੋੜ ਕੇ ਬਹੁਤ ਵਾਰੀ ਸੁਣਾਈ ਜਾਂਦੀ ਹੈ, ਜੋ ਇੱਥੇ ਸ਼ੱਕੀ ਪਰ ਢੁਕਵੀਂ ਜਾਪਦੀ ਹੈ। ਪਾਠਕਾਂ ਦੀ ਜਾਣਕਾਰੀ ਹਿੱਤ, ਥੋੜ੍ਹਾ ਜਿਹਾ ਵਖਿਆਨ ਇਸ ਤਰਾਂ ਹੈ ਕਿ - **ਕਸ਼ਪ ਰਿਸ਼ੀ** (ਬ੍ਰਹਮਾ ਦੇ ਮਾਣਸ ਪੁੱਤਰ ਮਰੀਚੀ ਦਾ ਬੇਟਾ), ਜਿਸਨੇ ਪ੍ਰਜਾਪਤਿ ਦਕਸ਼ ਦੀਆਂ ਸੌ ਵਿੱਚੋਂ ਸਤਾਰਾਂ (17) ਪੁਤਰੀਆਂ ਨਾਲ ਵਿਆਹ ਕਰਵਾਇਆ, ਉਨ੍ਹਾਂ ਵਿੱਚੋਂ ਇੱਕ ਦਾ ਨਾਮ ਦਿਤਿ ਸੀ। **ਦਿਤਿ** ਦੀ ਕੁੱਖੋਂ ਪੈਦਾ ਹੋਈ ਕੰਨਿਆ, ਜਿਸਦਾ ਨਾਮ **ਸਹਿੰਕਾ ਦੇਵੀ** (ਭਗਵਤੀ, ਧੂਮਾਂਵਤੀ ਮਾਤਾ) ਜਾਂ ਨ੍ਰਿਤੀ ਦੇਵੀ ਕਰਕੇ ਜਾਣਿਆ ਜਾਂਦਾ ਹੈ। ਧੂਮਾਂਵਤੀ, ਜਿਸਨੂੰ ਤਾਂਤਰਿਕ ਲੋਕ (ਸਾਕਤ ਲੋਕ) ਭੈੜੀਆਂ ਅਤੇ ਵਸ਼ੀਕਰਨ ਵਰਗੀਆਂ ਜੁਗਤੀਆਂ ਲਈ, ਮਹਾਂ ਸ਼ਕਤੀ ਕਰਕੇ ਵਰਤਦੇ ਹਨ। ਇਸਦਾ ਸੁਭਾਅ, ਜੀਵਾਂ ਨੂੰ ਦਲਿੱਦਰਤਾ, ਪਾਪ, ਅਤੇ ਦੁੱਖ ਦੇਣ ਵਾਲੀਆਂ ਮੂਲ ਸਥਿਤੀਆਂ ਲਈ ਜਾਣੇ ਜਾਂਦੇ ਦੇਵਤਿਆਂ (ਰੁਦਰ, ਯਮ, ਵਰੁਣ) ਵਾਂਗ ਹੀ ਹੈ। ਇਸ ਨਾਲ ਕਿਸੇ ਪੁਰਸ਼ ਦੇ ਸੰਗ ਵਾਰੇ ਪਤਾ ਨਾ ਹੋਣ ਕਾਰਨ, ਇਸਨੂੰ ਬੇਉਲਾਦ, ਵਿਧਵਾ ਅਤੇ ਕਰੂਪ ਕਰਕੇ ਜਾਣਿਆ ਜਾਂਦਾ ਹੈ। ਸੰਸਾਰ ਤੇ ਪਰਲੋ (ਅੰਤ, ਖਾਤਮਾ ਹੋਣਾ) ਆਉਣ ਸਮੇਂ ਇਸਦੇ ਕਰੋਪੀ ਹੋਣ ਦਾ ਪਹਿਰਾ ਕਿਹਾ ਜਾਂਦਾ ਹੈ। ਬਹੁਤ ਸਾਰੇ ਤਾਂਤਰਿਕ ਲੋਕ (ਸਾਕਤ ਲੋਕ), ਦੁੱਖਾਂ, ਬਿਮਾਰੀਆਂ ਤੋਂ ਬਚਣ ਅਤੇ ਭੁੱਲਾਂ ਨੂੰ ਬਖਸ਼ਾਉਣ ਲਈ ਇਸਦੀ ਪੂਜਾ ਅਤੇ ਮੰਤ੍ਰ ਸਿੱਧੀ ਕਰਦੇ ਹਨ। ਵਾਮ ਮਾਰਗੀ ਲੋਕ ਇਸ ਪੂਜਾ ਨੂੰ 'ਨਿਰਿਤੀ ਇਸ਼ਟਾ' ਕਹਿੰਦੇ ਹਨ। ਇਸੇ ਨਾਲ ਜੋੜ ਕੇ ਉਪਰਲੇ ਸਲੋਕ ਵਿੱਚ, ਪਛਚਾਤਪ ਕਰਨ ਅਤੇ ਆਪਣੀਆਂ ਭੁੱਲਾਂ ਬਖਸ਼ਾਉਣ ਲਈ ਧੂਮਾਂਵਤੀ ਦੇਵੀ ਲਈ **ਪਾਕ ਯੱਗ** ਦੀ ਪੂਜਾ ਦਾ ਵਿਧਾਨ ਦੱਸਿਆ ਲਗਦਾ ਹੈ।*

***ਪਾਕ ਯੱਗ**:- ਵਿਧੀ ਮੁਤਾਬਿਕ ਅਗਨੀ ਪੂਜਾ ਸਮੇਂ ਰਿੱਗ ਵੇਦ ਦੇ ਖਾਸ ਮੰਤ੍ਰ ਪੜ ਕੇ ਕੀਤਾ ਜਾਣ ਵਾਲਾ ਯੱਗ, ਜੋ ਕਈ ਤਰਾਂ ਦੀਆਂ ਵੱਖੋ ਵੱਖ ਰੀਤਾਂ ਨਾਲ ਨਿਭਾਇਆ ਜਾਂਦਾ ਹੈ।*

(119) ਇਸ ਤਰਾਂ ਵਿਧੀ ਪੂਰਵਕ ਪੂਜਾ ਕਰਨ ਮਗਰੋਂ, ਪਛਤਾਵੇ ਦੀ ਪ੍ਰਤਿੱਗਿਆ ਕਰਨ ਵਾਲਾ ਪੁਰਸ਼ (ਅਵਕੀਰਣ, ਧਰਮ ਦੀ ਮਰਿਯਾਦਾ ਭੰਗ ਕਰਨ ਵਾਲਾ), ਅਗਨੀ ਵਿੱਚ ਚਾਰ ਵਾਰ ਘਿਉ ਪਾ ਕੇ ਹਵਨ ਦੀ ਪਵਿੱਤਰ ਸਮਗਰੀ ਧੁਖਾਉਂਦਿਆਂ, ਇੰਦਰ ਦੇਵਤਾ, ਹਵਾ, ਵ੍ਰਹਸਪਤਿ ਅਤੇ ਅਗਨੀ ਦੇਵਤਿਆਂ ਲਈ ਅਹੂਤੀ ਦੇ ਕੇ ਸਮਾਪਤੀ ਕਰੇ।

(120) ਵੇਦ ਦੇ ਨਿਯਮਾਂ ਨੂੰ ਜਾਨਣ ਵਾਲਿਆਂ ਦਾ ਨਿਰਣਾ ਹੈ, ਕਿ ਜੇ ਕੋਈ ਵੇਦ ਸਿਖਿਆਰਥੀ ਦਵਿੱਜ (ਬ੍ਰਾਹਮਣ, ਖੱਤਰੀ, ਵੈਸ਼), ਪੂਜਾ ਦੇ ਚੱਲਦਿਆਂ ਜਾਣ ਬੁੱਝ ਕੇ ਕਿਸੇ ਔਰਤ ਨਾਲ ਕਾਮ ਕਰੀੜਾ ਕਰਕੇ ਵੀਰਜ ਪਾਤ ਕਰੇ, ਉਸਦਾ ਬ੍ਰਹਮਚਾਰੀ ਹੋਣ ਦਾ ਪ੍ਰਣ ਭੰਗ ਹੋ ਜਾਂਦਾ ਹੈ।

(121) ਭ੍ਰਿਸ਼ਟ, ਵੇਦ ਬਹ੍ਰਮਚਾਰੀ ਮਨੁੱਖ, ਜੋ ਆਪਣਾ ਪ੍ਰਣ ਤੋੜ ਕੇ ਵੀਰਜ ਪਾਤ ਕਰਦਾ ਹੈ, ਉਹ ਵੇਦਾਂ ਤੋਂ ਮਿਲਣ ਵਾਲੇ ਆਤਮਿਕ ਤੇਜ (ਬਲ) ਤੋਂ ਸੱਖਣਾ ਹੋ ਜਾਂਦਾ ਹੈ, ਅਤੇ ਉਸਦਾ ਗਿਆਨ ਮਰੂਤਾਂ (ਰੁਦਰ ਦੇਵਤੇ ਦੇ ਪੁੱਤਰ}, ਇੰਦਰ ਦੇਵਤਾ, ਹਵਾ, ਅਗਨੀ ਅਤੇ ਬ੍ਰਹਸਪਤ ਦੇਵਤਾ ਖੋਹ ਲੈਂਦੇ ਹਨ।

(122) ਜਦੋਂ ਕਿਸੇ ਵੇਦ ਬ੍ਰਮਚਾਰੀ ਕੋਲੋਂ ਇਸ ਤਰਾਂ ਦਾ ਪਾਪ ਹੋ ਜਾਵੇ, ਤਾਂ ਉਹ ਆਪਣਾ ਗੁਨਾਹ ਦੱਸ ਕੇ, ਗਧੇ ਦੀ ਬਲ਼ੀ ਭੇਂਟ ਕਰਕੇ ਉਸਦੀ ਖੱਲ ਨਾਲ ਸਰੀਰ ਕੱਜ ਕੇ ਆਪਣੇ ਕੀਤੇ ਹੋਏ ਪਾਪ ਬਾਰੇ ਦੱਸਦਾ ਹੋਇਆ, ਸੱਤ ਘਰਾਂ ਵਿੱਚੋਂ ਭੀਖਿਆ ਮੰਗ ਕੇ ਲਿਆਵੇ।

(123) ਮੰਗ ਕੇ ਲਿਆਂਦਾ ਭੋਜਨ ਦਿਨ ਵਿੱਚ ਇੱਕ ਵਾਰ ਹੀ ਖਾਵੇ, ਤਿੰਨੋ ਵਕਤ ਇਸ਼ਨਾਨ (ਸਵੇਰ, ਦੁਪੈਹਰ, ਸ਼ਾਮ) ਕਰੇ, ਤਾਂ ਇੱਕ ਸਾਲ ਲਗਾਤਾਰ ਐਸਾ ਕਰਨ ਮਗਰੋਂ, ਭ੍ਰਿਸ਼ਟ ਬ੍ਰਹਮਚਾਰੀ, ਪਵਿੱਤਰ ਹੋ ਜਾਂਦਾ ਹੈ।

ਜਾਤ ਬ੍ਰਾਦਰੀ ਵਿੱਚੋਂ ਬੇਦਖਲ ਕੀਤੇ ਜਾਣ ਵਾਲੇ ਕਰਮ ਅਤੇ ਉਪਾਅ -

(124) ਜਾਣ ਬੁੱਝ ਕੇ (ਸਵੈ ਇੱਛਤ) ਕੀਤੇ ਨਿੰਦਤੁਕਰਮ (ਸ਼ਰਮਸਾਰ ਕਰਨ ਵਾਲੇ ਪਾਪ, **जातिभ्रंशकर पाप**), ਜਿਸ ਨਾਲ ਮਨੁੱਖ ਆਪਣੀ ਜਾਤੀ ਤੋਂ ਬੇਦਖਲ (ਨਕਾਰਿਆ) ਕੀਤਾ ਗਿਆ ਹੋਵੇ, ਉਸ ਪਾਪ ਦਾ ਪਸ਼ਚਾਤਾਪ ਕਰਨ ਵਾਸਤੇ, ਉਸਨੂੰ **ਅਤੀਸੰਤਾਪਨ** ਵ੍ਰਤ ਦੀ ਵਿਧੀ ਪੂਰੀ ਕਰਨੀ ਪਵੇਗੀ। ਪਰ ਜੇ ਅਨਜਾਣੇ ਵਿੱਚ ਕੋਈ ਭੁੱਲ ਹੋਈ ਹੋਵੇ ਤਾਂ ਅੱਗੇ ਦੱਸੀ ਵਿਧੀ ਮੁਤਾਬਿਕ **ਪ੍ਰਜਾਪਤਿ** ਵ੍ਰਤ ਦੀ ਕਿਰਿਆ ਪੂਰੀ ਕਰਨੀ ਹੋਵੇਗੀ।

ਨੋਟ:- *ਇਸ ਸਲੋਕ ਵਿੱਚ 'ਕੁਕਰਮ'(ਭੈੜੇ ਕਰਮ) ਦਾ ਸੰਕੇਤ ਗੈਰ ਕੁਦਰਤੀ ਢੰਗਾਂ ਨਾਲ ਕਾਮ ਪੂਰਤੀ ਕਰਨ ਤੋਂ ਹੈ (ਜਿਵੇਂ ਪਸ਼ੂਆਂ ਨਾਲ, ਸਮਲਿੰਗੀ, ਪਾਣੀ ਵਿੱਚ ਸੰਭੋਗ--ਆਦਿ)।* ***'ਅਤਰੀ ਸਿਮਤ੍ਰੀ ਸੰਗ੍ਰਹਿ'*** *ਦੇ ਪਹਿਲੇ ਅਧਿਆਇ ਦੀ 168 ਨੰਬਰ ਕਵਿਤਾ ਵਿੱਚ ਇਸਦਾ ਖੁਲਾਸਾ ਕੀਤਾ ਗਿਆ ਹੈ ਅਤੇ ਐਸੀ ਭੁੱਲ ਦੇ ਪਸ਼ਚਾਤਾਪ ਲਈ, ਅਤੀ ਸੰਤਾਪਨਾ ਵ੍ਰਤ ਦੀ ਵਿਧੀ ਭੀ ਦੱਸੀ ਹੋਈ ਹੈ। ਇਸ ਸਬੰਧ ਵਿੱਚ ਬਹੁਤ ਜਿਆਦਾ ਗੈਰ ਕੁਦਰਤੀ ਅਤੇ ਵਾਦ ਵਿਵਾਦ ਛੇੜਣ ਵਾਲੀ ਜਾਣਕਾਰੀ ਉਪਲੱਬਦ, ਜੋ ਪਾਠਕਾਂ ਦੇ ਹਿੱਤ ਖਾਤਰ ਪੜਨਯੋਗ ਨਹੀਂ ਹੈ।*

(125) **ਸ਼ੰਕਰੀਕਰਣ** (ਆਪਣੇ ਵਰਣ ਤੋਂ ਬਾਹਰ ਉਲਾਦ ਪੈਦਾ ਕਰਨਾ) ਜਾਂ **ਅਪਾਤ੍ਰੀਕਰਣ** ਕਰਮ (ਜਿਸ ਕਰਮ ਨਾਲ ਬ੍ਰਾਹਮਣ ਦਾਨ ਲੈਣ ਦੇ ਯੋਗ ਨਾ ਰਹੇ) ਕਰਨ ਵਾਲੇ ਲਈ, ਆਪਣੀ ਕੀਤੀ ਭੁੱਲ ਦਾ ਪਸ਼ਚਾਤਾਪ ਕਰਨ ਲਈ, ਵਿਧੀ ਅਨੁਸਾਰ 'ਚੰਦਰਾਇਣ ਵ੍ਰਤ' ਰੱਖੇ ਅਤੇ ਮਲੀਣਤਾ (ਅਪਵਿੱਤਰਤਾ) ਵਾਲੀਆਂ ਭੁੱਲਾਂ ਦਾ ਪਸ਼ਚਾਤਾਪ ਕਰਨ ਲਈ ਤਿੰਨ ਦਿੰਨ ਜੌਆਂ ਦੀ ਗਰਮ ਲਾਪਸੀ (ਜੌਆਂ ਦਾ ਪਤਲਾ ਕੜਾਹ) ਬਣਾ ਕੇ ਪੀਵੇ।

(126) ਜੇ ਖੱਤਰੀ ਦੀ ਹੱਤਿਆ ਹੋ ਜਾਵੇ, ਤਾਂ ਉਸ ਪਾਪ ਦੀ ਨਵਿਰਤੀ ਲਈ ਬ੍ਰਾਹਮਣ ਦੀ ਹੱਤਿਆ ਦੇ ਦੰਡ ਦਾ ਚੌਥਾ ਹਿੱਸਾ, ਵੈਸ਼ ਦੀ ਹੱਤਿਆ ਲਈ ਅੱਠਵਾਂ ਹਿੱਸਾ ਅਤੇ ਸ਼ੂਦਰ ਦੀ ਹੱਤਿਆ ਲਈ ਸੋਲਵਾਂ ਹਿੱਸਾ ਦੰਡ, ਪਸ਼ਚਾਤਾਪ ਅਤੇ ਤਪੱਸਿਆ ਦਾ ਵਿਧਾਨ ਹੈ।

(127) ਜੇ ਉੱਤਮ ਬ੍ਰਾਹਮਣ, ਅਨਜਾਣੇ ਵਿੱਚ ਖੱਤਰੀ ਦੀ ਹੱਤਿਆ ਕਰੇ, ਤਾਂ ਵਿਧੀ ਪੂਰਵਕ ਪਸ਼ਚਾਤਾਪ ਕਰਨ ਮਗਰੋਂ, ਉਸਨੂੰ ਆਪਣੀ ਸ਼ੁਧੀ ਲਈ, ਇੱਕ ਹਜ਼ਾਰ ਗਊ ਅਤੇ ਇੱਕ ਸੰਢਾ (ਬਲਦ), ਕਿਸੇ ਦੂਸਰੇ ਬ੍ਰਾਹਮਣ ਨੂੰ ਦਾਨ ਕਰੇ।

(128) ਜਾਂ ਵਿਧੀ ਅਨੁਸਾਰ ਆਪਣੇ ਇੰਦਰਿਆਂ ਨੂੰ ਕਾਬੂ ਵਿੱਚ ਰੱਖ ਕੇ, ਆਪਣੇ ਵਾਲਾਂ ਦੀਆਂ ਜਟਾਂ ਬਣਾ ਲਵੇ ਅਤੇ ਤਿੰਨ ਸਾਲ ਪਿੰਡ ਤੋਂ ਦੂਰ ਕਿਸੇ ਦ੍ਰਖ਼ਤ ਹੇਠਾਂ ਰਹਾਇਸ਼ ਕਰਕੇ, ਬ੍ਰਾਹਮਣ ਦੀ ਹੱਤਿਆ ਦਾ ਪਸ਼ਚਾਤਾਪ ਕਰੇ।

(129) ਬ੍ਰਾਹਮਣ ਵਲੋਂ, ਕਿਸੇ ਸਦਾਚਾਰੀ ਵੈਸ਼ ਦੀ ਅਣਇੱਛਤ ਜਾਂ ਅਨਜਾਣਪੁਣੇ ਵਿੱਚ ਹੱਤਿਆ ਕਰਨ ਦਾ ਪਸ਼ਚਾਤਾਪ ਕਰਨ ਲਈ ਇੱਕ ਸਾਲ ਵਾਸਤੇ, ਖੱਤਰੀ ਦੀ ਹੱਤਿਆ ਕਰਨ ਵਾਲਾ ਵਿਧਾਨ ਲਾਗੂ ਹੁੰਦਾ ਹੈ, ਜਾਂ ਉਹ ਇੱਕ ਸੌ ਗਊ ਅਤੇ ਇੱਕ ਸੰਢੇ (ਬਲਦ) ਦਾ ਦਾਨ, ਕਿਸੇ ਬ੍ਰਾਹਮਣ ਨੂੰ ਕਰੇ।

(130) ਅਨਜਾਣੇ ਵਿੱਚ, ਬ੍ਰਾਹਮਣ ਨੇ ਕਿਸੇ ਸ਼ੂਦਰ ਦੀ ਹੱਤਿਆ ਕੀਤੀ ਹੋਵੇ ਤਾਂ ਪਸ਼ਚਾਤਾਪ ਕਰਨ ਲਈ, ਉੱਪਰ ਦੱਸਿਆ ਵਿਧੀ ਵਿਧਾਨ ਕੇਵਲ ਛੇ ਮਹੀਨੇ ਲਈ ਹੈ, ਜਾਂ ਹੱਤਿਆ ਕਰਨ ਵਾਲਾ ਦਸ ਚਿੱਟੀਆਂ ਗਊਆਂ ਅਤੇ ਇੱਕ ਸੰਢਾ ਬ੍ਰਾਹਮਣ ਨੂੰ ਦਾਨ ਕਰੇ। ਉੱਪਰ ਦੱਸੇ ਪਸ਼ਚਾਤਪ ਨੂੰ ਕਰਦਿਆਂ, ਬ੍ਰਾਹਮਣ ਨੇ, ਕਦੇ ਵੀ ਸਿਰ ਭਾਰ ਖੜ੍ਹਨ ਵਾਲਾ ਯੋਗ ਆਸਣ ਨਹੀਂ ਕਰਨਾ ।

(131) ਬਿੱਲੀ, ਨਿਉਲਾ, ਨੀਲ ਕੰਠ, ਡੱਡੂ, ਕੁੱਤਾ, ਕਿਰਲੀ, ਸੇਹ੍ਹ, ਉੱਲੂ, ਅਤੇ ਕਾਂ ਆਦਿ, ਕਿਸੇ ਦੀ ਅਨਜਾਣੇ ਵਿੱਚ ਹੱਤਿਆ ਹੋ ਜਾਵੇ ਤਾਂ ਇਸਦਾ ਪਸ਼ਚਾਤਾਪ ਕਰਨ ਵਾਸਤੇ ਸ਼ੂਦਰ ਦੀ ਹੱਤਿਆ ਲਈ ਕੀਤੇ ਜਾਣ ਵਾਲੇ ਪਸ਼ਚਾਤਾਪ ਦਾ ਵਿਧਾਨ ਹੀ ਲਾਗੂ ਹੁੰਦਾ ਹੈ। ਭਾਵ- ਸ਼ੂਦਰ ਦੀ ਹੱਤਿਆ ਦਾ ਦੰਡ ਅਤੇ ਪਸ਼ਚਾਤਾਪ, ਪਸ਼ੂ ਪੰਛੀਆਂ ਨੂੰ ਮਾਰਨ ਦੇ ਬਰਾਬਰ ਹੀ ਹੈ। ਜਾਂ--

(132) ਤਿੰਨ ਦਿਨ ਨਿਰਾ ਦੁੱਧ ਪੀ ਕੇ ਗੁਜ਼ਾਰਾ ਕਰੇ ਜਾਂ ਹਰ ਰੋਜ਼ ਤਿੰਨ ਰਾਤਾਂ 'ਚਾਰ ਕੋ੍' ਵਾਟ ਤੁਰਨ ਦੀ ਤਪੱਸਿਆ ਕਰੇ। ਜਾਂ ਪਾਪ ਨਵਿਰਤੀ ਲਈ, ਪਾਣੀ (ਜਲ ਦੇਵਤਾ) ਨੂੰ ਸੰਬੋਧਨ ਕਰਕੇ, ਬੇਨਤੀ ਅਤੇ ਬੇਵਸੀ ਪ੍ਰਗਟ ਕਰਨ ਵਾਲੇ ਰਿਗ ਵੇਦ ਵਿੱਚਲੇ **'ਚਰਣਸੂਤਕ ਮੰਤ੍ਰ'** (ਕੀਤੀਆ ਭੁੱਲਾਂ ਦੀ ਵਾਰ ਵਾਰ ਮੁਆਫ਼ੀ ਮੰਗਣਾ) ਪੜ੍ਹਦਿਆਂ ਨਦੀ ਕਿਨਾਰੇ ਤਿੰਨ ਦਿਨ ਇਸ਼ਨਾਨ ਕਰੇ।

(133) ਸੱਪ ਨੂੰ ਮਾਰਣ ਦਾ ਦੋਸ਼ੀ, ਲੋਹੇ ਦੀ ਕੁਹਾੜੀ, ਕਿਸੇ ਦੂਸਰੇ ਬ੍ਰਾਹਮਣ ਨੂੰ ਦਾਨ ਕਰੇ। ਹੀਜ਼ੜੇ ਦੀ ਹੱਤਿਆ ਕਰਨ ਵਾਲਾ ਬ੍ਰਾਹਮਣ, ਇੱਕ ਸੁੱਕੇ ਘਾਹ ਦੀ ਪੰਡ (ਪੱਠੇ- **डंठल पुआल**) ਅਤੇ ਇੱਕ ਮਾਸਾ ਸਿੱਕਾ (lead) ਬ੍ਰਾਹਮਣ ਨੂੰ ਦਾਨ ਕਰਨਾ ਕਾਫ਼ੀ ਹੈ।

(134) ਸੂਰ ਦੀ ਹੱਤਿਆ ਕਰਨ ਵਾਲਾ, ਇੱਕ ਘੜਾ ਘਿਓ ਦਾ ਦਾਨ ਕਰੇ। ਤਿੱਤਰ ਦੇ ਮਾਰਨ ਵਾਲਾ ਇੱਕ ਦਰੋਣਾ ਤਿਲ਼ (ਸੋਲਾਂ ਸੇਰ-ਧੜੀ)। ਤੋਤੇ ਦੀ ਹੱਤਿਆ ਦਾ ਦੋਸ਼ੀ, ਦੋ ਸਾਲ ਦੀ ਉਮਰ ਦੀ ਗਊ ਅਤੇ ਗਿਲਜ਼ ਜਾਂ ਸਾਰਸ ਦੀ ਹੱਤਿਆ ਕਰਨ ਦਾ ਦੋਸ਼ੀ, ਬ੍ਰਾਹਮਣ ਨੂੰ ਤਿੰਨ ਸਾਲ ਦੀ ਉਮਰ ਦਾ ਗਊ ਦਾ ਬਛੜਾ ਦਾਨ ਕਰੇ।

***ਨੋਟ**:- ਕੁਝ ਹੋਰ ਤੋਲ, ਜਿਵੇਂ ਅੱਠ ਰੱਤੀਆਂ= ਇੱਕ ਮਾਸਾ, ਬਾਰਾਂ ਮਾਸੇ= ਇੱਕ ਤੋਲਾ, ਪੰਜ ਤੋਲੇ= ਇੱਕ ਛਟਾਂਕ, ਚਾਰ ਛਟਾਂਕਾਂ= ਪਾਈਆ, ਚਾਰ ਪਾਈਏ= ਇੱਕ ਸੇਰ, ਚਾਰ ਸੇਰ= ਇੱਕ ਧੜੀ, ਚਾਰ ਧੜੀਆਂ = ਇੱਕ ਦਰੋਣਾ (ਇੱਕ ਗੱਟਾ), ਚਾਲੀ ਸੇਰ= ਇੱਕ ਮਣ*

(135) ਜੇ ਕੋਈ ਮਨੁੱਖ, ਹੰਸ, ਬੱਤਕ, ਨਰ ਬਗਲਾ, ਕੂੰਜ, ਮੋਰ, ਬਾਂਦਰ, ਬਾਜ਼, ਆਦਿ ਦੀ ਹੱਤਿਆ ਕਰੇ, ਤਾਂ ਉਹ ਇਸ ਪਾਪ ਦੇ ਪਸ਼ਚਾਤਾਪ ਲਈ, ਬ੍ਰਾਹਮਣ ਨੂੰ ਇੱਕ ਗਊ ਦਾ ਦਾਨ ਕਰੇ।

(136) ਘੋੜੇ ਦੀ ਹੱਤਿਆ ਕਰਨ ਵਾਲਾ ਬਸਤਰ, ਹਾਥੀ ਦੀ ਹੱਤਿਆ ਕਰਨ ਵਾਲਾ ਪੰਜ ਬੈਲ, ਬੱਕਰੀ ਜਾਂ ਭੇਡ ਦੀ ਹੱਤਿਆ ਕਰਨ ਵਾਲਾ ਖੇਤੀ ਕਰਨ ਲਈ ਝੋਟਾ, ਗਧੇ ਦੀ ਹੱਤਿਆ ਕਰਨ ਵਾਲਾ ਇੱਕ ਸਾਲ **ਦੀ ਬੱਛੀ (ਗਊ), ਬ੍ਰਾਹਮਣ ਨੂੰ ਦਾਨ ਕਰੇ।**

(137) ਪਰ ਮਾਸਾਹਾਰੀ ਜੰਗਲੀ ਪਸ਼ੂਆਂ ਦੀ ਹੱਤਿਆ ਦੇ ਪਸ਼ਚਾਤਾਪ ਲਈ, ਇੱਕ ਦੁੱਧ ਦਿੰਦੀ ਗਊ ਦਾਨ ਕਰੇ, ਘਾਹ-ਫੂਸ ਖਾਣ ਵਾਲੇ ਸ਼ਾਕਾਹਾਰੀ ਪਸ਼ੂਆਂ ਦੀ ਹੱਤਿਆ ਲਈ ਇੱਕ ਬਛੜੀ ਦਾਨ ਕਰੇ ਅਤੇ ਊਂਠ ਦੀ ਹੱਤਿਆ ਲਈ ਇੱਕ ਰੱਤੀ ਸੋਨਾ, ਬ੍ਰਾਹਮਣ ਨੂੰ ਦਾਨ ਦੇਵੇ।

(138) ਚਾਰੇ ਵਰਣਾਂ ਦੀ (ਬ੍ਰਾਹਮਣ, ਖੱਤਰੀ, ਵੈਸ਼, ਸ਼ੂਦਰ) ਦੀ ਵਿਭਚਾਰੀ ਔਰਤ ਦੀ ਹੱਤਿਆ ਕਰਨ ਵਾਲੇ ਮਨੁੱਖ ਨੂੰ, ਸ਼ਰੀਰ ਸ਼ੁਧੀ ਲਈ ਕਰਮਵਾਰ ਇੱਕ ਚਮੜੇ ਦਾ ਝੋਲ਼ਾ ਜਾਂ ਜਾਨਵਰ ਦੀ ਖੱਲ, ਇੱਕ ਧਨੁੱਸ਼, ਇੱਕ ਬੱਕਰਾ, ਇੱਕ ਭੇਡ, ਬ੍ਰਾਹਮਣ ਨੂੰ ਦਾਨ ਵਜੋਂ ਦੇਣਾ ਜ਼ਰੂਰੀ ਹੈ।

(139) ਇੱਕ ਦਵਿੱਜ, ਜੋ ਪਹਿਲਾਂ ਦੱਸੇ ਪਾਪ, ਜਿਵੇਂ ਸੱਪ ਅਤੇ ਹੋਰ ਜੀਵਾਂ ਆਦਿ ਦੀ ਹੱਤਿਆ ਦਾ ਪਸ਼ਚਾਤਾਪ ਅਤੇ ਦਾਨ, ਵਿਧੀ ਅਨੁਸਾਰ ਕਰਨ ਤੋਂ ਅਸਮਰੱਥ ਹੋਵੇ ਤਾਂ ਉੱਪਰ ਦੱਸੇ ਇਕੱਲੇ ਇਕੱਲੇ ਪਾਪ ਤੋਂ ਨਵਿਰਤੀ ਅਤੇ ਪਸ਼ਚਾਤਾਪ ਲਈ ਕਠਨ ਪਰਜਾਪਤਿ ਵ੍ਰਤ ਦੀ ਕਿਰਿਆ ਨਿਭਾਵੇ।

ਨੋਟ:- *ਇਸੇ ਵ੍ਰਤ ਦੇ ਹੋਰ ਕਈ ਹੋਰ ਨਾਮ- ਸੰਤਾਪਨਾ ਕ੍ਰਸ਼ਰਾ, ਅਤੀ ਕ੍ਰਸ਼ਰਾ, ਜਾਂ ਤਪਤ ਕ੍ਰਸ਼ਰਾ ਹਨ।*

(140) ਪਰ ਜੇ ਹਜ਼ਾਰਾਂ ਛੋਟੇ ਛੋਟੇ ਜੀਵ ਕੁਚਲ਼ ਹੋ ਜਾਣ, ਜਿਨ੍ਹਾਂ ਵਿੱਚ ਹੱਡੀਆਂ ਹੋਣ (ਜਿਵੇ ਗੱਡਾ ਉੱਪਰੋਂ ਲੰਘ ਜਾਣਾ), ਜਾਂ ਬਿਨਾਂ ਹੱਡੀਆਂ ਤੋਂ ਸਾਰੇ ਦਾ ਸਾਰਾ ਭੌਣ (ਢੇਰ) ਕੁਚਲ ਹੋ ਜਾਵੇ, ਤਾਂ ਇਸ ਪਾਪ ਦੇ ਪਸ਼ਚਾਤਾਪ ਦੀ ਉਹੀ ਵਿਧੀ ਹੈ ਜੋ ਇੱਕ ਸ਼ੂਦਰ ਦੀ ਹੱਤਿਆ ਲਈ ਨੀਯਤ ਕੀਤੀ ਗਈ ਹੈ। (ਦਸ ਗਊਆਂ, ਇਕ ਬਲਦ ਦਾ ਦਾਨ)।

(141) ਹੱਡੀਆਂ ਵਾਲੇ ਜੀਵਾਂ ਦੀ ਹੱਤਿਆ ਕਰਨ ਵਾਲੇ ਨੂੰ ਇਸ ਪਾਪ ਦੇ ਪਸ਼ਚਾਤਾਪ ਲਈ, ਬ੍ਰਾਹਮਣ ਨੂੰ ਕੁਝ ਨਾ ਕੁਝ ਦੱਛਣਾ ਦੇਣੀ ਜ਼ਰੂਰ ਬਣਦੀ ਹੈ। ਬਿਨਾ ਹੱਡੀਆਂ ਤੋ ਜੀਵਾਂ ਦੀ ਹੱਤਿਆਂ ਦਾ ਪਸ਼ਚਾਤਾਪ ਅਤੇ ਸ਼ੁਧੀ, ਕੇਵਲ ਪ੍ਰਾਣਾਯਾਮ (ਸਾਹ ਲੈਣ ਦੀ ਪ੍ਰਕਿਰਿਆ) ਕਰਨ ਨਾਲ ਹੋ ਜਾਂਦੀ ਹੈ।

ਫ਼ਲ ਦੇਣ ਵਾਲੇ ਦਰਖਤ. ਝਾੜੀਆਂ, ਵੇਲਾਂ ਦੇ ਕੱਟਣ ਦੇ ਪਾਪ ਅਤੇ ਪਛਚਾਤਾਪ ਵਿਧੀ –

(142) ਫ਼ਲ ਦੇਣ ਵਾਲੇ, ਦਰਖਤ, ਝਾੜੀਆਂ, ਵੇਲਾਂ ਨੂੰ ਕੱਟਣਾ ਅਤੇ ਫ਼ਲਦਾਰ ਦਰਖਤਾਂ, ਫ਼ੁੱਲਾਂ ਦੀਆਂ ਟਾਹਣੀਆਂ ਛਾਂਗਣਾ, ਆਦਿ ਦੇ ਪਾਪ ਦਾ ਪਸ਼ਚਾਤਾਪ ਕਰਨ ਲਈ, ਸਵੱਛ ਹੋ ਕੇ ਗਾਇਤ੍ਰੀ ਦਾ ਸੌ ਪਾਠ ਕਰਨਾ ਜ਼ਰੂਰੀ ਹੈ।

(143) ਸਭ ਤਰਾਂ ਦੇ ਅਨਾਜ, ਫਲ, ਮਿੱਠੇ ਰਸ (ਗੁੜ ਆਦਿ), ਰੋਟੀ, ਚਟਪਟੇ ਮਸਾਲਿਆਂ ਆਦਿ ਵਿੱਚ ਪੈਦਾ ਹੋਏ ਕੀੜਿਆਂ ਦੀ ਹੱਤਿਆ ਹੋ ਜਾਣ ਨਾਲ, ਘਿਉ ਦਾ ਸੇਵਨ ਕਰਕੇ ਸ਼ੁਧੀ ਹੋ ਸਕਦੀ ਹੈ।

(144) ਜੇ ਕੋਈ ਮਨੁੱਖ ਬਿਨਾਂ ਵਜ੍ਹਾ, ਕੁਦਰਤੀ ਤੌਰ ਤੇ ਪੈਦਾ ਹੋਏ ਦਰਖਤ, ਜੜੀਆਂ ਬੂਟੀਆਂ ਅਤੇ ਜੰਗਲ ਦੀ ਬਨਸਪਤੀ ਦਾ ਉਜਾੜਾ ਕਰਦਾ ਹੈ, ਉਹ ਆਪਣੀ ਇਸ ਭੁੱਲ ਦੀ ਸ਼ੁਧੀ ਲਈ, ਇੱਕ ਦਿਨ ਨਿਰਾ ਦੁੱਧ ਪੀਵੇ ਅਤੇ ਗਊਆਂ ਚਾਰਨ ਦੀ ਸੇਵਾ ਕਰੇ।

(145) ਇਸ ਤਰਾਂ, ਜਾਣ ਬੁੱਝ ਕੇ ਜਾਂ ਅਨਜਾਣੇ ਵਿੱਚ ਕੀਤੇ ਪਾਪਾਂ ਬਾਰੇ ਸਾਰੇ ਪਸ਼ਚਾਤਾਪ ਅਤੇ ਸ਼ੁਧੀ ਦੇ ਨਿਯਮ ਉੱਪਰ ਦੱਸ ਦਿੱਤੇ ਗਏ ਹਨ। ਹੁਣ ਸਾਰੇ ਮਨਾਹੀ ਵਾਲੇ (ਅਭੱਖ) ਭੋਜਨ ਅਤੇ ਰਸਾਂ ਦੀ ਵਰਤੋਂ ਕਰਨ ਕਰਕੇ ਹੋਏ ਪਾਪਾਂ ਲਈ ਪਸ਼ਚਾਤਾਪ ਅਤੇ ਸ਼ੁਧੀਕਰਣ ਵਬਾਰੇ ਸੁਣੋਂ।

ਅਭੱਖ (ਮਨਾਹੀ ਵਾਲੇ) ਭੋਜਨ ਅਤੇ ਰਸਾਂ ਦੇ ਵਰਤਣ ਕਰਕੇ ਕੀਤੇ ਪਾਪਾਂ ਦਾ ਪਸ਼ਚਾਤਾਪ ਕਰਨ ਦੀ ਵਿਧੀ–

(146) ਸ਼ਾਸਤਰਾਂ ਦਾ ਮੰਨਣਾ ਹੈ ਕਿ, ਜੋ ਦਵਿੱਜ, ਭੁਲੇਖੇ ਨਾਲ ਜਾਂ ਅਨਜਾਣੇ ਵਿੱਚ, ਚੌਲਾਂ ਦੀ ਬਣੀ ਹੋਈ ਸ਼ਰਾਬ (ਬਾਰਣੀ) ਜਾਂ ਗੁੜ ਤੋਂ ਬਣੀ ਹੋਈ ਸ਼ਰਾਬ (ਮਾਧਵੀ) ਦਾ ਸੇਵਨ ਕਰਦਾ ਹੈ, ਉਹ ਆਪਣੇ ਵਰਣ ਵਿੱਚੋਂ ਭ੍ਰਿਸ਼ਟ ਹੋ ਜਾਂਦਾ ਹੈ ਅਤੇ ਉਸਦਾ ਸ਼ੁਧੀ ਸੰਸਕਾਰ ਹੋ ਸਕਦਾ ਹੈ, ਪਰ ਸ਼ਾਸਤ੍ਰਾਂ ਦਾ ਮੰਨਣਾ ਹੈ ਕਿ ਜਾਣ ਬੁੱਝ ਕੇ ਸ਼ਰਾਬ ਪੀਣੇ ਵਾਲੇ ਲਈ ਪਸ਼ਚਾਤਾਪ, ਇਸ ਤਰਾਂ ਦਾ ਹੀ ਹੋ ਸਕਦਾ ਹੈ, ਜਿਸਦੇ ਕਰਨ ਨਾਲ ਉਸਦੇ ਪਰਾਣ ਨਿਕਲ ਜਾਣ।

(147) ਜਿਸ ਮਨੁੱਖ ਨੇ ਐਸੇ ਭਾਂਡੇ (ਘੜੇ) ਵਿੱਚੋਂ ਪਾਣੀ ਪੀ ਲਿਆ ਹੋਵੇ, ਜਿਸ ਵਿੱਚ ਪਹਿਲਾਂ ਸੁਰਾ (ਬਾਰਣੀ ਜਾਂ ਮਾਧਵੀ) ਜਾਂ ਕੋਈ ਹੋਰ ਨਸ਼ੇ ਵਾਲੀ ਚੀਜ਼ ਪਾਈ ਗਈ ਹੋਵੇ, ਉਹ ਮਨੁੱਖ ਆਪਣੀ ਸ਼ੁਧੀ ਲਈ, ਦੁੱਧ ਵਿੱਚ ਸ਼ੰਖਪੁਸ਼ਪੀ (ਬ੍ਰਹਮੀ ਬੂਟੀ) ਦੇ ਪੱਤੇ ਉਬਾਲ ਕੇ ਪੰਜ ਨਿ ਲਈ ਕਾੜ੍ਹਾ ਪੀਵੇ।

(148) ਜਿਸਨੇ ਨਸ਼ੀਲੀ ਸ਼ਰਾਬ (ਮਧ) ਨੂੰ ਹੱਥ ਲਾਇਆ ਹੋਵੇ, ਕਿਸੇ ਨੂੰ ਪਾ ਕੇ ਦਿੱਤੀ ਹੋਵੇ ਜਾਂ ਫੜੀ ਹੋਵੇ, ਜਾਂ ਸ਼ੂਦਰ ਦਾ ਜੂਠਾ ਜਾਂ ਭ੍ਰਿਸ਼ਟਿਆ ਪਾਣੀ ਪੀਤਾ ਹੋਵੇ, ਉਸਦੀ ਸ਼ੁਧੀ, ਤਿੰਨ ਦਿੰਨ ਵਿਧੀ ਪੂਰਵਕ, ਕੁਸ਼ (ਕੂਸਾ ਘਾਹ੍ਹ-ਕਾਹੀ ਦੇ ਤੀਲੇ, ਡਿੱਭ) ਦੇ ਘਾਹ ਦਾ ਕਾੜ੍ਹਾ ਪੀਣ ਨਾਲ ਹੋ ਸਕਦੀ ਹੈ।

(149) ਪਰ ਜੇ ਸੋਮ ਯੱਗ ਕਰਨ ਵਾਲਾ ਬ੍ਰਾਹਮਣ, ਕਿਸੇ ਸ਼ਰਾਬੀ ਦੇ ਮੂੰਹ ਦੀ ਭੜਾਸ ਲੈ ਲਵੇ ਤਾਂ ਉਸਦੀ ਸ਼ੁਧੀ ਲਈ ਆਪਣਾ ਸਾਹ ਰੋਕ ਕੇ ਤਿੰਨ ਵਾਰ ਆਚਮਨ ਕਰਨ ਮਗਰੋਂ, ਘਿਉ ਚੱਟਣ ਨਾਲ ਸ਼ੁੱਧ ਹੋ ਸਕਦਾ ਹੈ।

(150) ਜੇ ਦਵਿੱਜਾਂ (ਬ੍ਰਾਹਮਣ, ਖੱਤਰੀ, ਵੈਸ਼) ਵਿੱਚੋਂ ਕਿਸੇ ਦੇ ਮੂੰਹ ਵਿੱਚ, ਅਣਜਾਣੇ ਵਿੱਚ ਐਸਾ ਭੋਜਨ ਪੈ ਜਾਵੇ ਜਿਸ ਉੱਪਰ ਮਲ ਮੂਤਰ ਦੇ ਛਿੱਟੇ ਪਏ ਹੋਣ, ਜਾਂ ਸੁਰਾ (ਸ਼ਰਾਬ-ਮਧੁਰਾ) ਮੂੰਹ ਨੂੰ ਲੱਗ ਜਾਵੇ, ਤਾਂ ਉਸਦੇ ਜਾਤੀ ਸੰਸਕਾਰ ਦੀ ਰਸਮ (ਧਰਮ ਪ੍ਰਵੇਸ਼ਤਾ, ਉਪੰਨਿਯਨ ਸੰਸਕਾਰ), ਦੁਬਾਰਾ ਕਰਨ ਨਾਲ ਹੀ ਸ਼ੁਧੀ ਹੋ ਸਕਦੀ ਹੈ।

(151) ਉਪਰੋਕਿਤ ਘਟਨਾ ਤੋਂ ਬਾਅਦ, ਦੁਬਾਰਾ ਭੱਦਣ ਕਰਕੇ ਬੋਦੀ ਰੱਖਣਾ, ਜਨੇਊ ਦੀ ਰਸਮ, ਹੱਥ ਵਿੱਚ ਖੱਪੜ (ਕਾਸਾ) ਲੈ ਕੇ ਭੀਖਿਆ ਮੰਗਣ ਜਾਣਾ, ਵਰਤ ਰੱਖਣਾ ਅਤੇ ਵੇਦ ਬ੍ਰਹਮਚਾਰੀ ਬਣਨ ਦੀਆਂ ਰਸਮਾਂ (**पुन संस्कार**) ਨੂੰ ਦਾਬਾਰਾ ਕਰਨ ਦਾ ਕੋਈ ਵਿਧਾਨ ਨਹੀਂ ਹੈ।

(152) ਪਰ ਜੇ ਕਿਸੇ ਦਵਿੱਜ ਨੇ, ਐਸੇ ਮਨੁੱਖ ਦੇ ਹੱਥੋਂ ਭੋਜਨ ਖਾਧਾ ਹੋਵੇ, ਜਿਸਦੀ ਉਸਨੂੰ ਮਨਾਹੀ ਹੈ, ਜਾਂ ਕਿਸੇ ਸ਼ੂਦਰ ਦੀ ਜੂਠ ਖਾ ਲਈ ਹੋਵੇ, ਜਾਂ ਇਸਤਰੀ ਦਾ ਛੱਡਿਆ ਭੋਜਨ ਖਾ ਲਵੇ, ਜਾਂ ਮਨਾਹੀ ਵਾਲਾ (**अभक्ष्य**) ਮਾਸ ਖਾਧਾ ਜਾਵੇ, ਤਾਂ ਸੱਤ ਦਿਨ ਅਤੇ ਰਾਤ, ਹਰ ਰੋਜ਼, ਜੌਆਂ ਦਾ ਪਤਲਾ ਕੜਾਹ (ਗਰਮ ਲਾਪਚੀ) ਪੀਣ ਜਾਂ ਕੁੱਟੇ ਹੋਏ ਮਿੱਠੇ ਸੱਤੂ ਪੀਣ ਨਾਲ ਸ਼ੁਧੀ ਹੋ ਸਕਦੀ ਹੈ।

(153) ਖਾਣ ਵਾਲੀਆਂ ਖੱਟੀਆਂ ਚੀਜ਼ਾਂ ਜਿਵੇਂ ਕਾਂਜੀ, ਅਰਕ, ਸਿਰਕਾ ਆਦਿ ਨਾਲ ਬਣਿਆ ਭੋਜਨ, ਭਾਵੇਂ ਅਪਵਿੱਤਰ ਨਹੀਂ ਕਿਹਾ ਜਾਂਦਾ, ਪਰ ਉਨ੍ਹਾਂ ਨੂੰ ਖਾਣ ਵਾਲਾ ਦਵਿੱਜ, ਉਤਨੀ ਦੇਰ ਅਪਵਿੱਤਰ ਰਹਿੰਦਾ ਹੈ ਜਿਤਨੀ ਦੇ ਉਹ ਭੋਜਨ ਪਚਣ ਮਗਰੋਂ ਸ਼ਰੀਰ ਵਿੱਚੋਂ ਖਾਰਜ ਨਹੀਂ ਹੋ ਜਾਂਦਾ।

(154) ਜੇ ਕੋਈ ਦਵਿੱਜ ਮਨੁੱਖ ਦੇ ਮੂੰਹ ਵਿੱਚ, ਪਿੰਡ ਦੇ ਸੂਰ, ਖੋਤਾ, ਊਠ, ਗਿੱਦੜ, ਬਾਂਦਰ, ਕਾਂ ਦੀ ਗੰਦਗੀ ਦੇ ਛਿੱਟੇ ਪੈ ਜਾਣ, ਤਾਂ ਉਸਦੀ ਸ਼ੁਧੀ **ਚੰਦਰਾਇਣ ਵ੍ਰਤ** ਰੱਖ ਕੇ ਹੋ ਸਕਦੀ ਹੈ।

(155) ਜੋ ਮਨੁੱਖ ਸੁੱਕਿਆ ਹੋਇਆ ਮਾਸ, ਧਰਤੀ ਤੇ ਉੱਗੀਆਂ ਖੁੰਭਾਂ ਖਾ ਲਵੇ ਜਾਂ ਬਿਨਾਂ ਜਾਣੇ ਕਿਸੇ ਕਿਸਮ ਦਾ ਮਾਸ, ਜੋ ਕਸਾਈ ਦੀ ਦੁਕਾਨ ਤੋਂ ਲਿਆ ਕੇ ਰਿੱਧਾ ਹੋਵੇ, ਤਾਂ ਉਸ ਅਪਵਿੱਤਰਤਾ ਦੀ ਸ਼ੁਧੀ ਲਈ ਭੀ ਚੰਦਰਾਇਣ ਵਰਤ ਦਾ ਵਿਧਾਨ ਹੈ।

(156) ਮਾਸਖੋਰੇ ਜਾਨਵਰਾਂ ਦਾ ਮਾਸ, ਪਿੰਡ ਦੇ ਸੂਰ, ਊਂਠ, ਮੁਰਗ, ਖੋਤਾ, ਕਾਂ ਦਾ ਮਾਸ ਖਾਣ ਵਾਲੇ ਦੀ ਪਾਪ ਸ਼ੁਧੀ ਲਈ ਪਛਚਾਤਪ ਦੀ ਵਿਧੀ, **ਤ੍ਰਪਤਕਰੁਸ਼ ਵ੍ਰਤ** (**तृप्त कृच्छ**) ਰੱਖਣਾ ਜ਼ਰੂਰੀ ਹੈ।

(157) ਇੱਕ ਵੇਦ ਬ੍ਰਹਮਚਾਰੀ ਦਵਿੱਜ, ਜਿਸਦੀ ਗੁਰੂ ਦੇ ਆਸ਼ਰਮ ਵਿੱਚੋਂ ਵੇਦ ਵਿੱਦਿਆ ਦੀ ਪੜ੍ਹਾਈ ਪੂਰੀ ਹੋਣ ਦੀ ਰਸਮ (ਸਮਾਵਰਤਨ ਸੰਸਕਾਰ) ਨਹੀਂ ਹੋਈ, ਪਰ ਕਿਸੇ ਦੇ ਸੱਦੇ ਉੱਪਰ ਮਾਸਿਕ ਸ਼ਰਾਧ ਦਾ ਨਿਉਂਦਾ ਖਾਣ ਦੀ ਭੁੱਲ ਕਰ ਬੈਠੇ ਤਾਂ ਉਸਦੇ ਪਸ਼ਚਾਤਪ ਲਈ ਉਸਨੂੰ ਤਿੰਨ ਦਿਨ ਦਾ ਵਰਤ ਰੱਖਣ ਅਤੇ ਇੱਕ ਦਿਨ ਪਾਣੀ ਵਿੱਚ ਖੜੇ ਰਹਿਣ ਦਾ (ਪ੍ਰਾਕਰੁਤ ਵ੍ਰਤ) ਦਾ ਵਿਧਾਨ ਹੈ।

ਨੋਟ:- ਸਮਾਵਰਤਨ ਸੰਸਕਾਰ *:- ਹਿੰਦੂ ਧਰਮ ਦਾ ਬਾਹ੍ਰਵਾਂ ਸੰਸਕਾਰ, ਜਿਸ ਸਮੇਂ ਬ੍ਰਹਮਚਾਰੀ ਨੂੰ ਵੇਦ ਵਿਦਿਆ ਦੀ ਪੜ੍ਹਾਈ ਪੂਰੀ ਹੋਣ ਤੇ ਘਰ ਪਰਤਣ ਤੋਂ ਪਹਿਲਾਂ, ਗੁਰੂ ਵਲੋਂ ਜੀਵਨ ਦਾ ਅਗਲਾ ਪੜਾ ਸ਼ੁਰੂ ਕਰਨ ਬਾਰੇ ਉਪਦੇਸ਼ ਦਿੱਤਾ ਜਾਂਦਾ ਹੈ।*

(158) ਜੇ ਬ੍ਰਹਮਚਾਰੀ ਦਵਿੱਜ, ਬੇਦ ਵਿਦਿਆ ਦੀ ਪ੍ਰਾਪਤੀ ਦੇ ਸਮੇਂ ਦੁਰਾਨ (ਗੁਰੂ ਆਸ਼ਰਮ ਅੰਦਰ), ਮਾਸ ਜਾਂ ਸ਼ਹਿਦ ਦਾ ਸੇਵਨ ਕਰ ਲਵੇ, ਤਾਂ ਉਸਨੂੰ ਸਭ ਕੁਝ ਤਿਆਗ ਕਰਕੇ, ਮਰਿਯਾਦਾ ਅਨੁਸਾਰ **'ਪਰਜਾਪਤ ਵਰਤ'** ਰੱਖ ਕੇ ਪਸ਼ਚਾਤਾਪ ਕਰਨਾ ਪਵੇਗਾ ਅਤੇ ਉਸ ਮਗਰੋਂ ਹੀ ਉਹ ਆਪਣੀ ਵੇਦ ਵਿੱਦਿਆ ਜਾਰੀ ਰੱਖ ਸਕਦਾ ਹੈ।

(159) ਜੇ ਕਿਸੇ ਬ੍ਰਹਮਚਾਰੀ ਦੇ ਭੋਜਨ ਨੂੰ, ਬਿੱਲੀ, ਕਾਂ, ਚੂਹਾ, ਕੁੱਤਾ, ਨਿਉਲਾ, ਜੂਠਾ ਕਰ ਜਾਵੇ, ਜਾਂ ਖਾਣੇ ਵਿੱਚ ਵਾਲ ਜਾਂ ਕੋਈ ਕੀੜਾ ਡਿਗ ਪਵੇ, ਤਾਂ ਐਸੇ ਭੋਜਨ ਦੇ ਸੇਵਨ ਕਰਨ ਵਾਲੇ ਨੂੰ 'ਬ੍ਰਹਮ ਸੁਵ੍ਰਚਲਾ' (ਬ੍ਰਹਮੀ ਬੂਟੀ ਦਾ ਕ੍ਹਾੜਾ) ਪੀਣਾ ਪਵੇਗਾ।

(160) ਜੋ ਮਨੁੱਖ ਸਵੱਛ ਅਤੇ ਪਵਿੱਤਰ ਰਹਿਣਾ ਚਾਂਹੁੰਦਾ ਹੈ, ਉਸਨੂੰ ਮਨਾਹੀ ਵਾਲੇ ਖਾਣੇ ਨਹੀਂ ਖਾਣੇ ਚਾਹੀਦੇ ਅਤੇ ਗਲਤੀ ਨਾਲ ਖਾ ਹੋ ਜਾਣ ਤੇ ਉਲਟੀ (ਕੈਅ, ਉਪਰਛਲ) ਕਰ ਦੇਣੀ ਚਾਹੀਦੀ ਹੈ। ਉਲਟੀ ਨਾ ਹੋ ਸਕੇ ਤਾਂ ਅਨੁਕੂਲ ਵਿਧੀ ਨਾਲ ਸ਼ੁਧੀ ਕਰਨੀ ਚਾਹੀਦੀ ਹੈ।

(161) ਮਨਾਹੀ ਵਾਲੇ ਭੋਜਨ ਖਾਣ ਨਾਲ ਹੋਏ ਪਾਪ ਦਾ ਪਸ਼ਚਾਤਾਪ ਕਰਨ ਲਈ, ਵੱਖ ਵੱਖ ਸ਼ੁਧੀਕਰਣ ਦੇ ਉਪਾਅ ਦੱਸ ਦਿੱਤੇ ਗਏ ਹਨ। ਹੁਣ ਸੁਣੋਂ, ਕਿ ਚੋਰੀ ਕਰਨ ਦੀ ਹਾਲਤ ਵਿੱਚ ਕੀਤੇ ਪਾਪ ਤੋਂ ਨਵਿਰਤੀ ਅਤੇ ਪਸ਼ਚਾਤਾਪ ਕਿਵੇਂ ਹੋ ਸਕਦਾ ਹੈ!

ਚੋਰੀ ਦੇ ਦੋਸ਼ ਲਈ ਪਸ਼ਚਾਤਾਪ –

(162) ਜੇ ਉੱਚ ਜਾਤੀ ਦਾ ਦਵਿੱਜ (ਬ੍ਰਾਹਮਣ) ਜਾਣ ਬੁੱਝ ਕੇ, ਆਪਣੇ ਹੀ ਸਜਾਤੀ ਬ੍ਰਾਹਮਣ ਦੇ ਘਰੋਂ, ਧੰਨ, ਪਦਾਰਥ, ਜਾਂ ਪਕਾਇਆ ਹੋਇਆ ਭੋਜਨ ਚੋਰੀ ਕਰਦਾ ਪਕੜਿਆ ਜਾਵੇ ਤਾਂ ਇਸ ਪਾਪ ਦੀ ਸ਼ੁਧੀ ਲਈ ਇੱਕ ਸਾਲ **'ਕਠਨ ਪਰਜਾਪਤਿ'** ਵ੍ਰਤ ਦੇ ਵਿਧਾਨ ਮੁਤਾਬਿਕ ਪਸ਼ਚਾਤਾਪ ਕਰੇ।

(163) ਕਿਸੇ ਦਾ ਨੌਕਰ, ਜਨਾਨੀ, ਖੇਤ, ਅੰਨ, ਘਰ ਦਾ ਸਮਾਨ, ਖੂਹ ਜਾਂ ਚੁਬੱਚੇ ਦਾ ਪਾਣੀ, ਆਦਿ ਦੀ ਚੋਰੀ ਦੇ ਪਾਪ ਦੀ ਸ਼ੁਧੀ ਲਈ, 'ਚੰਦਰਾਇਣ' ਵ੍ਰਤ ਰੱਖਣਾ ਜ਼ਰੂਰੀ ਹੈ।

ਨੋਟ:– ਇੱਕ ਦੋ ਉਲੱਥਿਆਂ ਦੀ ਭਿੰਨਤਾ ਨੂੰ ਛੱਡ ਕੇ, ਬਾਕੀ ਸਭ ਲਿਖਤਾਂ ਵਿੱਚ ਇਸ ਸਲੋਕ ਦਾ ਭਾਵ ਏਹੋ ਹੀ ਮਿਲਦਾ ਹੈ।

(164) ਥ੍ਹੋੜੀ ਕੀਮਤ ਦਾ ਸਮਾਨ ਚੋਰੀ ਕਰਨ ਦੇ ਦੋਸ਼ ਵਿੱਚ, ਪਕੜੇ ਜਾਣ ਤੇ ਉਹ ਵਸਤ ਵਾਪਸ ਕੀਤੀ ਜਾਵੇ ਅਤੇ ਸ਼ੁਧੀਕਰਣ ਲਈ 'ਕਠਨ ਸੰਤਾਪਨਾ' ਵਰਤ ਰੱਖਣ ਦਾ ਵਿਧਾਨ ਹੈ।

(165) ਕਿਸੇ ਦੇ ਘਰੋਂ, ਮਠਿਆਈ (ਲੱਡੂ ਆਦਿ) ਦੁੱਧ, ਸਵਾਰੀ, ਮੰਜਾ, ਕੁਰਸੀ, ਪੀੜ੍ਹਾ, ਫ਼ਲ, ਫੁੱਲ, ਜੜੀ ਬੂਟੀਆਂ ਆਦਿ ਚੋਰੀ ਕਰਨ ਦੇ ਪਾਪ ਤੋਂ ਨਵਿਰਤੀ ਅਤੇ ਪਸ਼ਚਾਤਾਪ ਕਰਨ ਲਈ **'ਪੰਚ ਯੱਗ ਸੰਤਾਪਨਾ ਵ੍ਰਤ'** ਦੀ ਵਿਧੀ ਹੈ।

ਨੋਟ:– (ਪੰਚ ਯੱਗ ਸੰਤਾਪਨਾ ਵ੍ਰਤ) – ਪਾਪ ਸ਼ੁਧੀ ਕਰਨ ਵਾਲੀਆਂ ਪੰਜ ਚੀਜ਼ਾਂ- ਗਊ ਦਾ ਗੋਬਰ, ਪਿਸ਼ਾਬ, ਦੁੱਧ, ਦਹੀਂ, ਘਿਉ, ਨੂੰ ਡਿੱਭ ਦੇ ਘਾਹ ਨਾਲ ਉਬਾਲ ਕੇ ਪੀਣਾ ਤੇ ਇੱਕ ਦਿਨ ਭੁੱਖੇ ਰਹਿਣਾ।

(166) ਕਿਸੇ ਦੇ ਘਰੋਂ ਪਸ਼ੂਆਂ ਦਾ ਘਾਹ-ਪੱਠਾ (ਤ੍ਰਿਣ-**ਤ੍ਰਣ**), ਲੱਕੜ, ਦਰਖਤ, ਸੁੱਕਾ ਭੋਜਨ, ਸੀਰਾ, ਕੱਪੜੇ, ਚਮੜਾ, ਅਤੇ ਮਾਸ ਆਦਿ ਦੀ ਚੋਰੀ ਕਰਨ ਦੇ ਪਾਪ ਦਾ ਪਸ਼ਚਾਤਾਪ ਅਤੇ ਸ਼ੁਧੀ ਲਈ ਤਿੰਨ ਨਿ ਅਤੇ ਤਿੰਨ ਰਾਤਾਂ ਭੋਜਨ ਤੋਂ ਵਰਤ ਰੱਖਣ (ਉਪਵਾਸ) ਦਾ ਨਿਯਮ ਹੈ।

(167) ਕੀਮਤੀ ਹੀਰੇ, ਮਾਣਕ, ਮੋਤੀ, ਪੱਥਰ, ਤਾਂਬਾ, ਚਾਂਦੀ, ਪਿੱਤਲ਼ ਆਦਿ ਵਿੱਚੋਂ ਕਿਸੇ ਇੱਕ ਦੀ ਚੋਰੀ ਦੇ ਸੰਤਾਪ ਅਤੇ ਸ਼ੁਧੀਕਰਣ ਲਈ, ਬਾਰਾਂ ਦਿਨ ਬਿਨਾਂ ਪਕਾਇਆ ਅੰਨ (ਸੁੱਕੇ ਚੌਲਾਂ ਦੀ ਕਣੀ) ਖਾ ਕੇ ਗੁਜ਼ਾਰਾ ਕਰਨ ਦਾ ਵਿਧੀ ਵਿਧਾਨ ਹੈ।

(168) ਕਪਾਹ, ਰੇਸ਼ਮ, ਉੱਨ ਦੇ ਬਣੇ ਬਸਤਰ, ਇੱਕ ਖੁਰ ਵਾਲੇ ਪਛੂ (ਘੋੜਾ,ਬੈਲ--), ਪੰਛੀ, ਅਤਰ ਫਲੇਲ (ਸੁਗੰਧੀਆਂ), ਜੜੀਆਂ ਬੂਟੀਆਂ (ਔਸ਼ਧੀਆਂ), ਰੱਸੇ, ਆਦਿ ਵਿੱਚੋਂ ਕਿਸੇ ਇੱਕ ਦੀ ਚੋਰੀ ਦਾ ਸੰਤਾਪ ਅਤੇ ਸ਼ੁਧੀਕਰਣ ਲਈ ਤਿੰਨ ਦਿਨ ਨਿਰਾ ਦੁੱਧ ਪੀ ਕੇ ਗੁਜ਼ਾਰਾ ਕਰਨ ਦਾ ਵਿਧੀ ਵਿਧਾਨ ਹੈ।

(169) ਇਸ ਤਰਾਂ ਦੀਆਂ ਬੰਦਸ਼ਾਂ ਅਤੇ ਸੰਤਾਪ ਭੋਗਣ ਨਾਲ, ਇੱਕ ਦਵਿੱਜ ਆਪਣੇ ਪਾਪਾਂ ਤੋਂ ਮੁਕਤ ਹੋ ਸਕਦਾ ਹੈ। ਪਰ ਨਾ ਭੋਗਣ ਯੋਗ ਇਸਤਰੀ ਨਾਲ ਰੰਗ ਰਲੀਆਂ (ਰਮਣ) ਮਨਾਉਣ ਦੇ ਪਾਪ ਦਾ ਪਸ਼ਚਾਤਾਪ ਕਰਨ ਲਈ ਹੇਠਾਂ ਦੱਸੇ ਸੰਤਾਪ ਭੋਗਣੇ ਪੈਣਗੇ।

(170) ਸਕੇ ਸਬੰਧ ਵਾਲੀਆਂ ਇਸਤਰੀਆਂ, ਦੋਸਤ ਦੀ ਪਤਨੀ, ਪੁੱਤਰ ਦੀ ਪਤਨੀ (ਨੂੰਹ), ਕੁਆਰੀ ਕੰਨਿਆ. ਚੰਡਾਲ ਇਸਤਰੀ ਆਦਿ, ਕਿਸੇ ਇੱਕ ਨਾਲ ਭੀ ਕਾਮ ਕਰੀੜਾ (ਭੋਗ) ਕਰਨ ਦੇ ਪਾਪ ਤੋਂ ਨਵਿਰਤੀ ਅਤੇ ਪਸ਼ਚਾਤਾਪ ਕਰਨ ਲਈ ਉਹੀ ਵਿਧੀ ਵਿਧਾਨ ਹੈ ਜੋ ਇੱਕ ਚੇਲੇ ਨੂੰ ਆਪਣੇ ਗੁਰੂ ਦੀ ਪਤਨੀ ਨਾਲ ਭੋਗ ਕਰਨ ਦੇ ਦੋਸ਼ ਵਿੱਚ ਪਹਿਲਾਂ ਦੱਸਿਆ ਜਾ ਚੁੱਕਿਆ ਹੈ (ਚੰਦਰਾਇਣ ਵ੍ਰਤ)।

(171) ਜੋ ਮਨੁੱਖ ਰਿਸ਼ਤੇ ਵਿੱਚ ਆਪਣੀਆਂ ਭੈਣਾਂ ਸਮਾਨ, ਆਪਣੀ ਭੂਆ ਦੀ ਕੁੜੀ, ਮਾਸੀ ਦੀ ਕੁੜੀ, ਮਾਮੇਂ ਦੀ ਕੁੜੀ, ਨੂੰ ਹੱਥ ਪਾਉਂਦਾ ਹੈ, ਇਸ ਪਾਪ ਦੇ ਦੋਸ਼ ਦਾ ਸੰਤਾਪ ਭੋਗਣ ਲਈ ਉਸਨੂੰ - 'ਚੰਦਰਾਇਣ' ਵ੍ਰਤ ਦੀ ਵਿਧੀ ਨਿਭਾਉਣੀ ਪਵੇਗੀ।

(172) ਸੂਝਵਾਨ ਮਨੁੱਖ, ਇਨ੍ਹਾਂ ਤਿੰਨਾਂ ਰਿਸ਼ਤਿਆਂ ਦੇ ਸਤਿਕਾਰ ਨੂੰ ਮੁੱਖ ਰੱਖ ਕੇ, ਐਸੀ ਕਿਸੇ ਇਸਤਰੀ ਨਾਲ ਵਿਆਹ ਕਰਨ ਤੋਂ ਪਹਿਲਾਂ ਵਿਚਾਰੇ ਕਿ ਉਹ ਇਨ੍ਹਾਂ ਸਕੇ ਸਬੰਧੀਆਂ ਵਿੱਚੋਂ ਨਾ ਹੋਵੇ। ਐਸਾ ਕਰਨ ਵਾਲਾ ਮਨੁੱਖ ਜਿਉਂਦਿਆ ਨਰਕਧਾਰੀ ਕਿਹਾ ਜਾਂਦਾ ਹੈ।

(173) ਜੇ ਕੋਈ ਮਨੁੱਖ ਗੈਰ ਕੁਦਰਤੀ ਹਰਕਤ ਜਾਂ ਘੋਰ ਅਪਰਾਧ (ਜਿਵੇਂ ਕਿਸੇ ਮਨੁੱਖ ਨਾਲ ਮਨੁੱਖ ਜਾਂ ਪਸ਼ੂ ਨਾਲ ਭੋਗ ਕਰੇ) ਕਰਦਾ ਹੈ, ਮਾਂਹਵਾਰੀ ਵਿੱਚੋਂ ਲੰਘ ਰਹੀ ਔਰਤ ਨਾਲ ਗੈਰ ਕੁਦਰਤੀ (ਮਲ਼-ਦੁਆਰ ਰਾਹੀਂ) ਢੰਗ ਨਾਲ ਕਾਮ ਕ੍ਰੀੜਾ ਕਰਦਾ ਹੈ, ਪਾਣੀ ਵਿੱਚ ਵੀਰਜ ਪਾਤ ਕਰਦਾ ਹੈ, ਉਸਨੂੰ ਉਸ ਦੋਸ਼ ਦੀ ਸ਼ੁਧੀ ਲਈ, ਵਿਧੀ ਮੁਤਾਬਿਕ **'ਅਤੀ ਸੰਤਾਪਨਾ'** ਵ੍ਰਤ ਦੀ ਕਿਰਿਆ ਨਿਭਾਉਣੀ ਪਵੇਗੀ।

(174) ਇੱਕ ਦਵਿੱਜ ਸ਼ਰੇ-ਆਮ ਦਿਨ ਦਿਹਾੜੇ ਜਾਂ ਚੱਲਦੀ ਬੈਲ਼ ਗੱਡੀ ਵਿੱਚ, ਜਾਂ ਪਾਣੀ ਵਿੱਚ ਇਸਤਰੀ ਭੋਗ ਕਰਨ ਦਾ ਪਾਪ ਕਰੇ ਤਾਂ ਉਸ ਲਈ ਕੱਪੜਿਆਂ ਸਮੇਤ ਨਹਾਉਣ (ਸੁਚੈਲ ਇਸ਼ਨਾਨ) ਦਾ ਵਿਧਾਨ ਹੈ।

(175) ਬ੍ਰਾਹਮਣ, ਭਾਵੇਂ ਅਨਜਾਣਪੁਣੇ ਵਿੱਚ ਕਿਸੇ ਚੰਡਾਲ ਜਾਂ ਨੀਵੀ ਜਾਤੀ ਦੀ ਮਲ਼ੇਸ਼ ਇਸਤਰੀ ਨਾਲ ਸੰਭੋਗ ਕਰਨ ਦੀ ਭੁੱਲ ਕਰੇ ਜਾਂ ਉਸਦੇ ਘਰ ਦਾ ਭੋਜਨ ਖਾਵੇ, ਉਹ ਆਪਣੇ ਵਰਣ ਵਿੱਚੋਂ ਪਤਿਤ (ਭ੍ਰਿਸ਼ਟ) ਹੋ ਜਾਂਦਾ ਹੈ, ਪਰ ਜੇ ਐਸੀ ਨੀਵੀਂ ਜਾਤ ਵਾਲੇ ਦਾ ਦਿੱਤਾ ਦਾਨ ਪ੍ਰਵਾਨ ਕਰ ਲਵੇ ਤਾਂ ਉਹ ਦਾਨ ਦੇਣ ਵਾਲੇ ਦੀ ਜਾਤ ਦਾ ਹੋ ਜਾਂਦਾ ਹੈ।

(176) ਭੈੜੇ ਚਾਲ ਚਲਣ ਵਾਲੀ ਔਰਤ (ਬਦਕਾਰ) ਦੇ ਪਤੀ ਨੂੰ ਚਾਹੀਦਾ ਹੈ ਕਿ ਪਕੜੇ ਜਾਣ ਤੇ ਉਸਨੂੰ, ਘਰ ਦੀ ਚਾਰ ਦਿਵਾਰੀ ਵਿੱਚ ਬੰਦ ਰੱਖੇ ਅਤੇ ਉਹੀ ਤਪੱਸਿਆ ਤੇ ਪਸ਼ਚਾਤਾਪ ਕਰਵਾਏ, ਜੋ ਇੱਕ ਪੁਰਸ਼ ਲਈ ਪਰਾਈ ਇਸਤਰੀ ਨਾਲ ਭੋਗ ਕਰਨ ਲਈ ਨਿਯਮਤ ਹੈ।

(177) ਘਰ ਵਿੱਚ ਬੰਦ ਰੱਖਣ ਤੋਂ ਬਾਅਦ ਭੀ, ਜੇ ਉਹ ਇਸਤਰੀ, ਫਿਰ ਭੀ ਆਪਣੀ ਜਾਤ ਦੇ ਮਨੁੱਖ ਨਾਲ ਵਿਗੜ ਜਾਵੇ ਅਤੇ ਹਟਾਇਆਂ ਨਾ ਹਟੇ, ਤਾਂ ਉਸਤੋਂ 'ਕਠਨ ਚੰਦਰਾਇਣ' ਵ੍ਰਤ ਦਾ ਪਸ਼ਚਾਤਾਪ ਕਰਵਾਏ।

(178) ਇੱਕ ਰਾਤ ਕਿਸੇ ਚੰਡਾਲਣੀ ਨਾਲ ਰੰਗਰਲੀਆਂ ਮਨਾਉਣ ਨਾਲ ਕੀਤੇ ਪਾਪ ਤੋਂ ਮੁਕਤ ਹੋਣ ਲਈ, ਦਵਿੱਜ ਪੁਰਸ਼ ਨੂੰ ਤਿੰਨ ਸਾਲ ਗਾਇਤ੍ਰੀ ਮੰਤ੍ਰ ਦੇ ਪਾਠ ਕਰਨ ਦੇ ਨਾਲ ਨਾਲ, ਮੰਗ ਕੇ ਲਿਆਂਦੇ ਭੋਜਨ ਤੇ ਗੁਜ਼ਾਰਾ ਕਰਨ ਨਾਲ ਪਾਪ ਨਵਿਰਤ ਹੋ ਸਕਦਾ ਹੈ।

(179) ਇਸ ਤਰਾਂ ਚਾਰ ਕਿਸਮ ਦੇ (ਹਿੰਸਕ, ਅਭੱਖ ਖਾਣ ਵਾਲੇ, ਚੋਰ, ਪਰ ਇਸਤ੍ਰੀ-ਪੁਰਸ਼ ਭੋਗੀ) ਪਾਪੀ ਅਤੇ ਕੁਕਰਮੀਆਂ ਲਈ, ਪਸ਼ਚਾਤਾਪ ਅਤੇ ਸ਼ੁਧੀਕਰਣ ਦੀ ਕਿਰਿਆ ਦੱਸ ਦਿੱਤੀ ਗਈ ਹੈ। ਹੁਣ ਸੁਣੋ, ਕਿ ਚਾਰੇ ਵਰਣਾਂ ਦੇ ਉਨ੍ਹਾਂ ਲੋਕਾਂ ਲਈ, ਪਸ਼ਚਾਤਾਪ ਅਤੇ ਸ਼ੁਧੀਕਰਣ ਦੇ ਕੀ ਕੀ ਨਿਯਮ ਹਨ, ਜੋ ਬ੍ਰਾਦਰੀ ਵਿੱਚੋ ਛੇਕੇ (ਪਤਿਤ, ਧਰਮ ਤਿਆਗੀ, ਵ੍ਰਣਸ਼ੰਕਰ) ਹੋਏ ਲੋਕਾਂ ਨਾਲ ਸਬੰਧ ਬਣਾ ਕੇ ਕਾਮ ਕ੍ਰੀੜਾ (ਸੰਭੋਗ) ਕਰਦੇ ਹਨ।

ਪਤਿਤ (ਧਰਮ ਤਿਆਗੀ) ਲੋਕਾਂ ਨਾਲ ਮੇਲ-ਜੋਲ ਰੱਖਣ ਵਾਲੇ ਲਈ ਪਸ਼ਚਾਤਾਪ ਅਤੇ ਸ਼ੁਧੀਕਰਣ ਦੀ ਪ੍ਰਕਿਰਿਆ –

(180) ਆਪਣੇ ਵਰਣ ਤੋਂ ਪਤਿਤ (ਧਰਮ ਤਿਆਗੀ) ਲੋਕਾਂ ਦੀ ਸੰਗਤ ਕਰਨ ਵਾਲਾ, ਉਨ੍ਹਾਂ ਨਾਲ ਬੈਠ ਕੇ ਖਾਣ ਵਾਲਾ, ਉਨ੍ਹਾਂ ਨਾਲ ਬੈਠ ਕੇ ਸਵਾਰੀ ਕਰਨ ਵਾਲਾ, ਇੱਕ ਸਾਲ ਵਿੱਚ ਆਪ ਵੀ ਪਤਿਤ ਹੋ ਜਾਂਦਾ ਹੈ। ਪਰ ਉਨ੍ਹਾਂ ਦੇ ਯੱਗ ਅਤੇ ਵੇਦਾਂ ਦੀ ਪਾਠ ਪੂਜਾ ਵਿੱਚ ਸ਼ਾਮਲ ਹੋਣ ਵਾਲਾ ਅਤੇ ਰਿਸ਼ਤੇਦਾਰੀ ਦੇ ਸਬੰਧ ਜੋੜਨ ਵਾਲਾ ਬ੍ਰਾਹਮਣ, ਉਸੇ ਵਕਤ ਪਤਿਤ ਹੋ ਜਾਂਦਾ ਹੈ।

(181) ਆਪਣੇ ਧਰਮ ਤੋਂ ਪਤਿਤ ਹੋਏ ਲੋਕਾਂ ਨਾਲ ਮੇਲ ਜੋਲ ਰੱਖਣ ਵਾਲੇ ਮਨੁੱਖ ਲਈ, ਕੀਤੇ ਹੋਏ ਪਾਪਾਂ ਦਾ ਪਸ਼ਚਾਤਾਪ ਅਤੇ ਸ਼ੁਧੀਕਰਣ ਦੀ ਉਹੀ ਵਿਧੀ ਹੈ ਜੋ ਉਨ੍ਹਾਂ ਪਤਿਤ (ਧਰਮ ਤੋਂ ਗਿਰੇ ਹੋਏ) ਲੋਕਾਂ ਲਈ ਨਿਯਮਤ ਹੈ।

(182) ਜੇ, ਪਤਿਤ ਹੋਏ ਮਨੁੱਖ ਦੀ ਸੰਗਤ ਕਰਨ ਵਾਲੇ ਸਕੇ ਸਬੰਧੀ (ਭਾਵ ਉਸਦੀ ਕੁਲ ਵਿੱਚੋਂ ਜਾਂ, ਸਪਿੰਦਾ ਰਿਸ਼ਤੇਦਾਰ) ਦੇ ਭ੍ਰਿਸ਼ਟ ਹੋ ਜਾਣ ਤੇ, ਉਸਦੀ ਸ਼ੁਧੀ ਕਰਨ ਲਈ, ਉਸਦੇ ਸਕੇ ਭਾਈ ਅਤੇ ਸਬੰਧੀ, ਕੋਈ ਅਸ਼ੁੱਭ ਦਿਨ (ਜਿਵੇਂ ਮਹੀਨੇ ਦੀ ਨੌਵੀਂ ਥਿੱਤ ਆਦਿ) ਦੀ ਸ਼ਾਮ ਚੁਣ ਕੇ, ਪਿੰਡ ਤੋਂ ਬਾਹਰ ਆਪਣੇ ਜਾਤੀ ਪ੍ਰੋਹਿਤ (ਰਿੱਤਵਿਜ) ਅਤੇ ਗੁਰੂ ਜਨਾ ਦੀ ਹਾਜਰੀ ਵਿੱਚ, ਜਲ ਦਾਨ ਕਿਰਿਆ (ਜਲ-ਅੰਜੁਲੀ) ਕਰਕੇ ਉਸਦਾ ਸ਼ੁਧੀਕਰਨ ਕਰ ਸਕਦੇ ਹਨ।

(183) ਘਰ ਆਉਣ ਤੇ, ਘਰ ਦਾ ਅੰਨ ਪਾਣੀ ਕਰਨ ਵਾਲੀ ਨੌਕਰਾਣੀ (ਕੁਲ-ਦਾਸੀ, ਝੀਰੀ), ਦੱਖਣ ਦਿਸ਼ਾ ਵੱਲ ਮੁੱਖ ਕਰਕੇ, ਆਪਣੇ ਪੈਰ ਨਾਲ ਪਾਣੀ ਨਾਲ ਭਰੇ ਪੁਰਾਣੇ ਘੜੇ ਨੂੰ ਇੱਕ ਪ੍ਰੇਤ ਜਾਣ ਕੇ ਲੱਤ ਮਾਰ ਦੇਵੇ ਅਤੇ ਸਭ ਸਕੇ ਸਬੰਧੀਆਂ ਦੇ ਘਰ ਇੱਕ ਦਿਨ ਅਤੇ ਰਾਤ (ਅਹੋਤਰ) ਲਈ ਸੂਤਕ (ਅਪਵਿੱਤਰ) ਅਵਸਥਾ ਜਾਣੀ ਜਾਵੇ।

(184) ਇਸ ਤੋਂ ਬਾਅਦ, ਸਭ ਸਕੇ ਸਬੰਧੀ, ਉਸ ਪਤਿਤ (ਧਰਮ ਤਿਆਗੀ) ਪੁਰਸ਼ ਨਾਲ, ਬੋਲ ਚਾਲ, ਇੱਕ ਥਾਂ ਉੱਠਣਾ ਬੈਠਣਾ (ਸੰਗਤ ਕਰਨੀ) ਛੱਡ ਦੇਣ ਅਤੇ ਪਿਤਾ ਪੁਰਖੀ ਜਾਇਦਾਦ ਤੋਂ ਬੇਦਖਲ ਕਰ ਦਿੱਤਾ ਜਾਵੇ। ਉਸ ਨਾਲ ਆਮ ਲੋਕਾਂ ਵਾਲਾ ਵਿਵਹਾਰ ਕੀਤਾ ਜਾਵੇ।

(185) ਜੇ ਉਹ ਪ੍ਰਵਾਰ ਵਿੱਚੋਂ ਵੱਡਾ ਹੋਵੇ ਤਾਂ ਉਸ ਮਹਾਪਾਪੀ ਦੀ ਪ੍ਰਵਾਰਕ ਪ੍ਰਮੁੱਖਤਾ ਜਾਂਦੀ ਲਗਦੀ ਹੈ ਅਤੇ ਉਸਦੇ ਵਾਧੂ ਹਿੱਸੇ ਅਤੇ ਸਨਮਾਨ ਦਾ ਹੱਕਦਾਰ ਉਸਦਾ ਛੋਟਾ ਭਰਾ ਬਣ ਜਾਂਦਾ ਹੈ।

(186) ਇਸਦੇ ਉਲਟ, ਜੇ ਉਹ ਆਪਣੀ ਭੁੱਲ ਦਾ ਪਛਚਾਤਾਪ ਕਰਨਾ ਮੰਨ ਲਵੇ, ਤਾਂ ਉਸਦਾ ਪ੍ਰਵਾਰ, ਗੁਰੂ-ਜਨ, ਜਾਤੀ ਪ੍ਰੋਹਿਤ ਅਤੇ ਸਕੇ-ਸਬੰਧੀਆਂ ਵਲੋਂ ਇਕੱਠੇ ਹੋ ਕੇ, ਉਸਨੂੰ ਕਿਸੇ ਪਵਿੱਤਰ ਤੀਰਥ ਤੇ ਇਸ਼ਨਾਨ ਕਰਾ ਕੇ, ਪਾਣੀ ਨਾਲ ਭਰੇ **ਨਵੇਂ ਘੜੇ** ਨੂੰ ਤੋੜਨ ਦੀ ਰਸਮ ਕਰਕੇ ਉਸਦੀ ਪਾਪ-ਨਿਵਿਰਤੀ ਅਤੇ ਸ਼ੁਧੀ ਹੋ ਸਕਦੀ ਹੈ।

(187) ਇਸ ਤਰਾਂ ਜਦੋਂ ਉਹ ਘਰ ਆਵੇ, ਤਾਂ ਦਰਵਾਜ਼ੇ ਅੱਗੇ ਪਾਣੀ ਦਾ ਭਰਿਆ ਘੜਾ, ਤੋੜਨ ਦੀ ਥਾਂ ਰੋੜ ਕੇ ਘਰ ਵਿੱਚ ਦਾਖਲ ਹੋਵੇ ਅਤੇ ਇਸ ਮਗਰੋਂ ਉਹ ਘਰ ਦੀਆਂ ਸਾਰੀਆਂ ਜਿਮੇਦਾਰੀਆਂ ਅਤੇ ਕੰਮਾਂ ਨੂੰ ਪਹਿਲਾਂ ਵਾਂਗ ਨਿਭਾ ਸਕਦਾ ਹੈ।

(188) ਆਪਣੇ ਵਰਣ ਧਰਮ ਤੋਂ ਭਰਿਸ਼ਟ (ਪਤਿਤ) ਹੋਈ ਔਰਤ ਉੱਪਰ ਭੀ, ਸ਼ੁਧੀਕਰਣ ਲਈ ਮਰਦਾਂ ਵਾਂਗ ਪਹਿਲਾਂ ਦੱਸੀ ਕਿਰਿਆ ਨਿਭਾਈ ਜਾਵੇ। ਪਸ਼ਚਾਤਾਪ ਲਈ ਰਾਜ਼ੀ ਹੋਣ ਤੋਂ ਪਹਿਲਾਂ, ਪਤਿਤ ਇਸਤਰੀ ਨੂੰ ਘਰ ਦੀ ਚਾਰ ਦਿਵਾਰੀ ਵਿੱਚ ਹੀ ਰੱਖਿਆ ਜਾਵੇ। ਘਰ ਵਿੱਚ ਰਹਿੰਦਿਆਂ, ਉਸਨੂੰ ਅੰਨ, ਜਲ, ਅਤੇ ਬਸਤਰ ਆਦਿ ਜ਼ਰੂਰੀ ਵਸਤਾਂ ਹੀ ਦਿੱਤੀਆਂ ਜਾਣ।

(189) ਆਪਣੀ ਭੁੱਲ ਅਤੇ ਪਾਪ ਦਾ ਪਸ਼ਚਾਤਾਪ ਨਾ ਕਰਨ ਵਾਲੇ ਪਾਪੀ ਨਾਲ ਕਿਸੇ ਕਿਸਮ ਦਾ ਵਰਤਾਵ-ਵਿਵਹਾਰ ਨਹੀਂ ਰੱਖਣਾ ਚਾਹੀਦਾ, ਪਰ ਪਛਚਾਤਾਪ ਕਰਕੇ ਸ਼ੁਧੀ ਹੋ ਜਾਣ ਮਗਰੋਂ, ਉਸਦੀ ਨਿੰਦਾ ਜਾਂ ਉਸਨੂੰ ਨਫਰਤ (ਘਿਰਣਾ) ਭੀ ਨਾ ਕੀਤੀ ਜਾਵੇ।

(190) ਸ਼ਾਸਤਰਾਂ ਵਿੱਚ ਦੱਸੇ ਵਿਧੀ ਵਿਧਾਨ ਮੁਤਾਬਿਕ, ਬੱਚਿਆਂ ਦੀ ਹੱਤਿਆ ਕਰਨ ਵਾਲਾ, ਅਕਿਰਤਘਣ (ਨਾਸ਼ੁਕਰਾ, ਅਹਿਸਾਨ ਫ਼ਰਾਮੋਸ਼) ਨਾਲ, ਸ਼ਰਣ ਆਏ ਲੋੜਵੰਦ ਪੁਰਸ਼ ਜਾਂ ਔਰਤ ਦੀ ਹੱਤਿਆ ਕਰਨ ਵਾਲੇ ਨਾਲ, ਆਪਣੀਆਂ ਭੁੱਲਾਂ ਦਾ ਪਸ਼ਚਾਤਾਪ ਕਰਨ ਦੇ ਬਾਵਜੂਦ ਭੀ ਕਿਸੇ ਤਰਾਂ ਦਾ ਤਾਲਮੇਲ ਨਹੀਂ ਰੱਖਣਾ ਚਾਹੀਦਾ।

(191) ਉਹ ਦਵਿੱਜ, ਜਿਨ੍ਹਾਂ ਦਾ ਧਰਮ ਪ੍ਰਵੇਸ਼ ਸੰਸਕਾਰ (ਯਗਉਪਵੀਤ), ਸਮੇਂ ਸਿਰ, ਵੇਦ ਰੀਤੀ ਮੁਤਾਬਿਕ ਨਾ ਹੋ ਸਕਿਆ ਹੋਵੇ, ਉਨ੍ਹਾਂ ਲਈ ਤਿੰਨ ਕਠਨ ਪ੍ਰਜਾਪਤਿ ਵ੍ਰਤ ਅਤੇ ਤਪੱਸਿਆ ਕਰਨ ਦਾ ਵਿਧਾਨ ਹੈ। ਉਸਤੋਂ ਮਗਰੋਂ, ਵਿਧੀ ਮੁਤਾਬਿਕ ਜਨੇਊ ਧਾਰਣ ਕੀਤਾ ਜਾ ਸਕਦਾ ਹੈ।

ਨੋਟ:- ਪਾਠਕਾਂ ਹਿੱਤ ਬੇਨਤੀ ਹੈ ਕਿ ਧਰਮ ਪ੍ਰਵੇਸ਼ ਕਰਨ ਦੀ ਰਸਮ ਨੂੰ, ਪੇਂਡੂ ਪੰਜਾਬੀ ਵਿੱਚ ਯਸ਼ੋਪਵੀਤ ਆਖ ਦਿੰਦੇ ਹਨ, ਜਦੋਂ ਕੇ ਅਸਲ ਉਚਾਰਨ 'ਯਗਉਪਵੀਤ' ਹੈ।

(192) ਇੱਕ ਦਵਿੱਜ, ਜਿਸਨੇ ਆਪਣੇ ਵਰਣ ਦੀ ਰੀਤ ਦੇ ਉਲਟ ਕਰਮ ਕੀਤੇ ਹੋਣ (ਜਿਵੇਂ ਸ਼ੂਦਰ ਦੀ ਸੇਵਾ ਕੀਤੀ ਹੋਵੇ, ਜਾਂ ਵੇਦ ਵਿੱਦਿਆ ਲੈਣ ਤੋਂ ਇਨਕਾਰ ਕੀਤਾ ਹੋਵੇ), ਉਸਨੂੰ ਆਪਣੀਆਂ ਭੁੱਲਾਂ ਦਾ ਪਸ਼ਚਤਾਪ ਅਤੇ ਤਪੱਸਿਆ ਕਰਨ ਲਈ, ਉੱਪਰ ਦਿੱਤੇ ਨਿਯਮ ਹੀ ਲਾਗੂ ਹੁੰਦੇ ਹਨ।

(193) ਜੇ ਕਿਸੇ ਬ੍ਰਾਹਮਣ ਨੇ ਕਿਸੇ ਨਿੰਦਣਯੋਗ ਤਰੀਕੇ ਨਾਲ ਜਾਇਦਾਦ ਜਾਂ ਧੰਨ ਇਕੱਠਾ ਕੀਤਾ ਹੋਵੇ, ਉਸ ਪਾਪ ਤੋਂ ਨਵਿਰਤੀ ਅਤੇ ਪਸ਼ਚਾਤਾਪ ਕਰਨ ਵਾਸਤੇ ਉਸ ਧੰਨ ਨੂੰ ਤਿਆਗ ਕੇ, ਕੇਵਲ ਵੇਦ ਮੰਤ੍ਰਾਂ ਦਾ ਪਾਠ ਅਤੇ ਜਪ-ਤਪ ਕਰਕੇ ਸ਼ੁਧੀ ਹੋ ਸਕਦੀ ਹੈ।

(194) ਜੇ ਬ੍ਰਾਹਮਣ ਨੇ ਕਿਸੇ ਦੁਸ਼ਟ ਆਦਮੀ ਕੋਲੋਂ ਦਾਨ (ਨਿੰਦਤ ਦਾਨ) ਸਵਿਕਾਰ ਕਰ ਲਿਆ ਹੋਵੇ, ਤਾਂ ਇਕਾਗਰ ਮਨ ਨਾਲ, ਸਹਿਜ ਅਵਸਥਾ ਵਿੱਚ ਬੈਠ ਕੇ, ਤਿੰਨ ਹਜ਼ਾਰ ਵਾਰੀ ਗਾਇਤ੍ਰੀ ਮੰਤ੍ਰ ਦਾ ਜਾਪ ਕਰਨ, ਇੱਕ ਮਹੀਨਾ ਗਊਆਂ ਦੇ ਬਾੜੇ (ਗਊਸ਼ਾਲਾ) ਵਿੱਚ ਸੇਵਾ ਕਰਨ ਅਤੇ ਕੇਵਲ ਦੁੱਧ ਪੀਕੇ ਗੁਜ਼ਾਰਾ ਕਰਨ ਨਾਲ, ਉਸ ਮਨੁੱਖ ਦੀ ਸ਼ੁਧੀ ਹੋ ਸਕਦੀ ਹੈ।

(195) ਇੱਕ ਮਹੀਨਾ ਗਊਆਂ ਦੇ ਬਾੜੇ ਵਿੱਚ ਬਿਨਾਂ ਅੰਨ ਖਾਧੇ ਰਹਿਣ ਮਗਰੋਂ, ਜਦੋਂ ਬ੍ਰਾਹਮਣ ਘਰ ਪਰਤੇ, ਤਾਂ ਦੂਸਰੇ ਬ੍ਰਾਹਮਣ ਲੋਕ ਉਸਤੋਂ, ਮੁੜ ਐਸਾ ਕੰਮ ਨਾ ਕਰਨ ਦਾ ਵਾਅਦਾ ਲੈ ਕੇ ਅੱਗੇ ਦੱਸੀ ਵਿਧੀ ਮੁਤਾਬਿਕ, ਆਪਣੀ ਸੰਗਤ ਵਿੱਚ ਬੈਠਣ ਦੀ ਆਗਿਆ ਦੇ ਸਕਦੇ ਹਨ।

(196) ਬ੍ਰਾਹਮਣਾਂ ਦੇ ਪੁੱਛਣ ਤੇ ਹਾਂਅ (ਸਤਿ ਬਚਨ) ਕਹਿਣ ਮਗਰੋਂ, ਘਾਹ ਦੀ ਇੱਕ ਪੰਡ, ਗਊਆਂ ਅੱਗੇ ਸੁੱਟੀ ਜਾਵੇ ਅਤੇ ਜੇ ਗਊਆਂ ਸਾਰਾ ਘਾਹ ਖਾ ਕੇ ਸਮੇਟ ਜਾਣ ਤਾਂ ਉਸੇ ਥਾਂ ਨੂੰ ਜਲ ਛਿੜਕ ਕੇ ਪਵਿੱਤਰ ਕਰਨ ਮਗਰੋਂ ਸਾਰੇ ਬ੍ਰਾਹਮਣ, ਉਸਨੂੰ ਮੁੜ ਤੋਂ ਆਪਣੇ ਭਾਈਚਾਰੇ ਵਿੱਚ ਸ਼ਾਮਿਲ ਕਰਨ ਦਾ ਫ਼ੈਸਲਾ ਲੈ ਸਕਦੇ ਹਨ।

(197) ਜੇ ਬ੍ਰਾਹਮਣ ਨੇ, ਕਿਸੇ ਵ੍ਰਤਯ ਮਨੁੱਖਾਂ (ਵਰਣ ਤਿਆਗੀ ਕਬੀਲਆਂ ਦੇ ਲੋਕ) ਲਈ ਕੋਈ ਯੱਗ (ਪਾਠ ਪੂਜਾ) ਜਾਂ ਪ੍ਰੇਤ ਕਰਮ ਦੀ ਕਿਰਿਆ ਨਿਭਾਈ ਹੋਵੇ, ਜਾਂ ਪਿਤਾ ਅਤੇ ਗੁਰੂ ਦੇ ਕੁਟੰਭ ਨੂੰ ਛੱਡ ਕੇ ਕਿਸੇ ਹੋਰ ਦਾ ਖਾਤਮਾ ਕਰਨ, ਵਸੀ ਕਰਨ ਜਾਂ ਨੁਕਸਾਨ ਕਰਨ ਲਈ, ਤਾਂਤਰਿਕ ਮੰਤ੍ਰਾਂ ਦਾ ਪਾਠ

ਕੀਤਾ ਹੋਵੇ (ਅਹੀਨ ਯੱਗ, **अहीन यज्ञ**), ਤਾਂ ਉਸਨੂੰ ਆਪਣੀ ਸ਼ੁਧੀ ਅਤੇ ਪਾਪਾਂ ਦੀ ਨਵਿਰਤੀ ਲਈ, ਪਹਿਲਾਂ ਦੱਸੀਆਂ ਜਾ ਚੁੱਕੀਆਂ ਤਿੰਨੋ ਤਪੱਸਿਆਂਵਾਂ ਅਤੇ ਪਸ਼ਚਾਤਾਪ ਕਰਨੇ ਪੈਣਗੇ।

(198) ਜੋ ਬ੍ਰਾਹਮਣ ਘਰ ਆਏ ਸ਼ਰਨਾਰਥੀ ਨੂੰ ਆਸਰਾ ਦੇਣ ਤੋਂ ਕਿਨਾਰਾ ਕਰੇ ਜਾਂ ਦੁਰਕਾਰ ਦੇਵੇ, ਗੁਣਹੀਣ (ਨੀਵੀ ਜਾਤ ਦਾ) ਮਨੁੱਖ ਜੋ ਵੇਦ ਪੜਨ ਦਾ ਅਧਿਕਾਰੀ ਨਾ ਹੋਣ ਤੇ ਵੀ ਉਸਨੂੰ ਵੇਦ ਵਿੱਦਿਆ ਦੇਵੇ, ਜਾਂ ਵੇਦਾਂ ਦਾ ਗਲਤ ਵਖਿਆਨ ਕਰੇ, ਤਾਂ ਐਸੇ ਬ੍ਰਾਹਮਣ ਨੂੰ ਇਸ ਪਾਪ ਦੀ ਸ਼ੁਧੀ ਲਈ, ਇੱਕ ਸਾਲ ਜੌਆਂ ਦੇ ਸੱਤੂ ਖਾ ਕੇ ਗੁਜ਼ਾਰਾ ਕਰਨਾ ਪਵੇਗਾ।

(199) ਜੇ ਕਿਸੇ ਨੂੰ, ਕੁੱਤੇ, ਗਿੱਦੜ, ਖੋਤੇ, ਮਾਸਾਹਾਰੀ ਜਾਨਵਰ, ਆਦਮੀ, ਘੋੜਾ, ਊਂਠ, ਪਿੰਡ ਦੇ ਸੂਰ, ਆਦਿ ਨੇ ਵੱਢਿਆ ਹੋਵੇ ਤਾਂ ਉਸਦੀ ਸ਼ੁਧੀ ਪ੍ਰਾਣਾਯਾਮ ਦੀ ਯੋਗ ਵਿਧੀ ਕਰਕੇ ਹੋ ਸਕਦੀ ਹੈ।

(200) ਇੱਕ ਮਹੀਨਾ ਲਗਾਤਾਰ, ਵੇਦਾਂ ਦੇ ਮੰਤ੍ਰਾਂ ਦਾ ਸ਼ਾਕਲਾ ਪਾਠ (ਬੋਲ ਕੇ ਅਰਥਾਂ ਸਹਿਤ) ਪੜ੍ਹਨ ਅਤੇ ਪੂਜਾ ਕਰਨ ਦੇ ਨਾਲ ਨਾਲ ਦੋ ਦਿਨ ਛੱਡ ਕੇ ਹਰ ਤੀਸਰੇ ਦਿਨ ਦੀ ਸ਼ਾਮ ਨੂੰ ਭੋਜਨ ਖਾਣ ਨਾਲ ਭੀ, ਭਾਈਚਾਰੇ ਵਿੱਚੋਂ ਬੇਦਖਲ ਕੀਤੇ ਹੋਏ (ਛੇਕੇ ਹੋਏ) ਦਵਿੱਜਾਂ ਦੀ ਸ਼ੁਧੀ ਹੋ ਸਕਦੀ ਹੈ।

(201) ਜੋ ਬ੍ਰਾਹਮਣ, ਜਾਣ ਬੁੱਝ ਕੇ, ਗਧ੍ਹੇ ਜਾਂ ਊਂਠ ਨਾਲ ਖਿੱਚੀ ਜਾਣ ਵਾਲੀ ਗੱਡੀ ਦੀ ਸਵਾਰੀ ਕਰੇ ਅਤੇ ਨੰਗਾ ਹੋ ਕੇ ਨਹਾਵੇ, ਤਾਂ ਵਿਧੀ ਅਨੁਸਾਰ ਪ੍ਰਾਣਾਯਾਮ ਯੋਗ ਕਿਰਿਆ ਨਾਲ ਸ਼ੁੱਧੀ ਹੋ ਸਕਦੀ ਹੈ।

(202) ਮਜ਼ਬੂਰੀ ਵੱਸ ਜਾਂ ਬਿਮਾਰੀ ਦੀ ਹਾਲਤ ਵਿੱਚ ਜੇ ਕਿਸੇ ਨੂੰ ਟੱਟੀ ਪਿਛਾਬ ਕਰਨ ਮਗਰੋਂ ਸਾਫ ਕਰਨ ਦੀ ਦਿੱਕਤ ਹੋਵੇ ਜਾਂ ਪਾਣੀ ਵਿੱਚ ਹੀ ਮਲ਼ ਮੂਤਰ ਤਿਆਗਣਾ ਪੈ ਜਾਵੇ ਤਾਂ ਪਿੰਡ ਦੇ ਬਾਹਰ ਕਿਸੇ ਘਾਟ ਤੇ ਜਾ ਕੇ ਕੱਪੜਿਆਂ ਸਮੇਤ ਇਸ਼ਨਾਨ ਕਰਨ ਮਗਰੋਂ, ਗਊ ਨੂੰ ਸ੍ਪਸ਼ ਕਰਨ ਨਾਲ ਸ਼ੁਧੀ ਹੋ ਸਕਦੀ ਹੈ।

(203) ਵੇਦਾਂ ਵਿੱਚ ਦੱਸੇ ਹੋਏ, ਨਿੱਤ ਦੇ ਕਰਨ ਵਾਲੇ ਕਰਮਾਂ (ਪੰਚ ਯੱਗ ਆਦਿ) ਤੋਂ ਖੁੰਝ ਜਾਣ ਵਾਲੇ ਸਨਾਤਕ ਬ੍ਰਮਚਾਰੀ ਦਾ ਭੋਜਨ ਤੋਂ ਵਰਤ ਰੱਖਣਾ, ਉਸਦੀ ਭੁੱਲ ਦਾ ਪਸ਼ਚਾਤਾਪ ਹੀ ਗਿਣਿਆ ਗਿਆ ਹੈ।

(204) ਬ੍ਰਾਹਮਣ ਨੂੰ ਬੋਲਦਿਆਂ ਟੋਕਣਾ ਵਾਲਾ ਅਤੇ ਚੁੱਪ ਕਰਨ ਲਈ ਕਹਿਣਾ ਵਾਲਾ, ਆਪਣੇ ਤੋਂ ਵੱਡੇ ਨੂੰ ਤੂੰ ਤੂੰ ਕਹਿ ਕੇ ਸੰਬੋਧਨ ਕਰਨ ਵਾਲਾ, ਆਪਣੀ ਭੁੱਲ਼ ਬਖਸ਼ਾਉਣ ਲਈ ਬਾਕੀ ਦੇ ਦਿਨ ਕੁਝ ਨਾ ਖਾਵੇ ਅਤੇ ਉਸੇ ਸਮੇਂ ਇਸ਼ਨਾਨ ਕਰਕੇ ਪਵਿੱਤਰ ਹੋਣ ਮਗਰੋਂ ਨਿਮਰਤਾ ਨਾਲ ਮੁਆਫੀ ਮੰਗ ਕੇ ਬ੍ਰਾਹਮਣ ਦਾ ਗੁੱਸਾ ਠੰਡਾ ਕਰੇ।

(205) ਬ੍ਰਾਹਮਣ ਨੂੰ, ਭਾਵੇਂ ਕਿਸੇ ਨੇ ਘਾਹ ਦੇ ਤੀਲੇ ਨਾਲ ਭੀ ਕਿਉਂ ਨਾ ਮਾਰਿਆ ਹੋਵੇ, ਜਾਂ ਉਸਦੇ ਗਲ਼ ਵਿੱਚ ਸਾਫ਼ਾ ਪਾਇਆ ਹੋਵੇ, ਜਾਂ ਕਿਸੇ ਵਾਦ ਵਿਵਾਦ ਵਿੱਚ ਉਸਨੂੰ ਹਰਾਇਆ ਹੋਵੇ, ਐਸਾ ਕਰਨ ਵਾਲਾ ਪੁਰਸ਼, ਆਪਣੇ ਭਲੇ ਲਈ ਬ੍ਰਾਹਮਣ ਅੱਗੇ ਹੱਥ ਜੋੜ ਕੇ ਡੰਡੌਤ ਕਰੇ ਅਤੇ ਮੁਆਫ਼ੀ ਮੰਗੇ।

ਡੰਡੌਤ:- *(ਅਸ਼ਟੰਗ ਪ੍ਰਣਾਮ) - ਸ਼ਰੀਰ ਦੇ ਅੱਠ ਅੰਗਾਂ (ਜੋੜੇ ਹੋਏ ਹੱਥ, ਪੈਰ, ਬੰਦ ਅੱਖਾਂ, ਇਕਾਗਰ ਮਨ, ਚੁੱਪ ਜ਼ੁਬਾਨ) ਦੇ ਸਮੂੰਹ ਨਾਲ ਲੰਮੇਂ ਪੈ ਕੇ ਕੀਤੀ ਜਾਣ ਵਾਲੀ ਬੰਧਨਾਂ ਨੂੰ ਡੰਡੌਤ ਭੀ ਕਿਹਾ ਗਿਆ ਹੈ।*

(206) ਪਰ ਬ੍ਰਾਹਮਣ ਨੂੰ ਮਾਰਨ ਦੀ ਧਮਕੀ ਦੇਣ ਵਾਲੇ ਜਾਂ ਡੰਡਾ ਚੁੱਕਣ ਵਾਲੇ ਨੂੰ, ਸੌ ਸਾਲ ਨਰਕ ਵਿੱਚ ਅਤੇ ਬ੍ਰਾਹਮਣ ਨੂੰ ਜਾਨੋਂ ਮਾਰ ਦੇਣ ਵਾਲੇ ਨੂੰ ਇੱਕ ਹਜ਼ਾਰ ਸਾਲ ਨਰਕ ਭੋਗਣਾ ਪੈਂਦਾ ਹੈ।

(207) ਮਾਰੇ ਗਏ ਬ੍ਰਾਹਮਣ ਦੇ ਸਰੀਰ ਵਿਚੋਂ ਨਿਕਲਿਆ ਹੋਇਆ ਖ਼ੂਨ, ਧਰਤੀ ਦੀ ਧੁੱਦਲ ਦੇ ਜਿਤਨੇ ਕਣਾਂ ਵਿੱਚ ਰਚੇਗਾ, ਮਾਰਨੇ ਵਾਲੇ ਨੂੰ ਉਤਨੇ ਹਜ਼ਾਰ ਸਾਲ ਨਰਕ ਵਿੱਚ ਭੋਗਣੇ ਪੈਣਗੇ।

(208) ਬ੍ਰਾਹਮਣ ਨੂੰ ਮਾਰਨ ਦੀ ਧਮਕੀ ਦੇ ਕੇ ਹਥਿਆਰ ਚੁੱਕਣ ਵਾਲਾ ਮਨੁੱਖ, ਆਪਣੇ ਇਸ ਪਾਪ ਦਾ ਪਸ਼ਚਾਤਾਪ ਕਰਨ ਲਈ ਕਠਨ ਸਾਧਨਾ (ਕ੍ਰਿਸ਼ਾ ਵ੍ਰਤ) ਦੇ ਵ੍ਰਤ ਦੀ ਕਿਰਿਆ ਨਿਭਾਵੇ। ਡੰਡਾ ਮਾਰ

ਕੇ ਜ਼ਖਮੀ ਕਰਨ ਵਾਲੇ ਦੀ 'ਅਤੀ ਕਠਨ ਦੀ ਤਪੱਸਿਆ' (ਅਤੀ ਸੰਤਾਪਨਾ ਵ੍ਰਤ) ਦੀ ਵਿਧੀ ਵਾਲਾ ਵਰਤ ਰੱਖੇ ਅਤੇ ਜੇ ਖ਼ੂਨ ਵਹਿ ਤੁਰੇ ਤਾਂ ਵਿਧੀ ਅਨੁਸਾਰ ਪਸ਼ਚਾਤਾਪ ਕਰਨ ਲਈ ਦੋਵੇਂ ਵ੍ਰਤ ਕਰਨ ਨਾਲ, ਪਾਪ ਸ਼ੁਧੀ ਹੋ ਸਕਦੀ ਹੈ।

(209) ਜਿਨ੍ਹਾਂ ਗੁਨਾਹਾਂ ਅਤੇ ਪਾਪਾਂ ਵਾਸਤੇ ਪਛਚਾਤਾਪ ਕਰਨ ਦੀ ਕੋਈ ਵਿਧੀ ਨਾ ਦੱਸੀ ਗਈ ਹੋਵੇ, ਉਸ ਬਾਰੇ ਬ੍ਰਾਹਮਣ ਲੋਕ ਆਪਣਾ ਇਕੱਠ ਕਰਕੇ, ਆਪ ਹੀ ਸਥਿਤੀ ਨੂੰ ਵਿਚਾਰਦਿਆਂ ਹੋਇਆਂ ਆਪਣਾ ਫੈਸਲਾ ਦੇ ਦੇਣ ।

(210) ਹੁਣ ਮੈਂ, ਰਿਸ਼ੀਆਂ, ਦੇਵਤਿਆਂ ਅਤੇ ਪਿੱਤਰਾਂ ਵਲੋਂ ਦੱਸੇ (ਪ੍ਰਵਾਨਿਤ), ਉਨ੍ਹਾਂ ਉਪਾਵਾਂ ਦਾ ਵੇਰਵਾ ਦੱਸਦਾ ਹਾਂ, ਜਿਨ੍ਹਾਂ ਰਾਹੀਂ ਮਨੁੱਖ ਆਪਣੇ ਕੀਤੇ ਹੋਏ ਪਾਪਾਂ ਤੋਂ ਛੁਟਕਾਰਾ ਪਾ ਸਕਦਾ ਹੈ।

(211) ਆਪਣੇ ਕੀਤੇ ਪਾਪਾਂ ਦੇ ਪਸ਼ਚਾਤਾਪ ਲਈ, ਪ੍ਰਜਾਪਤਿ ਵ੍ਰਤ ਰੱਖਣ ਵਾਲਾ ਮਨੁੱਖ, ਤਿੰਨ ਦਿਨ ਕੇਵਲ ਸਵੇਰੇ ਇੱਕ ਵਾਰ ਭੋਜਨ ਕਰੇ, ਅਗਲੇ ਤਿੰਨ ਦਿਨ ਕੇਵਲ ਸ਼ਾਮ ਨੂੰ ਭੋਜਨ ਕਰੇ, ਉਸ ਤੋਂ ਅਗਲੇ ਤਿੰਨ ਦਿਨ ਜੋ ਬਿਨਾਂ ਮੰਗਿਆਂ (ਜੋ ਮਿਲ ਜਾਵੇ) ਉਹ ਖਾ ਕੇ ਗੁਜ਼ਾਰਾ ਕਰੇ। ਫਿਰ ਅਗਲੇ ਤਿੰਨ ਦਿੰਨ, ਬਿਨਾ ਕੁਝ ਖਾਣ ਤੋਂ ਬਿਤਾਵੇ।

(212) ਗਊ ਦਾ ਪਿਸ਼ਾਬ, ਗੋਹਾ, ਦੁੱਧ, ਦਹੀਂ ਅਤੇ ਘਿਉ ਨੂੰ, ਕਾਹੀ (ਡਿੱਭ) ਦੇ ਘਾਹ ਨਾਲ ਪਾਣੀ ਨਾਲ ਉਬਾਲ ਕੇ ਬਣਾਇਆ ਕਾੜ੍ਹਾ ਪੀਣਾ ਅਤੇ ਅਗਲੇ ਦਿਨ ਭੁੱਖੇ ਰਹਿਣ ਨੂੰ **'ਕਠਨ ਸੰਤਾਪਨਾ ਵ੍ਰਤ** (ਸੰਤਾਪ ਭੋਗਣਾ) ਕਿਹਾ ਗਿਆ ਹੈ। ਜੇ ਕੋਈ ਪ੍ਰਾਣੀ ਇਹ ਵਸਤਾਂ ਇੱਕ ਇੱਕ ਕਰਕੇ ਸੱਤ ਦਿਨ ਰੋਜ਼ ਪੀਵੇ ਅਤੇ ਅੱਠਵੇਂ ਦਿਨ ਭੋਖਾ ਕੱਟੇ, ਇਸਨੂੰ 'ਮਹਾਂ ਸੰਤਾਪਨਾ' ਵ੍ਰਤ ਕਿਹਾ ਗਿਆ ਹੈ।

(213) ਇੱਕ ਦਵਿੱਜ, ਜੋ ਤਿੰਨ ਦਿਨ ਸਵੇਰੇ ਵੇਲੇ ਕੇਵਲ ਇੱਕ ਬੁਰਕੀ ਅੰਨ ਖਾਵੇ, ਫਿਰ ਅਗਲੇ ਤਿੰਨ ਦਿਨ ਸ਼ਾਮ ਨੂੰ ਕੇਵਲ ਇੱਕ ਬੁਰਕੀ ਅੰਨ ਖਾਵੇ, ਅਤੇ ਅਗਲੇ ਤਿੰਨ ਦਿਨ ਕੁਝ ਭੀ ਖਾਣ ਤੋਂ ਪਰਹੇਜ਼ ਰੱਖੇ, ਇਸ ਨੂੰ **'ਘੋਰ ਸੰਤਾਪਨਾ ਵ੍ਰਤ'** (ਅਤੀ ਸੰਤਾਪਨਾ) ਵਾਲਾ ਵਰਤ ਕਿਹਾ ਗਿਆ ਹੈ।

(214) ਇੱਕ ਬ੍ਰਾਹਮਣ, ਤਿੰਨ ਦਿਨਾਂ ਲਈ ਕਰਮਵਾਰ, ਕੇਵਲ ਗਰਮ ਪਾਣੀ, ਗਰਮ ਦੁੱਧ, ਗਰਮ ਘਿਉ ਹੀ ਪੀਵੇ, ਤੱਤੀ ਹਵਾ ਵਿੱਚ ਸਾਹ ਲਵੇ, ਅਤੇ ਇਕਾਗਰ ਮਨ ਨਾਲ ਇਸ਼ਨਾਨ ਕਰੇ, ਇਸਨੂੰ **'ਤਪਤ ਤਪੱਸਿਆ ਵ੍ਰਤ'** ਕਿਹਾ ਗਿਆ ਹੈ।

(215) ਇੱਕ ਮਨ ਇੱਕ ਚਿੱਤ ਹੋ ਕੇ, ਲਗਾਤਾਰ ਬਾਰਾਂ ਦਿਨ ਆਪਣੇ ਆਪ ਨੂੰ ਵਸ ਵਿੱਚ ਰੱਖ ਕੇ ਅਤੇ ਕੁਝ ਵੀ ਨਾ ਖਾਣ ਨਾਲ ਸਭ ਪਾਪ ਕੱਟੇ ਜਾਂਦੇ ਹਨ ਅਤੇ ਇਸ ਨੂੰ **'ਪਰਾਕ ਤਪੱਸਿਆ ਵ੍ਰਤ'** (ਜਾਂ ਪਾਰਕਾ ਸਾਧਨਾ) ਕਿਹਾ ਜਾਂਦਾ ਹੈ।

(216) ਜੇ ਕੋਈ ਪ੍ਰਾਣੀ, ਹਰ ਰੋਜ ਤਿੰਨ ਵਾਰ ਇਸ਼ਨਾਨ ਕਰੇ, ਚੰਦਰਮੇ ਦੇ ਲਹਿੰਦੇ ਪੱਖ (ਪੂਰਣਮਾਸ਼ੀ ਤੋਂ ਮੱਸਿਆ) ਤੋਂ ਭੋਜਨ ਦੀਆਂ ਪੰਦਰਾਂ ਗਰਾਹੀਆਂ ਤੋਂ ਸ਼ੁਰੂ ਕਰਕੇ, ਹਰ ਰੋਜ਼ ਇੱਕ ਬੁਰਕੀ ਭੋਜਨ ਘਟਾ ਕੇ ਖਾਣ ਅਤੇ ਚੜ੍ਹਦੇ ਪੱਖ ਤੋਂ ਹਰ ਰੋਜ਼ ਇਕ ਬੁਰਕੀ ਵਧਾ ਕੇ ਖਾਣ ਦੀ ਤਪੱਸਿਆ ਕਰਦਾ ਹੈ, ਅਠਾਈ ਦਿਨ ਦੀ ਇਸ ਪ੍ਰਕਿਰਿਆ ਨੂੰ **'ਚੰਦਰਾਇਣ ਵ੍ਰਤ'** (ਚੰਦਰਾਇਣ ਸਾਧਨਾ ਵ੍ਰਤ) ਕਿਹਾ ਜਾਂਦਾ ਹੈ।

(217) ਇਸਦੇ ਉਲਟ ਜੋ ਮਨੁੱਖ ਚੰਦਰਮੇ ਦੇ ਚੜ੍ਹਦੇ ਪੱਖ (ਪੁੰਨਿਆਂ ਤੋਂ ਪੂਰਣਮਾਸ਼ੀ) ਤੀਕਰ ਇਸੇ ਵਿਧੀ ਮੁਤਾਬਿਕ ਵਰਤ ਦੀ ਕਿਰਿਆ ਨਿਭਾਉਂਦਾ ਹੈ, ਪਰ ਕੇਵਲ ਜੌਆਂ ਦੇ ਆਟੇ ਦੀ ਇੱਕ ਬੁਰਕੀ ਤੋਂ ਸ਼ੁਰੂ ਕਰਦਾ ਹੈ, ਉਸਨੂੰ **'ਯਵਮੱਧਮ ਚੰਦਰਾਇਣ'** ਵ੍ਰਤ ਕਿਹਾ ਜਾਂਦਾ ਹੈ।

(218) ਆਪਣੀਆਂ ਇੰਦਰੀਆਂ ਤੇ ਕਾਬੂ ਪਾਉਣ ਲਈ ਜੋ ਸਨਿਆਸੀ ਲੋਕ, ਚੰਦਰਮਾ ਦੇ ਚੜ੍ਹਦੇ ਪੱਖ ਜਾਂ ਲਹਿੰਦੇ ਪੱਖ ਤੋਂ ਸ਼ੁਰੂ ਕਰਕੇ, ਇੱਕ ਮਹੀਨੇ ਲਈ ਕੇਵਲ ਦੁਪਹਿਰ ਵੇਲੇ ਭੋਜਨ ਦੀਆਂ ਅੱਠ ਗਰ੍ਹਾਈਆਂ ਖਾ ਕੇ ,ਦਿਨ ਲੰਘਾਉਂਦੇ ਹਨ, ਐਸੇ ਸੰਜਮ ਨੂੰ **'ਜਤੀ ਚੰਦਰਾਇਣ'** ਵ੍ਰਤ ਕਿਹਾ ਜਾਂਦਾ ਹੈ।

(219) ਜੇ ਕੋਈ ਬ੍ਰਾਹਮਣ, ਇਕਾਗਰ ਚਿੱਤ ਹੋ ਕੇ, ਅੰਨ ਦੀਆਂ ਚਾਰ ਬੁਰਕੀਆਂ (ਗਰ੍ਹਾਈਆਂ) ਸਵੇਰੇ ਅਤੇ ਚਾਰ ਸ਼ਾਮ ਵੇਲੇ ਇੱਕ ਮਹੀਨਾ ਖਾਵੇ, ਐਸੇ ਸੰਜਮ ਨੂੰ **'ਸ਼ਿਸ਼ੂ ਚੰਦਰਾਇਣ'** ਵ੍ਰਤ ਕਿਹਾ ਗਿਆ ਹੈ।

(220) ਮਨ ਨੂੰ ਇਕਾਗਰ ਕਰਕੇ ਤਪੱਸਿਆ ਕਰਨ ਵਾਲਾ ਪੁਰਸ਼, ਜੇ ਦਲੇਰੀ ਕਰਕੇ, ਮਹੀਨੇ ਵਿੱਚ ਕੇਵਲ ਕੁਲ 140 ਬੁਰਕੀਆਂ ਅੰਨ (ਭਾਵ ਤਿੰਨ ਗਰ੍ਹਾਈਆਂ ਰੋਜ) ਖਾ ਕੇ ਨਿਰਬਾਹ ਕਰੇ ਤਾਂ ਐਸੇ ਪਸ਼ਚਾਤਾਪ ਵਾਲੀ ਤਪੱਸਿਆ ਕਰਨ ਵਾਲਾ ਮਨੁੱਖ, ਮੌਤ ਮਗਰੋਂ ਚੰਦਰ ਲੋਕ ਦੀ ਪ੍ਰਾਪਤੀ ਕਰਦਾ ਹੈ।

(221) ਇਸੇ ਤਪੱਸਿਆ ਅਤੇ ਵ੍ਰਤ ਦੀ ਸਾਧਨਾ ਕਰਕੇ, **ਰੁਦਰ** (ਭਗਵਾਨ ਸ਼ਿਵ), **ਅਦਿਤਯਾ** (ਸੂਰਜ), **ਅਸ਼ਟ ਵਸੂ** (ਅੱਠ ਵਸੂ, ਇੰਦਰ ਦੇਵਤੇ ਦੀ ਰਾਖੀ ਕਰਨ ਵਾਲੇ), 49 **ਮਰੂਤ ਗਣ** ਅਤੇ ਮਹਾਂ ਰਿਸ਼ੀਆਂ ਨੇ ਆਪਣੇ ਪਾਪਾਂ ਅਤੇ ਕਸ਼ਟਾਂ ਤੋਂ ਨਵਿਰਤੀ ਪਾਈ।

ਨੋਟ:- *ਮਰੂਤ ਗਣ ਕੌਣ ਹਨ?, ਕਿਵੇਂ ਪ੍ਰਗਟ ਹੋਏ, ਇਹ ਹਿੰਦੂ ਇਤਹਾਸ ਦੀ ਬੜੀ ਦਿਲਚਸਪ ਵਿਥਿਆ ਹੈ ਅਤੇ ਇਸ ਪੁਸਤਕ ਦਾ ਵਿਸ਼ਾ ਨਹੀਂ ਹੈ।*

(222) ਆਪਣੀਆਂ ਭੁੱਲਾਂ ਦਾ ਪਸ਼ਚਾਤਾਪ ਕਰਨ ਵਾਲਾ, ਹਰ ਰੋਜ਼ ਹਵਨ ਕਰਦਿਆਂ ਤਿੰਨ ਸੁਰਾਂ ਵਾਲਾ 'ਮਹਾਂ ਗਾਇਤਿਰੀ ਦੇ ਬੰਦਨਾ ਮੰਤਰ' (ਮਹਾਂ ਗਾਇਤ੍ਰੀ ਮੰਤ੍ਰ- '**भूः**, **भुर्वः** **स्व**, **और भूर भुव स्वाहा**) ਦਾ ਪਾਠ ਕਰੇ, ਜੀਵਾਂ ਨੂੰ ਦੁੱਖ ਦੇਣ ਤੋਂ ਸੰਕੋਚ ਕਰੇ, ਝੂਠ ਨਾ ਬੋਲੇ ਅਤੇ ਕ੍ਰੋਧ ਨੂੰ ਵੱਸ ਵਿੱਚ ਰੱਖੇ। ਅਤੇ—

(223) ਦਿਨ ਵਿੱਚ ਤਿੰਨ ਵਾਰੀ ਅਤੇ ਰਾਤ ਨੂੰ ਤਿੰਨ ਵਾਰੀ ਕੱਪੜਿਆਂ ਸਮੇਤ ਇਸ਼ਨਾਨ ਕਰੇ, ਕਿਸੇ ਔਰਤ, ਸ਼ੂਦਰ, ਅਤੇ ਭਾਈਚਾਰੇ ਵਿੱਚੋਂ ਛੇਕੇ ਹੋਏ ਮਨੁੱਖ ਨਾਲ ਕੋਈ ਗੱਲ ਨਾ ਕਰੇ। ਅਤੇ-

(224) ਸਾਰਾ ਦਿਨ ਖੜ ਕੇ ਗੁਜ਼ਾਰੇ ਅਤੇ ਰਾਤ ਬੈਠ ਕੇ ਸੌਂਵੇਂ ਅਤੇ ਜੇ ਇਸ ਤਰਾਂ ਨਾ ਕਰ ਸਕੇ ਤਾਂ ਰੜੇ ਜ਼ਮੀਨ ਉੱਪਰ ਬਿਨਾਂ ਵਿਛੌਣਾ ਕੀਤੇ ਲੰਮਾ ਪਿਆ ਰਹੇ, ਬ੍ਰਹਮਚਾਰੀ ਵ੍ਰਤ ਦੀ ਪਾਲਣਾ ਕਰੇ, ਆਪਣੇ ਗੁਰੁ ਨਾਲ ਕੀਤੇ ਬਚਨਾਂ ਨੂੰ ਨਿਭਾਵੇ (ਪ੍ਰਤਿਗਿਆ)। ਆਪਣੇ ਗੁਰੂ, ਦੇਵਤਿਆਂ ਅਤੇ ਪੂਜਨੀਕ ਬ੍ਰਾਹਮਣਾਂ ਦੀ ਪੂਜਾ ਕਰੇ ਅਤੇ—

(225) ਤਪੱਸਿਆ ਕਰਨ ਵਾਲਾ ਤਪੱਸਵੀ, ਆਪਣੀ ਸਮਰਥਾ ਮੁਤਾਬਿਕ, ਵੱਧ ਤੋਂ ਵੱਧ ਗਾਇਤ੍ਰੀ ਅਤੇ ਮਨ ਨੂੰ ਸ਼ਾਂਤ ਕਰਨੇ ਵਾਲੇ ਹੋਰ ਪਵਿੱਤਰ ਗ੍ਰੰਥਾਂ ਦੇ ਮੰਤਰਾਂ ਦਾ ਪਾਠ ਕਰੇ। ਇਸ ਤਰਾਂ ਆਪਣੇ ਪਾਪਾਂ ਦੇ ਪਸ਼ਚਾਤਾਪ ਲਈ ਕੀਤੀ ਸਭ ਤਰਾਂ ਦੀ ਤਪੱਸਿਆ ਸਮੇਂ, ਏਹੋ ਵਿਧੀ ਵਿਧਾਨ ਪ੍ਰਵਾਨ ਹੈ।

(226) ਜਿਸ ਦਵਿੱਜ ਦੇ ਕੀਤੇ ਹੋਏ ਪਾਪਾਂ ਦਾ ਸਭ ਨੂੰ ਪਤਾ ਹੋਵੇ, ਉਹ ਉੱਪਰ ਦੱਸੀਆਂ ਤਪੱਸਿਆਂਵਾਂ ਰਾਹੀ ਪਵਿੱਤਰ ਹੋ ਸਕਦਾ ਹੈ, ਪਰ ਜਿਸਦੇ ਪਾਪ ਜੱਗ ਜ਼ਾਹਰ ਨਾ ਹੋਣ (ਮਾਨਸਿਕ ਪਾਪ), ਉਸਦੀ ਸ਼ੁਧੀ ਧਰਮ ਗ੍ਰੰਥਾਂ ਦੇ ਪਾਠ ਅਤੇ ਅਗਨੀ ਪੂਜਾ ਰਾਹੀਂ ਹੋ ਸਕਦੀ ਹੈ।

ਅਪਰਾਧ ਕਬੂਲਣਾ ਅਤੇ ਉਸਦਾ ਪਸ਼ਤਾਵਾ ਕਰਨਾ –

(227) ਆਪਣੀ ਭੁੱਲ ਮੰਨ ਕੇ, ਉਸਦਾ ਪਸ਼ਚਾਤਾਪ ਕਰਕੇ, ਤਪੱਸਿਆ ਅਤੇ ਵੇਦਾਂ ਦਾ ਪਾਠ ਕਰਕੇ, ਪਾਪ ਕਰਨ ਵਾਲੇ ਦੇ ਅੰਦਰ ਦਾ ਝੋਰਾ ਮੁੱਕ ਸਕਦਾ ਹੈ। ਜੇ ਤਪ ਜਾਂ ਹੋਰ ਚਾਰਾ ਨਾ ਹੋ ਸਕੇ ਤਾਂ ਮੁਸ਼ਕਿਲ ਸਮੇਂ ਪੁੰਨ ਦਾਨ ਕਰਕੇ ਭੀ ਸ਼ੁਧੀ ਹੋ ਸਕਦੀ ਹੈ।

(228) ਜਿਵੇਂ ਜਿਵੇਂ ਮਨੁੱਖ, ਆਪਣੀਆਂ ਭੁੱਲਾਂ ਸਵਿਕਾਰ ਕਰਦਾ ਹੈ, ਤਿਵੇਂ ਤਿਵੇਂ ਹੀ ਉਸਦੇ ਗੁਨਾਹ, ਉਸਨੂੰ ਇੰਜ ਛੱਡ ਜਾਂਦੇ ਹਨ ਜਿਵੇਂ ਸੱਪ ਆਪਣੀ ਕੰਜ ਛੱਡ ਜਾਂਦਾ ਹੈ।।।

(229) ਜਿਵੇਂ ਜਿਵੇਂ ਪਾਪੀ ਮਨੁੱਖ, ਆਪਣੇ ਕੀਤੇ ਦੁਸ਼ਟ ਕਰਮਾਂ (ਆਪਣੇ ਬੁਰੇ ਕਰਮ) ਦੀ ਨਿੰਦਾ **ਕਰਦਾ ਹੈ, ਤਿਵੇਂ ਤਿਵੇਂ ਉਸਦਾ ਸਰੀਰ ਉਸ ਪਾਪ ਤੋਂ ਮੁਕਤ ਹੋ ਜਾਂਦਾ ਹੈ।**

(230) ਜੋ ਮਨੁੱਖ ਆਪਣੇ ਕੀਤੇ ਹੋਏ ਪਾਪਾਂ ਦਾ ਪਸ਼ਚਾਤਾਪ ਕਰਦਾ ਹੈ, ਉਹ ਉਸਤੋਂ ਮੁਕਤ ਤਾਂ ਹੋ ਜਾਂਦਾ ਹੈ ਪਰ ਮਨ ਵਿੱਚ ਹਮੇਸ਼ਾ ਲਈ ਧਾਰਨਾ ਪਵੇਗਾ ਕਿ ਮੈਂ ਇਹ ਪਾਪ ਮੁੜਕੇ ਕਦੇ ਨਹੀਂ ਕਰਨਾ।

(231) ਇਹ ਗੱਲ ਧਿਆਨ ਵਿੱਚ ਰੱਖਦਿਆਂ ਕਿ ਪ੍ਰਲੋਕ ਅਤੇ ਅਗਲੇ ਜਨਮਾਂ ਵਿੱਚ ਕੀਤੇ ਕਰਮਾਂ ਦਾ ਹੀ ਫ਼ਲ ਮਿਲਦਾ ਹੈ, ਮਨੁੱਖ ਨੂੰ ਆਪਣੀ ਬੋਲ ਬਾਣੀ ਅਤੇ ਸ਼ਰੀਰ ਰਾਹੀਂ ਹਮੇਸ਼ਾ ਸ਼ੁੱਭ ਕਰਮ ਕਰਨੇ ਚਾਹੀਦੇ ਹਨ

(232) ਜਾਣੇ ਜਾਂ ਅਨਜਾਣੇ ਵਿੱਚ ਜੋ ਨਿੰਦਣਯੋਗ ਕਰਮ ਕਿਸੇ ਇਨਸਾਨ ਨੇ ਕੀਤੇ ਹੋਣ, ਉਨ੍ਹਾਂ ਤੋਂ ਉਪਜੀ ਹੀਣ ਭਾਵਨਾ ਤੋਂ ਬਚਣ ਲਈ, ਉਤਨਾ ਸਮਾਂ ਤਪੱਸਿਆ ਕਰਦਾ ਰਹੇ, ਜਦੋਂ ਤੀਕਰ ਆਪਣੇ ਆਪ ਨੂੰ ਉਸ ਪਾਪ ਦੇ ਬੋਝ ਤੋਂ ਮੁਕਤਿ ਹੋਇਆ ਨਾ ਮਹਿਸੂਸ ਕਰੇ। ਅੱਗੇ ਤੋਂ ਐਸੇ ਕਰਮ, ਨਾ ਕਰਨ ਦੇ ਪ੍ਰਣ ਨੂੰ ਚੇਤੇ ਰੱਖੇ।

(233) ਜਿਸ ਕਰਮ ਧਰਮ ਅਤੇ ਪਸਚਾਤਾਪ ਕਰਨ ਨਾਲ, ਪਾਪੀ ਮਨੁੱਖ ਦੇ ਮਨ ਨੂੰ ਸ਼ਾਂਤੀ ਮਿਲਦੀ ਹੋਵੇ, ਉਹ ਉਸਨੂੰ ਕਰਦਾ ਰਹੇ, ਜਿਤਨੀ ਦੇਰ ਉਹ ਪਾਪ ਮੁਕਤਿ ਮਹਿਸੂਸ ਨਹੀਂ ਕਰਦਾ।

(234) ਵੇਦਾਂ ਅਤੇ ਧਰਮ ਗ੍ਰੰਥਾਂ ਦੇ ਵਿਚਾਰਨ ਵਾਲਿਆਂ ਦਾ ਮੰਨਣਾ ਹੈ ਕਿ ਮੂਲ ਰੂਪ ਵਿੱਚ ਦੇਵਤਿਆਂ ਅਤੇ ਮਨੁੱਖਾਂ ਦੇ (ਜਨਮ, ਜੀਵਨ ਅਤੇ ਅੰਤ) ਸਭ ਸੁੱਖਾਂ ਦਾ ਸਾਧਨ ਤਪੱਸਿਆ ਹੀ ਹੈ।

(235) ਬ੍ਰਾਹਮਣ ਦੀ ਤਪੱਸਿਆ, ਗਿਆਨ ਪ੍ਰਾਪਤ ਕਰਨਾ ਹੈ। ਖੱਤਰੀ ਦੀ ਤਪੱਸਿਆ, ਰੱਖਿਆ ਕਰਨਾ (**रक्षण**) ਹੈ। ਵੈਸ਼ ਦਾ ਤਪੱਸਿਆ ਖੇਤੀਬਾੜੀ ਅਤੇ ਤੇ ਵਪਾਰ ਹੈ। ਸ਼ੂਦਰ ਦੀ ਤਪੱਸਿਆ, ਸਭ ਦਵਿੱਜਾਂ ਦੀ ਸੇਵਾ ਵਿੱਚ ਰਹਿਣਾ ਹੈ।

(236) ਕਠਨ ਤਪੱਸਿਆ ਹੀ ਹੈ, ਜਿਸ ਕਾਰਣ ਰਿਸ਼ੀ ਲੋਕ, ਕੇਵਲ ਫ਼ਲ ਫਰੂਟ, ਜੜੀਆਂ ਬੂਟੀਆਂ ਅਤੇ ਹਵਾ ਦੇ ਆਸਰੇ, ਤਿੰਨਾਂ ਲੋਕਾਂ ਦੇ ਚਲ ਅਤੇ ਅਚੱਲ ਜੀਵਾਂ ਦੀ ਖਬਰ ਰੱਖ ਸਕਦੇ ਹਨ।

(237) ਦਵਾਈਆਂ ਦਾ ਗਿਆਨ, ਔਸ਼ਧੀਆਂ ਦਾ ਗਿਆਨ, ਬ੍ਰਹਮ ਵਿੱਦਿਆ (ਵੇਦਾਂ ਦਾ ਗਿਆਨ) ਅਤੇ ਸਵਰਗ ਲੋਕ ਵਿੱਚ ਵਾਸਾ, ਆਦਿ ਸਭ ਕਠਨ ਤਪੱਸਿਆ ਨਾਲ ਹੀ ਪ੍ਰਾਪਤ ਹੁੰਦਾ ਹੈ।

(238) ਜਿਸ ਭਵਜਲ (ਦੁੱਤਰ) ਨੂੰ ਤਰਿਆ ਨਹੀਂ ਜਾ ਸਕਦਾ, ਜਿਸਨੂੰ ਪ੍ਰਾਪਤ ਕਰਨਾ ਔਖਾ ਹੋਵੇ, ਜਿੱਥੇ ਪਹੁੰਚਣਾ ਮੁਸ਼ਕਿਲ ਹੋਵੇ, ਜਿਸ ਕੰਮ ਨੂੰ ਕਰਨਾ ਅੱਤ ਮੁਸ਼ਕਿਲ ਹੋਵੇ, ਇਹ ਸਭ ਤਪੱਸਿਆ ਸਦਕਾ ਸੰਭਵ ਹੋ ਸਕਦੇ ਹਨ, ਕਿਉਂਕਿ ਤਪੱਸਿਆ ਕਰਨੀ ਹੀ ਸਭ ਤੋਂ ਕਠਨ ਕਰਮ ਹੈ।

(239) ਪਾਪੀ ਹੋਵੇ, ਮਹਾਂ ਪਾਪੀ ਹੋਵੇ, ਜਾਂ ਕਿਸੇ ਹੋਰ ਦੁਸ਼ਟ ਕਰਮ ਕਰਨ ਦਾ ਅਪਰਾਧੀ ਹੋਵੇ, ਪੂਰਣ ਵਿਧੀ ਅਤੇ ਸ਼ਰਧਾ ਨਾਲ ਕੀਤੀ ਤਪੱਸਿਆ ਕਰਕੇ ਆਪਣੇ ਕੀਤੇ ਹੋਏ ਪਾਪਾਂ ਤੋਂ ਬਚ ਜਾਂਦਾ ਹੈ।

(240) ਲੰਬੀ ਉਮਰ ਭੋਗਣ ਵਾਲੇ ਕੀੜੇ-ਮਕੌੜੇ, ਸੱਪ, ਮੱਖੀਆਂ ਪੰਛੀ, ਅਤੇ ਅਚੱਲ ਜੀਵ, (ਸਥਾਵਰ, ਯੰਗਮ, ਕੀਟ, ਪਤੰਗਮ) ਸਭ ਆਪਣੀ ਤਪੱਸਿਆ ਦੇ ਬਲ ਤੇ ਹੀ ਸਵਰਗ ਦੀ ਪ੍ਰਾਪਤੀ ਕਰਦੇ ਹਨ।

(241) ਆਪਣੇ ਮਨ ਰਾਹੀਂ, ਬੋਲਾਂ ਰਾਹੀਂ, ਜਾਂ ਆਪਣੇ ਕਰਮਾਂ ਰਾਹੀਂ (ਮਨ, ਬਚਨ, ਕਰਮ), ਮਨੱਖ ਜੋ ਭੀ ਪਾਪ ਕਰਦਾ ਹੈ, ਉਸਤੋਂ ਨਵਿਰਤੀ, ਕੇਵਲ ਤਪੱਸਿਆ ਦੀ ਸ਼ਕਤੀ ਨਾਲ ਹੀ ਹੋ ਸਕਦੀ ਹੈ।

(242) ਦੇਵਤੇ, ਉਸੇ ਬ੍ਰਾਹਮਣ ਵਲੋਂ ਕੀਤੇ ਯੱਗ ਅਤੇ ਭੇਟਾ ਨੂੰ ਪ੍ਰਵਾਨ ਕਰਦੇ ਹਨ, ਜਿਸਨੇ ਜਪ-ਤਪ ਅਤੇ ਕਠਿਨ ਤਪੱਸਿਆ ਨਾਲ ਆਪਣੇ ਆਪ ਨੂੰ ਸਾਧਿਆ (ਪਵਿੱਤਰ ਕੀਤਾ) ਹੋਵੇ।

(243) ਸਮਰੱਥ ਤਪੱਸਿਆ ਕਰਕੇ ਹੀ ਪਰਜਾਪਤਿ (ਬ੍ਰਹਮਾ) ਨੇ ਇਸ ਸ਼ਾਸਤ੍ਰ ਨੂੰ ਰਚਿਆ ਅਤੇ ਰਿਸ਼ੀ ਲੋਕਾਂ ਨੂੰ ਤਪੱਸਿਆ ਕਰਕੇ ਹੀ ਵੇਦਾਂ ਦਾ ਗਿਆਨ ਪ੍ਰਾਪਤ ਹੋਇਆ।

(244) ਤਪੱਸਿਆ ਕਾਰਣ ਹੀ ਇਸ ਸੰਸਾਰ ਜੀਵਾਂ ਨੂੰ ਇਹ ਦੁਰਲੱਭ ਅਤੇ ਉੱਤਮ ਮਨੁੱਖਾ ਜਨਮ ਪ੍ਰਾਪਤ ਹੁੰਦਾ ਹੈ, ਇਸਨੂੰ ਦੇਖ ਕੇ ਹੀ ਦੇਵਤੇ ਲੋਕਾਂ ਨੇ ਤਪੱਸਿਆ ਨੂੰ ਸਭ ਤੋਂ ਵੱਡੀ ਤਾਕਤ ਮੰਨ ਕੇ ਇਸਦੀ ਉਪਮਾਂ (ਮਹਿਮਾਂ) ਕੀਤੀ ਹੈ।

(245) ਰੋਜ਼ ਵੇਦਾਂ ਦਾ ਪਾਠ ਅਤੇ ਅਧਿਆਨ ਕਰਨਾ, ਸਮਰੱਥਾ ਅਨੁਸਾਰ ਪੂਜਾ ਪਾਠ (ਪੰਚਯੱਗ) ਕਰਨਾ ਅਤੇ ਸ਼ਾਂਤ ਰਹਿ ਕੇ ਸ਼ੁੱਭ ਕਰਮ ਕਰਨ ਨਾਲ ਪਲਾਂ ਵਿੱਚ ਹੀ ਵੱਡੇ ਵੱਡੇ ਪਾਪੀਆਂ ਦੇ ਪਾਪ ਨਸ਼ਟ ਹੋ ਜਾਂਦੇ ਹਨ।

(246) ਜਿਸ ਤਰਾਂ ਅੱਗ, ਆਪਣੇ ਤਾਪ ਨਾਲ ਲੱਕੜ ਨੂੰ ਭਸਮ ਕਰ ਦਿੰਦੀ ਹੈ, ਇਸੇ ਤਰਾਂ ਵੇਦਾਂ ਤੋਂ ਪ੍ਰਾਪਤ ਹੋਈ ਗਿਆਨ ਰੂਪੀ ਅਗਨ, ਸਭ ਪਾਪਾਂ ਨੂੰ ਸਾੜ ਦਿੰਦੀ ਹੈ।

(247) ਮਨੁੱਖ ਦੇ ਕੀਤੇ ਹੋਏ ਪਰਗਟ ਪਾਪ, ਉਨ੍ਹਾਂ ਲਈ ਵੱਖੋ ਵੱਖ ਪਸ਼ਚਾਤਾਪ ਅਤੇ ਨਵਿਰਤੀ ਦੀ ਵਿਧੀ ਸ਼ਾਸਤ੍ਰਾਂ ਮੁਤਾਬਿਕ ਦੱਸ ਦਿੱਤੀ ਗਈ ਹੈ। ਹੁਣ ਗੁਪਤ ਪਾਪਾਂ ਲਈ ਪਸ਼ਚਾਤਾਪ ਅਤੇ ਨਵਿਤਰੀ ਬਾਰੇ ਸੁਣੋ:-

ਗੁਪਤ ਪਾਪਾਂ ਤੋਂ ਛੁਟਕਾਰਾ-

(248) ਦਿਨ ਵਿਚ ਛਪੰਜਾ ਵਾਰੀ ਗਾਇਤ੍ਰੀ ਮੰਤ੍ਰ ਦਾ ਪਾਠ ਕਰਦਿਆਂ, ਹਰ ਵਾਰੀ ਸੋਲਾਂ ਵਾਰ ਸਾਹਾਂ ਦੀ ਪਰਾਣਾਯਾਮ ਕਿਰਿਆ ਕਰਨ ਦੇ ਨਾਲ ਨਾਲ, **ਲੋਕਾਤਮਿਕ ਬੀਜ ਮੰਤ੍ਰ** (ਉਮ + ਗਾਇਤ੍ਰੀ ਮੰਤ੍ਰ **भू**: **भुव**: **स्व**: ਦਾ ਉਚਾਰਣ) ਦੀ ਟੇਕ ਲਾਉਣ ਨਾਲ, ਇੱਕ ਮਹੀਨੇ ਵਿੱਚ, ਗਰਭ ਵਿੱਚ ਬੱਚੇ ਦੀ ਹੱਤਿਆ (ਭਰੂਣ ਹੱਤਿਆ) ਕਰਨ ਦੇ ਪਾਪ ਤੋਂ ਭੀ ਛੁਟਕਾਰਾ ਹੋ ਜਾਂਦਾ ਹੈ।

(249) ਇੱਥੋਂ ਤੀਕਰ ਕਿ ਇੱਕ ਸੁਰਾ (ਸ਼ਰਾਬ) ਪੀਣ ਵਾਲਾ ਸ਼ਰਾਬੀ, ਅਗਨੀ ਨੂੰ ਸੰਬੋਧਿਤ **'ਕੌਤਸ ਰਿਸ਼ੀ'** ਵਲੋਂ ਉਚਾਰੇ, ਰਿੱਗ ਵੇਦ ਦੇ ਆਪਨ ਸ਼ੁਧੀ (**अपन**: **शोशुच्धम्**) ਕਰਨ ਵਾਲੇ ਅੱਠ ਪਦਾਂ ਦਾ ਪਾਠ (ਕੌਤਸ ਜਪ, ਮੰਡਲ #1, ਭਜਨ #97 ਅੱਠ ਪਦੇ) ਪੜ੍ਹਨ ਨਾਲ, ਜਾਂ ਵਸ਼ਿਸ਼ਟ ਰਿਸ਼ੀ ਵਲੋਂ ਰਿੱਗ ਵੇਦ ਵਿੱਚ ਲਿਖੇ ਤਿੰਨ ਪਾਪ-ਨਾਸਕ ਮੰਤ੍ਰਾਂ (ਮੰਡਲ #7 ਭਜਨ #80, ਤਿੰਨ ਪਦੇ- **प्रतिस्तो मेभिरुशासम**, **महित्रिनामवोस्तु**, **एतोंविद्राम सत्वम्**) ਦਾ ਪਾਠ, ਜਾਂ ਰਿਗ ਵੇਦ ਵਿੱਚ ਦੱਸੇ ਮ੍ਹਾਇਤ੍ਰੀ ਜਪ ਦੇ ਅਠਤਾਲੀ ਸਲੋਕਾਂ (ਸ਼ੁੱਧਵਤੀ ਮੰਤ੍ਰ) ਦਾ ਪਾਠ ਕਰਨ ਅਤੇ ਅਰਥ ਵਿਚਾਰਣ ਨਾਲ, 'ਸੁਰਾ-ਪਾਨ' ਦੇ ਪਾਪ ਤੋਂ ਮੁਕਤਿ ਹੋ ਸਕਦਾ ਹੈ।

ਨੋਟ:- *ਕੁਝ ਪਿਛਲੇ ਅਤੇ ਕੁਝ ਅਗਲੇ ਸਲੋਕਾਂ ਵਿੱਚ, ਰਿੱਗ ਵੇਦ ਵਿੱਚੋਂ ਦਿੱਤੇ ਹਵਾਲੇ ਕੇਵਲ ਟੂਕ ਮਾਤਰ ਹੀ ਹਨ। ਲੇਖਕ ਨੂੰ ਇਨ੍ਹਾਂ ਬਾਰੇ ਕੋਈ ਗਿਆਨ ਨਹੀਂ ਹੈ, ਅਸਲ ਤੱਤ ਭਾਵ ਅਤੇ ਵਖਿਆਨ, ਕੇਵਲ ਸੰਸਕ੍ਰਿਤਿ ਦੇ ਗਿਆਨੀ ਹੀ ਕਰ ਸਕਦੇ ਹਨ। ਬਹੁਤੇ ਉਲੱਥਿਆ ਵਿੱਚ ਜੋ ਸੂਚੀ ਦਰਜ ਹੈ, ਉਵੇਂ ਹੀ ਲਿਖ ਦਿੱਤੀ ਹੈ। ਥੋੜ੍ਹਾ ਹੋਰ ਵਿਸਥਾਰ, ਇਸ ਤਰਾਂ ਮਿਲਿਆ ਹੈ ਜਿਵੇਂ:-*

(ੳ) *ਕਵੀ ਕਾਲੀ ਦਾਸ ਦੀ ਲਿਖਤ ਵਿੱਚ, ਕਣਵ (ਕੌਤਸ ਰਿਸ਼ੀ ਦਾ ਗੁਰੂ) ਰਿਸ਼ੀ ਦਾ ਨਾਮ, ਵਰਤੰਤੂ ਕਰਕੇ ਭੀ ਆਇਆ ਹੈ।*

(ਅ) *ਵੇਦਾਂ ਵਿੱਚ ਆਏ ਸੰਕੇਤਾਂ ਨੂੰ ਇਸ ਤਰਤੀਬ ਵਿੱਚ ਪੜ੍ਹਿਆ ਜਾ ਸਕਦਾ ਹੈ, ਅਧਿਆਇ ਨੰ:, ਭਜਨ ਨੰ:, ਸਲੋਕ ਨੰ:, ਜਾਂ ਮੰਡਲ ਨੰ:, ਸੁਕਤਿ ਨੰ: ਮੰਤ੍ਰ ਨੰ।*

(ੲ) *ਕੌਤਸ ਰਿਸ਼ੀ (ਮਹਾਂ ਰਿਸ਼ੀ ਕਨਵ ਦਾ ਚੇਲਾ) ਦੇ ਅਗਨੀ ਨੂੰ ਸੰਬੋਧਿਤ ਕਰਕੇ ਉਚਾਰੇ ਮੰਤ੍ਰ। (**आपन**:**शुशोचदध घमू**- ਆਪਣੇ ਕਰਮ ਨੂੰ ਸ਼ੁੱਧ ਕਰਨ ਵਾਲੇ ਭਜਨ, ਜੋ ਰਿੱਗ ਵੇਦ ਦੇ ਵਿੱਚ ਕੌਤਸਯ ਜਾਪ (ਕੌਤਸ ਜਾਪ) ਦੇ ਸੁਰਲੇਖ ਹੇਠ ਦਰਜ਼ ਹਨ (ਰਿਗ ਵੇਦ 1:97:1) ਅਤੇ ਰਿੱਗ ਵੇਦ ਵਿੱਚ*

MANUSMRITI 291

ਵਸ਼ਿਸ਼ਟ ਰਿਸ਼ੀ ਦੇ ਉਚਰੇ ਤਿੰਨ ਤਿੰਨ ਸਤਰਾਂ ਵਾਲੇ ਪਾਪ ਨਾਸਕ ਪ੍ਰਾਤੀ ਭਜਨ (ਰਿਗ ਵੇਦ 7:80:1,) ਜਾਂ ਰਿੱਗ ਵੇਦ ਦੇ ਮਾਹਿੱਤਰੀ ਭਜਨ (ਰਿੱਗ ਵੇਦ10:185:1) ਅਤੇ ਸ਼ੁੱਧਵਤੀ ਸਿਰਲੇਖ (ਰਿਗ ਵੇਦ 8:95:7) ਹੇਠ ਆਏ 48 ਸਲੋਕਾਂ ਦਾ ਜਾਪ ਕਰਨ ਨਾਲ, ਪਾਪੀ ਮਨੁੱਖ 'ਸੁਰਾਪਾਨ ਦੇ ਪਾਪ ਤੋਂ ਮੁਕਤਿ ਹੋ ਸਕਦਾ ਹੈ।

ਟਿੱਪਣੀ:- *ਵੈਸੇ ਤਾਂ ਆਮ ਸੂਤਰਾਂ ਮੁਤਾਬਕ, ਵੇਦਾਂ ਵਿਚ ਪ੍ਰਵਾਨਿਤ ਸੱਤ ਰਿਸ਼ੀਆਂ (ਵਸ਼ਿਸ਼ਟ, ਵਿਸ਼ਵਾਮਿੱਤ੍ਰ, ਕਨਵ, ਭਾਰਦਵਾਜ, ਅਤਰੀ, ਵਾਮਦੇਵ ਅਤੇ ਸ਼ੌਨਕ) ਦੇ ਮੁੱਖੋਂ ਉਚਾਰੇ ਬਚਨ ਦਰਜ ਹਨ, ਜਿਨ੍ਹਾਂ ਨੂੰ ਸਪਤ ਸਿਰੰਗ ਭੀ ਕਿਹਾ ਜਾਂਦਾ ਹੈ। ਉੱਪਰਲੇ ਸਲੋਕ ਵਿੱਚ ਕੌਤਸ ਰਿਸ਼ੀ ਬਾਰੇ ਜ਼ਿਕਰ ਆਇਆ ਹੈ, ਇਸ ਲਈ ਇਸਦੇ ਢੁੱਕਵੇਂ ਅਰਥ ਅਤੇ ਜਾਣਕਾਰੀ ਲਈ, ਜ਼ਿਆਦਾ ਘੋਖਣ ਅਤੇ ਖੋਜ ਦੀ ਲੋੜ ਹੈ। ਰਿਸ਼ੀ ਕੌਤਸ, ਮਹਾਂਰਿਸ਼ੀ ਕਨਵ ਦਾ ਚੇਲਾ ਸੀ, ਜਿਸ ਬਾਰੇ ਹੇਠਲੀ ਕਥਾ ਤੋਂ ਸਿਵਾ ਬਹੁਤਾ ਕੁਝ ਨਹੀਂ ਲੱਭਦਾ। ਭਾਰਤ ਦੇਸ਼ ਦੇ ਇਤਹਾਸ ਅਤੇ ਨਾਮਕਰਣ ਨਾਲ ਜੁੜੀ ਇੱਕ ਕਥਾ (ਜਿਸਦਾ ਜ਼ਿਕਰ ਮਹਾਂ ਭਾਰਤ ਅਤੇ ਹੋਰ ਪੁਰਾਤਨ ਗ੍ਰੰਥਾਂ ਵਿੱਚ ਆਉਂਦਾ ਹੈ) ਦਾ ਬਹੁਤ ਨੇੜਲਾ ਸਬੰਧ ਹੈ। ਲੇਖਕ ਨੂੰ ਇਸ ਸਬੰਧ ਵਿਚ ਜੋ ਸਮਗ੍ਰੀ ਮਿਲੀ ਹੈ, ਉਸਦਾ ਸੰਖੇਪ ਲੇਖਣ ਕੁਝ ਇਸ ਤਰਾਂ ਹੈ।--*

ਸ਼ਕੁੰਤਲਾ ਅਤੇ ਦੁਸ਼ਯੰਤ ਦੀ ਕਥਾ ਤਕਰੀਬਨ ਸਾਰੇ ਭਾਰਤ ਦੇ ਲੋਕਾਂ ਨੇ ਕਿਸੇ ਨਾ ਕਿਸੇ ਰੂਪ ਵਿਚ ਜ਼ਰੂਰ ਸੁਣੀ ਹੋਵੇਗੀ। ਕਵੀ ਕਾਲੀ ਦਾਸ ਦੀ ਪ੍ਰਸਿੱਧ ਰਚਨਾ 'ਅਭਿਆਨ ਸ਼ਕੁੰਤਲਮ' ਦਾ ਅਧਾਰ, ਮਹਾਂ ਭਾਰਤ ਅਤੇ ਹੋਰ ਪੁਰਾਤਨ ਗ੍ਰੰਥਾਂ ਵਿੱਚ ਆਈ ਇਕ ਘਟਨਾ ਦਾ ਵਖਿਆਨ, ਬਹੁਤ ਦਿਲਚਸਪ ਤਰੀਕੇ ਨਾਲ ਖਿੱਚੀ ਤਸਵੀਰ ਵਾਂਗ ਹੈ।

ਮਹਾਂ ਰਿਸ਼ੀ ਵਿਸ਼ਵਾਮਿੱਤ੍ਰ ਨੇ ਏਨੀ ਘੋਰ ਤਪੱਸਿਆ ਕੀਤੀ ਕਿ, ਜਿਸ ਨਾਲ ਸਵ੍ਰਗ ਦੇ ਰਾਜੇ ਇੰਦਰ ਨੂੰ ਚਿੰਤਾ ਲੱਗਣ ਲੱਗੀ ਕਿ ਕਿਤੇ ਵਿਸ਼ਵਾਮਿੱਤ੍ਰ ਉਸਦਾ ਇੰਦਰਪਦ ਨਾ ਖੋਹ ਲਵੇ। ਉਸਨੇ ਆਪਣੀਆਂ ਅੱਤ ਸੁੰਦਰ ਅਪਸ਼ਰਾਵਾਂ ਵਿੱਚੋਂ ਮੇਨਕਾ ਨਾਮ ਦੀ ਅਪੱਸ਼ਰਾਂ, ਵਿਸ਼ਵਾਮਿੱਤ੍ਰ ਦਾ ਤਪ ਭੰਗ ਕਰਨ ਲਈ ਭੇਜੀ। ਮੇਨਕਾ ਦੀ ਕਾਮਬਿਰਤੀ ਅਤੇ ਸੁੰਦਰਤਾ ਵੇਖ ਕੇ ਵਿਸ਼ਵਾਮਿੱਤ੍ਰ ਮੋਹਿਤ ਹੋ ਗਏ। ਉਸਦਾ ਤਪ ਭੰਗ ਹੋ ਗਿਆ ਅਤੇ ਮੇਨਕਾ ਨਾਲ ਕਾਮ ਕ੍ਰੀੜਾ ਕਰਨ ਲੱਗ ਪਏ। ਕੁਝ ਸਮੇਂ ਮਗਰੋਂ ਮੇਨਕਾ ਨੇ ਇੱਕ ਕੰਨਿਆਂ ਨੂੰ ਜਨਮ ਦਿੱਤਾ। ਨਵ ਜਨਮੀ ਕੰਨਿਆਂ ਨੂੰ ਜੰਗਲ ਵਿੱਚ ਤਿਆਗ ਕੇ, ਮੇਨਕਾ ਆਪ ਇੰਦਰ ਲੋਕ ਨੂੰ ਪਰਤ ਗਈ। ਕੁਝ ਦੇਰ ਮਗਰੋਂ ਕੌਤਸ ਅਤੇ ਉਸਦੇ ਗੁਰੂ ਕਨਵ ਰਿਸ਼ੀ ਨੇ ਉੱਧਰੋਂ ਲੰਘਦਿਆਂ, ਬੱਚੇ ਦੇ ਰੋਣ ਦੀ ਅਵਾਜ ਸੁਣੀ ਪਰ ਆਪਣੇ ਗੁਰੂ 'ਕਣਵ' ਦੇ ਨ੍ਰਿਦੇਸ਼ਾਂ ਮੁਤਾਬਿਕ ਉਸਨੂੰ ਆਲੇ ਦੁਆਲੇ ਝਾਕਣ ਦੀ ਆਗਿਆ ਨਹੀਂ ਸੀ। ਮਗਰ ਹੀ ਮਹਾਂਰਿਸ਼ੀ ਕਣਵ ਆ ਰਿਹਾ ਸੀ। ਉਸਨੇ ਬੱਚੇ ਦੇ ਰੋਣ ਦੀ ਅਵਾਜ ਸੁਣਦਿਆਂ ਹੀ, ਦੇਖ ਕੇ ਬੱਚੇ ਨੂੰ ਚੁੱਕਿਆ ਅਤੇ ਆਪਣੇ ਆਸ਼ਰਮ ਵਿੱਚ ਲੈ ਆਇਆ। ਆਪਣੇ ਆਸ਼ਰਮ ਵਿੱਚ ਉਸਦਾ ਨਾਮਕਰਣ ਕਰਕੇ ਉਸਦਾ ਪਾਲਣ ਪੋਸ਼ਣ ਕੀਤਾ। ਏਹੋ ਹੀ ਸ਼ਕੁੰਤਲਾ ਨਾਮ ਦੀ ਕੰਨਿਆਂ ਸੀ ਜੋ ਪੁਰੂ ਵੰਸ਼ ਦੇ ਰਾਜਾ ਦੁਸ਼ਯੰਤ ਦੀ ਪਤਨੀ ਬਣੀ, ਜਿਸਨੇ ਭਰਤ ਨਾਮ ਦੇ ਸ਼ਹਿਯਾਦੇ ਨੂੰ ਜਨਮ ਦਿੱਤਾ। ਸ਼ਕੁੰਤਲਾ, ਦੁਸ਼ਯੰਤ ਨੂੰ ਕਿਵੇਂ ਮਿਲੀ ਅਤੇ ਦੁਸ਼ਯੰਤ ਦੇ ਰਾਜ ਭਾਗ ਦਾ ਵਖਿਆਨ, ਇੱਕ ਹੋਰ ਲੰਬਾ ਵਿਸ਼ਾ ਹੈ। ਜਿਸ ਬਾਰੇ ਪਾਠਕ ਜਨ ਆਪ ਖੋਜ ਲੈਣ।

ਨੋਟ:- *ਕਵੀ ਕਾਲੀ ਦਾਸ ਦੀ ਲਿਖਤ ਵਿੱਚ, ਕਣਵ ਰਿਸ਼ੀ ਦਾ ਨਾਮ,'ਵਰਤੰਤੂ' ਕਰਕੇ ਆਇਆ ਹੈ।*

(250) ਸੋਨਾ ਚੋਰੀ ਕਰਨ ਵਾਲਾ ਬ੍ਰਾਹਮਣ, ਇੱਕ ਮਹੀਨਾ ਨਿਯਮ ਨਾਲ ਹਰ ਰੋਜ਼, ਰਿੱਗ ਵੇਦ ਵਿੱਚ ਆਏ (ਮੰਡਲ-ਪਹਿਲਾ, ਸੁਕਤ ਨੰ:164 ਦੇ 9 ਪਦੇ **अस्य वामस्य पलितस्य --**) 'ਸ਼ਿਵ ਸੰਕਲਪ' ਜਾਂ ਜੁਜ਼ਰ ਵੇਦ ਦੇ ਮਨ ਨੂੰ ਵਸ ਕਰਨ ਵਾਲੇ 'ਅਸਵਾਮੀ' ਮੰਤ੍ਰਾਂ ਦਾ ਪਾਠ ਕਰਕੇ, ਤੁਰੰਤ ਛੁੱਟ ਜਾਂਦਾ ਹੈ।

(251) ਗੁਰੂ ਦੀ ਪਤਨੀ ਨਾਲ ਕਾਮ ਕ੍ਰੀੜਾ ਕਰਨ ਵਾਲਾ ਪਾਪੀ ਪੁਰਸ਼, ਰਿੱਗ ਵੇਦ ਦਸਵੇਂ ਮੰਡਲ (10.90) ਵਿੱਚ ਆਏ ਪੁਰਸ਼ ਸੂਤਰ ਦੇ 1 ਤੋਂ16 ਸਲੋਕਾਂ (ਹਵਿਸ਼ਪੰਤੀ ਮੰਤ੍ਰ) ਦਾ ਇੱਕ ਮਹੀਨੇ ਲਈ ਦਿਨ ਵਿੱਚ ਸੋਲਾਂ ਵਾਰ ਪਾਠ ਕਰਨ ਨਾਲ ਸ਼ੁੱਧ ਹੋ ਸਕਦਾ ਹੈ।

(252) ਜੋ ਮਨੁੱਖ ਆਪਣੇ ਮਹਾਂ ਪਾਪ ਜਾਂ ਛੋਟੇ ਮੋਟੇ ਪਾਪ ਧੋਣ ਦੀ ਇੱਛਾ ਰੱਖਦਾ ਹੋਵੇ, ਤਾਂ ਰਿੱਗ ਵੇਦ ਦੇ, ਸਲੋਕਾਂ (1.14.14 ਅਤੇ 7.89.5 ਵਰੁਣ ਦੇਵਤੇ ਨੂੰ ਸੰਬੋਧਿਤ ਮੰਤ੍ਰ) ਦਾ ਪਾਠ ਕਰੇ, ਜਿਨ੍ਹਾਂ ਵਿੱਚ ਆਪਣਾ ਕਰੋਧ ਮਾਰਨ ਅਤੇ ਕੀਤੇ ਹੋਏ ਗੁਨਾਹਾਂ ਤੋਂ ਨਵਿਰਤੀ ਲਈ ਬੇਨਤੀ ਕੀਤੀ ਗਈ ਹੈ।

(253) ਵਰਜਿਤ (ਨਾ ਲੈਣ ਯੋਗ) ਦਾਨ ਸਵਿਕਾਰ ਕਰਨ ਵਾਲਾ ਜਾਂ ਮਨਾਹੀ ਵਾਲਾ (ਨਿੰਦਤ) ਨਿਉਂਦਾ ਖਾਣ ਵਾਲਾ ਮਨੁੱਖ, ਤਿੰਨ ਦਿਨ ਰਿੱਗ ਵੇਦ ਦੇ ਪਵਮਾਣ (ਪਾਵਮਣੀ 9.58, 1 ਤੋਂ 4 ਮੰਤ੍ਰਾਂ ਦਾ ਪਾਠ ਕਰੇ ਤਾਂ ਉਸਦੀ ਪਾਪ ਸ਼ੁਧੀ ਹੋ ਜਾਂਦੀ ਹੈ।

(254) ਪਰ ਜੇ ਕਿਸੇ ਨੇ ਬਹੁਤ ਸਾਰੇ ਗੁਪਤ ਪਾਪ ਕੀਤੇ ਹੋਣ, ਉਨਾਂ ਦੇ ਪਸ਼ਚਾਤਾਪ ਅਤੇ ਨਵਿਰਤੀ ਲਈ, ਹਰ ਰੋਜ਼ ਨਦੀ ਵਿੱਚ ਇਸ਼ਨਾਨ ਕਰਕੇ ਇੱਕ ਸਾਲ ਤੀਕਰ, ਰਿੱਗ ਵੇਦ ਦੇ ਉਨ੍ਹਾਂ ਚਾਰ ਸਲੋਕਾਂ (ਸੋਮਾ ਰੁਦਰਾ ਮੰਤ੍ਰ 6.74, 1 ਤੋਂ 4) ਦਾ ਪਾਠ ਕੀਤਾ ਜਾਵੇ, ਜੋ ਸੋਮਾ ਅਤੇ ਸ਼ਿਵ ਜੀ ਦੇ ਪਹਿਲੇ ਅਵਤਾਰ ਰੁਦਰ ਨੂੰ ਸੰਬੋਧਨ ਕੀਤੇ ਗਏ ਹਨ ਜਾਂ ਤਿੰਨ ਸਲੋਕਾਂ ਦਾ ਪਾਠ ਕੀਤਾ ਜਾਵੇ ਜੋ ਅਰੀਆਮਨ, ਵਰੁਣ, ਅਤੇ ਮਿੱਤਰਾ ਦੇਵਤਿਆਂ ਨੂੰ ਸੰਬੋਧਿਤ ਹਨ (Rig.veda 4.2.4)।

(255) ਇੱਕ ਮਹਾਂ ਪਾਪੀ, ਛੇ ਮਹੀਨੇ ਹਰ ਰੋਜ਼ ਰਿੱਗ ਵੇਦ ਦੇ ਉਨ੍ਹਾਂ ਸੱਤ ਸਲੋਕਾਂ ਦਾ ਪਾਠ ਨਿੱਤ ਕਰੇ, ਜੋ ਇੰਦਰ ਦੇਵਤੇ ਨੂੰ ਸੰਬੋਧਿਤ ਹਨ (1.106, 1 ਤੋਂ 7) ਅਤੇ ਜੇ ਕਿਸੇ ਨੇ ਪਾਣੀ ਵਿੱਚ ਕੋਈ ਕੁਕਰਮ ਕੀਤਾ ਹੋਵੇ ਤਾਂ ਉਹ ਇਨ੍ਹਾਂ ਮੰਤ੍ਰਾਂ ਦੇ ਪਾਠ ਦੇ ਨਾਲ ਨਾਲ ਇੱਕ ਮਹੀਨਾ ਭਿੱਖਿਆ ਮੰਗ ਕੇ ਪੇਟ ਭਰੇ।

(256) ਇੱਕ ਦਵਿੱਜ, ਜਿਸਨੇ ਕੋਈ ਮਹਾਂ ਪਾਪ ਕੀਤਾ ਹੋਵੇ, ਉਹ ਰਿੱਗ ਵੇਦ ਦੇ ਬੇਨਤੀ ਵਾਲੇ ਸ਼ਾਕਲੀ ਮੰਤ੍ਰਾਂ ਦਾ ਇੱਕ ਸਾਲ ਲਈ ਪਾਠ ਪੜ੍ਹੇ ਅਤੇ ਨਿੱਤ ਘਿਉ ਪਾ ਕੇ ਹਵਨ ਕਰੇ, ਤਾਂ ਉਸਦੇ ਵੱਡੇ ਤੋਂ ਵੱਡੇ ਪਾਪਾਂ ਦੀ ਨਵਿਰਤੀ ਹੋ ਸਕਦੀ ਹੈ।

(257) ਸ਼ਰਮਸਾਰ ਹੋਣ ਵਾਲੀ ਕਰਤੂਤ ਕਰਨ ਵਾਲਾ ਕੋਈ ਮਹਾਂ ਪਾਪੀ ਭੀ ਹੋਵੇ, ਉਹ ਇੱਕ ਸਾਲ ਲਈ ਸੁਚੇਤ ਰਹਿ ਕੇ ਗਊਆਂ ਦੇ ਬਾੜੇ ਵਿੱਚ ਗੁਜ਼ਾਰੇ, ਭਿੱਖਿਆ ਮੰਗ ਕੇ ਖਾਵੇ ਅਤੇ ਰਿੱਗ ਵੇਦ ਦੇ ਨੌਵੇਂ ਮੰਡਲ ਵਿੱਚ ਆਏ ਪਾਵਮਣੀ ਸ਼ਲੋਕਾਂ (ਪਾਵਮਣੀ ਰਿਚਾ- Rig,veda 9.1.1 ਤੋਂ 9.1.14.) ਦਾ ਪਾਠ ਕਰੇ ਤਾਂ ਉਸਦੇ ਕੀਤੇ ਹੋਏ ਪਾਪ ਧੋਤੇ ਜਾ ਸਕਦੇ ਹਨ।

(258) ਜਾਂ ਉਹ ਇੱਕ ਮਨ ਇੱਕ ਚਿੱਤ ਹੋ ਕੇ, ਇਕਾਂਤ ਜੰਗਲ ਵਿੱਚ ਜਾ ਵਿਧੀ ਅਨੁਸਾਰ 'ਪਰਾਕ ਤਪੱਸਿਆ'ਦੀ ਕਿਰਿਆ ਨਿਭਾਵੇ ਅਤੇ ਵੇਦ ਮੰਤ੍ਰਾਂ ਦਾ ਅਧਿਆਨ ਕਰਦਿਆਂ, ਹਰ ਸਲੋਕ ਨੂੰ ਤਿੰਨ ਵਾਰ ਪੜ੍ਹੇ। ਇਸਤਰਾਂ ਆਪਣੇ ਸਾਰੇ ਪਾਪਾਂ ਤੋਂ ਮੁਕਤਿ ਹੋ ਕੇ, ਉਹ ਫਿਰ ਤੋਂ ਆਪਣੇ ਵਰਣ ਵਿੱਚ ਸ਼ਾਮਿਲ ਹੋ ਸਕਦਾ ਹੈ।

ਨੋਟ:- ਪਰਾਕ ਤਪੱਸਿਆ- *ਲਗਾਤਾਰ 11 ਦਿਨ ਭੋਜਨ ਦਾ ਤਿਆਗ ਕਰਕੇ, ਰਿੱਗ ਵੇਦ ਦਾ ਪਾਠ ਕਰਦਿਆਂ ਹਰ ਸਲੋਕ ਨੂੰ ਤਿੰਨ ਵਾਰ ਪੜ੍ਹਨਾ।*

(259) ਪਰ ਜੇ ਕੋਈ ਮਨੁੱਖ, ਤਿੰਨ ਦਿਨ ਵਰਤ ਰੱਖ ਕੇ, ਦਿੰਨ ਵਿੱਚ ਤਿੰਨ ਵਾਰ ਇਸ਼ਨਾਨ (ਸਵੇਰ, ਦੁਪੈਹਰ, ਸ਼ਾਮ) ਕਰੇ ਅਤੇ ਤਿੰਨੋ ਵਾਰੀ ਪਾਪਾਂ ਦਾ ਨਾਸ਼ ਕਰਨ ਵਾਲੇ, ਰਿੱਗ ਵੇਦ ਦੇ 'ਅਧਮ੍ਰਸ਼ਣ ਸੂਕਤ' (ਅਧਮ੍ਰਸ਼ਣ ਭਜਨ) - (Rig.Veda 10.190, 1 ਤੋਂ 3) ਮੰਤ੍ਰਾਂ ਨੂੰ ਸੌ ਸੌ ਵਾਰ ਉਚਾਰੇ ਤਾਂ ਕੀਤੇ ਹੋਏ ਪਾਪਾਂ ਤੋਂ ਮੁਕਤਿ ਹੋ ਕੇ ਆਪਣੇ ਵਰਣ ਵਿੱਚ ਫਿਰ ਤੋਂ ਸ਼ਾਮਲ ਹੋ ਸਕਦਾ ਹੈ।

(260) ਜਿਸ ਤਰਾਂ ਅਸ਼ਵਮੇਧ ਯੱਗ ਸਾਰੇ ਪਾਪਾਂ ਦਾ ਨਾਸ਼ ਕਰਨ ਲਈ ਸਭ ਯੱਗਾਂ ਦਾ ਰਾਜਾ ਹੈ, ਇਸੇ ਤਰਾਂ ਅਧਮਰਸ਼ਣ ਮੰਤ੍ਰਾਂ ਦਾ ਪਾਠ ਕਰਨ ਨਾਲ ਸਭ ਪਾਪਾਂ ਦਾ ਨਾਸ਼ ਹੋ ਜਾਂਦਾ ਹੈ।

(261) ਰਿੱਗ ਵੇਦ ਵਿੱਚ ਦੱਸੀਆਂ ਰੀਤਾਂ ਨੂੰ ਧਾਰਨ ਕਰਨ ਵਾਲਾ ਬ੍ਰਾਹਮਣ, ਜਿਸਨੇ ਯਜੁਰਵੇਦ ਦਾ ਅਧਿਆਨ ਅਤੇ ਸ਼ਾਮ ਵੇਦ ਦਾ ਪਾਠ, ਤਿੰਨ ਵਾਰ ਗਾ ਕੇ ਕੀਤਾ ਹੋਵੇ, ਉਸਨੇ ਭਾਵੇਂ ਤਿੰਨਾ ਲੋਕਾਂ ਦੇ ਅਨਗਿਣਤ ਪਾਪ ਕੀਤੇ ਹੋਣ ਅਤੇ ਆਪਣੀ ਮਰਜ਼ੀ ਨਾਲ ਕਿਸੇ ਦੇ ਭੀ ਹੱਥੋਂ ਭੋਜਨ ਖਾਧਾ ਹੋਵੇ, ਕਦੇ ਅਪਵਿੱਤਰ ਅਤੇ ਪਾਪੀ ਨਹੀਂ ਹੁੰਦਾ।

(262) ਜੋ ਮਨੁੱਖ, ਇੱਕ ਮਨ ਇੱਕ ਚਿੱਤ ਹੋ ਕੇ,ਰਿੱਗ ਵੇਦ ਜਾਂ ਯਜੁਰਵੇਦ ਦਾ ਤਿੰਨ ਵਾਰ ਅੀਧਆਨ ਜਾਂ ਸਾਮ ਵੇਦ ਦਾ ਗਾ ਕੇ ਤਿੰਨ ਵਾਰ, ਪੂਰਾ ਪਾਠ ਕਰਦਾ ਹੈ, ਉਹ ਆਪਣੇ ਜੀਵਨ ਦੇ ਸਾਰੇ ਪਾਪਾਂ ਤੋਂ ਮੁਕਤਿ ਹੋ ਜਾਂਦਾ ਹੈ।

(263) ਜਿਸ ਤਰਾਂ ਕਿਸੇ ਵੱਡੇ ਤਲਾਬ ਵਿੱਚ ਸੁੱਟਿਆ ਮਿੱਟੀ ਦਾ ਢੇਲਾ, ਪਾਣੀ ਵਿੱਚ ਖੁਰ ਕੇ ਅਲੋਪ ਹੋ ਜਾਂਦਾ ਹੈ, ਇਸੇ ਤਰਾਂ ਵੇਦਾਂ ਨੂੰ ਬਾਰ ਬਾਰ ਪੜ੍ਹਨ, ਸੁਨਣ ਅਤੇ ਵਿਚਾਰਣ ਨਾਲ ਮਨੁੱਖ ਦੇ ਸਾਰੇ ਕੀਤੇ ਹੋਏ ਪਾਪ ਅਲੋਪ ਹੋ ਜਾਂਦੇ ਹਨ।

(264) ਰਿੱਗ ਵੇਦ ਦੇ ਮੰਤ੍ਰ , ਯੁਜ਼ਰ ਵੇਦ ਦੀਆਂ ਵਾਰਤਿਕ ਕਥਾਵਾਂ ਅਤੇ ਸ਼ਾਮ ਵੇਦ ਦੇ ਭਜਨ, ਵੱਖਰੋ ਵੱਖਰੇ ਰੂਪਾਂ ਵਿੱਚ ਹਨ. ਪਰ ਇਨ੍ਹਾਂ ਤਿੰਨਾ ਦੇ ਗਿਆਤਾ ਪੁਰਸ਼ ਨੂੰ ਤ੍ਰਿਵੇਦੀ ਕਹਿ ਕੇ ਸਤਿਕਾਰਿਆ ਜਾਂਦਾ ਹੈ।

(265) ਤਿੰਨੋਂ ਵੇਦਾਂ ਵਿੱਚ ਬੀਜ ਰੂਪ ਹੋ ਕੇ ਵੱਜ ਰਿਹਾ, ਤਿੰਨ ਸੁਰਾਂ ਦੇ ਜੋੜ ਵਾਲਾ ਰਹੱਸਵਾਦੀ (Mystic) ਸ਼ਬਦ 'ਉਮ' (**ॐ**-ਤਿੰਨ ਅੱਖਰਾਂ ਦਾ ਸੁਮੇਲ), ਮੂਲ ਰੂਪ ਵਿੱਚ ਤਿੰਨਾ ਵੇਦਾਂ ਵਿੱਚ ਪ੍ਰਮਾਤਮਾਂ ਦਾ ਪ੍ਰਤਿਸ਼ਟ ਸਰੂਪ ਹੈ। ਇਸ ਭੇਤ ਨੂੰ ਜਾਨਣ ਵਾਲਾ ਪੁਰਸ਼, ਵੇਦ ਗਿਆਨੀ (ਵੇਦਵਿਤ, **वेद वेत्ता**) ਕਰਕੇ ਜਾਣਿਆ ਜਾਂਦਾ ਹੈ।

(266) ਸਭ ਤਰਾਂ ਦੇ ਪਾਪਾਂ ਲਈ ਪਸ਼ਚਾਤਾਪ ਵਿਧੀਆਂ, ਨਿਰਣੈ ਅਤੇ ਉਪਾਅ, ਤੁਹਾਨੂੰ ਸੰਪੂਰਣ ਰੂਪ ਵਿੱਚ ਦੱਸ ਦਿੱਤੇ ਹਨ। ਹੁਣ ਮੋਕਸ਼ (ਮੁਕਤੀ) ਪ੍ਰਾਪਤੀ ਲਈ, ਬ੍ਰਾਹਮਣ ਦੇ ਧਰਮ ਵਿਧਾਨ ਅਤੇ ਕਰਮ ਵਿਧਾਨ ਬਾਰੇ ਸੁਣੋਂ-

ਅਧਿਆਇ 12

(ਇਸ ਜਨਮ ਵਿੱਚ ਕੀਤੇ ਕਰਮਾਂ ਬਦਲੇ, ਅਗਲੇ ਜਨਮ ਵਿੱਚ ਫ਼ਲ ਬਾਰੇ ਵਿਧਾਨ)

ਰਿਸ਼ੀਆਂ ਦੀ ਭ੍ਰਿਗੂ ਜੀ ਅੱਗੇ ਬੇਨਤੀ-

(1) "ਹੇ ਪਾਪ ਰਹਿਤ ਮਨੂੰ ਜੀ ਦੇ ਪੁੱਤਰ ਭ੍ਰਿਗੂ ਜੀ, ਚਾਰੇ ਵਰਣਾਂ ਦੇ ਆਪੋ ਆਪਣੇ ਧਰਮ ਕਰਮ ਦੇ ਨਿਯਮਾਂ ਬਾਰੇ ਆਪ ਨੇ ਮੁੱਖ ਰੂਪ ਵਿੱਚ ਦੱਸ ਦਿੱਤਾ ਹੈ। ਹੁਣ ਇਸ ਜਨਮ ਵਿੱਚ ਕੀਤੇ ਸ਼ੁੱਭ ਜਾਂ ਅਸ਼ੁੱਭ ਕਰਮਾਂ ਦੇ ਅਗਲੇ ਜਨਮਾਂ ਵਿੱਚ ਪਰਾਪਿਤ ਹੋਣ ਵਾਲੇ ਫ਼ਲਾਂ ਬਾਰੇ ਵਿਸਥਾਰ ਦੱਸੋ"!

(2) ਜਦੋਂ, ਮਹਾਂਰਿਸ਼ੀਆਂ ਨੇ ਇਹ ਸਵਾਲ ਕੀਤਾ, ਤਾਂ ਧਰਮਾਤਮਾਂ ਮਨੂੰ ਦੇ ਪੁੱਤਰ ਭ੍ਰਿਗੂ ਜੀ ਨੇ ਮਨੂੰ ਜੀ ਵਲੋਂ ਮਿਲੇ ਸੰਦੇਸ਼ਾਂ ਬਾਰੇ ਦੱਸਦਿਆਂ ਕਿਹਾ ਕਿ 'ਸੰਪੂਰਣ ਕਰਮ ਯੋਗ ਵਾਲੇ ਜੀਵਨ ਦੇ ਜੋ ਸਿਧਾਂਤ ਹਨ, ਉਨ੍ਹਾਂ ਵਾਰੇ ਮੈਂ ਆਪ ਨੂੰ ਕਰਮਵਾਰ ਦੱਸਦਾ ਹਾਂ।

(3) ਮਨ, ਬਚਨ (ਬਾਣੀ) ਅਤੇ ਸ਼ਰੀਰ ਰਾਹੀਂ ਕੀਤੇ ਸ਼ੁੱਭ ਅਸ਼ੁੱਭ ਕਰਮਾਂ ਦੇ ਬਦਲੇ ਵਿੱਚ ਹੀ ਉਨ੍ਹਾਂ ਦਾ ਚੰਗਾ ਮਾੜਾ ਫ਼ਲ ਪ੍ਰਾਪਤ ਹੁੰਦਾ ਹੈ ਅਤੇ ਇਸੇ ਦੇ ਅਧਾਰਤ ਹੀ ਅਗਲੇ ਜਨਮ ਵਿੱਚ, ਉੱਤਮ, ਮੱਧਮ ਅਤੇ ਨੀਚ ਜੂਨਾਂ (ਗਤੀਆਂ) ਦੀ ਪ੍ਰਾਪਤੀ ਹੁੰਦੀ ਹੈ।

(4) ਮਨ ਹੀ ਹੈ, ਜੋ ਮਨੁੱਖੀ ਸਰੀਰ ਦੇ ਅੰਗਾਂ ਰਾਹੀਂ ਕੀਤੇ ਜਾਣ ਵਾਲੇ (ਉੱਤਮ, ਮੱਧਮ, ਨੀਚ) ਪੱਧਰ ਵਾਲੇ ਸਾਰੇ ਕਰਮਾਂ ਲਈ ਪ੍ਰੇਰਿਤ ਕਰਨ ਵਾਲਾ ਹੈ, ਜੋ ਤਿੰਨ ਹਾਲਤਾਂ (ਸੁਚੇਤ, ਅਚੇਤ ਅਤੇ ਖਿੰਡਿਆ) ਕਰਕੇ, ਇਸ ਸ਼ਰੀਰ ਨਾਲ ਜੁੜਿਆ ਹੋਇਆ ਹੈ ਅਤੇ ਸੰਪੂਰਣ ਰੂਪ ਵਿੱਚ ਸ਼ਰੀਰ ਦੀਆਂ ਬਾਹਰੀ ਦਸ ਇੰਦਰੀਆਂ **(ਪੰਜ ਗਿਆਨ ਇੰਦਰੀਆਂ- ਅੱਖਾਂ, ਕੰਨ, ਨੱਕ, ਜੀਭ, ਚਮੜੀ ਅਤੇ ਪੰਜ ਕਰਮ ਇੰਦਰੀਆਂ- ਹੱਥ, ਪੈਰ, ਮੂੰਹ, ਲਿੰਗ, ਗੁਦਾ)** ਨਾਲ ਰਲ ਕੇ ਕੀਤੀਆਂ ਜਾਣ ਵਾਲੀਆਂ ਕਿਰਿਆਂਵਾਂ ਦਾ ਚਾਲਕ (ਸੂਤਰਧਾਰ, ਪ੍ਰੇਰਕ, ਉਕਸਾਉਣ ਵਾਲਾ) ਹੈ। ਪ੍ਰਾਣੀ ਦੀਆਂ ਚਾਰ ਸੂਖਮ ਇੰਦਰੀਆਂ, (ਮਨ, ਬੁੱਧ, ਚਿੱਤ ਅਤੇ ਅੰਹਕਾਰ) ਸ਼ਰੀਰ ਦੇ ਅੰਦਰ ਦੀ ਕਿਰਿਆ ਦੀਆਂ ਚਾਲਕ ਹਨ ਅਤੇ ਜਿਨ੍ਹਾਂ ਦੇ ਸੰਗ੍ਰਹਿ ਨੂੰ 'ਸੂਝ-ਬੂਝ'(ਵਿਵੇਕਤਾ) ਕਿਹਾ ਗਿਆ ਹੈ।

ਟਿੱਪਣੀ *:- ਇਨ੍ਹਾਂ ਚਾਰੇ ਸੂਖਮ ਇੰਦਰੀਆਂ (ਮਨ, ਬੁੱਧ, ਚਿੱਤ ਅਤੇ ਅੰਹਕਾਰ) ਦੀ ਕਲਪਣਾ ਤਾਂ ਕੀਤੀ ਜਾ ਸਕਦੀ ਹੈ ਪਰ ਕਿਸੇ ਰੂਪ ਵਿੱਚ ਦੇਖੀਆਂ ਨਹੀਂ ਜਾ ਸਕਦੀਆਂ। 'ਮਨ' ਚੰਗੇ ਮਾੜੇ ਫੁਰਨਿਆਂ ਦਾ ਸੋਮਾਂ ਹੈ। 'ਚਿੱਤ' ਵਿਚਾਰਾਂ ਦਾ ਅਨੁਭਵ ਅਤੇ ਨਰੀਖਣ ਕਰਦਾ ਹੈ। 'ਬੁੱਧ' ਉਨ੍ਹਾਂ ਬਾਰੇ ਨਿਰਣਾ ਲੈਂਦੀ ਹੈ। 'ਅੰਹਕਾਰ' ਜਿਸਨੂੰ ਨੂੰ ਸਧਾਰਣ ਰੂਪ ਵਿੱਚ 'ਹੰਕਾਰ' (ਮੈਂ ਮੇਰੀ ਜਾਂ ਮੈਂ ਹਾਂ- ਆਪਣਾ ਨਿੱਜ) ਹੀ ਜਾਣ ਲਿਆ ਜਾਂਦਾ ਹੈ, ਪਰ ਸ਼ਾਸਤ੍ਰਾਂ ਵਿੱਚ ਇਸਨੂੰ ਸਵਾਰਥੀ ਇੰਦਰੀ ਕਿਹਾ ਗਿਆ ਹੈ। ਇਸੇ ਕਰਕੇ ਮਨ, ਬੁੱਧ, ਚਿੱਤ ਅਤੇ ਅੰਹਕਾਰ ਕਰਕੇ ਸਥਿਰ ਅਵਸਥਾ ਵਾਲੇ ਮਨੁੱਖ ਨੂੰ ਚੰਗਾ ਸੂਝਵਾਨ ਅਤੇ ਬਿਬੇਕੀ ਕਿਹਾ ਜਾਂਦਾ ਹੈ।*

(5) ਭੈੜੀ ਮਾਨਸਿਕ ਦਸ਼ਾ ਵਾਲੇ ਦੇਹਧਾਰੀ ਮਨੁੱਖਾਂ ਦੇ ਤਿੰਨ ਅਧਰਮ ਕਰਮ ਹਨ, ਜਿਵੇਂ- ਹਰ ਸਮੇਂ ਧੋਖੇ ਨਾਲ ਪਰਾਏ ਧੰਨ ਨੂੰ ਹਥਿਆਉਣ ਦੀ ਇੱਛਾ ਰੱਖਣਾ (ਅਨਿਆਈ ਅਤੇ ਲਾਲਚੀ ਦਸ਼ਾ), ਹਰ ਸਮੇਂ ਬੇਲੋੜੀ ਚਿੰਤਾ ਅਤੇ ਡਰ (ਅਸੰਤੁਸ਼ਟਤਾ), ਪੁਨਰ ਜਨਮ ਵਿੱਚ ਵਿਸ਼ਵਾਸ ਰੱਖਣ ਤੋਂ ਮੁਨਕਰ ਹੋਣਾ (ਨਾਸਤਿਕਤਾ)। ਇਹ ਸਭ, ਮਨੁੱਖ ਦੀ ਅੰਦਰਲੀ ਦਸ਼ਾ ਕਾਰਨ ਕੀਤੇ ਜਾਣ ਵਾਲੇ ਮਾਨਸਿਕ ਕਰਮ ਹਨ।

(6) ਬੁਰੇ ਬੋਲ ਬੋਲਣੇ (ਉੱਚਾ ਬੋਲਣਾ), ਝੂਠ ਬੋਲਣਾ, ਚੁਗਲੀ ਕਰਨੀ, ਬਿਨਾਂ ਸੋਚੇ ਬੇਲੋੜਾ ਬੋਲਣਾ, ਇਹ ਚਾਰੇ ਔਗਣ ਮਨ ਦੀ ਸਹਿਮਤੀ ਨਾਲ ਬੋਲਾਂ (ਬਾਣੀ) ਰਾਹੀਂ ਕੀਤੇ ਜਾਣ ਵਾਲੇ ਪਾਪ ਕਰਮ (ਵਾਚਿਕ ਕਰਮ) ਹਨ, ਜਿਸਦਾ ਸੰਤਾਪ ਸਰੀਰ ਰਾਹੀਂ ਭੋਗਣਾ ਪੈਂਦਾ ਹੈ।

(7) ਪ੍ਰਾਇਆ ਹੱਕ ਮਾਰਨਾ, ਧਰਮ ਵਿਧੀ ਤੋਂ ਉਲਟ ਜੀਵਾਂ ਦੀ ਹੱਤਿਆ ਕਰਨੀ, ਰੰਡੀ ਬਾਜੀ ਜਾਂ ਦੂਸਰੇ ਦੀ ਪਤਨੀ ਨਾਲ ਕਾਮ ਕ੍ਰੀੜਾ ਕਰਨਾ, ਇਹ ਤਿੰਨੋ ਦੋਸ਼, ਮਨ ਦੀ ਸਹਿਮਤੀ ਨਾਲ, ਸ਼ਰੀਰ ਰਾਹੀ ਕੀਤੇ ਜਾਣ ਵਾਲੇ ਪਾਪ ਕਰਮ ਹਨ, ਜਿਸਦਾ ਸੰਤਾਪ ਸਰੀਰ ਭੋਗਦਾ ਹੈ।

(8) ਮਨ, ਬਾਣੀ ਅਤੇ ਸ਼ਰੀਰ ਰਾਹੀਂ ਕੀਤੇ ਹੋਏ ਪਾਪ ਕਰਮਾਂ ਦਾ ਫਲ, ਮਨੁੱਖ ਨੂੰ ਕਰਮਵਾਰ, ਮਨ ਬਚਨ ਅਤੇ ਸ਼ਰੀਰ ਰਾਹੀਂ ਹੀ ਭੁਗਤਣਾ ਪੈਂਦਾ ਹੈ।

(9) ਸਿੱਟੇ ਵਜੋਂ, ਸ਼ਰੀਰ ਰਾਹੀਂ ਦੁਸ਼ਟ ਕਰਮ (ਜਿਵੇਂ- ਚੋਰੀ, ਪਰ ਇਸਤ੍ਰੀ ਗਮਨ, ਉੱਤਮ ਜੀਵਾਂ ਦੀ ਹੱਤਿਆ ਆਦਿ), ਕਰਨ ਵਾਲੇ ਮਨੁੱਖ ਨੂੰ ਅਗਲੇ ਜਨਮ ਵਿੱਚ ਸਥਾਵਰ ਜੂਨੀਆਂ (ਜਿਵੇਂ ਨਿਰਜੀਵ ਦ੍ਰਖਤ, ਝਾੜੀਆਂ, ਬਨਸਪਤੀ ਆਦਿ) ਪ੍ਰਾਪਤ ਹੁੰਦੀਆਂ ਹਨ। ਭੈੜੀ ਬੋਲ ਬਾਣੀ ਰਾਹੀਂ ਕੀਤੇ ਪਾਪਾਂ ਕਾਰਨ, ਪੰਛੀਆਂ ਅਤੇ ਜੰਗਲੀ ਜਾਨਵਰਾਂ ਦੀਆਂ ਜੂਨੀਆਂ ਵਿੱਚ, ਅਤੇ ਮਨ ਰਾਹੀਂ ਕਲਪਿਤ ਪਾਪ ਕਰਨ ਵਾਲੇ ਮਨੁੱਖਾਂ ਨੂੰ ਅਗਲੇ ਜਨਮ ਵਿੱਚ ਨੀਚ ਜਾਤਾਂ (ਸ਼ੂਦਰ, ਚੰਡਾਲ ਅਸ਼ੂਤ ਜਾਤਾਂ ਆਦਿ) ਵਿੱਚ ਦੀ ਜੂਨ ਪ੍ਰਾਪਤੀ ਹੁੰਦੀ ਹੈ।

(10) ਮਨ, ਬਚਨ ਅਤੇ ਸ਼ਰੀਰ (ਮਨੋਦੰਡ, ਬਚਦੰਡ, ਦੇਹਦੰਡ) ਕਰਕੇ ਕੀਤੇ ਜਾਣ ਵਾਲੇ ਪਾਪਾਂ ਦੀ ਸਜ਼ਾ ਦਾ ਭੈਅ ਰੱਖਣ ਵਾਲਾ ਵਿਵੇਕੀ (ਮਨਦੰਡੀ, ਬਚਦੰਡੀ, ਦੇਹਦੰਡੀ) ਪੁਰਸ਼, ਜਿਸ ਨੇ ਆਪਣੇ ਆਪ ਨੂੰ ਤਿੰਨੋਂ ਦੁਸ਼ਟ ਕਰਮਾਂ ਤੋਂ ਕਾਬੂ ਵਿੱਚ ਰੱਖਿਆ ਹੋਵੇ, ਉਸਨੂੰ 'ਤ੍ਰਿਦੰਡੀ ਪੁਰਸ਼' ਕਿਹਾ ਜਾਂਦਾ ਹੈ।

(11) ਜੋ ਮਨੁੱਖ, ਕਾਮ ਕ੍ਰੋਧ ਨੂੰ ਕਾਬੂ ਵਿੱਚ ਰੱਖਕੇ, ਆਪਣੇ ਮਨ, ਬਚਨ ਅਤੇ ਕਰਮ ਕਰਕੇ, ਸਭ ਜੀਵਾਂ ਪ੍ਰਤੀ, ਸੰਜਮ (ਸਵੈ ਨਿਯੰਤ੍ਰਣ) ਅਤੇ ਸਦਭਾਵਨਾ ਵਾਲਾ ਵਿਵਹਾਰ ਕਰਦਾ ਹੈ, ਉਹ ਸਭ ਸਿੱਧੀਆਂ ਦੀ ਪ੍ਰਾਪਤੀ ਕਰ ਲੈਂਦਾ ਹੈ ਅਤੇ ਸਿੱਧ ਪੁਰਸ਼ ਅਖਵਾਉਂਦਾ ਹੈ।

(12) ਸਤਿ ਪੁਰਸ਼ਾਂ ਦਾ ਮੰਨਣਾ ਹੈ ਕਿ ਉਹ ਸ਼ਕਤੀ ਜਿਸ ਕਰਕੇ ਸਰੀਰ ਦੀਆਂ ਸਾਰੀਆਂ ਇੰਦਰੀਆਂ ਗਤੀਸ਼ੀਲ ਹਨ ਅਤੇ ਜੋ ਮਨ ਦੇ ਫੁਰਨਿਆਂ ਨੂੰ ਸ਼ਰੀਰ ਰਾਹੀਂ ਕਰਮ ਵਿੱਚ ਬਦਲਣ ਲਈ ਪਰੇਰਿਤ ਕਰਦੀ ਹੈ, ਉਸਨੂੰ ਜੀਵ ਆਤਮਾ (ਜ਼ਮੀਰ-ਰੂਹ- ਸ਼ਰੀਰ ਦਾ ਚਾਲਕ, ਖੇਤਰਗਣ) ਕਿਹਾ ਗਿਆ ਹੈ। ਸਮੂੰਹ ਇੰਦਰੀਆਂ ਦੇ ਜੋੜ ਨਾਲ ਬਣਿਆ ਇਹ ਪਰਾਣਾ ਵਾਲਾ (ਜੀਵਤ) ਪੰਜ ਭੂਤਿਕ ਸਰੀਰ, ਜਿਸ ਰਾਹੀਂ ਸਾਰੇ ਕਰਮਾਂ ਦੀ ਕਿਰਿਆ ਪੂਰਤੀ ਹੁੰਦੀ ਹੈ, ਉਸਨੂੰ ਕਰਮ ਭੂਮੀ (ਭੂਤਾਤਮਾ, ਖੇਤਰ, ਖੇਤ) ਕਿਹਾ ਗਿਆ ਹੈ।

(13) ਸਾਰੇ ਸ਼ਰੀਰਧਾਰੀ ਪ੍ਰਾਣੀਆਂ ਵਿੱਚ ਵਸਣ ਵਾਲੀ ਜੀਵ-ਆਤਮਾਂ (ਅੰਤਰ-ਆਤਮਾਂ), ਨੂੰ ਜੀਵ ਕਿਹਾ ਗਿਆ ਹੈ, ਜੋ ਦੁੱਖ ਅਤੇ ਸੁੱਖ ਭੋਗਣ ਲਈਂ ਹਰ ਜਨਮ ਵਿੱਚ ਸਰੀਰ ਦੇ ਨਾਲ ਆਉਂਦੀ ਹੈ। 'ਮਹਤ' (ਮਹਾਂ ਤੱਤ, ਮਨ, ਸਭ ਤੋਂ ਮਹਾਨ ਤੱਤ, ਜੋ ਆਪਣੀ ਵੱਖਰੀ ਹੋਂਦ, ਅਤੇ 'ਮੈਂ' ਦਾ ਪ੍ਰਤੀਕ ਹੋਣ ਕਾਰਨ ਸੁੱਖ-ਦੁੱਖ ਭੋਗਦਾ ਹੈ) ਕਰਕੇ ਜਾਣੀ ਜਾਂਦੀ ਸੂਖਮ ਇੰਦਰੀ ਨਾਲੋਂ ਬਿਲਕੁਲ ਵੱਖਰੀ ਹੈ। ਜੀਵ-ਆਤਮਾਂ (ਪ੍ਰਮਾਤਮਾ ਦਾ ਅੰਸ਼) ਦੀ ਆਪਣੀ ਅਡੋਲ ਹਸਤੀ ਹੈ, ਪਰ ਮਨ ਦੇ ਦੁੱਖ-ਸੁੱਖ ਦੀ ਦਸ਼ਾ ਅਤੇ ਵਿਵਹਾਰ ਦੀ ਜਾਨਣਹਾਰ ਹੈ।

ਨੋਟ:- ਵੈਸੇ ਗੀਤਾ ਵਿੱਚ ਤਾਂ ਹਰ ਥਾਂ ਭੂਤਾਤਮਾਂ ਸ਼ਬਦ, ਪੰਜ ਭੂਤਕ ਸਰੀਰ ਵਿੱਚ ਰਹਿਣ ਵਾਲੇ ਜੀਵ (ਜੀਵ ਆਤਮਾਂ- ਪ੍ਰਮਾਤਮਾਂ ਦੀ ਹੋਂਦ ਦਾ ਅੰਸ਼) ਲਈ ਹੀ ਵਰਤਿਆ ਗਿਆ ਹੈ, ਪਰ ਸ਼ਾਸਤ੍ਰਾਂ ਮੁਤਾਬਿਕ ਆਤਮਾਂ ਦੇ ਤਿੰਨ ਰੂਪ ਮੰਨੇ ਗਏ ਹਨ, ਜਿਵੇਂ ਜੀਵ ਆਤਮਾਂ, ਪ੍ਰੇਤ ਆਤਮਾਂ ਅਤੇ ਸੂਖਮ ਆਤਮਾਂ। ਜੋ ਪਰਾਣਾਂ ਵਾਲੇ ਭੌਤਿਕ ਸਰੀਰਾਂ ਵਿੱਚ ਨਿਵਾਸ ਕਰਦੀ ਹੈ ਉਸਨੂੰ ਜੀਵ ਆਤਾਮਾਂ ਕਿਹਾ ਗਿਆ ਹੈ, ਜਦੋਂ ਆਤਮਾਂ ਮਨ ਦੇ ਤਲ ਤੇ ਵਾਸ਼ਨਾਵਾਂ ਵਿੱਚ ਗਲਤਾਨ ਹੋਣ ਕਰਕੇ, ਸਰੀਰ ਛੱਡਣ ਮਗਰੋਂ, ਕਿਸੇ ਗਤੀ ਦੀ ਪ੍ਰਾਪਤੀ ਨਾ ਕਰ ਸਕੇ, ਉਸਨੂੰ ਪ੍ਰੇਤ ਆਤਮਾਂ ਕਰਕੇ ਜਾਣਿਆ ਜਾਂਦਾ ਹੈ। ਜਦੋਂ ਆਤਮਾਂ ਸਥੂਲ ਸਰੀਰ ਨੂੰ ਛੱਡਣ ਮਗਰੋਂ ਅਗਲੇ ਜਨਮ ਦੀ ਪ੍ਰਾਪਤੀ ਲਈ ਲਿੰਗ ਸਰੀਰ (ਸੂਖਮ ਸਰੀਰ) ਦੀ ਸ਼ਰਣ ਵਿੱਚ ਰਹਿੰਦੀ ਹੈ, ਤਾਂ ਇਸਨੂੰ ਸੂਖਮ ਆਤਮਾਂ ਕਿਹਾ ਗਿਆ ਹੈ। ਪਾਠਕ ਜਨ ਜਰੂਰ ਦੇਖਦੇ ਹੋਣਗੇ ਕਿ ਪਿਛਲੇ ਅਤੇ ਅਗਲੇ ਕੁਝ ਸਲੋਕਾਂ ਦੇ ਵਖਿਆਨ ਵਿੱਚ ਪ੍ਰਸਪਰ ਟਕਰਾ ਸਾਫ ਨਜ਼ਰ ਆਉਂਦਾ ਹੈ, ਪਰ ਵਿਸ਼ਾ ਕਰਮ ਫ਼ਲ ਦੇ ਵਿਧਾਨ ਦਾ ਹੈ। ਪਹਿਲਾਂ ਆ ਚੁੱਕਾ ਹੈ ਕਿ ਆਤਮਾਂ ਮਨੁੱਖ ਦੇ ਕਰਮਾਂ ਦੀ ਵਾਚਕ (ਦ੍ਰਿਸ਼ਟਾਤਾ) ਹੈ ਅਤੇ ਦੁੱਖ ਅਤੇ ਸੁੱਖ ਦੇ ਪਰਵਾਭ ਤੋਂ ਨਿਰਲੇਪ ਹੈ। ਪਰ ਅੱਗੇ ਇਹ ਭੀ ਕਿਹਾ ਗਿਆ ਹੈ ਕਿ ਸ਼ਰੀਰ ਰਾਹੀਂ ਕੀਤੇ ਕਰਮਾਂ ਬਦਲੇ ਮਿਲੇ ਸੁੱਖ ਦੁੱਖ ਦੇ ਪਰਵਾਭ ਨੂੰ ਜੀਵ ਆਤਮਾਂ (ਜਿਸਨੂੰ ਪ੍ਰਮਾਤਮਾਂ ਦੀ ਹੋਂਦ ਦਾ ਅੰਸ਼ ਕਿਹਾ ਗਿਆ ਹੈ) ਕਬੂਲਦੀ ਹੈ। ਕਰਮ ਸ਼ਰੀਰ ਰਾਹੀਂ ਹੁੰਦਾ ਹੈ ਪਰ ਦੁੱਖ ਇਕੱਲਾ ਸ਼ਰੀਰ ਨਹੀਂ ਭੋਗਦਾ। ਕਈ ਵਾਰੀ ਸਰੀਰ ਰਿਸ਼ਟ ਪੁਸ਼ਟ ਹੁੰਦਾ ਹੈ ਤੇ ਮਨੋ ਬਲ ਦੀ ਭੈੜੀ ਦਸ਼ਾ ਕਾਰਨ, ਮਨੁੱਖ ਅਪਾਹਜ ਭੀ ਹੋ ਜਾਂਦੇ ਹਨ। ਅੱਜ ਦੇ ਯੁੱਗ ਵਿੱਚ ਇਹ ਸਾਬਤ ਹੋ ਚੁੱਕਾ ਹੈ ਕਿ ਮਨੁੱਖ ਦੇ ਅੰਦਰ ਦੀ ਸਥਿਤੀ ਐਸੀ ਭੀ ਹੋ ਜਾਂਦੀ ਹੈ ਕਿ ਸਰੀਰ ਤੇ ਲੱਗੇ ਫੱਟਾਂ ਨਾਲ ਕੋਈ ਦੁੱਖ ਮਹਿਸੂਸ ਨਹੀਂ ਹੁੰਦਾ। ਇਸ ਲਈ ਸੋਚਣਾ ਪਵੇਗਾ ਕਿ ਦੁੱਖ ਅਤੇ ਸੁੱਖ ਨੂੰ ਮਹਿਸੂਸ ਕਰਨ ਵਾਲਾ ਕੌਣ ਹੈ?

ਟਿੱਪਣੀ:- ਇਸ ਵਿਸ਼ੇ ਦੀ ਖੋਜ ਕਰਦਿਆਂ, ਬਹੁਤੀ ਥਾਈਂ, ਗਿਆਨ ਇੰਦਰੀਆਂ ਦੇ ਪਰਭਾਵ ਅਤੇ ਕਰਮ ਇੰਦਰੀਆਂ ਰਾਹੀਂ ਕੀਤੇ ਕਰਮਾਂ ਦੇ ਸਿੱਟੇ ਵਜੋਂ, ਦੁੱਖ ਅਤੇ ਸੁੱਖ ਭੋਗਣ ਵਾਲੀ ਸੂਖਮ ਇੰਦਰੀ ਨੂੰ,'ਮਹਤ' (ਮਹਾਂ ਤੱਤ, 'ਮਨ') ਦੇ ਪ੍ਰਤੀਕ ਵਜੋਂ ਲਿਖਿਆ ਗਿਆ ਹੈ। ਜੀਵ-ਆਤਮਾਂ (ਪ੍ਰਮਾਤਮਾ ਦਾ ਅੰਸ਼) ਦੀ ਆਪਣੀ ਅਡੋਲ ਹਸਤੀ ਹੈ, ਪਰ ਮਨ ਦੇ ਦੁੱਖ-ਸੁੱਖ ਦੀ ਦਸ਼ਾ ਅਤੇ ਵਿਵਹਾਰ ਦੀ ਜਾਨਣਹਾਰ ਹੈ। ਇਸ ਵਿਸ਼ੇ ਦੇ ਗਿਆਤਾ ਪੰਡਤਾਂ ਨੇ, ਸ਼ਰੀਰ ਨੂੰ ਦੋ ਹਿੱਸਿਆਂ ਵਿੱਚ ਵੰਡਿਆ ਹੈ, ਜਿਵੇਂ ਸੂਖਮ ਸਰੀਰ, ਅਤੇ ਭੌਤਿਕ ਸਰੀਰ। ਭੌਤਿਕ ਸਰੀਰ, ਮਨ, ਪ੍ਰਾਣ ਅਤੇ ਆਤਮਾ ਦੇ ਵਾਸ ਲਈ ਬਣਿਆ ਬਾਹਰੀ ਕਵੱਚ (ਢਾਂਚਾ) ਹੈ। ਪੰਜ ਭੂਤਿਕ ਸ਼ਰੀਰ, ਜੀਵ, ਆਤਮਾਂ ਅਤੇ ਜੀਵ-ਆਤਮਾ, ਮਨੁੱਖੀ ਸਰੀਰ ਦੇ ਸੰਵੇਦਨਸ਼ੀਲ ਤੱਤਾਂ ਲਈ ਆਮ ਵਰਤਿਆ ਗਿਆ ਸ਼ਬਦ ਹੈ। ਪਰ, ਮਨ, ਬੁੱਧ, ਆਤਮਾਂ ਅਤੇ ਕਰਮ ਨਾਲ ਸਬੰਧਿਤ ਵਿਸ਼ਿਆਂ ਉੱਪਰ, ਸੰਸਾਰ ਦੇ ਵੱਡੇ ਵੱਡੇ, ਦਾਰਸ਼ਨਿਕ ਅਤੇ ਮਨੋਵਗਿਆਨੀਆਂ, ਰਿਸ਼ੀਆਂ ਮੁਨੀਆਂ ਨੇ ਬੇਅੰਤ ਗ੍ਰੰਥ ਲਿਖੇ ਹਨ। ਖਾਸ ਕਰਕੇ ਧਰਮ ਦੀ ਦੁਨੀਆਂ ਤਾਂ ਇਨ੍ਹਾਂ ਦੁਆਲੇ ਹੀ ਘੁੰਮਦੀ ਹੈ। ਹਿੰਦੂ ਧਰਮ ਦੇ ਬਹੁਤਿਆਂ ਗ੍ਰੰਥਾਂ ਦਾ ਖਾਸ ਵਿਸ਼ਾ ਭੀ ਏਹੋ ਹੀ ਹੈ। ਇਸ ਬਾਰੇ ਮੇਰੇ ਵਰਗੇ ਵਲੋਂ ਚਾਰ ਅੱਖਰ ਲਿਖਣ ਨਾਲ ਪਾਠਕਾਂ ਦੇ ਗਿਆਨ ਵਿੱਚ ਕੋਈ ਵਾਧਾ ਤਾਂ ਨਹੀਂ ਹੋਣਾ, ਪਰ ਉੱਪਰ ਆਏ ਸਲੋਕਾਂ ਵਿੱਚ ਸੰਕੇਤ ਹੈ ਕਿ ਪ੍ਰਕਿਰਤੀ ਦੀ ਹਰ ਦਿਸਦੀ ਅਣ-ਦਿਸਦੀ ਕਿਰਿਆ, ਪ੍ਰਮਾਤਮਾਂ ਦੇ ਅੰਸ਼ 'ਆਤਮਾ' ਦੀ ਹੋਂਦ ਦਾ ਹੀ ਪ੍ਰਤੀਕ ਹੈ। ਪ੍ਰਾਣਾਂ ਵਾਲੇ ਸ਼ਰੀਰਾਂ ਵਿੱਚ ਜੀਵ ਅਤੇ ਆਤਮਾ ਦੀ ਸੰਗਿਆ ਦੇ ਜੋੜ ਨਾਲ ਬਣੀ ਚੇਤਨਾ ਨੂੰ ਜੀਵ-ਆਤਮਾ ਕਿਹਾ ਗਿਆ ਹੈ, ਜੋ ਪਵਿੱਤ੍ਰ ਰੂਪ ਵਿੱਚ ਜਨਮ ਸਮੇਂ ਸਰੀਰ ਦੇ ਨਾਲ ਹੀ ਆਉਂਦੀ ਹੈ। ਆਤਮਾ, ਮਨੁੱਖ ਦੇ ਸਰੀਰ ਅਤੇ ਗਿਆਨ ਇੰਦਰੀਆਂ ਰਾਹੀਂ ਕੀਤੇ ਜਾਣ ਵਾਲੇ ਕਰਮ ਅਤੇ ਮਨ ਦੇ ਫੁਰਨਿਆਂ ਦੀ ਵਾਚਕ ਹੈ, ਪਰ ਇਨ੍ਹਾਂ ਦੇ ਪ੍ਰਵਾਭ ਤੋਂ ਨਿਰਲੇਪ ਹੈ। ਸਭ ਧਰਮਾਂ ਨੇ, ਜੀਵਨ ਯਾਤਰਾ ਤੋਂ ਬਾਅਦ, ਜੀਵ ਦਾ ਬਾਰ ਬਾਰ ਦੇਹੀ ਰੂਪ

ਹੋਣ ਤੋਂ ਛੁਟਕਾਰਾ ਪਾਉਣ ਨੂੰ ਹੀ ਮਨੁੱਖੀ ਜੀਵਨ ਦਾ ਉਦੇਸ਼ ਕਿਹਾ ਗਿਆ ਹੈ। ਇਸੇ ਕਰਕੇ ਸੌਖੇ ਸ਼ਬਦਾਂ ਵਿੱਚ ਸਧਾਰਨ ਲੋਕ ਬਾਰ ਬਾਰ ਦੇ ਆਉਣ ਜਾਣ ਨੂੰ, ਪ੍ਰਮਾਤਮਾਂ ਦੀ ਖੇਡ ਭੀ ਕਹਿ ਦਿੰਦੇ ਹਨ। ਇਸ ਵਿਸ਼ੇ ਨੂੰ ਖੋਜਦਿਆਂ ਸਾਲਾਂ ਬੱਧੀ ਸਮਾਂ ਲੱਗ ਸਕਦਾ ਹੈ। ਪੰਜਾਬੀ ਵਿੱਚ ਭੀ ਅਨੇਕਾਂ ਲਿਖਤਾਂ ਉਪਲੱਬਦ ਹਨ, ਪਰ ਇਸ ਸਬੰਧੀ, ਗੁਰੂ ਗੋਬਿੰਦ ਸਿੰਘ ਸਟਡੀ ਸਰਕਲ ਯੂ.ਕੇ. ਵਲੋਂ ਪ੍ਰਕਾਸ਼ਤ, ਡ: ਜਗਜੀਤ ਸਿੰਘ ਦੀ ਲਿਖਤ,'ਇਸੁ ਮਨ ਕਉ ਕੋਈ ਖੋਜਹੁ ਭਾਈ' ਬਹੁਤ ਖੋਜ ਭਰਪੂਰ ਅਤੇ ਪੜ੍ਹਨਯੋਗ ਕਿਰਤ ਹੈ।

(14) ਪੰਜ ਭੂਤਿਕ ਸਰੀਰ (ਕਰਮ ਭੂਮੀ-ਖੇਤਰ), ਇਸਦੇ ਅੰਦਰ ਵਸਦੇ ਮਨ (ਮਹਤ, ਮਹਾਂ ਤੱਤ, ਮਹਾਨਯ) ਅਤੇ ਜੀਵ ਅਤਮਾਂ, ਤਿੰਨੋ ਮਿਲਕੇ, ਸਭ ਛੋਟੇ ਵੱਡੇ ਜੀਵਾਂ ਵਿੱਚ ਸਥਿੱਤ ਪ੍ਰਮਾਤਮਾਂ ਦੀ ਰਜ਼ਾ ਮੁਤਾਬਿਕ ਰਹਿੰਦੇ ਹਨ।

ਨੋਟ:- *'ਮਹਤ' ਸ਼ਬਦ, ਹਿੰਦੂ ਧਰਮ ਗਰੰਥਾਂ ਵਿੱਚ ਬਹੁਤ ਅਰਥਾਂ ਵਿੱਚ ਬਾਰ ਬਾਰ ਵਰਤਿਆ ਗਿਆ ਹੈ, ਜਿਵੇਂ- (ੳ) ਸਭ ਤੋਂ ਮਹੱਤਵਪੂਰਣ ਸੂਖਮ ਇੰਦਰੀ 'ਮਨ' ਲਈ, (ਅ) ਪ੍ਰਮਾਤਮਾਂ ਲਈ, (ੲ) ਬ੍ਰਾਹਮਣ ਜਾਤੀ ਦੀ ਉੱਚਤਾ ਲਈ (ਗੀਤਾ ਅਧਿਆਇ 17 ਸਲੋਕ 41), (ਸ) ਮਾਇਆ ਦੀ ਮਹੱਤਤਾ ਲਈ, (ਹ) ਪ੍ਰਕਿਰਤੀ ਦੇ ਮਹਾਨ ਤੱਤ (ਪਹਿਲਾ ਵਿਕਾਰ) ਜਿਸ ਤੋਂ ਇਹ ਸ੍ਰਿਸ਼ਟੀ ਬਣੀ ਹੈ, ਉਸਨੂੰ ਭੀ ਮਹਤ ਕਿਹਾ ਗਿਆ ਹੈ। (ਕ) ਗੀਤਾ ਦੇ ਤੇਰ੍ਹਵੇਂ ਅਧਿਆਇ ਦੇ ਪੰਜਵੇਂ ਸਲੋਕ ਵਿੱਚ ਜਿਸ ਸੂਖਮ ਤੱਤ ਨੂੰ ਬੁੱਧੀ ਕਰਕੇ ਸੰਬੋਧਨ ਕੀਤਾ ਗਿਆ ਹੈ, ਉਸਨੂੰ ਭੀ ਮਹਤ ਕਿਹਾ ਗਿਆ ਹੈ। ਇਸ ਤਰਾਂ ਅਨੇਕਾਂ ਲਿਖਤਾਂ ਵਿੱਚ ਇਹੋ ਜੇਹੇ ਸੰਕੇਤ ਮਿਲਦੇ ਹਨ। ਪਰ ਉਪਰਲੇ ਸਲੋਕ ਵਿੱਚ ਇਹ ਸ਼ਬਦ 'ਮਨ' ਦਾ ਲਖਾਇਕ (ਸੂਚਕ) ਹੈ। ਬਹੁਤੇ ਕੋਸ਼ਾਂ ਵਿੱਚ ਇਸਨੂੰ, ਵਿਨਾਸ਼ ਰਹਿਤ 'ਪ੍ਰਭੂ ਸਤ੍ਹਾ', 'ਮਹੱਤਵਪੂਰਣ' ਅਤੇ 'ਮਹਾਨ' ਲਿਖਿਆ ਮਿਲਦਾ ਹੈ।ਬਹੁਤੇ ਵਿਆਖਿਆਕਾਰਾਂ ਨੇ, ਜੀਵਤ ਪ੍ਰਾਣੀ ਦੀ ਹੋਂਦ ਨੂੰ ਦੋ ਹਿਸਿਆਂ ਵਿੱਚ ਵੰਡਿਆ ਹੈ। ਭੌਤਿਕ ਸਰੀਰ (ਪੰਜ ਤੱਤਾਂ ਤੋਂ ਬਣਿਆ ਬਾਹਰੀ ਕਵੱਚ) ਅਤੇ ਸੂਖਮ ਸਰੀਰ। ਸੂਖਮ ਸਰੀਰ (ਜੋ ਆਤਮਾ, ਮਨ ਅਤੇ ਪ੍ਰਾਣਾਂ ਦਾ ਸਮੂਹ ਹੈ) ਜਿਸਦੀ ਅਪਾਰਤਾ ਦਾ ਵਰਨਣ ਕਰਨਾ ਅੱਖਰਾਂ ਦੀ ਪਕੜ ਤੋਂ ਬਾਹਰ ਹੈ।ਇਹ ਇੱਕ ਦੂਸਰੇ ਤੋਂ ਵੱਖਰੇ ਨਹੀਂ ਕੀਤੇ ਜਾ ਸਕਦੇ, ਕਿਉਂਕਿ, ਪ੍ਰਾਣ, ਮਨ ਅਤੇ ਪ੍ਰਮਾਤਮਾਂ ਦੇ ਅੰਸ਼ 'ਆਤਮਾ' ਤੋਂ ਬਿਨਾਂ ਸਰੀਰ ਦੀ ਹੋਂਦ ਭੀ ਸੰਭਵ ਨਹੀਂ ਹੈ।*

ਪੁਨਰ ਜਨਮ (ਬਾਰ ਬਾਰ ਦਾ ਆਉਣਾ ਜਾਣਾ) –

(15) ਸਭ ਸਰੀਰਾਂ ਵਿੱਚ, ਜੀਵ-ਆਤਮਾਂ ਦੇ ਰੂਪ ਵਿੱਚ ਪ੍ਰਕਿਰਤੀ ਦਾ ਕਰਤਾ ਪ੍ਰਮਾਤਮਾ (ਪ੍ਰਮ-ਆਤਮਾਂ), ਆਪ ਹੀ ਸਮਾਇਆ ਹੋਇਆ ਹੈ, ਜਿਸਦੀ ਦੀ ਰਜ਼ਾ ਮੁਤਾਬਿਕ ਉਸਦੇ ਆਪੇ ਤੋਂ (ਪਵਣ, ਪਾਣੀ, ਅਗਨੀ, ਪਤਾਲ ਅਤੇ ਧਰਤੀ ਦੇ ਸੁਮੇਲ ਤੋਂ) ਅਸੰਖਾਂ ਲਿੰਗ ਸਰੀਰੀ ਜੀਵਾਂ (ਸੂਖਮ ਸਰੀਰਾਂ) ਦੀ ਉਤਪਤੀ ਹੁੰਦੀ ਹੈ, ਜੋ ਪੰਜ ਭੂਤਕ ਸਰੀਰਾਂ (ਹੱਡ ਮਾਸ, ਨਾੜੀ ਦੇ ਬਣੇ ਪਿੰਜਰ) ਵਿਚ ਪ੍ਰਵੇਸ਼ ਕਰਕੇ, ਵੱਖ ਵੱਖ ਜੂਨਾਂ (ਉੱਤਮ, ਮੱਧਮ, ਨੀਚ) ਵਿੱਚ ਵਿਚਰਦੇ ਹਨ।

ਨੋਟ:– *ਬਹੁਤ ਸਾਰੇ ਉਲੱਥਿਆਂ ਵਿਚ ਸਲੋਕ ਨੰਬਰ 15 ਅਲੋਪ ਹੈ ਅਤੇ ਕੁਲ ਸਲੋਕਾਂ ਦੀ ਗਿਣਤੀ ਵਿੱਚ ਫ਼ਰਕ ਦੇਖਿਆ ਜਾ ਸਕਦਾ ਹੈ। ਕਈ ਥਾਵਾਂ ਤੇ ਸੰਕੇਤ ਵਜੋਂ, ਸਾਰੇ ਬ੍ਰਹਮੰਡ ਨੂੰ ਵਿਰਾਟ ਪੁਰਸ਼ (ਕਰਤਾ ਪੁਰਖ, ਪ੍ਰਮਾਤਮਾਂ ਦਾ ਸਰੀਰ) ਜਾਣ ਕੇ, ਦਿਸਦੀ ਪ੍ਰਕਿਰਤੀ (ਉਸਦੀ ਕਿਰਤ- ਦਿਸਦੀ ਦੁਨੀਆਂ) ਨੂੰ ਉਸਦਾ ਸਰੀਰ ਭੀ ਕਿਹਾ ਗਿਆ ਹੈ।*

(16) ਦੁਸ਼ਟ ਕਰਮ ਕਰਨੇ ਵਾਲੇ ਮਨੁੱਖ ਨੂੰ, ਮੌਤ ਮਗਰੋਂ ਨਰਕ ਦੀ ਪ੍ਰਾਪਤੀ ਹੁੰਦੀ ਹੈ ਅਤੇ ਯਮਾਂ ਦੀ ਮਾਰ (ਤਸ਼ੱਦਦ) ਸਹਿਣ ਲਈ, ਪੰਚ ਤਨਮਾਤ੍ਰਾਂ (ਸ਼ਬਦ, ਛੋਹ, ਰੂਪ, ਰਸ, ਗੰਧ) ਤੋਂ ਬਣੇ ਲਿੰਗ ਸਰੀਰ

ਤੋਂ ਸਥੂਲ ਸਰੀਰ ਧਾਰਨ ਕਰਨਾ ਪੈਂਦਾ ਹੈ ਅਤੇ ਕਰਮ ਫ਼ਲ ਤੇ ਅਧਾਰਤ, ਫਿਰ ਤੋਂ ਕਿਸੇ ਹੋਰ ਜੂਨ ਵਿੱਚ ਪ੍ਰਾਪਤੀ ਹੁੰਦੀ ਹੈ।

ਟਿੱਪਣੀ:- *ਹਿੰਦੂ ਸ਼ਾਸਤ੍ਰਾਂ ਮੁਤਾਬਿਕ, ਮੌਤ ਤੋਂ ਬਾਅਦ, ਸੂਖਮ ਸਰੀਰ (Astral body) ਜੋ ਪ੍ਰਾਣੀ ਦੀ ਆਤਮਾਂ ਨੂੰ ਅਗਲੇ ਜਨਮ ਦੀ ਪ੍ਰਾਪਤੀ ਤੀਕਰ, ਆਪਣੀ ਪਕੜ (ਆਪਣੇ ਘੇਰੇ, ਸ਼ਰਣ) ਵਿੱਚ ਰੱਖਦਾ ਹੈ ਪਰ ਆਪ ਦੇਹ ਮੁਕਤਿ ਹੁੰਦਾ ਹੈ। ਐਸੇ ਸੂਖਮ ਸਰੀਰ ਦੀ ਹੋਂਦ ਉਤਨੀ ਦੇਰ ਬਣੀ ਰਹਿੰਦੀ ਹੈ ਜਿਤਨੀ ਦੇਰ ਪਿਛਲੇ ਜਨਮ ਦੇ ਕੀਤੇ ਕਰਮਾਂ ਦਾ ਲੇਖਾ ਜੋਖਾ ਪੂਰਾ ਹੋ ਕੇ ਜੀਵ ਦਾ ਪੁਨਰ ਜਨਮ ਨਹੀਂ ਹੋ ਜਾਂਦਾ ਜਾਂ ਉਹ ਮੁਕਿਤ ਹੋ ਜਾਵੇ (ਜਨਮ ਮਰਣ ਤੋਂ ਰਹਿਤ)। ਜੀਵਾਂ ਦੇ ਕੀਤੇ ਹੋਏ ਪਾਪਾਂ ਅਤੇ ਸਜ਼ਾਵਾਂ ਦਾ ਵਿਸਥਾਰ ਗਰੁੜ ਪੁਰਾਣ ਦੇ ਅਧਿਆਏ #3 ਵਿੱਚ ਵਿਸਥਾਰ ਪੂਰਬਕ ਕੀਤਾ ਗਿਆ ਹੈ। ਪਲੇਟੋ (ਗਰੀਸ ਦੇਸ਼ ਦਾ ਮਸ਼ਹੂਰ ਦਾਰਸ਼ਨਿਕ-ਸੁਕਰਾਤ ਦਾ ਵਿਦਆਰਥੀ) ਵਰਗੇ ਮਹਾਨ ਲੇਖਕ ਨੇ, ਮਨੁੱਖੀ ਸਰੀਰ ਵਿੱਚ ਸਵਾਸਾਂ ਦੀ ਡੋਰ ਨਾਲ ਬੱਝੇ ਜੀਵ ਅਤੇ ਆਤਮਾਂ ਨੂੰ ਇੱਕ ਨਗਰ ਦੇ ਰੂਪ ਵਿੱਚ ਜਾਣਕੇ, ਇਸਦੀ ਕਾਰਜ ਕਿਰਿਆ ਬਾਰੇ ਆਪਣੀਆਂ ਕਿਤਾਬਾਂ 'ਰੀਪਬਲਿਕ' ਅਤੇ 'ਫਾਈਡੋ (Republic, book #4, and Phaedo book # 2) ਵਿੱਚ ਬਹੁਤ ਵਿਸਥਾਰ ਨਾਲ ਲਿਖਿਆ ਹੈ।*

ਨੋਟ:- 'ਫਾਈਡੋ' ਵਿੱਚ ਸੁਕਰਾਤ ਦੀ ਮੌਤ ਤੋਂ ਪਹਿਲਾਂ ਕਹੇ ਬਚਨ ਦਰਜ ਹਨ ਜੋ ਉਸਨੇ ਆਪਣੇ ਦੋਸਤ ਫਾਈਡੋ ਦੇ ਸਵਾਲਾਂ ਦੇ ਜਵਾਬ ਵਿਚ, ਮੌਤ ਤੋਂ ਕੁਝ ਘੰਟੇ ਪਹਿਲਾਂ ਦਿੱਤੇ। ਉਸਦਾ ਦੋਸਤ ਫਾਈਡੋ, ਉਸਦੇ ਆਖਰੀ ਸਵਾਸਾਂ ਤੀਕਰ ਉਸਦੇ ਕੋਲ ਰਿਹਾ।

(17) ਇਸ ਤਰਾਂ, ਲਿੰਗ ਸਰੀਰ (ਸੂਖਮ ਸਰੀਰ) ਤੋਂ ਦੁਬਾਰਾ ਬਣੇ ਸਥੂਲ ਸਰੀਰ ਰਾਹੀਂ, ਯਮਾਂ ਵਲੋਂ ਨਿਸਚਿਤ ਕੀਤੇ ਕਸ਼ਟ (ਬੇਬਸੀ ਵਾਲੀ ਮਾਰ- ਦੁੱਖ) ਸਹਿਣ ਮਗਰੋਂ, ਉਸਦੇ ਸਾਰੇ ਤੱਤ (ਪੰਚ ਤਨਮਾਤ੍ਰਾਂ) ਵੱਖ ਵੱਖ ਹੋ ਕੇ ਆਪੋ ਆਪਣੇ ਸੋਮੇਂ (ਆਪਣੇ ਮੂਲ, ਸ਼ਬਦ, ਛੋਹ, ਰੂਪ, ਰਸ, ਗੰਧ) ਵਿੱਚ ਸਮਾ ਜਾਂਦੇ ਹਨ ਅਤੇ ਨਾਸ ਰਹਿਤ ਜੀਵ-ਆਤਮਾ, ਪਿਛੋਕੜਲੇ ਕਰਮਾਂ ਦੇ ਫਲ਼ ਵਜੋਂ ਮਿਲੇ, ਕਿਸੇ ਹੋਰ ਪੰਜ ਭੂਤਿਕ ਸਰੀਰ ਵਿੱਚ ਪ੍ਰਵੇਸ਼ ਕਰਕੇ ਜਨਮ ਲੈਂਦੀ ਹੈ।

ਟਿੱਪਣੀ:- *ਇਸ ਸਲੋਕ ਦਾ ਅਰਥ-ਭਾਵ, ਸਭ ਟੀਕਿਆਂ ਵਿੱਚ ਵੱਖੋ ਵੱਖਰਾ ਮਿਲਦਾ ਹੈ। ਢੁੱਕਵੇਂ ਅਰਥ ਲਿਖ ਦਿੱਤੇ ਹਨ। ਸ਼ਬਦ, ਸ਼ੋਹ, ਰੂਪ, ਰਸ ਅਤੇ ਗੰਧ, ਤੋਂ ਕੀ ਭਾਵ ਹੈ? ਇਸ ਬਾਰੇ ਵਿਸਥਾਰ, ਪਹਿਲੇ ਅਧਿਆਇ ਵਿੱਚ ਆ ਚੁੱਕਾ ਹੈ।*

(18) ਬੇਅੰਤ ਜਨਮ ਜਨਮਾਂਤਰਾ (ਕਥਿਤ 84 ਲੱਖ ਜੂਨਾਂ) ਰਾਹੀਂ, ਮੋਹ ਮਾਇਆ, ਵਿਸ਼ੇ ਵਿਕਾਰ ਅਤੇ ਵਾਸ਼ਨਾਵਾਂ (ਰੂਪ ਰਸ, ਗੰਧ ਆਦਿ) ਨਾਲ ਜੁੜਨ ਕਰਕੇ, ਬਾਰ ਬਾਰ ਕੀਤੇ ਪਾਪਾਂ ਦੀ ਸਜ਼ਾ ਭੋਗਣ ਮਗਰੋਂ, ਆਖਿਰ 'ਪਰਾਣੀ', ਬੰਧਨ ਮੁਕਤਿ ਅਤੇ ਪਾਪ ਰਹਿਤ ਹੋ ਕੇ, ਪ੍ਰਮਾਤਮਾ (ਆਪਣੇ ਸੋਮੇਂ) ਦੀ ਸ਼ਰਨ (ਰਜ਼ਾ) ਵਿੱਚ ਰਹਿ ਕੇ ਤੁਰਨ ਲੱਗ ਪੈਂਦਾ ਹੈ।

ਨੋਟ:- *ਪੰਜਾਬੀ ਵਿੱਚ 'ਸ਼ਰਣ' ਦਾ ਅਸਲ ਭਾਵ, ਉਹ ਰਸਤਾ ਜਿਸਤੇ ਕੋਈ ਕਿਸੇ ਦਾ ਪਾਇਆ ਤੁਰਦਾ ਹੋਵੇ। ਉਧਾਰਣ ਵਜੋਂ ਜਦੋਂ ਟਿੰਡਾਂ ਵਾਲੇ ਖੂਹ ਨੂੰ ਗੇੜਨ ਲਈ ਪਸ਼ੂ ਜੋੜੇ ਜਾਂਦੇ ਸਨ, ਤਾਂ ਜਿਮੀਂਦਾਰ ਉਨ੍ਹਾਂ ਦੀਆਂ ਅੱਖਾਂ ਅੱਗੇ ਖੋਪੇ ਬੰਨ੍ਹ ਕੇ ਤੋਰ ਦਿੰਦਾ ਸੀ। ਬਾਰ ਬਾਰ ਉਸੇ ਚੱਕਰ ਵਿੱਚ ਤੁਰਦਿਆਂ ਜੋ ਪੈੜ ਬਣ ਜਾਂਦੀ ਸੀ, ਉਸਨੂੰ* ***ਸ਼ਰਣ*** *ਕਿਹਾ ਜਾਂਦਾ ਸੀ।*

(19) ਮਨੁੱਖ ਦੇ ਇਸ ਜਨਮ ਅਤੇ ਪਿਛਲੇ ਜਨਮਾਂ ਵਿੱਚ, ਸਰੀਰ ਅਤੇ ਮਨ ਰਾਹੀਂ ਕੀਤੇ ਪਾਪ ਅਤੇ ਪੁੰਨ ਕਰਮਾਂ ਤੇ ਅਧਾਰਤ, ਜੀਵ ਆਤਮਾਂ ਅਗਲੇ ਸ਼ਰੀਰ (ਜਾਮੇਂ) ਵਿੱਚ ਪਰਵੇਸ਼ ਕਰਦੀ ਹੈ।

(20) ਜਿਸ ਜੀਵ ਨੇ ਮਨੁੱਖੀ ਜਾਮੇਂ ਵਿੱਚ ਬਹੁਤਾ ਧਰਮ ਅਤੇ ਘੱਟ ਪਾਪ ਕਮਾਇਆ ਹੋਵੇ, ਉਸਨੂੰ ਪ੍ਰਲੋਕ ਵਿੱਚ ਸੁੱਖ ਦੀ ਪ੍ਰਾਪਤੀ ਹੁੰਦੀ ਹੈ ਅਤੇ ਅਗਲੇ ਜਨਮ ਵਿੱਚ ਉੱਤਮ ਸਰੀਰ ਦੀ ਪ੍ਰਾਪਤੀ ਹੁੰਦੀ ਹੈ।

MANUSMRITI 299

(21) ਪਰ ਜਿਸ ਮਨੁੱਖ ਨੇ ਜੀਵਨ ਵਿੱਚ ਦੁਸ਼ਟ ਕਰਮ ਜਿਆਦਾ ਕੀਤੇ ਹੋਣ ਅਤੇ ਧਰਮ ਕਰਮ ਘੱਟ ਕੀਤੇ ਹੋਣ, ਉਸਨੂੰ ਪੰਜ ਭੂਤਕ ਸਰੀਰ ਛੱਡਣ ਮਗਰੋਂ ਫਿਰ ਲਿੰਗ ਸਰੀਰ ਧਾਰਣ ਕਰਕੇ, ਯਮਾਂ ਦੀ ਮਾਰ ਅਤੇ ਤਸੀਹੇ ਸਹਿਣੇ ਪੈਂਦੇ ਹਨ।

(22) ਯਮਾਂ ਦੀ ਮਾਰ ਸਹਿਣ ਮਗਰੋਂ, ਜੀਵ-ਆਤਮਾਂ ਪਾਪ ਰਹਿਤ ਹੋ ਕੇ, ਲਿੰਗ ਸਰੀਰ ਦੇ ਸਾਰੇ ਤੱਤ ਆਪਣੇ ਸੋਮੇ ਪੰਜ ਮਹਾਂ ਤੱਤਾਂ (ਪਉਣ, ਪਾਣੀ, ਅਗਨੀ, ਪਤਾਲ ਅਤੇ ਧਰਤੀ) ਵਿੱਚ ਸਮਾ ਜਾਂਦੇ ਹਨ।

(23) ਜੀਵ ਆਤਮਾਂ ਦੇ ਬਾਰ ਬਾਰ, ਉੱਤਮ ਜਾਂ ਨੀਚ ਜੂਨਾਂ ਵਿੱਚ ਆਉਣ-ਜਾਣ ਨੂੰ ਧਿਆਨ ਵਿੱਚ ਰੱਖਦਿਆਂ, ਮਨੁੱਖ ਨੂੰ ਆਪਣੀ ਸੁਚੇਤ ਬੁੱਧ ਤੋਂ ਕੰਮ ਲੈਣਾ ਚਾਹੀਦਾ ਹੈ। ਆਪਣੇ ਮਨ ਅਤੇ ਇੰਦਰੀਆਂ ਨੂੰ ਸਦਾ ਪੁੰਨ ਕਰਮ ਕਰਨ ਲਈ ਪ੍ਰੇਰਿਤ ਕਰਨਾ ਚਾਹੀਦਾ ਹੈ।

ਟਿੱਪਣੀ:- *ਭਾਵੇਂ ਢੁਕਵਾਂ ਤਰਜਮਾਂ ਕਰ ਦਿੱਤਾ ਗਿਆ ਹੈ, ਪਰ ਬੁਹਤੇ ਉਲੱਥਿਆਂ ਵਿੱਚ ਅੱਖਰਾਂ ਦੇ ਜੋੜ ਅਨਜੋੜ ਅਤੇ ਵੱਖ ਵੱਖ ਰੂਪ ਮਿਲਣ ਕਾਰਨ, ਉੱਪਰਲੇ ਸਲੋਕਾਂ ਵਿੱਚ ਕੁਝ ਭੀ ਸਪੱਸ਼ਟ ਰੂਪ ਵਿੱਚ ਨਜ਼ਰ ਨਹੀਂ ਆਉਂਦਾ ਦਿਸਿਆ ਅਤੇ ਬਹੁਤਾ ਕੁਝ ਪੰਦਰਵੇਂ ਸਲੋਕ ਵਿੱਚ ਦੱਸੇ ਵਿਧਾਨ ਦੇ ਉਲਟ ਹੈ।*

ਪ੍ਰਕਿਰਤੀ ਦੇ ਤਿੰਨ ਗੁਣ –

(24) ਪ੍ਰਕਿਰਤੀ ਦੇ ਤਿੰਨ ਗੁਣ (ਰਜੋ, ਸਤੋ ਅਤੇ ਤਮੋ ਗੁਣ), ਜੀਵ ਆਤਮਾਂ ਨੂੰ ਪਰਭਾਵਿਤ ਕਰਨ ਵਾਲੀਆਂ ਤਿੰਨ ਬਿਰਤੀਆਂ (ਮਨ ਦਾ ਸੁਭਾਅ) ਹਨ, ਜਿਨ੍ਹਾਂ ਕਾਰਣ ਜੀਵ, ਬਾਰ ਬਾਰ, ਚੱਲ ਅਤੇ ਅਚੱਲ ਜੂਨਾਂ ਵਿੱਚੋਂ ਵਿਚਰਦਾ ਹੈ।

(25) ਇਨ੍ਹਾਂ ਤਿੰਨਾ ਗੁਣਾ ਵਿੱਚੋਂ, ਜਿਸਦਾ ਪਰਭਾਵ ਜੀਵ ਦਾ ਸਰੀਰ ਜਿਆਦਾ ਕਬੂਲਦਾ ਹੈ, ਉਹ ਜੀਵ, ਉਸੇ ਸੁਭਾਅ ਅਤੇ ਲੱਛਣਾਂ ਵਾਲਾ ਜਾਣਿਆ ਜਾਂਦਾ ਹੈ, ਭਾਵੇਂ ਕਿ ਉਸ ਅੰਦਰ ਦੂਸਰੇ ਗੁਣਾਂ ਦੀ ਥੋੜੀ ਬਹੁਤੀ ਚਿਣਗ ਭੀ ਮੌਜੂਦ ਹੁੰਦੀ ਹੈ।

(26) ਸੰਸਾਰ ਅਤੇ ਇਸਦੀ ਹੋਂਦ ਦੇ ਸੱਚ ਨੂੰ ਜਾਨਣ ਵਾਲਾ ਜਾਗ੍ਰਿਤਿ (ਵਿਵੇਕ ਬੁੱਧੀ ਵਾਲਾ) ਪੁਰਸ਼, ਸਤੋ ਗੁਣਾਂ ਦੇ ਧਾਰਣੀ ਹੋਣ ਦਾ ਪ੍ਰਤੀਕ ਹੈ। ਇਸਦੇ ਉਲਟ ਅਗਿਆਨਤਾ ਅਤੇ ਦੁਬਿਧਾ ਦੇ ਹਨੇਰੇ ਵਿੱਚ ਰਹਿਣ ਵਾਲਾ ਪੁਰਸ਼, 'ਤਮੋ ਗੁਣੀ' ਹੋਣ ਦਾ ਪ੍ਰਤੀਕ ਹੈ ਅਤੇ ਮੈਂ, ਮੇਰਾ ਅਤੇ ਲਾਲਸਾ ਅਧੀਨ ਬੁਰੇ ਕਰਮਾਂ ਵਾਲੀ ਬਿਰਤੀ ਵਾਲਾ ਪੁਰਸ਼ 'ਰਜੋ' ਗੁਣੀ ਬਿਰਤੀ ਦਾ ਪ੍ਰਤੀਕ ਹੈ। ਸਾਰੇ ਸੰਸਾਰ ਦੀ ਕਿਰਿਆ, ਮਨ ਅਤੇ ਜੀਵ ਦੀਆਂ ਇਨ੍ਹਾਂ ਤਿੰਨਾਂ ਗਤੀਆਂ (ਅਵਸਥਾਵਾਂ) ਦੀ ਹੀ ਖੇਡ ਹੈ।

(27) ਜਿਸ ਜੀਵ ਦੇ ਸੁਭਾਅ ਵਿੱਚੋਂ, ਪਿਆਰ, ਸ਼ਾਂਤੀ ਅਤੇ ਸੰਤੁਸ਼ਟਤਾ ਦੀ ਝਲਕ ਪਵੇ, ਲਾਲਸਾ ਤੋਂ ਮੁਕਤਿ ਅਨੁਭਵ ਕਰੇ ਅਤੇ ਮਨ ਵਿੱਚ ਸ਼ੁੱਧ ਵਿਚਾਰ ਚਲਦੇ ਹੋਣ, ਤਾਂ ਉਸ ਮਨੁੱਖ ਨੂੰ ਸਤੋ-ਗੁਣੀ ਅਵਸਥਾ ਦਾ ਧਾਰਨੀ ਕਿਹਾ ਜਾਂਦਾ ਹੈ।

(28) ਜੋ ਜੀਵ ਆਤਮਾ, ਮਨ ਦੀ ਦਸ਼ਾ ਕਰਕੇ, ਦੁਖੀ ਅਤੇ ਅਸੰਤੁਸ਼ਟ ਹੋਵੇ, ਵਿਸ਼ੇ ਵਿਕਾਰ ਅਤੇ ਝਗੜਾਲੂ ਬਿਰਤੀ ਵਾਲੀ ਹੋਵੇ, ਐਸੀ ਦਸ਼ਾ ਨੂੰ ਰਜੋ ਗੁਣ ਪ੍ਰਧਾਨ ਵਾਲਾ ਮਨੁੱਖ ਕਿਹਾ ਜਾ ਸਕਦਾ ਹੈ।

(29) ਸੰਸਾਰੀ ਮੋਹ, ਅਤੇ ਭਰਮਾਂ (ਦੁਬਿਧਾ) ਵਿੱਚ ਗ੍ਰਸਿਆ, ਗਿਆਨ ਅਤੇ ਬਿਬੇਕ ਬੁੱਧੀ ਤੋਂ ਸੱਖਣਾ, ਵਿਸ਼ੇ ਵਿਕਾਰਾਂ ਵਿੱਚ ਫਸਿਆ ਅਤੇ ਹੰਕਾਰੀ ਬਿਰਤੀ ਵਾਲਾ ਜੀਵ, ਜਿਸਨੂੰ ਤਰਕ ਨਾਲ ਸਮਝਿਆ ਜਾਂ ਸਮਝਾਇਆ ਨਾ ਜਾ ਸਕੇ, ਐਸਾ ਜੀਵ ਤਮੋਂ ਗੁਣ ਪ੍ਰਧਾਨ ਅਵਸਥਾ (ਬਿਰਤੀ) ਵਾਲਾ ਕਿਹਾ ਜਾਂਦਾ ਹੈ। ਉਸਨੂੰ ਮਨ ਦਾ ਅੰਨ੍ਹਾਂ ਭੀ ਕਿਹਾ ਜਾ ਸਕਦਾ ਹੈ।

(30) ਉੱਪਰ ਦੱਸੀਆਂ, ਤਿੰਨੋ ਬਿਰਤੀਆਂ (ਸਤੋ ਗੁਣ, ਰਜੋ ਗੁਣ, ਅਤੇ ਤਮੋਂ ਗੁਣ) ਵਾਲੇ ਮਨੁੱਖਾਂ ਦੇ ਜੀਵਨ ਦੀ ਉੱਤਮ, ਮੱਧਮ, ਅਤੇ ਨੀਚ ਅਵਸਥਾ (ਬਿਰਤੀ) ਬਦਲੇ ਜੋ ਫਲ ਮਿਲਦਾ ਹੈ, ਉਸਦਾ ਵਿਸਥਾਰ ਅੱਗੇ ਕੀਤਾ ਗਿਆ ਹੈ।

(31) ਵੇਦਾਂ ਦਾ ਅਭਿਆਸ ਕਰਨਾ, ਤਪੱਸਿਆ ਕਰਨਾ (ਕਠੋਰ ਭਗਤੀ), ਗਿਆਨ ਦੀ ਪ੍ਰਾਪਤੀ ਕਰਨਾ, ਸੁੱਚਮਤਾ ਰੱਖਣੀ ਅਤੇ ਇੰਦਰੀਆਂ ਨੂੰ ਵਸ ਵਿੱਚ ਰੱਖਕੇ ਆਤਮ ਚਿੰਤਨ ਅਤੇ ਧਰਮ ਕਰਮ ਕਰਨੇ, ਜੀਵ ਦੇ ਸਤੋ ਗੁਣੀ ਹੋਣ ਦੇ ਲੱਛਣ ਹਨ।

(32) ਜਦੋਂ ਕਿਸੇ ਪ੍ਰਾਣੀ ਅੰਦਰ, ਰਜੋਗੁਣ ਪਰਬਲ ਹੋਵੇ ਪਰ ਬਾਕੀ ਦੋਵੇਂ ਗੁਣਾ (ਸਤੋ ਅਤੇ ਤਮੋਂ ਗੁਣ) ਦਾ ਕੁਖ ਅੰਸ਼ ਭੀ ਹੋਵੇ ਜਿਵੇਂ ਕਿਸੇ ਨਾ ਕਿਸੇ ਕੰਮ ਵਿੱਚ ਰੁਝੇ ਰਹਿਣਾ (ਬੇਲੋੜੀ ਦੌੜ}, ਧੀਰਜ ਦਾ ਨਾ ਹੋਣਾ (ਅਸੰਤੁਸ਼ਟਤਾ), ਸੋਭਾ ਦੀ ਭੁੱਖ, ਹਰ ਵੇਲੇ ਵਿਸ਼ੇ ਵਿਕਾਰ ਅਤੇ ਪਾਪ ਕਰਮ ਦੀਆਂ ਸੋਚਾਂ ਵਿੱਚ ਜਕੜਿਆ (ਗ੍ਰਸਤ) ਰਹਿਣਾ, ਇਹ ਸਭ ਰਜੋ ਗੁਣੀ ਪ੍ਰਧਾਨ ਬਿਰਤੀ ਵਾਲੇ ਪਰਾਣੀ ਦੀਆਂ ਅਲਾਮਤਾਂ ਹਨ।

ਜਾਂ - ਮਨ ਮਾਨੀਆਂ ਕਰਨੀਆਂ, ਬੁਰੇ ਕੰਮਾਂ ਵਿੱਚ ਰਚਿਤ ਰਹਿਣਾ, ਸੋਭਾ ਦੀ ਭੁੱਖ, ਹਰ ਵੇਲੇ ਕਾਮ ਵਾਸ਼ਨਾ ਦੀ ਪੂਰਤੀ ਦੀਆਂ ਸੋਚਾਂ ਰੱਖਣਾ, ਇਹ ਸਭ ਰਜੋ ਗੁਣੀ ਬਿਰਤੀ ਵਾਲੇ ਮਨੁੱਖ ਦੀਆਂ ਅਲਾਮਤਾਂ ਹਨ।

(33) ਇੱਕ, ਲੋਭੀ, ਲਾਲਚੀ, ਦਲਿੱਦਰੀ, ਡਰਪੋਕ, ਨਿਰਦਈ, ਨਾਸਤਿਕ ਜਾਂ ਦੂਸਰੇ ਨੂੰ ਆਪਣੇ ਅਧੀਨ ਰੱਖਣ ਦੀ ਭਾਵਨਾ ਵਾਲਾ, ਟੁੱਕੜ ਬੋਚ, ਝਗੜਾਲੂ (ਤਰਕਸ਼ੀਲ), ਬੇਲੋੜੀ ਦਖਲ ਅੰਦਾਜ਼ੀ ਕਰਨ ਵਾਲਾ (ਪ੍ਰਮਾਦ) ਅਤੇ ਭੈੜੇ ਅਚਾਰ ਵਾਲਾ ਜੀਵ, ਤਮੋਗੁਣੀ ਪਰਧਾਨ ਸੁਭਾਅ ਦਾ ਪਰਤੀਕ ਹੈ।

(34) ਭੂਤ ਭਵਿੱਖ ਅਤੇ ਵਰਤਮਾਨ ਵਿੱਚ ਵਿਦਮਾਨ (ਮੌਜੂਦ) ਅਤੇ ਤਿੰਨੋਂ ਗੁਣਾਂ (ਸਤੋ, ਰਜੋ ਅਤੇ ਤਮੋਂ ਗੁਣ) ਵਿੱਚ ਵਿਚਰਨ ਵਾਲੇ ਜੀਵਾਂ ਨੂੰ, ਕੀ ਕੀ ਕਰਮ ਫ਼ਲ ਪ੍ਰਾਪਤ ਹੁੰਦਾ ਹੈ, ਇਸਦਾ ਸੰਖੇਪ ਅਤੇ ਕਰਮਵਾਰ, ਉਲੇਖਣ ਇਸ ਤਰਾਂ ਦਿੱਤਾ ਜਾ ਸਕਦਾ ਹੈ ਕਿ--

(35) ਲਾਲਸਾ ਵਸ ਹੋਇਆ, ਧਰਮ ਤਿਆਗੀ, ਪਾਪੀ, ਦਲਿੱਦਰੀ ਜੀਵ, ਜਿਸਨੂੰ ਕੋਈ ਕਰਮ ੂ ਕਰਨ ਵੇਲੇ ਜਾਂ ਕਰਨ ਮਗਰੋਂ, ਸ਼ਰਮਿੰਦਗੀ, ਸ਼ੰਕਾ ਜਾਂ ਡਰ ਵਾਲੀਆਂ ਸਥਿਤੀਆਂ ਦਾ ਸ੍ਹਾਮਣਾ ਕਰਨਾ ਪਵੇ, ਤਾਂ ਸਤਿ ਪੁਰਸ਼ਾਂ ਨੇ ਐਸੀ ਦਸ਼ਾ ਵਾਲੇ ਪ੍ਰਾਣੀ ਨੂੰ ਤਮੋਗੁਣੀ ਬਿਰਤੀ ਦਾ ਧਾਰਣੀ ਕਿਹਾ ਗਿਆ ਹੈ।

(36) ਜਦੋਂ ਜੀਵ ਅੰਦਰ ਰਜੋਗੁਣ ਪ੍ਰਬਲ ਹੁੰਦਾ ਹੈ ਤਾਂ ਸਤੋਗੁਣ ਅਤੇ ਤਮੋਗੁਣਾਂ ਦਾ ਅਨੁਭਵ (ਅੰਤਰਭਾਵ) ਅਲੋਪ ਹੋ ਜਾਂਦਾ ਹੈ। ਜੀਵ, ਸ਼ੁੱਭ ਕਰਮਾਂ ਦਾ ਤਿਆਗ ਕਰਕੇ ਆਪਣੀ ਇੱਛਾ ਪੂਰਤੀ ਲਈ ਨਫ਼ੇ ਨੁਕਸਾਨ ਦੇ ਡਰ ਤੋਂ ਬੇਪ੍ਰਵਾਹ ਹੋ ਜਾਂਦਾ ਹੈ, ਗਾਣੇ ਬਜਾਣੇ ਵਾਲੇ ਭੱਟ, ਅਤੇ ਕੋਠੇ ਵਾਲੀਆਂ ਵੇਸਵਾਵਾਂ (ਨਚਾਰ, ਚਾਰਣ ਅਤੇ ਭੱਟ) ਤੇ ਧੰਨ ਲੁਟਾਓਂਦਾ ਹੈ।ਐਸੇ ਜੀਵ ਨੂੰ ਰਜੋ ਗੁਣਾਂ ਦੀ ਪਰਬਲ ਦਸ਼ਾ ਵਾਲਾ ਜਾਣੋ।

(37) ਜਦੋਂ ਕਿਸੇ ਜੀਵ ਦੇ ਕਰਮ ਦੇ ਕਰਨ ਪਿੱਛੇ ਗਿਆਨ ਅਤੇ ਸ਼ੁੱਭ ਗੁਣ ਪ੍ਰਾਪਤ ਕਰਨ ਦੀ ਇੱਛਾ ਹੋਵੇ, ਜਿਸਨੂੰ ਕਰਨ ਵਿੱਚ ਕੋਈ ਝਿਜਕ ਨਾ ਹੋਵੇ ਅਤੇ ਧਰਮ ਚਰਣ ਦੇ ਕਰਮ ਕਰਨ ਨਾਲ ਮਨ ਦੀ ਪ੍ਰਸੰਨਤਾ ਅਤੇ ਸੰਤੁਸ਼ਟੀ ਹੋਵੇ, ਐਸੀ ਬਿਰਤੀ ਵਾਲੇ ਜੀਵ ਨੂੰ ਸਤੋ ਗੁਣੀ ਸੁਭਾਅ ਵਾਲਾ ਕਿਹਾ ਜਾ ਸਕਦਾ ਹੈ।

(38) ਤਮੋਗੁਣੀ ਮਨੁੱਖ ਦਾ ਮੁੱਖ ਲੱਛਣ ਵਾਸ਼ਨਾ, ਰਜੋਗੁਣੀ ਮਨੁੱਖ ਦਾ ਮੁੱਖ ਲੱਛਣ ਧੰਨ, ਸਤੋਗੁਣੀ ਮਨੁੱਖ ਦਾ ਮੁੱਖ ਲੱਛਣ ਧਰਮ ਕਿਹਾ ਗਿਆ ਹੈ। ਕਰਮਵਾਰ ਅਗਲਾ ਗੁਣ,ਪਹਿਲੇ ਨਾਲੋਂ ਬੇਹਤਰ (ਸਰੇਸ਼ਟ) ਗਿਣਿਆ ਜਾਂਦਾ ਹੈ।

(39) ਹੁਣ ਸੰਖੇਪ ਸਹਿਤ, ਕਰਮ ਵਾਰ ਜਾਣੋ, ਕਿ ਇੰਨ੍ਹਾ ਤਿੰਨ ਗੁਣਾਂ ਦੇ ਧਾਰਣੀ ਜੀਵਾਂ ਦੀ ਸੰਸਕਾਰੀ ਦਸ਼ਾ (ਬਿਰਤੀ ਅਤੇ ਸੁਭਾਅ} ਕੀ ਹੈ ਅਤੇ ਆਉਣ ਵਾਲੇ ਸਮੇਂ ਵਿੱਚ ਕਿਸ ਤਰਾਂ ਦੀਆਂ ਅਵਸਥਾਵਾਂ (ਜੂਨਾਂ-ਗਤੀਆਂ) ਵਿੱਚੋਂ ਲੰਘਦੇ ਹਨ।

(40) 'ਸਤੋ ਗੁਣੀ', ਜੀਵਾਂ ਨੂੰ ਦੇਵਤਿਆਂ ਦੀ ਅਮਰ ਜੂਨੀ ਪ੍ਰਾਪਤ ਹੁੰਦੀ ਹੈ। 'ਰਜੋ ਗੁਣੀ' ਅਤੇ ਹੰਕਾਰੀ ਜੀਵਾਂ ਨੂੰ ਫਿਰ ਤੋਂ ਮਨੁੱਖਾ ਜਨਮ ਪ੍ਰਾਪਤ ਹੁੰਦਾ ਹੈ ਅਤੇ ਲਾਲਸਾ ਵਸ ਹੋਏ 'ਤਮੋਂ ਗੁਣੀ' ਮਨੁੱਖਾਂ ਨੂੰ ਫਿਰ ਤੋਂ ਪਸ਼ੂ ਪੰਛੀਆਂ ਵਾਲੀ ਜੂਨ ਪ੍ਰਾਪਤ ਹੁੰਦੀ ਹੈ। ਇਸ ਤਰਾਂ ਜੀਵਾਂ ਦੀਆਂ ਤਿੰਨ ਤਰਾਂ ਦੀਆਂ ਬਿਰਤੀਆਂ ਕਰਕੇ, ਤਿੰਨ ਤਰਾਂ ਦੀਆਂ ਉੱਤਮ, ਮੱਧਮ ਅਤੇ ਨੀਚ ਗਤੀਆਂ (ਅਗਲੀਆਂ ਜੂਨਾਂ) ਦੀ ਪ੍ਰਾਪਤੀ ਗਿਣੀ ਹਈ ਹੈ।

(41) ਪਰ ਇਸ ਗੱਲ ਨੂੰ ਭੀ ਨਹੀਂ ਭੁੱਲਣਾ ਚਾਹੀਦਾ ਕਿ ਇੰਨ੍ਹਾ ਤਿੰਨਾਂ ਗੁਣਾਂ ਦੇ ਧਾਰਨੀ ਜੀਵਾਂ ਦੀਆਂ, ਅੱਗੇ ਹੋਰ ਤਿੰਨ ਤਿੰਨ ਅਵਸਥਾਵਾਂ ਹਨ। ਕਈ ਜੀਵ ਤਿੰਨੋ ਗੁਣਾਂ ਦੀ ਬਿਰਤੀ ਰੱਖਣ ਵਾਲੇ ਹੁੰਦੇ ਹਨ, ਕਈ ਤਿੰਨਾ ਵਿੱਚੋਂ ਕਿਸੇ ਦੋ ਦੀ ਬਿਰਤੀ ਵਾਲੇ ਹਨ ਅਤੇ ਕਈ ਜੀਵ ਕੇਵਲ ਇੱਕ ਦਸ਼ਾ ਵਿੱਚ ਹੀ ਵਿਚਰਦੇ ਹਨ। ਇਸੇ ਅਧਾਰ ਤੇ ਹੀ ਉਨ੍ਹਾਂ ਨੂੰ ਅਗਲੀਆਂ, ਉੱਤਮ, ਮੱਧਮ ਅਤੇ ਨੀਵੀਆਂ ਜੂਨਾਂ ਦੀ ਪਰਾਪਤੀ ਹੁੰਦੀ ਹੈ।

ਤਮੋਗੁਣੀ ਜੂਨਾਂ ਵਾਲੇ ਜੀਵਾਂ ਦੇ ਤਿੰਨ ਭੇਦ (ਜੀਵਨ ਗਤੀ) –

(42) ਝਾੜੀਆਂ ਵਿੱਚ ਰਹਿਣ ਵਾਲੇ ਅਤੇ ਧਰਤੀ ਹੇਠਲੇ ਜੀਵ (ਸਥਾਵਰ- ਜੋ ਹਿਲ-ਜੁਲ ਨਹੀਂ ਸਕਦੇ), ਛੋਟੇ-ਵੱਡੇ ਕੀੜੇ ਮਕੌੜੇ ਜੋ ਕਿਰਿਆ ਸ਼ੀਲ ਨਾ ਹੋਣ, ਮੱਛੀਆਂ, ਸੱਪ ਆਦਿ (ਕੀਟ), ਅਤੇ ਕੱਛੂ ਕੁੰਮੇ, ਪਸ਼ੂ, ਜੰਗਲੀ ਜਾਨਵਰ ਆਦਿ (ਝੰਗਮ-ਝੰਗਾਂ ਵਾਲੇ, ਦੋ ਤੋਂ ਵੱਧ ਲੱਤਾਂ ਵਾਲੇ ਜੀਵ), ਤਮੋਂਗੁਣੀ ਅਵਸਥਾ ਦੀ ਸਭ ਤੋਂ ਨੀਵੀ ਪੱਧਰ ਦੀਆਂ ਨਖਿੱਧ (ਘਟੀਆ) ਜੂਨਾਂ ਵਾਲੇ ਜੀਵ ਗਿਣੇ ਗਏ ਹਨ।

ਨੋਟ:- *ਜੈਨ ਮੱਤ ਦੇ ਗਰੰਥਾਂ ਵਿੱਚ. ਇਸ ਬਾਰੇ ਬਹੁਤ ਵੱਡਾ ਵਿਸਥਾਰ ਦਿੱਤਾ ਗਿਆ ਹੈ।*

(43) ਹਾਥੀ, ਘੋੜੇ, ਘਿਰਣਾਯੋਗ ਸ਼ੂਦਰ, ਨਿੰਦਤ ਵਹਿਸ਼ੀ ਮਨੁੱਖ (ਮਲੇਛ ਜਾਤੀ), ਸ਼ੇਰ, ਬਾਘ, ਜੰਗਲੀ ਸੂਰ, ਬਾਘ ਆਦਿ ਤਮੋਗੁਣੀ ਅਵਸਥਾ ਦੀ ਮੱਧਮ ਬਿਰਤੀ (ਦੂਜੇ ਦਰਜੇ ਦੀ ਅਵਸਥਾ) ਵਾਲੀਆਂ ਜੂਨਾਂ ਦੇ ਜੀਵ ਗਿਣੇ ਗਏ ਹਨ।

ਨੋਟ:- *ਮਨੂੰ ਸਿਮ੍ਰਤੀ ਦਾ ਇੱਕ ਅਨੁਵਾਦਿਕ (ਪੰਡਿਤ ਸੰਤੋਸ਼ ਭਾਰਦਵਾਜ), ਇਸਾਈਆਂ ਅਤੇ ਮੁਸਲਮਾਨਾਂ ਨੂੰ ਭੀ ਦੂਜੇ ਦਰਜੇ ਦੇ ਮਲੇਸ਼ਾਂ ਦੀ ਕਤਾਰ ਨਾਲ ਹੀ ਜੋੜਦਾ ਹੈ।*

(44) ਮਨੋਰੰਜਣ ਅਤੇ ਖੁਸ਼ਾਮਦੀ ਕਰਨ ਵਾਲੇ ਲੋਕ (ਕਲਾਕਾਰ ਜਿਵੇਂ ਚਾਰਣ ਭੱਟ, ਨਿਰਤਕਾਰ, ਸੰਗੀਤਕਾਰ, ਗਵਈਏ, ਤਮਾਸ਼ਬੀਨ, ਬਾਜੀ ਪਾਉਣ ਵਾਲੇ ਆਦਿ), ਸਿਖਾਏ ਹੋਏ ਸੁੰਦਰ ਪੰਛੀ, ਦੰਭੀ ਪੁਰਸ਼, ਅਰਧਸ਼ਰੀਰੀ ਜੀਵ (ਅੱਧੇ ਮਨੁੱਖ ਅੱਧੇ ਘੋੜੇ ਜਾਂ ਅੱਧੇ ਪੰਛੀ ਦੇ ਸਰੀਰ ਵਾਲੇ ਵਾਲੇ), ਭੂਤ ਚੁੜੇਲਾਂ (ਭਟਕਦੀਆਂ ਰੂਹਾਂ), ਖੁਸ਼ਾਮਦੀ ਕਰਨ ਵਾਲੇ, ਮਧੁਰਾ ਪੀਣ ਵਾਲੇ ਮਲੀਨ (ਪਿਸ਼ਾਚ), ਰਾਕਸ਼ (ਹਿੰਸਾ ਕਰਨ ਵਾਲੇ), ਆਦਿ ਸਭ, ਤਮੋਂਗੁਣੀ (ਤਾਮਸੀ) ਬਿਰਤੀ ਦੀ ਉੱਤਮ ਅਵਸਥਾ ਵਾਲੇ ਜੀਵ ਗਿਣੇ ਗਏ ਹਨ।

ਨੋਟ:- ਰਾਕਸ਼ ਬਿਰਤੀ ਵਾਲਿਆਂ ਬਾਰੇ ਵਿਸਥਾਰ, ਤੀਸਰੇ ਅਧਿਆਇ ਦੇ 33-34 ਸਲੋਕ ਵਿੱਚ ਆ ਚੁੱਕਾ ਹੈ।

(45) ਵ੍ਰਤਯ ਇਸਤ੍ਰੀ ਦੀ ਸਜਾਤੀ ਜਾਤ ਦੇ ਮਰਦ ਤੋਂ ਪੈਦਾ ਹੋਈ ਉਲਾਦ, ਜਿਵੇਂ ਈਰਖਾ ਜਾਂ ਜੋਰ ਅਜ਼ਮਾਈ ਕਰਕੇ ਲਾਠੀਆਂ, ਤਲਵਾਰਾਂ ਆਦਿ ਨਾਲ ਭਿੜ ਕੇ ਮਰਨ ਵਾਲੇ ਹਿੰਸਕ ਲੋਕ (ਭੱਲ, ਭਲਵਾਨ, ਕੁਦਾਰੀ), ਬੇੜੀਆਂ ਦੇ ਮਲਾਹ (ਮੱਲ), ਤਮਾਸ਼ਬੀਨ (ਬਾਂਸ ਅਤੇ ਰੱਸਿਆਂ ਦੀ ਖੇਡ- ਬਾਜੀ

ਪਾਉਣ ਵਾਲੇ ਬਾਜੀਗਰ), ਘਟੀਆ ਕਿਸਮ ਦੇ ਧੰਦੇ ਅਤੇ ਨਫਰਤ ਯੋਗ ਆਦਤਾਂ (ਜੁਆਰੀਏ, ਸ਼ਰਾਬੀ ਆਦਿ) ਨਾਲ ਜੁੜੇ ਜੀਵ, ਆਦਿ ਸਭ ਨੀਵੀਂ ਪੱਧਰ ਦੀ ਰਜੋਗੁਣੀ ਅਵਸਥਾ (ਜੂਨ) ਵਾਲੇ ਜੀਵ ਗਿਣੇ ਜਾਂਦੇ ਹਨ।

ਨੋਟ:- *'ਵਰਤਯ' ਇਸਤਰੀ ਦੀ ਉਲਾਦ ਦੀਆਂ ਇਨ੍ਹਾਂ ਜਾਤਾਂ ਦਾ ਜ਼ਿਕਰ ਦਸਵੇਂ ਅਧਿਆਇ ਵਿੱਚ ਦੱਸਿਆਂ ਜਾ ਚੁੱਕਾ ਹੈ। ਝੱਲ (ਜਾਂ ਝੱਲਾ) ਅਤੇ ਮੱਲ (ਜਾਂ ਮੱਲਾ) ਨਾਮ, ਵੱਖ ਵੱਖ ਛਾਪਿਆਂ ਵਿੱਚ ਵੱਖੋ ਵੱਖ ਰੂਪਾਂ ਵਿੱਚ ਆਏ ਹਨ। ਜਿਵੇਂ 'ਮੱਲ' ਸ਼ਬਦ ਦਾ ਅਰਥ ਕਈ ਥਾਈਂ ਜੋਰ ਅਜ਼ਮਾਈ ਕਰਨ ਵਾਲੇ ਪਹਿਲਵਾਨਾ ਅਤੇ ਲੜ ਭਿੜ ਕੇ ਮਰਨ ਮਾਰਨ ਵਾਲੇ (ਗਲੈਡੀਏਟਰਜ਼-Gladiators) ਲਈ ਭੀ ਵਰਤਿਆ ਗਿਆ ਹੈ।*

(46) ਰਾਜੇ, ਖੱਤਰੀ, ਰਾਜ ਪ੍ਰੋਹਿਤ, ਵਾਦ ਸੰਵਾਦ (ਬਹਿਸ ਮੁਬਹਿਸ) ਕਰਕੇ ਮਸਲੇ ਹੱਲ ਕਰਨ ਵਾਲੇ ਲੋਕ (ਦੂਤ, ਤਰਕਪਟੂ, ਸਲਾਹਕਾਰ) ਅਤੇ ਵਕੀਲ , ਰਜੋਗੁਣੀ ਬਿਰਤੀ ਦੀ ਮੱਧਮ ਜੂਨ ਵਾਲੇ ਜੀਵ ਗਿਣੇ ਜਾਂਦੇ ਹਨ।

(47) ਗਣ, ਗੰਧਰਵ (ਦੇਵਤਿਆਂ ਦੀ ਟਹਿਲ ਅਤੇ ਮਨੋਰੰਜਨ ਕਰਨ ਵਾਲੇ), ਰਹੱਸਮਈ ਸੰਗੀਤਕਾਰ (ਵਾਦਿਕ), ਕਲਾਕਾਰ ਅਤੇ ਹੋਰ ਨਿਰਤਕਾਰੀ (ਨਾਚ) ਕਰਕੇ ਦੇਵਤਿਆਂ ਦਾ ਮਨਪ੍ਰਚਾਵਾ ਕਰਨ ਵਾਲੀਆਂ ਗੰਧ੍ਰਵਾਂ ਦੀਆਂ ਰੂਪਵੰਤੀ ਨਾਰਾਂ (ਅਪੱਸ਼ਰਾਂ, ਦੇਵ ਦਾਸੀਆਂ ਆਦਿ), ਸਭ ਰਜੋ ਗੁਣੀ ਬਿਰਤੀ ਦੀ ਉੱਤਮ ਜੂਨ ਵਾਲੇ ਜੀਵ ਗਿਣੇ ਗਏ ਹਨ।

ਸਤੋਗੁਣੀ ਜੀਵਾਂ ਦੀ ਜੀਵਨ ਜੁਗਤੀ –

(48) ਤਪੱਸਵੀ, ਵਾਣਪ੍ਰਸਤ, ਜਤੀ, ਸਨਿਆਸੀ, ਸੰਜਮੀਂ, ਵੇਦਪਾਠੀ ਬ੍ਰਾਹਮਣ, ਉਡਣ ਖਟੋਲਿਆਂ ਦੀ ਸਵਾਰੀ ਕਰਨ ਵਾਲੇ ਦੇਵਗਣ, ਗ੍ਰਹਿ ਨਛੱਤਰ ਦੇਖਣ ਵਾਲੇ ਜੋਤਸ਼ੀ ਅਤੇ ਦੈਂਤ (ਭਾਵ ਦੇਹੁ ਪੋਸ਼ਕ ਮਨੁੱਖ), ਸਭ ਸਤੋਗੁਣੀ ਅਵਸਥਾ ਦੀ ਨੀਵੀਂ ਪੱਧਰ ਦੇ ਜੀਵ ਗਿਣੇ ਜਾਂਦੇ ਹਨ।

(49) ਯੱਗ ਵਿੱਚ ਬਲ਼ੀ (ਕੁਰਬਾਨੀ) ਦੀ ਰਸਮ ਕਰਨ ਵਾਲੇ, ਰਿਸ਼ੀ ਲੋਕ, ਦੇਵਤਾ ਲੋਕ, ਵੇਦ ਪਾਠੀ, ਜੋਤਸ਼ੀ (ਟੇਵਾ ਤਿਆਰ ਕਰਨ ਵਾਲੇ- ਕਾਲ ਵਿਦਿਆ ਦੇ ਗਿਆਤਾ), ਰੱਖਿਆ ਕਰਨ ਵਾਲੇ ਪਿੱਤਰ, ਦੇਵਤਾ ਰੂਪ ਸਾਧੂ ਜਨ (ਸਾਧਨਾ ਕਰਨ ਵਾਲੇ), ਆਦਿ ਸਭ ਸਤੋਗੁਣੀ ਅਵਸਥਾ ਦੀ ਮੱਧਮ ਗਤੀ ਵਾਲੇ ਗਿਣੇ ਜਾਂਦੇ ਹਨ।

(50) ਸਤਿ ਪੁਰਸ਼ਾਂ ਦਾ ਮੰਨਣਾ ਹੈ ਕਿ, ਚਾਰੇ ਬੇਦਾਂ ਦਾ ਗਿਆਤਾ ਰਿਸ਼ੀ, ਬ੍ਰਾਹਮਣ, ਬ੍ਰਹਮੰਡ ਦੀ ਉਤਪਤੀ ਤੇ ਵਿਨਾਸ਼ ਕਰਨ ਦੀ ਯੁਗਤੀ ਦੇ ਮਾਲਕ, ਸੰਸਾਰ ਦੀ ਧਰਮ ਮਰਿਯਾਦਾ ਦੇ ਜਾਨਣਹਾਰ, ਅਤੇ ਗੁਪਤ ਰੂਪ ਵਿੱਚ ਬ੍ਰਹਮੰਡ ਦੀ ਕਿਰਿਆ ਦੇ ਰਚਣਹਾਰ (ਸਪਤ ਰਿਸ਼ੀ-ਮਰੀਚੀ ਆਦਿ), ਸਤੋ ਗੁਣੀ ਅਵਸਥਾ ਦੀ ਉੱਤਮ ਗਤੀ ਵਾਲੇ ਜਾਣੇ ਜਾਂਦੇ ਹਨ ।

(51) ਇਸ ਤਰਾਂ, ਮਨ, ਬਚਨ ਅਤੇ ਸ਼ਰੀਰਾਂ ਦੇ ਕਰਮ ਭੇਦ ਹੋਣ ਕਰਕੇ, ਜੀਵਾਂ ਵਿੱਚ ਵਰਤ ਰਹੀਆਂ ਤਿੰਨੋ ਅਵਸਥਾਵਾਂ (ਤਮੋਂ, ਰਜ਼ੋ, ਅਤੇ ਸਤੋ ਗੁਣ) ਅਤੇ ਅੱਗੇ ਉਨ੍ਹਾਂ ਦੀਆਂ ਤਿੰਨ ਤਿੰਨ ਗਤੀਆਂ (ਨੀਚ, ਮੱਧਮ ਅਤੇ ਉੱਤਮ) ਵਾਲੇ ਸਾਰੇ ਸੰਸਾਰ ਦੀ ਉਤਪਤੀ ਦਾ ਪੂਰਾ ਵਖਿਆਨ ਕਰ ਦਿੱਤਾ ਗਿਆ ਹੈ।

ਨੋਟ:- *ਇਨ੍ਹਾਂ ਉੱਪਰ ਦੱਸੀਆਂ, ਨੀਚ, ਮੱਧਮ ਅਤੇ ਉੱਤਮ ਗਤੀਆਂ ਬਾਰੇ ਹੋਰ ਵਿਸਥਾਰ ਵਿੱਚ ਜਾਨਣ ਦੀ ਲੋੜ ਹੈ, ਕਿਉਂਕਿ, ਵੱਖ ਵੱਖ ਉਲੱਥਿਆਂ ਦਾ ਵਿਸ਼ਲੇਸ਼ਣ ਕਰਨ ਮਗਰੋਂ ਇਹ ਭਾਸਦਾ ਹੈ ਕਿ, ਇਸ ਵਿਸ਼ੇ ਬਾਰੇ ਬਹੁਤ ਸਾਰੀ ਸ਼ਬਦਾਵਲੀ, ਉਲਝੇ ਹੋਏ ਤਾਣੇ ਵਾਂਗ ਹੈ, ਜਿਸਨੂੰ ਕੋਈ ਵੀ ਤਰਤੀਬ ਦੇਣੀ ਮੁਸ਼ਕਿਲ ਹੈ।*

ਪੁਨਰ ਜਨਮ ਦੀ ਦਸ਼ਾ (ਪ੍ਰਸਥਿਤੀ) ਵਾਰੇ ਵਿਸਥਾਰ-

(52) ਆਪਣੀਆਂ ਇੰਦਰੀਆਂ ਅਧੀਨ ਹੋ ਕੇ ਆਪਣੇ ਧਰਮ ਦੀ ਪਾਲਣਾ ਨਾ ਕਰਨ ਵਾਲੇ ਅਗਿਆਨੀ ਲੋਕਾਂ ਨੂੰ, ਅਗਲੇ ਜਨਮ ਵਿੱਚ ਸਭ ਤੋਂ ਨੀਵੀਆਂ ਅਤੇ ਰੋਗੀ ਸਰੀਰਾਂ ਵਾਲੀਆਂ ਜੂਨਾਂ ਦੀ ਪ੍ਰਾਪਤੀ ਹੁੰਦੀ ਹੈ।

(53) ਕਿਨ੍ਹਾਂ ਕਿਨ੍ਹਾਂ ਕਰਮਾਂ ਕਾਰਣ, ਜੀਵ ਕਿਸ ਕਿਸ ਗਰਭ ਜੋਨ ਵਿੱਚ ਪੈਂਦਾ ਹੈ! ਅੱਗੇ ਉਸਦਾ ਵਿਸਥਾਰ ਕਰਮਵਾਰ ਸੁਣੋ!

(54) ਇੱਕ ਮਹਾਂ ਪਾਪੀ (ਮਹਾਂਪਾਤਕੀ) ਜੀਵ, ਬੇਅੰਤ ਸਮਾਂ ਘੋਰ ਨਰਕ ਭੁਗਤਣ ਮਗਰੋਂ, ਆਪਣੇ ਪਾਪਾਂ ਤੋਂ ਮੁਕਤ ਹੋ ਕੇ ਫਿਰ ਤੋਂ ਜਿਨ੍ਹਾਂ ਨੀਚ ਜੂਨਾਂ ਵਿੱਚੋਂ ਲੰਘਦਾ ਹੈ, ਉਸਦਾ ਵੇਰਵਾ ਇਉਂ ਹੈ-

(55) ਬ੍ਰਾਹਮਣ ਦੀ ਹੱਤਿਆ ਕਰਨ ਵਾਲੇ ਨੂੰ ਮੌਤ ਮਗਰੋਂ, ਕੁੱਤਾ, ਸੂਅਰ, ਗਧਾ, ਊਂਠ, ਗਊ, ਬੱਕਰੀ, ਭੇਡ, ਹਿਰਣ, ਪੰਛੀ, ਚੰਡਾਲ, ਪੁਕਸ਼ (ਵਹਿਸ਼ੀ ਲੋਕ) ਆਦਿ, ਸਭ ਤੋਂ ਨੀਵੀਂਆਂ ਜੂਨਾ ਵਿੱਚੋਂ ਲੰਘਣਾ ਪੈਂਦਾ ਹੈ।

(56) ਸੁਰਾ (ਸ਼ਰਾਬ) ਪੀਣ ਵਾਲੇ ਬ੍ਰਾਹਮਣ ਨੂੰ ਮੌਤ ਮਗਰੋਂ, ਕੀੜੇ ਮਕੌੜੇ (ਪਤੰਗੇ), ਪੰਛੀ, ਵਿਸ਼ਟਾ ਖਾਣ ਵਾਲੇ ਪੰਛੀ, ਮਾਸ ਖੋਰੇ ਹਿੰਸਕ ਜਾਨਵਰਾਂ ਦੀਆਂ ਜੂਨਾਂ ਵਿੱਚੋਂ ਲੰਘਣਾ ਪੈਂਦਾ ਹੈ।

(57) ਚੋਰੀ ਕਰਨ ਵਾਲੇ ਬ੍ਰਾਹਮਣ ਨੂੰ, ਕਈ ਹਜ਼ਾਰ ਜਨਮ, ਮੱਕੜੀ, ਬਿੱਛੂ, ਸੱਪ, ਕਿਰਲੀਆਂ, ਪਾਣੀ ਦੇ ਜੀਵ, ਖੂੰਖਾਰ ਜਾਨਵਰਾਂ ਅਤੇ ਖੂਨ ਚੂਸਣ ਵਾਲੇ ਵਿਨਾਸ਼ਕਾਰੀ ਭੂਤਾਂ ਪਰੇਤਾਂ (ਪਿਸ਼ਾਚ) ਅਦਿ ਦੀਆਂ ਜੂਨਾਂ ਵਿੱਚੋਂ ਲੰਘਣਾ ਪੈਂਦਾ ਹੈ।

(58) ਸਿਖਿਆ ਦੇਣੇ ਵਾਲੇ ਗੁਰੂ ਦੀ ਪਤਨੀ ਨਾਲ ਸੰਭੋਗ (ਕਾਮ ਕ੍ਰੀੜਾ) ਕਰਨੇ ਵਾਲੇ ਮਨੁੱਖ ਨੂੰ, ਸੈਂਕੜੇ ਵਾਰ, ਘਾਹ-ਫੂਸ, ਝਾੜੀਆਂ, ਵੇਲਾਂ, ਮਾਸ ਖੋਰੀਆਂ ਗਿਲਝਾਂ, ਅਤੇ ਹੋਰ ਮਾਸ ਨੋਚਣੇ ਜਾਨਵਰਾਂ ਦੀਆਂ ਜੂਨਾਂ ਵਿੱਚੋਂ ਲੰਘਣਾ ਪੈਂਦਾ ਹੈ।

(59) ਹਿੰਸਾ ਕਰਨ ਵਾਲੇ ਨਿਰਦਈ ਪ੍ਰਾਣੀਆਂ ਨੂੰ, ਮਾਸ ਖੋਰੇ ਜਾਨਵਰਾਂ (ਕੱਚਾ ਮਾਸ ਖਾਣ ਵਾਲੇ ਬਿੱਲੇ, ਬਾਘ ਆਦਿ) ਦੀ ਜੂਨ ਪ੍ਰਾਪਤੀ ਹੁੰਦੀ ਹੈ। ਵਿਵਰਜਿਤ ਭੋਜਨ (ਅਭੱਖ) ਦਾ ਸੇਵਨ ਕਰਨ ਵਾਲਿਆਂ ਨੂੰ ਕੀੜਿਆਂ ਦੀ ਜੂਨ ਮਿਲਦੀ ਹੈ। ਚੋਰੀ ਕਰਨ ਵਾਲਿਆਂ ਨੂੰ ਆਪਸ ਵਿੱਚ ਇੱਕ ਦੂਸਰੇ ਨੂੰ ਮਾਰ ਕੇ ਖਾਣ ਵਾਲਿਆਂ (ਸੱਪਾਂ, ਨਿਉਲਿਆਂ, ਮੱਛੀਆਂ ਬਿੱਲਿਆਂ ਆਦਿ) ਦੀ ਜੂਨ ਪ੍ਰਾਪਤ ਹੁੰਦੀ ਹੈ, ਅਤੇ ਚੰਡਾਲ ਜਾਂ ਨੀਵੀਂ ਜਾਤ ਦੀ ਇਸਤਰੀ ਨਾਲ ਸੰਭੋਗ (ਕਾਮ ਕ੍ਰੀੜਾ) ਕਰਨ ਵਾਲੇ ਪ੍ਰੇਤਾਂ ਦੀ ਜੂਨੇ ਪੈਂਦੇ ਹਨ।

(60) ਜੋ ਬ੍ਰਾਹਮਣ ਸਮਾਜ ਵਿੱਚੋਂ ਛੇਕੇ (ਪਤਿਤ) ਹੋਏ ਲੋਕਾਂ ਦੀ ਸੰਗਤ ਕਰਦੇ ਹਨ, ਜੋ ਦੂਸਰੇ ਮਨੁੱਖਾਂ ਦੀਆਂ ਤੀਵੀਆਂ ਨੂੰ ਹੱਥ ਪਾਂਉਦੇ ਹਨ, ਜੋ ਬ੍ਰਾਹਮਣ, ਬ੍ਰਾਹਮਣ ਦੀ ਜਾਇਦਾਦ ਹਥਿਆਉਂਦੇ ਹਨ (ਚੋਰੀ ਕਰਦੇ ਹਨ), ਉਹ ਲੋਕ, ਬ੍ਰਹਮ-ਰਾਕਸ਼ਸ (**ब्रह्मराक्षस**) ਵਰਗੀਆਂ ਭਿਆਨਕ ਭੂਤ ਆਤਮਾਵਾਂ ਦੀਆਂ ਜੂੰਨਾਂ ਭੋਗਦੇ ਹਨ।

ਨੋਟ:- *ਅੱਜ ਦੇ ਯੁੱਗ ਵਿੱਚ ਭੀ, ਮਨੁੱਖਤਾ ਨੂੰ ਸ਼ਰਮਸਾਰ ਕਰਨ ਵਾਲੀਆਂ ਕੁਝ ਐਸੀਆਂ ਗੱਲਾਂ ਹਨ ਜਿਨ੍ਹਾਂ ਵਾਰੇ ਪਾਠਕਾਂ ਨਾਲ ਸਾਂਝ ਪਾਉਣੀ ਬਹੁਤ ਜ਼ਰੂਰੀ ਹੈ। ਉਪਰਲੇ ਸਲੋਕ ਵਿੱਚ 'ਬ੍ਰਹਮ ਰਾਕਸ਼ਸ' ਦਾ ਜ਼ਿਕਰ ਆਇਆ ਹੈ, ਜਿਸ ਬਾਰੇ ਸੰਖੇਪ ਜਾਣਕਾਰੀ ਦੇਣੀ, ਪਾਠਕਾਂ ਹਿੱਤ ਬਹੁਤ ਜ਼ਰੂਰੀ ਹੈ। ਮਨੂੰ ਸਿਮ੍ਰਤੀ ਵਾਂਗ, 'ਬ੍ਰਹਮ ਰਾਕਸ਼ਸ਼' ਬਾਰੇ ਹਿੰਦੂ ਪੁਰਾਣਾ ਵਿੱਚ, ਵੱਖ ਵੱਖ ਰੂਪਾਂ ਵਿਚ ਜ਼ਿਕਰ ਆਇਆ ਹੈ।ਬ੍ਰਹਮ ਪੁਰਾਣ ਦੇ ਅਧਿਆਇ ਨੰ: 94-95 ਵਿੱਚ ਭੀ ਇਸਦਾ ਵਿਸਥਾਰ ਹੈ (ਜਿਸਨੂੰ ਲੇਖਕ ਨੇ ਹਵਾਲੇ ਮਾਤਰ ਹੀ ਪੜ੍ਹਿਆ ਹੈ)। 'ਬ੍ਰਹਮ ਰਾਕਸ਼ਸ' ਉਹ ਪ੍ਰੇਤ ਰੂਹਾਂ (ਜਿਨ੍ਹਾਂ ਦੀ ਗਿਣਤੀ ਅਸੁਰਾਂ ਵਿੱਚ ਭੀ ਗਿਣੀ ਜਾਂਦੀ ਹੈ) ਹਨ ਜੋ ਜਨਮ ਵੇਲੇ ਤਾਂ ਬ੍ਰਾਹਮਣ ਸਨ ਪਰ ਆਪਣੇ ਵਰਣ ਦੀ*

ਮਰਿਯਾਦਾ ਨੂੰ ਭੁਲਾ ਕੇ, ਭੈੜੇ ਚਾਲ ਚਲਣ ਅਤੇ ਤਮੋਗੁਣੀ ਬਿਰਤੀ (ਜਿਸ ਵਾਰੇ ਪਹਿਲਾਂ ਵਿਸਥਾਰ ਆ ਚੁੱਕਾ ਹੈ) ਦੇ ਧਾਰਨੀ ਹੋ ਗਏ ।ਮਰਨ ਮਗਰੋਂ ਉਹ ਆਪਣੇ ਗਿਆਨ ਕਰਕੇ ਤਾਂ ਬ੍ਰਾਹਮਣ ਹੀ ਰਹੇ ਪਰ ਭੈੜੇ ਅਚਾਰ ਕਰਕੇ ਪ੍ਰੇਤ (ਰਾਕਸ਼) ਜੂਨ ਨੂੰ ਪ੍ਰਾਪਤ ਹੋਏ। ਹਿੰਦੂ ਮੰਦਰਾਂ ਵਿੱਚ ਕਿਧਰੇ-ਕਿਧਰੇ ਇਨ੍ਹਾਂ ਦੀਆਂ ਡਰਾਉਣੀਆਂ ਮੂਰਤੀਆਂ ਭੀ ਮਿਲਦੀਆਂ ਹਨ ਅਤੇ ਡਰ ਕਾਰਨ ਇਨ੍ਹਾਂ ਦੀ ਪੂਜਾ ਭੀ ਹੁੰਦੀ ਹੈ। ਆਮ ਤੌਰ ਤੇ ਧਾਰਨਾ ਹੈ ਕਿ ਇਨ੍ਹਾਂ ਦਾ ਵਾਸਾ ਨਗਰ ਵਿੱਚ ਲੱਗੇ ਪਿੱਪਲਾਂ ਉੱਪਰ ਹੁੰਦਾ ਹੈ। ਜਿਸ ਉੱਪਰ ਇਹ ਦਿਆਲ ਹੋ ਜਾਣ ਉਹ ਲੋਕ ਮਾਲਾ-ਮਾਲ ਹੋ ਜਾਂਦੇ ਹਨ। ਜਿਸਤੇ ਕਰੂਪ ਹੋ ਜਾਣ, ਉਨ੍ਹਾਂ ਦਾ ਸਰਬਨਾਸ ਭੀ ਕਰ ਸਕਦੇ ਹਨ ।ਇਸ ਵਿਸ਼ੇ ਤੇ ਹੋਰ ਬਹੁਤ ਕਥਾ ਕਹਾਣੀਆਂ ਉਪਲੱਬਦ ਹਨ। ਅੱਜ-ਕੱਲ, ਇਸ ਰਾਕਸ਼ਸ ਦੇ ਖਤਰਨਾਕ ਅਤੇ ਡਰਾਉਣੇ ਚਰਿਤ੍ਰ ਤੇ ਅਧਾਰਿਤ, ਵੱਖੋ ਵੱਖ ਭਸ਼ਾਵਾਂ ਵਿੱਚ ਕਾਰਟੂਨ ਫਿਲਮਾਂ ਭੀ ਬਣਾਈਆਂ ਗਈਆਂ ਹਨ, ਜਿਸ ਬਾਰੇ ਪਠਕ, ਸ਼ਾਇਦ ਮੇਰੇ ਨਾਲੋਂ ਜ਼ਿਆਦਾ ਜਾਣਦੇ ਹੋਣ।

ਬ੍ਰਹਮ ਰਾਕਸ਼ਸ

(61) ਜੋ ਮਨੁੱਖ ਲਾਲਸਾ ਵੱਸ ਹੋ ਕੇ ਦੂਸਰਿਆ ਦੇ ਹੀਰੇ, ਮੋਤੀ, ਕੈਹਾਂ, ਮੂੰਗੇ ਆਦਿ ਹੋਰ ਕੀਮਤੀ ਰਤਨਾਂ ਦੀ ਚੋਰੀ ਕਰਦਾ ਹੈ, ਉਸਨੂੰ ਗਹਿਣੇ ਘੜਨ ਵਾਲੇ ਸੁਨਿਆਰੇ ਦੀ ਜੂਨ ਮਿਲਦੀ ਹੈ।

ਨੋਟ:- ਕਈਆਂ ਟੀਕਿਆਂ ਵਿੱਚ, ਸੁਨਿਆਰੇ ਦੀ ਥਾਂ, ਬਲ਼ੀ ਦਿੱਤੇ ਜਾਣ ਵਾਲੇ ਜਾਨਵਰਾਂ ਦੀ ਜੂਨਭੀ ਲਿਖਿਆ ਮਿਲਦਾ ਹੈ।

(62) ਕਿਸੇ ਦਾ ਅੰਨ ਚੋਰੀ ਕਰਨ ਵਾਲੇ ਨੂੰ ਚੂਹੇ ਦੀ ਜੂੰਨ, ਕਿਸੇ ਦਾ ਤਾਂਬਾ ਚੋਰੀ ਕਰਨ ਵਾਲੇ ਨੂੰ ਬੱਤਕ ਦੀ ਜੂਨ, ਕਿਸੇ ਦਾ ਪਾਣੀ ਚੋਰੀ ਕਰਨ ਵਾਲੇ ਨੂੰ ਮੁਰਗਾਬੀ (ਪਲਵਾ) ਦੀ ਜੂਨ, ਸ਼ਹਿਦ ਚੋਰੀ ਕਰਨ ਵਾਲੇ ਨੂੰ ਡੰਗ ਮਾਰਨ ਵਾਲੀ ਮਧੋੜੀ ਦੀ ਜੂਨ, ਦੁੱਧ ਚੋਰੀ ਵਾਲੇ ਨੰ ਕਾਂ ਦੀ ਜੂਨ, ਰਸੋਈ ਵਿੱਚੋਂ ਭੋਜਨ ਬਨਾਉਣ ਵਾਲੇ ਮਸਾਲੇ ਅਤੇ ਪਕਵਾਨ ਚੋਰੀ ਕਰਨ ਵਾਲੇ ਨੂੰ ਕੁੱਤੇ ਦੀ ਜੂਨ ਅਤੇ ਘਿਉ ਦੀ ਚੋਰੀ ਕਰਨ ਵਾਲੇ ਨੂੰ ਨਿਉਲੇ ਦੀ ਜੂਨ ਪ੍ਰਾਪਤ ਹੁੰਦੀ ਹੈ।

(63) ਕਿਸੇ ਦਾ ਸ਼ਿਕਾਰ ਚੋਰੀ ਕਰਨ ਵਾਲੇ ਨੂੰ ਗਿਰਝ ਦੀ ਜੂਨ, ਚਰਬੀ ਚੋਰੀ ਕਰਨ ਵਾਲੇ ਨੂੰ ਪਾਣੀ ਉੱਪਰ ਉਡ ਕੇ ਮੱਛੀ ਫੜਨ ਵਾਲੇ ਪੰਛੀ ਦੀ ਜੂਨ, ਤੇਲ ਚੋਰੀ ਕਰਨ ਵਾਲੇ ਨੂੰ ਤੇਲ ਪੀਣੇ ਵਾਲੇ ਤੈਲਪਕ ਪੰਛੀ ਦੀ ਜੂਨ, ਲੂਣ ਦੇ ਚੋਰ ਨੂੰ ਬ੍ਰਸਾਤੀ ਬੀਂਡਾ ਦੀ ਜੂਨ, ਅਤੇ ਦੁੱਧ ਦੇ ਚੋਰ ਨੂੰ ਬਗੁਲੇ ਪੰਛੀ ਦੀ ਜੂਨ ਮਿਲਦੀ ਹੈ।

(64) ਰੇਸ਼ਮੀ ਕੱਪੜੇ ਦੀ ਚੋਰੀ ਕਰਨ ਵਾਲਾ ਤਿੱਤਰ ਦੀ ਜੂਨ, ਅਲਸੀ ਦੇ ਰੇਸ਼ੇ ਤੋਂ ਬਣਿਆ ਕੱਪੜਾ ਚੋਰੀ ਕਰਨ ਵਾਲਾ ਡੱਡੂ ਦੀ ਜੂੰਨ, ਸੂਤੀ ਕੱਪੜਾ ਚੋਰੀ ਕਰਨ ਵਾਲਾ ਸਾਰਸ ਦੀ ਜੂਨ, ਗਊ ਚੋਰੀ ਕਰਨ ਵਾਲਾ ਗੋਹ ਦੀ ਜੂਨ ਅਤੇ ਮਿੱਠਾ (ਗੁੜ ਸ਼ੱਕਰ ਆਦਿ) ਚੋਰੀ ਕਰਨ ਵਾਲਾ ਲੂੰਬੜ (ਬਾਘੜ ਬਿੱਲਾ) ਦੀ ਜੂੰਨੇ ਨੂੰ ਪੈਂਦਾ ਹੈ।

(65) ਅਤਰ ਫਲੇਲ (ਸੁਗੰਧੀਆਂ) ਦੀ ਚੋਰੀ ਕਰਨ ਵਾਲਾ,'ਚਕੂੰਦਰ'ਦੀ ਜੂਨ, ਸਾਗ ਸਬਜੀਆਂ ਦਾ ਚੋਰ 'ਮੋਰ' ਦੀ ਜੂਨ, ਤਿਆਰ ਕੀਤੇ ਪਕਵਾਨ (ਤਿਆਰ ਭੋਜਨ) ਦਾ ਚੋਰ ਸੇਹ੍ਹ (ਸਾਹੀ) ਦੀ ਜੂਨੇ, ਅਤੇ ਕੱਚੇ ਅੰਨ ਦਾਣੇ ਦਾ ਚੋਰ ਜੰਗਲੀ ਚੂਹੇ ਦੀ ਜੂੰਨੇ ਪੈਂਦਾ ਹੈ।

(66) ਕਿਸੇ ਦੇ ਘਰੋਂ ਅੱਗ ਚੋਰੀ, ਕਰਨ ਵਾਲਾ 'ਬਗਲੇ ਦੀ'ਦੀ ਜੂਨ। ਭਾਂਡਿਆਂ ਦੀ ਚੋਰੀ ਕਰਨ ਵਾਲਾ' ਮੱਕੜੀ' ਦੀ ਜੂਨ ਅਤੇ ਰੰਗ ਕੇ ਬਾਹਰ ਸੁੱਕਣੇ ਪਾਏ ਕੱਪੜੇ ਚੋਰੀ ਕਰਨ ਵਾਲਾ ਚਕੋਰ ਦੀ ਜੂੰਨੇ ਪੈਂਦਾ ਹੈ।

(67) ਹਿਰਣ ਜਾਂ ਹਾਥੀ ਦੀ ਚੋਰੀ ਕਰਨ ਵਾਲਾ, ਭੇੜੀਏ ਦੀ ਜੂਨ। ਘੋੜੇ ਦੀ ਚੋਰੀ ਕਰਨ ਵਾਲਾ,ਬਾਘ ਦੀ ਜੂਨ। ਜੜ ਵਸਤੂਆਂ ਅਤੇ ਫਲਾਂ ਦੀ ਚੋਰੀ ਕਰਨ ਵਾਲਾ 'ਬਾਂਦਰ' ਦੀ ਜੂਨ। ਕਿਸੇ ਦੀ ਇਸਤਰੀ ਕੱਢਣ ਵਾਲਾ, 'ਰਿੱਛ' ਦੀ ਜੂਨ। ਪੀਣ ਵਾਲੇ ਪਾਣੀ ਦਾ ਚੋਰ, ਪਪੀਹੇ ਦੀ ਜੂਨ। ਵਾਹਣ (ਰੱਥ, ਗੱਡੀ ਆਦਿ) ਦਾ ਚੋਰ ਊਠ ਦੀ ਜੂਨੇ ਅਤੇ ਕਿਸੇ ਹੋਰ ਪਸ਼ੂ ਦਾ ਚੋਰ, ਬੱਕਰੇ ਦੀ ਜੂੰਨੇ ਪੈਂਦਾ ਹੈ।

(68) ਕਿਸੇ ਦਾ ਧੰਨ, ਜਾਇਦਾਦ ਜੋਰਾ-ਜ਼ਬਰੀ ਹੜੱਪਣ ਵਾਲਾ ਜਾਂ ਪੂਜਾ ਲਈ ਰੱਖੀ ਪਵਿੱਤਰ ਸਮਗਰੀ ਨੂੰ ਹੜੱਪਣ ਵਾਲਾ, ਪੇਟ ਭਰਨੇ ਰੀਂਘ ਕੇ ਚੱਲਣ ਵਾਲੇ ਜੀਵਾਂ ਦੀ ਜੂਨੇ ਪੈਂਦਾ ਹੈ।

(69) ਕਿਸੇ ਭੀ ਅਪਰਾਧ ਕਾਰਨ, ਉੱਪਰ ਦੱਸੀਆਂ ਜੂਨਾਂ ਵਿੱਚ ਪੈਣ ਵਾਲੇ ਆਦਮੀਆਂ ਵਾਂਗ, ਇਸਤਰੀਆਂ ਭੀ ਚੋਰੀ ਦੇ ਦੋਸ਼ਾਂ ਕਾਰਣ, ਉਨ੍ਹਾਂ ਮਾਦੀਨ ਜੂਨਾਂ ਵਿੱਚ ਹੀ ਪੈਣਗੀਆਂ।

(70) ਪਰ ਚੌਹਾਂ ਵਰਣਾ ਦੇ ਲੋਕ, ਸੰਕਟ ਵਾਲੇ ਸਮੇਂ ਦੀ ਸਥਿਤੀ ਨੂੰ ਛੱਡ ਕੇ, ਜੇ ਆਪੋ ਆਪਣੇ ਵਰਣ ਦੀ ਮਰਿਯਾਦਾ ਨਹੀਂ ਨਿਭਾਉਂਦੇ ਤਾਂ ਉਨਾਂ ਨੂੰ ਅਗਲੇ ਜਨਮ ਵਿੱਚ ਹੋਰ ਘਿਨੌਣੀਆਂ ਅਤੇ ਘਟੀਆ ਜੂਨਾਂ ਵਿੱਚ ਪੈ ਕੇ ਆਪਣੇ ਤੋਂ ਭੀ ਨੀਵੀਂ ਜਾਤ ਵਾਲੇ ਦੁਸ਼ਮਣਾਂ ਦੇ ਗੁਲਾਮ (ਦਾਸ) ਬਣਦੇ ਹਨ।

(71) ਜੇ ਕੋਈ ਬ੍ਰਾਹਮਣ ਆਪਣੇ ਧਰਮ (ਫਰਜ਼ਾਂ) ਤੋਂ ਥਿੜਕ ਜਾਵੇ, ਤਾਂ ਉਹ ਦੂਸਰਿਆਂ ਦਾ ਉਗਲਿਆ (ਉਲਟੀ-**ਵਮਨ**) ਭਖਣ ਵਾਲਾ, ਅਤੇ ਮੂੰਹੋਂ ਅੱਗ ਉਗਲਣ ਵਾਲੇ ਡਰਾਉਣੇ ਮੁੱਖ ਵਾਲੇ ਪ੍ਰੇਤ ਦੀ ਜੂਨ ਪੈਂਦਾ ਹੈ। ਇਸੇ ਤਰਾਂ ਆਪਣੇ ਫਰਜ਼ਾਂ ਤੋਂ ਥਿੜਕਿਆ ਖੱਤਰੀ, **ਕਠਪੂਤਨ** ਨਾਮੀ ਪ੍ਰੇਤ ਦੀ ਜੂਨੇ ਪੈਂਦਾ ਹੈ, ਜਿਸਦਾ ਭੋਜਨ ਮੁਰਦਾ ਮਾਸ ਅਤੇ ਮਲ਼ ਮੂਤਰ (ਵਿਸ਼ਟਾ) ਹੈ।

(72) ਜੋ ਵੈਸ਼ ਆਪਣੇ ਧਰਮ ਕਰਮ ਤੋਂ ਥਿੜਕ ਜਾਂਦਾ ਹੈ, ਉਸਨੂੰ 'ਮੈਤਰਾਸ਼ ਜਯੋਤਿਕ' (ਇੱਕ ਪ੍ਰੇਤ) ਨਾਮਿਕ ਪ੍ਰੇਤ ਦੀ ਜੂਨ ਪ੍ਰਾਪਤ ਹੁੰਦੀ ਹੈ ਜੋ ਜਖਮਾਂ ਦੀ ਪਸ (ਪੀਪ) ਚੱਟਣ ਵਾਲਾ ਜਾਣਿਆ ਜਾਂਦਾ ਹੈ। ਜੇ ਸ਼ੂਦਰ ਆਪਣੇ ਧਰਮ ਦੀ ਕਿਰਿਆ ਨਿਭਾਉਣ ਤੋਂ ਖਿਸਕੇ (ਥਿੜਕਿਆ ਹੋਇਆ) ਤਾਂ ਉਹ ਇੱਕ ਚੈਲਾਸ਼ਕ ਨਾਮ ਦੇ ਪ੍ਰੇਤ ਦੀ ਜੂਨੇ ਪੈਂਦਾ ਹੈ ਜੋ ਮੱਕੜੀਆਂ (ਪਤੰਗੇ, ਭਬੱਕੜ) ਅਤੇ ਕੱਪੜਿਆਂ ਨੂੰ ਲੱਗੀ ਸਿਉਂਕ ਖਾ ਕੇ ਜਿਉਂਦਾ ਹੈ।

(73) ਇਸ ਜਨਮ ਵਿੱਚ, ਜੇਹੋ ਜੇਹੇ ਵਿਸ਼ੇ ਵਿਕਾਰਾਂ ਅਤੇ ਐਸ਼ ਪ੍ਰਸਤੀਆਂ ਵਿੱਚ, ਮਨੁੱਖ ਆਪਣੇ ਆਪ ਨੂੰ ਖਚਤ ਕਰਦਾ ਹੈ, ਅਗਲੇ ਜਨਮ ਵਿੱਚ ਉਨ੍ਹਾਂ ਵਿਕਾਰਾਂ ਨੂੰ ਭਗਣ ਦੀ ਇੱਛਾ ਪਹਿਲਾਂ ਨਾਲੋਂ ਭੀ ਜਿਆਦਾ ਪਰਬਲ ਹੋ ਜਾਂਦੀ ਹੈ।

(74) ਇਸ ਜਨਮ ਵਿੱਚ, ਬਾਰ ਬਾਰ ਉਹੀ ਵਿਸ਼ੇ ਵਿਕਾਰਾਂ ਵਾਲੇ ਪਾਪ-ਕਰਮ ਦੁਹਰਾਣ ਕਾਰਣ, ਭੈੜੀ ਬੁੱਧ ਵਾਲੇ ਜੀਵਾਂ ਨੂੰ ਅੱਗੇ ਦੱਸੀਆਂ ਜੂਨਾਂ ਵਿੱਚੋਂ ਲੰਘਦਿਆਂ ਬੇਅੰਤ ਦੁੱਖ ਸਹਿਣੇ ਪੈਂਦੇ ਹਨ।

(75) ਜਨਮ ਜਨਮੰਤਰਾਂ ਤੀਕਰ ਯਮ ਲੋਕ ਦੇ ਘੋਰ ਤਾਮਿਸ੍ਰ (**तामिस्त्र**), ਅੰਧਤਾਮਿਸ੍ਰ (**असिपत्र**) ਅਤੇ ਹੋਰ ਬੰਦ-ਨਿਸ਼ੇਦਨ ਵਾਲੇ ਨਰਕਾਂ ਦੀ ਅਗਨੀ ਦੇ ਸੇਕ ਵਿੱਚੋਂ ਲੰਘਣ ਮਗਰੋਂ, ਸੰਘਣੇ ਅਤੇ ਕੰਡਿਆਲੇ ਜੰਗਲਾਂ ਵਿੱਚੋਂ ਘੜੀਸਿਆ ਅਤੇ ਨੂੜ ਕੇ ਬੁਰੀ ਤਰਾਂ ਬੰਦ-ਬੰਦ ਕੱਟਿਆ ਵੱਢਿਆ ਜਾਂਦਾ ਹੈ।

(76) ਤਰਾਂ ਤਰਾਂ ਦੇ ਨਰਕ ਕੁੰਡਾਂ ਵਿੱਚੋਂ ਲੰਘਦਿਆਂ, ਪਾਪੀ ਲੋਕਾਂ ਨੂੰ, ਕਾਵਾਂ ਅਤੇ ਉੱਲੂਆਂ ਕੋਲੋਂ ਨੋਚ ਨੋਚ ਕੇ ਮਾਸ ਖਾਣ ਅਤੇ ਨਾ ਸਹਿਣਯੋਗ ਪੀੜਾਂ ਝੱਲਣ ਮਗਰੋਂ, ਤਪਦੀ ਅਤੇ ਜਲ਼ਦੀ ਹੋਈ ਰੇਤ ਉੱਪਰੋਂ ਲੰਘਣਾ ਪੈਂਦਾ ਹੈ ਅਤੇ ਤੇਲ ਨਾਲ ਭਰੇ ਉਬਲਦੇ ਕੜਾਹਿਆਂ ਵਿੱਚ ਸੁੱਟਿਆ ਜਾਂਦਾ ਹੈ ਅਤੇ-

(77) ਬਾਰ ਬਾਰ, ਘਟੀਆ ਅਤੇ ਨੀਚ ਕਿਸਮ ਦੀਆਂ ਗਰਭ ਜੂਨੀਆਂ (ਕੁੱਖਾਂ) ਵਿੱਚ ਪੈ ਕੇ, ਜਠਰ ਅਗਨੀ ਅਤੇ ਸੁੰਨ-ਸਨਾਟੇ ਵਾਲੀਆਂ ਦੁਖਦਾਈ ਹਾਲਤਾਂ ਵਿੱਚੋਂ ਲੰਘਣਾ ਪੈਂਦਾ ਹੈ।

(78) ਇਸ ਤਰਾਂ, ਵਾਰ ਵਾਰ ਭਰੂਣ ਬਣਕੇ ਲੰਬੇ ਸਮੇਂ ਲਈ ਗਰਭ ਜੋਨ ਵਿੱਚ ਦੁੱਖ ਭੋਗਣੇ, ਜਨਮ ਵੇਲੇ ਦੀ ਪੀੜਾ ਸਹਿਣੀ, ਲੰਬੇ ਸਮੇਂ ਲਈ ਕਿਸੇ ਦੀ ਗੁਲਾਮੀ ਕਰਨ ਵਾਲੀਆਂ ਜੂਨਾਂ ਭੁਗਤਣੀਆਂ ਪੈਂਦੀਆ ਹਨ।

(79) ਬਾਰ ਬਾਰ ਦੇ ਜਨਮ ਮਰਣ ਕਰਕੇ, ਆਪਣੇ ਪਿਆਰਿਆਂ ਅਤੇ ਰਿਸ਼ਤੇਦਾਰਾਂ ਨਾਲੋਂ ਨਾਲੋਂ ਵਿੱਛੜਨਾ, ਬੇਗਾਨਿਆਂ ਦੇ ਵਸ ਪੈਣਾ, ਨਿਰਬਾਹ ਕਰਨ ਲਈ ਫਿਰ ਤੋਂ ਕਠਨ ਮੁਸ਼ੱਕਤ ਕਰਨੀ ਅਤੇ ਫਿਰ ਕੀਤੀ ਹੋਈ ਕਮਾਈ ਦਾ ਨਸ਼ਟ ਹੋ ਜਾਣਾ, ਮਿੱਤਰਾਂ ਦੀ ਸੰਗਤ ਦੀ ਪ੍ਰਾਪਤੀ ਨਾ ਹੋਣਾ ਅਤੇ ਦੁਸ਼ਮਣਾਂ ਵਿੱਚ ਵਾਧਾ ਹੋਣ ਦਾ ਸਿਲਸਲਾ ਬਣਿਆ ਰਹਿੰਦਾ ਹੈ।

(80) ਮਨੱਖਾ ਜਨਮ ਵਿੱਚ ਪਾਪ ਕਰਮ ਕਰਨ ਵਾਲਿਆਂ ਨੂੰ ਬੁੜਾਪੇ ਦਾ ਰੋਗ ਇਸ ਤਰਾਂ ਘੇਰਦਾ ਹੈ, ਕਿ ਜਿਸਦਾ ਕੋਈ ਦਵਾ ਦਾਰੂ ਨਹੀਂ ਹੈ, ਬਿਮਾਰੀਆਂ ਦੀ ਜਕੜ ਅਤੇ ਕਈ ਤਰਾਂ ਦੇ ਕਾਲਪਨਿਕ ਦੁੱਖ ਆ ਘੇਰਦੇ ਹਨ ਅਤੇ ਅੰਤ ਮੌਤ ਆ ਘੇਰਦੀ ਹੈ।

(81) ਮਨੁੱਖ, ਜਿਸ ਤਰਾਂ ਦੀ, ਚੰਗੀ ਜਾਂ ਮਾੜੀ ਭਾਵਨਾ ਨਾਲ ਇਸ ਜਨਮ ਵਿੱਚ ਕੋਈ ਕਰਮ ਕਰਦਾ ਹੈ, ਅਗਲੇ ਜਨਮ ਵਿੱਚ ਉਹ ਉਹੋ ਜਿਹਾ ਸਰੀਰ ਅਤੇ ਸੰਸਕਾਰ ਲੈ ਕੇ ਆਉਂਦਾ ਹੈ।

(82) ਐ ਰਿਸ਼ੀ ਜਨੋ! ਸਿੱਟੇ ਵਜੋਂ ਮਨੁੱਖ ਨੂੰ ਆਪਣੇ ਕੀਤੇ ਹੋਏ ਕਰਮਾਂ ਬਦਲੇ, ਕੀ ਕੀ ਫ਼ਲ ਪਰਾਪਤ ਕਰਦਾ ਹੈ, ਇਸਦਾ ਵਿਸਥਾਰ ਅਤੇ ਤੱਤਸਾਰ ਆਪਨੂੰ ਦੱਸ ਦਿੱਤਾ ਗਿਆ ਹੈ। ਹੁਣ ਬ੍ਰਾਹਮਣ ਦੇ ਕਲਿਆਣ ਅਤੇ ਪ੍ਰਮਅਨੰਦ ਦੀ ਪ੍ਰਾਪਤੀ ਲਈ, ਕਰਨ ਵਾਲੇ ਧਰਮ-ਕਰਮਾਂ ਬਾਰੇ ਸੁਣੋਂ-

(83) ਵੇਦਾਂ ਦਾ ਅਧਿਆਨ ਕਰਨਾ, ਸੰਜਮ, ਆਤਮ ਚਿੰਤਨ, ਧਰਮ ਕਿਰਿਆ, ਤਪ (ਵ੍ਰਤ ਸਾਧਨਾ), ਅਹਿੰਸਾ, ਇੰਦਰੀਆਂ ਨੂੰ ਕਾਬੂ ਵਿੱਚ ਰੱਖਣਾ, ਅਤੇ ਗੁਰੂ ਦੀ ਸੇਵਾ ਕਰਨਾ, ਪ੍ਰਮਗਤੀ (ਮੁਕਤੀ) ਦੀ ਪ੍ਰਾਪਤੀ ਦਾ ਸਭ ਤੋਂ ਉੱਤਮ ਸਾਧਨ ਹੈ।

(84) ਜੇ ਵਿਚਾਰਿਆ ਜਾਵੇ, ਕਿ ਇਸ ਲੋਕ ਵਿੱਚ ਰਹਿ ਕੇ ਮੁਕਤੀ ਪ੍ਰਾਪਤ ਕਰਨ ਲਈ, ਬ੍ਰਾਹਮਣ ਵਾਸਤੇ ਕੋਈ ਇੱਕ ਸ੍ਰੇਸ਼ਟ ਕਰਮ, ਕਿਹੜਾ ਹੋ ਸਕਦਾ ਹੈ?ਇਸਦਾ ਵਿਸਥਾਰ ਕੁਝ ਇਸ ਤਰਾਂ ਹੈ ਕਿ-

(85) ਸਾਰੇ ਕਰਮਾਂ ਤੋਂ ਸ੍ਰੇਸ਼ਟ ਕਰਮ, ਆਤਮ ਗਿਆਨ ਦੀ ਪ੍ਰਾਪਤੀ ਹੈ।ਇਹੀ ਸਭ ਤਰਾਂ ਦੀ ਵਿੱਦਿਆ ਤੋਂ ਸਰਵੋਤਮ ਵਿੱਦਿਆ ਹੈ, ਜਿਸ ਰਾਹੀਂ ਮੁਕਤੀ ਪ੍ਰਾਪਤ ਹੋ ਸਕਦੀ ਹੈ।

(86) ਪਹਿਲਾਂ ਦੱਸੇ ਗਏ ਛੇ ਕਰਮਾਂ (ਸਲੋਕ 83) ਅਨੁਸਾਰ, ਵੇਦਾਂ ਵਿੱਚ ਦੱਸੇ ਗਏ ਜਪ-ਤਪ, ਸਿਖਿਆਵਾਂ ਅਤੇ ਕਿਰਿਆਵਾਂ ਦੀ ਪੂਰਤੀ ਕਰਨਾ ਹੀ, ਲੋਕ-ਪ੍ਰਲੋਕ ਵਿੱਚ ਮਹੱਤਪੂਰਣ ਅਤੇ ਕਲਿਆਣਕਾਰੀ ਹੈ।

(87) ਵੇਦਾਂ ਵਿੱਚ ਦੱਸੇ ਕਰਮ ਯੋਗ ਅਤੇ ਬ੍ਰਹਮ ਉਪਾਸ਼ਨਾ ਦੇ ਨਿਯਮਾਂ ਮੁਤਾਬਿਕ ਚੱਲਣ ਨਾਲ, ਬਾਕੀ ਸਾਰੇ ਤਰਾਂ ਦੇ ਕਰਮਾਂ ਦੀ ਪੂਰਤੀ ਹੋ ਜਾਂਦੀ ਹੈ ਅਤੇ ਕਰਨ ਵਾਲਾ ਕੋਈ ਭੀ ਸਾਧਨ ਪਿੱਛੇ ਨਹੀ ਰਹਿ ਜਾਂਦਾ।

(88) ਮੁਕਤੀ ਪ੍ਰਾਪਤ ਕਰਨ ਲਈ, ਵੇਦਾਂ ਵਿੱਚ ਦੱਸੇ ਵੈਦਿਕ ਕਰਮ ਦੋ ਤਰਾਂ ਦੇ ਹਨ। ਇਕ ਹੈ ਕਿ ਸੰਸਾਰ ਵਿੱਚ ਰਹਿੰਦਿਆਂ ਕੀਤੇ ਕਰਮ, ਜੋ ਮੁਕਤੀ ਦੀ ਇੱਛਾ ਅਤੇ ਪ੍ਰਲੋਕ ਦੇ ਸੁੱਖ ਨੂੰ ਮੁੱਖ ਰੱਖ ਕੇ ਕੀਤੇ ਜਾਂਦੇ ਹਨ। ਸੰਸਾਰ ਵਿੱਚ ਰਹਿ ਕੇ ਕੀਤੇ ਜਾਣ ਵਾਲੇ ਸ਼ੁੱਭ ਕਰਮ ਵਾਲਾ ਜੀਵਨ, ਜਿਸ ਨੂੰ 'ਪ੍ਰਵਿਰਤੀ ਕਰਮ' ਕਿਹਾ ਜਾਂਦਾ ਹੈ। ਦੂਸਰਾ ਹੈ, 'ਨਰਵ੍ਰਿਤੀ ਕਰਮ' (ਤਿਆਗ ਅਤੇ ਉਪਰਾਮਤਾ), ਜਿਸਦਾ ਮੂਲ ਗੁਣ, ਆਤਮ ਗਿਆਨ ਅਤੇ ਪ੍ਰਮ-ਅਨੰਦ ਦੀ ਪ੍ਰਾਪਤੀ ਖਾਤਰ ਆਪਣੀ ਦੁਨਿਆਵੀ ਹਸਤੀ ਨੂੰ ਮਿਟਾ ਲੈਣਾ ਹੈ।

(89) ਇਸ ਲੋਕ ਜਾਂ ਅਗਲੇ ਲੋਕ ਦੀਆਂ ਲੋੜਾਂ ਜਾਂ ਇਛਾਵਾਂ ਦੀ ਪੂਰਤੀ ਨੂੰ ਮੁੱਖ ਰੱਖ ਕੇ, ਪ੍ਰਮਾਤਮਾਂ ਦੇ ਸਿਮਰਣ ਵਿੱਚ ਰੁੱਝਣ ਨੂੰ ਭੀ '**ਪ੍ਰਵਿਰਤੀ**' ਕਰਮ ਕਿਹਾ ਜਾਂਦਾ ਹੈ। ਪਰ ਗਿਆਨ ਪੂਰਵਕ ਨਿਸ਼ਕਾਮ ਭਾਵਨਾ ਨਾਲ (ਕਿਸੇ ਲਾਲਸਾ ਜਾਂ ਸੋਭਾ ਦੀ ਇੱਛਾ ਨਾ ਤੋਂ ਬਿਨਾ) ਸੱਚੇ ਗਿਆਨ ਦੀ ਪ੍ਰਾਪਤੀ ਲਈ ਕੀਤੇ ਜਾਣ ਵਾਲੇ ਕਰਮਾਂ ਨੂੰ ਭੀ 'ਨਵਿਰਤੀ ਕਰਮ' ਕਿਹਾ ਗਿਆ ਹੈ।

(90) ਆਉਣ ਵਾਲੇ ਜਨਮਾਂ ਦੀ ਪ੍ਰਮੁੱਖਤਾ ਨੂੰ ਧਿਆਨ ਵਿੱਚ ਰੱਖ ਕੇ 'ਪ੍ਰਵਿਰਤੀ ਕਰਮ' ਕਰਨ ਵਾਲਾ ਮਨੁੱਖ, ਸਵ੍ਰਗ ਵਿੱਚ ਦੇਵਤਿਆਂ ਦੀ ਪਦਵੀ ਪ੍ਰਾਪਤ ਕਰਦਾ ਹੈ ਅਤੇ 'ਨਵ੍ਰਿਤੀ ਕਰਮ' ਕਰਨ ਵਾਲਾ ਮਨੁੱਖ, ਪੰਜ ਭੂਤਿਕ ਸਰੀਰ ਤੋਂ ਅਜ਼ਾਦ ਹੋ ਕੇ ਜਨਮ ਮਰਣ ਦੇ ਬੰਧਨਾ ਵਿੱਚੋਂ ਨਿਕਲ ਕੇ ਅਮਰ ਹੋ ਜਾਂਦਾ ਹੈ।

(91) ਆਪਣੇ ਅਤੇ ਸਭ ਜੀਵਾਂ ਵਿੱਚ, ਪ੍ਰਮਾਤਮਾਂ ਦੀ ਸਰਵ ਵਿਆਪਕਤਾ ਜਾਣਕੇ, ਉਪਾਸ਼ਨਾ (ਭਗਤੀ) ਕਰਨ ਵਾਲਾ ਮਨੁੱਖ, ਪਰਮਗਤੀ (ਮੋਕਸ਼) ਦੀ ਪ੍ਰਾਪਤੀ ਕਰਕੇ ਇੱਕ ਜੀਵਨ ਮੁਕਤਿ ਹਸਤੀ ਦਾ ਮਾਲਕ ਬਣ ਜਾਂਦਾ ਹੈ।

(92) ਜੇ ਬ੍ਰਾਹਮਣ, ਪਹਿਲਾਂ ਦੱਸੇ ਗਏ ਵੇਦ ਕਰਮ (ਬਲੀ, ਪਾਠ ਪੂਜਾ ਆਦਿ), ਕਰਨ ਤੋਂ ਅਸਮਰਥ ਜਾਂ ਉਪਰਾਮ ਹੋਵੇ, ਤਾਂ ਭੀ ਉਸਨੂੰ ਨੂੰ ਚਾਹੀਦਾ ਹੈ ਕਿ ਉਹ ਆਪਣੇ ਰੁਝੇਵੇਂ ਤੇ ਇਛਾਵਾਂ ਨੂੰ ਛੱਡ ਕੇ ਆਤਮ ਗਿਆਨ ਦੀ ਪ੍ਰਾਪਤੀ ਲਈ ਆਪਣੇ ਆਪ ਨੂੰ ਵੇਦਾਂ ਦੇ ਪਾਠ-ਅਧਿਆਨ ਲਈ ਪ੍ਰੇਰਿਤ ਕਰਦਾ ਰਹੇ, ਕਿਉਂਕਿ-

(93) ਐਸਾ ਕਰਨਾ, ਇੱਕ ਦਵਿੱਜ (ਬ੍ਰਾਹਮਣ, ਖੱਤਰੀ, ਵੈਸ਼) ਦੀ ਜ਼ਿੰਦਗੀ ਦੇ ਮਨੋਰਥ ਨੂੰ ਪੂਰਾ ਕਰਨਾ ਹੈ। ਕਿਉਂਕਿ ਇੱਕ ਬ੍ਰਾਹਮਣ ਵਾਸਤੇ, ਆਤਮ ਗਿਆਨ ਅਤੇ ਵੇਦਾਂ ਦਾ ਅਭਿਆਸ, ਆਪਣਾ ਜਨਮ ਸਫਲਾ (ਖੁਲਾਸ) ਕਰਨ ਵਾਸਤੇ ਲੋਕ ਪ੍ਰਲੋਕ ਲਈ ਜ਼ਰੂਰੀ ਕਰਮ ਹਨ।

ਵੇਦ ਅਭਿਆਸ ਵਾਰੇ ਵਖਿਆਨ-

(94) ਇਹ ਇੱਕ ਅਟੱਲ ਸਚਾਈ ਹੈ ਕਿ ਵੇਦ, ਸਭ ਪੁਰਖਿਆਂ (ਪਿੱਤਰਾਂ), ਦੇਵਤਿਆਂ ਅਤੇ ਵਿਦਵਾਨ ਮਨੁੱਖਾਂ ਲਈ ਗਿਆਨ ਦੀਆਂ ਸਦੀਵੀ ਅੱਖਾਂ ਅਤੇ ਮਾਰਗ ਦਰਸ਼ਕ ਹਨ।
ਵੇਦਾਂ ਦੀ ਮਹਿਮਾਂ ਕਿਸੇ ਗਿਣਤੀ ਜਾਂ ਅੱਖਰਾਂ ਨਾਲ ਵਖਿਆਨ ਨਹੀਂ ਕੀਤੀ ਜਾ ਸਕਦੀ ਅਤੇ ਮਨੁੱਖੀ ਸੋਚ ਦੇ ਦਾਇਰੇ ਤੋਂ ਪਰ੍ਹੇ ਹੈ।

(95) ਵੇਦਾਂ ਨੂੰ ਅਧਾਰ ਬਣਾਏ ਬਿਨਾਂ ਲਿਖੇ ਸਾਰੇ ਫ਼ਲਸਫ਼ੇ ਅਤੇ ਬਣਾਈਆਂ ਪਰੰਪਰਾਵਾਂ, ਜੋ ਸਿਰ ਫਿਰੇ ਅਤੇ ਨਿੰਦਤ ਲੋਕਾਂ ਨੇ ਬਣਾਏ ਹਨ, ਉਨ੍ਹਾਂ ਦੀਆਂ ਸਿੱਖਿਆਵਾਂ ਨੂੰ ਮੰਨਣਾ ਬੇਕਾਰ ਹੈ, ਕਿਉਂਕਿ ਉਹ ਤਮੋਗੁਣੀ ਵਿਸ਼ਿਆਂ ਦੇ ਪਰਦ੍ਰਸ਼ਕ ਹਨ ਅਤੇ ਉਨ੍ਹਾਂ ਨੂੰ ਪੜ੍ਹ ਲੈਣ ਨਾਲ ਇਸ ਲੋਕ ਅਤੇ ਮੌਤ ਮਗਰੋਂ ਪ੍ਰਲੋਕ ਵਿੱਚ, ਕਿਸੇ ਫਲ ਦੀ ਪ੍ਰਾਪਤੀ ਨਹੀਂ ਹੋ ਸਕਦੀ।

(96) ਵੇਦਾਂ ਵਿੱਚਲਾ ਸੱਚ ਹੀ ਸਦੀਵੀ ਸੱਚ ਹਨ। ਇਸ ਲਈ ਵੇਦਾਂ ਦੀ ਮਰਿਯਾਦਾ ਤੋਂ ਬਾਹਰੇ ਅਤੇ ਵੇਦਾਂ ਦੇ ਸਿਧਾਂਤਾਂ ਤੋਂ ਉਲਟ, ਜਿਤਨੇ ਭੀ ਹੋਰ ਝੂਠੇ ਫ਼ਲਸਫ਼ੇ ਆਉਣਗੇ, ਜਲਦ ਹੀ ਨਸ਼ਟ ਹੋ ਜਾਣਗੇ।

(97) ਚਾਰ ਵਰਣ, ਤਿੰਨ ਲੋਕ, ਚਾਰ ਆਸ਼ਰਮ, ਭੂਤ, ਭਵਿੱਖ ਅਤੇ ਵਰਤਮਾਨ ਦੀ ਸਾਰੀ ਕਿਰਿਆ ਨੂੰ, ਵੇਦਾਂ ਦੇ ਗਿਆਨ ਰਾਹੀਂ ਹੀ ਜਾਣਿਆ ਜਾ ਸਕਦਾ ਹੈ।

(98) ਧੁਨੀ (ਸ਼ਬਦ), ਛੋਹ (ਸਪਰਸ਼), ਸੁਆਦ (ਰਸ), ਰੰਗ (ਰੂਪ), ਅਤੇ ਗੰਧ (ਮੁਸ਼ਕ), ਸਭ ਦਾ ਗਿਆਨ ਅਤੇ ਪ੍ਰਕਿਰਤੀ ਦੇ ਗੁਣਾ ਦਾ ਭੇਦ, ਵੇਦਾਂ ਦੀ ਹੀ ਦੇਣ ਹੈ ਅਤੇ ਕਰਮ ਅਨੁਸਾਰ ਵੇਦਕ ਸੰਸਕਾਰਾਂ ਰਾਹੀਂ ਹੀ ਹੋਂਦ ਵਿੱਚ ਆਏ ਹਨ।

(99) ਸੰਸਾਰ ਦੇ ਜੀਵਾਂ ਦੀ ਹੋਂਦ ਦਾ ਮੁੱਢ ਅਤੇ ਸਾਂਭ ਸੰਭਾਲ ਵੇਦਾਂ ਕਰਕੇ ਹੀ ਹੈ। ਸਾਰੇ ਜੀਵਾਂ ਦੇ ਪਾਲਣ ਪੋਸਣ ਅਤੇ ਕਲਿਆਣ ਦਾ ਸਾਧਨ ਹੋਣ ਕਰਕੇ, ਮੈ ਭ੍ਰਿਗੁ, ਵੇਦਾਂ ਨੂੰ ਪਰਮਤੱਤ ਮੰਨਦਾ ਹਾਂ।

(100) ਇਸ ਲਈ, ਬਾਦਸ਼ਾਹ ਦੀ ਪਦਵੀ, ਫ਼ੌਜ ਦਾ ਮੁਖੀ, ਜੱਜ ਦਾ ਰੁਤਬਾ, ਅਤੇ ਸਾਰੇ ਸੰਸਾਰ ਦਾ ਸਵਾਮੀ (ਮਾਲਕ- ਰਾਖਾ) ਬਣਨ ਦਾ ਉਹੀ ਹੱਕਦਾਰ ਹੈ, ਜੋ ਵੇਦ ਦਾ ਗਿਆਤਾ ਹੋਵੇ।

(101) ਜਿਵੇਂ ਮਚੀ ਹੋਈ ਅੱਗ ਦੇ ਭਾਂਬੜ ਵਿੱਚ ਗਿੱਲੀਆਂ ਲੱਕੜਾਂ ਭੀ ਭਸਮ ਹੋ ਸਕਦੀਆਂ ਹਨ, ਇਸੇ ਤਰਾਂ ਵੇਦਾਂ ਦੇ ਗਿਆਨ ਦੀ ਪ੍ਰਾਪਤੀ ਕਰਨ ਵਾਲਾ ਪੁਰਸ਼, ਆਪਣੇ ਕੀਤੇ ਹੋਏ ਬੁਰੇ ਕਰਮ ਅਤੇ ਆਤਮਾਂ ਨੂੰ ਲੱਗੇ ਹੋਏ ਦਾਗਾਂ ਨੂੰ ਸਾੜ ਸਕਦਾ ਹੈ।

(102) ਵੇਦ-ਸ਼ਾਸਤਰਾਂ ਦਾ ਗਿਆਨੀ ਅਤੇ ਤੱਤ ਭਾਵ ਨੂੰ ਜਾਨਣ ਵਾਲਾ ਦਵਿੱਜ, ਭਾਵੇਂ ਕਿਸੇ ਭੀ ਆਸ਼ਰਮ (ਬ੍ਰਾਹਮਣ, ਖੱਤਰੀ, ਵੈਸ਼) ਦਾ ਹੋਵੇ, ਉਹ ਸੰਸਾਰ ਵਿੱਚ ਰਹਿੰਦਾ ਹੋਇਆ ਭੀ ਪ੍ਰਮਈਸ਼ਵਰ (ਬ੍ਰਹਮਪਦ) ਵਿੱਚ ਅਭੇਦ ਹੋ ਸਕਦਾ ਹੈ।

(103) ਵੇਦਾਂ ਦੇ ਪੜ੍ਹਨ ਵਾਲਾ ਇੱਕ ਭੁੱਲੜ (ਕਮਜ਼ੋਰ) ਵਿਦਿਆਰਥੀ, ਅਨਪੜ੍ਹ ਗਵਾਰਾਂ ਨਾਲੋਂ ਚੰਗਾ ਹੈ। ਵੇਦਾਂ ਨੂੰ ਪੜ੍ਹ ਕੇ ਵਿਚਾਰ ਕਰਨ ਵਾਲਾ, ਪੜ੍ਹਨ ਵਾਲੇ ਨਾਲੋਂ ਕਿਤੇ ਉੱਤਮ ਹੈ। ਜੋ ਮਨੁੱਖ ਵੇਦਾਂ ਨੂੰ ਵਿਚਾਰ ਕੇ ਗਿਆਨ ਦੀ ਪ੍ਰਾਪਤੀ ਅਤੇ ਉਸਤੇ ਅਮਲ ਕਰਦੇ ਹਨ, ਉਹ ਸਭ ਤੋਂ ਉੱਤਮ ਹਨ।

(104) ਤਪੱਸਿਆ (ਤਪ ਸਾਧਨਾ) ਅਤੇ ਧਰਮ ਵਿੱਦਿਆ (ਵੇਦਾਂ ਦਾ ਅਧਿਆਨ) ਉਹ ਸਾਧਨ ਹਨ, ਜਿਨ੍ਹਾਂ ਰਾਹੀਂ ਬ੍ਰਾਹਮਣ ਪ੍ਰਮ ਅਨੰਦ ਦੀ ਪ੍ਰਾਪਤੀ ਕਰ ਸਕਦਾ ਹੈ। ਤਪੱਸਿਆ ਦੁਆਰਾ ਉਹ ਅਪਾਣੇ ਪਾਪਾਂ (ਕੀਤੇ ਹੋਏ ਬੁਰੇ ਕਰਮ) ਦਾ ਵਿਨਾਸ਼ ਕਰ ਸਕਦਾ ਹੈ ਅਤੇ ਵੇਦਾਂ ਦੇ ਗਿਆਨ ਦੁਆਰਾ ਉਹ ਜਨਮ ਮਰਣ ਦੇ ਗੇੜ ਤੋਂ ਮੁਕਤਿ ਹੋ ਜਾਂਦਾ ਹੈ।

(105) ਧਰਮ ਦੇ ਸਾਰੇ ਨਿਯਮਾਂ ਦਾ ਸਹੀ ਗਿਆਨ ਲੈਣ ਵਾਲੇ ਜਗਿਆਸੂ ਲਈ ਜ਼ਰੂਰੀ ਹੈ ਕਿ ਉਹ, ਸਾਰੇ ਤੱਥ, ਧਾਰਨਵਾਂ ਅਤੇ ਪ੍ਰਮਾਤਮਾਂ ਦੀ ਉਪਾਸ਼ਨਾ ਅਤੇ ਗੁਣਾ ਦਾ ਵਖਿਆਨ ਕਰਨ ਵਾਲੇ ਸਾਰੇ ਸ਼ਾਸਤ੍ਰਾਂ ਦਾ ਗਿਆਤਾ ਹੋਵੇ।

(106) ਧਰਮ ਦਾ ਅਸਲੀ ਗਿਆਤਾ, ਉਹੀ ਮਨੁੱਖ ਹੋ ਸਕਦਾ ਹੈ, ਜਿਸਨੇ ਸੋਚ ਵਿਚਾਰ ਕੇ, ਰਿਸ਼ੀਆਂ ਦੇ ਕਹੇ ਹੋਏ ਬੋਲ, ਸ਼ਾਸਤਰਾਂ ਦੀ ਵਿਚਾਰ ਅਤੇ ਵੇਦਾਂ ਦੇ ਉਪਦੇਸ਼ਾਂ ਨੂੰ ਗਿਆਨ ਦਾ ਅਧਾਰ ਬਣਾਇਆ ਹੋਵੇ। ਹੋਰ ਕੋਈ ਦੂਸਰਾ ਸਾਧਨ ਨਹੀਂ ਹੈ।

(107) ਇਸ ਤਰਾਂ ਮੁਕਤੀ ਦੀ ਪ੍ਰਾਪਤੀ ਕਰਨ ਲਈ, ਪੂਰਣ ਰੂਪ ਵਿੱਚ, ਸਾਰੇ ਕਰਮ-ਭੇਦ ਦੱਸ ਦਿੱਤੇ ਗਏ ਹਨ। ਹੁਣ ਮਾਨਵ ਧਰਮ ਦੀ ਅਨੰਤਤਾ ਅਤੇ ਅਪਾਰਤਾ ਬਾਰੇ, ਮਨੂੰ ਜੀ ਰਾਹੀਂ ਦੱਸੇ ਰਹੱਸਮਈ ਉਪਦੇਸ਼, ਮੈਂ (ਭ੍ਰਿਗੁ) ਆਪਨੂੰ ਦੱਸਦਾ ਹਾਂ ।

ਮਨੂੰ ਵਲੋਂ ਗੁੱਝੇ ਉਪਦੇਸ਼ -

(108) ਧਰਮ ਦੇ ਉਹ ਨਿਯਮ, ਜੋ ਵੇਦ ਸ਼ਾਸਤਰਾਂ ਵਿੱਚੋਂ ਪੂਰੀ ਤਰਾਂ ਨਾ ਸਮਝ ਆਉਣ ਜਾਂ ਦੱਸਣੇ ਰਹਿ ਗਏ ਹੋਣ, ਉਨ੍ਹਾਂ ਬਾਰੇ, ਧਰਮ ਗਿਆਤਾ ਗਿਆਨਵਾਨ ਬ੍ਰਾਹਮਣਾਂ ਕੋਲੋਂ ਪੁੱਛ ਲੈਣਾ ਚਾਹੀਦਾ ਹੈ ਅਤੇ ਬਿਨਾ ਸ਼ੱਕ ਉਨ੍ਹਾਂ ਦੀ ਸਲਾਹ ਨੂੰ ਕਨੂੰਨੀ ਨਿਰਣਾ ਮੰਨ ਲਿਆ ਜਾਵੇ।

(109) ਸ੍ਰੇਸ਼ਟ ਅਤੇ ਸੁਲਝੇ ਹੋਏ ਵਿਦਵਾਨ ਬ੍ਰਾਹਮਣ ਉਹ ਹਨ, ਜਿੰਨ੍ਹਾਂ ਨੇ ਪੂਰਣ ਬ੍ਰਹਮਚਾਰੀ ਧਰਮ ਮਰਿਯਾਦਾ ਨਿਭਾਉਂਦਿਆਂ, ਵੇਦਾਂ ਦਾ ਪਰਪੱਕਤਾ ਭਰਪੂਰ ਗਿਆਨ ਪ੍ਰਪਤ ਕੀਤਾ ਹੋਵੇ ਅਤੇ ਵੇਦ ਦੇ ਛੇ ਅੰਗਾਂ ਬਾਰੇ ਜਾਣਦੇ ਹੋਣ।

ਨੋਟ:- *ਵੇਦ ਦੇ ਛੇ ਅੰਗ ਇਸ ਤਰਾਂ ਹਨ- (1)- ਸਿੱਖਿਆ, (2)- ਛੰਦਾਬੰਦੀ (ਛੰਦ ਦੇ ਨਿਯਮ), (3)- ਕਲਪ (ਸਮਾਂ) (4)- ਨਿਰੁਕਤਾ (ਸ਼ਬਦਾਵਲੀ), (5)- ਵਿਆਕਰਣ (6)- ਜੋਤਿਸ਼ (ਅਨੁਮਾਨ)।*

(110) ਕਿਸੇ ਭੀ ਮਸਲੇ ਦਾ ਹੱਲ ਲੱਭਣ ਲਈ, ਘੱਟੋ ਘੱਟ ਦਸ ਸੂਝਵਾਨ ਦਵਿੱਜਾਂ ਦੀ ਪੰਚਾਇਤ (ਸਭਾ) ਹੋਣੀ ਚਾਹੀਦੀ ਹੈ, ਜਿਸ ਵਿੱਚ ਤਿੰਨ ਬ੍ਰਾਹਮਣਾਂ ਦਾ ਹਾਜ਼ਰ ਹੋਣਾ ਜ਼ਰੂਰੀ ਹੈ, ਜੋ ਵੇਦਾਂ ਦੀ ਮਰਿਯਾਦਾ ਨੂੰ ਮੰਨਣ ਅਤੇ ਨਿਭਾਉਣ ਵਾਲੇ ਹੋਣ। ਉਨ੍ਹਾਂ ਦਸਾਂ ਵਲੋਂ ਦਿੱਤੇ ਨਿਰਣਿਆਂ ਨੂੰ, ਬਿਨਾਂ ਕਿਸੇ ਝਿਜਕ ਜਾਂ ਉਲੰਘਣਾ ਤੋਂ, ਠੀਕ ਮੰਨ ਲਿਆ ਜਾਣਾ ਚਾਹੀਦਾ ਹੈ।

(111) ਦਸਾਂ ਬ੍ਰਾਂਹਮਣਾ ਦੀ ਸਭਾ (ਪੰਚਾਇਤ, ਪ੍ਰੀਸ਼ਦ) ਵਿੱਚ ਹਾਜ਼ਰ ਤਿੰਨ ਬ੍ਰਾਹਮਣ, ਜੋ ਇੱਕਲਾ ਇੱਕੱਲਾ, ਇੱਕ ਇੱਕ ਵੇਦ ਦੇ ਸਿਧਾਂਤ ਨੂੰ ਪੂਰੀ ਤਰਾਂ ਜਾਣਦਾ ਹੋਵੇ। ਚੌਥਾ ਕਿੰਤੂ ਪ੍ਰੰਤੂ ਕਰਨ ਵਾਲਾ (ਤਰਕੀ), ਪੰਜਵਾਂ ਨਿਆਇ ਸ਼ਾਸਤ੍ਰ ਦਾ ਜਾਣੂ, ਛੇਵਾਂ ਵੇਦ ਪਾਠੀ, ਸੱਤਵਾਂ ਧਰਮ ਸ਼ਾਸਤ੍ਰੀ, ਅੱਠਵਾਂ ਬ੍ਰਹਮਚਾਰੀ, ਨੌਂਵਾਂ ਗ੍ਰਿਸਤੀ ਅਤੇ ਦਸਵਾਂ ਸਨਿਆਸੀ ਹੋਵੇ ਤਾਂ ਚੰਗਾ ਹੈ।

(112) ਧਰਮ ਨਾਲ ਸਬੰਧਤ ਕਿਸੇ ਵਿਸ਼ੇ ਤੇ ਅਸਹਿਮਤੀ ਹੋਵੇ, ਤਾਂ ਇੱਕ ਰਿੱਗ ਵੇਦ ਦਾ ਗਿਆਤਾ, ਦੂਜਾ ਯਜੁਰ ਵੇਦ ਦਾ ਗਿਆਤਾ, ਤੀਸਰਾ ਸਾਮ ਵੇਦ ਦਾ ਗਿਆਤਾ, ਇਹ ਤਿੰਨਾ ਬ੍ਰਾਹਮਣਾਂ ਦੀ ਇਕੱਤਰਤਾ ਵਿੱਚ, ਵੇਦਾਂ ਵਿੱਚ ਦੱਸੇ ਸਿਧਾਤਾਂ ਨੂੰ ਮੁੱਖ ਰੱਖ ਕੇ, ਸਾਂਝਾ ਨਿਰਣਾ ਲਿਆ ਜਾ ਸਕਦਾ ਹੈ।

(113) ਵੇਦ ਦਾ ਗਿਆਤਾ ਬ੍ਰਾਹਮਣ, ਭਾਵੇ ਇੱਕਲਾ ਭੀ ਹੋਵੇ, ਲੱਖਾਂ ਮੂਰਖਾਂ ਦੇ ਵਾਦ-ਵਿਵਾਦ ਨਾਲੋਂ, ਉਸਦਾ ਕਿਹਾ ਹੀ ਧਰਮ ਅਤੇ ਸੱਚਾ ਫੈਸਲਾ ਸਮਝਣਾ ਚਾਹੀਦਾ ਹੈ।

(114) ਹਜ਼ਾਰਾਂ ਅਗਿਆਨੀ ਬ੍ਰਾਹਮਣਾਂ ਦੇ ਇਕੱਠ ਨੂੰ ਧਰਮ ਸਭਾ ਨਹੀਂ ਕਿਹਾ ਜਾ ਸਕਦਾ ਅਤੇ ਧਰਮ ਸਬੰਧੀ ਕੋਈ ਫੈਸਲਾ ਦੇਣ ਦਾ ਹੱਕ ਨਹੀਂ ਰੱਖਦੇ, ਜੋ ਆਪਣੀ ਜਾਤ ਦਾ ਨਾਮ ਵਰਤ ਕੇ ਗੁਜ਼ਾਰਾ ਕਰਦੇ ਹੋਣ। ਦਵਿੱਜਾਂ ਵਿੱਚੋਂ ਉੱਤਮ ਸਨਿਆਸੀ ਪੁਰਸ਼, ਧਰਮ ਸਬੰਧੀ ਜੋ ਨਿਰਣਾ ਲਵੇ, ਉਸਨੂੰ ਸਿਰ ਮੱਥੇ ਮੰਨ ਲੈਣਾ ਹੀ ਕਾਫ਼ੀ ਹੈ।

(115) ਤਮ੍ਹਾਂ (ਇਸ਼ਾਵਾਂ) ਦੇ ਮਾਰੇ ਮੂਰਖ ਬ੍ਰਾਹਮਣ, ਜੋ ਆਪ ਧਰਮ ਦੇ ਗਿਆਨ ਤੋਂ ਸੱਖਣੇ ਹਨ ਅਤੇ ਦੂਸਰਿਆਂ ਵਲੋਂ ਕੀਤੇ ਪਾਪਾਂ ਦਾ ਪਛਤਾਵਾ ਕਰਨ ਦੇ ਉਪਾਅ ਦੱਸਦੇ ਹਨ, ਉਹੀ ਪਾਪ, ਸੌ ਗੁਣਾਂ ਹੋ ਕੇ ਉਪਾਅ ਦੱਸਣ ਵਾਲੇ ਬ੍ਰਾਹਮਣਾਂ ਨੂੰ ਲਗਦੇ ਹਨ।

(116) ਭ੍ਰਿਗੂ ਜੀ ਦਾ ਕਹਿਣਾ ਹੈ ਕਿ ਐ ਤਪਸਵੀ ਰਿਸ਼ੀ ਜਨੋ, ਧਰਮ ਦੇ ਸਾਰੇ, ਸੰਪੂਰਣ ਅਤੇ ਕਲਿਆਣਕਾਰੀ ਨਿਯਮ ਤੁਹਾਨੂੰ ਦੱਸ ਦਿੱਤੇ ਗਏ ਹਨ। ਜੋ ਬ੍ਰਾਹਮਣ ਇਨ੍ਹਾਂ ਨਿਯਮਾਂ ਦੀ ਕਸਵੱਟੀ ਤੇ ਪੂਰਾ ਉੱਤਰਦਾ ਹੈ, ਉਹ ਪ੍ਰਮਗਤੀ (ਮੁਕਤੀ) ਦੀ ਪ੍ਰਾਪਤੀ ਕਰ ਲੈਂਦਾ ਹੈ।

(117) ਇਸ ਤਰਾਂ ਮਨੁੱਖਤਾ ਦੇ ਭਲੇ ਵਾਸਤੇ, ਮਨੂੰ ਮਹਾਂਰਾਜ ਨੇ ਜੋ ਭੀ ਧਰਮ ਦੇ ਮਹਾਨ ਅਤੇ ਗੁਪਤ ਭੇਦ ਮੈਨੂੰ ਦੱਸੇ ਹਨ, ਉਹੀ ਮੈਂ (ਭ੍ਰਿਗੂ ਨੇ) ਤੁਹਾਨੂੰ ਦੱਸ ਦਿੱਤੇ ਹਨ।

(118) ਜੋ ਬ੍ਰਾਹਮਣ ਇਕਾਗਰ ਚਿੱਤ ਹੋ ਕੇ ਧਿਆਨ ਧਰਦਾ ਹੈ ਅਤੇ ਇਸ ਸਤਿ ਅਤੇ ਅਸੱਤ ਰੂਪ ਸੰਸਾਰ ਦਾ ਕਾਰਣ ਅਤੇ ਕਰਤਾ, ਪ੍ਰਮਈਸ਼ਵਰ ਨੂੰ ਮੰਨਦਾ ਹੈ, ਐਸੀ ਸੋਚ ਰੱਖਣ ਵਾਲੇ ਪ੍ਰਾਣੀ ਪਾਸੋਂ ਕੋਈ ਅਧਰਮ ਕਰਮ (ਬੁਰਾ ਕਰਮ) ਨਹੀਂ ਹੋ ਸਕਦਾ।

(119) ਸਭ ਦੇਵਤੇ (ਇੰਦਰ ਆਦਿ) ਪ੍ਰਮਾਤਮਾਂ ਦਾ ਆਤਮਾਂ ਸਰੂਪ ਹੀ ਹਨ, ਅਤੇ ਸੰਸਾਰ ਦੇ ਸਭ ਜੀਵਾਂ ਦਾ ਅਧਾਰ ਪ੍ਰਮਾਤਮਾਂ ਆਪ ਹੀ ਹੈ। ਪ੍ਰਮਾਤਮਾਂ ਹੀ ਸਭ ਪੰਜ ਭੂਤਿਕ ਸਰੀਰਾਂ ਵਾਲੇ ਜੀਵਾਂ ਦੇ ਸ਼ੁੱਭ ਅਸ਼ੁੱਭ ਕਰਮਾਂ ਦੇ ਫ਼ਲ ਦਾ ਨਿਰਣਾ ਦੇਣ ਵਾਲਾ ਹੈ।

(120) ਜਿਸ ਤਰਾਂ ਦਿਸ ਰਿਹਾ ਸਾਰਾ ਬ੍ਰਹਮੰਡ ਪ੍ਰਮਾਤਮਾ ਦਾ ਸਰੂਪ ਹੈ, ਇਸੇ ਤਰਾਂ, ਸਤਿ ਪੁਰਸ਼ਾਂ ਨੇ ਜੀਵ ਦੇ ਸ਼ਰੀਰ ਨੂੰ ਭੀ ਬ੍ਰਹਮੰਡ ਸਰੂਪ ਹੀ ਮੰਨਿਆ ਹੈ। ਦਿੱਖ-ਅਦਿੱਖ ਬ੍ਰਹਮੰਡ (ਧਰਤੀ,ਅਕਾਸ਼ ਅਤੇ ਪਤਾਲ) ਦੇ ਵਾਂਗ, ਸਭ ਜੀਵਾਂ ਦੇ ਸਰੀਰ ਦੇ ਭੀ ਦਸ ਖੰਡ ਮੰਨੇ ਗਏ ਹਨ। ਜਿਵੇਂ ਛੋਹ (ਸਪ੍ਰਸ਼) ਦਾ ਅਹਿਸਾਸ ਅਤੇ ਅੰਗਾਂ ਦੇ ਹਿੱਲਣ ਜੁੱਲਣ ਦੀ ਕਿਰਿਆ, ਬਾਹਰੀ ਬ੍ਰਹਿਮੰਡ ਵਿੱਚ ਹਵਾ ਦੀ ਚਾਲ ਨੂੰ ਮਹਿਸੂਸ ਕਰਨ ਵਾਂਗ ਹੈ। ਸਰੀਰ ਵਿੱਚਲੀ ਭਸਮ ਕਰਨ ਵਾਲੀ ਜਠਰ ਅਗਨੀ ਅਤੇ ਸੁਰਤ ਦੀਆਂ ਅੱਖਾਂ, ਅੱਗ ਦੀ ਤਪਸ਼ ਅਤੇ ਬਾਹਰ ਦੀ ਰੌਸ਼ਨੀ ਵਾਂਗ ਹਨ। ਸ਼ਰੀਰ ਵਿੱਚ ਚੱਲਦੀ ਰਕਤ (ਖ਼ੂੰਨ), ਬ੍ਰਮੰਡ ਵਿੱਚ ਪਾਣੀ ਦਾ ਪ੍ਰਤੀਕ ਹੈ। ਹੱਡ ਮਾਸ ਅਤੇ ਨਾੜਾਂ ਦਾ ਬਣਿਆ ਭੌਤਿਕ ਸਰੀਰ (ਖੇਤਰ), ਧਰਤੀ ਵਾਂਗ ਇੱਕ ਕਰਮ ਭੂਮੀ ਦੀ ਤਰਾਂ ਹੈ। ਅਤੇ -

(121) ਪ੍ਰਕਿਰਤੀ ਦੇ ਗੁਣਾਂ ਵਾਂਗ, ਸਰੀਰ ਦੇ ਇਸ ਢਾਂਚੇ ਨਾਲ ਜੁੜੇ ਹੋਏ ਮਨ ਨੂੰ ਚੰਦਰਮਾਂ ਦੇ ਬਰਾਬਰ, ਕੰਨਾਂ ਨੂੰ ਦਸ ਦਿਸ਼ਾਵਾਂ ਵਾਂਗ, ਸਰੀਰ ਦੀ ਗਤੀ ਅਤੇ ਸਾਹਾਂ ਦੀ ਧੜਕਣ ਨੂੰ ਵਿਸ਼ਨੂੰ ਦੇ ਤੇਜ ਵਾਂਗ, ਸਰੀਰਕ ਬਲ਼ ਨੂੰ ਸ਼ਿਵ ਸ਼ਕਤੀ ਵਾਂਗ, ਧੁਨੀ ਨੂੰ (ਅਵਾਜ਼-ਬਾਣੀ) ਅਗਨੀ ਵਾਂਗ, ਗੁਦਾ (ਨਿਕਾਸ) ਨੂੰ ਆਪਣੇ ਮਿੱਤਰ ਵਾਂਗ, ਅਤੇ ਜਨਣ ਇੰਦਰੀ (ਲਿੰਗ) ਨੂੰ ਸੰਸਾਰ ਦੇ ਪਸਾਰ ਕਰਨ ਵਾਲੇ ਪ੍ਰਜਾਪਤੀ ਦੀ ਹੋਂਦ ਵਾਂਗ ਹੈ।

(122) ਕੋਈ ਸੂਝਵਾਨ ਅਤੇ ਸਵੈ-ਚੇਤਨਾ ਵਾਲਾ ਪੁਰਸ਼ ਹੀ ਸਮਝ ਸਕਦਾ ਹੈ ਕਿ ਸੂਖਮ ਤੋਂ ਸੂਖਮ ਅਣੂ (ਕਣ), ਜੋ ਰੌਸ਼ਨੀ ਵਿੱਚ ਸੋਨੇ ਵਾਂਗ ਚਮਕ ਮਾਰਦਾ ਦਿਸਦਾ ਹੈ, ਉਸ ਵਿੱਚ ਭੀ ਉਸੇ ਪ੍ਰਜਾਪਤਿ (ਪ੍ਰਮ-ਪੁਰਸ਼) ਦੀ ਹਸਤੀ ਪੂਰਣ ਰੂਪ ਵਿੱਚ ਸਮਾਈ ਹੋਈ ਹੈ।

(123) ਕਈ ਉਸ ਪ੍ਰਜਾਪਤਿ ਨੂੰ ਅਗਨੀ (ਤੇਜ), ਕਈ ਉਸਨੂੰ ਮਨੂੰ (ਸੰਸਾਰ ਦਾ ਕਰਤਾ), ਕਈ ਇੰਦਰ, ਕਈ ਉਸਨੂੰ ਪ੍ਰਾਣ ਰੂਪ ਹੋ ਕੇ ਸਰੀਰ ਵਿੱਚ ਵਸਿਆ (ਪ੍ਰਾਣ ਦਾਤਾ) ਅਤੇ ਕਈ ਉਸਨੂੰ ਅਨਾਦਿ ਬ੍ਰਹਮ (ਸਦਾ ਰਹਿਣ ਵਾਲਾ) ਦੇ ਰੂਪ ਵਿੱਚ ਜਾਣਦੇ ਹਨ।

(124) ਉਹ ਪ੍ਰਮਾਤਮਾ (ਪਰਮ ਤੱਤ) ਆਪ ਹੀ ਹੈ, ਜੋ ਸਭ ਪੰਜ ਮਹਾਂ ਤੱਤਾਂ ਦੇ ਸੰਜੋਗ ਤੋਂ, ਵੱਖ ਵੱਖ ਜੀਵਾਂ ਦਾ ਰੂਪ ਧਾਰਨ ਕਰਕੇ, ਜਨਮ-ਮਰਨ (ਆਵਾ-ਗਵਣ) ਦੇ ਚੱਕਰਾਂ ਰਾਹੀਂ ਸੰਸਾਰ ਦੀ ਕਿਰਿਆ ਨੂੰ ਚਲਾਉਂਦਾ ਹੈ।

(125) ਜਿਹੜਾ ਮਨੁੱਖ, ਅੰਤਰ ਧਿਆਨ ਹੋ ਕੇ, ਆਪਣੇ ਆਪ ਵਿੱਚ ਅਤੇ ਸਭ ਜੀਵ-ਆਤਮਾਵਾਂ ਵਿੱਚ ਉਸ ਪ੍ਰਮਾਤਮਾਂ ਦੀ ਹੋਂਦ ਨੂੰ ਅਨੁਭਵ ਕਰ ਲੈਂਦਾ ਹੈ, ਅਸਲ ਵਿੱਚ ਉਹੀ ਸਮਦ੍ਰਿਸ਼ਟੀ ਵਾਲਾ ਮਨੁੱਖ, ਪ੍ਰਮਪਦਵੀ (ਮੋਕਸ਼) ਅਤੇ ਸਦਾ ਅਨੰਦ ਦੀ ਪ੍ਰਾਪਤੀ ਕਰ ਲੈਂਦਾ ਹੈ।

(126) ਭ੍ਰਿਗੂ ਰਾਹੀਂ, ਸ਼ਾਸਤ੍ਰ ਰੂਪ ਵਿੱਚ ਸੁਣਾਇਆ, ਮਨੂੰ ਦਾ ਇਹ ਉਪਦੇਸ਼ (ਮਨੂੰ ਸਿਮ੍ਰਤੀ), ਜੋ ਜੋ ਦਵਿੱਜ ਪੜ੍ਹੇ ਅਤੇ ਵਿਚਾਰੇਗਾ, ਉਹ ਇੱਕ ਚੰਗੇ ਆਚਰਣ ਵਾਲਾ ਗੁਣਵਾਨ ਦਵਿੱਜ (ਬ੍ਰਾਹਮਣ, ਖੱਤਰੀ, ਵੈਸ਼) ਬਣਕੇ, ਜੀਵਨ ਵਿੱਚ ਜੋ ਚਾਹੇ ਪ੍ਰਾਪਤ ਕਰ ਸਕੇਗਾ ਅਤੇ ਜਨਮ ਮਰਣ ਤੋਂ ਰਹਿਤ ਹੋ ਕੇ ਮੋਕਸ਼ ਦੀ ਪ੍ਰਾਪਤੀ ਕਰ ਲਵੇਗਾ।

ਸਮਾਪਤੀ

ਅੰਤਿਕਾ

ਭਾਵੇਂ ਕਿਤਾਬਾਂ ਦੇ ਵਰਕੇ ਫਰੋਲਦਿਆਂ ਅਤੇ ਇਟਰਨੈਟ ਤੋਂ ਖੋਜ ਕਰਦਿਆਂ, ਮੈਨੂੰ ਸਾਢੇ ਛੇ ਸਾਲ ਬੀਤ ਚੱਲੇ ਹਨ। ਅਨੇਕਾਂ ਯਤਨ ਕਰਨ ਦੇ ਬਾਵਯੂਦ ਮੈਨੂੰ ਇਸ ਗੱਲ ਦੇ ਕਹਿਣ ਵਿੱਚ ਕੋਈ ਝਿਝਕ ਨਹੀਂ ਕਿ ਇੱਕ ਭਾਸ਼ਾ ਵਿੱਚੋਂ ਦੂਸਰੀ ਭਾਸ਼ਾ ਦੇ ਬਰਾਬਰ ਦੇ ਜਾਂ ਤੋਲਵੇਂ ਅੱਖਰ ਲੱਭਣੇ ਔਖੇ ਹੀ ਨਹੀਂ ਸਗੋਂ ਅੰਸਭਵ ਹਨ। ਖਾਸ ਕਰਕੇ ਸੰਸਕ੍ਰਿਤ ਵਰਗੀ ਪੁਰਾਤਨ ਭਾਸ਼ਾ, ਜੋ ਆਮ ਲੋਕਾਂ ਦੀ ਭਾਸ਼ਾ ਨਾ ਹੋਣ ਕਰਕੇ, ਇਸਦੇ ਉਲੱਥਿਆਂ ਵਿੱਚ ਲਿਖੇ ਗ੍ਰੰਥਾਂ ਦੇ ਅਰਥ-ਭਾਵ ਬਹੁਤ ਭਿੰਨ ਭਿੰਨ ਮਿਲਦੇ ਹਨ। ਏਥੋਂ ਤੀਕਰ ਕਿ ਇਸ ਭਾਸ਼ਾ ਦੇ ਗਿਆਨੀਆਂ ਦੇ ਕੀਤੇ ਹੋਏ ਟੀਕਿਆਂ ਵਿੱਚ ਭੀ ਬਹੁਤ ਮਤ ਭੇਦ ਹਨ। ਪਾਠਕਾਂ ਨੂੰ ਸੁਚੇਤ ਕਰਨ ਲਈ, ਮੇਰੀ ਫਿਰ ਬੇਨਤੀ ਹੈ ਕਿ ਇਸ ਕਿਰਤ ਨੂੰ ਮੇਰਾ ਛੋਟਾ ਜਿਹਾ ਯਤਨ ਸਮਝ ਕੇ ਪ੍ਰਵਾਨ ਕਰਨਾ। ਮਨੂੰ ਸਿਮ੍ਰਤੀ ਦੇ ਇਸ ਪੰਜਾਬੀ ਉਲੱਥੇ ਲਈ ਜਿਨ੍ਹਾਂ ਪੁਸਤਕਾਂ ਜਾਂ ਲੇਖਾਂ ਵਿਚਲੀ ਸਮਗ੍ਰੀ ਸਹਾਇਕ ਹੋਈ ਹੈ, ਉਨ੍ਹਾਂ ਦੀ ਛੋਟੀ ਸੂਚੀ ਅੱਗੇ ਦਿੱਤੀ ਗਈ ਹੈ।

ਸਹਾਇਕ ਪੁਸਤਕਾਂ ਦੀ ਸੂਚੀ

(Bibliography)

ਮੁੱਖ ਭਾਸ਼ਾ, ਸੰਸਕ੍ਰਿਤ ਵਿੱਚ ਲਿਖੀ 'ਮਨੂੰ ਸਿਮ੍ਰਤੀ' ਦੇ ਕੁਝ ਅੰਗਰੇਜੀ ਅਤੇ ਹਿੰਦੀ ਭਸ਼ਾਵਾਂ ਵਿੱਚ ਕੀਤੇ ਅਨੁਵਾਦਾਂ ਅਤੇ ਹੋਰ ਪੁਸਤਕਾਂ ਦੀ ਸੂਚੀ ਹੇਠਾਂ ਦਿੱਤੀ ਗਈ ਹੈ, ਜੋ ਮੇਰੇ ਇਸ ਕਾਰਜ ਨੂੰ ਸੰਪੂਰਣ ਕਰਨ ਦਾ ਮੁੱਖ ਸਰੋਤ ਹਨ। ਵੈਸੇ ਤਾਂ ਇਸ ਵਿਸ਼ੇ ਨਾਲ ਸਬੰਧਿਤ, ਬੇਸ਼ੁਮਾਰ ਕਿਤਾਬਚੇ, ਲੇਖ ਅਤੇ ਇਟਰਨੈਟ ਤੋਂ ਉਪਲਭਦ ਜਾਣਕਾਰੀ ਇਕੱਤਰ ਕਰਕੇ ਵਿਚਾਰੀ ਹੈ, ਪਰ ਏਥੇ ਮੁੱਖ ਮੁੱਖ ਲਿਖਤਾਂ ਦਾ ਹੀ ਹਵਾਲਾ ਦਿੱਤਾ ਹੈ।

(1) Institute of Hindu Law or The Ordinances of Manu according to Gloss of Culluca. With preface By- Sir William Jones. University of Michigan Libraries, catalogue # 350.945-M194- Tj8- 1796. Translated from the original script and Printed by The Government, London UK. Reprinted for J. Sewell Cornhill, and J. Debrett, PICCADILLY 1796

(2) Manu Smriti in English By - Ganganath Jha with commentary By- Medhatithi, Published By - Wisdom Library on the net (**www.wisdomlib.org**)

(3) Manu Smriti, The Hindu Law Book By- George Buhler (Edited by - F.Max Mueller)

(4) Ordinance of Manu By- Arthur Coke Burnell, A Copy from the Library of Theological Seminary, Princeton, (N.J). Catalogue # BL1115, Section-A3B9

(5) The Sacred Books of The East –By Various Authors.
Edited By F.Max Muller Oxford University Press Warehouse
(CLARWNDON PRESS), Year 1880)

(6) The Law code of Manu By- Patrick Olivelle (Oxford world Classics-1004) Oxford University Press.

(7) Laws of Manu, Translated from Sanskrit to English By- Wendy Doniger . Professor of history of Religion at University of Chicago (1975)

(8) ਮਨੂੰ ਸਿਮ੍ਰਤੀ (ਟਿੱਪਣੀਆਂ ਸਹਿਤ ਸੰਸਕ੍ਰਿਤ ਤੋਂ ਹਿੰਦੀ ਅਨੁਵਾਦ)
By Dr.Surinder Kumar Acharya M.A,Phd (Published By :– Arya Sahit Parchar Trust Delhi, India
लेखक -डॉ० सुरेन्द्रकुमार, प्रकाशित -आर्ष साहित्य प्रचार ट्रस्ट, दिल्ली

(9) Manu Smriti, Manav Dharmshastra. Translated From Sanskrit to Hindi By Pandit Girja Prasad Dvivedi (**द्विवेदी**)
ਮਾਨਵ ਧਰਮ ਸ਼ਾਸਤ੍ਰ :- ਪੰਡਿਤ ਗਿਰਜਾ ਪ੍ਰਸਾਦ ਦਿਵੇਦੀ (1917)
ਹੈਡ ਪੰਡਿਤ, 'ਨਵਲ ਕਿਸ਼ੋਰ ਵਿਦਿਆਲਾ', ਗੋਮਤੀ ਤੱਟ, ਲਖਨਉ, ਇੰਡੀਆ।

(10) The laws of Manu, (Translated from Sanskrit to Hindi) Published on net by - Pandit Lekhram Vedic Mission. India
ਮਨੂੰ ਸਿਮ੍ਰਤੀ- ਪਬਲਿਸ਼ਰ- ਪੰਡਿਤ ਲੇਖ ਰਾਮ ਵੇਦਿਕ ਮਿਸ਼ਨ (**पंडित लेशराम वेदिर मिशन**) ਇੰਡੀਆ।

(11) ਮਨੂੰ ਸਿਮ੍ਰਤੀ (ਸੰਸਕ੍ਰਿਤ ਤੋਂ ਹਿੰਦੀ ਅਨੁਵਾਦ), Published on net By- https://hindutv.wordpress.com/.
ਲਿਖਤ - ਪੰਡਿਤ ਸੰਤੋਸ਼ ਭਰਦਵਾਜ, ਹਿੰਦੂ ਟੀ.ਵੀ. ਹਿੰਦੂ ਵਰਲਡ ਪ੍ਰੈਸ, ਇੰਡੀਆ।

(12) Manu Smriti Translation in Hindi By- Shri Pandit Tulsi Ram Swasina .Translated From Sanskrit to Hindi and Published by Adiaksh Swami Press Merhit City India.
ਮਨੂੰ ਸਿਮ੍ਰਤੀ ਅਨੁਵਾਦ (ਸੰਸਕ੍ਰਿਤ ਤੋਂ ਹਿੰਦੀ), ਲਿਖਤ - ਤੁਲਸੀ ਰਾਮ ਸਵਾਸਨਾ। ਪਬਲੀਸ਼ਰ - ਅਧਿਅਕਸ਼ ਸਵਾਮੀ ਪ੍ਰੈਸ, ਮੇਰਠ, ਇਡੀਆ (1900)

(13) Manu Smriti Translation in Hindi By- Pundit Rameshver Bhatt. Translation From Sanskrit to Hindi. Published by:- Chaukhamba Sanskrit Pratishthan India. (**चौखम्बा संस्कृत प्रतिष्टान**)
ਮਨੂੰ ਸਿਮ੍ਰਤੀ ਅਨੁਵਾਦ (ਸੰਸਕ੍ਰਿਤ ਤੋਂ ਹਿੰਦੀ), ਲਿਖਤ- ਪੰਡਿਤ ਰਮੇਸ਼ਵਰ ਭੱਟ
ਪਬਲਿਸ਼ਰ- ਚੌਖੰਭਾ ਸੰਸਕ੍ਰਿਤ ਫਊਂਡੇਸ਼ਨ, ਜਵਾਹਰ ਨਗਰ ਦਿੱਲੀ, ਇਡੀਆ।

(14) Manu Smriti translated from Sanskrit to Hindi By- Doctor Ramchander Sharma 'Shastri'. Published by Vidya Vihar, Darya Ganj , New Delhi, India.
ਮਨੂੰ ਸਿਮ੍ਰਤੀ ਅਨੁਵਾਦ (ਸੰਸਕ੍ਰਿਤ ਤੋਂ ਹਿੰਦੀ) ਲਿਖਤ- ਡ: ਰਾਮ ਚੰਦਰ ਸ਼ਰਮਾ 'ਸ਼ਾਸਤ੍ਰੀ' ਪਬਲਿਸ਼ਰ- ਵਿਦਿਆ ਵਿਹਾਰ, ਦਰਿਆ ਗੰਜ, ਦਿੱਲੀ ਇੰਡੀਆ।

(15) Manu Smriti By Pandit Janardhan Jha. Published by Baijnath Kaidia 116 Harrison Rd Calcutta, India.
ਮਨੂੰ ਸਿਮ੍ਰਤੀ ਅਨੁਵਾਦ (ਸੰਸਕ੍ਰਿਤ ਤੋਂ ਹਿੰਦੀ), ਲੇਖਕ- ਪੰਡਿਤ ਜਨਾਰਧਨ ਝਾਅ।
ਪਬਲਿਸ਼ਰ-ਬੈਜਨਾਥ ਕੇੜੀਆ 116 ਹੈਰੀਸਨ ਰੋਡ, ਕਲਕੱਤਾ , ਇਡੀਆ।

(16) ਮਨੂੰ ਸਿਮ੍ਰਤੀ ਅਨੁਵਾਦ Digital copy from British Museum, by Google Books (ਸੰਸਤ੍ਰਿ ਤੋਂ ਹਿੰਦੀ ਅਨੁਵਾਦ) ਲੇਖਕ- ਰਾਮ ਸਰੂਪ ਸ਼ਰਮਾ, Published by-ਸ਼ਿਵ ਲਾਲ ਗਣੇਸ਼ੀ ਲਾਲ, ਲਕਸ਼ਮੀ ਨਰਾਇਣ ਪ੍ਰੈਸ (1867) ਮੁਰਾਦਾਬਾਦ, ਇਡੀਆ।

(17) **मनुस्मृति सार** (ਮਨੂੰ ਸਿਮ੍ਰਤੀ ਦਾ ਸਾਰ) ਪ੍ਰਕਾਸ਼ਕ- ਸ਼੍ਰੀ ਭਗਵਤ ਭਗਤੀ ਆਸ਼ਰਮ, ਰਾਮਪੁਰਾ, ਰੇਵਾੜੀ (1932)

(18) A classical Dictionary of Hindu Mythology and Religion by John Dowson (1820-1888)
ਹਿੰਦੂ ਮਿਥਿਹਾਸ ਕੋਸ਼, ਅਨੁਵਾਦਿਕ - ਰਜਿੰਦਰ ਸਿੰਘ ਸ਼ਾਸਤ੍ਰੀ, ਭਾਸ਼ਾ ਵਿਭਾਗ ਪੰਜਾਬ।

(19) MANU-SMTRI WITH THE 'MANUBHASYA' OF MEDHATITHI , BY- Mahahaopoadhyaya GanganathaJha (M.A, D.litt, L.L.D) Published by Asiatic Societ of Bengal, 1 Park st Calcutta (1932)

(20) Hindu Fasts & Festivals By Mahamah Opadhyaya Pandurang Vaman Kane, Bhandarkar Oriental Research Institute Poona 1958.

(21) Who were the Vratyas -The Searching Wanderers? By S. Sreenivasarao. India

(22) An English translation of Satyarth Parkash (ਸਤਿਆਰਥ ਪ੍ਰਕਾਸ਼) By Dr. CHIRANJIVA BHARADWAJA
Written By Swami Dayananda Sarswati and Published by- K.C Bhalla Star Press Allahabad (A copy from Pandit Lekhram Vedic Mission India).

(23) ਮਹਾਨ ਕੋਸ਼ (Mahan Kosh By- Bhai Kahn Singh Ji 'Nabha')
ਲਿਖਤ ਭਾਈ ਕਾਨ੍ਹ ਸਿੰਘ ਨਾਭਾ ਪਬਲਿਸ਼ਰ- ਪੰਜਾਬੀ ਯੂਨੀਵਰਸਿਟੀ ਪਟਿਆਲਾ, ਇਡੀਆ।

(24) The Republic by Platio. TRANSLATED INTO ENGLISH
By - R. jOWETT,, M.A Oxford University Press warehouse , i904

Finished this translation on Nov,10, 2022 at 9.53 PM

End Notes-

Hinduism is a conglomeration of distinct intellectual or philosophical points of view, rather than a rigid common set of beliefs. As a result, the Hindu texts do not provide a single canonical account of the creation; they mention a range of theories of the creation of the world, some of which are contradictory.

Hindu Mythology

W.J.Wilkins

London Missionary Society, Culcutta, India)

Published by - Thacker, Spink & company, Culcutta and India.

(Feb 22,1882)

ਹਿੰਦੂ ਧਰਮ, ਵੱਖੋ-ਵੱਖਰੇ ਬੌਧਿਕ ਜਾਂ ਦਾਰਸ਼ਨਿਕ ਦ੍ਰਿਸ਼ਟੀਕੋਣਾਂ ਦਾ ਸਮੂਹ ਹੈ, ਨਾ ਕਿ ਕਿਸੇਕਠੋਰ ਵਿਸ਼ਵਾਸਾਂ ਦਾ। ਨਤੀਜੇ ਵਜੋਂ, ਹਿੰਦੂ ਗ੍ਰੰਥ, ਸੰਸਾਰ ਦੀ ਰਚਨਾ ਦਾ ਇੱਕ ਵੀ ਪ੍ਰਮਾਣਿਕ ਬਿਰਤਾਂਤ ਪ੍ਰਦਾਨ ਨਹੀਂ ਕਰਦੇ। ਉਹ ਸੰਸਾਰ ਦੀ ਰਚਨਾ ਦੇ ਉਨ੍ਹਾਂ ਸਿਧਾਂਤਾਂ ਦੀ ਇੱਕ ਸ਼੍ਰੇਣੀ ਦਾ ਜ਼ਿਕਰ ਕਰਦੇ ਹਨ, ਜਿਨ੍ਹਾਂ ਵਿੱਚੋਂ ਕੁਝ, ਇੱਕ ਦੂਸਰੇ ਦੇ ਵਿਰੋਧੀ ਹਨ।

ਹਿੰਦੂ ਮਿਥਹਾਸ

W.J.Wilkins

(ਲੰਡਨ ਮਿਸ਼ਨਰੀ ਸੁਸਾਇਟੀ, ਕਲਕੱਤਾ, ਇੰਡੀਆ)

ਪ੍ਰਕਾਸ਼ਕ- ਥੈਕਰ, ਸਪਿੰਕ ਐਂਡ ਕੰਪਨੀ, ਕਲਕੱਤਾ ਐਂਡ ਸ਼ਿਮਲਾ

(ਫਰਵਰੀ 22,1882)

(14) Manu Smriti translated from Sanskrit to Hindi By- Doctor Ramchander Sharma 'Shastri'. Published by Vidya Vihar, Darya Ganj , New Delhi, India.
ਮਨੂੰ ਸਿਮ੍ਰਤੀ ਅਨੁਵਾਦ (ਸੰਸਕ੍ਰਿਤ ਤੋਂ ਹਿੰਦੀ) ਲਿਖਤ- ਡ: ਰਾਮ ਚੰਦਰ ਸ਼ਰਮਾ 'ਸ਼ਾਸਤ੍ਰੀ' ਪਬਲਿਸ਼ਰ- ਵਿਦਿਆ ਵਿਹਾਰ, ਦਰਿਆ ਗੰਜ, ਦਿੱਲੀ ਇੰਡੀਆ।

(15) Manu Smriti By Pandit Janardhan Jha. Published by Baijnath Kaidia 116 Harrison Rd Calcutta, India.
ਮਨੂੰ ਸਿਮ੍ਰਤੀ ਅਨੁਵਾਦ (ਸੰਸਕ੍ਰਿਤ ਤੋਂ ਹਿੰਦੀ), ਲੇਖਕ- ਪੰਡਿਤ ਜਨਾਰਧਨ ਝਾਅ।
ਪਬਲਿਸ਼ਰ-ਬੈਜਨਾਥ ਕੇੜੀਆ 116 ਹੈਰੀਸਨ ਰੋਡ, ਕਲਕੱਤਾ , ਇਡੀਆ।

(16) ਮਨੂੰ ਸਿਮ੍ਰਤੀ ਅਨੁਵਾਦ Digital copy from British Museum, by Google Books (ਸੰਸ੍ਰਤਿ ਤੋਂ ਹਿੰਦੀ ਅਨੁਵਾਦ) ਲੇਖਕ- ਰਾਮ ਸਰੂਪ ਸ਼ਰਮਾ, Published by-ਸ਼ਿਵ ਲਾਲ ਗਣੇਸ਼ੀ ਲਾਲ, ਲਕਸ਼ਮੀ ਨਰਾਇਣ ਪ੍ਰੈਸ (1867) ਮੁਰਾਦਾਬਾਦ, ਇਡੀਆ।

(17) **मनुस्मृति सार** (ਮਨੂੰ ਸਿਮ੍ਰਤੀ ਦਾ ਸਾਰ) ਪ੍ਰਕਾਸ਼ਕ- ਸ਼੍ਰੀ ਭਗਵਤ ਭਗਤੀ ਆਸ਼ਰਮ, ਰਾਮਪੁਰਾ, ਰੇਵਾੜੀ (1932)

(18) A classical Dictionary of Hindu Mythology and Religion by John Dowson (1820-1888)
ਹਿੰਦੂ ਮਿਥਿਹਾਸ ਕੋਸ਼, ਅਨੁਵਾਦਿਕ - ਰਜਿੰਦਰ ਸਿੰਘ ਸ਼ਾਸਤ੍ਰੀ, ਭਾਸ਼ਾ ਵਿਭਾਗ ਪੰਜਾਬ।

(19) MANU-SMTRI WITH THE 'MANUBHASYA' OF MEDHATITHI , BY- Mahahaopoadhyaya GanganathaJha (M.A, D.litt, L.L.D) Published by Asiatic Societ of Bengal, 1 Park st Calcutta (1932)

(20) Hindu Fasts & Festivals By Mahamah Opadhyaya Pandurang Vaman Kane, Bhandarkar Oriental Research Institute Poona 1958.

(21) Who were the Vratyas -The Searching Wanderers?
By S. Sreenivasarao. India

(22) An English translation of Satyarth Parkash (ਸਤਿਆਰਥ ਪ੍ਰਕਾਸ਼)
By Dr. CHIRANJIVA BHARADWAJA
Written By Swami Dayananda Sarswati and Published by- K.C Bhalla Star Press Allahabad (A copy from Pandit Lekhram Vedic Mission India).

(23) ਮਹਾਨ ਕੋਸ਼ (Mahan Kosh By- Bhai Kahn Singh Ji 'Nabha')
ਲਿਖਤ ਭਾਈ ਕਾਨ੍ਹ ਸਿੰਘ ਨਾਭਾ ਪਬਲਿਸ਼ਰ- ਪੰਜਾਬੀ ਯੂਨੀਵਰਸਿਟੀ ਪਟਿਆਲਾ, ਇਡੀਆ।

(24) The Republic by Platio. TRANSLATED INTO ENGLISH
By - R. jOWETT,, M.A Oxford University Press warehouse , i904

Finished this translation on Nov,10, 2022 at 9.53 PM

End Notes-

Hinduism is a conglomeration of distinct intellectual or philosophical points of view, rather than a rigid common set of beliefs. As a result, the Hindu texts do not provide a single canonical account of the creation; they mention a range of theories of the creation of the world, some of which are contradictory.

Hindu Mythology

W.J.Wilkins

London Missionary Society, Culcutta, India)

Published by - Thacker, Spink & company, Culcutta and India.

(Feb 22,1882)

ਹਿੰਦੂ ਧਰਮ, ਵੱਖੋ-ਵੱਖਰੇ ਬੌਧਿਕ ਜਾਂ ਦਾਰਸ਼ਨਿਕ ਦ੍ਰਿਸ਼ਟੀਕੋਣਾਂ ਦਾ ਸਮੂਹ ਹੈ, ਨਾ ਕਿ ਕਿਸੇ ਕਠੋਰ ਵਿਸ਼ਵਾਸਾਂ ਦਾ। ਨਤੀਜੇ ਵਜੋਂ, ਹਿੰਦੂ ਗ੍ਰੰਥ, ਸੰਸਾਰ ਦੀ ਰਚਨਾ ਦਾ ਇੱਕ ਵੀ ਪ੍ਰਮਾਣਿਕ ਬਿਰਤਾਂਤ ਪ੍ਰਦਾਨ ਨਹੀਂ ਕਰਦੇ। ਉਹ ਸੰਸਾਰ ਦੀ ਰਚਨਾ ਦੇ ਉਨ੍ਹਾਂ ਸਿਧਾਂਤਾਂ ਦੀ ਇੱਕ ਸ਼੍ਰੇਣੀ ਦਾ ਜ਼ਿਕਰ ਕਰਦੇ ਹਨ, ਜਿਨ੍ਹਾਂ ਵਿੱਚੋਂ ਕੁਝ, ਇੱਕ ਦੂਸਰੇ ਦੇ ਵਿਰੋਧੀ ਹਨ।

ਹਿੰਦੂ ਮਿਥਹਾਸ

W.J.Wilkins

(ਲੰਡਨ ਮਿਸ਼ਨਰੀ ਸੁਸਾਇਟੀ, ਕਲਕੱਤਾ, ਇੰਡੀਆ)

ਪ੍ਰਕਾਸ਼ਕ- ਥੈਕਰ, ਸਪਿੰਕ ਐਂਡ ਕੰਪਨੀ, ਕਲਕੱਤਾ ਐਂਡ ਸ਼ਿਮਲਾ

(ਫਰਵਰੀ 22,1882)

Ingram Content Group UK Ltd.
Milton Keynes UK
UKHW022131220623
423898UK00013B/1330

9 781778 155505